SE-ED'S
NEW COMPACT
ENGLISH-THAI
DICTIONARY

พจนานุกรมอังกฤษ-ไทย
ฉบับกะทัดรัด

โดย ฝ่ายวิชาการภาษาอังกฤษ
บริษัท ซีเอ็ดยูเคชั่น จำกัด (มหาชน)

พจนานุกรมอังกฤษ-ไทย ฉบับกะทัดรัด

SE-ED'S NEW COMPACT ENGLISH-THAI DICTIONARY

โดย ฝ่ายวิชาการภาษาอังกฤษ บริษัท ซีเอ็ดยูเคชั่น จำกัด (มหาชน)

ราคา 95 บาท

สงวนลิขสิทธิ์ในประเทศไทยตาม พ.ร.บ. ลิขสิทธิ์
โดย บริษัท ซีเอ็ดยูเคชั่น จำกัด (มหาชน) © พ.ศ. 2543
ห้ามการลอกเลียนไม่ว่าส่วนหนึ่งส่วนใดของหนังสือเล่มนี้ นอกจากจะได้รับอนุญาต

B 1 1 1 - 0 1 0 - 2 2 3
1 2 4 4 0 9 8 7 6 5 4 3 2

ข้อมูลทางบรรณานุกรมของหอสมุดแห่งชาติ

ฝ่ายวิชาการภาษาอังกฤษ บริษัท ซีเอ็ดยูเคชั่น จำกัด (มหาชน).
พจนานุกรมอังกฤษ-ไทย ฉบับกะทัดรัด (SE-ED'S NEW COMPACT ENGLISH-THAI DICTIONARY) -- กรุงเทพฯ : ซีเอ็ดยูเคชั่น, 2543.
640 หน้า.
1. ภาษาอังกฤษ -- พจนานุกรม -- ภาษาไทย. I. ชื่อเรื่อง.
423.95911

ISBN 974-534-077-4

จัดพิมพ์และจัดจำหน่ายโดย

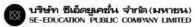

บริษัท ซีเอ็ดยูเคชั่น จำกัด (มหาชน)
SE-EDUCATION PUBLIC COMPANY LIMITED

อาคารเนชั่นทาวเวอร์ ชั้น 19 เลขที่ 46/87-90
ถ.บางนา-ตราด แขวงบางนา เขตบางนา กรุงเทพฯ 10260
โทร. 0-2739-8000 สายงานการผลิต โทร. 0-2739-8333 โทรสาร 0-2739-8589

พิมพ์ที่ บริษัท เอ็ม เอ เอช พริ้นติ้ง จำกัด
นายสุเมธ อัศวนิลศรี ผู้พิมพ์ผู้โฆษณา พ.ศ. 2547

หากมีคำแนะนำติชม ติดต่อได้ที่ comment@se-ed.com

คำนำสำนักพิมพ์

พจนานุกรมอังกฤษ-ไทย ฉบับกะทัดรัดเล่มนี้ ฝ่ายวิชาการภาษาอังกฤษ บริษัท ซีเอ็ดยูเคชั่น จำกัด (มหาชน) ได้ใช้ความอุตสาหะอย่างมากในการประมวลคำศัพท์ สำนวน วลี คำเหมือน คำตรงข้าม มารวบรวมไว้ โดยพยายามคัดสรรศัพท์พื้นฐานทั่วไปที่ควรรู้ ครอบคลุมไปจนถึงศัพท์เฉพาะทางต่างๆ โดยเฉพาะอย่างยิ่งศัพท์สมัยใหม่ที่นิยมใช้กันอย่างแพร่หลายในยุคโลกาภิวัตน์นี้ ตลอดจนสรรหาเกร็ดความรู้ภาษาอังกฤษมาแทรกไว้ในเนื้อหาตลอดทั้งเล่ม อีกทั้งยังมีภาคผนวกเสริมภาษาท้ายเล่ม ทั้งนี้เพื่อให้ผู้สนใจในภาษาอังกฤษทุกท่านได้ค้นคว้าและใช้ประโยชน์สำหรับเพิ่มพูนความรู้ด้านศัพท์และความหมายของศัพท์ที่ถูกต้องชัดเจน อันจะช่วยพัฒนาทักษะการใช้ภาษาอังกฤษให้แตกฉานขึ้นในระดับหนึ่ง คณะผู้จัดทำยังได้ตระหนักถึงเรื่องความสะดวกในการใช้ จึงได้มีการออกแบบขนาดและรูปเล่มให้กะทัดรัด พกพาสะดวก น่าเปิดอ่าน และสามารถค้นคว้าคำศัพท์ที่ต้องการได้อย่างง่ายดาย

คณะผู้จัดทำหวังเป็นอย่างยิ่งว่า พจนานุกรมอังกฤษ-ไทย ฉบับกะทัดรัดและทันสมัยเล่มนี้จะอำนวยประโยชน์ให้แก่ผู้เล่าเรียนภาษาอังกฤษยุคใหม่ หากมีข้อผิดพลาดหรือคำแนะนำประการใด กรุณาแจ้งสำนักพิมพ์ เพื่อจะได้นำคำติชมดังกล่าวไปปรับปรุงและพัฒนาพจนานุกรมเล่มนี้ให้ถูกต้องยิ่งขึ้น

ฝ่ายวิชาการภาษาอังกฤษ
บริษัท ซีเอ็ดยูเคชั่น จำกัด (มหาชน)

การอ่านออกเสียง

สัญลักษณ์ที่ใช้แทนการอ่านออกเสียงมีดังนี้

b	= บ	เช่น	box, bulb
c	= ค	เช่น	cake, picnic
	= **ช**	เช่น	ocean, special
	= ซ	เช่น	circle, grocer
ce	= ซ	เช่น	rice
ch	= ค	เช่น	anchor
	= **ช**	เช่น	champagne
	= ช	เช่น	chin, teach
ck	= ค	เช่น	check, rock
d	= ด	เช่น	desk, order
	= จ	เช่น	graduate
dg	= จ	เช่น	edge, ridge
f	= ฟ	เช่น	fan, suffer, wolf
g	= ก	เช่น	big, gall, great
	= จ	เช่น	angel, gemini
ge	= จ	เช่น	budget, judge
	= ฌ	เช่น	beige, rouge
gh-	= ก	เช่น	ghost
-gh	= ฟ	เช่น	enough, rough
h	= ฮ	เช่น	home, his

j	= จ	เช่น	jaw, project
k	= ค	เช่น	kite, kick
	= ก	เช่น	ski, sky
kn	= น	เช่น	kneel, knock
l	= ล	เช่น	below, lunch
m	= ม	เช่น	lemon, month
n	= น	เช่น	down, final, nine
nc	= งค์	เช่น	conjunction
nk	= งค์	เช่น	pink
p	= พ	เช่น	map, pond
	= ป	เช่น	spread, spy
ph	= ฟ	เช่น	physics, photo
	= พ	เช่น	shepherd
q	= ค	เช่น	cheque, quay
qu	= คว	เช่น	queen, queer
r	= ร	เช่น	around, rat
s	= ซ, ส	เช่น	bus, gossip
	= **ซ**	เช่น	busy, whose
	= **ช**	เช่น	sure
	= ฌ	เช่น	treasure, usual

sc	= **ช**	เช่น	conscious
	= **ซ**	เช่น	scene, science
se	= ซ	เช่น	horse, mouse
	= **ซ**	เช่น	raise, wise
sh	= **ช**	เช่น	bush, sheet
ss	= **ช**	เช่น	mission
	= **ซ**	เช่น	scissors
t	= ท	เช่น	cat, talk, water
	= ต	เช่น	student, street
	= ช	เช่น	picture
	= **ช**	เช่น	nation, partial
tch	= ช	เช่น	match
th	= ธ	เช่น	author, month
	= **ธ**	เช่น	breathe, mother
u	= ยู	เช่น	union, unity
	= อ	เช่น	under, up
v	= **ว**	เช่น	vote, village
	= ฟว๋	เช่น	have, sleeve
w	= ว	เช่น	award, wine
wh	= ว, ฮว	เช่น	what, why
	= ฮ	เช่น	whole
wr	= ร	เช่น	wrist, wrong
x	= คซ๋	เช่น	exchange, fix
	= ค	เช่น	excess
	= ก**ซ**	เช่น	exact
	= **ช**	เช่น	sexual
	= **ซ**	เช่น	xenon, xylem
y	= ย	เช่น	beyond, yes
z	= **ซ**	เช่น	zebra, freeze
	= ซ	เช่น	quartz
	= ฌ	เช่น	azure, seizure

เครื่องหมาย ' ใช้เน้นเสียงหนักที่พยางค์นั้นๆ เช่น **ahem** (อะเฮม')......

เครื่องหมาย ˚ บนตัวพยัญชนะใดๆ แสดงการออกเสียงพยัญชนะนั้นๆ ด้วยแต่ไม่เน้นหนัก เช่น **air** (แอร๋)......

turmoil (เทอร๋' มอยล๋).....

การใช้คำย่อ

A.	=	Antonym คำที่มีความหมายตรงกันข้าม
adj.	=	adjective คุณศัพท์
adv.	=	adverb กริยาวิเศษณ์
conj.	=	conjunction สันธาน
fem.	=	feminine เพศหญิง
interj.	=	interjection คำอุทาน
n.	=	noun นาม
pl.	=	plural นามพหูพจน์
prep.	=	preposition บุพบท
pron.	=	pronoun สรรพนาม
S.	=	Synonym คำที่มีความหมายเหมือนกัน
v.	=	verb กริยา
v. aux.	=	auxiliary verb กริยานุเคราะห์
vi.	=	intransitive verb อกรรมกริยา
vt.	=	transitive verb สกรรมกริยา

วิธีการใช้พจนานุกรม

แถบแสดงตัวอักษร A-Z เพื่อแยกหมวดศัพท์

คำเริ่มต้นของหน้า | เลขหน้า | คำสุดท้ายของหน้า

A, a | 1 | abode

ตัวอักษรแสดงหมวดคำ

A

A, a (เอ) *n., pl.* **A's, a's/As, as** อักษรตัวที่ 1 ในภาษาอังกฤษ, อันดับหนึ่ง, คุณภาพหรือชั้นดีที่สุด, (A) หมู่เลือดชนิดหนึ่งของคน

A ย่อจาก acre เอเคอร์, ampere แอมแปร์, angstrom อังสตรอม, Answer คำตอบ

★**a** (อะ, เออะ, เอ), **an** (แอน) *indef. art.* หนึ่ง, หนึ่งเดียว, คนละ, ตัวละ, อันละ ใช้ a นำหน้าคำนามที่ออกเสียงพยัญชนะ เช่น a bird, a uniform และใช้ an นำหน้าคำนามที่ออกเสียงสระ เช่น an axe, an heir

ทำให้สั้นลง, คำย่อ, ตัวย่อ (**-S.** abridgement, cut)

ABC (เอบีซี') *n., pl.* **ABC's** ตัวอักษรภาษาอังกฤษ

abdicate (แอบ' ดิเคท) *vt., vi.* **-cated, -cating** สละ (ราชบัลลังก์ ตำแหน่ง อำนาจ) อย่างเป็นทางการ **-abdication** *n.* **-abdicator** *n.*

abdomen (แอบ' ดะเมิน, แอบโด' เมิน) *n.* ส่วนท้อง, พุง **-abdominal** *adj.* (**-S.** stomach)

abduct (แอบดัคท์') *vt.* **-ducted, -ducting** ลักพาไป, บังคับให้ไป **-abduction** *n.*

abash (อะแบช') *vt.* **abashed, abashing** ทำให้อับอายหรือขวยเขิน **-abashment** *n.*

abashed (อะแบชท์') *adj.* อับอาย, อึดอัดใจ

abate (อะเบท') *vt., vi.* **abated, abating** น้อยลง, บรรเทาเบาบาง **-abatement** *n.* (**-S.** ease)

abattoir (แอบ' บะทวาร์) *n.* โรงฆ่าสัตว์

abbess (แอบ' บิซ) *n.* หัวหน้าสำนักนางชี

abbey (แอบ' บี) *n., pl.* **-beys** วัด, สำนักสงฆ์, สำนักนางชี (**-S.** convent, nunnery)

abbot (แอบ' เบิท) *n.* เจ้าอาวาสวัด

abbreviate (อะบรี' วีเอท) *vt.* **-ated, -ating** เขียนย่อ, พูดย่อ, ย่อคำ (**-S.** shorten **-A.** lengthen)

★**abbreviation** (อะบรีวีเอ' ชัน) *n.* การย่อหรือ

ablaze (อะเบลซ') *adj., adv.* ลุกเป็นไฟ, สว่างไสว, เร่าร้อน (**-S.** (adj.) alight, brilliant)

★**able** (เอ' เบิล) *adj.* **abler, ablest** สามารถที่จะ, ฉลาด, เก่ง **-ably** *adv.* (**-S.** capable, clever)

-able คำปัจจัย หมายถึง สามารถ

ABM ย่อจาก antiballistic missile จรวดต่อต้านขีปนาวุธ

abnormal (แอบนอร์' เมิล) *adj.* ผิดปกติ **-abnormality** *n.* **-abnormally** *adv.*

aboard (อะบอร์ด', อะโบร์ด') *adv.* บนเรือ, บนเครื่องบิน, บนรถไฟ *-prep.* บน, ใน

abode (อะโบด') *v.* กริยาช่อง 2 และ 3 ของ abide *-n.* ที่อยู่อาศัย, บ้าน

A B C D E F G H I J K L M N O P Q R S T U V W X Y Z

การอ่านออกเสียง
ได้ถอดเสียงตามหลักสัทศาสตร์ (phonetics) ซึ่งบางคำสามารถออกเสียงได้มากกว่าหนึ่งแบบ

คำศัพท์หลัก
จะเป็นตัวใหญ่หนาซึ่งพิมพ์ขึ้นต้นเป็นคำแรก

absolve (เอิบซอล์ฟว์', -ซอล์ฟว์') *vt.* **-solved, -solving** ปลดปล่อย, ปล่อยให้พ้นโทษหรือพ้นผิด, ให้อภัยแก่บาป **-absolvent** *adj., n.* **-absolver** *n.* (**-S.** forgive **-A.** accuse)

หน้าที่คำ

ในกรณีที่เป็นคำกริยา (verb) จะมีการแจกแจงลงไปว่าเป็นอกรรมกริยา (intransitive verb ตัวย่อ vi.) หรือ สกรรมกริยา (transitive verb ตัวย่อ vt.) รวมทั้งมีการผันกริยาช่อง 2 (past tense) และช่อง 3 (past participle) และรูป -ing (present participle)

คำศัพท์หลักที่สะกดได้มากกว่า 1 แบบ
จะใช้เครื่องหมายจุลภาค (,) คั่นไว้

★**although, altho** (ออลโธ') *conj.* แม้ว่า, ถึงแม้

รูปพหูพจน์
จะใช้คำย่อ *pl.* ตามหลัง *n.* โดยมีเครื่องหมายจุลภาค (,) คั่น บางคำสามารถมีได้มากกว่าหนึ่งรูป

alluvium (อะลู' เวียม) *n., pl.* **-viums/-via** บริเวณดินตะกอนตามชายฝั่งแม่น้ำอันเกิดจากการถูกน้ำพัดพามาทับถมกัน **-alluvial** *adj.*

cul-de-sac (คัล' ดิแซค', คุล'-) *n., pl.* **culs-de-sac** (คัลซ์-', คุลซ์-)/**cul-de-sacs** ทางตัน

รูปพหูพจน์ที่มีการอ่านออกเสียงต่างออกไปจากคำศัพท์หลักจะมีการถอดเสียงกำกับไว้ให้

คำศัพท์หลักบางคำเป็นนามรูปพหูพจน์อยู่แล้ว จะใช้คำย่อ *pl.* พิมพ์ต่อหน้าที่คำ คือ *n.* โดยไม่ใช้เครื่องหมายจุลภาค (,) คั่น

athletics (แอธเลท' ทิคซฺ) *n. pl.* การกีฬา, การออกกำลังกาย, เกมการแข่งขัน

คำศัพท์รอง
พร้อมหน้าที่คำ

ความหมาย

★**alter** (ออล' เทอรฺ) *vt., vi.* **-tered, -tering** เปลี่ยน, ดัดแปลง, ปรับปรุง **-alterable** *adj.* **-alteration** *n.* (**-S.** change, modify **-A.** preserve)

ในกรณีเป็นคำคุณศัพท์ที่สามารถแสดงการเปรียบเทียบขั้นกว่าและขั้นสูงสุดได้ จะมีการผันคำให้

เครื่องหมาย★แสดงศัพท์ที่ควรรู้และควรจำ

★**angry** (แอง' กรี) *adj.* **-grier, -griest** โกรธ, เกรี้ยวกราด, แปรปรวน, เจ็บปวด **-angrily** *adv.* **-angriness** *n.* (**-S.** furious, mad **-A.** happy)

คำเหมือน (Synonym)
และคำตรงกันข้าม (Antonym)
จัดอยู่ในวงเล็บตอนท้ายสุดของคำศัพท์หลักโดยใช้คำย่อ S. และ A. แทน ในกรณีที่คำศัพท์หลักนั้นมีหน้าที่คำมากกว่าหนึ่งหน้าที่ จะมีการบอกหน้าที่คำของคำเหมือนกับคำตรงข้ามนั้นๆ ไว้ให้เพื่อให้เข้าใจง่ายและสะดวกในการนำไปใช้

สำนวนและวลีต่างๆ
จะเป็นตัวพื้นหนาพร้อมความหมายอยู่ต่อจากความหมายของคำศัพท์หลัก (ซึ่งอยู่ก่อนคำศัพท์รอง)

★**aloud** (อะเลาดฺ') *adv.* (เสียง) อย่างดัง, ออกเสียงให้ได้ยิน **-read/think aloud** อ่านหรือแสดงความเห็นเป็นคำพูดให้ได้ยิน (**-S.** out loud)

anti (แอน' ไท, -ที) *n., pl.* **-tis** (ภาษาพูด) ผู้ต่อต้าน *-adj.* (ภาษาพูด) ซึ่งต่อต้าน

ความหมายใดที่เป็นศัพท์เฉพาะทาง คำสแลง ภาษาพูด จะมีการบอกไว้ในวงเล็บหน้าความหมายนั้นๆ และถ้ามีความหมายมากกว่าหนึ่งจะไม่ใช้เครื่องหมายจุลภาค (,) คั่น

anno Domini (แอน' โน ดอม' มะไน, -นี) *adv.* ในปีคริสต์ศักราช ย่อว่า AD, A.D.

ใช้ **AD** หรือ **A.D.** ก่อนตัวเลข เช่น He died in AD 35/A.D. 35.

เกร็ดความรู้ภาษาอังกฤษแทรกตลอดทั้งเล่ม

ภาพประกอบ
พร้อมศัพท์กำกับใต้ภาพ

antler (แอนท์' เลอร์) *n.* เขากวาง
antonomasia (แอนทะนะเม' ฌะ) *n.* การตั้งฉายา
antonym (แอน' ทะนิม) *n.* คำที่มีความหมายตรงกันข้าม **-antonymous** *adj.*

antler

แถบสีดำแสดงอักษร A-Z ช่วยในการค้นหาศัพท์ที่ต้องการได้รวดเร็วขึ้น

A

A, a (เอ) *n., pl.* **A's, a's/As, as** อักษรตัวที่ 1 ในภาษาอังกฤษ, อันดับหนึ่ง, คุณภาพหรือชั้นดีที่สุด, (A) หมู่เลือดชนิดหนึ่งของคน

A ย่อจาก acre เอเคอร์, ampere แอมแปร์, angstrom อังสตรอม, Answer คำตอบ

★**a** (อะ, เออะ, เอ), **an** (แอน) *indef. art.* หนึ่ง, หนึ่งเดียว, คนละ, ตัวละ, อันละ ใช้ a นำหน้าคำนามที่ออกเสียงพยัญชนะ เช่น a bird, a uniform และใช้ an นำหน้าคำนามที่ออกเสียงสระ เช่น an axe, an heir

a ย่อจาก adjective คุณศัพท์, anonymous นิรนาม, answer คำตอบ

a- คำอุปสรรค หมายถึง ณ, ที่, บน, ไปยัง, ใน, กำลัง, โดย, ขึ้น, ไม่, ปราศจาก เช่น aboard, afoot, achieve, awake, amorphous

aardvark (อาร์ด' วาร์ค) *n.* สัตว์เลี้ยงลูกด้วยนมชนิดหนึ่งในแอฟริกาใต้ กินมดและปลวก

AB (เอ' บี) *n.* หมู่เลือดชนิดหนึ่งของคน

aback (อะแบค') *adv.* อย่างประหลาดใจ, ถอยหลัง, ข้างหลัง

abacus (แอบ' บะเคิซ) *n., pl.* **-cuses/-ci** (-ไซ, -ไค) ลูกคิดที่ใช้ดีดคิดคำนวณได้

abaft (อะแบฟท์) *adv.* ไปด้านท้ายเรือ

abalone (แอบบะโล' นี) *n.* หอยทะเลชนิดหนึ่ง

★**abandon** (อะแบน' เดิน) *vt.* **-doned, -doning** ไปจาก, ละทิ้ง, เลิกล้ม **-abandonment** *n.* (-S. give up, leave -A. join, unite)

abase (อะเบซ') *vt.* **abased, abasing** โน้มต่ำลง, อ่อนน้อม, ลดขั้นหรือตำแหน่ง, ทำให้ลดต่ำลง **-abasement** *n.* (-S. degrade, humble)

abash (อะแบช') *vt.* **abashed, abashing** ทำให้อับอายหรือขวยเขิน **-abashment** *n.*

abashed (อะแบชท์') *adj.* อับอาย, อึดอัดใจ

abate (อะเบท') *vt., vi.* **abated, abating** น้อยลง, บรรเทาเบาบาง **-abatement** *n.* (-S. ease)

abattoir (แอบ' บะทวาร์) *n.* โรงฆ่าสัตว์

abbess (แอบ' บิซ) *n.* หัวหน้าสำนักนางชี

abbey (แอบ' บี) *n., pl.* **-beys** วัด, สำนักสงฆ์, สำนักนางชี (-S. convent, nunnery)

abbot (แอบ' เบิท) *n.* เจ้าอาวาสวัด

abbreviate (อะบรี' วีเอท) *vt.* **-ated, -ating** เขียนย่อ, พูดย่อ, ย่อคำ (-S. shorten -A. lengthen)

★**abbreviation** (อะบรีวีเอ' ชัน) *n.* การย่อหรือทำให้สั้นลง, คำย่อ, ตัวย่อ (-S. abridgement, cut)

ABC (เอบีซี') *n., pl.* **ABC's** ตัวอักษรภาษาอังกฤษ

abdicate (แอบ' ดิเคท) *vt., vi.* **-cated, -cating** สละ (ราชบัลลังก์ ตำแหน่ง อำนาจ) อย่างเป็นทางการ **-abdication** *n.* **-abdicator** *n.*

abdomen (แอบ' ดะเมิน, แอบโด' เมิน) *n.* ส่วนท้อง, พุง **-abdominal** *adj.* (-S. stomach)

abduct (แอบดัคท์') *vt.* **-ducted, -ducting** ลักพาไป, บังคับให้ไป **-abduction** *n.*

aberration (แอบบะเร' ชัน) *n.* ความผิดปกติ, ความหลงลืมชั่วขณะ, การเบี่ยงเบนจากปกติ

abet (อะเบท') *vt.* **abetted, abetting** ช่วยเหลือ, กระตุ้น, สนับสนุน (เรื่องไม่ดี) **-abetment** *n.*

abeyance (อะเบ' เอินซ์) *n.* การหยุดชั่วคราว

abhor (แอบฮอร์') *vt.* **-horred, -horring** เกลียด, รังเกียจ, ขยะแขยง **-abhorrer** *n.* (-S. detest, hate -A. like, love)

abhorrence (แอบฮอร์' เรินซ์) *n.* ความเกลียด, ความรังเกียจ **-abhorrent** *adj.* (-S. aversion)

abide (อะไบด์') *vt., vi.* **abode/abided, abiding** ทนทาน, ยืนหยัด, เชื่อถือ (คำสั่ง กฎ)

abiding (อะไบ' ดิง) *adj.* ตลอดไป, ถาวร

★**ability** (อะบิล' ลิที) *n., pl.* **-ties** ความสามารถ, ความชำนาญ, พรสวรรค์ (-S. power, skill)

abiotic (เอไบออท' ทิค) *adj.* ไม่มีชีวิต

abject (แอบ' เจคท์) *adj.* เลวทราม, ต่ำต้อย, น่าอนาถ **-abjectly** *adv.* **-abjection** *n.*

abjure (แอบจัวร์') *vt.* **-jured, -juring** เลิกล้ม, ถอน, สละ, ประกาศเลิก (-S. give up, renounce)

ablaze (อะเบลซ') *adj., adv.* ลุกเป็นไฟ, สว่างไสว, เร่าร้อน (-S. (adj.) alight, brilliant)

★**able** (เอ' เบิล) *adj.* **abler, ablest** สามารถที่จะ, ฉลาด, เก่ง **-ably** *adv.* (-S. capable, clever)

-able คำปัจจัย หมายถึง สามารถ

ABM ย่อจาก antiballistic missile จรวดต่อต้านขีปนาวุธ

abnormal (แอบนอร์' เมิล) *adj.* ผิดปกติ **-abnormality** *n.* **-abnormally** *adv.*

aboard (อะบอร์ด', อะโบร์ด') *adv.* บนเรือ, บนเครื่องบิน, บนรถไฟ *-prep.* บน, ใน

abode (อะโบด') *v.* กริยาช่อง 2 และ 3 ของ abide *-n.* ที่อยู่อาศัย, บ้าน

A B C D E F G H I J K L M N O P Q R S T U V W X Y Z

A B C D E F G H I J K L M N O P Q R S T U V W X Y Z

abolish (อะบอ' ลิช) *vt.* **-ished, -ishing** เลิกล้ม, ยกเลิก, ทำลายสิ้น **-abolishment** *n.*
abolition (แอบบะลิช' ชัน) *n.* การเลิกล้ม, การยกเลิก, การเลิกทาส
A-bomb (เอ' บอม) *n.* ระเบิดปรมาณู
abominable (อะบอม' มะนะเบิล) *adj.* น่าเกลียด, น่าขยะแขยง **-abominably** *adv.*
abominate (อะบอม' มะเนท) *vt.* **-nated, -nating** เกลียด, ขยะแขยง **-abomination** *n.*
aborigine (แอบบะริจ' จะนี) *n., pl.* **-nes** คน พืชหรือสัตว์ที่อยู่ในท้องถิ่นมาตั้งแต่แรกเริ่ม **-Aborigine** ชนเผ่าพื้นเมืองในออสเตรเลีย **-aboriginal** *adj., n.* (**-S.** native)
abort (อะบอร์ท') *v.* **aborted, aborting** *-vi.* ทำแท้ง, ยุติก่อนทำให้สำเร็จ *-vt.* ทำให้แท้ง, ทำให้ยุติ *-n.* การล้มเลิก, การยุติ **-abortion** *n.* (**-S.** (v.) miscarry, stop, terminate)
abortive (อะบอร์' ทิฟว์) *adj.* ซึ่งทำให้แท้ง, เกิดก่อนกำหนด, ไม่สำเร็จ, ไม่เป็นผล (**-S.** failed)
ABO system ระบบเลือดของคนซึ่งแบ่งเป็น 4 หมู่คือ A, B, AB และ O
★**about** (อะเบาท์) *adv.* ประมาณ, เกือบ, ราวๆ, โดยทั่ว *-prep.* เกี่ยวกับ, พร้อมจะ, แถวๆ, รอบๆ
★**above** (อะบัฟว์) *adv.* เหนือ, บน, มากกว่า *-prep.* เหนือกว่า, สูงกว่า, เกินกว่า, โพ้น
abracadabra (แอบระคะแด' บระ) *n.* เวทมนตร์คาถา, การพูดไร้สาระ
abrade (อะเบรด') *vt., vi.* **abraded, abrading** ถลอก, กัดเซาะ, ชะ, กร่อน, ขัด, สี **-abrasion** *n.* (**-S.** erosion, scratch)
abrasive (อะเบร' ซิฟว์, -ซิฟว์) *adj.* หยาบ, ขรุขระ, หยาบคาย *-n.* วัสดุสำหรับขัดถู **-abrasively** *adv.* **-abrasiveness** *n.* (**-S.** (adj.) rough)
abreast (อะเบรซท์) *adv., adj.* เคียงข้าง, ทันต่อ (เหตุการณ์ ยุคสมัย)
abridge (อะบริจ') *vt.* **abridged, abridging** ทำให้สั้นลง, ย่อ (เรื่อง คำ) ลง **-abridgment, abridgement** *n.* **-abridger** *n.* (**-S.** abbreviate, cut **-A.** extend)
★**abroad** (อะบรอด') *adv.* ต่างประเทศ, ไกลบ้าน, แพร่ไปทั่ว (**-S.** overseas, widely **-A.** privately)
abrogate (แอบ' ระเกท) *vt.* **-gated, -gating** ยกเลิก, เพิกถอน **-abrogation** *n.* (**-S.** cancel)
abrupt (อะบรัพท์) *adj.* ไม่คาดฝัน, ทันทีทันใด, ซึ่งตัดขาดจากกัน, ห้วน, ชัน **-abruptly** *adv.* **-abruptness** *n.* (**-S.** rude, steep, sudden)
ABS ย่อจาก anti-lock braking system ระบบการป้องกันการล็อกล้อรถขณะเบรค
abscess (แอบ' เซซ) *n.* ตุ่มหนอง *-vi.* **-scessed, -scessing** เกิดตุ่มหนอง (**-S.** (n.) ulcer)
abscond (แอบสกอนด์') *vi.* **-sconded, -sconding** แอบหนี, หลบหนีกฎหมาย **-absconder** *n.* (**-S.** escape, flee)
★**absence** (แอบ' เซินซ์) *n.* การที่ไม่อยู่หรือไม่ปรากฏให้เห็น (**-S.** lack **-A.** presence)
★**absent** (แอบ' เซินท์) *adj.* ไม่อยู่, ไม่ปรากฏ, ขาด, ไม่สนใจ *-prep.* ปราศจาก **-absently** *adv.* (**-S.** (adj.) away **-A.** (adj.) present)
absentee (แอบเซินที') *n.* ผู้ที่ไม่อยู่, ผู้ที่ขาดหรือไม่มา
absenteeism (แอบเซินที' อิเซิม) *n.* การขาดงานหรือละเลยหน้าที่จนเป็นนิสัย
absent-minded (แอบเซินท์ไมน์' ดิด) *adj.* ใจลอย, ขี้หลงขี้ลืม **-absent-mindedly** *adv.*
★**absolute** (แอบ' ซะลูท) *adj.* สมบูรณ์, แน่แท้, เด็ดขาด, ไร้ขีดจำกัด, ล้วนๆ **-absolutely** *adv.* **-absoluteness** *n.* (**-S.** complete, limitless, sure **-A.** incomplete, limited)
absolute zero ศูนย์องศาสัมบูรณ์ เป็นค่าอุณหภูมิต่ำสุดของวัตถุที่ไม่มีอุณหภูมิใดต่ำกว่านี้แล้วคือ 0 เคลวิน (-273 องศาเซลเซียส หรือ -459.67 องศาฟาเรนไฮต์)
absolution (แอบซะลู' ชัน) *n.* การให้อภัยแก่บาป (**-S.** amnesty, forgiveness)
absolve (เอิบซอลฟว์', -ซอลฟว์') *vt.* **-solved, -solving** ปลดปล่อย, ปล่อยให้พ้นโทษหรือพ้นผิด, ให้อภัยแก่บาป **-absolvent** *adj., n.* **-absolver** *n.* (**-S.** forgive **-A.** accuse)
absorb (เอิบซอร์บ', -ซอร์บ') *vt.* **-sorbed, -sorbing** ดูดซับ, ซึมซับ, กลืน, ดึงดูดความสนใจ **-absorbable** *adj.* **-absorption** *n.*
absorbent (เอิบซอร์' เบินท์, -ซอร์-) *adj.* ซึ่งดูดซับได้ *-n.* สิ่งที่มีความสามารถดูดซับได้
abstain (แอบสเตน') *vi.* **-stained, -staining** เลิก, งดเว้น, ละเว้น (**-S.** avoid, give up)
abstemious (แอบสตี' เมียซ) *adj.* พอประมาณ
abstention (แอบสเตน' ชัน) *n.* การเลิก, การงดเว้น, การละเว้น (**-S.** refraining, refusal)
abstinence (แอบ' สตะเนินซ์) *n.* การละเว้นจากของมึนเมา, การบังคับใจตน, ความประมาณตน **-abstinent** *adj.* **-abstinently** *adv.*
abstract (แอบสแตรคท์, แอบ' สแตรคท์) *adj.* เป็นนามธรรม, ไม่เหมือนจริง, เข้าใจยาก *-vt.* **-stracted, -stracting** แยกออก, สรุป *-n.* บท

ย่อ, นามธรรม **-abstractness** *n.* **-abstracter** *n.* **-abstractly** *adv.* (**-S.** (adj.) unrealistic (n.) summary **-A.** (adj.) concrete, real)
abstraction (แอบสแตรค' ชัน) *n.* สภาวะที่หมกมุ่น ใจลอย, ความเป็นนามธรรม
abstruse (แอบสตรูซ') *adj.* เข้าใจได้ยาก, ลึกซึ้ง
absurd (เอิบเซิร์ด', -เซิร์ด') *adj.* งี่เง่า, น่าขัน, ไร้เหตุผล **-absurdity, absurdness** *n.* **-absurdly** *adv.* (**-S.** silly **-A.** sensible)
abundance (อะบัน' เดินซ) *n.* ปริมาณมาก, ความอุดมสมบูรณ์ (**-S.** affluence, plenty)
abundant (อะบัน' เดินท) *adj.* มากมาย, เหลือเฟือ, อุดมสมบูรณ์ **-abundantly** *adv.* (**-S.** ample, plentiful **-A.** rare, scarce)
abuse (อะบิวซ') *vt.* **abused, abusing** ใช้ในทางที่ผิดหรือเสียหาย, เหยียดหยาม, ทำร้าย, พูดจาว่าร้าย *-n.* การใช้อย่างผิดๆ, คำพูดที่ดูถูก, การทำร้าย **-abusable** *adj.* **-abusive** *adj.* **-abusively** *adv.* **-abuser** *n.* (**-S.** (v.) hurt, insult (n.) beating, cursing (v., n.) misuse)
abut (อะบัท') *vi., vt.* **abutted, abutting** ค้ำ, ยัน, จด, ชิด **-abutment** *n.* (**-S.** adjoin, meet)
abysm (อะบิซ' เซิม) *n.* ห้วงเหว, เหวลึก
abysmal (อะบิซ' เมิล) *adj.* เหลือเกิน, เกินหยั่งถึง **-abysmally** *adv.* (**-S.** endless, extreme)
abyss (อะบิซ') *n.* ห้วงลึก, เหวลึก, นรก
AC, ac ย่อจาก alternating current ไฟฟ้ากระแสสลับ **-AC/DC** (คำสแลง) พวกที่มีเพศสัมพันธ์ได้ทั้งสองเพศ
a/c ย่อจาก account บัญชี
acacia (อะเค' ชะ) *n.* ต้นไม้จำพวกหนึ่ง ลำต้นมีหนาม ใช้เป็นไม้ประดับหรือทำสีย้อมได้ เช่น สีเสียด กระถิน
academic (แอคคะเดม' มิค) *adj.* เกี่ยวกับโรงเรียน วิทยาลัย หรือมหาวิทยาลัย, เกี่ยวกับการเรียนการสอนที่เป็นวิชาการ, ในทางทฤษฎี *-n.* คนที่มีการศึกษา **-academically** *adv.* **-academician** *n.* (**-S.** (adj.) educational)
academy (อะแคด' ดะมี) *n., pl.* **-mies** สถาบันการศึกษาที่มุ่งสอนเฉพาะสาขาวิชา, โรงเรียนหรือวิทยาลัย, สมาคมนักปราชญ์ ศิลปิน หรือผู้ที่มีความรู้สูง, สำนัก, สภา
accede (แอคซีด') *vi.* **-ceded, -ceding** เห็นด้วย, พอใจ, ยอมรับ, ขึ้นครองราชย์, เข้าร่วม
★**accelerate** (แอคเซล' ละเรท) *v.* **-ated, -ating** *-vt.* เร่งให้เร็วขึ้น, ทำให้เกิดเร็วขึ้น *-vi.* ทำเร็วขึ้น, เรียนหลักสูตรเร่งรัด **-acceleration** *n.* **-accelerative** *adj.* (**-S.** speed up)
accelerator (แอคเซล' ละเรเทอร์) *n.* คันเร่ง, ตัวเร่ง, คนเร่ง
★**accent** (แอค' เซนท์) *n.* สำเนียง, การลงเสียงหนักเบา, การเน้นเสียง, เครื่องหมายเน้นเสียง *-vt.* **-cented, -centing** ออกเสียงหนักเบา, ทำเครื่องหมายเสียงหนักเบา, เน้น
accentuate (แอคเซน' ชูเอท) *vt.* **-ated, -ating** ย้ำ, เน้น **-accentuation** *n.*
★**accept** (แอคเซพท์') *v.* **-cepted, -cepting** *-vt.* รับ, ยอมรับ, เชื่อใน, ตอบรับ, เห็นด้วย *-vi.* ได้รับ **-acceptable** *adj.* **-acceptability** *n.* **-accepter** *n.* **-acceptation** *n.* **-acceptably** *adv.* (**-S.** admit, take **-A.** reject)
acceptance (แอคเซพ' เทินซ) *n.* การรับ, การยอมรับ, การตอบรับ **-acceptant** *adj.*
access (แอค' เซซ) *n.* ทางเข้า, การเข้าใกล้, โอกาสหรือวิธีการที่จะได้รับหรือเข้าถึง, การเข้าสู่ระบบคอมพิวเตอร์ (**-S.** approach, entrance)
accessible (แอคเซซ' ซะเบิล) *adj.* เข้าถึงได้ง่าย, ได้รับโดยง่าย **-accessibility, accessibleness** *n.* **-accessibly** *adv.*
accession (แอคเซช' ชัน) *n.* การขึ้นครองราชย์, การได้รับยศฐาบรรดาศักดิ์หรืออำนาจ, การเห็นชอบ, การบวกเพิ่ม, สิ่งที่เพิ่ม
accessory (แอคเซซ' ซะรี) *n., pl.* **-ries** สิ่งของหรืออุปกรณ์เพิ่มเติม, ส่วนประกอบที่ไม่สำคัญ, ผู้สมรู้ร่วมคิด (**-S.** addition, extra)
★**accident** (แอค' ซิเดินท์, -เดนท์) *n.* เหตุการณ์ไม่คาดฝัน, อุบัติเหตุ **-by accident** ไม่คาดคิด
★**accidental** (แอคซิเดน' เทิล) *adj.* โดยบังเอิญ, ไม่ตั้งใจ, ไม่คาดคิด, ไม่สำคัญ **-accidentally** *adv.* (**-S.** inessential, unexpected)
accident insurance การประกันอุบัติเหตุ
accident-prone (แอค' ซิเดินท์โพรน) *adj.* มักเจออุบัติเหตุอยู่เนืองๆ
acclaim (อะเคลม') *n.* การชื่นชมยินดี *-v.* **-claimed, -claiming** *-vt.* ยินดีปรีดาด้วยการโห่ร้อง *-vi.* ตะโกนร้องยินดี **-acclamation** *n.* **-acclamatory** *adj.* (**-S.** (n., v.) praise)
acclimate (อะไคล' มิท, แอค' คละเมท) *vt., vi.* **-mated, -mating** ปรับตัว, ทำให้เคยชินกับ **-acclimation** *n.* (**-S.** adapt, adjust)
acclimatize (อะไคล' มะไทซ) *vt., vi.* **-tized, -tizing** ปรับตัว, ปรับตัวให้เข้ากับสภาพแวดล้อม **-acclimatization** *n.* (**-S.** adapt, adjust)

A B C D E F G H I J K L M N O P Q R S T U V W X Y Z

accolade (แอค' คะเลด) *n.* การชื่นชม, การให้เกียรติ, การแต่งตั้งเป็นอัศวิน (-S. praise)
accommodate (อะคอม' มะเดท) *vt.* **-dated, -dating** อำนวยความสะดวก, จัดหาที่พักให้, ปรับให้เหมาะสม (-S. help, provide)
★**accommodation** (อะคอมมะเด' ชัน) *n.* ที่พักอาศัย, สถานที่พัก, ความเต็มใจช่วย, สิ่งอำนวยความสะดวก (-S. convenience, lodging)
accompaniment (อะคัม' พะนีเมินท์) *n.* ส่วนประกอบ, สิ่งเสริม (-S. supplement)
★**accompany** (อะคัม' พะนี) *v.* **-nied, -nying** *-vt.* เพิ่มหรือเสริม, ไปเป็นเพื่อน, เกิดขึ้นร่วมกับ *-vi.* เล่นดนตรีหรือร้องเพลงร่วมกับ **-accompanist** *n.* (-S. attend, join)
accomplice (อะคอม' พลิซ) *n.* คนที่สมรู้ร่วมคิด (-S. associate, partner)
accomplish (อะคอม' พลิช) *vt.* **-plished, -plishing** ประสบความสำเร็จ, ทำเสร็จสิ้น
accomplished (อะคอม' พลิชท์) *adj.* ชำนาญ, เก่ง (-S. able, skillful)
accomplishment (อะคอม' พลิชเมินท์) *n.* ความสำเร็จ, สิ่งที่ทำได้สำเร็จ, ความชำนาญ (-S. achievement, completion, skill)
accord (อะคอร์ด') *vi., vt.* **-corded, -cording** เห็นด้วย, ตกลง, สอดคล้อง, ยอมรับ *-n.* ข้อตกลง, ความสอดคล้อง, ความพร้อมเพรียง (-S. (v.) agree (n.) harmony -A. (v.) disagree)
accordant (อะคอร์' เดินท์) *adj.* เป็นหนึ่งเดียวกัน, พร้อมเพรียงกัน, พร้อมใจ **-accordantly** *adv.* **-accordance** *n.*
accordingly (อะคอร์ ดิงลี) *adv.* ตามนั้น, ดังนั้น, ตามความเหมาะสม, ด้วยเหตุนั้น
★**according to** ตามที่
accordion (อะคอร์ เดียน) *n.* หีบเพลง **-accordionist** *n.*
accost (อะคอซท์', -โคซท์') *vt.* **-costed, -costing** เผชิญหน้า, เชิญชวน, ทักทาย, เข้าไปหาด้วยท่าทีที่ก้าวร้าว (-S. confront, greet)
★**account** (อะเคาน์ท์') *n.* รายงาน, รายการ, บัญชี, เหตุผล, หลักการ, ความสำคัญ, ผลประโยชน์ *-vt.* **-counted, -counting** อธิบาย, ให้เหตุผล, ถือว่า, พิจารณาว่า, ถือเป็น, ฆ่า **-on account** ผ่อนส่งเป็นงวด **-on account of** เพราะว่า **-take into account** นำไปพิจารณา **-take no account of** ไม่สนใจอีก
accountable (อะเคาน' ทะเบิล) *adj.* ซึ่งรับผิดชอบ, ซึ่งอธิบายได้ **-accountability** *n.* **-accountably** *adv.* (-S. responsible)
accountancy (อะเคาน์ เทินซี) *n.* การทำบัญชีการค้า **-accountant** *n.*
accounting (อะเคาน์ ทิง) *n.* การบัญชี
accouter, accoutre (อะคู'. เทอร์) *vt.* **-tered, -tering/-tred, -treing** สวมเครื่องแบบ
accredit (อะเคร' ดิท) *vt.* **-ited, -iting** ให้เกียรติ, ให้ความเชื่อถือ, เชื่อว่า, รับรอง, แต่งตั้ง **-accreditation** *n.* (-S. ascribe)
accrete (อะครีท') *v.* **-creted, -creting** *-vt.* เพิ่ม, เติบโต, ขยาย *-vi.* เพิ่มพูน, งอกเงย **-accretion** *n.* **-accretive** *adj.*
accrue (อะครู') *v.* **-crued, -cruing** *-vi.* เพิ่มพูน, งอกเงย *-vt.* เพิ่มขึ้นเป็นระยะๆ, สะสม **-accrual, accruement** *n.* (-S. accumulate, increase -A. reduce)
accumulate (อะคิว' เมียเลท) *vt., vi.* **-lated, -lating** สะสม, รวบรวม, เพิ่มพูน **-accumulation** *n.* **-accumulator** *n.* **-accumulative** *adj.* **-accumulatively** *adv.* (-S. gather)
accuracy (แอค' เคียระซี) *n.* ความถูกต้องแม่นยำ, ความเที่ยงตรง (-S.exactness, truth)
★**accurate** (แอค' เคียริท) *adj.* ถูกต้อง, แม่นยำ, เที่ยงตรง **-accurately** *adv.* **-accurateness** *n.* (-S. exact, true -A. wrong)
accusation (แอคคิวเซ' ชัน) *n.* การกล่าวหา, ข้อกล่าวหา (-S. charge, indictment)
accusatory (อะคิว' ซะทอรี) *adj.* ซึ่งฟ้องร้อง
★**accuse** (อะคิวซ') *vt., vi.* **-cused, -cusing** กล่าวหา, ใส่ร้าย **-accuser** *n.* **-accusingly** *adv.* (-S. blame, charge -A. acquit, clear)
accused (อะคิวซ์ด') *n.* ผู้ถูกกล่าวหา, จำเลย
accustom (อะคัซ' เทิม) *vt.* **-tomed, -toming** ทำตัวให้คุ้นเคย, ปรับตัว (-S. adapt, adjust)
accustomed (อะคัซ' เทิมด์) *adj.* เคยชิน, คุ้นเคย, ติดเป็นนิสัย (-S. habitual, used to)
ace (เอซ) *n.* ไพ่หรือลูกเต๋าหนึ่งแต้ม, คนเก่ง, มือชั้นหนึ่ง *-adj.* ชั้นยอด

ace

acerbic (อะเซอร์ บิค) *adj.* เปรี้ยว, ฉุนเฉียว, เกรี้ยวกราด (-S. harsh, sharp, sour)
acerbity (อะเซอร์ บิที) *n., pl.* **-ties** ความเปรี้ยว, ความฉุนเฉียว, ความขมขื่น
acetic acid กรดน้ำส้ม
★**ache** (เอค) *n.* อาการปวด, ความเจ็บปวด, ความอยาก *-vi.* **ached, aching** เจ็บปวด, เวทนา

-achy *adj.* (-S. (n.) grief, pain (v.) hurt)
★**achieve** (อะชีฟว์) *vt., vi.* **achieved, achieving** ทำสำเร็จ, บรรลุเป้าหมาย **-achiever** *n.* **-achievable** *adj.* (-S. complete -A. fail)
★**achievement** (อะชีฟว์' เมินท์) *n.* ความสำเร็จ, ผลสำเร็จ (-S. fulfilment -A. failure)
★**acid** (แอซ' ซิด) *n.* กรด *-adj.* ซึ่งมีกรดหรือมีรสเปรี้ยว, ซึ่งมีกลิ่นฉุน **-acidic** *adj.* **-acidly** *adv.* **-acidness, acidity** *n.*
acidify (อะซิด' ดะไฟ) *vt., vi.* **-fied, -fying** ทำให้เป็นกรด, เปลี่ยนเป็นกรด
acid rain ฝนกรดที่เป็นมลพิษทางอากาศ
-acity คำปัจจัย หมายถึง ลักษณะ, คุณสมบัติ
★**acknowledge** (แอคนอล' ลิจ) *vt.* **-edged, -edging** ยอมรับความจริง, แจ้งว่าได้รับ, แสดงความขอบคุณ **-acknowledgeable** *adj.* **-acknowledgement, acknowledgment** *n.* (-S. admit, receive, thank for -A. deny)
acme (แอค' มี) *n.* จุดสูงสุด (-S. peak)
acne (แอค' นี) *n.* สิว
acorn (เอ' คอร์น, -เคิร์น) *n.* ลูกโอ๊ก
acoustic (อะคู' สติค) *adj.* เกี่ยวกับเสียงหรือการได้ยินเสียง, ซึ่งช่วยให้ได้ยิน **-acoustically** *adv.* **-acoustician** *n.*
acoustics (อะคู' สติคซ์) *n. pl.* การศึกษาเกี่ยวกับเสียง, ประสิทธิภาพของห้องที่จะทำให้ได้ยินเสียงชัดเจนหรือไม่ชัดเจน
acquaint (อะเควนท์') *vt.* **-quainted, -quainting** ทำให้เคยชิน, รู้จัก, แจ้ง (-S. familiarize)
acquaintance (อะเควน' เทินซ์) *n.* ความคุ้นเคย, คนที่คุ้นเคยกัน, ความรู้, ข้อมูล **-acquaintanceship** *n.* (-S. associate)
acquiesce (แอคควิเอซ') *vi.* **-esced, -escing** ยอมรับ, เห็นด้วย **-acquiescence** *n.* **-acquiescent** *adj.* (-S. accept, comply)
★**acquire** (อะไควร์') *vt.* **-quired, -quiring** ได้มา, หามาได้ **-acquirable** *adj.* **-acquirement** *n.*
acquired immune deficiency syndrome โรคระบบภูมิคุ้มกันบกพร่อง ย่อว่า AIDS, โรคเอดส์ซึ่งเกิดจากเชื้อไวรัส HIV
acquisition (แอคควิซิช' ชัน) *n.* การได้รับ, ผลที่ได้รับ (-S. gain, obtaining)
acquisitive (อะควิซ' ซิทิฟว์) *adj.* ซึ่งปรารถนา, ที่กระหายใคร่อยาก **-acquisitively** *adv.*
acquit (อะควิท') *vt.* **-quitted, -quitting** ตัดสินให้พ้นผิด, ทำให้พ้นจากตำแหน่ง, ชำระหนี้, ประพฤติ **-acquittal** *n.* **-acquitter** *n.* (-S. act, discharge, liberate, pay)
acquittance (อะควิท' เทินซ์) *n.* การชำระหนี้, ใบเสร็จชำระหนี้
acre (เอ' เคอร์) *n.* หน่วยวัดพื้นที่ตามระบบอเมริกัน, เอเคอร์ **-acreage** *n.*
acrid (แอค' ริด) *adj.* เผ็ดร้อน, (กลิ่น) ฉุน, (รส) แรง **-acridity, acridness** *n.* **-acridly** *adv.*
acrimony (แอค' คระโมนี) *n.* พฤติกรรมรุนแรง, การพูดจาดุเดือด **-acrimonious** *adj.*
acrobat (แอค' คระแบท) *n.* นักกายกรรม **-acrobatic** *adj.* **-acrobatically** *adv.*
acrobatics (แอคคระแบท' ทิคซ์) *n. pl.* กายกรรม (-S. gymnastics)
acronym (แอค' คระนิม) *n.* คำย่อซึ่งย่อจากอักษรตัวแรกของแต่ละคำรวมกันและสามารถอ่านออกเสียงเป็นคำๆ หนึ่งได้ เช่น GIFT ย่อจาก gamete intra-fallopian transfer
acrophobia (แอคคระโฟ' เบีย) *n.* โรคกลัวความสูง
★**across** (อะครอซ') *prep.* ตรงกันข้าม *-adv.* ข้าม, พาดผ่าน, ตัดขวาง, ก่ายกัน
across-the-board (อะครอุซเธอะบอร์ด', -โบร์ด') *adj.* ทั่วทั้งหมด, โดยทั่วกัน
acrostic (อะครอซ' ทิค) *n.* โคลงกระทู้
acrylic (อะคริล' ลิค) *n.* น้ำยางหรือสีอะคริลิก, ภาพสีอะคริลิก, เส้นใยอะคริลิก
★**act** (แอคท์) *n.* การกระทำ, การแสดง, การเสแสร้ง, องก์ละคร, กฎหมาย, ละครหรือการแสดงเป็นตอนๆ *-vi., vt.* **acted, acting** ทำ, แสดง (ละครภาพยนตร์), ปฏิบัติหน้าที่, เสแสร้ง **-act of God** ภัยพิบัติทางธรรมชาติ (-S. (n.) deed, law, pretence (v.) do, play)
acting (แอค' ทิง) *adj.* ซึ่งรักษาการแทน *-n.* อาชีพนักแสดง, ศิลปะการแสดง (-S. (n.) drama)
★**action** (แอค' ชัน) *n.* การกระทำ, การแสดง, การเคลื่อนไหวติดต่อกัน, ลักษณะการเคลื่อนไหว, การต่อสู้, คดี, พฤติกรรม, ผล, อิทธิพล, กิจกรรม **-action replay** การฉายภาพซ้ำอีกครั้ง **-out of action** ใช้การไม่ได้ **-take action** ปฏิบัติการ, ฟ้องร้องคดี **-actionable** *adj.* (-S. case, fight, movement)
activate (แอค' ทะเวท) *vt.* **-vated, -vating** กระตุ้น, ทำให้ทำงานได้ **-activation** *n.* **-activator** *n.* (-S. energize, motivate)
★**active** (แอค' ทิฟว์) *adj.* กระตือรือร้น, กระฉับกระเฉง, ยังทำงานอยู่, ยุ่งวุ่นวาย **-actively** *adv.* **-activeness** *n.* (-S. busy, energetic)

A B C D E F G H I J K L M N O P Q R S T U V W X Y Z

A B C D E F G H I J K L M N O P Q R S T U V W X Y Z

active duty การเข้าประจำการของทหาร
★**activity** (แอคทิฟว่ วิที) *n., pl.* **-ties** กิจกรรม, การกระทำที่กระตือรือร้น, ความเคลื่อนไหว
★**actor** (แอค' เทอร์) *n.* นักแสดงชาย, ผู้ร่วมกระทำ, ผู้ทำการแทน (**-S.** performer, player)
★**actress** (แอค' ทริซ) *n.* นักแสดงหญิง
★**actual** (แอค' ชวล) *adj.* เป็นจริง, ปัจจุบัน **-actually** *adv.* (**-S.** real **-A.** unreal)
actuality (แอคชูแอล' ลิที) *n., pl.* **-ties** ความจริง, เหตุการณ์จริง (**-S.** reality, truth)
actuary (แอค' ชูเออรี) *n., pl.* **-ies** พนักงานสถิติ, พนักงานประกันชีวิต
actuate (แอค' ชูเอท) *vt.* **-ated, -ating** กระตุ้น, เริ่มปฏิบัติการ **-actuation** *n.*
acumen (อะคิว' เมิน) *n.* ความเฉียบแหลม
acupressure (แอค' เคียเพรชเชอร์) *n.* ดู shiatsu
acupuncture (แอค' คิวพังค์เชอร์) *n.* การฝังเข็มรักษาโรค **-acupuncturist** *n.*
acute (อะคิวท์') *adj.* รุนแรง, วิกฤติ, เฉียบแหลม, (ปลาย) แหลม **-acutely** *adv.* **-acuteness** *n.* (**-S.** clever, critical, severe, sharp)
AD, A.D. ย่อจาก anno domini ในปีคริสต์ศักราช
ad (แอด) *n.* การโฆษณา
adage (แอด' ดิจ) *n.* สำนวน, สุภาษิต, คำคม
adamant (แอด' ดะเมินท์) *n.* หินแข็ง, ความแข็ง *-adj.* (ใจ) แข็ง, ไม่แตกหัก
Adam's apple ลูกกระเดือก
★**adapt** (อะแดพท์') *vt., vi.* **adapted, adapting** ปรับปรุง, ดัดแปลง, ปรับให้เข้ากับ **-adapter, adaptor** *n.* **-adaptability** *n.* **-adaptable** *adj.* **-adaptableness** *n.* (**-S.** adjust, modify)
adaptation (แอดแดพเท' ชัน) *n.* การปรับเปลี่ยน, การดัดแปลง, การปรับตัวเข้ากับสิ่งแวดล้อม **-adaptational** *adj.* **-adaptationally** *adv.* (**-S.** adjustment, alteration)
★**add** (แอด) *v.* **added, adding** *-vt.* เพิ่มเติม, เสริม, ผนวก, พูดเสริม, บวก *-vi.* หาผลรวม, เป็นตัวบวก **-add insult to injury** ทำให้เหตุการณ์แย่ลง **-addable, addible** *adj.* (**-S.** include, join **-A.** subtract)
addendum (อะเดน' เดิม) *n., pl.* **-da** สิ่งที่เพิ่มเติมเข้าไป, ภาคผนวก (**-S.** supplement)
adder (แอด' เดอร์) *n.* ตัวบวก, ผู้บวก, งูพิษชนิดหนึ่งในเขตอเมริกาเหนือ
addict (อะดิคท์') *vt.* **-dicted, -dicting** ติด (สารเสพย์ติด) *-n.* ผู้ที่ติดสารเสพย์ติด, ผู้ที่ติดสิ่งใดสิ่งหนึ่ง **-addiction** *n.* **-addictive** *adj.*
adding machine เครื่องคิดเลข
★**addition** (อะดิช' ชัน) *n.* การบวก, สิ่งหรือคนที่เพิ่มเข้ามา **-in addition** อีกด้วย **-additional** *adj.* **-additionally** *adv.*
additive (แอด' ดิทิฟว์) *n.* สารที่เติมลงไปเพื่อวัตถุประสงค์บางอย่าง เช่น สารกันบูด
addle (แอด' เดิล) *adj.* เน่า, สับสน, มึนงง
add-on (แอด' ออน) *n.* อุปกรณ์เพิ่มเติม
★**address** (*n.* แอด' เดรซ, อะเดรซ', *v.* อะเดรซ') *n.* ที่อยู่อาศัย, ที่อยู่ทางไปรษณีย์, สุนทรพจน์, ปาฐกถา, (คอมพิวเตอร์) รหัสอย่างหนึ่งที่ใช้หาข้อมูลที่เก็บบันทึกไว้, กิริยาวาจา, ท่าที, การเกี้ยวสาว *-vt.* **-dressed, -dressing** จ่าหน้า (ซองจดหมาย), กล่าวสุนทรพจน์, ปราศรัย, รับมือกับ (สถานการณ์), เตรียมพร้อม **-addresser, addressor** *n.* **-addressee** *n.*
adduce (อะดิวซ์', -ดูซ') *vt.* **-duced, -ducing** อ้างถึง, อ้างว่า **-adducible** *adj.* (**-S.** mention)
adept (อะเดพท์') *adj.* ชำนาญมาก, เก่ง **-adeptly** *adv.* **-adeptness** *n.* (**-S.** expert)
★**adequate** (แอด' ดิควิท) *adj.* เพียงพอ, พอเหมาะ, เหมาะสม **-adequacy** *n.* **-adequately** *adv.* **-adequateness** *n.* (**-S.** enough, suitable **-A.** inadequate, insufficient)
adhere (แอดเฮียร์') *vi.* **-hered, -hering** ติดแน่น, ยึดมั่นใน **-adherence** *n.* **-adherent** *adj., n.* **-adherer** *n.* (**-S.** be faithful, stick)
adhesion (แอดฮี' ฌัน) *n.* การติดแน่น, การยึดมั่น, ความศรัทธา, แรงยึดเหนี่ยว
adhesive (แอดฮี' ซิฟว์, -ซิฟว์) *adj.* เหนียว, เหนียวแน่น, ซึ่งเกาะติด *-n.* กาว **-adhesively** *adv.* **-adhesiveness** *n.* (**-S.** (adj.) sticky)
ad hoc (แอด ฮอค', -โฮค') *adv.* สำหรับกรณีฉุกเฉิน, สำหรับจุดประสงค์เฉพาะอย่าง
adieu (อะดิว', -ดู') *interj.* ลาก่อน *-n., pl.* **adieus/adieux** (อะดิวซ์', -ดูซ') การจากลา
adj. ย่อจาก adjective คำคุณศัพท์
adjacent (อะเจ' เซินท์) *adj.* ประชิด, ติดกับ, ถัดจาก, ซึ่งแนบกับ **-adjacently** *adv.* **-adjacency** *n.* (**-S.** near, next to **-A.** apart)
★**adjective** (แอจ' จิคทิฟว์) *n.* คำคุณศัพท์ ซึ่งมีหน้าที่ขยายคำนามหรือสรรพนาม เช่น *beautiful* girl, *old* car **-adjectively** *adv.*
adjoin (อะจอยน์') *vt., vi.* **-joined, -joining** อยู่ข้างเคียงกัน, ติดกัน **-adjoining** *adj.*
adjourn (อะเจิร์น') *v.* **-journed, -journing**

-*vt.* เลื่อน -*vi.* ย้าย, เลื่อน **-adjournment** *n.* (-S. delay, suspend)

adjudge (อะจัจ') *vt.* **-judged, -judging** (ศาล) ตัดสิน, (ศาล) สั่ง, ลงความเห็น, ลงโทษ

adjudicate (อะจู' ดิเคท) *vt.* **-cated, -cating** ให้คำตัดสิน, ตัดสิน **-adjudication** *n.* **-adjudicator** *n.* **-adjudicative** *adj.* (-S. judge)

adjunct (แอจ' จังค์ท) *n.* สิ่งที่เพิ่มเติม

adjure (อะจัวร์') *vt.* **-jured, -juring** ให้คำสัตย์สาบาน **-adjuration** *n.* **-adjuratory** *adj.*

★**adjust** (อะจัซท์') *vt., vi.* **-justed, -justing** ปรับ, ปรับเปลี่ยน, ปรับตัว **-well-adjusted** เข้ากับคนอื่นได้ดี **-adjustable** *adj.* **-adjustably** *adv.* **-adjustment** *n.* (-S. adapt)

adjutant (แอจ' จะเทินท์) *n.* ผู้ช่วย, ผู้ช่วยนายทหาร, นกกระสาชนิดหนึ่ง

ad-lib (แอดลิบ') *vi.* **-libbed, -libbing** พูดโดยไม่มีบท **-ad lib** *adv.*

admin. ย่อจาก administration การจัดการ, การบริหาร

administer (แอดมิน' นิสเตอร์) *vt., vi.* **-tered, -tering** จัดการ, บริหาร, ปกครอง, ให้ (ยา อาหาร), บริจาค **-administrant** *adj., n.* (-S. distribute, manage, provide)

administration (แอดมินนิสเตร' ชัน) *n.* การจัดการ, การบริหาร **-administrate** *v.* **-administrative** *adj.* **-administrator** *n.* (-S. direction, government, management)

admirable (แอด' เมอระเบิล) *adj.* น่ายกย่อง, น่าชื่นชมยินดี **-admirably** *adv.* **-admirableness** *n.* (-S. praiseworthy, worthy -A. sorry)

admiral (แอด' เมอเริล) *n.* ผู้บัญชาการกองเรือรบ, ตำแหน่งทหารเรือในกองทัพเรือสหรัฐอเมริกา, ผีเสื้อชนิดหนึ่งมีสีสันสวยงามมาก

★**admiration** (แอดมะเร' ชัน) *n.* ความชื่นชม, ความเคารพเลื่อมใส, อาการตื่นตะลึง (-S. pleasure, respect -A. disrespect)

★**admire** (แอดไมร์') *vt., vi.* **-mired, -miring** แสดงความชื่นชม, นิยมชมชอบ, เลื่อมใสศรัทธา **-admirer** *n.* **-admiring** *adj.* (-S. praise)

admission (แอดมิช' ชัน) *n.* การเข้า, การรับ, การมีสิทธิเข้าร่วม, ค่าธรรมเนียมหรือเงื่อนไขในการเข้าร่วม, การรับเข้า, การรับสารภาพ **-admissive** *adj.* (-S. access, confession)

★**admit** (แอดมิท') *vt., vi.* **-mitted, -mitting** ยอมรับ, ยินยอม, ยอมให้เข้าหรือเข้าร่วม (-S. acknowledge, allow to enter -A. deny, reject)

admittance (แอดมิท' เทินซ์) *n.* การยอมให้เข้า, การอนุญาตให้เข้า, สิทธิในการเข้า

admix (แอดมิคซ์') *vt., vi.* **-mixed, -mixing** ผสม **-admixture** *n.* (-S. combine, mingle)

admonish (แอดมอน' นิช) *vt.* **-ished, -ishing** เตือน, ว่ากล่าวตักเตือน, ดุด่า **-admonishingly** *adv.* **-admonishment, admonition** *n.* **-admonisher** *n.* (-S. advise, scold, warn)

admonitor (แอดมอน' นิเทอร์) *n.* ผู้ตักเตือน

ado (อะดู') *n.* ความวุ่นวายยุ่งเหยิง (-S. fuss)

adolescence (แอดเดิลเลซ' เซินซ์) *n.* วัยรุ่น, วัยหนุ่มสาว **-adolescent** *adj., n.*

★**adopt** (อะดอพท์') *vt.* **adopted, adopting** รับเป็นบุตรบุญธรรม, เลือกมาใช้, รับมา **-adoptable** *adj.* **-adoptee** *n.* **-adopter** *n.* **-adoption** *n.* **-adoptive** *adj.* **-adoptively** *adv.* (-S. choose, foster)

adorable (อะดอ' ระเบิล, -โด'-) *adj.* น่ารักใคร่, มีเสน่ห์ **-adorableness** *n.* **-adorably** *adv.*

adore (อะดอร์', -โดร์') *vt., vi.* **adored, adoring** รักมาก, ชอบมาก, บูชา, คลั่งไคล้ **-adorer** *n.* **-adoring** *adj.* **-adoringly** *adv.* **-adoration** *n.* (-S. love, worship -A. hate, loathe)

adorn (อะดอร์น') *vt.* **adorned, adorning** ประดับ, ตกแต่ง **-adornment** *n.* (-S. enhance)

adrenal (อะดรี' เนิล) *adj.* อยู่ใกล้หรืออยู่บนไต, เกี่ยวกับต่อมหมวกไต **-adrenal gland** ต่อมหมวกไต

adrenaline (อะเดรน' นะลิน) *n.* ฮอร์โมนชนิดหนึ่งที่หลั่งจากต่อมหมวกไต

adrift (อะดริฟท์') *adv., adj.* ล่องลอย, เคว้งคว้าง, ไร้จุดหมาย (-S. afloat, aimless)

adroit (อะดรอยท์') *adj.* คล่องแคล่ว, ชำนาญ, เฉียบแหลม **-adroitly** *adv.* **-adroitness** *n.* (-S. clever, skillful -A. awkward, clumsy)

adsorb (แอดซอร์บ', -ซอร์บ') *vt.* **-sorbed, -sorbing** ซึมซับ, ดูดซับ **-adsorbable** *adj.*

adulate (แอจ' จะเลท) *vt.* **-lated, -lating** ประจบสอพลอ, เยินยอ **-adulatory** *adj.* **-adulation** *n.* (-S. flatter, praise)

★**adult** (อะดัลท์', แอด' ดัลท) *n.* ผู้ใหญ่, ผู้ที่บรรลุนิติภาวะ -*adj.* โตเต็มที่, เป็นผู้ใหญ่, บรรลุนิติภาวะแล้ว **-adulthood** *n.* **-adultness** *n.* (-S. (n.) man, maturity (adj.) mature)

adulterate (อะดัล' ทะเรท) *vt.* **-ated, -ating** เจือปน, ปนเปื้อน -*adj.* ซึ่งเจือปน, ซึ่งปนเปื้อน **-adulteration** *n.* (-S. (v.) contaminate)

adulterer (อะดัล' เทอเรอร์) *n.* ผู้ชายที่นอกใจภรรยา

adulteress (อะดัล' เทอริซ) *n.* ผู้หญิงที่นอกใจสามี

adultery (อะดัล' ทะรี, -ทรี) *n., pl.* **-ies** การเป็นชู้กับผู้อื่น **-adulterous** *adj.*

adust (อะดัซท์') *adj.* เกรียม, (จิตใจ) ห่อเหี่ยว

adv. ย่อจาก adverb คำกริยาวิเศษณ์

★**advance** (แอดแวนซ์') *vt., vi.* **-vanced, -vancing** พัฒนา, ก้าวหน้า, ไปข้างหน้า, เพิ่มขึ้น, สนับสนุน, แนะนำ *-n.* ความเจริญก้าวหน้า, การพัฒนา, การเคลื่อนพลไปข้างหน้า, เงินที่จ่ายล่วงหน้า *-adj.* ล่วงหน้า **-in advance** ล่วงหน้า **-advancer** *n.* (-S. (v.) go forward, promote (n.) advancement, deposit -A. (v., n.) retard)

★**advanced** (แอดแวนซ์ท') *adj.* ก้าวหน้า, พัฒนา, (ระดับ) สูง (-S. developed, modern)

advancement (แอดแวนซ์' เมินท์) *n.* ความก้าวหน้า, พัฒนาการ, การเลื่อนตำแหน่ง

★**advantage** (แอดแวน' ทิจ) *n.* ผลประโยชน์, ผลพลอยได้, กำไร **-take advantage of someone** เอาเปรียบ **-advantageous** *adj.* **-advantageously** *adv.* (-S. benefit, favor)

advent (แอด' เวนท์) *n.* การมาถึง, การอุบัติขึ้น (-S. arrival, occurrence)

adventitious (แอดเวนทิช' เชิซ) *adj.* ซึ่งมาจากภายนอก, ซึ่งเกิดผิดที่, ซึ่งไม่คาดคิดมาก่อน **-adventitiously** *adv.* **-adventitiousness** *n.* (-S. alien, external, unexpected)

★**adventure** (แอดเวน' เชอร์) *n.* การผจญภัย, เหตุการณ์น่าตื่นเต้น, การเสี่ยงโชค *-vt.* **-tured, -turing** ผจญภัย, เสี่ยง **-adventurer** *n.* **-adventurous** *adj.* (-S. (n., v.) experience)

★**adverb** (แอด' เวิร์บ) *n.* คำกริยาวิเศษณ์ซึ่งทำหน้าที่ขยายคำกริยา คำคุณศัพท์ หรือคำกริยาวิเศษณ์เอง เช่น walk *slowly, very* slowly, *too* fast **-adverbial** *adj.* **-adverbially** *adv.*

adverse (แอดเวิร์ซ', แอด' เวิร์ซ) *adj.* เป็นศัตรูกัน, เลวร้าย, เป็นผลเสีย **-adversely** *adv.* **-adversary** *n.* (-S. opposite, unlucky)

★**adversity** (แอดเวอร์' ซิที) *n., pl.* **-ties** ความหายนะ, ภัยพิบัติ, โชคร้าย (-S. misfortune)

advert[1] (แอดเวิร์ท') *vi.* **-verted, -verting** เรียกความสนใจ, อ้างถึง

advert[2] (แอด' เวิร์ท) *n.* การโฆษณา

★**advertise** (แอด' เวอร์ไทซ์) *vt., vi.* **-tised, -tising** โฆษณา, ทำให้เป็นที่รู้จักแพร่หลาย, ประกาศ **-advertiser** *n.* (-S. make known)

★**advertisement** (แอดเวอร์ไทซ์' เมินท์) *n.* การโฆษณา, แผ่นป้ายโฆษณา

advertising (แอด' เวอร์ไทซิง) *n.* ธุรกิจการโฆษณา, การโฆษณา

★**advice** (แอดไวซ์') *n.* คำแนะนำ, การชี้แนะ (-S. counsel, suggestion)

advisable (แอดไว' ซะเบิล) *adj.* สมเหตุสมผล, เหมาะสม, สมควร **-advisability** *n.* **-advisably** *adv.* (-S. sensible, suitable)

★**advise** (แอดไวซ์') *vt., vi.* **-vised, -vising** ให้คำแนะนำ, แจ้ง, บอกกล่าว **-adviser, advisor** *n.* (-S. notify, recommend)

advisement (แอดไวซ์' เมินท์) *n.* การพิจารณาอย่างถี่ถ้วน

advisory (แอดไว' ซะรี) *adj.* ซึ่งมีอำนาจในการชี้แนะ *-n., pl.* **-ries** รายงาน, การเตือน

advocate (แอด' วะเคท) *vt.* **-cated, -cating** สนับสนุน, พูดหรือทำแทน *-n.* ผู้ที่สนับสนุน, ตัวแทน, ทนาย **-advocator** *n.* **-advocatory** *adj.* (-S. (v.) promote, support (n.) supporter)

adz, adze (แอดซ์) *n.* เครื่องมือคล้ายขวาน

aegis, egis (อี' จิซ) *n.* โล่, เครื่องกำบัง, การอนุเคราะห์ (-S. patronage, protection)

aeon, eon (อี' เอิน, อี' ออน) *n.* เวลาที่ยาวนาน

aerial (แอ' เรียล) *adj.* เกี่ยวกับอากาศ, ในอากาศ *-n.* สายอากาศ, เสาอากาศ

aerie, aery, eyrie, eyry (แอ' รี, เอีย' รี) *n., pl.* **-ies** รังนกที่อยู่บนที่สูง

aero- คำอุปสรรค หมายถึง อากาศ

aerobe (แอ' โรบ) *n.* สิ่งมีชีวิตที่ต้องการก๊าซออกซิเจนในการดำรงชีพ

aerobic (แอโร' บิค) *adj.* ซึ่งเกิดขึ้นหรือเกิดในที่ที่มีก๊าซออกซิเจน, เกี่ยวกับการออกกำลังกายแบบแอโรบิก **-aerobically** *adv.*

aerobics (แอโร' บิคซ์) *n. pl.* รูปแบบการออกกำลังกายประเภทหนึ่ง ซึ่งช่วยให้ระบบกล้ามเนื้อหัวใจแข็งแรงขึ้น, การออกกำลังกายแบบแอโรบิก

aerobics

aerodynamics (แอโรไดแนม' มิคซ์) *n. pl.* กลศาสตร์สาขาหนึ่งที่ศึกษาความสัมพันธ์ระหว่างการเคลื่อนที่ของวัตถุกับอากาศหรือวิทยาศาสตร์ที่เกี่ยวกับการเคลื่อนที่ของวัตถุในอากาศ **-aerodynamic** *adj.* **-aerodynamicist** *n.*

aerogram, aerogramme (แอ' ระแกรม) *n.*

A B C D E F G H I J K L M N O P Q R S T U V W X Y Z

จดหมายอากาศซึ่งเขียนและพับเป็นซอง ส่งไปต่างประเทศได้โดยไม่ต้องติดแสตมป์
aerolite (แอ' ระไลท์) *n.* อุกกาบาต
aeronaut (แอ' ระนอท) *n.* นักบินที่บังคับยานบิน ซึ่งเบากว่าเครื่องบิน
aeronautics (แอระนอ' ทิคซ์) *n. pl.* วิทยาศาสตร์การออกแบบและสร้างยานบิน
★**aeroplane** (แอ' ระเพลน) *n.* เครื่องบิน
aerosol (แอ' ระซอล) *n.* กระบอกฉีดพ่น, ละออง
aerospace (แอ' โรสเปซ) *n.* ชั้นบรรยากาศของโลกและห้วงอวกาศนอกโลก
aerosphere (แอ' โรสเฟียร์) *n.* บรรยากาศที่ห่อหุ้มโลก
aerothermodynamics (แอโรเธอร์โมไดแนม' มิคซ์) *n. pl.* การศึกษาความสัมพันธ์ของความร้อนกับพลังงานกลในก๊าซหรืออากาศ **-aerothermodynamic** *adj.*
aery (แอ' รี) *n.* ดู aerie
aesthete, esthete (เอซ' ธีท) *n.* ผู้ที่ชื่นชอบในความงามและศิลปะ **-aesthetic** *adj.*
aesthetics, esthetics (เอซเธท' ทิคซ์) *n. pl.* ปรัชญาที่ว่าด้วยธรรมชาติและความงาม, วิชาที่ศึกษาถึงหลักของความงาม
afar (อะฟาร์') *adv.* ไกลออกไป, ห่างไกล
affable (แอฟ' ฟะเบิล) *adj.* อ่อนโยน, เป็นมิตร
★**affair** (อะแฟร์') *n.* การกระทำ, ธุรกิจ, กิจธุระ, เหตุการณ์, ความสัมพันธ์, งานสังคม (-S. business, event, matter)
★**affect** (อะเฟคท์') *vt.* **-fected, -fecting** มีผลกระทบ, กระทบกระเทือน, ก่อให้เกิด, เสแสร้ง, แกล้งทำ, เลียนแบบ, ชอบพอ (-S. influence)
affected (อะเฟค' ทิด) *adj.* ซึ่งเปลี่ยนแปลง, ซึ่งเสแสร้ง, ไม่เป็นธรรมชาติ (-S. fake, sham)
★**affection** (อะเฟค' ชัน) *n.* ความรักใคร่ไยดี, ความอบอุ่น **-affectionate** *adj.* **-affectionately** *adv.* (-S. fondness, warmth -A. aversion)
affective (อะเฟค' ทิฟว์) *adj.* ซึ่งเกิดจากอารมณ์, เกี่ยวกับอารมณ์ **-affectively** *adv.*
affectless (แอฟ' เฟคทฺลิซ) *adj.* ไร้อารมณ์
affiance (อะไฟ' เอินซ์) *vt.* **-anced, -ancing** สาบานว่าจะแต่งงานด้วย
affidavit (แอฟฟิเด' วิท) *n.* คำสัตย์ปฏิญาณที่เขียนเป็นลายลักษณ์อักษร
affiliate (อะฟิล' ลีเอท) *vt., vi.* **-ated, -ating** เข้าร่วมอย่างเป็นทางการ, รับเป็นสมาชิก *-n.* สมาชิก, สาขา **-affiliation** *n.* (-S. (v.) join with)
affinity (อะฟิน' นิที) *n., pl.* **-ties** ความสัมพันธ์อันใกล้ชิด, ความคล้ายคลึง, ความผูกพัน (-S. kinship, likeness, relationship)
affirm (อะเฟิร์ม') *vt., vi.* **-firmed, -firming** ยืนยัน, รับรองว่าเป็นจริง **-affirmable** *adj.* **-affirmant** *adj., n.* **-affirmation** *n.* **-affirmance** *n.* (-S. confirm, declare)
affirmative (อะเฟอร์' มะทิฟว์) *adj.* ซึ่งยืนยัน, ซึ่งมองในแง่ดี *-n.* การยืนยัน **-affirmatively** *adv.* (-S. (adj.) approving, positive)
affix[1] (อะฟิคซ์') *vt.* **-fixed, -fixing** ปะ, ติด, เพิ่มเติม *-n.* สิ่งที่ปะหรือติด, สิ่งที่เพิ่มเติม
affix[2] (แอฟ' ฟิคซ์) *n.* คำอุปสรรคหรือปัจจัย
afflict (อะฟลิคท์') *vt.* **-flicted, -flicting** ทำให้ทุกข์ทรมาน, ทำให้เจ็บปวด **-afflictive** *adj.* **-affliction** *n.* (-S. hurt, torment)
affluence (แอฟ' ฟลูเอินซ์) *n.* ความมั่งคั่ง
affluent (แอฟ' ฟลูเอินท์) *adj.* ร่ำรวยมั่งคั่ง, อุดมสมบูรณ์ *-n.* แควน้ำ, ลำธาร **-affluently** *adv.* (-S. (adj.) rich, wealthy, well-off)
★**afford** (อะฟอร์ด', -โฟร์ด') *vt.* **-forded, -fording** หา (เงิน เวลา) มาได้, จัดหาให้, ให้ **-affordability** *n.* **-affordable** *adj.* **-affordably** *adv.*
afforest (อะฟอ' ริซท์) *vt.* **-ested, -esting** เปลี่ยนเป็นป่า, ปลูกป่า **-afforestation** *n.*
affray (อะเฟร') *n.* การทะเลาะ, การก่อเหตุจลาจล, การต่อสู้ (-S. fight, quarrel, riot)
affront (อะฟรันท์') *n.* การดูถูก *-vt.* **-fronted, -fronting** ดูถูก, เผชิญหน้า (-S. (v.) insult, offend)
afield (อะฟีลด์') *adv.* ไกลจากถิ่นฐานบ้านเกิด, ไกลจากสิ่งที่คุ้นเคย
afire (อะไฟร์') *adv., adj.* ติดไฟ, ลุกเป็นไฟ
aflame (อะเฟลม') *adv., adj.* ติดไฟ, ลุกเป็นไฟ
afloat (อะโฟลท') *adv., adj.* ล่องลอยไป, ซึ่งอยู่บนเรือ, ในทะเล, ซึ่งทำกำไรได้
afoot (อะฟุท') *adv., adj.* ด้วยเท้า, กำลังดำเนินการ, กำลังเตรียมการ
afore (อะฟอร์') *adv., prep., conj.* ก่อน, ข้างต้น
aforementioned (อะฟอร์' เมนชันด์) *adj.* ดังกล่าวมาแล้ว
aforesaid (อะฟอร์' เซด) *adj.* ดังกล่าวมาแล้ว
aforethought (อะฟอร์' ธอท) *adj.* ดังที่คิด
★**afraid** (อะเฟรด') *adj.* หวาดกลัว, หวั่นเกรง
A-frame (เอ' เฟรม) *n.* โครงสร้างที่มีลักษณะคล้ายตัว A
afresh (อะเฟรช') *adv.* อีกครั้ง (-S. again)
Africa (แอฟ' ฟริคะ) ทวีปแอฟริกาอยู่ระหว่าง

A B C D E F G H I J K L M N O P Q R S T U V W X Y Z

A B C D E F G H I J K L M N O P Q R S T U V W X Y Z

มหาสมุทรอินเดียและมหาสมุทรแอตแลนติก

African (แอฟ' ฟริเคิน) *n.* ชาวแอฟริกัน, ผู้ที่มีเชื้อสายชาวแอฟริกัน *-adj.* เกี่ยวกับทวีปแอฟริกา ผู้คนและภาษาแอฟริกัน

African-American (แอฟ' ฟริเคิน อะเมอ' ริเคิน) *adj.* เกี่ยวกับชาวอเมริกันเชื้อสายแอฟริกัน, เกี่ยวกับประวัติศาสตร์หรือวัฒนธรรมของชนดังกล่าว **-African American** *n.*

Afro-American (แอฟโฟร อะเมอ' ริเคิน) *adj.* ดู African-American **-Afro-American** *n.*

★**after** (แอฟ' เทอร์) *prep.* หลังจาก, ตามหลัง, ข้างหลัง *-conj.* ภายหลังที่ *-adv.* ต่อมา, ถัดมา *-adj.* ทีหลัง

afterall (แอฟเทอร์ออล') *adv.* แม้กระนั้น

afterbirth (แอฟ' เทอร์เบิร์ธ) *n.* รกหลังคลอด

aftereffect (แอฟ' เทอร์อิเฟคท์) *n.* ผลลัพธ์

afterglow (แอฟ' เทอร์โกล) *n.* แสงอาทิตย์ยามเย็น

afterimage (แอฟ' เทอร์อิมมิจ) *n.* ภาพที่ติดตา

afterlife (แอฟ' เทอร์ไลฟ์) *n.* ชีวิตหลังความตาย

aftermath (แอฟ' เทอร์แมธ) *n.* ผลที่ตามมา, ผลผลิตที่เก็บเกี่ยวได้ครั้งที่สอง (-S. outcome)

★**afternoon** (แอฟเทอร์นูน') *n.* เวลาบ่าย

after-shave (แอฟ' เทอร์เชฟว์) *n.* ครีมใช้ทาหลังจากโกนหนวด

aftershock (แอฟ' เทอร์ชอค) *n.* แผ่นดินไหวระลอกหลังซึ่งเกิดหลังแผ่นดินไหวครั้งใหญ่แล้ว

afterthought (แอฟ' เทอร์ธอท) *n.* ความคิดที่นึกขึ้นได้ทีหลัง, คำแนะนำที่ได้มาเมื่อสาย

aftertime (แอฟ' เทอร์ไทม์) *n.* อนาคต

★**afterward, afterwards** (แอฟ' เทอร์เวิร์ด, -เวิร์ดซ์) *adv.* ในภายหลัง, ต่อมา (-S. later)

afterworld (แอฟ' เทอร์เวิร์ลด์) *n.* โลกวิญญาณ

★**again** (อะเกน') *adv.* อีกครั้ง, ยิ่งกว่านั้น **-again and again** ครั้งแล้วครั้งเล่า **-time and time again** บ่อยครั้ง

★**against** (อะเกนซ์ท์') *prep.* ต่อต้านกับ, ยันกับ, ตรงกันข้าม, ตัดกับ (-S. opposed to)

agape (อะเกพ') *adv., adj.* อ้าปากค้าง, เบิกกว้าง

agar (เอ' การ์, อา' การ์) *n.* อาหารวุ้นซึ่งเตรียมไว้สำหรับเลี้ยงเชื้อในห้องทดลอง

agate (แอก' กิท) *n.* หินโมรา, ลูกหินที่นำมาทอยเล่น, ตัวพิมพ์ขนาด 5½ พอยต์

agcy ย่อจาก agency บริษัทตัวแทน, หน่วยงาน

★**age** (เอจ) *n.* อายุ, วัย, ความแก่, ยุคสมัย *-v.* **aged, aging** *-vi.* แก่ขึ้น *-vt.* ทำให้แก่ **-act one's age** ทำตัวให้สมกับวัย **-for ages** นานมาก **-over age** อายุเกินเกณฑ์ **-under age** อายุต่ำกว่าเกณฑ์ (-S. (n.) maturity, period)

aged (เอ' จิด) *adj.* แก่, มีอายุ *-n.* คนแก่

ageless (เอจ' ลิซ) *adj.* ดูไม่แก่, ตลอดกาล

★**agency** (เอ' เจินซี) *n., pl.* **-cies** ธุรกิจการบริการ, กิจการ, บริษัทตัวแทน, หน่วยราชการ, พลัง, กำลัง, การกระทำ, วิธีการ (-S. action, business, force)

agenda (อะเจน' ดะ) *n., pl.* **-das** แผนงาน, ระเบียบวาระการประชุม (-S. plan, schedule)

★**agent** (เอ' เจินท์) *n.* ตัวแทน, บริษัทตัวแทน, สายลับ, ข้าราชการ, เจ้าหน้าที่ของรัฐ, สารที่ทำให้เกิดการเปลี่ยนแปลงทางเคมี, ตัวการ

agent provocateur จารชนที่แฝงตัวเพื่อก่อกวนหรือยุยงให้ทำผิด

age of consent อายุขั้นต่ำของหญิงที่สามารถมีเพศสัมพันธ์กับชายได้

age-old (เอจ' โอลด์) *adj.* เก่าแก่, โบราณ

Aggie, aggie (แอก' กี) *n.* วิทยาลัยหรือโรงเรียนเกษตรกรรม, นักเรียนนักศึกษาในสถานศึกษาดังกล่าว *-adj.* เกี่ยวกับสถานศึกษาดังกล่าว

agglomerate (อะกลอม' มะเรท) *vt., vi.* **-ated, -ating** รวมกันเป็นก้อนกลม *-n.* ก้อน **-agglomeration** *n.* **-agglomerative** *adj.*

agglutinate (อะกลูท' เทินเนท) *vt., vi.* **-nated, -nating** ติดกันด้วยกาว, ติดอย่างแน่นเหนียว, จับตัวกัน, รวมคำ **-agglutination** *n.*

aggravate (แอก' กระเวท) *vt.* **-vated, -vating** ทำให้แย่ลง, ทำให้โกรธ, ทำให้รำคาญ **-aggravatingly** *adv.* **-aggravation** *n.*

aggregate (*n., adj.* แอก' กริกิท, *v.* -เกท) *n.* ผลรวม, กลุ่มก้อน *-vt.* **-gated, -gating** รวม, รวมเป็นกลุ่มก้อน *-adj.* ทั้งหมด

aggression (อะเกรซ' ชัน) *n.* ความก้าวร้าว, ความแข็งกร้าว, การรุกราน, พฤติกรรมที่ป่าเถื่อน **-aggress** *v.* (-S. assault, attack)

★**aggressive** (อะเกรซ' ซิฟว์) *adj.* ก้าวร้าว, แข็งกร้าว, กล้าได้กล้าเสีย, ซึ่งลุกลามอย่างรวดเร็ว, รุกเร้า **-aggressively** *adv.*

aggrieve (อะกรีฟว์') *vt.* **-grieved, -grieving** เสียใจ, ผิดหวัง, เจ็บปวดใจ **-aggrieved** *adj.*

aghast (อะแกซท์') *adj.* ตกตะลึง, ตื่นตระหนก

agile (แอจ' เจิล, -ไจล์) *adj.* คล่องแคล่ว, ว่องไว, หัวไว **-agility, agileness** *n.* **-agilely** *adv.* (-S. active, lively -A. clumsy, inept)

agitate (แอจ' จิเทท) *v.* **-tated, -tating** *-vt.*

ก่อกวน, เขย่า, ทำให้ปั่นป่วน, ทำให้เป็นกังวล *-vi.* ประท้วงหรือก่อกวน **-agitation** *n.* (-S. disturb, perturb, trouble -A. calm, soothe)
agleam (อะกลีม') *adv., adj.* ส่องแสง, เจิดจ้า
aglitter (อะกลิท' เทอร์) *adv., adj.* ระยิบระยับ
aglow (อะโกล') *adv., adj.* รุ่งโรจน์, โชติช่วง
agnostic (แอกนอซ' ทิค) *n.* ผู้ที่ไม่เชื่อว่าพระเจ้ามีจริง *-adj.* ซึ่งไม่เชื่อว่าพระเจ้ามีจริง **-agnostically** *adv.* **-agnosticism** *n.*
★**ago** (อะโก') *adv., adj.* ผ่านไปแล้ว, ที่แล้วมา
agog (อะกอก') *adv., adj.* อยากรู้อยากเห็น, กระตือรือร้น (-S. (adj.) curious, keen)
à go-go, a go-go (อะโก' โก) *adv.* ในจังหวะที่รวดเร็วและมีชีวิตชีวา *-n.* ไนต์คลับ
agonize (แอก' กะไนซ์) *vi., vt.* **-nized, -nizing** ทนทุกข์ทรมาน, ดิ้นรนกระเสือกกระสน **-agonizing** *adj.* **-agonizingly** *adv.*
agony (แอก' กะนี) *n., pl.* **-nies** ความเจ็บปวด, ความรู้สึกที่รุนแรง, การทุรนทุราย (-S. pain)
agrarian (อะแกร' เรียน) *adj.* เกี่ยวกับที่ดินและกรรมสิทธิ์ถือครองที่ดิน, เกี่ยวกับเกษตรกรรม *-n.* ผู้สนับสนุนการปฏิรูปที่ดิน
★**agree** (อะกรี') *vi., vt.* **agreed, agreeing** ตกลง, เห็นด้วย, เข้ากันได้, ยอมรับ, อนุมัติ (-S. accept, concur, settle -A. disagree)
★**agreeable** (อะกรี' อะเบิล) *adj.* พึงพอใจ, เหมาะสม, ซึ่งยอมรับได้, โอนอ่อนผ่อนตาม **-agreeably** *adv.* **-agreeableness** *n.* (-S. acceptable, pleasant -A. disagreeable)
★**agreement** (อะกรี' เมินท์) *n.* การตกลง, ความเห็นชอบ, ความปรองดอง, ข้อตกลง **-break an agreement** ผิดข้อตกลง **-make an agreement** ทำความตกลง (-S. harmony, treaty)
agribusiness (แอก' กระบิซนิซ) *n.* ธุรกิจการเกษตร
★**agriculture** (แอก' กริคัลเชอร์) *n.* เกษตรกรรม, การเกษตร, การปลูกพืชและเลี้ยงสัตว์ **-agricultural** *adj.* **-agriculturally** *adv.* **-agriculturist, agriculturalist** *n.* (-S. farming)
aground (อะเกรานด์') *adv., adj.* เกยตื้น
ague (เอ' กิว) *n.* อาการจับไข้ **-aguish** *adj.*
ah (อา) *interj.* คำอุทานแสดงความพึงพอใจ ประหลาดใจ ดีใจ เจ็บปวด สงสาร เป็นต้น
aha (อาฮา') *interj.* คำอุทานแสดงความพอใจ ประหลาดใจ หรือแสดงถึงความมีชัย
★**ahead** (อะเฮด') *adv., adj.* ข้างหน้า, ล่วงหน้า, ก่อนหน้า, ล้ำหน้า **-get ahead** ได้รับชัยชนะ
ahem (อะเฮม') *interj.* คำอุทานเรียกความสนใจ
ahimsa (อะฮิม' ซา) *n.* อหิงสา
ahoy (อะฮอย') *interj.* คำอุทานเพื่อเรียกคน เรียกเรือ หรือเรียกความสนใจ
★**aid** (เอด) *n.* ความช่วยเหลือ, การสงเคราะห์, ผู้ช่วยเหลือ, สิ่งของที่ช่วยเหลือ *-vt., vi.* **aided, aiding** ช่วยเหลือ, สงเคราะห์ (-S. (n., v.) help)
aide (เอด) *n.* ผู้ช่วย, นายทหารผู้ช่วย
aide-de-camp, aid-de-camp (เอดดิแคมพ์) *n., pl.* **aides-de-camp/aids-de-camp** นายทหารผู้ช่วย, ทหารองครักษ์
aide-mémoire (เอดเมมวาร์') *n., pl.* **aide-mémoire/aide-mémoires** บันทึกถ้อยแถลง ข้อตกลงหรือข้อเสนอ
AIDS (เอดซ์) ย่อจาก Acquired Immune Deficiency Syndrome โรคระบบภูมิคุ้มกันบกพร่อง หรือโรคเอดส์
aigret, aigrette (เอเกรท', เอ' เกรท) *n.* พู่ประดับ, ขนนกที่ใช้ประดับ
ail (เอล) *v.* **ailed, ailing** *-vi.* เจ็บป่วย, ไม่สบาย *-vt.* ทำให้เจ็บปวดหรือทรมาน **-ailing** *adj.*
ailment (เอล' เมินท์) *n.* อาการเจ็บป่วยที่ไม่รุนแรง (-S. sickness)
★**aim** (เอม) *vt., vi.* **aimed, aiming** เล็งเป้า, พุ่งตรง, ตั้งเป้าหมาย *-n.* การเล็ง, การตั้งเป้าหมาย, วิถีกระสุน, จุดมุ่งหมาย (-S. (v.) direct, point)
aimless (เอม' ลิซ) *adj.* ไร้จุดหมาย **-aimlessly** *adv.* **-aimlessness** *n.* (-S. adrift, pointless)
ain't (เอนท์) ย่อจาก are/is/am not หรือ have/has not ซึ่งถือว่าไม่ถูกหลักไวยากรณ์
★**air** (แอร์) *n.* อากาศ, สภาพอากาศ, บรรยากาศ, ลม, กิริยาท่าทาง, ลมหายใจ, ท้องฟ้า *-v.* **aired, airing** *-vt.* ผึ่งแดดผึ่งลม, ระบายอากาศ, แสดงความเห็น, ออกอากาศ *-vi.* ถูกออกอากาศ **-by air** ทางอากาศ **-clear the air** ปรับความเข้าใจ **-in the air** ไม่แน่นอน, เพ้อฝัน **-on the air** ออกอากาศทางวิทยุโทรทัศน์ **-airing** *n.* (-S. (n.) atmosphere, manner (v.) ventilate)
air bag ถุงลมนิรภัยในรถยนต์
air base ฐานทัพอากาศ
airborne (แอร์' บอร์น) *adj.* ซึ่งแพร่ทางอากาศ, ซึ่งบินอยู่ในอากาศ, ซึ่งขนส่งทางอากาศ
airbrush (แอร์' บรัช) *n.* เครื่องพ่นสี
airbus (แอร์' บัซ) *n.* เครื่องบินโดยสารขนาดใหญ่
air-condition (แอร์' เคินดิชชัน) *vt.* **-tioned, -tioning** ปรับอากาศ
air conditioner เครื่องปรับอากาศ

A B C D E F G H I J K L M N O P Q R S T U V W X Y Z

air conditioning ระบบปรับอากาศ
air-cool (แอร์ คูล) *vt.* **-cooled, -cooling** ทำให้เย็นโดยผ่านอากาศเข้าไป, ระบายความร้อน
★**aircraft** (แอร์ แครฟท์) *n., pl.* **aircraft** เครื่องบิน (-S. aeroplane, plane)
aircraft carrier เรือบรรทุกเครื่องบิน
aircrew (แอร์ ครู) *n.* ลูกเรือบนเครื่องบิน
air-dry (แอร์ ไดร) *vt.* **-dried, -drying** ทำให้แห้งโดยการผึ่งลม *-adj.* ซึ่งผึ่งลมจนแห้ง
airfield (แอร์ ฟีลด์) *n.* ลานบิน, สนามบิน
airflow (แอร์ โฟล) *n.* กระแสลม, การไหลเวียนของอากาศ
air force กองทัพอากาศ
airfreight (แอร์ เฟรท) *n.* การขนส่งทางอากาศ, ค่าขนส่งทางอากาศ
air hole หลุมอากาศ
air hostess พนักงานต้อนรับหญิงบนเครื่องบิน
air lane เส้นทางบิน
airless (แอร์ ลิซ) *adj.* ไม่มีอากาศหายใจ, (ห้อง) อับ, ไม่มีลม (-S. stuffy)
air letter จดหมายอากาศ (-S. aerogram)
★**airline** (แอร์ ไลน์) *n.* สายการบิน
airliner (แอร์ ไลเนอร์) *n.* เครื่องบินโดยสารขนาดใหญ่
air lock สภาพที่อากาศอุดตัน, บริเวณที่ปิดสนิทกันอากาศเข้า เช่น ในยานอวกาศ
airmail, air mail (แอร์ เมล) *n.* การขนส่งไปรษณีย์ทางอากาศ, ไปรษณีย์อากาศ *-vt.* **-mailed, -mailing** ส่งไปรษณีย์ทางอากาศ
airman (แอร์ เมิน) *n.* ทหารอากาศ, นักบิน
air mile ไมล์อากาศมีระยะประมาณ 6,076 ฟุต
★**airplane** (แอร์ เพลน) *n.* เครื่องบิน
air pocket หลุมอากาศ (-S. air hole)
★**airport** (แอร์ พอร์ท, -โพร์ท) *n.* สนามบิน
air pressure ความกดดันบรรยากาศ
air pump เครื่องปั๊มอากาศ
air raid การโจมตีทางอากาศ
air sac ถุงอากาศ เช่น ในนก ทำให้สามารถบินได้
airscape (แอร์ สเกพ) *n.* ทิวทัศน์ทางอากาศ
airship (แอร์ ชิพ) *n.* เรือเหาะ
airsick (แอร์ ซิค) *adj.* เมาเครื่องบิน **-airsickness** *n.*
airside (แอร์ ไซด์) *n.* เขตในสนามบินซึ่งอนุญาตให้ผู้โดยสารกับเจ้าหน้าที่ผ่านได้
airspace (แอร์ สเปซ) *n.* น่านฟ้า
airstrip (แอร์ สตริพ) *n.* เส้นทางวิ่งขึ้นลงของเครื่องบิน
air terminal อาคารที่พักผู้โดยสารที่รอขึ้นเครื่องบินหรือที่ลงมาจากเครื่องบิน
airtight (แอร์ ไทท์) *adj.* ซึ่งกั้นไม่ให้อากาศผ่านเข้าออก, ซึ่งปิดกั้นการโจมตี
airtime (แอร์ ไทม์) *n.* เวลาออกอากาศของรายการวิทยุโทรทัศน์
air-to-air (แอร์ทะแอร์') *adj.* ซึ่งยิงจากเครื่องบินไปยังเป้าหมายที่อยู่กลางอากาศ
air-to-surface (แอร์ทะเซอร์' ฟิซ) *adj.* ซึ่งยิงจากเครื่องบินไปยังพื้นดิน
air traffic control ระบบควบคุมการจราจรทางอากาศเพื่อความปลอดภัยของเส้นทางบิน
airwave (แอร์ เวฟว์) *n.* สื่อนำสัญญาณวิทยุและโทรทัศน์
airway (แอร์ เว) *n.* สายการบิน
airy (แอ' รี) *adj.* **-ier, -iest** ปลอดโปร่ง, โล่ง, เพ้อเจ้อ, ละเอียดอ่อน, รื่นเริง **-airily** *adv.*
aisle (ไอล์) *n.* ช่องทางเดิน
ajar (อะจาร์) *adv., adj.* แง้ม, อ้า
akimbo (อะคิม' โบ) *adv., adj.* เท้าเอว
akin (อะคิน') *adj.* เกี่ยวดองกัน, คล้ายคลึงกัน
ala (เอ' ละ) *n., pl.* **alae** ส่วนคล้ายปีก
à la carte, a la carte (อา ละ คาร์ท') *adv., adj.* ซึ่งสั่งตามรายการอาหาร
alacrity (อะแลค' คริที) *n.* ความกระตือรือร้น, ความกระหายใคร่รู้, ความรวดเร็วว่องไว
à la mode (อา ละ โมด') *adv., adj.* ทันสมัย, ตามสมัยนิยม, ซึ่งเสิร์ฟกับไอศกรีม
★**alarm** (อะลาร์ม') *vt.* **alarmed, alarming** เตือนภัย, เตือนเหตุ, ตื่นตระหนก *-n.* ความตื่นตระหนก, สัญญาณเตือนภัย **-raise/sound the alarm** เตือนให้รู้ถึงอันตราย **-alarming** *adj.*
alarm clock นาฬิกาปลุก
alarmist (อะลาร์' มิซท์) *n.* คนที่ชอบตื่นเต้นเกินเหตุ, คนที่ทำให้คนอื่นตื่นตระหนกด้วยเรื่องไม่เป็นเรื่อง (-S. doomster, scaremonger)
alas (อะแลซ') *interj.* คำอุทานแสดงความเสียใจ
alb (แอลบ์) *n.* เสื้อคลุมสีขาวของนักบวช
albatross (แอล' บะทรอซ) *n., pl.* **-tross/-trosses** นกทะเลขนาดใหญ่มีสีขาว, อุปสรรค
albino (แอลไบ' โน) *n., pl.* **-nos** คนเผือก, สัตว์เผือก, พืชที่ขาดคลอโรฟีลล์ **-albinism** *n.*
album (แอล' เบิม) *n.* สมุดสะสมรูปภาพหรือแสตมป์, ชุดแผ่นเสียง, ซองแผ่นเสียง
albumen (แอลบิว' เมิน) *n.* ไข่ขาว
albumin (แอลบิว' มิน) *n.* โปรตีนที่พบในไข่ขาว นม และเนื้อเยื่อของพืชและสัตว์ต่างๆ

alcazar (แอลคา' เซอร์, แอลคะซาร์') *n.* ป้อมของชาวมัวร์ในสเปน, วังของกษัตริย์สเปน
alchemy (แอล' คะมี) *n.* วิชาเล่นแร่แปรธาตุ, วิชาที่ศึกษาการเปลี่ยนโลหะให้เป็นทองคำ **-alchemical** *adj.* **-alchemist** *n.*
★**alcohol** (แอล' คะฮอล) *n.* แอลกอฮอล์, สารประกอบอินทรีย์ มีสูตรเคมี $C_nH_{2n+1}OH$, เครื่องดื่มที่มีแอลกอฮอล์ผสม (-S. liquor, spirits)
★**alcoholic** (แอลคะฮอ' ลิค) *adj.* ซึ่งมีแอลกอฮอล์ผสมอยู่, ซึ่งเป็นโรคพิษสุราเรื้อรัง *-n.* คนที่เป็นโรคพิษสุราเรื้อรัง
alcoholism (แอล' คะฮอลิเซิม) *n.* โรคพิษสุราเรื้อรัง
alcove (แอล' โคฟว์) *n.* เวิ้งหรือมุมในห้องเพื่อวางของ, ซุ้มไม้ (-S. corner, recess)
alderman (ออล' เดอร์เมิน) *n., pl.* **-men** สมาชิกในสภาเทศบาล, เทศมนตรี
ale (เอล) *n.* เครื่องดื่มคล้ายเบียร์
alehouse (เอล' เฮาซ์) *n.* ร้านขายเหล้า
alert (อะเลิร์ท') *adj.* ตื่นตัว, ระแวดระวัง *-vt.* **alerted, alerting** เตือนภัย *-n.* สัญญาณเตือนภัย **-alertly** *adv.* **-alertness** *n.* (-S. (adj.) active)
alfalfa (แอลแฟล' ฟะ) *n.* พืชชนิดหนึ่งซึ่งปลูกเอาไว้เลี้ยงสัตว์, ถั่วแอลฟัลฟา
alga (แอล' กะ) *n., pl.* **-gae** (-จี) สาหร่าย **-algal** *adj.*
algae (แอล' จี) *n.* พหูพจน์ของ alga
algebra (แอล' จะบระ) *n.* พีชคณิต **-algebraic** *adj.* **-algebraist** *n.*
ALGOL, Algol (แอล' กอล) *n.* ย่อจาก algorithmic language ภาษาโปรแกรมคอมพิวเตอร์ซึ่งใช้ในการคำนวณทางวิทยาศาสตร์
algorithm (แอล' กะริเธิม) *n.* วิธีการหนึ่งที่ใช้แก้โจทย์ทางคณิตศาสตร์, ชุดคำสั่งทางคอมพิวเตอร์สำหรับแก้ไขปัญหา **-algorithmic** *adj.*
alias (เอ' เลียซ) *n.* ชื่อสมมติ *-adv.* เป็นที่รู้จักในนามของ (-S. (n.) pseudonym)
alibi (แอล' ละไบ) *n., pl.* **-bis** การที่จำเลยปฏิเสธว่าตนไม่ได้อยู่ในที่เกิดเหตุ, คำแก้ตัว *-vi.* **-bied, -biing** แก้ตัว (-S. (n.) defence, plea)
alien (เอ' เลียน) *adj.* ต่างชาติ, ต่างประเทศ, ต่างด้าว, ต่างถิ่น, แปลก *-n.* ชาวต่างชาติ, คนนอก *-vt.* **-ened, -ening** โอน (สมบัติ) **-alienage** *n.* (-S. (n.) foreigner -A. (n.) citizen)
alienate (เอ' เลียนเนท) *vt.* **-ated, -ating** ทำให้ไม่เป็นมิตร, โอนสมบัติ, ยกมรดก **-alienator** *n.* **-alienation** *n.* (-S. estrange, transfer)
alienee (เอเลียนนี') *n.* ผู้รับกรรมสิทธิ์, ผู้รับโอน
alienor (เอ' เลียนเนอร์) *n.* ผู้โอนกรรมสิทธิ์
alight[1] (อะไลท์') *vi.* **alighted/alit** (อะลิท), **alighting** ร่อนลง, ลงจากยานพาหนะ, ค้นพบโดยบังเอิญ (-S. get off -A. board)
alight[2] (อะไลท์') *adj.* ลุกเป็นไฟ, ติดไฟ, ส่องสว่าง
align, aline (อะไลน์') *vt., vi.* **aligned, aligning/alined, alining** จัดเป็นแถว, ทำให้เป็นเส้นตรง, เข้าร่วมกับ **-alignment, alinement** *n.*
★**alike** (อะไลค์') *adj.* คล้ายคลึง *-adv.* เหมือนๆ กัน **-alikeness** *n.* (-S. (adj.) identical, similar)
alimentary (แอลละเมน' ทะรี) *adj.* เกี่ยวกับอาหารหรือโภชนาการ, ซึ่งให้สารอาหาร
alimony (แอล' ละโมนี) *n., pl.* **-nies** ค่าเลี้ยงดู (สามีหรือภรรยาหลังการหย่าร้าง)
aline (อะไลน์') *vt., vi.* **alined, alining** ดู align
aliquant (แอล' ลิควอนท์) *adj.* ที่หารตัวอื่นไม่ลงตัว เช่น 3 หาร 10 ไม่ลงตัว
aliquot (แอล' ลิควอท) *adj.* ซึ่งหารตัวอื่นได้ลงตัว เช่น 3 หาร 9 ได้ลงตัว
★**alive** (อะไลฟว์') *adj.* ซึ่งมีชีวิต, ซึ่งปรากฏให้เห็น, เต็มไปด้วยสิ่งมีชีวิต, มีชีวิตชีวา **-alive and well** กระตือรือร้น **-alive to something** ระแวดระวัง **-aliveness** *n.* (-S. lively, living -A. dead)
alkali (แอล' คะไล) *n., pl.* **-lis/-lies** ด่าง, สารประกอบไฮดรอกไซด์ของโลหะ เช่น โซเดียมไฮดรอกไซด์
alkali metal โลหะอัลคาไล เป็นโลหะหมู่ที่ 1 ตามตารางธาตุ เช่น โซเดียม โพแทสเซียม สามารถทำปฏิกิริยากับน้ำแล้วเกิดสารละลายที่มีฤทธิ์เป็นด่าง
alkaline (แอล' คะไลน์, -ลิน) *adj.* ซึ่งมีคุณสมบัติเป็นด่าง, ซึ่งมีด่างประกอบอยู่ **-alkalinity** *n.*
alkaline-earth metal ธาตุโลหะหมู่ 2 ตามตารางธาตุ เมื่อทำปฏิกิริยากับน้ำแล้วให้สารละลายมีฤทธิ์เป็นด่างเช่น แคลเซียม แมกนีเซียม
alkaloid (แอล' คะลอยด์) *n.* สารประกอบอินทรีย์ที่มีไนโตรเจนประกอบอยู่ เช่น นิโคติน โคเคน ควินิน กาเฟอีน และสตริกนิน นำมาใช้ทำยาและสารกระตุ้น
★**all** (ออล) *adj.* ทั้งหมด, ทั้งสิ้น, ทุก (สิ่ง คน ตัว) *-n.* ทุกสิ่ง *-pron.* จำนวนทั้งหมด *-adv.* ล้วนๆ, ตลอด **-all along** ตั้งแต่ต้น, ตลอด **-all and sundry** ผู้คนมากหน้าหลายตา **-all-around** รอบรู้ **-all at once** ทันที **-all but** เกือบ **-all in** เหนื่อยล้า **-all in all** เมื่อพิจารณาแล้ว, สรุปแล้ว **-all over** ทั่วทั้ง **-all the best** โชคดี

A B C D E F G H I J K L M N O P Q R S T U V W X Y Z

A B C D E F G H I J K L M N O P Q R S T U V W X Y Z

-not at all ไม่เลย, ไม่เป็นไร

Allah (แอล' ละ, อา' ละ) พระอัลลาห์

all-American (ออลอะเมอ' ริเคิน) *adj.* ซึ่งเป็นตัวแทนชาวอเมริกัน, ซึ่งเป็นนักกีฬาดีเด่นของสหรัฐอเมริกา, ซึ่งเป็นอเมริกันโดยแท้ *-n.* ตัวแทนชาวอเมริกัน,นักกีฬาดีเด่นของสหรัฐอเมริกา

allay (อะเล') *vt.* **-layed, -laying** ทำให้บรรเทา **-allayer** *n.* (-S. calm, lessen)

all clear สัญญาณแสดงว่าพ้นอันตรายแล้ว

allege (อะเลจฯ') *vt.* **-leged, -leging** อ้างว่า, กล่าวหาว่า, ยืนยันว่า **-allegation** *n.* **-allegeable** *adj.* (-S. assert, declare)

allegiance (อะลี' เจินซฺ) *n.* ความจงรักภักดี, ความซื่อสัตย์ **-allegiant** *adj.* (-S. loyalty)

allegory (แอล' ลิกอรี, -โกรี) *n., pl.* **-ries** นิยายนิทาน บทกวี หรือภาพวาดที่เป็นสัญลักษณ์สื่อถึงความหมายต่างๆ เพื่อเป็นเครื่องเตือนใจ

allergy (แอล' เลอร์จี) *n., pl.* **-gies** อาการแพ้, โรคภูมิแพ้ **-allergic** *adj.*

alleviate (อะลี' วีเอท) *vt.* **-ated, -ating** ทำให้บรรเทา **-alleviation** *n.* **-alleviatory, alleviative** *adj.* (-S. lessen, relieve)

alley (แอล' ลี) *n., pl.* **-leys** ตรอก, ซอย

alliance (อะไล' เอินซฺ) *n.* สหภาพ, พันธมิตร, สนธิสัญญา, ข้อตกลง, ความคล้ายคลึง, ความสัมพันธ์ (-S. agreement, similarity, union)

allied (อะไลดฺ', แอล' ไลดฺ) *adj.* ซึ่งร่วมเป็นพันธมิตร, ซึ่งสัมพันธ์กัน (-S. associated)

alligator (แอล' ลิเกเทอรฺ) *n., pl.* **-tors/-tor** จระเข้ขนาดใหญ่ชนิดหนึ่ง จมูกทู่และฟันไม่ยื่นออกมานอกปาก, หนังจระเข้ดังกล่าว

alliteration (อะลิททะเร' ชัน) *n.* การสัมผัสของเสียงหรือพยัญชนะในคำต่างๆ **-alliterate** *v.* **-alliterative** *adj.* **-alliteratively** *adv.*

allocate (แอล' ละเคท) *vt.* **-cated, -cating** แบ่งปัน, จัดสรร, มอบให้ **-allocable, allocatable** *adj.* **-allocation** *n.* (-S. allot)

allogamy (อะลอก' กะมี) *n.* การผสมข้ามพันธุ์

allot (อะลอท') *vt.* **-lotted, -lotting** แจกจ่าย, แบ่งส่วน, แบ่งปัน **-allotment** *n.* **-allotter** *n.* **-allottee** *n.* (-S. distribute, divide)

★**allow** (อะเลา') *vt., vi.* **-lowed, -lowing** อนุญาต, ปล่อยให้, ยอมให้, จัดให้, ยอมรับ **-allowable** *adj.* **-allowably** *adv.* (-S. let, permit, provide)

allowance (อะเลา' เอินซฺ) *n.* การอนุญาตหรือยินยอม, จำนวนเงินที่ให้, ราคาที่ลดให้, เงินเบี้ยเลี้ยง *-vt.* **-anced, -ancing** แบ่งปัน, จัดให้

alloy (แอล' ลอย, อะลอย') *n.* โลหะผสม

all-purpose (ออล' เพอรฺ' เพิซ) *adj.* เอนกประสงค์

all right ดี, พอใจ, ถูกต้อง, ปลอดภัย, สบายดี, ใช้ได้, ตกลง

all-round (ออล' เราน์ดฺ) *adj.* รอบรู้

allspice (ออล' สไปซฺ) *n.* เครื่องเทศชนิดหนึ่งมีรสชาติคล้ายเครื่องเทศหลายๆ ชนิดรวมกัน ได้จากพืชตระกูลเดียวกับกานพลู *(Pimenta dioica)*, พืชหรือผลของเครื่องเทศดังกล่าว

allude (อะลูด') *vi.* **-luded, -luding** กล่าวถึง, อ้างถึง **-allusion** *n.* **-allusive** *adj.* **-allusively** *adv.* (-S. mention, refer to)

allure (อะลัวรฺ') *vt., vi.* **-lured, -luring** ล่อใจ, ทำให้ติดใจ, ทำให้ดึงดูดใจ *-n.* เสน่ห์, ความดึงดูดใจ **-allurement** *n.* (-S. (v.) attract, enchant)

alluring (อะลัว' ริง) *adj.* มีเสน่ห์, ดึงดูดใจ **-alluringly** *adv.* (-S. attractive, charming)

alluvium (อะลู' เวียม) *n., pl.* **-viums/-via** บริเวณดินตะกอนตามชายฝั่งแม่น้ำอันเกิดจากการถูกน้ำพัดพามาทับถมกัน **-alluvial** *adj.*

ally (อะไล', แอล' ไล) *vt.* **-lied, -lying** เข้าร่วม, เป็นพันธมิตรกัน *-n., pl.* **-lies** พันธมิตร

Alma Mater (แอลมะมา' เทอร์) *n.* โรงเรียนเก่าที่เคยเล่าเรียน, เพลงประจำสถานศึกษา

almanac (ออล' มะแนค, แอล'-) *n.* ปฏิทินประจำปีที่ระบุข้อมูลทางดาราศาสตร์ การพยากรณ์อากาศ ประวัติศาสตร์ ฯลฯ เอาไว้

almighty (ออลไม' ที) *adj.* ซึ่งมีพลังอำนาจ, ยิ่งใหญ่, อลังการ, (เสียง) ดังมาก *-adv.* อย่างยิ่ง **-the Almighty** พระเจ้า **-almightily** *adv.* **-almightiness** *n.* (-S. (adj.) great, supreme)

almond (อา' เมินดฺ, แอม' เมินดฺ) *n.* ต้นอัลมอนด์, เมล็ดอัลมอนด์, สีน้ำตาลอ่อน *-adj.* ที่ทำจากอัลมอนด์, เหมือนอัลมอนด์

★**almost** (ออล' โมซทฺ, ออลโมซทฺ') *adv.* จวนเจียน, เกือบ (-S. just about, nearly)

alms (อามซฺ) *n. pl.* เงินหรือสิ่งของบริจาค

almshouse (อามซฺ' เฮาซฺ) *n.* โรงทาน

aloe (แอล' โล) *n.* ต้นว่านหางจระเข้

aloe vera (แอล' โล เวอ' ระ) *n.* ต้นว่านหางจระเข้ชนิดหนึ่ง ยางใช้ทำเครื่องสำอาง

aloft (อะลอฟทฺ') *adv.* อยู่สูงขึ้นไป, เหนือขึ้นไป

aloha (อะโล' อะ, อะโล' ฮะ) *interj.* คำอุทานแสดงการสวัสดีหรืออำลาของชาวเกาะฮาวาย

★**alone** (อะโลน') *adj., adv.* โดดเดี่ยวเดียวดาย, เพียงลำพัง, เดี่ยวๆ **-aloneness** *n.*

★**along** (อะลอง') *prep.* ไปตาม, ตามทาง *-adv.* ไปข้างหน้า, ด้วยกัน, ไป (มา) ด้วย

alongside (อะลอง' ไซด์) *adv.* ไปตาม, ใกล้, เคียงข้างกัน

aloof (อะลูฟ') *adj.* ไม่เข้าสังคม, เก็บเนื้อเก็บตัว, ห่างเหิน, เย็นชา **-aloofly** *adv.* **-aloofness** *n.* (**-S.** distant, unfriendly **-A.** friendly)

★**aloud** (อะเลาด์') *adv.* (เสียง) อย่างดัง, ออกเสียงให้ได้ยิน **-read/think aloud** อ่านหรือแสดงความเห็นเป็นคำพูดให้ได้ยิน (**-S.** out loud)

alpaca (แอลแพค' คะ) *n., pl.* **-a/-as** สัตว์เลี้ยงลูกด้วยนมคล้ายตัวลามะ มีขนยาวละเอียด

alpha (แอล' ฟะ) *n.* อักษรตัวแรกในภาษากรีก, ตัวแอลฟา (A, α) *-adj.* ซึ่งสำคัญเป็นที่หนึ่ง

alpha test การทดสอบผลิตภัณฑ์เป็นครั้งแรก

★**alphabet** (แอล' ฟะเบท) *n.* ตัวอักษรในภาษา, ตัวพยัญชนะ, หลักการขั้นพื้นฐาน

alphabetic, alphabetical (แอลฟะเบท' ทิค, -ทิคิล) *adj.* ซึ่งเรียงตามตัวอักษร, ซึ่งแสดงด้วยตัวอักษร **-alphabetically** *adv.*

alphabetize (แอล' ฟะบิไทซ์) *vt.* **-ized, -izing** เรียงตามลำดับตัวอักษร **-alphabetization** *n.* **-alphabetizer** *n.*

alpine (แอล' ไพน์) *adj.* เกี่ยวกับเทือกเขาแอลป์, เกี่ยวกับเทือกเขาสูง

★**already** (ออลเรด' ดี) *adv.* แล้ว, เสียแล้ว

alright (ออลไรท์') *adv.* ดู all right

★**also** (ออล' โซ) *adv.* อีกด้วย, ด้วย *-conj.* อีกทั้ง (**-S.** (adv.) as well, too)

altar (ออล' เทอร์) *n.* แท่นบูชา

★**alter** (ออล' เทอร์) *vt., vi.* **-tered, -tering** เปลี่ยน, ดัดแปลง, ปรับปรุง **-alterable** *adj.* **-alteration** *n.* (**-S.** change, modify **-A.** preserve)

altercate (ออล' เทอร์เคท) *vi.* **-cated, -cating** โต้เถียง, ทะเลาะ **-altercation** *n.* (**-S.** argue)

alter ego อีกแง่มุมหนึ่งหรือด้านหนึ่งของตัวเอง, เพื่อนสนิท, เพื่อนคู่คิด

alternate (ออล' เทอร์เนท, แอล'-) *vt., vi.* **-nated, -nating** สลับสับเปลี่ยน *-adj.* ซึ่งผลัดหรือสลับกัน *-n.* ตัวแทน, ตัวเลือก **-alternately** *adv.* **-alternation** *n.* (**-S.** (v.) interchange)

★**alternative** (ออลเทอร์' นะทิฟว์) *n.* ทางเลือก, ตัวเลือก *-adj.* ซึ่งให้เลือกได้ **-alternatively** *adv.* (**-S.** (n.) choice, option)

★**although, altho** (ออลโธ') *conj.* แม้ว่า, ถึงแม้

altimeter (แอลทิม' มิเทอร์) *n.* เครื่องมือวัดความสูงเหนือระดับน้ำทะเล

altitude (แอล' ทิทูด, -ทิวด์) *n.* ความสูงเหนือระดับน้ำทะเล (**-S.** elevation, height)

alto (แอล' โท) *n., pl.* **-tos** (ดนตรี) ระดับเสียงที่ต่ำที่สุดของนักร้องหญิง, เสียงที่อยู่ระหว่างเสียงโซปราโนกับเสียงเทนเนอร์

altogether (ออลทะเกธ' เธอร์) *adv.* ทั้งหมด, รวมทั้งสิ้น (**-S.** completely, entirely)

altruism (แอล' ทรูอิเซิม) *n.* การไม่เห็นแก่ตน

alum (แอล' เลิม) *n.* สารส้ม

aluminium, aluminum (แอลลิวมิน' เนียม, อะลู' มะเนิม) *n.* ธาตุอะลูมิเนียม มีสัญลักษณ์ Al

aluminum (อะลู' มะเนิม) *n.* ดู aluminium

alumna (อะลัม' นะ) *n., pl.* **-nae** ศิษย์เก่าหญิง

alumnus (อะลัม' เนิซ) *n., pl.* **-ni** ศิษย์เก่าชาย

★**always** (ออล' เวซ, -วิซ) *adv.* ตลอดไป, ตลอดเวลา, เสมอ (**-S.** continually, forever **-A.** never)

Alzheimer's disease (อาลท์ซ์' ไฮเมอร์ซ์ ดิซีซ') *n.* โรคสมองเสื่อม โดยตั้งชื่อตามนักประสาทวิทยาชาวเยอรมันที่ชื่อ Alois Alzheimer

★**am** (แอม) *v. aux., vi.* กริยาช่วยในกลุ่มของ verb to be ใช้กับสรรพนามบุรุษที่ 1 คือ I

AM[1]**, am** ย่อจาก amplitude modulation ระบบการส่งกระจายเสียงของคลื่นวิทยุ

★**AM**[2]**, A.M., am, a.m.** ย่อจาก ante meridiem (เวลา) ก่อนเที่ยงวัน

เวลาเที่ยงคืน ใช้ 12 AM
เวลาเที่ยงวัน ใช้ 12 PM

AM[3]**, A.M.** ย่อจาก Artium magister (Master of Arts) อักษรศาสตรมหาบัณฑิต

amah (อา' มะ) *n.* หญิงรับใช้, คนเลี้ยงเด็ก

amalgamate (อะแมล' กะเมท) *vt., vi.* **-mated, -mating** รวมตัวกัน, ผสมกัน **-amalgamation** *n.* (**-S.** combine, merge, unite)

amass (อะแมซ') *vt.* **amassed, amassing** รวบรวม, สะสม **-amassment** *n.* (**-S.** collect)

amateur (แอม' มะเทอร์, -ชัวร์, -เทียวร์) *n.* มือสมัครเล่น **-amateurish** *adj.* **-amateurism** *n.* (**-S.** novice, tyro **-A.** professional)

amatory (แอม' มะทอรี) *adj.* ซึ่งรักใคร่

★**amaze** (อะเมซ') *vt.* **amazed, amazing** ทำให้พิศวง, ทำให้ประหลาดใจ **-amazedly** *adv.* **-amazement** *n.* **-amazing** *adj.* **-amazingly** *adv.* (**-S.** astonish **-A.** bore)

amazon (แอม' มะซอน) *n.* หญิงนักรบ, หญิงแกร่งและกล้าหาญ

A B C D E F G H I J K L M N O P Q R S T U V W X Y Z

ambassador (แอมแบซ' ซะเดอร์, -ดอร์) *n.* เอกอัครราชทูต **-ambassadorial** *adj.* **-ambassadorship** *n.* **-ambassadress** *n. fem.*

amber (แอม' เบอร์) *n.* อำพัน, สีเหลืองอำพัน

ambiance (แอม' เบียนซ์) *n.* ดู ambience

ambidextrous (แอมบิเดค' สเตริซ) *adj.* ถนัดทั้งสองมือ, ชำนาญเป็นพิเศษ **-ambidexterity** *n.* **-ambidextrously** *adv.*

ambience, ambiance (แอม' เบียนซ์) *n.* สภาพแวดล้อม, บรรยากาศ **-ambient** *adj.*

ambiguous (แอมบิก' กิวเอิซ) *adj.* คลุมเครือ, ไม่ชัดเจน, เข้าใจยาก **-ambiguity** *n.* **-ambiguously** *adv.* (-S. unclear -A. clear)

ambit (แอม' บิท) *n.* วงรอบ, ขอบเขต

★**ambition** (แอมบิช' ชัน) *n.* ความทะเยอทะยาน, ความต้องการอย่างแรงกล้า *-vt.* **-tioned, -tioning** ปรารถนา (-S. (n.) eagerness, drive)

★**ambitious** (แอมบิช' เชิซ) *adj.* เต็มไปด้วยความทะเยอทะยาน, ซึ่งท้าทาย **-ambitiously** *adv.* **-ambitiousness** *n.* (-S. aspiring, desirous)

ambivalence (แอมบิฟว' วะเลินซ์) *n.* ความรู้สึกสองจิตสองใจ, การตัดสินใจไม่ถูก **-ambivalent** *adv.* **-ambivalently** *adj.*

amble (แอม' เบิล) *vi.* **-bled, -bling** เดินเรื่อยเปื่อย, เดินทอดน่อง, ก้าวช้าๆ *-n.* การเดินเรื่อยเปื่อย, การก้าวช้าๆ (-S. (v., n.) stroll)

ambrosia (แอมโบร' ฌะ, -เฌีย) *n.* อาหารทิพย์

★**ambulance** (แอม' เบียเลินซ์) *n.* รถพยาบาล

ambulance

ambulate (แอม' เบียเลท) *vi.* **-lated, -lating** เคลื่อนไปมา, เดิน **-ambulation** *n.*

ambulatory (แอม' บิวละทอรี) *adj.* ซึ่งเดินไปมาได้, ซึ่งเคลื่อนที่ได้ (-S. movable)

ambush (แอม' บุช) *n.* การลอบจู่โจม, การโจมตีอย่างกะทันหัน *-vt.* **-bushed, -bushing** ลอบโจมตี **-ambusher** *n.* (-S. (n., v.) lure, trap)

ameba (อะมี' บะ) *n.* ดู amoeba

ameliorate (อะมีล' เลียเรท) *vt., vi.* **-rated, -rating** ปรับปรุง, ทำให้ดีขึ้น **-amelioration** *n.* **-ameliorative** *adj.* (-S. improve)

amen (เอเมน', อาเมน') *interj.* คำอุทานเมื่อจบบทสวดมนต์ของศาสนาคริสต์, อาเมน

amenable (อะมี' นะเบิล, -เมน' นะ-) *adj.* หัวอ่อน, ว่านอนสอนง่าย, เชื่อฟัง, ซึ่งมีความรับผิดชอบ **-amenability** *n.* **-amenably** *adv.*

amend (อะเมนด์') *vt., vi.* **amended, amending** ทำให้ดีขึ้น, ปรับปรุง **-amendable** *adj.* **-amendment** *n.* (-S. improve)

amends (อะเมนด์ซ์') *n. pl.* การไถ่บาปไถ่โทษ, การขอขมา (-S. compensation, recompense)

amenity (อะเมน' นิที, -มี' นิ-) *n., pl.* **-ties** สิ่งอำนวยความสะดวก, ความรื่นรมย์, ความพอใจ, ความสะดวกสบาย (-S. facility, niceness)

Amerasian (แอมมะเร' ฌัน, -ชัน) *n.* ลูกครึ่งอเมริกันและเอเชียน

★**America** (อะเมอ' ริคะ) ทวีปอเมริกา, ประเทศสหรัฐอเมริกา **-American** *adj., n.*

Americana (อะเมอระคา' นะ) *n. pl.* หนังสือหรือเอกสารต่างๆ ที่เกี่ยวกับประวัติศาสตร์ ภูมิศาสตร์หรือเรื่องอื่นๆ ของสหรัฐอเมริกา

American English ภาษาอังกฤษแบบอเมริกัน

American Indian ชาวอเมริกันพื้นเมือง ได้แก่พวกอินเดียนแดงเผ่าต่างๆ

Americanism (อะเมอ' ริคะนิเซิม) *n.* ความเป็นอเมริกัน, วัฒนธรรมแบบอเมริกันแท้ๆ

Amerindian (แอมมะริน' เดียน) *n.* ชาวอเมริกันพื้นเมือง, ชาวอินเดียนแดง

amethyst (แอม' มะธิซท์) *n.* พลอยสีม่วงใส

amiable (เอ' มีอะเบิล) *adj.* เป็นมิตร, อ่อนโยน, สุภาพ, น่ารัก **-amiability** *n.* **-amiably** *adv.* (-S. friendly, genial, good-natured)

amicable (แอม' มิคะเบิล) *adj.* เป็นมิตร, มีน้ำใจ **-amicability** *n.* **-amicably** *adv.*

amid, amidst (อะมิด', อะมิดซ์ท') *prep.* ล้อมรอบโดย, อยู่ตรงกลาง (-S. among)

amino acid กรดอะมิโน ซึ่งเป็นองค์ประกอบของโปรตีน

amiss (อะมิซ') *adj., adv.* ผิดพลาด, ไม่ถูกต้อง

amity (แอม' มิที) *n., pl.* **-ties** มิตรภาพ

ammeter (แอม' มีเทอร์) *n.* เครื่องมือวัดกระแสไฟฟ้า

ammonia (อะโมน' เนีย) *n.* ก๊าซไร้สีชนิดหนึ่ง มีกลิ่นฉุน ใช้ในการผลิตปุ๋ยและสารเคมีต่างๆ มีสูตรเคมี NH_3, ก๊าซแอมโมเนีย

ammunition (แอมเมียนิช' ชัน) *n.* กระสุนปืนหรือดินระเบิด (-S. bullets, gunpowder)

amnesia (แอมนี' ฌะ) *n.* ความทรงจำเสื่อม

amnesty (แอม' นิสตี) *n., pl.* **-ties** การนิรโทษกรรม *-vt.* **-tied, -tying** นิรโทษกรรม

amnion (แอม' เนียน) *n., pl.* **-nions/-nia** ถุงน้ำคร่ำ **-amniotic, amnionic** *adj.*

amoeba, ameba (อะมี' บะ) *n., pl.* **-bas/**

-bae (-บี) โปรโตซัวซึ่งเป็นสัตว์เซลล์เดียวพบตามดิน น้ำ หรือเป็นปรสิต **-amoebic** *adj.*

amok (อะมัค', อะมอค') *adv.* อย่างบ้าคลั่ง

★**among, amongst** (อะมัง', อะมังซฺท') *prep.* ล้อมรอบโดย, อยู่ท่ามกลาง (**-S.** amid)

> **among** ท่ามกลาง (คน สัตว์ สิ่งของที่มีมากกว่าสองขึ้นไป) เช่น This cake was divided among three children.
>
> **between** ระหว่าง (คน สัตว์ สิ่งของจำนวนเท่ากับสอง) เช่น I have to choose between these two cats.

amoral (เอมอ' เริล) *adj.* ไม่มีศีลธรรมจรรยา **-amorality** *n.* **-amorally** *adv.*

amorous (แอม' เมอเริซ) *adj.* ซึ่งรักใคร่

amorphous (อะมอร์' เฟิซ) *adj.* ไร้รูปทรง, ไม่มีรูปแบบที่แน่นอน **-amorphously** *adv.*

★**amount** (อะเมานฺท') *n.* ปริมาณ, จำนวน *-vi.* **amounted, amounting** รวมเป็น, เท่ากับ (**-S.** (n.) quantity, sum (v.) add up, equal)

amp ย่อจาก ampere หน่วยแอมแปร์

ampere (แอม' เพียร์) *n.* หน่วยวัดปริมาณกระแสไฟฟ้า

ampersand (แอม' เพอร์แซนด์) *n.* เครื่องหมาย & มีความหมายว่า "และ"

amphetamine (แอมเฟท' ทะมีน, -มิน) *n.* สารหรือยากระตุ้นประสาทชนิดหนึ่ง

amphi- คำอุปสรรค หมายถึง ทั้งสอง, รอบๆ

amphibian (แอมฟิบ' เบียน) *n.* สัตว์ครึ่งบกครึ่งน้ำ, ยานพาหนะที่สามารถขับเคลื่อนในน้ำและบนบก **-amphibious** *adj.*

amphitheater (แอม' ฟะเธียเทอร์) *n.* อาคารหรือโรงละครที่จัดที่นั่งเป็นรูปครึ่งวงกลม

ample (แอม' เพิล) *adj.* **-pler, -plest** มากมาย, อุดมสมบูรณ์, เพียงพอ, กว้างขวาง, โอ่โถง **-amply** *adv.* **-ampleness** *n.* (**-S.** plentiful, spacious, sufficient **-A.** inadequate)

amplification (แอมพละฟิเค' ชัน) *n.* การขยาย, การเพิ่มเติม, ข้อความที่ขยายเพิ่มเติม

amplifier (แอม' พละไฟเออร์) *n.* เครื่องขยายเสียง, ผู้ขยาย

amplify (แอม' พละไฟ) *vt.* **-fied, -fying** ขยาย, เพิ่มขึ้น, เพิ่มกำลังขึ้น, ขยายเกินความจริง (**-S.** enlarge, expand, magnify)

ampul, ampule, ampoule (แอม' พูล, -พิวล์) *n.* หลอดแก้วที่บรรจุยาฉีด

amputate (แอม' พิวเทท) *vt.* **-tated, -tating** (ผ่า) ตัดออก **-amputation** *n.* (**-S.** cut off)

amulet (แอม' เมียลิท) *n.* เครื่องรางของขลัง

★**amuse** (อะมิวซ') *vt.* **amused, amusing** ทำให้ตลกขบขัน, ทำให้เพลิดเพลิน **-amusable** *adj.* **-amusement** *n.* **-amuser** *n.* **-amusedly** *adv.* **-amusive** *adj.* (**-S.** entertain)

★**amusing** (อะมิว' ซิง) *adj.* ตลกขบขัน, น่าหัวเราะ, เพลินใจ **-amusingly** *adv.* **-amusingness** *n.* (**-S.** funny, humorous **-A.** boring)

★**an** (อัน, เอิน, แอน) *indef. art.* ดู a

ana- คำอุปสรรค หมายถึง ไม่, ต่อต้าน, ค้าน

anachronism (อะแนค' คระนิเซิม) *n.* การเกิดขึ้นของสิ่งต่างๆ ที่ผิดยุคสมัย **-anachronistic, anachronous** *adj.* **-anachronously** *adv.*

anaemia (อะนี' เมีย) *n.* ดู anemia

anaerobe (แอนแอ' โรบ) *n.* สิ่งมีชีวิตที่ดำรงชีพอยู่ได้ในสภาพไร้ออกซิเจน เช่น แบคทีเรีย **-anaerobic** *adj.* **-anaerobically** *adv.*

anaesthesia (แอนนิซธี' ฌะ) *n.* ดู anesthesia

anagram (แอน' นะแกรม) *n.* คำใหม่ที่เกิดจากการสลับตำแหน่งพยัญชนะของคำ เช่น ton เป็น not **-anagrammatic** *adj.*

anal (เอ' เนิล) *adj.* ซึ่งเกี่ยวกับทวารหนัก

analgesic (แอนเนิลจี' ซิค, -ซิค) *n.* ยาระงับหรือบรรเทาปวด *-adj.* ซึ่งระงับปวด

analogous (อะแนล' ละเกิซ) *adj.* คล้ายคลึงกัน, (อวัยวะ) ซึ่งมีหน้าที่เหมือนกันแต่มีโครงสร้างต่างกัน **-analogously** *adv.* (**-S.** similar)

analogue, analog (แอน' นะลอก) *n.* สิ่งที่คล้ายคลึงกัน, สิ่งของจำลอง

analogy (อะแนล' ละจี) *n., pl.* **-gies** ความคล้ายคลึงกัน, การเปรียบเทียบ, ลักษณะบางอย่างที่เหมือนกัน (**-S.** likeness, parallel)

★**analysis** (อะแนล' ลิซิซ) *n., pl.* **-ses** (-เซซ) การศึกษาวิเคราะห์, การจำแนก **-analytic, analytical** *adj.* **-analyst** *n.* (**-S.** examination)

★**analyze, analyse** (แอน' นะไลซ) *vt.* **-lyzed, -lyzing/-lysed, -lysing** วิเคราะห์, ตรวจสอบอย่างละเอียด (**-S.** examine, investigate)

anapest, anapaest (แอน' นะเพซท) *n.* บทกวีที่แต่งขึ้นโดยมีพยางค์ที่ออกเสียงสั้นสองพยางค์ ตามด้วยพยางค์ที่ออกเสียงยาวอีกหนึ่งพยางค์ **-anapestic** *adj.*

anarchy (แอน' เนอร์คี) *n., pl.* **-chies** สภาวะที่ไม่มีกฎหมายหรือรัฐบาล, สภาวะที่สับสนวุ่นวาย **-anarchic, anarchical** *adj.* **-anar-**

A B C D E F G H I J K L M N O P Q R S T U V W X Y Z

chically *adv.* **-anarchism** *n.*
anathema (อะแนธ' ธะมะ) *n., pl.* **-mas** สิ่งที่น่าชิงชัง, คนหรือสิ่งที่ถูกสาปแช่ง
anathematize (อะแนธ' ธะมะไทซฺ) *vt.* **-tized, -tizing** ประณาม, สาปแช่ง **-anathematization** *n.* (-S. curse, damn)
anatomy (อะแนท' ทะมี) *n., pl.* **-mies** กายวิภาค, โครงสร้างของสิ่งมีชีวิตหรืออวัยวะหนึ่งๆ, กายวิภาคศาสตร์, การวิเคราะห์, ร่างกาย, โครงกระดูก **-anatomical** *adj.* **-anatomically** *adv.* **-anatomist** *n.*
-ance คำปัจจัย หมายถึง สภาพ, สภาวะ, การกระทำ
ancestor (แอน' เซซเทอร์) *n.* บรรพบุรุษ, ต้นตระกูล **-ancestral** *adj.* (-S. forefather)
ancestry (แอน' เซซทรี) *n., pl.* **-tries** บรรพบุรุษ, เชื้อสาย (-S. lineage, origin)
anchor (แองฺ' เคอรฺ) *n.* สมอเรือ, ที่มั่น, หลักยึด *-vt., vi.* **-chored, -choring** ยึดแน่น, ทอดสมอ **-anchorage** *n.* (-S. (n.) kedge, stability (v.) fasten)

anchor

anchorite (แอง' คะไรทฺ) *n.* ผู้บำเพ็ญเพียร, ฤๅษี **-anchoress** *n. fem.* (-S. hermit)
anchovy (แอน' โชวี) *n., pl.* **-vy/-vies** ปลาทะเลชนิดหนึ่ง มีขนาดเล็ก ใช้รับประทานได้
★**ancient** (เอน' เชินทฺ) *adj.* เก่าแก่, โบราณ *-n.* คนชรา, คนในสมัยโบราณ **-ancientness** *n.* **-anciently** *adv.* (-S. (adj.) antique, old)
ancillary (แอน' ซะเลอรี) *adj.* ซึ่งช่วยเหลือ, ซึ่งสนับสนุน, เป็นรอง (-S. auxiliary, secondary)
★**and** (อันดฺ, แอนดฺ) *conj.* และ, พร้อมกับ, อีกทั้ง, บวกกับ **-and so on** และอื่นๆ
and/or (แอน' ดอรฺ') *conj.* และ/หรือ
andro- คำอุปสรรค หมายถึง เพศชาย, เพศผู้
androgen (แอน' ดระเจิน) *n.* ฮอร์โมนเพศชายชนิดหนึ่งซึ่งควบคุมลักษณะความเป็นชาย
anecdote (แอน' นิคโดท) *n.* เหตุการณ์หรือเรื่องราวสั้นๆ ที่ตลกหรือน่าสนใจ, เกร็ดประวัติศาสตร์ **-anecdotic** *adj.* (-S. story, tale)
anemia, anaemia (อะนี' เมีย) *n.* โรคโลหิตจาง **-anemic** *adj.*
anent (อะเนนทฺ') *prep.* เกี่ยวกับ, ซึ่งอ้างถึง
aneroid barometer บารอมิเตอร์หรือเครื่องมือวัดความดันบรรยากาศแบบไม่มีของเหลวหรือปรอท
anesthesia, anaesthesia (แอนนิซธี' ฌะ) *n.* อาการชาหรือไร้ความรู้สึก **-anesthetic, anaesthetic** *adj., n.*
anesthetize, anaesthetize (อะเนซ' ธิไทซฺ) *vt.* **-tized, -tizing** ทำให้ชาหรือไม่เจ็บปวด **-anesthetist** *n.* **-anesthetization** *n.*
anew (อะนู', -นิว') *adv.* อีกครั้ง (-S. again)
angel (เอน' เจิล) *n.* เทพธิดา, นางฟ้า, คนดี
★**anger** (แอง' เกอรฺ) *n.* ความโกรธ, การอักเสบของแผล, ความเจ็บปวด *-v.* **-gered, -gering** *-vt.* ทำให้โกรธ *-vi.* โกรธ (-S. (n.) fury, rage)
angina (แอนไจ' นะ) *n.* อาการเจ็บหน้าอกเพราะเลือดไปเลี้ยงหัวใจน้อย **-anginal** *adj.*
★**angle**[1] (แอง' เกิล) *n.* มุมของเส้นสองเส้นมาตัดกัน, มุม (ตึก ห้อง), มุมมอง *-vt., vi.* **-gled, -gling** ทำให้เป็นมุม, กลับเป็นมุม, ให้มุมมอง (-S. (n.) corner, point of view)
angle[2] (แอง' เกิล) *vi.* **-gled, -gling** ตกปลา, ใช้เล่ห์กลหลอกล่อ **-angler** *n.* (-S. fish, try)
Anglican (แอง' กลิเคิน) *n.* ศาสนิกชนของนิกายเชิร์ชออฟอิงแลนด์ *-adj.* เกี่ยวกับนิกายดังกล่าว
anglicize (แอง' กลิไซซฺ) *v.* **-cized, -cizing** *-vt.* ทำให้เป็นอังกฤษ *-vi.* กลายเป็นแบบอังกฤษ **-anglicization** *n.*
angling (แอง' กลิง) *n.* การตกปลาด้วยเบ็ด
Anglo, anglo (แอง' โกล) *n., pl.* **-glos** ชาวอเมริกันผิวขาว
Anglo- คำอุปสรรค หมายถึง อังกฤษ
Anglo-American (แอง' โกลอะเมอ' ริเคิน) *n.* คนอเมริกันที่มีเชื้อสายชาวอังกฤษ *-adj.* เกี่ยวกับประเทศอังกฤษและสหรัฐอเมริกา
Anglophile, Anglophil (แอง' กละไฟล์, -ฟิล) *n.* ผู้ที่นิยมชมชอบความเป็นอังกฤษ **-Anglophilia** *n.*
Anglophobe, anglophobe (แอง' กละโฟบ) *n.* คนที่เกลียดกลัวความเป็นอังกฤษ **-Anglophobia, anglophobia** *n.*
Anglo-Saxon (แอง' โกลแซค' เซิน) *n.* ชนชาว Germanic ที่อพยพมาเกาะอังกฤษในสมัยศตวรรษที่ 5-6, ผู้ที่มีเชื้อสายชาวอังกฤษ *-adj.* ซึ่งเกี่ยวกับชนชาติดังกล่าว
★**angry** (แอง' กรี) *adj.* **-grier, -griest** โกรธ, เกรี้ยวกราด, แปรปรวน, เจ็บปวด **-angrily** *adv.* **-angriness** *n.* (-S. furious, mad -A. happy)
angstrom (แอง' สเตริม) *n.* หน่วยอังสตรอม, หน่วยวัดความยาวมีค่าเท่ากับ 10^{-8} เซนติเมตร
anguish (แอง' กวิช) *n.* ความเจ็บปวด, ความ

ทรมานใจ **-anguished** *adj.* (**-S.** pain)
angular (แองʹ กิวเลอร์) *adj.* เป็นมุม, ซึ่งมีมุม, ซึ่งวัดเป็นมุม, ผอมซูบ, งุ่มง่าม **-angularity** *n.* **-angularly** *adv.* (**-S.** bony, cornered)
angulate (*adj.* แองʹ กิวลิท, *v.* -เลท) *adj.* ซึ่งมีมุม *-vt., vi.* **-lated, -lating** ทำเป็นมุม, เป็นมุม
★**animal** (แอนʹ นะเมิล) *n.* สัตว์, สัตว์ที่ยกเว้นมนุษย์, สัตว์เลี้ยงลูกด้วยนม, คนที่ทำตัวเหมือนสัตว์ *-adj.* เกี่ยวกับสัตว์, ทำจากสัตว์ (**-S.** (n.) beast (adj.) animalistic, bodily)
animalcule (แอนนะแมลʹ คิวล์) *n., pl.* **-cules/-cula** สิ่งมีชีวิตที่เล็กจนมองด้วยตาเปล่าไม่เห็น
animal-free (แอนʹ นะเมิลฟรี) *adj.* ซึ่งไม่ใช้สัตว์หรือมีส่วนผสมของผลิตภัณฑ์จากสัตว์
animal husbandry สัตวบาล, วิชาสัตวบาล
animalism (แอนʹ นะมะลิเซิม) *n.* ความกระปรี้กระเปร่า, ความเป็นสัตว์, ลัทธิที่เชื่อว่ามนุษย์ก็เหมือนกับสัตว์ **-animalistic** *adj.*
animal kingdom อาณาจักรสัตว์
animal rights สิทธิ์ของสัตว์ที่จะอยู่โดยปราศจากการทารุณและคุกคามจากมนุษย์
animate (*v.* แอนʹ นะเมท, *adj.* -มิท) *vt.* **-mated, -mating** ให้ชีวิต, เติมวิญญาณให้กับ, สร้างให้มีชีวิต, กระตุ้น, สร้างภาพให้เคลื่อนไหวได้ *-adj.* ซึ่งมีชีวิต, เกี่ยวกับชีวิตสัตว์ **-animated** *adj.* **-animateness** *n.* (**-S.** (v.) enliven)
animated cartoon การ์ตูนที่ทำให้เคลื่อนไหวมีชีวิตชีวาเหมือนมีชีวิตจริง
animation (แอนนะเมʹ ชัน) *n.* ความตื่นเต้นเร้าใจ, ภาพยนตร์การ์ตูนที่เคลื่อนไหวเหมือนจริง, ความมีชีวิตชีวา (**-S.** excitement)
animosity (แอนนะมอซʹ ซิที) *n., pl.* **-ties** ความเป็นศัตรู, ความเกลียดชัง (**-S.** enmity, malice)
animus (แอนʹ นะเมิซ) *n.* ความเกลียดชัง
anion (แอนʹ ไอเอิน) *n.* ไอออนที่มีประจุไฟฟ้าลบ
★**ankle** (แองʹ เคิล) *n.* ข้อเท้า
anklet (แองʹ คลิท) *n.* กำไลข้อเท้า, ถุงเท้าหุ้มข้อ
annals (แอนʹ เนิลซ์) *n. pl.* บันทึกประจำปี
anneal (อะนีลʹ) *vt.* **-nealed, -nealing** เผาไฟ (ในเตาเผาอิฐ), เผา (แก้ว โลหะ อิฐ)
annex, annexe (แอนʹ เนคซ์, -นิคซ์) *vt.* **-nexed, -nexing** เพิ่ม, ผนวก *-n.* อาคารที่สร้างเสริมขึ้นมา **-annexation** *n.*
annexe (แอนʹ นิคซ์) *n.* ดู annex
annihilate (อะไนʹ อะเลท) *vt.* **-lated, -lating** ทำลายอย่างราบคาบ **-annihilation** *n.*
anniversary (แอนนะเวอร์ʹ ซะรี) *n., pl.* **-ries** การครบรอบปีของเหตุการณ์สำคัญๆ
anno Domini (แอนʹ โน ดอมʹ มะไน, -นี) *adv.* ในปีคริสต์ศักราช ย่อว่า AD, A.D.

> ใช้ **AD** หรือ **A.D.** ก่อนตัวเลข เช่น He died in AD 35/A.D. 35.

annotate (แอนʹ โนเทท) *vt., vi.* **-tated, -tating** อธิบายเพิ่มเติม, ทำหมายเหตุอธิบาย **-annotation** *n.* (**-S.** explain, explicate)
★**announce** (อะเนานซ์ʹ) *vt., vi.* **-nounced, -nouncing** แจ้งให้ทราบโดยทั่วกัน, ประกาศ **-announcement** *n.* (**-S.** declare, report)
announcer (อะเนานʹ เซอร์) *n.* ผู้ประกาศข่าว, โฆษก, ผู้แถลงการณ์ (**-S.** reporter)
★**annoy** (อะนอยʹ) *v.* **-noyed, -noying** *-vt.* ก่อกวน, ทำความรำคาญ *-vi.* รำคาญ **-annoyer** *n.* (**-S.** bother, irritate **-A.** please)
★**annoyance** (อะนอยʹ เอินซ์) *n.* การก่อกวน, ความรำคาญ, ความปั่นป่วน, ตัวก่อกวน (**-S.** irritation, nuisance)
★**annoying** (อะนอยʹ อิง) *adj.* น่ารำคาญ, ช่างกวนใจ **-annoyingly** *adv.*
annual (แอนʹ นวล) *adj.* ประจำปี, รายปี, ทุกปี, ปีละครั้ง *-n.* หนังสือประจำปี, พืชที่มีอายุเพียงปีเดียว **-annually** *adv.* (**-S.** (adj.) yearly)
annul (อะนัลʹ) *vt.* **-nulled, -nulling** ยุติ, จบสิ้น, ทำลายสิ้น **-annulment** *n.* (**-S.** abolish, revoke)
annunciate (อะนันʹ ซีเอท) *vt.* **-ated, -ating** ประกาศ **-annunciation** *n.* (**-S.** announce)
anode (แอนʹ โนด) *n.* ขั้วไฟฟ้าบวกในการแยกสารด้วยไฟฟ้า **-anodal, anodic** *adj.*
anoint (อะนอยน์ทʹ) *vt.* **anointed, anointing** เจิมน้ำมัน, ชโลมน้ำมัน (ในพิธีศาสนา) **-anointer** *n.* **-anointment** *n.* (**-S.** oil, smear)
anomaly (อะนอมʹ มะลี) *n., pl.* **-lies** ความผิดปกติ, สิ่งที่แปลกประหลาด (**-S.** oddity)
anon[1] ย่อจาก anonymous นิรนาม
anon[2] (อะนอนʹ) *adv.* ในไม่ช้า, ทันที (**-S.** soon)
anonymous (อะนอนʹ นะเมิซ) *adj.* นิรนาม **-anonymously** *adv.* **-anonymity** *n.* (**-S.** nameless, unknown)
anorak (แอนʹ นะแรค) *n.* เสื้อคลุมขนสัตว์หรือเสื้อกันหนาวแบบมีหมวกติด
anorexia (แอนนะเรคʹ เซีย) *n.* โรคที่ผู้ป่วยไม่ยอมกินอาหารจนผอมแห้ง, โรคกลัวอ้วน
★**another** (อะนัธʹ เธอร์) *adj.* อีกหนึ่ง, อื่น,

A B C D E F G H I J K L M N O P Q R S T U V W X Y Z

คล้ายคลึงกัน *-pron.* อีกสิ่งหนึ่ง, อีกคนหนึ่ง, อีกตัวหนึ่ง, (สิ่ง คน ตัว) อื่น

★**answer** (แอน' เซอร์) *n.* คำตอบ, การตอบคำถาม, การตอบโต้ *-vt., vi.* **-swered, -swering** ตอบ, ตอบโต้, ตอบรับ, สนองตอบ **-answerable** *adj.* **-answerably** *adv.* (-S. (n., v.) reply, response -A. (n.) inquiry, question)

answering machine เครื่องตอบรับโทรศัพท์และบันทึกข้อความที่ต้องการฝากเอาไว้ได้

ant (แอนท์) *n.* มด

ant- คำอุปสรรค หมายถึง ต่อต้าน

antacid (แอนแทซ' ซิด) *n.* ยาลดกรดในกระเพาะอาหาร *-adj.* ซึ่งทำปฏิกิริยากับกรด

antagonism (แอนแทก' กะนิเซิม) *n.* ความเป็นศัตรู, สภาวะที่เป็นศัตรูกัน (-S. enmity)

antagonist (แอนแทก' กะนิซท์) *n.* ศัตรู, คู่อริ, ฝ่ายตรงข้าม, ตัวร้าย, ตัวอิจฉา **-antagonistic** *adj.* **-antagonistically** *adv.* (-S. foe)

antagonize (แอนแทก' กะไนซ์) *vt.* **-nized, -nizing** เป็นศัตรู, ต่อต้าน, อยู่ฝ่ายตรงข้าม

Antarctica (แอนทาร์ค' ทิคะ, -ทาร์' ทิ-) ทวีปแอนตาร์กติกา ซึ่งอยู่ขั้วโลกใต้ **-Antarctic** *adj.*

ant bear ตัวกินมด

ante (แอน' ที) *n.* เงินเดิมพัน, (ภาษาพูด) จำนวนเงินที่ลงหุ้น

ante- คำอุปสรรค หมายถึง ก่อน

anteater (แอนท์ อีเทอร์) *n.* ตัวกินมด

antebellum (แอนทีเบล' เลิม) *adj.* ก่อนสงคราม

antecede (แอนทิซีด') *vt.* **-ceded, -ceding** นำไปก่อน, ไปล่วงหน้า, เกิดขึ้นก่อน

antecedent (แอนทิซีด' เดินท์) *n.* เหตุการณ์ที่เกิดก่อน *-adj.* ก่อน, แต่ก่อน **-antecedents** บรรพบุรุษ **-antecedence** *n.* **-antecedently** *adv.* (-S. (adj.) previous, prior)

antedate (แอน' ทิเดท) *vt.* **-dated, -dating** ลงวันที่ล่วงหน้า, เกิดขึ้นก่อน, กระทำก่อน

antediluvian (แอนทิดะลู' เวียน) *adj.* เก่าแก่

antelope (แอน' เทิลโลพ) *n., pl.* **-lope/-lopes** ละมั่ง, หนังละมั่ง

ante meridiem (เวลา) ก่อนเที่ยงวัน ย่อว่า AM, A.M., am, a.m.

antenna (แอนเทน' นะ) *n., pl.* **-tennae** (-เทน' นี) หนวด (แมลงหรือสัตว์ทะเล), เสาอากาศ

anterior (แอนเทีย' เรียร์) *adj.* ข้างหน้า, เบื้องหน้า, ก่อน, ล่วงหน้า **-anteriorly** *adv.*

anteroom (แอน' ทีรูม) *n.* ห้องพักรับแขกด้านนอกที่เปิดเข้าสู่ห้องใหญ่

anthem (แอน' เธิม) *n.* เพลงชาติ, เพลงสรรเสริญ (-S. chant, song of praise)

anther (แอน' เธอร์) *n.* อับละอองเรณูที่บรรจุเกสรตัวผู้ไว้ภายใน

anthology (แอนธอล' ละจี) *n., pl.* **-gies** ชุดรวมบทกวีหรือบทความของนักกวีหรือนักเขียนหลายคน **-anthologist** *n.* **-anthologize** *v.*

anthrax (แอน' แธรคซ์) *n.* โรคแอนแทรกซ์ ซึ่งเกิดในพวกวัว แกะ ทำให้เกิดแผลตามผิวหนัง

anthropoid, anthropoidal (แอน' ธระพอยด์, -พอย' เดิล) *adj.* คล้ายมนุษย์หรือวานร

anthropology (แอนธระพอล' ละจี) *n.* วิชามานุษยวิทยาซึ่งศึกษาต้นกำเนิดและวิวัฒนาการของมนุษย์ **-anthropologic, anthropological** *adj.* **-anthropologist** *n.*

anti (แอน' ไท, -ที) *n., pl.* **-tis** (ภาษาพูด) ผู้ต่อต้าน *-adj.* (ภาษาพูด) ซึ่งต่อต้าน

anti- คำอุปสรรค หมายถึง ต่อต้าน, ตรงกันข้าม

antiaircraft (แอนไทแอร์ แครฟท์, แอนที-) *adj.* ซึ่งใช้ต่อสู้ทางอากาศ *-n.* เครื่องบินรบ

antibacterial (แอนไทแบคที' เรียล, แอนที-) *adj.* ซึ่งยับยั้งการเจริญเติบโตของเชื้อแบคทีเรีย

anti-ballistic missile จรวดต่อต้านขีปนาวุธ ย่อว่า ABM

antibiotic (แอนทิไบออท' ทิค, แอนไท-) *n.* สารหรือยาปฏิชีวนะที่ใช้ต่อต้านเชื้อโรค

antibody (แอน' ทิบอดี, แอน' ไท-) *n.* โปรตีนในร่างกายที่สร้างขึ้นเพื่อต่อต้านเชื้อโรคที่เข้าสู่ร่างกาย, สารแอนติบอดี

antic (แอน' ทิค) *n.* ท่าทางแปลกประหลาด, พฤติกรรมที่ตลก **-antic** *adj.* **-antically** *adv.*

anticipate (แอนทิซ' ซะเพท) *vt.* **-pated, -pating** คาดการณ์, คาดคะเน, หวัง, ทำล่วงหน้า **-anticipation** *n.* **-anticipatory** *adj.* **-anticipator** *n.* (-S. expect, forecast)

anticlimax (แอนทีไคล' แมคซ์, แอนไท-) *n.* การหักมุม, การเปลี่ยนจากเรื่องที่สำคัญมาเป็นเรื่องที่ไม่สำคัญ (-S. let-down)

anticlockwise (แอนทีคลอค' ไวซ์, แอนไท-) *adj., adv.* ซึ่งทวนเข็มนาฬิกา

antidote (แอน' ทิโดท) *n.* ยาหรือสารแก้พิษ, เซรุ่ม **-antidotal** *adj.* (-S. antitoxin)

antigen (แอน' ทิเจิน) *n.* สารที่เข้าสู่ร่างกายแล้วกระตุ้นให้ร่างกายสร้างแอนติบอดีขึ้นมาต่อต้าน, สารแอนติเจน **-antigenic** *adj.*

antihero, anti-hero (แอน' ทีเฮียโร, แอน'

ไท-) *n., pl.* **-roes** (ละคร) ตัวร้าย ตัวโกง
antihistamine (แอนทีฮิซ' ทะมีน) *n.* ยาสังเคราะห์ที่ใช้บรรเทาอาการแพ้ต่างๆ
anti-lock braking system ดู ABS
antimony (แอน' ทะโมนี) *n.* ธาตุพลวง มีสัญลักษณ์ Sb
antinuclear (แอนทีนู' เคลียร์, -นิว'-) *adj.* ซึ่งต่อต้านการผลิตพลังงานหรืออาวุธนิวเคลียร์
antipathy (แอนทิพ' พะธี) *n., pl.* **-thies** ความเกลียดชัง, ความไม่ชอบ, ความเป็นปรปักษ์ **-antipathetic, antipathetical** *adj.*
antipode (แอน' ทิโพด) *n.* สิ่งที่อยู่ตรงข้ามกัน
antipodes (แอนทิพ' พะดีซ) *n.* สถานที่ซึ่งห่างกันคนละฟากโลก, สิ่งตรงกันข้าม
antiquate (แอน' ทิเควท) *vt.* **-quated, -quating** ทำให้ดูเก่า **-antiquation** *n.*
antique (แอนทีค') *adj.* โบราณ, ยุคเก่า *-n.* ของเก่า (ที่มีค่า) *-v.* **-tiqued, -tiquing** *-vt.* ทำให้ดูเก่าแก่ *-vi.* หาซื้อของเก่า (-S. (adj.) old)
antiquity (แอนทิค' ควิที) *n., pl.* **-ties** สมัยโบราณ, ยุคเก่า, คนหรือของโบราณ, ความเก่าแก่
anti-Semite (แอนทีเซม' ไมท์, แอนไท-) *n.* ผู้ที่ต่อต้านยิว **-anti-Semitism** *n.*
antiseptic (แอนทิเซพ' ทิค) *n.* ยาฆ่าเชื้อโรค *-adj.* ซึ่งฆ่าเชื้อโรค, เกี่ยวกับการผลิตยาฆ่าเชื้อโรค, ปลอดเชื้อโรค **-antiseptically** *adv.* **-antisepsis** *n.*
antismoking (แอนทีสโม' คิง, แอนไท-) *adj.* ซึ่งต่อต้านการสูบบุหรี่
antisocial (แอนทีโซ' เชิล, แอนไท-) *adj.* ไม่เข้าสังคม, ซึ่งขัดกับกฎเกณฑ์ของสังคม
antithesis (แอนทิธ' ธิซิซ) *n., pl.* **-ses** (-ซีซ) สิ่งที่ตรงกันข้าม, สิ่งที่คัดค้านกัน, ประโยคที่มีความหมายขัดแย้งกัน **-antithetical** *adj.*
antitoxin (แอนทีทอค' ซิน) *n.* ยาแก้หรือต้านพิษ
antitussive (แอนทีทัซ' ซิฟว์, -ไท-) *adj.* ซึ่งบรรเทาอาการไอ *-n.* ยาแก้ไอ
antler (แอนท์' เลอร์) *n.* เขากวาง

antler

antonomasia (แอนทะนะเม' ฌะ) *n.* การตั้งฉายา
antonym (แอน' ทะนิม) *n.* คำที่มีความหมายตรงกันข้าม **-antonymous** *adj.*
anus (เอ' เนิซ) *n., pl.* **anuses** ทวารหนัก
anvil (แอน' วิล) *n.* ทั่งตีเหล็ก
★**anxiety** (แองไซ' อิที) *n., pl.* **-ties** ความตื่นเต้นกระวนกระวาย, ความวิตกกังวล, ความปรารถนาอย่างแรงกล้า (-S. worry -A. calmness)
★**anxious** (แองค์' เชิซ, แอง'-) *adj.* กระวนกระวายใจ, วิตกกังวล **-anxiously** *adv.* **-anxiousness** *n.* (-S. uneasy, worried)
★**any** (เอน' นี) *adj.* ไหนๆ, ใดๆ *-adv.* เลย *-pron.* (สิ่ง คน ตัว) ไหน (ก็ได้), จำนวน, ปริมาณ
★**anybody** (เอน' นีบอดดี, -บัดดี) *pron.* ใครก็ตาม, ใครก็ได้ *-n.* บุคคลสำคัญ
★**anyhow** (เอน' นีเฮา) *adv.* อย่างไรก็ตาม, อย่างไรก็ดี, กระนั้น (-S. anyway)
anymore (เอนนีมอร์', -โมร์') *adv.* อีกต่อไป, อีกเลย
★**anyone** (เอน' นีวัน, -เวิน) *pron.* ใครก็ตาม, คนใดคนหนึ่ง
anyplace (เอน' นีเพลซ) *adv.* ที่ไหนๆ, ที่ไหนก็ตาม
★**anything** (เอน' นีธิง) *pron.* สิ่งใดก็ตาม, สิ่งใดๆ
anytime (แอน' นีไทม์) *adv.* เวลาใดก็ตาม
★**anyway** (เอน' นีเว) *adv.* อย่างไรก็ดี, ถึงกระนั้น (-S. anyhow, nevertheless)
★**anywhere** (เอน' นีแวร์) *adv.* ที่ใดก็ตาม
anywise (เอน' นีไวซ) *adv.* ในทางใดทางหนึ่ง, ด้วยวิธีใดๆ
Anzac (แอน' แซค) ย่อจาก Australian and New Zealand Army Corps นายทหารจากออสเตรเลียหรือนิวซีแลนด์
ao dai (เอา' ได) *n., pl.* **ao dais** ชุดประจำชาติของสตรีชาวเวียดนาม
A-OK, A-Okay (เอ' โอเค') *adj.* (ภาษาพูด) วิเศษ ยอดเยี่ยม ดีมาก
aorta (เอออร์' ทะ) *n., pl.* **-tas/-tae** (-ที) เส้นเลือดแดงใหญ่ในร่างกาย นำเลือดที่ผ่านการฟอกแล้วไปเลี้ยงส่วนต่างๆ ของร่างกาย
apace (อะเพซ') *adv.* อย่างเร็ว (-S. swiftly)
apache (อะแพช', อาพาช') *n., pl.* **apaches** (อะแพช', อาพาช') *n.* นักเลงอันธพาลในกรุงปารีส ประเทศฝรั่งเศส, นักเลงหัวไม้
★**apart** (อะพาร์ท') *adv., adj.* แยกจากกัน, แยกเป็นชิ้นๆ, ห่างกัน, ต่างหาก **-apart from** นอกจาก **-tell apart** บอกความแตกต่าง
apartheid (อะพาร์ท' ไฮท์, -เฮท) *n.* นโยบายเกี่ยวกับการแบ่งแยกสีผิวในแอฟริกาใต้
★**apartment** (อะพาร์ท' เมินท์) *n.* ห้องหรือห้องชุดที่ทำเป็นที่พักอาศัย, อพาร์ตเมนต์
apartment house, apartment building อาคารที่พักอาศัย, ตึกอพาร์ตเมนต์ (-S. flat)

A B C D E F G H I J K L M N O P Q R S T U V W X Y Z

A B C D E F G H I J K L M N O P Q R S T U V W X Y Z

apartment กับ **flat** มีความหมายเหมือนกันแต่ **apartment** นิยมใช้ในภาษาอังกฤษแบบอเมริกัน ส่วน **flat** ใช้ในภาษาอังกฤษแบบอังกฤษ เช่น I live in a small apartment/flat.

apathy (แอพ' พะธี) *n.* ความไม่สนใจใยดี, การขาดความเอาใจใส่, การไม่ใส่ใจ **-apathetic** *adj.* **-apathetically** *adv.* (**-S.** unconcern)
ape (เอพ) *n.* วานร, ลิงโลกเก่าที่ไม่มีหาง ตัวใหญ่ เช่น กอริลลา ชิมแปนซี เป็นต้น, การลอกเลียน, คนซุ่มซ่าม *-vt.* **aped, aping** ลอกเลียน, เลียนแบบ **-go ape** (คำสแลง) เสียสติ
ape-man (เอพ' แมน) *n., pl.* **-men** (-เมน) มนุษย์วานร ซึ่งสูญพันธุ์ไปแล้ว
aperient (อะเพีย' เรียนท์) *adj.* ซึ่งระบายท้อง
apéritif (อาเพอริทีฟ') *n.* เครื่องดื่มแอลกอฮอล์ที่ดื่มเพื่อช่วยให้เจริญอาหาร
aperture (แอพ' เพอร์เชอร์) *n.* ช่องเปิด, รูเปิด
apery (เอพ' เพอรี) *n., pl.* **-eries** การเลียนแบบ
apex (เอ' เพคซ์) *n., pl.* **apexes/apices** (เอ' พิซีซ) จุดสูงสุด, จุดสุดยอด (**-S.** peak)
aphid (เอ' ฟิด, แอฟ' ฟิด) *n.* แมลงจำพวกที่ดูดน้ำเลี้ยงจากพืช, เพลี้ย **-aphidian** *adj., n.*
aphorism (แอฟ' ฟะริซึม) *n.* คติเตือนใจ
aphrodisiac (แอฟฟระดิซ' ซีแอค) *n.* อาหารหรือยาที่กระตุ้นความต้องการทางเพศ
apiary (เอ' เพียรี) *n., pl.* **-aries** สถานที่เลี้ยงผึ้ง
apiculture (เอ' พิคัลเชอร์) *n.* การเลี้ยงผึ้ง **-apicultural** *adj.* **-apiculturist** *n.*
apiece (อะพีซ') *adv.* แต่ละ, อันละ
apish (เอ' พิช) *adj.* เหมือนลิง, ซึ่งเลียนแบบ, งี่เง่า, ซุกซน **-apishly** *adv.* **-apishness** *n.*
aplenty (อะเพลน' ที) *adj., adv.* อุดมสมบูรณ์
aplomb (อะพลอม', -พลัม') *n.* ความเป็นตัวของตัวเอง, ความมั่นใจในตัวเอง
apocopate (อะพอค' คะเพท) *vt.* **-pated, -pating** ทำให้คำสั้นลงโดยการละเสียงท้ายคำ
apod (แอพ' เพิด) *adj.* ซึ่งไม่มีขา
apogee (แอพ' พะจี) *n.* จุดที่ดวงจันทร์หรือดาวเทียมอยู่ห่างโลกมากที่สุด, จุดที่สูงที่สุด
apolitical (เอพะลิท' ทิเคิล) *adj.* ซึ่งไม่ยุ่งเกี่ยวหรือไม่สนใจการเมือง **-apolitically** *adv.*
apologetic, apological (อะพอลละเจท' ทิค, -ทิเคิล) *adj.* ซึ่งขอโทษ, ซึ่งขออภัย, ซึ่งเสียใจ **-apologetically** *adv.* (**-S.** regretful, sorry)
★**apology** (อะพอล' ละจี) *n., pl.* **-gies** คำขอโทษ, การขออภัย **-apologize** *v.* (**-S.** excuse)
apoplexy (แอพ' พะเพลคซี) *n.* โรคอัมพฤกษ์อัมพาตเพราะเส้นเลือดในสมองแตก
apostle (อะพอซ' เซิล) *n.* หนึ่งในสาวกสิบสองคนที่พระเยซูได้เลือกให้เป็นผู้ช่วยเผยแผ่ศาสนา, ผู้เผยแพร่อุดมการณ์ **-apostleship** *n.*
apostrophe (อะพอซ' ทระฟี) *n.* เครื่องหมาย ' ซึ่งใช้ในการละคำ หรือใช้แสดงความเป็นเจ้าของในไวยากรณ์อังกฤษ เช่น 12 o'clock, Jane's house เป็นต้น **-apostrophic** *adj.*
apothecary (อะพอธ' ธิเคอรี) *n., pl.* **-ries** เภสัชกร, ผู้ปรุงยา (**-S.** pharmacist)
appall (อะพอล') *vt.* **-palled, -palling** ตื่นตระหนก, ตกใจกลัว **-appalling** *adj.* **-appallingly** *adv.* (**-S.** horrify, shock **-A.** please)
apparat (แอพ' พะแรท) *n.* องค์กรของรัฐ
★**apparatus** (แอพพะเร' เทิซ, -แรท' เทิซ) *n., pl.* **-tus/-tuses** ชุดอุปกรณ์, องค์กรลับ
apparel (อะแพ' เริล) *n.* เสื้อผ้า, เสื้อนอก *-vt.* **-eled, -eling** แต่งชุด, สวมเสื้อผ้า
★**apparent** (อะแพ' เรินท์) *adj.* แจ่มชัด, (เข้าใจ) แจ่มแจ้ง, ราวกับเป็นจริง **-apparently** *adv.* (**-S.** clear, obvious, seeming)
apparition (แอพพะริช' ชัน) *n.* ภูตผี, วิญญาณ
★**appeal** (อะพีล') *n.* คำอ้อนวอน, คำขอร้อง, การดึงดูดใจ, การอุทธรณ์ *-v.* **-pealed, -pealing** *-vi.* อ้อนวอน, ขอร้อง, ดึงดูดใจ *-vt.* อุทธรณ์ **-appealable** *adj.* **-appealer** *n.* **-appealingly** *adv.* (**-S.** (n.) charm, plea)
★**appear** (อะเพียร์') *vi.* **-peared, -pearing** ปรากฏ, เผยให้เห็น, ดูเหมือนว่า, แสดงตัว (**-S.** emerge, seem **-A.** disappear)
★**appearance** (อะเพีย' เรินซ์) *n.* การปรากฏตัว, การเผยโฉม, การแสดงตัว, การแต่งกาย, ลักษณะภายนอก, การแสดงออก (**-S.** look, presence **-A.** disappearance)
appease (อะพีซ') *vt.* **-peased, -peasing** ทำให้ (จิตใจ) สงบลง, ปลอบประโลม, ทำให้ยอมจำนน **-appeasable** *adj.* **-appeasment** *n.*
appellant (อะเพล' เลินท์) *adj.* เกี่ยวกับการอุทธรณ์ *-n.* ผู้ขออุทธรณ์
appellation (แอพพะเล' ชัน) *n.* ชื่อ, นาม, ตำแหน่ง **-appellative** *adj.* (**-S.** title, name)
append (อะเพนด์') *vt.* **-pended, -pending** เพิ่ม, เสริม, ผนวก, ติด (**-S.** add, attach)
appendage (อะเพน' ดิจ) *n.* ส่วนที่เพิ่มเติม

หรือประกอบเข้าไป, รยางค์ เช่น แขน ขา
appendectomy (แอฺพเพินเดค' ทะมี) *n., pl.* **-mies** การผ่าตัดไส้ติ่ง
appendicitis (อะเพนดิไซ' ทิซ) *n.* ไส้ติ่งอักเสบ
appendix (อะเพน' ดิคซ) *n., pl.* **-dixes/-dices** (-ดิซีซ) ภาคผนวกท้ายเล่ม, ไส้ติ่ง
appertain (แอพเพอร์เทน') *vi.* **-tained, -taining** เป็นส่วนหนึ่งของ (-S. belong to)
appetite (แอพ' พิไททฺ) *n.* ความอยากอาหาร, ความปรารถนาอย่างแรงกล้า, แรงกระตุ้น
appetizer (แอพ' พิไทเซอรฺ) *n.* อาหารหรือเครื่องดื่มที่ทำให้เจริญอาหาร
appetizing (แอพ' พิไทซิง) *adj.* เจริญอาหาร
applaud (อะพลอด') *vt., vi.* **-plauded, -plauding** แสดงความยินดีโดยการตบมือ, ชื่นชม **-applaudable** *adj.* **-applaudably** *adv.* **-applause** *n.* (-S. praise -A. condemn)
★**apple** (แอพ' เพิล) *n.* แอปเปิล **-the apple of one's eye** เป็นผู้ที่มีค่ายิ่งสำหรับใครบางคน
applejack (แอพ' เพิลแจค) *n.* บรั่นดีที่กลั่นจากน้ำแอปเปิล
apple of discord สาเหตุแห่งการแตกแยก
apple-pie order เป็นระเบียบ
apple polisher (คำสแลง) คนช่างประจบ
applesauce (แอพ' เพิลซอซ) *n.* ขนมหวานที่ทำจากเนื้อแอปเปิลที่บดละเอียดผสมน้ำ
appliance (อะไพล' เอินซ) *n.* อุปกรณ์เครื่องใช้ในครัวเรือน (-S. apparatus, device)
applicable (แอพ' พลิคะเบิล) *adj.* สะดวกใช้, เหมาะสม **-applicably** *adv.* **-applicability** *n.* (-S. suitable -A. inapplicable)
★**applicant** (แอพ' พลิเคินทฺ) *n.* ผู้สมัคร, ผู้ยื่นคำขอ (-S. candidate)
★**application** (แอพพลิเค' ชัน) *n.* การสมัคร, ใบยื่นคำขอ, ใบสมัคร, ความเอาใจใส่
applicative (แอพ' พลิเคทิฟว) *adj.* ซึ่งสามารถประยุกต์ใช้ได้, ซึ่งใช้การได้สะดวก
applicatory (แอพ' พลิคะทอรี) *adj.* ซึ่งสามารถประยุกต์ใช้ได้, ซึ่งสะดวกใช้
applied (อะไพลดฺ) *adj.* ประยุกต์
★**apply** (อะไพล') *vt., vi.* **-plied, -plying** นำมาใช้กับ, ประยุกต์กับ, อุทิศ, หา (งาน), สมัคร, ขอ **-applier** *n.* (-S. employ, use)
★**appoint** (อะพอยนทฺ') *vt.* **-pointed, -pointing** นัดหมาย, แต่งตั้ง, ตกแต่ง, ประดับ (-S. assign)
★**appointment** (อะพอยนทฺ' เมินทฺ) *n.* การนัดหมาย, การแต่งตั้ง, ตำแหน่งที่แต่งตั้งขึ้น, การตกแต่ง, การติดตั้ง **-break an appointment** ผิดนัด **-keep an appointment** มาตามนัด (-S. arrangement, date, nomination, position)
apportion (อะพอรฺ' ชัน) *vt.* **-tioned, -tioning** แบ่งปัน **-apportionment** *n.* (-S. allot)
appose (แอโพซ') *vt.* **-posed, -posing** วางหรือจัดไว้เคียงข้างกัน
apposite (แอพ' พะซิท) *adj.* เหมาะสม **-appositely** *adv.* **-appositeness** *n.*
apposition (แอพพะซิช' ชัน) *n.* การวางเคียงข้างกัน, ตำแหน่งที่อยู่เคียงข้างกัน, ตำแหน่งของคำซึ่งทำหน้าที่ขยายความ **-appositional** *adj.*
appraise (อะเพรซ') *vt.* **-praised, -praising** ประเมิน, ตีค่า **-appraisable** *adj.* **-appraisement** *n.* **-appraisal** *n.* (-S. evaluate)
appreciable (อะพรี' ชะเบิล) *adj.* ซึ่งรู้สึกได้, ซึ่งประมาณค่าได้ **-appreciably** *adv.*
★**appreciate** (อะพรี' ชีเอท) *v.* **-ated, -ating** *-vt.* เห็นคุณค่า, ชื่นชม, ซาบซึ้ง *-vi.* เพิ่มค่า, มีมูลค่าสูงขึ้น **-appreciation** *n.* (-S. value)
appreciative (อะพรี' ชะทิฟว, -ชีเอทิฟว) *adj.* ซาบซึ้ง, ซึ่งรู้คุณค่า **-appreciatively** *adv.*
apprehend (แอพพริเฮนดฺ') *v.* **-hended, -hending** *-vt.* จับกุม, เข้าใจ, รับรู้, หวั่นวิตก *-vi.* เข้าใจ **-apprehension** *n.* **-apprehensible** *adj.* (-S. perceive, seize, understand)
apprehensive (แอพพริเฮน' ซิฟว) *adj.* วิตก, หวั่นเกรง, ซึ่งเข้าใจได้ **-apprehensively** *adv.*
apprentice (อะเพรน' ทิซ) *n.* นักเรียนฝึกหัด, เด็กฝึกงาน *-vt.* **-ticed, -ticing** ฝึกหัด, ฝึกงาน
apprise (อะไพรซฺ') *vt.* **-prised, -prising** แจ้งให้ทราบ, รายงาน (-S. inform)
apprize (อะไพรซ') *vt.* **-prized, -prizing** ตีค่า
★**approach** (อะโพรช') *n.* การเข้าใกล้, ทางเข้า, วิธีการ *-v.* **-proached, -proaching** *-vi.* เข้ามาใกล้ *-vt.* เข้าหา, เข้าใกล้กับ, ทาบทาม **-approachable** *adj.* **-approachability** *n.* (-S. (v.) come near -A. (v.) go away)
approbate (แอพ' พระเบท) *vt.* **-bated, -bating** เห็นด้วย, อนุมัติ **-approbation** *n.*
★**appropriate** (อะโพร' พรีอิท) *adj.* เหมาะสม, สมควร *-vt.* **-ated, -ating** นำมาใช้ประโยชน์ส่วนตน, ใช้สำหรับวัตถุประสงค์เฉพาะอย่าง **-appropriable** *adj.* **-appropriately** *adv.* **-appropriateness** *n.* **-appropriation** *n.*
★**approval** (อะพรู' เวิล) *n.* การอนุมัติ, การเห็นด้วย, การชื่นชม (-S. permission, praise)

A B C D E F G H I J K L M N O P Q R S T U V W X Y Z

A B C D E F G H I J K L M N O P Q R S T U V W X Y Z

★**approve** (อะพรูฟว') *v.* **-proved, -proving** *-vt.* เห็นชอบด้วย *-vi.* เห็นสมควร, อนุมัติ **-approvingly** *adv.* **-approvable** *adj.* (-S. accept, authorize)

approx. ย่อจาก approximate, approximately โดยประมาณ

★**approximate** (*adj.* อะพรอค' ซะมิท, *v.* -เมท) *adj.* ใกล้เคียง, ประมาณ, คร่าวๆ *-vt., vi.* **-mated, -mating** ใกล้เคียง, คล้ายคลึง **-approximately** *adv.* **-approximation** *n.* (-S. (adj.) rough -A. (adj.) exact)

appurtenance (อะเพอร์' เทินเนินซ์) *n.* ส่วนประกอบ, เครื่องมือประกอบ, สิทธิพิเศษ

Apr. ย่อจาก April เดือนเมษายน

apricot (แอพ' พริคอท) *n.* ต้นหรือผลแอพริคอต ผลเล็กสีเหลืองคล้ายท้อ ใช้รับประทานได้

★**April** (เอ' เพริล) เดือนเมษายน

April Fool's Day วันที่ 1 เมษายน ซึ่งเป็นวันที่สามารถเล่นตลกล้อเลียนกันได้

★**apron** (เอ' เพริน) *n.* ผ้ากันเปื้อน, ที่บัง, หน้าเวที, ลานจอดเครื่องบิน **-tied to mother's apron strings** เกาะติดแจ, เป็นลูกแหง่

apropos (แอพพระโพ') *adv.* ในเวลาอันควร, อนึ่ง *-adj.* เหมาะสม, สมควร *-prep.* เกี่ยวกับ

apsis (แอพ' ซิซ) *n., pl.* **-sides** (-ซิดีซ) *n.* จุดใดๆ บนวงโคจรของดวงดาว, หน้ามุข

apt (แอพท์) *adj.* เหมาะสมอย่างยิ่ง, สมควร, มีแนวโน้ม, หัวไว, ฉลาดเฉียบแหลม **-aptly** *adv.* **-aptness** *n.* (-S. clever, likely, suitable)

apt. ย่อจาก apartment อพาร์ตเมนต์

apteryx (แอพ' ทะริคซ์) *n.* นกกีวี

aptitude (แอพ' ทิทูด, -ทิวด์) *n.* พรสวรรค์, เชาวน์ปัญญา, ความถนัด (-S. ability, gift)

aptitude test แบบทดสอบเชาวน์ปัญญา

aqua (แอค' ควะ) *n., pl.* **aquas/aquae** (-ควี) น้ำ, สารละลายที่มีน้ำ *-adj.* มีสีเขียวแกมน้ำเงิน

aqua-, aque- คำอุปสรรค หมายถึง น้ำ

aquacade (แอค' ควะเคด) *n.* การเต้นระบำประกอบเพลงใต้น้ำ, การแสดงใต้น้ำ

aquaculture (แอค' ควะคัลเชอร์) *n.* การเพาะพันธุ์สัตว์น้ำ **-aquaculturist** *n.*

aquamarine (แอคควะมะรีน') *n.* พลอยสีเขียวอมน้ำเงินใช้ทำเครื่องประดับ, สีเขียวอมน้ำเงิน

aquanaut (แอค' ควะนอท) *n.* นักประดาน้ำ

aquaplane (แอค' ควะเพลน) *n.* แผ่นกระดานสำหรับเล่นสกีทางน้ำ

aqua pura (แอค' ควะ พัว' ระ) *n.* น้ำบริสุทธิ์

aquarist (อะแคว' ริซท์) *n.* ผู้ที่นิยมเลี้ยงปลาเป็นงานอดิเรก, ผู้ดูแลพิพิธภัณฑ์สัตว์น้ำ

aquarium (อะแคว' เรียม) *n., pl.* **-iums/-ia** อ่างเลี้ยงปลา, ตู้ปลา

Aquarius (อะแคว' เรียซ) ราศีกุมภ์ ซึ่งเป็นราศีที่สิบเอ็ดในจักรราศี มีสัญลักษณ์เป็นคนแบกคนโท, ชื่อกลุ่มดาวกลุ่มหนึ่งทางซีกโลกใต้

aquarobics (แอคู' ควะโรบิคซ์) *n. pl.* การออกกำลังกายใต้น้ำ

aquatic (อะแควท' ทิค) *adj.* ซึ่งอาศัยอยู่ในน้ำหรือใกล้น้ำ, เกี่ยวกับน้ำ, ในน้ำ **-aquatically** *adv.*

aquavit (อา' ควะวีท) *n.* เครื่องดื่มแอลกอฮอล์ที่ทำจากเมล็ดธัญพืช

aqua vitae เครื่องดื่มแอลกอฮอล์รสแรง

aqueduct (แอค' ควิดัคท์) *n.* ท่อลำเลียงน้ำ, ทางระบายน้ำ (-S. channel, conduit)

aqueous (เอ' เควียซ, แอค'-) *adj.* เกี่ยวกับน้ำ, ซึ่งมีน้ำเป็นส่วนประกอบ, ซึ่งละลายน้ำได้, เป็นน้ำ

Arab (แอ' เริบ) *n.* ชาวอาหรับ, ม้าอาหรับ

Arabic (แอ' ระบิค) *adj.* ซึ่งเกี่ยวกับความเป็นอาหรับ *-n.* ภาษาอาหรับ

Arabic numeral เลขอารบิก ได้แก่ 1, 2, 3, 4, 5, 6, 7, 8, 9, 0

arable (แอ' ระเบิล) *adj.* เหมาะแก่การเพาะปลูก

arachnid (อะแรค' นิด) *n.* สัตว์จำพวกแมงทั้งหลายที่มีแปดขา เช่น แมงป่อง แมงมุม

arbiter (อาร์' บิเทอร์) *n.* ผู้ตัดสินชี้ขาด

arbitrage (อาร์' บิทราฌ) *n.* การค้าขายเก็งกำไร *-vi.* **-traged, -traging** ค้าขายเก็งกำไร

arbitrament (อาร์บิท' ทระเมินท์) *n.* การตัดสิน, คำตัดสิน, อำนาจในการตัดสิน

arbitrary (อาร์' บิเทรรี) *adj.* ตามอารมณ์, ตามใจชอบ, ซึ่งกฎหมายไม่ได้บังคับ **-arbitrariness** *n.* **-arbitrarily** *adv.* (-S. irrational, personal)

arbitrate (อาร์' บิเทรท) *vt., vi.* **-trated, -trating** ตัดสิน, เป็นผู้ตัดสิน **-arbitration** *n.* **-arbitrator** *n.* (-S. decide, judge)

arbor[1] (อาร์' เบอร์) *n.* ร่มไม้, ซุ้มไม้, สวน

arbor[2] (อาร์' เบอร์) *n.* ลำ, แท่ง, แกน

arbor[3] (อาร์' เบอร์) *n., pl.* **arbores** ไม้ยืนต้น

arboriculture (อาร์' เบอริคัลเชอร์) *n.* การเพาะปลูกไม้ยืนต้น **-arborist** *n.*

arc (อาร์ค) *n.* ส่วนโค้ง, ส่วนของวงกลม *-vt.* **arced, arcing** ทำให้โค้ง, เคลื่อนเป็นทางโค้ง

arcade (อาร์เคด') *n.* ทางเดินระหว่างร้านค้า ที่มีซุ้มหลังคาโค้งต่อกันไปตลอดแนว (-S. cloister)

arch[1] (อาร์ช) *adj.* สำคัญ, เอก, ฉลาด, เจ้าเล่ห์

arch² (อาร์ช) *vt., vi.* **arched, arching** ทำให้เป็นรูปโค้งงอ, โก่ง *-n.* ส่วนโค้ง

arch²

arch- คำอุปสรรค หมายถึง สำคัญ, หัวหน้า

archaeo-, archeo- คำอุปสรรค หมายถึง โบราณ, เก่าก่อน

archaeology, archeology (อาร์คีออล' ละจี) *n.* วิชาโบราณคดี **-archaeologic, archaeological** *adj.* **-archaeologist** *n.*

archaic (อาร์เค' อิค) *adj.* โบราณ, ซึ่งเลิกใช้แล้ว **-archaically** *adv.* (-S. old, out of date)

archangel (อาร์ค' เอนเจิล) *n.* หัวหน้าทูตสวรรค์, พืชที่ใช้ทำเครื่องหอมชนิดหนึ่ง

archbishop (อาร์ชบิช' เชิพ) *n.* หัวหน้าบิชอป

archdeacon (อาร์ชดี' เคิน) *n.* พระที่รองจากบิชอป **-archdeaconate** *n.*

archduke (อาร์ชดูค', -ดิวค์) *n.* เจ้าชายแห่งราชวงศ์ออสเตรีย **-archduchess** *n. fem.*

archeology (อาร์คีออล' ละจี) *n.* ดู archaeology

archer (อาร์' เชอร์) *n.* นักยิงธนู **-archery** *n.*

archetype (อาร์' คิไทพ์) *n.* ต้นแบบ

archipelago (อาร์คะเพล' ละโก) *n., pl.* **-goes/-gos** หมู่เกาะ, ทะเลที่เต็มไปด้วยเกาะแก่ง

★**architect** (อาร์' คิเทคท์) *n.* สถาปนิก, นักออกแบบอาคาร (-S. designer)

architectonics (อาร์คิเทคทอน' นิคซ์) *n. pl.* วิทยาศาสตร์สถาปัตยกรรม, แบบก่อสร้าง

architecture (อาร์' คิเทคเชอร์) *n.* สถาปัตยกรรม, การออกแบบก่อสร้าง **-architectural** *adj.* (-S. construction, design)

archives (อาร์' ไคฟ์วซ์) *n. pl.* ที่เก็บข้อมูลและเอกสารต่างๆ, ข้อมูล, บันทึกต่างๆ

archivist (อาร์' คะวิซท์) *n.* ผู้ดูแลเอกสารต่างๆ

Arctic (อาร์ค' ทิค) แถบขั้วโลกเหนือ

arctic (อาร์ค' ทิค) *adj.* หนาวจัด, เยือกแข็ง

ardent (อาร์' เดินท์) *adj.* กระตือรือร้น, แรงกล้า, สุดซึ้ง, เต็มที่, เจิดจ้า **-ardently** *adv.* **-ardency** *n.* (-S. intense -A. unemotional)

ardor, ardour (อาร์' เดอร์) *n.* ความตื่นเต้น, ความกระตือรือร้น, ความรู้สึกที่รุนแรง

arduous (อาร์' จูเอิซ) *adj.* ลำบากยากเย็น **-arduously** *adv.* **-arduousness** *n.*

★**are¹** (อาร์) *v. aux., vi.* กริยาช่วยในกลุ่มของ verb to be ใช้กับประธานพหูพจน์

are² (แอร์, อาร์) *n.* หน่วยวัดพื้นที่ โดย 1 แอร์ เท่ากับ 100 ตารางเมตร

★**area** (แอ' เรีย) *n.* พื้นที่, บริเวณ, เขต, แหล่ง (-S. region, section, space)

area code เลขรหัสประจำเขตหรือท้องที่สำหรับโทรศัพท์ทางไกล

areca (อะรี' คะ) *n.* พืชจำพวกปาล์มพบในแถบเอเชีย ลำต้นสูง เช่น ต้นหมาก

areca nut ผลหมาก

arena (อะรี' นะ) *n.* อาคารกีฬา, สนามกีฬา

★**aren't** (อาร์นท์) ย่อจาก are not

areola (อะรี' อะละ) *n., pl.* **-lae** (-ลี)/**-las** ปานนม, พื้นที่ระหว่างเส้นใยพืช, หลุมเล็กบนผิว

argent (อาร์' เจินท์) *n.* ธาตุเงิน, เหรียญเงิน

argon (อาร์' กอน) *n.* ธาตุอาร์กอนซึ่งไร้สี ไร้กลิ่น ใช้ในการทำหลอดไฟฟ้า มีสัญลักษณ์ Ar

argosy (อาร์' กะซี) *n., pl.* **-sies** เรือสินค้าขนาดใหญ่, ฝูงเรือ, แหล่งทรัพยากร, ขุมทรัพย์

argot (อาร์' โก, -เกิท) *n.* ศัพท์เฉพาะกลุ่มชน

arguable (อาร์' กิวอะเบิล) *adj.* ซึ่งโต้แย้งได้, ซึ่งถกเถียงได้ **-arguably** *adv.*

★**argue** (อาร์' กิว) *vt., vi.* **-gued, -guing** โต้แย้ง, ถกเถียง, ให้เหตุผล **-arguer** *n.* (-S. debate)

★**argument** (อาร์' กิวเมินท์) *n.* การโต้แย้ง, การถกเถียง, การทะเลาะ, เหตุผล, การใช้เหตุผล **-argumentative** *adj.* **-argumentation** *n.* (-S. dispute, quarrel -A. agreement)

aria (อา' เรีย) *n.* เพลงที่ร้องโดยนักร้องเดี่ยว

arid (แอ' ริด) *adj.* แห้งแล้ง, ไร้ชีวิตชีวา **-aridity, aridness** *n.* (-S. barren, dry)

Aries (แอ' รีซ) ราศีเมษซึ่งเป็นราศีที่หนึ่งในจักรราศี มีสัญลักษณ์เป็นรูปแกะ, ชื่อกลุ่มดาวกลุ่มหนึ่งทางซีกโลกเหนือ

arise (อะไรซ') *vi.* **arose, arisen, arising** ปรากฏขึ้น, โผล่ขึ้นมาให้เห็น, ขึ้นมา, เกิดขึ้น

aristocracy (แอริสตอค' คระซี) *n., pl.* **-cies** การปกครองโดยขุนนาง, ชนชั้นสูง **-aristocrat** *n.* **-aristocratic** *adj.* (-S. gentry, nobility)

★**arithmetic** (อะริธ' มิทิค) *n.* วิชาคณิตศาสตร์ที่ศึกษาเกี่ยวกับระบบจำนวนจริง จำนวนเชิงซ้อน เป็นต้น **-arithmetician** *n.*

ark (อาร์ค) *n.* กล่อง, หีบ, ที่หลบลี้ภัย, เรือท้องแบน, เรือลำใหญ่ของโนอาห์ที่หนีน้ำท่วมโลก ตามพระคัมภีร์ไบเบิล

★**arm** (อาร์ม) *n.* แขน, รยางค์, ส่วนที่คล้ายแขน, ที่วางแขน, เงื้อมมือ, อาวุธ, การต่อสู้, เหล่าทัพ *-vt.* **armed, arming** ติดอาวุธ, ลำเลียงอาวุธ, ส่งมอบ, จัดหา **-arm in arm** คล้องแขน

A B C D E F G H I J K L M N O P Q R S T U V W X Y Z

-**arms** อาวุธ -**someone's right arm** คนที่ไว้วางใจที่สุด -**with open arms** ด้วยไมตรีจิต

armada (อาร์มา' ดะ) *n.* กองเรือรบ, ฝูงบินรบ

armadillo (อาร์มะดิล' โล) *n., pl.* -**los** สัตว์เลี้ยงลูกด้วยนมชนิดหนึ่งในแถบอเมริกาใต้ มีเกราะแข็งหุ้มลำตัว, ตัวนิ่ม, ตัวนางอาย

armaments (อาร์' มะเมินท์ซ) *n. pl.* กองทัพติดอาวุธ, หน่วยอาวุธยุทโธปกรณ์

armature (อาร์' มะเชอร์, -ชัวร์) *n.* เสื้อเกราะ, เกราะกำบัง, กระดองสัตว์, อวัยวะที่ใช้ป้องกันหรือต่อสู้ศัตรู เช่น ขน ฟัน, โครงที่ใช้ยึดดินเหนียวในงานปั้น, เหล็กพันลวดไดนาโม

armband (อาร์ม' แบนด์) *n.* แถบคาดที่แขนเสื้อ เพื่อแสดงตำแหน่งหรือไว้ทุกข์

armchair (อาร์ม' แชร์) *n.* เก้าอี้ที่มีพนักวางแขน

★**armed** (อาร์มด์) *adj.* ติดอาวุธเตรียมพร้อม

armed forces กองกำลังทหารทุกเหล่าทัพ

armistice (อาร์' มิสติซ) *n.* การพักรบ

armlet (อาร์ม' ลิท) *n.* สร้อยแขน, เวิ้งทะเล

armor, armour (อาร์' เมอร์) *n.* เสื้อเกราะ, เกราะหุ้มรถ, ยานเกราะ -**armored** *adj.*

armor plate แผ่นเกราะเหล็กที่หุ้มเพื่อคุ้มกัน

armory, armoury (อาร์' มะรี) *n., pl.* -**ies** คลังอาวุธ, โรงงานผลิตอาวุธ

armpit (อาร์ม' พิท) *n.* รักแร้

armrest (อาร์ม' เรซท์) *n.* ที่พักแขน

arm-wrestle (อาร์ม' เรซเซิล) *vi., vt.* -**tled,** -**tling** (กีฬา) งัดข้อ -**arm-wrestler** *n.*

★**army** (อาร์' มี) *n., pl.* -**mies** กองทัพ, กองทหาร, กลุ่มคนจำนวนมาก

aroma (อะโร' มะ) *n.* กลิ่นหอม -**aromatic** *adj., n.* -**aromatically** *adv.* (-**S.** fragrance)

arose (อะโรซ') *v.* กริยาช่อง 2 ของ arise

★**around** (อะเราน์ด') *adv.* โดยรอบ, รอบด้าน, ไปทั่ว, (หัน) อีกด้าน, แถวๆ นั้น, โดยประมาณ -*prep.* รอบ, ทั่ว, ทั่วทั้ง

arouse (อะเราซ') *vt.* **aroused, arousing** ตื่นจากภวังค์, ปลุกให้ตื่น, กระตุ้น, ปลุกเร้า -**arousal** *n.* (-**S.** awaken, excite -**A.** calm)

arraign (อะเรน') *vt.* -**raigned,** -**raigning** เรียกมาขึ้นศาล, กล่าวหา -**arraignment** *n.*

★**arrange** (อะเรนจ์') *v.* -**ranged,** -**ranging** -*vt.* จัดการ, เตรียม, วางแผน, เรียบเรียง (บทเพลง) -*vi.* เตรียมการ -**arrangement** *n.* -**arranger** *n.* (-**S.** organize, plan -**A.** disarrange)

arrant (แอร์' เรินท์) *adj.* เหลือหลาย, ร้ายกาจ

arras (แอร์' เริซ) *n.* ผ้าม่าน, ม่านแขวน

array (อะเร') *n.* การจัดอย่างสวยงาม, การแต่งกายหรูหรา, การจัดเตรียมขบวน -*vt.* -**rayed,** -**raying** จัดแต่ง (-**S.** (n.) arrangement)

arrears (อะเรียร์ซ') *n. pl.* หนี้ค้างชำระ, งานที่รอสะสาง, การคั่งค้าง -**arrearage** *n.* (-**S.** debt)

★**arrest** (อะเรซท์') *vt.* -**rested,** -**resting** จับกุม, ทำให้ชะงัก, รั้ง, จับ -*n.* การจับกุม, การชะงัก, การรั้ง -**arrester, arrestor** *n.* (-**S.** (v.) seize)

★**arrival** (อะไร' เวิล) *n.* การมาถึง, ผู้ที่มาถึง

★**arrive** (อะไรฟ์ว') *vi.* -**rived,** -**riving** ถึงจุดหมาย, มาถึง, ไปถึง, ประสบความสำเร็จ, เกิดขึ้น, สร้างชื่อเสียง (-**S.** reach, succeed -**A.** depart)

arrogant (แอร์' ระเกินท์) *adj.* ภาคภูมิใจ, หยิ่งผยอง, จองหอง -**arrogantly** *adv.* -**arrogance** *n.* (-**S.** haughty, proud -**A.** modest)

arrogate (แอร์' ระเกท) *vt.* -**gated,** -**gating** อ้างสิทธิ, ถือสิทธิ, ถือดี -**arrogation** *n.*

arrow (แอร์' โร) *n.* ลูกธนู, ลูกศร (-**S.** dart)

arsenal (อาร์' ซะเนิล) *n.* คลังอาวุธ

arsenic (อาร์' ซะนิค) *n.* ยาพิษร้ายแรงชนิดหนึ่ง ใช้ทำยาฆ่าแมลงหรือยาปราบวัชพืช, สารหนู

arson (อาร์' เซิน) *n.* การลอบวางเพลิง

★**art** (อาร์ท) *n.* ศิลปะ, ผลงานศิลปะ, วิชาศิลปะ, ความชำนาญเชิงศิลปะ, เล่ห์ (-**S.** craft, skill)

artefact (อาร์' ทะแฟคท์) *n.* ดู artifact

artery (อาร์' ทะรี) *n., pl.* -**ies** เส้นเลือดแดงซึ่งนำเลือดจากหัวใจไปเลี้ยงส่วนต่างๆ ของร่างกาย, เส้นทางหลัก -**arterial** *adj.*

artful (อาร์ท' เฟิล) *adj.* ชำนาญ, ฉลาด, เจ้าเล่ห์ -**artfully** *adv.* -**artfulness** *n.* (-**S.** cunning)

arthritis (อาร์ไธร' ทิซ) *n.* โรคข้ออักเสบ, อาการอักเสบตามข้อต่อของร่างกาย -**arthritic** *adj.*

arthropod (อาร์' ธระพอด) *n.* สัตว์จำพวกแมลงและแมงต่างๆ -**arthropodous** *adj.*

artichoke (อาร์' ทิโชค) *n.* ผักชนิดหนึ่ง ดอกห่อเป็นหัว ใช้รับประทานได้

artichoke

★**article** (อาร์' ทิเคิล) *n.* สิ่งของ, บทความ, มาตรา, ชิ้น, อัน, (ไวยากรณ์อังกฤษ) คำนำหน้านาม ได้แก่ a, an, the (-**S.** essay, item, object, thing)

articulate (อาร์ทิค' เคียลิท) *vt., vi.* -**lated,** -**lating** พูดอย่างชัดเจน, กล่าวอย่างชัดถ้อยชัดคำ, ต่อเป็นข้อปล้อง -*adj.* ซึ่งเรียบเรียงคำพูดได้ดี, ซึ่งพูดได้ชัดเจน, ซึ่งเป็นข้อปล้อง -**articu-**

A B C D E F G H I J K L M N O P Q R S T U V W X Y Z

lately *adv.* **-articulateness, articulation** *n.*
artifact, artefact (อาร์' ทะแฟคท์) *n.* เครื่องใช้ไม้สอยที่ทำด้วยมือ, หัตถกรรม
artifice (อาร์' ทะฟิซ) *n.* เล่ห์เหลี่ยม, กลอุบาย, ความชำนาญ **-artificer** *n.* (-S. tactic, trick)
★**artificial** (อาร์ทะฟิช' เชิล) *adj.* เทียม, ซึ่งประดิษฐ์ขึ้นแทนของจริง, ซึ่งเสแสร้ง **-artificially** *adv.* **-artificiality** *n.* (-S. bogus, fake)
artificial intelligence (คอมพิวเตอร์) สมองเทียม, ประสิทธิภาพของคอมพิวเตอร์ที่ทำงานได้เทียบเท่าสมองของมนุษย์
artificial respiration การช่วยหายใจ
artillery (อาร์ทิล' ละรี) *n.* ปืนใหญ่, กองทหารปืนใหญ่
★**artist** (อาร์' ทิซท์) *n.* ศิลปิน, ช่างฝีมือ **-artistic** *adj.* **-artistically** *adv.*
artiste (อาร์ทีซท์') *n.* ดารานักร้องนักแสดง
artistry (อาร์' ทิสตรี) *n.* ความสามารถทางศิลปะ, ความมีศิลปะ, ผลงานทางศิลปะ
artless (อาร์ท' ลิซ) *adj.* ไร้เล่ห์กล, เรียบง่าย, เป็นธรรมชาติ **-artlessly** *adv.* **-artlessness** *n.* (-S. natural, simple -A. artful)
artwork (อาร์ท' เวิร์ค) *n.* ผลงานศิลปะ, รูปแบบการออกแบบงานพิมพ์ต่างๆ
★**as** (แอซ, เอิซ) *adv.* เท่ากัน, อย่างเท่าเทียม *-conj.* เท่าเทียมกับ, พอๆ กับ, เท่ากันกับ, เพราะ, เนื่องจาก, แม้ *-prep.* เสมือนกับ, ราวกับ *-pron.* ซึ่ง, ที่, อัน **-as usual** เช่นเคย **-as well** ด้วย, เช่นกัน **-such as** เช่น
a.s.a.p. ย่อจาก as soon as possible โดยเร็ว, เร็วเท่าที่จะเร็วได้
ASAT ย่อจาก antisatellite ซึ่งออกแบบหรือสร้างขึ้นมาเพื่อทำลายดาวเทียม
asbestos (แอซเบซ' เทิซ, แอซ-) *n.* แร่ใยหินมีคุณสมบัติทนไฟ **-asbestic** *adj.*
★**ascend** (อะเซนด์') *vt., vi.* **-cended, -cending** ขึ้น, ขึ้นครองราชย์, ไต่ขึ้น **-ascendable, ascendible** *adj.* (-S. climb, rise -A. descend)
ascendance, ascendence, ascendancy, ascendency (อะเซน' เดินซ์, -เดินซี) *n.* อำนาจเหนือผู้อื่น, ความมีอำนาจ, ตำแหน่งที่มีอำนาจ **-ascendant, ascendent** *adj.* (-S. dominance, power)
ascension (อะเซน' ชัน) *n.* การขึ้น, การขึ้นสวรรค์ของพระเยซู **-ascensional** *adj.*
ascent (อะเซนท์') *n.* การขึ้น, การไต่ขึ้น, ทางลาดชันขึ้น (-S. rise, slope -A. descent)
ascertain (แอซเซอร์เทน') *vt.* **-tained, -taining** สืบให้รู้ชัด, ค้นหาให้แน่ใจ **-ascertainable** *adj.* **-ascertainment** *n.* (-S. discover)
ascetic (อะเซท' ทิค) *n.* ผู้ถือสันโดษ, ฤาษี
ASCII ย่อจาก American Standard Code for Information Interchange (คอมพิวเตอร์) รหัสมาตรฐานในการแลกเปลี่ยนข้อมูล
ascorbic acid วิตามินซี พบในผลไม้พวกส้มผักใบเขียว ช่วยป้องกันโรคเลือดออกตามไรฟัน
ascot (แอซ' เคิท) *n.* การผูกเนกไทหรือผ้าพันคอแบบหนึ่งที่ปล่อยชายกว้างลงมา
ascribe (อะสไกรบ์') *vt.* **-cribed, -cribing** เชื่อว่า, สันนิษฐานว่า, ลงความเห็นว่าเป็นของ **-ascribable** *adj.* **-ascription** *n.* (-S. attribute)
aseptic (อะเซพ' ทิค, เอ-) *adj.* ซึ่งปลอดเชื้อโรค **-aseptically** *adv.* **-asepsis** *n.*
asexual (เอเซค' ชวล) *adj.* ซึ่งไร้เพศ, ซึ่งไม่เกี่ยวกับอวัยวะเพศ, ซึ่งขาดความต้องการทางเพศ **-asexually** *adv.* **-asexuality** *n.*
★**ash**[1] (แอช) *n.* เถ้าถ่าน, ขี้เถ้า **-ashy** *adj.*
ash[2] (แอช) *n.* ต้นแอช ใช้ประดับหรือก่อสร้าง
★**ashamed** (อะเชมด์') *adj.* น่าละอาย, ละอายใจ, กระดากอาย (-S. embarrassed -A. proud)
ashen (แอช' เชิน) *adj.* เต็มไปด้วยเถ้า, ซึ่งมีสีขี้เถ้า, ซีดเซียว, ซีดจาง (-S. grey, pale)
ashes (แอช' ชิซ) *n. pl.* อัฐิของคนตาย, เถ้ากระดูกจากการเผา, คนตาย, ซากศพ
ashore (อะชอร์') *adv.* เกยฝั่ง, สู่ฝั่ง, ขึ้นฝั่ง
ashtray, ash tray (แอช' เทร) *n.* ที่เขี่ยบุหรี่
★**Asia** (เอ' ฌะ, -ชะ) ทวีปเอเชีย
★**Asian** (เอ' เฌิน, -เชิน) *adj.* เกี่ยวกับทวีปเอเชีย, เกี่ยวกับผู้คน ภาษา และวัฒนธรรมเอเชีย *-n.* ชาวเอเชีย
Asian American ชาวอเมริกันที่มีเชื้อสายเอเชีย
★**aside** (อะไซด์') *adv.* ข้างๆ, ไปด้านข้าง, นอกจาก, ต่างหาก *-n.* การที่ตัวละครพูดกระซิบกับคนดู **-aside from** นอกจาก, ยกเว้น
asinine (แอซ' ซะไนน์) *adj.* เหมือนลา, โง่, ดื้อ
★**ask** (แอซค์) *vt., vi.* **asked, asking** ถาม, สอบถาม, ขอร้อง, ขอ, เชิญชวน **-ask for something** ขอ **-be asking for trouble** หาเรื่องใส่ตัว (-S. invite, question -A. answer)
askance, askant (อะสแกนซ์', -สแกนท์') *adv.* (แลมอง) ด้วยหางตา, ด้วยความสนเท่ห์ หรือสงสัย, ด้วยความไม่พึงพอใจ
askew (อะสกิว') *adv., adj.* เฉียง, เอียง

A B C D E F G H I J K L M N O P Q R S T U V W X Y Z

aslant (อะสแลนท์') *adv., adj., prep.* เอียง
★**asleep** (อะสลีพ') *adj.* นอนหลับ, มึนชา, เฉื่อยชา, ตาย **-fall asleep** ผล็อยหลับ **-fast asleep** หลับสนิท **-sound sleep** หลับสนิท
aslope (อะสโลพ') *adv., adj.* เอียง, ลาด
asocial (เอโซ' เชิล) *adj.* ไม่เข้าสังคม, สันโดษ
asp (แอซพ์) *n.* งูพิษ เช่น งูเห่า งูจงอาง
asparagus (อะสแป' ระ เกิซ) *n.* หน่อไม้ฝรั่ง

asparagus

★**aspect** (แอซ' เพคท์) *n.* มุมมอง, แง่มุม, ด้าน, ลักษณะ, ท่าทาง (-S. appearance, point of view, side)
asperity (แอสเปอ' ริที) *n., pl.* **-ties** ความขรุขระ, ความหยาบคาย, ความรุนแรง, ความฉุนเฉียว (-S. harshness, severity)
asperse (อะสเปิร์ซ') *vt.* **-persed, -persing** ใส่ร้ายป้ายสี, พรมน้ำมนต์ **-aspersion** n.
asphalt (แอซ' ฟอลท์) *n.* ยางแอสฟัลต์ที่ใช้ราดถนน **-asphaltic** adj.
asphyxiate (แอซฟิค' ซีเอท) *v.* **-ated, -ating** *-vt.* ทำให้สลบหรือตายเพราะขาดอากาศหายใจ *-vi.* หายใจไม่ออก **-asphyxiation** *n.* **-asphyxia** *n.*
aspiration (แอซพะเร' ชัน) *n.* ความปรารถนา, จุดมุ่งหมายในชีวิต, การดูดเอาของเหลวหรือก๊าซออกจากร่างกาย (-S. aim, wish)
aspire (อะสไปร์') *vi.* **-pired, -piring** ปรารถนา, ทะเยอทะยาน **-aspirer** *n.* **-aspiring** *adj.* **-aspiringly** *adv.* (-S. desire, wish)
aspirin (แอซ' เพอริน, -พริน) *n.* ยาแอสไพริน ใช้บรรเทาปวด ลดไข้
ass (แอซ) *n., pl.* **asses** (แอซ' ซิซ) ลา, คนโง่เง่า, (คำสแลง) บั้นท้าย ก้น การมีเพศสัมพันธ์
assail (อะเซล') *vt.* **-sailed, -sailing** โจมตี, จู่โจม, ด่าว่า **-assailable** *adj.* **-assailant** *n.* **-assailer** *n.* (-S. bombard charge)
assassin (อะแซซ' ซิน) *n.* นักฆ่า, ผู้ลอบสังหาร
assassinate (อะแซซ' ซะเนท) *vt.* **-nated, -nating** ลอบสังหาร, ทำลาย **-assassination** *n.* **-assassinator** *n.* (-S. kill, murder)
assault (อะซอลท์') *n.* การโจมตี, การจู่โจม, การประทุษร้าย, การข่มขืน *-vt., vi.* **-saulted, -saulting** โจมตี, ทำร้าย **-assaultive** *adj.*
assault and battery การทำร้ายร่างกายผู้อื่น
assay (แอซ' เซ, แอเซ') *n.* การตรวจสอบ, การทดสอบ, การวิเคราะห์, สิ่งที่นำมาตรวจสอบวิเคราะห์, ผลการตรวจสอบวิเคราะห์, ความพยายาม *-v.* **-sayed, -saying** *-vt.* ทำการตรวจสอบวิเคราะห์, พยายาม *-vi.* แสดงโดยการตรวจสอบวิเคราะห์ **-assayer** *n.* **-assayable** *adj.* (-S. examine)
assemblage (อะเซม' บลิจ) *n.* การชุมนุม, การประชุม, (ศิลปะ) การรวมองค์ประกอบต่าง ๆ
assemble (อะเซม' เบิล) *vt., vi.* **-bled, -bling** ชุมนุม, รวบรวม, ประกอบเข้าด้วยกัน
assembly (อะเซม' บลี) *n., pl.* **-blies** การรวบรวม, การรวมพล, การชุมนุม, การประชุม
assembly line กระบวนการผลิตในโรงงานที่จัดการให้คนงานและเครื่องมือได้ทำงานต่อเนื่องกันเป็นทอดจนเสร็จสิ้นกระบวนการ
assent (อะเซนท์') *vi.* **-sented, -senting** เห็นชอบ, ตกลง *-n.* การเห็นชอบ (-S. (v.) agree)
assert (อะเซิร์ท') *vt.* **-serted, -serting** ยืนยัน, ยืนกราน, รักษาสิทธิ, ยึดมั่น **-assertive** *adj.* **-assertively** *adv.* **-assertiveness** *n.*
assertion (อะเซอร์' ชัน) *n.* การยืนยัน, การอ้างสิทธิ (-S. affirmation)
assess (อะเซซ') *vt.* **-sessed, -sessing** ประเมิน, ตีราคา **-assessment** *n.* (-S. rate)
asset (แอซ' เซท) *n.* สมบัติ, ทรัพย์สิน, คุณสมบัติ (-S. benefit, boon, property)
asshole (แอซ' โฮล) *n.* ทวารหนัก, คนทึ่ม
assiduous (อะซิจ' จูเอิซ) *adj.* เอาใจใส่, ขยันขันแข็ง **-assiduously** *adv.* **-assiduity** *n.* **-assiduousness** *n.* (-S. diligent, industrious)
assign (อะไซน์') *vt.* **-signed, -signing** สั่งงาน, มอบงาน, กำหนด, มอบ, โอน **-assignable** *adj.* **-assigner, assignor** *n.* **-assignee** *n.*
assignation (แอซซิกเน' ชัน) *n.* สิ่งที่ได้รับมอบหมาย, ภาระ, การนัดหมาย, การแอบนัดพบ
assignment (อะไซน์' เมินท์) *n.* การมอบหมายงานให้ทำ, งานที่ได้รับมอบ, การโอน
assimilate (อะซิม' มะเลท) *vt.* **-lated, -lating** ดูดซึม, ย่อย, ซึมซาบ, รับเข้ามา, ทำให้เหมือน, ลอกเลียน **-assimilation** *n.* **-assimilable** *adj.* **-assimilative** *adj.* (-S. absorb)
★**assist** (อะซิซท์') *vt., vi.* **-sisted, -sisting** ช่วยเหลือ, สนับสนุน **-assistance** *n.* (-S. help)
★**assistant** (อะซิซ' เทินท์) *n.* ผู้ช่วย, ผู้สนับสนุน *-adj.* ซึ่งช่วยเหลือสนับสนุน (-S. (n.) aide, helper)
assistant professor ผู้ช่วยศาสตราจารย์
assistantship (อะซิซ' เทินท์ชิพ) *n.* ทุนงานวิจัยหรืองานสอนที่ให้นักศึกษาช่วยทำ

assoc. ย่อจาก associate(s) ผู้ร่วมงาน, ผู้ช่วย, association สมาคม

associable (อะโซ' ชีอะเบิล) *adj.* ซึ่งสามารถคบหาสมาคมได้

associate (อะโซ' ชีเอท, -ซี-) *n.* ผู้ร่วมงานหรือกิจการ, สหาย, ผู้ช่วย *-vt., vi.* **-ated, -ating** ร่วมกับ, มีส่วนร่วม, สัมพันธ์กับ, ร่วมสมาคมกับ *-adj.* ซึ่งร่วมกัน, ซึ่งมีส่วนร่วม, ซึ่งสัมพันธ์กัน (**-S.** (v.) connect **-A.** (v.) disconnect)

associate professor รองศาสตราจารย์

★**association** (อะโซซีเอ' ชัน, -ซี-) *n.* การร่วมงานหรือกิจการ, การคบค้าสมาคม, สมาคม, องค์กร, บริษัท, หุ้นส่วน, ความเกี่ยวพัน **-associational** *adj.* (**-S.** organization, partnership)

assonance (แอซ' ซะเนินซฺ) *n.* เสียงที่เหมือนหรือพ้องกัน **-assonant** *adj., n.*

assort (อะซอร์ท') *v.* **-sorted, -sorting** *-vt.* จัด, จำแนก *-vi.* จัดเป็นพวกเดียวกัน, จับคู่กับ **-assortative** *adj.* **-assortment** *n.*

assorted (อะซอรฺ ทิด) *adj.* จิปาถะ (**-S.** mixed)

asst. ย่อจาก assistant ผู้ช่วย

assuage (อะสเวจ') *vt.* **-suaged, -suaging** บรรเทาเบาบาง, ระงับ, สงบลง **-assuasive** *adj.* **-assuagement** *n.* (**-S.** calm, soothe)

assume (อะซูม') *vt.* **-sumed, -suming** สมมติ, ทึกทัก, สันนิษฐาน, แสร้ง, เข้าครอบครอง, ครอง, ดำรงตำแหน่ง **-assumable** *adj.* **-assumably** *adv.* (**-S.** presume, pretend, take)

assuming (อะซู' มิง) *adj.* ถือดี, อวดดี

assumption (อะซัมพฺ' ชัน) *n.* ข้อสมมติฐาน, การดำรงตำแหน่ง, การถือดี

assurance (อะชัว' เรินซฺ) *n.* ความแน่นอน, ความมั่นใจ, ความเชื่อมั่น, การรับประกัน, การประกันภัย (**-S.** confidence, guarantee, pledge)

assure (อะชัวรฺ') *vt.* **-sured, -suring** รับประกัน, รับรอง, ทำให้แน่ใจหรือมั่นใจ **-assurer** *n.* **-assurable** *adj.* (**-S.** guarantee, pledge)

assured (อะชัวร์ดฺ') *adj.* แน่นอน, มั่นใจ, ซึ่งรับประกัน **-assuredly** *adv.* (**-S.** certain)

aster (แอซ' เทอรฺ) *n.* ดอกไม้จำพวกเดียวกับดอกเบญจมาศ, สิ่งที่มีรูปร่างคล้ายดาว

asterisk (แอซ' ทะริซคฺ) *n.* เครื่องหมายดอกจัน (*) *-vt.* **-isked, -isking** ใส่เครื่องหมาย *

asterism (แอซ' ทะริเซิม) *n.* หมู่ดาว, เครื่องหมาย ⁂ หรือ ⁂ แทนหมายเหตุ

astern (อะสเติร์น') *adj., adv.* ท้าย, ด้านหลัง

asteroid (แอซ' ทะรอยดฺ) *n.* ดาวเคราะห์ดวงเล็กๆ ที่โคจรอยู่รอบดวงอาทิตย์ *-adj.* คล้ายดาว

asthma (แอซ' มะ, แอซ'-) *n.* โรคหอบหืด

astigmatic (แอซทิกแมท' ทิค) *adj.* ซึ่งมีความผิดปกติของความโค้งเว้าของเลนส์ ทำให้เห็นภาพไม่ชัดเจน, บิดเบี้ยว **-astigmatically** *adv.* **-astigmatism** *n.*

astir (อะสเตอรฺ') *adv., adj.* (กำลัง) เคลื่อนไหว, (กำลัง) ทำงาน, ที่ลุกจากเตียง, ซึ่งตื่นนอน

★**astonish** (อะสตอน' นิช) *vt.* **-ished, -ishing** ประหลาดใจ, อัศจรรย์ใจ **-astonishing** *adj.* **-astonishingly** *adv.* **-astonishment** *n.* (**-S.** amaze, shock, surprise)

astound (อะสเตานดฺ') *vt.* **astounded, astounding** อัศจรรย์ใจ **-astounding** *adj.* **-astoundingly** *adv.* (**-S.** surprise)

astray (อะสเตร') *adj., adv.* หลงทาง, หลงผิด

astride (อะสไตรดฺ') *adv., prep.* ด้วยขาที่อยู่คนละข้าง, (นั่ง ยืน) คร่อม

astringent (อะสตริน' เจินทฺ) *adj.* กระชับ, ซึ่งหยุดเลือด, ซึ่งหดเข้า, รุนแรง **-astringency** *n.* **-astringently** *adv.* (**-S.** constrictive)

astro- คำอุปสรรค หมายถึง ดวงดาว

astrology (อะสตรอล' ละจี) *n.* โหราศาสตร์

astronaut (แอซ' ทระนอท) *n.* นักบินอวกาศ

astronaut

astronautics (แอซทระนอ' ทิคซฺ) *n. pl.* วิทยาศาสตร์เทคโนโลยีเกี่ยวกับยานอวกาศและการบินในอวกาศ **-astronautic, astronautical** *adj.*

astronomic, astronomical (แอซทระนอม' มิค, -มิเคิล) *adj.* เกี่ยวกับดาราศาสตร์หรือดวงดาวต่างๆ **-astronomically** *adv.*

astronomy (อะสตรอน' นะมี) *n.* วิชาดาราศาสตร์ **-astronomer** *n.*

astute (อะสตูท') *adj.* ฉลาด, เจ้าเล่ห์ **-astutely** *adv.* **-astuteness** *n.* (**-S.** shrewd **-A.** dull)

asylum (อะไซ' เลิม) *n.* ที่หลบภัย, ที่พักพิง, โรงพยาบาลบ้า (**-S.** shelter)

asymmetry (เอซิม' มิทรี) *n.* ความไม่สมมาตร **-asymmetric, asymmetrical** *adj.*

★**at** (แอท, เอิท) *prep.* ที่, ณ, อยู่ตรง, ตอน (เวลา), เมื่อ (เวลา), อยู่ใน (สภาวการณ์), ยุ่งอยู่กับ

ate (เอท) *v.* กริยาช่อง 2 ของ eat

atheism (เอ' ธีอิเซิม) *n.* การไม่เชื่อว่าพระเจ้ามีจริง, ความไร้ศีลธรรม **-atheist** *n.* **-atheistic** *adj.* **-atheistically** *adv.* (**-S.** apostasy,

A B C D E F G H I J K L M N O P Q R S T U V W X Y Z

A B C D E F G H I J K L M N O P Q R S T U V W X Y Z

disbelief)
atheneum, athenaeum (แอธธะเนียม') *n.* ตึกหอสมุด, สมาคมนักปราชญ์
athirst (อะเธิร์ซท') *adj.* ซึ่งปรารถนาอย่างแรงกล้า, ซึ่งกระหายอย่างมาก (-S. eager)
athlete (แอธ' ลีท) *n.* นักกีฬา, นักกรีฑา
athlete's foot โรคเชื้อราบนผิวหนังที่มักเป็นบริเวณเท้า ทำให้เกิดอาการคัน
athletic (แอธเลท' ทิค) *adj.* สำหรับนักกีฬา, เกี่ยวกับนักกีฬา, แข็งแรง **-athletically** *adv.*
athletics (แอธเลท' ทิคซ) *n. pl.* การกีฬา, การออกกำลังกาย, เกมการแข่งขัน
athwart (อะธวอร์ท') *prep.* ขวาง, ตรงกันข้าม
atilt (อะทิลท') *adj., adv.* เอียง, ลาด
-ation คำปัจจัย หมายถึง การ, ความ, สภาวะ
Atlantic (แอทแลน' ทิค) *adj.* เกี่ยวกับมหาสมุทรแอตแลนติกหรือประเทศตามแนวชายฝั่งมหาสมุทรแอตแลนติก
atlas (แอท' เลิซ) *n., pl.* **-lases** สมุดแผนที่
ATM ย่อจาก automated teller machine เครื่องฝากถอนและโอนเงินอัตโนมัติ, เครื่องเอทีเอ็ม
atm. ย่อจาก atmosphere บรรยากาศ
atman (อาท' เมิน) *n.* อัตตา, จิตวิญญาณ
★**atmosphere** (แอท' มะสเฟียร์) *n.* สภาพบรรยากาศ, สภาวะแวดล้อม, บรรยากาศ, อารมณ์, หน่วยวัดความดันอากาศ ณ ระดับน้ำทะเลมีค่าประมาณ 100 กิโลปาสคาล **-atmospheric** *adj.* **-atmospherically** *adv.*
★**atom** (แอท' เทิม) *n.* หน่วยที่เล็กที่สุดของธาตุ, หน่วยอะตอม, ขนาดเล็กมาก, ปริมาณน้อยมาก
atom bomb ระเบิดปรมาณู
atomic (อะทอม' มิค) *adj.* เกี่ยวกับอะตอม, เกี่ยวกับพลังงานปรมาณูหรือนิวเคลียร์, เล็กมาก
atomic bomb ระเบิดปรมาณู
atomic energy พลังงานปรมาณู, พลังงานนิวเคลียร์
atomic mass มวลอะตอม
atomic number เลขอะตอม
atomic structure โครงสร้างอะตอม
atomic weight น้ำหนักอะตอมของธาตุ
atomize (แอท' ทะไมซ) *vt.* **-ized, -izing** เป็นละออง, แยกอณูเล็กๆ, ทำลายโดยอาวุธนิวเคลียร์ **-atomization** *n.* **-atomizer** *n.*
atone (อะโทน') *vi.* **atoned, atoning** ชดใช้, ไถ่โทษ **-atonement** *n.* (-S. compensate)
atonic (เอทอน' นิค) *adj.* ไม่ออกเสียง, ไม่มีแรง *-n.* คำที่ไม่ออกเสียง **-atony** *n.*

-ator คำปัจจัย หมายถึง ผู้กระทำ, สิ่งที่กระทำ
atrocious (อะโทร' เชิซ) *adj.* เลวร้าย, ป่าเถื่อน, โหด **-atrociously** *adv.* **-atrociousness** *n.*
atrocity (อะทรอซ' ซิที) *n., pl.* **-ties** ความทารุณ, ความป่าเถื่อน, ความชั่ว (-S. cruelty, evil)
atrophy (แอท' ทระฟี) *n., pl.* **-phies** ความพิการ, ความแคระแกร็น, ความเหี่ยวเฉา
★**attach** (อะแทช') *vt., vi.* **-tached, -taching** ติด, แนบ, ผนวกเข้า, ผูกสายสัมพันธ์ (-S. tie)
attaché (แอททะเช') *n.* ผู้ช่วยทูต
attaché case กระเป๋าเอกสาร

attaché case

attachment (อะแทช' เมินท) *n.* การติด, การแนบ, การผูกติด, ยางรัด, เชือกผูก, สายสัมพันธ์, ความผูกพัน, การยึดทรัพย์, การจับกุม
★**attack** (อะแทค') *vt., vi.* **-tacked, -tacking** โจมตี, จู่โจม, ทำให้เจ็บป่วย, วิจารณ์, ทำลาย, ทำร้าย *-n.* การโจมตี, การเจ็บป่วย, การวิจารณ์, การทำลาย (-S. (v.) assault, criticize)
attain (อะเทน') *vt., vi.* **-tained, -taining** สำเร็จ, บรรลุเป้าหมาย **-attainment** *n.*
attaint (อะเทนท') *vt.* **-tainted, -tainting** ลงโทษประหารชีวิตและยึดทรัพย์, ทำให้เสื่อมเสีย
attar (แอท' เทอร) *n.* หัวน้ำหอมที่สกัดจากดอกไม้
★**attempt** (อะเทมพท') *vt.* **-tempted, -tempting** พยายาม *-n.* ความพยายาม, การทำร้าย **-attemptable** *adj.* (-S. (v.) strive, try)
★**attend** (อะเทนด') *v.* **-tended, -tending** *-vt.* ไปร่วม, เข้าร่วม, ดูแล *-vi.* เอาใจใส่, สนใจ
attendance (อะเทน' เดินซ) *n.* การดูแลเอาใจใส่, จำนวนผู้เข้าร่วม, การเข้าร่วม
attendant (อะเทน' เดินท) *n.* ผู้ดูแล, ผู้รับใช้ *-adj.* ซึ่งอยู่รับใช้ (-S. (n.) servant, valet)
★**attention** (อะเทน' ชัน) *n.* ความสนใจ, ความเอาใจใส่, การดูแลเอาใจใส่, การตั้งแถวยืนตรง **-attentive** *adj.* **-attentively** *adv.* **-attentiveness** *n.* (-S. care, consideration)
attenuate (อะเทน' นิวเอท) *vt.* **-ated, -ating** ทำให้บาง, ทำให้เล็ก, ทำให้อ่อนลง, ทำให้เจือจาง
attest (อะเทซท') *v.* **-tested, -testing** *-vt.* ยืนยัน, พิสูจน์ *-vi.* เป็นพยาน **-attestation** *n.*
attic (แอท' ทิค) *n.* ห้องใต้หลังคา (-S. loft)
attire (อะไทร') *n.* เสื้อผ้า, เครื่องแต่งกาย, เขากวาง *-vt.* **-tired, -tiring** แต่งตัว, ใส่เสื้อผ้า
★**attitude** (แอท' ทิทูด) *n.* ทัศนคติ, ท่าทาง

atto- คำอุปสรรค หมายถึง 10^{-18}, หนึ่งในล้านล้านล้าน
attorney (อะเทอร์' นี) *n., pl.* **-neys** ทนายความ, อัยการ **-attorneyship** *n.* (-S. lawyer)
attorney at law *n., pl.* **attorneys at law** ทนายความ
attorney general *n., pl.* **attorneys general/attorney generals** อธิบดีกรมอัยการ
★**attract** (อะแทรคท') *v.* **-tracted, -tracting** *-vt.* ทำให้ชื่นชอบหลงใหล, ทำให้สนใจ, ทำให้ดึงดูด *-vi.* ดึงดูด, หลงใหล, ล่อให้เข้าใกล้ **-attractive** *adj.* **-attractively** *adv.* **-attractiveness** *n.* (-S. fascinate -A. repel)
attraction (อะแทรค' ชัน) *n.* เสน่ห์, การดึงดูดความสนใจ, สิ่งล่อใจ, สิ่งดึงดูดใจ (-S. allure)
attribute (อะทริบ' บิวท์) *vt.* **-uted, -uting** เชื่อว่า, อ้างว่า, ให้เหตุผลว่า *-n.* คุณลักษณะ **-attributable** *adj.* **-attribution** *n.* **-attributive** *adj.* **-attributively** *adv.*
attune (อะทูน', -ทิวน์') *vt.* **-tuned, -tuning** สอดคล้องกัน, ทำให้ประสานกัน, ปรับเข้ากับ
at wt ย่อจาก atomic weight น้ำหนักอะตอม
aubergine (โอ' เบอร์ฌีน, โอ' เบอร์จีน) *n.* มะเขือยาวสีม่วง, สีม่วงเข้ม
auburn (ออ' เบิร์น) *n.* สีน้ำตาลแดง *-adj.* น้ำตาลแดง (-S. (n., adj.) reddish-brown)
auction (ออค' ชัน) *n.* การประมูลราคาสินค้าหรือทรัพย์สิน, การขายทอดตลาด *-vt.* **-tioned, -tioning** ประมูลราคา, ขายทอดตลาด
auctioneer (ออคชะเนียร์') *n.* ผู้ค้าขายสินค้าประมูลราคา *-vt.* **-eered, -eering** ขายสินค้าประมูลราคา, ขายทอดตลาด
audacious (ออเด' เชิซ) *adj.* กล้าหาญ, บ้าบิ่น
audacity (ออแดซ' ซิที) *n., pl.* **-ties** ความกล้า
audi-, audio- คำอุปสรรค หมายถึง การฟัง, การได้ยิน
audible (ออ' ดะเบิล) *adj.* ซึ่งได้ยินชัดเจน **-audibility** *n.* **-audibly** *adv.* (-S. perceptible)
★**audience** (ออ' เดียนซ์) *n.* ผู้ฟัง, ผู้ชม, ผู้อ่าน, การเข้าฟังอย่างเป็นทางการ (-S. spectators)
audio (ออ' ดีโอ) *adj.* เกี่ยวกับเสียงที่ได้ยิน, เกี่ยวกับการรับส่งสัญญาณวิทยุโทรทัศน์
audiocassette, audio cassette (ออดีโอคะเซท') *n.* ม้วนเทปบันทึกเสียง
audio frequency แถบคลื่นเสียงที่ 15-20,000 เฮิร์ตซ์ ซึ่งมนุษย์สามารถได้ยินได้
audiotape, audio tape (ออ' ดีโอเทพ) *n.* เทปแม่เหล็กซึ่งสามารถบันทึกและเล่นเป็นเสียงได้ *-vt.* **-taped, -taping** บันทึกเสียง
audiovisual (ออดีโอวิฌ' ฌวล) *adj.* เกี่ยวกับการมองเห็นและได้ยินเสียง, เกี่ยวกับโสตทัศนศิลป์ *-n.* โสตทัศนูปกรณ์
audit (ออ' ดิท) *n.* การตรวจสอบบัญชี *-vt., vi.* **-dited, -diting** ตรวจสอบบัญชี
audition (ออดิช' ชัน) *n.* การทดสอบการแสดงของนักร้องนักแสดง *-v.* **-tioned, -tioning** *-vi.* ทดสอบการแสดง *-vt.* ประเมินผลการทดสอบการแสดง
auditor (ออ' ดิเทอร์) *n.* ผู้ฟัง, ผู้ที่ได้ยิน, ผู้ตรวจสอบบัญชี, ผู้ร่วมฟังในชั้นเรียนแต่ไม่ได้ลงเรียนเอาคะแนน
auditorium (ออดิทอ' เรียม, -โท'-) *n., pl.* **-riums/-ria** ห้องประชุม, ห้องชุมนุม
auditory (ออ' ดิทอรี) *adj.* เกี่ยวกับการได้ยิน *-n., pl.* **-ries** ผู้ฟัง, ห้องชุมนุม
Aug. ย่อจาก August เดือนสิงหาคม
auger (ออ' เกอร์) *n.* สว่าน
aught, ought (ออท) *n.* สิ่งใดก็ตาม, เลขศูนย์
augment (*v.* ออกเมนท์', *n.* ออก' เมนท์) *vt., vi.* **-mented, -menting** ขยายขึ้น, ใหญ่ขึ้น, เพิ่มขึ้น *-n.* การขยาย, การเพิ่มขึ้น **-augmentation** *n.* **-augmentative** *adj., n.*
augur (ออ' เกอร์) *n.* โหร, หมอดู *-vt., vi.* **-gured, -guring** ทำนาย, เป็นลาง
★**August** (ออ' เกิซท์) เดือนสิงหาคม
august (ออกัซท์') *adj.* น่าเคารพ, น่าเลื่อมใส, สง่างาม **-augustly** *adv.* (-S. grand, noble)
auk (ออค) *n.* นกทะเลชนิดหนึ่งสามารถดำน้ำได้ ปีกสั้น ตีนคล้ายตีนเป็ด, นกน้ำ
auld lang syne (ออลด์ แลง ไซน์', -ไซน์) *n.* ความทรงจำที่งดงาม, วันเวลาในอดีต
★**aunt** (แอนท์, อานท์) *n.* ป้า
auntie, aunty (อาน' ที) *n., pl.* **-ies** ดู aunt
au pair (ออ แพร์') *n.* เด็กนักศึกษาต่างชาติที่ทำงานบ้านเพื่อแลกกับอาหารและที่พัก
aura (ออ' ระ) *n., pl.* **-ras/-rae** (-รี) รัศมี, ความรู้สึก, กลิ่นอาย, บรรยากาศ **-aural** *adj.*
aural (ออ' เริล) *adj.* เกี่ยวกับการได้ยิน, เกี่ยวกับหู **-aurally** *adv.*
auricle (ออ' ริเคิล) *n.* ใบหู, สิ่งที่มีลักษณะคล้ายหู, ห้องหัวใจด้านบน **-auricled** *adj.*
auriculate (ออริค' เคียเลท) *adj.* ซึ่งมีส่วนคล้ายใบหู **-auriculately** *adv.*
aurora (ออรอ' ระ) *n.* แสงอรุณ, รุ่งอรุณ

A B C D E F G H I J K L M N O P Q R S T U V W X Y Z

auscultate (ออ' สเกิลเทท) *vt., vi.* **-tated, -tating** ตรวจอาการโดยการใช้หูฟัง **-auscultative, auscultatory** *adj.* **-auscultator** *n.*

auscultation (ออสเกิลเท' ชัน) *n.* การใช้หูฟังเพื่อตรวจอาการของโรค

auscultation

auslander (เอา' สแลนเดอร์) *n.* ชาวต่างชาติ, คนต่างถิ่น (-S. foreigner)

auspice (ออ' สปิซ) *n., pl.* **auspices** (ออ' สปิซิซ, -ซีซ) การอุปถัมภ์ค้ำชู, ลางบอกเหตุ, คำทำนายจากการดูนกบิน **-under the auspices of** ภายใต้การอุปถัมภ์ของ (-S. patronage)

auspicious (ออสปิช' เชิซ) *adj.* อันเป็นนิมิตหมายที่ดี, ซึ่งเป็นฤกษ์งามยามดี **-auspiciously** *adv.* **-auspiciousness** *n.* (-S. bright, timely)

Aussie (ออ' ซี, -ซี) *n.* (ภาษาพูด) ชาวออสเตรเลียน *-adj.* เกี่ยวกับประเทศออสเตรเลีย

austere (ออสเตียร์') *adj.* **-terer, -terest** เคร่งครัด, เข้มงวด, เรียบๆ **-austerely** *adv.* **-austerity** *n.* (-S. simple, stern, strict **-A.** fancy, lenient, permissive)

Australasia (ออสตระเล' ฌะ) เกาะต่างๆ ในแถบแปซิฟิกใต้ ได้แก่ ออสเตรเลีย นิวซีแลนด์ นิวกินี **-Australasian** *adj., n.*

Australia (ออสเตรล' เลีย) ทวีปออสเตรเลีย, ประเทศออสเตรเลีย **-Australian** *adj., n.*

authentic (ออเธน' ทิค) *adj.* จริง, แท้, เชื่อถือได้ **-authentically** *adv.* **-authenticity** *n.* (-S. bona fide, genuine **-A.** fake)

authenticate (ออเธน' ทิเคท) *vt.* **-cated, -cating** พิสูจน์ว่าเป็นของจริง, รับประกันว่าเป็นของแท้ **-authentication** *n.* (-S. guarantee)

author (ออ' เธอร์) *n.* นักเขียน, นักประพันธ์, ผู้สร้างผลงาน *-vt.* **-thored, -thoring** ประพันธ์, แต่งเรื่อง, เขียนบท **-authoress** *n. fem.*

authoritarian (อะธอริแท' เรียน) *adj.* เผด็จการ, ซึ่งกุมอำนาจ *-n.* นักเผด็จการ **-authoritarianism** *n.* (-S. (n.) autocrat)

authoritative (อะธอ' ริเททิฟว์) *adj.* ซึ่งเชื่อถือได้, ซึ่งแสดงอำนาจ, ซึ่งได้รับการอนุมัติ **-authoritatively** *adv.* **-authoritativeness** *n.* (-S. approved, masterful, reliable)

★**authority** (อะธอ' ริที) *n., pl.* **-ties** อำนาจ, การบังคับบัญชา, ผู้มีอำนาจ, เจ้าหน้าที่, แหล่งข้อมูล, ผู้เชี่ยวชาญ **-in authority** อยู่ในอำนาจ (-S. authorization, expert, source)

authorize (ออ' ธะไรซ์) *vt.* **-ized, -izing** ให้อำนาจ, ให้สิทธิ, อนุมัติ **-authorization** *n.* **-authorizer** *n.* (-S. empower, permit)

auto (ออ' โท) *n., pl.* **-tos** รถยนต์

auto- คำอุปสรรค หมายถึง ตัวเอง, ด้วยตัวเอง

autobahn (ออ' ทะบาน) *n.* ถนนทางด่วนในประเทศเยอรมนี

autobiography (ออโทไบออก' กระฟี, -บี-) *n., pl.* **-phies** อัตชีวประวัติ **-autobiographer** *n.* **-autobiographic, autobiographical** *adj.* (-S. life-story)

autobus (ออ' โทบัซ) *n., pl.* **-buses/-busses** รถบัส, รถโดยสารประจำทาง, รถเมล์

autoclave (ออ' โทเคลฟว์) *n.* ภาชนะอบไอน้ำภายใต้ความดันสำหรับฆ่าเชื้อโรคหรือทำอาหาร

autocracy (ออทอค' คระซี) *n., pl.* **-cies** ระบบเผด็จการ, การปกครองแบบกุมอำนาจ **-autocrat** *n.* **-autocratic, autocratical** *adj.*

autocross (ออ' ทะครอซ) *n.* กีฬาแข่งรถตามเส้นทางวงกลม

autograph (ออ' ทะแกรฟ) *n.* ลายมือหรือลายเซ็นของตัวเอง *-vt.* **-graphed, -graphing** เขียนด้วยลายมือตัวเอง, ลงลายเซ็น

automaker (ออ' โทเมเคอร์) *n.* ผู้ผลิตรถยนต์

automat (ออ' ทะแมท) *n.* เครื่องหยอดเหรียญเพื่อจำหน่ายอาหารและเครื่องดื่มแบบอัตโนมัติ

automata (ออทอม' มะทะ) *n.* พหูพจน์ของ automaton

automate (ออ' ทะเมท) *vt., vi.* **-mated, -mating** เปลี่ยนเป็นระบบอัตโนมัติ, ทำงานด้วยระบบอัตโนมัติ **-automation** *n.*

automated teller machine เครื่องฝากถอนเงินอัตโนมัติ, เครื่องเอทีเอ็ม

★**automatic** (ออทะแมท' ทิค) *adj.* อัตโนมัติ, ซึ่งทำงานได้เอง *-n.* อุปกรณ์ที่ทำงานด้วยระบบอัตโนมัติ **-automatically** *adv.*

automatic teller machine ดู automated teller machine

automaton (ออทอม' มะเทิน, -ทอน) *n., pl.* **-tons/-ta** หุ่นยนต์, เครื่องจักรอัตโนมัติ

★**automobile** (ออทะโมบีล', -โม' บีล) *n.* รถยนต์

automotive (ออทะโม' ทิฟว์) *adj.* ซึ่งขับเคลื่อนได้เอง

autonomic (ออทะนอม' มิค) *adj.* ซึ่งเกิดขึ้นโดยอัตโนมัติ **-autonomically** *adv.*

autonomous (ออทอน' นะเมิซ) *adj.* อิสระ,

A B C D E F G H I J K L M N O P Q R S T U V W X Y Z

ไม่ขึ้นกับใคร, ซึ่งปกครองตนเอง **-autonomously** *adv.* **-autonomy** *n.* **-autonomist** *n.* (**-S.** independent **-A.** dependent)

autopsy (ออ' ทอพซี, ออ' เทิพ-) *n., pl.* **-sies** การพิสูจน์ศพ *-vt.* **-sied, -sying** พิสูจน์ศพ

autotroph (ออ' ทะทรอฟ, -โทรฟ) *n.* สิ่งมีชีวิตที่สามารถสร้างหรือสังเคราะห์อาหารเองได้ **-autotrophic** *adj.* **-autotrophically** *adv.*

★**autumn** (ออ' เทิม) *n.* ฤดูใบไม้ร่วง (**-S.** fall)

auxiliary (ออกซิล' เลียรี) *adj.* ซึ่งช่วยเหลือ, ซึ่งสนับสนุน, ซึ่งส่งเสริม *-n., pl.* **-ries** สิ่งที่ช่วยเหลือสนับสนุน, ผู้ช่วยเหลือ

auxiliary verb กริยาช่วย เช่น verb to be, verb to do, verb to have หรือ can, could, will, would, shall, should, ought to, may, might

av. ย่อจาก avenue ถนน, average เฉลี่ย

avail (อะเวล') *vt., vi.* **availed, availing** เป็นประโยชน์ต่อ, ช่วย *-n.* ประโยชน์, คุณค่า **-of/to no avail** เปล่าประโยชน์ (**-S.** (v., n.) benefit)

★**available** (อะเว' ละเบิล) *adj.* สะดวก, ใช้ประโยชน์ได้, หาใช้ได้ง่าย, หยิบฉวยได้สะดวก, ว่าง **-availability** *n.* **-availably** *adv.* (**-S.** accessible, handy **-A.** unavailable)

avalanche (แอฟว' วะแลนช) *n.* หิมะถล่ม, หินถล่ม, การถล่มทลาย, ปริมาณมหาศาล *-vi., vt.* **-lanched, -lanching** ถล่ม, ทลาย

avant-garde (อาวานท์การ์ด', แอฟว์วานท์-) *adj.* ก้าวหน้า, แนวหน้า, ล้ำสมัย *-n.* ศิลปินผู้ใช้เทคนิคล้ำสมัยสร้างผลงาน **-avant-gardist** *n.*

avarice (แอฟว' วะริซ) *n.* ความโลภ

Ave., ave. ย่อจาก Avenue, avenue ถนน

avenge (อะเวนจ') *vt., vi.* **avenged, avenging** ล้างแค้นให้กับ (**-S.** revenge)

avenue (แอฟว' วะนู, -นิว) *n.* ถนนใหญ่, ถนนที่มีต้นไม้สองข้างทาง, ทางเข้า, หนทาง

aver (อะเวอร') *vt.* **averred, averring** ยืนยัน

★**average** (แอฟว' เวอริจ, แอฟว' ริจ) *n.* ค่าเฉลี่ย, จำนวนเฉลี่ย *-adj.* เกี่ยวกับค่าเฉลี่ย, ปานกลาง, ธรรมดา *-vi.* **-aged, -aging** คิดค่าเฉลี่ย, เฉลี่ยกัน (**-S.** (n.) mean, median)

averse (อะเวิร์ซ') *adj.* ต่อต้าน, รังเกียจ **-aversely** *adv.* **-aversion** *n.*

avert (อะเวิร์ท') *vt.* **averted, averting** ป้องกัน, ปกป้อง, เบือนหนี, หันเห, หันไปทางอื่น

avg. ย่อจาก average ค่าเฉลี่ย, เฉลี่ย

avgas (แอฟว' แกซ) *n.* ย่อจาก aviation gasoline น้ำมันสำหรับเติมเครื่องบิน

aviary (เอ' เวียรี) *n., pl.* **-ies** กรงขนาดใหญ่สำหรับเลี้ยงนก **-aviarist** *n.*

aviation (เอวีเอ' ชัน, แอฟว์วี-) *n.* การออกแบบและสร้างเครื่องบิน, วิทยาศาสตร์การบิน, ธุรกิจการสร้างเครื่องบิน

aviator (เอ' วีเอเทอร์, แอฟว์'-) *n.* นักบิน

aviatrix (เอวีเอ' ทริคซ์) *n.* นักบินหญิง

aviculture (เอ' วิคัลเชอร์) *n.* การเลี้ยงนก

avid (แอฟว' วิด) *adj.* โลภมาก, ใคร่อยาก

avocado (แอฟว์วะคา' โด, อาวะ-) *n., pl.* **-dos** ผลอาโวกาโด ซึ่งมีลักษณะคล้ายผลแพร์มีสีเขียวเหลือง ใช้รับประทานได้, ต้นอาโวกาโด

avocation (แอฟว์โวเค' ชัน) *n.* งานอดิเรก, อาชีพการงาน (**-S.** hobby, vocation)

★**avoid** (อะวอยด์') *vt.* **avoided, avoiding** เลี่ยง, หลบหลีก, กันไม่ให้เกิดขึ้น, หลีกหนี **-avoidable** *adj.* **-avoidably** *adv.* **-avoidance** *n.*

avoirdupois weight มาตราชั่งตวงของระบบอเมริกันและอังกฤษ

avouch (อะเวาช์') *vt.* **avouched, avouching** ยืนยัน, รับประกัน, ยอมรับ **-avouchment** *n.* (**-S.** affirm, guarantee)

avow (อะเวา') *vt.* **avowed, avowing** ยอมรับ, ยืนยัน, ประกาศ **-avowal** *n.* **-avowable** *adj.*

avulsion (อะวัล' ชัน) *n.* การฉีกขาด

await (อะเวท') *vt., vi.* **awaited, awaiting** รอคอย, เฝ้ารอ (**-S.** expect, wait)

★**awake** (อะเวค') *v.* **awoke/awaked, awaked/awoken, awaking** *-vt.* ตื่นนอน, ตื่นจากภวังค์, เรียกความจำคืนมา, ทำให้มีสติ *-vi.* ตื่นนอน, ตื่นตัว, มีสติ *-adj.* ตื่นอยู่, ไม่นอน

awaken (อะเว' เคิน) *v.* **-ened, -ening** *-vi.* ตื่นนอน, ตื่นตัว *-vt.* ปลุกเร้า, ทำให้ตื่น

★**award** (อะวอร์ด') *vt.* **awarded, awarding** มอบรางวัล, ให้คำตัดสิน, มอบให้ *-n.* รางวัล, คำตัดสิน **-awardable** *adj.* (**-S.** (v., n.) reward)

★**aware** (อะแวร์') *adj.* รู้ตัว, มีสติ **-awareness** *n.* (**-S.** conscious **-A.** unaware)

awash (อะวอช') *adj., adv.* เจิ่งนอง, ท่วม

★**away** (อะเว') *adv.* ไปไกล, ไกลโพ้น, ห่างออกไป, ไปเสีย, ตลอดเวลา, ไม่จบสิ้น, ไม่สิ้นสุด *-adj.* ซึ่งไปเล่นยังสนามของคู่แข่ง, ไกลออกไป, ไม่อยู่, แสนไกล

awe (ออ) *n.* ความสะพรึงกลัว, ความน่าเกรงขาม *-vt.* **awed, awing** สะพรึงกลัว, เกรงขาม, เคารพยำเกรง (**-S.** (n.) fear, respect **-A.** scorn)

awesome (ออ' เซิม) *adj.* น่ายำเกรง, น่า

A B C D E F G H I J K L M N O P Q R S T U V W X Y Z

เกรงขาม, น่ากลัว, (คำสแลง) ยอดเยี่ยม **-awesomely** *adv.* **-awesomeness** *n.*
awestruck (ออ' สตรัค) *adj.* หวาดกลัว
★**awful** (ออ' เฟิล) *adj.* เลวร้าย, แย่มาก, น่ากลัว **-awfully** *adv.* **-awfulness** *n.* (**-S.** bad, terrible **-A.** wonderful)
awhile (อะไวล์') *adv.* ชั่วครู่, สักพักหนึ่ง
★**awkward** (ออค' เวิร์ด) *adj.* งุ่มง่าม, ซุ่มซ่าม, ไม่สะดวก, (จัดการ) ลำบาก **-awkwardly** *adv.* **-awkwardness** *n.* (**-S.** clumsy **-A.** graceful)
awl (ออล) *n.* หมุดตอกรูในเนื้อไม้หรือหนังสัตว์
awn (ออน) *n.* เส้นขนของหญ้า **-awned** *adj.*
awning (ออ' นิง) *n.* ผ้าใบขึงกันแดด
awoke (อะโวค') *v.* กริยาช่อง 2 ของ awake
awoken (อะโว' เคิน) *v.* กริยาช่อง 3 ของ awake
awry (อะไร') *adj., adv.* ผิด, พลาด, บิดเบี้ยว
★**ax, axe** (แอคซ์) *n., pl.* **axes** (แอค' ซิซ) ขวาน, (คำสแลง) เครื่องดนตรี *-vt.* **axed, axing** เฉือนหรือถากด้วยขวาน, ตัด, กำจัด, ตัดทอน **-get the ax** ถูกตัดหัว, ถูกไล่ออก
axes (แอค' ซิซ) *n.* พหูพจน์ของ ax, axe หรือ axis
axiom (แอค' เซียม) *n.* กฎเกณฑ์
axis (แอค' ซิซ) *n., pl.* **axes** (แอค' ซีซ) แกนกลาง, เส้นสมมาตร, เส้นสมมติ
axle (แอค' เซิล) *n.* เพลารถ, แกนล้อ, แกน
ay (ไอ) *interj.* คำอุทานแสดงความเสียใจ
aye[1], ay (เอ) *adv.* ตลอดไป (**-S.** ever)
aye[2], ay (ไอ) *n.* การตอบรับ *-adv.* ใช่, ตกลง
AZT (เอซีที') *n.* ย่อจาก azidothymidine ยาชนิดหนึ่งที่ใช้รักษาโรคเอดส์
azure (แอฌ' เฌอร์) *n.* สีฟ้า *-adj.* ฟ้าสดใส
azygous (เอไซ' เกิซ) *adj.* ไร้คู่, เดี่ยว

B

B, b (บี) *n., pl.* **B's, b's/Bs, bs** อักษรตัวที่ 2 ในภาษาอังกฤษ, อันดับสอง, คุณภาพดีเป็นอันดับสอง, (B) หมู่เลือดชนิดหนึ่งของคน
B.A. ย่อจาก Bachelor of Arts ศิลปศาสตรบัณฑิต
baa (แบ, บา) *vi.* **baaed, baaing** ส่งเสียงร้องคล้ายเสียงแกะหรือแพะ *-n.* เสียงร้องดังกล่าว
babble (แบบ' เบิล) *vt., vi.* **-bled, -bling** ส่งเสียงอ้อแอ้, พูดเพ้อเจ้อ บ่นพึมพำ, ทำเสียงน้ำไหล *-n.* เสียงอ้อแอ้, เสียงพึมพำ, การพูดเพ้อเจ้อ, เสียงน้ำไหล **-babbler** *n.*
babe (เบบ) *n.* ทารก, เด็ก, ผู้ที่ไร้เดียงสา, (คำสแลง) สาวน้อย (**-S.** infant, novice)
baboo (บา' บู) *n.* คำเรียกท่านในภาษาฮินดู, เสมียนชาวอินเดียที่รู้ภาษาอังกฤษเล็กน้อย
baboon (แบบูน') *n.* ลิงบาบูน มีนิสัยดุร้าย, (คำสแลง) คนงุ่มง่าม **-baboonish** *adj.*
★**baby** (เบ' บี) *n., pl.* **-bies** เด็กทารก, ลูกสัตว์, คนที่นิสัยเหมือนเด็ก, ผู้ที่อายุน้อยกว่าใคร, (คำสแลง) ที่รัก สาวน้อย *-vt.* **-bied, -bying** เลี้ยงเหมือนเด็กทารก, เอาใจ **-babyhood** *n.*
baby carriage รถเข็นเด็ก
baby-sit (เบ' บีซิท) *v.* **-sat, -sitting** *-vt.* ดูแลเลี้ยงเด็ก *-vi.* เป็นพี่เลี้ยงให้กับ **-baby sitter** *n.*
baccarat, baccara (แบคคะรา') *n.* การเล่นไพ่ชนิดหนึ่ง
bachelor (แบช' ชะเลอร์, แบช' เลอร์) *n.* หนุ่มโสด, บัณฑิตปริญญาตรี, อัศวินหนุ่ม **-bachelorhood, bachelordom, bachelorship** *n.*
Bachelor of Arts ศิลปศาสตรบัณฑิต
Bachelor of Science วิทยาศาสตรบัณฑิต
bachelor's degree ปริญญาตรี
bacillus (บะซิล' เลิซ) *n., pl.* **-cilli** เชื้อแบคทีเรียที่มีรูปร่างเป็นแท่ง **-bacillary, bacillar** *adj.*
★**back** (แบค) *adj.* ซึ่งอยู่หลัง, ย้อนหลัง *-adv.* ถอยหลัง, คืนหลัง, กลับคืน, (ตอบ) กลับ *-v.* **backed, backing** *-vt.* ทำให้ถอยหลัง, อยู่ข้างหลัง, ช่วยเหลือ, สนับสนุน *-vi.* ถอยหลัง *-n.* ส่วนหลัง, หลัง, พนักพิงหลัง **-behind someone's back** (กระทำ) ลับหลัง
backache (แบค' เอค) *n.* อาการปวดหลัง
back-and-forth (แบค' แอนฟอร์ธ) *adj.* ซึ่งเคลื่อนที่ไปข้างหน้าข้างหลังสลับกัน
backbite (แบค' ไบท์) *vt., vi.* **-bit, -bitten/-bit, -biting** นินทาลับหลัง **-backbiter** *n.*
backbone (แบค' โบน) *n.* กระดูกสันหลัง, ตัวการในการสนับสนุน (**-S.** spine, support)
backdoor, back-door (แบค' ดอร์, -โดร์)

A B C D E F G H I J K L M N O P Q R S T U V W X Y Z

adj. (ประตู) หลัง, ไม่ซื่อสัตย์, เป็นความลับ
backdrop (แบค' ดรอพ) *n.* ม่านหลังเวที, ฉากหลัง, ฉากภาพเหตุการณ์
backfire (แบค' ไฟร์) *vi.* **-fired, -firing** เกิดเสียงระเบิดในเครื่องยนต์ที่เผาไหม้ไม่สมบูรณ์, เกิดผลที่ไม่คาดคิด *-n.* การระเบิดดังกล่าว
backgammon (แบค' แกมเมิน) *n.* ชื่อเกมประเภทหนึ่งสำหรับคนเล่นสองคน โดยใช้ลูกเต๋าโยนเพื่อเดินช่องบนกระดาน
★**background** (แบค' เกราน์ด์) *n.* เบื้องหลัง, ฉากหลัง, พื้นเพ, ประวัติ, ประสบการณ์, ข้อมูล
backhand (แบค' แฮนด์) *n.* ลายมือเขียนที่โย้ไปด้านซ้าย, การตีลูกบอลโดยท่าหลังมือ
backlash (แบค' แลช) *n.* ปฏิกิริยาโต้ตอบ
backlog (แบค' ลอก) *n.* สิ่งของที่สำรองไว้, สิ่งที่คั่งค้างไว้, งานที่รอการสะสาง (**-S.** supply)
backpack (แบค' แพค) *n.* เป้สะพายหลัง
back road ถนนตามชนบท, ถนนลูกรัง
back seat เบาะนั่งด้านหลัง, ตำแหน่งรอง
back-seat driver ผู้โดยสารที่นั่งเบาะหลัง ซึ่งชอบแนะนำคนขับ ทำให้น่ารำคาญ
backside (แบค' ไซด์) *n.* บั้นท้าย, สะโพก
backslide (แบค' สไลด์) *vi.* **-slid, -slid/-slidden, -sliding** ถดถอย, เสื่อมทราม
backspace (แบค' สเปซ) *vi.***-spaced, -spacing** เคาะแป้นพิมพ์ดีดเพื่อถอยกลับหลัง
backstage (แบค' สเตจ') *adv.* หลังเวที, อย่างลับๆ *-adj.* ซึ่งอยู่หลังเวที, เป็นความลับ
backstitch (แบค' สติช) *n.* การเย็บด้นถอยหลัง **-backstitch** *v.*
backstroke (แบค' สโตรค) *n.* ท่าว่ายน้ำตีกรรเชียง, การตีกลับ, ท่าหลังมือตีกลับ
back talk พูดตอบโต้อย่างทันควัน
backtrack (แบค' แทรค) *vt.* **-tracked, -tracking** ย้อนรอย, กลับคำ, เปลี่ยนความตั้งใจ
backup, back-up (แบค' อัพ) *n.* การสนับสนุน, การสำรองเอาไว้, (คอมพิวเตอร์) ข้อมูลสำรอง *-adj.* ซึ่งสนับสนุน, ซึ่งสำรอง
★**backward** (แบค' เวิร์ด) *adj.* ซึ่งไปทางข้างหลัง, ล้าหลัง, ไม่ทันสมัย, หัวช้า, ขี้อาย, ปัญญาอ่อน *-adv.* ถอยหลัง, ในลักษณะตรงข้าม, ในอดีต **-backwards** *adv.* **-backwardly** *adv.* **-backwardness** *n.*
backwater (แบค' วอเทอร์, -วอทเทอร์) *n.* กระแสน้ำที่ไหลย้อนกลับ, ถิ่นที่ล้าหลัง
backwoods (แบค' วูดซ์) *n. pl.* ป่าดงพงพี
back yard สนามหลังบ้าน, สวนหลังบ้าน

★**bacon** (เบ' เคิน) *n.* เนื้อหมูเค็มรมควัน
★**bacteria** (แบคเทีย' เรีย) *n.* พหูพจน์ของ bacterium **-bacterial** *adj.* **-bacterially** *adv.*
bactericide (แบคเทีย' ริไซด์) *n.* ยากำจัดแบคทีเรีย **-bactericidal** *adj.*
bacteriology (แบคเทียรีออล' ละจี) *n.* วิชาที่ศึกษาเกี่ยวกับแบคทีเรีย **-bacteriological** *adj.* **-bacteriologist** *n.*
★**bad** (แบด) *adj.* **worse, worst** เลว, แย่, (คุณภาพ) ต่ำ, ไม่ดี, ไม่เก่ง, รุนแรง, หนัก, เสีย, อันตราย, โหดร้าย **-have a bad name** ชื่อเสียงไม่ดี **-badness** *n.* **-badly** *adv.*
badass (แบด' แอซ) *n.* (คำสแลง) จอมก่อกวน
bade (เบด, แบด) *v.* กริยาช่อง 2 ของ bid
★**badge** (แบจ) *n.* เครื่องหมายหรือเหรียญตราแสดงตำแหน่ง หรือเกียรติยศ (**-S.** emblem)
badger (แบจ' เจอร์) *n.* ตัวแบดเจอร์ ขนสีดำขาว เป็นสัตว์กินเนื้อ ออกหากินกลางคืน
badminton (แบด' มินเทิน) *n.* กีฬาแบดมินตัน, การเล่นตีลูกขนไก่
badmouth, bad-mouth (แบด' เมาธ์) *vt. vi.* **-mouthed, -mouthing** วิจารณ์, ว่าร้าย
bad-tempered (แบด' เทมเพอร์ด) *adj.* อารมณ์เสีย, หงุดหงิด, โมโห
baffle (แบฟ' เฟิล) *vt.* **-fled, -fling** ทำให้สับสนงุนงง **-bafflement** *n.* **-baffling** *adj.*
★**bag** (แบก) *n.* ถุง, กระเป๋า, ย่าม, (คำสแลง) ความชำนาญ ความสนใจ หญิงที่ไม่มีเสน่ห์ *-v.* **bagged, bagging** *-vt.* ใส่ถุง, บรรจุถุง, หยิบฉวย, ฆ่า, ล่า *-vi.* แขวนหรือห้อยหลวมๆ **-bagful** *adj.* **-bagger** *n.*
★**baggage** (แบก' กิจ) *n.* กระเป๋าสัมภาระ, สัมภาระเดินทาง (**-S.** luggage)

> **baggage** กับ **luggage** เป็นนามนับไม่ได้ เช่น I had a lot of baggage/luggage when I traveled to Paris.
> **suitcase** มีความหมายเช่นเดียวกัน แต่เป็นนามนับได้ เช่น I had two small suitcases with me.

baggy (แบก' กี) *adj.* **-gier, -giest** ซึ่งแขวนหรือห้อยไว้หลวมๆ **-baggily** *adv.*
bagman (แบก' เมิน) *n., pl.* **-men** พนักงานขายของเร่, คนกลางที่คอยรับหรือให้สินบน
bagpipe (แบก' ไพพ์) *n.* ปี่ของชาวสกอต
bah (บา) *interj.* คำอุทานแสดงการดูถูก

A B C D E F G H I J K L M N O P Q R S T U V W X Y Z

★**baht** (บาท) *n., pl.* **bahts/baht** หน่วยเงินตราของไทย, เงินบาท
bail[1] (เบล) *v.* **bailed, bailing** *-vt.* ช่วยให้หลุดพ้นจากความลำบาก, วิดน้ำออกจากเรือ *-vi.* วิดน้ำจากเรือ, กระโดดร่ม (-S. help, relieve)
bail[2] (เบล) *n.* เงินประกันตัว (-S. surety)
bailiff (เบ' ลิฟ) *n.* เจ้าหน้าที่ยึดทรัพย์, ผู้จัดการเรื่องที่ดินแทนเจ้าของ, ผู้ช่วยนายอำเภอ
bait (เบท) *n.* เหยื่อตกปลา, เหยื่อล่อ, ของล่อใจ *-vt.* **baited, baiting** อ่อยเหยื่อ, ยั่วให้โกรธ
baize (เบซ) *n.* ผ้าเนื้อหนาสีเขียวที่ใช้ปูโต๊ะเล่นการพนันหรือโต๊ะบิลเลียด
★**bake** (เบค) *vt., vi.* **baked, baking** อบ, รม, ปิ้ง, ผึ่งแดด *-n.* การอบ, อาหารอบ
bakery (เบ' คะรี) *n., pl.* **-ies** ร้านขายขนมอบ
baking powder ผงฟูที่ใช้ทำขนม
baking soda โซดาทำขนมปัง
★**balance** (แบล' เลินซ์) *n.* ตาชั่ง, จุดสมดุล, ความสมดุล, สภาพสมดุล, ยอดเงินคงเหลือ, ความมั่นคงของอารมณ์หรือจิตใจ, ส่วนที่เหลือ *-vt.* **-anced, -ancing** ทำให้สมดุล
balance beam คานทรงตัว
balance of (international) payments ดุลการชำระเงิน
balance of power การถ่วงดุลอำนาจทางการทหารและการเมืองระหว่างนานาประเทศ
balance of terror ดุลยภาพทางอำนาจระหว่างนานาชาติ
balance of trade ดุลการค้า
balance sheet งบดุล
★**balcony** (แบล' คะนี) *n., pl.* **-nies** ระเบียง, หน้ามุข, เฉลียง (-S. terrace)
★**bald** (บอลด์) *adj.* **-er, -est** ล้าน, เตียน, ไร้ขน, ไม่ปิดบัง, ตรงๆ **-baldness** *n.* **-baldly** *adv.*
bald eagle นกอินทรีชนิดหนึ่งขนดำ หัวและหางขาวเป็นสัญลักษณ์ของประเทศสหรัฐอเมริกา
bale (เบล) *n.* ห่อ, มัด, ก๋า **-baler** *n.*
balk, baulk (บอค) *v.* **balked, balking/baulked, baulking** *-vt.* ขัดขวาง, กีดกัน, หยุดชะงัก *-vi.* ลังเล, รีรอ *-n.* อุปสรรค, การกีดกั้น
★**ball**[1] (บอล) *n.* ลูกบอล, สิ่งของที่กลม, ดวงดาว, ความกล้า, (คำสแลง) ลูกอัณฑะ
ball[2] (บอล) *n.* งานลีลาศ, งานเต้นรำ (-S. dance)
ballad (แบล' เลิด) *n.* เพลงรักหวานซึ้ง, เพลงหรือบทกวีสั้นๆ **-balladry** *n.* (-S. song)
ballast (แบล' เลิซท์) *n.* กรวด หิน ทรายที่ใช้โรยถนน, วัตถุที่ใช้ถ่วงไม่ให้เรือโคลง
ball bearing ตลับลูกปืน
ballerina (แบลละรี' นะ) *n.* นักระบำบัลเล่ต์หญิง
ballet (แบเล', แบล' เล) *n.* การเต้นระบำบัลเล่ต์, การเต้นระบำปลายเท้า **-balletic** *adj.*
ballet-dancer (แบ' เลแดน' เซอร์) *n.* นักเต้นระบำบัลเล่ต์
ballistics (บะลิซ' ทิคซ์) *n. pl.* การศึกษาเกี่ยวกับวิถีการเคลื่อนที่ของกระสุนหรือจรวด **-ballistic** *adj.* **-ballistically** *adv.*
★**balloon** (บะลูน') *n.* ลูกโป่งลอยฟ้า, บอลลูน, ลูกโป่ง **-balloonist** *n.*

balloon

ballooning (บะลูน' นิง) *n.* กีฬาลอยบอลลูน
ballot (แบล' เลิท) *n.* บัตรลงคะแนนเสียง, การลงคะแนนเสียง, จำนวนเสียงลงคะแนน, สิทธิลงคะแนนเสียง (-S. vote)
ballpoint pen ปากกาลูกลื่น
ballroom (บอล' รูม) *n.* ห้องเต้นรำ
ballroom dance การเต้นลีลาศ
ballyhoo (แบล' ลีฮู) *n., pl.* **-hoos** การคำราม, การพูดดัง, การโฆษณาครึกโครม
balm (บาม) *n.* ต้นบาล์ม, น้ำมันบาล์มบรรเทาปวด, สิ่งซึ่งบรรเทาปวด (-S. balsam, remedy)
balmy (บา' มี) *adj.* **-ier, -iest** ซึ่งเหมือนน้ำมันบาล์ม, (อากาศ) อบอุ่น, (คำสแลง) บ้าบอ
baloney (บะโล' นี) *n., pl.* **-neys** ไส้กรอกรมควัน, (คำสแลง) เรื่องไร้สาระ เรื่องงี่เง่า
balsam (บอล' เซิม) *n.* น้ำมันหอมระเหย, ยางไม้หอม, น้ำมันบาล์มบรรเทาปวด
baluster (แบล' ละสเตอร์) *n.* ซี่ราวบันไดหรือราวระเบียง
balustrade (แบล' ละสเตรด) *n.* ราวระเบียง, ราวบันได
bamboo (แบมบู') *n., pl.* **-boos** ต้นไผ่, ไม้ไผ่
bamboo shoot หน่อไม้
bamboozle (แบมบู' เซิล) *vt.* **-zled, -zling** หลอกลวง **-bamboozlement** *n.* (-S. deceive)
★**ban** (แบน) *vt.* **banned, banning** ห้าม, ประณาม *-n.* การห้าม, การประณาม
banal (เบ' เนิล) *adj.* เก่าเก็บ, เรียบๆ, ธรรมดา
★**banana** (บะแนน' นะ) *n.* ต้นกล้วย, ผลกล้วย
★**band** (แบนด์) *n.* แถบ, วงดนตรี, คณะ, หมู่, แถบสี, แถบรัด, วงแหวน, แถบคลื่นเสียงหรือคลื่นความถี่ (-S. belt, company, strip)
★**bandage** (แบน' ดิจ) *n.* ผ้าพันแผล *-vt.*

-aged, -aging พันด้วยผ้าพันแผล
B&B ย่อจาก Bed and Breakfast (บริการ) ที่พักพร้อมอาหารเช้า
bandbox (แบนด์' บอคซ์) *n.* กล่องเก็บของ
bandeau (แบนโด') *n., pl.* **-deaux** (-โดซ์')/**-deaus** แถบริบบิ้นคาดหมวก, เสื้อยกทรงสตรี
bandicoot (แบน' ดิคูท) *n.* หนูนา
bandit (แบน' ดิท) *n., pl.* **-dits/banditti** (-ที) โจร, ผู้ร้าย, คนนอกกฎหมาย (**-S.** outlaw)
bandstand (แบนด์' สแตนด์) *n.* เวทีการแสดงกลางแจ้งที่มีหลังคาคลุม, ลานแสดงดนตรี
bandy (แบน' ดี) *vt.* **-died, -dying** พูดโดยไม่คิด, พูดนินทา, ตี (ลูกบอล) ไปกลับ, แลกเปลี่ยน *-adj.* โก่งออก, โค้ง
bane (เบน) *n.* ความหายนะ, การบาดเจ็บปางตาย, สิ่งที่ก่อให้เกิดความหายนะ, ยาพิษ, ความตาย **-baneful** *adj.* **-banefully** *adv.*
★**bang**[1] (แบง) *n.* เสียงดังปัง, เสียงปึงปัง, (คำสแลง) ความตื่นเต้น การมีเพศสัมพันธ์ *-vt., vi.* **banged, banging** ตีดังปัง, ทำเสียงดังปัง *-adv.* อย่างถูกต้อง, ตรงๆ, ทันที, อย่างแรงและฉับพลัน *-interj.* คำอุทานที่เลียนเสียงดังปัง
bang[2] (แบง) *vt.* **banged, banging** ตัดผมหน้าม้า *-n.* ทรงผมหน้าม้า
Bangkok (แบง' คอค) กรุงเทพมหานคร
bangle (แบง' เกิล) *n.* กำไลข้อเท้า, กำไลมือ
banish (แบน' นิช) *vt.* **-ished, -ishing** ขับไล่, เนรเทศ, กำจัด **-banishment** *n.* (**-S.** expel)
banister, bannister (แบน' นิสเตอร์) *n.* ราวบันได, ราวระเบียงหรือเฉลียง
banjo (แบน' โจ) *n., pl.* **-jos/-joes** เครื่องดนตรีประเภทหนึ่งคล้ายกีตาร์ **-banjoist** *n.*
★**bank** (แบงค์) *n.* ธนาคาร, กองทุน, สิ่งของสำรอง, ห้องจัดเก็บ, ฝั่งแม่น้ำ, ตลิ่ง, เนิน, กองดินกองทราย, กลุ่มก้อน, แถว, การเอียงตัวของเครื่องบินขณะตีโค้งกลับลำ *-v.* **banked, banking** *-vt.* เอาเงินฝากธนาคาร, จัดเป็นแถวๆ *-vi.* ฝากเงินกับธนาคาร, ทำกิจการธนาคาร, ก่อเป็นกอง, บินเฉียงเพื่อโค้งกลับ
bank account บัญชีเงินฝากธนาคาร
bankbook (แบงค์' บุค) *n.* สมุดบัญชีธนาคาร
bankcard (แบงค์' คาร์ด) *n.* บัตรธนาคาร เช่น บัตรเครดิต หรือบัตรเอทีเอ็ม
bank credit สินเชื่อธนาคาร
banker (แบง' เคอร์) *n.* นายธนาคาร, เจ้ามือการพนัน
bank holiday วันหยุดทำการธนาคาร
banking (แบง' คิง) *n.* ธุรกิจการธนาคาร
bank note ธนบัตร
bank rate อัตราดอกเบี้ยธนาคาร
★**bankrupt** (แบงค์' รัพท์, -เริพท์) *adj.* ซึ่งล้มละลาย *-vt.* **-rupted, -rupting** ทำให้ล้มละลาย *-n.* คนที่ล้มละลาย **-bankruptcy** *n.*
bank statement รายการฝากหรือถอนเงิน
banner (แบน' เนอร์) *n.* ธง, หัวข้อข่าวที่พาดตามหน้าหนังสือพิมพ์, ผืนผ้าที่เขียนข้อความรณรงค์ *-adj.* เด่น, สำคัญ (**-S.** (n.) flag, sign)
banns, bans (แบนซ์) *n. pl.* การประกาศพิธีแต่งงานในโบสถ์
banquet (แบง' ควิท) *n.* งานเลี้ยงสังสรรค์, งานเลี้ยงรับรอง (**-S.** feast, party)
banquette (แบงเคท') *n.* แนวที่มั่นยิงปืนของทหาร, เก้าอี้นวมติดผนัง, ทางเดินยกระดับ
bantam (แบน' เทิม) *n.* ไก่บ้าน, คนตัวเล็ก
bantamweight (แบน' เทิมเวท) *n.* นักมวยรุ่นที่มีน้ำหนัก 113-118 ปอนด์ หรือ 51-53.5 กก.
banter (แบน' เทอร์) *n.* การพูดจาหยอกล้อกัน
bantling (แบนท์' ลิง) *n.* อ้ายหนู
banzai (บานไซ') *n.* การตะโกนร้องไชโยยามออกศึกสงครามของทหารญี่ปุ่น
baobab (เบ' โอแบบ, บา'-) *n.* ต้นไม้เขตร้อนชื้นลำต้นเตี้ยและอวบน้ำใช้ทำกระดาษหรือเชือกได้
baptism (แบพ' ทิเซิม) *n.* พิธีทางศาสนาคริสต์เพื่อรับบุคคลเข้าเป็นศาสนิกชนโดยทำพิธีจุ่มน้ำ
Baptist (แบพ' ทิซท์) *n.* คริสต์ศาสนานิกายหนึ่งที่เชื่อว่าพิธีจุ่มน้ำควรกระทำกับบุคคลที่เข้าใจในความหมายของพิธีดังกล่าว
baptize (แบพ' ไทซ์) *v.* **-tized, -tizing** *-vt.* รับเข้าเป็นศาสนิกชนในคริสต์ศาสนา, ทำพิธีล้างบาป, ตั้งชื่อคริสเตียนให้ *-vi.* ทำพิธีรับเข้าเป็นคริสต์ศาสนิกชน **-baptizer** *n.*
★**bar**[1] (บาร์) *n.* แท่ง, ท่อน, สลัก, สิ่งกีดขวาง, แถบ, มุมจำหน่ายอาหารและเครื่องดื่ม, โต๊ะหรือเคาน์เตอร์บริการเครื่องดื่ม, เส้นกั้นห้องตัวโน้ต, กองหินกองทรายใต้น้ำ, อาชีพนักกฎหมาย, กลุ่มทนายความ, ที่นั่งบัลลังก์ศาล, คอกยืนในศาล *-vt.* **barred, barring** ลงสลัก, กั้นด้วยเครื่องกีดขวาง, ป้องกันปราบปรามด้วยกฎหมาย, กันออกไป, ทำแถบเป็นเครื่องหมาย, ยกเว้น *-prep.* เว้นแต่ **-behind bars** (ภาษาพูด) จำคุก
bar[2] (บาร์) *n.* หน่วยวัดความกดอากาศ
barb (บาร์บ) *n.* หนาม, เงี่ยงแหลม (**-S.** spike)
barbarian (บาร์แบ' เรียน) *n.* คนป่าเถื่อน
barbaric (บาร์แบ' ริค) *adj.* ป่าเถื่อน

A B C D E F G H I J K L M N O P Q R S T U V W X Y Z

barbarity (บาร์แบ' ริที) *n., pl.* **-ties** ความโหดร้าย, ความไร้เมตตา, การกระทำที่ป่าเถื่อน
barbarize (บาร์' บะไรซ์) *v.* **-rized, -rizing** *-vt.* ทำตัวป่าเถื่อน, กระทำการที่ทารุณโหดร้าย *-vi.* กลายเป็น (คน ลักษณะ) ป่าเถื่อน **-barbarization** *n.* **-barbarous** *adj.*
barbecue (บาร์' บิคิว) *n.* เตาย่างอาหารกลางแจ้ง, งานเลี้ยงอาหารที่ปิ้งย่างกันกลางแจ้ง, เนื้อย่าง *-vt.* **-cued, -cuing** ย่างหรือปิ้งอาหารบนเตากลางแจ้ง (**-S.** (v.) broil, grill)
barbed wire ลวดหนาม
★**barber** (บาร์' เบอร์) *n.* ช่างตัดผม
★**barbershop** (บาร์' เบอร์ชอพ) *n.* ร้านตัดผม
bar code รหัสแท่ง, รหัสตัวเลขที่สามารถใช้เครื่องอ่านรหัสได้ ซึ่งจะพิมพ์เป็นแถบในแนวตั้งโดยมีความกว้างของแถบไม่เท่ากัน ประทับอยู่ตามสินค้าต่างๆ (**-S.** Universal Product Code)
bard (บาร์ด) *n.* นักกวี **-bardic** *adj.*
★**bare** (แบร์) *adj.* **barer, barest** เปล่าเปลือย, ไร้สิ่งปกปิด, ว่างเปล่า, โล่ง, ไม่ประดับประดาใดๆ, แค่พอมี **-bareness** *n.* (**-S.** (adj.) empty, naked)
bareback (แบร์' แบค) *adj., adv.* ซึ่งขี่ม้าโดยไม่มีอาน
barefoot, barefooted (แบร์' ฟุท, -ฟุททิด) *adj., adv.* ด้วยเท้าเปล่า, ซึ่งไม่สวมรองเท้า
barehanded (แบร์' แฮน' ดิด) *adj., adv.* ซึ่งไม่สวมถุงมือ, ด้วยมือเปล่า
barelegged (แบร์' เลกกิด, -เลกด์) *adj., adv.* ซึ่งไม่สวมถุงเท้า, ด้วยขาเปล่า
barely (แบร์' ลี) *adv.* น้อยมาก, แทบจะไม่
★**bargain** (บาร์' กิน) *n.* การต่อรองราคา, สินค้าราคาถูก, ข้อตกลง, การทำสัญญา *v.* **-gained, -gaining** *-vi.* ต่อรอง, ทำการตกลง *-vt.* ขายสินค้าราคาถูก, ค้าขาย **-a good bargain** การต่อรองที่น่าพอใจ (**-S.** (n., v.) deal)
barge (บาร์จ) *n.* เรือท้องแบนขนาดใหญ่, เรือสำราญ (**-S.** flatboat)
baritone, barytone (แบ' ริโทน) *n.* เสียงของนักร้องชายที่มีระดับเสียงสูงกว่าเสียงเบสและต่ำกว่าเสียงเทนเนอร์
barium (แบ' เรียม) *n.* ธาตุแบเรียม เป็นโลหะสีเงิน มีสัญลักษณ์ Ba
★**bark**[1] (บาร์ค) *v.* **barked, barking** *-vt.* ตะคอกใส่ *-vi.* เห่า *-n.* เสียงเห่า **-bark up the wrong tree** โกรธผิดคน (**-S.** (v., n.) woof, yell)
bark[2] (บาร์ค) *n.* เปลือกไม้ *-vt.* **barked, barking** ลอกเปลือกออก, ลอกผิวออก (**-S.** (n.) cortex)
bark[3], **barque** (บาร์ค) *n.* เรือใบประเภทหนึ่ง
barley (บาร์ ลี) *n.* ข้าวบาร์เลย์ซึ่งใช้เป็นอาหารเลี้ยงสัตว์ หรือทำเบียร์และวิสกี้ได้
barmaid (บาร์' เมด) *n.* บริกรหญิงตามบาร์
barman (บาร์' เมิน) *n.* บริกรชายตามบาร์
barmy (บาร์' มี) *adj.* **-ier, -iest** ซึ่งมีฟองฟู่
barn (บาร์น) *n.* ยุ้งฉาง, โรงนา
barnacle (บาร์' นะเคิล) *n.* เพรียงทะเล, คนหรือของที่กำจัดได้ยาก **-barnacled** *adj.*
barometer (บะรอม' มิเทอร์) *n.* เครื่องมือวัดความกดอากาศ **-barometric** *adj.*
baron (แบ' เริน) *n.* ตำแหน่งขุนนางระดับต่ำสุด, คหบดี **-baronage** *n.* **-baroness** *n. fem.*
baronet (แบ' ระนิท) *n.* ตำแหน่งขุนนางระดับเหนืออัศวินแต่ต่ำกว่าบารอน
baroque (บะโรค') *adj.* เกี่ยวกับศิลปกรรมแบบบารอคในศตวรรษที่ 15-17, ซึ่งผิดรูปร่าง *-n.* ศิลปกรรมและสถาปัตยกรรมแบบบารอค
barouche (บะรูช') *n.* รถม้าสี่ล้อมีที่นั่งสองแถวหันหน้าชนกัน
barque (บาร์ค) *n.* ดู bark[3]
barrack (แบร์' เริค) *n.* ค่ายทหาร, ค่ายพัก
barrage[1] (บะราฌ') *n.* การระดมยิงอย่างไม่ยั้ง
barrage[2] (บาร์' ริจ) *n.* ทำนบกั้นน้ำ
barrel (แบร์' เริล) *n.* ถังทรงกลมขนาดใหญ่, ปริมาณบรรจุในถังดังกล่าว (**-S.** cask, tank)
barren (แบร์' เริน) *adj.* แห้งแล้ง, กันดาร, เป็นหมัน, ไร้ประโยชน์, ไร้ผล (**-S.** sterile **-A.** fertile)
barricade (แบร์' ริเคด) *n.* เครื่องกีดขวาง *-vt.* **-caded, -cading** กีดขวาง (**-S.** (n.) barrier)
barrier (แบร์' รีเออร์) *n.* เครื่องกีดขวาง, อุปสรรค, ขอบเขต (**-S.** barricade, limit)
barrier reef แนวหินปะการังตามชายฝั่ง
barring (บาร์' ริง) *prep.* ยกเว้น, นอกจาก
barrister (แบร์' ริสเตอร์) *n.* ทนายความ
barrow (แบร์' โร) *n.* รถเข็น, ล้อเข็น, กองหินบนหลุมฝังศพ, เนินดิน, หมูตอน
bartender (บาร์' เทนเดอร์) *n.* บริกรชายที่บริการเครื่องดื่มประจำเคาน์เตอร์ในบาร์
barter (บาร์' เทอร์) *v.* **-tered, -tering** *-vt.* แลกเปลี่ยนสินค้า *-vi.* ค้าขายโดยการแลกเปลี่ยนสินค้าแทนเงิน *-n.* การค้าขายลักษณะดังกล่าว
barytone (แบ' ริโทน) *n.* ดู baritone
basal (เบ' เซิล, -เซิล) *adj.* ซึ่งเป็นพื้นฐาน, เกี่ยวกับฐาน **-basally** *adv.*
basalt (บะซอลท์') *n.* หินบะซอลต์ ซึ่งเป็นหินภูเขาไฟมีสีดำและเนื้อละเอียด

A B C D E F G H I J K L M N O P Q R S T U V W X Y Z

bascule bridge สะพานหกที่ยกเปิดได้
★**base**[1] (เบซ) *n., pl.* **bases** (เบ' ซิซ) ฐาน, พื้นฐาน, ฐานที่ตั้ง, แหล่งกำเนิด, แหล่งผลิต, จุดเริ่มต้น, ฐานที่มั่น, (เคมี) ด่าง *-vt.* **based, basing** สร้างฐาน, สร้างพื้นฐาน, มีฐานที่ตั้ง, ทำฐาน *-adj.* ซึ่งเป็นฐาน, ซึ่งเป็นพื้นฐาน
base[2] (เบซ) *adj.* **baser, basest** เลว, ชั่ว
baseball (เบซ' บอล) *n.* กีฬาเบสบอล, ลูกเบสบอล
baseboard (เบซ' บอร์ด) *n.* บัวสำหรับปิดรอยต่อระหว่างผนังกับพื้น
base-jumping (เบซ' จัมพิง) *n.* ย่อจาก buildings, antennae, spans and earth-jumping การฝึกกระโดดร่มจากที่สูง
★**basement** (เบซ' เมินท์) *n.* ใต้ถุนตึก, ห้องใต้ดิน
bash (แบช) *v.* **bashed, bashing** *-vt.* ตบ, ตี, วิจารณ์ *-vi.* ร่วมวิจารณ์ *-n.* การตบหรือตี
bashful (แบช' เฟิล) *adj.* เขินอาย (**-S.** shy)
★**basic** (เบ' สิค) *adj.* ซึ่งเกี่ยวกับพื้นฐาน, เกี่ยวกับด่าง, ซึ่งมีด่างผสมอยู่ **-basically** *adv.*
BASIC, Basic (เบ' สิค) *n.* (คอมพิวเตอร์) ย่อจาก Beginner's All-purpuse Symbolic Instruction Code ภาษาเบสิก
basil (เบ' เซิล) *n.* พืชจำพวกสะระแหน่
basilica (บะซิล' ลิคะ) *n., pl.* **-cas** วัง, ตึกโบราณที่ใช้เป็นศาล, อาคารศาลาประชาคม, โบสถ์
★**basin** (เบ' ซิน) *n.* แอ่งน้ำ, อ่าง, อ่าว, อู่เรือ
★**basis** (เบ' ซิซ) *n., pl.* **-ses** (-ซีซ) พื้นฐาน, ส่วนสำคัญ, หลักการ (**-S.** foundation, principle)
bask (แบซค์) *vi.* **basked, basking** ตากแดดอุ่น, พึงพอใจ, ชื่นชอบ (**-S.** savour, sunbathe)
★**basket** (แบซ' คิท) *n.* ตะกร้า, กระจาด, ปริมาณที่บรรจุในตะกร้า (**-S.** receptacle)
basketball (แบซ' คิทบอล) *n.* กีฬาบาสเกตบอล, ลูกบาสเกตบอล
basketry (แบซ' คิทรี) *n.* การจักสานตะกร้า
bass[1] (แบซ) *n., pl.* **bass/basses** ปลาชนิดหนึ่ง ใช้กินเป็นอาหารหรือล่าเป็นเกมได้
bass[2] (เบซ) *n.* เสียงเบส, ดนตรีเสียงต่ำ, ระดับเสียงร้องต่ำสุดของนักร้องชาย *-adj.* (เสียง) ต่ำ
bastard (แบซ' เทิร์ด) *n.* ลูกนอกสมรส, สิ่งที่ผิดปกติ, (คำสแลง) คนเลว สิ่งที่ไม่ดี
baste (เบซท์) *vt.* **basted, basting** เนาผ้า, ตี, ด่า, ทาเนื้ออย่างด้วยเนยหรือน้ำมันให้ชุ่ม
bastion (แบซ' ชัน) *n.* ป้อม, ปราการ
bat[1] (แบท) *n.* ไม้ตีลูกบอล, แส้หวด, (ภาษาพูด) ความเร็ว, การตี, การดื่มเหล้าแบบไม่ยั้ง *-vt., vi.* **batted, batting** ตีลูกบอลด้วยไม้ดังกล่าว, ใช้ไม้ตีลูกบอล, ได้รอบตีลูกบอล
bat[2] (แบท) *n.* ค้างคาว
batch (แบช) *n.* กลุ่ม, หมู่, กอง, พวก, ชุด
★**bath** (แบธ) *n., pl.* **baths** (แบธซ) การอาบน้ำ, การชำระร่างกาย, น้ำที่ใช้อาบ, ห้องน้ำ, อ่างอาบน้ำ **-have/take a bath** (แช่อ่าง) อาบน้ำ
★**bathe** (เบธ) *v.* **bathed, bathing** *-vt.* อาบน้ำ, แช่อ่าง, อาบน้ำให้กับ, ว่ายน้ำ, เล่นน้ำ, ทำให้เปียกน้ำ *-vi.* จุ่มน้ำ **-sunbathe** อาบแดด
bathometer (บะธอม' มิเทอร์) *n.* เครื่องมือวัดระดับน้ำลึก
bathrobe (แบธ' โรบ) *n.* เสื้อคลุมอาบน้ำ
★**bathroom** (แบธ' รูม, -รุม) *n.* ห้องน้ำ
bathtub (แบธ' ทับ) *n.* อ่างอาบน้ำ
batik (บะทีค', แบท' ทิค) *n.* วิธีการย้อมลายผ้าแบบหนึ่ง โดยใช้ขี้ผึ้งทาในส่วนที่ไม่ต้องการย้อมสี, ผ้าย้อมลายบาติก *-adj.* ซึ่งเป็นลายบาติก
baton (บะทอน', แบท' เทิน) *n.* ไม้กำกับจังหวะของวาทยากร, ไม้คทา, ไม้วิ่งผลัด (**-S.** rod, stick)
batsman (แบทซ' เมิน) *n.* นักกีฬาตีลูกเบสบอล, นักกีฬาตีลูกคริกเกต
battalion (บะแทล' เลียน) *n.* กองพันทหาร, กำลังพล, คณะ, หมู่ (**-S.** company, troops)
batten (แบท' เทิน) *n.* แผ่นไม้กระดาน, แผ่นไม้หรือโลหะที่ใช้ตรึงผ้าใบเรือ (**-S.** clamp)
batter[1] (แบท' เทอร์) *vt., vi.* **-tered, -tering** ทุบตี, ทำเสียหาย, ทำร้ายร่างกายหรือจิตใจ
batter[2] (แบท' เทอร์) *n.* แป้งที่นวดจนเข้ากันดี
batter[3] (แบท' เทอร์) *n.* นักกีฬาตีลูกเบสบอลหรือลูกคริกเกต
★**battery** (แบท' ทะรี) *n., pl.* **-ies** แบตเตอรี่, อุปกรณ์จ่ายไฟ, ถ่านไฟฉาย, กรงตับ (ที่ใช้เลี้ยงไก่), การตบตีอย่างแรง, การทำร้ายร่างกาย, ของที่เหมือนกันเป็นชุดๆ, ชุดปืนใหญ่
★**battle** (แบท' เทิล) *n.* สงคราม, การสู้รบ, การแข่งขัน, การต่อสู้ดิ้นรน *-v.* **-tled, -tling** *-vt.* ต่อสู้ *-vi.* ร่วมสู้ **-battler** *n.* (**-S.** (n., v.) fight)
battle cry การตะโกนร้องเพื่อสร้างขวัญกำลังใจ
battlefield (แบท' เทิลฟีลด์) *n.* สนามรบ
battlement (แบท' เทิลเมินท์) *n.* เชิงเทิน, ช่องเหนือกำแพงเมืองสำหรับต่อสู้ป้องกันข้าศึก
battleship (แบท' เทิลชิพ) *n.* เรือรบ
bauble (บอ' เบิล) *n.* เครื่องประดับราคาถูก, ของไม่มีค่า (**-S.** knickknack, trifle)
baulk (บอค) *n., vt., vi.* ดู balk
bawd (บอด) *n.* แม่เล้า, โสเภณี

bawdy (บอ' ดี) *adj.* **-ier, -iest** หยาบคาย
bawl (บอล) *vt., vi.* **bawled, bawling** ตะโกน, ร้องคร่ำครวญ, ตวาดลั่น (**-S.** cry, scream, wail)
bay (เบ) *n.* อ่าว, เวิ้งน้ำ, มุขหน้าต่างหรือประตู, ส่วนของอาคารที่ยื่นออกไป, ห้องเก็บของในโกดัง, เสียงเห่าหอน, สีน้ำตาลอมแดง, สัตว์ที่มีสีน้ำตาลอมแดง, ต้นไม้พวกเครื่องเทศชนิดหนึ่ง, พวงหรีด **-bring to bay** จนมุม
bayonet (เบ' อะนิท) *n.* ดาบปลายปืน
bayou (ไบ' อู, ไบ' โอ) *n.* ลำธาร, ลำห้วย
bay window หน้าต่างที่ยื่นออกมาเป็นมุข
bazaar, bazar (บะซาร์') *n.* ตลาดที่มีร้านขายของตลอดแนวถนน, ตลาดนัดการกุศล
bazooka (บะซู' คะ) *n.* ปืนยิงจรวดระยะใกล้
B.B.A ย่อจาก Bachelor of Business Administration ปริญญาตรีทางบริหารธุรกิจ
BBC ย่อจาก British Broadcasting Corporation บริษัทสถานีวิทยุกระจายเสียงของอังกฤษ
BC, B.C. ย่อจาก Before Christ ก่อนคริสต์ศักราช

> ใช้ **BC** หรือ **B.C.** ตามหลังตัวเลข เช่น He died in 38 BC/38 B.C.

BCG ย่อจาก Bacillus Calmette-Guérin vaccine วัคซีนป้องกันวัณโรค
B complex วิตามินบีรวม
★**be** (บี) *v. aux., vi.* **was/were, been, being** เป็น, อยู่, คือ, เกิดขึ้น, เกิดกับ, เป็นของ รูปปัจจุบันกาลคือ is, am, are ใช้แสดงความหมายบรรยาย อธิบายทั่วๆ ไป เช่น Ben is a doctor. ใช้สร้างรูป continuous tense เช่น He is sleeping. ใช้สร้างรูป passive voice เช่น Has the car been fixed yet? ใช้คาดการณ์ในอนาคต เช่น Jim is to see me tomorrow. ใช้ be ร่วมกับกริยาช่วยตัวอื่นๆ เช่น Jane will be home soon.
be- คำอุปสรรค หมายถึง ใกล้, อยู่ที่
beach (บีช) *n.* ชายหาด, หาดทราย

> **beach** หาดทรายที่สามารถเดินเล่นหรือพักผ่อนได้ เช่น I like walking along the beach.
> **shore** ชายฝั่ง (ทะเล แม่น้ำ ทะเลสาบ) ซึ่งอาจเป็นหาดทรายหรือเป็นกรวดหิน เช่น We are swimming by the shore.
> **coast** ชายฝั่งทะเล, ผืนแผ่นดินที่ติดชายทะเล เช่น John lives in the west coast.

beacon (บี' เคิน) *n.* สัญญาณไฟ, ไฟเตือน
bead (บีด) *n.* ลูกปัด, สิ่งที่กลมมน, หยด, ฟอง
beagle (บี' เกิล) *n.* สุนัขพันธุ์หนึ่งตัวเล็ก ขนเรียบ หูตก ขาสั้น ใช้ล่าสัตว์
★**beak** (บีค) *n.* จะงอยปากนก, ส่วนที่คล้ายจะงอย, (คำสแลง) จมูกที่งองุ้ม **-beaked** *adj.*
beaker (บี' เคอร์) *n.* ถ้วยแก้วที่ใช้ทดลองทางวิทยาศาสตร์, แก้วที่มีปากคล้ายจะงอย
★**beam** (บีม) *n.* คาน, ขื่อ, คันชั่ง, ความกว้างของลำเรือ, ลำแสง, คลื่นวิทยุ, รอยยิ้ม, ใบหน้าที่ยิ้มแย้ม *-v.* **beamed, beaming** *-vt.* ยิ้มสดใส, ส่งสัญญาณ *-vi.* ส่องสว่าง, ส่งลำแสง, ยิ้มกว้าง
★**bean** (บีน) *n.* ต้นถั่ว, ฝักถั่ว, (คำสแลง) หัวสมอง จิตใจ **-full of beans** ร่าเริง
beanbag chair เก้าอี้ที่เป็นถุงยัดด้วยเศษผ้า หรือเม็ดวัสดุกลมๆ ใช้นั่งบนพื้น
bean curd เต้าหู้ (**-S.** tofu)
bean sprouts ถั่วงอก
★**bear**[1] (แบร์) *n., pl.* **bears/bear** หมี, คนงุ่มง่าม, คนหยาบคาย, คนซื้อขายหุ้นเพื่อเก็งกำไร **-Bear** กลุ่มดาวหมีใหญ่ **-bearlike** *adj.* **-bearish** *adj.*
★**bear**[2] (แบร์) *v.* **bore, borne/born, bearing** *-vt.* ค้ำจุน, แบก, หนุน, พยุง, เคลื่อนย้าย, แสดงเครื่องหมาย, ยอมรับสภาพ, ทน, ให้กำเนิด, ให้ผลผลิต, นำพา *-vi.* ไปในทาง, ออกลูก, ผลิต (ผล), อดทน **-bear in mind** จดจำ **-bear with** ทนต่อ **-bearable** *adj.* **-bearably** *adv.*
★**beard** (เบียร์ด) *n.* หนวดเครา, ขนของพืช
bearer (แบ' เรอร์) *n.* คนแบก, ผู้ถือสาร, ต้นไม้ที่ออกดอกออกผล (**-S.** carrier, courier)
bear hug การสวมกอดกันแรงๆ และแนบแน่น
bearing (แบ' ริง) *n.* ท่วงท่า, กิริยาท่าทาง, ทิศทาง (ของเข็มทิศ), ความสัมพันธ์, ความอดทน, ความทนทาน, ตัวพยุงน้ำหนัก, ผลผลิต, ความสามารถในการผลิต
beast (บีซท์) *n.* สัตว์ป่า, ความเป็นสัตว์, คนหรือของที่น่ารังเกียจ **-beastly** *adj.* (**-S.** animal)
beast of burden *n., pl.* **beasts of burden** สัตว์ที่ใช้บรรทุกสัมภาระ
★**beat** (บีท) *v.* **beat, beaten/beat, beating** *-vt.* เอาชนะ, ตี, หวด, ตีให้เข้ากัน, ลงแส้, กระทบกระแทก, ตามล่า, ให้จังหวะ, (ภาษาพูด) ประหลาดใจ หลอกลวง หลบเลี่ยง *-vi.* หวด,

ตีอย่างแรง, ส่งเสียงเป็นจังหวะ, เคลื่อนหรือเต้นเป็นจังหวะ, เคาะ, ล่าในป่า *-n.* จังหวะ, การตีเป็นชุดๆ, เส้นทางเดินประจำ *-adj.* (ภาษาพูด) เหนื่อยล้า อ่อนใจ (**-S.** (v., n.) defeat, pulse, strike, thrash (n.) beating)

beau (โบ) *n., pl.* **beaus/beaux** (โบซฺ) ผู้ชายเจ้าชู้, ชายคนรัก

beautician (บิวทิช' เชิน) *n.* ช่างเสริมสวย

★**beautiful** (บิว' ทะเฟิล) *adj.* สวยงาม, ดูดี **-beautifully** *adv.* (**-S.** lovely **-A.** ugly)

beautiful people ชนชั้นสูง, ผู้ดีมีเงิน

beautify (บิว' ทะไฟ) *vt., vi.* **-fied, -fying** ทำให้สวยงาม, ทำให้ดูดี **-beautification** *n.*

★**beauty** (บิว' ที) *n., pl.* **-ties** ความสวยงาม, สิ่งสวยงาม, หญิงงาม, หน้าตาดี, สิ่งที่มีเสน่ห์

beauty culture อาชีพช่างเสริมสวย

beauty salon ร้านเสริมสวย

beauty shop/parlor ร้านเสริมสวย

beauty spot จุดด่างดำตามผิวหนัง, จุดดำที่แต้มบนหน้าเพื่อให้ดูแปลกตา

beaux (โบซฺ) *n.* พหูพจน์ของ beau

beaver (บี' เวอร์)*n.* ตัวบีเวอร์ ชอบอาศัยอยู่ตามลำธารและเอากิ่งไม้มาสร้างเขื่อนกั้นน้ำ

becalm (บิคาม') *vt.* **-calmed, -calming** ทำให้สงบลง, ทำให้หยุดนิ่ง **-becalmed** *adj.*

became (บิเคม') *v.* กริยาช่อง 2 ของ become

★**because** (บิคอซ', -คัซ') *conj.* เนื่องจาก, เพราะ

beck (เบค) *n.* การแสดงกิริยาอาการเรียกหา

beckon (เบค' เคิน) *vt., vi.* **-oned, -oning** เรียกหาโดยแสดงอาการ, กวักเรียก, พยักหน้าเรียก *-n.* การแสดงอาการเรียกเข้ามาหา

★**become** (บิคัม') *vt., vi.* **-came, -come, -coming** กลายเป็น, เปลี่ยนเป็น, เหมาะกับ, เป็น, เกิดกับ (**-S.** change, grow, suit)

becoming (บิคัม' มิง) *adj.* เหมาะสม, น่าพอใจ, ดึงดูดใจ *-n.* ความจริงที่ปรากฏ **-becomingly** *adv.* (**-S.** (adj.) attractive, suitable)

bed (เบด) *n.* เตียงนอน, ที่นอน, แปลงปลูกพืช, ก้นบึ้ง, ห้องน้ำ, ฐานรอง, ชั้นหิน *-v.* **bedded, bedding** *-vt.* จัดหาที่นอนให้, เอาเข้าไปนอน, ร่วมหลับนอน, ตรึงติดอยู่กับที่, ขุดแปลงปลูกพืช, จัดเป็นชั้น *-vi.* นอนพัก, เข้านอน, จัดเป็นชั้นๆ **-bed and board** ที่พักพร้อมอาหาร, บ้าน, ชีวิตสมรส **-put to bed** เอาเข้าไปนอน

BEd, B.Ed. ย่อจาก Bachelor of Education ครุศาสตรบัณฑิต

bed-and-breakfast (เบด' เดินเบรค' เฟิซท์) *adj.* ซึ่งจัดเตรียมที่พักพร้อมอาหารเช้าไว้ให้

bedbug (เบด' บัก) *n.* ตัวเรือดที่อยู่ตามที่นอนเครื่องเรือนต่างๆดูดเลือดคนหรือสัตว์เป็นอาหาร

bedclothes (เบด' โคลซ, -โคลธซฺ) *n. pl.* ชุดเครื่องนอน, ที่นอนหมอนมุ้ง

bedding (เบด' ดิง) *n.* ที่นอนหมอนมุ้ง, กองฟางสำหรับปูรองให้สัตว์นอน, ฐานรอง

bedeck (บิเดค') *vt.* **-decked, -decking** ประดับ, ตกแต่ง **-bedecked** *adj.* (**-S.** adorn)

bedevil (บิเดฟว' เวิล) *vt.* **-iled, -iling/-illed, -illing** ทำให้ทรมาน, ก่อกวน, ทำให้วิตกกังวล

bedfellow (เบด' เฟลโล) *n.* เพื่อนร่วมเตียง, หุ้นส่วน, พันธมิตร

bedlam (เบด' เลิม) *n.* โรงพยาบาลบ้า, ที่อึกทึก

Bedouin, Beduin (เบด' ดูอิน, เบด' วิน) *n., pl.* **-in/ins** ชนเผ่าอาหรับที่ใช้ชีวิตเร่ร่อนกลางทะเลทราย

bedpan (เบด' แพน) *n.* กระโถนปัสสาวะหรืออุจจาระสำหรับคนป่วยที่นอนอยู่กับเตียง

bedraggled (บิแดรก' เกิลด์) *adj.* เฉอะแฉะ

bedridden (เบด' ริดเดิน) *adj.* ซึ่งนอนซม

★**bedroom** (เบด' รูม, -รุม) *n.* ห้องนอน

bedside (เบด' ไซดฺ) *n.* ที่ข้างเตียง

bedspread (เบด' สเปรด) *n.* ผ้าคลุมเตียง

bedtime (เบด' ไทมฺ) *n.* เวลาเข้านอน

Beduin (เบด' ดูอิน, เบด' วิน) *n.* ดู Bedouin

bed-wetting (เบด' เวททิง) *n.* การปัสสาวะรดที่นอน

★**bee** (บี) *n.* ผึ้ง, การชุมนุม, อักษรตัว b **-a bee in one's bonnet** ความคิดแบบฝังหัว

beech (บีช) *n.* ต้นบีช ซึ่งเป็นไม้ผลัดใบชนิดหนึ่ง

★**beef** (บีฟ) *n., pl.* **beeves** (บีฟว์ซ) **/beef** เนื้อวัว, (ภาษาพูด) กล้ามเนื้อของคน คำบ่น

beefalo (บี' ฟะโล) *n., pl.* **-lo/-los/-loes** สัตว์ลูกผสมระหว่างวัวกับควาย

beefeater (บีฟ' อีเทอร์) *n.* คนที่กินเนื้อวัว, คนอ้วนพี, ทหารรักษาการณ์

beefy (บี' ฟี) *adj.* **-ier, -iest** บึกบึน

beehive (บี' ไฮฟว์) *n.* รังผึ้ง

beekeeper (บี' คีเพอร์) *n.* คนเลี้ยงผึ้ง

beeline (บี' ไลน์) *n.* เส้นทางที่ตรง, ทางตรง

★**been** (บิน) *v. aux., vi.* กริยาช่อง 3 ของ be

beep (บีพ) *n.* เสียงสัญญาณที่ดังปี๊บๆ *-vi., vt.* **beeped, beeping** ทำเสียงดังกล่าว

★**beer** (เบียร์) *n.* เบียร์ **-beery** *adj.*

beeswax (บีซ' แวคซ์) *n.* ไขผึ้ง, ขี้ผึ้ง

beet (บีท) *n.* หัวบีต มีสีแดง ใช้รับประทานได้

A B C D E F G H I J K L M N O P Q R S T U V W X Y Z

beetle¹ (บีท' เทิล) *n.* แมลงปีกแข็ง, ค้อน
beetle² (บีท' เทิล) *vi.* **-tled, -tling** ยื่นออกมา
beetroot (บีท' รูท) *n.* ดู beet
beeves (บีฟว์ซฺ) *n.* พหูพจน์ของ beef
befall (บิฟอล') *v.* **-fell, -fallen, -falling** *-vi.* เกิดขึ้น, ปรากฏ *-vt.* เกิดขึ้นกับ (-S. happen)
befit (บิฟิท') *vt.* **-fitted, -fitting** เหมาะสม
★**before** (บิฟอร์', -โฟร์') *adv.* ก่อนหน้า, มาก่อน *-prep.* ก่อนข้างหน้า, ก่อนอื่น *-conj.* ก่อนที่จะ (-S. (adv.) earlier -A. (adv.) later)
beforehand (บิฟอร์' แฮนดฺ, -โฟร์'-) *adj., adv.* ล่วงหน้า, ก่อนหน้า (-S. (adj.) previous)
befriend (บิเฟรนดฺ') *vt.* **-friended, -friending** ทำตัวเป็นเพื่อนกับ, ช่วยเหลือ (-S. aid, help)
beg (เบก) *vt., vi.* **begged, begging** วิงวอน, ขอความช่วยเหลือ, ขอบริจาค **-I beg your pardon.** กรุณาพูดซ้ำอีกครั้ง, ขออภัย (-S. ask)
began (บิแกน') *v.* กริยาช่อง 2 ของ begin
beggar (เบก' เกอรฺ) *n.* ขอทาน, ยาจก
★**begin** (บิกิน') *vi., vt.* **began, begun, beginning** เริ่มต้น, เริ่มที่จะ **-beginner** *n.* (-S. start)
beginning (บิกิน' นิ่ง) *n.* จุดเริ่มต้น, การเริ่มต้น
begone (บิกอน') *vi., interj.* ไปให้พ้น
begrudge (บิกรัจ') *vt.* **-grudged, -grudging** อิจฉาริษยา, ไม่พอใจ, ไม่เต็มใจ (-S. envy)
beguile (บิไกล์') *vt.* **-guiled, -guiling** ทำให้หลงใหล, ทำให้เพลิน, หลอกลวง **-beguilement** *n.* (-S. charm, cheat, entertain)
begun (บิกัน') *v.* กริยาช่อง 3 ของ begin
★**behalf** (บิแฮฟ', -ฮาฟ') *n.* ตัวแทน, ผลประโยชน์ **-in (on) behalf of** ในฐานะตัวแทนของ
★**behave** (บิเฮฟว์') *vt., vi.* **-haved, -having** ประพฤติตน, กระทำตน (-S. act)
★**behavior, behaviour** (บิเฮฟว์' วิเออรฺ) *n.* ความประพฤติ, การปฏิบัติตน
behead (บิเฮด') *vt.* **-headed, -heading** ตัดหัว (-S. decapitate, guillotine)
beheld (บิเฮลดฺ') *v.* กริยาช่อง 2 และ 3 ของ behold
behemoth (บิฮี' เมิธ) *n.* สัตว์ตัวใหญ่มหึมา, สิ่งที่มีพละกำลังมหาศาล, สิ่งที่ใหญ่โตมาก
behest (บิเฮซทฺ') *n.* คำสั่ง (-S. command)
★**behind** (บิไฮนฺดฺ') *adv., prep.* ข้างหลัง, ด้านหลัง, ล้าหลัง, เบื้องหลัง, ตามหลัง, ทิ้งเอาไว้, หนุนหลัง, ทิ้งท้าย *-n.* (ภาษาพูด) บั้นท้าย
behindhand (บิไฮนฺดฺ' แฮนดฺ) *adj., adv.* ล่าช้า, สาย
behold (บิโฮลดฺ') *vt.* **-held, -holding** มอง, ดู, จ้อง **-beholder** *n.* (-S. see, watch)
beholden (บิโฮล' เดิน) *adj.* เป็นหนี้บุญคุณ
behoof (บิฮูฟ') *n.* ผลประโยชน์
behoove (บิฮูฟว์') *vt., vi.* **-hooved, -hooving** มีความจำเป็น, จำเป็นต้อง
beige (เบฌ) *n.* สีน้ำตาลอ่อน **-beige** *adj.*
★**being** (บี' อิง) *n.* สภาพที่เป็นอยู่, บุคคล
belabor, belabour (บิเล' เบอรฺ) *vt.* **-bored, -boring/-boured, -bouring** เฆี่ยน, ตี, ด่า
belated (บิเล' ทิด) *adj.* สายเกินไป, ช้าเกินไป **-belatedly** *adv.* **-belatedness** *n.*
belch (เบลชฺ) *vt., vi.* **belched, belching** เรอ, พ่นออกมา **-belch** *n.* (-S. burp, emit)
beldam, beldame (เบล' เดิม) *n.* หญิงชรา
beleaguer (บิลี' เกอรฺ) *vt.* **-guered, -guering** ล้อมไว้, โจมตี, รังควาน **-beleaguerment** *n.*
belfry (เบล' ฟรี) *n., pl.* **-fries** หอระฆัง
belie (บิไล') *vt.* **-lied, -lying** ทำให้เข้าใจผิด, ใส่ความ, โกหก **-belier** *n.* (-S. falsify)
★**belief** (บิลีฟ') *n.* ความเชื่อ, ความศรัทธา, ความเชื่อมั่น **-beyond belief** เกินจริง, เหลือเชื่อ
★**believe** (บิลีฟว์') *vt., vi.* **-lieved, -lieving** เชื่อ, เชื่อถือ, ศรัทธา, เชื่อมั่น **-believability** *n.* **-believable** *adj.* (-S. accept, trust)
belittle (บิลิท' เทิล) *vt.* **-tled, -tling** ทำให้ดูน้อยลง, ทำให้ดูไร้ค่าหรือความสำคัญ, ดูถูก **-belittlement** *n.* (-S. depreciate, diminish)
★**bell** (เบล) *n.* ระฆัง, กระดิ่ง, สิ่งของที่คล้ายระฆัง, เสียงระฆัง, เสียงสัตว์ร้องคำราม *-v.* **belled, belling** *-vt.* ห้อยระฆัง, แขวนกระดิ่ง, ทำให้เป็นรูปคล้ายระฆัง *-vi.* ทำให้บานออกคล้ายระฆัง, (สัตว์) ร้องคำราม
bellboy (เบล' บอย) *n.* เด็กขนกระเป๋า, เด็กรับใช้ (-S. bellhop)
bell buoy ทุ่นลอยน้ำที่ติดสัญญาณเตือน
bell captain หัวหน้าคนรับใช้
belle (เบล) *n.* สาวสวย, สาวพราวเสน่ห์
belles-letters (เบลเลท' ทระ) *n. pl.* วรรณคดี
belletrist (เบลเลท' ทริซทฺ) *n.* นักแต่งวรรณคดี
bellhop (เบล' ฮอพ) *n.* ดู bellboy
bellicose (เบล' ลิโคซ) *adj.* ชอบทะเลาะวิวาท
belligerent (บะลิจ' เจอเรินทฺ) *adj.* ชอบการต่อสู้, กระหายสงคราม (-S. bellicose)
bellow (เบล' โล) *vt., vi.* **-lowed, -lowing** คำราม, ตะโกน *-n.* เสียงคำราม, เสียงตะโกน (-S. (v., n.) roar, shout, yell -A. (v., n.) whisper)

bellows (เบล' โลซ) *n. pl.* เครื่องสูบลมแบบโบราณ, ปอด
belly (เบล' ลี) *n., pl.* **-lies** ท้อง, กระเพาะ
bellyache (เบล' ลีเอค) *n.* อาการปวดท้อง
bellybutton (เบล' ลีบัทเทิน) *n.* สะดือ
belly dance ระบำหน้าท้อง, ระบำส่ายพุง
belly laugh หัวเราะจนท้องคัดท้องแข็ง
★**belong** (บิลอง') *vi.* **-longed, -longing** เป็นของ, เหมาะสำหรับ, เป็นส่วนหนึ่งของ, เข้ากับ
belongings (บิลอง' กิงซ) *n. pl.* สมบัติส่วนตัว, สัมพันธภาพ (-S. possessions)
beloved (บิลัฟว' วิด, -ลัฟวด') *adj.* อันเป็นที่รัก *-n.* ที่รัก, คนรัก (-S. (n.) sweetheart)
★**below** (บิโล') *adv., prep.* ใต้, ข้างใต้, ข้างล่าง, ภายใต้, ต่ำกว่า, บนโลก (-S. (prep.) underneath)
★**belt** (เบลท) *n.* เข็มขัด, แถบรัด, สายพาน, แนว, แถบ, (ภาษาพูด) การต่อย ความตื่นเต้น การดื่มเหล้ารสแรง *-vt.* **belted, belting** รัดเข็มขัด, รัด, ร้องเพลงดังลั่น, ดื่มจัด, หวด
bemoan (บิโมน') *vt.* **-moaned, -moaning** คร่ำครวญ, เพ้อรำพัน, เศร้าโศก
bemuse (บิมิวซ') *vt.* **-mused, -musing** ทำให้สับสนงุนงง **-bemusement** *n.*
★**bench** (เบนช) *n.* เก้าอี้ยาวแบบมีพนักพิง, โต๊ะทำงานตัวยาว, ห้องทำงาน **-the bench** บัลลังก์ของผู้พิพากษา, ผู้พิพากษา
benchmark (เบนช' มาร์ค) *n.* บรรทัดฐาน
★**bend** (เบนด) *vt., vi.* **bent, bending** โค้ง, บ่ายหน้า, งอ, โน้ม, จำนนต่อ, ตั้งใจแน่วแน่ *-n.* การโค้งงอ, สิ่งที่โค้งงอ **-round the bend** บ้า
★**beneath** (บินีธ') *adv., prep.* ข้างใต้, เบื้องล่าง, ภายใต้, อยู่ใต้, ต่ำกว่า, ไม่สมควร, ไม่คู่ควร
benedict (เบน' นิดิคท) *n.* ชายที่เพิ่งแต่งงาน
Benedictine (เบนนิดิค' ทีน) *n.* พระหรือนางชีในนิกายหนึ่งของศาสนาคริสต์
benediction (เบนนิดิค' ชัน) *n.* การอวยพร, คำให้พร **-benedictory** *adj.*
benefaction (เบนนะแฟค' ชัน) *n.* การช่วยเหลือ, การบริจาค, เงินบริจาค
benefactor (เบน' นะแฟคเทอร์) *n.* ผู้บริจาค **-benefactress** *n. fem.* (-S. donor)
benefice (เบน' นะฟิซ) *n.* ตำแหน่งพระที่สอนศาสนา, รายได้ของตำแหน่งของพระดังกล่าว
beneficence (บะเนฟ' ฟิเซินซ) *n.* ความใจบุญ, การบริจาค **-beneficient** *adj.*
beneficial (เบนนะฟิช' เชิล) *adj.* ซึ่งให้ผลประโยชน์ **-beneficially** *adv.*
beneficiary (เบนนะฟิช' เชียรี, -ฟิช ชะรี) *n., pl.* **-ies** ผู้รับผลประโยชน์ (-S. heir)
★**benefit** (เบน' นะฟิท) *n.* ผลประโยชน์, ประโยชน์, เงินสงเคราะห์, ผลกำไร *-v.* **-fited, -fiting** *-vt.* ทำประโยชน์, ช่วยเหลือ, สงเคราะห์ *-vi.* รับผลประโยชน์, รับผลดี (-S. (n.) advantage)
benevolent (บะเนฟว' วะเลินท) *adj.* ใจดี **-benevolently** *adv.* **-benevolence** *n.*
benign (บิไนน') *adj.* อ่อนโยน, ใจดี, สุภาพ, สบาย, ไม่อันตราย **-benignly** *adv.* (-S. kind)
bent (เบนท) *v.* กริยาช่อง 2 และ 3 ของ bend *-adj.* ซึ่งโค้งงอ, แน่วแน่, คดโกง *-n.* แนวโน้ม, ความชำนาญ (-S. (adj.) crooked, curved)
benzene (เบน' ซีน, เบนซีน') *n.* สารเบนซีนเป็นสารประกอบไฮโดรคาร์บอนมีพิษ ทำให้เกิดโรคมะเร็ง มีสูตรเคมี C_6H_6
benzine, benzin (เบน' ซีน, เบน' ซิน) *n.* ของเหลวติดไฟได้ กลั่นจากน้ำมันปิโตรเลียม ใช้เป็นน้ำมันเชื้อเพลิง และทำความสะอาด
benzoin (เบน' โซอิน) *n.* ยางไม้หอม, กำยาน
bequeath (บิควีธ', -ควีธ') *vt.* **-queathed, -queathing** ยกมรดกให้ตามพินัยกรรม, ยกให้
bequest (บิเควซท') *n.* การทำพินัยกรรมยกมรดกให้, มรดก (-S. heritage, legacy)
bereave (บิรีฟว') *vt.* **-reaved/-reft, -reaving** พรากไปเสีย, จากไปเสีย, ตายจาก, ฉุดไปจาก **-bereavement** *n.* **-bereaved** *adj.*
bereft (บิเรฟท') *v.* กริยาช่อง 2 และ 3 ของ bereave *-adj.* ซึ่งสูญเสียของรัก
beret (บะเร', เบอ' เร) *n.* หมวกสักหลาดกลมไม่มีปีกซึ่งสวมเอียงๆ บนศีรษะ
berg (เบิร์ก) *n.* ดู iceberg
bergamot (เบอร์' กะมอท) *n.* มะกรูด
beriberi (เบอ' รีเบอ' รี) *n.* โรคเหน็บชา
★**berry** (เบอร์' รี) *n., pl.* **-ries** ผลไม้ขนาดเล็กเช่น สตรอเบอรี่ เชอรี, ไข่ปลา, ไข่กุ้ง
berserk (เบอร์เซิร์ค', -เซิร์ค') *adj., adv.* ซึ่งคลุ้มคลั่ง, รุนแรง, บ้าดีเดือด (-S. (adj.) mad)
berth (เบิร์ธ) *n.* เตียงนอนบนยานพาหนะ, ท่าเรือ, งาน *-vt., vi.* **berthed, berthing** จอดเรือ
beseech (บิซีช') *vt.* **-sought/-seeched, -seeching** ขอร้อง, วิงวอน (-S. ask, beg)
beseem (บิซีม') *vi., vt.* **-seemed, -seeming** เหมาะสม, สมควร
beset (บิเซท') *vt.* **-set, -setting** กลุ้มรุม, ล้อม
★**beside** (บิไซด์') *prep.* ข้างเคียง, ถัดจาก, นอกจาก, ยกเว้น

A B C D E F G H I J K L M N O P Q R S T U V W X Y Z

A B C D E F G H I J K L M N O P Q R S T U V W X Y Z

besides (บิไซด์ซ') *adv., prep.* อีกด้วย, นอกจากนี้, อีกอย่างหนึ่ง (-**S.** (adv.) also, more over)

besiege (บิซีจ') *vt.* **-sieged, -sieging** ห้อมล้อม, รุม, รบกวน **-besiegement** *n.*

besom (บี' เซิม) *n.* ไม้กวาด (-**S.** broom)

besot (บิซอท') *vt.* **-sotted, -sotting** ทำให้มึนงง, ทำให้หลงใหล **-besotted** *adj.*

besought (บิซอท') *v.* กริยาช่อง 2 และ 3 ของ beseech

bespeak (บิสปีค') *vt.* **-spoke, -spoken/-spoke, -speaking** บอกกล่าวล่วงหน้า, จองล่วงหน้า, แสดงให้เห็นถึง, ปราศรัย

bespoke (บิสโปค') *v.* กริยาช่อง 2 และ 3 ของ bespeak *-adj.* ทำหรือผลิตตามสั่ง

★**best** (เบซท์) *adj., adv.* คุณศัพท์และกริยาวิเศษณ์ เปรียบเทียบขั้นสูงสุดของ good และ well ดีที่สุด, เยี่ยมที่สุด, เหมาะสมที่สุด, มากที่สุด, ใหญ่ที่สุด *-n.* ส่วนที่ดีที่สุด, คนหรือสิ่งที่ดีที่สุด

bestial (เบซ' เชิล) *adj.* เยี่ยงสัตว์, ป่าเถื่อน

bestir (บิสเตอร์') *vt.* **-stirred, -stirring** ทำให้กระฉับกระเฉง, กุลีกุจอ, สาละวน

best man เพื่อนเจ้าบ่าว

bestow (บิสโต') *vt.* **-stowed, -stowing** มอบรางวัล, อุทิศ, ให้ **-bestowal** *n.* (-**S.** give)

bestrew (บิสตรู') *vt.* **-strewed, -strewed/-strewn, -strewing** กระจาย, กลาดเกลื่อน

bestride (บิสไตรด์') *vt.* **-strode, -stridden, -striding** นั่งควบ, นั่งหรือยืนคร่อม

bestseller (เบซท์ เซล' เลอร์) *n.* สินค้าหรือหนังสือที่ขายดีที่สุด **-best-selling** *adj.*

★**bet** (เบท) *n.* การพนัน, การเดิมพัน *-vt., vi.* **bet/betted, betting** เสี่ยงพนัน, วางเดิมพัน **-I bet** (ภาษาพูด) ฉันแน่ใจ **-you bet** (ภาษาพูด) แน่นอน (-**S.** (n., v.) gamble)

beta (เบ' ทะ, บี'-) *n.* อักษรตัวที่ 2 ในพยัญชนะกรีก, ตัวบีตา (B, β), อันดับสอง

beta test การทดสอบผลิตภัณฑ์เป็นครั้งที่สอง

betel (บีท' เทิล) *n.* ใบพลู

betel nut หมาก

betel palm ต้นหมาก

bête noire (เบท นวาร์') *n., pl.* **bêtes noires** สิ่งที่น่ารังเกียจ, คนที่น่ารังเกียจ

betimes (บิไทม์ซ') *adv.* ทันที, รวดเร็ว, แต่เช้า

betoken (บิโท' เคิน) *vt.* **-kened, -kening** แสดงถึง, เป็นลางว่า (-**S.** augur, denote)

betray (บิเทร') *vt.* **-trayed, -traying** ทรยศ, แสดงถึง, เผย **-betrayal** *n.* **-betrayer** *n.*

betroth (บิโทรธ', -ทรอธ') *vt.* **-trothed, -trothing** หมั้นหมาย **-betrothal** *n.*

betrothed (บิโทรธด์', -ทรอธท์') *n.* คู่หมั้น *-adj.* ซึ่งหมั้นหมายแล้ว

★**better**[1] (เบท' เทอร์) *adj., adv.* คุณศัพท์และกริยาวิเศษณ์เปรียบเทียบขั้นกว่าของ good และ well ดีกว่า, เหมาะสมกว่า, มากกว่า, ใหญ่กว่า, (สุขภาพ) ดีขึ้น *-n.* สิ่งที่ดีกว่า, การพัฒนา **-for better or (for) worse** ไม่ว่าจะดีหรือชั่ว

better[2]**, bettor** (เบท' เทอร์) *n.* นักพนัน

bettor (เบท' เทอร์) *n.* ดู better[2]

★**between** (บิทวีน') *prep., adv.* ระหว่าง, ระหว่างกลาง, คั่นกลาง, ระหว่างช่วง

bevel (เบฟว' เวิล) *n.* มุม, ขอบที่ลาดเอียง, เครื่องมือวัดมุม *-v.* **-eled, -eling/-elled, -elling** *-vt.* ตัดเป็นมุม *-vi.* เอียงเป็นมุม (-**S.** (n., v.) tilt)

beverage (เบฟว' เวอริจ, เบฟว' ริจ) *n.* เครื่องดื่ม (ที่ไม่ใช่น้ำเปล่า) (-**S.** drink, refreshment)

beware (บิแวร์') *vt., vi.* **-wared, -waring** ระมัดระวัง (-**S.** be cautious, look out)

bewilder (บิวิล' เดอร์) *vt.* **-dered, -dering** ทำให้งงงวย, ทำให้สับสน **-bewilderment** *n.* **-bewildering** *adj.* (-**S.** confuse, puzzle)

bewitch (บิวิช') *vt.* **-witched, -witching** ทำให้ต้องมนตร์, ทำให้หลงใหล **-bewitchment** *n.*

★**beyond** (บิยอนด์') *prep.* เหนือ, เกิน, โพ้น, เลย, หลังจาก, นอกเหนือ *-adv.* ห่างไกล

B-girl (บี' เกิร์ล) *n.* พนักงานหญิงตามบาร์

bi (ไบ) *n., pl.* **bi's** (คำสแลง) คนที่สามารถมีเพศสัมพันธ์กับชายหรือหญิงก็ได้

bi- คำอุปสรรค หมายถึง คู่, สอง

biannual (ไบแอน' นวล) *adj.* ปีละสองครั้ง

bias (ไบ' เอิซ) *n., pl.* **biases** อคติ, แนวโน้ม, ความลำเอียง, ความเอนเอียง, เส้นเฉียง *-adj.* เอียง, เฉียง *-adv.* อย่างเอียง (-**S.** (n.) prejudice)

bib (บิบ) *n.* ผ้ากันเปื้อนสำหรับเด็ก

★**Bible** (ไบ' เบิล) *n.* คัมภีร์ไบเบิล, คัมภีร์

bibliography (บิบบลีออก' กระฟี) *n., pl.* **-phies** บรรณานุกรม **-bibliographer** *n.* **-bibliographic, bibliographical** *adj.*

bicarbonate (ไบคาร์' บะเนท, -นิท) *n.* สารประกอบเคมีที่มีอนุมูลกรด HCO_3 เป็นผงสีขาว ใช้ทำยา หรือทำโซดาทำขนมปัง

bicarbonate of soda โซดาทำขนมปัง

bicentenary (ไบเซนเทน' นะรี, ไบเซน' ทะเนอรี) *n., pl.* **-ries** ระยะเวลาสองร้อยปี *-adj.* ซึ่งเป็นเวลาสองร้อยปี **-bicentennial** *adj., n.*

biceps (ไบ' เซพซฺ) *n., pl.* **-ceps/-cepes** (-เซพซิซ) กล้ามเนื้อบริเวณต้นแขน
bicker (บิค' เคอรฺ) *vi.* **-ered, -ering** ทะเลาะ
biconcave (ไบคอนเคฟว', ไบคอน'-) *adj.* ซึ่งเว้าทั้งสองด้าน **-biconcavity** *n.*
biconvex (ไบคอนเวคซฺ', ไบคอน'-) *adj.* ซึ่งนูนออกทั้งสองด้าน **-biconvexity** *n.*
bicultural (ไบคัล' เชอเริล) *adj.* ซึ่งผสมผสานกันระหว่างสองวัฒนธรรมในท้องถิ่นเดียวกัน
★**bicycle** (ไบ' ซิคเคิล, -ซิเคิล) *n.* จักรยานสองล้อ *-v.* **-cled, -cling** *-vi.* ขี่จักรยาน *-vt.* โดยสารจักรยาน **-bicyclist, bicycler** *n.*
bid (บิด) *vt.* **bade/bid, bidden/bid, bidding** ประมูล, เสนอราคา, พยายามให้ได้มา, สั่ง, ออกคำสั่ง, ประกาศ, เชิญชวน, บอกกล่าว *-n.* การประมูล, การเสนอราคา, การออกคำสั่ง, การประกาศ, การเชิญ **-bidder** *n.* **-bidding** *n.*
bide (ไบดฺ) *v.* **bode/bided, bided, biding** *-vi.* ยังคงอยู่, รอคอย, พักอาศัย *-vt.* ทน, อดทน
bidet (บีเด') *n.* อ่างล้างก้น
biennial (ไบเอน' เนียล) *adj.* ซึ่งมีอายุนานสองปี, เกิดขึ้นทุกสองปี *-n.* เหตุการณ์ที่เกิดทุกสองปี, พืชที่มีอายุนานสองปี **-biennially** *adv.*
bier (เบียรฺ) *n.* แท่นตั้งศพ
bifocals (ไบโฟ' เคิลซฺ) *n. pl.* แว่นตาที่มีสองเลนส์ ใช้มองได้ทั้งระยะใกล้ไกล **-bifocal** *adj.*
★**big** (บิก) *adj.* **bigger, biggest** ใหญ่, มาก, โต, กว้าง, สำคัญ, ใจดี, (ท้อง) โย้, ขี้โม้, แรง **-bigness** *n.* **-biggish** *adj.* (-S. large, vast)
bigamy (บิก' กะมี) *n., pl.* **-mies** การจดทะเบียนสมรสซ้อน **-bigamist** *n.* **-bigamous** *adj.* **-bigamously** *adv.*
Big Brother รัฐบาลเผด็จการ, ผู้นำเผด็จการ **-big brother** พี่ชายใหญ่
big deal สิ่งที่สำคัญมาก, บุคคลสำคัญ
big game ปลาหรือสัตว์ใหญ่ที่ถูกล่าในเกม
bighead (บิก' เฮด) *n.* (ภาษาพูด) คนอวดดี
big-hearted (บิก' ฮารฺ' ทิด) *adj.* ใจดี, ใจกว้าง
bighorn (บิก' ฮอรฺน) *n., pl.* **-horn/-horns** แกะป่าที่มีเขาโค้ง

bighorn

bight (ไบทฺ) *n.* ห่วงเชือก, อ่าว, เวิ้ง
big-league (บิก' ลีก') *adj.* (ภาษาพูด) ซึ่งอยู่ ณ จุดสูงสุดของอาชีพหรือสายงานที่ทำ
bigmouth (บิก' เมาธฺ) *n.* คนช่างนินทา
big-name (บิก' เนม) *adj.* ซึ่งมีชื่อเสียง
bigot (บิก' เกิท) *n.* คนดันทุรัง, คนหัวแข็ง, คนที่ถือทิฐิ **-bigoted** *adj.* **-bigotry** *n.*
big shot (คำสแลง) บุคคลที่สำคัญ ผู้มีอิทธิพล
big-ticket (บิก' ทิค' คิท) *adj.* แพง, ราคาสูง
bijou (บี' ฌู) *n., pl.* **-joux** (-ฌู, -ฌูซฺ) เครื่องประดับชิ้นเล็กๆ (-S. trinket)
★**bike** (ไบคฺ) *n.* รถมอเตอร์ไซค์, รถจักรยาน
bikini (บิคี' นี) *n.* ชุดว่ายน้ำแบบสองชิ้น, ชุดบิกินี
bilateral (ไบแลท' เทอเริล) *adj.* ซึ่งมีสองข้าง, ทั้งสองข้าง, สองข้างเท่าๆ กัน **-bilaterally** *adv.*
bile (ไบลฺ) *n.* น้ำดี, อารมณ์ร้าย
bilge (บิลจฺ) *n.* บริเวณใต้ท้องเรือ, น้ำใต้ท้องเรือ
bilingual (ไบลิง' เกวิล) *adj.* ซึ่งรู้สองภาษา *-n.* ผู้รู้สองภาษา **-bilinguist** *n.*
bilious (บิล' เลียซ) *adj.* เกี่ยวกับน้ำดี, ขี้โมโห
★**bill**[1] (บิล) *n.* ใบแจ้งรายการสิ่งของ, ใบแจ้งหนี้, ใบเสร็จ, ร่างกฎหมาย, ร่างพระราชบัญญัติ, ธนบัตร, การโฆษณา, รายการแสดง *-vt.* **billed, billing** ส่งใบแจ้งรายการสิ่งของ, ทำรายการของ, โฆษณา, แจ้ง, ประกาศ
★**bill**[2] (บิล) *n.* จะงอยปากของนก, ส่วนที่คล้ายจะงอย

bill[2]

billabong (บิล' ละบอง) *n.* ห้วย, หนอง, ลำธาร
billboard (บิล' บอรฺด, -โบรฺด) *n.* แผ่นป้ายโฆษณา, ป้ายประกาศ
billet (บิล' ลิท) *n.* ค่ายพักของทหาร, คำสั่งตั้งค่ายพัก, ตำแหน่ง, งาน (-S. barracks, position)
billet-doux (บิลเลดู') *n., pl.* **billets-doux** (-ดูซ') จดหมายรัก
billfold (บิล' โฟลดฺ) *n.* ซองธนบัตร
billiards (บิล' เลียรฺดซฺ) *n. pl.* การเล่นบิลเลียด
★**billion** (บิล' เลียน) *n., pron., adj.* (อเมริกัน) จำนวนพันล้าน, (อังกฤษ) จำนวนล้านล้าน
billionaire (บิลเลียแนรฺ') *n.* เศรษฐีพันล้าน
bill of exchange ตั๋วแลกเงิน
bill of rights กฎหมายเกี่ยวกับสิทธิของพลเมือง
billow (บิล' โล) *n.* คลื่นน้ำขนาดใหญ่, กลุ่มหมอกควันที่ม้วนตัวเป็นระลอก (-S. wave)
billy (บิล' ลี) *n., pl.* **-lies** กระป๋อง, กาต้มน้ำ
billy goat แพะตัวผู้
bimbo (บิม' โบ) *n., pl.* **-bos** หญิงสวยแต่โง่
bimonthly (ไบมันธฺ' ลี) *adj., adv.* ซึ่งมีหรือเกิดขึ้นทุกสองเดือน, ซึ่งเกิดขึ้นเดือนละสองครั้ง, ประจำทุกสองเดือน *-n., pl.* **-lies** รายสองเดือน
bin (บิน) *n.* ถัง, ภาชนะบรรจุ

A B C D E F G H I J K L M N O P Q R S T U V W X Y Z

binary (ไบ' นะรี) *adj.* ซึ่งประกอบด้วยของสองสิ่ง, ซึ่งมีสองส่วน
binary system ระบบเลขฐานสองที่ใช้เลข 0 และ 1
★**bind** (ไบนํด) *vt., vi.* **bound, binding** ผูกแน่น, พันแผล, ยึดติด, รวมกำลัง, บีบบังคับ, ทำให้ท้องผูก, สร้างพันธะ *-n.* สิ่งที่ผูก มัด ยึด ติด, การผูก มัด ยึด ติด **-binder** *n.* (-S. (v., n.) tie)
bindery (ไบน์' ดะรี) *n., pl.* **-ies** ร้านเย็บเล่มเข้าปกหนังสือ
binding (ไบน์' ดิง) *n.* ปกหนังสือ, สิ่งที่ใช้ผูกมัด ยึด ติดเข้าด้วยกัน, การเย็บเล่ม *-adj.* ซึ่งผูกมัด, ซึ่งผูกพัน, เป็นพันธะ **-bindingly** *adv.*
binge (บินจฺ) *n.* การดื่มเหล้าอย่างหนัก, การกระทำที่ควบคุมไม่ได้ **-binger** *n.*
bingo (บิง' โก) *n.* การเล่นเกมประเภทหนึ่ง *-interj.* คำอุทานแสดงความลิงโลดใจ
binnacle (บิน' นะเคิล) *n.* กล่องใส่เข็มทิศบนเรือ
binoculars (บะนอค' เคียเลอร์ซฺ, ไบ-) *n. pl.* กล้องส่องทางไกลสองตา

binoculars

binomial (ไบโน' เมียล) *adj.* ซึ่งมีสองชื่อหรือสองส่วน *-n.* ชื่อทางวิทยาศาสตร์ของพืชหรือสัตว์ที่ประกอบด้วยชื่อแสดง genus และ species ของมัน, เลขโพลีโนเมียลที่ประกอบด้วยสองค่า
binturong (บินทัว' รอง) *n.* ตัวหมีขอ
bio- คำอุปสรรค หมายถึง ชีวิต
biochemistry (ไบโอเคม' มิสตรี) *n.* ชีวเคมี **-biochemical** *adj.* **-biochemist** *n.*
biodegradable (ไบโอดิเกร' ดะเบิล) *adj.* ซึ่งย่อยสลายได้โดยกระบวนการทางธรรมชาติ **-biodegradation** *n.* **-biodegrade** *v.*
biogas (ไบ' โอแกซ) *n.* ก๊าซชีวภาพ
biography (ไบออก' กระฟี, บี-) *n., pl.* **-phies** ชีวประวัติ **-biographer** *n.* **-biographic** *adj.*
biol. ย่อจาก biology ชีววิทยา
biologic, biological (ไบอะลอจ' จิค, -จิเคิล) *adj.* เกี่ยวกับชีววิทยา, สัมพันธ์กันโดยสายเลือด **-biologically** *adv.*
biological clock กลไกทางธรรมชาติ เช่น การขึ้นลงของน้ำ อุณหภูมิ ฤดูกาล ที่เชื่อกันว่าเป็นตัวกำหนดพฤติกรรมของสิ่งมีชีวิต
biological warfare สงครามเชื้อโรค
biology (ไบออล' ละจี) *n.* ชีววิทยา **-biologist** *n.*
biomass (ไบ' โอแมซ) *n.* มวลชีวภาพ
bionic (ไบออน' นิค) *adj.* (ภาษาพูด) ซึ่งมีกำลังหรือความสามารถพิเศษ
biopsy (ไบ' ออพซี) *n., pl.* **-sies** การตัดเอาตัวอย่างเนื้อเยื่อของสิ่งมีชีวิตมาตรวจสอบวิเคราะห์
biosatellite (ไบ' โอแซทเทิลไลทฺ) *n.* ดาวเทียมที่สร้างขึ้นเพื่อสามารถบรรทุกสิ่งมีชีวิตได้
biosphere (ไบ' อะสเฟียรฺ) *n.* พื้นที่บริเวณส่วนต่างๆ ของโลกที่มีสิ่งมีชีวิตอาศัยอยู่
biotech (ไบ' โอเทค) *n.* เทคโนโลยีชีวภาพ
biotechnology (ไบโอเทคนอล' ละจี) *n.* การใช้สิ่งมีชีวิตในกระบวนการอุตสาหกรรม การแพทย์ เกษตรกรรม เป็นต้น
biotic (ไบออท' ทิค) *adj.* เกี่ยวกับสิ่งมีชีวิต
bipartisan (ไบพาร์' ทิเซิน, -เซิน) *adj.* ซึ่งร่วมกันทั้งสองฝ่าย **-bipartisanism** *n.*
bipartite (ไบพาร์' ไทท) *adj.* ซึ่งมีสองส่วน, ซึ่งร่วมกันทั้งสองฝ่าย **-bipartitely** *adv.*
biped (ไบ' เพด) *n.* สัตว์สองเท้า
biplane (ไบ' เพลน) *n.* เครื่องบินมีปีกสองชุดอยู่คนละระดับ

biplane

birch (เบิร์ช) *n.* ต้นเบิร์ช, เนื้อไม้ของต้นไม้ดังกล่าว, ไม้เรียว, แส้
★**bird** (เบิร์ด) *n.* นก, (คำสแลง) บุคคล จรวด สาวน้อย **-eat like a bird** กินเพียงเล็กน้อย
birdbrain (เบิร์ด' เบรน) *n.* (ภาษาพูด) คนงี่เง่า
birdie (เบอร์' ดี) *n.* นกตัวเล็กๆ
birdlime (เบิร์ด' ไลม์) *n.* ยางดักนก
bird of paradise *n., pl.* **birds of paradise** นกชนิดหนึ่งในแถบนิวกินี ขนมีสีสันสวยงามมาก, พืชพื้นเมืองแถบแอฟริกา คล้ายต้นกล้วย
bird of passage นกที่อพยพย้ายถิ่น, คนที่ย้ายถิ่นฐานเป็นประจำ
bird of prey *n., pl.* **birds of prey** นกที่ล่าสัตว์อื่นเป็นอาหาร เช่น นกอินทรี เหยี่ยว เป็นต้น
bird's eye view ภาพที่มองจากด้านบนลงมา
bird watcher นักดูนก, นักสำรวจนก
★**birth** (เบิร์ธ) *n.* การเกิด, เวลาเกิด, การคลอด, การกำเนิด, เชื้อสาย, ตระกูล
birth certificate สูติบัตร
birth control การคุมกำเนิด
★**birthday** (เบิร์ธ' เด) *n.* วันเกิด, วันคล้ายวันเกิด
birthmark (เบิร์ธ' มาร์ค) *n.* ไฝ ปานหรือแผลเป็นที่มีมาแต่กำเนิด

A B C D E F G H I J K L M N O P Q R S T U V W X Y Z

birthplace (เบิร์ธ' เพลซ) *n.* สถานที่เกิด
birth rate อัตราการเกิดของประชากร
★**biscuit** (บิซ' คิท) *n.* ขนมปังกรอบ, ขนมคุกกี้, สีน้ำตาลอ่อน
bisect (ไบ' เซคท) *v.* **-sected, -secting** *-vt.* ผ่าครึ่ง, แบ่งสองส่วนเท่าๆ กัน *-vi.* แบ่ง, แยก
bisexual (ไบเซค' ชวล) *adj.* ซึ่งมีทั้งสองเพศ, เกี่ยวกับสองเพศ *-n.* สิ่งมีชีวิตที่มีทั้งสองเพศ, กะเทย **-bisexuality** *n.*
bishop (บิช' เชิพ) *n.* บิชอป เป็นพระตำแหน่งหนึ่งในศาสนาคริสต์, หมากรุกฝรั่งตัวหนึ่ง
bismuth (บิซ' เมิธ) *n.* ธาตุโลหะชนิดหนึ่ง ใช้ทำยาหรือโลหะอัลลอยด์ มีสัญลักษณ์ Bi
bison (ไบ' เซิน, -เซิน) *n., pl.* **bison** วัวป่าไบสัน พบในแถบอเมริกาเหนือ

bison

bistro (บี' สโตร) *n., pl.* **-tros** ร้านจำหน่ายไวน์, ไนต์คลับ
bit[1] (บิท) *v.* กริยาช่อง 2 และ 3 ของ bite
★**bit**[2] (บิท) *n.* จำนวนเล็กน้อย, เศษเล็กเศษน้อย, เวลาชั่วครู่, เศษเหรียญ, ดอกสว่าน, เหล็กที่ขวางปากม้า, ด้านคมของใบมีด **-bit by bit** ทีละเล็กละน้อย **-bits and pieces** ของจิปาถะ
bit[3] (บิท) *n.* (คอมพิวเตอร์) หน่วยพื้นฐานของข้อมูลในระบบเลขฐานสองที่แทนค่าด้วย 0 หรือ 1 โดยข้อมูลจำนวน 8 บิต จะเท่ากับ 1 ไบต์ ซึ่งเท่ากับข้อมูลที่เป็นอักขระหรือตัวเลข 1 ตัว เช่น 00000001 = 1 และ 00000010 = 2 เป็นต้น
bitch (บิช) *n.* สุนัขตัวเมีย, (คำสแลง) หญิงเจ้าอารมณ์ หญิงใจร้าย เรื่องไม่สบอารมณ์, (ภาษาพูด) คำพร่ำบ่น **-bitchy** *adj.*
★**bite** (ไบท) *vt., vi.* **bit, bitten/bit, biting** กัด, งับ, ฉีก, ตัด, (แมลง) กัดต่อย, เจ็บแสบ, กัดกร่อน, โกง, หลอกลวง *-n.* การกัด, การงับ, แผลถูกกัดหรือต่อย, อาหารที่กัดกินคำหนึ่ง, อาหารว่าง, การกัดกร่อน, การกระทบกันของฟันบนและล่าง **-bite off more than one can chew** พยายามเกินกำลัง **-bite the bullet** กล้าเผชิญกับสถานการณ์ที่ลำบากหรือโหดร้าย **-biter** *n.* (-S. (v.) gnaw, nip (n.) snap)
biting (ไบ' ทิง) *adj.* หนาวจัด, โหดร้าย, ทารุณ
bitten (บิท' เทิน) *v.* กริยาช่อง 3 ของ bite
★**bitter** (บิท' เทอร์) *adj.* **-er, -est** ขม, ขมขื่น, เจ็บแสบ, แสบ, หนาวจัด, ทารุณ *-adv.* อย่างขมขื่น, อย่างมาก *-n.* เบียร์รสขมชนิดหนึ่ง **-bitterly** *adv.* **-bitterness** *n.* (-S. (adj.) acrid)
bittern (บิท' เทิร์น) *n.* นกยาง
bitumen (บิทู' เมิน, -ทิว'-, ไบ-) *n.* สารผสมของสารประกอบไฮโดรคาร์บอน ได้จากการกลั่นน้ำมันดิบ ใช้ยาหลังคาหรือราดถนน
bivalve (ไบ' แวลฟว) *n.* หอยกาบคู่
bivouac (บิฟว' วูแอค) *n.* การตั้งค่ายพักแรม
biweekly (ไบวีค' ลี) *adj., adv.* ทุกๆ สองสัปดาห์, รายสองสัปดาห์, ครั้งละสองสัปดาห์
biyearly (ไบเยียร์' ลี) *adj., adv.* ทุกๆ สองปี, รายสองปี, ครั้งละสองปี
bizarre (บิซาร์') *adj.* แปลกประหลาด, เพี้ยน
B.L. ย่อจาก Bachelor of Laws นิติศาสตรบัณฑิต
blab (แบลบ) *vt., vi.* **blabbed, blabbing** พูดพล่อย, หลุดปากบอกความลับ (-S. blabber)
blabber (แบลบ' เบอร์) *vi.* **-bered, -bering** พูดพล่อย, พูดไม่คิด *-n.* คนพูดพล่อย
★**black** (แบลค) *adj.* **blacker, blackest** ดำ, มืด, มืดทึบ, ไร้สีสัน, (สถานการณ์) แย่มาก, สกปรก, ชั่วร้าย, ครึ้ม, โศกเศร้า, ผิดหวัง, โกรธ *-n.* สีดำ, สิ่งที่มีสีดำ, ความมืด *-vt., vi.* **blacked, blacking** ทำให้ดำ, ขัดให้ดำ, กลายเป็นสีดำ **-Black** คนผิวดำ **-black out** สิ้นสติ, หลงลืมชั่วขณะ **-black someone's eye** ต่อยจนตาเขียวช้ำ **-blackish** *adj.* **-blackness** *n.* (-S. (adj., n.) dark (adj.) gloomy, inky -A. (adj., n.) white)
blackamoor (แบลค' คะมัวร์) *n.* คนผิวดำ
black-and-blue (แบลคเคินบลู') *adj.* ฟกช้ำ
black and white การเขียนหรือพิมพ์, ภาพเขียนหรือพิมพ์ขาวดำ **-black-and-white** *adj.*
black art เวทมนตร์คาถา
blackball (แบลค' บอล) *n.* ลูกบอลสีดำ ใช้ลงคะแนนคัดค้าน, คะแนนลับเพื่อคัดค้าน
black bear หมีดำ, หมีควาย
blackberry (แบลค' เบอร์รี) *n., pl.* **-ries** ต้นแบล็คเบอรี่, ผลแบล็คเบอรี่ซึ่งมีสีม่วงดำ ใช้รับประทานได้

blackberry

blackboard (แบลค' บอร์ด) *n.* กระดานดำ
black book สมุดบัญชีรายชื่อบุคคลที่ไม่ดี
black box กล่องดำ ซึ่งเป็นอุปกรณ์อิเล็กทรอนิกส์ที่บันทึกปฏิบัติการขณะทำการบิน
black diamond ถ่านหิน
blacken (แบลค' เคิน) *vt.* **-ened, -ening**

ทำให้ดำ, ทำให้เสียชื่อเสียง -*vi.* กลายเป็นสีดำ
black eye ตาฟกช้ำ, เรื่องอับอาย
blackfellow (แบลค' เฟลโล) *n.* ชาวพื้นเมืองในออสเตรเลีย, ชาวอะบอริจินส์
blackguard (แบลก' เกิร์ด) *n.* คนถ่อย
blackhead (แบลค' เฮด) *n.* สิวหัวดำ
blackhearted (แบลค' ฮาร์ทิด) *adj.* ใจดำ
black hole (ฟิสิกส์) หลุมดำ
blacking (แบลค' คิง) *n.* น้ำยาขัดรองเท้าสีดำ
black lead กราไฟต์, ไส้ดินสอดำ
blacklist (แบลค' ลิซท์) *n.* บัญชีรายชื่อของบุคคลหรือองค์กรที่ไม่ดีหรือกระทำผิด, บัญชีดำ
black magic มนตร์ดำที่ชั่วร้าย
blackmail (แบลค' เมล) *n.* การข่มขู่เอาเงินจากบุคคลอื่น โดยอ้างว่าจะเปิดโปงความลับถ้าไม่ยอมให้เงิน -*vt.* **-mailed, -mailing** ขู่เอาเงินจากคนอื่นในลักษณะดังกล่าว **-blackmailer** *n.*
black market ตลาดมืด
blackout (แบลค' เอาท์) *n.* การปิดไฟมืดบนเวทีหลังจบละคร, การดับไฟเพื่อป้องกันการโจมตี, อาการหน้ามืด, ไฟดับ, การหลงลืมชั่วขณะ
black sheep ลูกนอกคอก, คนที่ผ่าเหล่าผ่ากอ
blacksmith (แบลค' สมิธ) *n.* ช่างตีเหล็ก
black tie เนกไทหูกระต่ายสีดำที่สวมกับชุดทักซิโด, ชุดทักซิโด **-black-tie** *adj.*
bladder (แบลด' เดอร์) *n.* ถุงหนังที่บรรจุของเหลวหรืออากาศได้, กระเพาะปัสสาวะ
★**blade** (เบลด) *n.* ใบมีด, ใบพาย, ใบพัด, ใบไม้
★**blame** (เบลม) *vt.* **blamed, blaming** ตำหนิ, ใส่ร้าย -*n.* การตำหนิ, การใส่ร้าย, การรับผิด **-blameless** *adj.* **-blamable** *adj.* **-blameful** *adj.* (**-S.** (v.) condemn **-A.** (v., n.) credit)
blameworthy (เบลม' เวอร์ธี) *adj.* **-thier, -thiest** สมควรได้รับการตำหนิ (**-S.** blamable)
blanch (แบลนช์) *vt.* **blanched, blanching** ทำให้ขาว, ทำให้ซีดจาง, ขัดขาว (**-S.** whiten)
bland (แบลนด์) *adj.* **blander, blandest** (รสชาติ) จืด, อ่อน, อ่อนโยน, นิ่มนวล **-blandly** *adv.* **-blandness** *n.* (**-S.** gentle, mild)
blandish (แบลน' ดิช) *vt.* **-dished, -dishing** เยินยอ, ประจบ (**-S.** cajole, flatter)
★**blank** (แบลงค์) *adj.* **-er, -est** ว่าง, ว่างเปล่า, ไร้สีสัน, เฉยเมย, พิศวงงงงวย, (ปฏิเสธ) อย่างสิ้นเชิง -*n.* ความว่างเปล่า, ช่องว่าง, พื้นที่ว่าง, สิ่งของที่ยังผลิตไม่เสร็จสมบูรณ์, ปืนที่ไม่ใส่ลูกกระสุน **-blankness** *n.* **-blankly** *adv.*
blank check, blank cheque เช็คที่เซ็นชื่อทิ้งไว้แต่ยังไม่ได้กรอกตัวเลขที่ต้องการ
★**blanket** (แบลง' คิท) *n.* ผ้าห่ม, สิ่งที่ใช้ห่ม
blare (แบลร์) *vt., vi.* **blared, blaring** ทำเสียงดังคล้ายแตร, ตะโกนลั่น -*n.* เสียงดังคล้ายแตร
blarney (บลาร์' นี) *n.* การพูดป้อยอ
blaspheme (แบลซฟีม') *v.* **-phemed, -pheming** -*vt.* ดูหมิ่น, หมิ่นศาสนา -*vi.* พูดลบหลู่ดูหมิ่น **-blasphemous** *adj.* **-blasphemously** *adv.* **-blasphemy** *n.* (**-S.** profane)
★**blast** (แบลซท์) *n.* ลมแรง, กระแส (ลม น้ำ) ที่พัดอย่างรุนแรง, เสียงระเบิด, แรงระเบิด, เสียงแตร, เสียงนกหวีด, โรคไหม้ (ในพืช), การตีหรือยิงอย่างแรง, การด่าว่า, (คำสแลง) ความตื่นเต้น -*v.* **blasted, blasting** -*vt.* ทำลาย, ทำให้ร่วงโรย, ระเบิด, พัดหรือเป่าอย่างแรง -*vi.* ทำเสียงดังลั่น, จุดระเบิด, ร่วงโรย **-at full blast** เต็มกำลัง **-blaster** *n.* (**-S.** (n.) explosion, roar)
blastoff, blast-off (แบลซท์' ออฟ) *n.* การปล่อยจรวดหรือยานอวกาศขึ้นสู่ท้องฟ้า
blatant (เบลท' เทินท์) *adj.* ชัดเจน, โจ่งแจ้ง **-blatancy** *n.* **-blatantly** *adv.* (**-S.** obvious)
blaze[1] (เบลซ) *vi., vt.* **blazed, blazing** ลุกเป็นไฟ, สว่างไสว, โกรธจัด -*n.* กองไฟ, เปลวเพลิง, ความสว่างไสว, ความเจิดจรัส, แสงสว่างจ้า, นรก **-like blazes** สุดกำลัง, อย่างเร็ว (**-S.** (v.) burn)
blaze[2] (เบลซ) *vi.* **blazed, blazing** ประกาศ
blaze[3] (เบลซ) *n.* จุดด่างตามตัวสัตว์, เครื่องหมายนำทาง
bldg, bldg. ย่อจาก building อาคาร, ตึก
bleach (บลีช) *v.* **bleached, bleaching** -*vt.* ฟอกขาว -*vi.* กลายเป็นสีขาว, กลายเป็นสีซีดจาง -*n.* สารฟอกขาว, การฟอกขาว, ความขาวจากการฟอก **-bleacher** *n.* (**-S.** (v.) blanch, whiten)
bleak (บลีค) *adj.* **-er, -est** รกร้างว่างเปล่า, เหน็บหนาว, แห้งแล้งกันดาร, สิ้นหวัง, เศร้าสร้อย **-bleakly** *adv.* **-bleakness** *n.* (**-S.** bare, barren, gloomy **-A.** cheerful, hopeful)
blear (เบลียร์) *vt.* **bleared, blearing** ทำตาแดง, พร่ามัว **-blearily** *adv.* **-bleary** *adj.*
bleat (บลีท) *n.* เสียงร้องของแพะ แกะ, การบ่น
bled (เบลด) *v.* กริยาช่อง 2 ของ bleed
★**bleed** (บลีด) *v.* **bled, bleeding** -*vt.* ดูดเลือดจาก, ดูดออก, เอาเงินจาก -*vi.* เสียเลือด, ตกเลือด, เลือดไหล, เสียใจ, เจ็บปวดใจ, ดูดน้ำหวาน, แพร่ซึม
bleep (บลีพ) *n.* เสียงสัญญาณจากอุปกรณ์อิเล็กทรอนิกส์ **-bleeper** *n.* **-bleep** *v.*

A B C D E F G H I J K L M N O P Q R S T U V W X Y Z

blemish (เบลม' มิช) *vt.* **-ished, -ishing** ทำให้เป็นรอยหรือเป็นมลทิน *-n.* รอยตำหนิ, มลทิน

blench[1] (เบลนช์) *vt., vi.* **blenched, blenching** ทำให้ซีดจาง, ทำให้ขาว (**-S.** bleach)

blench[2] (เบลนช์) *vi.* **blenched, blenching** หดตัว, ห่อตัว (**-S.** flinch, shrink)

blend (เบลนด์) *vt., vi.* **blended/blent, blending** ผสม, ปน, รวมตัว, กลมกลืน *-n.* การผสม, ของผสม, คำผสม (**-S.** (v.) mingle, mix)

blender (เบลน' เดอร์) *n.* คนผสม, ของผสม, เครื่องปั่นผสมอาหาร

bless (เบลซ) *vt.* **blessed/blest, blessing** อวยพร, ให้เจริญ, สรรเสริญ **-blessed** *adj.*

blessing (เบลซ' ซิง) *n.* พร, การอวยพร, ความปรารถนาดี, สิ่งนำโชค, การเห็นชอบ

blest (เบลซท์) *v.* กริยาช่อง 2 และ 3 ของ bless *-adj.* ศักดิ์สิทธิ์, ที่นำมาซึ่งความสุข

blew (บลู) *v.* กริยาช่อง 2 ของ blow

blight (ไบลท์) *n.* สิ่งที่ทำความเสียหาย, ต้นเหตุแห่งความหายนะ, โรคไหม้ในพืช (**-S.** calamity)

blimey (ไบล' มี) *interj.* คำอุทานแสดงความประหลาดใจ

★**blind** (ไบลน์ด์) *adj.* **-er, -est** ซึ่งตาบอด, ซึ่งมองไม่เห็น, ซึ่งไม่ไตร่ตรอง, ไร้การชี้แนะ, ไม่สามารถเข้าใจได้, ไม่ยอมเข้าใจ, (มุม) อับ, (ทางหรือท่อ) ตัน, (คำสแลง) เมามาย, (ตัวหนังสือ) ไม่ชัดเจน, ไม่ออกดอกออกผล, ไม่มีทางออก *-vt.* **blinded, blinding** ทำให้ตาบอด, ทำให้มองไม่เห็น, ทำให้พร่ามัว, ซ่อน, บดบัง *-n.* มู่ลี่บังแสง, สิ่งที่ช่วยกันแสง, ที่กำบัง, ที่ซุ่ม *-adv.* อย่างไร้เหตุผล, อย่างคนตาบอด **-as blind as a bat** บอดสนิท **-blindly** *adv.* **-blindness** *n.*

blind alley ตรอกหรือซอยตัน

blind date การหมั้นโดยที่ทั้งสองฝ่ายไม่เคยพบกันมาก่อน

blinder (ไบลน์ เดอร์) *n.* ผ้าผูกตา, ที่ปิดตา

blindfold (ไบลน์ด์' โฟลด์) *vt.* **-folded, -folding** ปิดตาด้วยผ้า, ตบตา *-n.* การปิดตา, การตบตา

blind spot ตำแหน่งที่เป็นจุดบอดของสายตา

blink (บลิงค์) *v.* **blinked, blinking** *-vt.* ทำให้กะพริบตา, ทำเป็นไม่เห็นหรือไม่รับรู้, เลี่ยง, ส่งสัญญาณไฟกะพริบ *-vi.* กะพริบตา, หยีตา, หรี่ตา *-n.* การกะพริบตา, สัญญาณไฟกะพริบ **-on the blink** ใช้การไม่ได้ (**-S.** (v., n.) wink)

blinkers (บลิง' เคอร์ซ์) *n. pl.* แผ่นปิดตาม้า, แว่นตาประเภทหนึ่ง, ไฟกะพริบเตือน

blip (บลิพ) *n.* เสียงสัญญาณจากเครื่องอิเล็กทรอนิกส์, ไฟกะพริบบนหน้าจอเรดาร์

bliss (บลิซ) *n.* ความสุขล้น **-blissful** *adj.* **-blissfully** *adv.* **-blissfulness** *n.* (**-S.** happiness)

blister (บลิซ' เทอร์) *n.* แผลพุพอง, สิ่งที่พอง *-vt., vi.* **-tered, -tering** พุพอง (**-S.** (n., v.) boil)

blistering (บลิซ' เทอริง) *adj.* เผ็ดร้อน, รุนแรง

blithe (ไบลธ์, ไบลธ์) *adj.* **blither, blithest** ไม่รอบคอบ, ไม่ยั้งคิด, เริงร่า, รื่นรมย์ใจ

blitz (บลิทซ์) *n.* การโจมตีทางอากาศอย่างฉับพลัน, การทุ่มกำลังทำอย่างฉับพลัน (**-S.** attack)

blizzard (บลิซ' เซิร์ด) *n.* พายุหิมะ

bloat (โบลท) *vt., vi.* **bloated, bloating** ทำให้พอง, บวมออก *-n.* สิ่งที่พองโป่งออก, คนอ้วน

blob (บลอบ) *n.* หยด, รอยเปื้อนสี (**-S.** drop)

bloc (บลอค) *n.* กลุ่ม, ฝูง (**-S.** group)

★**block** (บลอค) *n.* ท่อนหิน, ท่อนไม้, แท่นวางของเพื่อตั้งแสดงสินค้า, เขียง, ที่รองศีรษะคนเพื่อตัดคอ, ตึกที่แบ่งเป็นช่วงๆ, ช่วงตึก, สิ่งกีดขวาง, แม่พิมพ์, ของเล่นเด็กที่เป็นท่อนไม้หรือพลาสติกสำหรับเอามาต่อกันเล่น, หน่วย, ก้อน, กลุ่ม, (คำสแลง) หัว, (คอมพิวเตอร์) หน่วยความจำ *-v.* **blocked, blocking** *-vt.* กีดขวาง, สร้างความยุ่งยาก, พิมพ์แบบ, ห้าม, จำกัด, ร่างแบบ *-vi.* กีดขวาง **-a mental block** ไร้ความสามารถที่จะเข้าใจ, ทึ่ม **-blocker** *n.* (**-S.** (n.) bar, hindrance (v.) form, obstruct **-A.** (v.) free)

blockade (บลอเคด') *n.* การปิดท่าเรือ, การปิดประตูการค้าหรือการติดต่อกับต่างชาติ *-vt.* **-aded, -ading** ปิดท่าเรือ, ปิดประตูการค้าและการติดต่อกับต่างชาติ **-blockader** *n.*

blockhead (บลอค' เฮด) *n.* คนโง่, คนทึ่ม

blockhouse (บลอค' เฮาซ์) *n.* ป้อมยิงหรือสังเกตการณ์

bloke (โบลค) *n.* (คำสแลง) เจ้าหนุ่ม เพื่อนเกลอ

blond, blonde (บลอนด์) *adj.* **blonder, blondest** ซึ่งมีสีบลอนด์, ซึ่งมีสีทองอ่อนๆ *-n.* คนที่มีผมหรือผิวสีบลอนด์, สีน้ำตาลอ่อน

★**blood** (บลัด) *n.* เลือด, โลหิต, ฆาตกรรม, การเสียเลือดเนื้อ, ความแค้น, สายเลือด, เชื้อสาย, สายพันธุ์, บรรพบุรุษ, พลังชีวิต, รุ่น (คน) **-in cold blood** อย่างเลือดเย็น **-in one's blood** อยู่ในสายเลือด **-make one's blood run cold** ทำให้กลัว (**-S.** kin, lifeblood, lineage)

blood bank ธนาคารที่เก็บเลือดไว้ใช้กับผู้ป่วย

bloodbath (บลัด' แบธ) *n.* การนองเลือด

blood cell เซลล์เม็ดเลือด

A B C D E F G H I J K L M N O P Q R S T U V W X Y Z

A
B
C
D
E
F
G
H
I
J
K
L
M
N
O
P
Q
R
S
T
U
V
W
X
Y
Z

blood count การตรวจนับเซลล์เม็ดเลือด
bloodcurdling (บลัด' เคิร์ดลิง) *adj.* น่าสยดสยอง **-bloodcurdlingly** *adv.* (-S. horrific)
blood donor ผู้บริจาคเลือด
blood group หมู่เลือดของมนุษย์
bloodhound (บลัด' เฮานด์) *n.* สุนัขชนิดหนึ่งตัวโต ดมกลิ่นเก่ง ใช้สะกดรอยตามล่า
bloodletting (บลัด' เลททิง) *n.* การนองเลือด, การถ่ายเลือดออกจากเส้นเลือด
bloodline (บลัด' ไลน์) *n.* สายพันธุ์
bloodmobile (บลัด' มะบีล) *n.* รถหน่วยเคลื่อนที่เพื่อรับบริจาคโลหิต
blood money เงินจ้างวานฆ่า
blood poisoning อาการเลือดเป็นพิษ
blood pressure ความดันเลือด
bloodshed (บลัด' เชด) *n.* การนองเลือด
bloodshot (บลัด' ชอท) *adj.* (นัยน์ตา) แดงก่ำ
blood sport เกมฆ่าสัตว์
bloodstain (บลัด' สเตน) *n.* คราบเลือด
bloodstream (บลัด' สตรีม) *n.* กระแสเลือด
bloodsucker (บลัด' ซัคเคอร์) *n.* สัตว์ดูดเลือด
blood sugar น้ำตาลในเลือด
blood test การตรวจเลือด
bloodthirsty (บลัด' เธอร์สตี) *adj.* กระหายเลือด
blood transfusion การถ่ายเลือด
blood type ดู blood group
blood vessel เส้นเลือด
bloody (บลัด' ดี) *adj.* **-ier, -iest** นองเลือด, โหดร้าย, แดงฉาน, (คำสแลง) ระยำ *-adv.* มาก **-bloodily** *adv.* (-S. (adj.) cruel)
bloody-minded (บลัด' ดี ไมน์ดิด) *adj.* โหดร้าย, กระหายเลือด (-S. cruel -A. kind)
bloom (บลูม) *n.* ดอกไม้, การออกดอก, การแย้มบาน, ความอิ่มเอิบ, ความเปล่งปลั่ง, ความชื่นบาน, การแตกเนื้อหนุ่มเนื้อสาว, ผงคล้ายแป้งที่ปกคลุมผลหรือใบไม้ *-v.* **bloomed, blooming** *-vt.* ทำให้ออกดอก *-vi.* ออกดอก, แย้มบาน, แตกหนุ่ม, แตกเนื้อสาว **-bloomy** *adj.* **-blooming** *adj.* (-S. (n.) blossom, freshness)
★**blossom** (บลอซ' เซิม) *n.* ดอกไม้, พวงดอกไม้, การผลิดอก, การบานสะพรั่ง, การแตกเนื้อหนุ่มเนื้อสาว *-vi.* **-somed, -soming** ผลิดอก, ออกดอกบานสะพรั่ง, เติบโต, แตกหนุ่ม, แตกเนื้อสาว **-blossomy** *adj.* (-S. (n.) blooms, flowers)
blot (บลอท) *n.* รอยเปื้อน, คราบ, รอยมลทิน *-v.* **blotted, blotting** *-vt.* ทำให้เป็นรอยเปื้อน, ทำให้เป็นมลทิน, กำจัด, ลบออก, ซับ *-vi.* กลายเป็นรอยเปื้อน, เกิดรอยด่าง, เกิดคราบ (-S. (n.) disgrace (v.) absorb, erase (n., v.) stain)
blotch (บลอช) *n.* รอยด่าง, รอยเปื้อน, โรคราพืช **-blotchy** *adj.* **-blochiness** *n.* (-S. spot)
blotter (บลอท' เทอร์) *n.* กระดาษซับ, สมุด
blotting paper กระดาษซับ
★**blouse** (เบลาซ์, เบลาซ์) *n.* เสื้อสตรี
★**blow** (โบล) *v.* **blew, blown, blowing** *-vi.* พัด, กระหน่ำ, ซัด, เป่า, พ่น, ระเบิด, ออกดอกบาน *-vt.* ทำเสียงเป่า (แตร นกหวีด), (คำสแลง) จ่ายเงินสุรุ่ยสุร่าย, เป่า (แก้ว), สั่งน้ำมูก, ปะทุหรือระเบิดออก, ทำให้ (ม้า) หอบ, (คำสแลง) หนีจาก *-n.* การพัด, การเป่า, พายุ, คำโอ้อวด, การต่อยหมัด, เรื่องไม่คาดฝัน, การโจมตี, การออกดอกสะพรั่ง **-blow one's nose** สั่งน้ำมูก **-blow one's top** โกรธเกรี้ยว **-blow someone a kiss** ส่งจูบ **-blowy** *adj.*
blow-dry (โบล' ไดร) *vt.* **-dried, -drying** เป่า (ผม) ให้แห้ง **-blow dryer** *n.*
blown (โบลน) *v.* กริยาช่อง 3 ของ blow
blowout (โบล' เอาท์) *n.* (ยาง) แตก, การรั่วซึม, (คำสแลง) งานเลี้ยงที่อึกทึก
blowpipe (โบล' ไพพ์) *n.* กระบอกเป่าลูกดอกหรืออาวุธอื่นๆ, หลอดเป่าแก้ว
blowup (โบล' อัพ) *n.* การระเบิด, อารมณ์ปะทุขึ้น, ภาพขยาย
blubber (บลับ' เบอร์) *n.* ไขปลาวาฬหรือสัตว์ทะเล, ไขมันส่วนเกิน, การร้องไห้คร่ำครวญ
★**blue** (บลู) *n.* สีฟ้า, สีของท้องฟ้าที่สดใส, ท้องฟ้า, ท้องทะเล, ความเศร้าโศก *-adj.* **bluer, bluest** (สี) ฟ้า, เศร้าโศก, สิ้นหวัง **-blue blood** ตระกูลสูงส่ง **-once in a blue moon** น้อยครั้ง, นานๆ ครั้ง **-out of the blue** ทันใด, ไม่คาดฝัน **-the blues** บทเพลงพื้นเมืองอันแสนเศร้าของชาวผิวดำ **-bluish, blueish** *adj.*
bluebell (บลู' เบล) *n.* ต้นบลูเบล, ดอกบลูเบลซึ่งมีสีฟ้า รูปทรงดอกคล้ายระฆัง
blueberry (บลู' เบอร์รี่) *n.* ต้นบลูเบอรี่, ผลบลูเบอรี่ซึ่งมีสีดำอมน้ำเงิน ใช้รับประทานได้
blue book สมุดปกสีน้ำเงิน ซึ่งเป็นเอกสารแถลงการณ์ของทางการ, สมุดเขียนสีฟ้า
bluebottle (บลู' บอทเทิล) *n.* แมลงวันหัวเขียว, พืชชนิดหนึ่งมีดอกทรงขวดสีฟ้า
blue-chip (บลู' ชิพ) *adj.* เกี่ยวกับหุ้นราคาดี, ยอดเยี่ยม, มีค่า *-n.* หุ้นราคาดี, ของมีค่า
blue-collar (บลู' คอลเลอร์) *adj.* เกี่ยวกับคนงานที่ใช้แรงงาน **-blue-collar** *n.*

bluejacket (บลู' แจคคิท) *n.* ทหารเรือ, กะลาสี
blue jeans กางเกงยีนสีน้ำเงิน
blue moon (ภาษาพูด) ระยะเวลานาน
blueprint (บลู' พรินท์) *n.* แผ่นพิมพ์เขียวของแบบโครงงานต่างๆ, แผนงาน
blue ribbon รางวัลชนะเลิศ, เครื่องราชอิสริยาภรณ์ **-blue-ribbon** *adj.*
blue-sky (บลู' สไก') *adj.* ไร้ค่า, ไม่เป็นจริง
bluestocking (บลู' สตอคคิง) *n.* หญิงสาวที่คงแก่เรียน
blue whale ปลาวาฬสีน้ำเงิน
bluff[1] (บลัฟ) *vt., vi.* **bluffed, bluffing** ตบตา, หลอกลวง, ขู่เข็ญ *-n.* การตบตา, การขู่เข็ญ, คนหลอกลวง (-S. (v.) deceive (n.) deceit)
bluff[2] (บลัฟ) *adj.* **bluffer, bluffest** สูงชัน, ดิ่งชัน, โผงผาง, (นิสัย) ขวานผ่าซาก
blunder (บลัน' เดอร์) *n.* ความผิดพลาด, ความซุ่มซ่าม *-vt., vi.* **-dered, -dering** พูดหรือทำอะไรซุ่มซ่าม (-S. (n.) error, mistake)
blunt (บลันท์) *adj.* **blunter, bluntest** ทื่อ, ทู่, ป้าน, (พูด) ห้วนๆ, (ท่าทาง) แข็งๆ, โผงผาง *-v.* **blunted, blunting** *-vt.* ทำให้ทื่อหรือทู่, ทำให้มึนตื้อ, ทำให้ประสิทธิภาพลดลง *-vi.* ทื่อ, ทู่ **-bluntly** *adv.* **-bluntness** *n.* (-S. (adj.) abrupt -A. (adj.) sharp)
blur (เบลอร์) *v.* **blurred, blurring** *-vt.* ทำเปรอะ, ทำให้พร่ามัว *-vi.* พร่ามัว *-n.* รอยเปรอะ, ความพร่ามัว (-S. (v.) dull (v., n.) stain)
blurt (เบลิร์ท) *vt.* **blurted, blurting** พูดโพล่ง
blush (บลัช) *vi.* **blushed, blushing** เกิดอาการหน้าแดง, ทำให้แดง, อายจนหน้าแดง, อับอาย *-n.* หน้าแดง, สีชมพูอมแดง *-adj.* ชมพูอมแดง **-at first blush** แรกพบ **-blushful** *adj.*
bluster (บลัซ' เทอร์) *vt.* **-tered, -tering** พัดกระหน่ำ, กระพือ, พูดโขมงโฉงเฉง (-S. blow)
Blvd., blvd. ย่อจาก Boulevard ถนนใหญ่ในตัวเมืองที่มีต้นไม้ร่มรื่น
BMus, B. Mus. ย่อจาก Bachelor of Music ปริญญาตรีทางดนตรี
BMX ย่อจาก bicycle motocross การแข่งรถจักรยานวิบาก
B/O, B/o ย่อจาก brought over ยกมา
boa (โบ' อะ) *n.* งูเหลือม, งูหลาม
boa constrictor ดู boa
boar (บอร์, โบร์) *n.* หมูตัวผู้, หมูป่า
★**board** (บอร์ด, โบร์ด) *n.* แผ่นกระดาน, คณะผู้บริหาร, กลุ่มนักบริหาร, ค่าอาหาร, (บน) เรือ เครื่องบิน รถไฟ, โต๊ะประชุม, โต๊ะอาหาร, ด้านข้างของลำเรือ *-v.* **boarded, boarding** *-vt.* ปิดด้วยแผ่นกระดาน, จัดหาอาหารและที่พัก, ให้ที่พักแก่, เลียบข้าง (ลำเรือ), ขึ้นเรือ เครื่องบิน รถไฟ *-vi.* ได้รับอาหารและที่พัก
boarder (บอร์' เดอร์) *n.* ผู้พักอาศัย, แขกผู้เข้าพัก, นักเรียนในโรงเรียนประจำ
boarding card/pass บัตรผ่านขึ้นเครื่องบินหรือเรือ
boarding house, boardinghouse บ้านเช่าพักพร้อมอาหารบริการ
boarding school โรงเรียนประจำ
board of trade *n., pl.* **boards of trade** สภาการค้า
boardroom (บอร์ด' รูม,- รุม, โบร์ด'-) *n.* ห้องประชุมผู้บริหาร
boast (โบซท์) *vt., vi.* **boasted, boasting** โอ้อวด *-n.* เรื่องโอ้อวด **-boastful** *adj.* **-boastfully** *adv.* **-boastfulness** *n.* (-S. (v., n.) brag)
★**boat** (โบท) *n.* เรือ, ชามเปล *-v.* **boated, boating** *-vt.* พายเรือ, บรรทุกเรือ, ยกขึ้นเรือ *-vi.* แล่นเรือ, พายเรือ, โดยสารเรือ **-in the same boat** ตกอยู่ในสถานการณ์เดียวกัน **-miss the boat** พลาดโอกาส (-S. (n.) vessel)
boatel (โบเทล') *n.* เรือที่จัดเป็นโรงแรม
boatswain, bosun, bos'n, bo's'n (โบ' เซิน) *n.* พันจ่าเรือที่ดูแลเรือ
bob (บอบ) *n.* ทรงผมสตรีแบบหนึ่ง, (ภาษาพูด) เหรียญห้าเพนนีของอังกฤษ, ทุ่นตกปลา, ลูกตุ้ม, หางม้า *-v.* **bobbed, bobbing** *-vt.* ตัดผมทรงบ๊อบ, เคลื่อนขึ้นลงอย่างเร็ว *-vi.* กระเพื่อมขึ้นลงอย่างเร็ว, โคลงเคลง (-S. (v.) float)
bobbin (บอบ' บิน) *n.* กระสวยด้าย
bobby (บอบ' บี) *n., pl.* **-bies** ตำรวจ
bobby pin กิ๊ปติดผม
bobbysoxer (บอบ' บีซอคเซอร์) *n.* สาวรุ่น
bobcat (บอบ' แคท) *n.* แมวป่า (-S. lynx)
bobsled (บอบ' สเลด) *n.* เลื่อน *-vi.* **-sledded, -sledding** ขับเลื่อน
bobtail (บอบ' เทล) *n.* หางสั้น, ม้าหางสั้น
bod (บอด) *n.* (ภาษาพูด) ร่างกาย ตัวตน บุคคล
bode[1] (โบด) *v.* กริยาช่อง 2 ของ bide
bode[2] (โบด) *vt.* **boded, boding** เป็นลาง
bodice (บอด' ดิซ) *n.* เสื้อรัดอก
bodily (บอด' เดิลลี) *adj.* เกี่ยวกับร่างกาย, ทางกาย *-adv.* ทั้งร่างกาย, ทั้งตัว (-S. (adj.) physical)
★**body** (บอด' ดี) *n., pl.* **-ies** ร่างกาย, ตัว, ศพ,

A B C D E F G H I J K L M N O P Q R S T U V W X Y Z

ส่วน, ส่วนสำคัญ, หมู่คณะ, กลุ่ม, ความอยู่ตัว, บุคคล, ปริมาณ, ตัวถัง, ความแรง, ความเข้ม
body bag ถุงใส่ศพเพื่อเคลื่อนย้าย
bodybuilding (บอด' ดีบิลดิง) *n.* การเพาะกาย **-bodybuilder** *n.*
body clock ดู biological clock
body double ตัวแสดงแทน
bodyguard (บอด' ดีการ์ด) *n.* ผู้คุ้มกัน
body language ภาษากาย เช่น สีหน้า
body-scanner (บอด' ดี สแกน' เนอร์) *n.* เครื่องฉายเอกซเรย์ภาคตัดขวางของร่างกาย
body suit ชุดสวมพอดีตัวและแนบเนื้อ
bog (บอก) *n.* ปลักตม, ที่ชื้นแฉะ *-v.* **bogged, bogging** *-vt.* จมปลักตม *-vi.* ล่าช้า, ติดขัด **-boggy** *adj.* (**-S.** (n.) marsh, swamp (v.) stuck)
bogey, bogy, bogie (โบ' กี, บุก' กี, บู' กี) *n., pl.* **-geys, -gies** วิญญาณร้าย, สิ่งที่น่ากลัว
bogeyman (โบ' กีเมิน) *n.* สิ่งที่น่ากลัว, ผี
boggle (บอก' เกิล) *vi.* **-gled, -gling** สะดุ้ง, ลังเล, สับสน, ตื่นตะลึง *-n.* การสะดุ้ง, การลังเล, ความสับสน (**-S.** (v., n.) shock)
bogie[1] (โบ' กี) *n., pl.* **-gies** ดู bogey
bogie[2]**, bogy** (โบ' กี) *n., pl.* **-gies** รถตู้เตี้ยๆ เอาไว้ขนของ, ตู้โบกี้รถไฟ
bogus (โบ' เกิซ) *adj.* หลอกลวง, จอมปลอม
bogy[1] (โบ' กี) *n., pl.* **-gies** ดู bogey
bogy[2] (โบ' กี) *n., pl.* **-gies** ดู bogie[2]
bohemian (โบฮี' เมียน) *n.* ศิลปินที่มีแนวคิดเป็นของตัวเอง, คนที่ใช้ชีวิตแหวกแนว (**-S.** hippy)
★**boil** (บอยล์) *v.* **boiled, boiling** *-vt.* ทำให้เดือด, ต้มในน้ำเดือด, ต้มหรือเคี่ยวจนเดือด *-vi.* เดือดเป็นฟอง *-n.* การเดือด, ฝี, ตุ่มหนอง
boiler (บอย' เลอร์) *n.* กาต้มน้ำ, หม้อต้มน้ำ
boiler suit ชุดทำงานที่เป็นเสื้อติดกับกางเกง
boiling point จุดเดือดของของเหลว, (คำสแลง) จุดเดือดของอารมณ์
boisterous (บอย' สเตอเริซ) *adj.* โกลาหล, บ้าคลั่ง, อึกทึก, อื้ออึง **-boisterously** *adv.* **-boisterousness** *n.* (**-S.** noisy **-A.** quiet)
bold (โบลด์) *adj.* **bolder, boldest** กล้า, เด่นชัด, ดำหนา **-boldly** *adv.* **-boldness** *n.*
boldface (โบลด์' เฟซ) *n.* ตัวพิมพ์ดำหนา
bole (โบล) *n.* ส่วนลำต้นของต้นไม้
boll (โบล) *n.* เมล็ดในฝักของพืช, สมอฝ้าย
bologna, baloney, boloney (บะโล' นะ, -นี) *n.* ไส้กรอกอันใหญ่รมควันยัดไส้เนื้อ
bolster (โบล' สเตอร์) *n.* หมอนหนุนหรือหมอนอิงขนาดยาว, แผ่นผ้าสำหรับรองรับ, เบาะ
bolt (โบลท์) *n.* กลอนประตู หน้าต่าง, สลัก, ดาน, ตะปูเกลียว, ม้วน, แถบ, การถอนตัว, การถลา, การพุ่ง, เรื่องไม่คาดฝัน *-v.* **bolted, bolting** *-vt.* ลงกลอน, ใส่กลอน, ยิงธนู, กลืน, พูดโพล่ง, ถอนตัว *-vi.* ถลา, พุ่ง, เตลิด, เผ่น (**-S.** (n., v.) lock, run)
bolus (โบ' เลิซ) *n., pl.* **-luses** ก้อนเละๆ นิ่มๆ
★**bomb** (บอม) *n.* ลูกระเบิด, ระเบิดหรืออาวุธนิวเคลียร์, ภาชนะฉีดพ่นละออง, ความล้มเหลว *-v.* **bombed, bombing** *-vt.* ทำลายหรือโจมตีด้วยลูกระเบิด *-vi.* ทิ้งระเบิด, ล้มเหลว
bombard (บอมบาร์ด') *vt.* **-barded, -barding** ถล่มด้วยระเบิด, ระดมใส่ **-bombardment** *n.*
bombast (บอม' แบซท์) *n.* คำคุยโว
bomber (บอม' เมอร์) *n.* เครื่องบินทิ้งระเบิด
bombshell (บอม' เชล) *n.* ลูกระเบิด, ความตื่นตะลึง
bona fide (โบ' นะไฟด์, -ไฟ' ดี) *adj.* จริงใจ, (ของ) แท้, จริงแท้ (**-S.** genuine, true **-A.** fake)
bonanza (บะแนน' ซะ) *n.* ขุมแร่, ขุมทรัพย์
bon appétit ขอให้เจริญอาหารและมีสุขภาพดี
bonbon (บอน' บอน) *n.* ลูกอม
bond (บอนด์) *n.* ข้อตกลง, สิ่งผูกมัด, ข้อผูกพัน, เอกสารการกู้ยืมเงิน, การคุมขัง, ความผูกพัน, แรงยึดเหนี่ยว, พันธะทางเคมี, พันธบัตร, การเก็บสินค้าไว้ในโกดังเพื่อรอชำระภาษี, ทาส, โซ่ตรวน *-v.* **bonded, bonding** *-vt.* ผูกมัด, วางมัดจำ, ยึดติด *-vi.* ยึดติด, สร้างสัมพันธ์
bonded warehouse โรงเก็บสินค้าทัณฑ์บน
bondmaid (บอนด์' เมด) *n.* ทาสหญิง
bondman, bondsman (บอนด์' เมิน, บอนด์ซ์' เมิน) *n., pl.* **-men** ทาสชาย
bond paper กระดาษอย่างดี
bondservant (บอนด์' เซอร์เวินท์) *n.* ข้าทาส
bondwoman (บอนด์' วุมเมิน) *n.* ข้าทาสหญิง
★**bone** (โบน) *n.* กระดูก, ก้าง, สิ่งที่ทำจากกระดูก, สิ่งที่คล้ายกระดูก, ร่างกาย, ศพ *-v.* **boned, boning** *-vt.* ถอดกระดูก *-vi.* (ภาษาพูด) มุเรียนหนัก **-bony** *adj.* **-boneless** *adj.*
bone ash เถ้ากระดูก
bone-dry (โบน' ไดร') *adj.* แห้งสนิท
bone earth เถ้ากระดูก
bone of contention ต้นเหตุแห่งการโต้แย้ง
bone marrow ไขกระดูก
bonfire (บอน' ไฟร์) *n.* กองไฟกลางแจ้ง
bongo (บอง' โก) *n., pl.* **-gos** ละมั่งขนาดใหญ่

ชนิดหนึ่ง ตัวมีสีน้ำตาลแดง, กลองที่ใช้มือตี
bonhomie (บอนนะมี') *n.* ไมตรีจิต
bonjour (บองฌัวร์') *n., interj.* สวัสดี
bonnet (บอน' นิท) *n.* หมวกที่มีริบบิ้นผูกใต้คาง, ฝาครอบปล่องไฟ, ฝากระโปรงรถ

bonnet

bonny, bonnie (บอน' นี) *adj.* **-nier, -niest** สวย, มีเสน่ห์, เยี่ยม **-bonnily** *adj.*
bonsai (บอนไซ', บอน' ไซ, -ไซ) *n., pl.* **-sai** ต้นไม้แคระดัด, ต้นบอนไซ

bonsai

bonus (โบ' เนิซ) *n., pl.* **-es** เงินพิเศษ, สิ่งที่แถมให้ (-S. premium, reward)
bon voyage (บอง วายาฌ') *interj.* ขอให้เดินทางโดยสวัสดิภาพ
boo (บู) *n., pl.* **boos** เสียงโห่ฮาแสดงความไม่พอใจ *-interj.* คำอุทานแสดงความไม่พอใจ ดูถูก
boob (บูบ) *n.* (คำสแลง) คนโง่ **-boobs** (ภาษาพูด) หน้าอกผู้หญิง
booby (บู' บี) *n., pl.* **-bies** (คำสแลง) คนโง่ หน้าอกผู้หญิง, นกทะเลชนิดหนึ่ง
booby prize รางวัลล้อเลียนสำหรับผู้เล่นที่เล่นได้แย่ที่สุดในการแข่งขัน
booby trap กับระเบิด, กับดัก
boodle (บูด' เดิล) *n.* (คำสแลง) เงินสินบน เงินเก็, สินค้าที่ลักขโมยมา
boogie (บูก' กี, บู' กี) *vi.* **-gied, -gieing** เต้นระบำ, เต้นร็อก *-n.* เพลงเต้นระบำ, เพลงร็อก
boohoo (บูฮู') *vi.* **-hooed, -hooing** ร่ำไห้โฮ
★**book** (บุค) *n.* สมุด, หนังสือ, ตำรา, สมุดบัญชี, เล่ม, บทละคร, คัมภีร์ *-vt.* **booked, booking** บันทึกลงสมุด, จดลงสมุด, ทำรายการ, จอง, สำรองเอาไว้ *-adj.* ในบันทึก, ในบัญชี, จากบันทึก **-by the book** ตามกฎกติกา **-make book** รับพนัน **-the Book** คัมภีร์ไบเบิล
bookbinding (บุค' ไบน์ดิง) *n.* การเข้าปกหนังสือ **-bookbinder** n. **-bookbindery** *n.*
bookcase (บุค' เคซ) *n.* ตู้หรือชั้นวางหนังสือ
bookend (บุค' เอนด์) *n.* ที่กั้นหนังสือไม่ให้ล้ม
bookie (บุค' คี) *n.* เจ้ามือรับพนันม้า
booking (บุค' คิง) *n.* การจอง, การสำรองที่
bookish (บุค' คิช) *adj.* ซึ่งชอบอ่านหนังสือ
bookkeeping (บุค' คีพิง) *n.* การทำบัญชี
booklet (บุค' ลิท) *n.* สมุดหรือหนังสือเล่มเล็กๆ
booklore (บุค' ลอร์) *n.* ความรู้จากหนังสือ
bookmaker (บุค' เมเคอร์) *n.* คนทำและจัดพิมพ์หนังสือ, เจ้ามือรับพนันม้า
bookmark (บุค' มาร์ค) *n.* ที่คั่นหนังสือ
bookmobile (บุค' โมบีล) *n.* ห้องสมุดเคลื่อนที่
bookplate (บุค' เพลท) *n.* แถบกระดาษที่เขียนชื่อเจ้าของหนังสือแล้วแปะไว้ด้านในหนังสือ
bookseller (บุค' เซลเลอร์) *n.* คนขายหนังสือ
bookshelf (บุค' เชลฟ์) *n., pl.* **-shelves** ชั้นวางหนังสือ
bookshop (บุค' ชอพ) *n.* ร้านขายหนังสือ
bookstall (บุค' สตอล) *n.* แผงขายหนังสือ
bookstand (บุค' สแตนด์) *n.* ที่ตั้งวางหนังสือ
bookstore (บุค' สตอร์) *n.* ร้านขายหนังสือ
book value ราคาตามบัญชี
bookworm (บุค' เวิร์ม) *n.* หนอนหนังสือ, คนที่ขยันอ่านหนังสือ, แมลงที่ชอบกัดกินหนังสือ
boom[1] (บูม) *v.* **boomed, booming** *-vt.* ทำให้เพิ่มหรือเจริญขึ้นอย่างรวดเร็ว *-vi.* เพิ่มหรือเจริญขึ้นอย่างรวดเร็ว *-n.* ความเจริญที่รวดเร็ว (-S. (v.) flourish, prosper (v., n.) increase)
boom[2] (บูม) *v.* **boomed, booming** *-vt.* พูดหรือส่งเสียงดัง *-vi.* ทำเสียงดังก้อง *-n.* เสียงดัง
boomerang (บู' มะแรง) *n.* บูมเมอแรง ซึ่งเป็นไม้แบนและโค้ง ใช้เหวี่ยงไปในอากาศ แล้วจะกลับคืนมาได้เอง ใช้เป็นอาวุธล่าสัตว์

boomerang

boon[1] (บูน) *n.* คุณประโยชน์ (-S. benefit)
boon[2] (บูน) *adj.* สนุกสนาน, ใจดี (-S. merry)
boon companion เพื่อนสนิท
boor (บัวร์) *n.* คนหยาบคาย, ชาวไร่ชาวนา **-boorish** *adj.* **-boorishness** *n.* (-S. peasant)
boost (บูซท์) *vt.* **boosted, boosting** ผลักดัน, เพิ่มขึ้น, สนับสนุน, *-n.* การผลักดัน, การสนับสนุน, การเพิ่มขึ้น (-S. (v.) encourage)
booster (บู' สเตอร์) *n.* อุปกรณ์เพิ่มกำลัง, ผู้สนับสนุน, เครื่องส่งจรวด, ยาฉีดกระตุ้น
booster shot, booster injection วัคซีนที่ฉีดซ้ำเพื่อกระตุ้นภูมิคุ้มกัน
★**boot** (บูท) *n.* รองเท้าหุ้มข้อหรือหุ้มขา, ตัวถังรถ, การเตะ, ฝาครอบ, กระโปรงรถ, ช่องว่างท้ายรถสำหรับใส่ของ *-vt.* **booted, booting** สวมรองเท้าดังกล่าว, เตะ, (ภาษาพูด) ไล่ออก **-boot up** (คอมพิวเตอร์) การสั่งให้เครื่องคอมพิวเตอร์เริ่มทำงานใหม่ **-give someone the boot** ไล่ออก **-lick someone's boots** ประจบสอพลอ

A B C D E F G H I J K L M N O P Q R S T U V W X Y Z

bootblack (บูท' แบลค) *n.* ช่างขัดรองเท้า
bootee, bootie (บู' ที) *n.* รองเท้าทารก
booth (บูธ) *n., pl.* **booths** (บูธซ์) ห้องเล็กๆ สำหรับขายสินค้า, ห้องขนาดเล็ก, คอกกั้น
bootleg (บูท' เลก) *vt., vi.* **-legged, -legging** ผลิตหรือขายเหล้าเถื่อน **-bootlegger** *n.*
bootlick (บูท' ลิค) *vt., vi.* **-licked, -licking** (ภาษาพูด) ประจบ
booty (บู' ที) *n., pl.* **-ties** ของที่ยึดหรือขโมยมา
booze (บูซ) *n.* เครื่องดื่มผสมแอลกอฮอล์ *-vi.* **boozed, boozing** ดื่ม (เหล้า) หนัก
borax (บอ' แรคซ์) *n.* สารโซเดียมบอเรต ใช้ผลิตสบู่ แก้ว ยาปฏิชีวนะ เป็นต้น, ของคุณภาพต่ำ
★**border** (บอร์' เดอร์) *n.* ขอบ, ริม, พรมแดน, เขตแดน *-v.* **-dered, -dering** *-vt.* ทำขอบ, กั้นเขตแดนล้อมรอบ, แบ่งเขตแดน *-vi.* มีพรมแดนติดกับ (**-S.** (n.) frontier (n., v.) edge, rim)
borderline (บอร์' เดอร์ไลน์) *n.* เส้นแบ่งเขตแดน, ความก้ำกึ่งกัน *-adj.* ซึ่งอยู่บนความก้ำกึ่ง
bore[1] (บอร์) *v.* กริยาช่อง 2 ของ bear
bore[2] (บอร์) *vt., vi.* **bored, boring** เจาะ, ไช, ไชชอน, คว้าน *-n.* รู, อุโมงค์, ทางลอด, รูกระบอกปืน, เครื่องเจาะ (**-S.** (v.) drill (n.) hole)
★**bore**[3] (บอร์) *vt.* **bored, boring** เบื่อหน่าย *-n.* คนน่าเบื่อ **-bored** *adj.* **-boredom** *n.*
boric acid กรดบอริก ใช้เป็นยาปฏิชีวนะ ฯลฯ
★**boring** (บอ' ริง) *adj.* สำหรับเจาะรู, น่าเบื่อ *-n.* รูเจาะ, เศษผงจากการเจาะรู, ความน่าเบื่อ **-boringly** *adv.* **-boringness** *n.*
★**born** (บอร์น) *v.* กริยาช่อง 3 ของ bear *-adj.* ถือกำเนิด, โดยกำเนิด, มาแต่กำเนิด
★**borne** (บอร์น, โบร์น) *v.* กริยาช่อง 3 ของ bear
boron (โบ' รอน, บอ' รอน) *n.* ธาตุโบรอน มีสัญลักษณ์ B
borough (เบอ' โร) *n.* เขตการปกครองท้องถิ่น
★**borrow** (บอร์' โร) *vt., vi.* **-rowed, -rowing** ยืม, หยิบยืม **-borrower** *n.*
bort, bortz (บอร์ท, บอร์ทซ์) *n.* กากเพชร
bos'n, bo's'n (โบ' เซิน) *n.* ดู boatswain
bosom (บุซ' เซิม, บู' เซิม) *n.* ทรวงอก, อ้อมอก, ใจกลาง, บริเวณภายใน, แวดวงเครือญาติ, หัวอก *-adj.* กลมเกลียว, ใกล้ชิด, สนิทสนม
★**boss** (บอซ) *n.* หัวหน้า, เจ้านาย, นายจ้าง, ผู้นำ, (ภาษาพูด) วัว *-vt.* **bossed, bossing** ทำตัวเป็นหัวหน้า, สั่งการ *-adj.* ยอดเยี่ยม, สำคัญ, ดีมาก (**-S.** (n.) supervisor **-A.** (n.) employee)
bossy (บอซ' ซี) *adj.* **bossier, bossiest** ชอบสั่ง, ชอบบงการ (**-S.** autocratic)
bosun (โบ' เซิน) *n.* ดู boatswain
botanic, botanical (บะแทน' นิค, -นิเคิล) *adj.* เกี่ยวกับพืชหรือพฤกษศาสตร์ *-n.* สารสกัดจากพืช **-botanically** *adv.*
botanical garden สวนพฤกษศาสตร์
botanist (บอท' เทินนิซท์) *n.* นักพฤกษศาสตร์
★**botany** (บอท' เทินนี) *n., pl.* **-nies** พฤกษศาสตร์
botch (บอช) *vt.* **botched, botching** ปุปะ, ซ่อมลวกๆ *-n.* การปุปะ, การซ่อมลวกๆ
★**both** (โบธ) *adj.* ทั้งสอง, ทั้งคู่ *-pron.* (คน สัตว์ สิ่งของ) ทั้งสอง, ทั้งคู่ *-conj.* ทั้ง...และ, ด้วยกัน
★**bother** (บอธ' เธอร์) *vt., vi.* **-ered, -ering** รบกวน, ทำให้วุ่นวาย *-n.* การกวนใจ, ความรำคาญ, คนหรือสิ่งที่ทำให้รำคาญ *-interj.* คำอุทานแสดงความรำคาญ **-bothersome** *adj.* (**-S.** (v.) disturb **-A.** (v., n.) comfort)
★**bottle** (บอท' เทิล) *n.* ขวด, ปริมาณบรรจุขวด *-vt.* **-tled, -tling** สะกดกั้นความรู้สึก, ใส่ขวด
bottle bank ธนาคารที่รับบริจาคขวดเพื่อนำกลับมาใช้ใหม่
bottle-fed (บอท' เทิล เฟด) *adj.* ซึ่งกินนมขวด

bottle-fed

bottleneck (บอท' เทิล เนค) *n.* คอขวด, คอคอด, สภาวะที่ทำการได้ลำบาก
★**bottom** (บอท' เทิม) *n.* ก้น, ก้นบึ้ง, ฐาน, ส่วนล่างสุด, พื้นล่างสุด, พื้นฐาน, (คำสแลง) ก้น บั้นท้าย, ท้องเรือ **-from the bottom of my heart** จากก้นบึ้งของหัวใจ **-bottomless** *adj.*
bottommost (บอท' เทิมโมซท์) *adj.* จุดต่ำสุด, ขั้นพื้นฐานที่สุด
botulism (บอช' ชะลิเซิม) *n.* อาหารเป็นพิษ
boudoir (บู' ดวาร์, -ดวอร์) *n.* ห้องส่วนตัวสตรี
bough (เบา) *n.* กิ่งไม้ใหญ่
bought (บอท) *v.* กริยาช่อง 2 และ 3 ของ buy
bouillon (บู' ยอน) *n.* น้ำซุปเนื้อ
bouillon cube ซุปก้อนสกัดจากเนื้อสัตว์
boulder (โบล' เดอร์) *n.* หินก้อนใหญ่ที่กลม
boulevard (บูล' ละวาร์ด, บู' ละ-) *n.* ถนนในเมืองที่ร่มรื่นด้วยต้นไม้ (**-S.** avenue)
★**bounce** (เบาน์ซ์) *v.* **bounced, bouncing** *-vt.* กระแทก, เด้ง, (สุขภาพ) ฟื้นฟู, (คำสแลง) ไล่ออก *-vi.* เลี้ยงลูกบาสเกตบอล, กระโดด, เด้งขึ้น, (เช็ค) เด้ง *-n.* การเลี้ยงลูกบาสเกตบอล, การกระโดด, พละกำลัง, ความมีชีวิตชีวา

A B C D E F G H I J K L M N O P Q R S T U V W X Y Z

-**bouncy** *adj.* -**bouncily** *adv.* (-**S.** (n., v.) leap)
bouncing (เบานฺ' ซิง) *adj.* แข็งแรง, ร่าเริง
★**bound**[1] (เบานฺดฺ) *n.* ขอบเขต, ขีดจำกัด, ข้อจำกัด, การก้าวกระโดด, การเด้ง -*v.* **bounded, bounding** -*vt.* ทำขอบเขต, จำกัด, ทำให้เด้ง -*vi.* กระโดด, เด้ง (-**S.** (n., v.) leap, limit)
bound[2] (เบานฺดฺ) *adj.* มุ่งหน้า, มุ่งตรงไปยัง
bound[3] (เบานฺดฺ) *v.* กริยาช่อง 2 และ 3 ของ bind -*adj.* ถูกผูกมัด, ซึ่งผูกพัน, แน่นอน, ซึ่งเข้าเล่มเข้าปก, (ภาษาพูด) ซึ่งตัดสินใจแล้ว
★**boundary** (เบานฺ' ดะรี, -ดรี) *n., pl.* **-ries** เส้นแบ่งเขต, แนวเขตแดน (-**S.** border, limit)
bounden (เบานฺ' เดิน) *adj.* โดยหน้าที่, จำเป็น
boundless (เบานฺดฺ' ลิซ) *adj.* ไร้ขีดจำกัด, ไร้ขอบเขต **-boundlessly** *adv.* (-**S.** limitless)
bounteous (เบานฺ' เทียซ) *adj.* ให้อย่างไม่อั้น, ใจดี, มากมาย **-bounteously** *adv.* **-bounteousness** *n.* (-**S.** abundant, kind)
bountiful (เบานฺ' ทะเฟิล) *adj.* เอื้อเฟื้อ, อุดมสมบูรณ์ **-bountifully** *adv.* (-**S.** ample, kind)
bounty (เบานฺ' ที) *n., pl.* **-ties** ความใจบุญ, สิ่งของบริจาค, รางวัล (-**S.** kindness, reward)
bouquet (โบเค', บู-) *n.* ช่อดอกไม้, กลิ่นหอมของไวน์ (-**S.** fragrance, wreath)
bourbon (เบอรฺ' เบิน) *n.* วิสกี้ที่ทำจากข้าวโพด
bourg (บัวรฺก) *n.* เมือง, หมู่บ้านอันเก่าแก่
bourgeois (บัวรฺฌวา', บัวรฺ' ฌวา) *n., pl.* **bourgeois** ชนชั้นกลาง, นายทุน -*adj.* เกี่ยวกับชนชั้นกลาง, เกี่ยวกับนายทุน **-bourgeoise** *n. fem.* (-**S.** (adj.) middle-class)
bourgeoisie (บัวรฺฌวาซี') *n.* ชนชั้นกลาง
bourse (บัวรฺซฺ) *n.* ตลาดแลกเปลี่ยนสินค้า
bout (เบาทฺ) *n.* การแข่งขัน, ชั่วระยะเวลาหนึ่ง, พักหนึ่ง, ยกหนึ่ง (-**S.** contest, match)
boutique (บูทีค') *n.* ร้านเล็กๆ ที่ขายสินค้าพวกเสื้อผ้าราคาแพงหรือของขวัญต่างๆ
bovine (โบ' ไวนฺ, -วีน) *adj.* เกี่ยวกับวัว, เหมือนวัว, ดื้อด้าน, บึกบึน -*n.* สัตว์จำพวกวัว
bow[1] (เบา) *n.* ส่วนหน้าของลำเรือ
★**bow**[2] (เบา) *vt., vi.* **bowed, bowing** โค้ง, โค้งคำนับ, โน้มศีรษะลง, ก้มหัว, จำนน, ยินยอม -*n.* การโค้งคำนับ, การก้มหัว (-**S.** (v.) stoop)
★**bow**[3] (โบ) *n.* เส้นโค้ง, ส่วนโค้ง, คันธนู, คันซอ, หน้าไม้, การผูกหูกระต่าย, สายรุ้ง -*vt., vi.* **bowed, bowing** สีซอ, โค้ง, งอ, โก่ง
★**bowel** (เบา' เอิล, เบาลฺ) *n.* ลำไส้, เครื่องใน
bower (เบา' เออรฺ) *n.* ซุ้มไม้, ร่มไม้, ห้องชั้นใน
bowie knife มีดชนิดหนึ่งใช้ล่าสัตว์
bowknot (โบ' นอท) *n.* การผูกปมเป็นรูปหูกระต่าย, โบหูกระต่าย
★**bowl**[1] (โบล) *n.* ชาม, ถ้วย, อ่าง (-**S.** basin)
bowl[2] (โบล) *n.* เกมโยนหรือทอยลูกบอล, ลูกบอลที่ใช้โยนหรือทอย -*vt., vi.* **bowled, bowling** เล่นเกมโยนลูกบอล, โยนลูกบอล, แล่นอย่างเร็ว
bowler (โบ' เลอรฺ) *n.* คนขว้างบอล, หมวกสักหลาดแข็ง ปีกแคบ ที่นักธุรกิจอังกฤษสวม
bowline (โบ' ไลนฺ, -ลิน) *n.* เชือกรั้งใบเรือ
bowling (โบ' ลิง) *n.* กีฬาโบว์ลิ่ง

bowling

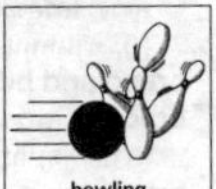

bowman (โบ' เมิน) *n., pl.* **-men** นักยิงธนู, คนพายเรือที่อยู่หน้าสุด
bowshot (โบ' ชอท) *n.* ระยะยิงธนู
bow tie โบหรือเนกไทหูกระต่าย
bowwow (เบา' เวา') *n.* เสียงสุนัขเห่า, สุนัข
★**box**[1] (บอคซฺ) *n.* การต่อยตีด้วยกำปั้น -*v.* **boxed, boxing** -*vt.* ต่อยด้วยกำปั้น -*vi.* ต่อยมวย
★**box**[2] (บอคซฺ) *n.* กล่อง, หีบห่อ, ลัง, ปริมาณบรรจุกล่อง, ห้องหับเล็กๆ, คอก, ของขวัญ, ที่นั่งคนขับ, กระท่อมเล็กๆ, กรอบข่าวหรือโฆษณา, (คำสแลง) โทรทัศน์ -*vt.* **boxed, boxing** หากล่องใส่, ใส่กล่อง -*adj.* เหมือนกล่อง, ซึ่งบรรจุกล่อง **-in the box** อยู่ในภาวะที่ลำบาก
boxer[1] (บอค' เซอรฺ) *n.* นักมวย (-**S.** fighter)
boxer[2] (บอค' เซอรฺ) *n.* ชื่อสุนัขขนสั้นสีน้ำตาลพันธุ์หนึ่ง
★**boxing** (บอค' ซิง) *n.* การชกมวย, การใส่กล่อง
Boxing Day วันหลังวันคริสต์มาส ถือเป็นวันมอบของขวัญให้กับลูกจ้าง เป็นต้น
boxing gloves นวมชกมวย
★**boy** (บอย) *n.* เด็กผู้ชาย, เจ้าหนุ่ม, ลูกชาย -*interj.* คำอุทานแสดงความประหลาดใจ พอใจ ตื่นเต้น **-boyish** *adj.* **-boyhood** *n.*
boycott (บอย' คอท) *vt.* **-cotted, -cotting** รวมตัวกันต่อต้าน, ปฏิเสธการซื้อขายหรือใช้สินค้า -*n.* การรวมตัวกันเพื่อต่อต้าน, การปฏิเสธที่จะซื้อขายหรือใช้สินค้า (-**S.** (v.) reject)
boyfriend, boy friend (บอย' เฟรนดฺ) *n.* ชายคนรัก, แฟนหนุ่ม, เพื่อนชาย
Boy Scout, boy scout เด็กลูกเสือ
bozo (โบ' โซ) *n., pl.* **-zos** (คำสแลง) เพื่อนเกลอตัวตลก คนโง่
BP ย่อจาก blood pressure ความดันเลือด

A B C D E F G H I J K L M N O P Q R S T U V W X Y Z

bp ย่อจาก birthplace สถานที่เกิด
BPE, B.P.E. ย่อจาก Bachelor of Physical Education ปริญญาตรีทางพลศึกษา
BPharm, B.Pharm. ย่อจาก Bachelor of Pharmacy ปริญญาตรีทางเภสัชศาสตร์
Br ย่อจาก Bromine ธาตุโบรมีน, Branch สาขา
★**bra** (บรา) *n.* เสื้อยกทรงสตรี
brace (เบรซ) *v.* **braced, bracing** *-vt.* ผูกมัดแน่น, รั้งจนแน่น, กระตุ้น, ยึดแน่น, รวมกำลัง, (คำสแลง) ขอกู้ยืม *-vi.* เตรียมพร้อม *-n.* เครื่องดึงรั้ง, เครื่องยึด, จำนวนคู่, เครื่องหมายปีกกาคู่ { }, คานหนุน (**-S.** (v.) prop, steady, support)
brace and bit สว่านที่ใช้มือหมุนเพื่อเจาะรู
★**bracelet** (เบรซ' ลิท) *n.* กำไลข้อมือ, กำไลแขน, (ภาษาพูด) กุญแจมือ (**-S.** armlet, bangle)
bracer (เบร' เซอร์) *n.* เครื่องรั้ง, เครื่องดื่มบำรุง
bracing (เบรซ' ซิง) *adj.* สดชื่น, ดีต่อสุขภาพ *-n.* เครื่องรั้ง **-bracingly** *adv.*
bracket (แบรค' คิท) *n.* ที่ค้ำชั้นเป็นรูปตัวแอล, ชั้นซึ่งมีที่ค้ำ, เครื่องหมายวงเล็บ [ ] หรือ ( ), กลุ่ม *-vt.* **-eted, -eting** ค้ำยัน, อยู่ในวงเล็บ, จัดกลุ่ม (**-S.** (n.) group, support)
brackish (แบรค' คิช) *adj.* กร่อย (**-S.** impure)
brae (เบร, บรี) *n.* ตลิ่ง, เนินเขา
brag (แบรก) *vt., vi.* **bragged, bragging** คุยโว, โอ้อวด *-n.* การคุยโว, เรื่องโอ้อวด (**-S.** (v.) boast, show off)
braggadocio (แบรกกะโด' ชีโอ, -โด' โช) *n., pl.* **-os** คนโอ้อวด, คำโอ้อวด, เรื่องขี้โม้
braggart (แบรก' เกิร์ท) *n.* คนขี้โม้ *-adj.* ขี้โม้
braid (เบรด) *vt., vi.* **braided, braiding** ถักเปีย, ถักเชือก, ผูกด้วยเชือกถักเปีย *-n.* ผมหรือเชือกที่ถักเป็นเปีย, ริบบิ้นหรือด้ายทอที่ใช้ตกแต่งขอบผ้า **-braided** *adj.* (**-S.** (v.) weave)
Braille, braille (เบรล) *n.* ตัวอักษรเบรลที่ทำขึ้นเพื่อช่วยให้คนตาบอดสามารถเรียนรู้หนังสือได้

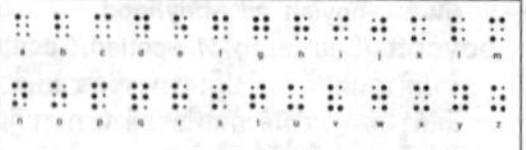

Braille, braille

★**brain** (เบรน) *n.* สมอง, มันสมอง, ความเฉลียวฉลาด, คนที่มีสติปัญญาดี **-beat one's brains** ใช้ความคิดอย่างหนัก **-pick someone's brains** เอาความคิดคนอื่นมาใช้ **-braininess** *n.* **-brainy** *adj.* (**-S.** intelligence, wit **-A.** stupidity)

brain

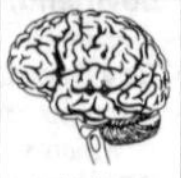

brainchild (เบรน' ไชล์ด์) *n.* ความคิดริเริ่ม
brain drain สภาวะที่กลุ่มบุคคลที่เป็นมันสมองขององค์กรได้ย้ายไปทำงานที่อื่นที่ให้เงินหรือผลตอบแทนที่ดีกว่า, สภาวะสมองไหล
brainpower (เบรน' เพาเออร์) *n.* สติปัญญา
brainstorm (เบรน' สตอร์ม) *n.* ความคิดที่ดีที่บังเอิญนึกขึ้นได้ *-vt.* **-stormed, -storming** ระดมความคิด **-brainstorming** *n.*
brainteaser (เบรน' ทีเซอร์) *n.* ปัญหาลับสมอง, ปัญหาที่ยาก
brain trust คณะที่ปรึกษาผู้ทรงคุณวุฒิ
brainwash (เบรน' วอช) *vt.* **-washed, -washing** ทำให้เปลี่ยนความคิดและความเชื่อเสียใหม่, (ภาษาพูด) ล้างสมอง **-brainwashing** *n.*
brain wave คลื่นสมอง, แรงดลใจ
★**brake** (เบรค) *n.* อุปกรณ์ห้ามล้อ, เบรกรถ, สิ่งที่ทำให้ชะลอความเร็วลง *-v.* **braked, braking** *-vt.* ห้ามล้อ, เหยียบเบรก *-vi.* ใช้เบรก, ช้าลง **-brakeless** *adj.* (**-S.** (n.) restraint (v.) curb)
bramble (แบรม' เบิล) *n.* เถาไม้ที่มีหนาม
bran (แบรน) *n.* รำข้าว **-branny** *adj.*
★**branch** (แบรนช์) *n.* กิ่งไม้, สาขา, หน่วยย่อย, แควน้ำ *-vt., vi.* **branched, branching** แยกสาขา, แตกกิ่ง, กระจายสาขา **-branchy** *adj.*
★**brand** (แบรนด์) *n.* เครื่องหมายการค้า, ยี่ห้อ, ชนิด, ตราประทับ, รอยมลทิน, รอยจารึก, ถ่าน (ในกองไฟ) *-vt.* **branded, branding** ตีตรา, ตราหน้า, ประณาม (**-S.** (n.) imprint, label)
brand image ภาพลักษณ์ของผลิตภัณฑ์
brandish (แบรน' ดิช) *vt.* **-dished, -dishing** กวัดแกว่ง, ทำฉวัดเฉวียน (**-S.** flourish, swing)
brand name ชื่อสินค้า, ชื่อยี่ห้อสินค้า
brand-new (แบรนด์' นิว') *adj.* ใหม่เอี่ยม
brandy (แบรน' ดี) *n., pl.* **-dies** บรั่นดี เป็นเครื่องดื่มแอลกอฮอล์ที่ทำจากน้ำผลไม้หมัก
brash (แบรช) *adj.* **brasher, brashest** ไม่รอบคอบ, ไม่รู้จักคิด, ทะลึ่ง, เอะเอะ **-brashly** *adv.* **-brashness** *n.*
brasier (เบร' เฌอร์) *n.* ดู brazier
brass (แบรซ) *n., pl.* **brasses** ทองเหลือง, ความหน้าด้าน, (คำสแลง) นายทหารยศสูง
brass band แตรวงทองเหลือง
brass hat (คำสแลง) นายทหารชั้นผู้ใหญ่
brassiere, brassière (บระเซียร์) *n.* เสื้อ

ยกทรงสตรี

brassy (แบรซ' ซี) *adj.* **-ier, -iest** ซึ่งทำด้วยทองเหลือง, เหมือนสีของทองเหลือง, (เสียง) ดังอึกทึก, ไร้ยางอาย **-brassily** *adv.*

brat (แบรท) *n.* เด็กเกเร, เด็กนิสัยเสีย (**-S.** imp)

brava (บรา' วา) *interj.* เก่งมาก!

bravado (บระวา' โด) *n. pl.* **-dos/-does** ท่าทางองอาจกล้าหาญ (**-S.** boldness)

★**brave** (เบรฟว์) *adj.* **braver, bravest** กล้าหาญ, ยอดเยี่ยม *-n.* คนกล้า, นักสู้ *-v.* **braved, braving** *-vt.* กล้าผจญ *-vi.* อวดเก่ง **-bravely** *adv.* **-braveness** *n.* **-bravery** *n.*

bravo (บรา' โว, บราโว') *interj.* เก่งมาก

brawl (บรอล) *n.* การต่อสู้ตะลุมบอน *-vi.* **brawled, brawling** ต่อสู้ตะลุมบอนกัน

brawn (บรอน) *n.* กล้ามเนื้อ, ความแข็งแกร่ง, เนื้อหมูที่ปรุงแล้ว **-brawny** *adj.* (**-S.** muscle)

bray[1] (เบร) *vt.* **brayed, braying** ป่น, เกลี่ย

bray[2] (เบร) *vt., vi.* **brayed, braying** ส่งเสียงร้องคล้ายลา *-n.* เสียงลาร้อง (**-S.** (n.) heehaw)

braze (เบรซ) *vt.* **brazed, brazing** เชื่อมด้วยโลหะพวกอัลลอยด์หรือโลหะที่ไม่ใช่เหล็ก

brazen (เบร' เซิน) *adj.* ทะลึ่ง, หน้าด้าน, ที่ทำด้วยทองเหลือง, คล้ายทองเหลือง

brazier, brasier (เบร' เฌอร์) *n.* ช่างทองเหลือง, เตาโลหะสำหรับเผาถ่านหินหรือถ่าน

breach (บรีช) *n.* รอยแตกร้าว, รอยรั่ว, ความแตกแยก ความร้าวฉาน, การที่ปลาวาฬกระโดดขึ้นจากน้ำ, การฝ่าฝืน (กฎ) (**-S.** fracture)

★**bread** (เบรด) *n.* ขนมปัง, อาหารประทังชีวิต, (คำสแลง) เงิน ชีวิตความเป็นอยู่ **-bread and butter** ขนมปังทาเนย, การยังชีพ

breadbasket (เบรด' แบซคิท) *n.* อู่ข้าว, บริเวณที่อุดมสมบูรณ์ด้วยข้าว, (คำสแลง) ท้อง

breadboard (เบรด' บอร์ด, -โบร์ด) *n.* เขียงหั่นขนมปัง, แผ่นไม้รองนวดแป้ง

breadcrumb (เบรด' ครัม) *n.* เศษขนมปัง

bread line แถวของคนยากจนที่ยืนรอรับอาหาร **-on the breadline** ยากจนมาก

breadstuff (เบรด' สตัฟ) *n.* แป้งทำขนมปัง

★**breadth** (เบรดธ์) *n.* ความกว้าง, ขอบเขต, ความใจกว้าง, ความอดทน (**-S.** scope, wideness)

breadwinner (เบรด' วินเนอร์) *n.* คนหาเลี้ยงครอบครัว

★**break** (เบรค) *v.* **broke, broken, breaking** *-vt.* ทำให้แตก, รื้อ, หัก, ทุบ, ทำเสีย, ฝ่าฝืน, บุกรุก, ทะลุทะลวง, ปะทุ, เกิดขึ้นกะทันหัน, บังคับ (ให้เชื่อฟัง), เปลี่ยนกะทันหัน, (คุณภาพ) ลดต่ำลง, ล้มละลาย, ทำลาย, แหก (คุก), ทำให้ขัดข้อง, ทำให้ลดความแรงลง, แก้ปัญหาได้สำเร็จ, เริ่มต้น, แตก (เงิน), ประกาศ *-vi.* แตกเป็นเศษเล็กเศษน้อย, ระเบิดออก, ปะทุออก, (ความสัมพันธ์) ร้าวฉาน, เสียหาย, (เสียง) แตก, ถอยหนีกะทันหัน, เริ่มขึ้นอย่างกะทันหัน, พุ่ง, ถลา, เกิดขึ้น, หยุดชั่วคราว, หมดเรี่ยวแรง *-n.* การแตก, การพุ่ง, ผลของการแตกแยก, การเริ่มต้น, ความสัมพันธ์ร้าวฉาน, การเปลี่ยนแปลงอย่างกะทันหัน, การแหกคุก, ราคาตก, ความมีโชค, การผจญภัย, โอกาส **-break apart** แยกจากกัน **-break even** เสมอตัว, เท่าทุน **-break out** (สงคราม) ปะทุ, (เชื้อโรค) ระบาด **-break the ice** ทำความรู้จักกันมากขึ้น**-breakable** *adj.* (**-S.** (v.) begin, crack, erupt, escape, invade, stop, violate **-A.** (v.) keep, obey)

breakage (เบร' คิจ) *n.* ความแตกหัก, ความเสียหายหรือค่าชดเชยจากการแตกหัก

break dancing การเต้นที่เคลื่อนไหวศีรษะและส่วนของร่างกายคล้ายนักกายกรรม

breakdown (เบรค' เดาน์) *n.* ความล้มเหลว, การล้มป่วย, การวิเคราะห์ (**-S.** analysis, failure)

breaker (เบร' เคอร์) *n.* คนหรือสิ่งของที่ทำให้แตก, เครื่องโม่บดหิน, คลื่นที่แตกเป็นฟอง, เครื่องตัดกระแสไฟฟ้า

★**breakfast** (เบรค' เฟิซท์) *n.* อาหารเช้า

break-in (เบรค' อิน) *n.* การบุกรุก

breaking point จุดแตกหัก (ของอารมณ์)

breakneck (เบรค' เนค) *adj.* เร็วและอันตราย

breakthrough (เบรค' ธรู) *n.* การฟันฝ่า

breakup (เบรค' อัพ) *n.* การแตกแยก

★**breast** (เบรซท์) *n.* เต้านม, ทรวงอก, หน้าอก, หัวอก, ส่วนที่คล้ายเนินอก

breast-feed (เบรซท์' ฟีด) *vt.* **-fed, -feeding** ดูดนมจากเต้านม, ดูดนมแม่

breastpin (เบรซท์' พิน) *n.* เข็มกลัดที่ใช้ติดบริเวณอกหรือคอเสื้อ

breastpocket (เบรซท์' พอคคิท) *n.* กระเป๋าอกเสื้อ

breast stroke การว่ายน้ำท่ากบ

★**breath** (เบรธ) *n.* ลมหายใจ, การหายใจ, ลมที่พัดโชยเบาๆ, เสียงกระซิบ, ชีวิต, วิญญาณ, กลิ่นอาย, การหยุดพัก, คำแนะนำ **-hold one's breath** กลั้นหายใจ **-breathless** *adj.*

breathalyze, breathalyse (เบรธ' ธะไลซ์) *vt.* **-lyzed, -lyzing/-lysed, -lysing** วัดปริมาณ

A B C D E F G H I J K L M N O P Q R S T U V W X Y Z

แอลกอฮอล์ในลมหายใจของผู้ขับขี่ยานพาหนะ **-breathalyzer, breathalyser** *n.*

★**breathe** (บรีธ) *vt., vi.* **breathed, breathing** หายใจเข้าออก, มีชีวิตอยู่, ส่งกลิ่น, โชยเบาๆ, กระซิบ, ให้เวลาพักหายใจ, ให้ลมผ่าน, ระบายลม

breather (บรี' เธอร์) *n.* ผู้ที่หายใจ, (ภาษาพูด) การหยุดพัก, ช่องระบายอากาศ

breathing space ช่วงเวลาพักผ่อนสั้นๆ ที่ได้หลุดพ้นจากงานและปัญหาต่างๆ

breathtaking (เบรธ' เทคิง) *adj.* น่าหวาดเสียว, น่าพิศวง (-S. amazing, thrilling)

bred (เบรด) *v.* กริยาช่อง 2 และ 3 ของ breed

bree (บรี) *n.* ซุปน้ำใส

breech (บรีช) *n.* สะโพก, บั้นท้าย, ส่วนท้ายของสิ่งของ, ท้ายปืน **-breeches** กางเกงคลุมเข่า

breechblock (บรีช' บลอค) *n.* ท้ายปืน

breech delivery การคลอดที่ทารกเอาส่วนก้นหรือเท้าออกมาก่อน

breechloader (บรีช' โลเดอร์) *n.* ปืนที่บรรจุกระสุนท้ายกระบอก

★**breed** (บรีด) *v.* **bred, breeding** *-vt.* เพาะพันธุ์, ผลิตขึ้น, ทำให้เกิด, เลี้ยงสัตว์, ผสมพันธุ์สัตว์, อบรมฝึกฝน, เลี้ยงดู *-vi.* เพาะพันธุ์, เกิด *-n.* สายพันธุ์, พันธุ์สัตว์, ชนิด, ประเภท

breeder (บรี' เดอร์) *n.* นักผสมพันธุ์สัตว์

breeding (บรี' ดิง) *n.* การเพาะพันธุ์, การผสมพันธุ์, การอบรมเลี้ยงดู, สายพันธุ์

breeding ground แหล่งเพาะพันธุ์

breeze (บรีซ) *n.* ลมอ่อนๆ, (ภาษาพูด) งานเบาๆ, เถ้าถ่าน **-in a breeze** ง่ายดาย (-S. air, flurry, wind)

breezy (บรี' ซี) *adj.* **-ier, -iest** ซึ่งมีลมพัดโชยเบาๆ, ร่าเริง **-breezily** *adv.* **-breeziness** *n.*

brethren (เบรธ' เริน) *n.* พหูพจน์ของ brother

brevet (บระเวท') *n.* การเลื่อนตำแหน่งทางทหารโดยไม่มีการเพิ่มเงินเดือน

brevity (เบรฟว' วิที) *n.* เวลาชั่วขณะ, ใจความสั้นกะทัดรัด (-S. briefness)

brew (บรู) *v.* **brewed, brewing** *-vt.* ทำเบียร์, ต้ม (เหล้า), ต้มชา กาแฟ, วางแผนการ *-vi.* ทำเหล้าเบียร์, ก่อ (ปัญหา), (พายุ) ตั้งเค้า **-brewer** *n.* **-brewage** *n.* (-S. ferment, make)

brewer's yeast เชื้อยีสต์ที่ใช้ในการหมักเบียร์, เชื้อยีสต์ที่ได้จากการหมักเบียร์สามารถนำมาใช้เป็นอาหารและทำยา

brewery (บรู' อะรี) *n., pl.* **-eries** โรงทำเบียร์

briar[1], brier (ไบร' เออร์) *n.* ไม้พุ่มที่นำรากมาทำไปป์สูบยา, ไปป์ที่ทำจากรากไม้ดังกล่าว

briar[2] (ไบร' เออร์) *n.* ดู brier[1]

bribe (ไบรบ์) *n.* สินบน, รางวัลล่อใจ *-vt., vi.* **bribed, bribing** ให้สินบน **-bribery** *n.*

bric-a-brac (บริค' คะแบรค) *n.* ของประดับหรือของโบราณขนาดเล็ก (-S. knickknack)

★**brick** (บริค) *n., pl.* **bricks/brick** อิฐ, (ภาษาพูด) เพื่อนที่ดี *-adj.* ซึ่งทำด้วยอิฐ, เหมือนอิฐ *-vt.* **bricked, bricking** ก่ออิฐ **-bricky** *adj.*

brickbat (บริค' แบท) *n.* เศษอิฐ, คำตำหนิ

bricklayer (บริค' เลเออร์) *n.* ช่างก่ออิฐ

brickle (บริค' เคิล) *adj.* เปราะ, ร่วน

brickwork (บริค' เวิร์ค) *n.* ตึกที่สร้างด้วยอิฐ

brickyard (บริค' ยาร์ด) *n.* โรงทำอิฐขาย

bridal (ไบร' เดิล) *n.* การแต่งงาน *-adj.* ซึ่งเกี่ยวกับการแต่งงาน, เกี่ยวกับเจ้าสาว

★**bride** (ไบรด์) *n.* เจ้าสาว

★**bridegroom** (ไบรด์' กรูม) *n.* เจ้าบ่าว

bride price สินสอดทองหมั้น

bridesmaid (ไบรด์ซ' เมด) *n.* เพื่อนเจ้าสาว

bridge[1] (บริจ) *n.* เกมไพ่บริดจ์ ซึ่งมีผู้เล่น 4 คน

★**bridge[2]** (บริจ) *n.* สะพาน, ตัวเชื่อมโยง, ตัวประสาน, ดั้งจมูก, ก้านเหล็กที่เชื่อมกระจกแว่นตาทั้งสองข้าง, สะพานรับสายซอ, หอบังคับการบนเรือ, พันธะไฮโดรเจน, เครื่องมือวัดความต้านทานไฟฟ้า *-vt.* **bridged, bridging** สร้างสะพาน, เชื่อมโยง, ประสาน, สานสัมพันธ์

bridgehead (บริจ' เฮด) *n.* ฐานที่มั่นของข้าศึกที่ยึดมาได้

bridle (ไบร' เดิล) *n.* บังเหียนม้า, สิ่งที่ใช้ควบคุม, เชือกรั้ง (-S. hackamore)

★**brief** (บรีฟ) *adj.* **briefer, briefest** สั้น, รวบรัด, กะทัดรัด *-n.* ข้อความสั้นๆ, บทสรุป, บทย่อ, คดี, การเป็นทนาย *-vt.* **briefed, briefing** สรุป, พูดโดยย่อ **-briefly** *adv.* **-briefness** *n.*

briefcase (บรีฟ' เคซ) *n.* กระเป๋าเอกสาร

briefing (บรี' ฟิง) *n.* การบอกกล่าวสั้นๆ

brier[1], briar (ไบร' เออร์) *n.* พืชพวกไม้เลื้อยมีหนาม ตระกูลกุหลาบ **-briery** *adj.*

brier[2] (ไบร' เออร์) *n.* ดู briar[1]

brig (บริก) *n.* เรือใบสองเสา, คุกบนเรือ

brigade (บริเกด') *n.* กองพลน้อย, คณะบุคคล

brigadier (บริกกะเดียร์') *n.* นายพลจัตวา

brigand (บริก' เกินด์) *n.* โจร (-S. outlaw)

brigandine (บริก' เกินดีน) *n.* เสื้อเกราะอ่อน

brigantine (บริก' เกินทีน) *n.* เรือใบสองเสา

★**bright** (ไบรท์) *adj.* **brighter, brightest**

สว่างไสว, เปล่งปลั่ง, มีความสุข, ร่าเริง, ฉลาด **-brightly** *adv.* **-brightness** *n.* (**-S.** brilliant)

brighten (ไบร' เทิน) *vt., vi.* **-ened, -ening** ทำให้สว่างสดใส, ทำให้มีความสุข (**-S.** lighten)

★**brilliant** (บริล' เลียนท์) *adj.* เจิดจ้า, ผุดผ่อง, สุกสกาว, ฉลาด, ยอดเยี่ยม *-n.* อัญมณีล้ำค่า **-brilliance, brilliancy** *n.* **-brilliantly** *adv.* **-brilliantness** *n.* (**-S.** (adj.) bright, vivid)

brilliantine (บริล' เลียนทีน) *n.* น้ำมันทาผมหอม

★**brim** (บริม) *n.* ขอบ, ริม, ปาก (ภาชนะ) *-vt., vi.* **brimmed, brimming** เติมจนปริมขอบ **-brimful** *adj.* (**-S.** (n.) edge, rim)

brine (ไบรน์) *n.* น้ำเกลือ, น้ำทะเล, ทะเล, มหาสมุทร **-briny** *adj.* **-brininess** *n.*

★**bring** (บริง) *vt.* **brought, bringing** นำมา, พามา, นำมาสู่, บังเกิดขึ้น, ปรากฏขึ้น, ก่อให้เกิด, กำเนิด, ชักนำให้ **-bring about** ก่อให้เกิด **-bring forth** ให้กำเนิด, ผลิต **-bring out** เปิดเผย **-bring over** ชักนำ **-bring up** อบรมเลี้ยงดู, อาเจียน, หยุดกะทันหัน, นำมา, กล่าวถึง (**-S.** cause, fetch)

> **bring** พามา, นำมา เช่น I have to bring my sister with me.
> **take** พาไป, นำไป เช่น Jim takes me home every day.
> **fetch** ไปเอามา, ไปพามา เช่น Please fetch a cup of coffee for me.

brink (บริงค์) *n.* ขอบ, ริม, ชาย (**-S.** rim)

brinkmanship, brinksmanship (บริงค์' เมินชิพ, บริงค์ซ์'-) *n.* นโยบายการสร้างวิกฤติการณ์เพื่อให้ฝ่ายตรงข้ามยอมจำนน

brio (บรี' โอ) *n.* ความกระปรี้กระเปร่า

briquette, briquet (บริเคท') *n.* ก้อนผงถ่านหรือขี้เลื่อยอัด ใช้เป็นเชื้อเพลิง

brisk (บริซค์) *adj.* **brisker, briskest** มีชีวิตชีวา, คล่องแคล่ว, (ลม) แรง **-briskly** *adv.* **-briskness** *n.* (**-S.** lively, nimble)

bristle (บริซ' เซิล) *n.* ขนแข็ง, หนวดเคราที่แข็ง *-v.* **-tled, -tling** *-vt.* ทำให้ตั้งชัน, ทำให้ขนลุก, ปกคลุมด้วยขนแข็ง, ทำให้ขรุขระ, ทำให้โกรธ *-vi.* มีขนแข็ง, (ขน) ตั้งชัน, (ขน) ลุก **-bristly** *adj.* (**-S.** (n.) spine, whiskers)

Brit. ย่อจาก Britain, British (เกี่ยวกับ) อังกฤษ

★**Britain** (บริท' เทิน) เกาะอังกฤษ

★**British** (บริท' ทิช) *adj.* เกี่ยวกับเกาะอังกฤษ *-n.* คนอังกฤษ, ภาษาอังกฤษแบบอังกฤษ

British Broadcasting Corporation บริษัทวิทยุกระจายเสียงแห่งอังกฤษ ย่อว่า BBC

British Commonwealth (of Nations) ประเทศในเครือจักรภพอังกฤษ

British English ภาษาอังกฤษแบบอังกฤษ

British Isles หมู่เกาะอังกฤษ ได้แก่ อังกฤษ สกอตแลนด์ เวลส์ ไอร์แลนด์และเกาะเล็กๆ ที่อยู่ใกล้เคียง

British thermal unit หน่วยวัดความร้อนเป็นปริมาณความร้อนที่ทำให้น้ำ 1 ปอนด์มีอุณหภูมิสูงขึ้น 1 องศาฟาเรนไฮต์

Briton (บริท' เทิน) *n.* ชาวเกาะอังกฤษ

brittle (บริท' เทิล) *adj.* **-tler, -tlest** เปราะ, ร่วน **-brittlely** *adv.* **-brittleness** *n.* (**-S.** fragile)

broach (โบรช) *vt.* **broached, broaching** เจาะคว้านรู, ยกขึ้นมากล่าว, เริ่มพูด, แนะนำ

★**broad** (บรอด) *adj.* **broader, broadest** กว้าง, แผ่ขยาย, กว้างขวาง, ชัดแจ้ง, ครอบคลุม, โล่งแจ้ง, ทั่วไป, หยาบ *-adv.* อย่างกว้างขวาง **-broadly** *adv.* **-broadness** *n.* (**-S.** (adj.) wide)

broadaxe (บรอด' แอคซ์) *n.* ขวานใบกว้าง

broad bean ถั่วจำพวกหนึ่ง ฝักกว้าง มีเมล็ดแบน ใช้กินได้ หรือใช้เลี้ยงสัตว์

★**broadcast** (บรอด' แคซท์) *v.* **-cast/-casted, -casting** *-vt.* หว่าน, โปรย (เมล็ดพืช), กระจายข่าว, ส่งกระจายเสียง *-vi.* ส่งกระจายเสียงตามวิทยุโทรทัศน์ *-adj.* แพร่หลาย, ซึ่งส่งกระจายเสียงตามวิทยุโทรทัศน์ *-adv.* อย่างกว้างขวาง *-n.* การแพร่กระจาย, รายการวิทยุโทรทัศน์ **-broadcaster** *n.* (**-S.** (v.) scatter)

broaden (บรอด' เดิน) *vt., vi.* **-ened, -ening** ทำให้กว้าง, ขยายใหญ่, แผ่กว้าง (**-S.** expand)

broad jump กีฬากระโดดไกล

broad-minded (บรอด' ไมน' ดิด) *adj.* ใจกว้าง, อดทน **-broad-mindedness** *n.*

broad-spectrum (บรอด' สเปค' เทริม) *adj.* ซึ่งมีผลหรือฤทธิ์กว้างขวาง, ครอบคลุม

broadsword (บรอด' ซอร์ด, -โซร์ด) *n.* ดาบสองคมที่มีใบดาบแบน

Broadway (บรอด' เว) *n.* ถนนบรอดเวย์ เป็นถนนสายสำคัญในนครนิวยอร์ก สหรัฐอเมริกา ขึ้นชื่อว่าเป็นแหล่งรวมความบันเทิงต่างๆ

brocade (โบรเคด') *n.* ผ้าที่ประดับด้วยดิ้นเงินดิ้นทอง, ผ้าทอลายด้วยดิ้นเงินดิ้นทอง

broccoli (บรอค' คะลี) *n.* บร็อกโคลี เป็นผักจำพวกเดียวกับกะหล่ำ

brochure (โบรชัวร์) *n.* สมุดพับเล่มเล็กๆ
brogan (โบร' เกิน) *n.* รองเท้าหุ้มข้อ
brogue[1] (โบรก) *n.* สำเนียงไอริช
brogue[2] (โบรก) *n.* รองเท้าหุ้มส้นของผู้ชาย
broider (บรอย' เดอร์) *vt.* **-dered, -dering** เย็บปักถักร้อย **-broidery** *n.*
broil[1] (บรอยล์) *n.* การทะเลาะวิวาท
broil[2] (บรอยล์) *vt., vi.* **broiled, broiling** ปิ้ง
broiler (บรอย' เลอร์) *n.* เครื่องปิ้ง, เตาย่าง, ไก่รุ่นที่เหมาะสำหรับย่าง
broke (โบรค) *v.* กริยาช่อง 2 ของ break *-adj.* (ภาษาพูด) ไม่มีเงิน ถังแตก **-go for broke** เสี่ยงกับเรื่องที่ไม่แน่นอน (**-S.** (adj.) moneyless)
★**broken** (โบร' เคิน) *v.* กริยาช่อง 3 ของ break *-adj.* ซึ่งแตกหัก, ใช้การไม่ได้, ผิด (สัญญา), ล้มละลาย, (บ้าน) แตก, ป่วยไข้, (หัวใจ) แตกสลาย, (ใช้ภาษา) ผิดๆ ถูกๆ, ขาดตอน
broken-down (โบรเคินเดาน์) *adj.* เสีย, ใช้การไม่ได้ (**-S.** damaged, out of order)
brokenhearted (โบร' เคินฮาร์' ทิด) *adj.* เศร้าโศก, ตรอมตรม, อกหัก (**-S.** miserable)
broker (โบร' เคอร์) *n.* ตัวแทนซื้อขาย, นายหน้า
brokerage (โบร' เคอริจ) *n.* ธุรกิจนายหน้า, ธุรกิจการเป็นตัวแทนซื้อขาย, ค่านายหน้า
bromide (โบร' ไมด์) *n.* สารประกอบระหว่างโบรมีนกับธาตุตัวอื่น เช่น โซเดียมโบรไมด์, คำพูดซ้ำซาก, ความเบื่อ **-bromidic** *adj.*
bromine (โบร' มีน) *n.* ธาตุโบรมีน มีสัญลักษณ์ Br
bronchitis (บรอนไค' ทิซ, บรอง-) *n.* โรคหลอดลมอักเสบ **-bronchitic** *adj.*
bronchus (บรอง' เคิซ) *n., pl.* **-chi** (-ไค, -คี) หลอดลม **-bronchial** *adj.*
bronco (บรอง' โค) *n., pl.* **-cos** ม้าป่า
broncobuster (บรอง' โคบัซเทอร์) *n.* คนฝึกม้าป่าให้เชื่อง
brontosaur, brontosaurus (บรอน' ทะซอร์, บรอนทะซอ' เริซ) *n.* ไดโนเสาร์กินพืชชนิดหนึ่งในยุคจูแรสสิก

brontosaur

bronze (บรอนซ์) *n.* อัลลอยด์ผสมระหว่างดีบุกกับทองแดง, สัมฤทธิ์, สีบรอนซ์, สีน้ำตาลอมเหลืองหรืออมแดง, (รางวัล) เหรียญทองแดง *-adj.* เหมือนสัมฤทธิ์ **-bronzy** *adj.*
Bronze Age ยุคสมัยที่อยู่ระหว่างยุคหินกับยุคเหล็กที่มนุษย์รู้จักใช้สัมฤทธิ์ทำเครื่องมือ
brooch (โบรช, บรูช) *n.* เข็มกลัดที่ใช้ประดับ
brood (บรูด) *n.* ลูกไก่, ลูกนก, ครอก, ลูกๆ *-v.* **brooded, brooding** *-vt.* นั่งกกไข่ *-vi.* กกลูกนกลูกไก่, ครุ่นคิด *-adj.* สำหรับกกไข่
brook[1] (บรุค) *n.* ลำธาร (**-S.** creek, stream)
brook[2] (บรุค) *vt.* **brooked, brooking** อดทน
★**broom** (บรูม, บรุม) *n.* ไม้กวาด, ต้นไม้กวาด
broomstick (บรูม' สติค) *n.* ด้ามไม้กวาด
Bros, bros ย่อจาก brothers พี่ชาย, น้องชาย
broth (บรอธ) *n., pl.* **broths** น้ำซุป, ซุปใส
brothel (บรอธ' เธิล) *n.* ซ่องโสเภณี
★**brother** (บรัธ' เธอร์) *n., pl.* **brothers/brethren** พี่ชาย, น้องชาย, เพื่อนร่วมงาน, บาทหลวง **-brotherly** *adj.* **-brotherliness** *n.*
brotherhood (บรัธ' เธอร์ฮุด) *n.* ความเป็นพี่ชายน้องชาย, ความเป็นเพื่อน, สมาคมชาย, ความเป็นเพื่อนร่วมอาชีพ, ความรู้สึกเป็นหนึ่งเดียวของมนุษยชาติ
brother-in-law (บรัธ' เธอร์อินลอ) *n., pl.* **brothers-in-law** พี่เขย, น้องเขย
Brother Jonathan ประเทศสหรัฐอเมริกา
brougham (บรูม) *n.* รถม้าสี่ล้อปิดประทุน โดยมีที่นั่งคนขับแยกอยู่ด้านหน้า

brougham

brought (บรอท) *v.* กริยาช่อง 2 และ 3 ของ bring
brow (เบรา) *n.* คิ้ว, ขนคิ้ว, หน้าผาก, หน้าผา
★**brown** (เบราน์) *n.* สีน้ำตาล *-adj.* ซึ่งมีสีน้ำตาล *-vt., vi.* **browned, browning** ทำให้เป็นสีน้ำตาล **-brownish** *adj.*
brown bear หมีสีน้ำตาล
brown-nose (เบราน์' โนซ) *vt.* **-nosed, -nosing** สอพลอ *-n.* คนสอพลอ
brownout (เบราน์' เอาท์) *n.* การลดปริมาณการใช้ไฟฟ้าในสภาวะที่ไฟฟ้าขาดแคลน
brown rice ข้าวที่ยังไม่ได้ขัดสีจนขาว
brownshirt (เบราน์' เชิร์ท) *n.* พวกนาซี
brown study การครุ่นคิด
brown sugar น้ำตาลทรายแดง
browse (เบราซ์) *n.* ยอดอ่อน, ใบอ่อน, กิ่งอ่อน, การแทะเล็ม *-vt., vi.* **browsed, browsing** แทะเล็ม, อ่านเผินๆ, ดูผ่านตา **-browser** *n.*
brr (เบอร์) *interj.* คำอุทานแสดงอาการหนาวสั่น

★**bruise** (บรูซ) *vt., vi.* **bruised, bruising** เกิดแผลฟกช้ำ, ถลอก, บดขยี้, ทำให้เจ็บช้ำน้ำใจ *-n.* บาดแผลฟกช้ำ, รอยถลอก, ความเจ็บช้ำน้ำใจ (-S. (v.) damage, injure)
brume (บรูม) *n.* หมอก, ไอน้ำ, ละอองน้ำ
brunch (บรันช์) *n.* อาหารมื้อสาย
brunet (บรูเนท') *n.* คนที่มีผมดำ ตาดำ
brunette (บรูเนท') *n.* ผู้หญิงที่มีผมดำ
brunt (บรันท์) *n.* แรงปะทะที่หนักหน่วง
★**brush** (บรัช) *n.* แปรง, พู่กัน, การแปรง, กิ่งไม้, หางกระเซิง, หมู่ไม้, การปัด, การเผชิญ *-vt., vi.* **brushed, brushing** ทาหรือปัดด้วยแปรง, แปรง (ผม ขน), สัมผัสแผ่วเบา, ปัดไป, ปัดโดนตัวกัน **-brush up** ฝึกฝนกันใหม่ **-brushy** *adj.* **-brushiness** *n.* (-S. (n.) broom, bush)
brusque (บรัซค์) *adj.* ห้วนสั้น, ทื่อๆ **-brusquely** *adv.* **-brusqueness** *n.* (-S. abrupt, blunt)
Brussels sprouts ผักชนิดหนึ่งจำพวกกะหล่ำ
brutal (บรูท' เทิล) *adj.* โหดร้าย, หยาบคาย **-brutally** *adv.* **-brutality** *n.* (-S. cruel)
brute (บรูท) *n.* สัตว์ป่า, คนที่โหดร้าย (-S. beast)
BS, B.S. ย่อจาก Bachelor of Science วิทยาศาสตรบัณฑิต
B.Sc. ดู BS, B.S.
BSE ย่อจาก bovine spongiform encephalopathy โรควัวบ้า เกิดจากเชื้อไวรัสเข้าทำลายสมองวัว
BTU, Btu, btu ย่อจาก British thermal unit หน่วยวัดปริมาณความร้อนของอังกฤษ
★**bubble** (บับ' เบิล) *n.* ฟองอากาศ, ฟองก๊าซ, สิ่งที่คล้ายฟอง, ความคิดเหลวไหล, การโกง *-v.* **bubbled, bubbling** *-vt.* ทำให้เกิดฟอง *-vi.* เกิดฟอง **-bubbly** *adv.* (-S. (n., v.) foam)
bubble gum หมากฝรั่ง
bubbler (บับ' เลอร์) *n.* เครื่องทำน้ำดื่มที่ใช้มือกดให้น้ำพุ่งเป็นสายโค้งขึ้นจากก๊อกน้ำ
bubo (บู' โบ, บิว'-) *n., pl.* **-boes** อาการต่อมน้ำเหลืองบวมโตตามบริเวณขาหนีบหรือรักแร้
buccaneer (บัคคะเนียร์') *n.* โจรสลัด
buck¹ (บัค) *n.* (ภาษาพูด) เงินดอลลาร์
buck² (บัค) *n., pl.* **bucks/buck** สัตว์ตัวผู้ เด็กหนุ่ม, ชายหนุ่มอินเดียนแดง, หนุ่มนิโกร, หนุ่มเจ้าสำราญ *-vt., vi.* **bucked, bucking** เหวี่ยงให้หล่น โดยทำท่ากระโดดหลังโก่ง, ต่อต้าน *-adj.* ซึ่งเป็นเพศผู้ **-buck up** ทำให้ร่าเริงขึ้น
buckboard (บัค' บอร์ด) *n.* รถม้าสี่ล้อเปิดประทุน
★**bucket** (บัค' คิท) *n.* ถัง, กระป๋องตักน้ำ, ปริมาณที่บรรจุในถัง, (คำสแลง) บั้นท้าย

buckboard

bucket seat เก้าอี้หรือที่นั่งเดี่ยวที่พนักสามารถปรับเอนไปด้านหน้าได้
bucket shop สถานที่เล่นพนันซื้อขายหุ้นพันธบัตรหรือสินค้าอื่นๆ
buckle¹ (บัค' เคิล) *n.* หัวเข็มขัด, เครื่องประดับที่คล้ายหัวเข็มขัด *-vt., vi.* **-led, -ling** รัดหัวเข็มขัด, ติดให้แน่น (-S. (n., v.) clasp)
buckle² (บัค' เคิล) *vt., vi.* **-led, -ling** โค้ง, งอ
buck-passer (บัค' แพซเซอร์) *n.* คนที่ชอบปัดภาระหรือโยนความผิดให้ผู้อื่น
buckram (บัค' เริม) *n.* ผ้าฝ้ายเนื้อหยาบที่ใช้เข้าปกหนังสือ หรือบุซับข้างในเสื้อผ้า
bucksaw (บัค' ซอ) *n.* เลื่อยชนิดหนึ่ง ใช้ตัดไม้มีลักษณะคล้ายตัว H
buckshot (บัค' ชอท) *n.* ลูกกระสุนตะกั่ว ใช้ยิงล่าสัตว์
buckskin (บัค' สกิน) *n.* หนังกวางนุ่ม
bucktooth (บัค' ทูธ') *n.* ฟันเหยิน
★**bud** (บัด) *n.* ตาดอก, ตาใบ, ช่อดอกอ่อน, ดอกตูม, หน่อสืบพันธุ์, วัยแรกแย้ม *-v.* **budded, budding** *-vt.* เริ่มแย้มบาน, ออกช่อ, แตกหน่อ (ในยีสต์หรือไฮดรา) *-vi.* เริ่มเจริญเติบโต, เป็นหนุ่มเป็นสาว (-S. (n., v.) sprout)
Buddha (บู' ดะ, บุด' ดะ) พระพุทธเจ้า
Buddhism (บู' ดิเซิม, บุด' ดิซ-) *n.* ศาสนาพุทธ **-Buddhist** *adj., n.* **-Buddhistic** *adj.*
buddy (บัด' ดี) *n., pl.* **-dies** เพื่อนคู่หู
buddy system ระบบเพื่อนคู่หูเพื่อช่วยกัน
budge (บัจ) *vt., vi.* **budged, budging** ขยับ, กระดิก, เปลี่ยนที่ (-S. move, shift)
budgerigar (บัจ' จะรีการ์, บัจจะรี'-) *n.* นกแก้วพันธุ์หนึ่งในออสเตรเลีย มีสีสันสวยงามมาก
★**budget** (บัจ' จิท) *n.* งบประมาณ, งบการใช้จ่าย, ถุง, กระเป๋า, ชุดรายการ *-vt., vi.* **-eted, -eting** ทำงบประมาณ **-budgetary** *adj.*
buff¹ (บัฟ) *n.* หนังวัวหนังควายที่ฟอกจนนุ่ม, สีน้ำตาลอมเหลือง, หนังนุ่มที่ใช้ขัดเงา
buff² (บัฟ) *n.* (ภาษาพูด) ผู้รู้ ผู้ชำนาญ
★**buffalo** (บัฟ' ฟะโล) *n., pl.* **-lo/-loes/-los** ควาย, วัวไบสัน, เชือกหนังควาย
buffer (บัฟ' เฟอร์) *n.* ตัวกันชน, เครื่องป้องกัน, เครื่องรับน้ำหนัก, สารที่ช่วยลดความเป็นกรดหรือด่างในสารละลาย, หนังขัดเงา

buffer state รัฐกันชน

buffer zone เขตกันชน

buffet¹ (บัฟ' ฟิท) *v.* **-feted, -feting** *-vt.* ผลักดัน, โยนหรือเหวี่ยง, ตี *-vi.* ดิ้นรน

buffet² (บะเฟ', บู-) *n.* ตู้ติดผนัง, โต๊ะหรือเคาน์เตอร์ที่ตั้งอาหารไว้บริการแขก, อาหารตามโต๊ะที่แขกเหรือต้องบริการตัวเอง

buffet²

buffoon (บะฟูน') *n.* ตัวตลก (**-S.** clown)

bug¹ (บัก) *n.* ผีที่หลอกเด็ก, สิ่งที่หลอกให้กลัว

★**bug**² (บัก) *n.* แมลง, (คำสแลง) เชื้อโรค ข้อบกพร่อง รถเล็ก ไมโครโฟนจิ๋วใช้ดักฟัง, ความหลงไหล *-v.* **bugged, bugging** *-vt.* (คำสแลง) ซ่อนไมโครโฟนจิ๋วเพื่อดักฟัง ก่อกวน *-vi.* (คำสแลง) เบิกตากว้าง **-buggy** *adj.*

bugaboo (บัก' กะบู) *n., pl.* **-boos** สิ่งที่หลอกให้กลัว, ปัญหาเรื้อรัง

bugger (บัก' เกอร์) *n.* คนที่น่าชัง, ผู้ชายรักร่วมเพศ, เพื่อนเกลอ **-buggery** *n.*

buggy (บัก' กี) *n., pl.* **-gies** รถม้าสี่ล้อขนาดเล็ก

buggy

bugle (บิว' เกิล) *n.* แตรเดี่ยว, เขาวัวที่ใช้เป่า

★**build** (บิลด์) *v.* **built, building** *-vt.* สร้าง, ก่อสร้าง, ประดิษฐ์ขึ้น, เพิ่มพูน, สร้างพื้นฐาน, ออกแบบ, ก่อตั้ง *-vi.* ก่อสร้าง, ทำธุรกิจก่อสร้าง, เพิ่มพูน, สังสม (**-S.** construct **-A.** demolish)

★**building** (บิล' ดิง) *n.* ตึก, อาคาร, การก่อสร้าง

buildup, build-up (บิลด์' อัพ) *n.* การสะสม, การพัฒนา, การเตรียมกำลัง

built (บิลท์) *v.* กริยาช่อง 2 และ 3 ของ build

built-in (บิลท์' อิน') *adj.* ซึ่งสร้างติดผนัง

★**bulb** (บัลบ์) *n.* หัว (พืช), หน่อ (พืช), หลอดไฟกลม, กระเปาะ **-bulbous** *adj.*

bulge (บัลจ์) *n.* ส่วนที่โป่งออก, ส่วนที่ปูดโปน, การใหญ่ขึ้นอย่างรวดเร็ว, มูลค่าเพิ่มขึ้นอย่างรวดเร็ว *-vt., vi.* **bulged, bulging** ทำให้โป่งออก, พองออก **-bulgy** *adj.* (**-S.** (n.) swelling)

★**bulk** (บัลค์) *n.* จำนวนมาก, ขนาด, ขนาดใหญ่, ปริมาณ, ปริมาณมาก, ส่วนมาก, ส่วนสำคัญ, ก้อน *-adj.* ทั้งหมด, เป็นจำนวนมาก **-in bulk** ในปริมาณมาก **-bulky** *adj.* **-bulkily** *adv.* **-bulkiness** *n.* (**-S.** (n.) majority, size, volume)

bulkhead (บัลค์' เฮด) *n.* แผ่นกั้นภายในตัวเรือหรือตัวเครื่องบินออกเป็นตอนๆ เพื่อป้องกันไฟหรือน้ำรั่วไหล, ผนังหรือทำนบกั้น

★**bull** (บุล) *n.* วัวตัวผู้, สัตว์ตัวผู้ที่มีขนาดใหญ่, คนตัวใหญ่, นักเก็งกำไร, (คำสแลง) นักสืบตำรวจ, สุนัขพันธุ์บูลดอก *-v.* **bulled, bulling** *-vt.* เก็งกำไร, ผลักดัน, พูดหลอก *-vi.* (ราคา) สูงขึ้น, (คำสแลง) พูดไร้สาระ อวดอ้าง *-adj.* เป็นตัวผู้, เหมือนวัวตัวผู้, (ราคา) ซึ่งสูงขึ้น **-Bull** ราศีพฤษภที่มีวัวเป็นสัญลักษณ์ **-take the bull by the horns** เผชิญอันตรายโดยไม่หวั่น

bull. ย่อจาก bulletin แถลงการณ์

bulldog (บุล' ดอก) *n.* สุนัขพันธุ์หนึ่ง ขนสั้น หัวใหญ่ ตัวม่อต้อ

bulldog

bulldog edition หนังสือพิมพ์ฉบับเช้า

bulldoze (บุล' โดซ) *vt.* **-dozed, -dozing** บังคับข่มขู่, ปรับระดับด้วยรถไถ (**-S.** level)

bulldozer (บุล' โดเซอร์) *n.* รถไถปรับระดับ

★**bullet** (บุล' ลิท) *n.* ลูกกระสุน, จุดกลมดำ

bulletin (บุล' ลิทิน) *n.* แถลงการณ์, ข่าว

bulletin board ป้ายประกาศ

bulletproof (บุล' ลิทพรูฟ) *adj.* ซึ่งกันกระสุนได้

bullet train รถไฟความเร็วสูง ซึ่งมีรูปทรงคล้ายหัวกระสุน

bullfight (บุล' ไฟท์) *n.* การต่อสู้วัวกระทิง

bullhorn (บุล' ฮอร์น) *n.* โทรโข่ง

bullion (บุล' เลียน) *n.* ทองแท่ง, เงินแท่ง

bullish (บุล' ลิช) *adj.* แข็งแรงเหมือนวัว, ซึ่งมองโลกในแง่ดี, ซึ่งเก็งกำไร, หัวดื้อ

bullock (บุล' เลิค) *n.* วัวหนุ่ม, วัวตอน

bull session การถกปัญหาอย่างไม่จริงจัง

bull's-eye, bull's eye (บุลซ์' ไอ) *n.* จุดกลางเป้า, เลนส์นูนรวมแสง, ลูกอม

bullshit (บุล' ชิท) *n.* (คำสแลง) คำพูดงี่เง่า

bull terrier สุนัขพันธุ์ผสมระหว่างพันธุ์บูลดอกกับพันธุ์เทอเรียร์ มีขนสีขาว

bullwhip (บุล' วิพ) *n.* แส้ตีวัวตีม้า

bully (บุล' ลี) *n., pl.* **-lies** อันธพาล, แมงดา, คนชั่ว *-v.* **-lied, -lying** *-vt.* ข่มเหง, รังแก *-vi.* ทำตัวเป็นอันธพาล *-interj.* เยี่ยมมาก! *-adj.* เยี่ยม, ร่าเริง (**-S.** (n.) rascal (v.) harass)

bulrush (บุล' รัช) *n.* หญ้าที่ขึ้นตามริมหนอง

bulwark (บุล' เวิร์ค) *n.* กำแพงกั้น, แนวกั้น

A B C D E F G H I J K L M N O P Q R S T U V W X Y Z

bum¹ (บัม) *n.* (คำสแลง) บั้นท้าย ก้น
bum² (บัม) *n.* คนจรจัด, คนขอทาน, คนไร้ที่พึ่ง
bumbailiff (บัมเบล' ลิฟ) *n.* เจ้าหน้าที่ยึดทรัพย์สิน
bumble (บัม' เบิล) *v.* **-bled, -bling** *-vt.* ทำพลาด, ทำลวกๆ *-vi.* พูดตะกุกตะกัก, เดินโซเซ, ทำท่าทางเซ่อๆ ซ่าๆ **-bumbler** *n.*
bumblebee (บัม' เบิลบี) *n.* ผึ้งหึ่ง, แมลงภู่
bumboat (บัม' โบท) *n.* เรือเล็กใช้ขนส่งสิ่งของ
★**bump** (บัมพ์) *v.* **bumped, bumping** *-vt.* ปะทะ, ชน, (คำสแลง) ขึ้นราคา ขึ้นเงินเดือน ปลดออกจากงาน *-vi.* กระแทก *-n.* การชน, การกระแทก, การปูดบวม, การโป่ง, หัวโน **-bump into** เจอกันโดยบังเอิญ **-bump up** เพิ่ม **-bumpiness** *n.* **-bumpy** *adj.* **-bumpily** *adv.*
bumper¹ (บัม' เพอร์) *n.* แก้วที่เติมจนปริ่ม *-adj.* เต็ม, ล้น, เอ่อ (**-S.** (adj.) abundant)
bumper² (บัม' เพอร์) *n.* กันชนของรถยนต์
bumper sticker แผ่นป้ายคำคมหรือคำล้อเลียนที่แปะตามกันชนท้ายรถ
bumptious (บัมพ์' เชิซ) *adj.* ทะลึ่ง, อวดดี
bun (บัน) *n.* ขนมปังก้อน, มวยผม
buna (บู' นะ) *n.* ยางสังเคราะห์
★**bunch** (บันช์) *n.* ช่อ, พวง, กอ, เครือ, กลุ่ม, ก้อน *-vt., vi.* **bunched, bunching** ทำเป็นช่อ, ทำเป็นพวง, รวมเป็นกลุ่ม (**-S.** (n., v.) group)
bund (บุนด์) *n., pl.* **bunds** (บุนด์ซ์) องค์กรทางการเมือง, สหพันธ์ **-bundist** *n.*
bundle (บัน' เดิล) *n.* ห่อ, มัด, กำ, ท่อลำเลียง *-v.* **-dled, -dling** *-vt.* มัดเข้าด้วยกัน, ส่งไปอย่างรีบเร่ง *-vi.* ไปอย่างรีบเร่ง (**-S.** (n., v.) package)
bung (บัง) *n.* จุกอุดรู, ฝาจุก *-vt.* **bunged, bunging** อุดจุก, ปิดจุก (**-S.** (n., v.) cork)
bungalow (บัง' กะโล) *n.* บ้านหรือกระท่อมขนาดเล็กชั้นเดียว

bungalow

bungee/bungie/bungy/bunji jumping การกระโดดจากที่สูง โดยมีเชือกยางผูกติดข้อเท้าเอาไว้เพื่อความปลอดภัย
bungle (บัง' เกิล) *vi., vt.* **-gled, -gling** ทำผิดพลาด, ทำซุ่มซ่าม *-n.* การทำผิดพลาด
bunion (บัน' เนียน) *n.* ตาปลาบนนิ้วหัวแม่เท้า
bunk (บังค์) *n.* เตียงนอนแคบๆ, เตียงนอนบนเรือหรือรถไฟ, เรื่องไร้สาระ, ที่นอน (**-S.** bed)
bunker (บัง' เคอร์) *n.* ถังเก็บเชื้อเพลิงบนเรือ, ที่หลบภัยใต้ดิน, แอ่งทรายในสนามกอล์ฟ
bunkhouse (บังค์' เฮาซ์) *n.* เพิงพัก
bunny (บัน' นี) *n., pl.* **-nies** กระต่าย
Bunsen burner ตะเกียงบุนเสน สำหรับใช้ในห้องทดลอง ประดิษฐ์โดย R.W. Bunsen
bunt (บันท์) *vt., vi.* **bunted, bunting** ขวิด
bunting (บัน' ทิง) *n.* ผ้าเนื้อบางเบาที่ใช้ทำธง, ธง, ริ้วผ้าที่ใช้ประดับ, ถุงนอนเด็กทารก
buoy (บู' อี, บอย) *n.* ทุ่นลอยน้ำ, ชูชีพ *-vt.* **buoyed, buoying** ทำให้ลอยน้ำ, กระตุ้น, ให้กำลังใจ

buoy

buoyancy (บอย' เอินซี) *n.* การลอยตัว, การพยุงให้ลอย, ความร่าเริง **-buoyant** *adj.* (**-S.** joy, levity, vivacity)
bur, burr (เบอร์) *n.* เสี้ยน, หนาม, เลื่อยวงเดือน, ก้างติดคอ, การออกเสียงตัว r สั้นๆ
bur. ย่อจาก bureau สำนักงาน
burble (เบอร์' เบิล) *vi.* **-bled, -bling** ทำเสียงโครกคราก, พูดพล่ามไม่เป็นภาษา **-burbler** *n.*
★**burden** (เบอร์' เดิน) *n.* ภาระ, ภาระรับผิดชอบ, ความหนักใจ, หน้าที่รับผิดชอบ, ระวางบรรทุก, ประเด็นหลัก, ใจความ, เพลงคลอ *-vt.* **-dened, -dening** เป็นภาระ, บรรทุก (**-S.** (n., v.) load)
bureau (เบียว' โร) *n., pl.* **-reaus/-reaux** (-โรซ) ตู้มีลิ้นชัก, โต๊ะเขียนหนังสือที่มีลิ้นชัก, สำนักงาน, หน่วยงาน, หน่วยงานของรัฐบาล, ที่ทำการ (**-S.** agency, desk, office)
bureaucracy (บิวรอค' คระซี) *n., pl.* **-cies** การปกครองระบบข้าราชการ, หน่วยงานราชการรวมทั้งเจ้าหน้าที่, คณะเจ้าหน้าที่, กลุ่มข้าราชการ (**-S.** civil service, government officials)
bureaucrat (เบียว' ระแครท) *n.* ข้าราชการ, เจ้าหน้าที่ของทางการ **-bureaucratic** *adj.*
buret, burette (บิวเรท') *n.* หลอดแก้วที่มีจุกปิดเปิดอยู่ด้านล่างหลอด ใช้ในห้องทดลองเพื่อตวงปริมาณของเหลวหรือก๊าซจำนวนน้อยๆ
burg (เบิร์ก) *n.* เมือง (**-S.** city, town)
burgee (เบอร์' จี) *n.* ธงสามเหลี่ยม, ธงสัญญาณ
burger (เบอร์' เกอร์) *n.* แฮมเบอร์เกอร์
burgess (เบอร์' จิซ) *n.* ประชาชน, พลเมือง
burgh (เบิร์ก) *n.* เมือง, หัวเมือง
burgher (เบอร์' เกอร์) *n.* ชาวเมือง, ชนชั้นกลาง
★**burglar** (เบอร์' เกลอร์) *n.* นักย่องเบา, โจรงัดแงะ **-burglarious** *adj.* **-burglariously** *adv.*
burglar alarm สัญญาณเตือนภัยเมื่อมีขโมย

burglarize (เบอร์ กละไรซ) *vt., vi.* **-ized, -izing** ย่องเบา, งัดแงะเพื่อขโมยของ
burglary (เบอร์ กละรี) *n., pl.* **-ries** การย่องเบา, การบุกรุกเข้าบ้านเพื่อขโมยของ
burgomaster (เบอร์ กะแมซเทอร์) *n.* ผู้ปกครองเมือง, เจ้าเมือง
burial (เบอ' เรียล) *n.* การฝัง, การฝังศพ
burial ground หลุมฝังศพ (**-S.** graveyard)
burlesque (เบอร์เลซค์') *n.* การล้อเลียน, ละครตลกล้อเลียน *-adj.* ซึ่งล้อเลียน, ตลก
burly (เบอร์ ลี) *adj.* **-lier, -liest** แข็งแรงบึกบึน, (นิสัย) แข็งกระด้าง **-burlily** *adv.*
★**burn**[1] (เบิร์น) *v.* **burned/burnt, burning** *-vt.* เผาไฟ, เผาไหม้, ไหม้, ทำลายด้วยไฟหรือความร้อน, จุดไฟเผา, (ไฟ) คลอก, ทำให้แสบร้อน, เผาผลาญ (พลังงาน), (แดด) เผา, จี้ (ด้วยไฟ), (คำสแลง) หลอกลวง ปลิ้น โกง (ใจ) ทุกข์ทรมาน ประหารชีวิตด้วยไฟฟ้า *-vi.* ติดไฟ, ถูกเผาผลาญโดยไฟ, บาดเจ็บเนื่องจากไฟ, (ไฟ) คลอกจนตาย, รู้สึกร้อน, (รู้สึก) เร่าร้อน, (คำสแลง) ถูกประหารชีวิตด้วยไฟฟ้า *-n.* การเผาไหม้, อาการบาดเจ็บหรือถูกทำลายด้วยไฟ, ผลจากการเผาไหม้ **-burn for something** ปรารถนาอย่างแรงกล้า **-burn one's boats/bridges** ตัดสินใจแล้วไม่อาจเปลี่ยนใจได้อีก **-burn oneself out** ทำลายสุขภาพตัวเอง **-burn something to the ground** ทำลายอย่างราบคาบ
burn[2] (เบิร์น) *n.* ลำธาร (**-S.** brook)
burned-out, burnt-out (เบิร์นด' เอาท์', เบิร์นท์'-) *adj.* หมดแรง, อ่อนล้า (**-S.** weary)
burning glass กระจกเลนส์รวมแสงเพื่อจุดไฟ
burnish (เบอร์ นิช) *vt.* **-nished, -nishing** ขัดจนมันเงา *-n.* ความมันเงา (**-S.** (v.) polish)
burnoose, burnous (เบอร์นูซ') *n.* เสื้อคลุมติดหมวกของพวกแขกอาหรับ
burnout (เบิร์น' เอาท์) *n.* จุดที่เชื้อเพลิงจรวดถูกเผาไหม้จนหมด, การหมดแรง, คนหมดแรง
burnt (เบิร์นท์) *v.* กริยาช่อง 2 และ 3 ของ burn[1]
burnt-out (เบิร์นท์' เอาท์) *adj.* ดู burned-out
burp (เบิร์พ) *v.* **burped, burping** *-vt.* ทำให้ (เด็กทารก) เรอด้วยการตบหลังเบาๆ *-vi.* เรอ, พ่นออกมา *-n.* การเรอ (**-S.** (v., n.) belch)
burr (เบอร์) *n.* การออกเสียง r *-vt., vi.* **burred, burring** ออกเสียงตัว r, ทำเสียงดังกล่าว
burro (เบอร์ โร, บัวร์ โร) *n., pl.* **-ros** ลาตัวเล็ก
burrow (เบอร์' โร) *n.* รูหรือโพรงใต้ดินที่สัตว์ขุดไว้อยู่อาศัย *-v.* **-rowed, -rowing** *-vi.* ขุดรูใต้ดิน, ซ่อนหรืออาศัยอยู่ในรู *-vt.* ขุดรูหรืออุโมงค์, ซ่อนตัว **-burrower** *n.* (**-S.** (n.) den)
bursar (เบอร์ เซอร์, -ซาร์) *n.* เหรัญญิกของสถาบันการศึกษา, นักเรียนทุนในมหาวิทยาลัย
bursary (เบอร์ ซะรี) *n., pl.* **-ries** ทุนการศึกษาของมหาวิทยาลัย, ฝ่ายกองทุนการศึกษา
★**burst** (เบิร์ซท์) *v.* **burst, bursting** *-vt.* ทำให้ระเบิด, ทำให้พองจนระเบิด *-vi.* แตกออกเป็นเสี่ยงๆ, ระเบิดออก, ปะทุ, (ความรู้สึก) ระเบิดออกมา, เกิดหรือปรากฏขึ้นอย่างกะทันหัน *-n.* การระเบิด, การปะทุ, ผลของการระเบิด, การเกิดขึ้นอย่างกะทันหัน (**-S.** (v.) blow up, explode)
★**bury** (เบอ' รี) *vt.* **buried, burying** ฝัง, ฝังศพ ปิด, ปิดบัง, หมก, หมกมุ่น, เลิกละ, ซ่อน
★**bus** (บัซ) *n., pl.* **buses/busses** รถเมล์, รถโดยสารประจำทาง, (คำสแลง) รถยนต์
bus boy เด็กจัดโต๊ะอาหาร, เด็กเสิร์ฟ
busby (บัซ' บี) *n., pl.* **-bies** หมวกทรงสูง มีพู่ห้อยของทหาร
bus conductor พนักงานขายตั๋วรถเมล์
★**bush**[1] (บุช) *n.* พุ่มไม้, ป่าละเมาะ หางฟู, เครา *-v.* **bushed, bushing** *-vt.* ปกคลุมไปด้วยพุ่มไม้, ประดับด้วยไม้พุ่ม *-vi.* แตกกิ่งก้านเป็นพุ่ม **-the bushes** (คำสแลง) บ้านนอก **-beat around the bush** พูดอ้อมค้อม **-bushy** *adj.*
bush[2] (บุช) *n.* ปลอกสวมเพลา, เครื่องรองแกน
bushed (บุชท์) *adj.* (ภาษาพูด) เหนื่อยอ่อน
bushel[1] (บุช' เชิล) *vt.* **-eled, -eling/-elled, -elling** ซ่อมแซม, เปลี่ยนแปลง, ดัดแปลง
bushel[2] (บุช' เชิล) *n.* หน่วยตวงเมล็ดพืช มีปริมาณเท่ากับ 35.24 ลิตร, (ภาษาพูด) เยอะมาก
Bushido, bushido (บู' ชิโด) *n.* เครื่องหมายแสดงความเป็นนักรบซามูไรของญี่ปุ่น อันได้แก่ความภักดี ความกล้าหาญ การรักเกียรติ
bush-league (บุช' ลีก) *adj.* (คำสแลง) เป็นอันดับรอง, เป็นอันดับสอง, ด้อย
bushman (บุช' เมิน) *n., pl.* **-men** ชาวป่า
★**business** (บิซ' นิซ) *n.* ธุรกิจ, กิจการ, อาชีพทำธุรกิจ, การค้าขาย, อาชีพ, การซื้อขาย, ความรับผิดชอบ, กิจธุระ, เรื่องราว, สถานการณ์, เหตุการณ์ *-adj.* เกี่ยวกับธุรกิจ, สำหรับธุรกิจ **-business is business** ธุรกิจก็คือธุรกิจ **-mean business** จริงจัง, ทำจริง **-out of business** เลิกกิจการ (**-S.** (n.) commerce, com-

pany, concern, job, matter)
business administration การบริหารธุรกิจ
business card นามบัตร
business college, business school สถาบันการศึกษาซึ่งสอนหลักสูตรด้านธุรกิจ
business hours เวลาทำการ
businesslike (บิซ' นิซไลค์) *adj.* เอางานเอาการ, คล่องแคล่ว, กระฉับกระเฉง (**-S.** organized, professional)
businessman (บิซ' นิซแมน) *n., pl.* **-men** นักธุรกิจชาย **-businesswoman** *n. fem.*
businessperson (บิซ' นิซเพอร์เซิน) *n.* นักธุรกิจ
busker (บัซ' เคอร์) *n.* วณิพก, นักเล่นดนตรีหรือมายากลตามข้างถนนเพื่อขอบริจาคเงิน
buskin (บัซ' คิน) *n.* รองเท้าหุ้มน่องที่นักแสดงละครเศร้าของกรีกหรือโรมันสวมใส่, ละครเศร้า
busman (บัซ' เมิน) *n., pl.* **-men** คนขับรถโดยสาร (**-S.** bus driver)
busman's holiday (ภาษาพูด) วันหยุดที่ยังคงทำงานเหมือนในวันทำงานปกติ
buss (บัซ) *vt., vi.* **bussed, bussing** จูบ, จุมพิต
bust[1] (บัซท์) *n.* รูปปั้นครึ่งตัวบน, ทรวงอก, เต้านม, ขนาดรอบอกผู้หญิง (**-S.** bosom, chest)
bust[2] (บัซท์) *v.* **busted, busting** *-vt.* (ภาษาพูด) ระเบิด, แตกออก, แตกร้าว, ทำให้ล้มละลาย, ตี, ต่อย, (คำสแลง) ลดตำแหน่ง, จับกุม, ทำให้ (ม้า) เชื่อง *-vi.* แตก, ระเบิด, ล้มละลาย *-n.* คนที่ล้มเหลว, ความล้มเหลว, การล้มละลาย, การต่อยตี, (คำสแลง) การจับกุม การเที่ยวสำมะเลเทเมา **-busted** *adj.* (**-S.** (v., n.) break, burst, capture, catch, ruin)
bustard (บัซ' เทิร์ด) *n.* นกขนาดใหญ่ ขายาว จำพวกเดียวกับนกอีลุ้ม นกกระเรียน
buster (บัซ' เทอร์) *n.* คนฝึกม้าให้เชื่อง, เจ้าหนุ่ม
bustle (บัซ' เซิล) *vt., vi.* **-tled, -tling** ทำตัวยุ่งวุ่นวาย, สาละวน, กุลีกุจอ *-n.* ความวุ่นวาย
★**busy** (บิซ' ซี) *adj.* **-ier, -iest** วุ่นวาย, สาละวน, ยุ่ง, ไม่ว่าง *-vt.* **-ied, -ying** ทำตัวยุ่ง, มีธุระยุ่ง **-busyness** *n.* **-busily** *adv.* (**-S.** (adj.) active)
busybody (บิซ' ซีบอดี) *n.* ตัวยุ่ง, คนสาระแน
busywork (บิซ' ซีเวิร์ค) *n.* งานที่ทำฆ่าเวลา
★**but** (บัท) *conj.* แต่, กระนั้น, ถึงกระนั้น, เว้นแต่, ยกเว้น *-prep.* เว้นแต่ *-adv.* เพียงเท่านั้น
butane (บิว' เทน, บิวเทน') *n.* สารเคมีไฮโดรคาร์บอน ใช้เป็นเชื้อเพลิง มีสูตรเคมี C_4H_{10}
★**butcher** (บุช' เชอร์) *n.* คนขายเนื้อ, คนฆ่าสัตว์ขาย, นักฆ่า, คนโหดร้าย *-vt.* **-ered, -ering** ฆ่า (สัตว์เพื่อเป็นอาหาร), ฆ่า (คน), ชำแหละ (**-S.** (n.) killer (v.) kill)
butchery (บุช' ชะรี) *n., pl.* **-ies** โรงฆ่าสัตว์
butler (บัท' เลอร์) *n.* หัวหน้าคนรับใช้ชาย
butt[1] (บัท) *v.* **butted, butting** *-vt.* ขวิด, เอาหัวโขก, กระแทก *-vi.* เอาหัวพุ่งชน *-n.* การขวิด
butt[2] (บัท) *n.* เรื่องขำขัน, ตัวตลก, เป้า, เป้าหมาย
butt[3] (บัท) *vt., vi.* **butted, butting** เชื่อมต่อกัน, ต่อท้าย *-n.* การเชื่อมต่อ, การต่อท้าย
butt[4] (บัท) *n.* ถังขนาดใหญ่
butt[5] (บัท) *n.* ท้ายปืน, ก้นบุหรี่, บุหรี่, บั้นท้าย
butte (บิวท์) *n.* ภูเขาที่ตั้งชันอยู่กลางพื้นที่ราบ
★**butter** (บัท' เทอร์) *n.* เนยเหลว, สิ่งที่คล้ายเนย, (ภาษาพูด) การประจบ *-vt.* **-tered, -tering** ทาเนย, (ภาษาพูด) ประจบ
butterfat (บัท' เทอร์แฟท) *n.* ไขมันจากนม
butterfingers (บัท' เทอร์ฟิงเกอร์ซ) *n. pl.* (ภาษาพูด) คนที่ชอบทำของหลุดมือ คนซุ่มซ่าม
★**butterfly** (บัท' เทอร์ไฟล) *n., pl.* **-flies** ผีเสื้อ, การว่ายน้ำท่าผีเสื้อ, หญิงเจ้าชู้ *-adj.* เหมือนผีเสื้อ
butterfly stroke การว่ายน้ำท่าผีเสื้อ
buttery[1] (บัท' ทะรี) *adj.* คล้ายเนย, ขี้ประจบ
buttery[2] (บัท' ทะรี) *n., pl.* **-ies** โรงเก็บเหล้า, โรงอาหาร
★**buttock** (บัท' เทิค) *n.* ตะโพก, บั้นท้าย
★**button** (บัท' เทิน) *n.* กระดุม, สิ่งที่คล้ายกระดุม, ปุ่ม *-v.* **-toned, -toning** *-vt.* ติดกระดุม, แต่งด้วยกระดุม *-vi.* ติดด้วยกระดุมได้ **-button up one's lip** เก็บเป็นความลับ
buttonhole (บัท' เทินโฮล) *n.* รังดุม, ดอกไม้ที่เสียบติดรังดุมหรือติดเสื้อ *-vt.* **-holed, -holing** ทำรังดุม, เย็บรังดุม, จับตัวมาคุยหรือมาฟัง
buttress (บัท' ทริซ) *n.* อิฐหรือหินที่ก่อขึ้นเพื่อค้ำยันกำแพง, เครื่องค้ำจุน, ไม้ค้ำ (**-S.** prop)
butyl (บิว' เทิล) *n.* สารเคมีไฮโดรคาร์บอน มีสูตรเคมี C_4H_9
butyl alcohol แอลกอฮอล์ชนิดหนึ่ง ใช้เป็นตัวทำละลาย มีสูตรเคมี C_4H_9OH
buxom (บัค' เซิม) *adj.* เชื่อฟัง, (เป็นคน) ยืดหยุ่น, ร่าเริง, อวบอัด, (อก) อิ่ม, (หุ่น) ท้วม
★**buy** (ไบ) *v.* **bought, buying** *-vt.* ได้จากการซื้อ, หาซื้อ, แลกซื้อ, ติดสินบน, (คำสแลง) ยอมรับว่าถูกต้อง สมเหตุสมผล *-vi.* ซื้อ *-n.* การซื้อ, สินค้าที่ซื้อ **-buy off** ปิดปากด้วยเงิน **-buy time** ยืดเวลา **-buyer** *n.* **-buyable** *adj.*
buzz (บัซ) *vt., vi.* **buzzed, buzzing** กระซิบ-

A B C D E F G H I J K L M N O P Q R S T U V W X Y Z

A B C D E F G H I J K L M N O P Q R S T U V W X Y Z

กระซาบ, ทำเสียงดังหึ่งๆ, โฉบบินต่ำ, ส่งเสียงหึ่งๆ, เป็นสัญญาณ, คุยโทรศัพท์ -*n.* เสียงหึ่งๆ, เสียงแซ่ด, เสียงโทรศัพท์, สัญญาณหึ่งๆ **-give someone a buzz** โทรศัพท์ไปหา

buzzard (บัซ' เซิร์ด) *n.* เหยี่ยวชนิดหนึ่ง

buzzer (บัซ' เซอร์) *n.* อุปกรณ์ไฟฟ้าที่ส่งสัญญาณเสียงดังหึ่งๆ

buzzword (บัซ' เวิร์ด) *n.* คำที่ใช้กันเฉพาะในหมู่คนกลุ่มหนึ่ง

BW ย่อจาก biological warfare สงครามเชื้อโรค

★**by** (ไบ) *prep.* ถัดจาก, ติดกับ, อยู่ข้าง, ข้างเคียงกับ, โดย, ผ่านทาง, ผ่าน, ตาม, ระหว่าง, ด้วย, ในจำนวน, ทีละ, ต่อ, คูณด้วย -*adv.* ข้างๆ, ใกล้ๆ

by-and-by (ไบเอินไบ') *n.* อนาคตข้างหน้า

bye, by (ไบ) *n.* การผ่านเข้ารอบต่อไปโดยไม่ต้องแข่งขัน -*adj.* ซึ่งเป็นรอง

bye-bye, bye (ไบ' ไบ; ไบไบ', ไบ) *interj.* ลาก่อน -*n.* การลาจาก (-S. (interj.) so long)

by-election (ไบ' อิเลคชัน) *n.* การเลือกตั้งซ่อม

bygone (ไบ' กอน) *adj.* ซึ่งผ่านพ้นไป, ซึ่งเป็นอดีต **-let bygones be bygones** จงปล่อยให้อดีตผ่านพ้นไป

bylaw (ไบ' ลอ) *n.* กฎหมายท้องถิ่น

byline, by-line (ไบ' ไลน์) *n.* บรรทัดที่บอกชื่อผู้แต่งหรือผู้เขียนคอลัมน์ตามหนังสือ

byname (ไบ' เนม) *n.* นามสกุล, ชื่อเล่น

BYOB ย่อจาก bring your own bottle กรุณานำเครื่องดื่มแอลกอฮอล์มาดื่มเอง

bypass, by-pass (ไบ' แพซ) *n.* ทางลัด, ทางอ้อม, ทางรอง, อุโมงค์หรือท่อส่งน้ำมันหรือก๊าซ (-S. alternative route)

by-path (ไบ' แพธ, -พาธ) *n.* ทางอ้อม, ทางลัด

by-play (ไบ' เพล) *n.* บทแสดงประกอบ

byproduct, by-product (ไบ' พรอดเดิคท์) *n.* ผลิตผลพลอยได้, ผลข้างเคียง

byre (ไบร์) *n.* โรงวัว, คอกวัว

byroad (ไบ' โรด) *n.* เส้นทางรอง, ถนนสายรอง

byssinosis (บิซซิโน' ซิซ) *n.* โรคทางเดินหายใจที่เกิดจากละอองฝุ่นในผ้า

bystander (ไบ' สแตนเดอร์) *n.* ผู้ที่ยืนดู

bystreet (ไบ' สตรีท) *n.* เส้นทางแยก

byte (ไบท์) *n.* (คอมพิวเตอร์) ขนาดของข้อมูลบนคอมพิวเตอร์โดย 1 ไบต์เท่ากับ 8 บิต แต่ละบิตจะแทนด้วยข้อมูลเท่ากับ 0 หรือ 1

byway (ไบ' เว) *n.* ถนนสายรอง, วิชาโท

byword (ไบ' เวิร์ด) *n.* สุภาษิต (-S. motto)

Byzantium (บิแซน' เซียม) *n.* อาณาจักรไบแซนไทน์, เมืองโบราณซึ่งอยู่บริเวณเมืองอิสตันบูล ประเทศตุรกีในปัจจุบัน **-Byzantine** *adj.*

C

C, c (ซี) *n., pl.* **C's, c's/Cs, cs** อักษรตัวที่ 3 ในภาษาอังกฤษ, อันดับสาม, คุณภาพชั้นสาม

C ย่อจาก Cape แหลม, carat กะรัต, carbon ธาตุคาร์บอน, Celsius องศาเซลเซียส

c ย่อจาก cent (เหรียญ) เซนต์, copyright ลิขสิทธิ์

c/a ย่อจาก current account บัญชีกระแสรายวัน

★**cab** (แคบ) *n.* รถแท็กซี่, รถม้ารับจ้าง, บริเวณที่นั่งคนขับหรือคนบังคับเครื่องยนต์ (-S. taxi)

cabal (คะแบล') *n.* หน่วยงานลับ, แผนการลับ

cabala, cabbala (แคบ' บะละ) *n.* ปรัชญาทางไสยศาสตร์, ลัทธิอันลี้ลับ **-cabalism** *n.*

cabana (คะแบน' นะ, -บา' นะ) *n.* ห้องอาบน้ำตามชายหาดหรือสระว่ายน้ำ

cabaret (แคบบะเร') *n.* ภัตตาคารหรือคาเฟ่ที่มีการแสดงให้ชม, การแสดงร้องเพลงหรือเต้นรำ

★**cabbage** (แคบ' บิจ) *n.* ผักกะหล่ำปลี, เงิน

cabbala (แคบ' บะละ, คะบา' ละ) *n.* ดู cabala

cabby, cabbie (แคบ' บี) *n., pl.* **-bies** คนขับรถแท็กซี่

★**cabin** (แคบ' บิน) *n.* กระท่อม, ที่พักชั่วคราว, ห้องพักบนเรือ, ส่วนที่นั่งของผู้โดยสารบนเครื่องบิน, บริเวณที่พักของลูกเรือบนเครื่องบิน

cabin cruiser เรือสำราญขนาดใหญ่

cabinet (แคบ' บะนิท) *n.* ตู้ชั้นวางของ, ตู้เก็บของที่มีลิ้นชัก, ห้องประชุมสภา, ห้องลับ, การประชุมในห้องดังกล่าว, คณะรัฐมนตรี, รัฐมนตรี, คณะที่ปรึกษาประธานาธิบดี, คณะองคมนตรี (-S. council, cupboard, ministry)

cabinetmaker (แคบ' บะนิทเมเคอร์) *n.* ช่าง

ทำเครื่องเรือน **-cabinetmaking** *n.*
cabinetwork (แคบ' บินิทเวิร์ค) *n.* เครื่องเรือน
cable (เค' เบิล) *n.* สายเคเบิล ซึ่งเป็นสายเชือกโลหะหรือสายไฟเบอร์เส้นใหญ่, สายโทรเลขใต้น้ำ, สายโซ่ที่ผูกติดกับสมอเรือ, สายโทรศัพท์ใต้ดินหรือใต้น้ำ (-S. line, wire)
cable car รถกระเช้าเคลื่อนด้วยสายเคเบิล

cable car

cablegram (เค' เบิล แกรม) *n.* โทรเลขที่ส่งผ่านสายเคเบิลใต้ทะเล
cable television, cable TV ระบบโทรทัศน์ซึ่งรับสัญญาณจากสถานีต่างๆ รวมทั้งจากดาวเทียมแล้วส่งผ่านสายเคเบิลไปยังผู้รับสัญญาณซึ่งเป็นสมาชิกของระบบโทรทัศน์นั้น
cabman (แคบ' เมิน) *n., pl.* **-men** คนขับรถ
caboodle (คะบูด' เดิล) *n.* (ภาษาพูด) กลุ่ม ฝูง
caboose (คะบูซ') *n.* ตู้รถไฟตู้สุดท้ายที่เป็นห้องครัวและห้องพักของพนักงาน, เตาอบ
cabriolet (แคบบรีอะเล') *n.* รถม้าสองล้อมีประทุน ใช้ม้าลากตัวเดียว, รถยนต์มีประทุน
cacao (คะคา' โอ, -เค' โอ) *n., pl.* **-os** ต้นโกโก้, เมล็ดโกโก้ซึ่งใช้ทำช็อกโกแลต, ผงโกโก้
cache (แคช) *n.* ที่ซ่อน, ที่ซ่อนทรัพย์สมบัติ
cachou (แคชู') *n.* ยาอม
cackle (แคค' เคิล) *vt., vi.* **-led, -ling** ส่งเสียงคล้ายเสียงไก่, ทำเสียงกะต๊ากๆ *-n.* การทำเสียงคล้ายไก่, การพูดคุยไร้สาระ (-S. (v., n.) clack)
cacophony (คะคอฟ' ฟะนี) *n., pl.* **-nies** เสียงไม่ประสานกัน, เสียงอื้ออึง (-S. discord)
cactus (แคค' เทิซ) *n., pl.* **-ti** (-ไท)/**-tuses** ต้นตะบองเพชร
cad (แคด) *n.* ชายโฉด **-caddish** *adj.*
CAD/CAM (แคด' แคม) *n.* ย่อจาก Computer Aided Design/Computer Aided Manufacturing ระบบคอมพิวเตอร์สำหรับใช้ในงานด้านวิศวกรรมการออกแบบโครงสร้าง
cadaster, cadastre (คะแดซ' เทอร์) *n.* การทำรังวัดที่ดิน **-cadastral** *adj.*
cadaver (คะแดฟว' เวอร์) *n.* ซากศพ
caddie, caddy (แคด' ดี) *n., pl.* **-dies** เด็กสะพายถุงไม้กอล์ฟเดินตามผู้เล่นกอล์ฟ
caddis fly แมลงหนอนปลอกน้ำ
caddy[1] (แคด' ดี) *n., pl.* **-dies** นวมกาน้ำชา, กล่องสำหรับเก็บสิ่งของกระจุกกระจิกต่างๆ
caddy[2] (แคด' ดี) *n.* ดู caddie
cadence (เคด' เดินซ์) *n.* จังหวะ, ทำนอง
cadet (คะเดท') *n.* นักเรียนนายร้อย, ลูกชายคนรอง, น้องชายคนรอง **-cadetship** *n.*
cadmium (แคด' เมียม) *n.* ธาตุแคดเมียม เป็นโลหะสีขาวอมฟ้า มีสัญลักษณ์ Cd **-cadmic** *adj.*
cadre (แคด' ดรี, คา' เดร) *n.* หน่วยกลาง, พรรคการเมือง, สมาชิกพรรค, โครงงาน
caduceus (คะดู' เชียซ, -เชิซ, -ดิว'-) *n., pl.* **-cei** (-ซีไอ) คทาติดปีกที่มีรูปงูสองตัวเลื้อยพันโดยรอบ, คทาซึ่งเป็นสัญลักษณ์ของอาชีพแพทยศาสตร์

caduceus

caecum, cecum (ซี' เคิม) *n.* ลำไส้ใหญ่ตอนต้น
Caesar, caesar (ซี' เซอร์) *n.* กษัตริย์แห่งโรมัน, จอมเผด็จการ, ซีซาร์ **-Caesarean, Caesarian, caesarean, caesarian** *adj.*
Caesarean section, caesarean section การผ่าตัดทางหน้าท้องเพื่อคลอดบุตร
★**café, cafe** (แคเฟ', คะ-) *n.* ร้านกาแฟ
cafeteria (แคฟฟิเทีย' เรีย) *n.* ร้านอาหารที่ลูกค้าต้องบริการตัวเอง
caffeine, caffein (แคฟ' ฟีอิน) *n.* สารกาเฟอีน มีรสขม เป็นสารกระตุ้นประสาทอย่างอ่อน พบในชา กาแฟ **-caffeinated** *adj.*
caftan (แคฟ' แทน) *n.* เสื้อคลุมยาวของแขก
★**cage** (เคจ) *n.* กรงขัง, ห้องขัง, กรงลิฟต์, ห่วง
caiman, cayman (เค' เมิน) *n., pl.* **-mans** จระเข้ชนิดหนึ่งในแถบอเมริกา
cairn (แคร์น) *n.* กองหินที่ทำเป็นสัญลักษณ์
caisson (เค' ซอน, -เซิน) *n.* ห้องที่กั้นไม่ให้น้ำเข้าเพื่อทำงานก่อสร้างใต้น้ำ, รถลากใช้บรรทุกกระสุนปืน, หีบใส่กระสุน, ทุ่นกู้เรือ
cajole (คะโจล') *vt.* **-joled, -joling** พูดหลอกล่อ, หว่านล้อม, คะยั้นคะยอ, ประจบ **-cajolement** *n.* (-S. coax, flatter)
★**cake** (เคค) *n.* ขนมเค้ก, ก้อนอาหาร, ก้อน, เปลือก *-v.* **caked, caking** *-vt., vi.* เกาะเป็นก้อนแข็ง **-be a piece of cake** ง่ายมาก
calabash (แคล' ละแบช) *n.* น้ำเต้า
calamine (แคล' ละไมน์, -มิน) *n.* ผงของซิงค์ออกไซด์ผสมกับเฟอร์ริกออกไซด์ มีสีชมพู ใช้ทำโลชันทาผิวเพื่อรักษาโรคผิวหนัง
calamity (คะแลม' มิที) *n., pl.* **-ties** ความหายนะ, ภัยพิบัติ **-calamitous** *adj.*
calces (แคล' ซีซ) *n.* พหูพจน์ของ calx
calciferous (แคลซิฟ' เฟอเริซ) *adj.* ซึ่งประกอบด้วยแคลเซียมหรือแคลเซียมคาร์บอเนต

A B C D E F G H I J K L M N O P Q R S T U V W X Y Z

calcify (แคล' ซะไฟ) *vt., vi.* **-fied, -fying** เปลี่ยนให้เป็นหินปูนหรือเกลือของแคลเซียม
calcium (แคล' เซียม) *n.* ธาตุแคลเซียม พบในกระดูกหรือฟัน เป็นต้น มีสัญลักษณ์ Ca
★**calculate** (แคล' เคียเลท) *vt., vi.* **-lated, -lating** คำนวณ, กะ, ตัดสิน, วางแผน, คาดการณ์ **-calculable** *adj.* (-S. compute, estimate)
calculating (แคล' เคียเลทิง) *adj.* ซึ่งคำนวณได้, เจ้าเล่ห์ (-S. shrewd, sly, -A. sincere)
calculation (แคลเคียเล' ชัน) *n.* การคำนวณ, ผลการคำนวณ, การประมาณการ
calculator (แคล' เคียเลเทอร์) *n.* ผู้ที่คำนวณ, ผู้คาดการณ์, เครื่องคิดเลข, เครื่องช่วยคำนวณ
calculus (แคล' คิวเลิซ) *n., pl.* **-li/-luses** วิชาแคลคูลัส ซึ่งเป็นคณิตศาสตร์สาขาหนึ่ง, ก้อนนิ่ว
caldron (คอล' เดริน) *n.* กาน้ำ, กระทะ, หม้อ
calendar (แคล' เลินเดอร์) *n.* ปฏิทิน
calendar month เดือนตามปฏิทิน
calendar year ปีตามปฏิทิน
calender (แคล' เลินเดอร์) *n.* เครื่องจักรที่ใช้ลูกกลิ้งกดหรือรีดให้เรียบและมันวาว
★**calf**[1] (แคฟ) *n., pl.* **calves** (แคฟว์ซ) น่อง
★**calf**[2] (แคฟ) *n., pl.* **calves** (แคฟว์ซ) ลูกวัว, ลูกของสัตว์ตัวใหญ่, แผ่นน้ำแข็งที่พังทลาย
caliber, calibre (แคล' ละเบอร์) *n.* ขนาดเส้นผ่านศูนย์กลางของวัตถุทรงกระบอก, ขนาดของลำกล้องปืน, ระดับสติปัญญาหรือคุณภาพ
calibrate (แคล' ละเบรท) *vt.* **-brated, -brating** วัดขนาด, วัดอย่างละเอียด **-calibration** *n.*
calices (เค' ลิซีซ) *n.* พหูพจน์ของ calix
calif (เค' ลิฟ, แคล' ลิฟ) *n.* ดู caliph
calipers, callipers (แคล' ละเพอร์ซ) *n. pl.* เครื่องมือที่มีขาโค้งสองขาไว้วัดระยะทาง ความหนา หรือเส้นผ่านศูนย์กลางของวัตถุต่างๆ
caliph, calif, khalif (เค' ลิฟ, แคล' ลิฟ) *n.* ผู้นำของชาวอิสลาม, ตำแหน่งกาหลิบ
calisthenics (แคลลิซเธน' นิคซ) *n. pl.* การออกกำลังแบบกายบริหาร **-calisthenic** *adj.*
calix (เค' ลิคซ, แคล' ลิคซ) *n., pl.* **calices** (-ลิซีซ) ถ้วย, กระเปาะ (-S. cup)
calk (คอค) *v.* ดู caulk
★**call** (คอล) *v.* **called, calling** *-vt.* ส่งเสียงร้อง, ตะโกน, ประกาศ, เรียกหา, เรียกให้มาปฏิบัติหน้าที่, เรียกชื่อ, ตั้งชื่อ, ปลุกให้ตื่น, โทรศัพท์, หยุด, ชะงัก, ส่งเสียงเลียนแบบ, สั่ง *-vi.* พูดเสียงดัง, ตะโกน, (สัตว์) ส่งเสียงร้อง, แวะเยี่ยม, โทรศัพท์ *-n.* การร้อง, การเรียก, เสียงตะโกน, เสียงเรียก, เสียงร้อง, การเรียกไพ่ **-call for** แวะรับ, เรียกหา **-call it a day** เลิกงาน **-call off** ห้ามปราม, เลื่อน **-call on** เยี่ยม **-call to mind** เตือนความจำ **-on call** เข้าเวร
call boy ผู้ชายขายตัว, เด็กรับใช้
call girl นางทางโทรศัพท์ (-S. prostitute)
calligraphy (คะลิก' กระฟี) *n.* การเขียนตัวหนังสือบรรจง **-calligraphist** *n.*
callipers (แคล' ละเพอร์ซ) *n.* ดู calipers
callous (แคล' เลิซ) *adj.* เฉยชา, ใจแข็ง, แข็งด้าน **-callously** *adv.* **-callousness** *n.* **-callosity** *n.* (-S. cold, hard -A. tender)
callow (แคล' โล) *adj.* อ่อนหัด (-S. immature)
★**calm** (คาม) *adj.* **calmer, calmest** สงบ, เงียบสงบนิ่ง *-vt., vi.* **calmed, calming** ทำให้สงบ, เกิดความสงบ *-n.* ความสงบ **-calmly** *adv.* **-calmness** *n.* (-S. (adj.) peaceful, serene)
calorie (แคล' ละรี) *n.* หน่วยวัดปริมาณความร้อนซึ่งเท่ากับปริมาณความร้อนที่ต้องใช้เพื่อทำให้น้ำ 1 กรัมมีอุณหภูมิสูงขึ้น 1 องศาเซลเซียส
calorimeter (แคลละริม' มิเทอร์) *n.* เครื่องมือวัดปริมาณความร้อน
calorimetry (แคลละริม' มิทรี) *n.* การวัดปริมาณความร้อน **-calorimetric** *adj.*
calory (แคล' ละรี) *n., pl.* **-ries** ดู calorie
calumniate (คะลัม' นิเอท) *vt.* **-ated, -ating** ให้ร้ายป้ายสี, หมิ่นประมาท **-calumniation** *n.*
calumny (แคล' เลิมนี) *n., pl.* **-nies** การให้ร้ายป้ายสี, การหมิ่นประมาท **-calumnious** *adj.*
calve (แคฟว์, คาฟว์) *vt., vi.* **calved, calving** คลอดลูกวัว, (แผ่นน้ำแข็ง) พังทลาย
calves (แคฟว์ซ, คาฟว์ซ) *n.* พหูพจน์ของ calf
Calvinism (แคล' วินิเซิม) *n.* ลัทธิหนึ่งของศาสนาคริสต์ ก่อตั้งโดยจอห์น แคลวิน **-Calvinist** *n., adj.* **-Calvinistic, Calvinistical** *adj.*
calx (แคลค์ซ) *n., pl.* **calxes/calces** (แคล' ซีซ) ผงเถ้าโลหะ, ปูนขาว
calyx (เค' ลิคซ, แคล' ลิคซ) *n., pl.* **-lyxes/-lyces** (-ลิซีซ) กลีบเลี้ยงดอกไม้, กระเปาะ
cam (แคม) *n.* ลูกเบี้ยวของเครื่องจักรกล
camaraderie (คามะรา' ดะรี, แคมมะ-) *n.* ความสนิทสนมกลมเกลียว (-S. friendship)
camber (แคม' เบอร์) *n.* ผิวโค้งเล็กน้อย (เช่นผิวถนน), ความโค้งของแหนบรถ, การตั้งล้อรถให้ส่วนล่างของล้อเอียงเข้าหากัน
cambric (เคม' บริค) *n.* ผ้าลินินขาวเนื้อดี

camcorder (แคม' คอร์เดอร์) *n.* เครื่องบันทึกภาพแบบพกพา

camcorder

came (เคม) *v.* กริยาช่อง 2 ของ come

★**camel** (แคม' เมิล) *n.* อูฐ, ทุ่นกู้เรือ

camel

cameo (แคม' มีโอ) *n., pl.* **-os** อัญมณีหรือเหรียญที่แกะสลักนูน

★**camera** (แคม' เมอ ระ, แคม' ระ) *n., pl.* **-eras/-erae** (-รี) กล้องถ่ายรูป

camisole (แคม' มิโซล) *n.* เสื้อซับในสตรี

camomile (แคม' มะไมล์, -มีล) *n.* ดู chamomile

camouflage (แคม' มะฟลาฌ, -ฟลาจ) *n.* การอำพราง, อุปกรณ์พรางตัว *-vt., vi.* **-flaged, -flaging** อำพราง (-S. (n., v.) disguise)

★**camp** (แคมพ์) *n.* ค่ายพัก, เพิงพัก *-vt., vi.* **camped, camping** พักในค่ายพัก, จัดหาที่พัก, ตั้งค่ายพัก **-camper** *n.* **-camping** *n.*

★**campaign** (แคมเพน') *n.* การสู้รบ, การรณรงค์, การรณรงค์โฆษณา, การโฆษณาหาเสียง *-vi.* **-paigned, -paigning** โฆษณา, รณรงค์, รบ (-S. (n., v.) fight (n.) promotion)

campfire (แคมพ์' ไฟร์) *n.* การชุมนุมรอบกองไฟ, กองไฟกลางแจ้งภายในค่ายพักแรม

camphor (แคม' เฟอร์) *n.* การบูร มีกลิ่นฉุน ใช้ทำพลาสติก ยา และสารไล่แมลง

campsite (แคมพ์' ไซท์) *n.* จุดตั้งค่ายพักแรม

campus (แคม' เพิซ) *n., pl.* **-puses** บริเวณสถานศึกษา, บริเวณโรงพยาบาลหรือโรงงาน

camshaft (แคม' แชฟท์) *n.* แกนลูกเบี้ยว

★**can**[1] (แคน, เคิน) *v. aux.* **could** สามารถ, คงได้, ได้รับอนุญาต, ยินยอมได้

★**can**[2] (แคน) *n.* กระป๋อง, ปริมาณบรรจุกระป๋อง, (คำสแลง) คุก สุขา บั้นท้าย *-vt.* **canned, canning** บรรจุกระป๋อง **-canned** *adj.*

canaille (คะไน', -เนล') *n.* สามัญชน, ฝูงชน

★**canal** (คะแนล') *n.* คลอง, ร่องน้ำ, ท่อ, ราง

canalize (คะแนล' ไลซ์, แคน' นะไลซ์) *vt.* **-ized, -izing** ขุดคูคลอง, ทำให้เป็นร่อง

canapé (แคน' นะเพ, -พี) *n.* ขนมปังนิ่มหรือขนมปังกรอบสอดไส้เนยแข็งหรือเนื้อปรุงรส

canard (คะนาร์ด') *n.* เรื่องหลอกลวง

canary (คะแน' รี) *n., pl.* **-ies** นกขมิ้นเหลืองอ่อน, ไวน์ขาวชนิดหนึ่ง, สีเหลืองอ่อน

cancan (แคน' แคน) *n.* การเต้นระบำยกขาสูง

★**cancel** (แคน' เซิล) *v.* **-celed, -celing/-celled, -celling** *-vt.* ยกเลิก, ขีดฆ่าออก, เพิกถอน *-vi.* หักล้างกัน, ชดเชยกัน **-cancellation** *n.*

Cancer (แคน' เซอร์) ราศีกรกฎ ซึ่งเป็นราศีที่สี่ในจักรราศี มีสัญลักษณ์เป็นปู, ชื่อกลุ่มดาวกลุ่มหนึ่งทางซีกโลกเหนือ

cancer (แคน' เซอร์) *n.* มะเร็ง, สิ่งชั่วร้าย

cancerphobia (แคนเซอร์โฟ' เบีย) *n.* โรคกลัวมะเร็ง

candelabrum (แคนเดิลลา' เบริม, -เล' เบริม) *n., pl.* **-bra** (-บระ)/**-brums** เชิงเทียนที่มีที่ปักเทียนได้หลายเล่ม, โคมไฟระย้า

candid (แคน' ดิด) *adj.* จริงใจ, ตรงไปตรงมา, เป็นธรรมชาติ, ซื่อสัตย์ **-candidly** *adv.*

★**candidate** (แคน' ดิเดท, -ดิท) *n.* ผู้สมัคร, ผู้เสนอตัวเข้าร่วม (-S. applicant, nominee)

candid camera กล้องถ่ายภาพขนาดเล็ก ที่นิยมใช้ถ่ายภาพคนในท่าธรรมชาติ

★**candle** (แคน' เดิล) *n.* เทียนไข

candlelight (แคน' เดิลไลท์) *n.* แสงเทียน, เวลาพลบค่ำ (-S. twilight)

candlepower (แคน' เดิลเพาเออร์) *n.* แรงเทียน

candlestick (แคน' เดิลสติค) *n.* เชิงเทียน

candlewick (แคน' เดิลวิค) *n.* ไส้เทียนไข

candor (แคน' เดอร์) *n.* ความจริงใจ

★**candy** (แคน' ดี) *n., pl.* **-dies** ขนมหวาน, ลูกกวาด **-candied** *adj.* (-S. sweets)

cane (เคน) *n.* ต้นไม้ที่มีลำต้นเป็นปล้องๆ เช่น ไผ่ หวาย, ต้นอ้อย, ไม้เท้า *-vt.* **caned, caning** ทำด้วยไม้ดังกล่าว, ตี, หวด (-S. (n., v.) stick)

cane sugar น้ำตาลทรายที่ทำจากต้นอ้อย

canine (เค' ไนน์) *adj.* เกี่ยวกับสุนัข *-n.* สุนัข

canister (แคน' นิสเตอร์) *n.* กล่องหรือกระป๋องโลหะสำหรับเก็บอาหารแห้งพวกชา กาแฟ

canker (แคง' เคอร์) *n.* แผลพุพอง, โรคเน่าในพืช, สิ่งที่ถูกบ่อนทำลาย, สิ่งเน่าเปื่อย, หนอนชนิดหนึ่ง **-cankerous** *adj.* (-S. sore)

canker sore โรคปากเปื่อย

cannabis (แคน' นะบิซ) *n.* ต้นกัญชา

cannery (แคน' นะรี) *n., pl.* **-ies** โรงงานบรรจุอาหารกระป๋อง

cannibal (แคน' นะเบิล) *n.* มนุษย์กินคน *-adj.* ดุร้าย **-cannibalism** *n.*

cannikin (แคน' นิคิน) *n.* กระป๋องใบเล็ก

A B C D E F G H I J K L M N O P Q R S T U V W X Y Z

canning (แคน' นิง) *n.* การบรรจุอาหารกระป๋อง

cannon (แคน' เนิน) *n., pl.* **-non/-nons** ปืนใหญ่, หูระมัง, การแทงลูกบิลเลียดกระทบกันสามลูก **-cannoneer** *n.*

cannon

cannonade (แคนนะเนด') *n.* การระดมยิงด้วยปืนใหญ่ (-S. bombardment)

cannonball (แคน' เนินบอล) *n.* ลูกกระสุนปืนใหญ่, (ภาษาพูด) ขบวนรถไฟสายด่วน การเสิร์ฟลูกเทนนิสอย่างแรง *-adj.* เร็ว, ด่วน

cannot (แคน' นอท, คะนอท') *v. aux.* ไม่สามารถที่จะ **-cannot but** ต้อง, จำต้อง

canny (แคน' นี) *adj.* **-nier, -niest** เจ้าเล่ห์, ตระหนี่, ระมัดระวัง **-cannily** *adv.* **-canniness** *n.* (-S. careful, shrewd, thrifty)

canoe (คะนู') *n.* เรือแคนู ซึ่งมีขนาดเล็กยาว น้ำหนักเบา *-v.* **-noed, -noeing** *-vt.* ขนส่งด้วยเรือแคนู *-vi.* พายเรือแคนู, นั่งเรือแคนู **-canoeist** *n.*

canoe

canon (แคน' เนิน) *n.* วินัยทางศาสนา, หลักเกณฑ์ที่พึงปฏิบัติ, พระคัมภีร์ไบเบิล, บทประพันธ์

cañon (แคน' เยิน) *n.* (ภาษาสเปน) ดู canyon

canonize (แคน' นะไนซ์) *vt.* **-ized, -izing** ยกย่องให้เป็นนักบุญ **-canonization** *n.*

canon law กฎหรือวินัยทางศาสนา

canopy (แคน' นะพี) *n., pl.* **-pies** ฉัตร, หลังคามุ้ง, หลังคาคลุม, ฝาครอบส่วนที่นั่งของนักบิน (-S. cover, shade)

canst (แคนซ์ท) *v. aux.* กริยาช่วยเช่นเดียวกับ can ใช้กับประธานบุรุษที่ 2 คือ thou

cant[1] (แคนท) *n.* สำนวนที่ใช้ในกลุ่มคนหนึ่งๆ, คำพูดเหลวไหล, คำพูดงึมงำ *-vi.* **canted, canting** พูดเหลวไหล, งึมงำ (-S. (n.) jargon)

cant[2] (แคนท) *n.* ความเอียง, การลาดเท, มุม *-vt., vi.* **canted, canting** เอียง, ลาดเท

can't (แคนท) ย่อจาก cannot

cantaloupe, cantaloup (แคน' เทิลโลพ) *n.* แตงแคนตาลูป มีเนื้อสีส้ม รสหวานฉ่ำ

cantankerous (แคนแทง' เคอเริซ) *adj.* ขี้โมโห, ชอบทะเลาะ **-cantankerously** *adv.*

canteen (แคนทีน') *n.* ร้านขายอาหารตามค่ายทหาร ที่ทำงาน โรงเรียนหรือชมรมต่างๆ, โรงอาหารชั่วคราว, กระติกน้ำดื่ม, ชุดเครื่องครัวของทหารเวลาเดินทาง

canter (แคน' เทอร์) *n.* ท่าวิ่งเรียบของม้า *-vt., vi.* **-tered, -tering** ขี่ม้าวิ่งเรียบ, (ม้า) วิ่งเรียบ

cantharis (แคน' เธอริซ) *n., pl.* **-tharides** (-แธ' ริดีซ) แมลงวันสเปน ใช้เป็นยาแก้ผื่นคัน ขับปัสสาวะ หรือกระตุ้นความต้องการทางเพศ

canticle (แคน' ทิเคิล) *n.* บทเพลงร้องในโบสถ์

cantilever (แคน' เทิลลีเวอร์) *n.* คานที่ยื่นออกมาเพื่อช่วยค้ำยัน

canto (แคน' โท) *n., pl.* **-tos** ท่อนสำคัญของบทกวีที่ยาว

canton (แคน' เทิน, -ทอน) *n.* เขตการปกครอง

cantonment (แคนโทน' เมินท์, -ทอน'-) *n.* ที่พักหรือค่ายพักของทหาร

canvas (แคน' เวิซ) *n.* ผ้าใบ, ผ้าใบวาดภาพสีน้ำมัน, ผ้าใบเรือ, ผ้าใบทำเต็นท์, เวทีผ้าใบสำหรับชกมวย, เบื้องหลังเหตุการณ์

canvass (แคน' เวิซ) *vt., vi..* **-vassed, -vassing** ตรวจตรา, ถกประเด็น, ตระเวนหาเสียง, ตระเวนสอบถาม *-n.* การตรวจตรา, การออกหาเสียงหรือหาข้อมูล (-S. (v., n.) campaign (v.) discuss, investigate)

canyon, cañon (แคน' เยิน) *n.* หุบเขาลึกชัน, หุบเขาที่มีลำธารไหลผ่าน (-S. ravine)

caoutchouc (เคาชูค', เคา' ชูค, -ชุค) *n.* ต้นยาง, ต้นยางอินเดีย, ยางพารา, น้ำยาง

★**cap** (แคพ) *n.* หมวกแก๊ป ซึ่งเป็นหมวกผ้า อาจมีปีกด้านหน้าหรือไม่มีก็ได้, หมวกแสดงตำแหน่ง, หมวกสวมว่ายน้ำ, ฝาปิด, ฝาขวด, ฝาครอบเลนส์ถ่ายรูป, ขีดจำกัด (ของค่าใช้จ่าย), อักษรตัวใหญ่ *-vt.* **capped, capping** สวมหมวกแก๊ป, ทำพิธีสวมหมวกเนื่องจากจบการศึกษา, ปกคลุมส่วนยอด, ปิดฝาครอบ, กำหนดค่าใช้จ่าย, ทำเป็นอักษรตัวใหญ่

capability (เคพะบิล' ลิที) *n., pl.* **-ties** ความสามารถ, ศักยภาพ (-S. potential)

★**capable** (เค' พะเบิล) *adj.* ซึ่งสามารถ, ซึ่งมีศักยภาพ, ชำนาญ **-capably** *adv.* **-capableness** *n.* (-S. able, efficient -A. unskilled)

capacious (คะเพ' เชิซ) *adj.* กว้างขวาง, โอ่โถง, ซึ่งบรรจุได้มาก **-capaciousness** *n.*

capacity (คะแพซ' ซิที) *n., pl.* **-ties** ความจุ, ศักยภาพ, ความสามารถ, ความจุไฟฟ้า, อำนาจกฎหมาย, ขอบเขต (-S. ability, extent)

A B C D E F G H I J K L M N O P Q R S T U V W X Y Z

cap and gown หมวกและเสื้อครุยที่สวมรับปริญญา
cap-à-pie, cap-a-pie (แคพอะพี') *adv.* ตั้งแต่หัวจรดเท้า, ทั้งหมดทั้งสิ้น
caparison (คะแพ' ริเซิน) *n.* เครื่องบังเหียนม้า, เครื่องประดับตกแต่ง *-vt.* **-soned, -soning** สวมเครื่องบังเหียน, สวมเครื่องประดับ
cape[1] (เคพ) *n.* แหลมซึ่งยื่นไปในผืนน้ำ
cape[2] (เคพ) *n.* เสื้อคลุมไหล่, ผ้าคลุมไหล่
caper (เค' เพอร์) *vi.* **-pered, -pering** กระโดดโลดเต้น (**-S.** frisk, skip)
capillary (แคพ' พะเลอรี) *adj.* คล้ายเส้นผมหรือขน, เกี่ยวกับเส้นผมหรือขน
★**capital**[1] (แคพ' พิเทิล) *n.* เมืองหลวง, เมืองศูนย์กลางความเจริญ, เงินทุน, ทุนทรัพย์, พวกนายทุน, ตัวอักษรตัวใหญ่, ทรัพยากรมนุษย์ *-adj.* สำคัญยิ่ง, ที่หนึ่ง, ซึ่งต้องโทษถึงตาย, ร้ายแรง,เกี่ยวกับทุนทรัพย์,เกี่ยวกับอักษรตัวใหญ่
capital[2] (แคพ' พิเทิล) *n.* ยอดเสา
capital gain กำไรจากการขายหรือลงทุน
capital goods สินค้าต่างๆ ที่ใช้ในการลงทุน
capitalism (แคพ' พิเทิลลิเซิม) *n.* ระบบเศรษฐกิจแบบทุนนิยม
capitalist (แคพ' พิเทิลลิซท์) *n.* นายทุน
capitalize (แคพ' พิเทิลไลซ์) *vt.* **-ized, -izing** ให้ทุน, เปลี่ยนเป็นทุน, ตีเป็นเงินทุน, พิมพ์ด้วยอักษรตัวใหญ่, ขึ้นต้นด้วยอักษรตัวใหญ่, ใช้ประโยชน์ **-capitalization** *n.* (**-S.** sponsor)
capital letter ตัวอักษรตัวใหญ่
capital punishment การลงโทษถึงตาย
capitation (แคพพิเท' ชัน) *n.* ภาษีต่อหัว
capitol (แคพ' พิเทิล) *n.* ตึกรัฐสภา
capitulate (คะพิช' ชะเลท) *vi.* **-lated, -lating** ยอมแพ้, จำนนต่อ, ยินยอม, เลิกต่อต้าน **-capitulation** *n.* (**-S.** surrender, yield)
capo[1] (เค' โพ) *n., pl.* **-pos** อุปกรณ์สำหรับหนีบสายกีตาร์เพื่อช่วยให้เปลี่ยนคีย์ได้
capo[2] (เค' โพ) *n., pl.* **-pos** หัวหน้าแก๊งอาชญากรรม
capon (เค' พอน, -เพิน) *n.* ไก่ตอน
capote (คะโพท') *n.* เสื้อคลุมยาวติดหมวก
caprice (คะพรีซ') *n.* การทำตามอำเภอใจ, ความโลเล, ความไม่แน่นอน **-capricious** *adj.*
Capricorn (แคพ' พริคอร์น) ราศีมังกร เป็นราศีที่สิบในจักรราศี มีสัญลักษณ์เป็นมังกร, ชื่อกลุ่มดาวกลุ่มหนึ่งทางซีกโลกใต้
capriole (แคพ' รีโอล) *n.* ท่ากระโดดของม้า
caps. ย่อจาก capitals อักษรตัวใหญ่
capsicum (แคพ' ซิเคิม) *n.* พืชตระกูลพริก
capsize (แคพ' ไซซ์, แคพไซซ์') *vt., vi.* **-sized, -sizing** พลิกคว่ำ, (เรือ) ล่ม (**-S.** overturn)
capstan (แคพ' สเติน) *n.* กว้าน
capstone (แคพ' สโตน) *n.* หินก้อนบนสุด, ความสำเร็จสูงสุด (**-S.** acme)
capsule (แคพ' เซิล, -ซูล) *n.* หลอดแคปซูล, หลอดบรรจุยา, เมล็ดพืชที่คล้ายแคปซูล, ถุงหุ้ม, ถุงสปอร์ของพืช, ห้องนักบินอวกาศ *-adj.* โดยย่อ, เล็กกะทัดรัด **-capsular** *adj.*
Capt. ย่อจาก Captain กัปตัน, หัวหน้า
captain (แคพ' เทิน) *n.* กัปตัน, หัวหน้า, ผู้บังคับบัญชา, ผู้สั่งการ, กัปตัน, นายทหารยศร้อยเอก, ผู้นำ *-vt.* **-tained, -taining** เป็นหัวหน้า **-captaincy** *n.* **-captainship** *n.*
caption (แคพ' ชัน) *n.* คำอธิบายภาพ, หัวเรื่อง
captious (แคพ' เชิซ) *adj.* คอยจับผิด, ชอบค่อนแคะ **-captiously** *adv.* (**-S.** carping)
captivate (แคพ' ทะเวท) *vt.* **-vated, -vating** จับตาจับใจ, ทำให้หลงเสน่ห์ **-captivation** *n.*
captive (แคพ' ทิฟว์) *n.* เชลย, นักโทษ, ทาส
captor (แคพ' เทอร์) *n.* ผู้จับกุม
capture (แคพ' เชอร์) *vt.* **-tured, -turing** จับได้, จับกุม, ยึดได้ *-n.* การจับกุม, การเข้ายึด, สิ่งที่จับหรือยึดมาได้ (**-S.** (v.) seize **-A.** (v.) free)
★**car** (คาร์) *n.* รถยนต์, รถม้า, ราชรถ, กระเช้าบอลลูน, ตู้บรรทุกหรือโดยสาร (**-S.** vehicle)
carabao (คาระเบา') *n., pl.* **-baos/-bao** ควาย
carabiniere (คาราบีเนีย' เร) *n., pl.* **-nieri** (เนีย' รี) ตำรวจอิตาเลียน
caracal (แค' ระแคล) *n.* แมวป่าสีน้ำตาลแดง
carafe (คะแรฟ') *n.* ขวดแก้วใส่เครื่องดื่ม
caramel (แค' ระเมิล) *n.* ลูกกวาด, น้ำตาลไหม้
carapace (แค' ระเพซ) *n.* กระดองของสัตว์
carat (แค' เริท) *n.* หน่วยชั่งน้ำหนักของอัญมณี ซึ่ง 1 กะรัตเท่ากับ 200 มิลลิกรัม (**-S.** karat)
★**caravan** (แค' ระแวน) *n.* ขบวนนักเดินทาง, ขบวนยานพาหนะ, ขบวนสัตว์ (**-S.** convoy)
caravansary (แคระแวน' ซะรี) *n., pl.* **-ries** โรงแรมหรือที่พักสำหรับขบวนนักเดินทาง
caraway (แค' ระเว) *n.* เครื่องเทศชนิดหนึ่งคล้ายยี่หร่าให้กลิ่นหอมฉุนใช้แต่งกลิ่นอาหารได้
carbide (คาร์' ไบด์) *n.* สารประกอบของโลหะผสมกับคาร์บอน เช่น แคลเซียมคาร์ไบด์
carbine (คาร์' บีน, -ไบน์) *n.* ปืนคาร์บีน
carbohydrate (คาร์โบไฮ' เดรท) *n.* สาร

ประกอบอินทรีย์ พบในน้ำตาล แป้ง และเซลลู-โลส เป็นแหล่งพลังงานให้ร่างกายและสิ่งมีชีวิต

★**carbon** (คาร์ เบิน) *n.* ธาตุคาร์บอน ในธรรมชาติมีสองรูปคือ เพชรและแกรไฟต์ มีสัญลักษณ์ C

carbonaceous (คาร์บะเน' เชิซ) *adj.* ซึ่งประกอบด้วยคาร์บอน, ซึ่งปล่อยคาร์บอนออกมา

carbonate (คาร์ บะเนท) *vt.* **-ated, -ating** อัดด้วยก๊าซคาร์บอนไดออกไซด์, ทำให้อยู่ในรูปของคาร์บอเนต **-carbonation** *n.*

carbon copy กระดาษคาร์บอนที่ใช้ลอกสำเนา

carbon dating การกำหนดอายุของซากสิ่งมีชีวิตโดยใช้คาร์บอน

carbon dioxide ก๊าซคาร์บอนไดออกไซด์ ซึ่งเป็นก๊าซไร้สี ไร้กลิ่น ได้จากกระบวนการเผาไหม้ การหายใจ และการย่อยสลาย มีสูตรเคมี CO_2

carboniferous (คาร์บะนิฟ' เฟอเริซ) *adj.* ซึ่งมีคาร์บอนหรือถ่านหินผสมอยู่

carbon monoxide ก๊าซคาร์บอนมอนอกไซด์ ซึ่งเป็นก๊าซไร้สี ไร้กลิ่นแต่มีพิษ ได้จากการเผาไหม้ที่ไม่สมบูรณ์ มีสูตรเคมี CO

carbon paper กระดาษสำเนาคาร์บอน

car-boot sale การขายสินค้าซึ่งเป็นของใช้ที่ไม่ต้องการแล้ว โดยเปิดท้ายรถวางขาย

carborundum (คาร์บะรัน' เดิม) *n.* สารประเภทซิลิคอนคาร์ไบด์ ซึ่งใช้ทำหินโม่ ผงขัด

carboy (คาร์ บอย) *n.* ขวดใหญ่ที่อยู่ในตะกร้าหรือลังไม้ ใช้ใส่ของเหลวที่มีฤทธิ์กัดกร่อน

carbuncle (คาร์ บังเคิล) *n.* ตุ่มพุพอง, สิวอักเสบ, พลอยสีแดงเข้ม **-carbuncular** *adj.*

carburetor, carburettor (คาร์ บิวเรเทอร์) *n.* เครื่องผสมอากาศกับละอองน้ำมัน เพื่อให้เกิดสารผสมที่ระเบิดได้ภายในเครื่องยนต์

carcass, carcase (คาร์ เคิซ) *n.* ซากสัตว์, ร่างกายมนุษย์, กระดองหรือเปลือก, ส่วนโครง

carcinogen (คาร์ซิน' นะเจิน) *n.* สารก่อมะเร็ง

★**card**[1] (คาร์ด) *n.* แผ่นกระดาษแข็ง, แผ่นพลาสติกแข็ง, นามบัตร, ไพ่, ไปรษณียบัตร, บัตร, บัตรเชิญ, บัตรเครดิต, (ภาษาพูด) ตัวตลก อุบาย รายการ

cardamom, cardamon (คาร์ ดะเมิม, -เมิน) *n.* กระวาน, เมล็ดกระวาน

★**cardboard** (คาร์ด' บอร์ด) *n.* กระดาษแข็ง

cardiac (คาร์ ดีแอค) *adj.* เกี่ยวกับหัวใจ

cardiac massage การนวดหัวใจ

cardigan (คาร์ ดิเกิน) *n.* เสื้อกันหนาวไหมพรมแบบผ่าหน้า, เสื้อสเวตเตอร์กันหนาว

cardinal (คาร์ เดินเนิล, คาร์ด' เนิล) *adj.* ซึ่งสำคัญยิ่ง, สำคัญที่สุด, ซึ่งมีสีแดงสด *-n.* พระราชาคณะในนิกายโรมันคาทอลิก, สีแดงสด, เสื้อคลุมติดหมวกของสตรี, นกจำพวกนกกระจิบ

cardinal number ตัวเลขจำนวนนับ เช่น 1, 2, 3, ...

cardinal point ทิศตามเข็มทิศ, ทิศทั้งสี่

cardphone (คาร์ด' โฟน) *n.* โทรศัพท์สาธารณะแบบใช้บัตรโทรศัพท์

cards (คาร์ดซ์) *n. pl.* เกมไพ่ต่างๆ

card shark เซียนไพ่

cardsharp (คาร์ด' ชาร์พ) *n.* เซียนโกงไพ่

★**care** (แคร์) *n.* ความเป็นห่วง, ความห่วงใย, ความวิตกกังวล, การดูแลรักษา, การเอาใจใส่, ความระมัดระวัง, สิ่งที่ต้องเอาใจใส่ *-v.* **cared, caring** *-vt.* สนใจไยดี, เอาใจใส่, ต้องการ *-vi.* ห่วงใย, เป็นห่วง, วิตกกังวล, ดูแล, ปรารถนา, ต้องการ, รัก, ชอบ **-care for** ชอบ, ดูแล (-S. (n., v.) concern, worry (n.) custody)

careen (คะรีน') *v.* **-reened, -reening** *-vt.* เอียง, ตะแคงข้าง *-vi.* (เรือ) แล่นเอียง, เอียงวูบ

★**career** (คะเรียร์') *n.* อาชีพ, ชีวิตการทำงาน, เส้นทาง, วิถีทาง *-vi.* **-reered, -reering** แล่น, ถลา **-in full career** อย่างเต็มที่, สุดกำลัง

carefree (แคร์ ฟรี) *adj.* ปลอดโปร่งโล่งใจ

★**careful** (แคร์ เฟิล) *adj.* ระมัดระวัง, ไม่ประมาท **-carefully** *adv.* **-carefulness** *n.*

★**careless** (แคร์ ลิซ) *adj.* ประมาท, สะเพร่า, โล่งใจ **-carelessly** *adv.* **-carelessness** *n.*

caress (คะเรซ') *n.* การสัมผัสที่อ่อนโยน, การสวมกอดหรือจุมพิตอย่างนิ่มนวล *-vt.* **-ressed, -ressing** สัมผัสอย่างอ่อนโยน, สวมกอดหรือจุมพิตอย่างนิ่มนวล (-S. (n., v.) cuddle, kiss)

caret (แค' ริท) *n.* เครื่องหมายตกหล่นรูป ^

caretaker (แคร์ เทเคอร์) *n.* ยาม, ภารโรง

★**cargo** (คาร์ โก) *n., pl.* **-goes/-gos** สินค้าที่ขนส่งทางเรือ เครื่องบิน หรือยานพาหนะอื่นๆ

caribou (แค' ระบู) *n., pl.* **-bou/-bous** กวางคาริบูในแถบอเมริกาเหนือ

caribou

caricature (แค' ริคะชัวร์) *n.* ภาพล้อเลียนบุคคล *-vt.* **-tured, -turing** วาดภาพล้อเลียน **-caricaturist** *n.* (-S. (n.) burlesque, farce)

caries (แค' รีซ์) *n., pl.* **-ies** โรคกระดูกผุ, ฟันผุ **-carious** *adj.*

carillon (แค' ระลอน) *n.* ระฆังหลายใบที่แขวนบนหอคอย สามารถใช้ตีให้เสียงเป็นทำนองได้
caritas (คา' รีทาซ) *n.* ความรักแด่มวลมนุษย์
carl (คาร์ล) *n.* คนบ้านนอก, ไพร่
carminative (คาร์มิน' นะทิฟว์) *adj.* ซึ่งขับลมในกระเพาะ *-n.* ยาขับลมในกระเพาะและลำไส้
carmine (คาร์' มิน, -ไมน์) *n.* สีแดงเข้ม
carnage (คาร์' นิจ) *n.* การนองเลือด
carnal (คาร์' เนิล) *adj.* เกี่ยวกับกามารมณ์, เต็มไปด้วยตัณหาราคะ, ในทางโลก (**-S.** sexual)
carnation (คาร์เน' ชัน) *n.* ต้นคาร์เนชัน, ดอกคาร์เนชันซึ่งคล้ายดอกยี่โถ มีสีชมพู แดง, สีแดง
carnival (คาร์' นะเวิล) *n.* งานเฉลิมฉลอง
carnivore (คาร์' นะวอร์) *n.* สัตว์กินเนื้อ เช่น หมี เสือ สิงโต **-carnivorous** *adj.*
carol (แค' เริล) *n.* เพลงรื่นเริง, เพลงเทศกาลคริสต์มาส, การเต้นระบำเป็นวงกลม *-vt., vi.* **-oled, -oling/-olled, -olling** ร้องเพลงรื่นเริง
carouse (คะเราซ์') *vi.* **-roused, -rousing** เลี้ยงเหล้ากันอย่างครึกครื้น **-carouser** *n.*
carousel (แคระเซล', -เซล') *n.* เครื่องเล่นม้าหมุน, เครื่องสายพานหมุนเพื่อวางสิ่งของให้วิ่งเวียนไปมา
carp[1] (คาร์พ) *vi.* **carped, carping** บ่น, จู้จี้
carp[2] (คาร์พ) *n., pl.* **carp/carps** ปลาน้ำจืดจำพวกหนึ่งมีขนาดใหญ่ และรับประทานได้
car park ที่จอดรถ
★**carpenter** (คาร์' เพ็นเทอร์) *n.* ช่างไม้ *-vt., vi.* **-tered, -tering** ทำงานไม้ **-carpentry** *n.*
★**carpet** (คาร์' พิท) *n.* พรม, ผืนพรม, ผืน *-vt.* **-peted, -peting** ปูพรม, ปูหรือปกคลุม **-on the carpet** กำลังพิจารณา (**-S.** (n., v.) mat)
carpet knight นายทหารหรืออัศวินที่อยู่ท่ามกลางความสุขสบาย ไม่เคยออกรบเลย
carpet sweeper เครื่องทำความสะอาดพรม
car phone โทรศัพท์ที่ติดตั้งในรถยนต์
car pool การเดินทางร่วมกันโดยใช้รถคันเดียวและช่วยกันออกค่าน้ำมัน **-car-pool** *v.*
carrefour (แคร์' ระฟัวร์) *n.* จัตุรัสกลางเมือง
carrel, carrell (แคร์' เริล) *n.* ที่นั่งส่วนตัวสำหรับอ่านหนังสือในห้องสมุด
★**carriage** (แคร์' ริจ) *n.* รถม้าสี่ล้อ, ล้อเข็นเด็ก, ตู้ที่นั่งรถไฟ, ที่รองรับซึ่งมีล้อ, การแบกขน, การขนส่ง, ค่าขนส่ง, ท่วงท่า, กิริยา
carrier (แคร์' รีเออร์) *n.* ผู้ขนส่ง, ยานพาหนะขนส่ง, ผู้ส่งข่าว, พาหะ, คลื่นตัวนำ
carrier pigeon นกพิราบสื่อสาร
carrier wave คลื่นแม่เหล็กไฟฟ้าที่สามารถแปลงเพื่อส่งสัญญาณเป็นภาพและเสียงได้
carrion (แคร์' รีเอิน) *n.* ซากเน่าเปื่อย
★**carrot** (แคร์' เริท) *n.* แครอต, หัวผักกาดแดง
carroty (แคร์' ระที) *adj.* (สี) แดงส้ม
★**carry** (แคร์' รี) *v.* **-ried, -rying** *-vt.* ถือ, แบก, หิ้ว, ขน, ขนส่ง, หอบ, ลำเลียง, นำพา, โอน, รองรับ (น้ำหนัก), สนับสนุน, เอาติดตัวไป, ยกยอด, มีไว้, มีในรายการ, ออกข่าว, เข้ายึด, ได้รับการสนับสนุน, ผลักดัน, ตั้งท้อง, ให้ผลผลิต, ตามกลิ่น (สัตว์), ร้องเพลงถูกทำนอง, วางตัว, ปฏิบัติตน, รับภาระ (ค่าใช้จ่าย) *-vi.* เป็นตัวนำ, ผ่านการอนุมัติ, เคลื่อนผ่านอากาศอย่างง่ายดาย, วางท่าทาง **-carry away** เพลิดเพลิน, เคลิ้ม **-carry forward** ผลักดัน **-carry on** ทำต่อไป
carryall (แคร์' รีออล) *n.* กระเป๋าใบใหญ่, รถม้าสองที่นั่งมีประทุน
carryings-on (แคร์รีอิงซ์ ออน') *n. pl.* การกระทำอันผิดศีลธรรม
car seat เก้าอี้นั่งในรถสำหรับเด็กเล็ก

car seat

carsick (คาร์' ซิค) *adj.* เมารถ **-carsickness** *n.*
★**cart** (คาร์ท) *n.* รถเข็น, เกวียน, ล้อแข่ง *-vt.* **carted, carting** บรรทุก, ลาก, เข็น **-cartload** *n.* **-cartage** *n.* (**-S.** (n.) barrow, carriage)
carte blanche (คาร์ท บลางช์') *n., pl.* **cartes blanches** อำนาจที่ได้รับมอบอย่างเต็มที่, อิสรภาพไร้ขีดจำกัด, กระดาษเปล่าที่มีลายเซ็นอนุมัติเรียบร้อยแล้ว
cartel (คาร์เทล') *n.* หนังสือแลกเปลี่ยนเชลยศึก, หนังสือท้าดวลตัวต่อตัว, การรวมกลุ่มของบริษัทที่ทำธุรกิจประเภทเดียวกัน
cartilage (คาร์' เทิลลิจ) *n.* กระดูกอ่อน
cartogram (คาร์' ทะแกรม) *n.* แผนภาพหรือแผนภูมิที่ให้ข้อมูลทางสถิติ
cartography (คาร์ทอก' กระฟี) *n.* วิชาเขียนแผนที่หรือแผนภูมิ **-cartographic, cartographical** *adj.* **-cartographer** *n.*
carton (คาร์' เทิน) *n.* กล่องกระดาษ
★**cartoon** (คาร์ทูน') *n.* การ์ตูน, ตัวการ์ตูน, เรื่องการ์ตูน **-cartoonist** *n.* (**-S.** comic, strip)
cartridge (คาร์' ทริจ) *n.* ลูกกระสุนปืน, ปลอกกระสุน, หลอดไส้หมึกในด้ามปากกา (**-S.** case)
carve (คาร์ฟว์) *vt., vi.* **carved, carving** หั่น, แล่, ชำแหละ, แกะสลัก, แซะ, ตัดแบ่ง **-carv-**

ing *n.* (-S. cut, divide, engrave)
casaba, cassaba (คะซา' บะ) *n.* แตงเหลือง
cascade (แคสเกด') *n.* น้ำตก, ชั้นน้ำตกเล็กๆ ที่ลดหลั่นกันลงมา, การต่อกันเป็นชั้นๆ
★**case**[1] (เคซ) *n.* กล่อง, กลัก, หีบ, ปลอกหุ้ม, ซอง, โครงกรอบหน้าต่างประตู, ถาดใส่แบบตัวพิมพ์ *-vt.* **cased, casing** ใส่กล่อง, ใส่ปลอก
★**case**[2] (เคซ) *n.* กรณี, เรื่อง, ตัวอย่าง, คนไข้, ราย, คดี, พยานหลักฐาน, (ภาษาพูด) คนประหลาด, การกในไวยากรณ์ **-in any case** ไม่ว่ากรณีใดๆ **-in case, just in case** เผื่อไว้
casein (เค' ซีน, -ซีอิน) *n.* โปรตีนในนม ไร้รสไร้กลิ่น มีสีขาว นำมาทำอาหาร สี พลาสติก กาว
case knife มีดในฝักหรือปลอก
case law กฎหมายที่อาศัยคำตัดสินคดีเก่าๆ
casement (เคซ' เมินท์) *n.* หน้าต่างบานพับ
case study การศึกษารายละเอียดของบุคคลหรือกลุ่มคนที่เข้ารับการทดสอบหรือรักษา
★**cash** (แคช) *n.* เงินเหรียญ, เงินธนบัตร, เงินตรา, เงินสด, การชำระเงินสด *-vt.* **cashed, cashing** รับหรือจ่ายเงินสด, เอาเช็คไปขึ้นเงิน *-adj.* ด้วยเงินสด (-S. (n.) currency, funds)
cash-and-carry (แคช' เอิน แคร' รี) *adj.* ซึ่งจ่ายเงินสดและรับสินค้าเอง
cash flow การหมุนเวียนเงินสดในการทำธุรกิจ
cashew (แคช' ชู, คะชู') *n.* ต้นมะม่วงหิมพานต์
cashier[1] (แคเชียร์') *vt.* **-shiered, -shiering** ไล่ออก, ปฏิเสธ, เลิกล้ม (-S. discard, dismiss)
cashier[2] (แคเชียร์') *n.* เจ้าหน้าที่การเงิน
cashier's check เช็คที่ธนาคารเป็นผู้สั่งจ่าย
cashmere (แคฌ' เมียร์, แคช'-) *n.* ขนสัตว์ชั้นดีจากขนแพะแถบแคว้นแคชเมียร์
cash on delivery ชำระเงินสดเมื่อได้รับของเรียบร้อยแล้ว ย่อว่า COD, cod
cash register เครื่องคิดเงินที่สามารถบันทึกจำนวนเงินที่ลูกค้าซื้อสินค้าได้
casino (คะซี' โน) *n., pl.* **-nos** บ่อนการพนัน, โรงมหรสพ, โรงเต้นระบำ, เกมไพ่ชนิดหนึ่ง
cask (แคซค์) *n.* ถังไม้, ปริมาณบรรจุในถังไม้
casket (แคซ' คิท) *n.* ตลับใส่เพชรพลอย, โลงศพ
cassava (คะซา' วะ) *n.* มันสำปะหลัง
casserole (แคซ' ซะโรล) *n.* ชามอบอาหารซึ่งมีฝาครอบ, อาหารที่ใส่ชามอบ, ถ้วยมีหูจับ
★**cassette** (คะเซท', แค-) *n.* ม้วนเทป, ตลับเทป
cassia (แคช' ชะ) *n.* ต้นมะขามแขก
cassock (แคซ' เซิค) *n.* เสื้อคลุมยาวสีดำที่บาทหลวงสวมใส่
cassowary (แคซ' ซะเวอรี) *n., pl.* **-ies** นกขนาดใหญ่บินไม่ได้ชนิดหนึ่ง พบในแถบออสเตรเลียและนิวกินี ส่วนหัวและคอมีสีสันสดใส
cast (แคซท์) *v.* **cast, casting** *-vt.* เหวี่ยง, ขว้าง, ปา, สลัดทิ้ง, ลง (คะแนนเสียง), หันมามอง, ส่ง (สายตา), เลือก (นักแสดง), ลอกคราบ, กำหนดบทบาท, หล่อแบบ, คำนวณ, ส่อง (แสง), หย่อน, ทอดลูกเต๋า, จัดการ, หันเรือเข้าท่า *-vi.* โยนลูกเต๋า, หัน, อาเจียน, คำนวณ, พยากรณ์, ทำนาย, หล่อแบบพิมพ์, วางแผน, ตามรอยหรือกลิ่น, หันเรือ *-n.* การเหวี่ยง, การขว้างปา, การโยนลูกเต๋า, คราบที่ลอกหรือสลัดทิ้ง, โลหะพิมพ์, แบบพิมพ์, การหันมามอง, การคำนวณ, การพยากรณ์หรือทำนาย, เฝือก, คณะนักแสดง, การจัดการ, ลักษณะ, ชนิด, ปริมาณ, เฉดสี, แนวโน้ม, ตาเข, การตามกลิ่น **-cast about/around** สอดส่อง **-cast a vote** ลงคะแนนเสียง
castanets (แคซทะเนทซ์') *n. pl.* กรับ
castaway (แคซ' ทะเว) *n.* คนเรือที่รอดชีวิตจากเรือแตก, คนนอกคอก *-adj.* ถูกทิ้ง
caste (แคซท์) *n.* วรรณะ, ชนชั้นในสังคม
caster, castor (แคซ' เทอร์) *n.* ผู้ขว้าง, วงล้อลูกกลิ้งอันเล็ก, กระปุกเครื่องปรุง
castigate (แคซ' ทิเกท) *vt.* **-gated, -gating** ลงโทษ, วิจารณ์ **-castigation** *n.* (-S. punish)
casting vote คะแนนเสียงตัดสินชี้ขาด
★**castle** (แคซ' เซิล) *n.* ปราสาท, คฤหาสน์, สถานที่หลบภัย, ป้อมปราการ, (หมากรุก) ตัวปราสาท (-S. chateau, fortress, palace)
castle in the air, castle in Spain วิมานในอากาศ, ฝันเฟื่อง, ฝันกลางวัน
castor (แคซ' เทอร์) *n.* ดู caster
castor bean เมล็ดละหุ่ง
castor oil น้ำมันละหุ่ง
castrate (แคซ' เทรท) *vt.* **-trated, -trating** ทำหมัน, ตอน **-castration** *n.*
casual (แคฌ' ฌวล) *adj.* โดยบังเอิญ, บางโอกาส, ตามสบาย, ลำลอง, ไม่ใส่ใจ, ไม่แน่นอน, ผิวเผิน **-casual leave** การลากิจหยุดงาน **-casually** *adv.* **-casualness** *n.* (-S. accidental, informal)
casualty (แคฌ' ฌวลที) *n., pl.* **-ties** อุบัติเหตุร้ายแรง, ผู้ประสบอุบัติเหตุ, ความเสียหาย
casuist (แคฌ' ฌูอิซท์) *n.* คนที่มีศีลธรรม, คนเจ้าคารม **-casuistic, casuistical** *adj.*
casuistry (แคฌ' ฌูอิสตรี) *n., pl.* **-ries** การยึดถือหลักศีลธรรมจรรยา, การเล่นคารม
★**cat** (แคท) *n., pl.* **cats/cat** แมว, สัตว์ใน

A B C D E F G H I J K L M N O P Q R S T U V W X Y Z

ตระกูลเดียวกับแมว เช่น เสือ สิงโต, หญิงปากร้าย, หญิงเลว **-cat-and-dog life** ชีวิตที่มีแต่การทะเลาะเบาะแว้ง **-let the cat out of the bag** บอกความลับ **-like a cat on hot bricks** ลุกลี้ลุกลน **-no room to swing a cat** แออัด (**-S.** pussy, tom, vixen)

cataclysm (แคท' ทะคลิเซิม) *n.* ภัยพิบัติ

catacomb (แคท' ทะโคม) *n.* อุโมงค์ใต้ดิน

catafalque (แคท' ทะแฟลค์, -ฟอลค์) *n.* แท่นวางศพ

catalepsy (แคท' เทิลเลพซี) *n., pl.* **-sies** อาการกล้ามเนื้อแข็งเกร็งหมดความรู้สึกชั่วขณะ

catalog, catalogue (แคท' เทิลลอก) *n.* แค็ตตาล็อก, รายการสิ่งของ *-vt., vi.* **-loged, -loging/-logued, -loguing** ทำรายการ

catalysis (คะแทล' ลิซิซ) *n., pl.* **-ses** (-ซีซ) กระบวนการกระตุ้นอัตราการเกิดปฏิกิริยาเคมี, การเร่งปฏิกิริยาเคมีโดยการเติมสารกระตุ้น **-catalyst** *n.* **-catalytic** *adj.*

catalytic converter อุปกรณ์ติดตั้งในยานพาหนะเพื่อลดมลพิษทางอากาศ

catamaran (แคททะมะแรน') *n.* เรือสำหรับแข่งขันประเภทหนึ่ง ซึ่งมีลำเรือสองลำขนานกัน

catamount (แคท' ทะเมานท์) *n.* สิงโตภูเขา

catapult (แคท' ทะพัลท์) *n.* เครื่องยิงอาวุธในสมัยโบราณ, ปืนยิงจากบนเครื่องบิน, เครื่องปล่อยเครื่องบินออกจากฐานบินบนเรือ,หนังสติ๊ก *-vt., vi.* **-pulted, -pulting** ยิงออกไป, พุ่ง

cataract (แคท' ทะแรคท์) *n.* น้ำตกขนาดใหญ่, สายน้ำที่ตกมาอย่างหนัก, ต้อกระจกที่ตา

catarrh (คะทาร์') *n.* อาการหวัดคัดจมูก

catastrophe (คะแทซ' ทระฟี) *n.* ความหายนะ, ความล้มเหลว **-catastrophic** *adj.*

cat burglar (คำสแลง) พวกตีนแมว

catcall (แคท' คอล) *n.* เสียงคล้ายแมวร้อง, เสียงเจี๊ยวจ๊าวแสดงความไม่พอใจ (**-S.** whistle)

★**catch** (แคช, เคช) *v.* **caught, catching** *-vt.* จับ, คว้า, ยึด, ฉวย, ลวง, จับได้ (ว่าทำผิด), ตี, ขึ้น (ยานพาหนะ) ได้ทัน, ติด (โรค), เจอ, พบเห็น, เข้าใจ, สะดุด (ตาหรือใจ), ติด, ขัด *-vi.* เกี่ยวติด, ติด (ไฟ), ใส่ (กลอน), แพร่หลาย *-n.* การจับ, การคว้า, สิ่งที่ถูกจับ, อุปกรณ์ดักจับความเคลื่อนไหว, สลัก, กลอน **-catch it** เข้าใจ, รับทราบ **-catch up** ตามทัน (**-S.** (v., n.) capture (v.) understand)

Catch-22, catch-22 (แคชทเวนทีทู') *n.* สถานการณ์ที่เลวร้าย คับขัน และสิ้นหวัง

catching (แคช' ชิง) *adj.* มีเสน่ห์, ชวนให้หลงใหล, (โรค) ซึ่งติดต่อได้

catchment (แคช' เมินท์) *n.* บริเวณกักเก็บน้ำ

catchpenny (แคช' เพนนี) *adj.* ซึ่งทำขายในราคาถูก *-n., pl.* **-nies** สินค้าราคาถูก

catch phrase วลีหรือสำนวนที่กินใจ

catchup (แคช' เอิพ) *n.* ดู ketchup

catchword (แคช' เวิร์ด) *n.* คำขวัญ

catchy (แคช' ชี) *adj.* **-ier, -iest** ดึงดูดใจ, เจ้าเล่ห์, เป็นพักๆ **-catchiness** *n.*

catechesis (แคททิคี' ซิซ) *n., pl.* **-ses** (-ซีซ) คำสอนทางศาสนา **-catechetical** *adj.* **-catechetic** *adj.*

catechu (แคท' ทะชู) *n.* ต้นไม้จำพวกสีเสียด

categoric, categorical (แคททิกอ' ริค, -ริเคิล) *adj.* โดยไม่มีข้อยกเว้น, โดยสมบูรณ์ **-categorically** *adv.* (**-S.** absolute)

category (แคท' ทิกอรี) *n., pl.* **-ries** การจัดลำดับ, การแบ่งหมวดหมู่ **-catagorize** *v.*

cater (เค' เทอร์) *vt., vi..* **-tered, -tering** บริการอาหาร, ให้ความพอใจ **-caterer** *n.*

caterpillar (แคท' เทอร์พิลเลอร์) *n.* ตัวหนอนผีเสื้อ, ตัวบุ้ง

caterwaul (แคท' เทอร์วอล) *vi.* **-wauled, -wauling** หวีดร้อง, ร้องกรี๊ด (**-S.** scream)

catfish (แคท' ฟิช) *n., pl.* **-fish/-fishes** ปลาจำพวกปลาดุก ซึ่งรับประทานได้

catgut (แคท' กัท) *n.* เชือกเอ็นเหนียว

catharsis (คะธาร์' ซิซ) *n., pl.* **-ses** (-ซีซ) การถ่ายท้อง, การปล่อยอารมณ์

cathartic (คะธาร์ ทิค) *adj.* ซึ่งมีผลต่อการถ่ายท้อง *-n.* ยาช่วยถ่ายท้อง

Cathay (แคเธ', คะ-) *n.* เมืองจีน

cathedral (คะธี' เดริล) *n.* มหาวิหาร, โบสถ์ใหญ่

cathedral

cathode (แคธ' โธด) *n.* ขั้วลบของเครื่องกำเนิดไฟฟ้า

★**Catholic** (แคธ' ธะลิค, แคธ' ลิค) *adj.* เกี่ยวกับศาสนาคริสต์นิกายโรมันคาทอลิก *-n.* ผู้นับถือนิกายโรมันคาทอลิก **-Catholicism** *n.*

catholic (แคธ' ธะลิค, แคธ' ลิค) *adj.* ครอบคลุม, กว้างขวาง, ทั่วไป, ทั่วโลก **-catholicity** *n.*

catkin (แคท' คิน) *n.* ช่อดอกไม้ที่มีดอกเป็นพวง

catnap (แคท' แนพ) *n.* การงีบหลับ

cat-o'-nine-tails (แคททะไนน์ เทลซ์) *n., pl.*

cat-o'-nine-tails แส้หวดที่มีเก้าเส้นผูกติดกัน
CAT scanner เครื่องเอกซเรย์คอมพิวเตอร์ใช้ตรวจอวัยวะภายในตามภาคตัดขวางของร่างกาย

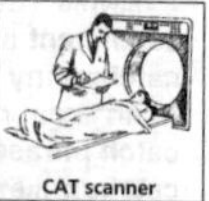

CAT scanner

cat's-eye (แคทซ์' ไอ) *n., pl.* **cat's-eyes** เพชรตาแมว
cat's-paw, catspaw (แคทซ์' พอ) *n., pl.* **cat's-paws/catspaws** คนที่ถูกหลอกใช้
catsup (แคท' เชิพ, แคช' เอิพ) *n.* ดู ketchup
cattish (แคท' ทิช) *adj.* เหมือนแมว (-S. feline)
cattle (แคท' เทิล) *n. pl.* ฝูงปศุสัตว์
catty (แคท' ที) *adj.* **-tier, -tiest** เหมือนแมว, เกี่ยวกับแมว, (นิสัย) ชั่วร้าย (-S. spiteful)
catwalk (แคท' วอค) *n.* ทางเดินที่เล็กและแคบ
Caucasian (คอเค' เฌิน) *adj.* เกี่ยวกับคนผิวขาว, เกี่ยวกับบริเวณที่เรียกว่าคอเคซัส *-n.* ชาวคอเคเซียน, คนผิวขาว **-Caucasoid** adj.
caucus (คอ' เคิซ) *n., pl.* **-cuses/-cusses** การประชุมทางการเมือง (-S. meeting)
caught (คอท) *v.* กริยาช่อง 2 และ 3 ของ catch
cauldron (คอล' เดริน) *n.* กาน้ำ, หม้อ, กระทะ
cauliflower (คอ' ลิเฟลาเออร์) *n.* กะหล่ำดอก
caulk, calk (คอค) *vt.* **caulked, caulking/calked, calking** อุด, อุดเรือ **-caulker** *n.*
cause (คอซ) *n.* สาเหตุ, เหตุผล, หลักการ, คดีความ, จุดประสงค์ *-vt.* **caused, causing** เป็นเหตุให้, ก่อให้เกิด **-causable** *adj.* **-causation** *n.* **-causative** *adj.* **-causality** *n.*
'cause (คอซ) *conj.* เพราะว่า, เนื่องจาก
causerie (โคซรี') *n.* การสนทนา (-S. chat)
causeway (คอซ' เว) *n.* ถนนยกระดับที่ใช้ข้ามน้ำ, ทางที่ถมเป็นถนน
caustic (คอ' สติค) *adj.* ซึ่งกัดกร่อน, (พูดจา) ถากถาง **-caustically** *adv.* **-causticity** *n.*
cauterize (คอ' ทะไรซ์) *vt.* **-ized, -zing** จี้ด้วยความร้อน **-cauterization** *n.* (-S. burn)
caution (คอ' ชัน) *n.* ข้อระวัง, คำเตือน, การเตือน, ความรอบคอบ *-vt.* **-tioned, -tioning** เตือน **-cautious** *adj.* **-cautiously** *adv.*
cavalcade (แคฟว์เวิลเคด') *n.* ขบวนขี่ม้า
cavalier (แคฟว์วะเลียร์') *n.* อัศวินขี่ม้า, ทหารม้า, สุภาพบุรุษที่พาสุภาพสตรีไปเที่ยว
cavalry (แคฟว์' เวิลรี) *n., pl.* **-ries** ทหารม้า
cave (เคฟว์) *n.* ถ้ำ, โพรง, อุโมงค์
caveat (แคฟว์' วีแอท) *n.* คำเตือน, คำอธิบาย
cave man มนุษย์ถ้ำ
cavern (แคฟว์' เวิร์น) *n.* ถ้ำขนาดใหญ่
cavernous (แคฟว์' เวอร์เนิซ) *adj.* เหมือนถ้ำ, เต็มไปด้วยหลุมโพรง, เป็นรูพรุน, ลึกโบ๋
caviar, caviare (แคฟว์' เวียร์) *n.* ไข่ปลาตัวใหญ่ เช่น ปลาแซลมอน เป็นอาหารเลิศรส
cavil (แคฟว์' เวิล) *vi.* **-iled, -iling/-illed, -illing** จับผิด, ค่อนแคะ, บ่นว่า (-S. carp, censure)
cavity (แคฟว์' วิที) *n., pl.* **-ties** รู, โพรง, ช่อง
cavort (คะวอร์ท') *vi.* **-vorted, -vorting** กระโดดโลดเต้น (-S. caper, skip)
caw (คอ) *n.* เสียงการ้อง *-vi.* **cawed, cawing** (กา) ร้อง, ทำเสียงร้องคล้ายกา
cay (คี, เค) *n.* โขดหินปะการัง, สันทราย
cayenne pepper, cayenne พริกป่น
cayman (เค' เมิน) *n.* จระเข้ชนิดหนึ่ง
C.B.D. ย่อจาก cash before delivery ชำระเงินก่อนส่งสินค้า
CBW ย่อจาก Chemical and biological warfare สงครามอาวุธเคมีและเชื้อโรค
cc ย่อจาก carbon copy สำเนาเอกสาร, cubic centimeter(s) ลูกบาศก์เซนติเมตร
CCTV ย่อจาก closed circuit television โทรทัศน์วงจรปิด
CD ย่อจาก compact disk, compact disc แผ่นดิสก์บันทึกข้อมูลคอมพิวเตอร์หรือบันทึกเสียง

CD

CD/ROM ย่อจาก compact disc read-only memory แผ่นดิสก์ประเภทหนึ่งที่ใช้เก็บข้อมูลจำนวนมากได้ภายในแผ่นเดียว ใช้อ่านข้อมูลอย่างเดียว ไม่สามารถลบหรือบันทึกข้อมูลได้อีก
CDV ย่อจาก compact video disc แผ่นดิสก์เลเซอร์ที่เล่นเป็นภาพและเสียงได้
CD-Video ดู CDV
cease (ซีซ) *vt., vi.* **ceased, ceasing** หยุด, จบ, เลิก *-n.* การหยุด, การเลิก (-S. (v., n.) stop)
cease-fire (ซีซ' ไฟร์) *n.* คำสั่งหยุดยิง
ceaseless (ซีซ' ลิซ) *adj.* ไม่รู้จบ, ไม่หยุดยั้ง
cedar (ซี' เดอร์) *n.* ต้นสนซีดาร์ เนื้อไม้สีแดง
cede (ซีด) *vt.* **ceded, ceding** ยอมยกให้
ceiling (ซี' ลิง) *n.* เพดาน, ขีดสูงสุด (-S. limit)
celebrate (เซล' ละเบรท) *v.* **-brated, -brating** *-vt.* ทำพิธี, เฉลิมฉลอง, สรรเสริญ *-vi.* เลี้ยงฉลอง, ประกอบพิธี **-celebration** *n.*

celebrated (เซล' ละเบรทิด) *adj.* มีชื่อเสียง
celebrity (ซะเลบ' บริที) *n., pl.* **-ties** บุคคลที่มีชื่อเสียง, ชื่อเสียง, ความมีชื่อเสียง
celerity (ซะเลอ' ริที) *n.* ความว่องไว (-S. speed)
celery (เซล' ละรี) *n., pl.* **-ies** ต้นขึ้นฉ่ายฝรั่ง
celestial (ซะเลซ' เชิล) *adj.* แห่งสรวงสวรรค์
Celestial Empire อาณาจักรจีน
celibate (เซล' ละบิท) *adj.* ซึ่งเป็นพรหมจรรย์, โสด *-n.* พรหมจรรย์, คนโสด **-celibacy** *n.*
cell (เซล) *n.* ห้องขัง, กุฏิ, รูรวงผึ้ง, เซลล์ของสิ่งมีชีวิต, โพรง (กระดูก), หน่วยงานขนาดเล็ก, หน่วยที่เปลี่ยนพลังงานรังสีเป็นพลังงานไฟฟ้า, ช่องในแบตเตอรี่ **-cellular** *adj.*
★**cellar** (เซล' เลอร์) *n.* ห้องใต้ถุนตึก
cello (เชล' โล) *n., pl.* **-los/-li** (-ลี) เครื่องดนตรีคล้ายไวโอลิน มีขนาดใหญ่, เชลโล **-cellist** *n.*
cellophane (เซล' ละเฟน) *n.* กระดาษเซลโลเฟน, กระดาษแก้ว
cellular phone system ระบบสื่อสารที่ใช้คอมพิวเตอร์ควบคุมโดยเชื่อมต่อระบบโทรศัพท์เข้ากับเครือข่ายของโทรศัพท์วิทยุเคลื่อนที่
cellular telephone โทรศัพท์วิทยุเคลื่อนที่
celluloid (เซล' เลียลอยด์) *n.* พลาสติกใสไวไฟชนิดหนึ่ง ใช้ทำฟิล์มภาพยนตร์ เป็นต้น
cellulose (เซล' เลียโลซ) *n.* สารเซลลูโลสพบในผนังเซลล์พืช ใช้ทำเยื่อกระดาษ เป็นต้น
★**Celsius** (เซล' เซียซ) *adj.* เกี่ยวกับหน่วยวัดอุณหภูมิเป็นองศาเซลเซียส ตั้งชื่อตามแอนเดอร์ส เซลเซียส นักประดิษฐ์ชาวสวีเดน
Celt (เคลท์, เซลท์) *n.* ชาวเซลต์โบราณที่เคยอาศัยอยู่แถบยุโรป, ชนพื้นเมืองที่พูดภาษาเซลติก หรือมีบรรพบุรุษเป็นชาวเซลต์ ซึ่งได้แก่ชาวบริตัน ไอริช เวลช์ และชาวสกอต **-Celtic** *adj.*
★**cement** (ซิเมนท์') *n.* ปูนซีเมนต์, กาว, พันธะ, สารซีเมนต์ตัมซึ่งหุ้มรากฟัน, สารอุดฟัน *-v.* **-mented, -menting** *-vt.* ยึดด้วยซีเมนต์, ทากาว, ติดกัน, เชื่อมกัน *-vi.* กลายเป็นซีเมนต์
cemetery (เซม' มิเทอรี) *n., pl.* **-ies** สุสาน
cenotaph (เซน' นะแทฟ) *n.* อนุสาวรีย์
censer (เซน' เซอร์) *n.* กระถางธูป
censor (เซน' เซอร์) *n.* เจ้าหน้าที่ผู้ตรวจสอบสื่อต่างๆ เช่น ภาพยนตร์ สิ่งตีพิมพ์ รายการโทรทัศน์ เป็นต้น *-vt.* **-sored, -soring** ตรวจ **-censorship** *n.* **-censorial** *adj.*
censorious (เซนซอ' เรียซ) *adj.* คอยด่าว่า
censure (เซน' เชอร์) *n.* การด่าว่า, การจับผิด *-vt.* **-sured, -suring** ด่าว่า, ตำหนิ, จับผิด
census (เซน' เซิซ) *n.* การสำรวจสำมะโนประชากร
★**cent** (เซนท์) *n.* หน่วยเงินตรา มีค่าเท่ากับ 1/100 เหรียญดอลลาร์สหรัฐฯ, เหรียญเพนนี
centaur (เซน' ทอร์) *n.* สัตว์ประหลาดในนิยายกรีกที่มีร่างส่วนบนเป็นมนุษย์แต่ส่วนล่างเป็นม้า
centenarian (เซนทะแน' เรียน) *n.* คนที่มีอายุ 100 ปีขึ้นไป *-adj.* ซึ่งมีอายุอย่างน้อย 100 ปี
centenary (เซนเทน' นะรี, เซน' ทะเนอรี) *n., pl.* **-ries** รอบ 100 ปี *-adj.* ซึ่งเป็นเวลา 100 ปี **-centennial** *adj., n.* **-centennially** *adv.*
★**center, centre** (เซน' เทอร์) *n.* จุดศูนย์กลาง, ใจกลาง, จุดรวม, ศูนย์รวม, ตำแหน่งศูนย์กลาง (ในการเล่นกีฬา) *-v.* **-tered, -tering** *-vt.* อยู่ที่ศูนย์กลาง *-vi.* เป็นศูนย์กลาง (-S. (n.) core, heart, middle -A. (n.) edge, rim)
center of gravity *n., pl.* **centers of gravity** จุดศูนย์ถ่วง เป็นจุดรวมที่น้ำหนักทั้งหมดของวัตถุถ่วงลงเพียงจุดเดียว
center of mass *n., pl.* **centers of mass** จุดศูนย์กลางมวล เป็นจุดที่มวลของวัตถุรวมตัวลงที่จุดๆ เดียว
centi- คำอุปสรรค หมายถึง 10^{-2}, หนึ่งในร้อย, หนึ่งร้อย
centigrade (เซน' ทิเกรด) *adj.* ดู Celsius
centigram, centigramme (เซน' ทิแกรม) *n.* เซนติกรัม เป็นมาตราชั่ง มีค่า 1/100 กรัม
centiliter, centilitre (เซน' ทะลีเทอร์) *n.* เซนติลิตร เป็นมาตราตวง มีค่า 1/100 ลิตร
centime (ซางทีม') *n.* หน่วยเงินตราในหลายประเทศ เช่น ฝรั่งเศส สวิตเซอร์แลนด์
★**centimeter, centimetre** (เซน' ทะมีเทอร์) *n.* เซนติเมตร เป็นมาตราวัด มีค่า 1/100 เมตร
centipede (เซน' ทะพีด) *n.* ตะขาบ
★**central** (เซน' เทริล) *adj.* ซึ่งอยู่ศูนย์กลาง, ซึ่งเป็นจุดรวม, จำเป็นยิ่ง *-n.* หน่วยงานกลาง **-centrality** *n.* **-centrally** *adv.*
centralize (เซน' ทระไลซ์) *vt., vi.* **-ized, -izing** รวมสู่ศูนย์กลาง, รวมอำนาจสู่ศูนย์กลาง **-centralization** *n.* **-centralizer** *n.*
central nervous system ระบบประสาทส่วนกลางของสัตว์มีกระดูกสันหลัง
central processing unit หน่วยประมวลผลกลางของเครื่องคอมพิวเตอร์
★**centre** (เซน' เทอร์) *n., v.* ดู center
centrifugal force แรงหนีศูนย์กลาง
centurion (เซนทัว' เรียน) *n.* ผู้บังคับกองร้อย

A B C D E F G H I J K L M N O P Q R S T U V W X Y Z

★**century** (เซน' ชะรี) *n., pl.* **-ries** ศตวรรษ, เวลาร้อยปี, กองร้อยทหาร, จำนวนหนึ่งร้อย
cephalopod (เซฟ' ฟะละพอด) *n.* สัตว์ทะเลจำพวกปลาหมึกต่างๆ
ceramic (ซะแรม' มิค) *n.* เครื่องกระเบื้องเคลือบ, เครื่องเคลือบดินเผา *-adj.* เกี่ยวกับเครื่องเคลือบ **-ceramics** ศิลปะการทำเครื่องเคลือบ
★**cereal** (เซีย' เรียล) *n.* เมล็ดธัญพืช เช่น ข้าว, อาหารที่ทำจากเมล็ดธัญพืช, ธัญพืช
cerebellum (เซอระเบล' เลิม) *n., pl.* **-bellums/-bella** (-เบล' ละ) ส่วนหนึ่งของสมองสัตว์มีกระดูกสันหลัง ทำหน้าที่ควบคุมการทรงตัวและการทำงานของกล้ามเนื้อเวลาเคลื่อนไหว
cerebral (เซอ' ระเบริล, ซะรี'-) *adj.* เกี่ยวกับสมอง, เกี่ยวกับมันสมอง (สติปัญญา)
cerebrum (เซอ' ระเบริม, ซะรี'-) *n., pl.* **-brums/-bra** (-บระ) สมองส่วนที่ใหญ่ที่สุดของสัตว์เลี้ยงลูกด้วยนมมีหน้าที่เกี่ยวกับความรู้สึกนึกคิดในใจ ความจำ การใช้สติปัญญาและเหตุผล
ceremonial (เซอระโม' เนียล) *adj.* เกี่ยวกับพิธีการ, ซึ่งเป็นพิธีรีตอง *-n.* พิธีรีตอง, พิธีการ **-ceremonially** *adv.* (**-S.** (adj.) formal, ritual)
ceremonious (เซอระโม' เนียซ) *adj.* เป็นพิธีการ **-ceremoniously** *adv.* (**-S.** formal)
★**ceremony** (เซอ' ระโมนี) *n., pl.* **-nies** พิธีการ, งานพิธี, ระเบียบแบบแผน (**-S.** formality)
Ceres (เซีย' รีซ) *n.* เทพีแห่งการเพาะปลูก
cereus (เซีย' เรียซ) *n.* พืชจำพวกตะบองเพชร
cerise (ซะรีซ', -รีซ') *n.* สีแดงอมม่วง
★**certain** (เซอร' เทิน) *adj.* แน่นอน, ตายตัว, แน่ใจ, อย่างไม่ต้องสงสัย, อย่างไม่ผิดพลาด *-pron.* จำนวนหนึ่งๆ **-certainly** *adv.* (**-S.** (adj.) clear, confident, sure **-A.** (adj.) uncertain)
certainty (เซอร' เทินที) *n., pl.* **-ties** ความแน่นอน, ความแน่ใจ, สิ่งที่แน่นอน (**-S.** sureness)
★**certificate** (เซอร์ทิฟ' ฟิคิท) *n.* เอกสารหลักฐาน, หนังสือรับรอง, ใบรับรอง, ประกาศนียบัตร, ใบสุทธิ *-vt.* **-cated, -cating** ให้เอกสารหลักฐาน, ออกใบรับรอง **-certification** *n.*
★**certify** (เซอร' ทะไฟ) *v.* **-fied, -fying** *-vt.* รับรอง, ยืนยัน, ลงนามรับรอง, รับประกัน, ออกใบรับรองหรือใบประกัน, ทำให้มั่นใจ *-vi.* เป็นพยาน, เป็นหลักฐาน **-certifiable** *adj.*
certitude (เซอร' ทิทูด, -ทิวด์) *n.* ความมั่นใจ, ความแน่นอน (**-S.** assurance, certainty)
cerulean (ซะรู' เลียน) *adj.* ฟ้าสดใส
cerumen (ซะรู' เมิน) *n.* ขี้หู
cervicitis (เซอร์วิไซ' ทิซ) *n.* ปากมดลูกอักเสบ
cervix (เซอร' วิคซ์) *n., pl.* **-vixes/-vices** (เซอร' วิซีซ) ส่วนคอ, ปากมดลูก, ปากกระเพาะปัสสาวะ, ส่วนที่คล้ายคอ **-cervical** *adj.*
cesarean section การผ่าตัดทำคลอด
cesium, caesium (ซี' เซียม) *n.* ธาตุซีเซียม มีสีขาวเงิน นำไฟฟ้าได้ดี มีสัญลักษณ์ Cs
cessation (เซเซ' ชัน) *n.* การหยุด
cession (เซช' ชัน) *n.* การยกให้
cesspool (เซซ' พูล) *n.* หลุมเก็บของเสีย
C.F., c.f. ย่อจาก cost and freight ราคาและค่าขนส่ง
C/F ย่อจาก carried forward ยกไป
CFC ย่อจาก chlorofluorocarbon สารคลอโรฟลูออโรคาร์บอน ซึ่งเป็นสารประกอบที่เป็นก๊าซ เชื่อกันว่าเป็นตัวทำลายบรรยากาศชั้นโอโซนของโลก
C.F.I., c.f.i. ย่อจาก cost, freight and insurance ราคารวมค่าขนส่งและค่าประกันสินค้า
cg, cgm ย่อจาก centigram เซนติกรัม
cha-cha (ชา' ชา) *n.* จังหวะเต้นรำชาช่า
chafe (เชฟ) *v.* **chafed, chafing** *-vt.* ถูไถ, ครูด, เสียดสี, รบกวน, ก่อกวน *-vi.* เสียดสี, ฉุนเฉียว
chaff[1] (แชฟ) *vt., vi.* **chaffed, chaffing** หยอกล้อ *-n.* การหยอกล้อ (**-S.** (v., n.) tease)
chaff[2] (แชฟ) *n.* แกลบ, ฟาง, สิ่งของไร้ค่า
chaffer (แชฟ' เฟอร์) *n.* การค้า, การต่อราคา
chaffinch (แชฟ' ฟินช์) *n.* นกจาบปีกอ่อน
chagrin (ชะกริน') *n.* ความเศร้าโศก, ความผิดหวัง *-vt.* **-grined, -grining** เศร้า, ผิดหวัง
★**chain** (เชน) *n.* โซ่, ตรวน, เครื่องพันธนาการ, สายสร้อย, สิ่งที่คล้ายโซ่, เครื่องผูกมัด, แนว, ทิวแถว, เทือกเขา, บริษัทในเครือ, เครื่องมือทำรังวัด, พันธะ, พันธะระหว่างอะตอม, เหตุการณ์ที่ต่อเนื่อง *-vt.* **chained, chaining** ล่ามโซ่ตรวน
chain gang กลุ่มนักโทษที่ล่ามโซ่ติดกัน
chain letter จดหมายเวียน
chain mail เสื้อเกราะอ่อนทำจากวงแหวนโลหะ
chain reaction ปฏิกิริยาลูกโซ่
chain-smoke (เชน' สโมค) *vt., vi.* **-smoked, -smoking** สูบบุหรี่มวนต่อมวน
chain store ร้านค้าย่อยที่อยู่ในเครือของร้านค้าใหญ่ ซึ่งมีเจ้าของเป็นคนเดียวกัน
★**chair** (แชร์) *n.* เก้าอี้, ตำแหน่ง, ประธาน, เก้าอี้ไฟฟ้า *-vt.* **chaired, chairing** นั่งเก้าอี้, ดำรงตำแหน่ง, เป็นประธาน, แบกแห่แหน
chair lift กระเช้าที่นั่งซึ่งแขวนตามสายเคเบิล

ที่พาผู้โดยสารขึ้นลงภูเขา
chairman (แชร์ เมิน) *n., pl.* **-men** ประธาน, คนเข็นล้อนั่ง **-chairmanship** *n.* **-chairwoman** *n. fem.*
chairperson (แชร์ เพอร์เซิน) *n.* ประธาน
chaise (เชซ) *n.* รถม้าที่เปิดประทุนได้
chalcedony (แคลเซด' เดินนี) *n., pl.* **-nies** หินควอตซ์สีขาวหรือเทา เช่น เพชรตาแมว
chalcid (แคล' ซิด) *n.* ตัวต่อขนาดเล็กชนิดหนึ่ง
chalet (แชเล') *n.* บ้านไม้ของชาวสวิส
chalice (แชล' ลิซ) *n.* จอก, ถ้วยไวน์ศักดิ์สิทธิ์
★**chalk** (ชอค) *n.* ชอล์ก, ผงชอล์ก, ผงปูนขาว, เครื่องหมายที่ทำด้วยชอล์ก **-as different as chalk and cheese** แตกต่างกันโดยสิ้นเชิง **-chalky** *adj.*
★**challenge** (แชล' เลินจ์) *n.* การท้า, การท้าทาย, การขอให้แสดงบัตรประจำตัว, การขอให้อธิบาย, การคัดค้าน *-vt., vi.* **-lenged, -lenging** ร้องให้แสดงบัตรประจำตัว, คัดค้าน, ร้องถาม, ท้ารบหรือแข่งขัน, ท้าทาย **-challengeable** *adj.* **-challenger** *n.* (**-S.** (n.) summons)
challenging (แชล' เลินจิง) *adj.* ซึ่งท้าทาย
chamber (เชม' เบอร์) *n.* ห้อง, ห้องนอน, ห้องประชุม, ห้องที่ปิดมิดชิด, ห้องรับรอง, สภา
chamberlain (เชม' เบอร์เลิน) *n.* มหาดเล็ก, เจ้าพนักงานในวัง, คนรับใช้, ขุนคลัง
chambermaid (เชม' เบอร์เมด) *n.* พนักงานทำความสะอาดห้องนอน เช่น ตามโรงแรมต่างๆ
chamber music ดนตรีที่มีนักดนตรี 3-4 คนแสดงร่วมกันภายในห้องแสดงดนตรี
chamber of commerce *n., pl.* **chambers of commerce** หอการค้า
chameleon (คะมีล' เลียน, -มี' เลียน) *n.* กิ้งก่าคามีเลียน มีหางม้วนเป็นวง ตาทั้งสองเคลื่อนไหวเป็นอิสระต่อกัน เปลี่ยนสีผิวได้อย่างรวดเร็ว มีลิ้นยาวใช้จับเหยื่อ, คนโลเล

chameleon

chamfer (แชม' เฟอร์) *vt.* **-fered, -fering** บากเป็นมุม, ตัดเป็นร่อง *-n.* มุมตัด, รอยบาก
chamois, chammy, shammy (แชม' มี) *n., pl.* **chamois, chammies, shammies** (-มีซ) แพะภูเขาพวกเลียงผา, หนังแพะดังกล่าว
chamomile, camomile (แคม' มะไมล์) *n.* พืชสมุนไพรชนิดหนึ่งมีกลิ่นหอม, ต้นคาโมไมล์
champ[1] (แชมพ์) *vt.* **champed, champing** บดเคี้ยว, เคี้ยวเอื้อง (**-S.** munch)
champ[2] (แชมพ์) *n.* (ภาษาพูด) ผู้ชนะเลิศ
champagne (แชมเพน') *n.* ไวน์ขาวที่ผลิตจากเมืองแชมเปญ ประเทศฝรั่งเศส
champignon (แชมพิน' เยิน) *n.* เห็ดแชมปิญองซึ่งรับประทานได้
★**champion** (แชม' เพียน) *n.* ผู้ชนะเลิศ, ผู้ปกป้อง, ผู้สนับสนุน *-adj.* ซึ่งชนะเลิศ *-vt.* **-oned, -oning** ต่อสู้เพื่อ, ปกป้อง, สนับสนุน, ท้าสู้ **-championship** *n.* (**-S.** (n.) winner)
★**chance** (แชนซ์, ชานซ์) *n.* โอกาส, โชค, เรื่องบังเอิญ, ลู่ทาง, การเสี่ยงโชค, ความเป็นไปได้, เคราะห์กรรม *-v.* **chanced, chancing** *-vi.* มีโชค, เกิดขึ้นโดยบังเอิญ *-vt.* เสี่ยงโชค **-a fifty-fifty chance** โอกาสได้พอๆ กับเสีย **-by chance** โดยบังเอิญ (**-S.** (n.) luck)
chancel (แชน' เซิล) *n.* บริเวณในโบสถ์สำหรับนักบวชทำพิธีหรือสำหรับคณะนักร้อง
chancellor (แชน' ซะเลอร์) *n.* นายกรัฐมนตรี (ในบางประเทศ), อธิการบดีแห่งมหาวิทยาลัย, เลขานุการเอกอัครราชทูต, เสนาบดี, เจ้าหน้าที่ระดับสูง **-chancellorship** *n.* **-chancellery, chancellory** *n.*
chancery (แชน' ซะรี) *n., pl.* **-ies** ศาลสูงของอังกฤษ, ศาลยุติธรรม, สถานที่เก็บเอกสารสำคัญของราชการ, สำนักงานเสนาบดี, สถานทูต
chandelier (แชนดะเลียร์) *n.* โคมไฟระย้า

chandelier

chandler (แชน' ดเลอร์) *n.* คนขายเทียนไข, พ่อค้า
★**change** (เชนจ์) *v.* **changed, changing** *-vt.* เปลี่ยน, เปลี่ยนแปลง, สลับ, ผลัด, แลกเปลี่ยน *-vi.* ดัดแปลง, แปรเปลี่ยน, แทนที่, เปลี่ยนระดับ, เปลี่ยนรถ, ผลัดเปลี่ยนเสื้อผ้า, แลกเงิน *-n.* การเปลี่ยนแปลง, สิ่งที่เปลี่ยนแปลง, (เสื้อผ้า) ชุดผลัดเปลี่ยน, เงินทอน, เงินแลกเปลี่ยน, เศษเหรียญ, ตลาดแลกเปลี่ยนธุรกิจหรือสินค้า **-changeful** *adj.* **-changeless** *adj.* **-changeable** *adj.* **-changeably** *adv.* **-changeability** *n.* (**-S.** (v.) alter, convert (n.) alteration)
changeling (เชนจ์' ลิง) *n.* เด็กที่ถูกสลับตัว
changeover (เชนจ์' โอเวอร์) *n.* การเปลี่ยนแปลงโดยสมบูรณ์
★**channel** (แชน' เนิล) *n.* ทางน้ำไหล, ร่องน้ำ, ช่องแคบ, ช่อง, ช่องคลื่นวิทยุโทรทัศน์ *-vt.*

A B C D E F G H I J K L M N O P Q R S T U V W X Y Z

-neled, -neling/-nelled, -nelling ทำให้เกิดช่อง, ส่งไปตามช่อง, เป็นสื่อกลาง (-S. (n.) passage, route (v.) convey, transmit)

chant (แชนท์) *n.* เพลงสวด *-vt., vi.* **chanted, chanting** ร้องเพลงสวด **-chanter** *n.*

chantey, chanty (แชน' ที, แชน' ที) *n., pl.* **-teys/-ties** เพลงของทหารเรือหรือกะลาสี

chanticleer (แชน' ทิเคลียร์) *n.* ไก่ตัวผู้

chaos (เค' ออซ) *n.* ความสับสนอลหม่าน **-chaotic** *adj.* **-chaotically** *adv.* (-S. riot)

chap[1] (แชพ) *n.* เจ้าหนุ่ม, เพื่อนเกลอ

chap[2] (แชพ) *vt., vi.* **chapped/chapt, chapping** แตก, ปริ *-n.* รอยแตก (-S. (v., n.) crack)

chap[3] (แชพ) *n.* ขากรรไกร, แก้ม

chapel (แชพ' เพิล) *n.* โบสถ์หรือห้องสวดมนต์ในสถานที่ เช่น โรงเรียน โรงพยาบาล

chaperon, chaperone (แชพ' พะโรน) *n.* ผู้หญิงที่แต่งงานหรือมีอายุซึ่งคอยเป็นพี่เลี้ยงให้หญิงสาวรุ่น *-vt., vi.* **-oned, -oning** เป็นพี่เลี้ยง

chaplain (แชพ' ลิน) *n.* อนุศาสนาจารย์

chaplet (แชพ' ลิท) *n.* พวงมาลัยสวมศีรษะ

chapman (แชพ' เมิน) *n., pl.* **-men** พ่อค้าเร่

chaps (แชพซ์, แชพซ์) *n. pl.* กางเกงหนังของพวกโคบาล ใช้สวมเวลาขี่ม้าเพื่อป้องกันขา

★**chapter** (แชพ' เทอร์) *n.* บทหนังสือ, บทตอน, ระดับชั้น, คณะพระสงฆ์หรือนักบวช, สาขาของสโมสรหรือสมาคม (-S. assembly, section, stage)

char[1] (ชาร์) *n.* หญิงทำความสะอาด *-vi.* **charred, charring** ทำความสะอาด

char[2] (ชาร์) *vt., vi.* **charred, charing** เผา

charabanc, char-à-banc (แช' ระแบง) *n., pl.* **-bancs** รถโดยสารนำเที่ยว

★**character** (แค' เริคเทอร์) *n.* ลักษณะ, ลักษณะพิเศษ, คุณสมบัติ, นิสัย, หลักศีลธรรม, ชื่อเสียง, (ภาษาพูด) คนประหลาด, ตัวละคร, บทบาทการแสดง, ตัวอักษรเขียน, รูปแบบการเขียนหรือพิมพ์, รหัส

characteristic (แคเริคทะริซ' ทิค) *adj.* ซึ่งเป็นลักษณะพิเศษ, ซึ่งเป็นนิสัยประจำตัว *-n.* ลักษณะพิเศษ, นิสัยประจำตัว **-characteristically** *adv.* (-S. (adj.) special, typical)

characterize (แค' เริคทะไรซ์) *vt.* **-ized, -izing** แสดงลักษณะพิเศษ, แสดงถึง **-characterization** *n.* (-S. identify, typify)

charade (ชะเรด') *n.* ปริศนาคำทาย

charcoal (ชาร์' โคล) *n.* ถ่าน, ดินสอดำ

chard (ชาร์ด) *n.* ผักชนิดหนึ่งคล้ายผักกาดขาว

chare (เชอร์) *n.* งานบ้าน (-S. housework)

★**charge** (ชาร์จ) *v.* **charged, charging** *-vt.* บรรจุ, อัด, มอบหมายภาระหน้าที่, ออกคำสั่ง, ฟ้องร้อง, เอาโทษ, คิดค่าใช้จ่าย, บุกตะลุย, เข้าโจมตี *-vi.* เรียกเก็บค่าใช้จ่าย, พุ่งเข้าใส่, โจมตี, หมอบลง *-n.* ภาระ, หน้าที่, ความรับผิดชอบ, ปริมาณบรรจุ, ปริมาณดินปืนที่อัด, ปริมาณไฟฟ้าที่อัด, ความตื่นเต้นเร้าใจ, การดูแลเอาใจใส่, บุคคลภายใต้ความดูแล, คำสั่ง, การฟ้องร้อง, การเอาโทษ, ค่าใช้จ่าย, หนี้, สัญญาณโจมตี, การโจมตี **-free of charge** ไม่คิดค่าใช้จ่ายใดๆ (-S. (v., n.) attack, burden, fill, levy, order)

chargé d'affaires (ชาร์เฌ' ดะแฟร์) *n., pl.* **chargés d'affaires** (-เฌ, -เฌซ์-) ผู้รักษาการแทนเอกอัครราชทูตหรือรัฐมนตรี

charger (ชาร์' เจอร์) *n.* เครื่องบรรจุหรืออัด, ม้าศึก, จานใบใหญ่

chariot (แช' เรียท) *n.* รถม้าทำศึกหรือใช้แข่งขันในสมัยโบราณ มีสองล้อ **-charioteer** *n.*

charisma (คะริซ' มะ) *n., pl.* **-mata** พรสวรรค์, ความเป็นผู้นำ, ความมีเสน่ห์

charitable (แช' ริทะเบิล) *adj.* ใจบุญ, ใจกว้าง **-charitably** *adv.* **-charitableness** *n.*

★**charity** (แช' ริที) *n., pl.* **-ties** ความเมตตากรุณา, การกุศล (-S. donations, humanity)

charlady (ชาร์' เลดี) *n., pl.* **-dies** หญิงทำความสะอาด (-S. char)

charlatan (ชาร์' ละเทิน) *n.* พวกกำมะลอ, คนลวงโลก **-charlatanism** *n.*

★**charm** (ชาร์ม) *n.* คาถาอาคม, เครื่องราง, เครื่องประดับกาย, ความมีเสน่ห์ *-vt., vi.* **charmed, charming** แสดงเวทมนตร์คาถา, ป้องกันอันตรายด้วยคาถา, มีเสน่ห์ **-charming** *adj.* **-charmingly** *adv.* (-S. (n., v.) allure (n.) magic)

charnel (ชาร์' เนิล) *n.* สุสาน, สถานที่เก็บศพ

chart (ชาร์ท) *n.* แผนที่, แผนผัง, แผนภูมิ, *-vt.* **charted, charting** ทำแผนที่, วางแผนงาน

charter (ชาร์' เทอร์) *n.* สัญญาเช่า, สิทธิบัตร, สิทธิพิเศษ, กฎหมาย, การเช่ายานพาหนะ *-vt.* **-tered, -tering** ได้รับสิทธิบัตร, ได้รับสิทธิพิเศษ, เช่าโดยมีสัญญาเช่า, เช่ายานพาหนะ (-S. leasing)

chartreuse (ชาร์ทรูซ') *n.* สีเหลืองอมเขียว

chary (แชร์' รี) *adj.* **-ier, -iest** รอบคอบ, ระมัดระวัง, มัธยัสถ์ **-chariness** *n.*

★**chase**[1] (เชซ) *vt., vi.* **chased, chasing** ไล่จับ, ไล่ตาม, เสาะหา, ขับไล่ *-n.* การไล่, การตามล่า, ใบอนุญาตล่าสัตว์, การเสาะหา

chase[2] (เชซ) *n.* ลายสลัก, ร่องบนผนัง
chasm (แคซ' เซิม) *n.* หุบเหว, ช่องเหว, ความคิดที่แตกแยก, ความเห็นที่แตกต่างกัน
chasseur (แชเซอร์') *n.* นักล่า, ทหารพราน
chassis (แชซ' ซี, แชซ' ซี) *n., pl.* **chassis** (-ซีซ) โครงรถยนต์, โครงชิ้นส่วนของวิทยุโทรทัศน์หรืออุปกรณ์อิเล็กทรอนิกส์
chaste (เชซท์) *adj.* **chaster, chastest** บริสุทธิ์, เป็นพรหมจรรย์, เรียบง่าย **-chastity** *n.*
chasten (เช' เซิน) *vt.* **-tened, -tening** ลงโทษ
chastise (แชซ' ไทซ์) *vt.* **-tised, -tising** ลงโทษเฆี่ยนตี, ดุด่า **-chastisement** *n.*
chat (แชท) *vi.* **chatted, chatting** คุยกัน *-n.* การคุยกัน **-chatiness** *n.* **-chatty** *adj.*
chateau, château (แชโท') *n., pl.* **-teaux/-teaus** (-โทซ์, -โท') ปราสาท, คฤหาสน์
chatelain (แชท' เทิลเลน) *n.* เจ้าของปราสาท **-chatelaine** *n. fem.*
chat show รายการโทรทัศน์หรือวิทยุที่มีแขกรับเชิญมาร่วมพูดคุยด้วยในรายการ
chattel (แชท' เทิล) *n.* ทรัพย์สิน, ข้าทาส
chatter (แชท' เทอร์) *vi., vt.* **-tered, -tering** ส่งเสียงดังจ้อกแจ้ก, (ลิง) ร้องเจี๊ยก, พูดไร้สาระ, รัว (กระดิ่ง), สั่นระรัว *-n.* การส่งเสียงดังจ้อกแจ้ก, การพูดไร้สาระ (**-S.** (v., n.) chat, talk)
chauffeur (โช' เฟอร์) *n.* พนักงานขับรถ
chauvinism (โช' วะนิเซิม) *n.* ความรักชาติอย่างแรงกล้า, ความคิดหัวรุนแรง **-chauvinist** *n.* **-chauvinistic** *adj.*
ChE ย่อจาก chemical engineer วิศวกรเคมี
★**cheap** (ชีพ) *adj.* **-er, -est** (ราคา) ถูก, (คุณภาพ) เลว, ด้อยค่า, ตระหนี่, หยาบคาย *-adv.* ในราคาที่ถูก **-cheap as dirt** ถูกมาก **-cheaply** *adv.* **-cheapness** *n.* **-cheapen** *v.* (**-S.** (adj.) inexpensive **-A.** (adj.) expensive)
★**cheat** (ชีท) *n.* การโกง, การหลอกลวง *-vt., vi.* **cheated, cheating** โกง, หลอกลวง
★**check** (เชค) *n.* การชะงักงัน, การหยุดยั้ง, การเหนี่ยวรั้ง, ผู้เหนี่ยวรั้งหรือควบคุม, การตรวจตรา, การตรวจสอบ, ตัวอย่างหรือมาตรฐานการตรวจสอบ, เครื่องหมาย ✓, ใบเสร็จ, เช็คธนาคาร, ตารางหมากรุก, ผ้าลายตารางหมากรุก, รอยแตก *-v.* **checked, checking** *-vt.* ทำให้ชะงัก, ทำให้หยุด, เหนี่ยวรั้ง, ตรวจตรา, ตรวจสอบ, ทำเครื่องหมาย ✓, ทำเป็นลายตารางหมากรุก, นำกระเป๋าสัมภาระตรวจเช็คก่อนขนส่ง *-vi.* มีความเห็นตรงกัน, ตรวจสอบ, เอาเช็คไปขึ้นเงินที่ธนาคาร, เกิดรอยแตก, ชะงัก, หยุด *-interj.* ตกลง!, ผ่าน!, เห็นด้วย! *-adj.* เพื่อตรวจสอบ **-check in** ลงทะเบียนเข้าพักในโรงแรมหรือสถานที่ **-check out** ชำระเงินค่าที่พักและออกจากที่พัก
checkbook (เชค' บุค) *n.* สมุดเช็ค
checker, chequer[1] (เชค' เคอร์) *n.* ผู้ตรวจสอบ, คนรับฝากของ, พนักงานเก็บเงิน
checker, chequer[2] (เชค' เคอร์) *n.* ลายตารางหมากรุก, ช่องตารางหมากรุก
checklist (เชค' ลิซท์) *n.* รายการตรวจสอบ
checkmate (เชค' เมท) *vt.* **-mated, -mating** (หมากรุก) รุกจนแต้ม *-n.* การรุกจนแต้ม
checkout, check-out (เชค' เอาท์) *n.* การออกจากที่พัก, เวลากำหนดออกจากที่พัก, จุดตรวจเก็บเงิน, การตรวจเก็บเงิน, การทดสอบเครื่องจักรกล, การตรวจสอบ
checkpoint (เชค' พอยน์ท์) *n.* ด่านตรวจ
checkroom (เชค' รูม, -รุม) *n.* ห้องรับฝากของ
checkup (เชค' อัพ) *n.* การตรวจสุขภาพร่างกาย, การตรวจสอบ (**-S.** examination)
★**cheek** (ชีค) *n.* แก้ม, บั้นท้าย, ด้านข้างของสิ่งของ, ความหน้าด้าน **-cheeky** *adj.*
cheekbone (ชีค' โบน) *n.* กระดูกแก้ม
cheek pouch กระพุ้งแก้ม
cheep (ชีพ) *n.* เสียงจิ๊บๆ
★**cheer** (เชียร์) *n.* ความร่าเริง, ความดีใจ, การไชโยโห่ร้อง *-vt., vi.* **cheered, cheering** ร่าเริง, ไชโยโห่ร้อง **-cheery** *adj.* **-cheerily** *adv.* **-cheeriness** *n.* (**-S.** (n.) applause, joy)
★**cheerful** (เชียร์' เฟิล) *adj.* ร่าเริง, เบิกบานใจ, เต็มอกเต็มใจ **-cheerfully** *adv.* **-cheerfulness** *n.* (**-S.** happy, willing **-A.** gloomy, sad)
cheerio (เชียรีโอ') *interj.* ลาก่อน, โชคดี
cheerleader (เชียร์' ลีเดอร์) *n.* ผู้นำกองเชียร์
cheerless (เชียร์' ลิซ) *adj.* เศร้า, หดหู่ใจ **-cheerlessly** *adv.* **-cheerlessness** *n.*
cheers (เชียร์ซ์) *interj.* ไชโย!, โชคดี!
★**cheese**[1] (ชีซ) *n.* เนยแข็ง, สิ่งที่คล้ายเนยแข็ง
cheese[2] (ชีซ) *n.* บุคคลสำคัญ, ของสำคัญ
cheesecake (ชีซ' เคค) *n.* ขนมเค้กเนย, (ภาษาพูด) รูปขาของหญิงสาวตามหน้านิตยสาร
cheese-paring (ชีซ' แพริง) *n.* ของไร้ค่า
cheetah, chetah (ชี' ทะ) *n.* เสือ

cheetah

ชีตา เป็นสัตว์ที่วิ่งได้เร็วมาก ลำตัวมีลายจุดดำ
chef (เชฟ) *n.* หัวหน้าคนครัว, พ่อครัว
chef-d'oeuvre (เชเดิร์ฟว์) *n., pl.* **chefs-d'oeuvre** ผลงานชิ้นเอก
chem ย่อจาก chemical ทางเคมี, chemist นักเคมี, เภสัชกร, chemistry วิชาเคมี
★**chemical** (เคม' มิเคิล) *adj.* ทางเคมี, เกี่ยวกับเคมี *-n.* สารเคมี **-chemically** *adv.*
chemical engineer วิศวกรเคมี
chemical engineering วิศวกรรมเคมี
chemical warfare สงครามที่ใช้อาวุธเคมี
chemise (ชะมีซ') *n.* ชุดชั้นในสตรีแบบหลวม
★**chemist** (เคม' มิซท์) *n.* นักเคมี, เภสัชกร
chemistry (เคม' มิสตรี) *n., pl.* **-tries** วิชาเคมี, การทดลองทางเคมี, แรงดึงดูดระหว่างเพศ
chemotherapy (คีโมเธอ' ระพี, เคม-) *n.* การรักษาโรคร้าย เช่น มะเร็ง ด้วยการใช้สารเคมี
chenille (ชะนีล') *n.* ด้ายฝ้ายหรือไหมนิ่ม
★**cheque** (เชค) *n.* เช็คธนาคาร
chequer (เชค' เคอร์) *n.* ดู checker[1], checker[2]
cherish (เชอ' ริช) *vt.* **-ished, -ishing** ทะนุถนอม, ปกป้องดูแล, ยึดมั่นใน (-S. foster)
cheroot (ชะรูท') *n.* บุหรี่ซิการ์ทรงสี่เหลี่ยม
cherry (เชอร์' รี) *n., pl.* **-ries** ต้นเชอรี่, ผลเชอรี่, สีแดงเชอรี่, (คำสแลง) เยื่อพรหมจรรย์ ความบริสุทธิ์ *-adj.* แดงเหมือนผลเชอรี่
cherub (เชอ' เริบ) *n., pl.* **cherubim** (เชอ' ระบิม) เทวดาเด็กที่มีปีก, เด็กแก้มแดงยุ้ย **-cherubic** *adj.* (-S. angel, baby)
★**chess** (เชซ) *n.* หมากรุก
chessboard (เชซ' บอร์ด) *n.* กระดานหมากรุก
chessman (เชซ' แมน, -เมิน) *n., pl.* **-men** ตัวหมากรุก
★**chest** (เชซท์) *n.* หน้าอก, ทรวงอก, กล่องหรือลัง, หีบสมบัติ, กองทุน, ตู้ยา, ตู้ติดลิ้นชัก
chesterfield (เชซ' เทอร์ฟีลด์) *n.* เสื้อคลุมที่ปกเสื้อเป็นกำมะหยี่, เก้าอี้นวม
chestnut (เชซ' นัท) *n.* เกาลัด, สีน้ำตาลแดง
chest of drawers *n., pl.* **chests of drawers** ตู้ติดลิ้นชัก
chetah (ชี' ทะ) *n.* ดู cheetah
cheval glass กระจกเงาขนาดเต็มตัว บานกระจกสามารถหมุนไปมาได้
chevalier (เชฟวะเลียร์) *n.* ตำแหน่งขุนนางระดับต่ำสุดของฝรั่งเศส, อัศวิน
chevron (เชฟว์' เริน) *n.* บั้งยศที่เป็นรูป V
chevrotain (เชฟว์' ระเทน) *n.* กระจง
★**chew** (ชู) *vt., vi.* **chewed, chewing** เคี้ยว, บด, ใคร่ครวญ, ครุ่นคิด, (คำสแลง) ด่าว่า
chewing gum หมากฝรั่ง
chic (ชีค) *adj.* **chicer, chicest** ทันสมัย
chicane (ชิเคน') *n.* การใช้อุบายหลอกล่อ **-chicanery** *n.* (-S. deception)
★**chick** (ชิค) *n.* ลูกไก่, ลูกนก, ลูกเป็ดลูกห่าน, (คำสแลง) สาวน้อย เด็กน้อย
★**chicken** (ชิค' เคิน) *n.* สัตว์ปีกพวกไก่ นก เป็ด ห่าน หรือลูกของมัน, เนื้อของสัตว์ปีกดังกล่าว, (คำสแลง) คนขี้ขลาดตาขาว คนอ่อนหัด
chicken-hearted (ชิค' เคิน ฮาร์ทิด) *adj.* ขี้ขลาดตาขาว (-S. cowardly, timid)
chicken-livered (ชิค' เคิน ลิฟว์เวอร์ด) *adj.* ขี้ขลาดตาขาว (-S. cowardly, timid)
chickenpox (ชิค' เคิน พอคซ์) *n.* โรคอีสุกอีใส
chicory (ชิค' คะรี) *n., pl.* **-ries** ต้นชิโกรี ใบนำมาทำสลัดรับประทานได้
chide (ไชด์) *vt., vi.* **chided/chid, chided/chid/chidden, chiding** ดุด่า, ตำหนิ, ตักเตือน
★**chief** (ชีฟ) *n.* หัวหน้า, ผู้บังคับบัญชา, ส่วนที่สำคัญที่สุด *-adj.* ซึ่งเป็นหัวหน้า, สำคัญที่สุด *-adv.* เป็นสำคัญ, จำเป็นอย่างยิ่ง **-chiefly** *adv.*
Chief Executive ประธานาธิบดีแห่งสหรัฐอเมริกา
chief of staff *n., pl.* **chiefs of staff** เสนาธิการทหาร, หัวหน้าคณะแพทย์, หัวหน้าหน่วยงาน
chieftain (ชีฟ' เทิน) *n.* หัวหน้าเผ่า, ผู้นำกลุ่ม
chiffon (ชิฟอน') *n.* ผ้าแพรเนื้อบาง, ผ้าชีฟอง
chignon (ชีนยอน') *n.* มวยผมติดต้นคอ
Chihuahua (ชิวา' วา) *n.* สุนัขพันธุ์ชิวาวา มีขนาดเล็ก ขนสั้น หูตั้งชี้
chilblain (ชิล' เบลน) *n.* อาการอักเสบของมือ เท้า หู เนื่องจากโดนอากาศที่หนาวเย็นจัด
★**child** (ไชล์ด) *n., pl.* **children** (ชิล' เดรน) เด็ก, ทารก, บุตรหลาน, ลูก, ผู้ไร้เดียงสา, ผลิตผล **-child's play** ของง่ายๆ **-childless** *adj.* **-childhood** *n.* (-S. kid, offspring, youngster)

child, kid หมายถึง เด็ก แต่ kid เป็นภาษาพูด หมายถึง เด็กหรือวัยรุ่นก็ได้ เช่น I had a beautiful horse when I was a child/a kid.

baby, infant หมายถึง เด็กทารก คำว่า infant นั้นเป็นภาษาทางการกว่า baby

เช่น Sandra has a beautiful baby. (นิยมใช้ baby มากกว่า infant)

child abuse การทารุณกรรมในเด็ก
childbearing (ไชล์ด' แบริง) *n.* การตั้งครรภ์และคลอดบุตร
childbed (ไชล์ด' เบด) *n.* การคลอดบุตร
childbirth (ไชล์ด' เบิร์ธ) *n.* การคลอดบุตร
child-care (ไชล์ด' แคร์) *adj.* ซึ่งดูแลเด็ก
childish (ไชล' ดิช) *adj.* ไร้เดียงสา, เป็นเด็กๆ
child labor แรงงานเด็ก
childlike (ไชล์ด' ไลค์) *adj.* ไร้เดียงสา, ไร้มารยา
childminder (ไชล์ด' ไมน์เดอร์) *n.* พี่เลี้ยงเด็ก
★**children** (ชิล' เดริน) *n.* พหูพจน์ของ child
chili, chilli, chile (ชิล' ลี) *n., pl.* **-ies/-lis/-es** พริก
chili sauce ซอสพริก
chill (ชิล) *n.* ความเย็นยะเยือก, ความหนาวเย็น, อาการหนาวสั่นสะท้าน, ความเยือกเย็น, ความเย็นชา, โรคหวัด *-v.* **chilled, chilling** *-vi.* เกิดรู้สึกเย็นยะเยือก, รู้สึกหนาวสะท้าน, (ผิวหน้า) เกิดแข็งตัวเมื่อกระทบความเย็น *-vt.* ทำให้หนาวเย็น, ทำให้หดหู่ใจ, ทำให้ (ผิวหน้า) แข็งตัวเมื่อกระทบความเย็น *-adj.* เย็น, หนาว, เฉยเมย, เย็นชา **-chillingly** *adv.* **-chillness** *n.* (**-S.** (n.) coolness, depression (v.) cool down, depress)
chilly (ชิล' ลี) *adj.* **-ier, -iest** เย็น, หนาวสั่น, เย็นชา **-chilliness** *n.* (**-S.** cool, freezing)
chime (ไชม์) *n.* ไม้ตีระฆัง, กระดิ่ง, เสียงระฆังหรือกระดิ่ง, เสียงนาฬิกาที่ดังกังวาน, เสียงที่ประสานกัน, ความสอดคล้องกลมกลืน *-v.* **chimed, chiming** *-vi.* ทำเสียงระฆัง, ทำเสียงดังกังวาน, สอดคล้อง, ประสานกัน, กลมกลืนกัน *-vt.* ตีระฆัง, สั่นระฆัง, ประสานเสียงดนตรี (**-S.** (n.) bells (v.) harmonize, peal, ring)
chimerical (ไคเมอ' ริเคิล) *adj.* ซึ่งเพ้อฝัน
★**chimney** (ชิม' นี) *n., pl.* **-neys** ปล่องไฟ
chimney corner ที่นั่งข้างเตาผิง
chimney pipe ปล่องไฟเหนือหลังคา
chimney sweep คนทำความสะอาดปล่องไฟ
chimpanzee (ชิมแพนซี', ชิมแพน' ซี) *n.* ลิงชิมแปนซี เป็นลิงที่ฉลาดมาก ตามตัวมีขนสีดำยาว หูกางใหญ่ ไม่มีหาง
★**chin** (ชิน) *n.* คาง **-keep one's chin up** กล้าเผชิญความลำบาก
China (ไช' นะ) ประเทศจีน
china (ไช' นะ) *n.* ชุดเครื่องลายคราม
Chinaman (ไช' นะเมิน) *n., pl.* **-men** คนจีน
Chinatown (ไช' นะเทาน์) *n.* ย่านคนจีน
chinaware (ไช' นะแวร์) *n.* ชุดเครื่องลายคราม
chinchilla (ชินชิล' ละ) *n.* สัตว์จำพวกหนูชนิดหนึ่งคล้ายกระรอก มีขนสีเทานุ่ม
chine (ไชน์) *n.* กระดูกสันหลัง, สันเขา
Chinese (ไชนีซ') *adj.* เกี่ยวกับประเทศ คน ภาษาและวัฒนธรรมจีน *-n., pl.* **-nese** ชาวจีน
Chinese cabbage คะน้า
Chinese chive กุยช่าย
Chinese lantern โคมกระดาษของจีน
Chinese lettuce ผักกาดขาว
Chinese parsley ผักชี
Chinese puzzle ปัญหาซวนสับสน
Chinese Wall กำแพงเมืองจีน
chink[1] (ชิงค์) *n.* เสียงดังกริ๊ง, (คำสแลง) เงิน *-vt., vi.* **chinked, chinking** เกิดเสียงดังกริ๊ง
chink[2] (ชิงค์) *n.* รอยแตกแยก, ร่อง, รอยร้าว
chintz (ชินท์ซ) *n.* ผ้าฝ้ายลายดอกมันวาว
★**chip** (ชิพ) *v.* **chipped, chipping** *-vt.* ตัด, เลอะ, ถาก, เฉือน, ทำบิ่น, ทำแหว่ง *-vi.* แตกเป็นชิ้นๆ *-n.* เศษเล็กเศษน้อย, ชิ้นส่วน, รอยบิ่น, เศษมูลสัตว์แห้งๆ, ของไร้ค่า, เบี้ยเล่นพนัน, แผ่นบาง, แผ่นมันฝรั่งทอดกรอบ **-a chip off the old block** เหมือนพ่อแม่มาก **-in the chips** (คำสแลง) ร่ำรวย
chipboard (ชิพ' บอร์ด) *n.* แผ่นไม้อัด
chipmunk (ชิพ' มังค์) *n.* กระรอกขนาดเล็กชนิดหนึ่ง มีแถบหลังสีดำ ชอบอาศัยตามพื้นดิน
chirography (ไครอก' กระฟี) *n.* การคัดลายมือ, ลายมือเขียน **-chirographer** *n.*
chiromancy (ได' ระแมนซี) *n.* การดูลายมือ
chiropody (คิรอพ' พะดี, ชิ-) *n.* การรักษาโรคมือและเท้า **-chiropodist** *n.*
chirp (เชิร์พ) *n.* เสียงหรีดหริ่งเรไร, เสียงร้องแหลมสูง *-vt., vi.* **chirped, chirping** ทำเสียงแหลมสูง, ส่งเสียงวี้ดว้าย (**-S.** (n., v.) twitter)
chirr (เชอร์) *n.* เสียงแหลมสูง เช่น เสียงแมลง
chirrup (เชอร์' เริพ) *v.* ดู chirp
chisel (ชิซ' เซิล) *n.* สิ่ว, สลัก
chit (ชิท) *n.* จดหมายสั้นๆ, เด็ก
chitchat (ชิท' แชท) *n.* การพูดคุยกันตามสบาย
chitterlings, chitlins, chitlings (ชิท' ลินซ์) *n. pl.* ลำไส้เล็กของหมู นำมาทำเป็นอาหารได้
chivalrous (ชิฟว' เวิลเริซ) *adj.* ซึ่งมีคุณสมบัติ

A B C D E F G H I J K L M N O P Q R S T U V W X Y Z

ของอัศวิน **-chivalrously** *adv.*
chivalry (ชิฟ' วัลรี) *n.* คุณสมบัติของอัศวิน
chives (ไชฟว์ซ) *n. pl.* ผักจำพวกหอม
chloride (คลอ' ไรด) *n.* สารประกอบที่มีธาตุคลอรีนรวมอยู่ด้วย เช่น โซเดียมคลอไรด์
chlorinate (คลอ' ระเนท) *vt.* **-nated, -nating** ผสมด้วยคลอรีน **-chlorination** *n.*
chlorine (คลอ' รีน) *n.* ธาตุเคมีชนิดหนึ่ง เป็นก๊าซพิษสีเหลืองอมเขียว ใช้ทำสารฟอกขาว ฆ่าเชื้อโรคในน้ำ มีสัญลักษณ์ Cl
chlorofluorocarbon (คลอโรฟลัวโรคาร์' เบิน) *n.* สารซีเอฟซี ไร้กลิ่น ไร้พิษ ไม่ลุกไหม้ ไม่มีฤทธิ์กัดกร่อน ใช้เป็นสารทำความเย็น ผลิตโฟมสังเคราะห์ เป็นสารพ่นในกระป๋องสเปรย์ หรือเครื่องดับเพลิง ต่อมาได้ค้นพบว่าสารนี้ทำลายปริมาณโอโซนซึ่งช่วยกรองรังสีอัลตราไวโอเลตในชั้นบรรยากาศ ย่อว่า CFC
chloroform (คลอ' ระฟอร์ม) *n.* ของเหลวไร้สี มีพิษ ใช้เป็นตัวทำละลายหรือเป็นยาสลบได้
chlorophyll, chlorophyl (คลอ' ระฟิล) *n.* รงควัตถุสีเขียวที่พบในพืช ช่วยดูดซับพลังงานแสงจากดวงอาทิตย์ เพื่อใช้ในกระบวนการสังเคราะห์แสงของพืช
chock (ชอค) *n.* ไม้หนุน, ไม้หมอนรอง *-vt.* **chocked, chocking** หนุนหรือรองด้วยไม้หมอน *-adv.* อย่างแน่นหนา, อย่างเต็มที่
chock-full (ชอค' ฟุล') *adj.* เต็มแน่น
★**chocolate** (ชอค' คูะลิท) *n.* ช็อกโกเลต ซึ่งทำจากเมล็ดโกโก้, สีน้ำตาลแดง
★**choice** (ชอยซ) *n.* การเลือก, การคัดเลือก, ตัวเลือก, สิทธิในการเลือก, โอกาสเลือก, ส่วนที่ดีที่สุด *-adj.* **choicer, choicest** ดีที่สุด
choir (ไควร์) *n.* คณะนักร้องในโบสถ์
★**choke** (โชค) *v.* **choked, choking** *-vt.* บีบคอให้หายใจไม่ออก, ทำให้หายใจไม่ออก, อุด, สำลัก, ควบคุมอากาศที่ไหลเข้าคาร์บูเรเตอร์ของเครื่องยนต์เพื่อให้น้ำมันไหลลงแทนที่, เติมจนเต็ม *-vi.* หายใจลำบาก, สำลัก, ติดขัด, แสดงออกได้ไม่เต็มที่ *-n.* การหายใจไม่ออก, การสำลัก, เสียงสำลัก,ลิ้นควบคุมอากาศเข้าท่อคาร์บูเรเตอร์ (**-S.** (v., n.) block, plug (v.) suffocate)
choker (โชค' เคอร์) *n.* สร้อยคอที่สวมติดคอ
choler (คอล' เลอร์) *n.* ความโกรธ
cholera (คอล' เลอระ) *n.* อหิวาตกโรค
choleric (คอล' ละริค) *adj.* ขี้โมโห, หงุดหงิด
cholesterol (คะเลซ' ทะรอล) *n.* สารสีขาว พบในไขมันสัตว์ เลือด เป็นต้น ถ้ามีมากเกินไปจะทำให้เกิดโรคเกี่ยวกับหัวใจได้
choo-choo (ชู' ชู) *n.* (ภาษาของเด็ก) รถไฟ
★**choose** (ชูซ) *vt., vi.* **chose, chosen, choosing** เลือก, คัดสรร, คัดเลือก (**-S.** select)
choosy (ชู' ซี) *adj.* **-ier, -iest** ช่างเลือก
★**chop**[1] (ชอพ) *vt., vi.* **chopped, chopping** สับ, จาม, พูดห้วน, หวด, ทำอย่างฉับไว *-n.* การสับ, เนื้อสับ, ชิ้นส่วนที่ถูกสับ, ระลอกคลื่น
chop[2] (ชอพ) *vi.* **chopped, chopping** (ลม) หันเหทิศทาง, เปลี่ยนทิศ, เปลี่ยนความคิด
chopper (ชอพ' เพอร์) *n.* คนสับหรือจาม, เครื่องมือที่ใช้สับหรือจาม, เครื่องมือแปลงกระแสไฟฟ้า, อุปกรณ์รบกวนสัญญาณวิทยุ, (ภาษาพูด) เฮลิคอปเตอร์ รถมอเตอร์ไซค์
chopping block เขียง
choppy (ชอพ' พี) *adj.* **-pier, -piest** (ลม) ซึ่งพัดหวนไปมา, (คลื่นทะเล) เป็นระลอก
chopsticks (ชอพ' สติคซ) *n. pl.* ตะเกียบ
chop suey ต้มจับฉ่าย
choral (คอ' เริล) *adj.* เกี่ยวกับเพลงประสานเสียงหรือเพลงสวดในโบสถ์ **-chorally** *adv.*
chord (คอร์ด) *n.* สายเครื่องดนตรี, อารมณ์คล้อยตามขณะเล่นดนตรี, ส่วนของเส้นตรงที่เชื่อมจุดซึ่งอยู่บนเส้นโค้งหรือเส้นรอบวง, เสียงดนตรีที่ประสานกัน
chore (ชอร์) *n.* งานประจำ, งานที่น่าเบื่อ
chorea (คอเรีย', โค-) *n.* อาการผิดปกติของระบบประสาทที่ทำให้ไม่สามารถควบคุมการเคลื่อนไหวของกล้ามเนื้อที่หน้า แขนหรือขาได้
choreography (คอรีออก' กระฟี) *n., pl.* **-phies** ศิลปะการออกแบบท่าเต้นระบำปลายเท้า
chorister (คอ' ริสเตอร์) *n.* นักร้องในโบสถ์
chorography (คะรอก' กระฟี) *n.* แผนที่, วิชาวาดแผนที่ **-chorographer** *n.*
chortle (ชอร์' เทิล) *n.* การหัวเราะชอบใจ, เสียงหัวเราะชอบใจ *-vt., vi.* **-tled, -tling** หัวเราะ
chorus (คอ' เรึซ) *n., pl.* **-ruses** บทเพลงสำหรับร้องหมู่, คณะนักร้องเพลงประสานเสียง
chose (โชซ) *v.* กริยาช่อง 2 ของ choose
chosen (โช' เซิน) *v.* กริยาช่อง 3 ของ choose
chow (เชา) *n.* ชื่อสุนัขพันธุ์หนึ่งของจีน (หรือ chow chow), มื้ออาหาร, อาหาร
chow-chow (เชา' เชา) *n.* ผักดอง
chowder (เชา' เดอร์) *n.* ซุปข้น
chow mein (เชา' เมน') *n.* บะหมี่ผัด
Christ (ไครซท์) *n.* พระคริสต์, พระเยซูคริสต์
christen (คริซ' เซิน) *vt.* **-tened, -tening**

ทำพิธีรับเข้าเป็นคริสต์ศาสนิกชน,ตั้งชื่อให้ในพิธีดังกล่าว **-christening** *n.*

Christendom (คริซ' เซินเดิม) *n.* คริสต์จักร, ชาวคริสเตียนทั้งหลายในโลก

★**Christian** (คริซ' เชิน) *n.* คริสต์ศาสนิกชน, ผู้นับถือพระเยซูคริสต์ *-adj.* ซึ่งนับถือพระเยซูคริสต์, เกี่ยวกับคำสอนของพระเยซู, เกี่ยวกับชาวคริสเตียน **-Christianly** *adv., adj.*

Christian era คริสต์ศักราช

Christianity (คริซเชียน' นิที) *n.* ศาสนาคริสต์, ความเป็นชาวคริสเตียน, โลกของชาวคริสเตียน

Christianize (คริซ' ชะไนซ) *vt.* **-ized, -izing** เปลี่ยนเป็นศาสนาคริสต์, ทำให้เป็นชาวคริสเตียน, รับเข้าเป็นคริสต์ศาสนิกชน **-Christianization** *n.* **-Christianizer** *n.*

Christian name ชื่อซึ่งตั้งให้ในพิธีชำระล้าง

★**Christmas** (คริซ' เมิซ) *n.* วันคริสต์มาส เป็นเทศกาลตรุษฝรั่งที่ฉลองวันประสูติของพระเยซูคริสต์ ตรงกับวันที่ 25 ธันวาคม

Christmas Eve วันก่อนวันคริสต์มาส

Christmastide (คริซ' เมิซไทด์) *n.* ช่วงเทศกาลคริสต์มาส, ดู Christmastime

Christmastime (คริซ' เมิซไทม์) *n.* ช่วงเทศกาลคริสต์มาส ตั้งแต่วันก่อนวันคริสต์มาสจนถึงวันที่ 6 มกราคมของปีถัดไป

Christmas tree ต้นสนที่นำมาประดับตกแต่งในช่วงเทศกาลคริสต์มาส, ต้นคริสต์มาส

chromatic (โครแมท' ทิค) *adj.* เกี่ยวกับสี

chrome (โครม) *n.* ธาตุโครเมียม

chromium (โคร' เมียม) *n.* โลหะสีเทามันวาวใช้ชุบเหล็กกันสนิม มีสัญลักษณ์ Cr

chromo-, chrom- คำอุปสรรค หมายถึง สี

chromosome (โคร' มะโซม) *n.* สารพันธุกรรมซึ่งอยู่ในนิวเคลียสของเซลล์สิ่งมีชีวิต

chronic (ครอน' นิค) *adj.* เรื้อรัง, ยาวนานติดต่อกัน, จนติดเป็นนิสัย (-S. habitual, long-lasting)

chronicle (ครอน' นิเคิล) *n.* บันทึกลำดับเหตุการณ์, ประวัติศาสตร์ *-vt.* **-cled, -cling** บันทึกประวัติศาสตร์ (-S. (n., v.) record)

chrono- คำอุปสรรค หมายถึง เวลา

chronological (ครอนนะลอจ' จิเคิล) *adj.* ตามลำดับวันเวลา **-chronologically** *adv.*

chronology (คระนอล' ละจี) *n., pl.* **-gies** วิชาที่ว่าด้วยการจัดลำดับเหตุการณ์ต่างๆ ตามวันเวลา, การจัดลำดับเหตุการณ์หรือวันเวลา

chronometer (คระนอม' มิเทอร์) *n.* นาฬิกาที่เที่ยงตรงและแม่นยำมาก

chrysalis, chrysalid (คริซ' ซะลิซ, -ลิด) *n., pl.* **-lises/-lides** ดักแด้ผีเสื้อ

chrysanthemum (คริแซน' ธะเมิม) *n.* ดอกเบญจมาศ

chubby (ชับ' บี) *adj.* **-bier, biest** จ้ำม่ำ

chuck[1] (ชัค) *vt.* **chucked, chucking** แตะหรือตบเบาๆ, เชยคาง, โยน, (คำสแลง) ลาออก อาเจียน กำจัด ละทิ้ง *-n.* การแตะหรือตบเบาๆ, การเชยคาง, การโยน, อาหาร

chuck[2] (ชัค) *vi.* **chucked, chucking** (ไก่) ร้องกะต๊ากๆ *-n.* เสียงไก่ร้องกะต๊ากๆ

chuckhole (ชัค' โฮล) *n.* หลุมแอ่งตามทางเท้า

chuckle (ชัค' เคิล) *vi.* **-led, -ling** หัวเราะหึๆ *-n.* การหัวเราะหึๆ (-S. (v.) chortle)

chug (ชัก) *n.* เสียงเครื่องจักรดังชุ๊กๆ

chum (ชัม) *n.* (ภาษาพูด) มิตรที่ดี, เพื่อนร่วมห้อง **-chummy** *adj.* (-S. friend)

chump (ชัมพ์) *n.* (ภาษาพูด) คนโง่, ท่อนไม้

chunk (ชังค์) *n.* ก้อนหรือชิ้นหนา, ส่วนที่สำคัญ, สัตว์ที่อ้วนเตี้ย **-chunky** *adj.* (-S. lump)

chunnel (ชัน' เนิล) *n.* อุโมงค์รถไฟที่ลอดใต้ช่องแคบอังกฤษ

★**church** (เชิร์ช) *n.* โบสถ์, โบสถ์ของชาวคริสต์, พิธีกรรมทางศาสนา, การเป็นพระหรือนักบวช, การเข้าโบสถ์, ศาสนิกชน, ความเลื่อมใสศรัทธาในศาสนา *-adj.* เกี่ยวกับโบสถ์

churchgoer (เชิร์ช' โกเออร์) *n.* ผู้ที่ไปร่วมพิธีในโบสถ์เป็นประจำ **-churchgoing** *n., adj.*

churchman (เชิร์ช' เมิน) *n., pl.* **-men** พระ, อุบาสก **-churchwoman** *n. fem.*

churchwarden (เชิร์ช' วอร์เดิน) *n.* เจ้าหน้าที่ในโบสถ์ที่ดูแลเฉพาะเรื่อง เช่น ดูแลทรัพย์สิน

churchyard (เชิร์ช' ยาร์ด) *n.* ลานโบสถ์

churl (เชิร์ล) *n.* คนต่ำช้า, คนบ้านนอก

churn (เชิร์น) *n.* เครื่องปั่นเนย *-vt., vi.* **churned, churning** ปั่นหรือกวนเนย, กวนจนขึ้นฟอง

chute (ชูท) *n.* ทางน้ำตก, ทางลาดชัน, ราง

chutney (ชัท' นี) *n., pl.* **-neys** เครื่องปรุงรสชนิดหนึ่งทำจากผลไม้ผสมกับเครื่องเทศ ใช้รับประทานกับแกงกะหรี่

CIA ย่อจาก Central Intelligence Agency หน่วยงานสืบราชการลับของสหรัฐอเมริกา

cicada (ซิเค' ดะ, -คา'-) *n., pl.* **-das/-dae** (-ดี) จักจั่น

cicatrix (ซิค' คะทริคซ์, ซิเค' ทริคซ์) *n., pl.* **-trices** (-ทริซีซ)/**-trixes** (-ทริคซิซ) รอยแผลเป็น, แผลตามลำต้นหรือขั้วกิ่งใบ

A B C D E F G H I J K L M N O P Q R S T U V W X Y Z

CID, C.I.D. ย่อจาก Criminal Investigation Department หน่วยงานพิเศษของกรมตำรวจอังกฤษที่ทำหน้าที่สืบสวนอาชญากรรม
-cide คำปัจจัย หมายถึง การฆ่า, ผู้ฆ่า
cider, cyder (ไซ' เดอร์) *n.* น้ำแอปเปิลคั้น นิยมใช้ทำเหล้าหรือน้ำส้มสายชู, เหล้าแอปเปิล
c.i.f. ย่อจาก cost, insurance, and freight ราคารวมค่าระวางขนส่งและค่าประกันภัย
★**cigar** (ซิการ์') *n.* บุหรี่ซิการ์ ซึ่งม้วนด้วยใบยาสูบ
★**cigarette, cigaret** (ซิกกะเรท', ซิก' กะเรท) *n.* บุหรี่มวนกระดาษ อัดไส้ใบยาสูบตัดฝอย
cigarette-lighter (ซิกกะเรท' ไล' เทอร์) *n.* ที่จุดบุหรี่
CINC, C in C ย่อจาก Commander in Chief จอมทัพ, ผู้บัญชาการรบ
cinch (ซินช์) *n.* สายคาดอานม้า, การกำหรือยึดแน่น, (คำสแลง) ของง่ายๆ สิ่งที่แน่นอน
cinchona (ซิงโค' นะ, ซินโช'-) *n.* ต้นซิงโคนาที่สามารถสกัดยาควินินและตัวยาอื่นๆ ได้
cinder (ซิน' เดอร์) *n.* ถ่านเถ้า, ขี้เถ้า, ถ่าน
★**cinema** (ซิน' นะมะ) *n.* ภาพยนตร์, โรงภาพยนตร์, การทำภาพยนตร์ (**-S.** films)
cinematheque (ซินนะมะเทค') *n.* พิพิธภัณฑ์ภาพยนตร์
cinematography (ซินนะมะทอก' กระฟี) *n.* ศิลปะการถ่ายทำภาพยนตร์
cinéma vérité (ซีเนมา' เวรีเท') *n.* ภาพยนตร์สารคดี, ภาพยนตร์เรื่องราวตามธรรมชาติ
cinerarium (ซินนะแร' เรียม) *n., pl.* **-raria** ที่เก็บอัฐิคนตาย **-cinerary** *adj.*
cinnamon (ซิน' นะเมิน) *n.* อบเชย
cipher, cypher (ไซ' เฟอร์) *n.* เลขศูนย์, เลขอารบิก, ตัวเลข, รหัสลับ, คนไร้ค่า, สิ่งของที่ไร้ค่า, อักษรไขว้ *-v.* **-phered, -phering** *-vi.* ใช้เขียนรหัสลับ, แก้โจทย์คณิตศาสตร์ *-vt.* แก้โจทย์โดยใช้คณิตศาสตร์, แสดงเป็นรหัสลับ (**-S.** (n.) code, nobody, nothing, number, zero)
circa (เซอร์' คะ) *prep.* ราวๆ, ประมาณ
★**circle** (เซอร์' เคิล) *n.* วงกลม, เส้นรอบวง, วงจร, วงเวียน, วงโคจร, ขอบเขต, สิ่งที่คล้ายวงกลม, ที่นั่งชมชั้นบนในโรงมหรสพซึ่งเรียงโค้งเป็นวงกลม, สมาคม, กลุ่มหรือหมู่คณะ, เส้นรอบวงที่แบ่งโลกออกเป็นสองซีก *-v.* **-cled, -cling** *-vt.* สร้างวงกลมล้อมรอบ, ทำเป็นวงรอบ, เคลื่อนรอบๆ *-vi.* เคลื่อนเป็นวงกลม **-circler** *n.* (**-S.** (n.) group, ring, scene, sphere (v.) revolve, surround, whirl (n., v.) orbit)
circlet (เซอร์' คลิท) *n.* วงกลมขนาดเล็ก, สายรัดเกล้า
circuit (เซอร์' คิท) *n.* วงรอบ, เส้นล้อมรอบ, พื้นที่ภายในวงรอบ, วงจรไฟฟ้า, การเดินทางรอบ, เส้นทางเดินรอบ, กลุ่มสถานบันเทิงที่มีการแสดงต่างๆ ผลัดเปลี่ยนหมุนเวียนมาให้ชม **-circuital** *adj.* **-circuitous** *adj.* (**-S.** cycle)
circuit board แผงวงจร
circuit breaker อุปกรณ์ตัดกระแสไฟฟ้า
circuitry (เซอร์' คิทรี) *n., pl.* **-ries** แบบวงจรไฟฟ้า, ระบบวงจรไฟฟ้า
★**circular** (เซอร์' เคียเลอร์) *adj.* เกี่ยวกับวงกลม, เป็นวงกลม, วกวน, ซึ่งเวียนโดยรอบ **-circularity** *n.* **-circularly** *adv.*
circular saw เลื่อยวงเดือน
circulate (เซอร์' เคียเลท) *v.* **-lated, -lating** *-vi.* เคลื่อนเป็นวงกลม, เคลื่อนไปรอบๆ, หมุนเวียน, เวียนให้ทราบ *-vt.* ทำให้เวียนไปโดยรอบ **-circulative, circulatory** *adj.* **-circulator** *n.*
circulation (เซอร์เคียเล' ชัน) *n.* การเคลื่อนที่เป็นวงกลม, กระแสหมุนเวียน, กระแสเลือด, กระแสเงินหมุนเวียน, การหมุนเวียนข่าวสาร, การแจกจ่าย, ยอดจำหน่ายหนังสือ
circulatory system ระบบหมุนเวียนเลือด
circum- คำอุปสรรค หมายถึง รอบๆ
circumcise (เซอร์' เคิมไซซ์) *vt.* **-cised, -cising** ตัดหนังหุ้มลึงค์ออก, ตัดบริเวณคลิตอริสของหญิงออก, ล้างบาป **-circumcision** *n.*
circumference (เซอร์คัม' เฟอเรินซ์) *n.* เส้นรอบวง, เส้นขอบ (**-S.** boundary, outline)
circumflex (เซอร์' เคิมเฟลคซ์) *n.* เครื่องหมาย ^ ใช้แสดงการออกเสียงสระของตัวอักษร
circumfuse (เซอร์เคิมฟิวซ์') *vt.* **-fused, -fusing** ท่วม, ซ่าน, ชุ่ม **-circumfusion** *n.*
circumlocution (เซอร์เคิมโลคิว' ชัน) *n.* การพูดจาอ้อมค้อม **-circumlocutory** *adj.*
circumlunar (เซอร์เคิมลู' เนอร์) *adj.* ซึ่งโคจรรอบดวงจันทร์
circumnavigate (เซอร์เคิมแนฟว' วิเกท) *vt.* **-gated, -gating** บินด้วยเครื่องบินหรือแล่นเรือไปรอบๆ **-circumnavigation** *n.*
circumscribe (เซอร์' เคิมสไกรบ์) *vt.* **-scribed, -scribing** ลากเส้นล้อมรอบ, วาดวงกลม, สร้างขอบเขต, จำกัด, กำหนดความประพฤติ **-circumscription** *n.*
circumsolar (เซอร์เคิมโซ' เลอร์) *adj.* ซึ่งโคจรรอบดวงอาทิตย์

A B D E F G H I J K L M N O P Q R S T U V W X Y Z

circumspect (เซอร์ เคิมสเปคท์) *adj.* รอบคอบ, ระมัดระวัง, สุขุม **-circumspection** *n.* **-circumspectly** *adv.* (-S. alert, careful)

★**circumstance** (เซอร์' เคิมสแตนซ์) *n.* สภาวะ, กรณี, สถานการณ์, สภาพแวดล้อม, เหตุการณ์, ความเป็นจริง, โอกาส, โชค, กาลเทศะ, รายละเอียด, การแสดงออก *-vt.* **-stanced, -stancing** จัดไว้ในสภาพใดสภาพหนึ่ง (-S. (n.) condition, fortune, situation, state)

circumstantial (เซอร์เคิมสแตน' เชิล) *adj.* แล้วแต่กรณี, ตามสถานการณ์, ตามโอกาส, โดยละเอียด **-circumstantially** *adv.*

circumstantiate (เซอร์เคิมสแตน' ชีเอท) *vt.* **-ated, -ating** ให้รายละเอียดเพื่อเป็นพยานหลักฐาน **-circumstantiation** *n.*

circumterrestrial (เซอร์เคิมทะเรซ' ทรีเอิล) *adj.* ซึ่งโคจรรอบโลก

circumvent (เซอร์เคิมเวนท์') *vt.* **-vented, -venting** แวดล้อม, แวดล้อมด้วยสิ่งที่เลวร้าย, เอาชนะด้วยเล่ห์ **-circumvention** *n.*

circus (เซอร์' เคิซ) *n.* ละครสัตว์, ตัวตลก, ถนนวงเวียนหลายๆ สายที่มาบรรจบกัน

cirrhosis (ซิโร' ซิซ) *n.* โรคตับแข็ง

cistern (ซิซ' เทิร์น) *n.* ถังบรรจุน้ำ

citadel (ซิท' ทะเดิล) *n.* ป้อมปราการ

cite (ไซท์) *vt.* **cited, citing** อ้างถึง, ยกเป็นข้อกล่าวอ้าง, นำมาพูดเป็นข้อสนับสนุนหรือเป็นพยานหลักฐาน, กล่าวสดุดี, ออกหมายเรียกเกณฑ์ทหาร, ออกหมายเรียกของทางการ, ออกหมายศาล **-citation** *n.* (-S. quote)

★**citizen** (ซิท' ทิเซิน) *n.* พลเมือง, ประชากร

citizenship (ซิท' ทิเซินชิพ) *n.* ความเป็นประชาชนพลเมือง, สัญชาติ

citric acid กรดมะนาว

citron (ซิท' เทริน) *n.* ต้นมะงั่ว ซึ่งเป็นตระกูลเดียวกับมะนาว แต่มีผลโตกว่า

citrus, citrous (ซิท' เทริซ) *n., pl.* **-rus/-ruses** พืชตระกูลมะนาว ได้แก่ ส้ม มะนาว มะกรูด

★**city** (ซิท' ที) *n., pl.* **-ies** เมือง, นคร, พลเมืองทั้งหมดในเมือง *-adj.* ของเมือง, ในเมือง, เหมือนเมือง (-S. (n.) burgh, metropolis)

★**city hall** ศาลากลางจังหวัด

city of God สวรรค์

City of Seven Hills กรุงโรมในประเทศอิตาลี

cityscape (ซิท' ทีสเกพ) *n.* ทิวทัศน์ของตัวเมือง

city-state (ซิท' ทีสเตท') *n.* นครรัฐ

civet (ซิฟว์' วิท) *n.* ตัวชะมด

civet cat ตัวชะมด ซึ่งเป็นสัตว์คล้ายแมว ชอบหากินกลางคืน มีขนสีเหลือง ลายจุด

civic (ซิฟว์' วิค) *adj.* แห่งเมือง, ของพลเรือน

civics (ซิฟว์' วิคซ์) *n. pl.* วิชาหน้าที่พลเมือง

civil (ซิฟว์' เวิล) *adj.* เกี่ยวกับพลเมือง, ของประชากร, ซึ่งมีวัฒนธรรม, เช่นพลเมืองที่ดี, ซึ่งมีความเจริญแล้ว, สุภาพอ่อนน้อม, เกี่ยวกับคดีแพ่ง **-civilly** *adv.* (-S. civic, civilized, polite)

civil defense มาตรการปกป้องชีวิตและทรัพย์สินของประชาชนยามฉุกเฉิน

civil disobedience การที่ประชาชนต่อต้านขัดขืนกฎของรัฐอย่างสันติวิธี

civil engineer วิศวกรโยธา

civilian (ซิวิล' เลียน) *n.* พลเรือน

civility (ซิวิล' ลิที) *n., pl.* **-ties** ความสุภาพ

★**civilization** (ซิฟว์วะลิเซ' ชัน) *n.* ความมีอารยธรรม, ความเจริญ, การอบรมขัดเกลา

★**civilize** (ซิฟว์' วะไลซ์) *vt., vi.* **-lized, -lizing** พัฒนาให้เจริญ, ทำให้มีอารยธรรม, อบรม

civil law กฎหมายแพ่ง

civil liberties เสรีภาพขั้นพื้นฐานของบุคคล เช่น เสรีภาพในการแสดงความคิดเห็น เป็นต้น

civil marriage การแต่งงานตามกฎหมาย

civil rights สิทธิของพลเมืองโดยสัญชาติ เช่น สิทธิในการลงคะแนนเสียงเลือกตั้ง เป็นต้น

civil servant ข้าราชการพลเรือน

civil service ราชการพลเรือน

civil war สงครามกลางเมือง

civil year ปีปฏิทิน

clack (แคลค) *vi., vt.* **clacked, clacking** ทำเสียงดังแกร๊ก, พูดรัวเร็ว *-n.* เสียงดังแกร๊ก

clad[1] (แคลด) *v.* กริยาช่อง 2 และ 3 ของ clothe *-adj.* ซึ่งสวมเสื้อผ้า (-S. (adj.) clothed, dressed)

clad[2] (แคลด) *vt.* **clad, cladding** หุ้มด้วยโลหะ

★**claim** (เคลม) *vt., vi.* **claimed, claiming** เรียกร้อง, ร้องขอ, อ้างสิทธิ *-n.* การเรียกร้อง, คำร้องขอ, การอ้างสิทธิ **-claimable** *adj.* **-claimer** *n.* (-S. (v.) ask for, assert)

clairvoyant (แคลร์วอย' เอินท์) *n.* เกี่ยวกับหรือมีพลังในการหยั่งรู้ *-n.* ผู้มีความสามารถดังกล่าว **-clairvoyance** *n.*

clam (แคลม) *n., pl.* **clams/clam** หอยกาบ, เนื้อหอยกาบ, (ภาษาพูด) คนที่เก็บความลับได้, (คำสแลง) เงินดอลลาร์

clambake (แคลม' เบค) *n.* การปิ้งอาหารทะเลและรับประทานที่ชายหาด

clamber (แคลม' เบอร์) *vi.* **-bered, -bering**

A B C D E F G H I J K L M N O P Q R S T U V W X Y Z

ปีนด้วยความยากลำบากโดยใช้มือและเท้า
clammy (แคลม' มี) *adj.* **-mier, -miest** ชื้นแฉะ, เย็นชืด **-clammily** *adv.* (**-S.** humid, moist)
clamor, clamour (แคลม' เมอร์) *n.* เสียงอึกทึก, เสียงตะโกน, เสียงที่ดังมากๆ *-vi., vt.* **-ored, -oring/-oured, -ouring** ส่งเสียงดัง **-clamorous** *adj.* **-clamorously** *adv.*
clamp (แคลมพ์) *n.* อุปกรณ์สำหรับหนีบหรือยึดวัสดุสองชิ้นเข้าด้วยกัน *-vt.* **clamped, clamping** ยึดหรือจับด้วยอุปกรณ์ดังกล่าว, บังคับ (**-S.** (n.) fastener (v.) impose)
clampdown (แคลมพ์' เดาน์) *n.* ข้อห้าม
clan (แคลน) *n.* กลุ่มคนที่มีเชื้อสายเดียวกัน, วงศ์ตระกูล, เครือญาติ, กลุ่มคนที่มีผลประโยชน์ร่วมกัน, ก๊ก **-clannish** *adj.* **-clannishly** *adv.*
clandestine (แคลนเดซ' ทิน) *adj.* เป็นความลับ, อย่างลับๆ **-clandestinely** *adv.* (**-S.** concealed, hidden, secret)
clang (แคลง) *n.* เสียงดังกังวานจากการตีหรือเคาะ, เสียงโลหะกระทบกัน, เสียงที่แตกพร่า *-vi., vt.* **clanged, clanging** ทำให้เกิดเสียงดัง, ตีหรือเคาะโลหะ (**-S.** (n., v.) clank, clink)
clanger (แคลง' เกอร์) *n.* ความผิด, การกระทำผิด (**-S.** blunder, mistake)
clangor, clangour (แคลง' เกอร์) *n.* การตีหรือเคาะอย่างต่อเนื่อง, เสียงดังอย่างต่อเนื่อง
clank (แคลงค์) *n.* เสียงโลหะกระทบกัน มีเสียงแหลมแต่ไม่กังวาน *-vi., vt.* **clanked, clanking** ทำให้เกิดเสียงดังกล่าว (**-S.** (n., v.) clink)
★**clap**[1] (แคลพ) *vi., vt.* **clapped, clapping** ปรบมือ, นำวัตถุมากระทบกันให้เกิดเสียงดัง, ตบเบาๆ, กระทำอย่างรวดเร็ว *-n.* การปรบมือ, เสียงปรบมือ, เสียงที่ดังและเกิดขึ้นอย่างรวดเร็ว, การใช้มือตบเบาๆ (**-S.** (v.) applaud (v., n.) strike)
clap[2] (แคลพ) *n.* (คำสแลง) กามโรค
clapper (แคลพ' เพอร์) *n.* ผู้ปรบมือ, ตุ้มระฆัง
clapperclaw (แคลพ' เพอร์คลอ) *vt.* **-clawed, -clawing** ข่วน, จิก, ด่าว่า
claptrap (แคลพ' แทรพ) *n.* คำพูดเกินความจริงหรือไร้สาระ (**-S.** nonsense, rubbish)
claque (แคลค) *n.* พวกหน้าม้าที่รับจ้างปรบมืออยู่หน้าเวทีการแสดงต่างๆ
claret (แคล' ริท) *n.* ไวน์แดง, สีแดงอมม่วง
clarify (แคล' ระไฟ) *vt., vi.* **-fied, -fying** ทำให้เข้าใจได้ง่าย, ทำให้หายสับสน, ทำให้ไม่มีสิ่งเจือปน **-clarification** *n.* (**-S.** explain, simplify)
clarinet (แคลระเนท') *n.* ปี่ชนิดหนึ่ง
clarion (แคล' เรียน) *n.* ทรัมเป็ตที่มีเสียงใสแหลม สูงและดัง *-adj.* (เสียง) ใส แหลม สูง ดัง
clarity (แคล' ริที) *n.* ความชัดเจน, ความใสสะอาด (**-S.** clearness, lucidity, obviousness)
clash (แคลช) *vi., vt.* **clashed, clashing** ตี, กระทบ, ขัดแย้ง, ปะทะ *-n.* เสียงดังที่เกิดจากวัตถุกระทบกัน, ความขัดแย้ง, การปะทะ (**-S.** (v., n.) conflict, quarrel (n.) striking)
clasp (แคลซพ์) *n.* ตัวหนีบ, เข็มกลัด, ตะขอ, การกอด *-vt.* **clasped, clasping** กลัด, หนีบ, กอดรัด, จับด้วยมือ, เกาะ (**-S.** (n.) fastener, pin)
★**class** (แคลซ) *n.* ชนิด, ประเภท, ระดับ, สถานภาพหรือฐานะ, นักเรียนที่อยู่ในชั้นเดียวกัน, การแบ่งกลุ่มหรือประเภท, (ภาษาพูด) ความมีรสนิยม *-vt.* **classed, classing** จัดกลุ่ม, แบ่งประเภท **-class-conscious** ตระหนักถึงสถานภาพทางสังคม (**-S.** (n.) category, classification, status (v.) classify, grade)
classic (แคลซ' สิค) *adj.* มีมาตรฐานสูง, ยอดเยี่ยม, มีคุณค่ายาวนาน, มีรูปแบบที่เรียบง่าย, มีชื่อเสียง, (ภาษาพูด) เป็นที่นิยมเพราะความเรียบง่าย *-n.* งานเขียนหรือศิลปะที่ได้รับการยกย่อง, คนหรือสิ่งที่อยู่ในระดับสูงสุด, ตัวอย่างที่เป็นมาตรฐาน, (ภาษาพูด) ชุดที่มีแบบมาตรฐาน **-classics** การศึกษางานประพันธ์สมัยกรีก-โรมันโบราณ (**-S.** (n., adj.) standard)
classical (แคลซ' ซิเคิล) *adj.* มีมาตรฐานสูง, เกี่ยวกับวรรณกรรม ศิลปะและวัฒนธรรมสมัยกรีก-โรมันโบราณ, เป็นที่รู้จัก, มีคุณค่ายาวนาน, เรียบง่าย **-classically** *adv.*
classification (แคลซซะฟิเค' ชัน) *n.* การแบ่งกลุ่ม ชนิดหรือประเภท, กลุ่ม, ระบบการแบ่งกลุ่ม
classified (แคลซ' ซะไฟด์) *adj.* ที่แบ่งออกเป็นกลุ่มหรือประเภท, ที่จัดไว้เฉพาะผู้มีหน้าที่เกี่ยวข้องเนื่องจากเป็นความลับ
classified advertising/advertisement โฆษณาในสิ่งพิมพ์ที่แยกประเภทของสินค้าหรือบริการโดยจัดเป็นคอลัมน์ขนาดกะทัดรัด
classify (แคลซ' ซะไฟ) *vt.* **-fied, -fying** จัดหรือแบ่งตามประเภท (**-S.** designate, group)
classmate (แคลซ' เมท) *n.* เพื่อนร่วมชั้น
classroom (แคลซ' รูม, -รุม) *n.* ห้องเรียน
classy (แคลซ' ซี) *adj.* **-ier, -iest** (ภาษาพูด) หรูหรา นำสมัย ยอดเยี่ยม ชั้นหนึ่ง
clatter (แคลท' เทอร์) *vi., vt.* **-tered, -tering** ทำให้เกิดเสียงแหลมดัง, พูดเร็วและเสียงดัง

A B C D E F G H I J K L M N O P Q R S T U V W X Y Z

-*n.* เสียงแหลมที่ดังอย่างต่อเนื่อง, เสียงวัตถุกระทบกัน, เสียงพูดคุยที่ดัง, เสียงอึกทึก

clause (คลอซ) *n.* อนุประโยค, มาตรา, ข้อบังคับ

claustrophobia (คลอสตระโฟ' เบีย) *n.* ความกลัวบริเวณที่ถูกปิดล้อม เช่น ในลิฟต์

clavicle (แคลฟวิ' วิเคิล) *n.* กระดูกไหปลาร้า

claw (คลอ) *n.* กรงเล็บของสัตว์, ก้ามปูหรือกุ้ง, อุปกรณ์ที่มีลักษณะแหลมคม -*vt., vi.* **clawed, clawing** ข่วน ฉีก ขุดหรือดึงด้วยเล็บ **-claw hammer** ค้อนที่มีปลายหนึ่งใช้ตอกตะปูและอีกปลายใช้ถอนตะปู (-S. (n.) nail (v.) scratch)

★**clay** (เคล) *n.* ดินเหนียว, โคลน (-S. earth)

★**clean** (คลีน) *adj.* **cleaner, cleanest** สะอาด, ปราศจากฝุ่น, ไม่มีสิ่งเจือปน, ไม่ติดเชื้อโรค, ใหม่, ไม่มีที่ตำหนิ, มีคุณธรรม, มีรูปร่างดี, สมบูรณ์, บริสุทธิ์, ถูกต้อง, เรียบร้อยเป็นระเบียบ -*adv.* **cleaner, cleanest** อย่างสมบูรณ์, อย่างยุติธรรม -*vt., vi.* **cleaned, cleaning** ทำความสะอาด, กำจัดสิ่งสกปรก, ทำให้ว่างเปล่า, เตรียมวัตถุดิบเพื่อทำอาหาร, ประพฤติตนอย่างถูกต้อง **-clean out** ทำให้สะอาด, ทำให้ว่าง **-clean up** ทำให้เป็นระเบียบเรียบร้อย **-cleanness** *n.* (-S. (adj.) complete, pure)

clean-cut (คลีน' คัท') *adj.* มีลายเส้นหรือมีขอบคม, มีรูปแบบดี, ชัดเจน, ประณีต, ดูดี

cleaner (คลี' เนอร์) *n.* ผู้ทำความสะอาด, อุปกรณ์ทำความสะอาด

clean-handed (คลีน' แฮน' ดิด) *adj.* บริสุทธิ์, ไม่มีความผิด

cleanly (เคลน' ลี) *adj.* **-lier, -liest** รักความสะอาด -*adv.* อย่างง่ายดาย

cleanse (เคลนซ์) *vt.* **cleansed, cleansing** ทำให้สะอาด, ทำให้บริสุทธิ์, ทำให้พ้นข้อกล่าวหา

cleanser (เคลน' เซอร์) *n.* สารหรือผงทำความสะอาด, ครีมหรือโลชั่นทำความสะอาดผิวหน้า

★**clear** (เคลียร์) *adj.* **clearer, clearest** โปร่ง, ใส, ไม่มีเมฆหมอก, ชัดเจน, สงบ, บริสุทธิ์, ไม่มีความผิด, ไม่มีอุปสรรค, สุทธิ, ไม่เป็นหนี้, สมบูรณ์, แน่นอน -*adv.* อย่างชัดเจน, อย่างสมบูรณ์ -*vt., vi.* **cleared, clearing** ทำให้สว่าง, กำจัด, พิสูจน์ว่าไม่มีความผิด, จ่ายหนี้, จัดการบัญชี เช็คหรืออื่นๆ ผ่านธนาคาร, ผ่านการอนุมัติ, ทำให้เข้าใจได้ง่าย, ทำให้ว่าง, หายไป, ผ่านด่านศุลกากร, จัดการธุระจนเสร็จ, กำจัดข้อมูลที่ไม่ต้องการออกจากหน่วยความจำของคอมพิวเตอร์ **-clear up** อธิบาย, ทำให้เรียบร้อย **-clearly** *adv.* **-clearness** *n.* (-S. (adj.) bright, empty, evident -A. (adj.) cloudy, opaque)

clearance (เคลีย' เรินซ์) *n.* การจัดการให้เรียบร้อย, พื้นที่โล่งกว้าง, การอนุญาตให้พาหนะผ่านด่านศุลกากรหลังจากตรวจตราแล้ว, การจัดการบัญชี เช็คหรืออื่นๆ ที่ธนาคาร (-S. clearing, permission, space)

clear-cut (เคลียร์' คัท') *adj.* คมชัด, ชัดเจน

clearing (เคลีย' ริง) *n.* การจัดการให้เรียบร้อย, พื้นที่โล่งเตียน, การแลกเปลี่ยนเช็คหรือตราสารทางการเงินอื่นๆ และการดุลบัญชีในธนาคาร

clearinghouse (เคลีย' ริงเฮาซ์) *n.* สถานที่ที่รับแลกเปลี่ยนเช็ค ตราสารทางการเงินและอื่นๆ

clear-sighted (เคลียร์' ไซ' ทิด) *adj.* ฉลาด

cleavage (คลี' วิจ) *n.* รอยแยกหรือรอยแตก, (ภาษาพูด) ร่องอกของผู้หญิง

cleave[1] (คลีฟว์) *vt., vi.* **cleft/cleaved/clove, cleft/cleaved/cloven, cleaving** ทำให้แตก, แทงทะลุ, ผ่าออก, กะเทาะ, ตัด (-S. cut, split)

cleave[2] (คลีฟว์) *vi.* **cleaved, cleaving** แขวน, ติด, มีความซื่อสัตย์, จงรักภักดี (-S. adhere to)

cleaver (คลี' เวอร์) *n.* อุปกรณ์สำหรับตัดที่มีใบมีดกว้าง เช่น มีดแล่เนื้อ

clef (เคลฟ) *n.* เครื่องหมายกำหนดระดับเสียงของดนตรี

cleft (เคลฟท์) *v.* กริยาช่อง 2 และ 3 ของ cleave[1] -*adj.* ที่แบ่งหรือแยกออก -*n.* รอยแตก, รอยบุ๋ม, ร่อง (-S. (v., n.) crack, fissure)

clement (เคลม' เมินท์) *adj.* มีเมตตา, มีความอดกลั้น, มีอากาศอุ่นสบาย **-clemency** *n.*

clench (เคลนช์) *vt.* **clenched, clenching** ปิดแน่น, กำหมัดแน่น, ขบฟันแน่น, ยึดหรือตอกด้วยตะปูหรืออื่นๆ, จับแน่น -*n.* การจับยึดอย่างแน่น, อุปกรณ์ที่ใช้ยึดจับ (-S. (v.) fasten)

clergy (เคลอร์' จี) *n., pl.* **-gies** กลุ่มพระ

clergyman (เคลอร์' จีเมิน) *n., pl.* **-men** พระ

cleric (เคล' ริค) *n.* สมาชิกผู้ทำหน้าที่ทางศาสนา

★**clerk** (เคลิร์ค, คลาร์ค) *n.* เสมียน, นายทะเบียน, พนักงานเคาน์เตอร์ **-clerkship** *n.*

★**clever** (เคลฟว์' เวอร์) *adj.* **-erer, -erest** ฉลาด, มีไหวพริบ, คล่องแคล่ว, ชำนาญ **-cleverly** *adv.* **-cleverness** *n.* (-S. dextrous, shrewd)

clew (คลู) *n.* กลุ่มด้ายที่พันเป็นก้อนกลม

cliché (คลีเช') *n.* ความคิดหรือคำพูดที่ใช้บ่อยมากจนดูเป็นสิ่งธรรมดาๆ (-S. platitude)

click (คลิค) *n.* เสียงคลิก, ลิ้นสปริง -*v.* **clicked, clicking** -*vi.* เกิดเสียงคลิก, (ภาษาพูด) เข้าใจในทันที เข้ากันได้ดี -*vt.* ทำให้เกิดเสียงคลิก

A B C D E F G H I J K L M N O P Q R S T U V W X Y Z

A B C D E F G H I J K L M N O P Q R S T U V W X Y Z

★**client** (ไคล' เอินท์) *n.* ลูกค้า, ลูกความของทนาย, คนไข้ (-S. customer, patient, patron)
clientele (ไคลเอินเทล', คลีอาง-) *n.* กลุ่มลูกค้า
★**cliff** (คลิฟ) *n.* หน้าผา **-cliffy** *adj.*
climacteric (ไคลฺแมค' เทอฺริค, ไคลแมคเทอ' ริค) *n.* ช่วงการเปลี่ยนแปลงที่สำคัญของร่างกาย, ช่วงวิกฤติในชีวิต *-adj.* เกี่ยวกับช่วงดังกล่าว
★**climate** (ไคล' มิท) *n.* บรรยากาศ, ภูมิอากาศ **-climatic** *adj.* (-S. atmosphere, weather)
climax (ไคล' แมคซ์) *n.* จุดสูงสุด, เหตุการณ์ที่มีความตื่นเต้นและน่าสนใจมากที่สุด, การเรียงลำดับคำพูดหรือความคิดจากน้อยไปหามาก (-S. pinnacle, summit, zenith)
★**climb** (ไคลม์) *vt., vi.* **climbed, climbing** ปีน, ตะกาย, ไต่, เพิ่มขึ้นทีละน้อย, (ต้นไม้) พันหรือไต่ขึ้นที่สูง *-n.* การปีน (-S. (v., n.) mount)
climber (ไคล' เมอร์) *n.* ผู้ปีน, ไม้เลื้อย
clinch (คลินช์) *vt., vi.* **clinched, clinching** ทำให้ติดแน่น, ทำให้ยุติ, ทำให้สำเร็จ, ผูกเข้าด้วยกัน, กอดนักมวยคู่ต่อสู้ (-S. fasten)
cling (คลิง) *vi.* **clung, clinging** เกาะ, รวมตัวกันแน่น, กอดแน่น, ยึดติด, ภักดี (-S. adhere, hold, stick)
★**clinic** (คลิน' นิค) *n.* การสอนนักศึกษาแพทย์วินิจฉัยโรคและตรวจรักษาคนไข้, สถานพยาบาล
clinical (คลิน' นิเคิล) *adj.* เกี่ยวกับการรักษาและวินิจฉัยโรค, ที่วิเคราะห์ด้วยเหตุผล, เข้มงวด **-clinically** *adv.* (-S. objective, severe)
clinical thermometer เทอร์โมมิเตอร์สำหรับวัดอุณหภูมิของร่างกาย
clinician (คลินิช' เชิน) *n.* แพทย์หรือผู้เชี่ยวชาญในการรักษาโรคและให้ความรู้
clink (คลิงค์) *vi., vt.* **clinked, clinking** ทำให้เกิดเสียงเล็กแหลมและเบา *-n.* เสียงแก้วหรือโลหะกระทบกัน
clinker (คลิง' เคอร์) *n.* วัตถุแข็ง เช่น หินที่เหลืออยู่จากการเผาถ่านไม้, อิฐทนไฟ
clip[1] (คลิพ) *vt., vi.* **clipped, clipping** ตัด, ขริบ, เล็ม, เจาะรู, เจียนขอบ, ลดจำนวน, ย่อ *-n.* สิ่งที่ถูกตัด, การตัด เช่น ขนแกะ, การย่อ (-S. (v.) cut, hit, trim (n.) cut, extract, smack)
clip[2] (คลิพ) *n.* คลิปหนีบกระดาษ, สายพานบรรจุกระสุนปืนกล *-vt.* **clipped, clipping** ยึด, กลัด, หนีบ (-S. (n., v.) clasp)
clipboard (คลิพ' บอร์ด, -โบร์ด) *n.* แผ่นกระดานซึ่งมีที่หนีบสำหรับยึดกระดาษ
clipper (คลิพ' เพอร์) *n.* ผู้ที่ทำหน้าที่ตัด, คนสัตว์หรือสิ่งที่เคลื่อนที่ได้รวดเร็ว, เรือที่มีปลายด้านหน้าแหลมเพื่อเพิ่มความเร็ว **-clippers** อุปกรณ์สำหรับตัด
clipping (คลิพ' พิง) *n.* สิ่งที่ถูกตัดออกมา เช่น ผม ข่าวหรือข้อความจากหนังสือพิมพ์
clique (คลีค, คลิค) *n.* พวก, หมู่, ก๊ก, พรรค, ชมรม **-cliquish** *adj.* (-S. circle, group)
clitoris (คลิท' เทอริซ, ไคล' เทอ-) *n., pl.* **clitorises** (-ริซิซ)/**clitorides** (-ริดีซ) ปุ่มคลิตอริสเป็นปุ่มที่ไวต่อการกระตุ้น อยู่บริเวณปลายหัวหน่าวเพศหญิง
cloak (โคลค) *n.* ชุดคลุมหลวมๆ แบบไม่มีแขน, สิ่งที่ใช้ปกปิดหรือปกคลุมสิ่งอื่น *-vt.* **cloaked, cloaking** ปกคลุมด้วยชุดคลุม, ปกปิด, ซ่อน (-S. (n.) dolman (n., v.) mask (v.) conceal, hide)
cloakroom (โคลค' รูม, -รุม) *n.* ห้องเก็บเสื้อคลุม ร่มหรืออื่นๆ เป็นการชั่วคราว
clobber (คลอบ' เบอร์) *vt.* **-bered, -bering** (คำสแลง) ทุบตี วิจารณ์อย่างรุนแรง
clock (คลอค) *n.* นาฬิกา, เครื่องตอกบัตร, อุปกรณ์ที่ใช้วัดระยะทางและเวลา *-vt., vi.* **clocked, clocking** จับเวลา, บันทึกเวลา **-around the clock** ตลอดวันตลอดคืน (-S. (n.) chronometer, timer (v.) record, time)
clockwise (คลอค' ไวซ์) *adj., adv.* ซึ่งเคลื่อนที่ตามเข็มนาฬิกา
clockwork (คลอค' เวิร์ค) *n.* ลานนาฬิกา
clod (คลอด) *n.* ก้อนดิน, ดิน, คนโง่
clodhopper (คลอด' ฮอพเพอร์) *n.* คนที่ทำอะไรงุ่มง่ามและไม่ประณีต, รองเท้าที่มีส้นหนัก
clog (คลอก) *n.* อุปสรรค, ตุ้มน้ำหนักที่ถ่วงขาสัตว์ไม่ให้เคลื่อนที่, รองเท้าส้นไม้ *-vt., vi.* **clogged, clogging** ขัดขวางการเคลื่อนที่, ติดกันเป็นก้อน, อุดตัน (-S. (n., v.) block)
clog dance การเต้นรำที่สวมรองเท้าส้นไม้สำหรับเคาะจังหวะกับพื้นขณะเต้นรำ
cloister (คลอย' สเตอร์) *n.* ทางเดินที่มีหลังคารูปโค้ง, วัด, ชีวิตในวัด (-S. arcade, convent)
clone (โคลน) *n.* สิ่งมีชีวิตที่มีลักษณะเหมือนกันซึ่งเกิดจากการขยายพันธุ์โดยไม่ต้องผสมพันธุ์, รูปจำลองดีเอ็นเอที่เกิดจากวิธีพันธุวิศวกรรม *-vt.* **cloned, cloning** สร้างรูปจำลองหรือสิ่งมีชีวิตโดยไม่ใช้การผสมพันธุ์
cloning (โคลน' นิง) *n.* เทคนิคการสร้างสิ่งมีชีวิตที่เหมือนแม่แบบโดยไม่ใช้เซลล์สืบพันธุ์
★**close** (*adj., adv.* โคลซ, *v., n.* โคลซ) *adj.* **closer, closest** (ระยะทางหรือเวลา) ใกล้,

ใกล้ชิด, สนิท, แคบ, ปิด, ถูกปิดล้อม, ไม่มีอากาศถ่ายเท, เป็นความลับ, รอบคอบ, เข้มงวด, กะทัดรัด, ใกล้เคียงกัน *-vt., vi.* **closed, closing** ปิด, กั้น, หยุด, จบ, สิ้นสุด, รวมเข้าด้วยกัน, ทำให้เสร็จสมบูรณ์, กำหนัด, เข้าใกล้, จับกลุ่ม, ลดระยะห่าง *-n.* จุดจบ, สถานที่ที่ถูกปิดล้อม *-adv.* **closer, closest** อย่างใกล้ชิด **-close down** ปิดหรือหยุดอย่างถาวร **-close in** ปิดล้อม **-close up** ดึงเข้ามาใกล้กัน, ปิดสนิท, (แผล) สมานเข้าหากัน **-closely** *adv.* **-closeness** *n.* (-S. (adj.) careful, compact, intimate)

close/closed corporation บริษัทที่มีผู้ถือหุ้นไม่กี่คนและไม่มีการขายหุ้นแก่ผู้อื่น

★**closed** (โคลซด์) *adj.* ที่ถูกปิด, ที่ปิดกั้น, มีข้อจำกัด, เป็นความลับ, ปกปิด, เฉพาะ

closed book บุคคลหรือสิ่งที่ไม่สามารถทำความเข้าใจได้, สิ่งที่ลึกลับซับซ้อน

closed circuit โทรทัศน์วงจรปิด, วงจรไฟฟ้าที่มีกระแสไฟฟ้าไหลผ่านตลอดเวลา

closed-door (โคลซด์ ดอรฺ, -โดรฺ) *adj.* ไม่เปิดเผยต่อสาธารณะ, เป็นเรื่องส่วนบุคคล

★**closet** (คลอซฺ' ซิท, คลอ' ซิท) *n.* ห้องขนาดเล็ก, ห้องน้ำ, ตู้ *-vt.* **-eted, -eting** ปิดห้องเพื่อประชุมลับ *-adj.* เป็นความลับ (-S. (n.) cabinet)

close-up (โคลซ' อัพ) *n.* ภาพถ่ายที่เน้นสิ่งที่ต้องการถ่ายอย่างชัดเจน

closure (โคล' เฌอรฺ) *n.* การปิดล้อมหรือภาวะที่ถูกปิด, บทสรุป, การลงมติในรัฐสภา

clot (คลอท) *n.* ก้อนที่มีลักษณะกึ่งแข็งกึ่งเหลว เช่น ก้อนเลือด, ก้อนดิน *-vi., vt.* **clotted, clotting** รวมตัวเป็นก้อน, รวมกลุ่ม

★**cloth** (คลอธ) *n., pl.* **cloths** (คลอธซฺ, คลอธซฺ) ผ้า **-cloth yard** หน่วยวัดความยาวของผ้า มีหน่วยเป็นหลาซึ่งเท่ากับ 36 นิ้ว (-S. fabric)

clothe (โคลธ) *vt.* **clothed/clad, clothing** สวมเสื้อผ้า, ปกคลุมด้วยผ้า (-S. dress, wrap)

★**clothes** (โคลซ, โคลธซฺ) *n. pl.* เสื้อผ้า, เครื่องนุ่งห่ม (-S. attire, garments, outfits)

clotheshorse (โคลซ' ฮอรฺซ, โคลธซฺ'-) *n.* โครงสำหรับตากผ้า

clothesline (โคลซ' ไลนฺ, โคลธซฺ'-) *n.* ราวตากผ้า

clothespeg, clothespin (โคลซ' เพก; โคลธซฺ-, -พิน) *n.* ตัวหนีบผ้า

clothier (โคลธ' เธียรฺ, โคล' ธีเออรฺ) *n.* คนทำหรือขายเสื้อผ้า, คนขายผ้า

★**clothing** (โคล' ธิง) *n.* ผ้า, เสื้อผ้า, เครื่องนุ่งห่ม

★**cloud** (เคลาดฺ) *n.* เมฆ, กลุ่มควัน หมอกหรือไอน้ำ, สิ่งที่มีจำนวนมาก, สิ่งที่ทำให้เกิดความทุกข์, สิ่งที่ขุ่นมัว *-vt., vi.* **clouded, clouding** ปกคลุมด้วยเมฆหมอก, ทำให้ทุกข์, ทำให้มัวหมอง, ทำให้เสียชื่อ, มีทุกข์ (-S. (n.) flock, gloom)

cloudburst (เคลาดฺ' เบิรฺซทฺ) *n.* พายุฝน

cloudless (เคลาดฺ' ลิซ) *adj.* ไม่มีเมฆปกคลุม, แจ่มใส, ปลอดโปร่ง, ไม่มีมลทิน

cloudy (เคลา' ดี) *adj.* **-ier, -iest** ที่ปกคลุมไปด้วยเมฆหมอก, เหมือนเมฆ, ขุ่นมัว, คลุมเครือ, มีทุกข์ (-S. dim, indistinct, obscure)

clove[1] (โคลฟวฺ) *n.* ต้นกานพลู

clove[2] (โคลฟวฺ) *n.* กลีบ (กระเทียม)

clove[3] (โคลฟวฺ) *v.* กริยาช่อง 2 ของ cleave[1]

clove hitch เงื่อนผูกเชือกแบบหนึ่ง

cloven (โคล' เวิน) *v.* กริยาช่อง 3 ของ cleave[1]

cloven foot/hoof เท้าที่มีลักษณะเป็นกีบ เช่น วัว, สัญลักษณ์ของซาตานที่มีเท้าเป็นกีบ

clover (โคล' เวอรฺ) *n.* พืชตระกูลถั่วชนิดหนึ่งที่ใช้เป็นอาหารของสัตว์

cloverleaf (โคล' เวอรฺลีฟ) *n., pl.* **-leafs** จุดเปลี่ยนเส้นทางบนถนนซึ่งสร้างต่างระดับกัน มีรูปร่างคล้ายกลีบดอกไม้สี่แฉก

clown (เคลานฺ) *n.* ตัวตลก, คนซุ่มซ่าม *-vi.* **clowned, clowning** เล่นตลก (-S. (n.) buffoon)

cloy (คลอย) *vt.* **cloyed, cloying** ทำให้เบื่อหรือไม่ชอบเนื่องจากมีบางสิ่งมากเกินไป (-S. dull)

★**club** (คลับ) *n.* ไม้สำหรับตีลูก, ตะบอง, สโมสร, ไนต์คลับ, ไพ่รูปดอกจิก, กลุ่มคนที่มารวมตัวเพื่อวัตถุประสงค์บางอย่าง *-vt., vi.* **clubbed, clubbing** รวมกลุ่มเพื่อวัตถุประสงค์บางอย่าง, ตีด้วยไม้ดังกล่าว (-S. (n.) association (v.) hit)

clubfoot (คลับ' ฟุท) *n.* เท้าที่มีรูปร่างบิดงอ

clubhouse (คลับ' เฮาซฺ) *n.* สโมสร

club sandwich แซนด์วิชขนาดใหญ่

cluck (คลัค) *n.* เสียงที่แม่ไก่ใช้เรียกลูกเจี๊ยบ, เสียงที่แหลม สั้นและเบา *-vi., vt.* **clucked, clucking** ส่งเสียงที่มีลักษณะดังกล่าว

clue (คลู) *n.* สิ่งที่ช่วยนำไปสู่การแก้ปัญหาหรือไขปริศนา *-vt.* **clued, clueing/cluing** แนะนำ, ให้ข้อมูล (-S. (n.) evidence, hint, indication)

clump (คลัมพฺ) *n.* ก้อน, กลุ่ม, พุ่มไม้ที่หนาแน่น *-v.* **clumped, clumping** *-vi.* จับตัวเป็นก้อน, เดินเสียงดัง *-vt.* รวบรวมให้เป็นก้อน, ปลูกต้นไม้ให้เป็นพุ่ม (-S. (n.) cluster, group, mass)

clumsy (คลัม' ซี) *adj.* **-sier, -siest** งุ่มง่าม, อุ้ยอ้าย, เทอะทะ **-clumsily** *adv.* **-clumsiness**

A B C D E F G H I J K L M N O P Q R S T U V W X Y Z

A B C D E F G H I J K L M N O P Q R S T U V W X Y Z

n. (-S. awkward, heavy, tactless)
clung (คลัง) *v.* กริยาช่อง 2 และ 3 ของ cling
clunk (คลังค์) *n.* เสียงโลหะกระทบกัน, การตีให้เกิดเสียงดัง, (คำสแลง) คนโง่
cluster (คลัซ' เทอร์) *n.* ช่อ, กอง, ฝูง, กลุ่ม *-vt., vi.* **-tered, -tering** รวมกันเป็นกลุ่ม (-S. (n.) band, gathering (v.) collect, gather)
clutch (คลัช) *vt., vi.* **clutched, clutching** ปล่อยหรือเข้าคลัตช์, จับ, ฉวย, คว้า, กุม, เกาะ, กำ *-n.* มือหรืออุ้งเล็บสัตว์ที่ใช้จับ, อุปกรณ์ที่ใช้สำหรับจับ, คลัตช์ของเครื่องยนต์ (-S. (v.) grasp)
clutter (คลัท' เทอร์) *n.* ความสับสนวุ่นวาย *-vt., vi.* **-tered, -tering** ทำให้สับสนวุ่นวาย (-S. (n., v.) disorder, jumble (v.) mess up)
cm ย่อจาก centimeter เซนติเมตร
CO ย่อจาก Commanding Officer ผู้บังคับบัญชา
Co[1] สัญลักษณ์ของธาตุ cobalt
Co[2]**, co** ย่อจาก company บริษัท, county จังหวัด เขตการปกครอง
c/o, c.o. ย่อจาก care of ในความดูแลของ
co- คำอุปสรรค หมายถึง ผู้ช่วย, รวมเข้าด้วยกัน, เสมอกัน
★**coach** (โคช) *n.* รถม้าสี่ล้อขนาดใหญ่, รถโดยสารขนาดใหญ่, รถไฟ, ผู้ฝึกซ้อมและสอนนักกีฬา, ผู้สอน *-vt., vi.* **coached, coaching** ฝึกหัด, สอน, เดินทางด้วยพาหนะดังกล่าว
coachman (โคช' เมิน) *n., pl.* **-men** ผู้ขับรถ
coadjutor (โคอะจู' เทอร์) *n.* ผู้ช่วยบิชอป
coagulate (โคแอก' เกียเลท) *v.* **-lated, -lating** *-vt.* ทำให้จับตัวเป็นก้อน *-vi.* จับตัวเป็นก้อน **-coagulation** *n.* (-S. clot, congeal, jell)
★**coal** (โคล) *n.* ถ่านหิน, ถ่านไม้
coalesce (โคอะเลซ') *vi.* **-lesced, -lescing** รวมเข้าด้วยกัน, เชื่อมต่อกัน **-coalescence** *n.* **-coalescent** *adj.* (-S. join, merge, unite)
coalfield (โคล' ฟีลด์) *n.* บริเวณที่พบถ่านหิน
coal gas ก๊าซหุงต้มที่ผลิตจากถ่านหิน
coalition (โคอะลิช' ชัน) *n.* การรวมตัวกัน, การร่วมมือเฉพาะกิจ เช่น รัฐบาลผสม
coal mine/pit เหมืองถ่านหิน
coal tar น้ำมันสีดำ ได้จากการสกัดถ่านหิน
coaming (โค' มิ่ง) *n.* บริเวณขอบเรือที่มีการยกสูงเพื่อกันน้ำ
coarse (คอร์ซ, โคร์ซ) *adj.* **coarser, coarsest** มีคุณภาพต่ำ, มีรสชาติแย่, ไม่สุภาพ, หยาบคาย **-coarsely** *adv.* (-S. unrefined -A. fine)
coarse-grained (คอร์ซ' เกรนด์, โคร์ซ'-) *adj.* มีเนื้อหยาบ, ไม่ประณีต
coarsen (ครอ' เซิน, โคร'-) *vt., vi.* **-ened, -ening** ทำให้หยาบ (-S. harshen, roughen)
★**coast** (โคซท์) *n.* ชายฝั่ง, ชายทะเล *-vt., vi.* **coasted, coasting** แล่นเรือเลียบชายฝั่ง, เคลื่อนไปเรื่อยๆ, ทำได้อย่างสบายๆ
coastal (โค' สเติล) *adj.* ตามชายฝั่ง
coaster (โค' สเตอร์) *n.* ผู้ที่ไร้จุดมุ่งหมาย, เรือที่แล่นเลียบชายฝั่ง, ที่รองแก้วหรือเหยือก
coast guard เจ้าหน้าที่รักษาความปลอดภัยหรือตำรวจหรือทหารที่รักษาการณ์ตามชายฝั่ง
★**coat** (โคท) *n.* เสื้อคลุม, เสื้อแจ็กเกต, ขนสัตว์ที่ปกคลุมร่างกาย, ชั้นของวัสดุที่ใช้เคลือบผิว *-vt.* **coated, coating** ปกคลุมด้วยเสื้อคลุมหรือขนสัตว์, ทาวัสดุเคลือบผิว (-S. (n.) layer)
coating (โค' ทิ่ง) *n.* ชั้นของวัสดุที่ใช้เคลือบผิววัสดุอื่น, ผ้าที่นำมาตัดเสื้อคลุม
coat of arms ตราประจำราชวงศ์หรือตระกูล
coauthor, co-author (โคออ' เธอร์) *n.* นักประพันธ์ที่ร่วมกันแต่งหนังสือ
coax (โคคซ์) *vt., vi.* **coaxed, coaxing** หลอกล่อ, ชักชวน, คะยั้นคะยอ (-S. cajole)
cob (คอบ) *n.* ซังข้าวโพด, หงส์ตัวผู้, ม้าที่มีขาสั้นและแข็งแรงใช้สำหรับขี่,ก้อนวัตถุขนาดเล็ก
cobalt (โค' บอลท์) *n.* ธาตุโลหะชนิดหนึ่ง ใช้เป็นส่วนผสมของโลหะผสมเพื่อเพิ่มความแข็งแรง มีสัญลักษณ์ Co
cobalt 60 ไอโซโทปที่เป็นกัมมันตรังสีของธาตุโคบอลต์ ใช้รักษาโรคหรือตรวจสอบวัตถุได้
cobalt blue ผงสีน้ำเงินเข้ม, โทนสีน้ำเงินเข้ม
cobber (คอบ' เบอร์) *n.* เพื่อนสนิท, สหาย
cobble[1] (คอบ' เบิล) *n.* ก้อนหิน
cobble[2] (คอบ' เบิล) *vt.* **-bled, -bling** ซ่อมรองเท้า, ทำงานอย่างเร่งรีบ **-cobbler** *n.*
cobblestone (คอบ' เบิลสโตน) *n.* หินก้อนกลมมนใช้สำหรับปูพื้น
COBOL, Cobol (โค' บอล) *n.* ย่อจาก common business oriented language ภาษาคอมพิวเตอร์ที่ใช้เขียนโปรแกรมในงานธุรกิจ
cobra (โค' บระ) *n.* งูเห่า, หนังงูเห่า
cobweb (คอบ' เวบ) *n.* ใยแมงมุม, สิ่งที่คล้ายใยแมงมุม, กับดัก **-cobwebby** *adj.*
coca (โค' คะ) *n.* ต้นโคคา ซึ่งในใบมีสารโคเคน
cocaine (โคเคน', โค' เคน) *n.* โคเคน เป็นยาเสพย์ติดที่สกัดจากใบโคคาแห้ง ใช้ระงับปวด
coccus (คอค' เคิซ) *n., pl.* **cocci** (-ไซ, -ไค) แบคทีเรียที่มีรูปร่างกลม

cochineal (คอชชะนีล', คอช' ชะนีล, โค' ชะ-) *n.* ผงสีแดงที่ทำจากตัวแมลงที่ถูกตากแห้งชนิดหนึ่ง พบมากในแถบเม็กซิโก, สีแดงสด
cochlea (คอค' เลีย, โค' เคลีย) *n., pl.* **-leae** (-ลีอี, -ลีไอ)/**-leas** อวัยวะของหูชั้นใน มีรูปร่างขดเป็นก้นหอย
★**cock**[1] (คอค) *n.* ไก่ตัวผู้, นกตัวผู้บางชนิด, ผู้นำ, วาล์วควบคุมการไหลของของเหลวหรือก๊าซ, นกสับของปืน, ตำแหน่งการขึ้นนกสับพร้อมจะยิง, (คำสแลง) อวัยวะเพศชาย *-vt., vi.* **cocked, cocking** ขึ้นนกสับเตรียมยิง, ตั้งเครื่องมือให้พร้อมใช้งาน, ยกขึ้น, เตรียมพร้อม
cock[2] (คอค) *n.* กองฟางที่สุมกันเป็นรูปกรวย
cockade (คอเคด') *n.* เครื่องหมายที่ติดบนหมวกเพื่อแสดงตำแหน่ง **-cockaded** *adj.*
cock-a-hoop (คอคคะฮูพ', -ฮุพ') *adj.* ตื่นเต้นยินดีมาก, โอ้อวดเกินจริง
cockatoo (คอค' คะทู) *n., pl.* **-toos** นกกระตั้ว

cockatoo

cockcrow (คอค' โคร) *n.* รุ่งอรุณ, ยามเช้า
cocked hat หมวกทรงสามเหลี่ยมที่ยกขอบขึ้น
cockerel (คอค' เคอเริล) *n.* ลูกไก่ตัวผู้
cocker spaniel สุนัขพันธุ์หนึ่งที่มีขนาดเล็ก ขาสั้น ขนยาวเป็นเงาและมีใบหูยาว
cockeyed (คอค' ไอด์) *adj.* มีตาเหล่, (คำสแลง) โง่ ไร้สาระ เอียงหรือเฉียง เมา
cockfight (คอค' ไฟท์) *n.* การชนไก่
cockhorse (คอค' ฮอร์ซ) *n.* ม้าโยก
cockle (คอค' เคิล) *n.* หอยกินได้
cockpit (คอค' พิท) *n.* สนามชนไก่, ห้องทำงานของนักบิน, ที่นั่งของคนขับรถแข่ง
cockroach (คอค' โรช) *n.* แมลงสาบ
cockscomb (คอคซ์' โคม) *n.* หงอนไก่, ต้นหงอนไก่, หมวกของตัวตลก
cocksure (คอค' ชัวร์') *adj.* หยิ่ง, มั่นใจมาก
cocktail (คอค' เทล) *n.* เครื่องดื่มที่ผสมแอลกอฮอล์ มักใส่น้ำแข็ง, อาหารเรียกน้ำย่อย
cocktail lounge สถานที่ขายเครื่องดื่มที่มีแอลกอฮอล์
cocky (คอค' คี) *adj.* **-ier, -iest** มีความมั่นใจสูง, มีความเชื่อมั่นสูง, หยิ่งยโส (**-S.** arrogant)
cocoa (โค' โค) *n.* ผงโกโก้, เครื่องดื่มชงจากผงโกโก้
cocoa bean เมล็ดโกโก้
coconut, cocoanut (โค' คะนัท, -เนิท) *n.* ลูกมะพร้าว, เนื้อมะพร้าว, ต้นมะพร้าว
coconut matting เสื่อที่ทอจากเส้นใยกาบมะพร้าว
coconut milk น้ำกะทิ, น้ำมะพร้าว
coconut oil น้ำมันมะพร้าว
cocoon (คะคูน') *n.* รังไหม, วัสดุที่ใช้คลุมอุปกรณ์ เพื่อกันน้ำหรืออื่นๆ
cocotte (คอคอท') *n.* โสเภณี, ผู้หญิงสำส่อน
cod[1] (คอด) *n., pl.* **cod/cods** ปลาคอด
cod[2] (คอด) *n.* เปลือกหรือฝัก, ถุง, ถุงอัณฑะ
COD, C.O.D. ย่อจาก cash/collect on delivery เก็บเงินจากผู้รับเมื่อส่งสินค้าถึงปลายทาง
coddle (คอด' เดิ้ล) *vt.* **-dled, -dling** ดูแลอย่างทะนุถนอม, ตามใจมาก (**-S.** pamper, spoil)
code (โคด) *n.* หลักปฏิบัติในสังคม, ระบบการสื่อสารที่ใช้สัญลักษณ์หรือรหัสเพื่อรักษาความลับ, สัญญาณ สัญลักษณ์หรือรหัสที่ใช้สื่อความหมาย, รหัสของหน่วยพันธุกรรม, รหัสพื้นที่, ประมวลกฎหมาย *-v.* **coded, coding** *-vt.* ประมวลกฎหมายหรือกฎต่างๆ, แปลงเป็นสัญญาณหรือรหัส *-vi.* กำหนดหน่วยพันธุกรรม (**-S.** (n.) cipher, ethics, regulations, secret)
codeine (โค' ดีน, -ดีอิน) *n.* สารเสพย์ติดที่สกัดจากฝิ่น ใช้ทำยาบรรเทาปวดและยาแก้ไอ
codetermination (โคดิเทอร์มะเน' ชัน) *n.* ระบบการทำงานร่วมกันของฝ่ายบริหารและฝ่ายพนักงาน ซึ่งร่วมกำหนดนโยบายและรับผิดชอบสิ่งต่างๆ ที่เกิดขึ้นในบริษัท
codger (คอจ' เจอร์) *n.* (ภาษาพูด) คนที่ทำอะไรแปลกๆ คนแก่ที่ทำตัวแปลกๆ
codicil (คอด' ดะซิล) *n.* ส่วนที่เพิ่มเติมจากพินัยกรรมเดิม, ภาคผนวก, ส่วนเพิ่ม
codify (คอด' ดิไฟ, โค' ดะ-) *vt.* **-fied, -fying** จัดให้เป็นระบบ, ประมวล **-codification** *n.*
cod liver oil น้ำมันตับปลา
coed, co-ed (โค' เอด) *n.* (ภาษาพูด) นักเรียนในสถาบันสหศึกษา
coeducation (โคเอจจะเค' ชัน) *n.* ระบบการศึกษาที่รับทั้งชายและหญิงเข้าศึกษาในสถาบันเดียวกัน **-coeducational** *adj.*
coefficient (โคอะฟิช' เชินท์) *n.* สัมประสิทธิ์ หน้าตัวแปรทางคณิตศาสตร์, ค่าคงที่ที่ใช้คูณเมื่อวัดสมบัติบางอย่างทางฟิสิกส์หรือเคมี
coerce (โคเอิร์ซ') *vt.* **-erced, -ercing** บังคับ, ข่มขู่, กดดัน, ควบคุม **-coercion** *n.* **-coercive** *adj.* (**-S.** compel, impel, pressure)
coexist (โคอิกซิซท์') *vi.* **-isted, -isting** คงอยู่

A B C D E F G H I J K L M N O P Q R S T U V W X Y Z

ร่วมกัน **-coexistence** *n.* **-coexistent** *adj.*
★**coffee** (คอ' ฟี, คอฟ' ฟี) *n.* ต้นกาแฟ, เมล็ดกาแฟ, ผงกาแฟ, โทนสีน้ำตาลอ่อนถึงน้ำตาลแก่
coffee bar ร้านขายเครื่องดื่มขนาดเล็ก
coffee break การพักงานช่วงสั้นๆ ซึ่งมีการดื่มกาแฟหรือเครื่องดื่มอื่นๆ
coffee mill เครื่องบดเมล็ดกาแฟ
coffee shop ร้านอาหารขนาดเล็กที่ขายกาแฟ เครื่องดื่มและอาหารว่าง
coffee table โต๊ะเตี้ยซึ่งมักตั้งไว้หน้าโซฟา
coffer (คอ' เฟอร์, คอฟ' เฟอร์) *n.* หีบเหล็ก **-coffers** แหล่งเงินทุน, คลังสมบัติ (-S. safe)
cofferdam (คอ' เฟอร์แดม, คอฟ' เฟอร์-) *n.* ทำนบหรือเขื่อนกั้นน้ำชั่วคราวเพื่อสามารถติดตั้งอุปกรณ์ เช่น ตอม่อบนพื้นดินหรือใต้ผิวน้ำ
coffin (คอ' ฟิน, คอฟ' ฟิน) *n.* โลงศพ
cog (คอก) *n.* ซี่ล้อ, ซี่เฟือง, เฟือง, ส่วนประกอบ **-cogwheel** ล้อเฟือง **-cogged** *adj.*
cogent (โค' เจินท์) *adj.* ที่โน้มน้าวใจเก่ง, ที่ให้เหตุผลเก่ง (-S. convincing, persuasive)
cogitate (คอจ' จิเทท) *vi., vt.* **-tated, -tating** ใคร่ครวญ, พิจารณาอย่างรอบคอบ, ขบคิด **-cogitation** *n.* (-S. consider, mediate)
cognac (โคน' แยค, คอน'-) *n.* เหล้าคอนญัค
cognate (คอก' เนท) *adj.* มีบรรพบุรุษเดียวกัน, มีต้นกำเนิดเดียวกัน *-n.* ญาติ, คำ ภาษาหรือสิ่งที่มีต้นกำเนิดเดียวกัน
cognition (คอกนิช' ชัน) *n.* ความรู้หรือความเข้าใจที่เกิดขึ้น, กระบวนการเรียนรู้ที่เกิดจากการตระหนักรู้และการใช้เหตุผล **-cognitive** *adj.*
cognizant (คอก' นิเซิน) *adj.* ที่ตระหนักรู้, มีความรู้และความเข้าใจ, มีเหตุผล, มีไหวพริบ **-cognizance** *n.* (-S. aware, sensible of)
cognomen (คอกโน' เมิน) *n., pl.* **-nomens/-nomina** นามสกุล, ชื่อเล่น **-cognominal** *adj.*
cohabit (โคแฮบ' บิท) *vi.* **-ited, -iting** อาศัยอยู่ร่วมกันแบบสามีภรรยา **-cohabitation** *n.*
cohere (โคเฮียร์') *vi., vt.* **-hered, -hering** เชื่อมต่อ, ประสาน, รวมกัน, สอดคล้องกัน
coherence, coherency (โคเฮีย' เรินซ์; -เฮอ'-, -เรินซี) *n.* การรวมเข้าด้วยกัน, ความสอดคล้องตามหลักการ, ความเป็นเหตุเป็นผล
coherent (โคเฮีย' เรินท์, -เฮอ'-) *adj.* ที่เชื่อมต่อกัน, ที่สามารถพูด คิดหรือเขียนได้อย่างสอดคล้อง, ที่เข้าใจได้ง่าย **-coherently** *adv.*
cohesion (โคฮี' ฌัน) *n.* การรวมหรือเชื่อมเข้าด้วยกัน, แรงดึงดูดระหว่างโมเลกุล
cohesive (โคฮี' ซิฟว์, -ซิฟว์) *adj.* ที่เชื่อมต่อกัน, มีพลังยึดเกาะกัน, มีแนวโน้มที่จะเกาะกัน
cohort (โค' ฮอร์ท) *n.* กลุ่มคน, กองทหาร, เพื่อน, ผู้สนับสนุน, กลุ่มย่อย (-S. company, group)
coif (คอยฟ์) *n.* แบบทรงผม, หมวกที่สวมศีรษะได้อย่างพอดี, หมวกทนายอังกฤษ
coiffeur (ควาเฟอร์') *n.* ช่างตัดผมชาย
coiffeuse (ควาฟิวซ์') *n.* ช่างตัดผมหญิง
coiffure (ควาเฟียวร์') *n.* แบบทรงผม
coign of vantage ตำแหน่งที่ได้เปรียบในการสังเกตหรือลงมือทำ
coil (คอยล์) *vt., vi.* **coiled, coiling** ม้วน, วง, ขด *-n.* สิ่งที่ขดเป็นเกลียวหรือวง, วง, ขดลวดที่ใช้เหนี่ยวนำกระแสไฟฟ้า, อุปกรณ์คุมกำเนิด
★**coin** (คอยน์) *n.* เหรียญ, เงินเหรียญ *-vt., vi.* **coined, coining** ผลิตเงินเหรียญ, คิดค้นสิ่งใหม่ๆ **-coinage** *n.* (-S. (v.) invent, mould)
coincide (โคอินไซด์') *vi.* **-cided, -ciding** เกิดขึ้นในเวลาเดียวกัน, สอดคล้องกัน, ซ้อนทับกันได้สนิท **-coincidence** *n.* (-S. concur)
coincident (โคอิน' ซิเดินท์) *adj.* ที่เกิดขึ้นในเวลาเดียวกัน, ที่สอดคล้องกัน, ที่ซ้อนทับกันสนิท **-coincidental** *adj.* (-S. concurrent)
coir (คอยร์) *n.* เส้นใยจากกาบมะพร้าว
coitus, coition (โค' อิเทิซ; โคอี'-, -อิช' ชัน) *n.* การร่วมประเวณี **-coital** *adj.*
coke[1] (โคค) *n.* ถ่านโค้ก
coke[2] (โคค) *n.* (คำสแลง) โคเคน
col (คอล) *n.* ช่องห่างระหว่างยอดเขาหรือสันเขา
Col, Col. ย่อจาก Colonel นายทหารยศระดับนายพัน, พันเอก
col, col. ย่อจาก college วิทยาลัย, colony อาณานิคม, color สี, column คอลัมน์
cola (โค' ละ) *n.* ต้นโคลา ในเมล็ดมีสารกาเฟอีนซึ่งนำมาสกัดเป็นเครื่องดื่มและยา, เครื่องดื่มน้ำอัดลมซึ่งมีส่วนผสมของกาเฟอีน
colander (คัล' เลินเดอร์, คอล'-) *n.* ตะแกรง
★**cold** (โคลดฺ) *adj.* **colder, coldest** เย็น, มีอุณหภูมิต่ำ, หนาว, ไม่มีความรู้สึก, เฉยชา, ไม่มีความรู้สึกทางเพศ, (สี) โทนเย็น, (ภาษาพูด) หมดสติ อย่างสมบูรณ์ ไม่มีการเตรียมตัว *-n.* ความเย็น, อากาศเย็น, อุณหภูมิต่ำ, โรคหวัด **-coldly** *adv.* **-coldness** *n.* (-S. (adj.) chilly)
cold-blooded (โคลด' บลัด' ดิด) *adj.* ไม่มีความเมตตา, เป็นสัตว์เลือดเย็น (-S. savage)
cold cash (ภาษาพูด) เงินสด
cold cream ครีมทำความสะอาดผิว

A B C D E F G H I J K L M N O P Q R S T U V W X Y Z

cold-hearted (โคลด์ ฮาร์' ทิด) *adj.* ไม่มีความเมตตา, ไม่มีความรู้สึก, เย็นชา

cold pack ถุงใส่น้ำแข็งหรือน้ำเย็นเพื่อประคบบริเวณที่มีอาการเจ็บปวดหรือบวม

coldshoulder (โคลด์ โชล' เดอร์) *vt.* **-dered, -dering** (ภาษาพูด) มองข้าม ไม่สนใจ ดูถูก

cold storage การเก็บรักษาในช่องแช่แข็ง

cold sweat ปฏิกิริยาของร่างกายที่หายใจถี่ รู้สึกเย็นวาบและเหงื่อออก เนื่องจากเกิดความกลัว เจ็บปวด ตกใจสุดขีดและอื่นๆ

Cold War, cold war สงครามเย็น เป็นภาวะที่มีความขัดแย้ง แต่ไม่มีการสู้รบกัน

coleslaw, cole slaw (โคล' สลอ) *n.* กะหล่ำปลีดิบหั่นเป็นฝอยผสมมายองเนส

colic (คอล' ลิค) *n.* อาการจุกเสียด, สภาวะที่ทารกร้องไห้เป็นเวลานานเพราะไม่สบาย

coliseum, colosseum (คอลลิเซียม') *n.* สถานที่ขนาดใหญ่ ใช้เป็นที่ชมกีฬาและอื่นๆ

colitis (คะไล' ทิซ) *n.* ภาวะลำไส้ใหญ่อักเสบ

collaborate (คะแลบ' บะเรท) *vi.* **-rated, -rating** ทำงานร่วมกัน, ร่วมมือ, สมรู้ร่วมคิดกับฝ่ายตรงข้าม **-collaboration** *n.* **-collaborator** *n.* (**-S.** conspire, cooperate)

collage (โคลาฌ', คะ-) *n.* งานศิลปะที่เกิดจากการนำชิ้นวัสดุหลายๆ ชนิดมาปะติดไว้บนพื้นผิวเดียวกัน, ภาพที่เกิดจากวิธีดังกล่าว

★**collapse** (คะแลพซ์') *vi., vt.* **-lapsed, -lapsing** พังทลายลง, ล้มลง, (ร่างกาย) ทรุดโทรมไม่มีแรง *-n.* การพังทลายลงมา, ภาวะที่ร่างกายทรุดโทรม, ความล้มเหลว **-collapsible, collapsable** *adj.* (**-S.** (v.) break down, fail)

★**collar** (คอล' เลอร์) *n.* ปกคอเสื้อ, แถบผ้าที่ติดบริเวณปกเสื้อ, ปลอกคอ, แถบสีรอบคอสัตว์ *-vt.* **-lared, -laring** จับที่ปลอกคอหรือปกเสื้อ, (คำสแลง) กักขัง จับกุม ฉวย

collarbone (คอล' เลอร์โบน) *n.* กระดูกไหปลาร้า

collate (คะเลท', คอล' เลท, โค' เลท) *vt.* **-lated, -lating** เปรียบเทียบอย่างรอบคอบ, จัดเรียงตามลำดับ **-collation** *n.* **-collator** *n.*

collateral (คะแลท' เทอเริล) *adj.* สอดคล้องกัน, ที่ให้การสนับสนุน, เป็นรอง, ที่รับประกัน, มีบรรพบุรุษเดียวกันแต่ต่างครอบครัวกัน *-n.* สิ่งหรือทรัพย์สินที่ใช้ค้ำประกัน

★**colleague** (คอล' ลีก) *n.* เพื่อนร่วมงาน

★**collect** (คะเลคท์') *vt., vi.* **-lected, -lecting** นำมารวมกัน, สะสม, รวบรวม, รับขึ้นรถ, เรี่ยไร, รวมกลุ่ม (**-S.** accumulate, congregate, summon)

collected (คะเลค' ทิด) *adj.* สงบ, ที่ควบคุมสติอารมณ์ได้ **-collectedly** *adv.* (**-S.** calm, cool)

★**collection** (คะเลค' ชัน) *n.* การสะสม, สิ่งที่สะสมไว้, การรวมกันของบางสิ่ง, เงินที่ได้รับบริจาค (**-S.** accumulation, donation)

collective (คะเลค' ทิฟว์) *adj.* ที่บอกลักษณะของสิ่งที่อยู่รวมกัน, ที่รวมกันเป็นกลุ่ม, เป็นของส่วนรวม *-n.* การรวมตัวกัน, กลุ่มคนที่ทำงานในที่เดียวกัน (**-S.** (adj.) combined, united)

collective bargaining ข้อตกลงระหว่างนายจ้างและลูกจ้างเกี่ยวกับค่าจ้าง ชั่วโมงทำงาน กฎระเบียบและสภาพการทำงาน

collective farm ที่ดินของรัฐที่มีการเพาะปลูกหรือใช้ประโยชน์เพื่อส่วนรวม

collective noun สมุหนาม

collective security ระบบรักษาความมั่นคงระหว่างประเทศที่เป็นพันธมิตรร่วมต่อต้านชาติอื่นที่เข้าโจมตีประเทศที่เป็นพันธมิตร

collectivism (คะเลค' ทะวิเซิม) *n.* ระบบสังคมนิยม ซึ่งประชาชนเป็นเจ้าของและดูแลการผลิตและแจกจ่ายผลิตผลที่เกิดขึ้น

collectivize (คะเลค' ทะไวซ์) *vt.* **-ized, -izing** จัดระบบโดยใช้แนวคิดของระบบสังคมนิยม **-collectivization** *n.*

collector (คะเลค' เทอร์) *n.* ผู้สะสมบางสิ่ง, อุปกรณ์ที่ใช้เก็บสะสมบางสิ่ง เช่น แผงดักฝุ่น

★**college** (คอล' ลิจ) *n.* มหาวิทยาลัย, วิทยาลัย, บุคลากรและตึกที่อยู่ในสถาบันการศึกษา, กลุ่มคนที่ทำงานร่วมกัน **-collegiate** *adj.*

collide (คะไลด์') *vi.* **-lided, -liding** ชนหรือปะทะอย่างรุนแรง, ขัดแย้ง (**-S.** conflict, crash)

collie (คอล' ลี) *n.* สุนัขพันธุ์หนึ่ง ตัวโต ขนยาว และหน้ายาวยื่นออกมา ใช้ต้อนฝูงแกะ

collie

collier (คอล' เลียร์) *n.* คนงานเหมืองถ่านหิน, เรือขนถ่านหิน **-colliery** *n.*

collision (คะลิฌ' ฌัน) *n.* การชนหรือปะทะอย่างรุนแรง, ความขัดแย้ง (**-S.** conflict, crash)

collocate (คอล' ละเคท) *vt.* **-cated, -cating** เรียงติดกัน, รวมเข้าด้วยกัน **-collocation** *n.*

colloid (คอล' ลอยด์) *n.* สสารในสถานะต่างๆ ที่ประกอบด้วยอนุภาคขนาดเล็กมากซึ่งแขวนลอยอยู่จนดูเป็นเนื้อเดียวกัน เช่น น้ำนม

colloq, colloq. ย่อจาก colloquial เป็นภาษา

พูด, colloquialism รูปแบบการพูดหรือคำพูดที่ใช้กันทั่วไป

colloquial (คะโล' เควียล) *adj.* เป็นภาษาพูด, ไม่เป็นทางการ **-colloquialism** *n.* **-colloquially** *adv.* (-S. conversational, informal)

colloquy (คอล' ละควี) *n., pl.* **-quies** การสนทนาอย่างเป็นทางการ, บทสนทนา

collotype (คอล' ละไทพ์) *n.* การพิมพ์ที่ใช้แม่พิมพ์ผิวหน้าเป็นเจลลาตินในการถ่ายทอดหมึก

collusion (คะลู' ฌัน) *n.* การร่วมมือหรือคบคิดอย่างลับๆ ในการทำสิ่งที่ผิดกฎหมายหรือศีลธรรม **-collusive** *adj.* (-S. conspiracy)

cologne (คะโลน') *n.* น้ำหอมกลิ่นอ่อน

colon (โค' เลิน) *n., pl.* **-lons** เครื่องหมายทวิภาค (:) *-pl.* **-lons/-la** ลำไส้ใหญ่

colonel (เคอร์' เนิล) *n.* นายทหารยศนายพัน

colonial (คะโล' เนียล) *adj.* เกี่ยวข้องหรืออาศัยอยู่ในอาณานิคม, ที่รวมกันเป็นอาณานิคม *-n.* ผู้ที่อาศัยอยู่ในอาณานิคม **-colonialist** *n.*

colonialism (คะโล' เนียลิเซิม) *n.* นโยบายขยายอาณาจักรโดยครอบครองประเทศอื่น

colonist (คอล' ละนิซท์) *n.* ผู้ก่อตั้งหรือบุกเบิกดินแดนอาณานิคม, ผู้ที่อาศัยอยู่ในอาณานิคม

colonize (คอล' ละไนซ์) *vt., vi.* **-nized, -nizing** ก่อตั้ง ครอบครองหรือตั้งรกรากในอาณานิคม **-colonization** *n.* (-S. found, settle)

colonnade (คอลละเนด') *n.* แถวของเสาที่มีระยะห่างเท่าๆ กัน ใช้สำหรับค้ำยัน

colony (คอล' ละนี) *n., pl.* **-nies** อาณานิคม, กลุ่มคนที่อพยพไปที่ดินแดนอื่นแต่ยังคงอยู่ในการปกครองของประเทศเดิม, ชุมชนของคนที่มีความสนใจหรือเชื้อชาติเดียวกัน, บริเวณที่ตั้งของชุมชนดังกล่าว, กลุ่มของสิ่งมีชีวิตที่อาศัยในที่เดียวกัน (-S. community)

★**color, colour** (คัล' เลอร์) *n.* การรับรู้สีของดวงตา, สี, สารสีหรือผงสี, สีผิว, สีหน้า, สิ่งหรือลักษณะที่ปรากฏให้เห็น, ข้อเท็จจริง, รายละเอียด, ลักษณะตามธรรมชาติ, ชนชาติที่ไม่ใช่พวกผิวขาว, สิ่งที่ทำให้น่าสนใจ, วิธีการระบายสี, การผลิตภาพสีในโทรทัศน์ ภาพถ่ายและอื่นๆ *-vt., vi.* **-ored, -oring/-oured, -ouring** ระบายสี, เปลี่ยนสี, เปลี่ยนเรื่อง, ทำให้เข้าใจผิด, บิดเบือน, พยายามทำให้เกิดขึ้น, อายหรือโกรธจนหน้าแดง **-colors, colours** ธงประจำชาติ, ธงประจำกองทัพ (-S. (n.) hue (v.) paint)

colorable (คัล' เลอระเบิล) *adj.* ที่หลอกลวง, ที่เป็นไปได้, ที่ย้อมสีได้ **-colorably** *adv.*

colorant (คัล' เลอเรินท์) *n.* สารสี, ผงสี

coloration (คัลละเร' ชัน) *n.* การเรียงลำดับสี, เทคนิคการระบายสี, การย้อมสี

color bar/line การแบ่งแยกชนผิวขาวจากชนผิวดำหรือผิวสีอื่นโดยใช้กฎหมาย

colorblind (คัล' เลอร์ไบลน์ด์) *adj.* ตาบอดสี

colored, coloured (คัล' เลอร์ด์) *adj.* มีสี, มีอคติ, ที่ถูกบิดเบือน, ที่ไม่ใช่คนผิวขาว

colorfast (คัล' เลอร์แฟซท์) *adj.* (สี) ไม่ตก

color filter ฟิลเตอร์ที่ใส่ไว้หน้าเลนส์ถ่ายภาพเพื่อสร้างภาพให้มีลักษณะตามต้องการ

colorful,colourful (คัล' เลอร์เฟิล) *adj.* มีสีสัน, มีความหลากหลาย, น่าสนใจ, สดใส, มีชีวิตชีวา (-S. brilliant, lively, vivid)

coloring (คัล' เลอริง) *n.* ศิลปะหรือวิธีการระบายสี, สี, สีผิว, สิ่งที่ทำให้เข้าใจผิด

coloring book สมุดภาพสำหรับระบายสี

colorist (คัล' เลอริซท์) *n.* นักระบายสี, ช่างสี

colorless (คัล' เลอริซ) *adj.* ขาดสีสัน, ไม่มีชีวิตชีวา, ซีด, น่าเบื่อ (-S. dull, faded, lifeless)

colossal (คะลอซ' เซิล) *adj.* ใหญ่โตมาก

colossus (คะลอซ' เซิซ) *n., pl.* **-lossi** (-ไซ)/**-lossuses** รูปปั้นที่มีขนาดใหญ่มาก, คนหรือสิ่งของที่มีความสำคัญหรือมีขนาดใหญ่โตมาก

colostrum (คะลอซ' เทริม) *n.* นมน้ำเหลืองจากต่อมน้ำนมของมารดาหลังคลอดบุตร

colt (โคลท์) *n.* ม้าหรือลาตัวผู้ที่มีอายุ 4-5 ปี, คนที่ยังไม่มีประสบการณ์, มือใหม่ **-coltish** *adj.*

★**column** (คอล' เลิม) *n.* เสา, การจัดเรียงลำดับตามแนวยาว, การจัดหน้าหนังสือเป็นแถวตามยาว, คอลัมน์หรือบทความในหนังสือ

columnist (คอล' เลิมนิซท์, -ละนิซท์) *n.* ผู้เขียนบทความลงในหนังสือ เช่น นักข่าว

Com, Com. ย่อจาก Commander ผู้บังคับบัญชา, Commission การมอบหมายงาน, Committee คณะกรรมการ

com, com. ย่อจาก comedy, comic เรื่องตลก, comma จุลภาค, commerce การค้าขาย, communication การติดต่อสื่อสาร

com-, col-, con- คำอุปสรรค หมายถึง ร่วม, ด้วยกัน

coma (โค' มะ) *n., pl.* **-mas** ภาวะหมดสติ, การสลบ (-S. insensibility, unconsciousness)

★**comb** (โคม) *n.* หวี, หงอนของสัตว์ปีก, รังผึ้ง, พู่ *-v.* **combed, combing** *-vt.* แปรงขน, สาง, แยกสิ่งที่ไม่ต้องการออก, เลือกเฟ้น, ค้นหาจนทั่ว *-vi.* (คลื่น) ม้วนและแตกตัว

A B D E F G H I J K L M N O P Q R S T U V W X Y Z

combat (*v.* คอม' แบท, เคิมแบท', *n.* คอม' แบท) *vt., vi.* **-bated, -bating/-batted, -batting** ต่อสู้, แข่งขัน *-n.* การรบ, การต่อสู้, การแข่งขัน, ความขัดแย้ง (**-S.** (v., n.) battle)

combatant (เคิมแบท' เทินท, คอม' บะเทินท) *n.* ทหาร *-adj.* ที่เข้าร่วมรบ, ที่เตรียมรบ

combat/battle fatigue อาการทางประสาท เช่น วิตกกังวล ซึมเศร้า หงุดหงิด ฯลฯ เนื่องจากเครียดและล้าเมื่อทำสงครามมานาน

combative (เคิมแบท' ทิฟว) *adj.* ชอบการต่อสู้หรือหาเรื่องวิวาท, เป็นอันธพาล, ก้าวร้าว

comber (โค' เมอร) *n.* คนหรือเครื่องจักรที่ทำหน้าที่สาง แปรงหรือแยกขนสัตว์หรืออื่นๆ, คลื่นขนาดใหญ่ที่ม้วนตัวมากระทบฝั่งหรือวัตถุอื่นๆ

★**combination** (คอมบะเน' ชัน) *n.* การรวมเข้าด้วยกัน, การร่วมมือ, ผลที่เกิดจากการรวมตัว, ลำดับของตัวอักษรหรือตัวเลขที่ใช้เปิดล็อก **-combinations** ชุดชั้นในที่เสื้อและกางเกงเย็บติดกันเป็นชิ้นเดียว

combination lock ตัวล็อกที่เปิดโดยใช้การเลือกตัวเลขหรือตัวอักษรให้ตรงตามที่กำหนดไว้

★**combine** (*v.* เคิมไบน, *n.* คอม' ไบน) *vt., vi.* **-bined, -bining** นำมารวมกัน, เชื่อมต่อ, แสดงร่วมกัน, ผสม *-n.* การรวมกลุ่มคนหรือบริษัทเพื่อผลประโยชน์ (**-S.** (v.) join **-A.** (v.) separate)

combings (โค' มิงซ) *n. pl.* ผม ขนหรือสิ่งอื่นๆ ที่หลุดออกมาพร้อมหวี

combo (คอม' โบ) *n., pl.* **-bos** วงดนตรีแจ๊สวงเล็ก, (ภาษาพูด) สิ่งที่เกิดจากการรวมกัน

combustible (เคิมบัซ' ทะเบิล) *adj.* ที่ติดไฟได้ง่าย, ที่ตื่นเต้นตกใจง่าย *-n.* วัตถุไวไฟ **-combustion** *n.* (**-S.** (adj.) explosive, flammable)

★**come** (คัม) *vi.* **came, come, coming** เดินเข้าไปหา, มา, พัฒนา, มาถึงจุดที่ต้องการ, ถึงเวลา, ปรากฏขึ้น, เกิดขึ้น, กลายเป็น, เพิ่มขึ้น, เกิดขึ้นในใจ, เกิดจาก, มีความสำคัญ, มีบริการ *-interj.* คำอุทานแสดงความหงุดหงิดไม่พอใจหรืออื่นๆ **-come across** พบโดยบังเอิญ **-come along** ก้าวหน้า, ปรากฏ **-come back** กลับมาเป็นที่นิยมอีก **-come down in the world** กลายเป็นคนจน **-come down to earth** กลับสู่ความเป็นจริง **-come off** เกิดขึ้น, ประสบความสำเร็จ **-come on** เริ่มต้น, ก้าวหน้า, กระตุ้นให้รีบทำ **-come out** ปรากฏให้เห็น, เป็นที่รู้จัก **-come to** ฟื้นจากสลบ **-come true** เกิดขึ้นตามที่ทำนายไว้, เป็นความจริง (**-S.** (v.) approach, arrive, occur)

comeback (คัม' แบค) *n.* การกลับมาสู่สถานะความนิยมหรือความสำเร็จเช่นเดิม, การตอบคำถามกลับ, การเรียกร้องหาความยุติธรรม

comedian (คะมี' เดียน) *n.* ตัวตลก, คนที่แสดงตลกหรือมีอารมณ์ขัน **-comedienne** *n. fem.*

comedo (คอม' มิโด) *n., pl.* **-dos/-dones** (-โดนีซ) สิวหัวดำ (**-S.** blackhead)

comedy (คอม' มิดี) *n., pl.* **-dies** ละครหรือภาพยนตร์ตลก, เรื่องตลก (**-S.** fun, humor)

comely (คัม' ลี) *adj.* **-lier, -liest** สวยสะดุดตา, มีเสน่ห์ **-comeliness** *n.* (**-S.** attractive)

comestible (คะเมซ' ทะเบิล) *adj.* ที่รับประทานได้, เหมาะที่จะรับประทาน *-n.* อาหาร

comet (คอม' มิท) *n.* ดาวหาง

comfit (คัม' ฟิท, คอม'-) *n.* เนื้อผลไม้ฉาบน้ำตาล

★**comfort** (คัม' เฟิร์ท) *vt.* **-forted, -forting** บรรเทาทุกข์, ปลอบโยน, ช่วยเหลือ *-n.* การช่วยเหลือ, การให้กำลังใจ, การปลอบโยน, คนหรือสิ่งที่ช่วยทำให้ผ่อนคลาย, ความผ่อนคลาย, สิ่งอำนวยความสะดวก **-comfortless** *adj.* (**-S.** (v.) console (v., n.) ease, help)

★**comfortable** (คัม' เฟอร์ทะเบิล, คัมฟ' ทะเบิล) *adj.* ที่อำนวยความสะดวก, มีรายได้เพียงพอกับรายจ่าย, ที่รู้สึกผ่อนคลายทางร่างกายหรือจิตใจ **-comfortably** *adv.* (**-S.** adequate, homely, relaxed **-A.** miserable)

comforter (คัม' เฟอร์เทอร์) *n.* สิ่งอำนวยความสะดวก, ผ้าพันคอ

comfort station ห้องน้ำสาธารณะ

comic (คอม' มิค) *adj.* ตลก, สนุก *-n.* ตัวตลก, คนที่ชอบทำอะไรตลกๆ, เรื่องตลก **-comics** การ์ตูนตลกในหนังสือพิมพ์, หนังสือการ์ตูน **-comical** *adj.* **-comically** *adv.*

comic strip การ์ตูนที่เขียนเป็นช่องๆ ในหนังสือพิมพ์

coming (คัม' มิง) *adj.* ที่กำลังมาถึง, ที่แสดงให้เห็นว่าจะประสบความสำเร็จหรือได้ชัยชนะ *-n.* การมาถึง, การปรากฏขึ้น

comity (คอม' มิที) *n., pl.* **-ties** การแสดงความสุภาพและเคารพในอธิปไตยของประเทศอื่น, การแสดงไมตรีจิตต่อประเทศอื่น

comma (คอม' มะ) *n.* เครื่องหมายจุลภาค (,) **-inverted commas** เครื่องหมายเปิด-ปิดประโยค (" " หรือ ' ')

★**command** (คะแมนด') *vt., vi.* **-manded, -manding** ออกคำสั่ง, ควบคุม, ปกครอง, มีอำนาจ, สมควรที่จะได้รับ, ปฏิบัติหน้าที่ *-n.* การ

A B C D E F G H I J K L M N O P Q R S T U V W X Y Z

ออกคำสั่ง, คำสั่ง, อำนาจในการสั่งการ, การควบคุม, สัญลักษณ์ที่สั่งให้เริ่มการทำงานในคอมพิวเตอร์ (-S. (v.) direct, govern (n.) authority (v., n.) control)

commandant (คอมเมินแดนท์', -ดานท์') *n.* ผู้บัญชาการ

commandeer (คอมเมินเดียร์') *vt.* **-deered, -deering** เกณฑ์คนมาเป็นทหาร, ยึดทรัพย์สินของผู้อื่นมาใช้ในกองทหารหรือใช้ส่วนรวม

commander (คะแมน' เดอร์) *n.* ผู้บังคับบัญชา, ผู้นำ, ผู้บังคับการ (-S. captain, leader)

commanding (คะแมน' ดิง) *adj.* มีอำนาจหรือหน้าที่ในการออกคำสั่ง, อยู่ในฐานะได้เปรียบ (-S. directing, superior)

commandment (คะแมนด์' เมินท์) *n.* คำสั่ง, บัญญัติ โดยเฉพาะในบัญญัติ 10 ประการ

command module ส่วนของยานอวกาศใช้เป็นที่อยู่ของนักบิน ที่ควบคุมการบินและติดต่อกับสถานีภาคพื้นดินขณะอยู่ในอวกาศ

commando (คะแมน' โด) *n., pl.* **-dos/-does** หน่วยปฏิบัติการเฉพาะกิจที่มีการฝึกฝนพิเศษ

commemorate (คะเมม' มะเรท) *vt.* **-rated, -rating** แสดงความระลึกถึงบุคคลหรือเหตุการณ์สำคัญด้วยความเคารพ, จัดงานฉลองเพื่อระลึกถึงบุคคลหรือเหตุการณ์สำคัญ **-commemoration** *n.* **-commemorative** *adj.* (-S. honor)

commence (คะเมนซ์') *vt., vi.* **-menced, -mencing** เริ่มต้น, เริ่มจาก (-S. begin, start)

commencement (คะเมนซ์' เมินท์) *n.* การเริ่มต้น, งานฉลองวันรับปริญญาหรือประกาศนียบัตร

commencement exercise พิธีประสาทปริญญา

commend (คะเมนด์') *vt.* **-mended, -mending** สรรเสริญ, มอบหมายหน้าที่, รับรอง **-commendable** *adj.* **-commendation** *n.*

commensurate (คะเมน' เชอริท, -เชอ-) *adj.* มีขนาดหรือลักษณะเหมือนกัน, สามารถวัดโดยใช้เกณฑ์มาตรฐาน, ได้สัดส่วน **-commensurable** *adj.* (-S. appropriate to, comparable)

comment (คอม' เมินท์) *n.* คำวิจารณ์, ความคิดเห็น, ข้อสังเกต, การคุยหรือนินทา *-vt., vi.* **-mented, -menting** แสดงความเห็น, ตั้งข้อสังเกต, วิจารณ์ (-S. (n.) opinion (n., v.) remark)

commentary (คอม' เมินเทอรี) *n., pl.* **-ies** คำบรรยาย, การอธิบายหรือตีความ, การวิเคราะห์หรือวิจารณ์อย่างต่อเนื่อง (-S. narration)

commentate (คอม' เมินเทท) *vt., vi.* **-tated, -tating** บรรยาย, อธิบาย, ตีความ, วิเคราะห์ **-commentator** *n.*

commerce (คอม' เมิร์ซ) *n.* การซื้อขายสินค้า, การแลกเปลี่ยนความรู้ ความคิดเห็นและอื่นๆ, การสร้างความสัมพันธ์กับผู้อื่น (-S. business)

★**commercial** (คะเมอร์' เชิล) *adj.* เกี่ยวกับการซื้อขายสินค้า, ที่เน้นเรื่องกำไร *-n.* โฆษณาทางโทรทัศน์หรือวิทยุ **-commercially** *adv.* (-S. (adj.) marketing, profitable)

commercial attaché ทูตพาณิชย์

commercial bank ธนาคารพาณิชย์

commercialism (คะเมอร์' ชะลิเซิม) *n.* แนวคิดที่เน้นเรื่องผลกำไรเป็นหลัก

commercialize (คะเมอร์' ชะไลซ์) *vt.* **-ized, -izing** ทำธุรกิจหรือค้าขายเพื่อหวังผลกำไร, เน้นในเรื่องผลประโยชน์มากกว่าคุณภาพ

commercial paper ตราสารทางการเงิน

commercial traveler พนักงานขายที่เดินทางไปขายตามที่ต่างๆ

Commie, commie (คอม' มี) *n.* (ภาษาพูด) คนที่ยึดถือลัทธิคอมมิวนิสต์

commination (คอมมะเน' ชัน) *n.* การข่มขู่, การประณาม **-comminatory** *adj.*

commingle (คะมิง' เกิล) *vi., vt.* **-gled, -gling** ผสมเข้าด้วยกัน, รวมกัน (-S. mix)

commiserate (คะมิซ' ซะเรท) *vt., vi.* **-ated, -ating** สงสาร, เห็นใจ **-commiseration** *n.*

commissar (คอม' มิซาร์) *n.* ตำแหน่งผู้ตรวจการในสหภาพโซเวียต, ผู้บริหารประเทศของสหภาพโซเวียต

commissariat (คอมมิแซ' เรียท) *n.* แผนกจัดเตรียมอาหารและอาวุธให้แก่กองทัพ, เสบียง, หน่วยงานหลักของรัฐบาลสหภาพโซเวียต

commissary (คอม' มิเซอรี) *n., pl.* **-ies** ผู้รับผิดชอบด้านเสบียงอาหาร, ร้านขายอาหารและของใช้ส่วนตัวในค่ายทหาร

commission (คะมิช' ชัน) *n.* การมอบหมายหน้าที่, หนังสือมอบอำนาจ, หน้าที่ที่ได้รับมอบหมาย, คณะกรรมาธิการ, เงินส่วนแบ่งที่ได้จากการขายสินค้า, การทำความผิด *-vt.* **-sioned, -sioning** มอบอำนาจ, มอบหมายงาน, ออกคำสั่ง (-S. (n.) authority (v.) authorize)

commissionaire (คะมิชชะแนร์') *n.* พนักงานที่รับผิดชอบงานเล็กๆ น้อยๆ เช่น ตรวจตั๋ว

commissioner (คะมิช' ชะเนอร์) *n.* ผู้ได้รับมอบอำนาจ, ผู้บัญชาการ, สมาชิกกรรมาธิการ

A B C D E F G H I J K L M N O P Q R S T U V W X Y Z

commission merchant ผู้ขายหรือซื้อสินค้าเพื่อเอาค่านายหน้า

★**commit** (คะมิท') *vt., vi.* **-mitted, -mitting** ลงมือกระทำ, มอบหมาย, ให้สัญญา, ผูกมัด, ทำความผิด, กักขัง (-S. assign, perform)

commitment (คะมิท' เมินท์) *n.* การมอบหมายงาน, การทำสัญญา, ข้อผูกมัด, การส่งเรื่องให้กรรมการพิจารณา (-S. obligation)

★**committee** (คะมิท' ที) *n.* คณะกรรมการซึ่งได้รับมอบหมายงานเฉพาะกิจ

commode (คะโมด') *n.* ตู้เตี้ยๆ หรือโต๊ะเตี้ยๆ ที่มีลิ้นชัก, เก้าอี้ชนิดที่ติดกระโถนไว้ภายใน

commodious (คะโม' เดียซ) *adj.* กว้างขวาง, มีพื้นที่มาก (-S. roomy, spacious)

commodity (คะมอด' ดิที) *n., pl.* **-ties** สิ่งที่มีประโยชน์, สินค้า, ผลประโยชน์

commodore (คอม' มะดอร์, -โดร์) *n.* ผู้บังคับบัญชาการเรือ, ประธานสโมสรเรือยอชต์

★**common** (คอม' เมิน) *adj.* **-er, -est** เป็นของสาธารณะ, เหมือนกัน, เป็นที่รู้จักกันทั่วไป, ธรรมดา, ปานกลาง, เป็นมาตรฐาน, ด้อยคุณภาพ, ไม่สุภาพ, ไม่เจาะจง, ไม่มีการแยกเพศ *-n.* ที่ดินสาธารณะ **-commons** คนธรรมดา **-commonly** *adv.* (-S. (adj.) general, normal)

commonalty (คอม' มะเนิลที) *n., pl.* **-ties** สามัญชน, คนธรรมดา

commoner (คอม' มะเนอร์) *n.* สามัญชน

common gender นามที่ใช้หมายถึงทั้งเพศชายและหญิง เช่น parent

common law ระบบกฎหมายที่มีพื้นฐานจากการพิจารณาคดีของศาล

common market การร่วมมือเพื่อส่งเสริมทางการค้าระหว่างประเทศในกลุ่มสมาชิก

common noun สามานยนาม

commonplace (คอม' เมินเพลซ) *adj.* ธรรมดา, ไม่มีอะไรใหม่ *-n.* สิ่งที่ดูธรรมดาและไม่น่าสนใจ (-S. (adj.) dull, ordinary)

common room ห้องพัก

common sense สามัญสำนึก

commonweal (คอม' เมินวีล) *n.* สวัสดิการสาธารณะ, ผลประโยชน์ของคนส่วนรวม

commonwealth (คอม' เมินเวลธ์) *n.* ประชาชนในประเทศ, ประเทศที่ปกครองระบอบประชาธิปไตยหรือสาธารณรัฐ

commotion (คะโม' ชัน) *n.* เสียงที่ดังอึกทึก, ความสับสนวุ่นวาย, เหตุการณ์ตื่นเต้น (-S. uproar)

communal (คะมิว' เนิล, คอม' เมีย-) *adj.* ใช้ร่วมกัน, เป็นของส่วนรวม (-S. public)

commune[1] (คะมิวน์) *vi.* **-muned, -muning** พูดคุยอย่างสนิทสนม, รับรู้ความรู้สึกของผู้อื่น

commune[2] (คอม' มิวน์, คะมิวน์) *n.* ชุมชนที่มีการแบ่งความรับผิดชอบและใช้สมบัติร่วมกัน, สมาชิกในชุมชน (-S. collective, community)

communicable (คะมิว' นิคะเบิล) *adj.* (โรค) ติดต่อกันได้, สามารถสื่อสารกันได้, พูดมาก

communicant (คะมิว' นิเคินท์) *n.* ผู้เข้ารับศีลมหาสนิท, ผู้แจ้งข่าว

★**communicate** (คะมิว' นิเคท) *vt., vi.* **-cated, -cating** ส่งข่าวสาร, สื่อสาร, แจ้ง, แลกเปลี่ยน (-S. connect, interface, transmit)

★**communication** (คะมิวนิเค' ชัน) *n.* การติดต่อสื่อสาร, การแลกเปลี่ยนความคิดเห็น ข้อมูลข่าวสารหรืออื่นๆ, ข่าวสาร **-communications** ระบบในการติดต่อสื่อสาร เช่น วิทยุ

communications satellite ดาวเทียมที่ใช้ในการถ่ายทอดสัญญาณโทรคมนาคม

communicative (คะมิว' นิเคทิฟว์, -คะทิฟว์) *adj.* ช่างพูด, มีข้อมูลมาก (-S. talkative)

communion (คะมิว' เนียน) *n.* การมีส่วนร่วม, การแลกเปลี่ยนความคิดเห็นหรือความรู้สึก **-(Holy) Communion** พิธีศีลมหาสนิท

communiqué (คะมิวนิเค', -มิว' นิเค) *n.* การประกาศอย่างเป็นทางการ

communism (คอม' เมียนิเซิม) *n.* ระบบการเมืองและเศรษฐกิจที่ทรัพย์สินทุกอย่างเป็นของชุมชนและทุกคนต้องทำงานให้แก่ชุมชน **-Communism** ลัทธิคอมมิวนิสต์ **-communist** *n.*

★**community** (คะมิว' นิที) *n., pl.* **-ties** ชุมชน, กลุ่มคนที่อาศัยในถิ่นเดียวกัน,การมีส่วนร่วมหรือเป็นเจ้าของสิ่งสาธารณะ

community center สถานที่พบปะของสมาชิกในชุมชนเพื่อทำกิจกรรมต่างๆ

community chest/fund เงินบริจาคที่ใช้สนับสนุนองค์กรการกุศลและบริการสังคม

community property สินสมรส

commutation (คอมเมียเท' ชัน) *n.* การแลกเปลี่ยนหรือทดแทน, สิ่งที่ใช้ชำระแทนเงิน, การลดโทษ

commutator (คอม' เมียเทเทอร์) *n.* อุปกรณ์สำหรับเปลี่ยนทิศทางของกระแสไฟฟ้า

commute (คะมิวท์) *vt., vi.* **-muted, -muting** แลกเปลี่ยน, ทดแทน, เดินทางไปกลับระหว่างสถานที่เดิมเป็นประจำ, ลดโทษ **-commuter** *n.* (-S. exchange, lessen, substitute)

A B C D E F G H I J K L M N O P Q R S T U V W X Y Z

compact¹ (*adj.* เคิมแพคท', คอม' แพคท, *v.* เคิมแพคท', *n.* คอม' แพคท) *adj.* กะทัดรัด, แน่น, กระชับ *-vt.* **-pacted, -pacting** อัดให้แน่น, รวมเข้าด้วยกัน *-n.* ตลับเครื่องสำอาง (-S. (adj.) concise (v.) compress)

compact² (คอม' แพคท) *n.* ข้อตกลง, สัญญา

compact disc/disk แผ่นดิสก์ขนาดเล็กสำหรับบันทึกข้อมูลระบบดิจิตอล ย่อว่า CD

companion (เคิมแพน' เนียน) *n.* เพื่อน, เพื่อนร่วมงาน, เพื่อนเดินทาง, หนังสือคู่มือ

companionable (เคิมแพน' เนียนะเบิล) *adj.* เป็นมิตร, มีมนุษยสัมพันธ์

companionship (เคิมแพน' เนียนชิพ) *n.* มิตรภาพ, ความสัมพันธ์ (-S. friendship)

★**company** (คัม' พะนี) *n., pl.* **-nies** การมีความสัมพันธ์กับผู้อื่น, แขก, บริษัท, กลุ่มคนที่ทำงานร่วมกัน, คณะนักแสดง

comparable (คอม' เพอระเบิล) *adj.* เปรียบเทียบ, เท่าเทียม, คล้ายคลึง (-S. equal)

comparative (เคิมแพ' ระทิฟว) *adj.* เกี่ยวกับการเปรียบเทียบ, เกี่ยวกับการเปรียบเทียบขั้นกว่าของคุณศัพท์หรือกริยาวิเศษณ์ *-n.* การเปรียบเทียบขั้นกว่าของคุณศัพท์หรือกริยาวิเศษณ์ (-S. (adj.) modified, qualified)

★**compare** (เคิมแพร') *vt., vi.* **-pared, -paring** เปรียบเทียบ, พิจารณาความคล้ายหรือความแตกต่าง, เปลี่ยนคุณศัพท์หรือกริยาวิเศษณ์เป็นรูปขั้นกว่าหรือขั้นสูงสุด *-n.* การเปรียบเทียบ

★**comparison** (เคิมแพ' ริเซิน) *n.* การเปรียบเทียบ,การเปรียบเทียบขั้นกว่าหรือขั้นสูงสุดของคุณศัพท์หรือกริยาวิเศษณ์ (-S. contrast)

compartment (เคิมพาร์ท' เมินท) *n.* ส่วน, ตอน, ช่อง, ห้อง, ชั้น (-S. division, part)

★**compass** (คัม' เพิซ, คอม'-) *n.* เข็มทิศ **-compasses** วงเวียน

compassion (เคิมแพช' ชัน) *n.* ความเห็นใจ, ความสงสาร, ความกรุณา **-compassionate** *adj.* (-S. mercy, pity, sympathy)

compatible (เคิมแพท' ทะเบิล) *adj.* สอดคล้องกัน, ที่อยู่ร่วมกันได้, ที่ทำงานร่วมกันได้, เข้ากันได้ **-compatibility** *n.* (-S. accordant)

compatriot (เคิมเพ' ทรีเอิท, -ออท) *n.* เพื่อนร่วมชาติ, ผู้เกิดในประเทศเดียวกัน

compel (เคิมเพล') *vt.* **-pelled, -pelling** บังคับ, กดดัน, ผลักดัน, กระตุ้น (-S. force, impel)

compelling (เคิมเพล' ลิง) *adj.* ที่บังคับ, น่าสนใจมาก, ที่ดึงดูดใจมาก (-S. fascinating)

compendium (เคิมเพน' เดียม) *n., pl.* **-diums/-dia** บทคัดย่อ, บทสรุป

compensate (คอม' เพินเซท) *vt., vi.* **-sated, -sating** ทำให้เท่ากัน, ถ่วง, ชดเชย, ทดแทน

compensation (คอมเพินเซ' ชัน) *n.* การชดเชยหรือทดแทน, เงินชดเชย

compere (คอม' แพร) *n.* ผู้ทำหน้าที่แนะนำนักพูดหรือนักแสดงทางวิทยุโทรทัศน์

★**compete** (เคิมพีท') *vi.* **-peted, -peting** เข้าแข่งขัน ทดสอบหรืออื่นๆ (-S. contend)

competence (คอม' พิเทินซ) *n.* ความสามารถ, อำนาจตามกฎหมาย, ทรัพย์สิน, เงิน

competent (คอม' พิเทินท) *adj.* มีความสามารถ, มีคุณสมบัติ, เพียงพอ, เหมาะสม **-competently** *adv.* (-S. qualified)

★**competition** (คอมพิทิช' ชัน) *n.* การแข่งขัน **-competitive** *adj.* (-S. contest, rivalry)

★**competitor** (เคิมเพท' ทิเทอร) *n.* ผู้เข้าแข่งขัน, คู่แข่ง (-S. challenger, opponent)

compilation (คอมพะเล' ชัน) *n.* การรวบรวมข้อมูล, สิ่งที่ถูกรวบรวม (-S. album, collection)

compile (เคิมไพล') *vt.* **-piled, -piling** รวบรวมข้อมูลและจัดเก็บอย่างเป็นระบบ

complacence, complacency (เคิม เพล' เซินซ, -เซินซี) *n.* ความพึงพอใจ

complacent (เคิมเพล' เซินท) *adj.* พึงพอใจ, ไม่วิตกกังวล, สงบ **-complacently** *adv.*

★**complain** (เคิมเพลน') *vi.* **-plained, -plaining** บ่น, แสดงความไม่พอใจ โกรธหรือเจ็บปวด, วิจารณ์, กล่าวหา (-S. criticize, grumble)

complainant (เคิมเพล' เนินท) *n.* โจทก์, ผู้ร้องทุกข์ (-S. plaintiff)

★**complaint** (เคิมเพลนท') *n.* การบ่น, คำแสดงความไม่พอใจ, คำวิจารณ์, ความเจ็บป่วย

complaisant (เคิมเพล' เซินท, -เซินท) *adj.* เต็มใจ, มีน้ำใจ **-complaisance** *n.*

complement (*n.* คอม' พละเมินท, *v.* -เมนท) *n.* ส่วนเสริม, ส่วนประกอบ, คำหรือกลุ่มคำที่ต้องใช้กริยามาช่วยเพื่อให้มีความหมายสมบูรณ์ *-vt.* **-mented, -menting** ทำให้สมบูรณ์

complementary (คอมพละเมน' ทะรี, -ทรี) *adj.* ที่ทำให้สมบูรณ์, ซึ่งเติมส่วนที่ขาดหายไป

complementary angles มุมสองมุมที่ประกอบกันได้ 90 องศา

complementary colors คู่สีที่ผสมกันทำให้เกิดสีขาว (แสง) หรือสีเทา (สารสี)

★**complete** (เคิมพลีท') *adj.* **-pleter, -pletest**

สมบูรณ์, ครบถ้วน, เสร็จสิ้น, สำเร็จ *-vt.* **-pleted, -pleting** ทำให้สำเร็จ, ทำให้สมบูรณ์, ทำให้เกิดผล **-completely** *adv.* **-completeness** *n.* **-completion** *n.* (-S. (adj.) finished)

★**complex** (*adj.* เคิมเพลคซ์', *n.* คอม' เพลคซ์) *adj.* ซับซ้อน, เข้าใจได้ยาก, ประกอบด้วยอนุประโยคมากกว่าหนึ่งอนุประโยค *-n.* ความซับซ้อน, ความวิตกกังวลเกินปกติ

complexion (เคิมเพลค' ชัน) *n.* ผิวหน้า, ผิวพรรณ, ผิวหนัง, ลักษณะตามธรรมชาติ

complexity (เคิมเพลค' ซิที) *n., pl.* **-ties** สิ่งที่มีความสลับซับซ้อน (-S. complication, difficulty)

compliance, compliancy (เคิมไพล' เอินซ์, -เอินซี) *n.* การยอมจำนน

compliant (เคิมไพล' เอินท์) *adj.* เชื่อฟัง, ยินยอม **-compliantly** *adv.* (-S. obedient)

★**complicate** (คอม' พลิเคท) *vt., vi.* **-cated, -cating** ทำให้ซับซ้อน, ทำให้สับสน, ทำให้เข้าใจยาก (-S. confuse, jumble)

★**complicated** (คอม' พลิเคทิด) *adj.* ที่ประกอบด้วยหลายชิ้นส่วน, สลับซับซ้อน, เข้าใจยาก (-S. complex, difficult, intricate)

complication (คอมพลิเค' ชัน) *n.* ความซับซ้อนหรือสับสน, โรคแทรกซ้อน

complicity (เคิมพลิซ' ซิที) *n., pl.* **-ties** การมีส่วนร่วมในการทำผิด (-S. collusion, conspiracy)

compliment (คอม' พละเมินท์) *n.* การแสดงความเคารพ, การยกย่อง *-vt.* **-mented, -menting** แสดงความเคารพ, ยกยอ, ยกย่อง **-compliments** การทักทาย, การอวยพร (-S. (n., v.) praise (n.) tribute (v.) salute)

complimentary (คอมพละเมน' ทะรี, -ทรี) *adj.* แสดงความยกย่อง ชื่นชมหรือยินดี, ให้เป็นของกำนัล

comply (เคิมไพล') *vi.* **-plied, -plying** เชื่อฟัง, ยอมตาม (-S. obey, submit)

component (เคิมโพ' เนินท์) *n.* ส่วนประกอบ *-adj.* เป็นส่วนประกอบ (-S. (n.) element, part)

comport (เคิมพอร์ท', -โพร์ท') *v.* **-ported, -porting** *-vt.* ประพฤติหรือปฏิบัติ *-vi.* สอดคล้อง, เข้ากันได้ (-S. agree, behave)

comportment (เคิมพอร์ท' เมินท์, -โพร์ท'-) *n.* ความประพฤติ, กิริยาท่าทาง

compose (เคิมโพซ') *vt., vi.* **-posed, -posing** ประกอบ, เรียง, แต่ง, ไกล่เกลี่ย, สงบสติ, เตรียมการพิมพ์ (-S. arrange, calm, resolve, write)

composed (เคิมโพซด์') *adj.* สงบ, ใจเย็น

composer (เคิมโพ' เซอร์) *n.* ผู้ประพันธ์

composite (เคิมพอซ' ซิท) *adj.* ที่ประกอบด้วยส่วนประกอบที่แตกต่างกัน

composition (คอมพะซิช' ชัน) *n.* การประกอบ, ส่วนประกอบ, การประพันธ์, งานประพันธ์, ศิลปะในการประพันธ์

compositor (เคิมพอซ' ซิเทอร์) *n.* ช่างเรียงพิมพ์, เครื่องเรียงพิมพ์

compost (คอม' โพซท์) *n.* ของผสม, ปุ๋ยหมัก

composure (เคิมโพ' เฌอร์) *n.* ความสุขใจ, ความสงบสุข (-S. equanimity, serenity)

compote (คอม' โพท) *n.* ผลไม้แช่อิ่ม

★**compound** (*v., adj.* คอมเพานด์', เคิม-, คอม' เพานด์, *n.* คอม' เพานด์) *vt., vi.* **-pounded, -pounding** รวม, ผสม, เพิ่ม, ทำให้แย่ลง, ประนีประนอม *-adj.* ที่ประกอบด้วย *-n.* ของผสม, สารประกอบ, คำผสม (-S. (v.) combine)

compound eye ตาที่ประกอบด้วยตาย่อยๆ จำนวนมาก เช่น ตาของแมลง

compound interest ดอกเบี้ยที่คิดจากเงินต้นรวมกับดอกเบี้ยค้างชำระ

compound sentence ประโยคความรวมหรืออเนกัตถประโยค

comprehend (คอมพริเฮนด์') *vt.* **-hended, -hending** เข้าใจอย่างถ่องแท้, เข้าใจอย่างลึกซึ้ง, รวมถึง, ครอบคลุม (-S. apprehend, include)

comprehensible (คอมพริเฮน' ซะเบิล) *adj.* ที่สามารถเข้าใจได้, ที่เข้าใจได้ง่าย, ไม่ซับซ้อน

comprehension (คอมพริเฮน' ชัน) *n.* ความสามารถในการเข้าใจ, แบบฝึกหัดที่ใช้วัดความเข้าใจในภาษา **-comprehensive** *adj.* **-comprehensively** *adv.* (-S. discernment)

compress (*v.* เคิมเพรซ', *n.* คอม' เพรซ) *vt.* **-pressed, -pressing** กด, บีบ, อัด, ย่อ *-n.* ผ้ากดห้ามเลือด **-compression** *n.* (-S. (v.) compact, condense, shorten)

comprise (เคิมไพรซ์') *vt.* **-prised, -prising** ประกอบด้วย, รวมอยู่ (-S. compose, contain)

compromise (คอม' พระไมซ์) *n.* การประนีประนอม, การทำข้อตกลง *-vt., vi.* **-mised, -mising** ประนีประนอม, ทำข้อตกลง, ทำให้เสียชื่อเสียง (-S. (n.) adjustment (n., v.) deal)

comptroller (เคินโทร' เลอร์) *n.* ผู้ควบคุมและตรวจสอบบัญชี

compulsion (เคิมพัล' ชัน) *n.* การบังคับ, ภาวะที่ถูกบังคับ, แรงกดดัน **-compulsory** *adj.* **-compulsorily** *adv.* (-S. obligation)

A B C D E F G H I J K L M N O P Q R S T U V W X Y Z

compulsive (เคิมพัล' ซิฟว์) *adj.* เป็นเชิงบังคับ, ดึงดูด, ที่ถูกครอบงำ **-compulsively** *adv.* (**-S.** compelling, fascinating)

compunction (เคิมพังค์' ชัน) *n.* ความสำนึกผิด (**-S.** penitence, qualm)

compute (เคิมพิวท์') *vt., vi.* **-puted, -puting** คำนวณ, กะประมาณ, คำนวณโดยใช้เครื่องคอมพิวเตอร์ **-computation** *n.* (**-S.** calculate)

★**computer** (เคิมพิว' เทอร์) *n.* เครื่องคอมพิวเตอร์, ผู้ทำการคำนวณ

computeracy (เคิมพิว' เทอระซี) *n.* ความสามารถในการเข้าใจและใช้คอมพิวเตอร์ได้

computer-aided design การออกแบบโดยใช้คอมพิวเตอร์กราฟิก ย่อว่า CAD

computerese (เคิมพิวเทอรีซ') *n.* ศัพท์เฉพาะที่เกี่ยวกับเทคโนโลยีคอมพิวเตอร์

computerize (เคิมพิว' ทะไรซ์) *vt.* **-ized, -izing** เก็บข้อมูลในเครื่องหรือระบบคอมพิวเตอร์, ใช้คอมพิวเตอร์ในการทำงาน

computerized axial tomography การถ่ายเอกซเรย์โดยใช้เครื่องคอมพิวเตอร์วิเคราะห์ภาพตัดขวางของร่างกาย ย่อว่า CAT

computer virus โปรแกรมคอมพิวเตอร์ที่ทำลายหรือยับยั้งการทำงานของโปรแกรมต่างๆ ในเครื่องหรือป้องกันการถูกบุกรุกข้อมูล

comrade (คอม' แรด, -เริด) *n.* เพื่อนสนิท, พันธมิตรทางการค้า (**-S.** associate, companion)

con[1] (คอน) *adv.* ที่ขัดแย้ง *-n.* ข้อขัดแย้ง

con[2] (คอน) *vt.* **conned, conning** ศึกษา อ่านหรือตรวจสอบอย่างละเอียด, ท่องจำ

con[3] (คอน) *vt.* **conned, conning** (คำสแลง) หลอกลวง ตบตา *-n.* (คำสแลง) การหลอกลวง กลลวง (**-S.** (v.) deceive, swindle (n.) deception)

concave (คอนเคฟว์', คอน' เคฟว์) *adj.* เป็นรูปโค้งหรือเว้าเข้าด้านใน *-n.* ส่วนที่โค้งหรือเว้าเข้าด้านใน **-concave lens** เลนส์เว้า

concavity (คอนเคฟว์' วิที) *n., pl.* **-ties** ส่วนเว้า, ส่วนโค้ง, ความเว้า

conceal (เคินซีล') *vt.* **-cealed, -cealing** ซ่อน, ปกปิด **-concealment** *n.* (**-S.** hide, mask)

concede (เคินซีด') *vt., vi.* **-ceded, -ceding** ยอมรับ, อนุญาต, ให้สิทธิ, ยินยอม (**-S.** admit)

conceit (เคินซีท') *n.* ความภูมิใจในตนเอง, ความหยิ่งยโส (**-S.** arrogance, narcissism)

conceited (เคินซี' ทิด) *adj.* หลงตัวเอง, หยิ่งยโส (**-S.** arrogant, haughty, vain)

conceivable (เคินซีฟว์' วะเบิล) *adj.* ที่เข้าใจคิดหรือเชื่อถือได้ **-conceivably** *adv.*

conceive (เคินซีฟว์') *vt., vi.* **-ceived, -ceiving** ตั้งครรภ์, เข้าใจ, คิด, นึก, เชื่อว่า

★**concentrate** (คอน' เซินเทรท) *vt., vi.* **-trated, -trating** รวบรวม, ตั้งสมาธิ, จดจ่อ, ทำให้ข้น (**-S.** condense, focus)

concentrated (คอน' เซินเทรทิด) *adj.* เข้มข้น, หนาแน่น (**-S.** intense, intensive)

concentration (คอนเซินเทร' ชัน) *n.* การรวบรวม, การรวบรวมสมาธิ, ความเข้มข้น

concentration camp คุกขังนักโทษสงคราม

concentric (เคินเซน' ทริค) *adj.* มีจุดศูนย์กลางร่วมกัน

★**concept** (คอน' เซพท์) *n.* ความคิด, สิ่งที่คิดขึ้น, แนวความคิด (**-S.** abstraction, idea)

conception (เคินเซพ' ชัน) *n.* การตั้งครรภ์, การรวบรวมความคิด, ความคิด, สิ่งที่คิดได้

★**concern** (คอนเซิร์น') *vt.* **-cerned, -cerning** เกี่ยวข้อง, เข้าร่วม, ให้ความสำคัญ, วิตกกังวล *-n.* ความสนใจ, ความเกี่ยวข้อง, ภาระ, ส่วนแบ่ง, บริษัท, ความวิตกกังวล (**-S.** (v.) involve (v., n.) worry)

concerned (เคินเซิร์นด์') *adj.* กังวล, มีความสนใจ, เกี่ยวข้อง (**-S.** anxious, interested)

★**concerning** (เคินเซอร์' นิง) *prep.* เกี่ยวข้องกับ, สัมพันธ์กับ, เกี่ยวกับ

★**concert** (*n.* คอน' เซิร์ท, *v.* เคินเซิร์ท') *n.* การแสดงดนตรี, ความสอดคล้อง *-vt., vi.* **-certed, -certing** ประสานกัน, ร่วมมือกัน

concerted (เคินเซอร์' ทิด) *adj.* ที่วางแผนหรือกระทำร่วมกัน, พร้อมกัน (**-S.** planned)

concert grand เปียโนขนาดใหญ่ที่สุด

concertina (คอนเซอร์ที' นะ) *n.* หีบเพลงชัก

concerto (เคินเชอร์' โท) *n., pl.* **-tos/-ti** (-ที) การประพันธ์ดนตรีสำหรับวงออร์เคสตร้าเพื่อแสดงร่วมกับเครื่องดนตรีตั้งแต่หนึ่งชนิดขึ้นไป

concession (เคินเซซ' ชัน) *n.* การยอมรับ, การยินยอม, ข้อตกลง, สัมปทาน, ราคาพิเศษเฉพาะกลุ่ม (**-S.** permit, surrender)

concessionaire (เคินเซชชะแนร์') *n.* ผู้ได้รับสัมปทาน, ผู้ได้รับอนุญาต

conch (คองค์, คอนช์) *n., pl.* **conchs** (คองซ์)/ **conches** (คอน' ชิซ) หอยสังข์

conciliate (เคินซิล' ลีเอท) *vt.* **-ated, -ating** ทำให้สงบ, ชนะใจ, ผูกมิตร, ไกล่เกลี่ย **-conciliation** *n.* **-conciliatory** *adj.* (**-S.** appease)

concise (เคินไซซ์') *adj.* กระชับ, ย่อ, สรุป

A B C D E F G H I J K L M N O P Q R S T U V W X Y Z

-concisely *adv.* -conciseness *n.*
conclave (คอน' เคลฟว์, คอง'-) *n.* การประชุมลับ, การประชุม, การชุมนุม
conclude (เคินคลูด') *vt., vi.* **-cluded, -cluding** ทำข้อตกลง, ตัดสินใจ, สรุป, จบ, เสร็จสิ้น, ลงมติ (-S. decide, finish, infer)
★**conclusion** (เคินคลู' ฌัน) *n.* บทสรุป, ผลลัพธ์สุดท้าย **-in conclusion** ในที่สุด
conclusive (เคินคลู' ซิฟว์) *adj.* สรุป, ชี้ขาด **-conclusively** *adv.* (-S. definite, final)
concoct (เคินคอคท') *vt.* **-cocted, -cocting** ผสม, คิด, แต่ง, ร่างเค้าโครง **-concoction** *n.*
concomitant (เคินคอม' มิเทินท์) *adj.* ที่เกิดขึ้นพร้อมกัน *-n.* สิ่งที่เกิดขึ้นพร้อมกัน
concord (คอน' คอร์ด, คอง'-) *n.* ความสอดคล้อง, ความกลมกลืน (-S. harmony)
concordance (เคินคอร์' เดินซ์) *n.* ความสอดคล้อง, ดรรชนีเรียงตามตัวอักษร
concordant (เคินคอร์' เดินท์) *adj.* ที่สอดคล้อง, กลมกลืน, เป็นเอกภาพ
concordat (เคินคอร์' แดท) *n.* ข้อตกลง, ข้อตกลงระหว่างสันตะปาปาและผู้ปกครองวัด
concourse (คอน' คอร์ซ, -โคร์ซ, คอง'-) *n.* พื้นที่โล่งกว้าง, ฝูงคนหรือสิ่งอื่นๆ
★**concrete** (คอนครีท', คอง-, คอน' ครีท, คอง'-) *adj.* เฉพาะเจาะจง, ที่สัมผัสได้, ชัดเจน, เป็นรูปธรรม *-n.* คอนกรีต *-v.* **-creted, -creting** *-vt.* สร้างหรือปกคลุมด้วยคอนกรีต *-vi.* กลายเป็นของแข็ง **-concretely** *adv.*
concretion (เคินครี' ชัน) *n.* การรวมตัวเป็นของแข็ง, หินตะกอน, ก้อนนิ่ว
concubine (คอง' เคียไบน์, คอน'-) *n.* เมียน้อย, เมียลับ (-S. courtesan, mistress)
concur (เคินเคอร์') *vi.* **-curred, -curring** มีความเห็นสอดคล้อง, เกิดขึ้นพร้อมกัน, ร่วมมือ
concurrent (เคินเคอ' เรินท์) *adj.* ที่เกิดขึ้นพร้อมกัน, ร่วมสมัย, ที่ร่วมมือกัน, สอดคล้อง **-concurrence** *n.* **-concurrently** *adv.*
concussion (เคินคัช' ชัน) *n.* อาการช็อกเนื่องจากถูกตีอย่างแรง, การบาดเจ็บที่สมอง
★**condemn** (เคินเดม') *vt.* **-demned, -demning** คัดค้าน, ตัดสินลงโทษ, แสดงให้เห็นว่ามีความผิด, ประกาศไม่ให้ใช้, ยึดทรัพย์สิน, ประณาม **-condemnation** *n.* (-S. accuse, ban)
condemned cell ห้องขังนักโทษที่รอการประหารชีวิต
condense (เคินเดนซ์') *vt., vi.* **-densed, -densing** ทำให้เข้มข้น, ย่อ, สรุป, ทำให้ก๊าซควบแน่นเป็นของเหลว **-condensation** *n.*
condensed milk นมผง
condenser (เคินเดน' เซอร์) *n.* อุปกรณ์สำหรับควบแน่นก๊าซให้เป็นของเหลว, กระจกหรือเลนส์ที่ใช้รวมแสง, อุปกรณ์เก็บประจุไฟฟ้า
condescend (คอนดิเซนด์') *vi.* **-scended, -scending** ถ่อมตัว, วางตัวเหนือผู้อื่น, ดูถูก **-condescending** *adj.* **-condescension** *n.*
condiment (คอน' ดะเมินท์) *n.* เครื่องปรุงรส
★**condition** (เคินดิช' ชัน) *n.* สภาวะ, ฐานะ, สิ่งจำเป็น, สภาพร่างกาย, สิ่งที่ควบคุมหรือมีอิทธิพลเหนือสิ่งอื่น, เงื่อนไข *-vt.* **-tioned, -tioning** กำหนด, วางเงื่อนไข, จัดสภาพ **-conditions** สภาพแวดล้อม (-S. (n.) fitness, state)
★**conditional** (เคินดิช' ชะเนิล) *adj.* ขึ้นอยู่กับ, มีเงื่อนไข **-conditionally** *adv.*
conditioner (เคินดิช' ชะเนอร์) *n.* สิ่งที่ใช้ปรับปรุงสภาพให้ดีขึ้น เช่น ครีมนวดผม
condo (คอน' โด) *n., pl.* **-dos/-does** (ภาษาพูด) คอนโดมิเนียม
condole (เคินโดล') *vi.* **-doled, -doling** แสดงความเห็นใจ, ปลอบโยน **-condolence** *n.*
condom (คอน' เดิม, คัน'-) *n.* ถุงยางอนามัย
condominium (คอนดะมิน' เนียม) *n., pl.* **-iums/-ia** คอนโดมิเนียม
condone (เคินโดน') *vt.* **-doned, -doning** ให้อภัย, ยกโทษ **-condonation** *n.*
condor (คอน' ดอร์) *n.* นกแร้งขนาดใหญ่
conduce (เคินดูซ', -ดิวซ์') *vi.* **-duced, -ducing** ช่วยให้เกิด, นำไปสู่ **-conducive** *adj.*
★**conduct** (*v.* เคินดัคท์, *n.* คอน' ดัคท์) *vt., vi.* **-ducted, -ducting** ควบคุม, จัดการ, นำ, แนะนำ, ประพฤติ, เปลี่ยนแปลง *-n.* การจัดการ, ความประพฤติ, การกระทำ (-S. (v.) direct)
conduction (เคินดัค' ชัน) *n.* การส่งผ่านโดยผ่านตัวกลาง เช่น การส่งผ่านไฟฟ้า
conductivity (คอนดัคทิฟว์' วิที) *n., pl.* **-ties** ความสามารถหรือกำลังในการส่งผ่านไฟฟ้า ความร้อนหรือเสียง
conductor (เคินดัค' เทอร์) *n.* คนตรวจตั๋ว, กระเป๋ารถเมล์, สื่อนำไฟฟ้าหรือความร้อน, ผู้ควบคุมวงดนตรี, ผู้นำ, ผู้จัดการ
conduit (คอน' ดูอิท, -ดิท) *n.* ท่อหรือช่องส่งของเหลว, ท่อร้อยสายไฟหรือสายเคเบิล
cone (โคน) *n.* รูปทรงกรวย, ผลต้นสน, ปล่องภูเขาไฟ, เซลล์รูปกรวย **-conic, conical** *adj.*

A B D E F G H I J K L M N O P Q R S T U V W X Y Z

coney, cony (โค' นี, คัน' นี) *n., pl.* **-neys/-nies** กระต่ายจำพวกหนึ่ง, ขนกระต่าย

confab (คอน' แฟบ) *n.* (ภาษาพูด) การคุยเล่น *-vi.* **-fabbed, -fabbing** (ภาษาพูด) คุยเล่น

confection (เคินเฟค' ชัน) *n.* ขนมหวาน

confectioner (เคินเฟค' ชะเนอร์) *n.* คนทำหรือขายขนมหวาน

confectionery (เคินเฟค' ชะเนอรี) *n., pl.* **-ies** ขนมหวาน, ร้านขายขนมหวาน (-S. candy)

confederate (*n., adj.* เคินเฟด' เดอริท, *v.* -ดะเรท) *n.* พันธมิตร, ผู้สมรู้ร่วมคิด *-adj.* เป็นพันธมิตร *-vt., vi.* **-ated, -ating** ร่วมเป็นพันธมิตรกัน **-confederacy** *n.* **-confederation** *n.* (-S. (n.) associate, partner (adj.) allied)

confer (เคินเฟอร์') *v.* **-ferred, -ferring** *-vt.* ให้, มอบให้ *-vi.* ประชุม (-S. bestow, discuss)

★**conference** (คอน' เฟอเรินซ์, -เฟรินซ์) *n.* การประชุม, การปรึกษาหารือ (-S. convention)

★**confess** (เคินเฟซ') *vt., vi.* **-fessed, -fessing** ยอมรับ, สารภาพบาป **-confession** *n.* (-S. acknowledge, disclose, profess)

confessional (เคินเฟซ' ซะเนิล) *n.* ห้องขนาดเล็กสำหรับสารภาพบาป

confessor (เคินเฟซ' เซอร์) *n.* ผู้สารภาพบาป, พระผู้ฟังคำสารภาพบาป

confetti (เคินเฟท' ที) *n. pl.* กระดาษสีชิ้นเล็กๆ ที่ใช้โปรยในงานรื่นเริง

confidant (คอน' ฟิแดนท์, -ดานท์) *n.* ผู้ที่รักษาความลับได้, คนสนิท **-confidante** *n. fem.*

confide (เคินไฟด์') *vt., vi.* **-fided, -fiding** เปิดเผยความลับ, ไว้ใจ (-S. disclose, entrust)

★**confidence** (คอน' ฟิเดินซ์) *n.* ความไว้วางใจ, ความเชื่อมั่นศรัทธา, ความมั่นใจ, ความลับ

confidence man/trickster ผู้หลอกลวง

★**confident** (คอน' ฟิเดินท์) *adj.* ทะนง, มั่นใจ, เชื่อใจ **-confidently** *adv.* (-S. sure)

confidential (คอนฟิเดน' เชิล) *adj.* เป็นความลับ, ลับๆ, ไว้วางใจ **-confidentially** *adv.* (-S. close, secret, trusty)

confiding (เคินไฟ' ดิง) *adj.* ที่เชื่อใจได้

configuration (เคินฟิกเกียเร' ชัน) *n.* รูปทรงภายนอก, รูปแบบหรือโครงสร้าง

confine (*v.* เคินไฟน์', *n.* คอน' ไฟน์) *vt.* **-fined, -fining** จำกัด, กักขัง, กักบริเวณ *-n.* การควบคุม, การกักขัง, คุก **-confines** เขตแดน, ขอบเขต **-confinement** *n.*

★**confirm** (เคินเฟิร์ม') *vt.* **-firmed, -firming** พิสูจน์, รับรอง, ยืนยัน **-confirmation** *n.*

confiscate (คอน' ฟิสเกท) *vt.* **-cated, -cating** ยึด, ริบ **-confiscation** *n.* (-S. impound)

conflagration (คอนฟละเกร' ชัน) *n.* กองเพลิงขนาดใหญ่ เช่น ไฟไหม้ป่า (-S. holocaust)

★**conflict** (*n.* คอน' ฟลิคท์, *v.* เคินฟลิคท์') *n.* ความขัดแย้ง, การต่อสู้ *-vi.* **-flicted, -flicting** แตกต่าง, ขัดแย้ง (-S. (n.) disagreement (v.) disagree -A. (n.) harmony)

conform (เคินฟอร์ม') *vt., vi.* **-formed, -forming** ปรับให้สอดคล้อง, ปฏิบัติตาม (-S. adjust)

conformist (เคินฟอร์' มิซท์) *n.* ผู้ที่ปฏิบัติตามขนบธรรมเนียมหรือค่านิยม

conformity (เคินฟอร์' มิที) *n., pl.* **-ties** การปฏิบัติตามขนบธรรมเนียมหรือค่านิยม, ความสอดคล้องหรือคล้ายคลึงกัน

confound (เคินเฟานด์', คอน-) *vt.* **-founded, -founding** ทำให้สับสน, นำมาผสมปนเป

confrere (คอน' แฟรร์) *n.* สมาชิก

confront (เคินฟรันท์') *vt., vi.* **-fronted, -fronting** เผชิญหน้า, รับมือกับปัญหา **-confrontation** *n.* (-S. challenge, face, tackle)

★**confuse** (เคินฟิวซ์') *vt.* **-fused, -fusing** ทำให้ยุ่งเหยิง, ทำให้สับสน, ทำให้อึดอัด, ทำให้คลุมเครือ **-confusing** *adj.* (-S. disorder, obscure, perplex -A. clarify, enlighten)

confused (เคินฟิวซ์ด์') *adj.* ไม่ชัดเจน, สับสน, คลุมเครือ, ยุ่งเหยิง, งง, เข้าใจยาก **-confusedly** *adv.* **-confusion** *n.* (-S. unclear, untidy)

confute (เคินฟิวท์') *vt.* **-futed, -futing** ชี้ให้เห็นความผิด **-confutation** *n.*

congeal (เคินจีล') *vt., vi.* **-gealed, -gealing** ทำให้แข็งตัว, แข็งตัว, กลายเป็นวุ้น (-S. solidify)

congenial (เคินจีน' เนียล) *adj.* เข้ากันได้, ถูกใจ, (รสนิยม) ต้องกัน, เป็นที่พอใจ **-congenially** *adv.* (-S. agreeable, pleasant)

congenital (เคินเจน' นิเทิล) *adj.* ที่มีมาหรือติดตัวมาแต่กำเนิด (-S. established, innate)

conger (eel) (คอง' เกอร์) *n.* ปลาไหลทะเล

congest (เคินเจซท์') *v.* **-gested, -gesting** *-vt.* ทำให้แน่นเกินไป *-vi.* รวมตัวเป็นก้อน **-congestive** *adj.* **-congestion** *n.*

congested (เคินเจซ' ทิด) *adj.* แน่น, เต็ม, คับคั่ง (-S. blocked, crowded)

conglomerate (*v.* เคินกลอม' มะเรท, *n., adj.* -เมอริท) *vi., vt.* **-ated, -ating** รวมตัว, รวมกลุ่ม *-n.* การรวมกลุ่มบริษัท, การรวมตัว *-adj.*

ที่รวมตัวเป็นกลุ่ม **-conglomeration** *n.* (-S. (n.) corporation (adj.) gathered)

★**congratulate** (เดินแกรช' ชะเลท, -แกรจ'-, เดิง-) *vt.* **-lated, -lating** แสดงความยินดี

★**congratulation** (เดินแกรชชะเล' ชั่น, -แกรจ-, เดิง-) *n.* การแสดงความยินดี **-congratulations** คำกล่าวแสดงความยินดี, คำอวยพร

congregate (คอง' กริเกท) *vt., vi.* **-gated, -gating** รวมตัว, รวมกลุ่ม, ชุมนุม **-congregation** *n.* (-S. assemble, gather)

★**congress** (คอง' กริซ) *n.* สภานิติบัญญัติ, การอภิปราย, การประชุม **-Congress** สภานิติบัญญัติของสหรัฐอเมริกา**-congressman** *n.*

congruent (คอง' กรูเอินท์) *adj.* สอดคล้อง, เหมาะสม, เท่ากัน **-congruence** *n.*

conjecture (เดินเจค' เชอร์) *n.* การเดา, การอนุมาน *-vt., vi.* **-tured, -turing** เดา, คาดคะเน, อนุมาน (-S. (n., v.) guess)

conjoin (เดินจอยน์) *vt., vi.* **-joined, -joining** รวมตัว, เชื่อมโยง, ประสาน **-conjoint** *adj.*

conjugal (คอน' จะเกิล, เดินจู'-) *adj.* เกี่ยวกับชีวิตคู่ (-S. marital, spousal)

conjugate (คอน' จะเกท) *vt., vi.* **-gated, -gating** รวมตัว, ผันกริยา **-conjugation** *n.*

★**conjunction** (เดินจังค์' ชั่น) *n.* สันธาน

conjure (คอน' เจอร์, เดินจัวร์') *vt., vi.* **-jured, -juring** เรียกวิญญาณ, อ้อนวอน, เล่นกล

conjurer, conjuror (คอน' เจอเรอร์, คัน'-) *n.* นักมายากล, หมอผี

★**connect** (คะเนคท์') *vt., vi.* **-nected, -necting** เชื่อมโยง, สัมพันธ์, ติดต่อ, เกี่ยวข้อง

★**connection** (คะเนค' ชั่น) *n.* การเชื่อมต่อ, ความสัมพันธ์, ญาติ, การสื่อสารระหว่างจุดสองจุด, การเดินทางที่ต้องเปลี่ยนพาหนะ

conning tower โครงสร้างส่วนบนสุดของเรือดำน้ำ ใช้สำหรับส่องสังเกตการณ์

connive (คะไนฟว์') *vi.* **-nived, -niving** สมรู้ร่วมคิด, แสร้งมองไม่เห็นความผิด, ร่วมมือ **-connivance** *n.* (-S. conspire, disregard)

connoisseur (คอนนะเซอร์', -ซัวร์') *n.* ผู้เชี่ยวชาญเฉพาะด้าน (-S. expert, gourmet)

connote (คะโนท') *vt.* **-noted, -noting** มีนัยว่า, สื่อความหมาย **-connotation** *n.*

connubial (คะนู' เบียล, -นิว'-) *adj.* เกี่ยวกับชีวิตคู่, เกี่ยวกับสามีภรรยา

★**conquer** (คอง' เคอร์) *vt.* **-quered, -quering** พิชิต, ปราบ, เอาชนะ **-conqueror** *n.*

conquest (คอน' เควซท์, คอง'-) *n.* สิ่งที่ได้ครอบครอง, ชัยชนะ, การครอบครอง (-S. victory)

consanguinity (คอนแซนกวิน' นิที, -แซง-) *n., pl.* **-ties** ความสัมพันธ์ทางสายเลือด

★**conscience** (คอน' เชินซ์) *n.* คุณธรรมประจำใจ, จิตสำนึก **-in (all) conscience** ด้วยเหตุผล (-S. morals, principles)

conscience money เงินที่จ่ายเพื่อชดเชยการกระทำผิด

conscience-stricken (คอน' เชินซ์สตริคเดิน) *adj.* เสียใจต่อการกระทำผิดของตน

conscientious (คอนเชียน' เชิซ) *adj.* มีคุณธรรม, รอบคอบ, ขยัน **-conscientiously** *adv.* (-S. careful, diligent, scrupulous)

★**conscious** (คอน' เชิซ) *adj.* มีสติ, ตื่นตัว, ตระหนักรู้ *-n.* จิตสำนึก **-consciously** *adv.* **-consciousness** *n.* (-S. aware, deliberate)

conscript (*n.* คอน' สกริพท์, *v.* เดิน สกริพท์') *n.* ผู้ที่ถูกเกณฑ์ *-vt.* **-scripted, -scripting** เกณฑ์ **-conscription** *n.* (-S. (v.) enlist)

consecrate (คอน' ซิเครท) *vt.* **-crated, -crating** ทำให้ศักดิ์สิทธิ์, บูชา, อุทิศ **-consecration** *n.* (-S. dedicate, hallow)

consecutive (เดินเซค' เคียทิฟว์) *adj.* ตามลำดับ, ต่อเนื่อง **-consecutively** *adv.* (-S. continuous, serial, unbroken)

consensus (เดินเซน' เซิซ) *n.* ข้อตกลง, มติเอกฉันท์ (-S. agreement, concord)

consent (เดินเซนท์') *vi.* **-sented, -senting** เห็นด้วย, อนุญาต, ยอมรับ *-n.* การอนุญาต, การยอมรับ (-S. (v.) accept (n.) agreement)

★**consequence** (คอน' ซิเควนซ์, -เควินซ์) *n.* ผลที่เกิดขึ้น, ผลกระทบ, ความสำคัญ, บทสรุป **-consequent** *adj.* (-S. importance, result)

consequential (คอนซิเควน' เชิล) *adj.* เป็นผลมาจาก, สืบเนื่องจาก, หยิ่ง, มีความสำคัญ

consequently (คอน' ซิเควนทลี, -เควินทลี) *adv.* เป็นผลจาก, สืบเนื่องจาก, ดังนั้น (-S. accordingly, hence, therefore)

conservation (คอนเซอร์เว' ชั่น) *n.* การอนุรักษ์, การป้องกันรักษา, การบูรณะหรือปฏิสังขรณ์ (-S. preservation, protection)

conservatism (เดินเซอร์' วะทิเซิม) *n.* แนวโน้มที่จะรักษาขนบธรรมเนียมดั้งเดิม

★**conservative** (เดินเซอร์' วะทิฟว์) *adj.* หัวโบราณ, ต่อต้านการเปลี่ยนแปลง, รอบคอบ, อนุรักษ์ *-n.* ผู้ที่ยึดมั่นต่อขนบธรรมเนียม

A B C D E F G H I J K L M N O P Q R S T U V W X Y Z

conservatory (เคินเซอร์' วะทอรี, -โทรี) *n., pl.* **-ries** เรือนกระจกสำหรับปลูกต้นไม้

conserve (*v.* เคินเซิร์ฟว์', *n.* คอน' เซิร์ฟว์) *v.* **-served, -serving** *-vt.* ป้องกัน, อนุรักษ์, ดอง, แช่อิ่ม, ถนอม *-vi.* ประหยัด *-n.* แยมผลไม้

★**consider** (เคินซิด' เดอร์) *vt., vi.* **-ered, -ering** พิจารณา, ไตร่ตรอง (-S. regard, think)

considerable (เคินซิด' เดอระเบิล) *adj.* มีจำนวนมาก, มีขนาดใหญ่, มีความสำคัญ, มีค่า **-considerably** *adv.* (-S. much, noteworthy)

considerate (เคินซิด' เดอริท) *adj.* ที่คำนึงถึงผู้อื่น, มีน้ำใจ, รอบคอบ **-considerately** *adv.* (-S. generous, thoughtful)

★**consideration** (เคินซิดดะเร' ชัน) *n.* การพิจารณา, ข้อควรพิจารณา, ความเอาใจใส่ผู้อื่น

considering (เคินซิด' เดอริง) *prep., conj.* เมื่อมองถึง, เมื่อพิจารณาในแง่

consign (เคินไซน์') *vt.* **-signed, -signing** มอบ, ส่ง **-consignment** *n.* (-S. send)

consignee (คอนไซนี', เคินไซ' นี) *n.* ผู้รับของ

consignor, consigner (เคินไซ' เนอร์) *n.* บริษัทหรือผู้ส่งสินค้าไปยังผู้แทนจำหน่าย

★**consist** (เคินซิซท์') *vi.* **-sisted, -sisting** ประกอบด้วย, มีพื้นฐานจาก (-S. comprise)

consistency (เคินซิซ' เทินซี) *n., pl.* **-cies** ความสอดคล้อง, ความคงที่, ระดับความเข้มข้นหรือความเหนียว

consistent (เคินซิซ' เทินท์) *adj.* สอดคล้อง, เป็นรูปแบบเดียวกัน, คงที่ **-consistently** *adv.*

consolation (คอนซะเล' ชัน) *n.* การทำให้ผ่อนคลาย, สิ่งที่ช่วยผ่อนคลาย (-S. relief)

console[1] (เคินโซล') *vt.* **-soled, -soling** ทำให้รู้สึกสบาย, ให้กำลังใจ (-S. alleviate)

console[2] (คอน' โซล) *n.* ตู้ใส่วิทยุหรือโทรทัศน์, หน้าปัดแผงควบคุม **-console table** หิ้ง

consolidate (เคินซอล' ลิเดท) *vt., vi.* **-dated, -dating** นำมารวมกัน, ทำให้แข็งแรงและมั่นคง **-consolidation** *n.* (-S. merge, strengthen)

consommé (คอนซะเม', คอน' ซะเม) *n.* ซุปเนื้อน้ำใส

consonant (คอน' ซะเนินท์) *adj.* สอดคล้อง, กลมกลืน *-n.* เสียงพยัญชนะ

consort (*n.* คอน' ซอร์ท, *v.* เคินซอร์ท') *n.* คู่สมรส, เรือคุ้มกัน *-vt., vi.* **-sorted, -sorting** ร่วมมือ, เข้ากัน (-S. (n.) spouse)

consortium (เคินซอร์' เทียม, -เชียม) *n., pl.* **-tia** การร่วมมือเพื่อผลประโยชน์

conspicuous (เคินสปิค' คิวเอิซ) *adj.* เด่น, สะดุดตา **-conspicuously** *adv.* (-S. obvious)

conspiracy (เคินสเปีย' ระซี) *n., pl.* **-cies** การวางแผนและร่วมกระทำสิ่งไม่ดี, แผนการ

conspirator (เคินสเปีย' ระเทอร์) *n.* ผู้ร่วมวางแผนและกระทำสิ่งไม่ดี (-S. intriguer)

conspire (เคินสไปร์') *vi., vt.* **-spired, -spiring** คบคิด, ร่วมมือ (-S. combine, plot)

constable (คอน' สตะเบิล, คัน'-) *n.* ตำรวจ

constabulary (เคินสแตบ' เบียเลอรี) *n., pl.* **-ies** กรมตำรวจ *-adj.* เกี่ยวกับตำรวจ

constancy (คอน' สเติ้นซี) *n.* ความมั่นคง, ความภักดี, ความมุ่งมั่น (-S. loyalty, stability)

★**constant** (คอน' สเติ้นท์) *adj.* คงที่, มั่นคง, ภักดี, ต่อเนื่อง *-n.* ค่าคงที่ทางคณิตศาสตร์ **-constantly** *adv.* (-S. (adj.) continuous, stable)

constellation (คอนสเตอเล' ชัน) *n.* หมู่ดาว

consternation (คอนสเตอร์เน' ชัน) *n.* ความตกใจกลัวสุดขีด, ความสับสนในจิตใจ

constipate (คอน' สตะเพท) *vt.* **-pated, -pating** ทำให้ท้องผูก **-constipation** *n.*

constituency (เคินสติช' ชูเอินซี) *n., pl.* **-cies** เขตที่มีการเลือกตั้ง, ผู้มีสิทธิออกเสียง

constituent (เคินสติช' ชูเอินท์) *n.* ส่วนประกอบ, ผู้มีสิทธิออกเสียง (-S. component)

constitute (คอน' สติทูท, -ทิวท์) *vt.* **-tuted, -tuting** ประกอบ, มอบหน้าที่, ก่อตั้ง, ออกกฎหมาย (-S. authorize, establish)

constitution (คอนสติทู' ชัน, -ทิว'-) *n.* การก่อตั้ง, โครงสร้าง, สภาพร่างกาย, กฎหมาย

constitutional (คอนสติทู' ชะเนิล, -ทิว'-) *adj.* เกี่ยวกับกฎหมาย, เกี่ยวกับสภาพร่างกาย

constrain (เคินสเตรน') *vt.* **-strained, -straining** บังคับ, กักขัง, อดกลั้น (-S. compel)

constrained (เคินสเตรนด์') *adj.* ที่ถูกบังคับ

constraint (เคินสเตรนท์') *n.* การกักขัง, การบังคับ, ความอดกลั้น (-S. confinement, force)

constrict (เคินสตริคท์') *vt.* **-stricted, -stricting** ทำให้เล็กลงหรือแคบลง, จำกัดขอบเขต **-constriction** *n.* (-S. impede, tighten)

★**construct** (เคินสตรัคท์') *vt.* **-structed, -structing** สร้าง, คิดค้น, แต่ง **-construction** *n.* **-constructor** *n.* (-S. build, invent)

constructive (เคินสตรัค' ทิฟว์) *adj.* มีประโยชน์ **-constructively** *adv.* (-S. helpful)

consul (คอน' เซิล) *n.* กงสุล, ตัวแทนรัฐที่ดูแลรักษาผลประโยชน์ในต่างแดน **-consular** *adj.*

consulate (คอน' ซะลิท) *n.* สถานกงสุล
consult (เคินซัลท์') *vt., vi.* **-sulted, -sulting** ขอคำแนะนำ, พิจารณา, ประชุม, ปรึกษา **-consultation** *n.* (-S. ask, consider, discuss)
consultant (เคินซัล' เทินท์) *n.* ที่ปรึกษา, ผู้ชำนาญเฉพาะด้าน (-S. adviser, expert)
consume (เคินซูม') *vt., vi.* **-sumed, -suming** กิน, ใช้จนหมด, บริโภค, ทำให้สิ้นเปลือง, ทำลายล้าง (-S. deplete, destroy, eat)
★**consumer** (เคินซู' เมอร์) *n.* ผู้บริโภค
consumer goods สินค้าอุปโภคบริโภค
consummate (*v.* คอน' ซะเมท, *adj.* เคินซัม' มิท) *vt.* **-mated, -mating** ทำให้เสร็จสมบูรณ์ *-adj.* สมบูรณ์, ชำนาญ (-S. (v.) complete)
consummation (คอนซะเม' ชัน) *n.* การทำให้สำเร็จ, ความสำเร็จ
consumption (เคินซัมพ์' ชัน) *n.* การบริโภค, ปริมาณที่ถูกใช้, วัณโรค (-S. devouring)
consumptive (เคินซัมพ์' ทิฟว์) *adj.* เกี่ยวกับวัณโรค *-n.* ผู้ป่วยเป็นวัณโรค
★**contact** (คอน' แทคท) *n.* การสัมผัส, การติดต่อ, การต่อวงจรไฟฟ้า *-vt., vi.* **-tacted, -tacting** ติดต่อ, สัมผัส (-S. (n.) connection)
contact lens เลนส์สัมผัส
contagion (เคินเท' เจิน) *n.* การแพร่เชื้อโรค, โรคติดต่อ, การแพร่ความคิด, อิทธิพลที่เลวร้าย **-contagious** *adj.* **-contagiously** *adv.*
★**contain** (เคินเทน') *vt.* **-tained, -taining** ประกอบด้วย, บรรจุ, ควบคุม, จำกัด, หารตัวเลขได้ลงตัว (-S. accommodate, hold)
★**container** (เคินเท' เนอร์) *n.* ภาชนะ เช่น กล่อง ขวด, ตู้ขนาดใหญ่สำหรับบรรทุกสินค้า
contaminate (เคินแทม' มะเนท) *vt.* **-nated, -nating** ทำให้ปนเปื้อนหรือแปดเปื้อน **-contamination** *n.* (-S. foul, pollute, stain)
contemn (เคินเทม') *vt.* **-temned, -temning** ดูถูก, เกลียดชัง, ไม่สนใจ (-S. despise)
contemplate (คอน' เทิมเพลท) *vt., vi.* **-plated, -plating** พิจารณา, ใคร่ครวญ, มุ่งหวัง, ทำสมาธิ **-contemplation** *n.* **-contemplative** *adj.* (-S. consider, intend, ponder)
contemporaneous (เคินเทมพะเร' เนียซ) *adj.* ที่เกิดขึ้นหรือมีอยู่ในช่วงเวลาเดียวกัน
★**contemporary** (เคิทเทม' พะเรอรี) *adj.* ในช่วงเดียวกัน, ร่วมสมัย, ร่วมรุ่น *-n., pl.* **-ies** คนรุ่นเดียวกัน (-S. (adj.) simultaneous)
contempt (เคินเทมพ์') *n.* ความรู้สึกดูถูกหรือรังเกียจ (-S. disdain, disregard, disrespect)
contemptuous (เคินเทมพ์' ชูเอิซ) *adj.* ที่แสดงความดูถูก, หยิ่ง (-S. arrogant, scornful)
contend (เคินเทนด์') *v.* **-tended, -tending** *-vi.* แข่งขัน, ต่อสู้, โต้เถียง *-vt.* ยืนยัน, เรียกร้อง **-contender** *n.* **-contention** *n.*
★**content**[1] (คอน' เทนท์) *n.* ส่วนประกอบ, ความจุ **-contents** รายละเอียดของหนังสือ (-S. component, parts, volume)
content[2] (เคินเทนท์') *adj.* พอใจ, เป็นสุข *-vt.* **-tented, -tenting** ทำให้พอใจ *-n.* ความพอใจ **-contented** *adj.* (-S. (adj.) satisfied)
contentious (เคินเทน' เชิซ) *adj.* ชอบโต้เถียง, ชอบต่อสู้หรือแข่งขัน (-S. quarrelsome)
contentment (เคินเทนท์' เมินท์) *n.* ความสุขหรือความพอใจ, ความสุขสงบ (-S. pleasure)
★**contest** (*n.* คอน' เทซท์, *v.* เคินเทซท์') *n.* การต่อสู้, การแข่งขัน, ความขัดแย้ง *-vt., vi.* **-tested, -testing** แข่งขัน, ต่อสู้, โต้เถียง
contestant (เคินเทซ' เทินท์, คอน' เทซเทินท์) *n.* คู่แข่ง, ผู้เข้าแข่งขัน (-S. candidate)
context (คอน' เทคซ์ท์) *n.* บริบท, คำหรือข้อความที่ขยายความคำหลัก, สิ่งแวดล้อม
contiguous (เคินทิก' กิวเอิซ) *adj.* ที่สัมผัสกัน, ที่มีขอบเขตติดกัน, ที่อยู่ใกล้กัน, ที่ต่อเนื่อง
★**continent**[1] (คอน' ทะเนินท์) *n.* ทวีป **-the Continent** ทวีปยุโรป **-continental** *adj.*
continent[2] (คอน' ทะเนินท์) *adj.* อดกลั้น, ที่ควบคุมตนเอง, เข้มงวด **-continence** *n.*
continental breakfast อาหารเช้ามื้อเบาที่ประกอบด้วยชาหรือกาแฟและขนมปังหรือเค้ก
contingency (เคินทิน' เจินซี) *n., pl.* **-cies** สภาวะที่ไม่แน่นอน, เหตุการณ์ที่อาจเกิดขึ้น
contingent (เคินทิน' เจ็นท์) *adj.* เป็นไปได้, ไม่แน่นอน, เป็นอุบัติเหตุ, ที่ขึ้นอยู่กับสิ่งอื่น *-n.* กลุ่มย่อยๆ จากกลุ่มใหญ่
continual (เคินทิน' นิวเอิล) *adj.* ต่อเนื่อง **-continually** *adv.* (-S. continuous, frequent)
continuation (เคินทินนิวเอ' ชัน) *n.* ความต่อเนื่อง, เรื่องราวหรือตอนที่ต่อเนื่อง
★**continue** (เคินทิน' นิว) *vt., vi.* **-ued, -uing** ดำเนินไปอย่างต่อเนื่อง, ทนทาน, ยืนหยัด, ยืด, เลื่อนออก (-S. extend, persist -A. cease)
continuity (คอนทะนู' อิที, -นิว'-) *n., pl.* **-ties** การดำเนินไปอย่างต่อเนื่อง
★**continuous** (เคินทิน' นิวเอิซ) *adj.* ต่อเนื่อง, ไม่ถูกขัดจังหวะ **-continuously** *adv.*

A B C D E F G H I J K L M N O P Q R S T U V W X Y Z

contort (เคินทอร์ท') *vt., vi.* **-torted, -torting** ทำให้บิดเบี้ยว, ทำให้เสียรูปทรง **-contortion** *n.* **-contortionist** *n.* (-S. deform)
contour (คอน' ทัวร์) *n.* เส้นขอบ, เส้นแสดงรูปร่าง (-S. outline, shape)
contra- คำอุปสรรค หมายถึง ต่อต้าน
contraband (คอน' ทระแบนด์) *n.* สินค้าผิดกฎหมาย, การค้าที่ผิดกฎหมาย
contraception (คอนทระเซพ' ชัน) *n.* การคุมกำเนิด
contraceptive (คอนทระเซพ' ทิฟว์) *adj.* ที่สามารถคุมกำเนิดได้ *-n.* อุปกรณ์คุมกำเนิด
★**contract** (*n.* คอน' แทรคท์, *v.* เคินแทรคท์') *n.* ข้อตกลง, สัญญา *-vt., vi.* **-tracted, -tracting** ทำสัญญา, ทำข้อตกลง, ว่าจ้างตามสัญญา, ติด, ทำให้ย่นหรือหด, ทำให้คำหรือวลีสั้นลง **-contraction** *n.* (-S. (n.) agreement, commitment)
contractor (คอน' แทรคเทอร์, เคินแทรค'-) *n.* ผู้รับเหมา, คู่สัญญา
contractual (เคินแทรค' ชวล) *adj.* เกี่ยวกับหรือมีลักษณะของสัญญา
contradict (คอนทระดิคท์') *vt., vi.* **-dicted, -dicting** โต้แย้ง, คัดค้าน, ต่อต้าน, ปฏิเสธ (-S. counter, dispute, oppose -A. agree)
contradiction (คอนทระดิค' ชัน) *n.* การโต้แย้ง, ความขัดแย้ง, คำปฏิเสธ **-contradictory** *adj.* (-S. conflict, denial, variance)
contralto (เคินแทรล' โท) *n., pl.* **-tos** เสียงร้องที่ต่ำที่สุดของผู้หญิง, ระดับเสียงนี้, หญิงที่ร้องเสียงนี้
contraption (เคินแทรพ' ชัน) *n.* อุปกรณ์
contrary (คอน' เทรรี) *adj.* ที่ขัดแย้ง, ที่ตรงกันข้าม, ดื้อดึง *-n., pl.* **-ies** สิ่งที่ขัดแย้ง, สิ่งที่ตรงกันข้าม **-on the contrary** ในทางตรงกันข้าม (-S. (adj.) opposing, stubborn)
★**contrast** (*v.* เคินแทรซท์', *n.* คอน' แทรซท์) *vt., vi.* **-trasted, -trasting** เปรียบเทียบความแตกต่าง, แสดงความแตกต่าง *-n.* การแสดงให้เห็นความแตกต่าง, ความแตกต่าง
contravene (คอนทระวีน') *vt.* **-vened, -vening** ทำในสิ่งที่ตรงข้าม, ขัดแย้ง, โต้เถียง, ไม่เชื่อฟัง **-contravention** *n.* (-S. contradict)
★**contribute** (เคินทริบ' บิวท์) *vt., vi.* **-uted, -uting** สนับสนุน, ให้, ช่วยเหลือ, เขียนบทความลงหนังสือ **-contributor** *n.* (-S. give, help)
contribution (คอนทริบิว' ชัน) *n.* การสนับสนุน, การช่วยเหลือ, สิ่งที่แจกจ่าย, การเก็บภาษี **-contributory** *adj.* (-S. donation)
contrite (เคินไทรท์', คอน' ไทรท์) *adj.* เสียใจ, สำนึกผิด **-contrition** *n.* (-S. regretful)
contrivance (เคินทริ' เวินซ์) *n.* การคิดค้น, การวางแผน, สิ่งประดิษฐ์, แผนการ (-S. device)
contrive (เคินไทรฟว์') *vt., vi.* **-trived, -triving** คิดค้น, ประดิษฐ์, วางแผน (-S. devise, intrigue)
★**control** (เคินโทรล') *vt.* **-trolled, -trolling** ควบคุม, ตรวจสอบ, สั่ง, จัดการ *-n.* อำนาจในการควบคุม, การจัดการ, การตรวจสอบ
controller (เคินโทร' เลอร์) *n.* คนหรือสิ่งที่มีหน้าที่ควบคุม, หัวหน้าแผนกการเงินและบัญชี
controversial (คอนทระเวอร์ เชิล, -เซียล) *adj.* ที่ชอบวิวาท, ที่ทำให้เกิดความขัดแย้ง
controversy (คอน' ทระเวอร์ซี) *n., pl.* **-sies** การโต้เถียงหรือข้อพิพาทที่ยืดเยื้อ (-S. debate)
controvert (คอน' ทระเวิร์ท, คอนทระเวิร์ท') *vt.* **-verted, -verting** โต้แย้ง, ปฏิเสธ
contumely (คอน' ทูมะลี, -ทิว-, -เทิมลี) *n., pl.* **-lies** การดูถูกผู้อื่น (-S. insolence, rudeness)
contuse (เคินทูซ', -ทิวซ'-) *vt.* **-tused, -tusing** ทำให้ฟกช้ำ **-contusion** *n.*
conundrum (คะนัน' เดริม) *n.* คำทาย, ปริศนา
convalesce (คอนวะเลซ') *vi.* **-lesced, -lescing** ฟื้นตัวหลังจากป่วย **-convalescent** *adj., n.* **-convalescence** *n.*
convene (เคินวีน') *vt., vi.* **-vened, -vening** รวมตัว, ทำให้รวมตัวกัน, ออกหมายเรียก, เรียกตัว **-convener** *n.* (-S. gather, summon)
convenience (เคินวีน' เนียนซ์) *n.* ความสะดวกสบาย, สิ่งอำนวยความสะดวก, เครื่องมือ
convenience food อาหารพร้อมปรุง
convenience store ร้านขายสินค้าปลีก
★**convenient** (เคินวีน' เนียนท์) *adj.* สะดวกสบาย, ใช้ง่าย, เหมาะสม **-conveniently** *adv.*
convent (คอน' เวินท์, -เวนท์) *n.* ชุมชนของแม่ชีในศาสนาคริสต์, สถานที่พักของแม่ชี
convention (เคินเวน' ชัน) *n.* การประชุม, สัญญา, ธรรมเนียม (-S. conference)
conventional (เคินเวน' ชะเนิล) *adj.* เป็นธรรมเนียม, เป็นสิ่งธรรมดา **-conventionally** *adv.* (-S. common, traditional)
conventionality (เคินเวนชะแนล' ลิที) *n., pl.* **-ties** การปฏิบัติตามประเพณี
converge (เคินเวิร์จ') *vi., vt.* **-verged, -verging** เบนเข้าหา, บรรจบ, รวม, ผนวก **-convergence** *n.* **-convergent** *adj.*

conversant (เคินเวอร์' เซินท์, คอน' เวอร์-) *adj.* มีความรู้, มีประสบการณ์

★**conversation** (คอนเวอร์เซ' ชัน) *n.* การสนทนา, การปรึกษาหารือ (-S. discussion, talk)

conversational (คอนเวอร์เซ' ชะเนิล) *adj.* เป็นการสนทนา, ชอบพูดคุย (-S. talkative)

conversazione (คอนเวอร์ซาทซีโอ' นี) *n., pl.* **-nes/-ni** (-นี) การสนทนาแลกเปลี่ยนความรู้

converse[1] (*v.* เคินเวิร์ซ', *n.* คอน' เวิร์ซ) *vi.* **-versed, -versing** พูดคุย, แลกเปลี่ยนความคิดเห็น *-n.* การสนทนา (-S. (v., n.) talk)

converse[2] (*adj.* เคินเวิร์ซ', *n.* คอน' เวิร์ซ) *adj.* ที่ขัดแย้งกัน, ที่อยู่ตรงกันข้าม *-n.* ความคิดหรือคำพูดที่ตรงกันข้าม, ความขัดแย้งทางตรรกะ

convert (*v.* เคินเวิร์ท', *n.* คอน' เวิร์ท) *vt., vi.* **-verted, -verting** ทำให้เปลี่ยนสภาพ, ปรับ, ทำให้เปลี่ยนความคิดหรือศาสนา, แลกเปลี่ยน *-n.* คนที่เปลี่ยนศาสนา **-conversion** *n.*

convertible (เคินเวอร์' ทะเบิล) *adj.* ปรับเปลี่ยนได้ *-n.* รถที่เปิดประทุนได้

convex (คอน' เวคซ์, เคินเวคซ์') *adj.* มีผิวโค้งนูน, นูน **-convex lens** เลนส์นูน

convey (เคินเว') *vt.* **-veyed, -veying** ขนส่ง, เป็นตัวกลาง, ถ่ายทอด, สื่อสาร (-S. transmit)

conveyer, conveyor (เคินเว' เออร์) *n.* คนหรืออุปกรณ์ที่ทำหน้าที่ขนส่ง

conveyer belt สายพาน

convict (*v.* เคินวิคท์', *n.* คอน' วิคท์) *vt.* **-victed, -victing** ตัดสินว่ามีความผิด *-n.* นักโทษ **-conviction** *n.* (-S. (v.) sentence)

★**convince** (เคินวินซ์') *vt.* **-vinced, -vincing** ทำให้มั่นใจ, ชักจูง (-S. persuade)

convincing (เคินวิน' ซิง) *adj.* น่าเชื่อถือ, ที่ทำให้เชื่อถือ **-convincingly** *adv.*

convoke (เคินโวค') *vt.* **-voked, -voking** เรียกประชุม, รวมคน **-convocation** *n.*

convoy (*n.* คอน' วอย, *v.* คอน' วอย, เคินวอย') *n.* เรือคุ้มกัน, การคุ้มกัน *-vt.* **-voyed, -voying** คุ้มกัน, ป้องกัน (-S. (n., v.) escort)

convulse (เคินวัลซ์') *vt.* **-vulsed, -vulsing** ทำให้สั่นอย่างรุนแรง, ทำให้กล้ามเนื้อหดเกร็ง, ทำให้กระตุก **-convulsion** *n.* (-S. agitate)

coo (คู) *vt., vi.* **cooed, cooing** (นกพิราบ) ส่งเสียงร้อง, ส่งเสียงพึมพำ, กู่ร้อง

★**cook** (คุค) *vt., vi.* **cooked, cooking** ปรุงหรือทำอาหาร, (คำสแลง) เกิดขึ้น กุเรื่อง *-n.* คนปรุงอาหาร (-S. (v.) falsify, happen, prepare)

cookbook (คุค' บุค) *n.* ตำราอาหาร

★**cooker** (คุค' เคอร์) *n.* อุปกรณ์ทำอาหาร

cookery (คุค' คะรี) *n., pl.* **-ies** ศิลปะการทำอาหาร, สถานที่ปรุงอาหาร

★**cookie, cooky** (คุค' คี) *n., pl.* **-ies** คุกกี้ (คำสแลง) คนเก่ง ผู้หญิงมีเสน่ห์

★**cool** (คูล) *adj.* **cooler, coolest** เย็น, เย็นสบาย, สงบ, เย็นชา, เฉยเมย, (สี) เย็นตา, (คำสแลง) ยอดเยี่ยม ทั้งหมด *-v.* **cooled, cooling** *-vt.* ทำให้เย็น *-vi.* เย็น, สงบ **-coolly** *adv.* **-coolness** *n.* (-S. (adj.) calm, chill, unfriendly)

coolant (คู' เลินท์) *n.* สารทำความเย็น

cooler (คู' เลอร์) *n.* ภาชนะหรือห้องทำความเย็น, เครื่องดื่มเย็นๆ, (คำสแลง) คุก

coolie, cooly (คู' ลี) *n., pl.* **-lies** กุลี

coop (คูพ) *n.* กรงสัตว์, (คำสแลง) คุก

co-op (โค' ออพ, โคออพ') *n.* สหกรณ์

cooper (คู' เพอร์) *n.* ช่างทำหรือซ่อมถังไม้

cooperate, co-operate (โคออพ' พะเรท) *vi.* **-ated, -ating** ทำงานร่วมกัน, ร่วมมือ **-cooperation** *n.* **-cooperative** *adj.* **-cooperator** *n.* (-S. collaborate, participate)

co-opt (โคออพท์', โค' ออพท์) *vt.* **-opted, -opting** เลือกสมาชิกเพิ่ม

coordinate, co-ordinate (*n., adj.* โคออร์' เดินเนท, -นิท, *v.* -เนท) *n.* คนหรือสิ่งที่มีความสำคัญเท่ากัน, ชุดตัวเลขที่ใช้อ้างอิง *-adj.* เท่ากัน *-vt.* **-nated, -nating** วางในระดับเดียวกัน, ปรับให้สอดคล้อง, ทำงานร่วมกัน, เข้าคู่กัน

coordination, co-ordination (โคออร์เดินเน' ชัน) *n.* การให้ความร่วมมือ

coot (คูท) *n.* นกคูตเป็นนกที่ว่ายน้ำหรือดำน้ำได้

★**cop** (คอพ) *n.* (ภาษาพูด) ตำรวจ

copal (โค' เพิล, -แพล) *n.* ชัน, ยางไม้

copartner, co-partner (โคพาร์ท' เนอร์, โค' พาร์ท-) *n.* ผู้ร่วมลงทุน, ผู้ช่วย

cope (โคพ) *vi.* **coped, coping** จัดการกับ

copier (คอพ' พีเออร์) *n.* เครื่องถ่ายเอกสาร

copious (โค' เพียซ) *adj.* มีจำนวนมาก, ใช้คำมาก **-copiously** *adv.* (-S. abundant, plentiful)

copper (คอพ' เพอร์) *n.* ธาตุทองแดง มีสัญลักษณ์ Cu, เหรียญทองแดง, (คำสแลง) ตำรวจ

coppersmith (คอพ' เพอร์สมิธ) *n.* ช่างทำภาชนะหรือวัสดุที่ทำจากทองแดง

copperware (คอพ' เพอร์แวร์) *n.* ภาชนะหรือวัสดุที่ทำจากทองแดง

coppice (คอพ' พิซ) *n.* ป่าละเมาะ

A B C D E F G H I J K L M N O P Q R S T U V W X Y Z

copra (โค' พระ, คอพ' ระ) *n.* เนื้อมะพร้าวแห้ง
copse (คอพซฺ) *n.* ป่าละเมาะ
copulate (คอพ' เพียเลท) *vi.* **-lated, -lating** (สัตว์) ร่วมเพศ **-copulation** *n.*
copulative (คอพ' เพียเลทิฟว์, -ละทิฟว์) *adj.* ที่เชื่อมคำหรืออนุประโยค *-n.* คำเชื่อม
★**copy** (คอพฺ' พี) *n., pl.* **-ies** การทำสำเนา, สำเนา, ตัวอย่างสิ่งพิมพ์ *-vt., vi.* **-ied, -ying** ทำสำเนา, เลียนแบบ, ลอก (-S. (n.) duplication)
copybook (คอพ' พีบุค) *n.* หนังสือคัดลายมือ
copyedit, copy-edit (คอพ' พีเอดดิท) *vt.* **-ited, -iting** แก้ไขและเตรียมต้นฉบับเพื่อเตรียมพิมพ์ **-copyeditor** *n.*
copyist (คอพ' พีอิซทฺ) *n.* ผู้คัดลอกสำเนา
copy protection วิธีป้องกันการลักลอบทำสำเนาข้อมูลหรือโปรแกรมคอมพิวเตอร์
copyright (คอพ' พีไรทฺ) *n.* ลิขสิทธิ์
copywriter (คอพ' พีไรเทอร์) *n.* คนเขียนคำโฆษณา
coquette (โคเคท') *n.* ผู้หญิงที่มีท่าทางยั่วยวน **-coquettish** *adj.* **-coquet** *v.* (-S. flirt)
coracle (คอ' ระเคิล) *n.* เรือขนาดเล็กมีรูปร่างกลม หุ้มด้วยวัสดุกันน้ำ
coral (คอ' เริล) *n.* ปะการัง, กัลปังหา, สีชมพูเข้มหรือสีส้มแดง *-adj.* มีสีดังกล่าว
coral reef แนวปะการัง
cord (คอร์ด) *n.* ลวด, สายไฟฟ้า, เชือก, สายเคเบิล, อวัยวะภายในที่มีลักษณะเป็นสาย, ริ้วผ้า
cordage (คอร์ ดิจ) *n.* สายระโยงของเรือ, เชือก
cordial (คอร์ เจิล) *adj.* เป็นมิตร, จริงใจ *-n.* ยาบำรุงหัวใจ **-cordiality** *n.* **-cordially** *adv.* (-S. (adj.) friendly, sincere)
cordite (คอร์ ไดทฺ) *n.* วัตถุระเบิดแบบไร้ควัน
cordless (คอร์ด' ลิซ) *adj.* ไร้สาย
cordon (คอร์ เดิน) *n.* วงล้อม, สายสะพายเครื่องราชอิสริยาภรณ์หรือเครื่องประดับ
corduroy (คอร์ ดะรอย) *n.* ผ้าฝ้ายเนื้อหนามีลายทาง, ถนนที่ทำด้วยท่อนไม้วางแนวทแยง
core (คอร์, โคร์) *n.* แกน, ไส้, แก่น *-vt.* **cored, coring** เอาแกนกลางออก (-S. (n.) essence)
★**cork** (คอร์ค) *n.* ไม้ก๊อก, จุกก๊อก *-vt.* **corked, corking** ปิดด้วยจุกก๊อก (-S. (n., v.) plug)
corkage (คอร์ คิจ) *n.* ค่าเปิดขวด
corker (คอร์ เคอร์) *n.* ที่เปิดจุกก๊อก, (คำสแลง) สิ่งที่น่าสนใจ การโต้เถียงที่ไม่มีวันจบ
corkscrew (คอร์ค' สกรู) *n.* อุปกรณ์เปิดจุกก๊อก *-adj.* มีรูปร่างเป็นเกลียว *-vi., vt.* **-screwed, -screwing** บิดหรือหมุนเป็นเกลียว
corm (คอร์ม) *n.* หัวของพืชที่อยู่ใต้ดิน
★**corn**[1] (คอร์น) *n.* ข้าวโพด, เมล็ดของธัญพืช
corn[2] (คอร์น) *n.* ตาปลา
corncob (คอร์น' คอบ) *n.* ซังข้าวโพด
cornea (คอร์ เนีย) *n.* แก้วตา, กระจกตา
★**corner** (คอร์ เนอร์) *n.* มุม, สี่แยก *-v.* **-nered, -nering** *-vt.* ผูกขาดการขายสินค้า, ต้อนเข้ามุม *-vi.* ตั้งอยู่ที่มุม, เลี้ยวโค้ง (-S. (n.) angle)
cornerstone (คอร์ เนอร์สโตน) *n.* ศิลาฤกษ์, รากฐาน, สิ่งสำคัญ
cornet (คอร์เนท') *n.* เครื่องเป่าทองเหลืองคล้ายทรัมเป็ต, โคนใส่ไอศกรีม, ถ้วยรูปกรวย
cornflakes (คอร์น' เฟลคซฺ) *n. pl.* อาหารที่ทำจากธัญพืช
cornice (คอร์ นิซ) *n.* บัวประดับเชิงชายคา
corny (คอร์ นี) *adj.* **-ier, -iest** (ภาษาพูด) ธรรมดา น่าเบื่อ ซ้ำซาก (-S. banal, trite)
corolla (คะรอล' ละ, -โร' ละ) *n.* กลีบดอก
corona (คะโร' นะ) *n., pl.* **-nas/-nae** (-นี) รัศมีหรือทรงกลดของดวงจันทร์หรือดวงอาทิตย์
coronary (คอ' ระเนอรี) *adj.* เกี่ยวกับเส้นเลือดที่ไหลเข้าสู่หัวใจ
coronation (คอระเน' ชัน) *n.* งานเฉลิมฉลองการแต่งตั้งประมุขของประเทศ (-S. crowning)
coroner (คอ' ระเนอร์) *n.* เจ้าหน้าที่ชันสูตรศพ
coronet (คอระเนท') *n.* มงกุฎขนาดเล็กสำหรับเจ้านายหรือขุนนางชั้นสูง, แถบประดับศีรษะ
corporal[1] (คอร์ เพอเริล, คอร์ เพริล) *adj.* เกี่ยวกับร่างกาย (-S. bodily, physical)
corporal[2] (คอร์ เพอเริล, คอร์ เพริล) *n.* ยศชั้นต่ำสุดของทหารนอกประจำการ
corporate (คอร์ เพอริท, คอร์ พริท) *adj.* ที่รวมตัวเป็นกลุ่ม, เกี่ยวกับบริษัท (-S. united)
corporation (คอร์พะเร' ชัน) *n.* คณะผู้แทน, คณะผู้บริหาร, บริษัท, สโมสร (-S. partnership)
corporeal (คอร์พอ' เรียล, -โพ'-) *adj.* เกี่ยวกับร่างกาย, ที่สัมผัสได้, ที่มีตัวตน
corps (คอร์, โคร์) *n., pl.* **corps** (คอร์ซ, โคร์ซ) กลุ่มคนที่ทำงานร่วมกัน, กองทหาร
corpse (คอร์พซฺ) *n.* ศพ (-S. carcass)
corpulent (คอร์ เพียเลินทฺ) *adj.* อ้วนมาก
corral (คะแรล') *n.* การจอดพาหนะเป็นรูปวงกลมเพื่อป้องกันการโจมตี
★**correct** (คะเรคทฺ') *vt., vi.* **-rected, -recting** แก้ไข, ขจัดที่ผิด, ปรับปรุง, ลงโทษ *-adj.* ถูกต้อง, เหมาะสม **-correctly** *adv.* **-correct-**

ness *n.* (-S. (v.) adjust, amend (adj.) accurate)

> **correct** ถูกต้อง (ไม่มีข้อผิดพลาด) เช่น These numbers are not correct.
> **right** ถูก, ถูกต้อง มักแสดงถึงความประพฤติ การกระทำ ความรู้สึกนึกคิด เช่น It's not right to steal money from people.

★**correction** (คะเรค' ชัน) *n.* การแก้ไข, สิ่งที่ทดแทนความผิด, การลงโทษเพื่อให้แก้ไขให้ถูกต้อง (-S. improvement, punishment)

corrective (คะเรค' ทิฟว์) *adj.* มีแนวโน้มที่จะแก้ไข รักษาหรือลงโทษ (-S. curative, punitive)

correlate (คอ' ระเลท) *vt., vi.* **-lated, -lating** ทำให้สอดคล้อง, ทำให้เกี่ยวพันกัน, แสดงความสัมพันธ์ **-correlation** *n.* (-S. correspond)

correspond (คอริสปอนด์') *vi.* **-sponded, -sponding** สอดคล้อง, เหมือนหรือเท่าเทียมกัน, ติดต่อกันทางจดหมาย **-corresponding** *adj.* **-correspondingly** *adv.* (-S. agree)

correspondence (คอริสปอน' เดินซ์) *n.* ความสอดคล้อง, ความเหมือน, การติดต่อกันทางจดหมาย, จดหมาย (-S. agreement)

correspondent (คอริสปอน' เดินท์) *n.* ผู้ติดต่อทางจดหมาย, ผู้สื่อข่าว, บุคคลหรือบริษัทที่ติดต่อกัน (-S. communicator, reporter)

★**corridor** (คอ' ริเดอร์, -ดอร์) *n.* ระเบียง, เฉลียง, เส้นทางที่เชื่อมต่อบริเวณสองบริเวณ

corroborate (คะรอบ' บะเรท) *vt.* **-rated, -rating** ทำให้มั่นใจ, ทำให้น่าเชื่อถือ **-corroborative** *adj.* (-S. confirm, support, verify)

corroboration (คะรอบบะเร' ชัน) *n.* หลักฐาน

corrode (คะโรด') *vt., vi.* **-roded, -roding** กัดกร่อน, เป็นสนิม **-corrosion** *n.* **-corrosive** *adj.* (-S. deteriorate, erode)

corrugate (คอ' ระเกท) *vt.* **-gated, -gating** ทำให้ย่นหรือเป็นร่อง **-corrugation** *n.*

corrupt (คะรัพท์) *adj.* ไม่ซื่อสัตย์, ผิดศีลธรรม, แผลง, มีสิ่งเจือปน *-vt., vi.* **-rupted, -rupting** ทำให้เสื่อมเสีย, ทำให้เปื้อน, ทำให้เน่าเสีย, ใช้คำแบบแผลงๆ, ติดสินบน (-S. (adj.) dishonest)

corruptible (คะรัพ' ทะเบิล) *adj.* เน่าเสียได้, เสื่อมเสียได้, ติดสินบนได้ **-corruptibility** *n.*

corruption (คะรัพ' ชัน) *n.* ความชั่วร้าย, การเน่าเปื่อย, การติดสินบน, การฉ้อราษฎร์บังหลวง, การใช้คำแผลง, การปนเปื้อน

corsage (คอร์ ซาฌ', -ซาจ') *n.* ช่อดอกไม้เล็กๆ ที่ประดับที่ชุดหรือข้อมือของผู้หญิง

corsair (คอร์ แซร์) *n.* โจรสลัด, เรือโจรสลัด

corset (คอร์ ซิท) *n.* ชุดรัดลำตัวของผู้หญิง

cortege, cortège (คอร์เทฌ') *n.* ขบวนแห่ศพ, คณะผู้ติดตาม (-S. procession, retinue)

cortex (คอร์ เทคซ์) *n., pl.* **-tices** (-ทิซีซ)/ **-texes** ผิวชั้นนอกของเนื้อเยื่อสีเทาของสมอง

cortisone (คอร์ ทิโซน, -โซน) *n.* สารที่สกัดจากต่อมหมวกไตใช้รักษาโรคข้อต่ออักเสบหรือภูมิแพ้บางชนิด

corundum (คะรัน' เดิม) *n.* แร่อะลูมิเนียมออกไซด์ มีความแข็งรองจากเพชร ใช้ขัดเงา

corvette (คอร์เวท') *n.* เรือคุ้มกัน

cos[1] (คอซ) *n.* ผักกาดหอมชนิดที่มีใบยาว

cos[2] (คอซ) *conj.* ย่อจาก because เพราะว่า

cosecant (โคซี' แคนท์, -เคินท์) *n.* ค่าของด้านตรงข้ามมุมฉากหารด้วยด้านตรงข้ามมุมที่กำหนด ย่อว่า cosec

cosine (โค' ไซน์) *n.* ค่าของด้านประชิดมุมที่กำหนดหารด้วยด้านตรงข้ามมุมฉาก ย่อว่า cos

cosmetic (คอซเมท' ทิค) *n.* เครื่องสำอาง

cosmic (คอซ' มิค) *adj.* เกี่ยวกับจักรวาล

cosmonaut (คอซ' มะนอท) *n.* นักบินอวกาศ

cosmopolitan (คอซมะพอล' ลิเทิน) *adj.* ที่เป็นสากล, ทั่วโลก, ไม่มีอคติ (-S. international)

cosmos (คอซ' เมิซ, -มอซ, -โมซ) *n.* จักรวาล

★**cost** (คอซท์) *n.* ราคา, ค่าใช้จ่าย, ค่าความสูญเสีย *-vi.* **cost, costing** มีราคา, ทำให้เสียหายหรือบาดเจ็บ, ประเมินราคา **-costs** ค่าปรับ **-cost of living** ค่าครองชีพ

costar, co-star (โค' สตาร์) *n.* นักแสดงร่วม

costive (คอซ' ทิฟว์) *adj.* ที่ทำให้ท้องผูก, เฉื่อยชา, ขี้เหนียว **-costiveness** *n.*

costly (คอซท' ลี) *adj.* **-lier, -liest** มีราคาแพงมาก **-costliness** *n.* (-S. dear, expensive)

costume (คอซ' ทูม, -ทิวม์) *n.* รูปแบบการแต่งตัว, เครื่องแต่งกาย (-S. fashion, outfit)

costumer, costumier (คอซ' ทูเมอร์, โคสตู' เมียร์) *n.* คนตัดเครื่องแต่งกาย

cot (คอท) *n.* เปล, เตียงผ้าใบ, กระท่อม

cot

cotangent (โคแทน' เจินท์) *n.* ค่าของด้านประชิดมุมที่กำหนดหารด้วยด้านตรงข้ามมุมที่กำหนด ย่อว่า cot

cot death การตายอย่างกะทันหันของทารก

A B C D E F G H I J K L M N O P Q R S T U V W X Y Z

ขณะหลับ
cote (โคท) *n.* กรง, คอก, เล้า
coterie (โค' ทะรี, โคทะรี') *n.* คณะ, หมู่
cotillion, cotillon (โคทิล' เลียน, คะ-) *n.* งานเต้นรำในฝรั่งเศส
cottage (คอท' ทิจ) *n.* กระท่อม, บ้านพัก
★**cotton** (คอท' เทิน) *n.* ฝ้าย, ใยฝ้าย, ด้ายหรือผ้าฝ้าย
cotton candy ขนมสายไหม
cottonseed (คอท' เทินซีด) *n.* เมล็ดฝ้าย
cotton wool/batting สำลี, ใยฝ้าย
couch (เคาซฺ) *n.* โซฟายาว, เตียงนอน *-vt., vi.* **couched, couching** พูดหรือเขียนแสดงความคิดเห็น, หมอบลงต่ำ, นอนพัก, หลบซ่อน
★**cough** (คอฟ) *vi., vt.* **coughed, coughing** ไอ *-n.* การไอหรือส่งเสียงไอ
★**could** (คุด) *v. aux.* กริยาช่อง 2 ของ can
couldn't (คุด' เดินทฺ) ย่อจาก could not
★**council** (เคาน์' เซิล) *n.* สภา, คณะผู้แทน
councilor, councillor (เคาน์' ซะเลอรฺ, -สเลอรฺ) *n.* สมาชิกสภา
counsel (เคาน์' เซิล) *n.* คำแนะนำ, การแลกเปลี่ยนความคิดเห็น, ทนาย *-vt.* **-seled, -seling/-selled, -selling** แนะนำ (-S. (n.) advice)
counselor, counsellor (เคาน์' ซะเลอรฺ, -สเลอรฺ) *n.* ผู้ให้คำปรึกษาหรือคำแนะนำ, ทนาย
★**count**[1] (เคานทฺ) *vt., vi.* **counted, counting** นับ, รวม, คำนวณ, พิจารณา, มีค่า *-n.* การนับ, จำนวนหรือปริมาณที่นับได้, ข้อกล่าวหาทางคดีความ **-countable** *adj.* (-S. (v.) consider, include, sum up (n.) calculation)
count[2] (เคานทฺ) *n.* ตำแหน่งขุนนางยุโรป
countdown (เคานทฺ' เดานฺ) *n.* การนับถอยหลัง
countenance (เคาน์' ทะเนินซฺ) *n.* สีหน้า, ใบหน้า, การสนับสนุน *-vt.* **-nanced, -nancing** สนับสนุน (-S. (n.) expression (n., v.) support)
counter[1] (เคาน์' เทอรฺ) *adj.* ตรงกันข้าม, ที่ขัดแย้งกัน *-n.* ฝ่ายตรงข้าม, หมัดสวน *-vt., vi.* **-tered, -tering** ชกสวน, ตอบโต้, ต่อต้าน *-adv.* ในทิศตรงกันข้าม
counter[2] (เคาน์' เทอรฺ) *n.* เคาน์เตอร์, โต๊ะต้อนรับหรือบริการลูกค้า, เครื่องนับจำนวน
counter- คำอุปสรรค หมายถึง ตรงกันข้าม, ต่อต้าน, เป็นองค์ประกอบ
counteract (เคาน์เทอรฺแอคทฺ') *vt.* **-acted, -acting** ขัดขวาง, ตอบโต้ **-counteraction** *n.*
counterattack (*n.* เคาน์' เทอรฺอะแทค, *v.* เคาน์เทอรฺอะแทค') *n.* การตอบโต้ *-vt., vi.* **-tacked, -tacking** ตอบโต้
counterbalance (เคาน์' เทอรฺแบลเลินซฺ) *n.* น้ำหนักหรือสิ่งที่ใช้ถ่วงให้สมดุล
countercheck (*n.* เคาน์' เทอรฺเชค, *v.* เคาน์เทอรฺเชค') *n.* การตรวจซ้ำ *-vt.* **-checked, -checking** ตรวจสอบ
counterclockwise (เคาน์เทอรฺคลอค' ไวซฺ) *adv., adj.* ในทิศทวนเข็มนาฬิกา
counterfeit (เคาน์' เทอรฺฟิท) *vt., vi.* **-feited, -feiting** ปลอมแปลง, เสแสร้ง *-adj.* เป็นของปลอม *-n.* ของปลอม (-S. (v.) falsify, imitate)
counterfoil (เคาน์' เทอรฺฟอยลฺ) *n.* ต้นขั้วเช็ค
counterirritant (เคาน์เทอเรีย' ริเทินทฺ) *n.* ยาทาแก้แพ้หรือคัน
countermand (เคาน์' เทอรฺแมนดฺ) *vt.* **-manded, -manding** ถอนหรือยกเลิกคำสั่ง
counterpart (เคาน์' เทอรฺพารฺท) *n.* คนหรือสิ่งที่มีลักษณะคล้ายคลึงกันมาก
counterpoise (เคาน์' เทอรฺพอยซฺ) *n.* น้ำหนักที่ใช้ถ่วงดุล, อำนาจหรืออิทธิพลที่ใช้ถ่วงดุล
counterrevolution (เคาน์เทอเรฟวิวะลู' ชัน) *n.* การปฏิวัติเพื่อปฏิรูปการปกครองของกลุ่มปฏิวัติเดิม **-counterrevolutionary** *adj., n.*
countersign (เคาน์' เทอรฺไซนฺ) *vt.* **-signed, -signing** ลงชื่อกำกับ *-n.* รหัสลับ
countess (เคาน์' ทิซ) *n.* ภรรยาของขุนนาง
countless (เคานทฺ' ลิซ) *adj.* นับไม่ถ้วน
★**country** (คัน' ทรี) *n., pl.* **-tries** ประเทศ, พื้นที่เพาะปลูก, มาตุภูมิ, ประชาชนของประเทศ, เขตชนบท (-S. citizens, nation, terrain)
country club สโมสรกีฬากลางแจ้ง
countryman (คัน' ทรีเมิน) *n., pl.* **-men** ชาวชนบท, เกษตรกร **-countrywoman** *n. fem.* (-S. compatriot, farmer)
countryside (คัน' ทรีไซดฺ) *n.* เขตชนบท
county (เคาน์' ที) *n., pl.* **-ties** เขตการปกครอง, จังหวัด (-S. region, territory)
coup (คู) *n., pl.* **coups** (คูซ) การกระทำที่ประสบผลสำเร็จอย่างรวดเร็ว
coup d'état (คูเดทา') *n., pl.* **coups d'état/coup d'états** การทำรัฐประหาร
coupe, coupé (คูพ, คูเพ') *n.* รถยนต์ที่มีสองประตู, รถม้าแบบปิด มีสองที่นั่ง
★**couple** (คัพ' เพิล) *n.* คนหรือสิ่งที่เป็นคู่กัน, คู่สามีภรรยา *-vt., vi.* **-pled, -pling** เชื่อมต่อ, แต่งงาน, ร่วมเพศ (-S. (n., v.) pair (n.) partners)

A B C D E F G H I J K L M N O P Q R S T U V W X Y Z

coupon (คู' พอน, คิว'-) *n.* คูปอง, บัตรสมนาคุณ, บัตรลดราคา (-S. token, voucher)

★**courage** (เคอ' ริจ) *n.* ความกล้าหาญ

courageous (คะเร' เจิซ) *adj.* กล้าหาญ, มั่นใจ **-courageously** *adv.* (-S. brave, valiant)

courier (คู' เรียร์, เคอ'-) *n.* ผู้มีหน้าที่ส่งข่าวสารที่สำคัญหรือรีบด่วน (-S. messenger)

★**course** (คอร์ซ, โคร์ซ) *n.* เส้นทาง, วิธี, หลักสูตร, ช่วงเวลา, ความต่อเนื่อง, อาหารหนึ่งชุด (-S. duration, method, progress, way)

★**court** (คอร์ท, โคร์ท) *n.* ศาล, ราชสำนัก, เขตพระราชฐาน, สนามแข่งกีฬา, ลาน, การเอาชนะใจ *-vt., vi.* **courted, courting** แสวงหา, ทำให้เกิด, เกี้ยว, ขอแต่งงาน

courteous (เคอร์ เทียซ) *adj.* มีมารยาท, สุภาพ, เอื้อเฟื้อ **-courteously** *adv.* (-S. civil, polite)

courtesan (คอร์' ทิเซิน) *n.* โสเภณีชั้นสูง

courtesy (เคอร์' ทิซี) *n., pl.* **-sies** ความสุภาพ, อัธยาศัยดี, มารยาท (-S. generosity, politeness)

courtier (คอร์' เทียร์, โคร์'-) *n.* ข้าราชสำนัก, ข้าราชบริพาร, ผู้ช่วย (-S. attendant, follower)

courtly (คอร์ท' ลี, โคร์ท'-) *adj.* **-lier, -liest** สุภาพ, ประจบ *-adv.* อย่างสุภาพ

court-martial (คอร์ท' มาร์เชิล, โคร์ท'-) *n., pl.* **courts-martial** ศาลทหาร

courtroom (คอร์ท' รูม) *n.* ห้องพิจารณาคดี

courtship (คอร์ท' ชิพ, โคร์ท'-) *n.* การเกี้ยว

courtyard (คอร์ท' ยาร์ด) *n.* ลาน

★**cousin** (คัซ' ซิน) *n.* ลูกพี่ลูกน้อง, เครือญาติ

cove (โคฟว์) *n.* อ่าวขนาดเล็ก

covenant (คัฟว์ วะเนินท์) *n.* การทำข้อตกลง, สัญญา (-S. contract, promise)

★**cover** (คัฟว์ เวอร์) *vt., vi.* **-ered, -ering** ปกคลุม, ป้องกัน, ปกปิด, ครอบคลุม, ห่อหุ้ม, รายงานข่าว *-n.* ปก, ฝาปิด, ผ้าคลุมโต๊ะ, ผ้าเช็ดปาก, เงินประกัน, ที่ป้องกันภัย, ซอง (-S. (v., n.) guard (v.) overlay, protect (n.) coating)

coverage (คัฟว์' เวอริจ) *n.* การรายงานข่าว

covering (คัฟว์' เวอริง) *n.* สิ่งที่ใช้ปกคลุม

covering/cover letter จดหมายปะหน้า

coverlet (คัฟว์' เวอร์ลิท) *n.* ผ้าคลุมเตียง

cover story เรื่องราวที่เกี่ยวข้องกับปก

covert (คัฟว์' เวิร์ท) *adj.* ซ่อน, ที่ปกปิด *-n.* สถานที่หลบซ่อน **-covertly** *adv.*

covet (คัฟว์' วิท) *vt., vi.* **-eted, -eting** ต้องการมาก, อิจฉา **-covetous** *adj.* (-S. desire, envy)

★**cow**[1] (เคา) *n.* วัวตัวเมีย, สัตว์ตัวเมีย เช่น ช้าง

cow[2] (เคา) *vt.* **cowed, cowing** ข่มขู่ให้กลัว

coward (เคา' เอิร์ด) *n.* คนขี้ขลาด, คนอ่อนแอ **-cowardice** *n.* **-cowardly** *adj.*

cowbell (เคา' เบล) *n.* กระดิ่งที่คล้องคอวัว

cowboy (เคา' บอย) *n.* โคบาล

cowboy

cowcatcher (เคา' แคชเชอร์, -เคช-) *n.* ตะแกรงเหล็กหน้ารถไฟเพื่อป้องกันส่วนหน้า

cower (เคา' เออร์) *vi.* **-ered, -ering** หมอบสั่นด้วยความกลัว อาย เจ็บปวดหรือหนาว

cowhide (เคา' ไฮด์) *n.* หนังวัว

cowl (เคลา) *n.* ผ้าคลุมศีรษะ, ฝาครอบปล่องไฟ

coworker (โค' เวอร์เคอร์) *n.* ผู้ทำงานร่วม

cowpox (เคา' พอคซ์) *n.* โรคฝีดาษ

cowrie, cowry (เคา' รี) *n., pl.* **-ries** เปลือกหอยที่เคยใช้เป็นเงิน, เบี้ย

cowrite (โคไรท์) *vt.* **-wrote, -written, -writing** เขียนร่วมกับ **-cowriter** *n.*

coxcomb (คอคซ์' โคม) *n.* หงอนไก่

coy (คอย) *adj.* **coyer, coyest** ขี้อาย, เขิน **-coyly** *adv.* **-coyness** *n.* (-S. modest, shy)

cozy, cosy (โค' ซี) *adj.* **-zier, -ziest/-sier, -siest** อบอุ่นและสบาย *-n., pl.* **-zies, -sies** ผ้าบุหรือหุ้มกาน้ำชา **-cozily** *adv.*

crab (แครบ) *n.* ปู, เนื้อปู, อาหารที่ทำจากปู

★**crack** (แครค) *vi., vt.* **cracked, cracking** ทำให้แตก, หวด, ทุบ, ตี *-n.* เสียงแหลมสูง, เศษที่แตกกระจาย, รอยแตก, ความพยายาม, การตีอย่างแรง *-adj.* (ภาษาพูด) ยอดเยี่ยม

cracker (แครค' เคอร์) *n.* ขนมปังกรอบแผ่นบางๆ, ดอกไม้ไฟ, ประทัด

crackle (แครค' เคิล) *vi., vt.* **-led, -ling** ทำให้เกิดเสียงดังเปรี๊ยะๆ, ทำให้ผิวแตกลาย *-n.* เสียงดังเปรี๊ยะๆ

crackling (แครค' ลิง) *n.* หนังหมูย่างกรอบ

cradle (เครด' เดิล) *n.* เปล, แหล่งกำเนิด, ตะแกรงร่อน (-S. birthplace, cot)

craft (แครฟท์) *n.* อาชีพทางด้านศิลปะ, เล่ห์เหลี่ยม *-pl.* **craft** เรือ, เครื่องบิน

craftsman (แครฟท์ซ์' เมิน) *n., pl.* **-men** ช่าง **-craftsmanship** *n.* (-S. expert)

crafty (แครฟ' ที) *adj.* **-ier, -iest** มีเล่ห์เหลี่ยมมาก **-craftily** *adv.* **-craftiness** *n.* (-S. artful)

crag (แครก) *n.* เชิงผาที่ชัน **-cragged** *adj.*

cram (แครม) *vt., vi.* **crammed, cramming**

ยัด, อัด, กินจนอิ่มมาก, (ภาษาพูด) กวดวิชา (-S. compress, overcrowd, revise)

crammer (แครม' เมอร์) *n.* โรงเรียนกวดวิชา

cramp[1] (แครมพ์) *n.* ตะคริว

cramp[2] (แครมพ์) *n.* อุปกรณ์สำหรับจับยึด *-vt.* **cramped, cramping** ยึดให้แน่น, ปิดกั้น

cramped (แครมพ์ท) *adj.* คับแคบ (-S. limited)

★**crane** (เครน) *n.* นกกระเรียน, ปั้นจั่น *-vt., vi.* **craned, craning** ยกด้วยปั้นจั่น, ยืดคอ

cranium (เคร' เนียม) *n., pl.* **-niums/-nia** กะโหลกศีรษะ **-cranial** *adj.* (-S. skull)

crank (แครงค์) *n.* ข้อเหวี่ยง, คนที่คิดแปลกๆ *-vt., vi.* **cranked, cranking** หมุนข้อเหวี่ยง

crankshaft (แครงค์' แชฟท์) *n.* เพลาข้อเหวี่ยง

cranky (แครง' คี) *adj.* **-ier, -iest** เจ้าอารมณ์, แปลกประหลาด, โคลงเคลง (-S. cross, odd)

cranny (แครน' นี) *n., pl.* **-nies** รู, ซอก

crape (เครพ) *n.* ปลอกแขนสีดำใช้สวมไว้ทุกข์

craps (แครพซ์) *n. pl.* เกมพนันที่เล่นด้วยลูกเต๋าสองลูก

★**crash** (แครช) *vt., vi.* **crashed, crashing** ชนดังเปรี้ยง, พัง, ตก, ล้มเหลว, (คอมพิวเตอร์) หยุดทำงาน *-n.* เสียงดังสนั่น, การชน, ความล้มเหลว (-S. (v., n.) collapse, smash)

crash barrier รั้วหรือกำแพงกั้นเพื่อกันอันตราย

crash helmet หมวกนิรภัย

crash-land (แครช' แลนด์) *vt., vi.* **-landed, -landing** จอดเครื่องบินแบบฉุกเฉิน

crass (แครซ) *adj.* **crasser, crassest** โง่มาก, หยาบกระด้าง (-S. doltish, stupid)

crate (เครท) *n.* ลังไม้ใส่สินค้า

crater (เคร' เทอร์) *n.* ปากปล่องภูเขาไฟ, หลุมที่เกิดจากการระเบิดหรือลูกอุกกาบาตตก

cravat (คระแวท') *n.* ผ้าพันคอ, เนกไท

crave (เครฟว์) *vt., vi.* **craved, craving** ต้องการมาก, อ้อนวอน (-S. beseech, desire)

★**crawl** (ครอล) *vi.* **crawled, crawling** คลาน, เลื้อย *-n.* การคลาน, การเลื้อย

crayfish, crawfish (เคร' ฟิช, ครอ'-) *n., pl.* **-fish/-fishes** กุ้งน้ำจืด

crayon (เคร' ออน, -เอิน) *n.* สีเทียน, สีชอล์กหรือสีถ่าน, ภาพวาดที่ระบายด้วยสีดังกล่าว

craze (เครซ) *n.* ความคลั่งไคล้

★**crazy** (เคร' ซี) *adj.* **-zier, -ziest** บ้า, เสียสติ, คลั่งไคล้ **-crazily** *adv.* **-craziness** *n.*

creak (ครีค) *vi.* **creaked, creaking** เกิดเสียงเอี๊ยดอ๊าด *-n.* เสียงเอี๊ยดอ๊าด **-creaky** *adj.*

★**cream** (ครีม) *n.* ครีม, ไขมันที่สกัดจากนม, สีครีม, หัวกะทิ, ส่วนที่ดีที่สุด

creamy (ครี' มี) *adj.* **-ier, -iest** มัน, ขาวข้น

crease (ครีซ) *n.* รอยย่น, รอยจีบ *-vt., vi.* **creased, creasing** จีบ พับ รีดให้เป็นรอยย่น

★**create** (ครีเอท') *vt.* **-ated, -ating** สร้าง, ก่อตั้ง, แต่งตั้ง, สร้างสรรค์, ริเริ่ม (-S. originate)

creation (ครีเอ' ชัน) *n.* การสร้าง, สิ่งที่ถูกสร้างขึ้น, การริเริ่ม **-the Creation** สรรพสิ่งที่พระเจ้าสร้างขึ้น (-S. invention, origination)

creative (ครีเอ' ทิฟว์) *adj.* มีความสร้างสรรค์, มีจินตนาการ **-creativity** *n.* (-S. inventive)

creator (ครีเอ' เทอร์) *n.* ผู้ริเริ่มสร้างสรรค์, ผู้ผลิต **-the Creator** พระเจ้า (-S. inventor)

★**creature** (ครี' เชอร์) *n.* สิ่งที่ถูกสร้างขึ้น, สัตว์, คน, คนที่เป็นหุ่นเชิดของผู้อื่น (-S. being)

credentials (ครีเดน' เชิลซ์) *n. pl.* หลักฐานหรือหนังสือรับรอง, ใบรับรอง

credible (เครด' ดะเบิล) *adj.* เชื่อถือได้ **-credibly** *adv.* **-credibility** *n.* (-S. trustworthy)

credit (เครด' ดิท) *n.* ความเชื่อถือ, การยกย่อง, ชื่อเสียงหรือเกียรติ, เงินเชื่อ, หน่วยการศึกษา *-vt.* **-ited, -iting** เชื่อถือ, ไว้วางใจ **-credits** รายชื่อผู้ที่มีส่วนช่วยให้งานสำเร็จ (-S. (n.) approval, belief (v.) accept)

creditable (เครด' ดิทะเบิล) *adj.* ที่เชื่อถือได้, ที่สมควรได้รับการยกย่อง **-creditably** *adv.*

credit card บัตรเครดิต

creditor (เครด' ดิเทอร์) *n.* เจ้าหนี้

credulous (เครจ' จะเลิซ) *adj.* เชื่อคนง่าย **-credulity** *n.* **-credulously** *adv.* (-S. naive)

creed (ครีด) *n.* คำสอน ข้อบัญญัติ กฎหรือหลักความเชื่อทางศาสนา (-S. dogma, principles)

creek (ครีค, คริค) *n.* ลำธาร (-S. bay, inlet)

★**creep** (ครีพ) *vi.* **crept, creeping** คลาน, ย่อง, (พืช) เลื้อย, รู้สึกขนลุก *-n.* (คำสแลง) คนน่ารำคาญ **-creeps** (ภาษาพูด) อาการขนลุก

creeper (ครี' เพอร์) *n.* พืชไม้เลื้อย

creepy (ครี' พี) *adj.* **-ier, -iest** น่ากลัว, น่ารังเกียจ, น่ารำคาญ (-S. disgusting, horrible)

cremate (ครี' เมท, คริเมท') *vt.* **-mated, -mating** เผาศพ **-cremation** *n.*

crematorium (ครีมะทอ' เรียม, -โท'-) *n., pl.* **-toriums/-toria** เตาเผาศพ

creosote (ครี' อะโซท) *n.* ยาฆ่าเชื้อที่สกัดจากน้ำมันที่กลั่นจากไม้

crepe, crêpe (เครพ) *n.* ผ้าที่บาง เบาและย่น,

แถบผ้าสำหรับไว้ทุกข์, ยางทำพื้นรองเท้า
crept (เครพท) *v.* กริยาช่อง 2 และ 3 ของ creep
crescendo (คระเชน' โด) *n., pl.* **-dos/-di** (-ดี) การค่อยๆ เพิ่มความดังของเสียงดนตรี
crescent (เครซ' เซินท) *n.* พระจันทร์เสี้ยวในช่วงข้างขึ้น (waxing crescent) และข้างแรม (waning crescent), สิ่งที่มีรูปร่างเหมือนพระจันทร์เสี้ยว **-crescentic** *adj.*
crest (เครซท) *n.* หงอน, พู่, ยอดภูเขา, จุดยอด *-vt., vi.* **crested, cresting** ไปถึงยอด, ตกแต่งด้วยพู่ (-S. (n.) insignia, peak)
crestfallen (เครซ' ฟอเลิน) *adj.* หดหู่, ซึมเศร้า, ผิดหวัง (-S. depressed, dispirited)
crevasse (คริแวซ') *n.* รอยแยกหรือรอยแตกลึกของพื้นภูเขาน้ำแข็งหรือของเขื่อน
crevice (เครฟว' วิซ) *n.* รอยแตก, รอยร้าว
★**crew**[1] (ครู) *n.* ลูกเรือ, แก๊ง (-S. sailor)
crew[2] (ครู) *v.* กริยาช่อง 2 ของ crow
crew cut ทรงผมที่สั้นเกรียน
crib (คริบ) *n.* เปลเด็กอ่อน, รางใส่หญ้า, กล่องหรือลัง *-vt., vi.* **cribbed, cribbing** ขโมยความคิด, ลอกงาน (-S. (n.) bin, copy, cottage)
crick (คริค) *n.* อาการปวดกล้ามเนื้อบริเวณหลังหรือคอ (-S. cramp, pain)
cricket[1] (คริค' คิท) *n.* จิ้งหรีด
cricket[2] (คริค' คิท) *n.* กีฬาคริกเกต เป็นกีฬากลางแจ้งซึ่งแบ่งออกเป็นสองฝ่าย ฝ่ายละ 11 คน เล่นโดยใช้ไม้ตีลูกเข้าประตู **-cricketer** *n.*
cried (ไครด) *v.* กริยาช่อง 2 และ 3 ของ cry
crier (ไคร' เออร) *n.* เจ้าหน้าที่เรียกขานในศาล, ผู้เดินประกาศข่าว, คนเร่ขายของ
★**crime** (ไครม) *n.* การทำสิ่งผิดกฎหมาย, การก่ออาชญากรรม, การทำบาป, การละเมิดกฎ (-S. corruption, misdeed, sin)
★**criminal** (คริม' มะเนิล) *adj.* เกี่ยวกับการทำผิดกฎหมาย *-n.* ผู้ร้าย, อาชญากร
criminology (คริมมะนอล' ละจี) *n.* การศึกษาเกี่ยวกับอาชญากรรม
crimson (คริม' เซิน) *n.* สีแดงเข้ม, สีม่วงแดง
cringe (ครินจ) *vi.* **cringed, cringing** หมอบขดหรือสั่นด้วยความกลัว, ประจบ, นอบน้อม
crinkle (คริง' เคิล) *vi., vt.* **-kled, -kling** ม้วน, ย่น *-n.* รอยพับ, ลอน **-crinkly** *adj.*
cripple (คริพ' เพิล) *n.* คนหรือสัตว์พิการ *-vt.* **-pled, -pling** ทำให้พิการ **-crippled** *adj.*
crisis (ไคร' ซิซ) *n., pl.* **-ses** (-ซีซ) วิกฤติการณ์, จุดหักเห, ภาวะฉุกเฉิน (-S. climax, emergency)
★**crisp** (คริซพ) *adj.* **crisper, cripest** กรอบ, สด, หนาวเย็น, เป็นลอน, รวดเร็ว, ใหม่, ชัดเจน *-vt., vi.* **crisped, crisping** ทำให้กรอบ *-n.* มันฝรั่งแผ่นทอด **-crisply** *adv.*
crisscross (คริซ' ครอซ) *adj.* ที่ไขว้กัน *-adv.* อยู่ในทิศที่ไขว้กัน *-vt., vi.* **-crossed, -crossing** สร้างเส้นไขว้ *-n.* กากบาท
criterion (ไครเทีย' เรียน) *n., pl.* **-ria/-rions** มาตรฐาน, เกณฑ์ในการตัดสิน (-S. standard)
critic (คริท' ทิค) *n.* นักวิจารณ์, ผู้ประเมินค่า, คนที่ชอบจับผิด (-S. analyst, censurer)
★**critical** (คริท' ทิเคิล) *adj.* ชอบติเตียนหรือจับผิด, วิกฤติ, สำคัญ, อันตราย, เป็นจุดเปลี่ยนที่สำคัญ **-critically** *adv.* (-S. crucial)
★**criticism** (คริท' ทิซิเซิม) *n.* บทวิจารณ์, การหาที่ผิด, การวิจารณ์ (-S. analysis, censure)
★**criticize** (คริท' ทิไซซ) *vt., vi.* **-cized, -cizing** วิจารณ์, จับผิด, ประเมินค่า (-S. blame, censure)
critique (คริทีค') *n.* การวิเคราะห์หรือประเมิน
croak (โครค) *n.* เสียงร้องแหบแบบกบ *-vt., vi.* **croaked, croaking** ร้องเสียงดังกล่าว, ครวญ
crochet (โครเช') *vt., vi.* **-cheted, -cheting** ถักไหมพรมหรือลูกไม้ *-n.* สิ่งที่เกิดจากการถัก
crock[1] (ครอค) *n.* ภาชนะดินเผา
crock[2] (ครอค) *n.* (ภาษาพูด) ม้าที่แก่ คนที่สุขภาพไม่ดีหรือไม่สมประกอบ *-vi., vt.* **crocked, crocking** อ่อนแอ, ไม่สมประกอบ, ใช้งานไม่ได้
crockery (ครอค' คะรี) *n.* อุปกรณ์ในครัว เช่น ถ้วย จาน หม้อ
crocodile (ครอค' คะไดล) *n.* จระเข้
crocodile tears การแสร้งทำเป็นเสียใจ
croft (ครอฟท) *n.* ทุ่งหญ้าหรือฟาร์มขนาดเล็ก
croissant (ครูวาซาง', คระซางท') *n.* ขนมปังฝรั่งเศสรูปเสี้ยวพระจันทร์, ขนมครัวซองต์
crone (โครน) *n.* ผู้หญิงแก่ที่น่าเกลียด
crony (โคร' นี) *n., pl.* **-nies** เพื่อนสนิท
crook (ครุค) *n.* ตะขอ, ส่วนโค้ง, (ภาษาพูด) ขโมย คนโกง *-vt., vi.* **crooked, crooking** ทำให้โค้งงอ (-S. (n., v.) bend, curve)
crooked (ครุค' คิด) *adj.* โค้งงอ, คดเคี้ยว, (ภาษาพูด) ไม่ซื่อสัตย์ คดโกง (-S. angled)
croon (ครูน) *vi., vt.* **crooned, crooning** ฮัมหรือร้องเพลงเบาๆ **-crooner** *n.* (-S. hum)
★**crop** (ครอพ) *n.* พืชผล, ผลผลิต, ด้ามถือของแส้, กระเพาะพักของนกไก่หรือแมลง *-vt., vi.* **cropped, cropping** เล็มหญ้า, ตัดผมหรือ

A B C D E F G H I J K L M N O P Q R S T U V W X Y Z

ขนจนสั้น, เก็บเกี่ยว, เพาะปลูก (-S. (n.) yield)

★**cross** (ครอซ) *n.* เครื่องหมายกากบาท, ไม้กางเขน, จุดเชื่อมต่อ, ความทุกข์, การผสมข้ามพันธุ์ *-vt., vi.* **crossed, crossing** ข้ามผ่าน, ขีดฆ่า, ขีดเส้นทับ, ซ้อนทับ, เชื่อมต่อ, ไขว้, ต่อต้าน, สวนทาง, ผสมข้ามพันธุ์ *-adj.* ที่อยู่ตรงกันข้าม, ที่ขัดแย้งกัน, ขี้โมโห **-the Cross** ไม้กางเขนที่ตรึงพระเยซู **-crossly** *adv.*

crossbar (ครอซ' บาร์) *n.* ราวหรือคาน

crossbones (ครอซ' โบนซ์) *n. pl.* สัญลักษณ์หัวกะโหลกที่มีกากบาทไขว้

crossbreed (ครอซ' บรีด) *n.* พืชหรือสัตว์ที่เกิดจากการผสมพันธุ์แบบข้ามพันธุ์

crosscheck (ครอซ' เชค) *vt.* **-checked, -checking** ตรวจสอบซ้ำ *-n.* การตรวจสอบซ้ำ

cross-country (ครอซ' คัน' ทรี) *adj.* ตัดผ่านทุ่งกว้าง, ไม่ได้ใช้เส้นทางหลัก

cross-cultural (ครอซ' คัล' เชอเริล) *adj.* เกี่ยวกับวัฒนธรรมที่แตกต่างกัน

crosscut (ครอซ' คัท) *adj.* ในแนวตัดขวาง *-n.* ทางลัด

crossed cheque เช็คขีดคร่อม

cross-examine (ครอซอิกแซม' มิน) *vt., vi.* **-ined, -ining** สอบถามอย่างละเอียด

cross-eyed (ครอซ' ไอด์) *adj.* มีตาเหล่

cross-fertilize (ครอซ' เฟอร์' เทิลไลซ์) *vi., vt.* **-ized, -izing** ผสมพันธุ์แบบข้ามพันธุ์

cross-grained (ครอซ' เกรนด์) *adj.* ในแนวขวางกับลาย, ขัดแย้ง, ตรงกันข้าม

crossing (ครอ' ซิง, ครอซ' ซิง) *n.* จุดตัดของเส้นทาง, ทางข้าม

cross-reference (ครอซ' เรฟ' เฟอเรินซ์, -เฟรินซ์) *n.* หน้าหนังสืออ้างอิงของหนังสือ

crossroad (ครอซ' โรด) *n.* ถนนที่ตัดผ่านอีกถนนหนึ่ง **-crossroads** จุดตัดของถนน

cross section ภาพตัดขวาง

cross-stitch (ครอซ' สติช) *n.* การเย็บแบบไขว้

crosswise, crossways (ครอซ' ไวซ์, -เวซ์) *adv.* ในแนวขวาง

★**crossword puzzle** ปริศนาอักษรไขว้

crouch (เคราช์) *vi.* **crouched, crouching** ก้ม, หมอบ *-n.* การก้ม โค้งหรือหมอบ

crow[1] (โคร) *n.* นกกา

crow[2] (โคร) *vi.* **crowed/crew, crowed, crowing** (ไก่) ขัน, ยกย่อง, แสดงความยินดี

crowbar (โคร' บาร์) *n.* ชะแลง

★**crowd** (เคราด์) *n.* กลุ่ม, ฝูงชน, สามัญชน *-vi., vt.* **crowded, crowding** รวมกลุ่ม, กด, ผลักดัน, อัด, ยัด, เบียด **-crowded** *adj.* (-S. (n., v.) group, throng (v.) push, squeeze)

crown (เคราน์) *n.* มงกุฎ, มาลัยสวมศีรษะ, ยอดหมวก, จุดสูงสุด, ส่วนสำคัญที่สุด, หงอนของสัตว์ *-vt.* **crowned, crowning** สวมมงกุฎ, ขึ้นครองประเทศ, ให้รางวัล, เอาชนะ, ประสบความสำเร็จ, เคลือบฟัน

crown glass แก้วหรือกระจกที่มีความใสมาก

crown prince มกุฎราชกุมาร

crown princess มกุฎราชกุมารี, ชายาของมกุฎราชกุมาร

crow's-foot (โครซ' ฟุท) *n., pl.* **-feet** รอยตีนกา

★**crucial** (ครู' เชิล) *adj.* สำคัญ, จำเป็น, เด็ดขาด **-crucially** *adv.* (-S. critical, essential)

crucifix (ครู' ซะฟิคซ์) *n.* ไม้กางเขนที่มีรูปปั้นพระเยซูตรึงอยู่

crucifixion (ครูซะฟิค' ชัน) *n.* การประหารชีวิตโดยการตรึงกางเขน, ความทุกข์ทรมานอย่างมาก

crucify (ครู' ซะไฟ) *vt.* **-fied, -fying** ทำให้ตายโดยตรึงกับไม้กางเขน, ทำให้ทรมาน

crude (ครูด) *adj.* **cruder, crudest** ตามธรรมชาติ, ไม่มีการตกแต่ง, ดิบ, หยาบ **-crude oil** น้ำมันดิบ **-crudely** *adv.* **-crudity** *n.*

★**cruel** (ครู' เอิล) *adj.* **-eler, -elest/-eller, -ellest** โหดร้าย **-cruelly** *adv.* **-cruelty** *n.* (-S. brutal)

cruelty-free (ครู' เอิลทีฟรี) *adj.* (ผลิตภัณฑ์ยาหรือผลิตภัณฑ์อื่นๆ) โดยไม่ใช้สัตว์ทดลอง

cruise (ครูซ) *vi., vt.* **cruised, cruising** เดินเรือท่องเที่ยว, ออกเรือลาดตระเวน *-n.* การเดินเรือท่องเที่ยว (-S. (v., n.) sail, travel)

cruiser (ครู' เซอร์) *n.* เรือรบ, เรือลาดตระเวน

crumb (ครัม) *n.* เศษขนม, เศษคุกกี้, เศษเล็กเศษน้อย (-S. fragment, scrap)

crumble (ครัม' เบิล) *vt., vi.* **-bled, -bling** ทำให้แตก, พังทลาย (-S. break up, collapse)

crumbly (ครัม' บลี) *adj.* **-blier, -bliest** เปราะบาง, แตกง่าย

crumpet (ครัม' พิท) *n.* ขนมปังจืดปิ้ง

crumple (ครัม' เพิล) *vt., vi.* **-pled, -pling** กดหรือชนให้ยับหรือย่น, ยับ, ย่น, ยู่

crunch (ครันช์) *vt., vi.* **crunched, crunching** เคี้ยวเสียงดัง *-n.* เสียงดัง, การทำให้เกิดเสียงดัง (-S. (v., n.) bite, grind)

crusade (ครูเซด') *n.* การต่อต้านอย่างรุนแรงต่อสิ่งที่ไม่ถูกต้อง **-Crusade** สงครามศาสนา

ระหว่างผู้นับถือศาสนาคริสต์และศาสนาอิสลามในช่วงศตวรรษที่ 11-13 **-crusader** *n.*

★**crush** (ครัช) *vt., vi.* **crushed, crushing** กด, บีบ, ขยี้, บด, กดดัน, ครอบงำ, คั้น, กระแทก, ชน, ทำลาย *-n.* กลุ่มคนที่เบียดเสียด, น้ำผลไม้

crust (ครัซท์) *n.* เปลือก, ตะกอนในขวดไวน์, สะเก็ดแผล (-S. layer, shell)

crusted (ครัซ' ทิด) *adj.* เก่าแก่, น่านับถือ

crusty (ครัซ' ที) *adj.* **-ier, -iest** มีเปลือกหุ้ม, จู้จี้, ใจร้อน

crutch (ครัช) *n.* ไม้ค้ำช่วยในการเดิน

crux (ครัคซ์, ครุคซ์) *n., pl.* **cruxes** (ครุ' ซีซ) ปัญหาหรือปริศนาที่หาวิธีแก้ไม่ได้, จุดสำคัญ

★**cry** (ไคร) *vi., vt.* **cried** (ไครด์), **crying** ร้องไห้, ตะโกน, ส่งเสียงดัง, (สัตว์) ร้อง, อุทาน, ร้องขอ *-n., pl.* **cries** (ไครซ์) การตะโกน, การป่าวประกาศ, การร้องไห้ (-S. (v.) weep)

crybaby (ไคร' เบบี) *n., pl.* **-bies** คนขี้แย

crying (ไคร' อิง) *adj.* ที่เรียกร้องความสนใจ

crypt (คริพท์) *n.* ห้องใต้ดินของโบสถ์ มักใช้เก็บศพ, ต่อม แอ่งหรือหลุมในร่างกาย

cryptic (คริพ' ทิค) *adj.* คลุมเครือ, เป็นความลับ, ลึกลับ **-cryptically** *adv.*

crystal (คริซ' เทิล) *n.* ผลึก, วัตถุที่มีความใส, เครื่องแก้วเนื้อดี, หน้าปัดนาฬิกา

crystalline (คริซ ทะลิน, -ไลน์, -ลีน) *adj.* ใส, คล้ายผลึก, โปร่งใส, เป็นผลึก

crystallize, crystalize (คริซ' ทะไลซ์) *vt., vi.* **-lized, -lizing/-ized, -izing** ทำให้เป็นผลึก, เคลือบน้ำตาล **-crystallization** *n.*

CS gas ก๊าซน้ำตา ใช้สำหรับสลายกลุ่มคน

CT scanner ย่อจาก computerized tomography scanner เครื่องถ่ายเอกซเรย์คอมพิวเตอร์ซึ่งถ่ายภาพในแกนตัดขวางของร่างกาย

cu, cu. ย่อจาก cubic ลูกบาศก์

cub (คับ) *n.* ลูกของสัตว์บางชนิด เช่น สิงโต, หนุ่มสาวที่ขาดประสบการณ์, นักข่าวมือใหม่

cube (คิวบ์) *n.* รูปทรงลูกบาศก์, ค่าที่เกิดจากตัวเลขใดๆ ยกกำลังสาม *-vt.* **cubed, cubing** ยกกำลังสาม (ตัวเลข), ตัดให้เป็นรูปทรงลูกบาศก์, วัดในปริมาตรที่เป็นลูกบาศก์ **-cubic** *adj.* **-cubical** *adj.* **-cubically** *adv.*

cubicle (คิว' บิเคิล) *n.* ห้องขนาดเล็ก ใช้เป็นห้องทำงาน อ่านหนังสือ ห้องนอนหรืออื่นๆ

cubit (คิว' บิท) *n.* ระยะหนึ่งศอก

cuckoo (คู' คู, คุค' คู) *n., pl.* **-oos** นกคุกคู, (คำสแลง) คนโง่หรือคนบ้า

cuckoo clock นาฬิกาแขวน ซึ่งจะส่งเสียงเหมือนนกร้องทุกๆ ชั่วโมง

cucumber (คิว' คัมเบอร์) *n.* แตงกวา

cud (คัด) *n.* อาหารที่สัตว์เคี้ยวเอื้อง เช่น วัวขย้อนออกมาเคี้ยวใหม่

cuddle (คัด' เดิล) *vt., vi.* **-dled, -dling** กอดอย่างทะนุถนอม, นอนซบ, พิง *-n.* การกอดอย่างทะนุถนอม, การนอนซบหรือพิง

cudgel (คัจ' เจิล) *n.* ตะบอง *-vt.* **-eled, -eling/-elled, -elling** ตีหรือหวดด้วยตะบอง

cue[1] (คิว) *n.* ไม้แทงลูกบิลเลียด, ผมเปีย, แถว

cue[2] (คิว) *n.* สัญญาณของวาทยกรในการเริ่มเล่นเครื่องดนตรี, แนวทาง (-S. hint, keyword)

cuff[1] (คัฟ) *n.* แถบข้อมือเสื้อ, กุญแจมือ

cuff[2] (คัฟ) *vt.* **cuffed, cuffing** ตบ, ตี *-n.* การตบหรือตี (-S. (v., n.) hit, slap)

cuisine (ควิซีน') *n.* รูปแบบการเตรียมหรือปรุงอาหาร, แผนกครัว (-S. cookery, cooking)

cul-de-sac (คัล' ดิแซค', คุล'-) *n., pl.* **culs-de-sac** (คัลซ์-', คุลซ์-)/**cul-de-sacs** ทางตัน

culinary (คิว' ละเนอรี, คัล' ละ-) *adj.* เกี่ยวกับการทำอาหาร

cull (คัล) *vt.* **culled, culling** คัดเลือก, รวบรวม

culminate (คัล' มะเนท) *vt., vi.* **-nated, -nating** ไปถึงจุดสูงสุด **-culmination** *n.*

culpable (คัล' พะเบิล) *adj.* น่าตำหนิ, เป็นบาป **-culpability** *n.* (-S. blameworthy, sinful)

culprit (คัล' พริท) *n.* ผู้กระทำความผิด, ผู้ต้องหา, จำเลย, อาชญากร (-S. felon)

cult (คัลท์) *n.* ลัทธิทางศาสนา, พิธีกรรมของลัทธิ

cultivate (คัล' ทะเวท) *vt.* **-vated, -vating** พรวนดิน, ปลูกพืช, ใส่ปุ๋ย, ฝึกฝน, ผูกมิตร **-cultivation** *n.* (-S. educate, fertilize, plant)

cultivated (คัล' ทะเวทิด) *adj.* มีการศึกษา, มีมารยาท (-S. educated, urbane)

culture (คัล' เชอร์) *n.* วัฒนธรรม, การอบรม, การปลูกฝัง, การเพาะพันธุ์พืชหรือสัตว์, การเพาะปลูก **-cultural** *adj.* (-S. cultivation, lifestyle)

cultured (คัล' เชอร์ด์) *adj.* ที่ได้รับการศึกษา

cultured pearl ไข่มุกเลี้ยง

culture shock ความรู้สึกสับสนและเครียดเมื่อต้องไปอยู่ต่างถิ่น

cumbersome (คัม' เบอร์เซิม) *adj.* มีขนาดใหญ่, อุ้ยอ้าย, ที่ก่อปัญหา, ชักช้า (-S. awkward)

cumulative (คิว' เมียเลทิฟว์, -เมียละทิฟว์) *adj.* เพิ่ม, ทวีคูณ, พอกพูน (-S. increasing)

cuneiform (คิว' เนียฟอร์ม, คิวนี'-) *adj.* ที่มี

A B C D E F G H I J K L M N O P Q R S T U V W X Y Z

A B C D E F G H I J K L M N O P Q R S T U V W X Y Z

ลักษณะเป็นลิ่ม *-n.* ตัวอักษรที่เป็นรูปลิ่ม

cunning (คัน' นิ่ง) *adj.* เจ้าเล่ห์, ฉลาดแกมโกง, ชำนาญ, น่ารัก, มีเสน่ห์ *-n.* ความเจ้าเล่ห์

★**cup** (คัพ) *n.* ถ้วย, ถ้วยรางวัล, หน่วยปริมาตรเท่ากับ 16 ช้อนโต๊ะ *-vt.* **cupped, cupping** เทหรือวางลงในถ้วย

★**cupboard** (คับ' เบิร์ด) *n.* ตู้ **-cupboard-love** การแสดงความรักเพื่อต้องการผลบางสิ่ง

cupful (คัพ' ฟุล) *n., pl.* **-fuls** ปริมาตรที่ถ้วยสามารถบรรจุได้

Cupid (คิว' พิด) *n.* กามเทพ

cupidity (คิวพิด' ดิที) *n.* ความโลภ (**-S.** greed)

cupola (คิว' พะละ) *n.* หลังคาหรือเพดานที่มีลักษณะโค้งกลมเป็นโดม

curate (เคียว' ริท) *n.* พระผู้ช่วย **-curacy** *n.*

curative (เคียว' ระทิฟว์) *adj.* ที่ใช้รักษาโรคได้ *-n.* ยา, สิ่งที่ใช้รักษาโรค (**-S.** (adj.) healing)

curator (เคียวเร' เทอร์) *n.* ผู้ดูแลรักษา

curb (เคิร์บ) *n.* ขอบถนน, กรอบ, ขอบ *-vt.* **curbed, curbing** ควบคุม (**-S.** (n.) limitation)

curd (เคิร์ด) *n.* นมที่จับตัวกันเป็นก้อนเมื่อนมเริ่มเปรี้ยว ใช้ทำเนยแข็ง

curdle (เคอร์' เดิล) *vi., vt.* **-dled, -dling** จับตัวเป็นกลุ่มก้อน (**-S.** coagulate, solidify)

★**cure** (เคียวร์) *n.* การรักษาโรค, ยารักษาโรค, การบำบัดทางจิตใจ, การถนอมอาหาร *-vt., vi.* **cured, curing** รักษาโรค, ถนอมอาหาร **-curable** *adj.* (**-S.** (n.) remedy, therapy)

cure-all (เคียวร์' ออล) *n.* ยาที่แก้หรือรักษาโรคได้ทุกชนิด (**-S.** panacea)

curfew (เคอร์' ฟิว) *n.* การห้ามออกนอกบ้านในช่วงเวลาที่กำหนด

★**curious** (เคียว' เรียซ) *adj.* อยากรู้อยากเห็น, ชอบสอดรู้เรื่องคนอื่น, แปลกประหลาด **-curiosity** *n.* **-curiously** *adv.* (**-S.** inquisitive)

★**curl** (เคิร์ล) *vt., vi.* **curled, curling** บิด, ดัด, พัน, ขด, ม้วน *-n.* ลอนผม, การดัดผม, สิ่งที่มีรูปร่างเป็นเกลียว, การทำให้เป็นเกลียว (**-S.** (v., n.) coil, curve, twist (n.) helix)

curler (เคอร์' เลอร์) *n.* คนหรืออุปกรณ์ม้วนผม

curly (เคอร์' ลี) *adj.* **-ier, -iest** เป็นเกลียว, เป็นวง, เป็นลอน, เป็นคลื่น (**-S.** coiling, wavy)

currant (เคอ' เรินท์) *n.* ลูกเกด

currency (เคอ' เรินซี) *n., pl.* **-cies** การเป็นที่ยอมรับและใช้กันในปัจจุบัน, การไหลเวียน, เงิน

★**current** (เคอ' เรินท์) *adj.* ที่เป็นปัจจุบัน, ร่วมสมัย, ที่ไหลเวียน, เป็นที่ยอมรับหรือรู้จักในปัจจุบัน *-n.* กระแสน้ำ, กระแสลม, กระแสไฟฟ้า **-currently** *adv.* (**-S.** (adj.) contemporary)

current/checking account บัญชีกระแสรายวันหรือบัญชีเดินสะพัด

current affairs เหตุการณ์สำคัญทางการเมืองหรือในสังคมที่กำลังเกิดขึ้น

curriculum (คะริค' เคียเลิม) *n., pl.* **-la/-lums** หลักสูตรของสถาบันการศึกษา

curriculum vitae (คะริคเคียเลิม ไว' ที) *n., pl.* **curricula vitae** (-ละ-) ประวัติส่วนตัว ย่อว่า CV (**-S.** resume)

curry[1] (เคอ' รี) *vt.* **-ried, -rying** แปรงขนม้า, ฟอกหนังสัตว์, หวด, ตี **-curry favor** ประจบ

curry[2] (เคอ' รี) *n., pl.* **-ries** อาหารที่ใส่ผงกะหรี่, ผงกะหรี่ *-vt.* **-ried, -rying** ใส่ผงกะหรี่ **-curry powder** ผงกะหรี่

curse (เคิร์ซ) *n.* การสาปแช่ง, คำสาปแช่ง, ความหายนะหรือโชคร้าย *-vt., vi.* **cursed/curst, cursing** สาปแช่ง, ทำให้โชคร้าย (**-S.** (n.) misfortune, oath (v.) afflict, execrate)

cursed, curst (เคอ' ซิด; เคิร์ซท์, เคิร์ซท์) *adj.* ระยำ, ชั่วร้าย, อัปรีย์ **-cursedly** *adv.*

cursor (เคอร์' เซอร์) *n.* ตัวกะพริบบนหน้าจอคอมพิวเตอร์เป็นตัวบอกตำแหน่งที่กำลังทำงาน

cursory (เคอร์' ซะรี) *adj.* ลวกๆ, เร่งรีบ, คร่าวๆ **-cursorily** *adv.* (**-S.** hasty, hurried)

curt (เคิร์ท) *adj.* **curter, curtest** ย่อ, ห้วนๆ, หยาบคาย **-curtly** *adv.* **-curtness** *n.*

curtail (เคอร์เทล') *vt.* **-tailed, -tailing** ทำให้สั้น, ตัด, ย่อ **-curtailment** *n.* (**-S.** abridge)

★**curtain** (เคอร์' เทิน) *n.* ผ้าม่าน *-vt.* **-tained, -taining** ปกคลุม ปิด กั้นหรือตกแต่งด้วยม่าน

curtain call การปรบมือเพื่อเรียกร้องให้นักแสดงปรากฏตัวอีกครั้งเมื่อจบการแสดง

curtsy, curtsey (เคิร์ท' ซี) *n., pl.* **-sies, -seys** การถอนสายบัว

curvature (เคอร์' วะชัวร์, -เชอร์) *n.* ความโค้ง

★**curve** (เคิร์ฟว์) *n.* เส้นโค้ง, ส่วนโค้ง, ผิวโค้ง, ทางโค้ง *-vi., vt.* **curved, curving** เลี้ยวโค้ง, โค้งงอ (**-S.** (n., v.) arch, bend, bow)

★**cushion** (คุช' ชั่น) *n.* หมอน, เบาะ, นวม, วัสดุที่ช่วยรับน้ำหนักหรือกันกระแทก *-vt.* **-ioned, -ioning** รองด้วยหมอน, บุนวมกันกระแทก (**-S.** (n.) pillow (v.) protect, soften)

cushy (คุช' ชี) *adj.* **-ier, -iest** (คำสแลง) ง่าย สบายๆ ไม่ต้องใช้ความพยายาม

cusp (คัซพ์) *n.* ยอด, จุดปลายสุด, ปลายแหลม

cuspidor (คัซ' พิดอร์, -โดร์) *n.* กระโถน
cuss (คัซ) *vi., vt.* **cussed, cussing** (ภาษาพูด) สาปแช่ง *-n.* (ภาษาพูด) คำสาปแช่ง
cussed (คัซ' ซิด) *adj.* (ภาษาพูด) ดื้อรั้น ชั่วร้าย **-cussedly** *adv.*
custard (คัซ' เทิร์ด) *n.* คัสตาร์ด ทำจากไข่ นม เครื่องปรุงรสและน้ำตาล
custodian (คัซสโต' เดียน) *n.* ผู้ทำหน้าที่ดูแล
custody (คัซ' ทะดี) *n., pl.* **-dies** การดูแล, การคุ้มครอง, การถูกคุมขัง (-S. care)
★**custom** (คัซ' เทิม) *n.* ขนบธรรมเนียมประเพณี, นิสัย, การสนับสนุน, จารีต **-customs** ภาษีศุลกากร, ด่านศุลกากร (-S. convention, habit)
customary (คัซ' ทะเมอรี) *adj.* เป็นกิจวัตร, เป็นประเพณี **-customarily** *adv.* (-S. accustomed)
custom-built (คัซ' เทิมบิลท์') *adj.* ที่สร้างหรือทำตามคำสั่งของผู้ซื้อ
★**customer** (คัซ' ทะเมอร์) *n.* ลูกค้า, ผู้ใช้บริการ
customhouse, customs house (คัซ' เทิมเฮาซ์, -เทิมซ์-) *n.* หน่วยหรือด่านศุลกากร
custom-made (คัสเทิมเมด') *adj.* ที่ทำตามคำสั่งเฉพาะของผู้ซื้อแต่ละคน
★**cut** (คัท) *vt., vi.* **cut, cutting** เฉือน, แล่, ตัด, ชำแหละ, สับ, ฟัน, ผ่า, แยก, ตอน, ตัดให้สั้น, ทำให้ลดลง, ตัดออก, เก็บเกี่ยวผลผลิต, ทำร้ายความรู้สึก, ข้ามผ่าน, ขุดลอกหรือตัดทาง, ตัดให้เป็นรูปร่าง, ตัดต่อฟิล์ม, เจียระไน, ตีลูกแบบตัด, ตัดไพ่เพื่อจั่ว *-n.* การตัด ฟัน แทง หรืออื่นๆ ด้วยของมีคม, ผลจากการกระทำดังกล่าว, ส่วนที่ถูกตัดออก, การตัด ลดหรือจำกัด, การเปิดบาดแผล, สิ่งที่ทำร้ายความรู้สึก, แม่พิมพ์, สิ่งพิมพ์, รูปแบบในการตัดผ้า, การตัดต่อฟิล์ม, การเปลี่ยนฉากในภาพยนตร์, การตัดทางเพื่อเดินทาง, เส้นทางที่เกิดจากการขุด, การตีลูกแบบตัด, การตัดไพ่ **-cut down** ฆ่า, ลดจำนวน, ตัดส่วนเกินออก **-cut off** แยกตัว, หยุดในทันที, ปิดกั้น, ขัดจังหวะ, ตัดออกจากกองมรดก **-cut out** ตัดให้เป็นรูปร่าง, แทนที่, หยุด, ตัดออก, จากไปอย่างรวดเร็ว (-S. (v.) divide, lessen, pierce, shorten)
cut-and-dried (คัทเทินไดรด์') *adj.* ที่จัดเตรียมไว้ล่วงหน้า, เป็นธรรมดา, น่าเบื่อ
cutback (คัท' แบค) *n.* การตัดทอน
★**cute** (คิวท์) *adj.* **cuter, cutest** ฉลาด, น่ารัก, มีเสน่ห์, สดใส **-cutely** *adv.* **-cuteness** *n.*
cuticle (คิว' ทิเคิล) *n.* ผิวหนังชั้นนอกสุด
cutler (คัท' เลอร์) *n.* ช่างทำ ซ่อมหรือขายมีดหรืออุปกรณ์สำหรับตัด
cutlery (คัท' ละรี) *n.* อุปกรณ์สำหรับตัด
cutlet (คัท' ลิท) *n.* ชิ้นเนื้อแล่บางๆ
cutoff (คัท' ออฟ) *n.* ทางลัด, การตัดหรือระงับ
cutout (คัท' เอาท์) *n.* อุปกรณ์ตัดกระแสไฟฟ้า
cutpurse (คัท' เพิร์ซ) *n.* นักล้วงกระเป๋า
cut-rate (คัท' เรท') *adj.* ถูก, ที่ลดราคาขาย
cutter (คัท' เทอร์) *n.* อุปกรณ์สำหรับตัด
cutthroat (คัท' โธรท) *n.* ฆาตกรที่ฆ่าปาดคอ, คนไร้ศีลธรรม *-adj.* โหดเหี้ยม
cutting (คัท' ทิง) *adj.* แหลมคม, ที่ทำให้เจ็บปวด *-n.* ถนนหรือทางรถไฟที่ตัดผ่านเขา
cuttlefish (คัท' เทิลฟิช) *n. pl.* **-fish/-fishes** ปลาหมึก
cutworm (คัท' เวิร์ม) *n.* ตัวอ่อนของผีเสื้อกลางคืนที่กัดกินยอดหรือหน่อของพืช
CV ย่อจาก curriculum vitae ประวัติส่วนตัว
cyanide, cyanid (ไซ' อะไนด์, -นิด) *n.* สารไซยาไนด์ เป็นสารพิษที่มีอันตรายมาก
cybernate (ไซ' เบอร์เนท) *vt.* **-nated, -nating** ควบคุมด้วยคอมพิวเตอร์ **-cybernation** *n.*
cybernetics (ไซเบอร์เนท' ทิคซ์) *n. pl.* การศึกษาเปรียบเทียบระบบการควบคุมโดยสมองและระบบประสาทของคนกับการควบคุมโดยระบบอิเล็กทรอนิกส์ที่ซับซ้อน **-cybernetic** *adj.*
cyberphobia (ไซเบอร์โฟ' เบีย) *n.* โรคกลัวคอมพิวเตอร์หรือสิ่งที่เกี่ยวกับคอมพิวเตอร์
cyberpunk (ไซ' เบอร์พังค์) *n.* นิยายวิทยาศาสตร์ที่มีคอมพิวเตอร์ทำหน้าที่ดูแลความเรียบร้อยของสังคม ซึ่งเป็นยุคที่ใช้ความรุนแรงและมีการใช้ยาเสพย์ติดอย่างแพร่หลาย
cybersex (ไซ' เบอร์เซคซ์) *n.* ภาพลามกที่ปรากฏอยู่ในอินเทอร์เน็ต
cyberspace (ไซ' เบอร์สเปซ) *n.* บริเวณในระบบเครือข่ายส่งผ่านข้อมูลที่เก็บข้อมูลทางอิเล็กทรอนิกส์ซึ่งส่งจากคอมพิวเตอร์เครื่องหนึ่งไปยังอีกเครื่องหนึ่ง
cyborg (ไซ' บอร์ก) *n.* มนุษย์ที่มีอวัยวะบางส่วนถูกควบคุมโดยอุปกรณ์อิเล็กทรอนิกส์
★**cycle** (ไซ' เคิล) *n.* วัฏจักร, วงจรชีวิต, วงจร, รอบ, ช่วงอายุ, ชุด, จักรยาน, จักรยานยนต์ *-vi.* **-cled, -cling** เกิดขึ้นในวัฏจักร, ขี่จักรยานหรือจักรยานยนต์ **-cyclic, cyclical** *adj.* (-S. (n.) rotation, sequence)
cyclist (ไซ' คลิซท์) *n.* ผู้ขี่จักรยานหรือจักรยานยนต์
cyclone (ไซ' โคลน) *n.* พายุไซโคลน เป็น

A B C D E F G H I J K L M N O P Q R S T U V W X Y Z

A B C D E F G H I J K L M N O P Q R S T U V W X Y Z

พายุหมุนที่รุนแรงมาก **-cyclonic** *adj.*
cyclotron (ไซ' คละทรอน) *n.* เครื่องแยกอนุภาค
cygnet (ซิก' นิท) *n.* หงส์ที่อายุยังน้อย
cylinder (ซิล' เลินเดอร์) *n.* รูปทรงกระบอก, กระบอกสูบในเครื่องกล, ลูกโม่ปืน, ลูกโมในเครื่องพิมพ์, ภาชนะทรงกระบอก
cymbal (ซิม' เบิล) *n.* ฉาบ **-cymbalist** *n.*
cynic (ซิน' นิค) *n.* คนที่มีความเชื่อว่าทุกคนทำทุกอย่างเพื่อตนเอง เห็นแก่ตัวและไม่มีความจริงใจ **-cynicism** *n.*
cynical (ซิน' นิเคิล) *adj.* ที่แสดงการเยาะเย้ยหรือดูถูก **-cynically** *adv.* (**-S.** skeptical)
cynosure (ไซ' นะชัวร์, ซิน' นะ-) *n.* คนหรือสิ่งที่เป็นเป้าสายตาหรือดึงดูดความสนใจ
cyst (ซิซท์) *n.* เนื้อเยื่อซึ่งผิดปกติมีลักษณะเป็นถุง ด้านในบรรจุก๊าซ ของเหลวหรือกึ่งของเหลว
cystic fibrosis โรคพยาธิตัวตืด
cystitis (ซิสไต' ทิซ) *n., pl.* **cystitides** โรคกระเพาะปัสสาวะอักเสบ
czar, tsar, tzar (ซาร์, ทซาร์) *n.* กษัตริย์หรือจักรพรรดิของรัสเซียก่อนการปฏิวัติปีค.ศ. 1917

D

D, d (ดี) *n., pl.* **D's, d's/Ds, ds** อักษรตัวที่ 4 ของภาษาอังกฤษ, อันดับสี่, (เลขโรมัน) 500
d ย่อจาก day วัน
dab (แดบ) *vt., vi.* **dabbed, dabbing** สัมผัสเบาๆ, ตีเบาๆ, ป้าย *-n.* จำนวนที่เล็กน้อย, รอยแต้ม, การแตะหรือสัมผัสเบาๆ (**-S.** (v., n.) touch)
dabble (แดบ' เบิล) *vt., vi.* **-bled, -bling** ทำให้ของเหลวกระเด็น, จุ่ม, แกว่งมือหรือเท้าเล่นน้ำ, สนใจบางสิ่งอย่างผิวเผิน **-dabbler** *n.*
dachshund (ดาคซ์' ฮุนท์, ดาค' เซินท์) *n.* สุนัขพันธุ์เล็ก ลำตัวยาว ขาสั้น หูตก และขนสั้น

dachshund

★**dad** (แดด) *n.* (ภาษาพูด) พ่อ
★**daddy** (แดด' ดี) *n., pl.* **-dies** (ภาษาพูด) พ่อ
daffodil (แดฟ' ฟะดิล) *n.* ดอกแดฟโฟดิล
daft (แดฟท์) *adj.* **dafter, daftest** (ภาษาพูด) บ้า คลั่ง โง่ (**-S.** crazy, foolish, mad)
dagger (แดก' เกอร์) *n.* ดาบสั้นมีสองคม, เครื่องหมายอ้างอิงทางการพิมพ์

dagger

★**daily** (เด' ลี) *adj., adv.* ที่เกิดขึ้นหรือทำทุกวัน, รายวัน, เป็นประจำ, ทุกวัน *-n., pl.* **-lies** หนังสือพิมพ์รายวันหรือรายสัปดาห์
dainty (เดน' ที) *adj.* **-tier, -tiest** น่ารัก, สวยงาม, เรียบร้อย, มีเสน่ห์, เปราะบาง, จู้จี้, พิถีพิถัน, มีรสชาติดี **-daintily** *adv.*
dairy (แด' รี) *n., pl.* **-ies** สถานที่ผลิต เก็บและขายนมและผลิตภัณฑ์จากนม, ฟาร์มโคนม **-dairy cattle** โคนม **-dairy farm** ฟาร์มโคนม
daisy (เด' ซี) *n., pl.* **-sies** ดอกเดซี่ เป็นดอกขนาดเล็ก มีกลีบสีขาว กลางดอกเป็นสีเหลือง
dale (เดล) *n.* หุบเขา (**-S.** dell, valley)
dam¹ (แดม) *n.* เขื่อน, ทำนบ, ประตูน้ำ *-vt.* **dammed, damming** สร้างเขื่อน, ปิดกั้น
dam² (แดม) *n.* แม่ของสัตว์สี่เท้า, แม่

dam'

★**damage** (แดม' มิจ) *n.* ความเสียหาย, การทำให้บุคคลหรือสิ่งของได้รับอันตรายหรือเสียหาย *-vt.* **-aged, -aging** ทำให้เสียหายหรือได้รับอันตราย **-damages** ค่าชดเชยความเสียหาย
dame (เดม) *n.* คำเรียกหญิงที่มีหน้าที่ดูแลความเรียบร้อยในบ้าน, คุณนาย, หญิงสูงอายุ
damn (แดม) *vt., vi.* **damned, damning** ประณาม, สาปแช่ง, พิพากษาโทษโดยพระเจ้า *-interj.* คำอุทานแสดงความโกรธ ไม่พอใจหรือผิดหวัง *-n.* การประณาม, การแช่ง **-damnation** *n.* (**-S.** (v.) condemn, swear)
damned (แดมด์) *adj.* **damneder, damnedest** ที่ถูกสาปแช่ง, (ภาษาพูด) น่ารังเกียจ เลว *-adv.* **damneder, damnedest** อย่างมาก
★**damp** (แดมพ์) *adj.* **damper, dampest** ชื้น, หมาดๆ *-n.* ความชื้น, ก๊าซพิษในเหมืองถ่านหิน, สิ่งที่ทำให้หมดกำลังใจ *-vt.* **damped, damping** ทำให้ชื้น, ดับไฟ, ทำให้หมดกำลังใจ
dampen (แดม' เพิน) *vt., vi.* **-ened, -ening**

ทำให้ชื้น, ทำให้หดหู่, ทำให้อ่อนแอหรือช้า
damsel (แดม' เซิล) *n.* หญิงสาว, หญิงโสด
damson (แดม' เซิน, -เซิน) *n.* ต้นปาล์มประเภทหนึ่งที่ให้ผลสีม่วงเข้ม, สีม่วงเข้ม
★**dance** (แดนซ์) *vi., vt.* **danced, dancing** เต้นรำ, กระโดดด้วยความตื่นเต้น, เคลื่อนที่ขึ้นๆ ลงๆ, เข้าร่วมการเต้นรำ *-n.* การเต้นรำ, งานเต้นรำ, ดนตรีสำหรับเต้นรำ **-dancer** *n.*
dandelion (แดน' เดิลไลเอิน) *n.* วัชพืชชนิดหนึ่ง มีดอกสีเหลืองสด มีกลีบดอกมากมาย
dandruff (แดน' เดริฟ) *n.* รังแค
★**danger** (เดน' เจอร์) *n.* อันตราย, สิ่งที่เป็นอันตราย, ความไม่ปลอดภัย **-dangerous** *adj.* **-dangerously** *adv.* (**-S.** jeopardy, peril)
dangle (แดง' เกิล) *v.* **-gled, -gling** *-vi.* แขวนแบบหลวมๆ และแกว่งไปมา *-vt.* ทำให้แกว่ง, ทำให้ความหวังลอยไปลอยมา **-dangly** *adj.*
dank (แดงค์) *adj.* **danker, dankest** ชื้นแฉะ, อับชื้น **-dankly** *adv.* (**-S.** damp, humid)
dapper (แดพ' เพอร์) *adj.* ที่แต่งตัวดี, ที่แต่งตัวเรียบร้อย, มีชีวิตชีวา, คล่องแคล่ว (**-S.** smart)
dapple (แดพ' เพิล) *vt.* **-pled, -pling** ทำให้เป็นจุด, ทำให้เป็นรอยด่าง **-dappled** *adj.*
★**dare** (แดร์) *vt., vi.* **dared, daring** กล้าหาญ, ท้าทาย, เผชิญหน้าอย่างกล้าหาญ, กล้าเสี่ยง *-v. aux.* กล้า *-n.* ความกล้าหาญ, การท้าทาย
daredevil (แดร์' เดฟว์เวิล) *n.* คนที่กล้าบ้าบิ่น, คนที่ชอบเสี่ยง *-adj.* กล้าบ้าบิ่น, ชอบเสี่ยง
daren't ย่อจาก dare not
★**daring** (แด' ริง) *adj.* ชอบเสี่ยง, ชอบผจญภัย, กล้า *-n.* ความกล้าหาญ, ความกล้าอย่างบ้าบิ่น **-daringly** *adv.* (**-S.** (adj.) adventurous, brave)
★**dark** (ดาร์ค) *adj.* **darker, darkest** มืด, (ผิว) คล้ำ, ที่โศกเศร้า, เป็นความลับ, (สี) เข้ม, คลุมเครือ, ไม่มีความรู้, ชั่วร้าย *-n.* ความมืด, กลางคืน, สีเข้ม, ความไม่รู้ **-darkness** *n.* (**-S.** (adj.) dim, obscure **-A.** (adj.) bright)
darken (ดาร์' เคิน) *v.* **-ened, -ening** *-vt.* ทำให้มืด, ทำให้คล้ำ, ทำให้ทึบ, ทำให้เศร้าโศก, ทำให้คลุมเครือ *-vi.* มืด (**-S.** blacken, dim)
dark horse ม้ามืด, คนที่ประสบความสำเร็จโดยที่ไม่มีใครคาดคิดมาก่อน
darkroom (ดาร์ค' รูม, -รุม) *n.* ห้องมืดใช้สำหรับล้างฟิล์ม อัดขยายภาพและล้างภาพ
darling (ดาร์' ลิง) *n.* ที่รัก, ผู้เป็นที่รักหรือที่ชื่นชม *-adj.* เป็นที่ชื่นชม, เป็นที่รัก (**-S.** (n.) lover, sweetheart (n., adj.) dear)
darn (ดาร์น) *vt., vi.* **darned, darning** ชุน *-n.* รอยชุน (**-S.** (v., n.) mend)
dart (ดาร์ท) *n.* ลูกดอก, การเคลื่อนที่อย่างรวดเร็ว *-vi., vt.* **darted, darting** เคลื่อนที่อย่างรวดเร็ว, พุ่ง, ปาอย่างรวดเร็ว **-darts** เกมปาเป้า
dash (แดช) *vt., vi.* **dashed dashing** โยน, ชนหรือตีอย่างแรง, ผสมกัน, ทำลาย, ทำอย่างรวดเร็ว, ทำให้เสียกำลังใจ, เคลื่อนที่อย่างรวดเร็ว *-n.* การตีอย่างรวดเร็ว, การเคลื่อนที่อย่างรวดเร็ว, ส่วนผสมปริมาณเล็กน้อย, เครื่องหมายขีด (—) ใช้เมื่อขยายความ, ความกระฉับกระเฉง
dashboard (แดช' บอร์ด, -โบร์ด) *n.* แผงหน้าปัดที่แสดงการทำงานของพาหนะ, บังโคลน
DAT (แดท) *n.* ย่อจาก digital audio tape เทปคาสเซ็ตต์ที่บันทึกข้อมูลด้วยระบบดิจิตอล ซึ่งให้คุณภาพเสียงที่ดีเทียบเท่าคอมแพกต์ดิสก์
★**data** (เด' ทะ, แดท' ทะ, ดา' ทะ) *n.* ข้อเท็จจริง, ข้อมูล (**-S.** facts, information)
data bank, databank (เด' ทะแบงค์, แดท' ทะ-) *n.* คลังข้อมูลคอมพิวเตอร์
database, data base (เด' ทะเบซ, แดท' ทะ-) *n.* ฐานข้อมูลคอมพิวเตอร์ที่มีการจัดเรียงข้อมูลอย่างเป็นระบบ
database management system โปรแกรมสำหรับจัดการฐานข้อมูลคอมพิวเตอร์ ย่อว่า DBMS
★**date**[1] (เดท) *n.* วันเดือนปี, การระบุวันที่, เวลาที่เกิดเหตุการณ์บางอย่าง, ช่วง, ยุค, การนัดหมายกับเพศตรงข้าม *-vt., vi.* **dated, dating** ลงวันที่, แสดงวันเดือนปี, ระบุยุคสมัย, มีนัดกับเพศตรงข้าม **-out of date** ล้าสมัย **-up to date** ทันสมัย **-datable** *adj.* (**-S.** (n.) day, era)
date[2] (เดท) *n.* อินทผาลัม
dated (เด' ทิด) *adj.* ที่บอกยุคสมัย, ล้าสมัย, โบราณ (**-S.** outdated, outmoded)
dateless (เดท' ลิซ) *adj.* ที่ไม่สามารถระบุวันที่หรือยุคได้, ที่ไม่มีกำหนดเวลา, ไม่มีที่สิ้นสุด
★**daughter** (ดอ' เทอร์) *n.* ลูกสาว
daughter-in-law (ดอ' เทอร์อินลอ) *n., pl.* **daughters-in-law** (ดอ' เทอร์ซ์-) ลูกสะใภ้
daunt (ดอนท์, ดานท์) *vt.* **daunted, daunting** ทำให้ขลาดกลัว, ทำให้หมดกำลังใจ
dauntless (ดอนท์' ลิซ, ดานท์'-) *adj.* กล้าหาญ, ไม่หวาดกลัว **-dauntlessly** *adv.* (**-S.** brave)
davit (แดฟว์' วิท, เด' วิท) *n.* เครื่องยกอุปกรณ์หรือสิ่งของที่ติดด้านข้างเรือ
dawdle (ดอด' เดิล) *vi., vt.* **-dled, -dling**

A B C D E F G H I J K L M N O P Q R S T U V W X Y Z

A B C D E F G H I J K L M N O P Q R S T U V W X Y Z

เถลไถล, ปล่อยเวลาให้เปล่าประโยชน์, อู้ **-dawdler** *n.* (**-S.** linger, loiter **-A.** hasten)

dawn (ดอน) *n.* รุ่งอรุณ, การเริ่มต้น, การปรากฏขึ้นเป็นครั้งแรก *-vi.* **dawned, dawning** เริ่มต้นวันใหม่, ปรากฏขึ้น, เกิดขึ้น (**-A.** (n.) twilight)

★**day** (เด) *n.* วัน, เวลาระหว่างพระอาทิตย์ขึ้นและตก, เวลา 24 ชั่วโมง, ช่วงเวลาทำงาน, ช่วงที่สำคัญในชีวิต, ช่วงชีวิต **-days** ยุค, สมัย

day bed, daybed (เด' เบด) *n.* โซฟาที่ปรับเป็นเตียงนอนได้

daybreak (เด' เบรค) *n.* รุ่งอรุณ (**-S.** dawn)

daydream (เด' ดรีม) *n.* การฝันกลางวัน, การจินตนาการถึงสิ่งที่ปรารถนา *-vi.* **-dreamed/-dreamt, -dreaming** ฝันกลางวัน, จินตนาการถึงสิ่งที่ปรารถนา (**-S.** (n.) dream, imagination)

daylight (เด' ไลท์) *n.* แสงอาทิตย์, ช่วงกลางวัน, รุ่งอรุณ (**-S.** dawn, daytime, sunlight)

daytime (เด' ไทม์) *n.* ช่วงเวลาระหว่างพระอาทิตย์ขึ้นและตก, ช่วงกลางวัน

daze (เดซ) *vt.* **dazed, dazing** ทำให้งุนงง, ทำให้สับสน *-n.* ภาวะที่งุนงงและสับสน

dazzle (เดซ' เซิล) *vt., vi.* **-zled, -zling** ทำให้ตาพร่าหรืองุนงงจากแสงที่จ้า, ทำให้หลงใหล *-n.* สิ่งที่ทำให้ตาพร่า (**-S.** (v.) daze, fascinate)

dB, db ย่อจาก decibel เดซิเบลเป็นหน่วยวัดความดังของเสียง

DBMS ย่อจาก database management system โปรแกรมจัดการฐานข้อมูลของคอมพิวเตอร์

DBS ย่อจาก direct broadcasting by satellite การออกอากาศโดยตรงจากดาวเทียม

DC, dc ย่อจาก direct current ไฟฟ้ากระแสตรง

DCC ย่อจาก digital compact cassette เทปบันทึกแม่เหล็กที่ให้คุณภาพเสียงเทียบเท่าคอมแพกต์ดิสก์

DDT ย่อจาก dichlorodiphenyltrichloroethane ยาฆ่าแมลงที่มีฤทธิ์รุนแรงและเป็นพิษต่อคน

deacon (ดี' เคิน) *n.* เจ้าหน้าที่ในโบสถ์ของศาสนาคริสต์ **-deaconess** *n. fem.*

★**dead** (เดด) *adj.* **deader, deadest** ตาย, ไม่มีชีวิต, ไม่มีความรู้สึก กำลังหรือการเคลื่อนไหว, เฉื่อยชา, ที่เลิกใช้งาน, ล้าสมัย, ไม่มีชีวิตชีวา, แน่นอน, สมบูรณ์ *-adv.* อย่างสิ้นเชิง, โดยสมบูรณ์ **-the dead** คนตาย (**-S.** (adj.) gone)

deaden (เดด' เดิน) *vt., vi.* **-ened, -ening** ทำให้ไม่มีชีวิตชีวา, ทำให้น่าเบื่อ, ทำให้ไม่มีความรู้สึก, ทำให้เสียงผ่านไม่ได้ (**-S.** diminish, dull)

dead end จุดสิ้นสุดของระยะทาง, ทางตัน

deadline (เดด' ไลน์) *n.* เส้นตาย, กำหนดเวลาในการทำงานหรือชำระเงิน

deadlock (เดด' ลอค) *n.* ภาวะชะงักงันเนื่องจากไม่มีฝ่ายใดได้เปรียบหรือเสียเปรียบ

deadly (เดด' ลี) *adj.* **-lier, -liest** ที่ทำให้ถึงตาย, เหมือนตาย, มีอันตรายมาก, อย่างยิ่ง, อย่างมาก *-adv.* เหมือนตาย, อย่างมาก

dead weight น้ำหนักทั้งหมดของวัตถุ, น้ำหนักของพาหนะเมื่อไม่ได้บรรทุกสินค้า

deadwood (เดด' วุด) *n.* กิ่งหรือต้นไม้ที่ตาย, คนหรือสิ่งที่ไม่มีประโยชน์

★**deaf** (เดฟ) *adj.* **deafer, deafest** ที่สามารถได้ยินเพียงบางส่วนหรือไม่ได้ยินเลย, ไม่สนใจฟัง **-deaf-and-dumb** หูหนวกและเป็นใบ้ **-the deaf** คนหูหนวก **-deafness** *n.*

deafen (เดฟ' เฟิน) *vt.* **-ened, -ening** ทำให้หูหนวกเนื่องจากเสียงดังมาก

deaf-mute, deaf mute (เดฟ' มิวท์) *n.* คนที่หูหนวกและเป็นใบ้

★**deal**[1] (ดีล) *vt., vi.* **dealt** (-เดลท์), **dealing** แบ่งปัน, แจกจ่าย, แจกไพ่, เกี่ยวข้อง, ปฏิบัติ, รับผิดชอบ, ทำธุรกิจ, จัดการ *-n.* การแจกไพ่, การติดต่อทางธุรกิจ, ข้อตกลงทางธุรกิจ

deal[2] (ดีล) *n.* จำนวน ปริมาณ หรือระดับที่มาก **-a good/great deal** มีจำนวนมาก, มีปริมาณมาก, อย่างมาก

dealer (ดี' เลอร์) *n.* ผู้ติดต่อทำการค้า, พ่อค้า, คนแจกไพ่ (**-S.** salesman, trader)

dealing (ดี' ลิง) *n.* วิธีปฏิบัติตนต่อผู้อื่น, การซื้อขาย **-dealings** การติดต่อหรือความสัมพันธ์ทางธุรกิจ (**-S.** conduct, treatment)

dealt (เดลท์) *v.* กริยาช่อง 2 และ 3 ของ deal[1]

dean (ดีน) *n.* คณบดี, หัวหน้าบาทหลวง, ผู้อาวุโส

★**dear** (เดียร์) *adj.* **dearer, dearest** ที่รัก, มีค่ามาก, แพง, กระตือรือร้น *-n.* ผู้เป็นที่รัก, ที่รัก *-adv.* ที่มีราคาแพง *-interj.* คำอุทานแสดงความเศร้า ความประหลาดใจ **-dearly** *adv.* (**-S.** (adj.) darling, expensive **-A.** (adj.) cheap, hateful)

dearth (เดิร์ธ) *n.* ความขาดแคลน, ความอดอยาก, ความไม่พอเพียง (**-S.** deficiency, shortage)

★**death** (เดธ) *n.* ความตาย, สภาวะที่ตาย, สาเหตุของการตาย, การสิ้นสุด (**-S.** decease)

deathless (เดธ' ลิซ) *adj.* เป็นอมตะ, ไม่มีที่สิ้นสุด, ไม่มีวันตาย (**-S.** eternal, immortal)

deathly (เดธ' ลี) *adj.* ที่ทำให้ถึงตาย, เหมือนตาย *-adv.* เหมือนตาย, อย่างมาก

death penalty โทษตัดสินประหารชีวิต

debar (ดีบาร์') *vt.* **-barred, -barring** ป้องกัน, ขัดขวาง, กีดกัน, ห้าม (-S. exclude, prevent)
debark (ดิบาร์ค') *vt., vi.* **-barked, -barking** ขนสินค้าออกจากเรือหรือเครื่องบิน, ขึ้นฝั่ง
debase (ดิเบซ') *vt.* **-based, -basing** ทำให้คุณค่าหรือคุณภาพลดลง, ทำให้เสื่อม, ทำให้ตกต่ำ **-debasement** *n.* (-S. degrade)
debatable (ดิเบ' ทะเบิล) *adj.* ที่อภิปรายกันได้, ที่สอบถามได้, เป็นที่โต้เถียง (-S. arguable)
debate (ดิเบท') *vi., vt.* **-bated, -bating** ถกเถียง, โต้วาที, อภิปราย, ทะเลาะ *-n.* การอภิปราย, การพิจารณา, การโต้วาที **-debater** *n.* (-S. (v.) argue, consider, discuss)
debauch (ดิบอช') *vt.* **-bauched, -bauching** ทำทุจริต, ทำผิดศีลธรรม, หมกมุ่นในสิ่งที่ตนพอใจ *-n.* การทำตามความพอใจของตน, การทำผิดศีลธรรม, การทำตัวเสเพล
debenture (ดิเบน' เชอร์) *n.* หลักฐานแสดงการเป็นหนี้, เอกสารการคืนเงินภาษีศุลกากร
debilitate (ดิบิล' ลิเทท) *vt.* **-tated, -tating** ทำให้อ่อนแอ, ทำให้หมดกำลัง (-S. weaken)
debility (ดิบิล' ลิที) *n., pl.* **-ties** ภาวะที่อ่อนแอ, ภาวะที่หมดกำลังหรือเหนื่อยล้า (-S. fatigue)
debit (เดบ' บิท) *n.* รายการแสดงความเป็นหนี้ในบัญชี, การลงบัญชีหนี้ทางด้านซ้ายมือของบัญชี *-vt.* **-ited, -iting** ลงบัญชีหนี้ทางซ้ายมือ
debit card บัตรเดบิต เป็นบัตรที่มีมูลค่าในตัวเอง สามารถนำไปซื้อสินค้าหรือใช้บริการได้โดยหักมูลค่าของบัตรตามการใช้ เช่น บัตรโทรศัพท์ หรือหักเงินในบัญชีเงินฝากทันทีเมื่อมีการใช้บัตร เช่น บัตรเดบิตที่ออกโดยธนาคารซึ่งใช้แทนเงินสด
debris, débris (ดะบรี', เด-, เด' บรี) *n.* ซากปรักหักพัง, การสะสมของเศษหิน, ขยะ
★**debt** (เดท) *n.* หนี้สิน, ภาวะที่เป็นหนี้, ข้อตกลงที่จะจ่ายหรือคืนบางสิ่ง **-debtor** *n.*
debug (ดีบัก') *vt.* **-bugged, -bugging** กำจัดแมลง, (ภาษาพูด) ค้นหาอุปกรณ์ดักฟังและถอดออก, ค้นหาและแก้ไขในส่วนที่ผิดพลาด
debunk (ดีบังค์') *vt.* **-bunked, -bunking** เปิดโปงข้อเท็จจริง (-S. deflate, expose)
debut, début (เดบิว', เด' บิว) *n.* การปรากฏตัวเป็นครั้งแรก, การออกสังคมเป็นครั้งแรก
debutante (เดบ' บิวทานท์, เด' บิว-) *n.* หญิงสาวผู้ออกสู่สังคมเป็นครั้งแรก
Dec. ย่อจาก December เดือนธันวาคม
deca- คำอุปสรรค หมายถึง 10, สิบ
decade (เดค' เคด, เดเคด') *n.* ช่วงเวลา 10 ปี, กลุ่มที่มีสมาชิก 10 คนหรือ 10 สิ่ง
decadent (เดค' คะเดินท์, ดิเคด' เดินท์) *adj.* ที่อยู่ในภาวะถดถอย, เสื่อมศีลธรรม, เสื่อมโทรม **-decadence** *n.* (-S. immoral)
decaffeinated (ดีแคฟ' ฟะเนทิด, -แคฟ' ฟีอะ-) *adj.* ที่สกัดเอาสารกาเฟอีนออก
Decalogue, Decalog (เดค' คะลอก) *n.* บัญญัติ 10 ประการในศาสนาคริสต์
decamp (ดิแคมพ์') *vi.* **-camped, -camping** ออกจากค่าย, หลบหนี (-S. escape, flee)
decapitate (ดิแคพ' พิเทท) *vt.* **-tated, -tating** ประหารชีวิตด้วยการตัดศีรษะ, ตัดหัว
decarbonize (ดีคาร์' บะไนซ์) *vt.* **-ized, -izing** นำคาร์บอนออก **-decarbonization** *n.*
decathlon (ดิแคธ' เลิน, -ลอน) *n.* การแข่งทศกรีฑา, การแข่งกรีฑา 10 ประเภท
★**decay** (ดิเค') *vi.* **-cayed, -caying** เน่าเปื่อย, เสื่อมสลาย, ทรุดโทรม, มีคุณภาพลดลง *-n.* การเสื่อมสลายหรือเน่าเปื่อย (-S. (v.) corrode)
decease (ดิซีซ') *vi.* **-ceased, -ceasing** ตาย *-n.* การตาย, ความตาย (-S. (v.) die (n.) demise)
deceased (ดิซีซท์') *adj.* ที่ไม่มีชีวิต, ที่ใช้งานไม่ได้ **-the deceased** ผู้ตาย (-S. defunct)
★**deceit** (ดิซีท') *n.* การโกหกหลอกลวง, กลลวง, เรื่องโกหก, อุบาย **-deceitful** *adj.* **-deceitfully** *adv.* **-deceitfulness** *n.* (-S. fraud)
★**deceive** (ดิซีฟว์') *vt., vi.* **-ceived, -ceiving** ทำให้เข้าใจผิด, หลอกลวง, ทรยศ (-S. mislead)
decelerate (ดีเซล' ละเรท) *vt., vi.* **-ated, -ating** ทำให้ช้าลง, ทำให้ไม่ก้าวหน้า
★**December** (ดิเซม' เบอร์) เดือนธันวาคม
decency (ดี' เซินซี) *n., pl.* **-cies** ความเหมาะสม, ความถ่อมตัว, ความสุภาพ **-decencies** ขนบธรรมเนียมหรือบรรทัดฐานของสังคม
decent (ดี' เซินท์) *adj.* เหมาะสม, สุภาพ, อ่อนน้อม, น่านับถือ, เพียงพอ **-decently** *adv.*
decentralize (ดีเซน' ทระไลซ์) *vt., vi.* **-ized, -izing** กระจายอำนาจหรือความเจริญจากส่วนกลางไปยังส่วนย่อย **-decentralization** *n.*
deception (ดิเซพ' ชัน) *n.* การโกหกหลอกลวง, กลลวง, อุบาย, ภาวะที่ถูกหลอก
deceptive (ดิเซพ' ทิฟว์) *adj.* ที่โกหกหลอกลวง, ที่ทำให้เข้าใจผิด **-deceptively** *adv.*
deci- คำอุปสรรค หมายถึง 10^{-1}, หนึ่งในสิบ
decibel (เดซ' ซะเบิล, -เบล) *n.* หน่วยวัดระดับความเข้มของเสียง ย่อว่า dB

A B C D E F G H I J K L M N O P Q R S T U V W X Y Z

★**decide** (ดิไซด') *vt., vi.* **-cided, -ciding** ตัดสินใจ, ตัดสินการแข่งขัน คดีความและอื่นๆ, ทำให้ตัดสินใจ, เลือก (**-S.** choose, determine)
decided (ดิไซ' ดิด) *adj.* ไม่ลังเล, เด็ดขาด, ชัดเจน **-decidedly** *adv.* (**-S.** determined)
deciduous (ดิซิจ' จูเอิซ) *adj.* ที่หลุดออกและเกิดขึ้นใหม่ เช่น ฟัน ใบไม้, ที่ผลัดใบตามฤดู
decimal (เดซ' ซะเมิล) *n.* เลขทศนิยม, เลขฐานสิบ *-adj.* เป็นเลขฐานสิบ
decimal point จุดทศนิยม
decimate (เดซ' ซะเมท) *vt.* **-mated, -mating** ทำลายหรือฆ่าเป็นจำนวนมาก, ฆ่าคนที่สิบ, เลือกฆ่าหนึ่งในสิบคน
decipher (ดิไซ' เฟอร์) *vt.* **-phered, -phering** ถอดรหัส, แปลความหมาย, ทำความเข้าใจ
★**decision** (ดิซิฌ' ฌัน) *n.* การพิจารณา, การตัดสินใจ, คำตัดสิน, ข้อสรุป, ความมุ่งมั่น
decisive (ดิไซ' ซิฟว์) *adj.* มุ่งมั่น, เป็นบทสรุป, มีความสามารถในการตัดสินใจ, สำคัญ, เด็ดขาด, ไม่ลังเล **-decisively** *adv.* (**-S.** firm)
★**deck**[1] (เดค') *n.* ดาดฟ้าเรือ, ดาดฟ้า, พื้นหรือชั้น, ไพ่ 1 สำรับ **-clear the deck** เตรียมพร้อม
deck[2] (เดค) *vt.* **decked, decking** ประดับประดา, ตกแต่ง (**-S.** adorn, beautify, enrich)
deck chair เก้าอี้แบบพับได้สำหรับนอนพัก
deckle edge ขอบกระดาษที่ขรุขระหรือเป็นขุยๆ **-deckle-edged** *adj.*
declaim (ดิเคลม') *vi., vt.* **-claimed, -claiming** กล่าวสุนทรพจน์, พูดอย่างใส่อารมณ์
★**declare** (ดิแคลร์') *vt., vi.* **-clared, -claring** ประกาศอย่างเป็นทางการ, เปิดเผย, รับรอง, แสดงความคิดเห็น, ทำรายการเพื่อเสียภาษี **-declaration** *n.* (**-S.** announce, reveal)
decline (ดิไคลน์') *vi., vt.* **-clined, -clining** ปฏิเสธอย่างสุภาพ, ทรุดโทรม, เสื่อมลงช้าๆ, ค่อยๆ ลดต่ำลง, ทำให้ลาดเอียง *-n.* การเสื่อมลงอย่างช้าๆ, ทางลาดลง (**-S.** (v.) degenerate)
decode (ดีโคด') *vt.* **-coded, -coding** ถอดรหัส, แปลความหมาย **-decoder** *n.*
decolonize (ดีคอล' ละไนซ์) *vt.* **-nized, -nizing** ทำให้เป็นอิสระ, ทำให้ไม่เป็นเมืองขึ้น
decompose (ดีเคิมโพซ') *vt., vi.* **-posed, -posing** แยกส่วนประกอบ, ทำให้เน่าเปื่อย, แตกสลาย **-decomposition** *n.* (**-S.** decay)
décor, decor (เด' คอร์, เดคอร์') *n.* การตกแต่ง, รูปแบบในการตกแต่ง (**-S.** decoration)
★**decorate** (เดค' คะเรท) *vt.* **-rated, -rating** ตกแต่ง, ประดับ, ทาสี, มอบเครื่องหมายหรือเหรียญ **-decoration** *n.* **-decorative** *adj.* **-decorator** *n.* (**-S.** adorn, honor **-A.** spoil)
decoy (*n.* ดี' คอย, ดิคอย', *v.* ดิคอย') *n.* คนหรืออุบายที่ล่อให้ติดกับ, นกต่อ *-vt.* **-coyed, -coying** ล่อให้ติดกับ (**-S.** (n., v.) lure (v.) entrap)
★**decrease** (*v.* ดิครีซ', *n.* ดี' ครีซ) *vi., vt.* **-creased, -creasing** ลดลง *-n.* การลดลง, ปริมาณที่ลดลง (**-S.** (v.) diminish, lessen)
decree (ดิครี') *n.* คำสั่ง, พระราชโองการ, พระราชกฤษฎีกา, คำพิพากษา *-vi., vt.* **-creed, -creeing** ออกคำสั่ง, ออกคำสั่งศาล, มีพระบรมราชโองการ (**-S.** (n., v.) command (n.) verdict)
decrepit (ดิเครพ' พิท) *adj.* ไม่แข็งแรง เก่าหรือโทรมเนื่องจากแก่ ป่วยหรือใช้งานมานาน **-decrepitude** *n.* (**-S.** weak, worn-out)
decry (ดิไคร') *vt.* **-cried, -crying** ประณาม, คัดค้าน, ลดคุณค่า (**-S.** belittle, denounce)
dedicate (เดด' ดิเคท) *vt.* **-cated, -cating** อุทิศ, อุทิศตน, เขียนคำอุทิศในหนังสือ, บูชา **-dedication** *n.* (**-S.** devote, inscribe)
deduce (ดิดูซ', -ดิวซ์') *vt.* **-duced, -ducing** อนุมาน, หาข้อสรุปตามหลักเหตุผล
deduct (ดิดัคท์') *vt.* **-ducted, -ducting** หักออก, ตัดออก (**-S.** withdraw)
deductible (ดิดัค' ทะเบิล) *adj.* ที่สามารถหักออกได้, ที่สามารถลดหย่อนภาษีได้
deduction (ดิดัค' ชัน) *n.* การหักออก, ปริมาณที่หักออก, การนิรนัย, การสรุป **-deductive** *adj.* (**-S.** conclusion, subtraction, withdrawal)
deed (ดีด) *n.* การกระทำ, สิ่งที่ได้กระทำ, ความสำเร็จ, หนังสือสัญญา, พินัยกรรม (**-S.** act)
deem (ดีม) *vt., vi.* **deemed, deeming** คิดว่า, เชื่อว่า, รู้สึกว่า, พิจารณา (**-S.** think)
★**deep** (ดีพ) **deeper, deepest** *adj.* ลึก, ไกลมาก, ที่เข้าใจได้ยาก, ซับซ้อน, เจ้าเล่ห์, ลึกซึ้ง, ที่ยุ่งยาก, มีสีเข้ม, มีเสียงต่ำ, ที่หลับได้สนิท *-n.* ส่วนที่ลึกที่สุด, จุดที่มีความเข้มข้น ลึกหรือเงียบที่สุด, ทะเล *-adv.* ลึกมาก, ซับซ้อนมาก **-deeply** *adv.* **-deepness** *n.* (**-S.** (adj.) bottomless, obscure)
deepen (ดี' เพิน) *vt., vi.* **-ened, -ening** ทำให้ลึกยิ่งขึ้น, ลึกมากขึ้น, เพิ่มความเข้มข้น, ขุดให้ลึกลงไป (**-S.** increase, intensify, scoop out)
deep-freeze (ดีพ' ฟรีซ') *vt.* **-froze, -frozen, -freezing** ทำให้เย็นอย่างรวดเร็ว, แช่แข็ง
deep freezer ตู้แช่เย็นสำหรับเก็บอาหาร

deep-fry (ดีพ' ไฟร') *vt.* **-fried, -frying** ทอดในน้ำมันที่มาก

deep-rooted, deep-seated (ดีพ' รูทิด, -ซีทิด) *adj.* ฝังลึก, ฝังแน่น, มั่นคง

deer (เดียร์) *n., pl.* **deer** กวาง

deface (ดิเฟซ') *vt.* **-faced, -facing** ทำให้เสียโฉม, ทำลายผิวหน้า, ทำลายคุณค่า **-defacement** *n.* (-S. blemish, disfigure)

defame (ดิเฟม') *vt.* **-famed, -faming** ทำลายชื่อเสียง, ใส่ร้าย, ทำให้เสื่อมเสีย (-S. slander)

default (ดิฟอลท์') *n.* การทำผิดสัญญา, การไม่ชำระหนี้ตามสัญญา *-vt., vi.* **-faulted, -faulting** ไม่ชำระหนี้ตามสัญญา, ไม่ปรากฏตัวต่อศาล, ไม่ทำตามสัญญา **-defaulter** *n.*

★**defeat** (ดิฟีท') *vt.* **-feated, -feating** ชนะ, ทำให้พ่ายแพ้, ทำให้หมดหวัง, ทำลาย *-n.* ชัยชนะ, ความพ่ายแพ้ (-S. (v.) conquer (v., n.) ruin)

defeatist (ดิฟีท' ทิซท์) *n.* ผู้ที่มองตัวเองว่าไม่สามารถประสบความสำเร็จ **-defeatism** *n.*

defecate (เดฟ' ฟิเคท) *vi., vt.* **-cated, -cating** ถ่ายอุจจาระ, ทำความสะอาด **-defecation** *n.*

defect (*n.* ดี' เฟคท์, *v.* ดิเฟคท์') *n.* ข้อบกพร่อง, รอยตำหนิ *-vi.* **-fected, -fecting** แปรพักตร์, เอาใจออกห่าง **-defection** *n.* (-S. (n.) flaw)

defective (ดิเฟค' ทิฟว์) *adj.* มีจุดบกพร่อง, ไม่สมบูรณ์, มีตำหนิ (-S. flawed, impaired)

★**defend** (ดิเฟนด์') *vt., vi.* **-fended, -fending** ป้องกัน, ปกป้อง, พูดหรือเขียนสนับสนุน, แก้ต่างคดี **-defendable** *adj.* **-defender** *n.*

defendant (ดิเฟน' เดินท์) *n.* จำเลย, ผู้ต้องหา

★**defense, defence** (ดิเฟนซ์') *n.* การปกป้อง, การป้องกัน, วิธีป้องกัน, การอ้างเหตุผลสนับสนุน, การปฏิเสธข้อกล่าวหาของจำเลย **-defenseless** *adj.* **-defenselessness** *n.*

defensive (ดิเฟน' ซิฟว์) *adj.* ที่เป็นการป้องกัน, ที่มีไว้ป้องกัน *-n.* ภาวะหรือตำแหน่งที่เตรียมป้องกัน **-defensively** *adv.*

defer (ดิเฟอร์') *vt., vi.* **-ferred, -ferring** หน่วงเหนี่ยว, ถ่วงเวลา, เลื่อนเวลา (-S. postpone)

deference (เดฟ' เฟอเรินซ์, เดฟ' เฟรินซ์) *n.* การยอมตาม, การเคารพความเห็นของผู้อื่น

defiance (ดิไฟ' เอินซ์) *n.* การต่อต้าน, การไม่เชื่อฟัง, การท้าทาย (-S. disobedience)

defiant (ดิไฟ' เอินท์) *adj.* ที่ต่อต้าน, ที่ไม่เชื่อฟัง, ที่ท้าทาย **-defiantly** *adv.* (-S. disobedient)

deficient (ดิฟิช' เชินท์) *adj.* ที่ไม่สมบูรณ์, ที่ขาดแคลน, ที่ไม่พอเพียง **-deficiency** *n.*

deficit (เดฟ' ฟิซิท) *n.* เงินที่ขาดดุลในบัญชี

define (ดิไฟน์') *vt., vi.* **-fined, -fining** ให้คำจำกัดความ, อธิบายความหมาย, กำหนดขอบเขต, ทำให้เห็นเด่นชัด **-definable** *adj.*

★**definite** (เดฟ' ฟะนิท) *adj.* แน่นอน, ชัดเจน, ถูกต้อง, ที่เจาะจง **-definitely** *adv.* (-S. certain)

definite article คำแสดงความชี้เฉพาะของนาม ได้แก่คำว่า the

definition (เดฟฟะนิช ชัน) *n.* คำจำกัดความ, คำอธิบาย, ความชัดเจน, ความคมชัดของภาพหรือสัญญาณ, การกำหนดขอบเขต

definitive (ดิฟิน' นิทิฟว์) *adj.* เด็ดขาด, แน่นอน, ไม่เปลี่ยนแปลง, เป็นข้อสรุป (-S. final)

deflate (ดิเฟลท') *vt., vi.* **-flated, -flating** ปล่อยอากาศหรือก๊าซออก, ลดขนาดหรือความสำคัญลง, ทำให้เกิดภาวะเงินฝืด

deflation (ดิเฟล' ชัน) *n.* การปล่อยอากาศ ลดขนาดหรือความสำคัญ, ภาวะที่ถูกกระทำดังกล่าว, ภาวะเงินฝืด **-deflationary** *adj.*

deflect (ดิเฟลคท์') *vi., vt.* **-flected, -flecting** ทำให้เปลี่ยน หันเหหรือเบี่ยงเบนจากทิศทางเดิม **-deflection** *n.* **-deflective** *adj.* (-S. deviate)

deflower (ดีเฟลา' เออร์) *vt.* **-ered, -ering** ทำลายความบริสุทธิ์, ข่มขืน, เด็ดดอกไม้

deforest (ดีฟอ' ริซท์) *vt.* **-ested, -esting** ตัดไม้ทำลายป่า, โค่นป่า **-deforestation** *n.*

deform (ดิฟอร์ม') *vt., vi.* **-formed, -forming** ทำให้เสียรูปทรง, ทำให้เสียโฉม, ทำให้พิการ

deformed (ดิฟอร์มด์') *adj.* บิดเบี้ยว, ผิดรูป, พิการ, น่าเกลียด (-S. disfigured)

deformity (ดิฟอร์' มิทิ) *n., pl.* **-ties** สภาพที่เสียรูปทรง, คนหรือสิ่งที่เสียรูปทรง, สิ่งที่ชำรุด

defraud (ดิฟรอด') *vt.* **-frauded, -frauding** หลอกลวง, โกง (-S. cheat, swindle)

defrost (ดีฟรอซท์') *vt., vi.* **-frosted, -frosting** เอาน้ำแข็งออก, ทำให้น้ำแข็งละลาย

deft (เดฟท์) *adj.* **defter, deftest** ชำนาญ, คล่องแคล่ว, เชี่ยวชาญ (-S. adroit, dexterous)

defunct (ดิฟังค์ท์') *adj.* ตาย, หมดอายุ, ที่ใช้งานไม่ได้ **-the defunct** ผู้เสียชีวิต (ภาษากฎหมาย)

defuse (ดีฟิวซ์') *vt.* **-fused, -fusing** ปลดสายชนวนระเบิด, ลดอันตรายหรือความรุนแรง

defy (ดิไฟ') *vt.* **-fied, -fying** ต่อต้าน, ดื้อดึง, ฝ่าฝืน, เผชิญหน้า, ท้าทาย (-S. confront, disobey)

degenerate (*adj.* ดิเจน' เนอริท, *v.* -นะเรท) *adj.* ที่เสื่อมลง, ที่ตกต่ำ, ชั่วร้าย *-vi.* **-ated, -ating** เสื่อมลง, มีคุณภาพลดลง, ถดถอย

A B C D E F G H I J K L M N O P Q R S T U V W X Y Z

-degeneration *n.* (-S. (adj.) corrupt, declined)

degrade (ดิเกรด') *vt.* **-graded, -grading** ลดตำแหน่ง, ทำให้ตกต่ำ, ลดคุณค่า, ย่อยสลาย **-degradation** *n.* **-degrading** *adj.*

★**degree** (ดิกรี') *n.* ระดับ, ขั้น, ชั้น, องศา เป็นหน่วยวัดมุมหรืออุณหภูมิ, ปริญญา **-by degrees** ทีละขั้น (-S. grade, level, rank)

dehydrate (ดีไฮ' เดรท) *v.* **-drated, -drating** *-vt.* เอาน้ำออก, ทำให้แห้ง *-vi.* สูญเสียน้ำ, มีสภาพแห้ง **-dehydration** *n.* (-S. desiccate)

deify (ดี' อะไฟ) *vt.* **-fied, -fying** ยกย่อง, บูชา, เทิดทูน **-deification** *n.* (-S. adore, exalt)

deity (ดี' อิที) *n., pl.* **-ties** พระเจ้า, เทวดา **-the Deity** พระผู้เป็นเจ้า (-S. divinity)

deject (ดิเจคท์') *vt.* **-jected, -jecting** ทำให้หมดกำลังใจ, ทำให้เศร้า **-dejection** *n.*

dejected (ดิเจค' ทิด) *adj.* ที่ซึมเศร้า, ที่หดหู่, ที่เป็นทุกข์ **-dejectedly** *adv.* (-S. dispirited)

★**delay** (ดิเล') *vt., vi.* **-layed, -laying** เลื่อนกำหนด, ทำให้เสียเวลา, ถ่วงเวลา *-n.* การถ่วงเวลา, การเลื่อนกำหนด, การทำให้เสียเวลา

delectable (ดิเลค' ทะเบิล) *adj.* น่าพึงพอใจ

delegate (*n.* เดล' ลิเกท, -กิท, *v.* -เกท) *n.* ตัวแทน, ผู้แทน *-vt.* **-gated, -gating** แต่งตั้งตัวแทน, มอบหน้าที่ให้ทำแทน **-delegacy** *n.*

delegation (เดลลิเก' ชัน) *n.* การแต่งตั้งตัวแทน, ตัวแทนหรือกลุ่มตัวแทน

delete (ดิลีท') *vt.* **-leted, -leting** ลบออก, ตัดออก, ยกเลิก **-deletion** *n.* (-S. remove)

deleterious (เดลลิเทีย' เรียซ) *adj.* เป็นอันตราย, เป็นภัยต่อสุขภาพ (-S. harmful)

★**deliberate** (*adj.* ดิลิบ' เบอริท, *v.* -บะเรท) *adj.* ที่เจตนา, รอบคอบ, สุขุม *-vi., vt.* **-ated, -ating** พิจารณาอย่างรอบคอบ, ปรึกษา

deliberation (ดิลิบบะเร' ชัน) *n.* การพิจารณาหรือไตร่ตรองอย่างรอบคอบ, การกระทำที่รอบคอบ, ความชักช้า **-deliberations** การปรึกษาพิจารณาก่อนตัดสินใจ

★**delicate** (เดล' ลิคิท) *adj.* ประณีต, ละเอียดอ่อน, สวยงาม, บอบบาง, ยุ่งยาก, ที่ต้องใช้ความชำนาญ, ที่ใส่ใจความรู้สึกของผู้อื่น, มีความรู้สึกไว, อร่อย, มีสีอ่อน **-delicately** *adv.* **-delicacy** *n.* (-S. fine, fragile)

delicatessen (เดลลิคะเทซ' เซิน) *n.* ร้านค้าที่ขายอาหารสำเร็จรูป, อาหารสำเร็จรูป

★**delicious** (ดิลิช' เชิซ) *adj.* มีรสชาติดี, อร่อย, ที่น่าพอใจ (-S. appetizing, delectable)

★**delight** (ดิไลท์') *n.* ความสนุกสนาน, ความพึงพอใจ, ความสุข, สิ่งที่ทำให้เกิดความยินดี *-vi., vt.* **-lighted, -lighting** มีความสุข, มีความยินดี, ทำให้มีความสุข (-S. (n.) happiness)

delightful (ดิไลท์' เฟิล) *adj.* น่ายินดี, ที่ทำให้ยินดี, ที่ให้ความสุข **-delightfully** *adv.*

delineate (ดิลิน' นีเอท) *vt.* **-ated, -ating** ร่างภาพ, อธิบายด้วยภาพ, บรรยาย **-delineation** *n.* (-S. describe, portray, sketch)

delinquent (ดิลิง' เควินท์, -ลิน'-) *adj.* ที่ทำผิดกฎหมาย, ไม่ชำระหนี้หรือภาษี *-n.* ผู้ทำผิดกฎหมาย **-delinquency** *n.*

delirious (ดิเลีย' เรียซ) *adj.* ที่พูดเพ้อ, ที่ขาดสติ, ที่ไม่สามารถควบคุมตัวเองได้ **-deliriously** *adv.*

delirium (ดิเลีย' เรียม) *n., pl.* **-iums/-ia** (-เรีย) ภาวะที่ไม่สามารถควบคุมอารมณ์ได้, ภาวะสับสนทางจิตที่ทำให้เห็นภาพหลอน ตัวสั่นและพูดเพ้อ

★**deliver** (ดิลิฟว์' เวอร์) *vt., vi.* **-ered, -ering** ส่งจดหมายหรือพัสดุ, ป้องกันอันตราย, ปล่อยเป็นอิสระ, กล่าวปราศรัย, ส่ง, ช่วยคลอดทารก, คลอดทารก, มอบ, ขว้าง, ตี **-deliverer** *n.*

deliverance (ดิลิฟว์' เวอเรินซ์, -ลิฟว์' เรินซ์) *n.* การปลดปล่อยให้เป็นอิสระ (-S. liberation)

delivery (ดิลิฟว์' วะรี, -ลิฟว์' รี) *n., pl.* **-ies** การนำส่ง, สิ่งที่ถูกนำส่ง, การให้กำเนิดทารก, การขว้างหรือตี, การส่งมอบ, การปลดปล่อย, การถ่ายโอน, การกล่าวปราศรัย (-S. distribution)

dell (เดล) *n.* หุบเขาเล็กๆ ที่มีต้นไม้ปกคลุม

delta (เดล' ทะ) *n.* อักษรกรีกอันดับสี่, วัตถุที่มีรูปร่างคล้ายสามเหลี่ยม, สันดอนสามเหลี่ยมปากแม่น้ำ

delude (ดิลูด') *vt.* **-luded, -luding** หลอกลวง, ตบตา, ทำให้เข้าใจผิด (-S. cheat, deceive)

deluge (เดล' ลิวจ์) *n.* น้ำท่วมอย่างหนัก, ฝนที่ตกอย่างหนัก, การไหลทะลักของสิ่งของจำนวนมาก (-S. downpour, flood, rush)

delusion (ดิลู' ฌัน) *n.* การหลอกลวง, ภาวะที่ถูกหลอกลวง, ความเชื่อผิดๆ (-S. misleading)

delusive (ดิลู' ซิฟว์) *adj.* ที่หลอกลวง, เป็นของปลอม, เป็นของไม่จริง **-delusively** *adv.*

de luxe, deluxe (ดิลัคซ์', -ลุคซ์') *adj.* หรูหราสง่างาม, ที่มีคุณภาพสูง (-S. elegant, luxurious)

delve (เดลฟว์) *vi., vt.* **delved, delving** ขุด, ค้นหาข้อมูล (-S. burrow, search)

demagnetize (ดีแมก' นิไทซ์) *vt.* **-ized, -izing** ทำให้หมดสภาพการเป็นแม่เหล็ก

A B C D E F G H I J K L M N O P Q R S T U V W X Y Z

demagogue (เดม' มะกอก) *n.* ผู้นำที่ใช้วิธีปลุกระดมมวลชนให้คล้อยตาม (-S. agitator)
★**demand** (ดิแมนด์') *vt., vi.* **-manded, -manding** เรียกร้อง, ขอข้อมูล, ถาม, ต้องการ, ออกคำสั่ง *-n.* การเรียกร้อง, สิ่งที่ต้องการ, ความต้องการที่เร่งด่วน, อุปสงค์ (-S. (v.) ask, claim)
demarcation (ดีมาร์' เคชัน) *n.* เส้นแสดงขอบเขต, การกำหนดขอบเขต, การแบ่งแยก
demean (ดิมีน') *vt.* **-meaned, -meaning** ลดศักดิ์ศรี, ลดคุณค่า, ถ่อมตัว (-S. degrade)
demeanor, demeanour (ดิมี' เนอร์) *n.* ความประพฤติ, การวางตัว (-S. conduct)
demented (ดิเมน' ทิด) *adj.* เป็นบ้า, เสียสติ, วิกลจริต **-dementedly** *adv.* (-S. deranged)
demerit (ดิเมอ' ริท) *n.* ข้อบกพร่อง, บาป
demesne (ดิเมน', -มีน') *n.* กรรมสิทธิ์ในอสังหาริมทรัพย์, อาณาจักร, ที่ดิน
demigod (เดม' มีกอด) *n.* เทพที่เกิดจากเทพและมนุษย์ **-demigoddess** *n. fem.*
demijohn (เดม' มีจอน) *n.* ขวดแก้วขนาดใหญ่มีคอขวดเล็ก มักจะหุ้มด้วยเครื่องสาน
demilitarize (ดีมิล' ลิทะไรซ) *vt.* **-rized, -rizing** ทำให้ปลอดทหาร **-demilitarization** *n.*
demilitarized zone เขตปลอดทหาร
demise (ดิไมซ') *n.* การสิ้นสุด, ความตาย
demo (เดม' โม) *n., pl.* **-os** (ภาษาพูด) การสาธิต เทปบันทึกตัวอย่าง ผลิตภัณฑ์ตัวอย่าง
demob (ดีมอบ') *vt.* **-mobbed, -mobbing** (ภาษาพูด) ปลดระวางกำลังทหาร
demobilize (ดีโม' บะไลซ) *vt.* **-ized, -izing** ปลดประจำการทหาร **-demobilization** *n.*
★**democracy** (ดิมอค' คระซี) *n., pl.* **-cies** การปกครองระบอบประชาธิปไตย, ความเสมอภาคทางการเมืองและสังคมของประชาชน
democrat (เดม' มะแครท) *n.* ผู้ที่นิยมและสนับสนุนระบอบประชาธิปไตย
★**democratic** (เดมมะแครท' ทิค) *adj.* ที่สนับสนุนหรือเกี่ยวกับประชาธิปไตย, ที่มีความเสมอภาค, เกี่ยวกับหรือสำหรับประชาชน
democratize (ดิมอค' คระไทซ) *vt.* **-tized, -tizing** ทำให้เป็นประชาธิปไตย, ทำให้มีความเสมอภาค **-democratization** *n.*
démodé (เดโมเด') *adj.* ล้าสมัย, หมดยุค
demolish (ดิมอล' ลิช) *vt.* **-ished, -ishing** ทำลาย, รื้อ, ทำลายชื่อเสียง **-demolition** *n.*
demon (ดี' เมิน) *n.* ปีศาจ, มาร, คนที่โหดร้าย, คนที่ขยันทำงานมาก, คนที่มีฝีมือ (-S. devil)
demonstrable (ดิมอน' สตระเบิล) *adj.* ที่สามารถพิสูจน์ได้ **-demonstrably** *adv.*
★**demonstrate** (เดม' เมินสเตรท) *v.* **-strated, -strating** *-vt.* สาธิต, พิสูจน์, ทดลอง, อธิบาย *-vi.* แสดงความรู้สึกหรือความคิดเห็นเป็นกลุ่มต่อสาธารณะ, แสดงแสนยานุภาพทางทหาร **-demonstration** *n.* **-demonstrator** *n.*
demonstrative (ดิมอน' สตระทิฟว) *adj.* ที่พิสูจน์ให้เห็น, ที่เปิดเผยความรู้สึก **-demonstratively** *adv.* (-S. expressive, indicative)
demoralize (ดิมอ' ระไลซ) *vt.* **-ized, -izing** ทำให้เสียกำลังใจ, ทำให้สับสน, ทำให้ศีลธรรมเสื่อม **-demoralization** *n.* (-S. dishearten)
demote (ดิโมท') *vt.* **-moted, -moting** ลดขั้น ระดับหรือสถานะ **-demotion** *n.*
demure (ดิเมียวร์') *adj.* **-murer, -murest** สงบเสงี่ยม, ขี้อาย, อ่อนน้อม **-demurely** *adv.* **-demureness** *n.* (-S. modest, shy, timid)
den (เดน) *n.* ถ้ำ, รัง, ที่ซ่อน, ห้องส่วนตัว *-vi.* **denned, denning** อาศัยหรือซ่อนในถ้ำ
deniable (ดิไน' อะเบิล) *adj.* ที่สามารถโต้แย้งได้, ที่สามารถปฏิเสธได้ **-deniably** *adv.*
denial (ดิไน' เอิล) *n.* การปฏิเสธข้อกล่าวหา, การปฏิเสธ, การไม่ทำตามใจตนเอง
denim (เดน' นิม) *n.* ผ้าฝ้ายเนื้อหนาใช้ทำชุดยีนหรือชุดทำงาน **-denims** กางเกงยีน
denizen (เดน' นิเซิน) *n.* ผู้อยู่อาศัย, คน พืชหรือสัตว์ที่อาศัยในท้องถิ่น (-S. inhabitant)
denomination (ดินอมมะเน' ชัน) *n.* การตั้งชื่อกลุ่มศาสนา, การตั้งชื่อเพื่อระบุประเภท, หน่วยสำหรับวัด **-denominational** *adj.*
denote (ดิโนท') *vt.* **-noted, -noting** แสดงถึง, เป็นสัญลักษณ์, หมายความถึง (-S. signify)
denounce (ดิเนาน์ซ') *vt.* **-nounced, -nouncing** วิจารณ์, กล่าวหา, เพิกถอนข้อตกลง **-denouncer** *n.* **-denouncement** *n.*
dense (เดนซ) *adj.* **denser, densest** หนาแน่นมาก, หนา, ทึบแสง, โง่ **-denseness** *n.*
density (เดน' ซิที) *n., pl.* **-ties** ความหนาแน่น, ค่าของมวลต่อปริมาตร
dent (เดนท) *n.* รอยเว้า, รอยบุบ *-vt., vi.* **dented, denting** ทำให้เป็นรอย, ตอก, ทำให้บุบ
dental (เดน' เทิล) *adj.* เกี่ยวกับฟัน, ที่ออกเสียงโดยเอาลิ้นแตะด้านหลังของฟันหน้าด้านบน
dental floss ไหมขัดฟัน
dentifrice (เดน' ทะฟริซ) *n.* ยาสีฟัน
★**dentist** (เดน' ทิซท) *n.* ทันตแพทย์, หมอฟัน

A B C D E F G H I J K L M N O P Q R S T U V W X Y Z

denture (เดน' เชอร์) *n.* ฟันปลอม
denude (ดินูด', -นิวด์') *vt.* **-nuded, -nuding** เปลื้อง, กัดเซาะ **-denudation** *n.*
denunciation (ดินันซีเอ' ชัน, -ชี-) *n.* การประณาม, การกล่าวโทษ (**-S.** blame)
★**deny** (ดิไน') *vt.* **-nied, -nying** โต้แย้ง, ปฏิเสธ, ปฏิเสธไม่รับรู้, ไม่ยอมรับ, บังคับใจตัวเอง
deodorant (ดีโอ' เดอเรินท์) *n.* สารระงับกลิ่น
deodorize (ดีโอ' ดะไรซ์) *vt.* **-ized, -izing** กำจัดกลิ่นที่ไม่ต้องการ, ดับกลิ่น
depart (ดิพาร์ท') *vi., vt.* **-parted, -parting** ออกเดินทาง, จากไป, เบี่ยงเบน, ตาย **-departure** *n.* (**-S.** deviate, leave **-A.** arrive)
departed (ดิพาร์' ทิด) *adj.* ที่จากไป, ตาย **-the departed** กลุ่มคนที่เสียชีวิต, คนที่เพิ่งเสียชีวิต (**-S.** bygone, dead)
department (ดิพาร์ท' เมินท์) *n.* กรม, กอง, เขต, แผนก, ภาค, ทบวง, กระทรวง, จังหวัด, สาขา **-departmental** *adj.* (**-S.** division)
department store ห้างสรรพสินค้า
★**depend** (ดิเพนด์') *vi.* **-pended, -pending** ไว้ใจ, พึ่งพา, รอการตัดสิน (**-S.** lean on)
dependable (ดิเพน' ดะเบิล) *adj.* ที่ไว้ใจได้, ที่เชื่อถือได้ (**-S.** reliable, trustworthy)
dependence, dependance (ดิเพน' เดินซ์) *n.* การพึ่งพาผู้อื่น, ความไว้วางใจ, ภาวะที่ถูกสิ่งอื่นควบคุม, ภาวะที่ช่วยตัวเองไม่ได้
dependency, dependancy (ดิเพน' เดินซี) *n., pl.* **-cies** ประเทศราช, เมืองขึ้น
★**dependent** (ดิเพน' เดินท์) *adj.* ที่ต้องพึ่งพาผู้อื่น, ที่เชื่อใจ, ที่ช่วยตัวเองไม่ได้ *-n.* (หรือ dependant) คนที่ต้องพึ่งพาผู้อื่น
depict (ดิพิคท์') *vt.* **-picted, -picting** อธิบาย, ใช้ภาพอธิบาย, วาดภาพให้เห็น **-depiction** *n.*
deplane (ดีเพลน') *vi.* **-planed, -planing** ลงจากเครื่องบิน
deplete (ดิพลีท') *vt.* **-pleted, -pleting** ทำให้ลดลง, ใช้จนหมด, ทำให้ว่าง **-depletion** *n.*
deplorable (ดิพลอ' ระเบิล, -โพล-) *adj.* น่าเสียดาย, น่าเสียใจ, น่าตำหนิ, น่าละอาย **-deplorably** *adv.* (**-S.** disgraceful)
deplore (ดิพลอร์', -โพลร์') *vt.* **-plored, -ploring** เสียใจ, ไม่เห็นด้วย (**-S.** condemn, lament)
deploy (ดิพลอย') *vt., vi.* **-ployed, -ploying** แปรเป็นแถวหน้ากระดาน, กระจายกำลังพล, จัด **-deployment** *n.* (**-S.** arrange, distribute)
depopulate (ดีพอพ' เพียเลท) *vt.* **-lated, -lating** ลดประชากร **-depopulation** *n.*
deport (ดิพอร์ท', -โพร์ท') *vt.* **-ported, -porting** ขับไล่ออกจากประเทศ, เนรเทศ, ประพฤติ
deportation (ดีพอร์เท' ชัน, -โพร์-) *n.* การเนรเทศ, การถูกขับไล่ (**-S.** banishment, exile)
deportee (ดีพอร์ที', -โพร์-) *n.* ผู้ที่ถูกเนรเทศ
depose (ดิโพซ') *vt.* **-posed, -posing** ทำให้หมดอำนาจ, ขับออกจากตำแหน่ง (**-S.** dethrone)
deposit (ดิพอซ' ซิท) *vt., vi.* **-ited, -iting** วางลง, ตกตะกอน, สะสม, ฝากเงิน, วางมัดจำ *-n.* เงินฝาก, เงินมัดจำ, การตกตะกอน, ชั้นตะกอน **-deposition** *n.* (**-S.** (v.) place)
deposit account บัญชีเงินฝากประจำ
depositor (ดิพอซ' ซิทเทอร์) *n.* ผู้ฝาก
depot (ดี' โพ, เดพ' โพ) *n.* สถานีรถไฟหรือรถโดยสาร, โกดังเก็บของ, คลังเก็บอาวุธทหาร
deprave (ดิเพรฟว์') *vt.* **-praved, -praving** ทำให้เสื่อมทราม, ทำทุจริต **-depravity** *n.*
depreciate (ดิพรี' ชีเอท) *vt., vi.* **-ated, -ating** ลดราคา, ลดคุณค่า, พูดดูถูก **-depreciation** *n.* (**-S.** belittle, devalue)
depredation (เดพพริเด' ชัน) *n.* การปล้น, การโจรกรรม, การทำลายล้าง (**-S.** plundering)
depress (ดิเพรซ') *vt.* **-pressed, -pressing** ทำให้หดหู่, ทำให้ตกต่ำ, ทำให้จมหรือกดลง, ทำให้อ่อนแรง (**-S.** devalue, dispirit **-A.** cheer)
depressed (ดิเพรซท์') *adj.* หดหู่, ซึมเศร้า, อ่อนแอ, ที่จมลง, ที่ลดต่ำลง, ตกต่ำทางเศรษฐกิจ
depressing (ดิเพรซ' ซิง) *adj.* หดหู่, ซึมเศร้า **-depressingly** *adv.* (**-S.** bleak, gloomy)
depression (ดิเพรซ' ชัน) *n.* หลุมหรือแอ่ง, ภาวะซึมเศร้า, ภาวะเศรษฐกิจตกต่ำ, ความกดอากาศต่ำ (**-S.** gloom, hallow, recession)
deprive (ดิไพรฟว์') *vt.* **-prived, -priving** แย่ง, ถอนตำแหน่ง, ตัดสิทธิ **-deprivation** *n.*
deprived (ดิไพรฟว์ด์') *adj.* ที่ขาดโอกาสหรือประสบการณ์, ที่ถูกตัดสิทธิ (**-S.** disadvantaged)
dept, dept. ย่อจาก department แผนก, กรม, กอง, deputy ตัวแทน
★**depth** (เดพธ์) *n.* ความลึก, ความเข้มข้น, ความซับซ้อน, จุดหรือระดับที่ต่ำที่สุด, ความลึกซึ้ง, ความสามารถในการรับรู้ **-depths** ส่วนที่ลึกที่สุด
deputation (เดพเพียเท' ชัน) *n.* บุคคลหรือคณะบุคคลที่ทำหน้าที่เป็นตัวแทน
deputize (เดพ' เพียไทซ์) *vt., vi.* **-tized, -tizing** แต่งตั้งให้เป็นตัวแทน, เป็นตัวแทน
★**deputy** (เดพ' เพียที) *n., pl.* **-ties** ตัวแทน,

ผู้รักษาการแทน (-S. representative, substitute)
deputy (vice) rector รองอธิการบดี
derail (ดีเรล') *vi., vt.* **-railed, -railing** วิ่งออกนอกราง, ทำให้วิ่งตกราง **-derailment** *n.*
derange (ดิเรนจ') *vt.* **-ranged, -ranging** ก่อกวน, ทำให้ยุ่งเหยิง, ทำให้จิตใจสับสนวุ่นวาย, ทำให้เสียสติ **-derangement** *n.*
derby (เดอร์' บี, ดาร์' บี) *n., pl.* **-bies** หมวกสักหลาดชนิดแข็งและมีปีกแคบ
derelict (เดอ' ระลิคท) *adj.* ที่ถูกทอดทิ้ง, ที่ละทิ้งหน้าที่, ที่เป็นซากหักพัง *-n.* สิ่งที่ถูกทอดทิ้ง, คนจรจัด, คนที่ถูกทอดทิ้ง (-S. (adj.) abandoned)
dereliction (เดอระลิค' ชัน) *n.* การละทิ้งหน้าที่, การทอดทิ้ง (-S. abandonment, negligence)
deride (ดิไรด') *vt.* **-rided, -riding** ดูถูก, เยาะเย้ย, หัวเราะเยาะ **-derision** *n.* (-S. scorn)
de rigeur (ดะ' รีเกอร์') *adj.* ตามขนบธรรมเนียม, ตามมารยาท, ตามสมัยนิยม
derisive (ดิไร' ซิฟว์, -ซิฟว์) *adj.* ที่แสดงความดูถูกหรือเยาะเย้ย (-S. contemptuous, jeering)
derisory (ดิไร' ซะรี, -ซะ-) *adj.* ที่แสดงความดูถูก, น่าหัวเราะเยาะ, น่าดูถูก (-S. ridiculous)
derivation (เดอระเว' ชัน) *n.* การสืบทอด, รากศัพท์, แหล่งที่มา (-S. origin, root)
derivative (ดิริฟ' วะทิฟว์) *adj.* ที่ได้มาจากแหล่งอื่น *-n.* สิ่งที่เป็นผลมาจากสิ่งอื่น, คำศัพท์ที่เกิดจากการผสมคำ
derive (ดิไรฟว์') *vt., vi.* **-rived, -riving** ได้มาจาก, มาจาก, กำเนิดมาจาก, สืบหาที่มา
dermatology (เดอร์มะทอล' ละจี) *n.* การศึกษาเกี่ยวกับผิวหนัง **-dermatologist** *n.*
derogatory (ดิรอก' กะทอรี, -โทรี) *adj.* ที่ลดคุณค่าลง, ที่ทำให้เสื่อมเสีย, ที่ทำให้เสียหาย
derrick (เดอร์' ริค) *n.* ปั้นจั่น, โครงเหล็กที่สร้างเหนือบ่อน้ำมันไว้ลำเลียงอุปกรณ์ขุดเจาะบ่อ
★**descend** (ดิเซนด') *vi., vt.* **-scended, -scending** เคลื่อนลงจาก, ตกสู่เบื้องล่าง, โจมตีอย่างกะทันหัน, สืบทอดจาก, มาจาก
descendant (ดิเซน' เดินท) *n.* ทายาท
descent (ดิเซนท') *n.* การตกลงสู่เบื้องล่าง, วงศ์ตระกูล, การตกทอดมรดก, การจู่โจมอย่างกะทันหัน (-S. ancestry, heredity, incline)
★**describe** (ดิสไกรบ') *vt.* **-scribed, -scribing** พูดหรือเขียนอธิบาย, พรรณนา, บอกรายละเอียด, ร่างภาพ (-S. depict, explain)
★**description** (ดิสกริพ' ชัน) *n.* คำอธิบาย, การอธิบายด้วยคำพูดหรือภาพ, ประเภท **-descriptive** *adj.* (-S. explanation, sort)
desecrate (เดซ' ซิเครท) *vt* **-crated, -crating** ลบหลู่หรือทำให้เสื่อมเสีย, ใช้ของศักดิ์สิทธิ์เหมือนเป็นของธรรมดา **-desecration** *n.*
desegregate (ดีเซก' ริเกท) *vt., vi.* **-gated, -gating** ยกเลิกการแบ่งชนชั้นหรือสีผิว
desensitize (ดีเซน' ซิไทซ) *vt.* **-tized, -tizing** ทำให้รู้สึกช้า, ลดความไว **-desensitization** *n.*
★**desert**[1] (เดซ' เซิร์ท) *n.* ทะเลทราย, พื้นดินที่เพาะปลูกไม่ได้ *-adj.* แห้งแล้ง, อ้างว้าง
desert[2] (ดิเซิร์ท') *vt., vi.* **-serted, -serting** ทอดทิ้ง, ละทิ้ง, ละทิ้งหน้าที่, หนีทัพ **-deserter** *n.* **-desertion** *n.* (-S. abandon, leave)
★**deserve** (ดิเซิร์ฟว์') *vt., vi.* **-served, -serving** เหมาะสมกับ, สมควรได้รับ (-S. justify, merit)
deserved (ดิเซิร์ฟว์ด') *adj.* ที่สมควรได้รับ, เป็นที่ยุติธรรมแล้ว **-deservedly** *adv.*
deserving (ดิเซอร์' วิง) *adj.* ที่สมควรได้รับหรือควรค่าแก่รางวัล คำชมหรือความช่วยเหลือ
desiccant (เดซ' ซิเคินท) *n.* สารดูดความชื้น
desiccate (เดซ' ซิเคท) *v.* **-cated, -cating** *-vt.* ทำให้แห้ง, เอาน้ำหรือความชื้นออก, ถนอมอาหารโดยเอาความชื้นออก *-vi.* แห้ง, แห้งสนิท
desiccator (เดซ' ซิเคเทอร์) *n.* อุปกรณ์อบอาหารให้แห้ง, ภาชนะที่มีวัสดุดูดความชื้น
★**design** (ดิไซน์') *vt., vi.* **-signed, -signing** คิดค้น, วางแผน, ออกแบบ, คิดสร้างสรรค์, ตั้งเป้าหมาย *-n.* แผนการ, เป้าหมาย, ความตั้งใจ, ลวดลาย, สิ่งที่ถูกออกแบบ, การออกแบบ, การจัดองค์ประกอบ, การร่าง, รูปแบบ
designate (*v.* เดซ' ซิกเนท, *adj.* -นิท) *vt.* **-nated, -nating** กำหนด, ระบุ, แต่งตั้ง, ตั้งชื่อ *-adj.* ที่ได้รับการแต่งตั้งแต่ยังไม่ได้เข้าทำงาน **-designation** *n.* **-designative** *adj.*
designer (ดิไซ' เนอร์) *n.* ผู้ออกแบบ, ผู้เป็นต้นความคิด, ผู้วางแผน (-S. creator)
★**desirable** (ดิไซ' ระเบิล) *adj.* มีค่า, เป็นที่พึงปรารถนา, ที่กระตุ้นความต้องการ, มีเสน่ห์ดึงดูด **-desirability** *n.* (-S. attractive, benefical)
★**desire** (ดิไซร์') *vt.* **-sired, -siring** ปรารถนา, ต้องการ, ร้องขอ *-n.* ความต้องการ, ความปรารถนา, คำร้องขอ, สิ่งที่ต้องการ, ราคะ
desirous (ดิไซ' เริซ) *adj.* มีความต้องการ, ที่อยากได้มาก (-S. avid for, craving)
desist (ดิซิซท', -ซิซท') *vi.* **-sisted, -sisting** หยุด, ระงับ, เลิก (-S. abstain, cease)
★**desk** (เดซค) *n.* โต๊ะ, แท่นอ่านพระคัมภีร์, โต๊ะ

A B C D E F G H I J K L M N O P Q R S T U V W X Y Z

หรือบูทสำหรับติดต่อหรือให้บริการ
desktop (เดซค' ทอพ) *n.* พื้นที่ทำงานบนโต๊ะ *-adj.* ที่ออกแบบมาเพื่อใช้บนโต๊ะ
desktop computer คอมพิวเตอร์แบบตั้งโต๊ะ
desolate (*adj.* เดซ' ซะลิท, เดซ'-, *v.* -เลท) *adj.* ที่รกร้าง, แห้งแล้ง, ถูกทอดทิ้ง, อ้างว้าง, ซึมเศร้า, ไร้ผู้คน *-vt.* **-lated, -lating** ทอดทิ้ง, ทำให้รกร้าง, ทำให้ซึมเศร้า, ทำให้เสียหาย **-desolation** *n.* (-**S.** (adj.) barren, sad)
despair (ดิสแปร์') *vi.* **-spaired, -spairing** ไม่มีความหวัง, หมดหวัง *-n.* ความสิ้นหวัง, คนหรือสิ่งที่ทำให้สิ้นหวัง (-**S.** (n.) hopelessness)
despairing (ดิสแป' ริง) *adj.* ที่เศร้าโศก, ซึ่งสิ้นหวัง **-despairingly** *adv.* (-**S.** hopeless)
despatch (ดิสแปช') *v., n.* ดู dispatch
desperado (เดซพะรา' โด, -เร'-) *n., pl.* **-does/-dos** อันธพาล, อาชญากร (-**S.** outlaw)
desperate (เดซ' เพอริท) *adj.* ที่สิ้นหวัง, กล้าอย่างไม่คิดชีวิตเพราะสิ้นหวัง, ที่เสี่ยงอันตราย, ที่วิกฤติ, ที่รุนแรง **-desperately** *adv.* **-desperation** *n.* (-**S.** hopeless, reckless)
despicable (เดซ' พิคะเบิล, ดิสปิค' คะ-) *adj.* น่ารังเกียจ, ที่ชั่วร้าย **-despicably** *adv.*
despise (ดิสไปซ์') *vt.* **-spised, -spising** รังเกียจ, เกลียด, ดูถูก, ไม่เห็นความสำคัญ
despite (ดิสไปท์') *prep.* แม้ว่า, ทั้งๆ ที่
despond (ดิสปอนด์') *vi.* **-sponded, -sponding** สิ้นหวัง, ขลาดกลัว, หดหู่
despondency (ดิสปอน' เดินซี) *n.* ความเศร้าโศกหรือท้อแท้, ความสิ้นหวัง, ความขลาดกลัว **-despondent** *adj.* **-despondently** *adv.*
★**dessert** (ดิเซิร์ท') *n.* ของหวานหลังอาหารหลัก
dessertspoon (ดิเซิร์ท' สปูน) *n.* ช้อนของหวาน
destination (เดซทะเน' ชัน) *n.* จุดหมายปลายทาง, จุดมุ่งหมาย (-**S.** station, terminus)
destiny (เดซ' ทะนี) *n., pl.* **-nies** โชคชะตา, ชะตากรรม (-**S.** fate, lot)
destitute (เดซ' ทิทูท, -ทิวท์) *adj.* ขาดแคลน, ยากจน, มีไม่เพียงพอ **-destitution** *n.*
★**destroy** (ดิสตรอย') *vt.* **-stroyed, -stroying** ทำลาย, ทำให้เสียหาย, กำจัด, ฆ่า (-**S.** demolish)
destroyer (ดิสตรอย' เออร์) *n.* ผู้ทำลาย, ตัวทำลาย, เรือรบพิฆาตขนาดเล็ก
★**destruction** (ดิสตรัค' ชัน) *n.* การทำลาย, ภาวะการถูกทำลาย, สาเหตุหรือวิธีการทำลาย
destructive (ดิสตรัค' ทิฟว์) *adj.* ที่ชอบทำลาย, ที่ทำให้เสียหาย, ที่เป็นอันตราย, ที่เป็นศัตรู **-destructively** *adv.* **-destructiveness** *n.*
detach (ดิแทช') *vt.* **-tached, -taching** แยกออก, ปลดออก, ส่งกองทัพหรืออื่นๆ ไปปฏิบัติการพิเศษ **-detachable** *adj.* (-**S.** separate)
detached (ดิแทชท์') *adj.* ที่แยกออกมา, เป็นกลาง, ไม่มีอคติ, สันโดษ (-**S.** separated)
detachment (ดิแทช' เมินท์) *n.* การแบ่งแยก, การแยกออก, ภาวะที่อยู่โดดเดี่ยว, ความเป็นกลาง, กองทัพหรืออื่นๆ ที่ไปปฏิบัติการพิเศษ
★**detail** (*n.* ดิเทล', ดี' เทล, *v.* ดิเทล') *n.* รายละเอียด, ข้อปลีกย่อย, ส่วนประกอบเล็กๆ น้อยๆ *-vt.* **-tailed, -tailing** บอกหรือใส่รายละเอียด
detailed (ดิเทลด์', ดี' เทลด์) *adj.* มีรายละเอียดมาก, ละเอียดลออ (-**S.** minute)
detain (ดิเทน') *vt.* **-tained, -taining** ทำให้ล่าช้า, หน่วงเหนี่ยว, กักกัน (-**S.** confine, hinder)
detainee (ดีเทนี', ดิเท-) *n.* ผู้ที่ถูกกักกัน
detect (ดิเทคท์') *vt.* **-tected, -tecting** ค้นพบ, สืบหา, สังเกต, ตรวจหา, จับคลื่นวิทยุได้ **-detectable** *adj.* **-detection** *n.*
★**detective** (ดิเทค' ทิฟว์) *n.* นักสืบ, สายสืบ
detector (ดิเทค' เทอร์) *n.* อุปกรณ์ตรวจวัดความเปลี่ยนแปลงหรือตรวจหาวัตถุ
détente, detente (เดทานท์' -ทางท์) *n.* การผ่อนคลายความตึงเครียดระหว่างคู่กรณี
detention (ดิเทน' ชัน) *n.* การกักขังหน่วงเหนี่ยว, ภาวะที่ถูกกักขัง, การทำโทษนักเรียนโดยกักให้อยู่เย็นหลังเลิกเรียน
deter (ดิเทอร์') *vt.* **-terred, -terring** กีดขวาง, ยับยั้ง, ทำให้ไม่กล้าทำ **-determent** *n.*
detergent (ดิเทอร์' เจินท์) *n.* สารทำความสะอาด, ผงซักฟอก *-adj.* มีพลังในการทำความสะอาด (-**S.** (n.) cleaner, cleanser)
deteriorate (ดิเทีย' รีอะเรท) *vt., vi.* **-rated, -rating** ทำให้เสื่อมลง, ทำให้แย่ลง, อ่อนแอลง **-deterioration** *n.* (-**S.** degenerate)
determinant (ดิเทอร์' มะเนินท์) *adj.* ที่สามารถคาดการณ์ได้ *-n.* ปัจจัย, ตัวกำหนด
determinate (ดิเทอร์' มะนิท) *adj.* ชัดเจน, แน่นอน, ที่เจาะจง, ที่ไม่เปลี่ยนแปลง
★**determination** (ดิเทอร์มะเน' ชัน) *n.* ความมุ่งมั่น, ความตั้งใจ, ความแน่นอน, การตัดสินใจ, การกำหนด, การสิ้นสุด, การค้นหา
★**determine** (ดิเทอร์' มิน) *vt., vi.* **-mined, -mining** ตัดสินใจ, ค้นหา, ตั้งใจ, กำหนด, เลือก, ระบุ, ทำให้ตัดสินใจ, ทำให้ยุติหรือสิ้นสุดตาม

กฎหมาย (-S. choose, decide, discover)
determined (ดิเทอร์' มินด์) *adj.* ที่มุ่งมั่น, ที่ตัดสินแล้ว, แน่วแน่, มั่นคง (-S. firm, resolute)
deterrent (ดิเทอร์' เรินท์) *adj.* ที่ขัดขวางหรือยับยั้ง *-n.* ตัวยับยั้ง, อุปสรรค
detest (ดิเทซท์') *vt.* **-tested, -testing** เกลียดชัง, รังเกียจ, ไม่ชอบ **-detestable** *adj.* **-destestably** *adv.* (-S. abhor, loathe)
dethrone (ดีโธรน') *vt.* **-throned, -throning** ทำให้ออกจากบัลลังก์, ขับออกจากตำแหน่ง
detonate (เดท' เทินเนท) *vt., vt.* **-nated, -nating** เกิดระเบิดอย่างรุนแรงและมีเสียงดัง, ทำให้ระเบิด **-detonation** *n.* (-S. explode)
detonator (เดท' เทินเนเทอร์) *n.* ระเบิด, ประจุระเบิด (-S. explosive)
detour (ดี' ทัวร์, ดิทัวร์') *n.* ทางอ้อม, เส้นทางสำรอง *-vi., vt.* **-toured, -touring** ไปทางอ้อม, ทำให้ต้องอ้อม (-S. (n.) bypass, byroad)
detoxicate (ดีทอค' ซิเคท) *vt.* **-cated, -cating** ดู detoxify
detoxify (ดีทอค' ซะไฟ) *vt.* **-fied, -fying** ถอนพิษ, ล้างพิษ **-detoxification** *n.*
detract (ดิแทรคท์') *vt., vi.* **-tracted, -tracting** ถอนหรือเอาออก, เบี่ยงเบนความสนใจ, ทำให้คุณค่าลดลง, ลดความสำคัญ **-detractor** *n.* **-detraction** *n.* (-S. diminish, divert)
detriment (เดท' ทระเมินท์) *n.* ความเสียหายสูญเสียหรือบาดเจ็บ (-S. damage)
detrimental (เดททระเมน' เทิล) *adj.* เป็นอันตราย, เป็นผลเสีย, เป็นภัย, ที่ทำให้เสียหาย
detritus (ดิไทร' เทิซ) *n., pl.* **detritus** เศษหิน, เศษทราย, ซากปรักหักพัง (-S. debris, rubble)
deuce (ดูซ, ดิวซ์) *n.* แต้มบนไพ่หรือลูกเต๋าที่มีค่าสอง, คะแนน 40 เสมอกันในการแข่งเทนนิส
devalue, devaluate (ดีแวล' ลิว, -แวล' ลิวเอท) *vt., vi.* **-ued, -uing/-ated, -ating** ลดคุณค่า, ลดค่าเงิน **-devaluation** *n.*
devastate (เดฟว์' วะสเตท) *vt.* **-tated, -tating** ทำลาย, ทำให้พินาศ, ทำให้พ่ายแพ้, ทำให้หมดหวัง **-devastation** *n.* (-S. destroy, overwhelm)
★**develop** (ดิเวล' เลิพ) *vt., vi.* **-oped, -oping** พัฒนา, ขยาย, เติบโต, ก้าวหน้า, ล้างฟิล์มภาพหรือแม่พิมพ์, ค่อยๆ ปรากฏ, ทำให้เป็นประโยชน์, เติบโตทีละขั้น (-S. grow, progress)
developer (ดิเวล' ละเพอร์) *n.* ผู้บุกเบิก, ผู้พัฒนา, น้ำยาล้างฟิล์ม ภาพหรือแม่พิมพ์
developing country ประเทศกำลังพัฒนา
★**development** (ดิเวล' เลิพเมินท์) *n.* การพัฒนา, ภาวะที่มีการพัฒนา, ความก้าวหน้า, พัฒนาการ, ลำดับของการพัฒนา, สิ่งที่ถูกพัฒนา
development area บริเวณที่มีการลงทุนทางอุตสาหกรรม ทำให้คนมีงานทำ
deviant (ดี' วีเอินท์) *adj.* ที่แตกต่างจากมาตรฐาน, ที่แปลกไปจากปกติ *-n.* คนที่มีความคิดและพฤติกรรมต่างไปจากกฎเกณฑ์ของสังคม
deviate (ดี' วีเอท) *vi., vt.* **-ated, -ating** หันเห, ไถล, เบี่ยงเบน, ไม่ทำตามกฎเกณฑ์, ทำให้แตกต่าง (-S. diverge, swerve)
deviation (ดีวีเอ' ชัน) *n.* การเบี่ยงเบน, ความคิดหรือพฤติกรรมที่แปลกไปจากกฎเกณฑ์ทางสังคม, การเบี่ยงเบนของเข็มทิศ, ความเบี่ยงเบนทางสถิติ (-S. aberration, abnormality)
★**device** (ดิไวซ์') *n.* อุปกรณ์, เครื่องมือ, สิ่งประดิษฐ์, แผนการ, สัญลักษณ์ (-S. appliance)
★**devil** (เดฟว์' เวิล) *n.* ปีศาจ, คนเลว, คนเจ้าเล่ห์, สัตว์ร้าย *-vt.* **-iled, -iling/-illed, -illing** ใส่เครื่องปรุงมาก, ก่อกวน **-between the devil and the deep blue sea** อยู่ในภาวะกลืนไม่เข้าคายไม่ออก **-the Devil** หัวหน้าซาตาน
devilfish (เดฟว์' เวิลฟิช) *n., pl.* **devilfish/-fishes** ปลาประเภทปลากระเบน
devilish (เดฟว์' วะลิช) *adj.* ชั่วร้าย, โหดร้าย, เลวมาก, มาก *-adv.* (ภาษาพูด) อย่างมาก
devil-may-care (เดฟว์เวิลเมแคร์') *adj.* กล้าบ้าบิ่น, ไม่ระมัดระวัง, ชอบเสี่ยง (-S. reckless)
devilry, deviltry (เดฟว์' เวิลรี, -เวิลทรี) *n., pl.* **-ries, -tries** ความชั่วร้าย, ความโหดร้าย, เวทมนตร์ของปีศาจ, พฤติกรรมที่ชั่วร้าย
devious (ดี' เวียซ) *adj.* เป็นทางอ้อม, ที่คดเคี้ยว, ไม่ซื่อสัตย์, เจ้าเล่ห์, ออกนอกลู่นอกทาง **-deviously** *adv.* **-deviousness** *n.*
devise (ดิไวซ์') *vt.* **-vised, -vising** คิด, วางแผน, ประดิษฐ์, คิดค้น, ทำพินัยกรรม
devisee (ดิไวซี', เดฟว์วิซี') *n.* ผู้ที่ได้รับมรดก
devisor (ดิไว' เซอร์, เดฟว์วิเซอร์') *n.* ผู้ทำพินัยกรรม
devitalize (ดีไวท์' เทิลไลซ์) *-vt.* **-ized, -izing** ทำให้อ่อนแอหรือหมดกำลัง **-devitalization** *n.*
devoid (ดิวอยด์') *adj.* ที่ขาดแคลน, ไม่มี
devolution (เดฟว์วะลู' ชัน, ดีวะ-) *n.* การย้ายอำนาจจากส่วนกลางไปยังท้องถิ่น
devote (ดิโวท') *vt.* **-voted, -voting** อุทิศตน, ทุ่มเท, จงรักภักดี (-S. dedicate, pledge)
devoted (ดิโว' ทิด) *adj.* ที่จงรักภักดี, ที่อุทิศ

A B C D E F G H I J K L M N O P Q R S T U V W X Y Z

ตน, มีใจจดจ่อ **-devotedly** *adv.*
devotee (เดฟว่วะที', -เท') *n.* ผู้มีความศรัทธา, ผู้ที่อุทิศตน, ผู้ที่สนับสนุนหรือทุ่มเทในสิ่งหนึ่ง
devotion (ดิโว' ชัน) *n.* ความซื่อสัตย์, ความรักอย่างลึกซึ้ง, ความศรัทธา, การอุทิศตน, การทุ่มเท **-devotions** การสวดมนต์ (-S. affection)
devour (ดิเวาร์') *vt.* **-voured, -vouring** กินอย่างตะกละ, ทำลาย, กินหรือใช้อย่างสิ้นเปลือง, มีใจจดจ่อ, รับรู้อย่างกระตือรือร้น (-S. consume)
devout (ดิเวาท') *adj.* **-er, -est** ที่อุทิศตนแก่ศาสนา, มีศรัทธา, จริงใจ, ซื่อสัตย์ **-devoutly** *adv.* **-devoutness** *n.* (-S. reverent, sincere)
dew (ดู, ดิว) *n.* น้ำค้าง, หยดน้ำขนาดเล็ก เช่น หยดน้ำตา, ความสดชื่น *-vt.* **dewed, dewing** ทำให้เปียก, ทำให้ชื้น
dewdrop (ดู' ดรอพ, ดิว'-) *n.* หยดน้ำค้าง
dewlap (ดิว' แลพ, ดู'-) *n.* เหนียงสัตว์
dewy (ดู' อี, ดิว'-) *adj.* **-ier, -iest** ชุ่มชื้น, เต็มไปด้วยน้ำค้าง, สดชื่น, บริสุทธิ **-dewily** *adv.*
dexterous, dextrous (เดค' สเตอเริซ, -สเตริซ) *adj.* ชำนาญโดยเฉพาะการใช้มือ, คล่องแคล่ว **-dexterously** *adv.* **-dexterity** *n.*
dextrose (เดค' สโตรซ) *n.* น้ำตาลรูปหนึ่งของน้ำตาลกลูโคส พบในพืช สัตว์และในโลหิตของคน
dharma (ดาร์' มะ, เดอร์'-) *n.* หลักธรรม คำสอนหรือข้อปฏิบัติตามหลักศาสนา
dhow (เดา) *n.* เรือใบชนิดที่มีใบเดียวของชาวอาหรับ
diabetes (ไดอะบี' ทิซ, -ทีซ) *n.* โรคเบาหวาน
diabetic (ไดอะเบท' ทิค) *adj.* ที่เกี่ยวกับโรคเบาหวาน *-n.* คนที่เป็นโรคเบาหวาน
diabolic, diabolical (ไดอะบอล' ลิค, -ลิเคิล) *adj.* เกี่ยวกับหรือเหมือนปีศาจ, ชั่วร้าย, โหดร้าย
diadem (ได' อะเดม, -เดิม) *n.* มงกุฎ, มาลัย
diagnose (ได' เอิกโนซ, -โนซ) *vt., vi.* **-nosed, -nosing** ตรวจสอบ, วินิจฉัย, วิเคราะห์
diagnosis (ไดเอิกโน' ซิซ) *n., pl.* **-ses** (-ซีซ) การวินิจฉัยโรค, การวิเคราะห์, คำวินิจฉัย
diagonal (ไดแอก' กะเนิล) *adj.* ที่เชื่อมระหว่างมุม 2 มุม, ที่เป็นเส้นทแยงมุม, ที่เป็นเส้นขวาง *-n.* เส้นทแยงมุม, เส้นขวาง **-diagonally** *adv.*
diagram (ได' อะแกรม) *n.* แผนภาพ, กราฟ, ภาพเรขาคณิต **-diagrammatic, diagrammatical** *adj.* **-diagrammatically** *adv.*
★**dial** (ได' เอิล) *n.* หน้าปัดนาฬิกาหรือเครื่องวัด, แผงหมุนตัวเลข, ปุ่มปรับบนวิทยุหรือโทรทัศน์ *-vi.* **-aled, -aling/-alled, -alling** ปรับวิทยุหรือโทรทัศน์, หมุนโทรศัพท์
dialect (ได' อะเลคท์) *n.* รูปแบบการใช้ภาษาเฉพาะถิ่น, สำเนียงเฉพาะถิ่น, ภาษาที่ใช้เฉพาะถิ่น **-dialectal** *adj.* (-S. jargon, lingo)
dialogue, dialog (ได' อะลอก) *n.* การสนทนา, บทละคร, คำสนทนา, การแลกเปลี่ยนความคิดเห็น (-S. conversation, debate, script)
diameter (ไดแอม' มิเทอร์) *n.* เส้นผ่านศูนย์กลาง, ความยาวของเส้นผ่านศูนย์กลาง, ความกว้างหรือความหนาของทรงกระบอก
★**diamond** (ได' อะเมินด์, ได' เมินด์) *n.* เพชร, สี่เหลี่ยมขนมเปียกปูน, ไพ่รูปข้าวหลามตัด, สนามแข่งเบสบอล **-diamon jubilee** งานเฉลิมฉลองครบรอบ 60 หรือ 75 ปี **-diamond powder/dust** กากเพชร **-diamond wedding** การฉลองการแต่งงานครบรอบ 60 หรือ 75 ปี
★**diaper** (ได' อะเพอร์, ได' เพอร์) *n.* ผ้าอ้อม

diaper

★**diaphragm** (ได' อะแฟรม) *n.* กะบังลม, แผ่นรับสัญญาณในโทรศัพท์หรือไมโครโฟน, แผ่นยางคุมกำเนิดที่สวมบริเวณปากมดลูก, แผ่นควบคุมปริมาณแสงที่ผ่านเข้าเลนส์
diarist (ได' อะริซท์) *n.* ผู้บันทึกสมุดบันทึกประจำวัน
diarrhea, diarrhoea (ไดอะเรีย') *n.* โรคท้องเสีย, โรคท้องร่วง
★**diary** (ได' อะรี) *n., pl.* **-ries** สมุดบันทึกเหตุการณ์ในแต่ละวัน, ไดอารี, สมุดบันทึกส่วนตัว
diaspora (ไดแอซ' เพอระ) *n.* การกระจัดกระจายของกลุ่มคนที่มีวัฒนธรรม ความเชื่อหรือภาษาเดียวกัน
★**dice** (ไดซ์) *n.* พหูพจน์ของ die², ลูกเต๋าหรือเกมทอยลูกเต๋า *-vi., vt.* **diced, dicing** เล่นหรือพนันเกมทอยลูกเต๋า, ตัดอาหารให้เป็นรูปลูกบาศก์ขนาดเล็ก **-dicebox** กล่องทอยลูกเต๋า
dicer (ได' เซอร์) *n.* เครื่องตัดอาหารเป็นรูปลูกบาศก์
dichotomy (ไดคอท' ทะมี) *n., pl.* **-mies** การแบ่งออกเป็น 2 ส่วน **-dichotomous** *adj.*
dick (ดิค) *n.* (คำสแลง) นักสืบ องคชาต
dickens (ดิค' เคินซ์) *n.* (ภาษาพูด) ปีศาจ
dicker (ดิค' เคอร์) *vi.* **-ered, -ering** ต่อรองราคา, แลกเปลี่ยนสิ่งของ (-S. bargain)
dicky (ดิค' คี) *adj.* **-ier, -iest** อ่อนแอ, ไม่มั่นคง, ขึ้นๆ ลงๆ (-S. infirm, shaky, unsteady)

dictate (*v.* ดิค' เทท, ดิคเทท', *n.* ดิค' เทท) *vt., vi.* **-tated, -tating** ออกคำสั่ง, บังคับ, บอกให้เขียนตาม *-n.* คำสั่ง **-dictation** *n.*

dictator (ดิค' เทเทอร์, ดิคเท'-) *n.* ผู้ปกครองที่มีอำนาจเด็ดขาด (**-S.** autocrat, tyrant)

dictatorial (ดิคทะทอ' เรียล, -โท'-) *adj.* ที่เป็นหรือเกี่ยวกับเผด็จการ, ที่ชอบใช้อำนาจ

dictatorship (ดิคเท' เทอร์ชิพ, ดิค' เท-) *n.* การปกครองแบบเผด็จการ, ประเทศที่ปกครองโดยเผด็จการ, อำนาจเผด็จการ (**-S.** autocracy)

diction (ดิค' ชัน) *n.* การเลือกใช้คำในการพูดหรือเขียน, วิธีในการเปล่งเสียง

★**dictionary** (ดิค' ชะเนอรี) *n., pl.* **-ies** พจนานุกรม, ปทานุกรม

dictum (ดิค' เทิม) *n., pl.* **-ta/-tums** คำประกาศ, ความคิดเห็น, ภาษิต, คำวินิจฉัยของผู้พิพากษา (**-S.** pronouncement, proverb)

did (ดิด) *v.* กริยาช่อง 2 ของ do

didactic (ไดแดค' ทิค) *adj.* ที่ชอบสั่งสอน, ที่เป็นการสอน, ที่มุ่งสั่งสอน **-didactically** *adv.*

didn't (ดิด' เดินท์) ย่อจาก did not

★**die**[1] (ได) *vi.* **died, dying** ตาย, หมดอายุ, จบ, สิ้นสุด, หยุดทำงาน, (ภาษาพูด) อยากได้มาก **-die out** สูญพันธุ์ (**-S.** expire, halt, pass away)

die[2] (ได) *n., pl.* **dies** อุปกรณ์ตัดหรือปั๊มวัสดุให้ได้รูปร่างตามต้องการ, แม่พิมพ์, อุปกรณ์เจาะรู *-pl.* **dice** (ไดซ์) ลูกเต๋า, เกมลูกเต๋า *-vt.* **died, dieing** ตัดหรือทำให้มีรูปร่างด้วยแม่พิมพ์ **-die casting** กระบวนการขึ้นรูปโลหะโดยหลอมโลหะแล้วเทหรือฉีดลงในแม่พิมพ์

die-hard, diehard (ได' ฮาร์ด) *n.* คนหัวดื้อ, คนที่ไม่ย่อท้อต่ออุปสรรค

dieldrin (ดีล' ดริน) *n.* ยาฆ่าแมลงที่มีพิษมากชนิดหนึ่ง

dielectric (ไดอิเลค' ทริค) *n.* ฉนวน, วัสดุที่ไม่นำไฟฟ้า *-adj.* ที่ไม่นำไฟฟ้า

diesel (ดี' เซิล, -เซิล) *n.* พาหนะที่ใช้เครื่องยนต์ดีเซล **-diesel engine** เครื่องยนต์สันดาปภายในที่มีการอัดอากาศในกระบอกสูบให้เกิดความร้อนสูงเพื่อให้รวมกับไอน้ำมันแล้วเกิดการเผาไหม้ขึ้น **-diesel oil** น้ำมันดีเซล

diet[1] (ได' อิท) *n.* อาหาร, โภชนาการ, การเลือกหรือจำกัดอาหารเพื่อสุขภาพ *-vi., vt.* **-eted, -eting** จำกัดหรือเลือกอาหารและเครื่องดื่มเพื่อสุขภาพหรือควบคุมน้ำหนัก, เข้มงวดในเรื่องอาหารการกิน *-adj.* (เครื่องดื่ม) ที่ลดปริมาณน้ำตาล (**-S.** (n.) abstinence, nourishment)

diet[2] (ได' อิท) *n.* สภานิติบัญญัติ, การประชุมระดับชาติหรือนานาชาติ (**-S.** convention)

dietary (ได' อิเทอรี) *adj.* เกี่ยวกับอาหาร, เกี่ยวกับอาหารหรือสัดส่วนอาหารที่อนุญาตให้กิน *-n., pl.* **-ies** ระบบการเลือกอาหารที่กิน, อาหารหรือสัดส่วนอาหารที่อนุญาตให้กิน **-dietary fiber** อาหารที่มีกากมาก เช่น ผัก ผลไม้

★**differ** (ดิฟ' เฟอร์) *vi.* **-fered, -fering** แตกต่างกัน, มีความเห็นต่างกัน, ไม่เห็นด้วย

difference (ดิฟ' เฟอเรินซ์, ดิฟ' เฟรินซ์) *n.* ความแตกต่าง, สิ่งที่แสดงความแตกต่าง, ความไม่เห็นด้วย, ผลต่าง, เศษที่เหลือ

★**different** (ดิฟ' เฟอเรินท์, ดิฟ' เฟรินท์) *adj.* ที่แตกต่างกัน, ที่แบ่งแยก, ที่หลากหลาย, ที่ผิดปกติ **-differently** *adv.* (**-S.** dissimilar)

differentiate (ดิฟฟะเรน' ชีเอท) *vt., vi.* **-ated, -ating** ทำให้เกิดความแตกต่าง, แสดงให้เห็นความแตกต่าง, แบ่งแยก **-differentiation** *n.* (**-S.** contrast, distinguish)

★**difficult** (ดิฟ' ฟิคัลท์, -เคิลท์) *adj.* ยาก, ที่ต้องใช้ความพยายามมาก, ที่เข้าใจยาก, ที่แก้ไขได้ยาก, ซับซ้อน (**-S.** complicated, hard)

★**difficulty** (ดิฟ' ฟิคัลที, -เคิล-) *n., pl.* **-ties** ความลำบาก, อุปสรรค, สิ่งที่เข้าใจได้ยาก, สิ่งที่สลับซับซ้อน, สิ่งที่เอาชนะได้ยาก, สิ่งที่แก้ไขได้ยาก **-difficulties** ปัญหาด้านธุรกิจโดยเฉพาะด้านการเงิน (**-S.** complexity, obstacle)

diffident (ดิฟ' ฟิเดินท์, -เดนท์) *adj.* ไม่มั่นใจ, ขี้อาย, ลังเล **-diffidently** *adv.* **-diffidence** *n.*

diffract (ดิแฟรคท์') *vi., vt.* **-fracted, -fracting** ทำให้คลื่นเลี้ยวเบน **-diffraction** *n.*

diffuse (*v.* ดิฟิวซ์', *adj.* ดิฟิวซ์') *vt., vi.* **-fused, -fusing** ฟุ้งกระจาย, กระจาย, แพร่ออก, รวมของเหลวหรือก๊าซเข้าด้วยกันอย่างช้าๆ *-adj.* ที่ฟุ้งกระจาย, ที่ใช้คำฟุ่มเฟือย **-diffusely** *adv.* **-diffuseness** *n.* (**-S.** (v.) disperse, scatter)

diffusion (ดิฟิว' ฌัน) *n.* การแพร่กระจาย, ภาวะที่มีการแพร่กระจาย, การผสมกันของโมเลกุลของก๊าซหรือของเหลว, การใช้คำอย่างฟุ่มเฟือย (**-S.** distribution, verbosity)

★**dig** (ดิก) *vt., vi.* **dug, digging** ขุดดิน, ขุดทางเดิน, ขุดออกจากดิน, ทำให้เป็นรูปร่างโดยเอาดินออก, ค้นคว้า, กระทุ้งเบาๆ, (คำสแลง) เข้าใจอย่างแท้จริง ชอบสังเกต, ทำงานหรือเรียนอย่างหนัก *-n.* การขุด, (ภาษาพูด) การกระทุ้ง คำวิจารณ์ที่รุนแรง, การขุดค้นทางโบราณคดี **-digs** ห้องพักชั่วคราว

A B C D E F G H I J K L M N O P Q R S T U V W X Y Z

A
B
C
D
E
F
G
H
I
J
K
L
M
N
O
P
Q
R
S
T
U
V
W
X
Y
Z

★**digest** (*v.* ไดเจซท', ดิ-, *n.* ได' เจซท) *vt., vi.* **-gested, -gesting** ย่อยอาหาร, ไตร่ตรอง, สรุป หรือย่อความ, จัดเป็นระบบ, แยกแยะ, ซึมซับ *-n.* บทสรุป, หนังสือรวบรวมข้อความที่สำคัญ

digestible (ไดเจซ' ทะเบิล, ดิ-) *adj.* ที่ย่อยได้

digestion (ไดเจซ' ชัน, ดิ-) *n.* การย่อยอาหาร, ความสามารถในการย่อย, การไตร่ตรอง

digestive (ไดเจซ' ทิฟว์, ดิ-) *adj.* เกี่ยวกับการย่อยอาหาร *-n.* สิ่งที่ช่วยย่อยอาหาร

digit (ดิจ' จิท) *n.* ตัวเลข 0 ถึง 9, นิ้วมือหรือนิ้วเท้า

digital (ดิจ' จิเทิล) *adj.* ที่ทำงานโดยใช้นิ้ว, เกี่ยวกับนิ้วมือ, ที่แสดงเป็นตัวเลข, ที่ทำงานโดยใช้ตัวเลข, ที่บันทึกภาพหรือเสียงในระบบตัวเลข

digital audio tape เทปคาสเซ็ตต์ที่บันทึกข้อมูลด้วยระบบดิจิตอล ทำให้มีคุณภาพเสียงที่ดีเทียบเท่าคอมแพกต์ดิสก์ ย่อว่า DAT

digital recording การบันทึกเสียงที่เปลี่ยนคลื่นเสียงเป็นข้อมูลตัวเลข, เทปหรือดิสก์ที่บันทึกเสียงด้วยระบบดังกล่าว

dignified (ดิก' นะไฟด์) *adj.* มีเกียรติ, มีศักดิ์ศรี, น่ายกย่อง, สง่า, ภูมิฐาน (S. exalted, lofty)

dignify (ดิก' นะไฟ) *vt.* **-fied, -fying** ทำให้มีเกียรติ, ทำให้มีศักดิ์ศรี, ยกย่อง, แต่งตั้งยศให้

dignity (ดิก' นิที) *n., pl.* **-ties** คุณค่าที่ควรแก่การเคารพ, ศักดิ์ศรี, เกียรติยศ, ความเคารพหรือภูมิใจในตนเอง, ตำแหน่งขั้นสูง (-S. glory)

digraph (ได' แกรฟว์) *n.* คู่ตัวอักษรที่ออกเสียงเป็นเสียงเดียว เช่น sh ในคำว่า short

digress (ไดเกรซ', ดิ-) *vi.* **-gressed, -gressing** พูดหรือเขียนออกนอกเรื่อง, เฉไฉออกนอกเรื่อง **-digression** *n.* **-digressive** *adj.*

dike, dyke (ไดค์) *n.* เขื่อน, ร่องน้ำ, ทำนบกั้นน้ำ *-vt.* **diked, diking/dyked, dyking** กั้นน้ำด้วยเขื่อนหรือทำนบ, ระบายน้ำโดยใช้ร่องน้ำ (-S. (n.) embankment)

dilapidate (ดิแลพ' พิเดท) *vt., vi.* **-dated, -dating** ทำลาย, ทรุดโทรม **-dilapidation** *n.*

dilapidated (ดิแลพ' พิเดทิด) *adj.* ที่ทรุดโทรม, ที่พังทลายเป็นเสี่ยงๆ (-S. ruined)

dilate (ไดเลท', ได' เลท) *vt., vi.* **-lated, -lating** ทำให้ใหญ่ขึ้น, ขยายออก **-dilation** *n.*

dilatory (ดิล' ละทอรี, -โทรี) *adj.* ที่ผัดวันประกันพรุ่ง, เฉื่อย, ที่ชักช้า (-S. tardy)

dilemma (ดิเลม' มะ) *n.* สถานการณ์ที่กลืนไม่เข้าคายไม่ออก, ภาวะหนีเสือปะจระเข้

dilettante (ดิล' ลิทานท', ดิลลิทานท', -ทาน' ที) *n., pl.* **-tantes/-tanti** (-ที) ผู้ที่รู้อย่างผิวเผิน, มือสมัครเล่น (-S. amateur)

diligence (ดิล' ละเจินซ์) *n.* ความขยันหมั่นเพียร, ความรอบคอบ (-S. industry)

diligent (ดิล' ละเจินท์) *adj.* ขยัน, รอบคอบ, กระตือรือร้น **-diligently** *adv.* (-S. zealous)

dilute (ไดลูท', ดิ-) *vt.* **-luted, -luting** ทำให้เจือจางโดยการเติมของเหลว *-adj.* ที่เจือจาง

dilution (ไดลู' ชัน, ดิ-) *n.* กระบวนการลดความเข้มข้นหรือทำให้เจือจางลง, สภาวะที่ถูกเจือจาง

dim (ดิม) *adj.* **dimmer, dimmest** มืด, สลัว, มัว, ทึบ, พร่า, ไม่ชัดเจน, ที่สับสน, โง่ *-vt., vi.* **dimmed, dimming** ทำให้มืดลง, ทำให้มัว, ทำให้ทึบ, มืดลง, หรี่ไฟ **-dimly** *adv.*

dime (ไดม์) *n.* เงินเหรียญที่มีค่า 10 เซนต์ของสหรัฐอเมริกาหรือแคนาดา

dimension (ดิเมน' ชัน, ได-) *n.* มิติ (กว้าง ยาว ลึกหรือสูง), ด้าน, แง่มุม **-dimensions** การวัดความยาวของความกว้าง ยาว ลึก หรือสูง, ขนาด, ระดับ **-dimensional** *adj.*

diminish (ดิมิน' นิช) *vt., vi.* **-ished, -ishing** ทำให้เล็กลง, ทำให้ลดลง (-S. lessen, recede)

diminutive (ดิมิน' เนียทิฟว์) *adj.* มีขนาดเล็กมาก, ที่แสดงว่ามีขนาดเล็กมากในไวยากรณ์ *-n.* คำหรือปัจจัยที่ขยายคำเพื่อบอกว่ามีขนาดเล็ก (-S. (adj.) minute, tiny -A. (adj.) big, large)

dimmer (ดิม' เมอร์) *n.* อุปกรณ์ควบคุมความเข้มแสงของไฟอิเล็กทรอนิกส์, ไฟหรี่

dimple (ดิม' เพิล) *n.* ลักยิ้ม, รอยบุ๋ม, รอยบุบ *-vi., vt.* **-pled, -pling** เป็นรอยบุ๋ม

dim sum (ดิม' ซุม', -ซัม') *n.* อาหารจีนหลายชนิดที่เสิร์ฟโดยใส่เข่งหรือจานขนาดเล็ก

din (ดิน) *n.* เสียงดังสนั่นที่ดังอย่างต่อเนื่อง *-vi., vt.* **dinned, dinning** ทำเสียงดังอย่างต่อเนื่อง, ปลูกฝังโดยการพูดซ้ำๆ (-S. (n.) uproar (v.) instil)

dine (ไดน์) *vi., vt.* **dined, dining** รับประทานอาหาร, ให้อาหาร **-dine out** รับประทานอาหารนอกบ้าน (-S. eat, feed)

diner (ได' เนอร์) *n.* ผู้รับประทานอาหาร, ตู้เสบียงของขบวนรถไฟ, ร้านอาหารขนาดเล็ก

ding-dong (ดิง' ดอง) *n.* เสียงระฆังที่ดังอย่างต่อเนื่อง *-adj.* มีเสียงระฆังที่ดังอย่างต่อเนื่อง, ที่ผลัดกันเป็นฝ่ายรุกและรับในการแข่งขัน

dinghy, dingey (ดิง' กี) *n., pl.* **-ghies, -geys** เรือบดขนาดเล็ก, เรือชูชีพ

dingle (ดิง' เกิล) *n.* หุบเขาขนาดเล็ก

dingy (ดิน' จี) *adj.* **-gier, -giest** มอซอ, สกปรก,

น่าเบื่อ **-dingily** *adv.* **-dinginess** *n.* (**-S.** dirty)
dining car ตู้เสบียงของขบวนรถไฟ
dining room ห้องอาหาร
★**dinner** (ดิน' เนอร์) *n.* อาหารมื้อหลักของวัน, อาหารการกินที่จัดเตรียมขึ้นสำหรับโอกาสพิเศษ
dinner jacket ชุดทักซิโด, ชุดราตรีสโมสรของชายที่มีหางสั้น
dinosaur (ได' นะซอร์) *n.* ไดโนเสาร์ เป็นสัตว์เลื้อยคลานดึกดำบรรพ์ซึ่งสูญพันธุ์ไปแล้ว

dinosaur

dint (ดินท์) *n.* พลัง, กำลัง, ความพยายาม, รอยบุ๋ม, รอยบุบ **-by dint of** โดยวิธี, ด้วยวิธี
diocese (ได' อะซิซ, -ซีซ, -ซีซ) *n.* เขตการปกครองของบิชอป **-diocesan** *adj.*
dioxide (ไดออค' ไซด์) *n.* สารประกอบออกไซด์ที่มีออกซิเจน 2 อะตอมกับธาตุอื่น 1 อะตอม
★**dip** (ดิพ) *vt., vi.* **dipped, dipping** จุ่ม, ทาสีโดยใช้วิธีจุ่มลงสี, ชุบ, โบกขึ้นลง, ตัก, ดำน้ำ, จุ่มลงของเหลวแล้วดึงขึ้นอย่างรวดเร็ว, ตกหรือลดลงอย่างรวดเร็ว *-n.* การกระโดดน้ำ, การจุ่มลงของเหลวแล้วดึงขึ้นอย่างรวดเร็ว, ของเหลวสำหรับจุ่ม, ทางลาดลง, การตกลงไปอย่างรวดเร็ว, สิ่งที่แต่งหน้าอาหาร, (คำสแลง) นักล้วงกระเป๋า (**-S.** (v., n.) drop, plunge (n.) immersion)
diphtheria (ดิฟเธีย' เรีย, ดิพ-) *n.* โรคคอตีบเนื่องจากการติดเชื้อแบคทีเรียทำให้หายใจติดขัด
diphthong (ดิฟ' ธอง, ดิพ'-) *n.* สระควบ, เสียงสระควบ, เสียงกล้ำ
diploma (ดิโพล' มะ) *n.* อนุปริญญา, ประกาศนียบัตร, หนังสือสำคัญที่ออกโดยสถาบัน
diplomacy (ดิโพล' มะซี) *n.* ทักษะหรือศิลปะในการสร้างสัมพันธ์ เจรจาต่อรองหรือทำสัญญาระหว่างประเทศ, การทูต, ปฏิภาณ
diplomat (ดิพ' พละแมท) *n.* นักการทูต
diplomatic (ดิพพละแมท' ทิค) *adj.* เกี่ยวกับการทูต, มีศิลปะในการเจรจา, มีปฏิภาณ
dipole (ได' โพล) *n.* สายอากาศซึ่งมี 2 แฉก
dipsomania (ดิพซะเม' เนีย, -เมน'-) *n.* อาการอยากดื่มสุราหรือเครื่องดื่มที่มีแอลกอฮอล์อย่างมาก **-dipsomaniac** *n.*
dipstick (ดิพ' สติค) *n.* อุปกรณ์วัดความลึกหรือวัดปริมาตรของเหลวในภาชนะ
dire (ไดร์) *adj.* **direr, direst** ที่น่ากลัว, เป็นลางร้าย, เป็นภัย, ที่เร่งด่วน **-direly** *adv.*
★**direct** (ดิเรคท์', ได-) *vt., vi.* **-rected, -recting** ควบคุม, สั่ง, จัดการ, แสดงหรือชี้จุดมุ่งหมาย, แนะนำ, กำกับการแสดง, จ่าหน้าซองจดหมาย, เล็ง *-adj.* เป็นทางตรง, ตรงไปตรงมา, โดยตรง, โดยทันที *-adv.* โดยตรง (**-S.** (v.) control)
direct current ไฟฟ้ากระแสตรง ย่อว่า dc หรือ DC
★**direction** (ดิเรค' ชัน, ได-) *n.* การควบคุมหรือจัดการ, คำสั่ง, ทิศทาง, จุดมุ่งหมาย **-directions** คำสั่งหรือคำแนะนำ (**-S.** management)
directional (ดิเรค' ชะเนิล, ได-) *adj.* ที่ออกแบบมาเพื่อให้รับและส่งสัญญาณได้อย่างมีประสิทธิภาพ, ที่ไปตามทิศทาง
direction finder อุปกรณ์ที่ใช้สำหรับหาทิศทางของคลื่นวิทยุหรือสัญญาณต่างๆ
directive (ดิเรค' ทิฟว์, ได-) *n.* คำสั่ง
directly (ดิเรคท์' ลี, ได-) *adv.* โดยตรง, ในทันที, ในช่วงสั้นๆ, อย่างสมบูรณ์ *-conj.* ทันทีที่
direct mail การโฆษณาสินค้าหรือบริการที่ส่งตรงถึงกลุ่มเป้าหมายโดยทางไปรษณีย์
direct object กรรมตรงของกริยาในประโยค
★**director** (ดิเรค' เทอร์, ได-) *n.* ผู้อำนวยการ, ผู้กำกับการแสดง **-directorship** *n.* (**-S.** leader)
directorate (ดิเรค' เทอริท, ได-) *n.* ตำแหน่งผู้อำนวยการ, คณะผู้บริหาร, คณะกรรมการ
directorial (ดิเรคทอ' เรียล, -โท'-, ได-) *adj.* เกี่ยวกับผู้บริหาร, เกี่ยวกับการบริหาร
directory (ดิเรค' ทะรี, ได-) *n., pl.* **-ries** หนังสือรวบรวมรายชื่อหรือรายละเอียดอื่นๆของกลุ่มบุคคลที่เฉพาะเจาะจง,รายชื่อไฟล์ที่เก็บไว้ในอุปกรณ์เก็บข้อมูลทางคอมพิวเตอร์
direct tax ภาษีที่คิดโดยตรงจากรายได้หรือทรัพย์สินของผู้เสียภาษี
dirge (เดิร์จ) *n.* เพลงสวดสำหรับพิธีศพ
dirigible (เดีย' ระจะเบิล, ดะริจ' จะเบิล) *adj.* ที่สามารถควบคุมบังคับได้ *-n.* เรือเหาะ, บอลลูน
★**dirt** (เดิร์ท) *n.* ดิน, สิ่งสกปรก, ของเสีย, สิ่งปฏิกูล, การนินทา, ข้อความลามก **-dirt-cheap** ถูกมากๆ (**-S.** earth, scandal)
★**dirty** (เดอร์' ที) *adj.* **-ier, -iest** สกปรก, ชั่วร้าย, ลามก, ไม่มีศีลธรรม, ไม่มีน้ำใจนักกีฬา, ไม่ซื่อสัตย์, น่ารังเกียจ, ทึมๆ, มีพายุ *-vt., vi.* **-ied, -ying** ทำให้สกปรก, ทำให้แปดเปื้อน **-dirty tricks** การทำลายคู่ต่อสู้โดยวิธีสกปรก **-dirtily** *adv.* (**-S.** filty, nasty, unfair)
dis- คำอุปสรรค หมายถึง ไม่, ตรงข้าม
disability (ดิซอะบิล' ลิที) *n., pl.* **-ties** สภาพที่ไร้ความสามารถ, ข้อบกพร่อง, ความพิการ,

A B C D E F G H I J K L M N O P Q R S T U V W X Y Z

ข้อจำกัด (-S. defect, impairment)
disable (ดิซเอ' เบิล) *vt.* **-bled, -bling** ทำให้พิการ, ทำให้ใช้งานไม่ได้, ตัดสิทธิ์ **-disablement** *n.* (-S. damage, impair)
★**disadvantage** (ดิซเอิดแวน' ทิจ) *n.* ภาวะที่เสียเปรียบ, ความเสียเปรียบ, ความเสียหาย, ข้อบกพร่อง, อุปสรรค *-vt.* **-taged, -taging** ทำให้เสียเปรียบ, ขัดขวาง **-disadvantageous** *adj.* **-disadvantageously** *adv.* (-S. (n.) burden, damage, defect -A. (n.) advantage)
disadvantaged (ดิซเอิดแวน' ทิจด์) *adj.* ยากจน, ที่ขาดโอกาส, ที่เป็นฝ่ายเสียเปรียบ **-the disadvantaged** กลุ่มคนที่ยากจน
disagree (ดิซอะกรี') *vi.* **-greed, -greeing** ขัดแย้ง, ไม่เห็นด้วย, ให้ผลเสีย (-S. argue)
disagreeable (ดิซอะกรี' อะเบิล) *adj.* ไม่เป็นที่พอใจ, ที่ขัดแย้ง, ที่อารมณ์ไม่ดี **-disagreeably** *adv.* **-disagreeableness** *n.*
disagreement (ดิซอะกรี' เมินท์) *n.* ความไม่เห็นด้วย, ความขัดแย้งทางความคิด, การโต้เถียง (-S. conflict, quarrel)
disallow (ดิซอะเลา') *vt.* **-lowed, -lowing** ปฏิเสธ, ห้าม **-disallowance** *n.* (-S. reject)
★**disappear** (ดิซอะเพียร์') *vi.* **-peared, -pearing** หายตัว, สูญหาย, หายสาบสูญ **-disappearance** *n.* (-S. vanish -A. appear)
★**disappoint** (ดิซอะพอยน์ท์') *vt.* **-pointed, -pointing** ทำให้ผิดหวัง, ทำให้พ่ายแพ้, ทำให้ล้มเหลว, ขัดขวาง **-disappointment** *n.*
disappointed (ดิซอะพอยน์ ทิด) *adj.* ที่ไม่สมหวัง, เสียใจ, ที่รู้สึกพ่ายแพ้
disappointing (ดิซอะพอยน์ ทิง) *adj.* ที่ทำให้ผิดหวัง, น่าเสียดาย **-disappointingly** *adv.*
★**disapprove** (ดิซอะพรูฟว์') *vt., vi.* **-proved, -proving** ไม่เห็นด้วย, วิจารณ์, ปฏิเสธ **-disapproval** *n.* **-disapprovingly** *adv.*
disarm (ดิซอาร์ม') *vt., vi.* **-armed, -arming** ทำให้ลดอาวุธหรือกำลังทหาร, ปลดอาวุธ, ทำให้เป็นมิตร **-disarmament** *n.*
disarrange (ดิซอะเรนจ์') *vt.* **-ranged, -ranging** ทำให้ยุ่งเหยิง, ทำให้ไม่เป็นระเบียบ
disarray (ดิซอะเร') *n.* สภาวะที่สับสนวุ่นวาย, ความไม่เป็นระเบียบ *-vt.* **-rayed, -raying** ทำให้สับสนวุ่นวาย, ทำให้ไม่เป็นระเบียบ
★**disaster** (ดิแซซ' เทอร์, -แซซ'-) *n.* ความหายนะ, ภัยพิบัติ, ความโชคร้ายที่เกิดขึ้นอย่างฉับพลัน, (ภาษาพูด) ความล้มเหลว **-disastrous** *adj.* **-disastrously** *adv.* (-S. calamity)
disavow (ดิซอะเวา') *vt.* **-vowed, -vowing** ปฏิเสธ, ไม่ยอมรับ **-disavowal** *n.* (-S. deny)
disband (ดิซแบนด์') *vt., vi.* **-banded, -banding** ทำให้กระจัดกระจาย, ปลดประจำการ, สลาย **-disbandment** *n.* (-S. disperse)
disbelieve (ดิซบิลีฟว์') *vt., vi.* **-lieved, -lieving** ไม่เชื่อ, ไม่ยอมรับ **-disbelief** *n.*
disburden (ดิซเบอร์ เดิน) *vt., vi.* **-dened, -dening** ปลดปล่อย, บรรเทา, ปลดภาระ
disburse (ดิซเบิร์ซ') *vt.* **-bursed, -bursing** จ่ายเงิน, ชำระหนี้ **-disbursement** *n.*
disc (ดิซค์) *n.* ดู disk
discard (*v.* ดิสการ์ด', *n.* ดิซ' คาร์ด) *vt., vi.* **-carded, -carding** ละทิ้ง, กำจัด, ทิ้งไพ่, ปฏิเสธ *-n.* การทิ้งไพ่, ไพ่ที่ถูกทิ้ง
discern (ดิเซิร์น', -เซิร์น') *vt., vi.* **-cerned, -cerning** มองเห็น, สามารถแยกแยะความแตกต่าง, สามารถรับรู้หรือเข้าใจได้อย่างลึกซึ้ง
discernible (ดิเซอร์ นะเบิล, -เซอร์'-) *adj.* ที่สังเกตเห็นได้, ที่แยกแยะได้, ชัดเจน (-S. patent)
discerning (ดิเซอร์ นิง, -เซอร์'-) *adj.* ฉลาด, ที่สามารถแยกแยะ ตัดสิน รับรู้หรือเข้าใจได้ดี
discharge (*v.* ดิซชาร์จ', *n.* ดิซ' ชาร์จ, ดิซชาร์จ') *vt., vi.* **-charged, -charging** ขนสินค้าออกจากพาหนะ, ปลดปล่อย, ขับไล่, ไล่หรือปลดออก, จ่ายหนี้, ยิงปืน, ปล่อยออก *-n.* การปลดปล่อย, การยิงอาวุธ, การขับไล่, สิ่งที่ถูกขับออก, การปลดออก, การชำระหนี้
disciple (ดิไซ' เพิล) *n.* สาวก, ผู้ติดตาม
disciplinarian (ดิซซะพละแน' เรียน) *n.* ผู้ที่ถือปฏิบัติหรือรักษากฎอย่างเคร่งครัด
★**discipline** (ดิซ' ซะพลิน) *n.* การฝึกฝน, สิ่งที่ได้จากการฝึกฝน, วินัย, ข้อปฏิบัติทางศาสนา, การประพฤติตนตามกฎ, การลงโทษ, สาขาวิชา *-vt.* **-plined, -plining** ฝึกฝน, ควบคุม, ลงโทษ **-disciplinary** *adj.* (-S. (n., v.) control)
disclaim (ดิซเคลม') *vt., vi.* **-claimed, -claiming** ปฏิเสธข้อกล่าวหา, ปฏิเสธความเป็นเจ้าของ, สละสิทธิ, ไม่ยอมรับ (-S. deny, reject)
disclose (ดิสโกลซ') *vt.* **-closed, -closing** เปิดเผย, เปิดโปง, ทำให้เป็นที่รู้จัก, แสดงให้เห็น **-disclosure** *n.* (-S. expose, reveal)
disco (ดิซ' โค) *n., pl.* **-cos** ไนต์คลับ, ดนตรีจังหวะดิสโก้, ท่าเต้นตามจังหวะดิสโก้
discolor, discolour (ดิซคัล' เลอร์) *vt., vi.* **-ored, -oring/-oured, -ouring** ทำให้สีซีด สีตก

สีเปลี่ยนหรือสีด่าง **-discoloration** *n.*
discomfit (ดิซคัม' ฟิท) *vt.* **-fited, -fiting** ทำให้กระอักกระอ่วน, ทำให้สับสน (-S. embarrass)
discomfort (ดิซคัม' เฟิร์ท) *n.* ความไม่สบายกายหรือใจ, ความวิตกกังวล, สิ่งที่ก่อให้เกิดปัญหา (-S. anxiety, trouble)
discommode (ดิซคะโมด') *vt.* **-moded, -moding** ทำให้เกิดปัญหา, ทำให้ไม่สะดวก
discompose (ดิซเคิมโพซ') *vt.* **-posed, -posing** ก่อกวน, ทำให้ไม่สงบ, ทำให้ยุ่งเหยิง
disconcert (ดิซเคินเซิร์ท') *vt.* **-certed, -certing** ทำให้วุ่นวาย, รบกวน, เป็นอุปสรรค
disconnect (ดิซคะเนคท์') *vt.* **-nected, -necting** ตัดการติดต่อ, ทำให้แยกออก, ตัดขาด, ปลดออก, ตัดกระแสไฟฟ้า, ถอดปลั๊ก
disconnected (ดิซคะเนค' ทิด) *adj.* ที่แยกออกจากกัน, ที่ไม่เชื่อมต่อกัน, ไม่ต่อเนื่อง
disconsolate (ดิซคอน' ซะลิท) *adj.* ที่เศร้าโศก, ที่หมดกำลังใจ **-disconsolately** *adv.* (-S. dejected, gloomy, sad)
discontent (ดิซเคินเทนท์') *n.* ความไม่พอใจ, สิ่งที่ทำให้ไม่พอใจ *-adj.* ที่ไม่พอใจ, ที่ไม่ชอบใจ *-vt.* **-tented, -tenting** ทำให้ไม่พอใจ, ทำให้ไม่ชอบใจ (-S. (n.) dissatisfaction)
discontented (ดิซเคินเทน' ทิด) *adj.* ที่ไม่พอใจ, ที่ไม่ชอบใจ **-discontentedly** *adv.*
discontinue (ดิซเคินทิน' นิว) *v.* **-ued, -uing** *-vt.* ทำให้หยุด, ทำให้ล้มเลิก, ยกฟ้อง *-vi.* หยุด, สิ้นสุด **-discontinuous** *adj.* (-S. halt, stop)
discord (ดิซ' คอร์ด) *n.* ความขัดแย้ง, ความไม่สอดคล้อง, เสียงดนตรีที่ไม่ประสานกัน
discordant (ดิสกอร์' เดินท์) *adj.* ที่ขัดแย้ง, ไม่สอดคล้อง, ไม่ประสานเสียงกัน
discotheque (ดิซ' คะเทค) *n.* ไนต์คลับ
discount (*v.* ดิซ' เคาน์ท์, ดิซเคาน์ท์', *n.* ดิซ' เคาน์ท์) *vt., vi.* **-counted, -counting** ลดราคา, ขายลดราคา, ยืมเงินแบบหักดอกเบี้ย ณ ที่จ่าย, ไม่เชื่อถือ *-n.* การลดจากปริมาณหรือมูลค่าที่เต็ม, การลดราคา, ส่วนลด, สินค้าที่ลดราคา (-S. (v.) disregard, reduce (n.) reduction)
discount broker ตัวแทนรับแลกเปลี่ยนตราสารทางการเงินโดยหักส่วนลดและคิดค่าธรรมเนียมจากผู้ขายหรือผู้ซื้อ
discount house/store ร้านขายสินค้าลดราคา
★**discourage** (ดิสเกอ' ริจ) *vt.* **-aged, -aging** ทำให้หมดกำลังใจ, ทำให้ท้อแท้, ขัดขวาง, ไม่เห็นด้วย **-discouragement** *n.* (-S. deject, dishearten **-A.** encourage, inspire)
discourse (*n.* ดิซ' คอร์ซ, *v.* ดิสกอร์ซ') *n.* การพูดหรือเขียนบรรยาย, การอภิปราย, การปาฐกถา, การสนทนา *-vt., vi.* **-coursed, -coursing** พูดหรือเขียนบรรยาย, สนทนา, อภิปราย, สั่งสอน (-S. (n., v.) lecture)
discourteous (ดิซเคอร์' เทียซ) *adj.* ไม่มีมารยาท, หยาบคาย, ไม่สุภาพ (-S. impolite, rude)
★**discover** (ดิสกัฟว์' เวอร์) *vt.* **-ered, -ering** ค้นคว้า, ค้นหา, ค้นพบ สังเกตหรือศึกษาเป็นคนแรก, เปิดเผย **-discoverer** *n.* (-S. explore)
★**discovery** (ดิสกัฟว์' วะรี) *n., pl.* **-ies** สิ่งที่ค้นพบ, การค้นพบ, การเปิดเผย
discredit (ดิซเครด' ดิท) *vt.* **-ited, -iting** ทำให้เสียชื่อเสียง, ทำให้ไม่น่าเชื่อถือ, ไม่เชื่อถือ *-n.* การทำลายชื่อเสียงหรือความเชื่อถือ,คนหรือสิ่งที่ทำให้ขายหน้า, ความไม่เชื่อถือ (-S. (v.) disbelieve)
discreet (ดิสกรีท') *adj.* รอบคอบ, สุขุม, ฉลาด, มีไหวพริบ **-discreetly** *adv.* (-S. prudent)
discrepancy (ดิสเกรพ' เพินซี) *n., pl.* **-cies** ความแตกต่าง, ความขัดแย้ง, ข้อขัดแย้ง
discrete (ดิสกรีท') *adj.* ที่แตกต่าง, ที่แยกออกจากกัน, ที่ไม่ต่อเนื่อง **-discreteness** *n.*
discretion (ดิสเกรช' ชัน) *n.* ความฉลาดและสุขุมรอบคอบ, ความสามารถในการไตร่ตรอง, ดุลยพินิจ, อิสรภาพในการกระทำหรือตัดสินใจ
discriminate (ดิสกริม' มะเนท) *vi., vt.* **-nated, -nating** แยกแยะความแตกต่าง, ตัดสินอย่างรอบคอบ, มีอคติ, เลือกปฏิบัติ, แบ่งแยก **-discrimination** *n.* (-S. distinguish)
discriminating (ดิสกริม' มะเนทิง) *adj.* ที่สามารถแยกแยะได้, รอบคอบ, มีอคติ, ที่เลือกปฏิบัติ (-S. discerning, distinguishing, keen)
discursive (ดิสเกอร์' ซิฟว์) *adj.* ที่พูดอ้อมค้อม
discus (ดิซ' เคิซ) *n., pl.* **-cuses/-ci** (-ไซ) จานกลมทำจากไม้ พลาสติกหรือโลหะ ใช้สำหรับเหวี่ยง
★**discuss** (ดิสกัซ') *vt.* **-cussed, -cussing** พูดแลกเปลี่ยนความคิดเห็น, อภิปราย, พิจารณา **-discussion** *n.* **-discussable** *adj.*
disdain (ดิซเดน') *-vt.* **-dained, -daining** ดูถูก, ไม่ให้เกียรติ, รังเกียจ *-n.* ความคิดความรู้สึกหรือการแสดงอาการดูถูก **-disdainful** *adj.* **-disdainfully** *adv.* (-S. (v.) belittle)
★**disease** (ดิซีซ') *n.* ความเจ็บป่วย, ความผิดปกติของร่างกาย, โรค (-S. ailment, disorder)
diseased (ดิซีซด์') *adj.* ที่เจ็บป่วย, ที่ติดเชื้อโรค,

ที่ผิดปกติ, ที่ไม่แข็งแรง (-S. ill, sick)
disembark (ดิซเอมบาร์ค') *vt., vi.* **-barked, -barking** นำคนหรือสินค้าออกจากพาหนะ, ขึ้นฝั่ง **-disembarkation** *n.* (-S. arrive, land)
disembarrass (ดิซเอมแบ' เริซ) *vt.* **-rassed, -rassing** ทำให้ผ่อนคลาย, ทำให้ไม่มีอุปสรรค
disenchant (ดิซเอนแชนท์') *vt.* **-chanted, -chanting** ทำให้เห็นความจริง, ทำให้ตาสว่าง, แก้เสน่ห์ **-disenchantment** *n.*
disencumber (ดิซเอนคัม' เบอร์) *vt.* **-bered, -bering** ช่วยให้หลุดพ้นจากอุปสรรค
disendow (ดิซเอนเดา') *vt.* **-dowed, -dowing** ถอนการให้เงินช่วยเหลือ **-disendowment** *n.*
disengage (ดิซเอนเกจ') *vt., vi.* **-gaged, -gaging** ทำให้หลุด, ปลดปล่อย, ทำให้เป็นอิสระ, หลุดพ้น **-disengagement** *n.*
disentangle (ดิซเอนแทง' เกิล) *vt., vi.* **-gled, -gling** ทำให้เป็นอิสระ, คลี่คลาย, แก้ปัญหา, แก้เชือก **-disentanglement** *n.* (-S. free)
disfavor, disfavour (ดิซเฟ' เวอร์) *n.* การไม่ยอมรับหรือไม่เห็นด้วย, ภาวะที่ไม่ได้รับการยอมรับ *-vt.* **-vored, -voring/-voured, -vouring** ไม่ชอบ, ไม่เห็นด้วย, ไม่ยอมรับ
disfigure (ดิซฟิก' เกอร์) *vt.* **-ured, -uring** ทำให้เสียโฉม, ทำให้เสียสภาพ, ทำให้เสียหาย
disfranchise (ดิซแฟรน' ไชซ์) *vt.* **-chised, -chising** ตัดสิทธิในการออกเสียง, ตัดสิทธิการเป็นพลเมือง **-disfranchisement** *n.*
disgrace (ดิซเกรซ') *n.* การสูญเสียชื่อเสียงหรือการยอมรับ *-vt.* **-graced, -gracing** ทำให้เสียชื่อเสียงหรือการยอมรับ, ทำให้ไม่มีคุณค่า (-S. (n., v.) defame, discredit)
disgraceful (ดิซเกรซ' เฟิล) *adj.* ที่ทำให้เสื่อมเสีย, น่าละอาย **-disgracefully** *adv.*
disgruntled (ดิซกรัน' เทิลด์) *adj.* อารมณ์ไม่ดี, ไม่พอใจ (-S. discontented, resentful)
disguise (ดิซไกซ์') *vt.* **-guised, -guising** ปลอมตัว, ปิดบังหรือบิดเบือนความจริง *-n.* การปลอมตัว, อุปกรณ์ในการปลอมตัว (-S. (v.) camouflage, falsify (n.) pretense)
★**disgust** (ดิซกัซท์') *vt.* **-gusted, -gusting** ทำให้สะอิดสะเอียน, ทำให้รู้สึกรังเกียจ, ทำให้คลื่นไส้ *-n.* ความรู้สึกรังเกียจหรือสะอิดสะเอียน
disgusted (ดิซกัซ' ทิด) *adj.* เต็มไปด้วยความสะอิดสะเอียนหรือรังเกียจ **-disgustedly** *adv.*
disgusting (ดิซกัซ' ทิง) *adj.* ที่ทำให้รู้สึกรังเกียจหรือสะอิดสะเอียน **-disgustingly** *adv.*
★**dish** (ดิช) *n.* จาน, อาหารที่ใส่ไว้ในจาน, อาหาร 1 จาน, จานรับสัญญาณดาวเทียม *-vt.* **dished, dishing** เสิร์ฟด้วยจาน, เอาใส่จาน
dish antenna จานรับส่งสัญญาณ
disharmony (ดิซฮาร์' มะนี) *n.* ความไม่สอดคล้อง, ความแตกแยก **-disharmonious** *adj.*
dishcloth (ดิช' คลอธ) *n.* ผ้าล้างจาน
dishearten (ดิซฮาร์' เทิน) *vt.* **-ened, -ening** ทำให้ขลาดกลัว, ทำให้หมดความมั่นใจ
disheveled, dishevelled (ดิเชฟว์' เวิลด์) *adj.* ที่ยุ่งเหยิง, ที่ไม่เป็นระเบียบ (-S. untidy)
dishful (ดิช' ฟุล) *n.* ปริมาณที่จานสามารถจุได้
dishonest (ดิซออน' นิซท์) *adj.* ไม่ซื่อสัตย์, ที่หลอกลวง **-dishonestly** *adv.* (-S. crafty)
dishonesty (ดิซออน' นิสตี) *n., pl.* **-ties** ความไม่ซื่อสัตย์, พฤติกรรมหรือคำพูดที่หลอกลวง
dishonor, dishonour (ดิซออน' เนอร์) *n.* การเสื่อมเสียเกียรติหรือความน่าเชื่อถือ, สิ่งที่ทำให้เสียเกียรติ, ความน่าละอาย, การที่ธนาคารไม่รับหรือจ่ายตราสารทางการเงินให้ *-vt.* **-ored, -oring/-oured, -ouring** ทำให้เสียเกียรติหรือความน่าเชื่อถือ, ถูกธนาคารปฏิเสธการรับหรือจ่ายตราสารทางการเงิน, ทำลายความบริสุทธิ์
dishonorable (ดิซออน' เนอระเบิล) *adj.* ที่ไม่น่าเชื่อถือ, ไม่มีศีลธรรม, น่าละอาย
disillusion (ดิซอิลู' ฌัน) *vt.* **-sioned, -sioning** ทำให้เข้าใจถูกต้อง, ทำให้เห็นถูก *-n.* การทำให้เข้าใจถูกต้อง **-disillusionment** *n.*
disincentive (ดิซอินเซน' ทิฟว์) *n.* อุปสรรค, สิ่งที่ทำให้ท้อแท้ (-S. deterrent, discouragement)
disincline (ดิซอินไคลน์') *vt., vi.* **-clined, -clining** ทำให้ไม่เต็มใจ, ทำให้ไม่ยินยอม
disinfect (ดิซอินเฟคท์') *vt.* **-fected, -fecting** ทำความสะอาด, ฆ่าเชื้อโรค **-disinfection** *n.*
disinfectant (ดิซอินเฟค' เทินท์) *n.* สิ่งที่ใช้ฆ่าเชื้อโรค (-S. antiseptic)
disingenuous (ดิซอินเจน' นิวเอิซ) *adj.* ไม่ซื่อสัตย์, ไม่จริงใจ (-S. insincere)
disinherit (ดิซอินเฮอ' ริท) *vt.* **-ited, -iting** ทำให้ไม่มีสิทธิในมรดก **-disinheritance** *n.*
disintegrate (ดิซอิน' ทิเกรท) *vi., vt.* **-grated, -grating** แตกเป็นชิ้นๆ, แตกสลาย, เน่าเปื่อย
disinter (ดิซอินเทอร์') *vt.* **-terred, -terring** ขุดดินเปิดหลุมฝังศพ **-disinterment** *n.*
disinterested (ดิซอิน' ทริสติด, -อิน' ทะเรซทิด) *adj.* ไม่มีอคติ, เป็นกลาง, ไม่มีผลประโยชน์ (-S. dispassionate, indifferent)

A B C D E F G H I J K L M N O P Q R S T U V W X Y Z

disjoint (ดิซจอยน์ท') *vt.* **-jointed, -jointing** ทำให้แยกหรือแตกออก, ทำให้เคลื่อนที่

disjointed (ดิซจอยน์ ทิด) *adj.* ที่แยกออก, ไม่เชื่อมต่อกัน, ไม่ปะติดปะต่อ **-disjointedly** *adv.* (-S. separated)

disk, disc (ดิซค์) *n.* วัตถุหรือสิ่งที่มีรูปร่างกลมบางและแบน, แผ่นเสียง, แผ่นแม่เหล็กบันทึกข้อมูลทางคอมพิวเตอร์

disk, disc

disk/disc brake ห้ามล้อแบบจาน

disk drive อุปกรณ์ที่ทำหน้าที่อ่านข้อมูลหรือบันทึกข้อมูลลงแผ่นดิสก์ของคอมพิวเตอร์

diskette (ดิสเกท') *n.* แผ่นแม่เหล็กบันทึกข้อมูลอย่างอ่อน

disk/disc jockey ผู้จัดรายการวิทยุโทรทัศน์หรือในไนต์คลับ ย่อว่า DJ

disk operating system ระบบปฏิบัติการที่เกี่ยวข้องกับการจัดการข้อมูลหรือโปรแกรมที่บันทึกในแผ่นดิสก์ ย่อว่า DOS

★**dislike** (ดิซไลค์) *vt.* **-liked, -liking** ไม่ชอบ, ต่อต้าน *-n.* ความรู้สึกไม่ชอบหรือต่อต้าน

dislocate (ดิซ' โลเคท, ดิซโล' เคท) *vt.* **-cated, -cating** ทำให้เคลื่อนออกจากตำแหน่งเดิม, ก่อกวน, ทำให้ยุ่งเหยิง **-dislocation** *n.*

dislodge (ดิซลอจ') *v.* **-lodged, -lodging** *-vt.* ใช้กำลังขับไล่ให้ออกจากถิ่นเดิม *-vi.* ย้ายถิ่น **-dislodgment** *n.* (-S. remove)

disloyal (ดิซลอย' เยิล) *adj.* ไม่จงรักภักดี, ไม่ซื่อสัตย์ **-disloyalty** *n.* **-disloyally** *adv.*

dismal (ดิซ' เมิล) *adj.* ที่ซึมเศร้า, ที่ทุกข์ทรมาน, ไม่มีความสุข, ไม่มีชีวิตชีวา **-dismally** *adv.*

dismantle (ดิซแมน' เทิล) *vt.* **-tled, -tling** ถอดออก, รื้อออก, แยกออกเป็นส่วนๆ

dismay (ดิซเม') *vt.* **-mayed, -maying** ทำให้ตกใจกลัว, ทำให้ขวัญเสีย *-n.* ความรู้สึกกลัวหรือขาดความมั่นใจ (-S. (v.) horrify)

dismember (ดิซเมม' เบอร์) *vt.* **-bered, -bering** ตัดมือหรือขาออก, แบ่งหรือแยกออกเป็นส่วนๆ **-dismemberment** *n.* (-S. cut)

dismiss (ดิซมิซ') *vt.* **-missed, -missing** ปลดออกจากงาน, อนุญาตให้เลิกแถว, ขจัดออก, ยกฟ้อง, ปฏิเสธ **-dismissal** *n.*

dismount (ดิซเมานท์') *vi., vt.* **-mounted, -mounting** ลงจากยานพาหนะ, ถอดออกจากที่ยึด, แยกส่วนประกอบออก

disobey (ดิซอะเบ') *vi., vt.* **-beyed, -beying** ไม่ทำตามคำสั่ง, ไม่ทำตามกฎ, ไม่เชื่อฟัง **-disobedience** *n.* **-disobedient** *adj.*

disorder (ดิซออร์' เดอร์) *n.* ความสับสนวุ่นวาย, การจลาจล, ความเจ็บป่วย *-vt.* **-dered, -dering** ทำให้สับสนวุ่นวาย, ทำให้ป่วย **-disorderly** *adj.*

disorganize (ดิซออร์' กะไนซ์) *vt.* **-ized, -izing** ทำให้สับสนวุ่นวาย, ทำให้ไม่เป็นระเบียบ, ทำให้เสียระบบ **-disorganization** *n.*

disorient, disorientate (ดิซออ' เรียนท์; -โอ'-, -เรินเทท) *vt.* **-ented, -enting/-tated, -tating** ทำให้สับสน, ทำให้ขาดสติ, ทำให้มึนงง

disown (ดิซโอน') *vt.* **-owned, -owning** ไม่รับรู้, ไม่ยอมรับ, ละทิ้ง (-S. deny, repudiate)

disparage (ดิสแปร์' ริจ) *vt.* **-aged, -aging** ดูถูก, ทำให้ด้อยค่า **-disparagement** *n.*

dispassionate (ดิซแพซ' ชะนิท) *adj.* เป็นกลาง, ไม่มีอคติ (-S. disinterested, unbiased)

dispatch, despatch (*v.* ดิสแปช', *n.* ดิสแปช', ดิซ' แพช) *vt.* **-patched, -patching** ส่ง, ทำอย่างรวดเร็ว, ฆ่า *-n.* การส่ง, ความเร่งรีบในการทำงาน, ความว่องไว, เอกสารสำคัญ, ข่าวสาร, การฆ่า (-S. (v.) hasten, send off)

dispatch note ใบกำกับสินค้า

dispel (ดิสเปล') *vt.* **-pelled, -pelling** ทำให้กระจัดกระจาย, ทำให้หายไป, ทำให้หายสงสัย

dispensable (ดิสเปน' ซะเบิล) *adj.* ไม่สำคัญ, ไม่จำเป็น, ที่ละเลยได้ (-S. unnecessary)

dispense (ดิสเปนซ์') *vt., vi.* **-pensed, -pensing** กระจาย, แจกจ่าย, เตรียมและจ่ายยา, จัดการ, ยกเว้น **-dispensation** *n.*

dispenser (ดิสเปน' เซอร์) *n.* คนจ่ายยา, เครื่องจ่ายสิ่งของโดยอัตโนมัติ

disperse (ดิสเปิร์ซ') *vt., vi.* **-persed, -persing** ทำให้กระจัดกระจาย, ทำให้แสงฟุ้งกระจาย, ทำให้สลายไป, ทำให้แพร่หลาย (-S. scatter)

dispirited (ดิสปิ' ริทิด) *adj.* ท้อแท้, ซึมเศร้า, หมดกำลังใจ **-dispiritedly** *adv.* (-S. depressed)

displace (ดิซเพลซ') *vt.* **-placed, -placing** เอาออกจากที่เดิม, ขับไล่, เข้าไปแทนที่

displaced person คนที่ต้องอพยพออกจากบ้านเกิดของตนเนื่องจากสงคราม

★**display** (ดิสเปล') *vt.* **-played, -playing** แสดง, เปิดเผย, กางออก, แสดงภาพทางหน้าจอคอมพิวเตอร์ *-n.* การแสดง, การแสดงนิทรรศการ, โฆษณา, ตัวอย่าง, อุปกรณ์ที่แสดงผล (-S. (v.) demonstrate, disclose, exhibit)

displease (ดิซพลีซ') *vt., vi.* **-pleased, -pleas-**

A B C D E F G H I J K L M N O P Q R S T U V W X Y Z

ing ทำให้ไม่พอใจ, ทำให้โกรธ **-displeasing** *adj.* **-displeasingly** *adv.* **-displeasure** *n.*

disport (ดิสปอร์ท', -สโปร์ท') *vi., vt.* **-ported, -porting** ทำให้ตัวเองสนุกหรือผ่อนคลาย

disposable (ดิสโป' ซะเบิล) *n.* ของที่ใช้แล้วทิ้ง *-adj.* ที่ใช้แล้วทิ้ง, ที่นำมาใช้ได้

disposable goods สินค้าที่ใช้แล้วทิ้ง

disposal (ดิสโป' เซิล) *n.* การจัดวางลงตำแหน่งต่างๆ, การควบคุมจัดการ (-S. arrangement)

dispose (ดิสโปซ') *vt., vi.* **-posed, -posing** แจกจ่าย, จัดวาง, จัดการ, ควบคุม, ทำให้โน้มเอียง **-dispose of** ขับไล่, กำจัด, ฆ่า, โยกย้าย, จัดการ **-disposition** *n.*

dispossess (ดิซพะเซซ') *vt.* **-sessed, -sessing** ทำให้หมดสิทธิ, ขับไล่, แย่งชิง **-dispossession** *n.* (-S. deprive, oust)

disproof (ดิซพรูฟ') *n.* การพิสูจน์ว่าผิด, หลักฐานที่ใช้ในการหักล้าง

disproportion (ดิซพระพอร์' ชัน, -โพร์-) *n.* ความไม่สมดุล, สภาพที่ไม่ได้สัดส่วน

disproportionate (ดิซพระพอร์' ชะนิท, -โพร์-) *adj.* ไม่ได้สัดส่วน, ไม่สมดุล, ผิดปกติ

disprove (ดิซพรูฟว') *vt.* **-proved, -proving** พิสูจน์ว่าผิด, พิสูจน์หักล้าง (-S. contradict)

disputable (ดิสปิว' ทะเบิล, ดิซ' เพีย-) *adj.* เป็นปัญหา, ที่โต้แย้งได้ (-S. debatable)

disputant (ดิสปิวท์' เทินท์, ดิซ' เพียเทินท์) *n.* ผู้โต้แย้ง, ผู้อภิปราย

★**dispute** (ดิสปิวท์') *vi., vt.* **-puted, -puting** โต้แย้ง, อภิปราย, ตั้งคำถาม, แข่งขัน, ต่อต้าน, ทะเลาะ *-n.* การอภิปราย, การโต้เถียง, การทะเลาะ (-S. (v.) contradict, discuss)

disqualify (ดิซควอล' ละไฟ) *vt.* **-fied, -fying** ทำให้หมดสิทธิ, ตัดสิทธิ, ห้ามเข้าแข่งขันกีฬา, ห้าม **-disqualification** *n.* (-S. prohibit)

disquiet (ดิซไคว' อิท) *vt.* **-eted, -eting** ก่อปัญหา, ทำให้สับสน, รบกวน *-n.* ความวิตกกังวล, ความไม่สงบ, ภาวะที่มีปัญหา

disquisition (ดิซควิซิช' ชัน) *n.* การบรรยายหรือการอภิปรายซึ่งมักเกี่ยวกับงานเขียน

disregard (ดิซริการ์ด') *vt.* **-garded, -garding** ละเลย, เพิกเฉย, ไม่เอาใจใส่ *-n.* การเพิกเฉยหรือไม่เอาใจใส่ (-S. (v.) ignore (n.) inattention)

disrepair (ดิซริแพร์') *n.* สภาพที่ทรุดโทรมหรือต้องการการซ่อมแซม (-S. deterioration)

disrepute (ดิซริพิวท์') *n.* การเสียชื่อเสียงหรือความน่าเชื่อถือ, ชื่อเสียงในด้านไม่ดี **-disreputable** *adj.* **-disreputably** *adv.*

disrespect (ดิซริสเปคท์') *n.* ความหยาบคาย, การไม่นอบน้อม **-disrespectful** *adj.* **-disrespectfully** *adv.* (-S. impoliteness)

disrobe (ดิซโรบ') *vt., vi.* **-robed, -robing** เปลื้องผ้า, ถอดชุด (-S. strip, undress)

disrupt (ดิซรัพท์') *vt.* **-rupted, -rupting** ทำให้สับสนวุ่นวาย, รบกวน, ขัดขวาง, ทำให้แตกออก **-disruption** *n.* **-disruptive** *adj.* (-S. disturb)

dissatisfy (ดิซแซท' ทิซไฟ) *vt.* **-fied, -fying** ทำให้ไม่พอใจ, ทำให้ผิดหวัง **-dissatisfied** *adj.* **-dissatisfaction** *n.* (-S. disappoint)

dissect (ดิเซคท์', ได-) *vt.* **-sected, -secting** ตัดเนื้อเยื่อออกเป็นส่วนๆ เพื่อศึกษาส่วนประกอบ, วิเคราะห์ในรายละเอียด, พิจารณาอย่างละเอียด **-dissection** *n.* (-S. examine)

dissemble (ดิเซม' เบิล) *vt., vi.* **-bled, -bling** อำพรางหรือปกปิดความจริง **-dissembler** *n.*

disseminate (ดิเซม' มะเนท) *vt., vi.* **-nated, -nating** ทำให้กระจาย, โปรย, เผยแพร่

dissension (ดิเซน' ชัน) *n.* ความขัดแย้ง, การโต้แย้ง (-S. conflict, disagreement)

dissent (ดิเซนท์') *vi.* **-sented, -senting** ไม่เห็นด้วย, คัดค้าน, ไม่ยอมรับแนวคิดอื่น *-n.* ความไม่เห็นด้วย, ความแตกต่างทางความคิด (-S. (v.) disagree -A. (v.) agree)

dissertation (ดิซเซอร์เท' ชัน) *n.* วิทยานิพนธ์

disservice (ดิซเซอร์' วิซ) *n.* การกระทำที่ก่ออันตราย, ภัย, ความเสียหาย (-S. injury)

dissident (ดิซ' ซิเดินท์) *adj.* ที่ขัดแย้งกัน, ที่ไม่เห็นด้วย *-n.* ผู้ที่ไม่เห็นด้วย, ผู้คัดค้าน, ผู้ต่อต้าน **-dissidence** *n.* (-S. (adj.) heterodox)

dissimilar (ดิซิม' มะเลอร์) *adj.* ไม่เหมือน, ที่แตกต่าง (-S. different, unlike -A. same)

dissimulate (ดิซิม' เมียเลท) *vt., vi.* **-lated, -lating** ปกปิด, ซ่อนเร้น, กลบเกลื่อนความรู้สึกหรือความคิดที่แท้จริง **-dissimulation** *n.*

dissipate (ดิซ' ซะเพท) *vt., vi.* **-pated, -pating** ทำให้กระจัดกระจาย, ทำให้สลายหรือจางไป, ใช้อย่างฟุ่มเฟือย, สำมะเลเทเมา **-dissipation** *n.*

dissociate (ดิโซ' ชีเอท, -ซี-) *vt., vi.* **-ated, -ating** ทำให้แยกออก, ทำให้แตกตัว **-dissociation** *n.* (-S. disperse, separate)

dissoluble (ดิซอล' เลียเบิล) *adj.* ที่ถูกละลายได้ **-dissolubility** *n.*

dissolute (ดิซ' ซะลูท) *adj.* ไม่มีความยับยั้งชั่งใจ, ไม่มีศีลธรรม, เสเพล

A B C D E F G H I J K L M N O P Q R S T U V W X Y Z

dissolution (ดิซซะลู' ชัน) *n.* การแตกแยก, การสิ้นสุดข้อตกลง พันธะหรือสัญญา, การยุบสภา
dissolve (ดิซอลฟ์ว') *vt., vi.* **-solved, -solving** ทำให้ละลาย, ทำให้หายไป, ทำให้แตกกระจาย, ยุติ, ยุบสภา (-S. disappear, end, melt)
dissonant (ดิซ' ซะเนินท) *adj.* ไม่กลมกลืน, ไม่สอดคล้อง, ที่ขัดแย้งกัน **-dissonance** *n.*
dissuade (ดิสุเวด') *vt.* **-suaded, -suading** ขัดขวาง, ยับยั้ง, หน่วงเหนี่ยว **-dissuasion** *n.*
★**distance** (ดิซ' เทินซ) *n.* ระยะทาง, ระยะห่าง, ช่วงเวลา, ความห่างเหิน
★**distant** (ดิซ' เทินท) *adj.* ไกล, นาน, ห่างเหิน, เป็นญาติห่างๆ, ที่แยกออกจากกัน, ที่นานมาแล้ว **-distantly** *adv.* (-S. apart, far, long ago)
distaste (ดิซเทซท') *n.* ความไม่ชอบ, ความไม่พอใจ, ความเกลียดชัง, ความรังเกียจ **-distasteful** *adj.* (-S. dislike -A. like)
distend (ดิสเตนด') *vt., vi.* **-tended, -tending** ทำให้พองออก, ทำให้ขยายออก, โป่งออก, บาน
distill, distil (ดิสติล') *vt., vi.* **-tilled, -tilling** แยกหรือสกัดด้วยการกลั่น, ทำให้บริสุทธิ์ด้วยการกลั่น **-distillation** *n.*
★**distinct** (ดิสติงคท') *adj.* ที่แตกต่าง, ที่เฉพาะตัว, ที่เห็นได้ชัดเจน, ชัดเจน **-distinctly** *adv.* **-distinctness** *n.* (-S. clear, different)
★**distinction** (ดิสติงค' ชัน) *n.* ความแตกต่าง, ลักษณะที่แตกต่าง, ลักษณะที่พิเศษ, เกียรติยศ
★**distinctive** (ดิสติงค' ทิฟว) *adj.* ที่มีลักษณะพิเศษ, ที่แตกต่างจากสิ่งอื่น, ที่มีความเด่นชัด **-distinctively** *adv.* (-S. singular, special)
★**distinguish** (ดิสติง' กวิช) *vt., vi.* **-guished, -guishing** แยกแยะความแตกต่าง, ทำให้แตกต่าง, ทำให้เห็นเด่นชัด, จำแนก, ยกย่อง **-distinguishable** *adj.* (-S. discriminate)
distinguished (ดิสติง' กวิชท) *adj.* ที่มีชื่อเสียง, เด่น (-S. eminent, famous, notable)
distort (ดิสตอร์ท') *vt.* **-torted, -torting** ทำให้บิดเบี้ยวหรือรูปร่างผิดส่วน, บิดเบือน, ทำให้รับรู้ข้อมูลผิดๆ **-distortion** *n.* (-S. contort)
distract (ดิสแตรคท') *vt.* **-tracted, -tracting** ทำให้ไขว้เขว, ทำให้ไม่มีสมาธิ, ทำให้สับสน, ทำให้หงุดหงิด **-distraction** *n.* (-S. confuse)
distracted (ดิสแตรค' ทิด) *adj.* ที่ไขว้เขว, ที่ว้าวุ่น, ที่สับสน, บ้า, เสียสติ **-distractedly** *adv.*
distraught (ดิสตรอท') *adj.* คลุ้มคลั่ง, เสียสติ, ที่สับสนอย่างมาก (-S. crazy, mad)
distress (ดิสเตรซ') *vt.* **-tressed, -tressing** ทำให้วิตกกังวล, รบกวนจิตใจ *-n.* ความทุกข์, ความวิตกกังวล, สิ่งที่ทำให้วิตกกังวล, อันตรายหรือความลำบาก **-distressing** *adj.*
distressful (ดิสเตรซ' เฟิล) *adj.* ที่ทำให้มีความทุกข์, เต็มไปด้วยความทุกข์ **-distressfully** *adv.*
★**distribute** (ดิสตริบ' บิวท) *vt.* **-uted, -uting** แบ่งออกเป็นส่วนๆ, กระจายสินค้าไปยังผู้ค้าปลีก, แจกจ่าย, ทำให้กระจาย, จัดประเภท **-distribution** *n.* **-distributive** *adj.*
distributor (ดิสตริบ' เบียเทอร) *n.* ผู้จัดจำหน่าย, ผู้แทนจำหน่าย, เครื่องจ่ายกระแสไฟฟ้า
district (ดิซ' ทริคท) *n.* เขตการปกครอง เช่น ตำบล เมือง, พื้นที่ที่ใช้สำหรับวัตถุประสงค์พิเศษ
distrust (ดิซทรัซท') *n.* ความสงสัย, ความไม่มั่นใจ, ความไม่ไว้วางใจ *-vt.* **-trusted, -trusting** ขาดความมั่นใจ, ไม่ไว้วางใจ, สงสัย
disturb (ดิสเติรบ') *vt.* **-turbed, -turbing** ทำลายความสงบ, รบกวน, แทรกแซง, ทำให้วุ่นวาย
disturbance (ดิสเตอร' เบินซ) *n.* การรบกวน, สภาวะที่ถูกรบกวน, สิ่งที่รบกวน, การเดินขบวนประท้วง, ความสับสนวุ่นวาย (-S. interruption)
disunite (ดิซยูไนท') *vt., vi.* **-nited, -niting** ทำให้แตกแยก, แบ่งแยก **-disunion** *n.*
disuse (ดิซยูซ') *n.* สภาวะที่เลิกการใช้งาน
disyllable, dissyllable (ได' ซิลละเบิล, ไดซิล'-) *n.* คำที่มีสองพยางค์ **-disyllabic** *adj.*
ditch (ดิช) *n.* ท่อ, คู, คลองขุด *-vt., vi.* **ditched, ditching** ขุดคู ท่อหรือคลอง, ส่งไปตามท่อ
dither (ดิธ' เธอร) *n.* ภาวะที่สับสนหรือตื่นตกใจ *-vi.* **-ered, -ering** ตกใจ, สับสน
ditto (ดิท' โท) *n., pl.* **-tos** สิ่งที่เหมือนกับที่ได้กล่าวมาแล้ว, สำเนา, เครื่องหมายบุพสัญญา (") ใช้เขียนแทนคำหรือข้อความที่ซ้ำกับบรรทัดบน
diurnal (ไดเออร' เนิล) *adj.* ที่เกิดขึ้นระหว่างวัน, ที่เกิดขึ้นในแต่ละวัน, ช่วงหนึ่งวัน, (สัตว์) ที่หากินตอนกลางวัน, (ดอกไม้) ที่บานตอนกลางวัน
divagate (ได' วะเกท, ดิฟว' วะ-) *vi.* **-gated, -gating** เฉไฉ, ออกนอกเรื่อง **-divagation** *n.*
divan (ดิแวน') *n.* โซฟายาวแบบไม่มีพนักพิง, ห้องพิจารณาคดีในประเทศมุสลิม
★**dive** (ไดฟว) *vt., vi.* **dived/dove, dived, diving** พุ่งศีรษะลงไปในน้ำ, กระโดดลงน้ำ, ดำน้ำ, พุ่งเอาส่วนหัวลงอย่างรวดเร็ว, ตกลงมาอย่างรวดเร็ว *-n.* การกระโดดน้ำ, การดำน้ำ, การตกจากที่สูงอย่างรวดเร็ว (-S. (v., n.) dart, jump)
dive-bomb (ไดฟว' บอม) *vt.* **-bombed, -bombing** ทิ้งระเบิดจากเครื่องบินขณะที่บินลง

ต่ำที่สุด **-dive-bomber** *n.*

diver (ได' เวอร์) *n.* นักประดาน้ำ, นกที่ดำน้ำได้

diverge (ดิเวิร์จ', ได-) *vi.* **-verged, -verging** แยกออก, แตกต่าง, เบี่ยงเบน (**-S.** deviate)

divers (ได' เวอร์ซ) *adj.* หลากหลาย, มากมาย

diverse (ดิเวิร์ซ', ได-, ได' เวิร์ซ) *adj.* ที่แตกต่าง, ที่หลากหลาย, นานาชนิด **-diversely** *adv.*

diversify (ดิเวอร์' ซะไฟ, ได-) *vt., vi.* **-fied, -fying** ทำให้มีหลากหลาย, ขยายกิจการให้หลากหลาย **-diversification** *n.* (**-S.** vary)

diversion (ดิเวอร์' ฌัน, -ชัน, ได-) *n.* การเปลี่ยนทิศทาง, ทางเบี่ยง, สิ่งที่ทำให้ไขว้เขว, การเบี่ยงเบนความสนใจ **-diversionary** *adj.*

diversity (ดิเวอร์' ซิที, ได-) *n., pl.* **-ties** ความแตกต่าง, ความหลากหลาย (**-S.** variety)

divert (ดิเวิร์ท', ได-) *vt.* **-verted, -verting** ทำให้เปลี่ยนทิศทาง, ทำให้เบี่ยงเบนความสนใจ, ทำให้ผ่อนคลาย (**-S.** amuse, deflect, distract)

★**divide** (ดิไวด์') *vt., vi.* **-vided, -viding** แบ่งแยก, แบ่ง, แบ่งปัน, จำแนก, แบ่งเป็น 2 ฝ่าย ทำให้มีความเห็นต่างกัน, หาร *-n.* เส้นหรือจุดแบ่ง, สันปันน้ำ (**-S.** (v.) allocate, separate)

dividend (ดิฟวิ' วิเดินด์) *n.* ตัวเลขที่ถูกหาร, เงินปันผล, ส่วนแบ่งจากผลประโยชน์

divider (ดิไว' เดอร์) *n.* คนหรือสิ่งที่ทำหน้าที่แบ่ง, ฉากกั้นบริเวณ **-dividers** วงเวียนปลายแหลมทั้ง 2 ข้าง ใช้สำหรับวัดหรือแบ่งระยะ

divine (ดิไวน์') *adj.* **-viner, -vinest** เกี่ยวกับหรือเหมือนพระเจ้า, ที่อุทิศตนเพื่อพระเจ้า, ยอดเยี่ยม *-n.* พระ, ผู้ศึกษาศาสนา

diving board ไม้กระดานสำหรับกระโดดน้ำ

diving suit ชุดประดาน้ำ

divining rod กิ่งไม้รูปตัว Y ที่เชื่อกันว่าสามารถชี้แหล่งแร่ธาตุหรือแหล่งน้ำ

divinity (ดิวิน' นิที) *n., pl.* **-ties** ลักษณะของพระเจ้า, พระเจ้า, การศึกษาเรื่องพระเจ้า

divisible (ดิวิซ' ซะเบิล) *adj.* ที่หารได้ลงตัว

★**division** (ดิวิฌ' ฌัน) *n.* การแบ่ง, การแบ่งแยก, สิ่งที่ถูกแบ่ง, ความเห็นที่ขัดแย้ง, เส้นแบ่งเขต, หน่วยย่อยของทหาร, ประเภท, การแบ่งประเภทของพืช, การหาร **-divisional** *adj.*

divisor (ดิไว' เซอร์) *n.* ตัวหาร

★**divorce** (ดิวอร์ซ', -โวร์ซ') *n.* การหย่าร้าง *-vt., vi.* **-vorced, -vorcing** หย่าร้าง, ฟ้องหย่า

divorcé (ดิวอร์เซ', -ซี') *n.* ชายที่หย่าแล้ว

divorcée, divorcee (ดิวอร์เซ', -ซี', -โวร์-) *n.* หญิงที่หย่าแล้ว

divulge (ดิวัลจ์') *vt.* **-vulged, -vulging** เปิดเผยความลับ, ทำให้เป็นที่รู้จัก **-divulgence** *n.*

DIY ย่อจาก do-it-yourself ที่สร้างหรือซ่อมแซมด้วยตัวเอง

★**dizzy** (ดิซ' ซี) *adj.* **-zier, -ziest** ที่วิงเวียนศีรษะ, ตาลาย, หน้ามืด **-dizziness** *n.*

DJ ย่อจาก disc jockey ผู้จัดรายการวิทยุโทรทัศน์หรือในไนต์คลับ

DNA (ดีเอนเอ') ย่อจาก deoxyribonucleic acid หน่วยพันธุกรรมที่ถ่ายทอดลักษณะเฉพาะของสิ่งมีชีวิต

DNA test การตรวจสอบดีเอ็นเอเพื่อใช้ระบุบุคคลหรือหาผู้ที่เป็นบิดาหรือมารดา

★**do**[1] (ดู) *vt., vi.* **did, done, doing** ทำงาน, กระทำ, ทำจนเสร็จ, แสดง, ทำให้เกิด, ผลิต, พยายาม, แก้ปัญหา, ทำการบ้าน, จัดการ, เตรียมการ, บริการ, (คำสแลง) โกหก หลอกลวง *-v. aux.* ใช้เป็นกริยาช่วยในประโยคคำถามหรือปฏิเสธ, ใช้เน้นคำกริยา *-n., pl.* **do's/dos** คำสั่ง, (ภาษาพูด) งานเลี้ยง การหลอกลวง

> **do** ทำ (กิจกรรมหรือทำงานต่างๆ) เช่น What are you doing? I'm doing my homework.
>
> **make** สร้างขึ้น, ทำขึ้น เช่น I'm making a small chair. สามารถใช้ make ร่วมกับนามอื่นๆ เช่น make friends (สร้างมิตร), make a difference (สร้างความแตกต่าง) เป็นต้น

do[2] (โด) *n.* เสียงโดเป็นเสียงแรกในทำนองดนตรี

doc (ดอค) *n.* (ภาษาพูด) หมอ แพทย์

★**docile** (ดอซ' เซิล, -ไซล์) *adj.* ที่เชื่อฟัง, เชื่อง, หัวอ่อน **-docilely** *adv.* **-docility** *n.*

★**dock**[1] (ดอค) *n.* ท่าเรือ, อู่ต่อและซ่อมแซมเรือ, ท่าขนส่งสินค้า *-vt., vi.* **docked, docking** เอาเรือเทียบท่าหรือเข้าอู่ (**-S.** (n.) waterfront)

dock[2] (ดอค) *n.* ส่วนที่แข็งของหางสัตว์เมื่อตัดขนออก, หางที่ถูกตัดสั้น *-vt.* **docked, docking** ลดค่าจ้างหรือเงินสนับสนุน, ตัดหางให้สั้น

dock[3] (ดอค) *n.* คอกสำหรับจำเลยในศาล

docket (ดอค' คิท) *n.* บทสรุป, รายการสินค้า, ใบปะหน้า *-vt.* **-eted, -eting** สรุปความ, ติดป้าย

★**doctor** (ดอค' เทอร์) *n.* แพทย์, ทันตแพทย์, สัตวแพทย์, ผู้สำเร็จการศึกษาระดับดุษฎีบัณฑิตหรือปริญญาเอก *-vt., vi.* **-tored, -toring** (ภาษาพูด) ให้การรักษา ปรุงรส ตบตา ก้าวก่าย

A B C D E F G H I J K L M N O P Q R S T U V W X Y Z

doctorate (ดอค' เทอริท) *n.* ปริญญาหรือสถานะของผู้ที่จบปริญญาเอกหรือเป็นแพทย์

doctrinaire (ดอคทระแนร') *n.* ผู้ที่ยึดถือแต่หลักการโดยไม่คำนึงถึงความเป็นจริง, คนที่ยึดมั่นถือมั่น *-adj.* เจ้าหลักการ, ยึดมั่นถือมั่น

doctrine (ดอค' ทริน) *n.* หลักการ, คำสั่งสอน, ทฤษฎี, ความเชื่อ, ลัทธิ (-S. belief, creed, dogma)

★**document** (*n.* ดอค' เคียเมินท์, *v.* -เมนท์) *n.* เอกสาร, หลักฐาน *-vt.* **-mented, -menting** สนับสนุนหรือพิสูจน์ด้วยหลักฐาน

documentary (ดอคเคียเมน' ทะรี) *adj.* ที่แสดงข้อเท็จจริง, ที่ประกอบด้วยหรือเกี่ยวกับพยานหลักฐาน *-n., pl.* **-ries** สารคดีที่นำเสนอข้อเท็จจริงหรือวิเคราะห์เหตุการณ์ต่างๆ

dodder (ดอด' เดอร์) *vi.* **-dered, -dering** เดินสั่นด้วยความชรา, เดินโซเซ **-dodderer** *n.*

dodecagon (โดเดค' คะกอน) *n.* รูป 12 เหลี่ยม

dodecahedron (โดเดคคะฮี' เดริน) *n., pl.* **-drons/-dra** (-ดระ) รูปทรง 12 เหลี่ยม

dodge (ดอจ) *vt., vi.* **dodged, dodging** หลบหลีก, เลี่ยงโดยใช้อุบาย (-S. evade)

dodger (ดอจ' เจอร์) *n.* ผู้หลบหนี

dodgy (ดอจ' จี) *adj.* **-ier, -iest** ที่หลบเลี่ยง, ที่หลีกหนี, เจ้าเล่ห์, ไม่น่าไว้ใจ, เสี่ยง

dodo (โด' โด) *n., pl.* **-does/-dos** นกขนาดใหญ่มีจะงอยปากใหญ่ คอสั้น ขาสั้นและมีปีกเล็ก จึงบินไม่ได้ ปัจจุบันสูญพันธุ์ไปแล้ว

dodo

doe (โด) *n., pl.* **doe/does** สัตว์เพศเมียของสัตว์เลี้ยงลูกด้วยนม เช่น กวาง กระต่ายป่า แพะ

doer (ดู' เออร์) *n.* ผู้ทำงานอย่างกระตือรือร้น

does (ดัซ) *v.* กริยาช่อง 1 ของ verb to do ใช้กับสรรพนามหรือนามเอกพจน์บุรุษที่ 3

doeskin (โด' สกิน) *n.* หนังสัตว์ของสัตว์ประเภทกวาง แพะหรือแกะ, เครื่องหนังที่ทำจากหนังสัตว์ดังกล่าว

doesn't (ดัซ' เซินท์) ย่อจาก does not

doff (ดอฟ) *vt.* **doffed, doffing** ถอดออก, เอาออก, ละทิ้ง (-S. raise, remove)

★**dog** (ดอก) *n., pl.* **dogs/dog** สุนัข, สัตว์ตัวผู้ของสัตว์จำพวกสุนัข, บุคคลที่น่ารังเกียจ, อุปกรณ์สำหรับเจาะหรือจับ *-vt.* **dogged, dogging** ติดตาม, ไล่ตาม, ยึดหรือมัด **-Dogs** ชื่อกลุ่มดาวสุนัข **-dogs** (คำสแลง) เท้า

dog collar ปลอกคอสุนัข, (ภาษาพูด) ปกคอเสื้อของพระ

dog days ช่วงที่มีอากาศร้อนมาก

dog-ear (ดอก' เอียร์) *n.* มุมกระดาษของหน้าหนังสือที่ถูกพับลง

dogfight (ดอก' ไฟท์) *n.* การต่อสู้อย่างชุลมุน

dogfish (ดอก' ฟิช) *n., pl.* **-fish/fishes** ปลาฉลามขนาดเล็ก

dogged (ดอ' กิด, ดอก' กิด) *adj.* ดื้อรั้น, หัวแข็ง **-doggedly** *adv.* **-doggedness** *n.*

doggish (ดอ' กิช, ดอก' กิช) *adj.* คล้ายสุนัข, หยาบกระด้าง, ที่ขู่คำราม, (ภาษาพูด) หรูหรา

doggy, doggie (ดอ' กี, ดอก' กี) *n., pl.* **-gies** สุนัขตัวเล็กๆ

doggy/doggie bag ถุงใส่อาหารที่รับประทานที่ภัตตาคารไม่หมดเพื่อนำกลับบ้าน

dogma (ดอก' มะ) *n., pl.* **-mas/-mata** หลักเกณฑ์หรือความเชื่อ, ลัทธิ (-S. belief, doctrine)

dogmatic (ดอกแมท' ทิค) *adj.* เกี่ยวข้องกับลัทธิ, ยึดมั่นถือมั่น **-dogmatically** *adv.* **-dogmatism** *n.* (-S. biased, insistent)

dogmatize (ดอก' มะไทซ์) *vi., vt.* **-tized, -tizing** แสดงความเชื่อของตนเอง, ประกาศลัทธิ

dog paddle ท่าว่ายน้ำที่ถีบเท้าและตีมือในน้ำตลอดเวลา, ท่าลูกหมาตกน้ำ

dogtooth (ดอก' ทูธ) *n.* ฟันสุนัข, เขี้ยว

dogtrot (ดอก' ทรอท) *n.* การวิ่งเหยาะๆ *-vi.* **-trotted, -trotting** วิ่งเหยาะๆ คล้ายสุนัขวิ่ง

doing (ดู' อิง) *n.* การแสดง, การกระทำ **-doings** กิจกรรมที่เกิดขึ้นในแต่ละวัน, เหตุการณ์ในสังคม (-S. performance)

do-it-yourself (ดูอิทเยอร์เซลฟ์') *adj.* เกี่ยวกับสิ่งที่ลงมือทำด้วยตนเอง ย่อว่า DIY

doldrums (โดล' เดริมซ์, ดอล'-) *n. pl.* ความหดหู่, บริเวณใกล้เส้นศูนย์สูตรที่มีลมพัดเอื่อยๆ

dole (โดล) *n.* สิ่งของที่บริจาค, การแบ่งปัน, เงินสงเคราะห์ผู้ว่างงาน *-vt.* **doled, doling** บริจาค, แจกจ่าย (-S. (n.) charity (v.) allocate)

doleful (โดล' เฟิล) *adj.* เต็มไปด้วยความเศร้าโศก, ที่ทำให้เสียใจ, มีทุกข์ **-dolefully** *adv.*

doll (ดอล) *n.* ตุ๊กตาเด็กเล่น, เด็กที่หน้าตาน่ารัก, (คำสแลง) หญิงสาวที่หน้าตาสวยแต่ไม่ฉลาด

★**dollar** (ดอล' เลอร์) *n.* หน่วยเงินตราของหลายประเทศ เช่น สหรัฐอเมริกา แคนาดา ซึ่ง 1 ดอลลาร์มีค่าเท่ากับ 100 เซนต์

dollar diplomacy นโยบายการใช้กำลังทางเศรษฐกิจของตนปกป้องผลประโยชน์ของ

ประเทศจากนักลงทุนต่างชาติ

dollop (ดอล' เลิพ) *n.* (ภาษาพูด) ก้อน ปริมาตร หรือจำนวนของสิ่งที่ไม่มีรูปทรง

dolly (ดอล' ลี) *n., pl.* **-lies** (ภาษาพูด) ตุ๊กตา, รถเลื่อนขนาดเล็กใช้ตั้งกล้องถ่ายภาพยนตร์, รถเลื่อนเตี้ยๆ สำหรับลอดใต้เครื่องยนต์

dolor, dolour (โด' เลอร์) *n.* ความเศร้าโศก เสียใจ, ความทุกข์ **-dolorous** *adj.* (-S. grief)

dolphin (ดอล' ฟิน) *n.* ปลาโลมา

dolt (ดอลท์) *n.* คนโง่ **-doltish** *adj.* (-S. fool)

domain (โดเมน') *n.* อาณาเขตในการปกครอง, อาณาจักร (-S. kingdom, realm)

dome (โดม) *n.* โครงสร้างของวัตถุที่มีรูปทรงครึ่งวงกลม, หลังคารูปครึ่งวงกลม

dome

***domestic** (ดะเมซ' ทิค) *adj.* เกี่ยวกับครอบครัวหรือบ้าน, ที่ชอบใช้ชีวิตในบ้าน, (สัตว์) เชื่อง, เกี่ยวกับในประเทศ *-n.* คนรับใช้ในบ้าน

domesticate (ดะเมซ' ทิเคท) *vt.* **-cated, -cating** ทำให้ชอบอยู่บ้าน, ฝึกสัตว์ให้เชื่อง, ปรับให้เข้ากับสิ่งแวดล้อม **-domestication** *n.*

domicile (ดอม' มิไซล์, -เซิล, โด' มิ-) *n.* บ้าน, ที่พักอาศัย, ภูมิลำเนา (-S. residence)

dominant (ดอม' มะเนินท์) *adj.* ที่มีอิทธิพล, เด่น, มีจำนวนมากที่สุดในบริเวณหนึ่งๆ, สำคัญ *-n.* ลักษณะเด่นทางพันธุกรรม, สิ่งมีชีวิตที่มีจำนวนมากที่สุดในบริเวณนั้น **-dominantly** *adv.* **-dominance** *n.* (-S. (adj.) prominent)

dominate (ดอม' มะเนท) *vt., vi.* **-nated, -nating** ปกครอง, ควบคุม, มองลงมาจากที่สูง **-domination** *n.* (-S. control, rule)

domineering (ดอมมะเนีย' ริง) *adj.* ที่กดขี่, โหดร้าย, ที่ถือตัว **-domineeringly** *adv.*

dominion (ดะมิน' เนียน) *n.* การปกครอง, อำนาจปกครอง, อาณาเขตในการปกครอง

domino (ดอม' มะโน) *n., pl.* **-noes/-nos** ตัวต่อโดมิโน, ชุดแฟนซีที่มีเสื้อคลุมหลวมและใส่หน้ากาก **-dominoes/dominos** เกมโดมิโน

domino effect ผลกระทบที่เกิดจากเหตุการณ์ใดเหตุการณ์หนึ่ง ซึ่งส่งผลกระทบต่อๆ กันไปเป็นลูกโซ่

don[1] (ดอน) *n.* อาจารย์ในมหาวิทยาลัย, สุภาพบุรุษชาวสเปน **-Don** คำนำหน้าชื่อผู้ชายสเปน

don[2] (ดอน) *vt.* **donned, donning** สวมเสื้อผ้า

donate (โด' เนท, โดเนท') *vt., vi.* **-nated, -nating** อุทิศ, บริจาค, ให้ **-donator** *n.*

done (ดัน) *v.* กริยาช่อง 3 ของ do *-adj.* ที่ทำเสร็จแล้ว, ที่สุกกำลังดี, เป็นที่ยอมรับในสังคม

donee (โดนี') *n.* ผู้รับเงินบริจาค

***donkey** (ดอง' กี, ดัง'-) *n., pl.* **-keys** ลา, (คำสแลง) คนหัวดื้อ คนโง่ **-donkey engine** เครื่องจักรไอน้ำขนาดเล็ก ใช้ยกของบนเรือ

donkey

donor (โด' เนอร์) *n.* ผู้บริจาค

don't (โดนท์) ย่อจาก do not *-n., pl.* **don'ts** คำสั่งห้าม, ข้อห้าม

doodle (ดูด' เดิล) *vi., vt.* **-dled, -dling** ลากเส้นอย่างเปะปะ *-n.* ลายเส้นที่ลากอย่างเปะปะ

doom (ดูม) *n.* คำพิพากษา, ชะตากรรม, ความหายนะ *-vt.* **doomed, dooming** ประณาม, พิพากษา, กำหนดชะตากรรม

doomsday (ดูมซ' เด) *n.* วันที่พระผู้เป็นเจ้าพิพากษาโลก

***door** (ดอร์, โดร์) *n.* ประตู, ทางเข้า, วิธีการเข้าถึง **-from door-to-door** เดินจากบ้านหนึ่งไปบ้านหนึ่ง (-S. access, entrance, gateway)

doorbell (ดอร์' เบล, โดร์'-) *n.* กริ่งประตู

doorkeeper (ดอร์' คีเพอร์) *n.* คนเฝ้าประตู

doorknob (ดอร์' นอบ) *n.* ลูกบิดประตู

doorman (ดอร์' แมน) *n., pl.* **-men** พนักงานต้อนรับที่ประตูทางเข้า

doormat (ดอร์' แมท) *n.* เสื่อสำหรับเช็ดเท้า, (คำสแลง) คนที่ยอมเป็นเบี้ยล่างผู้อื่น

doorplate (ดอร์' เพลท) *n.* แผ่นป้ายบอกชื่อที่ติดไว้ที่ประตู

doorstop (ดอร์' เพลท) *n.* อุปกรณ์ที่ทำให้ประตูเปิดค้างได้ตามต้องการ

doorway (ดอร์' เว) *n.* ทางเข้า

dope (โดพ) *n.* (ภาษาพูด) ยากระตุ้น ยาโด๊ป ยาเสพย์ติด คนโง่, (คำสแลง) ข่าววงในเกี่ยวกับสุภาพม้าแข่ง, สารข้นเหนียวใช้เคลือบผิวกันน้ำ *-vt.* **doped, doping** ทำให้หมดสติโดยใช้ยาเสพย์ติด, กระตุ้นด้วยยา, ทำให้มึนงง

dope fiend (คำสแลง) คนติดยาเสพย์ติด ขี้ยา

dorm (ดอร์ม) *n.* (ภาษาพูด) หอพัก

dormant (ดอร์' เมินท์) *adj.* ที่อยู่นิ่ง, เฉื่อย, ที่อยู่ในภาวะจำศีลของสัตว์, ที่หลับอยู่นิ่งๆ, เงียบสงบชั่วคราว (-S. asleep, inert, latent)

dormer (ดอร์' เมอร์) *n.* หน้าต่างที่ยื่นออกจากหลังคา

dormitory (ดอร์' มิทอรี, -โทรี) *n., pl.* **-ries**

A B C D E F G H I J K L M N O P Q R S T U V W X Y Z

หอพัก, ห้องพักรวม
dormouse (ดอร์' เมาซ์) *n., pl.* **-mice** (-ไมซ์) สัตว์ประเภทกัดแทะ ตัวมีขนาดเล็กคล้ายหนู
dorsal (ดอร์' เซิล) *adj.* เกี่ยวกับหรืออยู่บนหลัง
dory (ดอ' รี, โด' รี) *n., pl.* **-ries** เรือท้องแบนขนาดเล็ก ใช้หาปลา
DOS (ดอส) ย่อจาก disk operating system ระบบปฏิบัติการที่เกี่ยวข้องกับการจัดการข้อมูลหรือโปรแกรมที่บันทึกในแผ่นดิสก์
dosage (โด' ซิจ) *n.* ปริมาณยาที่กำหนดให้ครั้งหนึ่งๆ, การให้ยาในครั้งหนึ่งๆ
dose (โดซ) *n.* ปริมาณยาหรือรังสีที่กำหนดให้ในหนึ่งครั้งหรือช่วงเวลาหนึ่ง *-vt.* **dosed, dosing** ให้ยา, จ่ายยา
doss (ดอซ) *n.* (คำสแลง) เตียงนอน *-vi.* **dossed, dossing** (คำสแลง) เข้านอน **-dosshouse** (คำสแลง) ที่พักราคาถูก
★**dot**[1] (ดอท) *n.* จุด, จุดทศนิยม, เครื่องหมายจุด, ปริมาณเล็กน้อย *-vt., vi.* **dotted, dotting** ทำเครื่องหมายจุด, ปกคลุมไปด้วยจุด, แต้มจุด
dot[2] (ดอท, โด) *n.* สินเดิมของหญิงก่อนสมรส
dotage (โด' ทิจ) *n.* การเสื่อมของร่างกายและสมองเพราะความชรา
dotard (โด' เทิร์ด) *n.* ผู้ย่างเข้าวัยชรา
dote (โดท) *vi.* **doted, doting** หลงใหล, ชอบมากจนขาดสติ (-S. idolize)
dot-matrix printer เครื่องพิมพ์ที่สร้างภาพและตัวอักษรโดยการใช้จุด
dotty (ดอท' ที) *adj.* **-tier, -tiest** เต็มไปด้วยจุด, (ภาษาพูด) ไม่มั่นคง บ้า ประหลาด โง่ น่าขัน **-dottily** *adv.* **-dottiness** *n.*
★**double** (ดับ' เบิล) *adj.* เป็นสองเท่า, เป็นคู่, เป็นสองครั้ง, มีสองส่วน, ที่จัดไว้สองที่, ที่มีสองความหมาย, ที่หลอกลวง, มีกลีบดอกสองชั้น *-adv.* สองเท่า, สองคู่ *-n.* ปริมาณ ขนาดหรือจำนวนสองเท่า, คนหรือสิ่งที่ดูเหมือนกันมาก, ตัวแสดงแทน, การวกกลับ *-vt., vi.* **-bled, -bling** เพิ่มหรือทำเป็นสองเท่า, พับเป็นสองทบ, ทำซ้ำ, วกกลับ, แสดงแทน, งอ (-S. (adj.) ambiguous, deceitful, dual)
double agent นักสืบที่ทำงานให้ทั้งสองฝ่ายที่เป็นคู่กรณีกัน
double-barreled, double-barrelled (ดับ' เบิลแบร์' เริลด์) *adj.* เป็นปืนที่มีสองลำกล้อง, ที่มีวัตถุประสงค์สองอย่าง, คลุมเครือ
double-breasted (ดับ' เบิลบริซ' ทิด) *adj.* ที่มีกระดุมเรียงเป็นสองแถวบริเวณหน้าอก
double-check (ดับ' เบิลเชค') *vt., vi.* **-checked, -checking** ตรวจสอบซ้ำ, ตรวจทาน
double chin คางสองชั้น
double-cross (ดับ' เบิลครอซ') *vt.* **-crossed, -crossing** ทรยศ, หักหลัง (-S. betray, cheat)
double-dealing (ดับ' เบิลดี' ลิง) *adj.* ที่หลอกลวง, ที่หักหลัง *-n.* การหลอกลวง
double-decker (ดับ' เบิลเดค' เคอร์) *n.* พาหนะที่มีสองชั้น, สิ่งที่มีสองชั้น

double-decker

double dutch เกมกระโดดเชือกคู่ที่หมุนไปคนละทิศ, (ภาษาพูด) การเขียนหรือพูดไร้สาระ
double-faced (ดับ' เบิลเฟซทฺ') *adj.* ที่มีสองแง่, ที่ไม่ซื่อสัตย์, ที่ใช้ได้ทั้งสองด้าน
double-jointed (ดับ' เบิลจอยน' ทิด) *adj.* ที่สามารถงอได้มากกว่าปกติ
double-quick (ดับ' เบิลควิค') *adj., adv.* เร็วมาก
doubly (ดับ' บลี) *adv.* เป็นสองเท่า, สองหน
★**doubt** (เดาทฺ) *vt., vi.* **doubted, doubting** สงสัย, ไม่เชื่อ, ไม่ไว้ใจ, ลังเล *-n.* ความไม่แน่นอน, ความไม่ไว้ใจ, สภาพที่ไม่แน่นอน **-doubtful** *adj.* **-doubtfully** *adv.*
dough (โด) *n.* ของผสมที่มีแป้ง น้ำและส่วนประกอบอื่นๆ เพื่อปั้นทำขนมปัง, (คำสแลง) เงิน
doughnut, donut (โด' นัท, -เนิท) *n.* ขนมแป้งสาลีรูปวงแหวนที่ทอดในน้ำมัน, ขนมโดนัต
dour (ดัวร์, เดาร์) *adj.* **dourer, dourest** ดื้อ, เข้มงวด, โศกเศร้า **-dourly** *adv.*
douse[1]**, dowse** (เดาซ์) *vt., vi.* **doused, dousing/dowsed, dowsing** จุ่มลงในของเหลว, ทำให้เปียกชุ่ม, ดับไฟ (-S. immerse)
douse[2] (เดาซ์) *v.* ดู dowse[1]
dove[1] (ดัฟว์) *n.* นกพิราบ, ผู้ที่อ่อนโยนและบริสุทธิ, สัญลักษณ์แห่งสันติภาพ **-dovish** *adj.*
dove[2] (ดัฟว์) *v.* กริยาช่อง 2 ของ dive
dovetail (ดัฟว์' เทล) *n.* เดือยประกบ, สลักลิ้น, ปากฉลาม *-vt., vi.* **-tailed, -tailing** ต่อเข้าด้วยกัน, เชื่อม, ประกบ (-S. (v.) combine, join)
dowager (เดา' อะเจอร์) *n.* หญิงม่ายที่ได้รับยศและสมบัติต่อจากสามี
dowdy (เดา' ดี) *adj.* **-dier, -diest** เชย, ล้าสมัย, ไม่เรียบร้อย *-n., pl.* **-dies** คนที่แต่งตัวเชย **-dowdily** *adv.* **-dowdiness** *n.*
dowel (เดา' เอิล) *n.* หมุดไม้หรือโลหะ, เดือย

A B C D E F G H I J K L M N O P Q R S T U V W X Y Z

dower (เดา' เออร์) *n.* มรดกที่หญิงม่ายได้รับเมื่อสามีเสียชีวิต, ทรัพย์สินของฝ่ายหญิงก่อนสมรส, พรสวรรค์ *-vt.* **-ered, -ering** ยกมรดกให้

★**down**[1] (เดานฺ) *adv.* จากที่สูงลงสู่ที่ต่ำ, ที่ตกหรือลดลง, ไปทางใต้, ที่ใช้งานไม่ได้, ซึ่งลดลง, ในทันที *-adj.* ที่ลดต่ำลง, ที่ซึมเศร้า *-prep.* ไปทางทิศใต้, ลงไปตามทาง *-n.* การเคลื่อนลงสู่ทิศใต้, สภาพที่ท้อแท้ *-vt.* **downed, downing** ทำให้ตกหรือล้มลง, ตีหรือต่อยให้ล้มลง

down[2] (เดานฺ) *n.* ขนที่ละเอียดและอ่อนนุ่ม, ส่วนที่อ่อนนุ่มที่ใบหรือผล

downbeat (เดานฺ' บีท) *n.* การให้สัญญาณตีครั้งแรกจากวาทยกรโดยการกวาดมือลง

downcast (เดานฺ' แคซทฺ) *adj.* หดหู่, เศร้าสร้อย, ไม่มีความสุข (-S. disheartened, sad)

downfall (เดานฺ' ฟอล) *n.* การสูญเสียอย่างรวดเร็ว, ฝนหรือหิมะที่ตกลงมาอย่างรุนแรง

downgrade (เดานฺ' เกรด) *vt.* **-graded, -grading** ทำให้ตกต่ำ, ลดค่า (-S. belittle)

downhearted (เดานฺ' ฮาร์' ทิด) *adj.* หดหู่, เศร้าสร้อย, หมดกำลังใจ (-S. depressed)

downhill (เดานฺ' ฮิล') *adv., adj* ซึ่งตกไปสู่ด้านล่าง, ซึ่งตกสู่ภาวะที่ตกต่ำ *-n.* การลาดเอียง, การแข่งขันสกีลงเขา

download (เดานฺ' โลด) *vt., vi.* **-loaded, -loading** ขนของลงจากพาหนะ, โอนย้ายข้อมูลหรือโปรแกรมคอมพิวเตอร์จากระบบที่ใหญ่สู่ระบบที่เล็กกว่า

down payment เงินมัดจำ, เงินดาวน์

downpour (เดานฺ' พอร์) *n.* ฝนที่ตกอย่างหนัก

downright (เดานฺ' ไรทฺ) *adj.* สมบูรณ์, ชัดเจน, ตรงไปตรงมา, ซื่อสัตย์ *-adv.* อย่างสมบูรณ์

★**downstairs** (เดานฺ' สแตรฺซฺ) *adv.* ลงสู่เบื้องล่าง, ลงบันได *-adj.* ที่อยู่ชั้นล่าง *-n.* ชั้นล่าง

downstream (*adj.* เดานฺ' สตรีม, *adv.* เดานฺ' สตรีม') *adj., adv.* ล่องไปตามกระแสน้ำ

Down's syndrome, Down syndrome อาการที่เกิดจากความผิดปกติของโครโมโซมคู่ที่ 21 ทำให้ใบหน้าแบน นัยน์ตาห่าง หางตาชี้ขึ้น ปัญญาอ่อนและอื่นๆ ที่ผิดปกติ

down-to-earth (เดานฺ' ทูเอิร์ธ', -ทะ-) *adj.* มีเหตุมีผล, ที่เป็นความจริง, เป็นธรรมชาติ

downtown (เดานฺ' เทานฺ) *n.* ย่านการค้า, ย่านธุรกิจ *-adj.* เกี่ยวกับหรืออยู่ในย่านธุรกิจ

downtrodden (เดานฺ' ทรอดเดิน) *adj.* ที่ถูกกดขี่, ที่ถูกกดดัน (-S. miserable, oppressed)

★**downward** (เดานฺ' เวิร์ด) *adv., adj.* จากที่สูงลงสู่ที่ต่ำ **-downwards** *adv.*

dowry (เดา' รี) *n., pl.* **-ries** ทรัพย์สินของฝ่ายหญิงก่อนสมรส, พรสวรรค์ (-S. gift)

dowse[1], **douse** (เดาซฺ) *vi.* **dowsed, dowsing/doused, dousing** ใช้ไม้ง่ามรูปตัว Y ในการหาน้ำหรือแร่ธาตุใต้ดิน

dowse[2] (เดาซฺ) *v., n.* ดู douse[1]

doz, doz. ย่อจาก dozen โหล

doze (โดซ) *vi., vt.* **dozed, dozing** งีบหลับ, ใช้เวลางีบหลับ *-n.* การนอนหลับในช่วงสั้นๆ

★**dozen** (ดัซฺ' เซิน) *n., pl.* **dozen** จำนวน 12 ชิ้น, หนึ่งโหล **-dozens (of)** จำนวนมากมาย

DP ย่อจาก data processing การประมวลข้อมูลของเครื่องคอมพิวเตอร์

DPhil, DPh, D. Phil., D. Ph. ย่อจาก Doctor of Philosophy ปริญญาดุษฎีบัณฑิต

dpt, dpt. ย่อจาก department แผนก, กอง

Dr, Dr. ย่อจาก doctor แพทย์, ผู้จบปริญญาเอก

drab (แดรบ) *adj.* **drabber, drabbest** มีสีน้ำตาลขุ่น, มีสีกากี, ไม่น่าสนใจ, น่าเบื่อ, ธรรมดา

draft (แดรฟทฺ) *n.* แบบร่างคร่าวๆ, ตั๋วเงิน, กลุ่มคนที่ถูกเลือกเพื่อปฏิบัติหน้าที่พิเศษ, เครื่องดื่ม, การไหลเวียนอากาศ *-vt., vi.* **drafted, drafting** คัดเลือก, เกณฑ์, ร่างภาพหรือเอกสาร (-S. (n.) cheque (n., v.) outline, plan)

draftee (แดรฟที') *n.* ผู้ที่ถูกคัดเลือก, ทหารเกณฑ์

draftsman (แดรฟทฺซฺ' เมิน) *n., pl.* **-men** ผู้ออกแบบหรือวางโครงสร้างของตึกหรือเครื่องจักร, นักวาดภาพ, ผู้ร่างบทสุนทรพจน์

drafty (แดรฟ' ที) *adj.* **-ier, -iest** มีหรือปล่อยให้ลมไหลเวียน

★**drag** (แดรก) *vt., vi.* **dragged, dragging** ลาก, ดึง, ขุดลอกคลองเพื่อหาสิ่งของ, ทำให้ยืดหรือขยายออก, ทำให้เคลื่อนที่โดยต้องใช้แรงมาก, เคลื่อนเมาส์ของคอมพิวเตอร์, เคลื่อนไปอย่างช้าๆ, ทำอย่างเชื่องช้า *-n.* การลากดึง, อุปกรณ์สำหรับลาก, เครื่องถ่วงเรือให้อยู่กับที่, รถม้าขนาดใหญ่, อุปสรรค, สิ่งที่ถูกลากจูง, การเคลื่อนที่อย่างเชื่องช้า, (คำสแลง) การสวมเสื้อผ้าของเพศตรงข้าม (-S. (v., n.) pull)

draggle (แดรก' เกิล) *vt., vi.* **-gled, -gling** ทำให้เปียกและเปื้อนโดยการลาก, ครูดไถลไปตามพื้น, ติดตามอย่างช้าๆ

dragon (แดรก' เกิน) *n.* มังกร, คนที่ดุร้าย

dragonfly (แดรก' เกินไฟล) *n., pl.* **-flies** แมลงปอ

★**drain** (เดรน) *vt., vi.* **drained, draining** เท

A B C D E F G H I J K L M N O P Q R S T U V W X Y Z

ออก, ทำให้ว่างเปล่า, ใช้จนหมดอย่างช้าๆ, ดื่มจนหมด, ระบายน้ำ, ทำให้เหนื่อยล้า -*n.* ท่อ, สิ่งที่ทำให้ค่อยๆ สูญเสียพลัง

drainage (เดร' นิจ) *n.* ระบบ วิธีหรือการระบายของเหลว, สิ่งที่ถูกระบายออก

drainpipe (เดรน' ไพพ์) *n.* ท่อน้ำทิ้ง

drake (เดรก) *n.* เป็ดตัวผู้

drama (ดรา' มะ, แดรม' มะ) *n.* ละคร, บทละคร, เรื่องราวที่น่าตื่นเต้นหรือน่าสนใจ

★**dramatic** (ดระแมท' ทิค) *adj.* เกี่ยวกับละคร, น่าตื่นเต้น, น่าสนใจ, ที่แสดงออกเกินความจริง **-dramatics** ศิลปะการแสดงละคร, การแสดงที่เกินความเป็นจริง **-dramatically** *adv.* (-S. exciting, theatrical)

dramatis personae (แดรม' มะทิซ เพอร์โซ' นี, ดรา' มะทิซเพอร์โซ' ไน) *n. pl.* ตัวละครทั้งหมดในเรื่อง, รายชื่อตัวละคร

dramatize (แดรม' มะไทซ์, ดรา' มะ-) *vt., vi.* **-tized, -tizing** แปลงให้เป็นละคร, แสดงเกินจริง **-dramatization** *n.* **-dramatist** *n.*

drank (แดรงค์) *v.* กริยาช่อง 2 ของ drink

★**drape** (เดรพ) *vt., vi.* **draped, draping** ตกแต่ง แขวนหรือคลุมด้วยผ้าอย่างหลวมๆ, แขวนผ้าม่าน -*n.* ผ้าม่าน (-S. (v.) cover, hang)

draper (เดร' เพอร์) *n.* คนขายผ้าและสินค้าแห้ง

drapery (เดร' พะรี) *n., pl.* **-ies** การค้าขายผ้า, ผ้าที่ใช้แขวน, ผ้าม่าน, สินค้าแห้ง

drastic (แดร' ซทิค) *adj.* ที่รุนแรง, ที่เกิดผลอย่างรุนแรงและฉับพลัน **-drastically** *adv.*

draught (ดราฟท์) *n., v.* ดู draft

draughts (แดรฟท์ซ์) *n. pl.* เกมหมากรุก

draughty (แดรฟ' ที, ดราฟ'-) *adj.* ดู drafty

★**draw** (ดรอ) *vt., vi.* **drew, drawn, drawing** ลาก, หายใจเข้า, สูบหรือดูดเข้ามา, ดึง, สกัดออกมา, เขียนเช็ค, ถอนเงิน, ได้รับ, จั่วไพ่, เลือกแบบสุ่ม, ทำให้ยืดออก, โก่งคันธนู, ลากเส้น, วาดรูป, ดึงดูดความสนใจ, เขียนสัญญา, ทำให้อากาศหมุนเวียน -*n.* การร่างภาพ, ภาพวาด, การหายใจเข้า, สิ่งที่ดึงดูดความสนใจ, การจั่วไพ่, สิ่งที่ถูกเลือกแบบสุ่ม (-S. (v., n.) pull, sketch)

drawback (ดรอ' แบค) *n.* ข้อเสียเปรียบ, อุปสรรค, เงินภาษีที่ได้คืน (-S. disadvantage)

drawbridge (ดรอ' บริจ) *n.* สะพานที่สามารถยกปลายด้านหนึ่งขึ้นได้เพื่อป้องกันการผ่านเข้ามา

drawee (ดรออี') *n.* ผู้จ่ายเงิน

★**drawer** (ดรอ' เออร์) *n.* คนที่วาดภาพ, คนที่สั่งจ่ายเงิน, ลิ้นชัก **-drawers** ชุดชั้นใน

★**drawing** (ดรอ' อิง) *n.* ศิลปะในการวาดภาพ, การร่างภาพ, ภาพที่วาด

drawing pin หมุดหัวแบนใช้ติดกระดาษกับแผ่นกระดาน

drawing room ห้องรับรองแขก

drawl (ดรอล) *vi., vt.* **drawled, drawling** พูดยานคาง -*n.* การพูดยานคาง

drawn (ดรอน) *v.* กริยาช่อง 3 ของ draw -*adj.* ที่เหนื่อยล้า, ที่เสมอกัน

dread (เดรด) *vt., vi.* **dreaded, dreading** หวาดกลัว, เกรงกลัว -*n.* ความหวาดกลัว **-dreadful** *adj.* **-dreadfully** *adv.*

★**dream** (ดรีม) *n.* ความฝัน, ความเพ้อฝัน, ความปรารถนา, สิ่งที่สวยงามหรือถูกใจ -*vi., vt.* **dreamed/dreamt, dreaming** ฝัน, ฝันกลางวัน, คิดถึงสิ่งที่เป็นไปได้, จินตนาการ

dreamer (ดรี' เมอร์) *n.* คนช่างฝัน, คนที่มีจินตนาการ, คนที่ชอบเพ้อฝัน

dreamy (ดรี' มี) *adj.* **-ier, -iest** เหมือนความฝัน, (ภาษาพูด) ดีเยี่ยม **-dreamily** *adv.*

dreary (เดรีย' รี) *adj.* **-rier, -riest** เศร้าหมอง, ไม่มีชีวิตชีวา, เป็นทุกข์, น่าเบื่อ **-drearily** *adv.*

dredge[1] (เดรจ) *n.* อุปกรณ์ที่ติดตาข่ายเพื่อจับสัตว์น้ำหรือพืชน้ำ, อุปกรณ์ที่ใช้ขุดหรือตักสิ่งของในน้ำ -*vt., vi.* **dredged, dredging** ทำให้สะอาด, ขุดลอกหรือใช้อุปกรณ์ดังกล่าว

dredge[2] (เดรจ) *vt.* **dredged, dredging** โรยหน้าด้วยสิ่งที่มีลักษณะเป็นผง เช่น น้ำตาล

dregs (เดรกซ์) *n. pl.* ตะกอนที่นอนก้นในของเหลว, ส่วนที่ไม่มีประโยชน์ **-dreg** ส่วนที่เหลือ

drench (เดรนช์) *vt.* **drenched, drenching** ทำให้เปียกชุ่ม, จุ่ม, ให้ยาน้ำแก่สัตว์ (-S. soak)

★**dress** (เดรซ) *vt., vi.* **dressed, dressing** สวมเสื้อผ้า, ตกแต่ง, จัดแถวทหาร, ล้างแผล, เตรียม, แปรงขนสัตว์, ใส่ปุ๋ย, ทำความสะอาดสัตว์เพื่อเตรียมขาย -*n.* เสื้อผ้า, เสื้อกระโปรงชุด, ชุดที่เป็นทางการ, สิ่งที่ใช้ปกคลุม

dresser (เดรซ' เซอร์) *n.* ช่างแต่งตัวนักแสดง, ผู้ช่วยศัลยแพทย์ที่ทำหน้าที่ตกแต่งแผล, โต๊ะเครื่องแป้ง, ตู้เก็บถ้วยชามในครัว

dressing (เดรซ' ซิง) *n.* ยาและอุปกรณ์ในการล้างแผล, ซอสปรุงรส, น้ำสลัด, เครื่องปรุงและอื่นๆ ที่ใช้ยัดเป็นไส้ในอาหาร, ปุ๋ย

dressing gown เสื้อคลุมอาบน้ำหรือเปลี่ยนชุด

dressing room ห้องเปลี่ยนเสื้อผ้าและแต่งตัว

dressing table โต๊ะเครื่องแป้ง

dressmaker (เดรซ' เมเคอร์) *n.* ช่างตัดเสื้อ

A B C D E F G H I J K L M N O P Q R S T U V W X Y Z

ผู้หญิง โดยเฉพาะกระโปรง

dress rehearsal การซ้อมละครที่สวมชุดแสดงจริง

dressy (เดรซ' ซี) *adj.* **-ier, -iest** หรูหรา, ทันสมัย, ชอบแต่งตัว

drew (ดรู) *v.* กริยาช่อง 2 ของ draw

drib (ดริบ) *n.* ปริมาณที่น้อยมากจนละเลยได้

dribble (ดริบ' เบิล) *vi., vt.* **-bled, -bling** ไหลเป็นหยดๆ, ค่อยๆ ไหล, ปล่อยให้น้ำลายไหล, เตะลูกฟุตบอลในระยะสั้น **-dribbler** *n.*

★**driblet** (ดริบ' ลิท) *n.* หยดของเหลวขนาดเล็ก, ปริมาณเล็กน้อย, ส่วนน้อย

dried (ไดรด์) *v.* กริยาช่อง 2 และ 3 ของ dry

drier[1], **dryer** (ได' เออร์) *n.* สิ่งที่ทำให้แห้ง, สารที่เติมในสีหมึกหรือวานิชเพื่อให้แห้งเร็วขึ้น

drier[2] (ไดร' เออร์) *adj.* คุณศัพท์เปรียบเทียบขั้นกว่าของ dry

drift (ดริฟท์) *vi., vt.* **drifted, drifting** ลอยไปตามกระแสลมหรือน้ำ, เร่ร่อน, สะสมเป็นกอง *-n.* การหรือสภาวะที่ล่องลอย, สิ่งที่กองรวมกันจากการพัดของลมหรือน้ำ, แนวโน้ม, ความหมาย

drifter (ดริฟ' เทอร์) *n.* คนที่เร่ร่อน, คนที่เปลี่ยนงานบ่อย

drill[1] (ดริล) *n.* เครื่องเจาะรู, การฝึกภาคสนามของทหาร, การอบรมซ้ำๆ อย่างต่อเนื่อง *-vt., vi.* **drilled, drilling** เจาะรู, สอนซ้ำๆ, ปลูกฝัง, ฝึกฝน (-S. (n., v.) practice, puncture (v.) instruct)

drill[2] (ดริล) *n.* ผ้าฝ้ายที่มีความทนทาน, ผ้าทอลายสอง

drillmaster (ดริล' แมซเทอร์) *n.* ผู้ฝึก, ครูฝึก

★**drink** (ดริงค์) *vt., vi.* **drank, drunk, drinking** กลืน, ดูดซับ, ดื่มอวยพร, ดื่มเครื่องดื่มแอลกอฮอล์ *-n.* เครื่องดื่ม, เครื่องดื่มแอลกอฮอล์

drinkable (ดริง' คะเบิล) *adj.* เหมาะสำหรับการดื่ม *-n.* เครื่องดื่ม (-S. (adj.) potable)

drinking fountain ที่กดน้ำดื่มสาธารณะ

drip (ดริพ) *vi., vt.* **dripped, dripping** ซึมไหลหรือตกลงมาเป็นหยด, รวมตัวเป็นหยด *-n.* การรวมตัวเป็นหยดและตกลงมา, หยดของเหลว

dripping (ดริพ' พิง) *n.* ไขมันและของเหลวที่หยดออกจากเนื้อที่กำลังถูกย่าง **-drippings** ของเหลวที่หยดหรือตกลงมาเป็นหยดๆ

dripping pan กระทะรองหยดไขมันหรือของเหลวจากเนื้อย่าง

★**drive** (ไดรฟว์) *vt., vi.* **drove, driven, driving** กระตุ้น, ควบคุม, บังคับ, ขับพาหนะ, เดินทาง, ใช้งานเครื่องยนต์, พุ่งไปข้างหน้า, ขับไล่, ต้อนสัตว์, ตีตะปู, เจาะรู, ตีหรือส่งลูก *-n.* การเดินทางโดยพาหนะ, การใช้งานเครื่องยนต์, พลังงานในการขับเคลื่อน, อุปกรณ์ในการขับเคลื่อน, การรณรงค์, การต้อนสัตว์, ถนนส่วนบุคคลที่ตรงไปยังประตูบ้าน, อุปกรณ์ที่ใช้อ่านและบันทึกข้อมูลของคอมพิวเตอร์, แรงกระตุ้น, การตีลูกกอล์ฟ

drive-by, driveby (ไดรฟว์' ไบ) *adj.* (การยิง) ที่มาจากพาหนะซึ่งกำลังเคลื่อนที่ *-n., pl.* **-bys** การยิงจากพาหนะซึ่งกำลังเคลื่อนที่ในการก่ออาชญากรรม

drive-in (ไดรฟว์' อิน) *n.* สถานที่ที่ออกแบบให้สามารถขับรถเข้าไปใช้บริการได้ เช่น โรงหนัง

drivel (ดริฟว์' เวิล) *vi., vt.* **-eled, -eling/-elled, -elling** น้ำลายไหล, น้ำมูกไหล, พูดเหลวไหล *-n.* น้ำลายที่ไหลออกมา, การพูดเหลวไหล

driven (ดริฟว์' เวิน) *v.* กริยาช่อง 3 ของ drive

★**driver** (ได' เวอร์) *n.* ผู้ควบคุมพาหนะ, ไม้ตีกอล์ฟที่มีหัวขนาดใหญ่

driving license ใบอนุญาตขับขี่รถยนต์

driving school โรงเรียนสอนขับขี่รถยนต์

driving test การทดสอบเพื่อขอใบอนุญาตขับรถยนต์

drizzle (ดริซ' เซิล) *vt., vi.* **-zled, -zling** มีฝนตกปรอยๆ, มีฝนตกพรำๆ *-n.* ฝนตกพรำๆ, ฝนตกปรอยๆ **-drizzly** *adj.*

drogue parachute ชูชีพขนาดเล็กใช้ดึงชูชีพขนาดใหญ่ออกจากที่เก็บ

droll (ดรอล) *adj.* **droller, drollest** ตลก, น่าขัน, แปลกประหลาด (-S. eccentric, funny)

drollery (โดร' ละรี) *n., pl.* **-ies** เรื่องตลก, การแสดง พูดหรือทำตลก, มุขตลก

dromedary (ดรอม' มิเดอรี, ดรัม'-) *n., pl.* **-ies** อูฐหนอกเดียว

drone (โดรน) *n.* ผึ้งตัวผู้, คนที่เกาะคนอื่นกิน, กาฝาก, เสียงหึ่งๆ, การพูดด้วยเสียงโทนเดียว *-vi.* **droned, droning** เป็นกาฝาก, ส่งเสียงหึ่งๆ ที่น่ารำคาญ, พูดด้วยเสียงโทนเดียว

drool (ดรูล) *vi., vt.* **drooled, drooling** มีน้ำลายไหล, (ภาษาพูด) พูดเกินความจริง พูดไร้สาระ

droop (ดรูพ) *vi., vt.* **drooped, drooping** ห้อยลง, ตกลงมา, ก้มลง, หมดแรง *-n.* สภาพที่หมดแรง, การก้มลง, การตกลงมา **-droopingly** *adv.* (-S. (v., n.) hang (v.) weaken)

★**drop** (ดรอพ) *n.* หยดของเหลว, ปริมาณเล็กน้อย, สิ่งที่มีรูปร่างคล้ายหยดน้ำ, การตกหรือลดลงอย่างรวดเร็ว, ระยะที่ตกลงมา *-vi., vt.* **dropped,**

dropping ตกลงมาเป็นหยด, ปล่อยให้ตกลงมา, ตกจากที่สูง, ทำให้ลดลง, เหนื่อยมาก บาดเจ็บหรือตาย, ทำลูกลงหลุมหรือห่วง, (สัตว์) ออกลูก, ส่งจดหมาย, ตัดตัวอักษรหรือเสียงในคำ, ยุติ, ไล่ออก, ยกเลิก **-drops** ยาที่ให้เป็นหยด (-S. (n.) descent, droplet (v.) fall, lessen, omit)

drop curtain ม่านแบบชักขึ้นลงเพื่อเปิดปิดเวทีในโรงละคร

drop-dead (ดรอพเดด') *adv.* (คำสแลง) อย่างมาก อย่างยิ่ง (ใช้กับคนที่ดูดีและน่าสนใจ)

drop kick การเตะลูกบอลโดยทำให้ลูกตกกระทบพื้นแล้วเตะเมื่อลูกกระดอนขึ้นครั้งแรก

dropout (ดรอพ' เอาทฺ) *n.* คนที่ออกจากโรงเรียนก่อนจะเรียนจบ, คนที่ถูกไล่ออกจากกลุ่ม

droppings (ดรอพ' พิงซฺ) *n. pl.* มูลสัตว์

dropsy (ดรอพ' ซี) *n.* โรคที่เกิดจากการสะสมของเหลวตามส่วนต่างๆ ในร่างกาย, โรคบวมน้ำ

drought, drouth (เดราทฺ, เดราธฺ) *n.* ภาวะที่แห้งแล้งหรือขาดแคลนน้ำ, ฤดูแล้ง

drove[1] (โดรฟวฺ) *v.* กริยาช่อง 2 ของ drive

drove[2] (โดรฟวฺ) *n.* ฝูงสัตว์, กลุ่มคนจำนวนมาก

drover (โดร' เวอรฺ) *n.* คนที่กวาดต้อนฝูงสัตว์

★**drown** (เดรานฺ) *vt., vi.* **drowned, drowning** กดให้จมน้ำตาย, ทำให้ท่วมไปด้วยน้ำ, ทำให้หมดสติ, ส่งเสียงดังกลบเสียงอื่น, กำจัด

drowse (เดราซฺ) *vi., vt.* **drowsed, drowsing** ครึ่งหลับครึ่งตื่น, สัปหงก, งีบหลับ

drowsy (เดรา' ซี) *adj.* **-ier, -iest** งัวเงีย, ไม่กระฉับกระเฉง, ครึ่งหลับครึ่งตื่น **-drowsily** *adv.* **-drowsiness** *n.* (-S. sleepy, tired)

drudge (ดรัจ) *n.* คนที่ต้องทำงานหนักหรืองานที่น่าเบื่อ *-vi.* **drudged, drudging** ทำงานหนัก, ทำงานที่น่าเบื่อ (-S. (n., v.) labor, slave)

drudgery (ดรัจ' จะรี) *n., pl.* **-ies** งานที่น่าเบื่อ, งานหนัก, งานที่ใช้แรงงาน (-S. chores)

★**drug** (ดรัก) *n.* ยารักษาโรค, ยาเสพย์ติด, สารเคมี *-vt.* **drugged, drugging** วางยาพิษ, ผสมยาพิษในอาหารหรือเครื่องดื่ม, ทำให้โง่หรือหมดสติโดยใช้ยา **-drug addict** ผู้ติดยาเสพย์ติด

drugget (ดรัก' กิท) *n.* ผ้าปูพื้นเนื้อหยาบที่ทำจากขนสัตว์หรือขนสัตว์ผสมกับฝ้าย

druggist (ดรัก' กิซทฺ) *n.* เภสัชกร, คนขายยา

★**drugstore, drug store** (ดรัก' สตอรฺ, -สโตรฺ) *n.* ร้านขายยา

★**drum** (ดรัม) *n.* กลอง, สิ่งที่มีรูปร่างคล้ายกลอง เช่น ถัง, เยื่อแก้วหู *-vt.,vi.* **drummed, drumming** ตีกลอง, เคาะให้เกิดเสียงอย่างต่อเนื่อง

drumhead (ดรัม' เฮด) *n.* แผ่นที่ขึงหน้ากลอง

drumhead court-martial ศาลทหารที่ตั้งขึ้นขณะปฏิบัติการภาคสนาม

drum major ผู้นำวงดุริยางค์ ซึ่งถือไม้ควบคุมการเล่นดนตรี **-drum majorette** *n. fem.*

★**drummer** (ดรัม' เมอรฺ) *n.* มือกลองในวงดนตรี

drumstick (ดรัม' สติค) *n.* ไม้ตีกลอง, น่องของสัตว์ปีก

★**drunk** (ดรังคฺ) *v.* กริยาช่อง 3 ของ drink *-adj.* เมาเครื่องดื่มแอลกอฮอล์, มีอารมณ์รุนแรง

drunkard (ดรัง' เคิรฺด) *n.* คนติดสุรา

drunken (ดรัง' เคิน) *adj.* เมา, ติดสุรา, ที่เกิดขึ้นเพราะเมา **-drunkenly** *adv.* **-drunkenness** *n.* (-S. intoxicated)

drupe (ดรูพ) *n.* ผลไม้ที่ชุ่มน้ำ มีเมล็ดแข็ง เช่น เชอรี่ พีช พลัม

★**dry** (ไดร) *adj.* **drier, driest/dryer, dryest** แห้ง, แล้ง, ไม่มีน้ำ, ที่ต้องการน้ำ, ไม่มีน้ำนม, ไม่มีเสมหะ, ไม่มีน้ำตา, น่าเบื่อ, เป็นตลกหน้าตาย, ไม่เป็นมิตร, ที่ห้ามขายเครื่องดื่มแอลกอฮอล์, ไม่หวาน, ไม่มีเนยหรือแยม *-vt., vi.* **dried, drying** เอาความชื้นหรือน้ำออก, ทำให้แห้ง, ระเหย *-n., pl.* **drys** (ภาษาพูด) นักต่อต้าน **-dryly, drily** *adv.* **-dryness** *n.* (-S. (adj.) arid, dehydrated (v.) dehydrate)

dry battery, dry cell แบตเตอรี่ชนิดแห้ง, ถ่านไฟฉาย

dry-clean (ไดร' คลีน) *vt.* **-cleaned, -cleaning** ซักแห้ง

dry dock อู่จอดเรือ, อู่ซ่อมเรือ

dryer (ไดร' เออรฺ) *n.* อุปกรณ์ไล่ความชื้น

dry goods สินค้าประเภทสิ่งทอหรือเสื้อผ้า (เรียกอีกอย่างว่า soft goods)

dry ice น้ำแข็งแห้ง เป็นคาร์บอนไดออกไซด์แข็งใช้เป็นตัวทำความเย็น

dry nurse นางพยาบาลที่ถูกจ้างมาทำหน้าที่เลี้ยงดูทารก แต่ไม่ต้องให้น้ำนม

dry rot โรคพืชที่เกิดจากเชื้อรา ทำให้เนื้อเยื่อหน่อและผลของพืชแห้ง

dry run การฝึกซ้อม, การซ้อมรบ

dual (ดู' เอิล, ดิว'-) *adj.* ที่ประกอบด้วยสองสิ่ง, ที่เป็นคู่, ที่แบ่งออกเป็นสองส่วน (-S. double)

dual-purpose (ดู' เอิลเพอรฺ' เพิซ, ดิว'-) *adj.* ที่สามารถใช้งานได้สองแบบ

dub (ดับ) *vt.* **dubbed, dubbing** แต่งตั้งให้เป็นอัศวิน, ขนานนาม, ให้ตำแหน่ง, ตี ตัดหรือขัดให้เรียบ, ใส่เสียงเข้าไปในเทปหรือฟิล์ม

dubbin, dubbing (ดับ' บิน, ดับ' บิง) *n.* ไขมันชนิดหนึ่งที่ทำให้หนังสัตว์นุ่มและกันน้ำได้
dubiety (ดูไบ' อิที, ดิว-) *n., pl.* **-ties** ความไม่แน่ใจ, ความรู้สึกที่สับสน, เรื่องที่สับสน
dubious (ดู' เบียซ, ดิว'-) *adj.* ที่สับสน, น่าสงสัย, ไม่ชัดเจน, คลุมเครือ **-dubiously** *adv.* **-dubiousness** *n.* (**-S.** ambiguous, doubtful)
dubitable (ดู' บิทะเบิล, ดิว'-) *adj.* ที่ไม่แน่นอน, น่าสงสัย **-dubitably** *adv.*
ducal (ดู' เคิล, ดิว'-) *adj.* เกี่ยวกับดยุก
duchess (ดัช' ชิซ) *n.* ภรรยาของท่านดยุก, ผู้หญิงที่ได้แต่งตั้งเป็นขุนนาง
duchy (ดัช' ชี) *n., pl.* **-ies** ดินแดนที่ปกครองโดยดยุก
★**duck**[1] (ดัค) *n.* เป็ดตัวเมีย, เนื้อเป็ด
duck[2] (ดัค) *vt., vi.* **ducked, ducking** หลบหนี, มุดตัวหรือก้มหัวต่ำเพื่อหลบหนี, ดำน้ำ *-n.* การพุ่งลงน้ำ, การก้มตัวหรือศีรษะ
duck[3] (ดัค) *n.* ผ้าฝ้ายหรือลินินที่ทอแบบละเอียด **-ducks** กางเกงที่ตัดจากผ้าทอดังกล่าว
duckbill (ดัค' บิล) *n.* สัตว์เลี้ยงลูกด้วยนมชนิดหนึ่ง ตัวมีขนาดเล็ก วางไข่ในน้ำ เท้าเป็นแผ่นแบนและปากคล้ายเป็ด อาศัยในออสเตรเลีย (เรียกอีกอย่างว่า duck-billed platypus)
duckboard (ดัค' บอร์ด, -โบร์ด) *n.* แผ่นกระดานสำหรับปูทางเดินบนพื้นโคลน
duckling (ดัค' ลิง) *n.* ลูกเป็ด, เป็ดตัวเล็กๆ
ducks and drakes เกมโยนหินแบนๆ ไปที่ผิวหน้าของน้ำ
duckweed (ดัค' วีด) *n.* แหน
ducky (ดัค' คี) *adj.* **-ier, -iest** (คำสแลง) เยี่ยมดีมาก (มักใช้ในเชิงเสียดสี)
duct (ดัคท์) *n.* ท่อ, อุโมงค์, ท่อต่างๆ ในร่างกาย, ท่อน้ำและท่ออาหารในพืช **-ductless** *adj.*
ductile (ดัค' เทิล, -ไทล์) *adj.* เป็นโลหะที่สามารถตีให้บางหรือขึ้นรูปตามต้องการ, หัวอ่อน, ที่ชักจูงง่าย **-ductility** *n.* (**-S.** docile, pliable)
dud (ดัด) *n.* (ภาษาพูด) ลูกระเบิดหรือกระสุนที่ด้าน คนที่ไม่ประสบความสำเร็จ **-duds** (ภาษาพูด) เสื้อผ้า ทรัพย์สินส่วนตัว
dude (ดูด, ดิวด์) *n.* (ภาษาพูด) ผู้ชายที่ชอบแต่งตัว ผู้ชายสำอาง, (คำสแลง) สมาชิก เพื่อน
★**due** (ดู, ดิว) *adj.* ที่เป็นหนี้, เหมาะสม, ถึงเวลาที่กำหนด *-adv.* โดยตรง, อย่างถูกต้อง *-n.* สิ่งหรือสิทธิที่สมควรได้รับ **-dues** ค่าธรรมเนียม **-due to** เนื่องจาก, เป็นผลมาจาก
due date วันที่ครบกำหนด
duel (ดู' เอิล, ดิว'-) *n.* การต่อสู้แบบตัวต่อตัว, การดวลหรือการแข่งขันระหว่างสองฝ่าย
duet (ดูเอท', ดิว-) *n.* เสียงประสานจากเสียงร้องหรือเสียงเครื่องดนตรีโดยผู้เล่นสองคน
duffel/duffle bag กระเป๋าทรงกระบอก ใช้ใส่สัมภาระส่วนตัว ทำจากผ้าใบหรือผ้าขนสัตว์ที่ทออย่างหนาและหยาบ
duffer (ดัฟ' เฟอร์) *n.* (ภาษาพูด) คนโง่, (คำสแลง) คนเร่ขายของ สิ่งไร้ค่าหรือไร้ประโยชน์
dug[1] (ดัก) *n.* เต้านมหรือหัวนมของสัตว์ตัวเมีย
dug[2] (ดัก) *v.* กริยาช่อง 2 และ 3 ของ dig
dugong (ดู' กอง) *n.* ตัวพะยูน
dugout (ดัก' เอาท์) *n.* เรือที่ขุดจากท่อนไม้หนึ่งท่อน, หลุมหลบภัย
★**duke** (ดูค, ดิวค์) *n.* ดยุกเป็นตำแหน่งขุนนางระดับสูงสุด, ผู้ปกครองรัฐอิสระ
dulcet (ดัล' ซิท) *adj.* เป็นเสียงที่ไพเราะ นุ่มนวล ชวนฟังหรือช่วยผ่อนคลาย (**-S.** melodious)
dulcimer (ดัล' ซะเมอร์) *n.* ขิม
★**dull** (ดัล) *adj.* **duller, dullest** โง่, ซึมเศร้า, ไม่มีชีวิตชีวา, เฉื่อย, ทื่อ, ไม่มีความรู้สึก, ไม่ชัดเจน, น่าเบื่อ, เป็นสีทึม *-vt., vi.* **dulled, dulling** ทำให้โง่ ซึมเศร้า ไม่มีชีวิตชีวา เฉื่อย ทื่อ ไม่มีความรู้สึก น่าเบื่อหรือทึบ **-dullness** *n.* **-dully** *adv.* (**-S.** (adj.) boring, gloomy)
dullard (ดัล' เลิร์ด) *n.* คนโง่ (**-S.** fool)
duly (ดู' ลี, ดิว'-) *adv.* อย่างเหมาะสม, อย่างถูกต้อง, ตรงเวลา, เป็นไปตามที่คาดไว้
★**dumb** (ดัม) *adj.* **dumber, dumbest** เป็นใบ้, เงียบ, ที่พูดไม่ได้, (ภาษาพูด) โง่ **-dumbly** *adv.* **-dumbness** *n.* (**-S.** mute)
dumbbell (ดัม' เบล) *n.* ดุ้มน้ำหนักสำหรับออกกำลังกาย, (คำสแลง) คนโง่
dumbfound, dumfound (ดัม' เฟานด์) *vt.* **-founded, -founding** ทำให้ตกใจหรือแปลกใจจนพูดไม่ออก (**-S.** astonish, astound)
dumb show ละครใบ้
dumdum bullet กระสุนหัวระเบิด ซึ่งปลายกระสุนจะอ่อนและแตกออกเมื่อกระทบวัตถุทำให้เกิดความเสียหายเป็นวงกว้าง
dummy (ดัม' มี) *n., pl.* **-mies** ของที่ทำเลียนแบบ, หุ่นแสดง, หุ่นเชิด, หุ่นจำลอง, (คำสแลง) คนโง่ *-adj.* ที่ทำเลียนแบบ, เป็นของปลอม (**-S.** (n.) mannequin, sample (adj.) bogus)
★**dump** (ดัมพ์) *vt., vi.* **dumped, dumping** ปล่อยหรือโยนทิ้งเป็นจำนวนมาก, เอาออกจากที่บรรทุก, ทิ้ง, กำจัด, วางสินค้าเป็นจำนวนมาก

และขายในราคาถูก, ส่งข้อมูลคอมพิวเตอร์จากที่หนึ่งไปยังอีกที่หนึ่ง *-n.* กองขยะ, ที่ทิ้งขยะ, โกดังเก็บสินค้า, สิ่งที่ได้จากการถ่ายเทข้อมูลคอมพิวเตอร์ **-dumps** ความรู้สึกเศร้าหมอง, ภาวะจิตใจที่หดหู่

dumpling (ดัมพ์' พลิง) *n.* แป้งรูปกลมๆ ใช้ใส่ในซุป, ขนมพุดดิ้งใส่ไส้ผลไม้

dun[1] (ดัน) *vt.* **dunned, dunning** ทวงหนี้

dun[2] (ดัน) *adj.* มีสีน้ำตาลปนเทา

dunce (ดันซ์) *n.* คนโง่ (**-S.** blockhead, dolt)

dune (ดูน, ดิวน์) *n.* เนินทรายที่เกิดจากลมพัด

dung (ดัง) *n.* มูลสัตว์, ปุ๋ยคอก, ของเสีย

dungaree (ดังกะรี') *n.* ผ้าฝ้ายเนื้อหยาบมักมีสีน้ำเงิน **-dungarees** กางเกงที่ทำจากผ้าดังกล่าว

dungeon (ดัน' เจิน) *n.* คุกมืดที่อยู่ใต้ดิน

dunk (ดังค์) *vt., vi.* **dunked, dunking** จุ่มลงของเหลว, จุ่มอาหารลงของเหลวก่อนรับประทาน, จับลูกบาสเกตบอลยัดลงห่วง

dunnage (ดัน' นิจ) *n.* วัสดุกันกระแทก

duo (ดู' โอ, ดิว' โอ) *n., pl.* **-os** เพลงที่ร้องประสานเสียงสองคน, นักร้องหรือนักดนตรีที่เล่นร่วมกัน, คู่หูที่ทำงานร่วมกัน

duodenum (ดูอะดี' เนิม, ดิว-) *n., pl.* **-dena/-denums** ลำไส้เล็กส่วนบน **-duodenal** *adj.*

duologue (ดู' อะลอก, ดิว'-) *n.* บทสนทนาหรือการสนทนาระหว่างคนสองคน มักใช้ในละคร

dup, dup. ย่อจาก duplicate สำเนา

dupe (ดูพ, ดิวพ์) *n.* ผู้ที่ถูกคนอื่นใช้เป็นเครื่องมือ, คนที่ถูกหลอกได้ง่าย *-vt.* **duped, duping** หลอกลวง, หลอกใช้ (**-S.** (v.) deceive)

duplex (ดู' เพลคซ์, ดิว'-) *adj.* สองเท่า, สองทบ, เครื่องจักรซึ่งมีสองส่วนที่ทำงานพร้อมกัน

duplicate (*adj., n.* ดู' พลิคิท, ดิว'-, *v.* -เคท) *adj.* ที่เหมือนกับต้นฉบับ, ที่เหมือนกันทุกประการ, สองเท่า, เป็นคู่ *-n.* สำเนา, สิ่งที่ทำเหมือนของจริง *-vt.* **-cated, -cating** ทำสำเนา, เลียนแบบ, ทำซ้ำ **-duplicative** *adj.* **-duplication** *n.* (**-S.** (n., v.) copy, repeat, replicate)

duplicator (ดู' พลิเคเทอร์, ดิว'-) *n.* เครื่องถ่ายเอกสาร, เครื่องอัดสำเนา

duplicity (ดูพลิซ' ซิที, ดิว-) *n., pl.* **-ties** การหลอกลวง, การกระทำหรือคำพูดที่หลอกลวง,

durable (ดัว' ระเบิล, เดียว'-) *adj.* ทนทาน, คงทน, ยั่งยืน **-durables** ผลิตภัณฑ์ที่สามารถใช้ได้นาน **-durability** *n.* (**-S.** (adj.) lasting)

durance (ดัว' เรินซ์, เดียว'-) *n.* การกักขัง

duration (ดุเร' ชัน, ดิว-) *n.* ช่วงเวลา, ระยะเวลาต่อเนื่องที่ยาวนาน (**-S.** period)

duress (ดุเรซ', ดิว-) *n.* การใช้กำลังข่มขู่, การบังคับ, การกักขัง (**-S.** compulsion, restraint)

durian (ดัว' เรียน, -ราน, เดียว'-) *n.* ต้นทุเรียน, ผลทุเรียน

★**during** (ดัว' ริง, เดียว'-) *prep.* ในระหว่าง, ในช่วงเวลา, ตลอดระยะเวลา

dusk (ดัซค์) *n.* ช่วงค่ำ, ช่วงที่ฟ้ามืดสลัว *-adj.* ใกล้มืด, มืดสลัว (**-S.** (n.) twilight **-A.** (n.) dawn)

★**dust** (ดัซท์) *n.* ฝุ่น, ผงละเอียด, อนุภาคขนาดเล็ก, ธุลี, เถ้าถ่าน, เกสรดอกไม้, ความสับสนวุ่นวาย *-vt., vi.* **dusted, dusting** ทำความสะอาด, โรยผง, ใส่เครื่องเทศ, คลุกฝุ่น

dustbin (ดัซท์' บิน) *n.* ถังขยะ

duster (ดัซ' เทอร์) *n.* ผ้าที่ใช้ปัดฝุ่น, แปรงปัดฝุ่น, ผ้าคลุมกันฝุ่น, ผ้ากันเปื้อน, เครื่องโรยผง

dustman (ดัซท์' เมิน) *n., pl.* **-men** คนเก็บขยะ, คนกวาดขยะ

dustpan (ดัซท์' แพน) *n.* ที่โกยผง

dust strom พายุฝุ่น

★**dusty** (ดัซ' ที) *adj.* **-ier, -iest** ที่ปกคลุมหรือเต็มไปด้วยฝุ่น, เป็นผง **-dustily** *adv.*

duteous (ดู' เทียซ, ดิว'-) *adj.* ที่เชื่อฟัง, ที่ทำตามหน้าที่ (**-S.** dutiful, obedient)

dutiable (ดู' ทีอะเบิล, ดิว'-) *adj.* ที่ต้องจ่ายภาษี

dutiful (ดู' ทิเฟิล, ดิว'-) *adj.* ที่ปฏิบัติตามหน้าที่, ที่เชื่อฟัง **-dutifully** *adv.*

★**duty** (ดู' ที, ดิว'-) *n., pl.* **-ties** หน้าที่, ข้อบังคับ, กฎศีลธรรม, ภาษี, ความรับผิดชอบ

duty-free (ดู' ทีฟรี', ดิว'-) *adj.* ที่ยกเว้นภาษีศุลกากร *-adv.* โดยไม่ต้องเสียภาษี

duvet (ดูเว', ดิว-) *n.* ผ้าคลุมเตียง, ผ้านวม

DVD ย่อจาก Digital Video Disc ดิสก์บันทึกข้อมูลระบบดิจิตอล ซึ่งสามารถเก็บข้อมูลได้มากกว่าคอมแพกต์ดิสก์

dwarf (ดวอร์ฟ) *n., pl.* **dwarfs/dwarves** สิ่งมีชีวิตที่มีขนาดเล็กกว่าปกติ, คนแคระในเทพนิยายมักมีรูปร่างน่าเกลียดหรือมีอำนาจพิเศษ *-vt., vi.* **dwarfed, dwarfing** ทำให้แคระแกร็น, ทำให้เล็กลงหรือไม่มีค่า, ทำให้ดูเล็กโดยการเปรียบเทียบ, โตไม่เต็มที่ (**-S.** (v.) minimize, stunt)

dwell (ดเวล) *vi.* **dwelt/dwelled, dwelling** อาศัย, พำนัก, คิด พูดหรือเขียนเป็นเวลานาน **-dweller** *n.* (**-S.** live, reside)

dwelling (ดเวล' ลิง) *n.* ที่พักอาศัย, ที่อยู่

A B C D E F G H I J K L M N O P Q R S T U V W X Y Z

dwelt (ดเวลท์) *v.* กริยาช่อง 2 ของ dwell
dwindle (ดวิน' เดิล) *vi., vt.* **-dled, -dling** ค่อยๆ ลดลง, หด, ทำให้ลดลง, ทำให้เล็กลง
DX ย่อจาก distance ระยะทาง, distant ไกล
dye (ได) *n.* สารสี, ผงสี, สีย้อม *-vt., vi.* **dyed, dyeing** ใส่สี, ย้อมสี (-S. (n.) hue (n., v.) tint)
dyed-in-the-wool (ไดด์อินธะวูล') *adj.* สมบูรณ์, ที่ย้อมสีด้ายหรือไหมก่อนทอ
dyewood (ได' วูด) *n.* ไม้สำหรับใช้ย้อมสี
★**dying** (ได' อิง) *v.* กริยารูป -ing ของ die *-adj.* กำลังจะตาย, ใกล้จะตาย, ที่พูดหรือทำก่อนจะตาย
dynamic, dynamical (ไดแนม' มิค, -มิเคิล) *adj.* เกี่ยวกับพลังงาน, เกี่ยวกับการเคลื่อนไหว, ที่เต็มไปด้วยพลัง, เกี่ยวกับวิชากลศาสตร์, พลวัต (-S. energetic, powerful)
dynamics (ไดแนม' มิคซ์) *n. pl.* การศึกษาเกี่ยวกับการเคลื่อนที่โดยแรง, วิชากลศาสตร์
dynamism (ได' นะมิเซิม) *n.* ทฤษฎีที่กล่าวถึงแรงและพลังงานว่าเป็นพื้นฐานในการเกิดปรากฏการณ์ต่างๆ, พลัง
dynamite (ได' นะไมท์) *n.* ระเบิดที่มีพลังทำลายสูง, (ภาษาพูด) สิ่งที่มีอันตราย *-vt.* **-mited, -miting** ทำลายโดยใช้ระเบิด, วางระเบิด
dynamo (ได' นะโม) *n., pl.* **-mos** เครื่องกำเนิดไฟฟ้าโดยแปลงพลังงานกลเป็นพลังงานไฟฟ้า
dynasty (ได' นะสตี) *n., pl.* **-ties** ราชวงศ์, การสืบทอดอำนาจในการปกครอง, ช่วงในการปกครองของราชวงศ์หนึ่ง **-dynastic** *adj.*
dysentery (ดิซ' เซินเทอรี) *n.* โรคบิด ทำให้ถ่ายออกมาเป็นมูกเลือด
dyspepsia (ดิซเพพ' ชะ, -เซีย) *n.* การที่อาหารไม่ย่อย **-dyspeptic** *adj., n.*

E

E, e (อี) *n., pl.* **E's, e's/Es, es** อักษรตัวที่ 5 ในภาษาอังกฤษ, อันดับที่ 5
E ย่อจาก east ทิศตะวันออก
e ย่อจาก electron อิเล็กตรอน
e- ย่อจาก electronic ใช้นำหน้านามเพื่อแสดงการทำงานที่สื่อสารผ่านระบบอิเล็กทรอนิกส์
★**each** (อีช) *adj.* คนละ, อันละ, ทุกๆ *-pron.* แต่ละคน, ทุกๆ คน *-adv.* แต่ละ **-each other** ซึ่งกันและกัน
★**eager** (อี' เกอร์) *adj.* **-gerer, -gerest** กระตือรือร้น, อยาก, จดจ่อ, ทะเยอทะยาน **-eagerly** *adv.* **-eagerness** *n.* (-S. avid)
eagle (อี' เกิล) *n.* นกอินทรี

eagle

eagle-eyed (อี' เกิลไอด์) *adj.* มีสายตาที่เฉียบคมและว่องไว
eaglet (อี' กลิท) *n.* ลูกนกอินทรี
★**ear**[1] (เอียร์) *n.* หู, ใบหู, ความสามารถในการฟัง, ความเอาใจใส่ **-turn a deaf ear (to)** ไม่สนใจ, ไม่ช่วยเหลือ
ear[2] (เอียร์) *n.* รวงของธัญพืช เช่น ข้าว ข้าวโพด
earache (เอียร์' เอค) *n.* อาการเจ็บภายในหู
eardrop (เอียร์' ดรอพ) *n.* ตุ้มหู **-eardrops** ยาหยอดหู
eardrum (เอียร์' ดรัม) *n.* เยื่อแก้วหู
earl (เอิร์ล) *n.* ขุนนางอังกฤษที่มียศสูงกว่า viscount แต่ต่ำกว่า marquis **-earldom** *n.*
★**early** (เอิร์ล' ลี) *adj., adv.* **-lier, -liest** ในตอนต้น, ในระยะแรกๆ, ใกล้สุก, ก่อน, ในยุคก่อน **-earliness** *n.* (-S. prehistory, primitive)
earmark (เอียร์' มาร์ค) *n.* สัญลักษณ์, เครื่องหมายที่ทำไว้ที่หูของสัตว์
★**earn** (เอิร์น) *vt.* **earned, earning** ได้รับค่าจ้าง, สมควรจะได้, หามาได้ **-earner** *n.* (-S. gain)
earnest (เออร์' นิซท์) *adj.* เอาจริง, มุ่งมั่น, แน่วแน่, กระตือรือร้น **-earnestly** *adv.* **-earnestness** *n.* (-S. ardent, zealous)
★**earnings** (เออร์' นิงซ์) *n. pl.* ค่าจ้าง, รายได้
earphone (เอียร์' โฟน) *n.* หูฟังสัญญาณเสียง
earring, earbob (เอียร์' ริง, -บอบ) *n.* ตุ้มหู
earshot (เอียร์' ชอท) *n.* ระยะที่หูสามารถได้ยิน
★**earth** (เอิร์ธ) *n.* แผ่นดิน, พื้นผิวโลก, ดิน, คนที่อาศัยบนโลก, สายดิน *-vt.* **earthed, earthing** คลุมพืชหรือเมล็ดด้วยดิน, ไล่หรือต้อนลงหลุม **-the Earth** โลก (-S. (n.) globe, soil)
earthenware (เออร์' เธินแวร์, -เธิน-) *n.* เครื่อง

A B C D E F G H I J K L M N O P Q R S T U V W X Y Z

ปั้นดินเผา (-S. pottery)

earthly (เอิร์ธ' ลี) *adj.* ทางโลก, ที่เป็นไปได้, ที่มองเห็นหรือรับรู้ได้ (-S. mundane, possible)

★**earthquake** (เอิร์ธฺ' เควค) *n.* แผ่นดินไหว

Earth Summit ชื่อเรียกอย่างไม่เป็นทางการของ the United Nations Conference on Environment and Development เป็นการประชุมนานาชาติระดับโลกซึ่งถกปัญหาเกี่ยวกับสิ่งแวดล้อมของโลกและแนวทางการพัฒนาและจัดการด้านสิ่งแวดล้อมในอนาคต

earthworm (เอิร์ธ' เวิร์ม) *n.* ไส้เดือน

earwax (เอียร์' แวคซ์) *n.* ขี้หู

earwig (เอียร์' วิก) *n.* แมลงหางหนีบ

ease (อีซ) *n.* ความสะดวก, ความสบายใจ, ความไร้กังวล, ความชำนาญ *-vt., vi.* **eased, easing** ทำให้ผ่อนคลาย, บรรเทา, อำนวยความสะดวก (-S. (n., v.) comfort (v.) lessen, soothe)

easel (อี' เซิล) *n.* ขาหยั่งใช้ตั้งกรอบภาพ

easily (อี' ซะลี) *adv.* ง่ายดาย, สะดวก

★**east** (อีซท์) *n.* ทิศตะวันออก *-adj., adv.* ทางทิศตะวันออก **-the East** ทวีปเอเชีย

Easter (อี' สเตอร์) *n.* งานเฉลิมฉลองการฟื้นชีพของพระเยซู **-Easter egg** ไข่ที่ถูกระบายสีซึ่งใช้ในเทศกาลอีสเตอร์

easterly (อี' สเตอร์ลี) *adj., adv.* ที่หันไปทางทิศตะวันออก, ที่มาจากทิศตะวันออก *-n., pl.* **-lies** ลมที่พัดมาจากทิศตะวันออก

★**eastern** (อี' สเติร์น) *adj.* ที่มาจากทิศตะวันออก, ที่เกิด เติบโตหรืออาศัยในทิศตะวันออก

easterner (อี' สเตอร์เนอร์) *n.* คนที่เกิดเติบโตหรืออาศัยในทิศตะวันออก, ชาวตะวันออก

easternmost (อี' สเติร์นโมซท์) *adj.* อยู่ทางทิศตะวันออกไกล

eastward (อีซท์' เวิร์ด) *adv., adj.* มุ่งไปทางทิศตะวันออก **-eastwards** *adv.*

★**easy** (อี' ซี) *adj.* **-ier, -iest** ง่าย, ไม่วิตกกังวล, สบาย, เรียบง่าย, สงบ, ไม่เครียด, ไม่เข้มงวด *-adv.* ไม่รีบร้อน, ง่าย, ช้าๆ **-easy come, easy go** ได้สิ่งใดมาเท่าไหร่ก็ใช้หมดเท่านั้น (-S. (adj.) facile, simple -A. (adj.) difficult, hard)

easygoing (อีซีโก' อิง) *adj.* ไม่รีบร้อน, เรียบง่าย, สบายๆ, สงบ (-S. placid, serene)

★**eat** (อีท) *vi., vt.* **ate, eaten, eating** กิน, กัดกร่อน, ทำลาย, กัดกิน **-eat one's words** กลับคำพูด **-eat up** กินหรือใช้จนหมด **-eatables** อาหาร **-eats** ของขบเคี้ยว **-eater** *n.* **-eatable** *adj.* (-S. consume, devour, erode)

eaten (อีท' เทิน) *v.* กริยาช่อง 3 ของ eat

eating (อี' ทิง) *adj.* ใช้กินได้, ใช้สำหรับการกิน *-n.* การกิน, ของกิน

eating disorder การป่วยทางจิต ซึ่งเกิดจากนิสัยการกินที่ผิดปกติ โดยเฉพาะความกลัวอ้วนจึงอดอาหารหรือกินแล้วอาเจียนออกเป็นเวลานาน จนร่างกายไม่สามารถรับอาหารได้อีก

eau de cologne (โอดะคะโลน') *n., pl.* **eaux de cologne** น้ำหอมกลิ่นอ่อนๆ

eaves (อีฟว์ซ) *n. pl.* ชายคา

eavesdrop (อีฟว์ซ' ดรอพ) *vi.* **-dropped, -dropping** ดักฟังเสียง, ลอบฟังเสียง

ebb (เอบ) *n.* น้ำลง, การลดระดับลง, การตกต่ำ *-vi.* **ebbed, ebbing** ลดลง (-S. (n.) abating)

ebonite (เอบ' บะไนท์) *n.* ยางสังเคราะห์ชนิดแข็งที่เกิดจากกระบวนการวัลคาไนต์

ebony (เอบ' บะนี) *n., pl.* **-ies** ไม้เนื้อแข็งซึ่งมีสีดำ *-adj.* ที่ทำจากไม้ดังกล่าว, มีสีดำ

EC ย่อจาก European Community ประชาคมยุโรป

ECB ย่อจาก European Central Bank ธนาคารกลางแห่งยุโรป

eccentric (อิคเซน' ทริค, เอค-) *adj.* ประหลาด, ผิดปกติ, ไม่มีจุดศูนย์กลางร่วมกัน, ที่เคลื่อนที่ไม่เป็นวงกลม *-n.* คนพิลึก **-eccentrically** *adv.* **-eccentricity** *n.*

ecclesiastic (อิคลีซีแอซ' ทิค) *n.* พระในศาสนาคริสต์ **-ecclesiastical** *adj.* (-S. preacher, priest)

echo (เอค' โค) *n., pl.* **-oes** เสียงสะท้อน, การทำซ้ำหรือเลียนแบบ *-vt., vi.* **-oed, -oing** ทำซ้ำ, ส่งเสียงสะท้อน **-echoey** *adj.*

éclair (เอแคลร์', เอ' แคลร์) *n.* ขนมเอแคลร์ซึ่งด้านในสอดไส้ครีม

eclectic (อิเคลค' ทิค) *adj.* ที่คัดเลือกมาใช้จากหลายๆ แหล่ง (-S. diverse, selective)

eclipse (อิคลิพซ์') *n.* การเกิดคราส, การบดบังแสง, การสูญเสียชื่อเสียง *-vt.* **eclipsed, eclipsing** บดบังแสง, ปิดกั้น, ทำให้มืด, ทำให้เสียชื่อเสียง **-solar eclipse, eclipse of the sun** สุริยุปราคา **-lunar eclipse, eclipse of the moon** จันทรุปราคา

ecology (อิคอล' ละจี) *n., pl.* **-gies** นิเวศวิทยา, การศึกษาความสัมพันธ์ของสิ่งมีชีวิตและสิ่งแวดล้อม **-ecologist** *n.*

E-commerce (อีคอม' เมิร์ซ) ย่อจาก electronic commerce พาณิชย์อิเล็กทรอนิกส์เป็นการซื้อขายสินค้าหรือบริการผ่านอินเทอร์เน็ต

★**economic** (เอคคะนอม' มิค, อีคะ-) *adj.*

A B C D E F G H I J K L M N O P Q R S T U V W X Y Z

เกี่ยวกับเศรษฐกิจ, เกี่ยวกับวิชาเศรษฐศาสตร์, เกี่ยวกับรายรับรายจ่าย (-S. financial)

economical (เอคคะนอม' มิเคิล, อีคะ-) *adj.* ประหยัด, มัธยัสถ์, ใช้อย่างคุ้มค่า **-economically** *adv.* (-S. prudent, thrifty)

Economic and Monetary Union สหภาพเศรษฐกิจและการเงินแห่งยุโรป ย่อว่า EMU

economics (เอคคะนอม' มิคซฺ, อีคะ-) *n. pl.* วิชาเศรษฐศาสตร์, ตัวแปรทางเศรษฐกิจ

economist (อิคอน' นะมิซทฺ) *n.* นักเศรษฐศาสตร์

economize (อิคอน' นะไมซฺ) *vi., vt.* **-mized, -mizing** ใช้อย่างคุ้มค่า, ใช้อย่างประหยัด

★**economy** (อิคอน' นะมี) *n., pl.* **-mies** การใช้อย่างประหยัด *-adj.* ประหยัด, คุ้มค่า **-economy class** ที่นั่งโดยสารชั้นประหยัด

eco-tourism (อิคอลทัว' ริเซิม) *n.* การท่องเที่ยวเชิงนิเวศ (สัญจร) เป็นการท่องเที่ยวแบบอนุรักษ์และรักษาสถานที่แห่งนั้น

ecstasy (เอค' สตะซี) *n., pl.* **-sies** ความรู้สึกเป็นสุขอย่างมาก, ยาเสพย์ติดชนิดหนึ่งมีฤทธิ์กระตุ้นประสาทและทำให้เกิดภาพหลอน เรียกกันว่ายาอี **-ecstatic** *adj.* (-S. bliss, jubilation)

eczema (เอค' ซะมะ, เอก' ซะ-, อิกซี'-) *n.* โรคผิวหนังเป็นผื่นแดง คัน อักเสบและเกิดสะเก็ด

eddy (เอด' ดี) *n., pl.* **-dies** กระแสน้ำหรือลมที่หมุนวน (-S. swirl, whirlpool)

Eden (อีด' เดิน) *n.* สวนที่อาดัมและอีฟอาศัยในคัมภีร์ไบเบิล, ดินแดนที่มีแต่ความสุข, สวรรค์

★**edge** (เอจ) *n.* ขอบ, สัน, เหลี่ยม, คมมีดหรืออาวุธ, ขอบหน้าผา, เส้นแบ่งเขต *-vt., vi.* **edged, edging** ลับ, สร้างขอบ, ตกแต่งขอบ, กำหนดขอบเขต, ดัน, เคลื่อน

edgeways, edgewise (เอจ' เวซฺ, -ไวซฺ) *adv.* ไปตามขอบ, เลาะไปตามขอบ

edgy (เอจ' จี) *adj.* **-ier, -iest** กระสับกระส่าย, เป็นกังวล, หงุดหงิด (-S. anxious, nervous)

edible (เอด' ดะเบิล) *adj.* ใช้กินได้ *-n.* ของกิน, อาหาร **-edibility, edibleness** *n.* (-S. (adj.) consumable, digestible)

edict (อี' ดิคทฺ) *n.* คำสั่ง, คำสั่งหรือกฤษฎีกา

edifice (เอด' ดะฟิซ) *n.* ตึกขนาดใหญ่และสง่างาม (-S. construction, structure)

edify (เอด' ดะไฟ) *vt.* **-fied, -fying** สั่งสอนเพื่อพัฒนาจิตวิญญาณหรือคุณธรรม, ทำให้รู้แจ้ง

edit (เอด' ดิท) *vt.* **-ited, -iting** ตรวจสอบและแก้ไขปรับปรุงต้นฉบับ, ตัดต่อฟิล์ม, เพิ่ม ตัดหรือเปลี่ยนแปลงข้อมูลจากไฟล์คอมพิวเตอร์ *-n.* การกระทำดังกล่าว (-S. (v.) correct, revise)

edition (อิดิช' ชัน) *n.* ขนาด รูปแบบและประเภทของสิ่งพิมพ์, จำนวนที่พิมพ์ต่อครั้ง, ลำดับจำนวนครั้งที่พิมพ์, งานเขียนจากผู้แต่งที่มีชื่อเสียงมากแต่พิมพ์จากต่างสำนักพิมพ์, ชุดของสินค้าที่ทำและขายในช่วงเวลาหนึ่ง

★**editor** (เอด' ดิเทอร์) *n.* บรรณาธิการ, ผู้ตรวจสอบและแก้ไขปรับปรุงต้นฉบับ

editorial (เอดดิทอ' เรียล, -โท'-) *n.* บทบรรณาธิการ, บทความแสดงความคิดเห็นผ่านสื่อต่างๆ

★**educate** (เอจ' จะเคท) *vt.* **-cated, -cating** อบรมสั่งสอน, ให้การศึกษา, ฝึกฝน

educated (เอจ' จะเคทิด) *adj.* มีการศึกษา, มีความรู้และประสบการณ์, ที่ได้รับการอบรมหรือฝึกฝนมาแล้ว (-S. erudite, literate, refined)

★**education** (เอจจะเค' ชัน) *n.* การสอน, ความรู้หรือทักษะที่ได้จากการเรียนรู้, ระบบการเรียนการสอน **-educational** *adj.* (-S. instruction)

educationist, educationalist (เอจจะเค' ชะนิซทฺ, -ชะนะลิซทฺ) *n.* ผู้เชี่ยวชาญในทฤษฎีการให้การศึกษา, นักการศึกษา

educator (เอจ' จะเคเทอร์) *n.* ผู้สอน, ครู, อาจารย์ (-S. teacher, tutor)

edutainment (เอจจะเทน' เมินทฺ) *n.* การให้ความรู้ที่สอดแทรกมากับสิ่งบันเทิง

eel (อีล) *n., pl.* **eel/eels** ปลาไหล

eerie, eery (เอีย' รี) *adj.* **-rier, -riest** น่ากลัว, แปลกประหลาด, ลึกลับ, เหนือธรรมชาติ **-eerily** *adv.* **-eeriness** *n.* (-S. fearful, strange)

★**effect** (อิเฟคทฺ') *n.* ผล, ประสิทธิภาพ, ผลกระทบ, ความหมาย, ความประทับใจ, การมีอำนาจ, ข้อได้เปรียบ *-vt.* **-fected, -fecting** ทำให้เกิดขึ้น, ผลิต, ทำได้สำเร็จ **-effects** ทรัพย์สิน **-give effect to** จัดการ, ทำให้เกิดผล **-in effect** ตามความเป็นจริง **-take effect** มีผลบังคับใช้ **-effecter** *n.* (-S. (n., v.) result)

★**effective** (อิเฟค' ทิฟว) *adj.* ที่ก่อให้เกิดผล, มีผลบังคับใช้, มีประสิทธิภาพ, เป็นความจริง **-effectively** *adv.* **-effectiveness** *n.* (-S. active, powerful, useful **-A.** useless)

effectual (อิเฟค' ชวล) *adj.* ได้ผล, มีเพียงพอ, มีผลบังคับใช้ (-S. effective, legal, valid)

effectuate (อิเฟค' ชูเอท) *vt.* **-ated, -ating** ทำให้เกิดผล, ทำให้เกิดขึ้น, ประสบความสำเร็จ

effeminate (อิเฟม' มะนิท) *adj.* มีลักษณะของผู้หญิง, บอบบาง, อ่อนช้อย **-effeminacy** *n.*

A B C D E F G H I J K L M N O P Q R S T U V W X Y Z

-**effeminately** *adv.* (-S. womanish)

effervesce (เอฟเฟอรํเวซ') *vi.* **-vesced, -vescing** ผุดเป็นฟอง, ตื่นเต้น **-effervescent** *adj.* **-effervescence** *n.* (-S. bubble, foam)

effete (อิฟีท') *adj.* หมดกำลัง, เหนื่อยล้า, ไม่สามารถให้ผลได้ (-S. exhausted)

efficacious (เอฟฟิเค' เชิซ) *adj.* ที่ให้ผลตามต้องการ, มีประสิทธิภาพ **-efficacy** *n.*

efficiency (อิฟิช' เชินซี) *n., pl.* **-cies** ความสามารถ, สมรรถภาพ, ประสิทธิภาพ

★**efficient** (อิฟิช' เชินทํ) *adj.* มีประสิทธิภาพ, มีความสามารถ, ที่ให้ผลตามต้องการ **-efficiently** *adv.* (-S. capable, competent)

effluent (เอฟ' ฟลูเอนทํ) *n.* สิ่งที่ไหลออกมา, ของเสียที่ปล่อยออกมาจากระบบหรือโรงงาน

★**effort** (เอฟ' เฟิรํท) *n.* ความพยายาม, ความสำเร็จ, ผลสำเร็จ (-S. achievement, attempt)

effortless (เอฟ' เฟิรํทลิซ) *adj.* ง่าย, ที่ไม่ต้องใช้ความพยายาม, ธรรมดา (-S. easy, simple)

effrontery (อิฟรัน' ทะรี) *n., pl.* **-ies** ความหน้าด้าน, ความไร้ยางอาย (-S. impudence)

effulgent (อิฟุล' เจินทํ, อิฟัล'-) *adj.* ที่ทอแสงเป็นประกาย, สว่างไสว, แวววาว (-S. brilliant)

effusion (อิฟิว' ฌัน) *n.* การปล่อยออกมา, การไหลออกมา, การแสดงความรู้สึกออกมา **-effusive** *adj* **-effusively** *adv.* (-S. outburst)

EFL ย่อจาก English as a foreign language ภาษาอังกฤษซึ่งใช้เป็นภาษาต่างประเทศ

EFTS ย่อจาก electronic funds transfer system ระบบการถ่ายโอนข้อมูล เช่น การฝากการชำระเงินต่อธนาคารโดยคอมพิวเตอร์

e.g. ย่อจาก exempli gratia ตัวอย่าง

★**egg**[1] (เอก) *n.* ไข่ของสัตว์ทุกชนิด, เซลล์สืบพันธุ์ของเพศหญิง **-eggcup** ถ้วยขนาดเล็กสำหรับใส่ไข่ต้ม

egg[2] (เอก) *vt.* **egged, egging** กระตุ้น, ทำให้ตื่นตัว, ให้กำลังใจ (-S. encourage, excite)

egghead (เอก'เฮด) *n.* (ภาษาพูด) คนฉลาดปัญญาชน

eggplant (เอก' แพลนทํ) *n.* มะเขือยาว

ego (อี' โก, เอก' โก) *n., pl.* **egos** อัตตา, ผู้ที่ยึดถือตัวเองเป็นหลัก, ความเห็นแก่ตัว, การรับรู้ส่วนบุคคล (-S. self, indentity)

egoism (อี' โกอิเซิม, เอก' โก-) *n.* ลัทธิที่สอนให้ยึดตัวเองเป็นศูนย์กลางและทำทุกอย่างเพื่อประโยชน์ของตน, ความเห็นแก่ตัว, ความหลงตัวเอง (-S. conceit, selfishness **-A.** altruism)

egoist (อี' โกอีซทํ, เอก' โก-) *n.* คนเห็นแก่ตัว, คนที่หลงตัวเอง **-egoistic, egoistical** *adj.*

egotism (อี' กะทิเซิม, เอก' กะ-) *n.* การยึดตัวเองเป็นศูนย์กลาง, ความเห็นแก่ตัว

egotist (อี' กะทิซทํ, เอก' กะ-) *n.* คนขี้โม้, คนที่ยึดถือตัวเองเป็นศูนย์กลาง **-egotistic, egotistical** *adj.* **-egotistically** *adv.*

egregious (อิกรี' เจิซ, -เจียซ) *adj.* ชั่วร้าย, เลวมาก (-S. notorious, outrageous)

egret (อี' กริท, เอก' กริท) *n.* นกกระยาง

eider (ไอ' เดอรํ) *n., pl.* **-ders/-der** เป็ดทะเล

eiderdown (ไอ' เดอรํเดานํ) *n.* ขนของเป็ดทะเลใช้ยัดหมอนหรือผ้านวม

★**eight** (เอท) *n.* เลขแปด, อันดับแปด, ไพ่ที่มีค่าแปด **-eight** *adj., pron.*

★**eighteen** (เอทีน') *n.* เลขสิบแปด, อันดับสิบแปด **-eighteen** *adj., pron.*

eighteenth (เอทีนธํ') *n.* อันดับสิบแปด, หนึ่งในสิบแปดส่วนที่เท่ากัน *-adj.* ที่สิบแปด

eighth (เอทธํ, เอธ) *n.* อันดับแปด, หนึ่งในแปดส่วนที่เท่ากัน *-adj.* ที่แปด

eightieth (เอ' ทีอิธ) *n.* อันดับแปดสิบ, หนึ่งในแปดสิบส่วนที่เท่ากัน *-adj.* ที่แปดสิบ

★**eighty** (เอ' ที) *n., pl.* **-ies** เลขแปดสิบ **-the eighties** ช่วงปี 80-89 ในแต่ละศตวรรษ **-eighty** *adj., pron.*

★**either** (อี' เธอรํ, ไอ' เธอรํ) *pron.* สิ่งใดสิ่งหนึ่งจากสองสิ่ง *-adj.* แต่ละ *-conj.* ใช้นำหน้าสิ่งแรกแล้วตามด้วย or (either...or...) เพื่อแสดงการเลือกสิ่งใดสิ่งหนึ่ง *-adv.* เช่นเดียวกัน, ด้วย

ejaculate (อิแจค' เคียเลท) *vt., vi.* **-lated, -lating** อุทาน, เปล่งเสียงดัง, ปล่อย (น้ำอสุจิ) ออกมา **-ejaculation** *n.* (-S. emit)

eject (อิเจคทํ') *vt., vi.* **ejected, ejecting** ขับไล่, พ่น, ขว้าง (-S. dismiss, emit, expel)

eke (อีค) *vt.* **eked, eking** หาเพิ่มเติม, หาเลี้ยงชีพ, ใช้อย่างประหยัด (-S. increase)

elaborate (*adj.* อิแลบ' เบอริท, *v.* อิแลบ' บะเรท) *adj.* ประณีต, มีรายละเอียดมาก, ซับซ้อน *-vt., vi.* **-rated, -rating** ทำงานด้วยความประณีต, แต่งเติมรายละเอียด (-S. (adj.) complicated, intricate (v.) amplify, refine)

élan (เอลาน', เอลาง') *n.* ความกระตือรือร้น, ความมีชีวิตชีวา, ความมั่นใจในตัวเอง

eland (อี' เลินดํ) *n., pl.* **eland/elands** ละมั่งแอฟริกัน ตัวโต มีเขาบิดเป็นเกลียว

elapse (อิแลพซ') *vi.* **elapsed, elapsing** (เวลา)

A B C D E F G H I J K L M N O P Q R S T U V W X Y Z

ผ่านไป, ล่วงไป (-S. pass, slip away)

elastic (อิแลซ' ทิค) *adj.* ยืดหยุ่น, ไม่มั่นคง, เปลี่ยนแปลงได้, ที่กลับสู่สภาพเดิมได้อย่างรวดเร็ว, ปรับตัวได้เร็ว *-n.* สิ่งที่มีความยืดหยุ่น **-elasticity** *n.* (-S. (adj.) adaptable, flexible)

elate (อิเลท') *vt.* **-lated, -lating** ทำให้ภูมิใจ, ทำให้เบิกบาน, ทำให้มีความสุข **-elated** *adj.*

★**elbow** (เอล' โบ) *n.* ข้อศอก, สิ่งที่มีรูปร่างโค้งหรือทำมุมเหมือนข้อศอก เช่น ข้อต่อของท่อ *-vt., vi.* **-bowed, -bowing** ใช้ศอกกระทุ้ง, ใช้ศอกแหวก, งอเป็นมุม **-at one's elbow** ใกล้มือ, ใกล้ **-up to the elbow** หมกมุ่น, ทุ่มเท (-S. (n.) corner, joint)

★**elder** (เอล' เดอร์) *adj.* มีอาวุโสกว่า, มีอายุมากกว่า *-n.* คนสูงอายุ, ผู้อาวุโส, บรรพบุรุษ, คนที่มีอายุมากกว่า (-S. (adj.) older, senior)

> **elder** ใช้เป็นคุณศัพท์วางหน้านามที่กล่าวถึงบุคคลในครอบครัวเดียวกัน หรือจะใช้ older ก็ได้เช่นกัน เช่น My elder/older sister is a teacher. หรือใช้เป็นนามเทียบอายุระหว่างคนสองคน ซึ่งจะใช้ older ก็ได้เช่นกัน เช่น Who is the elder/older?
>
> **older** ใช้เป็นคุณศัพท์เปรียบเทียบขั้นกว่ากับ than แต่จะไม่ใช้ elder กับ than เช่น Bill is older than I am.

elderly (เอล' เดอร์ลี) *adj.* เก่า, สูงอายุ, แก่ *-n., pl.* **-lies** ผู้สูงอายุ, ผู้อาวุโส **-the elderly** กลุ่มผู้สูงอายุ (-S. (adj.) aged, ageing, old)

elder statesman รัฐบุรุษอาวุโส

★**eldest** (เอล' ดิซท์) *adj.* ที่มีอาวุโสสูงสุด, ที่มีอายุมากที่สุด

★**elect** (อิเลคท์') *vt., vi.* **elected, electing** เลือก, เลือกตั้ง, ตัดสินใจ (-S. vote for)

★**election** (อิเลค' ชัน) *n.* การเลือก, การเลือกตั้ง, สิทธิในการคัดเลือก (-S. poll, selection, voting)

elective (อิเลค' ทิฟว์) *adj.* ที่มาจากการเลือกตั้ง, ไม่บังคับ *-n.* วิชาเลือก **-electively** *adv.*

elector (อิเลค' เทอร์) *n.* ผู้มีสิทธิในการออกเสียง **-electoral** *adj.* (-S. chooser, selector, voter)

electorate (อิเลค' เทอริท) *n.* ผู้มีสิทธิในการออกเสียงเลือกตั้งทั้งหมด

★**electric** (อิเลค' ทริค) *adj.* โดยใช้กระแสไฟฟ้า, น่าตื่นเต้น **-electrical** *adj.*

electric chair เก้าอี้ไฟฟ้าสำหรับประหารชีวิต

electric eel ปลาไหลไฟฟ้า

★**electrician** (อิเลคทริช' เชิน, อีเลค-) *n.* ช่างไฟฟ้า

★**electricity** (อิเลคทริซ' ซิที, อีเลค-) *n.* การศึกษาด้านปรากฏการณ์ทางไฟฟ้า, กระแสไฟฟ้า, ความตื่นเต้น

electrify (อิเลค' ทระไฟ) *vt.* **-fied, -fying** ผลิตกระแสไฟฟ้า, ติดตั้งสายไฟฟ้า, จ่ายกระแสไฟฟ้า, ทำให้กลัว, ทำให้ตกใจ **-electrification** *n.*

electrocardiogram (อิเลคโทรคาร์' ดีอะแกรม) *n.* ภาพคลื่นไฟฟ้าจากการตรวจสอบการทำงานของหัวใจ ย่อว่า ECG หรือ EKG

electrocardiograph (อิเลคโทรคาร์' ดีอะแกรฟ) *n.* เครื่องมือที่ใช้ในการตรวจสอบและวิเคราะห์ความผิดปกติของหัวใจ โดยวัดออกมาเป็นคลื่นไฟฟ้า ย่อว่า ECG หรือ EKG **-electrocardiography** *n.*

electrocute (อิเลค' ทระคิวท์) *vt.* **-cuted, -cuting** ฆ่าโดยใช้กระแสไฟฟ้า, ประหารชีวิตโดยใช้เก้าอี้ไฟฟ้า **-electrocution** *n.*

electrode (อิเลค' โทรด) *n.* ขั้วไฟฟ้า

electrolysis (อิเลคทรอล' ลิซิซ, อีเลค-) *n.* การแยกส่วนประกอบในสารละลายโดยการใช้กระแสไฟฟ้า

electrolyte (อิเลค' ทระไลท์) *n.* สารประกอบที่เมื่อทำเป็นสารละลายแล้วจะเกิดการแตกตัวของไอออนบวกและลบ ทำให้เกิดการนำกระแสไฟฟ้าในสารละลายนั้น

electromagnet (อิเลคโทรแมก' นิท) *n.* แม่เหล็กไฟฟ้า

electromagnetic wave คลื่นแม่เหล็กไฟฟ้า

electron (อิเลค' ทรอน) *n.* อิเล็กตรอน เป็นอนุภาคย่อยในอะตอม ซึ่งมีประจุไฟฟ้าเป็นลบ

★**electronic** (อิเลคทรอน' นิค, อีเลค-) *adj.* เกี่ยวกับอิเล็กตรอน, เกี่ยวกับอุปกรณ์อิเล็กทรอนิกส์

electronic flash แฟลชอิเล็กทรอนิกส์ที่ใช้ในการถ่ายภาพ

electronic mail จดหมายอิเล็กทรอนิกส์เป็นข้อมูลที่มีการรับและส่งโดยเครื่องคอมพิวเตอร์โดยผ่านเครือข่ายของการสื่อสาร

electronics (อิเลคทรอน' นิคซ์, อีเลค-) *n. pl.* การศึกษาเกี่ยวกับอิเล็กตรอน

electron microscope กล้องจุลทรรศน์อิเล็กตรอน

electroplate (อิเลค' ทระเพลท) *vt.* **-plated, -plating** ชุบหรือเคลือบโลหะโดยกระบวนการอิเล็กทรอไลซิส

electroshock therapy, electrocon-

vulsive therapy การรักษาโรคความผิดปกติทางจิต โดยเฉพาะโรคซึมเศร้า โดยการใช้กระแสไฟฟ้ากระตุ้นสมอง
electrotherapy (อิเลคโทรเธอ' ระพี) *n.* การใช้กระแสไฟฟ้าในการบำบัดโรค
electrotype (อิเลค' ทระไทพฺ) *n.* แม่พิมพ์โลหะซึ่งเคลือบผิวหน้าด้วยตะกั่วหรือแม่พิมพ์พลาสติกที่ใช้ในระบบการพิมพ์เลตเตอร์เพลต, สิ่งพิมพ์ที่ได้จากระบบการพิมพ์ดังกล่าว
elegance (เอล' ลิเกินซฺ) *n.* ความสง่างาม, ความมีรสนิยม, ความหรูหรา, ความมีมารยาท, ความพิถีพิถัน **-elegancy** *n.* (-S. dignity, grace)
elegant (เอล' ลิเกินทฺ) *adj.* สง่างาม, สวยงาม, หรูหรา, มีรสนิยม, พิถีพิถัน, ฉลาด **-elegantly** *adv.* (-S. dignified, stylish, tasteful)
★**element** (เอล' ละเมินทฺ) *n.* ธาตุแท้, ธาตุดินน้ำลมไฟ, ลักษณะที่สำคัญ, ส่วนประกอบพื้นฐาน, การชี้แนะ **-the elements** พลังหรือปรากฏการณ์ตามธรรมชาติ, หลักเบื้องต้น **-elemental** *adj.* **-elementally** *adv.* (-S. basis, component, factor)
★**elementary** (เอลละเมน' ทะรี, -ทรี) *adj.* เกี่ยวกับพื้นฐาน, เป็นรากฐาน, ในขั้นเริ่มต้น, เกี่ยวกับชั้นประถม (-S. fundamental, rudimentary)
elementary school โรงเรียนระดับประถม
★**elephant** (เอล' ละเฟินทฺ) *n.* ช้าง
elephantiasis (เอลละเฟินไท' อะซิซ) *n.* โรคเท้าช้าง
elevate (เอล' ละเวท) *vt.* **-vated, -vating** ยกขึ้น, เพิ่ม, เลื่อนตำแหน่ง, ยกระดับ, ทำให้สูงขึ้น **-elevation** *n.* (-S. elate, lift, promote)
elevated (เอล' ละเวทิด) *adj.* สูง, สูงส่ง, มีความสุขมาก, มีคุณธรรมสูง, สูงกว่ามาตรฐาน, มีตำแหน่งสูง (-S. happy, lofty)
elevated railway/railroad รถไฟยกระดับ
★**elevator** (เอล' ละเวเทอรฺ) *n.* ลิฟต์, บันไดเลื่อน, อุปกรณ์ที่ติดบริเวณหางของเครื่องบิน
★**eleven** (อิเลฟว์' เวิน) *n.* เลขสิบเอ็ด, อันดับสิบเอ็ด, ทีมฟุตบอลหรือคริกเกตที่มีผู้เล่น 11 คน **-eleven** *adj., pron.*
eleventh (อิเลฟว์' เวินธฺ) *n.* ตำแหน่งที่ 11, ส่วนหนึ่งในสิบเอ็ดส่วนที่เท่ากัน *-adj.* ที่สิบเอ็ด
elf (เอลฺฟ) *n., pl.* **elves** (เอลฟว์ซฺ) ภูต, นางไม้, เด็กที่ซุกซน, คนพาล (-S. dwarf, goblin)
elfin (เอล' ฟิน) *adj.* เกี่ยวกับภูตหรือนางไม้, เล็ก, ซุกซน **-elfish, elvish** *adj.* (-S. little, playful)
elicit (อิลิซ' ซิท) *vt.* **-ited, -iting** ทำให้เปิดเผย, ดึงออกมา (-S. draw out, extract)
eligible (เอล' ลิจะเบิล) *adj.* เหมาะสม, มีคุณค่าพอที่จะเลือก *-n.* ผู้ที่มีคุณสมบัติเหมาะสม
eliminate (อิลิม' มะเนท) *vt.* **-nated, -nating** กำจัด, ขับไล่, ตัดออก, ขับถ่าย **-elimination** *n.* **-eliminator** *n.* (-S. get rid of, remove)
elite, élite (อิลีท', เอลีทฺ') *n., pl.* **elite/elites** กลุ่มคนชั้นพิเศษ, คนชั้นสูง, คนหรือสิ่งที่ได้รับการคัดเลือก, หัวกะทิ **-elitism, élitism** *n.*
elixir (อิลิค' เซอรฺ) *n.* ยาที่ใช้รักษาสารพัดโรค **-elixir of life** ยาอายุวัฒนะ
elk (เอลคฺ) *n., pl.* **elk/elks** กวางขนาดใหญ่
ellipse (อิลิพซฺ') *n., pl.* **-lipses** รูปวงรี
ellipsis (อิลิพ' ซิซ) *n., pl.* **-ses** (ซีซ) การตัดคำหรือวลีออกแต่ความหมายยังอยู่ครบ, เครื่องหมายที่แสดงการละไว้ในฐานที่เข้าใจ เช่น ...
elliptic, elliptical (อิลิพ' ทิค, -ทิเคิล) *adj.* เป็นวงรี, ที่มีการตัดคำหรือวลีออก, คลุมเครือ (-S. concise, obscure, oval)
elm (เอลมฺ) *n.* ต้นไม้เนื้อแข็งประเภทหนึ่ง มีลำต้นสูง ขอบใบเป็นหยัก ใช้ปลูกเพื่อให้ร่มเงา
El Niño (เอลนีน' โย) *n.* ปรากฏการณ์เอลนิโญ เป็นปรากฏการณ์ที่เกิดจากการเปลี่ยนแปลงอุณหภูมิเหนือทะเลน้ำอุ่น เป็นการไหลย้อนกลับของกระแสน้ำอุ่นในมหาสมุทรแปซิฟิก ซึ่งเกิดขึ้นทุกๆ 4-7 ปีในช่วงเทศกาลคริสต์มาส ทำให้เกิดผลกระทบต่อสภาพภูมิอากาศทั่วโลก เช่น ทำให้เกิดฝนตกหนัก เกิดน้ำท่วมและเกิดภาวะฝนแล้ง
elocution (เอลละคิว' ชัน) *n.* ศิลปะการพูดให้เป็นที่ประทับใจในที่สาธารณะ
elongate (อิลอง' เกท) *vt., vi.* **-gated, -gating** ทำให้ยาวขึ้น, ยืดออก *-adj.* ยืด, ยาวขึ้น, ยาวเรียว **-elongation** *n.* (-S. (v.) extend)
elope (อิโลพ') *vi.* **eloped, eloping** หนีตามผู้ชาย, หลบหนี **-elopement** *n.* (-S. escape)
eloquent (เอล' ละเควินทฺ) *adj.* พูดคล่องแคล่ว, พูดจูงใจเก่ง, พูดโน้มน้าวใจเก่ง **-eloquence** *n.* **-eloquently** *adv.* (-S. expressive, fluent)
★**else** (เอลซฺ) *adj.* แตกต่าง, อื่นๆ อีก, เพิ่ม *-adv.* อื่นๆ อีก, มิฉะนั้น, นอกจากนี้, ถ้าไม่
★**elsewhere** (เอลซฺ' แวร์-, -ฮแวรฺ) *adv.* ในที่อื่นๆ
elucidate (อิลู' ซิเดท) *vt., vi.* **-dated, -dating** อธิบาย, ทำให้เข้าใจ, ให้ความกระจ่าง
elude (อิลูด') *vt.* **eluded, eluding** หลบหนี, หลีกเลี่ยง (-S. avoid, escape, evade)

A B C D E F G H I J K L M N O P Q R S T U V W X Y Z

elusive (อิลู' ซิฟว์, -ซิฟว์) *adj.* ที่จับตัวได้ยาก, ที่หลบหนีเก่ง, ที่จำได้ยาก, ที่เข้าใจยาก, ที่อธิบายได้ยาก (-S. ambiguous, evasive)

elver (เอล' เวอร์) *n.* ลูกปลาไหล

elves (เอลฟ์วซ์) *n.* พหูพจน์ของ elf

'em (เอ็ม) *pron.* (ภาษาพูด) พวกเขา

emaciate (อิเม' ชิเอท) *vt., vi.* -ated, -ating ทำให้ผอม, ทำให้ผ่ายผอม -emaciation *n.*

E-mail, e-mail ดู electronic mail

emanate (เอม' มะเนท) *vi., vt.* -nated, -nating เกิดขึ้น, เกิดมาจาก, ไหลออกมา, กระจาย, พุ่ง, ฟุ้ง (-S. emerge, originate)

emancipate (อิแมน' ซะเพท) *vt.* -pated, -pating ปลดปล่อยให้เป็นอิสระ, เลิกทาส -emancipation *n.* -emancipator *n.* (-S. free, liberate, release)

emasculate (อิแมซ' เคียเลท) *vt.* -lated, -lating ทำให้หมดอำนาจเป็นชาย, ตอน, ทำให้อ่อนแอ (-S. castrate, weaken)

embalm (เอมบาม') *vt.* -balmed, -balming ดองศพ, เก็บไว้ในความทรงจำ (-S. preserve)

embankment (เอมแบงค์' เมินท์) *n.* เขื่อน, กำแพงดิน -embank *v.*

embargo (เอมบาร์' โก) *n., pl.* -goes คำสั่ง ห้ามขนสินค้าไม่ให้เข้าหรือออกจากท่าเรือ, คำสั่งห้ามต่างๆ *-vt.* -goed, -going ห้ามเรือ สินค้าเข้าหรือออกจากท่าเรือ

embark (เอมบาร์ค') *vi., vt.* -barked, -barking ลงเรือหรือเครื่องบิน, ออกเดินทาง, ลงทุน -embarkation *n.* (-S. enplane, launch)

***embarrass** (เอมแบ' เริช) *vt.* -rassed, -rassing ทำให้อึดอัด, ทำให้ยุ่งยาก, ขัดขวาง -embarrassing *adj.* -embarrassment *n.* (-S. discomfit, disconcert -A. compose)

***embassy** (เอม' บะซี) *n., pl.* -sies เอก- อัครราชทูต, คณะทูต, สถานเอกอัครราชทูต

embed, imbeb (เอมเบด', อิม-) *vt.* -bedded, -bedding ฝัง, ประทับ, ตรึง -embedment *n.* (-S. implant, insert, sink)

embellish (เอมเบล' ลิช) *vt.* -lished, -lishing ตกแต่ง, ประดับ -embellishment *n.* (-S. adorn, decorate, trim)

ember (เอม' เบอร์) *n.* เศษถ่านหรือไม้ที่ยัง ไม่มอด -embers ถ่านที่ยังไม่มอด

embezzle (เอมเบซ' เซิล) *vt.* -zled, -zling ฉ้อฉล, ยักยอก, ทุจริต, ขโมย (-S. pilfer, steal)

embitter (เอมบิท' เทอร์) *vt.* -tered, -tering ทำให้มีรสขม, ทำให้โกรธ, ทำให้แสลงใจ

emblazon (เอมเบล' เซิน) *vt.* -zoned, -zon- ing ตกแต่ง, แกะสลัก, ยกย่อง, เฉลิมฉลอง (-S. adorn, decorate, proclaim)

emblem (เอม' เบลม) *n.* สัญลักษณ์, เครื่อง หมาย -emblematic, emblematical *adj.* (-S. device, image, symbol)

embody (เอมบอด' ดี) *vt.* -bodied, -bodying ทำให้เป็นรูปร่าง, แสดงให้เห็น, รวบรวม -em- bodiment *n.* (-S. combine, represent)

embolden (เอมโบล' เดิน) *vt.* -ened, -ening ทำให้กล้าหาญ, ให้กำลังใจ (-S. encourage)

embonpoint (อางบองแพวง') *n.* ความอ้วน (-S. plumpness, stoutness)

embosom (เอมบุช' เซิม) *vt.* -omed, -oming ห่อหุ้ม, ปกป้อง

emboss (เอมบอซ')*vt.* -bossed, -bossing ทำให้นูนขึ้น, ตกแต่งให้นูน -embossment *n.*

embrace (เอมเบรซ') *vt., vi.* -braced, -brac- ing กอด, รวมเข้าด้วยกัน, ยอมรับ, เข้าร่วม, รับรู้ *-n.* การกอด (-S. (v.) accept (v., n.) cuddle)

embrocate (เอม' บระเคท) *vt.* -cated, -cating ทาหรือถูนวดร่างกายด้วยยาหรือโลชัน

embrocation (เอมบระเค' ชัน) *n.* การโลมหรือนวดร่างกาย, โลชันหรือยานวด

embroider (เอมบรอย' เดอร์) *vt., vi.* -dered, -dering ตกแต่ง, ทำงานเย็บปักถักร้อย, เสริม แต่ง, ต่อเติม (-S. dress up, elaborate, sew)

embroidery (เอมบรอย' ดะรี) *n., pl.* -ies งานเย็บปักถักร้อย (-S. needlework)

embroil (เอมบรอยล') *vt.* -broiled, -broiling ทำให้สับสนวุ่นวาย, ทำให้ขัดแย้ง, ดึงเข้ามา เกี่ยวข้อง -embroilment *n.*

embryo (เอม' บรีโอ) *n., pl.* -os ตัวอ่อน, ทารกในครรภ์, ต้นอ่อนในเมล็ดพืช

embryology (เอมบรีออล' ละจี) *n.* การศึกษา เกี่ยวกับตัวอ่อน

embryonic, embryonal (เอมบรีออน' นิค, เอม' บรีอะเนิล) *adj.* เหมือนตัวอ่อน, เป็น พื้นฐาน, ยังไม่ได้พัฒนา (-S. rudimentary)

emcee (เอม' ซี') *n.* ผู้ดำเนินรายการ

emend (อิเมนด์') *vt.* -mended, -mending ตรวจสอบหรือแก้ไขตัวอักษร (-S. correct , edit)

emerald (เอม' เมอเริลด์) *n.* มรกต, สีเขียว แบบมรกต *adj.* เป็นสีมรกต

emerge (อิเมิร์จ') *vi.* emerged, emerging ปรากฏให้เห็น, โผล่ขึ้น, ออกมา -emergent *adj.* -emergence *n.* (-S. appear, come out)

★**emergency** (อิเมอร' เจินซี) *n., pl.* **-cies** เหตุการณ์ฉุกเฉิน, ภาวะฉุกเฉิน, กรณีเร่งด่วน (-S. crisis, exigency)

emergency room ห้องรักษาผู้ป่วยฉุกเฉิน ย่อว่า ER

emetic (อิเมท' ทิค) *n.* ยาที่ทำให้คลื่นไส้อาเจียน

emigrant (เอม' มิเกรินท์) *n.* ผู้ที่อพยพออกนอกประเทศ *-adj.* ที่อพยพออกนอกประเทศ

emigrate (เอม' มิเกรท) *vi.* **-grated, -grating** อพยพออกนอกประเทศ, ย้ายถิ่นที่อยู่ **-emigration** *n.* (-S. migrate -A. immigrate)

émigré (เอม' มิเกร) *n.* ผู้ที่อพยพออกจากประเทศบ้านเกิดเนื่องจากเหตุผลทางการเมือง

eminence (เอม' มะเนินซ์) *n.* พื้นที่ที่สูงจากพื้นดิน, สภาวะหรือผู้ที่มีตำแหน่ง เกียรติหรือความสำเร็จสูงสุด (-S. elevation, prestige)

eminent (เอม' มะเนินท์) *adj.* เด่น, ที่อยู่สูง, มีชื่อเสียง **-eminently** *adv.* (-S. distinguished)

emissary (เอม' มิเซอรี) *n., pl.* **-ies** สายลับ, ตัวแทน, ทูต (-S. agent, ambassador)

emit (อิมิท') *vt.* **emitted, emitting** ส่งออก, ปลดปล่อย, เปล่งเสียง, ส่งสัญญาณคลื่น, แพร่ออก, ตีพิมพ์ออกมา **-emission** *n.* **-emitter** *n.* (-S. discharge, express, pour out, utter)

emolument (อิมอล' เลียเมินท์) *n.* ค่าจ้าง, เงินเดือน (-S. income, salary)

★**emotion** (อิโม' ชัน) *n.* อารมณ์, ความรู้สึกที่รุนแรง เช่น รัก เกลียด **-emotional** *adj.* **-emotionless** *adj.* **-emotive** *adj.* (-S. feeling, passion, sentiment)

empathy (เอม' พะธี) *n.* ความเข้าใจถึงความคิด อารมณ์หรือความรู้สึกของผู้อื่นเสมือนว่าตนมีประสบการณ์เช่นเดียวกับคนผู้นั้น

emperor (เอม' เพอเรอร์) *n.* จักรพรรดิ, ผู้มีอำนาจปกครองประเทศ (-S. ruler, sovereign)

emphasis (เอม' ฟะซิซ) *n., pl.* **-ses** (-ซีซ) การเน้นความสำคัญ, การเน้นตัวอักษรที่เป็นตัวออกเสียงหลัก (-S. accent, stress)

★**emphasize** (เอม' ฟะไซซ์) *vt.* **-sized, -sizing** เน้น, เน้นเสียง (-S. stress, underline)

emphatic (เอมแฟท' ทิค) *adj.* ที่เน้นด้านการแสดงออก ความรู้สึก การพูดหรืออื่นๆ, โดดเด่น, แน่นอน, ชัดเจน **-emphatically** *adv.* (-S. (adj.) certain, definite, marked)

empire (เอม' ไพร์) *n.* จักรวรรดิ, การปกครองโดยจักรพรรดิหรือจักรพรรดินี (-S. realm)

★**employ** (เอมพลอย') *vt.* **-ployed, -ploying** ใช้งาน, จ้างงาน, อุทิศตน *-n.* การถูกว่าจ้าง, การใช้งาน **-employment agency** บริษัทจัดหางาน **-employment** *n.* (-S. (v.) hire, occupy, use, utilize)

★**employee, employe** (เอมพลอย' ยี, อิม-, เอมพลอยยี') *n.* ลูกจ้าง, คนงาน (-S. worker)

★**employer** (เอมพลอย' เยอร์, อิม-) *n.* ผู้ว่าจ้าง, นายจ้าง, เจ้าของกิจการ (-S. boss, patron)

emporium (เอมพอ' เรียม, -โพ'-) *n., pl.* **-riums/-ria** ตลาดขายสินค้านานาชนิด, ห้างสรรพสินค้าขนาดใหญ่ (-S. bazaar, mart, store)

empower (เอมเพา' เออร์) *vt.* **-ered, -ering** มอบอำนาจ, อนุญาต

empress (เอม' เพรซ) *n.* จักรพรรดินี, มเหสีของจักรพรรดิ

★**empty** (เอมพ์' ที) *adj.* **-tier, -tiest** ว่างเปล่า, ว่าง, ไม่มีประโยชน์, ไม่มีค่า, ไม่มีความหมาย, หิว *-vt., vi.* **-tied, -tying** ทำให้ว่าง, เททิ้ง, โละทิ้ง, เอาออก, ปลดภาระ **-empty of** ปราศจาก **-emptiness** *n.* (-S. (adj.) barren, futile, hollow, vacant -A. (adj.) full)

empty-handed (เอมพ์ทีแฮน' ดิด) *adj.* มือเปล่า, ไม่ได้รับอะไร

empty-headed (เอมพ์ทีเฮด' ดิด) *adj.* โง่

EMU ย่อจาก Economic and Monetary Union สหภาพเศรษฐกิจและการเงินแห่งยุโรป

emu (อี' มิว) *n.* นกอีมู เป็นนกขนาดใหญ่

emulate (*v.* เอม' เมียเลท, *adj.* -ลิท) *vt.* **-lated, -lating** เลียนแบบ, แข่งขัน *-adj.* ทะเยอทะยาน **-emulation** *n.* **-emulative** *adj.* **-emulator** *n.* (-S. (v.) copy, imitate, rival)

emulsify (อิมัล' ซะไฟ) *vt.* **-fied, -fying** ทำให้เป็นอิมัลชัน **-emulsification** *n.*

emulsion (อิมัล' ชัน) *n.* ของเหลวที่มีอนุภาคขนาดเล็กแขวนลอยอยู่ เช่น น้ำนม, สารไวแสงที่อยู่ในรูปเจลลาตินใช้สำหรับเคลือบผิวหน้ากระดาษอัดภาพ ฟิล์มหรือแม่พิมพ์

★**enable** (เอเน' เบิล) *vt.* **-bled, -bling** ทำให้มีความสามารถ, ให้โอกาส, มอบอำนาจ

enact (เอนแนคท์') *vt.* **-acted, -acting** ออกกฎหมาย, ประกาศใช้กฎหมาย, แสดง **-enactment** *n.* (-S. command, decree, perform)

enamel (อิแนม' เมิล) *n.* สารเคลือบเงา, วัสดุที่มีการเคลือบเงา, สารเคลือบฟันตามธรรมชาติ *-vt.* **-eled, -eling/-elled, -elling** เคลือบ, ทำให้เป็นเงา

enamelware (อิแนม' เมิลแวร์) *n.* เครื่องเคลือบ

A B C D E F G H I J K L M N O P Q R S T U V W X Y Z

enamor, enamour (อิแนม' เมอร์) *vt.* **-ored, -oring/-oured, -ouring** ทำให้ชอบ, ทำให้หลงใหล (-S. captivate)
en bloc (อางบลอค', เอนบลอค') *adv.* ทั้งหมด
encamp (เอนแคมพ์') *vt., vi.* **-camped, -camping** สร้างค่าย, อยู่ในค่าย
encase, incase (เอนเคซ', อิน-) *vt.* **-cased, -casing** ห่อหุ้มอย่างมิดชิด, ใส่ไว้ในกล่อง, ใส่ไว้ในปลอก **-encasement** *n.*
enchain (เอนเชน') *vt.* **-chained, -chaining** ผูกหรือยึดไว้ด้วยโซ่, จับ **-enchainment** *n.*
enchant (เอนแชนท์') *vt.* **-chanted, -chanting** ทำให้หลงใหล, ทำเสน่ห์ (-S. bewitch, charm)
enchanter (เอนแชน' เทอร์) *n.* ผู้ที่ใช้เวทมนตร์คาถา (-S. witch, wizard)
enchanting (เอนแชน' ทิง) *adj.* มีเสน่ห์, น่าหลงใหล (-S. attractive, fascinating)
enchantress (เอนแชน' ทริซ) *n.* ผู้หญิงที่มีเสน่ห์มาก, แม่มด (-S. sorceress, witch)
encircle (เอนเซอร์' เคิล) *vt.* **-cled, -cling** ล้อมรอบ, เคลื่อนที่เป็นวงรอบ (-S. surround)
★**enclose, inclose** (เอนโคลซ', อิน-) *vt.* **-closed, -closing** ปิดล้อม, ล้อมรอบ, สอดใส่ซอง, ห่อพัสดุ, บรรจุ (-S. contain, surround)
enclosure (เอนโคล' เฌอร์) *n.* การปิดล้อม, สิ่งที่ใช้ปิดล้อม เช่น กำแพง, บริเวณที่ถูกปิดล้อม, สิ่งที่สอดมาพร้อมกับจดหมาย (-S. inclusion)
encode (เอนโคด') *vt.* **-coded, -coding** เปลี่ยนข้อมูลให้เป็นรหัส, เปลี่ยนข้อมูลต่างๆ ให้เป็นภาษาคอมพิวเตอร์ **-encoder** *n.*
encompass (เอนคัม' เพิซ) *vt.* **-passed, -passing** ล้อมรอบ, ปิดล้อม, บรรจุ (-S. contain, encircle, include, surround)
encore (ออน' คอร์, -โคร์) *n.* การเรียกร้องของผู้ชมเพื่อให้นักแสดงหรือนักดนตรีแสดงอีก, การแสดงอีกตามคำขอ *-interj.* ร้องให้แสดงอีก
encounter (เอนเคาน์' เทอร์) *n.* การพบปะโดยบังเอิญ, การเผชิญหน้ากับศัตรู *-vt.* **-tered, -tering** พบกันโดยบังเอิญ, เผชิญหน้า, ประสบ (-S. (n., v.) fight (n.) meeting (v.) confront, meet)
★**encourage** (เอนเคอ' ริจ) *vt.* **-aged, -aging** ให้กำลังใจ, สนับสนุน, ส่งเสริม, กระตุ้น **-encouraging** *adj.* **-encouragment** *n.* (-S. assist, cheer, stimulate **-A.** discourage)
encroach (เอนโครช') *vi.* **-croached, -croaching** ละเมิด, รุกล้ำ, บุกรุก (-S. invade)
encrust, incrust (เอนครัซท์', อิน-) *vt.* **-crusted, -crusting** ห่อหุ้มหรือปกปิดด้วยเปลือกที่แข็ง, ตกแต่งอย่างสวยงาม
encumber (เอนคัม' เบอร์) *vt.* **-bered, -bering** กีดขวาง, หน่วงเหนี่ยว, เป็นอุปสรรค, เป็นภาระ, ทำให้ยุ่งยาก **-encumbrance** *n.* (-S. burden, hinder)
encyclical (เอนซิค' ลิเคิล) *adj.* ที่กระจายหรือแพร่หลายไปทั่ว *-n.* สาสน์หรือจดหมายจากองค์สันตะปาปาที่ส่งไปยังบิชอปทั้งหลาย
encyclopedia, encyclopaedia (เอนไซคละพี' เดีย) *n.* สารานุกรม
★**end** (เอน) *n.* จุดเริ่มต้นหรือจุดสุดท้าย, ปลายสุด, ขอบเขต, จุดจบ, ความตาย, เป้าหมาย, ความตั้งใจ, เศษหรือสิ่งที่เหลืออยู่, การทำลาย, ผลลัพธ์, (คำสแลง) สิ่งที่ดีที่สุด *-v.* **ended, ending** *-vt.* ทำให้สิ้นสุด, สรุป, ยุติ, ทำลาย *-vi.* ตาย, หยุด, เสร็จสิ้น **-end to end** ปลายชนปลาย **-end up** เสร็จสิ้น **-in the end** ในที่สุด **-no end** มากมาย (-S. (n.) boundary, death, termination (n., v.) cease, finish)
endanger (เอนเดน' เจอร์) *vt.* **-gered, -gering** ทำให้ได้รับอันตราย, ข่มขู่, เป็นภัย (-S. imperil)
endear (เอนเดียร์') *vt.* **-deared, -dearing** ทำให้เป็นที่รักที่พอใจ **-endearment** *n.*
endeavor, endeavour (เอนเดฟว์' เวอร์) *n.* ความพยายาม, ความอุตสาหะ, ความตั้งใจ *-vt., vi.* **-ored, -oring/-oured, -ouring** พยายามทำให้สำเร็จ, มุมานะ, ตั้งใจ (-S. (n., v.) attempt, struggle, try)
endemic (เอนเดม' มิค) *adj.* ที่มีเฉพาะในท้องถิ่นหนึ่งๆ, เป็นโรคที่เกิดขึ้นเฉพาะท้องถิ่น *-n.* โรคเฉพาะท้องถิ่น **-endemically** *adv.*
★**ending** (เอน' ดิง) *n.* บทสรุป, จุดสิ้นสุด, ความตาย, ตัวอักษรที่เติมท้ายคำ
endive (เอน' ไดฟว์) *n.* ผักชนิดหนึ่งใช้ทำสลัด
★**endless** (เอน' ลิซ) *adj.* ไม่มีขอบเขต, ไม่มีที่สิ้นสุด, ที่ต่อเนื่อง, ยั่งยืน **-endlessly** *adv.* (-S. continuous, infinite, unlimited)
endmost (เอนด์' โมซท์) *adj.* สุดท้าย
endorphin (เอนดอร์' ฟิน) *n.* ฮอร์โมนที่หลั่งออกจากต่อมในสมองซึ่งช่วยบรรเทาอาการเจ็บปวด
endorse, indorse (เอนดอร์ซ', อิน-) *vt.* **-dorsed, -dorsing** สลักหลังเช็ค, เซ็นชื่อ, อนุมัติ, สนับสนุน, รับรอง **-endorsement** *n.* (-S. recommend, sign, support, uphold)
endorsee (เอนดอร์ซี') *n.* ผู้ที่รับโอนเอกสาร

A B C D E F G H I J K L M N O P Q R S T U V W X Y Z

ที่มีการสลักหลังจากเจ้าของ

endow (เอนเดา') *vt.* **-dowed, -dowing** มอบให้, บริจาค, อุทิศ **-endowment** *n.* (-S. donate)

endowment policy การประกันชีวิตประเภทที่จ่ายเงินคืนแก่ผู้เอาประกันเมื่อครบกำหนดสัญญาหรือเมื่อผู้เอาประกันเสียชีวิต

endure (เอนดัวร์', -เดียวร์') *vt., vi.* **-dured, -during** ยืนหยัด, อดทน **-endurable** *adj.* **-endurance** *n.* (-S. bear, continue, tolerate)

enduring (เอนดัว' ริง, -เดียวร์'-) *adj.* ยั่งยืน, เป็นอมตะ, มั่นคง, ทนทาน (-S. durable, lasting)

endways, endwise (เอนด์' เวซ์, -ไวซ์) *adv.* ที่ตั้งตรง, ไปตามยาว, เรียงต่อกันไป

ENE, ene ย่อจาก east-northeast ทิศตะวันออกเฉียงเหนือ

enema (เอน' นะมะ) *n., pl.* **-mas/-mata** การสวนทวารหนัก

★**enemy** (เอน' นะมี) *n., pl.* **-mies** ศัตรู, คู่อริ, กองทัพของฝ่ายศัตรู, ฝ่ายตรงข้าม *-adj.* เป็นศัตรู (-S. (n.) adversary, foe -A. (n.) friend)

energetic (เอนเนอร์เจท' ทิค) *adj.* ว่องไว, กระตือรือร้น, มีพลัง (-S. active, forceful, lively)

energize (เอน' เนอร์ไจซ์) *vt.* **-gized, -gizing** ทำให้มีพลัง, กระตือรือร้น, กระตุ้น

★**energy** (เอน' เนอร์จี) *n., pl.* **-gies** กำลัง, พลัง, ความแข็งแรง, แหล่งพลังงาน **-energies** ความพยายาม (-S. strength, vigor)

enervate (*v.* เอน' เนอร์เวท, *adj.* อิเนอร์' วิท) *vt.* **-vated, -vating** ทำให้อ่อนแอ, ทำให้หมดแรง *-adj.* อ่อนแอ, หมดแรง

enfeeble (เอนฟี' เบิล) *vt.* **-bled, -bling** ทำให้หมดแรง, ทำให้อ่อนแอ **-enfeeblement** *n.*

enfold (เอนโฟลด์') *vt.* **-folded, -folding** ห่อหุ้ม, ปิดล้อม, โอบ, กอด (-S. enclose, hug, wrap)

enforce (เอนฟอร์ซ', -โฟร์ซ') *vt.* **-forced, -forcing** บังคับ, ใช้กฎหมายบังคับ (-S. force)

enfranchise (เอนแฟรน' ไชซ์) *vt.* **-chised, -chising** ให้อิสระ, ให้สิทธิ์ในการออกเสียง

Eng, Eng. ย่อจาก England ประเทศอังกฤษ, English ภาษา ชนชาติและวัฒนธรรมอังกฤษ

engage (เอนเกจ') *vt., vi..* **-gaged, -gaging** ทำสัญญาจ้าง, สัญญา, นัด, จอง, หมั้น, ครอบครอง, ใช้, เข้าเกียร์, เข้าร่วม **-engagement** *n.* (-S. employ, join, occupy, promise, reserve)

★**engaged** (เอนเกจด์') *adj.* หมั้นแล้ว, ไม่ว่าง, มีธุระมาก (-S. busy, occupied, unavailable)

engaging (เอนเก' จิง) *adj.* มีเสน่ห์, น่าสนใจ

engender (เอนเจน' เดอร์) *v.* **-dered, -dering** *-vt.* ก่อให้เกิด *-vi.* เกิดขึ้น (-S. produce)

★**engine** (เอน' จิน) *n.* เครื่องยนต์, เครื่องจักร, อุปกรณ์ช่าง (-S. instrument, machine, turbine)

★**engineer** (เอนจะเนียร์') *n.* วิศวกร, ผู้ควบคุมเครื่องจักร, ผู้จัดการ *-vt.* **-neered, -neering** วางแผน, บริหาร, ควบคุม, จัดการ

engineering (เอนจะเนีย' ริง) *n.* สาขาวิชาต่างๆ ที่เกี่ยวข้องกับวิศวกรรม

England (อิง' เกลินด์) ประเทศอังกฤษ

★**English** (อิง' กลิช) *n.* ภาษา ชนชาติและวัฒนธรรมอังกฤษ *-adj.* เกี่ยวกับประเทศอังกฤษ

engraft (เอนแกรฟท์') *vt.* **-grafted, -grafting** ทาบกิ่งหรือติดตา, ปลูกฝัง

engrave (เอนแกรฟว์') *vt.* **-graved, -graving** แกะสลัก, ประทับ **-engraver** *n.* (-S. carve, etch, stamp)

engraving (เอนเกร' วิง) *n.* ศิลปะหรือเทคนิคในการแกะสลัก, แม่พิมพ์ที่เกิดจากการแกะสลัก ภาพพิมพ์ที่เกิดจากแม่พิมพ์ดังกล่าว (-S. etching)

engross (เอนโกรซ') *vt.* **-grossed, -grossing** ครอบครอง, หมกมุ่น **-engrossment** *n.*

engrossing (เอนโกร' ซิง) *adj.* น่าสนใจ, มีเสน่ห์ดึงดูด (-S. absorbing, interesting)

enhance (เอนแฮนซ์') *vt.* **-hanced, -hancing** ทำให้เพิ่มขึ้น, ปรับปรุงให้ดีขึ้น **-enhancement** *n.* (-S. elevate, increase, reinforce)

enigma (อินิก' มะ) *n.* ปริศนา, คำถามซ่อนเงื่อน, คนหรือสิ่งที่ลึกลับ (-S. mystery, puzzle)

enigmatic, enigmatical (เอนนิกแมท' ทิค, -ทิเคิล) *adj.* ลึกลับ, ซับซ้อน, กำกวม, คลุมเครือ (-S. ambiguous, mysterious, puzzling)

enjoin (เอนจอยน์') *vt.* **-joined, -joining** ออกคำสั่ง, บังคับ, ห้าม (-S. command, prohibit)

★**enjoy** (เอนจอย') *vt.* **-joyed, -joying** ได้รับความสุขหรือความพอใจ, ได้รับประโยชน์

★**enjoyable** (เอนจอย' อะเบิล) *adj.* ที่ให้ความสนุกสนาน, น่าพอใจ, น่ายินดี (-S. amusing)

★**enjoyment** (เอนจอย' เมินท์) *n.* ความพึงพอใจ, ความสนุกสนาน, การเป็นเจ้าของ, สิ่งที่ทำให้มีความสุข (-S. pleasure, possession)

enlarge (เอนลาร์จ') *v.* **-larged, -larging** *-vt.* เพิ่ม, ทำให้ใหญ่ขึ้น, ทำให้กว้างขึ้น, ขยายภาพ *-vi.* เพิ่มขึ้น, ใหญ่ขึ้น, กว้างขึ้น **-enlargement** *n.* **-enlarger** *n.* (-S. broaden, elaborate)

enlighten (เอนไลท์' เทิน) *vt.* **-ened, -ening** ทำให้รู้แจ้ง, ให้ความรู้, สั่งสอน (-S. inform)

enlightenment (เอนไลท์' เทินเมินท์) *n.* การรู้แจ้ง, การให้ความรู้ **-the Enlightenment** การตรัสรู้ (-S. awareness, insight)

enlist (เอนลิซท์') *vt., vi.* **-listed, -listing** สมัครเป็นทหาร, ได้รับความช่วยเหลือ **-enlistment** *n.* (-S. enrol, join, obtain)

enliven (เอนไล' เวิน) *vt.* **-ened, -ening** ทำให้มีความสุข, ทำให้มีชีวิตชีวา (-S. cheer up)

en masse (ออนแมซ') *adv.* เป็นกลุ่มเดียวกัน

enmesh, immesh (เอนเมช', อิม-) *vt.* **-meshed, -meshing** ทำให้พัวพันหรือติดกับ

enmity (เอน' มิที) *n., pl.* **-ties** ความเกลียด, ความเป็นศัตรู, ความประสงค์ร้าย (-S. aversion)

ennoble (เอนโน' เบิล) *vt.* **-bled, -bling** ยกย่อง, ทำให้มีคุณธรรมหรือคุณค่าเพิ่มขึ้น

ennui (ออนวี') *n.* ความเบื่อหน่าย (-S. tedium)

enormity (อินอร์' มิที) *n., pl.* **-ties** ความชั่วร้าย, ความโหดร้าย, ความน่ากลัว (-S. brutality, horror, outrage **-A.** kindness)

enormous (อินอร์' เมิซ) *adj.* ใหญ่มาก, มหึมา **-enormously** *adv.* (-S. huge, vast)

★**enough** (อินัฟ') *adj.* เพียงพอ *-adv.* มีอย่างเพียงพอ, ค่อนข้างจะ *-n.* จำนวนหรือปริมาณที่พอเพียง *-interj.* พอกันที! (-S. (adj.) sufficient)

enplane, emplane (เอนเพลน', เอม-) *vt.* **-planed, -planing** ขึ้นเครื่องบิน

enquire (เอนไควร์') *v.* ดู inquire

enrage (เอนเรจ') *vt.* **-raged, -raging** ทำให้โกรธมาก **-enragement** *n.* (-S. agitate)

enrich (เอนริช') *vt.* **-riched, -riching** ทำให้มั่งคั่ง, ปรับปรุง, เพิ่มคุณค่า, ใส่ปุ๋ย, ตกแต่ง **-enrichment** *n.* (-S. adorn, enhance, improve)

enroll, enrol (เอนโรล') *vt., vi.* **-rolled, -rolling** บันทึกรายชื่อ, ลงทะเบียน, ม้วน, ห่อ **-enrollment, enrolment** *n.* (-S. enter, record)

en route (ออนรูท', เอน-) *adj., adv.* ไปตามทาง (-S. on the way)

ensemble (ออนซอม' เบิล) *n.* สิ่งที่มีองค์ประกอบหลายๆ ส่วนที่ดูเป็นหน่วยเดียวกัน เช่น วงดนตรี คณะนักแสดง, เสื้อผ้าที่เป็นชุดเข้ากัน

enshrine (เอนชไรน์') *vt.* **-shrined, -shrining** ตั้งไว้เพื่อบูชา, บูชา, นับถือ, ศรัทธา (-S. deify)

enshroud (เอนเชราด์') *vt.* **-shrouded, -shrouding** ปกปิด, ปกคลุม, ซ่อน (-S. enfold)

ensign (เอน' เซิน, -ไซน์) *n.* ธง, สัญลักษณ์หรือเครื่องหมายที่แสดงตำแหน่ง, ยศนาวาตรีของกองทัพเรือสหรัฐอเมริกา (-S. badge, flag)

enslave (เอนสเลฟว์') *vt.* **-slaved, -slaving** ทำให้เป็นทาส, บังคับ **-enslavement** *n.*

ensnare, insnare (เอนสแนร์', อิน-) *vt.* **-snared, -snaring** จับ, ดักจับ (-S. catch, trap)

Enso (เอน' โซ) *n.* ปรากฏการณ์เอนโซ เป็นคำรวมของเอลนิโญและความผันแปรของระบบอากาศในซีกโลกใต้ (El Niño/Southern Oscillation) โดยเป็นตัวเชื่อมระหว่างปรากฏการณ์ในมหาสมุทรและบรรยากาศเข้าด้วยกัน เอนโซทำให้เกิดความแห้งแล้งในบริเวณที่เคยมีฝนตกหนัก และเกิดฝนตกหนักบริเวณที่เคยแห้งแล้ง

ensue (เอนซู') *vt.* **-sued, -suing** เกิดผลตามมา, เกิดขึ้นตามมา (-S. follow, happen, occur)

ensure (เอนชัวร์') *vt.* **-sured, -suring** ให้คำรับรอง, ปกป้อง, ทำให้แน่ใจ (-S. assure)

entail (เอนเทล', อิน-) *vt.* **-tailed, -tailing** กำหนดเงื่อนไขการมอบมรดก, ทำให้จำเป็น *-n.* การกำหนดเงื่อนไข, ข้อกำหนด

entangle (เอนแทง' เกิล) *vt.* **-gled, -gling** พัวพัน, ทำให้ซับซ้อน, ทำให้สับสนวุ่นวาย, ทำให้ติดกับ (-S. confuse, complicate, entrap, involve)

★**enter** (เอน' เทอร์) *vt., vi.* **-tered, -tering** เข้ามา, แทงทะลุ, แนะนำ, เข้าร่วม, เข้าเป็นสมาชิก, เริ่มต้น, เขียน, บันทึก, ยอมรับ, ลงทะเบียนเรือหรือสินค้าต่อศุลกากร, เข้าครอบครองที่ดินหรือทรัพย์สิน (-S. join, register)

enteritis (เอนทะไร' ทิซ) *n.* โรคลำไส้อักเสบ

enterprise (เอน' เทอร์ไพรซ) *n.* องค์กรธุรกิจ, บริษัท, ธุรกิจหรือโครงการที่มีความเสี่ยง, กิจการ, ความกระตือรือร้น (-S. ambition, firm)

★**entertain** (เอนเทอร์เทน') *vt., vi.* **-tained, -taining** ทำให้สนุกสนาน, ต้อนรับอย่างเป็นมิตร, พิจารณา **-entertainment** *n.* (-S. amuse, consider **-A.** bore, tire)

entertainer (เอนเทอร์เทน' เนอร์) *n.* ผู้ให้ความสนุกสนาน เช่น นักแสดง (-S. performer)

enthrall, enthral, inthrall, inthral (เอนโธรล', อิน-) *vt.* **-thralled, -thralling** ทำให้เป็นทาส, ทำให้หลงใหล, ทำให้ติดใจ **-enthrallment** *n.* (-S. bewitch, captivate, enslave)

enthrone, inthrone (เอนโธรน', อิน-) *vt.* **-throned, -throning** ทำให้ขึ้นครองราชย์, ยกย่องให้สูงส่ง **-enthronement** *n.*

★**enthusiasm** (เอนธู' ซีแอเซิม) *n.* ความกระตือรือร้น, แรงบันดาลใจ, ความศรัทธาอย่างมาก (-S. craze, eagerness, zeal)

enthusiast (เอนธู' ซีแอซท์) *n.* ผู้ที่มี

ความกระตือรือร้น, ผู้ที่ศรัทธาในศาสนาอย่างมาก (-S. devotee, supporter, zealot)

enthusiastic (เอนธูซีแอซ' ทิค) *adj.* กระตือรือร้น, เร่าร้อน, เต็มไปด้วยพลัง, มีความสนใจมาก **-enthusiastically** *adv.* (-S. eager)

entice (เอนไทซฺ') *vt.* **-ticed, -ticing** ชักจูง, ล่อลวง, หลอกลวง **-enticement** *n.* (-S. lure)

★**entire** (เอนไทรฺ') *adj.* ทั้งหมด, สมบูรณ์, เป็นหนึ่งเดียว, บริสุทธิ *-n.* ความสมบูรณ์, ความเป็นหนึ่งเดียว **-entirely** *adv.* **-entirety** *n.* (-S. (adj.) absolute, complete, whole)

entitle (เอนไท' เทิล) *vt.* **-tled, -tling** มอบตำแหน่ง, แต่งตั้งยศ, ให้อำนาจ, ให้สิทธิ **-entitlement** *n.* (-S. authorize, name, qualify)

entity (เอน' ทิที) *n., pl.* **-ties** สิ่งที่มีอยู่จริง, ภาวะความเป็นจริง (-S. being, existence)

entomb (เอนทูม') *vt.* **-tombed, -tombing** ฝังไว้ในสุสาน, ใช้เป็นสุสาน **-entombment** *n.*

entomology (เอนทะมอล' ละจี) *n.* การศึกษาเกี่ยวกับแมลง **-entomologist** *n.*

entrails (เอน' เทรลซฺ, เทริลซฺ) *n. pl.* อวัยวะที่อยู่ภายในร่างกาย, เครื่องใน

entrain (เอนเทรน') *v.* **-trained, -training** *-vi.* ขึ้นรถไฟ *-vt.* ลำเลียงขึ้นรถไฟ

★**entrance**[1] (เอน' เทรินซฺ) *n.* ประตูทางเข้า, การเข้ามา, สิทธิในการเข้า, การเข้าฉากครั้งแรกของนักแสดง (-S. access, admission, entry)

entrance[2] (เอนแทรนซฺ') *vt.* **-tranced, -trancing** ทำให้มึนงง, สะกดจิต, ทำให้หลงใหล, ทำให้มีความสุข (-S. bewitch, captivate, enchant)

entrant (เอน' เทรินทฺ) *n.* ผู้เข้าร่วมแข่งขัน

entrap (เอนแทรพ') *vt.* **-trapped, -trapping** จับ, ทำให้ติดกับ, ล่อลวง (-S. seduce, trap)

entreat, intreat (เอนทรีท', อิน-) *vt., vi.* **-treated, -treating** วิงวอน, อ้อนวอน, ขอร้อง

entrée, entree (ออน' เทร, ออนเทร') *n.* การเข้ามา, สิทธิในการเข้ามา, อาหารจานหลักของมื้อ (-S. access, admission, entry)

entrench, intrench (เอนเทรนชฺ', อิน-) *vt., vi.* **-trenched, -trenching** ขุดร่องหรือหลุมหลบภัย, ก่อสร้างอย่างมั่นคง, บุกรุก **-entrenchment** *n.* (-S. establish, trespass)

entrepôt (ออน' ทระโพ) *n.* โกดังเก็บสินค้า, ศูนย์กลางกระจายและจำหน่ายสินค้า

entrepreneur (ออนทระพระเนอรฺ', -นัวรฺ') *n.* นักธุรกิจ, นักลงทุน

entrust, intrust (เอนทรัซทฺ', อิน-) *vt.* **-trusted, -trusting** มอบความรับผิดชอบ, ให้ความไว้วางใจ (-S. commit, delegate)

★**entry** (เอน' ทรี) *n., pl.* **-tries** การเข้ามา, สิทธิในการเข้ามา, วิธีในการเข้ามา, ประตูทางเข้า, จำนวนข้อมูลทั้งหมด, จำนวนคู่แข่ง, การลงทะเบียน (-S. access, admission)

entwine, intwine (เอนทไวนฺ', อิน-) *vt., vi.* **-twined, -twining** พันหรือม้วน, ทอ, เชื่อม

enumerate (อินู' มะเรท, อินิว'-) *vt.* **-ated, -ating** เรียงลำดับรายชื่อ, ระบุชื่อ, นับจำนวน **-enumeration** *n.* (-S. count, itemize)

enunciate (อินัน' ซีเอท) *vt., vi.* **-ated, -ating** เปล่งเสียง, กล่าว, ประกาศ **-enunciation** *n.*

envelop (เอนเวล' เลิพ) *vt.* **-oped, -oping** ห่อหุ้ม, ปกคลุม, ล้อมรอบ, ปกปิด, หลบซ่อน **-envelopment** *n.* (-S. conceal, enfold, wrap)

envelope (เอน' วะโลพ, ออน'-) *n.* ซองจดหมายหรือเอกสาร, สิ่งที่ใช้ห่อหุ้มสิ่งอื่น, เยื่อหุ้มเซลล์ (-S. case, jacket, wrapper)

envenom (เอนเวน' เนิม) *vt.* **-omed, -oming** ใส่ยาพิษ, ทำให้เป็นพิษ, ทำให้เจ็บแค้น

enviable (เอน' วีอะเบิล) *adj.* ดีจนน่าอิจฉา

envious (เอน' เวียซ) *adj.* อิจฉาริษยา, ขี้อิจฉา **-enviously** *adv.* (-S. green, jealous)

★**environment** (เอนไว' เรินเมินทฺ) *n.* สภาพแวดล้อม, สิ่งแวดล้อม **-environ** *v.*

environmentalist (เอนไวเรินเมน' เทิลลิซทฺ) *n.* ผู้อนุรักษ์สิ่งแวดล้อม (-S. green)

environs (เอนไว' เรินซฺ) *n. pl.* ชานเมือง, พื้นที่รอบๆ, บริเวณใกล้เคียง (-S. suburbs, vicinity)

envisage (เอนวิซ' ซิจ) *vt.* **-aged, -aging** คาดการณ์, ทำนาย, จินตนาการ (-S. foresee)

envoy (เอน' วอย) *n.* ผู้ส่งสาสน์, ตัวแทน, ทูต

★**envy** (เอน' วี) *n., pl.* **-vies** ความอิจฉา *-vt.* **-vied, -vying** อิจฉา (-S. (v.) begrudge, covet)

enwrap, inwrap (เอนแรพ', อิน-) *vt.* **-wrapped, -wrapping** ปกคลุม, ห่อหุ้ม

enzyme (เอน' ไซมฺ) *n.* เอนไซม์

epaulet, epaulette (เอพ' พะเลท, เอพ พะเลท') *n.* เครื่องประดับที่บ่า

ephemeral (อิเฟม' เมอเริล) *adj.* มีอายุสั้น, ชั่วคราว, ไม่ยั่งยืน *-n.* สิ่งที่มีอายุสั้น **-ephemerally** *adv.* (-S. (adj.) temporary, transitory)

epic (เอพ' พิค) *n.* ตำนาน โคลงหรือบทกวีที่เล่าเรื่องราวประวัติศาสตร์และความกล้าหาญของวีรบุรุษทั้งหลาย *-adj.* ที่มีลักษณะของบทประพันธ์ดังกล่าว, ที่เกี่ยวกับวีรบุรุษ

epicure (เอพ' พิเคียวร์) *n.* คนที่นิยมการบริโภคแต่อาหารดีๆ และใช้ชีวิตอย่างสุขสบาย **-epicurean** *adj.* (**-S.** glutton, gourmet, hedonist)
epidemic (เอพพิเดม' มิค) *adj.* (โรค) ที่ระบาดไปทั่ว *-n.* โรคระบาด (**-S.** (adj.) widespread)
epidermis (เอพพิเดอร์' มิซ) *n.* ผิวหนังชั้นนอกสุด, หนังกำพร้า, เซลล์ชั้นนอกสุด
epigram (เอพ' พิแกรม) *n.* คำคม, มุขตลก, สุภาษิต, สำนวน (**-S.** maxim, proverb, witticism)
epilepsy (เอพ' พะเลพซี) *n., pl.* **-sies** โรคลมบ้าหมู **-epileptic** *adj.*
epilogue, epilog (เอพ' พะลอก) *n.* บทส่งท้าย, คำพูดหรือบทกวีปิดท้ายการแสดง
episcopacy (อิพิซ' คะพะซี) *n., pl.* **-cies** ระบบการปกครองของโบสถ์ที่มีบิชอปเป็นผู้ปกครอง, ตำแหน่งหรือวาระการเป็นบิชอป
episcopate (อิพิซ' คะพิท, -เพท) *n.* ตำแหน่งบิชอป, บริเวณที่บิชอปปกครอง, คณะบิชอป
episode (เอพ' พิโซด) *n.* ตอนหนึ่งของบทละครหรือบทกวี, ฉาก, องก์, ตอน (**-S.** part)
epistle (อิพิซ' เซิล) *n.* จดหมายที่เป็นทางการ
epitaph (เอพ' พิแทฟ) *n.* คำจารึกหน้าหลุมศพ
epithalamium, epithalamion (เอพพะธะเล' เมียม, -เมิน) *n., pl.* **-miums/-mia** บทเพลงหรือกวีที่สรรเสริญเจ้าบ่าวและเจ้าสาว
epithet (เอพ' พะเธท) *n.* คำหรือวลีที่ใช้อธิบายลักษณะ, คำนำหน้าชื่อ (**-S.** description)
epitome (อิพิท' ทะมี) *n., pl.* **-mes** บทสรุป, บทคัดย่อ **-epitomize** *v.* (**-S.** summary)
epoch (เอพ' เพิค, อี' พอค) *n.* ยุค, สมัย **-epoch-making** สำคัญมาก, ที่เป็นการเริ่มต้นยุคใหม่ **-epochal** *adj.* (**-S.** age, era, period)
EQ ย่อจาก emotional intelligence ความเฉลียวฉลาดทางอารมณ์ เป็นความสามารถในการเข้าใจความรู้สึกของตนเอง เข้าใจผู้อื่นและสามารถปรับสภาพอารมณ์เพื่อให้มีชีวิตอย่างปกติ
equable (เอค' ควะเบิล) *adj.* สงบ, มั่นคง, ไม่หวั่นไหวง่าย **-equability** *n.* **-equably** *adv.*
★**equal** (อี' เควิล) *adj.* เท่าเทียมกัน, เสมอกัน, เสมอภาค, เท่ากัน *-n.* บุคคลหรือสิ่งของที่มีความเท่าเทียมกัน *-vt.* **equaled, equaling/equalled, equalling** ทำให้เท่าเทียมกัน, ทำให้เสมอกัน **-equality** *n.* **-equally** *adv.* (**-S.** (adj.) balanced (n., v.) match, parallel)
equalize (อี' ควะไลซ์) *vt., vi.* **-ized, -izing** ทำให้เสมอกัน, ทำให้สมดุล **-equalization** *n.*
equanimity (อีควะนิม' มิที, เอคควะ-) *n.* ความสงบของจิตใจ (**-S.** serenity)
equation (อิเคว' ฌัน, -ชัน) *n.* ภาวะสมดุล, การทำให้เกิดความสมดุล, สมการ (**-S.** equality)
equator (อิเคว' เทอร์) *n.* เส้นศูนย์สูตรโลก
equatorial (อีควะทอ' เรียล, -โท'-, เอคควะ-) *adj.* ที่อยู่ใกล้เส้นศูนย์สูตร
equerry (เอค' ควะรี) *n., pl.* **-ries** องครักษ์
equestrian (อิเควซ' เทรียน) *adj.* เกี่ยวกับการขี่ม้า *-n.* คนขี่ม้า **-equestrienne** *n. fem.*
equidistant (อีควิดิซ' เทินท์, เอคควิ-) *adj.* มีระยะห่างที่เท่าๆ กัน **-equidistance** *n.*
equilateral (อีควะแลท' เทอเริล, เอค' ควะ-) *adj.* ที่มีด้านทุกด้านยาวเท่ากัน *-n.* รูปเรขาคณิตที่มีด้านทุกด้านยาวเท่ากัน
equilibrium (อีควะลิบ' เบรียม, เอคควะ-) *n., pl.* **-riums/-ria** ความสงบ, ภาวะสมดุล
equine (อี' ไควน์) *adj.* เกี่ยวกับม้า *-n.* ม้า
equinox (อี' ควะนอคซ์, เอค' ควะ-) *n.* ช่วงเวลาที่พระอาทิตย์อยู่ที่ตำแหน่งเส้นศูนย์สูตรของโลก ทำให้เวลาช่วงกลางวันและกลางคืนยาวเท่ากัน
equip (อิควิพ') *vt.* **equipped, equipping** จัดหา, เตรียม, แต่งตัว (**-S.** attire, prepare)
equipage (เอค' ควะพิจ) *n.* อุปกรณ์หรือเครื่องประดับที่ใช้ตกแต่ง, รถม้า
★**equipment** (อิควิพ' เมินท์) *n.* การจัดเตรียมหรือจัดหา, เครื่องมือ, อุปกรณ์ (**-S.** tools)
equipoise (อี' ควะพอยซ์, เอค' ควะ-) *n.* ภาวะสมดุล, ดุลยภาพ, สิ่งที่ทำให้สมดุล (**-S.** balance)
equity (เอค' ควิที) *n., pl.* **-ties** ความยุติธรรม, ความเสมอภาค, สิทธิที่เท่าเทียมกันตามกฎหมาย, หุ้น **-equitable** *adj.*(**-S.** justice)
equivalent (อิควิฟว' วะเลินท์) *adj.* เสมอกัน, เหมือนกัน, ที่ให้ผลเช่นเดียวกัน *-n.* สิ่งที่มีคุณสมบัติเท่าเทียมกัน **-equivalence** *n.*
equivocal (อิควิฟว' วะเคิล) *adj.* กำกวม, คลุมเครือ, น่าสงสัย (**-S.** ambiguous, doubtful)
equivocate (อิควิฟว' วะเคท) *vt.* **-cated, -cating** พูดกำกวม **-equivocation** *n.*
ER ย่อจาก emergency room ห้องฉุกเฉิน
era (เอีย' ระ) *n.* ยุค, สมัย, ช่วง, ระยะ (**-S.** epoch)
eradicate (อิแรด' ดิเคท) *vt.* **-cated, -cating** กำจัด, ถอนรากถอนโคน, ทำลาย **-eradicable** *adj.* **-eradication** *n.* (**-S.** abolish, uproot)
★**erase** (อิเรซ') *vt.* **erased, erasing** ลบที่ผิด, ลบข้อมูล, ลบล้าง, (คำสแลง) ฆ่า (**-S.** delete)
eraser (อิเร' เซอร์) *n.* สิ่งที่ใช้ลบ เช่น ยางลบ

A B C D E F G H I J K L M N O P Q R S T U V W X Y Z

ere (แอร์) *prep.* ก่อน *-conj.* ก่อน, ค่อนข้างจะ
erect (อิเรคท์') *adj.* ตั้งขึ้น, ตั้งตรง, ตั้งชัน, ไม่ยืดหยุ่น, ตื่นตัว *-vt.* **erected, erecting** สร้าง, ก่อตั้ง, สถาปนา, ยกขึ้นสูง, ทำให้ตั้งตรง **-erection** *n.* **-erectly** *adv.* **-erectness** *n.*
eremite (แอ' ระไมท์) *n.* ผู้อยู่สันโดษ, ฤาษี
erg (เอิร์จ) *n.* หน่วยวัดพลังงาน มีหน่วยเป็นเซนติเมตร-กรัม-วินาที
ergo (เออร์' โก, แอร์'-) *conj., adv.* ดังนั้น
ermine (เออร์' มิน) *n., pl.* **-mines/-mine** สัตว์ขนาดเล็กชนิดหนึ่งขนใช้ทำผ้าขนสัตว์
erne, ern (เอิร์น) *n.* นกอินทรีทะเล
erode (อิโรด') *v.* **-roded, -roding** *-vt.* กัดเซาะ, กัดกร่อน *-vi.* สึกกร่อน, ผุพัง **-erosion** *n.*
erotic (อิรอท' ทิค) *adj.* ที่เกี่ยวกับความรักหรือความรู้สึกทางเพศ, ที่กระตุ้นความรู้สึกทางเพศ *-n.* ผู้ที่หมกมุ่นเกี่ยวกับเรื่องเหล่านี้
err (เออร์) *vi.* **erred, erring** ทำความผิด, ทำบาป, เข้าใจผิด, หลงทาง (**-S.** mistake, sin)
errand (เออร์' เรินด์) *n.* ธุระ, การเดินทางไปทำธุระ (**-S.** job, task)
errant (เออร์' เรินท์) *adj.* เร่ร่อน, ซึ่งผจญภัย
errata (อิรา' ทะ, อิเร'-) *n.* พหูพจน์ของ erratum **-errata page** ใบแทรกแก้คำผิด
erratic (อิแรท' ทิค) *adj.* ผิดปกติ, ไม่แน่นอน, ที่เร่ร่อน, ไม่มีรูปแบบ **-erratically** *adv.*
erratum (อิรา' เทิม, อิเร'-) *n., pl.* **-ta** ความผิดพลาดของงานพิมพ์หรืองานเขียน
★**error** (เออร์' เรอร์) *n.* ความผิดพลาด, การทำบาป, การทำความผิด (**-S.** mischief, mistake)
ersatz (เออร์' ซาทซ์, เออร์ซาทซ์') *adj.* เป็นของปลอม *-n.* ของปลอม, ของเลียนแบบ
erudite (เออ' เรียไดท์) *adj.* มีการศึกษา, คงแก่เรียน **-eruditely** *adv.* **-erudition** *n.*
erupt (อิรัพท์') *vi.* **erupted, erupting** ระเบิด, ปะทุ, ไหลทะลัก, (ฟันใหม่) งอก **-eruption** *n.* **-eruptive** *adj.* (**-S.** emerge, explode, spew)
escalate (เอซ' คะเลท) *v.* **-lated, -lating** *-vt.* เพิ่ม, ขยาย, ทำให้เข้มข้น *-vi.* ขึ้นบันไดเลื่อน **-escalation** *n.* (**-S.** increase)
escalator (เอซ' คะเลเทอร์) *n.* บันไดเลื่อน
★**escape** (อิสเกพ') *vi., vt.* **-caped, -caping** หลบหนี, หลบเลี่ยง, รั่วออก, ไหลออก *-n.* การหลบหนี, วิธีการหลบหนี, การรั่วไหล, การหลบออกจากภาวะที่เผชิญอยู่, แป้น esc บนคีย์บอร์ดสำหรับเลือกออกจากโปรแกรมหรือเปลี่ยนระดับในโปรแกรมคอมพิวเตอร์ **-escapable** *adj.* (**-S.** (v.) avoid, evade (n.) breakout, evasion)
escapement (อิสเกพ' เมินท์) *n.* กลไกที่ควบคุมการทำงานของนาฬิกา, การหลบหนี
escargot (เอซคาร์โก') *n., pl.* **-gots** (-โก') หอยทากที่นำมารับประทานได้
escarpment (อิสการ์พ' เมินท์) *n.* ความชันของหน้าผา, ความลาดชัน
eschew (เอซชู') *vt.* **-chewed, -chewing** หลบเลี่ยง, หลีกหนี, ละเว้น (**-S.** avoid, shun)
escort (*n.* เอซ' คอร์ท, *v.* อิสกอร์ท', อี-, เอซ' คอร์ท) *n.* ผู้อารักขา, เครื่องบิน เรือ ฯลฯ ติดตามป้องกันภัย, ผู้ไปเป็นเพื่อน *-vt.* **-corted, -corting** ติดตามไปเพื่อป้องกันภัย, ไปเป็นเพื่อน
esculent (เอซ' เคียเลินท์) *adj.* เป็นอาหารได้
escutcheon (อิสกัช' เชิน) *n.* โล่, แผ่นโลหะที่จารึกชื่อเรือ, ตราประจำตระกูล
esophagus, oesophagus (อิซอฟ' ฟะเกซ) *n., pl.* **-gi** (-ไจ, -ไก) หลอดอาหาร **-esophageal** *adj.*
esoteric (เอซซะเทอ' ริค) *adj.* ที่รู้กันเฉพาะกลุ่ม, ที่เป็นความลับ, ที่เป็นส่วนตัว
ESP ย่อจาก extrasensory perception การสื่อสารหรือการรับรู้เรื่องราวต่างๆ โดยไม่ได้ใช้ประสาทสัมผัสของร่างกายตามปกติ
especial (อิสเปซ' เชิล) *adj.* เป็นพิเศษ, ได้รับการยกเว้น, โดดเด่น, เป็นสิ่งเฉพาะตัว (**-S.** expectional, outstanding, particular, special)
★**especially** (เอสเปซ' ชะลี, อิสเปซ'-) *adv.* อย่างพิเศษ, โดยเฉพาะอย่างยิ่ง, เฉพาะตัว
Esperanto (เอซพะแรน' โท, -ราน'-) *n.* ภาษาที่สร้างขึ้นเพื่อใช้เป็นภาษาสากล
espionage (เอซ' เพียนาฌ, -นิจ) *n.* การเป็นสายลับ, การจารกรรม (**-S.** spying)
esplanade (เอซ' พละนาด, -เนด) *n.* ทางเดินหรือถนนเรียบชายฝั่งทะเล
espouse (อิสเปาซ์') *vt.* **-poused, -pousing** แต่งงาน, เป็นคู่ครอง, สนับสนุน **-espousal** *n.*
esprit (เอสปรี') *n.* ปฏิภาณ, ไหวพริบ **-esprit de corps** ความสามัคคีกลมเกลียวในหมู่คณะ
espy (อิสไป') *vt.* **-pied, -pying** เหลือบไปเห็น, สังเกตเห็น, (**-S.** glimpse, notice)
esquire (เอซ' ไควร์, อิสไกวร์') *n.* ตำแหน่งผู้ช่วยอัศวิน **-Esquire** คำเรียกเพื่อเป็นการให้เกียรติซึ่งวางไว้ท้ายชื่อ ย่อว่า Esq, Esqr
★**essay** (เอซ' เซ, เอเซ') *n.* เรียงความ, บทความ, ความพยายาม, การทดสอบ *-vt.* **-sayed, -saying** พยายาม, ทดสอบ (**-S.** (n.) composition)

A B C D E F G H I J K L M N O P Q R S T U V W X Y Z

A B C D E F G H I J K L M N O P Q R S T U V W X Y Z

essence (เอซ' เซินซ์) *n.* หัวใจสำคัญ, แก่น, หัวน้ำหอม, สันดาน (-S. extract, heart)
★**essential** (อิเซน' เชิล) *adj.* จำเป็น, สำคัญมาก, เป็นพื้นฐาน, เป็นสาระสำคัญ, เป็นสันดาน *-n.* สิ่งที่เป็นพื้นฐาน, สิ่งที่มีความจำเป็น **-essentially** *adv.* (-S. (adj.) basic (n.) fundamental)
★**establish** (อิสแตบ' บลิช) *vt.* **-lished, -lishing** ก่อตั้ง, สร้าง, ติดตั้ง, พิสูจน์ **-establisher** *n.* (-S. form, found, prove, set up)
★**establishment** (อิสแตบ' บลิชเมินท์) *n.* การก่อตั้ง, สิ่งที่ถูกสร้างขึ้น เช่น ระบบ กองทัพ
estaminet (เอสตามีเน') *n.* ร้านขายเครื่องดื่ม
★**estate** (อิสเตท') *n.* ที่ดิน, ทรัพย์สิน, มรดก, สถานภาพ, ชนชั้น **-estate agent** นายหน้าซื้อขายอาคารและที่ดิน **-estate car** รถยนต์ที่สามารถพับเบาะหลังเพื่อขยายพื้นที่บรรทุก
esteem (อิสตีม') *vt.* **-teemed, -teeming** เคารพ, ชื่นชม, พิจารณา *-n.* ความเคารพ, ความชื่นชม, ความคิด, การประเมิน (-S. (v.) admire, consider (n.) appreciation, estimation)
esthetic (เอซเธท' ทิค) *n., adj.* ดู aesthetic
estimable (เอซ' ทะมะเบิล) *adj.* ที่ประเมินได้, น่าเคารพหรือชื่นชม
★**estimate** (*v.* เอซ' ทะแมท, *n.* -มิท) *vt., vi.* **-mated, -mating** ประเมิน, กะ, คาดคะเน, ประมาณ, พิจารณา *-n.* การประเมินค่า, การพิจารณา, การตัดสิน (-S. (v.) evaluate, judge)
estimation (เอซทะเม' ชัน) *n.* การประเมินค่า, การตัดสิน, การให้ความเคารพ
estrange (อิสเตรนจ์') *vt.* **-tranged, -tranging** ทำให้ห่างเหิน, ทำให้แตกแยก **-estrangement** *n.* (-S. alienate, disunite, separate)
estrogen, oestrogen (เอซ' ทระเจน) *n.* ฮอร์โมนเอสโตรเจน เป็นฮอร์โมนเพศหญิง
estuary (เอซ' ชูเออรี) *n., pl.* **-ies** บริเวณปากแม่น้ำ (-S. bay, inlet)
★**etc.** ย่อจาก et cetera และอื่นๆ
et cetera (เอทเซท' เทอระ) *adj.* และอื่นๆ
etch (เอช) *vt., vi.* **etched, etching** กัดกร่อน, แกะสลัก, ใช้กรดกัด (-S. engrave)
etching (เอช' ชิง) *n.* แม่พิมพ์ ภาพวาดหรือลวดลายที่ได้จากการใช้กรดกัด, ภาพที่เกิดจากแม่พิมพ์ดังกล่าว (-S. engraving, impression)
eternal (อิเทอร์' เนิล) *adj.* อมตะ, ไม่มีที่สิ้นสุด, ที่ต่อเนื่อง *-n.* สิ่งที่เป็นอมตะ **-the Eternal** พระผู้เป็นเจ้า **-eternity** *n.* **-eternally** *adv.*
ether (อี' เธอร์) *n.* สารประกอบอินทรีย์ชนิดหนึ่ง เป็นของเหลวไม่มีสี ระเหยและติดไฟได้ง่าย ใช้ทำยาสลบ, ท้องฟ้า, สวรรค์, อากาศธาตุ
ethereal (อิเธีย' เรียล) *adj.* บอบบาง, เบา, เกี่ยวกับสวรรค์ (-S. delicate, heavenly)
ethic (เอธ' ธิค) *n.* หลักคุณธรรม, จริยธรรม **-ethics** การศึกษาเรื่องจริยธรรม, ข้อปฏิบัติ
ethical (เอธ' ธิเคิล) *adj.* เกี่ยวกับจริยธรรม
ethnic (เอธ' นิค) *adj.* เกี่ยวกับชุมชนที่มีวัฒนธรรม ภาษา เชื้อชาติและศาสนาเดียวกัน
ethnic cleansing การฆ่าล้างเผ่าพันธุ์
ethnography (เอธนอก' กระฟี) *n.* ชาติพันธุ์วรรณนา, การศึกษาวัฒนธรรมแบบต่างๆ
ethnology (เอธนอล' ละจี) *n.* ชาติพันธุ์วิทยา **-ethnological** *adj.* **-ethnologist** *n.*
ethos (อี' ธอซ) *n.* ลักษณะเฉพาะของแต่ละบุคคลหรือชุมชนในแง่ความเชื่อ พฤติกรรม และอื่นๆ
ethyl alcohol เอทิลแอลกอฮอล์ เป็นแอลกอฮอล์ชนิดหนึ่ง ใช้ฆ่าเชื้อโรค ผสมเครื่องดื่ม และเป็นตัวทำลาย
ethylene (เอธ' ธะลีน) *n.* ก๊าซเอทิลีน เป็นก๊าซที่ไม่มีสี ติดไฟง่าย ใช้บ่มผลไม้
etiquette (เอท' ทิเคท, -คิท) *n.* ธรรมเนียมปฏิบัติในสังคม, มารยาททางสังคม
etymology (เอททะมอล' ละจี) *n., pl.* **-gies** การศึกษาเกี่ยวกับต้นกำเนิดและพัฒนาการของคำ **-etymologist** *n.* **-etymological** *adj.*
eucalyptus (ยูคะลิพ' เทิซ) *n., pl.* **-tuses/-ti** (-ไท) ต้นยูคาลิปตัส
Eucharist (ยู' เคอริซท์) *n.* การรำลึกถึงการสิ้นพระชนม์ของพระเยซูที่ถูกตรึงบนไม้กางเขนเพื่อไถ่บาปแก่มนุษย์
eugenics (ยูเจน' นิคซ์) *n. pl.* การศึกษาเกี่ยวกับการพัฒนาเผ่าพันธุ์มนุษย์ให้มีคุณภาพและสุขภาพที่ดี โดยควบคุมและคัดเลือกลักษณะทางพันธุกรรม **-eugenic** *adj.*
eulogize (ยู' ละไจซ์) *vt.* **-gized, -gizing** ยกย่องสรรเสริญ **-eulogy** *n.* (-S. glorify)
eunuch (ยู' เนิค) *n.* ขันที
euphemism (ยู' ฟะมิเซิม) *n.* การเลือกใช้คำหรือวลีที่มีความสละสลวยแทนคำที่ให้ความหมายโดยตรง **-euphemistic** *adj.*
euphony (ยู' ฟะนี) *n., pl.* **-nies** เสียงที่มีความไพเราะหรือสอดคล้องกัน **-euphonious** *adj.* **-euphoniously** *adv.*
euphoria (ยูฟอ' เรีย, -โฟ'-) *n.* ความปลื้มปีติ
euphuism (ยู' ฟิวอิเซิม) *n.* รูปแบบการเขียนหรือพูดที่ใช้ถ้อยคำสละสลวยและหรูหรา

Eurasia (ยุเร' ฌะ) แผ่นดินที่เชื่อมระหว่างทวีปยุโรปและทวีปเอเชีย
Eurasian (ยุเร' เฌิน) *adj.* เกี่ยวกับแผ่นดินที่เชื่อมระหว่างทวีปยุโรปและทวีปเอเชีย *-n.* ผู้ที่มีพ่อแม่เป็นชาวยุโรปและชาวเอเชีย
eureka (ยูรี' คะ) *interj.* คำอุทานแสดงความดีใจเมื่อค้นพบบางสิ่งได้
Euro, euro (ยัว' โร) *n.* เงินยูโร เป็นหน่วยเงินสกุลเดียวของสหภาพยุโรปที่เกิดจากการร่วมมือของประเทศต่างๆ ในสหภาพยุโรปเพื่อรวมตลาดยุโรปเข้าด้วยกัน
Eurodollar (ยัว' โรดอลเลอร์) *n.* เงินดอลลาร์สหรัฐฯ ที่ฝากไว้ในธนาคารต่างประเทศ โดยเฉพาะในทวีปยุโรป
★**Europe** (ยัว' เริพ) *n.* ทวีปยุโรป
★**European** (ยัวระเพียน') *n.* ชาวยุโรป *-adj.* เกี่ยวกับชนชาติ ภาษาและวัฒนธรรมของชาวยุโรป
European Central Bank ธนาคารกลางแห่งยุโรป ย่อว่า ECB
European Union สหภาพยุโรปเป็นองค์กรความร่วมมือทางการเมืองและเศรษฐกิจของประเทศในทวีปยุโรป ย่อว่า EU
Eurostar (ยัว' ระสตาร์) *n.* รถไฟความเร็วสูงที่วิ่งระหว่างกรุงลอนดอนกับเมืองต่างๆ ในยุโรปโดยวิ่งผ่านอุโมงค์ใต้ดิน
euthanasia (ยูธะเน' ฌะ, -เฌีย) *n.* การทำให้ผู้ป่วยซึ่งทุกข์ทรมานจากโรคที่รักษาไม่ได้เสียชีวิตโดยปราศจากความเจ็บปวด
evacuate (อิแวค' คิวเอท) *vt., vi.* **-ated, -ating** เคลื่อนออก, เคลื่อนย้าย, ขับของเสียออกจากร่างกาย **-evacuation** *n.* **-evacuee** *n.*
evade (อิเวด') *vt., vi.* **evaded, evading** หลบหนี, หลบเลี่ยง (-S. avoid, dodge, elude)
evaluate (อิแวล' ลิวเอท) *vt.* **-ated, -ating** หาค่า, ประมาณค่า, ประเมินค่า **-evaluation** *n.* (-S. appraise, estimate, judge)
evanescent (เอฟวะเนซ' เซินท์) *adj.* ที่หายวับไปกับตา, ไม่ถาวร **-evanescence** *n.*
evangelical, evangelic (อีแวนเจล' ลิเคิล; เอฟเวิน-, -เจล' ลิค) *adj.* เกี่ยวกับความเชื่อหรือคำสั่งสอนของนิกายโปรเตสแตนต์ที่ว่าความเชื่อและศรัทธาต่อพระเยซูเท่านั้นที่จะช่วยรักษาวิญญาณไว้ **-evangelicalism** *n.* (-S. biblical)
evangelist (อิแวน' จะลิซท์) *n.* พระหรือผู้สอนศาสนาคริสต์ที่ว่าความศรัทธาเท่านั้นที่ทำให้พ้นทุกข์ **-Evangelist** ผู้ประพันธ์คัมภีร์ไบเบิล **-evangelistic** *adj.* (-S. crusader, preacher)
evaporate (อิแวพ' พะเรท) *vt., vi.* **-rated, -rating** ระเหย, ทำให้กลายเป็นไอ, ผลิตไอ, จางหายไป **-evaporated milk** นมผง **-evaporation** *n.* (-S. dehydrate, disappear, vaporize)
evasion (อิเว' ฌัน) *n.* การหลบหนี, การหลบเลี่ยง **-evasive** *adj.* **-evasively** *adv.*
eve (อีฟว์) *n.* ช่วงเวลาเย็น **-Eve** ช่วงเย็นหรือวันก่อนถึงวันเทศกาลของคริสต์ศาสนา
★**even** (อี' เวิน) *adj.* ราบเรียบ, เสมอกัน, สม่ำเสมอ, เท่ากัน, สมดุล, ยุติธรรม, ที่แก้แค้นอย่างสาสม, เป็นเลขคู่, เสมอตัว, สงบ, ถูกต้อง *-adv.* (ใช้เน้นความหมายหรือใช้เปรียบเทียบ) อย่างแท้จริง นอกจากนี้ ในขณะที่ ในเวลาเดียวกันยังคง *-vt., vi.* **evened, evening** ทำให้เสมอกัน *-n.* ตอนเย็น **-evenly** *adv.* **-evenness** *n.* (-S. (adj.) equal, flat, serene (adv.) indeed, just, still (v.) equalize)
evenhanded (อีเวินแฮน' ดิด) *adj.* ยุติธรรม
★**evening** (อีฟว์' นิง) *n.* ตอนเย็น, ช่วงสุดท้าย
evening course หลักสูตรภาคค่ำ
evening dress/clothes ชุดราตรี
evening star ดาวศุกร์
★**event** (อิเวินท์') *n.* เหตุการณ์, ผลลัพธ์, การแข่งขันกีฬา (-S. affair, competition, conclusion)
eventful (อิเวิน' เฟิล) *adj.* เต็มไปด้วยเหตุการณ์มากมาย, มีความสำคัญ (-S. busy)
eventual (อิเวน' ชวล) *adj.* ในที่สุด, ท้ายที่สุด **-eventually** *adv.* (-S. end, final, ultimate)
eventuate (อิเวิน' ชูเอท) *vi.* **-ated, -ating** เกิดผลลัพธ์ขั้นสุดท้าย (-S. end in, result in)
★**ever** (เอฟว์' เวอร์) *adv.* เสมอๆ, ตลอดเวลา, อย่างต่อเนื่อง, ไม่ว่าเวลาใดก็ตาม, ไม่ว่าอย่างไรก็ตาม, ทั้งหมด, อย่างยิ่ง (ใช้สำหรับเน้น) **-ever and again/anon** เป็นบางครั้งบางคราว
evergreen (เอฟว์' เวอร์กรีน) *adj.* ที่มีใบเขียวตลอดปี, ที่คงทน *-n.* ต้นไม้ที่มีใบเขียวตลอดปี
everlasting (เอฟว์เวอร์แลซ' ทิง) *adj.* อมตะ, ตลอดกาล **-the Everlasting** พระผู้เป็นเจ้า
evermore (เอฟว์เวอร์มอร์',-โมร์') *adv.* ตลอดกาล, ตลอดเวลา, ในอนาคต (-S. always)
★**every** (เอฟว์' รี) *adj.* ทุกๆ, แต่ละ **-every now and then/again** เป็นบางครั้งบางคราว **-every which way** ทุกทิศทุกทาง
★**everybody** (เอฟว์' รีบอดดี) *pron.* ทุกๆ คน
everyday (เอฟว์' รีเด') *adj.* เป็นประจำ, ทุกๆ วัน, เป็นปกติ *-n.* เหตุการณ์ที่เกิดขึ้นเป็นปกติ

Everyman, everyman (เอฟวํ' รีแมน) *n.* คนธรรมดาๆ, สามัญชน

★**everyone** (เอฟวํ' รีวัน) *pron.* ทุกๆ คน

★**everything** (เอฟวํ' รีธิง) *pron.* ทุกๆ สิ่ง

★**everywhere** (เอฟวํ' รีแวร์, -ฮแวร์) *adv.* ทุกหนทุกแห่ง (-S. all around, near and far)

Everywoman, everywoman (เอฟวํ' รีวุมเมิน) *n.* ผู้หญิงธรรมดาๆ

evict (อิวิคท์') *vt.* **evicted, evicting** ขับไล่ **-eviction** *n.* (-S. eject, expel, turn out)

★**evidence** (เอฟวํ' วิเดินซ์) *n.* เครื่องแสดง, หลักฐาน, เครื่องพิสูจน์, พยานหลักฐาน *-vt.* **-denced, -dencing** พิสูจน์, แสดงให้เห็น, ยืนยัน (-S. (n.) testimony (v.) display)

evident (เอฟวํ' วิเดินท์) *adj.* ชัดเจน, ที่เข้าใจได้ง่าย, ที่สังเกตเห็นได้ง่าย **-evidently** *adv.*

★**evil** (อี' เวิล) *adj.* **eviler, evilest** ชั่วร้าย *-n.* ความชั่วร้าย, บาป *-adv.* อย่างชั่วร้าย **-the Evil One** ซาตาน (-S. (adj.) harmful, wicked)

evil-minded (อี' เวิลไมน์' ดิด) *adj.* ใจร้าย

evince (อิวินซ์') *vt.* **evinced, evincing** แสดงให้เห็นอย่างชัดเจน (-S. reveal)

eviscerate (อิวิซ' ซะเรท) *vt.* **-ated, -ating** ควักเครื่องในออก **-evisceration** *n.*

evoke (อิโวค') *vt.* **evoked, evoking** กระตุ้น, ปลุก, เรียก **-evocation** *n.* (-S. arouse, elicit)

evolution (เอฟวํวะลู' ชัน, อีวะ-) *n.* การพัฒนา, กระบวนการพัฒนา, วิวัฒนาการ **-evolutional, evolutionary** *adj.* (-S. development, progress)

evolve (อิวอลฟ์วํ') *vt., vi.* **evolved, evolving** พัฒนา, ค่อยๆ ปรากฏขึ้น, ปล่อยออกมา, แผ่ออก, คลี่ **-evolvement** *n.*

ewe (ยู) *n.* แกะตัวเมีย

ewer (ยู' เออร์) *n.* คนโท

ex¹ (เอคซ์) *prep.* ปราศจาก, ไม่คิดค่าขนส่ง

ex² (เอคซ์) *n., pl.* **exes** (ภาษาพูด) อดีตสามีหรือภรรยาที่หย่ากันแล้ว อดีตคนรัก

ex, ex. ย่อจาก example ตัวอย่าง, executive ผู้บริหาร, express การส่งด่วน, extra สิ่งพิเศษ, สิ่งที่เพิ่มเติม

ex- คำอุปสรรค หมายถึง ด้านนอก ปราศจาก ก่อน

exa- คำอุปสรรค หมายถึง 10^{18}

exacerbate (อิกแซซ' เซอร์เบท) *vt.* **-bated, -bating** ทำให้ทรุด, ทำให้โกรธ, รบกวน **-exacerbation** *n.* (-S. aggravate)

★**exact** (อิกแซคท์') *adj.* ถูกต้อง, แม่นยำ, แน่นอน, ตรงตามมาตรฐาน, เข้มงวด *-vt.* **-acted, -acting** เรียกร้อง, ต้องการ, บังคับ **-exaction** *n.* (-S. (adj.) accurate, strict)

exacting (อิกแซค' ทิง) *adj.* เข้มงวด, พิถีพิถัน

★**exactly** (อิกแซคท์' ลี) *adv.* อย่างถูกต้อง, อย่างสมบูรณ์, อย่างแน่นอน (-S. absolutely, precisely)

★**exaggerate** (อิกแซจ' จะเรท) *vt., vi.* **-ated, -ating** พูดเกินความจริง (-S. overstate)

exalt (อิกซอลท์') *vt.* **-alted, -alting** ยกย่อง, สรรเสริญ, ทำให้มีตำแหน่งสูงขึ้น, ทำให้ปีติยินดี **-exaltation** *n.* (-S. elevate, praise)

exalted (อิกซอล' ทิด) *adj.* สูงส่ง, ที่เกินความเป็นจริง, ปลื้มปีติ (-S. high, noble)

★**exam** (อิกแซม') *n.* การตรวจสอบ, การทดสอบ

★**examination** (อิกแซมมะเน' ชัน) *n.* การตรวจสอบ, การสอบสวน, แบบทดสอบ (-S. inspection, interrogation, scrutiny)

★**examine** (อิกแซม' มิน) *vt.* **-ined, -ining** วิเคราะห์, ทดสอบ, ตรวจสอบ, สอบสวน **-examinee** *n.* **-examiner** *n.* (-S. inspect, interrogate, scrutinize, study)

★**example** (อิกแซม' เพิล) *n.* ตัวอย่าง, แบบอย่าง, อุทาหรณ์ *-vt.* **-pled, -pling** ทำให้เป็นตัวอย่าง **-for example** ยกตัวอย่างเช่น

exasperate (อิกแซซ' พะเรท) *vt.* **-ated, -ating** รบกวน, ทำให้โกรธ **-exasperation** *n.*

excavate (เอค' สกะเวท) *vt., vi.* **-vated, -vating** ขุดหลุม, ขุดดิน, ตักดินออก **-excavation** *n.* (-S. dig)

exceed (อิคซีด') *vt.* **-ceeded, -ceeding** ละเมิด, ล่วงล้ำ, ทำเกิน, มีมากกว่า

exceeding (อิคซี' ดิง) *adj.* เหนือกว่า, เป็นพิเศษ, สุดขีด **-exceedingly** *adv.*

Excel (อิคเซล') *n.* โปรแกรมสำหรับการคำนวณ ซึ่งเป็นที่นิยมมากของบริษัทไมโครซอฟต์

excel (อิคเซล') *v.* **-celled, -celling** *-vt.* ทำให้เหนือกว่า, ทำให้ดีกว่า *-vi.* แสดงความเหนือกว่า

Excellency, Excellence (เอค' ซะเลินซี, -เลินซ์) *n., pl.* **-cies** คำที่ใช้ยกย่องทูต ข้าราชการและผู้อื่นที่มีตำแหน่งสูง

★**excellent** (เอค' ซะเลินท์) *adj.* ดีมาก, มีคุณภาพสูง, ยอดเยี่ยม, โดดเด่น **-excellence** *n.* **-excellently** *adv.* (-S. superior)

★**except** (อิคเซพท์') *prep.* ยกเว้น, ไม่รวมเข้ากับ *-conj.* เพียงเพราะ, ถ้าไม่, มิฉะนั้น *-vt., vi.* **-cepted, -cepting** แยกออก, ละทิ้ง, ค้าน

★**exception** (อิคเซพ' ชัน) *n.* การยกเว้น, สิ่งหรือผู้ที่ได้รับการยกเว้น, ข้อยกเว้น, กรณีพิเศษ,

A B C D E F G H I J K L M N O P Q R S T U V W X Y Z

การละทิ้ง, การคัดค้าน, การคัดค้านในศาล

exceptionable (อิคเซพ' ชะนะเบิล) *adj.* คัดค้านได้, โต้แย้งได้ (-S. disagreeable)

exceptional (อิคเซพ' ชะเนิล) *adj.* เป็นพิเศษ, ผิดปกติ **-exceptionally** *adv.*

excerpt (*n.* เอค' เซิร์พท์, *v.* อิคเซิร์พท์') *n.* บางส่วนของบทประพันธ์ ดนตรี ภาพยนตร์หรืออื่นๆ ที่ถูกคัดลอกออกมา *-vt.* **-cerpted, -cerpting** เลือกหรือคัดลอก, เลือกเอาบางตอน

excess (อิคเซซ', เอค' เซซ) *n.* ปริมาณที่มากเกินความต้องการ, การกระทำที่รุนแรงเกินกว่าเหตุ, การละเมิดสิทธิของผู้อื่น *-adj.* มีมากกว่าปกติ, เป็นส่วนเกิน **-excessive** *adj.* **-excessively** *adv.* (-S. (n.) overload (adj.) extra)

★**exchange** (อิคซ์เชนจ์') *vt., vi.* **-changed, -changing** แลกเปลี่ยน *-n.* การค้าขาย, การแลกเปลี่ยน, สถานที่ที่มีการแลกเปลี่ยน เช่น ตลาด, ชุมสายโทรศัพท์ **-exchangable** *adj.* (-S. (v., n.) barter, interchange, trade)

exchange rate อัตราแลกเปลี่ยน เช่น อัตราแลกเปลี่ยนเงินตราระหว่างประเทศ

exchequer (เอคซ์' เชคเคอร์, อิคซ์เชค' เคอร์) *n.* กระทรวงการคลัง, แหล่งเงินทุน, เงินทุน

excise¹ (เอค' ไซซ์) *n.* ภาษีอากร *-vt.* **-cised, -cising** จัดเก็บภาษีอากร **-the Excise Department** กรมสรรพสามิต **-excisable** *adj.*

excise² (อิคไซซ์') *vt.* **-cised, -cising** กำจัด, ตัดออก **-excision** *n.* (-S. remove)

excitable (อิคไซ' ทะเบิล) *adj.* ตกใจง่าย

excitant (อิคไซ' เทินท์) *adj.* ที่กระตุ้น *-n.* ตัวกระตุ้น **-excitation** *n.*

★**excite** (อิคไซท์') *vt.* **-cited, -citing** กระตุ้น, ปลุกเร้า, กระตุ้นความรู้สึก, เหนี่ยวนำให้เกิดกระแสไฟฟ้า (-S. awaken, incite, stimulate)

★**excited** (อิคไซ' ทิด) *adj* ที่ถูกกระตุ้น, ตื่นเต้น

★**excitement** (อิคไซท์' เมินท์) *n.* การกระตุ้น, ตัวกระตุ้น, ความตื่นเต้น (-S. agitation)

exciting (อิคไซ' ทิง) *adj.* น่าตื่นเต้น, เร้าใจ (-S. rousing, stimulating, stirring)

exclaim (อิคสแกลม') *vi., vt.* **-claimed, -claiming** อุทาน **-exclamation** *n.* **-exclamatory** *adj.* (-S. cry, shout)

exclamation mark/point เครื่องหมายอัศเจรีย์หรือเครื่องหมายตกใจ (!)

★**exclude** (อิคสกลูด') *vt.* **-cluded, -cluding** ป้องกันไม่ให้เข้ามา, ไม่ยอมรับ, ปฏิเสธ, ขับไล่ **-exclusion** *n.* (-S. debar, eject -A. admit)

exclusive (อิคสกลู' ซิฟว์) *adj.* แยกตัว, ไม่รวม, เฉพาะ, โดยบุคคลเดียว *-n.* สิ่งของหรือบริการที่จัดไว้เฉพาะกลุ่ม, สิทธิในการจำหน่ายสินค้าแต่เพียงผู้เดียว **-exclusively** *adv.* **-exclusiveness** *n.* (-S. (adj.) incompatible)

excommunicate (*v.* เอคซ์คะมิว' นิเคท, *n.* -คิท, *adj.* -คิท, -เคท) *vt.* **-cated, -cating** ขับไล่จากการเป็นสมาชิกโบสถ์, ตัดสิทธิการเป็นสมาชิก *-n.* ผู้ที่ถูกขับไล่หรือถูกตัดสิทธิ *-adj.* ที่ถูกขับไล่หรือถูกตัดสิทธิ **-excommunication** *n.* **-excommunicatory** *adj.*

excoriate (อิคสกอ' รีเอท, -สโก'-) *vt.* **-ated, -ating** ฉีกหรือลอกหนังออก, ด่าว่า, ประณาม **-excoriation** *n.* (-S. abrade, condemn)

excrement (เอค' สกระเมินท์) *n.* อุจจาระ, สิ่งขับถ่าย (-S. dung, excreta)

excrescence (อิคสเกรซ' เซินซ์) *n.* เนื้องอก เช่น หูด, การเพิ่มขึ้นอย่างผิดปกติ **-excrescent** *adj.* **-excrescently** *adv.*

excreta (อิคสกรี' ทะ) *n. pl.* ของเสียที่ขับออกจากร่างกาย เช่น ปัสสาวะ เหงื่อ

excrete (อิคสกรีท') *vt.* **-creted, -creting** ขับของเสีย, ถ่าย **-excretion** *n.* (-S. discharge)

excruciate (อิคสกรู' ชีเอท) *vt.* **-ated, -ating** ทำให้ทรมาน, ทำให้ทุกข์ใจ **-excruciation** *n.* **-excruciating** *adj.*

exculpate (เอค' สเกิลเพท, อิคสกัล'-) *vt.* **-pated, -pating** พิสูจน์ได้ว่าเป็นผู้บริสุทธิ์, พ้นข้อกล่าวหา **-exculpation** *n.*

excursion (อิคสเกอร์' ฉัน) *n.* การเดินทางระยะสั้นๆ เพื่อพักผ่อน, การเดินทางแบบไปกลับซึ่งได้ลดค่าเดินทาง **-excursionist** *n.*

★**excuse** (*v.* อิคสกิวซ์', *n.* อิคสกิวซ์') *vt.* **-cused, -cusing** แก้ข้อกล่าวหา, ขอโทษ, ยกโทษให้, ยกเว้น, อนุญาต *-n.* ข้อแก้ตัว, ข้ออ้าง, การขอโทษ, การยกเว้น, การยกโทษ **-excusable** *adj.* (-S. (v.) exempt, forgive (n.) apology)

execrable (เอค' ซิคระเบิล) *adj.* น่ารังเกียจ

execrate (เอค' ซิเครท) *vt.* **-crated, -crating** ประณาม, แสดงความรังเกียจ, สาปแช่ง

execute (เอค' ซิคิวท์) *vt.* **-cuted, -cuting** ดำเนินการ, จัดการ, บริหาร, ประหารชีวิต, สร้างสรรค์งาน, แสดง, สั่งโปรแกรมคอมพิวเตอร์ให้ทำงาน (-S. accomplish, kill, perform)

execution (อิคซิคิว' ชัน) *n.* การประสบความสำเร็จ, การแสดง, การประหารชีวิต, ผลลัพธ์, คำตัดสินของศาล, คำสั่งศาล, การมีผลบังคับใช้

ตามกฎหมาย (-S. accomplishment, capital punishment, performance)
executioner (เอคซิคิว' ชะเนอร์) *n.* นักฆ่า, เพชฌฆาต (-S. assassin, killer)
executive (อิกเซค' เคียทิฟว์) *n.* ฝ่ายบริหาร, ผู้บริหารคณะรัฐบาล *-adj.* เกี่ยวกับการบริหารในองค์กร, ที่มีอำนาจในการตัดสินหรือสั่งการ
executor (อิกเซค' เคียเทอร์, เอค' ซิคิวเทอร์) *n.* ผู้จัดการมรดกตามกฎหมาย **-executorship** *n.* **-executrix** *n.fem.*
exegesis (เอคซะจี' ซิซ) *n., pl.* **-ses** การวิเคราะห์ การอธิบายหรือการตีความข้อความ
exemplary (อิกเซม' พละรี) *adj.* เป็นแบบอย่าง, เป็นการตักเตือน, เป็นการป้องกัน **-exemplarily** *adv.* **-exemplariness** *n.*
exemplification (อิกเซมพละฟิเค' ชัน) *n.* ตัวอย่าง, สำเนาเอกสารที่ถูกต้องตามกฎหมาย
exemplify (อิกเซม' พละไฟ) *vt.* **-fied, -fying** แสดงตัวอย่าง, ทำเป็นตัวอย่าง, (-S. represent)
exempt (อิกเซมพ์ท') *vt.* **-empted, -empting** ได้รับการยกเว้น *-adj.* ที่ยกเว้น *-n.* ผู้ได้รับการยกเว้น **-exemption** *n.*(-S. (v., adj.) free from)
★**exercise** (เอค' เซอร์ไซซ์) *n.* การใช้งาน, การทำหน้าที่, การออกกำลังกาย, การฝึกทักษะ, แบบฝึกหัด *-vt., vi.* **-cised, -cising** ใช้งาน, ฝึกฝน, พัฒนา, ออกกำลังกาย
exert (อิกเซิร์ท') *vt.* **-erted, -erting** ใช้งาน, ออกแรง, ใช้ความพยายาม **-exertion** *n.*
exeunt (เอค' เซียนท์, -ซุนท์) *n.* การกำกับเวทีที่สั่งให้ตัวแสดงเดินออกจากเวที
exhale (เอคซ์เฮล', เอคเซล') *vi., vt.* **-haled, -haling** หายใจออก, เป่า, พ่น, ส่งกลิ่น **-exhalation** *n.* **-exhalant** *adj.*
★**exhaust** (อิกซอซท์') *vt., vi.* **-hausted, -hausting** ใช้จนหมด, เทออกจนหมด, ปล่อยออก, เหนื่อยล้า, ศึกษาอย่างครอบคลุม *-n.* การปล่อยก๊าซ อากาศหรืออื่นๆ ออกจากที่ปิดล้อม, ท่อนำของเสียออก, สิ่งที่ถูกปล่อยออก **-exhaustion** *n.* **-exhausted** *adj.* **-exhausting** *adj.* (-S. (v.) consume, deplete, empty, fatigue)
exhaustive (อิกซอ' สติฟว์) *adj.* ครอบคลุม, สมบูรณ์, ลึกซึ้ง **-exhaustively** *adv.* (-S. complete, intensive, profound)
★**exhibit** (อิกซิบ' บิท, เอก-) *vt., vi.* **-ited, -iting** เปิดเผย, แสดง, สาธิต, แสดงหลักฐานต่อศาล *-n.* การแสดงผลงาน, งานนิทรรศการ, สิ่งที่นำมาแสดง, หลักฐานที่นำมาแสดงต่อศาล **-exhibitor, exhibiter** *n.* (-S. (v., n.) display)
★**exhibition** (เอคซะบิช' ชัน) *n.* ผลงานหรือสิ่งที่นำมาแสดง, งานนิทรรศการ (-S. display)
exhibitionism (เอคซะบิช' ชะนิเซิม) *n.* การประพฤติตนให้เป็นที่สนใจ, การเรียกร้องความสนใจ **-exhibitionist** *n.*
exhilarate (อิกซิล' ละเรท) *vt.* **-rated, -rating** ทำให้มีชีวิตชีวา **-exhilaration** *n.*
exhort (อิกซอร์ท') *vt.* **-horted, -horting** เคี่ยวเข็ญ, ชักชวน **-exhortative** *adj.* **-exhortation** *n.* (-S. persuade, urge)
exhume (อิกซูม', -ซิวม์') *vt.* **-humed, -huming** ขุดศพขึ้นจากหลุม **-exhumation** *n.*
exigency (เอค' ซะเจินซี, อิกซิจ' เจิน-) *n., pl.* **-cies** ภาวะฉุกเฉิน, ภาวะเร่งด่วน **-exigence** *n.* (-S. emergency, urgency)
exigent (เอค' ซะเจินท์) *adj.* ด่วน, ฉุกเฉิน
exiguous (อิกซิก' กิวเอิซ) *adj.* ขาดแคลน
exile (เอก' ไซล์, เอค' ไซล์) *n.* การเนรเทศ, ผู้ถูกเนรเทศ *-vt.* **-iled, -iling** ขับไล่, เนรเทศ (-S. (n.) banishment, refugee (v.) banish, expel)
★**exist** (อิซิซท์') *vi.* **-isted, -isting** มีอยู่จริง, มีชีวิตอยู่, ยังคงมีอยู่, เกิดขึ้น (-S. live, occur)
★**existence** (อิกซิซ' เทินซ์) *n.* การมีชีวิต, ความเป็นอยู่, สิ่งที่ยังคงอยู่หรือมีอยู่จริง **-existent** *adj.*
★**exit** (อิก' ซิท, อิค' ซิท) *n.* การจากไป, ทางออก, ความตาย, การออกจากโปรแกรมการทำงานของคอมพิวเตอร์ (-S. death, departure, gate)
exit poll การสอบถามผู้มีสิทธิ์ในการลงคะแนนเสียงส่วนหนึ่งหลังออกจากหน่วยเลือกตั้งเพื่อทำนายผลการเลือกตั้ง
exo- คำอุปสรรค หมายถึง ด้านนอก, ภายนอก
exodus (เอค' ซะเดิซ) *n.* การอพยพของผู้คน
exonerate (อิกซอน' นะเรท) *vt.* **-ated, -ating** ทำให้พ้นจากข้อกล่าวหา, ทำให้เป็นอิสระจากข้อบังคับต่างๆ **-exoneration** *n.*
exorbitant (อิกซอร์' บิเทินท์) *adj.* มากเกินจำเป็น, ที่มากเกินไป **-exorbitantly** *adv.* **-exorbitance** *n.* (-S. excessive, extreme)
exorcise, exorcize (เอค' ซอร์ไซซ์, -เซอร์-) *vt.* **-cised, -cising/-cized, -cizing** ขับไล่ภูตผี
exorcism (เอค' ซอร์ซิเซิม, -เซอร์-) *n.* การขับไล่ภูตผี, เวทมนตร์ขับไล่ภูตผี **-exorcist** *n.*
exotic (อิกซอท' ทิค) *adj.* ที่มาจากต่างถิ่น, แปลกและน่าสนใจ *-n.* สิ่งที่มาจากต่างถิ่น **-exotically** *adv.* (-S. (adj.) foreign, unusual)
★**expand** (อิคสแปนด์') *vt., vi.* **-panded, -pand-**

A B C D E F G H I J K L M N O P Q R S T U V W X Y Z

ing เพิ่มขึ้น, บอกรายละเอียด, เปิดออก, กางออก, สื่อสารอย่างเป็นมิตร **-expansion** *n.*

expanse (อิคสแปนซ') *n.* พื้นที่เปิดกว้าง, การขยายหรือการเพิ่ม (**-S.** expansion)

expansive (อิคสแปน' ซิฟว์) *adj.* กว้างขวาง, ใจกว้างและเปิดเผย, ร่าเริง (**-S.** friendly)

ex parte (เอคซ์ พาร์' ที) *adj., adv.* ที่มาจากด้านเดียว, ที่มีความคิดเห็นแง่เดียว

expatiate (อิคสเป' ซีเอท) *vi.* **-ated, -ating** พูดหรือเขียนอย่างยืดยาว, ขยายความมากเกินไป **-expatiation** *n.* (**-S.** amplify, expound)

expatriate (*v.* เอคสเป' ทรีเอท, *n., adj.* -อิท, -เอท) *vt., vi.* **-ated, -ating** ขับไล่, เนรเทศ, อพยพ, เปลี่ยนสัญชาติ *-n.* ผู้ที่ถูกเนรเทศ, ผู้ที่สละสิทธิ์การเป็นพลเมืองของประเทศตน *-adj.* ที่ถูกเนรเทศ **-expatriation** *n.* (**-S.** (v.) banish)

★**expect** (อิคสเปคท์') *vt.* **-pected, -pecting** คาดหวัง, คาดการณ์, คาดหมาย, เรียกร้อง, ต้องการ, สมมติ, เดา **-expectance** *n.* **-expectancy** *n.* **-expectation** *n.*

expectant (อิคสเปค' เทินท์) *adj.* มีหรือแสดงความคาดหวัง, มีครรภ์ **-expectantly** *adv.*

expectorate (อิคสเปค' ทะเรท) *vt., vi.* **-rated, -rating** บ้วนหรือถ่มออกมา **-expectoration** *n.*

expedient (อิคสปี' เดียนท์) *adj.* ได้ประโยชน์, ได้เปรียบ, สะดวก *-n.* ความสะดวก, วิธีการ, แผนการเฉพาะหน้า **-expedience** *n.* **-expediency** *n.* **-expediently** *adv.* (**-S.** (adj.) advantageous, desirable (n.) makeshift, means)

expedite (เอค' สปิไดท์) *vt.* **-dited, -diting** ทำให้สะดวก, ทำให้เร็วขึ้น, ส่งไป

expedition (เอคสปิดิช' ชัน) *n.* การเดินทางของคณะสำรวจ, คณะเดินทาง, ความรวดเร็ว **-expeditionary** *adj.* (**-S.** haste, journey, team)

expeditious (เอคสปิดิช' เชิซ) *adj.* รวดเร็ว ฉับไวและมีประสิทธิภาพ, ว่องไว **-expeditiously** *adv.* (**-S.** immediate, speedy)

expel (อิคสเปล') *vt.* **-pelled, -pelling** ขับไล่, ไล่ออก, ตัดสิทธิ์ (**-S.** ban, banish, eject)

expend (อิคสเปนด์') *vt.* **-pended, -pending** ใช้, บริโภค, ใช้จนหมด (**-S.** consume, spend)

expendable (อิคสเปน' ดะเบิล) *adj.* ที่นำมาใช้ได้, สามารถใช้แทนกันได้, ไม่จำเป็น

expenditure (อิคสเปน' ดะเชอร์) *n.* ค่าใช้จ่าย, การใช้เงิน เวลาหรืออื่นๆ, การบริโภค (**-S.** consumption, expense, outlay)

★**expense** (อิคสเปนซ') *n.* ค่าใช้จ่าย, ค่าธรรมเนียม, ความสิ้นเปลือง, การใช้จ่าย

★**expensive** (อิคสเปน' ซิฟว์) *adj.* มีราคาแพง, มีค่าใช้จ่ายสูง **-expensively** *adv.* **-expensiveness** *n.* (**-S.** costly, dear)

★**experience** (อิคสเปีย' เรียนซ์) *n.* ประสบการณ์, ความรู้ที่ได้รับ *-vt.* **-enced, -encing** เรียนรู้, ประสบ (**-S.** (n.) learning (v.) know)

experienced (อิคสเปีย' เรียนซ์ท์) *adj.* มีประสบการณ์มาก, มีทักษะ, ฉลาด (**-S.** mature)

★**experiment** (*n.* อิคสเปอ' ระเมินท์, *v.* -เมนท์) *n.* การทดลอง, ผลการทดลองหรือตรวจสอบ *-vi.* **-mented, -menting** ทดลอง, ตรวจสอบ **-experimental** *adj.* **-experimentally** *adv.* **-experimentation** *n.*

★**expert** (*n.* เอค' สเปิร์ท, *adj.* เอค' สเปิร์ท, อิคสเปิร์ท') *n.* ผู้เชี่ยวชาญเฉพาะด้าน *-adj.* เชี่ยวชาญ, ชำนาญ **-expertly** *adv.* **-expertness** *n.* (**-S.** (n.) specialist (adj.) proficient)

expertise (เอคสเปอร์ทีซ') *n.* ทักษะ ความรู้หรือความชำนาญเฉพาะด้าน (**-S.** deftness, skill)

expiate (เอค' สปีเอท) *vt.* **-ated, -ating** ไถ่โทษ, ชดใช้ **-expiable** *adj.* **-expiation** *n.*

expire (อิคสไปร์') *vi., vt.* **-pired, -piring** หยุด, หมดอายุ, สิ้นสุด, หายใจออก, ตาย **-expiration** *n.* **-expiry** *v.* (**-S.** decease, die)

★**explain** (อิคสเปลน') *vt., vi.* **-plained, -plaining** อธิบายให้เข้าใจ, ให้เหตุผล **-explainable** *adj.* (**-S.** describe, explicate, interpret)

★**explanation** (เอคสปละเน' ชัน) *n.* คำอธิบาย **-explanatory** *adj.* **-explanatorily** *adv.*

expletive (เอค' สปลิทิฟว์) *n.* การสบถ, คำหรือวลีที่ไม่จำเป็นแต่ช่วยให้ประโยคสมบูรณ์

explicable (เอค' สปลิคะเบิล) *adj.* ที่สามารถอธิบายได้ **-explicably** *adv.* (**-S.** explainable)

explicate (เอค' สปลิเคท) *vt.* **-cated, -cating** อธิบาย **-explication** *n.* **-explicatory** *adj.*

explicit (อิคสปลิซ' ซิท) *adj.* ชัดเจน, เปิดเผย **-explicitly** *adv.* **-explicitness** *n.* (**-S.** distinct)

★**explode** (อิคสโปลด') *vt., vi.* **-ploded, -ploding** ระเบิดอย่างรุนแรง, ส่งเสียงดัง, เอะอะโวยวาย, เพิ่มขึ้นอย่างรวดเร็ว **-explosion** *n.* **-explosive** *adj.* **-explosively** *adv.* **-explosiveness** *n.* (**-S.** erupt, fire off)

★**exploit[1]** (เอค' สปลอยท์) *n.* ความกล้าหาญ

exploit[2] (อิคสปลอยท์', เอค' สปลอยท์) *vt.* **-ploited, -ploiting** ใช้เพื่อก่อให้เกิดประโยชน์, ใช้หาประโยชน์ส่วนตัว, ใช้อย่างเห็นแก่ตัว,

A B C D E F G H I J K L M N O P Q R S T U V W X Y Z

โฆษณาเรียกความสนใจ **-exploitable** *adj.* **-exploitation** *n.* (**-S.** utilize)

★**explore** (อิคสปลอร์', -สโปลร์') *vt., vi.* **-plored, -ploring** สำรวจ, ตรวจสอบ, วินิจฉัยโรค, ค้นหา **-exploration** *n.* (**-S.** examine, survey)

explorer (อิคสปลอ' เรอร์) *n.* นักสำรวจ (**-S.** surveyor, traveller)

expo (เอค' สโป) *n., pl.* **-pos** (ภาษาพูด) งานนิทรรศการ

exponent (อิคสโป'เนินท์, เอค' สโปเนินท์) *n.* ผู้อธิบาย, ผู้สนับสนุน, นักแสดง, ตัวอย่าง, เลขชี้กำลังในทางคณิตศาสตร์ *-adj.* ที่เป็นการอธิบาย, ที่เป็นการตีความ

★**export** (อิคสปอร์ท', เอค' สปอร์ท) *vt., vi.* **-ported, -porting** ส่งสินค้าไปขายต่างประเทศ **-exportable** *adj.* **-exportation** *n.* **-exporter** *n.* (**-S.** send abroad **-A.** import)

expose (อิคสโปซ') *vt.* **-posed, -posing** แสดงให้เห็น, เปิดเผยข้อเท็จจริง, ทำให้เป็นที่รู้จัก, ถอดที่ป้องกันออก, ฉายแสงให้วัสดุไวแสง **-exposer** *n.* **-exposure** *n.* (**-S.** reveal)

exposé (เอคสโปเซ') *n.* การเปิดโปงความลับ

exposition (เอคสปะซิ' ชัน) *n.* การอธิบาย, การบรรยาย, งานนิทรรศการ **-expositor** *n.*

expostulate (อิคสปอซ' ชะเลท) *vi.* **-lated, -lating** ตักเตือน, ห้ามปรามด้วยความหวังดี **-expostulation** *n.* (**-S.** remonstrate)

expound (อิคสเปานด์') *vt., vi.* **-pounded, -pounding** อธิบาย, พูดในรายละเอียด

★**express** (อิคสเปรซ') *vt.* **-pressed, -pressing** กล่าวออกมา, แสดงให้เห็น, ถ่ายทอด, ส่งหรือเดินทางแบบด่วน, บังคับ, คั้นน้ำผลไม้ *-adj.* ชัดเจน, เฉพาะโอกาสพิเศษ, ถูกต้อง, เร่งด่วน *-adv.* อย่างเร่งด่วน *-n.* ระบบการส่งสินค้าและไปรษณีย์ที่เร่งด่วน, การเดินทางที่เร่งด่วน, พาหนะที่เดินทางแบบเร่งด่วน, ผู้โดยสารชั้นพิเศษ **-expresser** *n.* **-expressible** *adj.*

★**expression** (อิคสเปรช' ชัน) *n.* การถ่ายทอดออกมาเป็นคำพูดหรือการกระทำ, สัญลักษณ์, การแสดงสีหน้า, คำพูดหรือวลีที่เปล่งออกมา, สัญลักษณ์ทางคณิตศาสตร์ (**-S.** statement)

expressionism (เอคสเปรช' ชะนิเซิม) *n.* ศิลปะแนวหนึ่งที่เน้นการแสดงอารมณ์ความรู้สึกของศิลปิน ภาพที่ได้จะดูผิดเพี้ยนจากความเป็นจริงและใช้สัญลักษณ์สื่อถึงอารมณ์ความรู้สึก **-expressionist** *n.* **-expressionistic** *adj.*

expressionless (อิคสเปรช' ชันลิซ) *adj.* ไม่แสดงความรู้สึก, เฉยเมย, ที่ว่างเปล่า

expressive (อิคสเปรซ' ซิฟว์) *adj.* เต็มไปด้วยความรู้สึก, มีความหมาย **-expressively** *adv.* **-expressiveness** *n.* (**-S.** emotional)

expressly (อิคสเปรซ' ลี) *adv.* อย่างชัดเจน, อย่างสมบูรณ์, เป็นพิเศษ (**-S.** specially)

expressway (อิคสเปรซ' เว) *n.* ทางด่วน

expropriate (เอคสโปร' พริเอท) *vt.* **-ated, -ating** เวนคืนที่ดิน, ถ่ายโอนทรัพย์สิน, ยึดทรัพย์ **-expropriation** *n.* (**-S.** arrogate, seize)

expulsion (อิคสปัล' ชัน) *n.* การขับไล่

expunge (อิคสปันจ์') *vt.* **-punged, -punging** ลบออก, ลบทิ้ง, กำจัด (**-S.** delete, erase)

expurgate (เอค' สเปอร์เกท) *vt.* **-gated, gating** ตัดข้อความหรือสิ่งที่ไม่เหมาะสมออกก่อนนำออกเผยแพร่ **-expurgation** *n.*

exquisite (เอค' สกวิซิท, อิคสกวิซ' ซิท) *adj.* สวยงาม, มีคุณภาพสูง, ประณีต, ละเอียดอ่อน, ยอดเยี่ยม, รุนแรง *-n.* ผู้ที่มีความพิถีพิถัน **-exquisitely** *adv.* **-exquisiteness** *n.*

ext, ext. ย่อจาก extension การขยาย, external ภายนอก, extra ส่วนที่เพิ่มเติม

extant (เอค' สเตินท์) *adj.* ที่ยังเหลืออยู่

extempore (อิคสเตม' พะรี) *adj.* ไม่มีการเตรียมตัวล่วงหน้า *-adv.* อย่างไม่มีการเตรียมตัวล่วงหน้า **-extemporaneous** *adj.* **-extemporaneously** *adv.* **-extemporary** *adj.* **-extemporarily** *adv.* (**-S.** (adj.) impromptu)

extemporize (อิคสเตม' พะไรซ์) *vt., vi.* **-rized, -rizing** พูด ทำหรือประพันธ์โดยไม่มีการเตรียมตัวล่วงหน้า **-extemporization** *n.*

★**extend** (อิคสเตนด์') *vt., vi.* **-tended, -tending** ยืดออก, แผ่ออก, ขยายขอบเขต, ขยายเวลา, จัดหา, เสนอ **-extension** *n.* (**-S.** expand)

extensive (อิคสเตน' ซิฟว์) *adj.* ที่ครอบคลุมเป็นบริเวณกว้าง **-extensively** *adv.* **-extensiveness** *n.* (**-S.** comprehensive, sizeable)

★**extent** (อิคสเตนท์') *n.* ขนาด, ขอบเขต, ปริมาณ, พื้นที่ (**-S.** coverage, scope, stretch)

extenuate (อิคสเตน' นิวเอท) *vt.* **-ated, -ating** แก้ตัว, ขอโทษ, บรรเทา, กลบเกลื่อน **-extenuation** *n.* **-extenuastor** *n.*

exterior (อิคสเตีย' เรียร์) *adj.* ภายนอก, ที่อยู่กลางแจ้ง, ข้างนอก *-n.* ด้านนอก, ลักษณะหรือรูปร่างที่เห็นจากภายนอก (**-S.** (adj., n.) external)

exterminate (อิคสเตอร์' มะเนท) *vt.* **-nated, -nating** กำจัดให้หมด, ถอนรากถอนโคน

-extermination *n.* (-S. destroy, eliminate)

extern, externe (เอค' สเติร์น) *n.* นักศึกษาแพทย์ปีสุดท้ายหรือแพทย์ซึ่งสามารถออกตรวจคนไข้แต่ไม่ได้เป็นแพทย์ประจำของสถานพยาบาลนั้น

external (อิคสเตอร์' เนิล) *adj.* ภายนอก, เป็นยาที่ใช้ทาภายนอก, เป็นเปลือกนอก, เกี่ยวกับกิจการต่างประเทศ *-n.* ด้านนอก, ลักษณะภายนอก (-S. (adj., n.) exterior)

extinct (อิคสติงค์ท์') *adj.* สูญพันธุ์, หมด, ที่ดับแล้ว, ไม่มีการใช้ **-extinction** *n.*

extinguish (อิคสติง' กวิช) *vt.* **-guished, -guishing** ดับไฟ, ระงับ, ทำลาย, ทำให้หมดไป, ทำให้เป็นโมฆะ **-extinguishment** *n.*

extirpate (เอค' สเตอร์เพท) *vt.* **-pated, -pating** กำจัดให้หมด, ถอนรากถอนโคน **-extirpation** *n.* (-S. abolish, exterminate)

extol, extoll (อิคสโตล') *vt.* **-tolled, -tolling** ยกย่อง, สรรเสริญ, สดุดี (-S. praise)

extort (อิคสตอร์ท') *vt.* **-torted, -torting** บังคับ, ข่มขู่ **-extortion** *n.* (-S. force, wrest)

extortionate, extortionary (อิคสตอร์' ชะนิท, -เนอรี) *adj.* มีมากเกินไป, แพงมาก

extortioner, extortionist (อิคสตอร์' ชะเนอร์, -นิซท์) *n.* ผู้บังคับข่มขู่ (-S. blackmailer)

★**extra** (เอค' สตระ) *adj.* พิเศษ, เหนือกว่าปกติ *-n.* คนหรือสิ่งที่เพิ่มขึ้นมา, รายการพิเศษ, ผลประโยชน์เพิ่มเติม *-adv.* อย่างพิเศษ, มีมากกว่าปกติ, มีเพิ่มเติม (-S. (adj.) additional, more (n.) adjunct, supplement (adv.) especially)

extra-, extro- คำอุปสรรค หมายถึง ภายนอก, นอกเหนือจาก, เหนือกว่า

extract (*v.* อิคสแตรคท์', *n.* เอค' สแตรคท์) *vt.* **-tracted, -tracting** ดึง, ลาก, ใช้กำลังบังคับ, แยกออก, สกัดออก, คัดลอก, ค้น, ถอดรากในทางคณิตศาสตร์ *-n.* สิ่งที่สกัดหรือแยกออกมา, ข้อความที่คัดลอกออกมา **-extractable** *adj.* **-extraction** *n.* (-S. (v.) draw out, elicit, force)

extracurricular (เอคสตระคะริค' เคียเลอร์) *adj.* ที่เป็นกิจกรรมนอกหลักสูตร

extradite (เอค' สตระไดท์) *vt.* **-dited, -diting** ส่งผู้ต้องหาไปรับคำพิพากษาในประเทศอื่น **-extraditable** *adj.* **-extradition** *n.*

extramural (เอคสตระเมียว' เริล) *adj.* ที่อยู่นอกขอบเขต, ที่อยู่นอกรั้วมหาวิทยาลัย

extraneous (อิคสเตร' เนียซ) *adj.* อยู่ภายนอก, ไม่เกี่ยวข้อง, ไม่จำเป็น **-extraneously** *adv.*

★**extraordinary** (อิคสตรอร์' เดินเนอรี, เอคสตระออร์'-) *adj.* พิเศษ, เหนือธรรมดา, วิสามัญ, ผิดปกติ, ประหลาด **-extraordinarily** *adv.*

extrasensory perception การสื่อสารหรือการรับรู้เรื่องราวต่างๆ โดยไม่ได้ใช้ประสาทสัมผัสของร่างกาย ย่อว่า ESP

extraterrestrial (เอคสตระทะเรซ' เทรียล) *adj.* เกี่ยวกับสิ่งที่เกิดขึ้นนอกโลก *-n.* มนุษย์ต่างดาว

extraterritoriality (เอคสตระเทอริทอเรียล' ลิที, -โท-) *n.* การได้รับการยกเว้นจากอำนาจศาลของประเทศที่พำนักอยู่เนื่องจากนโยบายต่างประเทศ **-extraterritorial** *adj.*

extravagant (อิคสแตรฟว์' วะเกินท์) *adj.* ฟุ่มเฟือย, สุรุ่ยสุร่าย, ไม่เหมาะสมและไม่มีเหตุผล, มีมากเกินไป, แพงเกินไป **-extravagance** *n.* **-extravagancy** *n.* **-extravagantly** *adv.* (-S. excessive, expensive)

★**extreme** (อิคสตรีม') *adj.* สูงสุด, สุดขั้ว, ไกลที่สุด, รุนแรง, ผิดปกติ *-n.* จุดหรือระดับที่สูงสุด, สภาวะที่สุดขั้ว, วิธีรุนแรง **-extremely** *adv.*

extremist (อิคสตรี' มิซท์) *n.* ผู้ที่ยึดถือสิ่งใดสิ่งหนึ่งมากเกินไป โดยเฉพาะลัทธิทางการเมือง

extremity (อิคสเตรม' มิที) *n., pl.* **-ties** ระดับที่สูงที่สุด, จุดที่อยู่ไกลที่สุด, รยางค์, อวัยวะหรือสิ่งที่ยื่นออกจากลำตัว, ความรุนแรง **-extremities** มือและเท้า

extricate (เอค' สตริเคท) *vt.* **-cated, -cating** ปลดปล่อย, แก้ **-extricable** *adj.* **-extrication** *n.* (-S. liberate, release)

extrinsic (อิคสตริน' ซิค, -ซิค) *adj.* ภายนอก, ไม่จำเป็น **-extrinsically** *adv.* (-S. external)

extrovert, extravert (เอค' สตระเวิร์ท) *n.* ผู้ที่ชอบเข้าสังคม, ผู้ที่สนใจสิ่งที่อยู่รอบตัว

extroverted, extraverted (เอค' สตระเวอร์ทิด) *adj.* ชอบเข้าสังคม, เป็นมิตร

extrude (อิคสตรูด') *v.* **-truded, -truding** *-vt.* ขับของเหลว *-vi.* ไหล, โผล่, ยื่น **-extrusion** *n.*

exuberant (อิกซู' เบอเรินท์) *adj.* มีชีวิตชีวา, อุดมสมบูรณ์, ที่เจริญเติบโตและให้ผลดี, ฟุ่มเฟือย **-exuberantly** *adv.* **-exuberance** *n.*

exude (อิกซูด', อิคซูด') *v.* **-uded, -uding** *-vi.* ไหลซึมออกมา *-vt.* แสดงให้เห็น

exult (อิกซัลท์') *vi.* **-ulted, -ulting** ดีใจมาก, ยินดี, ปลื้มปีติ **-exultant** *adj.* **-exultantly** *adv.* **-exultation** *n.* (-S. glory, rejoice)

★**eye** (ไอ) *n.* ดวงตา, การมองเห็น, การสังเกต, ความคิดเห็น, การประเมิน, ส่วนที่คล้ายตา,

(คำสแลง) นักสืบ **-catch one's eye** ดึงดูดความสนใจ (-S. observation, opinion, sight)
eyeball (ไอ' บอล) *n.* ลูกตา, ดวงตา
eye bank ธนาคารดวงตา
eyebrow (ไอ' เบรา) *n.* คิ้ว
eyebrow pencil ดินสอเขียนคิ้ว
eye-catching (ไอ' แคชชิง) *adj.* น่ามอง
eyecup (ไอ' คัพ) *n.* ถ้วยล้างตา
eyedropper (ไอ' ดรอพเพอร์) *n.* ยาหยอดตา
eyeful (ไอ' ฟุล) *n.* ภาพเต็มตา, คนหรือสิ่งที่สวยงาม มีเสน่ห์หรือน่ามอง (-S. view, vision)
eyeglass (ไอ' แกลซ) *n.* เลนส์สำหรับการรับภาพของตา **-eyeglasses** แว่นตา
eyelash (ไอ' แลช) *n.* ขนตา
eyelet (ไอ' ลิท) *n.* รูร้อยเชือก, ห่วงตาไก่
eyelid (ไอ' ลิด) *n.* เปลือกตา
eyelift (ไอ' ลิฟท์) *n.* การทำศัลยกรรมพลาสติกบริเวณรอบดวงตา
eyeliner (ไอ' ไลเนอร์) *n.* เครื่องสำอางสำหรับทาขอบตา
eye opener (ภาษาพูด) สิ่งที่ทำให้ประหลาดใจหรือตกใจจนตาโต เครื่องดื่มที่ช่วยให้ตื่นตัว
eyepiece (ไอ' พีซ) *n.* เลนส์หรือชุดของเลนส์ที่ประกอบกันเพื่อใช้สำหรับส่องดู เช่น ในกล้องส่องทางไกล กล้องจุลทรรศน์
eye shadow เครื่องสำอางสำหรับทาเปลือกตา
eyesight (ไอ' ไซท์) *n.* ความสามารถในการมองเห็น, ระยะที่สามารถมองเห็น
eyesore (ไอ' ซอร์) *n.* ภาพหรือสิ่งที่น่าเกลียด
eyestrain (ไอ' สเตรน) *n.* ความเจ็บปวดหรือความล้าของดวงตา
eyetooth (ไอ' ทูธ) *n., pl.* **-teeth** เขี้ยว
eyewash (ไอ' วอช) *n.* น้ำยาทำความสะอาดตา, (ภาษาพูด) สิ่งที่ไร้สาระ การเสแสร้ง
eyewitness (ไอ' วิท' นิซ) *n.* ประจักษ์พยาน
eyrie, eyry (แอ' รี, เอีย' รี) *n., pl.* **-ries** ดู aerie

F

F, f (เอฟ) *n., pl.* **F's, f's/Fs, fs** อักษรตัวที่ 6 ในภาษาอังกฤษ, อันดับหก, เกรดที่แสดงว่าสอบตก, โน้ตดนตรีชนิดหนึ่ง
F ย่อจาก Fahrenheit องศาฟาเรนไฮต์, fluorine ธาตุฟลูโอรีน, Friday วันศุกร์
f ย่อจาก focal length ทางยาวโฟกัส
F/, f/ ย่อจาก f-number เป็นค่าที่แสดงการเปิดรับแสงของเลนส์
fa (ฟา) *n.* เสียงฟา เป็นเสียงดนตรีอันดับสี่
fab (แฟบ) *adj.* (คำสแลง) ยอดเยี่ยม วิเศษ
fable (เฟ' เบิล) *n.* นิทาน, ตำนาน, เรื่องโกหก
fabric (แฟบ' บริค) *n.* ผ้า, เนื้อผ้า, โครงสร้าง, องค์ประกอบ, รูปแบบหรือวิธีการ
fabricate (แฟบ' บริเคท) *vt.* **-cated, -cating** คิด, สร้าง, ผลิต, แต่งนิทาน, กุเรื่อง, ปลอมของ **-fabrication** *n.* (-S. construct, forge, invent)
fabulous (แฟบ' เบียเลิซ) *adj.* เหลือเชื่อ, ไม่น่าเป็นไปได้, วิเศษ **-fabulously** *adv.* (-S. incredible, legendary)
facade (ฟะซาด') *n.* ด้านหน้าอาคาร
★**face** (เฟซ) *n.* ใบหน้า, สีหน้า, โฉมภายนอก, ผิวหน้าของวัตถุ, คุณค่า, ความมั่นใจในตนเอง, การเคารพตนเอง, เครื่องสำอาง, ด้าน, แง่, (ภาษาพูด) ความอวดดี ความทะลึ่ง *-v.* **faced, facing** *-vt.* มีหน้าที่จัดการกับปัญหา, หันหน้าไปทาง, เผชิญหน้า, ประสบกับ, พลิกหน้าไพ่ขึ้น, ตกแต่งผิวหน้า, ขัดผิวหน้า, แต่งขอบ, สั่งเคลื่อนย้ายกองทัพ *-vi.* หันหน้าไปทาง **-face to face** เผชิญหน้า **-facial** *adj.* **-facing** *n.*
faceless (เฟซ' ลิซ) *adj.* ไม่เป็นที่รู้จัก
face-lift, facelifting (เฟซ' ลิฟท์, -ลิฟทิง) *n.* การทำศัลยกรรมดึงใบหน้าให้ตึง, การปรับปรุงซ่อมแซมหรือทำความสะอาดด้านนอกอาคาร
face powder แป้งรองพื้นสำหรับแต่งหน้า
face-saving (เฟซ' เซวิง) *adj.* ที่รักษาชื่อเสียงเกียรติยศหรือความเคารพตัวเอง
facet (แฟซ' ซิท) *n.* ผิวหน้าของอัญมณีที่ถูกเจียระไนแล้ว, ผิวหน้าของกระดูกหรือฟันที่เรียบ, แง่มุม, เลนส์ของตาประกอบของแมลง
facetious (ฟะซี' เชิซ) *adj.* ตลก, ทะเล้น **-facetiously** *adv.* **-facetiousness** *n.*
facile (แฟซ' เซิล) *adj.* ง่าย, สบายๆ, คล่อง-

แคล่ว, ไม่ลึกซึ้ง, ไม่จริงใจ **-facilely** *adv.* **-facileness** *n.* (-S. easy, simple, superficial)

facilitate (ฟะซิล' ลิเทท) *vt.* **-tated, -tating** ทำให้ง่ายขึ้น, ช่วยอำนวยความสะดวก **-facilitation** *n.* (-S. assist, ease)

★**facility** (ฟะซิล' ลิที) *n., pl.* **-ties** ความชำนาญ, ความง่าย, ความสะดวก, สิ่งที่ให้บริการเฉพาะอย่าง **-facilities** สิ่งอำนวยความสะดวก

facsimile (แฟคซิม' มะลี) *n.* สำเนาที่เหมือนต้นฉบับ, การส่งภาพหรือข้อความโดยอุปกรณ์อิเล็กทรอนิกส์ เช่น เครื่องโทรสาร, ภาพหรือข้อมูลที่ส่งโดยวิธีดังกล่าว *-adj.* เหมือนต้นฉบับ *-vt.* **-led, -leing** ทำสำเนา (-S. (n., v.) copy)

★**fact** (แฟคทฺ) *n.* ข้อเท็จจริง, เรื่องจริง, ความจริง, สิ่งที่มีอยู่จริง **-as a matter of fact/in fact/in point of fact** ตามความเป็นจริง

faction (แฟค' ชัน) *n.* กลุ่ม, ก๊ก, พวก, ความขัดแย้ง **-factional** *adj.* **-factionally** *adv.*

factious (แฟค' เชิซ) *adj.* ซึ่งแบ่งเป็นก๊กเป็นเหล่า, ซึ่งเกิดความขัดแย้ง **-factiously** *adv.*

factitious (แฟคทิช' เชิซ) *adj.* เป็นของเทียม

factor (แฟค' เทอรฺ) *n.* ปัจจัย, ตัวแทนซื้อขาย, ตัวประกอบทางคณิตศาสตร์, สถาบันการเงินที่รับฝากเงินไว้ชั่วคราว (-S. agent, component)

★**factory** (แฟค' ทะรี) *n., pl.* **-ries** โรงงาน

factotum (แฟคโท' เทิม) *n.* ลูกจ้างหรือผู้ช่วย

factual (แฟค' ชวล) *adj.* เป็นความจริง **-factuality** *n.* **-factually** *adv.* (-S. realistic)

faculty (แฟค' เคิลที) *n., pl.* **-ties** ศักยภาพ, ความสามารถ, ความชำนาญเฉพาะด้าน, สาขาวิชา, ผู้สอนหรือผู้ศึกษาในสาขาวิชา, สิทธิหรืออำนาจ (-S. capacity, department, right, talent)

fad (แฟด) *n.* ความนิยมหรือคลั่งไคล้ **-faddy** *adj.* **-faddism** *n.* **-faddist** *n.* (-S. craze)

★**fade** (เฟด) *v.* **faded, fading** *-vi.* ค่อยๆ ซีดลง, ค่อยๆ จางหายไป, ค่อยๆ มืดลง, ลดลง *-vt.* ทำให้จาง ลดลง หรือหายไป **-fade in** ค่อยๆ ปรากฏขึ้นทั้งภาพและเสียง **-fade out** ค่อยๆ จางหายไปทั้งภาพและเสียง (-S. bleach)

faeces (ฟี' ซีซ) *n. pl.* ดู feces

fag[1] (แฟก) *n.* งานหนัก, ความเหนื่อยล้า, คนที่ต้องทำงานหนัก, นักเรียนชายที่ต้องคอยบริการนักเรียนที่โตกว่า

fag[2] (แฟก) *n.* (คำสแลง) บุหรี่ พวกรักร่วมเพศ

fag end เศษที่เหลือๆ, ส่วนปลาย

faggot (แฟก' เกิท) *n., v.* ดู fagot

fagot, faggot (แฟก' เกิท) *n.* มัดไม้ ฟืนหรือเหล็กเส้น

Fahrenheit (แฟ' เรินไฮทฺ) *adj.* เกี่ยวกับการวัดอุณหภูมิในหน่วยองศาฟาเรนไฮต์ *-n.* หน่วยในการวัดอุณหภูมิประเภทหนึ่ง, เทอร์โมมิเตอร์ที่ใช้หน่วยวัดองศาฟาเรนไฮต์

★**fail** (เฟล) *v.* **failed, failing** *-vi.* ล้มเหลว, ไม่สำเร็จ, อ่อนแอ, สอบตก, ไม่ทำตามหน้าที่, แสดงให้เห็นถึงความไม่มีประสิทธิภาพ, ทำไม่ได้อย่างที่คาด, ล้มละลาย, หยุดทำงาน, ขาดแคลน, *-vt.* ทำให้ผิดหวัง, ละเลยหรือละทิ้งหน้าที่, ได้คะแนนต่ำกว่าเกณฑ์, ให้คะแนนที่ต่ำกว่าเกณฑ์, พลาด *-n.* ความล้มเหลว

failing (เฟ' ลิง) *n.* ความล้มเหลว, ความผิดพลาด *-adj.* ล้มเหลว *-prep.* ปราศจาก

★**failure** (เฟล' เลียรฺ) *n.* ความล้มเหลว, ภาวะขาดแคลน, การละทิ้งหรือละเลย, คนล้มเหลว, การสอบตก, เกรด F

fain (เฟน) *adj., adv.* ด้วยความยินดีและเต็มใจ

★**faint** (เฟนทฺ) *adj.* **fainter, faintest** มืดสลัว, อ่อนแอ, ปวกเปียก, ใกล้เป็นลม *-n.* การหมดสติ *-vi.* **fainted, fainting** เป็นลม, อ่อนแอ **-faintly** *adv.* **-faintness** *n.* (-S. (adj.) feeble)

faint-hearted (เฟนทฺ' ฮาร์' ทิด) *adj.* ขลาด

★**fair**[1] (แฟรฺ) *adj.* **fairer, fairest** เป็นกลาง, ยุติธรรม, ซื่อสัตย์, (ท้องฟ้า) โปร่ง, มีเสน่ห์, สวย, ไม่มีที่ติ, สะอาดบริสุทธิ์, ตามกฎหรือตรรกะ, ที่อ่านได้ง่าย, ได้ประโยชน์, เป็นประโยชน์, มีมารยาท, ปานกลาง, ค่อนข้างดี, ราบเรียบ, มีสีอ่อนหรือดูสว่าง, แจ่ม *-adv.* อย่างเหมาะสม, โดยตรง *-vt.* **faired, fairing** ปรับให้อยู่ในระดับเดียวกัน *-n.* ความสวยงาม, ผู้หญิงที่สวย **-fair and square** ซื่อสัตย์ยุติธรรม **-fairness** *n.* **-fairly** *adv.* (-S. (adj.) advantageous, fine, just)

fair[2] (แฟรฺ) *n.* ตลาดขายสินค้า, งานนิทรรศการ, งานรื่นเริง (-S. exhibition, festival, market)

fair game การตามล่าตามกฎหมาย

fairish (แฟ' ริช) *adj.* ค่อนข้างดีหรือใหญ่

fair-minded (แฟรฺ' ไมน์' ดิด) *adj.* ยุติธรรม

fair play การเล่นกีฬาหรือเกมตามกติกา

fair sex เพศหญิง

fair-spoken (แฟรฺ' สโปเคิน) *adj.* ซึ่งพูดไพเราะ

fair-weather friend เพื่อนกิน

fairy (แฟ' รี) *n., pl.* **-ies** ภูตหรือเทพตัวเล็กๆ, (คำสแลง) พวกรักร่วมเพศ *-adj.* เกี่ยวกับภูต

fairyland (แฟ' รีแลนดฺ) *n.* เมืองสวรรค์

fairy tale นิทาน, ตำนาน, เรื่องเหลือเชื่อ

fait accompli (เฟทาคองพลี') *n., pl.* **faits**

accomplis (เฟทาคองพลี', -พลีซ) สิ่งที่ทำสำเร็จไปแล้วไม่สามารถเปลี่ยนแปลงได้

★**faith** (เฟธ) *n.* ความเลื่อมใสศรัทธา, ความเชื่อ, ความจงรักภักดี, หลักคำสอน, ศาสนา

★**faithful** (เฟธ' เฟิล) *adj.* มีความจงรักภักดี, มีความเชื่อศรัทธา, เชื่อถือได้, ถูกต้อง, เป็นความจริง **-faithfully** *adv.* **-faithfulness** *n.*

faith healing/cure การรักษาโรคโดยใช้ความศรัทธาและการสวดอ้อนวอน **-faith healer** *n.*

faithless (เฟธ' ลิซ) *adj.* ไม่จงรักภักดี, หลอกลวง **-faithlessly** *adv.* **-faithlessness** *n.*

fake¹ (เฟค) *adj.* เป็นของปลอม, ที่หลอกลวง *-n.* ของปลอม, การหลอกลวง *-vt., vi.* **faked, faking** ปลอมแปลง, เลียนแบบ, เสแสร้ง, หลอกลวง, หลอกล่อ **-fakery** *n.*

fake² (เฟค) *n.* ห่วงหรือขดเชือก ลวดหรืออื่นๆ

fakir (ฟะเคียร์, ฟา-, แฟ-) *n.* ผู้ที่นับถือศาสนาอิสลามหรือฮินดูที่ชอบทรมานตัวเอง

falchion (ฟอล' ชัน) *n.* ดาบสั้นที่มีตัวดาบกว้างและมีปลายโค้งแหลม

falcon (แฟล' เคิน, ฟอล'-, ฟอ' เคิน) *n.* เหยี่ยวพันธุ์หนึ่งที่นำมาฝึกให้ล่าสัตว์

falcon

★**fall** (ฟอล) *v.* **fell, fallen, falling** *-vi.* ตก, ร่วง, หล่น, บาดเจ็บล้มตาย, พังทลาย ลงมา, วางพาด, มุ่งไปสู่เบื้องล่าง, ลดลง, เสื่อม, ตกต่ำ, ทำบาป, แสดงความผิดหวังทางใบหน้า, เกิดขึ้น, ถูกจับได้, ตกเป็นของ, อยู่ในตำแหน่ง, อยู่ในสภาวะ, แบ่งออก, พบโดยบังเอิญ, เผลอพูด, คลอดลูกสัตว์ *-vt.* ตัดหรือโค่นต้นไม้ *-n.* การตก, สิ่งที่ตก, ปริมาณของสิ่งที่ตก, ระยะทางที่ตก, การพังทลาย, การตกจากตำแหน่ง, การถูกยึดครอง, การเสื่อม, ฤดูใบไม้ร่วง, การผิดศีลธรรม, ทางลาดชัน, การทำบาป, การทุ่มคู่ต่อสู้ในกีฬามวยปล้ำ, การเกิดของสัตว์, จำนวนตัวอ่อนที่เกิดในหนึ่งครั้ง, การลดระดับเสียง, การลดปริมาณ มูลค่าหรืออื่นๆ, เครื่องประดับที่มีลักษณะห้อยลงมา **-fall back** ล่าถอย, หลบหนี **-fall behind (with)** ล้าหลัง, ไม่สามารถชำระหนี้ได้ตามกำหนด **-fall in** พังลงมา, ได้รับตำแหน่งทางทหาร, เห็นด้วย **-fall in with** พบโดยบังเอิญ, เห็นด้วย, เกิดผล, ออกจากการเป็นทหาร **-fall over (oneself)** ทำอะไรอย่างเร่งรีบ, มีความกระตือรือร้นมาก **-falls** น้ำตก **-fall short** ขาดแคลน, ไม่ได้มาตรฐาน **-fall through** ล้มเหลว

fallacy (แฟล' ละซี) *n., pl.* **-cies** ความเชื่อที่ผิด, ความเข้าใจผิด, เหตุผล, การหลอกลวง **-fallacious** *adj.* **-fallaciously** *adv.* (-S. error)

fallen (ฟอ' เลิน) *v.* กริยาช่อง 3 ของ fall **-the fallen** คนที่ตายจากภาวะสงคราม

fallible (แฟล' ละเบิล) *adj.* ซึ่งทำผิดได้หรือถูกหลอกได้ **-fallibly** *adv.* **-fallibility** *n.*

falling-out (ฟอลิงเอาท์') *n., pl.* **fallings-out/falling-outs** การทะเลาะ, ความขัดแย้ง

falling star ดาวตก, อุกกาบาต

falloff (ฟอล' ออฟ) *n.* การลดลง, การแย่ลง

fallout (ฟอล' เอาท์) *n.* ฝุ่นกัมมันตรังสีที่เกิดจากระเบิดนิวเคลียร์, ผลข้างเคียงที่เกิดขึ้น

fallow (แฟล' โล) *adj.* ที่ไถพรวนดินเตรียมเอาไว้, เซื่องซึม, ไม่กระตือรือร้น *-n.* พื้นดินที่ไถพรวนเตรียมเอาไว้ *-vt.* **-lowed, -lowing** ไถพรวนดินเตรียมเอาไว้ **-fallowness** *n.*

★**false** (ฟอลซ์) *adj.* **falser, falsest** ไม่ถูกต้อง, ไม่จริง, ที่โกหก, ไม่ซื่อสัตย์, ที่หลอกลวง, ทรยศ, ปลอม, โง่, (เชื่อ) ผิดๆ, ที่ใช้ชั่วคราว *-adv.* อย่างทุจริต **-play someone false** หลอกลวง, ทรยศ **-put in a false position** ทำให้เข้าใจผิด **-falsely** *adv.* **-falseness** *n.* **-falsehood** *n.* (-S. (adj.) artificial, dishonest, incorrect)

falsetto (ฟอลเซท' โท) *n., pl.* **-tos** เสียงร้องสูงของผู้ชาย, ผู้ชายที่ร้องเสียงดังกล่าว *-adj.* เกี่ยวกับระดับเสียงสูง *-adv.* ในระดับเสียงสูง

falsify (ฟอล' ซะไฟ) *v.* **-fied, -fying** *-vt.* พูดโกหก, ปลอมแปลง, พิสูจน์ให้เห็นว่าเป็นของปลอมหรือไม่จริง *-vi.* พูดโกหก **-falsification** *n.* **-falsifier** *n.* (-S. counterfeit, disprove)

falsity (ฟอล' ซิที) *n., pl.* **-ties** ความไม่ถูกต้อง

falter (ฟอล' เทอร์) *vi.* **-tered, -tering** กระทำหรือเคลื่อนไหวอย่างขาดความมั่นใจ, พูดตะกุกตะกัก, ทำงานไม่มีประสิทธิภาพ, อ่อนแอ *-n.* การพูดหรือการกระทำที่ขาดความมั่นใจ, เสียงที่ดังไม่สม่ำเสมอ **-falterer** *n.* **-falteringly** *adv.* (-S. (v.) hesitate, stumble)

★**fame** (เฟม) *n.* ความมีชื่อเสียง, การเป็นที่รู้จัก, ข่าวลือ *-vt.* **famed, faming** ทำให้มีชื่อเสียง **-famed** *adj.* (-S. (n.) renown, reputation)

> **fame** ความมีชื่อเสียง (ในด้านที่ดี) เป็นนามที่นับไม่ได้ เช่น Although Jimmy is very famous, he doesn't care about his fame.

> **reputation** ความมีชื่อเสียง (ในด้านดีหรือไม่ดีก็ได้) มักใช้เป็นนามนับได้ เช่น Dr. Martin has an excellent reputation as a surgeon.
>
> **rumor** ข่าวลือ (อาจเป็นจริงหรือไม่จริงก็ได้) เช่น There's a rumor that Sandra is pregnant.

★**familiar** (ฟะมิล' เลียร์) *adj.* คุ้นเคย, เคยชิน, เป็นมิตร, ที่ทำตัวไม่เหมาะสมหรือล่วงเกิน, ไม่เป็นทางการ, สบายๆ, เหมือนครอบครัว, เชื่อง *-n.* เพื่อนสนิท, คนที่คุ้นเคย **-familiarity** *n.* **-familiarly** *adv.* (-S. (adj.) accustomed, easy)

familiarize (ฟะมิล' เลียไรซ์) *vt.* **-ized, -izing** ทำให้เป็นที่รู้จัก, ทำให้คุ้นเคย, ฝึกให้เชื่อง **-familiarization** *n.* (-S. accustom to)

★**family** (แฟม' มะลี, แฟม' ลี) *n., pl.* **-lies** ครอบครัว, ลูกหลาน, สมาชิกในครอบครัว, เครือญาติ, วงศ์ตระกูล, พันธุ์, กลุ่มอาชญากรที่มีหัวหน้าร่วมกัน, กลุ่มสิ่งมีชีวิต, การแบ่งประเภทของพืช *-adj.* เกี่ยวกับครอบครัว **-in a family way** (ภาษาพูด) ตั้งครรภ์

family jewels ความลับในเรื่องที่น่าอับอายขององค์กรหรือกลุ่มใดๆ

family man คนที่มีครอบครัว, ผู้ชายที่อุทิศตัวให้ครอบครัว

family name ชื่อสกุล

family planning การวางแผนครอบครัว

family room ห้องนั่งเล่น

family tree แผนภาพที่แสดงความสัมพันธ์ระหว่างคนในครอบครัว, กลุ่มของบรรพบุรุษและลูกหลานเหลนโหลน

famine (แฟม' มิน) *n.* การขาดแคลนอาหาร, ความอดอยาก, ทุพภิกขภัย (-S. dearth)

famish (แฟม' มิช) *v.* **-ished, -ishing** *-vt.* ทำให้ทรมานจากความหิว, ทำให้อดอยาก *-vi.* ทรมานเพราะหิว, อดอยาก **-famishment** *n.*

★**famous** (เฟ' เมิซ) *adj.* เป็นที่รู้จัก, มีชื่อเสียง

★**fan**[1] (แฟน) *n.* พัดลม, พัด, อุปกรณ์ที่ใช้เป่าแยกเปลือกและเมล็ด, สิ่งที่คล้ายพัด *-vt., vi.* **fanned, fanning** ทำให้เกิดลมพัด, กระตุ้น, ทำให้อากาศหมุนเวียน, แผ่หรือคลี่ออกมาคล้ายพัด, ทำให้ปลิว, (คำสแลง) ยิงปืนอย่างต่อเนื่อง

★**fan**[2] (แฟน) *n.* (ภาษาพูด) ผู้ที่คลั่งไคล้สิ่งใดสิ่งหนึ่งมาก **-fanatic** *n., adj.* **-fanatical** *adj.* **-fanatically** *adv.* **-fanaticism** *n.* (-S. devotee)

fanciful (แฟน' ซิเฟิล) *adj.* เพ้อฝัน, เป็นจินตนาการ, ไม่เป็นความจริง, แปลก **-fancifully** *adv.* **-fancifulness** *n.* (-S. bizarre, imaginary, inventive)

fancy (แฟน' ซี) *n., pl.* **-cies** ความเพ้อฝัน, จินตนาการ, ความคิดแปลกๆ, ภาพลวงตา, ความฟุ้งซ่าน, ความชอบ, ความคลั่งไคล้ *-adj.* **-cier, -ciest** ที่ตกแต่งมาก, (สีสัน) สะดุดตา, แปลก, แพงมาก, มีความเชี่ยวชาญ, เยี่ยม, เป็นจินตนาการ, มีสายพันธุ์พิเศษ *-vt.* **-cied, -cying** จินตนาการ, นึก, ชอบ **-fancily** *adv.* **-fanciness** *n.* (-S. (n.) imagination (adj.) delusive)

fancy dress ชุดแฟนซี มักมีการสวมหน้ากาก

fancy-free (แฟน' ซีฟรี') *adj.* ไม่มีกฎระเบียบ, ไม่มีความกังวล, เป็นอิสระไม่เกี่ยวข้องกับใคร

fancywork (แฟน' ซีเวิร์ค) *n.* งานตกแต่งที่ใช้การเย็บปักถักร้อย

fandango (แฟนแดง' โก) *n., pl.* **-gos** การเต้นรำเพื่อความสนุกสนานของชาวสเปน

fanfare (แฟน' แฟร์) *n.* การเป่าเครื่องดนตรีเพื่อต้อนรับแขกผู้มีเกียรติ, การแสดงที่อึกทึก

fang (แฟง) *n.* เขี้ยวพิษ, เขี้ยวสัตว์

fang

fan tan การเล่นพนันพวกถั่วโป

fantasia (แฟนทะเซีย') *n.* การแต่งดนตรีตามจินตนาการโดยไร้รูปแบบ, ดนตรีดังกล่าว, งานประพันธ์ตามจินตนาการโดยไร้รูปแบบ

fantasize (แฟน' ทะไซซ์) *v.* **-sized, -sizing** *-vt.* สร้างจินตนาการ *-vi.* เพ้อฝัน

fantastic, fantastical (แฟนแทซ' ทิค, -ทิเคิล) *adj.* แปลก, เพ้อฝัน, เกินจริง, วิเศษ, ยอดเยี่ยม **-fantastically** *adv.* (-S. imaginary)

fantasy (แฟน' ทะซี, -ซี) *n., pl.* **-sies** จินตนาการ, ความเพ้อฝัน, สิ่งที่เกิดจากจินตนาการ, ความแปลกประหลาด, ภาพลวงตา

FAQ ย่อจาก frequently asked questions ข้อมูลที่รวบรวมคำถามและคำตอบในประเด็นต่างๆ ซึ่งมีผู้สนใจสอบถามกันมาก โดยการทำงานผ่านเครือข่ายคอมพิวเตอร์

★**far** (ฟาร์) *adv.* **farther, farthest/further, furthest** ไกล, มีการพัฒนา, ยาวนาน, อย่างมาก *-adj.* **farther, farthest/further, furthest** ไกล, ยาวนาน, กว้างหรือไกลกว่า, ซึ่งมองการณ์ไกล, ที่ต่างกันอย่างชัดเจน *-n.* ที่ที่อยู่ห่างไกล **-as/so far as** เท่าที่, ถึงจุดที่ **-far and**

A B C D E F G H I J K L M N O P Q R S T U V W X Y Z

near/wide ทุกหนทุกแห่ง **-so far, so good** ทุกอย่างก็ยังดำเนินไปได้ด้วยดีจนถึงปัจจุบัน (-S. (adv.) considerably (adj.) distant)

farad (แฟ' เริด, -แรด) *n.* หน่วยวัดความจุไฟฟ้าในหน่วยเมตร-กิโลกรัม-วินาที

faraway (ฟา' ระเว') *adj.* ไกลมาก, เพ้อฝัน

farce (ฟาร์ซ) *n.* ละครตลก, เรื่องที่น่าขัน

farcical (ฟาร์' ซิเคิล) *adj.* เกี่ยวกับละครหรือการแสดงตลก, ตลก, น่าขัน **-farcically** *adv.* **-farcicality** *n.* (-S. amusing, ludicrous)

★**fare** (แฟร์) *vi.* **fared, faring** เดินทาง, ก้าวหน้า, จัดการ, เกิดผล, รับประทาน *-n.* ค่าโดยสาร, ผู้โดยสาร, อาหารและเครื่องดื่ม

farewell (แฟร์เวล') *interj.* ลาก่อน *-n.* คำอำลา, การจากลา *-adj.* ที่ต้องจากลา (-S. (interj., n.) goodbye (interj.) so long (n.) departure)

far-fetched (ฟาร์' เฟชท์') *adj.* ไม่น่าเชื่อ

★**farm** (ฟาร์ม) *n.* ไร่นา, ฟาร์ม, ที่ดินทำการเกษตร, ระบบการเก็บค่าเช่าหรือภาษี, เงินค่าเช่าหรือภาษี *-v.* **farmed, farming** *-vt.* ทำการเกษตร, จ่ายเงินเพื่อซื้อสิทธิในการเก็บผลประโยชน์ *-vi.* ทำการเกษตร (-S. (n.) plantation (v.) cultivate)

★**farmer** (ฟาร์' เมอร์) *n.* เกษตรกร, ผู้ผูกขาด

farmhand (ฟาร์ม' แฮนด์) *n.* คนงานในฟาร์ม

farmhouse (ฟาร์ม' เฮาซ์) *n.* บ้านในไร่นา

farming (ฟาร์ม' มิง) *n.* การทำเกษตรกรรม

farmland (ฟาร์ม' แลนด์) *n.* ที่ทำการเกษตร

farmstead (ฟาร์ม' สเตด) *n.* ฟาร์มที่มีทั้งที่ดินและสิ่งปลูกสร้าง

farmyard (ฟาร์ม' ยาร์ด) *n.* ลานรอบสิ่งปลูกสร้างภายในฟาร์ม

far-off (ฟาร์' ออฟ') *adj.* ไกล, ยาวนาน

farrago (ฟะรา' โก) *n., pl.* **-goes** การผสม, ของผสม (-S. hodgepodge, medley)

farrier (แฟ' เรียร์) *n.* ช่างใส่เกือกม้า

farrow (แฟ' โร) *n.* การคลอดหมู, ลูกหมูครอกหนึ่ง *-vt., vi.* **-rowed, -rowing** คลอดลูกหมู

farseeing (ฟาร์' ซี' อิง) *adj.* ซึ่งมองการณ์ไกล

farsighted, far-sighted (ฟาร์' ไซ' ทิด) *adj.* (คน) สายตายาว, ซึ่งมองการณ์ไกล

fart (ฟาร์ท) *vi.* **farted, farting** (คำสแลง) ผายลม *-n.* (คำสแลง) การผายลม

★**farther** (ฟาร์' เธอร์) *adv.* กริยาวิเศษณ์เปรียบเทียบขั้นกว่าของ far, ไกลยิ่งขึ้น *-adj.* คุณศัพท์เปรียบเทียบขั้นกว่าของ far, ไกลกว่า, ที่เพิ่มขึ้น

farthermost (ฟาร์' เธอร์โมซท์) *adj.* ที่ไกลที่สุด

★**farthest** (ฟาร์' ธิซท์) *adv.* กริยาวิเศษณ์เปรียบเทียบขั้นสูงสุดของ far, ไกลที่สุด *-adj.* คุณศัพท์เปรียบเทียบขั้นสูงสุดของ far, ที่ไกลที่สุด

farthing (ฟาร์' ธิง) *n.* เศษเล็กน้อย, เงินเหรียญมูลค่า ¼ เพนนีของอังกฤษในอดีต

fascia (แฟช' เชีย) *n., pl.* **-ciae**(-ชี)/**-cias** พังผืด, แถบผ้า, แผงหน้าปัดรถยนต์ **-fascial** *adj.*

★**fascinate** (แฟซ' ซะเนท) *v.* **-nated, -nating** *-vt.* ทำให้เกิดความสนใจ, ทำให้ตะลึง, ใช้เสน่ห์ *-vi.* มีเสน่ห์, น่าสนใจ **-fascination** *n.*

fascinating (แฟซ' ซะเนทิง) *adj.* มีเสน่ห์

fascism (แฟช' ชิเซิม) *n.* ลัทธิแบบชาตินิยมที่มีผู้นำเผด็จการ **-fascist** *n.* **-fascistic** *adj.*

★**fashion** (แฟช' ชัน) *n.* รูปแบบหรือลักษณะของสิ่งของ, รูปแบบการแต่งกาย การพูด การกระทำหรืออื่นๆ ตามสมัยนิยม, วิธีการ, ประเภท, สิ่งที่กำลังได้รับความนิยม, กลุ่มคนที่นำสมัย *-vt.* **-ioned, -ioning** ทำให้มีรูปแบบหรือลักษณะตามที่ต้องการ, ปรับให้เหมาะสม, ฝึกฝน

★**fashionable** (แฟช' ชะนะเบิล) *adj.* ทันสมัย

★**fast**[1] (แฟซท์) *adj.* **faster, fastest** รวดเร็ว, ด่วน, ไว, (มัด) แน่นหนา, (ปิด) มิดชิด, ซื่อสัตย์, (สี) ไม่ซีด, ที่ใช้ชีวิตอย่างประมาท, ไวแสง, (หลับ) สนิท, มั่นคง, ถาวร *-adv.* อย่างแน่น, ในระดับลึก, (หลับ) สนิท, อย่างเร็ว, ก่อนเวลา, อย่างประมาท, ในช่วงเวลาสั้นๆ, ใกล้

fast[2] (แฟซท์) *vi.* **fasted, fasting** งดอาหารช่วงถือศีล, รับประทานน้อยมากหรืองดอาหาร *-n.* การงดอาหารหรือรับประทานเพียงน้อย, ช่วงเวลาที่งดอาหารหรือรับประทานเพียงน้อย

fastback (แฟซท์' แบค) *n.* รถยนต์ที่มีด้านหลังโค้งเอียงลงจนถึงท้ายรถ

★**fasten** (แฟซ' เซิน) *v.* **-tened, -tening** *-vt.* ทำให้ติดแน่น, เชื่อมต่อ, ปิดหรือลงกลอน, ติดกระดุม, เย็บ, ผูก, รูดซิป, มุ่งตรงไปที่, เข้าร่วมโดยไม่ได้รับเชิญ, ทำให้เข้าไปเกี่ยวข้อง *-vi.* ติด, ตรึง, แขวน, จดจ่อ **-fastener** *n.* **-fastening** *n.* (-S. attach, lock, tie -A. free)

fast food อาหารที่สามารถเตรียมและนำออกเสิร์ฟได้อย่างรวดเร็ว **-fast-food** *adj.*

fast friend เพื่อนแท้, เพื่อนตาย

fastidious (แฟสติด' เดียซ) *adj.* จู้จี้, ชอบติ **-fastidiously** *adv.* **-fastidiousness** *n.*

fastness (แฟซท์' นิซ) *n.* ภาวะที่ปลอดภัย มั่นคง, ความรวดเร็ว, ความคงทน, ที่ที่ปลอดภัย

★**fat** (แฟท) *adj.* **fatter, fattest** อ้วน, เต็มไปด้วยไขมัน, อุดมสมบูรณ์, ให้ผลผลิตดี, ให้ผลประโยชน์, ร่ำรวย, หนา ใหญ่หรือกว้าง, บวม,

โง่ *-n.* ไขมัน, น้ำมันทำอาหาร, เนย, ความอ้วน, ส่วนที่ดีหรืออุดมสมบูรณ์ที่สุด, สิ่งที่ไม่มีความจำเป็นและตัดทิ้งได้ *-vt., vi.* **fatted, fatting** ทำให้อ้วน, อ้วนขึ้น **-the fat is in the fire** ความโชคร้ายที่เกิดขึ้นนั้นไม่สามารถแก้ไขอะไรได้ **-fattish** *adj.* **-fatly** *adv.* **-fatness** *n.*

fatal (เฟท' เทิล) *adj.* ที่ทำให้ตายได้, เป็นอันตราย, ที่ถูกชะตากำหนดไว้ **-fatally** *adv.*

fatalism (เฟท' เทิลลิเซิ่ม) *n.* ความเชื่อในโชคชะตา, การยอมรับความเชื่อดังกล่าว **-fatalist** *n.* **-fatalistic** *adj.* **-fatalistically** *adv.*

fatality (เฟแทล' ลิที, ฟะ-) *n., pl.* **-ties** การตายจากอุบัติเหตุ ภัยพิบัติหรืออื่นๆ, ผู้ที่ตายด้วยสาเหตุดังกล่าว

★**fate** (เฟท) *n.* พรหมลิขิต, ชะตากรรม, โชคชะตา, ความหายนะ, จุดจบ **-fated** *adj.* (-S. destiny)

fateful (เฟท' เฟิล) *adj.* เป็นลาง, ที่ถูกกำหนดไว้แล้ว, ซึ่งสำคัญ, ที่นำไปสู่ความตายหรือความหายนะ **-fatefully** *adv.* **-fatefulness** *n.*

fathead (แฟท' เฮด) *n.* (คำสแลง) คนโง่

★**father** (ฟา' เธอร์) *n.* บิดา, พ่อบุญธรรม, พ่อตา, พืชหรือสัตว์เพศผู้, ผู้ปกครอง, ผู้ให้กำเนิด, ต้นแบบ, ผู้ก่อตั้ง, บรรพบุรุษ, บาทหลวง, ผู้นำ, ผู้ที่ได้รับการเคารพ *-v.* **-thered, -thering** *-vt.* ปกป้องดูแล, ก่อตั้ง, ให้กำเนิด, คิดค้น, รับผิดชอบ, คดโกง, ทำหน้าที่ *-vi.* ทำหน้าที่เป็นพ่อ **-Father** พระผู้เป็นเจ้า, คำเรียกนำหน้าชื่อบาทหลวงในคริสต์ศาสนา **-the Holy Father** สมเด็จสันตะปาปา **-fatherhood** *n.*

Father Christmas ซานตาครอส

father-in-law (ฟา' เธอร์อินลอ) *n., pl.* **fathers-in-law** พ่อตา, พ่อสามี, พ่อเลี้ยง

fatherland (ฟา' เธอร์แลนด์) *n.* แผ่นดินของบรรพบุรุษ, แผ่นดินหรือประเทศบ้านเกิด

fatherless (ฟา' เธอร์ลิซ) *adj.* ไม่มีพ่อ

fatherly (ฟา' เธอร์ลี) *adj.* ซึ่งมีลักษณะของความเป็นพ่อ, ที่แสดงความเป็นพ่อ

fathom (แฟธ' เธิม) *n., pl.* **fathom/fathoms** หน่วยวัดระดับความลึกของน้ำมีค่าหน่วยละ 6 ฟุต *-vt.* **-omed, -oming** วัดระดับความลึก, ทำความเข้าใจอย่างลึกซึ้ง (-S. (v.) comprehend, estimate, measure)

fathomless (แฟธ' เธิมลิซ) *adj.* เกินหยั่งถึง

fatigue (ฟะทีก') *n.* ความเหนื่อยล้า, สิ่งที่ทำให้เหนื่อยล้า, การทำงานที่ต้องใช้แรงของทหาร *-v.* **-tigued, -tiguing** *-vt.* ทำให้เกิดความล้า *-vi.* อยู่ในสภาพล้า **-fatigues** ชุดที่ทหารใส่ทำงาน **-fatigable** *adj.* (-S. (n.) weariness)

fatling (แฟท' ลิง) *n.* ลูกของสัตว์โดยเฉพาะลูกแพะ แกะหรือหมูที่เลี้ยงไว้สำหรับเป็นอาหาร

fatten (แฟท' เทิน) *v.* **-tened, -tening** *-vt.* ขุนให้อ้วน, ใส่ปุ๋ยลงดิน, ทำให้มีจำนวนเพิ่มขึ้น *-vi.* อ้วนขึ้น **-fattener** *n.* (-S. fertilize, overfeed)

fatty (แฟท' ที) *adj.* **-tier, -tiest** ซึ่งมีไขมัน, เหมือนไขมัน, เป็นไข, อ้วนมาก *-n., pl.* **-ties** คนอ้วน **-fattiness** *n.* (-S. (adj.) greasy)

fatty acid กรดไขมัน

fatuity (ฟะทู' อิที) *n., pl.* **-ties** ความโง่

fatuous (แฟช' ชูเอิซ) *adj.* โง่, ที่แสดงความโง่ **-fatuously** *adv.* **-fatuousness** *n.* (-S. foolish)

★**faucet** (ฟอ' ซิท) *n.* อุปกรณ์ควบคุมการไหลของของเหลวจากท่อ, หัวฉีด, ก๊อกน้ำ

★**fault** (ฟอลท์) *n.* ความอ่อนแอ, อวัยวะหรือส่วนที่พิการหรือบกพร่อง, ความผิด, การทำผิด, การตำหนิ, รอยแยกของชั้นหินที่ผิวโลก, การเสิร์ฟลูกเทนนิสไม่ผ่านเนต *-v.* **faulted, faulting** *-vt.* หาที่ผิด, ตำหนิ, วิจารณ์, ทำให้เกิดรอยแตก ที่ชั้นหิน *-vi.* ทำความผิด **-find fault (with)** บ่น, วิจารณ์, จับผิด **-to a fault** มากเกินไป **-faulty** *adj.* (-S. (n.) error, defect)

faultfinding (ฟอลท์' ไฟน์ดิง) *n.* การจับผิดหรือวิจารณ์ *-adj.* ชอบจับผิด **-faultfinder** *n.*

faultless (ฟอลท์' ลิซ) *adj.* ไม่มีความผิด, ไม่มีข้อบกพร่อง, ไม่มีที่ติ, สมบูรณ์แบบ **-faultlessly** *adv.* **-faultlessness** *n.* (-S. blameless, perfect)

faun (ฟอน) *n.* ภูตที่คล้ายคนแต่มีเขา หู หางและเท้าเหมือนแพะ อาศัยตามต้นไม้

fauna (ฟอ' นะ) *n., pl.* **-nas/-nae**(-นี) สัตว์ที่อาศัยอยู่ในบริเวณใดบริเวณหนึ่ง ณ ช่วงเวลาหนึ่ง, รายชื่อเกี่ยวกับสัตว์ดังกล่าว **-faunal** *adj.*

faux pas (โฟพา') *n., pl.* **faux pas**(โฟพาซ') การทำผิดทางสังคม เช่น ผิดประเพณี

★**favor, favour** (เฟ' เวอร์) *n.* ความกรุณา, การช่วยเหลือเอาใจใส่, การสนับสนุน, ความลำเอียง, ของที่ระลึก, ผลประโยชน์, การติดต่อทางจดหมาย, ลักษณะที่ปรากฏ, ใบหน้า, ความมีเสน่ห์ *-vt.* **-vored, -voring/-voured, -vouring** ช่วยเหลือ, สนับสนุน, ทำอย่างนุ่มนวล, ลำเอียง, ดูคล้าย, อำนวยความสะดวก, เอาใจใส่ **-in one's favor** ที่ได้ประโยชน์ **-out of favor** ไม่เป็นที่นิยม (-S. (n.) approval, kindness (n., v.) support)

favorable, favourable (เฟ' เวอระเบิล, เฟฟวๅ' ระ-) *adj.* ที่ให้ความช่วยเหลือหรือสนับสนุน, ที่ให้ประโยชน์, ที่ได้รับการยอมรับ,

เป็นที่พอใจ **-favorableness** *n.* **-favorably** *adv.*
favored, favoured (เฟ' เวิร์ด) *adj.* ที่ได้รับการเอาใจใส่เป็นพิเศษ, ที่ได้รับการคัดเลือก
★**favorite, favourite** (เฟ' เวอริท, เฟฟว' ริท) *n.* คนหรือสิ่งที่เป็นที่ชื่นชอบ, ตัวเก็ง *-adj.* เป็นที่ชื่นชอบ, เป็นตัวเก็ง (**-S.** (n.) preference)
favoritism, favouritism (เฟ' เวอริทิเซิม, เฟฟว' ริ-) *n.* ความลำเอียง, สภาวะที่ได้รับการเอาใจใส่ (**-S.** bias, prejudice)
fawn[1] (ฟอน) *vi.* **fawned, fawning** ประจบด้วยการกระดิกหาง, เลียแข้งเลียขา, ประจบเอาใจคน **-fawner** *n.* **-fawningly** *adv.*
fawn[2] (ฟอน) *n.* สีน้ำตาลอมเหลือง, ลูกกวางอายุไม่ถึงปี *-adj.* มีสีน้ำตาลอมเหลือง
fax (แฟคซ์) *n.* การส่งและการทำสำเนาภาพหรือข้อความโดยอุปกรณ์อิเล็กทรอนิกส์ผ่านทางสายโทรศัพท์, สำเนาที่ได้จากวิธีดังกล่าว, เครื่องโทรสารหรืออุปกรณ์ผลิตสำเนา *-adj.* เกี่ยวกับวิธีการส่งและทำสำเนาดังกล่าว *-vt.* **faxed, faxing** ส่งภาพหรือข้อเขียนด้วยวิธีดังกล่าว
FBI, F.B.I. ย่อจาก Federal Bureau of Investigation หน่วยสืบสวนสอบสวนของกรมตำรวจประเทศสหรัฐอเมริกา
★**fear** (เฟียร์) *n.* ความกลัว, ความวิตกกังวล, ความเคารพยำเกรง, สาเหตุที่ทำให้กลัวเกรง *-vt., vi.* **feared, fearing** กลัว, วิตกกังวล, เกรงกลัว **-for fear of** เพื่อหลีกเลี่ยงหรือป้องกัน
fearful (เฟียร์' เฟิล) *adj.* น่ากลัว, ซึ่งรู้สึกกลัว, ซึ่งทำให้เกรงกลัว **-fearfully** *adv.* (**-S.** afraid)
fearless (เฟียร์' ลิซ) *adj.* กล้า **-fearlessly** *adv.* **-fearlessness** *n.* (**-S.** bold, brave)
fearsome (เฟียร์' เซิม) *adj.* น่ากลัว
feasible (ฟี' ซะเบิล) *adj.* ซึ่งทำได้, ซึ่งเป็นไปได้, เหมาะสม **-feasibly** *adv.* (**-S.** likely)
feast (ฟีซท์) *n.* การเลี้ยง, สิ่งที่ทำให้พึงพอใจ, งานเลี้ยง *-v.* **feasted, feasting** *-vt.* จัดงานเลี้ยง *-vi.* พบกับสิ่งที่ทำให้พอใจ, ร่วมงานเลี้ยง **-feaster** *n.* (**-S.** (n.) banquet, carousal)
feat (ฟีท) *n.* การกระทำที่กล้าหาญ, ความสำเร็จ, ความชำนาญพิเศษ (**-S.** achievement, exploit)
★**feather** (เฟธ' เธอร์) *n.* ขนนก, ไรผม, ชนิด, สิ่งที่ไม่สำคัญ, รอยตำหนิที่เป็นรูปขนนกในอัญมณี, ขนนกซึ่งติดอยู่ที่ก้านลูกธนู *-v.* **-ered, -ering** *-vt.* ประดับด้วยขนนก, ติดขนนกไว้ที่ลูกธนู *-vi.* (ขนนก) ขึ้น (**-S.** (n.) down, plumage)
feather bed ฟูกที่ยัดด้วยขนนก
featherbrain (เฟธ' เธอร์เบรน) *n.* คนโง่เขลา
feathered (เฟธ' เธอร์ด) *adj.* ซึ่งประดับหรือปกคลุมด้วยขนนก, ซึ่งเคลื่อนไหวได้เร็ว
featherhead (เฟธ' เธอร์เฮด) *n.* คนโง่
featherweight (เฟธ' เธอร์เวท) *n.* พิกัดน้ำหนักของนักมวยอาชีพในรุ่นนี้ (ประมาณ 118-126 ปอนด์ หรือประมาณ 53.5-57 กก.), สิ่งของหรือคนที่มีรูปร่างเล็ก
feathery (เฟธ' ธะรี) *adj.* ซึ่งปกคลุมหรือประกอบด้วยขนนก, ซึ่งมีลักษณะคล้ายขนนก
★**feature** (ฟี' เชอร์) *n.* หน้าตา, ลักษณะเฉพาะ, หนังจริง (ไม่รวมหนังตัวอย่าง), บทความหรือสารคดีพิเศษในหนังสือพิมพ์, เรื่องที่น่าสนใจเป็นพิเศษ, รูปร่าง, ลักษณะภายนอก *-vt.* **-tured, -turing** ร่างหรือพรรณนาลักษณะ, ทำให้เด่น
Feb. ย่อจาก February เดือนกุมภาพันธ์
febrifuge (เฟบ' บระฟิวจ์) *n.* ยาลดไข้
★**February** (เฟบ' บรูเออรี) เดือนกุมภาพันธ์
feces (ฟี' ซีซ) *n. pl.* อุจจาระ, มูล, กาก, ของเสีย **-fecal** *adj.* (**-S.** excrement)
feckless (เฟค' ลิซ) *adj.* อ่อนแอ, ประมาท, ซึ่งใช้ไม่ได้, ซึ่งไม่รับผิดชอบ **-fecklessly** *adv.*
fecund (ฟี' เคินด์) *adj.* อุดมสมบูรณ์
fed (เฟด) *v.* กริยาช่อง 2 และ 3 ของ feed
federal (เฟด' เดอเริล) *adj.* เกี่ยวกับระบบการปกครองที่มีหลายรัฐมารวมกัน, สหรัฐ, สหพันธรัฐ, เกี่ยวกับรัฐบาลกลาง **-federally** *adv.*
federalism (เฟด' เดอระลิเซิม) *n.* ระบบการปกครองแบบสหรัฐหรือสหพันธรัฐ **-federalist** *n.*
federate (เฟด' ดะเรท) *v.* **-ated, -ating** *-vt.* รวมเข้าเป็นสหรัฐหรือสหพันธรัฐ *-vi.* จัดการปกครองแบบสหรัฐหรือสหพันธรัฐ *-adj.* ซึ่งเป็นสหรัฐหรือสหพันธรัฐ
federation (เฟดดะเร' ชัน) *n.* การรวมเข้าเป็นสหพันธรัฐหรือสหรัฐ **-federative** *adj.*
fed up เหนื่อยหรือเบื่อ (**-S.** annoyed, bored)
★**fee** (ฟี) *n.* ค่าธรรมเนียม, ค่าบริการ, เงินรางวัล, ค่าเล่าเรียน, มรดก, สิทธิในทรัพย์สินหรือมรดก *-vt.* **feed, feeing** ให้เงินรางวัล, จ้าง, เช่า, ให้ค่าเล่าเรียน, ให้ค่าบริการ (**-S.** (v., n.) pay)
feeble (ฟี' เบิล) *adj.* **-bler, -blest** อ่อนแอ **-feebly** *adv.* (**-S.** delicate **-A.** active)
feeble-minded (ฟี' เบิลไมน' ดิด) *adj.* ซึ่งมีสติปัญญาอ่อน, ซึ่งมีจิตใจอ่อนแอ
★**feed** (ฟีด) *v.* **fed, feeding** *-vt.* ให้อาหาร, ป้อน, จัดเตรียมอาหาร, ป้อนข้อมูล, กระจายข่าว, ทำให้พอใจ, ให้, สนับสนุน *-vi.* กิน, เลี้ยง, สนับสนุน, ไหล *-n.* อาหารสำหรับนกหรือสัตว์

A B C D E F G H I J K L M N O P Q R S T U V W X Y Z

อื่น, ปริมาณอาหารสำหรับหนึ่งมื้อ, การกิน, วัตถุดิบ, การกระจายข่าว (-S. (v.) eat)

feedback (ฟีด' แบค) *n.* ข้อมูลซึ่งเป็นผลสะท้อนกลับมาจากกระบวนการหรือกิจกรรม

feeder (ฟี' เดอร์) *n.* ผู้ป้อนอาหาร, เครื่องป้อนอาหาร, ขวดนมเด็ก, เครื่องป้อนวัตถุดิบ

feedstuff (ฟีด' สตัฟ) *n.* อาหารสัตว์

★**feel** (ฟีล) *v.* **felt, feeling** *-vt.* รู้สึก, เข้าใจ, สัมผัส, คลำ, สำรวจ, มีประสบการณ์, สำนึก, เชื่อ, คิด *-vi.* สัมผัส, รู้สึก, คลำหา, เห็นใจ *-n.* การรับรู้โดยทางสัมผัส, สิ่งที่รู้ได้โดยการสัมผัส, สัญชาตญาณในการรับรู้, บรรยากาศ

feeler (ฟี' เลอร์) *n.* สิ่งที่รู้สึก, ผู้ที่รู้สึก, อวัยวะรับความรู้สึกของสัตว์ (-S. antenna)

★**feeling** (ฟี' ลิง) *n.* การรับรู้โดยทางสัมผัส, ประสาทสัมผัส, ความสำนึกตระหนัก, อารมณ์, ความมีเหตุผล, ความสงสาร, ความคิดเห็น, ความรู้สึกรัก, ความประทับใจ, ความเข้าใจ, สัญชาตญาณ *-adj.* สงสาร, เห็นใจ **-feelings** ความรู้สึก (-S. (n.) impression)

feet (ฟีท) *n.* พหูพจน์ของ foot

feign (เฟน) *v.* **feigned, feigning** *-vt.* เสแสร้ง, เลียนแบบ *-vi.* แสร้ง **-feigned** *adj.*

feint (เฟนท์) *n.* การโจมตีแบบกลลวง *-vi., vt.* **feinted, feinting** โจมตีแบบกลลวง

felicitate (ฟิลิซ' ซิเทท) *vt.* **-tated, -tating** แสดงความยินดีแก่, อวยพร **-felicitation** *n.*

felicitous (ฟิลิซ' ซิเทิซ) *adj.* เหมาะสม, สุข

feline (ฟี' ไลน์) *adj.* เกี่ยวกับสัตว์ในตระกูลแมว

★**fell**[1] (เฟล) *vt.* **felled, felling** ตัด, โค่น, ล้ม, ทำให้ล้ม, ฆ่า, เย็บผ้าแบบล้มตะเข็บ *-n.* ต้นไม้ที่ตัดลงมาในแต่ละฤดู, การเย็บผ้าแบบล้มตะเข็บ

fell[2] (เฟล) *adj.* ดุร้าย, น่ากลัว, ชั่วร้าย, ซึ่งทำลาย, แหลม, คม **-at one fell swoop** ครั้งเดียว, รวดเดียว **-fellness** *n.*

fell[3] (เฟล) *n.* เนินเขาที่ปกคลุมไปด้วยต้นไม้เตี้ยๆ, ภูเขาหัวโล้นหรือภูเขาหิน

fell[4] (เฟล) *v.* กริยาช่อง 2 ของ fall

★**fellow** (เฟล' โล) *n.* ผู้ชายหรือเด็กชาย, (ภาษาพูด) เพื่อนชาย, เพื่อน, คนระดับเดียวกัน, พรรคพวก, คู่กัน, ผู้ร่วมงาน *-adj.* ซึ่งเป็นชนิดหรือกลุ่มเดียวกัน (-S. (n.) colleague)

fellowship (เฟล' โลชิพ) *n.* ความเป็นเพื่อน, การบริจาคเงินเพื่อเป็นทุนการศึกษา, ยศหรือตำแหน่งของคณาจารย์ในวิทยาลัยหรือมหาวิทยาลัย, การคบหา, สมาคม (-S. intimacy)

fellow traveler เพื่อนร่วมเดินทาง

felon[1] (เฟล' เลิน) *n.* อาชญากร *-adj.* โหดร้าย

felon[2] (เฟล' เลิน) *n.* ฝีที่ปลายนิ้ว

felony (เฟล' ละนี) *n., pl.* **-nies** การกระทำที่ผิดกฎหมายอาญาร้ายแรง **-felonious** *adj.*

felt[1] (เฟลท์) *n.* สักหลาดที่ทำโดยเอาขนสัตว์มาอัด *-adj.* ซึ่งทำด้วยผ้าสักหลาดชนิดนี้ *-v.* **felted, felting** *-vt.* หุ้มหรือคลุมด้วยผ้าชนิดนี้ *-vi.* อัดเข้าด้วยกันเป็นแผ่น

felt[2] (เฟลท์) *v.* กริยาช่อง 2 และ 3 ของ feel

★**female** (ฟี' เมล) *adj.* เกี่ยวกับผู้หญิง, เกี่ยวกับสัตว์ตัวเมีย, เกี่ยวกับพืชที่มีเกสรตัวเมีย *-n.* เด็กหญิง, ผู้หญิง, สัตว์ตัวเมีย, พืชที่มีแต่เกสรตัวเมีย **-femaleness** *n.*

femininity (เฟมมะนิน' นิที) *n., pl.* **-ties** ความเป็นผู้หญิง **-feminine** *adj.*

feminism (เฟม' มะนิเซิม) *n.* ความเชื่อในหลักการที่ว่าผู้หญิงควรจะมีสิทธิและโอกาสเท่าเทียมกับผู้ชาย **-feminist** *n.*

femto- คำอุปสรรค หมายถึง 10^{-15}

femur (ฟี' เมอร์) *n.* กระดูกขาท่อนบน

fen (เฟน) *n.* ที่ลุ่ม, หนอง, บึง, ปลัก (-S. bog)

★**fence** (เฟนซ์) *n.* รั้ว, กำแพง, คอก, เครื่องกั้น, กีฬาฟันดาบ, คนที่รับซื้อหรือขายของโจร, สถานที่รับซื้อและขายของโจร, การป้องกัน *-v.* **fenced, fencing** *-vt.* ล้อมหรือกั้นด้วยรั้ว, ปกป้อง, ขายของที่ขโมยมาได้ให้กับสถานที่รับซื้อหรือขายของโจร *-vi.* ฝึกฝนการฟันดาบ, หลีกเลี่ยงการให้คำตอบตรงๆ, บ่ายเบี่ยง

fencing (เฟน' ซิง) *n.* กีฬาฟันดาบ, ศิลปะในการฟันดาบ, การพูดหลบหลีก, คอก, รั้ว

fencing

fend (เฟนด์) *v.* **fended, fending** *-vt.* กัน, ปกป้อง, ป้องกัน, ดูแล *-vi.* ต่อต้าน, พึ่งตัวเอง

fender (เฟน' เดอร์) *n.* แผ่นบังโคลน, กันชนรถ, ที่กันกระแทกของเรือหรือท่าเทียบเรือ, ตะแกรงหน้ารถจักร, ตะแกรงที่วางไว้หน้าเตาผิง

feng shui ฮวงจุ้ย, การทำนายแบบหนึ่งตามตำราชาวจีน ซึ่งเกี่ยวข้องกับการเลือกตำแหน่งที่ตั้งของบ้านหรือหลุมศพ

ferment (เฟอร์' เมนท์) *n.* เชื้อหมัก, การหมัก, ความรุ่มร้อน, สิ่งที่ทำให้เกิดความปั่นป่วน, การบูด *-v.* **-mented, -menting** *-vt.* หมัก, ดอง, ทำให้ตื่นเต้นหรือรุ่มร้อน *-vi.* เกิดการหมักหรือบูด, เกิดความปั่นป่วน **-fermentation** *n.*

fern (เฟิร์น) *n.* ต้นเฟิน **-ferny** *adj.*

ferocious (ฟะโร' เชิซ) *adj.* โหดร้าย, รุนแรง **-ferocity** *n.* (-S. fierce, wild)

ferret (เฟอร์' ริท) *v.* **-reted, -reting** *-vt.* ไล่ออกจากที่ซ่อน, ค้นหา, รบกวน *-vi.* ค้นหา

ferric (เฟอร์' ริค) *adj.* ซึ่งประกอบด้วยเหล็ก

Ferris wheel, ferris wheel ชิงช้าสวรรค์

ferroconcrete (เฟอร์โรคอน' ครีท) *n.* คอนกรีตเสริมเหล็ก

ferruginous (ฟะรู' จะเนิซ) *adj.* มีสีสนิมเหล็ก

ferrule (เฟอร์' เริล) *n.* ปลอกโลหะที่ใส่ไว้ตรงปลายไม้เท้าหรือด้ามร่ม **-ferrule** *v.*

★**ferry** (เฟอร์' รี) *v.* **-ried, -rying** *-vt.* ขนส่งข้ามฟากโดยใช้เรือข้ามฟาก, ปล่อยจรวดหรือเครื่องบิน, ขนส่งคนหรือสินค้าโดยทางเครื่องบิน *-vi.* ข้ามฟากโดยเรือข้ามฟาก *-n., pl.* **-ries** เรือข้ามฟาก, ท่าเรือข้ามฟาก, การบริการขนส่งทางเครื่องบิน (-S. (v.) carry)

ferry

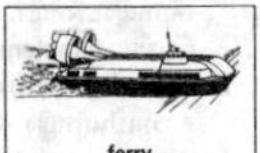

ferryboat (เฟอร์' รีโบท) *n.* เรือข้ามฟาก

★**fertile** (เฟอร์' เทิล) *adj.* มีดินดี, อุดมสมบูรณ์, มีความคิดเฟื่อง **-fertilely** *adv.* **-fertility** *n.*

fertilization (เฟอร์เทิลลิเซ' ชัน) *n.* การปฏิสนธิ, การใส่ปุ๋ย, ความอุดมสมบูรณ์

fertilize (เฟอร์' เทิลไลซ์) *v.* **-ized, -izing** *-vt.* ใส่ปุ๋ย, ผสมพันธุ์ *-vi.* ใส่ปุ๋ย

fertilizer (เฟอร์' เทิลไลเซอร์) *n.* ปุ๋ย (-S. manure)

ferule (เฟอ' เริล) *n.* ไม้เรียวที่ใช้ลงโทษเด็ก

fervency (เฟอร์' เวินซี) *n.* ความกระตือรือร้น

fervent (เฟอร์' เวินท์) *adj.* กระตือรือร้น, คลั่ง, เร่าร้อน **-fervently** *adv.* **-ferventness** *n.*

fervid (เฟอร์' วิด) *adj.* เผ็ดร้อน, กระตือรือร้น

fervor (เฟอร์' เวอร์) *n.* ความร้อนจัด, ความร้อนรน (-S. enthusiasm, excitement)

festal (เฟซ' เทิล) *adj.* เกี่ยวกับการเลี้ยงฉลอง

fester (เฟซ' เทอร์) *v.* **-tered, -tering** *-vi.* เป็นหนอง, ปวดร้าว, ระบม, ยอก *-vt.* ติดเชื้อ, เน่าเปื่อย *-n.* หัวหนอง

festinate (เฟซ' ทะนิท) *adj.* ซึ่งรีบร้อน

★**festival** (เฟซ' ทะเวิล) *n.* วันหยุด, วันเฉลิมฉลอง, งานฉลอง, ความสนุกสนานเฮฮา *-adj.* เกี่ยวกับงานฉลอง (-S. (n.) carnival)

festive (เฟซ' ทิฟว์) *adj.* เกี่ยวกับงานเฉลิมฉลองหรือวันเทศกาล, สนุกสนาน, รื่นเริง **-festively** *adv.* **-festiveness** *n.* **-festivity** *n.*

festoon (เฟสตูน') *n.* พวงระย้าของดอกไม้และใบไม้ที่ร้อยด้วยเชือกหรือด้าย *-vt.* **-tooned, -tooning** ประดับด้วยพวงระย้า (-S. (v.) decorate)

★**fetch** (เฟช) *v.* **fetched, fetching** *-vt.* ไปเอามา, ขายได้, สนใจ, ดึงดูด, ถอนใจ, ถึง *-vi.* ไปเอามา, ใช้เส้นทางอ้อม *-n.* การไปเอามา, เขตคลื่นลม, แผนการ **-fetcher** *n.* (-S. (v.) bring)

fetching (เฟช' ชิง) *adj.* มีเสน่ห์, ซึ่งดึงดูดใจ

fete, fête (เฟท) *n.* วันหยุด, งานเลี้ยง *-vt.* **feted, feting/fêted, fêting** เลี้ยงฉลอง

fetid, foetid (เฟท' ทิด; ฟี' ทิด, ฟี' ทิด) *adj.* ซึ่งมีกลิ่นเหม็น **-fetidly** *adv.*

fetish, fetich (เฟท' ทิช) *n.* เครื่องราง

fetlock (เฟท' ลอค) *n.* ปุ่มหรือกระดูกส่วนที่ยื่นออกมาจากขาด้านหลังข้อเท้าเหนือกีบเท้าม้าหรือสัตว์ในตระกูลม้า

fetter (เฟท' เทอร์) *n.* โซ่ตรวน, เครื่องพันธนาการ, ข้อจำกัด *-vt.* **-tered, -tering** ใส่โซ่ตรวน

fettle (เฟท' เทิล) *n.* สภาพร่างกายและจิตใจ

fetus, foetus (ฟี' เทิซ) *n., pl.* **-tuses** ทารกในครรภ์ซึ่งมีอายุเกินแปดสัปดาห์, ตัวอ่อน

feud (ฟิวด์) *n.* การเป็นศัตรูกันอย่างยาวนานระหว่างตระกูลหรือเผ่า *-vi.* **feuded, feuding** เป็นศัตรูหรือทะเลาะกันตลอดกาล

feudal (ฟิว' เดิล) *adj.* เกี่ยวกับระบบศักดินา **-feudally** *adv.* **-feudalism** *n.* **-feudalist** *n.*

★**fever** (ฟี' เวอร์) *n.* การเป็นไข้, ความตื่นเต้นอย่างมาก, ความบ้า *-v.* **-vered, -vering** *-vt.* เป็นไข้ *-vi.* กลายเป็นไข้ **-feverish** *adj.*

★**few** (ฟิว) *adj.* **fewer, fewest** ซึ่งประกอบด้วยจำนวนเล็กน้อย, ไม่มาก *-n.* สิ่งเล็กน้อย, จำนวนจำกัดหรือจำนวนเฉพาะ, คนน้อย *-pron.* คนหรือสิ่งของที่มีจำนวนน้อยๆ **-few and far between** ไม่ถี่, หายาก **-fewness** *n.*

fez (เฟซ) *n., pl.* **fezzes** หมวกสักหลาดสีแดงมีพู่ห้อยของชาวมุสลิม

★**fiancé** (ฟีอานเซ') *n.* คู่หมั้นชาย (-S. betrothed)

★**fiancée** (ฟีอานเซ') *n.* คู่หมั้นหญิง (-S. intended)

fiasco (ฟีแอซ' โค) *n., pl.* **-coes/-cos** ความล้มเหลวอย่างสิ้นเชิง (-S. disaster, failure)

fiat (ฟี' เอิท) *n.* คำสั่ง, คำพิพากษา

fib (ฟิบ) *n.* คำพูดโกหกเล็กๆ น้อยๆ *-vi.* **fibbed, fibbing** พูดโกหก **-fibber** *n.* (-S. (n., v.) lie)

fiber (ไฟ' เบอร์) *n.* เส้นใยพืช, เอ็น, เส้นใยประสาท, เส้นใยกล้ามเนื้อ, ใยสังเคราะห์, เส้นใยธรรมชาติ, ลักษณะหรือโครงสร้างที่สำคัญ, ความอดทน, ความแข็งแกร่ง **-fibered** *adj.*

fiberboard (ไฟ' เบอร์บอร์ด) *n.* แผ่นไม้อัด

fiberglass (ไฟ' เบอร์แกลซ) *n.* ใยแก้ว
fibrous (ไฟ' เบริซ) *adj.* ซึ่งประกอบด้วยเส้นใย, เต็มไปด้วยเอ็นหรือกล้ามเนื้อ, แข็งแรง
fibula (ฟิบ' เบียละ) *n., pl.* **-lae** (-ลี)/ **-las** กระดูกขาหลังท่อนปลายของสัตว์มีกระดูกสันหลังสี่เท้า ในมนุษย์หมายถึงกระดูกน่อง
fickle (ฟิค' เคิล) *adj.* โลเล, ซึ่งเปลี่ยนแปลงได้ **-fickleness** *n.* **-fickly** *adv.* (-**S.** capricious)
★**fiction** (ฟิค' ชัน) *n.* การปลอมหรือการแต่งขึ้น, สิ่งที่จินตนาการหรือสร้างสรรค์ขึ้นมา, การพูดเท็จ, เรื่องที่แต่งขึ้น, นิยาย, เรื่องสั้น, เรื่องโกหก **-fictional** *adj.* **-fictionality** *n.* **-fictionally** *adv.* **-fictionist** *n.* (-**S.** fancy -**A.** fact)
fictitious (ฟิคทิช' เชิซ) *adj.* ซึ่งจินตนาการขึ้นมา, ไม่จริง, ซึ่งแกล้งทำ **-fictitiously** *adv.*
fiddle (ฟิด' เดิล) *n.* ไวโอลิน, เครื่องดนตรีในตระกูลเดียวกับไวโอลิน, กรอบหรือราวเตี้ยๆ ของโต๊ะบนเรือซึ่งทำไว้เพื่อป้องกันสิ่งของเลื่อนไหล, การโกง *-v.* **-dled, -dling** *-vi.* สีไวโอลิน, ยุ่ง, โกง *-vt.* สีไวโอลิน, โกง **-fiddler** *n.*
fiddle-faddle (ฟิด' เดิลแฟดเดิล) *n.* เรื่องเหลวไหล *-vi.* **-dled, -dling** ชักช้า
fiddlesticks (ฟิด' เดิลสติคซ) *interj.* คำอุทานที่ใช้แสดงความรำคาญหรือความเบื่อหน่าย
fidelity (ฟิเดล' ลิที) *n., pl.* **-ties** ความซื่อสัตย์, ความจงรักภักดี, ความถูกต้อง, คุณภาพหรือความชัดเจนของเสียงที่ส่งออกมา (-**S.** accuracy)
fidget (ฟิจ' จิท) *v.* **-eted, -eting** *-vi.* กระวนกระวาย, ยุ่งหรือจู้จี้ *-vt.* ทำให้กระสับกระส่าย *-n.* ความกระสับกระส่าย, ผู้ที่กระสับกระส่าย
fidgety (ฟิจ' จิที) *adj.* กระสับกระส่าย, ซึ่งเข้าไปจู้จี้หรือยุ่ง **-fidgetiness** *n.*
fiduciary (ฟิดู' เชียรี) *adj.* ซึ่งมอบความไว้วางใจ, เกี่ยวกับผู้ดูแลทรัพย์สินหรือมรดก
fief (ฟีฟ) *n.* ที่ดินที่พระมหากษัตริย์หรือขุนนางยกให้แก่บริวารเพื่อเป็นการตอบแทนความดี
★**field** (ฟีลด์) *n.* ทุ่งนา, ทุ่งโล่งกว้าง, ทุ่งหญ้า, ที่ดินสำหรับเพาะปลูก, ทุ่งน้ำแข็ง, เขตหรือพื้นที่ที่มีทรัพยากร, สนามรบ, สมรภูมิ, พื้นธง, พื้นผ้าใบ, พื้นผิวหน้าของเหรียญ, ลาน, สนามแข่งขัน, สนามกีฬา, สาขาวิชาที่ถนัด, ขอบเขต, พื้นที่ที่ออกปฏิบัติงาน, พื้นผิวหน้าของโล่หรือตราประจำตระกูล, จำนวนสมาชิกในทีมที่ลงเล่น (กีฬา) *-adj.* ซึ่งเพาะปลูกในทุ่ง, ซึ่งทำงานในท้องทุ่ง, ซึ่งเจริญเติบโตในท้องทุ่ง *-v.* **fielded, fielding** *-vt.* ได้บอล *-vi.* เล่นเป็นคนรับลูกในกีฬาคริกเกตหรือบาสเกตบอล
field day วันเล่นกีฬาของโรงเรียนหรือมหาวิทยาลัย, วันที่ออกภาคสนามของการเรียนวิชาวิทยาศาสตร์, วันเวลาแห่งความสนุกสนาน
fielder (ฟีล' เดอร์) *n.* ผู้รับลูกในกีฬาเบสบอล
field event กรีฑาประเภทลาน
field glass กล้องส่องทางไกลชนิดสองตา
field hand ผู้ที่ทำงานในฟาร์มกลางแจ้ง
field magnet แม่เหล็กที่ใช้เป็นตัวทำให้เกิดสนามแม่เหล็กในไดนาโมหรือเครื่องกำเนิดไฟฟ้า
field marshal จอมพล
field officer นายทหารชั้นนายพัน
fieldwork (ฟีลด์' เวิร์ค) *n.* การเก็บรวบรวมข้อมูลทางวิทยาศาสตร์ในสถานที่จริง
fiend (ฟีนด์) *n.* ภูตผี, มาร, คนที่ร้ายกาจ
fiendish (ฟีน' ดิช) *adj.* ร้ายกาจ, อำมหิต
★**fierce** (เฟียร์ซ) *adj.* **fiercer, fiercest** ดุร้าย, รุนแรง, ดุเดือด **-fiercely** *adv.* (-**S.** brutal)
fiery (ไฟ' รี) *adj.* **-ier, -iest** ซึ่งลุกเป็นไฟ, ซึ่งใช้ไฟ, ซึ่งติดไฟง่าย, ร้อนมาก, ซึ่งมีสีแดงเพลิง, ซึ่งเป็นไข้ตัวร้อนหน้าตาแดง, ซึ่งเกิดการอักเสบ, ซึ่งโผงผางตึงตัง **-fierily** *adv.*
FIFA ย่อจาก Federation Internationale de Football Association สหพันธ์ฟุตบอลนานาชาติ
fife (ไฟฟ์) *n.* ขลุ่ย **-fifer** *n.*
★**fifteen** (ฟิฟทีน') *n.* สิบห้า **-fifteen** *adj., pron.*
fifteenth (ฟิฟทีนธ์') *n.* อันดับสิบห้า, หนึ่งในสิบห้าส่วนที่เท่ากัน **-fifteenth** *adv., adj.*
fifth (ฟิฟธ์) *n.* อันดับห้า, หนึ่งในห้าส่วน **-fifth** *adv., adj.* **-fifthly** *adv.*
fiftieth (ฟิฟ' ทีอิธ) *n.* อันดับห้าสิบ, หนึ่งในห้าสิบส่วน **-fiftieth** *adv., adj.*
★**fifty** (ฟิฟ' ที) *n., pl.* **-ties** ห้าสิบ **-the fifties** เลขหรือปีที่ 50-59 **-fifty** *adj., pron.*
fifty-fifty (ฟิฟทีฟิฟ' ที) *adj., adv.* ครึ่งต่อครึ่ง
fig (ฟิก) *n.* เสื้อผ้า, เครื่องแต่งตัว, รูปร่าง
★**fight** (ไฟท์) *v.* **fought, fighting** *-vi.* ต่อสู้, ชก, ปลุกปล้ำ, ดิ้นรนเพื่อเอาชนะ, ทะเลาะ *-vt.* ชิงชัย, โต้เถียง, ต่อสู้, ทำสงครามสู้รบ, ชกต่อยหรือปลุกปล้ำกันบนสังเวียน, ต่อสู้ดิ้นรน *-n.* การทะเลาะ, การต่อสู้, การดิ้นรนเพื่อให้บรรลุจุดประสงค์, การแข่งขันชกมวยหรือมวยปล้ำ, การทำสงคราม **-fightability** *n.* **-fightable** *adj.* **-fightingly** *adv.* (-**S.** (v., n.) battle)
fighter (ไฟ' เทอร์) *n.* ทหาร, นักรบ, นักมวย, นักสู้, เครื่องบินต่อสู้อากาศยานที่มีสมรรถนะสูง
fighting chance โอกาสชนะหรือประสบความสำเร็จภายหลังการต่อสู้ดิ้นรน

A B C D E F G H I J K L M N O P Q R S T U V W X Y Z

figment (ฟิก' เมินท์) *n.* สิ่งที่กุหรือแต่งขึ้น
figuration (ฟิกเกียเร' ชัน) *n.* รูปร่าง, เค้าโครง
figurative (ฟิก' เกียระทิฟว์) *adj.* ซึ่งเป็นเครื่องหมายหรือสัญลักษณ์, ซึ่งใช้อุปมาอุปไมย
★**figure** (ฟิก' เกอร์) *n.* ตัวเลข, รูปร่าง, รูปคน, รูป, รูปหล่อ, รูปสลัก, การคาดคะเน, การคำนวณ, บุคคลที่มีชื่อเสียง, สัญลักษณ์, เค้า, แผนผัง, รูปแบบ, ราคาหรือจำนวนเงิน *-v.* **-ured, -uring** *-vt.* คำนวณตัวเลข, ทำให้เห็นภาพ, ประดับตกแต่งด้วยรูปร่างต่างๆ, ทำนาย, นึก, คาดเดา *-vi.* คำนวณ, เกี่ยวข้อง **-figures** การคำนวณทางคณิตศาสตร์ **-figurer** *n.*
figurehead (ฟิก' เกอร์เฮด) *n.* คนที่มีตำแหน่งเป็นหัวหน้าแต่เพียงในนามไม่ได้มีหน้าที่จริงๆ
figure of speech *n., pl.* **figures of speech** การอุปมาอุปไมย
filament (ฟิล' ละเมินท์) *n.* เส้นด้ายบางๆ, ก้านชูอับเกสรตัวผู้, ลวดเส้นเล็กๆ ในหลอดไฟ
filaria (ฟะแล' เรีย) *n., pl.* **-iae** เชื้อโรคเท้าช้าง
filch (ฟิลช์) *vt.* **filched, filching** ลักเล็กขโมยน้อย, หยิบฉวย **-filcher** *n.* (**-S.** pilfer, steal)
★**file**[1] (ไฟล์) *n.* ตู้หรือแฟ้มเก็บเอกสาร, ปึกกระดาษหรือเอกสารที่เก็บหรือจัดเรียงอย่างเป็นระบบระเบียบ, แถวตอนของทหารหรือยานพาหนะของกองทัพ *-v.* **filed, filing** *-vt.* เก็บเอกสารหรือกระดาษ, ขึ้นหรือจดทะเบียน, ยื่นเรื่องหรือคำร้อง, ส่งหรือมอบต้นฉบับให้หนังสือพิมพ์ *-vi.* เดินแถว, เก็บเรื่องเข้าแฟ้ม, ยื่นคำร้อง, ส่งชื่อลงสมัครแข่งขันเลือกตั้ง
file[2] (ไฟล์) *n.* ตะไบ, คนขี้โกงหรือเจ้าเล่ห์ *-vt.* **filed, filing** ตะไบ (**-S.** (v.) polish, rub)
filet (ฟิเล') *n.* ชิ้นเนื้อที่ไม่มีกระดูก, ชิ้นปลาที่ไม่มีก้าง, ตาข่ายหรือลูกไม้ที่เป็นลายพื้นๆ
filial (ฟิล' เลียล) *adj.* เกี่ยวกับลูกชายหรือลูกสาว, เกี่ยวกับรุ่นลูกหลาน **-filially** *adv.*
filibuster (ฟิล' ละบัซเทอร์) *n.* บุคคลผู้ที่พยายามขัดขวางหรือทำให้การลงมติในที่ประชุม (สภา) ล่าช้าโดยใช้วิธีการพูดถ่วงเวลา *-vi., vt.* **-tered, -tering** ใช้กลยุทธ์ในการขัดขวางการออกกฎหมายของรัฐสภา **-filibusterer** *n.*
filiform (ฟิล' ละฟอร์ม) *adj.* ซึ่งคล้ายเส้นด้าย
filigree (ฟิล' ลิกรี) *n.* เครื่องประดับตกแต่งที่มีความละเอียดประณีต ทำจากเส้นทอง เงิน หรือทองแดง, การออกแบบที่มีลวดลายประณีต
filing (ไฟ' ลิง) *n.* ขี้ตะไบ, ผงตะไบ, การใช้ตะไบ
★**fill** (ฟิล) *v.* **filled, filling** *-vt.* บรรจุ, บรรจุให้เต็ม, ถม, อุด (ฟัน), เพิ่ม, จุก, อิ่ม, เติมให้ครบหรือสมบูรณ์, ทำให้พอใจ, กรอก, หมกมุ่น, ครอบครอง (ตำแหน่ง), หุ้ม, ทำให้โป่งพอง (ใบเรือ) *-vi.* เต็ม, โป่งพอง (ใบเรือ) *-n.* สิ่งที่เติมลงในช่องว่างหรือภาชนะ, เขื่อนหรือกำแพง, กรวดหรือวัสดุที่ใช้ทำเขื่อนหรือกำแพง (**-S.** (n.) content)
filler (ฟิล' เลอร์) *n.* สิ่งที่บรรจุลงไปเพื่อเพิ่มขนาดหรือน้ำหนักหรือทำให้เต็ม
fillet (ฟิล' ลิท) *n.* ริบบิ้นหรือวัสดุอื่นที่คล้ายแบบนี้ซึ่งใช้คาดผม, แถบแคบๆ บางๆ, ลายเส้นบางๆ ที่ใช้ตกแต่งหรือพิมพ์ลงบนปกหนังสือ *-vt.* **-leted, -leting** ผูก มัดหรือตกแต่งด้วยริบบิ้น
filling (ฟิล' ลิง) *n.* การบรรจุ, สิ่งที่ใช้ใส่หรือบรรจุลงในช่องว่าง รู หรือรอยแตก, ไส้ขนม
fillip (ฟิล' เลิพ) *n.* การดีด (ลูกแก้วหรืออื่นๆ) ด้วยนิ้ว, การกระตุ้นเล็กน้อย *-vt.* **-liped, -liping** ดัน ส่ง กระตุ้น หรือดีดด้วยนิ้ว
filly (ฟิล' ลี) *n., pl.* **-lies** ลูกม้าตัวเมีย
★**film** (ฟิลม์) *n.* เยื่อหรือผิวบางๆ, เยื่อบางขุ่นที่ผิดปกติซึ่งปิดอยู่บนกระจกตา, แผ่นพลาสติกบางใสที่ใช้ในการห่อหุ้ม, ฟิล์มภาพยนตร์, ฟิล์มถ่ายรูป, ภาพยนตร์ *-v.* **filmed, filming** *-vt.* เคลือบหรือคลุมด้วยเยื่อบางๆ, ถ่ายหรือฉายภาพยนตร์, ถ่ายรูป *-vi.* เคลือบหรือคลุมด้วยเยื่อบางๆ, ฉายภาพยนตร์ **-filmy** *adj.*
filmdom (ฟิลม์' เดิม) *n.* อุตสาหกรรมภาพยนตร์, คนที่ทำงานในอุตสาหกรรมภาพยนตร์
filter (ฟิล' เทอร์) *n.* กระดาษกรอง, ที่กรอง, สารกรอง **-filterer** *n.* (**-S.** sieve)
filter bed ชั้นของทรายหรือกรวดที่อยู่ด้านล่างของบ่อหรือที่เก็บกักน้ำซึ่งทำหน้าที่กรองน้ำ
filth (ฟิลธ์) *n.* สิ่งสกปรก, ขยะ, ความสกปรก, สิ่งที่หยาบคายหรือผิดศีลธรรม (**-S.** impurity)
filthy (ฟิล' ธี) *adj.* **-ier, -iest** สกปรก, เลวทราม, หยาบคาย, ซึ่งทุจริต **-filthily** *adv.*
filtration (ฟิลเทร' ชัน) *n.* การกรอง
fin (ฟิน) *n.* ครีบ, สิ่งที่มีลักษณะคล้ายครีบ เช่น หางของเครื่องบิน, ตีนกบยางที่ใช้ดำน้ำ *-v.* **finned, finning** *-vt.* ใช้ครีบ *-vi.* ว่ายน้ำด้วยครีบ, โผล่ครีบขึ้นมาเหนือน้ำ
★**final** (ไฟ' เนิล) *adj.* สุดท้าย, ในที่สุด, สิ้นสุด, เด็ดขาด, จบ *-n.* สิ่งสุดท้าย, การแข่งขันหรือการสอบครั้งสุดท้าย **-finally** *adv.* (**-S.** (adj., n.) last, terminal **-A.** (adj., n.) first)
finale (ฟะแนล' ลี) *n.* ฉากสุดท้ายของละคร, ช่วงสุดท้ายของดนตรี
finalist (ไฟ' นะลิซท์) *n.* ผู้เข้ารอบสุดท้าย
finality (ไฟแนล' ลิที, ฟะ-) *n., pl.* **-ties** วาระ

สุดท้าย, การสรุป, ตอนจบ, สิ่งสุดท้าย

★**finance** (ไฟ' แนนซฺ) *n.* วิชาที่ว่าด้วยการจัดการการเงินและทรัพย์สินอื่นๆ, การจัดการการเงิน การธนาคาร การลงทุนและเครดิต, การให้ทุนหรือทรัพย์สิน *-vt.* **-nanced, -nancing** เตรียมเงินทุน, ให้ทุนแก่ (-S. (n.) money)

finance company บริษัทที่ออกเงินกู้

financial (ฟะแนน' เชิล) *adj.* เกี่ยวกับการเงิน การคลัง กองทุน หรือนักการเงิน

financial year ปีงบประมาณ

financier (ฟินเนินเซียรฺ') *n.* ผู้เชี่ยวชาญการเงิน

★**find** (ไฟนดฺ) *v.* **found, finding** *-vt.* พบ, ค้นหา, รู้สึก, แลเห็น, ได้รับ, บรรลุ, ถึง, ตัดสิน, ตระหนัก *-vi.* ตัดสิน, ลงความเห็น *-n.* การค้นหา, สิ่งที่ทำการค้นหา **-findable** *adj.*

finder (ไฟนฺ' เดอรฺ) *n.* ผู้ค้นหา, สิ่งที่ใช้ค้นหา

finding (ไฟนฺ' ดิง) *n.* ผลของการตรวจสอบ, สิ่งที่ค้นพบ, ผลของการสืบสวน, คำพิพากษา

★**fine**[1] (ไฟนฺ) *adj.* **finer, finest** คุณภาพดีกว่า, ชำนาญกว่า, บอบบาง, บริสุทธิ์, คม, ประณีต, ถูกต้อง, แน่นอน, สละสลวย, สะโอดสะอง, แข็งแรง, เลิศ, หรูหรา, (อากาศ) แจ่มใส, งดงาม, ไพเราะ, แหลม, (ความรู้สึก) ไว, ละเอียด *-adv.* (ภาษาพูด) อย่างดีเลิศ อย่างประณีต อย่างงดงาม อย่างละเอียด *-vt., vi.* **fined, fining** ทำให้บริสุทธิ์หรือดีขึ้น **-fineness** *n.*

★**fine**[2] (ไฟนฺ) *n.* เงินค่าปรับ, เงินค่าสินไหมทดแทน, สุดท้าย *-vt.* **fined, fining** เรียกเก็บเงินค่าปรับ

fine[3] (ไฟนฺ) *n.* ตอนจบของดนตรี

fine art วิจิตรศิลป์

fine-grained (ไฟนฺ' เกรนดฺ') *adj.* ซึ่งมีเนื้อละเอียดเรียบ

finery (ไฟ' นะรี) *n., pl.* **-ies** เสื้อผ้าและเครื่องประดับที่หรูหรา

finesse (ฟะเนซฺ') *n.* ความชำนาญ, เล่ห์, กลยุทธ์ *-v.* **-nessed, -nessing** *-vt.* ได้รับผลสำเร็จด้วยการใช้อุบายหรือกลยุทธ์ *-vi.* ใช้อุบายหรือกลยุทธ์

★**finger** (ฟิง' เกอรฺ) *n.* นิ้วมือ, สิ่งที่คล้ายนิ้วมือ, ความยาวหรือความกว้างเป็นนิ้วมือ, หุ้นส่วน *-v.* **-gered, -gering** *-vt.* แตะต้อง, เล่นเครื่องดนตรีโดยใช้นิ้ว *-vi.* แตะต้องด้วยนิ้วมือ, ใช้นิ้วมือเล่นเครื่องดนตรี **-fingerer** *n.*

fingerboard (ฟิง' เกอรฺบอรฺด) *n.* ชิ้นไม้ขนาดเล็กที่รองอยู่ด้านล่างของเส้นเสียงของเครื่องดนตรีตรงส่วนที่ใช้นิ้วกด

finger bowl ชามอ่างสำหรับใส่น้ำล้างมือ

fingerling (ฟิง' เกอรฺลิง) *n.* ลูกปลา, ปลาเล็ก

fingernail (ฟิง' เกอรฺเนล) *n.* เล็บมือ

finger-paint (ฟิง' เกอรฺเพนทฺ) *vt., vi.* **-painted, -painting** วาดภาพด้วยนิ้วมือ

finger post ป้ายบอกทางที่ทำเป็นรูปมือชี้

fingerprint (ฟิง' เกอรฺพรินทฺ) *n.* ลายพิมพ์นิ้วมือ, เครื่องหมายหรือลักษณะพิเศษเฉพาะ *-vt.* **-printed, -printing** พิมพ์ลายนิ้วมือ

fingertip (ฟิง' เกอรฺทิพ) *n.* ปลายนิ้ว

finical (ฟิน' นิเคิล) *adj.* อย่างจู้จี้, ประณีต

finicky (ฟิน' นิคี) *adj.* **-ier, -iest** ละเอียดลออ

finis (ฟิน' นิซ) *n.* การสรุป, ตอนจบ, สุดท้าย

★**finish** (ฟิน' นิช) *v.* **-ished, -ishing** *-vt.* ถึงที่, สำเร็จ, บรรลุ, เสร็จ, ใช้หมด, ทำลาย, ฆ่า *-vi.* มาถึงที่สุดหรือถึงจุดจบ, สำเร็จ, ยุติ *-n.* ส่วนสุดท้าย, ตอนจบ, การสรุป, สิ่งที่สมบูรณ์แบบ, การเคลือบหรือทาผิวหน้า, ยาขัดเงาหรือยาเคลือบ, ความเป็นมันเงา **-finisher** *n.*

★**finished** (ฟิน' นิชทฺ) *adj.* ซึ่งเป็นมันเงาและประณีตงดงาม, สมบูรณ์, ซึ่งเสร็จสิ้น

finishing school โรงเรียนสำหรับเด็กผู้หญิงซึ่งสอนเกี่ยวกับการเข้าสังคมและการวางตัว

finite (ไฟ' ไนทฺ) *adj.* จำกัด, ซึ่งมีขอบเขต, ซึ่งไม่ถาวร, ซึ่งไม่ใช่ศูนย์ *-n.* สิ่งที่มีขอบเขต

finny (ฟิน' นี) *adj.* **-nier, -niest** ซึ่งมีครีบ

fiord, fjord (ฟยอรฺด, ฟโยรฺด) *n.* อ่าวที่มีลักษณะเล็ก แคบ และลึก

★**fire** (ไฟรฺ) *n.* ไฟ, ความร้อน, ความสุกสว่าง, ไฟไหม้, เชื้อเพลิงเผาไหม้, ความเร่าร้อน, ความกระตือรือร้น, การทรมาน, อาการไข้, การยิงปืน, การปล่อยจรวดหรือยานอวกาศ, การวิพากษ์วิจารณ์ที่รุนแรง *-v.* **fired, firing** *-vt.* ติดไฟ, จุดไฟ, เติมเชื้อเพลิง, เผาไหม้, อบหรือผิงในเตา, กระตุ้นอารมณ์, ทำให้เกิดความกระตือรือร้น, ยิงปืน, ระเบิด, ปล่อยจรวด, พูดไม่หยุด *-vi.* ติดไฟ, ยิงปืน, ระเบิด, ตื่นเต้น, ทำให้โกรธหรือรำคาญ **-fireable** *adj.* **-firer** *n.*

firearm (ไฟรฺ' อาร์ม) *n.* อาวุธปืน

fireboat (ไฟรฺ' โบท) *n.* เรือดับเพลิง

firebox (ไฟรฺ' บอคซฺ) *n.* กล่องสัญญาณเตือนไฟ

firebrand (ไฟรฺ' แบรนดฺ) *n.* ท่อนไม้ที่กำลังติดไฟ, บุคคลผู้ก่อให้เกิดปัญหาหรือความไม่สงบ

firebrick (ไฟรฺ' บริค) *n.* อิฐทนไฟ

fire brigade หน่วยดับเพลิง

fire clay, fireclay (ไฟรฺ' เคล) *n.* ดินเหนียวชนิดทนไฟใช้ทำอิฐหรือภาชนะทนไฟ

firecracker (ไฟรฺ' แครคเคอรฺ) *n.* ประทัด

firedamp (ไฟร' แดมพ์) *n.* ก๊าซที่พบในเหมืองถ่านหิน ประกอบด้วยก๊าซมีเทนในปริมาณมาก
fire-eater (ไฟร' อีเทอร์) *n.* นักแสดงที่แสดงการกินไฟ, คนที่โกรธง่ายหรืออารมณ์ร้อน
fire engine รถดับเพลิง
fire escape อุปกรณ์หนีไฟ, บันไดหนีไฟ
firefighter, fire fighter (ไฟร' ไฟเทอร์) *n.* พนักงานดับเพลิง **-firefighting** *adj., n.*
firefly (ไฟร' ไฟล) *n.* หิ่งห้อย
firehouse (ไฟร' เฮาซ์) *n.* สถานีดับเพลิง
fireman (ไฟร' เมิน) *n.* พนักงานดับเพลิง
fireplace (ไฟร' เพลซ) *n.* เตาไฟ
fireproof (ไฟร' พรูฟ) *adj.* ทนไฟ *-vt.* **-proofed, -proofing** ทำให้ทนไฟ, ทำให้ป้องกันไฟ
fire side บริเวณข้างๆ เตาผิง, บ้าน
fire station สถานีดับเพลิง
fire tower หอสูงที่เอาไว้ดูจุดที่เกิดไฟไหม้
firetrap (ไฟร' แทรพ) *n.* ตึกหรืออาคารที่ติดไฟได้ง่ายหรือหนีออกมาได้ยากหากเกิดไฟไหม้
firewall (ไฟร' วอล) *n.* กำแพงป้องกันไฟ
firewater (ไฟร' วอเทอร์) *n.* (คำสแลง) เหล้าที่มีความแรงมาก เช่น วิสกี้
firewood (ไฟร' วุด) *n.* ไม้ที่ใช้เป็นเชื้อเพลิง
firework (ไฟร' เวิร์ค) *n.* ดอกไม้ไฟ
firing line แนวหน้าของการสู้รบ
firing squad กองทหารที่ได้รับคำสั่งยิงนักโทษประหาร, กองทหารยิงสลุตในพิธีศพทหาร
firkin (เฟอร์' คิน) *n.* ถังไม้ขนาดเล็กใช้บรรจุเนยหรือน้ำมันหมู, หน่วยความจุซึ่งเท่ากับ 34 ลิตร
★**firm**[1] (เฟิร์ม) *adj.* **firmer, firmest** แน่น, แข็ง, คงที่, มั่นคง, หนักแน่น, แน่นอน *-vt., vi.* **firmed, firming** ทำให้มั่นคง *-adv.* **firmer, firmest** อย่างหนักแน่นมั่นคง **-firmly** *adv.*
★**firm**[2] (เฟิร์ม) *n.* ห้างหุ้นส่วน, บริษัท (**-S.** company)
firmament (เฟอร์' มะเมินท์) *n.* ท้องฟ้า
★**first** (เฟิร์ซท์) *n.* อันดับหนึ่ง, แรก, ก่อน, วันแรกของเดือน, สินค้าที่มีคุณภาพดี, ชั้นหนึ่ง, ต้น, เกียร์หนึ่ง, ตำแหน่งชนะเลิศ, เสียงหรือเครื่องดนตรีที่มีเสียงสูง, บุคคลหรือสิ่งแรก, คนที่สอบไล่ได้ที่หนึ่ง *-adj.* สำคัญที่สุด, ซึ่งเกิดขึ้นก่อน, มีคุณภาพเป็นเยี่ยม, เกี่ยวกับเกียร์หนึ่ง, แรก, เป็นที่หนึ่ง, เป็นเสียงสูง *-adv.* สำคัญที่สุด, ก่อน, เป็นครั้งแรก **-first and foremost** อันดับแรกและสำคัญที่สุด (**-S.** (adj., n.) primary)
first aid การปฐมพยาบาลฉุกเฉินเบื้องต้น
first-born (เฟิร์ซท์' บอร์น') *adj.* ซึ่งเกิดก่อน
first class การโดยสารรถ เรือ หรือเครื่องบินในชั้นที่แพงและสะดวกสบายที่สุด, ชั้นหนึ่ง
first finger นิ้วชี้
first floor ชั้นล่างสุดของตัวตึก (ในอเมริกา), ชั้นที่สองของตึก (ในอังกฤษ)
first fruits, firstfruits (เฟิร์ซท์' ฟรูทซ์') *n. pl.* ผลผลิตครั้งแรกของฤดู, ผลเบื้องต้น
firsthand (เฟิร์ซท์' แฮนด์') *adj., adv.* ซึ่งได้รับมาโดยตรงจากแหล่งดั้งเดิมหรือแหล่งกำเนิด
First Lady, first lady สุภาพสตรีหมายเลขหนึ่ง
firstly (เฟิร์ซท์' ลี) *adv.* เริ่มแรก, ประการแรก
first name ชื่อตัว
first night คืนแรกของการเปิดแสดงละครหรือฉายภาพยนตร์ **-first nighter** *n.*
first offender ผู้ที่กระทำความผิดทางอาญาเป็นครั้งแรก
first-rate (เฟิร์ซท์' เรท') *adj.* ดีเยี่ยม, ชั้นหนึ่ง *-adv.* (ภาษาพูด) ดีมาก (**-S.** (adj.) superb)
First World War สงครามโลกครั้งที่ 1
fiscal (ฟิซ' เคิล) *adj.* เกี่ยวกับรายได้ ภาษี ค่าใช้จ่าย และหนี้สินของรัฐบาล **-fiscally** *adv.*
fiscal year ปีงบประมาณ
★**fish** (ฟิช) *n., pl.* **fish/fishes** ปลา, เนื้อปลา, สัตว์น้ำพวกแมงกะพรุน ปลาหมึก และกุ้ง *-v.* **fished, fishing** *-vi.* จับปลา, คลำ, ใช้อุบายในการค้นหา *-vt.* จับปลา, ตกปลา
fisherman (ฟิช' เชอร์เมิน) *n.* ชาวประมง
fishery (ฟิช' ชะรี) *n., pl.* **-ies** สถานที่จับปลา, ธุรกิจค้าปลา, อาชีพประมง
fisheye (ฟิช' ไอ) *adj.* เลนส์ตาปลาที่ใช้ในการถ่ายภาพ
fishhook (ฟิช' ฮุค) *n.* เบ็ดตกปลา
fishmeal (ฟิช มีล) *n.* ปลาป่นที่ใช้ผสมในอาหารสัตว์เพื่อเพิ่มสารอาหารหรือใช้ทำปุ๋ย
fishmonger (ฟิช' มังเกอร์) *n.* คนขายปลา
fishplate (ฟิช' เพลท) *n.* เหล็กดาม
fish story (ภาษาพูด) เรื่องโกหกหรือเหลือเชื่อ
fishtail (ฟิช' เทล) *adj.* คล้ายหางปลา
fishy (ฟิช' ชี) *adj.* **-ier, -iest** คล้ายกลิ่นปลา, ปราศจากความรู้สึก, (ภาษาพูด) น่าสงสัย
fission (ฟิช' ชัน) *n.* การแยกออกเป็นส่วนๆ, กระบวนการสืบพันธุ์แบบไม่อาศัยเพศในสัตว์เซลล์เดียว **-fissionable** *adj.*
fission bomb ระเบิดปรมาณู
fissure (ฟิช' เชอร์) *n.* รอยแตก, การแยกออก *-vi., vt.* **-sured, -suring** แยกตัว, แตกออก
★**fist** (ฟิซท์) *n.* กำปั้น, หมัด, (ภาษาพูด) การฉวย กำหรือคว้า *-vt.* **fisted, fisting** กำหมัด

A
B
C
D
E
F
G
H
I
J
K
L
M
N
O
P
Q
R
S
T
U
V
W
X
Y
Z

fisticuffs (ฟิซ' ทิคัฟซ์) *n. pl.* การต่อสู้ด้วยหมัดหรือกำปั้น, การชกมวย **-fisticuffer** *n.*

★**fit** (ฟิท) *v.* **fitted/fit, fitted, fitting** *-vt.* ทำให้พอดีกับ, ทำให้เหมาะสมกับ, เห็นด้วยกับ, ปรับ, เตรียม, จัดหา, บรรจุ, ใส่ *-vi.* เข้ากันได้หรือสอดคล้องกับ, เหมาะสม *-adj.* **fitter, fittest** เหมาะสม, สมควร, (สุขภาพ) สมบูรณ์ *-n.* ความเหมาะสม, ความพอดี **-fit like a glove** เหมาะสมอย่างที่สุด **-fitly** *adv.* **-fitter** *n.*

fitful (ฟิท' เฟิล) *adj.* ไม่สม่ำเสมอ, เป็นพักๆ

fitness (ฟิท' นิซ) *n.* สภาพร่างกายที่สมบูรณ์เพราะการออกกำลังและกินอาหารที่เหมาะสม

fitting (ฟิท' ทิง) *adj.* อย่างสมควร, อย่างเหมาะสม *-n.* การลองเสื้อผ้าเพื่อปรับแต่งให้พอดี **-fittingly** *adv.* **-fittingness** *n.*

★**five** (ไฟฟ์ว) *n.* ห้า, เลขห้า **-five** *adj., pron.*

fivefold (ไฟฟ์ว' โฟลด์) *adj.* ซึ่งเป็นห้าเท่า

★**fix** (ฟิคซ์) *v.* **fixed, fixing** *-vt.* ทำให้ติดแน่น, ทำให้คงที่, ป้องกันการเปลี่ยนสีภาพถ่ายโดยการล้างหรือเคลือบด้วยสารเคมี, ติดตรึงอยู่ในใจ, ก่อตั้ง, ระบุ, ทำให้แข็งตัว, จ้อง, ตั้งใจ, จัดการ, กำหนด, ปรับ, ซ่อม, เตรียม, ตอนสัตว์ *-vi.* เพ่งความสนใจ, ทำให้คงที่หรือติดแน่น, เตรียม *-n.* การปรับเปลี่ยนหรือการซ่อมแซม, ความเข้าใจอย่างแจ่มชัด, สถานการณ์อันยุ่งยาก **-fixable** *adj.* **-fixer** *n.* (-S. (v.) arrange)

fixation (ฟิคเซ' ชัน) *n.* การทำให้ติดแน่น

fixative (ฟิค' ซะทิฟว์) *n.* สารละลายที่ใช้รักษาหรือทำให้เนื้อเยื่อแข็งตัวเพื่อทำการศึกษา

fixed (ฟิคซ์ท์) *adj.* ซึ่งติดแน่นไม่เคลื่อนที่, ซึ่งกำหนดไว้, ซึ่งไม่ระเหย **-fixedly** *adv.*

fixings (ฟิค' ซิงซ์) *n. pl.* เครื่องประกอบ

fixity (ฟิค' ซิที) *n., pl.* **-ties** สภาพที่ติดแน่น, ความคงทนถาวร, ความแน่นอน, สิ่งที่ติดแน่น

fixture (ฟิคซ์' เชอร์) *n.* สิ่งที่ยึดติดอยู่กับที่, กำหนดวันแข่งขันกีฬา

fizz (ฟิซ) *vi.* **fizzed, fizzing** ทำให้เกิดเสียงดังฟู่ (เสียงฟองของเครื่องดื่ม) *-n.* เสียงฟู่, การเป็นฟอง, เครื่องดื่มที่มีฟอง **-fizzy** *adj.*

fizzle (ฟิซ' เซิล) *vi.* **-zled, -zling** ทำให้เกิดเสียงดังฟู่ *-n.* (ภาษาพูด) ความล้มเหลว

fjord (ฟยอร์ด, ฟโยร์ด) *n.* ดู fiord

flabbergast (แฟลบ' เบอร์แกซท์) *vt.* **-gasted, -gasting** ทำให้ประหลาดใจมาก

flabby (แฟลบ' บี) *adj.* **-bier, -biest** ซึ่งไม่แข็งแรง, ปวกเปียก **-flabbily** *adv.*

flaccid (แฟลค' ซิด) *adj.* ไม่กระฉับกระเฉง

★**flag**[1] (แฟลก) *n.* ธง, ธงชาติ, ป้าย, ข้อความที่พาดหัวข่าวในหนังสือพิมพ์, ธงสัญญาณ *-vt.* **flagged, flagging** ประดับด้วยธง, ให้สัญญาณด้วยธง **-flagger** *n.* (-S. (n.) ensign)

flag[2] (แฟลก) *vi.* **flagged, flagging** ห้อยลง, หย่อนยาน, เฉื่อยหรือเนือยลง, ลดลง (-S. decline, droop, weary)

flag[3] (แฟลก) *n.* แผ่นหินแบนที่ใช้ปูพื้น *-vt.* **flagged, flagging** ปูพื้นด้วยแผ่นหินชนิดนี้

flageolet (แฟลจจะเลท' -เล') *n.* ขลุ่ย, ปี่

flagman (แฟลก' เมิน) *n.* ผู้ที่ให้สัญญาณธง

flagon (แฟลก' เกิน) *n.* ภาชนะใส่ไวน์หรือเหล้ามีหูจับ มีพวยสำหรับเทของเหลว มีฝาปิด

flagrant (เฟล' เกรินท์) *adj.* ก้าวร้าว น่ารังเกียจหรือเลวทรามอย่างเห็นได้ชัด, ช่วงโชติ **-flagrance** *n.* **-flagrantly** *adv.* (-S. scandalous)

flagship (แฟลก' ชิพ) *n.* เรือที่มีผู้บังคับการกองเรืออยู่, ส่วนที่มีความสำคัญ

flail (เฟลล) *n.* ไม้นวดข้าว *-v.* **flailed, flailing** *-vt.* ตีด้วยไม้นวดข้าว, นวดข้าวด้วยไม้นวดข้าว *-vi.* นวดข้าว, เฆี่ยนหรือฟาดอย่างแรง

flair (แฟลร์) *n.* ความสามารถพิเศษ

flak, flack (แฟลค) *n.* สะเก็ดระเบิด

flake (เฟลค) *n.* (ชิน ชั้น) แบนบาง, ชิ้นเล็กๆ, เกล็ดหิมะ *-v.* **flaked, flaking** *-vt.* ปกคลุมไปด้วยเกล็ดหิมะ, ทำให้แตกออกเป็นชิ้นแบนบาง *-vi.* เกิดเป็นชั้นหรือชิ้นแบนบาง **-flaker** *n.*

flak jacket เสื้อกันกระสุน

flaky, flakey (เฟล' คี) *adj.* **-ier, -iest** ซึ่งคล้ายเกล็ดหิมะ, ซึ่งเป็นชิ้นแบนบาง

flambeau (แฟลม' โบ) *n., pl.* **-beaux/-beaus** เชิงเทียนขนาดใหญ่ที่ประดับลวดลาย, คบเพลิง

flamboyant (แฟลมบอย' เอินท์) *adj.* ร่าเริง, เต็มไปด้วยสีสัน **-flamboyantly** *adv.*

★**flame** (เฟลม) *n.* เปลวไฟ, สิ่งที่คล้ายเปลวไฟ, ความรู้สึกที่รุนแรง *-v.* **flamed, flaming** *-vi.* ลุกเป็นไฟ *-vt.* ทำให้เกรียมหรือไหม้ด้วยเปลวไฟ, จุดไฟ, ยุยง (-S. (v.) burn)

flamethrower (เฟลม' โธรเออร์) *n.* อาวุธชนิดหนึ่งซึ่งสามารถพ่นไฟออกไปได้

flamingo (ฟละมิง' โก) *n.* นกฟลามิงโก

flange (แฟลนจ์) *n.* ริม ขอบ หรือส่วนที่มีลักษณะเป็นปีกยื่นออกมาเพื่อเพิ่มความแข็งแรงให้แก่วัตถุ หรือเพื่อยึดให้อยู่กับที่ **-flange** *v.*

flank (แฟลงค์) *n.* ส่วนของร่างกายของคนหรือสัตว์ซึ่งอยู่ระหว่างซี่โครงซี่สุดท้ายและสะโพก, สีข้าง, ปีกขวาหรือซ้ายของกองทหาร

A B C D E F G H I J K L M N O P Q R S T U V W X Y Z

หรือป้อมปราการ *-vt.* **flanked, flanking** ป้องกันปีกขวาหรือซ้าย, โจมตีปีกขวาหรือซ้าย, อยู่ที่ปีกซ้ายปีกขวาหรือด้านข้าง, วางหรือใส่ไว้แต่ละข้าง

flannel (แฟลน' เนิล) *n.* ผ้าทอขนสัตว์ชนิดนุ่ม

flannelette (แฟลนนะเลท') *n.* ผ้าสำลี

flap (แฟลพ) *n.* การโบก, การกระพือปีก, เสียงโบกหรือเสียงกระพือปีก, ชิ้นส่วนแบนๆ บนข้าวของเครื่องใช้ที่สามารถพับปิดลงมาได้ เช่น ปีกโต๊ะ, ฝากระเป๋า (เสื้อผ้า), ฝาปิดซองจดหมาย, ส่วนปลายของปกหนังสือทั้งสองด้านที่ถูกพับเข้ามา (หนังสือที่มีปกอ่อนหุ้มปกด้านในอีกที) *-v.* **flapped, flapping** *-vt.* โบกแขนขึ้นลง, ทำให้เคลื่อนที่หรือแกว่งด้วยการโบกหรือกระพือ, ตีด้วยสิ่งที่มีลักษณะแบนกว้าง *-vi.* กระพือปีก, ตีปีกบิน, โบกแขนขึ้นลง (-S. (n.) cover (n., v.) swing)

flapdoodle (แฟลพ' ดูเดิล) *n.* คำพูดเหลวไหล

flapper (แฟลพ' เพอร์) *n.* ตีนกบสำหรับใส่ดำน้ำ, ครีบว่ายน้ำของสัตว์, ไม้ตบแมลงวัน

flare (แฟลร์) *v.* **flared, flaring** *-vi.* ลุกเป็นเปลวไฟสว่าง, เกิดความโกรธขึ้นทันที, ระเบิดอารมณ์ขึ้นอย่างกะทันหัน, แผ่หรือขยายออก *-vt.* ทำให้ลุกเป็นเปลวไฟ, ส่งสัญญาณด้วยแสงที่ลุกช่วงโชติ *-n.* แสงวอบแวบ, อุปกรณ์ที่ทำให้เกิดแสงสว่างเพื่อส่งสัญญาณ, การระเบิดขึ้นของอารมณ์, การค่อยๆ ขยายหรือบานออก

★**flash** (แฟลช) *v.* **flashed, flashing** *-vi.* ส่องแสงวาบ, ปรากฏขึ้นทันที, ลุกเป็นเปลวไฟ, เคลื่อนที่หรือดำเนินไปอย่างเร็ว *-vt.* ทำให้เกิดแสงวาบ, ทำให้ลุกเป็นเปลวไฟ, ทำให้รู้หรือส่งสัญญาณโดยใช้แสงวาบ, ส่องแสงสะท้อน, ติดต่อสื่อสารกันอย่างรวดเร็ว, แสดงอย่างย่อ, โอ้อวด *-n.* แสงวาบ, ความเข้าใจอย่างทันที, การส่งข่าวอย่างสั้น, แสงที่สว่างวาบขึ้นในการถ่ายรูป, คำพูดที่ใช้ในหมู่โจร, ไฟแฟลช *-adj.* ซึ่งเกิดขึ้นอย่างกะทันหัน, เกี่ยวกับภาพถ่ายที่ใช้แสงแฟลช, เกี่ยวกับขโมยหรือโจร (-S. (v., n.) blaze)

flashback (แฟลช' แบค) *n.* การฉายภาพยนตร์ย้อนตอนช่วงต้นเพื่อแสดงความคิดของตัวละคร

flashlight (แฟลช' ไลท์) *n.* ไฟฉาย, แสงสว่างแวบจากหลอดไฟแฟลช

flashy (แฟลช' ชี) *adj.* **-ier, -iest** หรูหรา, อย่างโอ้อวด, ฉูดฉาด **-flashily** *adv.* (-S. showy)

flask (แฟลซค์) *n.* ขวดขนาดเล็กมีคอแคบและมีฝาปิด, ขวดแบนที่ใช้บรรจุเหล้า

★**flat**[1] (แฟลท) *adj.* **flatter, flattest** แบน, ราบ, เรียบ, เหยียด, แน่นอน, ขาดความสนใจหรือความตื่นเต้น, เป็นแบบเดียวกันหรือเหมือนกัน, เป็นเสียงต่ำ, ไม่มีชีวิตชีวา, ไม่มีรสชาติ, (ยาง) แฟบ, (การค้า) ซบเซา, เป็นเสียงโทนเดียว, รวด, (สี) ด้าน, พอดี, ตรงๆ, ซึ่งหมดฟอง, ซึ่งใช้หมดแล้ว, ไม่ชัดเจน, มีฝ่าเท้าแบนราบ *-adv.* (เสียง) ต่ำ, ถูกต้อง, อย่างไม่มีดอกเบี้ย, ในแนวราบ, แน่นอน *-n.* ม้าที่วิ่งแข่งทางพื้นราบ, ส่วนที่แบนราบ, ยางแบน, รองเท้าไม่มีส้น *-v.* **flatted, flatting** *-vt.* ทำให้แบน, ลดเสียงลงครึ่งหนึ่ง *-vi.* ร้องหรือเล่นให้ต่ำกว่าระดับเสียงจริง **-flatly** *adv.* **-flatness** *n.* (-S. (adj.) dull)

★**flat**[2] (แฟลท) *n.* ห้องชุดบนอาคารหรือตึกที่พักอาศัย (-S. apartment, rooms)

flatten (แฟลท' เทิน) *v.* **-tened, -tening** *-vt.* ทำให้แบนหรือราบ *-vi.* กลายเป็นเรียบหรือแบน

flatter (แฟลท' เทอร์) *v.* **-tered, -tering** *-vt.* ยอหรือประจบ, ทำให้ดูดีกว่าที่เป็นจริง, ทำให้พึงพอใจ *-vi.* ประจบ, ยอ **-flatterer** *n.*

flattery (แฟลท' ทะรี) *n., pl.* **-ies** การยกยอ

flatulent (แฟลช' ชะเลินท์) *adj.* ซึ่งทำให้เกิดก๊าซในทางเดินอาหารมาก, ขี้โอ่, วางท่า

flaunt (ฟลอนท์) *v.* **flaunted, flaunting** *-vt.* โอ้อวด, ดูถูก *-vi.* เดินโอ้อวด, โบก (ธง)

★**flavor, flavour** (เฟล' เวอร์) *n.* กลิ่นรส, รสชาติ, กลิ่นหอม, สารที่ให้กลิ่นหรือรส, รสนิยม *-vt.* **-vored, -voring** แต่งกลิ่น, ปรุงรส **-flavorer** *n.* (-S. (n.) aroma, taste)

flavoring (เฟล' เวอริง) *n.* เครื่องปรุง

flavour (เฟล' เวอร์) *n., v.* ดู flavor

flaw (ฟลอ) *n.* ข้อบกพร่อง, ตำหนิ, มลทิน, ช่องโหว่ *-vt., vi.* **flawed, flawing** ทำให้เกิดหรือกลายเป็นข้อบกพร่อง (-S. (n.) defect)

flawless (ฟลอ' ลิซ) *adj.* ไร้ข้อบกพร่อง **-flawlessly** *adv.* **-flawlessness** *n.* (-S. perfect)

flax (แฟลคซ์) *n.* ปอ, ป่าน

flaxen (แฟลค' เซิน) *adj.* ซึ่งทำด้วยปอหรือป่าน

flay (เฟล) *vt.* **flayed, flaying** ลอกหนังออก

flea (ฟลี) *n.* หมัด

fleck (เฟลค) *n.* จุดหรือรอยเล็กๆ, สะเก็ดเล็กๆ *-vt.* **flecked, flecking** ทำให้เป็นจุด, แต้ม

fledge (เฟลจ) *v.* **fledged, fledging** *-vt.* เลี้ยงลูกนกจนบินเองได้ *-vi.* (ขน) งอก

fledgling, fledgeling (เฟลจ' ลิง) *n.* ลูกนกที่เพิ่งจะบินได้, คนที่ยังไม่มีประสบการณ์

flee (ฟลี) *v.* **fled, fleeing** *-vi.* หนี, หายไป, ผ่านไปอย่างเร็ว *-vt.* หนีจาก **-fleer** *n.* (-S. avoid)

fleece (ฟลีซ) *n.* ขนแกะ, ผ้าขนสัตว์, ผ้าขนแกะ *-vt.* **fleeced, fleecing** ตัด เล็ม กล้อนขนแกะหรือขนสัตว์, โกงเงิน **-fleecer** *n.*
fleet[1] (ฟลีท) *n.* กองเรือรบ, หมู่เรือหาปลา, ขบวนรถ, กองบิน (-S. force, naval)
fleet[2] (ฟลีท) *adj.* **fleeter, fleetest** ว่องไว, ซึ่งเคลื่อนที่ไปอย่างเร็ว *-v.* **fleeted, fleeting** *-vi.* เคลื่อนที่หรือผ่านไปอย่างเร็ว, เลือนไป *-vt.* ทำให้เวลาผ่านไปอย่างเร็ว **-fleetly** *adv.*
fleeting (ฟลี' ทิง) *adj.* ซึ่งผ่านไปอย่างรวดเร็ว
★**flesh** (เฟลช) *n.* เนื้อของร่างกายของสัตว์มีกระดูกสันหลังซึ่งประกอบด้วยมัดกล้ามเนื้อและไขมัน, เนื้อ, เนื้อของผักและผลไม้, ความอ้วน, ร่างกาย, มนุษย์, ญาติพี่น้อง, แก่นสาร *-v.* **fleshed, fleshing** *-vt.* ให้รายละเอียด, ทำความสะอาดหนังสัตว์ซึ่งมีเนื้อติดอยู่, เอาเนื้อเลี้ยงสัตว์ล่าเนื้อ (เหยี่ยว), แทง (อาวุธ) เข้าไปในเนื้อ, ทำให้เคยชินต่อการสู้รบ *-vi.* มีเนื้อหรืออ้วนขึ้น **-fleshless** *adj.* (-S. (n.) body)
flesh and blood ความสัมพันธ์ทางสายเลือด
fleshly (เฟลช' ลี) *adj.* **-lier, -liest** ซึ่งเกี่ยวข้องกับร่างกาย, อ้วนขึ้น **-fleshliness** *n.*
flesh wound แผลที่เนื้อ
fleshy (เฟลช' ชี) *adj.* **-ier, -iest** ซึ่งประกอบด้วยเนื้อ, ซึ่งเกี่ยวข้องกับเนื้อ, อ้วน
flew (ฟลู) *v.* กริยาช่อง 2 ของ fly
flex (เฟลคซ) *v.* **flexed, flexing** *-vt.* โค้ง, งอ, งอข้อต่อ, แสดงความแข็งแรง *-vi.* งอ *-n.* การโค้ง, การงอ, สายไฟที่งอหรือโค้งได้
flexible (เฟลค' ซะเบิล) *adj.* ซึ่งโค้งหรืองอได้, ยืดหยุ่นได้, เปลี่ยนแปลงได้ **-flexibly** *adv.*
flexitime (เฟลค' ซิไทม) *n.* ระบบงานที่ให้ลูกจ้างมีความยืดหยุ่นในการเลือกช่วงเวลาทำงาน (เวลาเข้า-ออกงาน) แต่ต้องทำงานให้ครบตามจำนวนชั่วโมงที่ได้ตกลงกันไว้
flexor (เฟลค' เซอร์) *n.* กล้ามเนื้อที่เมื่อหดตัวแล้วจะทำให้ข้อต่อของร่างกายงอเข้า
flexure (เฟลค' เชอร์) *n.* การโค้ง, การงอ, ส่วนที่โค้ง งอ หรือพับได้ **-flexural** *adj.*
flick (ฟลิค) *n.* การตี สะบัด กระตุกหรือสัมผัสอย่างเบาและเร็ว, เสียงที่เกิดจากการกระทำดังกล่าว, การดีด, การกระเดาะ *-v.* **flicked, flicking** *-vt.* เคาะหรือตีเบาๆ, ดีด, กระเดาะ, เคลื่อนไหวอย่างเร็วและเบา *-vi.* สะบัด, กระตุก, กระพือปีก, โฉบ **-flickable** *adj.*
flicker (ฟลิค' เคอร์) *v.* **-ered, -ering** *-vi.* กระพือปีก, โฉบ, ลุกไหม้อย่างริบหรี่ *-vt.* ทำให้สั่น, ทำให้กระพือปีก *-n.* การสั่น, แสงไฟที่วอบแวบ, การกระพือปีก, การสะบัด, การโฉบ
★**flied** (ไฟลด) *v.* กริยาช่อง 2 และ 3 ของ fly
flier, flyer (ไฟล' เออร์) *n.* สิ่งที่บินได้, นักบิน, ผู้โดยสารบนเครื่องบิน, ขั้นบันได, ใบปลิวโฆษณา
★**flight** (ไฟลท) *n.* การบิน, ระยะทางในการบิน, การเคลื่อนที่อย่างรวดเร็ว, ตารางการบิน, ฝูงบิน, ขั้นบันได, การเดินทางโดยทางอากาศ, เครื่องบิน, การหลบหนี *-vi.* **flighted, flighting** บินไปเป็นฝูง (-S. (n., v.) journey)
flighty (ไฟล' ที) *adj.* **-ier, -iest** ซึ่งเปลี่ยนแปลงได้ง่าย, ขี้ตกใจ **-flightily** *adv.*
flimsy (ฟลิม' ซี) *adj.* **-sier, -siest** ซึ่งแตกหักหรือเสียหายได้ง่าย, บอบบาง, บางเบา, อ่อนแอ, ไม่มีเหตุผล **-flimsily** *adv.* (-S. thin -A. solid)
flinch (ฟลินช) *vi.* **flinched, flinching** ผงะ, สะดุ้ง, ถอยหนี, หด *-n.* การสะดุ้งหรือผงะ, การหดหรือถอยหนี **-flincher** *n.* (-S. (v.) recoil)
fling (ฟลิง) *v.* **flung, flinging** *-vt.* ขว้าง, ปา, เหวี่ยง, ฟาด, โผ, ถลา, สลัดทิ้ง, ทุ่ม, สะบัด *-vi.* เคลื่อนไหวอย่างเร็ว รุนแรง หรือหุนหันพรวดพราด, โผ, โถม *-n.* การขว้าง ปา เหวี่ยง โผ ทุ่ม ถลา สะบัด ฟาดหรือสลัดทิ้ง (-S. (v.) hurl)
flint (ฟลินท) *n.* หินเหล็กไฟ
flintlock (ฟลินท' ลอค) *n.* ปืนคาบศิลา
flinty (ฟลิน' ที) *adj.* **-ier, -iest** ซึ่งประกอบด้วยหินเหล็กไฟ, แข็ง, เหี้ยม **-flintily** *adv.*
flip (ฟลิพ) *v.* **flipped, flipping** *-vt.* พลิก (หน้าหนังสือ) อย่างเร็วและเบา, ดีดหรือทอยเหรียญให้ขึ้นไปในอากาศ, สะบัด, กระตุก, โยน *-vi.* พลิกคว่ำ, ตีลังกาในอากาศ, สะบัด (แส้), ดีด (นิ้ว), ทอยเหรียญขึ้นไปในอากาศ *-n.* การโยน, การดีดเหรียญ, การสะบัด, การตีลังกา, การพลิกคว่ำ, การกระตุก *-adj.* **flipper, flippest** ทะลึ่ง, เสือก
flip-flop (ฟลิพ' ฟลอพ) *n.* การตีลังกากลับหลัง, รองเท้าแตะ, เสียงที่เกิดจากการโบก กระพือ สะบัด หรือปัดไปมา
flippant (ฟลิพ' เพินท) *adj.* ทะลึ่ง, ทะเล้น, ช่างพูด **-flippantly** *adv.* (-S. pert -A. respectful)
flipper (ฟลิพ' เพอร์) *n.* รยางค์ส่วนที่เป็นแผ่นแบนกว้างของสัตว์ทะเลใช้ว่ายน้ำ, ตีนกบดำน้ำ
flirt (เฟลิร์ท) *v.* **flirted, flirting** *-vi.* จีบ, เกี้ยว, ทำเล่นๆ, กระตุก, สะบัด *-vt.* เคลื่อนที่อย่างเร็ว, โยน, ทิ้ง, สลัด, ดีด, โบก, สะบัด *-n.* ผู้ที่พูดจาเกี้ยว, การกระตุกหรือสะบัด **-flirtation** *n.*
flit (ฟลิท) *vi.* **flitted, flitting** เคลื่อนไหวหรือ

A B C D E F G H I J K L M N O P Q R S T U V W X Y Z

เคลื่อนย้ายอย่างรวดเร็ว, โฉบ, แวบ, ผ่านไปอย่างรวดเร็ว *-n.* การกระพือ (ปีก), การโฉบ, การพุ่ง เผ่น โผหรือกระโดด **-flitter** *n.*

flitch (ฟลิช) *n.* เนื้อเบคอน

★**float** (โฟลท) *v.* **floated, floating** *-vi.* ลอย, ล่องลอย, ปลิวไป, แกว่งหรือขึ้นๆ ลงๆ (อัตราแลกเปลี่ยนเงินตรา) *-vt.* ทำให้ลอย, ปล่อย, (น้ำ) ท่วม, ให้กู้, ปล่อยให้อัตราการแลกเปลี่ยนเงินตราลอยตัว *-n.* สิ่งที่ลอยได้ เช่น ทุ่นแพ ชูชีพ, โป๊ะท่าเรือ, ลูกลอย **-floatable** *adj.*

floatation (โฟลเท' ชั่น) *n.* ดู flotation

floater (โฟล' เทอร์) *n.* สิ่งที่ลอยได้

floating (โฟล' ทิง) *adj.* ซึ่งไม่อยู่กับที่

flock (ฟลอค) *n.* กลุ่ม, หมู่, ฝูง, ฝูงชน *-vi.* **flocked, flocking** รวมกลุ่ม, เดินทางเป็นกลุ่ม

floe (โฟล) *n.* แผ่นน้ำแข็งขนาดใหญ่ที่ลอยน้ำอยู่

flog (ฟลอก) *vt.* **flogged, flogging** ตีหรือเฆี่ยนอย่างแรงด้วยไม้หรือแส้ (**-S.** beat)

★**flood** (ฟลัด) *n.* น้ำท่วม, การไหลบ่าของน้ำ, น้ำขึ้น *-v.* **flooded, flooding** *-vt.* ท่วม *-vi.* ท่วม, ไหลบ่า (**-S.** (n.) deluge)

floodgate (ฟลัด' เกท) *n.* ประตูระบายน้ำ

floodlight (ฟลัด' ไลท์) *n.* แสงไฟที่มีลำแสงกว้างและให้ความสว่างจ้า *-vt.* **-lighted/-lit, -lighting** ส่องไฟที่มีลำแสงกว้างและสว่างจ้า

★**floor** (ฟลอร์) *n.* พื้นห้อง, พื้น, ชั้นของตึกหรืออาคาร, ก้นทะเล, พื้นถ้ำ, ชั้นต่ำสุด, ค่าจ้างหรือราคาต่ำสุด *-vt.* **floored, flooring** ปูพื้น, ทำให้ล้มลง, ล้มล้าง, ทำให้งง **-floorer** *n.*

flooring (ฟลอ' ริง) *n.* วัสดุที่ใช้ทำพื้น

floor lamp โคมไฟชนิดตั้งพื้นมีขาสูง

floorshow (ฟลอร์' โช) *n.* ชุดการแสดงเพื่อความบันเทิงในไนต์คลับ

flop (ฟลอพ) *v.* **flopped, flopping** *-vi.* ล้มลงหรือทรุดตัวลงอย่างแรง, เดินโงนเงน, (ภาษาพูด) ล้มเหลว *-vt.* วางลงอย่างแรง *-n.* การล้มลง ทรุดตัวลงหรือวางของลงอย่างแรง, การเดินโงนเงน, เสียงที่เกิดจากการล้มลง ทรุดตัวลง หรือวางของลงอย่างแรง **-flopper** *n.*

flophouse (ฟลอพ' เฮาซ์) *n.* ที่พักราคาถูก

floppy (ฟลอพ' พี) *adj.* **-pier, -piest** ยาน, เหี่ยว, ไม่ขึงขัง *-n., pl.* **-pies** แผ่นดิสก์

floppy disk แผ่นบันทึกข้อมูล, แผ่นดิสก์

flora (ฟลอ' ระ) *n., pl.* **floras/florae** บรรดาพืชพันธุ์ที่อยู่ในเฉพาะเขตประเทศหรือเวลาหนึ่ง

floral (ฟลอ' เริล) *adj.* เกี่ยวกับดอกไม้

floriculture (ฟลอ' ริคัลเชอร์) *n.* การเพาะปลูกไม้ดอกและไม้ประดับ **-floriculturist** *n.*

florid (ฟลอ' ริด) *adj.* (สี) แดง, ซึ่งปกคลุมไปด้วยดอกไม้, หรูหรามาก **-floridly** *adv.*

florist (ฟลอ' ริซท์) *n.* คนขายดอกไม้หรือพืชประดับตกแต่งอื่นๆ **-floristry** *n.*

floss (ฟลอซ) *n.* ไหมขัดฟัน, ขี้ไหม, เส้นไหม *-vt., vi.* **flossed, flossing** ใช้ไหมขัดฟัน

flossy (ฟลอ' ซี) *adj.* **-ier, -iest** เกี่ยวข้องหรือคล้ายไหมขัดฟัน, หรูหรา, ทันสมัย **-flossily** *adv.*

flotation, floatation (โฟลเท' ชั่น) *n.* การลอย, การปล่อย, การเริ่มโครงการ

flotilla (โฟลทิล' ละ) *n.* กองเรือรบขนาดเล็ก

flotsam (ฟลอท' เซิม) *n.* ซากชิ้นส่วนหรือสินค้าที่ลอยขึ้นมาหลังจากเรือแตก, สวะ

flounce (เฟลานซ์) *n.* แถบผ้าที่จับจีบหรือรูดหรือลูกไม้ที่ใช้เย็บตกแต่งขอบหรือชายผ้า

flounder (เฟลาน' เดอร์) *vi.* **-dered, -dering** ดิ้นรน, พูดหรือทำอย่างตะกุกตะกัก, ตะเกียกตะกาย *-n.* การดิ้นรน, การตะเกียกตะกาย การพูดตะกุกตะกัก (**-S.** (v., n.) struggle)

★**flour** (เฟลาร์) *n.* แป้ง, ผงละเอียด *-vt.* **floured, flouring** บดให้เป็นแป้ง, โรยแป้ง

flourish (เฟลอ' ริช) *v.* **-ished, -ishing** *-vi.* เติบโต, โอ้อวด, เจริญ, งอกงาม, เฟื่องฟู, รุ่งเรือง, มั่งคั่ง *-vt.* โบก, แกว่ง, ควง, อวด *-n.* การโบก, การแกว่ง, การควง, การประดับตกแต่ง, การแสดงโอ้อวด **-flourisher** *n.* (**-S.** (v.) prosper)

flout (เฟลาท์) *v.* **flouted, flouting** *-vt.* ดูถูก, เยาะเย้ย *-vi.* เป็นการเยาะเย้ย, เป็นการดูถูก *-n.* การดูถูก, คำสบประมาท **-flouter** *n.*

★**flow** (โฟล) *v.* **flowed, flowing** *-vi.* ไหล, เทออกมา, (เลือด) หมุนเวียน, เกิดขึ้น, (น้ำ) ขึ้น, มีมาก, อุดม, ท่วม, มีรอบเดือน, ดำเนินไปอย่างราบรื่นและต่อเนื่อง *-vt.* ทำให้ไหล, ปล่อยให้ไหล *-n.* การไหล, กระแส, สาย, การไหลบ่า, การหลั่ง, การท่วม, การหมุนเวียน, น้ำขึ้น, การมีรอบเดือน, การดำเนินไปอย่างราบรื่น

★**flower** (เฟลา' เออร์) *n.* ดอกไม้, การออกดอก, ช่วงเวลาที่รุ่งเรืองหรืองดงามที่สุด, ตัวอย่างที่ดีที่สุด, ตัวแทนที่ดีที่สุด, การเจริญเติบโต *-v.* **-ered, -ering** *-vi.* ออกดอก, เจริญเติบโตเต็มที่ *-vt.* ประดับด้วยดอกไม้ **-flowery** *adj.*

flown[1] (โฟลน) *v.* กริยาช่อง 3 ของ fly

flown[2] (โฟลน) *adj.* ซึ่งมีมากเกิน

flu (ฟลู) *n.* (ภาษาพูด) ไข้หวัดใหญ่

fluctuate (ฟลัค' ชูเอท) *v.* **-ated, -ating** *-vi.* ขึ้นๆ ลงๆ, ผันแปร, แกว่งไปแกว่งมา *-vt.* ทำ

A B C D E F G H I J K L M N O P Q R S T U V W X Y Z

ให้ขึ้นๆ ลงๆ หรือผันแปร **-fluctuant** *adj.*
flue (ฟลู) *n.* ช่อง ท่อ หรือหลอดที่ใช้ระบายอากาศร้อน ไอน้ำ หรือควันจากเตาออกสู่ปล่องไฟ
fluent (ฟลู' เอินทฺ) *adj.* คล่องแคล่ว, ราบรื่น, ง่าย, สละสลวย **-fluently** *adv.* (**-S.** easy)
fluff (ฟลัฟ) *n.* สิ่งที่เบา นุ่ม หรือเป็นปุย, ขนอ่อน, สิ่งที่มีความสำคัญน้อย *-v.* **fluffed, fluffing** *-vt.* ทำให้เป็นปุย *-vi.* กลายเป็นปุย **-fluffy** *adj.*
fluid (ฟลู' อิด) *n.* ของเหลว *-adj.* ซึ่งเกี่ยวกับของเหลว, ซึ่งเปลี่ยนรูปร่างได้ง่าย, เรียบลื่น, ซึ่งเปลี่ยนแปลงได้ **-fluidity** *n.* (**-S.** (adj.) flowing)
fluke[1] (ฟลูค) *n.* เงี่ยงเบ็ด, เงี่ยงของสมอเรือ
fluke[2] (ฟลูค) *n.* ความโชคดีโดยบังเอิญ
flung (ฟลัง) *v.* กริยาช่อง 2 และ 3 ของ fling
flunk (ฟลังคฺ) *v.* **flunked, flunking** *-vi., vt.* สอบตก *-n.* ความล้มเหลว, การสอบตก
flunky, flunkey (ฟลัง' คี) *n., pl.* **-kies, -keys** ทาสรับใช้, คนประจบ, บริกรผู้ชาย
fluorescence (ฟลุเรซ' เซินซฺ) *n.* คุณสมบัติเรืองแสง, การเรืองแสง, รังสีที่ปล่อยออกมา
fluorescent (ฟลุเรซ' เซินทฺ) *adj.* ซึ่งเกี่ยวข้องกับการเรืองแสง *-n.* หลอดเรืองแสง
fluoride (ฟลัว' ไรดฺ) *n.* สารประกอบระหว่างฟลูออรีนกับธาตุอื่นอีกหนึ่งตัว
fluorine (ฟลัว' รีน) *n.* ธาตุฟลูออรีน เป็นก๊าซพิษมีฤทธิ์กัดกร่อน มีสัญลักษณ์ F
flurry (เฟลอรฺ' รี) *n., pl.* **-ries** หิมะที่ตกลงมาปรอยๆ, ลมที่พัดมากะทันหันชู่หนึ่ง, ฝนที่ตกลงมาชู่หนึ่ง, ความตื่นตกใจ, ความยุ่งวุ่นวายหรือความเกรียวกราวที่เกิดขึ้นอย่างกะทันหัน *-v.* **-ried, -rying** *-vt.* ทำให้ยุ่งวุ่นวาย *-vi.* ตกลงมาชู่หนึ่งหรือกราวหนึ่ง (**-S.** (v.) agitate)
flush (ฟลัช) *v.* **flushed, flushing** *-vi.* หน้าแดงขึ้น, คุแดง, ไหลบ่า, ไหลพุ่ง *-vt.* ทำให้หน้าแดง, ทำให้คุแดง, ทำให้ตื่นเต้นหรือปีติยินดี, ทำความสะอาดหรือชำระล้างด้วยน้ำที่ไหลอย่างแรง *-n.* การไหลบ่า, การไหลพุ่ง, การทำความสะอาดหรือชำระล้างด้วยน้ำที่ไหลอย่างแรง, อาการหน้าแดงเพราะพิษไข้หรือเมื่อออกแรง, แดงขึ้น, ความรู้สึกร้อนวูบขึ้นที่หน้าหรือทั่วร่างกาย, ความกระชุ่มกระชวย, ความอิ่มเอิบ *-adj.* **flusher, flushest** มั่งคั่ง, อุดมสมบูรณ์, ล้น, ซึ่งเรียบสม่ำเสมอหรืออยู่ในระดับเดียวกัน, ตรงไปตรงมา, ซึ่งออกแบบให้ทำความสะอาดโดยการใช้น้ำที่ไหลแรง, เปล่งปลั่ง *-adv.* ซึ่งราบเรียบเสมอกันหรือเป็นแนวเดียวกัน, ตรงไปตรงมา **-flusher** *n.* **-flushness** *n.* (**-S.** (adj.) flat)
fluster (ฟลัซ' เทอรฺ) *vt., vi.* **-tered, -tering** ทำให้ตื่นเต้นสับสน อารมณ์เสียหรือรำคาญ *-n.* ความตื่นเต้น, ความร้อนใจ, ความสับสน
flute (ฟลูท) *n.* ขลุ่ย, แก้วไวน์ทรงสูงแคบ, ลายที่เป็นร่องๆ รอบเสาหินหรือเสาปูน *-v.* **fluted, fluting** *-vt.* เป่าขลุ่ย, ทำลวดลายเป็นร่องบนเสาหินหรือเสาปูน *-vi.* เป่าขลุ่ย, ผิวปากหรือทำเสียงคล้ายเสียงขลุ่ย **-fluter** *n.* **-fluty** *adj.*
fluting (ฟลู' ทิง) *n.* การทำลวดลายเป็นร่องรอบเสาในงานสถาปัตยกรรม, การทำร่อง, ร่องที่เกิดจากการจับจีบหรืออัดพลีท, การเป่าขลุ่ย
flutist (ฟลู' ทิซทฺ) *n.* คนเป่าขลุ่ย
flutter (ฟลัท' เทอรฺ) *v.* **-tered, -tering** *-vi.* โบกสะบัด ปัด หรือกระพืออย่างเร็ว, บินด้วยการกระพือปีกอย่างเร็ว, ตีปีก, ใจสั่น, บินวับไป, ผ่านไปโดยเร็ว, อยู่ในภาวะตื่นเต้นหรือสั่น, กระวีกระวาด *-vt.* ทำให้กระวนกระวายใจ, ทำให้ตื่นเต้น, ทำให้โบกสะบัด, ทำให้กระพือปีก, ทำให้ระรัวหรือสั่น *-n.* การสั่นระรัว, ความตื่นเต้นหรือกระวนกระวายใจ, สภาวะที่หัวใจเต้นไม่สม่ำเสมอ, การกระพือปีก, การโบกสะบัด
flux (ฟลัคซฺ) *n.* การไหล, อัตราการไหลของน้ำ กระแสน้ำ หรือกระแสไฟฟ้า, สิ่งที่ช่วยประสานโลหะเข้าเป็นเนื้อเดียวกัน, การเคลื่อนไหวหรือการเปลี่ยนแปลงอยู่ตลอดเวลา *-v.* **fluxed, fluxing** *-vt.* ละลาย, หลอม, ใช้สิ่งที่ช่วยประสานหรือช่วยหลอม *-vi.* กลายเป็นของเหลว, ไหล
★**fly** (ไฟล) *v.* **flew, flown, flying** *-vi.* เดินทางโดยเครื่องบิน, บินด้วยปีก, ขับเครื่องบินหรือยานอวกาศ, ล่องลอยอยู่ในอากาศ, ปลิว, หนี, รีบเร่ง, ผ่านไปอย่างรวดเร็ว, หายไป, หมดไป, ระเบิด *-vt.* ทำให้บินหรือลอยอยู่ในอากาศ, ชักธงขึ้นยอดเสา, ขนส่งหรือเดินทางโดยเครื่องบินหรือยานอวกาศ, ขับเครื่องบินหรือยานอวกาศ, หนี, หลบเลี่ยง, กระเด็น, พุ่ง, แพร่ *-n., pl.* **flies** การบิน, การปลิว, การขับ (เครื่องบินยานอวกาศ), แมลงวัน, ผ้าส่วนที่เย็บปิดแนวซิปกางเกงหรือกระดุมด้านหน้า, ผ้าปิดประตูทางเข้าเต็นท์ **-fly at** โจมตี **-fly-by-night** ไว้ใจไม่ได้ **-flyable** *adj.* (**-S.** (v.) float)
flyaway (ไฟล' อะเว) *adj.* ซึ่งไม่แน่นอนหรือไม่จริงจัง, ซึ่งใส่เสื้อผ้าหลวมๆ ชนิดที่พลิ้วลม
flyer (ไฟล' เออรฺ) *n.* ดู flier
flying (ไฟล' อิง) *adj.* ซึ่งสามารถบินได้, สั้น, รีบเร่ง, ซึ่งล่องลอย, ซึ่งปลิวไปมา, ว่องไว *-n.* การบินโดยเครื่องบินหรือยานอวกาศ
flyleaf (ไฟล' ลีฟ) *n.* หน้าว่างหรือหน้าที่พิมพ์

A B C D E F G H I J K L M N O P Q R S T U V W X Y Z

A B C D E F G H I J K L M N O P Q R S T U V W X Y Z

พิเศษซึ่งแทรกอยู่ด้านหน้าและหลังของหนังสือ
fly-over (ไฟล' โอเวอร์) *n.* สะพานลอยข้ามถนน
flysheet (ไฟล' ชีท) *n.* ใบปลิว
flyweight (ไฟล' เวท) *n.* นักมวยอาชีพรุ่นที่มีน้ำหนักไม่เกิน 112 ปอนด์ (ประมาณ 51 กิโลกรัม), สิ่งที่มีขนาดเล็ก เบา หรือไม่สำคัญ
foal (โฟล) *n.* ลูกม้าหรือลูกสัตว์อื่นที่คล้ายม้า *-vi.* **foaled, foaling** คลอดลูกม้า
foam (โฟม) *n.* ฟองก๊าซหรืออากาศ, ฟองน้ำลาย, ฟองเหงื่อของม้าหรือสัตว์อื่นที่คล้ายม้า, ทะเล, ฟองน้ำที่ใช้ดูดซับน้ำ, ฟองครีม *-v.* **foamed, foaming** *-vi.* เกิดฟอง *-vt.* ทำให้เกิดฟองหรือกลายเป็นฟอง (**-S.** (n., v.) bubble)
fob[1] (ฟอบ) *n.* กระเป๋าเล็กๆ ที่อยู่ด้านหน้าของขอบเอวกางเกงหรือเสื้อกั๊กผู้ชาย, สายโซ่หรือริบบิ้นสั้นๆ ที่ใช้แขวนนาฬิกาพก, เครื่องประดับหรือเครื่องหมายที่แขวนด้วยสายโซ่หรือริบบิ้น
fob[2] (ฟอบ) *vt.* **fobbed, fobbing** หลอกลวง
focal (โฟ' เคิล) *adj.* เกี่ยวกับจุดโฟกัส
focal length ระยะจากผิวหน้าของเลนส์หรือกระจกถึงจุดโฟกัส
focus (โฟ' เคิซ) *n., pl.* **-cuses/-ci** (-ไซ, -ไค) จุดโฟกัส, การปรับสายตาหรือเลนส์เพื่อให้ภาพคมชัด, จุดที่รังสีของแสงหรือคลื่นมารวมกันหลังเกิดการสะท้อนหรือหักเห, ศูนย์รวมกิจกรรมหรือความสนใจ, การเพ่งความสนใจ, จุดศูนย์กลางของแผ่นดินไหว, บริเวณจุดกำเนิดของโรค *-v.* **-cused, -cusing/-cussed, -cussing** *-vt.* ทำให้รังสีของแสงเกิดการรวมกันหรือพุ่งตรงไปที่ศูนย์กลาง, ปรับเลนส์ให้ภาพคมชัด, เพ่งความสนใจ *-vi.* เพ่งความสนใจ, ปรับสายตาหรือเลนส์ให้ภาพชัดเจน, รวมกันที่จุดโฟกัส **-in focus** ชัดเจน **-out of focus** มัว **-focuser** *n.*
fodder (ฟอด' เดอร์) *n.* ฟางเลี้ยงสัตว์
foe (โฟ) *n.* ศัตรู, คู่อริ, ฝ่ายตรงข้าม, ผู้ต่อต้าน
foetid (ฟี' ทิด) *adj.* ดู fetid
foetus (ฟี' เทิซ) *n.* ดู fetus
★**fog**[1] (ฟอก) *n.* หมอก, ควันหมอก, ฝ้าไอน้ำบางๆ, กลุ่มละอองไอน้ำเล็กๆ, สภาพจิตใจที่สับสน, สิ่งที่คลุมเครือ *-v.* **fogged, fogging** *-vt.* ปกคลุมด้วยหมอก, ทำให้สับสน, ทำให้คลุมเครือ, ทำให้ภาพถ่ายไม่คมชัดหรือเป็นรอยด่าง *-vi.* ถูกปกคลุมไปด้วยหมอก, มัว **-fogger** *n.*
fog bank กลุ่มหมอกหนาในทะเลที่ตกเป็นแนว
fogbound (ฟอก' เบานด์) *adj.* ซึ่งล้อมรอบหรือปกคลุมไปด้วยหมอก
foggy (ฟอก' กี) *adj.* **-gier, -giest** ซึ่งเต็มไปด้วยหมอก, มัว **-foggily** *adv.*
fogy, fogey (โฟ' กี) *n., pl.* **-gies, -geys** คนหัวสูง, พวกอนุรักษ์นิยมสูง **-fogyish** *adj.*
foible (ฟอย' เบิล) *n.* จุดอ่อน (**-S.** weakness)
foil[1] (ฟอยล์) *vt.* **foiled, foiling** ขัดขวาง, ทำลาย *-n.* การขัดขวาง, การทำลายร่องรอย
foil[2] (ฟอยล์) *n.* แผ่นโลหะบาง, โลหะที่ใช้เคลือบหลังกระจก, แผ่นโลหะมันวาวที่ใช้ใส่ไว้ใต้อัญมณีปลอมเพื่อให้ส่องแสงแวววาว, คนหรือสิ่งของที่เป็นเครื่องส่งเสริมให้ดูดีหรือมีค่ายิ่งขึ้น *-vt.* **foiled, foiling** ปกคลุมด้วยแผ่นฟอยล์
foil[3] (ฟอยล์) *n.* ดาบชนิดหนึ่งมีลักษณะยาว บางตรงปลายดาบมีปุ่มเพื่อป้องกันอันตรายเวลาใช้
foist (ฟอยซ์ท์) *vt.* **foisted, foisting** หลอกขาย, ยัดเยียด, ตบตา
★**fold**[1] (โฟลด์) *v.* **folded, folding** *-vt.* พับ, ทบ, ห่อ, ไขว้แขน, คลุกเคล้าเครื่องปรุง, หุบปีก, กอด, ห้อมล้อม, หุ้ม *-vi.* พับ, ห่อ, ทบ, หุ้ม, ล้มพับ *-n.* การพับ, ส่วนที่พับ, รอยพับ, หุบเขาเล็กๆ
fold[2] (โฟลด์) *n.* คอกแกะ, ฝูงแกะ *-vt.* **folded, folding** เอาเข้าคอก, ขังเอาไว้ในคอก
folder (โฟล' เดอร์) *n.* คนหรือเครื่องพับกระดาษ, กระดาษแข็งที่นำมาพับกลางเป็นแฟ้มเพื่อเก็บเอกสาร, แผ่นพับ (**-S.** binder, file)
folding door ประตูบานพับ
foliage (โฟ' ลีอิจ) *n.* ใบไม้ **-foliaged** *adj.*
folio (โฟ' ลีโอ) *n., pl.* **-os** หนังสือขนาดใหญ่ที่สุดคือมีความสูงประมาณ 38 ซม., เลขหน้าหนังสือ *-vt.* **-oed, -oing** ใส่เลขหน้า (หนังสือ)
folk (โฟค) *n., pl.* **folk/folks** ชาวบ้าน, ประชาชน
folklore (โฟค' ลอร์) *n.* ความเชื่อ เรื่องเล่า นิทานและการประพฤติปฏิบัติของชาวบ้านที่สืบทอดต่อกันมาโดยผ่านการบอกเล่า
folksy (โฟค' ซี) *adj.* **-sier, -siest** เป็นกันเอง
★**follow** (ฟอล' โล) *v.* **-lowed, -lowing** *-vt.* ตามหลัง, ติดตาม, ไปตาม (ทาง), เป็นผลมาจาก, ทำตาม, เชื่อฟัง, สังเกต, ให้ความสนใจ, สนับสนุน, เข้าใจ *-vi.* เป็นผลมาจาก, เข้าใจ, ตามมา, เกิดขึ้นทีหลัง *-n.* การติดตาม **-follow up** ติดตามอย่างต่อเนื่อง (**-S.** (v., n.) chase)
follower (ฟอล' โลเออร์) *n.* ผู้ติดตาม, สาวก
following (ฟอล' โลอิง) *adj.* ซึ่งตามมา *-n.* กลุ่มสาวก *-prep.* หลังจาก
folly (ฟอล' ลี) *n., pl.* **-lies** ความโง่, การกระทำที่โง่เขลา, ความร้ายกาจ (**-S.** nonsense)
foment (โฟเมนท์') *vt.* **-mented, -menting**

รักษาด้วยน้ำอุ่นหรือพอกด้วยยาเพื่อบรรเทาความเจ็บปวด, ยุยง, ส่งเสริม **-fomenter** *n.*

★**fond** (ฟอนด์) *adj.* **fonder, fondest** ชอบ, รัก, หลงใหล **-fondly** *adv.* (-S. loving -A. averse)

fondle (ฟอน' เดิล) *v.* **-dled, -dling** *-vt.* จับต้องหรือกอดด้วยความรัก *-vi.* แสดงความรักด้วยการกอด **-fondler** *n.* (-S. caress, cuddle)

fondness (ฟอนด์' นิซ) *n.* ความรัก, ความชอบ

font[1] (ฟอนท์) *n.* อ่างสำหรับใส่น้ำมนต์ในพิธีทางศาสนาคริสต์, ที่ใส่น้ำมันของตะเกียง

font[2] (ฟอนท์) *n.* ชุดตัวพิมพ์

★**food** (ฟูด) *n.* อาหาร, สิ่งที่บำรุงร่างกาย

food poisoning อาการอาหารเป็นพิษ

foodstuff (ฟูด' สตัฟ) *n.* สิ่งที่ใช้เป็นอาหารได้

★**fool** (ฟูล) *n.* คนโง่, ตัวตลก, คนเซ่อ, คนไม่เต็มบาท *-v.* **fooled, fooling** *-vt.* หลอกลวง, ประหลาดใจ *-vi.* (ภาษาพูด) เล่นตลก, เสแสร้ง, ยุ่ง *-adj.* (ภาษาพูด) โง่ (-S. (n.) idiot)

foolery (ฟู' ละรี) *n.* การกระทำหรือคำพูดโง่ๆ

foolhardy (ฟูล' ฮาร์ดี) *adj.* **-dier, -diest** มุทะลุ, บ้าบิ่น, สะเพร่า (-S. impetuous)

★**foolish** (ฟู' ลิช) *adj.* โง่, น่าหัวเราะ, ซึ่งไร้สาระ, ดื้อดึง, อาย **-foolishly** *adv.* (-S. silly)

foolproof (ฟูล' พรูฟ) *adj.* ง่ายมาก (-S. safe)

foolscap (ฟูลซ์' แคพ) *n.* กระดาษสำหรับเขียนหรือพิมพ์ซึ่งมีขนาดประมาณ 13x16 นิ้ว

★**foot** (ฟุท) *n., pl.* **feet** เท้า, ตีนกระดาษ, ด้านปลายเตียง, ปลายหลุมศพ, ปลายขาเฟอร์นิเจอร์ที่มีรูปทรงคล้ายเท้า, ตีนผีในจักรเย็บผ้า, ส่วนเท้าของถุงน่องหรือรองเท้าท็อปบู๊ต, ฝีเท้า, กองทหารราบ, หน่วยวัดความยาวเท่ากับ 12 นิ้ว, ลำดับสุดท้าย, ส่วนก้นหรือล่างสุด, ฐาน, ฐานะ, หลักฐาน *-v.* **footed, footing** *-vi.* เดินเท้า, เต้นรำ, ออกเรือ *-vt.* เดิน, เต้นรำ, บวกเลขในแนวตั้งแล้วเขียนผลลัพธ์ไว้ด้านล่าง, ชดใช้หรือจ่าย, ซ่อมถุงน่องตรงส่วนที่เป็นเท้า

footage (ฟุท' ทิจ) *n.* ความยาวในหน่วยฟุต

foot-and-mouth disease โรคปากและเท้าเปื่อย

★**football** (ฟุท' บอล) *n.* กีฬาฟุตบอล, กีฬารักบี้, ลูกฟุตบอลหรือลูกรักบี้ **-footballer** *n.*

footboard (ฟุท' บอร์ด) *n.* แผ่นกระดานที่ปิดปลายเตียง

footboy (ฟุท' บอย) *n.* เด็กรับใช้ผู้ชาย

footbridge (ฟุท' บริจ) *n.* สะพานให้คนเดิน

footed (ฟุท' ทิด) *adj.* ซึ่งมีเท้า

footfall (ฟุท' ฟอล) *n.* ดู footstep

footgear (ฟุท' เกียร์) *n.* เครื่องสวมเท้าที่แข็งแรงทนทาน เช่น บู๊ต

foothill (ฟุท' ฮิล) *n.* เนินที่อยู่ตีนเขา

foothold (ฟุท' โฮลด์) *n.* จุดหรือตำแหน่งที่มั่นคงในอาชีพหรือธุรกิจ, จุดที่สามารถยืนหรือวางเท้าได้ในการปีนเขา

footing (ฟุท' ทิง) *n.* จุดที่มั่นคงหรือสามารถยืนหรือวางเท้าได้ในการปีนเขา, การวางเท้าลงอย่างมั่นคงในการเดิน วิ่ง หรือยืน, รากฐาน, จุดหรือตำแหน่งที่มั่นคงในอาชีพหรือธุรกิจ

footlights (ฟุท' ไลท์ซ) *n. pl.* ไฟที่ติดเรียงอยู่ด้านหน้าเวทีในระดับเดียวกับเท้าของนักแสดง

footling (ฟุท' ลิง) *adj.* (ภาษาพูด) ไม่สำคัญ โง่

footloose (ฟุท' ลูซ) *adj.* ซึ่งมีอิสระที่จะไปไหนมาไหนหรือทำอะไรก็ได้

footman (ฟุท' เมิน) *n.* คนรับใช้ที่เป็นชายใส่เครื่องแบบ, ทหารราบ

footnote (ฟุท' โนท) *n.* หมายเหตุข้างท้ายหน้า *-vt.* **-noted, -noting** ใส่หมายเหตุหรือเชิงอรรถ

footpad (ฟุท' แพด) *n.* โจรปล้นคนเดินทาง

footpath (ฟุท' แพธ) *n.* ทางเท้า

foot-pound (ฟุท' เพานด์') *n.* หน่วยงานหรือพลังงานซึ่งมีค่าเท่ากับปริมาณพลังงานที่ใช้ยกมวลหนัก 1 ปอนด์ขึ้นสูงเป็นระยะ 1 ฟุต

footprint (ฟุท' พรินท์) *n.* รอยเท้า

footrace, foot race (ฟุท' เรซ) *n.* การแข่งขันวิ่ง **-footracing** *n.*

footrest (ฟุท' เรซท์) *n.* ที่พักหรือที่วางเท้า

footslog (ฟุท' สลอก) *vi.* **-slogged, -slogging** เดินเป็นระยะทางยาวไกลและทำให้เหนื่อยมาก

foot soldier ทหารราบ

footsore (ฟุท' ซอร์) *adj.* ซึ่งเจ็บหรือเมื่อยเท้าเนื่องจากเดินมากเกินไป **-footsoreness** *n.*

footstep (ฟุท' สเตพ) *n.* ฝีเท้า, รอยเท้า

footstool (ฟุท' สตูล) *n.* ม้าสำหรับรองเท้า

footwear (ฟุท' แวร์) *n.* รองเท้า

footwork (ฟุท' เวิร์ค) *n.* จังหวะเท้าในการเต้นรำ, การเต้นฟุตเวิร์คในกีฬาชกมวย

fop (ฟอพ) *n.* ผู้ชายเจ้าชู้และสำรวย

foppery (ฟอพ' พะรี) *n., pl.* **-ies** ความโง่

foppish (ฟอพ' พิช) *adj.* ขี้โอ่และช่างแต่งตัว

★**for** (ฟอร์) *prep.* เพื่อ, สำหรับ, เหมาะกับ, ด้วย, แทนที่, ถึง, เป็นจำนวน, เป็นตัวแทนของ, เกี่ยวกับ, เป็นของ, เป็นระยะเวลา, แม้จะมี, แต่กระนั้น *-conj.* เนื่องจาก, เพราะ

forage (ฟอ' ริจ) *n.* อาหารสัตว์, การหาอาหาร *-v.* **-aged, -aging** *-vi.* หาอาหาร *-vt.* สะสม

อาหาร **-forager** *n.* (-S. (n.) feed, fodder)
foray (ฟอ' เร) *n.* การจู่โจม *-v.* **-ayed, -aying** *-vi.* จู่โจม, รุกล้ำ, ปล้น *-vt.* ปล้น
forbear (ฟอร์แบร์') *v.* **-bore, -borne, -boring** *-vt.* กลั้น, ละเว้น *-vi.* ระงับ
★**forbid** (ฟอร์บิด') *vt.* **-bade/-bad, -bidden/-bid, -bidding** ห้าม, ขัดขวาง (-S. ban)
forbidding (ฟอร์บิด' ดิง) *adj.* ไม่ลงรอยกัน หรือไม่เห็นด้วย, ซึ่งมีการคุกคาม, เป็นอันตราย
★**force** (ฟอร์ซ) *n.* กำลัง, พลังงาน, แรง, อำนาจ, อานุภาพ, การบังคับ, ความแข็งขัน, อิทธิพล, พลังจิต, กำลังทหาร, ผลบังคับทางกฎหมาย, กองทัพ *-vt.* **forced, forcing** บังคับ, เร่ง, ดัน, ผลักดัน, ข่มขืน, ฝืน, ยัดเยียด, ใช้กำลัง
forced (ฟอร์ซท์) *adj.* ฝืนใจ (-S. artificial)
forceful (ฟอร์ซ' เฟิล) ซึ่งเต็มไปด้วยกำลัง ความแข็งขัน แรง หรือพลัง
force majeure เหตุการณ์ที่คาดไม่ถึง
forceps (ฟอร์' เซิพซ์) *n., pl.* **forceps** คีมคีบ
forcible (ฟอร์' ซะเบิล) *adj.* ซึ่งมีกำลัง, เกี่ยวกับการใช้กำลัง **-forcibly** *adv.* (-S. active)
ford (ฟอร์ด) *n.* บริเวณน้ำตื้นที่ข้ามได้ *-vt.* **forded, fording** ข้ามตรงบริเวณที่น้ำตื้นๆ
fordo, foredo (ฟอร์ดู') *vt.* **-did, -done, -doing** หมดแรงอย่างที่สุด, ทำลาย
fore (ฟอร์, โฟร์) *adj.* ข้างหน้า, ก่อน, แรก *-n.* ส่วนหัว, ส่วนหน้า *-adv.* ข้างหน้า *-prep.* ก่อน
fore- คำอุปสรรค หมายถึง ก่อน, ข้างหน้า
fore and aft จากหัวถึงท้ายเรือ, ตลอดลำเรือ
forearm (ฟอร์อาร์ม') *vt.* **-armed, -arming** ติดอาวุธหรือเตรียมการต่อสู้ล่วงหน้า
forebear, forbear (ฟอร์' แบร์) *n.* บรรพบุรุษ (-S. ancestor, forerunner)
forebode (ฟอร์โบด') *v.* **-boded, -boding** *-vt.* เป็นลาง *-vi.* ทำนาย **-foreboder** *n.*
★**forecast** (ฟอร์' แคซท์) *v.* **-cast/-casted, -casting** *-vt.* พยากรณ์ *-vi.* ทำนาย, คาดคะเน *-n.* การทำนาย, คำทำนาย (-S. (v.) estimate)
forecastle (ฟอร์' แคซเซิล) *n.* ส่วนของหัวเรือ
foreclose (ฟอร์โคลซ') *v.* **-closed, -closing** *-vt.* ขวาง, ป้องกัน, ยึดทรัพย์สินที่นำไปจำนองไว้ *-vi.* กีดกันสิทธิในการไถ่ถอนจำนอง
forecourt (ฟอร์' คอร์ท) *n.* ลานหน้าบ้าน
forefather (ฟอร์' ฟาเธอร์) *n.* บรรพบุรุษ
forefinger (ฟอร์' ฟิงเกอร์) *n.* นิ้วชี้
forefoot (ฟอร์' ฟุท) *n.* ขาหน้าของสัตว์
forefront (ฟอร์' ฟรันท์) *n.* ส่วนหน้าสุด
forego (ฟอร์โก') *vt.* **-went, -gone, -going** มาก่อน, นำหน้า **-foregoer** *n.*
foregoing (ฟอร์โก' อิง) *adj.* ซึ่งกล่าว เขียน หรือพบมาก่อน (-S. above, former)
foreground (ฟอร์' เกราน์ด์) *n.* ส่วนของทัศนียภาพหรือภาพที่อยู่ใกล้ผู้ดูมากที่สุด
forehand (ฟอร์' แฮนด์) *adj.* เกี่ยวกับหน้ามือ (ตีลูกเทนนิส), ซึ่งเกิดขึ้นหรือมีมาก่อน *-n.* การตีลูกหน้ามือ *-adv.* ซึ่งตีด้วยหน้ามือ
★**forehead** (ฟอร์' เฮด) *n.* หน้าผาก
★**foreign** (ฟอ' ริน) *adj.* ต่างประเทศ, ภายนอก, แปลก, ซึ่งไม่คุ้นเคย (-S. alien -A. domestic)
foreign affairs การต่างประเทศ
★**foreigner** (ฟอ' ระเนอร์) *n.* ชาวต่างชาติ
foreknowledge (ฟอร์นอล' ลิจ) *n.* การรู้ล่วงหน้า
foreland (ฟอร์' เลินด์) *n.* แหลม
foreleg (ฟอร์' เลก) *n.* ขาหน้าของสัตว์สี่เท้า
forelock (ฟอร์' ลอค) *n.* ผมหน้าม้า
foreman (ฟอร์' เมิน) *n.* หัวหน้าคนงาน
foremast (ฟอร์' แมซท์) *n.* เสากระโดงหน้าเรือ
foremost (ฟอร์' โมซท์) *adj.* แรกสุด, สำคัญสุด *-adv.* สำคัญที่สุด, หน้าสุด (-S. (adj.) first)
forenoon (ฟอร์' นูน) *n.* เวลาเช้าถึงเที่ยง
forensic (ฟะเรน' ซิค) *adj.* ซึ่งใช้ในศาล
forensic medicine นิติเวชศาสตร์
foreordain (ฟอร์ออร์เดน') *vt.* **-dained, -daining** กำหนดไว้ก่อนแล้ว, ลิขิตไว้แล้ว
forerunner (ฟอร์' รันเนอร์) *n.* บรรพบุรุษ, ผู้มาก่อน, คนก่อน, ผู้นำมา, สัญญาณเตือน
foresee (ฟอร์ซี') *vt.* **-saw, -seen, -seeing** เห็นหรือรู้ล่วงหน้า **-foreseer** *n.* (-S. anticipate)
foreshadow (ฟอร์แชด' โด) *vt.* **-owed, -owing** เป็นลาง (-S. predict, signal)
foresheet (ฟอร์' ชีท) *n.* เชือกที่ใช้ปรับหรือตั้งใบเรือส่วนหน้า
foreshore (ฟอร์' ชอร์) *n.* ส่วนของชายฝั่งที่อยู่ใกล้กับริมน้ำมากที่สุด
foreshorten (ฟอร์ชอร์' เทิน) *vt.* **-ened, -ening** ย่อระยะ, ย่อส่วน
foresight (ฟอร์' ไซท์) *n.* การมองเห็นเหตุการณ์ล่วงหน้า, ความรอบคอบ **-foresighted** *adj.*
foreskin (ฟอร์' สกิน) *n.* หนังหุ้มปลายลึงค์
★**forest** (ฟอ' ริซท์) *n.* ป่า, ดงไม้ทึบ *-vt.* **-ested, -esting** ปลูกต้นไม้ **-forestal, forestial** *adj.*
forestall (ฟอร์สตอล') *vt.* **-stalled, -stalling** ลงมือทำการก่อน, ขัดขวางหรือป้องกัน

A B C D E F G H I J K L M N O P Q R S T U V W X Y Z

forestay (ฟอร์ สเต) *n.* เชือกที่ระโยงจากเสากระโดงหน้าของเรือไปยังหัวเรือ
forester (ฟอ' ริสเตอร์) *n.* คนหรือสัตว์ที่อาศัยอยู่ในป่า, เจ้าหน้าที่ป่าไม้
forestry (ฟอ' ริสตรี) *n.* การป่าไม้
foretaste (ฟอร์ เทซท์) *n.* การเตือนล่วงหน้า *-vt.* **-tasted, -tasting** ชิมลาง
foretell (ฟอร์เทล') *vt.* **-told, -telling** ทาย
forethought (ฟอร์ ธอท) *n.* การเตรียมการหรือการคิดล่วงหน้า, ความรอบคอบสุขุม
★**forever** (ฟอร์เอฟว่' เวอร์) *adv.* ตลอดไป, นิรันดร, ซึ่งไม่สิ้นสุด *-n.* ระยะเวลาที่ยาวนาน
forevermore (ฟอร์เอฟว์เวอร์มอร์') *adv.* ชั่วนิรันดร (-S. always, forever)
forewent (ฟอร์เวนท์') *v.* กริยาช่อง 2 ของ forego
foreword (ฟอร์ เวิร์ด) *n.* คำนำในหนังสือ
forfeit (ฟอร์ ฟิท) *n.* ค่าปรับ, เงินค่าปรับ, สิ่งที่ถูกริบ *-adj.* ซึ่งสูญเสียไปเป็นค่าปรับ *-vt.* **-feited, -feiting** เสียค่าปรับ, ริบ **-forfeiter** *n.*
forfeiture (ฟอร์ ฟิชัวร์) *n.* การยอมเสียค่าปรับ
forfend, forefend (ฟอร์เฟนด์') *vt.* **-fended, -fending** ปกป้อง, ป้องกัน, ห้าม
forgather, foregather (ฟอร์แกธ' เธอร์) *vi.* **-ered, -ering** พบกันโดยบังเอิญ, ชุมนุมกัน
forgave (ฟอร์เกฟว์') *v.* กริยาช่อง 2 ของ forgive
forge (ฟอร์จ, โฟร์จ) *n.* เตาหลอมโลหะ, โรงตีเหล็ก *-v.* **forged, forging** *-vt.* เผาโลหะและนำมาตี, ปลอมแปลง *-vi.* ทำการปลอมแปลง, หลอมโลหะ **-forger** *n.* (-S. (v.) imitate)
forgery (ฟอร์ จะรี) *n., pl.* **-ies** การปลอมแปลง, สิ่งที่ปลอมแปลง
★**forget** (ฟอร์เกท') *v.* **-got, -gotten/-got, -getting** *-vt., vi.* ลืม, ละเลย **-forgetful** *adj.*
forget-me-not (ฟอร์เกท' มีนอท) *n.* ไม้ดอกชนิดหนึ่งมีดอกขนาดเล็กสีน้ำเงิน
★**forgive** (ฟอร์กิฟว์') *v.* **-gave, -given, -giving** *-vt.* ยกโทษ, ยกหนี้ *-vi.* ยอมยกโทษ **-forgivable** *adj.* **-forgiveness** *n.* **-forgiving** *adj.*
forgo, forego (ฟอร์โก') *vt.* **-went, -gone, -going** สละ, ละทิ้ง **-forgoer** *n.*
★**fork** (ฟอร์ค) *n.* ส้อม, คราด, สามง่าม, การแบ่งออกเป็นง่ามและสาขา, ทางแยก, กิ่งก้านสาขา *-v.* **forked, forking** *-vt.* ยก ตัก เสียบ หรือแทงด้วยส้อมหรือคราด, มีลักษณะเป็นง่าม *-vi.* แบ่งหรือแยกออกเป็นง่าม **-forker** *n.*
forked (ฟอร์คท์) *adj.* ซึ่งมีลักษณะคล้ายส้อม
forklift (ฟอร์ค' ลิฟท์) *n.* รถยกของ **-forklift** *v.*
forlorn (ฟอร์ลอร์น') *adj.* ซึ่งถูกทอดทิ้ง, หมดหวัง, น่าสังเวช, เปล่าเปลี่ยว (-S. lonely)
forlorn hope ความหวังอันเลือนราง
★**form** (ฟอร์ม) *n.* ทรวดทรงและโครงสร้างของวัตถุ, รูปร่าง, ประเภท, ระเบียบแบบแผน, รูปแบบ, แบบฟอร์ม, พิธีการ, มารยาท, ความสามารถ, ฝีเท้า, วิธีการ, ขั้น, ระดับ, สัณฐาน, องค์ประกอบ, แบบคำพูด, ขนาด, แบบพิมพ์ *-v.* **formed, forming** *-vt.* เกิดเป็นรูปเป็นร่าง, คิดขึ้นมา, สอน, ฝึก, พัฒนา (นิสัย), จัดเรียง, จัดตั้ง, ผลิต, สร้าง *-vi.* กลายเป็นรูปเป็นร่าง, จัดขึ้น **-formability** *n.* **-formable** *adj.*
★**formal** (ฟอร์ เมิล) *adj.* ตามประเพณี, ตามธรรมเนียม, เป็นพิธีการ, เป็นระเบียบแบบแผน *-n.* ชุดราตรีของผู้หญิง **-formally** *adv.* **-formalness** *n.* **-formalism** *n.*
formaldehyde (ฟอร์แมล' ดะไฮด์) *n.* ก๊าซกลิ่นฉุน ไม่มีสี ใช้ฆ่าเชื้อโรค
formalin (ฟอร์ มะลิน) *n.* สารละลายของฟอร์มัลดีไฮด์ 37 เปอร์เซ็นต์ ใช้เป็นยาฆ่าเชื้อโรค
formality (ฟอร์แมล' ลิที) *n., pl.* **-ties** การปฏิบัติตามกฎหรือประเพณีอย่างเคร่งครัด
format (ฟอร์ แมท) *n.* รูปร่าง ขนาดกระดาษหน้าปกของหนังสือหรือนิตยสาร, แผนการหรือการจัดการทั่วไป, การจัดรูปแบบให้กับแผ่นดิสก์หรือฮาร์ดดิสก์ *-vt.* **-matted, -matting** จัดรูปแบบให้กับแผ่นดิสก์หรือฮาร์ดดิสก์
formation (ฟอร์เม' ชัน) *n.* การสร้าง, สิ่งที่สร้างขึ้น **-formational** *adj.* (-S. development)
formative (ฟอร์ มะทิฟว์) *adj.* ซึ่งช่วยให้เป็นรูปเป็นร่าง, ซึ่งเกี่ยวกับการเจริญเติบโตหรือพัฒนา **-formatively** *adv.* (-S. pliant)
former[1] (ฟอร์ เมอร์) *n.* ผู้สร้าง, เครื่องก่อ
★**former**[2] (ฟอร์ เมอร์) *adj.* ซึ่งเกี่ยวกับอดีต, ในกรณีแรก, สมัยก่อน (-S. antecedent -A. latter)
★**formerly** (ฟอร์ เมอร์ลี) *adv.* สมัยก่อน
formfitting (ฟอร์ม' ฟิททิง) *adj.* รัดรูป
formidable (ฟอร์ มิดะเบิล) *adj.* น่ากลัว, น่าเกรงขาม **-formidably** *adv.* (-S. fearful)
form letter จดหมายที่ทำไว้เป็นแบบอย่าง
formula (ฟอร์ เมียละ) *n., pl.* **-las/-lae** (-ลี) สูตรเคมี, กฎ, ตำรับยา, หลักเกณฑ์, ตำราอาหาร
formulate (ฟอร์ เมียเลท) *vt.* **-lated, -lating** กำหนดสูตรหรือกฎเกณฑ์ **-formulation** *n.*
fornicate (ฟอร์ นิเคท) *vi.* **-cated, -cating**

A B C D E F G H I J K L M N O P Q R S T U V W X Y Z

ลักลอบได้เสียกันก่อนแต่งงาน **-fornicator** *n.*
forsake (ฟอร์เซค') *vt.* **-sook, -saken, -saking** ละทิ้ง, ยกเลิก (-S. abandon, forgo)
forsooth (ฟอร์ซูธ') *adv.* ที่จริง, จริงๆ แล้ว
forswear, foreswear (ฟอร์สแวร์') *v.* **-swore, -sworn, -swearing** *-vt.* สาบานว่าจะเลิก, ให้การเป็นพยานเท็จ *-vi.* สาบานเท็จ
fort (ฟอร์ท) *n.* ป้อมปราการ (-S. camp, fortress)
forte[1] (ฟอร์ท) *n.* ความถนัด (-S. gift, talent)
forte[2] (ฟอร์' เท) *adv., adj.* ให้เล่นดนตรีดังๆ
forth (ฟอร์ธ) *adv.* ไปข้างหน้า, ออกมา, ออกไป, ข้างนอก *-prep.* ออกจาก (-S. (adv.) forward)
forthcoming (ฟอร์ธคัม' มิง) *adj.* ซึ่งใกล้จะถึง, เกี่ยวกับการปรากฏหรือเกิดขึ้น, ซึ่งหาได้ง่าย, สุภาพอ่อนโยน, เป็นมิตร, เปิดเผย
forthright (ฟอร์ธ' ไรท) *adj.* อย่างตรงไปตรงมา *-adv.* อย่างตรงไปตรงมา **-forthrightly** *adv.*
forthwith (ฟอร์ธวิธ') *adv.* ทันที (-S. at once)
fortieth (ฟอร์' ทีอิธ) *n., adv., adj.* อันดับสี่สิบ
fortification (ฟอร์ทะฟิเค' ชัน) *n.* การป้องกัน, การเสริมกำลัง, สิ่งก่อสร้างที่ใช้ป้องกันศัตรู
fortify (ฟอร์' ทะไฟ) *v.* **-fied, -fying** *-vt.* ทำให้แข็งแรง, ป้องกัน, เสริมกำลัง, เพิ่มสมรรถภาพ, ให้กำลังใจ, เสริมวิตามิน *-vi.* สร้างสิ่งป้องกันข้าศึก **-fortifier** *n.* **-fortifiable** *adj.*
fortitude (ฟอร์' ทิทูด) *n.* ความอดทน
★**fortnight** (ฟอร์ท' ไนท) *n.* ช่วงเวลา 14 วัน
FORTRAN (ฟอร์' แทรน) *n.* ภาษาโปรแกรมคอมพิวเตอร์ซึ่งเกิดขึ้นในสมัยแรกๆ
fortress (ฟอร์' ทริซ) *n.* ป้อมปราการ (-S. fort)
fortuitous (ฟอร์ทู' อิเทิซ) *adj.* ซึ่งเกิดขึ้นโดยบังเอิญ, โชคดี **-fortuitously** *adv.*
fortuity (ฟอร์ทู' อิที) *n., pl.* **-ties** เหตุบังเอิญ
★**fortunate** (ฟอร์' ชะนิท) *adj.* โชคดี *-n.* คนโชคดี **-fortunately** *adv.* (-S. (adj.) lucky)
★**fortune** (ฟอร์' เชิน) *n.* โชค, ทรัพย์สมบัติ, ความสำเร็จ, โชคชะตา, เคราะห์กรรม *-v.* **-tuned, -tuning** *-vt.* มอบทรัพย์สมบัติให้ *-vi.* เกิดขึ้นโดยบังเอิญ (-S. (n., v.) chance)
fortuneteller (ฟอร์' เชินเทลเลอร์) *n.* หมอดู
★**forty** (ฟอร์' ที) *n., pl.* **-ties** จำนวนสี่สิบ **-Forties** ทศวรรษที่ 40 **-forty** *adj., pron.*
forty winks (ภาษาพูด) การงีบหลับ
forum (ฟอ' เริ่ม) *n., pl.* **forums/fora** สถานที่ชุมนุม, ศาล, บริเวณจตุรัสหรือตลาดซึ่งเป็นที่สาธารณะของเมืองในสมัยโรมันโบราณ
★**forward** (ฟอร์' เวิร์ด) *adj.* ข้างหน้า, ก้าวหน้า, ล่วงหน้า, กระตือรือร้น, กล้าหาญ, รุนแรง *-adv.* ไปข้างหน้า, ล้ำหน้า, ล่วงหน้า, เด่น, ก้าวหน้า *-n.* ตำแหน่งกองหน้า *-vt.* **-warded, -warding** สนับสนุน **-forwardly** *adv.*
forwarder (ฟอร์' เวอร์เดอร์) *n.* ผู้ส่งของ
★**forwards** (ฟอร์' เวิร์ดซ) *adv.* ข้างหน้า
forwent (ฟอร์เวนท์') *v.* กริยาช่อง 2 ของ forgo
forworn, foreworn (ฟอร์วอร์น') *adj.* เก่า
fossil (ฟอซ' เซิล) *n.* ซากสิ่งมีชีวิตที่ฝังอยู่ในหิน *-adj.* เป็นซากพืชหรือสัตว์ที่ฝังอยู่ในหิน
fossilize (ฟอซ' ซะไลซ) *v.* **-ized, -izing** *-vt.* เปลี่ยนเป็นฟอสซิล *-vi.* กลายเป็นฟอสซิล
foster (ฟอซ' เทอร์) *vt.* **-tered, -tering** เลี้ยงดู, สนับสนุน, อบรม *-adj.* ซึ่งได้รับการเลี้ยงดู
fought (ฟอท) *v.* กริยาช่อง 2 และ 3 ของ fight
foul (เฟาล์) *adj.* **fouler, foulest** เหม็น, เน่า, สกปรก, ซึ่งเปรอะเปื้อน, ชั่วร้าย, เลวทราม, หยาบคาย, ลามก, ซึ่งฝ่าฝืนหรือละเมิดกฎ, พัวพัน, ซึ่งขัดขวางหรืออุดตัน, น่าเกลียด *-n.* การพัวพัน, การอุดตัน, การขัดขวาง *-adv.* หยาบคาย, ผิดกฎ, สกปรก *-v.* **fouled, fouling** *-vt.* ทำให้สกปรกเปรอะเปื้อน, ทำให้เสื่อมเสียเกียรติยศ, ขัดขวาง, พันกัน, ทำผิดกฎหรือกติกา *-vi.* ทำผิดกฎหรือกติกา, เปรอะเปื้อน, พันกัน, ขัดขวางหรืออุดตัน **-foully** *adv.* **-foulness** *n.*
foul-mouthed (เฟาล์' เมาธ์ด์) *adj.* ปากร้าย
found[1] (เฟานด์) *vt.* **founded, founding** วางรากฐาน, ก่อตั้ง, สร้าง (-S. create, establish)
found[2] (เฟานด์) *vt.* **founded, founding** หลอม (โลหะ), หล่อ
found[3] (เฟานด์) *v.* กริยาช่อง 2 และ 3 ของ find
★**foundation** (เฟานด' ชัน) *n.* พื้นฐาน, การสร้างรากฐาน, การก่อตั้ง, มูลนิธิ, เครื่องสำอางที่ใช้รองพื้นก่อนแต่งหน้า **-foundational** *adj.*
founder[1] (เฟาน' เดอร์) *v.* **-dered, -dering** *-vi.* จม, ล้มละลาย *-vt.* ทำให้จม หรือล้มละลาย
founder[2] (เฟาน' เดอร์) *n.* ผู้ก่อตั้ง, ผู้สร้าง
foundling (เฟานด์' ลิง) *n.* เด็กที่ถูกทอดทิ้ง
foundry (เฟาน' ดรี) *n., pl.* **-dries** โรงหล่อ, ทักษะในการหล่อ, กระบวนการหล่อ, โลหะหล่อ
fount (เฟานท์) *n.* น้ำพุ, จุดหรือแหล่งกำเนิด
★**fountain** (เฟาน' เทิน) *n.* น้ำพุ, จุดหรือแหล่งกำเนิด *-vi., vt.* **-tained, -taining** ไหลหรือทำให้ไหลออกมาเป็นสายคล้ายน้ำพุ
fountainhead (เฟาน' เทินเฮด) *n.* แหล่งน้ำ

A B C D E F G H I J K L M N O P Q R S T U V W X Y Z

fountain pen ปากกาหมึกซึม

★**four** (ฟอร์, โฟร์) *n., adj., pron.* เลข 4

four-poster (ฟอร์' โพ' สเตอร์) *n.* เตียงสี่เสา

fourscore (ฟอร์' สกอร์') *adj.* แปดสิบ

foursome (ฟอร์' เซิม) *n.* กลุ่มที่มีสี่คนหรือสี่อัน, กีฬาหรือเกมที่ใช้คนเล่นสี่คน

foursquare (ฟอร์' สแกวร์') *adj.* ซึ่งมีด้านและมุมทั้งสี่เท่ากัน *-adv.* อย่างยุติธรรม

★**fourteen** (ฟอร์ทีน') *n.* เลข 14, กลุ่มที่มีสิบสี่คน, สิ่งที่มีสิบสี่ส่วน **-fourteen** *adj., pron.*

fourteenth (ฟอร์ทีนธ์') *n., adv., adj.* อันดับสิบสี่

fourth (ฟอร์ธ, โฟร์ธ) *n.* อันดับสี่, หนึ่งในสี่ส่วนที่เท่ากัน **-Fourth** วันที่ 4 กรกฎาคม (วันชาติสหรัฐอเมริกา) **-fourth** *adv., adj.*

fourth estate นักหนังสือพิมพ์, ฐานันดรสี่

fowl (เฟาล์) *n., pl.* **fowl/fowls** สัตว์ปีกพวกเป็ด ไก่, เนื้อของสัตว์ดังกล่าว *-vi.* **fowled, fowling** ล่าหรือยิงสัตว์ปีก **-fowler** *n.*

★**fox** (ฟอคซ์) *n., pl.* **foxes/fox** สุนัขจิ้งจอก, คนเจ้าเล่ห์, ดาบ, (คำสแลง) คนหนุ่มที่มีเสน่ห์ *-v.* **foxed, foxing** *-vt.* หลอกลวง, ทำให้สับสน, มึนเมา *-vi.* หลอกลวง

fox

foxhound (ฟอคซ์' เฮาน์ด์) *n.* สุนัขพันธุ์หนึ่งที่ใช้ล่าสุนัขจิ้งจอก

foxtrot (ฟอคซ์' ทรอท) *vi.* **-trotted, -trotting** เต้นรำแบบหนึ่ง *-n.* การเต้นรำแบบหนึ่ง

foxy (ฟอค' ซี่) *adj.* **-ier, -iest** ฉลาดแกมโกง, คล้ายสุนัขจิ้งจอก, (สี) น้ำตาลแดง

foyer (ฟอย' เออร์) *n.* ลอบบี้ของโรงแรมหรือโรงภาพยนตร์ (-S. anteroom, lobby)

fracas (เฟร' เคิซ) *n.* การต่อสู้หรือทะเลาะกันด้วยเสียงอึกทึก (-S. brawl, quarrel)

fraction (แฟรค' ชัน) *n.* เศษส่วน, ชิ้นเล็กชิ้นน้อย, ส่วนน้อย, จำนวนน้อย **-fractional** *adv.*

fractional currency เงินปลีก, เงินย่อย

fractious (แฟรค' เชิซ) *adj.* ดื้อ, ขี้โมโห

fracture (แฟรค' เชอร์) *n.* การแตก, การแยก, กระดูกหัก, รอยร้าวในกระดูกหรือหิน *-v.* **-tured, -turing** *-vt.* ทำให้ร้าว, ทำให้แตก *-vi.* แตกร้าว

fragile (แฟรจ' เจิล) *adj.* แตกง่าย, เปราะ, อ่อนแอ **-fragilely** *adv.* (-S. brittle, delicate)

fragment (แฟรก' เมินท์) *n.* ส่วนที่ยังไม่สมบูรณ์, เศษหรือส่วนเล็กๆ ที่หลุดหรือแตกออกมา *-v.* **-mented, -menting** *-vt.* แตกหรือแยกออกมาเป็นชิ้นเล็กๆ *-vi.* แตกออกเป็นเศษหรือส่วนเล็กๆ

fragmentary (แฟรก' เมินเทอรี) *adj.* ซึ่งประกอบด้วยชิ้นส่วนที่ไม่ปะติดปะต่อกัน

fragmentation (แฟรกเมินเท' ชัน) *n.* การแตกออกเป็นเศษหรือเป็นชิ้นๆ

fragrance (เฟร' เกรินซ์) *n.* กลิ่นหอม, ความหอม **-fragrant** *adj.* (-S. aroma, scent)

frail (เฟรล) *adj.* **frailer, frailest** อ่อนแอ, บอบบาง, แตกง่าย, ใจอ่อน **-frailly** *adv.*

frambesia (แฟรมบี' ฌะ) *n.* โรคคุฏฐัง

★**frame** (เฟรม) *v.* **framed, framing** *-vt.* สร้าง, วางแผน, ล้อม, (ตี) กรอบ, กำหนด, ร่าง, ใส่กรอบ, คิด, ปรับ *-vi.* ดำเนินไป, จัดการ *-n.* โครงสร้าง, โครงร่าง, กรอบรูป, ร่างกายของมนุษย์หรือสัตว์, โครงสร้างหรือระบบทั่วไป, กรอบแว่น, ภาพถ่ายแต่ละภาพในม้วนฟิล์ม, กรอบหน้าต่างหรือประตู, เค้าโครง (-S. (v.) build)

frame-up (เฟรม' อัพ) *n.* การใส่ความ

★**framework** (เฟรม' เวิร์ค) *n.* โครงร่าง, โครงสร้าง, นั่งร้าน, เค้าโครง, กรอบ (-S. skeleton)

franchise (แฟรน' ไชซ์) *n.* สิทธิในการออกเสียงเลือกตั้ง, การอนุญาตให้ขายสินค้าหรือบริการของบริษัทในพื้นที่เฉพาะ *-vt.* **-chised, -chising** อนุญาตให้ขายสินค้าหรือบริการในพื้นที่เฉพาะ

frank (แฟรงค์) *adj.* **franker, frankest** เปิดเผย, จริงใจ, ตรงไปตรงมา *-vt.* **franked, franking** ประทับตรายกเว้นการเสียค่าแสตมป์, ส่งไปรษณีย์โดยไม่คิดมูลค่า, อนุญาตให้ผ่านได้อย่างเสรี *-n.* เครื่องหมายหรือลายเซ็นที่อยู่บนซองจดหมายเพื่อแสดงว่าไม่ต้องชำระค่าไปรษณียากร, ซองจดหมายที่ไม่ต้องชำระค่าไปรษณียากร **-frankly** *adv.* **-frankness** *n.* (-S. (adj.) candid)

frankfurter (แฟรงค์' เฟอร์เทอร์) *n.* ไส้กรอกเนื้อวัว, ไส้กรอกเนื้อวัวผสมเนื้อหมู

frankincense (แฟรง' คินเซนซ์) *n.* กำยาน

frantic (แฟรน' ทิค) *adj.* บ้า, เสียสติ, คลั่ง **-frantically** *adv.* **-franticness** *n.* (-S. mad)

fraternal (ฟระเทอร์' เนิล) *adj.* เกี่ยวกับพี่ชายหรือน้องชาย, ซึ่งแสดงถึงความเป็นมิตร, เป็นแฝดที่เกิดจากไข่คนละใบ **-fraternally** *adv.*

fraternity (ฟระเทอร์' นิที) *n., pl.* **-ties** กลุ่มคนที่มีความเชื่อ ความสนใจเหมือนกัน, ความเป็นพี่ชายหรือน้องชาย, องค์การของนักศึกษาชายในวิทยาลัยหรือมหาวิทยาลัย (-S. club)

fraternize (แฟรท' เทอร์ไนซ์) *vi.* **-nized, -nizing** เข้าไปคบหาสมาคมเป็นเพื่อนหรือพี่น้อง

A B C D E F G H I J K L M N O P Q R S T U V W X Y Z

Frau (เฟรา) *n., pl.* **Frauen** (เฟรา' เอิน) นาง, คำนำหน้าชื่อสกุลหรือตำแหน่งหญิงเยอรมัน
fraud (ฟรอด) *n.* การโกง, คนขี้ฉ้อ (-S. cheat)
fraudulent (ฟรอ' จะเลินท์) *adj.* ซึ่งได้มาด้วยการโกง, ซึ่งฉ้อฉล **-fraudulently** *adv.*
fraught (ฟรอท) *adj.* ทุกข์ร้อน, เป็นกังวล
Fräulein (ฟรอย' ไลน์) *n., pl.* **Fräulein** คำนำหน้าชื่อหญิงเยอรมันที่ยังไม่แต่งงาน
fray[1] (เฟร) *n.* การทะเลาะวิวาท, การต่อสู้
fray[2] (เฟร) *v.* **frayed, fraying** *-vt.* ทำให้ตึงเครียด, ทำให้ชายผ้าลุ่ย *-vi.* ทำให้ลุ่ยตามขอบ
freak (ฟรีค) *n.* ความคิดที่แปลกประหลาด, สัตว์คนหรือพืชที่ผิดปกติ, (คำสแลง) ผู้ติดยาเสพย์ติด *-vi., vt.* **freaked, freaking** (คำสแลง) ประสาทหลอนจากการเสพย์ยา (-S. (n.) oddity)
freakish (ฟรี' คิช) *adj.* แปลกประหลาด
freckle (เฟรค' เคิล) *n.* จุดสีน้ำตาลเล็กๆ บนผิวหนัง, กระ *-vt., vi.* **-led, -ling** เป็นกระ
★**free** (ฟรี) *adj.* **freer, freest** อิสระ, เสรี, เป็นเอกราช, ไม่ผูกพันกับอะไร, ไม่ถูกจำกัดโดยธรรมเนียมหรือประเพณี, ว่าง, หลวม, ซึ่งยกเว้น, ไม่คิดมูลค่า, ไม่ถูกขัดขวาง, เปิดเผย, สมัครใจ, ไม่ได้ถูกใช้หรือถูกครอบครอง, ปราศจาก, ไม่มีกฎเกณฑ์หรือพิธีรีตอง, ไม่ติดอยู่กับที่, ฟุ่มเฟือย, ซึ่งล่วงเกินหรือถือวิสาสะ, สะดวกหรือคล่องแคล่ว, ไม่มีครอบครัว *-adv.* ไม่คิดมูลค่า, ไม่มีพิธีรีตอง *-vt.* **freed, freeing** ทำให้เป็นอิสระ, ขจัด **-for free** (ภาษาพูด) ไม่คิดมูลค่า **-freely** *adv.* **-freeness** *n.* (-S. (adj., adv.) gratis)
free alongside ship (ผู้ซื้อ) ไม่ต้องเสียค่าขนส่งเองจนถึงจุดที่ขนสินค้าขึ้นเรือ
freeboard (ฟรี' บอร์ด) *n.* ข้างเรือที่พ้นน้ำขึ้นมา, ระยะจากกราบเรือลงไปจนถึงระดับน้ำ
freeboot (ฟรี' บูท) *vi.* **-booted, -booting** ปล้น **-freebooter** *n.*
★**freedom** (ฟรี' เดิม) *n.* ความเป็นอิสระ, สิทธิของพลเมือง, การได้รับการยกเว้น, ความเป็นกันเอง, อภิสิทธิ์, ความเปิดเผย, ความสมัครใจ, ความสะดวกในการเคลื่อนไหวหรือเคลื่อนที่
free-for-all (ฟรี' เฟอรอล) *n.* การต่อสู้หรือการแข่งขันที่เปิดโอกาสให้คนทั่วไปได้มีส่วนร่วม
freehand (ฟรี' แฮนด์) *adj.* ซึ่งวาดด้วยมือเปล่าไม่ต้องใช้เครื่องมือช่วย **-freehand** *adv.*
free hand ความมีอิสระที่จะทำหรือตัดสินใจในสิ่งที่เห็นว่าเหมาะสม
freehanded (ฟรี' แฮน' ดิด) *adj.* ใจกว้าง
freelance, free lance (ฟรี' แลนซ์) *n.* บุคคลที่ทำงานอิสระไม่ได้เป็นลูกจ้างประจำ
free love การมีความสัมพันธ์ทางเพศกันโดยไม่ได้แต่งงาน
freeman (ฟรี' เมิน) *n.* ผู้ที่เป็นอิสระไม่ใช่ทาส
free market ตลาดเสรี
free on board ผู้ขายเสียค่าขนส่งจนถึงรถ เรือหรือเครื่องบิน
free port ท่าเรือที่ไม่เก็บค่าภาษีศุลกากร
freestyle (ฟรี' สไตล์) *n.* การแข่งขันว่ายน้ำที่ไม่จำกัดท่า
freethinker (ฟรี' ธิง' เคอร์) *n.* คนนอกรีต
free trade การค้าระหว่างประเทศที่ได้รับการยกเว้นภาษีศุลกากร **-free trader** *n.*
free verse บทกวีที่ไม่ยึดหลักฉันทลักษณ์
freeway (ฟรี' เว) *n.* ถนนที่ไม่จำกัดความเร็ว
freewheel (ฟรี' ฮวีล', -วีล') *vi.* **-wheeled, -wheeling** หมุนอย่างต่อเนื่องหลังจากไม่ได้ทำการขับเคลื่อนแล้ว
freewill (ฟรี' วิล') *adj.* อย่างสมัครใจ
★**freeze** (ฟรีซ) *v.* **froze, frozen, -freezing** *-vi.* เปลี่ยนจากของเหลวไปเป็นของแข็ง, ทำให้เป็นน้ำแข็ง, ติดแน่นเพราะเกิดเป็นน้ำแข็งขึ้น, ฆ่าด้วยความเย็น, ตกตะลึง, แข็งตัว, รู้สึกเย็นจัด, กลายเป็นความเย็นชาหรือไม่เป็นมิตร, ยึดมั่น *-vt.* เปลี่ยนเป็นน้ำแข็ง, ทำให้แข็งตัว, ปกคลุมไปด้วยน้ำแข็ง, ถนอมอาหารด้วยความเย็น, ฆ่าหรือทำร้ายด้วยความเย็น, ทำให้หนาวหรือเย็นจัด, ทำให้หยุดนิ่งเนื่องจากช็อกหรือกลัว, ทำให้หนาวสะท้านเนื่องจากการกระทำที่เย็นชา, หยุดการเคลื่อนไหวหรือความเป็นไป, ห้ามผลิตหรือห้ามใช้อีกต่อไป, ตรึงราคาหรือค่าจ้าง, ทำให้ชา *-n.* สภาวะที่เย็นจนเป็นน้ำแข็ง, ภาวะอากาศที่หนาวเย็นมาก, น้ำค้างแข็ง, การตรึงราคา **-freezable** *adj.* (-S. (n., v.) chill)
freezer (ฟรี' เซอร์) *n.* ตู้เย็นหรือห้องเย็นขนาดใหญ่สำหรับเก็บอาหาร, ช่องแช่แข็งในตู้เย็น
freezing point จุดเยือกแข็ง
freight (เฟรท) *n.* วิธีการหรือการบริการส่งสินค้าโดยทางเรือ รถ หรืออากาศ, การขนส่งสินค้า, ค่าขนส่งหรือค่าระวาง, รถไฟที่ใช้ขนส่งสินค้าโดยเฉพาะ, สินค้าที่ทำการส่ง *-vt.* **freighted, freighting** ขนส่งสินค้า, บรรทุก (-S. (n.) cargo)
freightage (เฟร' ทิจ) *n.* การขนส่งสินค้า
freighter (เฟร' เทอร์) *n.* เรือบรรทุกสินค้า, เครื่องบินบรรทุกสินค้า, ผู้ส่งสินค้า
French (เฟรนช์) *n.* ภาษาฝรั่งเศส, ชาวฝรั่งเศส

A B C D E F G H I J K L M N O P Q R S T U V W X Y Z

French bread ขนมปังที่ทำด้วยแป้งขาว มีลักษณะเป็นก้อนยาว ผิวนอกกรอบแข็ง
French leave การจากไปอย่างผลุนผลัน
French letter (คำสแลง) ถุงยางอนามัย
frenzy (เฟรน' ซี) *n., pl.* **-zies** ความตื่นเต้นมาก, ความบ้าคลั่ง *-vt.* **-zied, -zying** บ้าคลั่ง
frequency (ฟรี' เควินซี) *n., pl.* **-cies** ความถี่
★**frequent** (ฟรี' เควินท) *adj.* บ่อย, ถี่, เป็นนิสัย *-vt.* **-quented, -quenting** เยี่ยมบ่อย, ไปบ่อย
frequently (ฟรี' เควินท์ลี) *adv.* บ่อย, ถี่
fresco (เฟรซ' โค) *n., pl.* **-coes/-cos** ศิลปะหรือเทคนิคในการวาดภาพสีน้ำบนผนังหรือเพดานในขณะที่ปูนยังเปียกอยู่
★**fresh** (เฟรช) *adj.* **fresher, freshest** ใหม่, แปลก, แตกต่าง, สด, ไม่มีเกลือ, ไม่ใช่ของดอง, ไม่ได้แช่แข็งหรือบรรจุกระป๋อง, บริสุทธิ์, สะอาด, สดๆ ร้อนๆ, สว่างและชัดเจน, เพิ่งมาถึง, ไม่มีประสบการณ์, กระฉับกระเฉง, สดชื่น *-adv.* เมื่อเร็วๆ นี้, ใหม่ *-n.* กระแสน้ำจืดที่ไหลลงสู่น้ำเค็ม, กระแสน้ำที่ไหลท่วมอย่างกะทันหัน **-freshly** *adv.* **-freshness** *n.* (**-S.** (adj.) clear)
freshen (เฟรช' เชิน) *v.* **-ened, -ening** *-vi.* สดชื่น, ลดความเค็ม *-vt.* ทำให้สดชื่น, ทำให้บริสุทธิ์, ทำให้กระฉับกระเฉง **-freshener** *n.*
freshman (เฟรช' เมิน) *n.* นักเรียนหรือนักศึกษาในชั้นปีที่ 1 ของโรงเรียน วิทยาลัยหรือมหาวิทยาลัย, ผู้เริ่มหัดใหม่, ผู้เริ่มต้น
freshwater (เฟรช' วอเทอร) *adj.* ซึ่งอาศัยอยู่ในน้ำจืด, ซึ่งอยู่ห่างทะเล, ซึ่งประกอบด้วยน้ำจืด
fret[1] (เฟรท) *v.* **fretted, fretting** *-vt.* เซาะ, ชะ, กัด, ทำให้รบกวนหรือรำคาญ *-vi.* เป็นกังวล, กัดกร่อน, แทะด้วยฟัน *-n.* การกัดกร่อน, ความรำคาญ, ความกังวล, รูที่เกิดจากการกัดเซาะ
fret[2] (เฟรท) *n.* นมหรือสะพานของเครื่องดนตรี
fret[3] (เฟรท) *n.* ลายประแจจีน *-vt.* **fretted, fretting** ประดับด้วยลวดลายดังกล่าว
fretful (เฟรท' เฟิล) *adj.* ขี้หงุดหงิด, กลัดกลุ้ม
friable (ไฟร' อะเบิล) *adj.* เปราะ, ร่วน
friar (ไฟร' เออร) *n.* พระในนิกายโรมันคาทอลิก
fricassee (ฟริคคะซี') *n.* (เนื้อ เป็ด ไก่) ตุ๋น
friction (ฟริค' ชัน) *n.* การเสียดสีกันระหว่างวัตถุ, ความขัดแย้ง, แรงเสียดทาน **-frictional** *adj.*
★**Friday** (ไฟร' ดี, -เด) วันศุกร์
fridge (ฟริจ) *n.* (ภาษาพูด) ตู้เย็น
fried (ไฟรด) *v.* กริยาช่อง 2 และ 3 ของ fry
★**friend** (เฟรนด) *n.* เพื่อน, พวกพ้อง, คนรู้จัก, ผู้สนับสนุน, ผู้ช่วยเหลือ *-vt.* **friended, friending** ตีสนิท **-friendship** *n.*
★**friendly** (เฟรนด' ลี) *adj.* **-lier, -liest** เกี่ยวกับความเป็นเพื่อน, อบอุ่น, สะดวกสบาย, ซึ่งให้ความสนับสนุนหรือช่วยเหลือ *-adv.* ซึ่งเป็นมิตร
frier (ไฟร' เออร) *n.* ดู fryer
fries (ไฟรซ) *v.* กริยาเอกพจน์บุรุษที่ 3 ของ fry
frieze[1] (ฟรีซ) *n.* ลวดลายที่ทำเป็นแถบยาวติดรอบผนังห้องด้านบน, ลายสลักใต้ชายคา
frieze[2] (ฟรีซ) *n.* ผ้าสักหลาดที่มีขนข้างเดียว
frigate (ฟริก' กิท) *n.* เรือรบของอเมริกาที่มีขนาดใหญ่กว่าเรือพิฆาตแต่เล็กกว่าเรือลาดตระเวน
fright (ไฟรท) *n.* ความกลัว, ความตื่นตกใจ *-vt.* **frighted, frighting** กลัว (**-S.** (n., v. fear)
★**frighten** (ไฟร' เทิน) *v.* **-ened, -ening** *-vt.* เต็มไปด้วยความกลัว, ข่มขู่ *-vi.* กลายเป็นความกลัวเกรง **-frightener** *n.* (**-S.** shock, terrify)
frigid (ฟริจ' จิด) *adj.* หนาวเย็นมาก, เย็นชา **-frigidity** *n.* **-frigidly** *adv.* (**-S.** cold, formal)
frill (ฟริล) *n.* จีบย่นหรือจีบใหญ่ที่ติดตามชายผ้า, ครุย, ฝอย, ขนรอบคอนก *-v.* **frilled, frilling** *-vt.* ทำจีบ, ทำชายครุย *-vi.* เป็นรอยย่นตามขอบ
fringe (ฟรินจ) *n.* การตกแต่งขอบด้วยชายครุยหรือพู่, ผมหรือขนที่เป็นขอบ, ขอบ, ริม, รอบนอก, การกุ้นหรือขลิบริม *-vt.* **fringed, fringing** ใส่ชายครุยหรือพู่ **-fringy** *adj.*
fringe benefit ผลประโยชน์ของลูกจ้างนอกเหนือจากเงินเดือนหรือค่าจ้าง เช่น เบี้ยบำนาญ วันพักร้อน หรือการประกัน
frippery (ฟริพ' พะรี) *n., pl.* **-ies** การโอ้อวด, สิ่งเล็กน้อยหรือไม่สำคัญ
frisk (ฟริซค) *v.* **frisked, frisking** *-vi.* กระโดดโลดเต้นอย่างสนุกสนาน *-vt.* ค้นตัวหาของที่ซุกซ่อน *-n.* การกระโดดโลดเต้นด้วยความสนุกสนาน, การค้นตัว **-frisker** *n.* (**-S.** (n., v.) gambol)
frisky (ฟริซ' คี) *adj.* **-ier, -iest** สนุกสนานร่าเริง **-friskily** *adv.* **-friskiness** *n.* (**-S.** lively)
fritter (ฟริท' เทอร) *vt.* **-tered, -tering** ทำให้เสียเวลาหรือเงินทองไปโดยเปล่าประโยชน์
frivolous (ฟริฟว' วะเลิซ) *adj.* มีค่าเล็กน้อย, ไม่จริงจัง **-frivolously** *adv.* (**-S.** idle, silly)
frizz[1] (ฟริซ) *vt., vi.* **frizzed, frizzing** ทำให้หยิก งอ หรือเป็นลอน *-n.* สภาพที่เป็นลอนหยิก
frizz[2] (ฟริซ) *v.* **frizzed, frizzing** *-vt.* ทอดหรือเผาแล้วเกิดเสียงดังแฉ่หรือดังเปรี๊ยะ *-vi.* ทำให้เกิดเสียงดังแฉ่หรือดังเปรี๊ยะขณะทอด
frizzle[1] (ฟริซ' เซิล) *v.* **-zled, -zling** *-vt.* ทอดจนกระทั่งกรอบและม้วนงอ, เผาไหม้หรือจี้ด้วย

ความร้อน *-vi.* ทอดหรือจี่ให้เกิดเสียงดังฉ่า
frizzle[2] (ฟริซ' เซิล) *vt., vi.* **-zled, -zling** ทำให้เป็นลอนเล็กแน่น *-n.* ผมที่เป็นลอนเล็กแน่น
frizzly (ฟริซ' ลี) *adj.* **-zlier, -zliest** หยิก
frizzy (ฟริซ' ซี) *adj.* **-zier, -ziest** เป็นลอน, หยิกเป็นฝอย **-frizzily** *adv.* **-frizziness** *n.*
fro (โฟร) *adj.* ถอย, จาก **-to and fro** ไปๆ มาๆ
frock (ฟรอค) *n.* ชุดกระโปรงติดกัน, เสื้อคลุมตัวยาวที่บาทหลวงใส่, เสื้อคลุมยาวใส่กันเปื้อน
frock coat เสื้อโค้ตหรือเสื้อสูทของผู้ชายที่มีความยาวถึงเข่า
★**frog** (ฟรอก) *n.* กบ, ห่วงเชือกคล้องกระดุมเสื้อ, ห่วงที่ติดกับเข็มขัดเพื่อแขวนเครื่องมือหรืออาวุธ
frogman (ฟรอก' แมน) *n.* นักประดาน้ำ
frolic (ฟรอล' ลิค) *n.* ความรื่นเริง, การเล่นสนุกหรือตลก *-vi.* **-icked, -icking** เล่นสนุกสนาน *-adj.* รื่นเริง **-frolicker** *n.* (-S. (v., n.) gambol)
★**from** (ฟรอม) *prep.* จาก, ห่างจาก, นับจาก, ตั้งแต่, เนื่องจาก, แทนที่, แยกจาก **-from time to time** บางครั้งบางคราว
frond (ฟรอนด์) *n.* ใบเฟิน **-fronded** *adj.*
★**front** (ฟรันท์) *n.* หน้า, ด้านหน้า, แถว (แนว) หน้า, หน้าผาก, ข้างหน้า, การเผชิญหน้า, แนวรบ, การเริ่มต้น, สีหน้า, ส่วนที่สำคัญที่สุด, สถานการณ์เฉพาะหน้า *-adj.* เกี่ยวกับส่วนหน้าหรือข้างหน้า *-v.* **fronted, fronting** *-vt.* เผชิญหน้า, อยู่ด้านหน้า, หันหน้าไปทาง, รับมือ *-vi.* หันหน้าไปทาง **-in front of** ก่อน, ข้างหน้า **-frontal** *adj.* (-S. (n., adj., v.) head)
frontage (ฟรัน' ทิจ) *n.* ที่ว่างหน้าบ้าน
★**frontier** (ฟรัน' เทียร์) *n.* พรมแดน, ชายแดน, ขอบเขต, พื้นที่ที่ยังไม่มีการพัฒนา (-S. edge)
frontispiece (ฟรัน' ทิสปีซ) *n.* ภาพที่อยู่ตรงข้ามหน้าปกในของหนังสือ
★**frost** (ฟรอซท์) *n.* ผลึกหรือเกล็ดน้ำแข็งเล็กๆ, การกลายเป็นน้ำแข็ง, กิริยาที่เยือกเย็นหรือเย็นชา, น้ำค้างหรือไอน้ำที่กลายเป็นน้ำแข็ง *-v.* **frosted, frosting** *-vt.* ปกคลุมด้วยน้ำค้างแข็ง, ฆ่าหรือทำอันตรายด้วยความเย็นจัด, ตกแต่งหรือโรยด้วยน้ำตาลผงสีขาวละเอียด *-vi.* ถูกปกคลุมด้วยน้ำแข็ง (-S. (n., v.) freeze)
frostbite (ฟรอซท' ไบท์) *n.* การที่ผิวหนังหรือเนื้อเยื่อถูกทำลายจากความเย็นจัดเป็นเวลานาน
frosting (ฟรอ' สติง) *n.* น้ำตาลสีขาวที่ใช้โรยหน้าขนม, กระจกหรือโลหะที่ผิวหน้าไม่เรียบ
frosty (ฟรอ' สตี) *adj.* **-ier, -iest** หนาวจนน้ำแข็ง, ซึ่งปกคลุมไปด้วยน้ำแข็ง, มีท่าทางเย็นชา, เป็นสีขาวเงิน **-frostily** *adv.*
froth (ฟรอธ) *n.* ฟอง, ฟองน้ำลาย, สิ่งที่ไม่สำคัญ *-vt.* **frothed, frothing** ปกคลุมด้วยฟอง
frothy (ฟรอ' ธี) *adj.* **-ier, -iest** ซึ่งปกคลุมด้วยฟอง, ไม่เอาจริงเอาจัง **-frothily** *adv.*
froufrou, frou-frou (ฟรู' ฟรู) *n.* เสื้อผ้าหรือเครื่องประดับที่หรูหรา, เสียงแพรสีกัน
★**frown** (เฟราน์) *v.* **frowned, frowning** *-vi.* มองถมึงทึง, ขมวดคิ้วเมื่อไม่พอใจหรือใช้ความคิด, ทำหน้านิวคิ้วขมวด *-vt.* แสดงความไม่ชอบใจด้วยการขมวดคิ้ว *-n.* การขมวดคิ้วในขณะใช้ความคิดหรือเมื่อไม่พอใจ, อาการหน้านิวคิ้วขมวด **-frowner** *n.* (-S. (v., n.) scowl)
frowzy, frowsy (เฟรา' ซี) *adj.* **-zier, -ziest/ -sier, siest** มีกลิ่นอับ, ยุ่งเหยิง, สกปรก
froze (โฟรซ) *v.* กริยาช่อง 2 ของ freeze
frozen (โฟร' เซิน) *v.* กริยาช่อง 3 ของ freeze *-adj.* ซึ่งปกคลุมไปด้วยน้ำแข็ง, หนาวมาก, ซึ่งเก็บรักษาไว้โดยใช้ความเย็นจัด, ซึ่งแสดงออกถึงความไม่เป็นมิตร, เย็นชา, ซึ่งเคลื่อนไหวไม่ได้, ซึ่งได้รับอันตรายเนื่องจากความเย็นจัด, ซึ่งอยู่ในระดับเดิมหรือตำแหน่งเดิม
fructify (ฟรัค' ทะไฟ) *v.* **-fied, -fying** *-vt.* ทำให้อุดมสมบูรณ์, ทำให้เกิดผล *-vi.* ออกผล
fructose (ฟรัค' โทซ) *n.* น้ำตาลที่พบในผลไม้และน้ำผึ้ง
frugal (ฟรู' เกิล) *adj.* ประหยัด, มีราคาถูก
★**fruit** (ฟรูท) *n., pl.* **fruit/ fruits** ผล, ผลไม้, พืชผล, ผลิตผล, ผลลัพธ์, บุตร *-vi., vt.* **fruited, fruiting** ออกผล

fruit

fruitful (ฟรูท' เฟิล) *adj.* ซึ่งออกผล, อุดมสมบูรณ์, มีบุตรมาก, มีกำไรดี **-fruitfully** *adv.* **-fruitfulness** *n.*
fruition (ฟรูอิช' ชัน) *n.* ความสมปรารถนา, การได้ผล, การออกผล (-S. attainment, fulfilment)
fruity (ฟรู' ที) *adj.* **-ier, -iest** เกี่ยวกับผลไม้
frump (ฟรัมพ์) *n.* เด็กหรือหญิงสาวที่ดูเรียบๆ
frumpish (ฟรัม' พิช) *adj.* ธรรมดา, เรียบๆ
frustrate (ฟรัซ' เทรท) *vt.* **-trated, -trating** ขัดขวาง, ทำให้ท้อใจหรือพ่ายแพ้ **-frustrated** *adj.*
★**fry**[1] (ไฟร) *vt., vi.* **fried, frying** ทอด *-n., pl.* **fries** งานเลี้ยงที่มีการทอดอาหารกิน, อาหารทอด
fry[2] (ไฟร) *n. pl.* ลูกปลา, ลูกๆ, เด็กเล็กๆ
fuchsin, fuchsine (ฟิวค์' ซิน, -ซิน; -ซีน) *n.* สีแดงม่วงสำหรับย้อมผ้าหรือหนังสัตว์

A B C D E F G H I J K L M N O P Q R S T U V W X Y Z

fuck (ฟัค) *v.* **fucked, fucking** *-vi.* ร่วมเพศ, (คำสแลง) เสือก *-vt.* ร่วมเพศกับ, (คำสแลง) เอาเปรียบหรือหลอกลวง *-n.* (คำสแลง) ผู้ที่ถูกร่วมเพศ บุคคลที่น่ารังเกียจ, การร่วมเพศ *-interj.* (คำสแลง) คำอุทานที่เกิดจากความโกรธ

fucking (ฟัค' คิ่ง) *adj., adv.* (คำสแลง) ระยำ

fuddle (ฟัด' เดิล) *v.* **-dled, -dling** *-vt.* ทำให้งง, ทำให้ยุ่ง, ทำให้มึนเมา *-vi.* เมา

fudge (ฟัจ) *n.* ความไร้สาระ, การหลอกลวง *-vt., vi.* **fudged, fudging** หลอกลวง

★**fuel** (ฟิว' เอิล) *n.* เชื้อเพลิง, สิ่งที่กระตุ้นหรือค้ำจุนให้เกิดการทำงานหรืออารมณ์ *-v.* **-eled, -eling/-elled, -elling** *-vt.* ใส่เชื้อเพลิง, การทำงาน, สนับสนุน *-vi.* ได้เชื้อเพลิง

fuel cell อุปกรณ์ที่เปลี่ยนพลังงานเคมีไปเป็นพลังงานไฟฟ้า

fugitive (ฟิว' จิทิฟว) *adj.* ซึ่งผ่านพ้นไปอย่างรวดเร็ว, ซึ่งหลบหนี, เข้าใจยาก, ซึ่งเปลี่ยนแปลงได้, ร่อนเร่, ไม่ยืนยาว, สูญหายได้ *-n.* ผู้หลบหนี, สิ่งที่ไม่จีรัง (**-S.** (n.) refugee)

fulcrum (ฟุล' เคริม) *n., pl.* **-crums/-cra** จุดศูนย์กลางที่รับน้ำหนักคานหรือเครื่องชั่ง

★**fulfill, fulfil** (ฟุลฟิล') *vt.* **-filled, -filling** ทำให้พอใจ, สมปรารถนา, ทำให้สมบูรณ์, สนอง, ทำตาม **-fulfillment** *n.* (**-S.** achieve **-A.** ignore)

fulgent (ฟุล' เจินท) *adj.* สว่างไสว

★**full** (ฟุล) *adj.* **fuller, fullest** ซึ่งบรรจุเต็ม, สมบูรณ์แบบ, อิ่มแปล้, เต็มที่, เต็มไปด้วย, เต็ม, เต็มเปี่ยม, มาก, ละเอียด, จ้ำม่ำ, มีพ่อแม่เดียวกัน, มีเสียงใหญ่, อุดมสมบูรณ์, หมกมุ่น, กว้างขวาง, ทั้งหมด, ครบ *-adv.* สมบูรณ์, ทั่วทั้งหมด, ครบถ้วน, แน่นอน, เที่ยงตรง, ถูกต้อง, มาก, เต็มที่, โดยตรง *-v.* **fulled, fulling** *-vt.* จับจีบหรือรูดให้พอง (เสื้อผ้า) *-vi.* เต็มดวง (พระจันทร์) *-n.* ระดับสูงสุด, สภาวะสูงสุด, จำนวนมากสุด **-fullness, fulness** *n.*

fullback (ฟุล' แบค) *n.* ตำแหน่งกองหลังในกีฬาฟุตบอล

full-blooded (ฟุล' บลัด' ดิด) *adj.* ซึ่งไม่ใช่เลือดผสม, กระปรี้กระเปร่า, สมบูรณ์แบบ

full-bodied (ฟุล' บอด' ดีด) *adj.* มีกลิ่นและรสชาติเข้มข้นรุนแรง

full dress เสื้อผ้าที่เหมาะสำหรับงานพิธี

full-length (ฟุล' เลงคธ') *adj.* ไม่ย่อ, ซึ่งแสดงให้เห็นความยาวเต็มตัวของคนหรือสิ่งของ

full-mouthed (ฟุล' เมาธด') *adj.* ซึ่งพูดเสียงดังหรือโผงผาง

full stop จุดที่แสดงการจบประโยค, การหยุดของเครื่องยนต์, เครื่องหมายมหัพภาค

full-time (ฟุล' ไทม') *adj.* ซึ่งว่าจ้างเต็มเวลา, เต็มวัน, เต็มชั่วโมง **-full-time** *adv.*

fully (ฟุล' ลี) *adv.* เต็มที่, สมบูรณ์

fulminate (ฟุล' มะเนท) *v.* **-nated, -nating** *-vi.* ส่องแสงวาบ, ติเตียน, ร้องด่า, ระเบิด *-vt.* ร้องด่า, ทำให้ระเบิด

fulsome (ฟุล' เซิม) *adj.* น่ารังเกียจ, ไม่จริงใจ, ยกยอมากเกินไป, มากมายล้นหลาม

fumble (ฟัม' เบิล) *v.* **-bled, -bling** *-vi.* คลำหา, จับหรือถืออย่างเงอะงะ *-vt.* จับหรือถืออย่างเงอะงะ *-n.* การคลำหา, การกระทำที่เงอะงะ

fume (ฟิวม) *n.* ควัน, ไอน้ำ, ไอ, กลิ่นฉุน, ความโกรธหรือฉุนเฉียว *-v.* **fumed, fuming** *-vt.* ปล่อยควันหรือไอ, ใช้ควันรม *-vi.* ปล่อยไอหรือควัน, แสดงความโกรธ (**-S.** (v., n.) steam)

fumigate (ฟิว' มิเกท) *vt.* **-gated, -gating** อบหรือรมควันเพื่อฆ่าแมลงหรือเชื้อโรค

★**fun** (ฟัน) *n.* ความสนุกสนาน, ความขบขัน, เรื่องน่าขบขัน, การล้อเล่น *-vi.* **funned, funning** (ภาษาพูด) เล่นตลก *-adj.* (ภาษาพูด) อย่างขบขัน, อย่างสนุกสนาน (**-S.** (n.) amusement)

funambulist (ฟิวแนม' เบียลิซท) *n.* นักแสดงที่เดินบนเส้นเชือก, นักไต่เชือก

★**function** (ฟังค' ชัน) *n.* หน้าที่, ภารกิจ, การปฏิบัติงาน, บทบาท, พิธี, งาน, สิ่งที่ขึ้นอยู่กับสิ่งอื่นและแปรตามสิ่งอื่น *-vi.* **-tioned, -tioning** ปฏิบัติหน้าที่, ทำงาน (**-S.** (n.) operation)

functional (ฟังค' ชะเนิล) *adj.* เกี่ยวกับหน้าที่, ซึ่งสามารถปฏิบัติการหรือใช้งานได้, ซึ่งปฏิบัติตามหน้าที่ **-functionally** *adv.* (**-S.** practical)

functionary (ฟังค' ชะเนอรี) *n., pl.* **-ies** เจ้าหน้าที่, เจ้าพนักงาน

★**fund** (ฟันด) *n.* เงินทุน, มูลนิธิ, พันธบัตรเงินกู้, กองทุน, เงินสะสม *-vt.* **funded, funding** สะสมเงินทุน, จัดหาทุน (**-S.** (n.) capital)

fundament (ฟัน' ดะเมินท) *n.* ก้น, สะโพก, ช่องทวารหนัก, พื้นฐาน, รากฐาน, มูลฐาน

fundamental (ฟันดะเมน' เทิล) *adj.* เกี่ยวกับรากฐาน, เป็นหัวใจหรือเป็นส่วนสำคัญ, เป็นจุดเริ่ม *-n.* ส่วนสำคัญ (**-S.** (adj.) basic)

★**funeral** (ฟิว' เนอเริล) *n.* การฝังศพ, งานศพ, ขบวนแห่ศพ, ถ้อยคำสรรเสริญหรือคำสั่งสอนที่กล่าวในพิธีศพ, การสิ้นสุดลงของชีวิต *-adj.* เกี่ยวกับงานศพ (**-S.** (n., adj.) burial)

funereal (ฟิวเนีย' เรียล) *adj.* เกี่ยวกับพิธีฝังศพ

A B C D E F G H I J K L M N O P Q R S T U V W X Y Z

A B C D E F G H I J K L M N O P Q R S T U V W X Y Z

fungible (ฟัน' จะเบิล) *adj.* ซึ่งแลกเปลี่ยนได้
fungoid (ฟัง' กอยด์) *adj.* ซึ่งคล้ายเห็ด
fungus (ฟัง' เกิซ) *n., pl.* **fungi** (ฟัน' ไจ, ฟัง' ไก)/**funguses** เห็ดรา
funicular (ฟิวนิค' เคียเลอร์, ฟะ-) *adj.* ซึ่งเคลื่อนที่โดยสายเคเบิล *-n.* รถกระเช้าซึ่งเคลื่อนที่โดยใช้สายเคเบิล

funicular

funk (ฟังค์) *n.* ความตื่นตกใจ, คนขี้ขลาด *-v.* **funked, funking** *-vt., vi.* หดถอยด้วยความกลัวหรือตกใจ
funk hole โพรงใต้ดินที่ขุดไว้หลบกระสุน
funky (ฟัง' คี) *adj.* **-ier, -iest** ตื่นตกใจ
funnel (ฟัน' เนิล) *n.* กรวย, สิ่งที่มีรูปร่างคล้ายกรวย, ปล่องควันหรือปล่องไฟรถจักรหรือเรือกลไฟ *-v.* **-neled, -neling/-nelled, -nelling** *-vi.* ทำให้เป็นรูปกรวย, เทของผ่านกรวย *-vt.* ทำให้กลายเป็นรูปกรวย
★**funny** (ฟัน' นี) *adj.* **-nier, -niest** น่าหัวเราะ, ตลก, ประหลาด, สนุก, พิลึก, หลอกลวง *-n., pl.* **-nies** (ภาษาพูด) เรื่องตลก **-funnily** *adv.*
★**fur** (เฟอร์) *n.* ขนหนานุ่มที่ปกคลุมหนังสัตว์, เสื้อผ้าขนสัตว์, ฝ้าขาวที่ลิ้นซึ่งเกิดขึ้นตอนไม่สบาย *-vt.* **furred, furring** ปกคลุมหรือบุด้วยขนสัตว์, กุ๊นด้วยขนสัตว์
furbelow (เฟอร์' บะโล) *n.* จีบหรือชายครุยบริเวณขอบของเสื้อผ้า
furbish (เฟอร์' บิช) *vt.* **-bished, -bishing** ขัดให้ขึ้นเงา, ซ่อมใหม่ **-furbisher** *n.*
furious (เฟียว' เรียซ) *adj.* โกรธ, เดือดดาล, บ้าเลือด, ดุร้าย **-furiously** *adv.* (-S. angry)
furl (เฟิร์ล) *v.* **furled, furling** *-vt.* ม้วน (ใบเรือ ธง ร่ม) ให้แน่นแล้วผูกไว้ *-vi.* เป็นม้วน
furlong (เฟอร์' ลอง) *n.* หน่วยวัดระยะทางซึ่งเท่ากับ ⅛ ไมล์ (201 เมตร)
furlough (เฟอร์' โล) *n.* การอนุญาตให้ลาพักงาน, เอกสารอนุญาตให้ลาพัก
furnace (เฟอร์' นิซ) *n.* เตาหลอม, เตาไฟ, สถานที่ที่มีความร้อนสูง, การทดสอบที่หนักมาก
★**furnish** (เฟอร์' นิช) *vt.* **-nished, -nishing** จัดหาเฟอร์นิเจอร์, ตกแต่ง, ให้ (-S. bestow)
★**furniture** (เฟอร์' นิเชอร์) *n.* เครื่องตกแต่งบ้าน, อุปกรณ์ที่จำเป็นของเครื่องยนต์ (-S. equipment)
furor (เฟียว' เรอร์) *n.* ความโกรธอย่างแรง
furred (เฟิร์ด) *adj.* ซึ่งทำ ตกแต่ง หรือปกคลุมด้วยขนสัตว์, มีฝ้าขาวเคลือบอยู่ที่ลิ้น
furrier (เฟอ' รีเออร์) *n.* พ่อค้าขายขนสัตว์
furrow (เฟอร์' โร) *n.* ร่องดินที่เกิดจากการไถ, รอยย่นบนใบหน้า *-v.* **-rowed, -rowing** *-vt.* ทำให้เกิดเป็นร่องตื้นยาวและแคบ, ไถ, ทำให้เป็นรอยย่น *-vi.* กลายเป็นร่องหรือเป็นรอยย่น
furry (เฟอร์' รี) *adj.* **-rier, -riest** ซึ่งประกอบด้วยขนสัตว์, ซึ่งปกคลุมด้วยขนสัตว์
★**further** (เฟอร์' เธอร์) *adj.* ไกลออกไป, ต่อไปอีก, นานออกไป, มากขึ้น *-adv.* ต่อไปอีก, นอกจากนี้, ไกลออกไป *-vt.* **-thered, -thering** ช่วยทำให้ก้าวหน้า **-furtherer** *n.*
furtherance (เฟอร์' เธอเรินซ์) *n.* การสนับสนุน, ความก้าวหน้า, การเลื่อนตำแหน่ง
furthermore (เฟอร์' เธอร์มอร์) *adv.* นอกจากนั้น, ยิ่งกว่านั้น, อีกด้วย (-S. besides)
furthermost (เฟอร์' เธอร์โมซท์) *adj.* ไกลที่สุด
★**furthest** (เฟอร์' ธิซท์) *adj.* คุณศัพท์เปรียบเทียบขั้นสูงสุดของ far, ไกลที่สุด, อย่างมากที่สุด, นานที่สุด, ห่างที่สุด *-adv.* คุณศัพท์เปรียบเทียบขั้นสุดของ far, ขยายออกไปไกลที่สุด, นานที่สุด
furtive (เฟอร์' ทิฟว์) *adj.* ซึ่งลอบหรือแอบ, ซึ่งปกปิดซ่อนเร้น, ขี้โกง (-S. hidden, secret)
fury (เฟียว' รี) *n., pl.* **-ries** ความโกรธอย่างแรง, ความบ้าเลือด, หญิงอารมณ์ร้าย (-S. anger)
fuse[1], **fuze** (ฟิวซ์) *n.* ชนวนระเบิด *-vt.* **fused, fusing/fuzed, fuzing** ติดชนวน
fuse[2] (ฟิวซ์) *v.* **fused, fusing** *-vt.* หลอมละลาย *-vi.* หลอมเหลวหรือรวมกัน *-n.* ฟิวส์
fuselage (ฟิว' ซะลาฌ) *n.* ลำตัวเครื่องบิน
fusible (ฟิว' ซะเบิล) *adj.* ซึ่งสามารถหลอมเหลวได้ด้วยความร้อน **-fusibility, fusibleness** *n.*
fusil (ฟิว' เซิล) *n.* ปืนคาบศิลา
fusilier, fusileer (ฟิวซะเลียร์) *n.* ทหารที่ถือปืนคาบศิลา
fusillade (ฟิว' ซะลาด) *n.* การระดมยิงพร้อมๆ กัน, การรัวหรือยิงคำถามอย่างไม่ลดละ
fusion (ฟิว' ฌัน) *n.* การหลอมละลาย, การละลาย, ของเหลวที่ได้จากการหลอมละลาย
fusion bomb ระเบิดปรมาณู
fuss (ฟัซ) *n.* ความวุ่นวาย, ความเอะอะ, ความจู้จี้, การคัดค้าน, การทะเลาะ *-v.* **fussed, fussing** *-vi.* บ่น, วุ่นวาย, จู้จี้ *-vt.* รบกวน
fussbudget, fuss-budget (ฟัซ' บัจจิท) *n.* คนจู้จี้
fussy (ฟัซ' ซี) *adj.* **-ier, -iest** ซึ่งอารมณ์เสียง่าย, (เด็ก) ขี้อ้อน, จู้จี้, พิถีพิถัน, ซึ่งเอะอะวุ่นวาย

-fussily *adv.* -fussiness *n.* (-S. choosy)
fustian (ฟัซ' เชิน) *n.* ผ้าฝ้ายผสมลินิน, คำพูดที่โอ้อวด *-adj.* ซึ่งคุยโว, ซึ่งทำด้วยผ้าดังกล่าว
fusty (ฟัซ' ที) *adj.* **-tier, -tiest** มีกลิ่นเหม็นอับ, เก่าแก่, โบราณ **-fustily** *adv.*
futile (ฟิว' ไทล์) *adj.* ไร้ประโยชน์, ไม่เอาจริง **-futilely** *adv.* **-futility** *n.* (-S. barren)
★**future** (ฟิว' เชอร์) *n.* อนาคต, สิ่งที่จะเกิดขึ้นในอนาคต *-adj.* ในอนาคต **-futurism, futurity** *n.*
fuzz (ฟัซ) *n.* ปุย, ขนอ่อน, ฝอย *-v.* **fuzzed, fuzzing** *-vt.* ปกคลุมด้วยขนอ่อนหรือปุย, ทำให้มัวหรือไม่ชัด *-vi.* มัวหรือไม่ชัด
fuzzy (ฟัซ' ซี) *adj.* **-ier, -iest** ซึ่งปกคลุมด้วยปุยหรือขนอ่อน, อย่างสับสนมึนงง, ซึ่งไม่ชัดเจน **-fuzzily** *adv.* **-fuzziness** *n.*
-fy คำปัจจัย หมายถึง ทำ, ทำให้กลายเป็น

G

G, g (จี) *n., pl.* **G's, g's/Gs, gs** อักษรตัวที่ 7 ในภาษาอังกฤษ, อันดับเจ็ด
g ย่อจาก gram กรัม
gab (แกบ) *vi.* **gabbed, gabbing** (คำสแลง) พูดเหลวไหล *-n.* การพูดเหลวไหล
gabardine (แกบ' เบอร์ดีน) *n.* ผ้าทอเนื้อแน่นและหยาบ, เสื้อผ้าที่ทำด้วยผ้าดังกล่าว
gabble (แกบ' เบิล) *v.* **-bled, -bling** *-vi.* พูดรัวเร็ว *-vt.* พูดรัวเร็ว *-n.* การพูดเร็ว
gable (เก' เบิล) *n.* หน้าจั่ว **-gabled** *adj.*
gad (แกด) *vi.* **gadded, gadding** ท่องเที่ยวหรือเตร็ดเตร่ไปเรื่อยๆ **-gadder** *n.*
gadabout (แกด' ดะเบาท์) *n.* คนที่ชอบเที่ยว
gadfly (แกด' ไฟล) *n., pl.* **-flies** แมลงที่ชอบกัดหรือทำความรำคาญให้กับวัว ควาย ม้า และสัตว์อื่นๆ, คนที่ชอบกวนหรือยั่วแหย่ผู้อื่น
gadget (แกจ' จิท) *n.* เครื่องมือหรือเครื่องประดิษฐ์ตัวเล็กๆ **-gadgety** *adj.* (-S. gimmick)
gaff (แกฟ) *n.* ตะขอเหล็กที่ใช้ดึงปลาตัวใหญ่ *-vt.* **gaffed, gaffing** เกี่ยวปลาด้วยตะขอ
gaffer (แกฟ' เฟอร์) *n.* ชายแก่, หัวหน้าคนงาน
gag (แกก) *n.* สิ่งที่ใช้ปิดปากไม่ให้พูดหรือร้องออกมา, เครื่องถ่างปาก, เรื่องตลก, การสำลัก, ข้อบังคับหรือข้อจำกัดที่ห้ามการพูดอย่างเสรี *-v.* **gagged, gagging** *-vt.* ปิดปาก, จำกัดหรือห้ามไม่ให้พูดอย่างเสรี, ทำให้สำลักหรืออาเจียน, ถ่างปากโดยใช้เครื่องถ่างปาก, (ท่อ) อุดตัน *-vi.* สำลัก, พูดตลก เสียดสี หรือตลบตะแลง
gaga (กา' กา) *adj.* (ภาษาพูด) โง่ บ้า
gage (เกจ) *n.* ดู gauge
gaggle (แกก' เกิล) *n.* ฝูงห่าน, กลุ่ม
gaiety, gayety (เก' อิที) *n., pl.* **-ties** ความสนุก, งานรื่นเริง, สีสดใส (-S. jollity)
gaily, gayly (เก' ลี) *adv.* อย่างสนุกสนาน, ด้วยสีสว่างสดใส (-S. cheerfully, happily)
★**gain** (เกน) *v.* **gained, gaining** *-vt.* มาถึง, ได้มา, เข้าครอบครอง, ชนะ, ได้รับ, บรรลุ, ได้กำไรหรือรางวัล, ทำให้เพิ่มพูน, (นาฬิกา) กลายเป็นเดินเร็ว *-vi.* เพิ่ม, ปรับปรุง, เจริญ, ได้กำไรหรือผลประโยชน์, ปิดช่องว่าง, เข้าใกล้ขึ้น, เติมตะกั่ว, เพิ่มน้ำหนัก, (นาฬิกา) เดินเร็ว, เข้าใกล้ *-n.* สิ่งที่ได้มาหรือบรรลุ, ความก้าวหน้า, การได้รับ, การเพิ่มขึ้น **-gainful** *adj.* **-gainfully** *adv.* **-gainfulness** *n.* (-S. (v.) acquire)
gainsay (เกนเซ') *vt.* **-said, -saying** ปฏิเสธ
gait (เกท) *n.* การย่างก้าวของเท้าในการเดินหรือวิ่ง, อาการเคลื่อนไหวของเท้าม้าในการเดินวิ่งเหยาะๆ วิ่งเรียบ และควบ
gaiter (เก' เทอร์) *n.* ผ้าหรือหนังที่ใช้หุ้มแข้ง
gala (เก' ละ) *n.* งานรื่นเริงหรืองานฉลอง
galactic (กะแลค' ทิค) *adj.* เกี่ยวกับกาแล็กซี
galavant (แกล' ละแวนท์) *vi.* ดู gallivant
galaxy (แกล' เลิคซี) *n., pl.* **-ies** กลุ่มของดวงดาว ก๊าซ และฝุ่น ที่รวมกันขึ้นเป็นระบบสุริยจักรวาล, ทางช้างเผือก, การรวมกันของกลุ่มบุคคลหรือสิ่งของที่งดงาม
gale (เกล) *n.* พายุ, การระเบิดเสียง
galena (กะลี' นะ) *n.* แร่สีเทาซึ่งเป็นสินแร่ของตะกั่ว (II) ซัลไฟด์ (PbS) ที่สำคัญมาก
gall[1] (กอล) *n.* ความขมขื่น, ความทะลึ่ง, น้ำดี
gall[2] (กอล) *n.* แผลถลอก, การรบกวน *-v.* **galled, galling** *-vt.* ทำให้ผิวหนังเป็นแผลถลอก, รบกวน *-vi.* กลายเป็นแผล, กลายเป็นฉุนเฉียว
gallant (แกล' เลินท์) *adj.* กล้าหาญ, เจ้าชู้,

A B C D E F G H I J K L M N O P Q R S T U V W X Y Z

A B C D E F

คล่องแคล่วหรือร่าเริง, สง่างาม, (เสื้อผ้า) โก้หรู, สุภาพและเอาใจผู้หญิง *-n.* ชายหนุ่มผู้หรูหรา, ชายที่สุภาพและเอาใจผู้หญิง, คนรัก, ชายเจ้าชู้, ชู้รัก **-gallantly** *adv.* **-gallantry** *n.* (-S. (adj.) bold, brave -A. (n.) coward)

gallbladder (กอล' แบลดเดอร์) *n.* ถุงน้ำดี

galleon (แกล' เลียน) *n.* เรือใบขนาดใหญ่ของสเปน ในช่วงศตวรรษที่ 15-17

galleria (แกลละเรีย') *n.* ทางเดินที่มีหลังคาหรือโถงในอาคารซึ่งเป็นที่รวมของร้านค้าต่างๆ

gallery (แกล' ละรี) *n., pl.* **-ies** ทางเดินที่มีหลังคา, ระเบียง, มุขหรือเฉลียงแคบ, ทางเดินในตึกต่อจากบันไดไปยังห้องต่างๆ, ที่นั่งด้านบนเป็นระเบียงยาวในโรงละครหรือโบสถ์, ที่นั่งที่ราคาถูกที่สุดในโรงภาพยนตร์, กลุ่มผู้ชมการแข่งขันกอล์ฟ, ห้องแสดงงานศิลปะ, การจัดแสดงและขายงานศิลปะ, สตูดิโอถ่ายรูป, อุโมงค์ใต้ดินหรือทางเดินในถ้ำ, การสะสม, ราวลูกกรงเตี้ยๆ ที่อยู่รอบขอบโต๊ะหรือชั้นวางของ

galley (แกล' ลี) *n., pl.* **-leys** ห้องครัวบนเครื่องบินหรือเรือ, ถาดยาวหรือรางใส่ตัวพิมพ์

gallinaceous (แกลละเน' เชิซ) *adj.* เกี่ยวกับหรือเหมือนกับเป็ดไก่ **-gallinacean** *n.*

galling (กอ' ลิง) *adj.* ซึ่งทำให้รำคาญหงุดหงิด

gallipot (แกล' ละพอท) *n.* หม้อดินเล็กใช้ใส่ยา

gallivant, galavant (แกล' ละแวนท์) *vi.* **-vanted, -vanting** เที่ยวเตร่, ทำเจ้าชู้

★**gallon** (แกล' เลิน) *n.* หน่วยวัดปริมาตรของเหลวในระบบอเมริกันเท่ากับ 3.785 ลิตร, หน่วยวัดปริมาตรของเหลวและของแห้งในระบบอังกฤษเท่ากับ 4.546 ลิตร, ถังที่จุ 1 แกลลอน

gallop (แกล' เลิพ) *n.* การวิ่งควบของม้า, การวิ่งอย่างเร็วของสัตว์ 4 เท้า, การไปอย่างเร็ว *-v.* **-loped, -loping** *-vt.* ทำให้ควบส่งไปอย่างเร็ว *-vi.* ขี่ม้าควบ, เคลื่อนไหวอย่างเร็ว

gallows (แกล' โลซ์) *n., pl.* **-lows/-lowses** ที่แขวนคอนักโทษ, การสำเร็จโทษด้วยการแขวนคอ, ตะแลงแกง

gallstone (กอล' สโตน) *n.* ก้อนนิ่ว

galluses (แกล' ละซิซ) *n. pl.* สายหนังดึงกางเกง

galore (กะลอร์') *adj.* มากมาย, เยอะแยะ

galosh (กะลอช') *n.* รองเท้ายางที่สวมทับรองเท้าธรรมดาเพื่อกันน้ำหรือหิมะ

galvanic (แกลแวน' นิค) *adj.* ซึ่งผลิตกระแสไฟฟ้าโดยใช้ปฏิกิริยาทางเคมี

galvanism (แกล' วะนิเซิม) *n.* ไฟฟ้ากระแสตรงที่ผลิตจากปฏิกิริยาเคมี

galvanize (แกล' วะไนซ์) *vt.* **-nized, -nizing** เคลือบเหล็กด้วยสังกะสีที่กันสนิม **-galvanization** *n.* **-galvanizer** *n.*

galvanometer (แกลวะนอม' มิเทอร์) *n.* เครื่องมือที่ใช้วัดกระแสไฟฟ้าอ่อนๆ

gam (แกม) *n.* ฝูงปลาวาฬ, การชุมนุมกันของนักล่าปลาวาฬ

gambier, gambir (แกม' เบียร์) *n.* สีเสียดใช้กินกับหมาก เข้ายาไทย และเป็นสีย้อม

gambir (แกม' เบียร์) *n.* ดู gambier

gambit (แกม' บิท) *n.* การเดินหมากในเกมหมากรุกที่ผู้เล่นยอมเสียหมากไป 1 ตัว เพื่อที่จะเอาชนะต่อไป, กลเม็ดหรือกลอุบาย

gamble (แกม' เบิล) *vt., vi.* **-bled, -bling** พนัน, เล่นการพนัน, เสี่ยงโชค, เสี่ยง *-n.* การพนัน, ความเสี่ยง **-gambler** *n.* (-S. (v., n.) bet)

gamboge (แกมโบจ') *n.* ยางไม้สีน้ำตาลหรือสีส้ม ซึ่งได้จากต้นไม้ในสกุล *Garcinia*

gambol (แกม' เบิล) *vi.* **-boled, -boling/-bolled, -bolling** กระโดดโลดเต้น, เล่นซน *-n.* การกระโดดโลดเต้น, การเล่นซน

★**game** (เกม) *n.* กิจกรรมเพื่อความสนุกสนาน, การแข่งขันกีฬา, ช่วงการแข่งขัน, แต้มคะแนนรวมที่จะทำให้ชนะ, คะแนนสะสมในแต่ละช่วงการแข่งขัน, อุปกรณ์เล่นเกม, รูปแบบการเล่นเกม, (ภาษาพูด) ธุรกิจหรืออาชีพ อุบาย กิจกรรมหรืองานที่ผิดกฎหมาย, สัตว์ป่า นก ปลาที่ถูกล่าเพื่อเป็นอาหารหรือเป็นกีฬา, กีฬา *-v.* **gamed, gaming** *-vt.* เสียพนัน *-vi.* เล่นพนัน, พนัน *-adj.* **gamer, gamest** กล้าได้และกล้าเสีย, ซึ่งพร้อมและเต็มใจ **-gamely** *adv.* **-gameness** *n.* (-S. (n., v.) play)

game bird นกที่ถูกล่าได้ในเกมกีฬา

gamecock (เกม' คอค) *n.* ไก่ชน

game fish ปลาที่ถูกตกเบ็ดในกีฬาตกปลา

game fowl ไก่ชน

gamekeeper (เกม' คีเพอร์) *n.* คนที่ผสมพันธุ์สัตว์หรือดูแลรักษาสัตว์ที่เลี้ยงไว้สำหรับล่า

game plan แผนการในการแข่งขันกีฬา

gamesmanship (เกมซ์' เมินชิพ) *n.* ทักษะในการใช้อุบายเพื่อชัยชนะเหนือผู้อื่น

gamesome (เกม' เซิม) *adj.* สนุกสนาน

gamester (เกม' สเตอร์) *n.* นักพนัน

gamete (แกม' มีท) *n.* เซลล์สืบพันธุ์ที่มีโครโมโซม = n เช่น สเปิร์มหรือไข่

gamin (แกม' มิน) *n.* เด็กชายเร่ร่อน

gamine (แกม' มีน) *n.* เด็กหญิงเร่ร่อน

H I J K L M N O P Q R S T U V W X Y Z

gamma (แกม' มะ) *n.* อักษรตัวที่ 3 ในภาษากรีก, หน่วยวัดความเข้มของสนามแม่เหล็กซึ่งมีค่าเท่ากับ 10^{-5}, หน่วยของมวลซึ่งมีค่าเท่ากับ 10^{-6}, ลำดับที่สามในกลุ่ม
gamma ray รังสีที่มีความยาวคลื่นสั้นมากซึ่งส่งออกมาจากวัตถุที่สามารถแผ่รังสีได้
gammon[1] (แกม' เมิน) *n.* การเสแสร้ง
gammon[2] (แกม' เมิน) *n.* แฮมรมควัน
gamut (แกม' เมิท) *n.* ขอบเขตของบางสิ่ง
gamy, gamey (เก' มี) *adj.* **-ier, -iest** กล้า, เหม็น, ฉุนแรง **-gamily** *adv.* **-gaminess** *n.*
gander (แกน' เดอร์) *n.* ห่านตัวผู้, (ภาษาพูด) การชำเลืองดู คนโง่ คนเซ่อ
★**gang** (แกง) *n.* กลุ่มอาชญากรหรืออันธพาล, กลุ่มวัยรุ่นหนุ่มสาว, กลุ่มบุคคลที่ทำงานช่วยเหลือสังคม, กลุ่มกรรมกร, ชุดหรือแถวของเครื่องมือหรืออุปกรณ์, ฝูงกวาง ฝูงสุนัขป่าหรือฝูงควาย *-vi., vt.* **ganged, ganging** รวมตัวกันเป็นกลุ่ม, ชุมนุมหรือจัดเป็นกลุ่ม
gangling (แกง' กลิง) *adj.* ผอมสูง, เก้งก้าง
ganglion (แกง' เกลียน) *n., pl.* **-glia/-glions** ปมประสาท, ศูนย์กลางของพลังงานหรืออำนาจ
gangplank (แกง' แพลงค์) *n.* แผ่นกระดานที่ใช้เป็นสะพานขึ้นหรือลงเรือ
gangrene (แกง' กรีน) *n.* เนื้อเยื่อที่ตายและเน่าแล้ว **-gangrenous** *adj.*
gangster (แกง' สเตอร์) *n.* สมาชิกของกลุ่มอาชญากร **-gangsterdom** *n.* (-S. bandit)
gangway (แกง' เว) *n.* ช่องทางเดินระหว่างแถวของที่นั่งในโรงมหรสพ, สะพานที่เป็นทางเดินขึ้นลงเรือ *-interj.* ขอทางหน่อย
gantry (แกน' ทรี) *n., pl.* **-tries** โครงเหล็กสูงที่ใช้ติดสัญญาณเหนือทางรถไฟหรือทางด่วน
★**gap** (แกพ) *n.* ช่องว่าง, ความไม่เท่าเทียมหรือความแตกต่าง, ช่องโหว่, ช่องเขา, ช่องห่าง
gape (เกพ, แกพ) *vi.* **gaped, gaping** จ้อง, อ้าปากค้างด้วยความแปลกใจ, เปิดออกกว้าง *-n.* การเปิดออกกว้าง, การจ้องอ้าปากค้าง
★**garage** (กะราฌ', -ราจ') *n.* โรงรถ, อู่ซ่อมรถ *vt.* **-raged, -raging** เก็บในโรงรถ
garb (การ์บ) *n.* เครื่องแบบ, เครื่องแต่งกาย
★**garbage** (การ์' บิจ) *n.* ขยะ, ของที่ทิ้งแล้ว
garble (การ์' เบิล) *vt.* **-bled, -bling** ผสมปนเปหรือบิดเบือนจนทำให้เข้าใจผิด *-n.* การผสมปนเปหรือบิดเบือนจนเข้าใจผิด **-garbler** *n.*
★**garden** (การ์' เดิน) *n.* สวน, ลานหรือสนามหญ้า, พื้นที่ที่อุดมสมบูรณ์ด้วยพันธุ์ไม้, อุทยานสาธารณะขนาดใหญ่ *-v.* **-dened, -dening** *-vt.* ทำสวน, จัดสวน *-vi.* ทำสวน, เป็นคนสวน *-adj.* ซึ่งใช้ในสวน **-lead (take) down the garden path** ทำให้เข้าใจผิด **-gardening** *n.*
gardener (การ์' เดินเนอร์) *n.* ชาวสวน
garden-variety (การ์' เดินวะไรอิที) *adj.* ปกติ, ธรรมดา
gargantuan (การ์แกน' ชวน) *adj.* ใหญ่โต
gargle (การ์' เกิล) *vi., vt.* **-gled, -gling** กลั้วคอด้วย (น้ำ ยา) *-n.* ยากลั้วคอ, เสียงกลั้วคอ
gargoyle (การ์' กอยล์) *n.* หัวรูปสัตว์ประหลาดที่ใช้เป็นเครื่องตกแต่ง, หัวรูปสัตว์ประหลาดที่ยื่นออกมาจากปากรางน้ำฝนตรงชายคา, คนที่มีลักษณะพิลึกหรือแปลก
garish (แก' ริช) *adj.* ฉูดฉาดบาดตา, หรูหรา, สุกใส **-garishly** *adv.* **-garishness** *n.*
garland (การ์' เลินด์) *n.* พวงหรีดหรือพวงมาลัยสวมรอบคอเพื่อเป็นเกียรติ *-vt.* **-landed, -landing** สวมหรือประดับด้วยพวงหรีดหรือพวงดอกไม้ดังกล่าว, ทำพวงหรีดหรือพวงมาลัย
garlic (การ์' ลิค) *n.* กระเทียม หัวกระเทียม
garment (การ์' เมินท์) *n.* เสื้อผ้า, เครื่องปกคลุม *-vt.* **-mented, -menting** สวมเสื้อผ้า
garner (การ์' เนอร์) *vt.* **-nered, -nering** เก็บในยุ้งฉาง, สะสม *-n.* ยุ้งฉาง (-S. (v.) collect)
garnet (การ์' นิท) *n.* โกเมน, สีแดงคล้ำ
garnish (การ์' นิช) *vt.* **-nished, -nishing** ประดับตกแต่งอาหาร *-n.* สิ่งที่ใช้ตกแต่งอาหาร
garnishee (การ์นิชี') *n.* ผู้ถูกอายัดทรัพย์
garnishment (การ์' นิชเมินท์) *n.* การประดับตกแต่ง, การอายัดทรัพย์หรือเงิน
garret (แก' ริท) *n.* ห้องใต้หลังคา
garrison (แก' ริเซิน) *n.* ที่ตั้งกองทหาร, กองทหารที่อยู่ในป้อมหรือในเมือง *-vt.* **-soned, -soning** ส่งกองทหารไปยังฐานที่มั่น, เข้ายึดหรือเปลี่ยนเป็นฐานที่มั่น (-S. (n., v.) force)
garrote, garrotte (กะรอท') *n.* วิธีการประหารชีวิตโดยการใส่ปลอกคอเหล็กแล้วบีบหรือรัดให้แน่น, ปลอกเหล็กสำหรับบีบคอนักโทษ, การปล้นด้วยวิธีบีบคอเจ้าทรัพย์, ลวดหรือเชือกสำหรับรัดคอ *-vt.* **-roted,-roting/-rotted, -rotting** ประหารชีวิตด้วยการบีบคอ, บีบคอเพื่อปล้น
garrotte (กะรอท') *n.* ดู garrote
garrulous (แก' ระเลิซ) *adj.* ซึ่งพูดมาก **-garrulously** *adv.* **-garrulousness** *n.*
garter (การ์' เทอร์) *n.* แถบหรือสายยางที่สวม

A B C D E F G H I J K L M N O P Q R S T U V W X Y Z

อยู่รอบขาเพื่อใช้รั้งหรือดึงถุงน่องหรือถุงเท้า

★**gas** (แกซ) *n., pl.* **gases/gasses** ก๊าซ, ก๊าซเชื้อเพลิง, ก๊าซที่ใช้เป็นยารมให้สลบ, ก๊าซพิษ, อาการท้องขึ้นมีลม, น้ำมันเบนซิน, (คำสแลง) การพูดเหลวไหลหรือคุยโม้ *-v.* **gassed, gassing** *-vt.* ฆ่าหรือทำร้ายโดยใช้ก๊าซพิษ, บรรจุด้วยก๊าซ *-vi.* ปล่อยก๊าซ **-gassy** *adj.*

gasbag (แกซ' แบก) *n.* ถุงบรรจุก๊าซ (ในบอลลูน), (คำสแลง) คนที่พูดมากเกินไป

gas chamber ห้องประหารด้วยก๊าซพิษ

gaseous (แกซ' เซียซ) *adj.* เกี่ยวข้องกับก๊าซ

gash (แกช) *vt.* **gashed, gashing** ตัดหรือฟันให้เป็นรอยลึกยาว *-n.* แผลลึก (**-S.** (v., n.) cut)

gasify (แกซ' ซะไฟ) *vt., vi.* **-fied, -fying** กลายเป็นก๊าซ **-gasifiable** *adj.* **-gasifier** *n.*

gasket (แกซ' คิท) *n.* แผ่นหรือวงแหวนที่เป็นยาง โลหะ หรือกระดาษ ที่ใช้ปิดทับบริเวณข้อต่อเพื่อป้องกันการรั่ว, เชือกสำหรับผูกใบเรือ

gas main ท่อใหญ่ที่ส่งก๊าซไปยังท่อเล็ก

gas mask หน้ากากป้องกันก๊าซพิษ

★**gasoline** (แกซ' ซะลีน) *n.* น้ำมันเชื้อเพลิง

gasometer (แกซอม' มิเทอร์) *n.* เครื่องมือวัดค่าก๊าซ, ถังกลมใหญ่ที่ใช้เก็บก๊าซเชื้อเพลิง

gasp (แกซพ์) *v.* **gasped, gasping** *-vi.* หายใจหอบ, อ้าปากค้างด้วยความประหลาดใจ, หอบ *-vt.* พูดด้วยอาการหอบ *-n.* การหอบ, การอ้าปากค้าง, การอ้าปากหายใจ

gas station ปั๊มน้ำมัน

gastric (แกซ' ทริค) *adj.* ซึ่งเกี่ยวข้องกับกระเพาะอาหาร

gastric juice น้ำย่อยในกระเพาะอาหาร

gastric ulcer แผลในผนังกระเพาะอาหาร

gastritis (แกสไตร' ทิซ) *n.* กระเพาะอักเสบ

gastronome (แกซ' ทระโนม) *n.* ผู้รู้และชำนาญด้านอาหารและเครื่องดื่ม, นักกินและดื่ม

gastronomy (แกสตรอน' นะมี) *n., pl.* **-mies** ศาสตร์หรือศิลปะการกินที่ดี, วิธีการทำอาหาร

★**gate** (เกท) *n.* ประตูรั้วหรือกำแพง, ทางเข้าออก, ประตูน้ำ, เครื่องกั้นหรือไม้ที่ตั้งขวางบนถนนหรือทางรถไฟหรือกั้นบริเวณจุดเริ่มต้นในการแข่งขัน, ช่องแคบ, จำนวนคนที่เข้าชมการแข่งขันกีฬา, เงินที่เก็บได้จากการขายตั๋วเพื่อเข้าชมการแข่งขันกีฬา (**-S.** access, door)

> **gate** มักหมายถึงประตูรั้ว ประตูสวน หรือประตูเข้าออกสถานที่ใหญ่ๆ เช่น Please open the gate for the car.
> **door** เป็นประตูเข้าออกตัวอาคารบ้านเรือน เช่น Please open the door for me.
> **doorway** ช่องทางเข้าออกประตู เช่น Somebody is standing in the doorway so I can't go outside.

gatecrasher (เกท' แครชเชอร์) *n.* (คำสแลง) คนที่เข้าไปในงานเลี้ยงโดยไม่ได้รับเชิญ

gatehouse (เกท' เฮาซ์) *n.* เรือนเล็กของคนเฝ้าประตู, ห้องเหนือประตูกำแพงเมือง

gatekeeper (เกท' คีเพอร์) *n.* คนเฝ้าประตู

gate-leg table โต๊ะที่พับขาได้

gateway (เกท' เว) *n.* ทางเข้า, ประตูทางเข้า

★**gather** (แกธ' เธอร์) *v.* **-ered, -ering** *-vt.* รวบรวม, สะสม, เก็บ, เก็บเกี่ยว, เพิ่มขึ้นทีละน้อย, ชุมนุม, สำรวม, ทำจีบรูด, รวบไว้, ขมวดคิ้ว, สรุป *-vi.* รวมเป็นกลุ่ม, ชุมนุม, เป็นหนอง, สะสม *-n.* การรวบรวม, การขมวดคิ้ว, การทำจีบรูด **-gathering** *n.* (**-S.** (v.) collect)

GATT ย่อจาก General Agreement on Tariffs and Trade ข้อตกลงทั่วไปว่าด้วยภาษีศุลกากรและการค้า

gauche (โกช) *adj.* ซึ่งไม่รู้จักกาลเทศะ, งุ่มง่าม

gaudy (กอ' ดี) *adj.* **-ier, -iest** ฉูดฉาด, ไม่มีรสนิยม **-gaudily** *adv.* **-gaudiness** *n.*

gauge, gage (เกจ) *n.* เกณฑ์มาตรฐานในการวัด, เครื่องมือที่ใช้วัดหรือทดสอบ, วิธีการในการคาดคะเนหรือหาค่า, ระยะห่างระหว่างรางรถไฟทั้ง 2 ข้าง, ความหนาหรือเส้นผ่านศูนย์กลางของแผ่นเหล็กหรือลวด *-vt.* **gauged, gauging/gaged, gaging** วัดอย่างถูกต้องเที่ยงตรง, วัดขนาด จำนวน หรือความจุ, ตัดหรือขัดหินหรืออิฐให้ได้ขนาดที่ต้องการ, ประเมินหรือตัดสิน **-gaugeable** *adj.*

gaunt (กอนท์) *adj.* **gaunter, gauntest** ซูบผอม, โดดเดี่ยว **-gauntly** *adv.* **-gauntness** *n.*

gauntlet[1] (กอนท' ลิท) *n.* ถุงมือหนังของอัศวินที่หุ้มด้วยแผ่นเหล็กอีกชั้นหนึ่ง

gauntlet[2] (กอนท' ลิท) *n.* การรุมโจมตี

gauss (เกาซ์) *n., pl.* **gauss/gausses** หน่วยวัดความเหนี่ยวนำหรือแรงดูดของแม่เหล็ก

gauze (กอซ) *n.* ผ้าโปร่งบางที่ทออย่างหลวมๆ, ผ้าฝ้ายโปร่งบางใช้พันแผล, พลาสติกหรือโลหะเส้นบางที่นำมาทอเป็นตาๆ **-gauzy** *adj.*

gave (เกฟว์) *v.* กริยาช่อง 2 ของ give

A B C D E F G H I J K L M N O P Q R S T U V W X Y Z

gavel (แกฟว' เวิล) *n.* ค้อนไม้ขนาดเล็ก

gavel

gawk (กอค) *n.* คนที่เงอะงะงุ่มง่ามหรือเซ่อซ่า *-vi.* **gawked, gawking** จ้องมองหรืออ้าปากค้างด้วยความแปลกใจ **-gawker** *n.* **-gawky** *adj.*
gay (เก) *adj.* **gayer, gayest** สนุกสนาน, ร่าเริง, มีชีวิตชีวา, ซึ่งมีสีสดใส, เสเพล, ซึ่งชอบเพศเดียวกัน *-n.* คนที่เป็นเกย์ **-gayness** *n.*
gayety (เก' อิที) *n.* ดู gaiety
gayly (เก' ลี) *adv.* ดู gaily
gaze (เกซ) *vi.* **gazed, gazing** จ้องมอง, เพ่งดู
gazelle (กะเซล') *n.* กวางชนิดหนึ่งมีขนาดเล็ก วิ่งเร็ว คอยาว เขาสวยงาม อยู่ในสกุล *Gazella*
gazette (กะเซท') *n.* หนังสือพิมพ์, ราชกิจจานุเบกษา, การประกาศในราชกิจจานุเบกษา
gazetteer (แกซิเทียร์') *n.* ดัชนีหรือพจนานุกรมภูมิศาสตร์, นักหนังสือพิมพ์
gear (เกียร์) *n.* เฟืองที่ส่งถ่ายให้เกิดการเคลื่อนไหว การเปลี่ยนความเร็วหรือทิศทาง, เกียร์, อุปกรณ์หรือเครื่องมือ, เสื้อผ้าและเครื่องตกแต่ง, เครื่องเทียมลากสำหรับม้า *-v.* **geared, gearing** *-vt.* ใส่เครื่องเทียมลาก, ปรับให้เหมือนหรือตรงกัน, ใส่เกียร์ *-vi.* ปรับให้พอดี
gear box กระปุกเกียร์
gearshift (เกียร์' ชิฟท์) *n.* คันโยกเปลี่ยนเกียร์
gear wheel ล้อเฟือง
gecko (เกค' โค) *n., pl.* **-os/-oes** ตุ๊กแก

gecko

gee¹ (จี) *interj.* คำอุทานที่ใช้สั่งม้าหรือวัวให้หันขวา *-vi.* **geed, geeing** เลี้ยวขวา
gee², jee (จี) *interj.* คำอุทานแสดงความเห็นใจ
geek (กีค) *n.* คนที่น่าเบื่อหรือล้าสมัย
geese (กีซ) *n. pl.* พหูพจน์ของ goose
gee whiz คำอุทานแสดงความประหลาดใจ
G8 ย่อจาก Group of Eight กลุ่มประเทศอุตสาหกรรมชั้นนำของโลก 8 ประเทศคือ สหรัฐอเมริกา อังกฤษ ฝรั่งเศส เยอรมนี อิตาลี แคนาดา ญี่ปุ่น และรัสเซีย
geisha (เก' ชะ) *n., pl.* **-sha/-shas** หญิงสาวญี่ปุ่นที่ถูกฝึกหัดให้เข้าสังคม รู้จักพูดคุย เรียนเต้นรำและร้องเพลง เพื่อมอบความบันเทิงให้กับผู้ชายในงานเลี้ยงต่างๆ
gel (เจล) *n.* สารกึ่งแข็งมีลักษณะคล้ายวุ้น, เจลจัดแต่งทรงผม *-vi.* **gelled, gelling** กลายเป็นสารกึ่งแข็งคล้ายวุ้น **-gelable** *adj.*
gelatin, gelatine (เจล' ละเทิน) *n.* โปรตีนที่เปราะง่ายมีสีเหลืองอ่อนใสหรือไม่มีสี ได้จากผิวหนัง กระดูก และเนื้อเยื่อเกี่ยวพันของสัตว์ ใช้ในอาหาร ยา และฟิล์มถ่ายรูป, วุ้นที่ทำมาจากโปรตีนดังกล่าว **-gelatinization** *n.*
gelatine (เจล' ละเทิน) *n.* ดู gelatin
gelatinous (จะแลท' เทินเนิซ) *adj.* คล้ายเจลาติน, เกี่ยวกับเจลาติน, ซึ่งเป็นเจลาติน
geld (เกลด์) *vt.* **gelded/gelt, gelding** ตอนสัตว์, ทำให้หมดแรงหรือกำลัง
gelid (เจล' ลิด) *adj.* หนาวเย็นมาก (-S. cold)
gem (เจม) *n.* เพชรพลอย, สิ่งของที่มีค่า, บุคคลที่มีค่าหรือเป็นที่รัก *-vt.* **gemmed, gemming** ประดับตกแต่งด้วยอัญมณี (-S. (n., v.) jewel)
Gemini (เจม' มะไน, -นี) ราศีเมถุนซึ่งเป็นราศีที่สามในจักรราศี มีสัญลักษณ์เป็นคนคู่, ชื่อกลุ่มดาวกลุ่มหนึ่งในซีกโลกเหนือ
gender (เจน' เดอร์) *n.* เพศของนามและสรรพนามในไวยากรณ์ภาษาอังกฤษ
gene (จีน) *n.* สารพันธุกรรมที่อยู่บนโครโมโซมประกอบด้วยสาย DNA ที่ควบคุมลักษณะทางพันธุกรรมของสิ่งมีชีวิต
genealogy (จีนีออล' ละจี) *n., pl.* **-gies** บันทึกหรือตารางการสืบทอดสายโลหิตจากบรรพบุรุษ **-genealogist** *n.*
genera (เจน' เนอระ) *n. pl.* พหูพจน์ของ genus
★**general** (เจน' เนอเริล) *adj.* โดยปกติ, ซึ่งไม่เฉพาะเจาะจง, ธรรมดา, ทั่วๆ ไป, ซึ่งเกี่ยวกับลักษณะใหญ่ๆ หรือกว้างๆ, ซึ่งเป็นยศหรือตำแหน่งสูงสุด, ซึ่งไม่จำกัดขอบเขตพื้นที่หรือการใช้ประโยชน์, ซึ่งคลุมเครือหรือไม่ชัดเจน *-n.* ยศนายพลเอกของกองทัพสหรัฐฯ, ผู้ที่อยู่ในตำแหน่งดังกล่าว, ทหารชั้นนายพล, หลักทั่วไป
generalissimo (เจนเนอระลิซ' ซะโม) *n., pl.* **-mos** จอมทัพ, ผู้บัญชาการทหารสูงสุด
generalist (เจน' เนอระลิซท์) *n.* ผู้มีความรู้ความชำนาญในเรื่องทั่วๆ ไป, ผู้เชี่ยวชาญทั่วไป
generality (เจนนะแรล' ลิที) *n., pl.* **-ties** หลักทั่วๆ ไป, สภาพทั่วไป, ส่วนใหญ่
generalize (เจน' เนอระไลซ์) *v.* **-ized, -izing** *-vt.* เปลี่ยนให้เป็นรูปแบบทั่วๆ ไป, ลงความเห็นโดยทั่วไป, ทำให้ใช้ได้ทั่วไป *-vi.* พูดหรือเขียนอย่างคลุมเครือ, ลงความเห็นกว้างๆ, กระจายไปทั่วร่างกาย **-generalization** *n.*
★**generally** (เจน' เนอระลี) *adv.* โดยปกติ,

ส่วนใหญ่, อย่างกว้างๆ, โดยทั่วไป (-S. widely)

general-purpose (เจน' เนอเริลเพอร์' เพิซ) *adj.* ซึ่งใช้ประโยชน์ได้หลายอย่าง

generate (เจน' นะเรท) *vt.* **-ated, -ating** ก่อให้เกิด, ผลิต, ให้กำเนิด, แพร่ (-S. create)

★**generation** (เจนนะเร' ชัน) *n.* การผลิต, การให้กำเนิด, คนที่เกิดในช่วงเวลาเดียวกัน, รุ่น, ปูน, ชั่วอายุคน, ชั้นอายุ, ยุค, สมัย (-S. creation)

Generation E ย่อจาก Generation Entrepreneur เจ้าของธุรกิจหรือกิจการ ซึ่งเป็นคนหนุ่มสาวไฟแรงที่ดิ้นรนสร้างตัวเอง กล้าลงทุนโดยคนเหล่านี้ไม่ได้เป็นทายาทเศรษฐีหรืออาศัยเงินทองจากมรดกของบรรพบุรุษ

generation gap ความแตกต่างทางรสนิยมและความคิดเห็นระหว่างคนมีอายุกับคนหนุ่มสาว

Generation X กลุ่มคนที่เกิดช่วงปี ค.ศ. 1961-72 ซึ่งมีการศึกษาดี

Generation Y เด็กในสังคมเมืองที่เกิดตั้งแต่ปี ค.ศ. 1984 เป็นต้นไป รู้เรื่องคอมพิวเตอร์และอินเทอร์เน็ตเป็นอย่างดี เป็นตัวของตัวเอง ต่อต้านสินค้ามียี่ห้อ มีสามัญสำนึกต่อสังคม มองโลกในแง่ดี ชอบการติดต่อสื่อสารผ่านเครื่องมือสื่อสารสมัยใหม่

generative (เจน' เนอระทิฟว์) *adj.* ซึ่งสามารถผลิตหรือให้กำเนิดได้ **-generatively** *adv.*

generator (เจน' นะเรเทอร์) *n.* บุคคลหรือสิ่งที่ให้กำเนิด, เครื่องกำเนิดไฟฟ้า, ไดนาโม

generic (จะเนอ' ริค) *adj.* ทั่วไป, ซึ่งไม่มียี่ห้อ **-generically** *adv.*

★**generous** (เจน' เนอเริซ) *adj.* ใจกว้าง, มากมาย **-generously** *adv.* **-generosity** *n.*

genesis (เจน' นิซิซ) *n., pl.* **-ses** (-เซซ) จุดกำเนิด

genetic, genetical (จะเนท' ทิค, -ทิเคิล) *adj.* ที่เกี่ยวข้องกับยีนหรือวิชาพันธุศาสตร์

genetic engineering พันธุวิศวกรรมเป็นการตัดต่อยีนเพื่อย้ายเอาบางส่วนของโครโมโซมจากสิ่งมีชีวิตหนึ่งไปใส่บนโครโมโซมของสิ่งมีชีวิตอีกตัวหรืออีกชนิดหนึ่ง **-genetic engineer** *n.*

genetics (จะเนท' ทิคซ์) *n. pl.* พันธุศาสตร์

genial (จีน' เนียล) *adj.* มีไมตรี, สบาย, อบอุ่น, เบิกบาน, ใจดี **-geniality** *n.* **-genially** *adv.*

genital (เจน' นิเทิล) *adj.* เกี่ยวกับการสืบพันธุ์หรืออวัยวะสืบพันธุ์ *-n.* อวัยวะสืบพันธุ์

genius (จีน' เนียซ) *n., pl.* **-iuses** ความเป็นอัจฉริยะ, คนที่ฉลาดกว่าปกติ, ความหลักแหลม, ความสามารถพิเศษ, ภูตผี วิญญาณหรือปีศาจ

genocide (เจน' นะไซด์) *n.* การกำจัดหรือทำลายล้างชนชาติ เผ่าพันธุ์ ระบบการเมืองหรือจริยธรรมของชาติใดชาติหนึ่ง

genotype (เจน' นะไทพ์, จี' นะ-) *n.* ลักษณะยีนที่ปรากฏบนโครโมโซมของสิ่งมีชีวิตชนิดหนึ่งๆ

genre (ฌาน' ระ) *n.* ชนิดหรือรูปแบบเฉพาะของงานศิลปะหรืออักษรศาสตร์

gent (เจนท์) *n.* (ภาษาพูด) สุภาพบุรุษ

genteel (เจนทีล') *adj.* ซึ่งมีท่าทางเป็นผู้ดี, สุภาพ, มีระดับ, สง่างาม **-genteelly** *adv.*

gentile (เจน' ไทล์) *n.* ผู้ที่ไม่ใช่คนยิว

gentility (เจนทิล' ลิที) *n.* การเกิดในตระกูลผู้ดี, คนที่เกิดในตระกูลผู้ดี, การทำตัวเป็นผู้ดี

★**gentle** (เจน' เทิล) *adj.* **-tler, -tlest** ละมุนละไม, ซึ่งว่าง่าย, นุ่ม, อ่อนโยน, ทีละน้อย, ค่อยๆ, ซึ่งมีตระกูลสูง, ซึ่งเป็นผู้ดี, สุภาพ, อย่างกรุณาและเห็นใจผู้อื่น *-vt.* **-tled, -tling** ทำให้อ่อนโยนหรือเชื่อง, ทำให้สงบ **-gently** *adv.*

gentlefolk (เจน' เทิลโฟค) *n. pl.* ชนชั้นสูง

★**gentleman** (เจน' เทิลเมิน) *n.* สุภาพบุรุษ, ผู้ที่เกิดในตระกูลสูง, ผู้ที่มั่งคั่งและมีระดับ

gentlewoman (เจน' เทิลวูมเมิน) *n.* ผู้หญิงที่เกิดในตระกูลดี, หญิงสูงศักดิ์, คนใช้ส่วนตัวที่เป็นหญิงของหญิงสูงศักดิ์

gentry (เจน' ทรี) *n., pl.* **-tries** พวกผู้ดี

genuine (เจน' นิวอิน) *adj.* แท้, จริงๆ, จริงใจ **-genuinely** *adv.* **-genuineness** *n.* (-S. real)

genus (จี' เนิซ) *n., pl.* **genera** (เจน' เนอระ) สกุล

geodesy (จีออด' ดิซี) *n.* ธรณีวิทยาอันเกี่ยวกับขนาดและรูปร่างของโลก **-geodesist** *n.*

geodetic, geodetical (จีอะเดท' ทิค, -ทิเคิล) *adj.* ซึ่งเกี่ยวกับธรณีวิทยาที่ว่าด้วยขนาดและรูปร่างของโลก

★**geography** (จีออก' กระฟี) *n., pl.* **-phies** วิชาภูมิศาสตร์, หนังสือภูมิศาสตร์ **-geographic, geographical** *adj.* **-geographically** *adv.* **-geographer** *n.*

geology (จีออล' ละจี) *n., pl.* **-gies** ธรณีวิทยา, หนังสือธรณีวิทยา **-geological** *adj.* **-geologically** *adv.* **-geologist** *n.*

geometry (จีออม' มิทรี) *n., pl.* **-tries** เรขาคณิต, ระบบเรขาคณิต, หนังสือเรขาคณิต **-geometrician, geometer** *n.* **-geometric, geometrical** *adj.* **-geometrically** *adv.*

geophysics (จีโอฟิซ' ซิคซ์) *n. pl.* ธรณีฟิสิกส์ **-geophysical** *adj.* **-geophysicist** *n.*

A B C D E F G H I J K L M N O P Q R S T U V W X Y Z

geopolitics (จีโอพอล' ลิทิคซ์) *n. pl.* การศึกษาเกี่ยวกับปัจจัยทางภูมิศาสตร์ที่มีผลกระทบต่อการเมือง

geoponic (จีอะพอน' นิค) *adj.* ที่เกี่ยวข้องกับการเพาะปลูกหรือการเลี้ยงสัตว์

geopressured (จี' โอเพรชเชอร์ด) *adj.* ภายใต้ความดันสูงภายในโลก

georgette (จอร์เจท') *n.* แพรบางๆ ที่ทำจากไหม, แพรเยื่อไม้

geothermal (จีโอเธอร์' เมิล) *adj.* เกี่ยวกับความร้อนภายในโลก

geotropism (จีออท' ทระพิเซิม) *n.* การเจริญเติบโตของสิ่งมีชีวิตที่ตอบสนองต่อแรงดึงดูดของโลก เช่น รากพืชจะเจริญลงข้างล่าง

geranium (จะเร' เนียม) *n.* พืชในสกุล *Geranium* มีดอกสีชมพูหรือม่วง

geriatric (เจอรีแอท' ทริค) *adj.* เกี่ยวกับความชรา, เกี่ยวกับสาขาทางแพทยศาสตร์ที่วินิจฉัยและรักษาโรคชรา *-n.* ผู้สูงอายุ

geriatrician, geriatrist (เจอรีอะทริช' เชิน, -แอท' ทริซท์) *n.* แพทย์ผู้เชี่ยวชาญโรคชรา

geriatrics (เจอรีแอท' ทริคซ์) *n. pl.* สาขาในวิชาแพทยศาสตร์ที่วินิจฉัยและรักษาโรคชรา

geriatrist (เจอรีแอท' ทริซท์) *n.* ดู geriatrician

germ (เจิร์ม) *n.* เชื้อโรค โดยเฉพาะที่ทำให้เกิดโรค, เมล็ด ตา หรือสปอร์, เชื้อ, ชนวน, มูลรากที่สามารถจะพัฒนาหรือเจริญเติบโตต่อไปได้

German (เจอร์' เมิน) *adj.* เกี่ยวกับประเทศเยอรมนี คนเยอรมัน ภาษาเยอรมัน *-n.* ชาวเยอรมัน, ภาษาเยอรมัน

german (เจอร์' เมิน) *adj.* ซึ่งเกี่ยวดองกันอย่างสนิทสนม เช่น มีพ่อแม่เดียวกัน

German cockroach แมลงสาบชนิดที่อาศัยอยู่ตามบ้าน ตัวเล็ก สีน้ำตาลอ่อน

germane (เจอร์เมน') *adj.* ซึ่งเป็นพี่น้องหรือเกี่ยวดองกันอย่างสนิท, ซึ่งเข้าเรื่องหรือตรงจุด

Germanism (เจอร์' มะนิเซิม) *n.* ถ้อยคำสำนวนที่มาจากภาษาเยอรมัน, ขนบธรรมเนียมประเพณีและแนวความคิดของชาวเยอรมัน

Germanist (เจอร์' มะนิซท์) *n.* ผู้เชี่ยวชาญในเรื่องที่เกี่ยวกับความเป็นเยอรมัน

germanium (เจอร์เม' เนียม) *n.* ธาตุโลหะชนิดหนึ่ง สีขาวเทา มีสัญลักษณ์ Ge

Germanize (เจอร์' มะไนซ์) *v.* **-ized, -izing** *-vt.* แปลให้เป็นภาษาเยอรมัน *-vi.* รับหรือนำเอากิริยาท่าทางหรือขนบธรรมเนียมประเพณีของเยอรมันไปใช้

German measles หัดเยอรมัน

Germanophile (เจอร์แมน' นะไฟล์) *n.* ผู้ซึ่งชอบความเป็นเยอรมัน **-Germanophile** *adj.*

Germanophobe (เจอร์แมน' นะโฟบ) *n.* ผู้ที่เกลียดหรือกลัวความเป็นเยอรมัน

German shepherd สุนัขพันธุ์หนึ่งมีขนาดใหญ่ ขนสีเทาเข้มจนถึงน้ำตาลหรือดำ มักฝึกให้เป็นสุนัขตำรวจหรือนำทางคนตาบอด

German shepherd

Germany (เจอร์' มะนี) ประเทศเยอรมนี

germ cell เซลล์สืบพันธุ์ เช่น ไข่ หรือสเปิร์ม

germicide (เจอร์' มิไซด์) *n.* ยาฆ่าเชื้อโรค

germinal (เจอร์' มะเนิล) *adj.* ที่เกี่ยวข้องกับเซลล์สืบพันธุ์ **-germinally** *adv.*

germinate (เจอร์' มะเนท) *v.* **-nated, -nating** *-vt.* ทำให้งอกหรือเจริญเติบโต *-vi.* เริ่มงอกหรือเจริญเติบโต **-germination** *n.* (-S. bud)

germy (เจอร์' มี) *adj.* **-ier, -iest** ซึ่งเต็มไปด้วยเชื้อโรค **-germiness** *n.*

gerrymander (เจอ' รีแมนเดอร์) *vt.* **-dered, -dering** แบ่งพื้นที่ในการโหวตเสียงลงคะแนนรับเลือกตั้งอย่างไม่ยุติธรรม

gerund (เจอ' เรินด์) *n.* คำกริยาในภาษาอังกฤษที่นำมาใช้เป็นนามโดยเติม -ing เข้าข้างท้าย

gest (เจซท์) *n.* การผจญภัย, เรื่องรักๆ ใคร่ๆ

gestate (เจซ' เทท) *v.* **-tated, -tating** *-vt.* มีครรภ์, นึกขึ้นในใจ *-vi.* มีครรภ์

gesticulate (เจสติค' เคียเลท) *v.* **-lated, -lating** *-vi.* ทำท่าทางขณะพูด *-vt.* พูดโดยออกท่าทาง, แสดงท่าทาง **-gesticulation** *n.*

gesture (เจซ' เชอร์) *n.* การออกท่าทางโดยใช้มือ แขน ขา หรือร่างกายในการแสดงความคิดหรือเน้นคำพูด, การออกท่าทางเพื่อให้สัญญาณ, การแสดงท่าที *-vt., vi.* **-tured, -turing** แสดงท่าทางเพื่อให้สัญญาณ **-gestural** *adj.*

★**get** (เกท) *v.* **got, gotten, getting** *-vt.* หา, จดจำ, เอา, โดน, ติด (โรค), ชักชวน, มีอิทธิพลต่อ, บรรลุ, ทำให้, เกลี้ยกล่อม, ได้, ได้รับ, ไปนำมา, เอาไปเสีย, ซื้อ, ได้มา, ถึง, ก่อให้เกิด, เข้าใจ, ฝังหัว, รู้สึก, เกิดขึ้น, จัดเตรียม, จับได้, (ภาษาพูด) แก้แค้น ชนะ ทำลาย ตี *-vi.* ไปถึง, มาถึง, ได้รับอนุญาต, กลายเป็น (ภาษาพูด) จากไปอย่างกะทันหัน *-n.* ลูกหลาน **-get about** ลุกจากเตียงและเดินไปไหนมาไหนได้หลังอาการป่วย **-get after** เร่งเร้า, กระตุ้น, ตำหนิ **-get**

along ดำเนิน **-get around** หลบหลีก, ไปโน่นมานี่ **-get at** ไปถึง, เข้าใจ **-get away** หนี **-get by** ผ่าน **-get down** ลง, ทำให้หมดแรง, ทำให้ท้อ, กลืน **-get in** เข้าไป, เข้ามา **-get off** ออกจาก, หนีรอด **-get on** ดำเนินต่อไป, ก้าวหน้า, ขึ้น (รถ) **-get out** ออกหรือหนี **-get over** ฟื้นจาก **-get there** (ภาษาพูด) ประสบผลสำเร็จ **-get through** เสร็จ, จบ **-get to one's feet** ยืนขึ้น **-get up** ลุกจากเตียง, เตรียม **-get well** หายป่วย **-getable, gettable** *adj.* (-S. (v.) achieve)

get-together (เกท' ทะเกธเธอร์) *n.* (ภาษาพูด) การพบปะสังสรรค์ การชุมนุม

getup (เกท' อัพ) *n.* (ภาษาพูด) เครื่องแต่งกาย

gewgaw (กิว' กอ) *n.* ของตกแต่งชิ้นเล็กๆ

geyser (ไก' เซอร์) *n.* น้ำพุร้อนธรรมชาติที่พุ่งสูงขึ้นไปในอากาศ, เครื่องทำน้ำร้อน

ghastly (แกซท' ลี) *adj.* **-lier, -liest** น่ากลัวมาก, เหมือนผี **-ghastliness** *n.* **-ghastly** *adv.*

ghee (กี) *n.* เนยใสที่ชาวอินเดียใช้ทำอาหาร

gherkin (เกอร์' คิน) *n.* แตงลูกเล็ก ใช้ดอง

ghetto (เกท' โท) *n., pl.* **-tos/-toes** พื้นที่ที่คนกลุ่มน้อยอาศัยอยู่, บริเวณที่พวกยิวอาศัยอยู่

ghost (โกซท์) *n.* วิญญาณ, ปีศาจ, ผี, เงา, ภาพลวงตา, (ภาษาพูด) คนที่เขียนหนังสือหรือเขียนเรื่องในนามของคนอื่น *-vt., vi.* **ghosted, ghosting** (ภาษาพูด) ทำงานเป็นคนเขียนเรื่องหรือหนังสือของคนอื่น, เคลื่อนที่อย่างเงียบเชียบคล้ายผี, สิงสู่ **-ghosty** *adj.* (-S. (n.) soul)

ghostbuster (โกซท' บัซเทอร์) *n.* (คำสแลง) ผู้ที่ทำอาชีพขับไล่ภูตผีปีศาจหรือวิญญาณต่างๆ

ghostly (โกซท' ลี) *adj.* **-lier, -liest** เกี่ยวข้องกับ (ผี ปีศาจ วิญญาณ), คล้ายผี **-ghostliness** *n.* **-ghostly** *adv.* (-S. eerie)

ghoul (กูล) *n.* ผู้ที่ชอบความขยะแขยง, คนขโมยศพ, ผีหรือวิญญาณที่ชอบกินศพคน

GHQ ย่อจาก General headquarters กองบัญชาการ

GI (จี' ไอ') *n., pl.* **GI's/GIs** ทหารหรือทหารผ่านศึกที่สังกัดกองทัพสหรัฐอเมริกา

★**giant** (ไจ' เอินท์) *n.* คนหรือของที่มีขนาดใหญ่, คนที่มีความสามารถ กำลัง อำนาจ หรือมีความสำคัญเป็นพิเศษ, ยักษ์ *-adj.* ใหญ่โต, แข็งแรง **-giantess** *n. fem.* (-S. (n.) colossus)

gib (กิบ) *n.* แมวตัวผู้ที่ตอนแล้ว

gibber (จิบ' เบอร์) *vi.* **-bered, -bering** พูดพร่ำหรือส่งเสียงที่ฟังแล้วไม่เข้าใจ

gibberish (จิบ' เบอริช) *n.* การพูดหรือการเขียนที่เหลวไหลหรือไม่สามารถเข้าใจได้ (-S. babble)

gibbet (จิบ' บิท) *n.* ที่แขวนคอนักโทษ, เครื่องแขวนคอประจานนักโทษที่ตายแล้ว

gibbon (กิบ' เบิน) *n.* ชะนี

gibbon

gibe (ไจบ์) *vt., vi.* **gibed/gibing** เหน็บแนม, เยาะเย้ย, ขัดคอ *-n.* การพูดเยาะเย้ย **-giber** *n.* **-gibingly** *adv.* (-S. (v., n.) jeer)

giblets (จิบ' ลิทซ์) *n. pl.* เครื่องในของเป็ดไก่

giddy (กิด' ดี) *adj.* **-dier, -diest** ซึ่งเวียนหัว, งง *-vi., vt.* **-died, -dying** ทำให้เวียนหัว, วิงเวียน **-giddily** *adv.* **-giddiness** *n.*

GIFT (กิฟท์) *n.* ย่อจาก gamete intra-fallopian transfer วิธีที่ช่วยให้คู่สมรสซึ่งเป็นหมันมีลูกได้โดยนำไข่และสเปิร์มจากคู่สมรสฉีดเข้าไปในท่อนำไข่ของฝ่ายหญิงเพื่อให้เกิดการปฏิสนธิ

★**gift** (กิฟท์) *n.* ของขวัญ, พรสวรรค์, การให้, สิทธิที่จะให้, อำนาจการให้ *-vt.* **gifted, gifting** ให้ของขวัญ, ให้ (-S. (n., v.) present)

gifted (กิฟ' ทิด) *adj.* ซึ่งมีพรสวรรค์หรือความสามารถพิเศษ **-giftedly** *adv.* **-giftedness** *n.*

gift-wrap (กิฟท์' แรพ) *vt.* **-wrapped, -wrapping** ห่อของขวัญ *-n.* กระดาษห่อของขวัญ

gig[1] (กิก) *n.* รถม้าสองล้อน้ำหนักเบาซึ่งเทียมด้วยม้าหนึ่งตัว, เรือพายน้ำหนักเบาเคลื่อนที่ได้เร็ว

gig[2] (กิก) *n.* หอกหรือหลาวแทงปลาหรือกบ

giga- คำอุปสรรค หมายถึง 10^9

gigabyte (จิก' กะไบท์, กิก'-) *n.* หน่วยความจุข้อมูลของคอมพิวเตอร์ โดย 1 กิกะไบต์มีค่าเท่ากับ 10^9 ไบต์ หรือ 1,024 เมกกะไบต์

gigantic (ไจแกน' ทิค) *adj.* ใหญ่โตหรือกว้างขวางมาก **-gigantically** *adv.*

gigawatt (จิก' กะวอท, กิก'-) *n.* 1 กิกะวัตต์ มีค่าเท่ากับ 10^9 วัตต์

giggle (กิก' เกิล) *vi., vt.* **-gled, -gling** หัวเราะคิกคัก *-n.* การหัวเราะคิกคัก **-giggly** *adj.*

gigolo (จิก' กะโล) *n., pl.* **-los** ผู้ชายขายตัว, ผู้ชายที่รับจ้างเป็นคู่เต้นรำให้กับผู้หญิง

gild (กิลด์) *vt.* **gilded/gilt, gilding** ปิดทอง, ฉาบทอง, ชุบทอง, ทำให้ดูสว่างสดใส และงดงาม

gill[1] (กิล) *n.* เหงือกที่ใช้หายใจของสัตว์น้ำทุกชนิด *-v.* **gilled, gilling** *-vt.* ควักเอาไส้พุงปลาออกหรือทำความสะอาดปลา *-vi.* (ปลา) ติดอยู่ในแห

gill[2] (กิล) *n.* ธารน้ำแคบๆ, ห้วยลึก

A B C D E F G H I J K L M N O P Q R S T U V W X Y Z

gill³, Gill, jill (จิล) *n.* เด็กสาว, ที่รัก

gill net แหดักปลา

gilt (กิลท์) *v.* กริยาช่อง 2 และ 3 ของ **gild** *-adj.* ซึ่งเคลือบด้วยทอง, ซึ่งมีสีหรือความมันวาวคล้ายทอง *-n.* แผ่นทอง

gimbal (กิม' เบิล) *n.* กล่องสำหรับเก็บเข็มทิศที่ใช้บนเรือหรือเครื่องบิน

gimcrack (จิม' แครค) *n.* สิ่งของที่ไร้ประโยชน์ ราคาถูก ฉูดฉาด *-adj.* ถูกและไม่มีรสนิยม

gimlet (กิม' ลิท) *n.* เครื่องมือเล็กๆ ที่ตรงปลายจะเป็นเกลียวคล้ายสว่านเอาไว้เจาะรู, สว่านมือ

gimlet-eyed (กิม' ลิทไอด์) *adj.* ซึ่งมีสายตาที่แหลมคม

gimmick (กิม' มิค) *n.* สิ่งประดิษฐ์หรือเครื่องมือที่ใช้หลอกลวงหรือเล่นกล, ประดิษฐกรรมที่ทำขึ้นเพื่อส่งเสริมสินค้าโดยปิดบังส่วนที่ไม่ดี *-vt.* **-micked, -micking** ทำอุบาย, ทำกลโกง

gimp (กิมพ์) *n.* เกลียวไหมหรือด้ายที่ใช้ตกแต่งขอบหรือริมผ้า

gin¹ (จิน) *n.* เหล้าชนิดหนึ่งมีสีใส กลั่นจากเมล็ดข้าวแล้วผสมกับลูกสน, เหล้ายิน **-ginny** *adj.*

gin² (จิน) *n.* เครื่องปั่นฝ้าย, แร้วหรือจั่นสำหรับดักสัตว์, อวนหรือแหจับปลา

ginger (จิน' เจอร์) *n.* ขิง, สีน้ำตาลเข้ม *-vt.* **-gered, -gering** ใส่ขิง **-gingery** *adj.*

ginger ale เครื่องดื่มผสมโซดาและขิง

ginger beer เครื่องดื่มที่ไม่มีแอลกอฮอล์คล้าย ginger ale แต่กลิ่นรสจะเป็นขิงดอง

gingerbread (จิน' เจอร์เบรด) *n.* ขนมเค้กกลิ่นขิง, การประดับอย่างไร้รสนิยม

gingerly (จิน' เจอร์ลี) *adv., adj.* รอบคอบ, ระมัดระวัง **-gingerliness** *n.*

gingersnap (จิน' เจอร์สแนพ) *n.* คุกกี้ใส่ขิง

gingham (กิง' เกิม) *n.* ผ้าฝ้ายหรือลินินที่เป็นลายทางหรือลายตาหมากรุก

gingiva (จิน' จะวะ) *n., pl.* **-vae** (-วี) เหงือก

gingival (จิน' จะเวิล) *adj.* ที่เกี่ยวกับเหงือก

gingivitis (จินจะไว' ทิซ) *n.* เหงือกอักเสบ

gingko (กิง' โค) *n.* ดู ginkgo

ginkgo, gingko (กิง' โค) *n., pl.* **-goes, -koes** ต้นแปะก๊วย มีต้นกำเนิดในประเทศจีน

ginseng (จิน' เซง) *n.* ต้นโสม, รากของโสม

Gipsy (จิพ' ซี) *n.* ดู Gypsy

giraffe (จะแรฟ') *n., pl.* **-raffes/giraffe** ยีราฟ

gird¹ (เกิร์ด) *v.* **girded/girt, girding** *-vt.* ผูก, รัด, พัน, โอบล้อม, ให้, เตรียมตัว *-vi.* เตรียม

gird² (เกิร์ด) *vi., vt.* **girded, girding** เยาะเย้ย

girder (เกอร์' เดอร์) *n.* คานเหล็กที่ใช้ในการสร้างสะพานและเป็นโครงสร้างของตึกขนาดใหญ่

girdle (เกอร์' เดิล) *n.* เข็มขัด, แพรพันสะเอว, กางเกงชั้นในของผู้หญิงที่รัดช่วงเอวและสะโพก, รอยควั่นรอบลำต้นของต้นไม้ *-vt.* **-dled, -dling** รัดหรือคาดด้วยเข็มขัด, ลอกเปลือกรอบลำต้น

★**girl** (เกิร์ล) *n.* เด็กหญิง, หญิงสาวรุ่น, ลูกสาว, สาวใช้, หญิงคนรัก **-girlish** *adj.* **-girlhood** *n.*

girlfriend, girl friend (เกิร์ล' เฟรนด์) *n.* หญิงคนรัก, เพื่อนผู้หญิง

girt (เกิร์ท) *v.* กริยาช่อง 2 ของ gird¹

girth (เกิร์ธ) *n.* เส้นรอบวง, สายหนังที่ใช้รัดรอบตัวสัตว์ให้ติดกับอานหรือสินค้าที่บรรทุกอยู่บนหลังสัตว์ *-vt.* **girthed, girthing** วัดเส้นรอบวง

gist (จิซท์) *n.* แก่นสาร, ส่วนสำคัญ, จุดสำคัญ

★**give** (กิฟว์) *v.* **gave, given, giving** *-vt.* ให้, มอบ, แจ้ง, ยอมให้, ยอมสละ, ยื่น, ส่งตัว, เสนอ, วางใจให้, ออกคำสั่ง, ปล่อย, พลี, อุทิศ, บริจาค, แจก, ปัน, แบ่ง, กำหนดให้, แสดง, เปล่งเสียง, แพร่, ส่ง, อนุญาตให้, จัดให้มี, ยกให้, ก่อให้เกิด, ผลิต, โอน, นำออกมา, สนใจ *-vi.* บริจาค, ยอม, เปิด, มอบให้ *-n.* สภาพที่ยืดหยุ่น, ความเด้งได้ **-give a good account of (oneself)** ปฏิบัติตัวดี **-give away** ให้, ส่งตัวเจ้าสาว, เปิดเผย, ทรยศ **-give back** คืน, กลับ **-give ground** ถอน, ล่าถอย **-give in** ยอม **-give it to** ลงโทษอย่างแรง **-give of** สละ **-give out** ประกาศ, แจกจ่าย, หมด **-give over** มอบหมาย, ละทิ้ง, หยุด **-give rise to** เป็นสาเหตุ **-give the lie to** แสดงคำพูดที่ไม่จริง **-give up** ยกเลิก, สละ, ละทิ้ง, สิ้นหวัง **-give way** ล่าถอย, ปล่อยตัว, ยอม (**-S.** (v.) allow)

given (กิฟว์' เวิน) *v.* กริยาช่อง 3 ของ give

gizzard (กิซ' เซิร์ด) *n.* กึ๋น เป็นอวัยวะที่ช่วยในการบดอาหารของนก

glacé (แกลเซ') *adj.* ซึ่งมีผิวหน้าเรียบลื่นเป็นมัน, ซึ่งฉาบหรือเคลือบด้วยน้ำตาล

glacial (เกล' เชิล) *adj.* เกี่ยวกับธารน้ำแข็ง, เย็นจัด, ซึ่งมีลักษณะของน้ำแข็ง, เย็นชา

glacier (เกล' เชอร์) *n.* ธารน้ำแข็ง

glaciology (เกลชีออล' ละจี) *n.* วิทยาศาสตร์แขนงที่ศึกษาเกี่ยวกับธารน้ำแข็ง และผลกระทบของมันต่อลักษณะภูมิประเทศ

★**glad** (แกลด) *adj.* **gladder, gladdest** ยินดี, เบิกบาน, ดีใจ, ปีติ (**-S.** happy **-A.** unhappy)

gladden (แกลด' เดิน) *v.* **-dened, -dening** *-vt.* ทำให้ดีใจหรือยินดี *-vi.* ยินดี (**-S.** cheer)

A B C D E F G H I J K L M N O P Q R S T U V W X Y Z

glade (เกลด) *n.* ที่โล่งกลางป่า
gladiator (แกลด' ดีเอเทอร์) *n.* ทหาร นักโทษ หรือทาสในสมัยโรมันโบราณที่ถูกจับมาฝึกหัดให้แสดงการต่อสู้กับคู่ต่อสู้หรือกับสัตว์ป่าดุร้ายเพื่อให้ความบันเทิงกับผู้ชม, ผู้โต้เถียง
gladiolus (แกลดดิโอ' เลิซ) *n., pl.* **-li** (-ไล, -ลี)/**-luses** ดอกแกลดิโอลัส
gladsome (แกลด' เซิม) *adj.* ซึ่งแสดงความยินดี **-gladsomely** *adv.* **-gladsomeness** *n.*
glamorize, glamourize (แกลม' มะไรซ) *vt.* **-ized, -izing** ทำให้หลงใหล **-glamorization** *n.* **-glamorizer** *n.*
glamor, glamour (แกลม' เมอร์) *n.* ความมีเสน่ห์, ความดึงดูดใจ **-glamorous** *adj.*
★**glance** (แกลนซ์) *v.* **glanced, glancing** *-vi.* ดูผาดๆ, มองผ่านๆ, ส่องแสงวับ, ชำเลือง, แฉลบ, ถาก *-vt.* เฉียด *-n.* การชำเลืองมอง
glancing (แกลน' ซิง) *adj.* ซึ่งเฉียงหรือลาด
gland (แกลนด์) *n.* ต่อม **-glandular** *adj.*
glare (แกลร์) *v.* **glared, glaring** *-vi.* จ้องเขม็ง, ส่องแสงวาบเข้าตา, เห็นชัด *-vt.* จ้องมอง *-n.* การจ้องเขม็ง, แสงที่เจิดจ้า, ความสุกใส
glaring (แกล' ริง) *adj.* ซึ่งบาดตา, ซึ่งเห็นชัด, (จ้อง) เขม็ง **-glaringly** *adv.* **-glaringness** *n.*
★**glass** (แกลซ) *n.* แก้ว, กระจก, สิ่งของเครื่องใช้ที่ทำจากแก้ว, บารอมิเตอร์, กระจกหน้าต่าง **-glasses** แว่นตา, แว่นขยาย
glass blowing กระบวนการเป่าแก้ว
glass cutter ช่างตัดกระจก
glassful (แกลซ' ฟุล) *n.* ปริมาณจุหนึ่งแก้ว
glasshouse (แกลซ' เฮาซ์) *n.* เรือนกระจกสำหรับปลูกต้นไม้, โรงงานกระจก
glassware (แกลซ' แวร์) *n.* เครื่องแก้ว
glass wool เส้นใยแก้วที่ใช้เป็นฉนวนกันความร้อนหรือใช้ในตัวกรองอากาศ
glasswork (แกลซ' เวิร์ค) *n.* การผลิตแก้วและเครื่องแก้ว, การตัดกระจก, เครื่องแก้ว
glassy (แกลซ' ซี) *adj.* **-ier, -iest** คล้ายแก้ว, ซึ่งไม่มีชีวิต **-glassily** *adv.* **-glassiness** *n.*
glaucoma (เกลาโค' มะ) *n.* โรคตาที่เกิดจากความดันภายในลูกตาสูงขึ้น ทำให้สูญเสียการมองเห็นและอาจจะทำให้ดวงตาถูกทำลายอย่างช้าๆ และตาบอดในที่สุด **-glaucomatous** *adj.*
glaze (เกลซ) *n.* น้ำยาเคลือบเงา, แผ่นน้ำแข็งบางๆ ที่เคลือบอยู่, น้ำตาลที่ใช้ฉาบ *-v.* **glazed, glazing** *-vt.* ติดกระจก, ทาน้ำยาเคลือบเงา, ปกคลุมด้วยแผ่นน้ำแข็งบางๆ *-vi.* เป็นเงามัน

gleam (กลีม) *n.* แสงวาบ, แสงอ่อนๆ, ร่องรอย, *-v.* **gleamed, gleaming** *-vi.* ส่องแสงวาบ, แสดงให้เห็นเพียงสั้นๆ *-vt.* ทำให้ส่องแสงวาบ
glean (กลีน) *vt., vi.* **gleaned, gleaning** เก็บรวบรวมเมล็ดข้าวที่ตกหล่น **-gleaner** *n.*
glee (กลี) *n.* ความสนุกสนานรื่นเริง, ความยินดี **-gleeful** *adj.* (-S. cheerfulness, delight)
glen (เกลน) *n.* หุบเขา (-S. valley)
glib (กลิบ) *adj.* **glibber, glibbest** ซึ่งพูดได้คล่องแคล่ว, คล่องแคล่ว **-glibly** *adv.*
glide (ไกลด์) *v.* **glided, gliding** *-vi.* ลื่นไหล, เคลื่อนที่อย่างแผ่วเบาและเร็ว, ร้อง (เพลง) ทอดเสียงจากเสียงหนึ่งไปเสียงหนึ่ง, เลาะเลื้อย, ร่อน *-vt.* ทำให้ร่อนหรือลื่นไหล *-n.* การลื่นไหล, การร่อน, การทอดเสียง, การเลาะเลื้อย, การเคลื่อนที่อย่างเร็วและแผ่วเบา (-S. (v., n.) slide)
glider (ไกล' เดอร์) *n.* เครื่องร่อน
glimmer (กลิม' เมอร์) *n.* แสงริบหรี่, ความรางเลือน *-vi.* **-mered, -mering** ส่องแสงริบหรี่, ปรากฏรางๆ (-S. (v., n.) gleam)
glimpse (กลิมพ์ซ์) *n.* การมองเพียงแวบเดียว *-vt., vi.* **glimpsed, glimpsing** มองแวบเดียว
glint (กลินท์) *n.* แสงวาบ, การปรากฏขึ้นอย่างรางๆ หรือรวดเร็ว *-v.* **glinted, glinting** *-vi.* ส่องแสงวาบ *-vt.* เป็นเหตุให้ส่องแสงวาบ
glissade (กลิซาด') *n.* การไถลลงมาตามลาดเขาที่ปกคลุมด้วยหิมะหรือน้ำแข็ง
glisten (กลิซ' เซิน) *vi.* **-tened, -tening** ส่องแสงระยิบระยับ *-n.* แสงระยิบระยับ
glister (กลิซ' เทอร์) *vi.* **-tered, -tering** ส่องแสงแวววับ *-n.* ความสุกใส, แสงแวววับ
glitter (กลิท' เทอร์) *n.* แสงแวววับ *-vi.* **-tered, -tering** ส่องแสงแวววับ **-glittery** *adj.*
gloaming (โกล' มิง) *n.* เวลาพลบค่ำ, สายัณห์
gloat (โกลท) *vi.* **gloated, gloating** มองหรือคิดด้วยความ (ละโมบ อิ่มใจ หื่นกระหาย) *-n.* การมองหรือคิดด้วยความ (ละโมบ อิ่มใจ หื่นกระหาย) **-gloater** *n.* (-S. (v., n.) relish)
global (โกล' เบิล) *adj.* ทั่วโลก, เกี่ยวข้องกับทั้งโลก, ทั่วทั้งหมด **-globally** *adv.*
globalize (โกล' บะไลซ์) *vt.* **-ized, -izing** ทำให้มีขอบเขตหรือการใช้ประโยชน์กว้างขวางทั่วโลก **-globalization** *n.* **-globalizer** *n.*
globe (โกลบ) *n.* รูปทรงกลม, โลก *-vi., vt.* **globed, globing** ทำให้เป็นลูกกลมๆ
globetrot (โกลบ' ทรอท) *vi.* **-trotted, -trotting** เดินทางท่องเที่ยวทั่วโลก **-globetrotter** *n.*

globule (กลอบ' บิวล์) *n.* สิ่งที่เป็นรูปทรงกลมเล็กๆ, หยดเล็กๆ, เม็ดเล็กๆ **-globular** *adj.*
glomerate (กลอม' เมอริท) *adj.* ที่เกาะกันแน่นเป็นก้อน
gloom (กลูม) *n.* ความมืดมัว, ความโศกเศร้า
gloomy (กลู' มี) *adj.* **-ier, -iest** มืดมัว, โศกเศร้า **-gloomily** *adv.* **-gloominess** *n.*
glorify (กลอ' ระไฟ) *vt.* **-fied, -fying** ยกย่อง, สรรเสริญ, ให้เกียรติ, สดุดี, ทำให้เปล่งปลั่งงดงาม **-glorification** *n.* (-S. elevate, enhance)
glorious (กลอ' เรียซ) *adj.* ซึ่งมีชื่อเสียง, น่าสรรเสริญ, รุ่งโรจน์, งดงาม, ปีติยินดี, ยอดเยี่ยม **-gloriously** *adv.* **-gloriousness** *n.*
★**glory** (กลอ' รี) *n., pl.* **-ries** เกียรติยศ, ความรุ่งโรจน์, ความสง่า, ความภูมิใจ, ความปีติยินดี, การมีชื่อเสียง, สิ่งประเสริฐ, รัศมี, บุญวาสนาบารมี *-vi.* **-ried, -rying** ยินดีปรีดา
gloss[1] (กลอซ) *n.* ความเป็นเงามัน, ความแวววาว, การหลอกลวง *-v.* **glossed, glossing** *-vt.* ขัดมัน, เคลือบเงา, ปกปิดความผิด (ผักชีโรยหน้า) *-vi.* กลายเป็นเงา **-glossy** *adj.*
gloss[2] (กลอซ) *n.* คำอธิบายหรือคำแปลที่แทรกลงไประหว่างบรรทัดของเนื้อความในหนังสือหรือต้นฉบับ, การแปลที่บิดเบือน, คำอธิบายหรือหมายเหตุ,คำแปลศัพท์ซึ่งบรรจุไว้ในหนังสือ *-vt.* **glossed, glossing** แปลผิดหรือบิดเบือน, ใส่หมายเหตุหรือคำอธิบายเพิ่มเติม **-glosser** *n.*
glossary (กลอ' ซะรี) *n., pl.* **-ries** ภาคคำอธิบายความหมายของคำศัพท์หรือคำยาก ซึ่งส่วนใหญ่มักอยู่ด้านหลังของหนังสือ **-glossarial** *adj.* **-glossarist** *n.* (-S. lexicon)
glossitis (กลอไซ' ทิซ) *n.* การอักเสบของลิ้น
glottis (กลอท' ทิซ) *n., pl.* **-tises/-tides** (-ทิดีซ) ช่องเปิดระหว่างเส้นเสียงตรงส่วนบนของคอหอย
★**glove** (กลัฟว์) *n.* ถุงมือ, นวมต่อยมวย
★**glow** (โกล) *vi.* **glowed, glowing** ส่องแสงออกมาโดยไม่มีเปลว, ส่องแสงเรื่อแดง, เร่าร้อน, (หน้า) แดง, เปล่งปลั่ง, มีราศี *-n.* ความรู้สึกอบอุ่น, ความสว่างสดใส, ความแดงเรื่อ, ความเร่าร้อน (-S. (n.) burning (v., n.) shine)
glower (เกลา' เออร์) *vi.* **-ered, -ering** จ้องด้วยความโกรธ *-n.* การจ้องด้วยความโกรธ
glowworm (โกล' เวิร์ม) *n.* หิงห้อยช้างตัวเมียซึ่งคล้ายหนอน จะเปล่งแสงสีเขียวออกมาตรงก้น
glucose (กลู' โคส) *n.* น้ำตาลกลูโคส พบในเนื้อเยื่อพืชและสัตว์ เป็นแหล่งพลังงานของร่างกาย
★**glue** (กลู) *n.* กาว *-vt.* **glued, gluing** ติดด้วยกาว, ติดอยู่กับบางสิ่งอย่างสนใจ **-gluey** *adj.*
glum (กลัม) *adj.* **glummer, glummest** เศร้าสลด, บึ้งตึง, หม่นหมอง *-n.* ความ (เศร้าสลด บึ้งตึง หม่นหมอง) **-glumly** *adv.* **-glumness** *n.* (-S. (adj.) gloomy -A. (adj.) happy)
glut (กลัท) *v.* **glutted, glutting** *-vt.* กินมากจนเกินไป, ป้อยอ, (สินค้า) ล้นตลาด *-vi.* กินหรือดื่มมากเกินไป *-n.* จำนวนที่มากเกินไป
gluten (กลูท' เทิน) *n.* โปรตีนชนิดหนึ่งพบในเมล็ดธัญพืช, แป้งเปียก, ยางเหนียว
glutinous (กลูท' เทินเนิซ) *adj.* เหนียว
glutton (กลัท' เทิน) *n.* คนตะกละ, คนโลภ **-gluttonous** *adj.* (-S. gobbler, gorger)
glycerol (กลิซ' ซะรอล) *n.* น้ำเชื่อมสีใสใช้เป็นตัวทำละลาย ใช้ในระเบิดและเครื่องสำอาง
glycogen (ไกล' คะเจิน) *n.* สารประกอบพวกคาร์โบไฮเดรตที่เป็นน้ำตาลหลายโมเลกุลซึ่งเก็บเป็นพลังงานสำรองอยู่ในตับและกล้ามเนื้อของสัตว์มีกระดูกสันหลัง **-glycogenic** *adj.*
gm. ย่อจาก gram หน่วยน้ำหนักกรัม
GMT, G.m.t. ย่อจาก Greenwich mean time เวลามาตรฐานกรีนิช
gnar (นาร์) *vi.* **gnarred, gnarring** ขู่คำราม
gnarl[1] (นาร์ล) *vi.* **gnarled, gnarling** ขู่คำราม
gnarl[2] (นาร์ล) *n.* ปุ่มปมของต้นไม้ *-vt.* **gnarled, gnarling** ทำให้เกิดปุ่มปม **-gnarled** *adj.*
gnash (แนช) *vt.* **gnashed, gnashing** ขบฟัน, กัดฟัน, บดด้วยฟัน **-gnash** *n.*
gnat (แนท) *n.* แมลงพวกที่ใช้ปากกัด เช่น ริ้น
gnathic (แนธ' ธิค) *adj.* เกี่ยวกับขากรรไกร
gnaw (นอ) *vt., vi.* **gnawed, gnawing** กัด, เคี้ยว, แทะ, กัดกร่อน, ทรมาน **-gnawer** *n.*
gnome (โนม) *n.* มนุษย์ตัวเล็กๆ ในนิทานที่อยู่ใต้ดินคอยดูแลทรัพย์สมบัติ **-gnomish** *adj.*
gnomic (โน' มิค) *adj.* ซึ่งเป็นคติคำสอน
★**go** (โก) *v.* **went, gone, going** *-vi.* ไป, เคลื่อนไป, เดินทาง, ดำเนินไป, จากไป, ผ่าน, มีการหมุนเวียน, กลายเป็น, พ้น, ก้าวหน้า, เจริญขึ้น, ขายไป, เป็นของ, เข้ากัน, เป็นผล, บรรจุ, ใส่, ใช้จ่าย, ล่วงไป, ทิ้ง, เลิก, หมด, ล้มเหลว, อ่อนแอ, แยกจาก, แตกกระจาย, ตาย, เหมาะสม, (ภาษาพูด) ถ่ายอุจจาระหรือปัสสาวะ, เดิน *-vt.* เคลื่อนตาม, ข้าม, (ภาษาพูด) พนัน พูด เชิญ สั่ง บังคับ เกณฑ์ สนุกสนาน, ขึ้น *-n.* การไป, ความพยายาม, ช่วงเวลา, (ภาษาพูด) พลังงาน, การเริ่มต้น **-go ahead** ให้ดำเนินการต่อไป

A B C D E F G H I J K L M N O P Q R S T U V W X Y Z

-go by ผ่านไป -go off ระเบิด, จากไป -go on เกิดขึ้น, ดำเนินต่อไป -go out ดับ, ออกไป, หมดสมัย -go over ตรวจสอบ

goad (โกด) *n.* ไม้แหลมยาวที่ใช้แทงหรือกระทุ้งสัตว์, เครื่องกระตุ้น *-vt.* **goaded, goading** แทงหรือกระตุ้น (-S. (n., v.) spur)

★**goal** (โกล) *n.* เป้าหมาย, ประตูฟุตบอล

goalkeeper (โกล' คีเพอร์) *n.* ผู้รักษาประตู

★**goat** (โกท) *n.* แพะ, คนชั่ว, คนรับบาป

goatee (โกที') *n.* เคราสระจุกเล็กๆ ใต้คาง

goatskin (โกท' สกิน) *n.* หนังแพะ

gobbet (กอบ' บิท) *n.* ก้อนหรือชิ้น (เนื้อ), ของเล็กๆ น้อยๆ, หยด (ของเหลว)

gobble¹ (กอบ' เบิล) *vt., vi.* **-bled, -bling** กินหรือกลืนอย่างตะกละ, สวาปาม, คว้า

gobble² (กอบ' เบิล) *n.* การทำเสียงในลำคอคล้ายเสียงไก่งวงตัวผู้ **-gobble** *v.*

gobbler (กอบ' เบลอร์) *n.* ไก่งวงตัวผู้

go-between (โก' บิทวีน) *n.* แม่สื่อ, คนกลาง

goblet (กอบ' ลิท) *n.* แก้วที่มีฐานและก้านจับ

go-cart (โก' คาร์ท) *n.* รถคันเล็กๆ ที่เอาไว้ให้เด็กขับหรือลาก, รถเข็นเล็กๆ สำหรับเด็ก, รถเล็กหรือเก้าอี้ที่ขามีลูกล้อ เอาไว้ให้เด็กฝึกเดิน

★**god** (กอด) *n.* บุคคลซึ่งเป็นที่เคารพบูชา, ผู้ชายที่หล่อมาก, ผู้ปกครองที่มีอำนาจมาก **-God** พระเจ้า, พระผู้เป็นเจ้า

godchild (กอด' ไชล์ด์) *n.* ลูกของพ่อแม่อุปถัมภ์

goddamn, Goddamn (กอด' แดม') *interj.* คำอุทานแสดงความไม่พอใจหรือโกรธ

goddaughter (กอด' ดอเทอร์) *n.* ลูกอุปถัมภ์ที่เป็นผู้หญิง

goddess (กอด' ดิซ) *n.* เทพธิดา, หญิงงาม

godfather (กอด' ฟาเธอร์) *n.* พ่ออุปถัมภ์, (คำสแลง) หัวหน้าพวกมาเฟีย เจ้าพ่อ

godforsaken, Godforsaken (กอด' เฟอร์เซเคิน) *adj.* ห่างไกล, ชวนให้สลดใจ, โดดเดี่ยว

godhead (กอด' เฮด) *n.* พระเจ้า

godless (กอด' ลิซ) *adj.* ซึ่งไม่มีพระเจ้า, ซึ่งผิดศีลธรรม, ซึ่งขาดความเคารพ

godlike (กอด' ไลค์) *adj.* ซึ่งคล้ายพระเจ้า

godly (กอด' ลี) *adj.* **-lier, -liest** ซึ่งเคร่งครัดต่อศาสนา **-godliness** *n.* (-S. pious, religious)

godmother (กอด' มัธเธอร์) *n.* แม่อุปถัมภ์

godparent (กอด' แพเรินท์) *n.* พ่อแม่อุปถัมภ์

godsend (กอด' เซนด์) *n.* สิ่งที่พระเจ้าประทานให้ (-S. blessing, windfall)

godson (กอด' ซัน) *n.* ลูกอุปถัมภ์ที่เป็นชาย

Godspeed (กอด' สปีด') *n.* ความโชคดี

go-getter (โก' เกทเทอร์) *n.* (ภาษาพูด) คนกล้าได้กล้าเสีย คนที่ชอบเสี่ยง

goggle (กอก' เกิล) *v.* **-gled, -gling** *-vi.* เบิกตาจ้องเขม็ง, กลอกตา *-vt.* กลอกตา *-n.* การเบิกตา, การกลอกตา **-goggles** แว่นตาอันใหญ่สำหรับกันลมหรือฝุ่น **-goggly** *adj.*

goggles

going (โก' อิง) *n.* การจากไป, สภาพพื้นผิวถนน, (ภาษาพูด) ความก้าวหน้า *-adj.* ซึ่งเคลื่อนที่, ปัจจุบัน, ทั่วๆ ไป

goiter (กอย' เทอร์) *n.* โรคคอหอยพอก

★**gold** (โกลด์) *n.* ทองคำ, เหรียญกษาปณ์ที่ทำจากทอง, เงิน, ทรัพย์, สีเหลืองทอง, สิ่งที่มีค่ามาก, เหรียญทองในการแข่งขันกีฬา *-adj.* ซึ่งมีสีทอง

goldbeating (โกลด์' บีทิง) *n.* การตีทอง

gold digger (ภาษาพูด) ผู้หญิงที่จ้องหาเงินและของกำนัลจากผู้ชาย, นักขุดทอง

★**golden** (โกล' เดิน) *adj.* ซึ่งทำด้วยทอง, ซึ่งมีสีทอง, เจริญรุ่งเรือง, งดงาม, สำคัญหรือมีค่ามาก, ดีเยี่ยม, ซึ่งครบรอบ 50 ปี (-S. bright)

golden age ยุคทอง

golden goal ประตูแรกที่ฝ่ายใดฝ่ายหนึ่งยิงเข้าก่อนในช่วงต่อเวลาพิเศษของกีฬาฟุตบอล ซึ่งจะทำให้ฝ่ายที่ยิงเข้าชนะไปหลังจากเสมอกันมาในช่วงเวลาปกติของการแข่งขัน

golden jubilee วันครบรอบ 50 ปี

golden mean ทางสายกลาง

golden oldie ภาพยนตร์ บทเพลง หรือดนตรีซึ่งเป็นที่นิยมชมชอบกันมากในอดีต

golden wedding วันครบรอบ 50 ปีของการแต่งงาน

gold-filled (โกลด์' ฟิลด์') *adj.* ซึ่งหุ้มทอง

goldfish (โกลด์' ฟิช) *n., pl.* **-fish/-fishes** ปลาเงินปลาทอง

gold foil แผ่นทอง

gold leaf แผ่นทองเปลว

gold mine เหมืองทอง, ขุมทรัพย์

goldsmith (โกลด์' สมิธ) *n.* ช่างทอง

★**golf** (กอล์ฟ) *n.* กีฬากอล์ฟ *-vi.* **golfed, golfing** เล่นกอล์ฟ **-golfer** *n.*

golf club ไม้ตีกอล์ฟ, สโมสรกอล์ฟ

golf course สนามกอล์ฟ

golly (กอล' ลี) *interj.* คำอุทานแสดงความสงสัยหรือแปลกใจ

gonad (โก' แนด) *n.* อวัยวะของสัตว์ซึ่งทำหน้าที่สร้างเซลล์สืบพันธุ์ เช่น อัณฑะหรือรังไข่
gondola (กอนโด' ละ) *n.* เรือแจวโดยสารลำยาวแคบที่ใช้ในคลองเวนิซ, กระเช้าลอยฟ้าที่เคลื่อนที่ตามสายเคเบิลเพื่อรับส่งผู้โดยสาร
gondolier (กอนเดิลเลียร์') *n.* คนแจวเรือกอนโดลา
gone (กอน) *v.* กริยาช่อง 3 ของ go
gong (กอง) *n.* ฆ้อง
gonorrhea (กอนนะเรีย') *n.* โรคหนองใน
goo (กู) *n.* (ภาษาพูด) สารที่เหนียว
★**good** (กุด) *adj.* **better, best** ดี, ซึ่งมีคุณภาพ, เหมาะสม, นิสัยดี, น่านับถือ, มั่นคง, อร่อย, ดึงดูดใจ, หล่อ, สุขภาพดี, ชำนาญ, ไว้ใจได้, แท้, บังควร, ถูกต้อง, มีมากพอ, อุดมสมบูรณ์, มาก, กรุณา, พอใจ, เต็ม, ซึ่งมีประโยชน์, เบิกบานใจ, ซึ่งใช้ได้, ซึ่งมีคุณธรรม, เก่ง, ไม่เสีย, ซื่อสัตย์, จงรักภักดี *-n.* คุณค่า, สิ่งที่ดี, ผลประโยชน์, ความดี, กำไร **-goods** สินค้า *-adv.* (ภาษาพูด) ดี **-for good** ตลอดไป **-no good** (ภาษาพูด) ไร้ประโยชน์ ไร้ค่า (-S. (adj., adv.) fine)
good afternoon สวัสดียามบ่าย
Good Book คัมภีร์ไบเบิล
★**good-bye, goodbye, good-by** (กุดไบ') *interj.* ลาก่อน *-n., pl.* **-byes, -bys** การร่ำลา (-S. (interj.) so long)
good evening สายัณห์สวัสดิ์
good faith ความจริงใจซื่อสัตย์
goodfella (กุด' เฟลละ) *n.* สมาชิกแก๊งมาเฟีย
good-fellowship (กุดเฟล' โลชิพ) *n.* เพื่อนที่ดี, เพื่อนยาก
good-for-nothing (กุด' เฟอร์นัธ' ธิง) *n.* คนที่ไร้ค่า *-adj.* ไร้ค่า
Good Friday วันศุกร์ก่อนวันอีสเตอร์เป็นวันที่ระลึกถึงการที่พระเยซูถูกตรึงบนไม้กางเขน
goodhearted (กุด' ฮาร์' ทิด) *adj.* จิตใจงาม
good-humored (กุด' ฮิว' เมอร์ด) *adj.* อารมณ์ดี, เบิกบาน **-good-humoredly** *adv.*
★**good-looking** (กุด' ลุค' คิง) *adj.* หล่อ, สวยงาม (-S. handsome, pretty)
goodly (กุด' ลี) *adj.* **-lier, -liest** หน้าตาดี, มาก, ใหญ่ **-goodliness** *n.* (-S. fair, fine)
good morning อรุณสวัสดิ์
good-natured (กุด' เน' เชอร์ด) *adj.* ซึ่งมีนิสัยดี, สุภาพ, อ่อนโยน, ซึ่งมีอารมณ์ดี **-good-naturedly** *adv.* **-good-naturedness** *n.*
goodness (กุด' นิซ) *n.* ความดี, คุณความดี, ส่วนที่ดีงาม *-interj.* คำอุทานแสดงความประหลาดใจ (-S. excellence, merit)
good night ราตรีสวัสดิ์
Good Samaritan ผู้ที่มีใจเมตตากรุณา
good-tempered (กุด' เทม' เพอร์ด) *adj.* ซึ่งมีอารมณ์ดี **-good-temperedly** *adv.*
goodwill, good will (กุด' วิล') *n.* ไมตรีจิต, ความสัมพันธ์อันดีในทางธุรกิจ
goody (กุด' ดี) *interj.* คำอุทานแสดงความดีใจ *-n., pl.* **-ies** สิ่งที่ดึงดูดใจ, ขนมหวาน
goody-goody (กุด' ดีกุด' ดี) *adj.* แสร้งว่าดี
gooey (กู' อี) *adj.* **-ier, -iest** เหนียว
goof (กูฟ) *n.* (คำสแลง) คน (โง่ เซ่อ) ความผิดพลาด *-vi., vt.* **goofed, goofing** (คำสแลง) ทำผิดพลาด เสียเวลา
goose (กูซ) *n., pl.* **geese** ห่าน, ห่านตัวเมีย, เนื้อห่าน, (ภาษาพูด) คนโง่
gooseberry (กูซ' เบอร์รี) *n.* ไม้พุ่มชนิดหนึ่งดอกสีเขียว มีผลเล็กๆ กินได้, ผลกูซเบอรี
gopher (โก' เฟอร์) *n.* ระบบการค้นหาข้อมูลบนอินเทอร์เน็ต
gore[1] (กอร์) *vt.* **gored, goring** แทงด้วยเขาหรืองา
gore[2] (กอร์) *n.* ผ้าผืนสามเหลี่ยม, ผืนดินที่มีลักษณะเป็นรูปสามเหลี่ยม
gore[3] (กอร์) *n.* เลือดที่แห้งกรังจากบาดแผล
gorge (กอร์จ) *n.* หุบเขาลึก, คอหอย, หลอดอาหาร, การกินอย่างตะกละ, สิ่งที่กีดขวางทางเดินแคบ, อาหารในกระเพาะ *-vt., vi.* **gorged, gorging** กินอย่างตะกละ (-S. (n.) canyon)
gorgeous (กอร์' เจิซ) *adj.* งดงาม, โอ่โถง, วิเศษ, หรูหรา, น่ายินดี **-gorgeously** *adv.* **-gorgeousness** *n.* (-S. beautiful -A. rich)
Gorgon (กอร์' เกิน) *n.* ปีศาจสาวในเทพนิยายของกรีก มีงูอยู่บนหัว และมีดวงตาซึ่งถ้าใครมองแล้วจะกลายเป็นหิน **-gorgon** ผู้หญิงที่น่าเกลียด
gorilla (กะริล' ละ) *n.* ลิงกอริลลา, (คำสแลง) ผู้ร้าย คนที่โหดร้าย

gorilla

gormless (กอร์ม' ลิซ) *adj.* โง่
gory (กอ' รี) *adj.* **-rier, -riest** เต็มไปด้วยเลือด **-gorily** *adv.* **-goriness** *n.*
gosh (กอช) *interj.* คำอุทานแสดงความประหลาดใจหรือยินดี
gosling (กอซ' ลิง) *n.* ลูกห่าน, คนอ่อนหัด

gospel (กอซ' เพิล) *n.* การประกาศคำสอนของพระเยซูคริสต์, พระคุ้มภีร์ไบเบิลฉบับใหม่เล่มหนึ่งในจำนวนสี่เล่มที่มีเรื่องราวเกี่ยวกับชีวิต การสั่งสอน ความตาย และการฟื้นคืนชีพของพระผู้เป็นเจ้า, คำสอนของผู้สอนศาสนา, สิ่งที่ไม่มีใครโต้แย้ง **-gospeler, gospeller** *n.*

gossamer (กอซ' ซะเมอร์) *n.* ผ้าแพรบางนุ่ม, สิ่งที่บอบบาง, ใยแมงมุม *-adj.* บาง, เบา

gossip (กอซ' เซิพ) *n.* การซุบซิบนินทา, คนที่ชอบนินทา, การเขียนหรือการคุยในเรื่องเล็กๆ น้อยๆ, เพื่อนสนิท, พ่อแม่อุปถัมภ์ *-vi.* **-siped, -siping** ซุบซิบนินทา **-gossiper** *n.*

gossipmonger (กอซ' เซิพมังเกอร์) *n.* คนที่ชอบซุบซิบนินทาผู้อื่น

got (กอท) *v.* กริยาช่อง 2 และ 3 ของ get

Gothic (กอธ' ธิค) *adj.* เกี่ยวกับสถาปัตยกรรมแบบโกธิค *-n.* ศิลปะหรือสถาปัตยกรรมแบบโกธิค

gotten (กอท' เทิน) *v.* กริยาช่อง 3 ของ get

gouge (เกาจ์) *n.* สิ่ว, การคว้านหรือขุดด้วยสิ่ว, ร่องหรือรูที่เกิดจากการแซะด้วยสิ่ว *-vt.* **gouged gouging** ขุดหรือแซะด้วยสิ่ว, (คำสแลง) โกง

goulash (กู' ลาช) *n.* สตูเนื้อวัวใส่พริกหยวก

gourd (กอร์ด) *n.* พืชจำพวกน้ำเต้าและบวบ

gourmand (กัวร์มานด์) *n.* นักกิน

gourmet (กัวร์ เม) *n.* ผู้ชำนาญการด้านอาหารและเครื่องดื่ม

gout (เกาท์) *n.* โรคเกาต์ **-gouty** *adj.*

★**govern** (กัฟว์' เวิร์น) *vt., vi.* **-erned, -erning** บังคับ, ปกครอง, ครอบงำ **-governable** *adj.*

governess (กัฟว์' เวอร์นิซ) *n.* ครูผู้หญิงซึ่งรับจ้างสอนหนังสือหรืออบรมเด็กๆ ตามบ้าน

★**government** (กัฟว์' เวิร์นเมินท์) *n.* การปกครอง, รัฐบาล, ระบบการปกครอง, รัฐศาสตร์, การจัดการ **-governmental** *adj.*

governor (กัฟว์' เวอร์เนอร์) *n.* ผู้ว่าการรัฐ, ผู้ว่าราชการจังหวัด, ผู้จัดการ, ผู้ปกครอง

governorship (กัฟว์' เวอร์เนอร์ชิพ) *n.* ตำแหน่ง หน้าที่ หรือขอบเขตอำนาจของข้าหลวง

gown (เกาน์) *n.* เสื้อคลุมตัวยาว, ชุดเสื้อกระโปรงยาวติดกันของผู้หญิง, เสื้อครุย (**-S.** costume)

GPA ย่อจาก grade point average คะแนนเฉลี่ยสะสม

GPO ย่อจาก general post office ที่ทำการไปรษณีย์กลาง

gr. ย่อจาก gram กรัม

★**grab** (แกรบ) *vt., vi.* **grabbed, grabbing** ฉวย, คว้า, จับ, แย่ง, (คำสแลง) ตั้งใจ *-n.* การฉวยหรือแย่ง, สิ่งที่ถูกคว้า (**-S.** (v., n.) catch)

grabble (แกรบ' เบิล) *vi.* **-bled, -bling** คลำ

★**grace** (เกรซ) *n.* ความงาม, ความนิ่มนวล, ความสวยงาม, ความสง่า, ลีลางดงาม, ความสุภาพ, ความเมตตากรุณา, การผ่อนผัน, มารยาท, ความคล่อง, ความกลมกล่อม, คุณความดี, การสวดมนต์บทสั้นๆ ก่อนหรือหลังรับประทานอาหาร *-vt.* **graced, gracing** ตกแต่งให้สวยงาม **-with bad grace** ไม่เต็มใจ **-graceful** *adj.* **-gracefully** *adv.*

gracious (เกร' เชิซ) *adj.* เมตตากรุณา, สุภาพอ่อนโยน, เอื้อเฟื้อ, ซึ่งมีมารยาท, อย่างให้อภัย, สวยงาม, สง่างาม **-graciously** *adv.* **-graciousness** *n.* (**-S.** amiable **-A.** haughty)

gradation (เกรเด' ชัน) *n.* การค่อยๆ เปลี่ยนแปลง, การแบ่งขั้น, ลำดับขั้น **-gradate** *v.*

★**grade** (เกรด) *n.* ระดับ, ขั้น, ชั้น, ชนิด, ความเอียงลาด, ขีด *-v.* **graded, grading** *-vt.* แบ่งเป็นระดับหรือขั้น, แบ่งออกเป็นชนิด, ให้เกรด, ทำให้เปลี่ยนแปลงทีละขั้น, ทำให้ราบ *-vi.* เปลี่ยนแปลงเป็นขั้นๆ (**-S.** (n., v.) class)

grade school โรงเรียนประถมศึกษา

gradient (เกร' เดียนท์) *n.* ทางลาด, เนินลาด

★**gradual** (แกรจ' จูเอิล) *adj.* ที่ค่อยๆ เกิดขึ้น, ค่อยๆ ลาด **-gradually** *adv.* (**-S.** gentle)

graduate (แกรจ' จูเอท) *v.* **-ated, -ating** *-vi.* ได้รับปริญญาหรือประกาศนียบัตร, สำเร็จการศึกษา, เปลี่ยนทีละน้อย *-vt.* สำเร็จการศึกษาจาก, มอบปริญญาแก่, แบ่งออกเป็นขีดๆ *-n.* บัณฑิต, ภาชนะที่ใช้ตวงซึ่งมีขีดบอกระดับ *-adj.* เกี่ยวกับการศึกษาในระดับที่สูงกว่าปริญญาตรี **-graduation** *n.* **-graduator** *n.*

graduate

graft¹ (แกรฟท์) *v.* **grafted, grafting** *-vt.* ทาบกิ่ง, ต่อตา, ย้ายไปปลูก, เอามาปะ *-vi.* ทาบกิ่งหรือต่อตา, ย้ายปลูกหรือย้ายปะ *-n.* กิ่งตอน, ตาสำหรับต่อ, กิ่งทาบ, การผ่าตัดเพื่อนำผิวหนัง กระดูก หรือเนื้อเยื่อบางส่วนของคนหนึ่งไปปลูกไว้ที่ส่วนอื่นของร่างกายหรือกับอีกคนหนึ่ง **-grafter** *n.*

graft² (แกรฟท์) *n.* การกินสินบน, สินบน, การฉ้อราษฎร์บังหลวง *-vt., vi.* **grafted, grafting** รับสินบน **-grafter** *n.*

Grail (เกรล) *n.* ถ้วยหรือจานที่พระเยซูใช้ในการรับประทานอาหารมื้อสุดท้าย

★**grain** (เกรน) *n.* เมล็ดข้าว, เมล็ดเล็กๆ, เม็ดทราย, นิสัย, ข้าวทุกชนิด, จำนวนเล็กน้อย, หน่วยน้ำหนักซึ่งมีค่าเท่ากับ 0.065 กรัม, ลายไม้, หนังสัตว์ด้านที่เอาขนออกหมดแล้ว, ลายในหนัง, ลวดลายในเนื้อหิน, ภาวะการตกผลึก *-vt.* **grained, graining** วาด ตอก หรือพิมพ์เลียนแบบลายไม้ ลายหนัง หรือลายหิน, ขูดขนสัตว์ **-grainer** *n.* (-S. (n.) cereal, seed)

★**gram¹, gramme** (แกรม) *n.* หน่วยน้ำหนักในระบบเมตริกซึ่งมีค่าเท่ากับ 0.001 กิโลกรัม

gram² (แกรม) *n.* ถั่วเขียว

★**grammar** (แกรม' เมอร์) *n.* ไวยากรณ์ **-grammarian** *n.* **-grammatical** *adj.*

grammar school โรงเรียนประถมศึกษา, โรงเรียนมัธยมในอังกฤษ

gramophone (แกรม' มะโฟน) *n.* เครื่องเล่นแผ่นเสียง

granary (แกรน' นะรี) *n., pl.* **-ries** ยุ้งข้าว

★**grand** (แกรนด์) *adj.* **grander, grandest** ใหญ่โต, ชั้นสูง, สง่า, งดงาม, น่านับถือ, สำคัญที่สุด, หยิ่ง, ครอบคลุม, รวบยอด *-n.* เปียโนขนาดใหญ่, (คำสแลง) 1,000 ดอลลาร์ **-grandly** *adv.* **-grandness** *n.* (-S. (adj.) magnificent)

grandam, grandame (แกรน' แดม; -เดิม, -เดม, -ดาม, -เดิม) *n.* ย่า, ยาย, หญิงสูงอายุ

grandaunt (แกรนด์' แอนท์', -อานท์') *n.* พี่สาวหรือน้องสาวของปู่ย่าตายาย

Grand Canyon หุบเขาลึกชัน ด้านล่างเป็นทางน้ำไหลผ่านเป็นช่วงหนึ่งของแม่น้ำโคโลราโด

★**grandchild** (แกรนด์' ไชล์ด์) *n.* หลาน

granddad (แกรน' แดด) *n.* ปู่หรือตา

granddaddy, grandaddy (แกรน' แดดดี) *n.* (ภาษาพูด) ปู่หรือตา

★**granddaughter** (แกรน' ดอเทอร์) *n.* หลานสาว

grandee (แกรนดี') *n.* ขุนนางชั้นสูงสุดในสเปนหรือโปรตุเกส, ผู้มีชื่อเสียง, บุคคลชั้นสูง

grandeur (แกรน' เจอร์) *n.* ความยิ่งใหญ่, ความสง่างาม, ความสูงศักดิ์ (-S. dignity)

★**grandfather** (แกรนด์' ฟาเธอร์) *n.* ปู่หรือตา, บรรพบุรุษ

grandfather clock นาฬิกาลูกตุ้มขนาดใหญ่แบบตั้งพื้น

grandiloquence (แกรนดิล' ละเควินซ์) *n.* การคุยโวโอ้อวด, การวางท่าผึ่งผายหรูหรา

grandiose (แกรน' ดีโอซ) *adj.* ยิ่งใหญ่, หรูหราสง่างาม, โอ้อวด **-grandiosely** *adv.*

grandma (แกรนด์' มา) *n.* ย่าหรือยาย

★**grandmother** (แกรนด์' มัธเธอร์) *n.* ย่าหรือยาย, บรรพบุรุษที่เป็นหญิง

grandnephew (แกรนด์' เนฟ' ฟิว) *n.* ลูกชายของหลานชายหรือหลานสาว

grandniece (แกรนด์' นีซ') *n.* ลูกสาวของหลานชายหรือหลานสาว

grand opera มหาอุปรากร

grandpa (แกรนด์' พา) *n.* ปู่หรือตา

★**grandparent** (แกรนด์' แพเรินท์) *n.* ปู่ย่าตายาย **-grandparenthood** *n.*

grand piano เปียโนขนาดใหญ่ที่มีสายเสียงขึงในแนวนอน

Grand Prix (กราน' พรี') *n., pl.* **Grand Prix** การแข่งขันรถยนต์หรือมอเตอร์ไซค์ระหว่างประเทศ

grandsire, grandsir (แกรนด์' ไซร์, -เซอร์) *n.* ปู่, ตา, บรรพบุรุษที่เป็นผู้ชาย, ชายชรา

grand slam การชนะทุกครั้งในการเล่นไพ่บริดจ์, การตีลูกโฮมรันได้และผู้วิ่งทั้ง 3 คนสามารถวิ่งเข้าเบสได้ทัน (เบสบอล), การชนะการแข่งขันนัดสำคัญๆ ทั้งหมดในฤดู

★**grandson** (แกรนด์' ซัน) *n.* หลานชาย

granduncle (แกรนด์' อัง' เคิล) *n.* พี่ชายหรือน้องชายของปู่ย่าตายาย

granite (แกรน' นิท) *n.* หินแกรนิต ประกอบด้วยควอตซ์เป็นส่วนใหญ่ มีความแข็งแรงทนทาน ใช้ในการสร้างตึก **-granitic** *adj.*

graniteware (แกรน' นิทแวร์) *n.* เครื่องใช้ดินเผาที่ทำเป็นลวดลายคล้ายหิน

granny, grannie (แกรน' นี) *n., pl.* **-nies** (ภาษาพูด) ย่าหรือยาย พยาบาล คนที่จู้จี้ขี้บ่น

★**grant** (แกรนท์) *vt.* **granted, granting** อนุญาต, ยอมรับ, ให้, โอน *-n.* การให้, การอนุญาต, สิ่งที่ให้, การโอนทรัพย์สิน **-grantable** *adj.* **-granter, grantor** *n.*

grantee (แกรนที') *n.* ผู้รับ, ผู้ได้รับ

grant-in-aid (แกรนท์อินเอด') *n., pl.* **grants-in-aid** การให้ทุนแก่สถาบันหรือบุคคลเพื่อสนับสนุนโครงการหรือแผนงาน

granulate (แกรน' เนียเลท) *v.* **-lated, -lating** *-vt.* ทำให้เป็นเม็ดเล็ก, ทำให้หยาบ *-vi.* กลายเป็นเม็ดเล็ก **-granulation** *n.*

granule (แกรน' นิวล์) *n.* เมล็ดข้าวเล็กๆ, เศษหิน, เซลล์ขนาดเล็ก **-granular** *adj.*

★**grape** (เกรพ) *n.* ต้นองุ่น, ผลองุ่น, สีม่วงคล้ำ

grapefruit (เกรพ' ฟรูท) *n.* ผลไม้จำพวกส้ม

A B C D E F G H I J K L M N O P Q R S T U V W X Y Z

grapeshot (เกรพ' ชอท) *n.* ลูกกระสุนเหล็กขนาดเล็กรวมเป็นกลุ่ม ซึ่งใช้บรรจุปืนใหญ่
grape sugar น้ำตาลที่ได้จากผลองุ่น
grapevine (เกรพ' ไวน์) *n.* ต้นองุ่น
graph (แกรฟ) *n.* เส้นแสดงความเปลี่ยนแปลงระหว่างจำนวน 2 จำนวนที่สัมพันธ์กัน, กราฟ *-vt.* **graphed, graphing** แสดงด้วยกราฟ
graphic, graphical (แกรฟ' ฟิค, -ฟิเคิล) *adj.* เกี่ยวกับการเขียนหรือวาด, ซึ่งแทนด้วยกราฟ, ชัดเจน, เกี่ยวกับศิลปะการวาดเขียน *-n.* งานศิลปะภาพวาดหรือการขีดเขียน, เส้นหรือแผนภูมิที่ใช้อธิบาย, การแสดงลายเส้นหรือภาพจากจินตนาการโดยใช้คอมพิวเตอร์ **-graphically** *adv.* **-graphicness** *n.*
graphite (แกรฟ' ไฟท์) *n.* อัญรูปหนึ่งของคาร์บอนที่มีลักษณะนิ่ม สีดำ ใช้ทำไส้ดินสอ
grapnel (แกรพ' เนิล) *n.* สมอขนาดเล็กที่มีตะขอ 3 แฉกหรือมากกว่า, ตะขอเหล็กเกี่ยวเรือ
grapple (แกรพ' เพิล) *n.* ตะขอเหล็กสำหรับเกี่ยวเรือ, สมอเล็กที่มีตะขอ 3 แฉกหรือมากกว่า, การจับ, การเกาะ *-v.* **-pled, -pling** *-vt.* จับด้วยตะขอ, จับให้แน่นด้วยมือ *-vi.* ยึดด้วยตะขอ, ใช้ตะขอ, ต่อสู้ดิ้นรน **-grappler** *n.*
★**grasp** (แกรซพ์) *vt., vi.* **grasped, grasping** คว้า, จับ, กำ, ฉวย, เข้าใจ *-n.* การฉวย, การกำแน่น, ความเข้าใจ (-**S.** (v., n.) catch)
grasping (แกรซ' พิง) *adj.* โลภ **-graspingly** *adv.* **-graspingness** *n.* (-**S.** avaricious, selfish)
★**grass** (แกรซ) *n.* หญ้า, สนามหญ้า, ทุ่งหญ้า (คำสแลง) กัญชา *-v.* **grassed, grassing** *-vt.* ปกคลุมไปด้วยหญ้า, ปลูกหญ้าคลุม, เลี้ยงสัตว์ด้วยหญ้า *-vi.* กินหญ้า **-grassy** *adj.*
grasshopper (แกรซ' ฮอพเพอร์) *n.* ตั๊กแตน

grasshopper

grassroots (แกรซ' รูทซ์) *n. pl.* สามัญชน, รากฐานหรือที่มา
grass snake งูเขียวชนิดไม่มีพิษ
grass widow หญิงที่แยกกันอยู่กับสามีชั่วคราว
grate[1] (เกรท) *v.* **grated, grating** *-vt.* ขูด, ครูด, ขัด, สี, เคี้ยวฟัน, ทำให้รำคาญ, บดละเอียด *-vi.* ทำเสียงบาดหู, ทำให้รำคาญ *-n.* เสียงดังจากการขัดสี (-**S.** (v., n.) grind (v.) irritate)
grate[2] (เกรท) *n.* ตะกรับในเตาไฟ, ตะแกรง, ลูกกรง, ตาข่าย, เตาไฟ, ตะแกรงร่อน *-vt.* **grated, grating** ใส่ตะแกรง, ใส่ตะกรับในเตาไฟ, ใส่ตะแกรงร่อน
★**grateful** (เกรท' เฟิล) *adj.* อย่างขอบคุณ, ซึ่งแสดงความขอบคุณ, ซึ่งเป็นที่พอใจ **-gratefully** *adv.* **-gratefulness** *n.* (-**S.** appreciative)
grater (เกร' เทอร์) *n.* เครื่องขูด, ที่ขูด
gratification (แกรททะฟิเค' ชั่น) *n.* ความพอใจ, ความยินดี, สิ่งที่ทำให้พอใจ, รางวัล
gratify (แกรท' ทะไฟ) *vt.* **-fied, -fying** ทำให้พอใจหรือปีติ, ให้รางวัล **-gratifying** *adj.*
grating (เกร' ทิง) *n.* ลูกกรงเหล็กดัด
gratis (แกรท' ทิซ) *adv., adj.* ไม่คิดเงิน, ฟรี
gratitude (แกรท' ทิทูด) *n.* ความรู้สึกขอบคุณ, ความกตัญญู (-**S.** appreciation **-A.** resentment)
gratuitous (กระทู' อิเทิซ) *adj.* ให้ฟรี, ไม่สำคัญ **-gratuitously** *adv.* **-gratuitousness** *n.*
gratuity (กระทู' อิที) *n., pl.* **-ties** ของขวัญ, เงินรางวัล (-**S.** bonus, donation, gift)
★**grave**[1] (เกรฟว์) *n.* หลุมฝังศพ, ป่าช้า, สุสาน, ความตาย (-**S.** crypt, tomb)
grave[2] (เกรฟว์) *adj.* **graver, gravest** สำคัญ, เอาจริงเอาจัง, ร้ายแรง, ถมึงทึง, มหันต์, ขรึม, เศร้า, ครึ้ม, มืดมน, รุนแรง **-gravely** *adv.*
grave[3] (เกรฟว์) *vt.* **graved, graven** จารึก, แกะสลัก, ฝังแน่น **-graver** *n.*
gravel (แกรฟว์ เวิล) *n.* กรวด, ก้อนนิ่ว
gravel-blind (แกรฟว์ เวิลไบลน์ด์) *adj.* ซึ่งมองเห็นได้น้อยมาก
gravelly (แกรฟว์ วะลี) *adj.* ซึ่งเต็มไปด้วยกรวด
graven image เทวรูปแกะสลัก
gravestone (เกรฟว์' สโตน) *n.* หินบนหลุมฝังศพ
graveyard (เกรฟว์' ยาร์ด) *n.* ป่าช้า, สุสาน
gravitate (แกรฟว์' วิเทท) *vi.* **-tated, -tating** เคลื่อนที่เข้าหาแรงโน้มถ่วงของโลก
gravitation (แกรฟววิเท' ชั่น) *n.* แรงดึงดูดระหว่างมวล, การเคลื่อนที่ที่เกิดจากแรงดึงดูดระหว่างมวล, การเคลื่อนที่เข้าหาศูนย์กลางของแรงดึงดูด **-gravitational** *adj.*
gravity (แกรฟว์' วิที) *n.* แรงดึงดูดของโลก, แรงดึงดูด, น้ำหนัก, ความจริงจัง, ความรุนแรง
gravure (กระเวียวร์') *n.* วิธีการพิมพ์ชนิดหนึ่งที่แม่พิมพ์จะถูกขุดเป็นร่องลึกเข้าไปเพื่อรับหมึกพิมพ์ได้ดีขึ้น
gravy (เกร' วี) *n., pl.* **-vies** น้ำที่หยดออกมาจากเนื้อขณะประกอบอาหาร ใช้ราดอาหาร
★**gray, grey** (เกร) *adj.* **grayer, grayest/greyer, greyest** (สี) เทา, มืด, สลัว, (ผม) หงอก, แก่ชรา, เป็นกลางๆ *-n.* สีเทา, สิ่งของหรือสัตว์

ที่มีสีเทา -*vt., vi.* **grayed, graying/greyed, greying** ทำให้เป็นสีเทา **-grayish** *adj.*
graze[1] (เกรซ) *vt., vi.* **grazed, grazing** กินหญ้า **-grazeable, grazable** *adj.*
graze[2] (เกรซ) *vt., vi.* **grazed, grazing** แตะหรือถูเบาๆ, ถาก, ครูด, เช็ด, ทำให้ถลอก, เฉียด *-n.* การเฉียด, การถูเบาๆ, แผลถลอก
★**grease** (กรีซ) *n.* ไขมันหรือน้ำมันสัตว์, น้ำมันหล่อลื่น *-vt.* **greased, greasing** ทาไขมันสัตว์, ทาน้ำมันหล่อลื่น **-greasy** *adj.* **-greasless** *adj.*
grease gun กระบอกฉีดจาระบี
greaser (กรี' เซอร์) *n.* คนทาหรือหยอดน้ำมัน
★**great** (เกรท) *adj.* **greater, greatest** ยิ่งใหญ่, มีจำนวนมาก, โดดเด่น, ใหญ่, สำคัญ, มีฐานะหรือตำแหน่งสูง, มีชื่อเสียง, ประเสริฐ, วิเศษ, เลิศ, (ภาษาพูด) ดีมาก ชั้นหนึ่ง, กระตือรือร้น ชำนาญมาก, ตั้งครรภ์ *-n., pl.* **greats/great** คนที่มีชื่อเสียง, คนสำคัญ *-adv.* (ภาษาพูด) ดีมาก **-greatly** *adv.* **-greatness** *n.*
great-aunt, great aunt (เกรท' แอนท์', -อานท์) *n.* พี่สาวหรือน้องสาวของปู่ย่าตายาย
Great Barrier Reef แนวปะการังที่ใหญ่ที่สุดในโลก ยาว 2,011 กิโลเมตร อยู่ที่ออสเตรเลีย
Great Britain เกาะนอกชายฝั่งตะวันตกของทวีปยุโรป ได้แก่ อังกฤษ สกอตแลนด์ เวลส์
greatcoat (เกรท' โคท) *n.* เสื้อคลุมกันหนาวตัวยาวหนา
Great Dane สุนัขพันธุ์หนึ่ง ตัวใหญ่ แข็งแรง ขนเรียบสั้น
Greater, greater (เกร' เทอร์) *adj.* เกี่ยวกับเมืองและชานเมือง
greathearted (เกรท' ฮาร์' ทิด) *adj.* ซึ่งมีจิตใจกล้าหาญ, ใจกว้าง, ไม่เห็นแก่ตัว
great-uncle, great uncle (เกรท' อัง' เคิล) *n.* พี่ชายหรือน้องชายของปู่ย่าตายาย
Great Wall of China กำแพงเมืองจีน
Great War สงครามโลกครั้งที่ 1
greed (กรีด) *n.* ความโลภ (-S. avidity)
★**greedy** (กรี' ดี) *adj.* **-ier, -iest** ละโมบ, ตะกละ, โลภ **-greedily** *adv.* **-greediness** *n.*
Greek (กรีค) *n.* ภาษากรีก, ชาวกรีซ
★**green** (กรีน) *n.* สีเขียว, สิ่งที่มีสีเขียว, สนามหญ้า, (คำสแลง) เงิน *-adj.* **greener, greenest** ซึ่งมีสีเขียว, ซึ่งประกอบด้วยผักใบเขียว, เขียวขจี, ซึ่งมีอากาศสบายๆ, กระปรี้กระเปร่า, ยังไม่สุก, ยังไม่โตเต็มที่, สด, ใหม่, อ่อนประสบการณ์, ไร้เดียงสา, อิจฉา *-vt., vi.* **greened, greening** กิ่งไม้ใบไม้ที่ใช้ประดับตกแต่ง, พืชผักที่ใช้เป็นอาหาร **-greenly** *adv.* **-greenness** *n.* **-greenish** *adj.* (-S. (adj.) fresh)
green card บัตรที่ออกโดยรัฐบาลสหรัฐอเมริกาให้กับชาวต่างชาติเพื่อเป็นการอนุญาตให้ทำงานในสหรัฐอเมริกาได้อย่างถูกกฎหมาย
greenery (กรี' นะรี) *n., pl.* **-ies** สถานที่ที่ใช้ปลูกพืช, ผักสีเขียว
green-eyed (กรีน' ไอด์) *adj.* อิจฉา, ขี้หึง
greengrocer (กรีน' โกรเซอร์) *n.* พ่อค้าขายผักและผลไม้สด **-greengrocery** *n.*
greenhorn (กรีน' ฮอร์น) *n.* คนอ่อนหัด
greenhouse (กรีน' เฮาซ์) *n.* เรือนกระจก
greenhouse effect ปรากฏการณ์เรือนกระจก, ภาวะที่โลกมีอุณหภูมิสูงขึ้นเนื่องจากมลพิษจากสิ่งแวดล้อม
green light สัญญาณไฟจราจรสีเขียว
green manure ปุ๋ยสด
greenroom (กรีน' รูม) *n.* ห้องพักนักแสดง
greensward (กรีน' สวอร์ด) *n.* สนามหญ้า
Greenwich time เวลามาตรฐานโลกซึ่งเทียบจากเวลาที่เมืองกรีนิชในประเทศอังกฤษ
greenwood (กรีน' วุด) *n.* ต้นไม้ที่มีใบเขียว
★**greet** (กรีท) *vt.* **greeted, greeting** ต้อนรับ, ทักทาย, คำนับ, รับรอง **-greeting** *n.*
★**greeting** (กรีท' ทิง) *n.* การคำนับ, การทักทาย, การต้อนรับ, คำทักทาย, คำอวยพร
greeting card บัตรอวยพร
gregarious (กริแก' เรียซ) *adj.* ซึ่งชอบสังคมหรือสมาคม, ซึ่งชอบอาศัยรวมกันเป็นกลุ่ม **-gregariously** *adv.* **-gregariousness** *n.*
grenade (กระเนด') *n.* ลูกระเบิดขนาดเล็กที่ขว้างด้วยมือหรือใช้ปืนยิงออกไป
grenadier (เกรนนะเดียร์') *n.* ทหารราบที่หนึ่งรักษาพระองค์ในกองทัพอังกฤษ
grew (กรู) *v.* กริยาช่อง 2 ของ grow
★**grey** (เกร) *adj., n., v.* ดู gray
greyhound (เกร' เฮาน์ด์) *n.* สุนัขพันธุ์หนึ่ง ตัวสูงผอม ขายาว วิ่งได้เร็ว ขนสั้นเกรียน
grid (กริด) *n.* ตะแกรง, ขดลวดในหลอดวิทยุ, แผ่นตะกั่วในหม้อแบตเตอรี่, สนามฟุตบอล
griddle (กริด' เดิล) *n.* แผ่นเหล็กแบนที่ใช้ปิ้งหรือย่างอาหาร **-griddle** *v.*
gridiron (กริด' ไอเอิร์น) *n.* สนามฟุตบอล, โครงเหล็กที่อยู่เหนือเวทีละครสำหรับคล้องเชือกเพื่อแขวนฉากหรือไฟ, ตะแกรงย่างอาหาร
★**grief** (กรีฟ) *n.* ความเศร้าโศกเสียใจ, สิ่งที่ทำให้

เสียใจ, ปัญหา, ความข้องใจ (-S. agony)
grievance (กรี' เวินซฺ) *n.* ความไม่พอใจ, ข้อข้องใจ, ข้อเจ็บใจ (-S. sorrow)
grieve (กรีฟว) *n.* **grieved, grieving** *-vt.* ทำให้เศร้าโศก, ทำให้เจ็บ *-vi.* เศร้าโศก, เสียใจ **-grievous** *adj.* **-grievously** *adv.*
griffin, griffon (กริฟ' เฟิน) *n.* สัตว์ประหลาดมีหัวและปีกเป็นนกอินทรี ลำตัวเป็นสิงโต
grig (กริก) *n.* คนร่าเริง
★**grill** (กริล) *vt.* **grilled, grilling** ย่างหรือปิ้งบนตะแกรง, ทรมานหรือทำให้เจ็บปวดราวกับโดนไฟเผา *-n.* ตะแกรงย่าง, อาหารย่างหรือปิ้ง
grillage (กริล' ลิจ) *n.* ไม้หรือเหล็กที่ขัดเป็นตารางสี่เหลี่ยมเพื่อรองเป็นฐานก่อสร้าง
grille, grill (กริล) *n.* ตะแกรง, ลูกกรงหน้าต่าง
grillroom (กริล' รูม) *n.* สถานที่ย่างอาหารเพื่อเสิร์ฟให้ลูกค้า
grim (กริม) *adj.* **grimmer, grimmest** ซึ่งไม่ลดละ, น่ากลัว, ดุร้าย, ถมึงทึง, เข้มงวด **-grimly** *adv.* **-grimness** *n.* (-S. cruel -A. mild)
grimace (กริม' มิซ) *n.* หน้าตาบูดเบี้ยว
grime (ไกรมฺ) *n.* เขม่า, สิ่งสกปรก, ฝุ่น (-S. dirt)
grimy (ไกร' มี) *adj.* **-ier, -iest** เปื้อนฝุ่น, สกปรก **-grimily** *adv.* **-griminess** *n.* (-S. dirty)
★**grin** (กริน) *v.* **grinned, grinning** *-vi.* ยิ้มกว้างจนเห็นฟัน *-vt.* ยิ้มเห็นไรฟัน, ยิงฟัน *-n.* การยิ้มกว้าง **-grinner** *n.* **-grinningly** *adv.*
★**grind** (ไกรนฺด) *v.* **ground, grinding** *-vt.* บด ฝน, โม่, ปั่น, ลับ (มีด), ขบ (เคี้ยว) ฟัน, กดขี่, ฝึกฝน, เคี่ยวเข็ญ, ครูด *-vi.* บด, โม่, ป่น, ฝน, ลับ, (ภาษาพูด) ทุ่มเท, (คำสแลง) ส่ายสะโพกยั่วยวน *-n.* การบด โม่ ลับ ฝน, เสียงขบเขี้ยวเคี้ยวฟัน, (ภาษาพูด) นักเรียนที่ขยันมากเกิน, (คำสแลง) การส่ายสะโพกด้วยท่าทางยั่วยวน **-grindingly** *adv.* (-S. (v.) crush)
grinder (ไกรนฺ' เดอร) *n.* เครื่องโม่ (บด), ผู้ที่ลับ ถู ฝน บด ขัด, กราม **-grinders** ฟัน
grindstone (ไกรนฺด' สโตน) *n.* หินสำหรับลับ ถู โม่ บด ซึ่งทำเป็นล้อหินกลมหมุนได้, หินโม่
grip (กริพ) *n.* การกำ จับ ยึดอย่างแน่น, ความสามารถที่จะเข้าใจ, เครื่องหนีบ ยึด จับ, กระเป๋าหิ้วใบเล็ก, อำนาจ, คนจัดฉาก, ทีมงานจัดฉาก *-v.* **gripped, gripping** *-vt.* ยึดไว้อย่างมั่นคง, จดจ่อ, สนใจ *-vi.* ยึดมั่น **-gripper** *n.* **-grippingly** *adv.* (-S. (n., v.) clasp)
gripe (ไกรพฺ) *vi., vt.* **griped, griping** (ภาษาพูด) บ่น, รบกวน, ทำให้เคือง, ปวดท้องอย่างมาก, ยึด, จับ, กำ, กดขี่ *-n.* (ภาษาพูด) การบ่น, ที่จับ, ด้ามถือ, การยึด, การจับ **-griper** *n.*
grippe (กริพ) *n.* ไข้หวัดใหญ่
grisly (กริซ' ลี) *adj.* **-lier, -liest** น่ากลัว, น่าขยะแขยง, น่าขนลุก **-grisliness** *n.* (-S. awful)
grist (กริซทฺ) *n.* ข้าวที่บดแล้ว, เมล็ดข้าวที่จะบด
gristle (กริซ' เซิล) *n.* กระดูกอ่อน
grit (กริท) *n.* กรวด, ทราย, หินทรายหยาบใช้ขัด ถู โม่ หรือลับ, (ภาษาพูด) ความกล้าหาญ
grits (กริทซฺ) *n. pl.* ข้าวที่กระเทาะเปลือกและบดอย่างหยาบ
gritty (กริท' ที) *adj.* **-tier, -tiest** ซึ่งเป็นกรวดทราย, ซึ่งกล้าหาญอดทน **-grittiness** *n.*
grizzled (กริซ' เซิลด) *adj.* ซึ่งเป็นสีเทาบางส่วน
grizzly (กริซ' ลี) *adj.* **-zlier, -zliest** ซึ่งมีสีเทา
grizzly bear หมีขนสีน้ำตาล อาศัยอยู่ทางตะวันตกเฉียงเหนือของทวีปอเมริกาเหนือ
groan (โกรน) *vi., vt.* **groaned, groaning** ส่งเสียงครวญครางหรือคร่ำครวญ, ส่งเสียงดังเอี๊ยด *-n.* เสียงครวญคราง **-groaner** *n.* **-groaningly** *adv.* (-S. (n., v.) moan)
grocery (โกร' ซะรี) *n., pl.* **-ies** ร้านขายของชำ **-grocer** *n.*
grog (กรอก) *n.* เหล้า, เหล้ารัมผสมน้ำ
groggy (กรอก' กี) *adj.* **-gier, -giest** สับสน, มึนงง, เมา, โซเซ **-groggily** *adv.*
groin (กรอยนฺ) *n.* ต้นขา, ขาหนีบ, ไข่ดัน, จุดที่แนวเส้นโค้ง 2 แนวมาบรรจบกันซึ่งจะมีลักษณะเป็นมุมแหลมโค้ง
grommet, grummet (กรอม' มิท, กรัม'-) *n.* ตาไก่, ห่วงหรือวงแหวนโลหะหรือพลาสติกที่สวมไว้ที่รูเพื่อป้องกันหรือเป็นฉนวนให้กับสายโทรเลขหรือเชือกร้อยผ่าน
groom (กรูม) *n.* คนเลี้ยงม้า, เจ้าบ่าว *-vt.* **groomed, grooming** แต่งตัวให้งดงาม, ดูแลม้า **-groomer** *n.* (-S. (n.) stableboy)
groomsman (กรูมซฺ' เมิน) *n.* เพื่อนเจ้าบ่าว
groove (กรูฟว) *n.* ร่อง, ราง, ช่อง *-v.* **grooved, grooving** *-vt.* ทำให้เป็นร่อง *-vi.* เพลิดเพลิน, ไปกันได้ด้วยดี (-S. (n., v.) channel)
grope (โกรพ) *vi., vt.* **groped, groping** คลำหา, ค้นหา *-n.* การคลำหรือค้นหา
gross (โกรซ) *adj.* **grosser, grossest** ทั้งหมด, ชัด, หยาบคาย, หยาบ, รวบยอด, เทอะทะ, แน่นหนา, ทึบ, ทั่วไป *-vt.* **grossed, grossing** ได้กำไรหรือรายได้ทั้งหมด *-n.* 12 โหล (1 กุรุส) **-grossly** *adv.*

A B C D E F G H I J K L M N O P Q R S T U V W X Y Z

gross national product มูลค่ารวมของผลิตภัณฑ์และบริการที่ผลิตได้ทั้งหมดภายในประเทศในระยะเวลาหนึ่ง ย่อว่า GNP

grot (กรอท) *n.* อุโมงค์, ถ้ำขนาดเล็ก

grotesque (โกรเทซค์') *adj.* บูดเบี้ยว, วิปลาส, ประหลาด, ผิดปกติ, วิตถาร *-n.* สิ่งประหลาด, งานศิลปะที่แปลก **-grotesquely** *adv.*

grotto (กรอท' โท) *n., pl.* **-toes/-tos** อุโมงค์หรือถ้ำขนาดเล็ก

grouch (เกราช) *n.* คนขี้บ่น, คนที่มีอารมณ์บูดบึ้ง *-vi.* **grouched, grouching** บ่น

★**ground**[1] (เกราน์ด) *n.* พื้นดิน, ที่ดิน, ดิน, ท้องน้ำ, ท้องทะเล, บริเวณ, เขต, สถานที่, สนาม, พื้นฐาน, เหตุ, หลักฐาน, พื้น *-v.* **grounded, grounding** *-vt.* วางหรือตั้งบนพื้น, ให้เหตุผล, วางรากฐาน, ให้เครื่องบินจอด, สอนหลักการ, สอนเรื่องพื้นฐาน, ต่อสายลงดิน, (เรือ) เกยฝั่ง *-vi.* ลงสู่พื้นดิน, (เรือ) เกยตื้น

ground[2] (เกราน์ด) *v.* กริยาช่อง 2 และ 3 ของ grind

ground crew ทีมงานอันประกอบด้วยช่างเครื่องและช่างเทคนิคที่มีหน้าที่บำรุงรักษาเครื่องบินที่จอดอยู่บนพื้นดิน

ground floor ชั้นล่างสุดของตึกหรืออาคาร

groundless (เกราน์ด' ลิซ) *adj.* ซึ่งไม่มีเหตุผล, ซึ่งไม่มีหลักฐาน **-groundlessness** *n.*

groundling (เกราน์ด' ลิง) *n.* พืชที่เจริญอยู่ติดพื้นดิน, คนชั้นต่ำ, สัตว์ที่อยู่บนพื้นดินหรือในดิน

groundwork (เกราน์ด' เวิร์ค) *n.* พื้นฐาน

★**group** (กรูพ) *n.* กลุ่ม, หมู่, ชุด, ฝูง, พวก, เหล่า *-v.* **grouped, grouping** *-vt.* จัดหรือแบ่งเป็นกลุ่ม *-vi.* รวมกันเป็นกลุ่ม

grouse (เกราซ) *vi.* **groused, grousing** (ภาษาพูด) บ่น *-n.* (ภาษาพูด) สาเหตุที่บ่น

grout (เกราท) *n.* ปูนที่ใช้เทตรงรอยร้าวหรือรอยต่อระหว่างก้อนอิฐ

grove (โกรฟว) *n.* สวนผลไม้, ป่าเล็กๆ

grovel (กรอฟว' เวิล) *vi.* **-eled, -eling/-elled, -elling** เกลือกกลั้วอยู่กับสิ่งต่ำช้าน่าชัง

★**grow** (โกร) *v.* **grew, grown** *-vi.* เจริญ, งอกงาม, ขยาย, เติบโต, งอก, ขึ้น, ก้าวหน้า, เกิดขึ้น, กลายเป็น, ปรากฏ, มีมากขึ้น, ผุดขึ้น *-vt.* ทำให้เจริญเติบโตหรืองอก, ปล่อยให้เจริญเติบโตหรืองอกโดยธรรมชาติ (-S. develop)

growl (เกราล) *n.* การคำราม, การตะคอก *-vi., vt.* **growled, growling** คำราม, ตะคอก

grown (โกรน) *v.* กริยาช่อง 3 ของ grow

grown-up (โกรน' อัพ) *adj.* ซึ่งเป็นผู้ใหญ่

★**growth** (โกรธ) *n.* การเจริญเติบโต, การเป็นผู้ใหญ่, การพัฒนาเต็มที่, การงอกงาม, สิ่งที่งอกขึ้น, เนื้องอก, ผลผลิต (-S. development, growing)

grub (กรับ) *v.* **grubbed, grubbing** *-vt.* ขุดราก, ถอนราก *-vi.* ขุดดิน, ค้นกระจุยกระจาย, ทำงานหนัก *-n.* ตัวอ่อนของแมลง, คนที่ต้องทำงานหนัก, (คำสแลง) อาหาร **-grubber** *n.*

grubby (กรับ' บี) *adj.* **-bier, -biest** สกปรก **-grubbily** *adv.* **-grubbiness** *n.* (-S. dirty)

grudge (กรัจ) *vt.* **grudged, grudging** ไม่เต็มใจ, อิจฉา, บ่นว่า *-n.* ความขุ่นเคือง, ความแค้น, ความเจ็บใจ **-grudgingly** *adv.*

gruel (กรู' เอิล) *n.* ข้าวโอตต้มกินกับนมและน้ำตาล, การลงโทษอย่างรุนแรง

grueling, gruelling (กรู' อะลิง) *adj.* ถึงพริกถึงขิง, รุนแรง **-gruelingly** *adv.* (-S. brutal)

gruesome (กรู' เซิม) *adj.* น่ากลัว, น่าขยะแขยง **-gruesomely** *adv.* **-gruesomeness** *n.*

gruff (กรัฟ) *adj.* **gruffer, gruffest** แหบห้าว, สะบัดสะบิ้ง **-gruffly** *adv.* **-gruffness** *n.*

grumble (กรัม' เบิล) *vt., vi.* **-bled, -bling** บ่น, คำราม *-n.* การบ่น, การคำราม **-grumbler** *n.* **-grumbly** *adj.* (-S. (v.) complain)

grummet (กรัม' มิท) *n.* ดู grommet

grumpy (กรัม' พี) *adj.* **-ier, -iest** อารมณ์ไม่ดี **-grumpily** *adv.* **-grumpiness** *n.*

grunt (กรันท) *vt., vi.* **grunted, grunting** ทำเสียงคำรามทางจมูก, ทำเสียงฮึดฮัดไม่พอใจ *-n.* เสียงฮึดฮัด **-grunter** *n.*

GSM ย่อจาก Global System for Mobile Communications ระบบโทรศัพท์เคลื่อนที่ซึ่งสามารถใช้ได้กับเครือข่ายทั่วโลก

guano (กวา' โน) *n., pl.* **-nos** ปุ๋ยธรรมชาติที่ประกอบด้วยขี้ของค้างคาวหรือนกทะเล

★**guarantee** (แกเรินที') *n.* เครื่องประกัน, หลักประกัน, ผู้ค้ำประกัน, ผู้รับรอง, คำรับรอง, การประกัน *-vt.* **-teed, -teeing** ประกัน, รับรอง, ค้ำประกัน, สัญญา (-S. (n.) assurance)

guarantor (แก' เรินเทอร์) *n.* ผู้รับประกัน

guaranty (แก' เรินที) *n., pl.* **-ties** การค้ำประกัน, สิ่งที่ใช้ค้ำประกัน, การรับรอง, การรับประกัน, ผู้รับประกัน, หนังสือรับรอง *-vt.* **-tied, -tying** รับประกัน

★**guard** (การ์ด) *vt., vi.* **guarded, guarding** ปกป้อง, คุ้มครอง, ดูแล, เฝ้า, รักษา *-n.* ยาม, ผู้ดูแล, ผู้ปกป้อง, ผู้พิทักษ์, อุปกรณ์ป้องกัน

-guarded *adj.* -guardedly *adv.*
guardian (การ์' เดียน) *n.* ผู้คุ้มกัน, ผู้พิทักษ์, ผู้ดูแลทรัพย์สมบัติ **-guardianship** *n.*
guardsman (การ์ดซ์' เมิน) *n.* ทหารองครักษ์
guava (กวา' วะ) *n.* ต้นฝรั่ง, ผลฝรั่ง
gudgeon (กัจ' เจิน) *n.* สลักที่อยู่ตรงปลายแกนของล้อ, แกน, เบ้าที่สามารถใส่แกนได้พอดี
guerrilla, guerilla (กะริล' ละ) *n.* สมาชิกของกลุ่มทหารกองโจร, การรบแบบกองโจร
★**guess** (เกซ) *vt., vi.* **guessed, guessing** เดา, คาดคะเน *-n.* การเดา, การคาดคะเน
guesswork (เกซ' เวิร์ค) *n.* การเดา
★**guest** (เกซท์) *n.* แขก, อาคันตุกะ, ลูกค้าของภัตตาคารหรือโรงแรม *-adj.* ซึ่งเตรียมไว้สำหรับแขก (-S. (n.) visitor)
guesthouse (เกซท์' เฮาซ์) *n.* บ้านพักแขกซึ่งมีลักษณะเป็นบ้านหลังเล็กแยกต่างหาก
guffaw (กะฟอ') *n.* การหัวเราะลั่น
★**guidance** (ไก' เดินซ์) *n.* คำแนะนำ, การแนะแนว, การนำทาง, การแนะนำ (-S. advice)
★**guide** (ไกดฺ) *n.* ผู้นำทาง, มัคคุเทศก์, หนังสือแนะนำ, สิ่งชี้นำ, เครื่องนำทาง *-vt., vi.* **guided, guiding** ชี้แนะ, นำทาง **-guidable** *adj.*
guidebook (ไกดฺ' บุค) *n.* หนังสือคู่มือสำหรับแนะนำนักเดินทางหรือนักท่องเที่ยว
guided missile จรวดนำวิถี
guideline (ไกดฺ' ไลนฺ) *n.* แนวนโยบาย, เครื่องชี้แนว, แนวทาง
guidepost (ไกดฺ' โพซท์) *n.* ป้ายบอกทาง
guile (ไกลฺ) *n.* การหลอกลวง *-vt.* **guiled, guiling** หลอกลวง **-guileful** *adj.*
guileless (ไกลฺ' ลิซ) *adj.* ไร้มารยา
guillotine (กิล' ละทีน) *n.* เครื่องตัดคอนักโทษ, เครื่องตัดกระดาษจำนวนมาก *-vt.* **-tined, -tining** ตัดคอด้วยเครื่องกิโยตีน
★**guilt** (กิลท์) *n.* ความผิด, ความรู้สึกผิด, บาป
guiltless (กิลท์' ลิซ) *adj.* ไม่มีความผิด, บริสุทธิ์
★**guilty** (กิล' ที) *adj.* **-ier, -iest** ซึ่งมีความผิด, ซึ่งรู้สึกผิด, เกี่ยวกับความผิด **-guiltily** *adv.* **-guiltiness** *n.* (-S. culpable, delinquent)
guise (ไกซ์) *n.* ลักษณะภายนอก, การเสแสร้ง
★**guitar** (กิทาร์') *n.* กีตาร์ **-guitarist** *n.*
gulch (กัลช์) *n.* ห้วยลึกแคบ
gulf (กัลฟ์) *n.* เหวหรือหลุมลึก, อ่าวขนาดใหญ่, สิ่งที่ดูดกลืนกินหรือเขมือบเข้าไปได้, น้ำวน *-vt.* **gulfed, gulfing** กลืน, ดูด, ท่วม, ห้อมล้อม
Gulf Stream กระแสน้ำอุ่นของมหาสมุทรแอตแลนติกที่ไหลจากอ่าวเม็กซิโกไปตามชายฝั่งตะวันออกของอเมริกาข้ามไปสู่ยุโรป
gullet (กัล' ลิท) *n.* หลอดอาหาร, คอหอย
gullible (กัล' ละเบิล) *adj.* ซึ่งถูกหลอกหรือโกงได้ **-gullibility** *n.* **-gullibly** *adv.* (-S. foolish)
gully (กัล' ลี) *n., pl.* **-lies** ร่องหรือรางน้ำ
gulp (กัลพฺ) *vt., vi.* **gulped, gulping** กินอย่างมูมมาม, ติดคอ, สำลัก, กล้ำกลืน *-n.* การกินอย่างมูมมาม, การสำลัก (-S. (v.) devour)
★**gum**[1] (กัม) *n.* ยางไม้, กาวยางไม้, สิ่งที่เหนียวคล้ายยางไม้, ไม้ยาง, หมากฝรั่ง *-v.* **gummed, gumming** *-vt.* ปิด ทา ผนึก ติดด้วยยางไม้ *-vi.* ไหลออกมาเป็นยางเหนียว (-S. (n.) resin)
★**gum**[2] (กัม) *n.* เหงือก
gumboil (กัม' บอยลฺ) *n.* ฝีเล็กๆ ที่เหงือก
gummy (กัม' มี) *adj.* **-mier, -miest** เหนียวเป็นยาง **-gumminess** *n.* (-S. sticky)
gumption (กัมพฺ' ชัน) *n.* (ภาษาพูด) ความกล้า
gum resin น้ำยางไม้
★**gun** (กัน) *n.* ปืน, ปืนใหญ่, กระบอกฉีด, นักล่า, นักยิงปืน, นักฆ่า, ท่อน้ำมันของรถยนต์ *-vt., vi.* **gunned, gunning** ยิง, ล่าด้วยปืน **-gunner** *n.*
gunboat (กัน' โบท) *n.* เรือเล็กที่ติดตั้งปืน
guncotton (กัน' คอทเทิน) *n.* วัตถุระเบิดที่ทำโดยการนำฝ้ายไปแช่ในกรดไนตริก
gunfire (กัน' ไฟร์) *n.* การยิงปืน
gunlock (กัน' ลอค) *n.* กลไกที่ทำให้กระสุนปืนระเบิด
gunmetal (กัน' เมทเทิล) *n.* โลหะที่ใช้ทำปืน, สีเทาแก่
gunnel (กัน' เนิล) *n.* ดู gunwale
gunnery (กัน' นะรี) *n.* ศาสตร์เกี่ยวกับการทำและใช้ปืนใหญ่และกระสุน, การยิงปืน
gunny (กัน' นี) *n.* ผ้าทำกระสอบ
gunrunner (กัน' รันเนอร์) *n.* นักค้าปืนเถื่อน
gunshot (กัน' ชอท) *n.* การยิงปืน, ระยะปืน
gunsmith (กัน' สมิธ) *n.* ช่างทำปืน
gunstock (กัน' สตอค) *n.* พานท้ายปืน
gunwale, gunnel (กัน' เนิล) *n.* กราบเรือ
gurgle (เกอร์' เกิล) *v.* **-gled, -gling** *-vi.* ไหลโกรก, ทำให้เกิดเสียงดังกล่าว *-vt.* ทำเสียงกลักๆ, กลั้วคอ **-gurgle** *n.*
gush (กัช) *v.* **gushed, gushing** *-vi.* ไหลบ่า, ทะลัก, พรั่งพรู, พูดพล่าม *-vt.* ไหลอย่างท่วมท้น *-n.* การไหลพราก, การไหลบ่า, การทะลัก
gusher (กัช' เชอร์) *n.* บ่อน้ำมันหรือบ่อก๊าซ
gusset (กัซ' ซิท) *n.* ผ้ารูปสามเหลี่ยมที่ต่อเข้า

A B C D E F G H I J K L M N O P Q R S T U V W X Y Z

กับตะเข็บของเสื้อผ้าเพื่อขยายให้ส่วนนั้นกว้างขึ้น

gust (กัซท์) *n.* ลมแรงที่พัดมาอย่างกะทันหัน, ฝนที่ตกลงมาอย่างกะทันหัน, อารมณ์ที่ระเบิดขึ้นอย่างกะทันหัน *-vi.* **gusted, gusting** พัดแรงเป็นพักๆ **-gusty** *adj.* (**-S.** (v., n.) blow)

gusto (กัซ' โท) *n., pl.* **-toes** ความเอร็ดอร่อย, ความสนุกสนาน, ความพอใจ (**-S.** relish)

gut (กัท) *n.* ลำไส้, เส้นเชือกเล็กๆ ที่เหนียวทำจากลำไส้สัตว์ใช้ทำเส้นเสียงของเครื่องดนตรีหรือไหมเย็บแผล *-vt.* **gutted, gutting** เอาไส้หรือเครื่องในออก **-guts** ลำไส้ **-gutty** *adj.*

gutter (กัท' เทอร์) *n.* รางน้ำ, ท่อ, ร่อง, รอยต่อตรงกลางของหน้าหนังสือทั้ง 2 ด้าน, ความต่ำช้า *-v.* **-tered, -tering** *-vt.* ทำให้เป็นร่อง *-vi.* ไหลเป็นสาย, เป็นร่อง *-adj.* เลวทราม

guttersnipe (กัท' เทอร์สไนพ์) *n.* เด็กข้างถนน

guttural (กัท' เทอเริล) *adj.* เกี่ยวกับลำคอ, เกี่ยวกับเสียงที่ออกมาจากลำคอ **-gutturalism, gutturality, gutturalness** *n.* **-gutturally** *adv.*

guy¹ (ไก) *n.* เชือกหรือโซ่ที่ใช้ผูกยึด

★**guy²** (ไก) *n.* (ภาษาพูด) เจ้าหมอนั่นหมอนี่คนนั้นคนนี้, คนแปลกประหลาด

gym (จิม) *n.* ดู gymnasium, gymnastics

gymnasium (จิมเน' เซียม) *n., pl.* **-siums/-sia** อาคารเล่นกีฬาในร่ม, โรงพลศึกษา

gymnastic (จิมแนซ' ทิค) *adj.* เกี่ยวกับกายบริหาร **-gymnastically** *adv.*

gymnastics (จิมแนซ' ทิคซ์) *n. pl.* การบริหารร่างกาย, กีฬายิมนาสติก

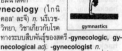

gymnastics

gynecology (ไกนิคอล' ละจี) *n.* นรีเวชวิทยา, วิชาเกี่ยวกับโรคทางระบบสืบพันธุ์ของสตรี **-gynecologic, gynecological** *adj.* **-gynecologist** *n.*

gypsum (จิพ' เซิม) *n.* แร่ยิปซัมซึ่งใช้ทำปูนปลาสเตอร์ ปูนซีเมนต์

Gypsy, Gipsy (จิพ' ซี) *n., pl.* **-sies** กลุ่มคนที่อพยพจากอินเดียตอนเหนือไปยังยุโรปในราวศตวรรษที่ 14, ชาวยิปซี

gyrate (ไจ' เรท) *vi.* **-rated, -rating** หมุนเป็นวงกลม, หมุนเวียน **-gyration** *n.* **-gyrator** *n.*

gyrocompass (ไจ' โรคัมเพิซ) *n.* เข็มทิศรอบลูกข่าง

gyroscope (ไจ' ระสโกพ) *n.* วงล้อหมุนชนิดหนึ่ง ซึ่งติดตั้งให้หมุนได้อย่างเสรีรอบแกนในแนวใดๆ ก็ได้ใช้เป็นส่วนประกอบของเข็มทิศระบบลูกข่าง **-gyroscopic** *adj.*

H

H, h (เอช) *n., pl.* **H's, h's/Hs, hs** อักษรตัวที่ 8 ในภาษาอังกฤษ, อันดับแปด

haberdasher (แฮบ' เบอร์แดชเชอร์) *n.* พ่อค้าขายเครื่องแต่งตัวของผู้ชาย, พ่อค้าขายของเล็กๆ น้อยๆ เช่น เข็มหมุด ด้าย ริบบิ้น **-haberdashery** *n.*

habiliment (ฮะบิล' ละเมินท์) *n.* เสื้อผ้า

★**habit** (แฮบ' บิท) *n.* ความเคยชิน, นิสัย, ธรรมเนียมปฏิบัติ, การติดยาเสพย์ติด, เสื้อผ้า *-vt.* **-ited, -iting** แต่งตัว, สวมเสื้อผ้า

habitable (แฮบ' บิทะเบิล) *adj.* เหมาะสำหรับอาศัย **-habitableness** *n.* **-habitably** *adv.*

habitant (แฮบ' บิเทินท์) *n.* ผู้อาศัย, พลเมือง

habitat (แฮบ' บิแทท) *n.* ถิ่นที่อยู่ของพืชและสัตว์, สิ่งแวดล้อมที่พืชหรือสัตว์อาศัยอยู่

habitation (แฮบบิเท' ชัน) *n.* สถานที่อยู่อาศัย, สภาพแวดล้อมโดยธรรมชาติ, การอาศัยอยู่

habitual (ฮะบิช' ชวล) *adj.* ซึ่งเป็นนิสัย, เป็นประจำ, ซึ่งเป็นธรรมเนียม **-habitually** *adv.*

habituate (ฮะบิช' ชูเอท) *v.* **-ated, -ating** *-vt.* ทำให้เคยชิน *-vi.* ทำให้ติด

habitué (ฮะบิช' ชูเอ) *n.* บุคคลที่ชอบไปสถานที่ใดที่หนึ่งเป็นประจำ

hack¹ (แฮค) *v.* **hacked, hacking** *-vt.* ตัด, สับ, ฟัน *-vi.* ตัด, ฟัน, สับ, ไอแห้งๆ *-n.* การตัด, การสับ, การฟัน, เครื่องมือที่ใช้ฟัน ตัดหรือสับ เช่น จอบหรือพลั่ว, การไอแห้งๆ

hack² (แฮค) *n.* ม้าที่อ่อนเพลีย, นักเขียนชั้นเลว,

A B C D E F G H I J K L M N O P Q R S T U V W X Y Z

(ภาษาพูด) รถแท็กซี่ -*v.* **hacked, hacking** -*vt.* เช่าม้า, ใช้จนเก่า -*vi.* ขับแท็กซี่, ขี่ม้า
hacker (แฮค' เคอร์) *n.* ผู้ที่ชำนาญในการใช้หรือจัดระบบคอมพิวเตอร์, ผู้ที่แอบเจาะเข้าไปในเครือข่ายคอมพิวเตอร์เพื่อขโมยข้อมูลลับ
hackie (แฮค' คี) *n.* คนขับแท็กซี่
hackle[1] (แฮค' เคิล) *n.* ขนรอบคอนกและไก่ตัวผู้
hackle[2] (แฮค' เคิล) *v.* **-led, -ling** -*vt.* สับหยาบๆ -*vi.* ตัด, สับ, ฟัน (-S. chop)
hackly (แฮค' ลี) *adj.* หยาบ, ขรุขระ
hackney (แฮค' นี่) *n., pl.* **-neys** รถม้าสำหรับให้เช่า -*vt.* **-neyed, -neying** ให้เช่า -*adj.* เก่า, ซ้ำซาก, ซึ่งให้เช่า
hackneyed (แฮค' นีด) *adj.* เก่าแก่, ซ้ำซาก
hacksaw (แฮค' ซอ) *n.* เลื่อยตัดโลหะ
★**had** (แฮด) *v. aux.* กริยาช่อง 2 และ 3 ของ have
Hades, hades (เฮ' ดีซ) *n.* นรก
hag (แฮก) *n.* หญิงแก่ที่น่ากลัว, แม่มด
haggard (แฮก' เกิร์ด) *adj.* ผอม, ซูบซีด, ดุร้าย, ไม่เชื่อง -*n.* เหยี่ยวที่ไม่เชื่อง (-S. (adj.) thin)
haggle (แฮก' เกิล) *v.* **-gled, -gling** -*vi.* ต่อรองราคา -*vt.* รบกวน -*n.* การต่อรองราคา
haiku (ไฮ' คู) *n., pl.* **haiku/-kus** บทกวีแบบหนึ่งของญี่ปุ่นมีทั้งหมด 17 พยางค์
hail[1] (เฮล) *n.* ลูกเห็บ, การตกของลูกเห็บ, ห่ากระสุน -*v.* **hailed, hailing** -*vi.* (ลูกเห็บ) ตก, ตกเหมือนลูกเห็บ -*vt.* เทลงมา
hail[2] (เฮล) *v.* **hailed, hailing** -*vt.* ทักทาย, โห่ร้อง, ร้องเรียก, ต้อนรับ -*vi.* ร้องเรียก -*n.* การต้อนรับ, การทักทาย การโห่ร้อง, การร้องเรียก -*interj.* คำอุทานแสดงการต้อนรับ
hailstone (เฮล' สโตน) *n.* ลูกเห็บ
hailstorm (เฮล' สตอร์ม) *n.* พายุลูกเห็บ
★**hair** (แฮร์) *n.* ขน, ผม, ผ้าขนสัตว์ (-S. mane)
hairbreadth (แฮร์' เบรดธ์) *adj.* ใกล้มาก
haircloth (แฮร์' คลอธ) *n.* ผ้าขนสัตว์
haircut (แฮร์' คัท) *n.* การตัดผม, แบบทรงผม
hairdo (แฮร์' ดู) *n., pl.* **-dos** แบบทรงผม
hairdresser (แฮร์' เดรซเซอร์) *n.* ช่างตัดผม
hairless (แฮร์' ลิซ) *adj.* ซึ่งมีผมน้อยหรือไม่มี
hairline (แฮร์' ไลน์) *n.* ไรผมหรือลูกผมบริเวณหน้าผาก, เส้นที่ยาวเรียวมาก
hairpiece (แฮร์' พีซ) *n.* วิกผม
hairpin (แฮร์' พิน) *n.* กิ๊บเสียบผมรูปตัวยู
hair-raising (แฮร์' เรซิง) *adj.* น่ากลัว
hairsbreadth, hair's-breadth (แฮร์ซ' เบรดธ์) *n.* ระยะที่ใกล้มาก
hair spray, hairspray (แฮร์' สเปร) *n.* สเปรย์สำหรับจัดแต่งทรงผม
hairspring (แฮร์' สปริง) *n.* ขดลวดสปริงขนาดเล็กมากในนาฬิกา
hairy (แฮ' รี) *adj.* **-ier, -iest** ซึ่งมีผมหรือขนมาก, ซึ่งคล้ายผมหรือขน **-hairiness** *n.*
hale (เฮล) *adj.* **haler, halest** ซึ่งมีสุขภาพแข็งแรงดี, กระปรี้กระเปร่า **-haleness** *n.*
★**half** (แฮฟ, ฮาฟ) *n., pl.* **halves** ครึ่ง, ครึ่งเวลาของการแข่งขัน, ครึ่งปีการศึกษา, ครึ่งชั่วโมง -*adj.* ครึ่ง, เป็นส่วนหนึ่ง -*adv.* บางส่วน
half-and-half (แฮฟ' เอินด์แฮฟ') *adj.* ครึ่งหนึ่ง -*adv.* ซึ่งเป็นสองส่วนที่เท่ากัน -*n.* ส่วนผสมของสองสิ่งในสัดส่วนที่เท่าๆ กัน
half-baked (แฮฟ' เบคท์') *adj.* ซึ่งไม่ประสา
half blood, half-blood (แฮฟ' บลัด) *n.* พี่น้องร่วมบิดาหรือมารดาเดียวกัน
half-breed (แฮฟ' บรีด) *n.* ลูกผสม
half brother พี่ชายหรือน้องชายร่วมบิดาหรือมารดาเดียวกัน
half-caste (แฮฟ' แคซท์) *n.* ลูกผสม, ลูกครึ่ง
halfhearted (แฮฟ' ฮาร์' ทิด) *adj.* ซึ่งแสดงความสนใจเพียงเล็กน้อย **-halfheartedly** *adv.*
half-hour (แฮฟ' เอาร์') *n.* ครึ่งชั่วโมง
half-length (แฮฟ' เลงคํธ์) *n.* ภาพหรือรูปถ่ายครึ่งตัว -*adj.* เกี่ยวกับภาพครึ่งตัว
half-life (แฮฟ' ไลฟ์) *n.* ระยะเวลาที่สารกัมมันตรังสีสลายตัวจนเหลือเป็นครึ่งหนึ่งของปริมาณเริ่มแรก
half-mast (แฮฟ' แมซท์') *n.* ตำแหน่งธงที่ลดลงมาครึ่งเสาเพื่อแสดงการไว้ทุกข์
half-moon (แฮฟ' มูน') *n.* พระจันทร์ครึ่งซีก
half mourning ช่วงที่สองของการไว้ทุกข์ เป็นช่วงที่เปลี่ยนจากเสื้อผ้าสีดำมาเป็นสีเทา ขาว หรือม่วง, เสื้อผ้าที่ใส่ในช่วงเวลาดังกล่าว
half sister พี่สาวหรือน้องสาวที่ร่วมบิดาหรือมารดาเดียวกัน
halftime (แฮฟ' ไทม์, ฮาฟ'-) *n.* ช่วงเวลาพักระหว่างครึ่งของระยะเวลาการแข่งขัน
halfway (แฮฟ' เว') *adj.* กึ่งกลาง, ครึ่งทาง, บางส่วน **-halfway** *adv.* (-S. (adj.) midway)
halfway house สถานที่หยุดพักระหว่างการเดินทาง, สถานที่พักฟื้นสภาพจิตใจของผู้ที่ออกจากคุกหรือโรงพยาบาล
half-wit (แฮฟ' วิท) *n.* (คำสแลง) คนโง่
halitosis (แฮลลิโท' ซิซ) *n.* ภาวะที่มีกลิ่นปาก

★**hall** (ฮอล) *n.* ห้องโถง, ห้องประชุม, ศาลา, หอพักหรือห้องอาหารของโรงเรียน วิทยาลัยหรือมหาวิทยาลัย, คฤหาสน์, ห้องสันทนาการ

hallmark (ฮอล' มาร์ค) *n.* เครื่องหมายที่ใช้ในประเทศอังกฤษเพื่อประทับตราทองหรือเงินซึ่งแสดงมาตรฐานความบริสุทธิ์, ลักษณะเด่น *-vt.* **-marked, -marking** ประทับตราทองและเงินด้วยเครื่องหมายดังกล่าว

halloo, halloa (ฮะลู', -โล') *interj.* คำอุทานใช้เรียกหรือกระตุ้นสุนัขล่าสัตว์ *-n., pl.* **-loos, -loas** การร้อง "halloo"

hallow (แฮล' โล) *vt.* **-lowed, -lowing** ทำให้ศักดิ์สิทธิ์, เคารพนับถือ (-S. respect)

hallowed (แฮล' โลด์) *adj.* ซึ่งเป็นที่เคารพสักการะ, ศักดิ์สิทธิ์

Halloween, Hallo-we'en (แฮลละวีน', ฮอล-) *n.* วันที่ 31 ตุลาคม ซึ่งเป็นวันที่เด็กๆ จะแต่งตัวแปลกๆ และเล่นสนุกสนานกัน

Halloween

hallucinate (ฮะลู' ซะเนท) *v.* **-nated, -nating** *-vi.* เกิดภาพหลอน *-vt.* ทำให้เกิดภาพหลอน

hallucination (ฮะลูซะเน' ชัน) *n.* ภาพลวงตา, อาการประสาทหลอน **-hallucinatory** *adj.*

hallucinogen (ฮะลู' ซะนะเจิน) *n.* สิ่งที่ทำให้เกิดการประสาทหลอน **-hallucinogenic** *adj.*

halo (เฮ' โล) *n., pl.* **-los/-loes** รัศมี, ทรงกลด, บุญวาสนา, บารมี *-vt.* **-loed, -loing** ล้อมรอบด้วยรัศมีหรือรังสี (-S. (n.) aura)

halt¹ (ฮอลท์) *n.* การหยุด *-v.* **halted, halting** *-vt.* ทำให้หยุด *-vi.* หยุด (-S. (v., n.) arrest)

halt² (ฮอลท์) *vi.* **halted, halting** เดินโขยกเขยก, ลังเล *-adj.* พิการ (-S. (v.) limp)

halter (ฮอล' เทอร์) *n.* เชือกหรือสายหนังที่ใช้คล้องคอสัตว์เพื่อบังคับทิศทาง, เชือกที่ทำเป็นบ่วงเพื่อคล้องคอนักโทษประหารชีวิต

halting (ฮอล' ทิง) *adj.* ซึ่งพิการ, ซึ่งลังเล

halve (แฮฟว์, ฮาฟว์) *vt.* **halved, halving** แบ่งออกเป็นสองส่วนเท่าๆ กัน, ลดลงครึ่งหนึ่ง, (ภาษาพูด) แบ่งให้เท่าๆ กัน (-S. bisect, divide)

halves (ฮาฟว์ซ์) *n.* พหูพจน์ของ half

halyard, halliard (แฮล' เยิร์ด) *n.* เชือกที่ใช้ชักธงหรือใบเรือขึ้นลง

★**ham** (แฮม) *n.* ต้นขาหลังของหมู, เนื้อจากต้นขาหลังของหมู, สะโพก, นักวิทยุสมัครเล่น, นักแสดงที่แสดงเกินบทบาท *-v.* **hammed, hamming** *-vi.* แสดงท่ามากเกินไป *-vt.* แสดงเกินบทบาท **-hams** ก้น, สะโพก

hamadryad (แฮมมะไดร' เอิด) *n., pl.* **-ads/-ades** งูจงอาง

★**hamburger, hamburg** (แฮม' เบอร์เกอร์, -เบิร์ก) *n.* เนื้อวัวบด, แซนด์วิชสอดไส้เนื้อบด

hamlet (แฮม' ลิท) *n.* หมู่บ้านเล็กๆ

★**hammer** (แฮม' เมอร์) *n.* ค้อน, ตะลุมพุกเล็กๆ ที่ผู้ขายของเลหลังใช้เคาะ, กระดูกรูปค้อนที่อยู่ในหูชั้นกลาง, ตุ้มโลหะซึ่งหนัก 16 ปอนด์ (7.2 กิโลกรัม) ใช้ขว้างในกีฬาประเภทกรีฑา *-v.* **-mered, -mering** *-vt.* ตอกย้ำ, ทุบด้วยค้อน *-vi.* ทุบด้วยค้อน **-hammerer** *n.*

hammer and sickle เครื่องหมายของพรรคคอมมิวนิสต์ในบางประเทศ ซึ่งประกอบด้วยรูปเคียววางไขว้อยู่กับค้อน

hammerhead (แฮม' เมอร์เฮด) *n.* หัวค้อน

hammock (แฮม' เมิค) *n.* เปลญวน

hamper¹ (แฮม' เพอร์) *vt.* **-pered, -pering** ขัดขวาง (-S. impede, obstruct)

hamper² (แฮม' เพอร์) *n.* ตะกร้าขนาดใหญ่มักมีฝาปิด

hamster (แฮม' สเตอร์) *n.* หนูชนิดหนึ่งมีขนนุ่ม แก้มป่อง หางสั้น มักใช้ในการทดลอง

hamstring (แฮม' สตริง) *n.* เอ็นที่อยู่ตรงแอ่งด้านหลังของหัวเข่ามนุษย์, เอ็นขนาดใหญ่ที่ด้านหลังของข้อเท้าของสัตว์สี่เท้า *-vt.* **-strung, -stringing** ตัดเอ็นดังกล่าว, ทำลายประสิทธิภาพ

★**hand** (แฮนด์) *n.* มือ, หน่วยวัดความยาวซึ่งเท่ากับ 4 นิ้ว ใช้วัดความสูงของม้า, ส่วนที่คล้ายมือ, สิ่งที่มีลักษณะหรือหน้าที่คล้ายมือ เช่น เข็มนาฬิกา, ลายมือ, การช่วยเหลือ, ขาไพ่, คนงาน, ลูกเรือ, ผู้มีความชำนาญ, อำนาจ, สัญญาแต่งงาน, การควบคุม, ลายเซ็น, อิทธิพล, ด้าน, ทิศทาง, ตำแหน่ง, การครอบครอง *-vt.* **handed, handing** ส่ง, ช่วย, ชี้ทาง **-at hand** ใกล้ **-hand down** พิพากษา **-hand on** ส่งผ่าน **-hand out** เผยแพร่, แจกจ่าย **-hand over** ปล่อยหรือสละให้คนอื่น **-hands up!** ยกมือขึ้น **-out of hand** ควบคุมไม่ได้, ทันที

handbag (แฮนด์' แบก) *n.* กระเป๋าถือสตรี

handball (แฮนด์' บอล) *n.* กีฬาแฮนด์บอล

handbill (แฮนด์' บิล) *n.* ใบปลิว

handbook (แฮนด์' บุค) *n.* หนังสือคู่มือ

hand brake เบรคมือ

handcart (แฮนด์' คาร์ท) *n.* รถลากหรือรถ

เข็นขนาดเล็ก 2 ล้อ

handclap (แฮนด' แคลพ) *n.* การปรบมือ

handclasp (แฮนด' แคลซพ) *n.* การจับมือเพื่อกระชับมิตร

handcraft (แฮนด' แครฟท) *n.* ดู handicraft

handcuff (แฮนด' คัฟ) *n.* กุญแจมือ *-vt.* **-cuffed, -cuffing** ใส่กุญแจมือ, ขัดขวาง

handful (แฮนด' ฟุล) *n., pl.* **-fuls** ปริมาณเต็มมือ, ปริมาณเล็กน้อย

hand glass แว่นขยายชนิดถือส่องด้วยมือ

hand grenade ลูกระเบิดมือขนาดเล็ก

handgun (แฮนด' กัน) *n.* ปืนพก

handicap (แฮน' ดีแคพ) *n.* ความบกพร่องทางร่างกายหรือจิตใจ, อุปสรรค *-vt.* **-capped, -capping** ทำให้เสียเปรียบ, กีดขวาง

handicapped (แฮน' ดีแคพท) *adj.* ซึ่งบกพร่องทางร่างกายหรือจิตใจ, พิการ

handicraft (แฮน' ดีแครฟท) *n.* อาชีพหัตถกรรม, งานฝีมือ (**-S.** art, craft)

handily (แฮน' ดิลี) *adv.* ง่าย, สะดวก

handiwork (แฮน' ดีเวิร์ค) *n.* งานหัตถกรรม

★**handkerchief** (แฮง' เคอร์ชิฟ) *n., pl.* **-chiefs/-chieves** ผ้าเช็ดหน้า, ผ้าพันคอ

★**handle** (แฮน' เดิล) *v.* **-dled, -dling** *-vt.* แตะ, สัมผัส, ยก, จับ, ถือ, ปฏิบัติ, จัดการ, ทำการค้า, ดำเนินการ, ใช้ *-vi.* ควบคุม *-n.* โอกาสในการบรรลุเป้าหมาย, (คำสแลง) ชื่อคน, ด้าม, ที่จับ, ส่วนที่คล้ายด้าม, จำนวนเงินทั้งหมดในการวางเดิมพัน (**-S.** (v., n.) hold)

handlebar (แฮน' เดิลบาร์) *n.* คันบังคับเลี้ยวของรถจักรยาน

handmade (แฮนด' เมด') *adj.* ซึ่งทำด้วยมือ

handmaid, handmaiden (แฮนด' เมด, -เมดเดิน) *n.* สาวใช้

handout (แฮนด' เอาท) *n.* สิ่งของที่ให้ทาน, ใบปลิวที่แจก (**-S.** alms, leaflet)

handpick (แฮนด' พิค') *vt.* **-picked, -picking** เลือกด้วยมืออย่างระมัดระวัง **-handpicked** *adj.*

handrail (แฮนด' เรล) *n.* ราวสำหรับมือจับ เช่น ราวบันได

hands down ซึ่งไม่มีปัญหา, ง่าย

handshake (แฮนด' เชค) *n.* การจับมือเพื่อเป็นการทักทายหรือบอกลา

★**handsome** (แฮน' เซิม) *adj.* **-somer, -somest** หล่อ, ใจดี, ใจกว้าง, ชำนาญ, มากมาย **-handsomely** *adv.* **-handsomeness** *n.*

hand-to-hand (แฮนด' ทะแฮนด') *adj.* ใกล้

handwork (แฮนด' เวิร์ค) *n.* สิ่งที่ทำด้วยมือ

handwoven (แฮนด' โว' เวิน) *adj.* ทอด้วยมือ

★**handwriting** (แฮนด' ไรทิง) *n.* ลายมือเขียน

★**handy** (แฮน' ดี) *adj.* **-ier, -iest** ชำนาญ, คล่องแคล่ว, ง่ายต่อการใช้หรือจับถือ, สะดวก, ซึ่งเป็นประโยชน์ (**-S.** expert **-A.** awkward)

handyman, handy man (แฮน' ดีแมน) *n.* คนที่รับจ้างทำงานเล็กๆ น้อยๆ

★**hang** (แฮง) *v.* **hung, hanging** *-vt.* ห้อย, แขวน, ติด, ปิด, ยึด, เกาะ, แกว่ง *-vi.* ห้อย, แขวน, แขวนคอตาย, ลอย, ขึ้นอยู่กับ, เกาะ, ยืดเยื้อ *-n.* ท่าหรือลักษณะการแขวน, ความลาดเท, ความหมาย, (ภาษาพูด) วิธีทำ วิธีใช้

hangar (แฮง' เกอร์) *n.* โรงเก็บเครื่องบิน

hangdog (แฮง' ดอก) *n.* คนที่น่ารังเกียจ

hanger (แฮง' เกอร์) *n.* ผู้แขวน, ที่แขวน, ดาบขนาดสั้นที่ห้อยไว้ที่เอว, ตะขอ

hanging (แฮง' กิง) *n.* การสำเร็จโทษโดยการแขวนคอ, สิ่งที่แขวน, ความเอียงลาด *-adj.* ซึ่งตั้งอยู่บนที่ลาดชัน, ซึ่งสมควรถูกแขวนคอ

hangman (แฮง' เมิน) *n.* ผู้ที่ทำหน้าที่แขวนคอนักโทษ

hangover (แฮง' โอเวอร์) *n.* อาการเมาค้าง

hank (แฮงค์) *n.* ขด (เชือก ด้าย ลวด), เข็ดด้าย

hanker (แฮง' เคอร์) *vi.* **-kered, -kering** มีความปรารถนาอย่างแรงกล้า, อยากได้

hankie, hanky (แฮง' คี) *n., pl.* **-kies** (ภาษาพูด) ผ้าเช็ดหน้า

hanky-panky (แฮง' คีแพง' คี) *n.* (คำสแลง) การหลอกลวง

hansom (แฮน' เซิม) *n.* รถม้า 2 ล้อชนิดหนึ่งมีที่นั่งคนขับอยู่ด้านหลัง

hap (แฮพ) *n.* โชค, โอกาส *-vi.* **happed, happing** เกิดขึ้น

haphazard (แฮพแฮซ' เซิร์ด) *adj.* ซึ่งไม่มีการวางแผน *-n.* ความบังเอิญ *-adv.* โดยบังเอิญ **-haphazardly** *adv.* (**-S.** (n.) chance)

hapless (แฮพ' ลิซ) *adj.* โชคไม่ดี

★**happen** (แฮพ' เพิน) *vi.* **-pened, -pening** เกิดขึ้น, ปรากฏขึ้น, อุบัติขึ้น, มีขึ้น (**-S.** appear)

happening (แฮพ' พะนิง) *n.* เหตุการณ์, กรณี, เรื่องราว (**-S.** accident, event)

★**happy** (แฮพ' พี) *adj.* **-pier, -piest** สุข, สบาย, เบิกบาน, โชคดี, เคราะห์ดี, ซึ่งแสดงความยินดี, ซึ่งเหมาะเจาะ **-happily** *adv.* **-happiness** *n.*

happy-go-lucky (แฮพพีโกลัค' คี) *adj.* ซึ่งปราศจากกังวล, ซึ่งทำตัวตามสบาย

harangue (ฮะแรง') *n.* คำปราศรัยหรือคำบรรยายที่รุนแรงยืดยาว *-vt., vi.* **-rangued, -ranguing** บรรยายอย่างยืดยาวและรุนแรงแก่

harass (แฮ' เริซ) *vt.* **-rassed, -rassing** รบกวน, รังควาน, ทำให้กลัดกลุ้มหรือเป็นกังวล **-harassment** *n.* (-S. annoy)

harbinger (ฮาร์ บินเจอร์) *n.* คนหรือสิ่งที่บอกล่วงหน้าถึงการมาของคนหรือเหตุการณ์

★**harbor, harbour** (ฮาร์ เบอร์) *n.* ที่ลี้ภัย, ท่าเรือ *-v.* **-bored, -boring/-boured, -bouring** *-vt.* ให้ที่ลี้ภัย, ปิดบัง *-vi.* เข้าเทียบท่า **-harborer** *n.* (-S. (v., n.) shelter)

★**hard** (ฮาร์ด) *adj.* **harder, hardest** แข็ง, แน่น, ทนทาน, ใจแข็ง, ซึ่งต้องใช้ความอดทนหรือความพยายามอย่างมาก, ยาก, แรง, เข้มงวด, หยาบคาย, ไม่ยอม, กระด้าง, ใจดำ, รุนแรง, จัด, เลว, ซึ่งมีแอลกอฮอล์อยู่ในระดับสูง, ซึ่งปฏิเสธไม่ได้, ลำบาก, ขยัน *-adv.* อย่างแข็งขัน, อย่างทรหด, อย่างยากลำบาก, อย่างเสียใจ, อย่างจริงจัง, อย่างใกล้ชิด **-hard nut to crack** (ภาษาพูด) คนหรือสิ่งที่ยากจะจัดการ

> **hard** ทำหน้าที่เป็นได้ทั้งคุณศัพท์และกริยาวิเศษณ์ เช่น Jack is a hard worker. He works hard.
>
> **hardly** ทำหน้าที่เป็นกริยาวิเศษณ์ มีความหมายเชิงปฏิเสธคือ แทบจะไม่, คงไม่, ไม่ค่อยจะ, ไม่น่าจะ จัดอยู่ในกลุ่มคำพวก scarcely, barely, rarely เป็นต้น เช่น Bill hardly works at all.

hardback (ฮาร์ด' แบค) *adj.* ซึ่งเป็นปกแข็ง (หนังสือ) *-n.* หนังสือปกแข็ง

hard-bitten (ฮาร์ด' บิท' เทิน) *adj.* หนังเหนียว

hard-boiled (ฮาร์ด' บอยล์ด์) *adj.* ซึ่งต้ม (ไข่) สุกจนแข็ง, ปราศจากความกรุณา

hardcore, hard-core, hard core (ฮาร์ด' คอร์) *n.* ดนตรีร็อกแบบหนึ่งที่พัฒนาขึ้นในช่วงทศวรรษที่ 80 โดยพวกพังก์ ลักษณะของดนตรีจะมีความรุนแรงและเร็ว *-adj.* ซึ่งเป็นดนตรีในลักษณะดังกล่าว

hardcover (ฮาร์ด' คัฟว์เวอร์) *adj.* ซึ่งเป็นปกแข็ง *-n.* หนังสือปกแข็ง

hard disk แผ่นจานฉาบแม่เหล็กที่ใช้เก็บข้อมูลของคอมพิวเตอร์

harden (ฮาร์ เดิน) *v.* **-ened, -ening** *-vt.* ทำให้แข็งหรือแข็งขึ้น, ทำให้ร่างกายหรือจิตใจแข็งแกร่งขึ้น *-vi.* กลายเป็นแข็งหรือแข็งขึ้น

hardheaded (ฮาร์ด' เฮด' ดิด) *adj.* ดื้อดึง

hardhearted (ฮาร์ด' ฮาร์ ทิด) *adj.* ไร้ความปรานี **-hardheartedly** *adv.* (-S. hard)

hardihood (ฮาร์ ดีฮุด) *n.* ความกล้าหาญ

hard-line, hardline (ฮาร์ด' ไลน์) *adj.* ซึ่งยึดมั่นในนโยบาย **-hardliner** *n.*

★**hardly** (ฮาร์ด' ลี) *adv.* รุนแรง, แทบจะไม่, เพิ่งจะ (-S. almost not, faintly)

hardness (ฮาร์ด' นิซ) *n.* ความแข็ง, ความทรหด, ความรุนแรง, ความกระด้าง

hard-nosed (ฮาร์ด' โนซด์') *adj.* ดื้อรั้น

hard-pressed (ฮาร์ด' เพรซท์') *adj.* ซึ่งประสบกับความทุกข์ยากลำบาก

hard-set (ฮาร์ด' เซท') *adj.* แน่นอน, ดื้อดึง

hardship (ฮาร์ด' ชิพ) *n.* ความทุกข์ยากลำบาก

★**hardware** (ฮาร์ด' แวร์) *n.* เครื่องโลหะหรือเหล็ก, ส่วนของคอมพิวเตอร์ที่เป็นโครงสร้างทางด้านเครื่องและอุปกรณ์ต่างๆ

hardwood (ฮาร์ด' วุด) *n.* ไม้ (ต้นไม้) เนื้อแข็ง

hardy (ฮาร์ ดี) *adj.* **-dier, -diest** แข็งแกร่ง, แข็งแรง, อดทน, กล้าหาญ **-hardily** *adv.*

hare (แฮร์) *n.* กระต่ายป่า *-vi.* **hared, haring** เคลื่อนไหวอย่างรวดเร็ว

harebrained (แฮร์ เบรนด์') *adj.* โง่

harelip (แฮร์ ลิพ) *n.* ปากแหว่ง

harem (แฮ' เริม) *n.* พระราชวังหรือส่วนของพระราชวังที่กันไว้ให้กับเหล่านางสนมหรือนางบำเรอ, นางบำเรอหรือนางสนม

hark (ฮาร์ค) *vi.* **harked, harking** ฟังอย่างตั้งใจ

harlequin (ฮาร์ ลิควิน) *n.* ตัวตลก

harlot (ฮาร์ เลิท) *n.* โสเภณี **-harlotry** *n.*

★**harm** (ฮาร์ม) *n.* ภัยอันตราย, ความผิด, ความชั่วร้าย, การบาดเจ็บหรือเสียหาย *-vt.* **harmed, harming** ทำให้ได้รับบาดเจ็บหรืออันตราย

★**harmful** (ฮาร์ม' เฟิล) *adj.* ซึ่งเป็นอันตราย, ซึ่งเป็นภัย, ซึ่งทำให้เสียหาย **-harmfully** *adv.*

harmless (ฮาร์ม' ลิซ) *adj.* ปลอดภัย, ซึ่งไม่เป็นอันตราย **-harmlessly** *adv.* (-S. safe)

harmonic (ฮาร์มอน' นิค) *adj.* เกี่ยวกับการประสานเสียง, ซึ่งเข้ากัน, ปรองดอง, กลมกลืน *-n.* เสียงประสาน, ทำนองประสาน

harmonica (ฮาร์มอน' นิคะ) *n.* หีบเพลงปาก

harmonious (ฮาร์โม' เนียซ) *adj.* กลมกลืนกัน, เข้ากันได้, ซึ่งประสานกัน, ซึ่งคล้องจองเหมาะสม **-harmoniously** *adv.*

harmonium (ฮาร์โม' เนียม) *n.* ออร์แกนที่ใช้

A B C D E F G H I J K L M N O P Q R S T U V W X Y Z

เท้าถึบสูบลม

harmonize (ฮาร์ มะไนซ์) *v.* **-nized, -nizing** *-vt.* ทำให้เข้ากัน, ทำให้ประสานกัน, ทำให้กลมกลืน *-vi.* กลมกลืนกัน, ประสานกัน **-harmonization** *n.* **-harmonizer** *n.*

harmony (ฮาร์ มะนี) *n., pl.* **-nies** ความเห็นพ้องต้องกัน, การเข้ากันได้, ความกลมกลืนกัน

harness (ฮาร์ นิซ) *n.* เครื่องเทียมม้า, เครื่องบังเหียน, สายหนังที่ใช้ยึดร่มชูชีพกับลำตัว *-vt.* **-nessed, -nessing** ใส่เครื่องเทียม, ควบคุม

harp (ฮาร์พ) *n.* พิณฮาร์ป, พิณชนิดมีคันเท้า *-vi.* **harped, harping** เล่นพิณฮาร์ป **-harpist** *n.*

harp

harpoon (ฮาร์พูน') *n.* ฉมวก *-vt.* **-pooned, -pooning** แทง ฆ่า จับด้วยฉมวก

harpsichord (ฮาร์พ' ซิคอร์ด) *n.* เครื่องดนตรีคีย์บอร์ดมีฝาเปิดออกได้เหมือนปีก ผลิตเสียงโดยใช้กลไกบังคับลิ้นที่ติดกับก้านขนนกหรือหนังสัตว์ให้ดีดสายซึ่งขึงในแนวนอน

harrier (แฮร์ รีเออร์) *n.* ผู้รบกวน

harrow¹ (แฮร์ โร) *n.* คราด *-vt.* **-rowed, -rowing** คราด (ดิน), ทรมานใจ **-harrower** *n.*

harrow² (แฮร์ โร) *vt.* **-rowed, -rowing** ปล้น

harrowing (แฮร์ โรอิง) *adj.* ซึ่งทุกข์ใจมาก

harry (แฮร์ รี) *vt.* **-ried, -rying** รบกวน

harsh (ฮาร์ช) *adj.* **harsher, harshest** หยาบ, สาก, เหี้ยม, ดุร้าย, ซึ่งแสบหรือระคายหู, ซึ่งบาดตา, ฝาด, รุนแรง, ห้าว **-harshly** *adv.* **-harshness** *n.* (-S. bitter, coarse)

harum-scarum (แฮเริมสแก' เริม) *adj., adv.* ซึ่งขาดความรับผิดชอบ, หุนหันพลันแล่น

★**harvest** (ฮาร์ วิซท) *n.* การเก็บเกี่ยวพืชผล, พืชผลที่เก็บเกี่ยวได้ในฤดู, ปริมาณที่เก็บเกี่ยวได้, ฤดูเก็บเกี่ยว, ผล *-v.* **-vested, -vesting** *-vt.* เก็บเกี่ยวพืชผล, ได้รับผลกำไรหรือผลจากการกระทำ *-vi.* เก็บเกี่ยวผล **-harvester** *n.*

★**has** (แฮซ) *v. aux.* กริยาช่อง 1 ของ have ใช้กับประธานเอกพจน์บุรุษที่ 3

hash (แฮช) *n.* เนื้อที่สุกแล้วนำมาหั่นเป็นชิ้นเล็กๆ และนำไปปรุงอีก *-vt.* **hashed, hashing** ตัดหรือสับให้เป็นชิ้น, (ภาษาพูด) ทำให้ยุ่ง

hashish, hasheesh (แฮช' ชีช) *n.* กัญชา

hasp (แฮซพ) *n.* สายยู *-vt.* **hasped, hasping** ปิดหรือล็อกด้วยสายยู

hassock (แฮซ' เซิค) *n.* เบาะรองหัวเข่าหรือเท้า

haste (เฮซท) *n.* ความรีบร้อน, ความเร่งรีบ *-vi., vt.* **hasted, hasting** รีบ, ทำให้รีบ

hasten (เฮ' เซิน) *v.* **-tened, -tening** *-vi.* รีบ, เร่ง *-vt.* ทำให้รีบ, เร่ง (-S. haste, run)

hasty (เฮ' สตี) *adj.* **-ier, -iest** รีบร้อน, ด่วน, โกรธง่าย **-hastily** *adv.* **-hastiness** *n.*

★**hat** (แฮท) *n.* หมวก

hatch¹ (แฮช) *n.* ช่องในบานประตู พื้น หรือเพดาน, ช่องบนดาดฟ้าเรือซึ่งสามารถทะลุไปถึงคลังสินค้าได้, ช่องในผนังที่เชื่อมระหว่างห้อง 2 ห้อง เช่น ระหว่างห้องครัวและห้องรับประทานอาหาร, ฝาหรือประตูที่ปิดช่องดังกล่าว, ประตูด้านหลังของรถแบบ 3 ประตู, ประตูน้ำ

hatch² (แฮช) *v.* **hatched, hatching** *-vi.* ฟักไข่เป็นตัว *-vt.* กกไข่, วางแผน **-hatcher** *n.*

hatch³ (แฮช) *vt.* **hatched, hatching** แรเงา

hatchback (แฮช' แบค) *n.* รถยนต์แบบที่ด้านหลังจะเทลาดลงและมีประตูเปิดขึ้นได้

hatchback

hatchery (แฮช' ชะรี) *n., pl.* **-ies** สถานที่ฟักไข่

hatchet (แฮช' ชิท) *n.* ขวานที่ชาวอินเดียนแดงใช้เป็นอาวุธ, ขวานเล็กด้ามสั้นใช้งานมือเดียวได้

hatchway (แฮช' เว) *n.* ทางหรือช่องที่นำไปสู่ห้องเรือหรือห้องเก็บของใต้ถุนดึก

★**hate** (เฮท) *v.* **hated, hating** *-vt.* ชัง, รังเกียจ, รู้สึกไม่ชอบ, เกลียด *-vi.* รู้สึกเกลียดชัง *-n.* ความเกลียด, สิ่งที่น่ารังเกียจ **-hater** *n.*

hateful (เฮท' เฟิล) *adj.* น่ารังเกียจ, น่าชิงชัง, ซึ่งรู้สึกเกลียด **-hatefully** *adv.* (-S. detestable)

★**hatred** (เฮ' ทริด) *n.* ความเกลียดชังอย่างรุนแรง

hatter (แฮท' เทอร์) *n.* ช่างทำหมวก

haughty (ฮอ' ที) *adj.* **-tier, -tiest** หยิ่งยโส, จองหอง, ทะนงตน, สูงส่ง **-haughtily** *adv.*

haul (ฮอล) *v.* **hauled, hauling** *-vt.* ดึง, ลาก, สาว, ฉุด, ชัก, ขนส่งด้วยรถบรรทุกหรือเกวียน, เปลี่ยนเส้นทางเดินเรือ *-vi.* ดึง, ลาก, เปลี่ยนทิศทาง, เปลี่ยนใจ, เปลี่ยนเส้นทางเดินเรือ *-n.* การดึง ลาก ชัก, การขนส่ง, ระยะทางที่ถูกลาก ดึง หรือขนส่ง, สิ่งที่ถูกดึงหรือขนส่ง, ปริมาณการขนส่ง **-hauler** *n.* (-S. (v., n.) drag)

haulage (ฮอ' ลิจ) *n.* การฉุด ชัก ลาก ดึง สาว, การขนส่งสินค้า

haunch (ฮอนช) *n.* สะโพก

haunt (ฮอนท) *v.* **haunted, haunting** *-vt.* สิงสู่, ไปเยี่ยมบ่อย, ปรากฏให้เห็นในรูปของภูตผี

A B C D E F G H I J K L M N O P Q R S T U V W X Y Z

ปีศาจหรือวิญญาณ, สิงสู่อยู่ในใจ *-n.* สถานที่ที่ไปบ่อย, ภูตผีปีศาจ **-haunter** *n.*

hausfrau (เฮาซ' เฟรา) *n.* แม่บ้านชาวเยอรมัน, แม่บ้าน (-S. housewife)

hauteur (โฮเทอร์') *n.* ความหยิ่งยโส

★**have** (แฮฟว์) *v.* **had, having, has** *-vt.* มี, เป็นเจ้าของ, ประสบ, เป็น (โรค), ได้รับ, แสดง, ให้กำเนิดลูก, อนุญาต, รับประทาน, ดื่ม, เอา, มีส่วนร่วม, (ภาษาพูด) โกง *-n.* คนที่ร่ำรวยมั่งคั่ง, ประเทศที่มีทรัพยากรมากมาย *-v. aux.* ใช้ร่วมกับกริยาช่อง 3 เพื่อทำให้เป็นรูปสมบูรณ์กาล

haven (เฮ' เวิน) *n.* ท่าเรือ, สถานที่หลบภัย

haversack (แฮฟว์' เวอร์แซค) *n.* กระเป๋าผ้าใบที่ใช้สะพายบนไหล่เดียวอย่างของทหาร

havoc (แฮฟว์' เวิค) *n.* ความยุ่งเหยิง, ความหายนะ *-vt.* **-ocked, -ocking** ทำลาย

hawk¹ (ฮอค) *n.* เหยี่ยว, คนโกง, คนหลอกลวง, บุคคลที่กระหายสงคราม *-vi.* **hawked, hawking** ล่าด้วยเหยี่ยว **-hawkish** *adj.*

hawk² (ฮอค) *v.* **hawked, hawking** *-vi.* เร่ขายสินค้า *-vt.* ตะโกนขายสินค้า

hawk³ (ฮอค) *v.* **hawked, hawking** *-vi.* ไอเอาเสมหะออก *-vt.* ขากหรือไอเอาเสมหะออก

hawker (ฮอ' เคอร์) *n.* คนที่เร่ขายสินค้า

hawk-eyed (ฮอค' ไอด์) *adj.* ตาแหลม

hawse (ฮอซ) *n.* ช่องเก็บสมอที่ตัวเรือ

hawsehole (ฮอซ' โฮล) *n.* รูของสายเคเบิลหรือเชือกที่ใช้สำหรับผูกหรือพ่วงเรือ ซึ่งอยู่บริเวณหัวเรือ

hawser (ฮอ' เซอร์) *n.* สายเคเบิลหรือเชือกที่ใช้ในการผูก ลาก หรือพ่วงเรือ

hay (เฮ) *n.* หญ้าแห้งสำหรับใช้เป็นอาหารสัตว์ *-v.* **hayed, haying** *-vi.* ตัดหญ้าเพื่อทำฟาง *-vt.* ทำฟาง, ให้ฟางเป็นอาหาร **-hayer** *n.*

hay fever การอักเสบในทางเดินหายใจและนัยน์ตา เนื่องจากแพ้ฝุ่นหรือเกสรดอกไม้

hayrick (เฮ' ริค) *n.* กองหญ้าแห้งขนาดใหญ่

hazard (แฮซ' เซิร์ด) *n.* อันตราย, ความเสี่ยง, สิ่งกีดขวางในสนามกอล์ฟ *-vt.* **-arded, -arding** ทำให้ตกอยู่ในอันตราย, เสี่ยง, ผจญภัย

hazardous (แฮซ' เซอร์เดิซ) *adj.* ซึ่งเต็มไปด้วยอันตราย, เสี่ยง **-hazardously** *adv.*

haze (เฮซ) *n.* หมอก, ความสลัว, ความสับสนในจิตใจ *-vi.* **hazed, hazing** สลัว, ไม่ชัด

hazel (เฮ' เซิล) *n.* ไม้พุ่มหรือไม้ขนาดเล็กสกุล *Corylus* ผลกินได้, ผลของต้นไม้ดังกล่าว, สีน้ำตาลอ่อนหรือสีน้ำตาลอมเหลือง **-hazel** *adj.*

hazelnut (เฮ' เซิลนัท) *n.* ผลของต้น hazel มีเปลือกแข็งเรียบสีน้ำตาล

hazy (เฮ' ซี) *adj.* **-ier, -iest** ซึ่งไม่ชัดเจน, คลุมเครือ, สลัว, เลือนราง, ซึ่งเป็นหมอก **-hazily** *adv.* **-haziness** *n.* (-S. foggy)

★**he** (ฮี) *pron.* เขาผู้ชาย *-n.* ผู้ชาย, สัตว์ตัวผู้

★**head** (เฮด) *n.* ศีรษะ, ส่วนหัว, สติปัญญา, สมอง, ความคิด, เหรียญด้านหัว, ผู้นำ, ครูใหญ่, หัวหน้า, ส่วนหน้า, ฟองเบียร์หรือฟองของของเหลวที่มีฟอง, จุดวิกฤติ, ข้างบน, ห้องน้ำบนเรือ, หัวเรือ, หัวข้อ, หัวฝี, ฝาครอบ, แหลม, ต้นน้ำ *-adj.* ซึ่งเกี่ยวกับหัว, สำคัญ, ด้านหน้า, (คำสแลง) เกี่ยวกับยาหรือผู้ติดยา *-v.* **headed, heading** *-vt.* เป็นผู้นำ, นำหน้า, บ่ายหน้าไปทาง, มุ่งไปยัง *-vi.* เกิดเป็นหัว, ไปข้างหน้า เช่น กะหล่ำปลี, เดินทาง **-above/over one's head** ยากเกินจะเข้าใจ (-S. (n., adj.) chief)

★**headache** (เฮด' เอค) *n.* อาการปวดศีรษะ, (ภาษาพูด)สิ่งที่ทำให้เกิดปัญหาหรือความรำคาญ

headdress (เฮด' เดรซ) *n.* สิ่งที่ใช้ประดับศีรษะ

headed (เฮด' ดิด) *adj.* ซึ่งเกิดขึ้นเป็นหัว

header (เฮด' เดอร์) *n.* การกระโดดเอาหัวลง

headfirst, headforemost (เฮด' เฟิร์ซท์', -ฟอร์' โมซท์) *adv.* หุนหันพลันแล่น

headgear (เฮด' เกียร์) *n.* สิ่งที่ใช้ปกคลุมศีรษะ

headhunting (เฮด' ฮันทิง) *n.* (คำสแลง) การเก็บสะสมหัวศัตรูไว้เป็นที่ระลึก, การสรรหาบุคคลที่มีความชำนาญสูงหรือนักบริหารจากบริษัทอื่น **-headhunt** *v., n.* **-headhunter** *n.*

heading (เฮด' ดิง) *n.* หัวข้อ, หัวจดหมาย

headland (เฮด' เลินด์) *n.* แหลม, หัวแหลม

headless (เฮด' ลิซ) *adj.* ซึ่งขาดผู้นำ, โง่

headlight (เฮด' ไลท์) *n.* ไฟหน้าของรถยนต์

headline (เฮด' ไลน์) *n.* หัวข่าว, หัวเรื่อง *-vt.* **-lined, -lining** ใส่หัวเรื่อง

headlong (เฮด' ลอง') *adv.* ซึ่งมีหัวยื่นไปข้างหน้า, หุนหันพลันแล่น *-adj.* รวดเร็ว, ชัน

headman (เฮด' เมิน) *n.* ผู้นำหรือหัวหน้าเผ่า

headmaster, head master (เฮด' แมซเทอร์) *n.* อาจารย์ใหญ่

headmistress, head mistress (เฮด' มิซทริซ) *n.* อาจารย์ใหญ่ผู้หญิง

headmost (เฮด' โมซท์) *adj.* ซึ่งนำหน้า

headphone (เฮด' โฟน) *n.* หูฟังแบบสวมศีรษะ

headphone

headpiece (เฮด' พีซ) *n.*

A B C D E F G H I J K L M N O P Q R S T U V W X Y Z

A B C D E F G I J K L M N O P Q R S T U V W X Y Z

สมอง, สติปัญญา
headquarters (เฮด' ควอร์เทอร์ซ์) *n. pl.* สำนักงานใหญ่, กองบัญชาการ
headrest (เฮด' เรซท์) *n.* ที่พิงศีรษะ
headroom (เฮด' รูม) *n.* ช่องว่างเหนือศีรษะ
headsman (เฮดซ์' เมิน) *n.* เพชฌฆาตที่ทำหน้าที่ตัดหัวนักโทษ
headspring (เฮด' สปริง) *n.* ต้นน้ำ
headstand (เฮด' สแตนด์) *n.* การทรงตัวในแนวตั้งโดยใช้ศีรษะและมือทั้งสองข้างดันพื้นเอาไว้เพื่อรับน้ำหนักตัวแทนขา
headstone (เฮด' สโตน) *n.* แผ่นหินจารึกบนหลุมฝังศพ
headstrong (เฮด' สตรอง) *adj.* ดื้อดึง
headwaiter (เฮด' เว' เทอร์) *n.* หัวหน้าบริกร
headwater (เฮด' วอเทอร์) *n.* ต้นน้ำ
headway (เฮด' เว) *n.* ความก้าวหน้า
headwind, head wind (เฮด' วินด์) *n.* ลมต้าน
heady (เฮด' ดี) *adj.* **-ier, -iest** ฉลาด
heal (ฮีล) *v.* **healed, healing** *-vt.* รักษาให้หาย, ซ่อม *-vi.* หายดี **-healable** *adj.*
★**health** (เฮลธ์) *n.* สุขภาพ, ความสุขสบาย, ความไม่มีโรค (**-S.** fitness, soundness)
healthful (เฮลธ์' เฟิล) *adj.* ซึ่งเป็นประโยชน์แก่ร่างกาย **-healthfully** *adv.* **-healthfulness** *n.*
★**healthy** (เฮล' ธี) *adj.* **-ier, -iest** ซึ่งเป็นประโยชน์แก่ร่างกาย, ซึ่งมีสุขภาพดีแข็งแรง **-healthily** *adv.* **-healthiness** *n.* (**-S.** fit)
heap (ฮีพ) *n.* กอง, (ภาษาพูด) จำนวนมาก, (คำสแลง) รถยนต์เก่า *-vt.* **heaped, heaping** วางกองไว้ (**-S.** (n., v.) stack)
★**hear** (เฮียร์) *v.* **heard, hearing** *-vt.* ได้ยิน, ฟัง, รับฟัง, ตั้งใจฟัง, พิจารณา *-vi.* ฟัง, ได้รับข่าวหรือข้อมูล, พิจารณา **-hearer** *n.*
hearing (เฮีย' ริง) *n.* การฟัง, การได้ยิน, ระยะในการได้ยิน, การพิจารณาคดี (**-S.** ear)
hearing aid เครื่องช่วยฟัง
hearsay (เฮียร์' เซ) *n.* เรื่องที่ได้ยินจากคนอื่น
hearse (เฮิร์ซ) *n.* รถบรรทุกศพ
★**heart** (ฮาร์ท) *n.* หัวใจ, หน้าอก, จิตใจ, แก่นแท้, ความรัก, ความกล้าหาญ, จุดศูนย์กลาง, ความรู้สึก, ส่วนในสุด, รูปหัวใจ *-vt.* **hearted, hearting** สนับสนุน

heart

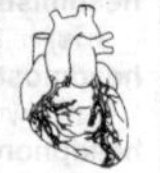

★**heart attack** หัวใจวาย
heartbreaking (ฮาร์ท' เบรคิง) *adj.* ซึ่งทำให้เศร้าเสียใจมาก **-heartbreakingly** *adv.*
heartbroken (ฮาร์ท' โบรเคิน) *adj.* โศกเศร้าเสียใจหรือผิดหวังเป็นอย่างมาก
heartburn (ฮาร์ท' เบิร์น) *n.* อาการแสบร้อนบริเวณใกล้ลำคอ เกิดจากการไหลย้อนกลับของกรดในกระเพาะเข้าไปยังปลายหลอดอาหาร
hearten (ฮาร์' เทิน) *vt.* **-ened, -ening** สนับสนุน, ให้กำลังใจ (**-S.** encourage)
heart failure หัวใจล้มเหลว
hearth (ฮาร์ธ) *n.* พื้นเตา, ชีวิตครอบครัว, บ้าน
heartily (ฮาร์' เทิลลี) *adv.* ด้วยความอบอุ่นและจริงใจ, แท้จริง, อย่างกระตือรือร้น
heartland (ฮาร์ท' แลนด์) *n.* พื้นที่หรือดินแดนที่เป็นศูนย์กลางหรือมีความสำคัญ
heart-rending, heartrending (ฮาร์ท' เรนดิง) *adj.* ซึ่งทำให้เศร้าโศกเสียใจ
heart-to-heart (ฮาร์ท' ทะฮาร์ท') *adj.* ตรงไปตรงมา, จริงใจและเปิดเผย
hearty (ฮาร์' ที) *adj.* **-ier, -iest** เป็นมิตรและอบอุ่น, กระตือรือร้น, เต็มใจ, แข็งแรงและสุขภาพดี, อุดมสมบูรณ์ *-n., pl.* **-ies** เพื่อนที่ดี, กะลาสีเรือ **-heartiness** *n.* (**-S.** (adj.) cordial)
★**heat** (ฮีท) *n.* ความร้อน, อุณหภูมิในร่างกายที่สูงกว่าปกติ, ความอบอุ่น, เตาหรือแหล่งกำเนิดความอบอุ่นอื่นๆ ภายในห้องหรืออาคาร, ฤดูร้อน, ความดุเดือด, ความเผ็ดร้อน, (ภาษาพูด) ความกดดัน, (คำสแลง) ตำรวจ อาวุธปืน, ความรู้สึกที่รุนแรง, ฤดูกำหนดของสัตว์ *-v.* **heated, heating** *-vt.* ทำให้อบอุ่นหรือร้อน, ทำให้ตื่นเต้น *-vi.* กลายเป็นร้อนหรืออบอุ่น, กลายเป็นตื่นเต้น
heated (ฮี' ทิด) *adj.* โกรธ, รุนแรง, เผ็ดร้อน, ตื่นเต้น **-heatedly** *adv.* (**-S.** angry, excited)
heater (ฮี' เทอร์) *n.* เครื่องทำความร้อน
heathen (ฮี' เธิน) *n., pl.* **-thens/heathen** คนนอกศาสนา, คนป่าเถื่อน **-heathenish** *adj.*
heat stroke อาการไม่สบายอันเกิดจากการได้รับความร้อนเป็นเวลานานๆ ทำให้มีไข้สูง
heat wave ช่วงเวลาที่อากาศร้อนผิดปกติ
heave (ฮีฟว์) *v.* **heaved, heaving** *-vt.* ยก, ครวญคราง, อาเจียน, ดึง, ลากเรือ, ถอนใจ, โยน, ทำให้นูนหรือพองขึ้น, สาว *-vi.* ยกขึ้น, ทำให้นูนหรือพองขึ้น, เคลื่อนขึ้นและลงเป็นจังหวะ, อาเจียน, ดึง *-n.* การพยายามยกขึ้น, การขว้าง, การอาเจียน **-heaver** *n.* (**-S.** (n., v.) hoist)
★**heaven** (เฮฟว์' เวิน) *n.* ท้องฟ้า, สวรรค์, อำนาจสวรรค์, พระเจ้า, สถานที่ที่มีความสุข, ความ

สุขสำราญชั่วกัลปาวสาน (-S. paradise)
heavenly (เฮฟว' เวินลี) *adj.* ยอดเยี่ยม, วิเศษ, เลิศ, ซึ่งเกี่ยวกับท้องฟ้าหรือสวรรค์ (-S. blissful)
heavily (เฮฟว' วะลี) *adv.* อย่างหนัก, รุนแรง
★**heavy** (เฮฟว' วี) *adj.* **-ier, -iest** หนัก, ใหญ่มาก, อุ้ยอ้าย, หนาแน่นมาก, ซึ่งมีปริมาณมาก, มาก, ซึ่งมีกำลังหรืออำนาจมาก, หนา, รุนแรง, ซึ่งย่อยยาก, ซึ่งเป็นภาระหนัก, ทุกข์โศก, ลึกซึ้ง, น่าเบื่อ, งุ่มง่าม **-heaviness** *n.* (-S. dull)
heavy-laden (เฮฟว' วีเลดเดิน) *adj.* ซึ่งบรรทุกน้ำหนักมาก
heavy metal โลหะหนัก, ดนตรีร็อก
heavyweight (เฮฟว' วีเวท) *n.* ผู้ที่มีน้ำหนักเกินมาตรฐาน, นักมวยอาชีพที่มีน้ำหนักเกิน 175 ปอนด์ (ประมาณ 79.5 กิโลกรัม), (ภาษาพูด) บุคคลที่มีความสำคัญหรือมีอิทธิพลมาก
Hebrew (ฮี' บรู) *n.* ชาวยิว, ภาษายิว
heckle (เฮค' เคิล) *vt.* **-led, -ling** รบกวนผู้อื่นด้วยคำถาม คำเยาะเย้ย หรือคำคัดค้าน, สาง (ต้นปอหรือกัญชา) **-heckler** *n.* (-S. disrupt)
hectare (เฮค' แทร์) *n.* หน่วยวัดพื้นที่ในมาตราเมตริกซึ่งมีค่าเท่ากับ 2.471 เอเคอร์ หรือ 10,000 ตารางเมตร
hectic (เฮค' ทิค) *adj.* ยุ่งวุ่นวาย, รีบร้อน, น่าตื่นเต้น, เกี่ยวกับวัณโรค, ซึ่งเป็นไข้, หน้าแดง
hecto-, hect- คำอุปสรรค หมายถึง 10^2, หนึ่งร้อย
hector (เฮค' เทอร์) *n.* คนพาล *-v.* **-tored, -toring** *-vt.* ข่มขู่, รังแก *-vi.* รังแก
★**hedge** (เฮจ) *n.* แนวพุ่มไม้เตี้ยๆ ที่ปลูกเป็นรั้วหรือเพื่อแบ่งเขต, คำพูดที่กำกวม, สิ่งกีดขวาง *-v.* **hedged, hedging** *-vt.* กั้นรั้ว, ล้อมรั้ว *-vi.* เลี่ยงการให้คำตอบที่ชัดเจน, ปลูกต้นไม้เพื่อทำเป็นรั้ว **-hedger** *n.* (-S. (n.) barrier)
hedgehog (เฮจ' ฮอก) *n.* เม่นชนิดหนึ่ง

hedgehog

hedgerow (เฮจ' โร) *n.* แถวหรือแนวของพุ่มไม้ที่ทำเป็นรั้ว
heed (ฮีด) *v.* **heeded, heeding** *-vt.* เอาใจใส่, สนใจ, ใส่ใจ *-vi.* ใส่ใจ *-n.* การสังเกต, ความระมัดระวัง **-heedful** *adj.* (-S. (v., n.) care)
heedless (ฮีด' ลิซ) *adj.* ซึ่งไม่ระมัดระวัง
heehaw (ฮี' ฮอ) *n.* เสียงร้องของลา
★**heel**[1] (ฮีล) *n.* ส้นเท้า, ส้นรองเท้า, ส้นถุงเท้าหรือถุงน่อง, คนชั่วร้าย, เปลือกขนมปังที่อยู่ตรงส่วนปลายของแถว, ส่วนของหัวไม้กอล์ฟที่อยู่ติดกับด้าม *-v.* **heeled, heeling** *-vt.* ตามหลัง, ซ่อมหรือใส่ส้นรองเท้า *-vi.* ตามหลังมา
heel[2] (ฮีล) *vi., vt.* **heeled, heeling** เอียงหรือทำให้เอียง *-n.* การเอียงของเรือ
heeler (ฮี' เลอร์) *n.* คนซ่อมรองเท้า
heft (เฮฟท์) *n.* ความหนัก, น้ำหนัก *-v.* **hefted, hefting** *-vt.* ยกขึ้น *-vi.* มีน้ำหนัก
hefty (เฮฟ' ที) *adj.* **-ier, -iest** ใหญ่, หนัก, แข็งแรง, ล่ำสัน **-heftily** *adv.* **-heftiness** *n.*
hegemony (ฮิเจม' มะนี) *n., pl.* **-nies** ความมีอิทธิพลหรือมีอำนาจเหนือกว่า
heifer (เฮฟ' เฟอร์) *n.* วัวสาวที่ยังไม่เคยตกลูก
★**height** (ไฮท์) *n.* ความสูง, ระดับความสูง, ภูเขา, เนินเขา, จุดยอดหรือจุดสูงสุด (-S. apex)
heighten (ไฮ' เทิน) *v.* **-ened, -ening** *-vt.* ยกหรือเพิ่มปริมาณหรือระดับ, ทำให้สูงขึ้น *-vi.* เพิ่มปริมาณหรือระดับ, ขึ้น (-S. augment)
heinous (เฮ' เนิซ) *adj.* น่าเกลียด, น่าชัง
heir (แอร์) *n.* ทายาท, ผู้สืบมรดก
heiress (แอ' ริซ) *n.* ทายาทหญิง
held (เฮลด์) *v.* กริยาช่อง 2 และ 3 ของ hold
helical (เฮล' ลิเคิล) *adj.* ซึ่งมีรูปร่างเป็นเกลียว
helices (เฮล' ลิซีซ) *n. pl.* ดู helix
★**helicopter** (เฮล' ลิคอพเทอร์) *n.* เฮลิคอปเตอร์ *-vi., vt.* **-tered, -tering** เดินทางหรือขนส่งโดยเฮลิคอปเตอร์

helicopter

heliport (เฮล' ละพอร์ท) *n.* ลานขึ้นลงของเฮลิคอปเตอร์
helium (ฮี' เลียม) *n.* ก๊าซฮีเลียมเป็นก๊าซเฉื่อยที่พบในก๊าซธรรมชาติ มีสัญลักษณ์ He
helix (ฮี' ลิคซ) *n., pl.* **-lixes/-lices** ส่วนที่เป็นขด, ส่วนที่เป็นเกลียว, วงก้นหอย
★**hell** (เฮล) *n.* สถานที่หรือสถานการณ์ที่เลวร้ายทุกข์ยาก, นรก, ความปวดร้าวทรมาน, (ภาษาพูด) สิ่งที่ทำให้เกิดปัญหา ความรำคาญ หรือความทรมาน, การดุด่าอย่างเผ็ดร้อน (-S. agony)
hellish (เฮล' ลิช) *adj.* ซึ่งเหมือนนรก, ร้ายกาจ
★**hello, hullo** (เฮโล', ฮะ-) *interj.* เป็นคำที่ใช้แสดงการทักทาย รับโทรศัพท์ หรือแสดงความประหลาดใจ *-n., pl.* **-los** การกล่าวคำว่า "ฮัลโหล" *-vi.* **-loed, -loing** กล่าว "ฮัลโหล"
helm (เฮลม์) *n.* หมวกเหล็ก, พวงมาลัย, หางเสือ, ตำแหน่งผู้นำ *-vt.* **helmed, helming** ถือหางเสือหรือพวงมาลัย

★**helmet** (เฮล' มิท) *n.* หมวกแข็งสำหรับป้องกันอันตราย เช่น หมวกของคนขับมอเตอร์ไซค์หรือนักกีฬา *-vt., vi.* **-meted, -meting** ใส่หมวกป้องกันภัย

helmet

helmsman (เฮลม์ซ' เมิน) *n.* ผู้ถือพวงมาลัยหรือหางเสือเรือ **-helmsmanship** *n.*

★**help** (เฮลพ์) *v.* **helped, helping** *-vt.* ให้ความช่วยเหลือ, ส่งเสริม, ปลดเปลื้องบรรเทา, สงเคราะห์, ปรับปรุง *-vi.* ให้ความช่วยเหลือ *-n.* การรักษา, ผู้ช่วย, การช่วย (**-S.** (v., n.) aid)

helper (เฮล' เพอร์) *n.* ผู้ช่วยเหลือ, สิ่งช่วยเหลือ

★**helpful** (เฮลพ์' เฟิล) *adj.* ซึ่งเป็นประโยชน์ **-helpfully** *adv.* (**-S.** beneficial, useful)

★**helping** (เฮล' พิง) *n.* การช่วยเหลือ, อาหารสำหรับหนึ่งคน (**-S.** piece, portion)

helpless (เฮลพ์' ลิซ) *adj.* ซึ่งควบคุมไม่ได้, ซึ่งช่วยอะไรไม่ได้ **-helplessly** *adv.* (**-S.** weak)

helter-skelter (เฮลเทอร์สเกล' เทอร์) *adv., adj.* ยุ่งเหยิง, ซึ่งไม่เป็นระเบียบ

hem (เฮม) *n.* ขอบหรือชายผ้าที่เย็บแล้ว *-vt.* **hemmed, hemming** เย็บริม, ปิดล้อม

hemisphere (เฮม' มิสเฟียร์) *n.* ครึ่งใดครึ่งหนึ่งของลูกทรงกลม, ซีกโลกเหนือหรือใต้ที่แบ่งกันด้วยเส้นศูนย์สูตร **-hemispherical** *adj.*

hemoglobin (ฮี' มะโกลบิน) *n.* รงควัตถุในเซลล์เม็ดเลือดแดงของสัตว์มีกระดูกสันหลัง เป็นตัวขนส่งออกซิเจนไปเลี้ยงทั่วร่างกาย

hemophilia (ฮีมะฟิล' เลีย) *n.* โรคเลือดออกไม่ยอมหยุด

hemorrhage (เฮม' เมอริจ) *n.* การที่เลือดไหลออกมาก, การสูญเสียของมีค่าเป็นจำนวนมาก *-v.* **-rhaged, -rhaging** *-vi.* (เลือด) ไหลออกมาก, ประสบกับการสูญเสียอย่างกะทันหัน *-vt.* สูญเสียสิ่งมีค่าอย่างรวดเร็วและเป็นจำนวนมาก **-hemorrhagic** *adj.*

hemorrhoid (เฮม' มะรอยด์) *n.* ริดสีดวงทวาร

hemp (เฮมพ์) *n.* กัญชา, ป่าน, ปอ

★**hen** (เฮน) *n.* ไก่หรือนกตัวเมีย, (คำสแลง) ผู้หญิงแก่จู้จี้ **-hennish** *adj.* **-hennishly** *adv.*

hence (เฮนซ์) *adv.* ดังนั้น, จากนี้ไป

henceforth (เฮนซ์' ฟอร์ธ) *adv.* จากนี้ต่อไป

henceforward (เฮนซ์ฟอร์' เวิร์ด) *adv.* ดู henceforth

henchman (เฮนช์' เมิน) *n.* ผู้ติดตาม, คนรับใช้ผู้ชาย, คนสนิท, ผู้สนับสนุน

henhouse (เฮน' เฮาซ์) *n.* เล้าไก่หรือเป็ด

hen party (ภาษาพูด) งานเลี้ยงเฉพาะผู้หญิง

henpeck (เฮน' เพค) *vt.* **-pecked, -pecking** (ภาษาพูด) ดุด่าหรือถากถาง (สามี)

hepatic (ฮิแพท' ทิค) *adj.* เกี่ยวกับตับ

hepatitis (เฮพพะไท' ทิซ) *n., pl.* **-titides** (-ทิท' ทิดีซ) โรคตับอักเสบ

heptagon (เฮพ' ทะกอน) *n.* รูป 7 เหลี่ยม

heptathlon (เฮพแทธ' เลิน, -ลอน) *n.* สัตกรีฑา, การแข่งขันกรีฑา 7 ประเภทของผู้หญิง

★**her** (เฮอร์, เออร์) *adj.* ของเธอ *-pron.* เธอ, หล่อน

herald (เฮอ' เริลด์) *n.* ผู้ส่งข่าวสาร, ลาง, ผู้ถือสาส์น *-vt.* **-alded, -alding** ป่าวประกาศ, แถลง, แจ้ง **-heraldic** *adj.* **-heraldically** *adv.*

heraldry (เฮอ' เริลดรี) *n., pl.* **-ries** การศึกษาเกี่ยวกับตราประจำตระกูลขุนนาง, ตราประจำตระกูล, เกราะประจำตระกูล **-heraldist** *n.*

herb (เฮิร์บ) *n.* พืชสมุนไพร, ไม้ลำต้นอ่อน

herbaceous (เฮอร์เบ' เชิซ) *adj.* ซึ่งเกี่ยวกับพืชที่มีลำต้นอ่อนหรือพืชสมุนไพร

herbage (เฮอร์' บิจ) *n.* พืชที่มีลำต้นอ่อน

herbal (เฮอร์' เบิล) *adj.* ซึ่งเกี่ยวกับพืชที่มีลำต้นอ่อนหรือพืชสมุนไพร *-n.* หนังสือพืชสมุนไพร

herbalist (เฮอร์' บะลิซท์) *n.* พ่อค้าสมุนไพร, ผู้เชี่ยวชาญด้านสมุนไพร, แพทย์แผนโบราณ

herbicide (เฮอร์' บิไซด์) *n.* สารเคมีที่ใช้ทำลายหรือขัดขวางการเจริญเติบโตของพืชพวกวัชพืช

herbivore (เฮอร์' บะวอร์) *n.* สัตว์กินพืช

herd (เฮิร์ด) *n.* ฝูงสัตว์, ฝูงชน, กลุ่มคน *-v.* **herded, herding** *-vi.* มารวมกันเป็นฝูง *-vt.* รวมเป็นฝูง, รวมเป็นกลุ่ม (**-S.** (n., v.) crowd)

herdsman (เฮิร์ดซ์' เมิน) *n.* คนเลี้ยงสัตว์

★**here** (เฮียร์) *adv.* ที่นี่, ขณะนี้, ประเด็นนี้, ณ ที่นี้, ตรงนี้, ในปัจจุบัน *-interj.* เดี๋ยวนี้ *-n.* ที่นี่, ปัจจุบันนี้ **-here and there** ในที่ต่างๆ

hereabout, hereabouts (เฮียร์' อะเบาท์, -เบาท์ซ์) *adv.* รอบๆ ที่นี่, แถวนี้

hereafter (เฮียร์แอฟ' เทอร์) *adv.* หลังจากนี้, ต่อจากนี้ *-n.* ชีวิตในโลกหน้า

hereby (เฮียร์ไบ') *adv.* โดยนัยนี้, โดยวิธีนี้

hereditament (เฮอริดิท' ทะเมินท์) *n.* มรดก

hereditary (ฮะเรด' ดิเทอรี) *adj.* ซึ่งสืบทอดต่อกันมา, ซึ่งเป็นกรรมพันธุ์ **-hereditarily** *adv.*

heredity (ฮะเรด' ดิที) *n., pl.* **-ties** กรรมพันธุ์, ลักษณะที่ถูกถ่ายทอดทางพันธุกรรม

herein (เฮียร์อิน') *adv.* ในกรณีนี้, ในที่นี้

hereinafter (เฮียร์อินแอฟ' เทอร์) *adv.* ดังต่อ

A B C D E F G I J K L M N O P Q R S T U V W X Y Z

ไปนี้
hereof (เฮียร์อัฟว') *adv.* ถึงเรื่องนี้
hereon (เฮียร์ออน') *adv.* บนนี้
heresy (เฮอ' ริซี) *n., pl.* **-sies** ความเลื่อมใสหรือความเชื่อถือในศาสนานอกรีต
heretic (เฮอ' ริทิค) *n.* คนนอกรีต (-S. apostate)
heretical (ฮะเรท' ทิเคิล) *adj.* ซึ่งนอกรีต, นอกคอก **-heretically** *adv.*
hereto (เฮียร์ทู') *adv.* ถึงเรื่องนี้, ต่อสิ่งนี้
heretofore (เฮียร์' ทะฟอร์) *adv.* ก่อนหน้านี้
hereupon (เฮียร์' อะพอน) *adv.* ด้วยเหตุนี้
herewith (เฮียร์วิธ') *adv.* ตามนี้, พร้อมกันนี้
heritable (เฮอ' ริทะเบิล) *adj.* ซึ่งสามารถสืบทอดต่อไปได้ **-heritability** *n.* **-heritably** *adv.*
heritage (เฮอ' ริทิจ) *n.* มรดก, สิ่งที่สืบทอดต่อกันมา (-S. birthright, estate, tradition)
hermaphrodite (เฮอร์แมฟ' ฟระไดท์) *n.* คนหรือสัตว์ที่มีอวัยวะสืบพันธุ์ของทั้ง 2 เพศ, พืชที่มีเกสรตัวผู้และตัวเมียในดอกเดียวกัน
hermit (เฮอร์' มิท) *n.* ผู้ที่ถอนตัวเองออกจากสังคมและอยู่อย่างโดดเดี่ยว, ผู้ที่อยู่อย่างสันโดษ, ฤๅษี **-hermitic** *adj.* (-S. anchorite, solitary)
hermitage (เฮอร์' มิทิจ) *n.* สถานที่พักพิงของคนที่อยู่อย่างสันโดษ, วัด, การอยู่อย่างสันโดษ
hermit crab ปูเสฉวน
hernia (เฮอร์' เนีย) *n., pl.* **-nias/-niae** (-นี) อาการโป่งหรือบวมเนื่องจากอวัยวะหุ้มห่อแตก เช่น โรคไส้เลื่อน **-hernial** *adj.*
hero (เฮีย' โร) *n., pl.* **-roes** วีรบุรุษในตำนานหรือเทพนิยาย, คนเก่ง, พระเอก, คนกล้าหาญ
heroic, heroical (ฮิโร' อิค, -อิเคิล) *adj.* กล้าหาญ, โอ่อ่า, ซึ่งเกี่ยวกับหรือคล้ายกับวีรบุรุษ, เหมาะสมจะเป็นวีรบุรุษ (-S. bold)
heroin (เฮอ' โรอิน) *n.* เฮโรอีน
heroine (เฮอ' โรอิน) *n.* วีรสตรี, นางเอก
heroism (เฮอ' โรอิเซิม) *n.* ความกล้าหาญ
hero worship การยอมรับนับถือหรือเลื่อมใสในความเป็นวีรบุรุษหรือบุคคลที่เป็นวีรบุรุษ
herpes (เฮอร์' พีซ) *n.* โรคเริม, โรคงูสวัด
Herr (เฮอร์) *n., pl.* **Herren** คุณผู้ชาย, คุณสุภาพบุรุษ ใช้เป็นคำเรียกที่สุภาพในภาษาเยอรมัน ดังเช่น Mr. หรือ Sir
herring (เฮอร์' ริง) *n., pl.* **-ring/-rings** ปลาเฮอร์ริ่ง
★**hers** (เฮอร์ซ) *pron.* ของเธอ, ของหล่อน
★**herself** (เฮอร์เซลฟ') *pron.* ตัวเธอเอง
hertz (เฮิร์ทซ) *n., pl.* **hertz** หน่วยความถี่ซึ่งเท่ากับ 1 รอบต่อวินาที
hesitant (เฮซ' ซิเทินท์) *adj.* ลังเล, รีๆ รอๆ
★**hesitate** (เฮซ' ซิเทท) *vi.* **-tated, -tating** ตัดสินใจ พูด หรือทำแบบรีๆ รอๆ, สองจิตสองใจหรือลังเล, พูดอึกอัก **-hesitater** *n.*
hesitation (เฮซซิเท' ชัน) *n.* การรีรอ, ความลังเล, ความไม่แน่นอน, ความชักช้า
Hesperus (เฮซ' เพอเริซ) *n.* ดาวศุกร์, ดาวประจำเมือง (-S. Venus)
heterogeneous (เฮทเทอระจี' เนียซ) *adj.* ซึ่งประกอบด้วยส่วนหรือธาตุที่ต่างกัน, ซึ่งแตกต่างกันอย่างสิ้นเชิง **-heterogeneously** *adv.*
hew (ฮิว) *v.* **hewed, hewn/hewed, hewing** *-vt.* ตัดด้วยขวาน *-vi.* ตัด, ฟัน **-hewer** *n.*
hex (เฮคซ์) *n.* คำแช่งด่า, ความอัปมงคล, เวทมนตร์อันชั่วร้าย, คนที่นำความโชคร้ายมาให้
hexagon (เฮค' ซะกอน) *n.* รูป 6 เหลี่ยม
hexameter (เฮคแซม' มิเทอร์) *n.* โคลงหรือบทกวีบรรทัดที่ประกอบด้วย 6 จังหวะ
heyday (เฮ' เด) *n.* ช่วงเวลาที่ประสบความสำเร็จหรือรุ่งเรืองที่สุด, วัยหนุ่มสาว
★**hi** (ไฮ) *interj.* สวัสดี
hiatus (ไฮเอ' เทิซ) *n., pl.* **-tuses/-tus** ช่องว่าง, รอยแตก, การหยุดชะงัก **-hiatal** *adj.*
hibernate (ไฮ' เบอร์เนท) *vi.* **-nated, -nating** หลบหรือซ่อนตัวในฤดูหนาว, จำศีลในฤดูหนาว, หลับในฤดูหนาว **-hibernation** *n.*
hiccup, hiccough (ฮิค' เคิพ) *n.* อาการสะอึก, เสียงสะอึก *-vi.* **-cupped, -cupping/-coughed, -coughing** สะอึก, ทำเสียงสะอึก
★**hide**[1] (ไฮด์) *v.* **hid, hidden/hid, hiding** *-vt.* แอบ, ซ่อน, ปิดบัง, บัง, หลบ (สายตา), ปกคลุม *-vi.* ซ่อน, หาที่ซ่อน (-S. mask -A. discover)
hide[2] (ไฮด์) *n.* หนังสัตว์ *-vt.* **hided, hiding** ตีอย่างแรง, เฆี่ยน (-S. (v.) beat)
hide-and-seek (ไฮด์เอินซีค') *n.* เกมซ่อนหาของเด็ก
hidebound (ไฮด์' เบานด์) *adj.* ใจแคบ
hideous (ฮิด' เดียซ) *adj.* น่าเกลียดมาก, น่าขยะแขยง, น่าตกใจ, น่าขนพองสยองเกล้า, น่ากลัว **-hideously** *adv.* **-hideousness** *n.*
hiding (ไฮ' ดิง) *n.* การหลบซ่อน, สถานที่หลบซ่อน, การปิดบัง
hierarchy (ไฮ' อะรารัคี) *n., pl.* **-chies** การจัดลำดับความสำคัญภายในกลุ่มโดยยึดเอายศหรืออาวุโสเป็นตัวกำหนด
hieroglyphic, hieroglyphical (ไฮเออระ

A B C D E F G H I J K L M N O P Q R S T U V W X Y Z

A B C D E F G **H** I J K L M N O P Q R S T U V W X Y Z

กลิฟ' ฟิค, -ฟิเคิล) *adj.* ซึ่งเกี่ยวกับระบบการเขียนแบบอียิปต์โบราณที่ใช้สัญลักษณ์ภาพในการแทนความหมายหรือเสียง, ยากที่จะอ่านหรือถอดความหมาย *-n.* สัญลักษณ์ที่ใช้ในการเขียนอักษรฮีโรกลิฟฟิก **-hieroglyphics** การเขียนอักษรฮีโรกลิฟฟิก **-hieroglyphically** *adv.*

hi-fi (ไฮ' ไฟ') *n., pl.* **-fis** (ภาษาพูด) ความคมชัดของเสียงระบบอิเล็กทรอนิกส์ที่ทำให้เสียงจากวิทยุหรือเทปมีความคมชัดเจน **-hi-fi** *adj.*

higgledy-piggledy (ฮิกเกิลดีพิก' เกิลดี) *adj.* ยุ่งเหยิง, สับสนปนเป

★**high** (ไฮ) *adj.* **higher, highest** สูง, ยอด, ขั้นสูง, สำคัญมาก, ซึ่งมีเสียงสูง, ระดับหัวหน้า, แพง, เอาจริงเอาจัง, ใหญ่, รุนแรง, ซึ่งเต็มไปด้วยความตื่นเต้นหรือปลาบปลื้ม, (คำสแลง) เมาเหล้า (ยา), ฟุ่มเฟือย *-adv.* **higher, highest** ฟุ่มเฟือย, สูง, หรูหรา *-n.* ชั้นสูง, เกียร์สูง, สถานที่ที่อยู่ในระดับสูง, (คำสแลง) อาการเมายา

high-and-mighty (ไฮ' เอินไม' ที) *adj.* หยิ่ง, จองหอง **-high and mighty** *adv., n.*

highball (ไฮ' บอล) *n.* เครื่องดื่มที่เสิร์ฟในแก้วทรงสูงประกอบด้วยเหล้าผสมน้ำหรือโซดา

highbrow (ไฮ' เบรา) *n.* ผู้ที่มีระดับการศึกษาหรือการอบรมสูง, ผู้มีรสนิยมสูง

high-class (ไฮ' แคลซ') *adj.* ซึ่งมีคุณภาพสูง

high fidelity ระบบการบันทึกเสียงและการเล่นแผ่นเสียงที่ปราศจากเสียงรบกวน

high-five (ไฮ' ไฟฟว์) *n.* (คำสแลง) การแตะมือแสดงความยินดี ซึ่งเป็นอาการที่บุคคลตั้งแต่สองคนขึ้นไปชูมือขึ้นและแตะฝ่ามือกันเพื่อแสดงความยินดีต่อความสำเร็จที่ได้รับ

highflier (ไฮ' ไฟล' เออร์) *n.* บุคคลที่มีพฤติกรรมหรือความคิดอ่านอย่างมากมายหรือรุนแรง

high-flown (ไฮ' โฟลน') *adj.* ฟุ่มเฟือย, คุยโว

highhanded (ไฮ' แฮน' ดิด) *adj.* หยิ่ง, ยโส

high-hat (ไฮ' แฮท') *adj.* (ภาษาพูด) หยิ่งยโส

highjack (ไฮ' แจค) *v., n.* ดู hijack

highland (ไฮ' เลินด์) *n.* บริเวณที่สูง **-highlands** ภูมิประเทศส่วนที่เป็นภูเขาและเนินเขา

highlight (ไฮ' ไลท์) *n.* รายละเอียดที่น่าสนใจ, บริเวณหรือจุดที่มีความสว่างมากที่สุดในภาพ, เหตุการณ์ที่สำคัญ *-vt.* **-lighted, -lighting** ให้แสงสว่างกับ, เน้น, ทำเครื่องหมายไว้ในตำราด้วยปากกาสะท้อนแสง (**-S.** (n.) climax)

high-minded (ไฮ' ไมน์' ดิด) *adj.* ซึ่งมีคุณธรรมสูง **-high-mindedly** *adv.*

highness (ไฮ' นิซ) *n.* ความสูงส่ง **-Highness** ใช้กับ His, Her หรือ Your เป็นคำยกย่องที่ใช้เรียกบุคคลในราชตระกูล

high-pitched (ไฮ' พิชท์') *adj.* ซึ่งมีเสียงสูง, ซึ่งมีอารมณ์รุนแรง, (หลังคา) ลาดชัน

high-pressure (ไฮ' เพรช' เชอร์) *adj.* เกี่ยวกับความกดดันที่สูงกว่าปกติ

highroad, high road (ไฮ' โรด) *n.* ทางหลวง, วิธีที่ง่าย

high school โรงเรียนมัธยม

high-sounding (ไฮ' เซาน์' ดิง) *adj.* วางท่า

high-speed (ไฮ' สปีด) *adj.* ด้วยความเร็วสูง

high-spirited (ไฮ' สเปีย' ริทิด) *adj.* ร่าเริง, คึกคะนอง, ซึ่งมีชีวิตชีวา **-high-spiritedly** *adv.*

high street ถนนสายใหญ่

high-strung (ไฮ' สตรัง') *adj.* ตึงเครียด

high tea อาหารมื้อเย็น

high tech (ภาษาพูด) เทคโนโลยีระดับสูง

★**highway** (ไฮ' เว) *n.* ทางหลวง, ทางสายใหญ่

highwayman (ไฮ' เวเมิน) *n.* โจรที่ดักปล้นนักเดินทางบนถนน

hijack, highjack (ไฮ' แจค) *vt.* **-jacked, -jacking** (ภาษาพูด) ใช้กำลังควบคุม (รถ เครื่องบิน เรือ) ให้ไปยังจุดหมายที่ต้องการ จี้ *-n.* (ภาษาพูด) การจี้ **-hijacker** *n.* (**-S.** (v.) seize)

hike (ไฮค์) *v.* **hiked, hiking** *-vi.* เดินทางไกลด้วยเท้า *-vt.* ขึ้นราคา, เพิ่มขึ้นอย่างรวดเร็ว, ดึงขึ้นทันที *-n.* การเดินทางไกลด้วยเท้า, การเพิ่มขึ้นอย่างรวดเร็ว **-hiker** *n.* (**-S.** (v., n.) tramp)

hilarious (ฮิแล' เรียซ) *adj.* สนุกสนาน, สรวลเสเฮฮา, รื่นเริง **-hilariously** *adv.* (**-S.** funny)

hilarity (ฮิแล' ริที) *n.* ความสนุกสนานรื่นเริง

★**hill** (ฮิล) *n.* เนินเขา, ภูเขาลูกเตี้ยๆ, ดอน, กองดินเล็กๆ ที่มูนขึ้นรอบๆ ต้นพืชหรือเพื่อกลบหัวพืช *-vt.* **hilled, hilling** ทำให้เป็นเนิน

hillbilly (ฮิล' บิลลี) *n., pl.* **-lies** (ภาษาพูด) คนบ้านนอก

hillock (ฮิล' เลิค) *n.* เนินเขาเตี้ยๆ

hillside (ฮิล' ไซด์) *n.* ข้างเขา, ไหล่เขา

hilltop (ฮิล' ทอพ) *n.* ยอดเขา

hilly (ฮิล' ลี) *adj.* **-ier, -iest** ซึ่งเต็มไปด้วยเนินเขา, ซึ่งคล้ายเนินเขา, สูง, ชัน **-hilliness** *n.*

hilt (ฮิลท์) *n.* ด้ามจับของอาวุธหรือเครื่องมือ

★**him** (ฮิม) *pron.* เขาผู้ชาย

★**himself** (ฮิมเซลฟ์') *pron.* ตัวเขาเอง, เขาเอง

hind, hinder (ไฮน์ด์, ไฮน์' เดอร์) *adj.* ข้างหลัง, ด้านหลัง

hinder (ฮิน' เดอร์) *v.* **-dered, -dering** *-vt.*

กีดขวาง, ขัดขวาง, หยุดยั้ง, เป็นอุปสรรค *-vi.* เป็นอุปสรรค **-hinderer** *n.* (**-S.** delay)

hindmost, hindermost (ไฮน์ด์ โมซท์, ไฮน์ เดอร์-) *adj.* สุดท้าย, หลังสุด (**-S.** final, last)

hindrance (ฮิน' เดรินซ์) *n.* การขัดขวาง, การหยุดยั้ง, การป้องกัน, อุปสรรค

hindsight (ไฮน์ด์' ไซท์) *n.* ความสามารถเข้าใจปัญหาหลังเกิดเหตุการณ์

Hindu (ฮิน' ดู) *adj.* เกี่ยวกับศาสนาฮินดู, เกี่ยวกับชาวฮินดูและวัฒนธรรมของพวกเขา *-n.* สาวกของศาสนาฮินดู

hinge (ฮินจ์) *n.* จุดสำคัญ, บานพับ *-v.* **hinged, hinging** *-vt.* ยึดด้วยบานพับ, ทำให้ขึ้นอยู่กับ, ทำให้ต้องพึ่งพา *-vi.* ขึ้นอยู่กับ (**-S.** (v.) depend)

hinny (ฮิน' นี) *n., pl.* **-nies** ล่อ (ม้าผสมลา)

hint (ฮินท์) *n.* การพูดเป็นนัย, การแนะ, การบอกใบ้ *-v.* **hinted, hinting** *-vt.* บอกใบ้ *-vi.* บอกใบ้, พูดเป็นนัย **-hinter** *n.* (**-S.** (n., v.) clue)

hip (ฮิพ) *n.* สะโพก

hippie, hippy (ฮิพ' พี) *n., pl.* **-pies** (คำสแลง) บุคคลผู้ที่ไม่ยอมรับวัฒนธรรมหรือมาตรฐานทางสังคม เป็นพวกเสรีนิยม

hippo (ฮิพ' โพ) *n., pl.* **-pos** ฮิปโป

hippodrome (ฮิพ' พะโดรม) *n.* สนามสำหรับแข่งม้าหรือรถสองล้อของชาวกรีกและโรมัน

hippopotamus (ฮิพพะพอท' ทะมัซ) *n., pl.* **-muses/-mi** (-ไม) ฮิปโป

hippopotamus

★**hire** (ไฮร์) *v.* **hired, hiring** *-vt.* ว่าจ้าง, จ้าง, เช่า, ให้เช่า, จ่ายเงินค่าจ้าง *-n.* การจ้าง, การเช่า, ค่าจ้าง **-hirable** *adj.* **-hirer** *n.*

hireling (ไฮร์' ลิง) *n.* ทหารรับจ้าง, ผู้รับจ้าง

hire purchase การเช่าซื้อ

hirsute (เฮอร์' ซูท) *adj.* ปกคลุมด้วยผม (ขน)

★**his** (ฮิซ) *adj.* ของเขาผู้ชาย

hiss (ฮิซ) *n.* เสียงซี้ดที่ออกตามไรฟันแบบออกเสียงตัว s, เสียงแสดงความไม่พอใจ ดูถูก หรือไม่ยอมรับ, เสียงไอน้ำเดือด, เสียงขู่ฟ่อ *-v.* **hissed, hissing** *-vi.* ทำเสียงดังกล่าว *-vt.* เปล่งเสียงดังกล่าว **-hisser** *n.*

histamine (ฮิซ' ทะมีน) *n.* สารเคมีที่พบได้ในเนื้อเยื่อพืชและสัตว์ ในมนุษย์สารนี้จะถูกหลั่งออกมาเมื่อเกิดปฏิกิริยาแพ้ **-histaminic** *adj.*

histology (ฮิสตอล' ละจี) *n., pl.* **-gies** วิชาวิทยาศาสตร์ที่ศึกษาเกี่ยวกับเนื้อเยื่อของพืชและสัตว์ **-histologist** *n.*

historian (ฮิสตอ' เรียน) *n.* นักประวัติศาสตร์, นักศึกษาวิชาประวัติศาสตร์

historic (ฮิสตอ' ริค) *adj.* ที่มีความสำคัญต่อประวัติศาสตร์, ซึ่งเกี่ยวกับประวัติศาสตร์

★**historical** (ฮิสตอ' ริเคิล) *adj.* ซึ่งเกี่ยวกับประวัติศาสตร์, ซึ่งใช้ในอดีต, สำคัญหรือมีชื่อเสียงในประวัติศาสตร์

historicity (ฮิซทะริซ' ซิที) *n.* การเกิดขึ้นจริงในประวัติศาสตร์

★**history** (ฮิซ' ทะรี) *n., pl.* **-ries** ประวัติศาสตร์, ประวัติ, เรื่องเก่าแก่, วิชาประวัติศาสตร์

histrionic, histrionical (ฮิซทรีออน' นิค, -นิเคิล) *adj.* ซึ่งเกี่ยวกับนักแสดงหรือการแสดง

★**hit** (ฮิท) *v.* **hit, hitting** *-vt.* ตี, ต่อย, โจมตี, มีผลกระทบ, มาถึง, ชน, กระแทก, ชก, กระทบ, (คำสแลง) ฆ่า, ยิง, ตอก, ฟาด, โดน, ถูก (เป้า), ค้นพบ, ประสบความสำเร็จ, (ภาษาพูด) พบ *-vi.* ชน, เกิดขึ้น, ประสบความสำเร็จ, ทำให้เกิดประกายไฟ (ในการสันดาปภายในเครื่องยนต์) *-n.* การชนกัน, การปะทะ, การต่อย

hit-and-run (ฮิท' เอินรัน') *adj.* ซึ่งชนแล้วหนี

hitch (ฮิช) *v.* **hitched, hitching** *-vt.* ดึงขึ้น, กระชากขึ้น, ผูกเชือก, ผูกปม, พ่วง, เกี่ยวหรือผูกกับ *-vi.* เดินกะโผลกกะเผลก, ผูกหรือพันอยู่ *-n.* การผูกปม, การผูกเชือก, อุปกรณ์ที่ใช้เกี่ยว, การดึง, การดึงขึ้น, การกระชาก, การเดินกะเผลก, สิ่งขัดขวาง **-hitcher** *n.*

hitchhike (ฮิช' ไฮค์) *v.* **-hiked, -hiking** *-vi.* เดินทางโดยโบกรถต่อไปเรื่อยๆ *-vt.* เที่ยวขอโดยสารรถคนอื่นฟรีเรื่อยไปตามท้องถนน

hither (ฮิธ' เธอร์) *adv.* ที่นี่ *-adj.* ใกล้เคียง **-hither and thither** ที่นี่และที่นั่น, ที่ต่างๆ

hitherto (ฮิธ' เธอร์ทู, ฮิธเธอร์ทู') *adv.* จนบัดนี้

hit-or-miss (ฮิท' เทอร์มิซ') *adj.* ตามบุญตามกรรม (**-S.** aimless, casual)

HIV (เอชไอวี') *n.* ย่อจาก human immunodeficiency virus เชื้อไวรัสที่เป็นสาเหตุให้เกิดภูมิคุ้มกันบกพร่องหรือเอดส์

hive (ไฮฟ์ว) *n.* รังผึ้ง, กลุ่มผึ้งที่อาศัยอยู่ในรัง, กลุ่มคนที่ชุลมุน, สถานที่จอแจ *-v.* **hived, hiving** *-vt.* เก็บ (น้ำผึ้ง) ไว้ในรวงผึ้ง, สะสม *-vi.* เข้าไปในรังผึ้ง, อยู่กันเป็นกลุ่ม

hives (ไฮฟ์วซ์) *n. pl.* โรคลมพิษ

hoar (ฮอร์) *adj.* (ผม) หงอกขาว, โบราณ

hoard (ฮอร์ด) *n.* การกักตุน, การเก็บสะสม *-vi., vt.* **hoarded, hoarding** สะสม, กักตุน

A B C D E F G H I J K L M N O P Q R S T U V W X Y Z

hoarding (ฮอร์' ดิง) *n.* รั้วไม้ชั่วคราวที่ล้อมอยู่รอบตึกที่กำลังก่อสร้าง, ป้ายโฆษณา

hoarse (ฮอร์ซ) *adj.* **hoarser, hoarsest** (เสียง) แหบหรือห้าว **-hoarsely** *adv.*

hoarsen (ฮอร์' เซิน) *vt., vi.* **-ened, -ening** ทำให้เสียงแหบ, (เสียง) แหบลง

hoary (ฮอ' รี) *adj.* **-ier, -iest** หงอกขาว, เก่าแก่หรือโบราณ **-hoarily** *adv.* **-hoariness** *n.*

hoax (โฮคซฺ) *n.* การหลอกลวง, การตบตาหรือเล่นตลก, สิ่งหลอกลวง *-vt.* **hoaxed, hoaxing** หลอกลวงหรือโกง, เล่นตลก **-hoaxer** *n.*

hobble (ฮอบ' เบิล) *v.* **-bled, -bling** *-vi.* เดินขาเป๋, เดินกะโผลกกะเผลก, เคลื่อนที่ไปด้วยความยากลำบาก *-vt.* กีดขวาง, ขัดขวาง, ทำให้เดินเป๋ *-n.* การเดินหรือวิ่งขาเป๋หรือกะเผลก, สิ่งที่ใช้ผูกขาสัตว์, สถานการณ์ที่ไม่ราบรื่น

★**hobby** (ฮอบ' บี) *n., pl.* **-bies** งานอดิเรก

hobbyhorse (ฮอบ' บีฮอร์ซ) *n.* ม้าไม้ที่เด็กเล่น ประกอบด้วยท่อนไม้ยาว ด้านหนึ่งของไม้จะเป็นหัวม้า

hobgoblin (ฮอบ' กอบลิน) *n.* สิ่งที่ทำให้กลัว

hobnail (ฮอบ' เนล) *n.* ตะปูตัวสั้นหัวใหญ่ใช้ตอกเพื่อเพิ่มความแข็งแรงให้กับพื้นรองเท้า

hobo (โฮ' โบ) *n., pl.* **-boes/-bos** คนจรจัด

Hobson's choice การไม่มีทางเลือก

hock (ฮอค) *n.* ข้อเท้าขาหลังของม้าหรือสัตว์มีกีบอื่นๆ

hockey (ฮอค' คี) *n.* กีฬาฮอกกี้

hockey stick ไม้ฮอกกี้

hocus-pocus (โฮเคิซโพ' เคิซ) *n.* การเล่นกล, คำพูดที่เหลวไหล, การหลอกลวง

hodgepodge (ฮอจ' พอจ) *n.* จับฉ่าย

hoe (โฮ) *n.* จอบ *-vt., vi.* **hoed, hoeing** ขุด, พรวนด้วยจอบ **-hoer** *n.*

★**hog** (ฮอก) *n.* หมู, หมูตอน, คนสกปรก, คนเห็นแก่ตัว, คนตะกละ *-vt.* **hogged, hogging** (ภาษาพูด) เอามากกว่าใครๆ

hoggish (ฮอ' กิช) *adj.* สกปรก, ตะกละ, เห็นแก่ตัว **-hoggishness** *n.* (-S. greedy)

hogshead (ฮอกซ์' เฮด) *n.* หน่วยปริมาตรหรือความจุซึ่งอยู่ระหว่าง 63-140 แกลลอน (238-530 ลิตร), ถังขนาดใหญ่ที่มีความจุดังกล่าว

hoi polloi (ฮอยพะลอย') *n.* ประชาชนธรรมดา

hoist (ฮอยซฺทฺ) *vt., vi.* **hoisted, hoisting** ยกขึ้น, ดึงขึ้น, ชักขึ้น *-n.* เครื่องยก, ลิฟต์, การยก, การดึงขึ้น, ธงที่ชักขึ้นเป็นสัญญาณ, ระดับความสูงของธงหรือใบเรือที่ชักขึ้น **-hoister** *n.*

hoity-toity (ฮอยทีทอย' ที) *adj.* หยิ่งยโส

hokey-pokey, hoky-poky (โฮ' คีโพ' คี) *n.* การเล่นกล, ไอศกรีมที่ขายตามข้างถนน

hokum (โฮ' เคิม) *n.* ความไร้สาระ, การตบตา

★**hold** (โฮลดฺ) *v.* **held, holding** *-vt.* ถือ, จับ, เกาะ, ยึด, กำ, อดทน, กุม, บรรจุ, เหนี่ยวรั้ง, ดำเนินต่อไป, ครอบงำ, จัดให้มี, รับน้ำหนัก, ควบคุม, ขัง, ครอบครอง, เป็นเจ้าของ, จุ, บรรทุก, กลั้น, มี, ตัดสิน, คว้า, ยึดครอง *-vi.* เกาะ, ยึด, ทำต่อไป, หยุด, ยับยั้ง, ยังคง *-n.* การถือ ยึด จับ, การควบคุม, สิ่งที่ยึดไว้, การเข้าใจ, การหยุดชะงัก, คุก, ป้อมปราการ **-hold to** ยึดมั่น **-hold up** ปล้น, ใช้เป็นตัวอย่าง

holdall (โฮลดฺ' ออล) *n.* กระเป๋าที่ใช้บรรจุของหลากหลายชนิด, กระเป๋าเดินทางขนาดใหญ่

hold-down (โฮลดฺ' เดาน) *n.* เครื่องยึดสิ่งของให้อยู่กับที่

★**holder** (โฮล' เดอร์) *n.* เจ้าของ, ผู้ยึดครอง, ผู้ถือครอง, ผู้เช่า, ที่ยึด (-S. keeper, possessor)

holdfast (โฮลดฺ' แฟซทฺ) *n.* ที่หนีบ, ตัวยึด

holding (โฮล' ดิง) *n.* ที่ดิน, ทรัพย์สินที่ครอบครองหรือเป็นเจ้าของอย่างถูกกฎหมาย

★**hole** (โฮล) *n.* รู, โพรง, ช่อง, ช่องโหว่, ร่อง, ข้อบกพร่อง, จุดอ่อน, ห้องใต้ตึกสำหรับกักขังนักโทษ, สถานการณ์ที่ทำให้ยุ่งยากลำบากใจ, หลุม *-vt., vi.* **holed, holing** เจาะรู, ขุดหลุม

★**holiday** (ฮอล' ลิเด) *n.* วันหยุด, วันนักขัตฤกษ์, วันพักผ่อน *-vi.* **-dayed, -daying** พักผ่อน

holiness (โฮ' ลีนิซ) *n.* ความน่าเคารพสักการะ

holler (ฮอล' เลอร์) *v.* **-lered, -lering** *-vi., vt.* ตะโกน *-n.* เสียงตะโกน (-S. (v., n.) shout)

★**hollow** (ฮอล' โล) *adj.* **-er, -est** ซึ่งมีโพรง, กลวงโบ๋, (แก้ม) ตอบ, ไร้แก่นสาร, ซึ่งมีแต่เปลือก, ไม่จริงใจ, ว่างเปล่า, ปลอม, ซึ่งรู้สึกหิว, ซึ่งมีเสียงลึกต่ำ, ซึ่งเป็นหลุม, เว้า *-n.* หลุม, โพรง, แอ่ง, ความว่าง *-v.* **-lowed, -lowing** *-vt.* ทำให้เป็นโพรงหรือเป็นหลุม *-vi.* เป็นหลุมหรือโพรง **-hollowly** *adv.*

holocaust (ฮอล' ละคอซทฺ) *n.* ความหายนะอย่างมหันต์, การทำลายล้าง

hologram (ฮอล' ละแกรม) *n.* ภาพสามมิติ

holograph (ฮอล' ละแกรฟ) *n.* เอกสารที่เขียนขึ้นด้วยมือตนเองทั้งหมด

holster (โฮล' สเตอร์) *n.* ซองหนังสำหรับใส่ปืนพกซึ่งจะติดอยู่ที่เข็มขัด

★**holy** (โฮ' ลี) *adj.* **-lier, -liest** ซึ่งควรแก่การเคารพสักการะ, ศักดิ์สิทธิ์ **-holily** *adv.*

A B C D E F G I J K L M N O P Q R S T U V W X Y Z

Holy City กรุงเยรูซาเลม
Holy Communion พิธีศีลมหาสนิทของศาสนาคริสต์
holy day, holyday (โฮ' ลีเด) *n.* วันสำหรับประกอบพิธีทางศาสนา
Holy Father คำสำหรับเรียกพระสันตะปาปา
Holy Ghost วิญญาณอันศักดิ์สิทธิ์, พระจิต
Holy Land ปาเลสไตน์
holy of holies ห้องศักดิ์สิทธิ์ที่อยู่ด้านในของวัดในศาสนายิว, สถานที่ศักดิ์สิทธิ์
Holy Order, holy order ตำแหน่งหัวหน้าบาทหลวง พระ หรือผู้ช่วยพระในศาสนาคริสต์
Holy Saturday วันเสาร์ก่อนวันอีสเตอร์
Holy Scripture พระคัมภีร์ไบเบิล
Holy See ตำแหน่งสันตะปาปา
Holy Spirit พระจิต
holystone (โฮ' ลีสโตน) *n.* หินทรายอย่างอ่อนที่ใช้ขัดกระดานดาดฟ้าเรือ
Holy Thursday วันพฤหัสบดีก่อนอีสเตอร์
Holy water น้ำมนต์
Holy Week สัปดาห์ก่อนอีสเตอร์
Holy writ พระคัมภีร์ไบเบิล
homage (ฮอม' มิจ) *n.* การแสดงความจงรักภักดี, การแสดงความเคารพหรือคารวะ
★**home** (โฮม) *n.* บ้าน, ที่พัก, ที่อยู่อาศัย, กองบัญชาการหรือฐาน, บ้านเกิดเมืองนอน, ถิ่นกำเนิด, สถานสงเคราะห์ *-adj.* ซึ่งเกี่ยวกับบ้านหรือถิ่นกำเนิด, ซึ่งเกิดขึ้นในบ้าน *-adv.* ที่บ้าน, สู่บ้าน, ซึ่งตรงไปยังบ้าน *-v.* **homed, homing** *-vi.* กลับบ้าน, ไปยังจุดหมาย *-vt.* นำ (จรวดเครื่องบิน) ไปสู่เป้าหมายโดยอัตโนมัติ

> **home** บ้าน, ที่อาศัย ซึ่งจะให้ความหมายเชิงนามธรรม เช่น Thailand is my home.
>
> **house** ตัวบ้านหรืออาคารบ้านเรือนเป็นหลังๆ เช่น Kevin lives in a large house.

home alone (เด็ก) ซึ่งถูกทิ้งไว้ที่บ้านตามลำพังในขณะที่พ่อแม่ไม่อยู่
home cinema ระบบการฉายภาพยนตร์ในบ้านซึ่งถูกออกแบบให้มีสภาพใกล้เคียงกับการชมในโรงภาพยนตร์ที่สุดเท่าที่จะเป็นไปได้
home economics คหเศรษฐศาสตร์
homeland (โฮม' แลนด์) *n.* บ้านเกิดเมืองนอน
homeless (โฮม' ลิซ) *adj.* ซึ่งไม่มีบ้านอยู่, ซึ่งไร้ที่อยู่ *-n.* คนที่ไม่มีที่อยู่อาศัย, คนจรจัด
homely (โฮม' ลี) *adj.* **-lier, -liest** ซึ่งไม่ดึงดูดหรือดูไม่ดี, ซึ่งไม่สวยงาม, เรียบๆ, ธรรมดา
homemade (โฮม' เมด') *adj.* ซึ่งทำเองที่บ้าน, ซึ่งทำอย่างหยาบๆ ง่ายๆ
home office บ้านสำนักงาน
home page ข้อความหรือกราฟิกที่แสดงหน้าแรกของ World Wide Web (WWW)
home shopping, home-shopping การสั่งซื้อสินค้าที่เสนอขายผ่านทางทีวีโดยผู้ชมทางบ้าน
homesick (โฮม' ซิค) *adj.* ซึ่งคิดถึงบ้าน
homespun (โฮม' สปัน) *adj.* ซึ่งทอเองในบ้าน
homestead (โฮม' สเตด) *n.* บ้านและที่ดิน
homestretch (โฮม' สเตรช) *n.* ขั้นตอนสุดท้าย
home theater ดู home cinema
hometown (โฮม' เทาน์) *n.* บ้านเกิดเมืองนอน
homeward (โฮม' เวิร์ด) *adv., adj.* ซึ่งไปทางบ้าน **-homewards** *adv.*
★**homework** (โฮม' เวิร์ค) *n.* การบ้าน

> **homework** การบ้านที่ครูอาจารย์มอบหมายให้นักเรียนมาทำที่บ้าน ถือเป็นนามนับไม่ได้ เช่น I didn't do my homework because I was very sick.
>
> **housework** งานบ้าน คืองานดูแลทำความสะอาดบ้าน เป็นนามนับไม่ได้เช่นกัน เช่น I have a lot of housework to do.

homicidal (ฮอมมิไซ' เดิล) *adj.* ซึ่งเกี่ยวกับการฆาตกรรม (-S. deadly, mortal)
homicide (ฮอม' มิไซด์, โฮ' มิ-) *n.* การฆาตกรรม, ฆาตกร, การฆ่าคน (-S. killing, murder)
homily (ฮอม' มะลี) *n., pl.* **-lies** คำเทศน์
homing pigeon นกพิราบที่ถูกฝึกมาให้บินกลับบ้านเองได้
homogeneous (โฮมะจี' เนียซ) *adj.* ซึ่งเหมือนกัน, ซึ่งประกอบด้วยธาตุหรือส่วนที่เหมือนกัน **-homogeneity** *n.* (-S. alike)
homogenize (ฮะมอจ' จะไนซ์) *vt.* **-nized, -nizing** ทำให้เหมือนกัน, ทำให้เป็นเนื้อเดียวกัน
homologous (ฮะมอล' ละเกิซ) *adj.* ซึ่งมีตำแหน่ง โครงสร้าง หรือหน้าที่ที่เหมือนกัน
homologue, homolog (ฮอม' มะลอก) *n.* สิ่งที่เทียบเคียงกันได้
homology (ฮะมอล' ละจี, โฮ-) *n., pl.* **-gies** ลักษณะซึ่งเทียบเคียงกันได้

A B C D E F G H I J K L M N O P Q R S T U V W X Y Z

A B C D E F G H I J K L M N O P Q R S T U V W X Y Z

homonym (ฮอม' มะนิม) *n.* คำที่สะกดและออกเสียงเหมือนกับอีกคำหนึ่ง แต่ความหมายแตกต่างกัน **-homonymic** *adj.*

homonymous (โฮมอน' นะเมิซ) *adj.* ซึ่งมีชื่อเหมือนกัน **-homonymously** *adv.*

homosexual (โฮมะเซค' ชวล) *adj.* เกี่ยวกับรักร่วมเพศ *-n.* ผู้รักร่วมเพศ

hone (โฮน) *n.* หินลับมีด

★**honest** (ออน' นิซท์) *adj.* ซื่อสัตย์, จริงใจ, ซื่อตรง, สุจริต, ยุติธรรม, ตรงไปตรงมา, จริง, เรียบ ๆ ง่าย ๆ, น่านับถือ, บริสุทธิ์, ดี (**-S.** trusty)

honestly (ออน' นิซท์ลี) *adv.* ซื่อสัตย์, ยุติธรรม

★**honesty** (ออน' นิสตี) *n., pl.* **-ties** ความซื่อสัตย์, ความจริงใจ, ความเปิดเผย

★**honey** (ฮัน' นี) *n., pl.* **-eys** น้ำผึ้ง, น้ำหวานในดอกไม้, สิ่งที่ทำให้ยินดี, (ภาษาพูด) ที่รัก *-vt.* **-eyed/-ied, -eying** เยินยอ

honeybee (ฮัน' นีบี) *n.* ผึ้ง

honeycomb (ฮัน' นีโคม) *n.* รวงผึ้ง, สิ่งที่คล้ายรวงผึ้ง *-vt.* **-combed, -combing** ทำให้มีรูหลายรูคล้ายรวงผึ้ง

honeydew (ฮัน' นีดู, -ดิว) *n.* น้ำหวานเหนียว ๆ บนใบหรือต้นพืช, แตงพันธุ์หนึ่ง

honeyed/honied (ฮัน' นีดฺ) *adj.* ซึ่งเคลือบหรือใส่น้ำผึ้ง, หวานราวน้ำผึ้ง

honeymoon (ฮัน' นีมูน) *n.* การไปดื่มน้ำผึ้งพระจันทร์ของคู่แต่งงานใหม่ *-vi.* **-mooned, -mooning** ไปดื่มน้ำผึ้งพระจันทร์ **-honeymooner** *n.*

honk (ฮองค์) *n.* เสียงร้องของห่านป่า, เสียงแตรรถยนต์ *-v.* **honked, honking** *-vi.* ร้องเสียงห่านป่า *-vt.* บีบแตรรถยนต์ให้ดัง

★**honor, honour** (ออน' เนอร์) *n.* ความนิยมนับถือ, ความเคารพ, ชื่อเสียง, เกียรติศักดิ์, ศีลธรรมจรรยา, เครื่องหมายหรือเหรียญตรา, เกียรติยศ, ความซื่อสัตย์, ยศหรือตำแหน่งสูง, ศักดิ์ศรี, ความบริสุทธิ์, บุคคลหรือสิ่งที่นำชื่อเสียงมาให้ *-vt.* **-ored, -oring/-oured, -ouring** เคารพ, นับถือ, ให้เกียรติ **-honorer** *n.*

honorable, honourable (ออน' เนอระเบิล) *adj.* ซึ่งมีเกียรติ, น่าเคารพ, ซึ่งมีศักดิ์ศรี **-honorableness** *n.* **-honorably** *adv.*

honorary (ออน' นะเรอรี) *adj.* ซึ่งเป็นเกียรติ

honorific (ออนนะริฟ' ฟิค) *adj.* ซึ่งแสดงความเคารพหรือให้เกียรติ **-honorifically** *adv.*

hooch, hootch (ฮูช) *n.* (คำสแลง) เหล้าเถื่อน

★**hood** (ฮุด) *n.* หมวกคลุมศีรษะที่ติดมากับเสื้อคลุมหรือแจ็กเกต, ผ้าคลุมที่ห้อยอยู่ด้านหลังเสื้อคลุมของพระในศาสนาคริสต์หรือชุดครุยสำหรับรับปริญญา, ฝาครอบเครื่องยนต์, ฝาครอบเตาไฟหรือปล่องไฟ, คอสัตว์ที่สามารถแผ่แม่เบี้ยได้, หลังคาผ้า (ของรถม้า) ที่พับเก็บไปด้านหลังได้ *-vt.* **hooded, hooding** คลุมด้วยฮูด

hooded (ฮุด' ดิด) *adj.* ซึ่งคลุมด้วยผ้าคลุมหรือฝาครอบ, ที่มีรูปร่างคล้ายผ้าคลุมหรือฝาครอบ

hoodlum (ฮูด' เลิม) *n.* อันธพาล

hoodoo (ฮู' ดู) *n., pl.* **-doos** คนหรือสิ่งที่นำโชคร้ายมาให้

hoodwink (ฮุด' วิงค์) *vt.* **-winked, -winking** หลอกลวง, โกง, ปิดบัง **-hoodwinker** *n.*

hoof (ฮุฟ, ฮูฟ) *n., pl.* **hoofs/hooves** กีบเท้าสัตว์ *-v.* **hoofed, hoofing** *-vt.* เหยียบย่ำด้วยกีบเท้า *-vi.* (คำสแลง) เต้นรำ เดิน

hoofed (ฮุฟท์, ฮูฟท์) *adj.* ซึ่งมีกีบเท้า

★**hook** (ฮุค) *n.* ตะขอ, เบ็ดตกปลา, สิ่งที่มีลักษณะคล้ายตะขอ, เคียว, แม่น้ำบริเวณที่มีลักษณะโค้งงอ, กับดัก, วิธีดึงความสนใจ, หมัดสอยดาว *-v.* **hooked, hooking** *-vt.* เกี่ยวด้วยตะขอ, ต่อยด้วยหมัดสอยดาว *-vi.* โค้งงอคล้ายตะขอ, เกี่ยวไว้ด้วยตะขอ

hooked (ฮุคท์) *adj.* ซึ่งโค้งหรืองอคล้ายตะขอ

hooker[1] (ฮุค' เคอร์) *n.* เรือเก่าที่ผุพัง เชื่องช้า

hooker[2] (ฮุค' เคอร์) *n.* ตะขอ, (คำสแลง) โสเภณี

hooknose (ฮุค' โนซ) *n.* จมูกโง้ง

hookworm (ฮุค' เวิร์ม) *n.* พยาธิปากขอ

hooligan (ฮู' ลิเกิน) *n.* (ภาษาพูด) นักเลง

hoop (ฮูพ, ฮุพ) *n.* แถบโลหะหรือไม้ที่คาดติดอยู่รอบถังไม้, วงแหวน (โลหะ พลาสติก ไม้), โครงกลมน้ำหนักเบาที่ใช้ขยายกระโปรงให้พอง, ห่วงที่ขอบตะกร้าในกีฬาบาสเกตบอล *-vt.* **hooped, hooping** ล้อมด้วยห่วงโลหะ

hoot (ฮูท) *v.* **hooted, hooting** *-vi.* ส่งเสียงร้องอย่างนกเค้าแมว, ตะโกนร้องด้วยความดูถูกหรือไม่ยอมรับ *-vt.* ร้องตะโกนเยาะเย้ย *-n.* เสียงร้องของนกเค้าแมว, เสียงตะโกนร้องด้วยความดูถูกดูหมิ่นหรือเสียงโห่ **-hooter** *n.*

hooves (ฮุฟว์ซ, ฮูฟว์ซ) *n.* พหูพจน์ของ hoof

★**hop** (ฮอพ) *v.* **hopped, hopping** *-vi.* กระโดดขาเดียว, กระโดดสองขา, (ภาษาพูด) เดินทางในระยะสั้นหรืออย่างเร็ว *-vt.* ขึ้นรถ, กระโดดข้าม, (ภาษาพูด) ขึ้นเครื่องบิน *-n.* การกระโดดขาเดียวหรือสองขา, (ภาษาพูด) การเต้นรำ, การเดินทางระยะสั้น (**-S.** (v., n.) leap)

★**hope** (โฮพ) *v.* **hoped, hoping** *-vi.* หวัง, เชื่อ

ใจ *-vt.* คาดหวัง, ปรารถนา *-n.* ความปรารถนา, สิ่งที่มุ่งหวัง, ความเชื่อใจ **-hoper** *n.*

★**hopeful** (โฮพ' เฟิล) *adj.* ซึ่งมีความหวัง *-n.* ผู้มีความหวัง **-hopefully** *adv.*

hopeless (โฮพ' ลิซ) *adj.* ซึ่งไม่มีความหวัง **-hopelessly** *adv.* **-hopelessness** *n.*

hopper (ฮอพ' เพอร์) *n.* ผู้กระโดด, สิ่งที่กระโดดได้, (ภาษาพูด) รถแช่แข็ง

hopscotch (ฮอพ' สกอช) *n.* การเล่นตั้งเต

horde (ฮอร์ด) *n.* หมู่, ฝูง, กลุ่ม (-S. group)

★**horizon** (ฮะไร' เซิน) *n.* เส้นขอบฟ้า, ขอบเขตความรู้ ความสามารถ หรือความสนใจ

horizontal (ฮอริซอน' เทิล) *adj.* ซึ่งเป็นแนวนอนหรือแนวราบ **-horizontally** *adv.*

hormone (ฮอร์' โมน) *n.* สารเคมีที่ผลิตขึ้นจากต่อมไร้ท่อหรือเนื้อเยื่อบางส่วน และไปมีผลต่อการทำงานของส่วนต่างๆ ของร่างกาย

★**horn** (ฮอร์น) *n.* เขาสัตว์, ภาชนะหรือที่ใส่ของที่ทำจากเขาสัตว์, สิ่งที่มีรูปร่างคล้ายเขาสัตว์, เครื่องกระจายเสียงที่มีรูปร่างคล้ายเขาสัตว์, เครื่องดนตรีชนิดเป่าลมที่ทำด้วยเขาสัตว์,(คำสแลง) โทรศัพท์ *-vi.* **horned, horning** บุกรุก

horn

horned (ฮอร์นด์) *adj.* ซึ่งมีเขา

hornet (ฮอร์' นิท) *n.* ตัวต่อ

horn of plenty *n., pl.* **horns of plenty** เขาแพะที่อุดมไปด้วยพืชพรรณธัญญาหาร

hornpipe (ฮอร์น' ไพพ์) *n.* เครื่องเป่าในสมัยโบราณทำจากเขาสัตว์

horny (ฮอร์' นี) *adj.* **-ier, -iest** ซึ่งทำด้วยเขา

horoscope (ฮอ' ระสโกพ) *n.* การผูกดวงทางโหราศาสตร์, แผนภาพสัญลักษณ์ของจักรราศี

★**horrible** (ฮอร์' ระเบิล) *adj.* น่ากลัว, ซึ่งไม่เป็นที่พอใจ **-horribly** *adv.* (-S. dreadful)

horrid (ฮอร์' ริด) *adj.* น่ากลัว, ซึ่งไม่เห็นด้วยอย่างยิ่ง **-horridly** *adv.* (-S. awful)

horrify (ฮอร์' ระไฟ) *vt.* **-fied, -fying** ทำให้กลัว, ทำให้ตกตะลึง **-horrification** *n.*

horror (ฮอร์' เรอร์) *n.* ความหวาดกลัว, ความเกลียดชัง, ความน่ากลัว (-S. dread, fear)

hors d'oeuvre (ออร์เดิร์ฟว์') *n., pl.* **hors d'oeuvres/hors d'oeuvre** อาหารว่างหรืออาหารเรียกน้ำย่อยที่เสิร์ฟก่อนอาหารหลัก

★**horse** (ฮอร์ซ) *n.* ม้า, โครงไม้ 4 ขา, (คำสแลง) เฮโรอีน, แรงม้า, ทหารม้า, ตัวม้าหมากรุก *-v.* **horsed, horsing** *-vt.* เตรียมม้า, ลากหรือดึงอย่างแรง *-vi.* ขึ้นขี่ม้า *-adj.* ซึ่งเกี่ยวกับม้า, ซึ่งขี่ม้า, ซึ่งลากด้วยม้า

horseflesh (ฮอร์ซ' เฟลช) *n.* เนื้อม้า, ฝูงม้า

horsefly, horse fly (ฮอร์ซ' ไฟล) *n.* เหลือบ

horsehair (ฮอร์ซ' แฮร์) *n.* ขนที่แผงคอและหางม้า, ผ้าที่ทำจากขนม้า

horselaugh (ฮอร์ซ' แลฟ, -ลาฟ) *n.* (ภาษาพูด) การหัวเราะเสียงดัง

horseman (ฮอร์ซ' เมิน) *n.* คนขี่ม้า, นักขี่ม้า

horsepower (ฮอร์ซ' เพาเออร์) *n.* หน่วยวัดกำลังของเครื่องจักรซึ่งมีค่าประมาณ 750 วัตต์

horse sense (ภาษาพูด) สามัญสำนึก

horseshoe (ฮอร์ซ' ชู) *n.* เกือกม้า

horsewhip (ฮอร์ซ' ฮวิพ, -วิพ) *n.* แส้ที่ใช้ตีม้า

horticulture (ฮอร์' ทิคัลเชอร์) *n.* วิชาพืชสวน, การปลูกพืชสวน **-horticulturist** *n.*

★**hose** (โฮซ) *n., pl.* **hose/hoses** ถุงเท้ายาว, กางเกงรัดรูปของผู้ชายสมัยก่อน, ท่อที่ยืดหยุ่นได้สำหรับส่งของเหลวหรือก๊าซ *-vt.* **hosed, hosing** ใช้ท่อดังกล่าวฉีดล้างหรือรด

hosiery (โฮ' ฌะรี) *n.* ถุงเท้าและเสื้อกางเกงชั้นใน

hospitable (ฮอซ' พิทะเบิล) *adj.* ซึ่งมีไมตรีจิต, ซึ่งมีความกรุณา, ซึ่งเปิดรับความคิดใหม่ๆ, ที่ให้การต้อนรับขับสู้ **-hospitably** *adv.*

★**hospital** (ฮอซ' พิเทิล) *n.* โรงพยาบาล

hospitality (ฮอซพิแทล' ลิที) *n., pl.* **-ties** ความมีมิตรไมตรี, การต้อนรับขับสู้แขก

★**host**[1] (โฮซท์) *n.* ผู้จัดหรือดำเนินรายการทางสถานีวิทยุหรือโทรทัศน์, เจ้าของบ้าน, เจ้าภาพ, เจ้าของโรงแรม, พืชหรือสัตว์ที่มีสิ่งมีชีวิตอื่นมาอาศัยอยู่ *-vt.* **hosted, hosting** ทำหน้าที่เป็นเจ้าภาพหรือเจ้าบ้าน (-S. (n.) proprietor)

host[2] (โฮซท์) *n.* กองทัพ, จำนวนมากมาย

★**hostage** (ฮอซ' ทิจ) *n.* ตัวประกัน (-S. captive)

hostel (ฮอซ' เทิล) *n.* ที่พักราคาถูกสำหรับนักเดินทาง, โรงแรม

hostelry (ฮอซ' เทิลรี) *n., pl.* **-ries** โรงแรม

hostess (โฮ' สติซ) *n.* เจ้าของบ้านที่เป็นผู้หญิง, เจ้าของโรงแรมหรือที่พักที่เป็นหญิง,ผู้หญิงที่คอยทำหน้าที่เป็นเพื่อนแขกในไนต์คลับ, พนักงานบริการที่เป็นหญิง

hostile (ฮอซ' เทิล) *adj.* ซึ่งเป็นศัตรู, ที่เป็นปรปักษ์, ซึ่งไม่เป็นมิตร *-n.* ศัตรู **-hostilely** *adv.*

hostility (ฮอสติล' ลิที) *n., pl.* **-ties** ความเป็นศัตรู, การไม่เป็นมิตร (-S. antagonism)

hostler, ostler (ฮอซ' เลอร์, ออซ'-) *n.* คน

เลี้ยงม้าของโรงแรม
★**hot** (ฮอท) *adj.* **hotter, hottest** ร้อน, เผ็ดร้อน, เร่าร้อน, ซึ่งมีความรู้สึกรุนแรง, ซึ่งแสดงความกระตือรือร้น, (คำสแลง) ซึ่งเป็นของที่เพิ่งขโมยมา, (ภาษาพูด) ใหม่ล่าสุด ซึ่งเป็นที่นิยมมาก ซึ่งติดตามอย่างใกล้ชิด, เป็นไข้, ใจร้อน *-adv.* อย่างรีบร้อน *-vt.* **hotted, hotting** (ภาษาพูด) ทำให้เพิ่มความรุนแรงหรือความตื่นเต้น
hot air (คำสแลง) การคุยโม้
hotbed (ฮอท' เบด) *n.* แปลงเพาะมีฝาปิดเก็บความร้อน
hotchpotch (ฮอช' พอช) *n.* เนื้อต้มกับผักจนเปื่อย, การนำเอาของหลายอย่างมาผสมกัน
hot dog, hotdog (ฮอท' ดอก) *n.* ไส้กรอกร้อนๆ ที่ประกบด้วยขนมปัง
★**hotel** (โฮเทล') *n.* โรงแรม
hotelier (โฮเทิลเลีย') *n.* เจ้าของโรงแรม
hotfoot (ฮอท' ฟุท) *adv.* อย่างรีบร้อน
hotheaded (ฮอท' เฮด' ดิด) *adj.* โกรธง่าย
hothouse (ฮอท' เฮาซ์) *n.* เรือนกระจกสำหรับปลูกต้นไม้ซึ่งจะมีอุณหภูมิอุ่น
hot line, hotline (ฮอท' ไลน์) *n.* โทรศัพท์สายด่วนที่ติดต่อกันโดยตรง
hound (เฮานด์) *n.* สุนัขล่าเนื้อ *-vt.* **hounded, hounding** ไล่ตาม, กระตุ้น, สนับสนุน
★**hour** (เอาร์) *n.* ชั่วโมง, 60 นาที, ช่วงเวลาหนึ่งเวลาใด,ระยะทาง 1 ชั่วโมง, งานที่ทำเสร็จใน 1 ชั่วโมง, ช่วงเวลาในการทำงาน, เวลาปัจจุบัน
hourglass (เอาร์' แกลซ) *n.* นาฬิกาทราย
hourly (เอาร์' ลี) *adj.* ซึ่งต่อเนื่องกัน, ซึ่งเกิดขึ้นทุกๆ ชั่วโมง, บ่อยๆ *-adv.* ทุกชั่วโมง, บ่อยๆ
★**house** (เฮาซ์) *n., pl.* **houses** (-ซิซ, -ซิซ) บ้าน, ที่พักอาศัย, ครอบครัว, โรงเรือน, (ภาษาพูด) ซ่อง, บริษัท, วงศ์ตระกูลหรือราชวงศ์, บ่อนการพนัน, คนดูในโรงภาพยนตร์, โรงภาพยนตร์ *-v.* **housed, housing** *-vt.* จัดเตรียมที่พัก *-vi.* พักอาศัย, หลบซ่อน (-S. (v., n.) lodge)
house arrest การกักกันผู้ต้องหาไว้ในบ้านของตนเองแทนที่จะเป็นคุก
houseboat (เฮาซ์' โบท) *n.* บ้านบนเรือ
housebreaking (เฮาซ์' เบรคิง) *n.* การบุกรุกเข้าบ้านคนอื่น **-housebreaker** *n.*
housefly (เฮาซ์' ไฟล) *n.* แมลงวันบ้าน
★**household** (เฮาซ์' โฮลด์) *n.* ครอบครัว, บรรดาผู้ที่อาศัยอยู่ในบ้าน (-S. family, home)
householder (เฮาซ์' โฮลเดอร์) *n.* เจ้าของบ้าน, หัวหน้าครอบครัว

housekeeper (เฮาซ์' คีเพอร์) *n.* แม่บ้าน
housemaid (เฮาซ์' เมด) *n.* คนใช้ผู้หญิง
housemaid's knee อาการอักเสบในหัวเข่า
housemaster (เฮาซ์' แมซเทอร์) *n.* ครูผู้ชายที่มีหน้าที่ดูแลหอพักในโรงเรียนประจำ
House of Representatives สภาผู้แทนราษฎร
house party การชุมนุมสังสรรค์โดยเชิญแขกไปพักค้างคืนที่บ้านในชนบท
house-proud (เฮาซ์' เพราด์) *adj.* ซึ่งมีความภูมิใจในบ้านของตัวเอง
housewarming (เฮาซ์' วอร์มิง) *n.* งานขึ้นบ้านใหม่
housewife (เฮาซ์' ไวฟ) *n., pl.* **-wives** (-ไวฟว์ซ) แม่บ้าน
★**housework** (เฮาซ์' เวิร์ค) *n.* งานบ้าน
★**housing** (เฮา' ซิง) *n.* ที่อยู่อาศัย, การจัดที่พักให้, กรอบหรือโครงสำหรับเป็นที่ยึดของสิ่งอื่น
hove (โฮฟว์) *v.* กริยาช่อง 2 และ 3 ของ heave
hovel (ฮัฟว์' เวิล) *n.* บ้านโทรมๆ เล็กๆ, เพิง
hover (ฮัฟว์' เวอร์) *vi.* **-ered, -ering** บินโฉบ, บินร่อน, บินวนอยู่ใกล้ๆ *-n.* การอยู่ใกล้ๆ, การบินโฉบ, การบินวน **-hoverer** *n.*
★**how** (เฮา) *adv.* อย่างไร, เท่าใด, เพียงใด, วิธีใด, ด้วยเหตุใด, แค่ไหน *-conj.* อย่างไรก็ตาม, อย่างไร *-n.* วิธี **-how come** (ภาษาพูด) ทำไม
howdah, houdah (เฮา' ดะ) *n.* ที่นั่งบนหลังช้างหรืออูฐ
★**however** (เฮาเอฟว์' เวอร์) *adv.* อย่างไรก็ตาม, แต่กระนั้น, ยังคง *-conj.* อย่างไรก็ตาม
howl (เฮาล์) *vi., vt.* **howled, howling** หอน, ร้องโหยหวน, (คำสแลง) หัวเราะอย่างเบิกบาน, ตะโกนโห่ *-n.* เสียงหอน, เสียงร้องโหยหวน, (คำสแลง) เรื่องตลก **-howler** *n.*
howling (เฮา' ลิง) *adj.* (คำสแลง) ใหญ่โตมาก
howsoever (เฮาโซเอฟว์' เวอร์) *adv.* อย่างไรก็ตาม, ถึงอย่างไรก็ตาม
how-to (เฮา' ทู') *adj.* (ภาษาพูด) ซึ่งให้คำแนะนำหรือคำอธิบาย
hub (ฮับ) *n.* จุดศูนย์กลาง, ศูนย์กลางของกิจกรรมหรือความสนใจ, ดุมล้อ
hubbub (ฮับ' บับ) *n.* เสียงดังอึกทึก
huckster (ฮัค' สเตอร์) *n.* พ่อค้าเร่, นักโฆษณา
huddle (ฮัด' เดิล) *n.* ฝูงชนที่หนาแน่น, การประชุมอย่างไม่เป็นทางการ, การจับกลุ่มกัน, ความสับสน, ความยุ่งเหยิง *-v.* **-dled, -dling** *-vi.* กอดกันกลม, ยัดเยียด, เบียดเสียด, ประชุม,

A B C D E F G H I J K L M N O P Q R S T U V W X Y Z

หดม้วน *-vt.* รวมกลุ่ม, จับกลุ่ม, ทำอย่างรีบร้อน
hue (ฮิว) *n.* เฉดสี, สี, ลักษณะภายนอก
huff (ฮัฟ) *n.* อารมณ์โกรธ, ความรำคาญ *-v.* **huffed, huffing** *-vi.* พ่นหรือเป่า (ลม), พูดตะคอก *-vt.* ทำให้โกรธ, ขู่, รังแก, รบกวน
huffish (ฮัฟ' ฟิช) *adj.* ฉุน, หยิ่ง
huffy (ฮัฟ' ฟี) *adj.* **-ier, -iest** ซึ่งโกรธง่าย, หยิ่ง
★**hug** (ฮัก) *v.* **hugged, hugging** *-vt.* กอด, รัด, ยึดมั่น, อยู่ใกล้ชิด *-vi.* กอด, ยึดติด *-n.* การรัด, การกอด **-hugger** *n.* (-S. (v., n.) embrace)
★**huge** (ฮิวจ์) *adj.* **huger, hugest** ใหญ่โต, ใหญ่มาก, มหึมา **-hugely** *adv.* (-S. large)
hula, hula-hula (ฮู' ละ, ฮูละฮู' ละ) *n.* การเต้นระบำฮาวาย
hulk (ฮัลคฺ) *n.* เรือเก่าที่ใช้เป็นที่เก็บพัสดุ, คนอุ้ยอ้าย, สิ่งที่ใหญ่เทอะทะ (-S. frame)
hull (ฮัล) *n.* เปลือกผลไม้, ตัวเรือ, ลำเครื่องบิน
hullabaloo, hullaballoo (ฮัล' ละบะลู) *n., pl.* **-loos** เสียงเอะอะอึกทึก
hullo (ฮะโล') *interj., n., v.* ดู hello
hum (ฮัม) *v.* **hummed, humming** *-vi.* ทำเสียงฮัมในลำคอ, ฮัมเพลง, ยุ่งอยู่กับงาน, (ผึ้ง) ร้องหึ่งๆ *-vt.* ฮัมเพลงในลำคอ *-n.* เสียงฮัมเพลงในลำคอ, การฮัมเพลง **-hummer** *n.*
★**human** (ฮิว' เมิน) *adj.* ซึ่งมีลักษณะของมนุษย์, เกี่ยวกับมนุษย์ **-humanness** *n.* (-S. kind)
humane (ฮิวเมน') *adj.* ซึ่งมีเมตตากรุณา **-humanely** *adv.* **-humaneness** *n.* (-S. good)
humanism (ฮิว' มะนิเซิม) *n.* การศึกษาเกี่ยวกับมนุษย์, ความสนใจในเรื่องของมนุษย์
humanist (ฮิว' มะนิซทฺ) *n.* ผู้ที่ศึกษาเกี่ยวกับมนุษย์, ผู้มีใจเมตตากรุณา **-humanistic** *adj.*
humanitarian (ฮิวแมนนิแท' เรียน) *n.* ผู้ใจบุญ, ผู้มีมนุษยธรรม *-adj.* ซึ่งมีมนุษยธรรม
humanity (ฮิวแมน' นิที) *n., pl.* **-ties** มนุษยชาติ, ความเป็นมนุษย์, ความมีมนุษยธรรม
humanize (ฮิว' มะไนซ์) *vt.* **-ized, -izing** ทำให้มีลักษณะของมนุษย์, ทำให้มีจิตใจเมตตา
humankind (ฮิว' เมินไคนดฺ) *n.* มนุษยชาติ
humanly (ฮิว' เมินลี) *adv.* ซึ่งอยู่ในขอบเขตความสามารถของมนุษย์, โดยวิธีการของมนุษย์
human resources แผนกทรัพยากรบุคคลขององค์กร ซึ่งจัดการเกี่ยวกับการจัดการ การบริหารและการฝึกหัดพนักงานหรือลูกจ้าง
human rights สิทธิมนุษยชน
humble (ฮัม' เบิล) *adj.* **-bler, -blest** ถ่อมตัว, ต้อยต่ำ *-vt.* **-bled, -bling** ทำให้อ่อนน้อมถ่อมตัว, ทำให้ต่ำลง **-humbly** *adv.* **-humbler** *n.*
humblebee (ฮัม' เบิลบี) *n.* ผึ้งหึ่ง
humbug (ฮัม' บัก) *n.* การหลอกลวง *-v.* **-bugged, -bugging** *-vt., vi.* หลอกลวง
humdrum (ฮัม' ดรัม) *adj.* น่าเบื่อ, ซึ่งขาดรสชาติ *-n.* การพูดที่น่าเบื่อ, ความจำเจน่าเบื่อ
humid (ฮิว' มิด) *adj.* ชื้น **-humidly** *adv.*
humidify (ฮิวมิด' ดะไฟ) *vt.* **-fied, -fying** ทำให้เปียกชื้น **-humidification** *n.*
humidity (ฮิวมิด' ดิที) *n.* ความชื้น
humiliate (ฮิวมิล' ลีเอท) *vt.* **-ated, -ating** ทำให้ขายหน้า, ทำให้เสียเกียรติ (-S. debase)
humiliation (ฮิวมิลลีเอ' ชัน) *n.* การทำให้ขายหน้า, การทำให้เสียเกียรติ
humility (ฮิวมิล' ลิที) *n.* ความอ่อนน้อมถ่อมตน
hummingbird (ฮัม' มิงเบิร์ด) *n.* นกฮัมมิงเบิร์ด
hummock (ฮัม' เมิค) *n.* เนินดิน, โคก
★**humor, humour** (ฮิว' เมอร์) *n.* ความตลกขบขัน, เรื่องตลก, อารมณ์ขัน, อารมณ์ *-vt.* **-mored, -moring/-moured, -mouring** ปรับตัวให้เข้ากับ, ตามใจ
humorist (ฮิว' เมอริซทฺ) *n.* ผู้มีอารมณ์ขัน, นักเขียนเรื่องตลก (-S. jester, joker)
★**humorous** (ฮิว' เมอเริซ) *adj.* ตลกขบขัน, ในเชิงตลก **-humorously** *adv.* (-S. comic, funny)
humour (ฮิว' เมอร์) *n., v.* ดู humor
hump (ฮัมพฺ) *n.* ปุ่ม, หนอก, หลังค่อม, เนินดิน, โคก, ความห่อเหี่ยว *-v.* **humped, humping** *-vt.* ทำให้เป็นปุ่มขึ้น, ทำให้โค้ง *-vi.* (คำสแลง) รีบร้อน **-humped** *adj.* (-S. (n.) knob)
humpback (ฮัมพ์' แบค) *n.* หลังค่อม
hunch (ฮันชฺ) *n.* ความรู้สึกสังหรณ์, โหนก *-v.* **hunched, hunching** *-vt.* โค้งหรือโก่งขึ้น *-vi.* ผลัก, นั่งหรือยืนหลังโก่ง (-S. (n.) premonition)
hunchback (ฮันช์' แบค) *n.* คนหลังค่อม
★**hundred** (ฮัน' ดริด) *n., pl.* **-dred/-dreds** เลขร้อย **-hundred** *adj.*
hundredfold (ฮัน' ดริดโฟลดฺ) *adj.* ซึ่งเป็น 100 เท่า
hundredth (ฮัน' ดริดธฺ) *n.* ลำดับที่หนึ่งร้อย
hundredweight (ฮัน' ดริดเวท) *n., pl.* **-weight/-weights** หน่วยน้ำหนักในมาตรา U.S. ซึ่งเท่ากับ 100 ปอนด์
hung (ฮัง) *v.* กริยาช่อง 2 และ 3 ของ hang
★**hunger** (ฮัง' เกอร์) *n.* ความหิว, การขาดอาหาร *-v.* **-gered, -gering** *-vi.* รู้สึกหิว *-vt.* ทำให้หิว
hunger strike การอดอาหารประท้วง

A B C D E F G H I J K L M N O P Q R S T U V W X Y Z

★**hungry** (ฮัง' กรี) *adj.* **-grier, -griest** ที่หิวกระหาย, ซึ่งต้องการมาก, ซึ่งขาดแคลน **-hungrily** *adv.* **-hungriness** *n.* (-S. avid, empty)

★**hunt** (ฮันท์) *v.* **hunted, hunting** *-vt.* ล่า, ล่าสัตว์, ค้นหา *-vi.* ติดตาม, ค้นหา *-n.* การล่า, การล่าสัตว์, กลุ่มนักล่า, การตามหา

hunter (ฮัน' เทอร์) *n.* นายพราน, ผู้ล่า, สุนัขล่าสัตว์, ม้าที่แข็งแรงกระโดดได้เร็วและถูกฝึกมาให้ล่าสัตว์, ผู้ค้นหา

hurdle (เฮอร์' เดิล) *n.* อุปสรรค, รั้วสำหรับแข่งขันกระโดดข้าม, รั้วชั่วคราวที่ทำด้วยกิ่งไม้ขัดๆ กันไว้ *-v.* **-dled, -dling** *-vt.* กระโดดข้ามรั้วหรือสิ่งกีดขวาง, เอาชนะอุปสรรค *-vi.* กระโดดข้ามรั้วหรือสิ่งกีดขวาง **-hurdler** *n.*

hurl (เฮิร์ล) *v.* **hurled, hurling** *-vt.* ขว้าง, ปา, ตะโกน, โยน, ดีด, สลัด, ทุ่ม *-vi.* ขว้าง, ปา, เคลื่อนที่ด้วยความแรงและเร็ว **-hurly-burly** การเอะอะโวยวาย, ความวุ่นวาย **-hurler** *n.*

hurrah, hurray (ฮุรา', ฮุเร') *interj.* คำอุทานแสดงความดีใจ ยินดี

hurricane (เฮอร์' ริเคน) *n.* พายุเฮอร์ริเคน

hurricane deck ดาดฟ้าชั้นบนของเรือกลไฟ

hurricane lamp ตะเกียงที่มีปล่องแก้วกันลม

hurried (เฮอร์' รีด) *adj.* เร่งรีบ **-hurriedly** *adv.*

★**hurry** (เฮอร์' รี) *v.* **-ried, -rying** *-vi.* เร่ง, รีบ, เคลื่อนที่ไปด้วยความรวดเร็ว *-vt.* ทำให้รีบร้อน *-n., pl.* **-ries** ความรีบเร่ง, ความรีบร้อน **-hurrier** *n.* (-S. (v., n.) rush)

hurry-scurry, hurry-skurry (เฮอร์รีสเกอร์' รี) *n., pl.* **-ries** ความเร่งรีบ, ความลุกลี้ลุกลน

★**hurt** (เฮิร์ท) *v.* **hurt, hurting** *-vt.* ทำให้เจ็บปวด, ทำให้เสียหาย, ทำให้เป็นอันตราย, ทำให้เศร้าโศกเสียใจ, ทำให้บาดเจ็บ *-vi.* รู้สึกเจ็บปวดหรือไม่สบาย, เป็นอันตราย, เป็นผลเสีย *-n.* บาดแผล, ความปวดร้าวใจ, สิ่งที่ทำให้เกิดอันตราย **-hurtful** *adj.* **-hurtfully** *adv.* (-S. (v., n.) bruise)

hurtle (เฮอร์' เทิล) *v.* **-tled, -tling** *-vi.* เคลื่อนที่ด้วยความเร็วมาก, ชน *-vt.* ขว้าง, ปา

★**husband** (ฮัซ' เบินด์) *n.* สามี, พ่อบ้าน *-vt.* **-banded, -banding** ใช้อย่างประหยัด

husbandry (ฮัซ' เบินดรี) *n.* การเกษตร, วิชาเกษตรกรรม, การจัดการอย่างระมัดระวังหรือใช้สอยอย่างประหยัดรู้คุณค่า (-S. agriculture)

hush (ฮัช) *vt.* **hushed, hushing** ทำให้เงียบ, สงบ, ปิดบัง *-adj.* เงียบ *-n.* ความเงียบ *-interj.* คำอุทานที่บอกให้เงียบ

hush-hush (ฮัช' ฮัช) *adj.* (ภาษาพูด) ลึกลับ

hush money เงินปิดปาก

husk (ฮัซค์) *n.* เปลือกผลไม้หรือเมล็ด, เปลือกนอก *-vt.* **husked, husking** เอาเปลือกออก

husky[1] (ฮัซ' คี) *adj.* **-ier, -iest** (เสียง) แหบห้าว, ซึ่งมีเปลือก **-huskily** *adv.* (-S. hoarse)

husky[2] (ฮัซ' คี) *adj.* **-ier, -iest** กำยำ, แข็งแรง *-n., pl.* **-ies** คนที่แข็งแรง (-S. (adj.) strong)

hussy (ฮัซ' ซี) *n., pl.* **-sies** หญิงเลว

hustings (ฮัซ' ทิงซ์) *n. pl.* วิธีการเลือกตั้ง

hustle (ฮัซ' เซิล) *v.* **-tled, -tling** *-vt.* ผลักดัน, รีบร้อน, กระตุ้น, เร่ง *-vi.* เบียดเสียด, ผลักดัน, รีบร้อน, (คำสแลง) เป็นโสเภณี *-n.* การเบียดเสียด, ความเร่งรีบ **-hustler** *n.*

★**hut** (ฮัท) *n.* กระท่อม, ที่พักชั่วคราวของทหาร *-vt., vi.* **hutted, hutting** พักอาศัยหรือหลบภัยอยู่ในกระท่อม (-S. (n.) cabin)

hutch (ฮัช) *n.* กรงสัตว์ (โดยเฉพาะกระต่าย)

hybrid (ไฮ' บริด) *n.* ลูกผสม คำผสม

hydra (ไฮ' ดระ) *n.* ไฮดรา สัตว์ชนิดหนึ่งตัวเล็กอาศัยในน้ำจืด มีลำตัวคล้ายรูปทรงกระบอก

hydrant (ไฮ' เดรินท์) *n.* หัวก๊อกน้ำประปาสาธารณะขนาดใหญ่ที่อยู่ตามริมถนนใช้สำหรับดับเพลิง

hydrate (ไฮ' เดรท) *n.* สารประกอบที่มีโมเลกุลของน้ำรวมอยู่ด้วย **-hydration** *n.*

hydraulic (ไฮดรอ' ลิค) *adj.* ซึ่งขับเคลื่อนภายใต้แรงดันน้ำ, ซึ่งสามารถแข็งตัวได้เมื่อผสมกับน้ำ **-hydraulically** *adv.*

hydro (ไฮ' โดร) *adj.* เกี่ยวกับพลังงานไฟฟ้าที่ได้จากพลังงานน้ำ

hydrocarbon (ไฮดระคาร์' เบิน) *n.* สารประกอบที่ประกอบด้วยไฮโดรเจนกับคาร์บอน

hydrodynamics (ไฮโดรไดแนม' มิคซ์) *n. pl.* การศึกษาเชิงคณิตศาสตร์ว่าด้วยแรง พลังงาน และความดันของของเหลวต่างๆ ที่เคลื่อนที่

hydroelectric (ไฮโดรอิเลค' ทริค) *adj.* เกี่ยวกับพลังงานไฟฟ้าที่ได้จากพลังน้ำ

hydrofoil (ไฮ' ดระฟอยล์) *n.* โครงสร้างที่คล้ายปีกซึ่งติดอยู่ข้างลำเรือเพื่อให้แฉลบน้ำ

★**hydrogen** (ไฮ' ดระเจิน) *n.* ธาตุไฮโดรเจนมีสถานะเป็นก๊าซ ติดไฟได้ มีสัญลักษณ์ H

hydrogen bomb ระเบิดไฮโดรเจน

hydrogen peroxide สารประกอบที่เป็นของเหลว ไม่มีสี ใช้เป็นยาฆ่าเชื้ออย่างอ่อน

hydrometer (ไฮดรอม' มิเทอร์) *n.* เครื่องมือที่ใช้วัดความถ่วงจำเพาะของของเหลว

hydrophobia (ไฮดระโฟ' เบีย) *n.* โรคกลัวน้ำ

hydroplane (ไฮ' ดระเพลน) *n.* เรือยนต์ท้องแบนที่สามารถแล่นได้เร็วบนผิวน้ำ
hydrous (ไฮ' เดริซ) *adj.* ซึ่งประกอบด้วยน้ำ
hyena, hyaena (ไฮอี' นะ) *n.* สัตว์คล้ายหมาป่า กินเนื้อสัตว์อื่นเป็นอาหาร อาศัยอยู่ในแอฟริกาและเอเชีย มีกรามแข็งแรง

hyena

hygiene (ไฮ' จีน) *n.* ความสะอาด, สุขอนามัย **-hygienist** *n.* **-hygienic** *adj.*
hygienics (ไฮจีเอน' นิคซ) *n. pl.* สุขวิทยา
hymen (ไฮ' เมิน) *n.* เยื่อพรหมจรรย์
hymn (ฮิม) *n.* เพลงสวดสรรเสริญพระเจ้า
hyperactive (ไฮเพอรฺแอค' ทิฟว) *adj.* ซึ่งกระตือรือร้นเกินไป; ซึ่งไม่อยู่นิ่ง, ซึ่งมีสมาธิสั้น
hyperbola (ไฮเพอรฺ' บะละ) *n., pl.* **-las/-lae** (-ลี) เส้นโค้งที่เกิดจากกรวยกลมถูกตัดโดยแผ่นระนาบที่ระนาบใดๆ ยกเว้นตรงยอดกรวย
hyperbole (ไฮเพอรฺ' บะลี) *n.* การพูดเกินจริง **-hyperbolical** *adj.* **-hyperbolically** *adv.*
hypercritic (ไฮเพอรฺคริท' ทิค) *n.* คนที่ชอบวิจารณ์เกินจริง **-hypercritical** *adj.*
hypersensitive (ไฮเพอรฺเซน' ซิทิฟว) *adj.* อ่อนไหวมากเกินไป
hypersonic (ไฮเพอรฺซอน' นิค) *adj.* เกี่ยวกับความเร็วที่เร็วกว่าความเร็วเสียงอย่างน้อย 5 เท่า
hypertension (ไฮเพอรฺเทน' ชัน) *n.* โรคความดันโลหิตสูง **-hypertensive** *adj.*
hyphen (ไฮ' เฟิน) *n.* เครื่องหมายขีด (-) ระหว่างคำผสม, เครื่องหมายยัติภังค์ *-vt.* **-phened, -phening** ใส่เครื่องหมายดังกล่าว
hypnosis (ฮิพโน' ซิซ) *n., pl.* **-ses** (-ซีซ) การสะกดจิต, สภาวะที่ถูกสะกดจิต
hypnotic (ฮิพนอท' ทิค) *adj.* เกี่ยวกับการสะกดจิต, ซึ่งทำให้หลับ *-n.* ผู้ถูกสะกดจิต, ยานอนหลับ **-hypnotically** *adv.*
hypnotize (ฮิพ' นะไทซ) *vt.* **-tized, -tizing** สะกดจิต **-hypnotizable** *adj.* **-hypnotizer** *n.*
hypocrite (ฮิพ' พะคริท) *n.* ผู้หลอกลวง, ผู้เสแสร้ง **-hypocritical** *adj.* (-S. deceiver)
hypodermic (ไฮพะเดอรฺ' มิค) *adj.* ซึ่งฉีดยาเข้าใต้ผิวหนัง *-n.* การฉีดยาเข้าใต้ผิวหนัง, เข็มฉีดยาเข้าใต้ผิวหนัง **-hypodermically** *adv.*
hypotension (ไฮพะเทน' ชัน) *n.* ความดันโลหิตต่ำกว่าปกติ **-hypotensive** *adj.*
hypothesis (ไฮพอธ' ธิซิซ) *n., pl.* **-ses** (ซีซ) สมมติฐาน, ข้อสมมติ (-S. assumption, thesis)
hypothetical, hypothetic (ไฮพะเธท' ทิเคิล, -เธท' ทิค) *adj.* เกี่ยวกับสมมติฐาน **-hypothetical** *n.* **-hypothetically** *adv.*
hysteria (ฮิสเตอ' เรีย) *n.* การที่ไม่สามารถควบคุมอารมณ์หรือความตื่นเต้นเอาไว้ได้ **-hysterical** *adj.* **-hysterically** *adv.*

I

I¹, i (ไอ) *n., pl.* **I's, i's/Is, is** อักษรตัวที่ 9 ในภาษาอังกฤษ, อันดับเก้า
★**I²** (ไอ) *pron.* สรรพนามบุรุษที่ 1 ใช้แทนตัวผู้พูดหรือผู้เขียน
ibidem (อิบ' บิเดม) *adv.* ในหนังสือเล่มเดียวกัน, ในย่อหน้าหรือหัวข้อเดียวกัน
★**ice** (ไอซ) *n.* น้ำแข็ง, พื้นผิวที่เป็นน้ำแข็ง, ก้อนน้ำแข็ง, สิ่งที่คล้ายน้ำแข็ง, กิริยาท่าทีที่เย็นชา, ของหวานใส่น้ำแข็ง, ไอศกรีม, ผงน้ำตาลละเอียดใช้โรยหน้าเค้ก, (คำสแลง) เพชร เงินสินบน *-v.* **iced, icing** *-vt.* เคลือบด้วยน้ำแข็ง, ทำให้กลายเป็นน้ำแข็ง, ปกคลุมหรือตกแต่ง (หน้าเค้ก) ด้วยน้ำตาล, ทำให้หนาวหรือเยือกเย็นราวกับน้ำแข็ง, (คำสแลง) ฆ่า *-vi.* กลายเป็นน้ำแข็ง **-break the ice** พูดหรือทำในสิ่งที่ช่วยลดความเครียดหรือความเขินออกไปในการพบกันครั้งแรก
ice age ยุคน้ำแข็งของโลก
iceberg (ไอซ' เบิรก) *n.* ก้อนน้ำแข็งขนาดใหญ่มากที่ลอยอยู่ในทะเล
iceboat (ไอซ' โบท) *n.* พาหนะที่คล้ายเรือ ใช้วิ่งบนน้ำแข็ง
icebound (ไอซ' เบานด) *adj.* ซึ่งติดแน่นอยู่ในน้ำแข็ง
icebreaker (ไอซ' เบรเคอร) *n.* เรือสำหรับตัดน้ำแข็งให้เป็นช่องทาง

A B C D E F G H I J K L M N O P Q R S T U V W X Y Z

★**ice cream** ไอศกรีม
ice-cream cone ขนมปังกรอบบางรูปกรวย ใช้ใส่ไอศกรีม, ไอศกรีมใส่โคน
iced (ไอซ์ท) *adj.* ซึ่งปกคลุมไปด้วยน้ำแข็ง
ice pack น้ำแข็งที่อัดกันแน่นเป็นก้อน
ice skate รองเท้าใส่เล่นกีฬาสเกตน้ำแข็ง
ice water น้ำเย็นจัด, น้ำแข็งที่ละลาย
ichthyology (อิคธีออล' ละจี) *n.* สาขาวิชาหนึ่งของสัตววิทยาที่ศึกษาเกี่ยวกับปลา **-ichthyologic, ichthyological** *adj.* **-ichthyologist** *n.*
icicle (ไอ' ซิเคิล) *n.* แท่งน้ำแข็งที่งอกย้อยลงมาจากเพดานหรือหลังคา เกิดจากการแข็งตัวสะสมของหยดน้ำ
icing (ไอ' ซิง) *n.* น้ำตาลที่ใช้โรยหน้าขนม
icily (ไอ' ซะลี) *adv.* เย็นชา, เฉยเมย
icon (ไอ' คอน) *n.* รูปบูชา, ภาพของพระเจ้า
iconoclast (ไอคอน' นะแคลซท) *n.* ผู้ที่ทำลายรูปบูชาหรือภาพพจน์ **-iconoclastic** *adj.*
ICU ย่อจาก Intensive care unit หน่วยรักษาพยาบาลอย่างเข้มงวด
icy (ไอ' ซี) *adj.* **icier, iciest** ซึ่งปกคลุมไปด้วยน้ำแข็ง, หนาวจัด, สั่นสะท้าน, เย็นชา **-icily** *adv.* **-iciness** *n.* (-S. cold, freezing)
ID (ไอ' ดี') *n., pl.* **ID's/IDs** (ภาษาพูด) บัตรประจำตัวประชาชน
★**idea** (ไอเดีย') *n.* ความนึกคิด, ความคิดเห็น, แผนการ, วิธี, ความเข้าใจ, ความเชื่อ, เป้าหมาย
★**ideal** (ไอเดียล', ไอดีล') *n.* อุดมคติ, คนหรือสิ่งที่เป็นมาตรฐานหรือแบบอย่างของความสมบูรณ์แบบหรือดีเลิศ, เป้าหมายที่ดีเลิศ, อุดมการณ์, ความคิดที่สมบูรณ์แบบ, แบบอย่างอันดีเลิศ *-adj.* ซึ่งเกี่ยวกับอุดมคติหรืออุดมการณ์,ซึ่งสมมติขึ้น, ซึ่งเป็นเพียงความนึกฝัน, ดีเลิศ
idealism (ไอดี' อะลิเซิม) *n.* ความเพ้อฝัน, อุดมคตินิยม
idealist (ไอดี' อะลิซท) *n.* นักอุดมคติ, ผู้ยึดถืออุดมการณ์ **-idealistic** *adj.* (-S. romantic)
idealize (ไอดี' อะไลซ) *v.* **-ized, -izing** *-vt.* ทำหรือจินตนาการอย่างดีเลิศ, ทำให้เป็นอุดมการณ์หรืออุดมคติ *-vi.* เป็นอุดมการณ์หรืออุดมคติ, เป็นแบบอย่างที่ดี **-idealization** *n.*
ideally (ไอดี' อะลี) *adv.* สมบูรณ์แบบ, ดีเลิศ, ซึ่งเป็นเพียงทฤษฎีหรือความเพ้อฝัน, ซึ่งเกี่ยวกับอุดมการณ์หรืออุดมคติ
idem (ไอ' เดม) *pron.* สิ่งที่เคยกล่าวแล้ว
identical (ไอเดน' ทิเคิล) *adj.* เหมือนกัน **-identically** *adv.* **-identicalness** *n.* (-S. alike)
identification (ไอเดนทะฟิเค' ชัน) *n.* การจำแนกแยกแยะ, การชี้ตัว, สิ่งที่ระบุ
identification card บัตรประจำตัวประชาชน
★**identify** (ไอเดน' ทะไฟ) *v.* **-fied, -fying** *-vt.* จำแนกแยกแยะ, พิสูจน์, แสดงตัว, ชี้ตัว **-identifiable** *adj.* **-identifiably** *adv.* **-identifier** *n.*
★**identity** (ไอเดน' ทิที) *n., pl.* **-ties** ความเหมือนกัน, เอกลักษณ์, รูปพรรณสัณฐาน
identity card บัตรประจำตัวประชาชน
ideogram (อิด' ดีอะแกรม) *n.* สัญลักษณ์
ideograph (อิด' ดีอะแกรฟ) *n.* ดู ideogram
ideological, ideologic (ไอดีอะลอจ' จิเคิล, -ลอจ' จิค) *adj.* เกี่ยวกับความนึกคิด
id est (อิด เอซท) นั่นคือ
idiocy (อิด' ดีอะซี) *n., pl.* **-cies** ความโง่มาก
idiom (อิด' เดียม) *n.* สำนวน, ภาษาท้องถิ่น
idiomatic (อิดดีอะแมท' ทิค) *adj.* ซึ่งประกอบด้วยสำนวน **-idiomatically** *adv.*
idiosyncrasy (อิดดีโอซิง' คระซี) *n., pl.* **-sies** ความคิดหรือพฤติกรรมที่ประหลาด
idiot (อิด' เดียท) *n.* คนที่โง่หรือเซ่อ **-idiotic** *adj.* **-idiotically** *adv.* (-S. fool, moron)
idle (ไอ' เดิล) *adj.* **idler, idlest** ซึ่งว่างงาน, ที่อยู่เฉยๆ, ขี้เกียจ, ซึ่งใช้การไม่ได้, ที่ไร้สาระ, ซึ่งไม่มีประโยชน์ *-v.* **idled, idling** *-vi.* ปล่อยเวลาโดยเปล่าประโยชน์, เดินเตร็ดเตร่ *-vt.* ทำให้เสียเวลาไปเปล่าๆ **-idleness** *n.* **-idler** *n.* **-idly** *adv.* (-S. (adj.) lazy)
idol (ไอ' เดิล) *n.* บุคคลหรือสิ่งที่มีผู้คนมานิยมนับถือ, เทวรูป, วัตถุบูชา **-idolater** *n.* (-S. god)
idolatrous (ไอดอล' ละเทริซ) *adj.* หลงใหล, เกี่ยวกับการบูชา **-idolatrously** *adv.*
idolatry (ไอดอล' ละทรี) *n., pl.* **-tries** การบูชา, การเคารพบูชา **-idolization** *n.*
idyll, idyl (ไอ' เดิ้ล) *n.* บทกวีหรือร้อยแก้วที่พรรณนาถึงชนบทหรือทุ่งหญ้าเลี้ยงสัตว์ **-idyllic** *adj.* **-idyllist** *n.* **-idyllically** *adv.*
★**if** (อิฟ) *conj.* ถ้า, ถ้าหาก, หาก, แม้ว่า, สมมติว่า, เผื่อ *-n.* เงื่อนไข
igloo (อิก' กลู) *n., pl.* **-loos** กระท่อมน้ำแข็งของชาวเอสกิโม

igloo

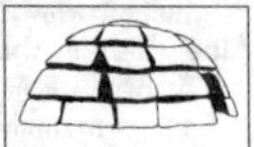

ignite (อิกไนท') *v.* **-nited, -niting** *-vt.* ทำให้ลุกไหม้, ทำให้ติดไฟ, กระตุ้น *-vi.* เริ่มลุกไหม้, เริ่มติดไฟ **-ignitible** *adj.* **-ignitor** *n.*
ignition (อิกนิช' ชัน) *n.* การติดไฟ, การจุดไฟ

A B C D E F G H I J K L M N O P Q R S T U V W X Y Z

ignoble (อิกโน' เบิล) *adj.* ต่ำต้อย, เลวทราม **-ignobility, ignobleness** *n.* **-ignobly** *adv.*

ignominious (อิกนะมิน' เนียซ) *adj.* น่าอาย, น่าชัง, อัปยศอดสู **-ignominiously** *adv.* **-ignominiousness** *n.* (-S. dishonorable)

ignominy (อิก' นะมินนี) *n., pl.* **-ies** ความเสื่อมเสียชื่อเสียง,ความน่าดูถูก, ความน่าอับอาย

ignoramus (อิกนะเร' เมิซ) *n., pl.* **-muses** คนโง่หรือเขลา

ignorance (อิก' เนอเรินซ์) *n.* ความไม่รู้, ความไม่รู้ตัว, ความไม่รู้เรื่องราว

ignorant (อิก' เนอเรินท์) *adj.* ซึ่งขาดการศึกษา, ซึ่งไม่รู้เรื่องราว **-ignorantly** *adv.* (-S. unaware)

★**ignore** (อิกนอร์') *vt.* **-nored, -noring** ละเลย, ไม่สนใจ **-ignorable** *adj.* **-ignorer** *n.*

iguana (อิกวา' นะ) *n.* ตัวอิกัวน่า อาศัยอยู่ในแถบอเมริกากลาง

iguana

ikon (ไอ' คอน) *n.* ดู icon

ilk[1] (อิลค์) *n.* ชนิด, ตระกูล

ilk[2] (อิลค์) *adj.* ดู ilka

ilka, ilk (อิล' คะ, อิลค์) *adj.* แต่ละ, อันละ

★**ill** (อิล) *adj.* **worse, worst** ป่วย, เลว, ซึ่งไม่เป็นมิตร, โหดร้าย, ซึ่งไม่เหมาะสม *-adv.* **worse, worst** ซึ่งไม่สบาย, ยากลำบาก, เลวร้าย, ที่ไม่เหมาะสม *-n.* อันตราย, ความโชคร้าย, บาป, ความเจ็บป่วย (-S. (adj.) diseased)

ill-advised (อิลเอิดไวซ์ด') *adj.* ไม่รอบคอบ

ill at ease ไม่สบาย, ไม่สบายใจ

ill-disposed (อิล' ดิสโปซด์') *adj.* ไม่เป็นมิตร

★**illegal** (อิลี' เกิล) *adj.* ซึ่งผิดกฎหมาย, ที่ผิดกฎกติกา *-n.* ผู้เข้าเมืองอย่างผิดกฎหมาย **-illegally** *adv.* **-illegality** *n.* (-S. (adj.) illicit)

illegible (อิเลจ' จะเบิล) *adj.* (ลายมือ) อ่านยาก **-illegibility** *n.* **-illegibly** *adv.* (-S. faint)

illegitimate (อิลลิจิท' ทะมิท) *adj.* ซึ่งผิดกฎหมาย, ซึ่งเป็นลูกนอกกฎหมาย **-illegitimately** *adv.* (-S. illegal, illicit -A. legal)

ill-favored (อิล' เฟ' เวอร์ด) *adj.* น่ารังเกียจ

ill-gotten (อิล' กอท' เทิน) *adj.* ได้มาโดยทุจริต

ill health ความเจ็บปวด

illicit (อิลิซ' ซิท) *adj.* ซึ่งผิดกฎหมาย, เถื่อน **-illicitly** *adv.* **-illicitness** *n.* (-S illegal)

illiteracy (อิลิท' เทอระซี) *n., pl.* **-cies** การอ่านและเขียนหนังสือไม่ได้, การขาดการศึกษา

illiterate (อิลิท' เทอริท) *adj.* ซึ่งไม่สามารถอ่านและเขียนหนังสือได้, ซึ่งขาดการศึกษา

★**illness** (อิล' นิซ) *n.* การเจ็บป่วย (-S. ailment)

illogical (อิลอจ' จิเคิล) *adj.* ซึ่งไร้เหตุผล **-illogicality** *n.* **-illogically** *adv.* (-S. absurd)

ill-timed (อิล' ไทม์ด') *adj.* ซึ่งไม่ถูกกาลเทศะ

ill-treat (อิล' ทรีท') *vt.* **-treated, -treating** ปฏิบัติอย่างไม่ดีกับ **-ill-treatment** *n.*

illuminant (อิลู' มะเนินท์) *n.* สิ่งที่ให้ความสว่าง

illuminate (อิลู' มะเนท) *v.* **-nated, -nating** *-vt.* ส่องสว่าง, ประดับด้วยดวงไฟ, ให้ความสว่าง, ทำให้รู้หรือเข้าใจ *-vi.* ทำให้เข้าใจ, สว่างไสว *-n.* ผู้มีสติปัญญาเป็นเลิศ **-illumination** *n.* **-illuminative** *adj.* (-S. (v.) light)

ill-use (อิล' ยูซ') *vt.* **-used, -using** ทำทารุณ

illusion (อิลู' ฌัน) *n.* ความเชื่อหรือความคิดที่ผิด, ภาพลวงตา, สิ่งลวงตา **-illusive, illusory** *adj.* (-S. dream, false -A. disgraceful)

illusionist (อิลู' ฌะนิซท์) *n.* นักเล่นกล

★**illustrate** (อิล' ละสเตรท) *v.* **-trated, -trating** *-vt.* ทำให้เข้าใจโดยยกตัวอย่าง, อธิบายด้วยภาพ *-vi.* ทำให้เข้าใจโดยยกตัวอย่าง **-illustratable** *adj.* **-illustrator** *n.* (-S. clarify, depict)

illustration (อิลละสเตร' ชัน) *n.* ภาพประกอบ, การยกตัวอย่าง, การอธิบายด้วยภาพ **-illustrational** *adj.* (-S. example, explanation)

illustrative (อิลัซ' ทระทิฟว์) *adj.* ซึ่งมีภาพประกอบ, ที่มีตัวอย่างประกอบ

illustrious (อิลัซ' เทรียซ) *adj.* เด่น, มีชื่อเสียง, สว่างไสว **-illustriously** *adv.* (-S. eminent)

★**image** (อิม' มิจ) *n.* รูปถ่าย, รูปปั้น, ภาพบนกระจก, ภาพบนจอ, รูปจำลอง, ภาพในใจ, จินตนาการ, สัญลักษณ์, ภาพพจน์ *-vt.* **-aged, -aging** แสดงเครื่องหมายหรือสัญลักษณ์, นึกภาพในใจ (-S. (v.) imagine)

imagery (อิม' มิจรี) *n., pl.* **-ries** ภาพในใจ, การอุปมาอุปไมย, จินตนาการ

imaginable (อิแมจ' จะนะเบิล) *adj.* เท่าที่จะจินตนาการหรือนึกภาพได้ **-imaginability** *n.* **-imaginably** *adv.* (-S. likely, possible)

★**imaginary** (อิแมจ' จะเนอรี) *adj.* ซึ่งเป็นเพียงจินตนาการ, ซึ่งไม่จริง **-imaginarily** *adv.*

★**imagination** (อิแมจจะเน' ชัน) *n.* การจินตนาการ, พลังความนึกคิด, การวาดมโนภาพ **-imaginational** *adj.* (-S. creativity, fancy)

imaginative (อิแมจ' จะนะทิฟว์) *adj.* ซึ่งมีจินตนาการ, ซึ่งไม่เป็นความจริง, ที่เป็นมโนภาพ **-imaginatively** *adv.* (-S. creative, ideal)

★**imagine** (อิแมจ' จิน) *v.* **-ined, -ining** *-vt.*

A B C D E F G H I J K L M N O P Q R S T U V W X Y Z

จินตนาการ, คาด, นึกคิด *-vi.* นึกเอา, จินตนาการ **-imaginer** *n.* (**-S.** fancy, think **-A.** depict)

imam, Imam (อิมาม') *n.* พระมุสลิมในสุเหร่า

imbecile (อิม' บะซิล, -เซิล) *n.* คนโง่ *-adj.* โง่ **-imbecilic** *adj.* **-imbecility** *n.*

imbed (อิมเบด') *v.* ดู embed

imbibe (อิมไบบ') *vi., vt.* **-bibed, -bibing** ดื่มเครื่องดื่มที่มีแอลกอฮอล์ (**-S.** drink)

imbroglio (อิมโบรล' โย) *n., pl.* **-glios** ความยุ่งเหยิง, ความสับสน (**-S.** chaos)

imbrue, embrue (อิมบรู', เอม-) *vt.* **-brued, -bruing** ทำให้เปื้อน, ทำให้ชุ่มโชก

imbue (อิมบิว') *vt.* **-bued, -buing** ดลใจ

IMF ย่อจาก International Monetary Fund กองทุนการเงินระหว่างประเทศ

imitate (อิม' มิเทท) *vt.* **-tated, -tating** เลียนแบบ **-imitator** *n.* **-imitative** *adj.* (**-S.** copy)

imitation (อิมมิเท' ชัน) *n.* การ (ของ) เลียนแบบ *-adj.* ซึ่งทำเลียนแบบ (**-S.** (n.) copy)

immaculate (อิแมค' เคียลิท) *adj.* ซึ่งไม่มีจุดด่าง, บริสุทธิ, ซึ่งไม่มีมลทิน, ซึ่งไม่มีข้อบกพร่อง **-immaculately** *adv.* (**-S.** clean, pure)

immanent (อิม' มะเนินท) *adj.* ซึ่งฝังอยู่ในใจ, ที่อยู่ภายใน **-immanently** *adv.*

immaterial (อิมมะเทีย' เรียล) *adj.* ไม่สำคัญ, ไม่มีตัวตน **-immaterially** *adv.* (**-S.** inessential)

immature (อิมมะทัวร์') *adj.* ซึ่งยังไม่เติบโตเต็มที่, ที่ยังไม่สุกงอม, ซึ่งยังไม่สมบูรณ์ **-immaturely** *adv.* **-immaturity** *n.* (**-S.** young)

immeasurable (อิเมฌ' เฌอระเบิล) *adj.* ซึ่งไม่สามารถวัดได้ **-immeasurably** *adv.*

★**immediate** (อิมี' ดีอิท) *adj.* ทันที, กะทันหัน, ฉับพลัน, ใกล้ชิด, โดยตรง **-immediacy** *n.* **-immediately** *adv.* (**-S.** close, instant)

immemorial (อิมมะมอ' เรียล) *adj.* เก่าแก่มากจนจำไม่ได้ **-immemorially** *adv.*

immense (อิเมนซ') *adj.* ใหญ่มาก, มหึมา, ดีเยี่ยม **-immensely** *adv.* **-immensity** *n.* (**-S.** excellent, great, huge **-A.** small)

immerse (อิเมิร์ซ') *vt.* **-mersed, -mersing** จุ่ม, แช่, หมกมุ่น, ฝัง **-immersible** *adj.*

immersion (อิเมอร์' ฌัน) *n.* การจุ่ม, การแช่, การหมกมุ่น, การมีใจจดจ่อ

★**immigrant** (อิม' มิเกรินท) *n.* ผู้อพยพจากประเทศหนึ่งเพื่อไปอยู่อีกประเทศหนึ่ง

★**immigrate** (อิม' มิเกรท) *v.* **-grated, -grating** *-vi.* อพยพเข้า *-vt.* ส่งออก **-immigration** *n.*

imminent (อิม' มะเนินท) *adj.* จวนตัว, ฉุกละหุก, ใกล้อันตราย **-imminently** *adv.* (**-S.** close)

immiscibel (อิมิซ' ซะเบิล) *adj.* ที่ผสมเข้ากันไม่ได้ **-immiscibility** *n.* **-immiscibly** *adv.*

immobile (อิโม' เบิล) *adj.* ซึ่งไม่สามารถเคลื่อนที่ได้ **-immobility** *n.* (**-S.** fixed, frozen)

immobilize (อิโม' บะไลซ) *vt.* **-lized, -lizing** ทำให้เคลื่อนที่ไม่ได้, ทำให้หยุดนิ่ง **-immobilization** *n.* **-immobilizer** *n.* (**-S.** freeze, stop)

immoderate (อิมอด' เดอริท) *adj.* ซึ่งเกินความพอดี **-immoderately** *adv.* (**-S.** excessive)

immodest (อิมอด' ดิซท) *adj.* ซึ่งไม่ถ่อมตัว, หยิ่ง **-immodestly** *adv.* (**-S.** arrogant)

immolate (อิม' มะเลท) *vt.* **-lated, -lating** ฆ่าเพื่อบูชายัญหรือสังเวย **-immolation** *n.*

immoral (อิมอ' เริล) *adj.* ซึ่งผิดศีลธรรม **-immorally** *adv.* **-immorality** *n.* (**-S.** bad)

immortal (อิมอร์' เทิล) *adj.* อมตะ *-n.* คนหรือสิ่งที่เป็นอมตะ **-immortally** *adv.*

immortalize (อิมอร์' เทิลไลซ) *vt.* **-ized, -izing** ทำให้เป็นอมตะหรือไม่รู้จักตาย

immovable (อิมู' วะเบิล) *adj.* ไม่เคลื่อนไหว, ไม่เปลี่ยนแปลง **-immovably** *adv.* (**-S.** firm)

immune (อิมิวน') *adj.* ยกเว้น, ซึ่งมีภูมิคุ้มกัน *-n.* ผู้มีภูมิคุ้มกัน (**-S.** (adj.) exempt)

immunity (อิมิว' นิที) *n., pl.* **-ties** ภาวะที่มีภูมิคุ้มกันโรค, อิสรภาพ (**-S.** exemption, freedom)

immunize (อิม' เมียไนซ) *vt.* **-nized, -nizing** ทำให้ยกเว้น, มีภูมิคุ้มกัน **-immunization** *n.*

immutable (อิมิว' ทะเบิล) *adj.* ไม่เปลี่ยนแปลง **-immutability** *n.* **-immutably** *adv.*

imp (อิมพ) *n.* เด็กซน, ปีศาจน้อย

★**impact** (อิม' แพคท) *n.* การ (แรง) ปะทะ, ผล (แรง) กระทบ, การกระทบ *-v.* **-pacted, -pacting** *-vt.* อัดแน่น, ปะทะ, มีผลกระทบ *-vi.* มีผลกระทบ, ปะทะ (**-S.** (n.) effect (v.) crash)

impair (อิมแพร์') *vt.* **-paired, -pairing** ทำให้อ่อนแอหรือเสียหาย **-impairment** *n.*

impale, empale (อิมเพล', เอม-) *vt.* **-paled, -paling** เสียบ, แทง **-impalement** *n.*

impalpable (อิมแพล' พะเบิล) *adj.* ยากที่จะเข้าใจ, ซึ่งไม่สามารถรู้ได้จากการสัมผัส

impanel, empanel (อิมแพน' เนิล, เอ็ม-) *vt.* **-eled, -eling/-elled, -elling** เข้าชื่ออยู่ในบัญชีรายชื่อคณะลูกขุน **-impanelment** *n.*

imparity (อิมแพ' ริที) *n., pl.* **-ties** ความไม่เท่าเทียม, ความไม่เสมอภาค

impart (อิมพาร์ท') *vt.* **-parted, -parting** บอก, แจ้ง, เปิดเผย, ให้ (**-S.** disclose, reveal)

impartial (อิมพาร์' เชิล) *adj.* ซึ่งไม่ลำเอียง **-impartiality** *n.* **-impartially** *adv.* (**-S.** fair)

impassable (อิมแพซ' ซะเบิล) *adj.* ซึ่งผ่านหรือเอาชนะไม่ได้ **-impassably** *adv.*

impasse (อิม' แพซ) *n.* ถนนหรือทางตัน, สถานการณ์ที่อับจน (**-S.** deadlock)

impassible (อิมแพซ' ซะเบิล) *adj.* ซึ่งไม่เจ็บปวด **-impassibly** *adv.*

impassioned (อิมแพซ' ชันด์) *adj.* เร่าร้อน, อย่างกระตือรือร้น (**-S.** ardent, excited)

impassive (อิมแพซ' ซิฟว์) *adj.* ซึ่งไม่แสดงความรู้สึก, ใจเย็น, สงบ **-impassively** *adv.* **-impassiveness, impassivity** *n.*

★**impatient** (อิมเพ' เชินท์) *adj.* ซึ่งไม่อดทน, ใจร้อน **-impatience** *n.* (**-S.** abrupt, hasty)

impeach (อิมพีช') *vt.* **-peached, -peaching** กล่าวโทษ, ฟ้องร้อง, ทำให้ไม่น่าเชื่อถือ **-impeacher** *n.* **-impeachment** *n.* (**-S.** accuse)

impeachable (อิมพี' ชะเบิล) *adj.* ซึ่งฟ้องร้องได้ **-impeachability** *n.*

impeccable (อิมเพค' คะเบิล) *adj.* ซึ่งไม่มีตำหนิหรือข้อบกพร่อง, ซึ่งไม่ทำบาปหรือทำผิด **-impeccably** *adv.* (**-S.** exact, flawless)

impecunious (อิมพิคิว' เนียซ) *adj.* ซึ่งไม่มีเงิน **-impecuniously** *adv.* (**-S.** indigent)

impede (อิมพีด') *vt.* **-peded, -peding** ขัดขวาง, ต้านทาน **-impeder** *n.* (**-S.** brake, delay)

impediment (อิมเพด' ดะเมินท์) *n.* อุปสรรค, การขัดขวาง **-impedimental** *adj.* (**-S.** barrier)

impedimenta (อิมเพดดะเมน' ทะ) *n. pl.* สิ่งที่ขัดขวางหรือถ่วงความเจริญ

impel (อิมเพล') *vt.* **-pelled, -pelling** ผลักดัน

impeller (อิมเพล' เลอร์) *n.* ผู้ผลักดัน

impend (อิมเพนด์') *vi.* **-pended, -pending** คุกคาม, ใกล้จะเกิดขึ้น (**-S.** threaten)

imperative (อิมเพอ' ระทิฟว์) *adj.* จำเป็น, ซึ่งหลบเลี่ยงไม่ได้ *-n.* คำสั่ง **-imperatively** *adv.* **-imperativeness** *n.* (**-S.** (adj.) crucial)

imperceptible (อิมเพอร์เซพ' ทะเบิล) *adj.* เล็กน้อย, ซึ่งยากที่จะรู้สึก **-imperceptibility** *n.* **-imperceptibly** *adv.* (**-S.** faint, tiny)

imperfect (อิมเพอร์' ฟิคท์) *adj.* ไม่สมบูรณ์ **-imperfectly** *adv.* (**-S.** immature **-A.** perfect)

imperfection (อิมเพอร์เฟค' ชัน) *n.* ความไม่สมบูรณ์, ข้อบกพร่อง

imperial (อิมเพีย' เรียล) *adj.* เกี่ยวกับอาณาจักร, เกี่ยวกับจักรวรรดิ, เกี่ยวกับจักรพรรดิ, หรือจักรพรรดินี *-n.* จักรพรรดิ, จักรพรรดินี, สิ่งที่มีคุณภาพพิเศษ **-imperially** *adv.*

imperialism (อิมเพีย' เรียลิเซิม) *n.* ลัทธิล่าอาณานิคม, ลัทธิหรือการปกครองแบบจักรวรรดินิยม **-imperialist** *adj., n.* **-imperialistic** *adj.*

imperil (อิมเพอ' เริล) *vt.* **-iled, -iling/-illed, -illing** เป็นอันตราย (**-S.** endanger)

imperious (อิมเพีย' เรียซ) *adj.* หยิ่งยโส **-imperiously** *adv.* (**-S.** arrogant **-A.** docile)

imperium (อิมเพีย' เรียม) *n., pl.* **-peria** อำนาจสูงสุด, อาณาจักร, เขตอำนาจ

impersonal (อิมเพอร์' ซะเนิล) *adj.* ซึ่งไม่ใช่ส่วนตัว, ที่ไม่มีลักษณะของมนุษย์ **-impersonality** *n.* **-impersonally** *adv.* (**-S.** inhuman)

impersonate (อิมเพอร์' ซะเนท) *vt.* **-ated, -ating** เลียนแบบ, แกล้งทำ, ปลอมแปลง **-impersonation** *n.* (**-S.** act, imitate)

impertinent (อิมเพอร์' เทินเนินท์) *adj.* อวดดี, หยาบคาย **-impertinence** *n.* (**-S.** impolite)

impervious (อิมเพอร์' เวียซ) *adj.* ซึ่งผ่านเข้าไปไม่ได้, ซึ่งไม่กระทบกระเทือน

impetuous (อิมเพช' ชูเอิซ) *adj.* ใจร้อน, หุนหันพลันแล่น **-impetuously** *adv.* **-impetuousity** *n.* (**-S.** ardent, eager)

impetus (อิม' พิเทิซ) *n., pl.* **-tuses** แรงกระตุ้น, แรงผลักดัน, แรงบันดาลใจ (**-S.** force)

impiety (อิมไพ' อิที) *n., pl.* **-ties** การขาดความเคารพ, การกระทำที่ขาดความเคารพ

impinge (อิมพินจ์') *v.* **-pinged, -pinging** *-vi.* ปะทะ, บุกรุก *-vt.* รุก, ล่วงล้ำ (**-S.** strike)

impious (อิม' เพียซ) *adj.* ซึ่งไม่เคารพ, ซึ่งไม่เลื่อมใสศรัทธา (**-S.** godless, sinful)

impish (อิม' พิช) *adj.* ซุกซน **-impishly** *adv.* **-impishness** *n.* (**-S.** mischievous)

implacable (อิมแพลค' คะเบิล) *adj.* ซึ่งไม่ยอมอ่อนข้อ, ซึ่งเป็นปรปักษ์ **-implacably** *adv.*

implant (อิมแพลนท์') *v.* **-planted, -planting** *-vt.* ฝัง (เสา), ปลูกฝัง, สอดใส่ *-vi.* ทำให้ไข่ที่ผสมแล้วฝังตัวที่ผนังมดลูก **-implantation** *n.*

implement (อิม' พละเมินท์) *n.* เครื่องมือ, อุปกรณ์ *-vt.* **-mented, -menting** ทำให้เป็นผลสำเร็จ, จัดเครื่องมือให้ **-implementation** *n.* (**-S.** (n., v.) instrument **-A.** (n.) labor)

implicate (อิม' พลิเคท) *vt.* **-cated, -cating** พัวพัน, เกี่ยวข้อง (**-S.** entangle, include)

A B C D E F G H I J K L M N O P Q R S T U V W X Y Z

implication (อิมพลิเค' ชัน) *n.* การพัวพัน, ความหมายโดยนัย (-S. association, connection)

implicit (อิมพลิซ' ซิท) *adj.* ซึ่งแสดงเป็นนัย **-implicitly** *adv.* (-S. contained, latent)

implore (อิมพลอร์') *vt., vi.* **-plored, -ploring** อ้อนวอน, ขอร้อง, วิงวอน **-imploration** *n.* **-imploringly** *adv.* (-S. beg, plead)

implosion (อิมโพล' ฌัน) *n.* การระเบิดภายใน

imply (อิมไพล') *vt.* **-plied, -plying** บอกเป็นนัย, มีความหมายว่า (-S. hint, involve -A. declare)

impolite (อิมพะไลท์') *adj.* ที่ไม่สุภาพ **-impolitely** *adv.* **-impoliteness** *n.* (-S. rough, rude)

impolitic (อิมพอล' ลิทิค) *adj.* ไม่ฉลาด

★**import** (อิมพอร์ท') *v.* **-ported, -porting** *-vt.* นำสินค้าเข้าประเทศ, แสดงนัย, หมายความว่า *-vi.* มีความสำคัญ, มีความหมาย *-n.* สิ่งที่นำเข้ามา, การนำเข้าสินค้า, ความหมาย, ความสำคัญ **-importer** *n.* (-S. (n.) meaning)

★**important** (อิมพอร์' เทินท์) *adj.* สำคัญ, ซึ่งมีความหมายมาก, ซึ่งมีอำนาจมาก, ซึ่งมีฐานะสูงส่ง, ใหญ่โต **-importantly** *adv.* **-importance** *n.* (-S. expressive, great -A. trivial)

importation (อิมพอร์เท' ชัน) *n.* สินค้านำเข้า, การนำสินค้าเข้าประเทศ

importunate (อิมพอร์' ชะนิท) *adj.* ซึ่งรบเร้า **-importunately** *adv.* (-S. persistent)

importune (อิมพอร์ทูน') *v.* **-tuned, -tuning** *-vt.* รบเร้า, เรียกร้อง, รบกวน *-vi.* รบเร้าไม่หยุด

importunity (อิมพอร์ทู' นิที) *n., pl.* **-ties** การรบเร้า, การเรียกร้อง

impose (อิมโพซ') *v.* **-posed, -posing** *-vt.* กำหนด, หลอกลวง, จัดเก็บ (ภาษี), ยัดเยียดให้, กำหนดโทษ, บังคับ *-vi.* เอาเปรียบ **-imposer** *n.* (-S. decree, fix)

imposing (อิมโพ' ซิง) *adj.* ประทับใจ, โอ่อ่า **-imposingly** *adv.* (-S. dignified, grand)

imposition (อิมพะซิช' ชัน) *n.* การกำหนดให้มี, การกำหนดโทษ, การบังคับ, การรับ, การยัดเยียด, การจัดเก็บภาษี, การหลอกลวง

★**impossible** (อิมพอซ' ซะเบิล) *adj.* ซึ่งเป็นไปไม่ได้, ซึ่งรับไม่ได้ **-impossibly** *adv.* **-impossibility** *n.* (-S. impracticable, inconceivable)

impost (อิม' โพซท์) *n.* ภาษี

impostor (อิมพอซ' เทอร์) *n.* คนหลอกลวง

imposture (อิมพอซ' เชอร์) *n.* การโกง

impotence, impotency (อิม' พะเทินซ์, -เทินซี) *n.* การไร้ประสิทธิภาพ, การหย่อนสมรรถภาพทางเพศ **-impotent** *adj.*

impound (อิมเพานด์') *vt.* **-pounded, -pounding** เก็บกัก, กักกัน, ยึด **-impounder** *n.*

impoverish (อิมพอฟว' เวอริช) *vt.* **-ished, -ishing** ทำให้ยากจน, ทำให้อ่อนแรง, ทำให้เสื่อม **-impoverishment** *n.* **-impoverished** *adj.*

impracticable (อิมแพรค' ทิคะเบิล) *adj.* ที่ผ่านไม่ได้หรือทำไม่ได้, ซึ่งใช้ไม่ได้ **-impracticably** *adv.* (-S. useless)

impractical (อิมแพรค' ทิเคิล) *adj.* ซึ่งจัดการไม่ได้หรือทำไม่ได้, ซึ่งไม่เป็นประโยชน์ **-impracticality** *n.* (-S. impossible, unrealistic)

imprecate (อิม' พริเคท) *vt.* **-cated, -cating** สาปแช่ง **-imprecator** *n.* **-imprecatory** *adj.*

imprecation (อิมพริเค' ชัน) *n.* การสาปแช่ง

impregnable (อิมเพรก' นะเบิล) *adj.* ซึ่งไม่สามารถตีฝ่าเข้าไปได้, เหนียวแน่น

impregnate (อิมเพรก' เนท) *vt.* **-nated, -nating** ทำให้ตั้งครรภ์, ทำให้อิ่มตัว

impresario (อิมพริซา' รีโอ) *n., pl.* **-os** ผู้จัดการ, นักจัดรายการ

★**impress**[1] (*v.* อิมเพรซ', *n.* อิม' เพรซ) *vt.* **-pressed, -pressing** ประทับใจ, ทำร่องรอย, กด, ฝังใจ *-n.* ความประทับใจ, รอยประทับ

impress[2] (*v.* อิมเพรซ', *n.* อิม' เพรซ) *vt.* **-pressed, -pressing** เกณฑ์ (คน), ยึดทรัพย์สิน *-n.* การเกณฑ์ (คน), การยึดทรัพย์สิน

impressible (อิมเพรซ' ซะเบิล) *adj.* ซึ่งประทับใจได้ง่าย, ซึ่งโน้มน้าวใจได้ง่าย

★**impression** (อิมเพรช' ชัน) *n.* รอยประทับ, รอยกด, สิ่งที่ประทับใจ (-S. effect, feeling)

impressionable (อิมเพรช' ชะนะเบิล) *adj.* ซึ่งโน้มน้าวใจได้ง่าย **-impressionability** *n.*

impressionism, Impressionism (อิมเพรช' ชะนิเซิม) *n.* ทฤษฎีหรือรูปแบบการเขียนภาพที่มีต้นกำเนิดจากความประทับใจอย่างทันทีในสิ่งที่ได้พบเห็น **-impressionist** *n.*

★**impressive** (อิมเพรซ' ซิฟว์) *adj.* ซึ่งประทับใจ **-impressively** *adv.* **-impressiveness** *n.*

imprimatur (อิมพระมา' ทัวร์) *n.* การอนุญาต, ใบอนุญาต, การอนุมัติ (-S. sanction)

imprint (อิมพรินท์') *vt.* **-printed, -printing** กด, ประทับ, ตรึงใจ *-n.* รอยกด, รอยประทับ, ผลกระทบ (-S. (n., v.) stamp)

imprison (อิมพริซ' เซิน) *vt.* **-oned, -oning** กักขัง, จำคุก **-imprisonment** *n.* (-S. jail)

improbable (อิมพรอบ' อะเบิล) *adj.* ซึ่งไม่น่า

เป็นไปได้ -improbableness *n.* -improbably *adv.* -improbability *n.* (-S. unlikely, weak)
impromptu (อิมพรอมพ' ทู) *adj.* ซึ่งไม่ได้เตรียมมาก่อน, เฉพาะหน้า, กะทันหัน *-adv.* ซึ่งไม่ได้เตรียมล่วงหน้า *-n.* การพูดหรือการแสดงที่ไม่ได้เตรียมมาก่อน (-S. (adj., adv.) offhand)
improper (อิมพรอพ' เพอร์) *adj.* ซึ่งไม่เหมาะสม, ซึ่งไม่ถูกต้อง, ซึ่งผิดปกติ -improperly *adv.* -improperness *n.* (-S. abnormal)
★**improve** (อิมพรูฟว') *v.* -proved, -proving *-vt.* ปรับปรุง, แก้ไข *-vi.* ดีขึ้น, มีค่ามากขึ้น -improvement *n.* (-S. better, develop)
improvident (อิมพรอฟว' วิเดินท์) *adj.* ซึ่งไม่ได้เตรียมการสำหรับอนาคต, ซึ่งไม่ระวัง -improvidence *n.* -improvidently *adv.*
improvise (อิม' พระไวซ) *vi., vt.* -vised, -vising ทำ แต่ง หรือพูดโดยไม่ได้เตรียมตัวมาก่อน -improvisation *n.* (-S. invent)
imprudent (อิมพรูด' เดินท์) *adj.* ไม่รอบคอบ -imprudence *n.* (-S. foolish -A. modest)
impudent (อิม' เพียเดินท์) *adj.* โอหัง, ทะลึ่ง -impudently *adv.* -impudence *n.* (-S. bold)
impugn (อิมพิวน') *vt.* -pugned, -pugning แย้ง, ตำหนิ, กล่าวหา -impugner *n.*
impulse (อิม' พัลซ) *n.* แรงกระตุ้น, แรงผลักดัน, แรงดลใจ (-S. force -A. rebuff)
impulsion (อิมพัล' ชัน) *n.* การ (แรง) กระตุ้น
impulsive (อิมพัล' ซิฟว) *adj.* หุนหันพลันแล่น, ใจเร็ว -impulsively *adv.* -impulsiveness, impulsivity *n.* (-S. hasty, quick)
impunity (อิมพิว' นิที) *n., pl.* -ties การยกเว้นโทษ
impure (อิมเพียวร') *adj.* -purer, -purest ไม่บริสุทธิ์, ผิดศีลธรรม -impurely *adv.* (-S. foul)
impurity (อิมเพียว' ริที) *n., pl.* -ties ความไม่บริสุทธิ์, การปนเปื้อน, บาป (-S. mixture)
imputable (อิมพิว' ทะเบิล) *adj.* ซึ่งถูกกล่าวหาได้ -imputably *adv.*
impute (อิมพิวท์') *vt.* -puted, -puting กล่าวหา, ใส่ร้าย -imputation *n.*
★**in** (อิน) *prep.* ใน, ภายใน, ข้างใน, ในระหว่าง, โดยวิธี, ในสภาพ *-adv.* ใน, อยู่ข้างใน, ภายใน *-adj.* อยู่ภายใน, ใกล้เข้ามา *-n.* ผู้ที่มีอำนาจ -in that เนื่องจาก
inability (อินอะบิล' ลิที) *n.* การขาดความสามารถ (-S. impotence, incapacity)
inaccessible (อินแอคเซซ' ซะเบิล) *adj.* ซึ่งเข้าไปไม่ได้, ซึ่งเข้ายาก -inaccessibility *n.* -inaccessibly *adv.* (-S. impassable, remote)
inaccurate (อินแอค' เคียริท) *adj.* ซึ่งไม่แม่นยำ, ซึ่งไม่ละเอียด -inaccurately *adv.* -inaccurateness *n.* -inaccuracy *n.* (-S. careless)
inaction (อินแอค' ชัน) *n.* การอยู่เฉย, ความขี้เกียจ (-S. inertia, rest)
inactive (อินแอค' ทิฟว) *adj.* เฉื่อยชา, ขี้เกียจ, ซึ่งอยู่เฉยๆ -inactivity *n.* (-S. idle)
inadequate (อินแอด' ดิควิท) *adj.* ซึ่งไม่เพียงพอ, ที่ขาดแคลน -inadequately *adv.* -inadequacy *n.* (-S. defective, deficient)
inadvertent (อินเอิดเวอร์' เทินท์) *adj.* ซึ่งไม่สนใจ, ประมาท -inadvertently *adv.* -inadvertence, inadvertency *n.*
inadvisable (อินเอิดไว' ซะเบิล) *adj.* ซึ่งไม่ฉลาด -inadvisability *n.* (-S. unwise)
inane (อินเอน') *adj.* -aner, -anest ว่างเปล่า, โง่ -inanely *adv.* (-S. empty, stupid)
inanimate (อินแอน' นะมิท) *adj.* ซึ่งไม่มีชีวิต, ซึ่งไม่สดใส -inanimately *adv.* (-S. dead)
inapplicable (อินแอพ' พลิคะเบิล) *adj.* ซึ่งใช้ไม่ได้ -inapplicably *adv.*
inappreciable (อินอะพรี' ชะเบิล) *adj.* แทบจะมองไม่เห็น, ซึ่งไม่สำคัญ, เล็กน้อย
inapprehensible (อินแอพพรีเฮน' ซะเบิล) *adj.* ซึ่งไม่สามารถเข้าใจได้
inappropriate (อินอะโพร' พรีอิท) *adj.* ซึ่งไม่เหมาะสม -inappropriately *adv.* -inappropriateness *n.* (-S. improper, tasteless)
inapt (อินแอพท์') *adj.* ไม่เหมาะ -inaptly *adv.*
inaptitude (อินแอพ' ทิทูด) *n.* ความไม่เหมาะ
inarticulate (อินอาร์ทิค' เคียลิท) *adj.* ซึ่งพูดไม่ออก, น้ำท่วมปาก -inarticurately *adv.* -inarticulateness, inarticulacy *n.* (-S. dumb)
inartistic (อินอาร์ทิซ' ทิค) *adj.* ไม่ตรงตามหลัก
inasmuch as เนื่องจาก, ด้วยเหตุที่
inattentive (อินอะเทน' ทิฟว) *adj.* ซึ่งไม่สนใจ -inattentively *adv.* -inattention *n.*
inaudible (อินออ' ดะเบิล) *adj.* ซึ่งไม่ได้ยิน -inaudibly *adv.* (-S. indistinct)
inaugurate (อินออ' เกียเรท) *vt.* -rated, -rating เริ่มเป็นทางการ, เข้ารับตำแหน่งอย่างเป็นทางการ -inauguration *n.* (-S. begin)
inauguration day วันเข้ารับตำแหน่งอย่างเป็นทางการของประธานาธิบดีสหรัฐอเมริกา ซึ่งตรงกับวันที่ 20 มกราคม

A B C D E F G H J K L M N O P Q R S T U V W X Y Z

inboard (อิน' บอร์ด) *adj.* ภายในตัวเรือหรือเครื่องบิน *-n.* เครื่องยนต์ที่อยู่ภายในตัวเรือ

inborn (อิน' บอร์น) *adj.* โดยธรรมชาติ

inbreeding (อิน' บรีดิง) *n.* การผสมพันธุ์กันระหว่างพ่อแม่ที่มีสายพันธุ์ใกล้ชิดกัน

incalescent (อินคะเลซ' เซินท์) *adj.* เร่าร้อน

incandescent (อินเคินเดซ' เซินท์) *adj.* ซึ่งสว่างจ้า, ฉลาดปราดเปรื่อง, (อารมณ์) เร่าร้อน **-incandescently** *adv.*

incandescent lamp หลอดไฟฟ้าชนิดที่มีลวดเส้นเล็กๆ อยู่ภายในหลอด

incantation (อินแคนเท' ชัน) *n.* พิธีร่ายเวทมนตร์คาถา, เวทมนตร์คาถา

incapable (อินเค' พะเบิล) *adj.* ซึ่งขาดความสามารถหรือคุณสมบัติ **-incapability** *n.* **-incapably** *adv.* (**-S.** unable **-A.** able)

incapacitate (อินคะแพซ' ซิเทท) *vt.* **-tated, -tating** ทำให้ไร้ความสามารถ (คุณสมบัติ)

incapacity (อินคะแพซ' ซิที) *n., pl.* **-ties** การขาดความสามารถ (**-S.** impotence, weakness)

incarcerate (อินคาร์' ซะเรท) *vt.* **-ated, -ating** จำคุก **-incarceration** *n.* (**-S.** confine)

incarnate (อินคาร์' นิท) *adj.* ซึ่งเป็นตัวเป็นตนขึ้นมา, ซึ่งเป็นสีเลือด *-vt.* **-nated, -nating** จุติ **-incarnator** *n.* **-incarnation** *n.*

incendiary (อินเซน' เดียรี) *adj.* เกี่ยวกับการลอบวางเพลิง, ซึ่งทำให้เกิดเพลิงไหม้ขึ้นได้ *-n. pl.* **-ies** ผู้ลอบวางเพลิง, วัตถุระเบิด, ผู้ก่อกวน

incense[1] (อินเซนซ์') *vt.* **-censed, -censing** ทำให้โกรธอย่างมาก (**-S.** anger, inflame)

incense[2] (อิน' เซนซ์) *n.* กำยาน, เครื่องหอม, กลิ่นหอม, ธูปหอม

incentive (อินเซน' ทิฟว์) *n.* สิ่งกระตุ้น, เครื่องสนับสนุน *-adj.* ซึ่งกระตุ้น (**-S.** (n.) impulse)

inception (อินเซพ' ชัน) *n.* การเริ่มต้น

incessant (อินเซซ' เซินท์) *adj.* ต่อเนื่อง, ติดต่อกัน **-incessantly** *adv.* (**-S.** constant)

incest (อิน' เซซท์) *n.* การมีเพศสัมพันธ์กันระหว่างบุคคลที่มีความสัมพันธ์กันทางสายเลือด เช่น พี่ชายกับน้องสาว หรือพ่อกับลูกสาว

***inch** (อินช์) *n.* หน่วยความยาวที่เท่ากับ 1⁄12 ฟุต (2.54 เซนติเมตร) *-vi., vt.* **inched, inching** เคลื่อนที่หรือทำให้เคลื่อนที่ได้ทีละน้อย

inchmeal (อินช์' มีล) *adv.* ทีละน้อย

inchoate (อินโค' อิท) *adj.* เพิ่งเริ่มต้น

incidence (อิน' ซิเดินซ์) *n.* การเกิดขึ้น, เหตุการณ์ (**-S.** occurence)

***incident** (อิน' ซิเดินท์) *n.* เหตุการณ์, สิ่งที่เกิดขึ้น *-adj.* ซึ่งมักจะเกิดขึ้น, ซึ่งเกี่ยวข้องกับสิ่งอื่น (**-S.** (n.) event, happening)

incidental (อินซิเดน' เทิล) *adj.* ซึ่งมักเกิดขึ้น, เล็กน้อย, บังเอิญ *-n.* เรื่องบังเอิญ, สิ่งเล็กน้อย (**-S.** (adj.) casual)

incidentally (อินซิเดน' เทิลลี) *adv.* โดยบังเอิญ, อย่างเกี่ยวเนื่องกัน, อนึ่ง, แล้วแต่โอกาสจะอำนวย

incinerate (อินซิน' นะเรท) *v.* **-ated, -ating** *-vt.* ทำให้เผาไหม้เป็นเถ้าถ่าน *-vi.* เผาไหม้อย่างสมบูรณ์ **-incineration** *n.*

incinerator (อินซิน' นะเรเทอร์) *n.* เตาเผาหรือผู้เผาของให้เป็นเถ้าถ่าน

incipient (อินซิพ' เพียนท์) *adj.* ซึ่งเริ่มต้น **-incipiently** *adv.* (**-S.** starting)

incision (อินซิฌ' ฉัน) *n.* การผ่า, ความคม, การแกะสลัก, รอยผ่า, รอยตัด (**-S.** cut, gash)

incisive (อินไซ' ซิฟว์) *adj.* แหลม, คม, หลักแหลม **-incisively** *adv.* (**-S.** acute, keen)

incisor (อินไซ' เซอร์) *n.* ฟันตัด, ฟันหน้า

incite (อินไซท์') *vt.* **-cited, -citing** กระตุ้น, เร่งเร้า, ยุยง **-incitement** *n.* (**-S.** drive)

incivility (อินซิวิล' ลิที) *n., pl.* **-ties** ความไม่สุภาพ (**-S.** discourtesy **-A.** politeness)

inclement (อินเคลม' เมินท์) *adj.* รุนแรง

inclination (อินคละเน' ชัน) *n.* การโน้มเอียง, ความเบี่ยงเบน, ความเอียงลาด, สิ่งที่ชอบ (**-S.** preference, slope **-A.** dislike, straightness)

incline (อินไคลน์') *v.* **-clined, -clining** *-vi.* เบี่ยงเบน, เอียง, โน้มเอียง (จิตใจ), มีแนวโน้ม *-vt.* ทำให้โน้มเอียง **-incliner** *n.* (**-S.** bend, slope)

inclined (อินไคลนด์') *adj.* โน้มเอียง, เบี่ยงเบน

***include** (อินคลูด') *vt.* **-cluded, -cluding** รวมเข้า, ครอบคลุมถึง, ประกอบด้วย **-includable** *adj.* **-inclusion** *n.* (**-S.** cover)

inclusive (อินคลู' ซิฟว์) *adj.* รวมด้วย, ครอบคลุม **-inclusively** *adv.*

incognito (อินคอกนี' โท) *adv., adj.* ซึ่งปิดบังชื่ออันแท้จริง *-n., pl.* **-tos** ผู้ที่ปิดบังชื่อ

incoherent (อินโคเฮีย' เรินท์) *adj.* ซึ่งไม่เกาะกัน, ซึ่งขาดการเกี่ยวข้องสัมพันธ์กัน, ซึ่งไม่ต่อเนื่อง, ร่วน, ซึ่งเข้ากันไม่ได้ **-incoherently** *adv.* **-incoherentness** *n.* (**-S.** loose **-A.** coherent)

incombustible (อินเคิมบัซ' ทะเบิล) *adj.* ซึ่งไม่สามารถเผาไหม้ได้ *-n.* วัสดุหรือสิ่งที่ไม่ไหม้

***income** (อิน' คัม) *n.* รายได้, รายรับ, เงินได้

income tax ภาษีเงินได้
incoming (อิน' คัมมิ่ง) *adj.* ซึ่งเข้ามา, ซึ่งเพิ่งได้รับเลือกหรือแต่งตั้ง, ใหม่ *-n.* การเข้ามา, รายได้ (-S. (adj.) new)
incommode (อินคะโมด') *vt.* **-moded, -moding** ทำให้ไม่สะดวก
incommodious (อินคะโม' เดียซ) *adj.* ซึ่งไม่สะดวก, แคบ **-incommodiously** *adv.*
incommunicado (อินคะมิวนิคา' โด) *adv., adj.* ซึ่งไม่สามารถติดต่อกับใครได้
incomparable (อินคอม' เพอระเบิล) *adj.* ซึ่งไม่สามารถเปรียบเทียบได้, ซึ่งหาที่เปรียบไม่ได้ **-incomparability** *n.* **-incomparably** *adv.* (-S. matchless, unique -A. common, ordinary)
incompatible (อินเคิมแพท' ทะเบิล) *adj.* ซึ่งไม่สามารถเข้ากันได้, ซึ่งขัดแย้งกัน, ซึ่งไม่สามารถครอบครองไว้พร้อมกันได้โดยคนเพียงคนเดียว *-n.* คนหรือสิ่งที่ไม่สามารถเข้ากันได้ **-incompatibility** *n.* (-S. (adj.) discordant)
incompetent (อินคอม' พิเทินท์) *adj.* ไร้ความสามารถหรือความชำนาญ *-n.* ผู้ไร้ความสามารถ **-incompetence, incompetency** *n.* **-incompetently** *adv.* (-S. (adj.) inept)
incomplete (อินเคิมพลีท') *adj.* ซึ่งไม่สมบูรณ์แบบ **-incompletely** *adv.* **-incompleteness, incompletion** *n.* (-S. imperfect)
incomprehensible (อินคอมพริเฮน' ซะเบิล) *adj.* ยากจะเข้าใจ, ซึ่งไม่มีขอบเขต **-incomprehensibly** *adv.* (-S. obscure)
inconceivable (อินเคินซี' วะเบิล) *adj.* ไม่น่าเชื่อ **-inconceivably** *adv.* (-S. impossible)
inconclusive (อินเคินคลู' ซิฟว์) *adj.* สรุปไม่ได้, ไม่สามารถลงมติได้ **-inconclusively** *adv.* **-inconclusiveness** *n.* (-S. ambiguous)
incongruous (อินคอง' กรูเอิซ) *adj.* ซึ่งไม่ลงรอยกัน, ซึ่งเข้ากันไม่ได้ **-incongruously** *adv.* **-incongruity** *n.* (-S. absurd, conflict)
inconsequent (อินคอน' ซิเควินท์) *adj.* ซึ่งไม่สมเหตุผล **-inconsequently** *adv.*
inconsiderable (อินเคินซิด' เดอระเบิล) *adj.* เล็กน้อย, ไม่สำคัญ **-inconsiderably** *adv.*
inconsiderate (อินเคินซิด' เดอริท) *adj.* ซึ่งไม่นึกถึงผู้อื่น, ซึ่งไม่ไตร่ตรอง, ซึ่งไม่เกรงใจ **-inconsiderately** *adv.* **-inconsiderateness, inconsideration** *n.* (-S. careless, thoughtless)
inconsistent (อินเคินซิซ' เทินท์) *adj.* ซึ่งเอาแน่ไม่ได้, ซึ่งไม่ลงรอยกัน **-inconsistently** *adv.* **-inconsistency** *n.* (-S. unstable)
inconsolable (อินเคินโซ' ละเบิล) *adj.* ซึ่งยากที่จะทำให้สบายใจขึ้นได้, ทุกข์โศก, หมดหวัง **-inconsolably** *adv.* (-S. joyless -A. cheerful)
inconspicuous (อินเคินสปิค' คิวเอิซ) *adj.* ซึ่งไม่เด่น **-inconspicuously** *adv.* **-inconspicuousness** *n.* (-S. modest, plain)
inconstant (อินคอน' สเติน์ท) *adj.* ซึ่งเปลี่ยนแปลงได้ **-inconstantly** *adv.* (-S. unstable)
incontestable (อินเคินเทซ' ทะเบิล) *adj.* ซึ่งไม่สามารถโต้แย้งได้ **-incontestably** *adv.*
incontinent (อินคอน' ทะเนินท์) *adj.* ซึ่งกลั้นปัสสาวะหรืออุจจาระไม่อยู่, ซึ่งมักมากในกาม **-incontinently** *adv.*
inconvenience (อินเคินวีน' เนียนซ์) *n.* ความไม่สะดวก, สิ่งที่ไม่สะดวก *-vt.* **-ienced, -iencing** ทำให้ไม่สะดวก
inconvenient (อินเคินวีน' เนียนท์) *adj.* ไม่สะดวกสบาย **-inconveniently** *adv.*
inconvertible (อินเคินเวอร์' ทะเบิล) *adj.* ซึ่งไม่สามารถเปลี่ยนได้ **-inconvertibly** *adv.*
inconvincible (อินเคินวิน' ซะเบิล) *adj.* ซึ่งไม่สามารถทำให้เชื่อหรือมั่นใจได้
incorporate (อินคอร์' พะเรท) *v.* **-rated, -rating** *-vt.* รวมเข้าด้วยกัน, รวมกันเข้าเป็นรูปแบบบริษัท *-vi.* รวมกัน *-adj.* ซึ่งรวมตัวกัน **-incorporable** *adj.* **-incorporation** *n.* **-incorporative** *adj.* (-S. (v.) mix)
incorrect (อินคะเรคท์') *adj.* ซึ่งไม่ถูกต้อง, ซึ่งไม่เหมาะสม **-incorrectly** *adv.* **-incorrectness** *n.* (-S. false, wrong -A. correct)
incorrigible (อินคอร์' ริจะเบิล) *adj.* ซึ่งไม่สามารถแก้ไขปรับปรุงได้ **-incorrigibly** *adv.*
incorruptible (อินคะรัพ' ทะเบิล) *adj.* ซึ่งไม่เน่าเปื่อย, ซื่อสัตย์ **-incorruptibly** *adv.*
★**increase** (อินครีซ') *vt., vi.* **-creased, -creasing** เพิ่มขึ้น, ทำให้มากขึ้น *-n.* การเพิ่มพูน **-increasingly** *adv.* (-S. (v.) expand)
incredible (อินเครด' ดะเบิล) *adj.* ซึ่งไม่น่าเชื่อ **-incredibly** *adv.* (-S. impossible -A. credible)
incredulous (อินเครจ' จะเลิซ) *adj.* ไม่น่าเชื่อ **-incredulously** *adv.* **-incredulity** *n.* (-S. disbelieving, doubtful)
increment (อิน' คระเมินท์) *n.* การเพิ่มจำนวน, ผลกำไร **-incremental** *adj.* (-S. gain, increase)
incriminate (อินคริม' มะเนท) *vt.* **-nated, -nating** กล่าวโทษ, ฟ้องร้อง **-incrimination**

A B C D E F G H I J K L M N O P Q R S T U V W X Y Z

A B C D E F G H J K L M N O P Q R S T U V W X Y Z

n. **-incriminatory** *adj.* (-S. accuse, involve)
incrust (อินครัซท์) *v.* ดู encrust
incubate (อิน' เคียเบท) *v.* **-bated, -bating** *-vt.* ฟักไข่, บ่ม, อบ *-vi.* กกไข่, ฟักไข่
incubation (อินเคียเบ' ชัน) *n.* การกกไข่, การฟักไข่ **-incubational** *adj.*
incubator (อิน' เคียเบเทอร์) *n.* ตู้อบเด็กทารก, ตู้บ่มเชื้อ, ตู้ฟักไข่
inculcate (อินคัล' เคท) *vt.* **-cated, -cating** พร่ำสอน **-inculcation** *n.* (-S. implant)
incumbency (อินคัม' เบินซี) *n., pl.* **-cies** การพิง, การอยู่ในหน้าที่หรือตำแหน่ง
incumbent (อินคัม' เบินท์) *adj.* ซึ่งเป็นหน้าที่, ซึ่งดำรงตำแหน่งหรืออยู่ในหน้าที่ *-n.* บุคคลที่อยู่ในตำแหน่งหรือหน้าที่
incur (อินเคอร์') *vt.* **-curred, -curring** ทำให้เกิด, ได้รับ (-S. arouse, gain)
incurable (อินเคียว' ระเบิล) *adj.* ซึ่งไม่สามารถรักษาได้, ซึ่งไม่สามารถเปลี่ยนแปลงได้ **-incurable** *n.* **-incurably** *adv.* (-S. irremediable)
incursion (อินเคอร์' ฌัน) *n.* การบุกรุก, การล่วงล้ำ (-S. invasion)
indebted (อินเดท' ทิด) *adj.* ซึ่งเป็นหนี้บุญคุณหรือเงินทอง **-indebtedness** *n.* (-S. grateful)
indecent (อินดี' เซินท์) *adj.* หยาบคาย, ซึ่งไม่เหมาะ **-indecently** *adv.* (-S. improper)
indecision (อินดิซิฌ' ฌัน) *n.* ความลังเล (-S. doubt, hesitancy)
indecisive (อินดิไซ' ซิฟว์) *adj.* ซึ่งลังเล, ซึ่งไม่ชัดเจน **-indecisively** *adv.* (-S. doubtful)
indecorous (อินเดค' เคอเริซ) *adj.* ซึ่งไม่มีมารยาท, ซึ่งไร้รสนิยม **-indecorously** *adv.*
★**indeed** (อินดีด') *adv.* ที่จริงแล้ว, จริงๆ *-interj.* คำอุทานแสดงความประหลาดใจ สงสัย หรือประชด (-S. (adv.) actually)
indefatigable (อินดิแฟท' ทิกะเบิล) *adj.* ซึ่งไม่รู้จักเหนื่อยเหนื่อย **-indefatigably** *adv.*
indefinite (อินเดฟ' ฟะนิท) *adj.* คลุมเครือ, ซึ่งไม่แน่นอน, ซึ่งไม่มีกำหนด **-indefinitely** *adv.* **-indefiniteness** *n.* (-S. unclear, unfixed)
indelible (อินเดล' ละเบิล) *adj.* ไม่สามารถลบหรือขัดออกได้ **-indelibly** *adv.* (-S. enduring)
indelicate (อินเดล' ลิคิท) *adj.* หยาบ, ไม่ละเอียดอ่อน **-indelicacy** *n.* (-S. crude)
indemnify (อินเดม' นะไฟ) *vt.* **-fied, -fying** คุ้มครองความเสียหาย, ชดใช้ค่าเสียหาย **-indemnifier** *n.* **-indemnification** *n.* (-S. insure)
indemnity (อินเดม' นิที) *n., pl.* **-ties** เงินชดเชย, การชดเชยค่าเสียหาย
indent¹ (อินเดนท์') *v.* **-dented, -denting** *-vt.* จัดวางย่อหน้า, ทำให้เป็นรอยบาก, ออกใบสั่งสินค้า *-vi.* ทำให้ขอบเป็นรอยบากหรือซิกแซก, ออกใบสั่งสินค้า *-n.* การย่อหน้า, การสั่งซื้อสินค้า, รอยบาก, รอยเว้าแหว่งซิกแซก
indent² (อินเดนท์') *vt.* **-dented, -denting** ทำให้เป็นรอยเว้าแหว่งหรือรอยบาก, กดหรือประทับตรา *-n.* รอยกดหรือรอยประทับตรา
indenture (อินเดน' เชอร์) *n.* สัญญา, เอกสาร, ข้อตกลง, รอยเว้า, รอยบาก *-vt.* **-tured, -turing** ผูกมัดด้วยสัญญา, ทำให้เกิดรอย (บาก เว้า กด)
Independence Day วันที่ 4 กรกฎาคม ซึ่งเป็นวันที่ระลึกถึงการประกาศอิสรภาพของสหรัฐอเมริกาในปี ค.ศ. 1776
independency (อินดิเพน' เดินซี) *n., pl.* **-cies** ความเป็นอิสระ, รัฐอิสระ
★**independent** (อินดิเพน' เดินท์) *adj.* ซึ่งเป็นอิสระ, ซึ่งไม่อยู่ภายใต้การช่วยเหลือหรือสนับสนุนจากผู้อื่น, ซึ่งเป็นเอกราช, ซึ่งมีเงินพอที่จะเลี้ยงตัวเองโดยไม่ต้องทำงาน *-n.* ผู้ที่เป็นอิสระ **-independence** *n.* (-S. (adj.) free)
in-depth (อิน' เดพธ์') *adj.* ลึกซึ้ง, ถี่ถ้วน
indescribable (อินดิสไกร' บะเบิล) *adj.* ซึ่งเกินจะพรรณนา **-indescribably** *adv.*
indestructible (อินดิสตรัค' ทะเบิล) *adj.* ซึ่งไม่สามารถทำลายได้ **-indestructibly** *adv.* (-S. imperishable **-A.** perishable)
★**index** (อิน' เดคซ์) *n., pl.* **-dexes/-dices** (-ดิซีซ) เครื่องชี้, เข็มชี้, นิ้วชี้, ดัชนี *-vt.* **-dexed, -dexing** จัดให้มีดัชนี, เป็นเครื่องหมายชี้บอก
index finger นิ้วชี้
India ink น้ำหมึกสีดำ
★**Indian** (อิน' เดียน) *adj.* เกี่ยวกับประเทศอินเดีย, เกี่ยวกับชาวอินเดียนแดงในอเมริกา
Indian club ไม้รูปขวดที่ใช้โยนในการแสดงกายกรรม
Indian corn ข้าวโพด
Indian file แถวตอนเรียงหนึ่ง
Indian hemp กัญชา
Indian summer ช่วงเวลาที่มีอากาศอบอุ่นตอนปลายฤดูใบไม้ร่วง, ช่วงเวลาแห่งความสงบสุขในบั้นปลายของชีวิต
★**indicate** (อิน' ดิเคท) *vt.* **-cated, -cating** ชี้แนะ, แสดง **-indication** *n.* (-S. show)
indicative (อินดิค' คะทิฟว์) *adj.* ซึ่งชี้บอก, ซึ่ง

ชี้แนะ **-indicatively** *adv.*
indicator (อิน' ดิเคเทอร์) *n.* สิ่งที่ชี้บอก, ดัชนี
indices (อิน' ดิซีซ) *n.* พหูพจน์ของ index
indict (อินไดท์') *vt.* **-dicted, -dicting** ฟ้องร้อง, กล่าวโทษ **-indicter** *n.* **-indictable** *adj.*
indictment (อินไดท์' เมินท์) *n.* การฟ้องร้อง, การกล่าวโทษ, ข้อกล่าวหา (**-S.** charge)
indifference (อินดิฟ' เฟอเรินซ์) *n.* ความเป็นกลาง, ความเฉยเมย (**-S.** unconcern)
indifferent (อินดิฟ' เฟอเรินท์) *adj.* เป็นกลาง, ไม่แยแส **-indifferently** *adv.* (**-S.** aloof)
indigenous (อินดิจ' จะเนิซ) *adj.* พื้นเมือง, โดยกำเนิด **-indigenously** *adv.*
indigent (อิน' ดิเจินท์) *adj.* ยากจน
indigested (อินดิเจซ' ทิด) *adj.* ซึ่งไม่ย่อย
indigestible (อินดิเจซ' ทะเบิล) *adj.* ซึ่งไม่สามารถย่อยได้ **-indigestibly** *adv.*
indigestion (อินดิเจซ' ชัน) *n.* การไม่ย่อย
indignant (อินดิก' เนินท์) *adj.* ขุ่นเคือง **-indignantly** *adv.* (**-S.** angry, resentful)
indignation (อินดิกเน' ชัน) *n.* ความขุ่นเคือง, ความไม่พอใจ (**-S.** fury, scorn)
indignity (อินดิก' นิที) *n., pl.* **-ties** การเสื่อมเสีย, การดูถูกเหยียดหยาม, การเสียเกียรติ
indigo (อิน' ดิโก) *n., pl.* **-gos/-goes** พืชตระกูลถั่วชนิดหนึ่งที่สกัดทำสีครามได้, สีคราม *-adj.* (สี) คราม
indirect (อินดิเรคท์') *adj.* อ้อมค้อม, ซึ่งไม่ตรงไปตรงมา **-indirectly** *adv.* (**-S.** zigzag)
indirection (อินดิเรค' ชัน) *n.* ความอ้อมค้อม
indiscipline (อินดิซ' ซะพลิน) *n.* การขาดระเบียบวินัย **-indisciplined** *adj.*
indiscreet (อินดิสกรีท') *adj.* ซึ่งไม่ไตร่ตรอง **-indiscreetly** *adv.* **-indiscreetness** *n.*
indiscriminate (อินดิสกริม' มะนิท) *adj.* ซึ่งสุ่ม, ซึ่งไม่เจาะจง **-indiscriminately** *adv.*
indispensable (อินดิสเปน' ซะเบิล) *adj.* สำคัญ, จำเป็นยิ่ง *-n.* บุคคลหรือสิ่งที่จำเป็น **-indispensably** *adv.* (**-S.** (n., adj.) essential)
indisposed (อินดิสโปซด์') *adj.* ป่วย, ซึ่งไม่พอใจ, ซึ่งไม่สมัครใจ (**-S.** ill, sick **-A.** well)
indisputable (อินดิสปิว' ทะเบิล) *adj.* ซึ่งปฏิเสธไม่ได้, ซึ่งโต้แย้งไม่ได้ **-indisputableness** *n.* **-indisputably** *adv.* (**-S.** absolute)
indistinct (อินดิสติงค์ท์') *adj.* ซึ่งไม่ชัดเจน **-indistinctly** *adv.* (**-S.** ambiguous, hazy)
indistinguishable (อินดิสติง' กวิชะเบิล) *adj.* ซึ่งไม่สามารถจำแนกได้, ซึ่งยากที่จะเข้าใจ **-indistinguishably** *adv.* (**-S.** alike, twin)
★**individual** (อินดะวิจ' จูเอิล) *adj.* ซึ่งเกี่ยวกับแต่ละบุคคล, ส่วน (ตัว บุคคล), โดยตัวคนเดียว, เฉพาะ (บุคคล ราย) *-n.* บุคคล, พืชหรือสัตว์ **-individually** *adv.* (**-S.** (adj., n.) personal)
individualism (อินดะวิจ' จูอะลิเซิม) *n.* ทฤษฎีที่เชื่อในการกระทำที่มีอิสระเสรีภาพของแต่ละบุคคล **-individualist** *n.*
individuality (อินดะวิจจูแอล' ลิที) *n., pl.* **-ties** ลักษณะเฉพาะของบุคคล (**-S.** character)
individualize (อินดะวิจ' จูอะไลซ์) *vt.* **-ized, -izing** ดัดแปลงให้เหมาะกับแต่ละคน
indivisible (อินดะวิซ' ซะเบิล) *adj.* ไม่สามารถแบ่งได้ **-indivisibly** *adv.* (**-S.** minute)
indoctrinate (อินดอค' ทระเนท) *vt.* **-nated, -nating** อบรมหรือสั่งสอนให้ซึมซาบ
indolent (อิน' ดะเลินท์) *adj.* ขี้เกียจ (**-S.** lazy)
★**indoor** (อิน' ดอร์) *adj.* ซึ่งอยู่ในร่ม
★**indoors** (อินดอร์ซ') *adv.* ในที่ร่ม
indorse (อินดอร์ซ') *v.* ดู endorse
Indra (อิน' ดระ) *n.* พระอินทร์
indubitable (อินดู' บิทะเบิล) *adj.* ซึ่งไม่ต้องสงสัย **-indubitably** *adv.* (**-S.** certain, sure)
induce (อินดูซ') *vt.* **-duced, -ducing** ชักนำ, มีอิทธิพลต่อ, เหนี่ยวนำ (**-S.** cause, urge)
inducement (อินดูซ' เมินท์) *n.* สาเหตุ, การชักนำ, การชักจูง (**-S.** attraction, bait)
induct (อินดัคท์') *vt.* **-ducted, -ducting** ทำให้เข้ารับตำแหน่งหรือหน้าที่, รับเข้าเป็นสมาชิก, เกณฑ์ทหาร
inductance (อินดัค' เทินซ์) *n.* การเหนี่ยวนำให้เกิดกระแสไฟฟ้าหรือสนามแม่เหล็กไฟฟ้า
induction (อินดัค' ชัน) *n.* การชักนำ, การเหนี่ยวนำ, พิธีรับเข้าทำงาน, บทนำ, คำนำ
induction coil ขดลวดเหนี่ยวนำซึ่งเปลี่ยนไฟฟ้ากระแสตรงที่มีโวลต์ต่ำไปเป็นไฟฟ้ากระแสสลับที่มีโวลต์สูง
inductive (อินดัค' ทิฟว์) *adj.* ซึ่งเกี่ยวกับการเหนี่ยวนำกระแสไฟฟ้าหรือสนามแม่เหล็ก, ซึ่งชักนำ, ซึ่งมีอิทธิพลต่อ **-inductively** *adv.*
inductor (อินดัค' เทอร์) *n.* อุปกรณ์ชักนำกระแสไฟฟ้า
indulge (อินดัลจ์') *v.* **-dulged, -dulging** *-vt.* ทำตามใจตัว, ตามใจ *-vi.* ปล่อยตัว, หมกมุ่น **-indulger** *n.* (**-S.** gratify, satisfy **-A.** discard)
indulgence (อินดัล' เจินซ์) *n.* การทำตามใจ

A B C D E F G H I J K L M N O P Q R S T U V W X Y Z

ตัวเอง, การหมกมุ่น, การปล่อยตัว, การยินยอม, การผ่อนผัน (-S. excess, fondness)
indulgent (อินดัล' เจินท์) *adj.* ตามใจตัวเอง, ที่ปล่อยตัว, ที่หมกมุ่นกับการดื่มกิน **-indulgently** *adv.* (-S. compliant, lenient, tender)
indurate (อิน' ดะเรท) *v.* **-rated, -rating** *-vt.* ทำให้แข็ง, ทำให้ดื้อดึง *-vi.* กลายเป็นยึดมั่น
induration (อินดะเร' ชัน) *n.* การทำให้แข็งตัว
★**industrial** (อินดัส' เตรียล) *adj.* ซึ่งเกี่ยวกับอุตสาหกรรม *-n.* ผลิตผลจากอุตสาหกรรม, คนที่ทำงานในโรงงานอุตสาหกรรม **-industrially** *adv.*
industrialism (อินดัส' เตรียลิเซิม) *n.* ระบบเศรษฐกิจและสังคมที่อยู่บนพื้นฐานของอุตสาหกรรมเป็นหลัก
industrialist (อิดัส' เตรียลิซท์) *n.* นักอุตสาหกรรม (-S. capitalist, manufacturer)
industrialize (อินดัส' เตรียไลซ์) *v.* **-ized, -izing** *-vt.* ก่อตั้งหรือทำให้เป็นอุตสาหกรรม *-vi.* กลายเป็นอุตสาหกรรม
industrious (อินดัส' เตรียซ) *adj.* พากเพียร, ขยัน, ฉลาด **-industriously** *adv.* (-S. active)
★**industry** (อิน' ดะสตรี) *n., pl.* **-tries** ความขยันหมั่นเพียร, อุตสาหกรรม, เจ้าของหรือผู้จัดการโรงงานอุตสาหกรรม (-S. business)
inebriate (อินอี' บรีเอท) *vt.* **-ated, -ating** ทำให้มึนเมา **-inebriation** *n.*
inebriety (อินอิไบร' อิที) *n.* ความมึนเมา
ineffable (อินเอฟ' ฟะเบิล) *adj.* ซึ่งไม่สามารถพูดออกมาได้ **-ineffably** *adv.*
ineffective (อินอิเฟค' ทิฟว์) *adj.* ซึ่งไม่เกิดผล, ซึ่งไม่มีประสิทธิภาพ, ซึ่งไม่มีความสามารถ **-ineffectively** *adv.* (-S. futile -A. effective)
ineffectual (อินอิเฟค' ชวล) *adj.* ไม่เพียงพอ, ไม่มีประโยชน์, อ่อนแอ (-S. fruitless)
inefficacious (อินเอฟฟิเค' เชิซ) *adj.* ไร้ผล
inefficient (อินอิฟิช' เชินท์) *adj.* ซึ่งไร้ประสิทธิภาพ (สมรรถภาพ) **-inefficiently** *adv.* **-inefficiency** *n.* (-A. efficient)
inelegant (อินเอล' ลิเกินท์) *adj.* ซึ่งไม่ประณีต
ineligible (อินเอล' ลิจะเบิล) *adj.* ไม่เหมาะสม, ซึ่งขาดคุณสมบัติ **-ineligibly** *adv.* (-S. unfit)
inept (อินเอพท์') *adj.* ซึ่งไม่เหมาะสมหรือไม่ชำนาญ, โง่ **-ineptly** *adv.* (-S. unskilful)
inequality (อินอิควอล' ลิที) *n., pl.* **-ties** ความไม่เท่าเทียม, ความไม่ยุติธรรม (-S. bias)
inert (อินเนิร์ท') *adj.* เฉื่อยชา, ไม่มีปฏิกิริยาทางเคมีกับสารอื่น **-inertly** *adv.* (-S. dead)
inertia (อิเนอร์' ชะ) *n.* ความเฉื่อยชา, การอยู่กับที่ **-inertial** *adj.* **-inertially** *adv.* (-S. apathy)
inevitable (อินเอฟว' วิทะเบิล) *adj.* ซึ่งหลีกเลี่ยงไม่ได้, แน่นอน **-inevitability** *n.* **-inevitably** *adv.* (-S. assured, certain)
inexact (อินอิกแซคท์') *adj.* ซึ่งไม่ถูกต้อง
inexcusable (อินอิคสกิว' ซะเบิล) *adj.* ซึ่งยกโทษไม่ได้ **-inexcusably** *adv.*
inexhaustible (อินอิกซอ' สตะเบิล) *adj.* ซึ่งใช้ไม่หมด, ซึ่งไม่รู้จักเหนื่อย **-inexhaustibly** *adv.* (-S. incessant, tireless -A. poor, weary)
inexorable (อินเอค' เซอระเบิล) *adj.* ไม่ย่อท้อ **-inexorability** *n.* **-inexorably** *adv.*
inexpedient (อินอิคสปี' เดียนท์) *adj.* ซึ่งไม่เหมาะสม, ซึ่งไม่สะดวก **-inexpediency** *n.* **-inexpediently** *adv.* (-S. inadvisable)
inexpensive (อินอิคสเปน' ซิฟว์) *adj.* ถูก **-inexpensively** *adv.* (-S. cheap -A. expensive)
inexperience (อินอิคสเปีย' เรียนซ์) *n.* การขาดประสบการณ์ **-inexperienced** *adj.*
inexpert (อินเอค' สเปิร์ท) *adj.* ซึ่งไม่ชำนาญ **-inexpertly** *adv.* (-S. unskilful -A. skilful)
in extenso (อินเอคสเตน' โซ) *adv.* ซึ่งเต็มความยาว, ซึ่งเป็นความยาวสูงสุด
in extremis (อินเอคสตรี' มิซ) *adv.* ซึ่งใกล้ตาย
inextricable (อินเอค' สตริคะเบิล) *adj.* ซึ่งหนีไม่ได้, ซึ่งยุ่งมากจนไม่สามารถแยกหรือแก้ได้
infallible (อินแฟล' ละเบิล) *adj.* ซึ่งไม่ผิดพลาด, แน่นอน **-infallibly** *adv.* (-S. certain)
infamous (อิน' ฟะเมิซ) *adj.* เสียชื่อเสียง, เลวทราม **-infamously** *adv.* (-S. notorious)
infant (อิน' เฟินท์) *n.* ทารก *-adj.* ซึ่งเกี่ยวกับทารก, ซึ่งอยู่ระยะเริ่มแรก (-S. (n.) baby)
infanta (อินแฟน' ทะ) *n.* ราชธิดาของพระเจ้าแผ่นดินสเปนหรือโปรตุเกส
infante (อินแฟน' ที) *n.* พระราชโอรส (องค์ที่ไม่ใช่รัชทายาท) ของพระเจ้าแผ่นดินสเปนหรือโปรตุเกส
infanticide (อินแฟน' ทิไซด์) *n.* การฆ่าทารก, ผู้ฆ่าทารก **-infanticidal** *adj.*
infantile (อิน' เฟินไทล์) *adj.* เกี่ยวกับทารก, ซึ่งมีลักษณะของทารก (-S. babyish)
infantile paralysis โรคโปลิโอ
infantry (อิน' เฟินทรี) *n., pl.* **-tries** กองทหารราบ
infantryman (อิน' เฟินทรีเมิน) *n.* ทหารราบ

infatuate (อินแฟช' ชูเอท) *vt.* **-ated, -ating** ทำให้โง่, ทำให้หลงเสน่ห์ *-adj.* ซึ่งหลงรัก **-infatuated** *adj.* **-infatuation** *n.* (**-S.** (v.) besot)

★**infect** (อินเฟคท') *vt.* **-fected, -fecting** ติดเชื้อ, ติดโรค (**-S.** corrupt, poison)

infection (อินเฟค' ชัน) *n.* การติดเชื้อ, การติดโรค, เชื้อโรค (**-S.** poison, pollution)

★**infectious** (อินเฟค' เชิซ) *adj.* ซึ่งทำให้เกิดการติดเชื้อหรือติดโรค, ซึ่งทำให้ติดต่อไปยังผู้อื่นได้ **-infectiously** *adv.* (**-S.** catching)

infer (อินเฟอร์') *v.* **-ferred, -ferring** *-vt., vi.* สรุป **-inferable** *adj.* **-inferrer** *n.* (**-S.** conclude)

inference (อิน' เฟอเรินซ) *n.* ข้อสรุป, การสรุป **-inferential** *adj.* (**-S.** conclusion)

inferior (อินเฟีย' เรียร์) *adj.* ด้อยกว่า, ต่ำกว่า, ชั้นต่ำ, แย่, รอง, ซึ่งอยู่ใต้หรืออยู่ต่ำ, ชั้นเลว *-n.* คนที่มีสถานะต่ำกว่าบุคคลอื่น **-inferiority** *n.* (**-S.** (n., adj.) lower **-A.** (n., adj.) superior)

inferiority complex ปมด้อย

infernal (อินเฟอร์' เนิล) *adj.* เกี่ยวกับนรก

inferno (อินเฟอร์' โน) *n., pl.* **-nos** สถานที่ที่คล้ายนรก, ที่ที่มีแต่การทำลายล้าง

infest (อินเฟซท') *vt.* **-fested, -festing** เข้ามาอาศัยอยู่อย่างมากมาย **-infestation** *n.*

infidel (อิน' ฟิเดิล) *n.* คนนอกศาสนา (**-S.** skeptic)

infidelity (อินฟิเดล' ลิที) *n., pl.* **-ties** ความไม่ซื่อสัตย์, การนอกใจ, ความไม่เลื่อมใสในศาสนา

infighting (อิน' ไฟทิง) *n.* การต่อสู้หรือการชกมวยในระยะกระชั้นชิดหรือเข้าคลุกวงใน

infiltrate (อินฟิล' เทรท) *v.* **-trated, -trating** *-vt.* แทรกซึม, ซึมผ่าน *-vi.* แทรกซึม *-n.* สิ่งที่แทรกซึมเข้าไปในร่างกายซึ่งส่วนใหญ่เป็นสิ่งแปลกปลอมที่จะสะสมอยู่ในเซลล์หรือเนื้อเยื่อของร่างกายทีละน้อย **-infiltrative** *adj.* **-infiltrator** *n.* **-infiltration** *n.* (**-S.** (v.) penetrate)

infinite (อิน' ฟะนิท) *adj.* ซึ่งไม่มีขอบเขต, ซึ่งไม่สิ้นสุด *-n.* สิ่งที่ไม่มีขอบเขต, สิ่งที่ไม่มีที่สิ้นสุด **-infinitely** *adv.* **-infiniteness** *n.*

infinitesimal (อินฟินนิเทซ' ซะเมิล) *adj.* เล็กน้อยมาก **-infinitesimally** *adv.* (**-S.** tiny)

infinitive (อินฟิน' นิทิฟว์) *n.* รูปกริยาในภาษาอังกฤษที่ขึ้นต้นด้วย to

infinitude (อินฟิน' นิทูด) *n.* สภาวะที่ไม่มีที่สิ้นสุด, กว้างขวางมาก

infinity (อินฟิน' นิที) *n., pl.* **-ties** ความไม่มีที่สิ้นสุด, ความไม่มีขอบเขต, ความมากมายเหลือคณานับ (**-S.** endlessness, eternity)

infirm (อินเฟิร์ม') *adj.* อ่อนแอ, ชรา, ซึ่งไม่มั่นคง **-infirmly** *adv.* (**-S.** feeble, weak)

infirmary (อินเฟอร์' มะรี) *n., pl.* **-ries** โรงพยาบาลขนาดเล็ก, ร้านขายยา

infirmity (อินเฟอร์' มิที) *n., pl.* **-ties** ความเจ็บป่วย, ความอ่อนแอ, ความบกพร่อง

inflame (อินเฟลม') *v.* **-flamed, -flaming** *-vt.* กระตุ้นกิเลสตัณหา, ทำให้ (ผิวหนัง) แดงหรืออักเสบ, ทำให้ร้อนหรือลุกเป็นไฟ, ทำให้เร่าร้อน, ทำให้โกรธ *-vi.* โกรธมาก, ลุกเป็นไฟ, มีอารมณ์รุนแรง **-inflamer** *n.* (**-S.** anger **-A.** cool)

inflammable (อินแฟลม' มะเบิล) *adj.* ซึ่งลุกเป็นไฟได้รวดเร็ว, ซึ่งยุยงได้ง่าย, โกรธง่าย, ซึ่งเร้าหรือกระตุ้นให้เกิดอารมณ์รุนแรงได้ง่าย **-inflammably** *adv.* (**-S.** combustible)

inflammation (อินฟละเม' ชัน) *n.* การอักเสบ

inflammatory (อินแฟลม' มะทอรี) *adj.* ซึ่งกระตุ้นกิเลสหรืออารมณ์ให้รุนแรงขึ้นได้, ซึ่งมีลักษณะของการอักเสบ **-inflammatorily** *adv.*

inflate (อินเฟลท') *v.* **-flated, -flating** *-vt.* ทำให้เกิดเงินเฟ้อ, สูงขึ้น, ทำให้พอง *-vi.* พองตัว, สูงขึ้น **-inflator, inflater** *n.* (**-S.** amplify)

inflated (อินเฟล' ทิด) *adj.* พอง, ซึ่งคุยโว

★**inflation** (อินเฟล' ชัน) *n.* การขยายตัว, ภาวะเงินเฟ้อ, การสูงขึ้นอย่างผิดปกติ, การคุยโวโอ้อวด **-inflationary** *adj.* (**-S.** enlargement)

inflect (อินเฟลคท') *v.* **-flected, -flecting** *-vt.* เปลี่ยนระดับเสียง, โค้ง, งอ, ผันไปตามบุรุษและพจน์ *-vi.* ถูกผันไปตามบุรุษและพจน์

inflection (อินเฟลค' ชัน) *n.* การเปลี่ยนระดับเสียง, การโค้ง, การงอ, การผันตามบุรุษและพจน์ **-inflectional** *adj.* **-inflectionally** *adv.*

inflexible (อินเฟลค' ซะเบิล) *adj.* ซึ่งไม่ยืดหยุ่น, ซึ่งไม่เปลี่ยนแปลง, ซึ่งไม่ยอม, ดื้อรั้น, มั่นคง **-inflexibility** *n.* **-inflexibly** *adv.* (**-S.** firm)

inflict (อินฟลิคท') *vt.* **-flicted, -flicting** ลงโทษ, กำหนด **-infliction** *n.* (**-S.** impose)

inflow (อิน' โฟล) *n.* การไหลเข้า, สิ่งที่ไหลเข้า

★**influence** (อิน' ฟลูเอินซ) *n.* อิทธิพล, ผู้มีอิทธิพล *-vt.* **-enced, -encing** มีผลกระทบ, มีอิทธิพลต่อ **-influencer** *n.* (**-S.** (v.) affect)

influential (อินฟลูเอน' เชิล) *adj.* ซึ่งมีอิทธิพล, ซึ่งมีผลกระทบ **-influentially** *adv.* (**-S.** potent)

influenza (อินฟลูเอน' ซะ) *n.* โรคไข้หวัดใหญ่

influx (อิน' ฟลัคซ) *n.* การทะลัก (**-S.** incursion)

★**inform** (อินฟอร์ม') *v.* **-formed, -forming** *-vt.* บอก, ดลใจ *-vi.* บอก, ฟ้องร้อง (**-S.** tell)

A B C D E F G H I J K L M N O P Q R S T U V W X Y Z

★**informal** (อินฟอร์' เมิล) *adj.* ซึ่งไม่เป็นทางการ หรือไม่มีพิธีรีตอง, ซึ่งเป็นกันเอง **-informally** *adv.* **-informality** *n.* (**-S.** casual, easy)
informant (อินฟอร์' เมินท์) *n.* ผู้ให้ข้อมูล
★**information** (อินเฟอร์เม' ชัน) *n.* ความรู้, ข้อมูล, ข่าวสาร, การให้ความรู้, การฟ้องร้อง, การบอกให้ทราบ (**-S.** advise, knowledge)
informative (อินฟอร์' มะทิฟว์) *adj.* ซึ่งให้ความรู้หรือข้อมูลข่าวสาร **-informatively** *adv.*
informed (อินฟอร์มด์') *adj.* ซึ่งมีความรู้
informer (อินฟอร์' เมอร์) *n.* ผู้บอกให้ทราบ, ผู้แจ้งข่าว (ให้ฝ่ายตรงข้าม) (**-S.** betrayer)
infraction (อินแฟรค' ชัน) *n.* การฝ่าฝืน
infrequent (อินฟรี' เควินท์) *adj.* ซึ่งไม่ถี่, ซึ่งเกิดขึ้นเป็นครั้งคราว **-infrequency** *n.* **-infrequently** *adv.* (**-S.** occasional, rare)
infringe (อินฟรินจ์') *v.* **-fringed, -fringing** *-vt.* ฝ่าฝืน, ล่วงล้ำ *-vi.* ล่วงล้ำ **-infringer** *n.* **-infringement** *n.* (**-S.** break **-A.** conserve)
infuriate (อินเฟียว' รีเอท) *vt.* **-ated, -ating** ทำให้โกรธ *-adj.* โกรธ **-infuriatingly** *adv.* **-infuriation** *n.* (**-S.** (v.) anger)
infuse (อินฟิวซ์') *vt.* **-fused, -fusing** แช่, กรอกใส่, ซึมซาบ **-infuser** *n.* **-infusible** *adj.*
infusion (อินฟิว' ฌัน) *n.* การแช่, ของเหลวที่ได้จากการแช่
ingenious (อินจีน' เนียซ) *adj.* ฉลาด, ช่างประดิษฐ์ **-ingeniously** *adv.* (**-S.** clever **-A.** slow)
ingénue (แอง' ฌะนู) *n.* หญิงสาวที่ซื่อบริสุทธิ์
ingenuity (อินจะนู' อิที) *n., pl.* **-ties** ความฉลาด, ความช่างคิด, ความช่างประดิษฐ์, สิ่งที่ประดิษฐ์ขึ้น, ความชำนาญ (**-S.** cleverness)
ingenuous (อินเจน' นิวเอิซ) *adj.* อ่อนต่อโลก, ซื่อ, เปิดเผย **-ingenuously** *adv.* (**-S.** artless)
inglorious (อินกลอ' เรียซ) *adj.* ซึ่งเสื่อมเสีย, น่าอับอาย, ไม่มีชื่อเสียง **-ingloriously** *adv.*
ingoing (อิน' โกอิง) *adj.* ซึ่งเข้ามาใหม่
ingot (อิง' เกิท) *n.* แท่งโลหะ
ingrained (อินเกรนด์') *adj.* ติดแน่น, ซึ่งฝังลึก, ซึ่งฝังแน่นอยู่ในเส้นใยผ้า
ingrate (อิน' เกรท) *n.* คนอกตัญญู
ingratiate (อินเกร' ชีเอท) *vt.* **-ated, -ating** ประจบ, เอาใจ **-ingratiation** *n.* (**-S.** fawn)
ingratitude (อินแกรท' ทิทูด) *n.* ความอกตัญญู
ingredient (อินกรี' เดียนท์) *n.* ส่วนประกอบ
ingress, ingression (อิน' เกรซ, อินเกรช' ชัน) *n.* ทางเข้า, การเข้า
ingrowing (อิน' โกรอิง) *adj.* ซึ่งเจริญเติบโตเข้าไปในเนื้อ **-ingrowth** *n.*
inguinal (อิง' กวะเนิล) *adj.* เกี่ยวกับขาหนีบหรือต้นขา
★**inhabit** (อินแฮบ' บิท) *v.* **-ited, -iting** *-vt.* อาศัย, อยู่ใน *-vi.* อาศัย **-inhabitable** *adj.* **-inhabitation** *n.* (**-S.** abide, dwell)
inhabitant (อินแฮบ' บิเทินท์) *n.* ผู้อยู่อาศัย, พลเมือง (**-S.** citizen, dweller)
inhale (อินเฮล') *v.* **-haled, -haling** *-vt.* สูดหายใจเข้า *-vi.* สูด, สูบ **-inhalation** *n.*
inherent (อินเฮีย' เรินท์) *adj.* โดยสันดาน, โดยธรรมชาติ **-inherently** *adv.* (**-S.** innate)
inherit (อินเฮอ' ริท) *v.* **-ited, -iting** *-vt.* สืบทอด, รับมรดก, สืบลักษณะทางกรรมพันธุ์ *-vi.* รับมรดก, สืบทอด **-inheritor** *n.* (**-S.** be left)
inheritance (อินเฮอ' ริเทินซ์) *n.* การสืบทอด, การรับช่วง, สิ่งที่ได้รับช่วงหรือถูกสืบทอดมา, มรดก, ลักษณะทางพันธุกรรมที่สืบทอดมา (**-S.** bequest, estate, heritage)
inhibit (อินฮิบ' บิท) *vt.* **-ited, -iting** ขัดขวาง, ยับยั้ง **-inhibitable** *adj.* (**-S.** impede, obstruct)
inhibition (อินฮะบิช' ชัน) *n.* การขัดขวาง (ยับยั้ง), สิ่งที่ขัดขวาง (**-S.** hindrance, obstacle)
inhibitor, inhibiter (อินฮิบ' บิเทอร์) *n.* ผู้ห้ามปราม, ตัวยับยั้งหรือขัดขวาง
inhospitable (อินฮอซ' พิทะเบิล) *adj.* ซึ่งไม่ต้อนรับ, ซึ่งไม่เอื้ออารี **-inhospitably** *adv.*
inhuman (อินฮิว' เมิน) *adj.* โหดร้ายทารุณ, ซึ่งไม่ใช่ลักษณะของมนุษย์ **-inhumanly** *adv.* **-inhumanity** *n.* (**-S.** animal, cruel **-A.** human)
inhumane (อินฮิวเมน') *adj.* ซึ่งขาดความเมตตากรุณา หรือสงสาร (**-S.** cruel)
inimical (อินิม' มิเคิล) *adj.* ซึ่งไม่เป็นมิตร, ซึ่งเป็นอันตราย **-inimically** *adv.* (**-S.** hostile)
inimitable (อินิม' มิทะเบิล) *adj.* ซึ่งไม่สามารถเลียนแบบได้ **-inimitably** *adv.* (**-S.** unique)
iniquitous (อินิค' ควิเทิซ) *adj.* ไร้ศีลธรรม, ชั่วช้า **-iniquitously** *adv.* **-iniquitousness** *n.*
iniquity (อินิค' ควิที) *n., pl.* **-ties** ความไร้ศีลธรรม, ความอยุติธรรม, บาป
★**initial** (อินิช' เชิล) *adj.* แรกเริ่ม, เบื้องต้น *-n.* อักษรตัวแรกของชื่อ *-vt.* **-tialed, -tialing/-tialled, -tialling** เขียนอักษรย่อ **-initially** *adv.* (**-S.** (adj.) first **-A.** (adj.) final)
initiate (อินิช' ชีเอท) *vt.* **-ated, -ating** ริเริ่ม, นำไปให้รู้จัก *-adj.* แรกเริ่ม *-n.* ผู้ถูกถ่ายทอด

ความรู้ให้ **-initiation** *n.* (-S. (v.) begin)
★**initiative** (อินิช' ชะทิฟว์) *n.* การริเริ่ม *-adj.* เกี่ยวกับการเริ่มต้น, ซึ่งใช้กับการเริ่มต้น **-initiatively** *adv.* (-S. (n.) start -A. (n., adj.) rear)
★**inject** (อินเจคท์') *vt.* **-jected, -jecting** ฉีด, ฉีดยา, เป่า, พูดแทรก **-injector** *n.* **-injection** *n.* (-S. infuse, insert, introduce)
injudicious (อินจูดิช' เชิซ) *adj.* ซึ่งไม่ฉลาด **-injudiciously** *adv.* (-S. foolish -A. clever)
injunction (อินจังค์' ชัน) *n.* คำสั่ง, คำสั่งศาล **-injunctive** *adj.* (-S. command, order)
★**injure** (อิน' เจอร์) *vt.* **-jured, -juring** ทำให้เสียหาย, ทำผิด, ทำอันตราย, ทำให้เสียใจ **-injurer** *n.* (-S. abuse, hurt, mischief)
injurious (อินจัว' เรียซ) *adj.* ซึ่งทำให้ได้รับบาดเจ็บหรือเป็นอันตราย **-injuriously** *adv.* (-S. hurtful, noxious -A. helpful)
★**injury** (อิน' จะรี) *n., pl.* **-ries** ความเสียหาย, บาดแผล, ภัย, คำสบประมาท (-S. abuse)
injustice (อินจัซ' ทิซ) *n.* การละเมิดสิทธิผู้อื่น, ความอยุติธรรม, ความผิด (-S. bias, wrong)
★**ink** (อิงค์) *n.* หมึก *-vt.* **inked, inking** ขีดหรือทาด้วยหมึก **-inker** *n.* **-inkiness** *n.*
inkling (อิง' คลิง) *n.* ข้อสังเกตเล็กๆ น้อย, การรู้เพียงเลาๆ (-S. clue, hint)
inlaid (อิน' เลด) *adj.* ซึ่งฝังมุกเพื่อการตกแต่ง
inland (อิน' เลินด์) *adj.* เกี่ยวกับภายในประเทศ, ท้องถิ่น, ชั้นใน *-adv.* ซึ่งอยู่ภายในประเทศ, ซึ่งเข้าไปในประเทศ *-n.* ภายในประเทศ **-inlander** *n.* (-S. (adj.) domestic, interior)
inlet (อิน' เลท) *n.* เวิ้ง, ทางน้ำแคบๆ ระหว่างเกาะสองเกาะ, ปากทาง, ทางเข้า (-S. bay)
inmate (อิน' เมท) *n.* ผู้ที่อยู่รวมกับผู้อื่น, ผู้ที่ถูกกักตัวอยู่ในโรงพยาบาลหรือคุก
inmost (อิน' โมซท์) *adj.* ในสุด (-S. basic, deep)
inn (อิน) *n.* โรงแรม, ร้านขายเหล้า
innards (อิน' เนิร์ดซ์) *n. pl.* (ภาษาพูด) เครื่องใน, ส่วนภายในของเครื่องยนต์หรือเครื่องจักร
innate (อิเนท') *adj.* โดยกำเนิด, โดยสันดาน, แต่ดั้งเดิม **-innately** *adv.* (-S. inborn, natural)
★**inner** (อิน' เนอร์) *adj.* ภายใน, ข้างใน, ส่วนตัว, ลับเฉพาะ **-inner** *n.* **-innerly** *adv., adj.* **-innerness** *n.* (-S. inside, secret)
innermost (อิน' เนอร์โมซท์) *adj.* ในสุด *-n.* ส่วนในสุด
inning (อิน' นิง) *n.* สมัยมีอำนาจ
innkeeper (อิน' คีเพอร์) *n.* เจ้าของโรงแรม, ผู้จัดการโรงแรม
★**innocent** (อิน' นะเซินท์) *adj.* ซื่อ, บริสุทธิ์ **-innocently** *adv.* **-innocence** *n.* (-S. pure)
innocuous (อินอค' คิวเอิซ) *adj.* ซึ่งไม่รุกราน, ซึ่งไม่มีภัยอันตราย **-innocuously** *adv.* **-innocuousness** *n.* (-S. harmless)
innovate (อิน' นะเวท) *vt., vi.* **-vated, -vating** เริ่มหรือนำสิ่งใหม่เข้ามา **-innovator** *n.*
innovation (อินนะเว' ชัน) *n.* สิ่งใหม่ๆ **-innovational** *adj.* (-S. change, novelty)
innuendo (อินนิวเอน' โด) *n., pl.* **-does** การพูดเสียดสีหรือเหน็บแนม (-S. insinuation)
innumerable (อินู' เมอระเบิล) *adj.* มากมาย **-innumerably** *adv.* (-S. countless, many)
inobservance (อินเอิบเซอร์' เวินซ์) *n.* ความไม่สังเกต, การละเมิด **-inobservant** *adj.*
inoculate (อินอค' เคียเลท) *vt.* **-lated, -lating** ฉีดวัคซีน, ปลูกฝี, ปลูกฝังความคิด **-inoculative** *adj.* **-inoculator** *n.* **-inoculation** *n.*
inoffensive (อินอะเฟน' ซิฟว์) *adj.* ซึ่งไม่มีภัยอันตราย, ซึ่งไม่รุกราน, ไม่น่ารังเกียจ **-inoffensively** *adv.* (-S. harmless)
inoperable (อินออพ' เพอระเบิล) *adj.* ซึ่งใช้ไม่ได้ **-inoperably** *adv.*
inopportune (อินออพเพอร์ทูน') *adj.* ซึ่งไม่เหมาะสม **-inopportunely** *adv.* (-S. ill-timed)
inordinate (อินออร์' เดินนิท) *adj.* เลยเถิด, มากเกินไป **-inordinately** *adv.* (-S. excessive)
inorganic (อินออร์แกน' นิค) *adj.* เกี่ยวกับอนินทรียสาร, ซึ่งไม่เกิดขึ้นเองตามธรรมชาติ, ซึ่งไร้ระบบ, ไร้โครงสร้าง **-inorganically** *adv.*
inpatient (อิน' เพเชินท์) *n.* ผู้ป่วยใน
input (อิน' พุท) *n.* สิ่งที่ใส่เข้าไป, กระแสไฟหรือกำลังไฟฟ้า, ข้อมูลที่ป้อนเข้าไปในคอมพิวเตอร์, วัตถุดิบ เงินทุน และอุปกรณ์สำหรับการผลิต, ข้อมูลหรือมุมมองในการแก้ปัญหา *-vt.* **-putted/-put, -putting** ใส่ข้อมูลหรือโปรแกรมลงในเครื่องคอมพิวเตอร์
inquest (อิน' เควซท์) *n.* ผู้ที่ทำการสืบสวน, การสอบสวนคดี (-S. inquiry, probe)
★**inquire, enquire** (อินไควร์', เอน-) *v.* **-quired, -quiring** *-vi.* สอบถาม, สืบสวน *-vt.* ถาม, สอบถาม **-inquirer** *n.* (-S. examine, probe)
★**inquiry, enquiry** (อินไคว' รี, เอนไคว' รี) *n., pl.* **-ies** การสอบสวน (-S. asking, question)
inquisition (อินควิซิช' ชัน) *n.* การสืบสวน, การสอบสวนอย่างขู่เข็ญ, การซักถามที่กระด้าง

รุนแรง **-inquisitional** *adj.* (**-S.** examination)
inquisitive (อินควิซ' ซิทิฟว์) *adj.* ซึ่งอยากรู้อยากเห็น, ซึ่งชอบสอบถามหรือสอบสวน **-inquisitively** *adv.* (**-S.** curious, questioning)
inquisitor (อินควิซ' ซิเทอร์) *n.* ผู้ทำการสืบสวนหรือสอบสวน, ผู้ชอบซักถาม **-inquisitorial** *adj.*
in re (อินเร', -รี') *prep.* ในเรื่องของ
inroad (อิน' โรด) *n.* การบุกรุก, การรุกล้ำ
inrush (อิน' รัช) *n.* การไหลบ่า, การไหลพุ่ง
insane (อินเซน') *adj.* การวิกลจริต, ซึ่งสติไม่ปกติ, ซึ่งเป็นโรคจิต, โง่มาก, บ้า **-insanely** *adv.* **-insaneness** *n.* **-insanity** *n.* (**-S.** crazy, mad)
insanitary (อินแซน' นิเทรี) *adj.* ซึ่งไม่สะอาดถูกหลักอนามัย (**-S.** dirty, infected)
insatiable (อินเซ' ชะเบิล) *adj.* ซึ่งไม่พึงพอใจหรือไม่เพียงพอ **-insatiably** *adv.* (**-S.** greedy)
inscribe (อินสไกรบ์') *vt.* **-scribed, -scribing** จารึก, สลัก, ลงทะเบียน, ลงชื่อ, เขียน (คำอวยพร คำอุทิศ) **-inscriber** *n.* (**-S.** carve)
inscription (อินสกริพ' ชัน) *n.* การลงทะเบียน, ถ้อยคำหรือข้อความที่เขียนหรือจารึก, คำอุทิศ **-inscriptional, inscriptive** *adj.* **-inscriptively** *adv.* (**-S.** dedication, words)
inscrutable (อินสกรู' ทะเบิล) *adj.* ซึ่งยากที่จะเข้าใจได้ **-inscrutably** *adv.* (**-S.** hidden)
★**insect** (อิน' เซคท์) *n.* แมลง, คนที่ไม่มีความสำคัญ **-insect** *adj.* **-insectival** *adj.*
insecticide (อินเซค' ทิไซด์) *n.* ยาฆ่าแมลง **-insecticidal** *adj.* **-insecticidally** *adv.*
insecure (อินซิเคียวร์') *adj.* ไม่มั่นคง, น่าสงสัย, ไม่ปลอดภัย **-insecurely** *adv.* (**-S.** unsafe)
inseminate (อินเซม' มะเนท) *vt.* **-nated, -nating** ผลิตหรือฉีดอสุจิเข้าไปในอวัยวะสืบพันธุ์ของตัวเมีย **-insemination** *n.*
insensate (อินเซน' เซท) *adj.* ซึ่งไร้ความรู้สึก, ซึ่งไม่มีเหตุผล, โง่, ทารุณ **-insensately** *adv.*
insensible (อินเซน' ซะเบิล) *adj.* เล็กมาก, สลบ, ตายด้าน, ซึ่งไม่มีความหมาย, ไม่รู้ตัว **-insensibly** *adv.* (**-S.** benumbed, unaware)
insensitive (อินเซน' ซิทิฟว์) *adj.* ไม่มีความรู้สึก, ไม่มีการตอบสนอง, เมินเฉย **-insensitively** *adv.* **-insensitivity** *n.* (**-S.** unfeeling)
inseparable (อินเซพ' เพอระเบิล) *adj.* ซึ่งแยกไม่ได้, ซึ่งแบ่งไม่ได้ **-inseparability** *n.* **-inseparably** *adv.* (**-S.** indivisible, intimate)
insert (*v.* อินเซิร์ท', *n.* อิน' เซิร์ท) *vt.* **-serted, -serting** สอด, ใส่ *-n.* สิ่งที่แทรกหรือใส่ **-inserter** *n.* (**-S.** (v.) interpolate)
insertion (อินเซอร์' ชัน) *n.* การใส่, สิ่งที่สอดแทรก, การปลูก **-insertional** *adj.* (**-S.** addition)
inset (อิน' เซท) *vt.* **-set, -setting** ใส่, สอด, แทรก *-n.* สิ่งที่สอดแทรกเข้าไป, ใบแทรก
inshore (อิน' ชอร์') *adv., adj.* ใกล้ฝั่ง, ติดฝั่ง
★**inside** (อินไซด์') *n.* ส่วนใน, (คำสแลง) ความลับ *-adj.* ข้างใน, ซึ่งเป็นความลับ *-adv.* ข้างใน, (คำสแลง) ในคุก *-prep.* ภายใน (**-S.** (n., adv., prep.) within (adj.) inner (adj., n.) interior)
insider (อินไซ' เดอร์) *n.* ผู้ที่รู้เรื่องเบื้องหลังหรือเรื่องภายใน
insidious (อินซิด' เดียซ) *adj.* ซึ่งหลอกลวง, อย่างลับๆ **-insidiously** *adv.* (**-S.** crafty)
insight (อิน' ไซท์) *n.* ความเข้าใจอย่างลึกซึ้ง, การมีสายตากว้างไกล (**-S.** awareness, vision)
insignia, insigne (อินซิก' เนีย, -นี) *n., pl.* **-nia/-nias** ตราประจำตำแหน่ง, เครื่องหมายเกียรติยศ (**-S.** badge, emblem)
insignificant (อินซิกนิฟ' ฟิเคินท์) *adj.* ซึ่งไม่สำคัญ, ซึ่งเป็นเรื่องเล็กน้อย, ซึ่งไม่มีค่าหรือความหมาย **-insignificance** *n.* (**-S.** trivial)
insincere (อินซินเซียร์') *adj.* ซึ่งไม่จริงใจ **-insincerely** *adv.* **-insincerity** *n.* (**-S.** devious)
insinuate (อินซิน' นิวเอท) *v.* **-ated, -ating** *-vt.* บอกเป็นเชิง *-vi.* บอกเป็นนัย **-insinuative** *adj.* **-insinuator** *n.* (**-S.** hint, imply)
insinuating (อินซิน' นิวเอทิง) *adj.* ซึ่งพูดเป็นนัยๆ, ซึ่งประจบประแจง **-insinuatingly** *adv.*
insinuation (อินซินนิวเอ' ชัน) *n.* การบอกเป็นนัยๆ, การประจบประแจง (**-S.** hint)
insipid (อินซิพ' พิด) *adj.* จืดชืด, ไม่น่าสนใจ **-insipidly** *adv.* (**-S.** tasteless **-A.** tasty)
★**insist** (อินซิชท์') *vi., vt.* **-sisted, -sisting** ยืนหยัด, ยืนยัน **-insistent** *adj.* (**-S.** persist)
in situ (อินไซ' ทู, -ซี'-) *adv., adj.* ซึ่งอยู่ในตำแหน่งแรกเริ่ม
insofar (อินโซฟาร์') *adv.* ตราบเท่าที่
insole (อิน' โซล) *n.* พื้นด้านในของรองเท้า
insolent (อิน' ซะเลินท์) *adj.* อวดดี, ทะลึ่ง **-insolently** *adv.* **-insolence** *n.* (**-S.** haughty)
insoluble (อินซอล' เลียเบิล) *adj.* ซึ่งไม่ละลาย, ซึ่งแก้ไขไม่ได้ **-insoluble** *n.* **-insolubly** *adv.*
insolvent (อินซอล' เวินท์) *adj.* ซึ่งล้มละลาย, ซึ่งไม่มีเงินพอจะใช้หนี้, เกี่ยวกับบุคคลที่ล้มละลาย *-n.* บุคคลล้มละลาย **-insolvency** *n.*
insomnia (อินซอม' เนีย) *n.* การนอนไม่หลับ

A B C D E F G H I J K L M N O P Q R S T U V W X Y Z

insomuch as เท่าที่

★**inspect** (อินสเปคท') *vt.* **-spected, -specting** ตรวจตราอย่างละเอียด **-inspective** *adj.* **-inspection** *n.* (**-S.** check, examine)

inspector (อินสเปค' เทอร์) *n.* ผู้ตรวจสอบ, นายตรวจ **-inspectorship** *n.* (**-S.** examiner)

inspiration (อินสปะเร' ชัน) *n.* การกระตุ้นความรู้สึกหรือความคิด, แรงบันดาลใจ, สิ่งดลใจ, การดลใจหรือดลบันดาล, การหายใจเข้า (**-S.** arousal, motivation, stimulus)

inspiratory (อินสไป' ระทอรี) *adj.* เกี่ยวกับการหายใจ

inspire (อินสไปร') *v.* **-spired, -spiring** *-vt.* ดลใจ, สูดหายใจ, กระตุ้น, บันดาลใจ *-vi.* กระตุ้น, หายใจเข้า **-inspirer** *n.* (**-S.** inhale)

instability (อินสตะบิล' ลิที) *n., pl.* **-ties** ความไม่มั่นคง (**-S.** unsteadiness, weakness)

★**install, instal** (อินสตอล') *vt.* **-stalled, -stalling** ติดตั้ง, แต่งตั้ง, สถาปนา **-installation** *n.*

installment, instalment[1] (อินสตอล' เมินท์) *n.* งวดในการจ่ายหนี้, ตอน, ส่วน

installment, instalment[2] (อินสตอล' เมินท์) *n.* การติดตั้ง, การสถาปนา

★**instance** (อิน' สเตินซ์) *n.* ตัวอย่าง, กรณี *-vt.* **-stanced, -stancing** ยกตัวอย่าง **-for instance** ยกตัวอย่าง, เช่น (**-S.** (n.) case)

★**instant** (อิน' สเตินท์) *n.* อาหารหรือเครื่องดื่มที่สามารถเตรียมได้ในเวลาอันสั้น, ช่วงเวลาประเดี๋ยวเดียว, เดือนนี้ *-adj.* ทันที, ด่วน, ซึ่งเตรียมได้ง่าย, ซึ่งละลายได้ทันที *-adv.* ทันทีทันใด, ฉับพลัน (**-S.** (adj., adv.) quick)

instantaneous (อินสเตินเท' เนียซ) *adj.* ทันทีทันใด **-instantaneously** *adv.* (**-S.** immediate)

★**instantly** (อิน' สเตินท์ลี) *adv.* ฉับพลัน *-conj.* ทันที (**-S.** (adv.) immediately)

★**instead** (อินสเตด') *adv.* แทนที่, แทน **-instead of** แทนที่ (**-S.** alternatively, rather)

instep (อิน' สเตพ) *n.* หลังเท้า

instigate (อิน' สติเกท) *vt.* **-gated, -gating** กระตุ้น, ยุยงส่งเสริม **-instigation** *n.* **-instigative** *adj.* **-instigator** *n.* (**-S.** incite, arouse)

instill, instil (อินสติล') *vt.* **-stilled, -stilling** ค่อยๆ สั่งสอนให้ซึมซาบ, ใส่ลงไปทีละหยด **-instillation** *n.* (**-S.** pour **-A.** extract)

instinct (อิน' สติงค์ท) *n.* สัญชาตญาณ **-instinctive** *adj.* (**-S.** aptitude, gift)

★**institute** (อิน' สติทูท) *vt.* **-tuted, -tuting** ก่อตั้ง, จัดตั้ง, สร้าง *-n.* องค์การ, สถาบัน, สมาคม **-instituter, institutor** *n.* (**-S.** (v.) establish)

★**institution** (อินสติทู' ชัน) *n.* ประเพณี, สถาบัน, สถานที่ตั้งของสถาบัน, สถานที่ดูแลผู้มีปัญหาด้านจิตใจ (**-S.** academy, tradition)

★**instruct** (อินสตรัคท') *v.* **-structed, -structing** *-vt.* สอน, แนะนำ, ออกคำสั่ง *-vi.* เป็นผู้สั่งสอน

★**instruction** (อินสตรัค' ชัน) *n.* การสั่งสอน, การแนะนำ, การเรียน, คำสั่ง **-instructional** *adj.*

instructive (อินสตรัค' ทิฟว์) *adj.* ซึ่งให้ความรู้หรือข้อมูลข่าวสาร **-instructively** *adv.*

instructor (อินสตรัค' เทอร์) *n.* ผู้สอน, อาจารย์ในวิทยาลัยหรือมหาวิทยาลัยที่มีตำแหน่งต่ำกว่าผู้ช่วยศาสตราจารย์, ครู **-instructorship** *n.*

★**instrument** (อิน' สตระเมินท์) *n.* เครื่องมือ, ผู้ที่ถูกใช้เป็นเครื่องมือ, เครื่องดนตรี, เอกสารทางกฎหมาย *-vt.* **-mented, -menting** จัดเตรียมเครื่องมือ (**-S.** (n.) gadget, tool)

★**instrumental** (อินสตระเมน' เทิล) *adj.* ซึ่งเป็นเครื่องมือ, เกี่ยวกับเครื่องมือ, ซึ่งเป็นประโยชน์ *-n.* การเรียบเรียงหรือแต่งขึ้นสำหรับเครื่องดนตรี **-instrumentally** *adv.* (**-S.** (adj.) helpful)

instrumentality (อินสตระเมนแทล' ลิที) *n., pl.* **-ties** การเป็นเครื่องมือ เครื่องช่วย หรือเครื่องสนับสนุน, วิธีการ

insubordinate (อินซะบอร์' เดินนิท) *adj.* ไม่เชื่อฟัง **-insubordination** *n.* (**-S.** unruly)

insufferable (อินซัฟ' เฟอระเบิล) *adj.* ทนไม่ได้ **-insufferably** *adv.* (**-S.** intolerable)

insufficient (อินซะฟิช' เชินท์) *adj.* ไม่เพียงพอ **-insufficiency** *n.* **-insufficiently** *adv.*

insular (อิน' ซะเลอร์) *adj.* เกี่ยวกับเกาะ, ซึ่งอาศัยหรือตั้งอยู่บนเกาะ, ใจแคบ, ซึ่งใช้ชีวิตอย่างโดดเดี่ยวหรือแยกตัว **-insularism, insularity** *n.* **-insularly** *adv.* (**-S.** closed, narrow)

insulate (อิน' ซะเลท) *vt.* **-lated, -lating** ทำให้แยกตัว, ป้องกันความร้อน กระแสไฟฟ้า หรือเสียง, ปกคลุมด้วยฉนวน (**-S.** isolate, protect)

insulation (อินซะเล' ชัน) *n.* วัตถุหรือสิ่งที่ใช้เป็นฉนวน, การปกคลุมด้วยฉนวน

insulator (อิน' ซะเลเทอร์) *n.* ฉนวน

insulin (อิน' ซะลิน) *n.* อินซูลิน เป็นฮอร์โมนชนิดหนึ่งซึ่งหลั่งออกมาจาก Islets of Langerhans ของตับอ่อน ทำหน้าที่ควบคุมการเปลี่ยนน้ำตาลกลูโคสให้เป็นไกลโคเจน

★**insult** (อินซัลท์') *v.* **-sulted, -sulting** *-vt.* ดูถูก, สบประมาท *-vi.* รุก, ทำหยิ่ง *-n.* การสบประมาท

A B C D E F G H I J K L M N O P Q R S T U V W X Y Z

A B C D E F G H J K L M N O P Q R S T U V W X Y Z

-**insulter** *n.* (-S. (n., v.) abuse)
insuperable (อินซู' เพอระเบิล) *adj.* ซึ่งไม่สามารถเอาชนะได้ **-insuperably** *adv.*
★**insurance** (อินชัว' เรินซ์) *n.* การประกัน, เบี้ยประกัน, วงเงินประกัน, กรมธรรม์ (-S.guarantee)
★**insure** (อินชัวร์') *vt., vi.* **-sured, -suring** ทำประกัน **-insurable** *adj.* (-S. assure, cover)
insured (อินชัวร์ด์') *n., pl.* **-sured/-sureds** ผู้ได้รับการประกัน
insurer (อินชัว' เรอร์) *n.* ผู้รับประกัน, บริษัทประกัน
insurgent (อินเซอร์' เจินท์) *adj.* ซึ่งเกิดการจลาจล *-n.* ผู้ก่อการจลาจล (-S. (n.) rebel)
insurmountable (อินเซอร์เมาน์' ทะเบิล) *adj.* ซึ่งไม่สามารถเอาชนะได้ **-insurmountably** *adv.*
insurrection (อินซะเรค' ชัน) *n.* การจลาจล, การต่อต้าน, การกบฏ **-insurrectionist** *n.*
intact (อินแทคท์') *adj.* ซึ่งไม่เสื่อมเสียหรือเปลี่ยนแปลง **-intactly** *adv.* (-S. complete)
intaglio (อินแทล' โย) *n., pl.* **-glios** การแกะสลักลวดลายลงบนหินหรือพื้นผิววัตถุที่แข็ง
intake (อิน' เทค) *n.* ทางเข้า, ปริมาณหรือจำนวนที่นำเข้า, การนำเข้า, สิ่งที่นำเข้า
integer (อิน' ทิเจอร์) *n.* จำนวนเต็ม, สิ่งที่สมบูรณ์, หน่วยที่สมบูรณ์
integral (อิน' ทิเกริล) *adj.* ส่วนประกอบ, ซึ่งจำเป็นสำหรับการทำให้ครบสมบูรณ์, สมบูรณ์, ซึ่งเกี่ยวกับจำนวนเต็ม *-n.* หน่วยที่สมบูรณ์ **-integrally** *adv.* (-S. (adj.) full)
★**integrate** (อิน' ทิเกรท) *v.* **-grated, -grating** *-vt.* รวมกัน, รวมตัว, เปิดให้กับทุกชาติทุกเผ่าพันธุ์หรือทุกศาสนาโดยไม่มีข้อจำกัด, คำนวณ *-vi.* กลายเป็นรวมตัวกัน **-integration** *n.*
integrity (อินเทก' กริที) *n.* ความซื่อสัตย์, ความยึดมั่นกับคุณธรรม, ความสมบูรณ์ (-S. honesty)
intellect (อิน' เทิลเลคท์) *n.* ความสามารถในการเรียนรู้และมีเหตุผล, สติปัญญา (-S. brain)
★**intellectual** (อินเทิลเลค' ชวล) *adj.* ปัญญา, ซึ่งมีปัญญาสูง *-n.* ผู้ที่มีปัญญาสูง **-intellectuality, intellectualness** *n.* (-S. (adj.) intelligent)
intellectual property ทรัพย์สินทางปัญญา
intellectualism (อินเทิลเลค' ชัวลิเซิม) *n.* ลัทธิการใช้ปัญญาหรือเหตุผล **-intellectualist** *n.*
★**intelligence** (อินเทล' ละเจินซ์) *n.* ความฉลาด, สติปัญญา, การมีความคิดและเหตุผล, ไหวพริบ, ข่าวสาร, ความลับของศัตรู (-S. understanding)
intelligence quotient ดัชนีวัดความสามารถทางสติปัญญา ย่อว่า I.Q.
★**intelligent** (อินเทล' ละเจินท์) *adj.* ฉลาด, ซึ่งมีสติปัญญา **-intelligently** *adv.* (-S. clever)
intelligible (อินเทล' ลิจะเบิล) *adj.* ซึ่งสามารถเข้าใจได้ **-intelligibleness** *n.* **-intelligibly** *adv.*
intemperate (อินเทม' เพอริท) *adj.* ซึ่งดื่มสุรามากเกินไป, ซึ่งไม่สามารถควบคุมตัวเองได้ในเรื่องการดื่มสุราหรือของมึนเมา **-intemperately** *adv.* **-intemperance** *n.*
★**intend** (อินเทนด์') *v.* **-tended, -tending** *-vt.* ตั้งใจ, มุ่งหมาย, เจตนา *-vi.* มีเจตนา (-S. aim)
intendant (อินเทน' เดินท์) *n.* เจ้าหน้าที่, เจ้าเมือง, ข้าหลวง, ผู้อำนวยการ
intended (อินเทน' ดิด) *adj.* ซึ่งเจตนาหรือตั้งใจ, ซึ่งมุ่งหมาย *-n.* (ภาษาพูด) คู่หมั้น
★**intense** (อินเทนซ์') *adj.* **-tenser, -tensest** รุนแรง, เข้มข้น, หนาแน่น, เอาจริงเอาจัง, เร่าร้อน, ลึกซึ้ง **-intensely** *adv.* (-S. acute)
intensify (อินเทน' ซะไฟ) *v.* **-fied, -fying** *-vt.* ทำให้รุนแรง (เข้มข้น หนาแน่น) ขึ้น *-vi.* รุนแรง (เข้มข้น หนาแน่น) ขึ้น **-intensification** *n.* (-S. emphasize)
intensive (อินเทน' ซิฟว์) *adj.* เข้มข้น, คร่ำเคร่ง, รุนแรง, (การเพาะปลูก) อย่างหนาแน่น
intent (อินเทนท์') *n.* จุดประสงค์, เจตนา, ความหมาย *-adj.* ซึ่งตั้งใจหรือมุ่งหมายไว้ **-intently** *adv.* **-intentness** *n.* (-S. (n.) aim)
★**intention** (อินเทน' ชัน) *n.* ความตั้งใจ, วัตถุประสงค์หรือเป้าหมาย (-S. aim, goal)
intentional (อินเทน' ชะเนิล) *adj.* ซึ่งทำอย่างตั้งใจ **-intentionally** *adv.* (-S. deliberate)
inter (อินเทอร์') *vt.* **-terred, -terring** ฝัง
inter- คำอุปสรรค หมายถึง ระหว่าง
interact (อินเทอร์แอคท์') *vi.* **-acted, -acting** ทำปฏิกิริยาซึ่งกันและกัน **-interaction** *n.*
inter alia (อิน' เทอร์เอ' เลีย, อา' เลีย) *adv.* ท่ามกลางสิ่งอื่นๆ
intercalate (อินเทอร์' คะเลท) *vt.* **-lated, -lating** แทรก, พูดแทรก **-intercalation** *n.*
intercede (อินเทอร์ซีด') *vi.* **-ceded, -ceding** ร้องขอความกรุณาหรือเห็นใจ, ไกล่เกลี่ย
intercept (อินเทอร์เซพท์') *vt.* **-cepted, -cepting** ขัดขวาง, สกัดกั้น, บัง, ตัดการติดต่อ *-n.* การขัดขวาง, ผู้ขัดขวาง, สิ่งที่คอยขัดขวาง **-interception** *n.* **-interceptor** *n.*
interchange (อินเทอร์เชนจ์') *vt., vi.* **-changed, -changing** สับเปลี่ยน, แลกเปลี่ยน

interchangeable (อินเทอร์เชน' จะเบิล) *adj.* ซึ่งสามารถแลกเปลี่ยนได้ **-interchangeably** *adv.* (-S. equivalent, the same)
intercollegiate (อินเทอร์คะลี' จิท, -จีอิท) *adj.* ระหว่างวิทยาลัยหรือมหาวิทยาลัย
intercom (อิน' เทอร์คอม) *n.* ระบบการติดต่อสื่อสารระหว่างสองบริเวณหรือระหว่างห้อง
intercommunicate (อินเทอร์คะมิว' นิเคท) *vi.* **-cated, -cating** ติดต่อสื่อสารระหว่างกัน **-intercommunication** *n.*
interconnect (อินเทอร์คะเนคท์') *vi., vt.* **-nected, -necting** เชื่อมต่อระหว่างกัน **-interconnectedness** *n.* **-interconnection** *n.*
intercourse (อิน' เทอร์คอร์ซ) *n.* การติดต่อกัน, การมีเพศสัมพันธ์กัน, การแลกเปลี่ยนสินค้า บริการ ความคิด หรือความรู้สึกซึ่งกันและกัน
interdepartmental (อินเทอร์ดีพาร์ทเมน' เทิล) *adj.* ระหว่างแผนก
interdict (อินเทอร์ดิคท์') *vt.* **-dicted, -dicting** ห้าม, ขัดขวาง *-n.* คำสั่งห้าม, ข้อห้าม, การห้าม **-interdiction** *n.* **-interdictory** *adj.*
★**interest** (อิน' ทริซท์) *n.* ความสนใจ, สิ่งที่น่าสนใจ, ส่วนได้ส่วนเสีย, กลุ่มคนที่น่าสนใจ, ดอกเบี้ย *-vt.* **-ested, -esting** ทำให้สนใจ (-S. (n.) concern (v.) attract -A. (n.) loss)
interested (อิน' ทริสติด) *adj.* ซึ่งสนใจ, ซึ่งใส่ใจ, ซึ่งมีผลประโยชน์ **-interestedly** *adv.*
★**interesting** (อิน' ทริสติง) *adj.* น่าสนใจ **-interestingly** *adv.*
★**interfere** (อินเทอร์เฟียร์') *vi.* **-fered, -fering** แทรกแซง, รบกวน, ยุ่ง, ขัดขา (ใช้กับม้า) **-interferer** *n.* **-interferingly** *adv.* (-S. intrude)
interference (อินเทอร์เฟีย' เรินซ์) *n.* การรบกวน, การสอดแทรก (คลื่น) (-S. meddling)
interim (อิน' เทอริม) *n.* ช่วงเวลาหยุดพักระหว่างเวลา เหตุการณ์ หรือกระบวนการ *-adj.* ชั่วคราว, กลางคัน (-S. (adj.) provisional)
★**interior** (อินเทีย' เรียร์) *adj.* ซึ่งเกี่ยวกับด้านใน, ข้างใน, ซึ่งเกี่ยวกับส่วนลึกของจิตใจ, ซึ่งอยู่ภายในประเทศ *-n.* พื้นที่ชั้นในหรือภายใน, ส่วนลึกของจิตใจ, ธาตุแท้, เรื่องภายใน **-interiority** *n.* **-interiorly** *adv.* (-S. (adj.) inner)
interject (อินเทอร์เจคท์') *vt.* **-jected, -jecting** พูดสอดขึ้น **-interjector** *n.* **-interjectory** *adj.*
★**interjection** (อินเทอร์เจค' ชัน) *n.* คำอุทาน, การอุทาน **-interjectional** *adj.*
interlace (อินเทอร์เลซ') *v.* **-laced, -lacing** *-vt.* ผสมกัน *-vi.* ผสมผสานกัน (-S. intermix)
interlard (อินเทอร์ลาร์ด') *vt.* **-larded, -larding** สอดแทรก (-S. insert)
interleave (อินเทอร์ลีฟว์') *vt.* **-leaved, -leaving** สอดใบแทรก
interline (อินเทอร์ไลน์') *vt.* **-lined, -lining** สอดแทรกคำลงไประหว่างบรรทัด
interlock (อินเทอร์ลอค') *v.* **-locked, -locking** *-vt.* เชื่อมต่อกันโดยตะขอ, ประสานกัน *-vi.* เชื่อมประสานกันหรือต่อกัน
interlocution (อินเทอร์โลคิว' ชัน) *n.* การสนทนากัน **-interlocutor** *n.*
interloper (อิน' เทอร์โลเพอร์) *n.* ผู้ที่เข้ามายุ่งเกี่ยวเรื่องของคนอื่น **-interlope** *v.*
interlude (อิน' เทอร์ลูด) *n.* การหยุดพักระหว่างปิดฉาก, การแสดงสลับฉาก (-S. halt)
intermarry (อินเทอร์แมร์' รี) *vi.* **-ried, -rying** แต่งงานกันระหว่างตระกูลหรือเผ่า **-intermarriage** *n.*
intermeddle (อินเทอร์เมด' เดิล) *vi.* **-dled, -dling** เข้าไปยุ่ง **-intermeddler** *n.*
intermediary (อินเทอร์มี' เดียรี) *adj.* ระหว่างกลาง, ซึ่งเป็นคนกลาง *-n., pl.* **-ies** คนกลาง, สถานะที่อยู่ตรงกลาง
★**intermediate** (อินเทอร์มี' เดียท) *adj.* ซึ่งเกิดขึ้นหรืออยู่ระหว่างกลาง, ปานกลาง *-n.* สิ่งที่อยู่ระหว่างกลาง, คนกลาง *-vi.* **-ated, -ating** ทำหน้าที่เป็นตัวกลาง, สอดแทรก **-intermediately** *adv.* **-intermediation** *n.* (-S. (adj., n.) middle)
interment (อินเทอร์' เมินท์) *n.* การฝัง, พิธีฝัง
intermezzo (อินเทอร์เมท' โซ, -เมด' โซ) *n., pl.* **-zos/-zi** (-ซี, -ซี) การแสดงสลับฉาก
interminable (อินเทอร์' มะนะเบิล) *adj.* น่าเบื่อ, ไม่รู้จักจบสิ้น **-interminably** *adv.*
intermingle (อินเทอร์มิง' เกิล) *vt., vi.* **-gled, -gling** ผสมผสานกัน (-S. mix)
intermit (อินเทอร์มิท') *vi., vt.* **-mitted, -mitting** หยุดพัก **-intermitter** *n.*
intermittent (อินเทอร์มิท' เทินท์) *adj.* ซึ่งหยุดๆ เดินๆ, ไม่สม่ำเสมอ **-intermittently** *adv.*
intermix (อินเทอร์มิคซ์') *vt., vi.* **-mixed, -mixing** ผสมกัน, คลุกเคล้า
intern, interne (อิน' เทิร์น) *n.* แพทย์หรือครูฝึกหัด *-v.* **-terned, -terning** *-vt.* กักกัน *-vi.* เป็นแพทย์หรือครูฝึกหัด (-S. (v.) confine)
★**internal** (อินเทอร์' เนิล) *adj.* ภายใน, ข้างใน, ภายในจิตใจ, ซึ่งอยู่ภายในร่างกาย, เกี่ยวกับเรื่อง

A B C D E F G H J K L M N O P Q R S T U V W X Y Z

ภายในประเทศ **-internality** *n.* **-internally** *adv.* (**-S.** inner, inside)

★**international** (อินเทอร์แนช' ชะเนิล) *adj.* ระหว่างประเทศ **-internationality** *n.* **-internationally** *adv.* (**-S.** cosmopolitan, worldwide)

internationalism (อินเทอร์แนช' ชะนะลิเซิม) *n.* ความร่วมมือระหว่างชาติโดยเฉพาะในเรื่องเศรษฐกิจและการเมือง **-internationalist** *n.*

internationalize (อินเทอร์แนช' ชะนะไลซ์) *vt.* **-ized, -izing** อยู่ภายใต้การควบคุมระหว่างประเทศ **-internationalization** *n.*

international law กฎหมายระหว่างชาติ

internecine (อินเทอร์เนซ' ซีน) *adj.* ซึ่งทำให้เกิดการทำลายล้างกันทั้ง 2 ฝ่าย

internee (อินเทอร์นี') *n.* ผู้ถูกกักขัง

Internet (อิน' เทอร์เนท) *n.* เครือข่ายเมตริกที่เชื่อมต่อคอมพิวเตอร์ทั่วโลก

interplay (อิน' เทอร์เพล) *n.* การปฏิบัติต่อกันและกัน, การมีอิทธิพลต่อกันและกัน

interpolate (อินเทอร์' พะเลท) *v.* **-lated, -lating** *-vt.* สอดแทรก, เติมถ้อยคำลงในข้อความ *-vi.* ทำการเพิ่มเติมหรือสอดแทรก **-interpolation** *n.* **-interpolative** *adj.* **-interpolator** *n.*

interpose (อินเทอร์โพซ') *v.* **-posed, -posing** *-vt.* สอดแทรก, ก้าวก่าย *-vi.* เข้าแทรก **-interposition** *n.* (**-S.** insert, interfere)

★**interpret** (อินเทอร์' พริท) *v.* **-preted, -preting** *-vt.* อธิบาย, แปลปากเปล่า *-vi.* อธิบาย, แปล **-interpretation** *n.* (**-S.** translate)

interpreter (อินเทอร์' พริเทอร์) *n.* ผู้แปล, ล่าม (**-S.** annotator, translator)

interracial (อินเทอร์เร' เชิล) *adj.* ซึ่งเกี่ยวกับเชื้อชาติหรือสีผิวที่แตกต่างกัน

interregnum (อินเทอร์เรก' เนิม) *n., pl.* **-nums/-na** ช่วงเวลาที่ประเทศหรือรัฐขาดผู้ปกครอง, ช่องว่างในความต่อเนื่อง, ช่วงเวลาที่องค์กรขาดผู้บริหาร **-interregnal** *adj.*

interrogate (อินเทอร์' ระเกท) *vt.* **-gated, -gating** ซักถาม **-interrogation** *n.* **-interrogational** *adj.* **-interrogator** *n.* (**-S.** ask)

interrogation point เครื่องหมายคำถาม

interrogative (อินทะรอก' กะทิฟว์) *adj.* เกี่ยวกับคำถาม **-interrogatively** *adv.*

interrogatory (อินทะรอก' กะทอรี) *adj.* ซึ่งซักถาม *-n., pl.* **-ries** การซักถาม

★**interrupt** (อินทะรัพท์') *vt., vi.* **-rupted, -rupting** ขัดจังหวะ, ขัดขวาง **-interruption** *n.* **-interruptive** *adj.* (**-S.** break, stop)

inter se (อินเทอร์ซี') *adv., adj.* ระหว่างหรือท่ามกลางพวกเขา

intersect (อินเทอร์เซคท์') *vt., vi.* **-sected, -secting** ตัดกัน (**-S.** cross)

intersection (อินเทอร์เซค' ชัน) *n.* การตัด, ทางสี่แยก (**-S.** crossing, junction)

intersperse (อินเทอร์สเปิร์ซ') *vt.* **-spersed, -spersing** โปรยปราย, ทำให้กระจาย

interstate (อิน' เทอร์สเตท) *adj.* ระหว่างรัฐ

interstellar (อินเทอร์สเตล' เลอร์) *adj.* ระหว่างหรือท่ามกลางดวงดาว

interstice (อินเทอร์' สติซ) *n., pl.* **-stices** (-สติซีซ) ช่องว่างหรือรอยแตกที่เล็กมาก

intertribal (อินเทอร์ไทร' เบิล) *adj.* ระหว่างเผ่า

★**interval** (อิน' เทอร์เวิล) *n.* ช่วงห่าง, ช่วงว่าง, เวลาพัก, ความแตกต่างของเสียง (**-S.** gap)

intervene (อินเทอร์วีน') *vi.* **-vened, -vening** เข้าแทรก, เกิดขึ้นโดยบังเอิญ, ยุ่ง **-intervener** *n.* **-intervention** *n.* (**-S.** interfere)

★**interview** (อิน' เทอร์วิว) *n.* การสัมภาษณ์ *-vt., vi.* **-viewed, -viewing** สัมภาษณ์ **-interviewee** *n.* **-interviewer** *n.*

intestate (อินเทซ' เทท) *adj.* ซึ่งไม่ได้ทำพินัยกรรมไว้ก่อนตาย **-intestacy** *n.*

intestinal (อินเทซ' ทะเนิล) *adj.* เกี่ยวกับลำไส้ **-intestinally** *adv.*

intestine (อินเทซ' ทิน) *n.* ลำไส้ *-adj.* ภายใน, เกี่ยวกับเรื่องภายใน

intimate[1] (อิน' ทะมิท) *adj.* ซึ่งคุ้นเคย, ที่สนิทสนม, ซึ่งใกล้ชิด, ซึ่งเป็นส่วนตัว *-n.* เพื่อนสนิท **-intimately** *adv.* **-intimacy** *n.*

intimate[2] (อิน' ทะเมท) *vt.* **-mated, -mating** แนะ, บอกเป็นนัย, ประกาศ **-intimation** *n.*

intimidate (อินทิม' มิเดท) *vt.* **-dated, -dating** ขู่ **-intimidation** *n.* (**-S.** threaten)

★**into** (อิน' ทู) *prep.* เข้าไปข้างใน, ไปยัง

intolerable (อินทอล' เลอระเบิล) *adj.* ซึ่งทนไม่ได้ **-intolerably** *adv.* (**-S.** unendurable)

intolerant (อินทอล' เลอเรินท์) *adj.* ไม่อดทน, ซึ่งไม่สามารถอดกลั้นได้, ซึ่งไม่ยอม **-intolerantly** *adv.* **-intolerance** *n.* (**-S.** narrow)

intonation (อินทะเน' ชัน) *n.* การออกเสียงสูงต่ำ, การเปล่งเสียงเฉพาะ **-intonational** *adj.*

intone (อินโทน') *v.* **-toned, -toning** *-vt.* ออกเสียงสูงต่ำ *-vi.* ออกเสียงเฉพาะ

intoxicant (อินทอค' ซิเคินท์) *n.* ของมึนเมา

intoxicate (อินทอค' ซิเคท) *v.* **-cated, -cating** *-vt.* ทำให้เมา, กระตุ้น, เป็นพิษ *-vi.* ทำให้เมาหรือตื่นเต้น **-intoxication** *n.*
intra- คำอุปสรรค หมายถึง ภายใน
intractable (อินแทรค' ทะเบิล) *adj.* ดื้อดึง, ซึ่งรักษายาก **-intractably** *adv.*
intransigent, intransigeant (อินแทรน' ซะเจินท์, -ซะ-) *adj.* ซึ่งไม่ยอม, ดื้อ **-intransigence** *n.* **-intransigently** *adv.*
intransitive (อินแทรน' ซิทิฟว์, -ซิ-) *adj.* ซึ่งเป็นกริยาที่ไม่ต้องการหรือไม่มีกรรมมารับ *-n.* กริยาที่ไม่มีกรรม **-intransitively** *adv.*
intrench (อินเทรนช์') *v.* ดู entrench
intrepid (อินเทรพ' พิด) *adj.* กล้าหาญ **-intrepidity** *n.* **-intrepidly** *adv.* (**-S.** bold)
intricate (อิน' ทริคิท) *adj.* สลับซับซ้อน, ยากที่จะเข้าใจ **-intricately** *adv.* **-intricacy** *n.*
intrigue (อิน' ทรีก) *n.* อุบาย, แผนลับ *-v.* **-trigued, -triguing** *-vi.* วางอุบาย *-vt.* กระตุ้นให้สนใจ, วางอุบาย **-intriguer** *n.* (**-S.** (v.) scheme)
intrinsic (อินทริน' ซิค) *adj.* เกี่ยวกับธรรมชาติของสิ่งต่างๆ, ซึ่งอยู่ภายใน **-intrinsically** *adv.*
★**introduce** (อินทระดูซ') *vt.* **-duced, -ducing** แนะนำตัว, แนะนำ, เริ่ม, อารัมภบท **-introducer** *n.* **-introducible** *adj.* (**-S.** begin)
★**introduction** (อินทระดัค' ชัน) *n.* การแนะนำ, การแนะนำตัว, การอารัมภบท, คำนำ, การเริ่ม **-introductory** *adj.* (**-S.** induction)
introspect (อิน' ทระสเปคท์) *vi.* **-spected, -specting** พิจารณาอย่างรอบคอบ, ใคร่ครวญ **-introspective** *adj.* **-introspectively** *adv.*
introspection (อินทระสเปค' ชัน) *n.* การพิจารณาหรือไตร่ตรองความคิดหรือความรู้สึกของตนเอง **-introspectional** *adj.*
introvert (อิน' ทระเวิร์ท) *vt.* **-verted, -verting** เลี้ยวหรือวกกลับเข้าด้านใน, หมกมุ่นกับความคิดหรือความรู้สึกของตัวเอง
intrude (อินทรูด') *v.* **-truded, -truding** *-vt.* บุกรุก, ก้าวร้าว, ก้าวก่าย **-intruder** *n.* **-intrusion** *n.* (**-S.** interfere, obtrude)
intuition (อินทูอิช' ชัน) *n.* การรู้ได้โดยทันทีหรือโดยสัญชาตญาณ **-intuitional** *adj.* (**-S.** instinct)
intuitive (อินทู' อิทิฟว์) *adj.* โดยสัญชาตญาณ **-intuitively** *adv.* **-intuitiveness** *n.*
inundate (อิน' อันเดท) *vt.* **-dated, -dating** (น้ำ) ท่วม **-inundation** *n.* (**-S.** flood)
inure, enure (อินเนียวร์') *vt.* **-ured, -uring** ทำให้เคยชิน **-inurement** *n.*
★**invade** (อินเวด') *vt., vi.* **-vaded, -vading** บุกรุก **-invader** *n.* (**-S.** attack, violate)
invalid[1] (อิน' วะลิด) *n.* คนป่วยหรือทุพพลภาพ *-adj.* ซึ่งป่วยหรือทุพพลภาพ *-vt.* **-lided, -liding** ทำให้ป่วย, ทำให้ทุพพลภาพ, ถูกออกจากงานเนื่องจากอาการเจ็บป่วย (**-S.** (adj.) ill)
invalid[2] (อินแวล' ลิด) *adj.* ซึ่งไม่มีผลบังคับใช้, ซึ่งใช้ไม่ได้, ซึ่งหมดอายุ, ซึ่งเป็นโมฆะ **-invalidity** *n.* **-invalidly** *adv.* (**-S.** false, unusable)
invalidate (อินแวล' ลิเดท) *vt.* **-dated, -dating** ทำให้ใช้การไม่ได้ **-invalidation** *n.*
invaluable (อินแวล' ลิวอะเบิล) *adj.* ซึ่งประมาณค่าไม่ได้, ล้ำค่า **-invaluably** *adv.*
invariable (อินแว' รีอะเบิล) *adj.* ซึ่งไม่เปลี่ยนแปลง, คงที่ **-invariability** *n.* **-invariably** *adv.*
★**invasion** (อินเว' ฌัน) *n.* การบุกรุก, การแพร่กระจายของโรค (**-S.** assault, encroachment)
invective (อินเวค' ทิฟว์) *n.* การด่าว่าหรือประณาม, คำด่าหรือคำประณาม
inveigh (อินเว') *vi.* **-veighed, -veighing** กล่าวโจมตีอย่างรุนแรง **-inveigher** *n.*
inveigle (อินเว' เกิล) *vt.* **-gled, -gling** หลอกล่อ **-inveiglement** *n.* **-inveigler** *n.*
★**invent** (อินเวนท์') *vt.* **-vented, -venting** ประดิษฐ์, สร้างสรรค์, เนรมิต **-inventor** *n.* **-invention** *n.* **-inventive** *adj.* (**-S.** devise)
inventory (อิน' เวินทอรี) *n., pl.* **-ries** รายการสิ่งของ, รายการสินค้า, การทำรายการดังกล่าว, สิ่งของหรือสินค้าในรายการดังกล่าว *-vt.* **-ried, -rying** ทำบัญชีรายการสิ่งของหรือสินค้า **-inventorial** *adj.* **-inventorially** *adv.*
inverse (อินเวิร์ซ') *adj.* ซึ่งกลับกัน, ซึ่งตรงกันข้าม, คว่ำ *-n.* สิ่งที่ตรงกันข้าม **-inversely** *adv.* **-inversion** *n.* (**-S.** (adj., n.) contrary)
invert (อินเวิร์ท') *vt., vi.* **-verted, -verting** กลับกัน, คว่ำ, สับเปลี่ยน *-n.* สิ่งที่กลับกัน, ผู้ที่มีพฤติกรรมรักร่วมเพศ (**-S.** (v., n.) reverse)
invertebrate (อินเวอร์' ทะบริท) *adj.* ซึ่งไม่มีกระดูกสันหลัง *-n.* สัตว์ไม่มีกระดูกสันหลัง
★**invest** (อินเวซท์') *v.* **-vested, -vesting** *-vt.* ลงทุน, คลุม, ล้อม, ให้เวลาหรือความพยายาม, มอบอำนาจหน้าที่, สวม *-vi.* ลงทุน **-investable** *adj.* **-investor** *n.* (**-S.** endow, lay out)
★**investigate** (อินเวซ' ทิเกท) *vt., vi.* **-gated, -gating** สืบสวน, สอบสวน, สำรวจ **-investigable** *adj.* **-investigatory** *adj.* **-investi-**

A B C D E F G H J K L M N O P Q R S T U V W X Y Z

gation *n.* **-investigator** *n.* (-S. consider, search)

investiture (อินเวซ' ทะชัวร์) *n.* การมอบหมายอำนาจหน้าที่หรือตำแหน่ง

investment (อินเวซท์' เมินท์) *n.* การลงทุน, จำนวนเงินที่ลงทุน, การให้

inveterate (อินเวท' เทอริท) *adj.* ซึ่งเป็นสันดาน, เรื้อรัง **-inveterately** *adv.* (-S. chronic)

invidious (อินวิด' เดียซ) *adj.* อิจฉาริษยา, ซึ่งไม่ยุติธรรม **-invidiously** *adv.*

invigorate (อินวิก' กะเรท) *vt.* **-ated, -ating** เสริมกำลัง, ทำให้มีชีวิตชีวา **-invigoratingly** *adv.* **-invigoration** *n.* (-S. energize)

invincible (อินวิน' ซะเบิล) *adj.* ซึ่งไม่สามารถเอาชนะได้ **-invincibility** *n.* **-invincibly** *adv.*

inviolable (อินไว' อะละเบิล) *adj.* ซึ่งทำลายหรือล่วงละเมิดไม่ได้ **-inviolability, inviolableness** *n.* **-inviolably** *adv.*

inviolate (อินไว' อะลิท) *adj.* ซึ่งไม่ถูกทำลาย, ซึ่งไม่ถูกละเมิด **-inviolately** *adv.*

invisible (อินวิซ' ซะเบิล) *adj.* ซึ่งมองไม่เห็น, ซึ่งไม่ปรากฏ **-invisibly** *adv.* **-invisibility** *n.*

★**invitation** (อินวิเท' ชัน) *n.* การเชื้อเชิญ, การชักชวน, คำเชิญ (-S. request)

★**invite** (อินไวท์') *vt.* **-vited, -viting** ขอร้อง, เชื้อเชิญ **-invitation** *n.* (-S. ask, attrack)

inviting (อินไว' ทิง) *adj.* ซึ่งดึงดูด, อย่างเชื้อเชิญ **-invitingly** *adv.*

in vitro (อินวี' โทร) *adv., adj.* ภายนอกสิ่งมีชีวิต

in vivo (อินวี' โว) *adv., adj.* ภายในสิ่งมีชีวิต

invoice (อิน' วอยซ์) *n.* ใบส่งของ, ใบแจ้งหรือแสดงรายการสินค้าที่ขายให้ *-vt.* **-voiced, -voicing** ออกใบส่งของ, ส่งใบส่งของ

invoke (อินโวค') *vt.* **-voked, -voking** ขอร้อง, ปลุกผี **-invoker** *n.* (-S. beg, call)

involuntary (อินวอล' เลินเทอรี) *adj.* ซึ่งไม่ได้ตั้งใจ, ซึ่งไม่รู้ตัว, โดยอัตโนมัติ **-involuntarily** *adv.* **-involuntariness** *n.* (-S. compulsory)

involute (อิน' วะลูท) *adj.* ยุ่งเหยิง, ซับซ้อน *-vi.* **-luted, -luting** ม้วนเข้าด้านใน

★**involve** (อินวอลฟว์') *vt.* **-volved, -volving** รวมถึง, พัวพัน, ทำให้ยุ่งยาก, ล้อมรอบ, หมกมุ่น **-involvement** *n.* **-involver** *n.* (-S. complicate, implicate, include)

involved (อินวอลฟ์วด์') *adj.* ซับซ้อน, ยุ่งเหยิง, ซึ่งพัวพัน (-S. complex)

invulnerable (อินวัล' เนอระเบิล) *adj.* ซึ่งไม่สามารถทำลายได้ **-invulnerably** *adv.*

★**inward** (อิน' เวิร์ด) *adj.* ข้างใน, ภายใน, ซึ่งคุ้นเคย *-adv.* ข้างใน, ภายในใจ *-n.* ส่วนที่อยู่ข้างในหรือแกนกลาง **-inwards** เครื่องใน **-inwards** *adv.* (-S. (adj., n.) interior)

inwardly (อิน' เวิร์ดลี) *adv.* ภายใน, ส่วนตัว

inwardness (อิน' เวิร์ดนิซ) *n.* ความลึกซึ้ง

inwrought (อินรอท') *adj.* ซึ่งฝังในเนื้อ

iodine (ไอ' อะไดน์, -ดีน) *n.* ธาตุไอโอดีน เป็นธาตุในกลุ่มฮาโลเจน ใช้เป็นยาฆ่าเชื้อและถนอมอาหาร มีสัญลักษณ์ I

ion (ไอ' เอิน, ไอ' ออน) *n.* อะตอมหรือกลุ่มของอะตอมที่มีประจุบวกหรือลบซึ่งขึ้นอยู่กับการได้หรือสูญเสียอิเล็กตรอน **-ionic** *adj.*

ionize (ไอ' อะไนซ์) *vt., vi.* **-ized, -izing** เปลี่ยนหรือถูกเปลี่ยนให้เป็นไอออน

ionosphere (ไอออน' นะสเฟียร์) *n.* ชั้นบรรยากาศชั้นหนึ่งของโลก ซึ่งอยู่ในระดับความสูงระหว่าง 50 กิโลเมตร (30 ไมล์) ถึง 400 กิโลเมตร (250 ไมล์)

iota (ไอโอ' ทะ) *n.* อักษรตัวที่ 9 ในภาษากรีก (*I, ι*), จำนวนเล็กน้อยมาก

IOU (ไอโอยู') *n., pl.* **IOU's/IOUs** การสัญญาที่จะจ่ายชำระหนี้ ออกเสียงมาจาก I owe you.

ipso facto (อิพ' โซแฟค' โท) *adv.* โดยนัยนั้น

IQ, I.Q. ย่อจาก Intelligence quotient การทดสอบระดับสติปัญญา

irascible (อิแรซ' ซะเบิล) *adj.* โกรธง่าย

irate (ไอเรท', ไอ' เรท) *adj.* โกรธจัด **-irately** *adv.* **-irateness** *n.*

ire (ไอร์) *n.* ความโกรธ (-S. anger, wrath)

ireful (ไอร์' เฟิล) *adj.* โกรธ **-irefully** *adv.*

iridescent (อิริเดซ' เซินท์) *adj.* ซึ่งมีสีสันสว่างสดใส, ซึ่งมีสีรุ้ง **-iridescence** *n.*

iridium (อิริด' เดียม) *n.* ธาตุโลหะชนิดหนึ่ง มีลักษณะเป็นมันวาว แข็ง ใช้ผสมกับทองคำขาว มีสัญลักษณ์ Ir

iris (ไอ' ริซ) *n., pl.* **irises/irides** (ไอ' ริดีซ) ม่านตา, รุ้ง, สิ่งที่มีสีสันคล้ายสีรุ้ง, พืชดอกชนิดหนึ่ง **-Iris** เทพเจ้าแห่งสายรุ้ง

irk (เอิร์ค) *vt.* **irked, irking** ทำให้รำคาญ, รบกวน **-irksome** *adj.* (-S. annoy)

★**iron** (ไอ' เอิร์น) *n.* ธาตุเหล็ก เป็นโลหะแข็งสีขาวเงิน สามารถนำมาดัดเป็นโครงสร้างหรือทำประโยชน์อื่นๆ ได้ มีสัญลักษณ์ Fe, สิ่งที่แข็งแกร่งมั่นคง, สิ่งที่ทำจากเหล็ก, ไม้กอล์ฟที่มีหัวหุ้มด้วยโลหะ, เตารีด, ฉมวก, ยาที่มีธาตุเหล็ก

A B C D E F G H I J K L M N O P Q R S T U V W X Y Z

มาก, ซึ่งไม่ยอม, ซึ่งไม่ยืดหยุ่น, แข็งแรง *-v.* **ironed, ironing** *-vt.* รีดด้วยเตารีด, ใส่เสื้อเกราะเหล็ก, ใส่ตรวนหรือล่ามโซ่ *-vi.* รีดผ้า **-irons** โซ่ตรวน

ironbound (ไอ' เอิร์นเบาน์ด) *adj.* ซึ่งไม่ยืดหยุ่น

ironclad (ไอ' เอิร์นแคลด) *adj.* ที่หุ้มด้วยเกราะ

ironic, ironical (ไอรอน' นิค, ไอรอน' นิเคิล) *adj.* ซึ่งเหน็บแนม, อย่างเยาะเย้ยถากถาง, อย่างประชด **-ironically** *adv.* (-S. sneering)

ironing board เบาะรองรีดผ้า

ironmonger (ไอ' เอิร์นมังเกอร์) *n.* พ่อค้าเครื่องเหล็ก

ironsmith (ไอ' เอิร์นสมิธ) *n.* ช่างตีเหล็ก

ironstone (ไอ' เอิร์นสโตน) *n.* หินที่มีเหล็กปน

ironwork (ไอ' เอิร์นเวิร์ค) *n.* เครื่องเหล็ก

ironworks (ไอ' เอิร์นเวิร์คซฺ) *n. pl.* โรงทำเหล็ก

irony (ไอ' ระนี) *n., pl.* **-nies** ถ้อยคำเยาะเย้ยแดกดัน, การประชด, การเย้ยหยัน (-S. sarcasm)

irradiate (อิเร' เดียท) *v.* **-ated, -ating** *-vt.* ฉายรังสี, รักษาด้วยการฉายรังสี, ส่องสว่าง *-vi.* ปล่อยรังสี **-irradiator** *n.* **-irradiation** *n.*

irrational (อิแรช' ชะเนิล) *adj.* ไร้เหตุผล **-irrationally** *adv.* (-S. crazy, silly)

irreconcilable (อิเรคเคินไซ' ละเบิล) *adj.* ซึ่งไม่สามารถปรองดอง ไกล่เกลี่ย หรือคืนดีกันได้ *-n.* คนที่ไม่ยอมประนีประนอม, ความคิดหรือความเชื่อที่ไม่สามารถประนีประนอมกันได้ **-irreconcilability** *n.* **-irreconcilably** *adv.*

irrefutable (อิเรฟ' เฟียทะเบิล) *adj.* ซึ่งไม่สามารถปฏิเสธหรือแย้งได้ **-irrefutably** *adv.*

★**irregular** (อิเรก' เกียเลอร์) *adj.* ซึ่งไม่เป็นไปตามกฎ, ซึ่งไม่ทำตามกฎหมายหรือระเบียบแบบแผน, ซึ่งไม่สม่ำเสมอ, ซึ่งไม่ปกติ, ต่ำกว่ามาตรฐาน, ซึ่งไม่แน่นอน *-n.* ผู้ที่ไม่ปกติ, ผู้ที่ไม่ทำตามแบบแผนกฎเกณฑ์ **-irregularly** *adv.* **-irregularity** *n.* (-S. (adj., n.) eccentric)

irreligious (เออร์ริลิจ' เจิซ) *adj.* ซึ่งไม่เลื่อมใสในศาสนา **-irreligiously** *adv.* (-S. godless)

irreparable (อิเรพ' เพอระเบิล) *adj.* ซึ่งซ่อมแซมไม่ได้ **-irreparably** *adv.*

irreplaceable (เออร์ริเพล' ซะเบิล) *adj.* ซึ่งไม่สามารถมาแทนที่ได้ **-irreplaceably** *adv.*

irrepressible (เออร์ริเพรซ' ซะเบิล) *adj.* ซึ่งไม่สามารถควบคุมได้ **-irrepressibly** *adv.*

irreproachable (เออร์ริโพร' ชะเบิล) *adj.* สมบูรณ์แบบไม่มีที่ติ **-irreproachably** *adv.*

irresistible (เออร์ริซิซ' ทะเบิล) *adj.* ซึ่งไม่สามารถต้านทานได้, ซึ่งมีเสน่ห์ดึงดูด **-irresistibly** *adv.* (-S. fascinating, imperative)

irresolute (อิเรซ' ซะลูท) *adj.* ซึ่งไม่แน่ใจ

irrespective (เออร์ริสเปค' ทิฟว์) *adj.* ซึ่งไม่คำนึงถึง **-irrespectively** *adv.*

irresponsible (เออร์ริสปอน' ซะเบิล) *adj.* ซึ่งไม่รับผิดชอบ, ซึ่งเชื่อใจไม่ได้ *-n.* คนที่ขาดความรับผิดชอบ, คนที่ไม่น่าเชื่อถือ **-irresponsibly** *adv.* (-S. (adj.) negligent)

irretrievable (เออร์ริทรี' วะเบิล) *adj.* ซึ่งไม่สามารถกู้หรือเอากลับคืนมาได้, ซึ่งแก้ไขไม่ได้

irreverent (อิเรฟว์' เวอเรินท) *adj.* ซึ่งขาดความเคารพ **-irreverently** *adv.* (-S. disrespectful)

irreversible (เออร์ริเวอร์' ซะเบิล) *adj.* ซึ่งไม่สามารถย้อนกลับได้ (-S. final)

irrevocable (อิเรฟว์' วะคะเบิล) *adj.* ซึ่งไม่สามารถเปลี่ยนแปลงได้ (-S. fixed)

irrigate (เออร์' ริเกท) *v.* **-gated, -gating** *-vt.* ล้างออกด้วยน้ำหรือของเหลว, ให้น้ำไหลผ่าน, ทำให้อุดมสมบูรณ์หรือมีชีวิตชีวาด้วยการให้น้ำ *-vi.* ทดน้ำ, ทำชลประทาน **-irrigation** *n.*

irritable (เออร์' ริทะเบิล) *adj.* โกรธ ขี้โมโหหรือใจน้อยได้ง่ายมาก, ซึ่งตอบสนองต่อสิ่งเร้าได้ง่าย, ซึ่งไวต่อการกระตุ้น **-irritably** *adv.*

irritant (เออร์' ริเทินท) *adj.* ซึ่งทำให้ระคายเคืองหรือโมโห *-n.* สิ่งที่ทำให้ระคายเคืองหรือโมโห

irritate (เออร์' ริเทท) *v.* **-tated, -tating** *-vt.* ทำให้โกรธหรือฉุนเฉียว, ทำให้รำคาญหรือระคายเคือง, อักเสบ *-vi.* ถูกทำให้รำคาญหรือโกรธ, ทำให้อักเสบ **-irritation** *n.* (-S. anger, pain)

irrupt (อิรัพท') *vi.* **-rupted, -rupting** ระเบิดหรือแตกออกอย่างแรง **-irruption** *n.*

★**is** (อิซ) *v. aux., vi.* กริยาช่วยในกลุ่มของ Verb to be ใช้กับประธานเอกพจน์

ISBN ย่อจาก International Standard Book Number หมายเลขสากลที่ออกให้แก่หนังสือทุกเล่มในปัจจุบัน

Islam (อิซลาม', อิซ' ลาม) *n.* ศาสนาอิสลาม, ชาวมุสลิม **-Islamic** *adj.*

★**island** (ไอ' เลินด์) *n.* เกาะ, สิ่งที่มีลักษณะคล้ายเกาะ, ดินแดนที่อยู่โดดเดี่ยวห่างไกล

islander (ไอ' เลินเดอร์) *n.* ชาวเกาะ

isle (ไอล์) *n.* เกาะเล็กๆ

islet (ไอ' ลิท) *n.* เกาะที่เล็กมาก

ISO ย่อจาก International Organization for Standardization องค์การระหว่างประเทศว่าด้วยการมาตรฐาน

A B C D E F G H I J K L M N O P Q R S T U V W X Y Z

iso-, is- คำอุปสรรค หมายถึง เท่ากัน เหมือนกัน
isobar (ไอ' ซะบาร์) *n.* เส้นที่ลากเพื่อแสดงค่าความกดบรรยากาศที่เท่ากันหรือคงที่ที่ระดับน้ำทะเล **-isobaric** *adj.*
isochromatic (ไอซะโครแมท' ทิค) *adj.* ซึ่งมีสีเหมือนกัน, ซึ่งมีความยาวคลื่นเท่ากัน
isochronal, isochronous (ไอซอค' คระเนิล, -เนิซ) *adj.* ซึ่งเกิดขึ้นในช่วงเวลาที่เท่ากัน **-isochronally** *adv.* **-isochronism** *n.*
isochroous (ไอซอค' โครเอิซ) *adj.* ซึ่งมีสีเหมือนกันโดยตลอด
isodiametric (ไอโซไดอะเมท' ทริค) *adj.* ซึ่งมีเส้นผ่านศูนย์กลางเท่ากัน
isoelectric (ไอโซอิเลค' ทริค) *adj.* ซึ่งมีศักย์ไฟฟ้าเท่ากัน
isolable, isolatable (ไอ' ซะละเบิล, -เลทะเบิล) *adj.* ซึ่งแยกออกได้
isolate (ไอ' ซะเลท) *vt.* **-lated, -lating** แยกออก, ปลีกตัว, ทำให้เป็นฉนวน *-adj.* โดดเดี่ยว, ลำพัง *-n.* คนหรือสิ่งที่แยกออกไปจากกลุ่ม **-isolator** *n.* **-isolation** *n.* **-isolated** *adj.*
isolationism (ไอซะเล' ชะนิเซิม) *n.* นโยบายของรัฐในการแยกตัวออกจากความสัมพันธ์ทางการเมืองและเศรษฐกิจของชาติอื่น **-isolationist** *n.*
isomer (ไอ' ซะเมอร์) *n.* สารที่มีองค์ประกอบเหมือนกัน **-isomeric** *adj.*
isooctane (ไอโซออค' เทน) *n.* ของเหลวชนิดหนึ่งที่สามารถติดไฟง่าย ใช้กำหนดเลขออกเทน
isosceles (ไอซอซ' ซะลีซ) *adj.* ซึ่งมีด้านเท่ากัน 2 ด้าน
isotherm (ไอ' ซะเธิร์ม) *n.* เส้นที่ลากบนแผนที่อากาศซึ่งจะเชื่อมจุดต่างๆ ที่มีอุณหภูมิเฉลี่ยเท่ากัน **-isothermal** *adj.*
isotope (ไอ' ซะโทพ) *n.* อะตอมต่างๆ ของธาตุอย่างเดียวกัน (มีเลขอะตอมเดียวกัน) แต่มีเลขมวลต่างกัน
issei (อีซ' เซ) *n., pl.* **issei/-seis** ชาวญี่ปุ่นที่อพยพไปอยู่อเมริกา
ISSN ย่อจาก International Standard Serial Number เลขมาตรฐานระหว่างประเทศของหนังสือ ซึ่งเป็นหมายเลขที่ออกให้กับวารสารหรือนิตยสาร
issuable (อิช' ชูอะเบิล) *adj.* ซึ่งเปิดโอกาสให้โต้แย้งหรืออภิปรายได้, ซึ่งสามารถเพิ่มพูนได้
issuance (อิช' ชูเอินซ์) *n.* การแจกจ่ายออกไป, การตีพิมพ์ออกมา, การส่งออกไป
★**issue** (อิช' ชู) *n.* การไหลออกมา, การออกมา, การตีพิมพ์ออกมา, สิ่งตีพิมพ์ที่ออกมาแต่ละครั้ง, ลูกหลาน, เรื่องหรือประเด็นที่มีการถกเถียงกัน, ผลผลิต, ฉบับ, สิ่งที่ไหลออกมา, ผลกำไร *-v.* **-sued, -suing** *-vi.* ปล่อยออก, ตีพิมพ์ *-vt.* ส่งออกไป, แจกจ่าย, ตีพิมพ์ **-take issue** ไม่เห็นด้วย **-issuer** *n.* (**-S.** (v.) emit)
isthmus (อิซ' เมิซ) *n., pl.* **-muses/-mi** (-ไม) คอคอด
IT ย่อจาก information technology เทคโนโลยีสารสนเทศ, เทคโนโลยีข้อมูล
★**it** (อิท) *pron.* มัน, ตัว *-n.* ผู้เล่นกีฬาที่พยายามประกบหรือสกัดฝ่ายตรงข้าม
italic (อิแทล' ลิค) *adj.* ซึ่งเป็นรูปแบบตัวอักษรที่พิมพ์เอนไปด้านขวา
itch (อิช) *n.* อาการคัน, โรคหิด, ความปรารถนาหรืออยากได้ *-v.* **itched, itching** *-vi.* รู้สึกคัน, ปรารถนาหรืออยากได้ *-vt.* ทำให้คัน
itchy (อิช' ชี) *adj.* **-ier, -iest** ซึ่งมีอาการคัน, ซึ่งทำให้คัน, คัน, ประหม่า **-itchiness** *n.*
★**item** (ไอ' เทิม) *n.* รายการในบัญชี, ข้อ, ชิ้น, อัน, เรื่อง (**-S.** article, aspect)
itemize (ไอ' ทะไมซ์) *vt.* **-ized, -izing** ลงรายการ **-itemization** *n.* **-itemizer** *n.*
iterate (อิท' ทะเรท) *vt.* **-ated, -ating** ทำซ้ำ, ย้ำ **-iteration** *n.* (**-S.** repeat)
iterative (อิท' ทะเรทิฟว์) *adj.* ซึ่งเกี่ยวกับการทำซ้ำ การพูดซ้ำ การย้ำ การเกิดขึ้นอีก
itinerant (ไอทิน' เนอเรินท์) *adj.* ซึ่งเดินทางหรือท่องเที่ยวไปตามที่ต่างๆ *-n.* ผู้ที่เดินทางหรือท่องเที่ยวไปในที่ต่างๆ (**-S.** (adj.) nomadic)
itinerary (ไอทิน' นะเรรี) *n., pl.* **-ies** เส้นทางการเดินทาง, บันทึกการเดินทาง, คู่มือสำหรับนักเดินทาง *-adj.* เกี่ยวกับการเดินทางหรือเส้นทางการเดินทาง, ซึ่งเดินทางไปตามที่ต่างๆ
itinerate (ไอทิน' นะเรท, อิทิน'-) *vi.* **-ated, -ating** เดินทางไปตามสถานที่ต่างๆ, ท่องเที่ยวไปทั่ว
★**its** (อิทซ์) *adj.* ซึ่งแสดงความเป็นเจ้าของ, ของมัน
★**itself** (อิทเซลฟ์') *pron.* ตัวมันเอง, ตัวเอง
itty-bitty, itsy-bitsy (อิท' ทีบิท' ที, อิท' ซีบิท' ซี) *adj.* (ภาษาพูด) เล็กมาก
ivory (ไอ' วะรี, ไอฟว์' รี) *n., pl.* **-ries** งาช้าง, สิ่งที่ทำจากงาช้าง, สีงาช้าง **-ivory** *adj.*
ivory tower การตัดขาดจากโลกภายนอก
ivy (ไอ' วี) *n., pl.* **ivies** ไม้เลื้อยชนิดหนึ่ง
-ize, -ise คำปัจจัย หมายถึง กลายเป็น

J

J, j (เจ) *n., pl.* **J's, j's/Js, js** อักษรตัวที่ 10 ในภาษาอังกฤษ, อันดับสิบ

jab (แจบ) *vt., vi.* **jabbed, jabbing** ทิ่ม, แทง, แหย่, กระทุ้ง, แย็บหมัด *-n.* การกระทำดังกล่าว

jabber (แจบ' เบอร์) *v.* **-bered, -bering** *-vi.* พูดเร็วหรือไม่ชัดเจน *-vt.* ส่งเสียงที่รัวเร็ว *-n.* การพูดเร็ว **-jabberer** *n.*

★**jack** (แจค) *n.* คนงาน, กรรมกร, ไพ่แจ๊ก, เครื่องยกของหนัก, ชะแลง, ลาตัวผู้, ธงเล็กๆ ที่ติดอยู่บนหัวเรือ, (ภาษาพูด) ชายหนุ่ม *-vt., vi.* **jacked, jacking** จับปลาโดยใช้ไฟล่อ **-Jack** กะลาสีเรือ **-jacker** *n.*

jackal (แจค' เคิล) *n.* หมาใน

jackanapes (แจค' คะเนพซฺ) *n.* เด็กซน

jackass (แจค' แอซ) *n.* ลาตัวผู้, คนโง่ทึ่ม

jackboot, jack-boot (แจค' บูท) *n.* รองเท้าบูตขนาดใหญ่ความยาวถึงหัวเข่า

★**jacket** (แจค' คิท) *n.* เสื้อคลุมขนาดสั้น, สิ่งที่ห่อหุ้มหรือปกคลุมอยู่, เปลือกของมันฝรั่ง, ปกหนังสือ, ซองใส่เอกสาร, ซองกระดาษสำหรับใส่แผ่นเสียง, กล่องเก็บแผ่นดิสก์, ปลอกกระสุน *-vt.* **-eted, -eting** ใส่ปลอก, หุ้มด้วยปลอก

jackfruit (แจค' ฟรูท) *n.* ต้นขนุน, ผลขนุน

jack-in-the-box (แจค' อินธะบอคซฺ) *n., pl.* **jack-in-the-boxes/jacks-in-the-box** กล่องของเล่นชนิดหนึ่งที่มีตุ๊กตาหน้าตาเหมือนตัวตลกโผล่พรวดออกมาจากกล่องเวลาเปิด

jack-in-the-box

jackknife (แจค' ไนฟ) *n.* มีดพับขนาดใหญ่, การกระโดดน้ำในท่าโค้งตัวเอามือแตะปลายเท้าขาตรง และเหยียดออกเมื่อพุ่งลงน้ำ *-v.* **-knifed, -knifing** *-vt.* ทำให้โค้งงอ *-vi.* ทำท่าโค้งงอ

jack-of-all-trades (แจคเอิฟว์ออล' เทรดซฺ) *n.* คนที่สามารถทำงานได้หลายอย่าง

jack-o'-lantern (แจค' อะแลนเทิร์น) *n., pl.* **jack-o'-lanterns** โคมไฟที่ทำจากฟักทองคว้านเอาไส้ออกแกะเป็นรูปหน้าคน แล้วจุดเทียนไขไว้ข้างใน ใช้ในเทศกาลฮัลโลวีน

jackplane (แจค' เพลน) *n.* กบสำหรับไสไม้

★**jackpot** (แจค' พอท) *n.* รางวัลใหญ่

jack-tar, Jack-tar (แจค' ทาร์) *n.* กะลาสี

jade[1] (เจด) *n.* หยก **-jade** *adj.*

jade[2] (เจด) *n.* ม้าแก่, หญิงปากร้าย

jaded (เจ' ดิด) *adj.* อ่อนเพลีย, น่าเบื่อ, เสเพล

jag (แจก) *n.* รอยขรุขระ, ขอบที่คม

jagged (แจก' กิด) *adj.* ซึ่งเป็นเหลี่ยมแหลมหรือขรุขระ **-jaggedly** *adv.* (**-S.** barbed)

jaggy (แจก' กี) *adj.* **-gier, -giest** ซึ่งเป็นเหลี่ยมแหลมขรุขระ

jaguar (แจก' กวาร์) *n.* เสือจากัวร์

jai alai (ไฮ' ไล) *n.* กีฬาชนิดหนึ่งคล้ายแฮนด์บอล

★**jail** (เจล) *n.* คุก *-vt.* **jailed, jailing** ติดคุก

jailbird (เจล' เบิร์ด) *n.* (ภาษาพูด) คนขี้คุก

jailer, jailor (เจ' เลอร์) *n.* ผู้คุมคุก

Jain, Jaina (ไจน์, ไจ' นะ) *n.* สาวกของศาสนาเชน **-Jainism** ศาสนาเชน

★**jam**[1] (แจม) *v.* **jammed, jamming** *-vt.* บีบ, เบียด, อัด, กด, ดัน, หนีบ, ออแน่น, ยัด, อัดแอ, อุด, ส่งคลื่นวิทยุรบกวน *-vi.* อุดตัน, อัดแน่น *-n.* การกระทำดังกล่าว, ความแออัด, สถานการณ์ที่ยากลำบาก, การจราจรที่ติดขัดคับคั่ง **-jammer** *n.* (**-S.** (v.) cram)

jam[2] (แจม) *n.* ผลไม้กวนกับน้ำตาล

jamb, jambe (แจม) *n.* เสาข้างใดข้างหนึ่งของประตู หน้าต่าง หรือเตาผิง

jamboree (แจมบะรี') *n.* งานเลี้ยงรื่นเริง

jam-pack (แจม' แพค') *vt.* **-packed, -packing** (ภาษาพูด) อัดแน่น

jam session การแสดงดนตรีร่วมกันแบบที่นักดนตรีไม่ได้ตระเตรียมกันมาก่อน

Jan. ย่อจาก January เดือนมกราคม

jangle (แจง' เกิล) *v.* **-gled, -gling** *-vi.* ทำให้เกิดเสียงดังจากการกระทบกันของโลหะ, ทะเลาะกันเสียงดัง *-vt.* เป็นเหตุทำให้เกิดเสียงดังโครมคราม, ทำให้รำคาญ *-n.* การทะเลาะกันเสียงดัง, เสียงดังของโลหะที่กระทบกัน

janitor (แจน' นิเทอร์) *n.* คนทำความสะอาดตึกหรืออาคาร, คนเฝ้าประตู **-janitorial** *adj.*

★**January** (แจน' ยัวรี) เดือนมกราคม

japan (จะแพน') *n.* น้ำมันชักเงาสีดำที่ใช้เคลือบภาชนะให้เกิดความคงทนเงางาม *-vt.* **-panned, -panning** เคลือบหรือทาด้วยน้ำมันชักเงาดังกล่าว

jape (เจพ) *vi., vt.* **japed, japing** ล้อเล่น

★**jar**[1] (จาร์) *n.* โอ่ง, ไห, กระปุก, โถ, โหล, เหยือก,

A B C D E F G H I J K L M N O P Q R S T U V W X Y Z

แก้วเบียร์ **-jarful** *n.* (-S. (n.) jug)

jar² (จาร์) *v.* **jarred, jarring** *-vi.* ทำให้เกิดเสียงดังระคายหู, ทำให้เกิดการรบกวนหรือระคายเคือง, สั่นสะเทือนเนื่องจากการปะทะหรือชน, ทะเลาะหรือขัดแย้ง *-vt.* ชน, ทำให้สั่นสะเทือนเนื่องจากการชน, ทำให้ตื่นตกใจ *-n.* การตื่นตกใจ, เสียงสั่นสะเทือนระคายหู (-S. (v.) bicker)

jargon (จาร์' เกิน) *n.* การพูดเหลวไหล, ภาษาท้องถิ่น, ภาษาที่ใช้เฉพาะอาชีพหรือวงการ

jasmine, jessamine (แจซ' มิน, เจซ' ซะมิน) *n.* ต้นมะลิ, ดอกมะลิ, สีเหลืองอ่อน

jasper (แจซ' เพอร์) *n.* หินควอตซ์ชนิดหนึ่งมีสีแดง เหลือง หรือน้ำตาล

jaundice (จอน' ดิซ) *n.* โรคดีซ่าน

jaundiced (จอน' ดิซท์) *adj.* ซึ่งเป็นดีซ่าน, (สี) เหลือง, อิจฉา, ริษยา (-S. envious, hostile)

jaunt (จอนท์) *n.* การเดินทางหรือท่องเที่ยวในระยะสั้น (-S. excursion, tour, trip)

jaunty (จอน' ที) *adj.* **-tier, -tiest** อิสระ, คล่องตัว, ทันสมัย, ร่าเริง **-jauntily** *adv.*

javelin (แจฟว์' ลิน) *n.* หลาว, กีฬาพุ่งหลาว

★**jaw** (จอ) *n.* ขากรรไกร, กราม, (คำสแลง) การสนทนาหรือพูดคุยกัน, สิ่งที่ช่วยในการจับ, โครงสร้างที่คล้ายขากรรไกร, ปาก *-vi.* **jawed, jawing** (คำสแลง) พูดคุยกันเสียงเอะอะ

jawbone (จอ' โบน) *n.* กระดูกกราม, กระดูกขากรรไกร *-vt., vi.* **-boned, -boning** พยายามชักจูงโดยใช้ตำแหน่งหน้าที่ที่สูงกว่าเพื่อให้เกิดความกดดัน

jay (เจ) *n.* คนที่พูดมาก, อักษรตัว J

jaywalk (เจ' วอค) *vi.* **-walked, -walking** ข้ามถนนอย่างผิดกฎหมายหรือไม่ระมัดระวัง

★**jazz** (แจซ) *n.* ดนตรีแจ๊ส, การเต้นแจ๊ส, (คำสแลง) ความกระตือรือร้นมีชีวิตชีวา *-v.* **jazzed, jazzing** *-vt.* เล่นดนตรีแจ๊ส *-vi.* (คำสแลง) พูดโกหก **-jazzer** *n.*

jazzy (แจซ' ซี) *adj.* **-ier, -iest** ซึ่งคล้ายดนตรีแจ๊ส, (คำสแลง) ร่าเริง **-jazzily** *adv.*

★**jealous** (เจล' เลิซ) *adj.* อิจฉา, หึงหวง, ขี้ระแวง, เอาแต่ใจ **-jealously** *adv.* (-S. envious)

jealousy (เจล' ละซี) *n., pl.* **-ies** ความอิจฉาริษยา, ความหึงหวง (-S. envy)

★**jean** (จีน) *n.* ผ้ายีน **-jeans** กางเกงยีน

jeep (จีพ) *n.* รถจี๊ป

jeer (เจียร์) *vi., vt.* **jeered, jeering** พูดเยาะเย้ยถากถาง *-n.* การพูดเยาะเย้ยถากถาง, การหัวเราะเยาะ **-jeerer** *n.* (-S. (v., n.) sneer)

Jehovah (จิโฮ' วะ) *n.* พระนามของพระผู้เป็นเจ้าในพระคัมภีร์ไบเบิลฉบับเก่า, พระยะโฮวาห์

jejune (จะจูน') *adj.* ซึ่งไม่น่าสนใจ

jell (เจล) *v.* **jelled, jelling** *-vi.* กลายเป็นวุ้นแข็ง, ทำให้เป็นรูปร่าง *-vt.* ทำให้เป็นรูปร่าง, ทำให้กลายเป็นวุ้นแข็ง

jellied (เจล' ลีด) *adj.* ซึ่งเคลือบหรือทำด้วยวุ้น

★**jelly** (เจล' ลี) *n., pl.* **-lies** วุ้น *-v.* **-lied, -lying** *-vt.* ทำให้เป็นวุ้น *-vi.* กลายเป็นวุ้น

jellyfish (เจล' ลีฟิช) *n., pl.* **-fish/-fishes** แมงกะพรุน, (ภาษาพูด) คนที่อ่อนแอ

jelly shoes รองเท้าแตะชนิดที่ทำด้วยพลาสติกสีใสสวยงาม

jemmy (เจม' มี) *n.* เหล็กท่อนสั้นๆ ที่สามารถใช้งัดประตูหน้าต่างได้

jeopardize (เจพ' เพอร์ไดซ์) *vt.* **-ized, -izing** ทำให้ตกอยู่ในอันตราย, เป็นภัย, เสี่ยงอันตราย

jeopardy (เจพ' เพอร์ดี) *n., pl.* **-ies** ความเสี่ยง, ภัยอันตราย (-S. danger, risk)

jeremiad (เจอระไม' เอิด) *n.* งานประพันธ์หรือคำพูดที่แสดงถึงความขมขื่น เศร้าหมอง

jerk¹ (เจิร์ค) *v.* **jerked, jerking** *-vt.* กระตุก, กระชาก, สะบัด, ฉุด, เหวี่ยง, ผลัก *-vi.* กระตุก, เคลื่อนที่อย่างกะทันหัน *-n.* การเคลื่อนที่อย่างฉับพลัน, อาการกระตุกของกล้ามเนื้อ

jerk² (เจิร์ค) *vt.* **jerked, jerking** แล่เนื้อเป็นชิ้นยาวๆ และนำไปตากแดดหรือรมควัน

jerkin (เจอร์' คิน) *n.* เสื้อแจ็กเกตชนิดพอดีตัวไม่มีแขน ตัวสั้น

jerky (เจอร์' คี) *adj.* **-ier, -iest** ซึ่งกระตุก, (คำสแลง) โง่ **-jerkily** *adv.* **-jerkiness** *n.*

Jerry (เจอร์' รี) *n., pl.* **-ries** ทหารเยอรมัน

jerrybuild (เจอร์' รีบิลดฺ) *vt.* **-built, -building** สร้างอย่างถูกๆ และไม่มั่นคง **-jerrybuilder** *n.*

jest (เจซท์) *n.* คำพูดล้อเล่น, การพูดตลก, เรื่องตลก *-v.* **jested, jesting** *-vi.* พูดล้อเล่น, พูดตลก *-vt.* ทำให้ตลก **-jestingly** *adv.*

jester (เจซ' เทอร์) *n.* ผู้ที่พูดล้อเล่นหรือพูดตลก

Jesuit (เจซ' ซูอิท) *n.* พระในศาสนาคริสต์นิกายโรมันคาทอลิก **-jesuit** คนเจ้าเล่ห์

Jesus (จี' เซิซ) พระเยซูคริสต์

jet¹ (เจท) *n.* ถ่านหินที่แข็งมากมีความมันเงา ใช้เป็นอัญมณี, สีดำสนิท

★**jet²** (เจท) *n.* ลำของเหลวที่พุ่งด้วยความแรงและเร็วออกมาจากพวยหรือช่องที่มีขนาดเส้นผ่านศูนย์กลางเล็ก,สิ่งที่พุ่งออกมาในลักษณะดังกล่าว, เครื่องบินเจ็ต, เครื่องยนต์เจ็ต *-v.* **jetted, jet-**

A B C D E F G H I J K L M N O P Q R S T U V W X Y Z

ting *-vi.* เดินทางโดยเครื่องบินเจ็ต, เคลื่อนที่เร็วมาก *-vt.* พุ่งออกเป็นลำ (-S. (v.) shoot)

jet engine เครื่องยนต์เจ็ต, เครื่องยนต์ไอพ่น

jet lag, jetlag (เจท' แลก) *n.* อาการอ่อนเพลียของร่างกายอันเกิดขึ้นจากการเดินทางผ่านเขตแบ่งเวลา ทำให้ร่างกายไม่สามารถปรับตัวกับเวลาใหม่ได้ทัน **-jet-lagged** *adj.*

jetport (เจท' พอร์ท) *n.* สนามบินสำหรับเครื่องบินเจ็ต

jet-propelled (เจทพระเพลด์') *adj.* ซึ่งขับเคลื่อนโดยแรงพุ่งของก๊าซหรือของเหลว

jetsam (เจท' เซิม) *n.* สินค้าหรืออุปกรณ์ต่างๆ ที่โยนทิ้งทะเลเพื่อทำให้เรือเบาในภาวะฉุกเฉิน

jet set กลุ่มสังคมคนรวยที่นิยมเดินทางโดยเครื่องบินเจ็ตเพื่อไปท่องเที่ยวหรือทำธุรกิจตามที่ต่างๆ

jet-skiing (เจท' สกีอิง) *n.* กีฬาเจ็ตสกี

jettison (เจท' ทิเซิน) *vt.* **-soned, -soning** โยนของลงทะเลเพื่อให้เรือเบา *-n.* การโยนของจากเรือลงทะเล, ของที่ถูกโยนทิ้งทะเล

jetty (เจท' ที) *n., pl.* **-ties** เขื่อนที่สร้างยื่นลงไปในทะเลหรือแม่น้ำเพื่อป้องกันกระแสน้ำกัดเซาะท่าเรือ, ท่าสำหรับเรือใหญ่เข้าเทียบ (-S. pier)

Jew (จู) *n.* ชาวยิว

★**jewel** (จู' เอิล) *n.* เพชรพลอย, เครื่องประดับที่เป็นโลหะหรือเพชรพลอยมีค่ามีราคาแพง, เพชรพลอยเม็ดเล็กๆ ในนาฬิกา, ของมีค่า, บุคคลที่มีค่า *-vt.* **-eled, -eling/-elled, -elling** ประดับด้วยเพชรพลอย, ใส่เพชรพลอย (-S. gem)

jeweler, jeweller (จู' อะเลอร์) *n.* ผู้ที่ทำ ซ่อม หรือซื้อขายเพชรพลอย

★**jewelry** (จู' เอิลรี) *n.* เครื่องประดับที่ทำจากโลหะมีค่าฝังเพชรพลอย (-S. gems)

Jewess (จู' อิซ) *n.* ผู้หญิงหรือเด็กหญิงชาวยิว

Jewish (จู' อิช) *adj.* เกี่ยวกับชาวยิว วัฒนธรรมหรือศาสนายิว **-Jewishly** *adv.*

Jewry (จู' รี) *n.* ประชาชนชาวยิว

jib[1] (จิบ) *n.* แขนของปั้นจั่น

jib[2] (จิบ) *vi.* **jibbed, jibbing** หยุดชะงัก, ผงะ

jib boom เสาเรือที่เอาไว้ผูกใบเรือรูปสามเหลี่ยม

jibe (ไจบ์) *v., n.* ดู gibe

jiffy (จิฟ' ฟี) *n., pl.* **jiffies** ช่วงเวลาสั้นๆ

jig (จิก) *n.* การเต้นรำในจังหวะที่สนุกสนาน, ดนตรีสำหรับการเต้นรำดังกล่าว, เรื่องตลกหรืออุบาย, เครื่องสำหรับทำความสะอาดหรือแยกแร่โดยการร่อนหรือเขย่าในน้ำ *-vi.* **jigged, jigging** *-vi.* เต้นรำในจังหวะสนุกสนาน, เขย่า *-vt.* แยกแร่ด้วยการเขย่า, กระตุก (-S. (v.) bounce)

jigger (จิก' เกอร์) *n.* ผู้ที่ควบคุมเครื่องร่อนแร่, ถ้วยหรือแก้วเล็กๆ ที่ใช้ตวงของเหลว 1½ ออนซ์, ปริมาณของเหลวในถ้วยดังกล่าว

jiggle (จิก' เกิล) *v.* **-gled, -gling** *-vi.* เคลื่อนที่แบบกระตุก, เคลื่อนที่ขึ้นลง *-vt.* ทำให้เคลื่อนที่ขึ้นลงหรือเคลื่อนแบบกระตุก *-n.* การเคลื่อนที่แบบกระตุกหรือเคลื่อนที่ขึ้นลง **-jiggly** *adj.*

jigsaw (จิก' ซอ) *n.* เลื่อยฉลุลาย

jigsaw puzzle รูปภาพที่ตัดออกเป็นชิ้นเล็กๆ รูปทรงนูนและเว้าแล้วนำมาต่อกัน

jihad, jehad (จิฮาด') *n.* สงครามอันศักดิ์สิทธิ์ที่ผู้นับถือศาสนาอิสลามต้องต่อสู้เพื่อพิทักษ์หรือดำรงไว้ซึ่งศาสนาของตน

jilt (จิลท์) *vt.* **jilted, jilting** ปฏิเสธ, สลัดทิ้ง

Jim Crow (จิม' โครว') *n.* (คำสแลง) คนผิวดำ

jim-jams (จิม' แจมซ์) *n. pl.* (คำสแลง) ความรู้สึกกลัวมากหรือกลัวจนสั่น

jimmy (จิม' มี) *n., pl.* **-mies** ชะแลงสั้น

jingle (จิง' เกิล) *v.* **-gled, -gling** *-vi.* ทำให้เกิดเสียงของโลหะกระทบกัน, ทำเสียงกรุ๊งกริ๊ง, มีเสียงสัมผัสหรือจังหวะชัดเจน (กวี เพลง) *-vt.* ทำให้เกิดเสียงกรุ๊งกริ๊งหรือเสียงสัมผัส *-n.* เสียงที่เกิดจากการกระทบกันของโลหะ, เสียงกรุ๊งกริ๊ง, คำพูดที่คล้องจองหรือบทเพลงสั้นๆ ง่ายๆ ที่ใช้ในโฆษณาตามวิทยุหรือโทรทัศน์เพื่อดึงดูดความสนใจ **-jingly** *adj.* (-S. (v., n.) clink)

jingo (จิง' โก) *n., pl.* **-goes** ผู้ที่แสดงความรักชาติอย่างรุนแรง *-adj.* เกี่ยวกับผู้ที่แสดงความรักชาติอย่างรุนแรง **-jingoish** *adj.*

jingoism (จิง' โกอิเซิม) *n.* ความรักชาติอย่างรุนแรง **-jingoist** *n.* **-jingoistic** *adj.*

jink (จิงค์) *v.* **jinked, jinking** *-vt.* ทำให้หันหลบไปอย่างเร็ว *-vt.* เป็นเหตุทำให้ (รถยนต์หรือเครื่องบิน) หันหลบไปอย่างรวดเร็ว *-n.* การหันหลบอย่างรวดเร็ว

jinni, jinnee, djinni, djinny (จินฺ' นี, จินี') *n., pl.* **jinn/djinn** (จิน) ภูตผีที่สามารถปรากฏกายในรูปของมนุษย์หรือสัตว์ก็ได้

jinriksha, jinricksha (จินริค' ชอ) *n.* รถลาก

jinx (จิงค์ซ์) *n.* (ภาษาพูด) บุคคลหรือสิ่งที่ถูกเชื่อว่านำความโชคร้ายมาให้

JIT ดู just-in-time

jitter (จิท' เทอร์) *vi.* **-tered, -tering** ไม่สบายใจ, กระวนกระวาย *-n.* ความกระวนกระวาย

jitterbug (จิท' เทอร์บัก) *n.* การเต้นรำจิตเทอร์บัก *-vi.* **-bugged, -bugging** เต้นรำดังกล่าว

jittery (จิท' ทะรี) *adj.* **-ier, -iest** ซึ่งรู้สึก

ไม่สบายใจ, ขวัญอ่อน, ซึ่งกระวนกระวาย

jiujitsu (จูจิท' ซู) *n.* ดู jujitsu

jive (ไจฟว์) *n.* ดนตรีแจ๊สหรือดนตรีประเภทจังหวะเขย่า, นักดนตรีแจ๊ส *-v.* **jived, jiving** *-vi.* เล่นดนตรีแจ๊สหรือดนตรีจังหวะเขย่า, เต้นระบำด้วยดนตรีแจ๊สหรือดนตรีจังหวะเขย่า

★**job** (จอบ) *n.* งาน, ตำแหน่งงาน, ภาระหน้าที่, ชิ้นงาน, (ภาษาพูด) งานที่ยากลำบาก การโจรกรรม เรื่องหรือกรณี *-v.* **jobbed, jobbing** *-vi.* ทำงานเป็นชิ้นๆ, ทำงานปลีกย่อย, เป็นพ่อค้าคนกลาง *-vt.* เป็นพ่อค้าคนกลาง, รับเหมางานให้ผู้อื่นทำ, ทำธุรกิจการค้าอย่างไม่สุจริต

jobber (จอบ' เบอร์) *n.* พ่อค้าคนกลาง, พ่อค้าขายส่ง, คนกลางในการซื้อขายหุ้น

jobbery (จอบ' บะรี) *n.* การใช้วิธีการอันไม่บริสุทธิ์เพื่อให้ได้รับผลประโยชน์

jobholder (จอบ' โฮลเดอร์) *n.* ผู้ที่มีงานประจำ

jobless (จอบ' ลิซ) *adj.* ซึ่งไม่มีงานหรือตกงาน *-n.* กลุ่มผู้ว่างงานหรือตกงาน **-joblessness** *n.*

job lot การนำสินค้ามาคละหรือปนกัน โดยเฉพาะสินค้าที่มีคุณภาพต่ำ

jockey (จอค' คี) *n., pl.* **-eys** นักขี่ม้าแข่งระดับมืออาชีพ *-v.* **-eyed, -eying** *-vt.* ขี่ม้าแข่ง, หลอกลวง, โกง *-vi.* ขี่ม้าแข่ง

jockstrap, jock strap (จอค' สแตรพ) *n.* กระจับที่ใส่ป้องกันอวัยวะเพศชายในเวลาแข่งขันกีฬา

jocose (โจโคซ) *adj.* ตลกขบขัน, ซึ่งล้อเล่น

jocular (จอค' เคียเลอร์) *adj.* ตลกขบขัน, ซึ่งล้อเล่น, ซึ่งยั่วเย้า **-jocularly** *adv.* (-S. funny)

jocund (จอค' เคินด์) *adj.* สนุกสนาน, ร่าเริง, สบายใจ **-jocundity** *n.* **-jocundly** *adv.*

jodhpurs (จอด' เพิร์ซ) *n. pl.* กางเกงขี่ม้า

jog (จอก) *v.* **jogged, jogging** *-vt.* ชน, กระทุ้ง, ทำให้ม้าวิ่งเหยาะๆ *-vi.* เคลื่อนที่ด้วยจังหวะกระแทกหรือเขย่า, (ม้า) วิ่งเหยาะๆ, วิ่งออกกำลังกายเหยาะๆ, เดินย่ำต๊อก, เดินทอดน่อง, กระทำหรือดำเนินไปเรื่อยๆ *-n.* การกระทุ้งหรือเขย่าเบาๆ, การเคลื่อนที่อย่างกระแทกหรือเขย่า, การวิ่งเหยาะๆ, การผลักเบาๆ **-jogger** *n.*

joggle (จอก' เกิล) *v.* **-gled, -gling** *-vt.* สั่นหรือเขย่าเบาๆ *-vi.* เคลื่อนที่ด้วยการสั่นหรือเขย่าเบาๆ *-n.* การเคลื่อนที่ในลักษณะดังกล่าว

jog trot การวิ่งเหยาะะย่างของม้า

★**join** (จอยน์) *v.* **joined, joining** *-vt.* รวมเข้าด้วยกัน, เชื่อมความสัมพันธ์, ติด, ต่อ, ร่วมเป็นสมาชิก, มีส่วนร่วม, เชื่อม *-vi.* ติดกัน, ทำร่วมกัน, เข้าร่วม, เป็นสมาชิก *-n.* หัวต่อ, ข้อต่อ, ท่อน, การร่วมกัน (-S. (v.) add, unite)

joiner (จอย' เนอร์) *n.* ช่างไม้

joinery (จอย' นะรี) *n.* งานของช่างไม้

★**joint** (จอยน์ท์) *n.* ข้อต่อ, รอยต่อ, ข้อ, หัวต่อ, ท่อนหรือดุ้น (เนื้อ), (คำสแลง) คุก *-adj.* ซึ่งร่วมกัน, ซึ่งเป็นเวลาเดียวกัน *-vt.* **jointed, jointing** เชื่อมกัน, ติดกัน, ต่อกัน (-S. (n.) junction)

jointer (จอยน์' เทอร์) *n.* เกรียงที่ใช้โบกปูน

jointly (จอยน์ท' ลี) *adv.* ร่วมกัน (-S. together)

joint venture หุ้นส่วนที่มีการแบ่งความเสี่ยงหรือความรู้ความชำนาญ

joist (จอยซ์ท์) *n.* รอดรองพื้นกระดาน

jojoba (ฮะโฮ' บะ) *n.* พืชชนิดหนึ่งที่สามารถสกัดเอาน้ำมันจากเมล็ดไปผสมในเครื่องสำอาง

★**joke** (โจค) *n.* สิ่งขบขัน, เรื่องตลก, เรื่องล้อเล่น, คำพูดตลก, การเล่นตลก *-v.* **joked, joking** *-vi.* เล่นตลก, ล้อเลียน, พูดเล่น *-vt.* ล้อเล่น **-jokingly** *adv.* (-S. (n., v.) jest)

joker (โจ' เคอร์) *n.* ตัวตลก

jollification (จอลละฟิเค' ชัน) *n.* การสนุกสนาน, งานรื่นเริง, งานเฉลิมฉลองที่สนุกสนาน

jollity (จอล' ลิที) *n., pl.* **-ties** ความสนุกสนานรื่นเริง, การเฉลิมฉลองที่สนุกสนาน

jolly (จอล' ลี) *adj.* **-lier, -liest** ซึ่งเต็มไปด้วยความรื่นเริง สนุกสนาน หรือเบิกบานใจ *-adv.* อย่างยิ่ง *-v.* **-lied, -lying** *-vt.* ตามใจ, เอาใจ, ปลอบโยน *-vi.* ทำให้ขบขัน *-n., pl.* **-lies** ช่วงเวลาที่สนุกสนาน **-jollily** *adv.* (-S. (adj.) merry)

jollyboat (จอล' ลีโบท) *n.* เรือบดที่ติดอยู่กับเรือขนาดกลาง

Jolly Roger ธงโจรสลัด

jolt (โจลท์) *v.* **jolted, jolting** *-vt.* กระแทก เขย่าสะเทือน เนื่องจากถนนเป็นหลุมเป็นบ่อหรือโดนหมัด, ทำให้ตกตะลึง, ทำให้ประหลาดใจ, ทำให้งงงวย *-vi.* กระตุก *-n.* ความประหลาดใจหรือช็อก, การสั่นหรือสะเทือนเนื่องจากการโดนหมัด **-jolter** *n.* **-joltily** *adv.* **-joltiness** *n.*

josh (จอช) *v.* **joshed, joshing** *-vt.* หยอกล้อ, หยอกเย้า, แหย่เล่น *-vi.* หยอกเย้า, ล้อเล่น

joss house วัดหรือศาลเจ้าของจีน

joss stick ธูป

jostle (จอซ' เซิล) *v.* **-tled, -tling** *-vi.* ดัน, ผลัก, กระแทก, กระทุ้ง, ล้วงหรือพยายามล้วงกระเป๋า, เบียดเสียด, อยู่ใกล้ชิดกัน, แข่งขันหรือประกวดเพื่อให้ได้รับตำแหน่งหรือผลประโยชน์, *-vt.* เบียดเสียด, ดันหรือใช้ศอกกระทุ้ง, อยู่ใกล้

ชิดกับ,แข่งขันหรือประกวดเพื่อให้ได้รับตำแหน่งหรือผลประโยชน์, ล้วงหรือพยายามล้วงกระเป๋า *-n.* การดัน, การกระแทก, การเบียดเสียด

jot (จอท) *n.* เล็กน้อย *-vt.* **jotted, jotting** เขียนหรือจดอย่างสั้นๆ หรือรวดเร็ว

jotting (จอท' ทิง) *n.* การบันทึกสั้นๆ

joule (จูล) *n.* หน่วยของพลังงานไฟฟ้าซึ่งมีค่าเท่ากับงานที่กระแสไฟฟ้า 1 แอมแปร์ไหลผ่านตัวต้านทาน 1 โอห์มเป็นเวลา 1 วินาที, หน่วยพลังงานซึ่งมีค่าเท่ากับงานที่ทำโดยแรง 1 นิวตันในระยะทาง 1 เมตร

journal (เจอร์' เนิล) *n.* วารสาร, บันทึกประจำวัน, บัญชีรายวัน, สมุดบันทึกรายวัน, หนังสือพิมพ์, รายงานการประชุม (**-S.** diary, record)

journalism (เจอร์' นะลิเซิม) *n.* การรวบรวมข่าว, หัวข้อข่าว, การเขียนข่าว, การตัดทอนแก้ไขข่าว, การเสนอข่าว, วัตถุดิบที่จะใช้เขียนเป็นข่าวลงในหนังสือพิมพ์ วารสาร หรือออกอากาศ, รูปแบบการเขียนที่มีลักษณะของการนำเสนอข้อเท็จจริงแบบตรงไปตรงมาอย่างในหนังสือพิมพ์หรือวารสาร, หนังสือพิมพ์, วารสาร

★**journalist** (เจอร์' นะลิซท์) *n.* นักหนังสือพิมพ์

journalistic (เจอร์นะลิซ' ทิค) *adj.* เกี่ยวกับการหนังสือพิมพ์หรือนักหนังสือพิมพ์

★**journey** (เจอร์' นี) *n., pl.* **-neys** การเดินทาง, ระยะทางหรือเวลาที่ใช้ในการเดินทาง *-vt., vi.* **-neyed, -neying** เดินทาง (**-S.** (n., v.) travel)

journeyman (เจอร์' นีเมิน) *n.* ผู้ชำนาญงาน

joust (เจาซ์ท์) *n.* การต่อสู้กันบนหลังม้าด้วยหอกหรือทวนของอัศวิน 2 คน, การต่อสู้

jovial (โจ' เวียล) *adj.* ร่าเริง, เบิกบาน, สนุกสนาน **-joviality** *n.* **-jovially** *adv.* (**-S.** airy, blithe)

jowl[1] (เจาล์) *n.* ขากรรไกร (ล่าง), แก้ม

jowl[2] (เจาล์) *n.* เหนียงคอของเป็ดหรือไก่

★**joy** (จอย) *n.* ความสุข, ความปลาบปลื้มปีติ, ความยินดี,การแสดงความรู้สึกดังกล่าว,สิ่งที่ทำให้รู้สึกพึงพอใจ *-v.* **joyed, joying** *-vi.* รู้สึกดีใจ, ยินดี, รื่นเริง *-vt.* รู้สึกมีความสุข, ปลาบปลื้ม, ปีติยินดี, สนุกสนาน (**-S.** (n., v.) delight **-A.** (n.) grief)

joyful (จอย' เฟิล) *adj.* เบิกบาน, ซึ่งมีความสุข, ดีใจ, ปลาบปลื้ม, ปีติยินดี, รื่นเริง **-joyfully** *adv.*

joyless (จอย' ลิซ) *adj.* ห่อเหี่ยว, หม่นหมอง, ไร้สุข, เศร้า **-joylessly** *adv.* (**-S.** dismal)

joyous (จอย' เอิซ) *adj.* สนุกสนานรื่นเริง, เบิกบาน, ยินดีปรีดา, ปลื้มปีติ **-joyously** *adv.*

joy ride (คำสแลง) การขับรถยนต์อย่างประมาทหวาดเสียวเพื่อความสนุกสนาน **-joy rider** *n.*

joystick (จอย' สติค) *n.* (คำสแลง) คันบังคับเครื่องบิน อุปกรณ์ที่ใช้เลื่อนตำแหน่งบนหน้าจอคอมพิวเตอร์

jubilant (จู' บะเลินท์) *adj.* ปีติยินดี, ร่าเริง, ปลาบปลื้ม **-jubilantly** *adv.* (**-S.** exultant)

jubilate (จู' บะเลท) *vi.* **-lated, -lating** มีความร่าเริง, มีความปีติยินดี, มีความดีใจ

jubilation (จูบะเล' ชัน) *n.* ความปลาบปลื้มปีติ, ความดีใจ, ความยินดีปรีดา, ความรื่นเริง

jubilee (จู' บะลี) *n.* การ (งาน) เฉลิมฉลอง โดยเฉพาะครบรอบ 50 ปี, ความรื่นเริง

Judas (จู' เดิซ) *n.* ผู้ทรยศเพื่อน

★**judge** (จัจ) *v.* **judged, judging** *-vt.* ลงความเห็น, ตัดสิน, พิพากษา, เลือก, วินิจฉัย, คาดคะเน, ประมาณ, พิจารณา, ตำหนิหรือวิจารณ์, ชี้ขาด *-vi.* ตัดสิน, ลงความเห็น, เป็นผู้พิพากษา, พิจารณา *-n.* ผู้ตัดสิน, ผู้พิพากษา, ตุลาการ, ผู้รอบรู้, กรรมการตัดสิน (**-S.** (v.) decide)

judgeship (จัจ' ชิพ) *n.* ตำแหน่งผู้พิพากษา

★**judgment, judgement** (จัจ' เมินท์) *n.* การตัดสิน, การลงความเห็น, การวินิจฉัย, การพิจารณา, คำพิพากษา, ความเห็น, โทษ

Judgment Day วันสุดท้ายของโลกเมื่อพระเจ้าได้พิพากษาเหล่ามวลมนุษย์

judicable (จู' ดิคะเบิล) *adj.* ซึ่งตัดสินได้

judicature (จู' ดิคะชัวร์) *n.* ตำแหน่งผู้พิพากษา

judicial (จูดิช' เชิล) *adj.* เกี่ยวกับศาลยุติธรรม, เกี่ยวกับการพิจารณาตัดสินคดี, ยุติธรรม, ซึ่งอนุญาตโดยคำสั่งศาลหรือผู้พิพากษา,ซึ่งมีหน้าที่พิจารณา, เกี่ยวกับผู้พิพากษา

judiciary (จูดิช' เชียรี) *n., pl.* **-ies** ระบบของศาลยุติธรรม, เหล่าผู้พิพากษา

judicious (จูดิช' เชิซ) *adj.* รอบคอบ, สุขุม, ฉลาด **-judiciously** *adv.* (**-S.** acute, considered)

judo (จู' โด) *n.* กีฬายูโด **-judoist** *n.*

judo

★**jug** (จัก) *n.* เหยือก, คนโท, สิ่งที่บรรจุในภาชนะดังกล่าว *-vt.* **jugged, jugging** เคี่ยว (ตุ๋น) เนื้อในเหยือกหรือคนโทดินเผา

juggle (จัก' เกิล) *v.* **-gled, -gling** *-vt.* เล่นโยนรับของ 2 ชิ้นหรือมากกว่าสลับไปมา, โกง, เล่นตบตา, เล่นกล *-vi.* โยนรับของมากกว่า 2 ชิ้นสลับไปมา *-n.* การตบตา, การเล่นโยนของสลับไปมา, การเล่นกล **-juggler** *n.*

jugglery (จัก' กละรี) *n., pl.* **-ies** การหลอกลวง

A B C D E F G H I J K L M N O P Q R S T U V W X Y Z

jugular (จัก' เกียเลอร์) *adj.* เกี่ยวกับคอ

★**juice** (จูซ) *n.* น้ำที่อยู่ในเนื้อเยื่อของพืชหรือสัตว์, ของเหลวที่หลั่งออกมาจากภายในร่างกาย, หัวกะทิ, แก่นสาร, หัวใจ, จุดสำคัญ, (คำสแลง) กระแสไฟฟ้า เงินทุน เครื่องดื่มที่มีแอลกอฮอล์ *-v.* **juiced, juicing** *-vt.* สกัดน้ำจาก *-vi.* (คำสแลง) ดื่มเครื่องดื่มที่มีแอลกอฮอล์

juicy (จู' ซี) *adj.* **-ier, -iest** ฉ่ำน้ำ, น่าสนใจ, ซึ่งมีสีสัน **-juicily** *adv.* (**-S.** moist)

jujitsu, jujutsu (จูจิท' ซู) *n.* ศิลปะการป้องกันตัวแบบหนึ่ง

jujube (จู' จูบ) *n.* พุทรา, ต้นพุทรา

jukebox (จูค' บอคซ์) *n.* ตู้เพลงหยอดเหรียญ

Jul. ย่อจาก July เดือนกรกฎาคม

julep (จู' ลิพ) *n.* ยาผสมน้ำหวาน

★**July** (จุไล') เดือนกรกฎาคม

jumble (จัม' เบิล) *v.* **-bled, -bling** *-vt.* ปนกัน, ทำให้ยุ่ง *-vi.* ผสมกันยุ่ง *-n.* สภาวะยุ่งเหยิง

jumbo (จัม' โบ) *n., pl.* **-bos** คน สัตว์ สิ่งของที่มีขนาดใหญ่กว่าปกติ **-jumbo** *adj.* (**-S.** giant)

★**jump** (จัมพ์) *v.* **jumped, jumping** *-vi.* กระโดด, ข้าม, กระดูก, กระเด้ง, ตะครุบ, เคลื่อนไหวหรือเคลื่อนที่ไปอย่างรวดเร็ว, พรวดพราด, เผ่น, ผุดลุก, สะดุ้งพรวด (ด้วยความประหลาดใจ), กระโดดร่มลงมาจากเครื่องบิน, (ภาษาพูด) รีบเร่ง, ถลา, โผ, โผน, เริ่มต้น, เลื่อนตำแหน่งอย่างเร็ว *-vt.* กระโดดข้าม, ข้าม, กระโดดขึ้น, ทำให้กระโดด, ยึดหรือครอบครอง, จู่โจม, ทำให้ราคาเพิ่มขึ้นอย่างทันที, เลื่อนตำแหน่งขึ้นอย่างเร็ว, ตะครุบตัว *-n.* การกระโดด, อุปสรรคหรือเครื่องกีดขวาง, การกระโดดร่ม, การกระโดดแข่งขัน, การขึ้นราคาหรือเงินเดือนในทันที, การเปลี่ยนอย่างทันที

jumper[1] (จัม' เพอร์) *n.* สิ่งที่กระโดด, ผู้ที่กระโดด

jumper[2] (จัม' เพอร์) *n.* เสื้อสเวตเตอร์

jump seat ที่นั่งเล็กๆ ซึ่งพับเก็บได้ในรถยนต์

jump suit ชุดเครื่องแบบของนักกระโดดร่ม

jumpy (จัม' พี) *adj.* **-ier, -iest** น่ากลัว, ตกใจ

Jun. ย่อจาก June เดือนมิถุนายน

junction (จังค์' ชัน) *n.* การเชื่อมต่อ, จุดเชื่อมต่อ, ชุมทาง, ที่บรรจบ, ตะเข็บ (**-S.** joint)

junction box ตลับหรือกล่องที่ใช้ครอบจุดเชื่อมต่อของวงจรไฟฟ้า

juncture (จังค์' เชอร์) *n.* การเชื่อมต่อ, จุดเชื่อมต่อ, ชุมทาง, ที่บรรจบ, จุดวิกฤติ

★**June** (จูน) เดือนมิถุนายน

jungle (จัง' เกิล) *n.* ป่าทึบ, ดง, สิ่งที่ปะปนกันยุ่งเหยิง, สถานที่ที่มีลักษณะของการแข่งขันหรือการต่อสู้ดิ้นรนสูงเพื่อความอยู่รอด

jungle fever ไข้มาลาเรีย, ไข้ป่า

junior (จูน' เนียร์) *adj.* ซึ่งอายุน้อยกว่า, ซึ่งมีตำแหน่งต่ำกว่า, ซึ่งเป็นรอง, ซึ่งใช้เรียกเมื่อลูกชายมีชื่อเดียวกับพ่อ, เกี่ยวกับนักเรียนปีที่ 3 ของไฮสคูลหรือวิทยาลัยในอเมริกา *-n.* คนที่อายุน้อยกว่าคนอื่น, นักเรียนปีที่ 3 ของไฮสคูลหรือวิทยาลัยในอเมริกา, ผู้เป็นรอง, ขนาดของเสื้อผ้าที่เหมาะกับเด็กหรือผู้หญิงที่มีรูปร่างผอมเพรียว

juniper (จู' นะเพอร์) *n.* ต้นไม้จำพวกสน

★**junk**[1] (จังค์) *n.* ขยะ, (ภาษาพูด) สิ่งที่เก่าแล้วหรือควรจะทิ้ง, (คำสแลง) เฮโรอีน *-vt.* **junked, junking** ทิ้ง *-adj.* ถูก, ซึ่งไม่มีค่า

junk[2] (จังค์) *n.* เรือใบท้องแบนของจีน

junket (จัง' คิท) *n.* ของหวานชนิดหนึ่งคล้ายเต้าฮวย, งานเลี้ยง, การท่องเที่ยวโดยที่รัฐบาลหรือผู้อื่นออกค่าใช้จ่ายให้ *-v.* **-keted, -keting** *-vi.* ไปเที่ยว *-vt.* จัดงานเลี้ยง **-junketer** *n.*

junk food อาหารที่มีแคลอรีสูงแต่มีคุณค่าทางโภชนาการต่ำ

junkyard (จังค์' ยาร์ด) *n.* สถานที่เก็บของเก่า

junta (ฮุน' ทะ, จัน'-) *n.* กลุ่มนายทหารที่ปกครองประเทศภายหลังการปฏิวัติยึดอำนาจ

Jupiter (จู' พิเทอร์) *n.* ดาวพฤหัสบดี

jural (จัว' เริล) *adj.* เกี่ยวกับกฎหมาย

juridical, juridic (จุริด' ดิเคิล, -ดิค) *adj.* เกี่ยวกับกฎหมายหรือศาล **-juridically** *adv.*

jurisconsult (จัวริซคอน' ซัลท์) *n.* นักกฎหมาย

jurisdiction (จัวริซดิค' ชัน) *n.* เขตอำนาจศาล, อำนาจตัดสินคดี **-jurisdictional** *adj.* (**-S.** rule)

jurisprudence (จัวริซพรูด' เดินซ์) *n.* แผนกกฎหมาย, ปรัชญาของกฎหมาย, นิติศาสตร์

jurisprudent (จัวริซพรูด' เดินท์) *adj.* ซึ่งมีความชำนาญทางกฎหมาย *-n.* ผู้ชำนาญด้านกฎหมาย

jurist (จัว' ริซท์) *n.* ผู้เชี่ยวชาญด้านกฎหมาย

juristic, juristical (จุริซ' ทิค, -ทิเคิล) *adj.* เกี่ยวกับนักกฎหมาย, เกี่ยวกับกฎหมาย

juror (จัว' เรอร์) *n.* สมาชิกของคณะลูกขุน

★**jury** (จัว' รี) *n., pl.* **-ries** คณะลูกขุน

★**just** (จัซท์) *adj.* ยุติธรรม, เที่ยงธรรม, ถูกต้องเที่ยงตรง, ซึ่งไม่ลำเอียง, สมควร, สมเหตุผล, พอเหมาะ, พอดี *-adv.* เกือบจะ, เพียง, ซิ, นั่นเอง, พอดี, หวุดหวิด, แน่, นิดเดียว, เดี๋ยวนี้, เพิ่ง, แท้ๆ, ที่เดียว **-just now** เมื่อตะกี้ **-justly** *adv.* **-justness** *n.* (**-S.** (adj.) fair)

★**justice** (จัซ' ทิซ) *n.* ความยุติธรรม, ผู้พิพากษา, ความถูกต้อง, กระบวนการยุติธรรม (-S. fairness)

justifiable (จัซ' ทะไฟอะเบิล) *adj.* ซึ่งแก้ตัวได้, ซึ่งสามารถอ้างเหตุผลได้ **-justifiably** *adv.*

justification (จัซทะฟิเค' ชัน) *n.* การแก้ตัว, ข้อแก้ตัว (-S. approval, defence)

★**justify** (จัซ' ทะไฟ) *v.* **-fied, -fying** *-vt.* พิสูจน์ได้ว่าถูกต้อง, แสดงความบริสุทธิ์, แสดงเหตุผลอันสมควร *-vi.* แสดงเหตุผลอันสมควรสำหรับสิ่งที่ทำลงไป (-S. absolve, acquit)

just-in-time, just in time (จัซท์อิน' ไทม์) *adj.* เกี่ยวกับระบบการผลิตที่ส่วนประกอบต่างๆ จะถูกส่งมาในเวลาที่ต้องการจะประกอบ เพื่อลดต้นทุนหรือค่าใช้จ่ายในการเก็บรักษา ย่อว่า JIT *-n.* ระบบดังกล่าว

jut (จัท) *v.* **jutted, jutting** *-vi.* ยื่นออกมา *-vt.* ทำให้ยื่นออกมา *-n.* สิ่งที่ยื่นออกมา

jute (จูท) *n.* ปอกระเจา

juvenescent (จูวะเนซ' เซินท์) *adj.* ซึ่งกลายเป็นหนุ่มหรืออ่อนเยาว์ **-juvenescence** *n.*

juvenile (จู' วะไนล์) *adj.* ซึ่งยังไม่เจริญเติบโตเต็มที่, อ่อนเยาว์, เกี่ยวกับเด็กหรือเยาวชน, ซึ่งยังเป็นเด็กหรือทารก *-n.* เด็ก, เยาวชน, สัตว์ที่ยังไม่เติบโตเต็มที่ถึงวัยเจริญพันธุ์, นักแสดงที่เล่นบทเด็กหรือบทคนหนุ่มสาว, หนังสือสำหรับเด็ก **-juvenilely** *adv.*

juvenile court ศาลคดีเด็กและเยาวชน

juvenile delinquency การกระทำความผิดทางกฎหมายของเด็กและเยาวชน

juvenile delinquent เด็กหรือเยาวชนที่กระทำผิดทางกฎหมาย

juvenilia (จูวะนิล' เลีย) *n. pl.* ผลงานทางด้านศิลปะหรืองานเขียนของเด็กและเยาวชน

juvenility (จูวะนิล' ลิที) *n., pl.* **-ties** ความเป็นเด็ก

juxtapose (จัคสตะโพซ') *vt.* **-posed, -posing** วางอยู่ติดกัน,วางเคียงกัน

juxtaposition (จัคสตะพะซิช' ชัน) *n.* การวางเคียงกัน, การวางอยู่ชิดกัน (-S. adjacency)

K

K, k (เค) *n., pl.* **K's, k's/Ks, ks** อักษรตัวที่ 11 ในภาษาอังกฤษ, อันดับสิบเอ็ด

k ย่อจาก karat กะรัต

kaizen (ไค' เซน) *n.* ปรัชญาทางธุรกิจของชาวญี่ปุ่นที่มีการปรับปรุงการดำเนินงานและประสิทธิภาพของบุคคลอย่างต่อเนื่อง

kaleidoscope (คะไล' ดะสโกพ) *n.* กล้องสลับลาย

kamikaze (คามิคา' ซี) *n.* นักบินกล้าตายของญี่ปุ่นที่มีหน้าที่ขับเครื่องบินบรรทุกระเบิดเข้าชนเครื่องบินศัตรู

kangaroo (แคงกะรู') *n., pl.* **-roo/-roos** จิงโจ้

kaolin, kaoline (เค' อะลิน) *n.* ดินเหนียวอย่างดีใช้ทำเซรามิกและเครื่องปั้น

kapok (เค' พอค) *n.* นุ่น

karaoke (แครีโอ' คี) *n.* ความบันเทิงในรูปแบบของการร้องเพลงตามทำนองและเนื้อร้องที่ถูกบันทึกไว้

karat, carat (แค' เริท) *n.* หน่วยวัดความบริสุทธิ์ของทอง ย่อว่า k

karate (คะรา' ที) *n.* ศิลปะการป้องกันตัวแบบญี่ปุ่นที่ใช้การเตะและการฟันด้วยมือ

Karen (คะรีน') *n., pl.* **Karen/-rens** ชาวกะเหรี่ยง, ภาษากะเหรี่ยง

karma (คาร์' มะ) *n.* กรรม

kayak, kaiak (ไค' แอค) *n.* เรือแคนูขนาดเล็กของพวกเอสกิโม

kayak

kayo (เคโอ') *n., pl.* **-os** การน็อกเอาต์ในกีฬาชกมวย

keel (คีล) *n.* กระดูกงูของเรือ *-vi., vt.* **keeled, keeling** คว่ำ, เอียง

★**keen** (คีน) *adj.* **keener, keenest** แหลม, คม, ฉลาดหลักแหลม, ไว, แรง, กล้า, ฉุน, กระตือรือร้น, เลิศ **-keenly** *adv.* (-S. sharp -A. blind)

★**keep** (คีพ) *v.* **kept, keeping** *-vt.* เก็บ, รักษา, สงวนไว้, กักขัง, ดำเนินกิจการ, หน่วงเหนี่ยว, ป้องกัน *-vi.* ดำเนินต่อไป, ยังสดหรือไม่เสีย *-n.* การรักษาไว้, การสนับสนุน, คุก **-keep up**

รักษาให้อยู่ในสภาพดี (-S. (n., v.) hold)

keeper (คี' เพอร์) *n.* ผู้ดูแล, ผู้พิทักษ์

keeping (คี' พิง) *n.* การรักษา, การเข้ากันได้

keepsake (คีพ' เซค) *n.* ของที่ระลึก

keg (เคก) *n.* ถังที่บรรจุได้ประมาณ 114 ลิตร

kelvin (เคล' วิน) *n.* หน่วยวัดอุณหภูมิ

ken (เคน) *n.* ความเข้าใจ *-v.* **kenned/kent, kenning** *-vt.* รู้, จำได้ *-vi.* มีความเข้าใจ

kennel (เคน' เนิล) *n.* ที่อยู่อาศัยของสุนัข *-v.* **-neled, -neling/-nelled, -nelling** *-vt.* ขังอยู่ในคอกสุนัข *-vi.* อาศัยอยู่ในคอกสุนัข

kepi (เค' พี) *n., pl.* **-pis** หมวกแก๊ปทรงตรงที่ทหารฝรั่งเศสใส่

kept (เคพท์) *v.* กริยาช่อง 2 และ 3 ของ keep

keratin (เคอ' ระทิน) *n.* โปรตีนที่เป็นส่วนประกอบสำคัญในผม เล็บ เขาและกีบเท้าสัตว์

kerb (เคิร์บ) *n.* ขอบถนน

kerchief (เคอร์' ชิฟ, -ชีฟ) *n., pl.* **-chiefs/-chieves** ผ้าพันคอของสตรี, ผ้าเช็ดหน้า

kerf (เคิร์ฟ) *n.* รอยตัดหรือผ่าของเลื่อยหรือขวาน

kernel (เคอร์' เนิล) *n.* เมล็ด, เนื้อในที่กินได้ของผลไม้เปลือกแข็ง, แก่น, แก่นกลาง

kerosene, kerosine (เคอ' ระซีน) *n.* น้ำมันก๊าด

ketch (เคช) *n.* เรือใบขนาดเล็กมี 2 เสา

ketchup, catchup (เคช' เชิพ) *n.* ซอสชนิดข้น, ซอสมะเขือเทศข้น

★**kettle** (เคท' เทิล) *n.* กาต้มน้ำ, กาน้ำชา

kettledrum (เคท' เทิลดรัม) *n.* กลองทิมปานี

kettledrum

★**key** (คี) *n., pl.* **keys** กุญแจ, ลูกกุญแจ, กุญแจไขรหัส, สูตรหรือรหัสสำหรับใช้แปลหรือถอดความหมาย, ลิ่ม, สลัก, คู่มือหรือคำเฉลยปัญหา, ระดับเสียง, น้ำเสียง *-adj.* สำคัญ *-vt.* **keyed, keying** ใส่กุญแจ (ลิ่ม สลัก), ผ่านข้อมูลเข้าไปในคอมพิวเตอร์, ระบุชนิด (สิ่งมีชีวิต), ปรับ

keyboard (คี' บอร์ด) *n.* แถวก้านดีดของแป้นอักษรของคอมพิวเตอร์, แถวก้านดีดของเปียโนหรือเครื่องพิมพ์ดีด, เครื่องดนตรีชนิดหนึ่ง *-vt.* **-boarded, -boarding** เล่นคีย์บอร์ด

keyhole (คี' โฮล) *n.* รูกุญแจ

key money เงินมัดจำค่าเช่าที่

keynote (คี' โนท) *n.* ประเด็นสำคัญ, ระดับเสียงสำหรับเทียบตั้งเสียงเครื่องดนตรี *-vt.* **-noted, -noting** กล่าวสุนทรพจน์หรือคำปราศรัยที่สำคัญ

keystone (คี' สโตน) *n.* หลักสำคัญ

keyway (คี' เว) *n.* รูกุญแจ

keyword, key word (คี' เวิร์ด) *n.* คำไขรหัส, คำที่สำคัญ, คำไขปัญหา

kg ย่อจาก kilogram กิโลกรัม

khaki (คา' คี) *n.* สีกากี **-khaki** *adj.*

khan (คาน, แคน) *n.* ผู้ปกครอง ขุนนาง หรือบุคคลสำคัญในประเทศอินเดียและประเทศในแถบเอเชียกลางบางประเทศ, ข่าน

Khmer (คแมร์) *n., pl.* **Khmer/Khmers** ชาวเขมร, ภาษาเขมร

kibitz (คิบ' บิทซ์) *vi.* **-itzed, -itzing** (ภาษาพูด) ยุ่งเรื่องคนอื่น **-kibitzer** *n.*

★**kick** (คิค) *v.* **kicked, kicking** *-vi.* ถีบ, เตะ, เตะฟุตบอล, (ปืน) ถีบหรือเด้ง, ได้คะแนนจากการเตะลูก *-vt.* เตะ, ถีบ, ดีกลับ, ได้คะแนนจากการเตะลูกบอล *-n.* การเตะ, การถีบ, การกระแทกกลับ, (คำสแลง) การบ่น กำลัง, ความสนใจที่เกิดขึ้นอย่างรุนแรงแต่เพียงชั่วระยะเวลาสั้นๆ เท่านั้น **-kick out** (คำสแลง) ไล่ออก

kicking (คิค' คิง) *adj.* (คำสแลง) ร่าเริงสดใส

kickoff (คิค' ออฟ) *n.* การเขี่ยลูก

★**kid** (คิด) *n.* ลูกแพะ, หนังลูกแพะ, (ภาษาพูด) เด็ก คนหนุ่มสาว *-vt., vi.* **kidded, kidding** (ภาษาพูด) ล้อเล่น **-kidder** *n.* (-S. (n.) child)

kidnap (คิด' แนพ) *vt.* **-napped, -napping/-naped, -naping** จับตัวไปเรียกค่าไถ่ **-kidnapper, kidnaper** *n.* (-S. capture, seize)

kidney (คิด' นี) *n., pl.* **-neys** ไต, ชนิด, ประเภท

kidney stone นิ่วในไต

★**kill** (คิล) *v.* **killed, killing** *-vt.* ฆ่า, ประหาร, ทำลายล้าง, เสียเวลาโดยเปล่าประโยชน์, ทำให้หยุด *-vi.* ทำให้ตาย, กระทำการฆ่า *-n.* การฆ่า, สัตว์ที่ถูกฆ่า, คนที่ถูกฆ่า, ฆาตกร **-killer** *n.*

killer whale วาฬเพชฌฆาต

★**killing** (คิล' ลิง) *n.* การฆ่า, การทำลายล้าง *-adj.* ซึ่งถูกฆ่า, เหนื่อยล้า **-killingly** *adv.*

killjoy (คิล' จอย) *n.* บุคคลที่ทำให้ผู้อื่นหมดสนุก

kiln (คิลน์, คิล) *n.* เตาเผา

★**kilo** (คี' โล) *n., pl.* **-los** กิโลกรัม, กิโลเมตร

kilo- คำอุปสรรค หมายถึง 10^3, หนึ่งพัน

kilobyte (คิล' ละไบท์) *n.* หน่วยวัดความจุความจำของคอมพิวเตอร์มีค่าเท่ากับ 1,024 ไบต์

★**kilogram, kilogramme** (คิล' ละแกรม) *n.* หน่วยน้ำหนักเท่ากับ 1,000 กรัม

kilohertz (คิล' ละเฮิร์ทซ์) *n.* หน่วยวัดความถี่คลื่นเท่ากับ 1,000 เฮิรตซ์

kilometer, kilometre (คิลอม' มิเทอร์) *n.* หน่วยความยาวเท่ากับ 1,000 เมตร
kiloton (คิล' ละทัน) *n.* หน่วยน้ำหนักหรือความจุเท่ากับ 1,000 ตัน
kilowatt (คิล' ละวอท) *n.* หน่วยพลังงานมีค่าเท่ากับ 1,000 วัตต์
kilt (คิลท์) *n.* กระโปรงผ้าขนสัตว์ลายตาหมากรุกจับจีบ ความยาวถึงเข่า สำหรับผู้ชายชาวสกอตสวม, กระโปรงในลักษณะดังกล่าว
kimono (คะโม' นะ, -โน) *n., pl.* **-nos** ชุดกิโมโนของหญิงชาวญี่ปุ่น

kimono

kin (คิน) *n.* ญาติพี่น้อง *-adj.* ซึ่งเป็นญาติกัน
★**kind**[1] (ไคน์ด์) *adj.* **kinder, kindest** เมตตา, อดทน, เห็นด้วย (**-S.** amiable **-A.** cruel)
★**kind**[2] (ไคน์ด์) *n.* ชนิด, ประเภท, จำพวก, กลุ่ม, รูปแบบ (**-S.** sort, type **-A.** dissimilarity)
kindergarten (คิน' เดอร์การ์เทิน) *n.* โรงเรียนอนุบาล
kindergartner, kindergartener (คิน' เดอร์การ์ทเนอร์, -การ์ด-) *n.* เด็กโรงเรียนอนุบาล, ครูโรงเรียนอนุบาล
kindhearted (ไคน์ด์' ฮาร์' ทิด) *adj.* อย่างหวังดี, ซึ่งกรุณาปรานี **-kindheartedly** *adv.*
kindle (คิน' เดิล) *v.* **-dled, -dling** *-vt.* จุดไฟ, กระตุ้นอารมณ์ *-vi.* ลุกไหม้, เกิดอารมณ์
kindless (ไคน์ด์' ลิซ) *adj.* ซึ่งไม่มีความเมตตา
kindliness (ไคน์ด์' ลีนิซ) *n.* ความเมตตา
kindling (ไคน์ด์' ลิง) *n.* วัสดุที่ติดไฟได้ง่าย
★**kindly** (ไคน์ด์' ลี) *adj.* **-lier, -liest** เมตตา, ซึ่งชอบช่วยเหลือ, ซึ่งเป็นมิตร *-adv.* อย่างเห็นด้วย, อย่างกรุณา, อย่างจริงใจ (**-S.** (adj.) cordial)
kindness (ไคน์ด์' นิซ) *n.* ความเมตตา, ความจริงใจ, ความเป็นมิตร (**-S.** charity)
kindred (คิน' ดริด) *n.* ญาติพี่น้อง, วงศ์ตระกูล *-adj.* เกี่ยวกับญาติพี่น้อง **-kindredness** *n.*
kine (ไคน) *n. pl.* วัว (**-S.** cows)
kinetic (คิเนท' ทิค, ไค-) *adj.* เกี่ยวกับการเคลื่อนไหว, ซึ่งเกิดจากการเคลื่อนไหว **-kinetically** *adv.*
kinetic energy พลังงานจลน์
kinetics (คิเนท' ทิคซ์, ไค-) *n. pl.* จลนศาสตร์
kinfolk, kinsfolk (คิน' โฟค, คินซ'-) *n. pl.* ญาติพี่น้อง
★**king** (คิง) *n.* กษัตริย์, พระเจ้าแผ่นดิน, ไพ่ตัวหนึ่ง *-adj.* ซึ่งมีความสำคัญ, ซึ่งเป็นหลักหรือเป็นหัวหน้า (**-S.** (n.) emperor)
king cobra งูจงอาง
kingcraft (คิง' แครฟท์) *n.* การเป็นกษัตริย์
★**kingdom** (คิง' เดิม) *n.* ประเทศที่ปกครองโดยกษัตริย์, อาณาจักร (**-S.** empire, realm)
kingdom come (ภาษาพูด) โลกหน้า
kingly (คิง' ลี) *adj.* **-lier, -liest** ซึ่งเหมือนกษัตริย์, ซึ่งเป็นของกษัตริย์ **-kingliness** *n.*
kingpin (คิง' พิน) *n.* บุคคลหรือสิ่งที่สำคัญ
King's English การพูดหรือใช้ภาษาอังกฤษที่ถูกต้อง ซึ่งยึดหลักของประเทศอังกฤษ
kingship (คิง' ชิพ) *n.* ความเป็นกษัตริย์
king-size, king-sized (คิง' ไซซ์, -ไซซ์ด์) *adj.* ใหญ่กว่าขนาดปกติ
kink (คิงค์) *n.* รอยขดหรืองอ, ความคิดประหลาดๆ *-vi., vt.* **kinked, kinking** ทำให้บิดงอหรือหยิกหยอง **-kinky** *adj.*
kinsfolk (คินซ์' โฟค) *n. pl.* ดู kinfolk
kinship (คิน' ชิพ) *n.* ความเป็นญาติกัน
kinsman (คินซ์' เมิน) *n.* ญาติผู้ชาย
kinswoman (คินซ์' วุมเมิน) *n.* ญาติผู้หญิง
kiosk (คี' ออซค์, คีออซค์') *n.* ร้านเล็กที่เปิดขายของด้านเดียวหรือหลายด้าน, สิ่งที่สร้างขึ้นมีรูปร่างคล้ายทรงกระบอกใช้ติดป้ายโฆษณา
kipper (คิพ' เพอร์) *n.* ปลาแฮร์ริงหรือแซมอนที่ใส่เกลือแล้วรมควัน
★**kiss** (คิซ) *vt., vi.* **kissed, kissing** จูบ *-n.* การจูบ **-kissable** *adj.* (**-S.** (v., n.) caress)
kiss of life การผายปอดแบบปากต่อปาก
★**kit**[1] (คิท) *n.* ชุดเครื่องมือหรืออุปกรณ์, วัสดุหรือชิ้นส่วนต่างๆ ที่ประกอบกันเป็นชุด, ข้าวของเครื่องใช้ส่วนตัวในการเดินทาง (**-S.** outfit)
kit[2] (คิท) *n.* ลูกแมว
kit bag กระเป๋าเดินทาง โดยเฉพาะที่ใช้สะพายหลัง (**-S.** knapsack)
★**kitchen** (คิช' เชิน) *n.* ห้องครัว, การทำครัว
kitchenette (คิชชะเนท') *n.* ครัวเล็กๆ
kitchen garden สวนครัว
kitchenware (คิช' เชินแวร์) *n.* เครื่องครัว
kite (ไคท์) *n.* ว่าว, เหยี่ยวขนาดเล็ก *-v.* **kited, kiting** *-vi.* ล่องลอยเหมือนว่าว
kith and kin (คิธ' เอินคิน') *n. pl.* ญาติ
kitten (คิท' เทิน) *n.* ลูกแมว
kittenish (คิท' เทินนิช) *adj.* ขี้เล่นคล้ายลูกแมว
kitty (คิท' ที) *n., pl.* **-ties** ลูกแมว, เงินเดิมพัน
kiwi (คี' วี) *n., pl.* **-wis** ผลกีวี, นกกีวี
kleptomania (เคลพทะเม' เนีย) *n.* โรคจิตที่

ชอบขโมยสิ่งของ **-kleptomaniac** *n.*
klieg light ไฟที่มีแสงแรงมากใช้ในการถ่ายภาพยนตร์
knack (แนค) *n.* ความสามารถพิเศษ (**-S.** gift)
knapsack (แนพ' แซค) *n.* ย่ามสะพายหลัง
knar, knaur (นาร์) *n.* ปุ่มหรือปมบนต้นไม้
knave (เนฟว์) *n.* คนขี้โกง, คนรับใช้ผู้ชาย **-knavish** *adj.* **-knavishly** *adv.* (**-S.** cheat)
knavery (เน' วะรี) *n., pl.* **-ies** ความไม่ซื่อสัตย์
knead (นีด) *vt.* **kneaded, kneading** นวด, ปั้น, บีบ, กด **-kneader** *n.* (**-S.** press)
★**knee** (นี) *n.* หัวเข่า, ส่วนของเสื้อผ้าที่ปกคลุมบริเวณหัวเข่า *-vt.* **kneed, kneeing** กระทบกระแทกหรือแตะด้วยเข่า
knee breeches กางเกงขาสั้นระดับเข่า
kneecap (นี' แคพ) *n.* กระดูกสะบ้าหัวเข่า, แผ่นป้องกันหัวเข่า *-vt.* **-capped, -capping** ทำให้พิการด้วยการยิงหัวเข่า
knee-deep (นี' ดีพ') *adj.* ซึ่งขึ้นไปถึงระดับเข่า, ซึ่งจมลงไปถึงหัวเข่า, ซึ่งเข้าไปพัวพัน
knee jerk การที่ขากระตุกอย่างทันทีโดยอัตโนมัติเมื่อถูกเคาะที่หัวเข่า
★**kneel** (นีล) *vi.* **knelt/kneeled, kneeling** คุกเข่าลง (**-S.** bow, stoop)
knell (เนล) *n.* เสียงระฆังในงานพิธีฝังศพ, สัญญาณแห่งความหายนะหรือการทำลายล้าง
knew (นู, นิว) *v.* กริยาช่อง 2 ของ know
Knickerbocker (นิค' เคอร์บอคเคอร์) *n.* ผู้ที่สืบเชื้อสายจากชาวดัตช์และมาตั้งรกรากที่นิวยอร์ก, ชาวนิวยอร์ก **-knickerbockers** กางเกงขายาวแค่เข่าและปลายขามีแถบยางรัด
knickers (นิค' เคอร์ซ) *n. pl.* กางเกงชั้นในสตรี
knickknack, nicknack (นิค' แนค) *n.* เครื่องประดับตกแต่งเล็กๆ น้อยๆ (**-S.** trinket)
★**knife** (ไนฟ) *n., pl.* **knives**(ไนฟว์ซ) มีด, ใบมีด *-v.* **knifed, knifing** *-vt.* ใช้มีดแทง *-vi.* ตัดหรือผ่าด้วยมีด **-knifer** *n.* (**-S.** (n.) blade, cutter)
knife-edge (ไนฟ' เอจ) *n.* คมมีด, ขอบที่คม
knight (ไนท์) *n.* อัศวิน, ม้า (หมากรุก), ผู้พิทักษ์หรือผู้สนับสนุน *-vt.* **knighted, knighting** แต่งตั้งให้เป็นอัศวิน **-knightly** *adj.*
knight-errant (ไนท์' เออร์' เรินท์) *n., pl.* **knights-errant** อัศวินผู้ท่องเที่ยวไปตามที่ต่างๆ เพื่อผจญภัยและพิสูจน์ความกล้าหาญของตนเอง
knighthood (ไนท์' ฮุด) *n.* ตำแหน่งอัศวิน
★**knit** (นิท) *v.* **knit/knitted, knitting** *-vt.* ถัก, ชุน, ย่นคิ้ว, ประสานหรือเชื่อมต่อ *-vi.* เชื่อม, ประสานหรือต่อกัน, ย่นคิ้ว *-n.* เสื้อผ้าที่ได้จากการถัก, วิธีการถักเสื้อผ้าดังกล่าว **-knitter** *n.*
knitting needle ไม้ถักนิตติง
knob (นอบ) *n.* ลูกบิดประตู, ตุ่ม, ปุ่ม, ภูเขาที่มีลักษณะกลม **-knobbed** *adj.* (**-S.** bulk)
★**knock** (นอค) *v.* **knocked, knocking** *-vt.* ต่อยอย่างแรง, ตี, ทุบ, ชน, กระแทก, เคาะ, (คำสแลง) วิจารณ์ *-vi.* ทำให้เกิดเสียงดัง, ชน *-n.* เสียงเคาะ **-knock off** (ภาษาพูด) หยุด กำจัด (**-S.** (v., n.) hit, rap)
knockabout (นอค' อะเบาท์) *adj.* เอะอะอึกทึก, หยาบๆ *-n.* เรือใบขนาดเล็กมีเสาเดียว
knockdown (นอค' เดาน์) *n.* การทำให้ล้มลง, การถอดออกเป็นส่วนๆ ได้, การตกใจอย่างล้นเหลือ, สิ่งที่ถอดออกหรือประกอบเข้าไปได้ *-adj.* ซึ่งทำให้ล้มลง, ถอดออกหรือประกอบเข้าได้ง่าย
knocker (นอค' เคอร์) *n.* ที่เคาะประตู, ผู้เคาะประตู, (คำสแลง) เต้านมผู้หญิง
knock-knee (นอค' นี) *n.* การที่ขาเกิดความผิดปกติหรือผิดรูป โดยหัวเข่าจะโค้งเข้าหากัน แต่ข้อเท้าจะแยกห่างจากกัน
knockout (นอค' เอาท์) *n.* การทำให้ล้มลง, การชกล้มลง, หมัดน็อกเอาต์ *-adj.* ซึ่งสามารถทำให้ล้มลงได้ (**-S.** (n.) hit)
knoll (โนล) *n.* โคก, เนิน, เนินเขาเล็กๆ กลมๆ
★**knot** (นอท) *n.* ปม, เงื่อน, กระจุก, ความรู้สึกอึดอัด, ปัญหาที่ยุ่งยากซับซ้อน, ตุ่มหรือตาของต้นไม้, หน่วยความเร็วในการเดินเรือ 1 ไมล์ทะเล *-v.* **knotted, knotting** *-vt.* ผูกปมหรือเงื่อน, ทำให้เกี่ยวพันกัน *-vi.* ทำปมหรือเงื่อน, เกี่ยวพันกัน (**-S.** (n.) node (v.) tie)
knotty (นอท' ที) *adj.* **-tier, -tiest** ซึ่งเต็มไปด้วยปุ่มหรือปม, ซึ่งยากที่จะเข้าใจหรือแก้ปัญหา
★**know** (โน) *v.* **knew, known** *-vt.* รู้, เข้าใจ, ชำนาญ, จำได้ *-vi.* รู้ **-knowable** *adj.* **-knower** *n.* (**-S.** learn, perceive, recognize)
know-how (โน' เฮา) *n.* ความรู้ความชำนาญ
knowing (โน' อิง) *adj.* ฉลาด, ซึ่งมีสติ, ซึ่งเข้าใจหรือรู้ **-knowingly** *adv.* (**-S.** clever)
know-it-all (โน' อิทออล) *n.* (ภาษาพูด) ผู้ที่ทำตัวเสมือนเป็นผู้รู้ทุกอย่างและไม่ยอมรับฟังความคิดเห็นหรือคำแนะนำของใคร
★**knowledge** (นอล' ลิจ) *n.* ความรู้, ความคุ้นเคย, ความตระหนัก, ความเข้าใจ, ข้อมูลเฉพาะเกี่ยวกับบางเรื่องหรือบางสิ่ง
knowledgeable (นอล' ลิจะเบิล) *adj.* ซึ่งมีความรู้หรือความฉลาด (**-S.** understanding)

known (โนน) *adj.* ซึ่งเป็นที่รู้กันดีโดยทั่วไป *-n.* สิ่งที่รู้แล้ว (**-S.** (adj.) well-known)
knuckle (นัค' เคิล) *n.* ข้อนิ้วมือ, ข้อเท้าสัตว์, กระดูกหัวกลมที่ยื่นออกมาตรงบริเวณข้อ *-vt.* **-led, -ling** กด ตี นวดด้วยข้อ
knuckle-duster (นัค' เคิลดัซเทอร์) *n.* (คำสแลง) สนับมือ
knurl (เนิร์ล) *n.* ปุ่ม, ปม, สันหรือร่องเล็กๆ บนพื้นผิวหน้าหรือขอบของวัตถุที่ช่วยให้การหยิบจับง่ายขึ้น **-knurled** *adj.*
KO (เค' โอ') *vt.* **KO'd, KO'ing** (คำสแลง) ต่อยล้มลง (ในการชกมวย) *-n., pl.* **KO's** (คำสแลง) การต่อยล้มลง
koala (โคอา' ละ) *n.* หมีโคอาลา

koala

kola (โค' ละ) *n.* ดู cola
Koran, Quran (คะแรน') *n.* พระคัมภีร์โกหร่านของศาสนาอิสลาม **-Koranic** *adj.*
kowtow (เคาเทา') *vi.* **-towed, -towing** คุกเข่าลงเอาหน้าผากแตะพื้นเพื่อแสดงความเคารพ *-n.* การคุกเข่าเอาหน้าผากแตะพื้น
kraal (ครอล, คราล) *n.* คอกปศุสัตว์, หมู่บ้านในชนบท
kraft (แครฟท์) *n.* กระดาษสีน้ำตาลเนื้อหยาบใช้ทำถุงและกระดาษห่อของ
kris, creese (ครีซ) *n.* กริช, ดาบสั้นสองคม
Krishna (คริช นะ) *n.* พระกฤษณะ
krypton (คริพ' ทอน) *n.* ธาตุที่มีสถานะเป็นก๊าซเฉื่อย ใช้บรรจุในหลอดฟลูออเรสเซนต์ มีสัญลักษณ์ Kr
kudos (คู' โดซ) *n.* การสรรเสริญ, การชื่นชม
Ku Klux Klan (คูคลัคซ์แคลน') *n.* สมาคมลับในภาคใต้ของอเมริกาซึ่งกีดกันสิทธิของคนผิวดำ
kung fu (กัง' ฟู') *n.* มวยจีน
kyphosis (ไคโฟ' ซิซ) *n.* หลังโกงเนื่องจากมีโหนกอยู่บริเวณหลัง **-kyphotic** *adj.*

L

L, l (เอล) *n., pl.* **L's, l's/Ls, ls** อักษรตัวที่ 12 ในภาษาอังกฤษ, อันดับสิบสอง
L ย่อจาก length ความยาว, liter(s) ลิตร, lobby ห้องโถงโรงแรม, longitude เส้นลองจิจูด
l ย่อจาก latitude เส้นละติจูด, law กฎหมาย, line เส้น, liter(s) ลิตร, left ซ้าย, length ความยาว
lab (แลบ) *n.* ห้องปฏิบัติการ, ห้องทดลอง
★**label** (เล' เบิล) *n.* ฉลาก, ป้าย, เครื่องหมายแสดงยี่ห้อสินค้า *-vt.* **-beled, -beling/-belled, -belling** ติดฉลาก, ติดป้าย, ตราหน้า, จัดเป็นพวกๆ **-labeler, labeller** *n.* (**-S.** (n.) marker)
labial (เล' เบียล) *adj.* เกี่ยวกับริมฝีปาก, ซึ่งออกเสียงโดยใช้ริมฝีปาก *-n.* พยัญชนะที่ต้องออกเสียงโดยใช้ริมฝีปาก **-labially** *adv.*
labor, labour (เล' เบอร์) *n.* งาน, แรงงาน, อาชีพ, คนงาน, การเจ็บท้องคลอดลูก *-v.* **-bored, -boring/-boured, -bouring** *-vi.* ทำงานหนัก, พยายาม, ทำสิ่งต่างๆ ด้วยความยากลำบาก *-vt.* ใช้เวลาและแรงมากเกินไป **-laborer** *n.* (**-S.** (n., v.) toil, work)
★**laboratory** (แลบ' ระทอรี, -โทรี) *n., pl.* **-ries** ห้องทดลอง, ห้องปฏิบัติการทางวิทยาศาสตร์
Labor Day วันกรรมกร
laborious (ละบอ' เรียซ, -โบ'-) *adj.* ลำบาก, (งาน) หนัก, (สำนวน) ผิด **-laboriously** *adv.*
Labor law กฎหมายแรงงาน
laborsaving, laboursaving (เล' เบอร์เซวิง) *adj.* (เครื่อง) ทุ่นแรง (**-S.** convenient)
Labour Party พรรคกรรมกร
laburnum (ละเบอร์ เนิม) *n.* ต้นไม้ที่มีดอกเป็นสีเหลืองจำพวกราชพฤกษ์
labyrinth (แลบ' บะรินธ์) *n.* เขาวงกต, ความซับซ้อนยุ่งยาก, สิ่งที่วกวนคดเคี้ยว **-labyrinthine, labyrinthian** *adj.* (**-S.** maze)
lac (แลค) *n.* ครั่ง
lace (เลซ) *n.* ลูกไม้, เชือกร้อย (รองเท้า), ดิ้นเงิน, ดิ้นทอง *-vt.* **laced, lacing** ผูกเชือก, ร้อยเชือก, รัด, ปัก, ถัก, ขลิบด้วยลูกไม้, สอด (สี), เฆี่ยน (**-S.** (n., v.) string)
lacerate (*v.* แลซ' ซะเรท, *adj.* -ริท, -เรท) *vt.*

A B C D E F G H I J K L M N O P Q R S T U V W X Y Z

A B C D E F G H I J K L M N O P Q R S T U V W X Y Z

-ated, -ating ทำให้ถลอก, ทำให้เลือดออก, ทำให้เจ็บใจ, ทำให้เป็นทุกข์ *-adj.* ถลอก, ขาด, (ใบไม้) มีขอบหยัก **-lacerable** *adj.*

laceration (แลซซะเร' ชั่น) *n.* แผลถลอก

lacing (เล' ซิง) *n.* สิ่งที่ใช้รัดหรือผูก, ลูกไม้, เชือก, เหล้าที่ใส่ในอาหาร, (ภาษาพูด) การโบย

lack (แลค) *n.* ความขาดแคลน, ความบกพร่อง,สิ่งที่ต้องการ *-vt.* **lacked, lacking** ขาด, มีน้อย, ไม่พอ, เป็นที่ต้องการ (**-S.** (n.) shortage (n., v.) want)

lackadaisical (แลคคะเด' ซิเคิล) *adj.* ไม่กระตือรือร้น, เซื่องซึม, เฉื่อยชา **-lackadaisicalness** *n.* (**-S.** inactive, listless)

lackey (แลค' คี) *n., pl.* **-eys** คนใช้ผู้ชายที่แต่งเครื่องแบบ, บ่าว, ผู้ติดตาม *-v.* **-eyed, -eying** *-vt.* รับใช้ *-vi.* ประจบประแจง

lackluster, lacklustre (แลค' ลัซเทอร์) *adj.* ซึม, ไม่สดใส, น่าเบื่อ (**-S.** boring, dull)

laconic (ละคอน' นิค) *adj.* (ถ้อยคำ คำพูด) สั้น, ห้วน, รวบรัด **-laconically** *adv.* (**-S.** brief)

lacquer (แลค' เคอร์) *n.* น้ำมันชักเงา *-vt.* **-quered, -quering** ทาหรือเคลือบด้วยน้ำมันชักเงา **-lacquerer** *n.* (**-S.** (n., v.) varnish)

lactation (แลคเท' ชั่น) *n.* การหลั่งน้ำนม, การสร้างน้ำนม, ช่วงเวลาในการให้น้ำนม

lactic (แลค' ทิค) *adj.* ซึ่งได้มาจากน้ำนม

lactic acid กรดแล็กติก พบได้ในนมเปรี้ยว หรือในกล้ามเนื้อขณะออกกำลังกาย

lactose (แลค' โทซ) *n.* น้ำตาลโมเลกุลคู่ที่พบได้ในน้ำนม, สารตกผลึกสีขาวที่ได้จากหางนม

lad (แลด) *n.* เด็กหนุ่ม, หนุ่มน้อย

★**ladder** (แลด' เดอร์) *n.* บันได, หนทางสู่ (ความสำเร็จ), ลำดับขั้น, รอยขาดลุ่ยของถุงน่อง *-vi.* **-dered, -dering** ขาดลุ่ย

laddie (แลด' ดี) *n.* เด็กหนุ่ม, หนุ่มน้อย

lade (เลด) *v.* **laded, laden/laded, lading** *-vt.* บรรทุกของ, ถ่วง *-vi.* ตักน้ำ, รับน้ำหนัก

laden (เลด' เดิน) *adj.* ซึ่งถ่วงด้วยน้ำหนัก, เป็นภาระหนัก, หนัก, เต็ม, เพียบ (**-S.** burdened)

lading (เล' ดิง) *n.* การขนส่ง, การบรรทุก, สินค้า, ของบรรทุก (**-S.** cargo, freight)

ladle (เลด' เดิล) *n.* ทัพพี, กระบวย *-vt.* **-dled, -dling** ตักด้วยทัพพี **-ladler** *n.* (**-S.** (n.) spoon)

★**lady** (เล' ดี) *n., pl.* **-dies** หญิงผู้ดี, สุภาพสตรี, พระนาง,คำนำหน้าชื่อหญิงผู้สูงศักดิ์ของอังกฤษ, (ภาษาพูด) ภรรยา (**-S.** madam, woman)

ladybird (เล' ดีเบิร์ด) *n.* แมลงเต่าทอง

ladybug (เล' ดีบัก) *n.* แมลงเต่าทอง

lady in waiting นางสนองพระโอษฐ์

lady-killer (เล' ดีคิลเลอร์) *n.* (คำสแลง) ผู้ชายเจ้าชู้ เสือผู้หญิง

ladylike (เล' ดีไลค์) *adj.* มีลักษณะอย่างหญิงผู้ดี, เหมาะสำหรับหญิงผู้ดี

Ladyship, ladyship (เล' ดีชิพ) *n.* คำนำหน้าชื่อหรือคำเคารพใช้เรียกหญิงผู้สูงศักดิ์

lady's slipper กล้วยไม้รองเท้านารี

lag (แลก) *vi.* **lagged, lagging** ล้าหลัง, อยู่หลัง, ล้า, อ่อนแรง, เนือย, เสื่อมถอย *-n.* ความล้าหลัง, ความชักช้า, สิ่งที่ล้าหลัง, ช่องว่าง **-lagger** *n.* (**-S.** (v.) linger (v., n.) straggle)

lager (ลา' เกอร์) *n.* ลาเกอร์ เป็นเบียร์ชนิดหนึ่งหมักที่อุณหภูมิต่ำ และเก็บไว้ 6 สัปดาห์ถึง 6 เดือน ก่อนนำออกขาย (**-S.** ale, beer)

lagoon (ละกูน') *n.* ทะเลสาบน้ำเค็ม, ทะเลสาบบนเกาะ (**-S.** lake, pool)

laid (เลด) *v.* กริยาช่อง 2 และ 3 ของ lay

lain (เลน) *v.* กริยาช่อง 3 ของ lie[1]

lair (แลร์) *n.* ถ้ำสัตว์, ที่ซ่อนของสัตว์, ที่นอน

laird (แลร์ด) *n.* เจ้าของที่ดินในสกอตแลนด์

laissezfaire, laisserfaire (เลซเซแฟร์') *n.* การไม่เข้าไปยุ่งหรือแทรกแซง

laity (เล' อิที) *n.* กลุ่มฆราวาส, กลุ่มผู้ที่อยู่นอกวงการอาชีพนั้นๆ

★**lake[1]** (เลค) *n.* ทะเลสาบ (น้ำจืดหรือน้ำเค็ม), บึง หรือแอ่งน้ำขนาดใหญ่ (**-S.** lagoon, reservoir)

lake[2] (เลค) *n.* รงควัตถุสีแดงเข้ม, สีแดงเข้ม

lama (ลา' มะ) *n.* พระสงฆ์ในทิเบตหรือมองโกเลีย (**-S.** priest)

★**lamb** (แลม) *n.* ลูกแกะ, เนื้อหรือหนังลูกแกะ, คนน่ารัก, คนไร้เดียงสา *-vi.* **lambed, lambing** คลอดลูกแกะ **-Lamb** พระเยซู

lambent (แลม' เบินท์) *adj.* ระยิบระยับ, แวววาว, สว่างเรืองๆ, แลบ (อย่างเปลวไฟ), (ปัญญา) หลักแหลม (**-S.** flicker, luminous)

lambkin (แลม' คิน) *n.* ลูกแกะน้อย, หนูน้อย

lamblike (แลม' ไลค์) *adj.* อ่อนโยน, ไร้เดียงสา, ราวกับลูกแกะ, ว่าง่าย, หัวอ่อน
lambskin (แลม' สกิน) *n.* หนังลูกแกะ
lame (เลม) *adj.* **lamer, lamest** พิการ, ใช้ไม่ได้, (เหตุผล) อ่อน, ฟังไม่ขึ้น *-vt.* **lamed, laming** ทำให้พิการ **-lamely** *adv.* **-lameness** *n.* (-S. (adj.) crippled, weak)
lamé (แลเม') *n.* ผ้าไหมทอดิ้นเงินหรือดิ้นทอง
lame duck บุคคลอ่อนแอ, คนพิการ, บุคคลที่ประจำตำแหน่งเพียงชั่วคราว
lament (ละเมนท์') *vt., vi.* **-mented, -menting** โศกเศร้า, อาลัย, เสียใจ, แสดงความเสียใจ *-n.* บทเพลงที่ฟังแล้วเศร้า, ความโศกเศร้า, ความอาลัย **-lamentation** *n.* (-S. (v.) mourn)
lamentable (ละเมน' ทะเบิล, แลม' เมิน-) *adj.* น่าเสียใจ, น่าสงสาร, น่าเสียดาย **-lamentably** *adv.* (-S. disappointing, regrettable)
lamina (แลม' มะนะ) *n., pl.* **-nae** (-นี)/**-nas** แผ่น (ชั้น ชิน) บาง, เกล็ด, สะเก็ด, ส่วนแบนบางของใบไม้, ใบหญ้า **-laminar** *adj.* (-S. blade)
laminate (*v.* แลม' มะเนท, *n.* -นิท, -เนท) *v.* **-nated, -nating** *-vt.* อัดเป็นแผ่นบางๆ, กะเทาะออกเป็นชั้นบางๆ, ทำโดยซ้อนกันเป็นชั้นๆ, คลุมด้วยชั้นบางๆ *-vi.* แยกออกเป็นชั้นบางๆ *-n.* สิ่งที่ซ้อนกันเป็นชั้นๆ เช่น ไม้อัด **-laminator** *n.* **-laminable** *adj.*
laminated (แลม' มะเนทิด) *adj.* ที่ซ้อนกันเป็นชั้นๆ, เป็นแผ่นๆ (-S. coated, layered)
lamination (แลมมะเน' ชัน) *n.* ชั้นหรือแผ่นบางๆ, สิ่งที่ซ้อนกันเป็นชั้นๆ, สะเก็ด, เกล็ด
★**lamp** (แลมพ์) *n.* ตะเกียง, โคมไฟ, หลอดไฟ, คบไฟ, แหล่งความรู้, ความฉลาด
lampblack (แลมพ์' แบลค) *n.* เขม่าดำ
lampoon (แลมพูน') *n.* งานเขียนที่ใช้ถ้อยคำเหน็บแนมเพื่อล้อเลียนบุคคลหรือสิ่งต่างๆ *-vt.* **-pooned, -pooning** ล้อเลียนด้วยวิธีดังกล่าว **-lampooner, lampoonist** *n.* (-S. (v.) ridicule)
lamppost (แลมพ์' โพซท์) *n.* เสาไฟฟ้าริมถนน
lamprey (แลม' พรี) *n., pl.* **-preys** ปลาปากกลมชนิดหนึ่งมีลำตัวคล้ายปลาไหล มีซี่ฟันเป็นหนามใช้ดูดกินเลือดและเนื้อของปลาอื่น
lampshade (แลมพ์' เชด) *n.* ที่บังตะเกียง, โป๊ะ, ที่ครอบหลอดไฟ (-S. shade)
LAN (แลน) *n.* ย่อจาก local area network เครือข่ายคอมพิวเตอร์เฉพาะบริเวณหรือแลน เป็นการเชื่อมโยงคอมพิวเตอร์กับอุปกรณ์อื่นๆ ที่อยู่ในบริเวณเดียวกันเข้าด้วยกัน
lance (แลนซ์) *n.* หอก, ทวน, หลาว, ฉมวก *-vt.* **lanced, lancing** แทงด้วยอาวุธดังกล่าว, กรีด (ผ่าตัด) (-S. (n., v.) spear)
lance corporal สิบตรี
lancer (แลน' เซอร์) *n.* ทหารม้าถือทวน
lancet (แลน' ซิท) *n.* มีดผ่าตัด
★**land** (แลนด์) *n.* แผ่นดิน, พื้นดิน, ดิน, ประเทศ, ภูมิประเทศ, ดินแดนของประเทศ, ที่ดิน *-v.* **landed, landing** *-vt.* ขึ้นฝั่ง, ลงดิน, ลงจอด (เครื่องบิน), จับ (ปลา) ได้, (ภาษาพูด) ได้รับชนะ บรรลุ ปล่อย ส่ง (หมัด) นำไปสู่ (สถานการณ์ สถานที่) *-vi.* มาถึงฝั่ง, ขึ้นบก, ตั้งอยู่บนดิน, (ภาษาพูด) ไปอยู่ในสถานที่เฉพาะ (-S. (n.) country (n., v.) ground (v.) arrive)
landau (แลน' ดอ, -เดา) *n.* รถม้าสี่ล้อที่มีประทุนแบ่งออกเป็นสองส่วน ส่วนหน้าและส่วนหลังแยกพับเปิดปิดได้
land breeze ลมบก, ลมที่พัดจากฝั่งไปสู่ทะเล
landed (แลน' ดิด) *adj.* (ทรัพย์สมบัติ) เป็นที่ดิน, เป็นเจ้าของที่ดิน
landfall (แลนด์' ฟอล) *n.* การเข้าหาแผ่นดิน, การไปถึงฝั่ง, การเห็นฝั่ง
landform (แลนด์' ฟอร์ม) *n.* ธรณีสัณฐาน, ภูมิประเทศ เช่น ที่ราบสูง หุบเขา ภูเขา
landing (แลน' ดิง) *n.* การขึ้นบก, การลงสู่พื้นดิน, ท่าเรือ, ชานพักบันได
landing field ลานบิน, พื้นที่สำหรับนำเครื่องบินขึ้นและลง
landing gear เครื่องที่ติดอยู่ตรงท้องเครื่องบินเพื่อนำเครื่องลงดินหรือลงน้ำ เช่น ล้อหรือทุ่น
landlady (แลนด์' เลดี) *n., pl.* **-dies** เจ้าของโรงแรมหรือผู้จัดการบ้านพักที่เป็นผู้หญิง
landlocked (แลนด์' ลอคท์) *adj.* ล้อมรอบด้วยแผ่นดิน, (ประเทศ) ที่ไม่มีทางออกสู่ทะเล
landlord (แลนด์' ลอร์ด) *n.* เจ้าของที่, เจ้าของบ้านเช่า, ผู้จัดการบ้านพักที่เป็นผู้ชาย
landlubber (แลนด์' ลับเบอร์) *n.* ผู้ที่ไม่คุ้นเคยกับการเดินเรือ, ผู้ไม่ชำนาญทางทะเล
landmark (แลนด์' มาร์ค) *n.* หลักปักปันเขตแดน, เหตุการณ์สำคัญในประวัติศาสตร์
★**landscape** (แลนด์' สเกพ) *n.* ภาพภูมิประเทศ, ทิวทัศน์, ภาพทิวทัศน์ (ภาพวาดหรือภาพถ่าย)
landslide (แลนด์' สไลด์) *n.* แผ่นดินถล่ม, การได้รับชัยชนะในการเลือกตั้ง
landslip (แลนด์' สลิพ) *n.* แผ่นดินถล่ม
landward (แลนด์' เวิร์ด) *adj.* เข้าหาฝั่ง

★**lane** (เลน) *n.* ซอย, ตรอก, ถนนแคบๆ, ทางแคบ, ช่องทางเดินเรือ, ช่องทางที่แบ่งไว้บนถนน, ลู่วิ่ง, ทางวิ่งของลูกโบว์ลิ่ง (-S. alley, passage)
★**language** (แลง' กวิจ) *n.* ภาษา, ถ้อยคำ, รูปแบบหรือลักษณะในการพูดหรือเขียน, การใช้ถ้อยคำและสัญลักษณ์ (-S. lingo, speech)
language laboratory ห้องปฏิบัติการภาษา
languid (แลง' กวิด) *adj.* อ่อนแอ, ไม่มีกำลัง, เชื่องซึม, เชื่องช้า **-languidly** *adv.* (-S. limp)
languish (แลง' กวิช) *vi.* **-guished, -guishing** อ่อนกำลัง, ห่อเหี่ยว, เนือย, อ่อนเพลีย, เฉื่อยชา, ร่วงโรย **-languisher** *n.* (-S. decline)
languor (แลง' เกอร์) *n.* ความอ่อนเพลีย, ความเฉื่อยชา, ความสงบนิ่ง, ความง่วง, ความหงอยเหงา **-languorous** *adj.* **-languorously** *adv.* (-S. listlessness, weakness)
langur (ลางกัวร์') *n.* ค่าง
lank (แลงค์) *adj.* **lanker, lankest** (คน) ผอมสูง, เก้งก้าง, (ผม) ยาวเหยียด, (ขน) ตั้งชัน **-lankly** *adv.* **-lankness** *n.* (-S. tall)
lanky (แลง' คี) *adj.* **-ier, -iest** สูงผอม, เก้งก้าง, ผอมโย่ง **-lankily** *adv.* **-lankiness** *n.*
lanolin, lanoline (แลน' นะลิน) *n.* ไขมันสีขาวปนเหลืองที่ได้จากขนแกะ
lantern (แลน' เทิร์น) *n.* โป๊ะโคม, ห้องโคมไฟบนประภาคาร, ช่องลมบนหลังคา

lantern

lanthanum (แลน' ธะเนิม) *n.* ธาตุหายากชนิดหนึ่งมีสีคล้ายเงิน มีสัญลักษณ์ La
lanyard, laniard (แลน' เยิร์ด) *n.* เชือกสั้นสำหรับใช้ในเรือ, เชือกคล้องคอสำหรับห้อยนกหวีดหรือกุญแจ, เชือกที่ใช้กระตุกไกปืนใหญ่
lap[1] (แลพ) *n.* หน้าตัก, หว่างขา, ชายเสื้อ **-the lap of luxury** ความหรูหรามั่งคั่ง **-lapful** *n.*
lap[2] (แลพ) *vt., vi.* **lapped, lapping** ห่อ, พัน, ม้วน, โอบรอบ, ซ้อน, ทับ, เกย *-n.* ส่วนที่ซ้อนทับกัน, ระยะเกย, การล้อมรอบ, หนึ่งรอบสนาม, ช่วง (ของการเดินทาง) (-S. (n.) circle, circuit)
lap[3] (แลพ) *v.* **lapped, lapping** *-vt.* เลีย (นม), (คลื่น) ซัดสาด, ชะล้าง *-vi.* เลีย, ซัดปะทะ **-lapper** *n.* (-S. lick, wash)
lap dog สุนัขขนาดเล็กที่สามารถอุ้มนั่งตักได้
lapel (ละเพล') *n.* ปกคอแบะของเสื้อ (สูทหรือแจ็กเกต) **-lapeled, lapelled** *adj.*
lapidary (แลพ' พิเดอรี) *n., pl.* **-ies** ช่างเจียระไนเพชรพลอย, พ่อค้าเพชรพลอย
lapis lazuli (แลพพิซแลซู' ซะลี, -แลฌ' ฌะลี) *n.* หินแร่สีน้ำเงินเข้ม, สีน้ำเงินเข้ม
lapse (แลพซ์) *v.* **lapsed, lapsing** *-vi.* ตกจากอันดับ, พลาดพลั้ง, ถลำ, (เวลา) ผ่านไป, สิ้นสุด, หมดอายุ *-vt.* ปล่อยให้หมดอายุ *-n.* การตกจากอันดับ, ความเสื่อมลง, ความตกต่ำ, ความเลื่อนลอย, ระยะเวลาที่ผ่านไป, การเป็นโมฆะ, การหมดอายุ, การสิ้นสุดสิทธิพิเศษ **-lapsable, lapsible** *adj.* **-lapser** *n.* (-S. (v.) expire, slip (n., v.) decline (n.) expiry)
laptop (แลพ' ทอพ) *n.* เครื่องคอมพิวเตอร์ขนาดเล็กที่สามารถวางใช้บนตักได้
lapwing (แลพ' วิง) *n.* นกต้อยตีวิด
larboard (ลาร์' เบิร์ด) *n.* กราบซ้ายของเรือ
larceny (ลาร์' ซะนี) *n., pl.* **-nies** การลักขโมย, ความผิดฐานลักขโมย **-larcenous** *adj.*
lard (ลาร์ด) *n.* น้ำมันหมู, ไขมันจากหมู *-vt.* **larded, larding** ปิดทับหรือยัดไส้ด้วยมันหมู, สอดแทรก, ปรุงแต่ง, เสริมแต่ง **-lardy** *adj.*
larder (ลาร์' เดอร์) *n.* ตู้เก็บอาหาร, ห้องเก็บอาหาร, เสบียงอาหาร (-S. foodcupboard, pantry)
★**large** (ลาร์จ) *adj.* **larger, largest** ใหญ่, ใหญ่โต, (จำนวน) มาก, กว้างขวาง, (พูด) เกินความเป็นจริง, สำคัญ, (ใจ) กว้าง **-at large** เป็นอิสระ, ส่วนใหญ่, ทั่วๆ ไป **-largeness** *n.* (-S. enormous, huge **-A.** small)
large-hearted (ลาร์จ' ฮาร์' ทิด) *adj.* ใจดี, เห็นอกเห็นใจ
large intestine ลำไส้ใหญ่
largely (ลาร์จ' ลี) *adv.* ส่วนมาก, ส่วนใหญ่, อย่างมาก, กว้างขวาง (-S. mostly)
large-minded (ลาร์จ' ไมน' ดิด) *adj.* ใจกว้าง, เปิดกว้างทางความคิด **-large-mindedly** *adv.*
large-scale (ลาร์จ' สเกล) *adj.* ขยายใหญ่, เป็นบริเวณกว้าง, เป็นจำนวนมาก
largess, largesse (ลาร์เฌซ', -เจซ) *n.* การให้ทาน, สิ่งของที่ให้บริจาค (-S. bounty)
lariat (แล' เรียท) *n.* เชือก, บ่วงบาศ (-S. lasso)
lark[1] (ลาร์ค) *n.* นกชนิดหนึ่งขนสีน้ำตาล มีเสียงร้องเพราะ
lark[2] (ลาร์ค) *n.* การเล่นสนุก, ความสนุกสนาน *-vi.* **larked, larking** เล่นสนุก, เล่นซน **-larker** *n.* **-larkish, larky** *adj.* (-S. (n., v.) frolic)
larva (ลาร์' วะ) *n., pl.* **-vae** (-วี)/**-vas** ตัวอ่อน, หนอน **-larval** *adj.* (-S. caterpillar)
laryngitis (แลรินไจ' ทิซ) *n.* โรคกล่องเสียงอักเสบ

larynx (แล' ริงค์ซฺ) *n., pl.* **larynges** (ละริน' จีซ)/**larynxes** กล่องเสียง

lascivious (ละซิฟว' เวียซ) *adj.* เต็มไปด้วยตัณหา, ลามก, มีราคะ, กระตุ้นกำหนัด **-lasciviously** *adv.* **-lasciviousness** *n.* (**-S.** lustful)

laser (เล' เซอร์) *n.* ย่อจาก light amplification by stimulated emission of radiation เครื่องยิงแสงเลเซอร์

laser disc/disk แผ่นเลเซอร์

lash[1] (แลช) *n.* การเฆี่ยนตี, การโบย, แส้, ขนตา, การพูดจาถากถาง *-v.* **lashed, lashing** *-vt.* เฆี่ยนตี, โบย, ซัด, ฟาด, สะบัด, ด่า, พูดจาเหน็บแนม, แลบ (ลิ้น), เร้า, กระตุ้น *-vi.* กระแทก, ซัด, สะบัด, ฟาด, เฆี่ยน, ตี, ด่าว่า **-lasher** *n.* (**-S.** (v., n.) beat, strike, whip)

lash[2] (แลช) *vt.* **lashed, lashing** ผูกหรือรัดด้วยเชือก (**-S.** fasten)

lass, lassie (แลซ, -ซี) *n.* เด็กผู้หญิง, หญิงสาว, หญิงคนรัก (**-S.** girl, sweetheart)

lassitude (แลซ' ซิทูด, -ทิวด์) *n.* ความอ่อนเพลีย, ความเฉื่อยชา (**-S.** drowsiness, weariness)

lasso (แลซ' โซ, แลซู') *n., pl.* **-sos/-soes** เชือกคล้องสัตว์, บ่วงบาศ *-vt.* **-soed, -soing** คล้องหรือจับด้วยบ่วง **-lassoer** *n.* (**-S.** (n.) string)

★**last**[1] (แลซท์) *adj.* สุดท้าย, หลังสุด, ล่าสุด, เมื่อเร็วๆ นี้, ที่แล้วมานี้, เด็ดขาด, ที่สุด *-adv.* หลังสุด, สุดท้าย, ที่แล้วมานี้, ล่าสุด, ในที่สุด *-n.* คนหรือสิ่งสุดท้าย, ตอนจบ **-at last** ในที่สุด **-lastly** *adv.* (**-S.** (adj., n.) final)

last[2] (แลซท์) *v.* **lasted, lasting** *-vi.* ดำเนินต่อไป, ต่อเนื่อง, ยืนหยัด, ทนทาน, พอเพียง *-vt.* พอเพียง **-laster** *n.* (**-S.** continue, endure)

last[3] (แลซท์) *n.* แบบไม้รูปเท้าคนสำหรับทำหรือซ่อมรองเท้า

lasting (แลซ' ทิง) *adj.* ทนทาน, คงทน, ถาวร, มีอยู่ตลอดไป *-n.* สิ่งทอที่ทนทานแข็งแรง **-lastingly** *adv.* (**-S.** (adj.) durable, stable)

Last Judgement วันโลกาวินาศ, วันล้างโลก

last name นามสกุล

Last Supper อาหารค่ำมื้อสุดท้ายของพระเยซูคริสต์กับสาวกทั้ง 12 คน ก่อนที่จะถูกนำไปตรึงบนไม้กางเขนจนตาย

last word คำพูดสุดท้าย, ความเด็ดขาด, ผลงานที่น่าเชื่อถือ, (ภาษาพูด) รูปแบบที่ใหม่ล่าสุด

lat. ย่อจาก latitude เส้นรุ้ง

latch (แลช) *n.* กลอน, สลัก, สลักกุญแจ *-vt., vi.* **latched, latching** ลงกลอน, ใส่สลัก, ลั่นกุญแจ (**-S.** (n., v.) bolt)

★**late** (เลท) *adj.* **later, latest** สาย, ล่า, ช้า, ล่วงเลยมานาน, ดึก, เร็วๆ นี้, ทันสมัย, อันก่อน, เพิ่งตาย, อดีต, ภายหลัง, ที่แล้วมา, แก่ *-adv.* **later, latest** สาย, ช้า, ล่า, เมื่อเร็วๆ นี้, (ช่วงเวลา ระยะ) สุดท้าย, ภายหลัง **-of late** เมื่อเร็วๆ นี้, เมื่อไม่นานมานี้ **-lateness** *n.* (**-S.** (adj.) departed, tardy)

★**lately** (เลท' ลี) *adv.* เมื่อเร็วๆ นี้, เมื่อไม่นานมานี้ (**-S.** latterly, recently)

latent (เลท' เทินท์) *adj.* แอบแฝง, ซ่อนเร้น **-latency** *n.* **-latently** *adv.* (**-S.** hidden)

latent heat ความร้อนแฝง

lateral (แลท' เทอเริล) *adj.* ซึ่งมาจากด้านข้าง *-vi.* **-aled, -aling/-alled, -alling** ทุ่มลูกบอลจากข้างสนาม *-n.* ด้านข้าง, การทุ่มลูกบอลจากข้างสนาม **-laterally** *adv.* (**-S.** (adj.) sideways)

laterite (แลท' ทะไรท์) *n.* ดินแดง, ศิลาแลง

latex (เล' เทคซ์) *n., pl.* **latices**(-ทิซีซ, แลท' ทิ-)/**latexes** ยางสีขาวคล้ายน้ำนมที่ได้จากต้นไม้หรือพืชบางชนิด

lath (แลธ) *n., pl.* **laths** ไม้ระแนง, แผ่นเหล็กบางที่ใช้กันกระเบื้องมุงหลังคาตก, งานที่ทำจากวัสดุดังกล่าว

lathe (เลธ) *n.* เครื่องกลึง *-vt.* **lathed, lathing** กลึง, ตัดหรือขึ้นรูปบนเครื่องกลึง

lather (แลธ' เธอร์) *n.* ฟองสบู่, ฟอง, เหงื่อม้า *-v.* **-ered, -ering** *-vt.* ปกคลุมไปด้วยฟอง *-vi.* ทำให้เป็นฟอง **-latherer** *n.* (**-S.** (n., v.) foam)

Latin (แลท' เทิน) *n.* ภาษาละติน

latitude (แลท' ทิทูด, -ทิวด์) *n.* เส้นรุ้ง, เส้นที่ขนานกับเส้นศูนย์สูตรโลก, ความอิสระ, ความกว้าง **-latitudinal** *adj.* (**-S.** breadth, freedom)

latrine (ละทรีน') *n.* ห้องส้วม

★**latter** (แลท' เทอร์) *adj.* อันหลัง, ตอนหลัง, ส่วนที่สอง, ต่อมา, ใกล้จบ, ใกล้หมด **-latterly** *adv.* (**-S.** recent, second **-A.** former)

lattice (แลท' ทิซ) *n.* โครงร่างที่ทำจากแผ่นไม้หรือแผ่นเหล็กสานกันเป็นตารางหรือขัดแตะกัน, ฉากหรือประตูที่ทำจากสิ่งดังกล่าว *-vt.* **-ticed, -ticing** ก่ายกันเป็นตาข่าย,ตกแต่งด้วยสิ่งดังกล่าว **-latticed** *adj.* (**-S.** (n.) framework)

latticework (แลท' ทิซเวิร์ค) *n.* ลวดลายที่เป็นรูปกากบาทหรือตาราง

laud (ลอด) *vt.* **lauded, lauding** ยกย่อง, สรรเสริญ, สดุดี **-lauder** *n.* **-laudation** *n.* **-laudatory** *adj.* (**-S.** admire, praise)

A B C D E F G H I J K L M N O P Q R S T U V W X Y Z

laudable (ลอ' ดะเบิล) *adj.* น่ายกย่อง, น่าสรรเสริญ, สมควรสรรเสริญ **-laudability, laudableness** *n.* (**-S.** praiseworthy)

laudanum (ลอด' เดินเนิม) *n.* ทิงเจอร์ฝิ่นใช้เป็นยาบรรเทาอาการปวด (**-S.** opium)

★**laugh** (แลฟ, ลาฟ) *v.* **laughed, laughing** *-vi.* หัวเราะ, ยิ้ม, หัวเราะเยาะ *-vt.* หัวเราะ, พูดไปหัวเราะไป *-n.* การหัวเราะ, เสียงหัวเราะ, (ภาษาพูด) เรื่องขำขัน ความสนุก **-laugh at** หัวเราะเยาะ, เยาะเย้ย **-laughable** *adj.* **-laugher** *n.* **-laughingly** *adv.* **-laughter** *n.* (**-S.** (v., n.) chuckle, giggle)

laughing gas ก๊าซหัวเราะหรือก๊าซไนตรัสออกไซด์เป็นก๊าซที่ไม่ติดไฟ ใช้เป็นยาสลบ

laughingstock (แลฟ' ฟิงสตอค, ลาฟ-) *n.* เรื่องตลกขบขัน, ตัวตลก

launch (ลอนช์, ลานช์) *v.* **launched, launching** *-vt.* ขว้าง, พุ่ง (ไปในอากาศ), ส่ง, ปล่อย (จรวด), ปล่อย (เรือ) ลงน้ำ, เริ่มต้น (การทำงาน), ปลูกฝัง *-vi.* เริ่ม, เข้าร่วม, ลงมือ *-n.* การปล่อย (จรวด), การเริ่มต้นทำงาน, การเข้าร่วม, เรือยนต์ขนาดใหญ่, เรือบด **-launcher** *n.* (**-S.** (v.) send (v., n.) start **-A.** (v., n.) stop)

launch pad ฐานปล่อยจรวดหรือยานอวกาศ

launder (ลอน' เดอร์, ลาน'-) *v.* **-dered, -dering** *-vt.* ซักผ้า, ซักรีด *-vi.* ซักได้ (ดี), ทำการซักรีด **-launderer** *n.* **-laundering** *n.* (**-S.** wash)

laundress (ลอน' ดริซ) *n.* ผู้หญิงที่รับจ้างซักรีด

★**laundry** (ลอน' ดรี) *n., pl.* **-dries** เสื้อผ้าที่จะซัก, ร้านซักรีด, (คำสแลง) การฟอกเงิน

laureate (*n.* ลอ' รีอิท, *v.* -เอท) *-n.* บุคคลผู้สมควรได้รับเกียรติ,ผู้ได้รับรางวัลเป็นเกียรติยศ, กวีหลวง *-vt.* **-ated, -ating** ให้เกียรติ, แต่งตั้ง (กวีหลวง) **-laureateship** *n.*

laurel (ลอ' เริล) *n.* ลอเรล เป็นไม้ขนาดเล็ก ใบเขียวชอุ่มและมีกลิ่นแบบเครื่องเทศ, มาลัยที่ทำจากใบลอเรล สำหรับสวมศีรษะเพื่อเป็นเกียรติ, เกียรติยศ, ชื่อเสียง *-vt.* **-reled, -reling/-relled, -relling** สวมมาลัย, ให้ (รางวัล) เป็นเกียรติ

lava (ลา' วะ, แลฟว' วะ) *n.* หินหลอมละลายที่พ่นออกมาจากปล่องภูเขาไฟ, หินลาวา

★**lavatory** (แลฟว' วะทอรี, -โท-) *n., pl.* **-ries** ห้องน้ำ, อ่างล้างมือล้างหน้า, ห้องส้วม (แบบชักโครก) (**-S.** bathroom, toilet)

lavender (แลฟว' เวินเดอร์) *n.* พืชชนิดหนึ่งมีดอกเล็กสีม่วงและมีกลิ่นหอม, สีม่วงอ่อน

lavish (แลฟว' วิช) *adj.* ฟุ่มเฟือย, ใจกว้าง, ใจป้ำ, สุรุ่ยสุร่าย *-vt.* **-ished, -ishing** ให้หรือใช้จ่ายอย่างใจกว้าง **-lavisher** *n.* **-lavishly** *adv.* **-lavishness** *n.* (**-S.** (adj.) extravagant, liberal)

★**law** (ลอ) *n.* กฎ, ข้อบังคับ, กฎหมาย, วิชากฎหมาย, อาชีพนักกฎหมาย, การดำเนินคดี, หลักคำสอน, ศีล, ข้อที่ควรปฏิบัติ *-vt., vi.* **lawed, lawing** ดำเนินคดี, ฟ้องร้อง (**-S.** (n.) rule)

law-abiding (ลอ' อะไบดิง) *adj.* ปฏิบัติตามกฎหมาย (**-S.** compliant)

lawbreaker (ลอ' เบรเกอร์) *n.* ผู้กระทำผิดกฎหมาย, ผู้ฝ่าฝืนกฎหมาย

lawful (ลอ' เฟิล) *adj.* เป็นที่ยอมรับทางกฎหมาย, ถูกต้องตามกฎหมาย, รับรองโดยกฎหมาย, ปฏิบัติตามกฎหมาย **-lawfully** *adv.* **-lawfulness** *n.* (**-S.** allowable, legal)

lawless (ลอ' ลิซ) *adj.* ไม่มีกฎหมาย, ฝ่าฝืนกฎหมาย, ผิดกฎหมาย **-lawlessly** *adv.* **-lawlessness** *n.* (**-S.** illegal **-A.** honest)

lawmaker (ลอ' เมเกอร์) *n.* ผู้ออกกฎหมาย, ผู้ร่างกฎหมาย

★**lawn**[1] (ลอน) *n.* สนามหญ้า, ที่โล่งกลางป่า

lawn[2] (ลอน) *n.* ผ้าฝ้ายหรือลินินเนื้อละเอียด

lawn mower, lawnmower (ลอน' โมเออร์) *n.* เครื่องตัดหญ้า

lawsuit (ลอ' ซูท) *n.* คดี, การฟ้องร้องคดี

★**lawyer** (ลอ' เยอร์) *n.* อัยการ, ทนายความ, นักกฎหมาย (**-S.** attorney)

lax (แลคซ์) *adj.* **laxer, laxest** ละเลย, ไม่เอาใจใส่, ประมาท, หลวม, หย่อน **-laxly** *adv.* **-laxness** *n.* (**-S.** careless, slack)

laxative (แลค' ซะทิฟว) *n.* ยาระบาย

★**lay**[1] (เล) *v.* **laid, laying** *-vt.* วาง, ปู, พาด, ลาด, ออก (ไข่), แนบ (หู), บรรเทา, ระงับ, เตรียม, จัด (โต๊ะ), ทา (สี), กระจาย, กำหนดโทษ, นำเสนอ, ตีแผ่, ให้ (ความสำคัญ), วางแผน, เล็งเป้า, (คำสแลง) มีเพศสัมพันธ์ *-vi.* ออกไข่, วางเดิมพัน *-n.* การจัดวาง, การเรียงตัว, การออกไข่, (คำสแลง) การมีเพศสัมพันธ์ **-lay aside** ยกเลิก, ละทิ้ง, เก็บออม **-lay down** หมด (หวัง), ยอมแพ้, ระบุ, ทิ้ง **-lay off** ไล่ออก, ปลดคนงาน, เลิกจ้าง **-lay out** วางแผน, ออกแบบ (**-S.** (v.) arrange, place)

lay[2] (เล) *adj.* เป็นฆราวาส, ไม่ได้เป็นของมืออาชีพ, ไม่มีความชำนาญเฉพาะทาง

lay[3] (เล) *n.* บทกวี, บทเพลง, บทกลอนสั้นๆ

lay[4] (เล) *v.* กริยาช่อง 2 ของ lie

★**layer** (เล' เออร์) *n.* ชั้น, ระดับ, ความลึก, ผู้จัด

วาง, แม่ไก่ *-vt., vi.* **-ered, -ering** ทำให้เป็นชั้น, แยกออกเป็นชั้น **-layering** *n.* (**-S.** (n.) coat)

layette (เลเอท') *n.* เสื้อผ้าและของใช้ต่างๆ สำหรับเด็กแรกเกิด เช่น ผ้าอ้อม ขวดนม ฯลฯ

layman (เล' เมิน) *n., pl.* **-men** ฆราวาส, ผู้ที่ไม่มีความชำนาญเฉพาะทาง

laze (เลซ) *vi., vt.* **lazed, lazing** ขี้เกียจ, ปล่อยเวลาให้ผ่านไปโดยไร้ประโยชน์ *-n.* เวลาที่ล่วงเลยไปโดยไร้ประโยชน์ (**-S.** (v.) idle, loaf)

★**lazy** (เล' ซี) *adj.* **-zier, -ziest** เกียจคร้าน, ปล่อยเวลาให้ผ่านไปโดยไร้ประโยชน์, (เคลื่อนที่) เอื่อยๆ **-lazily** *adv.* **-laziness** *n.* (**-S.** idle, sluggish **-A.** diligent, energetic)

lazybones (เล' ซีโบนซ) *n. pl.* คนขี้เกียจ

lb. ย่อจาก pound ปอนด์

LCD ย่อจาก liquid-crystal display หน้าจอผลึกเหลวที่ใช้แสดงตัวเลข เช่น หน้าปัดนาฬิกา

lea, ley (ลี, เล) *n.* ทุ่งหญ้า, ทุ่ง (**-S.** meadow)

leach (ลีช) *vt.* **leached, leaching** ชะ, ล้าง, กรอง, สาด *-n.* การกรอง, เครื่องกรอง

★**lead**[1] (ลีด) *v.* **led, leading** *-vt.* นำ, จูง, นำทาง, ชักนำ, เป็นผู้นำ, ผ่าน (ชีวิต), มุ่ง, เล็ง *-vi.* เป็นผู้นำ, นำไปสู่, นำหน้า, นำทาง, เล่นก่อน *-n.* ตำแหน่งชนะเลิศ, ผู้นำ, คะแนนนำ, ตัวอย่าง, เงื่อนไข, ร่องรอย, ตัวเอก (ของละคร) **-lead off** เริ่มต้น (**-S.** (v.) conduct (v., n.) head)

★**lead**[2] (เลด) *n.* ตะกั่ว เป็นธาตุโลหะหนักสีเทาดำ มีสัญลักษณ์ Pb, ไส้ดินสอดำ, เส้นตะกั่วที่ใช้ถ่างบรรทัดในการเรียงพิมพ์, ลูกดิ่ง, ลูกปืน *-vt.* **leaded, leading** หุ้มด้วยตะกั่ว, ถ่วงสายเบ็ดด้วยตะกั่ว, คั่น (บรรทัดตัวเรียงพิมพ์) ด้วยตะกั่ว (**-S.** (n.) ingot)

leaden (เลด' เดิน) *adj.* ซึ่งทำด้วยตะกั่ว, มีสีเทาดำ, หนักอึ้ง, เฉื่อยชา, เศร้าโศก, หมดหวัง

★**leader** (ลี' เดอร์) *n.* ผู้นำ, คุณนำทาง, หัวหน้า, นักร้องนำ, วาทยากร, ท่อน้ำ, เอ็น, หัวฟิล์ม

leadership (ลี' เดอร์ชิพ) *n.* ตำแหน่งผู้นำ, คณะผู้นำ, ความเป็นผู้นำ, การนำทาง

lead-free (เลด' ฟรี) *adj.* ไร้สารตะกั่ว

leading (ลี' ดิง) *adj.* ส่วนใหญ่, สำคัญที่สุด, มีตำแหน่งต้นๆ, เป็นผู้นำ, ที่แสดงนำ

leading article บทนำของหนังสือ, บทบรรณาธิการของหนังสือพิมพ์

★**leaf** (ลีฟ) *n., pl.* **leaves** ใบไม้, แผ่นโลหะบางๆ เช่น ทองคำแผ่น, แผ่นกระดาษที่เป็นหน้าหนังสือสองหน้า *-v.* **leafed, leafing** *-vi.* ผลิใบ, เปิด (หน้าหนังสือ) ผ่านๆ *-vt.* พลิกหน้าหนังสือ **-leafless** *adj.* **-leaflike** *adj.* **-leafy** *adj.* (**-S.** (n.) foliage, sheet)

leafage (ลี' ฟิจ) *n.* ใบไม้ต่างๆ

leaflet (ลี' ฟลิท) *n.* ใบอ่อน, ใบแทรก, ใบปลิว

leaf spring แหนบรถ

league[1] (ลีก) *n.* สมาคม, องค์การ, สันนิบาต, สโมสรกีฬา, กลุ่มคนที่ทำงานช่วยเหลือผู้อื่น *-vt., vi.* **leagued, leaguing** จัดตั้ง (สมาคม), รวมกลุ่ม **-leaguer** *n.* (**-S.** (n., v.) club, group)

league[2] (ลีก) *n.* หน่วยระยะทางที่มีค่าเท่ากับ 3 ไมล์ หรือ 3 ไมล์ทะเลในอังกฤษ

League of Nations องค์การสันนิบาตชาติ

★**leak** (ลีค) *v.* **leaked, leaking** *-vi.* รั่ว, ซึม, ลอด, เล็ดลอด, (ความลับ) รั่วไหล *-vt.* ทำให้รั่วออก, ทำให้ลอดเข้ามา, ทำให้รั่วไหล, ปล่อยข่าว *-n.* รูรั่ว, รอยแตก, ช่องโหว่, การรั่วไหล, การเปิดเผยความลับ **-leakage** *n.* **-leaker** *n.* **-leaky** *adj.* (**-S.** (v., n.) ooze)

★**lean**[1] (ลีน) *v.* **leaned/leant, leaning** *-vi.* เอียง, เอน, ลู่, ลาด, โน้มเอียง, พิง, พึ่งพา, อาศัย (ความช่วยเหลือ), โอนเอียงหรือฝักใฝ่ไปในทาง *-vt.* พิง, เอียง, เอน, ทำให้เอน, ทำให้เอียง *-n.* การเอียง, การเอน, ความลาดเอียง **-leaning** *n.* (**-S.** (v.) incline, rest)

lean[2] (ลีน) *adj.* **leaner, leanest** บอบบาง, ผอม, ไม่มีไขมัน, มีไขมันน้อย, พร่อง, ไม่อุดมสมบูรณ์, ขาดแคลน, ประหยัด, ซึ่งลดขนาดของธุรกิจลงเพื่อลดค่าใช้จ่าย *-n.* เนื้อที่ไม่มีมันหรือมีมันน้อย **-leanly** *adv.* **-leanness** *n.* (**-S.** (adj.) bony)

Leaning Tower of Pisa หอเอนเมืองปิซา

leant (เลนท) *v.* กริยาช่อง 2 และ 3 ของ lean[1]

lean-to (ลีน' ทู) *n.* เพิงหมาแหงน, ที่กำบัง (ลมฝน) ที่มีหลังคาลาดเอียงลงมาด้านเดียว

★**leap** (ลีพ) *v.* **leaped/leapt, leaping** *-vi* กระโดด, กระโจน, เผ่น *-vt.* กระโดดข้าม, ทำให้กระโดด *-n.* การกระโดด, การกระโจน, ระยะที่กระโดดได้, บริเวณที่กระโดดข้ามมา, การเปลี่ยนแปลงอย่างกะทันหัน **-by leaps and bounds** รวดเร็วมาก **-leap at** กระโจนสู่โอกาส, รีบรับข้อเสนอ **-leaper** *n.* (**-S.** (v., n.) bound)

leapfrog (ลีพ' ฟรอก) *n.* การเล่นกระโดดข้ามหลังหรือตัวคนที่ยืนโก้งโค้ง

leapt (เลพท, ลีพท) *v.* กริยาช่อง 2 และ 3 ของ leap

leap year ปีอธิกสุรธิน, ปีที่มี 366 วัน

★**learn** (เลิร์น) *v.* **learned/learnt, learning** *-vt.* เรียน, เรียนรู้, ได้ความรู้, หาความรู้, จดจำ,

ค้นพบ, ทราบ *-vi.* เรียนรู้, ได้รับความรู้ **-learnable** *adj.* **-learner** *n.* (**-S.** discover, gain)

learned (เลอร์ นิด) *adj.* คงแก่เรียน, มีความรู้มาก (**-S.** erudite)

learning (เลอร์ นิง) *n.* การศึกษา, ความรู้

learnt (เลิร์นท์) *v.* กริยาช่อง 2 และ 3 ของ learn

lease (ลีซ) *n.* สัญญาเช่า, ระยะเวลาที่ให้เช่า, ทรัพย์สินที่ให้เช่า *-vt.* **leased, leasing** ให้เช่า, เช่าไว้ **-leasable** *adj.* **-leaser** *n.* (**-S.** (n.) contract (v.) rent)

leasehold (ลีซ' โฮลด์) *n.* การเข้าถือครองโดยการเช่า, ทรัพย์สินที่ครอบครองไว้โดยการเช่า

leash (ลีช) *n.* เชือกหรือโซ่สำหรับจูงสุนัข, การบังคับหรือควบคุม *-vt.* **leashed, leashing** ดึงรั้งหรือควบคุมด้วยเชือก, ผูกเชือก (**-S.** (n., v.) chain, strap (v.) fasten)

★**least** (ลีซท์) *adj.* คุณศัพท์เปรียบเทียบขั้นกว่าของ little, เล็กที่สุด, ต่ำที่สุด, น้อยที่สุด *-adv.* น้อยที่สุด, ต่ำที่สุด *-n.* สิ่งที่เล็กที่สุด, จำนวนน้อยที่สุด, สิ่งที่สำคัญน้อยที่สุด **-at least** อย่างน้อยที่สุด, ไม่น้อยไปกว่านี้

leastwise (ลีซท์' ไวซ์) *adv.* (ภาษาพูด) ถึงอย่างไร, อย่างไรก็ตาม

★**leather** (เลธ' เธอร์) *n.* หนังฟอก, เครื่องหนัง *-adj.* คล้ายหนังฟอก, ซึ่งทำด้วยหนังฟอก *-vt.* **-ered, -ering** หุ้มด้วยหนัง, เฆี่ยนด้วยสายหนัง **-leathery** *adj.* (**-S.** (n.) hide (n., v.) skin)

leatherback (เลธ' เธอร์แบค) *n.* เต่ามะเฟือง

leatherette (เลธ' ธะเรท) *n.* หนังเทียม

★**leave**[1] (ลีฟว์) *v.* **left, leaving** *-vt.* ออกไป, ออกจาก, จากไป, เลิก, หยุด, ลืม, ทิ้งไว้, ฝาก (ข้อความ), มอบหมาย (งาน), ยก (มรดก) ให้, เหลือ, ปล่อย *-vi.* ออกจาก, ออกเดินทาง, จากไป **-leave alone** ปล่อยทิ้งไว้ **-leave out** ละเลย, เว้น, เพิกเฉย **-leaver** *n.* (**-S.** depart)

leave[2] (ลีฟว์) *n.* การอนุญาต, ความยินยอม, การอนุญาตให้ลาหยุด, ระยะเวลาที่อนุญาตให้ลา (**-S.** permission, vacation)

leaven (เลฟว์' เวิน) *n.* เชื้อหมักให้แป้งฟู *-vt.* **-ened, -ening** เติมเชื้อหมัก, ใส่ผงฟู

leavening (เลฟว์' วะนิง) *n.* เชื้อหมักให้ฟู, สารที่ทำให้ฟู, ผงฟู

leaves (ลีฟว์ซ์) *n.* พหูพจน์ของ leaf

leave-taking (ลีฟว์' เทกิง) *n.* การอำลา, การจากไป

leavings (ลี' วิงซ์) *n. pl.* เศษ (อาหาร), กาก

lecherous (เลช' เชอเริซ) *adj.* เต็มไปด้วยราคะ, มักมากในกาม, กระตุ้นราคะ **-lecherously** *adv.* **-lecherousness** *n.* **-lechery** *n.* (**-S.** lustful)

lecithin (เลซ' ซะธิน) *n.* สารไขมันชนิดหนึ่งที่มีฟอสฟอรัส พบได้ในพืชทุกชนิดและเซลล์สัตว์

lectern (เลค' เทิร์น) *n.* แท่นอ่านพระคัมภีร์ในโบสถ์, แท่นบรรยาย

★**lecture** (เลค' เชอร์) *n.* การปาฐกถา, การสอน, การปราศรัย, การตำหนิ, การดุด่า *-v.* **-tured, -turing** *-vi.* บรรยาย, กล่าวคำปราศรัย *-vt.* แสดงปาฐกถา, บรรยาย, เทศน์, ว่ากล่าว, ดุด่า (**-S.** (n.) scolding, speech (v.) speak)

lecturer (เลค' เชอเรอร์) *n.* ผู้แสดงปาฐกถา, ผู้บรรยาย, อาจารย์ **-lectureship** *n.*

led (เลด) *v.* กริยาช่อง 2 และ 3 ของ lead[1]

ledge (เลจ) *n.* หิ้ง, ขอบหรือแนวที่ยื่นออกมาจากกำแพง, เชิงผา, แนวหินใต้น้ำ, แนวแตกในหินที่มีแร่ **-ledgy** *adj.* (**-S.** projection, ridge)

ledger (เลจ' เจอร์) *n.* สมุดบัญชีเงินฝากของบริษัทหรือร้านค้า, ท่อนไม้ที่ใช้ทำนั่งร้าน

lee (ลี) *n.* ที่กำบัง, ที่หลบลม, ด้านอับลม, ร่มเงา

leech (ลีช) *n.* ปลิง, ทาก, คนที่ทำตัวเป็นกาฝากหรือเกาะผู้อื่นกิน *-v.* **leeched, leeching** *-vt.* ดูดเลือด, เกาะคนอื่นกิน *-vi.* กระทำตัวเป็นกาฝาก (**-S.** (n.) bloodsucker)

leek (ลีค) *n.* ต้นกระเทียม

leer (เลียร์) *n.* การชำเลืองมอง, การมองค้อน, การมองด้วยสายตาเจ้าเล่ห์, การมองด้วยสายตาแห่งความปรารถนา *-vi.* **leered, leering** มองค้อน, ชำเลืองมอง **-leery** *adj.* **-leeringly** *adv.*

lees (ลีซ) *n. pl.* ขี้ตะกอน, กาก (**-S.** dregs)

leeward (ลี' เวิร์ด) *adj., adv.* ตามลม

leeway (ลี' เว) *n.* การลอยของเรือหรือเครื่องบิน, เวลาที่เผื่อเอาไว้, ระยะที่เว้นเอาไว้

★**left**[1] (เลฟท์) *adj.* ซ้ายมือ, ข้างซ้าย, ทางซ้าย, ฝั่งซ้าย, (การเมือง) ฝ่ายซ้าย *-n.* ด้านซ้าย, มือซ้าย, ตำแหน่งซ้าย, การหันหรือเลี้ยวซ้าย, พรรคการเมืองหรือกลุ่มคนที่นิยมลัทธิสังคมนิยม, หมัดซ้าย, การชกด้วยหมัดซ้าย, ปีกซ้าย *-adv.* ด้วยมือซ้าย, ไปทางซ้าย (**-S.** (n.) communist **-A.** (adj., n., adv.) right)

left[2] (เลฟท์) *v.* กริยาช่อง 2 และ 3 ของ leave[1]

left-handed (เลฟท์' แฮน' ดิด) *adj.* ถนัดมือซ้าย, สำหรับมือซ้าย, (หมุน) ทวนเข็มนาฬิกา, เวียนซ้าย, ไม่จริงใจ, น่าสงสัย, งุ่มง่าม, เงอะงะ

leftist (เลฟ' ทิซต์) *n.* ผู้มีความเห็นทางการเมืองแบบสังคมนิยม

A B C D E F G H I J K L M N O P Q R S T U V W X Y Z

★**leg** (เลก) *n.* ขา, สิ่งที่มีรูปร่างหรือทำหน้าที่อย่างขา, ขาโต๊ะ (เก้าอี้), ขาสัตว์ที่ใช้เป็นอาหาร, ขากางเกง, ขาปลอม, ช่วงหรือระยะในการเดินทาง *-vi.* **legged, legging** เดินหรือวิ่งด้วยขา **-legless** *adj.*

legacy (เลก' กะซี) *n., pl.* **-cies** มรดก, ทรัพย์สมบัติที่สืบทอดกันมา (**-S.** bequest)

★**legal** (ลี' เกิล) *adj.* เกี่ยวกับกฎหมาย, ถูกต้องตามกฎหมาย, ได้รับอนุญาตทางกฎหมาย, โดยนิตินัย, เกี่ยวกับนักกฎหมาย **-legalist** *n.* **-legality** *n.* **-legalize** *v.* **-legally** *adv.* (**-S.** authorized, judicial **-A.** illegal)

legalism (ลี' กะลิซเซิม) *n.* ภาษากฎหมาย, ระเบียบกฎหมาย, การเคร่งครัดต่อกฎหมาย

legate (เลก' อิท) *n.* ทูต, ผู้แทน, ทูตที่เป็นตัวแทนขององค์สันตะปาปา **-legateship** *n.*

legatee (เลกกะที') *n.* ผู้รับมรดก

legation (ลิเก' ชัน) *n.* สถานทูต, คณะทูต

legato (ลิกา' โท) *adv., adj.* ในจังหวะดนตรีที่เล่นต่อเนื่องไปเรื่อยๆ ไม่พัก

legator (ลิเก' เทอร์) *n.* พินัยกรรม, ผู้ยกมรดกให้

legend (เลจ' เจินด์) *n.* ตำนาน, เรื่องราวที่เล่าสืบต่อกันมา, บุคคลหรือสิ่งที่มีชื่อเสียง, ตัวอักษรที่จารึกอยู่บนเหรียญ หรืออนุสาวรีย์, คำอธิบายใต้ภาพ แผนที่หรือตาราง **-legendary** *adj.* (**-S.** myth, story)

legerdemain (เลจเจอร์ดะเมน') *n.* การเล่นกล, ความว่องไวของมือในการเล่นกล

legging (เลก' กิง) *n.* ที่หุ้มขา, สนับแข้ง

leggy (เลก' กี) *adj.* **-gier, -giest** มีขายาวเรียว, มีขายาวเก้งก้าง

legible (เลจ' จะเบิล) *adj.* (ลายมือ) อ่านง่าย, ถอด (รหัส) ได้ง่าย, เห็นได้ชัด **-legibility, legibleness** *n.* **-legibly** *adv.* (**-S.** clear)

legion (ลี' เจิน) *n.* กองทหารโรมันที่มีกองพันทหารราบกับกองร้อยทหารม้า, กองทัพ, จำนวนมากมาย *-adj.* มากมาย **-legionary** *adj.*

legionnaire (ลีจะแนร์') *n.* กลุ่มคนหรือสิ่งของขนาดใหญ่

legislate (เลจ' จิสเลท) *v.* **-lated, -lating** *-vi.* บัญญัติกฎหมาย, ออกกฎหมาย *-vt.* บัญญัติโดยกฎหมาย (**-S.** enact, ordain)

legislation (เลจจิสเล' ชัน) *n.* การบัญญัติกฎหมาย, การออกกฎหมาย, พระราชบัญญัติกฎหมาย, นิติบัญญัติ **-legislative** *adj.*

legislator (เลจ' จิสเลเทอร์) *n.* สมาชิกสภานิติบัญญัติ, ผู้บัญญัติกฎหมาย, สภาผู้แทนราษฎร

legislature (เลจ' จิสเลเชอร์) *n.* สภานิติบัญญัติ

legitimate (*adj.* ละจิท' ทะมิท, *v.* -เมท) *adj.* ถูกต้องตามกฎหมาย, ชอบด้วยกฎหมาย, มีสิทธิตามกฎหมาย, สมเหตุสมผล, แท้จริง, เชื่อถือได้, (บุตร) ที่เกิดจากบิดามารดาที่สมรสกันตามกฎหมาย, ถูกต้องตามทำนองคลองธรรม *-vt.* **-mated, -mating** ทำให้ถูกต้องตามกฎหมาย, ให้มีสิทธิตามกฎหมาย, มอบอำนาจ **-legitimacy** *n.* **-legitimist** *n.* **-legitimatize, legitimize** *v.* **-legitimately** *adv.* **-legitimateness** *n.* **-legitimation** *n.* **-legitimator** *n.* (**-S.** (adj.) lawful, legal **-A.** (adj.) illegal)

legume (เลก' กิวม์, ละ'-) *n.* พืชตระกูลถั่ว เช่น ถั่ว กระถิน **-leguminous** *adj.*

★**leisure** (ลี' เฌอร์, เลฌ'-) *n.* วันว่าง, เวลาว่าง, การว่างจากงาน *-adj.* ว่าง, มีเวลาว่าง **-leisurely** *adj.* **-leisured** *adj.* (**-S.** (n.) rest)

★**lemon** (เลม' เมิน) *n.* ผลมะนาว, ต้นมะนาว, สีเหลืองอ่อน *-adj.* (สี) เหลืองอ่อน, มีรสมะนาว

lemonade (เลมมะเนด') *n.* น้ำมะนาว

lemongrass (เลม' เมินแกรซ) *n.* ตะไคร้

lemur (ลี' เมอร์) *n.* สัตว์ชนิดหนึ่งคล้ายลิง มีตาโตและหางยาว พบได้ที่เกาะมาดากัสการ์

★**lend** (เลนด์) *v.* **lent, lending** *-vi.* ให้กู้เงิน *-vt.* ให้ยืม (ของ), ให้, ช่วยให้, สนับสนุน **-lend a helping hand** ให้ความช่วยเหลือ **-lendable** *adj.* **-lender** *n.* (**-S.** advance, loan)

length (เลงค์ธ์, เลงธ์) *n.* ความยาว, ส่วนยาว, การวัดความยาว, ช่วง (ตัว), ความยาวนาน, ระยะเวลา **-at length** ในที่สุด, โดยสมบูรณ์ **-lengthen** *v.* (**-S.** duration, extent)

lengthwise (เลงค์ธ์ ไวซ์) *adv., adj.* ตามยาว

lengthy (เลงค์ ธี, เลง'-) *adj.* ยาวนาน, เยิ่นเย้อ, ยืดเยื้อ **-lengthily** *adv.* **-lengthiness** *n.*

lenient (ลี' เนียนท์, ลีน'-) *adj.* เมตตา, กรุณา, ใจดี, ผ่อนผัน, ไม่รุนแรง **-lenience, leniency** *n.* **-leniently** *adv.* (**-S.** merciful, mild)

lens (เลนซ์) *n., pl.* **lenses** เลนส์, แว่น, เลนส์นัยน์ตา, เลนส์ถ่ายภาพ *-vt.* **lensed, lensing** (ภาษาพูด) ถ่ายภาพ ถ่ายหนัง

Lent (เลนท์) *n.* ฤดูถือบวชในศาสนาคริสต์ มีระยะเวลา 40 วัน ตั้งแต่ Ash Wednesday จนถึงวันอีสเตอร์, ฤดูกินเจ, ฤดูถือศีล

lent (เลนท์) *v.* กริยาช่อง 2 และ 3 ของ lend

lentil (เลน' เทิล) *n.* พืชตระกูลถั่วที่มีเมล็ดเป็นรูปแบนกลมหรือนูนทั้งสองข้าง,เมล็ดถั่วดังกล่าว

Leo (ลี' โอ) ราศีสิงห์ ซึ่งเป็นราศีที่ห้าในจักรราศี

A B C D E F G H I J K L M N O P Q R S T U V W X Y Z

มีสัญลักษณ์เป็นรูปสิงโต, ชื่อกลุ่มดาวกลุ่มหนึ่งทางซีกโลกเหนือ **-leonine** *adj.*

leopard (เลพ' เพิร์ด) *n., pl.* **-ards/-ard** เสือดาว, เสือดำ **-leopardess** *n. fem.*

leotard (ลี' อะทาร์ด) *n.* ชุดแนบเนื้ออย่างที่นักบัลเล่ต์หรือนักกายกรรมสวมใส่

leper (เลพ' เพอร์) *n.* ผู้เป็นโรคเรื้อน, บุคคลที่เป็นที่รังเกียจของคนอื่น **-leprous** *adj.*

leprosy (เลพ' พระซี) *n.* โรคเรื้อน

lesbian (เลซ' เบียน) *n.* หญิงรักร่วมเพศ

lese-majesty, lèse-majesté (เลซ' แมจ' จิสตี) *n., pl.* **-ties/-tés** ความผิดฐานหมิ่นพระบรมเดชานุภาพ, ความผิดฐานกบฏต่อประมุขแผ่นดิน, การกระทำอวดดีต่อผู้ใหญ่

lesion (ลี' ฉัน) *n.* บาดแผล, แผล (**-S.** wound)

★**less** (เลซ) *adj.* คุณศัพท์เปรียบเทียบขั้นกว่าของ little, (จำนวน) เล็กกว่า, น้อยกว่า, (ระดับ) ต่ำกว่า, ไม่มากนัก, เล็กน้อย *-adv.* น้อยกว่า *-prep.* หักออก, ปราศจาก *-n.* จำนวนที่น้อยกว่า, สิ่งที่ไม่สำคัญ (**-S.** (adj.) fewer, smaller)

-less คำปัจจัย หมายถึง ปราศจาก, ไม่มี

lessee (เลซี') *n.* ผู้เช่า

lessen (เลซ' เซิน) *vt., vi.* **-ened, -ening** ทำให้น้อยลง, ลดลง (**-S.** decrease, reduce)

lesser (เลซ' เซอร์) *adj., adv.* ดู less

★**lesson** (เลซ' เซิน) *n.* บทเรียน, ชั่วโมงเรียน, การเรียน, เครื่องเตือนสติ, การตำหนิ, การสั่งสอน *-vt.* **-soned, -soning** ให้บทเรียนแก่, สอน, ตักเตือน, ตำหนิ (**-S.** (n.) lecture, warning)

lest (เลซท์) *conj.* เกรงว่า, เผื่อว่า, เพื่อมิให้

★**let**[1] (เลท) *v.* **let, letting** *-vt.* อนุญาต, ปล่อยให้, ขอให้, บอก, เปิดเผย, ให้, ยอมให้, ให้เช่า *-vi.* ให้เช่า **-let alone** ปล่อยไว้ตามลำพัง **-let down** ลดลง, ทำให้ผิดหวัง, ทิ้ง **-let off** อนุญาตให้หยุดงาน, ปล่อยตัวไปด้วยโทษสถานเบา **-let up** หยุด, ทำให้ช้าลง (**-S.** allow, permit)

let[2] (เลท) *n.* การเสิร์ฟลูก (เทนนิส ปิงปอง) ไปถูกตาข่ายก่อนจะตกถึงพื้นสนาม, อุปสรรค

lethal (ลี' เธิล) *adj.* ที่ทำให้ตาย, ซึ่งเป็นอันตรายถึงตาย, (อาวุธ) ร้ายแรง **-lethality** *n.* **-lethaly** *adv.* (**-S.** deadly, fatal)

lethargic (ละธาร์' จิค) *adj.* ง่วง, เนือย, เซื่องซึม, ไม่กระตือรือร้น, ขี้เกียจ **-lethargically** *adv.* **-lethargy** *n.* (**-S.** lazy)

let's (เลทซ์) ย่อจาก let us

★**letter** (เลท' เทอร์) *n.* ตัวหนังสือ, ตัวอักษร, จดหมาย, หนังสืออนุญาต, เอกสารแสดงสิทธิ, ความหมายตามตัวอักษร, ตัวเรียงพิมพ์, แบบ *-v.* **-tered, -tering** *-vt.* เขียนตัวหนังสือ, สลักอักษร, จ่าหน้า (ซอง) *-vi.* เขียนตัวหนังสือ **-letters** อักษรศาสตร์, ความรู้เกี่ยวกับภาษาศาสตร์ **-to the letter** ทุกตัวอักษร **-letterer** *n.* (**-S.** (n.) character, message)

letter carrier คนส่งจดหมาย, บุรุษไปรษณีย์

lettered (เลท' เทิร์ด) *adj.* อ่านออกเขียนได้, มีการศึกษา, มีตัวอักษรกำกับ

letterhead (เลท' เทอร์เฮด) *n.* หัวกระดาษจดหมายที่แสดงชื่อและที่อยู่ของผู้ส่ง, กระดาษเขียนจดหมายที่มีตราบริษัทหรือหัวดังกล่าว

lettering (เลท' เทอริง) *n.* การจ่าหน้า (ซอง), อักษรหรือตัวหนังสือที่เขียน

letter-perfect (เลทเทอร์เพอร์' ฟิคท์) *adj.* ถูกต้องทุกตัวอักษร, ท่องจำขึ้นใจ

letterpress (เลท' เทอร์เพรซ) *n.* ตัวเรียงพิมพ์, หนังสือที่พิมพ์ด้วยตัวเรียงพิมพ์

★**lettuce** (เลท' เทิซ) *n.* ผักกาดหอม

leukemia, leukaemia (ลูคี' เมีย) *n.* โรคมะเร็งเม็ดเลือดขาว **-leukemic** *adj.*

leukocyte (ลู' คะไซท์) *n.* เม็ดเลือดขาว

leukorrhea (ลูคะเรีย') *n.* ระดูขาว, มุตกิด

levee[1] (เลฟว์' วี) *n.* เขื่อนดินกันน้ำท่วมตามแนวแม่น้ำ, ท่าเรือ, คันดิน, ทำนบดิน

levee[2] (เลฟว์' วี, ละวี' , -เว') *n.* งานสโมสรสันนิบาต, งานเลี้ยงรับรองแขกผู้มีเกียรติ

★**level** (เลฟว์' เวิล) *n.* แนวนอน, แนวราบ, ความเสมอ, ความราบเรียบ, พื้นราบ, (จำนวน) ชั้นของตึก, พื้นของตึก, เครื่องวัดระดับ, ระดับฐาน, ระดับ *-adj.* ราบ, เรียบ, เสมอกัน, สม่ำเสมอ, มั่นคง, มีเหตุผล, ที่ระดับเดียวกัน *-adv.* ในระดับเดียวกัน *-v.* **-eled, -eling/-elled, -elling** *-vt.* ทำให้เรียบ, ปรับให้ราบ, ทำให้ล้มลงสู่พื้นดิน, รื้อถอน, ทำให้ได้ระดับ, ทำให้เท่ากัน, เล็ง (เป้า) *-vi.* เล็งเป้า, ทำให้เท่ากัน, (ภาษาพูด) เปิดเผย **-on the level** (ภาษาพูด) ตรงไปตรงมา **-leveler, leveller** *n.* **-levelly** *adv.* **-levelness** *n.* (**-S.** (adj.) horizontal, smooth)

levelheaded (เลฟว์' เวิลเฮดดิด) *adj.* มีเหตุผล, มั่นคง

lever (เลฟว์' เวอร์, ลี'-) *n.* คานดีด, คานงัด, ชะแลง, เหล็กงัด, คันโยก, สิ่งที่ช่วยให้ประสบความสำเร็จ *-vt.* **-ered, -ering** ยก, งัด

leverage (เลฟว์' เวอริจ) *n.* การยก, กำลังงัด

leviathan (ละไว' อะเธิน) *n.* สัตว์ทะเลขนาดมหึมาที่กล่าวไว้ในพระคัมภีร์ไบเบิล, สิ่งที่มี

ขนาดใหญ่มหึมาหรือมีพลังมาก

levity (เลฟว' วิที) *n., pl.* **-ties** ความตลกคะนอง, ความไม่เอาจริงเอาจัง

levy (เลฟว' วี) *vt.* **-ied, -ying** เก็บ (ภาษี), เรียกเก็บ (เงิน), เกณฑ์ (ทหาร), ทำ (สงคราม) *-n., pl.* **-ies** การเก็บภาษี, การชักส่วน, การเกณฑ์, ทหารเกณฑ์, เงินภาษีค่าปรับ **-leviable** *adj.* **-levier** *n.* (**-S.** (v.) impose)

lewd (ลูด) *adj.* **lewder, lewdest** ลามก, หยาบโลน, เลวทราม, เสเพล, แพศยา **-lewdly** *adv.* **-lewdness** *n.* (**-S.** lustful, obscene)

lexicon (เลค' ซิคอน) *n., pl.* **-cons/-ca** พจนานุกรม, คำศัพท์เฉพาะทาง **-lexicography** *n.* **-lexicographer** *n.* (**-S.** dictionary)

liability (ไลอะบิล' ลิที) *n., pl.* **-ties** ความรับผิดชอบ, ภาระหน้าที่, พันธะ, หนี้บุญคุณ, หนี้สิน, เครื่องถ่วง (**-S.** obligation)

liable (ไล' อะเบิล) *adj.* ซึ่งต้องรับผิดชอบ, ที่ต้องชดใช้, มีแนวโน้ม, อาจจะ, ย่อมจะ, ง่ายต่อ (**-S.** likely, responsible **-A.** unlikely)

liaison (ลี' เอซอน, -เอ'-) *n.* การติดต่อสื่อสารทางทหาร, การติดต่อประสานงาน, ความสัมพันธ์ฉันชู้สาว (**-S.** communication)

liar (ไล' เออร์) *n.* คนพูดโกหก

libation (ไลเบ' ชัน) *n.* การกรวดน้ำ, ของเหลวที่เทออกมา, เหล้า, การดื่มเหล้า **-libational** *adj.*

libel (ไล' เบิล) *n.* การหมิ่นประมาท, คำพูดหมิ่นประมาท, การกล่าวร้าย *-vt.* **-beled, -beling/-belled, -belling** หมิ่นประมาท, ใส่ร้าย **-libeler, libelist** *n.* **-libelous, libellous** *adj.* (**-S.** (v.) defame, malign (n., v.) slander)

liberal (ลิบ' เบอเริล, ลิบ' เริล) *adj.* โอบอ้อมอารี, ใจดี, ไม่ขี้เหนียว, กว้างขวาง, มากมาย, ไม่บังคับ, เกี่ยวข้องกับวิชาศิลปศาสตร์, ใจกว้าง (ในเรื่องความคิด) *-n.* คนที่มีความคิดเห็นทางการเมืองแบบเสรีนิยม, สมาชิกพรรคเสรีนิยม **-liberality** *n.* **-liberally** *adv.* **-liberalness** *n.* (**-S.** (adj.) generous, broad-minded)

liberal arts วิชาศิลปศาสตร์

liberalism (ลิบ' เบอระลิซเซิม) *n.* ลัทธิเสรีนิยม

liberate (ลิบ' บะเรท) *vt.* **-ated, -ating** ปล่อยให้เป็นอิสระ, ทำให้อิสระ, (คำสแลง) ขโมย แย่งชิง (จากคู่ต่อสู้) **-liberation** *n.* **-liberationist** *n.* **-liberator** *n.* (**-S.** free, release)

libertine (ลิบ' เบอร์ทีน) *n.* คนเสเพล, เสือผู้หญิง, คนนอกรีต, คนที่ไร้ศีลธรรม *-adj.* ไม่อยู่ในศีลธรรม, ปล่อยตัว, เสเพล **-libertinism** *n.*

liberty (ลิบ' เบอร์ที) *n., pl.* **-ties** อิสรภาพ, เสรีภาพ, สิทธิ (อำนาจ), การได้รับอนุญาต, สิทธิในการไปไหนมาไหนได้อย่างอิสระ **-at liberty** อิสระ, ไม่อยู่ในขอบเขต (**-S.** freedom)

libido (ลิไบ' โด, -บี'-) *n., pl.* **-dos** สัญชาตญาณทางเพศ, ความต้องการทางเพศ, ตัณหา, ราคะ, ความใคร่ **-libidinal** *adj.* **-libidinally** *adv.* **-libidinous** *adj.* (**-S.** lechery, passion)

Libra (ลี' บระ, ไล'-) ราศีตุล ซึ่งเป็นราศีที่เจ็ดในจักรราศี มีสัญลักษณ์เป็นรูปคันชั่ง, ชื่อกลุ่มดาวกลุ่มหนึ่งทางซีกโลกใต้

librarian (ไลแบร' เรียน) *n.* บรรณารักษ์

★**library** (ไล' เบรรี) *n., pl.* **-ies** ห้องสมุด

Library of Congress ห้องสมุดสภาคองเกรส

libretto (ลิเบรท' โท) *n., pl.* **-tos/-ti** บทเพลง, บทละคร **-librettist** *n.*

lice (ไลซ) *n.* พหูพจน์ของ louse

★**license, licence** (ไลเซินซ) *n.* การอนุญาต, ใบอนุญาต, การอนุมัติ, สิทธิ, อำนาจปฏิบัติการ, การละเมิดสิทธิ, การล่วงละเมิด (ทางเสรีภาพ) *-vt.* **-censed, -censing/-cenced, -cencing** ออกใบอนุญาต, ให้อนุญาต, ให้อำนาจ, ยอมรับอย่างเป็นทางการ **-licensable** *adj.* (**-S.** (n.) freedom, permission (v.) authorize)

licensee (ไลเซินซี') *n.* ผู้ได้รับใบอนุญาต

license plate แผ่นป้ายทะเบียนรถ

licentiate (ไลเซิน' ชีอิท) *n.* ผู้ได้รับอนุญาตให้ประกอบอาชีพเฉพาะสาขา, ปริญญาโท (ในยุโรปและแคนาดา), บัณฑิตปริญญาโท

licentious (ไลเซน' เชิส) *adj.* ไม่มีศีลธรรม, เสเพล, มักมากในกาม, เต็มไปด้วยราคะ

lichee (ลี' ชี) *n.* ดู litchi

lichen (ไล' เคิน) *n.* ไลเคน *-vt.* **-chened, -chening** ปกคลุมด้วยไลเคน **-lichenous** *adj.*

licit (ลิซ' ซิท) *adj.* ถูกต้องตามกฎหมาย, ได้รับอนุญาตอย่างถูกต้อง **-licitly** *adv.* **-licitness** *n.* (**-S.** lawful, legal)

★**lick** (ลิค) *v.* **licked, licking** *-vt.* เลีย, เลียกิน, (ไฟ) ลามเลีย, (คำสแลง) ตี เฆี่ยน เอาชนะได้ชัย *-vi.* แลบ, เลีย *-n.* การเลีย, จำนวนเล็กๆ น้อยๆ, การตี, การเฆี่ยน, ดินโป่ง **-licker** *n.* (**-S.** (v.) defeat, lap (v., n.) strike)

licorice (ลิค' เคอริส, -ริช) *n.* พืชจำพวกชะเอมเทศ, รากชะเอมเทศ, ลูกอมรสชะเอม

★**lid** (ลิด) *n.* ฝา (ปิดภาชนะ), เปลือกตา, เครื่องเหนี่ยวรั้ง, ข้อผูกมัด *-vt.* **lidded, lidding** คลุมด้วยฝา **-lidded** *adj.* (**-S.** (n., v.) cover)

A B C D E F G H I J K L M N O P Q R S T U V W X Y Z

★**lie**[1] (ไล) *vi.* **lay/lain, lying** นอน, หมอบ, เอกเขนก, พิง, วาง, ตั้งอยู่, ยังอยู่, ยังคงเป็น, ครอบครอง (ตำแหน่ง สถานที่), อยู่, ขยาย, แผ่กว้าง, พักค้างคืน *-n.* การวาง, ที่พักของสัตว์, ถ้ำสัตว์, ช่วงเวลาพัก **-lie in wait** ดักรอ (คน) (**-S.** (v.) exist (v., n.) rest)
lie[2] (ไล) *n.* คำเท็จ, เรื่องโกหก, การหลอกลวง, การโกหก *-vi.* **lied, lying** หลอกลวง, พูดเท็จ, พูดโกหก (**-S.** (n.) falsehood, untruth (v.) falsify)
lie detector เครื่องจับเท็จ
liege (ลีจ) *n.* พระมหากษัตริย์, ขุนนางผู้ใหญ่, ความจงรักภักดี *-adj.* ซื่อสัตย์, จงรักภักดี
liegeman (ลีจ' เมิน) *n.* ข้าแผ่นดิน
lien (ลีน, ลี' เอิน) *n.* การยึดหรือครอบครองทรัพย์สินของลูกหนี้จนกว่าจะนำเงินมาชำระ
lieu (ลู) *n.* การแทน, ตัวแทน **-in lieu of** มาแทน, แทนที่ (**-S.** stead)
lieutenant (ลูเทน' เนินทฺ) *n.* ร้อยโท, ร้อยตรี, ผู้ช่วย, รองหัวหน้า **-lieutenancy** *n.*
lieutenant colonel พันโท, นาวาโท
lieutenant commander นาวาตรี
lieutenant general พลโท
lieutenant governor รองผู้ว่าราชการ
★**life** (ไลฟฺ) *n., pl.* **lives** (ไลฟว์ซฺ) สิ่งมีชีวิต, ชีวิต, จิตวิญญาณ, การดำรงชีวิต, ช่วงชีวิต, ระยะเวลาที่มีชีวิต, กลุ่มสิ่งมีชีวิต, ชีวประวัติ, วิถีชีวิต, ธรรมชาติ, ผู้คน, ความกระปรี้กระเปร่า, ความมีชีวิตชีวา *-adj.* ชั่วชีวิต, ซึ่งมีชีวิต **-as large/big as life** เป็นความจริง, ใหญ่เท่าตัวจริง (**-S.** (n.) existence, liveliness, spirit)
life belt เข็มขัดชูชีพ, สายชูชีพ
lifeblood (ไลฟ' บลัด) *n.* เลือดที่หล่อเลี้ยงชีวิต, ส่วนสำคัญ, สิ่งที่จำเป็นที่สุด
lifeboat (ไลฟ' โบท) *n.* เรือชูชีพ, เรือกู้ภัย
life buoy ห่วงชูชีพ
life cycle วงจรชีวิต
lifeguard (ไลฟ' การ์ด) *n.* ยามชายฝั่ง
Life Guards ทหารมหาดเล็กรักษาพระองค์
life history เรื่องราวในชีวิต
life jacket/vest เสื้อชูชีพ
lifeless (ไลฟ' ลิซ) *adj.* ตาย, ไม่มีชีวิตชีวา
lifelike (ไลฟ' ไลคฺ) *adj.* คล้ายมีชีวิต, เหมือนของจริง (**-S.** natural, realistic)
lifeline (ไลฟ' ไลนฺ) *n.* เชือกชูชีพ, เชือกสำหรับดึงนักดำน้ำขึ้นลง, เส้นชีวิตในลายมือ
lifelong (ไลฟ' ลอง) *adj.* ตลอดชีวิต, ชั่วชีวิต
life preserver อุปกรณ์ชูชีพที่ทำให้ตัวลอย
lifesize, life-sized (ไลฟ' ไซซฺ, -ไซซ์ดฺ) *adj.* (ขนาด) เท่าของจริง, เท่าตัวจริง
life span อายุโดยเฉลี่ยของสิ่งมีชีวิต, ช่วงชีวิต
lifestyle, life-style (ไลฟ' สไตลฺ) *n.* วิถีชีวิต, รูปแบบในการดำเนินชีวิต
lifetime (ไลฟ' ไทมฺ) *n.* ช่วงชีวิต, ชั่วชีวิต, ช่วงเวลาที่มีชีวิต
lifework (ไลฟ' เวิร์ค) *n.* ผลงานที่สำคัญที่สุดในชีวิต
★**lift** (ลิฟทฺ) *v.* **lifted, lifting** *-vt.* ยก, ชู, แบกขึ้น, เงย (หน้า), ลอยขึ้น, ทำให้ (ฐานะ ตำแหน่ง) สูงขึ้น, ยกเลิก, เพิกถอน, งด, (ภาษาพูด) ขโมย ขโมยคัดลอกหนังสือ, ทำศัลยกรรมดึงหน้า *-vi.* ยกขึ้น, เบ่ง, กระจาย, เลื่อนขึ้น, สูงขึ้น, งดชั่วคราว *-n.* การยก, การแบกขึ้น, การเคลื่อนที่ขึ้น, แรงยก, น้ำหนักหรือความสูงที่ถูกยกขึ้น, ความร่าเริง, ความกระปรี้กระเปร่า, การยกระดับจิตใจ, ลิฟต์, เครื่องยก **-liftable** *adj.* **-lifter** *n.* (**-S.** (v.) elevate, rise (n.) escalator)
ligament (ลิก' กะเมินทฺ) *n.* เส้นเอ็นตามร่างกาย, การผูกติด, การยึดกัน (**-S.** bond)
ligature (ลิก' กะชัวร์, -เชอร์) *n.* การผูก มัด หรือรัด, ด้าย, เส้นลวด, เส้นไหม (ที่ใช้เย็บแผล), ตัวอักษรที่เขียนติดกันเป็นตัวเดียว เช่น æ *-vt.* **-tured, -turing** มัด, รัด, พัน, ผูก
★**light**[1] (ไลทฺ) *n.* (คลื่น) แสง, ความสว่าง, ดวงอาทิตย์, ตะเกียง, หลอดไฟ, แสงสว่าง, เวลากลางวัน, แสงอาทิตย์, เวลารุ่งแจ้ง, ไม้ขีดไฟ, กระจกรับแสง, ไฟสัญญาณ, ความรู้, ผู้มีชื่อเสียง, ดาวเด่น, แนวทางการมอง, โทนแสง, แสงเงา *-adj.* **lighter, lightest** มีความสว่าง, สว่าง, (สี) อ่อน, ขาว *-adv.* (สี) ซีด, จาง *-v.* **lighted/lit, lighting** *-vt.* จุด (ติด เปิด) ไฟ, จุดตะเกียง, ให้ความสว่าง, ทำให้มีชีวิตชีวา, ทำให้สว่าง, ให้สัญญาณด้วยไฟ *-vi.* ลุกเป็นไฟ, ติดไฟ, ถูกทำให้สว่าง, เปล่งแสง **-lightness** *n.* (**-S.** (n.) illumination (n., v.) shine)
★**light**[2] (ไลทฺ) *adj.* **lighter, lightest** (น้ำหนัก) เบา, (ลม) เอื่อยๆ, (ปริมาณ) ไม่มาก, เบาบาง, ปรอยๆ, ไม่รุนแรง, ไม่ฟุ่มเฟือย, ง่าย, ไม่ลึกซึ้ง, ไม่เอาจริงเอาจัง, เล่นๆ, ไม่สำคัญ, เอาแน่ไม่ได้, เล็กน้อย, คล่องแคล่ว, ว่องไว, ร่าเริง, วิงเวียน, หน้ามืด, มีแคลอรีต่ำ, (อาหาร) ว่าง, เป็นโพรง, พรุน, (ดิน) ร่วน, (ขนม) กรอบ, ฟู, รู้สึกตัวเร็ว, เสเพล, มีแอลกอฮอล์เล็กน้อย *-adv.* **lighter, lightest** อย่างเบา, ไม่มาก *-vi.* **lighted/lit, lighting** มาพัก, ลงเกาะ (คอน), มาแวะ, ขึ้น

บก, ลงจากรถหรือเครื่องบิน **-lightish** *adj.* (**-S.** (adj.) slight, trivial **-A.** (adj.) heavy)

lighten (ไลท์ เทิน) *vt., vi.* **-ened, -ening** ทำให้สว่างขึ้น, ส่องสว่าง, ให้ความรู้, ทำให้เบาขึ้น, ผ่อน, บรรเทา, ทำให้สบายใจ

lighter (ไล' เทอร์) *n.* ผู้จุดไฟ, ไฟแช็ก, ไม้ขีดไฟ, เรือขนถ่ายสินค้าจากเรือลำอื่นที่จอดทอดสมอที่ท่าเรือและขนส่งสินค้าไปในระยะทางสั้นๆ

light-fingered (ไลท์ ฟิงเกิร์ด) *adj.* มือไว, ขี้ขโมย

lightheaded (ไลท์ เฮด' ดิด) *adj.* หัวหมุน, วิงเวียน, มึนงง, (ความคิด) ไม่แน่นอน

lighthearted (ไลท์ ฮาร์' ทิด) *adj.* ไม่มีความกังวล, สบายใจ

light heavyweight นักมวยที่มีน้ำหนักอยู่ระหว่าง 160-175 ปอนด์

lighthouse (ไลท์ เฮาซ์) *n.* ประภาคาร

lightly (ไลท์ ลี) *adv.* เบาๆ, ค่อยๆ, เล็กน้อย, นิดหน่อย, สบายใจ, คล่องแคล่ว

light-minded (ไลท์ ไมน์ ดิด) *adj.* ไม่เอาจริงเอาจัง, ตลกคะนอง, เหลวไหล, ไร้สาระ

★**lightning** (ไลท์ นิง) *n.* ฟ้าแลบ, ไฟแลบ *-vi.* **-ninged, -ning** ปล่อยกระแสไฟฟ้า, (ไฟ) แลบ *-adj.* ซึ่งเกิดขึ้นอย่างรวดเร็ว

lightning conductor/rod สายล่อฟ้า

light pen ปากกาแสง เป็นตัวรับข้อมูลที่ไวแสง มีรูปร่างคล้ายปากกาใช้เขียนบนแผ่นรอง

lightship (ไลท์ ชิพ) *n.* เรือให้สัญญาณที่ทอดสมออยู่ในบริเวณที่เป็นอันตราย

lightsome (ไลท์ เซิม) *adj.* คล่องแคล่ว, ว่องไว, ร่าเริง, ไม่เอาจริงเอาจัง, ตลกคะนอง

lightweight (ไลท์ เวท) *n.* คนหรือสิ่งที่มีน้ำหนักเบากว่าปกติ, นักมวยที่มีน้ำหนักอยู่ระหว่าง 126-135 ปอนด์

light-year, lightyear (ไลท์ เยียร์) *n.* ระยะทางที่แสงเดินทางในอวกาศ 1 ปี, ปีแสง

lignite (ลิก' ไนท์) *n.* ถ่านลิกไนต์ เป็นถ่านหินชนิดอ่อนมีสีดำอมน้ำตาลมีลักษณะคล้ายเนื้อไม้

★**like[1]** (ไลค์) *v.* **liked, liking** *-vt.* ชอบ, พอใจ, อยาก, ปรารถนา, ต้องการ, เห็นว่า (อย่างไร) *-vi.* มีความปรารถนา *-n.* สิ่งที่ชอบ, ความชอบ, สิ่งที่ปรารถนา, ความปรารถนา **-likable, likeable** *adj.* (**-S.** (v.) enjoy **-A.** (v., n.) dislike)

★**like[2]** (ไลค์) *prep.* คล้าย, เหมือนกับ, เช่นเดียวกันกับ, อย่างเดียวกันกับ, อย่างเช่น, ราวกับว่า, เหมือนอย่าง, ดูเหมือนว่า, อยากจะ *-adj.* เหมือนกัน, มีจำนวนเท่ากัน, มีค่าเท่ากัน, คล้ายกัน *-adv.* ราวกับว่า, ดูเหมือนว่า, (ภาษาพูด) น่าจะ *-n.* สิ่งที่เท่ากัน, สิ่งที่เหมือนหรือคล้ายกัน, คนที่คล้ายกัน *-conj.* เช่นเดียวกับ, ในทางเดียวกับ, ตามที่, อย่างที่, ราวกับ, เหมือนกับ, ยังกับ *-v.* **liked, liking** *-vt.* เปรียบเทียบ *-vi.* (ภาษาพูด) เกือบจะเป็น, ใกล้จะถึง, ย่างเข้าสู่ **-likeness** *n.* (**-S.** (adj.) equal, similar)

-like คำปัจจัย หมายถึง ใกล้เคียง, เหมือน, คล้าย

likelihood (ไลค์ ลีฮุด) *n.* ความน่าจะเป็น, ความเป็นไปได้ (**-S.** chance, probability)

★**likely** (ไลค์ ลี) *adj.* **-lier, -liest** มีโอกาส, น่าจะเป็น, เหมาะสม, สมควร

like-minded (ไลค์ ไมน์ ดิด) *adj.* มีความคิดเดียวกัน, เห็นด้วย, มีรสนิยมเดียวกัน

liken (ไล' เคิน) *vt.* **-ened, -ening** เปรียบเทียบ

likewise (ไลค์ ไวซ์) *adv.* อย่างเดียวกัน, ในทำนองเดียวกัน, นอกจากนั้น, ยิ่งกว่านั้น

lilac (ไล' เลิค, -แลค) *n.* พืชดอกชนิดหนึ่งมีดอกสีม่วงหรือขาวและมีกลิ่นหอม, สีม่วงอ่อน

lilt (ลิลท์) *n.* การพูดที่มีจังหวะหรือมีชีวิตชีวา, ทำนองเพลงที่มีจังหวะสนุกสนาน *-vt., vi.* **lilted, lilting** ร้องเพลงอย่างร่าเริง, พูดอย่างมีลีลา, เล่นอย่างร่าเริง **-lilting** *adj.* **-liltingly** *adv.*

lily (ลิล' ลี) *n., pl.* **-ies** ต้นพลับพลึง, ดอกพลับพลึง, ไม้จำพวกบัว

limb (ลิม) *n.* แขน, ขา, ปีก, รยางค์ของสัตว์, กิ่ง, ก้าน, แขนง, สมาชิก, ส่วนที่ยื่นออกมา, (ภาษาพูด) เด็กซน *-vt.* **limbed, limbing** ตัดออก **-limbless** *adj.* (**-S.** (n.) branch, member)

limber[1] (ลิม' เบอร์) *adj.* ยืดหยุ่น, นุ่ม, อ่อน, ดัดง่าย, โค้งงอได้ *-vt., vi.* **-bered, -bering** ทำให้ (กล้ามเนื้อ) ยืดหยุ่น (**-S.** (adj.) flexible)

limber[2] (ลิม' เบอร์) *n.* รถสองล้อลากปืนใหญ่

limbo (ลิม' โบ) *n., pl.* **-bos** สถานที่ที่ถูกละเลย, สภาพที่ถูกทอดทิ้ง, ภาวะที่ถูกลืม, สถานที่กักขัง, การถูกขัง (**-S.** confinement, detention)

lime[1] (ไลม์) *n.* มะนาว, ต้นมะนาว

lime[2] (ไลม์) *n.* ปูนขาว, หินปูน (ในท่อน้ำหรือกาน้ำ), ตัง, กาวดักนก *-vt.* **limed, liming** ใส่ปูนขาว, ฉาบด้วยปูนขาว, ทาด้วยกาวดักนก, จับนกด้วยกาวดักนก **-limy** *adj.*

limelight (ไลม์ ไลท์) *n.* จุดรวมความสนใจของประชาชน, ไฟสำหรับฉายตัวละครบนเวทีในสมัยก่อน, แสงไฟที่ได้จากการทำให้ปูนร้อน

limestone (ไลม์ สโตน) *n.* หินปูน

★**limit** (ลิม' มิท) *n.* ขีดจำกัด, ข้อจำกัด, จำนวนจำกัด, วงจำกัด, ขีดสุด *-vt.* **-ited, -iting** จำกัด,

กำหนด, กั้นเขต **-limits** ขอบเขต, เขตแดน **-limitable** *adj.* **-limiter** *n.* **-limitation** *n.* **-limitless** *adj.* (**-S.** (n.) boundary)

limited (ลิม' มิทิด) *adj.* ถูกจำกัด, (พื้นที่) แคบ, มีขอบเขต, เกี่ยวกับบริษัทจำกัด, (รถไฟ) ที่จอดรับคนเฉพาะบางสถานี

limousine (ลิมมะซีน', ลิม'-) *n.* รถยนต์หรูหราขนาดใหญ่ที่มีกระจกกั้นระหว่างห้องคนขับกับห้องผู้โดยสาร, รถบริการที่รับส่งผู้โดยสารตามสนามบิน (**-S.** sedan)

limousine

limp (ลิมพ์) *vi.* **limped, limping** เดินกะโผลกกะเผลก, เดินย่องแย่ง *-n.* การเดินที่ผิดปกติ, การเดินขาเป๋ *-adj.* **limper, limpest** อ่อน, ปวกเปียก, นุ่มนิ่ม **-limply** *adv.* **-limpness** *n.* (**-S.** (v.) falter, hobble (adj.) soft, weak)

limpet (ลิม' พิท) *n.* หอยทะเลขนาดเล็กชนิดหนึ่งมักเกาะติดก้อนหินหรือท่อนไม้

limpid (ลิม' พิด) *adj.* ใส, โปร่ง, โล่ง, แจ่มชัด, กระจ่าง, (คำพูด) ชัดเจน, เข้าใจง่าย, (อารมณ์) เย็น, สงบ **-limpidity** *n.* (**-S.** clear)

linchpin, lynchpin (ลินช' พิน) *n.* หมุด (ครอบดุมล้อรถ), สลัก, ประเด็นสำคัญ

Lincoln, Abraham อับราฮัม ลินคอล์น (ค.ศ. 1809-65) ประธานาธิบดีคนที่ 16 ของสหรัฐฯ

★**line**[1] (ไลน์) *n.* เส้น, บรรทัด, เส้นระดับ, ลายเส้น, เส้นริ้วรอยบนใบหน้า, เส้นสมมติ, เส้นศูนย์สูตร, เส้นที่แสดงบนแผนที่, เขตแดน, เส้นแบ่งแดน, กลุ่มคนหรือสิ่งของที่จัดเป็นแถวๆ, เส้นแสดงรูปร่าง, สาย, แนว, ข้อความ, จดหมายย่อๆ, โคลงหนึ่งบรรทัด, บทสนทนาในละคร, เชือก, เส้นลวด, สายเบ็ด, เส้นด้าย, เส้นบรรทัดที่ใช้เขียนโน้ตดนตรี, สายเคเบิล, สายวัด, เส้นทางอพยพ, สายการบิน, วิถีทาง, แนวทาง, แบบ, เชื้อสาย, สายเลือด, ตระกูล, เส้นทางคมนาคม, ระบบคมนาคม, ทางรถไฟ, สายโทรศัพท์โทรเลข, ชุมสายโทรศัพท์, ท่อน้ำ, สายไฟ, ท่อแก๊ส, การค้า, อาชีพ, ชนิด *-v.* **lined, lining** *-vt.* ขีดเส้น, ลากเส้น, ทำให้เป็นแนว, จัดเป็นแถว, เรียงเป็นหน้ากระดาน, วางของตามแนว *-vi.* (เบสบอล) ตีลูกเป็นแนวตรง, เรียงเป็นแนวตรง **-linable, lineable** *adj.* (**-S.** (n., v.) row)

line[2] (ไลน์) *vt.* **lined, lining** บุ (ด้วยผ้าซับใน), ซับใน, บรรจุ, จัดไว้เต็ม, ยัด (ไส้) จนเต็ม, ใส่

lineage (ลิน' นีอิจ) *n.* เชื้อสาย, วงศ์ตระกูล, ผู้สืบสกุล, เทือกเถาเหล่ากอ

lineal (ลิน' เนียล) *adj.* ซึ่งสืบเชื้อสายโดยตรง, ประจำตระกูล, เป็นเส้นตรง, ตามทางยาว

lineament (ลิน' เนียเมินท์) *n.* เค้าโครง, รูปหน้า (**-S.** feature)

linear (ลิน' เนียร์) *adj.* เป็นแนวตรง, คล้ายเส้นตรง, ตามแนวยาว, เข้าใจง่าย, ไม่ซับซ้อน

linear equation สมการเส้นตรง

lineate (ลิน' นีอิท) *adj.* เป็นเส้น, เป็นทาง

lineman (ไลน์เมิน') *n., pl.* **-men** คนติดตั้งหรือซ่อมแซมสายไฟ สายโทรศัพท์ หรือสายโทรเลข, คนตรวจซ่อมทางรถไฟ

linen (ลิน' เนิน) *n.* เส้นด้ายที่ได้จากเส้นใยของต้นแฟลกซ์, ผ้าที่ทอจากด้ายดังกล่าว, ผ้าลินิน, สิ่งที่ทำด้วยผ้าลินิน เช่น ผ้าปูโต๊ะ ผ้าปูที่นอน

line of fire วิถีกระสุน

liner (ไล' เนอร์) *n.* ผ้าซับใน, ช่างเขียนภาพ, ดินสอ, ปากกา, เรือหรือเครื่องบินพาณิชย์ที่รับส่งผู้โดยสารเป็นประจำ, ดินสอเขียนคิ้ว

linesman (ไลน์ซ' เมิน) *n., pl.* **-men** ผู้กำกับเส้นในการแข่งขันกีฬาฟุตบอล

lineup, line-up (ไลน์' อัพ) *n.* ผู้เล่นที่ได้รับเลือกให้เป็นผู้เปิดเกม, รายชื่อผู้เล่น, การจัดแถวเป็นหน้ากระดาน

linger (ลิง' เกอร์) *v.* **-gered, -gering** *-vi.* ยังเหลืออยู่, ยังค้างอยู่, อ้อยอิ่ง, รั้งรอ, เอ้อระเหย, ชักช้า, อิดเอื้อน, เถลไถล *-vt.* ปล่อยให้เวลาผ่านไปโดยเปล่าประโยชน์ **-lingerer** *n.* **-lingering** *adj.* **-lingeringly** *adv.* (**-S.** loiter, stay)

lingerie (ลานฌะเร', ลาน' ฌะรี) *n.* ชุดชั้นในหรือชุดนอนของผู้หญิง

lingo (ลิ้ง' โก) *n., pl.* **-goes** ภาษาเฉพาะอาชีพ, ภาษาท้องถิ่น, ภาษาต่างด้าว

lingua franca *n., pl.* **lingua francas/linguae francae** ภาษากลาง, ภาษาผสม

lingual (ลิง' เกวิล) *adj.* เกี่ยวกับลิ้น, เกี่ยวกับภาษาศาสตร์, ซึ่งออกเสียงโดยใช้ลิ้นช่วย *-n.* เสียงที่เปล่งออกมาโดยใช้ลิ้นช่วย เช่น ตัว t, l

linguistics (ลิงกวิซ' ทิคซ์) *n. pl.* วิชาภาษาศาสตร์ **-linguist** *n.* **-linguistic** *adj.*

liniment (ลิน' นะเมินท์) *n.* ยาน้ำสำหรับทาบรรเทาอาการปวดหรือเคล็ดขัดยอก

lining (ไล' นิง) *n.* ผ้าซับใน, เยื่อบุ (ในกระเพาะ), นวม, การบุข้างใน (**-S.** liner, padding)

★**link** (ลิงค์) *n.* ข้อต่อ, วงแหวน, ห่วง, ความเกี่ยวพัน, สิ่งที่เชื่อมต่อหรือประสานกัน, จุดเชื่อมต่อ, กระดุมหรือที่หนีบข้อมือเสื้อเชิ้ต, หน่วยวัดระยะเท่ากับ 7.92 นิ้ว, พันธะ *-vt., vi.* **linked,**

A B C D E F G H I J K L M N O P Q R S T U V W X Y Z

linking เชื่อมต่อ, ประสาน, ร่วมกัน, เกี่ยวเนื่องกัน, เข้าคู่กัน -linker *n.* (-S. (n., v.) join)
linkage (ลิ้ง' กิจ) *n.* การเชื่อมโยง, การต่อ
linking verb กริยาที่ทำหน้าที่เชื่อมประธานเข้ากับส่วนอื่นของประโยค เช่น be, appear
links (ลิงค์ซฺ) *n. pl.* สนามกอล์ฟ (-S. golf course)
lino, linoleum (ไล' โน, ลิโน' เลียม) *n.* พรมน้ำมัน, เสื่อน้ำมัน
linotype (ไล' นะไทพฺ) *n.* เครื่องเรียงตัวพิมพ์
linseed (ลิน' ซีด) *n.* ลินสีด คือเมล็ดของต้นแฟลกซ์เมื่อนำไปหีบจะได้เป็นน้ำมันลินสีด
linseed oil น้ำมันลินสีดใช้ในการละลายหมึกและสีน้ำมัน รวมทั้งการทำพรมน้ำมัน
lint (ลินทฺ) *n.* ผ้าสำลี, เศษด้าย, ปุยผ้า
lintel (ลิน' เทิล) *n.* ไม้ขวางบนประตู, ขื่อ
★**lion** (ไล' เอิน) *n.* สิงโต, ราชสีห์, สิงโตภูเขา, คนที่มีความกล้าหาญและแข็งแรงมาก, คนที่มีชื่อเสียง -lioness *n. fem.* (-S. hero)
lionhearted (ไล' เอินฮาร์ทิด) *adj.* ใจกล้า
lionize (ไล' อะไนซฺ) *vt.* -ized, -izing ยกให้เป็นคนสำคัญ, ยกย่องเป็นผู้มีชื่อเสียง
★**lip** (ลิพ) *n.* ริมฝีปาก, ขอบภาชนะ, ริม, ปากถ้วย, ปากแผล *-vt.* lipped, lipping ใช้ริมฝีปากแตะ, จูบ, เปล่งเสียงหรือคำพูด *-adj.* จากริมฝีปากเท่านั้น, เกี่ยวกับริมฝีปาก -lipless *adj.* (-S. (n.) edge)
lipid, lipide (ลิพ' พิด, ไล'-) *n.* ไขมัน, สารที่มีคุณสมบัติเหมือนไขมัน เช่น ขี้ผึ้ง น้ำมัน
lip service การพูดที่ดีแต่ปากแต่ไม่จริงใจ
lipstick (ลิพ' สติ๊ค) *n.* ลิปสติก เป็นเครื่องสำอางสำหรับทาริมฝีปาก
liquefy, liquify (ลิค' ควะไฟ) *vt., vi.* -fied, -fying ทำให้เป็นของเหลว, ละลาย, (ก๊าซ) ควบแน่น, กลายเป็นของเหลว -liquefaction *n.* -liquefier *n.* (-S. dissolve, melt)
liqueur (ลิเคอร์', -เคียวร์') *n.* เหล้า, สุราที่มีรสหอมหวานนิยมจิบหลังอาหาร (-S. drinks)
★**liquid** (ลิค' ควิด) *n.* ของเหลว *-adj.* เป็นของเหลว, เหลว, ไหลลื่น, กระจ่าง, แวววาว, ใสแจ๋ว, (หลักทรัพย์) ที่เปลี่ยนเป็นเงินสดได้ -liquidity *n.* -liquidize *v.* -liquidness *n.* -liquidly *adv.* (-S. (n., adj.) fluid)
liquid air อากาศเหลวเป็นอากาศที่ถูกทำให้เย็นจัด ใช้เป็นสารให้ความเย็นในตู้เย็น
liquid measure มาตราสำหรับตวงของเหลว
liquid nitrogen ไนโตรเจนเหลว
liquid oxygen ออกซิเจนเหลวใช้เป็นเชื้อเพลิงของจรวด
liquidate (ลิค' ควิเดท) *v.* -dated, -dating *-vt.* ชำระหนี้, สะสาง, (บริษัท) ปิดตัว, เลิกล้ม, กำจัด, ฆ่า, เปลี่ยน (ทรัพย์สิน) เป็นเงินสด *-vi.* ชำระหนี้, สะสางบัญชี -liquidation *n.* (-S. kill)
★**liquor** (ลิค' เคอร์) *n.* เหล้าที่ได้จากการกลั่น, น้ำซุป, น้ำที่มีอยู่ในผักผลไม้, น้ำเนื้อ *-vt., vi.* -uored, -uoring ดื่มเหล้า, ทำให้ดื่มเหล้า
liquorice (ลิค' เคอริช, -ริช) *n.* ดู licorice
lisp (ลิซพฺ) *n.* ข้อบกพร่องในการออกเสียงตัว s และ z เป็นตัว th *-vi., vt.* lisped, lisping พูดหรือออกเสียงดังกล่าวบกพร่อง, พูดไม่ชัด -lisper *n.* -lispingly *adv.*
lissome, lissom (ลิซ' เซิม) *adj.* อ่อน, นุ่ม, ยืดหยุ่น, ว่องไว, คล่องแคล่ว -lissomely *adv.* -lissomeness *n.* (-S. limber, supple)
★**list**[1] (ลิสตฺ) *n.* บัญชีรายชื่อ, รายการ *-v.* listed, listing *-vt.* ลงบัญชี, ขึ้นทะเบียน, ทำรายการ, หาสมาชิก *-vi.* ลงราคาสำหรับขาย -lister *n.* (-S. (n.) catalogue (v.) register)
list[2] (ลิซทฺ) *n.* การเอียงไปข้างหนึ่ง *-vi., vt.* listed, listing เอียงข้าง, ทำให้เอียงข้าง
★**listen** (ลิซ' เซิน) *vi.* -tened, -tening ฟัง, ตั้งใจฟัง, ใส่ใจ *-n.* การฟัง -listen in แอบฟัง, ฟังวิทยุ -listener *n.* (-S. (v.) heed)
listless (ลิซท' ลิซ) *adj.* เซื่องซึม, เงื่องหงอย, ไม่กระตือรือร้น, เฉยเมย -listlessly *adv.* -listlessness *n.* (-S. feeble, tired -A. lively)
list price ราคาขายปลีกของสินค้า
lit (ลิท) *v.* กริยาช่อง 2 และ 3 ของ light
litany (ลิท' เทินนี) *n., pl.* -nies การสวดมนต์ที่มีผู้นำสวด, รายการซ้ำ (-S. prayer)
litchi, lichee, lychee (ลี' ชี) *n.* ลิ้นจี่
★**liter, litre** (ลี' เทอร์) *n.* ลิตร
literal (ลิท' เทอเริล) *adj.* ตามตัวอักษร, (แปล) คำต่อคำ, ไม่เกินความเป็นจริง, แท้จริง -literally *adv.* -literalness *n.* (-S. factual, word-for-word)
literate (ลิท' เทอริท) *adj.* สามารถอ่านออกเขียนได้, มีการศึกษาดี, มีความรู้ในเชิงวรรณคดี, ขัดเกลา, สละสลวย *-n.* ผู้มีความรู้, ผู้ที่อ่านออกเขียนได้, ผู้มีการศึกษา -literacy *n.* -literately *adv.* (-S. (adj.) educated, learned)
★**literature** (ลิท' เทอระชัวร์, -เชอร์) *n.* อักษรศาสตร์, วรรณคดี, บทประพันธ์, ผลงานเขียน, อาชีพนักเขียนหรืออาชีพนักอักษรศาสตร์, นักประพันธ์, สิ่งตีพิมพ์ (แค็ตตาล็อก ใบปลิว) -literary *adj.* (-S. pamphlet, writing)

lithe (ไลธ) *adj.* **lither, lithest** อ่อน, ระทวย, ดัดง่าย, ยืดหยุ่น, ว่องไว **-lithely** *adv.* **-litheness** *n.* **-lithesome** *adj.* (-S. lissome, pliant)
lithium (ลิธ' เธียม) *n.* ธาตุโลหะอ่อนสีเงินที่มีน้ำหนักเบาที่สุด มีสัญลักษณ์ Li
lithograph (ลิธ' ธะแกรฟ) *n.* รูปที่พิมพ์จากแม่พิมพ์หิน *-vt.* **-graphed, -graphing** พิมพ์จากแม่พิมพ์หิน **-lithography** *n.* **-lithographer** *n.* **-lithographical** *adj.*
lithosphere (ลิธ' ธะสเฟียร์) *n.* เปลือกโลก
litigate (ลิท' ทิเกท) *v.* **-gated, -gating** *-vt.* ต่อสู้คดี *-vi.* ดำเนินคดี, ฟ้องร้องคดี **-litigant** *n.* **-litigation** *n.* **-litigator** *n.* **-litigable** *adj.*
litmus (ลิท' เมิซ) *n.* สีย้อมชนิดหนึ่งที่ได้จากไลเคน ซึ่งจะเปลี่ยนเป็นสีแดงเมื่ออยู่ในกรด และจะเปลี่ยนเป็นสีน้ำเงินเมื่ออยู่ในด่าง
litmus paper กระดาษที่ย้อมสีลิตมัสใช้สำหรับทดสอบความเป็นกรด-ด่างของสารละลาย
litre (ลี' เทอร์) *n.* ลิตร
litter (ลิท' เทอร์) *n.* เศษกระดาษที่ทิ้งไว้กระจัดกระจาย, สิ่งของที่ทิ้งไว้เรี่ยราด, ความรกรุงรัง, (ลูกสัตว์) ครอก, ฟางสำหรับปูให้สัตว์นอน, ดินที่ใช้โรยกลบมูลสัตว์, เปลหามผู้ป่วย, แคร่, เกี้ยว *-vt., vi.* **-tered, -tering** ทำรกรุงรัง, ทิ้งเกลื่อนกลาด, ออกลูก (เป็นครอก)
littérateur, litterateur (ลิทเทอระเทอร์) *n.* นักอักษรศาสตร์, นักประพันธ์
★**little** (ลิท' เทิล) *adj.* **littler, littlest/less, least** (จำนวน) น้อย, เล็ก, (ระยะเวลา) สั้น, อ่อน, (เรื่อง) ไม่สำคัญ, เล็กๆ น้อยๆ, (ใจ) แคบ, ไม่มีอิทธิพล, อ่อนแอ *-adv.* **less, least** ไม่เลย, น้อยมาก *-n.* จำนวนน้อย, ระยะเวลาสั้น, ระยะสั้นๆ **-a little** มีบ้าง, เล็กน้อย **-little by little** ทีละเล็กละน้อย (-S. (adj.) miniature, small)
little finger นิ้วก้อย
little people นางฟ้าตัวเล็ก, คนแคระ
littoral (ลิท' เทอเริล) *adj.* ซึ่งตั้งอยู่ใกล้ฝั่งทะเล
liturgy (ลิท' เทอร์จี) *n., pl.* **-gies** พิธีสวดมนต์, พิธีสักการบูชา **-liturgical** *adj.*
★**live**[1] (ลิฟว์') *v.* **lived, living** *-vi.* มีชีวิตอยู่, คงอยู่, อยู่, ดำเนินชีวิตอยู่, ยังชีพ, เลี้ยงปากเลี้ยงท้อง, อาศัย, นำชีวิต, พอใจกับชีวิต *-vt.* ใช้ชีวิต, ผ่านชีวิต, จัดการชีวิต (-S. subsist)
★**live**[2] (ไลฟว์) *adj.* มีชีวิต, ยังคงอยู่, เป็นๆ, เต็มไปด้วยพลัง, มีกระแสไฟฟ้า, ซึ่งเป็นที่สนใจในขณะนั้น, (ถ่ายทอด) สด, (ถ่าน) ที่ยังคุแดง, ยังคงปะทุอยู่ *-adv.* (จากสถานที่) ที่กำลังแสดง **-livable, liveable** *adj.* **-liveness** *n.*
livelihood (ไลฟว์' ลีฮุด) *n.* การประทังชีวิต, อาชีพ (-S. work)
livelong (ลิฟว์' ลอง) *adj.* ทั้งหมด, ตลอด
★**lively** (ไลฟว์' ลี) *adj.* **-lier, -liest** เต็มไปด้วยพลัง, มีชีวิตชีวา, ตื่นเต้น, เร้าใจ, กระเด้ง, กระดอน, สนุกสนาน, ร่าเริง, (ลม) แรง, (สี) สด, คล่องแคล่ว **-livelily** *adv.* **-liveliness** *n.* (-S. cheerful, energetic -A. tired)
liven (ไล' เวิน) *vt., vi.* **-vened, -vening** ทำให้มีชีวิตชีวา, ทำให้สนุกสนาน **-livener** *n.*
liver[1] (ลิฟว์' เวอร์) *n.* ตับ, ตับสัตว์, สีน้ำตาลแดงของตับ **-liverish** *adj.*
liver[2] (ลิฟว์' เวอร์) *n.* คนที่ดำเนินชีวิตหรืออยู่ในสถานที่แบบใดแบบหนึ่ง
livery (ลิฟว์' วะรี, ลิฟว์' รี) *n., pl.* **-ies** เครื่องแบบ, เสื้อทีมของนักกีฬา, การรับจ้างเลี้ยงและดูแลม้า, โรงเลี้ยงม้าสำหรับเช่า (-S. uniform)
livery stable โรงเก็บม้าและรถม้าสำหรับให้เช่า
lives (ไลฟว์ซ) *n.* พหูพจน์ของ life
livestock (ไลฟว์' สตอค) *n.* ปศุสัตว์
live wire สายไฟที่มีกระแสไฟฟ้า
livid (ลิฟว์' วิด) *adj.* สีดำน้ำเงินแบบแผลฟกช้ำ, โมโหร้าย **-lividly** *adv.* (-S. furious)
★**living** (ลิฟว์' วิ่ง) *adj.* มีชีวิต, ไม่ตาย, ยังคงมีหรือใช้อยู่, เกี่ยวกับชีวิต, เป็นอยู่เวลานี้, ที่คงอยู่ปัจจุบัน, (เงิน) พอสำหรับการดำรงชีวิต, คล้ายมีชีวิต, เหมือนจริง, (แสง) เจิดจ้า *-n.* การมีชีวิตอยู่, การดำรงชีวิต, วิถีชีวิต, การประทังชีวิต, การทำมาหากิน **-the living** สิ่งที่ยังมีชีวิตอยู่ (-S. (adj.) alive, existing -A. (adj.) dead)
★**living room** ห้องนั่งเล่น, ห้องรับแขก
living wage เงินค่าจ้างพอเลี้ยงปากเลี้ยงท้อง
lizard (ลิซ' เซิร์ด) *n.* สัตว์จำพวกจิ้งจก ตุ๊กแก
llama (ลา' มะ) *n., pl.* **-mas/-ma** สัตว์ชนิดหนึ่งคล้ายอูฐ มีขนปุยนุ่ม พบในอเมริกาใต้
LLB, LL.B. ย่อจาก Bachelor of Laws นิติศาสตรบัณฑิต
lo (โล) *interj.* คำอุทานที่ใช้เพื่อดึงความสนใจ
★**load** (โลด) *n.* น้ำหนัก, ของบรรทุก, สัมภาระ, สินค้า, เครื่องบรรทุก, ปริมาณงาน, ภาระ, การบรรจุกระสุนปืน, พลังงานไฟฟ้าที่ผลิตได้, (ภาษาพูด) จำนวนมาก *-v.* **loaded, loading** *-vt.* บรรทุก, ใส่, ถ่วง, สุม (งาน), ป้อน (ข้อมูล), เพิ่ม (น้ำหนัก), เติม *-vi.* บรรจุกระสุน, บรรทุก **-loader** *n.* **-loading** *n.* (-S. (n., v.) burden)
loadstar (โลด' สตาร์) *n.* ดู lodestar

loadstone (โลด' สโตน) *n.* ดู lodestone

★**loaf**[1] (โลฟ) *n., pl.* **loaves** (โลฟว์ซ) ก้อนขนมปัง, ขนมปังแถวหนึ่ง, อาหารที่เป็นก้อน

loaf[2] (โลฟ) *vi.* **loafed, loafing** ปล่อยเวลาไปเปล่าๆ, ขี้เกียจ, เสเพล, เดินทอดน่อง, เอ้อระเหย **-loafer** *n.* (-S. dawdle, idle)

loam (โลม) *n.* ดินที่อุดมสมบูรณ์, ดินอย่างดีสำหรับทำเครื่องปั้นดินเผา **-loamy** *adj.*

★**loan** (โลน) *n.* การให้ยืม, ของที่ให้ยืม, การให้กู้, เงินที่ให้กู้ *-vt., vi.* **loaned, loaning** ให้ยืม, ให้กู้ (-S. (n.) credit, mortgage)

loan word, loanword (โลน' เวิร์ด) *n.* คำที่ยืมมาจากภาษาต่างประเทศ

loath, loth (โลธ, โลธ) *adj.* ไม่เต็มใจ, ไม่ชอบ, ไม่อยาก **-loathsome** *adj.* (-S. unwilling)

loathe (โลธ) *vt.* **loathed, loathing** รังเกียจ, เกลียดชัง, ไม่ชอบเอามากๆ **-loather** *n.*

loaves (โลฟว์ซ) *n.* พหูพจน์ของ loaf[1]

lob (ลอบ) *vt., vi.* **lobbed, lobbing** ขว้างหรือตีลูกให้สูงโด่ง *-n.* การตีหรือขว้างลูกโด่ง

lobby (ลอบ' บี) *n., pl.* **-bies** บริเวณทางเข้าห้องโถงหรือนั่งพักรอแขกของโรงแรม, กลุ่มบุคคลที่พยายามชักนำสมาชิกของรัฐสภาให้คล้อยตามเพื่อผลอย่างใดอย่างหนึ่ง *-vt., vi.* **-bied, -bying** พยายามชักชวนหรือมีอิทธิพลเหนือสมาชิกของรัฐสภาเพื่อประโยชน์ของตัวเองหรือต่อต้านการกระทำของรัฐบาล **-lobbyer, lobbyist** *n.* (-S. (n.) entrance)

lobe (โลบ) *n.* ลอน, พู, กลีบ (ตับ), ตุ้ม (ติ่งหู)

lobster (ลอบ' สเตอร์) *n., pl.* **-sters/-ster** กุ้งทะเลขนาดใหญ่, เนื้อของกุ้งดังกล่าว *-vi.* **-stered, -stering** ตกกุ้ง, จับกุ้ง **-lobsterer** *n.*

lobster

lobster pot กระชังหรือที่จับกุ้งและปู

lobule (ลอบ' บิวล์) *n.* ลอน (กลีบ พู) เล็กๆ, ส่วนย่อยหรือแยกของลอน พู กลีบ **-lobular, lobulose** *adj.* **-lobularly** *adv.* **-lobulate, lobulated** *adj.* **-lobulation** *n.*

★**local** (โล' เคิล) *adj.* เฉพาะท้องถิ่น, ประจำท้องถิ่น, ของตำบลหรือท้องถิ่น, เฉพาะที่, (รถ รถไฟ) ที่จอดทุกสถานี หรือทุกป้าย, ถูกจำกัด, ไม่ด่วน, แคบ *-n.* คนที่อาศัยในเขตท้องถิ่นหรืออยู่ในละแวกเดียวกัน, สาขาท้องถิ่นขององค์การหรือสมาคมต่างๆ, รถไฟหรือรถเมล์ที่จอดทุกป้าย **-localism** *n.* **-localize** *v.* **-locally** *adv.* **-localness** *n.* (-S. (adj.) nearby, provincial)

locale (โลแคล') *n.* สถานที่เกิดเหตุ

locality (โลแคล' ลิที) *n., pl.* **-ties** เพื่อนบ้าน, สถานที่, ตำบล, ตำแหน่งที่ตั้ง

locate (โลเคท', โล' เคท) *vt., vi.* **-cated, -cating** กำหนดหรือระบุตำแหน่ง, สำรวจหา, ตั้งรกราก **-locater, locator** *n.* (-S. find, place)

location (โลเค' ชัน) *n.* สถานที่ตั้ง, ทำเล, การก่อตั้ง (-S. place, site)

loch (ลอค) *n.* ทะเลสาบ

loci (โล' ไซ) *n.* พหูพจน์ของ locus

★**lock**[1] (ลอค) *n.* ตัวล็อกที่ติดกับประตูหรือโต๊ะต้องไขด้วยกุญแจ, เครื่องกัก, ช่องระหว่างประตูน้ำ, เครื่องกลไกที่ทำให้กระสุนปืนระเบิด, การติดแน่น *-v.* **locked, locking** *-vt.* ปิดประตู, ลั่นกุญแจ, กักตัว, ขังกรง, เชื่อมต่อ, เกี่ยวพัน, ติดแน่น, ติดอยู่กับที่ *-vi.* ปิด, ยึดแน่น, ติดขัด, ติดแน่น, (กราม) ค้าง, เชื่อมติด, เกี่ยวกัน, ประสานกันแน่น **-lock out** ปิดโรงงานโดยนายจ้าง

lock[2] (ลอค) *n.* เกลียวผม, ลอนผม, ปอยผม (ขน ผ้า), ปุยฝ้าย (-S. curl, hair)

lockage (ลอค' คิจ) *n.* ทางเดินเรือผ่านช่องประตูน้ำ, ค่าผ่านประตูน้ำ

locker (ลอค' เคอร์) *n.* ตู้เก็บของส่วนตัว, ลิ้นชัก, ห้องเย็น, ช่องแช่แข็ง

locket (ลอค' คิท) *n.* กล่องหรือตลับเล็กๆ ที่ทำเป็นจี้ห้อยคอสำหรับใส่ของที่ระลึก

lockjaw (ลอค' จอ) *n.* ขากรรไกรแข็งหรือค้าง

lockmaker (ลอค' เมคเคอร์) *n.* ช่างทำกุญแจ

lockmaster (ลอค' แมซเทอร์) *n.* คนที่มีหน้าที่ปิดประตูน้ำ

locknut (ลอค' นัท) *n.* แป้นเกลียวกันคลาย

locksmith (ลอค' สมิธ) *n.* ช่างทำกุญแจ

lockup (ลอค' อัพ) *n.* การใส่กุญแจ, การปิดประตู, การถูกจำคุก, ห้องขัง

locomotive (โลคะโม' ทิฟว์) *n.* หัวรถจักร, แรงดึง, แรงขับเคลื่อน *-adj.* ซึ่งเคลื่อนที่ได้อย่างอิสระ, เคลื่อนไหวไปมาได้, ที่ขับเคลื่อนด้วยกำลังของเครื่องยนต์ **-locomotion** *n.*

locomotor (โลคะโม' เทอร์, โล'-) *n.* เครื่องยนต์หรืออวัยวะที่มีกำลังในการเคลื่อนที่

locomotor ataxia โรคอัมพาต

locus (โล' เคิส) *n., pl.* **-ci** (-ไซ, -คี, -ไค) สถานที่, ตำแหน่งที่ตั้ง, ตำแหน่งของยีนบนโครโมโซม

locust (โล' เคิซท์) *n.* ตั๊กแตนชนิดหนึ่งที่มักบินอพยพเป็นฝูงใหญ่และลงกินพืชผลในไร่นา

locution (โลคิว' ชัน) *n.* สำนวน, คำพูด, วลี,

วิธีการพูด, การใช้ถ้อยคำ (-S. phraseology)
lode (โลด) *n.* ทางแร่, ทางแร่ในหิน, สายแร่
lodestar, loadstar (โลด' สตาร์) *n.* ดาวเหนือ, หลักในการนำทาง, สิ่งนำทาง
lodestone, loadstone (โลด' สโตน) *n.* แร่เหล็กที่กระทำตัวเหมือนแม่เหล็ก
lodge (ลอจ) *n.* กระท่อม, ที่พักในป่า, บ้านพัก, บ้านของพวกอินเดียนแดง, โรงแรมเล็กๆ ตามชนบท, ถ้ำสัตว์, สาขาหรือที่ประชุมขององค์กรลับ *-v.* **lodged, lodging** *-vt.* จัดหาที่พัก, รับรอง, ให้เช่าห้อง, ติดแน่น, ฝัง, เสนอเรื่อง, ยื่นคำฟ้องร้อง, ฝาก *-vi.* พักอาศัยชั่วคราว, พำนัก, เช่าห้องพัก, ติดอยู่, ฝังอยู่ **-lodger** *n.* **-lodgement, lodgment** *n.* (-S. (n.) cottage)
lodging (ลอจ' จิง) *n.* ที่พักชั่วคราว, บ้านพัก
loess (โล' เอิซ, เลซ, ลัซ) *n.* ดินเนื้อละเอียดสีเหลืองเทาๆ ที่ลมพัดพามาตกสะสมไว้
loft (ลอฟท์) *n.* ห้องเพดาน, ห้องใต้หลังคา, ชั้นบนของโรงงานหรือโกดัง, ระเบียงยาวในโบสถ์, ห้องชั้นบนของโรงนาหรือคอกม้าสำหรับเก็บฟางแห้ง, การตีลูกกอล์ฟสูงโด่ง *-vt.* **lofted, lofting** เก็บไว้ในห้องใต้หลังคา, ตี (ลูก) โด่ง
lofty (ลอฟ' ที) *adj.* **-ier, -iest** สูงตระหง่าน, สูงส่ง, ประเสริฐ, หยิ่ง, ยโส, ถือตัว, วางท่า **-loftily** *adv.* **-loftiness** *n.* (-S. exalted, high)
★**log**[1] (ลอก) *n.* ซุง, ท่อนซุง, อุปกรณ์ที่ใช้วัดความเร็วเรือ, บันทึกการเดินเรือหรือการบิน, บันทึกการเดินทาง *-v.* **logged, logging** *-vt.* ตัดต้นไม้, ลงบันทึกการเดินเรือหรือการบิน, เดินทาง (ด้วยความเร็วหรือระยะทางหนึ่ง) *-vi.* ตัดไม้ออกเป็นท่อนและชักลากไปโรงเลื่อย
log[2] (ลอก) *n.* ย่อจาก logarithm ลอการิทึม
loganberry (โล' เกินเบอร์รี) *n.* ผลไม้ชนิดหนึ่งมีสีแดงเข้มและมีหนามคล้าย blackberry
logarithm (ลอ' กะริธเธิม, ลอก'-) *n.* เลขแสดงกำลังของฐานที่เมื่อยกกำลังด้วยตัวเลขนี้จะทำให้ฐานมีค่าเท่ากับจำนวนที่กำหนดให้ เช่น ถ้าฐาน = 10 จำนวนที่กำหนดให้ = 100 log จะเท่ากับ 2 เขียนในรูป $\log_{10}100 = 2$ หรือ log 100 = 2 **-logarithmic, logarithmical** *adj.*
logbook (ลอก' บุค) *n.* สมุดบันทึกการเดินเรือหรือการบิน
loge (โลฌ) *n.* ที่นั่งตอนหน้าในโรงมหรสพ
logger (ลอ' เกอร์, ลอก'-) *n.* อุปกรณ์ที่ใช้ชักลากท่อนซุง, คนตัดไม้ (-S. lumberjack)
loggerhead (ลอ' เกอร์เฮด, ลอก'-) *n.* เต่าทะเลขนาดใหญ่ชนิดหนึ่งมีหัวโตและกินเนื้อเป็นอาหาร **-at loggerheads** ไม่ลงรอยกัน
loggia (ลอ' เจีย, ลอจ'-) *n.* ทางเดินตามข้างตึกที่มีหลังคา, ระเบียง, เฉลียง
logging (ลอ' กิง, ลอก'-) *n.* อาชีพตัดไม้
logic (ลอจ' จิค) *n.* ตรรกวิทยา, เหตุผล, การคิด, วิธีการคิด, การตัดสินด้วยเหตุผล **-logician** *n.* **-logical** *adj.* **-logicality, logicalness** *n.* **-logically** *adv.* (-S. reasoning, sense)
logistics (โลจิซ' ทิคซ์, ละ-) *n. pl.* การวางแผนในการติดต่อทางทหาร, การส่งกำลังบำรุง ทางทหาร **-logistic, logistical** *adj.*
logo (โล' โก) *n., pl.* **-gos** สัญลักษณ์ ชื่อหรือเครื่องหมายการค้าที่ออกแบบมาเพื่อให้จำได้ง่ายหรือเป็นที่จดจำของคนทั่วไป (-S. symbol)
logy (โล' กี) *adj.* **-gier, -giest** เฉื่อย, เกียจคร้าน
-logy คำปัจจัย หมายถึง วิทยา, ศาสตร์ ใช้เติมหลังคำ เช่น สัตววิทยา ตรรกศาสตร์
loin (ลอยน์) *n.* บริเวณด้านข้างหรือด้านหลังระหว่างกระดูกซี่โครงกับกระดูกสะโพกของคนหรือสัตว์, เนื้อสัตว์ที่ตัดจากบริเวณดังกล่าว
loincloth (ลอยน์' คลอธ) *n.* ผ้าขาวม้า, ผ้าเตี่ยว
loiter (ลอย' เทอร์) *vi.* **-tered, -tering** ใช้เวลาไปโดยเปล่าประโยชน์, เดินทอดน่อง, เถลไถล
loll (ลอล) *v.* **lolled, lolling** *-vi.* เอกเขนก, เอนกาย, เหยียดยาว, ห้อย, แขวน, แลบ (ลิ้น) *-vt.* ปล่อยให้ห้อย, แลบ (ลิ้น) **-loller** *n.* **-lollingly** *adv.* (-S. droop, lean)
lollipop, lollypop (ลอล' ลีพอพ) *n.* อมยิ้ม
lone (โลน) *adj.* ตามลำพัง, เดียวดาย, คนเดียว, อันเดียว, โดดเดี่ยว, สันโดษ, ห่างไกล, ไร้เพื่อน, โสด, หม้าย **-lonesome** *adj.* **-loneness** *n.*
★**lonely** (โลน' ลี) *adj.* **-lier, -liest** อ้างว้าง, เงียบเหงา, โดดเดี่ยว, ตามลำพัง, ห่างไกล **-loneliness** *n.* (-S. remote, solitary)
★**long**[1] (ลอง) *adj.* **longer, longest** ยาว, ยาวนาน, ยาวเหยียด, ยืดเยื้อ, ช้า, ไกล, ใหญ่, สูง *-adv.* **longer, longest** ยาวนาน, ไกล, ยาว *-n.* ระยะเวลายาวนาน, สิ่งที่ยืดยาว, สระเสียงยาว, ขนาดเสื้อผ้าสำหรับคนตัวสูง **-as long as** ตั้งแต่นั้นมา, ตราบใดที่, ถ้า, หาก **-in the long run** ในที่สุด, ถึงที่สุด **-long ago** เมื่อนานมาแล้ว **-longs** กางเกงขายาว **-so long** (ภาษาพูด) ลาก่อน (-S. (adj.) lengthy, prolonged)
★**long**[2] (ลอง) *vi.* **longed, longing** มีความต้องการอย่างแรงกล้า, ปรารถนา, ใคร่จะ, อยาก **-longing** *n.* (-S. desire, want)
long. ย่อจาก longitude เส้นลองจิจูด, เส้นแวง

A B C D E F G H I J K L M N O P Q R S T U V W X Y Z

longan (ลอง' เกิน) *n.* ต้นลำไย, ผลลำไย
longboat (ลอง' โบท) *n.* เรือบดลำใหญ่ที่สุดของเรือสำเภา
long distance โทรศัพท์ทางไกล
long-drawn-out (ลอง' ดรอน' เอาท์) *adj.* ยาวนาน, ยืดเยื้อ
longevity (ลอนเจฟว' วิที) *n., pl.* **-ties** ชีวิตที่ยืนยาว, ช่วงชีวิต, อายุยืน, ช่วงอายุทำงาน
long face หน้าบึ้ง, หน้าเศร้า
longhair (ลอง' แฮร์) *n.* ปัญญาชน, ผู้มีความรู้
longhand (ลอง' แฮนด์) *n.* ตัวหนังสือธรรมดา
long-headed, longheaded (ลอง' เฮด' ดิด) *adj.* มีสายตากว้างไกล, ฉลาด
longhouse, long house (ลอง' เฮาซ์) *n.* บ้านหลังยาวที่อยู่ร่วมกันหลายครอบครัว
longitude (ลอน' จิทูด, -ทิวด์) *n.* เส้นแวง เป็นเส้นยาวที่ตัดขวางเส้นศูนย์สูตรวัดระยะเป็นองศาเทียบกับเส้นมาตรฐานกรีนิช, ระยะตามยาว **-longitudinal** *adj.* **-longitudinally** *adv.*
long jump กีฬากระโดดไกล
long-lived (ลอง' ไลฟ์วิด์, -ลิฟว์ด์) *adj.* มีอายุยืนนาน, ทนทาน
long-range (ลอง' เรนจ์) *adj.* เป็นระยะเวลานาน, เป็นระยะทางไกล
long-run (ลอง รัน') *adj.* ยืดเยื้อ, เป็นเวลานาน
longshoreman (ลอง' ชอร์' เมิน) *n.* คนงานท่าเรือ
long-sighted (ลอง' ไซ' ทิด) *adj.* ซึ่งมองการณ์ไกล, สายตายาว
long-standing, longstanding (ลอง' สแตน' ดิง) *adj.* เป็นเวลานาน, ยาวนาน
long-term (ลอง' เทิร์ม) *adj.* เป็นเวลานาน
longways (ลอง' เวซ์) *adv.* ตามยาว
long-winded (ลอง' วิน' ดิด) *adj.* (พูดมาก) น่าเบื่อ, (พูด) เยิ่นเย้อ
longwise (ลอง' ไวซ์) *adv., adj.* ตามยาว
★**look** (ลุค) *v.* **looked, looking** *-vi.* มอง, ดู, เห็น, เพ่ง, จ้อง, ปรากฏ, ดูเหมือน, หา, หันหน้า, เผชิญหน้า *-vt.* มอง, ดู, จ้อง, ปรากฏแก่ตา, แสดงอาการ *-n.* การมอง, การจ้อง, การเห็น, การเพ่งดู, การชำเลืองดู, การเหลียวดู, การแสดงออก, ลักษณะ, ท่าทาง, รูปร่าง *-interj.* ดูซิ! **-look after** ดูแล, เฝ้าดู **-look alive/sharp** (ภาษาพูด) ตอบสนองอย่างรวดเร็ว, ตื่นตัว **-look down on** ดูถูก, เหยียดหยาม, รังเกียจ **-look for** ค้นหา, มองหา, คาดหวัง **-look forward to** ตั้งใจอย่างจดจ่อ **-look in/on** แวะเยี่ยม **-look on/upon** พิจารณา, เห็นว่า **-look out** ระวัง, เอาใจใส่ **-looks** รูปร่างหน้าตา, บุคลิกลักษณะ **-look up** ค้นหา (คำ), เยี่ยมเยียน, ปรับปรุง **-look up to** ชื่นชม **-looker** *n.* (-S. (n., v.) glance)
look-alike (ลุค' คะไลค์) *n.* ของเลียนแบบ
looking glass กระจกเงา (-S. mirror)
lookout (ลุค' เอาท์) *n.* การเฝ้าดู, การระมัดระวัง, หอคอย, ป้อมยาม, ยาม, ทหารยาม (-S. guard)
loom[1] (ลูม) *vi.* **loomed, looming** ปรากฏรางๆ, โผล่ออกมา, (พายุ) ค่อยๆ ก่อตัวขึ้น, (การสอบ) ใกล้เข้ามา *-n.* การปรากฏขึ้นรางๆ
loom[2] (ลูม) *n.* เครื่องทอผ้า, กี่, หูก, การทอผ้า *-vt.* **loomed, looming** ทอผ้าด้วยเครื่องทอผ้า
loony, looney, luny (ลู' นี) *adj.* **-ier, -iest** (ภาษาพูด) โง่มาก, บ้าบอ *-n., pl.* **-ies/-eys** คนโง่, คนบ้า **-loonily** *adv.* (-S. (adj.) mad)
★**loop** (ลูพ) *n.* ห่วง, วง, บ่วง, ทางวงแหวน, ไฟฟ้าวงจรปิด, ทางเลี้ยวสำหรับกลับรถ, ช่องโหว่, รูกำแพง *-v.* **looped, looping** *-vt.* ขมวด, ทำเป็นวง, มัดเป็นวง, ต่อด้วยห่วง, ล้อมเป็นวง, บินเป็นวง *-vi.* ทำให้เป็นวง, บินหรือเคลื่อนที่เป็นวง (-S. (n., v.) circle, ring)
loophole (ลูพ' โฮล) *n.* ทางหลบหนี, รูเล็กๆ บนกำแพง, ช่องโหว่ในกฎหมาย
★**loose** (ลูซ) *adj.* **looser, loosest** หลวม, หละหลวม, เป็นอิสระ, หย่อน, ผ่อน, ไม่รัดกุม, ร่วน, ซุย, ไม่มีขอบเขต, เลย, ขาดศีลธรรม, เสเพล, แพศยา, ไม่จำกัด, ไม่เคร่งครัด *-v.* **loosed, loosing** *-vt.* ปล่อย, คลาย, แก้, ปลด, ถอด, ขยาย, แกะ, ยิงขีปนาวุธ, ผ่อน, พ้น (จากหน้าที่) *-vi.* ยิงลูกดอก, เป็นอิสระ **-loosely** *adv.* **-looseness** *n.* (-S. (adj., v.) free)
loose-leaf (ลูซ' ลีฟ) *adj.* (สมุดบันทึก) ที่เอากระดาษเข้าออกได้เป็นแผ่นๆ
loosen (ลู' เซิน) *v.* **-ened, -ening** *-vt.* ขยาย, คลาย, ปลด, ผ่อนปรน, ระบาย (ท้อง), พรวน (ดิน) *-vi.* คลาย, หย่อน **-loosener** *n.*
loose-tongued (ลูซ' ทังด์) *adj.* พูดพล่อยๆ
loot (ลูท) *n.* ของมีค่าที่ปล้นมาได้, ของที่ริบมาได้จากสงคราม, ทรัพย์สินที่โกงมาได้, การปล้น, การโกง, (คำสแลง) เงิน *-v.* **looted, looting** *-vt.* ปล้น, แย่งชิง *-vi.* ขโมย, ปล้น **-looter** *n.*
lop[1] (ลอพ) *vt.* **lopped, lopping** ตัด, ลิด (กิ่งไม้), เล็ม *-n.* สิ่งที่ตัดออก **-lopper** *n.* (-S. (v.) trim)
lop[2] (ลอพ) *vi., vt.* **lopped, lopping** ห้อย, ย้อย, ยาน **-loppy** *adj.*

lop-eared (ลอพ' เพียร์ด) *adj.* (สุนัข) หูตูบ
lopsided (ลอพ' ไซ' ดิด) *adj.* เอียงข้าง, โงนเงน
loquacious (โลเคว' เชิซ) *adj.* พูดมาก, พูดจ้อ, ช่างพูด **-loquaciously** *adv.*
★**lord** (ลอร์ด) *n.* ผู้ปกครอง, ประมุข, ผู้มีอำนาจ, ขุนนาง, ผู้มีศักดินา, เจ้าเหนือหัว, เจ้าของที่ดิน, หัวหน้าครอบครัว, สามี *-vi.* **lorded, lording** ตั้งตัวเป็นเจ้านาย, ทำตัวเป็นผู้มีอิทธิพล **-Lord** ตำแหน่งขุนนางของอังกฤษ, ท่านลอร์ด, พระเจ้า, พระเยซู **-lord it over** ข่มขู่, กดขี่, เผด็จการ **-Lords** สภาขุนนาง (**-S.** (n., v.) master)
lordly (ลอร์ด' ลี) *adj.* **-lier, -liest** หยิ่งยโส, ถือตัว, จองหอง, สูงส่ง, เลิศ, สง่า (**-S.** bossy)
Lord Mayor นายกเทศมนตรีของเมืองใหญ่ๆ
lordship (ลอร์ด' ชิพ) *n.* ตำแหน่งหรืออำนาจของขุนนางชั้นลอร์ด, การปกครอง **-Lordship** คำเรียกชื่อที่ใช้เวลาพูดกับหรือพูดถึงท่านลอร์ด เป็นสรรพนามบุรุษที่ 2 และ 3
Lord's Supper อาหารค่ำมื้อสุดท้ายของพระเยซู
lore (ลอร์) *n.* ความเชื่อหรือประเพณีที่สืบต่อกันมา, ตำนาน, บทเรียน, ความรู้ (**-S.** knowledge)
lorgnette (ลอร์นเยท') *n.* แว่นตาที่มีด้ามถือ
lorikeet (ลอ' ริคีท) *n.* นกแก้วขนาดเล็กชนิดหนึ่งพบได้ในออสเตรเลียและอินเดียตะวันออก
loris (โล' ริซ, ลอ'-) *n.* ลิงลม
lorn (ลอร์น) *adj.* เปล่าเปลี่ยว, อ้างว้าง, โดดเดี่ยว
lorry (ลอร์' รี) *n., pl.* **-ries** รถบรรทุก
★**lose** (ลูซ) *v.* **lost, losing** *-vt.* หาย, ทำหาย, สูญเสีย, อยู่ไม่ได้, รักษาไม่ได้, แพ้, ล้มเหลว, เสีย (โอกาส), เสียหาย, หลง (ทาง), เหลวไหล, พลาด (รถ), อับปาง, ทำให้หายนะ, ขจัด (ส่วนเกิน), กำจัด, ระงับไม่อยู่, ทำให้หลงผิดไป, หายตัว, เพลิน (กับงาน), หมกมุ่น, (นาฬิกา) ช้าไป *-vi.* แพ้, ได้รับความเสียหาย, ได้รับความลำบาก, (นาฬิกา) เดินช้า **-lose face** เสียหน้า **-lose heart** หมดความมั่นใจ **-lose one's temper** โกรธ, โมโห **-lost out** ล้มเหลว **-lose out on** เสีย (โอกาส) **-losable** *adj.* **-loser** *n.* (**-S.** fail, mislay **-A.** find, win)
★**loss** (ลอซ) *n.* การสูญเสีย, การพ่ายแพ้, สิ่งที่สูญเสีย, ความเสียหาย, ความหายนะ, การสูญเสียกำลังคนทางทหาร **-losses** ทหารที่บาดเจ็บหรือถูกฆ่าตาย (**-S.** destruction, failure)
★**lost** (ลอซท) *v.* กริยาช่อง 2 และ 3 ของ lose *-adj.* หลงทาง, สูญหายไป, หมด, (ของ) หาย, สับสน, งุนงง, หายตัว, เสีย, แพ้, อับปาง, ตาย, ที่ถูกทำลายไป, เพลิน (**-S.** (adj.) misplaced)
★**lot** (ลอท) *n.* กลุ่ม, กอง, ผืนที่ดิน, สลาก, ฉลาก, การจับสลาก (ฉลาก), โชคชะตา, เคราะห์กรรม, จำนวนสิ่งของที่ผลิตในคราวเดียวกัน, ชนิด *-v.* **lotted, lotting** *-vt.* แบ่งเป็นกองๆ, แบ่ง (ที่ดิน) เป็นแปลงๆ, แบ่งส่วน *-vi.* จับฉลาก
★**lotion** (โล' ชัน) *n.* โลชั่น (**-S.** balm, cream)
lottery (ลอท' ทะรี) *n., pl.* **-ies** สลากกินแบ่ง
lotus, lotos (โล' เทิซ) *n.* บัว, ดอกบัว
★**loud** (เลาด) *adj.* **louder, loudest** (เสียง) ดัง, สูง, อึกทึก, (สี) เจิดจ้า, ฉูดฉาด, หยาบคาย, (ภาษาพูด) (กลิ่น) แรง *-adv.* ดัง, กึกก้อง **-loudly** *adv.* **-loudness** *n.* (**-S.** (adj.) noisy)
loudmouth (เลาด' เมาธ) *n.* (ภาษาพูด) คนที่พูดเสียงดัง, คนที่พูดเสียงน่ารำคาญ
loud-speaker (เลาด' สปีเคอร์) *n.* ลำโพง
lounge (เลานจ) *v.* **lounged, lounging** *-vi.* นั่งเล่น, เอกเขนก, เดินทอดน่อง, ปล่อยเวลาไปเปล่าๆ *-vt.* อยู่เฉยๆ *-n.* บริเวณที่นั่งพักรอในโรงแรมหรือสนามบิน, ห้องอาหารที่มีเหล้าค็อกเทลไว้บริการ, เก้าอี้หรือโซฟายาวสำหรับนั่งเล่น, ห้องนั่งเล่น, เวลาว่าง **-lounger** *n.*
louse (เลาซ) *n., pl.* **lice** (ไลซ) แมลงตัวเล็กๆ ที่ดูดเลือดคนหรือสัตว์ เช่น หมัด เห็บ ไร เหา *-vt.* **loused, lousing** กำจัดแมลงดังกล่าว
lousy (เลา' ซี) *adj.* **lousier, lousiest** มีเห็บ, (คุณภาพ) ต่ำ, ไม่มีค่า, (คำสแลง) เลวทรามถ่อย ต่ำต้อย **-lousily** *adv.* **-lousiness** *n.*
lout (เลาท) *n.* คนงุ่มง่าม, คนบ้านนอก, คนเซ่อซ่า, คนโง่ *-vt.* **louted, louting** เยาะเย้ย, หยาม, ดูถูก, หัวเราะเยาะ **-loutish** *adj.* **-loutishly** *adv.* **-loutishness** *n.* (**-S.** (n.) boor, oaf)
louver (ลู' เวอร์) *n.* บานเกล็ด, ช่องลม
lovable, loveable (ลัฟว' วะเบิล) *adj.* น่ารัก, น่าชื่นชอบ **-lovability, lovableness** *n.* **-lovably** *adv.* (**-S.** attractive, endearing)
★**love** (ลัฟว) *n.* ความรัก, ความเสน่หา, ความชื่นชอบ, สิ่งที่ชื่นชอบ, คนรัก, ความเป็นห่วง, ความใคร่, เรื่องรักๆ ใคร่ๆ, ความต้องการทางเพศ, การมีเพศสัมพันธ์, ความรักของพระเจ้า *-v.* **loved, loving** *-vt.* รัก, หลงใหล, ชื่นชอบ, พอใจ, ต้องการ, ได้รับผลประโยชน์จาก, แสดงความรัก (โดยการกอด จูบ ลูบไล้), มีเพศสัมพันธ์กับ *-vi.* รัก, ชอบ, พอใจ **-fall in love (with)** ตกหลุมรัก **-in love** มีความรัก, หลงรัก **-Love** กามเทพ **-loveless** *adj.* (**-S.** (n.) adoration, affection (v.) adore, embrace)
loveable (ลัฟว' วะเบิล) *adj.* ดู lovable

love affair ความสัมพันธ์แบบชู้สาว, เรื่องรักๆ ใคร่ๆ, ความชื่นชมในบางสิ่งบางอย่าง
lovebird (ลัฟว' เบิร์ด) *n.* นกแก้วขนาดเล็ก
love feast การเลี้ยงสมานสามัคคี
love game เกมศูนย์ในกีฬาเทนนิส
love knot เงื่อนที่ผูกไขว้กันเป็นโบ
love-lock (ลัฟว' ลอค) *n.* ปอยผมที่ห้อยลงมา
lovelorn (ลัฟว' ลอร์น) *adj.* ที่พลัดพรากจากคนรัก, ที่ไม่ได้รับความรัก
★**lovely** (ลัฟว' ลี) *adj.* **-lier, -liest** สวยงาม, น่ารัก, น่าเบิกบานใจ, น่าสบาย, น่ายินดี *-n., pl.* **-lies** คนหรือสิ่งที่น่ารัก **-loveliness** *n.*
love-making (ลัฟว' เมคิง) *n.* การเกี้ยวพาราสี, การมีเพศสัมพันธ์
love match การแต่งงานที่ทั้งสองฝ่ายต่างรักใคร่ซึ่งกันและกัน
love potion ยาเสน่ห์
★**lover** (ลัฟว' เวอร์) *n.* คู่รัก, คนรัก, นักรัก, ชู้รัก
love seat, loveseat เก้าอี้หรือโซฟาขนาดเล็กสำหรับนั่งสองคน
lovesick (ลัฟว' ซิค) *adj.* เป็นไข้ใจ
loving (ลัฟว' วิง) *adj.* รู้สึกรัก, ด้วยความรัก, อย่างรักใคร่
★**low**[1] (โล) *adj.* **lower, lowest** เตี้ย, ต่ำ, (จำนวน) น้อย, (ขนาด) เล็ก, ใต้, ข้างล่าง, ใกล้พื้นดิน, ตื้น, ในระดับต่ำ, ด้อย, (เสียง) แผ่ว, เบา, (ปริมาณ) ไม่เพียงพอ, ต่ำต้อย, น่ารังเกียจ, ต่ำช้า, หยาบคาย, ตกต่ำ, เศร้าสลด, หดหู่ใจ, อ่อนแอ, ไม่ชอบ, ไม่พอใจ, ใกล้เส้นศูนย์สูตร, (น้อมศีรษะ) ลงต่ำ, พร่อง (ไขมัน), ขาดแคลน (อาหาร เงินสด), ลด *-adv.* **lower, lowest** (บิน) ในระดับต่ำ, ตกต่ำ, ต่ำต้อย, มีราคาต่ำ, (เสียง) แผ่วเบา, ทุ้ม, (เสียง) ต่ำ *-n.* ระดับต่ำ, ราคาต่ำ, สิ่งที่อยู่ต่ำ, หย่อมความกดอากาศต่ำ, เกียร์ต่ำ **-lowness** *n.* (-S. (adj.) base, humble)
low[2] (โล) *n.* เสียงวัวร้อง, เสียงมอ *-v.* **lowed, lowing** *-vi.* ทำเสียงวัวร้อง *-vt.* ร้องเสียงมอ
lowborn (โล' บอร์น') *adj.* ที่เกิดในตระกูลต่ำต้อย, ไพร่
lowboy (โล' บอย) *n.* ตู้มีลิ้นชักที่มีขาเตี้ยๆ
lowbred (โล' เบรด') *adj.* หยาบคาย, ต่ำทราม
lowbrow (โล' เบรา) *n.* คนที่ไม่ได้รับการอบรม
low-down (โล' เดาน์) *adj.* น่าชัง, เลวทราม, ต่ำช้า, (คำสแลง) โฉมหน้าที่แท้จริง ความใน
★**lower**[1], **lour** (เลา' เออร์, เลาร์) *vi.* **lowered, lowering/loured, louring** ทำหน้าบึ้ง, ถลึงตา, (ท้องฟ้า) มืดครึ้ม, ทำหน้านิ่วคิ้วขมวด *-n.* หน้านิ่วคิ้วขมวด, หน้าตาบูดบึ้ง, การมองอย่างโกรธแค้น **-loweringly** *adv.* (-S. (v., n.) frown)
lower[2] (โล' เออร์) *adj.* คุณศัพท์เปรียบเทียบขั้นกว่าของ low, ต่ำกว่า, อยู่ข้างใต้ (สิ่งของอีกอย่าง), ข้างล่าง, มีวิวัฒนาการต่ำ, เกี่ยวกับตอนต้นของยุค *-v.* **-ered, -ering** *-vt.* ลดลง, ทำให้ต่ำลง, ลดความนับถือ (เกียรติ), หย่อน, ทำให้อ่อนลง, ทำให้แผ่วลง, ลดระดับเสียงลง *-vi.* ลดต่ำลง, เคลื่อนที่ต่ำลง, จมลง, ลดน้อยลง *-n.* คนที่เกิดในตระกูลต่ำ (-S. (v.) diminish)
lowermost (โล' เออร์โมซท์) *adj.* ต่ำที่สุด
lowest common multiple ตัวคูณร่วมน้อย
low frequency ความถี่ของคลื่นวิทยุในช่วง 30-300 กิโลเฮิรตซ์, ความถี่ต่ำ
low-key, low-keyed (โล' คี, -คีด) *adj.* (เสียง) แผ่ว, เบา, อ่อน, เงียบ, เรียบๆ
lowland (โล' เลินด์) *n.* บริเวณพื้นที่ต่ำ, บริเวณพื้นที่ราบลุ่ม
lowly (โล' ลี) *adj.* **-lier, -liest** (ฐานะ) ต่ำต้อย, ด้อย, ถ่อมตัว, ว่าง่าย, หัวอ่อน, ธรรมดา, เรียบง่าย **-lowliness** *n.* (-S. humble)
low-minded (โล' ไมน์ ดิด) *adj.* มีจิตใจต่ำ, มีใจคอหยาบช้า
low-pitched (โล' พิชท์') *adj.* มีเสียงทุ้ม
low-pressure (โล' เพรช เชอร์) *adj.* มีความกดอากาศต่ำ, สบายๆ, ไม่พิถีพิถัน
low profile การกระทำที่สงบเสงี่ยมซึ่งไม่เป็นที่สะดุดตาหรือน่าสนใจ
low-spirited (โล' เสปีย' ริทิด) *adj.* หดหู่ใจ, เศร้าโศก, เสียใจ
low tide เวลาที่กระแสน้ำลดลงต่ำสุด
★**loyal** (ลอย' เอิล) *adj.* ซื่อสัตย์, จงรักภักดี, เลื่อมใส, ยึดมั่น **-loyalist** *n.* **-loyalism** *n.* **-loyally** *adv.* **-loyalty** *n.* (-S. faithful, honest)
loyalty card บัตรที่ออกให้กับลูกค้าสำหรับสะสมยอดเพื่อรับส่วนลดหรือของกำนัล
lozenge (ลอซ' ซินจ์) *n.* รูปสี่เหลี่ยมขนมเปียกปูน, เพชรที่เจียระไนเป็นทรงสี่เหลี่ยมขนมเปียกปูน, ยาอมแก้เจ็บคอที่มีลักษณะดังกล่าว
LSD ย่อจาก l(y)s(ergic acid) d(iethylamide) ยาเสพย์ติดร้ายแรงประเภทหลอนประสาท
Ltd, ltd ย่อจาก limited จำกัด
lubber (ลับ' เบอร์) *n.* คนงุ่มง่าม, คนเซ่อซ่า *-adj.* เซ่อซ่า, อุ้ยอ้าย, งุ่มง่าม **-lubberliness** *n.*
lube (ลูบ) *n.* น้ำมันหล่อลื่น, การหล่อลื่น
lubricant (ลู' บริเคินท์) *n.* สารหล่อลื่น
lubricate (ลู' บริเคท) *v.* **-cated, -cating**

-vt. ใช้สารหล่อลื่น, หล่อลื่น, ทำให้ลื่น *-vi.* เป็นตัวหล่อลื่น, ใช้เป็นสารหล่อลื่น **-lubrication** *n.*

lubricity (ลูบริซ' ซิที) *n., pl.* **-ties** ความลื่น, ความเรียบลื่น, ราคะ, ตัณหา **-lubricious, lubricous** *adj.* (-S. lewdness, slipperiness)

lucid (ลู' ซิด) *adj.* เข้าใจง่าย, แจ่มแจ้ง, ชัดเจน, มีสติ, มีเหตุผล, ใส, กระจ่าง, โปร่ง **-lucidity, lucidness** *n.* **-lucidly** *adv.* (-S. clear, sane)

Lucifer (ลู' ซะเฟอร์) *n.* ภูตผีปีศาจ, ตัวมาร, ดาวพระศุกร์, ดาวประกายพฤกษ์

★**luck** (ลัค) *n.* โชคชะตา, เคราะห์กรรม, โชคดี, ความสำเร็จ, ตัวนำโชค, เครื่องนำโชค **-in luck** โชคดี **-out of luck** โชคไม่ดี **-luckless** *adj.*

★**lucky** (ลัค' คี) *adj.* **luckier, luckiest** มีโชค, โชคดี, นำโชค, โดยบังเอิญ **-luckily** *adv.*

lucre (ลู' เคอร์) *n.* เงิน, กำไร, ผลตอบแทน **-lucrative** *adj.* **-lucratively** *adv.*

ludicrous (ลู' ดิเคิรัซ) *adj.* น่าขำ, น่าเย้ยหยัน, น่าหัวเราะเยาะ, เป็น **-ludicrously** *adv.* **-ludicrousness** *n.* (-S. absurd, ridiculous)

luff (ลัฟ) *n.* การแล่นเรือใบทวนลม *-vi.* **luffed, luffing** แล่นเรือทวนลม

lug (ลัก) *v.* **lugged, lugging** *-vt.* ลาก, ดึง, ฉุด *-vi.* (เครื่องยนต์) เดินช้า, ลาก, ดึง *-n.* ใบหู, หู, ส่วนที่ยื่นออกมาเป็นที่จับ, ห่วงหนังของบังเหียนม้า, การลาก, สิ่งที่ถูกลากดึง, กล่องสำหรับขนส่งผลไม้, (คำสแลง) คนโง่ (-S. (v., n.) drag, haul)

★**luggage** (ลัก' กิจ) *n.* กระเป๋าเดินทาง, กล่องของ, หีบ, ห่อ, สัมภาระ (-S. baggage)

lugubrious (ลุกู' เบรียซ, -กิว'-) *adj.* โศกเศร้า, เสียใจ, เป็นทุกข์, สลด **-lugubriously** *adv.*

lugworm (ลัก' เวิร์ม) *n.* ไส้เดือนที่ใช้ตกปลา

lukewarm (ลูค' วอร์ม') *adj.* (น้ำ) อุ่นๆ, ไม่ไยดี, เสียไม่ได้, ไม่เต็มใจ **-lukewarmly** *adv.*

lull (ลัล) *v.* **lulled, lulling** *-vt.* ปลอบ, ระงับ, กล่อม, ทำให้สงบเงียบ, ทำให้หลับ *-vi.* สงบเงียบ *-n.* ความสงบเงียบชั่วขณะ, ภาวะหยุดนิ่งชั่วขณะ (มีกิจกรรมน้อยลง) (-S. (v.) calm, soothe)

lullaby (ลัล' ละไบ) *n., pl.* **-bies** เพลงกล่อมเด็ก

lumbago (ลัมเบ' โก) *n.* อาการปวดบั้นเอว

lumber[1] (ลัม' เบอร์) *n.* ไม้ที่เลื่อยออกเป็นแผ่นๆ, ของสัพเพเหระที่ไม่ใช้แล้ว *-v.* **-bered, -bering** *-vi.* ตัดไม้และเลื่อยออกเป็นแผ่นๆ *-vt.* วางของกองสุมๆ ไว้ **-lumberer** *n.* (-S. (n.) clutter)

lumber[2] (ลัม' เบอร์) *vi.* **-bered, -bering** เดินอย่างงุ่มง่าม, เคลื่อนที่อย่างอุ้ยอ้ายและมีเสียงดังอึกทึก, (รถ) แล่นเสียงดัง (-S. rumble)

lumberjack (ลัม' เบอร์แจค) *n.* คนที่มีอาชีพตัดไม้, เสื้อหนังหรือเสื้อขนสัตว์ที่คนตัดไม้ใส่

lumen (ลู' เมิน) *n., pl.* **-mens/-mina** (-มะนะ) หน่วยวัดความสว่างของแสง, รูเข็ม, ทางเดินภายในอวัยวะที่มีลักษณะเป็นท่อหรือหลอด

luminary (ลู' มะเนอรี) *n., pl.* **-naries** วัตถุบนฟ้าที่ให้แสงสว่าง เช่น ดวงอาทิตย์ ดวงจันทร์, บุคคลผู้มีชื่อเสียง **-luminary** *adj.*

luminous (ลู' มะเนิซ) *adj.* เรืองแสง, สว่างไสว, ชัดเจน, แจ่มแจ้ง, ฉลาด **-luminosity** *n.* **-luminously** *adv.* (-S. (adj.) clear)

★**lump**[1] (ลัมพ์) *n.* ก้อน (หิน ดิน), ก้อนน้ำตาล, ก้อนเนื้อ (ในร่างกาย), ตุ่ม, การรวบรวม, การเก็บสะสม, คนทึ่ม, คนโง่ *-adj.* เป็นก้อน, ทั้งหมด, ทั้งก้อน *-vt., vi.* **lumped, lumping** รวมกัน, เคลื่อนที่อย่างอุ้ยอ้าย, ทำให้เป็นก้อน **-lump in one's throat** ความรู้สึกตื้นตันในลำคอ **-lumpish** *adj.* **-lumpy** *adj.* (-S. (n.) block, bump)

lump[2] (ลัมพ์) *vt.* **lumped, lumping** (ภาษาพูด) อดทน, กล้ำกลืน, ยอมทน (-S. tolerate)

lump sum เงินก้อน

lunar (ลู' เนอร์) *adj.* เกี่ยวกับดวงจันทร์, ทางจันทรคติ, เกี่ยวกับธาตุเงิน

lunar eclipse จันทรคราส

lunatic (ลู' นะทิค) *n.* คนบ้า, คนวิกลจริต *-adj.* บ้า, วิกลจริต, สำหรับคนบ้า, บ้าระห่ำ **-lunacy** *n.* (-S. (n.) madman (adj., n.) maniac)

★**lunch** (ลันช์) *n.* อาหารกลางวัน, มื้อกลางวัน *-vi.* **lunched, lunching** ทานอาหารกลางวัน **-luncher** *n.* (-S. (n.) meal)

luncheon (ลัน' เชิน) *n.* อาหารกลางวัน

luncheonette (ลันชะเนท') *n.* ร้านอาหารเล็กๆ ที่มีอาหารว่าง อาหารมื้อเช้า หรือมื้อเที่ยง

lunchroom (ลันช' รูม) *n.* โรงอาหารหรือห้องอาหารที่มีอาหารมื้อเช้าและมื้อเที่ยงไว้บริการ

★**lung** (ลัง) *n.* ปอด, อวัยวะที่ทำหน้าที่คล้ายปอด

lung

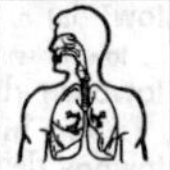

lungfish (ลัง' ฟิช) *n.* ปลาน้ำจืดชนิดหนึ่งมีปอดและเหงือกสำหรับหายใจ

lunge (ลันจ์) *n.* การทิ่ม, การแทง, การจ้วง, การถลา, การพุ่งใส่ *-v.* **lunged, lunging** *-vi.* โผ, ถลา, ถลัน, พุ่งเข้าใส่ *-vt.* จ้วงแทง, ทิ่ม, เหวี่ยง **-lunger** *n.* (-S. (n., v.) charge, thrust)

lurch (เลิร์ช) *vi.* **lurched, lurching** เดินโซเซ, เซถลา, โยก, เอียงวูบ *-n.* การโซเซ, การโงนเงน,

การส่าย, การโคลงเคลง (-S. (v., n.) list, sway)

lure (ลัวร์) *n.* สิ่งดึงดูด, สิ่งยั่วยวน, เหยื่อล่อ, เหยื่อตกปลา, เครื่องล่อใจ *-vt.* **lured, luring** ล่อ, ล่อลวง, ดึงดูดใจ **-lurer** *n.* **-luringly** *adv.* (-S. (n., v.) decoy (n.) enticement)

lurid (ลัว' ริด) *adj.* น่ากลัว, น่าตกใจ, น่าขนลุก, (เปลวไฟ) แดงฉาน, (ท้องฟ้า) ขมุกขมัว, (สี) ซีด **-luridly** *adv.* **-luridness** *n.* (-S. pallid)

lurk (เลิร์ค) *vi.* **lurked, lurking** ซุ่ม, ซ่อน, แฝงตัว, แอบแฝง **-lurker** *n.* **-lurkingly** *adv.* (-S. skulk, sneak)

luscious (ลัช' เชิซ) *adj.* หอมหวาน, หวานฉ่ำ, (น้ำเสียง) ออดอ้อน, เว้าวอน **-lusciously** *adv.* **-lusciousness** *n.* (-S. delicious)

lush[1] (ลัช) *adj.* **lusher, lushest** ฉ่ำ, เขียวชอุ่ม, อุดมสมบูรณ์, มั่งมี, ฟุ่มเฟือย, หรูหรา, โป้ **-lushly** *adv.* **-lushness** *n.* (-S. luxuriant, plentiful -A. sparse)

lush[2] (ลัช) *n.* (คำสแลง) สุรา คนขี้เหล้า *-vt., vi.* **lushed, lushing** (คำสแลง) ดื่ม (เหล้า) เมา

lust (ลัซท์) *n.* ความต้องการทางเพศ, ตัณหา, ความใคร่, ความปรารถนา, ความทะเยอทะยาน, ความกระหาย, ความพึงพอใจ *-vi.* **lusted, lusting** มีความใคร่, ปรารถนา, อยาก **-lustful** *adj.* (-S. (n.) appetite, libido)

luster, lustre (ลัซ' เทอร์) *n.* ความแวววาว, ความมันเงา, ความเหลือบมัน, ความสว่างไสว, ความรุ่งโรจน์, ความงดงาม, โคมระย้า, ผ้าทอที่เป็นมันเงา, สารที่ใช้เคลือบวัตถุให้เป็นมันวาว *-v.* **-tered, -tering/-tred, -tring** *-vt.* ให้ความมันเงา, ให้ความรุ่งโรจน์, ให้ความมีชื่อเสียง *-vi.* เป็นมัน, ขึ้นเงา, วาว **-lusterless** *adj.* (-S. (n.) glory, sheen)

lustrous (ลัซ' เทริซ) *adj.* เป็นมัน, แวววาว, ขึ้นเงา **-lustrously** *adv.* **-lustrousness** *n.* (-S. bright, radiant)

lusty (ลัซ' ที) *adj.* **lustier, lustiest** แข็งแรง, มีกำลังวังชา, มีสุขภาพดี, กระฉับกระเฉง, สนุกสนาน **-lustily** *adv.* **-lustiness** *n.* (-S. vigorous)

lute (ลูท) *n.* เครื่องดนตรีชนิดหนึ่งคล้ายพิณมีสาย 6-13 เส้นพาดไปตามคอที่พับไปข้างหลัง

luxuriant (ลักฌัว' เรียนท์, ลัคชัว'-) *adj.* (เจริญ) งอกงาม, เขียวชอุ่ม, สะพรั่ง, มากมาย, เลิศหรู, หรูหรา **-luxuriantly** *adv.* (-S. abundant, flourishing, green -A. barren)

luxuriate (ลักฌัว' รีเอท, ลัคชัว'-) *vi.* **-ated, -ating** อยู่อย่างสุขสบาย, ทำตัวหรูหรา, อยู่อย่างฟุ่มเฟือย, สำราญ, เพลิดเพลิน, เจริญงอกงาม, ขยาย, แพร่หลาย **-luxuriation** *n.* (-S. proliferate, thrive)

luxurious (ลักฌัว' เรียซ, ลัคชัว'-) *adj.* หรูหรา, โอ่อ่า, โอ่โถง, สะดวกสบาย **-luxuriously** *adv.* (-S. comfortable, splendid -A. poor)

★**luxury** (ลัก' ฌะรี, ลัค' ชะ-) *n., pl.* **-ries** ความสะดวกสบาย, ความพอใจ, ความหรูหรา, ของฟุ่มเฟือย, สิ่งที่ไม่จำเป็นแต่ให้ความพอใจ, วิถีชีวิตหรือสิ่งแวดล้อมที่หรูหราฟุ่มเฟือย (-S. ease, pleasure, splendour)

lyceum (ไลเซียม') *n.* ห้องบรรยาย, ห้องแสดงคอนเสิร์ต, องค์กรหรือหน่วยงานที่สนับสนุนเงินให้กับการบรรยายหรือการแสดงคอนเสิร์ต

lychee (ลี' ชี) *n.* ลิ้นจี่

lye (ไล) *n.* โซเดียมไฮดรอกไซด์, น้ำด่าง

lying (ไล' อิง) *adj.* โกหก, ไม่เป็นจริง *-n.* การพูดเท็จ, การโกหก (-S. (adj.) dishonest)

lymph (ลิมฟ์) *n.* น้ำเหลือง **-lymphatic** *adj.*

lymph node ต่อมน้ำเหลือง

lymphocyte (ลิม' ฟะไซท์) *n.* เม็ดเลือดขาวที่สร้างขึ้นในต่อมน้ำเหลือง

lynch (ลินช์) *vt.* **lynched, lynching** สำเร็จโทษด้วยการแขวนคอโดยกลุ่มคนที่ไม่มีอำนาจทางกฎหมาย, กลุ้มรุมทำร้าย, ประชาทัณฑ์ **-lyncher** *n.* **-lynching** *n.* (-S. execute, kill)

lynchpin (ลินช์' พิน) *n.* ดู linchpin

lynx (ลิงค์ซ์) *n., pl.* **lynx/lynxes** แมวป่าชนิดหนึ่งมีขนนุ่มหนาและหางสั้น

lynx-eyed (ลิงค์ซ์' ไอด์) *adj.* มีตาแหลมคม, มีตาไว

lyre (ไลร์) *n.* เครื่องดนตรีชนิดหนึ่งที่คล้ายๆ พิณ

lyre

lyric (ลิ' ริค) *adj.* เกี่ยวกับโคลงที่แสดงความรู้สึกและความคิด *-n.* โคลงหรือกวีที่แสดงความรู้สึกส่วนตัวและความคิดคำนึง **-lyrics** คำในเนื้อเพลง, คำร้อง, บทเพลง

lyrical (ไลร์' ริเคิล) *adj.* ซึ่งแสดงอารมณ์และความรู้สึกลึกๆ, ซึ่งกล่าวด้วยความกระตือรือร้นมาก **-lyrically** *adv.* **-lyricalness** *n.*

lyricism (ลิ' ริซิเซิม) *n.* การแสดงอารมณ์และความรู้สึก

lyricist (ลิ' ริซิซท์) *n.* คนเขียนบทกวีหรือบทเพลงที่แสดงความรู้สึกลึกๆ และความคิดคำนึง

M

M, m (เอม) *n., pl.* **M's, m's/Ms, ms** อักษรตัวที่ 13 ในภาษาอังกฤษ, อันดับสิบสาม, สัญลักษณ์แทนค่า 1,000

M. ย่อจาก Monday วันจันทร์

m ย่อจาก mass มวล, meter เมตร, mile ไมล์

★**ma** (มา, มอ) *n.* (ภาษาพูด) แม่

MA, M.A ย่อจาก Master of Arts อักษรศาสตรมหาบัณฑิต

ma'am (แมม) *n.* มาดาม, แหม่ม

macabre (มะคา' บระ) *adj.* น่าสะพรึงกลัว, น่าขนลุก, น่าขยะแขยง **-macabrely** *adj.*

macadam (มะแคด' เดิม) *n.* หินหักก้อนเล็กๆ ใช้โรยทำถนน, ถนนที่โรยหินดังกล่าวเป็นชั้นๆ

macaque (มะแคค', -คาค') *n.* ลิงกัง

macaroni (แมคคะโร' นี) *n.* มะกะโรนี

macaroon (แมคคะรูน') *n.* ขนมขบเคี้ยวที่ทำจากน้ำตาล ไข่ขาวและอัลมอนด์บดหรือมะพร้าว

macaw (มะคอ') *n.* นกแก้วขนาดใหญ่ชนิดหนึ่งของอเมริกาใต้ มีหางยาวและมีสีสันสวยงาม

mace (เมซ) *n.* กระบองหนักที่มีเดือยแหลมตรงส่วนหัว, คทา, ดอกจันทน์เทศ

macerate (แมซ' ซะเรท) *v.* **-ated, -ating** *-vt.* แช่ให้นิ่มหรือยุ่ย, สับเป็นชิ้นเล็ก, ทำให้ผอมโดยอดอาหาร *-vi.* นุ่ม, เปื่อย, ผอม **-maceration** *n.* **-macerator, macerater** *n.*

Mach, mach (มาค) *n.* ย่อจาก Mach number หน่วยวัดความเร็วของเครื่องบินและจรวด

machete (มะเชท' ที, -เชท'-) *n.* มีดขนาดใหญ่ใบมีดกว้าง ใช้เป็นอาวุธ

machete

machinate (แมค' คะเนท, แมช'-) *vi., vt.* **-nated, -nating** คิดอุบาย **-machination** *n.*

★**machine** (มะชีน') *n.* เครื่องจักร, เครื่องจักรกล, คนที่ทำตัวเหมือนเครื่องจักร, องค์กรการเมือง, พรรคการเมือง, สมาชิกพรรคการเมือง *-vt.* **-chined, -chining** ทำงานโดยเครื่องจักร *-adj.* ซึ่งทำด้วยเครื่องจักร, ซึ่งเป็นมาตรฐานเดียวกัน **-machinable** *adj.* (-S. (n.) engine)

machine gun ปืนกล

★**machinery** (มะชี' นะรี, -ชีน' รี) *n., pl.* **-ies** เครื่องจักร, ชิ้นส่วนของเครื่องจักร, เครื่องกลไก, ระบบ, ตัวจักร, กลไก (-S. gear, machines)

machine shop โรงงานผลิต ประกอบ หรือซ่อมแซมเครื่องจักรและชิ้นส่วนเครื่องจักร

machine tool เครื่องกลึงชิ้นส่วนเครื่องจักร

machinist (มะชี' นิซท) *n.* ช่างเครื่อง, ช่างซ่อม

machismo (มาชีซ' โม) *n.* ความเป็นชาย

mach number ค่าความเร็วของวัตถุ (โดยเฉพาะเครื่องบินและจรวด) เทียบกับความเร็วของเสียงขณะเดินทางผ่านตัวกลาง

macho (มา' โช) *adj.* มีความเป็นชาย, มีความเป็นลูกผู้ชาย *-n., pl.* **-chos** ความเป็นชาย, ความเป็นลูกผู้ชาย, คนที่มีความเป็นลูกผู้ชาย

mackerel (แมค' เคอเริล, แมค' เริล) *n., pl.* **-el/-els** ปลาทะเลชนิดหนึ่งคล้ายปลาทู

mackintosh, macintosh (แมค' อินทอช) *n.* เสื้อกันฝน, ผ้าที่ใช้ทำเสื้อกันฝน (-S. anorak)

macramé (แมค' คระเม) *n.* งานฝีมือที่ทำโดยมัดปมเส้นด้ายให้มีลวดลายตามที่ออกแบบไว้

macro-, macr- คำอุปสรรค หมายถึง ใหญ่, ยาว, นาน, (ความหมาย) กว้าง

macrobiotic (แมคโครไบออท' ทิคซ์) *adj.* เกี่ยวกับอาหารพวกผักและธัญพืชที่เชื่อว่าทำให้สุขภาพดี มีอายุยืน **-macrobiotics** *n. pl.*

macrocosm (แมค' คระคอเซิม) *n.* จักรวาล

macron (เม' ครอน, แมค' รอน) *n.* เส้นตรงเหนือสระในภาษาอังกฤษใช้แสดงเสียงยาว

★**mad** (แมด) *adj.* **madder, maddest** โกรธ, บ้า, คลั่ง, บ้าระห่ำ, โง่เง่า, ไร้เหตุผล, หลงใหล, โวยวาย, ชุลมุน, อึกทึก *-vt., vi.* **madded, madding** ทำให้เป็นบ้า *-n.* อารมณ์โกรธ, ความบ้า **-like mad** (ภาษาพูด) ราวกับคนบ้า, อย่างไม่คิดชีวิต, เป็นบริเวณกว้างใหญ่, เป็นจำนวนมาก **-madly** *adv.* **-madness** *n.*

Madam (แมด' เดิม) *n., pl.* **Mesdames** (เมแดม', -ดาม') คำสุภาพที่ใช้เรียกผู้หญิง, มาดาม, คุณนาย, แม่เล้า

> **Madam** ใช้เรียกหรือเขียนถึงสุภาพสตรีที่ไม่รู้จักชื่ออย่างสุภาพ เช่น Can I help you, Madam? Dear Madam, ถ้าเป็นภาษาอังกฤษแบบอเมริกันจะใช้ Ma'am เพื่อเรียกชื่อสุภาพสตรีทั้งที่รู้จักและไม่รู้จักก็ได้ เช่น Can I help you, Ma'am?

Madame (มะแดม', แมด' เดิม) *n., pl.* **Mesdames** (เมแดม', -ดาม') คำสุภาพที่ใช้เรียกผู้หญิงที่แต่งงานแล้ว, คุณนาย
madcap (แมด' แคพ) *adj.* หุนหันพลันแล่น, บ้าระห่ำ, ขาดสติ *-n.* คนบ้าระห่ำ, คนขาดสติ
made (เมด) *v.* กริยาช่อง 2 และ 3 ของ make
Mademoiselle (แมดมวาเซล') *n., pl.* **-selles** (-เซลซ์)/**Mesdemoiselles** (เมดมวาเซล') คำสุภาพที่ใช้เรียกผู้หญิงที่ยังไม่ได้แต่งงาน
made-to-order (เมด' ทูออร์ เดอรฺ) *adj.* ที่สั่งตัด, ที่ทำตามความต้องการของผู้ซื้อ
made-up (เมด' อัพ') *adj.* สมมติขึ้น
madhouse (แมดฺ' เฮาซฺ) *n.* โรงพยาบาลสำหรับคนบ้า, สถานที่ที่สับสนอลหม่าน (-S. asylum)
madman (แมด' แมน, -เมิน) *n.* คนบ้า
Madonna (มะดอน' นะ) *n.* พระแม่มารี
madras (แมด' เริซ) *n.* ผ้าฝ้ายหรือไหมเนื้อดีที่มีลายทาง, ผ้าเช็ดหน้าผืนใหญ่สีสด ใช้โพกศีรษะ
madrigal (แมด' ริเกิล) *n.* เพลงประสานเสียง
maelstrom (เมล' สฺเตริม) *n.* สถานการณ์ที่รุนแรงหรือโกลาหล, น้ำวนขนาดใหญ่และรุนแรง
maestro (ไมซฺ' โทร) *n., pl.* **-tros/-tri**(-ทรี) ผู้เชี่ยวชาญทางดนตรี เช่น นักแต่งเพลง
Mafia (มา' เฟีย) *n.* องค์การลับของผู้ก่อการร้ายในซิซิลี, องค์การลับที่ก่ออาชญากรรมในสหรัฐอเมริกา, สมาคมลับ, มาเฟีย
★**magazine** (แมก' กะซีน, -ซีน') *n.* วารสาร, นิตยสาร, อาวุธยุทโธปกรณ์ที่เก็บไว้, โรงเก็บอาวุธยุทโธปกรณ์, รังกระสุน, ช่องใส่ฟิล์มในกล้อง
magenta (มะเจน' ทะ) *n.* สีแดงม่วง, สีบานเย็น *-adj.* แดงม่วง
maggot (แมก' เกิท) *n.* หนอนแมลงวัน
magic (แมจ' จิค) *n.* อำนาจวิเศษ, เวทมนตร์, พลังลึกลับ, การเล่นกล, มายากล, เสน่ห์ *-adj.* เกี่ยวกับมายากล, วิเศษ, น่าหลงใหล **-magical** *adj.* **-magically** *adv.* (-S. (n.) charms, trick)
magician (มะจิช' เชิน) *n.* นักมายากล, พ่อมด, หมอผี, ผู้ขมังเวท, ผู้วิเศษ (-S. sorceror)
magic lantern เครื่องฉายสไลด์หรือภาพนิ่ง
magisterial (แมจจิสเตีย' เรียล) *adj.* เกี่ยวกับหน้าที่ของเจ้าพนักงานปกครอง, มีอำนาจหน้าที่, อย่างวางอำนาจ, โอหัง **-magisterially** *adv.*
magistracy (แมจ' จิซทระซี) *n., pl.* **-cies** ตำแหน่งหรืออำนาจของเจ้าพนักงานปกครองหรือผู้พิพากษา, คณะผู้พิพากษา, อำนาจตัดสินคดี
magistrate (แมจ' จิสเตรท) *n.* เจ้าพนักงานปกครอง, ผู้พิพากษา **-magistratical** *adj.*
magnanimity (แมกนะนิม' มิที) *n., pl.* **-ties** ความมีคุณธรรม, ความใจกว้าง **-magnanimous** *adj.* **-magnanimously** *adv.*
magnate (แมก' เนท, -นิท) *n.* นักธุรกิจหรือพ่อค้าที่มีอิทธิพล, คนใหญ่คนโต, พ่อค้าใหญ่
magnesium (แมกนี' เซียม, -เฌิม) *n.* ธาตุโลหะสีเงิน มีสัญลักษณ์ Mg
magnet (แมก' นิท) *n.* แม่เหล็ก, แม่เหล็กไฟฟ้า, บุคคล สิ่งของ หรือสถานที่ที่ดึงดูดใจ
magnetic (แมกเนท' ทิค) *adj.* เกี่ยวกับแม่เหล็ก, มีคุณสมบัติของแม่เหล็ก, มีแรงดึงดูด, มีเสน่ห์ **-magnetically** *adv.* (-S. charming)
magnetic disk แผ่นดิสก์, ฮาร์ดดิสก์
magnetic field สนามแม่เหล็ก
magnetic pole ขั้วแม่เหล็ก
magnetic tape เส้นเทปที่เคลือบไว้ด้วยสารแม่เหล็กใช้ในการบันทึกเสียงหรือภาพ
magnetism (แมก' นิทิเซิม) *n.* คุณสมบัติของแม่เหล็ก, อำนาจดึงดูด (-S. allure, power)
magnetize (แมก' นิไทซ) *vt.* **-ized, -izing** ทำให้เป็นแม่เหล็ก, สะกดจิต, ดึงดูด, จูงใจ, ทำให้หลง **-magnetization** *n.* (-S. attract)
magneto (แมกนี' โท) *n., pl.* **-tos** เครื่องกำเนิดไฟฟ้าสำหรับจุดหัวเทียนเครื่องยนต์
magnificent (แมกนิฟ' ฟิเซินท์) *adj.* โอ่อ่า, สง่า, งดงาม, ยิ่งใหญ่, น่าทึ่ง, สูงส่ง **-magnificently** *adv.* **-magnificence** *n.* (-S. grand)
magnify (แมก' นะไฟ) *vt., vi.* **-fied, -fying** ขยาย, ทำให้ใหญ่ขึ้น, ทำให้สำคัญมากขึ้น, อวดโต **-magnification** *n.* (-S. expand -A. reduce)
magnifying glass เลนส์หรือแว่นขยาย
magnitude (แมก' นิทูด, -ทิวด์) *n.* ความใหญ่โต, ความสำคัญ, ขนาด, ปริมาณ, ความดัง
magnolia (แมกโนล' เลีย) *n.* ต้นแมกโนเลีย
magnum (แมก' เนิม) *n.* ขวดไวน์ที่มีปริมาตร 1.5 ลิตร **-Magnum** ปืนสั้นรุ่นหนึ่ง
magpie (แมก' ไพ) *n.* นกชนิดหนึ่ง มีขนสีขาวดำ ชอบส่งเสียงเจี๊ยวจ๊าว, คนพูดมาก
maharajah, maharaja (มาฮะรา' จะ, -ฌะ) *n.* มหาราชา
maharani, maharanee (มาฮะรา' นี) *n., pl.* **-nis/-nees** มเหสีของมหาราชา, มหารานี
mahatma (มะฮาท' มะ, -แฮท'-) *n.* ผู้มีความรอบรู้และมีใจเมตตากรุณาในอินเดียและทิเบต
Mahayana (มาฮะยา' นะ) *n.* นิกายมหายาน
mahjong (มา' ฌอง') *n.* เกมไพ่นกกระจอก
mahogany (มะฮอก' กะนี) *n., pl.* **-nies**

A B C D E F G H I J K L M N O P Q R S T U V W X Y Z

ต้นมะฮอกกานี, สีน้ำตาลแดง
maid (เมด) *n.* เด็กผู้หญิง, หญิงพรหมจรรย์, หญิงรับใช้, แม่บ้าน (-S. girl, servant)
maiden (เมด' เดิน) *n.* เด็กผู้หญิง, หญิงพรหมจรรย์ *-adj.* เป็นครั้งแรก, พรหมจรรย์, ใหม่, สด, ไม่เคยใช้, อ่อนหัด **-maidenly** *adj.* **-maidenhood** *n.* (-S. (n.) girl, lass)
maiden name ชื่อสกุลของหญิงก่อนแต่งงาน
maid of honor *n., pl.* **maids of honor** เพื่อนเจ้าสาว, นางสนองพระโอษฐ์
maidservant (เมด' เซอร์เวินท์) *n.* สาวใช้
★**mail**[1] (เมล) *n.* จดหมาย พัสดุและสิ่งตีพิมพ์ทางไปรษณีย์, การเก็บส่งจดหมายเป็นเวลา *-vt., vi.* **mailed, mailing** ส่งทางไปรษณีย์ **-mailability** *n.* **-mailable** *adj.* (-S. (n., v.) post)
mail[2] (เมล) *n.* เสื้อเกราะโปร่งของนักรบที่ทำด้วยห่วงโลหะ, เปลือกแข็งที่หุ้มตัวสัตว์
mailbox (เมล' บอคซ) *n.* ตู้ไปรษณีย์
mail-man (เมล' แมน, -เมิน) *n.* บุรุษไปรษณีย์
mail order การสั่งซื้อสินค้าทางไปรษณีย์
maim (เมม) *vt.* **maimed, maiming** ทำให้พิการ, ทำให้เสียแขนขา *-n.* ความพิการ
★**main** (เมน) *adj.* สำคัญที่สุด, หลัก, มากที่สุด, ส่วนใหญ่, แข็งแรง, มีกำลังมาก, น่าสังเกต *-n.* ท่อหลัก, ระบบใหญ่, กำลัง, แรง, ใจความสำคัญ, จุดหลัก, เส้นทางหลัก, มหาสมุทร **-in the main** ส่วนใหญ่, โดยทั่วๆ ไป **-mainly** *adv.* (-S. (adj., n.) principal -A. (adj.) unimportant)
mainframe (เมน' เฟรม) *n.* คอมพิวเตอร์ระดับใหญ่ที่สามารถจัดการข้อมูลจำนวนมหาศาลหรืองานที่มีความซับซ้อนได้อย่างรวดเร็ว
mainland (เมน' แลนด์) *n.* แผ่นดินผืนใหญ่ของประเทศหรือทวีป
mainspring (เมน' สปริง) *n.* สปริงหรือลานตัวสำคัญในนาฬิกา, สาเหตุสำคัญ, กำลังสำคัญ
mainstay (เมน' สเต) *n.* หลักสำคัญ, หัวเรี่ยวหัวแรง, เชือกเส้นใหญ่ที่ใช้โยงเสากระโดงหลัก
mainstream (เมน' สตรีม) *n.* แนวทางหลัก, แนวโน้มที่สำคัญ, ส่วนที่สำคัญที่สุด
★**maintain** (เมนเทน') *vt.* **-tained, -taining** ดำเนินไป, ทำเรื่อยไป, รักษา, คงไว้, ค้ำจุน, เลี้ยงดู, ยืนยัน, ยึดมั่น **-maintainable** *adj.*
maintenance (เมน' ทะเนินซ) *n.* การรักษา, การบำรุงรักษา, การเลี้ยงดู, ค่าเลี้ยงดู, การยังชีพ, การทำมาหากิน (-S. care, subsistence)
maisonette (เมซะเนท') *n.* บ้านหลังเล็กๆ
maitre d'hôtel (เม' ทระโดเทล') *n.* ผู้จัดการโรงแรม, หัวหน้าคนใช้, หัวหน้าบริกร
maize (เมซ) *n.* ข้าวโพด, สีเหลืองข้าวโพด
majesty (แมจ' จิสตี) *n., pl.* **-ties** ความยิ่งใหญ่, อำนาจ, เกียรติยศ, ความสง่า, ความงดงาม, ความศักดิ์สิทธิ์, บุคคลในราชวงศ์ **-Majesty** คำนำหน้าเวลาที่ใช้พูดถึงหรือพูดกับพระมหากษัตริย์และพระราชวงศ์ **-majestic, majestical** *adj.* **-majestically** *adv.* (-S. grandeur)
★**major** (เม' เจอร์) *adj.* ใหญ่, ยิ่งใหญ่, สำคัญมากกว่า, เกี่ยวกับระดับเสียงเมเจอร์ทางดนตรี, เป็นผู้ใหญ่, ซึ่งบรรลุนิติภาวะ, (วิชา) เอก *-n.* วิชาเอก, พันตรี, ระดับเสียงเมเจอร์ทางดนตรี, ผู้บรรลุนิติภาวะ, ตำแหน่งใหญ่
major-domo (เม' เจอร์โด' โม) *n., pl.* **-mos** หัวหน้าคนใช้, พ่อบ้าน, แม่บ้าน
major general พลตรี
★**majority** (มะจอ' ริที) *n., pl.* **-ties** จำนวนมากกว่าครึ่ง, ส่วนใหญ่, พรรคการเมืองที่มีเสียงข้างมาก, คนหมู่มาก, นิติภาวะ, ตำแหน่งพันตรี
★**make** (เมค) *v.* **made, making** *-vt.* ทำ, ทำให้เกิดขึ้น, นำมาซึ่ง, สร้างขึ้น, ทำให้เป็น, ก่อ, บัญญัติ (กฎหมาย), ตั้ง (กฎ), เปลี่ยนให้, กลายเป็น, ทำให้, บังคับให้, แต่ง (โคลง กลอน), เตรียม, จัดการ, ปรุง, ประเมิน, ประมาณ, กระทำ, ปฏิบัติ, ดำเนิน, มาถึง, มาทันเวลา, ได้มาซึ่ง, ทำให้ได้มา, เหมาะสำหรับ, ได้, บรรลุ, เติบโตเป็น, ประกอบขึ้นเป็น, รวมกันเป็น, เข้าใจ, เดินทาง, ปิดวงจร, ได้แต้ม *-vi.* เริ่มต้นทำ, ทำขึ้น, สูงขึ้น, เพิ่มขึ้น, (คำสแลง) เลียนแบบ *-n.* การผลิต, กระบวนการผลิต, ผลผลิต, จำนวนที่ผลิต, ชนิด, รูปแบบ, ยี่ห้อ, ลักษณะธรรมชาติ **-make away with** ขโมย, กำจัด, ฆ่า, ใช้จนหมด **-make believe** แกล้งทำ, สมมติ **-make fun of** เยาะเย้ย, ล้อเลียน **-make good** ดำเนินไปด้วยดี, ปฏิบัติตาม (สัญญา), ประสบความสำเร็จ, ชดเชย **-make it** (ภาษาพูด) เป็นผลสำเร็จ, (คำสแลง) มีเพศสัมพันธ์กับ **-make light of** ไม่ใส่ใจ **-make much of** กุลีกุจอ **-make over** ทำใหม่, เปลี่ยนแปลง, เปลี่ยนหรือโอนกรรมสิทธิ์ **-make up** ประกอบ, แต่ง (หน้า เรื่อง), สร้าง, ก่อ, ชดเชย, ตอบแทน, คืนดีกัน, ลงเรียนใหม่อีกครั้ง **-make up (one's) mind** ตัดสินใจ **-makable** *adj.*
maker (เม' เคอร์) *n.* ผู้ประดิษฐ์, ผู้สร้าง, ผู้ผลิต, กวี **-Maker** พระเจ้า (-S. creator)
makeshift (เมค' ชิฟท์) *n.* สิ่งที่ใช้แทนชั่วคราว, แผนเฉพาะหน้า *-adj.* ชั่วคราว, เฉพาะหน้า

A B C D E F G H I J K L M N O P Q R S T U V W X Y Z

★**makeup, make-up** (เมค' อัพ) *n.* การประกอบ, การสร้าง, นิสัย, ลักษณะ, เครื่องสำอาง, การแต่งหน้า, การแต่งตัว, การสอบซ่อม

make-work (เมค' เวิร์ค) *n.* งานเล็กๆ น้อยๆ ที่หามาให้ทำเพื่อไม่ให้อยู่เฉยๆ

mal- คำอุปสรรค หมายถึง ไม่ดี, ผิดปกติ

maladjusted (แมลละจัซ' ทิด) *adj.* ซึ่งปรับตัวไม่เข้ากับสถานการณ์, ซึ่งปรับตัวได้ไม่ดี

maladroit (แมละดรอยท์') *adj.* เซ่อ, งุ่มง่าม

malady (แมล' ละดี) *n., pl.* **-dies** โรคภัย

malaise (แมเลซ', มะ-) *n.* อาการครั่นเนื้อครั่นตัว, ความไม่สบายตัว (**-S.** sickness)

malapropism (แมล' ละพรอพอิเซิม) *n.* การใช้ถ้อยคำผิดความหมาย โดยเฉพาะคำพ้องเสียง **-malapropian** *adj.*

malapropos (แมลแอพระโพ') *adj., adv.* ไม่ถูกกาลเทศะ, ไม่สมควร, ไม่ถูกเวลา

malaria (มะแล' เรีย) *n.* ไข้มาลาเรีย, ไข้ป่า

malcontent (แมล' เคินเทนท์) *adj.* ไม่พอใจ *-n.* ผู้ไม่พอใจ, พวกจลาจล (**-S.** (n.) rebel)

maldistribution (แมลดิซทระบิว' ชัน) *n.* การแบ่งปันไม่เหมาะสมหรือไม่เพียงพอ

★**male** (เมล) *adj.* เกี่ยวกับเพศชาย, เป็นลูกผู้ชาย, มีความเป็นชาย, เกี่ยวกับเกสรตัวผู้, ประกอบด้วยผู้ชาย, ตัวผู้ *-n.* สัตว์ตัวผู้, (พืช) ต้นตัวผู้, เด็กชาย, ผู้ชาย **-maleness** *n.* (**-S.** (adj.) manly)

malediction (แมลลิดิค' ชัน) *n.* คำสาปแช่ง

malefactor (แมล' ละแฟคเทอร์) *n.* อาชญากร, ผู้ร้าย, ผู้กระทำผิดกฎหมาย, ผู้ทำชั่ว

malevolence (มะลีฟว' วะเลินซ์) *n.* ความประสงค์ร้าย, ความพยาบาท **-malevolent** *adj.*

malfeasance (แมลฟี' เซินซ์) *n.* การประพฤติผิดวินัย, ความประพฤติที่ไม่เหมาะสมของข้าราชการ **-malfeasant** *adj., n.*

malformation (แมลฟอร์เม' ชัน) *n.* การสร้างที่ผิดปกติหรือไม่สมบูรณ์, ความผิดปกติ, ความพิการ, ความผิดรูปผิดส่วน **-malformed** *adj.*

malfunction (แมลฟังค์' ชัน) *vi.* **-tioned, -tioning** ทำหน้าที่ไม่ดีหรือไม่ได้

malice (แมล' ลิซ) *n.* ความประสงค์ร้าย, ความผูกพยาบาท, เจตนาร้าย **-malicious** *adj.*

malign (มะไลน์') *vt.* **-ligned, -ligning** ใส่ร้าย, กล่าวหา *-adj.* ร้ายกาจ, เป็นอันตราย **-malignity** *n.* **-malignly** *adv.* (**-S.** (v.) defame)

malignancy (มะลิก' เนินซี) *n., pl.* **-cies** ความมุ่งร้าย, เจตนาร้าย, ความร้ายกาจ, โรคร้าย, เนื้อร้าย **-malignant** *adj.*

malinger (มะลิง' เกอร์) *vi.* **-gered, -gering** แกล้งเจ็บป่วยเพื่อเลี่ยงงาน, บิดพลิ้ว

mall (มอล, แมล) *n.* ศูนย์การค้า, ทางเดินเล่นที่มีหลังคา, ถนนสำหรับคนเดินซื้อของจากร้านค้าสองข้างทาง, เกาะกลางถนน, ตะลุมพุก

mallard (แมล' เลิร์ด) *n., pl.* **-lard/-lards** เป็ดป่า, เป็ดน้ำ

malleable (แมล' ลีอะเบิล) *adj.* ซึ่งเปลี่ยนรูปได้, ที่ดัดแปลงได้ง่าย, ที่ควบคุมหรือบังคับได้ง่าย, หัวอ่อน, ว่าง่าย **-malleability** *n.* (**-S.** ductile)

mallet (แมล' ลิท) *n.* ค้อนหัวไม้, ตะลุมพุก

malnutrition (แมลนูทริช' ชัน, -นิว-) *n.* การขาดอาหาร, ภาวะทุพโภชนาการ

malt (มอลท์) *n.* ข้าวบาร์เลย์ (หรือธัญพืชอื่นๆ) ที่นำไปแช่น้ำให้งอกเล็กน้อยแล้วนำไปทำให้แห้งเพื่อนำไปหมักและกลั่นเป็นเครื่องดื่มที่มีแอลกอฮอล์, เครื่องดื่มแอลกอฮอล์ที่ทำจากข้าวมอลต์เช่นเบียร์, นมผงผสมข้าวบาร์เลย์หรือธัญพืชอื่นๆ

maltose (มอล' โทซ) *n.* น้ำตาลโมเลกุลคู่ที่ได้จากการย่อยแป้ง

maltreat (แมลทรีท') *vt.* **-treated, -treating** ทำทารุณ, ทำร้าย, ทำหยาบคาย **-maltreatment** *n.* (**-S.** abuse, harm)

★**mama, mamma** (มา' มะ, มะมา') *n.* (ภาษาพูด) แม่, (คำสแลง) ผู้หญิง ภรรยา

mambo (มาม' โบ) *n., pl.* **-bos** การเต้นรำของละตินอเมริกาที่มีจังหวะคล้ายรุมบ้า

mamma (แมม' มะ) *n., pl.* **-mae**(-มี) เต้านม, ต่อมน้ำนม **-mammate** *adj.* **-mammary** *adj.*

mammal (แมม' เมิล) *n.* สัตว์เลี้ยงลูกด้วยนม

mammon (แมม' เมิน) *n.* ทรัพย์สมบัติ

mammoth (แมม' เมิธ) *n.* ช้างดึกดำบรรพ์ขนาดใหญ่ในยุคน้ำแข็งที่มีงายาวและขนหนาซึ่งสูญพันธุ์ไปแล้ว, สิ่งที่มีขนาดใหญ่โต *-adj.* ใหญ่โต (**-S.** (adj.) huge)

mammoth

man (แมน) *n., pl.* **men** (เมน) มนุษย์, บุคคล, มนุษยชาติ, ผู้ชาย, สามี, ลูกผู้ชาย, ชายผู้เป็นที่รัก, คนรับใช้ชาย, คนงานชาย, ตัวหมากรุก, เรือ, ผู้เล่นในทีม *-vt.* **manned, manning** บรรจุคน, หาคนให้, ประจำการ, เตรียมพร้อมทำงาน *-adj.* เพศชาย **-manhood** *n.* (**-S.** (n.) human)

man about town ผู้ที่ใช้ชีวิตหรูหราในสังคม

manacle (แมน' นะเคิล) *n.* กุญแจมือ, ตรวน, เครื่องพันธนาการ *-vt.* **-cled, -cling** ใส่

กุญแจมือ, ใส่ตรวน, ควบคุม (-S. (n., v.) fetter)

★**manage** (แมน' นิจ) *vt., vi.* **-aged, -aging** บริหาร, ดำเนินงาน, จัดการ, ควบคุม, ใช้ (เครื่องจักร), ปกครอง, ดูแล, บังคับบัญชา, พลิกแพลง, อุตส่าห์ *-n.* การดำเนินการ, การจัดการ **-management** *n.* **-manageable** *adj.*

★**manager** (แมน' นิเจอร์) *n.* ผู้จัดการ, ผู้บริหาร, ผู้ควบคุม, ผู้จัดการทีม, ผู้มีหน้าที่รับรองลูกค้า

managerial (แมนนิเจีย' เรียล) *adj.* เกี่ยวกับการบริหารและจัดการ, มีลักษณะของผู้บริหาร

managing director กรรมการผู้จัดการบริษัท

mañana (มาเนีย' นะ) *adv.* พรุ่งนี้, ในอนาคต

man-at-arms (แมนเอิทอาร์มซ') *n., pl.* **men-at-arms** (เมน-) ทหาร, ทหารม้าที่ติดอาวุธหนัก

manatee (แมน' นะที) *n.* พะยูน เป็นสัตว์เลี้ยงลูกด้วยนมอยู่ในทะเล

manatee

mandarin (แมน' ดะริน) *n.* ขุนนางจีน, ส้มจีน, ข้าราชการระดับสูง, สีส้มเข้ม *-adj.* มีลักษณะอย่างขุนนาง **-Mandarin** ภาษาจีนกลาง **-mandarinism** *n.*

mandate (แมน' เดท) *n.* คำสั่ง, อำนาจหน้าที่ที่ได้รับมอบหมาย, อาณัติ, ดินแดนในอาณัติ *-vt.* **-dated, -dating** ให้อาณัติปกครอง, ออกคำสั่ง **-mandator** *n.* (-S. (n.) authority)

mandible (แมน' ดะเบิล) *n.* ขากรรไกรล่าง, จะงอยปากนก (-S. jaw)

mandolin (แมนดะลิน') *n.* เครื่องดนตรีคล้ายกีตาร์และมีสายดีด **-mandolinist** *n.*

mandrel, mandril (แมน' เดริล) *n.* แกนยึดวัตถุที่จะกลึง, ด้ามจับโลหะที่จะตี

mandrill (แมน' เดริล) *n.* ลิงบาบูนขนาดใหญ่มีนิสัยดุร้าย พบได้ทางตะวันตกของแอฟริกา

mane (เมน) *n.* ขนแผงคอของม้าหรือสิงโตตัวผู้, ผมคนที่ยาวและหนา

mane

man-eater (แมน' อีเทอร์) *n.* คนป่าหรือสัตว์ที่กินเนื้อมนุษย์

manege (แมเนฌ') *n.* โรงเรียนฝึกม้าและสอนขี่ม้า, ศิลปะการขี่และฝึกม้า (-S. horsemanship)

maneuver (มะนู' เวอร์, -นิว'-) *n.* การซ้อมรบ, การแปรขบวนของเครื่องบิน, การเคลื่อนที่หรือการปฏิบัติที่อาศัยความชำนาญหรือไหวพริบ, การหลบหลีก, การยักย้าย, อุบาย *-vi., vt.* **-vered, -vering** วางแผน, แปรขบวน, หลบหลีก, ซ้อมรบ, บังคับรถด้วยความชำนาญ, ยักย้าย, เล็ดลอด **-maneuverable** *adj.*

manful (แมน' เฟิล) *adj.* กล้าหาญ, มีความเป็นลูกผู้ชาย, แข็งแรง, บึกบึน **-manfully** *adv.*

manganese (แมง' กะนีซ, -นีซ) *n.* โลหะสีขาวอมเทา มีความเปราะ มีสัญลักษณ์ Mn

mange (เมนจ์) *n.* โรคขี้เรื้อนของสุนัข

manger (เมน' เจอร์) *n.* รางหญ้า, รางใส่อาหาร

mangle[1] (แมง' เกิล) *vt.* **-gled, -gling** ทำให้ยับเยินเสียหาย, ทำลาย, ฟันหรือสับจนยับเยิน

mangle[2] (แมง' เกิล) *n.* เครื่องอัดและรีดผ้าให้เรียบโดยผ่านลูกกลิ้งร้อน **-mangler** *n.*

mango (แมง' โก) *n., pl.* **-goes/-gos** มะม่วง

mangosteen (แมง' กะสตีน) *n.* มังคุด

mangrove (แมน' โกรฟว์) *n.* ต้นโกงกาง

mangy (เมน' จี) *adj.* **-gier, -giest** เป็นขี้เรื้อน, ซอมซ่อ, น่าชัง, เลวทราม (-S. shabby)

manhandle (แมน' แฮนเดิล) *vt.* **-dled, -dling** เคลื่อนที่หรือทำด้วยแรงคน (ไม่ใช้เครื่องจักร)

manhole (แมน' โฮล) *n.* ท่อบนถนนที่มีฝาปิดเปิดเพื่อลงไปทำงานใต้ถนนได้

man-hour (แมน' เอาร์) *n.* หน่วยวัดแรงงานซึ่งเท่ากับงานของคนๆหนึ่งที่ทำได้ในหนึ่งชั่วโมง

mania (เม' เนีย) *n.* ความบ้า, ความคลั่ง

maniac (เม' นีแอค) *n.* คนบ้า, คนบ้าคลั่ง, คนที่คลั่งไคล้ในบางสิ่ง *-adj.* บ้า, คลั่ง **-maniacal** *adj.* **-maniacally** *adv.* (-S. (n.) lunatic)

manicure (แมน' นิเคียวร์) *n.* การแต่งเล็บและมือ *-vt.* **-cured, -curing** แต่งเล็บและมือ

manicurist (แมน' นิเคียวริซท์) *n.* ช่างแต่งเล็บ

manifest (แมน' นะเฟซท์) *adj.* ชัดแจ้ง, ปรากฏชัด *-vt.* **-fested, -festing** แสดงให้เห็น, ปรากฏ, พิสูจน์ให้เห็น *-n.* บัญชีสินค้า, รายชื่อผู้โดยสาร **-manifestly** *adv.* (-S. (adj.) clear)

manifesto (แมนนะเฟซ' โท) *n., pl.* **-toes/-tos** ประกาศ, แถลงการณ์ (-S. declaration)

manifold (แมน' นะโฟลด์) *adj.* หลากหลาย, หลายเท่า, ต่างๆ นานา *-n.* สิ่งที่มีจำนวนมากมาย **-manifoldly** *adv.* (-S. (adj.) many)

manikin (แมน' นิคิน) *n.* หุ่นโชว์เสื้อผ้าหน้าร้าน, นางแบบ, ผู้แสดงแบบเสื้อ, คนแคระ, คนตัวเล็ก

manila, manilla (มะนิล' ละ) *n.* กระดาษที่ทำจากป่านมนิลา, สีน้ำตาลอ่อน

Manila hemp ป่านมนิลา

Manila rope เชือกมนิลา

man in the street คนธรรมดา, คนเดินถนน

manioc, manioca (แมน' นีออค, แมนนีโอ' คะ) *n.* มันสำปะหลัง (-S. cassava)

manipulate (มะนิพ' เพียเลท) *vt.* **-lated, -lating** ควบคุม, ใช้, จับต้อง, ยักย้าย, บิดเบือน, โกง, ใช้อุบาย, ใช้เล่ห์กล **-manipulable** *adj.* **-manipulation** *n.* (-S. control, handle)

mankind (แมน' ไคน์ด์) *n.* มนุษยชาติ, ผู้ชาย

manlike (แมน' ไลค์) *adj.* คล้ายมนุษย์

manly (แมน' ลี) *adj.* **-lier, -liest** เหมาะกับผู้ชาย, มีความเป็นลูกผู้ชาย *-adv.* อย่างลูกผู้ชาย

man-made, manmade (แมน' เมด') *adj.* ซึ่งทำด้วยฝีมือมนุษย์, ที่สังเคราะห์ขึ้น, เทียม

manned (แมนด์) *adj.* ที่ควบคุมโดยคน

mannequin (แมน' นิคิน) *n.* หุ่นโชว์เสื้อผ้า, ผู้แสดงแบบเสื้อ, นางแบบ (-S. model)

★**manner** (แมน' เนอร์) *n.* วิธี, การแสดงออก, พฤติกรรม, ท่าทาง, อาการ, ชนิด, ประเภท, จำพวก, แบบ, อย่าง **-in a manner of speaking** ถ้าจะพูดไปแล้ว **-manners** ขนบธรรมเนียม, มารยาท (-S. behaviour, method)

mannerism (แมน' นะริซเซิม) *n.* ท่าทางหรือคำพูดที่ใช้เป็นประจำ, นิสัย (-S. habit)

mannerless (แมน' เนอลิซ) *adj.* ไม่มีมารยาท

mannerly (แมน' เนอร์ลี) *adj.* มีมารยาท, สุภาพ, อ่อนโยน *-adv.* อย่างสุภาพ

mannish (แมน' นิช) *adj.* เหมือนผู้ชาย

manoeuvre (มะนู' เวอร์, -นิว'-) *n., v.* ดู maneuver

man of letters บรรณาธิการ, นักอักษรศาสตร์

man of the world คนที่จัดเจนต่อโลก

man-of-war (แมนนะวอร์') *n.* เรือรบ

manor (แมน' เนอร์) *n.* คฤหาสน์พร้อมที่ดิน, ที่ดินรอบคฤหาสน์, บ้านหลังใหญ่ (-S. mansion)

manpower (แมน' เพาเออร์) *n.* แรงงานหรือกำลังคน

mansard (แมน' ซาร์ด) *n.* หลังคาที่มีความลาดเอียงสองระดับทั้งสี่ด้าน โดยระดับล่างจะชันกว่าระดับบน

mansard

manse (แมนซ์) *n.* บ้านของพระสอนศาสนา

mansion (แมน' ชัน) *n.* บ้านหลังใหญ่, คฤหาสน์

man-sized, man-size (แมน' ไซซ์ด์, -ไซซ์) *adj.* ใหญ่พอสำหรับตัวคน

manslaughter (แมน' สลอเทอร์) *n.* การฆ่าคนโดยไม่ได้เจตนา, การฆ่าคนโดยประมาท

manta ray ปลากระเบนราหู

mantel, mantle (แมน' เทิล) *n.* หิ้งเหนือเตาผิง, แผ่นหินที่ยื่นออกมาเป็นหิ้งเหนือเตาผิง

mantelpiece (แมน' เทิลพีซ) *n.* หิ้งเหนือเตาผิง

manteltree (แมน' เทิลทรี) *n.* แผ่นไม้หรือหินที่ขวางอยู่เหนือเตาผิง

mantilla (แมนเทีย', -ทิล' ละ) *n.* ผ้าลูกไม้สำหรับคลุมศีรษะและไหล่ของสตรีชาวสเปน

mantis (แมน' ทิซ) *n., pl.* **-tises/-tes** (-ทีซ) ตั๊กแตนตำข้าว

mantis

mantle (แมน' เทิล) *n.* สิ่งปกคลุม, เสื้อคลุมไม่มีแขน, ชั้นภายในของโลกที่อยู่ระหว่างเปลือกโลกและแกน, เยื่อหุ้ม, ปลอก, หิ้งเหนือเตาผิง *-v.* **-tled, -tling** *-vt.* ปกคลุม, ห่อหุ้ม *-vi.* แผ่ซ่าน, ปกคลุมเป็นผิวหน้า (-S. (n., v.) cloak, cover)

man-to-man (แมน' ทะแมน') *adj.* จริงใจ

manual (แมน' นวล) *adj.* ซึ่งทำด้วยมือ, ที่ต้องใช้มือ, เกี่ยวกับหนังสือคู่มือ *-n.* หนังสือคู่มือ, ก้านเสียงของเปียโน, การฝึกหัดจับอาวุธปืน

manual alphabet อักษรสำหรับคนใบ้และหูหนวก โดยใช้มือและนิ้วทำเป็นรูปต่างๆ แทน

manufactory (แมนเนียแฟค' ทะรี) *n., pl.* **-ries** โรงงาน

★**manufacture** (แมนเนียแฟค' เชอร์) *-vt.* **-tured, -turing** ทำโดยใช้เครื่องจักร, ผลิต, ประกอบ, กุ (เรื่อง) *-n.* ผลผลิต, การผลิต, สิ่งที่ผลิต, การประกอบ **-manufacturer** *n.*

manure (มะนัวร์, -เนียวร์) *n.* ปุ๋ยคอก *-vt.* **-nured, -nuring** ใส่ปุ๋ย **-manurial** *adj.*

manuscript (แมน' เนียสกริพท์) *n.* ต้นฉบับ, หนังสือหรือเอกสารที่เขียนด้วยมือ

manx cat แมวบ้านที่มีขนสั้นและหางกุด

★**many** (เมน' นี) *adj.* **more, most** มาก, หลาย, มากมาย *-n.* จำนวน (คน สิ่งของ) มาก, คนหมู่มาก *-pron.* คนหรือสิ่งของจำนวนมาก

Maori (เมา' รี) *n., pl.* **-ri/-ris** ชนพื้นเมืองเผ่าหนึ่งของนิวซีแลนด์, ภาษาของพวกเมารี

★**map** (แมพ) *n.* แผนที่, แผนการ *-vt.* **mapped, mapping** ทำแผนที่, สำรวจเพื่อทำแผนที่, วางแผน, แสดงบนแผนที่ **-put on the map** ทำให้เป็นที่รู้จัก (-S. (n., v.) chart)

maple (เม' เพิล) *n.* ต้นไม้ชนิดหนึ่งมีใบกว้างและเว้าเป็นแฉก, สีเหลืองส้มของเนื้อไม้

mar (มาร์) *vt.* **marred, marring** ทำให้เสียไป,

ทำลาย *-n.* สิ่งที่เสียหาย, บาดแผล, รอยตำหนิ (-S. (v.) impair, spoil)
Mar, Mar. ย่อจาก March เดือนมีนาคม
marabou (แม' ระบู) *n.* นกกระสาชนิดหนึ่ง
maraca (มะรา' คะ) *n.* เครื่องดนตรีรูปทรงคล้ายน้ำเต้า ใช้เขย่าให้จังหวะ, ลูกแซ็ก
maraschino (แมระสกี' โน, -ชี-) *n., pl.* **-nos** เหล้าแรงชนิดหนึ่ง มีรสหวานทำจากลูกเชอรี่
marathon (แม' ระธอน) *n.* การแข่งวิ่งเป็นระยะทาง 41.3 กิโลเมตร
maraud (มะรอด') *vi., vt.* **-rauded, -rauding** เที่ยวปล้นทรัพย์ *-n.* การปล้น **-marauder** *n.*
marble (มาร์' เบิล) *n.* หินอ่อน, ลูกหิน, ลูกแก้ว, สิ่งที่คล้ายหินอ่อน, รูปสลักหรือรูปปั้นหินอ่อน, การทำลวดลายและสีสันเลียนแบบหินอ่อน *-adj.* ซึ่งทำด้วยหินอ่อน, คล้ายหินอ่อน
★**March** (มาร์ช) เดือนมีนาคม
★**march**[1] (มาร์ช) *v.* **marched, marching** *-vi.* เดินเป็นจังหวะ, เดินแถว, (เวลา) ล่วงไป, ไปข้างหน้าอย่างสม่ำเสมอ, เดินองอาจ, เดินขบวน *-vt.* ทำให้เดิน, ทำแถวให้เดินขบวน *-n.* การเดินแถว, ความก้าวหน้า, การเคลื่อนไปข้างหน้า, ดนตรีประกอบการเดินแถว (-S. (v., n.) advance)
march[2] (มาร์ช) *n.* ชายแดน, เขตแดน *-vi.* **marched, marching** มีอาณาเขตติดต่อ
marcher[1] (มาร์' เชอร์) *n.* ผู้เดินขบวน
marcher[2] (มาร์' เชอร์) *n.* ผู้อาศัยอยู่ชายแดน, ขุนนางผู้ดูแลพรมแดนของอังกฤษ
marchese (มาร์เค' เซ) *n., pl.* **-si**(-ซี) ขุนนางอิตาลีที่มีตำแหน่งรองจากเจ้าชาย
marchioness (มาร์' ชะนิซ, -เนซ) *n.* ภรรยาหรือภรรยาม่ายของขุนนางชั้นมาร์ควิซ
mare (แมร์) *n.* ม้าหรือลาตัวเมีย, แม่ม้า
mare's-nest (แมร์ซ' เนซท์) *n.* เรื่องเหลวไหล, การหลอกลวง, ความยุ่งเหยิง
★**margarine, margarin** (มาร์' เจอริน) *n.* เนยเทียมที่ทำจากน้ำมันพืชและส่วนผสมอื่นๆ
margin (มาร์' จิน) *n.* ริม, ขอบ, ข้าง, ขอบเขต, ช่องว่างรอบหน้าหนังสือ, ขอบกระดาษ, จำนวน (เงิน สิ่งของ) พิเศษที่เตรียมไว้เผื่อเหลือเผื่อขาด, ระดับของความแตกต่าง, ค่าแตกต่างระหว่างราคาทุนกับราคาขายของสินค้า *-vt.* **-gined, -gining** ใส่ข้อความไว้ข้างๆ, จัดให้มีขอบ
marginal (มาร์' จะเนิล) *adj.* ที่เขียนหรือพิมพ์ลงในขอบกระดาษ, ซึ่งอยู่ในขอบเขต, ที่อยู่ใกล้จุดต่ำสุด, ที่ทำกำไรน้อยมาก **-marginally** *adv.*
marigold (แม' ริโกลด์) *n.* พืชไม้ดอกจำพวกยี่สุ่นและดาวเรือง มีดอกสีส้ม เหลือง หรือแดง
marijuana, marihuana (แมระวา' นะ) *n.* ใบหรือดอกกัญชาแห้ง, กัญชา (-S. hemp)
marina (มะรี' นะ) *n.* ที่จอดเรือ, ท่าเทียบเรือ
marinate (แม' ระเนท) *vt.* **-nated, -nating** แช่ (เนื้อ ปลา) ลงในส่วนผสม marinade
marine (มะรีน') *adj.* เกี่ยวกับทะเล, ทางทะเล, ในทะเล *-n.* ทหารเรือ, นาวิกโยธิน, เรือเดินทะเลทั้งหมดของประเทศ, ภาพทางทะเล
mariner (แม' ระเนอร์) *n.* ชาวเรือ, กะลาสี
marionette (แมรีอะเนท') *n.* หุ่นกระบอก
marital (แม' ริเทิล) *adj.* เกี่ยวกับการแต่งงาน
maritime (แม' ริไทม์) *adj.* ซึ่งอยู่ในหรือใกล้ทะเล, เกี่ยวกับทางทะเล
marjoram (มาร์' เจอเริม) *n.* พืชชนิดหนึ่งคล้ายสะระแหน่ ใบมีกลิ่นฉุน ใช้ปรุงอาหาร
★**mark**[1] (มาร์ค) *n.* จุด, เส้น, เครื่องหมาย, รอยกากบาท, เครื่องแสดง, การประเมิน (ราคา), ร่องรอย, เป้า, ที่หมาย, ป้าย, ฉลาก, ตรา, สัญลักษณ์, รอยบาก, มาตรฐาน, คะแนน, แต้ม, จุดออกตัวในการวิ่งแข่ง, ความสำคัญ, ความเด่น, ความเอาใจใส่, ความสังเกต, เส้นระดับบรรทุกที่ขีดไว้ข้างเรือ, ชายแดน *-v.* **marked, marking** *-vt.* ทำเครื่องหมาย, ขีด, กา, ทำรอย, แสดง, ปรากฏชัด, จดจำ, สังเกต, เพ่งเล็ง, กำหนด, วาง, กะ, บันทึก (คะแนน), ติด (ป้าย), ตีราคา *-vi.* ทำเครื่องหมาย, สังเกต, ให้คะแนน (เรียน), จดคะแนน **-hit the mark** ถูกเป้าหมาย **-mark down** จดบันทึก, ติดป้าย, ลดราคาสินค้า **-mark time** ย่ำเท้าอยู่กับที่, รอเวลา **-mark up** เพิ่มราคาสินค้า **-marking** *n.* (-S. (n., v.) dot)
mark[2] (มาร์ค) *n.* สกุลเงินของเยอรมนี
marked (มาร์คท์) *adj.* มีเครื่องหมายเด่นชัด
marker (มาร์' เคอร์) *n.* สิ่งที่ใช้ทำเครื่องหมาย, สิ่งที่ใช้เป็นเครื่องหมาย, คนบันทึกแต้ม
★**market** (มาร์' คิท) *n.* ตลาด, ตลาดค้าหุ้น, ธุรกิจซื้อขายสินค้า, ตลาดการค้า, ตลาดนัด, กลุ่มผู้ซื้อ *-v.* **-keted, -keting** *-vt.* ขาย, นำส่งตลาด *-vi.* จ่ายตลาด, ซื้อหรือขายในตลาด **-be on the market** หาซื้อได้, นำมาขาย **-marketeer, marketer** *n.* (-S. (n.) fair, store)
marketable (มาร์' คิทะเบิล) *adj.* เหมาะสำหรับขาย, ขายได้, ขายง่าย (-S. salable)
marketing (มาร์' คิทิง) *n.* การตลาด
market place การซื้อขายในตลาด, สถานที่ที่ใช้เป็นตลาด, ตลาดค้า, โลกธุรกิจการค้า
market price ราคาตามท้องตลาด

market research การวิจัยตลาด
marksman (มาร์คซ' เมิน) *n., pl.* **-men** นักแม่นปืน **-marksmanship** *n.* (-S. gunman)
marl (มาร์ล) *n.* ดินร่วนที่ประกอบด้วยดินเหนียวปูน และเปลือกหอยใช้เป็นปุ๋ย, ดินมาร์ล
marlin (มาร์' ลิน) *n.* ปลากระโทงแทง
marlinespike (มาร์' ลินสไปค์) *n.* เหล็กแหลมสำหรับคลายเชือกที่ผูกต่อกัน
marmalade (มาร์' มะเลด) *n.* แยมผิวส้ม
marmoset (มาร์' มะเซท, -เซท) *n.* ลิงตัวเล็กขนนุ่มหนา หางยาว พบได้ในแถบทวีปอเมริกา
marmot (มาร์' เมิท) *n.* สัตว์ชนิดหนึ่งคล้ายอ้น
maroon[1] (มะรูน') *vt.* **-rooned, -rooning** ทิ้งไว้บนบก, ปล่อยเกาะ, ทิ้งให้อยู่คนเดียว
maroon[2] (มะรูน') *n.* สีน้ำตาลอมแดงเข้ม
marque (มาร์ค) *n.* ยี่ห้อ (รถยนต์) (-S. brand)
marquee (มาร์คี') *n.* โครงสร้างคล้ายหลังคาใช้เป็นที่แขวนป้ายโฆษณา, เต็นท์ขนาดใหญ่, ปะรำ, กระโจม (-S. tent)
marquis, marquess (มาร์' ควิซ, -คี) *n., pl.* **-quises** (-ควิซิซ)/**-quis** (-คีซ')/**-quesses** (-ควิซิซ) ขุนนางที่มียศต่ำกว่าดยุคแต่สูงกว่าเอิร์ลหรือเคานต์
marquise (มาร์' คีซ) *n.* ภรรยาหรือภรรยาม่ายของขุนนางชั้นมาร์ควิซ, เพชรพลอยที่เจียระไนเป็นรูปไข่หัวท้ายแหลม
★**marriage** (แมร์' ริจ) *n.* ชีวิตสมรส, พิธีสมรส, การแต่งงาน, การรวมกันอย่างสนิทแน่น
marriageable (แมร์' ริจะเบิล) *adj.* สมควรแต่งงานได้ **-marriageability** *n.*
marriage broker พ่อสื่อ, แม่สื่อ
★**married** (แมร์' รีด) *adj.* มีสามีหรือภรรยา, อยู่ด้วยกันแบบสามีภรรยา, เกี่ยวกับคนที่แต่งงานแล้ว, เกี่ยวกับการแต่งงาน, (การรวมกัน) อย่างใกล้ชิด, เป็นน้ำหนึ่งอันเดียวกัน
marron (แมร์' เริน, -รอง') *n.* เกาลัด
marrow (แมร์' โร) *n.* ไขกระดูก, ไขสันหลัง, ส่วนในสุด, ส่วนที่สำคัญที่สุด, แก่น (-S. pith)
★**marry** (แมร์' รี) *vt., vi.* **-ried, -rying** แต่งงาน, สมรส, ทำพิธีสมรส, รับเป็นภรรยาหรือสามี, ร่วมเป็นอันหนึ่งอันเดียวกัน (-S. unite, wed)
Mars (มาร์ซ) *n.* เทพเจ้าแห่งสงคราม, ดาวอังคาร
marsh (มาร์ช) *n.* หนอง, บึง, ตม (-S. bog)
marshal (มาร์' เชิล) *n.* จอมพล, หัวหน้านายตำรวจ, หัวหน้าแผนกดับเพลิง, เจ้าพนักงานศาล, จ่าศาล, สมุหพระราชพิธี, เจ้าหน้าที่ในราชสำนัก *-vt., vi.* **-shaled, -shaling/-shalled, -shalling** เรียง, เรียบเรียง (ความคิด), จัด, จัดวาง, จัดการ, นำมาเข้าแถว, นำเข้าพิธี **-marshalship** *n.*
marsh gas ก๊าซมีเทนธรรมชาติที่เกิดจากบึง
marshmallow (มาร์ช' เมลโล) *n.* ขนมหวานสีขาว นุ่มฟู, พืชชนิดหนึ่งมีดอกสีชมพูและรากนุ่มหยุ่น ใช้ทำขนมหวานดังกล่าว
marshy (มาร์' ชี) *adj.* **-ier, -iest** เป็นหนองน้ำ, เฉอะแฉะ, อยู่ในหนอง **-marshiness** *n.*
marsupial (มาร์ซู' เพียล) *n.* สัตว์เลี้ยงลูกด้วยนมที่ตัวเมียมีถุงหน้าท้องสำหรับใส่ลูกอ่อน
mart (มาร์ท) *n.* ตลาด (-S. market)
marten (มาร์' เทิน) *n., pl.* **-tens/-ten** สัตว์เลี้ยงลูกด้วยนมคล้ายนาก มีขนสีน้ำตาลนุ่มหนา
martial (มาร์' เชิล) *adj.* เกี่ยวกับสงคราม, เพื่อการรบ, อย่างทหาร, ฮึกเหิม, กล้าหาญ
martial art ศิลปะการต่อสู้ เช่น ยูโด
martial law กฎอัยการศึก
Martian (มาร์' เชิน) *adj.* เกี่ยวกับดาวอังคาร, เกี่ยวกับเทพเจ้าแห่งสงคราม *-n.* ชาวดาวอังคาร
martin (มาร์' เทิน) *n.* นกนางแอ่นชนิดหนึ่ง
martinet (มาร์เทินเนท') *n.* คนที่เคร่งครัดในระเบียบวินัย (-S. disciplinarian)
martingale (มาร์' เทินเกล) *n.* สายรั้งบังเหียนม้าสำหรับยึดไม่ให้ม้าเงยหัว
martini (มาร์ที' นี) *n., pl.* **-nis** ค็อกเทลที่มีส่วนผสมของยินหรือวอดก้าและดรายเวอร์มุธ
martyr (มาร์' เทอร์) *n.* ผู้ที่ยอมตายหรือทนทุกข์ทรมานเพื่อปกป้องความเชื่อมั่นศรัทธาหรือหลักการ, ผู้เสียสละ **-martyrdom** *n.*
marvel (มาร์' เวิล) *n.* สิ่งที่น่าอัศจรรย์, บุคคลที่น่าพิศวง, ความประหลาดใจ *-vt., vi.* **-veled, -veling/-velled, -velling** พิศวง **-marvelous** *adj.* **-marvelously** *adv.* (-S. (n.) miracle)
Marxism (มาร์ค' ซิเซิม) *n.* ทฤษฎีหรือกฎเกณฑ์ทางการเมือง เศรษฐกิจและสังคมแนวคาร์ล มาร์กซ์ **-Marxist, Marxian** *adj., n.*
Mary (แม' รี) *n.* พระนางมารี
mascara (แมสแก' ระ) *n.* เครื่องสำอางสำหรับทาขนตาหรือขนคิ้วให้เข้มขึ้น
mascot (แมซ' คอท, -เคิท) *n.* ตัวนำโชค
masculine (แมซ' เคียลิน) *adj.* เกี่ยวกับผู้ชาย, มีลักษณะผู้ชาย, ของผู้ชาย *-n.* (ไวยากรณ์) เพศชาย, คำนามที่เป็นเพศชาย, ผู้ชาย **-masculinely** *adv.* **-masculinity** *n.* (-S. (adj., n.) male)
maser (เม' เซอร์) *n.* ย่อจาก microwave amplification by stimulated emission of radiation อุปกรณ์ที่สร้างคลื่นไมโครเวฟ

mash (แมช) *n.* อาหารเลี้ยงสัตว์ที่คลุกเคล้ากันเป็นก้อน, ส่วนผสมที่ข้นเหลว, การบด *-vt.* **mashed, mashing** บด, ปั่น, คลุกเคล้า

★**mask** (แมซค์) *n.* หน้ากาก, สิ่งที่ปกปิดหรือปิดบัง, พิมพ์ใบหน้า, หน้ากากออกซิเจน, เครื่องกำบัง, คนที่สวมหน้ากาก *-v.* **masked, masking** *-vt.* ปิดบังด้วยหน้ากาก, ปกปิด, กำบัง *-vi.* สวมหน้ากาก, ซ่อนความจริง, ปิดบังนิสัยจริง **-maskable** *adj.* (-S. (n., v.) cover, disguise)

masked ball งานเต้นรำแฟนซีสวมหน้ากาก

masochism (แมซ' ซะคิเซิม) *n.* ความผิดปกติทางเพศอย่างหนึ่งที่บุคคลจะมีความสุขเมื่อถูกทำให้เจ็บปวดทางร่างกาย **-masochist** *n.* **-masochistic** *adj.*

mason (เม' เซิน) *n.* ช่างก่อสร้าง, ช่างก่ออิฐ

masonry (เม' เซินรี) *n., pl.* **-ries** ช่างก่อสร้าง, งานก่ออิฐก่อตึก, สิ่งที่ก่อขึ้นด้วยอิฐ หิน ปูน

masque (แมซค์) *n.* ละครสวมหน้ากาก

masquerade (แมซคะเรด') *n.* งานเต้นรำที่แต่งชุดแฟนซีและสวมหน้ากาก, การปลอมตัว, การตบตา (-S. disguise, pretense)

★**mass** (แมซ) *n.* มวล, ก้อน, กอง, ปึก, ตั้ง, จำนวนมาก, ส่วนใหญ่, ขนาดใหญ่, ความเทอะทะ, ความหนาแน่น, ความหนักแน่น *-vt., vi.* **massed, massing** รวบรวม, ชุมนุม, รวมตัว *-adj.* มากมาย, สำหรับคนส่วนใหญ่ **-masses** ประชาชน (-S. (n.) bulk (v.) gather)

massacre (แมซ' ซะเคอร์) *n.* การฆ่าหมู่, การฆ่าสัตว์จำนวนมาก *-vt.* **-cred, -cring** ฆ่าหมู่อย่างทารุณ (-S. (n., v.) kill, slaughter)

massage (มะซาฌ', -ซาจ') *n.* การนวดกล้ามเนื้อและส่วนต่างๆ ของร่างกาย *-vt.* **-saged, -saging** นวด (-S. (v.) knead (n., v.) rub)

masseur (แมเซอร์, มะ-) *n.* หมอนวดผู้ชาย

massive (แมซ' ซิฟว์) *adj.* ใหญ่โต, แน่นหนา, หนักแน่น, มากมาย, กว้างขวาง **-massively** *adv.* **-massiveness** *n.* (-S. bulky, huge)

mass media สื่อมวลชน เช่น โทรทัศน์ วิทยุ

mass noun นามที่นับไม่ได้ เช่น ความรัก

mass production การผลิตสินค้าจำนวนมาก

mass transit ระบบขนส่งมวลชน

massy (แมซ' ซี) *adj.* **-ier, -iest** ใหญ่โต

mast (แมซท์) *n.* เสาเรือ, เสาวิทยุหรือโทรทัศน์

master (แมซ' เทอร์) *n.* เจ้านาย, ผู้ปกครอง, ประมุข, เจ้าบ้าน, ผู้ชนะ, เจ้าของ, ครูผู้ชาย, กัปตันเรือ, ผู้เชี่ยวชาญ, ผู้มีอำนาจ, ผู้ควบคุม, สิ่งที่มีอำนาจหรือสามารถควบคุมได้, ผู้ช่วยผู้พิพากษา, ผู้บังคับการ, ช่างเขียนหรือศิลปินที่เก่ง, (เทป) ต้นแบบ, แม่แบบ *-adj.* สำคัญที่สุด, ใหญ่ที่สุด, หลัก, เชี่ยวชาญ, ที่ใช้ควบคุมสิ่งต่างๆ, ชำนาญ, เป็นเทปต้นแบบ, เป็นนาย, เป็นแม่แบบ, เป็นผู้นำ *-vt.* **-tered, -tering** ทำตัวเป็นนาย, ชนะ, ควบคุม, ปราบ, ทำให้เชื่อง, เป็นผู้เชี่ยวชาญ **-Master** ผู้ที่ได้รับปริญญาโท, มหาบัณฑิต, คำนำหน้าชื่อเด็กผู้ชาย, คุณหนู, พระผู้เป็นเจ้า **-masterful** *adj.* **-masterfully** *adv.* (-S. (n.) owner, victor (v.) rule)

master key ลูกกุญแจที่ไขแม่กุญแจได้หลายตัว

masterly (แมซ' เทอร์ลี) *adj.* เก่ง, เชี่ยวชาญ

mastermind (แมซ' เทอร์ไมน์ด์) *n.* ผู้สั่งการ, ผู้ที่มีสติปัญญาแหลมคม

Master of Arts ศิลปศาสตรมหาบัณฑิต

master of ceremonies พิธีกร

Master of Science ปริญญาโททางวิทยาศาสตร์, วิทยาศาสตรมหาบัณฑิต

masterpiece (แมซ' เทอร์พีซ) *n.* ผลงานชิ้นเยี่ยม, งานชิ้นเอก (-S. classic)

master's degree ระดับปริญญาโท

master sergeant พันจ่าอากาศเอก

mastery (แมซ' ทะรี) *n., pl.* **-ies** ความเป็นใหญ่, อำนาจ, การควบคุม, ชัยชนะ, ความรอบรู้, ความฉลาด, ความชำนาญ (-S. cleverness)

masticate (แมซ' ทิเคท) *vt., vi.* **-cated, -cating** เคี้ยว, บด, ตัด **-mastication** *n.*

mastiff (แมซ' ทิฟ) *n.* สุนัขขนาดใหญ่ มีขนหนาสั้นและกระดูกขากรรไกรเป็นรูปสี่เหลี่ยม

mastitis (แมสไต' ทิซ) *n.* โรคเต้านมอักเสบ

mastodon (แมซ' ทะดอน) *n.* สัตว์ชนิดหนึ่งซึ่งสูญพันธุ์ไปแล้วมีลักษณะคล้ายช้าง

mastoid (แมซ' ทอยด์) *n.* กระดูกกะโหลกศีรษะที่อยู่ข้างหลังหู

masturbate (แมซ' เทอร์เบท) *vi.* **-bated, -bating** สำเร็จความใคร่ด้วยตัวเอง **-masturbation** *n.* **-masturbatory** *adj.*

★**mat¹** (แมท) *n.* เสื่อ, ที่รอง (จาน แจกัน), พรมเช็ดเท้า, พรมปูพื้น, ผ้ายางปูพื้น (รถ ห้องน้ำ), สิ่งที่เกาะกันเป็นก้อน *-v.* **matted, matting** *-vt.* อัดเป็นก้อนหนาๆ, ปู (เสื่อ พรม ที่รอง) *-vi.* เกาะกันเป็นก้อน (-S. (n., v.) carpet (n.) rug)

mat² (แมท) *adj.* ด้าน, ไม่เป็นเงา

matador (แมท' ทะดอร์) *n.* นักสู้วัวกระทิง

★**match¹** (แมช) *n.* คู่เหมือน, การเข้าชุดกัน, สิ่งที่เข้ากันได้, คนที่ไปด้วยกันได้, สิ่งที่ทัดเทียมกัน, ของคู่กัน, สำเนา, คู่ปรับ, การแข่งขันกีฬา,

A B C D E F G H I J K L M N O P Q R S T U V W X Y Z

คู่สมรส, คู่ที่เหมาะสมกัน, การแต่งงาน *-vt.* **matched, matching** เข้าคู่, เข้าชุด, คู่ควร, จับคู่, หาคู่แข่ง, เท่าเทียม, เปรียบเทียบ, เหมือน, ทำเช่นเดียวกัน, เข้าสมรส **-matchable** *adj.* (**-S.** (n., v.) equal, mate, pair)

★**match²** (แมช) *n.* ไม้ขีดไฟ, ไส้จุดดินปืน

matchbox (แมช' บอคซ์) *n.* กล่องไม้ขีดไฟ

matchless (แมช' ลิซ) *adj.* ไม่มีที่เปรียบ

matchmaker (แมช' เมเคอร์) *n.* พ่อสื่อ, แม่สื่อ, ผู้จัดคู่แข่งขันกีฬา **-matchmaking** *n.*

match point คะแนนแต้มสุดท้ายที่จะทำให้ชนะการแข่งขัน

mate¹ (เมท) *n.* ข้างหนึ่งของสิ่งของที่เป็นคู่, สามีหรือภรรยา, คู่สมรส, คู่ผสมพันธุ์, เพื่อนร่วมงาน, ผู้ช่วย, เพื่อน, ผู้ช่วยกัปตันเรือ, ผู้ช่วยจ่านายสิบทหารเรือ *-vt., vi.* **mated, mating** เอาเข้าคู่, แต่งงาน, นำสัตว์ไปเข้าคู่ผสมพันธุ์

mate² (เมท) *n.* การรุกฆาตในกีฬาหมากรุก

★**material** (มะเทีย' เรียล) *n.* สาร, สารประกอบ, ความคิด, วัตถุ, ข้อมูล, เนื้อความ, เนื้อหา, สาระ, ปัจจัย, ผ้า *-adj.* เกี่ยวกับวัตถุ, ประกอบด้วยสาร, ในทางวัตถุ, แห่งวัตถุ, ทางโลก, ทางกาย, สำคัญมาก, ที่จำเป็น **-materials** เครื่องมือ, ข้อความ, วัตถุดิบ **-materially** *adv.* **-materialness** *n.* (**-S.** (n.) data, fabric)

materialism (มะเทีย' เรียลลิเซิม) *n.* ลัทธิวัตถุนิยมที่เห็นแก่ทรัพย์สมบัติมากกว่าจิตใจ **-materialistic** *adj.* **-materialistically** *adv.*

materialize (มะเทีย' เรียลไลซ์) *vi., vt.* **-ized, -izing** กลายเป็นจริง, เป็นจริง, ปรากฏเป็นรูปเป็นร่าง, แสดงให้เห็นจริง, ทำให้เป็นจริง

materiel (มะเทียเรียล') *n.* อาวุธทางทหาร

maternal (มะเทอร์' เนิล) *adj.* ของการเป็นแม่, เกี่ยวกับแม่, มีลักษณะของแม่, ฝ่ายแม่, ทางแม่ **-maternally** *adv.* (**-S.** motherly)

maternity (มะเทอร์' นิที) *n., pl.* **-ties** การเป็นแม่, การมีบุตร, แผนกสูติกรรม

math (แมธ) *n.* วิชาคณิตศาสตร์

★**mathematics** (แมธธะแมท' ทิคซ์) *n. pl.* วิชาคณิตศาสตร์, วิชาคำนวณ **-mathematical** *adj.* **-mathematician** *n.*

matinee, matinée (แมทเทินเน') *n.* การแสดงที่จัดขึ้นในเวลากลางวัน

matinee idol พระเอกที่เป็นที่นิยมชื่นชอบ

matriarch (เม' ทรีอาร์ค) *n.* หญิงที่ปกครองครอบครัวหรือเผ่า, ผู้เฒ่าหญิงที่เป็นที่นับถือ

matriarchy (เม' ทรีอาร์คี) *n., pl.* **-chies** รูปแบบของสังคมที่มีผู้หญิงเป็นหัวหน้า

matricide (แมท' ทริไซด์) *n.* การฆ่าแม่ของตัวเอง, ผู้ที่ฆ่าแม่ตัวเอง **-matricidal** *adj.*

matriculate (มะทริค' เคียเลท) *vt., vi.* **-lated, -lating** รับเข้าเป็นนักศึกษาหรือสมาชิก *-n.* ผู้ที่ได้เข้าเป็นนักศึกษา **-matriculant** *n.*

matrimony (แมท' ทระโมนี) *n., pl.* **-nies** การแต่งงาน, ชีวิตสมรส **-matrimonial** *adj.*

matrix (เม' ทริคซ์) *n., pl.* **-trices**(-ทริซีซ)/**-trixes** มดลูก, บ่อเกิด, แม่พิมพ์สำหรับหล่อตัวพิมพ์, เทปต้นแบบ, แม่แบบ, เนื้อหินที่มีแร่ฝังอยู่, ชุดของตัวเลขที่จัดอยู่ในแถวและคอลัมน์

matron (เม' เทริน) *n.* ผู้หญิงที่แต่งงานแล้ว, แม่ม่าย (ที่มีอายุกลางคนหรือมีฐานะทางสังคมสูง), หัวหน้านางพยาบาลหญิง, ผู้คุมนักโทษหญิง, แม่บ้านในโรงเรียน **-matronly** *adv., adj.*

matt, matte (แมท) *n.* ผิวด้าน, พื้นผิวที่ไม่มันเงา *-adj.* ไม่มันเงา, ด้าน **-matting** *n.*

matted (แมท' ทิด) *adj.* ที่พันกันเป็นก้อน, (ผม) เป็นสังกะตัง, ที่ปูด้วยเสื่อหรือพรม (**-S.** tangled)

★**matter** (แมท' เทอร์) *n.* สาร, สสาร, วัตถุ, สารเฉพาะอย่าง, เนื้อหา, สาระ, ของ, เรื่อง, สิ่ง, ข้อขัดข้อง, ปัญหา, จำนวนหรือปริมาณคร่าวๆ, ระยะทางหรือระยะเวลาที่ประมาณได้, สาเหตุ, เรื่องราว, โอกาส, สิ่งตีพิมพ์, จดหมาย, เอกสาร, สิ่งสำคัญ, ความสำคัญ, สำเนา, แบบ, ของเสียจากสิ่งมีชีวิต, หนอง *-vi.* **-tered, -tering** เป็นเรื่องสำคัญ, มีความหมาย, เป็นหนอง **-as a matter of fact** แท้จริงแล้ว **-no matter** โดยไม่คำนึงว่า, ไม่สำคัญ, ไม่เป็นไร

matter of course เรื่องธรรมดา

matter-of-fact (แมท' เทอร์เอิฟว์แฟคท์') *adj.* ตามความเป็นจริง, (น้ำเสียง) เอาจริงเอาจัง

matting (แมท' ทิง) *n.* วัสดุทำเสื่อหรือพรม

mattock (แมท' เทิค) *n.* เครื่องมือขุดดินที่ปลายด้านหนึ่งมีใบกว้างแบนอย่างจอบ ปลายอีกด้านหนึ่งเรียวแหลม

mattock

★**mattress** (แมท' ทริซ) *n.* ที่นอน, ฟูก

maturate (แมช' ชะเรท) *vi.* **-rated, -rating** เป็นหนอง, (ฝี) แก่, บ่ม, เจริญเต็มที่, สุก

mature (มะเทียวร์', -ทัวร์, -ชัวร์') *adj.* **-turer, -turest** ที่เจริญเติบโตเต็มที่, เป็นผู้ใหญ่, ซึ่งเหมาะกับผู้ใหญ่, แก่, สุก, ครบกำหนด, ครบอายุ, บรรลุนิติภาวะ, (คิด) รอบคอบ *-v.* **-tured -turing** *-vt.* ทำให้เป็นผู้ใหญ่, ทำให้เจริญเต็มที่,

ทำให้สุก, ทำให้สมบูรณ์ *-vi.* พัฒนาจนได้ที่, สุก, เจริญเต็มที่, ถึงกำหนด, ครบอายุ **-maturely** *adv.* **-maturity** *n.* (**-S.** (adj.) adult, ripe)
maudlin (มอด' ลิน) *adj.* สะอึกสะอื้น, ขี้แย, ฟูมฟาย, (ความรู้สึก) อ่อนแอ, ชวนสงสาร
maul, mall (มอล) *n.* ค้อนตอกลิ่ม, ตะลุมพุก *-vt.* **mauled, mauling/malled, malling** ทุบตี, ขย้ำ, ตะครุบ, ทำให้เสียโฉม, ใช้อย่างไม่ระวัง, ปฏิบัติอย่างรุนแรง (**-S.** (n.) mallet (v.) injure)
maunder (มอน' เดอร์) *vi.* **-dered, -dering** เพ้อเจ้อ, ไปอย่างไร้จุดหมาย, ทำใจลอย
mausoleum (มอซะเลียม', -ซะ-) *n., pl.* **-leums/-lea** (-เลีย) ที่บรรจุศพขนาดใหญ่, สุสาน, ฮวงซุ้ย

mausoleum

mauve (โมฟว์) *n.* สีม่วงอมเทาหรืออมแดง
maverick (แมฟว์' เวอริค, แมฟว์' ริค) *n.* ลูกวัวที่ยังไม่ตีตรา, คนไร้พรรค, คนรักอิสระ
maw (มอ) *n.* กระเพาะอาหาร, ช่องท้อง
mawkish (มอ' คิช) *adj.* จืดชืด, ชวนให้คลื่นไส้, หวานเลี่ยน, ชวนให้หมั่นไส้ **-mawkishly** *adv.*
max. ย่อจาก maximum สูงสุด
maxim (แมค' ซิม) *n.* หลักการ, กฎเกณฑ์, ความจริงทั่วไป, ภาษิต (**-S.** proverb, saying)
maxima (แมค' ซะมะ) *n.* พหูพจน์ของ maximum
maximal (แมค' ซะเมิล) *adj.* สูงสุด, ใหญ่สุด, มากสุด **-maximally** *adv.* (**-S.** greatest)
maximize (แมค' ซะไมซ) *vt.* **-mized, -mizing** เพิ่มจนถึงขีดสูงสุด, ขยายให้ใหญ่ที่สุด, ทำให้มีมากที่สุด **-maximization** *n.* **-maximizer** *n.*
★**maximum** (แมค' ซะเมิม) *n., pl.* **-mums/-ma** ขีดสูงสุด, จำนวนมากสุด, ระดับใหญ่สุด, ค่าสูงสุด *-adj.* มากสุด, สูงสุด, ใหญ่สุด
★**May** (เม) เดือนพฤษภาคม
★**may** (เม) *v. aux.* **might** ขออนุญาต, อาจจะ, อาจ, น่าจะ, คงจะ, ขอให้, สามารถจะ
Maya (มา' ยะ) *n., pl.* **-ya/-yas** ชาวอินเดียนแดงเผ่าหนึ่งในอเมริกากลางและเม็กซิโกตอนใต้
★**maybe** (เม' บี) *adv.* บางที, อาจจะ
May Day วันที่ 1 พฤษภาคมถือเป็นวันแรงงานแห่งชาติ มีการเดินขบวนและการแสดง
mayday (เม' เด) *n.* คำพูดที่เป็นสัญญาณสากลสำหรับขอความช่วยเหลือโดยเฉพาะนักบิน
mayflower (เม' เฟลาเออร์) *n.* พืชไม้ดอกที่ออกดอกในเดือนพฤษภาคม
mayfly (เม' ไฟล) *n., pl.* **-flies** แมลงชีปะขาว
mayhem (เม' เฮม, -เอิม) *n.* การทำร้ายร่างกาย, การประทุษร้าย, ความโกลาหล
mayn't (เม' เอินท์, เมนท์) ย่อจาก may not
mayonnaise (เม' อะเนซ) *n.* น้ำสลัดข้น
mayor (เม' เออร์, แมร์) *n.* นายกเทศมนตรีของเมือง **-mayoral** *adj.* **-mayorship** *n.*
maze (เมซ) *n.* ทางที่คดเคี้ยววกวน, เขาวงกต, ความยุ่งเหยิง **-mazy** *adj.* **-mazily** *adv.* **-maziness** *n.* (**-S.** confusion, labyrinth)
MBA, M.B.A. ย่อจาก Master of Business Administration ปริญญาโททางบริหารธุรกิจ
MD, M.D. ย่อจาก Medicinae Doctor หรือ Doctor of Medicine แพทยศาสตรมหาบัณฑิต
★**me** (มี) *pron.* ฉัน เป็นสรรพนามบุรุษที่หนึ่ง
mead (มีด) *n.* เหล้าผสมน้ำผึ้งและน้ำ
★**meadow** (เมด' โด) *n.* ทุ่งหญ้า
meager, meagre (มี' เกอร์) *adj.* มีน้อย, ขาดแคลน, ไม่อุดมสมบูรณ์, ผอม **-meagerly** *adv.* **-meagerness** *n.* (**-S.** thin **-A.** ample)
★**meal**[1] (มีล) *n.* ข้าวหรือธัญพืชบด, ของป่น
★**meal**[2] (มีล) *n.* มื้ออาหาร, อาหารที่รับประทานในมื้อหนึ่งๆ, เวลารับประทานอาหาร (**-S.** repast)
mealtime (มีล' ไทม์) *n.* เวลารับประทานอาหาร
mealy (มี' ลี) *adj.* **-lier, -liest** เป็นแป้ง, เป็นผง, ด่างเป็นจุดๆ, เป็นแต้ม, (สี) ซีด, พูดอ้อมค้อม
mealy-mouthed (มี' ลีเมาธ์ด์, -เมาธ์ท) *adj.* ไม่กล้าบอกความจริง, พูดอ้อมค้อม
★**mean**[1] (มีน) *vt., vi.* **meant** (เมนท์), **meaning** หมายถึง, หมายความว่า, มีเจตนา, ตั้งใจ, มุ่งหมาย, นำมาซึ่ง, มีความหมาย, มีความสำคัญ, ออกแบบมาเพื่อ, ทำขึ้นเพื่อ, เป็นเครื่องแสดงว่า **-mean business** เอาจริง (**-S.** denote, intend)
★**mean**[2] (มีน) *adj.* **meaner, meanest** โหดร้าย, ขี้เหนียว, สกปรก, ต่ำต้อย, ชั้นต่ำ, ใจแคบ, ต่ำช้า, (ม้า) พยศ, เห็นแก่ตัว, (ภาษาพูด) ป่วย **-meanly** *adv.* **-meanness** *n.* (**-S.** cruel, inferior)
mean[3] (มีน) *n.* สิ่งที่อยู่ตรงกลาง, ค่าเฉลี่ย, จำนวนกลาง, ทางสายกลาง, ความรู้จักประมาณ *-adj.* ระหว่างกลาง, ตรงกลาง, พอประมาณ, โดยเฉลี่ย **-by any means** ในทุกวิถีทาง **-by all means** แน่นอน, ใช่แล้ว (**-S.** (n.) average)
meander (มีแอน' เดอร์) *vi.* **-dered, -dering** วกเวียน, คดเคี้ยว, เถลไถล, พูดจาวกวน *-n.* หนทางวกเวียน, การพูดจาวกวน **-meandrous** *adj.* (**-S.** (v.) ramble, wander)

A B C D E F G H I J K L M N O P Q R S T U V W X Y Z

★**meaning** (มี' นิง) *n.* ความหมาย, จุดมุ่งหมาย, ความสำคัญ *-adj.* เต็มไปด้วยความหมาย, เป็นนัย, โดยมีจุดมุ่งหมาย **-meaningly** *adv.*
meaningful (มี' นิงเฟิล) *adj.* เต็มไปด้วยความหมาย, เป็นนัย, มีจุดมุ่งหมาย **-meaningfully** *adv.* **-meaningfulness** *n.* (-S. significant)
meaningless (มี' นิงลิซ) *adj.* ไม่มีความหมาย, ไม่สำคัญ, ไร้จุดหมาย **-meaninglessly** *adv.*
meant (เมนท์) *v.* กริยาช่อง 2 และ 3 ของ mean
meantime (มีน' ไทม์) *n.* เวลาในระหว่างนั้น *-adv.* ในระหว่างนั้น
★**meanwhile** (มีน' ไวล์) *n., adv.* ดู meantime
★**measles** (มี' เซิลซ) *n.* โรคหัด
measly (มีซ' ลี) *adj.* **-slier, -sliest** เป็นโรคหัด, (คำสแลง) น้อย ด้อยค่า ต่ำต้อย (-S. scanty)
measurable (เมฌ' เฌอระเบิล) *adj.* วัดได้, พอประมาณได้ **-measurableness** *n.* **-measurably** *adv.* (-S. appreciable -A. negligible)
★**measure** (เมฌ' เฌอร์) *n.* ขนาด, ปริมาณ, สิ่งที่ใช้วัด, หน่วยวัด, จำนวน, ระดับ, สัดส่วน, มาตรฐานในการวัด, ขอบเขต, มาตรการ, การปฏิบัติ, กฎหมาย, จังหวะ, การวัด, เกณฑ์ *-v.* **-ured, -uring** *-vt.* วัด, ประมาณ, กะ, เก็ง, ประเมิน, ไตร่ตรอง, หาค่า, พิจารณา, เปรียบเทียบ, เป็นวิธีการ, กำหนดโดยการวัด, แจกจ่าย, ชั่งน้ำหนัก *-vi.* มีขนาด, ทำการวัด, หาค่า, ยอมรับมาตรการ **-beyond measure** เหลือคณานับ **-for good measure** เป็นส่วนพิเศษ **-measurement** *n.* (-S. (n.) length, standard)
measureless (เมฌ' เฌอร์ลิซ) *adj.* ไม่มีขีดจำกัด, นับไม่ถ้วน, มโหฬาร (-S. infinite)
★**meat** (มีท) *n.* เนื้อสัตว์ที่นำมาทำเป็นอาหาร, ส่วนที่กินได้ (ของถั่วหรือผลไม้), อาหาร, ส่วนสำคัญ, สาระ **-one's meat** (คำสแลง) สิ่งที่โปรดปราน, สิ่งที่เชี่ยวชาญ (-S. flesh)
meatball (มีท' บอล) *n.* ลูกชิ้น, คนโง่
meatless (มีท' ลิซ) *adj.* ไม่มีเนื้อ, ไม่ใส่เนื้อ
meaty (มี' ที) *adj.* **-tier, -tiest** มีเนื้อเยอะ, จ้ำม่ำ, คล้ายเนื้อ, มีเนื้อหาสาระ (-S. plump)
mecca (เมค' คะ) *n.* ที่ที่เป็นศูนย์รวมทางกิจกรรมหรือความสนใจ, จุดหมายปลายทาง
mechanic (มิแคน' นิค) *n.* ช่างเครื่อง, ช่างยนต์ (-S. technician)
★**mechanical** (มิแคน' นิเคิล) *adj.* เกี่ยวกับเครื่องจักร, (ผลิต ทำ) โดยเครื่องจักร, ราวกับเครื่องจักร, ไม่มีความคิดหรือความรู้สึก, อัตโนมัติ, เกี่ยวกับวิชากลศาสตร์, เกี่ยวกับกลไก, ในทางกลไก **-mechanically** *adv.* **-mechanicalness** *n.* (-S. automatic -A. manual)
mechanical drawing รูปหรือภาพวาดที่เขียนขึ้นโดยใช้ไม้บรรทัดหรือวงเวียน
mechanics (มิแคน' นิคซ์) *n. pl.* วิชากลศาสตร์, การผลิตและใช้เครื่องจักรกล
mechanism (เมค' คะนิเซิม) *n.* เครื่องจักรกล, ระบบกลไก, วิธีการ, เทคนิค, ลำดับขั้นในปฏิกิริยาเคมี (-S. machine, works)
mechanistic (เมคคะนิซ' ทิค) *adj.* เกี่ยวกับวิชากลศาสตร์, เกี่ยวกับระบบกลไก, โดยอัตโนมัติ
mechanize (เมค' คะไนซ์) *vt.* **-nized, -nizing** ทำให้เป็นเครื่องจักร, ใช้เครื่องจักร (-S. automate)
med. ย่อจาก medical นักเรียนแพทย์, medicine ยา, medieval สมัยกลาง, medium ตัวกลาง
medal (เมด' เดิล) *n.* เหรียญรางวัล, เหรียญที่ระลึก, เหรียญตรา (-S. award, honour)
medalist, medallist (เมด' เดิลลิซท์) *n.* ผู้ทำหรือสะสมเหรียญ, ผู้ได้รับเหรียญรางวัล
medallion (มิแดล' เลียน) *n.* เหรียญขนาดใหญ่, เครื่องประดับตกแต่งที่มีรูปทรงกลมหรือรูปไข่
meddle (เมด' เดิล) *vi., vt.* **-dled, -dling** แทรกแซง, เข้าไปยุ่ง, ผสม (-S. interfere)
meddlesome (เมด' เดิลเซิม) *adj.* ชอบยุ่งเรื่องคนอื่น, สอดรู้สอดเห็น (-S. curious)
★**media** (มี' เดีย) *n.* พหูพจน์ของ medium **-the media** สื่อมวลชน (-S. communication)
mediaeval (มีดี' เวิล, เมด-) *adj.* ดู medieval
medial (มี' เดียล) *adj.* ระหว่างกลาง, กึ่งกลาง, โดยเฉลี่ย, เกี่ยวกับค่าเฉลี่ยในคณิตศาสตร์ *-n.* ตัวอักษรที่อยู่ตรงกลาง (-S. (adj.) average)
median (มี' เดียน) *adj.* ระหว่างกลาง, เกี่ยวกับค่าเฉลี่ยในคณิตศาสตร์, เกี่ยวกับเส้นที่แบ่งวัตถุออกเป็นสองส่วนเท่าๆ กัน, *-n.* สิ่งที่อยู่ระหว่างกลางของสองสิ่ง, เส้นที่ลากจากจุดยอดของสามเหลี่ยมลงมาแบ่งครึ่งด้านตรงข้าม, ค่าเฉลี่ย, เส้นแบ่งครึ่งการจราจร (-S. (n.) center)
mediate (*v.* มี' ดีเอท, *adj.* -อิท) *vt., vi.* **-ated, -ating** เป็นสื่อกลาง, ไกล่เกลี่ย, เข้าช่วยประนีประนอม, เป็นคนกลาง, อยู่ระหว่างกลาง *-adj.* ซึ่งผ่านหรือใช้ตัวกลาง, ตรงกลาง **-mediator** *n.* **-mediation** *n.* (-S. (v.) arbitrate)
medic (เมด' ดิค) *n.* นักศึกษาแพทย์, แพทย์
★**medical** (เมด' ดิเคิล) *adj.* ทางการแพทย์, เกี่ยวกับการแพทย์, โดยใช้ยา **-medically** *adv.*
medicament (มิดิค' คะเมินท์) *n.* ยา, สาร

A B C D E F G H I J K L M N O P Q R S T U V W X Y Z

บำบัดหรือบรรเทาโรค
medicate (เมด' ดิเคท) *vt.* **-cated, -cating** รักษาด้วยยา, ใส่ยา, ให้ยา **-medication** *n.*
medicinal (มิดิซ' ซะเนิล) *adj.* ซึ่งมีคุณสมบัติเป็นยา **-medicinally** *adv.* (-S. healing)
★**medicine** (เมด' ดิซิน) *n.* แพทยศาสตร์, เวชกรรม, อายุรกรรม, การฝึกหัดวิชาแพทย์, ยา *-vt.* **-cined -cining** ให้ยา, ใช้ยารักษา
medicine man หมอผีรักษาโรค
medico (เมด' ดิโค) *n., pl.* **-cos** แพทย์
medieval, mediaeval (มีดี' เวิล, เมด-) *adj.* เกี่ยวกับยุคกลาง, คล้ายยุคกลาง, (ภาษาพูด) ล้าสมัย **-medievally** *adv.* **-medievalist** *n.*
mediocre (มีดีโอ' เคอร์) *adj.* ไม่ดีไม่เลว, ธรรมดา, สามัญ, ไม่เด่น, ด้อย **-mediocrity** *n.*
meditate (เมด' ดิเทท) *vi., vt.* **-tated, -tating** ไตร่ตรอง, คิดคำนึง, รำพึง, เข้าฌาน, วางแผน, มุ่งหมาย **-meditation** *n.* (-S. ponder)
★**medium** (มี' เดียม) *n., pl.* **-dia/-diums** สิ่งที่อยู่ระหว่างกลาง, ทางสายกลาง, ตัวกลาง, สื่อ, อาหารเพาะเชื้อ, ที่อยู่อาศัย, เครื่องมือ, วัตถุหรือวิธีการในการทำงานศิลปะ, ตัวกรองสารเคมี, ตัวทำละลายสี *-adj.* ระหว่างกลาง, ปานกลาง, ที่ระดับกลาง, (เนื้อ) ไม่สุกไม่ดิบ **-mediums** คนทรงเจ้า (-S. (n.) method (n., adj.) middle)
medium of exchange *n., pl.* **media of exchange/mediums of exchange** ตัวกลางในการแลกเปลี่ยนสินค้าหรือบริการ, เงินตรา
medley (เมด' ลี) *n., pl.* **-leys** ความหลากหลาย, ของผสมปนเปกัน, เพลงผสม
medulla (มิดัล' ละ) *n., pl.* **-dullas/-dullae** (-ลี) สารที่เป็นแกนในของร่างกาย, ไขกระดูก, เนื้อไม้ **-medullar, medullary** *adj.*
medusa (มิดู' ซะ, -ซะ, -ดิว'-) *n., pl.* **-sas/-sae**(-ซี, -ซี่) แมงกะพรุน (-S. jellyfish)
meed (มีด) *n.* รางวัล, ค่าตอบแทน, สินบน
meek (มีค) *adj.* **meeker, meekest** สุภาพ, อ่อนโยน, อดทน, ว่าง่าย, เชื่อง, อ่อนแอ **-meekly** *adv.* **-meekness** *n.* (-S. gentle)
★**meet**[1] (มีท) *v.* **met, meeting** *-vt.* พบ, บรรจบ, ร่วม, สบ, ประสบ, เผชิญ, จัดการ (กับปัญหา) รับมือ, จ่ายเงิน, ชำระ (หนี้), รู้จักกับ, ไปรับ *-vi.* พบ, บรรจบ, เผชิญหน้า, เจอกัน, ร่วมกัน, ประชุม, รู้จักกัน, ต่อสู้ *-n.* การประชุม, การชุมนุม, สถานที่ชุมนุม, คนที่มาชุมนุม, การแข่งขัน
meet[2] (มีท) *adj.* เหมาะสม, พอควร, สมควร
★**meeting** (มี' ทิง) *n.* การพบปะกัน, การประชุม, การชุมนุม, จุดที่บรรจบกัน, ชุมทางรถไฟ, ที่ชุมนุม, การแข่งขัน (ม้าหรือสุนัข)
meg (เมก) *n.* หน่วยความจำของคอมพิวเตอร์ 1 เมกะไบต์
mega- คำอุปสรรค หมายถึง 10^6, หนึ่งล้าน, ใหญ่
megabyte (เมก' กะไบท์) *n.* หน่วยความจำของคอมพิวเตอร์ที่มีความจุ 1,048,576 ไบต์
megacycle (เมก' กะไซเคิล) *n.* ดู megahertz
megahertz (เมก' กะเฮิร์ทซ์) *n., pl.* **-hertz** หน่วยวัดความถี่คลื่นวิทยุที่มีค่าหนึ่งล้านรอบ (ไซเคิล) ต่อวินาทีหรือหนึ่งล้านเฮิรตซ์
megalith (เมก' กะลิธ) *n.* หินขนาดใหญ่
megalopolis, megapolis (เมกกะลอพ พะลิซ, มิแกพ' พะลิซ) *n.* เมืองใหญ่, มหานคร
megaphone (เมก' กะโฟน) *n.* โทรโข่ง *-vt., vi.* **-phoned, -phoning** ขยาย (เสียง) ผ่านโทรโข่ง **-megaphonic** *adj.* (-S. (n.) ampliflier)
megaton (เม' กะทัน) *n.* หน่วยวัดความแรงของระเบิดปรมาณูที่มีค่าเท่ากับแรงระเบิดของ TNT หนักหนึ่งล้านตัน **-megatonnage** *n.*
megawatt (เมก' กะวอท) *n.* หน่วยวัดกำลังไฟฟ้าซึ่งเท่ากับหนึ่งล้านวัตต์ ย่อว่า MW, mw
melancholia (เมลเลินโค' เลีย) *n.* ความผิดปกติทางจิตมีอาการเศร้าซึมและกังวลใจ
melancholy (เมล' เลินคอลลี) *n., pl.* **-cholies** ความเศร้าซึม, จิตใจห่อเหี่ยว, การรำพึง *-adj.* ซึมเศร้า, หดหู่, รำพึง **-melancholic** *adj.* **-melancholically** *adv.* (-S. (n.) gloom)
melanin (เมล' ละนิน) *n.* รงควัตถุสีเข้มหรือสีดำน้ำตาลที่พบได้ในผิวหนัง ผม ขน และตา
meld (เมลด์) *vt., vi.* **melded, meld** ผสม
melee, mêlée (เม' เล, เมเล') *n.* การต่อสู้กันอย่างชุลมุน, มวยหมู่ (-S. confusion, fight)
meliorate (มีล' เลียเรท, มี-) *vt., vi.* **-rated, -rating** ทำให้ดีขึ้น, ปรับปรุง, บรรเทา
melliferous, mellific (มะลิฟ' เฟอเริซ, -ลิฟ' ฟิค) *adj.* ซึ่งผลิตน้ำผึ้ง, มีน้ำผึ้ง
mellifluous (มะลิฟ' ลูเอิซ) *adj.* (เสียง) หวานเหมือนน้ำผึ้ง, ไพเราะ, คล่อง, ราบเรียบ
mellow (เมล' โล) *adj.* **-lower, -lowest** (ผลไม้) ฉ่ำ, สุกเต็มที่, กลมกล่อม, (ดิน) อุดมสมบูรณ์, ร่วน, (แสงสี) อ่อน, สบายตา, (เสียง) นุ่ม, เป็นผู้ใหญ่, สุขุม, สบายๆ, ไม่รีบเร่ง *-vt., vi.* **-lowed, -lowing** ทำให้มึนเมาเล็กน้อย, สุขุม, ทำให้สุก, ทำให้กลมกล่อม **-mellowly** *adv.*
melodious (มะโล' เดียซ) *adj.* ไพเราะ, สละสลวย, เป็นทำนองเพลง **-melodiously** *adv.*

A B C D E F G H I J K L N O P Q R S T U V W X Y Z

melodist (เมล' ละดิซท์) *n.* นักร้อง, นักแต่งเพลง, ผู้เรียบเรียงทำนอง

melodrama (เมล' ละดรามะ, -แดรม-) *n.* ละครที่เต็มไปด้วยอารมณ์, ละครประโลมโลก **-melodramatist** *n.* **-melodramatic** *adj.*

melody (เมล' ละดี) *n., pl.* **-dies** ทำนองเพลง, เสียงดนตรีที่ไพเราะ **-melodic** *adj.*

melon (เมล' เลิน) *n.* ผลไม้จำพวกแตง อย่างแตงโม แคนตาลูป, (คำสแลง) ผลประโยชน์

★**melt** (เมลท์) *v.* **melted, melting** *-vi.* หลอมเหลว, เลือนหาย, ใจอ่อน, สงสาร *-vt.* เปลี่ยนเป็นของเหลว, ละลาย, เลือนหาย, ทำให้ใจอ่อน, ทำให้สงสาร *-n.* การหลอมเหลว, การละลาย, สิ่งที่หลอมเหลว **-meltable** *adj.* **-meltability** *n.* (-S. (v.) disappear (v., n.) thaw)

melting point จุดหลอมเหลว

melting pot ภาชนะหลอมโลหะ, เบ้าหลอม

★**member** (เมม' เบอร์) *n.* รยางค์, กิ่งก้านของต้นไม้, สมาชิก, ชาวคณะ, หุ้นส่วน, องค์ประกอบ, ส่วน (ของประโยค สมการ) **-membership** *n.*

membrane (เมม' เบรน) *n.* เยื่อหุ้มเซลล์, เยื่อบุผิว **-membranous** *adj.* (-S. skin)

memento (มะเมน' โท) *n., pl.* **-tos/-toes** ของที่ระลึก, เครื่องเตือนความทรงจำ

memo (เมม' โม) *n., pl.* **-os** (ภาษาพูด) บันทึกหรือจดหมายสั้นๆ

memoir (เมม' วาร์, -วอร์) *n.* เรื่องที่เขียนจากประสบการณ์ของผู้เขียน, อัตชีวประวัติ, ประวัติบุคคล **-memoirs** บันทึกผลการทำงานทางความรู้ เช่น รายงานการแพทย์ **-memoirist** *n.*

memorandum (เมมมะแรนฺ' เดิม) *n., pl.* **-dums/-da** ข้อความสั้นๆ เพื่อเตือนความจำ, ข้อความสั้นๆ ที่สรุปเรื่องธุรกิจ, บันทึกย่อ

memorial (มะมอ' เรียล) *n.* อนุสาวรีย์, วันที่ระลึก, สิ่งเตือนความทรงจำ, อนุสรณ์สถาน, คำร้องที่จะใช้ยื่นต่อรัฐบาลหรือสภานิติบัญญัติ, เอกสารทางการทูตอย่างไม่เป็นทางการ

memorialize (มะมอ' เรียไลซ์) *vt.* **-ized, -izing** ทำพิธีเป็นที่ระลึก, ระลึกถึง, ทำขึ้นเพื่อเป็นอนุสรณ์แก่, ยื่นคำร้องหรือฎีกา

memorize (เมม' มะไรซ์) *vt.* **-rized, -rizing** ท่องจำ, จำขึ้นใจ, เก็บไว้ในหน่วยความจำของคอมพิวเตอร์ **-memorizable** *adj.*

★**memory** (เมม' มะรี) *n., pl.* **-ries** ความจำ, การจำ, ความทรงจำ, ความระลึกถึง, อนุสรณ์, สิ่งต่างๆ ที่จดจำไว้, ความหลัง, หน่วยความจำในคอมพิวเตอร์, ความจุในการเก็บข้อมูลของคอมพิวเตอร์ **-memorable** *adj.* (-S. recall)

men (เมน) *n.* พหูพจน์ของ man

menace (เมน' นิซ) *n.* ภัย, อันตราย, การคุกคาม, ผู้ก่อความรำคาญหรือความลำบาก *-vt.* **-aced, -acing** คุกคาม, ขู่, เป็นอันตรายต่อ **-menacingly** *adv.* (-S. (n.) danger)

menagerie (มะแนจ' จะรี, -แนฌ' ฌะ-) *n.* การรวบรวมสัตว์ป่าหรือสัตว์แปลกๆ เพื่อเปิดการแสดงให้คนชม, สถานที่ที่เก็บสัตว์ดังกล่าว

★**mend** (เมนด์) *v.* **mended, mending** *-vt.* ซ่อมแซม, ปะ, แก้, แก้ไข, ทำให้ถูกต้อง, กลับตัว, ดัดนิสัย, ปรับปรุง *-vi.* (สุขภาพ) ดีขึ้น, สมานกัน *-n.* การซ่อมแซม, การปรับปรุง, การแก้ไข, บริเวณที่ซ่อมแล้ว **-on the mend** (สุขภาพ) ดีขึ้น **-mendable** *adj.* **-mending** *n.* (-S. (v.) improve (n.) improvement)

mendacious (เมนเด' เชิซ) *adj.* เท็จ, โกหก

mendicant (เมน' ดิเคินท์) *adj.* เกี่ยวกับการขอทาน, อย่างคนขอทาน *-n.* คนขอทาน, พระที่ไปขอรับทานจากคนบริจาค **-mendicity** *n.*

menial (มี' เนียล) *adj.* อย่างทาส, ต่ำต้อย *-n.* คนใช้, ขี้ข้า, คนต่ำต้อย **-menially** *adv.*

meningitis (เมนนินไจ' ทิซ) *n.* การอักเสบของเยื่อที่หุ้มสมองและไขสันหลัง

menopause (เมน' นะพอซ) *n.* วัยหมดประจำเดือนของสตรีอยู่ในช่วงอายุ 45-55 ปี

menses (เมน' ซีซ) *n. pl.* การมีประจำเดือน

menstruate (เมน' สตรูเอท) *vi.* **-ated, -ating** มีประจำเดือน **-menstruation** *n.*

mensurable (เมน' เชอระเบิล) *adj.* ซึ่งวัดได้

mensuration (เมนซะเร' ชัน) *n.* การวัด, เทคนิคการวัด, การวัดในวิชาเรขาคณิต

menswear (เมนซ์ แวร์) *n.* เสื้อผ้าผู้ชาย

-ment คำปัจจัย หมายถึง การหรือความ

★**mental** (เมน' เทิล) *adj.* เกี่ยวกับจิตใจ, ทางสติปัญญา, เกี่ยวกับความผิดปกติทางจิต, สำหรับคนไข้โรคจิต, ที่กระทำโดยการอ่านจิตใจหรือทางโทรจิต, (คำสแลง) บ้า **-mentally** *adv.* (-S. intellectual, psychological)

mental age อายุสมอง ใช้เป็นตัวทดสอบระดับสติปัญญาที่แท้จริงของมนุษย์

mental deficiency ดู mental retardation

mentality (เมนแทล' ลิที) *n., pl.* **-ties** ความสามารถทางจิต, สติปัญญา, แนวความคิด

mental retardation ความบกพร่องทางจิต, ภาวะที่ระดับสติปัญญาต่ำกว่าปกติ

menthol (เมน' ธอล) *n.* การบูร, เมนทอล

A B C D E F G H I J K L M N O P Q R S T U V W X Y Z

A B C D E F G H I J K L M N O P Q R S T U V W X Y Z

★**mention** (เมน' ชัน) *vt.* **-tioned, -tioning** อ้างถึง, กล่าวถึง, เขียนถึง, อ้างอิง, พูดพาดพิง *-n.* การอ้างอิง, การอ้างถึง, คำชมเชย **-mentionable** *adj.* (**-S.** (v.) cite)
mentor (เมน' ทอร์, -เทอร์) *n.* ที่ปรึกษา, ครู
★**menu** (เมน' นิว, เม'-) *n.* รายการอาหาร, รายการการทำงานต่างๆ บนหน้าจอคอมพิวเตอร์
meow, meou (มีเอา') *n.* เสียงแมวร้อง
mercantile (เมอร์' เคินทีล, -ไทล์, -ทิล) *adj.* เกี่ยวกับพ่อค้า, เกี่ยวกับการค้า, ในทางค้าขาย
mercantilism (เมอร์' เคินทีลิเซิม) *n.* ระบบเศรษฐกิจในยุโรปในศตวรรษที่ 16-17 ที่เน้นเรื่องการค้ากับต่างประเทศ
mercenary (เมอร์' ซะเนอรี) *adj.* เห็นแก่เงิน, ที่รับจ้างรบ *-n., pl.* **-naries** ทหารรับจ้าง, คนที่ทำเพื่อเงิน, ลูกจ้าง **-mercenarily** *adv.*
mercery (เมอร์' เซอรี) *n., pl.* **-ceries** ผ้าและแพรพรรณ, ร้านขายผ้า **-mercer** *n.*
merchandise, merchandize (เมอร์' เชินไดซ์, -ไดซ์) *n.* สินค้า, การซื้อขายสินค้า, การค้า *-vt., vi.* **-dised, -dising/-dized, -dizing** ซื้อขาย, ส่งเสริมการขาย (**-S.** (n.) goods)
★**merchant** (เมอร์' เชินท์) *n.* พ่อค้า, คนขายของ *-adj.* ทางการค้า **-merchantable** *adj.*
merchantman (เมอร์' เชินท์เมิน) *n., pl.* **-men** เรือค้าขาย, เรือพาณิชย์
merchant marine กองเรือค้าขาย
merciful (เมอร์' ซิเฟิล) *adj.* เมตตา, กรุณา **-mercifully** *adv.* **-mercifulness** *n.*
merciless (เมอร์' ซิลิซ) *adj.* ทารุณ, โหดร้าย **-mercilessly** *adv.* **-mercilessness** *n.*
mercurial (เมอร์เคียว' เรียล) *adj.* ว่องไว, กระฉับกระเฉง, ฉลาด, เอาแน่ไม่ได้, เกี่ยวกับธาตุปรอท *-n.* ยาที่มีธาตุปรอท **-Mercurial** เกี่ยวกับดาวพุธ, เกี่ยวกับเทพเจ้า Mercury
mercury (เมอร์' เคียรี) *n.* ธาตุปรอทเป็นโลหะหนักสีเงิน ใช้ในเครื่องวัดความดัน เทอร์โมมิเตอร์ เป็นต้น มีสัญลักษณ์ Hg **-Mercury** เทพเจ้าในเทพนิยายโรมันที่มีหน้าที่ส่งข่าว, ดาวพุธ
★**mercy** (เมอร์' ซี) *n., pl.* **-cies** ความเมตตา, ความสงสาร, เคราะห์ดี, พรสวรรค์, อำนาจในการให้อภัยโทษ (**-S.** kindness **-A.** cruelty)
mercy killing การตายอย่างไม่เจ็บปวด, การทำให้ตายอย่างสงบเพื่อยุติความเจ็บปวด
★**mere** (เมียร์) *adj.* เพียง, เท่านั้น, แท้ๆ, ล้วนๆ, เล็กน้อย **-merely** *adv.* (**-S.** pure, small)
meretricious (เมอริทริช' เชิซ) *adj.* แพศยา, ชั่วช้า, เกี่ยวกับการค้าประเวณี, ฉูดฉาด, ขี้โอ่, หลอกลวง (**-S.** specious, tawdry)
merge (เมิร์จ) *vt., vi.* **merged, merging** รวมกัน, ผสมกัน, กลมกลืน, กลายเป็น (**-S.** join)
merger (เมอร์' เจอร์) *n.* การรวมเป็นหนึ่ง, การรวมกันของหน่วยงานให้เป็นหนึ่งเดียว
meridian (มะริด' เดียน) *n.* เส้นวงกลมสมมติที่ลากผ่านขั้วโลกเหนือ ขั้วโลกใต้และจุดใดๆ บนผิวโลก, จุดสูงสุด, จุดยอด, เวลาเที่ยงวัน, ช่วงครึ่งอายุ, วัยเจริญพันธุ์ *-adj.* ที่เวลาเที่ยงวัน, ที่พาดผ่านจุดสูงสุดในแต่ละวัน, เกี่ยวกับจุดสูงสุด, ที่รุ่งเรืองที่สุด (**-S.** (n.) noon, zenith)
meringue (มะแรง') *n.* ขนมอบรสหวานซึ่งทำจากน้ำตาลกับไข่ขาวที่ตีจนขึ้นฟู
merino (มะรี' โน) *n., pl.* **-nos** แกะพันธุ์หนึ่งมีขนยาวนุ่มละเอียด, ขนแกะดังกล่าว

merino

merit (เมอ' ริท) *n.* ข้อดี, ความดี, บุญกุศล, รางวัลหรือเกียรติยศ *-vt.* **-ited, -iting** ควรได้รับ, สมควรกับ **-merits** บาปบุญคุณโทษ **-meritorious** *adj.* **-meritoriously** *adv.*
mermaid (เมอร์' เมด) *n.* นางเงือก
merman (เมอร์' แมน, -เมิน) *n., pl.* **-men** เงือกที่เป็นผู้ชาย
★**merry** (เมอร์' รี) *adj.* **-rier, -riest** ร่าเริง, ครึกครื้น, สรวลเสเฮฮา, รื่นเริง **-merrily** *adj.* **-merriment** *n.* **-merriness** *n.* (**-S.** jolly)
merry-andrew (เมอร์' รีแอน' ดรู) *n.* ตัวตลก
merry-go-round (เมอร์' รีโกเราน์ด์) *n.* ม้าหมุน
merrymaking (เมอร์' รีเมคิง) *n.* ความรื่นเริง, งานรื่นเริง, ความสนุกสนาน *-adj.* รื่นเริง
merrythought (เมอร์' รีธอท) *n.* กระดูกสองง่ามตรงหน้าอกของนก ใช้สำหรับอธิษฐาน
Mesdames, mesdames (เมดาม', -แดม') *n.* พหูพจน์ของ madam, madame
Mesdemoiselles, mesdemoiselles (เมดมวาเซล') *n.* พหูพจน์ของ Mademoiselle
mesh (เมช) *n.* ตาของแห (ตาข่าย ตะแกรง), ตาข่าย, ร่างแห, กับดัก, สิ่งถักทอ, การขบกันของฟันเฟือง 2 ชุด *-vt., vi.* **meshed, meshing** ทำให้ (ฟันเฟือง) ขบกัน, ประสานกัน, ร่วมกัน, ดักจับ **-meshy** *adj.* (**-S.** (n., v.) net)
meshwork (เมช' เวิร์ค) *n.* ตาข่าย, ร่างแห
mesmerism (เมซ' มะริเซิม, เมซ'-) *n.* การ

สะกดจิต, การทำให้หลงเสน่ห์, การทำให้งงงวย -mesmeric *adj.* -mesmerist *n.*

mesmerize (เมซ' มะไรซ์, เมซ'-) *vt.* **-ized, -izing** สะกดจิต, ทำให้ลุ่มหลง, ทำให้งงงวย

Mesopotamia (เมซซะพะเท' เมีย) ดินแดนโบราณอยู่ระหว่างแม่น้ำไทกริสและยูเฟรติส ปัจจุบันอยู่ในอิรัก **-Mesopotamian** *adj., n.*

★**mess** (เมซ) *n.* ของที่กองไว้ยุ่งเหยิง, ของสัพเพเหระ, สถานการณ์ที่ยุ่งยาก, สภาพที่สกปรกรกรุงรัง, ห้องที่ทหารใช้กินอาหาร, ปริมาณอาหารหนึ่งมื้อหรือหนึ่งจาน, กลุ่มบุคคล (ทางทหาร) ที่กินอาหารร่วมกัน *-v.* **messed, messing** *-vt.* ทำให้ยุ่งเหยิง, ทำให้สกปรก, ทำลาย, ทำเสีย *-vi.* เข้าไปยุ่ง, ทำเรื่องยุ่ง, ร่วมรับประทานอาหาร **-mess around/about** ยุ่ง, เที่ยวยุ่ง, (ภาษาพูด) ปล่อยให้เวลาผ่านไปโดยเปล่าประโยชน์ **-messy** *adj.* **-messily** *adv.* (-S. (n., v.) disorder)

★**message** (เมซ' ซิจ) *n.* ข่าวสาร, สาร, ข่าวคราว, ข้อความที่ฝากผู้อื่นไปให้, คำพูดหรือข้อความที่เป็นทางการ, ถ้อยคำชวนคิด, ความหมาย, หน้าที่ส่งสาร (-S. letter, statement)

★**messenger** (เมซ' เซินเจอร์) *n.* คนรับและส่งข่าวสาร, เจ้าหน้าที่เดินหนังสือ, ผู้นำข่าว, ทูตสวรรค์, เครื่องบ่งชี้, ลาง (-S. carrier)

Messieurs (เมซิเออร์', เมซ' เซอร์ซ) *n.* พหูพจน์ของ Monsieur

mess jacket เสื้อสูทของผู้ชายที่สั้นแค่เอวและเข้ารูป ปลายเสื้อข้างหลังแหลม

mess kit ชุดครัวสนาม

Messrs. (เมซ' เซอร์ซ) *n.* พหูพจน์ของ Mr.

mestizo (เมซที' โซ) *n.* ลูกครึ่ง, ลูกผสม

met (เมท) *v.* กริยาช่อง 2 และ 3 ของ meet

meta, met- คำอุปสรรค หมายถึง ภายหลัง, ข้างหลัง, ระหว่าง, เปลี่ยนแปลง

metabolism (มิแทบ' บะลิเซิม) *n.* กระบวนการเผาผลาญอาหารในร่างกายของสิ่งมีชีวิตทำให้ได้พลังงานออกมา **-metabolic** *adj.*

★**metal** (เมท' เทิล) *n.* โลหะ, วัตถุที่ทำด้วยโลหะ, เหล็กหลอมเหลว, แก้วหลอมเหลว, หินโรยถนน, ความแข็งแกร่ง, ความสามารถ *-adj.* ซึ่งทำด้วยโลหะ *-vt.* **-aled, -aling/-alled, -alling** โรยหิน **-metallic** *adj.* **-metallically** *adv.*

metalliferous (เมทเทิลลิฟ' เฟอเริซ) *adj.* ประกอบด้วยโลหะหรือแร่โลหะ

metalloid (เมท' เทิลลอยด์) *n.* ธาตุอโลหะ

metallurgy (เมท' เทิลเลอร์จี) *n.* วิทยาศาสตร์และเทคโนโลยีในการแยกโลหะออกจากแร่

metalware (เมท' เทิลแวร์) *n.* เครื่องใช้ในครัวที่ทำด้วยโลหะ

metalwork (เมท' เทิลเวิร์ค) *n.* สิ่งของที่ทำด้วยโลหะ, การทำของจากโลหะ **-metalworking** *n.*

metamorphism (เมททะมอร์' ฟิเซิม) *n.* การเปลี่ยนแปลงโครงสร้างของหินซึ่งเกิดจากความดัน ความร้อน หรือปฏิกิริยาเคมีจนเป็นหินชนิดใหม่ขึ้นมา เช่น หินปูนกลายเป็นหินอ่อน

metamorphose (เมททะมอร์' โฟซ, -โฟซ) *v.* **-phosed, -phosing** *-vi.* เปลี่ยนแปลงไป, เปลี่ยนรูปเป็น, ผ่านการเปลี่ยนแปลงแบบ metamorphism หรือ metamorphosis *-vt.* ทำให้เกิดการเปลี่ยนแปลงแบบ metamorphism หรือ metamorphosis (-S. change, transform)

metamorphosis (เมททะมอร์' ฟะซิซ) *n., pl.* **-phoses**(-ซีซ) การเปลี่ยนแปลงลักษณะหรือโครงสร้างอย่างสมบูรณ์, การเปลี่ยนแปลงรูปร่างและความเป็นอยู่ของสัตว์ระหว่างพัฒนาการทางธรรมชาติ เช่น ลูกอ๊อดกลายเป็นกบ ตัวหนอนกลายเป็นผีเสื้อ, การเปลี่ยนแปลงจากรูปหนึ่งไปเป็นอีกรูปหนึ่งโดยสมบูรณ์

metaphor (เมท' ทะฟอร์, -เฟอร์) *n.* คำอุปมา, การเปรียบเทียบ **-metaphoric, metaphorical** *adj.* **-metaphorically** *adv.*

metaphysics (เมททะฟิซ' ซิคซ์) *n. pl.* ปรัชญาที่ว่าด้วยความจริงและความเป็นอยู่ของธรรมชาติรวมทั้งจุดกำเนิดและโครงสร้างของจักรวาล, ทฤษฎีหรือหลัก **-metaphysical** *adj.*

metastasize (มะแทซ' ทะไซซ์) *vi.* **-sized, -sizing** แพร่กระจายจากส่วนหนึ่งของร่างกายไปยังส่วนอื่น **-metastasis** *n.*

mete (มีท) *vt.* **meted, meting** แจกจ่าย

meteor (มี' ทีเออร์, -ออร์) *n.* ดาวตก, ผีพุ่งไต้

meteorite (มี' ทีอะไรท์) *n.* อุกกาบาต

meteoroid (มี' ทีอะรอยด์) *n.* สะเก็ดดาว

meteorology (มีทีอะรอล' ละจี) *n.* วิชาที่ศึกษาเกี่ยวกับสภาพบรรยากาศ ปรากฏการณ์ในบรรยากาศ, อุตุนิยมวิทยา **-meteorological** *adj.* **-meteorologically** *adv.* **-meteorologist** *n.*

meter, metre[1] (มี' เทอร์) *n.* จังหวะในเพลงโคลง ฉันท์ กาพย์ กลอน (-S. rhythm)

★**meter, metre**[2] (มี' เทอร์) *n.* หน่วยความยาวในระบบเมตริกที่มีค่าเท่ากับ 39.37 นิ้ว, เมตร

meter[3] (มี' เทอร์) *n.* มาตร, เครื่องวัด, ผู้วัด *-vt.* **-tered, -tering** วัดด้วยเครื่องวัด

-meter คำปัจจัย หมายถึง เครื่องวัด

methane (เมธ' เธน) *n.* ก๊าซมีเทนได้จาก

A B C D E F G H I J K L M N O P Q R S T U V W X Y Z

กระบวนการย่อยสลายของพืชหรือสารอินทรีย์

methanol (เมธ' ธะนอล, -โนล) *n.* เมทิลแอลกอฮอล์

★**method** (เมธ' เธิด) *n.* วิธี, วิธีการ, การปฏิบัติ, ระเบียบ, ระบบ, การจัดการ (-S. mode)

methodical, methodic (มะธอด' ดิเคิล, -ดิค) *adj.* เป็นระเบียบ, ประณีต, เรียบร้อย, รอบคอบ **-methodically** *adv.* (-S. deliberate)

methodize (เมธ' ธะไดซฺ) *vt.* **-ized, -izing** ทำให้เป็นระบบระเบียบ **-methodization** *n.*

methodology (เมธธะดอล' ละจี) *n., pl.* **-gies** การศึกษาวิธีการหรือหลักการทำสิ่งใดสิ่งหนึ่ง, ระบบของการจัดระเบียบหลักเกณฑ์หรือข้อบังคับ **-methodological** *adj.*

methyl alcohol ของเหลวใสไร้สีที่มีพิษและจุดติดไฟได้ ใช้เป็นเชื้อเพลิงและตัวทำละลาย

meticulous (มิทิค' เคียเลิซ) *adj.* พิถีพิถัน, ประณีต, ระมัดระวัง, กวดขัน **-meticulously** *adv.* **-meticulousness** *n.* (-S. careful, finicky)

metier (เมเทีย') *n.* อาชีพ

metonymy (มะทอน' นะมี) *n., pl.* **-mies** การใช้คำหนึ่งแทนคำอีกคำหนึ่ง เช่น สยามเมืองยิ้มแทนประเทศไทย

★**metre** (มี' เทอรฺ) *n.* ดู meter

metric (เมท' ทริค) *adj.* เกี่ยวกับระบบเมตริก

metric system ระบบเมตริก, ระบบชั่ง ตวง วัด ที่มีหน่วยหลักคือเมตร (ความยาว) กรัม (น้ำหนัก) และลิตร (ปริมาตร)

metritis (มิไทร' ทิซ) *n.* มดลูกอักเสบ

metro (เมท' โทร) *n., pl.* **-ros** รถไฟใต้ดิน

metronome (เมท' ทระโนม) *n.* อุปกรณ์ที่มีเข็มแกว่งไปมาเหมือนนาฬิกาใช้ให้จังหวะดนตรี

metropolis (มิทรอพ' พะลิซ) *n.* นครหลวง, มหานคร, เมืองที่เป็นศูนย์กลางความเจริญ

-metry คำปัจจัย หมายถึง วิชาหรือกระบวนการที่เกี่ยวกับการวัด

mettle (เมท' เทิล) *n.* ความกล้าหาญ, ความแข็งแกร่ง, ความสามารถ, อารมณ์ (-S. spirit)

mew[1] (มิว) *n.* เสียงร้องของแมว

mew[2] (มิว) *n.* นกนางนวลชนิดหนึ่ง

mew[3] (มิว) *n.* กรงขัง, ที่ซ่อน (-S. cage)

mewl (มิวลฺ) *vi.* **mewled, mewling** ร้องสะอึกสะอื้น, ร้องคราง *-n.* เสียงเด็กทารกร้อง, เสียงสะอึกสะอื้น, เสียงคราง (-S. (v., n.) whimper)

mews (มิวซฺ) *n. pl.* โรงเก็บม้าหรือรถในสมัยก่อนที่ดัดแปลงเป็นที่พักอาศัยในปัจจุบัน

mezzanine (เมซ' ซะนีน, -นีน') *n.* ชั้นลอย

mezzo (เมซ' โซ) *adj.* กลาง, ครึ่ง, พอสมควร

mezzo forte (เสียงดนตรี) ดังปานกลาง

mfd ย่อจาก manufactured การผลิต

mg ย่อจาก milligram มิลลิกรัม

MHz ย่อจาก megahertz เมกะเฮิรตซ์

miaow, miaou (มีเอา') *n.* ดู meow

miasma (ไมแอซ' มะ, มี-) *n., pl.* **-mas/-mata** กลิ่นเหม็นจากซากเน่าเปื่อยซึ่งเชื่อว่าเป็นพิษ

mice (ไมซฺ) *n.* พหูพจน์ของ mouse

micra (ไม' คระ) *n.* พหูพจน์ของ micron

micro-, micr- คำอุปสรรค หมายถึง เล็ก, จิ๋ว, จุล, 10^{-6}, หนึ่งส่วนล้าน

microbe (ไม' โครบ) *n.* สิ่งมีชีวิตขนาดเล็กที่ตามองไม่เห็น เช่น เชื้อโรค

microbiology (ไมโครไบออล' ละจี) *n.* วิชาจุลชีววิทยา **-microbiological** *adj.*

microchip (ไม' คระชิพ) *n.* แผ่นสารกึ่งตัวนำชิ้นเล็กๆ ที่บรรจุวงจรไฟฟ้าหรืออิเล็กทรอนิกส์

microcomputer (ไม' โครเคิมพิวเทอรฺ) *n.* เครื่องคอมพิวเตอร์ขนาดเล็กอย่างที่ใช้ในบ้าน

microcosm (ไม' คระคอเซิม) *n.* โลกเล็กๆ, จักรวาลเล็กๆ, มนุษย์ที่เป็นเสมือนภาพย่อของโลก, ระบบสิ่งแวดล้อมขนาดเล็ก เช่น สระ

microfarad (ไม' โครแฟแรด, -เริด) *n.* หนึ่งส่วนล้านฟารัด

microfilm (ไม' คระฟิล์ม) *n.* ฟิล์มขนาดเล็กสำหรับถ่ายภาพหรือเอกสารโดยการย่อขนาดให้เล็กลง, การถ่ายภาพบนฟิล์มดังกล่าว

microfloppy (ไม' โครฟลอพพี) *n., pl.* **-pies** แผ่นดิสก์ขนาด 3.5 นิ้ว

micrometer[1] (ไมครอม' มิเทอรฺ) *n.* เครื่องมือวัดระยะมุม เส้นผ่านศูนย์กลางหรือวัตถุที่เล็กๆ

micrometer[2] (ไม' โครมีเทอรฺ) *n.* หน่วยวัดความยาวที่มีค่าเท่ากับหนึ่งส่วนล้านเมตร

micron (ไม' ครอน) *n., pl.* **-crons/-cra** หนึ่งส่วนล้านเมตร

microorganism (ไมโครออรฺ' กะนิเซิม) *n.* สิ่งมีชีวิตขนาดเล็กที่มองด้วยตาเปล่าไม่เห็น

microphone (ไม' คระโฟน) *n.* อุปกรณ์ที่เปลี่ยนคลื่นเสียงให้อยู่ในรูปสัญญาณทางไฟฟ้าใช้บันทึกหรือถ่ายทอดเสียง, ไมโครโฟน

microprocessor (ไม' โครพรอซเซซเซอรฺ) *n.* วงจรไฟฟ้าที่บรรจุหน่วยประมวลผลกลางทั้งหมดของคอมพิวเตอร์ไว้บนแผ่นชิปแผ่นเดียว

microscope (ไม' คระสโกพ) *n.* กล้องจุลทรรศน์

microscopic, microscopical (ไมคระสกอพ' พิค, -พิเคิล) *adj.* เล็กมาก, จิ๋ว, อย่าง

ละเอียดลออ, เกี่ยวกับกล้องจุลทรรศน์ (-S. minuscule, tiny -A. big)
microsecond (ไม' โครเซคเคินดํ) *n.* หน่วยของเวลาที่มีค่าเท่ากับหนึ่งส่วนล้านวินาที
microwave (ไม' คระเวฟว์) *n.* คลื่นแม่เหล็กไฟฟ้าความถี่สูง ใช้ประโยชน์ในด้านการสื่อสาร และเรดาร์, เตาอบไมโครเวฟ
mid (มิด) *adj.* กลาง, ปานกลาง, ครึ่ง *-n.* ขนาดกลาง, ระยะกลาง *-prep.* กลาง
mid- คำอุปสรรค หมายถึง กลาง
midair (มิด' แอรํ) *n.* บริเวณกลางอากาศ
★**midday** (มิด' เด) *n.* กลางวัน, เที่ยงวัน *-adj.* ที่เวลาเที่ยงวัน (-S. (n.) noon)
★**middle** (มิด' เดิล) *adj.* กลาง, กึ่งกลาง, ครึ่ง, ตรงกลาง, ตอนกลาง *-n.* จุดกลาง, ส่วนกลาง, ใจกลาง, เอว (-S. (adj.) central (n.) center)
middle age วัยกลางคน **-middle-aged** *adj.*
Middle Ages ยุคกลางในประวัติศาสตร์ของยุโรป ระหว่างยุคโบราณกับยุคเรอเนซองส์
middlebrow (มิด' เดิลเบรา) *n.* (ภาษาพูด) ผู้มีรสนิยมปานกลาง ผู้มีความคิดเห็นเป็นกลาง
middle class ชนชั้นกลางในสังคม
middleman (มิด' เดิลแมน) *n.* พ่อค้าคนกลาง
middle-of-the-road (มิด' เดิลเอิฟว์ธะโรด') *adj.* เป็นกลางทางความคิดหรือการเมือง
middleweight (มิด' เดิลเวท) *n.* นักมวยที่มีน้ำหนักตัวระหว่าง 147-160 ปอนด์
middling (มิด' ลิง) *adj.* ปานกลาง, ย่อมเยา
midge (มิจ) *n.* แมลงขนาดเล็กมีปีกคล้ายริ้น
midget (มิจ' จิท) *n.* คนตัวเล็ก, ของชนิดจิ๋ว *-adj.* เล็ก, จิ๋ว (-S. (n., adj.) small)
midland (มิด' เลินดํ) *n.* ส่วนกลางหรือส่วนในของประเทศ *-adj.* เกี่ยวกับส่วนกลาง
midmost (มิด' โมซทํ) *adj.* ที่อยู่ใกล้ตรงกลางที่สุดหรือชั้นในที่สุด *-n.* ส่วนกลาง
midnight (มิด' ไนทํ) *n.* เที่ยงคืน, ความมืดสนิท *-adj.* ที่เวลาเที่ยงคืน, มืดมาก

> **midnight** เวลาเที่ยงคืน ใช้กับ at เช่น The pub closes at midnight.
> **middle of the night** เวลากลางคืน (ช่วง) หลังเที่ยงคืนจนก่อนฟ้าสาง ใช้กับ in เช่น What are you doing in the middle of the night, John? Go to bed now!

midnight sun พระอาทิตย์เที่ยงคืน
midpoint (มิด' พอยนํท) *n.* จุดกึ่งกลาง
midriff (มิด' ริฟ) *n.* ส่วนกลางของร่างกายระหว่างอกกับเอว, กะบังลม
midshipman (มิด' ชิพเมิน) *n., pl.* **-men** นักเรียนนายเรือ, ว่าที่เรือตรี
midst (มิดซทํ, มิทซทํ) *n.* ตำแหน่งกลาง, ส่วนกลาง, ศูนย์กลาง, แกนกลาง, สิ่งที่อยู่ท่ามกลาง *-prep.* ระหว่างกลาง, ท่ามกลาง **-in the midst of** ล้อมรอบโดย, ระหว่าง (-S. (n.) core)
midsummer (มิด' ซัม' เมอรํ) *n.* ช่วงกลางฤดูร้อน *-adj.* เหมือนช่วงกลางฤดูร้อน
midterm (มิด' เทิรํม) *n.* ช่วงกลางของภาคเรียน
midtown (มิด' เทานํ) *n.* ใจกลางเมือง
midway (มิด' เว) *n.* ระยะกลาง, กลางทาง, บริเวณกลางงาน *-adj., adv.* กลางทาง
midweek (มิด' วีค) *n.* ช่วงกลางสัปดาห์, วันพุธ *-adj.* ในช่วงกลางสัปดาห์
midwife (มิด' ไวฟ) *n., pl.* **-wives** (-ไวฟ์วซํ) หมอตำแย, ผู้ช่วยทำคลอด *-vt.* **-wifed, -wifing/-wived, -wiving** (-ไววิง) ช่วยทำคลอด, ช่วยนำมา **-midwifery** *n.* (-S. (n.) obstetrician)
midwinter (มิด' วิน' เทอรํ) *n.* ช่วงกลางฤดูหนาว *-adj.* เหมือนช่วงกลางฤดูหนาว
midyear (มิด' เยียรํ) *n.* ช่วงกลางปี
mien (มีน) *n.* ลักษณะท่าทาง, พฤติกรรม
miff (มิฟ) *vt., vi.* **miffed, miffing** (ภาษาพูด) ทำให้ขุ่นเคือง *-n.* (ภาษาพูด) เรื่องระหองระแหง
★**might**[1] (ไมทํ) *v. aux.* กริยาช่อง 2 ของ may
might[2] (ไมทํ) *n.* ความสามารถ, พละกำลัง, แรง, พลังงาน (-S. energy, strength)
mighty (ไม' ที) *adj.* **-tier, -tiest** มีพลัง, มหึมา, มีอานุภาพ, กว้างขวาง, หนาแน่น, มหาศาล *-adv.* มากมาย, อย่างยิ่ง **-mightily** *adv.* **-mightiness** *n.* (-S. (adj.) enormous, powerful)
migraine (ไม' เกรน) *n.* อาการปวดศีรษะเพียงข้างเดียว มักคลื่นไส้และมีสายตาผิดปกติ
migrant (ไม' เกรินทํ) *n.* ผู้อพยพ, สัตว์ที่อพยพย้ายถิ่น *-adj.* เกี่ยวกับการอพยพย้ายถิ่น
migrate (ไม' เกรท) *vi.* **-grated, -grating** อพยพ, ย้ายถิ่น, เปลี่ยนที่เพาะปลูก, เดินทาง **-migration** *n.* **-migratory** *adj.*
mikado (มิคา' โด) *n., pl.* **-dos** ตำแหน่งจักรพรรดิแห่งญี่ปุ่น
mike (ไมคํ) *n.* (ภาษาพูด) ไมโครโฟน
mil (มิล) *n.* หน่วยความยาวที่เท่ากับ 0.001 นิ้ว, 1 ลูกบาศก์เซนติเมตร (cc), 1 มิลลิลิตร
milady, miladi (มิเล' ดี) *n., pl.* **-dies** สตรีผู้สูงศักดิ์, สตรีที่มีรสนิยมสูง, คุณหญิง

A B C D E F G H I J K L M N O P Q R S T U V W X Y Z

milch (มิลช) *adj.* (สัตว์) ที่ให้นม เช่น วัวนม

★**mild** (ไมล์ด) *adj.* **milder, mildest** อ่อนโยน, ใจดี, สุภาพ, อ่อน, เบา, ไม่รุนแรง, ไม่หนาวจัด, อบอุ่น, จืด **-mildly** *adv.* **-mildness** *n.*

mildew (มิล' ดู, -ดิว) *n.* โรคราน้ำค้าง

★**mile** (ไมล) *n.* หน่วยวัดความยาวมีค่าเท่ากับ 5,280 ฟุต หรือ 1,609 เมตร, ไมล์, ไมล์ทะเล

mileage, milage (ไม' ลิจ) *n.* ความยาวหรือระยะทางเป็นไมล์, ระยะทางเป็นไมล์ที่รถวิ่งไปได้ด้วยน้ำมันจำนวนหนึ่ง

milestone (ไมล' สโตน) *n.* หลักไมล์บอกระยะทางตามข้างถนน, เหตุการณ์สำคัญในประวัติศาสตร์หรือชีวิตคน, จุดเปลี่ยน

milieu (มิลลิว') *n., pl.* **-lieus/-lieux** สภาพแวดล้อม (-S. environment, surrounding)

militant (มิล' ลิเทินท) *adj.* เกี่ยวกับการต่อสู้หรือสงคราม, ชอบต่อสู้, ก้าวร้าว, แข็งข้อ, รุกราน *-n.* คนที่ชอบสงคราม, คนที่แข็งข้อ, ผู้รุกราน **-militance, militancy** *n.*

militarism (มิล' ลิทะริเซิม) *n.* การฝึกกำลังทางทหาร, นโยบายเตรียมความพร้อมทางทหาร, การยกย่องอุดมการณ์ทางทหาร, การฝึกรบ

militarize (มิล' ลิทะไรซ) *vt.* **-rized, -rizing** เตรียมความพร้อมในการรบ, ทำให้มีจิตใจต่อสู้

★**military** (มิล' ลิเทอรี) *adj.* เกี่ยวกับกำลังทหาร, ทางทหาร, เกี่ยวกับการรบ, ของกองทัพ *-n., pl.* **-ry/-ries** กำลังทางทหารของประเทศ **-the military** กำลังทางทหาร, เจ้าหน้าที่ทหาร

military law กฎหมายทหาร, ธรรมนูญทหาร

militate (มิล' ลิเทท) *vi.* **-tated, -tating** ต่อสู้, ตอบโต้, คัดค้าน

militia (มะลิช ชะ) *n.* ทหารกองหนุน

★**milk** (มิลค) *n.* น้ำนม, ของเหลวที่คล้ายน้ำนม เช่น น้ำกะทิ *-v.* **milked, milking** *-vt.* รีด (พิษงู), รีดน้ำนม, สกัด (ของเหลว), รีดไถ *-vi.* ให้น้ำนม

milk-and-water (มิลค์เอินวอท' เทอร) *adj.* จืดชืด, อ่อน, โหรงเหรง, ไม่มีสาระ, เหลวไหล

milk-livered (มิลค' ลิฟว์เวอร์ด) *adj.* ขี้ขลาด

milkmaid (มิลค' เมด) *n.* หญิงที่รีดนมวัว

milkman (มิลค' แมน) *n., pl.* **-men** คนขายนม, คนส่งนม

milk of magnesia ยาน้ำสีขาวขุ่นที่มีส่วนผสมของแมกนีเซียมไฮดรอกไซด์ ใช้เป็นยาลดกรดและยาระบาย

milk shake เครื่องดื่มที่ทำจากนมผสมไอศกรีมแล้วเขย่าหรือปั่นจนเป็นฟอง

milksop (มิลค' ซอพ) *n.* คนขี้ขลาด, คนอ่อนแอ

milk sugar น้ำตาลในนม, น้ำตาลแล็กโตส

milk tooth ฟันน้ำนม

milky (มิล' คี) *adj.* **milkier, milkiest** เหมือนน้ำนม, ประกอบด้วยน้ำนม, ขุ่น

Milky Way กาแล็กซีทางช้างเผือกที่มีระบบสุริยจักรวาลรวมอยู่ด้วย

mill (มิล) *n.* โรงโม่, โรงสี, เครื่องโม่, เครื่องบด, เครื่องสีข้าว, โรงงานผลิต *-v.* **milled, milling** *-vt.* บดเป็นแป้ง, โม่, ผลิต (กระดาษ เหล็ก) ในโรงงาน *-vi.* เคลื่อนที่อย่างช้าๆ เป็นวงกลม เช่น ฝูงวัว, เคลื่อนไหวอย่างสับสนชุลมุน **-through the mill** (ภาษาพูด) ผ่านความยากลำบาก, ผ่านการฝึกหัดอย่างจริงจัง **-milling** *n.*

millennium (มะเลน' เนียม) *n., pl.* **-niums/-nia** ระยะเวลาหนึ่งพันปี, ระยะเวลาหนึ่งพันปีที่พระเจ้าจะปกครองโลก, ช่วงเวลาแห่งความสุขสงบและรุ่งเรือง, สหัสวรรษ

millennium bug ปัญหาคอมพิวเตอร์ปี 2000 เกิดกับซอฟต์แวร์และฮาร์ดแวร์ที่ใช้ตัวเลขสองตัวเป็นตัวบอกปี ค.ศ. จึงเกิดความผิดพลาดขึ้น

millepede (มิล' ละพีด) *n.* ดู millipede

miller (มิล' เลอร) *n.* เจ้าของโรงโม่

millet (มิล' ลิท) *n.* ลูกเดือย, ข้าวฟ่าง

milli- คำอุปสรรค หมายถึง 10^{-3}, หนึ่งส่วนพัน

milliard (มิล' เลียร์ด) *n.* หนึ่งพันล้าน

millibar (มิล' ละบาร) *n.* หน่วยวัดความดันบรรยากาศที่เท่ากับ $\frac{1}{1000}$ บาร์

milligram (มิล' ลิแกรม) *n.* หน่วยวัดน้ำหนักที่เท่ากับ $\frac{1}{1000}$ หรือ 0.001 กรัม ย่อว่า mg

milliliter, millilitre (มิล' ละลีเทอร) *n.* หน่วยวัดปริมาตรหรือความจุของของเหลวที่เท่ากับ $\frac{1}{1000}$ ลิตร หรือ 0.338 ออนซ์ ย่อว่า ml

★**millimeter, millimetre** (มิล' ละมีเทอร) *n.* หน่วยวัดความยาวที่เท่ากับ $\frac{1}{1000}$ เมตรหรือ 0.03937 นิ้ว ย่อว่า mm

milliner (มิล' ละเนอร) *n.* ช่างทำหมวกสตรี

millinery (มิล' ละเนอรี) *n., pl.* **-neries** หมวกผู้หญิง, งานหรือธุรกิจที่เกี่ยวกับหมวกผู้หญิง

★**million** (มิล' เลียน) *n., pl.* **-lion/-lions** หนึ่งล้าน, จำนวนมากมาย **-million** *adj.*

★**millionaire** (มิลเลียแนร') *n.* เศรษฐีเงินล้าน

millionairess (มิลเลียแน' ริซ) *n.* เศรษฐินี

millionth (มิล' เลียนธ) *adj.* ที่ล้าน, เป็นหนึ่งในล้าน *-n.* ลำดับที่หนึ่งล้าน

millipede, millepede (มิล' ละพีด) *n.* กิ้งกือ

millrace (มิล' เรซ) *n.* กระแสน้ำที่ไปหมุนระหัด
millstone (มิล' สโตน) *n.* แผ่นหินกลมขนาดใหญ่ของเครื่องโม่, ระวางหนัก, สิ่งที่ใช้บด
millwork (มิล' เวิร์ค) *n.* สิ่งของต่างๆ ที่ทำขึ้นในโรงงาน, งานที่ทำในโรงงาน **-millworker** *n.*
milord (มิลอร์ด') *n.* ชายผู้สูงศักดิ์, ใต้เท้า
milquetoast (มิลค์' โทซท์) *n.* คนขี้ขลาด
mime (ไมม์) *n.* การแสดงท่าทางแทนคำพูด, ละครใบ้, โขน, ตัวแสดงท่าทางดังกล่าว, ผู้แสดงละครใบ้ *-vi.* **mimed, miming** แสดงท่าล้อเลียน **-mimer** *n.* (-S. (n., v.) mimic, pantomine)
mimeograph (มิม' เมียแกรฟ) *n.* เครื่องโรเนียว, สำเนาจากเครื่องโรเนียว
mimic (มิม' มิค) *vt.* **-icked, -icking** เลียนแบบ, จำลอง, ล้อเลียน, ปลอม *-n.* นักแสดงล้อเลียน, การเลียนแบบ **-mimicry** *n.*
mimosa (มิโม' ซะ) *n.* กระถิน, พืชพวกไมยราบ
min. ย่อจาก minimum ต่ำสุด, minute นาที
minaret (มินนะเรท') *n.* หอคอยสูงบนสุเหร่า
minatory (มิน' นะทอรี) *adj.* คุกคาม, ขู่เข็ญ
mince (มินซ์) *v.* **minced, mincing** *-vt.* สับ, บด, พูดปลอบโยน, พูดอ้อมค้อม, แสดงออกอย่างมีมารยาท *-vi.* เดินเหยาะย่างอย่างสง่างาม, เดินด้วยก้าวสั้นๆ, พูดหรือประพฤติอย่างมีมารยาท *-n.* ผลไม้สับ, การสับละเอียด, เนื้อสับ **-not mince matters** พูดอย่างตรงไปตรงมา **-mincing** *adj.* **-mincingly** *adv.* (-S. (v.) cut, walk)
mincemeat (มินซ์' มีท) *n.* เนื้อสับปรุงเครื่อง
mince pie ขนมพายไส้ผลไม้สับหรือไส้เนื้อสับ
★**mind** (ไมนด์) *n.* จิตใจ, จริต, ใจ, ความในใจ, ความคิด, ความตั้งใจ, ความเอาใจใส่, ความคิดเห็น, ความมุ่งหมาย, ความต้องการ, ความจำ, ความทรงจำ, สติสัมปชัญญะ, ผู้มีสติปัญญา, สติปัญญา *-v.* **minded, minding** *-vt.* ใส่ใจ, เอาใจใส่, เชื่อฟัง, ระวัง, ดูแล, รังเกียจ, สังเกต, เป็นกังวล, เป็นห่วง, (ภาษาพูด) จำ มุ่งหมาย ต้องการ *-vi.* รู้สึกกังวล, รู้สึกเป็นห่วง, เชื่อฟัง, สังเกต, ระวัง, เอาใจใส่, รังเกียจ **-bear/keep in mind** จำ **-call to mind** จำได้ **-make up one's mind** ตัดสินใจ **-never mind** ไม่เป็นไร **-out of one's mind** เสียสติ (-S. (n.) memory)
minded (ไมน์' ดิด) *adj.* สมัครใจ, มีใจโอนเอียง
mindful (ไมนด์' เฟิล) *adj.* เอาใจใส่, ตั้งใจ, ระวัง
mindless (ไมนด์' ลิซ) *adj.* โง่, ไร้ความคิด, สะเพร่า, ไม่มีจุดมุ่งหมาย **-mindlessly** *adv.*
mind reading ความสามารถในการรู้ความคิดของผู้อื่นโดยใช้สัมผัสพิเศษ, โทรจิต
mind's eye จินตนาการ, มโนภาพ
★**mine**[1] (ไมน์) *n.* เหมือง, เหมืองแร่, แหล่งอุดมสมบูรณ์, โพรงที่ขุดขึ้นเพื่อวางระเบิด, กับระเบิด, ทุ่นระเบิด, พลุ, ดอกไม้ไฟ *-v.* **mined, mining** *-vt.* สกัด (แร่) จากดิน, ขุดแร่, ขุดอุโมงค์, ทำโพรง, วางระเบิด *-vi.* ขุดเหมือง, ขุดแร่, ทำงานในเหมือง, ขุดอุโมงค์ **-miner** *n.*
★**mine**[2] (ไมน์) *pron.* ของของฉัน *-adj.* เป็นของฉัน
mine detector เครื่องมือตรวจหาทุ่นระเบิด
minefield (ไมน์ ฟีลด์) *n.* พื้นที่ที่ถูกวางทุ่นระเบิด
minelayer (ไมน์ เลเออร์) *n.* เรือวางทุ่นระเบิด
★**mineral** (มิน' เนอเริล) *n.* แร่, แร่ธาตุ, เกลือแร่ *-adj.* เกี่ยวกับแร่ธาตุ, คล้ายแร่, ซึ่งมีแร่ **-minerals** น้ำแร่, น้ำโซดา (-S. (n.) ore)
mineralogy (มินนะรอล' ละจี) *n., pl.* **-gies** การศึกษาในเชิงวิทยาศาสตร์เกี่ยวกับแร่, หนังสือเกี่ยวกับแร่ **-mineralogist** *n.*
mineral oil น้ำมันไร้สี ไร้กลิ่น ไร้รส ที่กลั่นจากน้ำมันปิโตรเลียมใช้ในการทำยาระบาย
mineral water น้ำแร่
minesweeper (ไมน์ สวีพเพอร์) *n.* เรือทำลายทุ่นระเบิด **-minesweeping** *n.*
mingle (มิง' เกิล) *vt., vi.* **-gled, -gling** ผสม, รวมกัน, ปนกัน, กลมกลืน, เข้าร่วม, ปะปน
mingy (มิน' จี) *adj.* **-gier, -giest** ขี้เหนียว
mini (มิน' นี) *n., pl.* **-nis** สิ่งของที่เล็กกว่าปกติ
mini- คำอุปสรรค หมายถึง เล็ก, สั้น
miniature (มิน' นิอะเชอร์) *n.* แบบจำลองย่อส่วน, ภาพเขียนที่เล็กมาก, ศิลปะในการทำภาพเขียนที่เล็กมาก, รูปภาพขนาดเล็ก *-adj.* เล็ก, จิ๋ว, น้อยๆ, ซึ่งย่อขนาดลง (-S. (adj.) little, small)
minibus (มิน' นีบัซ) *n.* รถเมล์เล็ก
minim (มิน' เนิม) *n.* ตัวโน้ตครึ่งจังหวะ, สิ่งที่เล็กหรือน้อยมากๆ
minima (มิน' นะมะ) *n.* พหูพจน์ของ minimum
minimal (มิน' นะเมิล) *adj.* เล็กที่สุด, น้อยที่สุด
minimize (มิน' นะไมซ์) *vt.* **-mized, -mizing** ทำให้น้อย, ย่อให้เล็กที่สุด, ลดลงต่ำสุด, ลดค่า, ดูถูก **-minimization** *n.* (-S. depreciate, reduce)
★**minimum** (มิน' นะเมิม) *n., pl.* **-mums/-ma** ความเป็นไปได้น้อยที่สุด, จุดต่ำสุด, ค่าที่น้อยที่สุด, จำนวนน้อยที่สุด *-adj.* ซึ่งเป็นไปได้น้อยที่สุด, มีระดับต่ำสุด
minimum wage เงินค่าจ้างขั้นต่ำ
minion (มิน' เนียน) *n.* ผู้ติดตาม, คนรับใช้, ลูกสมุน, ผู้ช่วย, คนโปรด, ชู้รัก
miniseries, mini-series (มิน' นีเซียรีซ) *n.,*

A B C D E F G H I J K L M N O P Q R S T U V W X Y Z

pl. **-ries** ละครชุดทางโทรทัศน์ฉายเป็นตอนสั้นๆ

miniskirt (มิน' นีสเกิร์ท) *n.* กระโปรงสั้นเหนือหัวเข่า **-miniskirted** *adj.*

★**minister** (มิน' นิสเตอร์) *n.* เจ้าหน้าที่รัฐบาล, รัฐมนตรี, อัครราชทูต, พระ, ผู้รับใช้ *-vi.* **-tered, -tering** รับใช้, ปรนนิบัติ, ช่วยเหลือ, รักษาพยาบาล, ทำหน้าที่เป็นพระ *-vt.* จัดให้มี, ให้, จัดหา **-ministerial** *adj.* **-ministerially** *adv.*

ministration (มินนิสเตร' ชัน) *n.* การช่วยเหลือ, การรับใช้, การปรนนิบัติ, การทำหน้าที่เป็นพระ, การให้คำสั่งสอน **-ministrant** *adj., n.*

★**ministry** (มิน' นิสตรี) *n., pl.* **-tries** ตำแหน่งพระสงฆ์, คณะสงฆ์, กระทรวง, คณะรัฐมนตรี, การช่วยเหลือ, การรับใช้, การเป็นตัวแทน

mink (มิงค์) *n., pl.* **mink/minks** สัตว์เลี้ยงลูกด้วยนมชนิดหนึ่งคล้ายนาก มีขนสีน้ำตาลนุ่มหนา อาศัยอยู่บริเวณน้ำ, ขนของสัตว์ดังกล่าว

★**minor** (ไม' เนอร์) *adj.* น้อย, เล็ก, ไม่สำคัญ, ยังไม่บรรลุนิติภาวะ, เกี่ยวกับระดับเสียงไมเนอร์ทางดนตรี, (วิชา) รอง *-n.* วิชารอง, สาขารอง, ตำแหน่งรอง, ระดับเสียงไมเนอร์ในดนตรี, ผู้เยาว์ (**-S.** (adj., n.) inferior **-A.** (adj., n.) major)

★**minority** (มะนอ' ริที, ไม-) *n., pl.* **-ties** ส่วนน้อย, คนส่วนน้อย, ชนกลุ่มน้อย, คณะหรือพรรคการเมืองเสียงข้างน้อย, ความเป็นผู้เยาว์

minster (มิน' สเตอร์) *n.* โบสถ์ขนาดใหญ่

minstrel (มิน' สเตริล) *n.* นักดนตรีเร่ร่อน, กวี

mint[1] (มินท์) *n.* โรงกษาปณ์, (เงิน) จำนวนมาก, แหล่งผลิต *-vt.* **minted, minting** ผลิตเงินเหรียญ, ประดิษฐ์, ทำขึ้น **-mintage** *n.*

★**mint**[2] (มินท์) *n.* พืชจำพวกสะระแหน่

minuet (มินนิวเอท') *n.* การเต้นรำช้าๆ

★**minus** (ไม' เนิซ) *prep.* ลบ, (ภาษาพูด) ปราศจาก *-adj.* น้อยกว่าศูนย์, ติดลบ, เป็นลบ, ต่ำกว่าเกณฑ์ *-n.* เครื่องหมายลบ, จำนวนลบ, ข้อเสียหาย, ข้อเสียเปรียบ

minuscule (มิน' นะสกิวล์) *adj.* เล็กมาก, จิ๋ว, นิดเดียว *-n.* ตัวอักษรขนาดเล็ก, ตัวพิมพ์เล็ก

minus sign เครื่องหมายลบ

★**minute**[1] (มิน' นิท) *n.* นาที, ลิปดา (1/60 ขององศา), ระยะเวลาสั้นๆ, ชั่วขณะ, บันทึกความจำ *-vt.* **-uted, -uting** ลงบันทึกหรือรายงาน **-minutes** บันทึกหรือรายงานการประชุม **-up to the minute** ในแบบล่าสุด, ทันสมัย **-minutely** *adj., adv.* (**-S.** (n.) moment, note, time)

★**minute**[2] (ไมนูท', -นิวท์) *adj.* เล็กจิ๋ว, ไม่สำคัญ, พิถีพิถัน **-minutely** *adv.* **-minuteness** *n.*

minute hand เข็มยาวของนาฬิกาที่บอกนาที

minx (มิงค์ซ์) *n.* ผู้หญิงที่ก๋ากั่น, ผู้หญิงสำส่อน

miracle (มิ' ระเคิล) *n.* ความมหัศจรรย์, เรื่องอภินิหาร, สิ่งมหัศจรรย์, ปาฏิหาริย์ **-miraculous** *adj.* **-miraculously** *adv.* (**-S.** marvel)

miracle play ละครเกี่ยวกับเรื่องมหัศจรรย์ของพระเยซูหรือนักบุญในศาสนาคริสต์

mirage (มิราฌ') *n.* ภาพลวงตา, สิ่งลวงตา

mire (ไมร์) *n.* ปลัก, ตม, หนอง, โคลน, เลน, สถานการณ์ที่ยุ่งยากหรือเสียเปรียบ *-v.* **mired, miring** *-vt.* ทำให้ติดหล่ม, เปรอะโคลน, ตกอยู่ในความยุ่งยากหรือลำบาก *-vi.* ติดหล่ม, จมโคลน **-miry** *adj.* (**-S.** (n., v.) mud)

★**mirror** (มิ' เรอร์) *n.* กระจกเงา, สิ่งสะท้อนให้เห็นถึงภาพความเป็นจริง, ลูกแก้วของหมอดู *-vt.* **-rored, -roring** สะท้อน, ส่อง

mirth (เมิร์ธ) *n.* ความรื่นเริง, ความสนุกสนาน **-mirthful** *adj.* **-mirthfully** *adv.* (**-S.** gaiety)

mis- คำอุปสรรค หมายถึง ผิด, เลว, ขาด, ไม่เหมาะสม, ไม่พอเพียง

misadventure (มิซเอิดเวน' เชอร์) *n.* โชคร้าย, โชคไม่ดี, อุบัติเหตุ (**-S.** accident, mishap)

misalliance (มิซอะไล' เอินซ์) *n.* การแต่งงานที่ไม่เหมาะสม, ความสัมพันธ์ที่ไม่เหมาะสม

misanthrope, misanthropist (มิซ' เอินโธรพ; มิซ'-, มิซแอน' ธระพิซท์; มิซ'-) *n.* คนที่เกลียดเพื่อนมนุษย์ด้วยกัน **-misanthropic, misanthropical** *adj.* **-misanthropy** *n.*

misapply (มิซอะไพล') *vt.* **-plied, -plying** ใช้ผิดๆ, ยักยอกเงิน **-misapplication** *n.*

misapprehend (มิซแอพพรีเฮนด์') *vt.* **-hended, -hending** เข้าใจผิด **-misapprehension** *n.* (**-S.** misunderstand)

misappropriate (มิซอะโพร' พรีเอท) *vt.* **-ated, -ating** ยักยอก, ใช้ผิด (กฎ)

misbegotten (มิซบิกอท' เทิน) *adj.* เกี่ยวกับเด็กนอกสมรส, ซึ่งไม่ถูกกฎหมาย

★**misbehave** (มิซบิเฮฟว์') *vt.* **-haved, -having** ประพฤติตัวไม่เหมาะสม **-misbehavior** *n.*

misbelief (มิซบิลีฟว์') *n.* ความเชื่อถือผิดๆ

misc. ย่อจาก miscellaneous เบ็ดเตล็ด

miscalculate (มิซแคล' เคียเลท) *vt., vi.* **-lated, -lating** คำนวณผิดพลาด, ประมาณผิด

miscarry (มิซ' แครี, -แค'-) *vi.* **-ried, -rying** แท้งลูก, ผิดพลาด, ประสบความล้มเหลว, เสียหายระหว่างทาง, ส่งไม่ถึงปลายทาง, ทำอย่างไม่ยุติธรรม **-miscarriage** *n.* (**-S.** fail)

A B C D E F G H I J K L M N O P Q R S T U V W X Y Z

miscast (มิซแคซท์') *vt.* **-cast, -casting** กำหนดตัวแสดงไม่เหมาะสม
miscegenation (มิเซจจะเน' ชัน) *n.* การแต่งงานของชายหญิงต่างเชื้อชาติ
miscellaneous (มิซซะเล' เนียซ) *adj.* จิปาถะ, เบ็ดเตล็ด, ต่างๆ นานา (-S. various)
miscellany (มิซ' ซะเลนี) *n., pl.* **-nies** เรื่องปกิณกะ, หนังสือรวมเรื่องต่างๆ (-S. medley)
mischance (มิซแชนซ์') *n.* โชคไม่ดี, โชคร้าย
mischief (มิซ' ชิฟ) *n.* ความประพฤติที่น่ารำคาญ, ความเสียหาย, อันตราย, ความยุ่งยาก, การชอบแกล้ง, ความซุกซน **-mischievous** *adj.*
mischief-maker (มิซ' ชิฟเมเคอร์) *n.* ผู้ก่อเรื่องร้าย, คนช่างฟ้อง, คนปากสว่าง
miscible (มิซ' ซะเบิล) *adj.* ซึ่งสามารถผสมกันได้, ซึ่งเข้ากันได้ **-miscibility** *n.*
misconceive (มิซเคินซีฟว์') *vt.* **-ceived, -ceiving** เข้าใจผิด **-misconception** *n.*
misconduct (มิซคอน' ดัคท์) *n.* ความประพฤติที่ผิด, การกระทำผิดกฎหมาย
misconstrue (มิซเคินสตรู') *vt.* **-strued, -struing** แปลความหมายผิด, ตีความผิด
miscreant (มิซ' ครีเอินท์) *n.* คนชั่ว, คนนอกรีต, ผู้ไม่นับถือพระเจ้า *-adj.* ชั่ว, นอกรีต
miscue (มิซคิว') *n.* การแทงไม่ถูกลูกบิลเลียด
misdeal (มิซดีล') *vt., vi.* **-dealt** (-เดลท์'), **-dealing** แจกไพ่ผิด *-n.* การแจกไพ่ผิด
misdeed (มิซดีด') *n.* การกระทำผิด
misdemeanor, misdemeanour (มิซดิมี' เนอร์) *n.* การประพฤติผิด, การกระทำความผิดทางอาญาสถานเบา
misdiagnose (มิซไดเอิกโนซ') *vt., vi.* **-nosed, -nosing** วินิจฉัยโรคผิด **-misdiagnosis** *n.*
misdid (มิซดิด') *v.* กริยาช่อง 2 ของ misdo
misdirect (มิซดิเรคท์', -ได-) *vt.* **-rected, -recting** ให้คำแนะนำผิด, จ่าหน้าซองผิด
miser (ไม' เซอร์) *n.* คนตระหนี่, คนโลภ **-miserly** *adj.* (-S. niggard, skinflint)
***miserable** (มิซ' เซอระเบิล, มิซ' ระ-) *adj.* เป็นทุกข์, ไม่สบาย, เลวทราม, ด้อย, น่าอาย, น่าอนาถ **-miserably** *adv.* **-misery** *n.*
misfire (มิซไฟร์') *vi.* **-fired, -firing** (ปืน) ด้าน, พลาด, ไม่ระเบิด, ไม่สำเร็จ *-n.* การไม่ระเบิด, ความไม่สำเร็จ (-S. (v.) fail -A. (v.) succeed)
misfit (มิซ' ฟิท, -ฟิท') *n.* เครื่องแต่งกายที่ผิดขนาด, คนที่ไม่เหมาะสมกับตำแหน่ง, คนที่เข้ากับใครไม่ได้ *-vt., vi.* **-fitted, -fitting** ผิดขนาด, ไม่เหมาะสม, เข้ากันไม่ได้
misfortune (มิซฟอร์' เชิน) *n.* โชคร้าย, ปัญหา
misgive (มิซกิฟว์') *v.* **-gave, -given, -giving** *-vt.* ทำให้กลัว, ทำให้หวาดระแวง, ทำให้สงสัย *-vi.* รู้สึกกลัว กังวลหรือสงสัย **-misgiving** *n.*
misgovern (มิซกัฟว์' เวิร์น) *vt.* **-erned, -erning** ปกครองไม่ดี, บริหาร (งาน) ไม่ดี
misguide (มิซไกด์') *vt.* **-guided, -guiding** ชี้ทางผิด, นำไปในทางที่ผิด, แนะนำผิด, เข้าใจผิด
mishandle (มิซแฮน' เดิล) *vt.* **-dled, -dling** กระทำรุนแรง, จัดการไม่ถูก, ใช้ในทางผิด
mishap (มิซ' แฮพ, -แฮพ') *n.* โชคร้าย, อุบัติเหตุ
mishmash (มิช' แมช) *n.* ของจับฉ่าย, ของสัพเพเหระ, ความยุ่งเหยิง (-S. jumble)
misinform (มิซอินฟอร์ม') *vt.* **-formed, -forming** ให้ข้อมูลผิด, บอกผิด
misinterpret (มิซอินเทอร์' พริท) *vt.* **-preted, -preting** แปลความหมายผิด, เข้าใจผิด
misjudge (มิซจัจ') *vt., vi.* **-judged, -judging** ตัดสินผิด, พิจารณาผิด, วินิจฉัยผิด
mislay (มิซเล') *vt.* **-laid, -laying** วางผิดที่
mislead (มิซลีด') *vt.* **-led, -leading** หลอกลวง, นำไปในทางที่ผิด (-S. deceive)
mismanage (มิซแมน' นิจ) *vt., vi.* **-aged, -aging** จัดการไม่ดี **-mismanagement** *n.*
mismatch (มิซแมช') *vt.* **-matched, -matching** เข้าคู่ผิดหรือไม่เหมาะสม
misnomer (มิซโน' เมอร์) *n.* การเรียกชื่อบุคคลผิด, ชื่อที่เรียกผิด, การใช้ชื่อที่ผิด
miso (มี' โซ) *n., pl.* **-sos** เต้าเจี้ยวญี่ปุ่น
misogamy (มิซอก' กะมี) *n.* การเกลียดการแต่งงาน **-misogamist** *n.* **-misogamic** *adj.*
misogyny (มิซอจ' จะนี) *n.* การเกลียดผู้หญิง **-misogynist** *n.* **-misogynic** *adj.*
misplace (มิซเพลซ') *vt.* **-placed, -placing** วางผิดที่, ทำหาย, ไว้ใจคนผิด (-S. lose)
misplay (มิซเพล', มิซ' เพล) *n.* การเล่นไม่ดี, การเล่นผิดกติกา
misprint (มิซพรินท์') *n.* การพิมพ์ผิด
mispronounce (มิซพระเนานซ์') *vt., vi.* **-nounced, -nouncing** ออกเสียงผิด
misquote (มิซโควท') *vt., vi.* **-quoted, -quoting** อ้างผิด **-misquotation** *n.*
misread (มิซรีด') *vt., vi.* **-read** (-เรด'), **-reading** อ่านผิด, แปลผิด, เข้าใจผิด
misrepresent (มิซเรพริเซนท์') *vt.* **-sented, -senting** แสดงอย่างผิดๆ, หลอกลวง, บิดเบือน,

ใส่ความ **-misrepresentation** *n.*

misrule (มิซรูล') *n.* การปกครองที่ไม่ดี, ความอลหม่าน *-vt.* **-ruled, -ruling** ปกครองไม่ดี

★**miss**[1] (มิซ) *v.* **missed, missing** *-vt.* พลาด, คลาดกัน, พลาดรถหรือเครื่องบิน, ไม่เข้าใจ, ไม่สำเร็จ, ตอบผิด, คิดถึง, ทำหาย, รู้สึกว่าหายไป, หลีกเลี่ยง, หลบหนี, ขาด, เว้น, ตกไป *-vi.* (ตี) พลาด, พลาดโอกาส, ทำพลาด, ไม่สำเร็จ, (เครื่องยนต์) ไม่จุดระเบิด, ไม่ได้รับ *-n.* การพลาด, ความไม่สำเร็จ, การคลาดกัน **-miss out on** พลาดโอกาส **-miss the boat** (ภาษาพูด) พลาดโอกาสที่ดี (-S. (v.) avoid, forget, lose)

★**miss**[2] (มิซ) *n.* (ภาษาพูด) คำที่ใช้เรียกผู้หญิงที่ยังไม่แต่งงาน, นางสาว **-Miss** คำสุภาพที่ใช้เรียกชื่อผู้หญิงที่ยังไม่แต่งงาน

> **Miss, Ms., Mrs.** ใช้กับสุภาพสตรีและจะตามด้วยนามสกุล เช่น Good evening, Miss/Ms./Mrs. Brown. โดย Miss หมายถึงนางสาว ส่วน Mrs. หมายถึง นาง แต่ Ms. จะหมายถึง นางสาวหรือนางก็ได้

missal (มิซ' เซิล) *n.* หนังสือสวดมนต์

misshape (มิซเชพ') *vt.* **-shaped/-shapen, -shaping** ทำให้เสียรูป (-S. deform)

misshapen (มิซเชพ' เพิน) *adj.* ผิดรูป, เสียรูป, บิดเบี้ยว, พิการ, ผิดปกติ **-misshapenly** *adv.* **-misshapenness** *n.* (-S. disfigured)

missile (มิซ' เซิล, -ไซล์) *n.* อาวุธหรือวัตถุที่ขว้างหรือยิงไปยังเป้าหมาย เช่น หอก กระสุนปืน จรวด, จรวดนำวิถี, ขีปนาวุธ

missing (มิซ' ซิง) *adj.* หายไป, ไม่อยู่, ขาด

mission (มิช' ชัน) *n.* งานที่ได้รับมอบหมาย, ภารกิจ, ปฏิบัติการทางทหาร, หน้าที่, อาชีพ, สถานทูตประจำต่างประเทศ, คณะทูตที่ส่งไปประจำต่างประเทศ, คณะผู้แทนหรือผู้สอนศาสนาที่ส่งไปยังต่างประเทศ, การเผยแพร่ศาสนาในต่างแดน, การจัดตั้งกลุ่มผู้สอนศาสนาในต่างแดน, โบสถ์ที่ไม่มีพระอยู่ประจำ *-adj.* เกี่ยวกับงานที่ได้รับมอบหมาย *-vt.* **-sioned, -sioning** ส่งไปทำหน้าที่, จัดตั้งปฏิบัติการทางศาสนา **-missional** *adj.* (-S. (n.) embassy, errand)

missionary (มิช' ชะเนอรี) *n., pl.* **-ries** ผู้ที่ถูกส่งไปสอนและเผยแพร่ศาสนาในต่างแดน, มิชชันนารี *-adj.* เกี่ยวกับมิชชันนารี

missis (มิซ' ซิซ) *n.* นาง, นายหญิง

missive (มิซ' ซิฟว์) *n.* จดหมาย, ข่าวสาร, สาร

misspeak (มิซสปีค') *vt., vi.* **-spoke, -spoken, -speaking** ออกเสียงผิด, พูดผิด

misspell (มิซสเปล') *vt., vi.* **-spelled/-spelt, spelling** สะกดผิด

misstate (มิซสเตท') *vt.* **-stated, -stating** แจ้งผิด, กล่าวผิด **-misstatement** *n.*

missy (มิซ' ซี) *n., pl.* **missies** (ภาษาพูด) นางสาว

★**mist** (มิซท์) *n.* หมอก, ไอน้ำ, ละอองของเหลวที่กระจายในอากาศ, สิ่งที่พร่ามัว, ความพร่ามัว *-v.* **misted, misting** *-vi.* พร่ามัว, เลือนราง, ตกเป็นละออง *-vt.* ทำให้พร่ามัว (-S. (n.) fog)

mistake (มิสเตค') *n.* ความผิดพลาด, ความสำคัญผิด, ความเข้าใจผิด, ที่ผิด *-vt.* **-took, -taken, -taking** เข้าใจผิด, ตีความผิด, จำผิด, คิดผิด **-mistakable** *adj.* **-mistakably** *adv.*

mister (มิซ' เทอร์) *n.* (ภาษาพูด) คำสุภาพที่ใช้เรียกผู้ชาย, คุณผู้ชาย **-Mister** คำนำหน้าชื่อที่เป็นการให้เกียรติผู้ชาย, นาย, ท่าน

mistime (มิซไทม์', มิซ'-) *vt.* **-timed, -timing** พูดหรือทำในเวลาที่ไม่เหมาะสม, กะเวลาผิด

mistletoe (มิซ' เซิลโท) *n.* พืชจำพวกกาฝากมีดอกสีเหลือง และผลเล็กๆ สีขาว นิยมนำกิ่งมาแขวนเหนือประตูในเทศกาลคริสต์มาส

mistranslate (มิซแทรนซ์เลท') *vt.* **-lated, -lating** แปลผิด **-mistranslation** *n.*

mistress (มิซ' ทริซ) *n.* นายผู้หญิง, ประมุขหญิง, ครูผู้หญิง, หญิงผู้มีอำนาจ, หญิงผู้เป็นที่รัก, ภรรยาลับ, ประเทศที่มีอำนาจเหนือประเทศอื่น **-Mistress** คำนำหน้าชื่อที่ใช้เรียกให้เกียรติผู้หญิง, คุณผู้หญิง, คุณนาย (-S. keeper, owner)

mistrust (มิซทรัซท์') *n.* ความไม่ไว้ใจ, การขาดความไว้วางใจหรือความมั่นใจ *-vt., vi.* **-trusted, -trusting** ไม่ไว้ใจ, ไม่เชื่อใจ **-mistrustful** *adj.*

misty (มิซ' ที) *adj.* **-tier, -tiest** เต็มไปด้วยหมอก, พร่ามัว, เลือนราง, สลัวๆ **-mistily** *adv.*

misunderstand (มิซอันเดอร์สแตนด์') *vt.* **-stood, -standing** เข้าใจผิด, ตีความผิด, แปลความหมายผิด **-misunderstanding** *n.*

misuse (*n.* มิซยูซ', *v.* มิซยูซ) *n.* การใช้ในทางที่ผิด, การปฏิบัติอย่างทารุณ *-vt.* **-used, -using** นำไปใช้ในทางที่ผิด, ใช้อย่างทารุณ

mite (ไมท์) *n.* แมลงขนาดเล็กที่อาศัยอยู่กับสัตว์หรือพืช เช่น เล็น ไร เห็บ, วัตถุหรือสิ่งมีชีวิตที่มีขนาดเล็กมาก, เงินจำนวนเล็กน้อย

miter, mitre (ไม' เทอร์) *n.* หมวกยอดแหลมสูงของพระชั้นบิชอป, ขอบไม้หรือโลหะที่เป็น

A B C D E F G H I J K L M N O P Q R S T U V W X Y Z

มุม 45 องศา, ข้อต่อที่เกิดจากขอบดังกล่าวสองอันมาประกบกัน **-miterer** *n.*

mitigate (มิท' ทิเกท) *vt., vi.* **-gated, -gating** บรรเทา, แบ่งเบา, ลดลง **-mitigable** *adj.* **-mitigation** *n.* **-mitigator** *n.* (-S. relieve)

mitre (ไม' เทอร์) *n.* ดู miter

mitt (มิท) *n.* ถุงมือที่คลุมสี่นิ้วรวมกันและแยกนิ้วโป้งออก, ถุงมือผู้หญิงที่ปล่อยให้นิ้วโผล่ออกมา, ถุงมือเบสบอล, นวม, (คำสแลง) มือ กำปั้น

mitt

mitten (มิท' เทิน) *n.* ดู mitt

★**mix** (มิคซ์) *v.* **mixed, mixing** *-vt.* ผสม, รวมกัน, ปนกัน, คบค้า, ทำให้เข้าเป็นเนื้อเดียว, ผสมพันธุ์ *-vi.* ผสม, รวมกัน, คบกัน, ยุ่งเกี่ยว, ผสมพันธุ์ *-n.* การผสม, การรวมกัน, ส่วนผสม, ส่วนผสมสำเร็จ, เครื่องดื่มสำหรับผสมเหล้า, ความยุ่งเหยิง **-mix up** สับสน, ยุ่งเหยิง **-mixable** *adj.* (-S. (v.) combine, mingle)

mixed (มิคซ์ท) *adj.* ซึ่งผสมรวมกัน, หลากหลาย

mixed marriage การแต่งงานระหว่างหญิงชายที่ต่างเชื้อชาติ หรือศาสนา

mixer (มิค' เซอร์) *n.* เครื่องผสม, เครื่องปั่น, ผู้ที่เข้ากับคนอื่นได้ง่าย, การเต้นรำเพื่อทำความรู้จักกับคนอื่น, เครื่องดื่มที่ใช้ผสมกับเหล้า

★**mixture** (มิคซ์' เชอร์) *n.* การผสม, การรวมตัว, ส่วนผสม, สารผสม, สิ่งทอที่ทอจากเส้นใยหลายชนิดหรือหลายสี (-S. assortment, collection)

mizzen, mizen (มิซ' เซิน) *n.* ใบเรือสามเหลี่ยมสำหรับกางใบท้ายเรือ

mizzenmast, mizenmast (มิซ' เซินเมิซท์, -แมซท์) *n.* เสาท้ายสุดของเรือใบ

ml, mL ย่อจาก milliliter มิลลิลิตร

mm ย่อจาก millimeter มิลลิเมตร

mnemonic (นิมอน' นิค) *adj.* ซึ่งช่วยความทรงจำ *-n.* สิ่งที่ช่วยให้จำได้ เช่น สูตร กฎ

moan (โมน) *n.* เสียงครวญคราง, เสียงคร่ำครวญ, เสียงลมที่คล้ายเสียงครวญ *-vt., vi.* **moaned, moaning** ร้องครวญคราง, คร่ำครวญ

moat (โมท) *n.* คูน้ำล้อมรอบเมืองหรืออู่ป้อม *-vt.* **moated, moating** ล้อมรอบด้วยคูน้ำ

mob (มอบ) *n.* กลุ่มชนจำนวนมาก, ฝูงชนขนาดใหญ่ที่ก่อจลาจล *-vt.* **mobbed, mobbing** กลุ้มรุม, ห้อมล้อม (สถานที่) **-mobbish** *adj.* **-mobbishly** *adv.* (-S. (n., v.) crowd (n.) rabble)

mobile (โม' เบิล, -บีล, -ไบล์) *adj.* ซึ่งเคลื่อนที่ได้, ซึ่งเคลื่อนย้ายได้ง่าย, ซึ่งเคลื่อนไหวเป็นอิสระ *-n.* งานศิลปะที่นำวัสดุเช่นเปลือกหอยมาผูกเชือกแขวนให้สมดุลและแกว่งไปมาได้อย่างอิสระ **-mobility** *n.*

mobile

mobilize (โม' บะไลซ์) *v.* **-lized, -lizing** *-vt.* ชุมนุม, รวบรวมพล, เกณฑ์คน, ระดม (คน), ทำให้เคลื่อนที่ *-vi.* รวบรวมพล, เตรียมการรบ **-mobilization** *n.* (-S. assemble, organize)

moccasin (มอค' คะซิน) *n.* รองเท้าหนังนุ่มไม่มีส้นของพวกอินเดียนแดง

mocha (โม' คะ) *n.* กาแฟพันธุ์ดีของอาหรับ, ถุงมือหนังแกะอย่างดี, สีน้ำตาลช็อกโกแลต

mock (มอค) *v.* **mocked, mocking** *-vt.* หัวเราะเยาะ, เย้ยหยัน, ล้อเลียน, แกล้งทำ, ทำให้ผิดหวัง *-vi.* เยาะเย้ย *-n.* การเยาะเย้ย, คนที่ถูกเยาะเย้ย, การแกล้งทำ, การเลียนแบบ *-adj.* หลอกลวง, ปลอม *-adv.* อย่างไม่จริงใจ **-mockery** *n.* (-S. (v.) deride (v., n.) ridicule)

mockup, mock-up (มอค' อัพ) *n.* แบบจำลองเท่าของจริง

★**modal** (โมด' เดิล) *adj.* เกี่ยวกับรูปแบบหรือวิธี, เกี่ยวกับกริยาช่วยในภาษาอังกฤษ

mode (โมด) *n.* รูปแบบ, วิธีการ, สมัยนิยม, แบบนิยม, ค่าที่ปรากฏจำนวนความถี่มากที่สุดในชุดข้อมูลชุดหนึ่ง, ค่าฐานนิยม (-S. method)

model (มอด' เดิล) *n.* แบบจำลองย่อส่วน, แบบ, รุ่น, ตัวอย่างที่ดี, แบบอย่าง, นางแบบ *-v.* **-eled, -eling/-elled, -elling** *-vt.* สร้างตามแบบ, ขึ้นรูป, แสดงแบบ, ทำแบบจำลอง *-vi.* รับจ้างเป็นแบบให้วาดหรือถ่ายรูป, สร้างแบบ *-adj.* ที่ใช้เป็นแบบ, ซึ่งเป็นตัวอย่างที่ดี, ที่ถือเป็นมาตรฐาน (-S. (n.) example, pattern)

modem (โม' เดม) *n.* ย่อมาจาก (Mo)dulator (Dem)odulator อุปกรณ์ที่ใช้ต่อกับคอมพิวเตอร์ เพื่อติดต่อกับเครื่องที่อยู่ไกลออกไป โดยการแปลงสัญญาณผ่านสายโทรศัพท์

★**moderate** (*adj., n.* มอด' เดอริท, *v.* -ดะเรท) *adj.* ไม่รุนแรง, พอสมควร, ย่อมเยา, ปานกลาง, ไม่มากเกินไป, อยู่ในเกณฑ์ที่เหมาะสม *-n.* ผู้มีความคิดเห็นทางการเมืองหรือศาสนาไม่รุนแรง *-vt., vi.* **-ated, -ating** ทำให้รุนแรงน้อยลง, บรรเทา, แบ่งเบา, เป็นประธานในการประชุม **-moderately** *adv.* (-S. (adj.) average)

moderator (มอด' ดะเรเทอร์) *n.* สารที่ใช้ลดความเร็วของนิวตรอนในเตาปฏิกรณ์นิวเคลียร์

★**modern** (มอด' เดิร์น) *adj.* ในยุคหรือสมัย

ปัจจุบัน, ทันสมัย, ใหม่, เป็นเทคนิคหรือรูปแบบที่พัฒนาขึ้นมาใหม่ *-n.* ผู้ที่มีความคิด ความเชื่อหรือรสนิยมสมัยใหม่, ผู้ที่อาศัยอยู่ในยุคปัจจุบัน **-modernly** *adv.* **-modernize** *v.*

modernism (มอด' เดอร์นิเซิม) *n.* ความคิดสมัยใหม่, รูปแบบสมัยใหม่, วิธีการสมัยใหม่ **-modernist** *n.* **-modernistic** *adj.*

modest (มอด' ดิซท์) *adj.* ประหม่า, สงบเสงี่ยม, เรียบๆ, สุภาพ, ถ่อมตัว, ปานกลาง, พอประมาณ **-modestly** *adv.* **-modesty** *n.* (**-S.** decent)

modicum (มอด' ดิเคิม) *n., pl.* **-cums/-ca** จำนวนเล็กน้อย (**-S.** small)

modify (มอด' ดะไฟ) *v.* **-fied, -fying** *-vt.* ดัดแปลง, แก้ไข, เปลี่ยนแปลง, ปรับปรุง *-vi.* เปลี่ยนแปลง, แก้ไข **-modification** *n.*

modish (โม' ดิช) *adj.* ทันสมัย, ตามสมัยนิยม **-modishly** *adv.* (**-S.** fashionable, stylish)

modulate (มอจ' จะเลท) *v.* **-lated, -lating** *-vt.* ปรับให้เหมาะสม, ปรับเสียง, ทำเสียงสูงต่ำ, เปลี่ยนช่วงคลื่น, ปรับความถี่คลื่น *-vi.* ปรับเสียง, เปลี่ยนระดับเสียง **-modulation** *n.*

module (มอจ' จูล) *n.* มาตรฐานในการวัด, หน่วยที่มีส่วนประกอบทางอิเล็กทรอนิกส์และไฟฟ้าอยู่ในตัวสามารถนำไปใช้งานได้เลย, หน่วยของยานอวกาศที่มีอุปกรณ์พร้อมในตัวเองและสามารถทำงานได้เอง **-modular** *adj.*

mohair (โม' แฮร์) *n.* ขนแพะแองโกรา, ผ้าที่ทำจากขนแพะแองโกรา

Mohammed (โมแฮม' มิด) ดู Muhammad

Mohammedan, Muhammadan, Muhammedan (โมแฮม' มิเดิน, มุ-) *adj.* เกี่ยวกับชาวมุสลิม, เกี่ยวกับศาสนาอิสลาม

moiré (มวาเร', มอ-) *adj.* เป็นคลื่น, เหลือบ, เป็นลายริ้ว *-n.* ลายเหลือบที่อัดลงไปในผ้า

moist (มอยซ์ท์) *adj.* **moister, moistest** ชื้น, เปียก, หมาด, นองไปด้วยน้ำตา (**-S.** damp, wet)

moisten (มอย' เซิน) *vt., vi.* **-tened, -tening** ทำให้เปียก, ทำให้ชุ่มชื้น, กลั้วคอ, เลียริมฝีปาก

moisture (มอยซ์' เชอร์) *n.* ความชื้น, ไอน้ำในอากาศ, สภาวะที่เปียกชื้น (**-S.** liquid, vapour)

moisturize (มอยซ์' ชะไรซ์) *vt., vi.* **-ized, -izing** เพิ่มความชุ่มชื้น, ให้ความชุ่มชื้น, เก็บความชุ่มชื้น **-moisturizer** *n.* (**-S.** damp, soak)

molar (โม' เลอร์) *n.* ฟันกราม, ฟันบด

molasses (มะแลซ' ซิซ) *n.* กากน้ำตาล

mold[1] (โมลด์) *n.* แม่พิมพ์, แบบหล่อ, สิ่งที่ทำขึ้นมาจากแม่พิมพ์, รูปแบบ, ชนิด, ลักษณะ, ตัวอย่าง *-vt.* **molded, molding** ขึ้นรูป, ปั้น, เกลา, ฝึกฝน, ตกแต่งด้วยสิ่งที่พิมพ์ขึ้น **-moldable** *adj.* **-molder** *n.* (**-S.** (n., v.) form)

mold[2] (โมลด์) *n.* รา *-vi.* **molded, molding** เกิดรา, ทำให้ขึ้นรา

mold[3] (โมลด์) *n.* ดินร่วน, พื้นดิน, โลก

molder (โมล' เดอร์) *v.* **-ered, -ering** *-vi.* กลายเป็นผง, ผุพัง *-vt.* ทำให้ผุพัง (**-S.** crumble)

molding (โมล' ดิง) *n.* การพิมพ์, การหล่อ, สิ่งที่พิมพ์หรือหล่อขึ้น, คิ้วไม้

moldy (โมล' ดี) *adj.* **moldier, moldiest** เต็มไปด้วยเชื้อรา, เหม็นอับ, อับชื้น (**-S.** musty)

mole[1] (โมล) *n.* ไฝหรือขี้แมลงวัน (**-S.** spot)

mole[2] (โมล) *n.* ตัวตุ่น

mole[3] (โมล) *n.* กำแพงหินที่สร้างกันคลื่นในทะเล, ท่าเรือหรือหลักที่ก่อเป็นกำแพงหิน

molecular weight น้ำหนักโมเลกุล

molecule (มอล' ลิคิวล์) *n.* โมเลกุลเป็นอนุภาคที่เล็กที่สุดที่ยังคงแสดงคุณสมบัติทางเคมีและกายภาพของธาตุหรือสารประกอบได้, ส่วนที่น้อยที่สุด, ชิ้นที่เล็กละเอียด **-molecular** *adj.*

molehill (โมล' ฮิล) *n.* เนินดินเตี้ยๆ ที่สัตว์จำพวกตัวตุ่นขุดกองไว้

molest (มะเลซท์') *vt.* **-lested, -lesting** รบกวน, รังแก, ทำร้าย, ปลุกปล้ำ **-molester** *n.*

mollify (มอล' ละไฟ) *vt.* **-fied, -fying** ปลอบ, ระงับความโกรธ, ทำให้อ่อนโยน, ทำให้อ่อนนุ่ม, **-mollifiable** *adj.* **-mollifier** *n.* (**-S.** appease)

mollusk, mollusc (มอล' เลิซค์) *n.* สัตว์จำพวกหอยและปลาหมึก **-molluscous** *adj.*

mollycoddle (มอล' ลีคอดเดิล) *n.* ผู้ชายที่ถูกพะเน้าพะนอตามใจ, ผู้ชายที่อ่อนแอต้องมีคนคอยปกป้อง, ผู้ชายหน้าตัวเมีย *-vt.* **-dled, -dling** พะเน้าพะนอ, ตามใจ **-mollycoddler** *n.*

molt (โมลท์) *vi., vt.* **molted, molting** ลอกคราบ, ผลัดขน, สลัด *-n.* การลอกคราบ, การผลัดขน, ขนหรือผิวหนังที่หลุดออก **-molter** *n.*

molten (โมล' เทิน) *adj.* หลอมเหลว (**-S.** melted)

molybdenum (มะลิบ' ดะเนิม) *n.* ธาตุโลหะชนิดหนึ่งสีเทาเงิน มีความแข็ง มีสัญลักษณ์ Mo

★**mom** (มอม) *n.* (ภาษาพูด) แม่

★**moment** (โม' เมินท์) *n.* ชั่วครู่, ชั่วขณะ, ขณะนั้น, เวลาสำคัญ, ความสำคัญ, ชั่วอึดใจ, โอกาส, ประเดี๋ยว, ผลคูณของแรงกับระยะทางจากจุดศูนย์กลาง **-momentarily** *adv.* **-momentary** *adj.* (**-S.** importance, minute)

moment of truth เวลาที่ความจริงปรากฏหรือ

เผยออกมา

momentous (โมเมน' เทิซ) *adj.* สำคัญที่สุด, สำคัญมาก, สำคัญยิ่ง (-S. important)

momentum (โมเมน' เทิม) *n., pl.* **-ta/-tums** ผลคูณของมวลกับความเร็วของวัตถุที่กำลังเคลื่อนที่, โมเมนตัม (-S. impetus, push)

mommy (มอม' มี) *n., pl.* **-mies** แม่

Mon. ย่อจาก Monday วันจันทร์

monarch (มอน' เนิร์ค, -นาร์ค) *n.* เจ้าผู้ครองแคว้น, พระมหากษัตริย์, พระราชา, พระราชินี, คนที่มีอำนาจเหนือคนอื่น **-monarchal, monarchic, monarchical** *adj.* (-S. emperor)

monarchism (มอน' เนอร์คิเซิม, -นาร์-) *n.* ระบบการปกครองโดยกษัตริย์, ความนิยมในระบบการปกครองดังกล่าว **-monarchist** *n.*

monarchy (มอน' เนอร์คี, -นาร์-) *n., pl.* **-chies** การปกครองโดยกษัตริย์, การปกครองโดยคนเพียงคนเดียว, ประเทศที่ถูกปกครองโดยกษัตริย์ **-monarchial** *adj.* (-S. kingdom)

monastery (มอน' นะสเตอรี) *n., pl.* **-ries** คณะสงฆ์, วัด, อาราม **-monastic** *adj., n.* **-monastical** *adj.* (-S. church, cloister)

★**Monday** (มัน' ดี, -เด) วันจันทร์

monetize (มอน' นิไทซ์, มัน'-) *vt.* **-tized, -tizing** ทำให้เป็นเงินตรา, เปลี่ยน (พันธบัตร) เป็นเงินตรา **-monetization** *n.*

★**money** (มัน' นี) *n., pl.* **-eys/-ies** เงิน, เงินตรา, ธนบัตร, เงินเหรียญ, ของมีค่า, ทรัพย์สมบัติ, เงินสะสม, จำนวนเงิน, เงินกำไรหรือขาดทุน, บุคคลที่มีค่ามาก, เงินรางวัล **-make money** ทำเงิน, ได้กำไร **-monetary** *adj.* **-moneyless** *adj.* (-S. currency, wealth)

money-changer (มัน' นีเชนเจอร์) *n.* ผู้ทำธุรกิจแลกเปลี่ยนเงิน

moneyed, monied (มัน' นีด) *adj.* ร่ำรวย, มั่งคั่ง, มีเงินมาก, เป็นตัวเงิน (-S. rich, wealthy)

money market ตลาดเงิน

money order ธนาณัติ

monger (มัง' เกอร์, มอง'-) *n.* คนขายสินค้าเฉพาะอย่าง, คนที่ชอบโพนทะนาเรื่องเสื่อมเสียของคนอื่น *-vt.* **-gered, -gering** เร่ขายของ

mongoose (มอง' กูซ, มอน'-) *n., pl.* **-gooses** พังพอน

mongrel (มัง' เกริล, มอง'-) *n.* สัตว์หรือพืชที่ผสมจากหลายพันธุ์, ลูกผสม, สุนัขพันทาง *-adj.* ที่ผสมกันหลายลักษณะหรือหลายเชื้อชาติ

monition (โมนิช' ชัน, มะ-) *n.* การตักเตือน, หมายเรียกตัว, หนังสือเตือน, คำสั่งศาล, เครื่องเตือน, สัญญาณบอกเหตุ **-monitory** *adj., n.*

monitor (มอน' นิเทอร์) *n.* ผู้ว่ากล่าวตักเตือน, หัวหน้านักเรียน, อุปกรณ์อิเล็กทรอนิกส์ที่ใช้บันทึก กำหนด และควบคุมกระบวนการต่างๆ, จอโทรทัศน์, จอคอมพิวเตอร์, เครื่องเตือน, สัตว์เลื้อยคลานขนาดใหญ่กินเนื้อเป็นอาหารจำพวกจระเข้, เครื่องรับวิทยุในห้องควบคุมของสตูดิโอ *-v.* **-tored, -toring** *-vt.* ดูแล, ตรวจตรา, รักษาจังหวะ, ตรวจวัดคุณภาพหรือจำนวนของสัญญาณโดยเครื่องรับ *-vi.* ทำตัวเป็นผู้ดูแล **-monitorship** *n.* (-S. (n.) screen (v.) scan)

monk (มังค์) *n.* พระสงฆ์, ผู้ออกบวช **-monkish** *adj.* **-monkishly** *adv.* (-S. abbot, brother)

★**monkey** (มัง' คี) *n., pl.* **-keys** ลิง, คนที่เล่นซุกซนเหมือนลิง, ขนลิง *-v.* **-keyed, -keying** *-vi.* (ภาษาพูด) ทำตัวงี่เง่า, เล่นซน, เข้าไปยุ่ง, หยอกล้อ *-vt.* ล้อเลียน, เลียนแบบ

monkey business (คำสแลง) การหลอกลวง การเล่นซน การทำเรื่องโง่ๆ

monkey wrench กุญแจเลื่อนแบบหนึ่ง, สิ่งที่ทำลายแผนการ

mono-, mon- คำอุปสรรค หมายถึง หนึ่ง, เดี่ยว, อันเดียว, มีอะตอมเดียว, มีอนุมูลเดียว

monochrome (มอน' นะโครม) *n.* ภาพวาดที่ใช้สีหรือโทนสีเดียว, ภาพขาวดำ *-adj.* ซึ่งมีสีเดียวหรือโทนสีเดียว **-monochromic** *adj.*

monocle (มอน' นะเคิล) *n.* แว่นตาข้างเดียว

monocular (มอนอค' เคียเลอร์) *adj.* มีตาเดียว, สำหรับใช้ตาเดียว **-monocularly** *adv.*

monogamy (มะนอก' กะมี) *n.* การมีคู่แบบผัวเดียวเมียเดียว, การแต่งงานเพียงครั้งเดียว **-monogamist** *n.* **-monogamous** *adj.*

monoglot (มอน' นะกลอท) *n.* คนที่รู้เพียงภาษาเดียว **-monoglot** *adj.*

monogram (มอน' นะแกรม) *n.* สัญลักษณ์ที่เป็นตัวอักษร, ชื่อย่อที่เขียนเป็นรูปอักษรไขว้ *-vt.* **-grammed, -gramming/-gramed, -graming** ทำสัญลักษณ์ชื่อย่อ, ใส่ชื่อย่อ

monograph (มอน' นะแกรฟ) *n.* หนังสือหรือรายงานเกี่ยวกับเรื่องใดเรื่องหนึ่งโดยเฉพาะ **-monographer** *n.* **-monographic** *adj.*

monogyny (มะนอจ' จะนี) *n.* การมีภรรยาเพียงคนเดียว **-monogynous** *adj.*

monolingual (มอนนะลิง' เกวิล) *adj.* ซึ่งใช้เพียงภาษาเดียว **-monolingualism** *n.*

monolith (มอน' นะลิธ) *n.* หินขนาดใหญ่ก้อน

A B C D E F G H I J K L M N O P Q R S T U V W X Y Z

เดียว, อนุสาวรีย์หรือสิ่งก่อสร้างที่ทำจากหินขนาดใหญ่ก้อนเดียว, สิ่งที่มีขนาดใหญ่และมั่นคงแข็งแรงราวกับหิน **-monolithic** *adj.*

monologue, monolog (มอน' นะลอก) *n.* เรื่องตลกหรือนิทานที่เล่าโดยนักแสดงบนเวทีเพียงคนเดียว, บทพูดในละครหรือนิยายที่พูดโดยนักแสดงเพียงคนเดียว, การพูดคนเดียว *-v.* **-logued, -loguing/-logged, -logging** *-vi.* แสดงละครที่พูดโดยคนๆ เดียว *-vt.* พูดต่อ (ที่ประชุม) **-monologic, monological** *adj.* **-monologuist, monologist** *n.*

monomania (มอนนะเม' เนีย, -เมน'-) *n.* ความคลั่งไคล้ในสิ่งใดสิ่งหนึ่ง, การหมกมุ่นอยู่กับเรื่องใดเรื่องหนึ่ง **-monomaniac** *n.*

monoplane (มอน' นะเพลน) *n.* เครื่องบินหรือเครื่องร่อนที่มีปีกเพียงคู่เดียว

monopolize (มะนอพ' พะไลซ) *vt.* **-lized, -lizing** ได้ครอบครองเอกสิทธิ์, รวบเอาไว้แต่เพียงผู้เดียว, เป็นเจ้าของแต่เพียงผู้เดียว **-monopolization** *n.* (-S. control, dominate)

monopoly (มะนอพ' พะลี) *n., pl.* **-lies** เอกสิทธิ์ในการผลิตหรือขายสินค้า, บริษัทที่มีเอกสิทธิ์ดังกล่าว, สัมปทาน, การผูกขาด, การเป็นเจ้าของหรือครอบครองแต่เพียงผู้เดียว, สินค้าหรือบริการที่อยู่ใต้เอกสิทธิ์ของกลุ่มใดกลุ่มหนึ่ง **-monopolism** *n.* **-monopolist** *n.*

monorail (มอน' นะเรล) *n.* รถไฟที่วิ่งหรือแขวนอยู่บนรางเดียว

monorail

monosodium glutamate ผงชูรส

monosyllable (มอน' นะซิลละเบิล) *n.* คำที่มีพยางค์เดียว **-monosyllabic** *adj.*

monotone (มอน' นะโทน) *n.* การท่องหรือร้องเพลงในระดับเสียงเดียว, เพลงที่ร้องในระดับเสียงเดียว, ความซ้ำซากน่าเบื่อของเสียงหรือรูปแบบ, คำพูดหรือเสียงที่เปล่งออกมาในระดับเสียงเดียว (ไม่มีเสียงสูงต่ำ) **-monotonous** *adj.* **-monotonously** *adv.* **-monotony** *n.*

Monseigneur (มองเซเนียร์) *n., pl.* **Messeigneurs** (เมเซเนียร์) คำในภาษาฝรั่งเศสที่ใช้เรียกเพื่อเป็นเกียรติกับกษัตริย์หรือเจ้านายชั้นสูง, ฝ่าพระบาท, ใต้เท้า, พระคุณเจ้า

Monsieur (มะซีเออร์') *n., pl.* **Messieurs** (เมซีเออร์) คำในภาษาฝรั่งเศสที่ใช้เรียกนำหน้าชื่อ, นาย, ท่าน, สุภาพบุรุษ

monsoon (มอนซูน') *n.* ลมมรสุม, ฤดูมรสุม, ลมฝน **-monsoonal** *adj.* (-S. wind)

monster (มอน' สเตอร์) *n.* สัตว์ประหลาด, อสุรกาย, สิ่งมีชีวิตในเทพนิยายที่มีลักษณะครึ่งคนครึ่งสัตว์, สัตว์ พืช หรือสิ่งของที่มีขนาดใหญ่มาก, สัตว์หรือพืชที่มีรูปร่างผิดปกติ, คนที่มีความทารุณ โหดร้าย *-adj.* ใหญ่โต, มหึมา

monstrous (มอน' สเตริซ) *adj.* น่ากลัว, มหึมา, น่าขนลุก, ใหญ่โต, มหึมา, (รูปร่าง) ผิดปกติ, ทารุณ, โหดร้าย, คล้ายสัตว์ประหลาด **-monstrosity** *n.* **-monstrously** *adv.* (-S. giant)

montage (มอนทาฌ', มอง-) *n.* รูปภาพที่เกิดจากการนำภาพหลายๆ ภาพมาซ้อนหรือตัดต่อเข้าด้วยกันเป็นภาพเดียว

★**month** (มันธ์) *n.* เดือน, ระยะเวลา 30 วันหรือ 4 สัปดาห์, เดือนตามจันทรคติเป็นระยะเวลาเท่ากับดวงจันทร์โคจรรอบโลกครบหนึ่งรอบ

monthly (มันธ์' ลี) *adj.* ที่เกิดขึ้นทุกเดือน, รายเดือน, ประจำเดือน *-adv.* เดือนละครั้ง, ทุกเดือน *-n., pl.* **-lies** สิ่งตีพิมพ์ที่ออกเดือนละครั้ง, (ภาษาพูด) ประจำเดือนของผู้หญิง

monument (มอน' เนียเมินท์) *n.* อนุสาวรีย์, อนุสรณ์สถาน, หนังสืออนุสรณ์, สิ่งก่อสร้างที่มีความสำคัญในประวัติศาสตร์, ป้ายหินบอกชื่อผู้ตายบนหลุมฝังศพ, ผลงานที่อยู่ไปชั่วกาลนาน, ผลงานชิ้นสำคัญ, สิ่งที่ฝังลงในดินเพื่อเป็นเครื่องหมายบอกตำแหน่งหรือเขตแดน เช่น หลักเขตแดน **-monumental** *adj.* (-S. gravestone, relic)

moo (มู) *vi.* **mooed, mooing** (วัว) ร้องมอๆ, ทำเสียงต่ำๆ อย่างเสียงวัว *-n., pl.* **moos** เสียงวัวร้อง, เสียงร้องต่ำๆ คล้ายเสียงวัว

mood[1] (มูด) *n.* อารมณ์, ความรู้สึก, จิตใจ, ความโกรธ (-S. disposition, spirit)

mood[2] (มูด) *n.* รูปแบบของคำกริยาที่ใช้เพื่อแสดงความหมายของผู้พูด

moody (มู' ดี) *adj.* **moodier, moodiest** เศร้า, (อารมณ์) ขุ่นมัว, มีอารมณ์ขึ้นๆ ลงๆ **-moodily** *adv.* **-moodiness** *n.* (-S. cross)

★**moon** (มูน) *n.* ดวงจันทร์, แสงจันทร์, เดือนทางจันทรคติ, สิ่งที่มีลักษณะกลมหรือเป็นเสี้ยวคล้ายดวงจันทร์, รูปร่างของดวงจันทร์ที่เห็นในช่วงเวลาต่างๆ กันใน 1 รอบ *-vi.* **mooned, mooning** ปล่อยเวลาไปโดยเปล่าประโยชน์

moonbeam (มูน' บีม) *n.* รัศมีของแสงจันทร์

mooncalf (มูน' แคฟ) *n.* คนโง่, คนเซ่อ

moonlight (มูน' ไลท์) *n.* แสงจันทร์

moonlit (มูน' ลิท) *adj.* ซึ่งสว่างไปด้วยแสงจันทร์

A B C D E F G H I J K L M N O P Q R S T U V W X Y Z

moonshine (มูน' ไชน์) *n.* แสงจันทร์, (ภาษาพูด) การพูดหรือคิดอย่างโง่ๆ เหล้าเถื่อน
moonstone (มูน' สโตน) *n.* แร่จำพวก feldspar มีสีขาวขุ่นและแข็ง ใช้ทำเครื่องประดับ
moonstruck, moonstricken (มูน' สตรัค, -สตริคเคิน) *adj.* ลุ่มหลง, เพ้อฝัน, คลุ้มคลั่ง
moony (มู' นี) *adj.* **moonier, mooniest** สว่างไปด้วยแสงจันทร์, ชวนให้นึกถึงดวงจันทร์, สติลอย, เซื่องซึม, เหมือนอยู่ในฝัน (-S. dreamy)
moor[1] (มัวร์) *v.* **moored, mooring** *-vt.* ผูกให้แน่น, ผูกเรือ, จอดเรือ *-vi.* ทำให้อยู่กับที่ด้วยเชือกหรือสมอ, จอดเรือโดยทิ้งสมอ (-S. anchor)
moor[2] (มัวร์) *n.* ทุ่งกว้างที่ปกคลุมไปด้วยต้นไม้เตี้ยๆ และมีน้ำขังเป็นหนอง (-S. fell)
mooring (มัว' ริง) *n.* ที่จอดเรือ, ท่าเทียบเรือ, การจอดเรือ, สมอ, เชือก, โซ่
moose (มูซ) *n., pl.* **moose** กวางมูส

moose

moot (มูท) *adj.* ที่ถกเถียงกันมาก, ที่เปิดให้โต้เถียง *-vt.* **mooted, mooting** นำเสนอเรื่องขึ้นมาถกเถียงหรืออภิปราย, ถกเถียง, อภิปราย
★**mop** (มอพ) *n.* ก้อนที่พันกันอย่างหลวมๆ, ไม้ถูพื้น, ช่อผม *-vt.* **mopped, mopping** เช็ดหรือซับด้วยไม้ถูพื้น **-mop up** กวาดล้าง (ศัตรู) **-mopper** *n.* (-S. (v.) clean, wipe)
mope (โมพ) *vi.* **moped, moping** เศร้า, ไม่พูดไม่จา, เซื่องซึม, ปล่อยเวลาไปเปล่าๆ, อืดอาด *-n.* คนที่โศกเศร้า, คนที่เซื่องซึม
moped (โม' เพด) *n.* จักรยานที่แล่นได้โดยเครื่องยนต์เล็กๆ
★**moral** (มอ' เริล) *adj.* ที่สั่งสอนให้ทำความดี, เกี่ยวกับศีลธรรม, (ดำเนินชีวิต) ถูกต้องด้วยศีลธรรม, ที่ตั้งมั่นอยู่ในความดี, เกี่ยวกับความรู้สึกผิดชอบชั่วดี, ทางใจ, แท้จริง, แน่นอน *-n.* หลักศีลธรรม, หลักธรรม, เรื่องสอนใจ **-morals** ศีลธรรม, หลักจรรยา **-morality** *n.* **-morally** *adv.* (-S. (adj.) ethical, virtuous (n.) lesson)
morale (มะเรล') *n.* ขวัญ, กำลังใจ, ความเชื่อมั่น (-S. confidence, spirit)
moralist (มอ' ระลิซท์) *n.* ผู้สั่งสอนหลักศีลธรรม, ผู้ปฏิบัติตามหลักศีลธรรม
moralize (มอ' ระไลซ์) *v.* **-ized, -izing** *-vi.* สั่งสอน, เทศนา *-vt.* แปลหรืออธิบายความหมายทางศีลธรรม, ปรับปรุงศีลธรรมให้ดีขึ้น **-moralization** *n.* **-moralizer** *n.* (-S. lecture, preach)
morass (มะแรซ', มอ-) *n.* หนอง, บึง, ตม, ความยุ่งยาก, ความลำบาก (-S. bog, marsh)
moratorium (มอระทอ' เรียม) *n., pl.* **-toriums/-toria** การหยุดทำกิจกรรมบางอย่างชั่วคราว, การประกาศพักชำระหนี้ชั่วคราว
moray (มอ' เร, มะเร') *n.* ปลาไหลมอเรย์
morbid (มอร์' บิด) *adj.* ซึ่งเกิดจากเชื้อโรค, มีโรค, น่ากลัว, น่าขยะแขยง, ผิดธรรมดา, ผิดปกติ, เกี่ยวกับส่วนที่เป็นโรค **-morbidly** *adv.*
mordant (มอร์' เดินท์) *adj.* (คำพูด) เจ็บแสบ, เย้ยหยัน, แดกดัน, ถากถาง **-mordancy** *n.*
★**more** (มอร์) *adj.* คุณศัพท์เปรียบเทียบขั้นกว่าของ many หรือ much, (จำนวน ขนาด) มากกว่า, พิเศษ, เพิ่มเติม *-n.* จำนวนที่มากกว่า, จำนวนที่เพิ่มขึ้น, สิ่งที่เพิ่มขึ้น, สิ่งที่มีความสำคัญมากกว่า *-pron.* (คนหรือสิ่งของ) จำนวนมากกว่า *-adv.* มากกว่า, ยิ่งขึ้น, เพิ่มขึ้น, ต่อไป, อีก, นอกเหนือจาก **-more and more** เพิ่มขึ้นเรื่อยๆ, มากขึ้นทุกที **-more or less** ไม่มากก็น้อย (-S. (adj.) additional, extra)
★**moreover** (มอร์โอ' เวอร์) *adv.* ยิ่งกว่านั้น, นอกจากนั้น, อีกด้วย (-S. also, besides)
mores (มอ' เรซ, -รีซ, โม'-) *n. pl.* ธรรมเนียมปฏิบัติ, ขนบธรรมเนียม, ประเพณีปฏิบัติ
morgue (มอร์ก) *n.* สถานที่เก็บศพคนตายที่รอชันสูตรหรือรอญาติมารับ
moribund (มอ' ระบันด์) *adj.* จวนตาย, ร่อแร่, ใกล้ตาย, ใกล้จะถึงจุดจบ **-moribundity** *n.*
morn (มอร์น) *n.* เวลาเช้า
★**morning** (มอร์' นิง) *n.* เวลาเช้าตั้งแต่ดวงอาทิตย์ขึ้นจนถึงเที่ยง, รุ่งอรุณ, เวลาที่ดวงอาทิตย์ขึ้น, ส่วนต้น, ส่วนแรก, การเริ่มต้น *-adj.* ในตอนเช้า (-S. (n.) dawn, sunrise)
morning glory ไม้เลื้อยจำพวกผักบุ้ง
morning sickness อาการแพ้ท้องตอนเช้า
morning star ดาวศุกร์, ดาวประกายพฤกษ์
morocco (มะรอค' โค) *n., pl.* **-cos** เครื่องหนังเนื้อนุ่มชั้นดีที่ทำจากหนังแพะ
moron (มอ' รอน) *n.* คนที่โง่มากๆ, ผู้ใหญ่ที่มีระดับสติปัญญาเทียบเท่ากับเด็กอายุ 8-12 ปี **-moronic** *adj.* **-moronically** *adv.* (-S. idiot)
morose (มะโรซ', มอ-) *adj.* อารมณ์ไม่ดี, บึ้งตึง, บูดบึ้ง, หัวเสีย, โศกเศร้า, ไม่เบิกบาน **-morosely** *adv.* (-S. depressed, gloomy)
morphine (มอร์' ฟีน) *n.* สารเสพย์ติดที่สกัดจากฝิ่นใช้ระงับประสาทหรือความเจ็บปวด, มอร์ฟีน **-morphia** *n.* **-morphinic** *adj.*

A B C D E F G H I J K L M N O P Q R S T U V W X Y Z

morphology (มอร์ฟอล' ละจี) *n., pl.* **-gies** สัณฐานวิทยา, รูปร่างและโครงสร้างของสิ่งมีชีวิต, การศึกษาเกี่ยวกับโครงสร้างและรูปแบบของคำ

morrow (มอร์' โร) *n.* วันพรุ่งนี้, วันถัดไป

Morse code รหัสมอร์ส เป็นรหัสที่ใช้ส่งข่าวสารโดยใช้เครื่องหมายจุดกับขีดหรือเสียงสั้นกับเสียงยาวมาผสมกันเป็นตัวหนังสือ

morsel (มอร์' เซิล) *n.* (อาหาร) ชิ้นเล็กๆ, คำ, จำนวนเล็กน้อย, ชิ้น, อาหารจานอร่อย *-vt.* แบ่งเป็นชิ้นเล็กๆ (-S. (n.) bite, piece)

mortal (มอร์' เทิล) *adj.* ต้องตาย, เป็นลักษณะของมนุษย์ที่ต้องตาย, ที่ทำให้ตาย, (ต่อสู้กัน) ถึงตาย, เกี่ยวกับโลกนี้, ร้ายกาจ, มหันต์, (กลัว) แทบตาย, (คู่) อาฆาต, พยาบาท *-n.* มนุษย์, สิ่งมีชีวิตที่ต้องตายในที่สุด *-adv.* อย่างรุนแรง, อย่างมหันต์ **-mortally** *adv.* (-S. (adj.) deadly)

mortality (มอร์แทล' ลิที) *n., pl.* **-ties** ความตาย, การตายเป็นจำนวนมาก, อัตราการตาย, จำนวนที่ขาดไป, มนุษยชาติ

mortality table ตารางสถิติที่แสดงอายุขัยของประชากร

mortar (มอร์' เทอร์) *n.* ครก, โกร่ง, เครื่องบด, ปืนครก, เครื่องยิงดอกไม้ไฟ, ส่วนผสมของปูนกับทรายและน้ำ *-vt.* **-tared, -taring** ฉาบหรือก่อด้วยส่วนผสมดังกล่าว, ยิงด้วยปืนครก

mortarboard (มอร์' เทอร์บอร์ด, -โบร์ด) *n.* แผ่นกระดานมีด้ามจับสำหรับใส่ปูนที่จะโบก, หมวกปริญญา

mortgage (มอร์' กิจ) *n.* การจำนอง (บ้าน ที่ดิน), ข้อตกลงในการจำนอง, สิทธิในที่ดินที่จำนอง *-vt.* **-gaged, -gaging** วาง (ที่ดิน) เป็นประกัน, จำนอง, วางเดิมพัน (-S. (n., v.) pledge)

mortgagee (มอร์กิจี') *n.* ผู้รับจำนอง

mortgagor, mortgager (มอร์กิจอร์; มอร์' กิเจอร์, มอร์' กิเจอร์) *n.* ผู้จำนอง

mortician (มอร์ทิช' เชิน) *n.* สัปเหร่อ, ผู้จัดการศพ (-S. undertaker)

mortify (มอร์' ทะไฟ) *v.* **-fied, -fying** *-vt.* ระงับ (ความอยาก) โดยการทรมานตัวเอง, ทำให้ได้อาย, ลบหลู่, ทำให้ (อวัยวะ) ตายหรือเป็นเนื้อตาย *-vi.* กลายเป็นเนื้อตาย, ฝึกทรมานตนเอง **-mortification** *n.* **-mortifier** *n.*

mortise, mortice (มอร์' ทิซ) *n.* ช่องสี่เหลี่ยมในเนื้อไม้สำหรับรับขาหรือข้อต่อที่นำมาเสียบ

mortuary (มอร์' ชูเออรี) *n., pl.* **-ies** สถานที่เก็บศพคนตายก่อนจะนำไปฝังหรือทำพิธี

mosaic (โมเซ' อิค) *n.* รูปภาพหรือลวดลายที่เกิดจากการนำกระเบื้อง (กระจก หิน) ชิ้นเล็กๆ หลายสีมาฝังลงไปบนผิวหน้า, ศิลปะในการทำรูปภาพดังกล่าว *-vt.* **-icked, -icking** ทำด้วยวิธีดังกล่าว, ตกแต่งด้วยรูปภาพดังกล่าว

mosey (โม' ซี) *vi.* **-seyed, -seying** (ภาษาพูด) เดินเล่น เดินทอดน่อง ออกไป (-S. stroll)

mosque (มอซค์) *n.* มัสยิด, สุเหร่า

★**mosquito** (มะสกี' โท) *n., pl.* **-toes/-tos** ยุง

mosquito net มุ้ง

moss (มอซ) *n.* พืชชั้นต่ำชนิดหนึ่งมีลำต้นขนาดเล็กสีเขียวหรือน้ำตาลชอบขึ้นอยู่บนที่ชื้นแฉะอย่างพื้นดิน หรือต้นไม้, มอส **-mossy** *adj.*

★**most** (โมซท์) *adj.* คุณศัพท์เปรียบเทียบขั้นสูงสุดของ many และ much, (จำนวน) มากที่สุด, (ปริมาณ ขนาด) ใหญ่ที่สุด, ส่วนใหญ่, โดยมาก *-n.* จำนวนมากที่สุด, ขนาดใหญ่ที่สุด, คนส่วนใหญ่ *-pron.* ส่วนใหญ่, ส่วนมาก *-adv.* ในระดับสูงสุด, มาก, (ภาษาพูด) เกือบจะ เกือบทั้งหมด

-most คำปัจจัย หมายถึง ที่สุด

mostly (โมซท์' ลี) *adv.* โดยมาก, เป็นส่วนใหญ่, โดยปกติ, โดยทั่วไป (-S. generally, mainly)

mote (โมท) *n.* ฝุ่นผง, มลทิน

★**motel** (โมเทล') *n.* โรงแรมสำหรับนักเดินทางที่มีห้องนอนติดกับที่จอดรถ (-S. shelter)

moth (มอธ) *n., pl.* **moths** ผีเสื้อกลางคืน

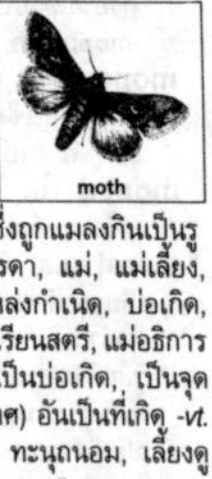

moth

mothball (มอธ' บอล) *n.* ลูกเหม็น

moth-eaten (มอธ' อีทเทิน) *adj.* (ความคิด) เก่าแก่, (คำพูด) น่าเบื่อ, ซึ่งถูกแมลงกินเป็นรู

★**mother** (มัธ' เธอร์) *n.* มารดา, แม่, แม่เลี้ยง, แม่บุญธรรม, แม่ยาย, แหล่งกำเนิด, บ่อเกิด, หัวหน้านางชีในวัดหรือโรงเรียนสตรี, แม่อธิการ *-adj.* เป็นแม่, ของแม่, เป็นบ่อเกิด, เป็นจุดกำเนิด, โดยกำเนิด, (ประเทศ) อันเป็นที่เกิด *-vt.* **-ered, -ering** ให้กำเนิด, ทะนุถนอม, เลี้ยงดู **-motherly** *adj.* **-motherless** *adj.* (-S. (n.) mum)

mother country บ้านเกิด, ประเทศที่เกิด

motherhood (มัธ' เธอร์ฮุด) *n.* การเป็นมารดา, การมีบุตร, มารดาทั้งหลาย

mother-in-law (มัธ' เธอร์อินลอ) *n.* แม่ยาย, แม่สามี

motherland (มัธ' เธอร์แลนด์) *n.* มาตุภูมิ

mother superior หัวหน้านางชีในวัด

mother tongue ภาษาที่พูดมาแต่กำเนิด,

A B C D E F G H I J K L N O P Q R S T U V W X Y Z

ภาษาดั้งเดิม

mother wit ความฉลาดที่มีมาแต่กำเนิด

motif (โมทีฟ') *n.* ความคิดหรือสัญลักษณ์ที่กลับมาปรากฏในงานเขียนหรืองานศิลปะ, ความคิดหรือรูปแบบที่เป็นจุดสำคัญ, รูปแบบหรือลวดลายซ้ำๆ ในการออกแบบ (-S. theme)

motile (โมท' เทิล, โม' ไทล) *adj.* ที่สามารถเคลื่อนไหวได้เอง, ที่เคลื่อนที่ได้เอง **-motility** *n.*

motion (โม' ชัน) *n.* การเคลื่อนที่, การทำงาน, ความสามารถในการเคลื่อนที่, การเคลื่อนไหว, คำขอที่เป็นทางการ, ญัตติ, กิริยาท่าทาง, แรงกระตุ้น, ความสมัครใจ *-v.* **-tioned, -tioning** *-vt.* กวักมือ, โบกมือ, ให้สัญญาณ *-vi.* แสดงท่าทางว่าให้เคลื่อนที่ เช่น กวักมือ พยักหน้า **-motional** *adj.* **-motionless** *adj.* (-S. (n.) action, movement (n., v.) signal)

motion picture ภาพยนตร์

motion sickness อาการเมารถ เมาเรือ

motivate (โม' ทะเวท) *vt.* **-vated, -vating** กระตุ้น, ยุ **-motivation** *n.* **-motivational** *adj.* **-motivator** *n.* (-S. incite, stimulate)

motive (โม' ทิฟว์) *n.* ความต้องการ, เหตุผล, ความประสงค์, จุดมุ่งหมาย, แรงดลใจ, เรื่องราวที่เป็นจุดสำคัญในงานศิลปะหรืองานเขียน *-adj.* ที่หมุนเครื่องจักรหรือเครื่องยนต์, ซึ่งทำให้เกิดการเคลื่อนที่, มีเหตุจูงใจ *-vt.* **-tived, -tiving** กระตุ้น, ดลใจ **-motiveless** *adj.*

motley (มอท' ลี) *adj.* ซึ่งมีลักษณะและชนิดต่างๆกัน, นานาชนิด, (ชุด) ที่เย็บด้วยผ้าหลายสี *-n., pl.* **-leys** ชุดตัวตลกที่เย็บจากผ้าหลายสี, ความหลากหลาย (-S. (adj.) heterogenous)

★**motor** (โม' เทอร์) *n.* เครื่องยนต์, เครื่องจักร, มอเตอร์ไฟฟ้า, สิ่งที่ทำให้เกิดการเคลื่อนที่ *-adj.* ที่แล่นโดยเครื่องจักรหรือเครื่องยนต์, ที่ทำให้เกิดการเคลื่อนที่, เกี่ยวกับเครื่องยนต์, ที่ควบคุมการเคลื่อนไหวของกล้ามเนื้อ *-v.* **-tored, -toring** *-vi.* เดินทางโดยรถยนต์, ขับรถยนต์ (เรือยนต์) *-vt.* ขนส่งโดยรถยนต์ **-motorist** *n.*

motorbike (โม' เทอร์ไบค์) *n.* จักรยานยนต์น้ำหนักเบา, จักรยานสองล้อถีบที่ติดเครื่องยนต์

motorbus (โม' เทอร์บัซ) *n.* รถยนต์โดยสาร

motorcade (โม' เทอร์เคด) *n.* ขบวนรถยนต์

motorcar (โม' เทอร์คาร์) *n.* รถยนต์

motorcycle (โม' เทอร์ไซเคิล) *n.* รถจักรยานยนต์

motorize (โม' ทะไรซ์) *vt.* **-ized, -izing** ใส่เครื่องยนต์, จัดให้มียานยนต์ (แทนการใช้ม้า), เปลี่ยนไปใช้เครื่องยนต์ **-motorization** *n.*

motorman (โม' เทอร์เมิน) *n.* คนขับรถราง หรือรถไฟฟ้า, คนดูแลเครื่องยนต์

mottle (มอท' เทิล) *vt.* **-tled, -tling** เป็นจุดหรือลายพร้อย *-n.* จุดด่างดำ, แผล, ลาย

motto (มอท' โท) *n., pl.* **-toes/-tos** ภาษิต, คำขวัญ, คติพจน์, หลักประจำใจ (-S. maxim)

mould[1] (โมลด์) *n., v.* ดู mold[1]

mould[2] (โมลด์) *n., v.* ดู mold[2]

mould[3] (โมลด์) *n.* ดู mold[3]

mound (เมานด์) *n.* เนินเขา, เนิน (ดิน หิน), กองดิน, พื้นดินที่นูนขึ้นมาเหนือหลุมฝังศพ, กองสิ่งของ *-vt.* สุมกันเป็นกอง, ล้อมรอบด้วยเนินดิน (-S. (n., v.) heap, pile)

★**mount**[1] (เมานท์) *v.* **mounted, mounting** *-vt.* ขึ้น (บันได), ปีน, ขึ้นคร่อม (จักรยาน), หาม้าให้ขี่, เตรียมการ, ติดตั้ง, ตั้ง (ปืน), ตั้งไว้เพื่อจัดแสดงหรือศึกษา, วาง (ยาม), พอกพูน, ติด (พลอย) เข้ากับตัวเรือน, ติดภาพ, ปิด *-vi.* ลอยขึ้น, ขึ้น (ม้า), สูงขึ้น, เพิ่มขึ้น *-n.* ม้าหรือสัตว์อื่นสำหรับขี่, การขึ้น (ม้า), กรอบหรือโครงสำหรับยึดวัตถุ, ตัวเรือนแหวน **-mountable** *adj.* **-mounter** *n.* (-S. (v.) ascend, display)

mount[2] (เมานท์) *n.* ภูเขา, เนินเขา

★**mountain** (เมาน์ เทิน) *n.* ภูเขา, กองของขนาดใหญ่, ปริมาณมาก *-adj.* เหมือนภูเขา, ใหญ่โต, ที่อาศัยอยู่บนภูเขา **-mountainous** *adj.*

mountain dew เหล้าวิสกี้

mountaineer (เมานท์ทะเนียร์) *n.* นักไต่เขา

mountain goat แพะภูเขา

mountain lion สิงโตภูเขา

mountain range เทือกเขา, แนวเขา

mountebank (เมาน์ ทะแบงค์) *n.* คนขายยาปลอม, คนหลอกลวง, หมอเถื่อน *-vt.* **-banked, -banking** ทำตัวเป็นหมอเถื่อน, หลอกลวง

mounting (เมาน์ ทิง) *n.* โครงสร้างหรือกรอบที่ช่วยพยุงไว้, ตัวเรือนแหวน, การขึ้น, การขี่

mourn (มอร์น, โมร์น) *v.* **mourned, mourning** *-vi.* โศกเศร้า, เสียใจ, อาลัย *-vt.* โศกเศร้าเสียใจ (ต่อการตาย), ไว้ทุกข์, รู้สึกเสียใจ, คร่ำครวญ **-mourner** *n.* **-mournful** *adj.* **-mournfully** *adv.* (-S. grieve, lament)

mourning (มอร์' นิง, โมร์'-) *n.* การไว้อาลัย, ความโศกเศร้าเสียใจ, การไว้ทุกข์, สิ่งที่แสดงถึงการไว้ทุกข์ เช่น ชุดดำ, ช่วงไว้ทุกข์

mourning band ปลอกแขนไว้ทุกข์

★**mouse**[1] (*n.* เมาซ์, *v.* เมาซ์) *n., pl.* **mice** (ไมซ์)

หนู, คนขี้อาย *-vi.* **moused, mousing** ไล่จับหนู, ค้นหาของง่วน

mouse² (เมาซ์) *n., pl.* **mice/mouses** (-ซิซ)

mouse²

อุปกรณ์ที่ใช้กับคอมพิวเตอร์มีลักษณะกลมๆ ขนาดพอดีมือ ใช้เป็นตัวเลื่อนตำแหน่งของ cursor บนหน้าจอให้ไปตามทิศทางที่ต้องการ

mousetrap (เมาซ์' แทรพ) *n.* กับดักหนู

★**moustache** (มัซ' แทช) *n.* ดู mustache

★**mouth** (*n.* เมาธ์, *v.* เมาธ์) *n., pl.* **mouths** (เมาธ์ซ์) ปาก, ช่องปาก, อวัยวะภายในช่องปาก เช่น ลิ้น ฟัน และริมฝีปาก, ช่องลมของเครื่องดนตรีที่ใช้เป่า, ปากถ้ำ (ขวด แม่น้ำ) *-v.* **mouthed, mouthing** *-vt.* พูดพึมพำ, พูดจาโผงผาง, กล่าว (คำพูด), เอ่ย, พูดออกเสียง, อมไว้ในปาก *-vi.* ทำปากบูดเบี้ยว, พูดจาโผงผาง **-mouthless** *adj.* (**-S.** (n.) entrance, outlet)

mouthful (เมาธ์' ฟุล) *n., pl.* **-fuls** (อาหาร) คำหนึ่ง, คำพูดที่สำคัญหรือตรงประเด็น, คำพูดหรือวลีที่ยาวและยากที่จะออกเสียง (**-S.** bite)

mouth organ หีบเพลงปาก

mouthpiece (เมาธ์' พีซ) *n.* ปากกระบอกโทรศัพท์, ฟันยาง, ส่วนของเครื่องดนตรีที่ต้องคาบหรืออมไว้ในปาก, (ภาษาพูด) ปากเสียง

mouthwash (เมาธ์' วอช) *n.* น้ำยาบ้วนปาก

mouthy (เมา' ธี, -ธี) *adj.* **-ier, -iest** (คุย) โว, (พูด) หยาบคาย, ปากมาก **-mouthiness** *n.*

movable, moveable (มู' วะเบิล) *adj.* ที่เคลื่อนที่ได้, ที่เปลี่ยนแปลงไปในแต่ละปี, ไม่ติดกับที่, เกี่ยวกับทรัพย์สินที่เคลื่อนย้ายได้ *-n.* ทรัพย์สมบัติที่เคลื่อนที่ได้, สิ่งที่เคลื่อนที่หรือย้ายได้ **-movably** *adv.* (**-S.** (adj.) mobile)

★**move** (มูฟว์) *v.* **moved, moving** *-vi.* (โลก) หมุน, เคลื่อนที่, เคลื่อนย้าย, ย้าย (บ้าน งาน), ก้าวหน้า, ดำเนิน, ดำเนินการ, เสนอ (ญัตติ), เดินหมาก, (ยา) ระบายท้อง *-vt.* ย้าย, เคลื่อน, เคลื่อนที่, เดิน (หมาก), เป็นเหตุให้, ชักชวน, เร้าใจ, ดลใจ, กระตุ้น, แหย่, เสนอ (ในที่ประชุม), ทำให้ถ่ายท้อง *-n.* การเคลื่อนที่, การกระทำ, การเคลื่อนย้าย, อุบาย, การเดินตัวหมาก, ตาเดินหมากรุก, คราว, รอบ, การย้ายบ้าน **-move in** ย้านสถานที่ใหม่ **-moving** *adj.*

★**movement** (มูฟว์' เมินท์) *n.* การเคลื่อนที่, การเคลื่อนไหว, การเคลื่อนกำลังทางทหาร, ส่วนเคลื่อนไหวของเครื่องจักร, ขบวนการ, ทิศทาง (ของแฟชั่น), แนวโน้ม, การอพยพจำนวนมาก, ภาพลวงตา, การถ่ายท้อง, ของเสียที่ถ่ายออกมา, (**-S.** activity, group, trend)

mover (มู' เวอร์) *n.* คนหรือสิ่งที่เคลื่อนที่, คนหรือบริษัทที่รับจ้างขนย้ายของ

★**movie** (มู' วี) *n.* ภาพยนตร์, โรงภาพยนตร์

mow¹ (เมา) *n.* กองฟาง กองข้าวที่เก็บไว้ในยุ้งฉาง, ที่ในยุ้งฉางสำหรับเก็บกองฟางหรือกองข้าว

mow² (โม) *v.* **mowed, mowed/mown** (โมน), **mowing** *-vt.* ดาย (หญ้า), ตัด (หญ้า) *-vi.* ตัดหญ้า **-mow down** ห้ำหั่น, ทำลายล้าง

mph, m.p.h. ย่อจาก miles per hour จำนวนไมล์ต่อชั่วโมง

★**Mr, Mr.** (มิซ' เทอร์) *n., pl.* **Messrs.** (เมซ' เซอร์ซ) นาย

★**Mrs, Mrs.** (มิซ' ซิซ) *n., pl.* **Mmes.** (เมดาม', -แดม') นาง

★**Ms, Ms.** (มิซ) *n., pl.* **Mses/Mses./Mss/Mss.** (มิซ' ซิซ) นางสาว, เด็กหญิง

M.S. ย่อจาก ภาษาละติน Magister Scientiae (Master of Science) วิทยาศาสตรมหาบัณฑิต

★**much** (มัช) *adj.* **more, most** (จำนวน ปริมาณ) มาก, ไม่น้อย *-n.* จำนวนมาก, ปริมาณมาก, สิ่งที่สำคัญ, สิ่งที่น่าสังเกต *-adv.* **more, most** อย่างมาก, อย่างใหญ่, เกือบ, โดยประมาณ **-much as** ถึงแม้ว่า, มากอย่างไรก็ตาม

mucilage (มิว' ซะลิจ) *n.* เมือกหรือยางของพืช, มูก, กาว, แป้งเปียก (**-S.** glue, gum)

muck (มัค) *n.* มูลสัตว์, ปุ๋ยคอก, ของสกปรก, ฝุ่นผง, โคลน *-vt.* ใส่ปุ๋ย, ทำสกปรก, ทำเปื้อน **-mucky** *adj.* (**-S.** (n.) dirt, filth (n., v.) mud)

mucous membrane เยื่อบุเมือก

mucus (มิว' เคิซ) *n.* น้ำเมือก **-mucous** *adj.*

★**mud** (มัด) *n.* โคลน, เลน, การพูดให้ร้าย, การหมิ่นประมาท *-vt.* **mudded, mudding** ปกคลุมไปด้วยโคลน, ทำให้เปื้อน (**-S.** (n.) dirt)

muddle (มัด' เดิล) *v.* **-dled, -dling** *-vt.* ทำยุ่งเหยิง, ทำพลาด, ผสม, ปนๆ กัน, ทำให้งง *-vi.* คิดหรือทำในทางที่ยุ่งหรือสับสน *-n.* ความยุ่งเหยิง, ความสับสนทางจิตใจ **-muddler** *n.*

muddleheaded (มัด' เดิลเฮดดิด) *adj.* โง่, สับสน (**-S.** confused)

muddy (มัด' ดี) *adj.* **-dier, -diest** เต็มไปด้วยโคลน, ขุ่น, มัว, คลุมเครือ, สับสน *-vt., vi.* **-died, -dying** ทำเปื้อน, ทำให้ขุ่นหรือมัว, ทำให้งง **-muddily** *adv.* (**-S.** (adj.) cloudy)

mudguard (มัด' การ์ด) *n.* บังโคลนล้อรถ

mudhole (มัด' โฮล) *n.* หลุมโคลน, ปลัก, ตม

muff¹ (มัฟ) *v.* **muffed, muffing** *-vt.* ทำเปิ่น, ทำพลาด, รับลูกพลาด *-vi.* ทำเซ่อซ่า (-S. bungle)
muff² (มัฟ) *n.* ปลอกมือทำจากขนสัตว์หรือผ้าสำหรับสวมกันหนาว
muffin (มัฟ' ฟิน) *n.* ขนมปังรูปถ้วยขนาดเล็กมีรสหวาน
muffle (มัฟ' เฟิล) *vt.* **-fled, -fling** ห่อหุ้มเพื่อให้ความอบอุ่น, หุ้มหรือพันเพื่อไม่ให้มีเสียงอุดปาก *-n.* เครื่องห่อหุ้ม, เตาเผา
muffler (มัฟ' เฟลอร์) *n.* ผ้าพันคอ, อุปกรณ์หรือสิ่งที่ใช้ระงับเสียง (-S. scarf)
mufti (มัฟ' ที) *n., pl.* **-tis** เครื่องแต่งกายพลเรือน
mug (มัก) *n.* แก้วขนาดใหญ่และหนัก มีหูจับ
muggy (มัก' กี) *adj.* **-gier, -giest** (อากาศ) ร้อนและชื้น, อบอ้าว **-mugginess** *n.* (-S. damp)
mugwump (มัก' วัมพ์) *n.* คนที่ตั้งตนเป็นอิสระไม่ฝักใฝ่ในพรรคการเมืองใดๆ
Muhammad, Mohammed (มุแฮม' มิด, -ฮา' มิด) *n.* ศาสดาของศาสนาอิสลาม
mulatto (มุแลท' โท, -ลา' โท, มิว-) *n., pl.* **-tos/-toes** ลูกผสมระหว่างคนผิวขาวกับนิโกร
mulberry (มัล' เบอรี, -บะ-) *n., pl.* **-ries** ต้นหม่อน, ผลหม่อน, สีม่วงอมแดงเข้ม
mulch (มัลช์) *n.* ใบไม้ ฟาง หรือหญ้าที่ใช้คลุมดินเพื่อป้องกันการระเหยหรือการกัดเซาะ
mulct (มัลคฺท์) *vt.* **mulcted, mulcting** ปรับเงิน, ตัดสิทธิ์, โกงเงิน *-n.* ค่าปรับ, ค่าสินไหม
mule¹ (มิวล์) *n.* ล่อ, ลูกผสม, เรือขนาดเล็กที่ใช้ลากจูงเรือใหญ่ไปตามลำคลอง, เครื่องปั่นฝ้าย
mule² (มิวล์) *n.* รองเท้าแตะเปิดส้น
mulish (มิว' ลิช) *adj.* มีนิสัยเหมือนล่อ, ดื้อดึง, หัวรั้น, สอนยาก **-mulishly** *adv.* (-S. obstinate)
mull¹ (มัล) *vt., vi.* **mulled, mulling** รำพึง, คิดคำนึง, ไตร่ตรอง (-S. cogitate, ponder)
mull² (มัล) *vt.* **mulled, mulling** ทำให้ (เหล้าองุ่น) ร้อนแล้วเติมน้ำตาลและเครื่องเทศ
mull³ (มัล) *n.* ผ้ามัสลินที่บางเบาและเนื้อนุ่ม
mullet (มัล' ลิท) *n., pl.* **-lets/-let** ปลาจำพวกปลาดุก ปลาช่อน ปลากระบอก
multi- คำอุปสรรค หมายถึง มาก, หลาย, หลายเท่า
multicolor, multicolored (มัล' ทิคัลเลอร์, -คัล' เลอร์ด์) *adj.* มีหลายสี
multifarious (มัลทะแฟ' เรียซ) *adj.* หลากหลาย, ต่างๆ นานา (-S. diverse, manifold)
multilateral (มัลทิแลท' เทอเริล) *adj.* หลายด้าน, หลายฝ่าย, ที่เข้าร่วมกันหลายพรรค
multilingual (มัลทีลิง' เกวิล, -ไท-) *adj.* ที่พูดหรืออ่านได้หลายภาษา **-multilingually** *adv.*
multimedia (มัลทีมี' เดีย) *n.* สื่อต่างๆ ในการสื่อสาร เช่น โทรทัศน์ วิทยุ หนังสือพิมพ์
multimillionaire (มัลทีมิลเลียแนร์') *n.* คนที่มีเงินร่ำรวยหลายล้าน, มหาเศรษฐี
multiple (มัล' ทะเพิล) *adj.* มีหลายส่วน, หลาย, ทวีคูณ, มาก *-n.* ผลคูณ (-S. (adj.) many, several)
multiplex (มัล' ทะเพลคซ์) *adj.* มีหลายส่วน, หลายเท่า *-n.* การรวมโรงภาพยนตร์หลายๆ โรงไว้ในตึกเดียวกัน **-multiplexer** *n.*
multiplicand (มัลทะพลิแคนด์') *n.* ตัวเลขที่ถูกคูณ, ตัวตั้งสำหรับคูณ
multiplication table ตารางสูตรคูณ
multiplicity (มัลทะพลิซ' ซะที) *n.* จำนวนมาก, ความหลากหลาย, ความมากมาย
★**multiply** (มัล' ทะไพล) *v.* **-plied, -plying** *-vt.* ทำให้เพิ่มจำนวนขึ้น, คูณ, ผสมพันธุ์ *-vi.* เพิ่มจำนวนขึ้น, แสดงวิธีคูณ **-multiplication** *n.*
multitude (มัล' ทิทูด, -ทิวด์) *n.* ความมากมาย, (คนหรือสิ่งของ) จำนวนมากมาย, หมู่, ฝูง, โขลง, ฝูงชน **-multitudinous** *adj.*
mum¹ (มัม) *adj.* เงียบ, ไม่ปริปาก, ไม่พูด *-interj.* ไม่ต้องพูดอะไรทั้งนั้น!, เงียบ! (-S. (adj.) silent)
mum² (มัม) *n.* (ภาษาพูด) แม่ ดอกเบญจมาศ
mumble (มัม' เบิล) *vt., vi.* **-bled, -bling** เคี้ยวช้าๆ อย่างคนไม่มีฟัน, พูดอุบอิบ, พูดพึมพำ, พูดอยู่ในลำคอ *-n.* เสียงพูดอุบอิบ, เสียงพึมพำ **-mumbler** *n.* **-mumbly** *adj.*
mumbo jumbo, mumbo-jumbo (มัม' โบจัม' โบ) *n., pl.* **-bos** พิธีการที่ซับซ้อนหรือจุกจิก, คำพูดที่ไม่ชัดเจนหรือเข้าใจยาก
mummer (มัม' เมอร์) *n.* นักแสดง, นักแสดงในละครใบ้, ผู้ที่สวมหน้ากากหรือปลอมตัวเพื่อความสนุกขบขันในงานเทศกาลต่างๆ
mummery (มัม' มะรี) *n., pl.* **-ies** การแสดงโดยนักแสดงละครใบ้, การเล่นตลก
mummify (มัม' มะไฟ) *v.* **-fied, -fying** *-vt.* ทำให้เป็นมัมมี่, ทำให้ศพแห้งและไม่เน่า *-vi.* แห้งอย่างมัมมี่ **-mummification** *n.* (-S. embalm)
mummy¹ (มัม' มี) *n., pl.* **-mies** มัมมี่, ศพของคนหรือสัตว์ที่ดองไว้ไม่ให้เน่าโดยวิธีอียิปต์โบราณ, คนหรือสิ่งที่เหี่ยวแห้งเหมือนมัมมี่
★**mummy²** (มัม' มี) *n., pl.* **-mies** (ภาษาพูด) แม่
★**mumps** (มัมพ์ซ) *n. pl.* โรคคางทูม
munch (มันช์) *v.* **munched, munching** *-vt.* เคี้ยว (อาหาร) กร้วมๆ *-vi.* เคี้ยวตุ้ยๆ, เคี้ยว

A B C D E F G H I J K L N O P Q R S T U V W X Y Z

A B C D E F G H I J K L N O P Q R S T U V W X Y Z

อาหารกรัวมๆ **-muncher** *n.* (-S. chew)
mundane (มันเดน', มัน'-) *adj.* ทางโลก, แห่งโลก, สามัญ, ธรรมดา **-mundanely** *adv.*
mung bean ถั่วเขียว
municipal (มิวนิซ' ซะเพิล) *adj.* เกี่ยวกับเมืองที่ปกครองด้วยตนเอง, ของเทศบาล, มีท้องถิ่นที่ปกครองตนเอง **-municipality** *n.* **-municipally** *adv.* (-S. civic, local -A. national)
munificent (มิวนิฟ' ฟิเซินท์) *adj.* ใจกว้างมาก, ใจป้ำ **-munificence** *n.* (-S. generous, lavish)
munitions (มิวนิช' ชันซ์) *n. pl.* อาวุธยุทโธปกรณ์ต่างๆ สำหรับการรบ *-vt* **-tioned, -tioning** บรรจุอาวุธ (-S. (n.) ammunition)
mural (เมียว' เริ่ล) *n.* ภาพวาดขนาดใหญ่ที่เขียนตามกำแพงหรือเพดาน, จิตรกรรมฝาผนัง *-adj.* คล้ายกำแพง, ที่วาดบนกำแพง **-muralist** *n.*
★**murder** (เมอร์' เดอร์) *n.* การสังหาร, ฆาตกรรม *-v.* **-dered, -dering** *-vt.* สังหาร, ฆ่า, ทำลาย, ทำให้เสีย *-vi.* กระทำฆาตกรรม, กระทำการสังหาร **-murderer** *n.* **-murderess** *n.*
murderous (เมอร์' เดอเริซ) *adj.* ซึ่งสามารถฆ่าให้ตายได้, ที่มุ่งจะทำลายชีวิต, โหดร้าย, โกรธแค้นราวกับจะฆ่าให้ตาย, ทารุณ (-S. savage)
murk, mirk (เมิร์ค) *n.* ความมืด, ความมืดมน, ความมืดครึ้ม *-adj.* มืด, มัว, สลัว, ขุ่น **-murky, mirky** *adj.* (-S. (n.) darkness, gloom)
murmur (เมอร์' เมอร์) *n.* เสียงที่ต่ำและไม่ชัด, เสียงบ่นอุบอิบ, เสียงเต้นที่ผิดปกติของหัวใจ ปอด หรือเส้นเลือด, เสียงพูดพึมพำ *-v.* **-mured, -muring** *-vi.* ทำเสียงต่ำและไม่ชัด, พูดพึมพำ, บ่นอุบอิบ *-vt.* พูดเสียงต่ำ, พูดพึมพำ **-murmurer** *n.* **-murmurous** *adj.* (-S. (n., v.) mutter)
muscatel (มัซคะเทล') *n.* เหล้าองุ่นหวานที่ทำจากองุ่นพันธุ์หนึ่ง
★**muscle** (มัซ' เซิล) *n.* กล้ามเนื้อ, พละกำลัง, (ภาษาพูด) อำนาจ อิทธิพล *-vi.* **-cled, -cling** (ภาษาพูด) ใช้กำลังบังคับ ใช้อิทธิพลข่มขู่ **-muscly** *adj.* (-S. (n.) brawn, power)
muscleman, muscle man (มัซ' เซิล แมน) *n., pl.* **-men** (ภาษาพูด) นักเพาะกาย ผู้คุ้มกัน
muscular (มัซ' เคียเลอร์) *adj.* ประกอบด้วยกล้ามเนื้อ, มีกล้ามเนื้อแข็งแรง, ล่ำสัน, มีกำลัง **-muscularity** *n.* **-muscularly** *adv.*
muse (มิวซ์) *vt., vi.* **mused, musing** คิดคำนึง, ใคร่ครวญ, ไตร่ตรอง, ครุ่นคิด, รำพึง *-n.* ความคิดคำนึง, การใคร่ครวญ **-musingly** *adv.*
★**museum** (มิวเซียม') *n.* พิพิธภัณฑ์
mush (มัช) *n.* ข้าวต้มที่ทำจากแป้งข้าวโพดต้มในน้ำหรือนม, ก้อนที่นิ่มและแน่น, (ภาษาพูด) ความรู้สึกที่รุนแรง หรือแสดงออกมากเกินไป *-vt.* **mushed, mushing** ทำให้เป็นข้าวต้ม, บดให้ละเอียด **-mushy** *adj.*
★**mushroom** (มัช' รูม, -รุม) *n.* เห็ด, สิ่งที่มีรูปร่างบานออกเหมือนเห็ด, สิ่งที่เจริญเติบโตเร็วเหมือนเห็ด *-vi.* **-roomed, -rooming** เจริญเติบโตอย่างรวดเร็ว, เพิ่มจำนวนอย่างรวดเร็ว, บานออกเหมือนดอกเห็ด *-adj.* เกี่ยวกับเห็ด, มีรูปร่างคล้ายเห็ด (-S. (n.) fungus (v.) grow)
★**music** (มิว' ซิค) *n.* ดนตรี, เสียงดนตรี, องค์ประกอบทางดนตรี, ทำนองเพลง, โน้ตเพลง, เสียงไพเราะ **-musician** *n.* (-S. harmony, melody, rhythm)
★**musical** (มิว' ซิเคิล) *adj.* เกี่ยวกับดนตรี, ทางดนตรี, ที่คลอไปด้วยเสียงดนตรี, ที่ชำนาญทางดนตรี, ไพเราะ, เสนาะหู *-n.* ละครหรือภาพยนตร์ประกอบดนตรี, ละครร้อง, ละครชวนหัวประกอบดนตรี **-musically** *adv.*
musical comedy ละครชวนหัวประกอบดนตรี
music box กล่องดนตรีชนิดไขลาน
music hall โรงมหรสพแสดงดนตรี
music stand ขาตั้งโน้ตเพลง
musk (มัซค์) *n.* สารที่มีกลิ่นหอมซึ่งได้จากต่อมใต้ผิวหนังบริเวณช่องท้องของตัวชะมดเชียงตัวผู้, กลิ่นชะมด, พืชที่มีกลิ่นหอมคล้ายกลิ่นชะมด
musk deer ตัวชะมดเชียง
musket (มัซ' คิท) *n.* ปืนเล็กยาวในสมัยโบราณ
musketeer (มัซคิเทียร์') *n.* ทหารที่ถืออาวุธปืนดังกล่าว
musketry (มัซ คิทรี) *n.* กองทหารที่ถืออาวุธปืนดังกล่าว, เทคนิคในการใช้ปืนดังกล่าว
muskmelon (มัซค์' เมลเลิน) *n.* แตงไทย, แตงแคนตาลูป
muskrat (มัซ' แครท) *n.* หนูชนิดหนึ่งของอเมริกาเหนือให้กลิ่นอย่างกลิ่นชะมด
Muslim, Moslem (มัซ' เลิม; มุซ-; มุซ'-, มอซ' เลิม; มอซ'-) *n.* ผู้นับถือศาสนาอิสลาม *-adj.* เกี่ยวกับศาสนาอิสลามหรือผู้นับถือศาสนาอิสลาม
muslin (มัซ' ลิน) *n.* ผ้ามัสลิน, ผ้าฝ้ายเนื้อบางที่นำมาทำเป็นผ้าปูที่นอนและปลอกหมอน
muss (มัซ) *vt.* **mussed, mussing** ทำให้ยุ่งเหยิง, ทำให้ไม่เป็นระเบียบ **-mussy** *adj.*
mussel (มัซ' เซิล) *n.* หอยแมลงภู่, หอยกาบ
must¹ (มัซท์) *v. aux.* ต้องการ, จำเป็น, จำต้อง,

ต้อง, น่าจะ -n. สิ่งที่ต้องการหรือจำเป็น
must² (มัซท์) n. กลิ่นเหม็นอับ, กลิ่นเหม็นสาบ
mustache, moustache (มัซ' แทช, มะ สแตช') n. หนวด
mustang (มัซ' แทง) n. ม้าป่าขนาดเล็ก
mustard (มัซ' เทิร์ด) n. พืชชนิดหนึ่งมีดอกสีเหลืองและเมล็ดมีรสเผ็ดฉุน, ผงที่ได้จากการบดเมล็ดพืชดังกล่าว, สีเหลืองเข้มอมน้ำตาล
muster (มัซ' เทอร์) v. **-tered, -tering** -vt. รวม (ความกล้า), รวบรวม, รวมแถว -vi. ชุมนุม, มารวมกัน -n. การชุมนุม, การรวบรวมพล, บัญชีรายชื่อทหาร (-S. (v.) assemble)
musty (มัซ' ที) adj. **mustier, mustiest** เหม็นอับ, เหม็นสาบ, เก่าแก่, ล้าสมัย, คร่ำครึ, เซื่องซึม, เฉื่อยชา **-mustiness** n. (-S. ancient)
mutable (มิว' ทะเบิล) adj. เปลี่ยนแปลงได้, ไม่แน่นอน, ไม่คงที่, (อากาศ) แปรปรวน
mutant (มิว' เทินท์) n. สิ่งมีชีวิตที่มีลักษณะแตกต่างจากพ่อแม่ เนื่องจากการกลายพันธุ์
mutate (มิว' เทท, -เทท') vi., vt. **-tated, -tating** เปลี่ยนแปลง, เปลี่ยนรูป, กลายพันธุ์ **-mutation** n. **-mutative** adj. (-S. change)
mute (มิวท์) adj. **muter, mutest** พูดไม่ได้, ใบ้, ไม่พูด, เงียบ, ไม่ออกเสียง, ไม่ปริปาก -n. คนใบ้, อุปกรณ์ที่ใช้เป็นตัวปรับเสียงสูงต่ำในเครื่องดนตรี -vt. **muted, muting** ลดเสียง, ระงับเสียง (-S. (adj.) dumb, silent, voiceless)
mutilate (มิว' เทิลเลท) vt. **-lated, -lating** ทำร้ายโดยการตัดแขนตัดขา, ทำให้พิการ, ทำลาย, ตัดส่วนสำคัญทิ้งไป **-mutilation** n.
mutinous (มิว' เทินเนิซ) adj. กระด้างกระเดื่อง, ไม่เชื่อฟัง, พยศ, ดื้อด้าน, ซึ่งวางแผนก่อการจลาจล **-mutinously** adv. (-S. rebellious)
mutiny (มิว' เทินนี) n., pl. **-nies** การขัดขืนคำสั่ง, การจลาจล, การกำเริบ -vi. **-nied, -nying** ขัดขืนคำสั่ง, ก่อการจลาจล, ก่อการกำเริบ **-mutineer** n. (-S. (n.) rebellion)
mutt (มัท) n. (ภาษาพูด) สุนัขพันทาง คนโง่
mutter (มัท' เทอร์) vi., vt. **-tered, -tering** พูดพึมพำ, บ่นอุบอิบ -n. คำพูดพึมพำ, การบ่น, การพูดพึมพำ **-mutterer** n. (-S. (v., n.) murmur)
mutton (มัท' เทิน) n. เนื้อแกะ
mutual (มิว' ชวล) adj. ซึ่งกันและกัน, ทั้งสองฝ่าย, ร่วมกัน, สัมพันธ์กัน **-mutually** adv. **-mutuality** n. (-S. reciprocal, shared)
muzzle (มัซ' เซิล) n. ส่วนจมูกและปากที่ยื่นออกมาของม้าหรือสุนัข, ที่ครอบปากสุนัขหรือม้า, สิ่งที่ป้องกันการพูดหรือการอธิบาย, ปากกระบอกปืน -vt. **-zled, -zling** ใส่ที่ครอบปาก, ปิดปาก (ไม่ให้แสดงความคิดเห็น) **-muzzler** n. (-S. (n.) mouth, snout)
muzzleloader (มัซ' เซิลโลเดอร์) n. ปืนที่บรรจุกระสุนทางปากกระบอกปืน
★**my** (ไม) adj. ของฉัน, เป็นของฉัน -interj. คำอุทานแสดงความประหลาดใจหรือตกใจ
mycology (ไมคอล' ละจี) n., pl. **-gies** วิชาที่ศึกษาเกี่ยวกับเห็ดรา
myelitis (ไมอะไล' ทิซ) n. โรคไขสันหลังอักเสบ
myna, mynah, mina (ไม' นะ) n. นกที่สามารถพูดเลียนเสียงมนุษย์ได้อย่างนกขุนทอง
myopia (ไมโอ' เพีย) n. อาการสายตาสั้น, การมีสายตาไม่กว้างไกล **-myopic** adj.
myriad (เมีย' เรียด) adj. เป็นจำนวนมากมายนับไม่ถ้วน, เหลือคณานับ -n. หนึ่งหมื่น, จำนวนมากมายนับไม่ถ้วน (-S. (adj.) countless)
myrrh (เมอร์) n. ยางไม้หอมชนิดหนึ่งใช้ในการทำน้ำหอมหรือเครื่องหอม
myrtle (เมอร์ เทิล) n. พืชไม้พุ่มชนิดหนึ่งที่มีดอกสีขาวหรือสีชมพูอ่อนและมีกลิ่นหอม
★**myself** (ไมเซลฟ์') pron. ตัวฉัน, ฉันเอง
★**mystery** (มิซ' ทะรี) n., pl. **-teries** สิ่งลึกลับ, ความลึกลับ, เรื่องสั้นแนวฆาตกรรมลึกลับ **-mysterious** adj. **-mysteriously** adv.
mystery play ดู miracle play
mystic (มิซ' ทิค) adj. เกี่ยวกับการกระทำที่เหนือธรรมชาติ, ลึกลับ, แปลกประหลาด, มีความหมายซ่อนเร้น, เกี่ยวกับคาถาอาคม -n. ผู้ที่เชื่อในคาถาอาคมและเวทมนตร์
mystical (มิซ' ทิเคิล) adj. เกี่ยวกับเวทมนตร์, ที่เชื่อในเรื่องอาคมขลัง, เกี่ยวกับลางสังหรณ์, เกี่ยวกับจิตวิญญาณ **-mystically** adv.
mysticism (มิซ' ทิซิเซิม) n. ความเชื่อในเรื่องการติดต่อกับพระเจ้า, การเข้าฌาน
mystify (มิซ' ทะไฟ) vt. **-fied, -fying** ทำให้งงงวย, ทำให้สับสน **-mystification** n.
mystique (มิสตีค') n. อำนาจลึกลับหรือความประหลาดที่อยู่รอบๆ คน หรือการกระทำ
myth (มิธ) n. เรื่องที่เล่าต่อกันมาเกี่ยวกับบรรพบุรุษ ผู้วิเศษ หรืออภินิหารต่างๆ, เรื่องปรัมปรา, นิทาน, ความเชื่อผิดๆ, เรื่องราวที่แต่งขึ้น, คนหรือสิ่งของที่สมมติขึ้น **-mythical** adj.
mythology (มิธอล' ละจี) n., pl. **-gies** การศึกษาเกี่ยวกับเทพนิยายหรือเรื่องปรัมปรา, นิทาน, เทพนิยาย **-mythological** adj.

A B C D E F G H I J K L M N O P Q R S T U V W X Y Z

N

N, n (เอน) *n., pl.* **N's, n's/Ns, ns** อักษรตัวที่ 14 ในภาษาอังกฤษ, อันดับสิบสี่
N ย่อจาก Navy ทหารเรือ, North ทิศเหนือ
n ย่อจาก neutron นิวตรอน, noun คำนาม
nab (แนบ) *vt.* **nabbed, nabbing** (ภาษาพูด) จับกุม, ฉวย, คว้า, แย่ง **-nabber** *n.*
nabob (เน' บอบ) *n.* ผู้ว่าราชการจังหวัดในอินเดีย, บุคคลที่ร่ำรวยและมีความสำคัญ, คนใหญ่คนโต **-nabobish** *adj.*
nacelle (นะเซล') *n.* ห้องเครื่องยนต์ของเครื่องบิน, ห้องบรรทุกสินค้าของเครื่องบิน
nacre (เน' เคอร์) *n.* หอยมุก
nadir (เน' เดอร์, -เดียร์) *n.* จุดที่อยู่ตรงลงไปจากที่ที่เรายืนตรงข้ามกับจุด zenith, จุดที่ต่ำที่สุด
nag[1] (แนก) *vt., vi.* **nagged, nagging** ดุด่า, บ่น, จู้จี้, ถากถาง, ตำหนิ, ค่อนแคะ *-n.* คนขี้บ่น, คนจู้จี้, คนที่ชอบหาเรื่องจับผิด (**-S.** (v.) carp)
nag[2] (แนก) *n.* ม้าแก่, ม้าขนาดเล็ก (**-S.** pony)
naiad (เน' แอด, -เอิด, ไน'-) *n., pl.* **-ades** (-อะดีซ')/**-ads** เทพธิดาที่อยู่ในน้ำพุ แม่น้ำ ลำธาร และทะเล, นักว่ายน้ำหญิง
★**nail** (เนล) *n.* ตะปู, เล็บมือ, เล็บเท้า, เล็บสัตว์, หน่วยวัดผ้าในสมัยเก่าที่มีค่าเท่ากับ 2¼ นิ้ว *-vt.* **nailed, nailing** ตรึงด้วยตะปู, ตอกตะปู, ยึดติด, เปิดโปง, จับโกหก **-nailed** *adj.* **-nailer** *n.* (**-S.** (n.) claw, fingernail (v.) fasten, fix)
nailbrush (เนล' บรัช) *n.* แปรงขัดเล็บ
nail file ตะไบเล็บ
nail polish ยาทาเล็บ
naive, naïve (นาอีฟว') *adj.* ไร้เดียงสา, ซื่อ, เชื่อคนง่าย, ไม่มีมารยา, เซ่อ **-naively** *adv.* **-naivety** *n.* (**-S.** innocent)
★**naked** (เน' คิด) *adj.* เปลือย, ล่อนจ้อน, ไม่มีผล, โกร๋น, ไร้ใบ, ไม่ปิดบัง, สิ้นเนื้อประดาตัว, ปราศจากการตกแต่ง, ล้านเตียน, ปราศจากการเพิ่มเติม, (เห็น) ด้วยตาเปล่า **-nakedly** *adv.* **-nakedness** *n.* (**-S.** bare, nude **-A.** clothed)
namby-pamby (แนมบีแพม' บี) *adj.* จืดชืด, โหรงเหรง, ไม่มีสาระ, ไม่เด็ดขาด, ไม่หนักแน่น
★**name** (เนม) *n.* ชื่อ, นาม, ชื่อเสียง, ผู้มีชื่อเสียง, ผู้มีความเก่งกาจ, ฉายา, สกุล *-vt.* **named, naming** ตั้งชื่อ, เรียกชื่อ, ได้ชื่อว่า, ระบุชื่อ, ออกชื่อ, บอก, กำหนด, แต่งตั้ง, พูดพาดพิงถึง *-adj.* มีชื่อเสียง, เป็นที่รู้จัก **-in the name of** ในนามของ, โดยอำนาจของ **-know only by name** รู้จักแต่ในนาม **-to one's name** เป็นของตัวเอง **-nameable, namable** *adj.* **-namer** *n.* (**-S.** (n.) reputation (n., v.) title)
nameless (เนม' ลิซ) *adj.* (ดารา) ไม่มีชื่อเสียง, ไม่เป็นที่รู้จัก, ไม่รู้จักชื่อ, นิรนาม, ไร้ชื่อ, ไม่มีชื่อตามกฎหมาย, นอกกฎหมาย, เหลือที่จะพรรณนา, ยากที่จะบรรยาย (**-S.** anonymous)
namely (เนม' ลี) *adv.* โดยเฉพาะ, กล่าวคือ
namesake (เนม' เซค) *n.* ผู้ที่มีชื่อซ้ำกับคนอื่น, ผู้ที่มีชื่อเหมือนคนอื่น
nanny, nannie (แนน' นี) *n., pl.* **-nies** ผู้หญิงที่รับจ้างดูแลเด็ก, พี่เลี้ยงเด็ก, คนเลี้ยงเด็ก
nanny goat แพะตัวเมีย
nano- คำอุปสรรค หมายถึง 10^{-9}, หนึ่งส่วนพันล้าน
nanosecond (แนน' นะเซคเคินด์) *n.* เศษหนึ่งส่วนพันล้านวินาที
★**nap**[1] (แนพ) *n.* การงีบหลับ, การเคลิ้มหลับ *-vi.* **napped, napping** งีบหลับ, ม่อยหลับ, เคลิ้มหลับ, เผลอ, ไม่ระวังตัว (**-S.** (n., v.) sleep)
nap[2] (แนพ) *n.* ปุยขนที่ขึ้นบนเนื้อผ้า
napalm (เน' พาม) *n.* ส่วนผสมของก๊าซโซลีนกับสารเคมีที่เป็นสารคล้ายวุ้นซึ่งติดไฟเองได้และนำไปทำลูกระเบิดเพลิง
nape (เนพ, แนพ) *n.* หลังคอ, ต้นคอ
napery (เน' พะรี) *n., pl.* **-ies** ผ้าที่ใช้บนโต๊ะอาหารอย่างผ้าปูโต๊ะ ผ้าเช็ดปาก
naphtha (แนฟ' ธะ, แนพ'-) *n.* ของเหลวคล้ายน้ำมันสามารถติดไฟได้ ใช้เป็นน้ำมันเชื้อเพลิงหรือตัวทำละลาย
naphthalene, naphthaline, naphthalin (แนฟ' ธะลีน, แนพ'-) *n.* ผลึกสีขาวที่ได้จากน้ำมันถ่านหิน ใช้ในการผลิตสีย้อม ลูกเหม็น
★**napkin** (แนพ' คิน) *n.* ผ้าเช็ดปากและมือ, กระดาษเช็ดปาก, ผ้าเช็ดตัวขนาดเล็ก, ผ้าอ้อม, ผ้าเช็ดหน้า, ผ้าพันคอ, ผ้าอนามัย (**-S.** serviette)
narcissism, narcism (นาร์' ซิซิเซิม, นาร์' ซิเซิม) *n.* ความหลงตัวเอง, ความชื่นชมและบูชาตัวเอง **-narcissist** *n.*
narcissus (นาร์ซิซ' เซิซ) *n., pl.* **-cissuses/-cissi** (-ซิซ' ไซ) พืชไม้ดอกชนิดหนึ่งมีใบแคบ

A B C D E F G H I J K L M O P Q R S T U V W X Y Z

ยาว และมีดอกสีเหลืองหรือขาว มีกลิ่นหอม
narcotic (นาร์คอท' ทิค) *n.* ยาหรือสารที่ใช้ระงับความเจ็บปวดหรือทำให้นอนหลับอย่างเฮโรอีน มอร์ฟีน, ยาเสพย์ติด *-adj.* ที่ทำให้ง่วงนอนหรือซึม, เกี่ยวกับยาเสพย์ติด
narrate (แนร์ เรท, แนร์เรท') *vt., vi.* **-rated, -rating** บอกเล่า (เรื่องราว) เป็นคำพูดหรือการเขียน, บรรยาย, เล่าเหตุการณ์ **-narrator, narrater** *n.* (-S. describe, report, tell)
narration (แนร์เร' ชัน) *n.* การบอกเล่าเรื่องราวเป็นคำพูดหรืองานเขียน, การบรรยายเรื่องราว, การเล่าเหตุการณ์, เรื่องราว, เหตุการณ์, เรื่องเล่า (-S. account, description)
narrative (แนร์ ระทิฟว์) *n.* เรื่องราว, เรื่องเล่า, การเล่าเรื่อง, การบรรยาย (-S. story, tale)
★**narrow** (แนร์' โร) *adj.* **-rower, -rowest** คับแคบ, จำกัด, ใจแคบ, มีความคิดแคบ, หวุดหวิด, เกือบไม่สำเร็จ, เพียงเล็กน้อย, ถี่ถ้วน, ละเอียด *-vt., vi.* **-rowed, -rowing** ทำให้แคบหรือแคบเข้า, หรี่ (ตา), จำกัด, ลดลง *-n.* ส่วนที่แคบ, ช่องแคบ, ทางแคบ **-narrows** คอคอด, ช่องแคบในทะเล **-narrowly** *adv.* **-narrowness** *n.* (-S. (adj.) close, limited (v.) limit)
narrow-minded (แนร์' โรไมน' ดิด) *adj.* ใจแคบ, ดันทุรัง, มีอคติ (-S. biased)
narwhal, narwal, narwhale (นาร์' เวิล, -ฮเวล, -เวล) *n.* สัตว์ชนิดหนึ่งคล้ายปลาวาฬ ตัวผู้มีกระดูกเป็นเกลียวยาวยื่นมาจากขากรรไกร
nary (แน' รี) *adj.* ไม่มี, ไม่มีเลย (-S. no)
NASA ย่อจาก National Aeronautics and Space Administration องค์การบริหารการบินและอวกาศของสหรัฐอเมริกา
nasal (เน' เซิล) *adj.* เกี่ยวกับจมูก, ในจมูก, (การออกเสียง) ที่ผ่านออกทางจมูก, คล้ายเสียงที่ออกทางจมูก *-n.* เสียงที่ออกทางจมูก, พยัญชนะหรือสระที่ออกเสียงผ่านทางจมูก **-nasality** *n.*
nasalize (เน' ซะไลซ์) *vt., vi.* **-ized, -izing** พูดเสียงออกทางจมูก, ออกเสียงผ่านทางจมูก
nascent (แนซ' เซินท์, เน'-) *adj.* ที่กำลังก่อตัว, ที่กำลังเกิดขึ้น, ที่เริ่มขึ้น **-nascency** *n.*
★**nasty** (แนซ' ที) *adj.* **-tier, -tiest** สกปรกมาก, น่ารังเกียจ, หยาบคาย, ลามก, (วาจา) สามหาว, ร้ายกาจ, เลวร้าย, ฉุนเฉียว, ขุ่นเคือง, (บาดแผล) ฉกรรจ์, อันตราย, (รส) ขื่น, (กลิ่น) ฉุน *-n., pl.* **-ties** คนที่ร้ายกาจ, สิ่งที่มีกลิ่นฉุน **-nastily** *adv.* **-nastiness** *n.* (-S. (adj.) bad, filthy)
natal (เนท' เทิล) *adj.* เกี่ยวกับการเกิด
natality (เนแทล' ลิที, นะ-) *n., pl.* **-ties** อัตราการเกิด
natatorium (เนทะทอ' เริม, แนท-) *n., pl.* **-riums/-ria** สระว่ายน้ำในร่ม
★**nation** (เน' ชัน) *n.* ประเทศ, ชาติ, ดินแดนของประเทศ, รัฐบาลของชาติ, ประชาชนในชาติ, ชนเผ่าพื้นเมือง, สหพันธ์ **-nationhood** *n.*
★**national** (แนช' ชะเนิล, แนช' เนิล) *adj.* ของชาติ, แห่งชาติ, ประจำชาติ, ที่คุ้มครองโดยรัฐบาลของชาติ, ทั่วประเทศ **-nationally** *adv.*
national bank ธนาคารแห่งชาติ
national income รายได้ประชาชาติ
★**nationalism** (แนช' ชะนะลิเซิม, แนช' นะ-) *n.* ลัทธิชาตินิยม, ความรักชาติ, ความต้องการทำนุบำรุงเอกราชของชาติ, ความรู้สึกชาตินิยม
nationalist (แนช' ชะนะลิซท์, แนช' นะ-) *n.* ผู้ที่นิยมลัทธิชาตินิยม, ผู้รักชาติ *-adj.* เกี่ยวกับชาตินิยม, เกี่ยวกับความรักชาติ
★**nationality** (แนชชะแนล' ลิที, แนชแนล'-) *n., pl.* **-ties** สัญชาติ, ความเป็นชาติ, ชาติภาษา, ลักษณะประจำชาติ
nationalize (แนช' ชะนะไลซ์, แนช' นะ-) *vt.* **-ized, -izing** ทำให้เป็นของชาติ, จัดการให้อยู่ภายใต้การควบคุมของรัฐบาล, ทำให้เป็นของสาธารณะ **-nationalization** *n.*
national park อุทยานแห่งชาติ
nationwide (เนชั่นไวด์') *adv., adj.* ทั่วประเทศ, ทั้งประเทศ
★**native** (เน' ทิฟว์) *adj.* โดยกำเนิด, แต่กำเนิด, โดยสันดาน, เป็นธรรมชาติ (ของคน), เป็นถิ่นกำเนิด, เป็นที่เกิด, ของพื้นเมือง, ของท้องถิ่น, ที่เกิดขึ้นตามธรรมชาติ, บริสุทธิ์, ไม่มีสารอื่นเจือปน, เกี่ยวกับชาวพื้นเมือง *-n.* คนท้องถิ่น, คนพื้นเมือง, พืชหรือสัตว์พื้นเมือง, ที่อยู่อาศัยถาวร **-natively** *adv.* (-S. (adj.) local, natural)
native-born (เน' ทิฟว์บอร์น') *adj.* ที่เกิดในพื้นเมือง
nativity (นะทิฟว์' วิที, เน-) *n., pl.* **-ties** การเกิด, การกำเนิด, สถานที่เกิด, เวลาที่เกิด, เหตุการณ์ขณะที่เกิด **-Nativity** การประสูติของพระเยซู
NATO ย่อจาก North Atlantic Treaty Organization องค์การสนธิสัญญาแอตแลนติกเหนือ
natty (แนท' ที) *adj.* **-tier, -tiest** เรียบร้อย, โก้, เก๋, ดูดี, กระฉับกระเฉง **-nattily** *adv.*
★**natural** (แนช' เชอเริล, แนช' เริล) *adj.* โดยธรรมชาติ, เหมือนธรรมชาติ, เป็นไปตามธรรมชาติ, มีมาแต่กำเนิด, โดยสันดาน, โดย

A B C D E F G H I J K L M N O P Q R S T U V W X Y Z

A B C D E F G H I J K L M O P Q R S T U V W X Y Z

กำเนิด, เป็นธรรมดา, ไม่มีมารยา, เหมือนจริง -*n.* ผู้ที่เหมาะสมสำหรับบางสิ่ง, ผู้ที่มีความชำนาญในงานบางอย่าง, คนโง่ **-naturally** *adv.* **-naturalness** *n.* (**-S.** (adj.) inborn, ordinary)

natural food อาหารธรรมชาติที่ไม่มีการใส่สารกันบูด สารแต่งกลิ่นหรือสารปรุงรสใดๆ

natural gas ก๊าซธรรมชาติจำพวกมีเทน

natural history วิชาที่ศึกษาเกี่ยวกับสิ่งมีชีวิตต่างๆ และวัตถุที่เกิดขึ้นตามธรรมชาติ

naturalism (แนช' เชอระลิเซิม, แนช' ระ-) *n.* การกระทำหรือความคิดที่มาจากความต้องการตามธรรมชาติหรือสัญชาตญาณ

naturalist (แนช' เชอระลิซท์, แนช' ระ-) *n.* ผู้ศึกษาเกี่ยวกับธรรมชาติโดยเฉพาะพืชและสัตว์

naturalize (แนช' เชอระไลซฺ, แนช' ระ-) *v.* **-ized, -izing** -*vt.* ให้สิทธิ์เป็นพลเมือง, ให้สัญชาติ, เปลี่ยนให้ใช้ได้, ทำให้เป็นธรรมชาติ -*vi.* แปลงสัญชาติ, ศึกษาเกี่ยวกับธรรมชาติ, ปรับตัวเข้ากับธรรมชาติ **-naturalization** *n.*

natural resource ทรัพยากรธรรมชาติ

natural science วิทยาศาสตร์อย่างชีววิทยา เคมี ฟิสิกส์ ที่ศึกษาเกี่ยวกับธรรมชาติ

★**nature** (เน' เชอร์) *n.* ธรรมชาติ, ชนิด, ประเภท, ลักษณะ, นิสัย, สันดาน, ปัจจัยสำคัญ, ความต้องการตามธรรมชาติของคนหรือสัตว์, ความธรรมดา, ความไม่มีมารยา, ผลรวมของทุกๆ สิ่งในจักรวาล, กฎของธรรมชาติ **-by nature** โดยธรรมชาติ, โดยสันดาน

naught, nought (นอท) *n.* ศูนย์, เลข 0 -*pron.* ไม่มี (ค่า เหตุผล) เลย -*adj.* ไม่มีค่า, ไม่มีประโยชน์ (**-S.** (n., pron., adj.) nothing)

★**naughty** (นอ' ที) *adj.* **-tier, -tiest** ชั่วร้าย เลวทราม, ไม่เชื่อฟัง, ซุกซน, ไม่เหมาะสม, หยาบคาย, หยาบโลน **-naughtily** *adv.* **-naughtiness** *n.* (**-S.** bad, disobedient)

nausea (นอ' เซีย, -ฌะ, -เซีย, -ซะ) *n.* คลื่นไส้, คลื่นเหียน, ความรู้สึกสะอิดสะเอียน, ความรังเกียจ (**-S.** disgust, sickness)

nauseate (นอ' ซีเอท, -ฌี-, -ซี, -ชี-) *vi., vt.* **-ated, -ating** คลื่นเหียน, คลื่นไส้, ขยะแขยง, สะอิดสะเอียน, รังเกียจ **-nauseous** *adj.*

nautical (นอ' ทิเคิล) *adj.* เกี่ยวกับเรือ ลูกเรือ หรือการเดินเรือ **-nautically** *adv.* (**-S.** marine)

nautical mile หน่วยไมล์ทะเลเท่ากับ 6,076 ฟุต (1,852 เมตร)

nautilus (นอท' เทิลเลิซ) *n., pl.* **-luses/-li** หอยทะเลในเขตร้อนชนิดหนึ่ง ข้างในเปลือกแบ่งเป็นช่องๆ และวนเป็นเกลียวเหมือนกังหัน

naval (เน' เวิล) *adj.* เกี่ยวกับทหารเรือ, เกี่ยวกับเรือรบ, (การยุทธ์) ทางเรือ, ในทางนาวี

nave (เนฟวฺ) *n.* ส่วนตรงกลางของโบสถ์ที่อยู่ระหว่างที่นั่งสองข้าง

navel (เน' เวิล) *n.* สะดือ, จุดกลาง, ส่วนกลาง

navigable (แนฟว' วิกะเบิล) *n.* ลึกหรือกว้างพอที่จะเดินเรือได้, ที่สามารถบังคับได้, สามารถเลี้ยวได้, สามารถนำวิถีหรือนำร่องได้

navigate (แนฟว' วิเกท) *vt., vi.* **-gated, -gating** กำหนดและควบคุมเส้นทาง (การเดินเรือหรือเครื่องบิน), เดินเรือ, แล่นเรือ, ขับเครื่องบิน, นำร่อง, นำวิถี **-navigation** *n.* (**-S.** direct, guide, steer, voyage)

navigator (แนฟว' วิเกเทอร์) *n.* ผู้ควบคุมเส้นทางการเดินเรือหรือเดินอากาศ, นักสำรวจ

navvy (แนฟว' วี) *n., pl.* **-vies** คนงานขุดถนนหรือขุดคลอง (**-S.** laborer, worker)

★**navy** (เน' วี) *n., pl.* **-vies** กองทัพเรือ, นาวี, สีกรมท่า **-Navy** ราชนาวี (**-S.** convoy, fleet)

navy blue สีน้ำเงินอมเทาเข้ม, สีคราม, สีกรมท่า

navy yard อู่ทหารเรือ

nay (เน) *adv.* ไม่, ไม่เพียงแต่, ยิ่งกว่านั้น -*n.* การปฏิเสธ, การลงคะแนนเสียงคัดค้าน, ผู้ที่ลงคะแนนเสียงคัดค้าน, คำตอบปฏิเสธ **-say someone nay** ห้าม, ปฏิเสธ

Neanderthal (นีแอน' เดอร์ธอล, เนอาน' เดอร์ทาล) *n.* มนุษย์โบราณนีแอนเดอร์ธัล

neap (นีพ) *adj.* เกี่ยวกับกระแสน้ำขึ้นลง -*n.* น้ำขึ้นน้ำลง

★**near** (เนียร์) *adv.* **nearer, nearest** ใกล้, ในเวลาอันใกล้, ใกล้เข้ามา, เกือบจะ, แทบ, ปาง, ฉิวเฉียด, ใกล้ชิด, สนิท, ตระหนี่ -*adj.* **nearer, nearest** ใกล้เคียง, ใกล้มาก, สูสีกัน, สนิทสนม, ใกล้ชิด, เกี่ยวดองกัน, หวุดหวิด, จวนเจียน, เกือบจะ, ด้านใกล้, (ระยะทาง) ที่สั้นและตรงที่สุด, ไม่ไกล, ใกล้ที่สุด, แคบ, ขี้เหนียว, ตระหนี่, คล้ายกัน -*prep* แถวๆ, ใกล้ -*v.* **neared, nearing** -*vt.* เข้ามาใกล้ -*vi.* ใกล้เข้ามา **-near at hand** ใกล้จะมาถึง **-nearness** *n.*

★**nearby** (เนียร์' ไบ') *adj.* ใกล้ๆ กัน, ถัดไป, ติดๆ กัน -*adv.* ไม่ไกลจากนี้, แถวๆ นี้

★**nearly** (เนียร์' ลี) *adv.* เกือบ, จวน, ใกล้ๆ, อย่างใกล้ชิด, โดยตระหนี่, โดยถี่ถ้วน (**-S.** almost)

nearsighted (เนียร์' ไซทิด) *adj.* (สายตา) สั้น

★**neat** (นีท) *adj.* **neater, neatest** เรียบร้อย, เป็นระเบียบ, เกลี้ยงเกลา, หมดจด, เหมาะเจาะ,

ล้วนๆ, ไม่เจือปน, ไม่เติมน้ำ, (การกระทำ คำพูด) เฉลียวฉลาด, คล่องแคล่ว, (คำสแลง) เลิศ วิเศษ มหัศจรรย์ ประณีต น่าพอใจ **-neatly** *adv.* **-neatness** *n.* (-S. adroit, pure, smart)

neath, 'neath (นีธ) *prep.* ภายใต้, ข้างใต้

nebbish (เนบ' บิช) *n.* คนขี้อาย, คนทึ่ม

nebula (เนบ' เบียละ) *n., pl.* **-lae** (-ลี)/**-las** กลุ่มก๊าซหรือฝุ่นผงในอวกาศ **-nebular** *adj.*

nebulous (เนบ' เบียเลิซ) *adj.* ไม่ชัดเจน, สลัว, คลุมเครือ, เกี่ยวกับกลุ่มก๊าซ, คล้ายกลุ่มก๊าซ, คล้ายเมฆ **-nebulously** *adv.*

★**necessary** (เนซ' ซิเซอรี) *adj.* จำเป็น, สำคัญ, ไม่สามารถหลีกเลี่ยงได้, ไม่มีทางอื่น, แน่แท้ *-n., pl.* **-saries** สิ่งจำเป็น, ของจำเป็น **-necessarily** *adv.* (-S. (adj.) essential, required)

necessitate (นะเซซ' ซิเทท) *vt.* **-tated, -tating** ทำให้หลีกเลี่ยงไม่ได้, บังคับ, ก่อให้เกิดความจำเป็น, ฝืนใจ (-S. compel, force)

★**necessity** (นะเซซ' ซิที) *n., pl.* **-ties** สิ่งจำเป็น, ของจำเป็น, ความจำเป็น, สิ่งที่หลีกเลี่ยงไม่ได้, ความขัดสน, ความยากจน **-of necessity** ด้วยความจำเป็น (-S. inevitability, poverty)

★**neck** (เนค) *n.* คอ, ส่วนคอ, ช่วงคอ, คอคอด, คอขวด *-vi.* **necked, necking** (ภาษาพูด) จูบกอด, ฆ่า (ไก่) โดยการบิดคอ **-neck and neck** (การแข่งขัน) ที่สูสีกัน (-S. (n.) cervix, throat)

neckerchief (เนค' เคอร์ชิฟ, -ชีฟ) *n.* ผ้าพันคอ, ผ้าผืนใหญ่สำหรับพันคอ

★**necklace** (เนค' ลิซ) *n.* สร้อยคอ, เครื่องประดับสำหรับสวมคอ

neckline (เนค' ไลน) *n.* คอเสื้อ

neckpiece (เนค' พีซ) *n.* ผ้าพันคอที่เป็นผ้าขนสัตว์

★**necktie** (เนค' ไท) *n.* เนกไท

neckwear (เนค' แวร์) *n.* สิ่งที่ใช้สวมรอบคอ เช่น เนกไท

necktie

necromancy (เนค' คระแมนซี) *n.* การทรงเจ้าเข้าผี, มนตร์ดำ, เวทมนตร์คาถา, ความอาถรรพ์ **-necromancer** *n.* (-S. sorcery, wizardry)

necropolis (เนครอพ' พะลิซ, นะ-) *n., pl.* **-lises/-leis** (-เลซ) ป่าช้าฝังศพ

necropsy, necroscopy (เนค' ครอพซี, -ครอซ' คะพี) *n.* การชันสูตรศพ

nectar (เนค' เทอร์) *n.* น้ำหวานในดอกไม้, เครื่องดื่มรสอร่อย, น้ำทิพย์

nectarine (เนคทะรีน') *n.* ผลไม้จำพวกลูกพีช

née, nee (เน) *adj.* เกิด, โดยกำเนิด ใช้เป็นตัวบอกนามสกุลเดิมของผู้หญิงที่แต่งงานแล้ว

★**need** (นีด) *n.* ความจำเป็น, ความต้องการ, สิ่งจำเป็น, ของที่ต้องการ, ความยากลำบาก, ความขาดแคลน, ความขัดสน, เวลาที่คับขัน *-vt., vi.* **needed, needing** จำเป็นต้อง, มีความจำเป็น, ต้องการ **-needful** *adj.* (-S. (n., v.) demand)

neediness (นีด' ดีนิซ) *n.* ความยากจน, ความขัดสน, ความต้องการ (-S. indigence, poverty)

★**needle** (นีด' เดิล) *n.* เข็มเย็บผ้า, เข็มถักโครเชท์, ไม้ถักนิตติง, เข็มจานเสียง, เข็มชี้ในเครื่องวัดหรือเข็มทิศ, เข็มฉีดยา, เข็มเย็บในการผ่าตัด *-v.* **-dled, -dling** *-vt.* เย็บหรือเจาะด้วยเข็ม, (ภาษาพูด) ยุแหย่ กระตุ้น ยั่ว *-vi.* เย็บ, ตกผลึกเป็นรูปเข็ม (-S. (n.) hypodermic syringe)

needlepoint (นีด' เดิลพอยน์ท) *n.* การเย็บปักถักร้อย, ลูกไม้ถัก (-S. embroidery)

needless (นีด' ลิซ) *adj.* ไม่จำเป็น, ไม่เป็นที่ต้องการ **-needlessly** *adv.* (-S. unnecessary)

needlework (นีด' เดิลเวิร์ค) *n.* งานเย็บปักถักร้อย **-needleworker** *n.* (-S. sewing)

needn't (นีด' เดินท์) ย่อจาก need not

needs (นีดซ์) *adv.* ด้วยความจำเป็น, จำเป็นต้อง (-S. compulsorily, necessarily)

needy (นี' ดี) *adj.* **needier, neediest** ยากจนมาก, ขัดสน, ขาดแคลน (-S. impoverished, poor)

ne'er (แนร์) *adv.* ย่อจาก never ไม่เคย

ne'er-do-well (แนร์' ดูเวล) *n.* คนขี้เกียจ

nefarious (นะแฟ' เรียซ) *adj.* ชั่วร้าย, เลวทราม, ร้ายกาจ **-nefariously** *adv.*

negate (นิเกท') *vt.* **-gated, -gating** ลบล้าง, ทำให้เป็นโมฆะ, ปฏิเสธ, ไม่ยอมรับ, คัดค้าน **-negation** *n.* (-S. deny, nullify)

★**negative** (เนก' กะทิฟว์) *adj.* ปฏิเสธ, ไม่ยอมรับ, เป็นการคัดค้าน, ไม่, เป็นไปในทางลบ, ในทางไม่ดี, (ผลตรวจ) เป็นลบ, ไม่มีเชื้อโรค, ติดลบ, เกี่ยวกับเครื่องหมายลบ, เกี่ยวกับขั้วลบ, มีประจุลบ *-n.* คำปฏิเสธ, คำคัดค้าน, สิ่งที่เป็นผลลบ, ข้อลบ, คำหรือวลีที่ใช้แสดงการปฏิเสธ, ฝ่ายค้าน (ในการอภิปราย), รูปภาพที่กลับสีดำเป็นขาว, เลขลบ, จำนวนติดลบ, ขั้วลบ *-vt.* **-tived, -tiving** ปฏิเสธ, คัดค้าน, ยับยั้ง, ไม่อนุมัติ, โต้แย้ง, ลบล้าง, แก้, ทำให้เป็นกลาง *-adv.* ไม่ *-interj.* ไม่!, ไม่ใช่เช่นนั้น! **-in the negative** ในทางปฏิเสธ, ในทางไม่ยอมรับ **-negatively** *adv.* (-S. (adj.) contradictory,

opposing (n.) denial, refusal)
neglect (นิเกลคท์') *vt.* **-glected, -glecting** เพิกเฉย, ละเลย, ไม่ใส่ใจ, ทอดทิ้ง, ลืม *-n.* การเพิกเฉย, การละเลย, การไม่ใส่ใจ, สภาพที่ขาดความเอาใจใส่ (**-S.** (v.) disregard, ignore)
neglectful (นิเกลคท์' เฟิล) *adj.* ไม่เอาใจใส่, เฉื่อยชา, ประมาท, เลินเล่อ (**-S.** heedless)
negligee, negligée, negligé (เนกลิเฌ', เนก'-) *n.* เสื้อคลุมหลวมๆ ของผู้หญิง, ชุดแต่งกายอยู่กับบ้าน (**-S.** dressing-gown)
negligence (เนก' ลิเจินซ์) *n.* ความประมาท, ความไม่เอาใจใส่, ความละเลย
negligent (เนก' ลิเจินท์) *adj.* ไม่เอาใจใส่, ไม่มีความรับผิดชอบ, เหลวไหล **-negligently** *adv.*
negligible (เนก' ลิจะเบิล) *adj.* ขี้ปะติ๋ว, ไม่สำคัญ (จำนวน) เล็กน้อย (**-S.** trifling)
★**negotiate** (นิโก' ชีเอท) *vt., vi.* **-ated, -ating** เจรจา, ต่อรอง, ซื้อขาย, เปลี่ยนเจ้าของ, แลกเป็นเงิน, จัดการ, ทำได้สำเร็จ, รับมือ **-negotiation** *n.* **-negotiator** *n.* (**-S.** bargain)
Negro (นี' โกร) *n., pl.* **-groes** คนผิวดำ
neigh (เน) *n.* เสียงม้าร้อง *-vi.* **neighed, neighing** ทำเสียงร้องอย่างม้า (**-S.** whinny)
★**neighbor, neighbour** (เน' เบอร์) *n.* ประเทศใกล้เคียง, เพื่อนบ้าน, คนหรือสิ่งที่อยู่ถัดไป, เพื่อนมนุษย์ *-vt., vi.* **-bored, -boring** อยู่ติดกัน, อยู่ถัดไป *-adj.* ใกล้เคียง
★**neighborhood** (เน' เบอร์ฮุด) *n.* ความสัมพันธ์ฉันมิตร, ความเป็นเพื่อนบ้าน, บริเวณ, ทำเล, ย่าน, ละแวกบ้าน, ชุมชน, ผู้คนที่อาศัยในชุมชน, บริเวณใกล้เคียง, บริเวณข้างเคียง **-in the neighborhood of** (ภาษาพูด) ใกล้, ใกล้ชิด, ประมาณ, ราวๆ (**-S.** community)
neighboring (เน' เบอริง) *adj.* ใกล้เคียง, ถัดไป, ในบริเวณเดียวกัน (**-S.** adjacent, nearby)
neighborly (เน' เบอร์ลี) *adj.* มีความเป็นมิตร, โอบอ้อมอารี **-neighborliness** *n.* (**-S.** friendly)
★**neither** (นี' เธอร์, ไน'-) *adj., pron.* ไม่ใช่ทั้งสอง, ไม่ใช่อย่างใดอย่างหนึ่ง *-conj.* ไม่ใช่อย่างใดอย่างหนึ่ง, และไม่ *-adv.* (ภาษาพูด) ด้วย
nemesis (เนม' มิซิซ) *n., pl.* **-ses** (-ซีซ) ต้นตอของความอันตรายหรือหายนะ
neo- คำอุปสรรค หมายถึง ใหม่, เร็วๆ นี้
Neolithic (นีอะลิธ' ธิค) *adj.* เกี่ยวกับยุคหินใหม่เมื่อ 10,000 ปีก่อนคริสต์ศักราช ซึ่งมนุษย์มีการพัฒนาเกษตรกรรมและขัดเกลาเครื่องมือหิน
neologism (นีออล' ละจิเซิม) *n.* คำที่ตั้งขึ้นใหม่, ความหมายใหม่ของคำที่มีอยู่ **-neologist** *n.*
neon (นี' ออน) *n.* ก๊าซนีออน เป็นก๊าซเฉื่อยชนิดหนึ่ง ไร้สี มีสัญลักษณ์ Ne
neonate (นี' อะเนท) *n.* เด็กทารกที่เกิดใหม่
neo-Nazi (นีโอนาท' ซี, -แนท'-) *n.* กลุ่มสมาชิกนาซีใหม่ **-neo-Nazism** *n.*
neophyte (นี' อะไฟท) *n.* ผู้เริ่มต้น, ผู้เริ่มหัด, มือสมัครเล่น, ผู้ที่ไม่เคยชิน (**-S.** beginner)
★**nephew** (เนฟ' ฟิว) *n.* หลานชาย
nephritis (นะไฟร' ทิซ) *n.* โรคไตอักเสบ
nephron (เนฟ' รอน) *n.* หน่วยไต มีหน้าที่กรองของเสียออกจากเลือด
nepotism (เนพ' พะทิเซิม) *n.* การเลือกที่รักมักที่ชัง, ความลำเอียง, การเห็นแก่ญาติมิตร
Neptune (เนพ' ทูน, -ทิวน์) *n.* เทพเจ้าแห่งท้องทะเล, ดาวเนปจูน
nerd, nurd (เนิร์ด) *n.* (คำสแลง) คนโง่ คนทึ่ม
★**nerve** (เนิร์ฟว์) *n.* เส้นประสาท, โพรงประสาทฟัน, การควบคุมอารมณ์, ความกล้า, กำลัง, ความแข็งแรง, ความกระฉับกระเฉง, ความหยาบคาย, ความทะลึ่ง, เส้นใบ, เส้นกลางใบ *-vt.* **nerved, nerving** ทำให้กล้า, เพิ่มความกล้า **-get on (someone's) nerves** (ภาษาพูด) กวนประสาท ยั่วโมโห **-nerves** ความหงุดหงิด, โรคประสาท, ประสาทอ่อน (**-S.** (n.) courage)
nerve cell เซลล์ประสาท
nerve center ศูนย์กลางประสาท, ขุมกำลัง, ศูนย์บัญชาการ
nerve fiber เส้นใยประสาท
nerve impulse สัญญาณประสาท
nerveless (เนิร์ฟว์ ลิซ) *adj.* ไม่มีแรง, ไม่มีความกล้า, อ่อนแอ, เฉื่อยชา, ไม่ตื่นเต้น, สงบ
nerve-racking, nerve-wracking (เนิร์ฟว์ แรคคิง) *adj.* พยายามอดทนหรือสงบใจ
★**nervous** (เนอร์' เวิซ) *adj.* เกี่ยวกับระบบประสาท, เป็นผลร้ายต่อประสาท, ขวัญอ่อน, เป็นประสาท, หงุดหงิด, สะดุ้งตกใจ, กังวลใจ, กระวนกระวาย, ตื่นเต้น, แข็งแรง, กระฉับกระเฉง **-nervously** *adv.* **-nervousness** *n.*
nervy (เนอร์' วี) *adj.* **nervier, nerviest** แข็งแรง, กระฉับกระเฉง, กระวนกระวาย, หงุดหงิด, ตื่นเต้น, ขวัญอ่อน, กล้าหาญ, ทะลึ่ง, หยาบคาย
nescient (เนช' เชินท์) *adj.* ไม่มีความรู้, โง่, ไม่รู้, ไม่นับถือพระเจ้า **-nescience** *n.*
-ness คำปัจจัย หมายถึง ความ
★**nest** (เนซท์) *n.* รัง, ที่พักอาศัย, ที่ซ่องสุมคนหรือสิ่งของ, สิ่งที่อยู่ด้วยกันเป็นชุด, สิ่งที่ทำ

ขนาดเรียงกันเป็นเถา *-vt., vi.* **nested, nesting** อยู่ในรัง, สร้างรัง, ทำซ้อนกัน (**-S.** (n., v.) den)

nest egg เงินที่เก็บหรือสะสมไว้ใช้ในอนาคต

nestle (เนซ' เซิล) *vt., vi.* **-tled, -tling** ทำรังอย่างสบาย, พักอาศัยอยู่อย่างสบาย, เบียด, อิงแอบ, ล้อมรอบอย่างอบอุ่น, ตั้งอยู่ในตำแหน่งที่กำบัง **-nestler** *n.* (**-S.** huddle, snuggle)

nestling (เนซท์ ลิง, เนซ'-) *n.* ลูกนกที่ยังไม่พร้อมจะออกจากรัง, เด็กเล็กๆ (**-S.** chick)

★**net**[1] (เนท) *n.* ผ้าตาข่าย, แห, สวิง, มุ้ง, ตาข่ายคลุมผม, ตาข่ายกั้นกลางสนามเทนนิสหรือวอลเลย์บอล, ตาข่ายที่ทำเป็นประตูในฟุตบอลหรือฮอกกี้ *-vt.* **netted, netting** จับด้วยแหหรือสวิง, คลุมหรือล้อมด้วยตาข่าย, ตี (ลูกเทนนิส) ไปถูกตาข่าย (**-S.** (n., v.) mesh, snare)

★**net**[2] (เนท) *adj.* (น้ำหนัก) สุทธิ, ที่สุด, สุดท้าย *-n.* จำนวนสุทธิ, น้ำหนักสุทธิ, รายได้สุทธิ, กำไรสุทธิ *-vt.* **netted, netting** ได้กำไรสุทธิ

nether (เนธ' เธอร์) *adj.* ภายใต้, ต่ำกว่า, ข้างใต้

nethermost (เนธ' เธอร์โมซท์) *adj.* ต่ำที่สุด, ใต้สุด, ล่างสุด (**-S.** lowest)

netting (เนท' ทิง) *n.* การทำตาข่าย, การจับปลาด้วยแห, อุปกรณ์ที่ใช้ทำตาข่าย เช่น ลวด เชือกหรือด้าย, ผ้าตาข่าย (**-S.** net)

nettle (เนท' เทิล) *n.* พืชชนิดหนึ่งที่ตามลำต้นและใบจะมีขนคัน เช่น ตำแย *-vt.* **-tled, -tling** ทำให้ระคายเคือง, ทำให้รำคาญ

★**network** (เนท' เวิร์ค) *n.* ตาข่าย, ร่างแห, สิ่งที่คล้ายกับร่างแห, ตะแกรง, ระบบหรือรูปแบบที่มีส่วนต่างๆ ประสานหรือเชื่อมต่อกัน, เครือข่าย,กลุ่มสถานีวิทยุและโทรทัศน์ที่มีการถ่ายทอดร่วมกัน, บริษัทที่ผลิตรายการร่วมให้กับสถานีวิทยุและโทรทัศน์, กลุ่มอุปกรณ์ไฟฟ้าที่เชื่อมต่อวงจรต่างๆ เข้าด้วยกัน, ระบบคอมพิวเตอร์ที่เชื่อมโยงกับสายเคเบิลหรือสายโทรศัพท์เพื่อแลกเปลี่ยนข้อมูลกัน, ระบบเครือข่ายคอมพิวเตอร์, การทำตาข่ายหรือผ้าตาข่าย *-v.* **-worked, -working** *-vi.* แลกเปลี่ยนข้อมูลด้วยระบบเครือข่ายต่างๆ *-vt.* เชื่อมโยง (คอมพิวเตอร์) เข้าด้วยกันเป็นเครือข่าย, กระจายไปทุกเครือข่าย (**-S.** (n.) grid, system, web)

network computer คอมพิวเตอร์ส่วนตัวราคาถูก สำหรับเชื่อมต่อกับระบบอินเตอร์เนตแต่ไม่มีช่องใส่แผ่นดิสก์

neural (นัว' เริล, เนียว'-) *adj.* เกี่ยวกับประสาทหรือระบบประสาท,เกี่ยวกับด้านหลังของร่างกาย

neuralgia (นุแรล' จะ, นิว-) *n.* โรคปวดประสาท **-neuralgic** *adj.*

neuritis (นุไร' ทิซ, นิว-) *n.* โรคเส้นประสาทอักเสบ **-neuritic** *adj.*

neurology (นุรอล' ละจี, นิว-) *n.* การศึกษาเกี่ยวกับระบบประสาทและโรคที่เกิดกับระบบประสาท, ประสาทวิทยา **-neurologist** *n.*

neuron, neurone (นัว' รอน; เนียว'-,-โรน) *n.* เซลล์ประสาท

neuron, neurone

neurosis (นุโร' ซิซ, นิว-) *n., pl.* **-ses** (-ซีซ) ความผิดปกติทางจิตและอารมณ์ที่มีอาการกังวลหรือกลัวโดยไม่มีเหตุผล (**-S.** phobia)

neurotic (นุรอท' ทิค, นิว-) *adj.* เกี่ยวกับโรคประสาท, ที่เจ็บปวดจากโรคประสาท, (ภาษาพูด) วิตกกังวลมากเกินไป *-n.* ผู้ที่เจ็บป่วยจากโรคประสาท, คนเป็นโรคประสาท

neuter (นู' เทอร์, นิว'-) *adj.* เป็นกลาง, ไม่มีอวัยวะสืบพันธุ์, มีอวัยวะสืบพันธุ์ที่ไม่สมบูรณ์, เกี่ยวกับคำนามที่ไม่มีเพศ เช่น it, ไร้เพศ *-n.* คำนามที่ไม่มีเพศ, สัตว์หรือพืชที่ไม่มีอวัยวะสืบพันธุ์, สัตว์ที่ถูกตอน, คนหรือกลุ่มที่เป็นกลาง *-vt.* **-tered, -tering** ตอนสัตว์, ทำหมันสัตว์ (**-S.** (adj.) asexual, unsexed)

neutral (นู' เทริล, นิว'-) *adj.* เป็นกลาง, ไม่ฝักใฝ่ฝ่ายใด, วางตัวเป็นกลาง, ไร้เพศ, ไม่โดดเด่น, (สี) ไม่แจ๊ด, ไม่เป็นกรดหรือด่าง, มีประจุบวกสมดุลกับประจุลบ *-n.* ประเทศหรือบุคคลที่วางตัวเป็นกลาง, ประชาชนของประเทศที่เป็นกลาง, สีที่เป็นกลางอย่างสีดำ เทา ขาว, ตำแหน่งเกียร์ว่าง **-neutrally** *adv.*

neutrality (นูแทรล' ลิที, นิว-) *n.* สถานะเป็นกลาง, ความเป็นกลาง, นโยบายเป็นกลาง

neutralize (นู' ทระไลซ์, นิว'-) *vt.* **-ized, -izing** ทำให้เป็นกลาง, ทำให้ไม่เกิดผล, ถอนพิษ, ลบล้าง, ประกาศตัวเป็นกลาง, ทำให้ไม่เป็นกรดหรือด่าง, ทำให้เป็นกลางทางไฟฟ้า

neutron (นู' ทรอน, นิว'-) *n.* นิวตรอนเป็นอนุภาคที่มีประจุเป็นกลางทางไฟฟ้า

★**never** (เนฟว์' เวอร์) *adv.* ไม่เคย, ไม่มีทาง, ไม่เป็นอันขาด, ไม่เลย

nevermore (เนฟว์เวอร์มอร์', -โมร์') *adv.* ไม่อีกแล้ว, ไม่อีกเลย

★**nevertheless** (เนฟว์เวอร์ธะเลซ') *adv.* อย่างไรก็ตาม, แต่ทว่า, แม้กระนั้น, แต่ยังคง

★**new** (นู, นิว) *adj.* **newer, newest** ใหม่, สด, แปลก, เป็นครั้งแรก, เมื่อเร็วๆ นี้, เพิ่งค้นพบ,

A B C D E F G H I J K L M N O P Q R S T U V W X Y Z

ต่างออกไป, ไม่คุ้นเคย, ไม่เคยชิน, ไม่มีประสบการณ์, เพิ่มเติม, ต่อไป, นำสมัย *-adv.* เมื่อเร็วๆ นี้, อย่างใหม่ *-n.* สิ่งใหม่ๆ, แบบใหม่ **-newness** *n.* (**-S.** (adj.) fresh, modern)

newborn (นู' บอร์น, นิว'-) *adj.* เพิ่งเกิด *-n., pl.* **-born/-borns** ทารกหรือลูกสัตว์ที่เพิ่งเกิด

newcomer (นู' คัมเมอร์, นิว'-) *n.* สิ่งที่มาใหม่, การเพิ่งมาถึง (**-S.** arrival, beginner)

newfangled (นู' แฟง' เกิลด์, นิว'-) *adj.* ใหม่, ซึ่งชอบของใหม่, แปลก (**-S.** new, novel)

newish (นู' อิช, นิว'-) *adj.* ค่อนข้างใหม่

newly (นู' ลี, นิว'-) *adv.* เมื่อเร็วๆ นี้, ใหม่, อีกครั้ง, ในวิธีหรือแบบใหม่ๆ (**-S.** anew, recently)

newlywed (นู' ลีเวด, นิว'-) *n.* คนที่เพิ่งแต่งงาน

★**news** (นูซ, นิวซ์) *n. pl.* ข่าว, การรายงานข่าว, ข้อมูลใหม่, ความรู้ใหม่ (**-S.** report)

newsboy (นูซ' บอย, นิวซ์'-) *n.* เด็กที่ขายและส่งหนังสือพิมพ์

newscast (นูซ' แคซท์, นิวซ์'-) *n.* การกระจายข่าวทางวิทยุหรือโทรทัศน์

newsletter (นูซ' เลทเทอร์, นิวซ์'-) *n.* หนังสือหรือจดหมายแจ้งข่าวขององค์กรให้กับสมาชิก

newsman (นูซ' แมน, นิวซ์'-) *n., pl.* **-men** ผู้รวบรวมหรือเขียนข่าว, คนทำหนังสือพิมพ์

newsmonger (นูซ' มังเกอร์, -มอง-, นิวซ์'-) *n.* คนที่ชอบกระจายข่าว, คนซุบซิบนินทา

★**newspaper** (นูซ' เพเพอร์, นิวซ์'-) *n.* หนังสือพิมพ์ (**-S.** journal, paper)

newspaperman (นูซ' เพเพอร์แมน, นิวซ์'-) *n., pl.* **-men** ผู้เป็นเจ้าของหรือพิมพ์หนังสือพิมพ์, ผู้สื่อข่าว, ผู้เขียนข่าว, บรรณาธิการข่าว

newsprint (นูซ' พรินท์, นิวซ์'-) *n.* กระดาษราคาถูกสำหรับพิมพ์หนังสือพิมพ์

newsreel (นูซ' รีล, นิวซ์'-) *n.* ภาพยนตร์ข่าว

newsstand (นูซ' สแตนด์, นิวซ์'-) *n.* ร้านเล็กๆ หรือแผงลอยขายหนังสือพิมพ์และนิตยสาร

newton (นูท' เทิน, นิวท์'-) *n.* หน่วยของแรงที่มีค่าเท่ากับกิโลกรัมเมตรต่อวินาที

new wave คลื่นลูกใหม่, ชนรุ่นใหม่

New Year วันแรกหรือวันแรกๆ ของปีใหม่

New Year's Day วันที่ 1 มกราคม

★**next** (เนคซ์ท์) *adj.* ต่อไป, ถัดไป, ติดกัน, หน้า *-adv.* คราวหน้า, ถัดไป, ต่อไป *-prep.* ข้าง, ใกล้กับ *-n.* สิ่งที่อยู่ถัดไป **-next to** ข้าง, อยู่ติดกับ, เกือบจะ, ต่อไป (**-S.** (adj.) adjacent, following **-A.** (adj.) distant, previous)

next-door (เนคซ์ท์' ดอร์, -โดร์) *adj.* ถัดไป, (ห้อง) อยู่ติดกัน, ที่บ้านถัดไป

next of kin ญาติที่ใกล้ชิดที่สุด

niacin (ไน' อะซิน) *n.* วิตามินบีชนิดหนึ่ง

nib (นิบ) *n.* ปลายปากกา, ปลายแหลม, ยอดแหลม, จะงอยปากนก (**-S.** beak, point)

nibble (นิบ' เบิล) *vt., vi.* **-bled, -bling** แทะ, ตอด, เล็ม *-n.* การแทะ, การตอด, การเล็ม, ชิ้นเล็กชิ้นน้อย, คำเล็กๆ (**-S.** (v., n.) bite (v.) eat)

★**nice** (ไนซ์) *adj.* **nicer, nicest** ดี, น่าพอใจ, สวยงาม, น่ารัก, ละเอียด, ประณีต, พิถีพิถัน, ระมัดระวัง, (ความรู้สึก) ไว, อ่อนโยน, เอื้อเฟื้อ, กรุณา, แน่นอน, แม่นยำ, โง่, ขี้อาย, เขิน *-adv.* ดี, น่าพอใจ, มีเสน่ห์ **-nice and** (ภาษาพูด) ดีที่เดียว **-nicely** *adv.* (**-S.** (adj.) attractive)

nicety (ไน' ซิที) *n., pl.* **-ties** ความละเอียดลออ, ความพิถีพิถัน, ความแน่นอน, ความแม่นยำ, รายละเอียดเล็กๆ น้อยๆ, สิ่งที่งดงามหรือดีที่สุด (**-S.** exactness, refinement)

niche (นิช, นีช) *n.* ช่องหรือเวิ้งในกำแพงสำหรับวางรูปปั้นหรือแท่นบูชา, ซอก, ร่อง

nick (นิค) *n.* รอยบาก, รอยแหว่ง, รอยบิ่น *-vt.* **nicked, nicking** บาก, ตัด, ทำให้เป็นรอยแหว่ง, ทำบิ่น, ขีดทำรอย, บาด (นิ้ว) **-in the nick of time** มาในช่วงเวลาวิกฤติ, มาทันเวลาพอดี

nickel (นิค' เคิล) *n.* ธาตุนิกเกิลเป็นธาตุโลหะแข็งสีเงิน ใช้ทำโลหะผสม มีสัญลักษณ์ Ni

nicknack (นิค' แนค) *n.* ดู knickknack

nickname (นิค' เนม) *n.* ชื่อเล่น, ชื่อล้อ, ฉายา

nicotine (นิค' คะทีน) *n.* สารอินทรีย์เป็นพิษที่พบในยาสูบ **-nicotinic** *adj.*

★**niece** (นีซ) *n.* หลานสาว

nifty (นิฟ' ที) *adj.* **-tier, -tiest** (คำสแลง) ชั้นหนึ่ง ยอดเยี่ยม สวย ฉลาด เก๋

niggard (นิก' เกิร์ด) *n.* คนขี้เหนียว, คนขี้ตืด *-adj.* ขี้เหนียว, ขี้ตืด, ตระหนี่ **-niggardly** *adj.*

nigger (นิก' เกอร์) *n.* (คำสแลง) นิโกร

nigh (ไน) *adv.* **nigher, nighest** เกือบจะ, ใกล้เวลา, ชิด (ทาง), สนิท *-adj.* **nigher, nighest** ใกล้, ใกล้ชิด, ที่อยู่ชิดขอบถนน *-prep.* ใกล้ *-vi., vt.* **nighed, nighing** เข้ามาใกล้, ดึงเข้ามา (**-S.** (adv.) almost, nearly (adj.) close)

★**night** (ไนท์) *n.* กลางคืน, เวลานอน, ความมืด, เวลาแห่งความเศร้า *-adj.* เกี่ยวกับเวลากลางคืน, สำหรับใช้ในเวลากลางคืน **-nightly** *adj.*

night blindness โรคตาบอดตอนกลางคืน

nightcap (ไนท์' แคพ) *n.* เหล้าที่ดื่มก่อนนอน

nightclub (ไนท์' คลับ) *n.* สถานบันเทิงที่เปิด

ในตอนกลางคืน, ไนต์คลับ

nightfall (ไนท' ฟอล) *n.* เวลามืดค่ำ

nightgown (ไนท' เกาน์) *n.* ชุดกระโปรงยาวหลวมๆ ที่ผู้หญิงและเด็กสวมนอน

nightingale (ไนท' เทินเกล, ไน' ทิง-) *n.* นกไนติงเกล

night-light (ไนท' ไลท) *n.* ไฟดวงเล็กๆ ที่เปิดไว้ตลอดคืน

nightlong (ไนท' ลอง) *adj., adv.* ตลอดคืน

nightmare (ไนท' แมร์) *n.* ฝันร้าย, ประสบการณ์ที่น่ากลัวหรือสยองขวัญ, ปีศาจหรือวิญญาณชั่วร้ายที่เชื่อว่าคอยหลอกหลอนผู้คนในเวลานอนหลับ **-nightmarish** *adj.*

night school โรงเรียนศึกษาภาคค่ำ

night watch การเฝ้ายามในตอนกลางคืน

★**nil** (นิล) *n.* ศูนย์, ความไม่มีอะไรเลย (**-S.** zero)

nimble (นิม' เบิล) *adj.* **-bler, -blest** ว่องไว, คล่องแคล่ว, หลักแหลม, หัวไว **-nimbly** *adv.*

nimbus (นิม' เบิซ) *n., pl.* **-bi** (-ไบ)/**-buses** รัศมีหรือรังสีรอบเศียรพระ, เมฆฝน (**-S.** halo)

nincompoop (นิน' เคิมพูพ, นิง'-) *n.* คนโง่

★**nine** (ไนน) *n.* เก้า, เลขเก้า, อันดับเก้า, กลุ่มคนที่มีเก้าคน, สิ่งที่มีจำนวนเก้า **-nine** *adj., pron.*

ninefold (ไนน์โฟลด์') *adj.* เก้าทบ, เก้าเท่า

★**nineteen** (ไนน์ทีน') *n.* สิบเก้า, เลขสิบเก้า, อันดับสิบเก้า **-nineteen** *adj., pron.*

nineteenth (ไนน์ทีนธ์') *n.* ที่สิบเก้า, หนึ่งส่วนสิบเก้า (1/19) **-nineteenth** *adj., adv.*

ninetieth (ไนน์' ทีอิธ) *n.* ที่เก้าสิบ, หนึ่งส่วนเก้าสิบ (1/90) **-ninetieth** *adj., adv.*

★**ninety** (ไนน์' ที) *n., pl.* **-ties** เก้าสิบ, เลขเก้าสิบ **-Nineties** จำนวนระหว่าง 90-99, ยุคปี 90 เช่น ปี ค.ศ. 1990-99 **-ninety** *adj., pron.*

ninny (นิน' นี) *n., pl.* **-nies** คนเซ่อ, คนโง่

ninth (ไนน์ธ) *n.* ที่เก้า, หนึ่งส่วนเก้า (1/9) **-ninth** *adj., adv.* **-ninthly** *adv.*

nip[1] (นิพ) *v.* **nipped, nipping** *-vt.* หยิก, หนีบ, กัด, ตอด, แทะ, เล็ม, เด็ด, เสียดแทง, ถากถาง, หนาวเย็นจนแสบ, ทำให้ชะงักการเจริญเติบโต, (คำสแลง) ฉวย ขโมย *-vi.* เผ่น, โผ, รีบเดิน *-n.* การหนีบ, การหยิก, การกัด, การเหน็บแนม, การตอด, ชิ้นเล็กชิ้นน้อย, ความเสียว, ความเสียดแทง, ความหนาวเหน็บ

nip[2] (นิพ) *n.* (ภาษาพูด) เหล้าจิบหนึ่ง *-vt., vi.* **nipped, nipping** จิบเหล้า (**-S.** sip)

nipper (นิพ' เพอร์) *n.* อุปกรณ์ที่ใช้หนีบ เช่น คีมหนีบก้ามปูหรือกุ้ง (**-S.** pincers, pliers)

nipple (นิพ' เพิล) *n.* หัวนม, หัวนมยาง, ปลายกระบอกฉีด, นมหนู (**-S.** teat)

nippy (นิพ' พี) *adj.* **-pier, -piest** ว่องไว, เย็นเฉียบ, หนาวเหน็บ, (รสชาติ) เผ็ดร้อน, แสบ

nirvana (เนียร์วา' นะ, เนอร์-) *n.* การหลุดพ้นจากวัฏสงสาร, นิพพาน, สภาวะที่มีความสุขสงบ

nit (นิท) *n.* ไข่เห็บ, ไข่เหา **-nitty** *adj.*

niter, nitre (ไน' เทอร์) *n.* โพแทสเซียมไนเตรต, โซเดียมไนเตรต

nitrate (ไน' เทรท, -ทริท) *n.* เกลือหรือเอสเทอร์ของกรดไนตริก, ปุ๋ยไนเตรต

nitric (ไน' ทริค) *adj.* ประกอบด้วยไนโตรเจน

nitric acid กรดไนตริก เป็นของเหลวใสไร้สีถึงสีเหลืองอ่อน มีฤทธิ์กัดกร่อน ใช้ทำสีย้อม

★**nitrogen** (ไน' ทระเจิน) *n.* ก๊าซไนโตรเจน เป็นก๊าซไร้สีไร้กลิ่น มีสัญลักษณ์ N

nitroglycerin, nitroglycerine (ไนโทรกลิซ' เซอริน, -ทระ-) *n.* ของเหลวสีเหลืองอ่อนใช้ในการทำวัตถุระเบิด

nitwit (นิท' วิท) *n.* คนโง่, คนทึ่ม (**-S.** idiot)

★**no** (โน) *adv.* ไม่, ไม่เลย, ไม่มี, มิได้, ไม่ใช่ *-n., pl.* **noes/nos** คำปฏิเสธ, การปฏิเสธ, การออกเสียงคัดค้าน, ผู้ลงคะแนนเสียงคัดค้าน *-adj.* ไม่มี, ไม่เลย, เปล่า (**-S.** (adv., n.) nay (adv.) not)

no. ย่อจาก number จำนวน, ตัวเลข

Nobel Prize รางวัลโนเบลสำหรับบุคคลผู้ทำประโยชน์ให้แก่เพื่อนมนุษย์หรือมีผลงานยอดเยี่ยมในสาขาต่างๆ

nobility (โนบิล' ลิที) *n., pl.* **-ties** ชนชั้นสูง, พวกขุนนาง, พวกผู้ดี, ตำแหน่งขุนนาง, ความมีศีลธรรมสูง (**-S.** peerage)

noble (โน' เบิล) *adj.* **-bler, -blest** ชั้นสูง, มีฐานะสูง, สูงศักดิ์, มีตระกูล, มีคุณธรรมหรือศีลธรรมสูง, ประเสริฐ, สง่างาม, (ก๊าซ) เฉื่อย *-n.* พวกขุนนางชั้นสูง, ชนชั้นสูง, เหรียญทองของอังกฤษ **-nobleness** *n.* **-nobly** *adv.* (**-S.** (adj.) grand (n.) peer **-A.** (adj.) common)

nobleman (โน' เบิลเมิน) *n., pl.* **-men** ขุนนาง, ชนชั้นสูง, ผู้สูงศักดิ์

★**nobody** (โน' บอดดี, -บะ-, -บัด-) *pron.* ไม่มีใคร *-n., pl.* **-bodies** บุคคลที่ไม่มีความสำคัญหรือไม่มีอิทธิพล

nock (นอค) *n.* ร่องบนคันธนูสำหรับผูกสายธนู

nocturnal (นอคเทอร์' เนิล) *adj.* ที่เกิดขึ้นตอนกลางคืน, ที่ออกหากินในตอนกลางคืน, ที่ทำงานในตอนกลางคืน, ที่บานในตอนกลางคืน

★**nod** (นอด) *vt., vi.* **nodded, nodding** พยัก

หน้า, ผงกศีรษะ, โงก, สัปหงก, ห้อย, โยก, แกว่ง -*n.* การก้มศีรษะ, การผงกศีรษะ (-S. (v.) bend)
noddle (นอด' เดิล) *n.* ศีรษะ
node (โนด) *n.* ปม, ปุ่ม, ส่วนที่โป่งหรือบวม, ข้อ, ตา, ตุ่ม, จุดที่มีค่าเป็นศูนย์บนคลื่นนิ่ง, บัพ, จุดที่วงโคจรของดาวเคราะห์ตัดกับวงโคจรของดวงอาทิตย์ (-S. knob, swelling)
nodule (นอจ' จูล) *n.* ตุ่มเล็กๆ, ปมตามรากถั่ว, ตา, (หิน) ก้อนเล็กๆ (-S. lump)
no-fly (โน' ไฟล) *adj.* ซึ่งเป็นเขตที่ห้ามบินทางทหาร
noggin (นอก' กิน) *n.* ถ้วยหรือเหยือกเล็กๆ, ของเหลวปริมาณ ¼ ไพนต์, (คำสแลง) ศีรษะ
nohow (โน' เฮา) *adv.* ไม่มีทาง, ไม่เลย
★**noise** (นอยซฺ) *n.* เสียง, เสียงดัง, เสียงอึกทึก, เสียงรบกวน, เสียงตะโกน, (ภาษาพูด) เรื่องซุบซิบนินทา ข่าวลือ -*v.* **noised, noising** -*vt.* กระจายข่าวลือ, ปล่อยข่าว -*vi.* พูดมาก, ทำเสียงดัง **-noiseless** *adj.* (-S. (n., v.) clamor)
noisome (นอย' เซิม) *adj.* เหม็น, ฉุน, สกปรก, เป็นอันตราย, เป็นภัย **-noisomely** *adv.*
★**noisy** (นอย' ซี่) *adj.* **noisier, noisiest** อึกทึก, ดัง, หนวกหู **-noisily** *adv.* **-noisiness** *n.*
nomad (โน' แมด) *n.* พวกเร่ร่อน, คนที่ท่องเที่ยวไปไม่อยู่กับที่ -*adj.* ซึ่งท่องเที่ยวไป, เร่ร่อน **-nomadic** *adj.* (-S. (n.) roamer, traveller)
no man's land ที่ดินที่ไม่มีใครเป็นเจ้าของ
nom de plume (นอมดะพลูม') *n., pl.* **noms de plume** นามปากกา, นามแฝง (-S. pen name)
nomenclature (โน' เมินเคลเชอร์, -เมน' คละ-) *n.* ระบบการตั้งชื่อทางวิทยาศาสตร์
nominal (นอม' มะเนิล) *adj.* เป็นแต่ในนาม, พอเป็นพิธี, เกี่ยวกับชื่อ, ซึ่งทำหน้าที่เป็นคำนาม **-nominally** *adv.* (-S. titular)
nominate (นอม' มะเนท) *vt.* **-nated, -nating** เสนอชื่อสำหรับเลือกตั้ง, แต่งตั้ง **-nomination** *n.* **-nominator** *n.* (-S. appoint)
nominative (นอม' มะเนทิฟว์) *adj.* โดยวิธีแต่งตั้ง, ซึ่งได้รับการเสนอชื่อ
nominee (นอมมะนี) *n.* ผู้ถูกเสนอชื่อ, ผู้ได้รับการแต่งตั้งหรือเลือกตั้ง
non- คำอุปสรรค หมายถึง ไม่
nonage (นอน' นิจ, โน'-) *n.* ช่วงที่ยังไม่บรรลุนิติภาวะ, ช่วงที่เป็นผู้เยาว์
nonagenarian (นอนนะจะแน' เรียน) *adj.* 90 ปี, ระหว่างอายุ 90-100 ปี -*n.* ผู้มีอายุดังกล่าว
nonagon (นอน' นะกอน, โน'-) *n.* รูปเก้าเหลี่ยมด้านเท่า
nonalcoholic (นอนแอลคะฮอ' ลิค, -ฮอล'-) *adj.* (เครื่องดื่ม) ไม่มีแอลกอฮอล์
nonaligned (นอนนะไลน์ด') *adj.* ไม่ฝักใฝ่ฝ่ายใด, เป็นกลาง **-nonalignment** *n.*
nonce (นอนซฺ) *n.* ขณะปัจจุบัน, ชั่วขณะนั้น
nonce word คำที่คิดขึ้นได้ในขณะนั้น
nonchalant (นอนชะลานท์') *adj.* เฉยเมย, เย็นชา, ไม่สนใจ **-nonchalantly** *adv.*
noncombatant (นอนเคิมแบท' เทินท์, -คอม' บะ-) *n.* ข้าราชการในกองทัพซึ่งทำหน้าที่เป็นแพทย์หรืออาจารย์, พลเรือนในช่วงสงคราม
noncommissioned officer นายทหารชั้นประทวน
noncommittal (นอนคะมิท' เทิล) *adj.* (คำตอบ) ซึ่งไม่ผูกมัดตัวเอง (-S. cautious)
noncompliance (นอนเคิมไพล' เอินซฺ) *n.* การไม่ปฏิบัติตามคำสั่ง, การไม่ยินยอมทำตาม
nonconductor (นอนเคินดัค' เทอร์) *n.* สารที่ไม่เป็นตัวนำไฟฟ้า ความร้อนหรือเสียง
nonconformist (นอนเคินฟอร์' มิซท์) *n.* พวกนอกรีตนอกรอย, คนที่ประพฤติตัวแตกต่างจากวิถีของสังคม **-nonconformity** *n.*
noncooperation (นอนโคออพพะเร' ชัน) *n.* การไม่ทำงานร่วมกัน, การไม่ร่วมมือกัน
nondescript (นอนดิสกริพท์') *adj.* ซึ่งไม่สามารถจัดให้อยู่ในประเภทใด -*n.* คนหรือสิ่งที่ไม่สามารถจัดให้อยู่ในพวกใดได้
★**none** (นัน) *pron.* ไม่มี, ไม่มีใคร, ไม่ใช่ -*adv.* ไม่เลย, ไม่มีทาง (-S. (pron., adv.) nothing)
nonentity (นอนเอน' ทิที) *n., pl.* **-ties** คนหรือสิ่งที่ไม่สำคัญ, สิ่งที่ไม่มีตัวตน
nonessential (นอนนิเซน' เชิล) *adj.* ไม่สำคัญ, ไม่จำเป็น -*n.* คนหรือสิ่งที่ไม่สำคัญ
nonetheless (นันธะเลซ') *adv.* แต่กระนั้น, ถึงอย่างไรก็ตาม (-S. nevertheless)
nonintervention (นอนอินเทอร์เวน' ชัน) *n.* การไม่เข้าแทรกแซงทางการเมือง
nonmetal (นอนเมท' เทิล) *n.* ธาตุแท้ที่ไม่ใช่โลหะ **-nonmetallic** *adj.*
nonpareil (นอนพะเรล') *adj.* ไม่มีอะไรทัดเทียม -*n.* คนหรือสิ่งที่ไม่มีอะไรเทียบได้
nonplus (นอนพลัซ') *vt.* **-plused, -plusing/-plussed, -plussing** ทำให้งงงวย
★**nonsense** (นอน' เซนซฺ, -เซินซฺ) *n.* คำพูดเหลวไหล, สิ่งที่ไม่สำคัญ, เรื่องที่เหลวไหล -*adj.* เหลวไหล, ไร้สาระ **-nonsensical** *adj.* (-S. (n.)

absurdity, rubbish (adj.) stupid)
nonstop (นอน' สตอพ') *adj.* ไม่แวะหยุดที่ใด
noodle (นูด' เดิล) *n.* อาหารที่เป็นเส้นยาวๆ, ก๋วยเตี๋ยว, เส้นบะหมี่, (คำสแลง) คนโง่
nook (นุค) *n.* มุม, ซอก, ที่ซ่อนเร้น, ที่ที่ห่างไกล
★**noon** (นูน) *n.* เที่ยงวัน, กลางวัน, จุดสูงสุด
noonday (นูน' เด) *n.* เวลาเที่ยงวัน
★**no one** ไม่มีใคร (-S. nobody)
noontide (นูน' ไทด์) *n.* เที่ยงวัน
noose (นูซ) *n.* บ่วง, ห่วง, กับดัก, โซ่คล้องคอ *-vt.* **noosed, noosing** ทำบ่วง, ทำห่วง, ดัก
★**nor** (นอร์, เนอร์) *conj.* และไม่, หรือไม่, ไม่ใช่อย่างใดอย่างหนึ่ง มักใช้คู่กับ neither
norm (นอร์ม) *n.* มาตรฐาน, แบบแผน, บรรทัดฐาน, ค่าเฉลี่ย (-S. average, standard)
★**normal** (นอร์' เมิล) *adj.* ปกติ, ธรรมดา, เป็นมาตรฐาน, ตามธรรมชาติ *-n.* สิ่งที่เป็นมาตรฐาน, สิ่งที่เป็นปกติ, ภาวะปกติ **-normally** *adv.* **-normalcy, normality** *n.* (-S. (adj.) accepted)
normalize (นอร์' มะไลซ์) *vt.* **-ized, -izing** ทำให้เป็นปกติ, ทำให้เข้าสู่ภาวะปกติ **-normalization** *n.* (-S. legalize, regularize)
★**north** (นอร์ธ) *n.* ทิศเหนือ, บริเวณตอนเหนือ, ส่วนเหนือ, ภาคเหนือ *-adj.* ที่หันไปทางทิศเหนือ, ซึ่งอยู่ทางทิศเหนือ, จากทางเหนือ
northeast (นอร์ธอีซท์') *n.* ทิศตะวันออกเฉียงเหนือ, บริเวณทิศตะวันออกเฉียงเหนือ, ภาคตะวันออกเฉียงเหนือ *-adj.* หันไปทางทิศตะวันออกเฉียงเหนือ, อยู่ทางทิศตะวันออกเฉียงเหนือ, มาจากทิศตะวันออกเฉียงเหนือ
northeaster (นอร์ธอี' สเตอร์, นอร์อี'-) *n.* ลมมรสุมที่พัดมาจากทิศตะวันออกเฉียงเหนือ
northeasterly (นอร์ธอี' สเตอร์ลี, นอร์อี'-) *adj., adv.* ซึ่งหันไปทางทิศตะวันออกเฉียงเหนือ, ซึ่งอยู่ทางทิศตะวันออกเฉียงเหนือ
northeastward (นอร์ธอีซท' เวิร์ด, นอร์-) *adv., adj.* ซึ่งไปทางทิศตะวันออกเฉียงเหนือ *-n.* บริเวณทิศตะวันออกเฉียงเหนือ, ทิศตะวันออกเฉียงเหนือ **-northeastwards** *adv.*
norther (นอร์' เธอร์) *n.* ลมหนาวที่พัดมาจากทางทิศเหนือ
northerly (นอร์' เธอร์ลี) *adj., adv.* ซึ่งตั้งอยู่หรือหันหน้าไปทางทิศเหนือ, ซึ่งมาจากทิศเหนือ *-n., pl.* **-lies** ลมหรือพายุที่พัดมาจากทิศเหนือ
★**northern** (นอร์' เธิร์น) *adj.* ซึ่งตั้งอยู่ทางทิศเหนือ, ซึ่งหันหน้าไปทางทิศเหนือ, ซึ่งมาจากทิศเหนือ **-northernness** *n.*
northernmost (นอร์' เธิร์นโมซท์) *adj.* เหนือสุด
North pole ขั้วโลกเหนือ
North Star ดาวเหนือ
northward (นอร์ธ' เวิร์ด) *adv., adj.* ซึ่งไปทางทิศเหนือ *-n.* ทิศเหนือ **-northwards** *adv.*
northwest (นอร์ธเวซท์') *n.* ทิศตะวันตกเฉียงเหนือ, บริเวณทิศตะวันตกเฉียงเหนือ *-adj.* เกี่ยวกับทิศตะวันตกเฉียงเหนือ, ตรงไปทางทิศตะวันตกเฉียงเหนือ, ซึ่งมาจากทิศตะวันตกเฉียงเหนือ *-adv.* ซึ่งไปทางทิศตะวันตกเฉียงเหนือ
northwester (นอร์ธเวซ' เทอร์, นอร์-) *n.* ลมมรสุมที่พัดมาจากทิศตะวันตกเฉียงเหนือ
northwesterly (นอร์ธเวซ' เทอร์ลี, นอร์-) *adj.* ซึ่งตั้งอยู่ทางทิศตะวันตกเฉียงเหนือ, ซึ่งหันหน้าไปทางทิศตะวันตกเฉียงเหนือ, ซึ่งมาจากทิศตะวันตกเฉียงเหนือ **-northwesterly** *adv.*
★**nose** (โนซ) *n.* จมูก, ความสามารถในการดมกลิ่น, หัวจรวด, หัวเครื่องบิน, (คำสแลง) สายลับ *-v.* **nosed, nosing** *-vt.* ดมกลิ่น, ดุนหรือถูด้วยจมูก, บ่ายหน้า, บ่ายหัว *-vi.* ดมกลิ่น, สอดแนม, สอดรู้สอดเห็น (-S. (n.) front, snout)
nosebleed (โนซ' บลีด) *n.* เลือดกำเดาไหล
nosedive (โนซ' ไดฟว์) *n.* การจิกหัวลงของเครื่องบิน, การดิ่งลงอย่างรวดเร็ว
nosegay (โนซ' เก) *n.* ดอกไม้ช่อเล็กๆ
nostalgia (นอสแตล' จะ, นะ-) *n.* โรคคิดถึงบ้าน **-nostalgic** *adj.* **-nostalgically** *adv.*
nostril (นอซ' เทริล) *n.* รูจมูก, ช่องจมูก
nostrum (นอซ' เทริม) *n.* ยากลางบ้าน, ยาเถื่อน
nosy, nosey (โน' ซี) *adj.* **nosier, nosiest** (ภาษาพูด) สอดรู้สอดเห็น (-S. snoopy)
★**not** (นอท) *adv.* ไม่มีทาง, ไม่
notable (โน' ทะเบิล) *adj.* น่าสังเกต, น่าจดจำ, เด่น, สะดุดตา, มีชื่อเสียง *-n.* บุคคลที่มีชื่อเสียง, คนที่เด่นสะดุดตา **-notably** *adv.*
notation (โนเท' ชัน) *n.* เครื่องหมาย, สัญลักษณ์
notch (นอช) *n.* รอยบาก, รอยตัด, ช่องแคบระหว่างภูเขา, ร่อง *-vt.* **notched, notching** ตัดเป็นร่อง, บาก, ทำเครื่องหมาย **-notcher** *n.*
★**note** (โนท) *n.* บันทึกย่อ, จดหมายหรือข้อความสั้นๆ, หมายเหตุ, ธนบัตร, เครื่องหมายทางดนตรี, ทำนองเพลง, เสียงดนตรี, ความสำคัญ, ความมีชื่อเสียง, การสังเกตจดจำ, เสียงร้องของนก

note

หรือสัตว์อื่น *-vt.* **noted, noting** สังเกต, จดจำ, ทำบันทึกย่อ, เขียนหมายเหตุ, แสดงถึง **-noter** *n.* (**-S.** (n.) memo (n., v.) footnote, notice)
notebook (โนท' บุค) *n.* สมุดบันทึก
noted (โน' ทิด) *adj.* มีชื่อเสียง, เป็นที่รู้จัก **-notedly** *adv.* (**-S.** distinguished, famous)
note of hand หนังสือสัญญาการใช้เงิน
note paper กระดาษสำหรับจดบันทึก
noteworthy (โนท' เวอร์ธี) *adj.* **-thier, -thiest** น่าสังเกต, น่าจดจำ, โดดเด่น, สำคัญ
not-for-profit (ธุรกิจ) ที่ไม่ก่อให้เกิดรายได้
★**nothing** (นัธ' ธิง) *pron.* ไม่มีอะไร, ไม่มีส่วนใด, ไม่สำคัญ *-n.* สิ่งที่ไม่มีคุณค่า, ศูนย์, คนหรือสิ่งที่ไม่สำคัญ, ความว่างเปล่า *-adv.* ไม่เลย *-adj.* ไม่สำคัญ, ไม่มีค่า (**-S.** (n., adj.) zero)
nothingness (นัธ' ธิงนิซ) *n.* ความว่างเปล่า
★**notice** (โน' ทิซ) *n.* การสังเกต, การเอาใจใส่, ใบประกาศ, คำเตือน, การเตือน, คำวิจารณ์บทละคร *-vt.* **-ticed, -ticing** วิจารณ์, สังเกต, ให้ความเอาใจใส่, แจ้ง, ประกาศ (**-S.** (n.) poster)
★**noticeable** (โน' ทิซะเบิล) *adj.* น่าสังเกต, เห็นได้ชัด, สำคัญ, น่าจดจำ **-noticeably** *adv.*
notify (โน' ทะไฟ) *vt.* **-fied, -fying** แจ้งให้ทราบ, ประกาศ, บอก, เตือน **-notification** *n.*
notion (โน' ชัน) *n.* ความเห็น, ความนึกคิด, ความคิดชั่วขณะ (**-S.** idea, whim)
notorious (โนทอ' เรียซ, -โท'-) *adj.* มีชื่อเสียงหรือเป็นที่รู้จักในทางที่ไม่ดี, ดังกระฉ่อน **-notoriously** *adv.* (**-S.** infamous, scandalous)
notwithstanding (นอทวิธสแตน' ดิง, -วิธ-) *prep.* ทั้งๆ ที่, ถึงแม้ว่า *-adv.* อย่างไรก็ตาม, แม้กระนั้น, แต่ยังคง (**-S.** (adv.) nevertheless)
nougat (นู' เกิท) *n.* ขนมตังเม
nought (นอท) *n., pron., adj.* ดู naught
★**noun** (เนานฺ) *n.* คำนาม **-nounal** *adj.*
nourish (เนอ' ริช) *vt.* **-ished, -ishing** หล่อเลี้ยง, บำรุงเลี้ยง, สนับสนุน, บำรุงรักษา, ถนอม, เลี้ยงดู **-nourishment** *n.* (**-S.** support)
Nov. ย่อจาก November เดือนพฤศจิกายน
nova (โน' วะ) *n., pl.* **-vae** (-วี)/**-vas** ดาวที่สุกสว่างขึ้นมาเป็นครั้งคราว
novel (นอฟว' เวิล) *n.* นวนิยาย *-adj.* แตกต่าง, แปลกใหม่ (**-S.** (n.) fiction (adj.) different)
novelette (นอฟว์วะเลท') *n.* นิยายเรื่องสั้น
novelist (นอฟว' วะลิซทฺ) *n.* นักเขียนนวนิยาย
novelty (นอฟว' เวิลที) *n., pl.* **-ties** ความใหม่, สิ่งแปลกและใหม่, สินค้าที่ใหม่และแปลก
★**November** (โนเวม' เบอรฺ) เดือนพฤศจิกายน
novice (นอฟว' วิซ) *n.* ผู้เริ่มหัดหรือเริ่มต้นทำสิ่งใดๆ, ผู้ที่อยู่ในช่วงฝึกหัดเป็นพระ, มือใหม่
★**now** (เนา) *adv.* ขณะนี้, เดี๋ยวนี้, บัดนี้, ในปัจจุบันนี้ *-conj.* ตั้งแต่นั้นมา *-n.* เวลาปัจจุบัน *-adj.* ปัจจุบัน **-now and again, now and then** บางครั้งบางคราว
nowadays (เนา' อะเดซ) *adv.* ในปัจจุบันนี้
★**noway, noways** (โน' เว, -เวซ) *adv.* (ภาษาพูด) ไม่มีทาง ไม่เลย ไม่มีวัน
★**nowhere** (โน' แวรฺ, -ฮแวรฺ) *adv.* ไม่มีอยู่ที่ใด, ไม่มีสถานที่ใด *-n.* สถานที่ที่ไม่รู้จัก
nowise (โน' ไวซ) *adv.* ไม่มีทาง, ไม่เลย
noxious (นอค' เชิซ) *adj.* เป็นอันตราย, เป็นพิษเป็นภัย, ร้ายกาจ **-noxiously** *adv.*
nozzle (นอซ' เซิล) *n.* หัวฉีด, ปลายท่อ, หัวก๊อก, พวยกา, (คำสแลง) จมูก (**-S.** spout)
nt.wt. ย่อจาก net weight น้ำหนักสุทธิ
nuance (นู' อานซฺ, นิว'-) *n.* ความแตกต่างเล็กๆ น้อยๆ ในเรื่องสี ความหมาย อารมณ์ ฯลฯ
nub (นับ) *n.* ก้อน, ตุ่ม, ปุ่ม, ใจความ, แก่น
nubile (นู' บิล, -ไบลฺ, นิว'-) *adj.* (ถึงวัย) แต่งงานได้, มีสามีได้ **-nubility** *n.*
★**nuclear** (นู' เคลียรฺ, นิว'-) *adj.* เกี่ยวกับการสร้างนิวเคลียส, ซึ่งใช้หรือได้มาจากพลังงานนิวเคลียร์, มีหรือใช้อาวุธนิวเคลียร์
nuclear bomb ระเบิดปรมาณู
nuclear physics วิชาที่ศึกษาเกี่ยวกับโครงสร้างและปฏิกิริยาของนิวเคลียสของอะตอม
nuclear waste กากนิวเคลียร์
nucleic acid กรดนิวคลีอิก เป็นสารประกอบอินทรีย์ที่สำคัญ พบในเซลล์ของสิ่งมีชีวิตและในการสร้าง DNA และ RNA
nucleus (นู' เคลียซ, นิว'-) *n., pl.* **-clei** (-คลีไอ)/**-cleuses** แก่น, ใจกลาง, ไส้, นิวเคลียสภายในเซลล์ของสิ่งมีชีวิต, ส่วนกลางของอะตอมประกอบด้วยโปรตอนและนิวตรอน (**-S.** center)
nude (นูด, นิวดฺ) *adj.* **nuder, nudest** เปลือยกาย, ล่อนจ้อน *-n.* รูปเปลือย, การเปลือยกาย **-nudism** *n.* **-nudist** *n., adj.* **-nudity** *n.*
nudge (นัจ) *vt.* **nudged, nudging** ถองหรือสะกิดด้วยศอก *-n.* การถอง, การสะกิด
nugget (นัก' กิท) *n.* ก้อนทองคำหรือโลหะมีค่าอื่นๆ, ของเล็กน้อยแต่มีค่า (**-S.** lump)
★**nuisance** (นู' เซินซฺ, นิว'-) *n.* ความรำคาญ, คนหรือสิ่งรบกวน (**-S.** bother, inconvenience)
nuke (นูค, นิวคฺ) *n.* (คำสแลง) อาวุธนิวเคลียร์,

เครื่องผลิตไฟฟ้าที่ใช้พลังงานนิวเคลียร์

null (นัล) *adj.* เป็นโมฆะ, ไม่มีผลทางกฎหมาย, เป็นศูนย์, ไม่มีค่า, ไม่สำคัญ *-vt.* **nulled, nulling** ทำให้เป็นโมฆะ *-n.* ศูนย์, ความไม่มีอะไรเลย **-null and void** ไม่มีผลทางกฎหมาย, เป็นโมฆะ (-S. (adj.) insignificant, invalid)

nullify (นัล' ละไฟ) *vt.* **-fied, -fying** ทำให้เป็นโมฆะ, ทำให้ไม่มีผลบังคับ, ลบล้าง, ทำให้ไร้ค่า **-nullification** *n.* (-S. invalidate)

nullity (นัล' ลิที) *n., pl.* **-ties** การเป็นโมฆะ

numb (นัม) *adj.* **number, numbest** ชา, มึนงง, ไม่มีความรู้สึก *-vt., vi.* **numbed, numbing** ทำให้ชาหรือหมดความรู้สึก **-numbness** *n.*

★**number** (นัม' เบอร์) *n.* จำนวน, ตัวเลข, เลขที่, หมายเลข, ผลรวม, จำนวนทั้งหมด, ปริมาณที่ไม่ตายตัว, พจน์ในไวยากรณ์ *-v.* **-bered, -bering** *-vt.* กำหนดตัวเลข, นับ, สรุป, รวมยอด, ติดอยู่ในกลุ่ม, จำกัดจำนวน, ระบุ *-vi.* นับ, รวมอยู่ในกลุ่ม **-numbers** เรขาคณิต, จำนวนมาก, (หนังสือ) ฉบับ **-without number** มากจนนับไม่ถ้วน **-numberer** *n.*

numberless (นัม' เบอร์ลิซ) *adj.* นับไม่ถ้วน

numerable (นู' เบอระเบิล, นิว'-) *adj.* ซึ่งสามารถนับได้ (-S. countable)

numeral (นู' เมอเริล, นิว'-) *n.* ตัวเลข *-adj.* เกี่ยวกับตัวเลข

numerate (นู' มะเรท, นิว'-) *vt.* **-ated, -ating** นับ, ระบุ **-numeracy** *n.* (-S. enumerate)

numerator (นู' มะเรเทอร์, นิว'-) *n.* ตัวเศษในเศษส่วน, ผู้นับ

numerical, numeric (นูเมอ' ริเคิล; นิว'-, -เม' ริค) *adj.* ที่แสดงหรือวัดเป็นตัวเลข, เกี่ยวกับตัวเลขหรือหมายเลข **-numerically** *adv.*

numerous (นู' เมอเริซ, นิว'-) *adj.* มากมาย, นานา, หลายอย่าง (-S. many, plentiful)

numskull, numbskull (นัม' สกัล) *n.* คนโง่

nun (นัน) *n.* แม่ชี, นางชี (-S. abbess, sister)

nuncio (นัน' ซีโอ, นุน'-) *n., pl.* **-os** ทูตขององค์สันตะปาปา

nunnery (นัน' นะรี) *n., pl.* **-neries** ที่อยู่ของนางชี, สำนักแม่ชี (-S. convent)

nuptial (นัพ' เชิล, -เชิล) *adj.* เกี่ยวกับการแต่งงานหรือพิธีแต่งงาน *-n., pl.* **-tials** พิธีแต่งงาน **-nuptially** *adv.* (-S. (n.) wedding)

★**nurse** (เนิร์ซ) *n.* นางพยาบาล, แม่นม *-vt., vi.* **nursed, nursing** ดูแล, พยาบาล, ให้นม, รักษา, เลี้ยงดู, ถนอม **-nurser** *n.*

nursemaid (เนิร์ซ' เมด) *n.* หญิงเลี้ยงเด็ก

★**nursery** (เนอร์' ซะรี, เนอร์ซ' รี) *n., pl.* **-eries** โรงเรียนหรือสถานที่รับเลี้ยงเด็ก, ห้องเลี้ยงเด็ก, เรือนเพาะชำต้นไม้

nurseryman (เนอร์' ซะรีเมิน) *n.* คนเพาะเลี้ยงต้นไม้

nursery rhyme เพลงกล่อมเด็ก

nursery school โรงเรียนสำหรับเด็กก่อนอนุบาล อายุ 3-5 ขวบ

nursing bottle ขวดนม

nursing home สถานที่ดูแลผู้ป่วยโรคเรื้อรังและผู้สูงอายุที่ช่วยเหลือตัวเองไม่ได้

nursling, nurseling (เนอร์ซ' ลิง) *n.* เด็กทารกหรือลูกสัตว์ที่ได้รับการเลี้ยงดู

nurture (เนอร์' เชอร์) *n.* อาหาร, สิ่งบำรุงกำลัง, การบำรุง, เลี้ยงดู *-vt.* **-tured, -turing** เลี้ยงดู, อบรม, บำรุง, ฝึกฝน, ทะนุถนอม (-S. (n.) food)

★**nut** (นัท) *n.* ผลไม้ที่มีเปลือกแข็ง, แป้นเกลียว

nutcracker (นัท' แครคเคอร์) *n.* คีมหนีบผลไม้เปลือกแข็ง

nutcracker

nutmeg (นัท' เมก) *n.* ลูกจันทน์เทศ

nutrient (นู' เทรียนท์, นิว'-) *n.* สารอาหาร *-adj.* มีคุณค่าทางโภชนาการ, ซึ่งบำรุงกำลัง **-nutritious** *adj.*

nutriment (นู' ทระเมินท์, นิว'-) *n.* อาหาร, สิ่งบำรุงกำลัง **-nutrimental** *adj.* (-S. food)

nutrition (นูทริช' ชัน, นิว-) *n.* การให้อาหาร, อาหาร, โภชนาการ, การบำรุงเลี้ยง **-nutritional** *adj.* **-nutritionally** *adv.* (-S. food)

nutritionist (นูทริช' ชะนิซท์, นิว-) *n.* นักโภชนาการ

nuts (นัทซ์) *adj.* (คำสแลง) บ้า วิกลจริต คลั่งไคล้

nuts and bolts (คำสแลง) ส่วนสำคัญ, เรื่องพื้นฐาน

nutshell (นัท' เชล) *n.* เปลือกที่หุ้มเนื้อในของผลไม้เปลือกแข็ง **-in a nutshell** โดยย่อ

nutty (นัท' ที) *adj.* **-tier, -tiest** (คำสแลง) บ้า โง่ (-S. crazy, foolish)

nuzzle (นัซ' เซิล) *v.* **-zled, -zling** *-vt.* ดุน หรือดันด้วยจมูก, ดมด้วยจมูก *-vi.* อิงแอบ, เบียด, กระแซะ **-nuzzler** *n.*

nylon (ไน' ลอน) *n.* ไนลอน เป็นสารพลาสติกสังเคราะห์ที่มีความเหนียวและยืดหยุ่น

nymph (นิมฟ์) *n.* เทพธิดาที่อาศัยอยู่ในป่าและแม่น้ำลำธาร, นางไม้, ตัวอ่อนของแมลง

A B C D E F G H I J K L M N O P Q R S T U V W X Y Z

O

O, o (โอ) *n., pl.* **O's, o's/Os, os** อักษรตัวที่ 15 ในภาษาอังกฤษ, อันดับสิบห้า, ศูนย์, (O) หมู่เลือดชนิดหนึ่งของคน

O (โอ) *interj.* คำอุทานที่ใช้แสดงความเจ็บปวด ความประหลาดใจ ความกลัว ฯลฯ

★**oaf** (โอฟ) *n.* คนโง่, คนเซ่อ, คนซุ่มซ่าม

oak (โอค) *n.* ต้นโอ๊ก, ไม้โอ๊ก, สิ่งที่ทำด้วยไม้โอ๊ก *-adj.* เกี่ยวกับต้นโอ๊ก **-oaken** *adj.*

oakum (โอ' เคิม) *n.* เส้นป่านหรือปอ, เศษเชือก, ด้ายดิบ, หมัน

★**oar** (ออร์, โอร์) *n.* ไม้พาย, คนพายเรือ *-vt., vi.* **oared, oaring** พาย, แจว, กรรเชียง

oarsman (ออร์ซ' เมิน) *n., pl.* **-men** คนพายเรือ

oasis (โอเอ' ซิซ) *n., pl.* **-ses** (-ซีซ) บริเวณที่มีแหล่งน้ำและต้นไม้อุดมสมบูรณ์ในทะเลทราย, สถานที่ที่ให้ความสบายในยามลำบาก, ที่พึ่งพิง

oasis

★**oat** (โอท) *n.* ต้นข้าวโอ๊ต, ข้าวโอ๊ต, หลอดเป่าเสียงทำจากต้นข้าวโอ๊ต **-oaten** *adj.*

oath (โอธ) *n., pl.* **oaths** (โอธซฺ, โอธซฺ) คำสาบาน, คำสัตย์ปฏิญาณ, คำสบถ (-S. curse)

oatmeal (โอท' มีล) *n.* ข้าวโอ๊ตบดหยาบๆ

obdurate (ออบ' ดุริท, -ดิว-) *adj.* ใจแข็ง, ดื้อดึง, แข็งข้อ, ไม่ยอมตาม **-obdurately** *adv.*

★**obedient** (โอบี' เดียนท) *adj.* อยู่ในโอวาท, ว่าง่าย, เชื่อฟัง, ยอมตาม **-obediently** *adv.* **-obedience** *n.* (-S. docile, malleable)

obeisance (โอเบ' เซินซ์, -บี'-) *n.* การน้อมคำนับ, การก้มศีรษะ, การทำความเคารพ

obelisk (ออบ' บะลิซค์) *n.* อนุสาวรีย์ที่เป็นแท่งหินสี่เหลี่ยมสูงผอม ตอนปลายเป็นทรงพีระมิด (-S. monument)

obese (โอบีซ') *adj.* อ้วนมาก **-obesity** *n.*

★**obey** (โอเบ') *v.* **obeyed, obeying** *-vt.* เชื่อฟัง, ปฏิบัติตาม, ยินยอม *-vi.* ทำตาม, เชื่อฟัง **-obeyer** *n.* (-S. comply, follow, submit)

obfuscate (ออบ' ฟะสเกท, -ฟัซ' เคท) *vt.* **-cated, -cating** ทำให้มืดหรือขุ่นมัว, ทำให้สับสนงงงวย **-obfuscation** *n.* (-S. confuse)

obituary (โอบิช' ชูเออรี) *n., pl.* **-aries** ข่าวมรณกรรมในหนังสือพิมพ์ **-obituarist** *n.*

★**object** (*n.* ออบ' เจคท *v.* เอิบเจคท') *n.* วัตถุ, สิ่งของ, สิ่งที่มีอารมณ์ ความคิดหรือการกระทำ, เป้าหมาย, จุดประสงค์, กรรมของกริยา *-v.* **-jected, -jecting** *-vi.* คัดค้าน, ไม่เห็นด้วย, แสดงความไม่พอใจ, รังเกียจ *-vt.* พูดหรือเสนอความเห็นคัดค้าน **-objector** *n.* (-S. (v.) protest)

★**objection** (เอิบเจค' ชัน) *n.* คำคัดค้าน, การคัดค้าน, สาเหตุที่ไม่พอใจ, เหตุผลที่ไม่เห็นด้วย, การแสดงความไม่พอใจ (-S. disapproval)

objectionable (เอิบเจค' ชะนะเบิล) *adj.* น่ารังเกียจ, (กลิ่น) เหม็น, ซึ่งคัดค้านได้ **-objectionably** *adv.* (-S. disgusting, nasty)

objective (เอิบเจค' ทิฟว์) *adj.* เกี่ยวกับวัตถุ, เป็นรูปธรรม, เป็นจริง, ไม่อคติ, ไม่ลำเอียง, เกี่ยวกับกรรมการก, เกี่ยวกับจุดมุ่งหมาย *-n.* สิ่งที่มีอยู่จริง, เป้าหมาย, จุดประสงค์, กรรมการก, เลนส์วัตถุของกล้องจุลทรรศน์ **-objectively** *adj.* **-objectivity** *n.* (-S. (adj.) impartial)

obligation (ออบลิเก' ชัน) *n.* ภาระหน้าที่, ความจำเป็น, ข้อผูกพัน, กฎเกณฑ์, สัญญา, หนี้, บุญคุณ, ความรู้สึกเป็นหนี้บุญคุณ (-S. duty)

★**oblige** (อะไบลจ') *v.* **obliged, obliging** *-vt.* บังคับ, เกณฑ์, บีบให้ทำ, ทำบุญคุณให้, ทำให้เป็นหนี้บุญคุณ *-vi.* ให้ความกรุณา **-obligatory** *adj.* **-obliger** *n.* (-S. compel, favor)

obliging (อะไบล' จิง) *adj.* กรุณา, มีน้ำใจ, เต็มใจช่วย **-obligingly** *adv.* (-S. courteous)

oblique (โอบลีค', อะ-) *adj.* ลาด, เอียง, เฉียง, ทแยง, เฉ, อ้อมค้อม, ไม่ตรงไปตรงมา, ขี้โกง *-n.* มุมเอียง, เส้นทแยง **-obliquely** *adv.* **-obliquity** *n.* (-S. (adj.) indirect)

obliterate (อะบลิท' ทะเรท, โอ-) *vt.* **-ated, -ating** ทำลาย, ลบออก, กำจัด, ตัดทิ้ง, ลบล้าง, บัง, หลบซ่อน **-obliterator** *n.* **-obliteration** *n.* **-obliterative** *adj.* (-S. destroy, erase)

oblivion (อะบลิฟว' เวียน) *n.* ภาวะที่ถูกลืมเลือน, การหลงลืม, การให้อภัย, การยกโทษ (-S. forgetfulness, unconsciousness)

oblivious (อะบลิฟว' เวียซ) *adj.* ไม่เอาใจใส่, หลงลืม **-obliviously** *adv.* (-S. forgetful)

oblong (ออบ' ลอง) *adj.* ยาวรี, เป็นรูปไข่,

เป็นรูปสี่เหลี่ยมผืนผ้า -*n.* วัตถุที่มีรูปทรงยาวรี (-S. (adj.) elliptical)

obloquy (ออบ' ละควี) *n., pl.* **-quies** คำประณาม, คำด่าทอ, ชื่อเสียงเสีย, ความอัปยศ (-S. discredit, infamy)

obnoxious (ออบนอค' เชิซ, เอิบ-) *adj.* น่าขยะแขยง, น่ารังเกียจ, น่าตำหนิ, (กลิ่น) เหม็น **-obnoxiously** *adv.* **-obnoxiousness** *n.* (-S. abhorrent, offensive)

oboe (โอ' โบ) *n.* ปี่ชนิดหนึ่งมีลิ้นคู่และมีเสียงแหลม **-oboist** *n.*

obscene (ออบซีน', เอิบ-) *adj.* หยาบคาย, น่าชัง, น่าขยะแขยง, ลามก, อนาจาร **-obscenely** *adv.* **-obsceneness** *n.* **-obscenity** *n.* (-S. dirty, lewd, repulsive)

obscure (เอิบสเกียวร์', ออบ-) *adj.* **-scurer, -scurest** มืดมน, มัว, เลือน, ไม่แจ่มแจ้ง, ไม่ชัด, คลุมเครือ, ไม่ค่อยมีชื่อเสียง, ที่ซ่อนตัวอยู่, ไกลลิบลับ -*vt.* **-scured, -scuring** ปิดบัง, ซ่อน, ทำให้มืดมน, ทำให้คลุมเครือ, ทำให้สับสน -*n.* ความมืดมน, ความคลุมเครือ **-obscurely** *adv.* **-obscurity** *n.* (-S. (adj.) cryptic, indistinct -A. (adj.) clear, famous)

obsequies (ออบ' ซิควีซ) *n. pl.* พิธีฝังศพ

obsequious (เอิบซี' เควียซ, ออบ-) *adj.* ประจบประแจง, สอพลอ **-obsequiously** *adv.*

observable (เอิบเซอร์' วะเบิล) *adj.* ที่สังเกตเห็นได้, ที่มองเห็นได้, ควรจดจำ, พึงเอาใจใส่ **-observably** *adv.* (-S. noticeable, visible)

observance (เอิบเซอร์' เวินซ์) *n.* การปฏิบัติตามกฎ, การประกอบพิธี, การเฉลิมฉลอง, ธรรมเนียมพิธี, การเฝ้าดู, การสังเกต

observant (เอิบเซอร์' เวินท์) *adj.* ช่างสังเกต, ตาไว, ซึ่งปฏิบัติตามกฎหรือหน้าที่, เคร่งครัดต่อกฎ **-observantly** *adv.* (-S. alert, watchful)

★**observation** (ออบเซอร์เว' ชัน) *n.* การสังเกต, การเฝ้าดู, การบันทึกหรือมองเห็นปรากฏการณ์ด้วยเครื่องมือ, สิ่งที่ได้จากการสังเกต, ข้อสังเกต, ความเห็น **-observational** *adj.* (-S. remark)

observatory (เอิบเซอร์' วะทอรี, -โทรี) *n., pl.* **-ries** หอดูดาว, หอคอย, ที่สังเกตการณ์

★**observe** (เอิบเซิร์ฟว์') *v.* **-served, -serving** -*vt.* สังเกต, เฝ้าดู, คอยดู, สังเกตการณ์, กล่าว, ออกความเห็น, รักษาวินัย, ฉลอง -*vi.* สังเกต, กล่าว, ออกความเห็น, ทำตัวเป็นผู้สังเกต **-observingly** *adv.* (-S. keep, remark, watch)

observer (เอิบเซอร์' เวอร์) *n.* ผู้สังเกตการณ์, หอตรวจการ, ผู้ตรวจการ (-S. watcher)

obsess (เอิบเซซ', ออบ-) *vt.* **-sessed, -sessing** สิงอยู่ในจิตใจ, ครอบงำ, หลงใหล **-obsession** *n.* **-obsessive** *adj.* (-S. haunt, preoccupy, rule)

obsolescent (ออบซะเลซ' เซินท์) *adj.* กำลังจะหมดไป, ล้าสมัย, เก่าคร่ำครึ **-obsolescence** *n.* **-obsolescently** *adv.*

obsolete (ออบซะลีท', ออบ'-) *adj.* เลิกใช้แล้ว, ล้าสมัย, พ้นสมัย -*vt.* **-leted, -leting** ทำให้ล้าสมัย **-obsoletely** *adv.* (-S. (adj.) outmoded)

obstacle (ออบ' สตะเคิล) *n.* อุปสรรค, สิ่งกีดขวาง (-S. hindrance, impediment)

obstetric, obstetrical (ออบสเตท' ทริค, -ริเคิล) *adj.* เกี่ยวกับสูติกรรม, เกี่ยวกับการคลอด

obstetrician (ออบสติทริช' เชิน) *n.* หมอทำคลอด, สูติแพทย์

obstetrics (ออบสเตท' ทริคซ์, เอิบ-) *n. pl.* วิชาที่ศึกษาเกี่ยวกับการผดุงครรภ์และการดูแลการคลอดบุตร

obstinate (ออบ' สตะนิท) *adj.* ดื้อรั้น, หัวแข็ง, ว่ายาก, รักษายาก, ดันทุรัง **-obstinately** *adv.* **-obstinacy** *n.* (-S. mulish, stubborn)

obstreperous (ออบสเตรพ' เพอเริซ, เอิบ-) *adj.* อึกทึก, เอะอะโวยวาย, พล่าน, วุ่นวาย **-obstreperously** *adv.* (-S. awkward, rowdy)

obstruct (เอิบสตรัคท', ออบ-) *vt.* **-structed, -structing** กีดขวาง, ขัดขวาง, หน่วงเหนี่ยว, บดบัง **-obstructive** *adj.* **-obstruction** *n.*

★**obtain** (เอิบเทน', ออบ-) *v.* **-tained, -taining** -*vt.* ได้รับ, ได้, เอา, ไปถึง -*vi.* มีอยู่, ใช้อยู่, ประสบความสำเร็จ **-obtainable** *adj.*

obtrude (ออบทรูด', เอิบ-) *v.* **-truded, -truding** -*vt.* ดัน, เสือก, ยื่น, โผล่, พุ่งออก -*vi.* รุกล้ำ, บุกรุก **-obtruder** *n.* **-obtrusion** *n.* (-S. eject)

obtrusive (เอิบทรู' ซิฟว์, -ซิฟว์, เอิบ-) *adj.* สะเออะ, เสือก, ทะลึ่ง **-obtrusively** *adv.*

obtuse (เอิบทูซ', -ทิวซ์') *adj.* **-tuser, -tusest** โง่, ทื่อ, ไม่คม, ทื่อ, ป้าน **-obtusely** *adv.* **-obtuseness, obtusity** *n.* (-S. blunt, dull)

obverse (ออบเวิร์ซ', เอิบ-, ออบ'-) *adj.* ซึ่งหันหน้าไปทางผู้ดู, ซึ่งมีฐานแคบกว่ายอด, ซึ่งทำเป็นของคู่กัน -*n.* ด้านหน้า, ด้านหัวของเหรียญ, ผิวหน้า, ของคู่กัน **-obversely** *adv.*

obviate (ออบ' วีเอท) *vt.* **-ated, -ating** ทำให้ไม่จำเป็น, ปัดเป่า, หลบเลี่ยง **-obviation** *n.* **-obviator** *n.* (-S. avert, remove)

★**obvious** (ออบ' เวียซ) *adj.* แจ่มแจ้ง, เด่น,

ชัดเจน, เห็นได้ง่าย **-obviously** *adv.* **-obviousness** *n.* (**-S.** evident, plain **-A.** subtle)

★**occasion** (อะเค' เฌิน) *n.* เหตุการณ์, โอกาส, จังหวะ, สมัย, ฤกษ์, เหตุ, มูล *-vt.* **-sioned, -sioning** ก่อให้เกิด, เป็นเหตุให้ **-occasions** ความจำเป็น, กิจธุระ **-on occasions** บางครั้งบางคราว (**-S.** (n., v.) cause (n.) opportunity)

occasional (อะเค' ฌะเนิล) *adj.* เป็นครั้งคราว, เป็นบางโอกาส, ที่ทำขึ้นในโอกาสพิเศษ, นานๆ ที **-occasionally** *adv.* (**-S.** infrequent)

occident (ออค' ซิเดินท์, เดนท์) *n.* ตะวันตก, ดินแดนตะวันตก **-occidental** *adj., n.*

occlude (อะคลูด') *v.* **-cluded, -cluding** *-vt.* ปิด, อุด, กีดขวาง, ทำให้ตัน *-vi.* (ฟันบนและล่าง) สบกันสนิท **-occludent** *adj.* (**-S.** block)

occlusion (อะคลู' เฌิน) *n.* การปิด, การกีดขวาง, สิ่งที่กีดขวาง, การอุดตัน **-occlusive** *adj.*

occult (*adj.* อะคัลท์', ออค' คัลท์, *v.* อะคัลท์') *adj.* เกี่ยวกับสิ่งที่เหนือธรรมชาติ, ลึกลับ, ลี้ลับ, แอบแฝง, ซ่อนเร้น *-vt., vi.* **-culted, -culting** บดบัง, ซ่อน, แอบ (**-S.** (adj.) mysterious)

occupancy (ออค' เคียเพินซี) *n., pl.* **-cies** การยึดครอง, การครอบครอง, การถือกรรมสิทธิ์, ช่วงระยะเวลาที่อยู่อาศัยหรือครอบครองที่ดิน

occupant (ออค' เคียเพินท์) *n.* ผู้ครอบครอง, เจ้าของ, สิ่งที่ยึดครอง, ผู้มีกรรมสิทธิ์ในที่ดิน

★**occupation** (ออคเคียเพ' ชัน) *n.* อาชีพ, การงาน, กิจธุระ, การครอบครอง, การยึดครอง **-occupational** *adj.* **-occupationally** *adv.* (**-S.** business, conquest, profession)

> **occupation** เป็นภาษาที่เป็นทางการจึงนิยมใช้ในภาษาเขียนสำหรับกรอกใบเอกสารต่างๆ เช่น Please write details about your occupation.
>
> **job** หมายถึง อาชีพการงานเช่นกัน แต่เป็นภาษาพูดหรือภาษาที่ไม่เป็นทางการกว่า occupation เช่น I'm looking for a new job.
>
> **profession** หมายถึง วิชาชีพ ซึ่งต้องศึกษาและทำงานเฉพาะทาง เช่น แพทย์ ทนายความ พยาบาล เป็นต้น เช่น After studying science, Jane entered the medical profession.

★**occupy** (ออค' เคียไพ) *vt.* **-pied, -pying** อาศัย, อยู่, กินเนื้อที่หรือเวลา, ดำรงตำแหน่ง, ครอบครอง, ยึดครอง, หมกมุ่น, ติดธุระ **-occupier** *n.* (**-S.** capture, fill)

★**occur** (อะเคอร์') *vi.* **-curred, -curring** เกิดขึ้น, ปรากฏขึ้น, มีอยู่, มีขึ้น, บังเกิดขึ้นในใจ **-occurrence** *n.* (**-S.** appear, happen)

★**ocean** (โอ' เชิน) *n.* มหาสมุทร **-oceanic** *adj.*

oceanography (โอชะนอก' กระฟี) *n.* สมุทรศาสตร์ **-oceanographer** *n.*

ocelot (ออซ' ซะลอท, โอ'-) *n.* แมวป่าชนิดหนึ่งมีสีและลายคล้ายเสือดาว พบในเม็กซิโก

ocher, ochre (โอ' เคอร์) *n.* ออกไซด์ของเหล็กมีสีเหลือง น้ำตาลและแดง, สีส้มอมน้ำตาลหรือเหลือง, ดินที่มีสีเหลืองหรือน้ำตาลอมแดง

★**o'clock** (อะคลอค') *adv.* เกี่ยวกับนาฬิกา, ตามนาฬิกา, ตามการหมุนของนาฬิกา

Oct, Oct. ย่อจาก October เดือนตุลาคม

oct-, octa-, octo- คำอุปสรรค หมายถึง แปด

octagon (ออค' ทะกอน) *n.* รูปแปดเหลี่ยม **-octagonal** *adj.* **-octagonally** *adv.*

octahedron (ออคทะฮี' เดริน) *n.* รูปทรงตันที่มีแปดระนาบ **-octahedral** *adj.*

octane number ค่าออกเทน เป็นตัวเลขที่แสดงให้ทราบว่าน้ำมันนั้นๆ ทำให้เครื่องยนต์กระตุกมากน้อยเพียงใด

octant (ออค' เทินท์) *n.* ⅛ ของเส้นรอบวงกลม, ⅛ ของพื้นที่วงกลม

octave (ออค' ทิฟว์, -เทฟว์) *n.* เสียงดนตรีคู่แปด, โคลงแปดบรรทัด, กลุ่มที่แปด

★**October** (ออคโท' เบอร์) เดือนตุลาคม

octogenarian (ออคทะจะแน' เรียน) *adj.* ซึ่งมีอายุระหว่าง 80-90 ปี *-n.* ผู้มีอายุอยู่ระหว่าง 80-90 ปี

octopus (ออค' ทะเพิซ) *n., pl.* **-puses/-pi** (-ไพ)/**-podes** ปลาหมึกยักษ์

ocular (ออค' เคียเลอร์) *adj.* เกี่ยวกับตา, ซึ่งเห็นด้วยตา, สำหรับตา *-n.* เลนส์ตาของกล้องจุลทรรศน์ **-ocularly** *adv.*

oculist (ออค' เคียลิซท์) *n.* จักษุแพทย์, ผู้เชี่ยวชาญในการวัดสายตาประกอบแว่น

★**odd** (ออด) *adj.* **odder, oddest** แปลก, ประหลาด, ผิดธรรมดา, พิกล, เกี่ยวกับจำนวนคี่, เศษ, ปลีกย่อย, คี่, เล็กๆ น้อยๆ **-oddly** *adv.* **-oddity** *n.* (**-S.** single, strange)

oddment (ออด' เมินท์) *n.* เศษเล็กเศษน้อย, ส่วนที่เหลือ, ชิ้นส่วน, ความแปลกประหลาด

odds (ออดซ์) *n. pl.* ความได้เปรียบ, ความเป็นต่อ, ความเป็นไปได้มากที่จะเกิด, การต่อ

รองในการพนัน, ความไม่เท่ากัน **-at odds** ไม่เห็นด้วย, ขัดแย้ง (**-S.** advantage, chances)

odds and ends ของกระจุกกระจิก, ของเบ็ดเตล็ด, ของเล็กๆ น้อยๆ (**-S.** scraps)

ode (โอด) *n.* บทกวีหรือโคลงที่สดุดีกวี

odious (โอ' เดียซ) *adj.* น่ารังเกียจ, น่าชัง, น่าขยะแขยง **-odiously** *adv.* (**-S.** detestable)

odium (โอ' เดียม) *n.* ความรังเกียจ, ความขยะแขยง, ความอับอาย, ความเสื่อมเสีย

odometer (โอดอมฺ' มิเทอรฺ) *n.* อุปกรณ์วัดระยะทางที่รถยนต์วิ่งไปได้ **-odometry** *n.*

odontology (โอดอนทอล' ละจี) *n.* ทันตแพทยศาสตร์ **-odontologist** *n.*

odor, odour (โอ' เดอรฺ) *n.* กลิ่นหอมหรือเหม็น, กลิ่นอาย **-odorous** *adj.* **-odorless** *adj.*

odoriferous (โอดะริฟ' เฟอเริซ) *adj.* มีกลิ่นหอม, ส่งกลิ่นหอม **-odoriferously** *adv.*

odyssey (ออด' ดิซี) *n., pl.* **-seys** การเดินทางผจญภัยที่ยาวนาน (**-S.** voyage)

oedema (อิดี' มะ) *n.* โรคบวมน้ำ

oesophagus (อีซอฟ' ฟะเกิซ) *n.* หลอดอาหาร

★**of** (อัฟวฺ, ออฟวฺ, เอิฟวฺ) *prep.* ของ, แห่ง, โดย, ด้วย, จาก, ใน, ในจำพวก, เกี่ยวกับ, ที่มี, ที่จะ, ที่, อัน, ซึ่ง, ถึง, ก่อน, กระทั่ง, ระหว่าง

★**off** (ออฟ) *adv.* ออกไปจาก, พ้นไป, ออก, ออกห่างจาก, หมดสิ้น, ต่ำ, ห่าง, เลิก, ขาด, ปลีกย่อย, เล็กน้อย *-adj.* ว่าง, ไม่ได้ทำงาน, ต่ำกว่ามาตรฐาน, เล็กๆ น้อยๆ, ปลีกย่อย, ไม่ต่อเนื่อง, ยกเลิก, ปิด, ห่างไป, ไม่ดี, ไม่เกี่ยว *-prep.* ห่างไปจาก, ต่อจาก, ขยายจาก, ไม่ถึงมาตรฐาน, ละเว้นจาก, ห่างจากฝั่ง, ไกลออกไป

offal (ออ' เฟิล, ออฟ'-) *n.* ขยะ, เศษเครื่องในของสัตว์, กากเดน (**-S.** garbage, rubbish)

offbeat (ออฟ' บีท) *n.* จังหวะดนตรีที่ผิดปกติ

off-color (ออฟ' คัล' เลอรฺ) *adj.* ไม่สมควร, ไม่ดี, ผิดสี, สีตก (**-S.** poor)

★**offend** (อะเฟนดฺ') *v.* **-fended, -fending** *-vt.* ทำให้โกรธ, ทำให้ขุ่นเคือง, ทำให้ไม่พอใจ *-vi.* ทำผิด, ทำบาป, ทำให้ไม่พอใจ, ฝ่าฝืนกฎ **-offender** *n.* (**-S.** insult, sin, upset)

★**offense, offence** (อะเฟนซฺ') *n.* การทำให้โกรธหรือไม่พอใจ, ความขุ่นเคือง, บาป, ความผิดทางอาญา, สิ่งที่ทำให้ไม่พอใจหรือขุ่นเคือง, การโจมตี, การรุก (**-S.** crime, umbrage)

★**offensive** (อะเฟน' ซิฟวฺ) *adj.* ไม่พอใจ, ซึ่งทำให้โกรธหรือไม่พอใจ, เกี่ยวกับการโจมตี, ก้าวร้าว, น่ารังเกียจ *-n.* การโจมตี, การรุก, ฝ่ายรุก **-offensively** *adv.* **-offensiveness** *n.* (**-S.** (adj.) aggressive, nasty (n.) attack)

★**offer** (ออ' เฟอรฺ, ออฟ'-) *v.* **-fered, -fering** *-vt.* เสนอ, ขอ, ให้ราคา, ประมูล, อาสา, ถวาย, จัดหา, ยกให้, ให้, นำออกสู่, ผลิต, แสดงหรือให้สัญญาณ *-vi.* บวงสรวง, ปรากฏขึ้น, ขอแต่งงาน *-n.* สิ่งที่เสนอ, การเสนอ, การอาสา, การประมูล, ความพยายาม **-offerer, offeror** *n.* (**-S.** (v., n.) proffer (v.) suggest)

offering (ออ' เฟอริง, ออฟ'-) *n.* สิ่งที่ยกให้ เช่น ของถวาย ของขวัญ, การถวาย, การเสนอ, การยกให้ (**-S.** donation, gift)

offhand (ออฟ' แฮนดฺ) *adv.* ไม่ได้เตรียมตัวหรือคิดมาก่อน *-adj.* ซึ่งทำหรือพูดโดยไม่ได้เตรียมตัวมาก่อน, ไม่ได้คิดไว้ล่วงหน้า

★**office** (ออ' ฟิซ, ออฟ'-) *n.* สถานที่ทำงาน, สำนักงาน, พนักงาน, เจ้าหน้าที่, หน้าที่, ตำแหน่ง กรม, กอง, การบริการ (**-S.** duty, workplace)

★**officer** (ออ' ฟิเซอรฺ, ออฟ'-) *n.* ข้าราชการ, เจ้าหน้าที่ตำรวจ, เจ้าพนักงาน, เจ้าหน้าที่, นายทหาร, นายเรือ *-vt.* **-cered, -cering** บังคับบัญชา, จัดให้มีเจ้าหน้าที่ (**-S.** (n.) agent)

★**official** (อะฟิช' เชิล) *adj.* เกี่ยวกับสำนักงานหรือหน้าที่การงาน, ทางราชการ, เป็นทางการ *-n.* ข้าราชการ, เจ้าพนักงาน, ผู้ตัดสินการแข่งขันกีฬา, ผู้ชี้ขาด **-officially** *adv.* (**-S.** (adj.) authorized, formal (n.) agent, officer)

officiate (อะฟิช' ชีเอท) *vi.* **-ated, -ating** ทำหน้าที่, ปฏิบัติภารกิจ, ทำพิธี, ทำหน้าที่เป็นผู้ตัดสินกีฬา **-officiator** *n.* (**-S.** manage)

officious (อะฟิช' เชิซ) *adj.* ยุ่งเรื่องคนอื่น, เจ้ากี้เจ้าการ, ไม่เป็นทางการ **-officiously** *adv.* **-officiousness** *n.* (**-S.** meddlesome, pushy)

offing (โอ' ฟิง) *n.* ทะเลที่เห็นจากฝั่งอยู่ไกลลิบๆ

off-limits (ออฟ' ลิมิท) *adj.* (เขต) ห้ามเข้า

offset (ออฟ' เซท) *n.* สิ่งชดเชย, แขนง, หน่อ

offshoot (ออฟ' ชูท) *n.* หน่อ, แขนง, กิ่งก้าน, สาขา, ผลปลีกย่อย (**-S.** branch, result)

offshore (ออฟ' ชอรฺ) *adj.* นอกฝั่ง, ที่ออกจากฝั่ง, ที่อยู่ไกลจากฝั่ง

offside (ออฟ' ไซดฺ) *adv., adj.* ล้ำหน้า (ในกีฬาฟุตบอล)

offspring (ออฟ' สปริง) *n., pl.* **-spring/-springs** ลูกหลาน, ผู้สืบสกุล, ลูกสัตว์, ผลลัพธ์, ผลผลิต (**-S.** child, descendant)

oft (ออฟท) *adv.* ดู often

★**often** (ออ' เฟิน, ออฟ'-, ออฟ' เทิน) *adv.*

A B C D E F G H I J K L M N O P Q R S T U V W X Y Z

-**tener, -tenest** บ่อยๆ, หลายครั้ง, ซ้ำ, เสมอๆ

oftentimes (ออ' เฟินไทม์ซฺ, ออฟ'-, ออฟ' เทิน-) *adv.* บ่อย, เสมอ, หลายครั้ง

ogle (โอ' เกิล, ออ'-) *vt.* **-gled, -gling** จ้องมองอย่างเจ้าชู้, ทำตาเจ้าชู้ **-ogler** *n.*

ogre (โอ' เกอร์) *n.* ยักษ์กินคนในตำนาน, คนที่มีใจเหี้ยมโหดชั่วร้าย **-ogress** *n. fem.*

★**oh** (โอ) *interj.* คำอุทานแสดงความประหลาดใจ ความโกรธ หรือความเจ็บปวด

ohm (โอม) *n.* หน่วยวัดความต้านทานไฟฟ้าที่มีค่าเท่ากับความต้านทานของตัวนำไฟฟ้าที่มีกระแสไฟฟ้าหนึ่งแอมแปร์ไหลผ่าน เมื่อมีความต่างศักย์ 1 โวลต์ **-ohmic** *adj.*

★**oil** (ออยล์) *n.* น้ำมัน, ปิโตรเลียม, สารที่ได้จากน้ำมันปิโตรเลียม, ของเหลวคล้ายน้ำมัน, สีน้ำมัน, ภาพวาดสีน้ำมัน *-vt.* **oiled, oiling** หล่อลื่น, ละเลงหรือทาด้วยน้ำมัน, ปกคลุมด้วยน้ำมัน, ทำให้ลื่น **-oiled** *adj.* (**-S.** (n.) fuel)

oilcloth (ออยล์ คลอธ) *n.* ผ้าน้ำมัน

oil field บริเวณที่มีน้ำมันอยู่ใต้ดิน

oil painting ภาพวาดสีน้ำมัน

oil palm ต้นปาล์มน้ำมัน

oilskin (ออยล์ สกิน) *n.* ผ้าน้ำมัน

oil well บ่อน้ำมันใต้ดิน

oily (ออย' ลี) *adj.* **oilier, oiliest** คล้ายน้ำมัน, เป็นมัน, ที่ปกคลุมด้วยน้ำมัน, ที่แช่อยู่ในน้ำมัน, ประจบประแจง, สอพลอ, ลื่น **-oilily** *adv.* **-oiliness** *n.* (**-S.** greasy, slimy)

ointment (ออยน์ท' เมินทฺ) *n.* ขี้ผึ้ง, ครีม, ยาหรือเครื่องสำอาง (**-S.** cream, salve)

★**OK, okay** (โอเค') *adj.* (ภาษาพูด) ตกลง, ถูกต้อง, ดีแล้ว *-adv.* ดีแล้ว, เรียบร้อย, ถูกต้อง, ใช้ได้ *-n., pl.* **OK's, okay's** การอนุมัติ, การยอมรับ, การตกลง *-vt.* **OK'd, OKing/okayed, okaying** อนุมัติ, ตกลง, เห็นด้วย

okapi (โอคา' พี) *n., pl.* **-pis/-pi** สัตว์ชนิดหนึ่งคล้ายยีราฟ แต่มีคอสั้น และมีแถบขาวดำบริเวณขาและส่วนบั้นท้าย พบในแอฟริกา

okapi

okra (โอ' คระ) *n.* กระเจี๊ยบมอญ, ต้นกระเจี๊ยบมอญ

★**old** (โอลดฺ) *adj.* **older, oldest** แก่, ชรา, เฒ่า, มีอายุมาก, เก่าแก่, อยู่มาเป็นเวลานาน, โบราณ, (เสื้อ) เก่า, ซึ่งใช้มานาน, อาวุโส, เกี่ยวกับช่วงแรกๆ, ในอดีต, สมัยก่อน, นมนาน, ซึ่งรู้จักเป็นเวลานาน, เดิม, คร่ำครึ, ชำนาญ *-n.* คนหรือสิ่งที่มีอายุแน่นอน, อายุ, สมัยก่อน, คนชรา, ของเก่าแก่ **-oldness** *n.* (**-S.** (adj.) ancient)

olden (โอล' เดิน) *adj.* โบราณ, เก่า

★**old-fasioned** (โอล' แฟช' ชันดฺ) *adj.* ล้าสมัย, คร่ำครึ, หัวโบราณ, สมัยเก่า (**-S.** old)

old hand ผู้มีความชำนาญ, ผู้ชำชอง

old maid สาวแก่, สาวทึนทึก

oldster (โอลดฺ' สเตอร์) *n.* (ภาษาพูด) คนแก่ คนชรา

Old Testament คัมภีร์ไบเบิลในช่วงครึ่งแรกที่บอกเล่าเหตุการณ์ก่อนคริสต์ศักราช

old-timer (โอลดฺ' ไท' เมอร์) *n.* ผู้ที่อาศัยในที่แห่งหนึ่งหรือทำงานอย่างเดียวมาเป็นเวลานาน

Old World ซีกโลกตะวันออก มียุโรป เอเชีย และแอฟริกา

oleaginous (โอลีแอจ' จะเนิซ) *adj.* เป็นมัน, ลื่น, มีน้ำมัน (**-S.** greasy, oily)

oleander (โอ' ลีแอนเดอร์, -แอน'-) *n.* พืชไม้พุ่มในเขตอบอุ่นจำพวกยี่โถ

olfactory (ออลแฟค' ทะรี, -ทรี, โอล-) *adj.* เกี่ยวกับการรับกลิ่น

oligarch (ออล' ลิการ์ค, โอ'-) *n.* ผู้มีอำนาจ

oligarchy (ออล' ลิการ์คี, โอ'-) *n., pl.* **-chies** การปกครองที่ควบคุมอำนาจโดยคน 2-3 คน, คณะบุคคลดังกล่าว, รัฐบาลที่ปกครองโดยรูปแบบดังกล่าว **-oligarchic, oligarchical** *adj.*

olive (ออล' ลิฟว์) *n.* ต้นมะกอก, มะกอก

olive branch กิ่งมะกอกที่ใช้เป็นสัญลักษณ์ของสันติภาพ, การขอคืนดี

olive oil น้ำมันมะกอก

Olympic games การแข่งขันกีฬาโอลิมปิก ซึ่งจัดขึ้นทุกๆ 4 ปี

omega (โอเมก' กะ) *n.* อักษรตัวสุดท้ายในภาษากรีก, ตัวโอเมก้า (Ω, ω), อันดับสุดท้าย

omelet, omelette (ออม' มะลิท, ออม' ลิท) *n.* ไข่เจียว

omen (โอ' เมิน) *n.* ลางสังหรณ์, ลางบอกเหตุ

ominous (ออม' มะเนิซ) *adj.* เป็นลางไม่ดี, เป็นลางร้าย **-ominously** *adv.* (**-S.** unlucky)

omit (โอมิท') *vt.* **-mitted, -mitting** ละเลย, ไม่พูดถึง, ละเว้น, ข้ามไป, เว้น **-omission** *n.*

omni- คำอุปสรรค หมายถึง ทั้งหมด

omnibus (ออม' นิบัซ, -เบิซ) *n.* รถโดยสาร, หนังสือรวมเล่มงานเขียนของผู้ใดผู้หนึ่ง, หนังสือรวมงานเขียนหรือเรื่องต่างๆ ไว้ด้วยกัน *-adj.* ซึ่งรวมสิ่งต่างๆ ไว้ด้วยกัน

omnipotent (ออมนิพ' พะเทินท) *adj.* มีอำนาจทุกอย่าง, มีความสามารถทุกทาง **-omnipotently** *adv.* (-S. almighty, supreme)

omnipresent (ออมนิเพรซ' เซินท) *adj.* ซึ่งมีอยู่ทั่วทุกหนทุกแห่งในเวลาเดียวกัน, ซึ่งมีอยู่ทั่วไป

omniscient (ออมนิช' เชินท) *adj.* ซึ่งรอบรู้ทุกสิ่งทุกอย่าง, มีความรู้ในทุกเรื่อง

OMOV, Omov ย่อจาก One member, one vote หมายถึง หนึ่งคนหนึ่งคะแนนเสียง เป็นหลักในการออกเสียงเลือกตั้งในระบอบประชาธิปไตย

★**on** (ออน) *prep.* บน, ที่, ตาม, ติดกับ, ใกล้กับ, เกี่ยวกับ, ในวัน, ในขณะที่, ในสภาพ, ไปที่, ไปทาง, เพื่อ, โดยอาศัย, ด้วย, เอากับ, ในเรื่อง, ซ้ำแล้วซ้ำเล่า, กำลังเป็น, ประจำ *-adv.* (สวม) เข้า, ไปที่, ไปทาง, ไปข้างหน้า, ต่อไป, ในสภาพนั้น, ที่ตำแหน่งนั้น, กำลังทำงาน, กำลังเกิดขึ้น *-adj.* กำลังเปิดอยู่, กำลังมีอยู่, ตามแผน *-n.* สภาพที่กำลังเป็นอยู่ **-on and off** เป็นพักๆ, ไม่ต่อเนื่อง **-on and on** ไปเรื่อยๆ, ไม่มีหยุด

★**once** (วันซ) *adv.* ครั้งเดียว, ครั้งหนึ่ง, หนเดียว *-n.* ครั้งหนึ่ง, ครั้งเดียว *-conj.* เมื่อไรก็ตาม, ถ้า...ก็ *-adj.* แต่ก่อน, เมื่อก่อน **-at once** ในทันใดนั้น, ทันที **-once upon a time** กาลครั้งหนึ่งนานมาแล้ว

oncoming (ออน' คัมมิง) *adj.* ใกล้เข้ามา, จวนจะถึง, ที่กำลังมา *-n.* การเข้ามาใกล้

★**one** (วัน) *adj.* หนึ่ง, เดียว, เดี่ยว, แต่ละอัน, เป็นอันหนึ่งอันเดียวกัน, เหมือนกัน, อย่างหนึ่ง, เป็นชนิดเดียวกัน, อันเดียว, วันใดวันหนึ่ง *-n.* เลขหนึ่ง, คนเดียว, สิ่งเดียว, สิ่งที่มีตัวเลข 1 หรือมีหนึ่งจุด, (ภาษาพูด) ธนบัตร 1 ดอลลาร์ *-pron.* สิ่งหนึ่ง, คนหนึ่ง, คนใดคนหนึ่ง **-at one** เห็นพ้องกัน, เป็นน้ำหนึ่งใจเดียวกัน **-one and all** ทุกๆ คน **-one another** ซึ่งกันและกัน **-one by one** ทีละคน

oneness (วัน' นิซ) *n.* ความเป็นน้ำหนึ่งใจเดียวกัน, ความเหมือนกัน (-S. sameness, unity)

onerous (ออน' เนอเริซ, โอ'-) *adj.* ลำบาก, เป็นภาระหนัก, (งาน) หนัก **-onerously** *adv.* **-onerousness** *n.* (-S. burdensome)

★**oneself** (วันเซลฟ') *pron.* ตนเอง, ตัวเอง, ตัวของตัวเอง

one-sided (วัน' ไซ' ดิด) *adj.* ด้านเดียว, ฟังความข้างเดียว, ลำเอียง

one-way (วัน' เว') *adj.* ที่อนุญาตให้รถไปทางเดียว, (ตั๋ว) เที่ยวเดียว

ongoing (ออน' โกอิง) *adj.* ที่ดำเนินต่อไป, ต่อเนื่องไป, เรื่อยไป (-S. continual)

★**onion** (อัน' เนียน) *n.* หอม, หอมหัวใหญ่, พืชที่ปลูกจากหัว, หัวของพืชดังกล่าว

on-line (ออน' ไลน) *adj.* ซึ่งเชื่อมต่อกับเครือข่ายคอมพิวเตอร์

onlooker (ออน' ลุคเคอร) *n.* ผู้เห็นเหตุการณ์, ผู้ชม **-onlooking** *adj., n.*

★**only** (โอน' ลี) *adj.* อันเดียว, คนเดียว, ดีที่สุด, ยอดเยี่ยม, เหมาะสมที่สุด *-adv.* เพียงแต่, อย่างเดียว, เท่านั้น, เฉพาะ, เพิ่ง *-conj.* แต่ทว่า, เว้นแต่ว่า (-S. (adj.) excellent, sole (adv.) merely)

onrush (ออน' รัช) *n.* การไหลไปข้างหน้าอย่างแรง, การไหลบ่า **-onrushing** *adj.*

onset (ออน' เซท) *n.* การเริ่มต้น, การจู่โจม

onshore (ออน' ชอร', -โชร') *adj.* ซึ่งเคลื่อนที่เข้าหาฝั่ง, ที่ตั้งอยู่บริเวณฝั่ง *-adv.* เข้าหาฝั่ง

onslaught (ออน' สลอท) *n.* การเข้าโจมตีอย่างรุนแรง (-S. assault, attack)

★**onto** (ออน' ทู) *prep.* ไปยัง, ไปบน, (ภาษาพูด) ล่วงรู้ รู้ถึง

onus (โอ' เนิซ) *n.* ความรับผิดชอบ, ภาระ, หน้าที่

onward (ออน' เวิร์ด) *adj.* ซึ่งเคลื่อนที่ไปข้างหน้า, ที่มุ่งไปข้างหน้า *-adv.* ไปข้างหน้าต่อไป **-onwards** *adv.* (-S. (adj., adv.) forward)

onyx (ออน' นิคซ) *n.* หินควอตซ์ชนิดหนึ่งที่มีแถบสีขนานกันเป็นชั้น

oodles (อูด' เดิลซ) *n. pl.* (ภาษาพูด) จำนวนมากมาย ปริมาณมาก

ooze (อูซ) *vi., vt.* **oozed, oozing** ไหลซึม, รั่ว, ซึมออก, (ความกล้า) หายไป *-n.* การไหลซึม, การรั่วไหล, สิ่งที่รั่วไหล, โคลน, เลน, ตม, ปลัก **-oozy** *adj.* **-oozily** *adv.* (-S. (v., n.) leak)

opal (โอ' เพิล) *n.* หินแร่ชนิดหนึ่งมีสีขุ่นเหมือนน้ำนมหรือสีเหลือบเหมือนรุ้ง

opalescent (โอพะเลซ' เซินท) *adj.* มีสีขุ่นอย่างน้ำนม, มีสีเหลือบเหมือนรุ้ง

opaque (โอเพค') *adj.* ทึบแสง, อับแสง, ขุ่นมัว, ไม่ใส, เข้าใจยาก, คลุมเครือ, โง่, ทึ่ม *-n.* สิ่งทึบแสงหรือขุ่นมัว **-opacity** *n.* **-opaquely** *adv.* (-S. (adj.) dull, obscure)

OPEC ย่อจาก Organization of Petroleum Exporting Countries องค์กรประเทศผู้ค้าน้ำมันส่งออก

★**open** (โอ' เพิน) *adj.* เปิด, เปิดกว้าง (ทางความคิด), ไม่ปิดกั้น, เปิดโล่ง, เปิดอ้า, แผ่ออก,

เผยให้เห็น, มีช่องว่าง, โปร่ง, ไม่จำกัด, เปิดโอกาส, เปิดรับ, ยังว่าง, เปิดเผย, ไม่ปิดบัง, เปิดทำการ, (ใจ) กว้าง, โล่ง, ไม่มีผู้ต้าน, ไม่ได้ป้องกัน *-v.* **opened, opening** *-vt.* เปิด, แผ่, อ้า, เปิด (ฝา) ออก, เปิดให้ใช้, เริ่มต้น, เริ่มเปิด, เผย, ขจัดสิ่งกีดขวาง, กาง, เปิดใจ, ปลดปล่อย *-vi.* เปิดออก, แผ่ออก, กาง, บาน, เริ่มต้น, เริ่มธุรกิจ, เปิดไปสู่ (สนามหญ้า) *-n.* ที่ว่าง, ที่โล่งแจ้ง, สถานที่ข้างนอกบ้าน, ช่องว่าง, ความเปิดเผย **-openly** *adv.* **-openness** *n.* (-S. (adj.) clear, frank, open-minded (v.) begin, unseal (n.) outdoors)

open-air (โอ' เพินแอร์) *adj.* กลางแจ้ง

opener (โอ' พะเนอร์) *n.* ที่เปิดกระป๋อง, ผู้เริ่มเกม, ผู้แสดงลำดับแรก

openhanded (โอ' เพินแฮน' ดิด) *adj.* ใจกว้าง, มือเติบ

openhearted (โอ' เพินฮาร์' ทิด) *adj.* ตรงไปตรงมา, เปิดเผย, ใจกว้าง, ใจดี

★**opening** (โอ' พะนิง) *n.* การเปิด, การเปิดเผย, ช่อง, รู, รอยแตก, ช่วงแรก, ตอนแรก, การเริ่มต้น, การเปิดอย่างเป็นทางการ, โอกาส, ตำแหน่งงานว่าง (-S. commencement, hole)

open-minded (โอ' เพินไมน์' ดิด) *adj.* เปิดกว้าง (ทางความคิด), ไม่อคติ

open secret ความลับที่รู้กันทั่วไป

openwork (โอ' เพินเวิร์ค) *n.* ลวดลายที่มีรูหรือช่อง เช่น ลูกไม้ ลายฉลุ

★**opera** (ออพ' เพอระ, ออพ' พระ) *n.* อุปรากร, ละครร้อง, โรงละครโอเปร่า

★**operate** (ออพ' พะเรท) *v.* **-ated, -ating** *-vi.* ทำงาน, กระทำ, ปฏิบัติ, ทำให้เกิดผล, ก่อผล, ปฏิบัติการทางทหาร, ผ่าตัด *-vt.* หมุน, เดิน, ขับ, ใช้, จัดการ **-operable** *adj.* **-operation** *n.* **-operational** *adj.* (-S. employ, work)

operating system โปรแกรมที่ออกแบบมาเพื่อควบคุมฮาร์ดแวร์ของระบบคอมพิวเตอร์

operative (ออพ' เพอระทิฟว์, -พะเร-) *adj.* มีผล, มีอิทธิพล, เป็นผล, ได้ผล, เกี่ยวกับการผ่าตัด *-n.* ช่าง, คนงานที่เชี่ยวชาญ, สายลับ, นักสืบ **-operatively** *adv.* (-S. (adj.) effective)

★**operator** (ออพ' พะเรเทอร์) *n.* คนคุมเครื่อง, ช่าง, พนักงานต่อโทรศัพท์, ผู้ดำเนินกิจการ, สัญลักษณ์ทางคณิตศาสตร์, ผู้ทำการผ่าตัด (-S. laborer, mechanic, tradesman)

ophthalmology (ออฟเธิลมอล' ละจี, ธอล-) *n.* วิชาที่ศึกษาเรื่องรูปร่าง หน้าที่ โรค และการรักษาเกี่ยวกับตา **-opthalmologist** *n.*

opiate (โอ' พีอิท, -เอท) *n.* ยาที่มีส่วนผสมของฝิ่น, ยานอนหลับ, สิ่งที่ก่อให้เกิดอาการมึนชา

opine (โอไพน์) *vt., vi.* **opined, opining** นึกคิด, ออกความเห็น, มีความเห็น (-S. suppose, think)

★**opinion** (อะพิน' เนียน) *n.* ความคิดเห็น, ความเห็น, ความเชื่อ, คำวินิจฉัย (-S. belief, view)

opinionated (อะพิน' เนียเนทิด) *adj.* ซึ่งยึดถือความเห็นของตัวเอง, หัวดื้อ

opium (โอ' เพียม) *n.* ฝิ่น

opossum (อะพอซ' เซิม, พอซ'-) *n., pl.* **-sum/-sums** สัตว์เลี้ยงลูกด้วยนมชนิดหนึ่งอาศัยอยู่บนต้นไม้ มีขนหนา หางยาว และมีถุงหน้าท้องสำหรับเลี้ยงลูกอ่อน

★**opponent** (อะโพ' เนินท์) *n.* ผู้ต่อต้าน, ฝ่ายตรงกันข้าม, ผู้คัดค้าน, คู่แข่งขัน, ปรปักษ์ *-adj.* เป็นปรปักษ์, ไม่ถูกกัน, ตรงกันข้าม **-opponency** *n.* (-S. (n.) adversary, contestant)

opportune (ออพเพอร์ทูน', -ทิวน์') *adj.* เหมาะสม, เหมาะกับเวลา, ถูกเวลา, ได้เวลา **-opportunely** *adv.* (-S. suitable, timely)

opportunist (ออพเพอร์ทู' นิซท์, -ทิว'-) *n.* ผู้ที่ฉวยโอกาสเพื่อความสำเร็จ โดยไม่คำนึงถึงความถูกผิดหรือเหตุผล **-opportunism** *n.*

★**opportunity** (ออพเพอร์ทู' นิที, -ทิว'-) *n., pl.* **-ties** โอกาส, จังหวะ, โอกาสดี, จังหวะเหมาะ (-S. chance, occasion)

★**oppose** (อะโพซ') *v.* **-posed, -posing** *-vt.* ต่อต้าน, คัดค้าน, ขัดแย้ง, เป็นศัตรู, ไม่เห็นด้วย, อยู่ในฝ่ายตรงกันข้าม *-vi.* กระทำตัวเป็นฝ่ายตรงข้าม **-opposer** *n.* (-S. contrast, resist)

★**opposite** (ออพ' พะซิท) *adj.* ตรงกันข้าม, (เคลื่อนที่) สวนกัน, ซึ่งขัดแย้งกัน *-n.* คนที่ตรงกันข้ามกับผู้อื่น, สิ่งที่ตรงกันข้าม, คู่แข่ง, ปรปักษ์, คำที่มีความหมายตรงกันข้าม *-adv.* อยู่ด้านตรงกันข้าม *-prep.* เผชิญหน้า, หันหน้า, ตรงข้ามกับ **-oppositely** *adv.* **-oppositeness** *n.* **-opposition** *n.* (-S. (adj.) contrary)

oppress (อะเพรซ') *vt.* **-pressed, -pressing** ทำให้หนักใจ, กดขี่, บีบบังคับ **-oppression** *n.* **-oppressive** *adj.* **-oppressively** *adv.* **-oppressor** *n.* (-S. depress, enslave, tyrannize)

opprobrious (อะโพร' เบรียซ) *adj.* ที่แสดงการตำหนิ, น่าอับอาย, น่าดูหมิ่น, เป็นที่เกลียดชัง **-opprobriously** *adv.* (-S. abusive, disgraceful)

optic (ออพ' ทิค) *adj.* เกี่ยวกับตาหรือการมอง

เห็น *-n.* ตา

optical (ออพ' ทิเคิล) *adj.* เกี่ยวกับสายตา, ที่ช่วยในการมองเห็น, เกี่ยวกับการมองเห็น **-optically** *adv.* (-S. ocular, visual)

optical fiber เส้นใยแก้วนำแสง

optician (ออพทิช' เชิน) *n.* ช่างประกอบแว่นสายตาหรือเลนส์, ผู้ที่ขายแว่นตา เลนส์ หรืออุปกรณ์ทางสายตา

optic nerve ประสาทตา

optics (ออพ' ทิคซฺ) *n. pl.* การศึกษาเกี่ยวกับแสงและการมองเห็น

optimal (ออพ' ทะเมิล) *adj.* ดีที่สุด, น่าพอใจที่สุด **-optimally** *adv.* (-S. best, highest)

optimism (ออพ' ทะมิเซิม) *n.* การมองโลกในแง่ดี, ความเชื่อว่าโลกใบนี้เป็นโลกที่ดีที่สุด **-optimist** *n.* **-optimistic** *adj.* **-optimistically** *adv.* (-A. pessimism)

optimum (ออพ' ทะเมิม) *n., pl.* **-ma/-mums** จุดที่ดีที่สุด, ระดับที่เหมาะสมที่สุด, จำนวนที่น่าพอใจที่สุด *-adj.* ที่ดีที่สุด, ได้ผลดีที่สุด (-S. maximum, perfect, superlative)

option (ออพ' ชัน) *n.* การเลือก, สิทธิในการเลือก, ทางเลือก, สิทธิเลือกซื้อขาย *-vt.* **-tioned, -tioning** ได้รับสิทธิ (-S. (n.) choice, possibility)

optional (ออพ' ชะเนิล) *adj.* ไม่บังคับ, ให้เลือกได้, มีทางเลือก **-optionally** *adv.* (-S. elective)

optometrist (ออพทอม' มิทริซทฺ) *n.* ผู้เชี่ยวชาญในการวัดสายตาประกอบแว่น

opulent (ออพ' เพียเลินทฺ) *adj.* อุดมสมบูรณ์, ร่ำรวย, มั่งคั่ง, รุ่งเรือง (-S. abundant, rich)

★**or** (ออรฺ, เออรฺ) *conj.* หรือ, หรืออีกนัยหนึ่ง, หรือมิฉะนั้น, หรือว่า

oracle (ออ' ระเคิล) *n.* หมอดู, ผู้หยั่งรู้เหตุการณ์ภายหน้า, คนทรงเจ้า, คำทำนาย (-S. prophet)

oracular (ออแรค' เคียเลอรฺ, โอ-) *adj.* ซึ่งเป็นปริศนา, ศักดิ์สิทธิ์, ลึกลับ, น่าฉงน

oral (ออ' เริล, โอ'-) *adj.* (การสอบ) ปากเปล่า, ด้วยปาก, เกี่ยวกับปาก, เกี่ยวกับคำพูด **-orally** *adv.* (-S. verbal)

★**orange** (ออ' รินจฺ) *n.* ส้ม, สีส้ม *-adj.* (สี) ส้ม

orangeade (ออรินเจด') *n.* น้ำส้มคั้น

orangutan (ออแรง' อะแทน) *n.* ลิงอุรังอุตัง

orangutan

orate (ออเรท', ออ'-) *vi.* **-rated, -rating** กล่าวสุนทรพจน์, พูดกล่าวอย่างเป็นทางการ

oration (ออเร' ชัน) *n.* คำปราศรัย, สุนทรพจน์ **-orator** *n.* **-oratorship** *n.* (-S. speech)

oratory (ออ' ระทอรี, -โท-) *n.* ศิลปะหรือทักษะการพูดในที่ชุมชน, ห้องสวดมนต์เล็กๆ

orb (ออรฺบ) *n.* รูปทรงกลม, วัตถุรูปทรงกลม, ลูกโลก, วงโคจร, วงกลม, โลก, ลูกตา *-v.* **orbed, orbing** *-vt.* เป็นรูปทรงกลม, ล้อมรอบเป็นวง *-vi.* เคลื่อนที่เป็นวง (-S. (n.) globe, sphere)

orbit (ออรฺ บิท) *n.* วงโคจร, วิถีโคจร, วิถีทาง, เบ้าตา, เขตอำนาจ *-v.* **-bited, -biting** *-vt.* โคจรรอบ, ส่ง (ยาน) เข้าสู่วงโคจร *-vi.* เคลื่อนที่อยู่ในวงโคจร **-orbital** *adj.* (-S. (n.) circuit, path)

★**orchard** (ออรฺ เชิรฺด) *n.* สวนผลไม้

★**orchestra** (ออรฺ คิสตระ, -เคชทระ) *n.* วงดนตรีขนาดใหญ่ที่มีเครื่องดนตรีหลายประเภท, เครื่องดนตรีที่ใช้เล่นในวง, บริเวณที่นั่งของนักดนตรีบนเวที, ชั้นแรกของโรงละคร, ที่นั่งแถวหน้าของโรงละคร **-orchestral** *adj.* **-orchestrally** *adv.*

orchid (ออรฺ คิด) *n.* ต้นกล้วยไม้, ดอกกล้วยไม้, สีม่วงแดงอ่อนๆ

ordain (ออรฺเดน') *vt.* **-dained, -daining** แต่งตั้ง, บัญญัติ, กำหนด, บัญชา, บันดาล, ลิขิต, บวช **-ordainment** *n.* (-S. decree)

ordeal (ออรฺดีล') *n.* ประสบการณ์ที่ยากลำบากหรือเจ็บปวด, การทดสอบความอดทนของคน

★**order** (ออรฺ เดอรฺ) *n.* ระเบียบ, ขั้น, ชั้น, ลำดับ, ชนิด, คำสั่ง, ใบสั่งซื้อ (สินค้า), สินค้าที่สั่งซื้อ, รายการอาหารที่สั่ง, คณะสงฆ์, นิกาย, พิธีบวช, องค์กรทางสังคม, สโมสร, ผู้ได้รับเครื่องราชฯ, เสา, ส่วนสัด *-v.* **-dered, -dering** *-vt.* สั่ง, ออกคำสั่ง, สั่งซื้อ, จัดลำดับ, บวชเป็นพระ *-vi.* ออกคำสั่ง, สั่งซื้อ **-in order to** เพื่อว่า **-to order** ตามความต้องการของลูกค้า **-orderer** *n.* (-S. (n.) direction (n., v.) command (v.) require)

orderly (ออรฺ เดอรฺลี) *adj.* เรียบร้อย, เป็นระเบียบ, สงบ *-n., pl.* **-lies** เจ้าหน้าที่ในโรงพยาบาล, เจ้าหน้าที่ทหารข่าวสาร **-orderliness** *n.* (-S. (adj.) neat, peaceful)

ordinal (ออรฺ เดินเนิล) *adj.* เกี่ยวกับตัวเลขที่ใช้แสดงลำดับหรือตำแหน่ง

ordinance (ออรฺ เดินเนินซฺ) *n.* คำสั่ง, กฎ, พระราชบัญญัติ, พิธีทางศาสนา (-S. regulation)

★**ordinary** (ออรฺ เดินเนอรี) *adj.* ปกติ, ธรรมดา, สามัญ, มีคุณภาพต่ำ *-n., pl.* **-naries** ความปกติ, เรื่องธรรมดาสามัญ **-ordinarily** *adv.* **-ordinariness** *n.* (-S. (adj.) common, normal)

ordnance (ออร์ด' เนินซ์) *n.* อาวุธยุทโธปกรณ์และสัมภาระ, ปืนใหญ่, หน่วยสรรพาวุธ

ore (ออร์, โอร์) *n.* สินแร่, แร่

★**organ** (ออร์' เกิน) *n.* ออร์แกน, หีบเพลง, อวัยวะ, องค์การ, ตัวแทน, เครื่องมือ, ปากเสียง **-organist** *n.* (-S. device, medium)

organdy, organdie (ออร์' เกินดี) *n., pl.* **-dies** ผ้าฝ้ายหรือผ้าไหมเนื้อละเอียดบางเบา

organic (ออร์แกน' นิค) *adj.* เกี่ยวกับอวัยวะ, โดยกำเนิด, โดยเนื้อแท้, ที่ประกอบเป็นร่างกาย, เกี่ยวกับสารอินทรีย์ **-organically** *adv.*

organism (ออร์' กะนิเซิม) *n.* สิ่งมีชีวิต, องค์การ, หน่วยงาน **-organismic, organismal** *adj.*

★**organization** (ออร์กะนิเซ' ชัน) *n.* การรวบรวม, องค์การ, คณะ, สมาคม, รูป

★**organize, organise** (ออร์' กะไนซ์) *vt.* **-ized, -izing/-ised, -ising** รวบรวม, จัดตั้ง, สร้าง, ทำให้เป็นระเบียบ, ทำให้เกิดสหภาพแรงงาน, เข้าร่วมเป็นสมาชิกสหภาพแรงงาน **-organizer** *n.* (-S. classify, establish)

orgasm (ออร์' แกเซิม) *n.* จุดสุดยอดของความรู้สึกในกิจกรรมทางเพศ **-orgasmic** *adj.*

orgy (ออร์' จี) *n., pl.* **-gies** งานปาร์ตี้ที่มีการดื่มเหล้าและมีกิจกรรมทางเพศ, พิธีบูชาเทพเจ้าโดยการเต้นรำและดื่มสุรา (-S. binge)

orient (ออ' เรียนท์, โอ'-) *n.* ตะวันออก, ไข่มุกคุณภาพดี, ความมันวาวของไข่มุก *-vt.* **-ented, -enting** หันหน้าไปทางตะวันออก, ปรับตัว *-adj.* แวววาว, ทางตะวันออก **-oriental** *adj., n.*

orientate (ออ' เรียนเทท, โอ'-) *vt., vi.* **-tated, -tating** หันไปทางตะวันออก, หันเห, ปรับตัว, วางตัว, ปรับปรุง, ทำให้สอดคล้อง

orientation (ออเรียนเท' ชัน) *n.* ตำแหน่งของวัตถุ, การวางตัวให้เหมาะสม, การปรับตัว, เป้าหมาย, ทิศทาง, ตำแหน่งของอะตอมในโมเลกุล

orifice (ออ' ระฟิซ) *n.* ช่อง, ปาก, ทางเข้า

★**origin** (ออ' ระจิน) *n.* แหล่งกำเนิด, ต้นตอ, ที่มา, เทือกเถาเหล่ากอ, มูลเหตุ, บ่อเกิด, จุดกำเนิด (-S. basis, beginning, birth, source)

★**original** (อะริจ' จะเนิล) *adj.* แรกสุด, เดิม, ไม่ได้เลียนแบบใคร, เป็นต้นตำรับ, เป็นของแท้, แปลก, ใหม่, ซึ่งให้แนวความคิดใหม่ *-n.* ต้นตำรับ, ของเดิม, ต้นฉบับ, แบบฉบับ, คนที่มีความคิดและการกระทำประหลาด, บ่อเกิด, ต้นตอ **-originally** *adv.* (-S. (adj., n.) first (adj.) novel)

originality (อะริจจะแนล' ลิที) *n., pl.* **-ties** การไม่เอาอย่างใคร, ความแหวกแนว, ความแปลกใหม่, ความคิดริเริ่ม (-S. innovation)

originate (อะริจ' จะเนท) *v.* **-nated, -nating** *-vt.* ก่อกำเนิด, ริเริ่ม, สร้าง *-vi.* เริ่มต้น, กำเนิด, ก่อตั้ง **-origination** *n.* **-originator** *n.*

Orion (โอไร' เอิน) *n.* กลุ่มดาวนายพราน

orison (ออ' ริเซิน, -เซิน) *n.* การสวดมนต์

orlop (ออร์' ลอพ) *n.* ท้องเรือที่ใช้เป็นที่เก็บเชือก

ornament (*n.* ออร์' นะเมินท์, *v.* -เมนท์) *n.* เครื่องประดับ, เครื่องตกแต่ง, เครื่องเชิดชู *-vt.* **-mented, -menting** ประดับ, ตกแต่ง, ทำให้งดงาม **-ornamental** *adj., n.* **-ornamentation** *n.* **-ornamenter** *n.* (-S. (n.) accessory)

ornate (ออร์เนท') *adj.* หรูหรา, วิจิตรพิสดาร, ฉูดฉาด, ฟุ่มเฟือย **-ornately** *adv.*

ornithology (ออร์นะธอล' ละจี) *n.* ปักษีวิทยา **-ornithologically** *adv.* **-ornithologist** *n.*

orphan (ออร์' เฟิน) *n.* เด็กกำพร้า *-vt.* **-phaned, -phaning** ทำให้เป็นกำพร้า *-adj.* กำพร้า

orphanage (ออร์' ฟะนิจ) *n.* สถานเลี้ยงเด็กกำพร้า, ความเป็นเด็กกำพร้า

orthochromatic (ออร์โธโครแมท' ทิค) *adj.* เกี่ยวกับฟิล์มถ่ายรูปที่ไวแสงทุกสียกเว้นสีแดง

orthodontics (ออร์ธะดอน' ทิคซ์) *n. pl.* วิชาทันตกรรมเกี่ยวกับการจัดหรือแต่งฟันให้สวยงาม **-orthodontic** *adj.* **-orthodontist** *n.*

orthodox (ออร์' ธะดอคซ์) *adj.* เป็นธรรมเนียมปฏิบัติ, อย่างปกติชนทั้งหลาย, ซึ่งเป็นที่ยอมรับทั่วๆ ไป, เป็นประเพณี, ตามทางราชการ **-orthodoxy** *n.* (-S. accepted, doctrinal)

orthography (ออร์ธอก' กระฟี) *n., pl.* **-phies** การสะกดคำให้ถูกต้อง, วิธีในการสะกดคำ, การศึกษาเกี่ยวกับการสะกดคำ **-orthographic, orthographical** *adj.* **-orthographer** *n.*

orthopedics, orthopaedics (ออร์ธะพี' ดิคซ์) *n. pl.* วิชาที่ศึกษาเกี่ยวกับการผ่าตัดเพื่อรักษาโรคหรืออาการบาดเจ็บที่เกิดขึ้นกับกระดูกข้อต่อและกล้ามเนื้อต่างๆ **-orthopedic, orthopaedic** *adj.* **-orthopedist, orthopaedist** *n.* **-orthopedically** *adv.*

oscillate (ออซ' ซะเลท) *v.* **-lated, -lating** *-vi.* แกว่งไปมา, ส่าย, สั่นรัว, โอนไปเอนมา, ลังเล, มีความคิดโลเล *-vt.* ทำให้แกว่ง, ทำให้ลังเล **-oscillation** *n.* (-S. hesitate, sway, swing)

oscillator (ออซ' ซะเลเทอร์) *n.* อุปกรณ์กำเนิดคลื่นแม่เหล็กไฟฟ้าหรือไฟฟ้ากระแสสลับ, สิ่งที่สั่นหรือแกว่งไปมา, ผู้มีความคิดโลเล

-osis คำปัจจัย หมายถึง ความ, สภาวะ, โรค,

ความผิดปกติ
osmium (ออซ' เมียม) *n.* ธาตุโลหะหนักชนิดหนึ่ง ใช้ทำไส้หลอดไฟฟ้า มีสัญลักษณ์ Os
osseous (ออซ' เซียซ) *adj.* คล้ายกระดูก
ossify (ออซ' ซะไฟ) *vi.* **-fied, -fying** กลายเป็นกระดูก, แข็งกระด้าง, กล้าแกร่งขึ้น
ostensible (ออสเตน' ซะเบิล) *adj.* โอ้อวด, แสร้งทำ, ที่เห็นภายนอก, ที่แสดงให้คนอื่นเห็น **-ostensibly** *adv.* (**-S.** apparent, professed)
ostentation (ออซเทนเท' ชัน) *n.* การแสดง, การโอ้อวด, การอวด **-ostentatious** *adj.* **-ostentatiously** *adv.* (**-S.** show **-A.** modesty)
osteoporosis (ออซทีโอพะโร' ซิซ) *n., pl.* **-ses** (-ซีซ) โรคกระดูกพรุนและเปราะ
ostler (ออซ' เลอร์) *n.* คนดูแลม้า
ostracize (ออซ' ทระไซซ์) *vt.* **-cized, -cizing** ขับออกจากกลุ่ม, เนรเทศ, ตัดออกจากวงสังคม
ostrich (ออซ' ทริช) *n., pl.* **-trich/-triches** นกกระจอกเทศ
★**other** (อัธ' เธอร์) *adj.* อื่น, อีก, อื่นๆ, ต่างไปกว่า, ตรงกันข้าม, วันเว้นวัน, เมื่อเร็วๆ นี้, (จำนวน) มากกว่านี้, พิเศษ *-n.* คนหรือสิ่งอื่นๆ, คนหรือสิ่งที่แตกต่าง, คนหรือสิ่งที่พิเศษ, สิ่งตรงกันข้าม *-pron.* คนใดคนหนึ่ง, สิ่งใดสิ่งหนึ่ง, คนหรือสิ่งอื่น *-adv.* คนละอย่าง, อีกอย่างหนึ่ง, ในทางอื่น, ตรงกันข้าม **-others** คนหรือสิ่งอื่นๆ ที่เหลืออยู่ **-the other day/night** เมื่อวัน/คืนก่อน **-otherness** *n.* (**-S.** (adj.) additional)
★**otherwise** (อัธ' เธอร์ไวซ) *adv.* คนละอย่าง, ในทางอื่น, อีกอย่างหนึ่ง, มิฉะนั้น, ไม่เช่นนั้น, อีกนัยหนึ่ง *-adj.* แตกต่าง, ตรงกันข้าม, เป็นอย่างอื่น (**-S.** (adv.) differently)
otiose (โอ' ชีโอซ, โอ' ที-) *adj.* เกียจคร้าน, เรื่อยเปื่อย, ไร้ประโยชน์, ไม่ใช้, ไม่ต้องการ **-otiosely** *adv.* **-otiosity** *n.* (**-S.** ineffective)
otitis (โอไท' ทิซ) *n.* หูอักเสบ **-otitic** *adj.*
otter (ออท' เทอร์) *n., pl.* **-ter/-ters** ตัวนาก, ขนของตัวนาก

otter

ottoman (ออท' ทะเมิน) *n., pl.* **-mans** เก้าอี้นวมที่ไม่มีเท้าแขนหรือพนักพิง
★**ought**[1] (ออท) *v. aux.* ควร, ควรจะ, น่าจะ
ought[2] (ออท) *n., adv.* ดู aught
★**ounce** (เอาน์ซ) *n.* หน่วยวัดปริมาตรหรือความจุของของเหลว มีค่าเท่ากับ 1/16 ไพนต์, ออนซ์
★**our** (เอาร์) *adj.* ของเรา, เป็นของเรา
★**ours** (เอาร์ซ) *pron.* ของของเรา, ของเราเอง
ourself (เอาร์เซลฟ', อาร์-) *pron.* เราเอง, พวกเราเอง, ข้าพเจ้าเอง
★**ourselves** (เอาร์เซลฟ์วซ', อาร์-) *pron.* ตัวของเราเอง, พวกเราเอง, สุขภาพของตัวเราเอง
oust (เอาซท์) *vt.* **ousted, ousting** ไล่ออก, ปลดออก, ขับออก **-ouster** *n.* (**-S.** eject, expel)
★**out** (เอาท์) *adv.* ออก, ออกไป, ออกจาก, ข้างนอก, ออกข้างนอก, หมด, หมดสิ้น, หมดกำลัง, สิ้นสุดลง, (ไฟ) ดับลง, พ้นสมัย, ไม่ทำงาน, เสีย, เผยออกมา, ขาด, ขาดทุน, ไม่ได้นึกถึง, (ลูกบอล) ออกนอกสนาม, (ข้อความ) ตกหล่นไป *-adj.* ออกนอกสนาม, หมดสมัย, ภายนอก, นอก, ข้างนอก, ไม่ถูกต้อง, ผิด, ไกลลิบลับ, ออกจากงาน, ขาด, ดับ, หมด, ไม่ทำงาน, ไม่เคยคิด, ไม่มีทาง, ไม่เห็นด้วย, ไม่ลงรอยกัน, ขาดทุน *-prep.* ออกไปจาก, นอกจาก, (ขับ) ไปตาม (ถนน) *-n.* คนที่หมดอำนาจหรืออิทธิพล, วิธีหลบหนีการลงโทษ, สิ่งที่อยู่ข้างนอก, การพิมพ์คำหรือข้อความที่ตกหล่น, คำหรือข้อความที่ตกหล่น *-v.* **outed, outing** *-vi.* เผยออกมา, ปรากฏออกมา *-vt.* ตีออกนอกสนาม *-interj.* ไปให้พ้น!, ออกไป! (**-S.** (adv.) away)
out- คำอุปสรรค หมายถึง เหนือกว่า, ดีกว่า, นอก, ไกล, ออก
out-and-out (เอาท' เอินเอาท') *adj.* โดยสิ้นเชิง, โดยตลอด, เต็มที่, อย่างที่สุด, สมบูรณ์
outbid (เอาท์บิด') *vt.* **-bid, -bidding** ให้ราคาสูงกว่า, ประมูลสูงกว่า
outboard (เอาท' บอร์ด, -โบร์ด) *adj.* นอกตัวเรือ, นอกลำ, นอกเครื่องบิน *-n.* เครื่องยนต์ติดท้ายลำเรือ, เรือที่ใช้เครื่องยนต์ติดท้าย
outbound (เอาท' เบาน์ด) *adj.* ขาออก, ออกนอกเมือง
outbreak (เอาท์ เบรค) *n.* การระเบิด, การปะทุ, การพุของแผล, การระบาด (**-S.** epidemic)
outbuilding (เอาท' บิลดิง) *n.* สิ่งปลูกสร้างที่แยกจากตัวตึก, เรือนหลังนอก, ตึกนอก
outburst (เอาท' เบิร์ซท) *n.* การปลดปล่อย (ความรู้สึก) อย่างฉับพลัน, การเดือดดาล, การระเบิดออก, การพ่นออก (**-S.** eruption)
outcast (เอาท' แคซท) *n.* ผู้ที่ถูกขับออกจากวงสังคม, ผู้ถูกทอดทิ้ง, ผู้ถูกเนรเทศ *-adj.* ถูกขับออก, ถูกทอดทิ้ง, ไม่ยอมรับ (**-S.** (n.) pariah)
outclass (เอาท์แคลซ') *vt.* **-classed, -classing** ขึ้นนำอยู่ชั้นเหนือกว่า, ดีกว่า (**-S.** surpass)
outcome (เอาท' คัม) *n.* ผล, ผลลัพธ์, สิ่ง

A B C D E F G H I J K L M N O P Q R S T U V W X Y Z

ที่จะเกิดขึ้นภายหลัง (-S. aftermath, result)

outcrop (เอาท์' ครอพ) *n.* หินที่โผล่ออกมาพ้นผิวดิน, สิ่งที่ผุดขึ้นมา

outcry (เอาท์' ไคร) *n., pl.* **-cries** เสียงร้องดัง, เสียงร้องโวยวาย, การคัดค้านอย่างรุนแรง

outdated (เอาท์เด' ทิด) *adj.* ล้าสมัย, หมดสมัย (-S. old-fashioned, outmoded)

outdistance (เอาท์ดิซ' เทินซ์) *vt.* **-tanced, -tancing** ขึ้นนำไปไกล, วิ่งได้เร็วกว่า

outdo (เอาท์ดู') *vt.* **-did, -done, -doing** ทำได้ดีกว่า, เล่นได้เก่งกว่า, เอาชนะ (-S. exceed)

★**outdoor** (เอาท์' ดอร์, -โดร์) *adj.* นอกบ้าน, นอกสถานที่, กลางแจ้ง **-outdoors** ภายนอก, กลางแจ้ง, ป่า (-S. open-air, outside)

★**outer** (เอา' เทอร์) *adv.* ภายนอก, ข้างนอก, ชั้นนอก, ไกล, ห่างไกล (-S. external, remote)

outermost (เอา' เทอร์โมซท์) *adj.* ไกลลิบลับ, ห่างจากศูนย์กลางที่สุด, นอกสุด

outface (เอาท์เฟซ') *vt.* **-faced, -facing** มองจ้องจนยอมแพ้, ขัดขืน, ต่อต้าน

outfit (เอาท์' ฟิท) *n.* ชุดเครื่องมือ, ชุดอุปกรณ์, ชุดเสื้อผ้าและเครื่องประดับ, หน่วยทางทหาร, องค์กรธุรกิจ, สมาคม *-vt.* **-fitted, -fitting** ตกแต่งด้วยอุปกรณ์หรือเสื้อผ้าที่จำเป็น **-outfitter** *n.* (-S. (n.) company, equipment)

outflow (เอาท์' โฟล) *n.* การไหลออก, สิ่งที่ไหลออก, ปริมาณที่ไหลออก (-S. discharge, jet)

outgo (เอาท์โก') *vt.* **-went, -gone, -going** ขึ้นนำ, ทำได้ดีกว่า (-S. surpass)

outgoing (เอาท์' โกอิง) *adj.* ออกไป, จากไป, ออกจากการงาน, เป็นกันเอง, เป็นมิตร

outgrow (เอาท์โกร') *vt.* **-grew, -grown, -growing** โตเกินกว่า, ใหญ่โตกว่า, โตพ้น

outgrowth (เอาท์' โกรธ) *n.* ปุ่ม, ปม, กิ่งก้าน, แขนง, การเจริญเติบโต, ผลลัพธ์, ผลที่ได้

outhouse (เอาท์' เฮาซ์) *n.* เรือนหลังเล็ก เช่น เรือนคนใช้ โรงครัว, ห้องส้วม, ตึกนอก

outing (เอา' ทิง) *n.* การไปเที่ยวพักผ่อน, การเดินเล่นนอกบ้าน (-S. excursion, trip)

outlandish (เอาท์แลน' ดิช) *adj.* ต่างชาติ, แปลกประหลาด, พิลึก, บ้านนอก, ห่างไกลความเจริญ **-outlandishly** *adv.* (-S. strange)

outlast (เอาท์แลซท์') *vt.* **-lasted, -lasting** อยู่ได้นานกว่า, ทนกว่า (-S. outlive, survive)

outlaw (เอาท์' ลอ) *n.* คนร้าย, บุคคลนอกกฎหมาย, บุคคลหนีกฎหมาย, ม้าป่าหรือสัตว์ที่เชื่องยาก *-vt.* **-lawed, -lawing** ประกาศว่าผิดกฎหมายหรือเลว, ประณาม, ห้าม

outlay (เอาท์' เล) *n.* การใช้จ่าย, ค่าใช้จ่าย, เงินทุน (-S. cost, expenses)

outlet (เอาท์' เลท, -ลิท) *n.* ทางออก, ช่องเปิด, ทางระบาย, การปลดปล่อย, การแสดงออก, ร้านค้า, ตลาด, เต้ารับปลั๊กไฟแบบฝังผนัง

★**outline** (เอาท์' ไลน์) *n.* เส้นขอบ, เส้นรอบนอก, เค้าโครง, รูปร่าง, ภาพคร่าวๆ, ใจความสั้นๆ, สรุปความ *-vt.* **-lined, -lining** ร่างภาพคร่าวๆ, เขียนเค้าโครง, ย่อ, สรุป (-S. (n.) figure, plan)

outlive (เอาท์ลิฟว์') *vt.* **-lived, -living** อยู่ได้นานกว่า, มีอายุยืนกว่า, ทนได้นานกว่า (-S. outlast, survive)

★**outlook** (เอาท์' ลุค) *n.* ที่ชมวิว, ทิวทัศน์, ภาพ, การสังเกต, ท่าทาง, ความคาดหมาย, คำทำนาย (-S. attitude, prospect, view)

outlying (เอาท์' ไลอิง) *adj.* นอกเมือง, ห่างไกลชุมชน, รอบนอก (-S. distant, remote)

outmoded (เอาท์โม' ดิด) *adj.* ล้าสมัย, พ้นสมัย, หมดสมัย, โบราณ (-S. obsolete)

outmost (เอาท์' โมซท์) *adj.* ห่างไกลลิบลับ

outnumber (เอาท์นัม' เบอร์) *vt.* **-bered, -bering** มีจำนวนมากกว่า (-S. exceed)

out-of-date (เอาท์' เอิฟว์เดท') *adj.* ล้าสมัย

outpatient (เอาท์' เพเชินท์) *n.* ผู้ป่วยนอก

outpost (เอาท์' โพซท์) *n.* ชายแดน, ด่านหน้า, กองทหารชายแดน, ด่านนอก

★**output** (เอาท์' พุท) *n.* ผลผลิต, ปริมาณผลผลิต, การผลิต, พลังงาน (กำลัง งาน) ที่ผลิตได้จากเครื่องจักรหรืออุปกรณ์ไฟฟ้า, ข้อมูลที่ได้จากการประมวลผลในคอมพิวเตอร์ (-S. yield)

outrage (เอาท์' เรจ) *n.* การกระทำที่รุนแรงหรือร้ายกาจ, การทำลาย, การฝ่าฝืน, ความโกรธแค้น *-vt.* **-raged, -raging** ทำให้โกรธแค้น, ทำลาย, ข่มขืนกระทำชำเรา **-outrageous** *adj.* **-outrageously** *adv.* (-S. (n., v.) rape)

outré (อูเทร') *adj.* เกินจริง, ประหลาด, วิตถาร

outreach (เอาท์รีช') *vt.* **-reached, -reaching** ไปไกลกว่า, เก่งกว่า, ขยายออกไป

outride (เอาท์ไรด์') *vt.* **-rode, -ridden, -riding** ขี่ม้าเก่งกว่า, ชนะ, ฝ่า (พายุ) ไปได้

outright (เอาท์' ไรท์') *adv.* โดยสมบูรณ์, โดยไม่มีเงื่อนไข, อย่างตรงไปตรงมา, อย่างเปิดเผย, ทันที, ฉับพลัน *-adj.* สมบูรณ์, ตลอด, ตรงไปตรงมา (-S. (adv.) completely, openly (adj.) total)

outrun (เอาท์รัน') *vt.* **-ran, -run, -running** วิ่งได้เร็วกว่า, เกินไป, หลบหนี (-S. escape)

A B C D E F G H I J K L M N P Q R S T U V W X Y Z

outset (เอาท' เซท) *n.* การเริ่มต้น, จุดแรกเริ่ม
★**outside** (เอาท์ไซด', เอาท์'-) *n.* ด้านนอก, ภายนอก, ส่วนนอก, ข้างนอก, เบื้องหน้า, รูปลักษณ์ภายนอก, ขีดจำกัดสูงสุด *-adj.* ภายนอก, นอก, ด้านนอก, วงนอก, สูงสุด, มากที่สุด *-adv.* ข้างนอก, ด้านนอก, กลางแจ้ง *-prep.* ภายนอก, ข้างนอก, ยกเว้น, นอกจาก (**-S.** (n., adj.) exterior, external (n.) surface)
outsider (เอาท์ไซ' เดอร์) *n.* บุคคลภายนอก, ม้านอกสายตา, ผู้ไม่เกี่ยวข้อง, การแข่งขันที่มีโอกาสชนะน้อย (**-S.** stranger)
outskirts (เอาท' สเกิร์ทซ์) *n. pl.* บริเวณรอบนอก, เขตชนบท, ชานเมือง (**-S** suburbs)
outspoken (เอาท์สโป' เคิน) *adj.* ที่พูดจาเปิดเผย, ซึ่งพูดตรงไปตรงมา, ซึ่งพูดขวานผ่าซาก, ที่พูดออกมาจากใจ (**-S.** explicit, frank)
outspread (*v.* เอาท์สเปรด', *adj.* เอาท์' สเปรด) *vt., vi.* **-spread, -spreading** กระจายออก, ขยายออก, แผ่กว้าง *-adj.* แพร่หลาย, กว้างขวาง, ไพศาล (**-S.** (adj.) wide)
★**outstanding** (เอาท์สแตน' ดิง, เอาท์'-) *adj.* เด่น, สะดุดตา, สำคัญพิเศษ, ผิดธรรมดา, ค้าง, ยังคงอยู่, (หนี้) ที่ยังไม่ได้ชำระ, ยังแก้ไม่ตก **-outstandingly** *adv.* (**-S.** prominent, unpaid)
outstretch (เอาท์สเตรช') *vt.* **-stretched, -stretching** ยืดออก, กางออก, เหยียดออก
outstrip (เอาท์สตริพ') *vt.* **-stripped, -stripping** วิ่งได้เร็วกว่า, ไปได้เร็วกว่า, ขึ้นนำ
outward (เอาท' เวิร์ด) *adj.* ภายนอก, ด้านนอก, ที่เห็นภายนอก, นอกเขต, นอกบริเวณ, ผิวๆ, ตื้น *-adv.* ไปข้างนอก, ออกสู่ภายนอก, ออกจากท่า, เปิดเผย, ชัดเจน *-n.* ข้างนอก, ส่วนนอก, โลกภายนอก **-outwardly** *adv.* **-outwardness** *n.* (**-S.** (adj.) external, obvious)
outwear (เอาท์แวร์') *vt.* **-wore, -worn, -wearing** ทนทานกว่า, ใช้ได้นานกว่า, มีอายุยืนกว่า, โตเร็วกว่า (**-S.** outlast)
outweigh (เอาท์เว') *vt.* **-weighed, -weighing** หนักมากกว่า, มีน้ำหนักกว่า, มีความสำคัญกว่า, มีค่ามากกว่า
outwit (เอาท์วิท') *vt.* **-witted, -witting** ชนะด้วยความฉลาด, คิดได้ดีกว่า, ฉลาดกว่า, หลอกลวง, โกง (**-S.** cheat, deceive)
ova (โอ' วะ) *n.* พหูพจน์ของ ovum
oval (โอ' เวิล) *adj.* คล้ายรูปไข่, เป็นรูปกลมรี *-n.* สิ่งที่มีรูปร่างเป็นรูปไข่ **-ovally** *adv.*
ovary (โอ' วะรี) *n., pl.* **-ries** รังไข่ในสัตว์และพืชตัวเมีย **-ovarian, ovarial** *adj.*
ovation (โอเว' ชัน) *n.* การโห่ร้องแสดงความยินดี, การตบมือต้อนรับเพื่อเป็นเกียรติ, การต้อนรับวีรบุรุษกลับสู่บ้านเกิด **-ovational** *adj.*
★**oven** (อัฟว' เวิน) *n.* เตาอบ
★**over** (โอ' เวอร์) *prep.* เหนือ, อยู่เหนือ, บน, อยู่บน, สูงกว่า, ข้าม, อีกด้านของ, ตลอด, ทั่ว, ระหว่าง, ผ่าน, พ้น, เลย, มากกว่า, เหนือกว่า, ขณะ, เกี่ยวกับ *-adv.* ข้าม, เหนือ, เลย, ท่วม, ตลอด, ทั่ว, ถ้วน, พลิกคว่ำ, หงายขึ้น, อีกครั้ง, ซ้ำๆ, เกิน *-adj.* เกิน, มากกว่า, เหนือกว่า, บนกว่า, พิเศษ, ภายนอก, เหลืออยู่, สิ้นสุด, อดีต *-n.* สิ่งที่เพิ่มเข้าไป, จำนวนพิเศษ, จำนวนที่เกิน *-vt.* **overed, overing** กระโดดข้าม **-over and over again** หลายครั้งหลายหน
over- คำอุปสรรค หมายถึง เหนือ, ข้าม, คลุม, ทั่ว, ล้น, พ้น, เกิน, โพ้น
overabundance (โอเวอร์อะบัน' เดินซ์) *n.* ความอุดมสมบูรณ์, ความเหลือเฟือ
overact (โอเวอร์แอคท์') *v.* **-acted, -acting** *-vt.* แสดงท่ามากเกินไป *-vi.* แสดงเกินความจริง
overall (โอ' เวอร์ออล) *adj.* ทั้งหมด, รวมทุกอย่าง, โดยทั่วไป (**-S.** general, total)
overalls (โอ' เวอร์ออลซ์) *n. pl.* เสื้อคลุมกันเปื้อน, ชุดกางเกงเอี๊ยม
overawe (โอเวอร์ออ') *vt.* **-awed, -awing** ชนะด้วยการขู่หรือทำให้กลัว
overbalance (โอเวอร์แบล' เลินซ์) *v.* **-anced, -ancing** *-vt.* มีความสำคัญมากกว่า, มีน้ำหนักกว่า *-vi.* ทำให้เอียง, เสียสมดุล
overbearing (โอเวอร์แบ' ริง) *adj.* หยิ่งยโส, จองหอง, ยกตนข่มท่าน, ชอบกดขี่
overboard (โอ' เวอร์บอร์ด, -โบร์ด) *adv.* นอกเรือ, พ้นเรือ, ลงทะเล, ลงน้ำ
overburden (โอเวอร์เบอร์' เดิน) *vt.* **-dened, -dening** บรรทุกน้ำหนักมากเกินไป, แบกภาระมากเกินไป *-n.* สิ่งที่หนักเกินไป
overcast (โอ' เวอร์แคซท์, -แคซท์') *adj.* มีเมฆมาก, มืดครึ้ม, มืดมน *-n.* การปกคลุมไปด้วยเมฆ (**-S.** (adj.) cloudy **-A.** (adj.) clear)
overcharge (*v.* โอเวอร์ชาร์จ', *n.* โอ' เวอร์ชาร์จ) *vt., vi.* **-charged, -charging** คิดราคาแพงเกินควร, บรรทุกเกินควร, พูดเกินความเป็นจริง *-n.* ราคาหรือค่าธรรมเนียมที่แพงเกินสมควร, สัมภาระที่หนักเกิน
overcloud (โอเวอร์เคลาด์') *vt., vi.* **-clouded, -clouding** ทำให้มืดครึ้ม, ปกคลุมไปด้วยเมฆ

A B C D E F G H I J K L M N O P Q R S T U V W X Y Z

overcoat (โอ' เวอร์โคท) *n.* เสื้อคลุมกันหนาวตัวยาวพ้นหัวเข่า
overcome (โอเวอร์คัม') *v.* **-came, -come, -coming** *-vt.* ผ่านพ้น (ปัญหา), เอาชนะ, ครอบงำ, มีกำลังเหนือ *-vi.* ชนะ, ได้ชัยชนะ
overconfident (โอเวอร์คอน' ฟิเดินท์) *adj.* เชื่อมั่นในตัวเองมากเกินไป **-overconfidence** *n.* **-overconfidently** *adv.*
overcrowd (โอเวอร์เคราด์') *vt.* **-crowded, -crowding** ทำให้แน่นเกินไป, บรรจุแน่นเกินไป
overdo (โอเวอร์ดู') *v.* **-did, -done, -doing** *-vt.* ทำมากเกินไป, ใช้นานเกินไป, ทำให้เหนื่อยเกินไป, อบอาหารนานเกินไป *-vi.* ทำมากเกินไป, ทำให้เหนื่อย **-overdoer** *n.*
overdose (*n.* โอ' เวอร์โดซ, *v.* โอเวอร์โดซ') *n.* ยาเกินขนาด *-vi.* **-dosed, -dosing** ให้ยาเกินขนาดหรือมากเกินไป
overdraw (โอเวอร์ดรอ') *vt.* **-drew, -drawn, -drawing** ถอนเงินเกินบัญชี, พูดเกินจริง **-overdraft, overdraught** *n.*
overdue (โอเวอร์ดู', -ดิว') *adj.* พ้นกำหนด, เลยเวลา, ช้ากว่ากำหนด (**-S.** delayed, late)
overestimate (โอเวอร์เอซ' ทะเมท) *vt.* **-mated, -mating** ตีราคาสูงเกินไป
overflow (*v.* โอเวอร์โฟล', *n.* โอ' เวอร์โฟล) *v.* **-flowed, -flowing** *-vi.* ไหลท่วม, ไหลล้น *-vt.* เอ่อล้น, ท่วม, ล้นหลาม *-n.* การเอ่อล้น, การท่วม, จำนวนที่ล้นเหลือ, สิ่งที่เอ่อล้น (**-S.** (v.) deludge, spill (v., n.) flood)
overgrow (โอเวอร์โกร', โอ'-) *v.* **-grew, -grown, -growing** *-vt.* ขึ้นปกคลุมล้นหลาม *-vi.* เจริญเติบโตมากเกินไป **-overgrowth** *n.*
overhand, overhanded (โอ' เวอร์แฮนด์, โอเวอร์แฮน' ดิด) *adj.* ลงมาจากข้างบน, ฟาดลงมา *-adv.* ฟาดลงมาแบบการเสิร์ฟลูกเทนนิส
overhang (โอเวอร์แฮง') *v.* **-hung, -hanging** *-vt.* โผล่ออกมา, ยื่นออกมา, คุกคาม, ขู่เข็ญ *-vi.* ยื่นออกมา, แขวนอยู่เหนือ (**-S.** jut, project)
overhaul (โอเวอร์ฮอล', โอ'-) *vt.* **-hauled, -hauling** ยกเครื่อง (รถยนต์), ซ่อมแซม, ปรับปรุงใหม่, ชำระ, ไล่ทัน, ตามทัน *-n.* การตรวจซ่อมบำรุง (**-S.** (v.) inspect, mend)
overhead (*n., adj.* โอ' เวอร์เฮด, *adv.* โอเวอร์เฮด') *adj.* เหนือศีรษะ, อยู่บนศีรษะ, อยู่ข้างบน *-n.* ค่าใช้จ่ายประจำ เช่น ค่าเช่า ค่าน้ำ-ไฟ *-adv.* เบื้องบน, เหนือศีรษะ
overhear (โอเวอร์เฮียร์') *vt.* **-heard** (-เฮิร์ด'), **-hearing** ได้ยินโดยบังเอิญ, แอบได้ยิน
overheat (โอเวอร์ฮีท') *vt., vi.* **-heated, -heating** ทำให้ร้อนเกินไป, ร้อนเกินไป
overjoyed (โอเวอร์จอยด์') *adj.* ดีใจมากๆ
overland (โอ' เวอร์แลนด์, -เลินด์) *adv., adj.* โดยทางบก, ผ่านทางบก
overlap (*v.* โอเวอร์แลพ', *n.* โอ' เวอร์แลพ) *vt., vi.* **-lapped, -lapping** เกย, วางทับ, ซ้อน, คาบเกี่ยวกัน, เหลื่อมกัน *-n.* การเหลื่อมกัน
overlay (โอเวอร์เล') *vt.* **-laid, -laying** คลุม, หุ้ม, วางทับ, ติดกระดาษรองหน้า, เคลือบ
overleaf (โอ' เวอร์ลีฟ) *adj., adv.* อีกด้านหนึ่งของหน้าหนังสือ
overlie (โอเวอร์ไล') *vt.* **-lay, -lain, -lying** นอนทับ, วางทับ, ทับจนหายใจไม่ออก
overload (*v.* โอเวอร์โลด', *n.* โอ' เวอร์โลด) *vt.* **-loaded, -loading** บรรทุกมากหรือหนักเกินไป *-n.* น้ำหนักบรรทุกที่มากเกิน
overlook (*v.* โอเวอร์ลุค', *n.* โอ' เวอร์ลุค) *vt.* **-looked, -looking** มองลงไป, มองข้าม, จัดให้เห็นทิวทัศน์, ละเลย, ดูแล, ตรวจตรา *-n.* บริเวณที่สูงที่เห็นทิวทัศน์ได้รอบ (**-S.** (v.) neglect)
overlord (โอ' เวอร์ลอร์ด) *n.* เจ้าเหนือหัว, เจ้านาย, ผู้มีอำนาจมาก **-overlordship** *n.*
overly (โอ' เวอร์ลี) *adv.* เกินควร, มากเกินไป
overmuch (โอเวอร์มัช') *adj., adv.* มากเกินไป *-n.* ปริมาณที่มากเกินไป
overnight (โอ' เวอร์ไนท์) *adj.* ตอนกลางคืน, เมื่อคืนนี้, ตลอดคืน, ค้างคืน, รวดเร็ว *-adv.* ตลอดคืน, ข้ามคืน, ทันทีทันใด, อย่างรวดเร็ว
overpass (*n.* โอ' เวอร์แพซ, *v.* โอเวอร์แพซ') *n.* สะพานลอย, ทางด่วน, ทางข้าม *-vt.* **-passed/-past, -passing** ข้ามไป, ผ่านไป, เอาชนะ, มองข้าม, ขึ้นนำ, ละเลย (**-S.** (n.) bridge)
overpay (โอเวอร์เพ') *vt., vi.* **-paid, -paying** จ่ายมากเกินไป, ให้ค่าจ้างมากเกินไป
overpopulate (โอเวอร์พอพ' เพียเลท) *vt.* **-lated, -lating** มีประชากรมากเกินไป
overpower (โอเวอร์เพา' เออร์) *vt.* **-ered, -ering** เอาชนะ, ปราบ, มีกำลังเหนือ, ทำให้หมดกำลัง, ใช้กำลังข่ม **-overpowering** *adj.*
overqualified (โอเวอร์ควอล' ละไฟด์) *adj.* มีประสบการณ์หรือการศึกษาสูงกว่าที่ต้องการ
overrate (โอเวอร์เรท') *vt.* **-rated, -rating** ตีราคาหรือประเมินค่าสูงเกินไป
overreach (โอเวอร์รีช') *vt.* **-reached, -reaching** ยื่นเลยไป, ไปไกลเกิน, ทำเกินกำลัง, เอา

A B C D E F G H I J K L M N O P Q R S T U V W X Y Z

ชนะด้วยไหวพริบหรือการโกง

override (โอเวอร์ไรด์') *vt.* **-rode, -ridden, -riding** ขี่ม้าข้าม, คร่อม, ผ่านข้าม, เอาชนะ, ข่ม, ทำให้เป็นโมฆะ, ซ้อนทับกัน

overrule (โอเวอร์รูล') *vt.* **-ruled, -ruling** ไม่ยอมตาม, ลบล้าง, ปฏิเสธ, ส่งกลับ, ปกครอง, ใช้อำนาจบังคับ, ชักจูง (**-S.** annul, cancel)

overrun (โอเวอร์รัน') *v.* **-ran, -run, -running** *-vt.* ย่ำยี, บุกรุก, วิ่งเลย, ไปเร็วกว่า, ไหลท่วม, ล้น *-vi.* ไหลท่วม, ล้น, วิ่งเลย *-n.* เงินที่เกินงบที่ตั้งไว้, การไหลท่วม, การย่ำยี

★**overseas** (โอเวอร์ซีซ', โอ'-) *adv.* โพ้นทะเล, ข้ามทะเล, ต่างประเทศ *-adj.* ที่ตั้งอยู่ในต่างประเทศ (**-S.** (adv.) abroad (adj.) foreign)

oversee (โอเวอร์ซี') *vt.* **-saw, -seen, -seeing** ดูแล, ตรวจตรา, อำนวยการ, สำรวจ, ตรวจสอบ **-overseer** *n.* (**-S.** supervise, watch)

overshadow (โอเวอร์แชด' โด) *vt.* **-owed, -owing** บัง, ทำให้ด้อยลง, ทำให้มืดครึ้ม, ทำให้สำคัญน้อยลง (**-S.** dominate, obscure)

overshoe (โอ' เวอร์ชู) *n.* รองเท้ายางสำหรับสวมหุ้มรองเท้าธรรมดาเพื่อกันน้ำหรือหิมะ

overshoot (โอเวอร์ชูท') *vt.* **-shot, -shooting** ยิงข้าม, ยิงเลย, บินเลย, ไปไกลเกิน, เลย

oversight (โอ' เวอร์ไซท์) *n.* ความพลั้งเผลอ, ความผิดพลาดโดยไม่ได้เจตนา, การดูแล, การอำนวยการ (**-S.** error, supervision)

oversize (โอ' เวอร์ไซซ์) *adj.* ใหญ่กว่าปกติ, ใหญ่เกินไป *-n.* ขนาดที่ใหญ่กว่าขนาดปกติ

oversleep (โอเวอร์สลีพ') *vi.* **-slept, -sleeping** นอนหลับนานกว่าที่กะไว้, นอนเลยเวลา

overspread (โอเวอร์สเปรด') *vt.* **-spread, -spreading** แพร่กระจาย, ขึ้นปกคลุมไปทั่ว

overstate (โอเวอร์สเตท') *vt.* **-stated, -stating** พูดเกินความจริง, พูดมากไป

overstay (โอเวอร์สเต') *vt.* **-stayed, -staying** อยู่เลยเวลาที่กำหนดไว้, อยู่นานเกินไป

overstep (โอเวอร์สเตพ') *vt.* **-stepped, -stepping** ก้าวเลย (ขอบเขต), ละเมิด (**-S.** exceed)

overstrung (โอเวอร์สตรัง') *adj.* ตึงเครียด

overt (โอเวิร์ท', โอ'-) *adj.* โดยเปิดเผย, ไม่ปิดบัง, ซึ่งเห็นได้ชัด, ชัดเจน **-overtly** *adv.*

★**overtake** (โอเวอร์เทค') *vt.* **-took, -taken, -taking** ไล่ทัน, แซงผ่านไป, เกิดขึ้นอย่างฉับพลัน, บังเกิดขึ้น (**-S.** catch up, pass)

overtax (โอเวอร์แทคซ์') *vt.* **-taxed, -taxing** เรียกเก็บภาษีแพงเกินไป, ใช้เกินกำลังไป

overthrow (*v.* โอเวอร์โธร', *n.* โอ' เวอร์โธร) *vt.* **-threw, -thrown, -throwing** คว่ำ, ล้ม, ล้มล้าง, ขว้างลูกเลยไป *-n.* การโค่นล้ม

overtime (โอ' เวอร์ไทม์) *n.* เวลาที่เลยจากเวลาทำงานปกติ, เงินพิเศษจากการทำงานล่วงเวลา *-adv., adj.* ล่วงเวลา, นอกเวลา

overtone (โอ' เวอร์โทน) *n.* เสียงคู่แปดในทางดนตรี, เสียงสอดแทรก, ความนัย (**-S.** hint)

overture (โอ' เวอร์ชัวร์) *n.* เพลงโหมโรง, เพลงเปิดตัว, การทาบทาม, การยื่นข้อเสนอ, บทนำ, ส่วนเริ่มต้น *-vt.* **-tured, -turing** ยื่นข้อเสนอ, โหมโรง (**-S.** (n., v.) offer (n.) proposal)

overturn (*v.* โอเวอร์เทิร์น', *n.* โอ' เวอร์เทิร์น) *vt., vi.* **-turned, -turning** คว่ำ, ล่ม, โค่นล้ม, ล้มล้าง, ทำลาย *-n.* การคว่ำ, การโค่นล้ม

overweening (โอเวอร์วีน' นิง) *adj.* หยิ่งยโส, จองหอง, อวดดี, เลยเถิด, เหลือล้น

overweight (*adj.* โอเวอร์เวท', *n.* โอ' เวอร์เวท) *adj.* หนักกว่าปกติ *-n.* น้ำหนักเกินพิกัด

overwhelm (โอเวอร์เวลม์', -ฮเวลม์') *vt.* **-whelmed, -whelming** กลืน, ท่วม, มีชัย, ชนะ, ครอบงำ, เต็มตื้น, คว่ำ, ล้มล้าง (**-S.** engulf)

overwork (*v.* โอเวอร์เวิร์ค', *n.* โอ' เวอร์เวิร์ค) *vt., vi.* **-worked, -working** ใช้งานหนักเกินไป, ทำงานมากไป *-n.* งานเกินกำลัง

overwrought (โอเวอร์รอท') *adj.* กระวนกระวาย, ตื่นเต้น, พิถีพิถันเกินไป, เพลีย, เหนื่อย

oviparous (โอวิพ' เพอเริซ) *adj.* (สัตว์) ที่ออกไข่อย่างไก่ **-oviparity, oviparousness** *n.*

ovoid, ovoidal (โอ' วอยด์, โอวอยด์' เดิล) *adj.* เป็นรูปไข่ *-n.* สิ่งที่มีรูปร่างเป็นรูปไข่

ovum (โอ' เวิม) *n., pl.* **ova** ไข่, เซลล์สืบพันธุ์เพศเมีย

★**owe** (โอ) *v.* **owed, owing** *-vt.* เป็นหนี้, ติดเงิน, ค้างอยู่, เป็นหนี้บุญคุณ, ต้องให้ (ความช่วยเหลือ) *-vi.* เป็นหนี้ **-owing to** เนื่องจาก

owl (เอาล์) *n.* นกฮูก, นกเค้าแมว **-owllike** *adj.* **-owlish** *adj.*

owl

owlet (เอา' ลิท) *n.* ลูกนกเค้าแมว

★**own** (โอน) *adj.* ด้วยตัวเอง, ของตัวเอง *-n.* สิ่งที่เป็นของตัวเอง *-v.* **owned, owning** *-vt.* มี, เป็นเจ้าของ, ยอมรับ, รับว่า *-vi.* ยอมรับ, สารภาพ **-on (one's) own** ด้วยตัวของตัวเอง **-owner** *n.* **-ownerless** *adj.* (**-S.** (v.) admit)

ownership (โอ' เนอร์ชิพ) *n.* ความเป็นเจ้าของ,

กรรมสิทธิ์ (-S. proprietorship)
ox (ออคซ์) *n., pl.* **oxen** วัวตัวผู้ที่ตอนแล้ว
oxide (ออค' ไซด์) *n.* สารประกอบของออกซิเจนกับธาตุอื่น
oxidize (ออค' ซิไดซ์) *v.* **-dized, -dizing** *-vt.* รวมกับออกซิเจน,ทำให้เป็นสารประกอบออกไซด์, เคลือบด้วยออกไซด์ *-vi.* กลายเป็นออกไซด์ **-oxidizable** *adj.* **-oxidization** *n.*
★**oxygen** (ออค' ซิเจิน) *n.* ธาตุออกซิเจน มีสัญลักษณ์ O **-oxygenic, oxygenous** *adj.*
oxymoron (ออคซีมอ' รอน) *n., pl.* **-ra/-rons** รูปของภาษาหรือวลีที่ใช้ถ้อยคำขัดกันมารวมกัน
oyster (ออย' สเตอร์) *n.* หอยนางรม, หอยมุก
oz, oz. ย่อจาก ounce ออนซ์
ozone (โอ' โซน) *n.* ก๊าซโอโซน เป็นออกซิเจนชนิดหนึ่งที่มีสามอะตอมต่อหนึ่งโมเลกุล มีสีฟ้าอ่อนและมีกลิ่นคล้ายคลอรีน
ozone layer ชั้นบรรยากาศโอโซน เป็นชั้นบรรยากาศที่ทำหน้าที่ดูดกลืนรังสีอัลตราไวโอเลตจากดวงอาทิตย์ที่แผ่มายังโลก

P

P, p (พี) *n., pl.* **P's, p's/Ps, ps** อักษรตัวที่ 16 ในภาษาอังกฤษ, อันดับสิบหก
p. ย่อจาก page หน้า, pint ไพนต์, population ประชากร, power กำลัง, pressure ความดัน
★**pa** (พา) *n.* (ภาษาพูด) พ่อ
★**pace** (เพซ) *n.* ฝีเท้า, ก้าว, ระยะฝีเท้า, อัตราเร็วในการเดินหรือวิ่ง, ความเร็วในการทำกิจกรรม, ท่าทางในการเดินหรือวิ่ง, การวิ่งควบของม้า *-v.* **paced, pacing** *-vt.* เดินกลับไปกลับมา, วัดระยะโดยนับก้าว, ฝึกฝีเท้า *-vi.* เดินก้าวยาวๆ, (ม้า) ควบ (-S. (n.) gait, speed)
pacemaker (เพซ' เมเคอร์) *n.* ม้านำ, ผู้นำ, ผู้เป็นตัวอย่าง, ครูฝึกหัดวิ่ง, อุปกรณ์ทางการแพทย์ที่ฝังอยู่ใต้ผิวหนังเพื่อรักษาระดับการเต้นของหัวใจ **-pacemaking** *n., adj.*
pachyderm (แพค' คิเดิร์ม) *n.* สัตว์ขนาดใหญ่ที่มีผิวหนังหนาจำพวก ช้าง แรด ฮิปโปโปเตมัส, คนหน้าด้าน, คนที่ไม่รู้สึกรู้สม
pacific, pacifical (พะซิฟ' ฟิค, -ฟิเคิล) *adj.* รักสงบ, เพื่อสันติ, เงียบสงบ, ราบรื่น, เยือกเย็น
pacifier (แพซ' ซะไฟเออร์) *n.* คนปลอบขวัญ, สิ่งที่ทำให้สงบ, หัวนมยางสำหรับเด็กดูดเล่น
pacifism (แพซ' ซะฟิเซิม) *n.* การรักษาสันติภาพหรือความสงบ **-pacifist** *n., adj.*
pacify (แพซ' ซะไฟ) *vt.* **-fied, -fying** ทำให้สงบ, ปลอบ, สร้างความสงบ, รักษาความสงบ **-pacification** *n.* (-S. calm, soothe)
★**pack** (แพค) *n.* ห่อของ, หีบห่อ, ตลับ, กล่องเล็กๆ, ฝูงสัตว์, กลุ่มคน, สำรับ (ไพ่), จำนวนมาก, กระเป๋าสะพายหลัง, เครื่องหลังของทหาร, ที่บรรจุสิ่งของ, กล่องฟิล์ม, แพน้ำแข็ง, การรักษาบาดแผลหรือโรคโดยใช้ผ้าพันเอาไว้, ผ้าพันแผล *-v.* **packed, packing** *-vt.* ห่อ, พับ, มัด, รวบ, บรรจุ, อัด, อัดแน่น, ยัดเยียด, รวมเป็นกลุ่ม, รวมอยู่ใน, รัดแน่น, พัน (แผล), บรรทุกสินค้า, ส่งไป *-vi.* เก็บของลงกระเป๋า, ทำเป็นหีบห่อ, อัดแน่น, ทำให้แน่น *-adj.* ซึ่งใช้ในการมัดหรือห่อ, ที่อยู่ในรูปหีบห่อ **-packability** *n.* **-packable** *adj.* (-S. (n., v.) bundle)
★**package** (แพค' คิจ) *n.* ห่อของ, กล่องของ, หีบห่อ, ภาชนะบรรจุ, การรวมของหลายๆ อย่างไว้ด้วยกันแล้วขายเหมาเป็นห่อเดียว *-vt.* **-aged, -aging** ทำเป็นห่อ, บรรจุหีบห่อ, รวมกัน, รวมกลุ่ม **-packager** *n.* (-S. (n., v.) bundle)
package tour การนำเที่ยวแบบเหมา โดยคิดรวมค่าอาหาร ที่พัก และพาหนะรับส่ง
pack animal สัตว์ที่ใช้บรรทุกสินค้าหรือสัมภาระ เช่น ล่อ ม้า ลา
packer (แพค' เคอร์) *n.* ผู้บรรจุหีบห่อ, เครื่องบรรจุ, ผู้บรรจุ (ผลิตภัณฑ์) กระป๋อง
packet (แพค' คิท) *n.* ห่อเล็กๆ, มัดเล็กๆ, เรือบรรทุกผู้โดยสาร สินค้า และไปรษณียภัณฑ์, เงินจำนวนมาก (-S. parcel)
pack ice แพน้ำแข็งในทะเล
packing (แพค' คิง) *n.* การบรรจุ, กรรมวิธีในการบรรจุ, วงแหวนกันรั่วหรือซึม
packman (แพค' เมิน, -แมน) *n., pl.* **-men** พ่อค้าเร่, พ่อค้าย่อย (-S. peddler)
pact (แพคท์) *n.* สัญญา, สนธิสัญญา
★**pad** (แพด) *n.* เบาะ, นวม, เครื่องรองให้นุ่ม,

กระดาษที่ซ้อนกันเป็นปึกๆ สำหรับจดข้อความ, ใบบัว,เนื้อส่วนที่นิ่มของเท้าสัตว์,แท่นปล่อยจรวด, สมุดฉีก, ผ้าก๊อซที่พับซ้อนกัน *-vt.* **padded, padding** บุนวม, รองด้วยเบาะ, เพิ่มค่าใช้จ่ายที่ไม่เป็นจริง, ต่อเติมด้วยสิ่งที่ไม่จำเป็น (-S. (n.) notebook (n., v.) wad (v.) line)

padding (แพด' ดิง) *n.* วัสดุที่ใช้บุรอง เช่น ฝ้าย สำลี, เครื่องรอง, ถ้อยคำที่ใส่เข้าไปในคำพูดเพื่อให้ยืดยาวขึ้น (-S. stuffing)

paddle¹ (แพด' เดิล) *n.* ไม้พาย, ไม้พายทำขนม, ใบพัด, ไม้ตีเสื้อเวลาซัก, ไม้ปิงปอง, ครีบปลาวาฬหรือปลาโลมา, การพาย *-v.* **-dled, -dling** *-vi.* พาย (เรือ), ว่ายโดยใช้มือและเท้าตะกุยน้ำ *-vt.* พายเรือ, ตีด้วยไม้ปิงปอง, กวน (ขนม) ด้วยไม้พาย **-paddler** *n.* (-S. (n., v.) oar)

paddle² (แพด' เดิล) *vi.* **-dled, -dling** แกว่งมือหรือเท้าในน้ำ, เดินเตาะแตะ (-S. toddle)

paddle wheel ใบพัด, ใบจักรเรือ

paddock (แพด' เดิค) *n.* ทุ่งหญ้าล้อมรั้วข้างคอกม้าสำหรับให้ม้าเล็มหญ้าและออกกำลัง, คอกที่สนามม้าสำหรับรวมม้าก่อนแข่ง (-S. enclosure, field)

paddy (แพด' ดี) *n., pl.* **-dies** นาข้าว

padlock (แพด' ลอค) *n.* กุญแจชนิดคล้องสายยู *-vt.* **-locked, -locking** ล็อกด้วยกุญแจดังกล่าว, ลั่นกุญแจปิด (-S. (n.) fastening (v.) fasten)

padre (พา' เดร, -ดรี) *n., pl.* **-dres** หลวงพ่อ, บาทหลวง (-S. cardinal, clergyman)

paean, pean (พี' เอิน) *n.* เพลงสรรเสริญพระเจ้า, เพลงสดุดี, เพลงถวายพระพร

pagan (เพ' เกิน) *n.* พวกนอกรีตที่ไม่ใช่คริสเตียนมุสลิมหรือยิว,พวกนอกศาสนาหรือไม่นับถือพระ *-adj.* นอกศาสนา, ป่าเถื่อน, นอกรีต (-S. (n., adj.) savage (n.) heathen)

★**page¹** (เพจ) *n.* หน้าหนังสือ, งานเขียนหรืองานพิมพ์ในหน้าหนังสือ, เหตุการณ์ที่น่าจดจำ, หน้าพิเศษของสิ่งตีพิมพ์ *-v.* **paged, paging** *-vt.* ใส่เลขหน้า, เข้าหน้า *-vi.* พลิกหน้า

page² (เพจ) *n.* เด็กรับใช้สำหรับเดินหนังสือหรือนำทางในโรงแรม, เด็กหนุ่มที่ได้รับการฝึกให้เป็นอัศวิน, เด็กที่ถือชายกระโปรงเจ้าสาว *-vt.* **paged, paging** เรียกตัว, เรียกชื่อ รับใช้

pageant (แพจ' เจินท์) *n.* การแห่แหน, การเฉลิมฉลอง, การแสดงอันหรูหรา

pageantry (แพจ' เจินทรี) *n., pl.* **-ries** การแสดงอันหรูหราหรือยิ่งใหญ่, พิธีอันเอิกเกริก

pager (เพ' เจอร์) *n.* วิทยุติดตามตัว (-S. beeper)

pagoda (พะโก' ดะ) *n.* เจดีย์, พระปรางค์, สถูป, สิ่งก่อสร้างที่เลียนแบบเจดีย์

pagoda

paid (เพด) *v.* กริยาช่อง 2 และ 3 ของ pay

★**pail** (เพล) *n.* ถังที่มีหูหิ้ว, ปริมาณหนึ่งถัง **-pailful** *n.*

★**pain** (เพน) *n.* ความเจ็บปวด, ความทุกข์ทรมาน, ความปวดร้าว, ความลำบาก *-vt.* **pained, paining** ทำอันตราย, ทำให้เจ็บปวด, ทำให้เป็นทุกข์, ทำให้ปวดร้าว, ทำให้เสียใจ **-pains** ความพยายาม, ความเจ็บท้องจะคลอดลูก (-S. (n., v.) ache, hurt)

★**painful** (เพน' เฟิล) *adj.* เต็มไปด้วยความเจ็บปวด, เป็นทุกข์, ยากลำบาก, น่าเบื่อ, ระมัดระวัง **-painfully** *adv.* (-S. achy, hard)

★**painless** (เพน' ลิซ) *adj.* ไม่เจ็บปวด, ไม่มีความลำบาก **-painlessly** *adv.* (-S. comfortable)

painstaking (เพนซ' เทคิง) *adj.* ระมัดระวัง, อุตสาหะ, พยายามอย่างยิ่ง **-painstakingly** *adv.* (-S. careful, diligent)

★**paint** (เพนท์) *n.* สี, สีทา, เครื่องสำอางแต่งหน้า, ม้าลาย *-v.* **painted, painting** *-vt.* ทาสี, แต้มสี, ระบายสี, เขียนรูป, บรรยายอย่างแจ่มแจ้งในคำพูด, ป้ายยา *-vi.* ทาทับด้วยสี, วาดภาพสี, แต่งแต้มด้วยเครื่องสำอาง **-paintability** *n.* **-paintable** *adj.* (-S. (n., v.) colour)

paintbrush (เพนท์' บรัช) *n.* แปรงทาสี

★**painter** (เพน' เทอร์) *n.* จิตรกร, ช่างทาสี

★**painting** (เพน' ทิง) *n.* การวาดภาพ, การระบายสี, ภาพวาด (-S. picture, portrait)

★**pair** (แพร์) *n., pl.* **pair/pairs** คู่, คู่สมรส, คู่หมั้น, คู่ผสมพันธุ์, คนหรือสัตว์คู่หนึ่ง, ชุด, สิ่งที่เป็นคู่ *-v.* **paired, pairing** *-vt.* จับคู่, เข้าคู่, จัดหาคู่ให้ *-vi.* เข้าชุด, เป็นคู่, เข้าคู่, จับคู่, แต่งงาน (-S. (n., v.) couple, match, mate)

★**pajamas** (พะจา' เมิซ, -แจม'-) *n. pl.* เสื้อกางเกงนอน **-pajama** *adj.*

pal (แพล) *n.* (ภาษาพูด) สหาย เพื่อนสนิท *-vi.* **palled, palling** มาเป็นเพื่อน, คบกัน

★**palace** (แพล' ลิซ) *n.* พระราชวัง, ตำหนัก, พระที่นั่ง, ทำเนียบ, ที่อยู่อาศัยอันหรูหรา

palanquin, palankeen (แพลเลินคีน') *n.* เกี้ยว, แคร่, เสลี่ยง, คานหาม (-S. litter)

palatable (แพล' ละทะเบิล) *adj.* ถูกปาก, น่ากิน, อร่อย, เป็นที่ยอมรับ, เป็นที่พอใจ **-palatability** *n.* **-palatably** *adv.* (-S. agreeable)

A B C D E F G H I J K L M N O P Q R S T U V W X Y Z

palate (แพล' ลิท) *n.* เพดานปาก, ความรู้สึกรับรส

palatial (พะเล' เชิล) *adj.* เหมือนพระราชวัง, หรูหรา, ใหญ่โต **-palatially** *adv.* (**-S.** grand)

palatine (แพล' ละไทน์, -ทิน) *adj.* ซึ่งมีอำนาจเท่าพระเจ้าแผ่นดิน, เกี่ยวกับพระราชวัง *-n.* ข้าราชการคนสำคัญในพระราชวัง, ผู้มีสิทธิ์หรืออำนาจในการปกครองเท่าพระเจ้าแผ่นดิน

palaver (พะแลฟว' เวอร์) *n.* การพูดเรื่องไร้สาระ, การยกยอประจบประแจง, การเจรจากันอย่างยืดเยื้อ, คำพูดโอ้โลมอ้อนวอน

★**pale**[1] (เพล) *adj.* **paler, palest** ซีด, ซีดขาว, จาง, อ่อน, จืด, สลัว, หม่น, ด้อย, อ่อนแอ *-v.* **paled, paling** *-vt.* ทำให้ซีดหรือจาง *-vi.* (ผิว) ซีดลง, ด้อยลง **-palely** *adv.* **-paleness** *n.* (**-S.** (adj.) dim, light (v.) fade **-A.** (adj.) ruddy)

pale[2] (เพล) *n.* ไม้แหลมใช้ทำรั้ว, บริเวณที่ล้อมรอบด้วยรั้ว, ขอบเขต *-vt.* **paled, paling** ล้อมรั้ว, กั้นบริเวณ (**-S.** (n., v.) picket)

paleo-, pale-, palaeo-, palae- คำอุปสรรค หมายถึง เก่าแก่, โบราณ

Paleolithic (เพเลียลิธ' ธิค) *adj.* เกี่ยวกับยุคหิน *-n.* ยุคหิน

palette (แพล' ลิท) *n.* แผ่นหรือจานผสมสีที่มีรูสำหรับเสียบนิ้ว, ชุดสีที่ใช้ในการผสม

palfrey (พอล' ฟรี) *n., pl.* **-freys** ม้าสำหรับผู้หญิงขี่ (**-S.** horse)

palindrome (แพล' อินโดรม) *n.* คำ วลี หรือประโยคที่อ่านจากหน้าไปหลังหรือจากหลังไปหน้าก็ได้ เช่น radar **-palindromic** *adj.*

paling (เพ' ลิง) *n.* รั้วไม้, ไม้ที่ใช้ทำรั้ว

palisade (แพลลิเซด') *n.* รั้วไม้หรือรั้วเหล็ก *-vt.* **-saded, -sading** กั้นรั้ว, ล้อมรั้ว **-palisades** ทิวเขาล้อมรอบ (**-S.** (n., v.) fence)

pall[1] (พอล) *n.* ผ้าคลุมหีบศพ, หีบศพ, สิ่งปกคลุมซึ่งทำให้มืดครึ้ม, บรรยากาศที่มืดครึ้ม, เสื้อคลุม *-vt.* **palled, palling** คลุมด้วยผ้าดังกล่าว (**-S.** (n.) cloak, cover, mantle)

pall[2] (พอล) *v.* **palled, palling** *-vi.* เนือยลง, จางลง, เลิกสนใจ *-vt.* ทำให้จืดชืด, ทำให้เบื่อหน่าย (**-S.** satiate, weary)

palladium (พะเล' เดียม) *n.* ธาตุโลหะชนิดหนึ่งคล้ายทองคำขาว มีสัญลักษณ์ Pd

pallbearer (พอล' แบเรอร์) *n.* ผู้แบกหีบศพ, ผู้ถือชายผ้าคลุมหีบศพ

pallet[1] (แพล' ลิท) *n.* เตียงแข็งๆ แคบๆ, ที่นอนฟาง, เสื่อปูพื้น (**-S.** bed, mattress)

pallet[2] (แพล' ลิท) *n.* ไม้แบนสำหรับทุบดินทำถ้วยชาม, ตัวทำให้ฟันเฟืองหยุด, แท่นไม้วางรองสินค้าสำหรับขนย้าย

palliate (แพล' ลีเอท) *vt.* **-ated, -ating** บรรเทา, ระงับ (ความปวด), ทำให้ลดน้อยลง, กลบเกลื่อน **-palliation** *n.* (**-S.** relieve)

palliative (แพล' ลีเอทิฟว์, แพล' เลีย-) *adj.* ที่ใช้บรรเทาหรือลดหย่อน, เยียวยา *-n.* สิ่งที่ใช้บรรเทา, เครื่องบรรเทา **-palliatively** *adv.* (**-S.** (adj., n.) sedative)

pallid (แพล' ลิด) *adj.* ซีดขาว, ซีดเผือด, ไม่มีเลือด, (สี) จางลง **-pallidly** *adv.* (**-S.** pale)

pallor (แพล' เลอร์) *n.* ความซีดเผือด, ความซูบซีด, ความซีดขาว (**-S.** wanness)

★**palm**[1] (พาม) *n.* ฝ่ามือ, ฝ่าเท้าหน้าของสัตว์, ส่วนของถุงมือที่คลุมฝ่ามือ, ส่วนแบนกว้างของใบพาย *-vt.* **palmed, palming** ซ่อนไว้ในฝ่ามือ, ลูบคลำ **-palm off** (ภาษาพูด) หลอกลวง

palm[2] (พาม) *n.* ต้นปาล์ม, ใบหรือกิ่งปาล์ม

palmate, palmated (แพล' เมท; พา'-; พาล'-, -เมทิด) *adj.* มีรูปร่างคล้ายฝ่ามือ, มีนิ้วเท้าติดกันเป็นพังผืด **-palmately** *adv.*

palmetto (แพลเมท' โท) *n., pl.* **-tos/-toes** ต้นปาล์มขนาดเล็กที่มีใบเป็นรูปพัด

palmistry (พา' มิสตรี) *n.* วิชาดูลายมือ, การทำนายโชคชะตาโดยดูจากลายมือ **-palmist** *n.*

palmy (พา' มี) *adj.* **palmier, palmiest** เต็มไปด้วยต้นปาล์ม, รุ่งเรือง, เจริญ, ร่ำรวย

palpable (แพล' พะเบิ้ล) *adj.* สามารถสัมผัสหรือรู้สึกได้, ชัดเจน, แจ่มแจ้ง **-palpably** *adv.*

palpitate (แพล' พิเทท) *vi.* **-tated, -tating** ไหวระริก, สั่น, สั่นระรัว **-palpitation** *n.*

palsy (พอล' ซี) *n., pl.* **-sies** อัมพาต, ง่อย *-vt.* **-sied, -sying** ทำให้อ่อนกำลัง, ทำให้เป็นอัมพาต

palter (พอล' เทอร์) *vi.* **-tered, -tering** พูดหรือกระทำอย่างไม่จริงใจ, โกหก, พูดหรือทำเล่นๆ, ต่อรอง, ต่อล้อต่อเถียง **-palterer** *n.*

paltry (พอล' ทรี) *adj.* **-trier, -triest** ไม่สำคัญ, เล็กน้อย, ขี้ปะติว, ไร้สาระ, น่าดูถูก, น่ารังเกียจ **-paltriness** *n.* (**-S.** insignificant, trivial)

pamper (แพม' เพอร์) *vt.* **-pered, -pering** พะเน้าพะนอ, ตามใจ, เอาใจ **-pamperer** *n.* (**-S.** indulge, spoil **-A.** abuse, punish)

pamphlet (แพม' ฟลิท) *n.* หนังสือเล่มเล็กๆ, จุลสาร (**-S.** booklet)

pamphleteer (แพมฟลิเทียร์) *n.* ผู้เขียนหนังสือดังกล่าว โดยเฉพาะการเมือง

A B C D E F G H I J K L M N O P Q R S T U V W X Y Z

★**pan¹** (แพน) *n.* กระทะก้นแบน, ถาด, จานตาชั่ง, อ่าง, ภาชนะร่อนแร่, แอ่ง *-v.* **panned, panning** *-vt.* ร่อนแร่, ทำอาหารในกระทะ, (ภาษาพูด) วิจารณ์อย่างรุนแรง *-vi.* ร่อนทอง, ร่อนได้ทอง **-pan out** ประสบผลสำเร็จ, ได้ผล

pan² (แพน) *vt., vi.* **panned, panning** ถ่ายภาพยนตร์โดยวิธีส่ายกล้อง, ถ่ายกวาด

pan- คำอุปสรรค หมายถึง ทั้งหมด

panacea (แพนนะเซีย') *n.* ยาครอบจักรวาล, ยาแก้สารพัดโรค (-S. remedy)

pancake (แพน' เคค) *n.* ขนมแพนเค้ก

panchromatic (แพนโครแมท' ทิค) *adj.* ซึ่งไวต่อแสงทุกสี **-panchromatism** *n.*

pancreas (แพง' เครียซ, แพน'-) *n.* ตับอ่อน

panda (แพน' ดะ) *n.* หมีแพนด้า พบในประเทศจีนและทิเบต ลำตัวมีขนสีขาวและดำ ชอบกินใบไผ่อ่อนและหน่อไม้

panda

pandemic (แพนเดม' มิค) *adj.* ซึ่งแพร่หลายทั่วไป, ซึ่งระบาดไปทั่ว

pandemonium, pandaemonium (แพนดะโม' เนียม) *n.* ความอึกทึกครึกโครม, ความโกลาหล, ความสับสนวุ่นวาย

pander (แพน' เดอร์) *n.* ผู้ชักนำไปในทางชั่ว, แม่เล้า, ผู้ชักพาให้เป็นโสเภณี *-vi.* **-dered, -dering** ส่งเสริม, ให้ความพอใจ, ให้ประโยชน์

pandit, pundit (แพน' ดิท, พัน'-) *n.* บัณฑิต

pane (เพน) *n.* บานกระจกหน้าต่างหรือประตู, แผ่นกระจกกรุหน้าต่างหรือประตู

panel (แพน' เนิล) *n.* แผ่นไม้กรุหน้าต่างหรือประตู, แผ่นไม้ที่ใช้ทำเป็นกรอบภาพวาด, ภาพวาดในกรอบดังกล่าว,ผ้าแถบที่เย็บประดับเครื่องแต่งกายของผู้หญิง, แผงควบคุมอุปกรณ์ไฟฟ้า, รายชื่อ, บัญชีชื่อ, คณะลูกขุน, การอภิปรายกลุ่ม *-vt.* **-eled, -eling/-elled, -elling** กรุด้วยไม้, จัดเป็นคณะ (-S. (n., v.) group)

pang (แพง) *n.* ความเจ็บปวด, ความแสบอย่างรุนแรงชั่วขณะหนึ่ง, อารมณ์หรือความรู้สึกที่เกิดขึ้นฉับพลัน (-S. pain)

pangolin (แพง' กะลิน, แพน'-) *n.* ตัวนิ่ม, ตัวลิ่น

★**panic** (แพน' นิค) *n.* ความตื่นตระหนก, ความตกใจกลัว, ความหวาดกลัว, ความอลหม่าน *-adj.* ตื่นตระหนก, ตกใจ, อลหม่าน *-vt., vi.* **-icked, -icking** ตกใจกลัว, ทำให้ตื่นตระหนก **-panicky** *adj.* (-S. (n.) horror, terror)

panicle (แพน' นิเคิล) *n.* ช่อดอกไม้, ช่อดอก **-panicled** *adj.*

panic-stricken, panic-struck (แพน' นิคสตริคเคิน, -สตรัค) *adj.* ตื่นตกใจ, ตกใจกลัว

pannier, panier (แพน' เนียร์) *n.* ตะกร้าที่ห้อยอยู่ข้างรถจักรยาน, ตะกร้าบรรทุกที่พาดบนหลังสัตว์, กระจาด (-S. basket)

panoply (แพน' นะพลี) *n., pl.* **-plies** เสื้อเกราะ, เครื่องหุ้มห่อ, การแสดงอันหรูหรา

panorama (แพนนะแรม' มะ, -รา' มะ) *n.* ภาพหรือทิวทัศน์ที่เห็นได้กว้าง, ภาพหรือเหตุการณ์ที่ต่อเนื่องกัน, ภาพที่ม้วนไว้แล้วค่อยๆ เปิดออกดูทีละนิด **-panoramic** *adj.* (-S. scene, view)

pansy (แพน' ซี) *n., pl.* **-sies** ไม้ดอกชนิดหนึ่งดอกมีกลีบห้ากลีบ, สีม่วงเข้ม, (คำสแลง) กะเทย

pant (แพนท์) *v.* **panted, panting** *-vi.* หอบ, หอบฮักๆ, เต้นแรง, สั่นระริก, ปรารถนา, ใคร่ *-vt.* พูดด้วยอาการหอบ *-n.* การหอบ

pantalets, pantalettes (แพนทะเลทซ์') *n. pl.* กางเกงชั้นในของผู้หญิง

pantaloons (แพนทะลูนซ์') *n. pl.* กางเกงขี่ม้ารัดรูป, กางเกงขายาวถึงข้อเท้า

pantheism (แพน' ธีอิเซิม) *n.* ความเชื่อว่าพระเจ้ากับจักรวาลคือสิ่งเดียวกัน **-pantheist** *n.* **-pantheistic** *adj.*

pantheon (แพน' ธีออน, -เอิน) *n.* โบสถ์ที่สถิตของพระเจ้าทั้งมวล, วิหารของบรรพบุรุษ

panther (แพน' เธอร์) *n.* เสือดำ, สิงโตภูเขา

pantograph (แพน' ทะแกรฟ) *n.* เครื่องลอกแผนที่หรือลวดลาย **-pantographic** *adj.*

pantomime (แพน' ทะไมม์) *n.* ละครใบ้, การแสดงละครใบ้ *-vt., vi.* **-mimed, -miming** แสดงละครใบ้ **-pantomimist** *n.*

pantry (แพน' ทรี) *n., pl.* **-tries** ห้องหรือตู้ข้างครัวสำหรับเก็บอาหารและภาชนะเครื่องใช้, ห้องเตรียมอาหาร (-S. larder)

★**pants** (แพนท์ซ์) *n. pl.* กางเกงชั้นใน, กางเกง, กางเกงยืดขายาว

pap¹ (แพพ) *n.* หัวนม, สิ่งที่คล้ายหัวนม

pap² (แพพ) *n.* อาหารอ่อนสำหรับเด็ก

★**papa** (พา' พะ, พะพา') *n.* (ภาษาพูด) พ่อ

papacy (เพ' พะซี) *n., pl.* **-cies** หน้าที่หรืออำนาจขององค์สันตะปาปา

papal (เพ' เพิล) *adj.* เกี่ยวกับองค์สันตะปาปา **-papally** *adv.*

paparazzo (พาพะราท' โซ) *n., pl.* **-zi** (-ซี) ช่างภาพอิสระที่คอยตามถ่ายภาพบุคคลสำคัญ

papaw, pawpaw (พอ' พอ) *n.* มะละกอ
papaya (พะพา' ยะ) *n.* มะละกอ, ต้นมะละกอ
★**paper** (เพ' เพอร์) *n.* กระดาษ, แผ่นกระดาษ, แผ่นงานเขียนหรือพิมพ์, เอกสาร, หนังสือพิมพ์, กระดาษติดผนัง, รายงาน, คำบรรยาย, ข้อสอบ *-vt.* **-pered, -pering** ห่อด้วยกระดาษ, คลุมด้วยกระดาษ, ปิดทับด้วยกระดาษติดผนัง *-adj.* ซึ่งทำด้วยกระดาษ, คล้ายกระดาษ, เป็นเพียงกระดาษ **-papers** เอกสารเกี่ยวกับการเงิน, เอกสารประจำตัวบุคคล, การรวบรวมจดหมายบันทึก และงานเขียนส่วนตัว **-paperer** *n.*
paperback (เพ' เพอร์แบค) *n.* หนังสือปกอ่อน
paper clip ลวดหนีบกระดาษ
paperknife (เพ' เพอร์ไนฟ์) *n.* มีดเปิดซองจดหมาย
paper money เงินธนบัตร
paperweight (เพ' เพอร์เวท) *n.* ที่ทับกระดาษ
paperwork (เพ' เพอร์เวิร์ค) *n.* งานหนังสือ, งานเอกสาร, การทำงานเอกสาร
papier-mâché (เพเพอร์มะเช') *n.* วัสดุหรืองานที่ทำจากเยื่อกระดาษผสมกับกาว แล้วอัดลงในพิมพ์เป็นรูปร่างต่างๆ
papilla (พะพิล' ละ) *n., pl.* **-lae** (-ลี) ตุ่ม, ปุ่ม (รับรส), สิว **-papillary** *adj.* **-papillate** *adj.*
papist (เพ' พิซท์) *n.* ชาวโรมันคาทอลิก
papoose (แพพูซ', พะ-) *n.* เด็กอินเดียนแดง
paprika (แพพรี' คะ, แพพ' พริคะ) *n.* พริกป่น, สีส้มอมแดงเข้ม
Pap smear การตรวจมะเร็งมดลูก
papyrus (พะไพ' เริซ) *n., pl.* **-ri** (-ไร)/**-ruses** ต้นกก, กระดาษที่ทำจากต้นกก, หนังสือที่เขียนลงบนกระดาษดังกล่าว
par (พาร์) *n.* มาตรฐาน, เกณฑ์, ค่าเฉลี่ย, ราคาเดิม, ความเสมอ, ความเท่าเทียม, ราคาที่กำหนดในใบหุ้น *-adj.* เท่ามาตรฐาน, เกี่ยวกับราคาที่กำหนดในใบหุ้น, ปกติ
para-, par- คำอุปสรรค หมายถึง ข้างเคียง, ใกล้, ผิดปกติ, คล้ายคลึง
parable (แพ' ระเบิล) *n.* สุภาษิต, นิทานสอนใจ
parabola (พะแรบ' บะละ) *n.* เส้นโค้งพาราโบลาที่เกิดจากการตัดกันของรูปกรวย **-parabolic** *adj.* **-parabolically** *adv.*
parachute (แพ' ระชูท) *n.* ร่มชูชีพ, อุปกรณ์คล้ายร่มชูชีพที่ช่วยลดความเร็ว *-v.* **-chuted, -chuting** *-vi.* กระโดดร่มชูชีพ *-vt.* หย่อน (สัมภาระ) ลงโดยร่มชูชีพ **-parachutist** *n.*
parachute troops กองทหารพลร่ม
★**parade** (พะเรด') *n.* การเดินแถว, การเดินขบวน, การเดินสวนสนาม, ขบวนแห่, สถานที่เดินแถวหรือเดินเล่น *-vi., vt.* **-raded, -rading** เดินขบวน, เดินเล่นในที่สาธารณะ, เดินแห่, (ทหาร) มาชุมนุม, อวดโก้ **-parader** *n.* (-S. (n.) ceremony (n., v.) march)
paradigm (แพ' ระดิม, -ไดม์) *n.* ตัวอย่าง, แบบ, การสาธิต, ชุดสาธิต **-paradigmatic** *adj.*
paradise (แพ' ระไดซ์, -ไดซ์) *n.* สวรรค์, สวน Eden ที่พระเจ้าประทานให้กับอาดัมและอีฟอาศัย, สถานที่ที่มีความสวยงามและความสุข, แดนสุขาวดี (-S. heaven, nirvana)
paradox (แพ' ระดอคซ์) *n.* คำพูดที่ดูเหมือนแย้งกันแต่อาจจะเป็นจริงได้ตามนั้น, คนหรือสิ่งที่ขัดแย้งกัน **-paradoxical** *adj.* **-paradoxically** *adv.* (-S. absurdity, contradiction)
paraffin (แพ' ระฟิน) *n.* ขี้ผึ้งพาราฟิน *-vt.* **-fined, -fining** เคลือบหรือปิดด้วยขี้ผึ้งพาราฟิน
paragon (แพ' ระกอน, -เกิน) *n.* ตัวอย่างที่ยอดเยี่ยม, เพชรน้ำหนึ่งที่ไม่มีตำหนิ, ไข่มุกกลมเม็ดใหญ่ *-vt.* **-goned, -goning** เปรียบเทียบ
★**paragraph** (แพ' ระกราฟ) *n.* วรรคตอน, ตอนหนึ่งของหนังสือ, ย่อหน้า, ข้อความตอนหนึ่ง, บทความสั้นๆ, เครื่องหมายให้ย่อหน้า *-vt.* **-graphed, -graphing** แบ่งออกเป็นตอนๆ, แยกเป็นวรรคๆ, ย่อหน้า
parakeet (แพ' ระคีท) *n.* นกแก้วเล็ก
parallax (แพ' ระแลคซ์) *n.* การมองเห็นว่าวัตถุเคลื่อนที่เนื่องจากผู้สังเกตเคลื่อนไหว
★**parallel** (แพ' ระเลล) *adj.* ขนาน, เสมอกัน, เท่าเทียม, เหมือนหรือคล้ายกัน, ไปในทางเดียวกัน, มีแนวโน้มเหมือนกัน *-n.* เส้นรุ้ง, เส้นขนาน, สิ่งเปรียบเทียบ, ความเหมือนหรือคล้ายกัน, สิ่งคล้ายคลึง, ทิศทางที่ขนานกัน, การต่อแบบวงจรขนาน *-vt.* **-leled, -leling/-lelled, -lelling** ทำให้ขนาน, เปรียบเทียบ มีความเท่าเทียม
parallel bars อุปกรณ์บาร์คู่ในกีฬายิมนาสติก
parallelogram (แพระเลล' ละแกรม) *n.* รูปสี่เหลี่ยมด้านขนาน
paralysis (พะแรล' ไลซิซ) *n., pl.* **-ses** (-ซีซ) อัมพาต, ง่อยเปลี้ย
paralytic (แพระลิท' ทิค) *adj.* เกี่ยวกับอัมพาต *-n.* ผู้ที่เป็นอัมพาต **-paralytically** *adv.*
paralyze, paralyse (แพ' ระไลซ์) *vt.* **-lyzed, -lyzing** ทำให้เป็นอัมพาต, ทำให้หมดกำลังหรือเคลื่อนที่ไม่ได้ **-paralyzation** *n.*
paramedic (แพระเมด' ดิค) *n.* เจ้าหน้าที่ผู้ช่วย

A B C D E F G H I J K L M N O P Q R S T U V W X Y Z

แพทย์, แพทย์ทหาร **-paramedical** *adj.*

parameter (พะแรม' มิเทอร์) *n.* ตัวแปรในทางสถิติ, ค่าคงที่ที่กำหนดขึ้นในทางคณิตศาสตร์, ขอบเขตที่กำหนดไว้แน่นอน (-S. boundary)

paramount (แพ' ระเมานท์) *adj.* ชั้นนำ, ยอดเยี่ยม, สูงสุด, อันดับหนึ่ง, สำคัญยิ่ง, ยิ่งใหญ่ *-n.* ผู้มีอำนาจสูงสุด, เจ้าชีวิต, ผู้ปกครองชั้นสูงสุด **-paramountcy** *n.* **-paramountly** *adv.* (-S. (adj.) dominant, supreme)

paramour (แพ' ระมัวร์) *n.* คนรัก, ชู้รัก

parapet (แพ' ระเพท, -พิท) *n.* กำแพงเตี้ย, ราวลูกกรง, รั้วกั้นระเบียงหรือหลังคา, ป้อม, เชิงเทิน (-S. battlement, rampart)

paraphernalia (แพระเฟอร์เนล' เลีย) *n. pl.* ทรัพย์สมบัติส่วนตัว, ของใช้ส่วนตัว, อุปกรณ์, เครื่องใช้ (-S. belongings, equipment)

paraphrase (แพ' ระเฟรซ) *n.* การถอดข้อความหรือภาษาที่ยากออกเป็นคำพูดธรรมดา, การแปลความหมาย, ข้อความที่ถอดออกมา *-vt.* **-phrased, -phrasing** ถ่ายข้อความ, ถอดความ, แปลความหมาย **-paraphrasable** *adj.*

parasite (แพ' ระไซท์) *n.* สิ่งมีชีวิตที่อาศัยและเกาะกินสิ่งมีชีวิตชนิดอื่น เช่น กาฝาก เห็บ พยาธิ, ปรสิต, ผู้ที่เกาะคนอื่นกิน **-parasitic** *adj.*

parasol (แพ' ระซอล) *n.* ร่มกันแดดขนาดเล็ก

parathion (แพระไธ' ออน) *n.* ยาฆ่าแมลงศัตรูพืชชนิดหนึ่ง มีพิษรุนแรง

paratroops (แพ' ระทรูพซ์) *n. pl.* ทหารพลร่ม, พลร่ม **-paratrooper** *n.*

paratyphoid fever โรคไข้รากสาดเทียม

parboil (พาร์' บอยล์) *vt.* **-boiled, -boiling** ต้มแบบสุกๆ ดิบๆ, ต้มเพียงครู่เดียว

★**parcel** (พาร์' เซิล) *n.* หีบห่อ, พัสดุ, ผืนที่ดิน, กลุ่ม, มัด, ช่อ, พวง, คณะ *-vt.* **-celed, -celing/ -celled, -celling** แบ่งส่วน, ทำให้เป็นหีบห่อ *-adj., adv.* ส่วนหนึ่ง, เพียงส่วนหนึ่ง (-S. (n., v.) bundle, package (v.) divide)

parch (พาร์ช) *v.* **parched, parching** *-vt.* ทำให้แห้งเกรียม, ทำให้แห้งผาก, ทำให้กระหายน้ำ, อบ, เผา, ปิ้ง *-vi.* แห้งเกรียม, แห้งผาก, กระหายน้ำ (-S. dry, thirst)

parchment (พาร์ช' เมินท์) *n.* หนังแกะหรือแพะสำหรับใช้เขียนหนังสือ, กระดาษที่เหนียวคล้ายแผ่นหนัง (-S. paper)

★**pardon** (พาร์' เดิน) *vt.* **-doned, -doning** ยกโทษ, ให้อภัย, อภัยโทษ, ขอโทษ *-n.* การให้อภัย, การยกโทษให้, การอภัยโทษ, การขอโทษ **-pardonable** *adj.* (-S. (v., n.) excuse)

pare (แพร์) *vt.* **pared, paring** ปอก (เปลือก), เฉือน, เจียน, เล็ม, เหลา, ตัดออก **-parer** *n.*

★**parent** (แพ' เรินท์) *n.* พ่อแม่, ผู้ปกครอง, บรรพบุรุษ, บ่อเกิด, สาเหตุ, แหล่งกำเนิด, สิ่งมีชีวิตที่เป็นผู้ให้กำเนิด *-vt.* **-ented, -enting** เลี้ยงดู, ฟูมฟัก, เริ่ม, ก่อ **-parenthood** *n.* **-parental** *adj.* (-S. (n.) ancester, origin)

parentage (แพ' เรินทิจ) *n.* จุดเริ่มต้น, แหล่งกำเนิด, เชื้อสาย, เทือกเถาเหล่ากอ, ความเป็นพ่อแม่ (-S. ancestry, lineage)

parenthesis (พะเรน' ธิซิซ) *n., pl.* **-ses** (-ซีซ) เครื่องหมายวงเล็บ, ข้อความที่อยู่ในวงเล็บ, ข้อความหรือคำที่สอดแทรก

parenthetical, parenthetic (แพเรินเธท' ทิเคิล, -ทิค) *adj.* เกี่ยวกับวงเล็บ, ซึ่งอยู่ภายในวงเล็บ, เป็นการเสริมหรือสอดแทรก

parfait (พาร์เฟ') *n.* ของหวานแช่แข็งหรือไอศกรีมสลับชั้นที่เสิร์ฟในแก้วทรงสูง

pariah (พะไร' อะ) *n.* คนที่ถูกขับออกจากสังคม, คนนอกคอก, คนชั้นต่ำ, คนเลว (-S. outcast)

parish (แพ' ริช) *n.* เขตการปกครองที่มีโบสถ์ประจำท้องถิ่น, พลเมืองในเขตการปกครองดังกล่าว, ตำบล **-parishioner** *n.*

parity (แพ' ริที) *n., pl.* **-ties** ความเสมอภาค, ความเท่าเทียมกัน, ความเท่ากัน, มูลค่าหรือราคาเท่ากัน, ความคล้ายคลึงกัน (-S. equality)

★**park** (พาร์ค) *n.* สวนสาธารณะ, อุทยานหรือวนอุทยาน, สถานที่พักผ่อน, สนามกีฬา, สถานที่จอดรถ *-v.* **parked, parking** *-vt.* (*ภาษาพูด*) ทิ้งหรือวางไว้ชั่วคราว, จอดรถ *-vi.* จอดรถ **-parker** *n.* (-S. (n.) car-park (v.) leave)

parking (พาร์' คิง) *n.* การจอดรถ, ที่จอดรถ

parking lot บริเวณที่จอดรถยนต์

parking meter มิเตอร์จอดรถ

Parkinson's disease โรคชักกระตุกหรือสันนิบาต เป็นโรคทางระบบประสาทแบบหนึ่งเกิดขึ้นจากบางส่วนของสมองพิการ

parkway (พาร์ค' เว) *n.* ถนนกว้างที่มีแนวต้นไม้อยู่ข้างถนน

parlance (พาร์' เลินซ์) *n.* ลักษณะของภาษา, สำนวนภาษา, ภาษาเฉพาะ (-S. phraseology)

parley (พาร์' ลี) *n., pl.* **-leys** การเจรจา, การประชุม, การอภิปราย, การสนทนา *-vi.* **-leyed, -leying** ประชุม, เจรจา, สนทนา

★**parliament** (พาร์' ละเมินท์) *n.* รัฐสภา, สภานิติบัญญัติ (-S. assembly, congress)

A B C D E F G H I J K L M N O Q R S T U V W X Y Z

parliamentarian (พาร์ละเมนแท' เรียน) *n.* ผู้เชี่ยวชาญในกฎระเบียบข้อบังคับและระเบียบวาระการประชุมของรัฐสภา, สมาชิกสภานิติบัญญัติ, นักการเมือง (**-S.** politician)

parliamentary (พาร์ละเมน' ทะรี, -ทรี) *adj.* เกี่ยวกับรัฐสภา, เป็นไปตามกฎของรัฐสภา

parlor, parlour (พาร์' เลอร์) *n.* ห้องรับแขก, ห้องรับรอง, ห้องนั่งเล่น, ร้านค้า

parochial (พะโร' เคียล) *adj.* เฉพาะตำบล, อยู่ในวงจำกัด, แคบ **-parochially** *adv.*

parody (แพ' ระดี) *n., pl.* **-dies** เรื่องที่เขียนขึ้นล้องานเขียนของคนอื่น, การล้อเลียน, ของเลียนแบบ *-vt.* **-died, -dying** ล้อเลียน, เลียนแบบ **-parodist** *n.* (**-S.** (n.) imitation)

parole (พะโรล', แพ' เริล) *n.* การปล่อยตัวนักโทษก่อนกำหนด เนื่องจากประพฤติดี, ทัณฑ์บน, คำรหัสลับ, คำสัตย์ปฏิญาณ *-vt.* **-roled, -roling** ปล่อยตัวโดยมีทัณฑ์บน (**-S.** (n.) promise)

paroxysm (แพ' เริคซิเซิม) *n.* การปะทุหรือระเบิดของอารมณ์, อาการที่เกิดขึ้นเป็นพักๆ

parquet (พาร์เค') *n.* พื้นที่ปูด้วยไม้ปาร์เก้, พื้นห้องของโรงละคร *-vt.* **-queted, -queting** ตกแต่งพื้นด้วยไม้ปาร์เก้, ใช้ไม้ปาร์เก้ปูพื้น

parricide (แพร์' ริไซด์) *n.* การฆ่าพ่อแม่หรือคนใกล้ชิดของตัวเอง, ผู้ที่กระทำการดังกล่าว

parrot (แพร์' เริท) *n.* นกแก้ว, คนที่จำคำพูดคนอื่นมาพูด, คนที่เลียนแบบคำพูดหรือการกระทำของผู้อื่น *-vt.* **-roted, -roting** พูดซ้ำหรือพูดตามคำพูดของคนอื่น (**-S.** (n.) parakeet)

parry (แพร์' รี) *vt.* **-ried, -rying** หลบหลีก, ปัดป้อง, หลีกเลี่ยง, พูดหลบหลีก *-n., pl.* **-ries** การหลบหลีก, การตอบเลี่ยง (**-S.** (v.) evade)

parse (พาร์ซ) *vt., vi.* **parsed, parsing** กระจาย (คำ) ในประโยค, แยก (ประโยค) ออกเป็นส่วนๆ

parsimonious (พาร์ซะโม' เนียซ) *adj.* ขี้เหนียว, ไม่ซื่อสัตย์, ใจแคบ (**-S.** stingy)

parsley (พาร์' สลี) *n., pl.* **-leys** ผักชีฝรั่ง

parsnip (พาร์' สนิพ) *n.* พืชชนิดหนึ่งมีรากอวบขาว และกลิ่นแรง ใช้รับประทานเป็นผัก

parson (พาร์' เซิน) *n.* พระ, บาทหลวง

parsonage (พาร์' ซะนิจ) *n.* ที่อยู่ของพระที่ทางศาสนาจัดหาให้

★**part** (พาร์ท) *n.* ส่วน, ส่วนหนึ่ง, ส่วนของอวัยวะ, ส่วนประกอบ, ชิ้นส่วน, หน้าที่, บทบาท, เส้นแบ่ง, เสียงดนตรี, ถิ่น, ฝ่าย, บริเวณ, พรสวรรค์, รอยแสก *-v.* **parted, parting** *-vt.* แบ่ง, แยก, จากกัน, กั้น, หวีแสก, ขาด *-vi.* แบ่งออกเป็นส่วนๆ, ขาดออก, จากไป, แยกทาง, แตกออก, ตาย, ทอดทิ้ง *-adj.* บางส่วน, ไม่เต็ม *-adv.* เป็นบางส่วน **-part and parcel** ส่วนสำคัญ, ส่วนพื้นฐาน **-take part** เข้าร่วม, มีส่วนร่วม (**-S.** (n.) area, fragment, organ (v.) leave)

partake (พาร์เทค') *vi., vt.* **-took, -taken, -taking** เข้าร่วม, มีส่วนร่วม, ร่วมวง (**-S.** participate)

partial (พาร์' เชิล) *adj.* บางส่วน, ไม่สมบูรณ์, ลำเอียง, อคติ, ไม่ยุติธรรม, ชื่นชอบ **-partiality** *n.* **-partially** *adv.* (**-S.** biased)

participant (พาร์ทิซ' ซะเพินท์) *n.* ผู้ร่วมกระทำ, ผู้มีส่วนร่วม **-participance** *n.*

participate (พาร์ทิซ' ซะเพท) *vi.* **-pated, -pating** มีส่วนร่วม, เข้าร่วม, ร่วมกระทำ, สมทบ

★**participle** (พาร์' ทิซิพเพิล) *n.* คำกริยาที่ลงท้ายด้วย -ing หรือ -ed, กริยาช่อง 3, คำกริยาที่ทำให้เป็นคำคุณศัพท์โดยการเติม -ing **-participial** *adj.* **-participially** *adv.*

particle (พาร์' ทิเคิล) *n.* อนุภาค, อณู, ส่วนที่น้อยที่สุด, ระดับที่น้อยที่สุด, คำศัพท์ที่ไม่เป็นส่วนสำคัญของภาษา (**-S.** bit, grain)

parti-colored (พาร์' ทีคัลเลอร์ด) *adj.* มีหลายสี, หลากสี (**-S.** pied)

★**particular** (เพอร์ทิค' เคียเลอร์, พะทิค'-) *adj.* โดยเฉพาะ, จำเพาะ, เจาะจง, พิเศษ, ละเอียดละออ, พิถีพิถัน, จู้จี้ *-n.* รายละเอียด, ส่วนพิเศษ, ข้อปลีกย่อย, รายการ, ลักษณะเฉพาะ **-in particular** โดยเฉพาะอย่างยิ่ง **-particularity** *n.* **-particularly** *adv.* (**-S.** (adj.) fussy, specific)

particularize (เพอร์ทิค' เคียละไรซ์, พะทิค'-) *v.* **-ized, -izing** *-vt.* ระบุ, ทำให้เป็นพิเศษ, ทำให้เฉพาะเจาะจง *-vi.* ให้รายละเอียด, เข้าไปในรายละเอียด **-particularization** *n.* **-particularizer** *n.* (**-S.** individualize, specify)

parting (พาร์' ทิง) *n.* การแบ่งแยก, การแยกออก, การจากกัน, การจากไป, เส้นแบ่งแยก, สิ่งที่แบ่งแยก, ความตาย *-adj.* ที่แบ่งแยก, จากกัน, ขาด (**-S.** (n.) departure, separation)

partisan (พาร์' ทิเซิน) *n.* ผู้สนับสนุนฝ่ายใดฝ่ายหนึ่ง, ผู้ที่ยึดถือพรรคพวกตนเอง, สมาชิกหน่วยกองโจร *-adj.* มีความลำเอียง, ถือพรรคถือพวก **-partisanship** *n.* (**-S.** (adj.) prejudiced)

partition (พาร์ทิช' ชัน) *n.* การแบ่งออกเป็นส่วนๆ, ส่วนที่ถูกแบ่งแยกหรือกั้น, ที่กั้น, สิ่งที่ใช้แบ่งแยก, กำแพงกั้น, ฉากกั้น, ผนังเซลล์ *-vt.* **-tioned, -tioning** แบ่งออกเป็นส่วนๆ, กั้น, แยก **-partitioner** *n.* (**-S.** (n.) division, wall)

★**partly** (พาร์ท' ลี) *adv.* บางส่วน, เป็นบางส่วน
★**partner** (พาร์ท' เนอร์) *n.* ผู้ช่วย, หุ้นส่วน, คู่ขา, คู่เต้นรำ, คู่เล่นเกม, คู่สามีภรรยา *-v.* **-nered, -nering** *-vt.* ร่วมกัน, เป็นผู้ช่วย *-vi.* ทำตัวเป็นผู้ช่วย (-S. (n.) helper, spouse)
partnership (พาร์ท' เนอร์ชิพ) *n.* หุ้นส่วน, ความเป็นหุ้นส่วน, ห้างหุ้นส่วน, ความสัมพันธ์ที่เป็นหุ้นส่วนกัน (-S. relationship, syndicate)
partook (พาร์ทุค') *v.* กริยาช่อง 2 ของ partake
partridge (พาร์' ทริจ) *n., pl.* **-tridge/-tridges** นกกระทา
part-time (พาร์ท' ไทม์) *adj.* นอกเวลางานปกติ
★**party** (พาร์' ที) *n., pl.* **-ties** คณะ, พรรค, พวก, พรรคการเมือง, หมู่คณะ, ผู้ร่วมกระทำ, งานเลี้ยง, งานสโมสร, บุคคล *-vi.* **-tied, -tying** (ภาษาพูด) เข้าไปมีส่วนร่วมในกิจกรรมทางสังคม
parvenu (พาร์' วะนู, -นิว) *n.* คนที่เพิ่งร่ำรวย, ผู้ดีใหม่ *-adj.* เกี่ยวกับบุคคลดังกล่าว
Pascal (แพสแกล') *n.* ภาษาโปรแกรมระดับสูงที่ใช้สำหรับการเขียนโปรแกรมเป็นหลัก
★**pass** (แพซ) *v.* **passed, passing** *-vi.* ผ่าน, ไหลผ่าน, เดินผ่าน, ล่วงไป, เกิดขึ้น, หมุนเวียน, ยุติ, สิ้นสุด, ไปข้างหน้า, เปลี่ยนเป็น, กลายเป็น, ตัดสิน, พิพากษา, ประสบความสำเร็จ, ได้รับอนุมัติ, สละสิทธิ, ละเลย, ปล่อย, สอบได้ *-vt.* ผ่าน, ผ่านไป, เดินผ่าน, ข้าม, แซง, ล้ำหน้า, ใช้เวลา, สอบไล่ได้, ประสบความสำเร็จ, ล่วง, พ้น, อนุมัติ, อนุญาต, ทำให้ผ่าน, ทำให้แพร่หลาย, ทำให้ยอมรับ, นำส่ง, ถ่ายทอด, ให้คำมั่น, เอ่ย, ออกเสียง, พูดจา, ประกาศ, ตัดสิน, ถ่ายอุจจาระหรือปัสสาวะ *-n.* ทาง, ทางผ่าน, ถนนหนทาง, ด่าน, บัตรอนุญาต, บัตรผ่าน, การสอบผ่าน, สิทธิผ่าน, คะแนนที่สอบผ่าน, การบินผ่าน, การส่งลูก, ค่าโดยสาร, การเดินเรือ, ความพยายาม, การเคลื่อนไหว **-pass away** สิ้นสุด, ตาย **-pass out** เป็นลม, สิ้นสติ **-pass over** เมินเฉย, ไม่ใส่ใจ **-passable** *adj.* **-passably** *adv.* (-S. (v.) proceed)
★**passage** (แพซ' ซิจ) *n.* ทางผ่าน, ทางไป, รูเปิด, ทางเข้า, เฉลียง, การผ่าน, การข้าม, การย้าย, การอนุญาตให้ผ่าน, สิทธิในการผ่าน, การเดินเรือ, ที่อยู่บนเรือ, ค่าโดยสาร, ข้อปลีกย่อย, ความเจริญก้าวหน้า, การปรากฏขึ้น, เรื่องที่เกิดขึ้น, หนึ่งย่อหน้าในหนังสือ, การโต้ตอบ, การแลกหมัด *-vi.* **-saged, -saging** เดินทาง, เดินเรือ (-S. (n.) corridor (n., v.) journey)
passageway (แพซ' ซิจเว) *n.* เฉลียง, ระเบียง, ทางเดินผ่าน (-S. corridor)
passbook (แพซ' บุค) *n.* สมุดธนาคาร
passé (แพเซ') *adj.* หมดสมัย, ล้าสมัย, เชย
★**passenger** (แพซ' เซินเจอร์) *n.* ผู้โดยสาร, คนเดินทาง (-S. commuter, traveller)
passerby, passer-by (แพซ' เซอร์ไบ, -ไบ') *n.* คนเดินผ่าน, คนสัญจร (-S. bystander)
passing (แพซ' ซิง) *adj.* ผ่านไป, ชั่วคราว, ลวกๆ, คร่าวๆ, ซึ่งสอบไล่ได้, เป็นที่พอใจ *-n.* การผ่าน, การข้าม, สถานที่ผ่าน, ความตาย **-passingly** *adv.* (-S. (adj.) casual, temporary)
passion (แพช' ชัน) *n.* ความรู้สึก, อารมณ์, ความรัก, กิเลส, ตัณหา, สิ่งที่หลงใหล, ความหลงใหล, ความกระตือรือร้น (-S. lust)
passionate (แพช' ชะนิท) *adj.* กระตือรือร้น, แสดงอารมณ์, เร่าร้อน, มีความรู้สึกรุนแรง, สะเทือนอารมณ์ได้ง่าย **-passionately** *adv.*
passionflower (แพช' ชันเฟลาเออร์) *n.* ต้นกะทกรก, ดอกเสาวรส
passion fruit ลูกกะทกรก
passive (แพซ' ซิฟว์) *adj.* ไม่มีปฏิกิริยา, ไม่โต้ตอบ, ไม่ขัดขืน, อดทน, เฉื่อย, ไม่ร่วมด้วย, เกี่ยวกับ passive voice *-n.* กรรมวาจก, รูปแบบของคำกริยาในรูปกรรมวาจก **-passively** *adv.* (-S. (adj.) patient, submissive)
★**passport** (แพซ' พอร์ท) *n.* หนังสือเดินทาง, ใบเบิกทาง (-S. document, permit)
password (แพซ' เวิร์ด) *n.* รหัสผ่าน, คำผ่าน
★**past** (แพซท์, พาซท์) *adj.* ผ่านไป, อดีต, สมัยก่อน, แต่ก่อน, ผ่านพ้นไป, พึ่งจะสิ้นสุด, เกี่ยวกับ past tense *-n.* เวลาที่ผ่านพ้นไป, อดีตกาล, สมัยก่อน, เรื่องราวในอดีต, ประโยค past tense *-prep.* ผ่าน, พ้น, เกิน *-adv.* เลย, พ้น
pasta (พาซ' ทะ) *n.* เส้นพาสต้า, อาหารที่ปรุงจากเส้นพาสต้า

pasta

★**paste** (เพซท์) *n.* แป้งเปียก, แป้งขนมปัง, อาหารที่มีลักษณะนิ่มคล้ายแป้งเปียก, ดินที่ใช้ปั้นถ้วยชาม *-vt.* **pasted, pasting** ติดด้วยแป้งเปียก, ปิดทับด้วยสิ่งที่ทาแป้งเปียก **-pasty** *adj.* (-S. (n.) adhesive (n., v.) glue (v.) fasten)
pasteboard (เพซท์' บอร์ด) *n.* กระดาษแข็งที่ทำจากกระดาษหลายๆ ชั้นทับกัน, ตั๋วรถไฟ, บัตรแข็ง *-adj.* ซึ่งทำด้วยกระดาษแข็ง, เปราะ, ไม่แข็งแกร่ง (-S. (adj.) flimsy, unsubstantial)

pastel (แพสเตล') *n.* ดินสอสี, ดินสอเทียน, ภาพที่วาดด้วยดินสอสีหรือสีเทียน, สีอ่อนและเย็นตา
pasteurize (แพซ' ชะไรซ) *vt.* **-ized, -izing** ใช้ความร้อนสูงฆ่าเชื้อจุลินทรีย์บางชนิดและป้องกันการหมักในอาหารหรือเครื่องดื่ม **-pasteurization** *n.* **-pasteurizer** *n.*
pastime (แพซ' ไทม) *n.* กิจกรรมฆ่าเวลา, งานอดิเรก, เครื่องหย่อนใจ (-S. activity, hobby)
pastor (แพซ' เทอร) *n.* พระหรือบาทหลวง
pastoral (แพซทะราล') *adj.* เกี่ยวกับชีวิตในชนบท, เกี่ยวกับพระหรือบาทหลวง, เกี่ยวกับฟาร์มเลี้ยงสัตว์ *-n.* ชีวิตในชนบท, ชีวิตที่มีความเป็นอยู่เรียบง่าย, พระหรือบาทหลวง **-pastoralism** *n.* **-pastorally** *adv.* (-S. (n.) country)
pastry (เพ' สตรี) *n., pl.* **-tries** แป้งทำขนมอบ, ขนมอบที่มีเปลือกแข็ง เช่น ทาร์ต พาย
pasturage (แพซ' เชอริจ) *n.* ทุ่งหญ้าเลี้ยงสัตว์
pasture (แพซ' เชอร) *n.* ทุ่งหญ้าเลี้ยงสัตว์, หญ้าสำหรับเลี้ยงสัตว์ *-v.* **-tured, -turing** *-vt.* ปล่อย (สัตว์) ลงทุ่งหญ้า *-vi.* กินหญ้าในทุ่ง **-pasturable** *adj.* **-pasturer** *n.* (-S. (n.) field, grassland)
★**pat**[1] (แพท) *v.* **patted, patting** *-vt.* ใช้ฝ่ามือตบเบาๆ, ทำให้แบนโดยใช้ฝ่ามือหรือเครื่อง *-vi.* ตีหรือตบเบาๆ, เดินหรือวิ่งด้วยฝีเท้าเบาๆ *-n.* การตีหรือตบเบาๆ, เสียงตีหรือตบดังกล่าว, ก้อนหรือชิ้นเล็กๆ (-S. (v., n.) tap, touch)
pat[2] (แพท) *adj.* เหมาะสม, พอเหมาะพอเจาะ, ตรงจุด, ตรงประเด็น **-patly** *adv.* (-S. suitable)
patch (แพช) *n.* แผ่นปะ, ผ้าสำหรับปะ, ผ้ากอซปิดแผล, ผืนดินเล็กๆ, หย่อม, แต้ม, รอยปะ, รอยแต้ม *-vt.* **patched, patching** ปะ, เสริม, ซ่อมแซม, ใส่แผ่นดังกล่าว **-patcher** *n.* (-S. (n., v.) cover, mend, repair (v.) fix)
patchwork (แพช' เวิร์ค) *n.* เศษผ้าหลายๆ สีที่นำมาเย็บเข้าด้วยกัน, ของผสมหลายๆ อย่าง
patchy (แพช' ชี) *adj.* **-ier, -iest** เต็มไปด้วยการปะ, ไม่กลมกลืนกัน, ไม่เรียบ, ไม่สม่ำเสมอ **-patchily** *adv.* (-S. inconsistent, uneven)
pate (เพท) *n.* ศีรษะ, กบาล, สมอง
patella (พะเทล' ละ) *n., pl.* **-lae** (-ลี) กระดูกสะบ้าหัวเข่า **-patellar, patellate** *adj.*
patent (แพท' เทินท) *n.* สิทธิบัตร, ประดิษฐกรรมที่ได้จดทะเบียน, เอกสารสิทธิ, พระบรมราชานุญาต *-adj.* เกี่ยวกับสิทธิบัตร, ซึ่งได้รับการคุ้มครองจากสิทธิบัตร, แพร่หลาย, ชัดเจน *-vt.* **-ented, -enting** ได้รับสิทธิบัตร (-S. (adj.) obvious, plain)
patentee (แพทเทิน' ที) *n.* ผู้ได้รับสิทธิบัตร
patent leather หนังแข็ง ลื่น และเป็นมันที่ใช้ทำรองเท้า กระเป๋า
patent office สำนักงานจดทะเบียนสิทธิบัตร
patentor (แพท' เทินเทอร) *n.* ผู้ออกสิทธิบัตร
paternalism (พะเทอร' นะลิเซิม) *n.* นโยบายการปกครองแบบพ่อปกครองลูก
paternity (พะเทอร' นิที) *n., pl.* **-ties** ความเป็นพ่อ, บรรพบุรุษทางสายพ่อ (-S. fatherhood)
path (แพธ, พาธ) *n., pl.* **paths** ทาง, ทางเดิน (วิ่ง), แนวทาง, วิถี, เส้นทาง, วิธีการ (-S. way)
pathetic, pathetical (พะเธท' ทิค, -ทิเคิล) *adj.* น่าสงสาร, ที่ทำให้รู้สึกตื้นตัน, น่าสมเพช **-pathetically** *adv.* (-S. distressing)
pathfinder (แพธ' ไฟน์เดอร) *n.* ผู้บุกเบิกเส้นทาง, ผู้ค้นหาเส้นทาง
patho-, path- คำอุปสรรค หมายถึง โรค, ความรู้สึก, ความเจ็บปวด
pathogen, pathogene (แพธ' ธะเจิน, -จีน) *n.* ตัวที่ทำให้เกิดโรค, เชื้อโรค
pathology (แพธอล' ละจี) *n., pl.* **-gies** พยาธิวิทยา, การศึกษาเกี่ยวกับอาการและสมมติฐานของโรค, อายุรเวช **-pathologic, pathological** *adj.* **-pathologist** *n.*
pathos (เพ' ธอซ) *n.* งานศิลปะหรือคำพูดที่กระตุ้นให้เกิดความรู้สึกสงสารหรือเวทนา
pathway (แพธ' เว) *n.* เส้นทาง, วิถีทาง
★**patient** (เพ' เชินท) *adj.* อดทน, ทนทาน, ยืนกราน, มั่นคง, ไม่ลดละ, ทรหด *-n.* คนไข้, ผู้ทนทุกข์ทรมาน, ลูกค้า, เหยื่อ **-patience** *n.* **-patiently** *adv.* (-S. (adj.) calm, diligent)
patio (แพท' ทีโอ) *n., pl.* **-os** ลานบ้านที่อยู่กลางแจ้ง, ชานโล่งที่อยู่ภายในบ้าน (-S. terrace)
patriarch (เพ' ทรีอาร์ค) *n.* ผู้นำของครอบครัว, พ่อ, หัวหน้าเผ่า, ผู้อาวุโสสูงสุด, ผู้เฒ่า **-patriarchal, patriarchic** *adj.* (-S. father)
patrician (พะทริช' เชิน) *n.* ขุนนาง, ผู้ดี
patricide (แพท' ทริไซด) *n.* การฆ่าพ่อแม่ตัวเอง, ผู้กระทำการดังกล่าว **-patricidal** *adj.*
patrimony (แพท' ทระโมนี) *n., pl.* **-nies** มรดกตกทอดจากพ่อแม่หรือบรรพบุรุษ, ลักษณะที่ถ่ายทอดทางกรรมพันธุ์, ทรัพย์สินหรือกองทุนที่เป็นของศาสนา **-patrimonial** *adj.*
patriot (เพ' ทรีเอิท, -ออท) *n.* ผู้รักชาติ
patriotism (เพ' ทรีอะทิเซิม) *n.* ความรักชาติ **-patriotic** *adj.* **-patriotically** *adv.*
patrol (พะโทรล') *vt., vi.* **-trolled, -trolling**

เดินตรวจ, ลาดตระเวน, ตรวจตรา *-n.* ตำรวจสายตรวจ, ยาม, การตรวจตรา, การลาดตระเวน

patrolman (พะโทรล' เมิน) *n., pl.* **-men** ตำรวจสายตรวจ, ตำรวจลาดตระเวน

patron (เพ' เทริน) *n.* ผู้อุปถัมภ์, ผู้สนับสนุน, ผู้อุปการะ, ผู้อุดหนุน, ลูกค้า (-S. sponsor)

patronage (เพ' ทระนิจ, แพท'-) *n.* การอุปการะ, การอุปถัมภ์, การอุดหนุน, การสนับสนุน, คณะผู้สนับสนุน, พระบรมราชูปถัมภ์

patronize (เพ' ทระไนซ์, แพท'-) *vt.* **-ized, -izing** อุดหนุน, อุปถัมภ์, สนับสนุน, เลี้ยงดู

patter (แพท' เทอร์) *vi.* **-tered, -tering** ทำให้เกิดเสียงเปาะแปะอย่างเสียงฝนตก, พูดเร็ว *-n.* เสียงเปาะแปะอย่างฝนตก, การพูดเร็ว

★**pattern** (แพท' เทิร์น) *n.* แบบอย่าง, ระบบ, ลวดลาย, รูปแบบ *-vt., vi.* **-terned, -terning** ออกแบบ, ลอกแบบ (-S. (n., v.) design)

patty (แพท' ที) *n., pl.* **-ties** ขนมแป้งอบมีไส้ข้างใน, ขนมพายชิ้นเล็กๆ

paucity (พอ' ซิที) *n.* ความขาดแคลน, ความขัดสน, จำนวนน้อย (-S. fewness, scarcity)

paunch (พอนช์, พานช์) *n.* พุง, ท้องที่มีไขมัน **-paunchy** *adj.* **-paunchiness** *n.* (-S. belly)

pauper (พอ' เพอร์) *n.* คนยากจน, คนอนาถา, ขอทาน **-pauperism** *n.* (-S. poor)

★**pause** (พอซ) *vi.* **paused, pausing** หยุดชะงัก, หยุดชั่วขณะ, หยุดกลางคัน *-n.* การหยุดชะงัก, การหยุดชั่วขณะ, การหยุดพูด, เครื่องหมายหยุดในทางดนตรี (-S. (n., v.) stop, wait)

★**pave** (เพฟว์) *vt.* **paved, paving** ปู (พื้น), ลาด, ดาด **-pave the way** ปูทางเพื่อความสำเร็จ **-paver** *n.* (-S. cover)

pavement (เพฟว์' เมินท์) *n.* พื้นที่ปูหรือลาดแล้ว, วัสดุที่ใช้ปูหรือลาดถนน, ทางเท้า

pavilion (พะวิล' เลียน) *n.* พลับพลา, ปะรำ, กระโจม, ส่วนที่ยื่นออกมาของตัวตึก, ส่วนฐานของเพชรพลอยที่เจียระไน, ตึกที่ตกแต่งหรูหราเพื่อการแสดงมหรสพ (-S. annex, arena)

pavilion

paving (เพ' วิง) *n.* ทางเท้า, วัสดุสำหรับลาดถนนอย่างแอสฟัลต์ ก้อนหิน

★**paw** (พอ) *n.* อุ้งเท้าสัตว์, (ภาษาพูด) มือ *-vt., vi.* **pawed, pawing** ตะกุย, ตะปบ, ลูบหรือจับอย่างรุนแรง **-pawer** *n.* (-S. (v.) touch)

pawn[1] (พอน) *vt.* **pawned, pawning** จำนำ, ให้ไว้เป็นหลักประกัน, เอาเข้าแลก *-n.* สิ่งที่ใช้จำนำ, การจำนำ, ของประกัน **-pawnage** *n.*

pawn[2] (พอน) *n.* เบี้ยหมากรุก, เครื่องมือ, คนรับใช้

pawnbroker (พอน' โบรเคอร์) *n.* เจ้าของโรงรับจำนำ **-pawnbroking** *n.*

pawnshop (พอน' ชอพ) *n.* โรงรับจำนำ

★**pay** (เพ) *v.* **paid, paying** *-vt.* ชำระ, จ่าย, ซื้อมาด้วยราคา, ให้, ได้ผล, ให้ผล, ทดแทน, ตอบแทน *-vi.* จ่ายเงิน, ชำระหนี้, ให้ผลประโยชน์, รับโทษ *-adj.* เกี่ยวกับการชำระ, ซึ่งต้องชำระเงิน *-n.* ค่าจ้าง, ค่าตอบแทน **-pay off** ชำระหนี้, ได้กำไร, (ภาษาพูด) ให้สินบน **-pay out** ใช้จ่าย, หย่อนเชือก **-pay up** ชำระหมด **-payable** *adj.* **-payment** *n.* (-S. (v.) spend)

payday (เพ' เด) *n.* วันเงินเดือนออก

payee (เพอี') *n.* ผู้รับเงิน

payer, payor (เพ' เออร์) *n.* ผู้จ่ายเงิน, ผู้มีชื่อในตั๋วเงินซึ่งเป็นผู้จ่ายเงิน

payroll (เพ' โรล) *n.* บัญชีเงินเดือน, จำนวนเงินที่ต้องจ่ายให้กับลูกจ้าง

PC ย่อจาก personal computer เครื่องคอมพิวเตอร์ส่วนตัว

★**pea** (พี) *n., pl.* **peas** ถั่ว, พืชที่มีฝักถั่ว

★**peace** (พีซ) *n.* สันติภาพ, ความสงบ, สัญญาสันติภาพ, ความสงบสุข (-S. serenity, treaty)

peaceable (พี' ซะเบิล) *adj.* สงบสุข, สงบ, เพื่อสันติ, รักความสงบ **-peaceably** *adv.*

★**peaceful** (พีซ' เฟิล) *adj.* สงบ, สงบเงียบ, รักสันติ **-peacefully** *adv.* (-S. calm, quiet)

peacemaker (พีซ' เมเคอร์) *n.* ผู้ทำให้สงบ, ผู้ประนีประนอม, คนกลาง (-S. mediator)

peacetime (พีซ' ไทม์) *n.* เวลาที่ไม่มีสงคราม

peach (พีช) *n.* ลูกพีช, ต้นพีช, สีส้มอมเหลือง, คนหรือสิ่งที่สวยงามหรือน่าชื่นชม **-peachy** *adj.*

peacock (พี' คอค) *n., pl.* **-cocks/-cock** นกยูงตัวผู้, คนที่ชอบวางท่า

peafowl (พี' เฟาล์) *n., pl.* **-fowl/-fowls** นกยูงตัวผู้หรือตัวเมีย

peahen (พี' เฮน) *n.* นกยูงตัวเมีย

peak (พีค) *n.* ยอดเขา, ยอด, จุดสุดยอด, ส่วนเรียวแหลมที่ยกขึ้นสูง, กระบังหมวกแก๊ป *-vi.* **peaked, peaking** ยกขึ้นเป็นยอดแหลม, บรรลุถึงจุดสุดยอด, ได้รับความสำเร็จสูงสุด

peaked (พีคท์, พี' คิด) *adj.* แหลม, อ่อนแอ, มีแต่กระดูก, ผอม **-peakedness** *n.*

peal (พีล) *n.* เสียงดังกังวาน, เสียงดังลั่น, เสียง

ระฆัง, ระฆังชุด *-vt., vi.* **pealed, pealing** รัว (ระฆัง), ทำให้เกิดเสียงดัง (**-S.** (n., v.) ring)

★**peanut** (พี' นัท) *n.* ถั่วลิสง, ต้นถั่วลิสง, ฝักถั่ว

peanut butter เนยถั่ว

pear (แพร์) *n.* ลูกแพร์, ต้นแพร์, ลูกสาลี่

pearl (เพิร์ล) *n.* ไข่มุก, หอยมุก, สิ่งที่คล้ายไข่มุก, คนหรือสิ่งที่ประเสริฐ *-v.* **pearled, pearling** *-vt.* ทำให้คล้ายไข่มุก, ประดับด้วยไข่มุก *-vi.* งมหาหอยมุก *-adj.* เกี่ยวกับไข่มุก, คล้ายไข่มุก, ซึ่งทำด้วยหอยมุก **-pearly** *adj.*

peasant (เพซ' เซินท์) *n.* ชนชาวนา, ชาวชนบท

peasantry (เพซ' เซินทรี) *n.* สังคมชนบท

peat (พีท) *n.* ต้นไม้ในหนองที่หักทับจนดำ ใช้เป็นเชื้อเพลิง, ถ่านหินชนิดร่วน

pebble (เพบ' เบิล) *n.* ก้อนกรวด, หินก้อนกลมเล็กๆ *-vt.* **-bled, -bling** ปูหรือลาดด้วยกรวด, ทำให้ผิวหน้าเป็นเม็ดเล็กๆ **-pebbly** *adj.* (**-S.** (n.) gravel, stone)

pecan (พิคาน', -แคน', พี' แคน) *n.* ผลไม้จำพวกถั่วที่มีเปลือกแข็ง, ต้นของผลดังกล่าว

peccable (เพค' คะเบิล) *adj.* มีมลทิน, มีบาป

peccadillo (เพคคะดิล' โล) *n., pl.* **-loes/-los** บาปหรือความผิดเล็กๆ น้อยๆ

peck[1] (เพค) *v.* **pecked, pecking** *-vt.* (นก) จิก, เจาะ (รู), จิกกิน *-vi.* จิก, ถากถาง *-n.* การจิก, รูหรือรอยที่เกิดจากการจิก

peck[2] (เพค) *n.* หน่วยตวงของแห้งที่มีค่าเท่ากับ 8 ควอตซ์, ภาชนะตวงของดังกล่าว

pectin (เพค' ทิน) *n.* สารชนิดหนึ่งที่พบในผลไม้สุก เป็นตัวทำให้เกิดวุ้นหรือยางเหนียว

pectoral (เพค' เทอเริล) *adj.* ซึ่งอยู่บริเวณหน้าอก *-n.* กล้ามเนื้อหน้าอก, อวัยวะของหน้าอก

peculiar (พิคิว' เลียร์) *adj.* แปลก, ไม่ปกติ, ประหลาด, เป็นหนึ่งเดียว, เฉพาะ *-n.* ลักษณะเฉพาะ, ความประหลาด **-peculiarity** *n.* **-peculiarly** *adv.* (**-S.** (adj.) strange, unique)

pecuniary (พิคิว' นีเออรี) *adj.* เกี่ยวกับเงิน, ในทางเงิน **-pecuniarily** *adv.* (**-S.** financial)

pedagogue (เพด' ดะกอก) *n.* ครู, ผู้สอน, ผู้ที่วางตัวเป็นครู **-pedagogic** *adj.*

pedagogy (เพด' ดะโกจี, -กอจ-) *n.* อาชีพครู, การสอน, ศิลปะในการสอน

★**pedal** (เพด' เดิล) *n.* ที่เหยียบ, คันเหยียบห้ามล้อรถยนต์, บันไดจักรยาน *-v.* **-aled, -aling/-alled, -alling** *-vi.* ถีบรถจักรยาน, เหยียบ *-vt.* ถีบที่เหยียบ *-adj.* เกี่ยวกับเท้า

pedant (เพด' เดินท์) *n.* ผู้ที่ชอบอวดความรู้, ผู้ที่ใส่ใจกับความรู้และกฎเกณฑ์มากเกินไป **-pedantic** *adj.* **-pedantically** *adv.*

pedantry (เพด' เดินทรี) *n., pl.* **-ries** การจู้จี้ในรายละเอียดหรือกฎเกณฑ์มากเกินไป, การชอบอวดความรู้, การวางภูมิ

peddle (เพด'เดิล) *vt.* **-dled, -dling** เร่ขาย, เผยแพร่, กระจาย (**-S.** sell)

peddler, pedlar (เพด' เลอร์) *n.* พ่อค้าเร่

pedestal (เพด' ดิสเติล) *n.* ฐานของรูปปั้น, เสาหิน, แท่น, เชิง *-vt.* **-taled, -taling/-talled, -talling** ใส่ฐาน, วางบนแท่น (**-S.** (n., v.) base)

pedestrian (พะเดซ ' เทรียน) *n.* คนเดินเท้าตามถนน *-adj.* เกี่ยวกับคนเดินเท้า, ธรรมดา

pediatrics (พีดีเอท' ริคซ์) *n. pl.* กุมารเวชศาสตร์ **-pediatric** *adj.* **-pediatrician** *n.*

pedicab (เพด' ดิแคบ) *n.* รถสามล้อ

pedicure (เพด' ดิเคียวร์) *n.* การดูแลรักษาเท้าและเล็บเท้า **-pedicurist** *n.*

pedigree (เพด' ดิกรี) *n.* เทือกเถาเหล่ากอ, เชื้อสาย, วงศ์วาน, วงศ์ตระกูล, บันทึกพันธุ์สัตว์

pedometer (พิดอม' มิเทอร์) *n.* เครื่องวัดจำนวนก้าวที่เดินเท้า

pedometer

pee (พี) *vi.* (คำสแลง) ปัสสาวะ ฉี่

peek (พีค) *vi.* **peeked, peeking** แอบมอง, เห็นเป็นบางส่วน, โผล่ *-n.* การแอบมอง, การมองแวบหนึ่ง (**-S.** (n., v.) look)

★**peel** (พีล) *n.* เปลือก, ผิวผลไม้ *-v.* **peeled, peeling** *-vt.* ปอกเปลือก, ลอกเปลือก *-vi.* หลุดออกมาเป็นแผ่นๆ, กะเทาะ **-peeler** *n.*

peep[1] (พีพ) *n.* เสียงร้องจิ๊บๆ ของลูกนก *-vi.* **peeped, peeping** ร้องเสียงดังกล่าว

peep[2] (พีพ) *vi., vt.* **peeped, peeping** แอบมอง, ลอบมอง, โผล่, ลอดออกมา, ปรากฏให้เห็น *-n.* การแอบมอง, การมองแวบหนึ่ง

peephole (พีพ' โฮล) *n.* รูเล็กๆ สำหรับแอบมอง

peeping Tom (พี' พิงทอม) *n.* คนที่ชอบแอบดูผู้หญิงแก้ผ้า

peer[1] (เพียร์) *vi.* **peered, peering** โผล่, เพ่งมอง, มองดู (**-S.** look)

peer[2] (เพียร์) *n.* คนที่มีฐานะ ชนชั้นหรืออายุเสมอกัน, ขุนนาง, เพื่อน *-vt.* เข้าหากัน, เท่ากัน (**-S.** (n.) companion, nobleman)

peerage (เพีย' ริจ) *n.* ทำเนียบรายชื่อขุนนาง, พวกขุนนางชั้นสูง, ตำแหน่งขุนนาง

peerless (เพียร์' ลิซ) *adj.* ไม่มีใครเสมอเหมือน,

A B C D E F G H I J K L M N O P Q R S T U V W X Y Z

ไม่มีที่เปรียบ **-peerlessly** *adv.* (-S. superlative)

peeve (พีฟว) *vt.* **peeved, peeving** ทำให้โกรธ, ทำให้เคือง *-n.* สิ่งที่ทำให้ขุ่นเคือง

peevish (พี' วิช) *adj.* โกรธ, ฉุน, งอน, อารมณ์ร้าย **-peevishly** *adv.* (-S. irritable)

peg (เพก) *n.* หมุด, สลัก, เดือย, จุกไม้, ตาขอแขวนหมวก *-vt.* **pegged, pegging** ปัก, ตรึง, ติด, ตอก, ตรึงราคา (-S. (v.) fasten (n., v.) pin)

pelican (เพล' ลิเคิน) *n.* นกกระทุง

pelisse (พะลีซ') *n.* เสื้อคลุมยาวของผู้หญิง

pellagra (พะแลก' กระ) *n.* โรคขาดวิตามินไนอาซิน ทำให้ผิวหนังแห้งและมีอาการท้องเสีย

pellet (เพล' ลิท) *n.* ลูกหินุ, ลูกปืน, ก้อนกลมเล็กๆ, ยาเม็ดกลมเล็กๆ, ขี้ผึ้งหรืออาหารที่ปั้นเป็นก้อนกลมเล็กๆ *-vt.* ปั้นเป็นก้อนกลมเล็กๆ

pellicle (เพล' ลิเคิล) *n.* หนังบางๆ, เยื่อบาง

pell-mell, pellmell (เพล' เมล') *adv.* สับสน, อลหม่าน, ยุ่งเหยิง, อุตลุด (-S. helter-skelter)

pellucid (พะลู' ซิด) *adj.* โปร่ง, ใส, เข้าใจง่าย, ชัดเจน **-pellucidly** *adv.* (-S. clear, transparent)

pelt[1] (เพลท) *n.* หนังสัตว์ที่มีขนติดอยู่

pelt[2] (เพลท) *v.* **pelted, pelting** *-vt.* ระดมยิง, กระหน่ำยิง, ขว้างปา *-vi.* (ฝน) ตกอย่างหนัก, โจมตีอย่างหนัก *-n.* การระดมยิง, การขว้างปา

pelvis (เพล' วิซ) *n., pl.* **-vises/-ves** (-วีซ) กระดูกเชิงกราน **-pelvic** *adj.*

★**pen**[1] (เพน) *n.* ปากกา, ปากกาขนนก, ปากกาคอแร้ง, ลักษณะการประพันธ์ *-vt.* **penned, penning** เขียนด้วยปากกา **-penner** *n.*

pen[2] (เพน) *n.* คอกสัตว์, เล้า, สัตว์ที่อยู่ในคอก *-vt.* **penned/pent, penning** ล้อมคอก, ขังไว้ในคอก (-S. (n.) enclosure)

penal (พี' เนิล) *adj.* เกี่ยวกับการลงโทษ, เป็นอาญา, ต้องถูกลงโทษ, เกี่ยวกับค่าปรับ

penal code ประมวลกฎหมายอาญา

penalize (พี' นะไลซ, เพน'-) *vt.* **-ized, -izing** ลงโทษ, ปรับไหม (-S. discipline, punish)

penalty (เพน' เนิลที) *n., pl.* **-ties** การลงโทษ, การลงโทษทางอาญา, ค่าปรับ, ค่าสินไหมทดแทน, ข้อเสียเปรียบ (-S. punishment)

penance (เพน' เนินซ) *n.* การทรมานตัวเองเพื่อแสดงความเสียใจต่อการทำบาป, การสารภาพบาปและการไถ่บาป

pence (เพนซ) *n.* พหูพจน์ของ penny

penchant (เพน' เชินท) *n.* ความชอบ

★**pencil** (เพน' เซิล) *n.* ดินสอดำ, สิ่งที่มีรูปร่างหรือการใช้คล้ายดินสอ, ลำแสง *-vt.* **-ciled, -ciling/-cilled, -cilling** เขียนหรือทำรอยด้วยดินสอ **-penciler, penciller** *n.*

pendant, pendent (เพน' เดินท) *n.* เครื่องประดับที่ห้อยลงมา เช่น ต่างหู, จี้ห้อยคอ *-adj.* ซึ่งห้อยหรือแขวนอยู่, ค้างอยู่, คาราคาซัง (-S. (n.) locket)

pending (เพน' ดิง) *adj.* ยังไม่ได้ตัดสินใจ, ค้างอยู่, คาราคาซัง, ใกล้เข้ามา *-prep.* จนกว่า, อยู่ในระหว่าง (-S. (adj.) near, undecided)

pendulum (เพน' จะเลิม, -เดีย-) *n.* ลูกตุ้ม

penetrate (เพน' นิเทรท) *v.* **-trated, -trating** *-vt.* แทง, ลอด, ผ่านทะลุ, แทรกซึม, มองผ่าน *-vi.* เข้าใจ, ผ่านทะลุ **-penetrable** *adj.*

penetration (เพนนิเทร' ชัน) *n.* การซึมผ่าน, การผ่านทะลุ, ความเฉียบแหลม

penguin (เพง' กวิน, เพน'-) *n.* นกเพนกวิน

penicillin (เพนนิซิล' ลิน) *n.* ยาปฏิชีวนะชนิดหนึ่งที่ได้จากเชื้อรา penicillium

peninsula (พะนิน' เซียละ, -ซะละ) *n.* คาบสมุทร, แหลมที่ยื่นไปในทะเล

penis (พี' นิซ) *n., pl.* **-nises/-nes** (-นีซ) อวัยวะเพศชาย, องคชาติ, อวัยวะสืบพันธุ์เพศผู้

penitent (เพน' นิเทินท) *adj.* เสียใจในความผิดที่ได้กระทำไป, รู้สึกผิด, สำนึกผิด *-n.* ผู้รู้สึกผิดต่อบาปที่กระทำไป, ผู้สำนึกผิด **-penitently** *adv.* **-penitence** *n.* (-S. (adj.) apologetic)

penitentiary (เพนนิเทน' ชะรี) *n., pl.* **-ries** คุก, สถานดัดสันดาน *-adj.* เกี่ยวกับการดัดสันดาน, สำหรับใช้ลงโทษผู้ทำความผิด

penknife (เพน' ไนฟ) *n.* มีดพก

penman (เพน' เมิน) *n.* นักเขียน, ผู้ชำนาญในการคัดลายมือ, คนคัดสำเนา (-S. copyist)

penmanship (เพน' เมินชิพ) *n.* ศิลปะในการเขียนหรือคัดลายมือ (-S. calligraphy)

pen name นามปากกา (-S. pseudonym)

pennant (เพน' เนินท) *n.* ธงสามเหลี่ยม, ธงชนิดปลายแหลม ชักบนเสาเรือ (-S. flag)

penniless (เพน' นีลิซ) *adj.* ไม่มีเงิน, ยากจน, สิ้นเนื้อประดาตัว **-pennilessness** *n.* (-S. poor)

pennon (เพน' เนิน) *n.* ธงปลายแหลมเรียว, ธงผูกที่ปลายหอก **-pennoned** *adj.*

penny (เพน' นี) *n., pl.* **-nies** เงินเหรียญของอังกฤษ เท่ากับ $\frac{1}{100}$ ปอนด์, เหรียญที่มีค่าเพียงนิดหน่อย, เงินจำนวนเล็กน้อย

penology, poenology (พีนอล' ละจี) *n.* วิชาที่ว่าด้วยวิธีลงโทษและจัดการเรือนจำ

pen pal เพื่อนทางจดหมาย

A B C D E F G H I J K L M N O P Q R S T U V W X Y Z

A B C D E F G H I J K L M N O P Q R S T U V W X Y Z

pensile (เพน' ไซล์) *adj.* ห้อย, ย้อย, ยาน

★**pension** (เพน' ชัน) *n.* เงินบำนาญ, เงินช่วยเหลือ, เงินสงเคราะห์ *-vt.* **-sioned, -sioning** ให้เงินบำนาญ, ปลดเกษียณ **-pensionable** *adj.* (-S. (n.) money, welfare)

pensionary (เพน' ชะเนอรี) *n., pl.* **-aries** ผู้รับเงินบำนาญ, ผู้รับเงินสงเคราะห์

pensioner (เพน' ชะเนอร์) *n.* ผู้รับเงินบำนาญ, คนใช้, ตำรวจหลวง (-S. attendant)

pensive (เพน' ซิฟว์) *adj.* เป็นทุกข์, รำพึง, ครุ่นคิด **-pensively** *adv.* (-S. pondering)

pent (เพนท์) *v.* กริยาช่อง 2 และ 3 ของ pen[2] *-adj.* ถูกคุมขัง, อยู่ในที่ปิด

penta-, pent- คำอุปสรรค หมายถึง ห้า

pentagon (เพน' ทะกอน) *n.* รูปห้าเหลี่ยมห้ามุม **-Pentagon** ตึกบัญชาการทหารของอเมริกามีลักษณะเป็นรูปห้าเหลี่ยม **-pentagonal** *adj.*

pentameter (เพนแทม' มิเทอร์) *n.* โคลง 5 จังหวะ

pentathlon (เพนแทธ' เลิน, -ลอน) *n.* การแข่งขันกรีฑา 5 ประเภท, ปัญจกรีฑา

penthouse (เพนท์' เฮาซ์) *n.* บ้านหลังเล็กบนหลังคาตึก, เพิงหมาแหงน (-S. house)

pent-up (เพนท์' อัพ') *adj.* ยับยั้งไว้, ไม่แสดงความรู้สึก, กักไว้ (-S. repressed)

penult (พี' นัลท์, พินัลท์') *n.* พยางค์ถัดจากตัวสุดท้าย **-penultimate** *adj.*

penumbra (พินัม' บระ) *n., pl.* **-bras/-brae** (-บรี) เงามัวรอบดวงจันทร์ในเวลาเกิดคราส

penurious (พะนัว' เรียซ, พะเนียว'-) *adj.* ขี้เหนียว, ตระหนี่, ยากจน, ขัดสน, ขาดแคลนมาก **-penuriously** *adv.* **-penury** *n.*

peon (พี' ออน, -เอิน) *n.* คนดูแลม้า, บ่าว

★**people** (พี' เพิล) *n., pl.* **people** มนุษย์, ประชาชน, พลเมือง, ครอบครัว, วงศ์ตระกูล, ชุมชน *-vt.* **-pled, -pling** บรรจุพลเมือง, ตั้งรกราก **-peopler** *n.* (-S. (n.) population)

pep (เพพ) *n.* (ภาษาพูด) ความกล้า, ความห้าวหาญ, พลัง *-vt.* **pepped, pepping** ให้กำลังวังชา, กระตุ้น

★**pepper** (เพพ' เพอร์) *n.* พริกไทย, ต้นพริกไทย, พริกขี้หนู, พริกชี้ฟ้า *-vt.* **-pered, -pering** ใส่พริกไทย, โรยพริกไทย (-S. (v.) sprinkle)

peppercorn (เพพ' เพอร์คอร์น) *n.* เม็ดพริกไทยแห้ง, สิ่งที่เล็กหรือไม่สำคัญ

pepper mill ที่บดเม็ดพริกไทย

peppermint (เพพ' เพอร์มินท์) *n.* สะระแหน่, ลูกอมรสสะระแหน่, น้ำมันสะระแหน่

pepperoni (เพพพะโร' นี) *n., pl.* **-nis** ไส้กรอกที่มีรสเผ็ดจัด

peppershaker (เพพ' เพอร์เชเกอร์) *n.* กระปุกพริกไทย

peppery (เพพ' พะรี) *adj.* เผ็ดร้อน, เหมือนพริกไทย, ฉุน, มีอารมณ์ร้อน (-S. hot, spicy)

pepsin, pepsine (เพพ' ซิน) *n.* น้ำย่อยในกระเพาะอาหาร ทำหน้าที่ย่อยโปรตีน

★**per** (เพอร์) *prep.* ต่อ, โดย, แต่ละ, ทุก, ตาม, โดยทาง, ผ่าน

perambulate (พะแรม' เบียเลท) *v.* **-lated, -lating** *-vt.* เดินผ่าน, เดินสำรวจ *-vi.* เดินผ่าน, เดินรอบ **-perambulatory** *adj.* (-S. walk)

perambulator (พะแรม' เบียเลเทอร์) *n.* รถเข็นเด็ก (-S. pram)

per annum (เพอร์แอน' เนิม) *adv.* ต่อปี, ปีละ

per capita (เพอร์แคพ' พิทะ) *adv., adj.* ต่อหัว, ต่อคน

perceive (เพอร์ซีฟว์') *vt.* **-ceived, -ceiving** เข้าใจ, มองเห็น, สำเหนียก, ได้ยิน, รับรู้ **-perceivable** *adj.* **-perceiver** *n.* (-S. sense)

★**percent, per cent** (เพอร์เซนท์') *n.* ร้อยละ, เปอร์เซ็นต์ *-adj.* เป็นร้อยละ

percentage (เพอร์เซน' ทิจ) *n.* อัตราร้อยละ, ค่าเปอร์เซ็นต์, ส่วนแบ่ง, ผลกำไร, สัดส่วนเปรียบเทียบ

percept (เพอร์' เซพท์) *n.* ผลแห่งการรับรู้, การสำเหนียก, ความเข้าใจ, การสัมผัสรู้ **-perception** *n.* **-perceptive** *adj.*

perceptible (เพอร์เซพ' ทะเบิล) *adj.* ซึ่งเข้าใจได้, ซึ่งรับรู้ได้, ซึ่งสัมผัสได้ **-perceptibility** *n.* **-perceptibly** *adv.* (-S. audible)

perch (เพิร์ช) *n.* ราวหรือคอนสำหรับนกเกาะ, ที่เกาะ, ที่พักผ่อน *-v.* **perched, perching** *-vi.* เกาะบนคอน, พักอยู่ในที่สูง *-vt.* เกาะ

perchance (เพอร์แชนซ์') *adv.* บางที, อาจจะ, โดยบังเอิญ (-S. perhaps, possibly)

percolate (เพอร์' คะเลท) *v.* **-lated, -lating** *-vt.* ทำให้ซึมผ่าน, ทำให้ไหลผ่าน *-vi.* กรอง *-n.* ของเหลวที่ได้จากการกรอง (-S. (v.) filter)

percolator (เพอร์' คะเลเทอร์) *n.* เครื่องต้มกาแฟ

percussion (เพอร์คัช' ชัน) *n.* การเคาะ, การตี, การกระทบกัน, เสียงที่เกิดจากการเคาะ

percussion instrument เครื่องดนตรีประเภทตีหรือเคาะ เช่น กลอง ฉิ่ง ระนาด

perdition (เพอร์ดิช' ชัน) *n.* มรณกรรม, นรก,

ความหายนะ, การพังพินาศ (-S. hell, ruination)

peremptory (พะแรมพ์' ทะรี) *adj.* เด็ดขาด, วางอำนาจ, ไม่สามารถปฏิเสธได้ **-peremptorily** *adv.* **-peremptoriness** *n.* (-S. dictatorial)

perennial (พะเรน' เนียล) *adj.* ซึ่งมีชีวิตอยู่ได้นาน, อยู่ทนนาน, (พืช) ยืนต้น *-n.* พืชยืนต้น **-perennially** *adv.* (-S. (adj.) continual)

★**perfect** (*adj., n.* เพอร์' ฟิคท์, *v.* -เฟคท') *adj.* สมบูรณ์, ดีเลิศ, ไม่มีตำหนิ, แท้จริง, ทีเดียว, บริสุทธิ์ *-n.* กาล (tense) สมบูรณ์, รูปกริยาในกาลสมบูรณ์ *-vt.* **-fected, -fecting** นำไปสู่ความสมบูรณ์, ทำให้ไม่มีตำหนิ **-perfection** *n.* **-perfectly** *adv.* (-S. (adj.) excellent)

perfectionism (เพอร์เฟค' ชะนิเซิม) *n.* ความชอบให้ทุกอย่างถูกต้องสมบูรณ์แบบ, ความเชื่อที่ว่ามนุษย์สามารถมีศีลธรรมได้อย่างสมบูรณ์แบบ **-perfectionist** *n., adj.*

perfidious (เพอร์ฟิด' เดียซ) *adj.* ทุจริต, ไม่ซื่อ, โกง, ทรยศ **-perfidiously** *adv.*

perforate (เพอร์' ฟะเรท) *v.* **-rated, -rating** *-vt.* เจาะรู, แทงทะลุ, ปรุกระดาษ *-vi.* ผ่านเข้าไปใน *-adj.* มีรู, เป็นรู **-perforation** *n.*

perforce (เพอร์ฟอร์ซ') *adv.* ด้วยความจำเป็น

★**perform** (เพอร์ฟอร์ม') *v.* **-formed, -forming** *-vt.* ทำ, ปฏิบัติ, เล่น, แสดง *-vi.* ทำงาน, เล่น, แสดง **-performer** *n.* (-S. do, present)

★**performance** (เพอร์ฟอร์' เมินซ์) *n.* การกระทำ, การปฏิบัติ, การแสดง, การประสบความสำเร็จ (-S. achievement, play, show)

★**perfume** (*n.* เพอร์' ฟิวม์, *v.* -ฟิวม์') *n.* น้ำหอม, กลิ่นหอม *-vt.* **-fumed, -fuming** ใส่น้ำหอม, พรมน้ำหอม (-S. (n.) fragrance, odour)

perfumery (เพอร์ฟิว' มะรี) *n., pl.* **-ies** การทำน้ำหอม, ธุรกิจน้ำหอม, เครื่องหอม

perfunctory (เพอร์ฟังค์' ทะรี) *adj.* (ทำ) พอเป็นพิธี, อย่างเสียไม่ได้, ตามหน้าที่ **-perfunctorily** *adv.* **-perfunctoriness** *n.* (-S. dutiful)

pergola (เพอร์' กะละ) *n.* เรือนสำหรับปลูกไม้เลื้อย, ซุ้มประตูไม้เลื้อย

★**perhaps** (เพอร์แฮพซ์') *adv.* บางที, กระมัง

peri- คำอุปสรรค หมายถึง รอบ, ล้อม, หุ้ม

pericarditis (เพอริคาร์ได' ทิซ) *n.* โรคเยื่อหุ้มหัวใจอักเสบ

pericardium (เพอริคาร์' เดียม) *n., pl.* **-dia** เยื่อหุ้มหัวใจ **-pericardiac, pericardial** *adj.*

pericarp (เพอ' ริคาร์พ) *n.* เปลือกที่หุ้มเนื้อหรือผล **-pericarpial** *adj.*

perigee (เพอ' ระจี) *n.* จุดที่วงโคจรของดาวเทียมหรือดวงจันทร์อยู่ใกล้กับโลกมากที่สุด

peril (เพอ' ริล) *n.* ความหายนะ, อันตราย, ภัย, สิ่งที่อันตรายหรือหายนะ *-vt.* **-iled, -iling/-illed, -illing** ทำให้ตกอยู่ในอันตราย **-perilous** *adj.* **-perilousness** *n.* (-S. (n.) danger, risk)

perimeter (พะริม' มิเทอร์) *n.* เส้นรอบวง, ความยาวเส้นรอบวง, เขตรอบนอก, เขตป้องกัน, แนวชายแดน (-S. boundary, edge)

★**period** (เพีย' เรียด) *n.* รอบ, สมัย, ระยะเวลา, ฤดู, ประจำเดือน, เครื่องหมายมหัพภาค (.), ยุค (-S. era, phase, term)

periodic (เพียรีออด' ดิค) *adj.* เป็นครั้งคราว, เป็นระยะๆ, บางครั้งบางคราว (-S. occasional)

periodical (เพียรีออด' ดิเคิล) *adj.* ซึ่งตีพิมพ์เป็นช่วงๆ, รายเดือน, รายปักษ์, เป็นครั้งคราว *-n.* นิตยสารหรือวารสารรายเดือน รายปักษ์ **-periodically** *adv.* (-S. (n.) magazine)

periodicity (เพียรีอะดิซ' ซะที) *n., pl.* **-ties** ภาวะการเกิดขึ้นเป็นครั้งคราวหรือเป็นช่วงๆ

periodic table ตารางธาตุ

peripheral (พะริฟ' เฟอเริล) *adj.* เกี่ยวกับเส้นรอบวง, ซึ่งอยู่รอบนอก, ซึ่งสำคัญน้อย

periphery (พะริฟ' ฟะรี) *n., pl.* **-ies** เส้นรอบวง, รอบนอก, ขอบเขต (-S. perimeter)

periphrasis (พะริฟ' ฟระซิซ) *n., pl.* **-ses** (-ซีซ) คำพูดอ้อมค้อม, การพูดอ้อมค้อม

periscope (เพอ' ริสโกพ) *n.* กล้องชนิดหนึ่งมีกระจกหรือแก้วอยู่ข้างใน สำหรับหักสายตาให้เป็นมุมฉาก ใช้ในเรือดำน้ำ

perish (เพอ' ริช) *vi.* **-ished, -ishing** ตาย, ถูกทำลาย, สูญสิ้น, เน่าเปื่อย, ผุพัง (-S. die, rot)

perishable (เพอ' ริชะเบิล) *adj.* เน่าเปื่อยหรือย่อยสลายได้ง่าย *-n.* สิ่งที่เน่าเสียได้ง่าย เช่น อาหาร **-perishability, perishableness** *n.*

peritonitis (เพอริเทินไน' ทิซ) *n.* โรคเยื่อบุช่องท้องอักเสบ

periwinkle (เพอ' ริวิงเคิล) *n.* หอยชนิดไม่มีกาบ ใช้ทำเป็นอาหาร เช่น หอยขม

perjure (เพอร์' เจอร์) *vt.* **-jured, -juring** ให้การเท็จ, ผิดคำสาบาน, เป็นพยานเท็จ **-perjurer** *n.* **-perjury** *n.*

perk (เพิร์ค) *vi., vt.* **perked, perking** ยกขึ้น, เงย, ชูคอ, ทะลึ่ง, เสือก, วางท่า *-adj.* ว่องไว, กระฉับกระเฉง, ร่าเริง, มีชีวิตชีวา **-perky** *adj.* (-S. (v.) raise (adj.) jaunty, lively)

★**permanent** (เพอร์' มะเนินท์) *adj.* ทนทาน,

ถาวร, ยืนนาน *-n.* ความถาวร, ความคงทน, ลักษณะที่ถาวร **-permanently** *adv.* **-permanence** *n.* (-S. (adj.) constant, durable)

permanent tooth ฟันแท้

permeate (เพอร์ มีเอท) *v.* **-ated, -ating** *-vt.* แผ่ซ่าน, แพร่กระจาย, ซึมผ่าน, ซึมซาบ *-vi.* แพร่กระจาย, แผ่ซ่าน **-permeable** *adj.* **-permeation** *n.* (-S. penetrate)

permissible (เพอร์มิซ' ซะเบิล) *adj.* ยอมรับได้, พอทนได้, ยอมให้ได้ **-permissibly** *adv.*

★**permission** (เพอร์มิช' ชัน) *n.* การอนุญาต, การยินยอม, ใบอนุญาต (-S. agreement)

permissive (เพอร์มิซ' ซิฟว์) *adj.* ซึ่งยินยอม, ซึ่งเปิดโอกาสให้, อนุญาต, ตามใจ, ซึ่งเลือกได้ **-permissiveness** *n.* (-S. optional, tolerant)

★**permit** (เพอร์มิท') *vt., vi.* **-mitted, -mitting** อนุญาต, ยินยอม, อนุมัติ, เปิดโอกาสให้ *-n.* ใบอนุญาต, ใบยินยอม, การยินยอม **-permittee** *n.* **-permitter** *n.* (-S. (v.) allow, authorize)

permute (เพอร์มิวท์') *vt.* **-muted, -muting** เปลี่ยนลำดับ, สลับอันดับ, เปลี่ยนแปลง **-permutable** *adj.* **-permutation** *n.*

pernicious (เพอร์นิช' เชิซ) *adj.* ถึงตาย, ร้ายกาจ, เป็นอันตราย, (โรค) ร้ายแรง, เสียหาย **-perniciously** *adv.* (-S. deadly, destructive)

pernickety (เพอร์นิค' คิที) *adj.* ต้องใช้ความระมัดระวัง, จู้จี้, พิถีพิถัน, วางท่า

perorate (เพอ' ระเรท) *vi.* **-rated, -rating** พูดสรุป, พูดอย่างยืดยาว **-peroration** *n.*

peroxide (พะรอค' ไซด์) *n.* ออกไซด์ที่มีออกซิเจนสองอะตอม, ไฮโดรเจนเปอร์ออกไซด์ *-vt.* **-ided, -iding** ฆ่าเชื้อด้วยเปอร์ออกไซด์

perpendicular (เพอร์เพ็นดิค' เคียเลอร์) *adj.* ตั้งฉาก, ตั้งตรง, ได้ฉาก, *-n.* เส้นตั้งฉาก, แนวตั้งฉาก **-perpendicularity** *n.* **-perpendicularly** *adv.* (-S. (adj., n.) upright, vertical)

perpetrate (เพอร์' พิเทรท) *vt.* **-trated, -trating** กระทำความผิด, ก่อกรรมทำเข็ญ **-perpetration** *n.* **-perpetrator** *n.*

perpetual (เพอร์เพช' ชวล) *adj.* ตลอดกาล, เสมอ, ชั่วกัลปาวสาน, ตลอดไป **-perpetually** *adv.* (-S. continuous, persistent)

perpetuate (เพอร์เพช' ชูเอท) *vt.* **-ated, -ating** ทำให้เป็นที่จดจำ, ทำให้เป็นอมตะ, ทำให้ไม่สูญไป **-perpetuation** *n.* (-S. preserve)

perpetuity (เพอร์พิทู' อิที, -ทิว'-) *n., pl.* **-ties** ความเป็นอมตะ, ความไม่มีที่สิ้นสุด, ชั่วกัลปาวสาน, ความไม่รู้จักจบ (-S. eternity)

perplex (เพอร์เพลคซ์') *vt.* **-plexed, -plexing** ทำให้สับสน, ทำให้งุนงง, ทำให้ประหลาดใจ **-perplexity** *n.* (-S. bewilder, confuse)

perplexed (เพอร์เพลคซ์ท') *adj.* สับสน, งุนงง, งงงวย, ซับซ้อน, น่าประหลาดใจ, น่าพิศวง

perquisite (เพอร์ ควิซิท) *n.* ผลกำไร, ผลประโยชน์, เงินรางวัล (-S. bonus, extra)

persecute (เพอร์ ซิคิวท์) *vt.* **-cuted, -cuting** รบกวน, แกล้ง, ก่อกวน, รังแก **-persecution** *n.* **-persecutor** *n.* (-S. bother, pester)

persevere (เพอร์ซะเวียร์') *vi.* **-vered, -vering** ค่ำจุน, หนุน, พยุง, พยายาม, พากเพียร, ยืนหยัด **-perseverance** *n.* (-S. endure)

persiflage (เพอร์ ซิฟลาฌ) *n.* การล้อเลียน, การพูดตลกขบขัน, การพูดเหน็บแนม

persimmon (เพอร์ซิม' เมิน) *n.* ลูกพลับ

persist (เพอร์ซิซท์', -ซิซท์') *vi.* **-sisted, -sisting** ยืนกราน, ขืน, มุ่งหน้า, ฝังแน่น, เพียร, ดื้อรั้น **-persistence, persistency** *n.* (-S. remain)

persistent (เพอร์ซิซ' เทินท์, -ซิซ'-) *adj.* ดื้อรั้น, ทนทาน, ฝังแน่น, ยืนหยัด, เรื่อยไป **-persistently** *adv.* (-S. endless, obstinate)

★**person** (เพอร์ เซิน) *n.* คน, องค์, ตัว, ตนเอง, บุคคล, ร่างกาย, บุคลิกลักษณะ, บุรุษ (ในไวยากรณ์) (-S. character, human, individual)

personable (เพอร์ ซะนะเบิล) *adj.* งาม, สง่า, หน้าตาดี, น่ารัก **-personably** *adv.*

personage (เพอร์ ซะนิจ) *n.* บุคคล, ตัวละคร, บุคคลสำคัญ

★**personal** (เพอร์ ซะเนิล) *adj.* ส่วนตัว, ส่วนบุคคล, โดยบุคคล, เฉพาะบุคคล, เกี่ยวกับร่างกาย *-n.* ข่าวบุคคล (ในหนังสือพิมพ์) (-S. (adj.) private -A. (adj.) general, public)

personal computer เครื่องคอมพิวเตอร์ขนาดเล็กสำหรับใช้ส่วนตัว

personality (เพอร์ซะแนล' ลิที) *n., pl.* **-ties** บุคลิกภาพ, บุคลิกลักษณะ, บุคคล, ผู้มีชื่อเสียง, ดาวเด่น (-S. character, star)

personalize (เพอร์ ซะนะไลซ์) *vt.* **-ized, -izing** ทำให้เป็นทรัพย์สมบัติส่วนตัว, ทำให้เป็นตัวของตัวเอง **-personalization** *n.*

personally (เพอร์ ซะนะลี) *adv.* ด้วยตัวเอง, โดยส่วนตัว, เป็นการส่วนตัว

personal pronoun บุรุษสรรพนามในไวยากรณ์ เช่น he, she, it

personate (เพอร์ ซะเนท) *vt.* **-ated, -ating**

A B C D E F G H I J K L M N O P Q R S T U V W X Y Z

เล่นเป็นตัว, ปลอมตัวเป็น **-personator** *n.*

personify (เพอร์ซอน' นะไฟ) *vt.* **-fied, -fying** ยกให้เป็นบุคคล, รวมมาไว้ในตัว **-personification** *n.* **-personifier** *n.* (**-S.** embody)

personnel (เพอร์ซะเนล') *n.* พนักงาน, บุคลากร

perspective (เพอร์สเปค' ทิฟว์) *n.* เทคนิคในการแสดงภาพของวัตถุเป็นสามมิติ, ทิวทัศน์, ทัศนวิสัย, ความคิดเห็น (**-S.** angle, view)

perspicacious (เพอร์สปิเค' เชิซ) *adj.* สายตากว้างไกล, (ปัญญา) เฉียบแหลม

perspicuous (เพอร์สปิค' คิวเอิซ) *adj.* แจ่มแจ้ง, เข้าใจง่าย, ชัดเจน (**-S.** clear)

perspire (เพอร์สไปร์') *vi.* **-spired, -spiring** มีเหงื่อออก, ออกเหงื่อ **-perspiration** *n.*

persuade (เพอร์สเวด') *vt.* **-suaded, -suading** ชักชวน, ชักจูง, ทำให้เชื่อ, เกลี้ยกล่อม, โน้มน้าว **-persuadable** *adj.* **-persuasion** *n.* **-persuasive** *adj.* (**-S.** induce)

pert (เพิร์ท) *adj.* **perter, pertest** ทะลึ่ง, หน้าด้าน, ไม่มีมารยาท, กล้า, กระฉับกระเฉง, มีชีวิตชีวา **-pertly** *adv.* **-pertness** *n.*

pertain (เพอร์เทน') *vi.* **-tained, -taining** เกี่ยวข้อง, เป็นเรื่อง, เป็นของ, เกี่ยวกับ

pertinacious (เพอร์เทินเน' เชิซ) *adj.* ดื้อรั้น, หัวแข็ง, มีทิฐิ, ยืนหยัด, พยายาม, พากเพียร **-pertinaciously** *adv.* **-pertinacity** *n.*

pertinent (เพอร์' เทินเนินท์) *adj.* เข้าเรื่อง, ถูกเรื่อง, ตรงประเด็น **-pertinently** *adv.*

perturb (เพอร์เทิร์บ') *vt.* **-turbed, -turbing** ทำให้กระวนกระวายใจ, รบกวน, ทำให้ตกใจ, ทำให้ยุ่งยาก **-perturbable** *adj.* (**-S.** bother)

peruse (พะรูซ') *vt.* **-rused, -rusing** อ่าน, พิจารณา, ตรวจสอบ **-perusal** *n.* (**-S.** read)

pervade (เพอร์เวด') *vt.* **-vaded, -vading** แผ่ซ่าน, แพร่กระจาย, แผ่ไปทั่ว **-pervader** *n.* **-pervasion** *n.* (**-S.** diffuse, permeate)

pervasive (เพอร์เว' ซิฟว์) *adj.* ฟุ้ง, ตลบ, แพร่หลาย **-pervasively** *adv.* (**-S.** rife)

perverse (เพอร์เวิร์ซ', เพอร์-) *adj.* ผิดปกติ, วิปริต, ประหลาด, ผิดเหตุผล, ดื้อรั้น, หัวแข็ง, ผิดศีลธรรม, ชั่วร้าย **-perversely** *adv.* **-perverseness** *n.* (**-S.** contrary, stubborn)

perversion (เพอร์เวอร์ ฌัน, -ชัน) *n.* ความวิปริต, การกระทำที่ผิดปกติ, กามวิปริต

pervert (เพอร์เวิร์ท') *vt.* **-verted, -verting** บิดเบือนไปในทางที่ผิด, นำไปสู่ทางที่ผิด, ใช้ในทางที่ผิด, แปลความผิด *-n.* ผู้กระทำกามวิปริต

pervious (เพอร์' เวียซ) *adj.* ซึมผ่านได้, ลอดผ่านได้, ยุ่ย, ซุย, ใส **-perviousness** *n.*

peso (เพ' โซ) *n., pl.* **-sos** ค่าหน่วยเงินเปโซ

pessimism (เพซ' ซะมิเซิม) *n.* การมองโลกในแง่ร้าย, การหมดอาลัยตายอยาก **-pessimist** *n.* **-pessimistic** *adj.* **-pessimistically** *adv.*

pest (เพซท์) *n.* สัตว์หรือพืชที่เป็นอันตรายต่อมนุษย์, คนหรือสิ่งที่รบกวนหรือทำลาย, เชื้อโรคร้ายแรง (**-S.** nuisance, parasite)

pester (เพซ' เทอร์) *vt.* **-tered, -tering** รบกวน, ก่อกวน, รังควาน, ทำให้ยุ่งยากใจ

pesticide (เพซ' ทิไซด์) *n.* ยาฆ่าแมลง, ยาปราบศัตรูพืช **-pesticidal** *adj.*

pestiferous (เพสทิฟ' เฟอเริซ) *adj.* ซึ่งเป็นอันตราย, แพร่โรค, นำโรค **-pestiferously** *adv.*

pestilence (เพซ' ทะเลินซ์) *n.* โรคติดต่อร้ายแรง, โรคระบาด, สิ่งที่ชั่วร้าย (**-S.** illness)

pestilent (เพซ' ทะเลินท์) *adj.* ถึงตาย, ร้ายแรง, ซึ่งทำให้ติดเชื้อ, เป็นภัย, น่ารำคาญ

pestle (เพซ' เซิล, -เทิล) *n.* สาก, สิ่งที่ใช้ตำ *-vt., vi.* **-tled, -tling** บด, ตำ

pet (เพท) *n.* สัตว์เลี้ยง, คนหรือสิ่งที่เป็นที่ชื่นชอบ *-adj.* เป็นสัตว์เลี้ยง, เป็นที่ชื่นชอบ, โปรดปราน, ซึ่งแสดงความรัก *-vt.* **petted, petting** กอดจูบ, ลูบคลำ **-petter** *n.* (**-S.** (v.) cuddle)

peta- คำอุปสรรค หมายถึง 10^{15}, หนึ่งพันล้านล้าน

petal (เพท' เทิล) *n.* กลีบดอกไม้

peter (พี' เทอร์) *vi.* **-tered, -tering** ค่อยๆ จางหายไป, เลือนไป, ค่อยๆ หมดไป (**-S.** diminish)

petit, petty (เพท' ที) *adj.* น้อย, เล็กน้อย, รองลงมา (**-S.** minor)

petite (พะทีท') *adj.* เอวบางร่างน้อย, ร่างเล็ก

petition (พะทิช' ชัน) *n.* การอ้อนวอน, การร้องทุกข์, คำร้องทุกข์, หนังสือร้องเรียน, ฎีกา *-v.* **-tioned, -tioning** *-vt.* ร้องทุกข์, ร้องเรียน *-vi.* ถวายฎีกา **-petitioner** *n.* (**-S.** (n.) plea)

petrify (เพท' ทระไฟ) *v.* **-fied, -fying** *-vt.* ทำให้เป็นหิน, ทำให้ตัวแข็งทื่อ, ทำให้ตกตะลึง *-vi.* กลายเป็นหิน, แข็งทื่อ **-petrified** *adj.*

petrochemical (เพทโทรเคม' มิเคิล) *n.* สารเคมีที่ได้มาจากปิโตรเลียมหรือก๊าซธรรมชาติ

★**petrol** (เพท' เทริล) *n.* น้ำมันเบนซิน, ก๊าซโซลีน

petrolatum (เพททระเล' เทิม) *n.* ดู petroleum jelly

petroleum (พะโทร' เลียม) *n.* น้ำมันปิโตรเลียม

petroleum jelly สารผสมกึ่งแข็งกึ่งเหลวที่ได้จากน้ำมันปิโตรเลียม ใช้ทำสารหล่อลื่นและขี้ผึ้ง

petrology (พะทรอล' ละจี) *n.* วิชาว่าด้วยลักษณะและการกำเนิดของหิน **-petrologist** *n.*
petticoat (เพท' ทีโคท) *n.* กระโปรงชั้นในผู้หญิง
pettifog (เพท' ทะฟอก) *vi.* **-fogged, -fogging** ใช้เล่ห์เหลี่ยม, พูดโต้เถียงในเรื่องเล็กๆ น้อยๆ **-pettifogger** *n.* **-pettifoggery** *n.*
pettish (เพท' ทิช) *adj.* ฉุน, อารมณ์ไม่ดี, เจ้าอารมณ์ **-pettishly** *adv.* **-pettishness** *n.*
petty (เพท' ที) *adj.* **-tier, -tiest** เล็กน้อย, ไม่สำคัญมาก, ใจแคบ, เห็นแก่ตัว, ต่ำช้า **-pettily** *adv.* **-pettiness** *n.* (-S. insignificant, small)
petty cash เงินสดสำหรับซื้อของเล็กน้อย
petty officer ทหารเรือชั้นจ่า
petulant (เพช' ชะเลินท) *adj.* ฉุน, เจ้าอารมณ์, อารมณ์ไม่ดี **-petulance** *n.* **-petulantly** *adv.*
pew (พิว) *n.* ม้ายาวมีพนักพิงสำหรับนั่งฟังเทศน์ในโบสถ์ (-S. seat)
pewter (พิว' เทอร) *n.* โลหะผสมที่เป็นดีบุกกับตะกั่ว, สิ่งของที่ทำจากโลหะผสมดังกล่าว
pH ค่าที่ใช้วัดความเป็นกรดด่าง
phaeton (เฟ' อิเทิน) *n.* รถม้าสี่ล้อขนาดเล็ก
phalanx (เฟ' แลงคซ, แฟล'-) *n., pl.* **-lanxes/-langes** (-แลน' จีซ) กระดูกนิ้วมือนิ้วเท้า, แนวทหาร, พรรคการเมือง, กลุ่มคนหรือสัตว์
phantasm (แฟน' แทเซิม) *n.* ภาพลวงตา, การรับรู้ในสิ่งที่ไม่มีตัวตนอยู่จริง เช่น ผี, ภาพหลอน, ภาพที่อยู่ในจินตนาการ (-S. ghost)
phantom, fantom (แฟน' เทิม) *n.* ผี, สิ่งที่ไม่มีตัวตน, ภาพลวงตา, ภาพหลอน, ภาพในจินตนาการ, สิ่งที่น่ากลัว (-S. illusion)
Pharaoh, pharaoh (แฟ' โร, เฟ' โร) *n.* กษัตริย์ของอียิปต์โบราณ **-Pharaonic** *adj.*
pharisaism, phariseeism (แฟ' ริเซอิเซิม, -ซีอิเซิม) *n.* การแสร้งทำเป็นศักดิ์สิทธิ์หรือเคร่งในศาสนา
pharisee (แฟ' ริซี) *n.* คนที่แสร้งทำเป็นเคร่งครัดต่อคำสอนของศาสนา
Pharm., pharm. ย่อจาก pharmaceutical เกี่ยวกับการเตรียมหรือจ่ายยา, เกี่ยวกับเภสัชกร, pharmacist เภสัชกร, pharmacopoeia ตำราการปรุงยา, pharmacy การเตรียมและจ่ายยา, ที่ขายยา
pharmaceutical, pharmaceutic (ฟาร์มะซู' ทิเคิล, -ทิค) *adj.* เกี่ยวกับการเตรียมหรือจ่ายยา, เกี่ยวกับยา, เกี่ยวกับเภสัชกร *-n.* ยา **-pharmaceutically** *adv.*
pharmacist (ฟาร' มะซิซท) *n.* เภสัชกร, ผู้ปรุงยา, คนขายยา (-S. druggist)
pharmacology (ฟาร์มะคอล' ละจี) *n.* เภสัชศาสตร์, การศึกษาเกี่ยวกับส่วนประกอบการปรุงและการใช้ยา **-pharmacologist** *n.*
pharmacopoeia, pharmacopeia (ฟาร์มะคะเพีย') *n.* รายการปรุงยา, ตำรายา
pharmacy (ฟาร' มะซี) *n., pl.* **-cies** การเตรียมและจ่ายยา, ที่จ่ายยา, ร้านขายยา
pharynx (แฟ' ริงคซ) *n., pl.* **pharynxes/pharynges** (ฟะริน' จีซ) คอหอย
★**phase** (เฟซ) *n.* ระยะ, ช่วง, ขั้น, ด้าน, ช่วงต่างๆ ที่ดวงจันทร์หรือดาวเคราะห์อื่นๆ ปรากฏให้เห็น, ระยะต่างๆ ในวงจรหรือลำดับของการเปลี่ยนแปลง, สถานะของสาร, ช่วงหนึ่งของรอบ, ระยะของการเจริญเติบโต *-v.* **phased, phasing** *-vt.* ควบคุม, ทำให้เป็นขั้นตอน, ทำให้เชื่อมต่อ *-vi.* ดำเนินไปตามลำดับ **-phasic** *adj.* (-S. (n.) period, stage, step)
PhD, Ph. D. ย่อจาก Philosophiae Doctor หรือ Doctor of Philosophy ปริญญาเอก
pheasant (เฟซ' เซินท) *n., pl.* **pheasants/pheasant** ไก่ฟ้า
phenobarbital, phenobarbitone (ฟีโนบาร' บิทอล; -แทล, -โทน) *n.* ยาระงับประสาทซึ่งช่วยให้นอนหลับ
phenol (ฟี' นอล, -โนล) *n.* กรดคาร์บอลิก เป็นสารพิษมีฤทธิ์กัดกร่อน
phenomenon (ฟินอม' มะนอน, -เนิน) *n., pl.* **-na/-nons** เหตุการณ์หรือปรากฏการณ์ที่สามารถรับรู้ด้วยประสาทสัมผัสและทดสอบทางวิทยาศาสตร์ได้, เหตุการณ์ คน หรือสิ่งแปลกประหลาดหรือเหนือธรรมชาติ **-phenomenal** *adj.* **-phenomenally** *adv.*
phew (ฟิว) *interj.* คำอุทานแสดงความผ่อนคลายเหนื่อยล้า ประหลาดใจหรือรังเกียจ
phial (ไฟ' เอิล) *n.* ขวดขนาดเล็ก มักใช้ใส่ยาน้ำ
philander (ฟิแลน' เดอร) *vi.* **-dered, -dering** (ชาย) คบผู้หญิงแบบไม่จริงจัง
philanthropic, philanthropical (ฟิลเลินทรอพ' พิค, -พิเคิล) *adj.* มีเมตตากรุณา, ใจดี, รักเพื่อนมนุษย์, ช่วยเหลือผู้อื่น
philanthropy (ฟิแลน' ธระพี) *n., pl.* **-pies** ความรักและความเห็นใจผู้อื่น, การบริจาคหรือให้ความช่วยเหลือ **-philanthropist** *n.*
philately (ฟิแลท' เทิลลี) *n.* การสะสมและศึกษาเกี่ยวกับแสตมป์ ตราไปรษณียากรและสิ่งสะสมอื่นๆ ที่เกี่ยวข้อง **-philatelist** *n.*

A B C D E F G H I J K L M N O Q R S T U V W X Y Z

-phile, -phil คำปัจจัย หมายถึง ชอบ, รัก, นิยม
philharmonic (ฟิลฮาร์มอน' นิค, ฟิลเลอร์-) *adj.* นิยม ซาบซึ้ง หรืออุทิศให้กับดนตรี, เกี่ยวกับวงซิมโฟนีออร์เคสตรา *-n.* การแสดงดนตรีโดยวงซิมโฟนีออร์เคสตรา
philistine (ฟิล' ลิสตีน, ฟิลิซ' ทิน, -เทน) *adj.* ป่าเถื่อน, หยาบคาย, ไม่มีการศึกษา *-n.* คนที่ไม่มีวัฒนธรรม, คนที่ไม่มีรสนิยม, คนที่ไม่มีการศึกษา (**-S.** (adj.) uncultured, uneducated)
philology (ฟิลอล' ละจี) *n.* การศึกษาด้านภาษาศาสตร์ **-philologic, philological** *adj.* **-philologically** *adv.* **-philologist** *n.*
philosopher (ฟิลอซ' ซะเฟอร์) *n.* นักปราชญ์, นักปรัชญา, ผู้ศึกษาหรือเชี่ยวชาญด้านปรัชญา, นักคิด (**-S.** pundit, scholar)
philosophical, philosophic (ฟิลละซอฟ' ฟิเคิล, -ฟิค) *adj.* เกี่ยวกับหรือมีพื้นฐานจากปรัชญา, ที่อุทิศตนหรือศึกษาในวิชาปรัชญา, เหมาะหรือเหมือนนักปราชญ์, มีเหตุผลและสงบต่อสถานการณ์ต่างๆ, ที่คิดหรือไตร่ตรอง **-philosophically** *adv.* (**-S.** calm, rational)
philosophize (ฟิลอซ' ซะไฟซ์) *vi., vt.* **-phized, -phizing** คิดหาเหตุผลเหมือนนักปราชญ์, สอนธรรมะ **-philosophizer** *n.*
★**philosophy** (ฟิลอซ' ซะฟี) *n., pl.* **-phies** หลักปรัชญา, การแสวงหาความรู้หรือปัญญา, การตรวจสอบหรือพิจารณาสิ่งต่างๆ บนหลักแห่งความเป็นจริงหรือใช้เหตุผล, การประมวลความรู้, กฎหรือทฤษฎีพื้นฐานของความรู้แขนงต่างๆ, หลักในการประพฤติตน, ความสงบหรือสมดุลในจิตใจจากการศึกษาปรัชญา (**-S.** doctrine, ideology, wisdom)
philter, philtre (ฟิล' เทอร์) *n.* ยาเสน่ห์ *-vt.* **-tered, -tering/-tred, -tring** ใช้ยาเสน่ห์
phlegm (เฟลม) *n.* เสมหะ, ความเฉื่อยชา, ความสงบในจิตใจ **-phlegmy** *adj.* (**-S.** apathy)
phlegmatic, phlegmatical (เฟลกแมท' ทิค, -ทิเคิล) *adj.* เฉื่อยชา, ไม่กระตือรือร้น, สงบ, เยือกเย็น **-phlegmatically** *adv.* (**-S.** apathetic)
phloem (โฟล' เอม) *n.* ท่ออาหารของพืช
phlogistic (โฟลจิซ' ทิค) *adj.* อักเสบ, บวม
-phobe คำปัจจัย หมายถึง ผู้ที่กลัวสิ่งใดสิ่งหนึ่ง
phobia (โฟ' เบีย) *n.* ความกลัวหรือไม่ชอบสิ่งใดสิ่งหนึ่งหรือสถานการณ์หนึ่งๆ อย่างมากโดยไม่มีเหตุผล (**-S.** fear, horror)
-phobia คำปัจจัย หมายถึง กลัวหรือเกลียดบางสิ่งบางอย่างมากโดยไม่มีเหตุผล

Phoebus (ฟี' เบิซ) *n.* เทพอะพอลโล เป็นเทพแห่งดวงอาทิตย์, ดวงอาทิตย์
phoenix, phenix (ฟี' นิคซ์) *n.* นกในตำนานซึ่งอาศัยอยู่ในทะเลทรายอาระเบีย เมื่อมีอายุ 500-600 ปีก็จะเผาตัวเองและเกิดขึ้นมาใหม่จากขี้เถ้านั้น ใช้เป็นสัญลักษณ์ของความเป็นอมตะ
★**phone** (โฟน) *n.* (ภาษาพูด) โทรศัพท์ หูฟัง *-v.* **phoned, phoning** *-vi.* (ภาษาพูด) โทรศัพท์ *-vt.* (ภาษาพูด) ติดต่อทางโทรศัพท์
phone book (ภาษาพูด) สมุดโทรศัพท์
phone booth (ภาษาพูด) ตู้โทรศัพท์สาธารณะ
phonecard (โฟน' คาร์ด) *n.* บัตรโทรศัพท์ ใช้กับเครื่องโทรศัพท์สาธารณะ
phoneme (โฟ' นีม) *n.* หน่วยของเสียงที่เล็กที่สุดตามหลักสัทศาสตร์
phonetic (ฟะเนท' ทิค) *adj.* เกี่ยวกับการออกเสียง, ที่แสดงสัญลักษณ์ในการออกเสียง **-phonetical** *adj.* **-phonetically** *adv.*
phonetics (ฟะเนท' ทิคซ์) *n. pl.* การศึกษาเกี่ยวกับการออกเสียง การผสมเสียง การอธิบายและเขียนสัญลักษณ์ในการออกเสียง, วิชาสัทศาสตร์, ระบบการออกเสียงในแต่ละภาษา **-phonetician, phoneticist** *n.*
phonograph (โฟ' นะแกรฟ) *n.* เครื่องเล่นแผ่นเสียง **-phonographic** *adj.*
phony, phoney (โฟ' นี) *adj.* **-nier, -niest** ปลอม, เทียม, หลอกลวง, ไม่จริงใจ *-n., pl.* **-nies, -neys** ของปลอม, คนที่หลอกลวง, คนที่ไม่จริงใจ **-phonily** *adv.* (**-S.** (adj.) bogus)
phosgene (ฟอซ' จีน, ฟอซ'-) *n.* ก๊าซคาร์บอนิลคลอไรด์ เป็นก๊าซไม่มีสีและเป็นพิษ ใช้ในอุตสาหกรรมผลิตสีย้อม แก้ว พลาสติก หรืออื่นๆ มีสูตรเคมี $COCl_2$
phosphate (ฟอซ' เฟท) *n.* เกลือหรือเอสเทอร์ของกรดฟอสฟอริก, ปุ๋ยเคมีที่มีธาตุฟอสฟอรัสเป็นส่วนประกอบ
phosphorescence (ฟอซฟะเรซ' เซินซ์) *n.* การเปล่งแสงหรือเรืองแสงอย่างต่อเนื่องหลังจากการฉายรังสี, การเปล่งแสงโดยไม่มีการเผาไหม้หรือมีการเผาไหม้อย่างช้าๆโดยไม่เกิดความร้อน **-phosphoresce** *v.* **-phosphorescent** *adj.*
phosphoric acid กรดฟอสฟอริก เป็นของเหลวไม่มีสี ใช้ผลิตปุ๋ย ผงซักฟอก สิ่งปรุงรสอาหารและยา มีสูตรเคมี H_3PO_4
phosphorous (ฟอซ' เฟอเริซ, ฟอซฟอ' เริซ, -โฟ'-) *adj.* เกี่ยวกับหรือประกอบด้วยธาตุฟอสฟอรัสที่มีประจุบวกน้อยกว่าหรือเท่ากับ 3

A B C D E F G H I J K L M N O P Q R S T U V W X Y Z

phosphorus (ฟอซ' เฟอเริซ) *n.* ธาตุฟอสฟอรัส เป็นอโลหะชนิดหนึ่ง ถ้ามีสีเหลืองจะไวต่อการทำปฏิกิริยาและเรืองแสงในที่มืด ถ้ามีสีแดงจะไม่เป็นพิษใช้ทำหัวไม้ขีดไฟ มีสัญลักษณ์ P, สารเรืองแสง

*****photo** (โฟ' โท) *n., pl.* **-tos** (ภาษาพูด) ภาพถ่าย *-vt., vi.* **-toed, -toing** (ภาษาพูด) ถ่ายภาพ ปรากฏเป็นภาพ

photo-, phot- คำอุปสรรค หมายถึง แสง, เกี่ยวกับหรือใช้ในการถ่ายภาพ

photo album สมุดใส่ภาพถ่าย

photo booth บูทถ่ายภาพขนาดเล็กที่บริการถ่ายภาพในเวลาอันสั้น

photocell (โฟ' โทเซล) *n.* ดู photoelectric cell

photocopier (โฟ' ทะคอพพีเออร์) *n.* เครื่องถ่ายเอกสาร, เครื่องผลิตภาพหรือสำเนาด้วยแสง

photocopy (โฟ' ทะคอพพี) *vt.* **-copied, -copying** ถ่ายสำเนาหรือภาพด้วยเครื่องถ่ายเอกสาร *-n., pl.* **-copies** ภาพหรือสำเนาจากเครื่องถ่ายเอกสาร (-S. (v., n.) copy, duplicate)

photoelectric cell อุปกรณ์อิเล็กทรอนิกส์ ที่ผลิตกระแสไฟฟ้าในปริมาณที่ผันแปรตามแสงหรือรังสี, อุปกรณ์อิเล็กทรอนิกส์ที่ใช้แสงเป็นตัวเริ่มระบบการทำงานด้วยไฟฟ้า เช่น สัญญาณกันขโมย

photo finish การตัดสินผลการแข่งขันจากภาพถ่าย เนื่องจากผู้แข่งขันเข้าเส้นชัยในเวลาที่ใกล้เคียงกันมาก, การแข่งขันที่สูสีกันมาก

photoflash (โฟ' โทแฟลช) *n.* ไฟแฟลช, ไฟที่ใช้ในการถ่ายภาพ

photoflood (โฟ' โทฟลัด) *n.* ดวงไฟที่ให้แสงสว่างอย่างต่อเนื่อง ใช้ในการถ่ายภาพ

photogenic (โฟทะเจน' นิค) *adj.* ที่ผลิตหรือเปล่งแสงออกมา, ที่เกิดจากหรือเป็นผลมาจากแสง, ที่มีเสน่ห์ดึงดูด **-photogenically** *adv.*

*****photograph** (โฟ' ทะแกรฟ) *n.* ภาพถ่าย *-v.* **-graphed, -graphing** *-vt.* ถ่ายภาพ *-vi.* ถ่ายภาพ, เป็นแบบในการถ่ายภาพ **-photographer** *n.* **-photographic, photographical** *adj.* **-photographically** *adv.* (-S. (n., v.) photo)

photography (ฟะทอก' กระฟี) *n.* ศิลปะหรือกระบวนการสร้างภาพบนพื้นผิวที่มีความไวแสง เช่น ฟิล์ม โดยปฏิกิริยาเคมีของแสงหรือรังสีอื่นๆ, ศิลปะ การฝึกฝน หรืออาชีพในการถ่ายภาพ ล้างฟิล์มและอัดขยายภาพ

photojournalism (โฟโทเจอร์' นะลิเซิม) *n.* การรายงานข่าวโดยใช้ภาพถ่ายเล่ารายละเอียดแทนคำอธิบาย **-photojournalist** *n.*

photometer (โฟทอม' มิเทอร์) *n.* อุปกรณ์ที่ใช้วัดแสงในการถ่ายภาพ

photometry (โฟทอม' มิทรี) *n.* การวัดความเข้มแสง **-photometric, photometrical** *adj.* **-photometrically** *adv.*

photomicrograph (โฟโทไม' คระแกรฟ) *n.* การถ่ายภาพผ่านกล้องจุลทรรศน์ **-photomicrographic** *adj.* **-photomicrography** *n.*

photomontage (โฟโทมอนทาฌ') *n.* เทคนิคการสร้างภาพโดยการใช้ภาพหลายๆ ภาพมาซ้อนหรือเชื่อมต่อกัน

photosensitive (โฟโทเซน' ซิทิฟว์) *adj.* ที่ไวหรือตอบสนองต่อแสง **-photosensitivity** *n.*

photostat (โฟ' ทะสแตท) *n.* เครื่องทำสำเนาบนกระดาษชนิดพิเศษ, สำเนาที่เกิดจากเครื่องดังกล่าว *-vt.* **-stated, -stating/-statted, -statting** ทำสำเนาด้วยเครื่องดังกล่าว

photosynthesis (โฟโทซิน' ธิซิซ) *n.* กระบวนการสังเคราะห์แสงของพืช **-photosynthetic** *adj.* **-photosynthetically** *adv.*

*****phrase** (เฟรซ) *n.* วลี, กลุ่มคำ, สำนวน, โวหาร, คำคม, ดนตรีท่อนสั้นๆ *-vt., vi.* **phrased, phrasing** แสดงหรือกล่าวออกมาเป็นกลุ่มคำ, แบ่งโน้ตดนตรีออกเป็นส่วนๆ **-phrasal** *adj.*

phraseology (เฟรซีออล' ละจี) *n., pl.* **-gies** การเลือกใช้กลุ่มคำในการพูดหรือเขียน

phrenetic, phrenetical (ฟระเนท' ทิค, -ทิเคิล) *adj.* เสียสติ, บ้าคลั่ง

phthisis, phthisic (ไธ' ซิซ; ไท'-, ทิซ' ซิค, ธิซ'-) *n.* วัณโรคปอด **-phthisical** *adj.*

*****physical** (ฟิซ' ซิเคิล) *adj.* เกี่ยวกับร่างกาย, ตามธรรมชาติ, ทางวัตถุ, โดยรูปร่าง, ทางกายภาพ, แน่แท้, จริง *-n.* การตรวจร่างกาย **-physically** *adv.* (-S. (adj.) bodily, real)

physical education พลศึกษา

physical examination การตรวจร่างกาย

physical geography ภูมิศาสตร์กายภาพ

physical therapy กายภาพบำบัด

physician (ฟิซิช' เชิน) *n.* แพทย์, หมอ, อายุรแพทย์ (-S. doctor)

> **physician** มีความหมายเหมือนกับ doctor เช่น My father is a physician/doctor.

A B C D E F G H I J K L M N O **P** Q R S T U V W X Y Z

physicist หมายถึง นักวิทยาศาสตร์ที่เชี่ยวชาญด้านฟิสิกส์ เช่น Galileo Galilei was a famous physicist and astronomer.

★**physics** (ฟิซ' ซิคซ์) *n. pl.* วิชาฟิสิกส์, การศึกษาเกี่ยวกับพลังงาน การเคลื่อนไหวและแรง **-physicist** *n.*

physiognomy (ฟิซซีออก' นะมี) *n., pl.* **-mies** การทายนิสัยจากรูปร่างหน้าตา, รูปร่างหน้าตา

physiology (ฟิซซีออล' ละจี) *n.* สรีรวิทยา **-physiologist** *n.*

physique (ฟิซีค') *n.* ร่างกาย, รูปร่าง (**-S.** body)

pi (ไพ) *n., pl.* **pis** อักษรตัวที่ 16 ในภาษากรีก, สัญลักษณ์แทนอัตราส่วนเส้นรอบวงกับเส้นผ่านศูนย์กลาง (π) มีค่าเท่ากับ 3.14159

★**piano** (*n.* พีแอน' โน, *adj., adv.* พีอา' โน, เพีย' โน) *n., pl.* **-os** เปียโน *-adj., adv.* นุ่มนวล, แผ่วเบา **-pianist** *n.* (**-S.** (adv.) quietly, softly)

pianoforte (พีแอนโนฟอร์' เท, -ที) *n.* เปียโน

piazza (พีแอซ' ซะ, -อา'-) *n., pl.* **-zas** ตลาดหรือสี่แยกในอิตาลี, ระเบียง (**-S.** plaza, square)

pica (ไพ' คะ) *n.* ขนาดตัวพิมพ์เท่ากับ 12 พอยต์, ความสูงของตัวพิมพ์ ⅙ นิ้ว

picayune (พิคคะยูน') *adj.* ซึ่งมีค่าเล็กน้อย, ไม่สำคัญ, อคติ, ลำเอียง (**-S.** paltry, petty)

piccalilli (พิค' คะลิลลี) *n., pl.* **-lis** ผักดอง

piccolo (พิค' คะโล) *n., pl.* **-los** ขลุ่ยชนิดหนึ่ง

★**pick**[1] (พิค) *v.* **picked, picking** *-vt.* เลือก, เก็บเกี่ยว, ปอก, เลาะ, แคะ, แทะ, เจาะ, จิก, เด็ด, ดีด (กีตาร์), ล้วง (กระเป๋า), หยิบ, จับ, ขุด *-vi.* เลือก, คัดสรร, จับผิด *-n.* การเลือก, การคัดสรร, สิ่งที่เลือกมา **-pick and choose** เลือกสรร **-pick on** แหย่ **-pick out** เลือก, คิด **-picker** *n.* (**-S.** (v.) choose, select (n.) election)

pick[2] (พิค) *n.* เครื่องขุด, พลั่ว, อีเต้อ, เครื่องแคะ, แผ่นปิคดีดกีตาร์, ไม้จิ้มฟัน

pickax, pickaxe (พิค' แอคซ์) *n.* พลั่ว, อีเต้อ *-vt., vi.* **-axed, -axing** ขุดด้วยอีเต้อ

picket (พิค' คิท) *n.* ไม้แหลมสำหรับทำรั้ว, ทหารกองหน้า, ยาม, กลุ่มผู้ประท้วง *-v.* **-eted, -eting** *-vt.* ล้อมรั้ว, เป็นยาม *-vi.* ทำตัวเป็นยาม **-picketer** *n.* (**-S.** (n.) group, stake)

picking (พิค' คิง) *n.* การเลือก, การคัดสรร, การแคะ, การขุด, การจิก, การดีดสายกีตาร์ **-pickings** ซาก, สิ่งที่เหลืออยู่

pickle (พิค' เคิล) *n.* ของดอง, ผักดอง, น้ำส้มสายชูหรือน้ำเกลือสำหรับดองของ, กรดหรือน้ำยาเคมีทำความสะอาดผิวหน้าโลหะ *-vt.* **-led, -ling** ดองอาหาร, แช่โลหะในน้ำยาเคมี

pickpocket (พิค' พอคคิท) *n.* ขโมยล้วงกระเป๋า

picky (พิค' คี) *adj.* **-ier, -iest** (ภาษาพูด) จู้จี้, ชอบจับผิด (**-S.** fuzzy)

★**picnic** (พิค' นิค) *n.* การออกไปเที่ยวและนำอาหารไปทานร่วมกันนอกบ้าน *-vi.* **-nicked, -nicking** ไปเที่ยวนอกบ้าน **-picnicker** *n.*

pico- คำอุปสรรค หมายถึง 10^{-12}, หนึ่งส่วนล้านล้าน, เล็กมาก

pictorial (พิคทอ' เรียล) *adj.* เกี่ยวกับภาพ, เป็นภาพ, แสดงด้วยภาพ, ประกอบด้วยภาพ

picture (พิค' เชอร์) *n.* ภาพ, รูปภาพ, ภาพถ่าย, แผ่นภาพ, ภาพยนตร์, ภาพจินตนาการ, ภาพพจน์, ภาพสะท้อน, สถานการณ์ *-vt.* **-tured, -turing** แสดงด้วยภาพ, จินตนาการ, พรรณนา, ทำให้นึกภาพ (**-S.** (n., v.) image, profile (v.) show)

picturesque (พิคชะเรซค์') *adj.* น่าดู, สวย, งดงาม, สละสลวย, เหมือนกับภาพวาด **-picturesquely** *adv.* (**-S.** attractive, vivid)

piddling (พิด' ลิง) *adj.* ไม่สำคัญ, ขี้ปะติ๋ว

pidgin (พิจ' เจิน) *n.* รูปแบบง่ายๆ ของภาษาเกิดจากการผสมของภาษาตั้งแต่สองภาษาขึ้นไปใช้ในการพูดจาสื่อความหมายระหว่างคนที่พูดภาษาต่างกัน **-pidginization** *n.*

★**pie** (ไพ) *n.* ขนมอบที่มีเปลือกกรอบและยัดไส้ด้วยผลไม้หรือเนื้อสัตว์, ขนมพาย

piebald (ไพ' บอลด์) *adj.* ด่าง, ลาย, สีดำสลับขาว *-n.* สัตว์ที่มีลายเป็นสีสลับกัน

★**piece** (พีซ) *n.* ชิ้น, แผ่น, ท่อน, อัน, ก้อน, ผืน, ตอน, พับ, ม้วน, ปืนยาว, ตัวหมากรุก, เหรียญ *-vt.* **pieced, piecing** รวม, ต่อ, ปะ, ซ่อม **-of a piece** เป็นของอย่างเดียวกัน, ชนิดเดียวกัน (**-S.** (n.) part, unit (v.) join, mend)

piecemeal (พีซ' มีล) *adv.* เป็นชิ้นๆ, เป็นอันๆ, ทีละเล็กละน้อย *-adj.* ซึ่งทำทีละน้อย

piecework (พีซ' เวิร์ค) *n.* งานเหมา, งานที่ให้ค่าจ้างตามจำนวนที่ทำได้ **-pieceworker** *n.*

pied (ไพด์) *adj.* มีแต้มสี, เป็นลาย, ด่าง, มีหลายสี (**-S.** piebald)

pier (เพียร์) *n.* ท่าเรือ, สะพานที่ยื่นเข้าไปในน้ำ, เสาสะพาน, ตอม่อ, เขื่อนกันคลื่น (**-S.** dock)

pierce (เพียร์ซ) *v.* **pierced, piercing** *-vt.* สอด, ทิ่ม, แทง, เจาะ, ไช, ทะลวง, ทะลุ *-vi.* ทิ่ม, เจาะ, ทะลวง, ไช **-piercer** *n.* (**-S.** prick)

piety (ไพ' อิที) *n., pl.* **-ties** ความเคร่งในศาสนา,

A B C D E F G H I J K L M N O P Q R S T U V W X Y Z

ความเลื่อมใสบูชา (-S. devoutness)

piezoelectricity (ไพอีโซอิเลคทริซ' ซะที, พีเอ-) *n.* ไฟฟ้าที่เกิดจากการกดดันทางกลไกที่มีผลต่อผลึกที่ไม่นำไฟฟ้า

★**pig** (พิก) *n.* หมู, (ภาษาพูด) คนที่ตะกละคล้ายหมู *-vi.* **pigged, pigging** คลอดลูกหมู

★**pigeon** (พิจ' เจิน) *n.* นกพิราบ

pigeonhole (พิจ' เจินโฮล) *n.* รังนกพิราบ, ช่องเล็กๆ ของตู้หรือโต๊ะสำหรับใส่กระดาษ, ช่องเก็บของเบ็ดเตล็ด *-vt.* **-holed, -holing** ใส่ในช่อง, แยกออกเป็นกลุ่มๆ (-S. (v.) classify)

pigeon-toed (พิจ' เจินโทด์) *adj.* ซึ่งมีนิ้วเท้าหันเข้าข้างใน

piggish (พิก' กิซ) *adj.* ตะกละ, ดื้อ, คล้ายหมู **-piggishly** *adv.* **-piggishness** *n.* (-S. greedy)

piggy (พิก' กี) *n., pl.* **-gies** (ภาษาพูด) ลูกหมู

piggyback (พิก' กีแบค) *adv., adj.* ซึ่งอยู่บนหลังหรือไหล่, ซึ่งเอาขึ้นหลัง

pigheaded (พิก' เฮดดิด) *adj.* หัวดื้อ, หัวรั้น

piglet (พิก' ลิท) *n.* ลูกหมู, หมูตัวเล็ก

pigment (พิก' เมินท์) *n.* รงควัตถุ, สีย้อม *-vt., vi.* **-mented, -menting** ย้อมสี, ใส่สี

pigpen (พิก' เพน) *n.* เล้าหมู, คอกหมู, สถานที่สกปรกหรือรกรุงรัง

pigtail (พิก' เทล) *n.* ผมเปีย, ยาสูบที่ม้วนเป็นเกลียว, หางหมู **-pigtailed** *adj.*

pike (ไพค์) *n.* หอก, หลาว, ทวน, ปลายหลาว, หัวทวน, ไม้เท้าปลายแหลม *-vt.* **piked, piking** แทงด้วยหอก (หลาว) (-S. (n., v.) lance)

pilaster (พิแลซ' เทอร์) *n.* เสาฝังผนังด้านหน้า

★**pile**[1] (ไพล์) *n.* กอง, กองไม้, (ภาษาพูด) จำนวนมาก ปริมาณมาก, เครื่องปฏิกรณ์นิวเคลียร์ *-v.* **piled, piling** *-vt.* วางเป็นกอง, ทับถม, รวม, สะสม *-vi.* ทำเป็นกอง, เบียด, ทะลัก, ก่ายกอง

pile[2] (ไพล์) *n.* เสาเข็ม, ตอม่อสะพาน *-vt.* **piled, piling** ตอกเสาเข็ม, ทำตอม่อ (-S. (n.) pier)

pile[3] (ไพล์) *n.* ขนอ่อน, ขนกำมะหยี่, ขนสัตว์

pile driver เครื่องตอกเสาเข็ม

piles (ไพล์ซ์) *n. pl.* โรคริดสีดวงทวาร

pilfer (พิล' เฟอร์) *vt., vi.* **-fered, -fering** ขโมย, ปล้นสะดม, ลักขโมย, ฉกฉวย **-pilferer** *n.* **-pilferage** *n.* (-S. filch, steal)

pilgrim (พิล' เกริม) *n.* พระธุดงค์, นักเดินทาง, ผู้จาริกแสวงบุญ **-pilgrimage** *n.* (-S. traveler)

piling (ไพ' ลิง) *n.* กอง, เสาเข็ม, การตอกเสาเข็ม

★**pill** (พิล) *n.* ยา, เม็ดยา, ยาเม็ด, ยาเม็ดคุมกำเนิด

pillage (พิล' ลิจ) *vt.* **-laged, -laging** ปล้น, ปล้นสะดม, ขโมย, ชิงทรัพย์ *-n.* การปล้น, การชิงทรัพย์ **-pillager** *n.* (-S. (v., n.) plunder)

pillar (พิล' เลอร์) *n.* เสา, เสาหิน, เสาหลัก, ตอม่อ, ฐาน, คนที่เป็นเสาหลัก *-vt.* **-lared, -laring** ตกแต่งด้วยเสาหิน, ค้ำด้วยเสา

pillory (พิล' ละรี) *n., pl.* **-ries** ขื่อคอ, ขื่อคา *-vt.* **-ried, -rying** ทำโทษ, ใส่ขื่อคาประจาน

pillow (พิล' โล) *n.* หมอน *-vt., vi.* **-lowed, -lowing** หนุนหมอน, ใส่หมอนหนุน, นอนบนหมอน

pillowcase (พิล' โลเคซ) *n.* ปลอกหมอน

★**pilot** (ไพ' เลิท) *n.* นักบิน, คนนำร่อง, ผู้นำทาง, มัคคุเทศก์, เครื่องนำวิถี *-vt.* **-loted, -loting** นำร่อง, นำทาง (-S. (n.) navigator)

pimple (พิม' เพิล) *n.* สิว **-pimply** *adj.*

★**pin** (พิน) *n.* เข็ม, เข็มหมุด, หมุด, สลัก, เข็มกลัด, ลิ่ม, เหรียญตรา, ที่หนีบผ้า, ลูกบิด, จำนวนเล็กน้อย, พินในกีฬาโบว์ลิ่ง *-vt.* **pinned, pinning** กลัด, ปัก, ตอก, ตรึง, หนีบ, กล่าวหา (-S. (n., v.) clip, peg (v.) fasten, pierce)

pinafore (พิน' นะฟอร์) *n.* เสื้อกันเปื้อนของเด็ก, เสื้อเอี๊ยมเด็ก (-S. apron)

pincers, pinchers (พิน' เซอร์ซ์, -เชอร์ซ์) *n. pl.* ปากคีบ, คีมหนีบ, ก้ามปู (-S. tool)

pinch (พินช์) *v.* **pinched, pinching** *-vt.* บีบ, หยิก, หนีบ, บิด, คลึง, ฉกฉวย, ขโมย, ตัดแต่ง, เด็ดทิ้ง *-vi.* รัดแน่น, ทำให้กลุ้ม, ประหยัด, เหนียบแนม *-n.* การหยิก, การบีบ, การหนีบ, จำนวนนิดเดียว, ความขัดสน, ความกดดัน (-S. (v.) crush, steal (v., n.) nip, squeeze)

pine[1] (ไพน์) *n.* ต้นเสา, ไม้สน, สับปะรด

pine[2] (ไพน์) *vi.* **pined, pining** ใคร่จะ, อยาก, โศกเศร้า, โหยไห้ (-S. mope, want)

pineapple (ไพน์ แอพเพิล) *n.* สับปะรด

ping (พิง) *n.* เสียงแหลมสูงอย่างเสียงลูกปืน, เสียงหึ่งๆ ของเครื่องยนต์

ping-pong (พิง' พอง) *n.* กีฬาปิงปอง

pinion[1] (พิน' เนียน) *n.* เฟืองตัวเล็ก

pinion[2] (พิน' เนียน) *n.* ขนนก, ขนปีก, ปลายปีกนก, ปีกแมลง *-vt.* **-ioned, -ioning** มัดหรือตัดปีกนก, มัดแขน, รัด, จับมัด (-S. (v.) restrain)

pink[1] (พิงค์) *n.* สีชมพู, ระดับที่ดีที่สุดหรือสูงที่สุด *-adj.* **pinker, pinkest** (สี) ชมพู **-pinkish** *adj.*

pink[2] (พิงค์) *vt.* **pinked, pinking** ทิ่ม, เจาะ, ตกแต่ง, ประดับ **-pinker** *n.* (-S. prick)

pinkeye (พิงค์ ไอ) *n.* โรคตาแดง

pinkie, pinky (พิง' คี) *n., pl.* **-ies** นิ้วก้อย

pin money เงินติดกระเป๋าเล็กๆ น้อยๆ

A B C D E F G H I J K L M N O P Q R S T U V W X Y Z

pinnacle (พิน' นะเคิล) *n.* จุดสุดยอด, ยอดแหลมของตึก โบสถ์หรือภูเขา

pinpoint (พิน' พอยน์ท์) *n.* สิ่งหรือจุดที่เล็กมาก, จุดแสดงตำแหน่งบนแผนที่ *-vt.* **-pointed, -pointing** ระบุ *-adj.* ถูกต้อง, เล็กมาก

pinprick (พิน' พริค) *n.* รอยปักหมุด, แผลเล็กๆ

pins and needles การเป็นเหน็บชา **-on pins and needles** กระวนกระวายใจ

pint (ไพนท์) *n.* หน่วยวัดตวงของเหลว เท่ากับ 0.473 ลิตร (⅛ แกลลอน หรือ 16 ออนซ์)

pintle (พิน' เทิล) *n.* เดือย, เดือยหางเสือเรือ, ตะขอท้ายรถที่ใช้ลาก, เดือยปืน, หมุด

pinup (พิน' อัพ) *n.* รูปคนยั่วยวนใช้ติดข้างฝา, ผู้เป็นแบบให้รูปดังกล่าว, สิ่งที่ใช้ติดข้างฝา

pioneer (ไพอะเนียร์) *n.* ผู้บุกเบิก, ผู้ริเริ่ม *-adj.* เป็นการบุกเบิก *-vt., vi.* **-neered, -neering** บุกป่าฝ่าดง, ตั้งรกราก, บุกเบิก (**-S.** (n.) explorer)

pious (ไพ' เอิซ) *adj.* เคร่งศาสนา, ศรัทธา, เคารพนับถือ, กตัญญู **-piously** *adv.* **-piousness** *n.*

pip (พิพ) *n.* ย่อจาก pippin เมล็ดเล็กๆ ของผลไม้, แต้มบนไพ่, ตาของสับปะรด, จุดหรือแต้มเล็กๆ, จุดบนลูกเต๋า, (ภาษาพูด) ดาวแสดงชั้นตำแหน่งหรือยศบนอินทรธนู, เสียงสัญญาณวิทยุหรือโทรศัพท์ *-vt., vi.* **pipped, pipping** (ลูกไก่) ออกจากไข่หรือร้องจิ๊บๆ

★**pipe** (ไพพ์) *n.* ท่อ, หลอด, กล้องยาสูบ, จำนวนยาสูบเต็มหนึ่งกล้อง, (ภาษาพูด) อวัยวะที่เป็นท่อหรือโพรง, เครื่องเป่า เช่น ขลุ่ย ปี่, เสียงนกร้อง, เสียงแหลมสูง, เสียงเป่านกหวีดเรียกลูกเรือ, ถังบรรจุไวน์มีความจุ 478 ลิตร *-vt., vi.* **piped, piping** ส่งทางท่อ, ต่อท่อ, ส่งเสียงแหลม, เป่าขลุ่ยหรือปี่, เป่านกหวีดเรียกลูกเรือ, ส่ง (สัญญาณวิทยุ) ไปตามสาย, (คำสแลง) จ้องมอง, กุ๊น **-pipes** ปี่ของชาวสกอต, ท่อทางเดินหายใจ, (ภาษาพูด) เส้นเสียง (**-S.** (n., v.) sound, tube, whistle)

pipe fitter ช่างต่อท่อ **-pipefitting** *n.*

pipeful (ไพพ์ ฟุล) *n.* ยาสูบเต็มหนึ่งกล้อง

pipeline (ไพพ์ ไลน์) *n.* ท่อส่งน้ำ ก๊าซหรือน้ำมัน *-vt.* **-lined, -lining** ส่งไปตามท่อ, วางท่อ, ต่อท่อ

piper (ไพ' เพอร์) *n.* นักดนตรีประเภทเครื่องเป่า

pipette, pipet (ไพเพท') *n.* หลอดแก้ว ใช้ดูดของเหลวหรือสารเคมี

piping (ไพ' พิง) *n.* การเล่นเครื่องเป่า, เพลงที่ใช้เครื่องเป่าเล่น, เสียงแหลมสูง, น้ำตาลที่โรยเป็นเส้นบนขนม, ระบบการวางท่อ *-adj.* มีเสียงแหลมสูง **-piping hot** (น้ำ อาหาร) ร้อนมาก

pippin (พิพ' พิน) *n.* เมล็ดเล็กๆ ของผลไม้

piquant (พี' เคินท์, -คานท์, พีคานท์') *adj.* เจ็บแสบ, เผ็ดร้อน, มีเสน่ห์ (**-S.** spicy)

pique (พีค) *n.* ความโกรธเกรี้ยว, ความน้อยใจ

piracy (ไพ' ระซี) *n., pl.* **-cies** การจี้เครื่องบิน, การปล้นเรือ, การละเมิดลิขสิทธิ์ (**-S.** stealing)

piranha, piraña (พิราน' ยะ) *n.* ปลาปิรันย่า

pirate (ไพ' ริท) *n.* โจรสลัด, เรือโจรสลัด, ผู้ที่ละเมิดลิขสิทธิ์ *-vt., vi.* **-rated, -rating** ปล้น (เรือ), ละเมิดลิขสิทธิ์ **-piratic, piratical** *adj.*

pirate radio สถานีวิทยุที่ออกอากาศโดยไม่ได้รับอนุญาต

pirouette (เพียรูเอท') *n.* การหมุนตัวบนปลายเท้าอย่างการเต้นบัลเล่ต์

piscatorial, piscatory (พิซคะทอ' เรียล; -โท'-, พิซ' คะทอรี; -โทรี) *adj.* เกี่ยวกับปลาหรือการตกปลา, เกี่ยวกับการทำประมง

Pisces (ไพ' ซีซ) ราศีมีน ซึ่งเป็นราศีที่สิบสองในจักรราศี มีสัญลักษณ์เป็นปลาคู่, ชื่อกลุ่มดาวกลุ่มหนึ่งทางซีกโลกเหนือ

pisciculture (ไพ' ซิคัลเชอร์, พิซ'-) *n.* การเลี้ยงและเพาะพันธุ์ปลา **-piscicultural** *adj.*

pish (พิช) *interj.* คำอุทานแสดงการดูถูก

piss (พิซ) *vi., vt.* **pissed, pissing** (คำสแลง) ถ่ายปัสสาวะ *-n.* (คำสแลง) น้ำปัสสาวะ การถ่ายปัสสาวะ **-piss off** ทำให้โกรธ

pistil (พิซ' เทิล) *n.* เกสรตัวเมียของดอกไม้

pistol (พิซ' เทิล) *n.* ปืนพก

piston (พิซ' เทิน) *n.* ลูกสูบ

★**pit[1]** (พิท) *n.* บ่อ, บ่อแร่, หลุม, หลุมพราง, นรก, รอยบุ๋มบนร่างกาย, ที่ขายของของสินค้าเฉพาะอย่าง, ที่นั่งชั้นหลังในโรงละคร, รอยแผลเป็น, สังเวียนชนไก่, บริเวณหน้าเวทีด้านล่างที่จัดไว้สำหรับวงออร์เคสตรา, หลุมในพื้นโรงรถสำหรับช่างซ่อมใต้ท้องรถ *-v.* **pitted, pitting** *-vt.* ทำให้เป็นรอยบุ๋ม, ทำให้มีแผลเป็น, นำสัตว์ลงสังเวียนแข่ง, ใช้สติปัญญาต่อสู้, ฝังเก็บหรือกลบไว้ในบ่อหรือหลุม *-vi.* เป็นแผลเป็น, เป็นรอยบุ๋ม, หยุดรถที่จุดเติมน้ำมันในระหว่างแข่งรถ **-pits** (คำสแลง) สิ่งที่แย่ที่สุด, บริเวณข้างสนามแข่งรถซึ่งใช้เติมน้ำมันหรือซ่อมรถ, (ภาษาพูด) รักแร้

pit[2] (พิท) *n.* เมล็ดเดี่ยวๆ ของผลไม้ เช่น เชอรี่ ลูกพีช *-vt.* **pitted, pitting** คว้านเมล็ด

pitapat (พิท' อะแพท) *vi.* **-patted, -patting** เคลื่อนไหวด้วยระยะกระชั้น, ทำเสียงเคาะซ้ำๆ

pitch[1] (พิช) *n.* น้ำมันดิน, ยางต้นไม้, น้ำมันถ่านหิน, ยางมะตอย *-vt.* **pitched, pitching**

(ถนน) ราดยางมะตอย, คลุกน้ำมันดิน, ละเลงหรือทาด้วยน้ำมันดิน (-S. (n., v.) tar)

★**pitch²** (พิช) *vt., vi.* **pitched, pitching** ขว้าง, ปา, เหวี่ยง, ทอย, ตั้ง, ปัก (เต็นท์), ตั้งระดับเสียง, ปรับ, เพาะปลูก (ต้นไม้), (ภาษาพูด) ยัดเยียดขาย *-n.* การกระทำดังกล่าว, จุดหรือระดับสูงสุด, ความลาดเอียง, ระดับเสียง, การขว้างลูกเบสบอล, สนาม, (ภาษาพูด) การโฆษณา, แผงลอย (-S. (v., n.) throw)

pitcher (พิช' เชอร์) *n.* คนขว้างลูก, เหยือก

piteous (พิท' เทียซ) *adj.* น่าสงสาร (-S. pitiful)

pitfall (พิท' ฟอล) *n.* หลุมพราง, กับดัก

pith (พิธ) *n.* ไส้กลางลำต้น, แก่น, ความกล้าหาญ, ความสำคัญ, ไขสันหลัง *-vt.* **pithed, pithing** เอาไส้ในออกจาก (ต้นไม้), ทำลายไขสันหลัง

pithy (พิธ' ธี) *adj.* **-ier, -iest** หลักแหลม

pitiable (พิท' ทีอะเบิล) *adj.* น่าเศร้า, น่าสังเวช

pitiful (พิท' ทิเฟิล) *adj.* น่าสงสาร, น่าเวทนา

pitiless (พิท' ทิลิซ) *adj.* โหดร้าย (-S. cruel)

pitman (พิท' เมิน) *n., pl.* **-men** คนงานเหมือง

pittance (พิท' เทินซ์) *n.* จำนวนเล็กน้อย

pitted (พิท' ทิด) *adj.* เป็นหลุมเป็นบ่อ, (หน้า) ปรุ, (ผลไม้) ที่คว้านเมล็ดออกแล้ว

pitter-patter (พิท' เทอร์แพท' เทอร์) *n.* เสียงเปาะแปะเป็นชุดๆ

pituitary (พิทู' อิเทอรี, -ทิว'-) *n., pl.* **-ies** ต่อมใต้สมอง มีหน้าที่หลั่งฮอร์โมนควบคุมการเจริญเติบโต

★**pity** (พิท' ที) *n., pl.* **-ies** ความสงสาร, ความสังเวช, เรื่องที่น่าเศร้า *-vt., vi.* **-ied, -ying** รู้สึกสงสารหรือเวทนา (-S. (n.) mercy)

pivot (พิฟว' เวิท) *n.* เดือย, หัวใจ, ปัจจัยสำคัญ, คนหรือสิ่งสำคัญ, การหมุนรอบเดือย *-v.* **-oted, -oting** *-vt.* ติดเดือย, ทำให้หมุน *-vi.* หมุนรอบเดือย (-S. (n.) center (v.) rotate)

pixy, pixie (พิค' ซี) *n., pl.* **-ies** ผีขี้เล่น

pizza (พีท' ซะ) *n.* พิซซ่า

pl. ย่อจาก plural พหูพจน์

placard (แพลค' คาร์ด, -เคิร์ด) *n.* ใบปลิว, ใบประกาศโฆษณา, ป้ายชื่อติดประตู *-vt.* **-arded, -arding** ปิดใบประกาศโฆษณา, ปิดใบปลิว, โฆษณาบนใบปิด **-placarder** *n.* (-S. (n.) poster)

placate (เพล' เคท, แพลค'-) *vt.* **-cated, -cating** ปลอบโยน, เอาใจ, ทำให้สงบ

★**place** (เพลซ) *n.* ที่, สถานที่, พื้นที่, บ้าน, ที่นั่ง, ที่ตั้ง, ตำบล, ตัวแทน, ตอน, ตำแหน่ง, กาลเทศะ, ฐานะ, ลำดับที่, สภาพ, หน้าที่การงาน, ขั้น, สถานภาพ, ประการ (แรก), ตำแหน่งที่สองในการแข่งม้า *-v.* **placed, placing** *-vt.* จัด, กะ, วาง, ตั้งหลัก, หาสถานที่ตั้ง, ประเมิน, คาดคะเน, แต่งตั้ง, เสนอ, วาง (เดิมพัน), ปรับ, บ่งชี้, จำแนก *-vi.* เข้าเป็นที่สอง (-S. (n., v.) rank, site (n.) region (v.) appoint, arrange)

placenta (พละเซน' ทะ) *n., pl.* **-tae** (-ที)/**-tas** รกในครรภ์

placid (แพลซ' ซิด) *adj.* สงบเงียบ (-S. peaceful)

plage (พลาฌ) *n.* หาดทราย, บริเวณสว่างจ้าบนพื้นผิวดวงอาทิตย์

plagiarism (เพล' จะริเซิม) *n.* การขโมยคำพูด ความคิดหรือผลงานของผู้อื่น, สิ่งที่ถูกลอกเลียน

plagiarize (เพล' จะไรซ์) *vt., vi.* **-rized, -rizing** ขโมยคำพูด ความคิดหรือผลงานผู้อื่น

plague (เพลก) *n.* โรคระบาด, สิ่งรบกวน *-vt.* **plagued, plaguing** รบกวน, รังควาน (-S. (n.) epidemic (v.) bother, disturb)

plaid (แพลด) *n.* ผ้าลายหมากรุก, ลายหมากรุก

★**plain** (เพลน) *adj.* **plainer, plainest** ชัดเจน, เรียบง่าย, ธรรมดา, จริงใจ, บริสุทธิ์, จืด, ไม่สวย *-n.* ที่ราบ, สิ่งที่เรียบง่ายไร้การตกแต่ง (-S. (adj.) common -A. (adj.) ambiguous)

plainspoken (เพลน' สโป' เคิน) *adj.* พูดตรงๆ

plaintiff (เพลน' ทิฟ) *n.* โจทก์, ผู้ฟ้องร้อง

plaintive (เพลน' ทิฟว์) *adj.* คร่ำครวญ, ละห้อยหา, โอดครวญ **-plaintively** *adv.*

plait (เพลท, แพลท) *n.* ผมเปีย, รอยจีบ *-vt.* **plaited, plaiting** ถัก (ผม เชือก), จับจีบ, พับ

★**plan** (แพลน) *n.* แผนการ, แผนผัง, ตาราง (เดินรถ) *-vt., vi.* **planned, planning** วางแผน

★**plane¹** (เพลน) *n.* แนวราบ, พื้นราบ, ระนาบ, เครื่องบิน *-adj.* เป็นระนาบ, ราบ, เรียบ **-planeness** *n.* (-S. (adj.) horizontal)

★**plane²** (เพลน) *n.* กบไสไม้, เครื่องมือรูปร่างเหมือนเกรียงใช้ปาดดิน ทรายหรือปูนในแบบหล่อ *-vt., vi.* **planed, planing** ไสด้วยกบไสไม้

plane³ (เพลน) *vi.* **planed, planing** ร่อน, ไถล, ถลา, โฉบ, ทะยาน, เหาะ (-S. glide)

★**planet** (แพลน' นิท) *n.* ดาวเคราะห์

planetarium (แพลนนิแท' เรียม) *n., pl.* **-iums/-ia** ท้องฟ้าจำลอง

planetary (แพลน' นิเทอรี) *adj.* เกี่ยวกับดาวเคราะห์, เกี่ยวกับการโคจรรอบดวงอาทิตย์ของดาวเคราะห์, ในทางโลก, ไม่แน่นอน

planetoid (แพลน' นิทอยด์) *n.* ดาวเคราะห์น้อย **-planetoidal** *adj.*

plank (แพลงค์) *n.* ไม้กระดาน, สิ่งที่ใช้ค้ำยันหรือสนับสนุน, นโยบายของพรรคการเมือง *-vt.* **planked, planking** ปูกระดาน, วางลงอย่างแรง, ย่างและเสิร์ฟ (ปลาหรือเนื้อ) บนแผ่นไม้

plankton (แพลงค์ เทิน) *n.* สิ่งมีชีวิตขนาดเล็กที่ลอยอยู่ผิวน้ำ เป็นแหล่งอาหารของสัตว์อื่น

★**plant** (แพลนทฺ) *n.* พืช, สมุนไพร, ไม้ลำต้นอ่อน, โรงงาน, เครื่องจักร, สายลับ, หลักฐานลวง *-vt.* **planted, planting** เพาะ, ปลูก, หว่าน, โรย, ฝัง, ปัก, ปล่อย (ปลา), ติด, ก่อตั้ง, ปลูกฝัง, ส่งไปเป็นสายลับ, ทิ้งไว้เป็นหลักฐานลวง, (คำสแลง) ปกปิด ปล่อย (หมัด) (**-S.** (n.) factory)

plantain (แพลน' เทิน) *n.* กล้วยกล้ายหรือกล้าย

plantation (แพลนเท' ชัน) *n.* สวน, ไร่

planter (แพลน' เทอร์) *n.* ชาวไร่ชาวสวน, ผู้บุกเบิก, เครื่องมือเพาะปลูก, กระถาง

plaque (แพลค) *n.* แผ่นโลหะหรือหินที่มีคำจารึกใช้ประดับผนัง, เข็มกลัด, แผ่นคราบแบคทีเรียที่เกาะอยู่บนผิวหน้าฟัน

plasma, plasm (แพลซ' มะ, แพลซ' เซิม) *n.* ส่วนที่เป็นของเหลวในเลือดและน้ำเหลือง, น้ำเลือด, หางนม **-plasmatic, plasmic** *adj.*

★**plaster** (แพลซ' เทอร์) *n.* ปูนขาวชั้นดี, ปูนฉาบผนัง, แป้งพอก (หน้า ตัว), ปลาสเตอร์ปิดแผล, ปูนปลาสเตอร์ *-v.* **-tered, -tering** *-vt.* อุด ฉาบหรือพอกด้วยปูน, ปิดแผลด้วยปลาสเตอร์ยา, ทา, ละเลง, ป้าย, ติด *-vi.* ทาปูนปลาสเตอร์ **-in plaster** เข้าเฝือก (**-S.** (n., v.) bandage, mortar)

plaster cast หุ่นปูนปลาสเตอร์, เฝือก

plaster of Paris ปูนขาวชนิดดี

★**plastic** (แพลซ' ทิค) *adj.* ที่ปั้นหรือหล่อได้, ที่ชักจูงง่าย, ที่ทำด้วยพลาสติก, เกี่ยวกับศิลปะการปั้น, เป็นการเสกสรรค์ปั้นแต่ง, ซึ่งสร้างเนื้อเยื่อได้, (ภาษาพูด) เกี่ยวกับบัตรเครดิต *-n.* พลาสติก, (ภาษาพูด) บัตรเครดิต

plastic surgery การทำศัลยกรรมพลาสติก, การปลูกถ่ายเนื้อเยื่อ

★**plate** (เพลท) *n.* โล่กำบัง, จานอาหาร, อาหารสำหรับหนึ่งที่, แผ่นแม่พิมพ์โลหะ, เครื่องเงินหรือทอง, รางวัลที่เป็นรูปจานหรืออื่นๆ ชุบเงินหรือทอง, การแข่งม้าที่มีการมอบถ้วยรางวัลดังกล่าว, ภาพประกอบที่พิมพ์รูปสีในกระดาษที่ต่างจากกระดาษที่พิมพ์ส่วนเนื้อเรื่อง, แผ่นป้ายโลหะติดชื่อ, แผ่นกระจกหรือโลหะที่เคลือบสารไวแสงใช้ในการถ่ายรูปแต่ก่อน, แผ่นโลหะหรือพลาสติกบางๆ ใช้ค้ำยันเหงือกเพื่อยึดฟันปลอม, ชิ้นเนื้อวัวบางๆ ที่ตัดจากส่วนนอก, เกล็ด (ปลา), จานเรี่ยไรเงินบริจาค, อเสหรือไม้ยึดเสาส่วนบนของเรือน, แผ่นโลหะ, แผ่นกระจก

plateau (แพลโท') *n.*, *pl.* **-teaus/-teaux** (-โทซ') ที่ราบสูง, สภาพหยุดนิ่ง, ระดับคงที่ *-vi.* **-teaued, -teauing** มาถึงระดับคงที่

platen (แพลท' เทิน) *n.* ลูกกลิ้งรองกระดาษพิมพ์ในเครื่องพิมพ์ดีด, ลูกกลิ้งรองรับหัวพิมพ์ในเครื่องพิมพ์งานคอมพิวเตอร์, แผ่นโลหะแบนๆ หรือลูกโม่ในแท่นพิมพ์ที่ทำหน้าที่จัดตำแหน่งและช่วยยึดกระดาษให้ตรงกับหมึกพิมพ์

★**platform** (แพลท' ฟอร์ม) *n.* ชานชาลา, เวที, แท่นขุดเจาะน้ำมัน, การปราศรัย, นโยบายของพรรคการเมือง (**-S.** podium)

platinum (แพลท' เทินเนิม) *n.* ทองคำขาวหรือธาตุแพลทินัม มีสัญลักษณ์ Pt

platitude (แพลท' ทิทูด, -ทิวด์) *n.* คำพูดหรือการพูดซ้ำซาก **-platitudinarian** *n.*

platoon (พละทูน') *n.* กองทหารเล็กๆ

platter (แพลท' เทอร์) *n.* จานแบนใหญ่

platypus (แพลท' ทิเพิซ) *n.*, *pl.* **-puses** ตุ่นปากเป็ด

platypus

plaudit (พลอ' ดิท) *n.* การตบมือต้อนรับ

plausible (พลอ' ซะเบิล) *adj.* น่าฟัง, น่าเชื่อ

★**play** (เพล) *vi.*, *vt.* **played, playing** เล่น, ล้อเล่น, หยอกเย้า, แสดง, เล่นพนัน, ซุกซน, เล่นหรือแสดงดนตรี, เล่นละคร, แสดงเป็น, ล้อเลียน, แข่งขันกับ, พนัน, จัดการ, เล่นแผ่นเสียง, ส่องแสง *-n.* บทละคร, การแสดงละคร, การเล่นสนุก, การล้อเล่น, การเล่นเกมกีฬา, การเล่นพนัน, การปฏิบัติ, การประมูล, การลื่นไหลไม่อยู่กับที่, การฉายแสงระยิบระยับของแสงอาทิตย์บนผิวน้ำ (**-S.** (v., n.) act **-A.** (v., n.) work)

playboy (เพล' บอย) *n.* ผู้ชายเสเพล

★**player** (เพล' เออร์) *n.* ผู้เล่น, ผู้แสดง, นักพนัน, นักดนตรี, อุปกรณ์ที่ควบคุมเปียโนอัตโนมัติ, หีบเสียง, นักกีฬา (**-S.** musician, performer)

playful (เพล' เฟิล) *adj.* ขี้เล่น, ซน

playgoer (เพล' โกเออร์) *n.* คนที่ไปดูละคร

playground (เพล' เกราน์ด) *n.* สนามเด็กเล่น

playhouse (เพล' เฮาซ์) *n.*, *pl.* **-houses** (-เฮาซิซ, -ซิซ) โรงละคร, บ้านตุ๊กตา

playing card ไพ่ป๊อก

playing field สนามกีฬา

playmate (เพล' เมท) *n.* เพื่อนเล่น (**-S.** friend)

plaything (เพล' ธิง) *n.* ของเล่น, ผู้ที่เป็น

A B C D E F G H I J K L M N O P Q R S T U V W X Y Z

เครื่องเล่นของคนอื่น (-S. toy)
playwright (เพล' ไรท์) *n.* นักเขียนบทละคร
plaza (พลา' ซะ, แพลซ' ซะ) *n.* ลาน, จัตุรัส, สี่แยก, ย่านการค้า
plea (พลี) *n.* การร้องเรียน, การอุทธรณ์, คำแก้ตัว, ข้ออ้าง, คำร้อง (-S. request)
plead (พลีด) *vi., vt.* **pleaded/pled, pleading** อ้อนวอน, ร้องเรียน, อุทธรณ์, แก้ตัว, โต้แย้ง
★**pleasant** (เพลซ' เซินท์) *adj.* **-er, -est** น่าพอใจ, น่ายินดี, น่าสนุก, น่าดู, (อากาศ) สบาย, ร่าเริง, เป็นมิตร, ดี (-S. pleasing -A. horrible)
pleasantry (เพลซ' เซินทรี) *n., pl.* **-ries** การมีอัธยาศัยไมตรี, การยั่วเย้าอย่างฉันมิตร
★**please** (พลีซ) *v.* **pleased, pleasing** *-vt.* ทำให้พอใจหรือถูกใจ, ทำให้เพลิดเพลินหรือสนุก *-vi.* ตามใจ *-adv.* เป็นคำที่ใช้ในการขอร้องหรือตอบรับอย่างสุภาพต่อความกรุณาที่ผู้อื่นให้
★**pleasing** (พลี' ซิง) *adj.* น่าพอใจ, น่าสนุก
pleasurable (เพลฌ' เฌอระเบิล) *adj.* น่าพอใจ
★**pleasure** (เพลฌ' เฌอร์) *n.* ความยินดี, ความพึงพอใจ, ความสนุกสนาน, ความประสงค์ *-v.* **-ured, -uring** *-vt.* ทำให้พอใจ, ทำให้สนุกสนาน *-vi.* พอใจ, ยินดี, ไปเที่ยวหาความสำราญ
pleat (พลีท) *n.* รอยจีบในเสื้อผ้า *-vt.* **pleated, pleating** จับจีบ **-pleater** *n.*
plebeian (พลิบี' เอิน) *adj.* หยาบคาย, เถื่อน
plebiscite (เพลบ' บิไซท์, -ซิท) *n.* การลงประชามติ **-plebiscitary** *adj.*
plectrum (เพลค' เทริม) *n., pl.* **-trums/-tra** แผ่นไม้หรือพลาสติกบางๆ เล็กๆ ใช้ดีด (กีตาร์)
pled (เพลด) *v.* กริยาช่อง 2 และ 3 ของ plead
pledge (เพลจ) *n.* คำปฏิญาณ, เครื่องประกัน, การประกัน, เครื่องแสดง, การวางมัดจำ, การดื่มอวยพร *-vt., vi.* **pledged, pledging** ปฏิญาณ, รับประกัน, รับรอง, วางมัดจำ, จำนำ, สัญญาที่จะเข้าร่วม (ในสมาคม), ดื่มอวยพร (-S. (n.) oath, surety (v.) swear (n., v.) toast)
plenary (พลี' นะรี, เพลน'-) *adj.* เต็มที่, (อำนาจ) เต็ม, โดยบริบูรณ์, ครบองค์ประชุม
plenipotentiary (เพลนนะพะเทน' ชีเออรี, -ชะรี) *adj.* มีอำนาจเต็มที่ *-n., pl.* **-ies** ทูตผู้มีอำนาจเต็มที่
plenitude (เพลน' นิทูด, -ทิวด์) *n.* ความมากมาย, ความอุดมสมบูรณ์, ความสมบูรณ์แบบ
plenteous (เพลน' เทียซ) *adj.* มากมาย, อุดม
plentiful (เพลน' ทิเฟิล) *adj.* มากมาย, ล้นเหลือ, อุดมสมบูรณ์ (-S. abundant -A. deficient)
★**plenty** (เพลน' ที) *n.* ความอุดมสมบูรณ์ *-adj.* อุดมสมบูรณ์ *-adv.* (ภาษาพูด) อย่างพอเพียง
plethora (เพลธ' เธอระ) *n.* โรคเม็ดเลือดแดงมีมากเกินไป
pleurisy (พลัว' ริซี) *n.* โรคเยื่อหุ้มปอดอักเสบ
plexus (เพลค' เซิซ) *n., pl.* **-us/-uses** ร่างแห, ตาข่าย, สิ่งที่เหมือนตาข่าย (-S. web)
pliable (ไพล' อะเบิล) *adj.* ยืดหยุ่น, อ่อน, เปลี่ยนแปลงง่าย, หัวอ่อน (-S. flexible -A. firm)
pliant (ไพล' เอินท์) *adj.* ยืดหยุ่น, อ่อน, ว่าง่าย **-pliantly** *adv.* (-S. elastic -A. rigid)
pliers (ไพล' เออร์ซ) *n. pl.* ปากคีบ, คีม
plight[1] (ไพลท์) *n.* สภาวะหรือสภาพอันเลวร้าย
plight[2] (ไพลท์) *vt.* **plighted, plighting** สัญญา, หมั้น, สาบาน *-n.* การให้คำสัตย์สัญญา
plimsoll (พลิม' เซิล, -ซอล) *n.* รองเท้าผ้าพื้นยางน้ำหนักเบา ใช้ใส่เล่นกีฬา
plinth (พลินธ์) *n.* ฐานรูปสี่เหลี่ยมของแจกัน เสาหรือรูปปั้น, ฐานหินซึ่งเรียงต่อกันรองรับกำแพง
plod (พลอด) *vi., vt.* **plodded, plodding** ย่ำเท้า, เดินอย่างลำบาก, ตรากตรำ
plop (พลอพ) *vi., vt.* **plopped, plopping** ตกน้ำดังป๋อม, โดดลงน้ำดังตูม (-S. drop)
plot (พลอท) *n.* ที่ดิน, แบบแปลน, โครงเรื่อง, อุบาย, แผนการ *-vt., vi.* **plotted, plotting** เขียนแผนที่หรือแผนผัง, กำหนดตำแหน่งบนแผนที่, แสดงเป็นเส้นกราฟ, คิดอุบาย, วางโครงเรื่อง (-S. (n.) area (n., v.) outline, plan)
★**plow, plough** (เพลา) *n.* เครื่องไถที่ใช้เทียมกับรถลาก, เครื่องกวาดหิมะ *-vi., vt.* **plowed, plowing/ploughed, ploughing** ไถ, ไถเป็นร่อง, ฝ่าฟัน, แล่นฝ่า (น้ำ) **-Plow** ดาวไถ
ploy (พลอย) *n.* อุบาย (-S. trick)
plu. ย่อจาก plural พหูพจน์
pluck (พลัค) *vt., vi.* **plucked, plucking** เด็ด, ลาก, ดึง, ถอน, ทึ้ง, กระชาก, ทำใจกล้า, ดีดหรือเกา (กีตาร์) *-n.* การกระทำดังกล่าว, ความองอาจกล้าหาญ, ส่วนหัวใจ ตับ หลอดลมและปอดของสัตว์ที่เป็นอาหารของมนุษย์
plucky (พลัค' คี) *adj.* **-ier, -iest** กล้าหาญ
★**plug** (พลัก) *n.* จุก, จุกไม้ก๊อก, เครื่องอุด, ยาเส้นชนิดเคี้ยว, (คำสแลง) ม้าแก่ ลูกปืน, ก๊อกน้ำ, ปลั๊กเสียบ, หัวเทียนเครื่องยนต์, กองหินที่อุดภูเขาไฟ, ชิ้นตัวอย่างของสิ่งใดๆ ที่ตัดออกมาเป็นรูปทรงกระบอกหรือกรวย, (ภาษาพูด) โฆษณา *-v.* **plugged, plugging** *-vt.* อุด, เสียบ (ปลั๊ก), (ภาษาพูด) โฆษณา (สินค้า), (คำสแลง) ยิงปืน

ต่อย *-vi.* (ภาษาพูด) พากเพียร **-plug in** เสียบปลั๊ก (**-S.** (n.) stopper (v.) block)

plum (พลัม) *n.* ลูกพลัม, ลูกเกด, ลูกตาล, ตำแหน่งหรือรางวัลที่น่าปรารถนา, สีม่วงเข้ม

plumage (พลู' มิจ) *n.* ขนนก

plumb[1] (พลัม) *n.* ลูกดิ่ง *-adv.* ในแนวดิ่ง, ตรงลงมา, (ภาษาพูด) ตรงเผง *-adj.* เป็นแนวตรง, ตั้งตรง *-v.* **plumbed, plumbing** *-vt.* ทดสอบการตั้งตรงด้วยลูกดิ่ง, หยั่ง, วัด, กะ, ทิ้งลูกดิ่ง, ผนึกด้วยตะกั่ว *-vi.* ทำงานเป็นช่างประปา

plumb bob ลูกดิ่ง

plumber (พลัม' เมอร์) *n.* ช่างประปา

plumbing (พลัม' มิง) *n.* ท่อ, งานซ่อมท่อ

plumb line สายลูกดิ่ง

plume (พลูม) *n.* ขนนก, เครื่องหมายแห่งเกียรติยศหรือความสำเร็จ *-vt.* **plumed, pluming** ประดับด้วยขนนก, ใช้ขน, ตกแต่ง

plum mango มะปราง

plummet (พลัม' มิท) *n.* ลูกดิ่ง, ลูกตุ้ม, เครื่องถ่วง, ภาระอันหนักหน่วง *-vi.* **-meted, -meting** ร่วงหรือทิ้งดิ่งลงไป, ตกดิ่งลงมา

plump[1] (พลัมพ์) *adj.* **plumper, plumpest** อ้วน, พอง, อุดม *-vt., vi.* **plumped, plumping** ยัด (หมอน) ให้พอง, ทำให้อ้วนกลม

plump[2] (พลัมพ์) *vi., vt.* **plumped, plumping** ตกหรือหล่นอย่างแรง, ให้การสนับสนุนหรือชมเชยอย่างเต็มที่ *-n.* การตกหล่นหรือการปะทะกันอย่างแรง, เสียงการตกลงมาดังกล่าว *-adj.* ตรงๆ, ทื่อๆ *-adv.* ตรงลงมา (**-S.** (v., n.) fall (adj.) straight (adv.) directly)

plunder (พลัน' เดอร์) *vt., vi.* **-dered, -dering** ปล้น, ชิงทรัพย์, ขโมย *-n.* การปล้น, การขโมย, ทรัพย์สมบัติที่ได้จากการปล้น (**-S.** (v.) rob)

plunge (พลันจ์) *vt., vi.* **plunged, plunging** จุ่ม, จ้วง, แทง, ทะลวง, กระโดด, กระโจน, ถลา, โผ, (ห้อง) ตก (อยู่ในความมืด) *-n.* การกระทำดังกล่าว, บ่อ, สระ, การดำน้ำ, การว่ายน้ำ (**-S.** (n., v.) dip, dive, rush)

plunger (พลัน' เจอร์) *n.* ลูกสูบ, เดือยโลหะใช้สำหรับกดแก้ว (ในการผลิตกระจก), หัวยางปั๊มคอห่าน, คนดำน้ำ, (ภาษาพูด) นักพนันมือเติบ

plunger

pluperfect (พลูเพอร์' ฟิคท์) *adj.* เป็นรูปกริยาที่แสดงอดีตสมบูรณกาลในหลักไวยากรณ์ โดยเป็นกริยาช่วย had และกริยารูป past participle หรือกริยาช่อง 3 เช่น had gone, เลิศหรือสุดยอด *-n.* อดีตสมบูรณกาลในหลักไวยากรณ์, กริยารูปที่แสดงกาลดังกล่าว

★**plural** (พลัว' เริล) *adj.* พหูพจน์, มากกว่าหนึ่ง *-n.* คำที่อยู่ในรูปพหูพจน์, รูปพหูพจน์

★**plus** (พลัซ) *prep.* บวก, เพิ่ม, เติม, และ *-adj.* เพิ่มขึ้น, เป็นบวก, มากกว่า (18 คน) *-n., pl.* **pluses/plusses** เครื่องหมายบวก (+), ด้านบวกหรือด้านดี (**-S.** (adj.) additional, positive **-A.** (prep., adj., n.) minus)

plush (พลัช) *n.* ผ้าคล้ายกำมะหยี่ขนยาวนุ่มหนา

Pluto (พลู' โท) *n.* พระยม, ดาวพลูโตซึ่งเป็นดาวเคราะห์ดวงที่เก้าในระบบสุริยะ

plutocracy (พลูทอค' ระซี) *n., pl.* **-cies** การปกครองโดยคนร่ำรวย

plutocrat (พลู' ทะแครท) *n.* กลุ่มชนชั้นปกครองที่ร่ำรวย **-plutocratic** *adj.*

plutonium (พลูโท' เนียม) *n.* ธาตุพลูโทเนียมใช้ทำอาวุธนิวเคลียร์ มีสัญลักษณ์ Pu

ply[1] (ไพล) *vt.* **plied, plying** พับ, ทบ, บิด, มัดเกลียว, ฟั่น *-n., pl.* **plies** (ไพลซ์) ชั้น (ของกระดาษแข็ง), เกลียวหรือเส้น (เชือก), อคติ

ply[2] (ไพล) *vt., vi.* **plied, plying** แกว่ง, ควง, ฝึกฝน, เที่ยวไปเที่ยวมา, โจมตี, ทำร้าย, ปรนเปรอ, รุกเร้า (**-S.** exercise, practice)

plywood (ไพล' วุด) *n.* ไม้อัด

PM, P.M. ย่อจาก prime minister นายกรัฐมนตรี

★**P.M., p.m.** ย่อจาก post meridiem หลังเที่ยง

pneumatic, pneumatical (นูแมท' ทิค; นิว-, -ทิเคิล) *adj.* ใช้แรงลม, อัดด้วยอากาศ

pneumonia (นุโมน' เนีย, นิว-) *n.* โรคปอดบวมหรือปอดอักเสบ

PO, P.O.[1] ย่อจาก postal order ธนาณัติ

PO, P.O.[2], p.o. ย่อจาก post office ที่ทำการไปรษณีย์

poach (โพช) *vt., vi.* **poached, poaching** เคี่ยวหรือนึ่งอาหาร, ตุ๋น (ไข่), ขโมย, แย่ง, รุกล้ำจับปลาหรือล่าสัตว์, ย่ำดินหรือโคลน (**-S.** rob)

pock (พอค) *n.* ฝี, หัวฝี, รอยแผลเป็นอันเกิดจากฝี *-vt.* **pocked, pocking** (หน้า) ปรุ

★**pocket** (พอค' คิท) *n.* กระเป๋าหรือถุงเล็กๆ, หลุม, เงินติดกระเป๋า, ส่วนที่คล้ายกระเป๋าในสัตว์ เช่น จิงโจ้ *-adj.* เล็ก, เหมาะสำหรับใส่กระเป๋า *-vt.* **-eted, -eting** ใส่กระเป๋า, โกง, กล้ำกลืน, แทง (ลูก) ลงหลุมบนโต๊ะบิลเลียด (**-S.** (n., v.) bag)

pocketbook (พอค' คิทบุค) *n.* สมุดพก,

กระเป๋าเงินเล็กๆ

pocket book หนังสือขนาดพกพา

pocket calculator เครื่องคิดเลขขนาดพกพา

pocketknife (พอค' คิทไนฟ์) *n.* มีดพก

pocket money เงินพกติดตัว

pod (พอด) *n.* ฝักถั่ว *-v.* **podded, podding** *-vi.* ออกฝัก *-vt.* แกะออกจากฝัก

podium (โพ' เดียม) *n., pl.* **-dia/-diums** เวที, แท่น (**-S.** platform, stand)

★**poem** (โพ' เอิม) *n.* โคลง ฉันท์ กาพย์ กลอน, บทร้อยกรอง (**-S.** lyric, verse)

★**poet** (โพ' อิท) *n.* กวี (**-S.** lyricist)

poetic (โพเอท' ทิค) *adj.* แบบบทกวี, ไพเราะอย่างบทกวี, อย่างกวี, มีจินตนาการ *-n.* ทฤษฎีหรือการแต่งบทกวี

poetic license ความผิดกฎเกณฑ์ที่อนุญาตให้มีได้ในการแต่งบทกวี

★**poetry** (โพ' อิทรี) *n.* บทกวี

poignant (พอยน' เนียนท์) *adj.* แหลมคม, ตรงจุด, ฉลาด, ฉุน, (คำพูด) เจ็บแสบ เผ็ดร้อน

★**point** (พอยน์ท์) *n.* ยอดหรือปลายแหลม, สิ่งที่มียอดหรือปลายแหลม, แหลม, หน่วยวัด, แต้มคะแนน, เต้าเสียบไฟฟ้า, หัวกุญแจสับหลีกทางรถไฟ, ลูกไม้ถัก, การทำตัวแข็งและเอาจมูกชี้ไปทางที่มีเหยื่อ (ของสุนัขล่าเนื้อ), จุด, จุดทศนิยม, จุดประสงค์, หัวข้อ, ประเด็น, หน่วยวัด, เรื่อง, ขนาดตัวอักษรในการพิมพ์เท่ากับ 0.01384 นิ้ว, หน่วยน้ำหนักอัญมณีเท่ากับ 2 มิลลิกรัม หรือ 0.01 กะรัต *-vt., vi.* **pointed, pointing** พุ่ง, มุ่ง, เล็ง, ชี้, ชี้ทาง, เหลา, ใส่จุดทศนิยม, เว้นวรรค, คั่น, เน้น, (สุนัขล่าเนื้อ) ทำกิริยาดังกล่าว, ฉาบส่วนเชื่อมต่อด้วยซีเมนต์หรือปูนขาว, ชี้ให้เห็น (**-S.** (n.) cape, score, theme, tip (v.) direct, indicate, show (n., v.) dot)

point-blank (พอยน์ท' แบลงค์) *adj.* (ยิง) ในระยะเผาขน, (ปฏิเสธ) ตรงๆ *-adv.* อย่างตรงๆ, อย่างไม่ลังเล (**-S.** (adj.) direct)

pointed (พอยน' ทิด) *adj.* แหลม, ซึ่งมียอดแหลม, ชัดเจน (**-S.** clear, sharp **-A.** blunt)

pointer (พอยน' เทอร์) *n.* ไม้ชี้, เข็มชี้, คำแนะนำ, สุนัขลายด่างขนเกรียนพันธุ์หนึ่งใช้ตามกลิ่นในเกมล่าสัตว์ (**-S.** guide, hint)

pointless (พอยน์ท' ลิซ) *adj.* เหลวไหล, ไร้สาระ, ไม่มีจุดมุ่งหมาย (**-S.** aimless, silly)

point of order *n., pl.* **points of order** เรื่องระเบียบวาระการประชุม

point of view *n., pl.* **points of view** มุมมอง

poise (พอยซ์) *v.* **poised, poising** *-vt.* ทรงตัว *-vi.* ลอยตัว, ร่อน *-n.* ความสมดุล, เสถียรภาพ, ความมีสติควบคุมอารมณ์ได้, การลอยตัว, การทรงตัว, ลักษณะท่าทาง (**-S.** (v., n.) balance)

★**poison** (พอย' เซิน) *n.* ยาพิษ, สารพิษ *-vt.* **-soned, -soning** ใส่ยาพิษ, ทำลาย, ทำให้เกิดมลพิษ *-adj.* เป็นพิษ, (ธนู) อาบยาพิษ, ประสงค์ร้าย (**-S.** (n.) toxin (v.) infect, ruin)

★**poisonous** (พอย' ซะเนิซ) *adj.* เป็นพิษ, มีพิษ, ประสงค์ร้าย (**-S.** evil, fatal **-A.** good)

poke[1] (โพค) *vt., vi.* **poked, poking** แยง, ทิ่ม, กระทุ้ง, แหย่, แทง, กระตุ้น, ดัน, กระแทก, เสือก, ไส, ผลัก, เขี่ย, (คำสแลง) ตี ต่อย, โผล่, ยื่น, ยุ่ง *-n.* การกระทำดังกล่าว, (คำสแลง) การต่อยด้วยหมัด, คนที่เดินไปอย่างเลื่อนลอยไร้จุดหมาย (**-S.** (v., n.) thrust)

poke[2] (โพค) *n.* กระบังหมวกของผู้หญิง, ถุง

poker (โพ' เคอร์) *n.* เหล็กเขี่ยไฟ, ไพ่โป๊กเกอร์

poky, pokey (โพ' คี) *adj.* **pokier, pokiest** (ภาษาพูด) โซ เชื่องช้า ปอน คับแคบ

polar (โพ' เลอร์) *adj.* เกี่ยวกับขั้วโลก, ที่ตั้งอยู่ใกล้ขั้วโลก, ต่างกันสุดขั้ว, เป็นศูนย์กลางหรือเป็นดังสิ่งนำทางเหมือนดาวเหนือ

polar bear หมีขาวอาศัยแถบขั้วโลกเหนือ

polar bear

polar circle เส้นขนานขั้วโลก

Polaris (พะแล' ริซ) *n.* ดาวเหนือ

polarity (โพแล' ริที, พะ-) *n., pl.* **-ties** ความแตกต่างกันจนสุดขั้ว

polarize (โพ' ละไรซ์) *vt., vi.* **-ized, -izing** แบ่งเป็นสองฝ่าย, แตกเป็นสองขั้ว

Polaroid (โพ' ละรอยด์) ชื่อการค้าของกล้องและฟิล์มที่ให้รูปสำเร็จหลังจากถ่ายไม่กี่วินาที

polar star ดาวเหนือ

★**pole**[1] (โพล) *n.* ขั้วโลก, ขั้วแม่เหล็ก, ขั้วแบตเตอรี่

★**pole**[2] (โพล) *n.* เสา, ไม้ถ่อ, ไม้ค้ำ *-vi., vt.* **poled, poling** ถ่อ (เรือ), ใช้ไม้ค้ำสถีไถลตัวไปข้างหน้า, แหย่หรือแยงด้วยไม้

polemic (พะเลม' มิค) *n.* การโต้แย้งหรือโต้เถียง, ผู้ที่โต้แย้งหรือโต้เถียง

pole vault กีฬากระโดดค้ำถ่อ, การกระโดดโดยใช้ไม้ค้ำถ่อ

★**police** (พะลีซ', โพ-) *n., pl.* **police** ตำรวจ, กรมตำรวจ *-vt.* **-liced, -licing** พิทักษ์สันติราษฎร์ (**-S.** (n.) constabulary)

police เป็นนามหมวดหมู่หรือ collective noun ซึ่งใช้เป็นนามพหูพจน์ ต้องใช้กริยาพหูพจน์ เช่น The police are arresting the robbers. ถ้าจะใช้เป็นนามเอกพจน์ ต้องใช้ว่า a police officer หรือ a policeman

policeman เป็นนามเอกพจน์ ต้องใช้กริยาเอกพจน์ เช่น Jack Norman is a policeman in this town.

★**policeman** (พะลีซ' เมิน) *n., pl.* **-men** พลตำรวจ, เจ้าหน้าที่ตำรวจ (**-S.** bobby)

★**policewoman** (พะลีซ' วุมเมิน) *n., pl.* **-women** ตำรวจหญิง

★**policy** (พอล' ลิซี) *n., pl.* **-cies** นโยบาย, อุบาย, ความฉลาด, ความสุขุม, กรมธรรม์ประกันภัย

polio (โพ' ลีโอ) *n.* โรคโปลิโอ

poliomyelitis (โพลีโอไมอะไล' ทิซ) *n.* ดู polio

★**polish** (พอล' ลิช) *vi., vt.* **-ished, -ishing** ขัดเงา, ขัดถู, สีหรือขัด (ข้าว), ขัดเกลา, ล้างมลทิน *-n.* ความเงางาม, สารเคลือบเงา, ความสง่างาม, ความสละสลวย, การเคลือบเงา (**-S.** (v.) refine, rub (n.) brightness, elegance)

polished (พอล' ลิชทฺ) *adj.* เป็นเงา, มัน, ขึ้นเงา, สละสลวย, (ข้าว) ขัดสีแล้ว, ไร้มลทิน (**-S.** glossy)

★**polite** (พะไลทฺ', โพ-) *adj.* **-liter, -litest** สุภาพ

politic (พอล' ลิทิค) *adj.* ฉลาด, เจ้าเล่ห์

★**political** (พะลิท' ทิเคิล, โพ-) *adj.* เกี่ยวกับการเมืองการปกครอง, ฝักใฝ่เรื่องทางการเมือง

★**politician** (พอลลิทิช' เชิน) *n.* นักการเมือง

★**politics** (พอล' ลิทิคซฺ) *n. pl.* รัฐศาสตร์

polka (โพล' คะ, โพ'-) *n.* การเต้นรำเป็นคู่ๆ แบบเร็วๆ มีชีวิตชีวา, ดนตรีสำหรับการเต้นรำดังกล่าว *-vi.* **-kaed, -kaing** เต้นรำแบบดังกล่าว

poll (โพล) *n.* การลงคะแนนเสียง, จำนวนคะแนนเสียง, การสำรวจประชามติ, ศีรษะมนุษย์ *-v.* **polled, polling** *-vt.* ได้รับคะแนนเสียง, สำรวจประชามติ, ตัดยอด (ต้นไม้ พืช), ตัดเขาสัตว์, ขริบริม, เล็ม (ผม ขน) *-vi.* ลงคะแนนเสียง (**-S.** (n., v.) survey, vote)

pollen (พอล' เลิน) *n.* เกสรดอกไม้

★**pollute** (พะลูท') *vt.* **-luted, -luting** ทำให้สกปรก, ทำให้เกิดมลพิษ (**-S.** spoil **-A.** purify)

pollution (พะลู' ชัน) *n.* มลพิษ, ของเสีย

polo (โพ' โล) *n.* กีฬาโปโล, คลี, กีฬาโปโลน้ำ

polonium (พะโล' เนียม) *n.* ธาตุโพโลเนียม เป็นธาตุกัมมันตรังสีอย่างหนึ่ง มีสัญลักษณ์ Po

poltergeist (โพล' เทอร์ไกซ์ทฺ) *n.* ผีหรือวิญญาณที่มาในรูปของเสียงหรือการเคลื่อนวัตถุ

poly- คำอุปสรรค หมายถึง มากมาย, หลาย

polyester (พอล' ลีเอซเทอรฺ, พอลลีเอซ' เทอรฺ) *n.* สารโพลีเมอร์อย่างหนึ่งใช้ในอุตสาหกรรมเส้นใยสังเคราะห์และพลาสติก

polygamy (พะลิก' กะมี) *n.* ประเพณีการมีสามีหรือภรรยามากกว่าหนึ่งคนในเวลาเดียวกัน

polyglot (พอล' ลีกลอท) *adj.* ซึ่งสามารถพูด อ่าน และเขียนได้หลายภาษา, มีหลายภาษา

polygon (พอล' ลีกอน) *n.* รูปหลายเหลี่ยม

polyhedron (พอลลีฮี' เดริน) *n., pl.* **-drons/-dra** รูปทรงหลายด้าน **-polyhedral** *adj.*

polymerization (พะลิมเมอริเซ' ชัน, พอล' ละเมอ-) *n.* การรวมกันของโมเลกุลโมโนเมอร์ต่างๆ กันตั้งแต่สองโมเลกุลขึ้นไปเข้าเป็นโมเลกุลของโพลีเมอร์, กระบวนการทางเคมีที่มีผลต่อการรวมกันเข้าของโมเลกุลดังกล่าว **-polymerize** *v.*

polysyllable (พอลลีซิล' ละเบิล) *n.* คำที่มีมากกว่าสามพยางค์

polytechnic (พอลลีเทค' นิค) *adj.* (โรงเรียน) สารพัดช่าง *-n.* โรงเรียนสารพัดช่าง

pomace (พัม' มิซ, พอม'-) *n.* กากผลไม้, กากปลาหรือถั่วที่เหลือจากการคั้นน้ำมันแล้ว

pomade (โพเมด', -มาด', พอ-) *n.* น้ำมันแต่งผม

pomegranate (พอม' แกรนนิท, พอม' มิ-, พัม'-, พัม' มิ-) *n.* ต้นทับทิม, ผลทับทิม

pomelo (พอม' มะโล) *n., pl.* **-los** ส้มโอ

pommel (พัม' เมิล, พอม'-) *vt.* **-meled, -meling/-melled, -melling** ชก, ต่อย, ตี, ทุบ, อัด *-n.* จะงอยหัวอานม้า, ปุ่มกลมที่ด้ามดาบ

pomp (พอมพฺ) *n.* ความโอ่โถง, ความเอิกเกริก, ความงดงามตระการตา (**-S.** grandeur, show)

pompon, pompom (พอม' พอน, พอม' พอม) *n.* พู่, พู่ห้อย, กระจุกปุย

pompous (พอม' เพิซ) *adj.* วางโต, คุยโอ่, หรูหรา **-pompously** *adv.* (**-S.** boastful)

pond (พอนดฺ) *n.* บ่อ, แอ่ง, สระน้ำเล็กๆ

ponder (พอน' เดอรฺ) *vt., vi.* **-dered, -dering** ชั่งใจ, ไตร่ตรอง, ครุ่นคิด (**-S.** think **-A.** ignore)

ponderable (พอน' เดอระเบิล) *adj.* น่าคิด

ponderous (พอน' เดอเริซ) *adj.* อุ้ยอ้าย

poniard (พอน' เนียรฺด) *n.* กริช

pontiff (พอน' ทิฟ) *n.* พระสันตะปาปา, บิชอป, พระสังฆราช **-pontifical** *adj.*

pontoon (พอนทูน') *n.* แพ, โป๊ะ

pony (โพ' นี) *n., pl.* **-nies** ม้าขนาดเล็ก
ponytail (โพ' นีเทล) *n.* ผมรวบเป็นหางม้า
poodle (พูด' เดิล) *n.* สุนัขพันธุ์พุดเดิ้ล

poodle

pooh (พู) *interj.* คำอุทานแสดงความรังเกียจ
★**pool**[1] (พูล) *n.* แอ่ง, บ่อ, สระ, กอง (เลือด)
★**pool**[2] (พูล) *n.* เงินกองกลาง, เงินกงสี, เงินกองกลางในการเล่นพนัน, การรวมตัวกันเพื่อจุดประสงค์บางอย่าง, การร่วมมือกันทำธุรกิจเพื่อลดการแข่งขัน, บิลเลียด เป็นเกมที่คล้ายการเล่นสนุกเกอร์ *-v.* **pooled, pooling** *-vt.* รวมเงินกองกลาง *-vi.* รวมตัวกัน, ระดม (ความคิด)
★**poor** (พัวร์) *adj.* **poorer, poorest** ยากจน, ขัดสน, ไม่พอเพียง, (ดิน) ไม่ดี, ต่ำต้อย, ด้อยคุณภาพ, เลว, ไม่สมบูรณ์, ขาดแคลน, น่าสงสาร *-n.* คนจน (-S. (adj.) deficient, pitiable **-A.** (adj.) lucky (adj., n.) rich)
poorly (พัวร์ ลี) *adv.* อย่างแย่มาก *-adj.* ป่วย (-S. (adv.) badly (adj.) ill)
★**pop**[1] (พอพ) *v.* **popped, popping** *-vi.* ทำเสียงดังป๊อก, ระเบิดดังปัง, ปะทุดังปุ๊, เคลื่อนที่อย่างรวดเร็ว, ยิงปืนดังปัง *-vt.* ทำให้เกิดเสียงดังลั่น เช่น เปิดขวดแชมเปญดังป๊อก, ยิงปืน, ปะทุ, ตี, กินยา *-n.* เสียงเหมือนเสียงเปิดจุกขวดหรือเสียงลูกโป่งแตก, เครื่องดื่มน้ำหวานอัดก๊าซไม่ผสมแอลกอฮอล์, เสียงปะทุ, เสียงระเบิด, การยิงปืน *-adv.* ด้วยเสียงอันดังแบบดังกล่าว, อย่างทันทีทันใดไม่ทันตั้งตัว **-pop the question** (ภาษาพูด) ขอแต่งงาน (-S. (v.) explode (v., n.) burst (adv.) suddenly)
pop[2] (พอพ) *n.* (ภาษาพูด) ย่อจาก papa พ่อ
★**pop**[3] (พอพ) *adj.* (ภาษาพูด) แพร่หลาย
★**popcorn** (พอพ' คอร์น) *n.* ข้าวโพดคั่ว
★**pope** (โพพ) *n.* สมเด็จพระสังฆราช, พระสันตะปาปา (-S. pontiff)
popeyed (พอพ' ไอด์) *adj.* (ตา) โปน, แปลกใจ
popgun (พอพ' กัน) *n.* ปืนอัดลมเด็กเล่น
poppy (พอพ' พี) *n., pl.* **-pies** ดอกป๊อปปี้ มีดอกสีแดง เป็นสัญลักษณ์วันทหารผ่านศึก, ต้นฝิ่น, ฝิ่นที่สกัดจากต้นฝิ่น, สีส้มออกแดง

poppy

populace (พอพ' เพียลิซ) *n.* ประชาชน
★**popular** (พอพ' เพียเลอร์) *adj.* เป็นที่นิยม, ของหรือโดยประชาชน, โดยทั่วไป, แพร่หลาย, กว้างขวาง **-popularly** *adv.* **-popularity** *n.*
popularize (พอพ' เพียละไรซ์) *vt.* **-ized, -izing** ทำให้เป็นที่นิยมแพร่หลาย
populate (พอพ' เพียเลท) *vt.* **-lated, -lating** อยู่อาศัย, พำนัก, พัก (-S. settle)
★**population** (พอพเพียเล' ชัน) *n.* ประชาชน
populous (พอพ' เพียเลิซ) *adj.* มีประชากรอาศัยอยู่หนาแน่น **-populously** *adv.*
pop-up (พอพ' อัพ) *adj.* ซึ่งจะปรากฏโครงร่างสามมิติยกขึ้นมาเมื่อเปิดหน้าหนังสือ
porcelain (พอร์' ซะลิน) *n.* เครื่องถ้วยชามกระเบื้องเคลือบ **-porcelaneous** *adj.*
★**porch** (พอร์ช, โพร์ช) *n.* ทางเข้าหน้าประตูมีหลังคา, ระเบียง, เฉลียง
porcupine (พอร์' เคียไพน์) *n.* เม่น

porcupine

porcupine fish ปลาปักเป้า
pore (พอร์) *vi.* **pored, poring** อ่านอย่างละเอียด, จ้องมอง *-n.* รูขุมขน, รูพรุนในหินหรือดิน
★**pork** (พอร์ค, โพร์ค) *n.* เนื้อหมู
pornography (พอร์นอก' กระฟี) *n.* หนังสือ รูปภาพหรือภาพยนตร์ลามกอนาจารยั่วยุกามารมณ์, การเผยแพร่หรือการผลิตสิ่งดังกล่าว
porous (พอ' เริซ, โพ'-) *adj.* มีหรือเต็มไปด้วยรู, ที่ให้อากาศหรือน้ำรั่วซึมได้ **-porosity** *n.*
porpoise (พอร์' เพิซ) *n., pl.* **-poise/-poises** ปลาโลมา
porridge (พอร์' ริจ) *n.* ข้าวโอ๊ตต้ม
★**port**[1] (พอร์ท, โพร์ท) *n.* ท่าเรือ, เมืองท่า
port[2] (พอร์ท, โพร์ท) *n.* ด้านซ้ายหรือกราบซ้ายของเรือหรือเครื่องบินเมื่อมองจากด้านหน้า *-adj.* ทางซ้าย *-vt., vi.* **ported, porting** หันหรือเลี้ยว (เรือ เครื่องบิน) ไปทางซ้าย (-S. (n.) larboard **-A.** (n.) starboard)
port[3] (พอร์ท, โพร์ท) *n.* ช่องอากาศข้างเรือ, ช่องระบายไอน้ำหรือน้ำในเครื่องจักรกล, ประตูเมือง, ช่องในป้อมหรือในรถติดอาวุธที่ใช้มองหรือใช้ยิง
port[4] (พอร์ท, โพร์ท) *vt.* **ported, porting** สะพาย (อาวุธ) ไปทางไหล่ซ้าย *-n.* ตำแหน่งหรือลักษณะของอาวุธที่ถือในลักษณะดังกล่าว, ท่าทางแบกถือ
port[5], **Port** (พอร์ท, โพร์ท) *n.* ไวน์แดงรสหวานและแรง
portable (พอร์' ทะเบิล, โพร์'-) *adj.* ทนทาน,

ซึ่งสามารถแบก ถือหรือหิ้วได้ (-S. movable)

portal (พอร์ เทิล, โพร์-) *n.* ประตูทางเข้าขนาดใหญ่, ทางผ่านเข้าออก *-adj.* เกี่ยวกับทางเข้า

portend (พอร์เทนด์', โพร์-) *vt.* **-tended, -tending** เป็นลาง, เป็นเครื่องแสดง

portent (พอร์ เทนท์, โพร์-) *n.* ลางบอกเหตุ, เครื่องแสดง, สิ่งมหัศจรรย์ (-S. sign)

portentous (พอร์เทน' เทิซ, โพร์-) *adj.* แปลก, ประหลาด, น่ากลัว, เป็นลาง, วางโต

porter[1] (พอร์ เทอร์, โพร์'-) *n.* พนักงานยกกระเป๋าตามโรงแรม, พนักงานเฝ้าประตู

porter[2] (พอร์ เทอร์, โพร์'-) *n.* ย่อจาก porter's ale เบียร์ดำ

portfolio (พอร์ทโฟ' ลีโอ, โพร์ท-) *n., pl.* **-os** กระเป๋าแบนขนาดใหญ่สำหรับใส่เอกสาร รูปภาพ ฯลฯ, สิ่งที่ใส่ไว้ในกระเป๋าดังกล่าวเพื่อใช้ในการเสนอผลงาน, ตำแหน่งและหน้าที่ของรัฐมนตรี

portfolio

porthole (พอร์ท' โฮล, โพร์ท'-) *n.* ช่องสำหรับยิงปืนในป้อมหรือกำแพง, ช่องหน้าต่างทรงกลมตามข้างเรือหรือเครื่องบิน

portico (พอร์ ทิโค, โพร์'-) *n., pl.* **-coes/-cos** ซุ้มหรือทางเดินมีหลังคาบริเวณหน้าประตู

portion (พอร์ ชัน, โพร์'-) *n.* ส่วน, สินเดิมของฝ่ายหญิง, ส่วนแบ่ง, โชคชะตา *-vt.* **-tioned, -tioning** แบ่ง (-S. (n., v.) part (n.) quota)

portly (พอร์ท' ลี, โพร์ท'-) *adj.* **-lier, -liest** อ้วนตุ๊ต๊ะ **-portliness** *n.* (-S. fat)

portrait (พอร์ ทริท, -เทรท, โพร์'-) *n.* รูปวาดภาพเขียน รูปถ่ายหรือรูปแกะสลักที่เหมือนจริงของบุคคลโดยเฉพาะใบหน้า **-portraitist** *n.*

portray (พอร์เทร' , โพร์-) *vt.* **-trayed, -traying** พรรณนาให้เห็นเป็นภาพ, แสดงให้เห็นด้วยภาพ

pose (โพซ) *vt., vi.* **posed, posing** วางท่า, เสนอ, เสแสร้ง, ปลอมตัว, งงงวย *-n.* การวางท่าเพื่อการวาดภาพ ถ่ายภาพหรือแกะสลัก, การเสแสร้ง (-S. (v.) model (n., v.) posture)

posh (พอช) *adj.* เก๋ เท่และทันสมัย (-S. chic)

*__position__ (พะซิช' ชัน) *n.* ตำแหน่ง, ที่มั่น, การวางท่า, สภาพ, ทำเลที่ดี, สถานะทางสังคม

*__positive__ (พอซ' ซิทิฟว์) *adj.* เป็นการยอมรับ, เป็นไปในทางบวก, ซึ่งเต็มไปด้วยความหวัง, เป็นการให้กำลังใจ, ซึ่งแสดงออกอย่างชัดเจน, เป็นที่ยอมรับ, ที่มั่นใจมาก, ที่กำหนดขึ้น, เป็นไปในทางปฏิบัติมากกว่าทฤษฎี, เป็นจริง, เกี่ยวกับเครื่องหมายบวก, มีประจุไฟฟ้าบวก, ตรงข้ามกับ negative, ที่ชี้ให้เห็นว่ามีเชื้อโรคหรือมีการตอบสนอง, (รูป) มีสีที่ถูกต้อง, ที่ไม่ใช่การเปรียบเทียบขั้นกว่าและขั้นสูงสุดในไวยากรณ์, (ภาษาพูด) อย่างแท้จริง, ที่มากกว่าศูนย์ *-n.* การยอมรับ, สิ่งที่รับรู้ได้ว่ามีอยู่จริง, จำนวนที่มากกว่าศูนย์, ประจุบวก, รูปภาพที่มีสีตามธรรมชาติจริง, การเปรียบเทียบขั้นปกติคือไม่ใช่ขั้นกว่าและขั้นสูงสุดในไวยากรณ์ **-positively** *adv.* (-S. (adj.) practical, sure -A. (adj.) negative)

*__possess__ (พะเซซ') *vt.* **-sessed, -sessing** เป็นเจ้าของ, ครอบครอง, ควบคุม, มี, ได้, ครอบงำ (-S. occupy, own -A. lose)

*__possession__ (พะเซช' ชัน) *n.* การมี, การเป็นเจ้าของหรือครอบครอง, สภาวะการถูกเข้าครอบงำ, สิ่งที่ถูกครอบครอง, อาณานิคม, การควบคุมตัวเอง, สภาวะการถูกครอบงำหรือถูกสิง, การครองหรือการได้เป็นฝ่ายครอบครองลูกบอล, การได้เป็นฝ่ายรุก **-possessions** ทรัพย์สิน (-S. estate, ownership -A. loss)

possessive (พะเซซ' ซิฟว์) *adj.* เกี่ยวกับการเป็นเจ้าของ, มีความต้องการที่จะเข้าควบคุม, (คำ) ที่แสดงความเป็นเจ้าของ *-n.* คำที่แสดงความเป็นเจ้าของ เช่น my, mine, your, yours

*__possibility__ (พอซซะบิล' ลิที) *n., pl.* **-ties** ความเป็นไปได้, สิ่งที่เป็นไปได้ (-S. chance)

*__possible__ (พอซ' ซะเบิล) *adj.* เป็นไปได้, ยังไม่แน่ **-possibly** *adv.* (-S. likely, probable)

*__post__[1] (โพซท์) *n.* เสา, หลัก, เสาประตู (ฟุตบอล), ขั้วแบตเตอรี่, จุดเริ่มต้นในสนามแข่งวิ่ง *-vt.* **posted, posting** ติด (ประกาศ) ในที่สาธารณะ, ประณาม, ติดป้ายห้ามบุกรุก, ติดโปสเตอร์ (ที่ผนัง), พิมพ์ (ชื่อ) ในรายชื่อ, ทำคะแนน (-S. (n.) pole (v.) announce -A. (v.) conceal)

*__post__[2] (โพซท์) *n.* ฐานทัพทหาร, ดู้ยาม, แตรเรียกทหาร, ตำแหน่งงาน *-vt.* **posted, posting** วาง (ยาม), ส่ง (ทหาร) ไปประจำการ, แสดง, เสนอ (-S. (n.) position (v.) assign -A. (v.) dismiss)

*__post__[3] (โพซท์) *n.* การส่งทางไปรษณีย์, จดหมายหรือพัสดุที่ส่งไป, ไปรษณีย์, ที่ทำการไปรษณีย์ *-vt., vi.* **posted, posting** ส่ง (จดหมายหรือพัสดุ) ทางไปรษณีย์, แจ้งข่าวล่าสุด, ทำรายการลงใน (บัญชีแยกประเภท), แยกลงในบัญชีแยกประเภท, (คอมพิวเตอร์) ใส่ข้อมูลเข้าเก็บ *-adv.* โดยทางไปรษณีย์, โดยใช้ม้าส่งข่าว, อย่างรวดเร็ว (-S. (n.) delivery (v.) send -A. (v.) receive)

post- คำอุปสรรค หมายถึง ภายหลัง, ข้างหลัง

★**postage** (โพ' สติจ) *n.* ไปรษณียากร, ตรา-ไปรษณียากรหรือแสตมป์

postage stamp ตราไปรษณียากร

★**postal** (โพ' สเติล) *adj.* เกี่ยวกับที่ทำการไปรษณีย์หรือการบริการด้านไปรษณีย์

postal order ธนาณัติ

postbox, post box (โพซท์' บอคซ์) *n.* ตู้ไปรษณีย์

★**post card, postcard** (โพซท์' คาร์ด) *n.* ไปรษณียบัตร, โปสการ์ด

postcode (โพซท์' โคด) *n.* รหัสไปรษณีย์

postdate (โพซทฺเดท', โพซท์'-) *vt.* **-dated, -dating** ลงวันที่ล่วงหน้า, เกิดขึ้นภายหลัง

★**poster** (โพ' สเตอร์) *n.* ใบปิด (หนังโฆษณา)

posterior (พอสเตีย' เรียร์) *adj.* ที่อยู่ด้านหลัง, ที่ตามหลัง, ในเวลาต่อมา *-n.* บั้นท้าย, ก้น

posterity (พอสเตอ' ริที) *n.* อนุชนรุ่นหลัง

postgraduate (โพซทฺแกรจฺ' จุอิท, -เอท) *adj.* เกี่ยวกับการเรียนต่อขั้นสูงขึ้นหลังจากเรียนจบระดับมัธยมหรือวิทยาลัย *-n.* ผู้ที่เข้าเรียนต่อ

posthaste (โพซท์' เฮซท์') *adv.* ด่วน

posthumous (พอซ' ชะเมิซ) *adj.* ที่เกิดขึ้นหรือต่อเนื่องหลังจากที่เสียชีวิตแล้ว, ซึ่งพิมพ์หลังมรณกรรมของผู้เขียน, (เด็ก) ที่เกิดขึ้นหลังจากบิดาถึงแก่กรรม **-posthumously** *adv.*

postimpressionism (โพซท์อิมเพรซ' ชะนิเซิม) *n.* ศิลปะในฝรั่งเศส ช่วงปลายศตวรรษที่ 19 ซึ่งปฏิเสธศิลปะแบบ impressionism และใช้รูปแบบและสีในแบบที่แสดงความรู้สึกส่วนตัวมากกว่าความประทับใจจากภาพที่เห็น

post-it (โพซท์' อิท) *n.* กระดาษโน้ตแบบมีกาวติดด้านหลัง

★**postman** (โพซท์' เมิน) *n.* บุรุษไปรษณีย์

postmark (โพซท์' มาร์ค) *n.* ตราประทับของไปรษณีย์

post meridiem (เวลา) หลังเที่ยง ย่อว่า PM, P.M., pm, p.m.

postmortem (โพซท์มอร์' เทิม) *adj.* ซึ่งเกิดขึ้นหรือกระทำหลังจากเสียชีวิต, เกี่ยวกับการชันสูตรศพ *-n.* การชันสูตรพลิกศพ, (ภาษาพูด) การวิเคราะห์เพื่อหาเหตุและผลในเรื่องที่จบสิ้นไป

postnatal (โพซท์เนท' เทิล) *adj.* เกี่ยวกับหรือเกิดขึ้นทันทีหลังจาก (เด็ก) เกิดขึ้นมา

★**post office** กรมไปรษณีย์, ที่ทำการไปรษณีย์

post office box ตู้ไปรษณีย์ที่กรมไปรษณีย์จัดให้เช่า

postpaid (โพซท์' เพด') *adj.* ด้วยการชำระค่าไปรษณีย์ล่วงหน้าแล้ว

postpone (โพซท์โพน', โพซโพน') *vt.* **-poned, -poning** เลื่อน (เวลา) ออกไป, จัดไว้ในลำดับแห่งความสำคัญเป็นที่สอง (**-S.** delay)

postscript (โพซท์' สกริพท์, โพซ'-) *n.* ปัจฉิมลิขิตหรือ ป.ล. ย่อว่า PS, P.S., p.s.

postulate (*v.* พอซ' ชะเลท, *n.* -ลิท, -เลท) *vt.* **-lated, -lating** อ้าง, ที่กทักว่าเป็นความจริง *-n.* มูลฐาน, ความจริงที่ไม่ต้องพิสูจน์ในวิชาคณิตศาสตร์ (**-S.** (v.) assume)

posture (พอซ' เชอร์) *n.* การวางท่าทาง, ท่วงท่า, ทัศนคติ *-vi., vt.* **-tured, -turing** แสร้งวางท่า

posy (โพ' ซี) *n., pl.* **-sies** ช่อดอกไม้เล็กๆ, กลอนหรือวลีสั้นๆ ที่สลักลงบนแหวน

★**pot** (พอท) *n.* หม้อ, เหยือก, กระปุก, กระถาง, แจกัน, กระชัง ไซหรือสุ่ม, ปริมาณเต็มหม้อ, ถ้วยขนาดใหญ่ที่ใช้ดื่มมีที่จับข้างเดียวและมักจะมีฝาปิดถ้วยติดอยู่ด้วย, ถ้วยเซรามิกที่ออกแบบอย่างมีศิลปะและถือเป็นของตกแต่ง, เงินเดิมพัน, การแทงลูก (บิลเลียด) ให้ลงหลุม, (ภาษาพูด) ทุนที่ช่วยกันลงขัน จำนวนมากมาย กระโถนเด็ก พุงพลุ้ย การยิงแบบเดาสุ่ม การวิจารณ์แบบมั่วๆ *-v.* **potted, potting** *-vt.* จัดใส่หรือปลูกในกระถาง, เก็บถนอม (อาหาร) เช่น ดองไว้ในขวด, ทำอาหารในหม้อ, ยิงปืนล่า (สัตว์) เพื่อเป็นอาหาร, (ภาษาพูด) ยิงแบบเดาสุ่ม จับกุมมาได้, แทงลูก (บิลเลียด) ลงหลุม *-vi.* (ภาษาพูด) ยิงแบบเดาสุ่ม

potassium (พะแทซ' เซียม) *n.* ธาตุโลหะอ่อนมีความไวปฏิกิริยามาก เกิดขึ้นในธรรมชาติในรูปของสารประกอบเท่านั้น พบอยู่ทั่วไปในรูปของเกลือ ใช้เป็นปุ๋ย มีสัญลักษณ์ K

potassium nitrate ดินประสิว ใช้เก็บถนอมอาหารเนื้อ ใช้ทำดินปืนและใช้เป็นปุ๋ย มีสูตรเคมี KNO_3

★**potato** (พะเท' โท) *n., pl.* **-toes** มันฝรั่ง

potato chip มันฝรั่งทอด

potbelly (พอท' เบลลี) *n., pl.* **-lies** พุงยื่น

potency, potence (โพท' เทินซี, -เทินซ์) *n., pl.* **-cies** ความมีศักยภาพ, ศักยภาพ

potent (โพท' เทินท์) *adj.* มีอำนาจภายในตัวเอง, (เหล้า) แรง, น่าเชื่อถือ, มีศักยภาพ, (ชาย) มีสมรรถภาพทางเพศ (**-S.** powerful **-A.** weak)

★**potential** (พะเทน' เชิล) *adj.* ที่แฝงอยู่, มีความเป็นไปได้, เกี่ยวกับกริยาช่วย เช่น may และ can *-n.* ความสามารถที่ซ่อนเร้นอยู่ภายใน,

A B C D E F G H I J K L M N O P Q R S T U V W X Y Z

ศักยภาพ, กริยาช่วยที่แฝงความหมายแสดงความเป็นไปได้, ศักย์หรือแรงเคลื่อนไฟฟ้า วัดเป็นโวลต์ **-potentially** *adv.* (**-S.** (adj.) possible)

potential difference ความต่างศักย์ของขั้วไฟฟ้า

potential energy พลังงานศักย์ คือพลังงานที่มีอยู่ในวัตถุขณะที่หยุดนิ่งตรงข้ามกับพลังงานจลน์ที่ใช้ในการเคลื่อนที่ของวัตถุ

potion (โพ' ชัน) *n.* ยาพิษ, ยาเสน่ห์

potpourri (โพพูรี') *n., pl.* **-ris** การผสมปนเปกัน, บุหงา, งานเขียนที่ตัดตอนมาจากที่ต่างๆ

potted (พอท' ทิด) *adj.* ที่ใส่อยู่ในหม้อ, ที่ปลูกในกระถาง, ซึ่งเก็บรักษา (อาหาร) ไว้ในขวด, (คำสแลง) เมาเหล้า อยู่ในอาการประสาทหลอน

potter (พอท' เทอร์) *n.* ช่างปั้นหม้อ

pottery (พอท' ทะรี) *n., pl.* **-ies** เครื่องปั้นดินเผา, งานปั้นเครื่องดินเผา, สถานที่ทำงานปั้น

potty[1] (พอท' ที) *adj.* **-tier, -tiest** เล็กน้อย, ไม่สำคัญ, ค่อนข้างเมา, ไม่เข้าท่า

potty[2] (พอท' ที) *n., pl.* **-ties** กระโถนเด็ก

pouch (เพาช์) *n.* ถุงเล็กๆ มีเชือกมัดปากใช้ใส่ของกระจุกกระจิก, ถุงของบุรุษไปรษณีย์, ถุงหนังเล็กๆ ไว้ใส่ดินปืน, ถุงพลาสติกใช้ห่ออาหารแช่แข็ง, กระเป๋า, ถุงที่หน้าท้องของสัตว์ประเภทจิงโจ้, กระเป๋าเศษสตางค์ *-vt., vi.* **pouched, pouching** ใส่ในกระเป๋า, ทำให้เหมือนกระเป๋า, กลืน (**-S.** (n., v.) pocket)

poult (โพลท์) *n.* ลูกของสัตว์ประเภทสัตว์ปีก

poultice (โพล' ทิซ) *n.* ยาพอก *-vt.* **-ticed, -ticing** พอกด้วยยา

poultry (โพล' ทรี) *n.* สัตว์ปีกจำพวกเป็ด ไก่

pounce (เพานซ์) *v.* **pounced, pouncing** *-vi.* เข้าโจมตี, ฉก, ตะครุบ *-vt.* จับด้วยกรงเล็บ *-n.* การกระทำดังกล่าว, กรงเล็บของนก

★**pound**[1] (เพานด์) *n., pl.* **pound/pounds** ปอนด์ มีสัญลักษณ์ £ เป็นหน่วยเงินตราของอังกฤษ เรียกเต็มๆ ว่า pound sterling

pound[2] (เพานด์) *v.* **pounded, pounding** *-vt.* ตีซ้ำๆ, ตอกย้ำ, บด, ยิงอย่างดุเดือด *-vi.* ต่อยตีอย่างรุนแรงต่อเนื่อง, เคลื่อนที่อย่างรุนแรงและอึกทึก, (ชีพจร) เต้นอย่างแรงและรวดเร็ว, พากเพียร *-n.* เสียงต่อยตีดังกล่าว, การกระทำดังกล่าว (**-S.** (v., n.) beat, crush)

pound[3] (เพานด์) *n.* ที่กักกันสุนัขจรจัด, ที่เก็บสิ่งที่ถูกยึดไว้, คอกสัตว์, ที่คุมขัง *-vt.* **pounded, pounding** กักกัน, ขังไว้ (**-S.** (n.) enclosure)

★**pour** (พอร์, โพร์) *v.* **poured, pouring** *-vt.* เท, ริน, ราด, หลั่งไหล *-vi.* ไหลหลั่ง, (ฝน) ตกหนัก, กรู (ออกมา), พรั่งพรู, เสิร์ฟเครื่องดื่มแก่ฝูงชน *-n.* การไหลหลั่งพรั่งพรู, การเท

pout (เพาท์) *vi., vt.* **pouted, pouting** โกรธ, ทำปากยื่นแสดงความไม่พอใจ

★**poverty** (พอฟว์' เวอร์ที) *n.* ความจน

poverty-stricken (พอฟว์' เวอร์ที สตริคเคิน) *adj.* ยากจนอย่างแสนสาหัส

POW (พีโอดับ' เบิลยู, -ยุ) *n., pl.* **POW's/POWs** ย่อจาก prisoner of war เชลยศึก

★**powder** (เพา' เดอร์) *n.* ผง, แป้ง, ฝุ่น, ดินปืน *-vt., vi.* **-dered, -dering** ทำให้เป็นผง, โรยด้วยแป้ง, ใช้แป้งผัดหน้า (**-S.** (n., v.) dust)

powder puff แผ่นฟองน้ำนุ่มที่ใช้ผัดหน้า

★**power** (เพา' เออร์) *n.* อำนาจ, อานุภาพ, อิทธิพล, พลังความสามารถ, กำลัง, คน กลุ่ม หรือประเทศที่มีอิทธิพล, ความมีประสิทธิภาพ, แรง, จำนวนมากมาย, อัตราการทำงานซึ่งจัดเป็นหน่วยของงานต่อหน่วยเวลา, เลขยกกำลังในคณิตศาสตร์ *-adj.* เกี่ยวกับอำนาจในด้านการเมือง สังคมหรือเศรษฐกิจ, ด้วยแรงของเครื่องจักรหรือกำลังไฟฟ้ามากกว่าแรงคน, เกี่ยวกับแหล่งกำเนิดหรือการส่งกระแสไฟฟ้า, (ภาษาพูด) เกี่ยวกับธุรกิจที่มีอิทธิพลหรือมีการกระทำแบบมืออาชีพ *-vt.* **-ered, -ering** จัดหากำลังทางเครื่องจักร (**-S.** (n.) energy)

powerboat (เพา' เออร์โบท) *n.* เรือยนต์

★**powerful** (เพา' เออร์เฟิล) *adj.* แข็งแกร่ง, มีอิทธิพล, มีอำนาจ, มีประสิทธิภาพ, ยิ่งใหญ่ *-adv.* อย่างมาก (**-S.** (adj.) mighty **-A.** (adj.) weak)

powerhouse (เพา' เออร์เฮาซ์) *n.* โรงไฟฟ้า

powerless (เพา' เออร์ลิซ) *adj.* ไม่มีกำลัง, ไร้ประสิทธิภาพ, ไม่มีอำนาจ **-powerlessly** *adv.*

power pack หม้อแปลงไฟฟ้า

power plant/station โรงไฟฟ้า

power user ผู้ใช้คอมพิวเตอร์ที่มีทักษะในการใช้คอมพิวเตอร์มากถึงแม้ไม่ได้เป็นนักคอมพิวเตอร์ผู้เชี่ยวชาญ

pox (พอคซ์) *n.* ฝีดาษ, ซิฟิลิส, ความหายนะ

pp.[1] ย่อจาก pages หน้า (หนังสือ)

pp.[2]**, P.P., p.p.** ย่อจาก past participle กริยาช่องที่ 3

PR, P.R., p.r. ย่อจาก public relations ประชาสัมพันธ์

practicable (แพรค' ทิคะเบิล) *adj.* ที่ปฏิบัติได้, ที่ใช้ได้ **-practicably** *adv.* (**-S.** possible)

★**practical** (แพรค' ทิเคิล) *adj.* ที่ปฏิบัติได้จริง,

เหมาะ, สมเหตุสมผล, (คน) ที่มีประสิทธิภาพ (-S. proficient -A. inefficient)

practical joke การเล่นตลกให้คนถูกแกล้งได้รับความอับอาย

practically (แพรค' ทิคลี) *adv.* ในเชิงปฏิบัติได้, อย่างแท้จริง, เกือบ, เกือบจะ (-S. almost, sensibly)

★**practice, practise** (แพรค' ทิซ) *vt., vi.* **-ticed, -ticing/-tised, -tising** ปฏิบัติจนเป็นนิสัย, ฝึกฝน, ให้เป็นแบบฝึกหัด, ทำเป็นอาชีพ, ปฏิบัติตาม, วางแผน *-n.* การกระทำที่ทำเป็นนิสัย, การฝึกฝน, ความชำนาญ, การกระทำ, การทำเป็นอาชีพ, พิธีการในศาล, การวางแผน

practiced (แพรค' ทิซท์) *adj.* ชำนาญ

★**practise** (แพรค' ทิซ) *v., n.* ดู practice

practitioner (แพรคทิช' ชะเนอร์) *n.* ผู้ที่ปฏิบัติงานใดๆ เป็นอาชีพ

pragmatic (แพรกแมท' ทิค) *adj.* เกี่ยวกับความเป็นจริงหรือสิ่งที่เกิดขึ้นจริง, เกี่ยวกับสาขาหนึ่งของวิชาปรัชญาที่ว่าด้วยการปฏิบัติได้จริง, เกี่ยวกับความจริงทางประวัติศาสตร์โดยเฉพาะในเรื่องความเป็นเหตุเป็นผลกัน, ยุ่ง, ไม่อยู่เฉย, สอดรู้สอดเห็น, หัวรั้น (-S. realistic)

pragmatism (แพรก' มะทิเซิม) *n.* วิธีการที่ปฏิบัติได้จริงในการแก้ปัญหา

prairie (แพร' รี) *n.* ทุ่งหญ้าในอเมริกาเหนือ

★**praise** (เพรซ) *n.* การสรรเสริญเยินยอ *-vt.* **praised, praising** ยกย่อง, ชื่นชม, สรรเสริญ (-S. (n., v.) compliment (v.) admire -A. (v.) scold)

praiseworthy (เพรซ' เวอร์ธี) *adj.* **-thier, -thiest** น่ายกย่องสรรเสริญ (-S. admirable)

pram (แพรม) *n.* ย่อจาก perambulator รถเข็นเด็ก

pram

prance (แพรนซ์) *v.* **pranced, prancing** *-vi.* (ม้า) หกหลัง, ขี่ม้าที่ทำกิริยาดังกล่าว, เดินวางมาด *-vt.* ทำให้ (ม้า) หกหลัง *-n.* การเดินอย่างวางมาด (-S. (v., n.) strut)

prank (แพรงค์) *n.* การเล่นตลกแกล้งกัน *-vt., vi.* **pranked, pranking** แต่งตัว

prankish (แพรง' คิช) *adj.* ซุกซน, คึกคะนอง

prattle (แพรท' เทิล) *vi., vt.* **-tled, -tling** พูดเรื่อยเปื่อย *-n.* การพูดเรื่อยเปื่อยไร้สาระ, เสียงพูดจ้อกแจ้กฟังไม่ได้ศัพท์ (-S. (v., n.) babble)

prawn (พรอน) *n.* กุ้งนาง *-vi.* **prawned, prawning** ตกกุ้ง **-prawner** *n.*

★**pray** (เพร) *v.* **prayed, praying** *-vi.* สวดมนต์, ภาวนา *-vt.* สวดมนต์, อ้อนวอน (-S. beg)

★**prayer**[1] (แพรร์) *n.* การสวดมนต์, บทสวดมนต์, สิ่งที่ร้องขอ, โอกาสหรือความหวังอันรางเลือน, คำร้องขอต่อศาล (-S. devotion, request)

★**prayer**[2] (เพร' เออร์) *n.* ผู้สวดมนต์

pre- คำอุปสรรค หมายถึง ก่อน, ข้างหน้า

preach (พรีช) *vt., vi.* **preached, preaching** เทศนา, ชวนเชื่อ **-preacher** *n.* (-S. lecture)

preamble (พรี' แอมเบิล, พรีแอม'-) *n.* อารัมภบท, บทนำ (-S. introduction)

prearrange (พรีอะเรนจ์') *vt.* **-ranged, -ranging** จัดเตรียมไว้ก่อน **-prearrangement** *n.*

precarious (พริแค' เรียซ) *adj.* เสี่ยง, ขึ้นอยู่กับคนอื่น (-S. risky -A. secure)

precast (พรีแคซท์') *adj.* ซึ่งหล่อเป็นรูปแบบที่ต้องการไว้แล้วก่อนที่จะนำไปติดตั้ง

precaution (พริคอ' ชัน) *n.* การป้องกันไว้ก่อน

precede (พริซีด') *vt., vi.* **-ceded, -ceding** มามีหรือเกิดขึ้นก่อน, แซง, เริ่ม, นำ (-S. lead)

precedence, precedency (เพรซ' ซิเดินซ์, -เดินซี) *n.* การมาหรือมีความสำคัญเป็นอันดับแรก, การจัดลำดับตามความสำคัญ

precedent (*adj.* พริซีด' เดินท์, เพรซ' ซิเดินท์, *n.* เพรซ' ซิเดินท์) *adj.* ที่มาก่อน, แต่ก่อน *-n.* แบบอย่าง, ระเบียบแบบแผน (-S. (adj.) earlier (n.) example, model)

preceding (พริซี' ดิง) *adj.* มีอยู่ก่อน, ที่มาก่อน, ก่อน, แต่ก่อน (-S. former -A. latter)

precept (พรี' เซพท์) *n.* บทบัญญัติ, ศีลธรรม, คำสั่งสอน (-S. instruction, rule)

precinct (พรี' ซิงค์ท์) *n.* ขอบเขต

★**precious** (เพรช' เชิซ) *adj.* มีค่ามาก, เป็นที่รัก, น่านับถือ, ประณีต, พิถีพิถัน, แสนวิเศษ, (ภาษาพูด) เต็มที่ *-adv.* (ภาษาพูด) (น้อย) เหลือเกิน *-n.* สุดที่รัก (-S. (adj.) valuable)

precious metal โลหะที่มีค่า เช่น ทองคำ

precious stone รัตนชาติ, เพชรพลอย

precipice (เพรซ' ซะพิซ) *n.* หน้าผา

precipitate (*v.* พริซิพ' พิเทท, *adj.* -ทิท, *n.* -เทท, -ทิท) *vt., vi.* **-tated, -tating** ร่วงลงมา, หัวทิ่ม, ทำให้ตกตะกอน, ควบแน่นและตกลงมา เช่น ฝน, ตกตะกอน, *-adj.* อย่างรวดเร็ว *-n.* ตะกอน, ผล **-precipitation** *n.* (-S. (v.) rush (adj.) sudden (n.) sediment -A. (adj.) slow)

precipitous (พริซิพ' พิเทิซ) *adj.* ชันเหมือนหน้าผา, อย่างรวดเร็ว, หุนหันพลันแล่น, ตั้งตรง

A B C D E F G H I J K L M N O Q R S T U V W X Y Z

précis (เพร' ซี, เพรซี') *n., pl.* **précis** (เพร' ซีซ, เพรซีซ') สรุปย่อจากหนังสือหรือบทความ *-vt.* **-cised, -cising** ย่อความ (**-S.** (n., v.) brief)

★**precise** (พริไซซ์') *adj.* แน่นอน, ถูกต้อง, พิถีพิถัน, ละเอียดลออ **-precisely** *adv.*

precision (พริซิฌ' ฌัน) *n.* ความถูกต้อง

preclude (พริคลูด') *vt.* **-cluded, -cluding** ป้องกัน, กีดกัน, ขจัด **-preclusion** *n.*

precocious (พริโค' เชิซ) *adj.* แก่แดด, ฉลาดเกินอายุ **-precociously** *adv.* (**-S.** advanced)

precursor (พริเคอร์' เซอร์, พรี' เคอร์เซอร์) *n.* ลาง, ผู้ที่มาก่อน, บรรพบุรุษ, ต้นแบบ, สารที่มีมาก่อนและเป็นแหล่งกำเนิดของสารชนิดอื่น

predatory (เพรด' ดะทอรี, -โทรี) *adj.* ซึ่งอยู่ได้ด้วยการกินผู้อื่นเป็นอาหาร, เอารัดเอาเปรียบ

predecessor (เพรด' ดิเซซเซอร์, พรี'-) *n.* สิ่งหรือผู้ที่มาก่อน, บรรพบุรุษ (**-S.** ancestor)

predicament (พริดิค' คะเมินท์) *n.* สภาพหรือสถานการณ์ที่ยากแก่การตัดสินใจ

predicate (*v.* เพรด' ดิเคท, *n., adj.* -คิท) *v.* **-cated, -cating** *-vt.* ยืนยัน, บอกเป็นนัย *-vi.* กล่าว, อ้าง *-n.* หนึ่งในส่วนประกอบหลักสองส่วนของประโยคหรืออนุประโยคอันประกอบด้วย subject และ predicate ซึ่ง predicate เป็นส่วนที่ทำหน้าที่ขยาย subject โดย predicate จะประกอบด้วยกริยา กรรม รวมทั้งส่วนต่างๆ ที่ช่วยบอกเกี่ยวกับ subject *-adj.* เกี่ยวกับหรือเป็นส่วนของข้อความในประโยคที่แสดงอาการหรือการกระทำของประธาน, เป็นการกล่าวหรืออ้าง **-predication** *n.* (**-S.** (v.) confirm)

★**predict** (พริดิคท์') *vt., vi.* **-dicted, -dicting** ทำนาย **-prediction** *n.* (**-S.** forecast)

predispose (พรีดิสโปซ') *vt.* **-posed, -posing** โน้มน้าว, ทำให้มีใจโอนเอียง

predominance, predominancy (พริดอม' มะเนินซ์, -เนินซี) *n.* การมีจำนวนมากกว่า, การมีอำนาจหรือความสำคัญมากที่สุด

predominant (พริดอม' มะเนินท์) *adj.* ที่มีอำนาจ ความสำคัญหรือพลังมากที่สุด, เด่น

predominate (พริดอม' มะเนท) *vt., vi.* **-nated, -nating** เป็นต่อ, มีอำนาจเหนือ

preeminent, pre-eminent (พรีเอม' มะเนินท์) *adj.* โดดเด่นสะดุดตา (**-S.** distinguished)

preempt, pre-empt (พรีเอมพ์ท์') *vt.* **-empted, -empting** ยึดเอาก่อนผู้อื่น, เข้าแทนที่, ได้สิทธิ์ซื้อก่อน, กระทำก่อน

preen (พรีน) *vt., vi.* **preened, preening** (นก) ไซ้ขน, (แมว) เลียขน, แต่งตัวอย่างพิถีพิถัน, พึงพอใจในรูปลักษณ์ของตนเอง (**-S.** dress)

pref. ย่อจาก preface คำนำ, preference สิทธิพิเศษ, prefix คำอุปสรรค

prefabricate (พรีแฟบ' บริเคท) *vt.* **-cated, -cating** สร้างเสร็จเป็นส่วนๆ ไว้แล้วเพื่อพร้อมที่จะนำไปประกอบ, สร้างเป็นแบบสำเร็จรูปเหมือนกันหมดทุกชิ้น **-prefabrication** *n.*

preface (เพรฟ' ฟิซ) *n.* คำนำ, การพูดเกริ่นนำเรื่อง, บทนำ *-vt.* **-aced, -acing** กล่าวอารัมภบท, เขียนบทนำ, ใช้เป็นการแนะนำถึง (**-S.** (n.) introduction (v.) begin **-A.** (n.) appendix)

★**prefer** (พริเฟอร์') *vt.* **-ferred, -ferring** เสนอ, เลื่อนตำแหน่ง, ชอบ, ให้สิทธิเป็นอันดับแรก

preferable (เพรฟ' เฟอระเบิล, เพรฟ' ระ-) *adj.* เป็นที่ต้องการมากกว่าหรือมีค่ามากกว่า

★**preference** (เพรฟ' เฟอเรินซ์, เพรฟ' เรินซ์) *n.* ความชอบในสิ่งใดสิ่งหนึ่งเป็นพิเศษ, สิทธิพิเศษ, สิทธิ์ที่จะได้เงินก่อนเจ้าหนี้คนอื่น

★**prefix** (พรี' ฟิคซ์) *vt.* **-fixed, -fixing** วางไว้ข้างหน้า, เติมเป็นคำอุปสรรค *-n.* คำอุปสรรคที่ใช้เติมหน้าคำเพื่อเพิ่มหรือเปลี่ยนความหมายของคำ เช่น pre- ในคำว่า preset, คำที่ใช้เติมหน้าชื่อเช่น Dr. หรือ Mr. (**-A.** (v., n.) suffix)

pregnancy (เพรก' เนินซี) *n., pl.* **-cies** การมีครรภ์, ช่วงเวลามีครรภ์, ความคิดสร้างสรรค์

★**pregnant** (เพรก' เนินท์) *adj.* อุ้มท้อง, เต็มไปด้วยความหมาย, มีความนัย, เพียบพร้อม, มีความคิดสร้างสรรค์มาก, เป็นผลมาก

prehensile (พรีเฮน' เซิล, -ไซล์) *adj.* (หางลิง) ซึ่งใช้จับฉวยสิ่งของได้, ฉลาด

prehistoric, prehistorical (พรีฮิสตอ' ริค, -ริเคิล) *adj.* เกี่ยวกับยุคก่อนประวัติศาสตร์

★**prejudice** (เพรจ' จะดิซ) *n.* อคติ *-vt.* **-diced, -dicing** ทำให้มีอคติ, ทำให้เสียหายเนื่องจากการมีอคติ (**-S.** (n., v.) bias)

prejudicial (เพรจจะดิช' เชิล) *adj.* อย่างทำลายล้าง, อย่างที่ทำให้เกิดอคติ, เป็นที่เสียหาย

preliminary (พริลิม' มะเนอรี) *adj.* (การแข่งขัน) รอบคัดเลือก, เป็นบทนำก่อนเข้าเรื่องหลัก *-n., pl.* **-ies** บทนำ, สิ่งที่ต้องทำเป็นสิ่งแรกๆ, การทดสอบก่อนสอบจริง, การแข่งขันหาผู้เข้ารอบสุดท้าย (**-S.** (n.) preface **-A.** (n.) conclusion)

prelude (เพรล' ลิวด์, เพร' ลูด, พรี'-) *n.* บทนำ, การเล่นโหมโรง, การออกแขก *-vt., vi.* **-uded, -uding** เป็นบทนำ, โหมโรง **-prelusion** *n.*

premature (พรีมะเทียวร์', -ทัวร์', -ชัวร์') *adj.*

A B C D E F G H I J K L M N O Q R S T U V W X Y Z

ซึ่งเกิดขึ้นก่อนกำหนด, ซึ่งคลอดก่อนกำหนด
premeditate (พรีเมด' ดิเทท) *v.* **-tated, -tating** *-vt.* วางแผนไว้ล่วงหน้า *-vi.* ไตร่ตรอง
premier (*adj.* พริเมียร์', พรี' เมียร์, *n.* พริเมียร์') *adj.* เป็นที่หนึ่ง, สำคัญที่สุด *-n.* นายกรัฐมนตรี, เจ้าหน้าที่บริหารระดับสูง **-premiership** *n.*
premiere, première (พริเมียร์') *n.* การฉายภาพยนตร์หรือการแสดงละครรอบปฐมทัศน์ *-vt., vi.* **-miered, -miering/-mièred, -mièring** แสดงรอบปฐมทัศน์ของ *-adj.* เป็นอันดับหนึ่ง, สำคัญยิ่ง (**-S.** (n.) debut)
premise, premiss (เพรม' มิซ) *n.* หลักการ, หลักฐาน, การอ้างหลักฐานเพื่อให้ได้ข้อสรุป **-premises** ที่ดินและบรรดาตึกที่อยู่บนที่ดิน
premium (พรี' เมียม) *n.* รางวัล, สิ่งที่แจกให้ฟรีหรือขายให้ในราคาลดเพื่อจูงใจให้ซื้ออย่างอื่นอีก, เงินพิเศษที่ให้รวมไปกับเงินได้ปกติ, เบี้ยประกันภัยที่จ่ายเป็นงวด, ราคาที่สูงเกินปกติ *-adj.* ด้วยคุณภาพสุดยอดและราคาแพง
premonition (พรีมะนิช' ชัน, เพรมมะ-) *n.* ลางสังหรณ์ **-premonitory** *adj.* (**-S.** omen)
prenatal (พรีเนท' เทิล) *adj.* ก่อนคลอด
preoccupy (พรีออค' เคียไพ) *vt.* **-pied, -pying** ครอบงำ, จับจองเป็นเจ้าของก่อน
★**preparation** (เพรพพะเร' ชัน) *n.* การเตรียมการ, ความพร้อม, สิ่งที่จัดเตรียมไว้
preparatory (พริแพ' ระทอรี, -โทรี, เพรพ' เพอระ-) *adj.* เป็นการเตรียมให้พร้อม, เกี่ยวกับการเรียนหรือการฝึกเพื่อเตรียมความพร้อม *-adv.* อย่างเป็นการเตรียมพร้อม
preparatory school ในอเมริกาหมายถึงโรงเรียนเอกชนระดับมัธยมศึกษาตอนปลาย ในอังกฤษหมายถึงโรงเรียนเอกชนระดับประถม
★**prepare** (พริแพร์') *vt., vi.* **-pared, -paring** เตรียมพร้อม, ผสม, จัดเตรียม (**-S.** arrange)
preponderance, preponderancy (พริพอน' เดอเรินซ์, -เรินซี) *n.* ความหนักกว่า, ความมีพลังมากกว่า, การมีความสำคัญมากกว่า
preponderant (พริพอน' เดอเรินท์) *adj.* มีพลังมากกว่า, มีน้ำหนักมากกว่า, สำคัญกว่า, มีอิทธิพลมากกว่า **-preponderantly** *adv.*
preponderate (*v.* พริพอน' ดะเรท, *adj.* -เดอริท) *vi.* **-ated, -ating** หนักกว่า, มากกว่า, สำคัญกว่า, โดดเด่น *-adj.* ซึ่งมีน้ำหนัก พลัง อิทธิพลหรือความสำคัญมากกว่า (**-S.** (v.) prevail)
★**preposition** (เพรพพะซิช' ชัน) *n.* คำบุพบท
prepossessing (พรีพะเซซ' ซิง) *adj.* ซึ่งทำให้รู้สึกชอบ, มีเสน่ห์, ซึ่งทำให้เกิดอคติ
preposterous (พริพอซ' เทอเริซ) *adj.* ผิดปกติ, ประหลาด (**-S.** absurd **-A.** sensible)
prep school (ภาษาพูด) ดู preparatory school
prepuce (พรี' พิวซ์) *n.* หนังหุ้มปลายลึงค์, แคมบริเวณรอบคลิตอริส **-preputial** *adj.*
prerequisite (พรีเรค' ควิซิท) *adj.* ซึ่งต้องทำหรือต้องมีเป็นอันดับแรก *-n.* สิ่งที่จำเป็นต้องทำหรือต้องมีเป็นอันดับแรก (**-S.** (adj.) required)
prerogative (พริรอก' กะทิฟว์) *n.* สิทธิพิเศษ, พระราชอำนาจในการปกครอง, อำนาจพิเศษ *-adj.* เกี่ยวกับการใช้สิทธิพิเศษ, ซึ่งเป็นการใช้สิทธิพิเศษ (**-S.** (n.) privilege)
presage (*n.* เพรซ' ซิจ, *v.* พริเซจ', เพรซ' ซิจ) *n.* ลาง, สิ่งบอกเหตุ, ลางสังหรณ์, คำทำนาย *-vt., vi.* **-saged, -saging** มีลางสังหรณ์, ทำนายทายทัก (**-S.** (n.) omen (v.) predict)
Presbyterian (เพรซบิเทีย' เรียน, เพรซ-) *adj.* เกี่ยวกับศาสนาคริสต์นิกายโปรเตสแตนต์ *-n.* ศาสนาคริสต์นิกายโปรเตสแตนต์
prescribe (พริสไกรบ์') *vt., vi.* **-scribed, -scribing** บอกวิธีใช้ (ยา), ตั้งเป็นกฎ
prescription (พริสกริพ' ชัน) *n.* การตั้งกฎ, สิ่งที่ตั้งเป็นกฎ, ยาที่ต้องมีใบสั่งจากแพทย์, ใบสั่งยาของแพทย์, สูตร, สิทธิในที่ดินที่ครอบครองมาเป็นเวลานาน, กำหนดอายุความ
★**presence** (เพรซ' เซินซ์) *n.* การปรากฏมีอยู่, การมีอยู่ต่อหน้า, การอยู่ต่อหน้าพระพักตร์, ผู้ที่อยู่ต่อหน้า, อำนาจพิเศษเหนือธรรมชาติที่รู้สึกได้ว่าปรากฏอยู่ใกล้ๆ, อิทธิพลทางการทูต การเมืองหรือการทหารของประเทศใดประเทศหนึ่งในประเทศอื่น, อิทธิพลและความมั่นใจในตัวเอง (**-S.** existence **-A.** absence)
presence chamber ห้องพระโรง
presence of mind ความมีสติในเวลาวิกฤติ
★**present**[1] (เพรซ' เซินท์) *n.* ปัจจุบัน, ปัจจุบันกาล, กริยารูป present tense *-adj.* ที่เกิดขึ้นหรือมีอยู่ตอนนี้, ที่อยู่ใกล้มือ, มีอยู่ใน, เป็นที่รับรู้, เป็นกริยาที่อยู่ในรูปที่บอกให้รู้ว่าเป็นปัจจุบันกาล **-for the present** ชั่วคราว, ในตอนนี้, (**-S.** (n.) now (adj.) existing **-A.** (adj.) absent)
★**present**[2] (*v.* พริเซนท์', *n.* เพรซ' เซินท์) *vt.* **-sented, -senting** แนะนำให้รู้จัก, เสนอต่อหน้าประชาชน, ให้ของขวัญ, เสนอให้พิจารณา, ยิงสลุต, ฟ้องร้อง *-n.* ของขวัญ (**-S.** (n., v.) gift)
presentable (พริเซน' ทะเบิล) *adj.* ดีพอที่จะอวดได้, เหมาะที่จะนำมาแนะนำให้คนอื่น

presentation (เพรซเซินเท' ชัน, พรี-) *n.* การมอบให้, การนำเสนอ, ของขวัญ, สิ่งที่นำเสนอ, การแนะนำอย่างเป็นทางการ

presenter (พริเซน' เทอร์) *n.* ผู้นำเสนอ (สินค้า)

presentiment (พริเซน' ทะเมินท์) *n.* การมีลางสังหรณ์ (-S. intuition)

presently (เพรซ' เซินท์ลี) *adv.* ในไม่ช้า, ในตอนนี้, ในทันที (-S. immediately, soon -A. later)

present participle กริยาแท้ที่เติม -ing บอกให้รู้ว่าเป็นปัจจุบันกาล สามารถใช้ร่วมกับกริยาช่วยเพื่อทำให้เป็นรูป progressive tense เช่น is singing ใน The bird is singing. หรือใช้เป็นคุณศัพท์ก็ได้ เช่น singing ใน singing bird

present perfect กาลกริยาที่บอกให้รู้ว่าการกระทำได้เสร็จสิ้นสมบูรณ์ไปแล้ว เป็นรูป have หรือ has บวกกับกริยารูป past participle เช่น He has gone.

present tense กาลกริยาที่บอกให้รู้ว่าเป็นการกระทำในปัจจุบัน เช่น She sings a song.

★**preservation** (เพรซเซอร์เว' ชัน) *n.* การคุ้มครอง, การสงวนรักษาไว้ (-S. storage)

preservative (พริเซอร์' วะทิฟว์) *adj.* ซึ่งเป็นการเก็บรักษาไว้ *-n.* สารกันบูด

★**preserve** (พริเซิร์ฟว์') *vt., vi.* **-served, -serving** รักษาไว้, คงไว้, ดอง (เนื้อ อาหาร ศพ), สงวน *-n.* วัตถุกันเสีย, เขต (ป่า) สงวน, เขตที่ถือเป็นพื้นที่สงวนส่วนบุคคล (-S. (v.) keep, secure -A. (v.) lose, waste)

preset (พรีเซท') *vt.* **-set, -setting** ตั้งไว้ก่อน

preside (พริไซด์') *vi.* **-sided, -siding** เป็นประธาน, เป็นผู้ควบคุม, เป็นมือ (กลอง)

presidency (เพรซ' ซิเดินซี, -เดน-) *n., pl.* **-cies** ตำแหน่ง หน้าที่หรือระยะเวลาในการเป็นประธานาธิบดี **-Presidency** ตำแหน่งประธานาธิบดีแห่งสหรัฐอเมริกา, ตำแหน่งประธานาธิบดีของประเทศสาธารณรัฐ

★**president** (เพรซ' ซิเดินท์, -เดนท์) *n.* ประธานการประชุม, เจ้าหน้าที่ระดับสูงในรัฐบาลหรือมหาวิทยาลัย, ประธานบริษัท **-President** ประธานาธิบดีของประเทศสาธารณรัฐ, ประธานาธิบดีแห่งสหรัฐอเมริกา **-presidential** *adj.*

president-elect (เพรซซิเดินท์อิเลคท์') *n., pl.* **presidents-elect** ว่าที่ประธานาธิบดี

★**press**[1] (เพรซ) *vt., vi.* **pressed, pressing** กด, รีด, บีบ, คั้น, อัด, กอด, ประสาน (มือ), กดดัน, ดัน, กดขี่, ราวี, เน้นย้ำ, รุกเร้า, ทำ (แผ่นดิสก์) จากแม่พิมพ์, ยกลูกเหล็กขึ้นไปเหนือศีรษะโดยไม่ขยับขาในกีฬายกน้ำหนัก *-n.* เครื่องอัด, เครื่องรีด, เครื่องหีบ, เครื่องพิมพ์, โรงพิมพ์, ธุรกิจการพิมพ์, ฝูงชน, ข่าว, การเก็บรวบรวมและการส่งข่าว, สื่อทั้งหมดที่เกี่ยวกับการหาข่าว พิมพ์ข่าว ส่งข่าว และกระจายข่าว, ผู้ที่เกี่ยวข้องกับข่าว เช่น ผู้รายงานข่าว ช่างภาพ ผู้พิมพ์ข่าวและผู้กระจายข่าว, บทความในข่าว, การอัดแน่น, สภาพที่ถูกอัดหรือถูกกดดัน, การกดดัน, ความรีบร้อนเร่งด่วน, จีบในเนื้อผ้าที่เกิดจากการรีด, ตู้เก็บเสื้อผ้าหรือหนังสือ, อุปกรณ์ที่ใช้ขึงไม้แร็กเกตไม่ให้งอเวลาไม่ได้ใช้เล่น, การยกในกีฬายกน้ำหนักโดยยกลูกเหล็กขึ้นมาพักที่ระดับไหล่แล้วจึงยกขึ้นไปเหนือศีรษะโดยไม่ขยับขา (-S. (v., n.) push (n.) journalism -A. (v., n.) pull)

press[2] (เพรซ) *vt.* **pressed, pressing** เกณฑ์ทหาร, ยึด, นำมาใช้ชั่วคราว *-n.* การเกณฑ์ทหาร, หมายเรียกเกณฑ์ทหาร

press conference การจัดแถลงข่าว

pressing (เพรซ' ซิง) *adj.* อย่างเร่งด่วน

press run, pressrun (เพรซ' รัน) *n.* จำนวนพิมพ์จากการพิมพ์อย่างต่อเนื่องหนึ่งครั้ง

★**pressure** (เพรช' เชอร์) *n.* การกด, การถูกกด, ความกดดัน, แรงที่กระทำต่อพื้นที่, ความกดอากาศ, ความอดทนอดกลั้น, การเรียกร้องอย่างเร่งด่วน, สภาพความกดดันทางร่างกายและจิตใจ, ความรู้สึกทางร่างกายจากการถูกกดหรือถูกบีบ, รอยซึ่งเกิดจากการโดนน้ำหนักหรือแรงกดทับ *-vt.* **-sured, -suring** บังคับ, กดดัน, ทำอาหารด้วยการใช้ความดัน

pressure-cook (เพรช' เชอร์คุค) *vt.* **-cooked, -cooking** ทำอาหารในหม้อที่ใช้ความดันไอน้ำ

pressurize (เพรช' ชะไรซ์) *vt.* **-ized, -izing** รักษาไว้ซึ่งสภาพความกดอากาศปกติ, ทำให้ (ก๊าซหรือของเหลว) อยู่ภายใต้ความกดอากาศที่มากกว่าปกติ, ออกแบบให้ต่อต้านหรือทนทานต่อความกด, ทำอาหารในหม้อที่ใช้ความดันไอน้ำ, (ภาษาพูด) ทำให้อยู่ภายใต้ความกดดันมากกว่าปกติ

prestige (เพรสตีฌ', -สตีจ') *n.* ความนิยม, ความนับถือ, เกียรติยศ, ความมีชื่อเสียง, ความมีศักดิ์ศรีและบารมี (-S. credit, fame)

prestigious (เพรสตี' เจิซ, -สติจ'-) *adj.* มีเกียรติ, น่านับถือ **-prestigiously** *adv.*

presume (พริซูม') *vt., vi.* **-sumed, -suming** ถือว่าถูก, สันนิษฐาน, เชื่อว่า, ทึกทัก, อวดดี, อาจหาญ (-S. brave, suppose)

A B C D E F G H I J K L M N O Q R S T U V W X Y Z

presumption (พริซัมพ์' ชัน) *n.* ความก้าวร้าว อวดดี, ข้อสันนิษฐาน, การทึกทักเอาเองว่าถูก, ข้อสรุป (**-S.** boldness **-A.** modesty)

presumptuous (พริซัมพ์' ชูเอิซ) *adj.* อวดดี และไม่มีมารยาท, เป็นการทำเกินควร, ก้าวร้าว

presuppose (พรีซะโพซ') *vt.* **-posed, -posing** ทึกทักเอาเอง (**-S.** assume)

★**pretend** (พริเทนด์') *vt., vi.* **-tended, -tending** แกล้งทำ, อวดอ้าง, มารยา, แสดง (**-S.** fake)

pretender (พริเทน' เดอร์) *n.* คนหลอกลวง, จอมมารยา, ผู้อ้างสิทธิ์เป็นกษัตริย์ (**-S.** claimer)

pretense, pretence (พรี' เทนซ์, พริเทนซ์') *n.* การหลอกลวง, การเสแสร้งแกล้งทำ, ข้ออ้าง หรือข้อแก้ตัว, สิ่งหลอกลวงหรือคิดขึ้นเอง, สิ่งที่เป็นการแสดง, การอ้างสิทธิ์, การแสดง

pretension (พริเทน' ชัน) *n.* ข้ออ้าง, ข้อแก้ตัว, การอ้างสิทธิ์, การแสดงโอ้อวด

preterit, preterite (เพรท' เทอริท) *adj.* เกี่ยวกับหรือเป็นกาลกริยาที่บอกให้รู้ว่าเป็นการกระทำในอดีต *-n.* รูปกริยาที่แสดงอดีตกาล, คำกริยาดังกล่าว

pretest (พรี' เทซท์) *n.* การทดสอบเบื้องต้น, การทดสอบความรู้ความสามารถก่อนการเรียน

pretext (พรี' เทคซ์ท์) *n.* การแก้ตัว, ข้ออ้าง *-vt.* **-texted, -texting** อ้าง, แก้ตัว

★**pretty** (พริท' ที) *adj.* **-tier, -tiest** มีเสน่ห์, น่ารัก, นิ่มนวล, เฉลียวฉลาด, คล่องแคล่ว, ร้ายกาจ, พอประมาณ, (ภาษาพูด) มากพอดู *-adv.* พอใช้, พอประมาณ, ค่อนข้าง, ด้วยท่าทางที่น่ารักและมีเสน่ห์ *-n., pl.* **-ties** คนที่น่ารักและมีเสน่ห์ *-vt.* **-tied, -tying** ทำให้น่ารักและดูดี (**-S.** (adj.) attractive **-A.** (adj.) ugly)

pretzel (เพรท' เซิล) *n.* ขนมปังกรอบฉาบน้ำตาลโรยเกลือ มักทำเป็นรูปปมเชือกหรือรูปแท่ง

prevail (พริเวล') *vi.* **-vailed, -vailing** มีกำลังมากกว่า, มีชัยชนะเหนือ, เป็นต่อ

prevailing (พริเว' ลิง) *adj.* แพร่หลาย, ดาษดื่น, โดดเด่น (**-S.** common, popular **-A.** inferior, rare)

prevalent (เพรฟว' วะเลินท์) *adj.* มีอยู่ทั่วไป, แพร่หลาย **-prevalently** *adv.* (**-S.** widespread)

prevaricate (พริแว' ริเคท) *vi.* **-cated, -cating** พูดเฉไฉ, พูดนอกเรื่อง **-prevarication** *n.*

★**prevent** (พริเวนท์') *vt., vi.* **-vented, -venting** ป้องกัน, ขัดขวาง, ต่อต้าน, มาก่อน **-preventer** *n.* (**-S.** obstruct **-A.** encourage)

★**prevention** (พริเวน' ชัน) *n.* การป้องกันหรือขัดขวาง, อุปสรรคหรือเครื่องกีดขวาง

preventive, preventative (พริเวน' ทิฟว์, -ทะทิฟว์) *adj.* เป็นการป้องกัน ขัดขวางหรือยับยั้ง *-n.* อุปสรรค, เครื่องกีดขวาง, ยาที่ใช้ป้องกันโรค, เครื่องป้องกัน (**-S.** (adj.) impeding)

preview, prevue (พรี' วิว) *n.* การแสดงรอบพิเศษ, ภาพยนตร์ตัวอย่าง, สิ่งที่นำมาเสนอให้ดูเป็นตัวอย่าง *-vt.* **-viewed, -viewing/-vued, -vuing** แสดงหรือชมล่วงหน้า, จัดให้ชมเป็นตัวอย่างก่อน

★**previous** (พรี' เวียซ) *adj.* มีอยู่หรือเกิดขึ้นก่อน, (ภาษาพูด) เป็นการกระทำหรือเกิดขึ้นก่อนกำหนด ใจเร็วด่วนได้ **-previously** *adv.* **-previousness** *n.* (**-S.** earlier **-A.** later)

prey (เพร) *n.* เหยื่อ, การล่าเหยื่อ *-vi.* **preyed, preying** ล่าเหยื่อ, เอาประโยชน์จากคนอื่น, ปล้น, ทำร้าย, ทำลาย, รบกวน (**-S.** (n.) victim)

★**price** (ไพรซ) *n.* ราคา, สิ่งแลกเปลี่ยน *-vt.* **priced, pricing** ตั้งราคา **-above/beyond/without price** มีค่ามากจนประเมินไม่ได้ **-at any price** โดยการยอมแลกกับทุกอย่าง **-at a price** ด้วยราคาแพง (**-S.** (n., v.) cost, rate)

priceless (ไพรซ' ลิซ) *adj.* ล้ำค่า, ประหลาดตลกหรือแปลกอย่างมาก (**-S.** precious)

> **priceless** แม้จะเติมคำปัจจัย -less แต่ก็ไม่ได้หมายถึง ไร้ค่าหรือไร้ราคา กลับหมายถึง ล้ำค่าหรือหาค่ามิได้ เช่น This diamond is priceless. ถ้าจะใช้ในความหมายว่า ไร้ค่าหรือไร้ราคา สามารถใช้คำว่า worthless เช่น These coins are worthless.

price war สงครามการค้าที่ใช้วิธีตัดราคากัน

prick (พริค) *n.* การแทง ทิ่มหรือตำ, ความรู้สึกปวดร้าว, ความเจ็บเล็กน้อย เช่น การโดนเข็มแทง, รอยแทง, สิ่งที่มีความแหลม เช่น หนามประตัก, รอยเท้ากระต่ายป่า, (คำสแลง) อวัยวะเพศชาย ชายที่น่ารังเกียจ *-vt., vi.* **pricked, pricking** แทง, เจ็บ, ปวดร้าว, ทำให้ตั้งตรงหรือชี้, ลงประตัก, ทำรอยปรุ, วัดด้วยวงเวียน (**-S.** (n., v.) puncture, sting (v.) pierce)

prickle (พริค' เคิล) *n.* หนาม, เดือย, ความรู้สึกเจ็บปวดจากการถูกแทงหรือตำ *-v.* **-led, -ling** *-vt.* (หนาม) ตำ, ทำให้หนามตำ *-vi.* รู้สึกเจ็บเนื่องจากถูกตำ, ตั้งตรงเหมือนหนาม

prickly (พริค' ลี) *adj.* **-lier, -liest** มีหนาม, ซึ่งรู้สึกเจ็บเหมือนถูกแทงหรือตำ, ซึ่งทำให้คัน

A B C D E F G H I J K L M N O Q R S T U V W X Y Z

หรือเคือง, ที่ทำให้ยุ่งยากวุ่นวาย (**-S.** irritable)

★**pride** (ไพรด์) *n.* ความภูมิใจ, ความหยิ่งยโสจองหองและถือตัว, ความเป็นเลิศ, สิ่งที่เป็นสุดยอดหรือดีเลิศ, ฝูงสิงโต, กลุ่มที่สง่างามน่าทึ่ง *-vt.* **prided, priding** ภูมิอกภูมิใจในตัวเอง

★**priest** (พรีซท์) *n.* พระ, บาทหลวง

prig (พริก) *n.* คนเจ้าระเบียบ, คนหลงตนเอง, นักล้วงกระเป๋า, ผู้ชายช่างแต่งตัว, คนสำรวย

prim (พริม) *adj.* **primmer, primmest** เรียบร้อยและเจ้าระเบียบเกินไป

prima donna (พรีมะดอน' นะ) *n.* นักร้องนำหญิงในละครโอเปร่า, คนที่อารมณ์แปรปรวน

primal (ไพร' เมิล) *adj.* แรกเริ่ม, ดั้งเดิม, เป็นปฐม, เป็นเบื้องต้น, เป็นรากฐาน **-primality** *n.*

primarily (ไพรแม' ระลี, -เมอ'-) *adv.* เป็นส่วนใหญ่, เป็นหลัก, เป็นปฐม, เป็นเบื้องต้น, เป็นรากฐาน, ดั้งเดิม (**-S.** basically, generally)

★**primary** (ไพร' เมอรี, -มะรี) *adj.* สำคัญที่สุด, ซึ่งมีคุณภาพดีที่สุด, เป็นที่หนึ่ง, เป็นปฐมกาล, ดั้งเดิม, เป็นรากฐาน, เป็นพื้นฐาน, มีอยู่ในหินตั้งแต่เริ่มก่อตัว, เกี่ยวกับโรงเรียนระดับประถมศึกษา, เป็นระยะแรกของกระบวนการที่ต่อเนื่อง, (ผล) โดยตรง, เกี่ยวกับแม่สีทั้งสามคือแดง เหลือง น้ำเงิน, เป็นรากคำ, เกี่ยวกับกระแสไฟฟ้าวงจรไฟฟ้าหรือขดลวดเหนี่ยวนำ, เป็นปัจจุบันกาลหรืออนาคตกาล, เกี่ยวกับหรือเป็นขนแข็งบริเวณปลายปีกนก, เกี่ยวกับวัตถุดิบดังกล่าว, เกี่ยวกับอุตสาหกรรมหรือการผลิตที่ใช้วัตถุดิบ, (สารประกอบ) ซึ่งเกิดขึ้นโดยการแทนที่ของอะตอมหนึ่งอะตอมหรืออนุมูลของสารภายในหนึ่งโมเลกุล, มีคาร์บอนอะตอมสองอะตอมอยู่ติดกันภายในโมเลกุล, เกี่ยวกับการเรียงลำดับของกรดอะมิโนในโปรตีน *-n., pl.* **-ies** สิ่งแรก, สิ่งสำคัญที่สุด, ปฐมกาล, หลัก, พื้นฐาน, ในสหรัฐอเมริกาหมายถึงการประชุมพรรคเบื้องต้นเพื่อเฟ้นหาผู้ที่จะได้รับการเสนอชื่อลงชิงตำแหน่งประธานาธิบดี, แม่สีคือ แดง เหลือง น้ำเงิน, ขนแข็งบริเวณปลายปีกนก, กระแสไฟฟ้า วงจรไฟฟ้าหรือขดลวดเหนี่ยวนำ, ดวงดาวซึ่งเกี่ยวข้องกับดาวดวงอื่นๆ ที่อยู่ในวงโคจรรอบๆ ตัวมันเอง (**-S.** (adj.) direct, first, fundamental **-A.** (adj.) last)

primary cell เซลล์ปฐมภูมิ

primary color/colour แม่สีคือ แดง เหลือง น้ำเงิน

primary school โรงเรียนระดับประถมศึกษา

primary/milk tooth ฟันน้ำนม

primate (ไพรฺ' มิท, -เมท) *n.* สิ่งมีชีวิตชั้นสูงซึ่งเป็นสัตว์เลี้ยงลูกด้วยนมประเภทคนและลิง

prime (ไพรม์) *adj.* ดีเลิศ, เป็นที่หนึ่ง, เป็นใหญ่, ดั้งเดิม, แรกเริ่ม, เกี่ยวกับเนื้อคุณภาพดีที่สุด, เกี่ยวกับหรือเป็นจำนวนเลขที่ไม่สามารถหารลงตัวได้ด้วยเลขจำนวนเต็มอื่นใด นอกจากตัวมันเองกับหนึ่ง (เช่น 2, 3, 5, 7, 11) *-n.* เวลาเช้าตรู่, ฤดูใบไม้ผลิ, ช่วงเวลาแห่งการเติบโตและการเริ่มต้นใหม่, ช่วงอายุที่สมองและร่างกายสมบูรณ์ที่สุด, ช่วงเวลาที่ดีที่สุด *-vt., vi.* **primed, priming** เตรียมการ (**-S.** (adj.) basic, best, main (n.) peak (v.) prepare, train **-A.** (adj.) last)

Prime Minister, prime minister, P.M. นายกรัฐมนตรี

prime number จำนวนเลขที่ไม่สามารถหารลงตัวได้ด้วยเลขจำนวนเต็มอื่นใด นอกจากตัวมันเองกับหนึ่ง (เช่น 2, 3, 5, 7, 11)

primer[1] (พริม' เมอร์) *n.* หนังสือเรียนขั้นมูลฐาน

primer[2]**, priming** (ไพร' เมอร์, -มิ่ง) *n.* เชื้อปะทุ, สีหรือกาวที่ใช้ลงพื้นก่อนเขียนภาพ

prime time ช่วงเวลาที่ดีที่สุดสำหรับวงการโทรทัศน์

primeval, primaeval (ไพรมี' เวิล) *adj.* โบราณ, แรกเริ่ม, ดั้งเดิม (**-S.** original)

primitive (พริม' มิทิฟว์) *adj.* เป็นรากฐาน, เป็นต้นแบบ, ดั้งเดิม, โบราณ, เก่าแก่, มีการเปลี่ยนแปลงจากแบบดั้งเดิมน้อย, หยาบ, เป็นรากศัพท์, เป็นจำนวนที่แสดงในรูปสัญลักษณ์โดยแสดงเป็นสัญลักษณ์ที่แทนหลายๆ พจน์บวกหรือลบกัน ซึ่งจะหาจำนวนอื่นๆ ได้จากจำนวนนี้, เป็นต้นกำเนิดของภาษาอื่น, เกี่ยวกับอำนาจของธรรมชาติ, เป็นศิลปะแบบพื้นบ้าน, เกี่ยวกับศิลปะสมัยปลายยุคกลาง, เป็นระยะแรกของการเจริญเติบโต *-n.* คนที่อยู่ในสังคมแบบดั้งเดิม, คนป่าเถื่อน, คนซื่อๆ, นักเขียนมือใหม่, ศิลปินที่มีสไตล์การเขียนภาพแบบที่ไม่ได้ร่ำเรียนมา, ศิลปินที่ฝึกฝนเขียนภาพด้วยตนเอง, งานของศิลปินดังกล่าว, รากศัพท์

primordial (ไพรมอร์' เดียล) *adj.* แรกเริ่ม, ดั้งเดิม, ในขั้นต้น, ในขั้นพื้นฐาน, ในเบื้องต้น *-n.* หลักพื้นฐาน **-primordially** *adv.* (**-S.** (adj.) first (adj., n.) primary **-A.** (adj.) last)

★**prince** (พรินซ์) *n.* เจ้าชาย, เจ้าผู้ครองนคร, หม่อมเจ้า, ชายผู้มีความโดดเด่นในกลุ่มใดๆ

Prince Charming, prince charming ชายในฝันของหญิง

prince consort พระราชสวามีของพระราชินี

ซึ่งขึ้นครองราชสมบัติด้วยสิทธิของพระองค์เอง
princely (พรินซฺ' ลี) *adj.* **-lier, -liest** เกี่ยวกับเจ้าชาย, ใจกว้างและมีเมตตาสมกับเป็นเจ้าชาย
Prince of Darkness ซาตาน
Prince of Peace พระเยซู
Prince of Wales มกุฎราชกุมารของอังกฤษ
prince regent เจ้าชายผู้สำเร็จราชการแทนกษัตริย์
Prince Royal พระราชโอรสองค์โตของกษัตริย์, มกุฎราชกุมาร
princess (พริน' ซิซ, -เซซ, พรินเซซ') *n.* เจ้าหญิง, หม่อมเจ้า, เจ้าผู้ครองนครหญิง, พระชายาของเจ้าชาย, หญิงผู้มีความโดดเด่นในกลุ่มใดๆ
Princess Royal พระราชธิดาองค์โตของกษัตริย์, มกุฎราชกุมารี
★**principal** (พริน' ซะเพิล) *adj.* เป็นที่หนึ่ง, เป็นสิ่งที่มีค่าที่สุด, เป็นสิ่งที่สำคัญที่สุด, ที่อยู่ในระดับที่สูงที่สุด, เป็นหลักใหญ่ด้านการเงิน *-n.* ผู้นำ, ตัวนำ, อาจารย์ใหญ่, ต้นทุน, ลูกหนี้ที่ต้องรับผิดชอบในหนี้นั้นๆ มากที่สุด ซึ่งต่างจากผู้ค้ำประกันหรือผู้รับรอง, ผู้ประกอบอาชญากรรม, เสารับหลังคาหลัก (**-S.** (adj., n.) chief (n.) headmaster, leader **-A.** (adj.) secondary)
★**principle** (พริน' ซะเพิล) *n.* กฎ, หลัก, ศีลธรรม, ตัวยาหลัก, ต้นกำเนิด (**-S.** ethic, rule)
★**print** (พรินทฺ) *n.* รอยบุ๋ม, ตราประทับ, ที่ประทับตรา, ตัวหนังสือหรือรอยพิมพ์ที่พิมพ์ออกมาด้วยหมึก, สิ่งพิมพ์, แบบพิมพ์, นิตยสารหรือหนังสือพิมพ์, พิมพ์ที่แกะออกจากแม่พิมพ์, รูปถ่ายที่อัดออกมาจากฟิล์ม, สำเนาของฟิล์มภาพยนตร์, ผ้าพิมพ์ลาย, ลายพิมพ์บนผ้า *-vt., vi.* **printed, printing** พิมพ์ลาย, ประทับตรา, พิมพ์ตัวพิมพ์ลงบนกระดาษ, เขียนตัวหนังสือเหมือนตัวพิมพ์, ประทับใจ, อัดรูปภาพจากฟิล์ม, ทำงานเป็นช่างพิมพ์, ผลิตสิ่งพิมพ์, ถ่ายสำเนา, ทำลวดลาย, ทำรอยพิมพ์, สร้างความประทับใจ (**-S.** (n., v.) copy (v.) publish)
printable (พริน' ทะเบิล) *adj.* ที่นำมาพิมพ์ได้, (ภาษา) ซึ่งเหมาะสมที่จะใช้ในการพิมพ์
printer (พริน' เทอรฺ) *n.* ช่างพิมพ์, เครื่องพิมพ์, เครื่องถ่ายสำเนา, เครื่องอัดรูป, เครื่องพิมพ์งานของเครื่องคอมพิวเตอร์
★**printing** (พริน' ทิง) *n.* กระบวนการและธุรกิจการพิมพ์, สิ่งพิมพ์, จำนวนพิมพ์ทั้งหมดในหนึ่งครั้ง, ตัวอักษรที่เขียนเหมือนตัวพิมพ์
printing press เครื่องพิมพ์หรือแท่นพิมพ์ในโรงพิมพ์
printout (พรินทฺ' เอาทฺ) *n.* งานที่พิมพ์ออกมาจากเครื่องคอมพิวเตอร์
prior (ไพร' เออรฺ) *adj.* ก่อน, ที่มีค่าและความสำคัญเป็นอันดับแรก *-n.* รองเจ้าอาวาส
★**priority** (ไพรออ' ริที) *n., pl.* **-ties** อภิสิทธิ์, การจัดลำดับความสำคัญหรือความเร่งด่วนก่อนหลัง, การได้สิทธิก่อน, การมาเป็นอันดับแรก, สิ่งที่ต้องให้ความสนใจเป็นอันดับแรก, บุริมสิทธิหรือสิทธิที่จะได้รับการชดใช้หนี้ก่อนเจ้าหนี้คนอื่น (**-S.** precedence, preference)
prise (ไพรซฺ) *v., n.* ดู prize[3]
prism (พริซ' เซิม) *n.* รูปปริซึม, รูปทรงที่มีลักษณะเป็นแท่ง ซึ่งส่วนฐานหรือส่วนปลายทั้งสองด้านมีขนาดเท่ากันและรูปทรงเหมือนกันและขนานกัน และแต่ละด้านของรูปทรงเป็นรูปสี่เหลี่ยมด้านขนาน, รูปทรงดังกล่าวที่มีลักษณะโปร่งแสง ส่วนมากทำด้วยแก้วและส่วนปลายทั้งสองด้านมักจะเป็นรูปสามเหลี่ยม ใช้แยกแสงสีขาวที่ผ่านเข้าไปให้เป็นแถบสีหรือใช้สะท้อนลำแสง, โคมไฟระย้าที่เป็นแก้วเจียระไน, ตัวกลางที่จะบิดเบือนสิ่งที่เห็นไปจากความเป็นจริง, ผลึกแก้วที่เป็นรูปปริซึม
★**prison** (พริซ' เซิน) *n.* คุก (**-S.** jail)
★**prisoner** (พริซ ซะเนอรฺ, พริซ เนอรฺ) *n.* นักโทษ
prisoner of war *n., pl.* **prisoners of war** นักโทษเชลยศึก
prissy (พริซ' ซี) *adj.* **-sier, -siest** เจ้าระเบียบ
pristine (พริซ' ทีน, พริสตีน') *adj.* บริสุทธิ์
prithee (พริธ' ธี, พริธ' ธี) *interj.* คำที่ใช้แสดงการขอร้องอย่างสุภาพ เป็นภาษาโบราณ
privacy (ไพร' วะซี) *n.* สภาพความเป็นส่วนตัว, ความสันโดษ
★**private** (ไพร' วิท) *adj.* เป็นส่วนตัว, เฉพาะตัว, เกี่ยวกับการได้รับการรักษาพยาบาลเป็นพิเศษ, เป็นสมบัติส่วนตัว, เป็นของเอกชน, ที่ไม่ได้มีตำแหน่งทางราชการ, เป็นความลับ *-n.* พลทหาร (**-S.** (adj.) confidential **-A.** (adj.) public)
private detective/eye นักสืบเอกชน
private enterprise บริษัทเอกชน
private parts, privates อวัยวะสืบพันธุ์
private school โรงเรียนเอกชน, โรงเรียนราษฎร์
privation (ไพรเว' ชัน) *n.* ความขาดแคลน
★**privilege** (พริฟวฺ' วะลิจ, พริฟวฺ' ลิจ) *n.* สิทธิพิเศษ, โอกาสพิเศษ, หลักการให้และคงไว้ซึ่งสิทธิพิเศษ *-vt.* **-leged, -leging** มอบสิทธิพิเศษแด่, ได้รับการยกเว้นเป็นพิเศษ

A B C D E F G H I J K L M N O P Q R S T U V W X Y Z

Privy Council สภาองคมนตรี

privy councilor องคมนตรี

privy purse พระคลังข้างที่

★**prize**[1] (ไพรซฺ) *n.* รางวัล *-adj.* เป็นรางวัล, น่าจะได้รางวัล, ที่ได้รางวัล, เหมาะสมกับที่ได้รับรางวัล *-vt.* **prized, prizing** นิยมยกย่อง, ประเมินค่า, ตีราคา (-S. (n.) award (v.) value)

prize[2] (ไพรซฺ) *n.* ทรัพย์สมบัติที่ได้มาจากการปล้นหรือการสงคราม (-S. booty, plunder)

prize[3], **prise** (ไพรซฺ) *vt.* **prized, prizing/prised, prising** งัดด้วยชะแลง *-n.* การคัดง้าง, เครื่องคัดง้าง, อำนาจที่มีไว้ลบล้างสิ่งใดๆ, ชะแลง

prizefight (ไพรซฺ ไฟทฺ) *n.* การแข่งขันชกมวยระดับอาชีพเพื่อเงิน **-prizefighter** *n.*

pro[1] (โพร) *n., pl.* **pros** ผู้ลงคะแนนให้, ผู้สนับสนุน, การโต้แย้งเพื่อหาเหตุผลสนับสนุน *-adv.* เห็นด้วย, สนับสนุน, เป็นที่โปรดปราน *-adj.* อย่างเห็นด้วย **-the pros and cons** เหตุผลหรือข้อพิจารณาที่จะสนับสนุนและคัดค้านในเรื่องใดๆ, ข้อดีและข้อเสีย

pro[2] (โพร) *n., pl.* **pros** (ภาษาพูด) มืออาชีพโดยเฉพาะนักกีฬา, ผู้เชี่ยวชาญ *-adj.* อย่างมืออาชีพหรือผู้ชำนาญ

pro- คำอุปสรรค หมายถึง แทน, สนับสนุน, ก่อน, มาก่อน, ขั้นต้น, มูล, ด้านหรือข้างหน้า

probability (พรอบอะบิล' ลิที) *n., pl.* **-ties** ความเป็นไปได้, ความน่าจะเป็น

★**probable** (พรอบ' อะเบิล) *adj.* น่าจะเกิดขึ้น, มีเหตุผลพอที่จะเป็นไปได้ (-S. likely)

★**probably** (พรอบ' อะบลี) *adv.* เป็นไปได้มากที่สุด, สามารถสันนิษฐานได้ (-S. possibly)

probation (โพรเบ' ชั่น) *n.* ช่วงระยะทดลองหรือการทดลองเพื่อดูความสามารถ, การให้ทัณฑ์บน

probationer (โพรเบ' ชะเนอร์) *n.* ผู้ที่อยู่ในระหว่างทดลองความสามารถ, นักโทษที่ได้ทัณฑ์บน, นักเรียนที่ถูกคุมประพฤติ

probation officer เจ้าหน้าที่คุมประพฤติ

probation period ระยะทดลองงาน

probe (โพรบ) *n.* เครื่องมือสำรวจ, การสำรวจหรือการค้นหาด้วยเครื่องมือดังกล่าว, การสอบสวน, ยานสำรวจอวกาศ *-vt., vi.* **probed, probing** สำรวจ, ขุดค้นหรือสืบหา

★**problem** (พรอบ' เบลิ่ม) *n.* ปัญหา (-S. doubt)

problematic, problematical (พรอบละแมท' ทิค, -ทิเคิล) *adj.* เป็นปัญหา

proboscis (โพรบอซ' ซิซ) *n., pl.* **-boscises/-boscides** (-บอซ' ซิดีซ) งวงที่ยาวและโค้งงอ, อวัยวะที่มีลักษณะเป็นท่อเรียวยาว ใช้ดูดอาหารของสัตว์ไม่มีกระดูกสันหลังบางชนิด เช่น ผีเสื้อ, จมูกของคนที่จมูกโด่ง

★**procedure** (พระซี' เจอร์) *n.* วิธีปฏิบัติ, ขั้นตอนการปฏิบัติ, กรรมวิธี, ระเบียบปฏิบัติ

★**proceed** (โพรซีด', พระ-) *vi.* **-ceeded, -ceeding** ดำเนินต่อไป, ไปต่อ, เคลื่อนที่ไปอย่างเป็นระเบียบ, ให้ผล, รับมาดำเนินการ, กล่าวต่อไป (-S. continue -A. retreat)

proceeding (โพรซี' ดิง, พระ-) *n.* วิธีปฏิบัติ, ระเบียบปฏิบัติ **-proceedings** บันทึกการประชุม, ลำดับเหตุการณ์ที่เกิดขึ้นในสถานที่และโอกาสใดๆ, พิธีการทางศาล (-S. measure)

★**process** (พรอซ' เซซ, โพร'-) *n., pl.* **-es** กระบวนการกระทำหรือเปลี่ยนแปลงเพื่อให้ได้ผล, กระบวนการผลิต, กรรมวิธี, ความก้าวหน้า, กระบวนการทางศาล, หมายศาล, การเจริญเติบโตผิดปกติของเซลล์เนื้อเยื่อ, เนื้องอก, กระบวนการที่เกิดขึ้นตามธรรมชาติ เช่น กระบวนการหายใจ, การยืดผมให้ตรงด้วยการใช้น้ำยาเคมี, กลวิธีต่างๆ ในการล้างรูป *-vt.* **-essed, -essing** ฟ้องร้อง, ทำตามกระบวนการ, ส่งหมายศาล, (คอมพิวเตอร์) ป้อนข้อมูลเพื่อประมวลผล, ทำ (ผม) ให้ยืดตรงด้วยน้ำยาเคมี *-adj.* เป็นการตระเตรียมหรือปรับเปลี่ยนด้วยกระบวนการพิเศษ, ซึ่งใช้ในกระบวนการล้างรูป (-S. (n.) course, progress (v.) transform)

procession (พระเซช' ชั่น) *n.* การเคลื่อนไปข้างหน้า, การริเริ่ม, การก่อเกิด, ขบวนพาเหรด, กลุ่มผู้คนหรือยานพาหนะที่เคลื่อนไปอย่างเป็นระเบียบและเป็นพิธีการ, การสืบมรดก, การสืบสันตติวงศ์ (-S. parade)

processor (พรอซ' เซซเซอร์, โพร'-) *n.* อุปกรณ์ที่ใช้ในการตระเตรียมหรือปรับเปลี่ยนวัตถุดิบ, เครื่องคอมพิวเตอร์, โปรแกรมที่แปลโปรแกรมอื่นให้อยู่ในรูปที่คอมพิวเตอร์ที่ใช้อยู่ดำเนินการได้, หน่วยประมวลผลกลาง

proclaim (โพรเคลม', พระ-) *vt.* **-claimed, -claiming** ประกาศ, สรรเสริญ (-S. announce)

procrastinate (โพรแครซ' ทะเนท, พระ-) *vi., vt.* **-nated, -nating** ผัดวันประกันพรุ่ง, เลื่อน **-procrastination** *n.* **-procrastinator** *n.* (-S. delay, postpone -A. hasten, speed)

procreate (โพร' ครีเอท) *vt., vi.* **-ated, -ating** ให้กำเนิด, ก่อให้เกิด (-S. create)

procure (โพรเคียวร์', พระ-) *vt., vi.* **-cured,**

A B C D E F G H I J K L M N O Q R S T U V W X Y Z

-curing ได้มาด้วยความพยายามเป็นพิเศษ, ได้มาซึ่งสิ่งที่หายาก, ก่อให้บังเกิดผล, ล่อลวง

procurer (โพรเคียว' เรอร์, พระ-) *n.* ผู้ที่ล่อลวงผู้หญิง, ผู้ชักพา, แม่สื่อ (-S. pander)

prod (พรอด) *vt.* **prodded, prodding** แทง ทิ่ม แหย่หรือจิ้มด้วยวัตถุแหลม, กระตุ้น *-n.* วัตถุแหลมที่ใช้แทง ทิ่ม จิ้มหรือแหย่, การกระตุ้น, การยุยงส่งเสริม (-S. (v., n.) prick (n.) stimulus)

prodigal (พรอด' ดิเกิล) *adj.* สุรุ่ยสุร่าย, ฟุ่มเฟือย, มากมาย *-n.* คนสุรุ่ยสุร่าย (-S. (adj.) extravagant (n.) playboy -A. (adj.) economical)

prodigious (พระดิจ' เจิซ) *adj.* ใหญ่โตมโหฬาร, พิเศษ, น่าพิศวง, น่าทึ่ง, เป็นลาง, น่ากลัว (-S. huge, monstrous, wonderful -A. tiny)

prodigy (พรอด' ดะจี) *n., pl.* **-gies** ผู้วิเศษ, อัจฉริยบุคคล, สิ่งมหัศจรรย์, ลางบอกเหตุ (-S. genius, marvel, wonder -A. fool)

★**produce** (*v.* พระดูซ', -ดิวซ์', โพร-, *n.* พรอด' ดูซ, โพร'-) *v.* **-duced, -ducing** *-vt.* ให้กำเนิด, ออกดอกออกผล, ผลิตออกมา, ทำให้เกิดมีขึ้น, นำ (พยาน) มาแสดง, อำนวยการผลิต (ภาพยนตร์), ลาก (เส้น) ต่อให้ยาวขึ้น *-vi.* ผลิต, สร้างสรรค์ขึ้น *-n.* ผลิตภัณฑ์, ผลิตผล, ผลผลิตทางการเกษตร (-S. (v.) originate (n.) product)

producer (พระดู' เซอร์, -ดิว'-, โพร-) *n.* ผู้ผลิต, ผู้อำนวยการผลิต (ละคร ภาพยนตร์), เตาเผาที่ผลิตก๊าซเชื้อเพลิง (-S. director, maker)

★**product** (พรอด' เดิคท์) *n.* ผลิตภัณฑ์, ผลิตผล, ผลผลิต, ผล, สารที่เป็นผลจากปฏิกิริยาทางเคมี, ผลคูณ (-S. merchandise, result)

★**production** (พระดัค' ชัน, โพร-) *n.* การผลิต, กระบวนการผลิต, ผลิตผล, ผลิตภัณฑ์, จำนวนผลผลิต, ผลงาน (ศิลปะ วรรณกรรม ภาพยนตร์)

productive (พระดัค' ทิฟว์, โพร-) *adj.* เป็นการผลิต, ซึ่งผลิตได้, มีผลผลิตมากมาย, อุดมสมบูรณ์, ให้ผลดี, ในเชิงก่อ, มีประสิทธิภาพ, มีความคิดริเริ่ม, ซึ่งผลิตเสมหะและเสลด, ซึ่งสร้างเนื้อเยื่อใหม่, มีความรู้ความชำนาญทางภาษาในด้านการพูดและการเขียน, เกี่ยวกับส่วนในโครงสร้างและรูปของคำที่ใช้ในการสร้างคำใหม่ (-S. fruitful, rich -A. sterile, wasteful)

productivity (โพรดัคทิฟว์' วิที, พรอดเดิค-) *n.* การให้ผลผลิตมากมาย, ผลสำเร็จ, ผลผลิตต่อหน่วย (-S. output)

prof (พรอฟ) *n.* (ภาษาพูด) ย่อจาก professor ศาสตราจารย์

profane (โพรเฟน', พระ-) *adj.* หยาบคาย, ทางโลกไม่ใช่ทางธรรม, ไม่สละสลวย *-vt.* **-faned, -faning** ไม่เคารพ, กล่าวร้าย (-S. (adj.) vulgar, worldly -A. (adj.) sacred)

profess (พระเฟซ', โพร-) *vt., vi.* **-fessed, -fessing** ประกาศ, แจ้ง, อ้าง, เสแสร้ง, อวดอ้าง, แอบอ้าง, นับถือหรือมีความเชื่อใน, ยอมรับ, ปฏิญาณตัว (-S. announce, avow)

★**profession** (พระเฟซ' ชัน) *n.* อาชีพ, กลุ่มผู้เชี่ยวชาญ, การประกาศ, การปฏิญาณตัว, ความศรัทธา, ความเชื่อ (-S. avowal, career)

★**professional** (พระเฟซ' ชะเนิล) *adj.* อย่างมืออาชีพ, อย่างชำนาญ, ซึ่งทำเป็นอาชีพ *-n.* ผู้เชี่ยวชาญ, ผู้ที่เป็นมืออาชีพ, ผู้ที่เล่น (กีฬา) เป็นอาชีพ (-S. (adj.) skilled (adj., n.) master)

★**professor** (พระเฟซ' เซอร์) *n.* ศาสตราจารย์

proffer (พรอฟ' เฟอร์) *vt.* **-fered, -fering** เสนอ *-n.* การเสนอให้ (-S. (v., n.) offer)

proficiency (พระฟิช' เชินซี) *n., pl.* **-cies** ความชำนาญ, ความคล่องแคล่ว (-S. expertise)

proficient (พระฟิช' เชินท์) *adj.* มีความสามารถมาก **-proficiently** *adv.* (-S. talented)

profile (โพร' ไฟล์) *n.* รูปหน้าด้านข้าง, หุ่นจำลองที่มองจากด้านข้าง, ความถี่ในการปรากฏตัว, โครงร่างของวัตถุ, ภาคตัดขวางที่แสดงชั้นของหินหรือดิน, ชีวประวัติสั้นๆ, ประวัติย่อ *-vt.* **-filed, -filing** วาดลายเส้นหรือร่างโครงร่าง

★**profit** (พรอฟ' ฟิท) *n.* กำไร *-v.* **-ited, -iting** *-vi.* ทำกำไร, หาประโยชน์ *-vt.* เป็นผลดีต่อ, เป็นประโยชน์แก่ (-S. (n., v.) benefit, gain)

profitable (พรอฟ' ฟิทะเบิล) *adj.* ที่ให้หรือเป็นประโยชน์ **-profitably** *adv.* (-S. useful)

profiteer (พรอฟฟิเทียร์') *n.* พ่อค้าหน้าเลือด

profligate (พรอฟ' ลิกิท, -เกท) *adj.* สุรุ่ยสุร่าย

profound (พระเฟานด์', โพร-) *adj.* **-er, -est** ลึกซึ้ง, ลึกสุดหยั่ง, อย่างที่สุด **-profoundly** *adv.*

profuse (พระฟิวซ์', โพร-) *adj.* มากมาย, ฟูมฟาย, ไหลหลั่ง, อุดมสมบูรณ์, สุรุ่ยสุร่าย **-profusely** *adv.* (-S. excessive -A. scarce)

progenitor (โพรเจน' นิเทอร์) *n.* บรรพบุรุษ

progeny (พรอจ' จะนี) *n., pl.* **-ny/-nies** ลูกหลาน, ผู้สืบสกุล, ผลิตผล (-S. children)

prognosis (พรอกโน' ซิซ) *n., pl.* **-ses** (-ซีซ) การวินิจฉัยโรค, การทำนาย (-S. prediction)

prognosticate (พรอกนอซ' ทิเคท) *vt.* **-cated, -cating** ทำนาย (-S. forecast)

★**program, programme** (โพร' แกรม, -เกริม) *n.* รายการแสดง, สูจิบัตร, หลักสูตร,

A B C D E F G H I J K L M N O **P** Q R S T U V W X Y Z

(คอมพิวเตอร์) กระบวนการที่เกี่ยวกับการเก็บข้อมูล ประมวลผลและแสดงผลออกมา *-vt.* **-gramed, -graming/-grammed, -gramming** จัดลงในตารางรายการ, ตั้ง (เครื่องจักร) ให้ทำงาน, (คอมพิวเตอร์) ตั้งเครื่องให้ทำงานประมวลผลข้อมูล, ฝึกให้ทำงานแบบอัตโนมัติเหมือนเครื่องจักร, จัดเตรียมลำดับ (สื่อการสอน) ตามรายการที่ตั้งไว้ (**-S.** (n., v.) schedule)

programer, programmer (โพรฺ' แกรม เมอรฺ) *n.* ผู้เขียนโปรแกรมหรือชุดคำสั่งสำหรับการปฏิบัติงานกับคอมพิวเตอร์

★**progress** (*n.* พรอก' เกรซ, -เกริซ, โพร' เกรซ, *v.* พระเกรซ') *n.* ความก้าวหน้า, การพัฒนา, ความเจริญเติบโต, การเสด็จพระราชดำเนินไปในพระราชอาณาจักรของกษัตริย์ *-vi.* **-gressed, -gressing** ก้าวไปข้างหน้า, ก้าวหน้า, เจริญ (**-S.** (n., v.) advance (n.) improvement **-A.** (v.) recede)

progression (พระเกรช' ชัน) *n.* ความก้าวหน้า, การเคลื่อนตามกันมาของชุดที่ต่อเนื่องกัน,ลำดับ, ลำดับของตัวเลข ซึ่งระหว่างตัวเลขแต่ละตัวกับตัวเลขที่นำหน้าจะมีความเกี่ยวพันที่เป็นอย่างเดียวกันเสมอ, การไล่เสียงหรือเสียงประสานที่เป็นลำดับตามกันมา, ท่อนร้องที่ร้องซ้ำๆ กันแต่ละครั้งในบันไดเสียงที่ไม่ซ้ำกัน **-arithmetic progression** ลำดับของตัวเลขที่ตัวเลขแต่ละตัวมาจากการเพิ่มขึ้นหรือลดลงอย่างคงที่สม่ำเสมอของตัวเลขที่อยู่ข้างหน้า เช่น 1, 2, 3, 4... หรือ 9, 7, 5, 3... **-geometric progression** ลำดับของตัวเลขที่ตัวเลขแต่ละตัวมาจากการคูณตัวเลขที่อยู่ข้างหน้าด้วยค่าคงที่เดียวกัน เช่น 1, 3, 9, 27, 81... โดยแต่ละตัวจะมีค่าเป็นสามเท่าของตัวเลขที่อยู่ข้างหน้า **-progressional** *adj.*

progressive (พระเกรซ' ซิฟว์) *adj.* ที่เคลื่อนไปข้างหน้า, เป็นการก้าวไปข้างหน้า, ที่เพิ่มขึ้นตามกาลเวลา, เป็นแนวก้าวหน้า, (โรคร้าย) ร้ายแรงยิ่งขึ้น, (การศึกษา) แบบไม่เป็นพิธีการและไม่เข้มงวด, ที่สนับสนุนการใช้แนวคิดแบบก้าวหน้า, ซึ่งเป็นพรรคที่เน้นความก้าวหน้าและการปฏิรูปสังคม, (การเก็บภาษี) ในอัตราที่เพิ่มขึ้นตามส่วน, เกี่ยวกับหรือเป็นรูปกริยาที่บอกให้รู้ว่าการกระทำกำลังดำเนินอยู่ *-n.* คนหัวก้าวหน้าที่เรียกร้องทางการเมืองเพื่อสภาพที่ดีขึ้น, รูปกริยาดังกล่าว (**-S.** (adj.) continuing)

prohibit (โพรฮิบ' บิท) *vt.* **-ited, -iting** ห้าม, ขัดขวาง, ป้องกัน (**-S.** ban, stop **-A.** permit)

prohibition (โพรอะบิช' ชัน) *n.* การห้าม, การถูกห้าม, กฎข้อห้าม, กฎหมายข้อห้ามในการผลิต การขนส่ง การขายและการครอบครองเครื่องดื่มที่มีแอลกอฮอล์ (**-S.** restriction)

prohibitive, prohibitory (โพรฮิบ' บิทิฟว์, -ทอรี; -โทรี) *adj.* เป็นการห้าม, แพงมาก

★**project** (*n.* พรอจ' เจคทฺ, -จิคทฺ, *v.* พระเจคทฺ') *n.* โครงการ, แผนการ *-vt., vi.* **-jected, -jecting** ยื่น, ขว้าง, ปา, โยน, ทุ่ม, ดีด, ส่งขึ้นไปในอวกาศ, ฉายหรือส่องแสง, ทำให้เป็นเงาบนพื้น, ส่ง (เสียง) ให้ได้ยินในระยะไกล, วางแผน (**-S.** (n., v.) plan)

projected (พระเจค' ทิด) *adj.* ซึ่งวางแผนไว้แล้ว, ซึ่งคำนวณไว้ล่วงหน้าแล้ว

projectile (พระเจค' เทิล, -ไทล) *n.* วัตถุที่ถูกพลังขับดันหรือขว้างออกไป, กระสุน, จรวด *-adj.* ซึ่งสามารถถูกขับดันหรือขว้างออกไป, ซึ่งขับดันไปข้างหน้า, (สัตว์) ซึ่งสามารถแลบ (ลิ้น)

projection (พระเจค' ชัน) *n.* การส่งออกไป, สิ่งที่ยื่นออกไป, แผนงาน, การคาดเดาหรือการประมาณการ, กระบวนการฉายภาพยนตร์ลงบนจอภาพยนตร์

projector (พระเจค' เทอรฺ) *n.* เครื่องฉายภาพหรือภาพยนตร์, ผู้คิดโครงการหรือแผนการ

prolapse[1] (โพรแลพซฺ') *vi.* **-lapsed, -lapsing** (อวัยวะ) เลื่อนออกจากตำแหน่งปกติ

prolapse[2]**, prolapsus** (โพร' แลพซฺ; โพรแลพซฺ', โพรแลพ' เซิซ) *n.* การหลุดหรือเลื่อนออกจากตำแหน่งปกติของอวัยวะในร่างกาย

proletarian (โพรลิแท' เรียน) *adj.* เกี่ยวกับหรือมีลักษณะของพวกกรรมกร ผู้ขายแรงงานไพร่หรือชนชั้นต่ำผู้ยากไร้ *-n.* พวกคนดังกล่าว

proletariat (โพรลิแท' รีอิท) *n.* ชนชั้นกรรมกร

proliferate (พระลิฟ' ฟะเรท) *vi., vt.* **-ated, -ating** เกิดขึ้นอย่างทวีคูณ, มีลูกดก, เพิ่มขึ้นหรือแพร่หลายอย่างรวดเร็ว (**-S.** multiply)

prolific (พระลิฟ' ฟิค) *adj.* ซึ่งให้ลูกดก, อุดมสมบูรณ์ **-prolifically** *adv.* (**-S.** fruitful)

prolix (โพรลิคซฺ', โพร' ลิคซฺ) *adj.* ยืดยาดน่าเบื่อ **-prolixity** *n.* (**-S.** boring **-A.** interesting)

Prolog (โพร' ลอก) *n.* ย่อจาก programming in logic (คอมพิวเตอร์) ภาษาโพรล็อกเป็นภาษาโปรแกรมเชิงตรรกะ

prologue, prolog (โพร' ลอก) *n.* โคลง กลอนที่ใช้อ่านให้ฟังก่อนการแสดงละคร, บทนำ, อารัมภบท, การออกแขก (**-S.** introduction)

prolong (พระลอง') *vt.* **-longed, -longing** ยืดระยะให้ยาวขึ้น (**-S.** lengthen **-A.** shorten)

prolonged (พระลองดฺ') *adj.* ซึ่งติดต่อกันเป็น

เวลานานหรือนานเกินไป

promenade (พรอมมะเนด', -นาด') *n.* การเดินเล่นตามสถานที่สาธารณะ, สถานที่สาธารณะสำหรับเดินเล่น, งานเต้นรำอย่างเป็นพิธีการ

prominent (พรอม' มะเนินท์) *adj.* เด่นสะดุดตา, มีชื่อเสียง, เป็นตุ่ม, เป็นเนิน, เป็นปุ่ม, สำคัญ **-prominence** *n.* **-prominently** *adv.* (-S. noticeable, projecting, well-known)

promiscuous (พระมิซ' คิวเอิซ) *adj.* สำส่อน, ไม่มีกำหนดกฎเกณฑ์แน่นอน, ผสมผเส **-promiscuously** *adv.* **-promiscuity** *n.* (-S. mixed)

★**promise** (พรอม' มิซ) *n.* การให้สัญญา, สัญญา, คำสัญญา, สิ่งที่ทำให้มีความหวัง, *-vt., vi.* **-ised, -ising** ให้สัญญา, ให้ความหวัง

promising (พรอม' มิซิง) *adj.* ซึ่งดูท่าจะดี

promissory (พรอม' มิซอรี, -โซรี) *adj.* เป็นสัญญา, เป็นการให้ความหวัง (-S. hopeful)

promissory note หนังสือสัญญาชดใช้เงินตามระยะเวลาที่กำหนด

promontory (พรอม' เมินทอรี, -โทรี) *n., pl.* **-ries** แหลม, พื้นดินที่ยื่นเข้าไปในทะเล, อวัยวะส่วนที่ยื่นออกมา

promote (พระโมท') *vt.* **-moted, -moting** เลื่อนขั้น ตำแหน่งหรือชั้น, ก้าวหน้า, คืบหน้า, โฆษณา, สนับสนุนในการก่อตั้ง (บริษัท) **-promoter** *n.* **-promotion** *n.* (-S. advertise)

★**prompt** (พรอมพ์ท์) *adj.* **prompter, promptest** ตรงเวลา, โดยทันทีไม่รีรอ *-vt.* **prompted, prompting** กระตุ้น, ยุยงส่งเสริม, ดลใจให้, เตือนใจ, บอกบท (นักแสดง), บอกใบ้ *-n.* การบอกใบ้, การเตือนความจำ, สิ่งที่ช่วยเตือนความจำ, คนบอกบท, สัญลักษณ์ที่ปรากฏขึ้นบนจอภาพเพื่อบอกให้รู้ว่าคอมพิวเตอร์พร้อมที่จะรับข้อมูลแล้ว **-promptly** *adv.*

promulgate (พรอม' เมิลเกท, โพรมัล' เกท) *vt.* **-gated, -gating** ประกาศ (-S. proclaim)

prone (โพรน) *adj.* เป็นการนอนคว่ำหน้า, มีแนวโน้ม, ชอบที่จะ *-adv.* โดยท่าทางดังกล่าว

prong (พรอง) *n.* ส้อม, ส่วนที่มีลักษณะเรียวแหลมของวัตถุใดๆ *-vt.* **pronged, pronging** แทง ทิ่ม จิ้มด้วยส้อม **-a four-pronged fork** ส้อมที่มีสี่ซี่ **-a two-pronged attack** การโจมตีที่มาจากสองทิศทางในเวลาเดียวกัน

★**pronoun** (โพร' เนาน์) *n.* สรรพนาม

★**pronounce** (พระเนาน์ซ์') *vt., vi.* **-nounced, -nouncing** ออกเสียง, เปล่งเสียง, พูด, แทน (คำ) ด้วยสัญลักษณ์แสดงเสียงอ่าน, แถลงการณ์, ประกาศ **-pronounceable** *adj.*

pronouncement (พระเนาน์ซ์' เมินท์) *n.* คำตัดสิน, ถ้อยแถลง, แถลงการณ์, คำพิพากษา, ประกาศิต, คำสั่ง, ข้อวินิจฉัย (-S. declaration)

pronunciamento (โพรนันซีอะเมน' โท) *n., pl.* **-tos/-toes** แถลงการณ์อย่างเป็นทางการ

★**pronunciation** (พระนันซีเอ' ชัน) *n.* การออกเสียงคำ, วิธีที่เป็นที่ยอมรับและเข้าใจกันทั่วไปในการออกเสียงคำ, การใช้สัญลักษณ์แสดงการออกเสียงเพื่อให้รู้วิธีการออกเสียงของคำนั้นๆ

★**proof** (พรูฟ) *n.* หลักฐาน, ข้อพิสูจน์, การทดสอบ, การทดลอง, มาตรฐานแสดงระดับความแรงของเครื่องดื่มที่มีแอลกอฮอล์, ใบลองพิมพ์งานที่โรงพิมพ์พิมพ์มาให้ตรวจดูความถูกต้องก่อนพิมพ์จริง *-adj.* กันน้ำ, เป็นมาตรฐานระดับความแรงของเครื่องดื่มที่มีแอลกอฮอล์ *-vt., vi.* **proofed, proofing** ตรวจคำผิดถูก, พิสูจน์อักษร, ทำให้ (ผ้า) ไม่หด (-S. (n.) evidence, test, trial)

proofread (พรูฟ' รีด) *vt., vi.* **-read** (-เรด), **-reading** พิสูจน์อักษร **-proofreader** *n.*

prop (พรอพ) *n.* ตอม่อ, ไม้ค้ำ, เครื่องใช้ประกอบฉากในการแสดงละครหรือภาพยนตร์, ผู้สนับสนุนค้ำจุน, (ภาษาพูด) ใบพัด ใบจักร

propaganda (พรอพพะแกน' ดะ) *n.* การโฆษณาชวนเชื่อ (-S. advertising)

propagate (พรอพ' พะเกท) *vt., vi.* **-gated, -gating** แพร่พันธุ์, เผยแพร่, โฆษณา, ถ่ายทอด

propane (โพร' เพน) *n.* ก๊าซไร้สี มักใช้เป็นเชื้อเพลิงและในการสังเคราะห์ทางเคมี มีสูตรเคมี C_3H_8, ก๊าซโพรเพน

propel (พระเพล') *vt.* **-pelled, -pelling** ขับเคลื่อน, ขับดัน, กระตุ้น (-S. drive)

propellant, propellent (พระเพล' เลินท์) *n.* สิ่งที่ให้พลังขับดัน *-adj.* ซึ่งให้แรงขับดัน

propeller, propellor (พระเพล' เลอร์) *n.* เครื่องจักรที่ติดใบพัด, ใบพัด

propensity (พระเพน' ซิที) *n., pl.* **-ties** นิสัยที่ชอบจะประพฤติตัวไม่ดี, แนวโน้ม

★**proper** (พรอพ' เพอร์) *adj.* ถูกต้อง, เหมาะสม, สมควร, ตามระเบียบแบบแผนของสังคม, เป็นเจ้าของ, เป็นลักษณะเฉพาะ, (ไม่ใช่) เสียทีเดียว, อันที่จริงแล้ว (ไม่ใช่), เป็นจริง, ตลอดทั่วถึง, เต็มที่ *-adv.* อย่างละเอียดลออ, อย่างทั่วถึง, อย่างเต็มที่ **-properly** *adv.* (-S. (adj.) correct)

proper fraction เศษส่วนที่มีเศษน้อยกว่าส่วน เช่น ⅔, เศษส่วนปกติ

proper name/noun วิสามานยนาม

★**property** (พรอพ' เพอร์ที) *n., pl.* **-ties** ทรัพย์สมบัติ, ที่ดิน, การเป็นเจ้าของ, เครื่องใช้ประกอบฉากในการแสดง, คุณลักษณะเฉพาะ, คุณความดี, ความศักดิ์สิทธิ์, ฤทธิ์
prophecy (พรอฟ' ฟิซี) *n., pl.* **-cies** (-ซีซ์) การพยากรณ์, การทำนาย, โหร, หมอดู, คำทำนาย (-S. prediction)
prophesy (พรอฟ' ฟิไซ) *vt., vi* **-sied** (-ไซด์), **-sying** (-ไซอิง) ทำนาย (-S. foretell)
prophet (พรอฟ' ฟิท) *n.* โหร, คนที่เชื่อว่าพระเจ้าสั่งให้ตนมาสั่งสอนศาสนาแก่ประชาชน **-the Prophet** พระมะหะหมัด ผู้ก่อตั้งศาสนาอิสลาม **-prophetess** *n. fem.*
prophetic, prophetical (พระเฟท' ทิค, -ทิเคิล) *adj.* เป็นการทำนาย, เกี่ยวกับผู้ทำนาย
prophylactic (โพรฟะแลค' ทิค, พรอฟ-) *adj.* ซึ่งใช้ป้องกัน *-n.* สิ่งที่ใช้ป้องกัน เช่น ยา, สิ่งที่ใช้ในการคุมกำเนิด เช่น ถุงยางอนามัย
prophylaxis (โพรฟะแลค' ซิซ, พรอฟ-) *n., pl.* **-laxes** (-แลค' ซีซ) การป้องกันโรค
propinquity (พระพิง' ควิที) *n.* ความใกล้ชิด
propitious (พระพิช' เชิซ) *adj.* (โอกาส) อำนวย, (ฤกษ์) ดี, เมตตา, กรุณา **-propitiously** *adv.*
★**proportion** (พระพอร์' ชัน, -โพร์-) *n.* ส่วน, สัดส่วน, ความสมดุล, ความได้สัดส่วน, ความเท่ากันของอัตราส่วนสองจำนวน
★**proposal** (พระโพ' เซิล) *n.* การเสนอ, ข้อเสนอ, การขอแต่งงาน (-S. offer, suggestion)
★**propose** (พระโพซ') *v.* **-posed, -posing** *-vt.* เสนอ, บอกจุดประสงค์, แสดงเจตนา *-vi.* ขอแต่งงาน **-propose a toast** เชิญชวนดื่มอวยพร (-S. nominate, offer **-A.** refuse)
proposition (พรอพพะซิช' ชัน) *n.* ข้อเสนอ, (ภาษาพูด) ปัญหาหรือเรื่องที่จะต้องจัดการ ข้อเสนอขอมีเพศสัมพันธ์ด้วย (-S. plan)
propound (พระเพานด์') *vt.* **-pounded, -pounding** เสนอ **-propounder** *n.*
proprietary (พระไพร' อิเทอรี) *adj.* เป็นเจ้าของ, เป็นของบริษัทเอกชนภายใต้เครื่องหมายการค้าหรือมีลิขสิทธิ์ *-n., pl.* **-ies** เจ้าของ, การเป็นเจ้าของ, ยาที่ผลิตโดยบริษัทเอกชนโดยใช้ชื่อทางการค้า (-S. (adj.) own)
proprietor (พระไพร' อิเทอร์) *n.* เจ้าของ
propriety (พระไพร' อิที) *n., pl.* **-ties** ความถูกต้องเหมาะสม **-proprieties** ขนบธรรมเนียมประเพณี (-S. correctness **-A.** indecency)
propulsion (พระพัล' ชัน) *n.* พลังขับดัน
prosaic (โพรเซ' อิค) *adj.* เป็นการพูดหรือเขียนแบบร้อยแก้วธรรมดา, ไม่สร้างสรรค์, น่าเบื่อ, ไม่น่าสนใจ, จืดชืด (-S. ordinary)
proscenium[1] (โพรซี' เนียม, พระ-) *n., pl.* **-niums** บริเวณหน้าเวทีระหว่างม่านเวทีกับที่ตั้งของวงมโหรีของเวทีละครสมัยปัจจุบัน
proscenium[2] (โพรซี' เนียม, พระ-) *n., pl.* **-nia** บริเวณหน้าเวทีระหว่างฉากหลังกับวงมโหรีของเวทีละครสมัยโบราณ
proscribe (โพรสไกรบ์') *vt.* **-scribed, -scribing** ตำหนิ, ตราหน้า, ห้าม, เนรเทศหรือขับไล่ **-proscriber** *n.* (-S. condemn, exile)
prose (โพรซ) *n.* การพูดหรือการเขียนแบบร้อยแก้ว, สิ่งที่เป็นธรรมดาทั่วไปไม่น่าสนใจ
prosecute (พรอซ' ซิคิวท์) *vt., vi.* **-cuted, -cuting** ฟ้องร้อง, ทำหน้าที่เป็นอัยการ
prosecution (พรอซซิคิว' ชัน) *n.* การฟ้องร้อง, อัยการซึ่งเป็นฝ่ายโจทก์
prosecutor (พรอซ' ซิคิวเทอร์) *n.* อัยการ
prospect (พรอซ' เพคท์) *n.* ความเป็นไปได้, ภาพทิวทัศน์, ภาพที่มองเห็น, ผู้ที่หวังว่าจะได้มาเป็นลูกค้า, ผู้สมัครที่น่าจะได้รับเลือก, สถานที่ที่เป็นไปได้ว่าจะมีแร่ (-S. expectation, scene)
prospective (พระสเปค' ทิฟว์) *adj.* เป็นไปได้, (เจ้าสาว) ในอนาคต (-S. possible)
prospector (พรอซ' เพคเทอร์) *n.* นักสำรวจหาแหล่งแร่และน้ำมัน
prospectus (พระสเปค' เทิซ) *n.* เอกสารสรุปข้อมูลของโครงการหรือการลงทุนต่างๆ ซึ่งนำเสนอให้ลูกค้าเพื่อเป็นการชักชวนให้มาซื้อหุ้นหรือมาร่วมลงทุน (-S. catalogue)
prosper (พรอซ' เพอร์) *vi.* **-pered, -pering** เจริญรุ่งเรือง **-prosperity** *n.* (-S. succeed)
prosperous (พรอซ' เพอเริซ) *adj.* มั่งคั่ง, เฟื่องฟู, ร่ำรวย, (โอกาส) อำนวย **-prosperously** *adv.* **-prosperousness** *n.* (-S. lucky)
prostate gland ต่อมน้ำกามของสัตว์เพศผู้และผู้ชาย
prostitute (พรอซ' ทิทูท, -ทิวท์) *n.* โสเภณี
prostrate (พรอซ' เทรท) *vt.* **-trated, -trating** คำนับ, หมอบราบ, หมดสิ้นกำลัง *-adj.* ซึ่งนอนหมอบคว่ำหน้าอย่างยอมจำนน, ซึ่งนอนเหยียดยาว, (พืช) เติบโตแผ่ราบไปตามพื้น
protagonist (โพรแทก' กะนิซท์) *n.* ตัวเอก, ผู้ที่มีบทบาทสำคัญ, ผู้นำ (-S. hero, heroine)
★**protect** (พระเทคท์') *vt.* **-tected, -tecting** ปกป้อง, ป้องกัน, ให้การอารักขา, ช่วยเหลือ

(อุตสาหกรรมภายในประเทศ) ด้วยการเก็บภาษีหรือจำกัดจำนวนสินค้าขาเข้า (-S. defend)

★**protection** (พระเทค' ชัน) *n.* การปกป้องคุ้มครอง, การป้องกัน, การได้รับการปกป้อง, คุน สิงของหรือสัตว์ที่ช่วยปกป้องคุ้มครอง, สิ่งป้องกัน, ระบบภาษีศุลกากรหรือมาตรการอื่นๆ ที่ใช้คุ้มครองผู้ผลิตภายในประเทศ, (คำสแลง) เงินค่าคุ้มครอง **-protector, protecter** *n.* (-S. security, shelter -A. attack)

★**protective** (พระเทค' ทิฟว์) *adj.* เป็นการปกป้องคุ้มครอง **-protectively** *adv.* (-S. defensive)

protégé (โพร' ทะเฌ, โพรทะเฌ') *n.* ผู้ที่อยู่ในความอุปถัมภ์ของผู้มีอิทธิพล

protein (โพร' ทีน) *n.* โปรตีน

★**protest** (*v.* พระเทซท์', โพร-, โพร' เทซท์, *n.* โพร' เทซท์) *vt., vi.* **-tested, -testing** คัดค้าน, ประท้วง, ยืนยัน, ป่าวประกาศ *-n.* คำร้องแสดงการคัดค้าน, การคัดค้าน (-S. (v.) disagree)

★**Protestant** (พรอท' ทิสเต็นท์) *n.* ศาสนาคริสต์นิกายโปรเตสแตนต์, ผู้นับถือนิกายดังกล่าว

protocol (โพร' ทะคอล, -โคล) *n.* พิธีการทูต, ร่างของสนธิสัญญาชั้นต้น, การวางแผนสำหรับการบำบัดรักษาของแพทย์หรือการทดลองทางวิทยาศาสตร์, วิธีปฏิบัติที่เป็นมาตรฐานในการจัดการส่งผ่านข้อมูลระหว่างเครื่องคอมพิวเตอร์ *-vi.* **-coled, -coling/-colled, -colling** ทำสนธิสัญญาดังกล่าว (-S. (n.) etiquette, treaty)

proton (โพร' ทอน) *n.* โปรตอน

protoplasm (โพร' ทะแพลซเซิม) *n.* สสารที่เป็นส่วนประกอบในเซลล์ของสิ่งมีชีวิต

prototype (โพร' ทะไทพ์) *n.* ต้นแบบ, คนหรือสิ่งที่เป็นต้นแบบ (-S. model)

protract (โพรแทรคท์', พระ-) *vt.* **-tracted, -tracting** ยืดเยื้อ, ลากเส้นให้ได้ขนาดและสัดส่วนด้วยการใช้ไม้บรรทัดหรือไม้วัดมุมที่เป็นรูปครึ่งวงกลม, ยืด (แขน ขา), กาง (นิ้วมือ) **-protracted** *adj.* (-S. extend -A. shorten)

protractor (โพรแทรค' เทอร์, พระ-) *n.* ไม้โปรแทรกเตอร์ซึ่งใช้วัดและทำมุม, กล้ามเนื้อที่ทำหน้าที่ยืดแขนขา

protrude (โพรทรูด') *vt., vi.* **-truded, -truding** (ตา) โปนหรือถลน, (ฟัน) ยื่น **-protrusive** *adj.*

protuberance (โพรทู' เบอเรินซ์, -ทิว'-, พระ-) *n.* ตุ่ม, ปุ่ม, อาการบวมพอง **-protuberant** *adj.* **-protuberantly** *adv.* (-S. bulge)

★**proud** (เพราด์) *adj.* **prouder, proudest** น่าปลื้มใจ, น่าภูมิใจ, สง่างาม, หยิ่งยโส, มีทิฐิ, จองหอง **-proudly** *adv.* (-S. egotistical)

prov. ย่อจาก province จังหวัด

★**prove** (พรูฟว์) *v.* **proved/proven, proving** *-vt.* ทดลอง, ทดสอบ, พิสูจน์, ตรวจสอบ, พิมพ์ตัวอย่างงานพิมพ์ออกมาดู, เรียนรู้ด้วยการลงมือทำ *-vi.* เผยหรือพิสูจน์ออกมาว่า (-S. test)

proverb (พรอฟว' เวิร์บ) *n.* คติพจน์, สุภาษิต, คำขวัญ, คำคม, คติสอนใจ (-S. maxim)

proverbial (พระเวอร์' เบียล) *adj.* เป็นคติสอนใจ, ขึ้นชื่อลือชา, เป็นที่รู้จัก (-S. well-known)

★**provide** (พระไวด์') *vt., vi.* **-vided, -viding** จัดหา, จัดเตรียม, จัดให้มี, ตั้งข้อกำหนด **-provider** *n.* (-S. equip, prepare -A. deprive)

★**provided** (พระไว' ดิด) *conj.* ถ้าหาก, ถ้า

providence (พรอฟว' วิเดินซ์, -เดนซ์) *n.* การมองการณ์ไกล, การเตรียมระวังภัยล่วงหน้า, การดูแลคุ้มครองปกปักรักษาจากพระเจ้า **-Providence** พระเจ้า (-S. caution, fate)

provident (พรอฟว' วิเดินท์, -เดนท์) *adj.* เป็นการจัดเตรียมเพื่ออนาคต, อดออม, ประหยัด, มองการณ์ไกล **-providently** *adv.* (-S. careful)

provident fund กองทุนสำรองเลี้ยงชีพ

providing (พระไว' ดิง) *conj.* ดู provided

★**province** (พรอฟว' วินซ์) *n.* จังหวัด, รัฐ, มณฑล, แคว้น, ขอบเขตความคิด ความรู้หรือความรับผิดชอบ **-provinces** ต่างจังหวัด

provincial (พระวิน' เชิล) *adj.* เกี่ยวกับมณฑลจังหวัด รัฐ แคว้น, มีลักษณะของคนต่างจังหวัด, เชย, ไม่ทันสมัย, หยาบ, ใจแคบ, โลกทัศน์แคบ *-n.* ชาวต่างจังหวัด, คนที่มีลักษณะดังกล่าว

★**provision** (พระวิฌ' ฌัน) *n.* การจัดเตรียมหรือจัดหาไว้ให้, สิ่งที่จัดเตรียมไว้, มาตรการเตรียมการณ์, ข้อกำหนดกฎเกณฑ์ *-v.* **-sioned, -sioning** จัดหาเสบียง **-provisions** เสบียงอาหาร **-provisioner** *n.* (-S. (n.) preparation)

provisional (พระวิฌ' ฌะเนิล) *adj.* ชั่วคราว

proviso (พระไว' โซ) *n., pl.* **-sos/-soes** กฎเกณฑ์, เงื่อนไข (-S. requirement)

provoke (พระโวค') *vt.* **-voked, -voking** ยั่วให้โกรธ, กระตุ้น, ยั่วยุ, ปลุก, ก่อให้เกิด **-provocation** *n.* **-provocative** *adj.* (-S. stimulate)

prow (เพรา) *n.* หัวเรือ, ปลายสกีด้านหน้า

prowess (เพรา' อิซ) *n.* ความชำนาญเป็นเลิศ, ความกล้าหาญ (-S. genius -A. inability)

prowl (เพราล์) *vt., vi.* **prowled, prowling** เที่ยวเดินแอบซุ่มหาเหยื่อ *-n.* การกระทำดังกล่าว **-prowler** *n.* (-S. (v.) roam, rove)

proximity (พรอคซิม' มิที) *n.* ความใกล้ชิด
proximo (พรอค' ซะโม) *adv.* เดือนหน้า
proxy (พรอค' ซี) *n., pl.* **-ies** ตัวแทน, นายหน้า, การได้รับมอบฉันทะให้เป็นตัวแทนคนอื่น, เอกสารการมอบฉันทะ
prude (พรูด) *n.* คนเจ้าระเบียบ, คนไว้ตัว
prudent (พรูด' เดินท) *adj.* รอบคอบ, ระมัดระวัง, มีวิจารณญาณ **-prudently** *adv.*
prudish (พรู' ดิช) *adj.* เจ้าระเบียบ, หยิ่ง
prune[1] (พรูน) *n.* ลูกพลัมแห้ง, (คำสแลง) คนขี้โมโห คนไร้ความสามารถ คนโง่
prune[2] (พรูน) *vt., vi.* **pruned, pruning** ลด (งบประมาณ), ตัดหรือเล็มกิ่งไม้ (-S. reduce)
pry (ไพร) *vi.* **pried** (ไพรด), **prying** สอดรู้สอดเห็น *-vt.* งัดด้วยชะแลง, ได้มาด้วยความยากลำบาก *-n., pl.* **pries** (ไพรซ) การสอดรู้สอดเห็น, คนที่ชอบสอดรู้สอดเห็น, ชะแลง
PS, P.S., p.s. ย่อจาก postscript ปัจฉิมลิขิต หรือ ป.ล.
psalm (ซาม) *n.* เพลงสวดสรรเสริญพระเจ้า
pseudo-, pseud- คำอุปสรรค หมายถึง ปลอม, เก๊, กำมะลอ, เลียนแบบ, คล้าย, เหมือน
pseudonym (ซูด' เดินนิม) *n.* นามแฝง
psyche (ไซ' คี) *n.* จิต, วิญญาณ (-S. soul)
psychedelic (ไซคิเดล' ลิค) *adj.* ซึ่งทำให้มีอาการประสาทหลอนหรือเพ้อคลั่ง, เป็นศิลปะที่มีรูปแบบและสีสันน่าเวียนศีรษะ *-n.* ยาเสพย์ติดซึ่งทำให้เกิดอาการดังกล่าว
psychiatry (ซิไค' อะทรี, ไซ-) *n.* จิตเวชศาสตร์ **-psychiatrist** *n.*
psychic (ไซ' คิค) *n.* คนทรงเจ้า, ร่างทรง *-adj.* เกี่ยวกับจิตวิญญาณ, เกี่ยวกับกระแสจิต **-psychics** การศึกษาในเรื่องการทรงเจ้าเข้าผี **-psychical** *adj.* (-S. (adj.) extrasensory)
psycho (ไซ' โค) *n., pl.* **-chos** (คำสแลง) คนโรคจิตต่อต้านสังคมและมีพฤติกรรมก้าวร้าว *-adj.* (คำสแลง) บ้า บ้าคลั่ง เสียสติ
psycho- คำอุปสรรค หมายถึง จิต, จิตใจ, กระบวนการทางความคิด, จิตวิทยา
psychoanalysis (ไซโคอะแนล' ลิซิซ) *n., pl.* **-ses** (-ซีซ) จิตวิเคราะห์
psychologic, psychological (ไซคะลอจ' จิค, -ลอจ' จิเคิล) *adj.* เกี่ยวกับจิตวิทยา, มีผลต่อจิตใจ, เป็นเรื่องของความคิดจิตใจ, ทางจิตวิทยา (-S. mental -A. physical)
psychologist (ไซคอล' ละจิซท) *n.* นักจิตวิทยา
psychology (ไซคอล' ละจี) *n., pl.* **-gies** จิตวิทยา, ทัศนคติหรือวิธีคิดของคนหรือกลุ่มคน
psychosis (ไซโค' ซิซ) *n., pl.* **-ses** (-ซีซ) ความผิดปกติทางจิตขั้นรุนแรง
pt. ย่อจาก part ส่วน, payment การจ่ายเงิน จำนวนเงินที่จ่าย ค่าจ้าง, pint ไพนต์หน่วยวัดตวงของเหลว, point จุด, port ท่าเรือ ประตูด้านซ้าย ถือ (ของ), preterit กริยารูปอดีตกาล
Pte. ย่อจาก private พลทหาร
PTO, p.t.o. ย่อจาก please turn over โปรดพลิกหน้าต่อไป (ยังมีต่อ)
Ptolemy (ทอล' ละมี) นักดาราศาสตร์และนักภูมิศาสตร์แห่งอียิปต์โบราณ ผู้ตั้งทฤษฎีตามความเชื่อที่ว่าดาวในท้องฟ้าล้วนหมุนรอบโลก
ptomaine (โท' เมน, โทเมน') *n.* สารประกอบอินทรีย์ที่มีพิษร้ายแรง เกิดจากการบูดเน่าของโปรตีนที่มาจากเนื้อสัตว์ต่างๆ
ptomaine poisoning อาการอาหารเป็นพิษ ซึ่งเป็นการเข้าใจผิดว่าเป็นผลมาจาก ptomaine
★**pub** (พับ) *n.* ย่อจาก public house สถานที่พบปะสังสรรค์ซึ่งขายเครื่องดื่มมีแอลกอฮอล์
puberty (พิว' เบอร์ที) *n.* การแตกเนื้อหนุ่มเนื้อสาวของเด็กวัยรุ่น **-pubertal, puberal** *adj.*
★**public** (พับ' ลิค) *adj.* สาธารณะ, เกี่ยวกับหรือมีผลต่อสาธารณชน, เพื่อสาธารณชน, เป็นของสาธารณชน, เป็นของหลวงเพื่อสาธารณประโยชน์, เป็นที่รู้จักทั่วไป, เป็นที่เปิดเผยแก่สาธารณชน *-n.* สาธารณชน, ประชาชน, กลุ่มผู้ชื่นชอบดาราหรือคนเด่นดัง, กลุ่มคนที่มีความสนใจในเรื่องหนึ่งเรื่องใดร่วมกัน **-publicly** *adv.* (-S. (adj.) general (n.) people -A. (adj.) private)
★**publication** (พับลิเค' ชัน) *n.* กระบวนการพิมพ์สิ่งพิมพ์, สิ่งพิมพ์ที่นำออกจำหน่าย, การประกาศให้สาธารณชนรับรู้ (-S. handbill)
public company บริษัทมหาชน
public corporation/enterprise รัฐวิสาหกิจ
public domain สาธารณสมบัติ
public figure คนที่มีชื่อเสียง
public health การสาธารณสุข
public house สถานที่ที่มีใบอนุญาตในการจำหน่ายสุรา
publicity (พับลิซ' ซิที) *n.* โฆษณา, ความสนใจของประชาชนต่อโฆษณาที่ออกไป, อาชีพการเป็นนักโฆษณา, การโฆษณา (-S. promotion)
publicize (พับ' ลิไซซ) *vt.* **-cized, -cizing** โฆษณา, เผยแพร่ข่าวสาร
public library ห้องสมุดสาธารณะ
public limited company (PLC) บริษัท

มหาชนจำกัด
public opinion ประชามติ
public prosecutor อัยการของรัฐ
public relations การประชาสัมพันธ์, การโฆษณา ย่อว่า PR
public school โรงเรียนในท้องถิ่นของรัฐระดับประถมศึกษาหรือมัธยมศึกษาในสหรัฐอเมริกาที่ให้การศึกษาฟรีแก่เด็กในชุมชน, โรงเรียนประจำของเอกชนระดับมัธยมศึกษาในอังกฤษ
public-spirited (พับลิค สปิ' ริทิด) *adj.* มีจิตสาธารณกุศล **-public-spiritedness** *n.*
public transport การขนส่งมวลชนของรัฐ
public utilities หุ้นของรัฐวิสาหกิจ
public utility รัฐวิสาหกิจซึ่งจัดการด้านสาธารณูปโภค เช่น การไฟฟ้า การประปา
public works โครงการก่อสร้างของรัฐเพื่อสาธารณประโยชน์ เช่น สร้างถนน
★**publish** (พับ' ลิช) *v.* **-lished, -lishing** *-vt.* จัดพิมพ์และนำออกวางจำหน่าย, ประกาศ, นำเสนอต่อสาธารณชน, ตีพิมพ์ *-vi.* โฆษณา, ประกาศ, เป็นผู้เขียนหรือผู้ประพันธ์งานที่ได้รับการตีพิมพ์ (**-S.** distribute, publicize **-A.** hide)
publisher (พับ' ลิเชอร์) *n.* สำนักพิมพ์
publishing (พับ' ลิชิง) *n.* ธุรกิจด้านสิ่งพิมพ์
puck (พัค) *n.* แผ่นยางกลมแข็งใช้เล่นในกีฬาฮอกกี้น้ำแข็ง **-Puck** ผีขี้เล่นในนิทานอังกฤษ
pucker (พัค' เคอร์) *v.* **-ered, -ering** *-vt.* ขมวด (คิ้ว), ทำ (หน้าผาก) ย่น *-vi.* ย่น (หน้าผาก), จับจีบ (ผ้า) *-n.* จีบของผ้า, รอยพับ, รอยย่น
★**pudding** (พุด' ดิง) *n.* ขนมหวานทำจากแป้ง
puddle (พัด' เดิล) *n.* แอ่งน้ำ, หล่ม, บ่อโคลนเลน, ดินเหลวที่ทำจากดินเหนียวและทรายผสมน้ำ เมื่อแห้งแล้วใช้เป็นที่อุดกันน้ำ *-v.* **-dled, -dling** *-vt.* ทำให้เป็นโคลน, ทำ (ดินเหนียวและทราย) ให้เป็นดินเหลวใช้กันน้ำ, เตรียม (เหล็กชนิดไม่บริสุทธิ์ที่ได้จากการถลุง) ให้เป็นเหล็กกล้าหรือเหล็กชนิดบริสุทธิ์ *-vi.* ลุยโคลน
pudgy (พัจ' จี) *adj.* **-ier, -iest** อ้วนและเตี้ย
puerile (พิว' เออเริล, เพียว' เริล, -ไรล์) *adj.* ไร้สาระแบบเด็กๆ (**-S.** childish **-A.** mature)
puff (พัฟ) *n.* ลมหายใจที่พ่นออกมา, ลมที่พัดมาวูบหนึ่ง, ควันหรือไอที่พ่นออกมาวูบหนึ่ง, เสียงซ่าๆ เมื่อออกเสียง s หรือ sh, การสูบเข้าและพ่นออก เช่น สูบบุหรี่, ขนมแป้งอบฟู, แผ่นฟองน้ำผัดหน้า, ตุ่มพองบวม, ผ้าคลุมเตียงที่บางเบา, การยกยอปอปั้น, ส่วนของผ้าที่ยื่นออกมากองรวมกัน *-vt., vi.* **puffed, puffing** พ่นควัน, เป่าลม, หอบหายใจฮักๆ, สูบและพ่นควัน, (ตัว) พองฟูด้วยความภูมิใจ, โป่งพอง, อวดดี, ทะนง, โฆษณาสรรพคุณเกินควร **-puffy** *adj.* (**-S.** (n.) breath (v.) breathe)
puffer (พัฟ' เฟอร์) *n.* ปลาปักเป้า
pug (พัก) *n.* หมาจู, จมูกที่มีลักษณะหักเหมือนหมาจู, รอยเท้าหรือร่องรอยของสัตว์ (**-S.** footprint)
pugnacious (พักเน' เชิซ) *adj.* ซึ่งชอบทะเลาะวิวาท, ซึ่งชอบต่อสู้ (**-S.** quarrelsome)
★**pull** (พุล) *vt., vi.* **pulled, pulling** ดึง, ลาก, กระชาก, ทึ้ง, สาว (เชือก), ฉุด, ชัก, ฉีก, ถอน (ฟัน), ใช้ (กล้ามเนื้อ) จนตึง, (ภาษาพูด) ดึงดูดหรือเรียกร้องความสนใจ, (คำสแลง) ชัก (อาวุธ) ขึ้นมาเตรียมพร้อม, ตีกรรเชียง (เรือ), ดึงบังเหียนม้าไว้ไม่ให้วิ่งเข้าเส้นชัย, ทำ (รอยพิมพ์) จากแบบ, ดื่มหรือดูดอย่างแรง, (ภาษาพูด) แสดงความรู้สึกเห็นอกเห็นใจอย่างมาก *-n.* แรงที่ใช้ในการกระทำดังกล่าว, การกระทำดังกล่าว, ความมานะพยายาม, สิ่งที่ใช้สำหรับจับแล้วดึง เช่น ที่จับประตู, การสูบบุหรี่หรือดื่มเครื่องดื่มอย่างแรง, (คำสแลง) ช่องทางในการหาประโยชน์เป็นพิเศษ, (ภาษาพูด) ความสามารถในการเรียกร้องหรือดึงดูดความสนใจ (**-S.** (v., n.) drag (n.) effort **-A.** (v., n.) push)
pullet (พุล' ลิท) *n.* ไก่บ้านตัวเมีย
pulley (พุล' ลี) *n., pl.* **-leys** รอก
pullover (พุล' โอเวอร์) *n.* เสื้อกันหนาวทำด้วยขนสัตว์ที่สวมทางศีรษะ
pulmonary (พุล' มะเนอรี, พัล'-) *adj.* ซึ่งมีปอด, มีผลกับปอด, ซึ่งมีอวัยวะคล้ายปอด
pulp (พัลพ์) *n.* เนื้อในเละๆ ของผลไม้, เยื่อจากวัสดุต่างๆ ที่นำมาใช้ทำกระดาษ, สิ่งที่ถูกบดจนเละ, เนื้อเยื่อของต้นไม้, เนื้อเยื่อที่เป็นโครงสร้างภายในของฟันซึ่งมีเส้นประสาทอยู่ภายใน, สิ่งพิมพ์ด้อยคุณภาพที่มีแต่เรื่องตื่นเต้นไร้สาระ *-vt., vi.* **pulped, pulping** บดให้เละ, เอาเนื้อออกจาก (ผล) **-pulpy** *adj.* (**-S.** (n., v.) mash)
pulpit (พุล' พิท, พัล'-) *n.* ที่ยืนซึ่งยกพื้นขึ้นสูงสำหรับพระเทศน์ในโบสถ์, พวกบาทหลวง
pulsate (พัล' เซท) *vi.* **-sated, -sating** (ชีพจร) เต้นอย่างเป็นจังหวะ, สั่น (**-S.** beat, vibrate)
pulse[1] (พัลซ์) *n.* ชีพจร, การเต้นอย่างเป็นจังหวะของชีพจร เช่น ที่ข้อมือและคอ, จังหวะการเต้นหนึ่งครั้ง, จังหวะ *-vi.* **pulsed, pulsing** เต้น, สั่น, เต้นเป็นจังหวะ (**-S.** (n., v.) beat)
pulse[2] (พัลซ์) *n.* พืชหรือเมล็ดของพืชจำพวกฝัก
pulverize (พัล' วะไรซ์) *vt., vi.* **-ized, -izing**

A B C D E F G H I J K L M N O P Q R S T U V W X Y Z

บด ตำ โขลก ป่นให้เป็นผง, ทำลายล้าง **-pulverization** *n.*

pumice (พัม' มิซ) *n.* หินภูเขาไฟ เป็นรูพรุน เบา ใช้ขัดสิ่งของให้เรียบ

pummel (พัม' เมิล) *vt.* **-meled, -meling/-melled, -melling** รัวกำปั้น

★**pump**[1] (พัมพ) *n.* เครื่องสูบน้ำ *-vt., vi.* **pumped, pumping** สูบน้ำด้วยเครื่องสูบน้ำ, สูบฉีด, เค้นเอาความจริง, เคลื่อนขึ้นลงเหมือนคันโยกสูบน้ำ **-pumper** *n.* (**-S.** (v.) inject, quiz)

pump[2] (พัมพ) *n.* รองเท้าส้นสูงไร้สายของผู้หญิง

pumpkin (พัมพ' คิน, พัม'-, พัง'-) *n.* ฟักทอง

pun (พัน) *n.* การเล่นคำหรือสำนวน *-vi.* **punned, punning** เล่นคำแบบดังกล่าว (**-S.** (n.) witticism)

punch[1] (พันช) *n.* เครื่องเจาะรู, เครื่องประทับตรา *-vi., vt.* **punched, punching** ใช้เครื่องดังกล่าว

★**punch**[2] (พันช) *vt.* **punched, punching** ต่อย, แทง แหย่หรือกระตุ้นด้วยไม้, ต้อน (ปศุสัตว์), กด (ปุ่ม) ให้เครื่องทำงาน *-n.* การต่อย, พลัง, พลังขับดัน **-punch in** ตอกบัตรลงเวลาเข้าทำงาน **-punch out** ตอกบัตรลงเวลาเลิกงาน, (คำสแลง) ดีดตัวออกจากเครื่องบินรบ **-punchless** *adj.* (**-S.** (v., n.) hit)

punch[3] (พันช) *n.* เครื่องดื่มน้ำผลไม้ที่ผสมแอลกอฮอล์

punch bowl ชามใส่พันช์

punching bag กระสอบทรายสำหรับให้นักมวยซ้อมชกมวย

punch line ประโยคเด็ดที่กล่าวตอนท้ายเรื่องเพื่อทำให้ขำขันหรืออัศจรรย์ใจ

punctilious (พังคทิล' เลียซ) *adj.* เจ้าระเบียบ, เจ้ายศเจ้าอย่าง (**-S.** fussy **-A.** inexact)

punctual (พังค' ชวล) *adj.* ตรงเวลา, ตามกำหนด, เที่ยงตรง, แน่นอน (**-S.** prompt)

punctuate (พังค' ชูเอท) *vt., vi.* **-ated, -ating** ใส่เครื่องหมายวรรคตอน, เน้นย้ำ, เว้นวรรคตอน (**-S.** emphasize, interrupt, mark **-A.** continue)

punctuation (พังคชูเอ' ชัน) *n.* การใช้เครื่องหมายวรรคตอน, เครื่องหมายวรรคตอนต่างๆ เช่น จุลภาค (comma), การเว้นเป็นช่วงๆ

punctuation mark เครื่องหมายวรรคตอน

puncture (พังค' เชอร) *vt., vi.* **-tured, -turing** แทง ทิ่ม จิ้มหรือเจาะด้วยวัตถุแหลม, ทำให้รั่ว, ทำให้แฟบ, ทำลาย, ลดค่า *-n.* การแทง ทิ่ม จิ้มหรือเจาะ, รูที่เกิดจากการกระทำดังกล่าว (**-S.** (v.) deflate, pierce (v., n.) hole)

pundit (พัน' ดิท) *n.* ผู้มีความรู้, บัณฑิต

pungent (พัน' เจินท) *adj.* เผ็ดร้อน, ฉุน, เฉียบแหลม **-pungency** *n.* **-pungently** *adv.* (**-S.** hot, keen, pointed, sharp **-A.** mild)

★**punish** (พัน' นิช) *vt., vi.* **-ished, -ishing** ลงโทษ, ทำทารุณกรรม, ใช้อย่างไม่บันยะบันยัง **-punishment** *n.* (**-S.** penalize **-A.** forgive)

punitive (พิว' นิทิฟว) *adj.* ทารุณ, ร้ายกาจ

punk (พังค) *n.* (คำสแลง) หนุ่มสาวที่ต่อต้านสังคม เด็กหนุ่มที่เป็นคู่ขาของชายแก่, โสเภณี, เด็กหนุ่มอ่อนหัด, ดนตรีร็อกแบบหนึ่งที่เล่นอย่างรุนแรงและดังสนั่นในช่วงทศวรรษที่ 1970 และ 1980 เป็นดนตรีของพวกต่อต้านสังคม, ผู้ที่แต่งตัวและตัดผมแบบที่ตั้งใจจะให้แปลกประหลาดและเป็นพวกที่ชอบเพลงร็อกดังกล่าว, เศษวัสดุต่างๆ ที่ใช้เป็นเชื้อเพลิง, กำยานจีน *-adj.* (คำสแลง) เป็นการแต่งตัวแบบแปลกประหลาดของพวกคนดังกล่าว ไร้ค่า ด้อยคุณภาพ อ่อนแอ **-punker** *n.*

punk rock/rocker ดู punk

puny (พิว' นี) *adj.* **-nier, -niest** อ่อนแอ, เล็กน้อย, ด้อย, ป่วยไข้ **-punily** *adv.* (**-S.** tiny)

★**pup** (พัพ) *n.* ย่อจาก puppy ลูกของสัตว์ประเภทสุนัข แมวน้ำ หนูและนาก, คนหนุ่มสาวที่อวดดี *-vi.* **pupped, pupping** (สุนัข) ออกลูก

pupa (พิว' พะ) *n., pl.* **-pae** (-พี)/**-pas** ระยะที่เป็นดักแด้ของแมลง **-pupal** *adj.*

★**pupil**[1] (พิว' เพิล) *n.* เด็กนักเรียน, ผู้เยาว์

pupil[2] (พิว' เพิล) *n.* รูม่านตา **-pupilar** *adj.*

puppet (พัพ' พิท) *n.* หุ่นกระบอก, หุ่นผ้าที่ใช้มือสวม, ตุ๊กตา, ผู้ที่เป็นหุ่นเชิดให้ผู้มีอำนาจ

★**puppy** (พัพ' พี) *n., pl.* **-pies** ดู pup **-puppyish** *adj.*

puppy love ความรักในวัยรุ่น

★**purchase** (เพอร' ชิซ) *vt.* **-chased, -chasing** ซื้อ, หามาได้, ฉุดด้วยกว้าน, ขันกว้าน, ชักรอก, งัดหรืองัดด้วยชะแลง *-n.* การซื้อ, สิ่งที่ซื้อมา, สิ่งที่ได้มาด้วยการซื้อหรือการแลกเปลี่ยน, เครื่องมือที่ช่วยทุ่นแรง เช่น รอก กว้าน ชะแลง, สิ่งที่ช่วยเพิ่มอำนาจหรือพลัง (**-S.** (v., n.) buy, gain **-A.** (v., n.) sell)

★**pure** (เพียวร) *adj.* **purer, purest** บริสุทธิ์, แท้, ไม่เจือปนสิ่งใด, เกลี้ยงเกลา, หมดจดสดใส, (อย่างเดียว) ล้วนๆ **-pure and simple** ล้วนๆ หรือเท่านั้น **-pureness** *n.* (**-S.** clean, clear)

purée (พิวเร', เพียว' เร) *vt.* **-réed, -réeing** เคี่ยว (อาหาร) ให้เปื่อยแล้วใช้กระชอนกรอง *-n.* ซุปข้นที่ทำด้วยวิธีดังกล่าว

A B C D E F G H I J K L M N O P Q R S T U V W X Y Z

purely (เพียวร์ ลี) *adv.* (ด้วยเหตุนี้) เท่านั้น หรือล้วนๆ **-purely and simply** ล้วนๆ, แต่เพียงอย่างเดียว (-S. only)

purgative (เพอร์ กะทิฟว์) *adj.* ซึ่งทำให้ถ่ายท้อง *-n.* ยาถ่าย

purgatory (เพอร์ กะทอรี, -โทรี) *n., pl.* **-ries** สถานที่ซึ่งคนตายจะต้องไปชดใช้กรรมชำระล้างบาปที่ได้กระทำไว้ให้บริสุทธิ์ก่อนจึงจะได้ไปสวรรค์ (ตามความเชื่อของศาสนาคริสต์นิกายโรมันคาทอลิก), สถานที่หรือช่วงเวลาแห่งความทุกข์ทรมาน *-adj.* เป็นการชำระล้าง

purge (เพิร์จ) *vt., vi.* **purged, purging** ทำให้บริสุทธิ์, ชำระล้าง, ฟอก, ทำให้พ้นมลทิน, ขับไล่, ถ่ายท้อง *-n.* การทำให้บริสุทธิ์, การชำระมลทิน, ยาถ่าย, การขับไล่ **-purgation** *n.* (-S. (v.) cleanse, purify -A. (v.) pollute)

purify (เพียว' ระไฟ) *vt., vi.* **-fied, -fying** ทำให้บริสุทธิ์, ฟอก, ชำระล้าง, พ้นมลทิน **-purification** *n.* (-S. clean, refine -A. contaminate)

purist (เพียว' ริซท์) *n.* คนเจ้าระเบียบ โดยเฉพาะในการใช้ภาษา **-puristic** *adj.* (-S. formalist)

puritan (เพียว' ริเทิน) *n.* ผู้ที่เคร่งครัดในศาสนาและเห็นว่าความสนุกสนานเพลิดเพลินเป็นบาป *-adj.* มีลักษณะดังกล่าว **-Puritan** สมาชิกนิกายโปรเตสแตนต์ในอังกฤษที่ไม่เห็นด้วยกับคริสต์ศาสนาทางราชการของอังกฤษ **-puritanism** *n.* (-S. (n.) moralist (adj.) strict -A. (adj.) flexible)

purity (เพียว' ริที) *n.* ความบริสุทธิ์, ความไร้เดียงสา (-S. innocence -A. corruption)

purl (เพิร์ล) *vi.* **purled, purling** (น้ำ) ไหลหรือกระเพื่อม *-n.* เสียงน้ำไหลหรือกระเพื่อม

purloin (เพอร์ลอยน์, เพอร์ ลอยน์) *vt., vi.* **-loined, -loining** ลักขโมย (-S. steal)

★**purple** (เพอร์ เพิล) *n.* สีม่วง, ชุดเสื้อคลุมสีม่วงอันเป็นสัญลักษณ์แห่งความสูงศักดิ์, ความสูงศักดิ์, อำนาจแห่งจักรพรรดิ *-adj.* เป็นสีม่วง, สง่าผ่าเผย, อย่างเจ้า, ประณีต, หรูหรา *-vt., vi.* **-pled, -pling** ทำให้เป็นสีม่วง **-born in the purple** ประสูติในราชวงศ์, เป็นชนชั้นที่มีอภิสิทธิ์สูงสุด (-S. (n., adj.) violet (adj.) royal)

purple heart (ภาษาพูด) ยากระตุ้น

purplish (เพอร์ พลิช) *adj.* ค่อนข้างม่วง

purport (*v.* เพอร์พอร์ท', -โพร์ท', *n.* เพอร์ พอร์ท, -โพร์ท) *vt.* **-ported, -porting** อ้าง, แสร้งทำ, มุ่งหมาย, มีความตั้งใจที่จะทำ *-n.* ความนัย, ความตั้งใจ, จุดประสงค์ **-purported** *adj.* (-S. (v.) imply, intend (n.) suggestion)

★**purpose** (เพอร์ เพิซ) *n.* จุดมุ่งหมาย, จุดประสงค์, เจตนา, ความตั้งใจ, ผลประโยชน์ *-vt.* **-posed, -posing** ตั้งใจ, มีความประสงค์ **-on purpose** อย่างไตร่ตรองมาก่อน, อย่างตั้งใจ **-to the purpose** ตรงกับจุดประสงค์, เป็นประโยชน์ (-S. (n., v.) aim (n.) intention)

purposeful (เพอร์ เพิซเฟิล) *adj.* อย่างมีจุดมุ่งหมาย, อย่างตั้งใจเด็ดเดี่ยว, แน่วแน่ **-purposefully** *adv.* **-purposefulness** *n.*

purposely (เพอร์ เพิซลี) *adv.* อย่างตั้งใจเป็นพิเศษ, อย่างมีจุดมุ่งหมายหรือจุดประสงค์เป็นพิเศษ (-S. intentionally -A. aimlessly)

purr (เพอร์) *n.* เสียงรัวในลำคอที่แมวชอบทำเวลาสบายใจ, เสียงรัวคล้ายเสียงดังกล่าวที่ไม่ใช่เกิดจากแมว *-vi., vt.* **purred, purring** (แมวหรือคน) ทำเสียงดังกล่าวแสดงความสบายใจ, (เครื่องจักร) มีเสียงดังกล่าว

★**purse** (เพิร์ซ) *n.* กระเป๋าถือของผู้หญิง, กระเป๋าใส่เศษสตางค์, สิ่งที่คล้ายกระเป๋า, เงินที่มีอยู่, เงินที่เก็บรวบรวมเพื่อให้เป็นรางวัลในการแข่งขัน *-vt.* **pursed, pursing** จับจีบ (ผ้า), ขมวด (คิ้ว), ย่น (หน้าผาก), ห่อ (ปาก) **-hold the purse-strings** ควบคุมการใช้จ่าย **-the public purse** ทรัพย์สมบัติของชาติ (-S. (n.) pouch (v.) pucker)

purser (เพอร์ เซอร์) *n.* เจ้าหน้าที่ระดับหัวหน้าบนเรือหรือบนเครื่องบินพาณิชย์ที่ดูแลด้านการเงินและความสะดวกสบายของผู้โดยสาร

pursuance (เพอร์ซู' เอินซ์) *n.* การติดตามการดำเนินการให้บรรลุผลสำเร็จ (-S. completion)

★**pursue** (เพอร์ซู') *vt., vi.* **-sued, -suing** ไล่ตาม, ไล่ล่า, ติดตาม, ต่อสู้และแข่งขันฝ่าฟัน, เจริญรอยตาม, รุดหน้าไป, ตามรบกวน, ตามติดพัน, ยุ่งอยู่กับ **-pursuer** *n.* (-S. proceed)

pursuit (เพอร์ซูท') *n.* การไล่ตาม, การติดตาม, การเจริญรอยตาม, การต่อสู้แข่งขันฝ่าฟัน, กิจกรรมที่ต้องทำเป็นประจำ (-S. hunt, occupation)

pursuit plane เครื่องบินขับไล่

purvey (เพอร์เว', เพอร์ เว) *vt.* **-veyed, -veying** จัดหาให้, เตรียมพร้อมให้, หาเครื่องตกแต่งสำหรับ (บ้าน), เป็นผู้จัดหาให้, โฆษณาหรือเผยแพร่ไปทั่ว (-S. provide, publicize)

pus (พัซ) *n.* หนอง ซึ่งเกิดจากแผลที่ติดเชื้อ

★**push** (พุช) *vt., vi.* **pushed, pushing** ดัน, ผลัก, ไส, ดุน, รุน, ยัน, ยัด, เสือก, ซุก, เข็น, กดดัน, แทง, ยืด, (คำสแลง) โฆษณาหรือขาย (สินค้า) ขาย (ยาเสพย์ติด), ดึงดัน, ใช้ความพยายามอย่างมาก, รุกเร้า *-n.* การกระทำ

ดังกล่าว, การกระตุ้น, กำลังขับดัน, การสนับสนุน, (ภาษาพูด) ความใจป้ำ **-pushy** *adj.* (-S. (v., n.) drive (n.) effort -A. (v., n.) pull)

pushbike (พุช' ไบค) *n.* (ภาษาพูด) รถจักรยาน

pusher (พุช' เชอร์) *n.* (คำสแลง) ผู้ขายยาเสพย์ติด ผู้ที่ชอบเร่งรัดผู้อื่น

pushing (พุช' ชิง) *adj.* เต็มไปด้วยพลัง, กล้าได้กล้าเสีย, ใจป้ำ, ก้าวร้าว, มุทะลุ, อวดดี, กระตือรือร้น, (ภาษาพูด) เฉียดแล้ว

puss (พุซ) *n.* (ภาษาพูด) แมว สาวน้อย, (คำสแลง) ปาก หน้าคน

pussy[1] (พุซ' ซี) *n., pl.* **-ies** (ภาษาพูด) แมว (คำสแลง) อวัยวะเพศหญิง ใช้กล่าวถึงผู้หญิงเชิงดูถูก (-S. cat, vulva)

pussy[2] (พัซ' ซี) *adj.* **-sier, -siest** มีหนอง

★**put** (พุท) *v.* **put, putting** *-vt.* วาง, ตั้ง, ทำให้ (รู้สึกสบาย), ใส่, พูด, กล่าว, บรรจุ, เอ่ย, เก็บ (ภาษี), โยน (ความผิด), ยื่น, เสนอ, แทนที่, กะ, ประมาณ, แปล (เป็นภาษาอื่น), ใช้ให้เป็นประโยชน์, ทำให้ได้รับ (ความลำบาก), พนัน, กระตุ้น, ยุยงส่งเสริม, ดัดแปลง, ขว้าง *-vi.* เริ่มเคลื่อนไหวอย่างรีบร้อน, (เรือ) แล่นต่อไป *-n.* กีฬาทุ่มน้ำหนัก *-adj.* (ภาษาพูด) ไม่เคลื่อนไหว อยู่นิ่งๆ เฉย **-put out** ดับ (ไฟ) **-put up with** ทนโดยไม่บ่น, ยอมทน (-S. (v.) lay)

putative (พิว' ทะทิฟว) *adj.* (พี่ชาย) ที่ว่ากันว่า (เป็นพี่ชายของเขา) (-S. reputed, supposed)

putrefy (พิว' ทระไฟ) *vt., vi.* **-fied, -fying** ทำให้เน่าเหม็น, ทำให้เนื้อตาย, เป็นแผลเรื้อรัง

putrid (พิว' ทริด) *adj.* เน่าเหม็น, ผุพัง, อันเนื่องมาจากการเน่าเปื่อย, เสื่อมลง, เลวทราม, ถ่อย, ชั่วช้า, สถุล (-S. bad -A. good)

putt (พัท) *n.* การตีลูกกอล์ฟเบาๆ ให้ลูกกลิ้งลงหลุม *-vt., vi.* **putted, putting** ตีกอล์ฟ

puttee (พัทที', พัท' ที) *n.* ผ้าพันแข้ง, สนับแข้ง

putty (พัท' ที) *n., pl.* **-ties** ปูนซีเมนต์ที่ประกอบด้วยผงชอล์กผสมกับน้ำมันลินซีดที่ใช้ฉาบ เชื่อม เคลือบหรืออุดรูในงานช่างต่างๆ, สีเทาออกเหลือง *-vt.* **-tied, -tying** ฉาบ เชื่อม เคลือบหรืออุดรูด้วยปูนดังกล่าว (-S. (v.) coat)

★**puzzle** (พัซ' เซิล) *vt., vi.* **-zled, -zling** ทำให้งุนงง, แก้ปัญหา, งงงวย, สับสน, ใคร่ครวญ *-n.* เกมต่อรูปภาพ, ปัญหา, ปริศนา, คนหรือสิ่งที่น่าพิศวงงงงวย, ความพิศวงงงงวย (-S. (n., v.) riddle -A. (v.) enlighten (n.) certainty)

PVC (พีวีซี') *n.* ย่อจาก polyvinyl chloride พลาสติกชนิดหนึ่ง มีความทนทาน

Pygmy, Pigmy, pygmy, pigmy (พิก' มี) *n., pl.* **-mies** คนแคระในเทพนิยายกรีก, ชนตัวเตี้ยในแอฟริกา, สัตว์ที่มีขนาดเล็กผิดปกติ, คนหรือสิ่งใดๆ ที่ไม่ค่อยสำคัญ *-adj.* เกี่ยวกับชนตัวเตี้ยดังกล่าว, เล็ก, ไม่สำคัญ

★**pyjamas** (พะจา' เมิซ, -แจม'-) *n. pl.* ชุดนอนของผู้ชาย, ดู pajamas

pylon (ไพ' ลอน) *n.* เสาไฟฟ้าคอนกรีตเสริมเหล็ก, สิ่งก่อสร้างขนาดใหญ่ที่สร้างไว้บริเวณทางเข้าสถานที่

pyramid (พิ' ระมิด) *n.* รูปทรงพีระมิด เป็นรูปกรวยเหลี่ยม, พีระมิดอียิปต์โบราณที่สร้างด้วยหิน มีขนาดใหญ่มาก ใช้เป็นสุสานสำหรับกษัตริย์, โครงสร้างการบริหารงานในองค์กรที่มีรูปทรงแบบพีระมิดคือมีคนมากในด้านฐานและน้อยลงในระดับที่สูงขึ้นไป **-pyramidic** *adj.*

pyre (ไพร์) *n.* กองฟืนสำหรับเผาศพ, กองฟืน

python (ไพ' ธอน) *n.* งูเหลือม, งูหลาม

Q

Q, q (คิว) *n., pl.* **Q's, q's/Qs, qs** อักษรตัวที่ 17 ในภาษาอังกฤษ, อันดับสิบเจ็ด

QC, Q.C. ย่อจาก quality control ระบบการควบคุมคุณภาพของสินค้าที่ผลิต

Q.E.D. ย่อจากภาษาละติน quod erat demonstrandum (which was to be demonstrated) ซ.ต.พ. หรือซึ่งต้องพิสูจน์

q. ย่อจาก quart หน่วยตวง, quarter เสี้ยวหรือหนึ่งในสี่ส่วนที่เท่ากัน, quarterly (มีขึ้น) ทุก 3 เดือน, question คำถาม ปัญหา

qr. ย่อจาก quarter เสี้ยวหรือหนึ่งในสี่ส่วนที่เท่ากัน, quarterly (มีขึ้น) ทุก 3 เดือน

qt, qt. ย่อจาก quart(s) หน่วยในการตวง

quack[1] (แควค) *n.* เสียงเป็ดร้อง *-vi.* **quacked,**

quacking ร้องเสียงดังกล่าว -quacky *adj.*

quack² (แควค) *n.* หมอเถื่อน, คนหลอกลวง -*adj.* เกี่ยวกับหรือมีลักษณะดังกล่าว -*vi.* **quacked, quacking** ทำตัวเป็นหมอเถื่อน **-quackery** *n.* **-quackish** *adj.* **-quackishly** *adv.* (-S. (n.) charlatan, fraud)

quadrangle (ควอด' แดรงเกิล) *n.* รูปสี่เหลี่ยม, พื้นที่สี่เหลี่ยมที่มีตึกล้อมรอบ, ตึกซึ่งล้อมรอบพื้นที่ดังกล่าว

quadrant (ควอด' เดรินท์) *n.* เศษหนึ่งส่วนสี่ของวงกลม, เครื่องมือที่ใช้วัดมุม

quadratic equation สมการกำลังสอง

quadrennial (ควอเดรน' เนียล) *adj.* สี่ปีมีครั้งหนึ่ง, ที่เกิดขึ้นทุกสี่ปี, ซึ่งมีอายุสี่ปี

quadrilateral (ควอดดระแลท' เทอเริล) *adj.* มีสี่ด้าน -*n.* รูปสี่เหลี่ยมทุกชนิด

quadripartite (ควอดระพาร์' ไทท์) *adj.* ที่ประกอบด้วยหรือแบ่งออกเป็นสี่ส่วน, มีสี่ฝ่าย

quadruped (ควอด' ดระเพด) *n.* สัตว์สี่เท้า -*adj.* มีสี่เท้า **-quadrupedal** *adj.*

quadruple (ควอดรู' เพิล, -ดรัพ'-, ควอด' ดรุ-) *adj.* มีสี่ส่วน, คูณด้วยสี่, สี่เท่า -*n.* จำนวนที่มากกว่าสี่เท่า -*vt., vi.* **-pled, -pling** คูณด้วยสี่, มากขึ้นเป็นสี่เท่า (-S. (adj.) fourfold)

quadruplet (ควอดรัพ' ลิท, -ดรู' พลิท, ควอด' ดระพลิท) *n.* หนึ่งในแฝดสี่, กลุ่มที่มีสี่อย่างในชุดเดียวกัน

quadruplicate (*adj., n.* ควอดรู' พลิคิท, *v.* -เคท) *adj.* สี่เท่า, เป็นที่สี่ในกลุ่มที่เหมือนกันทั้งสี่ -*n.* หนึ่งในกลุ่มที่เหมือนกันทั้งสี่, สำเนาสี่ฉบับ -*vt., vi.* **-cated, -cating** คูณด้วยสี่

quagmire (แควก' ไมร์, ควอก'-) *n.* พื้นดินที่เป็นโคลนตม, สถานการณ์ที่ยุ่งยากหรืออันตราย

quail¹ (เควล) *n., pl.* **quail/quails** นกคุ่ม

quail² (เควล) *vi.* **quailed, quailing** กลัวจนหัวหด (-S. cower, recoil)

quaint (เควนท์) *adj.* **quainter, quaintest** แปลกหรือเชยแบบน่าทึ่งน่าชม **-quaintly** *adv.* **-quaintness** *n.* (-S. curious -A. common)

quake (เควค) *vi.* **quaked, quaking** สั่นสะท้าน, สั่นด้วยความหนาวหรือความกลัว -*n.* แผ่นดินไหว, อาการสั่น **-quaky** *adj.* (-S. (v., n.) shake (n.) earthquake, tremor)

★**qualification** (ควอลละฟิเค' ชัน) *n.* คุณวุฒิ, คุณสมบัติ, ข้อจำกัด, ข้อแม้ (-S. limitation, skill)

qualified (ควอล' ละไฟด์) *adj.* มีคุณสมบัติเหมาะสม, มีข้อจำกัดหรือเงื่อนไข **-qualifiedly** *adv.* (-S. certificated, limited)

★**qualify** (ควอล' ละไฟ) *vt., vi.* **-fied, -fying** ทำให้มีคุณสมบัติ, ทำให้ (คำพูด) ลดความรุนแรงลง, อธิบายลักษณะ, ให้คำจำกัดความ, อนุญาต, รับรอง **-qualifier** *n.* (-S. modify, signify)

qualitative (ควอล' ลิเททิฟว์) *adj.* เกี่ยวกับคุณลักษณะหรือคุณสมบัติไม่ใช่ปริมาณ **-qualitatively** *adv.*

★**quality** (ควอล' ลิที) *n., pl.* **-ties** คุณภาพ, คุณสมบัติ, ชนิด, ลักษณะ, ระดับสูงทางสังคม, คนชั้นสูง (-S. character, kind -A. failure)

quality control (QC, Q.C.) ระบบการควบคุมคุณภาพของสินค้าที่ผลิตโดยการสุ่มตรวจ

qualm (ความ, ควอม) *n.* ความรู้สึกใจหาย, ความหวาดหวั่น (-S. uneasiness -A. comfort)

quandary (ควอน' ดะรี, -ดรี) *n., pl.* **-ries** สภาวะที่สับสนงุนงงทำอะไรไม่ถูก

quantify (ควอน' ทะไฟ) *vt.* **-fied, -fying** กำหนดจำนวนหรือบอกปริมาณ

quantitative (ควอน' ทิเททิฟว์) *adj.* เกี่ยวกับปริมาณหรือจำนวน, ซึ่งสามารถแสดงเป็นจำนวนได้ **-quantitatively** *adv.*

★**quantity** (ควอน' ทิที) *n., pl.* **-ties** จำนวน, จำนวนหรือสัดส่วนที่มาก, ความยาวหรือสั้นของเสียงสระ, ปริมาณ (-S. amount, number)

quantum jump/leap การเปลี่ยนแปลงหรือความก้าวหน้าอย่างทันทีทันใด

quarantine (ควอ' เรินทีน) *n.* การกักกันคน สัตว์ ยานพาหนะหรือสิ่งของที่มีเชื้อโรคไม่ให้เข้ามาแพร่ในเมือง, สถานที่กักกันดังกล่าว -*vt.* **-tined, -tining** กักกันเพื่อไม่ให้แพร่เชื้อโรค

quark (ควอร์ค, ควาร์ค) *n.* อนุภาคปฐมภูมิ

★**quarrel** (ควอร์' เริล) *n.* การทะเลาะเบาะแว้ง -*vi.* **-reled, -reling/-relled, -relling** ทะเลาะกัน (-S. (n., v.) fight -A. (n., v.) support)

quarrelsome (ควอร์' เริลเซิม) *adj.* ที่ชอบทะเลาะเบาะแว้ง (-S. combative -A. genial)

quarry¹ (ควอร์' รี) *n., pl.* **-ries** เหยื่อ, จุดมุ่งหมาย, สิ่งที่ถูกล่า (-S. aim, victim)

quarry² (ควอร์' รี) *n., pl.* **-ries** แหล่งที่ระเบิดหินมาใช้โดยไม่ต้องเจาะลงไปใต้ดิน, แหล่งที่อุดมสมบูรณ์ -*vt.* **-ried, -rying** ขุดหินมาจากแหล่งดังกล่าว, ขุดคุ้ยหา (ความจริง) **-quarrier** *n.*

quart (ควอร์ท) *n.* หน่วยสำหรับตวงเท่ากับหนึ่งในสี่ของแกลลอน, ภาชนะที่มีความจุ 1 ควอร์ต ย่อว่า qt หรือ qt.

★**quarter** (ควอร์' เทอร์) *n.* หนึ่งในสี่ส่วนที่เท่ากัน,

A B C D E F G H I J K L M N O P Q R S T U V W X Y Z

เหรียญเงินของสหรัฐฯ และแคนาดามีค่าเท่ากับ 25 เซนต์, หนึ่งในสี่ของชั่วโมงคือ 15 นาที, ช่วงเวลาหนึ่งในสี่ของปีคือ 3 เดือน, ภาคเรียนหนึ่งๆ ซึ่งกินเวลาราว 3 เดือน, หนึ่งในสี่ของช่วงเวลาการหมุนรอบโลกของดวงจันทร์, หนึ่งในสี่ของเดือนตามจันทรคติ (first quarter คือขึ้น 8 ค่ำ second quarter คือขึ้น 15 ค่ำ third quarter คือแรม 8 ค่ำ และ fourth quarter คือแรม 15 ค่ำ), หนึ่งขาในสี่ขาของสัตว์สี่เท้าและหนึ่งขาหรือหนึ่งปีกในสัตว์จำพวกนก, ทิศใดทิศหนึ่งในสี่ทิศ, หนึ่งในสี่ของช่วงเวลาการเล่นกีฬาบางชนิด, หนึ่งในสี่ของหลาคือ 9 นิ้ว, หนึ่งในสี่ของไมล์คือ 2 เฟอร์ลอง, หนึ่งในสี่ของปอนด์คือ 4 ออนซ์, หนึ่งในสี่ของตันคือ 500 ปอนด์, หนึ่งในสี่ของ hundredweight (อเมริกาเท่ากับ 25 ปอนด์ อังกฤษเท่ากับ 28 ปอนด์), กราบเรือ, ทิศ, แหล่ง, ย่าน, ความกรุณา, ด้านใดด้านหนึ่งของกีบม้า *-adj.* เป็นหนึ่งในสี่ส่วนที่เท่ากัน *-v.* **-tered, -tering** *-vt.* แบ่งหรือผ่าออกเป็นสี่ส่วนที่เท่ากัน *-vi.* จัดหาที่พัก **-at close quarters** ในระยะใกล้, ใกล้ชิด **-cry quarter** ร้องขอความกรุณา **-quarters** ที่พัก, ที่พักของทหารและครอบครัว, ที่ประจำการของเจ้าหน้าที่, คนหรือกลุ่มคนที่ไม่จำเพาะเจาะจง

quarterfinal (ควอร์เทอร์ไฟ' เนิล) *adj.* เกี่ยวกับรอบการแข่งขันซึ่งผู้ชนะในรอบนี้จะต้องไปแข่งในรอบ semifinal *-n.* การแข่งขันรอบก่อนรอบรองชนะเลิศ, รอบการแข่งขันดังกล่าว **-quarterfinalist** *n.*

quarterly (ควอร์' เทอร์ลี) *adj., adv.* ทุก 3 เดือน *-n., pl.* **-lies** สิ่งพิมพ์ที่ออกทุก 3 เดือน, การสอบที่มีขึ้นทุก 3 เดือน

quartet, quartette (ควอร์เทท') *n.* เพลงที่ร้องสี่เสียงหรือใช้เครื่องดนตรีสี่ชิ้น, กลุ่มที่มีสี่คนหรือสี่อย่าง, คณะนักดนตรีสี่คน

quartz (ควอร์ทซ์) *n.* แร่ที่มีความแข็งมาก ประกอบด้วยซิลิกา พบได้ทั่วไปในหินหลายชนิด รวมทั้งหินทรายและหินแกรนิต **-quartzose** *adj.*

quartzite (ควอร์ท' ไซท์) *n.* หินควอร์ตไซต์

quasar (เคว' ซาร์, -ซาร์, -เซอร์, -เซอร์) *n.* วัตถุคล้ายดาวที่มีการเปล่งแสงแดงขึ้นเรื่อยๆ เมื่อวัตถุเคลื่อนที่ห่างออกไปหรือมี red shift สูงมาก และเปล่งแสงสีฟ้าที่มีกำลังแรงมาก รวมทั้งคลื่นวิทยุ

quash (ควอช) *vt.* **quashed, quashing** ยกเลิก, ลบล้าง, กลับคำ, ปราบปราม (**-S.** cancel)

quatercentenary (ควอทเทอร์เซนเทน' นะรี) *n., pl.* **-ries** การครบรอบสี่ร้อยปี

quaternary (ควอท' เทอร์เนอรี, ควะเทอร์' นะรี) *adj.* ที่ประกอบด้วยสี่, ในจำนวนสี่, เกี่ยวกับยุคปัจจุบันซึ่งถือเป็นยุคที่สี่, เกี่ยวกับอะตอมซึ่งมีสี่คาร์บอนอะตอม *-n., pl.* **-naries** เลขสี่, สมาชิกลำดับที่สี่ของกลุ่ม, ยุคปัจจุบัน

quaver (เคว' เวอร์) *v.* **-vered, -vering** *-vi.* สั่น, พูดเสียงสั่นๆ, ทำเสียงรัวด้วยเครื่องดนตรีหรือด้วยปาก *-vt.* ร้องหรือพูดด้วยเสียงรัว *-n.* เสียงสั่น, เสียงสั่นรัว **-quavery** *adj.*

quay (คี, เค) *n.* ท่าเรือ

queasy, queazy (ควี' ซี) *adj.* **-sier, -siest/ -zier, -ziest** น่าคลื่นไส้, ที่ทำให้วิงเวียน, ที่ทำให้ไม่สบาย, ขี้แย, ขี้ขลาด, ซึ่งท้องเสียง่าย

★**queen** (ควีน) *n.* ราชินี, กษัตริย์หญิง, สิ่งใดๆ ที่โดดเด่นและมีความสำคัญอย่างยิ่งยวดที่มักจะให้เกียรติเรียกเป็นผู้หญิง, ผู้หญิงที่ถูกตั้งให้เป็นสุดยอดในด้านต่างๆ, ไพ่ที่เป็นรูปราชินี, นางพญาผึ้งหรือมด, ตัวหมากที่สำคัญในเกมกระดาน, (คำสแลง) เกย์ควีน *-v.* **queened, queening** *-vt.* แต่งตั้งให้เป็นราชินี, ทำตัวเบี้ยให้เป็นตัวควีนในเกมหมากรุก *-vi.* กลายเป็นตัวควีนในเกมหมากรุก

queen

queen consort มเหสีของกษัตริย์

queenly (ควีน' ลี) *adj.* **-lier, -liest** เป็นราชินี, งามสง่าอย่างราชินี *-adv.* อย่างเจ้า, อย่างสง่า

queen mother พระพันปีหลวง, พระราชชนนี

queen regnant *n., pl.* **queens regnant** พระราชินีที่ขึ้นครองราชสมบัติด้วยสิทธิของพระองค์เอง

Queen's Bench ศาลสูงของอังกฤษ

Queensberry rules กฎการชกมวยที่ตั้งขึ้นในปี ค.ศ. 1867

Queen's English การพูดและการใช้ภาษาอังกฤษแบบที่ถือว่าเป็นมาตรฐานที่ยอมรับ

queer (เควียร์) *adj.* **queerer, queerest** แปลก, ประหลาด, น่าสงสัย, คลื่นไส้, (คำสแลง) ปลอม รักร่วมเพศ *-n.* (คำสแลง) พวกรักร่วมเพศ *-vt.* **queered, queering** (คำสแลง) ทำลาย, ทำให้เกิดอันตรายแก่ **-queerish** *adj.* **-queerly** *adv.* **-queerness** *n.* (**-S.** (adj.) abnormal, suspicious **-A.** (adj.) common)

quell (เควล) *vt.* **quelled, quelling** ปราบปราม, ระงับ (**-S.** calm, suppress **-A.** encourage)

quench (เควนช์) *vt.* **quenched, quenching**

A B C D E F G H I J K L M N O P Q R S T U V W X Y Z

ดับ (ไฟ ความกระหาย), ปราบปราม, ระงับ, ทำให้เย็นลงโดยใส่ในน้ำ **-quencher** *n.*

querulous (เควฺ' ระเลิซ, เควฺ' เรีย-) *adj.* ขี้บ่น, อารมณ์ร้าย, ขี้อ้อน, ขี้งอแง **-querulously** *adv.* **-querulousness** *n.* (**-S.** grumbling **-A.** pleased)

query (เควีย' รี) *n., pl.* **-ries** คำถาม, เครื่องหมายปรัศนี, ข้อสงสัย *-vt.* **-ried, -rying** สงสัย, ถาม, ใส่เครื่องหมายคำถามหรือปรัศนี

quest (เควซท์) *n.* การค้นหา, การขุดค้น *-vi., vt.* **quested, questing** ค้นหา

★**question** (เควซ' ชัน) *n.* การตั้งคำถาม, กระทู้, ปัญหา, เรื่องถกเถียง, ข้อสงสัย *-vt., vi.* **-tioned, -tioning** ถาม, สอบสวน, สงสัย, วิเคราะห์ **-in question** ซึ่งกำลังเป็นที่ถกเถียงหรือกล่าวถึง **-out of the question** ไม่มีทางเป็นไปได้ (**-S.** (n.) inquiry, problem (v.) ask **-A.** (n., v.) answer)

questionable (เควซ' ชะนะเบิล) *adj.* เป็นปัญหา, ยังไม่ยุติหรือสรุป, เป็นที่สงสัย **-questionably** *adv.* (**-S.** doubtful **-A.** sure)

question mark เครื่องหมายปรัศนี (?)

questionnaire (เควซชะแนร์') *n.* แบบสอบถาม

★**queue** (คิว) *n.* แถวของคนหรือพาหนะที่กำลังคอย, หางเปีย, (คอมพิวเตอร์) ลำดับของข้อมูลหรือรายการที่เก็บรวบรวมไว้สำหรับการประมวลผล *-vi.* **queued, queuing** เข้าแถว (**-S.** (n., v.) line (n.) sequence)

quibble (ควิบ' เบิล) *vi.* **-bled, -bling** เถียงข้างๆ คูๆ, พูดจาเสียดสี *-n.* คำคัดค้านที่ไร้เหตุผล, การพูดเล่นสำบัดสำนวน **-quibbler** *n.* (**-S.** (v.) evade (n.) criticism)

★**quick** (ควิค) *adj.* **quicker, quickest** รวดเร็ว, หัวไว, ฉลาด, เร่งรีบ, มีอารมณ์โต้ตอบอย่างรุนแรงและรวดเร็ว, ใช้เวลาสั้นๆ, อย่างทันทีทันใด, มีชีวิต, มีครรภ์ *-n.* เนื้อสดๆ เช่น เนื้อใต้เล็บ, สิ่งที่มีชีวิต, ส่วนที่สำคัญ *-adv.* รวดเร็ว, ฉับพลันทันที **-quickly** *adv.* **-quickness** *n.* (**-S.** (adj.) intelligent, rapid **-A.** (adj.) slow)

quicken (ควิค' เคิน) *v.* **-ened, -ening** *-vt.* ทำให้มีชีวิตชีวา, เร่งให้เร็วขึ้น, กระตุ้น, ทำให้สูงชันขึ้น *-vi.* เร็วขึ้น, กลับมามีชีวิตอีกครั้ง, อยู่ในช่วงตั้งครรภ์ที่รู้สึกได้ถึงการเคลื่อนไหวของเด็กในท้อง **-quickener** *n.* (**-S.** arouse, speed)

quick-freeze (ควิค' ฟรีซ) *vt.* **-froze, -frozen, -freezing** แช่แข็ง (อาหาร) อย่างรวดเร็วเพื่อรักษารสและคงคุณค่าทางอาหารไว้

quicksand (ควิค' แซนด์) *n.* ทรายดูด, สถานที่หรือเหตุการณ์ที่เลวร้ายเหมือนทรายดูด

quick-tempered (ควิค' เทมเพอร์ด) *adj.* โกรธง่าย (**-S.** short-tempered)

quid[1] (ควิด) *n.* ก้อนยาเส้นชนิดเคี้ยว

quid[2] (ควิด) *n., pl.* **quid/quids** เงินปอนด์สเตอร์ลิงของอังกฤษ

quid pro quo (ควิด' โพรโคว') *n., pl.* **quid pro quos/quids pro quo** การแลกเปลี่ยนยื่นหมูยื่นแมว

quiescent (ควีเอซ' เซินท์, ไคว-) *adj.* อยู่เฉยๆ เงียบๆ, พักผ่อน, สงบ **-quiescently** *adv.*

★**quiet** (ไคว' อิท) *adj.* **-eter, -etest** เงียบ, ไม่ไหวติง, ปราศจากความยุ่งยาก, สงบ, ราบรื่น, (สี) ไม่ฉูดฉาด *-n.* สภาพที่เงียบสงัด *-vt., vi.* **-eted, -eting** ทำให้เงียบ, ทำให้ (เรื่อง) สงบ **-quietly** *adv.* **-quietness** *n.* (**-S.** (adj.) silent (n.) calmness (n., v.) lull **-A.** (adj.) loud, noisy)

quieten (ไคว' อิเทิน) *vt., vi.* **-ened, -ening** ทำให้เงียบลง (**-S.** calm, mute)

quill (ควิล) *n.* ก้านขนนก, ปากกาที่ทำจากก้านขนนก, แผ่นไม้ งา หรือกระ ใช้ดีดเครื่องดนตรีประเภทเครื่องสาย, ไม้จิ้มฟันที่ทำจากก้านขนนก, ขนเม่น, กระสวยด้าย *-vt.* **quilled, quilling** ม้วนด้ายเข้าหลอด, อัด (ผ้า) ให้เป็นลอนเล็กๆ

quill

quilt (ควิลท์) *n.* ผ้าห่มหรือผ้าคลุมเตียงที่ทำด้วยการนำผ้านุ่มๆ มาเย็บต่อกันเป็นตา *-v.* **quilted, quilting** *-vt.* ทำให้เป็นผ้านวมดังกล่าวด้วยการเย็บผ้าต่อกันเป็นตา, บุผ้านวมและเย็บอย่างสวยงาม *-vi.* ทำผ้านวมดังกล่าว **-quilter** *n.*

quinine (ไคว' ไนน์) *n.* ยาควินิน

quintessence (ควินเทซ' เซินซ์) *n.* แก่นแท้ของสรรพสิ่ง, ตัวอย่างอันประเสริฐ, ธาตุที่ 5 ซึ่งถือเป็นความบริสุทธิ์สะอาดของจิตใจและความรักนอกเหนือจากธาตุทั้ง 4 คือ ดิน น้ำ ลม ไฟ

quintet, quintette (ควินเทท') *n.* เพลงที่ร้องห้าเสียงหรือใช้เครื่องดนตรีห้าชิ้น, กลุ่มนักดนตรีห้าคน, กลุ่มที่มีห้าคนหรือห้าสิ่ง

quintuple (ควินทู' เพิล, -ทิว'-, -ทัพ'-) *adj.* ซึ่งประกอบด้วยห้าส่วน, ห้าเท่า *-n.* จำนวนห้าเท่า *-vt., vi.* **-pled, -pling** คูณด้วยห้า

quintuplet (ควินทัพ' ลิท, -ทู' พลิท, -ทิว'-, ควิน' ทะพลิท) *n.* หนึ่งในแฝดห้าคน, กลุ่มที่ประกอบด้วยห้าอย่างหรือห้าคนที่เหมือนกัน

quip (ควิพ) *n.* ข้อสังเกตที่คิดขึ้นอย่างฉับไว

เสียดสีและมีอารมณ์ขัน, ข้อโต้แย้งเล็กๆ น้อยๆ, สิ่งที่แปลกๆ *-vi.* **quipped, quipping** ตั้งข้อสังเกตดังกล่าว **-quippy** *adj.* **-quipster** *n.*

quirk (เควิร์ค) *n.* พฤติกรรมที่แปลกประหลาด, เหตุการณ์ที่คาดเดาไม่ถึง, การหักมุม, การพูดเป็นนัย, การเล่นตลกของโชคชะตา

quisling (ควิซ' ลิง) *n.* คนทรยศ, คนขายชาติ

★**quit** (ควิท) *v.* **quit/quitted, quitting** *-vt.* จากมา, เลิก, ออก (จากงาน), หยุด, ปลด (หนี้), ละทิ้ง, ทำตัว (เป็นผู้ใหญ่) *-vi.* หยุดกระทำ, ยอมแพ้, ออกจากงาน *-adj.* เป็นอิสระจากสิ่งต่างๆ (-S. (v.) retire, stop (adj.) free **-A.** (v.) continue)

★**quite** (ไควท) *adv.* ค่อนข้าง, อย่างแน่แท้, ทีเดียว **-quite a few** (ภาษาพูด) ไม่น้อยเลย **-quite something** เป็นสิ่งดีที่ไม่ค่อยพบเจอกันได้บ่อยๆ (-S. completely, rather, really)

quits (ควิทซ) *adj.* หายกัน

quitter (ควิท' เทอร) *n.* คนที่ยอมแพ้ง่ายๆ

quiver (ควิฟว' เวอร) *vi.* **-ered, -ering** สั่น, ตัวสั่น *-n.* อาการสั่นสะท้าน, กระบอกใส่ลูกธนู

quixotic, quixotical (ควิคซอท' ทิค, -ทิเคิล) *adj.* เป็นการพยายามทำสิ่งที่เป็นไปไม่ได้ โดยเฉพาะเป็นการทำไปด้วยความหวังดี **-quixotically** *adv.* **-quixotism** *n.* (-S. impracticable)

quiz (ควิซ) *vt.* **quizzed, quizzing** สอบถาม, ถาม, ล้อเลียน *-n., pl.* **quizzes** การสอบถาม, คำถาม, การสอบปากเปล่า, การล้อเลียน **-quizzer** *n.* (-S. (v.) ask (n., v.) test)

quiz show รายการวิทยุหรือโทรทัศน์ ซึ่งผู้แข่งขันจะต้องตอบปัญหาและผู้ชนะก็จะได้รางวัลเป็นเงินหรือของรางวัลต่างๆ

quizzical (ควิซ' ซิเคิล) *adj* เป็นการถาม, เป็นการล้อเลียน, แปลกประหลาด **-quizzicality** *n.*

quoits (ควอยท์ซ, คอยท์ซ) *n. pl.* เกมการเล่นที่ใช้ห่วงซึ่งเป็นเหล็กหรือเชือกโยนไปคล้องเสา **-quoit** ห่วงที่ใช้ในการเล่นเกมนี้

quorum (ควอ' เริม, โคว'-) *n.* องค์ประชุม

quota (โคว' ทะ) *n.* ส่วนแบ่ง (-S. portion)

quotation (โควเท' ชัน) *n.* การยกคำพูดผู้อื่นมาอ้าง, ข้อความที่ถูกยกมาอ้าง, การยกบทกวีหรืองานเขียนที่โด่งดังมาอ้าง, ราคาหรือหุ้นที่ถูกยกมาอ้าง, การแจ้งราคาสินค้าหรือหุ้น

quotation mark เครื่องหมายอัญประกาศ (" ")

★**quote** (โควท) *vt., vi.* **quoted, quoting** ยกคำพูดหรืองานของผู้อื่นมาอ้างโดยบอกที่มาด้วย, แจ้งราคาสินค้าหรือหุ้น *-n.* (ภาษาพูด) การยกข้อความของผู้อื่นมาอ้าง, เครื่องหมายอัญประกาศ **-quoter** *n.* (-S. (v.) cite)

quotient (โคว' เชินท) *n.* ผลหาร

R

R¹, r (อาร์) *n., pl.* **R's, r's/Rs, rs** อักษรตัวที่ 18 ในภาษาอังกฤษ, อันดับสิบแปด, ย่อจาก radius รัศมี, resistance ความฝืด **-the three R's** คือ reading (การอ่าน) writing (การเขียน) และ arithmetic (เลขคณิต) ถือเป็นพื้นฐานการศึกษาที่สำคัญสำหรับเด็ก

R² ย่อจาก registered trademark เครื่องหมายการค้าจดทะเบียน, restricted ระดับภาพยนตร์ซึ่งระดับนี้หมายถึงห้ามผู้ที่มีอายุต่ำกว่า 17 ปีชมหรือถ้าจะชมต้องมีผู้ปกครองมาด้วย

R., r. ย่อจาก railroad, railway ทางรถไฟ, right ข้างขวา, river แม่น้ำ, road ถนน

r. ย่อจาก rare หายาก, retired ปลดเกษียณ

rabbi (แรบ' ไบ) *n., pl.* **-bis** ผู้นำกลุ่มชาวยิว

★**rabbit** (แรบ' บิท) *n., pl.* **-bits/-bit** กระต่าย, ขนกระต่าย *-vi.* **-bited, -biting** ล่ากระต่าย

rabble (แรบ' เบิล) *n.* ฝูงชน, คนชั้นต่ำ

rabid (แรบ' บิด) *adj.* ซึ่งติดเชื้อโรคพิษสุนัขบ้า, รุนแรง, ไม่มีเหตุผล, หัวแข็ง (-S. wild)

rabies (เร' บีซ) *n.* โรคพิษสุนัขบ้า, โรคกลัวน้ำ

raccoon, racoon (แรคูน') *n., pl.* **raccoons/raccoon, racoons/racoon** ตัวแร็กคูน

raccoon, racoon

★**race¹** (เรซ) *n.* เชื้อชาติ, มนุษยชาติ, จำพวก, ชนิด, เผ่าพันธุ์ (-S. kind, nation, tribe)

★**race²** (เรซ) *n.* การแข่งด้านความเร็ว, การเคลื่อนไปอย่างเร็วและสม่ำเสมอ, ทางน้ำ, กระแสน้ำ,

A B C D E F G H I J K L M N O P Q S T U V W X Y Z

ท่อส่งน้ำ, ร่องที่ส่วนของเครื่องจักรหมุนกลิ้งหรือไหลไปมา -*vi.*, *vt.* **raced, racing** แข่งความเร็ว, เคลื่อนที่ไปอย่างเร็ว, วิ่งเร็วเกินไปเนื่องจากบรรทุกน้ำหนักเบาลงหรือความฝืดลดลง, ขุนส่งด้วยความเร็วสูงสุด, ทำให้ (เครื่องยนต์) วิ่งเร็ว (**-S.** (n., v.) contest, run)

racecourse (เรซ' คอร์ซ, -โคร์ซ) *n.* สนามแข่งความเร็ว

racehorse (เรซ' ฮอร์ซ) *n.* ม้าแข่ง

racetrack (เรซ' แทรค) *n.* สนามแข่งความเร็ว

racial (เร' เชิล) *adj.* เกี่ยวกับหรือเป็นเรื่องของเชื้อชาติ, ซึ่งมาจากความแตกต่างระหว่างกลุ่มเชื้อชาติ เผ่าพันธุ์ของมนุษย์ **-racially** *adv.*

racialism (เร' ชะลิเซิม) *n.* ความมีอคติซึ่งมีรากฐานมาจากเชื้อชาติ **-racialist** *adj.*, *n.*

rack[1] (แรค) *n.* ราว, ไม้สามเหลี่ยมที่ใช้จัดวางลูกบิลเลียดก่อนเริ่มเล่น, รางสำหรับให้อาหารสัตว์, ที่ยึดลูกระเบิดของเครื่องบินรบ, (คำสแลง) ที่นอน, เหล็กที่มีเฟืองไว้เกาะเกี่ยวกับเฟืองตัวอื่นๆ ในเครื่องจักรต่างๆ, สภาพหรือสาเหตุแห่งความเจ็บปวดรวดร้าว, เครื่องทรมานนักโทษโดยการดึงแขนขา, เขากวางหนึ่งคู่ -*vt.* **racked, racking** วางลูก (บิลเลียด) ลงในไม้สามเหลี่ยมดังกล่าว, ทรมานด้วยเครื่องทรมานดังกล่าว, ทำให้เจ็บปวดรวดร้าว (**-S.** (n.) frame)

rack[2]**, wrack** (แรค) *n.* การทำลาย, ความหายนะ, ซากปรักหักพัง (**-S.** destruction, remnant)

rack[3] (แรค) *vt.* **racked, racking** กรองหรือคั้นเอาน้ำออกจากกาก (**-S.** drain)

racket[1]**, racquet** (แรค' คิท) *n.* ไม้ตีเทนนิส แบดมินตันหรือปิงปอง, รองเท้าใส่เดินบนหิมะ

racket[2] (แรค' คิท) *n.* เสียงอึกทึกครึกโครม, การโกง, การเที่ยวเตร่, (คำสแลง) อาชีพ

racketeer (แรคคิเทียร์') *n.* ผู้ร้ายรีดไถเงิน, คนที่กินสินบน, คนออกเงินกู้หน้าเลือด

rack-rent (แรค' เรนท์) *n.* ค่าเช่าที่แพงมาก

racoon (แรคูน') *n.* ดู raccoon

racquet (แรค' คิท) *n.* ดู racket[1]

racy (เร' ซี) *adj.* **-ier, -iest** รสจัด, หยาบคาย, มีชีวิตชีวา, ตลกลามก (**-S.** exciting)

radar (เร' ดาร์) *n.* อุปกรณ์หาตำแหน่งและความเร็วรวมทั้งลักษณะต่างๆ ของวัตถุที่อยู่ในระยะไกล โดยใช้คลื่นวิทยุที่มีความถี่สูงมากส่งไปกระทบกับวัตถุเหล่านั้นแล้วสะท้อนกลับมา

radial (เร' เดียล) *adj.* เป็นรัศมี, เป็นแฉก, ซึ่งฉายรังสีออกมาจากตรงกลาง -*n.* รัศมีที่รังสีแผ่ออกมา, ยางรถชนิดใช้ลมไม่ใช่ยางตันที่มีผ้ายางพาดทำมุมฉากกับเส้นกลางของหน้ายางรถ

radiant (เร' เดียนท์) *adj.* ซึ่งฉายแสง, โชติช่วง, เปล่งปลั่ง -*n.* วัตถุหรือจุดที่ส่องแสงหรือส่งความร้อนออกมา (**-S.** (adj.) shining)

radiant energy พลังงานที่ส่งผ่านออกมาโดยการแผ่รังสี โดยเฉพาะโดยคลื่นแม่เหล็กไฟฟ้า

radiant heat ความร้อนที่ส่งผ่านออกมาโดยการแผ่รังสีไม่ใช่ด้วยการนำความร้อนหรือการพา

radiate (*v.* เร' ดีเอท, *adj.* -อิท) *vi.*, *vt.* **-ated, -ating** แผ่รังสีหรือคลื่น, เปล่งรังสี, ฉายแสง -*adj.* เป็นแฉก, ซึ่งมีรังสี (**-S.** (v.) emit)

radiation (เรดีเอ' ชัน) *n.* การส่งผ่านพลังงานรังสีในรูปของแสงหรือคลื่น, พลังงานที่ถูกส่งผ่านออกมาในรูปของรังสี คลื่นหรืออนุภาคต่างๆ

radiator (เร' ดีเอเทอร์) *n.* เครื่องกระจายความร้อน, หม้อน้ำรถยนต์, สิ่งที่ปล่อยรังสี

radiator grille ตะแกรงด้านหน้ารถ

radical (แรด' ดิเคิล) *adj.* เป็นพื้นฐานหรือรากฐาน, สุดกู่, หัวรุนแรง, ซึ่งเปลี่ยนแปลงแบบถอนรากถอนโคน, เป็นรากศัพท์ -*n.* ผู้ที่สนับสนุนการเปลี่ยนแปลงแบบดังกล่าว, กรณฑ์หรือรากของจำนวน มีสัญลักษณ์คือ $\surd$ หรือ $\sqrt{\ }$, คนหัวรุนแรง, กลุ่มของอะตอม, รากศัพท์ **-radically** *adv.* (**-S.** (adj.) basic, extreme)

radii (เร' ดีไอ) *n.* พหูพจน์ของ radius

★**radio** (เร' ดีโอ) *n.*, *pl.* **-os** การรับส่งคลื่นเสียงด้วยคลื่นแม่เหล็กไฟฟ้า, การออกอากาศทางวิทยุ, เครือข่ายสถานีวิทยุ, อุตสาหกรรมการกระจายเสียงทางวิทยุ, ข้อความที่ออกอากาศทางวิทยุ, เครื่องรับวิทยุ -*v.* **-oed, -oing** -*vt.* ถ่ายทอดออกอากาศทางวิทยุ -*vi.* ส่งข้อความทางวิทยุโทรเลข

radioactive (เรดีโอแอค' ทิฟว์) *adj.* เป็นสารกัมมันตรังสี, ซึ่งมีหรือเกี่ยวกับกัมมันตภาพรังสี

radioactivity (เรดีโอแอคทิฟว์' วิที) *n.* กัมมันตภาพรังสี

radio frequency ความถี่ของคลื่นวิทยุ

radiology (เรดีออล' ละจี) *n.* การใช้รังสีเอกซ์, วิชาทางการแพทย์สาขาหนึ่งที่ว่าด้วยการใช้รังสี

radio pager วิทยุติดตามตัว

radio telescope เครื่องมือที่ใช้ตรวจจับและบันทึกคลื่นความถี่วิทยุที่ส่งมาจากดวงดาวต่างๆ มีลักษณะเป็นจานรับสัญญาณติดเสาอากาศ

radio telescope

radiotherapy (เรดีโอเธอ' ระพี) *n.*, *pl.* **-pies** การบำบัดโรคด้วยการใช้

รังสี

radish (แรด' ดิช) *n.* หัวแรดิช ซึ่งกินได้

radish

radium (เร' เดียม) *n.* ธาตุเรเดียม เป็นโลหะสีขาวที่หายาก มีกัมมันตภาพรังสีสูง แต่ก่อนใช้ในการบำบัดโรคบางชนิด เช่น มะเร็ง และใช้ในสีสะท้อนแสง มีสัญลักษณ์ Ra

radius (เร' เดียซ) *n., pl.* **-dii** (-ดีไอ)/**-diuses** รัศมีวงกลม, ระยะจากจุดใดจุดหนึ่งบนเส้นรอบวงของวงกลมไปสู่จุดศูนย์กลาง, รัศมีโดยรอบ, ระยะจากจุดศูนย์กลางของวงกลมไปสู่จุดใดจุดหนึ่งบนเส้นรอบวง, สิ่งที่เป็นแฉกออกมาจากจุดศูนย์กลาง เช่น ซี่ล้อรถ

raffle (แรฟ' เฟิล) *n.* การหาเงินเข้าการกุศลแบบหนึ่งคล้ายสลากกาชาด (**-S.** lottery)

raft (แรฟท) *n.* แพ *-vt., vi.* **rafted, rafting** ต่อหรือผูกแพ, ล่องแพ **-life raft** เรือยางชูชีพ

rafter (แรฟ' เทอร์) *n.* คนล่องแพ, จันทัน

★**rag** (แรก) *n.* เศษผ้า, ผ้าขี้ริ้ว, เศษเล็กเศษน้อย, (คำสแลง) หนังสือพิมพ์ที่ลงแต่ข่าวซุบซิบ, หินชนวน, การกลั่นแกล้ง *-vt.* **ragged, ragging** (คำสแลง) ล้อเลียน เหน็บแนม **-rags** ชุดที่ขาดกะรุ่งกะริ่ง

rage (เรจ) *n.* การโกรธอย่างรุนแรง, การลุกลามของโรค, การพัดกระหน่ำ, ตัณหา, ความบ้าคลั่งนิยมชมชอบสิ่งใดๆ, สิ่งที่เป็นที่นิยมชมชอบกันอย่างบ้าคลั่ง *-vi.* **raged, raging** เดือดดาล, ลุกลาม, กรรโชก (**-S.** (n., v.) anger)

ragged (แรก' กิด) *adj.* รุงรัง, ขรุขระ, แหบๆ, ตะกุกตะกัก, (เสื้อผ้า) ขาดกะรุ่งกะริ่ง

raid (เรด) *n.* การจู่โจม, การเข้าค้น, การบุกเข้าปล้น, การพยายามเข้ายึดบริษัทด้วยการถือครองหุ้นเป็นส่วนใหญ่ *-vt., vi.* **raided, raiding** จู่โจม, โจมตี, เข้าค้น, เข้าปล้น **-raider** *n.* (**-S.** (v., n.) attack **-A.** (v., n.) defense)

★**rail** (เรล) *n.* ราว, รั้ว, ราง, ทางรถไฟ, นกกวัก *-v.* **railed, railing** *-vt.* ล้อมรั้ว, กั้นรั้ว, ทำราว *-vi.* คัดค้าน **-go off the rails** ออกนอกลู่นอกทาง, ชำรุด, วิกลจริต

railcar (เรล' คาร์) *n.* รถราง, รถไฟ

railing (เร' ลิง) *n.* รั้ว, ราวรั้ว (**-S.** fence, rail)

★**railroad** (เรล' โรด) *n.* ทางรถไฟ, กรมการรถไฟ

★**railway** (เรล' เว) *n.* ทางรถไฟ, กรมการรถไฟ (**-S.** railroad)

raiment (เร' เมินท) *n.* เสื้อผ้าเครื่องแต่งกาย

★**rain** (เรน) *n.* ฝน, พายุฝน, น้ำฝน, การกระหน่ำ (คำด่า) *-v.* **rained, raining** *-vi.* ฝนตก, หลั่งไหล *-vt.* เทลงมา, โปรยปราย **-rain cats and dogs** (ภาษาพูด) ฝนตกอย่างหนัก **-rains** ฤดูฝน, การโหมกระหน่ำ

★**rainbow** (เรน' โบ) *n.* รุ้ง, ความเพ้อฝัน

raincoat (เรน' โคท) *n.* ชุดหรือเสื้อกันฝน

raindrop (เรน' ดรอพ) *n.* เม็ดฝน

rainfall (เรน' ฟอล) *n.* ปริมาณฝนที่ตกลงมา

rain forest ป่าทึบเขตร้อน

rainproof (เรน' พรูฟ) *adj.* (เสื้อ) กันฝน

rainstorm (เรน' สตอร์ม) *n.* พายุฝนฟ้าคะนอง

rainy (เร' นี) *adj.* **-ier, -iest** มีฝนตกชุก **-for a rainy day** สำหรับใช้ยามจำเป็นในภายหน้า

rainy day ช่วงเวลาที่ลำบาก

★**raise** (เรซ) *vt.* **raised, raising** ยก, เปิด (ฝากล่อง), เงย (หน้า), เลิก (คิ้ว), ขึ้น (เสียง ค่าเช่า), ตั้ง, สร้าง, สถาปนา, ทำให้เป็น (รอย), เลื่อนขั้น, ขึ้นเงินเดือน, เพาะ (พันธุ์), เลี้ยงดู, เพิ่ม (อุณหภูมิ), เสนอเพื่อพิจารณา, หยิบยก (เรื่อง) ขึ้นมา, เปล่งเสียง, ปลุก, เรียก (เสียงหัวเราะ), รวบรวม (เงิน), เก็บ (ภาษี), ทำให้ (แป้ง) ฟู, ยกเลิก, ทำให้โกรธ, ติดต่อโดยวิทยุหรือโทรศัพท์, ทำให้เกิด (ความกังวล), เตือน *-n.* การกระทำดังกล่าว, การเพิ่มเงินเดือน **-raise Cain/the devil/hell** ทำตัวเป็นอันธพาล, ด่า (**-S.** (n., v.) increase, lift **-A.** (v.) sink)

raisin (เร' ซิน) *n.* ลูกเกด, องุ่นแห้ง

rajah, raja (รา' จะ) *n.* เจ้าชายหรือกษัตริย์อินเดีย, ราชา

rake[1] (เรค) *n.* คราด, เครื่องมืออื่นๆ ที่คล้ายคราด *-vt., vi.* **raked, raking** กวาดด้วยคราด, (ภาษาพูด) กอบโกย, กวาดตามอง, ข่วน, ขูด, ครูด, ยิงกราด (**-S.** (v.) gather, scrape)

rake[2] (เรค) *n.* ย่อจาก rakehell คนเสเพล

rakehell (เรค' เฮล) *n.* ดู rake[2]

rakish (เร' คิช) *adj.* เพรียว, เจ้าชู้, เปรียว

rally[1] (แรล' ลี) *vt., vi.* **-lied, -lying** ชุมนุม, รวมพลัง, ฟื้นฟู, ตีโต้ *-n., pl.* **-lies** การกระทำดังกล่าว, การจัด (แถวทหาร) ใหม่, การให้สัญญาณในการจัด (แถวทหาร) ใหม่, การเพิ่มขึ้นของดรรชนีราคาหุ้น, การแข่งรถบนถนนสาธารณะ (**-S.** (v.) assemble (n.) reunion)

rally[2] (แรล' ลี) *vt., vi.* **-lied, -lying** ล้อเล่น

rallycross (แรล' ลีครอซ) *n.* การแข่งรถวิบากระยะทางไกล

ram (แรม) *n.* แกะตัวผู้, อุปกรณ์ต่างๆ ที่ใช้ตอก,

ลูกสูบ, ที่สูบน้ำ, เครื่องดัน, เครื่องแทง, ไม้หรือเหล็กที่ยื่นออกมาด้านหน้าของเรือรบใช้แทงเรือข้าศึก *-vt.* **rammed, ramming** ชน, ขวิด, ยัด, อัด, กระทุ้ง, ยัดเยียด, จ้ำจี้จ้ำไช

RAM ย่อจาก random-access memory (คอมพิวเตอร์) หน่วยความจำเข้าถึงแบบสุ่มที่เข้าถึงข้อมูลได้ทุกตำแหน่ง โดยไม่ต้องไปตามลำดับ

Rama (รา' มะ) พระราม ซึ่งเป็นภาคหนึ่งของพระวิษณุหรือพระนารายณ์ที่อวตารลงมา

Ramadan (แรมมะดาน', แรม' มะดาน) *n.* เดือนที่เก้าในปฏิทินอิสลาม, ช่วงถือศีลอด

ramble (แรม' เบิล) *vi.* **-bled, -bling** เตร็ดเตร่, เถลไถล, (เถาวัลย์) เลื้อย, พูดเรื่อยเปื่อย *-n.* การเดินเล่น (**-S.** (v.) chatter (n., v.) stroll)

rambling (แรม' บลิง) *adj.* (คำพูด) ที่สับสนยืดยาว, ซึ่งท่องเที่ยวไปเรื่อยเปื่อย, (เถาวัลย์) ซึ่งเลื้อยไปทั่ว **-ramblingly** *adv.* (**-S.** aimless)

rambutan (แรมบูท' เทิน) *n.* ลูกเงาะ, เงาะ

ramie (แรม' มี, เร'-) *n.* ป่านรามี, เส้นใยเหนียวจากเปลือกของป่านรามี ใช้ทอผ้าและทำเชือก

ramjet (แรม' เจท) *n.* เครื่องยนต์ไอพ่น

ramp (แรมพ์) *n.* ทางลาดเชื่อมถนนต่างระดับ, ส่วนที่โค้งหรือหักศอกของราวบันได, บันไดเคลื่อนที่ที่ใช้เทียบประตูเครื่องบิน

rampage (*n.* แรม' เพจ, *v.* แรม' เพจ, แรมเพจ') *n.* ความป่าเถื่อน, ความโกลาหล, กลียุค *-vi.* **-paged, -paging** วิ่งพล่าน, คลุ้มคลั่ง

rampant (แรม' เพินท์) *adj.* รุนแรง, ร้ายแรง, ลุกลาม, หนาแน่น, ซึ่งยืนบนขาหลัง (**-S.** wild)

rampart (แรม' พาร์ท, -เพิร์ท) *n.* กำแพง, เครื่องป้องกัน, ป้อมปราการ, รั้ว (**-S.** fence)

ramrod (แรม' รอด) *n.* ไม้กระทุ้งดินปืน, ไม้ที่ใช้ล้างลำกล้องปืน, หัวหน้างาน, ผู้ดูแล

ramshackle (แรม' แชคเคิล) *adj.* ง่อนแง่น

ran (แรน) *v.* กริยาช่อง 2 ของ run

ranch (แรนช์) *n.* ทุ่งหญ้ากว้างใหญ่ในสหรัฐอเมริกาและแคนาดาที่ใช้เลี้ยงฝูงปศุสัตว์, บ้านของเจ้าของฟาร์ม, ฟาร์มเลี้ยงสัตว์ขนาดใหญ่

ranch

rancher (แรน' เชอร์) *n.* เจ้าของฟาร์ม

rancid (แรน' ซิด) *adj.* เหม็นหืน, หยาบคาย

rancor, rancour (แรง' เคอร์) *n.* ความพยาบาท **-rancorous** *adj.* **-rancorously** *adv.*

R & B, r & b ย่อจาก rhythm and blues ดนตรีจังหวะหนึ่ง

random (แรน' เดิม) *adj.* โดยการสุ่ม, ส่งเดช

random-access memory ดู RAM

rang (แรง) *v.* กริยาช่อง 2 ของ ring^{2}

★**range** (เรนจ์) *n.* ขอบเขต, ขอบเขตการรับรู้, ขีดความสามารถ, ระยะ, แนว, ทิวเขา, เรียงลำดับ, เรียงแถว, ชั้นหนังสือที่เปิดทั้งสองด้าน, เตาที่มีพื้นที่มากใช้ปรุงอาหารได้หลายอย่างพร้อมๆ กัน, พื้นที่ที่ใช้ทดสอบขีปนาวุธ, สถานที่สำหรับฝึกยิงปืน, ทุ่งหญ้ากว้างใหญ่ใช้เลี้ยงปศุสัตว์, การเดินเที่ยวไปตามพื้นที่กว้างใหญ่, พื้นที่ทางภูมิศาสตร์ที่สัตว์และพืชอยู่อาศัยและเจริญเติบโตกันตามปกติ, ชั้น, ลำดับ, ระยะของเสียงร้องหรือเสียงดนตรีจากต่ำไปหาสูง, รัศมีทำการ *-v.* **ranged, ranging** *-vt.* เรียงแถว, เข้าแถว, จัดหมวดหมู่, หาหรือกำหนดระยะ, ตั้ง (ปืน) ให้ตรงกับเป้า, สามารถที่จะไปจนถึง (ระยะที่ไกลที่สุด), ผ่าน (พื้นที่), พา (ฝูงปศุสัตว์) ไปกินหญ้าตามทุ่งกว้าง *-vi.* แตกต่างกันไปภายในข้อกำหนด, ครอบคลุม, เดินทางสำรวจ, เดินเล่น, อยู่อาศัยและเจริญเติบโตภายในพื้นที่เฉพาะ (**-S.** (n.) scope (v.) arrange)

range finder, rangefinder (เรนจ์' ไฟน์เดอร์) *n.* เครื่องหาระยะ (ยิงปืนหรือถ่ายรูป)

ranger (เรน' เจอร์) *n.* ผู้ท่องเที่ยวไป, กองทหารลาดตระเวน, ผู้ทำหน้าที่ปกป้องคุ้มครองพื้นที่ป่า, ผู้ดูแลพื้นที่ป่าสงวนและสวนป่าต่างๆ, ทหารที่มีหน้าที่ดูแลป่า (**-S.** rover)

★**rank^{1}** (แรงค์) *n.* ตำแหน่ง, ยศ, ขั้น, ชั้น, สถานะทางสังคม, แถว, แนว, แถวหน้ากระดานของทหาร, เส้นนอนของตารางบนกระดานหมากรุก *-vt., vi.* **ranked, ranking** เข้าขั้น, ติดอันดับ, จัดลำดับ, เข้าแถว, จัดแถว, อยู่ในอันดับเหนือกว่า, มีตำแหน่ง, มียศ, ตั้งแถว, (คำสแลง) บ่น ร้องทุกข์ (**-S.** (n.) position (n., v.) row)

rank^{2} (แรงค์) *adj.* **ranker, rankest** หนาแน่น, รก, เหม็น, ฉุน, บาดหูบาดตา, ก้าวร้าว, น่ารังเกียจ, โต้งๆ, ชัดๆ, (โชคร้าย) อย่างที่สุด, อย่างแน่นอน (**-S.** absolute, dense, rancid)

rankle (แรง' เคิล) *vi., vt.* **-kled, -kling** ทำให้ร้าวระบม, ทำให้เจ็บแสบ, ทำให้ขุ่นเคืองใจ

ransack (แรน' แซค) *vt.* **-sacked, -sacking** เข้าค้น, เข้าปล้นและทำลาย (**-S.** raid)

ransom (แรน' เซิม) *n.* การจับตัวไปเรียกค่าไถ่, การปล่อยตัวหรือของเพื่อแลกกับค่าไถ่, ค่าไถ่, การปลดเปลื้องจากบาป *-vt.* **-somed, -soming** ปล่อยตัวหลังจากได้รับค่าไถ่, ไถ่ออกมา, รอดพ้นจากบาป **-ransomer** *n.* (**-S.** (n., v.) release)

rant (แรนทฺ) *vi., vt.* **ranted, ranting** พูดโผงผาง
rap¹ (แรพ) *vt., vi.* **rapped, rapping** เคาะ, ตบหรือทุบ (โต๊ะ), พูดโพล่งขึ้นมา, ตำหนิ, ด่าว่า *-n.* การเคาะ, เสียงเคาะ, (คำสแลง) การดุด่า การตำหนิ การตัดสินจำคุก ลักษณะด้านลบของคนหรือสิ่งของ (-S. (v., n.) knock)
rap² (แรพ) *n.* ดนตรีชนิดหนึ่งที่ได้รับความนิยมมาก เป็นการร้องแบบพูดเร็วๆ คลอไปกับท่วงทำนองดนตรีที่เร้าใจ *-vi.* **rapped, rapping** แสดงดนตรีดังกล่าว
rapacious (ระเพ' เชิซ) *adj.* เบียดเบียน, ฉกฉวย, แย่งชิง, โลภ, ตะกละ **-rapaciously** *adv.* **-rapacity** *n.* (-S. greedy **-A.** generous)
rape (เรพ) *n.* การข่มขืน, การทำลาย, การลักพาตัว, การละเมิดสิทธิของผู้อื่น, การย่ำยี, การกระทำผิด *-vt.* **raped, raping** ข่มขืน, ลักพาตัว, ปล้น **-rapist** *n.* (-S. (n.) violation)
★**rapid** (แรพ' พิด) *adj.* **-er, -est** รวดเร็ว, ว่องไว
rapid-fire (แรพ' พิดไฟรฺ) *adj.* (ปืน) ยิงเร็ว, (คำถาม) ซึ่งมาเป็นชุดติดๆ กันอย่างรวดเร็ว
rapier (เร' เพียรฺ, เรพ'-) *n.* ดาบยาวเรียว มีสองคมที่ปลายด้ามมีลักษณะเป็นกระเปาะ, ดาบแหลมน้ำหนักเบา ไม่มีคม ใช้สำหรับแทงเท่านั้น
rapport (แรพอรฺ, -โพรฺ, ระ-) *n.* ความสามัคคี, ความเป็นน้ำหนึ่งใจเดียวกัน (-S. unity)
rapt (แรพทฺ) *adj.* ปลื้มปีติ, อิ่มเอิบ, ซาบซึ้ง
rapture (แรพ' เชอรฺ) *n.* ความปลาบปลื้มปีติยินดีอย่างเหลือล้น, ความเคลิบเคลิ้ม
★**rare¹** (แรรฺ) *adj.* **rarer, rarest** หายาก, ไม่บ่อย, ไม่ค่อยมี, ไม่ธรรมดา, พิเศษ, เลิศ, ประเสริฐ, จาง, เจือจาง **-rareness** *n.*
★**rare²** (แรรฺ) *adj.* **rarer, rarest** สุกๆ ดิบๆ
rarefy, rarify (แร' ระไฟ) *v.* **-fied, -fying** *-vt.* เจือให้จาง, ทำให้บาง, ทำให้บริสุทธิ์, ซัก, ฟอก *-vi.* บางลง, หนาแน่นน้อยลง (-S. diminish)
rarely (แรรฺ ลี) *adv.* ไม่บ่อย, นานๆ ครั้ง, เป็นพิเศษ, อย่างไม่ธรรมดา, อย่างเลิศ (-S. hardly)
rarity (แร' ริที) *n., pl.* **-ties** ของแปลก, ของเก่า, ของมีค่าหายาก, ความเลอเลิศ (-S. treasure)
rascal (แรซ' เคิล) *n.* คนขี้โกง, คนสารเลว, เด็กเกเร **-rascality** *n.* **-rascally** *adj., adv.*
rase (เรซ) *v.* ดู raze
rash¹ (แรช) *adj.* **rasher, rashest** หุนหันพลันแล่น, ไม่รอบคอบ, ใจกล้าบ้าบิน **-rashly** *adv.* **-rashness** *n.* (-S. careless **-A.** thoughtful)
rash² (แรช) *n.* ผื่นคัน, เรื่องร้ายๆ ที่ประดังกันเข้ามา (-S. eruption, outbreak)
rasher (แรช' เชอรฺ) *n.* หมูรมควันหั่นบางๆ
rasp (แรซพฺ) *v.* **rasped, rasping** *-vt.* ถูด้วยตะไบหยาบ, พูดด้วยเสียงห้าว, บาด (หู อารมณ์) *-vi.* ขีด, ครูด, ขูด, กัด (ฟัน) กรอดๆ, ทำเสียงดังเอี๊ยด *-n.* ตะไบ, การถูด้วยตะไบ, เสียงแสบแก้วหู, เสียงเอี๊ยด (-S. (v.) grate (n., v.) file)
★**rat** (แรท) *n.* หนู, (ภาษาพูด) คนทรยศ คนที่น่ารังเกียจ, ช้อง (ผม) *-vi.* **ratted, ratting** ไล่ล่าฆ่าหนู, (คำสแลง) ทรยศหักหลัง **-ratter** *n.*
ratable, rateable (เร' ทะเบิล) *adj.* ซึ่งประเมินราคาได้, เป็นสัดส่วน, ตามส่วน, ซึ่งต้องเสียภาษี (-S. proportional, taxable)
★**rate¹** (เรท) *n.* อัตรา, ระดับ, ภาษี, ราคาต่อหน่วยของสินค้าและการบริการ, อัตราส่วนที่กำหนดไว้, สัดส่วนที่แน่นอน, ความเร็ว *-v.* **rated, rating** *-vt.* ประเมิน, กะ, ตี (ราคา), จัดระดับ, พิจารณา, ระบุ, (ภาษาพูด) ควรได้รับ, ประเมินเพื่อจัดเก็บภาษี *-vi.* ถูกจัดระดับ, (ภาษาพูด) มีสถานะความสำคัญหรืออิทธิพล **-at any rate** ไม่ว่าจะเกิดอะไรขึ้นก็ตาม (-S. (n.) degree (v.) estimate)
rate² (เรท) *vt., vi.* **rated, rating** ดุด่า, ตำหนิ
rateable (เรท' ทะเบิล) *adj.* ดู ratable
rate of exchange *n., pl.* **rates of exchange** อัตราแลกเปลี่ยนเงินตรา
★**rather** (แรธ' เธอรฺ, รา'-) *adv.* ค่อนข้าง, อันที่จริง, ถ้าจะพูดให้ถูก, ในทางตรงกันข้าม, ชอบมากกว่า, อยากจะ (กลับ) มากกว่า, แน่นอนที่สุด (-S. preferably, quite)
ratify (แรท' ทะไฟ) *vt.* **-fied, -fying** ลงสัตยาบัน, อนุมัติ (-S. approve **-A.** veto)
rating (เร' ทิง) *n.* ตำแหน่งที่ตั้งไว้เป็นมาตรฐาน, การจัดแยกประเภทตามความสามารถ, ทหารเรือที่มียศต่ำสุด, การประเมินสถานะทางการเงิน, ขีดความสามารถ, การจัดลำดับ, ความนิยมของประชาชน (-S. grade)
ratio (เร' โช, เร' ชีโอ) *n., pl.* **-tios** สัดส่วน, อัตราส่วน (-S. proportion)
ration (แรช' ชัน, เร'-) *n.* อาหารหรือน้ำมันที่ปันส่วนให้ *-vt.* **-tioned, -tioning** จำกัดอาหาร, แบ่งสันปันส่วน **-rations** จำนวนอาหารที่จัดให้อย่างจำกัด, เสบียง (-S. (n.) quota (n., v.) limit)
rational (แรช' ชะเนิล) *adj.* มีเหตุผล, มีสติ
rationalize (แรช' ชะนะไลซฺ) *vt., vi.* **-ized, -izing** ทำให้สมเหตุสมผล, นำวิธีการที่ทันสมัยและมีประสิทธิภาพมาใช้, ชี้แจงอย่างมีเหตุผล, หาเหตุผลเข้าข้างตนเอง, ถอดรากในวิชาคณิตศาสตร์ **-rationalization** *n.*

A B C D E F G H I J K L M N O P Q S T U V W X Y Z

ration book/card บัตรปันส่วน
rattan (แรแทน', ระ-) *n.* ต้นหวาย, ส่วนของหวายที่ใช้ทำเครื่องจักสาน, สิ่งที่ทำจากหวาย
★**rattle** (แรท' เทิล) *v.* **-tled, -tling** *-vi.* ทำเสียงรัว, เขย่าให้เกิดเสียงดัง, (รถไฟ) วิ่งเสียงดัง, กระทบกันจนเกิดเสียงดัง, พูดเพ้อเจ้อ *-vt.* ทำให้เกิดเสียงดังระรัว, พูดพล่าม, ทำลวกๆ, (ภาษาพูด) ทำให้ตื่นเต้นตกใจ *-n.* เสียงรัว, ของเล่นเด็กประเภทป๋องแป๋งใช้เขย่าหรือหมุนให้เกิดเสียงดัง, เสียงอึกอักๆ ก่อนขาดใจตาย, ส่วนที่เหมือนกระดิ่งที่หางของงูหางกระดิ่ง, การพูดเสียงดังจ้อกแจ้ก, เสียงสิ่งของชิ้นเล็กๆ กระทบกัน (-S. (v.) scare (v., n.) shake)
rattlebrained (แรท' เทิลเบรนด) *adj.* โง่เง่า
rattler (แรท' เทลอร์) *n.* สิ่งที่ทำให้เกิดเสียงรัว, (ภาษาพูด) รถไฟบรรทุกสินค้า, งูหางกระดิ่ง
rattlesnake (แรท' เทิลสเนค) *n.* งูหางกระดิ่ง
ratty (แรท' ที) *adj.* **-tier, -tiest** เหมือนหนู, เต็มไปด้วยหนู, เลวทราม, ชำรุดทรุดโทรม, (ภาษาพูด) อารมณ์เสีย (-S. shabby)
raucous (รอ' เคิซ) *adj.* แหบห้าว, อึกทึก
ravage (แรฟว' วิจ) *vt., vi.* **-aged, -aging** ทำให้ฉิบหาย, ล้างผลาญ, ปล้น *-n.* การกระทำดังกล่าว, ความเสียหายอย่างร้ายแรง, ผลร้าย (-S. (v.) destroy -A. (v., n.) repair)
rave (เรฟว์) *vi., vt.* **raved, raving** พูดเพ้อเจ้อ, พูดตะกุกตะกัก, แผดเสียง, พูดด้วยโทสะ, ชมอย่างมากมาย *-n.* การกระทำดังกล่าว, (ภาษาพูด) ความคิดเห็นหรือการวิพากษ์วิจารณ์อย่างเอาใจช่วยเกินควร (-S. (v., n.) rage)
raven[1] (เร' เวิน) *n.* กา *-adj.* (ผม) ดำเป็นมัน
raven[2] (แรฟว' เวิน) *vt., vi.* **-ened, -ening** สวาปาม, ออกล่าเหยื่อ, ปล้น **-ravener** *n.*
ravenous (แรฟว' วะเนิซ) *adj.* หิวโซ, ตะกละ, เบียดเบียน, โลภ **-ravenously** *adv.* **-ravenousness** *n.* (-S. greedy, starved -A. satisfied)
ravine (ระวีน') *n.* หุบเขาลึก (-S. valley)
ravioli (แรฟววีโอ' ลี่, ราวี-) *n., pl.* **-li/-lis** แผ่นแป้งพาสต้าห่อยัดไส้ด้วยเนื้อหรือเนยแล้วต้ม
ravish (แรฟว' วิช) *vt.* **-ished, -ishing** ใช้กำลังบังคับ, ข่มขืน, ละเมิด, ทำลาย, ประทุษร้าย, รู้สึกปีติ อิ่มเอิบ ตื่นตันใจ **-ravishment** *n.*
ravishing (แรฟว' วิชิง) *adj.* น่าหลงใหล
★**raw** (รอ) *adj.* **rawer, rawest** ดิบ, หยาบ, ยังไม่ได้ปรุง, (ผัก แผล) สด, (หนัง) ซึ่งยังไม่ได้ฟอก, ยังไม่ได้ตกแต่ง, อ่อนหัด, ซึ่งทำเสร็จสดๆ ร้อนๆ, โหดร้ายทารุณ, ไร้ความยุติธรรม, เซ่อ, น่าทึ่ง, พูดจาเปิดเผย, เปลือย **-rawness** *n.* (-S. fresh -A. done)
raw material วัตถุดิบ
★**ray**[1] (เร) *n.* แสง, รังสี, รัศมี, จำนวนน้อยนิด, ความริบหรี่ (แห่งความหวัง), เส้นตรงที่ลากจากจุดใดจุดหนึ่งในวิชาคณิตศาสตร์, แฉกที่ตัวของปลาดาวหรือสัตว์ชนิดอื่นๆ ที่คล้ายกันนี้
ray[2] (เร) *n.* ปลาจำพวกปลากระเบนและปลายี่สน
rayon (เร' ออน) *n.* เส้นใยเสื้อผ้าทุกรูปแบบที่สังเคราะห์ขึ้นมา ไม่ใช่ที่ได้จากพืชหรือสัตว์
raze, rase (เรซ) *vt.* **razed, razing/rased, rasing** ล้างผลาญ, เช็ด, ขูด, ถู, โกน, ลบ, ขีดฆ่า
★**razor** (เร' เซอร์) *n.* มีดโกนหนวด
razorblade, razor blade (เร' เซอร์เบลด) *n.* ใบมีดโกน
RC ย่อจาก Red Cross สภากาชาด กาชาดสากล, Roman Catholic ศาสนาคริสต์นิกายโรมันคาทอลิก
rcpt. ย่อจาก receipt ใบเสร็จ
Rd., rd. ย่อจาก road ถนน
re- คำอุปสรรค หมายถึง อีกครั้ง, ทำใหม่, ย้อนกลับ, ย้อนหลัง, ใช้เน้นย้ำ
're ย่อจาก are
★**reach** (รีช) *v.* **reached, reaching** *-vt.* เอื้อม, ยื่น, คว้า, ฉวย, บรรลุ, ไปถึง, เข้าถึง, สำเร็จลุล่วง, ติดต่อทางโทรศัพท์, ไปจนจรดกับ, (เสียง) เสียดแทง, สรุปรวมได้ถึง, เดินทางไปจนถึง, มีจำนวนถึง, (ภาษาพูด) คว้าได้แล้วส่งต่อ *-vi.* ยื่นหรือยืดออกไป, พยายามที่จะคว้าหรือจับ, ยืดระยะเวลา, ขยายขนาด, แผ่อิทธิพลเข้าครอบงำ, ขยายผล, ทำเลยเถิด *-n.* การยื่น, การยืด, ระยะที่เอื้อมถึง, ขอบเขตความเข้าใจ, ขอบเขตของอิทธิพลหรือผลกระทบ, ความกว้างขวาง (ของท้องทุ่ง), คันเชื่อมเพลาหลังและเพลาหน้าของรถ, ช่วงตรงของแม่น้ำหรือช่องแคบที่อยู่ระหว่างโค้ง **-reach-me-down** เสื้อผ้าสำเร็จรูป (-S. (v.) attain (n.) extension -A. (v.) fail)
★**react** (รีแอคท์) *vi.* **-acted, -acting** ตอบสนอง, ตอบโต้, มีปฏิกิริยา, ตอบแทน (-S. respond)
★**reaction** (รีแอค' ชัน) *n.* การตอบสนองต่อสิ่งกระตุ้น, การต่อต้าน, การต้านทาน, การกลับไปสู่สภาพเดิม, การไม่เห็นด้วยกับระบบเสมอภาค เสรีนิยมหรือประชาธิปไตย, การถอยหลังเข้าคลอง, การเป็นพวกอนุรักษ์นิยมสุดขั้ว, การเปลี่ยนแปลงในทางเคมี, ปฏิกิริยานิวเคลียร์ (-S. conservatism, feedback)
reactionary (รีแอค' ชะเนอรี) *adj.* เป็นพวก

อนุรักษ์นิยมสุดขั้ว, เป็นพวกต่อต้านความก้าวหน้าหรือประชาธิปไตยหรือเสรีนิยม *-n.* พวกอนุรักษ์นิยมฝ่ายขวา (**-S.** (adj., n.) conservative (n.) rightist **-A.** (adj., n.) radical)

reactor (รีแอค' เทอร์) *n.* คนหรือสิ่งที่ตอบโต้ต่อสิ่งกระตุ้น, สิ่งที่อยู่ในวงจรไฟฟ้า เช่น ขดลวดที่ใช้ต้านทานกระแสไฟฟ้าสลับ,ปฏิกิริยานิวเคลียร์

★**read** (รีด) *v.* **read** (เรด), **reading** *-vt.* อ่าน, อ่านออก, แปลได้, ดู (แผนที่) เข้าใจได้, แกะ (รอย) ได้, มองออก, รู้ (ใจ), ตีความหมาย, มองเห็นความหมายและความสำคัญ, ทำนาย (อนาคต), รับรู้หรือเข้าใจ, เรียนรู้จากการอ่าน, พิสูจน์อักษร, แสดงข้อมูล, บอกจำนวนที่แน่นอน, (คอมพิวเตอร์) อ่านข้อมูลจากแผ่นแม่เหล็ก *-vi.* อ่าน, อ่านว่า, ศึกษาเล่าเรียน, มีความหมายเฉพาะ, แสดงข้อมูล, บอกจำนวนที่แน่นอน *-n.* (ภาษาพูด) การอ่าน (หนังสือ) *-adj.* ซึ่งเรียนรู้จากการอ่าน **-a good read, an excellent read** หนังสือที่น่าอ่าน น่าสนใจและน่าสนุก **-read a lecture/lesson** ดุด่าว่ากล่าว, ตำหนิ **-read between the lines** เข้าใจความนัย, หาความหมายที่ซ่อนอยู่ **-read out** อ่านออกเสียง (**-S.** (v.) recite, show, study, understand)

readable (รี' ดะเบิล) *adj.* อ่านง่าย, น่าอ่าน **-readability, readableness** *n.* **-readably** *adv.* (**-S.** legible)

★**reader** (รี' เดอร์) *n.* ผู้อ่าน, คนพิสูจน์อักษร

readership (รี' เดอร์ชิพ) *n.* กลุ่มผู้อ่านประจำ, ตำแหน่งของอาจารย์ในมหาวิทยาลัย

readily (เรด' ดะลี, เรด' เดิลลี) *adv.* อย่างพร้อมสรรพ, โดยทันที, อย่างเต็มใจ (**-S.** promptly)

★**reading** (รี' ดิง) *n.* การอ่าน, วาระในการเสนอร่างพระราชบัญญัติเพื่อให้รัฐสภารับรอง, การตีความหมาย, งานเขียนหรือสิ่งพิมพ์, ข้อมูลที่แสดงโดยเครื่องวัดต่างๆ, การแสดงมหรสพที่มีการอ่านบทกวี, ความรู้

read-only memory (คอมพิวเตอร์) หน่วยความจำอ่านอย่างเดียว เป็นหน่วยความจำขนาดเล็กที่ช่วยให้เข้าถึงข้อมูลที่เก็บอย่างถาวรได้อย่างรวดเร็ว แต่ไม่สามารถเพิ่มเติมหรือแก้ไขเปลี่ยนแปลงข้อมูลได้ ย่อว่า ROM

★**ready** (เรด' ดี) *adj.* **-ier, -iest** พร้อม, อย่างเต็มใจ, คล่อง, (เงิน) สดที่จะหยิบมาใช้ได้, ง่ายดาย *-adv.* (ทำไว้) ล่วงหน้าแล้ว, (เก็บ) เสร็จเรียบร้อยแล้ว *-vt.* **readied, readying** เตรียมหรือทำให้พร้อม **-readiness** *n.* (**-S.** (adj.) prepared (v.) prepare **-A.** (adj., v.) slow)

ready-made, readymade (เรดดีเมด') *adj.* (เสื้อผ้า) สำเร็จรูป

ready-mix (เรด' ดีมิคซ์) *n.* ส่วนผสมที่ผสมไว้พร้อมแล้ว **-ready-mix, ready-mixed** *adj.*

ready-to-wear (เรด' ดีทะแวร์) *adj.* (เสื้อผ้า) สำเร็จรูป *-n.* เสื้อผ้าสำเร็จรูป

★**real** (รี' เอิล, รีล) *adj.* จริง, มีอยู่จริง, แท้จริง, เป็นของแท้, เกี่ยวกับหรือเป็นจำนวนจริงในวิชาคณิตศาสตร์, ไม่เสแสร้ง, ไม่ปลอม, จริงจัง, เกี่ยวกับอสังหาริมทรัพย์ *-adv.* (ภาษาพูด) อย่างมาก *-n.* สิ่งที่มีอยู่จริง, จำนวนจริงในวิชาคณิตศาสตร์ **-for real** (คำสแลง) เป็นจริงเป็นจัง (**-S.** (adj.) true (adv.) very **-A.** (adj.) false)

real estate อสังหาริมทรัพย์

realism (เรียล' ลิเซิม) *n.* การนิยมความจริง, การนำเสนองานทางด้านศิลปะและวรรณกรรมในแบบที่เป็นจริงไม่ใช่แบบนามธรรม **-realist** *n.*

realistic (เรียลลิซ' ทิค) *adj.* เป็นจริงเป็นจัง

★**reality** (รีแอล' ลิที) *n., pl.* **-ties** ความเป็นจริง, คนหรือสิ่งที่เป็นจริง, การมีอยู่จริง, สิ่งที่เกิดขึ้นจริง **-in reality** อันที่จริง, จริงๆ แล้ว (**-S.** fact)

★**realize** (เรียล' ไลซ์) *v.* **-ized, -izing** *-vt.* ตระหนัก, สำนึก, ทำให้เป็นจริง, ได้กำไร *-vi.* ได้เงิน, ขายได้เงิน **-realization** *n.*

★**really** (รี' อะลี, รี' ลี) *adv.* จริงๆ (**-S.** actually)

realm (เรลม์) *n.* อาณาจักร (**-S.** kingdom)

ream (รีม) *n.* หน่วยนับกระดาษ แต่ก่อนมี 480 แผ่น ปัจจุบันมี 500 แผ่น **-reams** จำนวนมากๆ

reanimate (รีแอน' นะเมท) *vt.* **-mated, -mating** ปลุกชีพ, ให้ชีวิตใหม่, ทำให้มีชีวิต

reap (รีพ) *vt., vi.* **reaped, reaping** เกี่ยวข้าว, เก็บเกี่ยวผลประโยชน์, ได้รางวัล (**-S.** cut, gain)

reappear (รีอะเพียร์') *vi.* **-peared, -pearing** ปรากฏขึ้นอีกครั้ง **-reappearance** *n.*

★**rear**[1] (เรียร์) *n.* ส่วนหลัง, กองทหารแนวหลัง, ทหารกองหนุน, (ภาษาพูด) ก้น *-adj.* ซึ่งตั้งอยู่ด้านหลัง (**-S.** (n., adj.) back **-A.** (n., adj.) front)

rear[2] (เรียร์) *v.* **reared, rearing** *-vt.* เลี้ยง (เด็ก), ตั้ง, ยก, เงย (หน้า), ชู (คอ), สร้าง, ขึ้น (เสียง), (ขน) ลุก, เลี้ยงสัตว์, เพาะเลี้ยง (ต้นไม้) *-vi.* (ม้า) หกหลัง, (ตึก) สูงเสียดฟ้า (**-S.** raise)

rear admiral พลเรือตรี

rearm (รีอาร์ม') *vt., vi.* **-armed, -arming** ติดตั้งอาวุธอีกครั้ง **-rearmament** *n.*

rear-view mirror กระจกส่องหลังของรถยนต์

rearward (เรียร์ เวิร์ด) *adv., adj.* ไปทางหรืออยู่ทางด้านหลัง *-n.* ตำแหน่งหรือทิศทางด้านหลัง

★**reason** (รี' เซิน) *n.* เหตุผล, สาเหตุ, ความมีสติ, ความมีเหตุมีผล *-v.* **-soned, -soning** *-vi.* มีเหตุผล, หว่านล้อม, ร่วมวงสนทนา *-vt.* ลงความเห็นหรือแนะนำอย่างมีเหตุมีผล

★**reasonable** (รี' ซะนะเบิล) *adj.* มีเหตุผล

reasoning (รี' ซะนิง) *n.* การใช้เหตุผล, ข้อพิสูจน์, เหตุผล (-S. analysis, proof)

reassure (รีอะชัวร์') *vt.* **-sured, -suring** รับประกันอีกครั้ง, ปลอบใจ, เพิ่มความมั่นใจ

rebate (*n.* รี' เบท, *v.* รี' เบท, ริเบท') *n.* เงินที่ได้คืนจากการเสียภาษีเกิน *-vt.* **-bated, -bating** คืนเงิน, หัก, ชัก, ลด (-S. (n.) deduction (v.) decrease -A. (v.) increase)

★**rebel** (*v.* ริเบล', *n.* เรบ' เบิล) *vi.* **-belled, -belling** ต่อต้าน, ขัดขืน, กบฏ, ก่อการจลาจล, พยศ *-n.* พวกต่อต้าน, พวกผู้ประท้วง, พวกกบฏ (-S. (v.) revolt (n.) revolutionist, traitor)

rebellion (ริเบล' เลียน) *n.* การปฏิวัติรัฐประหาร, การกบฏ, การฝ่าฝืน (-S. resistance)

rebellious (ริเบล' เลียซ) *adj.* เป็นการกบฏ, พยศ, ดื้อด้าน **-rebelliously** *adv.*

rebirth (รีเบิร์ธ', รี' เบิร์ธ) *n.* การเกิดใหม่

rebound (*v.* รีเบาน์ด', ริ-, *n.* รี' เบาน์ด, ริเบาน์ด') *vt., vi.* **-bounded, -bounding** กระเด้งกลับ, กู้คืน, ฟื้น, สะท้อน *-n.* การกระเด้งกลับ, การหดกลับ (-S. (v., n.) return)

rebuff (ริบัฟ') *n.* การปฏิเสธ *-vt.* **-buffed, -buffing** ปฏิเสธ (-S. (n.) rejection (v.) refuse)

rebuke (ริบิวค์') *vt.* **-buked, -buking** ด่าว่า, ตำหนิ, ระงับ, ปราบปราม, กลั้น *-n.* การดุ, การตำหนิ (-S. (v., n.) blame -A. (v., n.) praise)

recalcitrant (ริแคล' ซิเทรินท์) *adj.* ดื้อ *-n.* คนดื้อรั้น **-recalcitrance, recalcitrancy** *n.*

recall (*v.* ริคอล', *n.* ริคอล', รี' คอล) *vt.* **-called, -calling** เรียกคืน, จำได้, คืนสติ, ล้มเลิก *-n.* การเรียกตัวกลับ, สัญญาณเตือน, ความสามารถจดจำ, การยกเลิก, การย้ายหรือปลด, สิทธิในการย้ายหรือปลด, การเรียกคืนสินค้า (-S. (v.) cancel, remember -A. (v.) forget)

recant (ริแคนท์') *vt., vi.* **-canted, -canting** กลับคำ **-recantation** *n.* (-S. disclaim)

recap (*v.* รีแคพ', *n.* รี' แคพ) *vt.* **-capped, -capping** เปลี่ยนฝา (ขวด), ปะ (ยางรถยนต์) *-n.* ยางรถยนต์ที่ซ่อมโดยการปะ

recapitulate (รีคะพิช' ชะเลท) *vt., vi.* **-lated, -lating** สรุปความ **-recapitulation** *n.*

recapture (รีแคพ' เชอร์) *n.* การได้คืน *-vt.* **-tured, -turing** จับหรือยึดได้อีกครั้ง, ระลึกถึง

recede (ริซีด') *vi.* **-ceded, -ceding** ลดลง, ถอยลง, เลือนรางลง, หด, ล่าถอย (-S. fade)

★**receipt** (ริซีท') *n.* การได้รับ, ใบเสร็จ, ตำราอาหาร *-vt., vi.* **-ceipted, -ceipting** ทำเครื่องหมาย (บนใบเก็บเงิน) ว่าได้รับเงินแล้ว, ออกใบเสร็จให้ (-S. (n.) receiving, voucher)

★**receive** (ริซีฟว์') *vt., vi.* **-ceived, -ceiving** รับ, ได้รับ, รับรู้, ประสบ, ค้ำจุน, จำกัดวง, บรรจุ, ระงับ, ทักทาย, ต้อนรับ, เล็งเห็น (-S. get)

receiver (ริซี' เวอร์) *n.* ผู้รับ, หูโทรศัพท์, เจ้าหน้าที่เก็บเงิน, ผู้รักษาทรัพย์, ภาชนะ, ผู้รับซื้อของโจร, เครื่องรับวิทยุหรือโทรทัศน์

★**recent** (รี' เซินท์) *adj.* ใหม่, เมื่อเร็วๆ นี้, ก่อนนี้ไม่นาน **-recently** *adv.* (-S. current -A. old)

receptacle (ริเซพ' ทะเคิล) *n.* ภาชนะ, ส่วนบนของก้านดอกไม้ที่แผ่ออกรองรับดอกไม้, เต้าเสียบปลั๊กไฟ (-S. container)

reception (ริเซพ' ชัน) *n.* การรับ, การต้อนรับ, งานเลี้ยง, การแปลงคลื่น (-S. admission, party)

receptionist (ริเซพ' ชะนิซท์) *n.* พนักงานต้อนรับและตอบรับโทรศัพท์

receptive (ริเซพ' ทิฟว์) *adj.* ใจกว้าง, ฉลาด

recess (รี' เซซ, ริเซซ') *n.* ช่วงเวลาหรือการหยุดพัก, แอ่ง, เวิ้ง, อ่าว, ซอกเล็กๆ, ช่องเล็กๆ *-vt., vi.* **-cessed, -cessing** วางในซอกเล็กๆ, เจาะเป็นช่องเล็กๆ, พัก (-S. (n.) bay, interval)

recession (ริเซซ' ชัน) *n.* การถอนหรือถอยหลัง, การตกต่ำของธุรกิจ (-S. decline)

recessive (ริเซซ' ซิฟว์) *adj.* ถดถอย, เกี่ยวกับหรือเป็นลักษณะด้อยทางพันธุกรรม

★**recipe** (เรซ' ซะพี) *n.* ตำราทำกับข้าว, หนทางไปสู่ความสำเร็จ, ใบสั่งยา (-S. formula)

recipient (ริซิพ' เพียนท์) *adj.* เป็นผู้รับหรือตัวรับ *-n.* ผู้รับ, ผู้รับบริจาคอวัยวะหรือเลือดจากผู้บริจาค (-S. (n.) receiver)

reciprocal (ริซิพ' พระเคิล) *adj.* เกี่ยวกับทั้งสองฝ่าย, เป็นคู่กัน, ซึ่งกันและกัน, เป็นคำที่แสดงความสัมพันธ์หรือการกระทำซึ่งกันและกัน เช่น each other, เกี่ยวกับเศษส่วนกลับของเลขจำนวนหนึ่ง โดยใช้เลข 1 ตั้งแล้วหารด้วยเลขจำนวนนั้น เช่น เศษส่วนกลับของ 2 คือ ½ *-n.* สิ่งที่เป็นการแลกเปลี่ยนหรือตอบแทนกันกับอีกสิ่งหนึ่ง, เลขจำนวนหนึ่งที่สัมพันธ์กันกับเลขอีกจำนวนหนึ่ง ซึ่งเมื่อนำมาคูณกันจะได้ผลลัพธ์เท่ากับ 1 เช่น เลขจำนวนที่สัมพันธ์กับ 3 คือ ⅓ (-S. (adj.) mutual)

A B C D E F G H I J K L M N O P Q S T U V W X Y Z

reciprocal pronoun สรรพนามหรือสรรพนามวลี เช่น each other ซึ่งแสดงความสัมพันธ์หรือการกระทำซึ่งกันและกัน
reciprocate (ริซิพ' พระเคท) *vt., vi.* **-cated, -cating** แลกเปลี่ยน, ตอบแทน, เคลื่อนกลับไปกลับมา **-reciprocation** *n.* (-S. exchange)
recite (ริไซท์') *vt., vi.* **-cited, -citing** ท่อง, เล่าเรื่อง, บรรยาย, ระบุ, จาระไน **-recital** *n.*
reckless (เรค' ลิซ) *adj.* ประมาท
reckon (เรค' เคิน) *vt., vi.* **-oned, -oning** คำนวณ, คิดว่า, (ภาษาพูด) คาดว่า (-S. assume)
reckoning (เรค' คะนิง) *n.* การคำนวณ, การกะคร่าวๆ, บัญชีรายการที่ครบกำหนดต้องชำระ, การชำระบัญชี (-S. calculation, charge)
reclaim (ริเคลม') *vt.* **-claimed, -claiming** เอากลับคืน, แก้ไขดัดแปลง, ฝึก (สัตว์) ให้เชื่อง **-reclamation** *n.* (-S. regain)
recline (ริไคลน์') *vt., vi.* **-clined, -clining** เอนเอียง, พิง **-reclination** *n.* (-S. lean)
recluse (เรค' ลูซ, ริคลูซ') *n.* ผู้สันโดษ, ฤาษี *-adj.* ชอบสันโดษ (-S. (n.) hermit)
★**recognize** (เรค' เคิกไนซ์) *vt.* **-nized, -nizing** จำได้, รู้จัก, ยอมรับ, รับรอง, เปิดโอกาสให้พูดต่อที่ประชุม, เห็นพ้องด้วย, ชื่นชม, ทักทายด้วย **-recognition** *n.* (-S. admit, know, recall)
recoil (*v.* ริคอยล์', *n.* ริคอยล์', รี' คอยล์) *vi.* **-coiled, -coiling** กระเด้งกลับ, หดกลับ, หัวหดด้วยความกลัว, ถอยกลับ, ย้อนกลับ, คืนกลับ, วกกลับ *-n.* การสะท้อนกลับของปืนเวลายิง, การกระเด้งกลับ, การหดกลับ, การถอยกลับ, การย้อนกลับ, การวกกลับ **-recoiler** *n.* (-S. (v., n.) rebound **-A.** (v., n.) advance)
recollect (เรคคะเลคท์') *vt., vi.* **-lected, -lecting** จำได้ **-recollection** *n.* (-S. recall)
re-collect (รีคะเลคท์') *vt.* **-lected, -lecting** เก็บรวบรวมอีกครั้ง, รวบรวมสติ, คุมสติ
★**recommend** (เรคคะเมนด์') *vt., vi.* **-mended, -mending** แนะนำ, สนับสนุน, ฝากฝัง
recompense (เรค' เคิมเพนซ์) *vt.* **-pensed, -pensing** ชดเชย, ชดใช้, ทดแทน *-n.* การชดใช้, การชดเชย, เงินชดเชย, เงินค่าเสียหาย
reconcilable (เรคเคินไซ' ละเบิล, เรค' เคินไซ-) *adj.* ที่ประสานหรือลงรอยกันได้
reconcile (เรค' เคินไซล์) *vt., vi.* **-ciled, -ciling** ปรองดอง, ทำให้ยอมรับ, ดัดแปลง
recondition (รีเคินดิช' ชัน) *vt.* **-tioned, -tioning** ซ่อมแซม, บูรณะ, ปฏิสังขรณ์
reconnaissance, reconnoissance (ริคอน' นะเซินซ์, -เซินซ์) *n.* การออกลาดตระเวน (-S. exploration, survey)
reconnoiter, reconnoitre (รีคะนอย' เทอร์) *vt., vi.* **-tered, -tering/-tred, -tring** ออกลาดตระเวน **-reconnoiterer** *n.*
reconsider (รีเคินซิด' เดอร์) *vt., vi.* **-ered, -ering** คิดหรือพิจารณาใหม่อีกครั้ง
reconstruct (รีเคินสตรัคท์') *vt.* **-structed, -structing** สร้างขึ้นใหม่ (-S. rebuild)
★**record** (*v.* ริคอร์ด', *n., adj.* เรค' เคิร์ด) *vt., vi.* **-corded, -cording** บันทึก, อัดเสียง, แสดง, บอก *-n.* การจดบันทึกไว้, ประวัติ, สถิติสูงสุด, สิ่งที่นำมาจดบันทึก, เรื่องราวแปลกๆ ที่จดบันทึกไว้, (คอมพิวเตอร์) ส่วนบันทึกซึ่งเก็บรักษาข้อมูลไว้ในแฟ้มข้อมูล ระเบียนโครงสร้างของข้อมูลซึ่งเก็บรวบรวมเรื่องต่างๆ ไว้, บันทึกที่ใช้เป็นพยานหลักฐานในศาลได้, แผ่นเสียง, แถบแม่เหล็ก (เทป) ใช้บันทึกภาพและเสียง *-adj.* มากกว่า เร็วกว่าหรือดีกว่าที่เคยมีมา (-S. (v., n.) register (n.) disc, evidence, history, memoir)
recorder (ริคอร์' เดอร์) *n.* เครื่องบันทึกเสียง, เครื่องบันทึกเสียงและภาพ
recount (ริเคาน์ท์') *vt.* **-counted, -counting** เล่า, จาระไน, บรรยาย (-S. narrate)
re-count (รีเคาน์ท์') *vt.* **-counted, -counting** นับใหม่ *-n.* การนับใหม่
recoup (ริคูพ') *v.* **-couped, -couping** *-vt.* ชดใช้, ชดเชย, ใช้คืน *-vi.* ได้คืน, เอากลับคืน
recourse (รี' คอร์ซ, -โคร์ซ, ริคอร์ซ', -โคร์ซ') *n.* สิ่งที่ใช้ช่วยเหลือ, สิ่งที่ให้ความปลอดภัย
★**recover** (ริคัฟว์' เวอร์) *v.* **-ered, -ering** *-vt.* เอาหรือได้กลับคืน, ชดเชย, กอบกู้, ฟื้น, นำกลับสู่ภูระเบียบ *-vi.* กลับมีสุขภาพดีดังเดิม, ชนะคดี **-recovery** *n.* (-S. heal, regain)
recreate (เรค' ครีเอท) *v.* **-ated, -ating** *-vt.* ให้ความบันเทิง, เติมความสดใสให้ชีวิต *-vi.* พักผ่อนหย่อนใจ **-recreation** *n.*
re-create (รีครีเอท') *vt.* **-ated, -ating** สร้างหรือรังสรรค์ขึ้นใหม่
recriminate (ริคริม' มะเนท) *vt., vi.* **-nated, -nating** ฟ้องกลับ, ด่ากันไปมา
recruit (ริครูท') *v.* **-cruited, -cruiting** *-vt.* เกณฑ์ทหาร, หาคนมาทำงาน, หาสมาชิกเพิ่ม, เติมเต็ม, บำรุง *-vi.* เสริมกำลัง, ทดแทน *-n.* ทหารเกณฑ์ใหม่, คนที่เข้าทำงานใหม่, สมาชิกใหม่ **-recruitment** *n.* (-S. (n.) beginner)

rectangle (เรค' แทงเกิล) *n.* สี่เหลี่ยมผืนผ้า
rectangular (เรคแทง' เกียเลอร์) *adj.* เป็นรูปสี่เหลี่ยมมุมฉาก, เป็นรูปสี่เหลี่ยมผืนผ้า
rectify (เรค' ทะไฟ) *vt.* **-fied, -fying** แก้ไข, กลั่น, แปลง (กระแสไฟฟ้าสลับ) ให้เป็นกระแสตรง **-rectification** *n.* **-rectifier** *n.*
rectilinear (เรคทะลิน' เนียร์) *adj.* ซึ่งเคลื่อนเป็นเส้นตรง, ที่ประกอบด้วยหรือล้อมรอบด้วยเส้นตรง, เป็นเส้นตรง **-rectilinearly** *adv.*
rector (เรค' เทอร์) *n.* อธิการบดี, บาทหลวง
rectum (เรค' เทิม) *n., pl.* **-tums/-ta** ทวารหนัก
recumbent (ริคัม' เบินท์) *adj.* เอกเขนก
recuperate (ริคู' พะเรท, -คิว'-) *vi., vt.* **-ated, -ating** ฟื้นตัว (-S. recover)
recur (ริเคอร์') *vi.* **-curred, -curring** เกิดขึ้นอีก, คิดขึ้นมาอีก **-recurrence** *n.*
recurring/repeating decimal เศษทศนิยมไม่รู้จบ เช่น 0.1111...
★**recycle** (รีไซ' เคิล) *vt.* **-cled, -cling** นำกลับมาใช้อีก **-recyclable** *adj., n.*
★**red** (เรด) *n.* สีแดง, ชุดสีแดง *-adj.* **redder, reddest** แดงเหมือนเลือด, มีสีออกแดงๆ, เป็นอินเดียนแดง **-in the red** เป็นหนี้ **-Red** คอมมิวนิสต์
red carpet พรมสีแดงที่ใช้ปูลาดไปตามทางเดินเพื่อเป็นเกียรติแก่แขกคนสำคัญ
Red Cross กาชาด
redden (เรด' เดิน) *vt., vi.* **-dened, -dening** (หน้า) แดง, ทำให้เป็นสีแดง
reddish (เรด' ดิช) *adj.* เป็นสีแดงเรื่อๆ
redeem (ริดีม') *vt.* **-deemed, -deeming** ไถ่คืน, กู้คืน, ชำระ, แลกเปลี่ยน, เปลี่ยนเป็นเงินสด, พ้นจากบาป, ชดเชย, ชดใช้, ทดแทน, ปลดเปลื้อง, ผ่อนหนักให้เป็นเบา, แก้ไข **-redeemable** *adj.* (-S. free, ransom, repossess)
redemption (ริเดมพ์' ชัน) *n.* การไถ่ถอน, การแบ่งเบา, การบรรเทา, การไถ่ตัว, การไถ่บาปให้แก่มวลมนุษย์ของพระเยซูคริสต์
redeploy (รีดิพลอย') *vt.* **-ployed, -ploying** ย้ายแนวรบ, ปรับเปลี่ยน **-redeployment** *n.*
red-handed (เรด' แฮน' ดิด) *adv., adj.* (จับได้) คาหนังคาเขา **-red-handedly** *adv.*
red-hot (เรด' ฮอท') *adj.* (เหล็ก) ร้อนจนแดง, ร้อนระอุ, ร้อนรุ่ม, ใหม่มาก
red-letter (เรด' เลท' เทอร์) *adj.* (วัน) ที่มีค่าและมีความสุขน่าจดจำ (มาจากวันหยุดต่างๆ เช่น เสาร์ อาทิตย์ และวันนักขัตฤกษ์ที่ในปฏิทินจะใช้สีแดงเป็นสัญลักษณ์)
redolent (เรด' เดิลเลินท์) *adj.* มีกลิ่นหอม, ที่ชวนให้นึกถึง (-S. aromatic, suggestive)
redouble (รีดับ' เบิล) *vt., vi.* **-bled, -bling** ทวีคูณ, ซ้ำ (-S. double, repeat)
redress (*v.* ริเดรซ', *n.* ริเดรซ, รี' เดรซ) *vt.* **-dressed, -dressing** เยียวยา, แก้ไข, ชดใช้, ปรับปรุง, จัดให้เรียบร้อย *-n.* การกระทำดังกล่าว, การดัดสันดาน, ค่าเสียหาย (-S. (v.) rectify (n.) amends, compensation)
red tape กฎระเบียบที่เคร่งครัดของทางการ
★**reduce** (ริดูซ', -ดิวซ์') *vt., vi.* **-duced, -ducing** ลดลง, น้อยลงไป, ทำให้ลดน้อยลง, เอาชนะ, พิชิต, ปราบ, ทำให้อ่อนแอ, ทำให้กำลังใจเหือดแห้งไป, บังคับ, เกณฑ์, ลดชั้น, ลดตำแหน่ง, เจือจางลง, ป่น, จัดเรียงตามลำดับ, จัดให้เป็นระเบียบ, แทนค่าให้ดูง่ายขึ้นโดยไม่เปลี่ยนค่าในวิชาคณิตศาสตร์, รักษา **-reduction** *n.* (-S. decrease, lower **-A.** increase, promote)
redundant (ริดัน' เดินท์) *adj.* มากมายเกินควร **-redundancy** *n.* (-S. superfluous, wordy)
reed (รีด) *n.* ไม้จำพวกต้นกกหรือต้นอ้อ, ไม้จำพวกหญ้าที่ขึ้นในน้ำ มีลำต้นกลวง ใบใหญ่, ก้านและใบของไม้ดังกล่าว, ขลุ่ย, ปี่, ลิ้นที่ใส่ในเครื่องดนตรีที่ใช้เป่า
reef[1] (รีฟ) *n.* แนวหิน แนวสันทรายหรือแนวปะการังที่โผล่ขึ้นมาใกล้หรือเหนือผิวน้ำ, ทางแร่
reef[2] (รีฟ) *n.* ส่วนของใบเรือที่ม้วนหรือพับเก็บได้
reek (รีค) *vt., vi.* **reeked, reeking** พ่นควัน, พ่นไอ, นำไปรมควัน, ส่ง (กลิ่น) *-n.* กลิ่นคาว, กลิ่นคละคลุ้ง, กลิ่นสาบ, ไอน้ำ **-reeky** *adj.*
reel[1] (รีล) *n.* หลอดด้าย, ม้วนฟิล์มหรือเชือก, รอก, ฟิล์มหรือเชือกที่พันไว้หนึ่งม้วน, ใบมีดเครื่องตัดหญ้า *-vt.* **reeled, reeling** พันรอบ, ม้วนหรือคลายออกจากม้วน, ชักรอก **-reel off** ท่องได้อย่างไม่ติดขัด (-S. (n., v.) roll)
reel[2] (รีล) *vi., vt.* **reeled, reeling** โซเซ, เสียสมดุล, วิงเวียน *-n.* การเดินโซเซ, การเต้นรำจังหวะรวดเร็วแบบดั้งเดิมของสกอตแลนด์หรือแบบลูกทุ่งอเมริกัน (-S. (v., n.) spin)
reenforce, re-enforce (รีอินฟอร์ซ', -โฟร์ซ') *v.* ดู reinforce
reengineering (รีเอนจะเนีย' ริง) *n.* การรื้อปรับระบบ
reentry, re-entry (รีเอน' ทรี) *n., pl.* **-tries** การกลับเข้ามาอีกครั้ง, การกลับเข้าสู่บรรยากาศของโลกอีกครั้งของกระสวยอวกาศ

A B C D E F G H I J K L M N O P Q S T U V W X Y Z

ref. ย่อจาก reference การอ้างถึง
refectory (ริเฟค' ทะรี) *n., pl.* **-ries** โรงอาหาร
★**refer** (ริเฟอร์') *v.* **-ferred, -ferring** *-vt.* อ้างถึง, อ้างอิง, ยกมาอ้าง, เสนอ, หาดูความหมาย (ในพจนานุกรม), แนะให้ไปหาดู (ในหนังสือ), แนะนำว่าให้ไปพบ (ผู้เชี่ยวชาญ) *-vi.* เกี่ยวกับ, ในเรื่อง, เกี่ยวข้อง, พาดพิง, เป็นของ, อ้างอิง, มีที่มาให้อ้างอิงได้, พลิก (ดูที่หน้า...ในหนังสือ) **-referable** *adj.* (-S. mention, relate)
referee (เรฟฟะรี') *n.* ผู้ตัดสิน, กรรมการ
★**reference** (เรฟ' เฟอเรินซ์, เรฟ' เรินซ์) *n.* การอ้างอิง, การอ้างถึง, การพาดพิง, การอ้างที่มา, หมายเหตุในสิ่งพิมพ์, แหล่งที่มา, ผู้ค้ำประกัน, ใบรับรอง, หลักฐานอ้างอิง (-S. regard)
reference book หนังสืออ้างอิง
referendum (เรฟฟะเรน' เดิม) *n., pl.* **-dums/-da** การลงประชามติ
★**refill** (*v.* รีฟิล', *n.* รี' ฟิล) *vt.* **-filled, -filling** เติมใหม่ *-n.* สิ่งที่ใช้เติมในภาชนะเดิมที่หมดแล้ว, การเติมครั้งที่สองหรือครั้งต่อๆ ไป
refine (ริไฟน') *v.* **-fined, -fining** *-vt.* ทำให้บริสุทธิ์, ขัดเกลา, ฟอก, ซัก, กลั่น, สกัด, ชำระ *-vi.* บริสุทธิ์, ปราศจากสิ่งปลอมปน, ได้รับการขัดเกลา, เป็นผู้ดีมีมารยาท, สละสลวย, มีความประณีต, ฉลาด, เต็มไปด้วยเล่ห์เหลี่ยม
refinery (ริไฟ' นะรี) *n., pl.* **-ies** โรงกลั่นน้ำมัน, โรงงานทำน้ำตาล
★**reflect** (ริเฟลคท์') *vt., vi.* **-flected, -flecting** สะท้อน, หันหรือวกกลับ, คิดอย่างหนัก (-S. echo)
★**reflection, reflexion** (ริเฟลค' ชัน) *n.* การสะท้อน, แสงที่สะท้อน, การพิจารณาอย่างระมัดระวัง, ความคิดหรือความเห็นที่เป็นผลมาจากการพิจารณาดังกล่าว, การตำหนิแบบมีชั้นเชิง, การตีวัวกระทบคราด, ผล, สิ่งที่ประจักษ์แก่สายตา, เงา, ผลสะท้อน
reflector (ริเฟลค' เทอร์) *n.* พื้นผิวที่สะท้อนแสงหรือเงาได้, พื้นน้ำ, กระจก, กล้องโทรทรรศน์ชนิดแสงสะท้อน ซึ่งรวมแสงจากวัตถุโดยใช้กระจกเว้า
reflex (*adj., n.* รี' เฟลคซ์, *v.* ริเฟลคซ์') *adj.* ซึ่งสะท้อนหรือวกกลับ, เป็นการกระทำหรือการตอบสนองโดยอัตโนมัติ *-n.* แสง, เงา, ผล, สำเนา, แบบที่ถอดออกมา, การตอบสนองแบบอัตโนมัติ, รูปแบบของคำที่สะท้อนหรือแทนตัวประธานโดยเขียนแตกต่างออกไปจากเดิม เช่น he เป็น himself *-vt.* **-flexed, -flexing** สะท้อนหรือวกกลับ, ย้อนกลับ
reflexion (ริเฟลค' ชัน) *n.* ดู reflection
reflexive (ริเฟลค' ซิฟว์) *adj.* ที่สะท้อนหรือย้อนกลับ, เกี่ยวกับแสงสะท้อนหรือเงา, เป็นไปเองโดยอัตโนมัติ, ซึ่งเป็นคำกริยาที่บอกให้รู้ว่าประธานและกรรมเป็นคนเดียวกัน เช่น I introduced myself., ซึ่งเป็นคำสรรพนามที่ชี้กลับไปที่ตัวประธานของกริยา เช่น I และ myself *-n.* กริยาและสรรพนามดังกล่าว
★**reform** (ริฟอร์ม') *vt., vi.* **-formed, -forming** ปรับปรุง, เปลี่ยนแปลง, แก้ไข, ปฏิรูป, ล้มล้าง (รัฐบาล), ลงโทษ, ดัดสันดาน, ว่ากล่าว *-n.* การปรับปรุง, การแก้ไข, การปฏิรูป *-adj.* เกี่ยวกับการเปลี่ยนแปลงดังกล่าว **-reformation** *n.* (-S. (v.) correct, improve -A. (v.) worsen)
re-form (รีฟอร์ม') *vt., vi.* **-formed, -forming** ร่าง ก่อหรือสร้างขึ้นอีกครั้ง, ตั้งหรือจัดใหม่
reformatory (ริฟอร์' มะทอรี, -โทรี) *n., pl.* **-ries** โรงเรียนหรือสถานดัดสันดาน
refract (ริแฟรคท์') *vt.* **-fracted, -fracting** หักเห (แสง) **-refractor** *n.*
refraction (ริแฟรค' ชัน) *n.* การหักเหของคลื่นใดๆ เช่น คลื่นแสงหรือเสียง เมื่อผ่านตัวกลางหนึ่งไปสู่อีกตัวกลางหนึ่งที่มีความหนาแน่นหรือความทึบต่างกัน **-refractional, refractive** *adj.*
refrain[1] (ริเฟรน') *vt., vi.* **-frained, -fraining** อดกลั้น, ละเว้น, หักห้าม (-S. restrain)
refrain[2] (ริเฟรน') *n.* ท่อนสร้อยในเพลงใช้ร้องซ้ำไปซ้ำมาคั่นเนื้อร้องท่อนอื่นๆ (-S. chorus)
★**refresh** (ริเฟรช') *vt., vi.* **-freshed, -freshing** ทำให้สดชื่นขึ้น, ทำให้สดใหม่, กระตุ้นให้ฟื้น, ตื่นตัว, เติมเต็มใหม่, รื้อฟื้น (-S. revive)
refresher (ริเฟรช' เชอร์) *n.* สิ่งที่ช่วยให้เกิดความสดชื่น เช่น เครื่องดื่ม
refresher course หลักสูตรเสริมความรู้
refreshing (ริเฟรช' ชิง) *adj.* ที่ให้ความสดชื่น
refreshment (ริเฟรช' เมินท์) *n.* ความสดชื่น, สิ่งที่ช่วยให้เกิดความสดชื่น เช่น อาหารและเครื่องดื่ม **-refreshments** อาหารว่างและเครื่องดื่ม
refrigerant (ริฟริจ' เจอเรินท์) *n.* วัตถุสำหรับให้ความเย็น เช่น ฟรีออนและแอมโมเนีย ใช้ในวงจรของเครื่องทำความเย็น เช่น ตู้เย็น เป็นของเหลวที่ระเหยได้ในอุณหภูมิต่ำ, ยาลดไข้
refrigerate (ริฟริจ' จะเรท) *vt.* **-ated, -ating** ให้ความเย็น, ถนอม (อาหาร) ด้วยการแช่เย็น
★**refrigerator** (ริฟริจ' จะเรเทอร์) *n.* ตู้เย็น
refuel (รีฟิว' เอิล) *vt., vi.* **-eled, -eling/-elled,**

-elling เติมน้ำมันอีก

refuge (เรฟ' ฟิวจ์) *n.* ที่หลบภัย, ที่กำบัง, เครื่องป้องกัน (-S. protection, shelter)

★**refugee** (เรฟฟิวจี') *n.* ผู้ลี้ภัยสงคราม

refund (*v.* ริฟันด์', รี' ฟันด์, *n.* รี' ฟันด์) *vt., vi.* **-funded, -funding** จ่ายคืน, คืน *-n.* การจ่ายเงินคืน, เงินที่จ่ายคืน (-S. (v., n.) return)

★**refusal** (ริฟิว' เซิล) *n.* การปฏิเสธ

★**refuse**[1] (ริฟิวซ์') *vt., vi.* **-fused, -fusing** ปฏิเสธ, บอกปัด (-S. deny -A. permit)

refuse[2] (เรฟ' ฟิวซ์) *n.* ขยะ (-S. rubbish)

refute (ริฟิวท์') *vt.* **-futed, -futing** พิสูจน์ว่าไม่จริง, โต้แย้ง, ไม่ยอมรับ **-refutable** *adj.*

regain (รีเกน') *vt.* **-gained, -gaining** ได้คืน, (ควบคุม) ได้อีกครั้ง, ฟื้น (-S. repossess)

regal (รี' เกิล) *adj.* เกี่ยวกับพระมหากษัตริย์, อย่างเจ้า, สง่า, ใจกว้าง (-S. royal -A. servile)

regale (ริเกล') *vt., vi.* **-galed, -galing** เลี้ยงอาหาร, ให้ความสนุกสนานเพลิดเพลิน *-n.* การเลี้ยงอาหารอย่างเอิกเกริก, อาหารอันโอชะ **-regalement** *n.* (-S. (v.) entertain (n., v.) feast)

regalia (ริเกล' เลีย, -เก' เลีย) *n. pl.* ราชกกุธภัณฑ์, พระราชอำนาจแห่งกษัตริย์, ยศ

★**regard** (ริการ์ด') *vt., vi.* **-garded, -garding** พิจารณา, ถือว่า, ให้เกียรติ, นับถือ, เกี่ยวกับ, อ้างถึง, นึกถึง, คำนึงถึง, เห็นว่า, เคารพ, รู้สึกว่า, ดูแลเอาใจใส่ *-n.* การเพ่งดู, ความเอาใจใส่, ความนับถือ, ความเสน่หา, จุดหรือแง่มุมที่พิเศษ, สาเหตุ, เหตุผล, เจตนา, หน้าตา, รูปการณ์, ลักษณะภายนอกที่ปรากฏแก่สายตา **-as regards** ในเรื่องอันเกี่ยวกับ **-in/with regard to** อ้างถึง, เกี่ยวกับ **-regards** ความปรารถนาดี (-S. (v.) consider (n.) attention (v., n.) concern)

regardful (ริการ์ด' เฟิล) *adj.* ระมัดระวัง, ไม่ประมาท, มีความเคารพนับถือ (-S. careful)

regarding (ริการ์' ดิง) *prep.* อ้างถึง, เกี่ยวกับ, เนื่องจาก

regardless (ริการ์ด' ลิซ) *adv.* โดยไม่คำนึงถึง, โดยไม่ใส่ใจ *-adj.* อย่างไม่เอาใจใส่, โดยประมาท

regatta (ริกา' ทะ, -แกท' ทะ) *n.* การแข่งเรือ

regency (รี' เจินซี) *n., pl.* **-cies** ผู้สำเร็จราชการแผ่นดิน, ช่วงระยะเวลาที่ปกครองโดยผู้สำเร็จราชการ, ตำแหน่งผู้สำเร็จราชการ

regenerate (*v.* ริเจน' นะเรท, *n., adj.* -เนอริท) *v.* **-ated, -ating** *-vt.* แก้ไข, ปฏิรูป, ให้ชีวิตใหม่, ให้พลัง, สร้างเนื้อเยื่อใหม่ *-vi.* ก่อร่างหรือสร้างใหม่, เกิดใหม่, ดัดสันดาน *-n.* อวัยวะที่งอกขึ้นมาใหม่, ผู้ที่เกิดใหม่ในทางศาสนา *-adj.* เป็นการดัดนิสัย, ที่สร้างขึ้นใหม่หรือซ่อมแซม

regent (รี' เจินท์) *n.* ผู้สำเร็จราชการแทนกษัตริย์, ผู้ปกครอง, คณาจารย์

reggae (เรก' เก) *n.* ดนตรีที่มีลีลาสนุกสนานเป็นที่ถูกใจคนฟัง มีกำเนิดมาจากชาวจาเมกา

regicide (เรจ' จิไซด์) *n.* การปลงพระชนม์กษัตริย์, ผู้ปลงพระชนม์กษัตริย์ **-regicidal** *adj.*

★**regime, régime** (เรฌีม', ริ-) *n.* ระบบการปกครอง, วิถีชีวิตที่จะทำให้คุณภาพชีวิตดีขึ้น

regiment (*n.* เรจ' จะเมินท์, *v.* เรจ' จะเมนท์) *n.* หน่วยทหารราบที่มีอย่างน้อยสองกองพัน, กลุ่มคนจำนวนมาก *-vt.* **-mented, -menting** จัดให้เป็นระเบียบ, ปกครองอย่างเข้มงวด

★**region** (รี' เจิน) *n.* พื้นที่, บริเวณ, ขอบเขต, แคว้น, ภาค, ดินแดน, ถิ่น **-regional** *adj.*

★**register** (เรจ' จิสเตอร์) *n.* ทะเบียน, สมุดลงทะเบียน, การลงทะเบียน, การบันทึก, การขึ้นทะเบียน, ตะแกรงของเครื่องปรับอากาศ *-v.* **-tered, -tering** *-vt.* ลงทะเบียน, ขึ้นทะเบียน, จดทะเบียน, บันทึก, แสดงออกด้วยสีหน้าท่าทาง, บรรลุ, ได้มา, (เข็ม) ชี้บอก (-S. (n., v.) list, record)

registered mail/post ไปรษณีย์ลงทะเบียน

registrar (เรจ' จิสตราร์, เรจจิสตราร์') *n.* นายทะเบียน

registration (เรจจิสเตร' ชัน) *n.* การลงทะเบียน, การขึ้นทะเบียน, จำนวนคนที่ลงทะเบียน, การลงชื่อในทะเบียน, เอกสารรับรองการลงทะเบียน

registry (เรจ' จิสตรี) *n., pl.* **-tries** การจดทะเบียน, หอทะเบียน, หนังสือบันทึกทางการ

regress (*v.* ริเกรซ', *n.* รี' เกรซ) *vi.* **-gressed, -gressing** ถอยหลัง, ถดถอย, แย่ลง, เลวลง *-n.* การวกกลับ, การหันกลับ, การย้อนคืน

★**regret** (ริเกรท') *vt., vi.* **-gretted, -gretting** เสียใจ, ผิดหวัง, เสียดาย *-n.* ความโศกเศร้าอาลัยอาวรณ์, ความผิดหวัง (-S. (v.) bemoan)

regretful (ริเกรท' เฟิล) *adj.* ซึ่งเสียใจอย่างสุดซึ้ง

regrettable (ริเกรท' ทะเบิล) *adj.* น่าเศร้า, น่าเสียใจ, น่าเสียดาย **-regrettably** *adv.*

★**regular** (เรก' เกียเลอร์) *adj.* ตามปกติ, โดยปกติ, อย่างเคย, ตามธรรมเนียม, ตามระเบียบ, สม่ำเสมอ, มีส่วนสัดรับกัน, อย่างเป็นระยะๆ, มีกฎเกณฑ์, มั่นคง, คงที่, ถูกต้อง, เที่ยงตรง, (ภาษาพูด) เต็มที่ ละเอียดลออ ดี ประณีต, มีคุณสมบัติตรงตามงาน, ซึ่งอยู่ในรูปการผันกริยาตามปกติคือเติม -ed, (พระ) เคร่งศาสนา,

A B C D E F G H I J K L M N O P Q R S T U V W X Y Z

ซึ่งมีด้านและมุมเท่ากัน, ซึ่งเป็นกองทหารประจำการ *-n.* พระ, ทหารประจำการ, ผู้ที่มีความจงรักภักดี, ขนาดของเสื้อผ้าสำหรับคนทั่วไป, ลูกค้าขาประจำ **-regularity** *n.* **-regularly** *adv.* (-S. (adj.) usual -A. (adj.) irregular)

regular army กองทหารประจำการ

regularize (เรก' เกียละไรซ) *vt.* **-ized, -izing** ทำให้เป็นระเบียบ

regulate (เรก' เกียเลท) *vt.* **-lated, -lating** บังคับ, ตั้งกฎเกณฑ์, ตั้ง (เครื่องจักร) ให้ทำงานอย่างถูกต้อง, จัดระเบียบ, ควบคุม (-S. control)

★**regulation** (เรกเกียเล' ชัน) *n.* การออกกฎ, กฎหมาย, กฎเกณฑ์, บทบัญญัติ (-S. rule)

rehabilitate (รีฮะบิล' ลิเทท) *vt.* **-tated, -tating** บำบัด, ซ่อมแซม, คืนตำแหน่งให้, ให้สิทธิอีกครั้ง, คืนอิสรภาพให้, กู้คืน (-S. restore)

rehearsal (ริเฮอร' เซิล) *n.* การบรรยาย, การฝึกซ้อมก่อนแสดงจริง (-S. practice, reading)

rehearse (ริเฮิร์ซ') *vt., vi.* **-hearsed, -hearsing** ฝึกซ้อม, กำกับการฝึกซ้อม, ฝึกฝน, เล่า, บรรยาย, ระบุ, จาระไน (-S. narrate, train)

rehouse (รีเฮาซ') *vt., vi.* **-housed, -housing** ให้ไปอยู่ในบ้านใหม่

reign (เรน) *n.* การครองราชย์, รัชสมัย, ยุค, บารมี, ความยิ่งใหญ่ *-vi.* **reigned, reigning** ครองราชย์, เสวยราชย์, เป็นกษัตริย์, เข้าครอบงำ, เข้าปกคลุม (-S. (n.) dominion (v.) govern)

reimburse (รีอิมเบิร์ซ') *vt.* **-bursed, -bursing** คืนเงิน, ชดใช้ **-reimbursement** *n.*

rein (เรน) *n.* บังเหียน *-vt., vi.* **reined, reining** ดึงบังเหียน, บังคับด้วยบังเหียน (-S. (n., v.) bridle)

reincarnate (รีอินคาร์' เนท) *vt.* **-nated, -nating** กลับชาติมาเกิด **-reincarnation** *n.*

reindeer (เรน' เดียร์) *n., pl.* **-deer/-deers** กวางขนาดใหญ่ทางแถบขั้วโลกเหนือ มีเขาที่แผ่กิ่งก้านทั้งตัวผู้และตัวเมีย

reinforce, reenforce, re-enforce (รีอินฟอร์ซ', -โฟร์ซ') *vt.* **-forced, -forcing** เสริม, เพิ่มพลัง, บำรุง (-S. strengthen)

reinforced concrete คอนกรีตเสริมเหล็ก

reinforcement (รีอินฟอร์ซ' เมินท, -โฟร์ซ'-) *n.* การเสริมเพิ่มความแข็งแกร่ง, สิ่งที่ช่วยเสริมเพิ่มแรง **-reinforcements** ทหารกองหนุน

reinstate (รีอินสเตท') *vt.* **-stated, -stating** นำกลับเข้ารับตำแหน่งเดิมอีกครั้ง, ทำให้หายดีดังเดิม, นำกลับมาใช้ใหม่ **-reinstatement** *n.*

reiterate (รีอิท' ทะเรท) *vt.* **-ated, -ating** พูดซ้ำ, พูดย้ำ, ทำซ้ำๆ (-S. repeat)

★**reject** (*v.* ริเจคท', *n.* รี' เจคท) *vt.* **-jected, -jecting** ปฏิเสธ, บอกปัด, ต่อต้าน, พ่นออก *-n.* สินค้าที่ถูกปฏิเสธ, ผู้ที่หรือสิ่งที่ถูกปฏิเสธ **-rejection** *n.* (-S. (v.) deny -A. (v.) accept)

rejoice (ริจอยซ') *vi., vt.* **-joiced, -joicing** ดีใจ, ร่าเริง, มีความสุข (-S. delight)

rejoicing (ริจอย' ซิง) *n.* การเฉลิมฉลอง, ความรื่นเริง (-S. celebration)

rejoin[1] (ริจอยน') *v.* **-joined, -joining** *-vt.* ตอบ, โต้ตอบ, โต้แย้ง *-vi.* ตอบ (-S. reply)

rejoin[2] (รีจอยน') *vt., vi.* **-joined, -joining** กลับเข้าร่วมอีกครั้ง, รวมตัวกันใหม่ (-S. reunite)

rejoinder (ริจอยน' เดอร์) *n.* คำโต้ตอบ

rejuvenate (ริจู' วะเนท) *vt.* **-nated, -nating** ทำให้กลับเป็นหนุ่มเป็นสาวหรือกระชุ่มกระชวย

relapse (*v.* ริแลพซ', *n.* รี' แลพซ, ริแลพซ') *vi.* **-lapsed, -lapsing** เสื่อมหรือทรุดลง, แย่ลง *-n.* การกลับทรุดลง (-S. (v.) regress)

★**relate** (ริเลท') *v.* **-lated, -lating** *-vt.* บอก, เล่า, บรรยาย, เชื่อมโยง *-vi.* มีความเกี่ยวข้อง, เข้ากันได้ (-S. connect, tell -A. separate)

related (ริเล' ทิด) *adj.* เกี่ยวข้อง, มีส่วนร่วม, เป็นญาติกัน, เกี่ยวดองกัน, เป็นสามีภรรยากัน **-relatedly** *adv.* (-S. connected)

★**relation** (ริเล' ชัน) *n.* ความสัมพันธ์, ความเกี่ยวข้องกัน, ความเกี่ยวดอง, ความเกี่ยวเนื่อง, ความเป็นญาติ, ญาติพี่น้อง, การเล่าหรือบรรยาย, คำอธิบาย, คำชี้แจง **-in relation to** เมื่อเปรียบเทียบกับ **-relations** ความสัมพันธ์ซึ่งกันและกัน, การมีเพศสัมพันธ์ **-relationship** *n.* (-S. recitation, reference -A. independence)

★**relative** (เรล' ละทิฟว) *adj.* เกี่ยวข้อง, โดยเปรียบเทียบกับสิ่งอื่น, เป็นประพันธสรรพนาม, ซึ่งขึ้นอยู่กับสิ่งอื่น *-n.* ญาติ, คู่สามีภรรยา, สิ่งที่เกี่ยวพันกับสิ่งอื่น, ประพันธสรรพนาม

relative clause อนุประโยค

★**relatively** (เรล' ละทิฟวลี) *adv.* โดยเปรียบเทียบ

relative pronoun ประพันธสรรพนาม

relativity (เรลละทิฟว' วิที) *n.* ความสัมพันธ์, ทฤษฎีสัมพัทธภาพ

★**relax** (ริแลคซ') *vt., vi.* **-laxed, -laxing** ทำให้ผ่อนคลาย **-relaxation** *n.* (-S. loosen)

relay (*n.* รี' เล, *v.* รี' เล, ริเล') *n.* การผลัดเปลี่ยน, การวิ่งผลัด, พนักงานผลัดเปลี่ยน, ม้าที่เอาไว้เปลี่ยนกับตัวที่หมดแรง, เครื่องถ่ายทอดสัญญาณ *-vt.* **-layed, -laying** ถ่ายทอด

(ข้อความ สัญญาณ), ผลัดเปลี่ยน (-S. (n., v.) turn (v.) transmit)

relay race กีฬาวิ่งผลัด

★**release** (รีลีซ') *vt.* **-leased, -leasing** ปล่อย, ปลดปล่อย, ไล่ออก (จากงาน), ปลดเปลื้องหนี้สิน, โล่งใจ, พ้นทุกข์, ออกแสดง, ออกขาย, โฆษณา, สละ, ยกเลิก *-n.* การปลดปล่อย, การให้อิสรภาพ, การปลดเปลื้อง, การออกฉายของภาพยนตร์, การออกวางจำหน่าย, การสละสิทธิ, การยกเลิกข้อเรียกร้อง, เอกสารอนุมัติการยกเลิกหรือสละสิทธิ (-S. (v.) free -A. (v.) fasten)

relegate (เรล' ลิเกท) *vt.* **-gated, -gating** จำแนก, เสนอ, เนรเทศ, ขับไล่, กำจัด

relent (ริเลนท์) *vi.* **-lented, -lenting** ผ่อนผัน, ยกโทษให้, กรุณา (-S. soften)

relentless (ริเลนท์' ลิซ) *adj.* เข้มงวด

★**relevant** (เรล' ละเวินท์) *adj.* ซึ่งตรงกับ (เรื่อง), ซึ่งเกี่ยวข้อง, ซึ่งสัมพันธ์กัน, ซึ่งเข้าเรื่องกัน

★**reliable** (ริไล' อะเบิล) *adj.* ไว้ใจได้, เชื่อถือได้

reliant (ริไล' เอินท์) *adj.* สุดแล้วแต่, ขึ้นอยู่กับ

relic (เรล' ลิค) *n.* ของเก่า, ธรรมเนียมประเพณี, อัฐิหรือเส้นผมของผู้ตายที่เก็บไว้บูชา **-relics** ศพ, ซาก (-S. memento)

★**relief** (รีลีฟ') *n.* การปลดเปลื้อง, สิ่งที่ช่วยบรรเทา, ความโล่งใจ, การสงเคราะห์, การเปลี่ยนเวรยาม, ยามที่มาเปลี่ยนเวร, การพักจากการทำงาน, รูปแกะสลักที่นูนขึ้นมาจากพื้นหลัง, ความนูนสูงๆ ต่ำๆ บนพื้นผิวโลก, ความเด่นอันเนื่องมาจากความแตกต่างกัน, การผ่อนผัน (-S. aid)

★**relieve** (รีลีฟว์') *vt.* **-lieved, -lieving** บรรเทาหรือทุเลาลง, ช่วยเหลือ, ปลดปล่อย, ปลดเปลื้อง, นิรโทษ, ผ่อนผัน, ผลัดเวรยาม, คลายลง, ทำให้เด่นสะดุดตาโดยการทำให้แตกต่างกัน, (ภาษาพูด) ปล้นคร่าเอาไป ถอด (ยศ) ตัด (สิทธิ) กีดกัน **-relieve oneself** ถ่ายอุจจาระหรือปัสสาวะ (-S. help, soothe -A. burden)

★**religion** (ริลิจ' เจิน) *n.* ศาสนา, ความเชื่อและนับถือในอำนาจที่อยู่เหนือธรรมชาติ

★**religious** (ริลิจ' เจิซ) *adj.* เกี่ยวกับศาสนา, เคร่งศาสนา, ซึ่งเชื่อในพระเจ้าหรือสิ่งศักดิ์สิทธิ, เคร่งครัด *-n., pl.* **-gious** พระ, แม่ชี **-religiously** *adv.* **-religiousness** *n.* (-S. (adj.) strict)

relinquish (ริลิง' ควิช) *vt.* **-quished, -quishing** เลิก, ละ, สละ, ปล่อย, ยกเลิก, เลิกล้ม, ยอมจำนน, ละทิ้ง **-relinquishment** *n.* (-S. quit)

relish (เรล' ลิช) *n.* ความกระหายใคร่จะ (ลิ้มลอง), ความมีรสชาติ, สิ่งที่ใช้เรียกน้ำย่อย *-v.* **-ished, -ishing** *-vt.* กระหาย, อยาก *-vi.* มีรสดี (-S. (n.) appetizer -A. (n.) distaste)

relive (รีลิฟว์') *v.* **-lived, -living** *-vt.* รำลึกถึงความทรงจำครั้งเก่า *-vi.* กลับมามีชีวิตอีกครั้ง

relocate (รีโล' เคท) *vt., vi.* **-cated, -cating** ย้ายไปที่ใหม่ **-relocation** *n.*

reluctant (ริลัค' เทินท์) *adj.* ไม่เต็มใจ **-reluctantly** *adv.* **-reluctance, reluctancy** *n.*

★**rely** (ริไล') *vi.* **-lied, -lying** พึ่งพา, ไว้ใจ

★**remain** (ริเมน') *vi.* **-mained, -maining** เหลืออยู่, ยังคงเป็น (อย่างเดิม), ยังต้องรอดูกันต่อไป, ยืนยง, ฝังแน่น (-S. continue -A. depart)

remainder (ริเมน' เดอร์) *n.* ส่วนที่เหลือ, เศษที่เหลือจากการหารหรือลบ (-S. rest)

remains (ริเมนซ์') *n. pl.* ซาก, ศพ, เศษ

remake (*v.* รีเมค', *n.* รี' เมค) *vt.* **-made, -making** ทำใหม่ *-n.* การทำใหม่

★**remark** (ริมาร์ค') *v.* **-marked, -marking** *-vt.* ออกความเห็น, สังเกต, มองดู, คอยดู *-vi.* ตั้งข้อสังเกต *-n.* การสังเกต, การเฝ้าดู, ความเห็น, ข้อสังเกต (-S. (v., n.) comment)

remarkable (ริมาร์' คะเบิล) *adj.* น่าสังเกต, น่าทึ่ง, แปลก, ไม่ธรรมดา (-S. wonderful)

remedial (ริมี' เดียล) *adj.* เป็นการรักษา, เป็นการฝึกฝนและพัฒนาในทักษะต่างๆ ที่ด้อย

remedy (เรม' มิดี) *n., pl.* **-dies** ยา, สิ่งที่ใช้แก้ไข, การแก้ไข *-vt.* **-died, -dying** เยียวยา, รักษา, บรรเทา, แก้ไข, ขจัด **-remediable** *adj.* (-S. (n., v.) cure -A. (v.) sicken)

★**remember** (ริเมม' เบอร์) *v.* **-bered, -bering** *-vt.* จดจำไว้, จำได้, นึกขึ้นได้, อย่าลืม, ฝากความคิดถึง, นึกถึง, เตือนใจ *-vi.* มีความทรงจำ, ใช้ความทรงจำ (-S. recall -A. forget)

remembrance (ริเมม' เบรินซ์) *n.* การจดจำ, ความทรงจำ, ความระลึกถึง, ความคิดถึง, อนุสรณ์, เครื่องเตือนใจ, ของที่ระลึก, ข้อจดจำรำลึก (-S. memorial, memory, souvenir)

★**remind** (ริไมน์ด์') *vt.* **-minded, -minding** เตือนใจ, ทำให้นึกถึง, เตือนให้ไม่ลืม

reminder (ริไมน์ เดอร์) *n.* สิ่งเตือนใจ, เครื่องเตือนความทรงจำ, ใบเตือน, จดหมายเตือน

reminisce (เรมมะนิซ') *vi.* **-nisced, -niscing** รื้อฟื้นอดีต, รำลึกอดีต **-reminiscer** *n.*

reminiscence (เรมมะนิซ' เซินซ์) *n.* การหวนระลึกถึงอดีต, ความทรงจำ, เหตุการณ์ที่เตือนให้นึกถึงอดีต **-reminiscent** *adj.* (-S. review)

remiss (ริมิซ') *adj.* ละเลย, ประมาท, ขาดวินัย,

เฉื่อยชา, บกพร่อง (-S. neglectful -A. careful)
remission (ริมิช' ชัน) *n.* การลดหย่อนผ่อนโทษ, การยกหนี้หรือโทษให้, การส่งคดีกลับ
remit (ริมิท') *vt., vi.* **-mitted, -mitting** ส่ง (เงิน), ยกเลิก, ละเว้น, ยกโทษ (-S. forgive, postpone, send -A. condemn, hold)
remittance (ริมิท' เทินซ์) *n.* การส่งเงินให้แก่ผู้ที่อยู่ไกล, จำนวนเงินที่ส่ง (-S. payment)
remnant (เรม' เนินท์) *n.* ส่วนที่เหลือ, เศษผ้า
remonstrate (ริมอน' สเตรท) *vt., vi.* **-strated, -strating** คัดค้าน **-remonstrance** *n.*
remorse (ริมอร์ซ') *n.* ความรู้สึกผิดและเสียใจในความผิดที่ได้กระทำไป **-remorseful** *adj.*
remorseless (ริมอร์ซ' ลิซ) *adj.* โหดร้าย
remote (ริโมท') *adj.* **-moter, -motest** ซึ่งอยู่อย่างสันโดษ, ที่อยู่ไกล, นานมาแล้ว, เลือนราง, เป็นญาติห่างๆ, เหินห่าง, ซึ่งควบคุมจากที่ห่างไกล (-S. distant, faint -A. near)
remote control การควบคุมหรืออุปกรณ์ที่ใช้ควบคุมเครื่องยนต์กลไกหรือเครื่องไฟฟ้าจากระยะไกล
removal (ริมู' เวิล) *n.* การย้าย, การปลด
★**remove** (ริมูฟว์') *v.* **-moved, -moving** *-vt.* เคลื่อนย้าย, ย้าย, เอาออกไป, ถอนออกไป, กำจัด, ขับไล่, ตัด, ปลด, ถอด *-vi.* ย้าย, แยกไป, จากไป, เคลื่อนย้ายได้ *-n.* การเคลื่อนย้าย, การปลด, ระยะความห่าง (-S. (v.) eliminate, transfer)
removed (ริมูฟว์ด์') *adj.* ห่างไกล, เหินห่าง
remunerate (ริมิว' นะเรท) *vt.* **-ated, -ating** ชดใช้, ตอบแทน (-S. recompense)
remunerative (ริมิว' เนอระทิฟว์, -นะเรทิฟว์) *adj.* ที่ให้ผลตอบแทน, มีกำไร (-S. profitable)
renaissance (เรนนิซานซ์', -ซานซ์') *n.* การกลับมาอีกครั้ง, การฟื้นฟู **-Renaissance** ยุคฟื้นฟูศิลปวิทยาการของยุโรป ช่วงศตวรรษที่ 14-16
renal (รี' เนิล) *adj.* เกี่ยวกับไต
rend (เรนด์) *vt., vi.* **rent/rended, rending** ฉีก, ตึกชกหัว, กระชาก, ดึง, บิด, ใช้เสียงแหลมเสียดแทง, ทำให้เจ็บปวดหรือเป็นทุกข์ (-S. tear)
render (เรน' เดอร์) *vt.* **-dered, -dering** ให้, เสนอ, จัดหาให้, ใช้คืน, ตอบแทน, ยอมแพ้, พรรณนา, แปล, แจ้ง, ทำให้เป็น (เช่นนั้นเช่นนี้), ละลายด้วยความร้อน, ฉาบด้วยปูนปลาสเตอร์หรือซีเมนต์ **-rendition** *n.* (-S. return)
rendezvous (ราน' เดวู, -ดะ-) *n., pl.* **-vous** (-วูซ) การนัดพบ, จุดหรือที่นัดพบ, ที่ที่คนชอบไปชุมนุมกัน *-vt., vi.* **-voused** (-วูด), **-vousing** (-วูอิง) ชุมนุมกัน (-S. (n.) meeting)
renegade (เรน' นิเกด) *n.* คนเปลี่ยนศาสนา, คนละทิ้งหน้าที่, คนหนีทัพ, คนนอกกฎหมาย, คนนอกคอก, กบฏ (-S. deserter)
renew (รินู', -นิว') *vt., vi.* **-newed, -newing** ซ่อมแซม, เข้าครองดังเดิม, ยืนยัน, ทำให้ฟื้นขึ้นมาอีก, ยืดเวลาการกู้ยืม, เติมให้เต็มอีกครั้ง, สร้างหรือตั้งขึ้นใหม่ **-renewal** *n.* (-S. restore)
renounce (ริเนาน์ซ') *vt.* **-nounced, -nouncing** ประกาศยกเลิก, ปฏิเสธ, บอกปัด, สละ (สิทธิ), ประกาศตัด (ญาติ) (-S. reject)
renovate (เรน' นะเวท) *vt.* **-vated, -vating** ปฏิสังขรณ์, ซ่อม, สร้างใหม่, บูรณะ, ฟื้นฟู **-renovation** *n.* **-renovator** *n.* (-S. renew)
renown (ริเนาน์') *n.* กิตติศัพท์ (-S. reputation)
renowned (ริเนาน์ด์') *adj.* มีชื่อเสียง
★**rent**[1] (เรนท์) *n.* ค่าเช่า *-vt., vi.* **rented, renting** เช่า, ให้เช่า (-S. (n.) payment (v.) lease)
rent[2] (เรนท์) *v.* กริยาช่อง 2 และ 3 ของ rend *-n.* รอยปริ, รอยร้าว (-S. (n.) separation)
rental (เรน' เทิล) *n.* ค่าเช่า, ทรัพย์สินที่ให้เช่า, การเช่า, ที่ที่มี (รถ) ให้เช่า, บัญชีรายชื่อผู้เช่าและตารางการเช่า *-adj.* ซึ่งมีไว้ให้เช่า
rent-free (เรนท์ ฟรี') *adj., adv.* ไม่เสียค่าเช่า
renunciation (รินันซีเอ' ชัน) *n.* การประกาศยกเลิก, การประกาศตัด (ญาติ), การประกาศสละ (สิทธิ) **-renunciative, renunciatory** *adj.*
reopen (รีโอ' เพิน) *vt., vi.* **-pened, -pening** เปิดใหม่, เข้าครองอีกครั้ง (-S. restart)
reorganize (รีออร์' กะไนซ) *vt., vi.* **-ized, -izing** รวบรวมขึ้นใหม่, วางแนวทางใหม่, จัดตั้งขึ้นใหม่, ปรับโครงสร้างองค์กรใหม่
★**repair** (ริแพร์') *vt., vi.* **-paired, -pairing** ซ่อมแซม, แก้ไข, ปรับปรุง, คืนความกระปรี้กระเปร่า *-n.* การซ่อมแซม, สิ่งที่ได้รับการซ่อมแซม **-reparable, repairable** *adj.*
reparation (เรพพะเร' ชัน) *n.* การซ่อมแซม, การปฏิสังขรณ์, การล้าง (บาป), การชดใช้, สิ่งที่ทำเพื่อเป็นการชดเชย, เงินค่าเสียหาย, ค่าทำขวัญ (-S. compensation, renovation)
repartee (เรพเพอร์ที', -เท', -พาร์-) *n.* การพูดโต้ตอบอย่างมีไหวพริบ (-S. retort)
repast (ริแพซท์') *n.* อาหาร (-S. food)
repatriate (*v.* รีเพ' ทรีเอท, *n.* -อิท, -เอท) *vt.* **-ated, -ating** ส่งกลับถิ่นเดิม *-n.* ผู้ถูกส่งกลับ
repay (ริเพ') *vt., vi.* **-paid, -paying** จ่ายคืน,

ชดใช้, ตอบแทน **-repayment** *n.* (-S. refund)

repeal (ริพีล') *vt.* **-pealed, -pealing** ยกเลิก *-n.* การยกเลิก (-S. (v.) cancel (n.) withdrawal)

★**repeat** (ริพีท') *vt., vi.* **-peated, -peating** กล่าวซ้ำ, พูดอีก, ว่าตาม, พูดตาม, ทวนคำพูด, ท่อง, บอกต่อ, ซ้ำรอย, ทำซ้ำ, ย้ำ *-n.* การกล่าวซ้ำ, สิ่งที่ทำซ้ำๆ, การพูดตาม, ท่อนสร้อยในเพลงที่ใช้ร้องซ้ำๆ (-S. (v.) recite)

repeating decimal ดู recurring decimal

repel (ริเพล') *vt., vi.* **-pelled, -pelling** ขับไล่, ต่อต้าน, ทำให้สะอิดสะเอียน (-S. resist)

repellent, repellant (ริเพล' เลินท์) *adj.* น่ารังเกียจ, น่าขยะแขยง, กัน (น้ำ)

repent (ริเพนท์') *vi., vt.* **-pented, -penting** กลับมาเสียใจภายหลัง, เสียดาย (-S. regret)

repercussion (รีเพอร์คัช' ชัน, เรพ' เพอร์-) *n.* ผลกระทบ, การสะท้อนกลับ, เสียงสะท้อน

repertoire (เรพ' เพอร์ทวาร์) *n.* บทเพลงหรือบทละครที่เก็บสะสมเตรียมไว้เล่น

repertory (เรพ' เพอร์ทอรี, -โทรี) *n., pl.* **-ries** การแสดงละครโดยผู้แสดงชุดเดิม ในโรงละครแห่งเดิมติดต่อกันหลายวัน, โรงละคร, กลุ่มผู้แสดงละครในโรงละคร, คลัง, โกดัง, สิ่งที่เก็บสะสมไว้ (-S. repository)

repertory company คณะละครที่แสดงติดต่อกันในช่วงฤดูกาลหนึ่งๆ โดยแสดงละครหลายเรื่องสลับสับเปลี่ยนกันไป

repetition (เรพพิทิช' ชัน) *n.* การทำซ้ำๆ

repetitious (เรพพิทิช' เชิช) *adj.* ซ้ำซาก

repetitive (ริเพท' ทิทิฟว์) *adj.* เป็นการทำซ้ำๆ, อย่างซ้ำๆ **-repetitively** *adv.*

★**replace** (ริเพลซ') *vt.* **-placed, -placing** เอามาไว้ที่เดิม, แทนที่, เปลี่ยน (ยาง), คืนเงินให้ **-replacement** *n.* (-S. repay, substitute)

replay (รีเพล') *vt.* **-played, -playing** เล่น (เทป) ใหม่อีกครั้ง

replenish (ริเพลน' นิช) *vt., vi.* **-ished, -ishing** เติม, ทำให้สมบูรณ์, ดลใจ, ก่อให้เกิด, บำรุงเลี้ยง **-replenishment** *n.* (-S. refill)

replete (ริพลีท') *adj.* อุดมสมบูรณ์, หนาแน่น

replica (เรพ' พลิคะ) *n.* รูปหรือแบบจำลอง

★**reply** (ริไพล') *vi., vt.* **-plied, -plying** ตอบ, โต้ตอบ *-n., pl.* **-plies** คำตอบ, การโต้ตอบ

★**report** (ริพอร์ท', -โพร์ท') *n.* รายงาน, ข่าวเล่าลือ, ชื่อเสียง, กิตติศัพท์, เรื่องซุบซิบนินทา, เสียงระเบิดกึกก้องหรือเสียงปืน *-v.* **-ported, -porting** *-vt.* รายงาน, แจ้ง, นำเสนอ, เขียนรายงานหรือสรุปย่อ, ฟ้องร้อง, ปรักปรำ, ติเตียน *-vi.* ทำรายงาน, เป็นผู้สื่อข่าว, รายงานตัว

reporter (ริพอร์' เทอร์, -โพร์'-) *n.* ผู้สื่อข่าว

repose (ริโพซ') *n.* การพักผ่อน, ความสบายใจ, ความสงบ, ความมีสติ, ความสุขุม *-vt., vi.* **-posed, -posing** นอน, พักผ่อน, นอนตาย, ไว้วางใจ (-S. (n.) peace (v.) relax)

repository (ริพอซ' ซิทอรี, -โทรี) *n., pl.* **-ries** ที่เก็บของ, คลัง, โกดัง, พิพิธภัณฑ์, หลุมฝังศพ, สุสาน, ฮวงซุ้ย, ผู้กุมความลับ

reprehend (เรพพริเฮนด์') *vt.* **-hended, -hending** ดุด่าว่ากล่าว, ตำหนิติเตียน

reprehensible (เรพพริเฮน' ซะเบิล) *adj.* น่าตำหนิ, เลวมาก, มีความผิด, ควรรับผิด

★**represent** (เรพพริเซนท์') *vt.* **-sented, -senting** ใช้หมายถึง, เป็นสัญลักษณ์แทน, เป็นตัวแทน, เป็นผู้แทน, เล่นบทเป็น (พระเอก)

★**representative** (เรพพริเซน' ทะทิฟว์) *n.* ตัวแทน, ผู้แทน, สมาชิกสภาผู้แทนราษฎร, ตัวอย่าง *-adj.* เป็นตัวแทน ผู้แทนหรือตัวอย่าง

repress (ริเพรซ') *vt., vi.* **-pressed, -pressing** ระงับ, ควบคุม, สะกดกลั้น, ปราบปราม (-S. control, suppress -A. support)

repressive (ริเพรซ' ซิฟว์) *adj.* ทารุณ, กดขี่

reprieve (ริพรีฟว์') *vt.* **-prieved, -prieving** ยกเลิกโทษประหารชีวิต, ยกเลิกการทำโทษ, เลื่อนการทำโทษออกไป, บรรเทา, ลดหย่อน *-n.* คำสั่งหรือการให้เลื่อนหรือยกเลิกการประหารชีวิต, การผัดผ่อน (-S. (n.) suspension)

reprimand (เรพ' ระแมนด์) *vt.* **-manded, -manding** ด่า, ตำหนิ, เตือน *-n.* การกระทำดังกล่าว (-S. (v., n.) blame, censure)

reprint (*n.* รี' พรินท์, *v.* รีพรินท์') *n.* หนังสือที่ได้รับการพิมพ์เพิ่มเติมหรือพิมพ์ใหม่ *-vt.* **-printed, -printing** พิมพ์ใหม่, พิมพ์เพิ่ม

reprisal (ริไพร' เซิล) *n.* การแก้แค้น, การตอบแทนให้สาสม, การแก้เผ็ด (-S. revenge)

reproach (ริโพรช') *vt.* **-proached, -proaching** รังเกียจ, ต่อว่า, ดุด่า, ตักเตือน, ตำหนิ, ทำให้เสื่อมเสียหรือขายหน้า *-n.* การตำหนิ, การดุด่า, ความเสื่อมเสีย, ความขายหน้า, ความอดสู, ความละอายใจ, สิ่งที่น่าขายหน้า (-S. (v., n.) blame, disgrace -A. (v., n.) praise)

reproachful (ริโพรช' เฟิล) *adj.* (สายตา) ซึ่งแสดงการตำหนิ **-reproachfully** *adv.*

★**reproduce** (รีพระดูซ', -ดิวซ') *v.* **-duced, -ducing** *-vt.* ทำสำเนา, จำลอง, ออก (ลูก),

A B C D E F G H I J K L M N O P Q R S T U V W X Y Z

ให้กำเนิด, ผลิต, แพร่ (พันธุ์), สร้างใหม่, เรียกกลับคืน, ให้ผลผลิต, ถอดแบบ **-reproduction** *n.* (**-S.** duplicate, generate **-A.** originate)
reproductive (รีพระดัค' ทิฟว์) *adj.* เกี่ยวกับการทำสำเนา, เป็นการถอดแบบ, เป็นการให้กำเนิด, มักจะให้ผลผลิต **-reproductively** *adv.*
reprove (ริพรูฟว์') *vt.* **-proved, -proving** ดุด่า, ตำหนิ **-reproof** *n.* (**-S.** blame **-A.** praise)
reptile (เรพ' ทิล, -ไทล์) *n.* สัตว์เลื้อยคลาน, คนน่าชัง, คนอกตัญญู **-reptilian** *adj., n.*
★**republic** (ริพับ' ลิค) *n.* การปกครองแบบสาธารณรัฐ, ชาติที่มีการปกครองแบบดังกล่าว, กลุ่มคนในวงงานใดๆที่สมาชิกมีสิทธิเท่าเทียมกัน
republican (ริพับ' ลิเคิน) *adj.* เป็นสาธารณรัฐ, สนับสนุนรูปแบบการปกครองแบบสาธารณรัฐ *-n.* ผู้ที่สนับสนุนการปกครองแบบสาธารณรัฐ
repudiate (ริพิว' ดิเอท) *vt.* **-ated, -ating** ปฏิเสธ, ไม่ยอมรับ, บอกปัด **-repudiation** *n.*
repugnant (ริพัก' เนินท์) *adj.* น่ารังเกียจ, ชวนให้เกลียด, เป็นปฏิปักษ์ต่อกัน, ตรงกันข้าม, ไม่ลงรอยกัน **-repugnance, repugnancy** *n.*
repulse (ริพัลซ์') *vt.* **-pulsed, -pulsing** ขับไล่, ผลักไส, ปฏิเสธ, ทำให้รังเกียจ *-n.* การกระทำดังกล่าว **-repulsion** *n.* (**-S.** (v.) refuse)
repulsive (ริพัล' ซิฟว์) *adj.* น่ารังเกียจ, ชอบขับไล่ไสส่ง, (เป็นแรง) ที่ต้านกัน (**-S.** ugly)
reputable (เรพ' เพียทะเบิล) *adj.* มีเกียรติ, มีชื่อเสียง **-reputably** *adv.* (**-S.** honorable)
★**reputation** (เรพเพียเท' ชัน) *n.* ชื่อเสียง, เกียรติยศ, กิตติศัพท์ (**-S.** credit, fame **-A.** dishonor)
repute (ริพิวท์') *vt.* **-puted, -puting** ขึ้นชื่อว่า *-n.* ชื่อเสียง, กิตติศัพท์ (**-S.** (n.) reputation)
reputed (ริพิว' ทิด) *adj.* เป็นที่กล่าวกันว่า
★**request** (ริเควซท์') *vt.* **-quested, -questing** ขอร้อง, ขอ, ขอให้ช่วย *-n.* สิ่งที่ถูกขอ, การขอ
requiem (เรค' ควีเอิม, รี'-) *n.* พิธีสวดส่งวิญญาณ, บังสุกุล, เพลงสวดส่งวิญญาณ
★**require** (ริไควร์') *vt.* **-quired, -quiring** ต้องการ, เรียกร้อง, บังคับ, เกณฑ์, จำเป็นต้องใช้
requirement (ริไควร์' เมินท์) *n.* สิ่งจำเป็น, สิ่งที่ต้องการ, ความต้องการ, ข้อกำหนด, ข้อเรียกร้อง, สิ่งที่กำหนดไว้เป็นเกณฑ์พื้นฐาน
requisite (เรค' ควิซิท) *adj.* จำเป็นอย่างขาดไม่ได้ *-n.* สิ่งที่จำเป็น, สิ่งที่ขาดไม่ได้, ข้อกำหนด, ข้อเรียกร้อง **-requisition** *n.*
rescind (ริซินด์') *vt.* **-scinded, -scinding** ทำให้เป็นโมฆะ, ล้มเลิก, กลับคำ **-rescission** *n.*
★**rescue** (เรซ' คิว) *vt.* **-cued, -cuing** ช่วยชีวิต *-n.* การช่วยชีวิต (**-S.** (v.) save (n., v.) release)
★**research** (ริเซิร์ช', รี' เซิร์ช) *n.* การค้นคว้า, การวิจัย *-vi., vt.* **-searched, -searching** ค้นคว้า, วิจัย, ศึกษา (**-S.** (n., v.) study)
resemblance (ริเซม' เบลินซ์) *n.* ความเหมือน, สิ่งที่คล้ายสิ่งอื่น (**-S.** similarity)
resemble (ริเซม' เบิล) *vt.* **-bled, -bling** เหมือน, คล้าย **-resembler** *n.*
resent (ริเซนท์') *vt.* **-sented, -senting** โกรธ, ไม่พอใจ **-resentment** *n.* **-resentful** *adj.*
reservation (เรซเซอร์เว' ชัน) *n.* ข้อกำหนด, การสงวนหรือสิ่งที่สงวนรักษาไว้, ข้อจำกัด, พื้นที่สงวน, เขตสงวน, การจอง
★**reserve** (ริเซิร์ฟว์') *vt.* **-served, -serving** ถนอมรักษาไว้, จองไว้, สงวนไว้, กันไว้, เก็บไว้, สำรอง (ที่นั่ง) *-n.* สิ่งที่สงวนรักษาไว้, สิ่งที่สำรองไว้, สิ่งที่กันเอาไว้, การสงวนไว้, การกันไว้, การจองไว้, การสำรองไว้, การสงวนท่าที, การไว้ตัว, ทหารกองหนุน, ทุนสำรอง, เขตสงวน, ตัวสำรอง, อะไหล่ *-adj.* ซึ่งสงวนไว้ใช้ (**-S.** (v.) retain)
reserved (ริเซิร์ฟว์ด') *adj.* สงวนไว้, สำรองไว้, สำรวม, สงวนท่าที, ไม่พูดไม่จา, สงบเสงี่ยม, ระมัดระวัง (**-S.** booked, modest)
reserve fund กองทุนสำรอง
reservoir (เรซ' เซิร์ฟวัวาร์, -วอร์, -วอร์) *n.* บ่อเก็บน้ำ, ภาชนะที่ใส่ของเหลว (**-S.** tank)
reshuffle (รีชัฟ' เฟิล) *vt., vi.* **-fled, -fling** สับเปลี่ยนโยกย้ายตำแหน่ง *-n.* การกระทำดังกล่าว
reside (ริไซด์') *vi.* **-sided, -siding** อยู่อาศัย
residence (เรซ' ซิเดินซ์, -เดนซ์) *n.* ที่อยู่อาศัย, แพทย์ประจำบ้าน, จวน, ทำเนียบ (**-S.** dwelling)
★**resident** (เรซ' ซิเดินท์, -เดนท์) *n.* แพทย์ประจำบ้าน, ผู้ที่อยู่ในที่ใดที่หนึ่งประจำ, เจ้าหน้าที่ทางการทูตที่ประจำอยู่ต่างประเทศ, ชาวเมือง, นกหรือสัตว์อื่นที่ไม่อพยพย้ายถิ่น *-adj.* ซึ่งอาศัยอยู่, ซึ่งอาศัยอยู่ที่ใดที่หนึ่งตามแต่งานที่ได้รับมอบหมาย, ซึ่งทำงานอยู่ประจำ, ซึ่งไม่อพยพย้ายถิ่น **-residential** *adj.*
residual (ริซิจ' จูเอิล) *adj.* เป็นส่วนที่เหลือ, เป็นกาก *-n.* ส่วนที่เหลืออยู่, กาก, เดน
residue (เรซ' ซิดู, -ดิว) *n.* ส่วนที่เหลือ, กาก
★**resign** (ริไซน์') *v.* **-signed, -signing** *-vt.* ยอม, สละตำแหน่ง, สละสิทธิ์ *-vi.* ลาออก
resigned (ริไซน์ด์') *adj.* อดทน, ว่าง่าย
resilience, resiliency (ริซิล' เลียนซ์, -ซี) *n.* ความยืดหยุ่น **-resilient** *adj.* (**-S.** elasticity)

A B C D E F G H I J K L M N O P Q R S T U V W X Y Z

resin (เรซ' ซิน) *n.* ยางไม้, ชัน, ครั่ง, วัสดุสังเคราะห์ชนิดเปลี่ยนรูปร่างได้

★**resist** (ริซิซท') *vt., vi.* **-sisted, -sisting** ต่อต้าน, ต้านทาน, อดทน, อดกลั้น, ต่อสู้, ขัดขวาง

★**resistance** (ริซิซ' เทินซ) *n.* ความต้านทาน, การต่อต้าน, ความฝืด, แรงต้าน, ความทนทาน

resistible (ริซิซ' ทะเบิล) *adj.* ซึ่งต้านทานได้

resistivity (รีซิซทิฟว' วิที) *n., pl.* **-ties** ความต้านทานจำเพาะ

resistor (ริซิซ' เทอร) *n.* ตัวความต้านทานใช้ควบคุมกระแสไฟฟ้าในวงจรอิเล็กทรอนิกส์

resolute (เรซ' ซะลูท) *adj.* มั่นคง, แน่นอน, บึกบึน **-resolutely** *adv.* (**-S.** firm **-A.** weak)

resolution (เรซซะลู' ชัน) *n.* ความมั่นคงแน่วแน่, มติ, การลงมติ, บทสรุป, การตัดสินใจ (**-S.** decision, determination)

resolve (ริซอลฟว') *v.* **-solved, -solving** *-vt.* ตัดสินใจ, ตั้งใจ, แยกแยะ, วิเคราะห์, แปลง, แก้ปัญหา, หาข้อสรุป, ขจัด, ลงมติ, ลงความเห็น, ลงเอย, ทำให้ลด (อาการอักเสบ), ละลาย, กระจาย *-n.* ความมั่นคงแน่วแน่, การตัดสินใจ, การลงมติ, การตกลงใจ (**-S.** (v.) decide)

resonant (เรซ' ซะเนินท) *adj.* ก็กก้องกังวาน, ซึ่งสะท้อนไปมา, ที่รับกันอย่างต่อเนื่อง, ที่ได้จังหวะคล้องจองกัน **-resonance** *n.*

resort (ริซอร์ท') *vi.* **-sorted, -sorting** มีที่ไป, หันหาทางออกโดย, มีที่หลบภัย, ไปเป็นประจำ *-n.* การไปชุมนุมกันเป็นประจำ, สถานที่พักผ่อนตากอากาศ, การหันหาที่พึ่งพิง, ที่พึ่ง

resound (ริเซานด') *v.* **-sounded, -sounding** *-vi.* ก็กก้อง, สะท้อนไปมา, สั่นกระดิ่ง, มีชื่อเสียงขึ้นมา *-vt.* สะท้อนกลับ, ส่งเสียงดัง, เฉลิมฉลอง, สรรเสริญเยินยอ, แซ่ซ้องสรรเสริญ

★**resource** (รี' ซอร์ซ, -ซอร์ซ, ริซอร์ซ', -ซอร์ซ') *n.* ที่พึ่ง, สิ่งที่เก็บไว้ใช้ในยามจำเป็น, ความคิดริเริ่มในการแก้ปัญหา, แหล่งข้อมูล, แหล่งทรัพยากร

resourceful (ริซอร์ซ' เฟิล, -โซร์ซ'-, -ซอร์ซ'-, -โซร์ซ'-) *adj.* ที่แก้ปัญหาเก่ง, ที่รอบรู้สารพัด

★**respect** (ริสเปคท') *vt.* **-spected, -specting** นับถือ, นิยม, สรรเสริญ, เคารพ, พาดพิง, เกี่ยวข้อง, อ้างถึง, ทำตาม (ความประสงค์) *-n.* ความนิยมยกย่อง, ความนับถือ, ความเคารพยำเกรง, การให้เกียรติ, การได้รับความยกย่องนับถือ, แง่มุม รายละเอียดหรือลักษณะเฉพาะ, ความเกี่ยวข้อง, ข้ออ้างอิง, ความเอาใจใส่ **-respectful** *adj.* **-respectfully** *adv.* (**-S.** (v.) admire)

respectable (ริสเปค' ทะเบิล) *adj.* น่านับถือ, น่าเคารพยกย่อง, มีมารยาท, มีคุณภาพ, เพียงพอ, เหมาะสม, เรียบร้อย **-respectably** *adv.*

respective (ริสเปค' ทิฟว) *adj.* แต่ละคน, แต่ละวัน, เฉพาะคน, เฉพาะวัน, โดยเฉพาะ

respectively (ริสเปค' ทิฟวลี) *adv.* ตามลำดับ, เป็นลำดับ

respiration (เรซพะเร' ชัน) *n.* การหายใจ

respirator (เรซ' พะเรเทอร) *n.* เครื่องช่วยหายใจ, อุปกรณ์ที่ใช้สวมปิดปากและจมูกเพื่อช่วยป้องกันและกรองอากาศเสีย

respiratory (เรซ' เพอระทอรี, -โทรี, ริสไป' ระ-) *adj.* เกี่ยวกับหรือใช้ในการหายใจ

respire (ริสไปร') *vi., vt.* **-spired, -spiring** หายใจ, หายใจสะดวกอีกครั้ง (**-S.** breathe)

respite (เรซ' พิท) *n.* การพักผ่อน, การพักโทษประหารชีวิตไว้ชั่วคราว *-vt.* **-pited, -piting** ผ่อนผัน (**-S.** (n.) suspension (v.) postpone)

resplendent (ริสเปลน' เดินท) *adj.* สุกใส, โชติช่วง, หลักแหลม, เลิศ (**-S.** bright)

★**respond** (ริสปอนด์') *vi., vt.* **-sponded, -sponding** ตอบ, ตอบสนอง, ขานรับ

respondent (ริสปอน' เดินท) *adj.* เป็นการให้คำตอบ, เป็นการตอบสนอง, เป็นจำเลยในคดีแพ่ง *-n.* สิ่งที่ตอบสนอง, จำเลยในคดีแพ่งโดยเฉพาะในการหย่าร้าง, ผู้ที่ตอบสนอง

★**response** (ริสปอนซ') *n.* การตอบรับ, คำตอบ, ผลลัพธ์, ปฏิกิริยาตอบสนอง (**-S.** answer)

★**responsibility** (ริสปอนซะบิล' ลิที) *n., pl.* **-ties** ความรับผิดชอบ, ภาระ (**-S.** burden, duty)

★**responsible** (ริสปอน' ซะเบิล) *adj.* มีความรับผิดชอบ, กล้าตัดสินใจ, เป็นต้นเหตุ, น่าเชื่อถือและไว้วางใจ, มีความคิดและการตัดสินใจที่ดี, ต้องรับผิดชอบ, ตอบได้, แก้ได้, ซึ่งต้องการคนที่มีความรับผิดชอบ (**-S.** liable, trustworthy)

responsive (ริสปอน' ซิฟว) *adj.* มีปฏิกิริยาโต้ตอบไว, ซึ่งตอบสนองเร็ว

★**rest**[1] (เรซท) *n.* การหยุดพัก, การนอนตาย, ความสงบเยือกเย็นแห่งอารมณ์และจิตใจ, การอยู่นิ่งไม่ไหวติง, สิ่งที่ใช้รองหรือพิง *-vi., vt.* **rested, resting** นอน, พัก, อยู่นิ่งๆ, พักผ่อน, พิง, อิง, นั่ง, ขึ้นอยู่กับ, ตั้งอยู่บน, อยู่, (ตา) จับจ้องอยู่ที่ (**-S.** (n.) relaxation (v.) lean)

★**rest**[2] (เรซท) *n.* ส่วนที่เหลืออยู่, กาก, เดน

★**restaurant** (เรซ' เทอเรินท) *n.* ภัตตาคาร

restful (เรซท' เฟิล) *adj.* เงียบสงบ, ราบรื่น, เยือกเย็น **-restfully** *adv.* (**-S.** peaceful)

A B C D E F G H I J K L M N O P Q R S T U V W X Y Z

restitution (เรซทิทู' ชัน, -ทิว'-) *n.* การนำกลับคืน, การชดใช้ (-S. compensation)
restive (เรซ' ทิฟว) *adj.* ควบคุมยาก, ทุรนทุราย
restless (เรซท' ลิซ) *adj.* หยุกหยิก, หงุดหงิด, กระวนกระวาย **-restlessly** *adv.* (-S. nervous)
restorative (ริสตอ' ระทิฟว, -สโต'-) *adj.* เกี่ยวกับการซ่อมแซม ทำนุบำรุงหรือปฏิสังขรณ์ *-n.* ยาบำรุง, สิ่งที่ช่วยซ่อมแซมหรือบำรุงรักษา
★**restore** (ริสตอร', -สโตร') *vt.* **-stored, -storing** ปฏิสังขรณ์, บูรณะ, ซ่อมแซม, คืนตำแหน่งให้ **-restoration** *n.* (-S. rebuild, return)
restrain (ริสเตรน') *vt.* **-strained, -straining** ควบคุม, กลั้น, ยับยั้ง, บังคับ, ห้าม, ป้องกัน, จำกัด, กีดกัน, กักกัน, ฉุดรั้ง (-S. suppress)
restrained (ริสเตรนด') *adj.* สงบเรียบร้อย, อย่างถูกควบคุมหรือจำกัด, สุขุม, มีความยั้งคิด, ระวังปากระวังคำ, อย่างผู้ดีมีมารยาท (-S. calm)
restraint (ริสเตรนท') *n.* การควบคุม, การจำกัด, การสูญเสียอิสรภาพ, ข้อจำกัด, ข้อผูกมัด, บังเหียน, สิ่งที่ใช้บังคับควบคุม (-S. ban)
★**restrict** (ริสตริคท') *vt.* **-stricted, -stricting** จำกัด (-S. confine, limit -A. free)
restricted (ริสตริค' ทิด) *adj.* อย่างจำกัด, ซึ่งอยู่ในวงจำกัด **-restrictedly** *adv.* (-S. limited)
restriction (ริสตริค' ชัน) *n.* การจำกัดวงหรือขอบเขต, ข้อกำหนด, ข้อจำกัด (-S. regulation)
restrictive (ริสตริค' ทิฟว) *adj.* เป็นการจำกัด, เกี่ยวกับข้อจำกัด, เข้มงวด, มีข้อจำกัด, เป็นอนุประโยคหรือวลีที่ขยายคำนาม วลีหรืออนุประโยคและช่วยจำกัดความ เช่น who looks ในประโยค The boy who looks at me is very handsome. **-restrictively** *adv.*
★**restroom** (เรซท' รูม, -รุม) *n.* ห้องน้ำ, สุขา
★**result** (ริซัลท') *vi.* **-sulted, -sulting** ส่งผล, ลงเอย *-n.* ผล, ผลลัพธ์ **-resultant** *adj.* (-S. (v., n.) end (n.) consequence -A. (v., n.) cause)
resume (ริซูม') *v.* **-sumed, -suming** *-vt.* เริ่มใหม่, เข้าครองใหม่, กลับคืนเข้ารับตำแหน่ง, ทำต่อไป, เอากลับคืน, ได้คืน, กลับไป (นั่ง) ที่เดิม
résumé, resume, resumé (เรซ' ซุเม, เรซซุเม') *n.* ใบสรุปประวัติการทำงานและคุณสมบัติซึ่งจะส่งไปพร้อมกับใบสมัครงาน, การสรุปย่อ, รายงานสรุปย่อ
resurrect (เรซซะเรคท') *vt., vi.* **-rected, -recting** นำกลับมาใช้ใหม่, ปลุกชีพ (-S. revive)
resurrection (เรซซะเรค' ชัน) *n.* การฟื้นคืนชีวิต, การปลุกชีพ **-Resurrection** การฟื้นคืนชีพของพระเยซูหลังจากถูกตรึงไม้กางเขน
resuscitate (ริซัซ' ซิเทท) *v.* **-tated, -tating** *-vt.* ชุบชีวิต *-vi.* ทำให้ฟื้นคืนสติ (-S. rescue)
retail (รี' เทล) *n.* การขายปลีก *-adj.* เกี่ยวกับการขายปลีก *-adv.* ในราคาหรือในปริมาณขายปลีก *-vt., vi.* **-tailed, -tailing** ขายปลีก, บอกต่อ **-retailer** *n.*
retain (ริเทน') *vt.* **-tained, -taining** เก็บไว้, รักษาไว้, กันไว้, จดจำไว้, จ้างแบบผูกขาด
retaining wall เขื่อนกั้นน้ำ
retaliate (ริแทล' ลิเอท) *vi., vt.* **-ated, -ating** แก้แค้น **-retaliation** *n.* (-S. revenge)
retard (ริทาร์ด') *v.* **-tarded, -tarding** *-vt.* ถ่วง, หน่วงเหนี่ยว, ขัดขวาง, ทำให้ช้า *-vi.* อืดอาด, ชักช้า *-n.* การพัฒนาอย่างเชื่องช้าล้าหลัง, (คำสแลง) คนโง่ **-retardation** *n.*
retch (เรช) *v.* **retched, retching** *-vi.* พยายามทำให้อาเจียนออกมา *-vt.* อาเจียน, สำรอก
retention (ริเทน' ชัน) *n.* การเก็บรักษาไว้, การจดจำไว้, การจ้างแบบผูกขาด
retentive (ริเทน' ทิฟว) *adj.* มีความจำดี
reticent (เรท' ทิเซินท) *adj.* เงียบ, สงบปาก สงบคำ, สงวนท่าที, ลังเล, ไม่เต็มใจ, อึกอัก **-reticently** *adv.* (-S. silent -A. communicative)
reticle (เรท' ทิเคิล) *n.* เส้นที่ไขว้กันเป็นตารางในกล้อง ใช้เล็งหาตำแหน่งและขนาดของวัตถุ
reticular (ริทิค' เคียเลอร) *adj.* คล้ายร่างแหหรือตาข่าย, พัวพันซับซ้อน (-S. complicated)
reticulate (*adj.* ริทิค' เคียลิท, -เลท, *v.* -เลท) *adj.* เป็นตาข่าย *-vt., vi.* **-lated, -lating** ไขว้ให้เป็นร่างแห, ทำโครงตาข่าย
retiform (รี' ทะฟอร์ม, เรท'-) *adj.* ซึ่งไขว้กันเหมือนตาข่าย (-S. reticulate)
retina (เรท' เทินนะ) *n., pl.* **-nas/-nae** (-นี) เนื้อเยื่ออันละเอียดอ่อนและมีความไวต่อแสงซึ่งอยู่ชั้นในของลูกตา มีการส่งภาพไปสู่สมองด้วยประสาทรับความรู้สึกทางตา **-retinal** *adj.*
retinue (เรท' เทินนู, -นิว) *n.* บริวาร
★**retire** (ริไทร') *vi., vt.* **-tired, -tiring** ปลดเกษียณ, ออกจากงาน, ถอนตัว, ไปนอน, ไปพัก, ถอนทัพ, ถอย, ถดถอย **-retirement** *n.* (-S. leave)
retired (ริไทร์ด') *adj.* ปลดเกษียณแล้ว, ปลดระวางแล้ว, อยู่อย่างสันโดษ, เป็นบำเหน็จบำนาญ (-S. isolated -A. advanced)
retiring (ริไท' ริง) *adj.* ขี้อาย, ไว้ตัว, สงบเสงี่ยม
retort[1] (ริทอร์ท') *vt., vi.* **-torted, -torting** ตอบอย่างยอกย้อน, โต้ตอบอย่างมีไหวพริบ *-n.* การ

A B C D E F G H I J K L M N O P Q R S T U V W X Y Z

พูดโต้ตอบอย่างเฉียบคมและยอกย้อน

retort[2] (ริทอร์ท', รี' ทอร์ท) *n.* ภาชนะที่ใช้ในห้องทดลอง มีลักษณะเป็นกระเปาะแก้วและมีจุกปิดด้านบน มีปากเป็นก้านยาวเรียวออกไป ใช้ต้มหรือกลั่นหรือจำแนกแยกธาตุต่างๆ

retouch (รีทัช') *vt., vi.* **-touched, -touching** ลบรอยตำหนิ, ย้อมผม, ปรับปรุง, ตกแต่ง

retrace (รีเทรซ') *vt.* **-traced, -tracing** ลากเส้นทับกัน, ย้อนรอย, ซ้อนรอย, ซ้ำรอย

retract (ริแทรคท์') *vt., vi.* **-tracted, -tracting** ถอน (คำพูด), หดกลับ, ออกเสียงด้วยการหดลิ้นกลับ **-retraction** *n.* (**-S.** disavow, reverse)

retractile (ริแทรค' ทิล, -ไทล์) *adj.* หดกลับได้

retreat (ริทรีท') *n.* การล่าถอย, ที่ที่ให้ความสงบ, ช่วงเวลาสันโดษหรือเกษียณ, ช่วงเวลาแห่งการเข้าฌานสวดมนต์หรือศึกษาเล่าเรียน, สัญญาณการถอยทัพ, การเป่าแตรหรือลั่นกลองเป็นสัญญาณการลดธงลงจากเสายามเย็น, พิธีลดธงลงจากเสาของทหาร *-vi., vt.* **-treated, -treating** ถอย, ถอน, ปลด, ถอยหลัง (**-S.** (n.) withdrawal (v.) recede **-A.** (n., v.) advance)

retribution (เรททระบิว' ชัน) *n.* การแก้แค้น, การตอบแทน, เวรกรรม, ผลกรรม, การลงโทษ, ผลตอบแทน, การชดใช้กรรม **-retributive** *adj.*

retrieve (ริทรีฟว์') *v.* **-trieved, -trieving** *-vt.* ได้หรือเอากลับคืน, ช่วยชีวิต, กู้คืนมา, ปฏิรูป, ปฏิสังขรณ์, ซ่อมแซม, แก้ไข, ฟื้นฟู, บูรณะ, รับกลับมา, จำได้, นึกได้, ตีโต้ *-vi.* นำสัตว์ที่ยิงได้กลับไป *-n.* การกระทำดังกล่าว (**-S.** (v.) regain (v., n.) repair, rescue)

retro- คำอุปสรรค หมายถึง ถอยหลัง, ย้อนหลัง, กลับหลัง

retroaction (เรทโทรแอค' ชัน) *n.* กฎหมายหรือการกระทำใดๆ ที่มีผลย้อนหลัง, ปฏิกิริยา **-retroact** *v.* **-retroactive** *adj.* (**-S.** reaction)

retrograde (เรท' ทระเกรด) *adj.* เป็นการถอยหลัง, ถอยหลังเข้าคลอง, กลับหน้ากลับหลัง, กลับตรงกันข้าม, เสื่อมถอย, (ภาษาพูด) ตรงกันข้าม *-vi.* **-graded, -grading** ถอยหลัง, กลับหลัง, เสื่อมลง **-retrogradation** *n.*

retrogress (เรท' ทระเกรซ, เรททระเกรซ') *vi.* **-gressed, -gressing** ถอยหลังเข้าคลอง

retrorocket (เรท' โทรรอคคิท) *n.* จรวดถอยหลัง ช่วยลดความเร็ว (ของเครื่องบินหรือจรวด)

retrospect (เรท' ทระสเปคท์) *n.* การมองย้อนกลับไปในอดีต *-vi., vt.* **-spected, -specting** มองอดีต, มองย้อนกลับ **-retrospection** *n.*

retrospective (เรททระสเปค' ทิฟว์) *adj.* เป็นการมองย้อนกลับ, เป็นการหวนคิดถึงความหลัง, (กฎหมาย) ซึ่งมีผลย้อนหลัง, เป็นการแสดงผลงานตลอดช่วงชีวิตที่ผ่านมาจนถึงปัจจุบันของศิลปิน *-n.* การแสดงผลงานดังกล่าว **-retrospectively** *adv.*

★**return** (ริเทิร์น') *vi., vt.* **-turned, -turning** กลับ, คืนกลับ, วกกลับ, ย้อนกลับ, กลับมา, ตอบแทน, หันกลับไป, ตอบกลับ, ตอบโต้, ส่งกลับ, นำกลับ, ตีกลับ *-n.* การกระทำดังกล่าว, สิ่งที่นำกลับมา, สิ่งที่เป็นผลกลับมา, การหวนกลับมาของเหตุการณ์ที่เกิดเป็นช่วงๆ, ผลตอบแทน, ค่าตอบแทน, คำตอบ, การตอบสนอง, ผลกำไร, จำนวนผลผลิตต่อหน่วย, รายงาน, รายชื่อ, การเลือกตั้ง, สถิติ, โค้งน้ำหรือโค้งถนน, ท่อน้ำ, รางน้ำ, แป้นของเครื่องพิมพ์ดีดที่ใช้สำหรับตั้งข้อความที่ขึ้นบรรทัดใหม่, ตั๋วไปกลับ, การเดินทางกลับ *-adj.* เป็นการตอบแทนหรือชดใช้, (ตั๋ว) ไปกลับ, ที่หวนมาเกิดขึ้นอีก, ที่วกกลับหรือเปลี่ยนทิศทาง (**-S.** (v.) repay)

reunion (รียูน' เนียน) *n.* การมาพบปะชุมนุมกันอีกครั้ง **-reunite** *v.*

rev (เรฟว์) *n.* (ภาษาพูด) การหมุนรอบของเครื่องจักร, การปฏิวัติ *-vt., vi.* **revved, revving** เร่งเครื่อง, (ภาษาพูด) เร่งหรือเพิ่มความเร็ว

revaluate (รีแวล' ลิวเอท) *vt.* **-ated, -ating** ตีราคาใหม่ **-revaluation** *n.* **-revalue** *v.*

revamp (รีแวมพ์') *vt.* **-vamped, -vamping** ปรับปรุง, ซ่อมแซม, ปฏิสังขรณ์ (**-S.** renovate)

★**reveal** (ริวีล') *vt.* **-vealed, -vealing** เปิดเผย, เผยให้เห็น (**-S.** disclose **-A.** cover)

reveille (เรฟว์' วะลี) *n.* เสียงแตรปลุกเรียกทหาร

revel (เรฟว์' เวิล) *vi.* **-eled, -eling/-elled, -elling** สนุกสนานรื่นเริง *-n.* งานเลี้ยง

revelation (เรฟว์วะเล' ชัน) *n.* การเผยให้เห็น, ความลับที่ถูกเปิดเผย, การแสดงอภินิหาร, เรื่องเหลือเชื่อ **-Revelation** หนังสือเล่มสุดท้ายในคัมภีร์ไบเบิลฉบับใหม่ (**-S.** disclosure)

revelry (เรฟว์' เวิลรี) *n., pl.* **-ries** งานรื่นเริง

revenge (ริเวนจ์') *vt.* **-venged, -venging** แก้แค้น, แก้เผ็ด *-n.* การแก้แค้น, ความพยาบาท

revengeful (ริเวนจ์' ฟัล) *adj.* ที่ผูกพยาบาท

revenue (เรฟว์' วะนู, -นิว) *n.* ภาษีอากร, รายได้, กรมสรรพากร, รัษฎากร (**-S.** income)

revenue stamp อากรแสตมป์

reverberate (ริเวอร์' บะเรท) *vi., vt.* **-ated, -ating** ส่งเสียงสะท้อนก้องไปมา, สะท้อนแสง

A B C D E F G H I J K L M N O P Q R S T U V W X Y Z

ไปมา, ส่งผลกระทบ, ขับไล่, ผลักดัน, ถลุงเหล็ก

revere (ริเวียร์) *vt.* **-vered, -vering** ยอมรับนับถือ, เคารพยำเกรง (-S. worship)

reverence (เรฟว่' เวอเรินซ์) *n.* ความเคารพ, การโค้งคำนับ, การถอนสายบัว *-vt.* **-enced, -encing** เคารพนบนอบ, เคารพนับถือ, เคารพยำเกรง **-Reverence** ใช้เรียกพระในศาสนาคริสต์, ท่านสาธุคุณ (-S. (n., v.) respect)

reverend (เรฟว่' เวอเรินด์) *adj.* น่าเคารพยำเกรง, น่าเคารพนับถือ, เกี่ยวกับพระในศาสนาคริสต์ *-n.* (ภาษาพูด) ท่านสาธุคุณ บาทหลวงพระ **-Reverend** ใช้เป็นคำเติมหน้าชื่อแสดงยศหรือตำแหน่งและใช้เรียกพระในศาสนาคริสต์

reverie (เรฟว่' วะรี) *n.* การตกอยู่ในภวังค์

reversal (ริเวอร์' เซิล) *n.* การย้อนกลับ

reverse (ริเวิร์ซ') *adj.* ที่หันหลังกลับ, ที่หันด้านหลัง, ที่ทำให้ถอยหลัง *-n.* ความตรงกันข้าม, ด้านหลัง, การหันหรือย้อนกลับ, ความปราชัย, ความโชคร้าย, เกียร์ถอยหลัง *-vt., vi.* **-versed, -versing** หันไปในทิศทางตรงกันข้าม, กลับตาลปัตร, สับเปลี่ยนที่กัน, เข้าเกียร์ถอยหลัง, กลับคำ (-S. (v.) invert)

reversible (ริเวอร์' ซะเบิล) *adj.* (เสื้อ) ซึ่งกลับใส่ได้ทั้งด้านนอกและด้านใน **-reversibility, reversibleness** *n.* **-reversibly** *adv.*

revert (ริเวิร์ท') *vi.* **-verted, -verting** หันกลับไปทำแบบเดิม, กลับไปสู่หัวข้อเรื่องเดิมๆ

★**review** (ริวิว') *v.* **-viewed, -viewing** *-vt.* ตรวจตราใหม่, ศึกษาใหม่, ตรวจสอบใหม่, มองย้อนกลับไปในอดีต, พิจารณาอีกครั้ง, วิพากษ์วิจารณ์, ตรวจพล *-n.* การพิจารณาศึกษาดู, การตรวจพลสวนสนาม, การเดินสวนสนามของทหารเพื่อแสดงแสนยานุภาพหรือเพื่อเป็นเกียรติแก่บุคคลหรือในวาระสำคัญต่างๆ, การทบทวน, การพิจารณาตรวจสอบ, การวิพากษ์วิจารณ์, การแสดงละครเพลงแนวเสียดสีล้อเลียน (-S. (v.) criticize, inspect (n.) investigation)

reviewer (ริวิว' เออร์) *n.* นักวิจารณ์

revile (ริไวล์') *vt., vi.* **-viled, -viling** ด่า

★**revise** (*v.* ริไวซ์', *n.* รี' ไวซ์, ริไวซ์') *vt.* **-vised, -vising** แก้ไข, ปรับปรุง *-n.* ต้นฉบับที่ได้รับการทบทวนและแก้ไขปรับปรุง **-revision** *n.* **-revisory** *adj.* (-S. (v.) edit, rewrite)

revival (ริไว' เวิล) *n.* การกลับมาอีกครั้ง, การนำกลับมาใหม่, การฟื้นฟู (-S. rebirth, renewal)

revive (ริไวฟว์') *vt., vi.* **-vived, -viving** ทำให้ฟื้นคืนสติ, ให้ความกระปรี้กระเปร่า, ปฏิสังขรณ์, ซ่อมแซม, ต่อ (สัญญา), ระลึก, นึกได้, ฟื้นฟู, รื้อฟื้น, นำกลับมาแสดงอีกครั้ง (-S. reanimate)

revoke (ริโวค') *vt.* **-voked, -voking** ยกเลิก, ทำให้เป็นโมฆะ, ถอนตัว (-S. cancel)

revolt (ริโวลท์') *vi., vt.* **-volted, -volting** ก่อการจลาจลเพื่อล้มล้างรัฐบาล, ต่อต้าน, ไม่ยอมรับ, รังเกียจ, ขยะแขยง, หันหนี, หนีห่าง, เกลียดชัง, เบื่อหน่าย *-n.* การกบฏ, การปฏิวัติ, การก่อการจลาจล, การคัดค้าน, การต่อต้าน, การประท้วง (-S. (v.) rebel)

revolting (ริโวล' ทิง) *adj.* น่ารังเกียจ, น่าสะอิดสะเอียน, น่าเบื่อหน่าย **-revoltingly** *adv.*

★**revolution** (เรฟว่วะลู' ชัน) *n.* การปฏิวัติ, การเปลี่ยนแปลงอย่างมาก, การหมุนรอบ, รอบการหมุนของเครื่องยนต์ (-S. rebellion, rotation)

revolutionary (เรฟว่วะลู' ชะเนอรี) *adj.* เป็นการปฏิวัติ *-n., pl.* **-ies** การปฏิวัติ, ผู้สนับสนุนและมีส่วนร่วมในการปฏิวัติ

revolve (ริวอลฟว์') *v.* **-volved, -volving** *-vi.* หมุนรอบจุดกลางหรือแกนกลาง, หมุนเวียน, วนเวียนรอบ, เกิดขึ้นหมุนเวียนกันเป็นระยะๆ, ใคร่ครวญ, ถูกตั้งให้อยู่ตรงกลาง *-vt.* ทำให้หมุน, คำนึง, ไตร่ตรอง (-S. consider, rotate)

revolver (ริวอล' เวอร์) *n.* ปืนพกลูกโม่

revue (ริวิว') *n.* การแสดงละครเพลงแนวเสียดสี

revulsion (ริวัล' ชัน) *n.* ความรู้สึกรังเกียจหรือขยะแขยงอย่างรุนแรงฉับพลัน (-S. disgust)

★**reward** (ริวอร์ด') *n.* รางวัล, สิ่งตอบแทน, ผลตอบแทน, เงินพิเศษ, เงินรางวัล, ผลกำไร *-vt.* **-warded, -warding** ให้รางวัล, ตอบแทน

★**rewrite** (*v.* รีไรท์', *n.* รี' ไรท์) *vt., vi.* **-wrote, -written** เรียบเรียงใหม่, แก้ไขปรับปรุงต้นฉบับงานเขียน *-n.* การกระทำดังกล่าว, สิ่งที่ได้รับการจัดทำใหม่ดังกล่าว **-rewriter** *n.*

rhapsody (แรพ' ซะดี) *n., pl.* **-dies** ถ้อยคำที่ยกยออย่างเลิศลอย, งานวรรณกรรมที่เขียนในแบบที่ยกยอหรือเผ็ดร้อน, ความปลาบปลื้มปีติยินดี, เพลงที่เล่นแบบสดๆ เต็มไปด้วยความรู้สึกมีชีวิตชีวา, โคลงของกรีกโบราณ

rhetoric (เรท' เทอริค) *n.* ศิลปะการใช้ภาษาอย่างโน้มน้าวใจคนฟังได้, การพูดแบบนักการเมือง, การแสดงปาฐกถา **-rhetorical** *adj.*

rhetorical question คำถามที่ไม่ต้องการคำตอบ แต่ต้องการผลในทางโน้มน้าวใจผู้ฟัง

rheumatic (รูแมท' ทิค) *adj.* เป็นโรคหรือมีอาการไขข้ออักเสบ, ที่เกิดจากโรคไขข้ออักเสบ

rheumatism (รู' มะทิเซิม) *n.* โรคไขข้ออักเสบ

A B C D E F G H I J K L M N O P Q R S T U V W X Y Z

rheumatoid, rheumatoidal (รู' มะทอยด์, รูมะทอย' เดิล) *adj.* ที่คล้ายโรคไขข้ออักเสบ, ซึ่งทุกข์ทรมานจากโรคไขข้ออักเสบ

rhino (ไร' โน) *n., pl.* **-nos** (ภาษาพูด) ย่อจาก rhinoceros แรด

rhinoceros

rhinoceros (ไรนอซ' เซอเริซ) *n., pl.* **-os/-oses** แรด

rhodium (โร' เดียม) *n.* ธาตุโรเดียม เป็นโลหะแข็งทนทานสีขาวคล้ายเงิน มีอยู่ร่วมกับแพลทินัมและคล้ายกับแพลทินัม (ทองคำขาว) ใช้ทำโลหะผสมต่างๆ มีสัญลักษณ์ Rh

rhombus (รอม' เบิซ) *n., pl.* **-buses/-bi** (-ไบ) สี่เหลี่ยมขนมเปียกปูน **-rhombic** *adj.*

rhubarb (รู' บาร์บ) *n.* โกฐน้ำเต้าเป็นพืชผักสวนครัวมีใบใหญ่ก้านออกสีแดงใช้ต้มกับน้ำตาลกินได้ รากตากแห้งมีรสขมใช้เป็นยาระบาย

★**rhyme, rime** (ไรม์) *n.* การสัมผัสคล้องจองกันของคำในโคลง ฉันท์ กาพย์ กลอน, โคลง ฉันท์ กาพย์ กลอนที่มีการใช้คำสัมผัสคล้องจองกัน, คำที่มีเสียงท้ายคำสัมผัสคล้องจองกับคำอื่นเช่น enjoy กับ boy *-vi., vt.* **rhymed, rhyming/rimed, riming** แต่งให้คำสัมผัสคล้องจองกัน, แต่งโคลง (**-S.** (n.) poem (v.) harmonize)

★**rhythm** (ริธ' เธิม) *n.* จังหวะ, ลีลา, ท่วงทำนอง, เครื่องดนตรีที่ใช้ให้จังหวะ, ความลื่นไหลอย่างไพเราะของคลื่นเสียงอันเกิดจากการออกเสียงหนักเบาและสั้นยาวของแต่ละพยางค์, รูปแบบที่กลมกลืนได้สัดส่วนอันเกิดจากการจัดวางเส้นสีและรูปทรงของภาพเขียน ภาพแกะสลัก รวมทั้งงานทัศนศิลป์ต่างๆ (**-S.** beat, pattern, tempo)

rhythm and blues ดนตรีที่พัฒนาขึ้นโดยชาวอเมริกันผิวดำ ซึ่งผสมผสานดนตรีจังหวะบลูส์กับแจ๊สเข้าด้วยกัน มีการเคาะด้วยเสียงอันดังอย่างสม่ำเสมอและหนักแน่น

rhythmic, rhythmical (ริธ' มิค, -มิเคิล) *adj.* อย่างเป็นจังหวะ **-rhythmically** *adv.*

★**rib** (ริบ) *n.* ซี่โครง, โครง, กระดูกงูเรือ, ริ้ว แนวหรือแถบในเนื้อผ้า, เส้นโค้ง, เส้นบนใบไม้, (คำสแลง) การล้อเล่น *-vt.* **ribbed, ribbing** ใช้โครงค้ำเอาไว้, ทำให้เป็นริ้ว เป็นแถว เป็นแนว หรือเป็นสัน, (ภาษาพูด) ล้อเล่น ล้อเลียน

★**ribbon** (ริบ' เบิน) *n.* โบ, ริบบิ้น, ผ้าหมึกที่ใช้ในเครื่องพิมพ์ดีด, สิ่งใดๆ ที่เป็นผืนบางๆ ยาวๆ, แถบเหรียญตรา **-ribbony** *adj.*

riboflavin (ไร' โบเฟลวิน, -บะ-) *n.* วิตามินบี 2

★**rice** (ไรซ์) *n.* ข้าว, เมล็ดข้าว *-vt.* **riced, ricing** ร่อน, กรอง, บด

★**rich** (ริช) *adj.* **richer, richest** ร่ำรวย, มั่งคั่ง, เพียบพร้อมบริบูรณ์, หรูหรา, เลิศเลอ, มีมาก, ดาษดา, เลี่ยน, ฉุน, (เสียง) รื่นหู, (สี) เข้ม, (ภาษาพูด) น่าขำขันมาก *-n.* คนรวย **-richly** *adv.* **-richness** *n.* (**-S.** (adj.) abundant, elegant, wealthy **-A.** (adj.) cheap (adj., n.) poor)

rick (ริค) *n.* กองฟาง, กองหญ้าแห้ง

rickets (ริค' คิทซ์) *n.* โรคกระดูกผุ

rickety (ริค' คิที) *adj.* **-ier, -iest** ทรุดโทรม, ผุพัง, ง่อนแง่นโอนเอน, คล้ายเป็นโรคกระดูกผุ

ricksha, rickshaw (ริค' ชอ) *n.* รถลาก

ricochet (ริคคะเช', ริค' คะเช) *vi.* **-cheted** (-เชด'), **-cheting** (-เช' อิง) สะท้อน, แฉลบ, กระเด้งกระดอน *-n.* การมีลักษณะดังกล่าว

★**rid** (ริด) *vt.* **rid/ridded, ridding** ปลดปล่อย, กำจัด, เอาออก **-get rid of** กำจัด

ridden (ริด' เดิน) *v.* กริยาช่อง 3 ของ ride

riddle¹ (ริด' เดิล) *vt.* **-dled, -dling** เจาะ, กรุ, ไช, ระดมยิง, ละเลง, หว่าน, แพร่, ร่อน, กรอง *-n.* ตะแกรงหยาบใช้สำหรับร่อน

riddle² (ริด' เดิล) *n.* ปัญหา, ปริศนา, คนลึกลับ *-vt., vi.* **-dled, -dling** แก้หรือไขปัญหา, พูดเป็นปริศนา **-riddler** *n.* (**-S.** (n., v.) puzzle)

★**ride** (ไรด์) *vi., vt.* **rode, ridden, riding** ขี่, โดยสาร, ลอย *-n.* การขี่หรือการโดยสารรถชนิดต่างๆ, ทางสำหรับขี่ม้า โดยเฉพาะเข้าไปในป่า (**-S.** (v.) float (n., v.) trip)

rider (ไร' เดอร์) *n.* คนขี่ม้า, ข้อความเพิ่มเติม, ราวรั้วอันบนสุด, ส่วนที่แก้ไขเพิ่มเติม

ridge (ริจ) *n.* สัน (เขา), หงอน (ไก่), ขนแผงคอม้า, แนว (เทือกเขา),ร่องความกดอากาศสูง, ร่องคลื่น, ร่อง, ริ้ว *-vt., vi.* **ridged, ridging** ทำให้เป็นร่อง เป็นแนวหรือเป็นสัน

ridgepole (ริจ' โพล) *n.* อกไก่ซึ่งเป็นขื่อคานบนสันหลังคา, คานเต็นท์

ridicule (ริด' ดิคิวล์) *n.* การหัวเราะเยาะเย้ย *-vt.* **-culed, -culing** หัวเราะเยาะ

★**ridiculous** (ริดิค' เคียเลิซ) *adj.* น่าขัน

rife (ไรฟ์) *adj.* **rifer, rifest** ดาษดื่น, แพร่หลาย

rifle¹ (ไร' เฟิล) *n.* ปืนที่มีลำกล้องยาว ข้างในมีร่องเป็นเกลียวใช้ยิงโดยประทับบนไหล่, อาวุธปืนใหญ่ที่มีร่องเป็นเกลียวในลำกล้อง *-vt.* **-fled, -fling** ทำร่องเป็นเกลียวภายใน (ลำกล้องปืน)

rifle² (ไร' เฟิล) *vt., vi.* **-fled, -fling** ค้น, ปล้น

rift (ริฟท์) *n.* รอยแยกเล็กๆ ในหิน, ความแตกร้าว

A B C D E F G H I J K L M N O P Q R S T U V W X Y Z

rig (ริก) *vt.* **rigged, rigging** จัดหาเครื่องควบคุมหรือบังเหียน, ตระเตรียมหาเครื่องใช้, ติดตั้งเครื่องเสา ไม้ค้ำ เชือกยึดเสาเรือและใบเรือ, (ภาษาพูด) แต่งตัว ประดับประดา, สร้างขึ้นอย่างลวกๆ, ยักยอกหรือโกง *-n.* โครงเสา ไม้ค้ำและใบเรือ, การจัดเตรียมเป็นพิเศษ, รถพ่วง, รถเทียมม้า, รถบรรทุก, อุปกรณ์ขุดเจาะบ่อน้ำมัน, อาน, เครื่องตกปลา, (ภาษาพูด) เครื่องแต่งตัว

rigamarole (ริก' กะมะโรล) *n.* ดู rigmarole

rigging (ริก' กิง) *n.* เชือกยึดใบเรือ, โครงค้ำ

★**right** (ไรท) *adj.* **righter, rightest** ถูกต้อง, เหมาะสม, (เวลา) ที่ดีหรือเหมาะที่สุด, เป็นปกติ, เป็นด้านนอกหรือด้านหน้า, อยู่ทางด้านขวา, ตั้งตรง, แท้จริง *-n.* สิทธิ, ด้านขวา, ทางขวา, มือขวา, การเลี้ยวขวา, หมัดขวา, ความยุติธรรม, สิ่งที่ถูกต้องชอบธรรมและเหมาะสม, ความเป็นธรรม, สิทธิพิเศษของผู้ถือหุ้น *-adv.* ไปทางด้านขวา, ตรง (กลับบ้าน), พอดี, (ที่นี่) จริงๆ, เต็มที่, ทันที, แท้ๆ, ทีเดียว, ถูกกฎหมาย, ถูกต้อง, เที่ยงแท้แน่นอน, มาก *-vt., vi.* **righted, righting** ทำให้ตั้งตรง, แก้ไข, ซ่อมแซม **-Right** พรรคการเมืองหรือผู้สนับสนุนพรรคการเมืองฝ่ายขวาหรือพรรคอนุรักษ์นิยม (**-S.** (adj., v.) correct (adj., adv.) well **-A.** (adj., n., v.) wrong)

right angle มุมฉากหรือมุม 90 องศา

right away โดยทันที, อย่างไม่ลังเล

righteous (ไร' เชิซ) *adj.* ซื่อตรง, มีศีลธรรม, บริสุทธิ์ยุติธรรม **-righteously** *adv.* **-righteousness** *n.* (**-S.** moral **-A.** bad)

rightful (ไรท' เฟิล) *adj.* ถูกต้อง, เหมาะสม, สมควร, มีสิทธิโดยชอบธรรม **-rightfully** *adv.*

right-hand (ไรท' แฮนด์) *adj.* ที่อยู่ทางขวามือ, ที่ออกแบบสำหรับมือขวา, (ผู้ช่วย) คนสำคัญ

right-handed (ไรท' แฮน' ดิด) *adj.* (ผู้ที่) ถนัดมือขวา, (ถุงมือ) สำหรับมือขวา *-adv.* ด้วยมือขวา, จากขวาไปซ้าย

rightly (ไรท' ลี) *adv.* อย่างถูกต้องและเหมาะสม, ด้วยความซื่อสัตย์ยุติธรรม, (ภาษาพูด) อย่างแท้จริง, จริงๆ (**-S.** properly)

right-minded (ไรท' ไมน' ดิด) *adj.* มีความคิดเห็นที่ถูกต้องยุติธรรม

right-to-die (ไรท' ทะได') *adj.* เป็นสิทธิของบุคคลที่จะปฏิเสธการใช้เครื่องช่วยชีวิตเป็นพิเศษ

right-to-life (ไรท' ทะไลฟ') *adj.* เป็นการต่อต้านการทำแท้ง

right wing พวกอนุรักษ์นิยมหรือพวกถอยหลังเข้าคลอง

rigid (ริจ' จิด) *adj.* แข็ง, แข็งขัน, รั้น, กระด้าง, ดื้อดึง, ไม่เป็นกันเอง, เก้งก้าง, ฝืด, เข้มงวด, ยาก, ร้ายกาจ, ไม่ยืดหยุ่น, ไม่คล่อง, เกร็ง, เคร่งครัด, พิถีพิถัน, ระมัดระวัง, มั่นคง **-rigidly** *adv.* **-rigidity** *n.* (**-S.** stiff, strict)

rigmarole, rigamarole (ริก' มะโรล, -กะมะโรล) *n.* การพูดแบบตะกุกตะกักหรือวกวน

rigor, rigour (ริก' เกอร์) *n.* ความเคร่งครัด, ความเกร็งของร่างกาย **-rigorous** *adj.*

rigor mortis การแข็งตัวของกล้ามเนื้อหลังจากการเสียชีวิต

rile (ไรล์) *vt.* **riled, riling** ยั่วให้โกรธ, กวนประสาท, กวนหรือคน (ของเหลว) (**-S.** stir)

rim (ริม) *n.* ขอบ (ถ้วย), กรอบ (แว่นตา), ริม, รอบนอกสุดของวงล้อ *-vt.* **rimmed, rimming** แต่งขอบ, ทำขอบ (**-S.** (v., n.) edge)

rime (ไรม์) *n., v.* ดู rhyme

rind (ไรนด์) *n.* เปลือกไม้, เปลือกของผลไม้, หนังหมูย่างหรือหมูรมควัน, เปลือกนอกของเนย

★**ring**[1] (ริง) *n.* วงแหวน, สิ่งที่มีลักษณะเป็นวงแหวน, แหวน, ห่วง, การเคลื่อนไหวเป็นวงกลม เช่นในการเต้นรำ, พื้นที่รูปวงกลมสำหรับจัดการแสดงหรือการแข่งขันต่างๆ, เวทีมวย, กีฬาชกมวย, กลุ่มมิจฉาชีพ, การแข่งขันทางการเมือง, วงปีของต้นไม้, กลุ่มของอะตอมซึ่งยึดต่อกันด้วยพันธะ (ทางเคมี) ซึ่งอาจจะแสดงออกมาในรูปวงกลมหรือสามเหลี่ยม *-vt., vi.* **ringed, ringing** ทำวงกลมล้อมรอบ, ประดับด้วยวงแหวน, สนตะพาย, ขี่ม้าเป็นวงกลมต้อน (สัตว์), ทอยวงแหวนให้ครอบหมุดที่ตอกไว้, ควั่นเปลือกต้นไม้เป็นวงกลมรอบลำต้น, เคลื่อนที่เป็นวงกลม (**-S.** (n., v.) circle, loop (n.) contest, gang)

★**ring**[2] (ริง) *vi., vt.* **rang, rung, ringing** ส่งเสียงดังกังวานหรือกระหึ่มกึกก้อง, (หู) อื้อ, อื้ออึง, ตีระฆังหรือกดกริ่งเรียก, ส่งสัญญาณด้วยการตีระฆัง, (เรื่องที่) ฟังดู (เป็นความจริง), โทรศัพท์ไปหา *-n.* เสียงระฆัง, เสียงกริ่ง, เสียงที่ดังก้องกังวาน, เสียงดังอื้ออึง, การโทรศัพท์ไปหา, การตีหรือเคาะระฆัง, การกดกริ่ง **-give someone a ring** (ภาษาพูด) โทรศัพท์ไปหาผู้หนึ่งผู้ใด **-ring a bell** (ภาษาพูด) กระตุ้นความทรงจำอันรางเลือน **-ring back** โทรศัพท์กลับไปหา **-ring down the curtain** ปิดฉาก **-ring false** ฟังดูไม่จริง **-ring off** วางสายโทรศัพท์ **-ring the changes** นำมาซึ่งความเปลี่ยนแปลง **-ring up the curtain** เปิดฉาก (**-S.** (v., n.) call, jingle)

ring buoy ห่วงยางชูชีพ

A B C D E F G H I J K L M N O P Q R S T U V W X Y Z

ring finger นิ้วนางข้างซ้าย
ringleader (ริง' ลีเดอร์) *n.* หัวหน้าก๊ก
ringlet (ริง' ลิท) *n.* ผมที่ยาวลงมาม้วนเป็นวงตอนปลาย, วงกลมหรือวงแหวนวงเล็กๆ
ring road ถนนวงแหวนรอบนอกเมือง
ringside (ริง' ไซด์) *n.* บริเวณที่นั่งที่ใกล้เวทีมากที่สุด
ringworm (ริง' เวิร์ม) *n.* ขี้กลาก
rink (ริงค์) *n.* ลานเล่นสเกตน้ำแข็ง, ลานเล่นฮอกกี้น้ำแข็ง,ลานเล่นทอยแผ่นเหล็กบนน้ำแข็ง, ลานเรียบใช้เล่นสเกตติดล้อ, โรงเล่นสเกต
rinse (รินซ์) *vt.* **rinsed, rinsing** ใช้น้ำชะล้าง, ใช้น้ำกลั้วคอบ้วนปาก, ล้าง (ขวด) ด้วยการใส่น้ำแล้วเขย่า *-n.* การกระทำดังกล่าว, น้ำที่ใช้ในการล้าง, น้ำยาย้อมหรือครีมนวดผม
★**riot** (ไร' เอิท) *n.* การก่อการจลาจล, การจลาจล, การระเบิด (เสียงหัวเราะ), ความสุรุ่ยสุร่าย, ความสนุกสนานอย่างควบคุมไม่อยู่, ความเสเพล, (คำสแลง) คนหรือสิ่งที่ตลกมากจนอดขำไม่ได้ *-v.* **-oted, -oting** *-vi.* ร่วมก่อการจลาจล, ใช้ชีวิตอย่างสำมะเลเทเมา, ใช้จ่ายอย่างสุรุ่ยสร่าย *-vt.* เสีย (เงินและเวลา) ไปกับการใช้ชีวิตอย่างเสเพล (**-S.** (v., n.) carouse, disorder)
riotous (ไร' เอิทเทิซ) *adj.* บ้าคลั่ง, เหลวไหล, ฟุ่มเฟือย **-riotously** *adv.* **-riotousness** *n.*
★**rip** (ริพ) *v.* **ripped, ripping** *-vt.* ฉีก, ตัด, ผ่า, เลื่อย, (ภาษาพูด) แหกปาก (ตะโกน) *-vi.* ขาด, แยก, ปริ, กะเทาะ, (ภาษาพูด) เคลื่อนไหวอย่างรวดเร็วและรุนแรง *-n.* การกระทำดังกล่าว, เลื่อยที่มีฟันหยาบใช้ตัดไม้ตามลายไม้, รอยแยก **-ripper** *n.* (**-S.** (v., n.) cut, tear)
★**ripe** (ไรพ์) *adj.* **riper, ripest** โตเต็มที่, สุก, งอม, ห่ง่อม, แก่, ช่ำชอง, ชำนาญ, เหมาะแก่โอกาส, แก่แดด, ส่งกลิ่น **-ripely** *adv.*
ripen (ไร' เพิน) *vt., vi.* **-ened, -ening** บ่ม
riposte (ริโพซท์') *n.* การแทงสวนกลับ, การโต้ตอบทันควัน *-vi.* **-posted, -posting** แทงสวนกลับ, โต้ตอบทันควัน (**-S.** (n., v.) retort)
ripple (ริพ' เพิล) *vi., vt.* **-pled, -pling** กระเพื่อม, ทำเสียงคล้ายเสียงน้ำกระเพื่อม *-n.* ระลอกคลื่น, การเคลื่อนไหวเป็นระลอก, เสียงที่ได้ยินเพียงชั่วครู่, เสียงเหมือนน้ำกระเพื่อม
★**rise** (ไรซ์) *v.* **rose** (โรซ), **risen** (ริซ' เซิน), **rising** *-vi.* ขึ้น, สูงขึ้น, ก้าวขึ้นสู่, ลุกขึ้นยืน, ตื่น, ลุกขึ้นสู้, เกิดขึ้น, ตั้งชัน, ลาดชันขึ้น, (ขน) ลุก, โผล่, ชูขึ้น, ปรากฏ, ประจักษ์, บวม, พอง, เป็นรูปเป็นร่างขึ้น, กลับมามีชีวิตอีกครั้ง, ได้รับสถานภาพที่สูงขึ้น, ถีบตัวเองให้สูงขึ้น, ประท้วง, คัดค้าน, กบฏ, ปิดการประชุม, เลื่อน *-vt.* ทำให้สูงขึ้น *-n.* การขึ้น, ระดับการขึ้น, การปรากฏขึ้นเหนือเส้นขอบฟ้าของพระอาทิตย์, เนินเขาลาดน้อยๆ, ที่มา, โอกาส, ฤกษ์, การขึ้นเงินเดือนค่าจ้าง (**-S.** (v., n.) close, increase)
★**risk** (ริซค์) *n.* ภัย, ความเสี่ยง, การลองเสี่ยง *-vt.* **risked, risking** เสี่ยงอันตราย, เสี่ยงภัย, ก่อให้เกิดความเสี่ยง **-riskiness** *n.* **-risky** *adj.* (**-S.** (n., v.) venture **-A.** (n.) safety)
rite (ไรท์) *n.* พิธีกรรมทางศาสนา, พิธีกรรมตามความเชื่อ, แบบแผนพิธีการปฏิบัติ **-Rite** พิธีสวดมนต์ในนิกายของศาสนาคริสต์ (**-S.** ceremony)
ritual (ริช' ชวล) *n.* พิธีกรรมทางศาสนา, หนังสือที่เกี่ยวกับพิธีกรรมต่างๆ, แบบแผนการปฏิบัติต่างๆ, พิธีที่ทำเป็นกิจวัตร **-ritually** *adv.*
★**rival** (ไร' เวิล) *n.* คู่แข่ง, คู่ปรับ *-adj.* เป็นคู่แข่ง *-vt., vi.* **-valed, -valing/-valled, -valling** แข่งขัน, ชิงดีชิงเด่น, ดีเสมอ **-rivalry** *n.* (**-S.** (n.) competitor **-A.** (n.) friend)
★**river** (ริฟว์' เวอร์) *n.* แม่น้ำ
riverside (ริฟว์' เวอร์ไซด์) *n.* ริมฝั่งแม่น้ำ
rivet (ริฟว์' วิท) *n.* หมุดเหล็กที่ใช้ยึดแผ่นเหล็ก *-vt.* **-eted, -eting** ใช้หมุดดังกล่าวยึดสิ่งใดๆ, ติดแน่น, ตรึง (ความสนใจของผู้คน) **-riveter** *n.*
rivulet (ริฟว์' เวียลิท) *n.* ลำธารหรือลำห้วยเล็กๆ
★**road** (โรด) *n.* ถนน, ทาง, วิถีทาง (**-S.** route)
road-kill, roadkill (โรด' คิล) *n.* (ภาษาพูด) การขับรถชนสัตว์บนถนน สัตว์ที่ถูกรถชนบนถนน เหยื่อผู้อ่อนแอ
road rage พฤติกรรมก้าวร้าวของผู้ขับขี่ยวดยานอันเกิดจากความเครียด
roadside (โรด' ไซด์) *n.* บริเวณข้างถนน
roadwork (โรด' เวิร์ค) *n.* การวิ่งระยะทางไกลเพื่อการออกกำลังกาย, การก่อสร้างบนถนน
roadworthy (โรด' เวอร์ธี) *adj.* **-thier, -thiest** อยู่ในสภาพดีพอที่จะขับขี่บนถนนได้
roam (โรม) *vi., vt.* **roamed, roaming** เดินเที่ยว, เดินเตร็ดเตร่, เถลไถล (**-S.** wander)
roar (รอร์, โรร์) *v.* **roared, roaring** *-vi.* แผดเสียง, คำราม, ร้องโหยหวน, ระเบิดเสียงหัวเราะดังลั่น, ทำเสียงดัง, (ม้า) หายใจดังฟืดฟาด *-vt.* ตะโกน, ตะเบ็งเสียง, ตะคอก, คำรามขู่ *-n.* เสียงดังกล่าว (**-S.** (v., n.) shout (n.) outcry)
★**roast** (โรซท์) *vt., vi.* **roasted, roasting** ย่าง, ปิ้ง, อบ, (ภาษาพูด) เย้ยหยัน *-n.* เนื้อย่าง, การย่าง ปิ้งหรืออบ, การเย้ยหยัน *-adj.* ซึ่งได้รับ

การรอบ ปิ้งหรือย่าง

★**rob** (รอบ) *vt., vi.* **robbed, robbing** ปล้น, คร่า หรือแย่งเอาไป, ลักลอบเอาไป (**-S.** deprive)

★**robber** (รอบ' เบอร์) *n.* ขโมย, ผู้ร้ายลักทรัพย์

> **robber** โจรปล้นทรัพย์ โดยจะปล้นเหยื่อแบบซึ่งๆ หน้า เช่น I saw two robbers enter the jewelry shop yesterday evening.
>
> **thief** โจรลักขโมย เช่น There are many thieves in our village.
>
> **burglar, housebreaker** โจรย่องเบา, พวกตีนแมว เช่น A burglar only takes two minutes to break into a house.
>
> โจรประเภทอื่นๆ เช่น kidnapper โจรเรียกค่าไถ่, pickpocket โจรล้วงกระเป๋า เป็นต้น

robbery (รอบ' บะรี) *n., pl.* **-ies** การขู่กรรโชกทรัพย์, การปล้น (**-S.** burglary)

robe (โรบ) *n.* เสื้อคลุมตัวหลวมยาว เช่น ชุดคลุมของศาล ของบาทหลวงหรือชุดครุยรับปริญญา, เสื้อคลุมอาบน้ำ, ผ้าห่มที่ทำจากขนสัตว์หรือผ้าชนิดต่างๆ *-vt., vi.* **robed, robing** ใส่เสื้อคลุม (**-S.** (n., v.) dress, gown)

robe

robin (รอบ' บิน) *n.* นกกางเขน

Robin Hood คนนอกกฎหมายในตำนานของอังกฤษ ช่วงศตวรรษที่ 12 มีชื่อเสียงในด้านความกล้าหาญชอบช่วยเหลือผู้อื่น

robot (โร' เบิท, -บอท) *n.* หุ่นยนต์, คนที่ทำงานแบบเครื่องจักร **-robotic, robotistic** *adj.*

robot

robust (โรบัซท์', โร' บัซท์) *adj.* แข็งแรง, แข็งขัน, มั่นคง, ทนทาน, แกร่ง, เหนียว, สมบูรณ์, เปล่งปลั่ง, (งาน) ซึ่งต้องใช้ความแข็งแกร่งทนทาน, ขรุขระ, ไม่สละสลวย, สาก, (ไวน์) ที่มีกลิ่นและรสแรง (**-S.** strong **-A.** weak)

★**rock¹** (รอค) *n.* หิน, โขดหิน, หินโสโครก, เศษหิน, (คำสแลง) เพชร โคเคนบริสุทธิ์, ขนมลูกอมเหนียวๆ มีหลายสี (**-S.** stone)

★**rock²** (รอค) *v.* **rocked, rocking** *-vi.* โยก, แกว่งไกว, (เรือ) โคลงเคลงหรือโอนเอน, ร่อน (แร่), เล่นเพลงหรือเต้นรำจังหวะร็อกแอนด์โรล *-vt.* ไกว (เปล), ทำให้โอนเอนหรือสั่น, เขย่า (ขวัญ), ทำให้อารมณ์เสีย, ร่อน (แร่) *-n.* การโยก การแกว่งไกวหรือการโคลงเคลงไปมา, ดนตรีจังหวะร็อกแอนด์โรล (**-S.** (v., n.) roll)

rock-and-roll (รอค' เอินโรล') *n.* ดู rock 'n' roll

rocker (รอค' เคอร์) *n.* สิ่งที่โยกได้ เช่น เก้าอี้โยก ม้าโยก, คานที่มีลักษณะโค้งมีสองชิ้นใช้รองเปลหรือเก้าอี้โยกทำให้โยกได้, เครื่องมือที่ใช้ร่อนแร่, เครื่องมือขนาดเล็กที่มีลักษณะเป็นใบมีดโค้ง มีขอบเป็นฟันเลื่อยใช้ในการแกะแม่พิมพ์ทำให้เห็นเหมือนประด้วยจุดดำ, รองเท้าสเกตน้ำแข็งที่ข้างใต้มีลักษณะเป็นใบมีดโค้ง, สายห้อยใต้บั้งนายสิบของพลทหาร, เพลงร็อกแอนด์โรล, นักร้องหรือนักดนตรีร็อกแอนด์โรล, ผู้ที่คลั่งไคล้ในดนตรีจังหวะร็อกแอนด์โรล

★**rocket** (รอค' คิท) *n.* เครื่องยนต์จรวดที่ขับด้วยแรงขับดันปฏิกิริยาไม่ต้องอาศัยบรรยากาศของโลกจึงสามารถปฏิบัติการในอวกาศได้, จรวด, บ้องไฟ, อาวุธที่ติดหัวรบและขับเคลื่อนโดยใช้จรวด *-v.* **-eted, -eting** *-vi.* ทะยานหรือถีบขึ้นสูง, พุ่งขึ้นอย่างรุนแรงและรวดเร็ว *-vt.* บรรทุกหรือขนส่งด้วยจรวด, โจมตีหรือจู่โจมด้วยจรวด

rocking chair เก้าอี้โยก

rocking horse ม้าโยกสำหรับเด็กขี่เล่น

rock 'n' roll, rock-and-roll (รอค' เอินโรล') *n.* ดนตรีร็อกแอนด์โรล เป็นดนตรีแนวยอดนิยมเกิดขึ้นจากการรวมกันเข้าของดนตรีหลายแนวโดยเฉพาะจังหวะ rhythm and blues และแนวคันทรี รวมทั้งบทเพลงสวดในศาสนาคริสต์

rocky¹ (รอค' คี) *adj.* **-ier, -iest** ดาษดาไปด้วยหิน, แข็งกระด้าง, ดื้อดึง, มั่นคงแข็งแรงดุจหินผา, แน่นอน, เป็นการกีดขวาง (**-S.** stony)

rocky² (รอค' คี) *adj.* **-ier, -iest** โคลงเคลง

rod (รอด) *n.* ท่อนไม้, ท่อนเหล็ก, ท่อนพลาสติก, คาน, คันเบ็ด, ก้านสูบ (เครื่องยนต์), รางแขวนผ้าม่าน, ไม้ที่ใช้ในการรังวัดหาระดับ, สายล่อฟ้า, แขนงไม้วิเศษใช้หาน้ำหรือแร่ใต้ดิน, ไม้วัด, หน่อไม้, ไม้เรียว, การลงโทษ, การแก้ไข, คทา, ไม้ถือให้สัญญาณ, ไม้กลมยาวที่หัวหน้าวงดนตรีหรือผู้วิเศษหรือเทพยดาฝรั่งถือ, ไม้ยาวมียอดเป็นมงกุฎที่พระเจ้าแผ่นดินทรงถือเป็นเครื่องหมายแสดงพระราชอำนาจ, อำนาจการครอบครอง, หน่วยวัดความยาวเท่ากับ 55 หลา หรือ 16.5 ฟุต (5.03 เมตร), การสืบเชื้อสาย, แบคทีเรียรูปร่างกลมยาว, (คำสแลง) ปืนพกหรือ

ปืนลูกโม่ (-S. bar, baton, stick, wand)

rode (โรด) *v.* กริยาช่อง 2 ของ ride

rodent (โรด' เดินท์) *n.* สัตว์เลี้ยงลูกด้วยนมที่กินพืช มีฟันซี่หน้าใหญ่ใช้กัดแทะ ซึ่งมีทั้งหนู กระต่าย กระรอก และตัวบีเวอร์

rodeo (โร' ดีโอ, โรเด' โอ) *n., pl.* **-os** การแสดงการขี่ม้าป่าหรือการคล้องวัวกระทิง

roe (โร) *n.* ไข่ปลา, ไข่กุ้ง

roentgen, röntgen (เรนท์' เกิน, -เจิน) *n.* หน่วยวัดรังสีเอกซ์หรือรังสีแกมมา

roger (รอจ' เจอร์) *interj.* คำตอบรับในการติดต่อทางวิทยุ มาจาก Roger ที่ใช้พูดแทนอักษร r ซึ่งอักษร r ย่อมาจาก received รับทราบแล้ว

rogue (โรก) *n.* คนขี้โกง, คนสารเลว, ตัวแสบ, ช้างเกเร, พืชที่กลายพันธุ์ไป *-vt., vi.* **rogued, roguing** โกง, ฉ้อฉล, เอา (พืชที่กลายพันธุ์) ออกไปจากกลุ่มของมัน (-S. (n.) rascal)

★**role, rôle** (โรล) *n.* บทบาทการแสดง, บทบาทในสังคม, หน้าที่การงาน (-S. character, duty)

★**roll** (โรล) *vi., vt.* **rolled, rolling** กลิ้ง, ส่าย, โยก, เลื่อนไหล, ห่อ, มวน, ม้วน, บด, นวด, คลึง, รัว (กลอง), กลอก (ลูกตา) ไปมา, เถลไถลไป, โดยสาร, ลอย, เริ่มเคลื่อนไหว, ใช้แรงเฉื่อย, ผ่านไป, เวียนกลับมา, หมุนเวียนตามช่วงระยะเวลา, เดินโซเซ, หมุน, ขึ้นๆ ลงๆ เป็นคลื่น, (เสียงฟ้า) ร้องคำราม, (นก) ทำเสียงรัวในลำคอ, หลังไหล, ยินดีอย่างมาก, ทอยลูกเต๋า *-n.* การกระทำดังกล่าว, ม้วนผ้า, ม้วนฟิล์ม, ม้วนกระดาษหรือหนังที่สมัยก่อนใช้แทนหนังสือ, บัญชีหางว่าว, ทะเบียน, บัญชีรายชื่อ, สมุดแจ้งรายการสินค้า, ก้อนกลมๆ หรือทรงกระบอก, ขนมปังก้อนกลมเล็กๆ, ลูกกลิ้ง, การแปรขบวนของเครื่องบินโดยการหมุนควงสว่านหนึ่งรอบโดยไม่ต้องเปลี่ยนทิศทางบินและไม่เสียระดับความสูง, (คำสแลง) เงินธนบัตรหนึ่งปึก (-S. (v.) rotate (n.) cylinder, list)

roller (โร' เลอร์) *n.* ลูกกลิ้ง, ที่ม้วนผม, ล้อของรองเท้าสเกต, หลอด (ด้าย), ม้วน (ผ้าหรือฟิล์ม), ลูกโม่ในแท่นพิมพ์, ผ้าพันแผลชนิดม้วน, คลื่นขนาดยักษ์ที่ซัดเข้าหาฝั่ง, นกตะขาบ

Rollerblade, rollerblade (โร' เลอร์เบลด) *n.* รองเท้าสเกตแบบที่มีล้อเรียงกันเป็นแถวยาวแถวเดียว

roller blind มู่ลี่

roller coaster รถไฟเหาะตีลังกา

roller skate รองเท้าสเกต

roller skate

ที่ติดล้อไว้ข้างใต้

rollick (รอล' ลิค) *vi.* **-licked, -licking** ลิงโลด, ร่าเริง **-rollicksome, rollicky** *adj.* (-S. frolic)

rolling (โรล' ลิง) *adj.* เป็นคลื่น, (เดิน) เซ, แกว่ง, หมุนเวียน, (เสียง) สั่นรัว **-rolling in it** (ภาษาพูด) ร่ำรวยมหาศาล

rolling pin ไม้นวดแป้ง

roll-on (โรล' ออน) *adj.* ซึ่งเป็นขวดน้ำยาดับกลิ่นตัว มีลูกกลิ้งอยู่บนปากขวดใช้ทารักแร้

ROM ย่อจาก read-only memory หน่วยความจำอ่านอย่างเดียว

Roman (โร' เมิน) *adj.* เกี่ยวกับกรุงโรม ชาวโรมและวัฒนธรรมโรมสมัยโบราณหรือสมัยปัจจุบัน, เกี่ยวกับอาณาจักรโรมัน, เกี่ยวกับหรือประพันธ์เป็นภาษาละติน, ซึ่งใช้ตัวอักษรละติน, เกี่ยวกับศาสนาคริสต์นิกายโรมันคาทอลิก, เกี่ยวกับสถาปัตยกรรมในแบบที่พัฒนาขึ้นโดยชาวโรมันโบราณ ลักษณะโครงสร้างหลักเป็นรูปโค้งมนกลม หลังคาโค้ง ก่อสร้างด้วยคอนกรีตและประดับประดาตกแต่งอย่างหรูหรามีชั้นเชิงและสง่างาม *-n.* ชาวโรมโบราณหรือปัจจุบัน, ภาษาอิตาเลียนที่ใช้กันในกรุงโรม, ผู้ที่นับถือศาสนาคริสต์นิกายโรมันคาทอลิก **-roman** ซึ่งเป็นตัวพิมพ์อักษรโรมัน มีลักษณะตัวตรง มีเส้นขวางที่ปลายทั้งด้านบนและล่างของตัวอักษรและเส้นในแนวตั้งของตัวอักษรหนากว่าเส้นในแนวนอน, ตัวพิมพ์อักษรโรมัน

Roman Catholic ศาสนาและผู้ที่นับถือศาสนาคริสต์นิกายโรมันคาทอลิก

romance (*n.* โรแมนซ์, โร' แมนซ์, *v.* โรแมนซ์) *n.* เรื่องรักๆ ใคร่ๆ, ความรัก, ความหลงใหลคลั่งไคล้ชั่วครู่ชั่วยาม, เรื่องเล่าย้อนยุคเกี่ยวกับการผจญภัยและพฤติกรรมที่ห้าวหาญของพระเอกผู้เปี่ยมไปด้วยคุณธรรม, นวนิยายขนาดยาวเกี่ยวกับพระเอกผู้กล้าหาญกับเหตุการณ์ลึกลับน่าพิศวงต่างๆ, งานศิลปะที่เกี่ยวกับความรักที่มีเรื่องเพศเข้ามาเกี่ยวข้องในแบบเพ้อฝัน, การอธิบายแบบแต่งแต้มและต่อเติมเรื่องราวให้ดูตื่นเต้นขึ้น, เพลงที่แสดงความรู้สึกฟังแล้วเคลิบเคลิ้ม, ท่อนบรรเลงสั้นๆ ของเพลงที่ไพเราะ *-v.* **-manced, -mancing** *-vi.* แต่ง เขียนหรือบอกเล่านิยายดังกล่าว, คิดและมีพฤติกรรมในแบบเพ้อฝัน *-vt.* (ภาษาพูด) มีเพศสัมพันธ์กับ **-Romance** ภาษาใดๆ ที่พัฒนามาจากภาษาละติน เช่น ฝรั่งเศส อิตาเลียน โปรตุเกส โรมาเนีย และสเปน (-S. (n., v.) fancy, novel)

Roman numeral ตัวเลขโรมันในระบบเลข

โรมันโบราณที่เอาตัวอักษรมาเป็นสัญลักษณ์แทนตัวเลขคือ I = 1, V = 5, X = 10, L = 50, C = 100, D = 500 และ M = 1,000 เลขตัวอื่นๆ มีหลักการเขียนดังนี้คือ อักษรที่มีค่าน้อยกว่าอยู่หน้าคือลบออก แต่ถ้าอยู่หลังคือบวกเพิ่ม เช่น IV = 4 และ VI = 6 นอกจากนี้อักษรใดมี — ด้านบนหมายถึงคูณด้วย 1,000 เช่น V̄ = 5,000 ปัจจุบันก็ยังมีการใช้อยู่

★**romantic** (โรแมนฺ' ทิค) *adj.* เพ้อฝัน, แสดงความรักอย่างดูดดื่ม, เป็นความรักอย่างสุดซาบซึ้งตรึงใจ *-n.* คนช่างเพ้อฝัน **-romantically** *adv.* (**-S.** (adj.) fanciful **-A.** (adj.) realistic)

romp (รอมพฺ) *vi.* **romped, romping** วิ่งเล่นอย่างสนุกสนาน, (คำสแลง) ชนะอย่างง่ายดาย *-n.* การเล่นอย่างสนุกสนาน, เด็กผู้หญิงที่วิ่งเล่นอย่างสนุกสนานร่าเริง, ก้าวเดินที่รวดเร็วและคล่องแคล่ว, (คำสแลง) ชัยชนะที่ได้มาอย่างง่ายดาย **-romper** *n.* (**-S.** (n.) merriment)

röntgen (เรนทฺ' เกิน, -เจิน) *n.* ดู roentgen

★**roof** (รูฟ, รุฟ) *n.* หลังคา, เพดาน, สิ่งที่มีลักษณะเป็นหลังคาปิดคลุมสิ่งใดๆ, จุดหรือพิกัดสูงสุด *-vt.* **roofed, roofing** มุงหลังคา

rook[1] (รุค) *n.* กาที่อยู่แถบยุโรปเอเชียเหนือ ทำรังเป็นกลุ่มใกล้ยอดไม้, คนขี้โกง *-vt.* **rooked, rooking** โกง, ตบตา (**-S.** (n.) crow, swindler)

rook[2] (รุค) *n.* เรือในเกมหมากรุก

★**room** (รูม, รุม) *n.* ห้อง, พื้นที่ว่าง, ช่องว่าง, โอกาส *-vi.* **roomed, rooming** เข้าอยู่ในห้อง, พักอาศัยอยู่ในห้อง (**-S.** (n.) chance, space)

roommate (รูม' เมท, รุม'-) *n.* เพื่อนร่วมห้อง

room temperature อุณหภูมิห้องหรืออุณหภูมิในที่ร่มคือ 20-25 องศาเซลเซียส (68-77 องศาฟาเรนไฮต์)

roomy (รู' มี, รุม'-) *adj.* **-ier, -iest** ซึ่งมีที่ว่างมาก, กว้างขวาง, ซึ่งมีพื้นที่มาก **-roomily** *adv.* **-roominess** *n.* (**-S.** wide)

roost (รูซทฺ) *n.* กิ่งไม้หรือคอนสำหรับให้นกหรือไก่เกาะ, ที่นอนพักผ่อนชั่วคราว *-vi.* **roosted, roosting** เกาะคอน, นอนพัก (**-S.** (n., v.) perch)

★**rooster** (รู' สเตอรฺ) *n.* ไก่ตัวผู้, อันธพาล

★**root** (รูท, รุท) *n.* ราก, หัวหรือหน่อของไม้บางชนิด เช่น มัน, รากฐาน, รากเหง้า, รากคำ, โคตรเหง้า, เทือกเถาเหล่ากอ, ต้นตระกูล, รากหรือกรณฑ์ในคณิตศาสตร์มีเครื่องหมายคือ √, โน้ตที่ใช้สร้างคอร์ด *-v.* **rooted, rooting** *-vi.* ลงราก, ปักราก, ลงหลักปักฐาน, งอกราก *-vt.* ถอนรากไปปลูก, ปลูกโดยใช้ราก, ฝังราก, วางรากฐาน (**-S.** (n.) origin, tuber (v.) implant)

root beer เครื่องดื่มน้ำอัดลมที่มีส่วนผสมที่สกัดจากรากของพืชบางชนิดและสมุนไพร

★**rope** (โรพ) *n.* เชือก, เชือกที่มีห่วงคล้องคอที่ปลายด้านหนึ่งใช้แขวนคอนักโทษ, การประหารหรือการฆ่าด้วยการแขวนคอ *-vt.* **roped, roping** ผูกหรือมัดด้วยเชือก, กั้นด้วยเชือก, ใช้เชือกหรือบ่วงคล้องจับ, (ภาษาพูด) หลอกลวง (**-S.** (n.) cord (n., v.) tie **-A.** (v.) release)

rosary (โร' ซะรี) *n., pl.* **-ries** การสวดมนต์ของศาสนาคริสต์นิกายโรมันคาทอลิก, ลูกประคำที่ใช้นับเวลาสวดมนต์ของศาสนาคริสต์นิกายโรมันคาทอลิก, ลูกปัดที่คล้ายกันนี้ที่ใช้ในผู้ที่นับถือศาสนาอื่นๆ

★**rose**[1] (โรซ) *n.* ดอกกุหลาบ, ต้นกุหลาบ, สีชมพูแก่จนถึงสีแดง, สิ่งประดับที่ทำเป็นรูปดอกกุหลาบ, ฝักบัวรดน้ำ, เพชรที่ตัดเป็นรูปครึ่งวงกลม, หน้าต่างทรงกลมติดกระจกสีมีลวดลายที่แผ่เป็นรัศมีเหมือนดอกกุหลาบ *-adj.* เป็นสีกุหลาบ, เกี่ยวกับดอกกุหลาบ, มีกลิ่นราวกับดอกกุหลาบ

rose[2] (โรซ) *v.* กริยาช่อง 2 ของ rise

rosé (โรเซ') *n.* ไวน์สีชมพูรสอ่อนนุ่ม

rose apple ชมพู่

roselle (โรเซล') *n.* กระเจี๊ยบ

rosette (โรเซท') *n.* เหรียญตราที่ทำด้วยริบบิ้นพับเป็นรูปดอกกุหลาบ, สิ่งใดๆ ที่ทำคล้ายดอกกุหลาบ, เครื่องประดับที่ทำเป็นรูปดอกกุหลาบ

roster (รอซ' เทอรฺ, รอ' สเตอรฺ) *n.* บัญชีรายชื่อทหารที่ต้องเข้าประจำการตามหน้าที่ (**-S.** list)

rostrum (รอซ' เทริม, รอ' สเตริม) *n., pl.* **-trums/-tra** เวทีหรือแท่น (**-S.** podium)

rosy (โร' ซี) *adj.* **-ier, -iest** มีสีแดงหรือชมพูเหมือนดอกกุหลาบ, (แก้ม) เป็นสีชมพูดูสดใส มีสุขภาพดี, ประกอบด้วยหรือตกแต่งด้วยกุหลาบ, สดใส ร่าเริง มองโลกในแง่ดี, มีความหวัง **-rosily** *adv.* **-rosiness** *n.* (**-S.** healthy)

rot (รอท) *v.* **rotted, rotting** *-vi.* เน่าเปื่อย, ผุพัง, บูดเน่า, เสียหาย, ร่วงโรย, ทำให้ใช้การไม่ได้, อ่อนเปลี้ยเพลียแรง, ทรุดโทรม, เหี่ยวเฉา, คล้อยต่ำลง, เลวทราม *-vt.* ทำให้เน่าเปื่อยผุพัง *-n.* ความเน่าเปื่อยผุพัง, ความเสียหาย, ความเสื่อมโทรม, โรคเน่าของพืชที่เกิดจากเชื้อแบคทีเรียหรือเชื้อรา, อาการเท้าเปื่อย, การพูดจาเหลวไหล, เชื้อโรคต่างๆ *-interj.* ใช้แสดงความรำคาญ ดูถูกหรือเบื่อหน่าย (**-S.** (v.) decompose **-A.** (v.) purify)

rotary (โร' ทะรี) *adj.* เป็นการหมุนรอบแกน

A B C D E F G H I J K L M N O P Q R S T U V W X Y Z

-n., pl. **-ries** ส่วนหรือสิ่งที่หมุนรอบแกนกลาง, วงเวียน

rotate (โร' เทท) *v.* **-tated, -tating** *-vi.* วนรอบจุดศูนย์กลาง, หมุนรอบแกนกลาง, สลับกัน, หมุนเวียน *-vt.* ทำให้หมุนรอบแกนกลางหรือจุดศูนย์กลาง, ปลูกพืชหมุนเวียน, ทำให้สลับสับเปลี่ยนกันไป (**-S.** alternate, revolve, spin)

rotation (โรเท' ชัน) *n.* การหมุนรอบ, รอบของการหมุนหนึ่งรอบ, การสลับสับเปลี่ยนกัน

rotor (โร' เทอร์) *n.* ส่วนที่หมุนของเครื่องไฟฟ้าหรือเครื่องจักร, ใบพัดของเฮลิคอปเตอร์, มอเตอร์ไฟฟ้า, เครื่องกำเนิดไฟฟ้า

★**rotten** (รอท' เทิน) *adj.* **-er, -est** เน่า, บูด, เสีย, เหม็นเน่า, น่ารังเกียจ, เสื่อมทราม, แย่มาก *-adv.* อย่างมาก **-rottenly** *adv.* **-rottenness** *n.* (**-S.** (adj.) putrid **-A.** (adj.) pure)

rotund (โรทันด์') *adj.* กลม, จ้ำม่ำ, อูม, อ้วนตุ๊ต๊ะ, (เสียง) ดังสนั่น, อึกทึกครึกโครม **-rotundity** *n.* **-rotundly** *adv.* (**-S.** chubby, fat, round)

rouge (รูฌ) *n.* ชาดใช้ทาแก้มหรือปาก, ผงสีแดงซึ่งเป็นสารประกอบของเหล็กใช้ขัดโลหะหรือแก้ว

★**rough** (รัฟ) *adj.* **rougher, roughest** ขรุขระ, โกลาหล, เชี่ยว, ไม่ราบรื่น, หยาบคาย, ป่าเถื่อน, เซ่อซ่า, ไม่สุภาพ, ไร้ระเบียบ, เกกมะเหรกเกเร, ดื้อด้าน, ขาดการขัดเกลา, ยังไม่เจียระไน, คร่าวๆ ไม่ละเอียด, (คลื่นลมพัด) จัดและรุนแรง *-vt.* **roughed, roughing** ทำร้าย, ร่างคร่าวๆ *-adv.* อย่างป่าเถื่อน, อย่างคร่าวๆ, อย่างลำบากลำบน *-n.* ภูมิประเทศที่ขรุขระ, บริเวณที่ขรุขระและมีหญ้าขึ้นเต็มในสนามกอล์ฟ, ความลำบากลำบน, ความไม่ลงรอย, คนหยาบคาย, สิ่งที่ทำขึ้นอย่างคร่าวๆ (**-S.** (adj.) harsh **-A.** (adj.) smooth)

roughage (รัฟ' ฟิจ) *n.* พืชที่มีกากใยมากช่วยในการย่อย เช่น ฟางหรือหญ้าแห้ง

roughen (รัฟ' เฟิน) *vt., vi.* **-ened, -ening** ทำให้ (พื้นผิว) ขรุขระหรือหยาบ

roulette (รูเลท') *n.* เกมการพนันที่ผู้เล่นจะพนันกันว่าลูกบอลลูกเล็กๆ จะไปตกอยู่ในช่องเลขใดบนจานหรือล้อหมุน, จานล้อเหล็กเล็กๆ มีที่จับใช้ปรุรอยบนกระดาษ เช่น ดวงตราไปรษณียากร, รอยปรุระหว่างดวงตราไปรษณียากรแต่ละใบบนแผ่นกระดาษ *-vt.* **-letted, -letting** ปรุรอยบนกระดาษ, ทำรอยปรุ

★**round** (เราน์ด) *adj.* **rounder, roundest** กลม, เป็นวงกลมรอบ, เป็นรูปทรงกระบอก, ล้อมวงรอบ, ซึ่งต้องห่อริมฝีปาก, (เสียง) ดังสนั่นกึกก้อง, (1 โหล) เต็มๆ, เป็นเลขจำนวนเต็มไม่ใช่เศษส่วน, อย่างคร่าวๆ, (เงินก้อน) ใหญ่, ซึ่งจบสิ้นลงเอยด้วยดี, ตรงไปตรงมา, ทำอย่างเต็มกำลัง *-adv.* เป็นวงกลมรอบ, อ้อมรอบ, ล้อมรอบ, ด้วยการหมุนรอบ, หมุนเวียน, (ไป) ทั่วๆ, (หัน) กลับมา, (เชิญ) ให้ไปที่หนึ่งที่ใด *-prep.* (ไป) ทั่วๆ, ใกล้ๆ, อ้อมรอบ, ล้อมรอบ, วกกลับไปอีกด้าน, โดยรอบ *-n.* รอบของการกระทำใดๆ, นัด (การประชุม), ยก (ของการชกมวย), เที่ยว (ของการส่งของ), การออกรอบเล่นกอล์ฟครบหนึ่งรอบ, นัดกระสุนหนึ่งนัด, สิ่งที่มีลักษณะกลม เช่น วงกลม แผ่นดิสก์ แหวน ลูกโลก, การเคลื่อนที่รอบแกนกลาง, การล้อมวง, การตั้งวง, ขั้นบันได, ชิ้นเนื้อต้นขาของวัว, กลุ่มคน, การเต้นรำเป็นวงกลม, เครื่องดื่มหนึ่งแก้วสำหรับแต่ละคนในกลุ่ม, (การตบมือ) หนึ่งกราวใหญ่, การยิงนัดหนึ่ง, จำนวนจำกัดของลูกธนูที่ใช้ยิงจากระยะที่กำหนดไปสู่เป้ายิง, เวลาแต่ละช่วงในเกมกีฬา *-v.* **rounded, rounding** *-vt.* เลี้ยวโค้ง, ทำให้จบลงอย่างสบายใจ, ปรับ (ตัวเลข) ขึ้นให้เป็นจำนวนเต็ม, รวบรวม (คน), อ้อม, ห้อมล้อม, ทำให้เคลื่อนเป็นวงกลม, ออกเสียงด้วยการห่อริมฝีปาก, ทำให้กลม, ทำให้เสร็จสิ้น, ล้อมรอบ, วกกลับไปอีกด้าน *-vi.* วนรอบ, ย้อนกลับ, กลับด้าน, วกกลับ, ลงเอยด้วยดี **-round and round** หมุนวนครั้งแล้วครั้งเล่า **-roundness** *n.* (**-S.** (adj.) circular (n., v.) circle **-A.** (adj., n.) square)

round hand ลายมือในการเขียนหนังสือที่เป็นแบบตัวกลมและชัดเจน

round-shouldered (เราน์ด' โชล' เดอร์ด) *adj.* หลังค่อม, หลังโกง

round/around-the-clock (เราน์ดเธอะคลอค', อะเราน์ด-) *adj.* อย่างติดต่อกันตลอด 24 ชั่วโมง

roundtrip, round-trip, round trip (เราน์ด' ทริพ') *n.* การเดินทางไปและกลับ

rouse (เราซ) *vt., vi.* **roused, rousing** ยั่วยุ, ปลุกเร้า, กระตุ้น *-n.* การปลุก, การยั่วยุ **-rouser** *n.* (**-S.** (v.) stimulate **-A.** (v., n.) calm)

rout (เราท) *n.* การล่าถอยอย่างไม่เป็นขบวน, การพ่ายแพ้อย่างราบคาบ, กลุ่มคนที่ไม่สงบ, พวกคนจนหาเช้ากินค่ำ, ความจลาจล, การชุมนุมของพวกผู้ดีมีเงิน *-vt.* **routed, routing** ตีแตกพ่ายไป (**-S.** (n., v.) defeat **-A.** (n., v.) surrender)

★**route** (รูท, เราท) *n.* เส้นทาง *-vt.* **routed, routing** กำหนดเส้นทาง (**-S.** (n.) path, way)

★**routine** (รูทีน') *n.* ระเบียบแบบแผน, สิ่งที่ดำเนินไปเป็นประจำ, (คำสแลง) กิจวัตรประจำ *-adj.*

เป็นตามแบบแผนที่วางเอาไว้, เป็นประจำ, เป็นปกติ, ธรรมดา, น่าเบื่อ **-routinely** *adv.* (**-S.** (n.) pattern (adj.) dull **-A.** (adj.) interesting)

rove (โรฟว์) *vi., vt.* **roved, roving** ท่องเที่ยว, เตร็ดเตร่, สอดส่าย (สายตา) (**-S.** roam)

★**row**[1] (โร) *n.* แถว, แนว, แถวของตึกที่เรียงกันไปตามถนน *-vt.* **rowed, rowing** จัดเป็นแถว

★**row**[2] (โร) *v.* **rowed, rowing** *-vi.* พายเรือ *-vt.* แจวเรือด้วยพาย, โดยสารหรือบรรทุกไปด้วยเรือแจว, แข่งพายเรือ *-n.* การพายเรือ

row[3] (เรา) *n.* การทะเลาะวิวาท, ความโกลาหล, เสียงเอะอะอึกทึกครึกโครม *-vi.* **rowed, rowing** ทะเลาะวิวาท, โวยวาย (**-S.** (n., v.) fight, quarrel)

rowboat (โร' โบท) *n.* เรือแจว, เรือพาย

rowdy (เรา' ดี) *n., pl.* **-dies** คนหยาบคาย, อันธพาล *-adj.* **-dier, -diest** ยุ่งเหยิง, หยาบคาย, เกะกะเกเร (**-S.** (adj.) noisy, rough (n.) ruffian)

★**royal** (รอย' เอิล) *adj.* เกี่ยวกับกษัตริย์, เกี่ยวกับตำแหน่งกษัตริย์, เกี่ยวกับหรือในราชการแห่งราชอาณาจักร, เป็นพระบรมราชโองการของกษัตริย์, เป็นพระราชอำนาจของกษัตริย์, เป็นพระบรมราชานุญาต, สง่า, ผึ่งผาย, ยิ่งใหญ่, สูงส่ง *-n.* (ภาษาพูด) ราชวงศ์, ขนาดของกระดาษ 20x25 นิ้วสำหรับพิมพ์และ 19x24 นิ้วสำหรับเขียน **-royally** *adv.* (**-S.** (adj.) majestic)

royalty (รอย' เอิลที) *n., pl.* **-ties** พระบรมวงศานุวงศ์, พระบาทสมเด็จพระเจ้าอยู่หัวและพระบรมวงศานุวงศ์, ตำแหน่งของกษัตริย์, พระราชอำนาจของกษัตริย์, ราชตระกูล, พระราชอาณาจักรของกษัตริย์, ค่าภาคหลวง, ค่าลิขสิทธิ์

R.S.V.P., r.s.v.p. ย่อจากภาษาฝรั่งเศส répondez s'il vous plaît (please reply) โปรดตอบ (ซึ่งจะใช้เขียนบนบัตรเชิญ)

★**rub** (รับ) *vt., vi.* **rubbed, rubbing** ถู, ขัด, สี, (รองเท้า) กัด, ทำให้คัน, ทำให้เคือง *-n.* การถู, การขัด, การสี, ความขรุขระ, การกระทำที่เป็นการรบกวนหรือทำร้ายผู้อื่น,ความยากลำบาก (**-S.** (v., n.) polish, wipe)

★**rubber** (รับ' เบอร์) *n.* ยาง, ยางลบ, ฉนวน, รองเท้ายาง, สิ่งที่ทำจากยาง, ยางรถยนต์, (คำสแลง) ถุงยางอนามัย, หมอนวดหรือคนที่ทำหน้าที่นวด (**-S.** eraser, tire)

rubber band หนังยางใช้รัดของ

★**rubbish** (รับ' บิช) *n.* ขยะ, กากเดน, ของไร้ค่า, เรื่องเหลวไหล, ความไม่เข้าท่า **-rubbishy** *adj.*

rubble (รับ' เบิล) *n.* เศษหินขรุขระใช้ในการก่อสร้างตึก, การก่อสร้างตึกที่ใช้หินดังกล่าว

rubidium (รูบิด' เดียม) *n.* ธาตุรูบิเดียม เป็นโลหะสีขาว อ่อนและไวปฏิกิริยาคล้ายโซเดียม มีในแร่หายากไม่กี่ชนิด มีสัญลักษณ์ Rb

ruby (รู' บี) *n., pl.* **-bies** ทับทิม, สีแดงเข้ม

ruck (รัค) *n.* ฝูงชน, คนหรือสิ่งธรรมดา

rucksack (รัค' แซค, รุค'-) *n.* เครื่องหลัง

rudder (รัด' เดอร์) *n.* หางเสือ, ผู้นำทาง

ruddy (รัด' ดี) *adj.* **-dier, -diest** แดงเรื่อ, ค่อนข้างแดง, เปล่งปลั่ง, ผ่องใส **-ruddily** *adv.*

★**rude** (รูด) *adj.* **ruder, rudest** หยาบคาย, กระด้าง, ลามก, ดิบ, เหนียว, ทนทาน, กะทันหัน **-rudeness** *n.* (**-S.** impolite, rough **-A.** polite)

rudiment (รู' ดะเมินท์) *n.* ส่วนที่เติบโตหรือพัฒนาผิดรูปหรือไม่สมบูรณ์ของพืช

rudimentary (รูดะเมน' ทะรี, -เมน' ทรี) *adj.* เป็นขั้นพื้นฐาน, (พืช) ที่เพิ่งจะเริ่มงอก (**-S.** elementary, imperfect **-A.** advanced)

rue (รู) *vt., vi.* **rued, ruing** เสียใจ, เศร้าโศก

rueful (รู' เฟิล) *adj.* น่าสงสาร, (ยิ้ม) อย่างสลดใจ

ruff (รัฟ) *n.* ปกเสื้อสีขาวลงแป้งแข็ง จับจีบย้วยรอบคอหรือเป็นเหมือนครุยรอบคอ ซึ่งนิยมใส่กันในยุโรปในศตวรรษที่ 16 และ 17, ขนรอบคอนกที่ตั้งขึ้นมาเป็นแผงเหมือนคอปกเสื้อดังกล่าว (**-S.** ruffle)

ruffian (รัฟ' เฟียน) *n.* อันธพาล

ruffle (รัฟ' เฟิล) *n.* ลูกไม้หรือครุย, ขนรอบคอนกที่ตั้งขึ้นมาเป็นแผงคอเหมือนคอปกเสื้อ, ดู ruff, ความน่ารำคาญ, ความขรุขระ *-vt., vi.* **-fled, -fling** ทำให้ยับ, (ขน) ตั้งชัน, รบกวน, จับจีบ (ผ้า), ขยี้, สับ (ไพ่) (**-S.** (n., v.) frill, wrinkle)

★**rug** (รัก) *n.* พรม, (คำสแลง) วิกผม

Rugby (รัก' บี) *n.* กีฬารักบี้

rugged (รัก' กิด) *adj.* ขรุขระ, มีริ้วรอย, ทนทาน, โผงผาง, ยากไร้, กระด้าง, (รูปร่าง) สมชายชาตรี, ไร้มารยา (**-S.** harsh **-A.** smooth)

rugger (รัก' เกอร์) *n.* ในอังกฤษหมายถึงรักบี้

★**ruin** (รู' อิน) *n.* ความหายนะ, เหตุแห่งความฉิบหาย, ผู้ที่หรือสิ่งที่ถูกทำลาย, การล้างผลาญ, *-v.* **-ined, -ining** *-vt.* ทำลายล้าง, รื้อถอน, ทำให้หมดเนื้อหมดตัว, ทำให้เสียหาย, พร่าพรหมจรรย์ *-vi.* ตกลงสู่ห้วงหายนะ **-ruins** ซากปรักหักพัง **-ruination** *n.* **-ruinous** *adj.* (**-S.** (n.) destruction (v.) demolish **-A.** (n.) creation)

★**rule** (รูล) *n.* กฎ, กฎเกณฑ์, หลัก, ระเบียบ, วินัย, ไม้วัด, ระเบียบแบบแผน *-vt., vi.* **ruled, ruling** ปกครอง, ตัดสิน, วินิจฉัย, ควบคุม, ครอบงำ, ขีดเส้นหรือตีเส้นด้วยไม้บรรทัด **-as**

A

a rule เป็นปกติ, โดยทั่วไป **-rulable** *adj.* (-S. (n.) regulation (v.) govern, judge)

B

rule of thumb *n., pl.* **rules of thumb** กฎเกณฑ์ทั่วไป, กฎเกณฑ์คร่าวๆ

C

★**ruler** (รู' เลอร์) *n.* ผู้ปกครอง, ประมุข, ไม้บรรทัด (-S. governor, measure, yardstick)

D

ruling (รู' ลิง) *adj.* มีอำนาจในการปกครองหรือควบคุม, มีความสำคัญมากที่สุด, ที่ครอบงำจิตใจ *-n.* การควบคุม, การปกครอง, การตัดสินใจ,

E

คำตัดสิน (-S. (adj.) reigning, supreme (n.) decision, decree, judgement)

F

rum (รัม) *n.* เหล้าที่กลั่นจากกากน้ำตาลหรืออ้อยหมัก, เครื่องดื่มที่ทำให้มึนเมา เช่น สุรา

G

rumble (รัม' เบิล) *vi., vt.* **-bled, -bling** (เสียงฟ้า) ร้องครืนๆ, (รถ) ส่งเสียงดังเอี๊ยดอ๊าดหรือ

H

ดังโครมคราม, (คำสแลง) เข้าต่อสู้, ขัดถูหรือผสมในถังที่หมุนเขย่า *-n.* เสียงครืนๆ โครมคราม,

I

ถังที่หมุนเขย่าใช้ปั่นให้วัตถุที่อยู่ในถังแห้งหรือปั่นให้เล็กลงหรือขัดถูให้สะอาด **-rumbly** *adj.*

J

ruminant (รู' มะเนินท์) *n.* สัตว์เลี้ยงลูกด้วยนมที่มีเขา มีเท้าเป็นกีบ เช่น วัว ควายและแกะ มี

K

สี่กระเพาะ เป็นสัตว์เคี้ยวเอื้อง *-adj.* เป็นสัตว์

L

เคี้ยวเอื้อง, เป็นการรำพึง (-S. (adj.) meditative)

M

ruminate (รู' มะเนท) *vi., vt.* **-nated, -nating** คิดใคร่ครวญ, ไตร่ตรอง, เคี้ยวเอื้อง

N

rummage (รัม' มิจ) *vt., vi.* **-maged, -maging** ค้นหาอย่างกระจุยกระจาย *-n.* การกระทำ

O

ดังกล่าว, ของสัพเพเหระ **-rummager** *n.*

★**rumor, rumour** (รู' เมอร์) *n.* ข่าวลือ, เรื่องที่โจษจันกัน *-vt.* **-mored, -moring** ปล่อยข่าว

P

rump (รัมพ์) *n.* ชิ้นสะโพกสัตว์, ก้น, ส่วนหลัง

Q

ของนกบริเวณใกล้กับหาง, ส่วนด้อย, กากเดน, รัฐสภาที่มีสมาชิกเหลือไม่กี่คน

R

rumple (รัม' เพิล) *vt., vi.* **-pled, -pling** ขมวด (คิ้ว), ย่น (หน้าผาก), จับจีบ (ผ้า),

S

ทำให้ยับ, ทำให้ (ผม) ยุ่ง *-n.* รอยพับ, รอยยับ,

T

ริ้วรอย **-rumply** *adj.* (-S. (n., v.) wrinkle)

rumpus (รัม' เพิซ) *n.* การโห่ร้องส่งเสียงกึกก้อง

U

★**run** (รัน) *v.* **ran, run, running** *-vi.* วิ่ง, วิ่งหนี, (ปลา) ว่ายไปกับฝูงเพื่อไปวางไข่, (ม้า) วิ่งควบ,

V

รีบ, แวะเยี่ยม, เข้าร่วมแข่งขัน, เข้าแข่งขันเพื่อรับเลือกให้ดำรงตำแหน่ง, เข้าเส้นชัยเป็นที่

W

(หนึ่ง), ไหล, (เครื่องจักร) กำลังทำงาน, ขึ้นล่อง,

X

เร่ไปมา, (สี) ตก, (โรค) แพร่, (ต้นไม้) เลื้อย, (ถุงน่อง) หลุดลุ่ย, ใช้ได้ในพื้นที่หรือบริเวณ

Y

ที่กำหนดให้, ดำเนินการต่อไป, (จากวัน) ผันผ่านไป (เป็นอาทิตย์ๆ), ดูแลให้ดำเนินการไป

Z

เรื่อยๆ, สะสมเพิ่มพูน, ชำระได้, ต้องชำระ, โอนเอียง, (ขนาด) มีตั้งแต่ (เล็กถึงใหญ่), เกิดขึ้นในช่วงเวลาที่ต่อเนื่อง, เข้าสู่สภาวะที่ (เป็นหนี้), ไหลผ่าน, ไหลหลั่ง *-vt.* วิ่ง, เร่ง (สัตว์) ให้เดินเร็วขึ้น, ปล่อยให้วิ่งห้อตะบึง, ไล่ล่า, ดำเนิน (ธุรกิจ), ทำให้เข้าแข่งขัน, เสนอชื่อเพื่อเลือกเข้ารับตำแหน่ง,ทำให้เคลื่อนไปหรือก้าวหน้าไปอย่างอิสระ, ทำให้ทำงาน, ขนส่ง, ทำให้ (เรือ) เคลื่อนไปตามทาง, ลักลอบนำเข้า, หลบเลี่ยงผ่านไปได้, ทำให้ไหล, ไหลหลั่ง, หลอม, ละลาย, ถลุง, หล่อแบบ, เอา (เชือก) ขึง, ลาก (เส้น), เย็บเป็นเส้นติดกัน, ทำให้ (ถุงน่อง) หลุดลุ่ย, ทำให้ชนกันหรือพัง, ทำให้ลอดหรือทะลุ, ดำเนินต่อไป, ทำคะแนนได้ติดๆ กันในการเล่นบิลเลียด, เก็บลูกจนเกลี้ยงหมด (โต๊ะ) ในการเล่นบิลเลียดโดยการทำคะแนนติดๆ กัน, ควบคุม, เอา (มือ) ลูบ (ไป) บนโต๊ะ, เอา (นิ้ว) เสยแสก (ผม), ขับรถพา (กลับบ้าน), ทำให้ (เครื่องจักร) ทำงาน, ดำเนินงาน, เปิดน้ำใส่อ่าง, ตีพิมพ์เรื่องราว *-n.* การวิ่ง, การควบ (ของม้า), ระยะทางวิ่ง, เวลาที่ใช้ในการวิ่งตามระยะทางวิ่ง, การแวะเยี่ยม, การแข่งขันวิ่ง, การรณรงค์เพื่อตำแหน่ง, การอพยพเพื่อไปวางไข่ของปลา, ฝูงปลาที่ว่ายทวนน้ำเพื่อไปวางไข่, ความอิสระ, ทางที่น้ำหรือสิ่งใดๆ ผ่าน, ระยะทางที่ลูกกอล์ฟกลิ้งไปหลังจากตกลงพื้น, ช่วงการทำงานอย่างต่อเนื่อง (ของเครื่องจักร), ผลผลิตที่ได้ตามช่วงดังกล่าว, เขตของผู้สื่อข่าว, การเคลื่อนไหวหรือการไหล, ระยะเวลาในการไหล, จำนวนที่ไหล, ท่อหรือทางไหล, การถล่มของพายุหรือโคลน, ความยาวอย่างต่อเนื่อง, ทางแร่หรือหิน, ทางสัตว์ผ่าน, กรง (สุนัขหรือแมว) หรือสุ่มหรือเล้า (ไก่), รอยหลุดลุ่ยเป็นทางของถุงน่อง, การตกสีของผ้าสี, ชุดหรือลำดับที่ต่อเนื่องกันไปไม่ขาดสาย, การแสดงละครอย่างต่อเนื่องกันไปไม่หยุดพัก, ความต้องการอย่างเร่งด่วนและอย่างไม่คาดฝันของลูกค้าที่มีเข้ามาเป็นชุด, การทำคะแนนติดต่อกันไปเรื่อยๆ, ช่วงเวลา (แห่งความโชคดี) ที่มาติดต่อกันเป็นชุด, แนวโน้ม *-adj.* ที่อยู่ในช่วงหรือขั้นตอนของการหลอมหรือหล่อแบบ **-in the long run** ในระยะยาว, ในบั้นปลาย **-in the short run** ในอนาคตอันใกล้ **-run across** พบโดยบังเอิญ (-S. (v., n.) flow)

rung[1] (รัง) *n.* ขั้นบันได, ซี่ล้อ

rung[2] (รัง) *n.* กริยาช่อง 3 ของ ring[2]

★**runner** (รัน' เนอร์) *n.* ผู้เข้าแข่งขัน, ผู้วิ่ง, ผู้ที่ครอบครองลูกบอล, ผู้หลบหนี, คนเดินสาร,

คนเก็บเงิน, พนักงานหาลูกค้า, ผู้ลักลอบขนสินค้า, เรือที่ใช้ลักลอบขนสินค้า, ผู้ที่ดำเนินการจัดการสิ่งใดๆ, ใบมีดของรองเท้าสเกต, รางเลื่อนของลิ้นชัก, พรมหรือผ้าปูโต๊ะทรงแคบยาว, ผ้าเช็ดมือผืนยาว, ช่องที่ใช้เทโลหะที่หลอมละลายลงสู่แม่พิมพ์หล่อแบบ, เถาไม้เลื้อย

runner-up (รันเนอร์อัพ') *n., pl.* **-ners-up** (-เนอร์ซ์-) รองอันดับหนึ่ง

★**running** (รัน' นิง) *n.* การวิ่ง, ความสามารถหรือกำลังในการวิ่ง, การวิ่งเพื่อออกกำลังหรือเป็นการเล่นกีฬา, การดำเนินการ *-adj.* (น้ำ) ไหลต่อเนื่อง, (รองเท้า) ที่ใช้วิ่ง *-adv.* (เป็นเวลา 4 ปี) ติดต่อกัน (-S. (n.) operation (adj.) flowing)

runway (รัน' เว) *n.* ทางขึ้นลงของเครื่องบิน, ทางวิ่งของสิ่งใดๆ, ทางไหลของน้ำ, ทางลาดที่ใช้สำหรับชักลากท่อนไม้, ทางลาดเรียบสำหรับพาหนะที่มีล้อ, ทางเดินแคบๆ ยื่นออกมาจากเวที

rupee (รูพี', รู' พี) *n.* สกุลเงินของอินเดีย มอริเทียส เนปาล ปากีสถาน ซีเชลส์ และศรีลังกา

rupiah (รูเพีย') *n., pl.* **-ah/-ahs** สกุลเงินของอินโดนีเซีย

rupture (รัพ' เชอร์) *n.* การแตกออกหรือระเบิดออก, รอยแยกหรือแตก, ความแตกร้าวในความสัมพันธ์, โรคไส้เลื่อน *-v.* **-tured, -turing** *-vt.* แตกออก, ปริออก, พองออก, (ความสัมพันธ์) แตกร้าว *-vi.* เป็นโรคไส้เลื่อน **-rupturable** *adj.* (-S. (n.) bursting, hernia (n., v.) break)

rural (รู' เริล) *adj.* เกี่ยวกับชนบท, เกี่ยวกับผู้ที่อาศัยอยู่ในชนบท, เกี่ยวกับการทำกสิกรรม **-rurally** *adv.* (-S. country -A. town)

ruse (รูซ, รูซ) *n.* อุบาย, เล่ห์กระเท่ห์ (-S. trick)

★**rush**[1] (รัช) *v.* **rushed, rushing** *-vi.* รีบร้อน, จู่โจม, (น้ำ) ไหลหรือซัดดังซู่ๆ *-vt.* เร่งรัด, เร่งเร้า, เร่งรีบ, พาไปอย่างรวดเร็ว, ให้ความสำราญหรือความใส่ใจอย่างมาก *-n.* ความจำเป็นเร่งด่วน, ความรู้สึกแปรปรวน, ความรีบร้อน, การจู่โจม, การจับไข้, การผ่านหรือไหลอย่างรวดเร็วและอึกทึกครึกโครม, ความเคลิบเคลิ้มที่มีขึ้นทันทีหลังจากการใช้ยากระตุ้น **-rushes** ฟิล์มหนังที่ผู้กำกับดูก่อนทันทีหลังจากการถ่ายทำเสร็จวันต่อวัน (-S. (v., n.) hurry)

rush[2] (รัช) *n.* พืชน้ำจำพวกกก ใช้ทำเครื่องหวาย เช่น เสื่อ ตะกร้า

rush hour ช่วงชั่วโมงเร่งด่วนที่มีการจราจรหนาแน่น

rusk (รัซค์) *n.* ขนมปังกรอบหวาน

russet (รัซ' ซิท) *n.* ผ้าทอมือหยาบสีน้ำตาลออกแดง, แอปเปิลในฤดูหนาวซึ่งมีเปลือกหยาบสีน้ำตาลออกแดง

rust (รัซท์) *n.* สนิม, ความเสื่อมถอยของความสามารถเนื่องจากขาดการฝึกฝน, เชื้อราชนิดหนึ่งที่ทำลายพืช, สีน้ำตาลเข้ม *-v.* **rusted, rusting** *-vi.* เป็นสนิม, ผุพัง, เสื่อมถอยเนื่องจากความละเลยหรือความขี้เกียจ, เป็นสีสนิม, (พืช) เป็นโรคเนื่องจากเชื้อรา *-vt.* กัดกร่อน, เป็นสนิม, ทำให้เสียหรือเสียหายเนื่องจากนำไปใช้ในทางที่ผิด, ทำให้เป็นสีสนิม **-rustable** *adj.*

rustic (รัซ' ทิค) *adj.* เป็นแบบชีวิตชนบทหรือคนชนบท, ไม่สง่างาม, เรียบง่าย, ไม่ได้ขัดเกลา, แบบพื้นบ้าน, จริงใจ, ไม่มีมารยา, หยาบกระด้าง, เหมาะสำหรับการใช้ในชนบท, ซึ่งทำจากไม้หรือกิ่งไม้หยาบๆ *-n.* คนชนบท, คนบ้านนอก, คนเรียบง่าย, คนหยาบ, คนจริงใจ, คนไม่ดัดจริต **-rustically** *adv.* **-rusticity** *n.* (-S. (adj.) crude, simple (n.) countryman)

rusticate (รัซ' ทิเคท) *v.* **-cated, -cating** *-vi.* ไปเที่ยวหรือไปอาศัยอยู่ในชนบท *-vt.* ส่งไปชนบท, พักการเรียน (ของนักเรียน) **-rustication** *n.* **-rusticator** *n.*

rustle (รัซ' เซิล) *vi., vt.* **-tled, -tling** ทำเสียงเสียดสีกัน, เคลื่อนไหวหรือทำสิ่งใดๆ อย่างกระตือรือร้นหรืออย่างเร่งรีบ, หาอาหาร, ขโมยวัวควายหรือม้า *-n.* เสียงเบาๆ อันเกิดจากการเคลื่อนไหวอย่างเบาๆ เช่น เสียงใบไม้เสียดสี เสียงกระดาษกรอบแกรบ **-rustler** *n.* **-rustlingly** *adv.* (-S. (v., n.) crackle, whisper)

rustproof (รัซท์' พรูฟ) *adj.* ป้องกันสนิม

rusty (รัซ' ที) *adj.* **-ier, -iest** เป็นสนิม, สนิมเกาะ, ผุพัง, ผุกร่อน, เป็นสีแดงออกเหลืองหรือออกน้ำตาล, เป็นสีสนิม, ฝืดเพราะขึ้นสนิม, เสียหายหรือใช้การไม่ได้เนื่องจากละเลยและขาดการฝึกฝน **-rustily** *adv.* **-rustiness** *n.*

rut (รัท) *n.* ทางที่เป็นร่องอันเกิดจากการสัญจรของยวดยาน, สิ่งหรือวิถีชีวิตอันจำเจ, ช่วงเวลาเป็นสัดของสัตว์ตัวผู้ *-vt.* **rutted, rutting** ทำให้เป็นร่อง, ทำทาง (-S. (n.) routine (n., v.) track)

ruthenium (รูธี' เนียม) *n.* ธาตุรูทีเนียม เป็นโลหะแข็งแต่เปราะพบในแร่แพลทินัมหรือทองคำขาว ใช้ทำโลหะผสมและใช้เป็นตัวเปลี่ยนแปลงอัตราการเกิดปฏิกิริยาเคมี หรือตัวคาตาลิสต์ มีสัญลักษณ์ Ru

ruthless (รูธ' ลิซ) *adj.* โหดร้าย **-ruthlessly** *adv.* **-ruthlessness** *n.* (-S. merciless)

A B C D E F G H I J K L M N O P Q R S T U V W X Y Z

rye (ไร) *n.* ข้าวไรย์เป็นพืชที่ปลูกในเมืองหนาว ใช้ทำแป้งขนมปัง เหล้าวิสกี้และเลี้ยงปศุสัตว์, วิสกี้ที่ทำจากเมล็ดข้าวไรย์

rye grass, ryegrass (ไร' แกรซ) *n.* หญ้าวัชพืชที่เมล็ดมีพิษ

S

S¹, s (เอซ) *n., pl.* **S's, s's/Ss, ss** อักษรตัวที่ 19 ในภาษาอังกฤษ, อันดับสิบเก้า

S², S., s, s. ย่อจาก south ทิศใต้, southern ทางทิศใต้

S.¹ ย่อจาก Sabbath วันพักผ่อนและสวดมนต์ของชาวยิวและชาวคริสเตียน, saint นักบุญ, Saturday วันเสาร์, singular เอกพจน์, Sunday วันอาทิตย์

S.², s. ย่อจาก school โรงเรียน, sea ทะเล, society การคบหาสมาคม, soprano เสียงร้องเพลงสูงสุดของผู้หญิงหรือเด็กชาย

s ย่อจาก second วินาที

s. ย่อจาก see ดู, shilling หน่วยเงินของอังกฤษสมัยก่อน, singular เอกพจน์, sire พ่อหรือพ่อพันธุ์, sister พี่สาวหรือน้องสาว, small เล็ก, solo การบรรเลงเดี่ยว, son ลูกชาย, substantive คำหรือกลุ่มคำที่ทำหน้าที่เป็นนาม

-s, -es คำปัจจัย ใช้เติมนามให้เป็นรูปพหูพจน์, ใช้เติมหลังกริยารูป present tense ของประธานเอกพจน์บุรุษที่สาม

-'s คำปัจจัย ใช้เติมแสดงความเป็นเจ้าของ โดยใช้กับนามเอกพจน์ นามพหูพจน์ที่ไม่ได้ลงท้ายด้วย -s สรรพนามบางคำ และวลีที่ทำหน้าที่เป็นนามหรือสรรพนาม

's ย่อจาก is เช่น He's a boy., has เช่น He's gone., does เช่น Who's she love?, us เช่น Let's go.

Sabbath (แซบ' เบิธ) *n.* วันที่เจ็ดของสัปดาห์คือวันเสาร์ที่ชาวยิวและชาวคริสเตียนบางกลุ่มถือเป็นวันพักผ่อนและสวดมนต์สักการบูชา, วันแรกของสัปดาห์คือวันอาทิตย์ที่ชาวคริสเตียนส่วนใหญ่ถือเป็นวันพักผ่อนและสวดมนต์สักการบูชา (-S. Sunday)

sable (เซ' เบิล) *n.* สัตว์เลี้ยงลูกด้วยนม เป็นสัตว์กินเนื้อทางตอนเหนือของยุโรปและเอเชีย มีขนดำอ่อนนุ่ม, ขนอันมีค่าราคาแพงของสัตว์ดังกล่าว, ขนของสัตว์อื่นที่คล้ายกันนี้, สีน้ำตาลออกเหลืองเทา, สีดำในเครื่องหมายตราประจำตระกูล **-sables** ชุดดำใช้ใส่ไว้ทุกข์

sabotage (แซบ' บะทาฌ) *n.* การก่อวินาศกรรม, การบ่อนทำลาย *-vt.* **-taged, -taging** ก่อวินาศกรรม, บ่อนทำลาย

saboteur (แซบบะเทอร์') *n.* ผู้ก่อวินาศกรรม

sac (แซค) *n.* ถุงหรือกระเปาะในพืชหรือสัตว์

saccharin (แซค' เคอริน) *n.* แซ็กคาริน เป็นสารให้ความหวานที่ไม่มีแคลอรี

saccharine (แซค' เคอริน, -คะรีน, -คะไรน์) *adj.* หวานจนเอียน **-saccharinely** *adv.*

sachet (แซเช') *n.* บุหงา, ถุงใส่แป้งหอม

★**sack¹** (แซค) *n.* กระสอบ, ถุง, จำนวนหนึ่งกระสอบ, (คำสแลง) การถูกไล่ออกจากงาน, (ภาษาพูด) ถุงนอน *-vt.* **sacked, sacking** จัดใส่ในกระสอบ, (คำสแลง) ไล่ออก (-S. (n., v.) bag)

sack² (แซค) *vt.* **sacked, sacking** ปล้นสะดมหลังจากยึดเมืองได้ *-n.* การกระทำดังกล่าว

sack³ (แซค) *n.* ไวน์รสไม่หวานจากสเปน

sacrament (แซค' คระเมินท์) *n.* พิธีอันสำคัญทางศาสนาคริสต์ **-Sacrament** พิธีศีลมหาสนิท

sacred (เซ' คริด) *adj.* ซึ่งถวายให้เป็นการสักการบูชาพระผู้เป็นเจ้า, เป็นสิ่งศักดิ์สิทธิ์, อุทิศให้, น่าเคารพบูชา **-sacredly** *adv.* **-sacredness** *n.* (-S. dedicated, holy)

sacrifice (แซค' คระไฟซ์) *n.* การบูชายัญ, เครื่องสังเวย, ความเสียสละ, เหยื่อสังเวย, การอุทิศ *-vt., vi.* **-ficed, -ficing** บูชายัญ, สังเวย, เซ่น, ทำพิธีบวงสรวง, เสียสละ, อุทิศ, พลีให้ **-sacrificial** *adj.* (-S. (n.) renunciation (n., v.) offer)

sacrilege (แซค' คระลิจ) *n.* การลบหลู่สิ่งศักดิ์สิทธิ, การขโมยพระพุทธรูป (-S. violation)

sacrosanct (แซค' โครแซงค์ท์) *adj.* เป็นสิ่งศักดิ์สิทธิ์ **-sacrosanctity** *n.*

★**sad** (แซด) *adj.* **sadder, saddest** เศร้า, ทุกข์, ทำให้เสียใจ, น่าเศร้าสลด, ชวนให้หดหู่ใจ **-sadly** *adv.* **-sadness** *n.* (-S. sorrowful -A. happy)

sadden (แซด' เดิน) *vt., vi.* **-dened, -dening** ทำให้เศร้า, เศร้าสลด (-S. depress)

saddle (แซด' เดิล) *n.* อานหนังใช้นั่งบนหลังสัตว์, อานใช้ผูกหลังสัตว์เพื่อบรรทุกของ, อานม้า, อานรถจักรยานหรือจักรยานยนต์, ชิ้นเนื้อระหว่างสะโพกและซี่โครง, ที่ลุ่มบนเนินเขาที่เป็นแอ่งเหมือนอาน *-vt., vi.* **-dled, -dling** ใส่อาน, ผูกอาน, บรรทุก, ถ่วงน้ำหนัก, เอามาให้เป็นภาระ

saddlebag (แซด' เดิลแบก) *n.* กระเป๋าที่พาดข้างตัวม้าข้างละหนึ่งใบ

saddler (แซด' เดลอร์) *n.* ผู้ที่ทำ ซ่อมหรือขายอุปกรณ์ที่เกี่ยวกับม้า

sadism (เซ' ดิเซิม, แซด'-) *n.* ความพึงพอใจทางเพศจากการทำให้ผู้อื่นเจ็บปวด **-sadist** *n.*

safari (ซะฟา' รี) *n., pl.* **-ris** การเที่ยวป่าเพื่อล่าหรือชมสัตว์ในแอฟริกาตะวันออก, การออกเที่ยวสำรวจ, ขบวนรถในการไปเที่ยวดังกล่าว *-adj.* เป็นเสื้อแบบที่ใส่ไปเที่ยวดังกล่าว

★**safe** (เซฟ) *adj.* **safer, safest** ปลอดภัย *-n.* ตู้เหล็กนิรภัย, คลังเก็บของ, (คำสแลง) ถุงยางอนามัย **-safely** *adv.* (-S. (adj.) secure, sure (n.) repository, strongbox)

safe-deposit box (เซฟดิพอซ' ซิท) *n.* ตู้เหล็กนิรภัยกันไฟในธนาคารที่ให้คนเช่า

safeguard (เซฟ' การ์ด) *n.* เครื่องป้องกัน, ข้อกำหนดในสัญญา, มาตรการป้องกัน

safe house บ้านหรืออพาร์ตเมนต์ที่ใช้เป็นที่หลบภัย

safe sex การมีเพศสัมพันธ์โดยใช้เครื่องป้องกัน

★**safety** (เซฟ' ที) *n., pl.* **-ties** ความปลอดภัย, อุปกรณ์ป้องกัน เช่น ที่ล็อกบนปืน, (คำสแลง) ถุงยางอนามัย (-S. protection, security -A. risk)

safety belt เข็มขัดนิรภัย

safety curtain ผ้าม่านในโรงละครทำจากวัสดุที่ไม่ติดไฟ

safety glass กระจกชนิดที่แตกแล้วไม่กระจาย เช่น กระจกหน้ารถยนต์, แผ่นกระจกที่เสริมให้แข็งแรงด้วยลวดตาข่ายอีกชั้นหนึ่ง

safety island เกาะกลางถนน

safety match ไม้ขีดไฟที่จะจุดติดได้เมื่อขีดกับพื้นผิวที่เตรียมไว้เฉพาะเท่านั้น

safety net ตาข่ายใหญ่ใช้รองรับนักไต่ลวด

safety pin เข็มกลัด, เข็มสลักระเบิด

safety razor ที่โกนหนวดชนิดที่เปลี่ยนใบมีดได้

saffron (แซฟ' เฟริน) *n.* หญ้าฝรั่นใช้ทำอาหาร

sag (แซก) *vi., vt.* **sagged, sagging** โน้มลงมา, ห้อย, ย้อย, ทรุด, ยาน, หย่อน, ตกต่ำลง, (เรือ) ลอยตามลมออกนอกทาง *-n.* การมีลักษณะดังกล่าว, ที่ลุ่ม, บ่อ, ที่ที่มีความกดอากาศต่ำ, ที่ที่เป็นแอ่ง, การตกลงชั่วคราวของค่าเงินตรา, การลอยตามลมออกนอกทางของเรือ (-S. (v., n.) droop (v.) fail (n.) depression)

saga (ซา' กะ) *n.* ตำนานของชาวไอซ์แลนด์, รายงานอันยืดยาว (-S. legend)

sagacious (ซะเก' เชิซ) *adj.* ฉลาด (-S. clever)

sage[1] (เซจ) *n.* นักปราชญ์, ซินแส, ผู้รู้, ผู้คงแก่เรียน *-adj.* **sager, sagest** ฉลาดหลักแหลม, มีสติ, สุขุมรอบคอบ, ขึงขัง, เอาจริงเอาจัง **-sagely** *adv.* **-sageness** *n.* (-S. (n.) philosopher (adj.) prudent -A. (adj.) imprudent)

sage[2] (เซจ) *n.* พืชใบเขียวออกเทามีกลิ่นหอมใช้ในการทำอาหาร, พืชในตระกูลสะระแหน่

Sagittarius (แซจจิแท' เรียซ) ราศีธนู ซึ่งเป็นราศีที่เก้าในจักรราศี มีสัญลักษณ์เป็นคนเล็งธนู, ชื่อกลุ่มดาวกลุ่มหนึ่งทางซีกโลกใต้

sago (เซ' โก) *n., pl.* **-gos** สาคู

said (เซด) *v.* กริยาช่อง 2 และ 3 ของ say *-adj.* ซึ่งได้กล่าวมาแล้วข้างต้น

★**sail** (เซล) *n.* ใบเรือ, โครงสร้างด้านบนของเรือดำน้ำ, การเดินทางท่องเที่ยวด้วยเรือใบ, สิ่งที่คล้ายและทำหน้าที่เหมือนใบเรือ เช่น ใบพัดกังหันลม *-vi., vt.* **sailed, sailing** ล่องเรือใบ, ท่องทะเล, (เรือ) แล่นล่อง, ขับ (เรือ), ออกเดินเรือ, (นก) ร่อนถลา, (สอบ) ผ่านอย่างง่ายดาย **-sail/sails** เรือใบ (-S. (n., v.) cruise)

sailing (เซ' ลิง) *n.* ความสามารถในการควบคุมเรือ, กีฬาแข่งเรือใบ, การเดินทางทางเรือ

★**sailor** (เซ' เลอร์) *n.* กะลาสี, ทหารเรือ

★**saint** (เซนท์) *n.* นักบุญ, คนใจดี, คนใจบุญ, พ่อพระหรือแม่พระ **-Saint** คำที่ใช้เรียกนำหน้าชื่อของนักบุญ เช่น Saint Joseph

Saint Bernard สุนัขพันธุ์ที่มีขนาดใหญ่ แข็งแรง มีขนหนาสีขาวและน้ำตาล

saintly (เซนท์' ลี) *adj.* **-lier, -liest** อย่างนักบุญ, ใจบุญ, ทรงไว้ซึ่งความดี **-saintliness** *n.*

Saint Nicholas/Nick ซานตาคลอส

Saint Valentine's Day วันที่ 14 กุมภาพันธ์ เป็นวันแห่งความรัก

sake[1] (เซค) *n.* จุดประสงค์, สาเหตุ, ประโยชน์, ความผาสุก, ความเจริญ **-for God's/heaven's sake** ใช้เน้นย้ำข้อความที่จะพูดต่อไปเมื่อเกิดความไม่พอใจ (-S. cause, purpose)

sake[2]**, saki** (ซา' คี, -เค) *n.* เหล้าสาเก

sal (แซล) *n.* เกลือ (-S. salt)

A B C D E F G H I J K L M N O P Q R S T U V W X Y Z

salaam (ซะลาม') *n.* การโค้งคำนับแบบมุสลิม

★**salad** (แซล' เลิด) *n.* สลัด

salad dressing น้ำปรุงสลัด

salamander (แซล' ละแมนเดอร์) *n.* สัตว์ครึ่งบกครึ่งน้ำตัวเล็กคล้ายจิ้งจก มีผิวหนังเรียบไม่มีเกล็ดและมีขาสี่ขาที่ยังพัฒนาไม่เต็มที่, สัตว์ในเทพนิยายคล้ายกับจิ้งจกที่เชื่อกันว่าสามารถอาศัยอยู่ในไฟและทนไฟได้, สิ่งที่ทนไฟได้ เช่น เหล็กเขี่ยไฟ **-salamandrine** *adj.*

salami (ซะลา' มี) *n., pl.* **-mis** ไส้กรอกปรุงรสจัด

★**salary** (แซล' ละรี, แซล' รี) *n., pl.* **-ries** เงินเดือน **-salaried** *adj.* (-S. income)

> **salary** เงินเดือน ซึ่งเป็นเงินค่าจ้างที่จ่ายเป็นรายเดือน เช่น My salary is paid on the 30th of every month.
>
> **wage/wages** เงินค่าจ้างที่จ่ายเป็นรายวันหรือรายสัปดาห์ เช่น The housemaid receives low wages/a low wage although she works hard.

★**sale** (เซล) *n.* การขาย, ความต้องการของผู้ซื้อ, การมีไว้ให้ซื้อ, การประมูล, การขายแบบลดราคา **-for sale** เสนอขาย **-on sale** วางขาย **-sales** การขาย, ยอดขายทั้งหมด (-S. deal)

★**salesman, salesperson** (เซลซ' เมิน, -เพอร์เซิน) *n.* พนักงานขายสินค้าในร้านหรือตัวแทนขายสินค้า **-salesmanship** *n.*

salient (เซ' เลียนท์, เซล'-) *adj.* สำคัญ, โดดเด่น, สะดุดตา, ผลิ, โผล่, ผุด *-n.* แนวราบที่ล้ำเข้าไปใกล้กับฝ่ายตรงข้ามมาก, มุมหรือส่วนที่ยื่นออกไป **-saliently** *adv.* (-S. (adj.) prominent)

saline (เซ' ลีน, -ไลน์) *adj.* มีเกลือ, เค็ม *-n.* เกลือของแมกนีเซียมหรืออัลคาไลใช้เป็นยาถ่าย, น้ำเกลือ (-S. (adj.) salt)

saliva (ซะไล' วะ) *n.* น้ำลาย

sallow (แซล' โล) *adj.* **-er, -est** (สีหน้า) ซีดเซียว *-vt.* **-lowed, -lowing** ทำให้ (หน้าตา) ซีดเซียว

sally (แซล' ลี) *vi.* **-lied, -lying** กระโจน, จู่โจม, ออกเดินทาง, ต่อสู้, โต้กลับ, โต้เถียง, ออก (คำสั่ง), ไหล, พุ่ง, ระเบิด *-n., pl.* **-lies** การกระทำดังกล่าว, คำพูดโต้ตอบ

salmon (แซม' เมิน) *n., pl.* **-on/-ons** ปลาแซลมอนใช้เป็นอาหาร มีเนื้อสีชมพู

salon (ซะลอน', แซล' ลอน, แซลอง') *n.* สถานที่ให้บริการในเรื่องของความงาม, ห้องขนาดใหญ่ใช้รับรองแขก, การชุมนุมกันของผู้มีเกียรติในสังคม, ห้องแสดงงานทางศิลปะ

saloon (ซะลูน') *n.* ร้านเหล้า, โรงเตี๊ยม, ห้องโถงใหญ่ใช้รับรองแขกหรือเปิดการแสดงงานบันเทิงต่างๆ หรืองานทั่วไป, ห้องอาหารและสังสรรค์ของเจ้าหน้าที่บนเรือสินค้า, ห้องนั่งเล่นสังสรรค์ของเรือโดยสาร, รถเก๋งซึ่งมีสองหรือสี่ประตู มีที่นั่งด้านหน้าและหลัง และมีช่องเก็บของแยกต่างหาก

★**salt** (ซอลท์) *n.* เกลือ, สิ่งที่ใช้เพิ่มรสชาติให้อาหาร, ความฉลาด, (ภาษาพูด) กะลาสีผู้เจนจัด, กระปุกเกลือ *-adj.* เค็ม, ซึ่งดองในน้ำเกลือ, เต็มไปด้วยเกลือ, ซึ่งเจิ่งนองไปด้วยน้ำทะเล *-vt.* **salted, salting** ใส่หรือโรยเกลือ, ดองในน้ำเกลือ, ให้เกลือแร่ (แก่ปศุสัตว์), ทำให้ดูมีคุณค่าโดยวิธีการที่หลอกลวง, เพิ่มรสชาติ, เพิ่มชีวิตชีวา **-salts** เกลือแร่ที่ใช้เป็นยาถ่าย (-S. (adj.) saline)

saltcellar (ซอลท' เซลเลอร์) *n.* กระปุกเกลือ

saltwater (ซอลท' วอเทอร์) *adj.* เกี่ยวกับน้ำเค็ม, ซึ่งพบหรืออยู่ในน้ำเค็ม

salubrious (ซะลู' เบรียซ) *adj.* สดชื่น, น่าดู, ดีสำหรับสุขภาพ, ซึ่งช่วยในด้านการกินดีอยู่ดี

salutary (แซล' เลียเทอรี) *adj.* มีประโยชน์ **-salutarily** *adv.* **-salutariness** *n.* (-S. healthy)

salutation (แซลเลียเท' ชัน) *n.* การทักทายและการมอบไมตรีจิตอย่างสุภาพ, การโค้งคำนับ, คำทักทายใช้เริ่มต้นจดหมาย (-S. greeting)

salute (ซะลูท') *vt., vi.* **-luted, -luting** ทักทาย, ทำความเคารพ เช่น โค้งคำนับ ยิงสลุต ลดธงวันทยาหัตถ์, ยกย่อง *-n.* การกระทำดังกล่าว **-saluter** *n.* (-S. (v.) greet, honour (n.) greeting)

salvage (แซล' วิจ) *n.* การช่วยเรือ ลูกเรือหรือสินค้าบนเรือที่กำลังเกิดไฟไหม้หรือการอับปาง, เรือ ลูกเรือหรือสินค้าที่ได้รับการช่วยเหลือกู้ภัย, เงินค่าตอบแทนที่ให้แก่เรือที่เข้าทำการช่วยเหลือดังกล่าว, การช่วยกู้ภัย, ทรัพย์สินที่ได้รับการกู้ภัยมาได้ *-vt.* **-vaged, -vaging** ช่วยให้ปลอดภัย, กู้ (ชื่อ), รักษา **-salvager** *n.* (-S. (n., v.) rescue (v.) save)

salvation (แซลเว' ชัน) *n.* การรอดพ้นจากอำนาจอันชั่วร้าย ความหายนะหรือความยุ่งยาก, การไถ่บาป, สิ่งที่ช่วยให้พ้นจากความหายนะ

salve[1] (แซฟว์, ซาฟว์) *n.* ขี้ผึ้ง, ขี้ผึ้งเย็นใช้ระงับความเจ็บปวด, การยกยอ, การยกย่อง *-vt.* **salved, salving** บรรเทาด้วยขี้ผึ้งดังกล่าว, ปลอบโยน, ปลอบใจ, ระงับ

salve[2] (แซลฟ์ว) *vt.* **salved, salving** ช่วยเหลือ

salvo (แซล' โว) *n., pl.* **-vos/-voes** การยิงปืน

หลายกระบอกพร้อมกัน, การทิ้งระเบิดหลายลูกลงมาพร้อมกันจากเครื่องบิน, กระสุนหรือระเบิดดังกล่าว,เสียงที่ระเบิดขึ้นอย่างทันทีทันใด เช่น เสียงเชียร์, การพูดหรือการเขียนโจมตี

Samaritan (ซะแม' ริเทิน) *n.* ผู้ที่ให้ความช่วยเหลืออย่างไม่เห็นแก่ตัว

★**same** (เซม) *adj.* เป็นอันเดียวกัน, เป็นอย่างเดียวกัน, เป็นคนเดียวกัน, เหมือนกัน, เหมือนเดิมทุกอย่าง, เป็นดังที่ได้กล่าวมาแล้ว *-adv.* ในทำนองเดียวกัน *-pron.* คนหรือสิ่งเดิม, อย่างเดียวกันนั้น (**-S.** (adj.) identical)

sameness (เซม' นิซ) *n.* ความเหมือนเดิม, ความจำเจซ้ำซากน่าเบื่อ (**-S.** monotony)

samovar (แซม' มะวาร์) *n.* หม้อชาหรือกาแฟโลหะเป็นรูปเหมือนโกศ มีหัวก๊อกติดอยู่ด้วย

sampan (แซม' แพน) *n.* เรือสำปั้น

sample (แซม' เพิล) *n.* ตัวอย่าง *-vt.* **-pled, -pling** ทดลอง *-adj.* เป็นตัวอย่าง

samurai (แซม' มะไร) *n., pl.* **-rai/-rais** ขุนนางนักรบของญี่ปุ่น, นักรบที่เป็นชนชั้นสูง

sanatorium, sanatarium (แซนนะทอ' เรียม; -โท'-, -แท' เรียม) *n., pl.* **-iums/-ia** สถานพักฟื้น

sanctify (แซงค์' ทะไฟ) *vt.* **-fied, -fying** ทำให้ศักดิ์สิทธิ์, ทำให้บริสุทธิ์, ทำให้เป็นที่เคารพ, ชำระ

sanctimonious (แซงค์ทะโม' เนียซ) *adj.* ซึ่งแสร้งทำเป็นเคร่งศีลธรรม (**-S.** false)

sanction (แซงค์' ชัน) *n.* การอนุญาต, การอนุมัติ, การสนับสนุน, กฎ, ประกาศิต, บทลงโทษ, การลงโทษ, มาตรการคว่ำบาตร *-vt.* **-tioned, -tioning** อนุมัติ, อนุญาต, เห็นดีด้วย (**-S.** (v.) authorize **-A.** (v.) disapprove)

sanctity (แซงค์' ทิที) *n., pl.* **-ties** ความศักดิ์สิทธิ์, สิ่งศักดิ์สิทธิ์, คุณงามความดี

sanctuary (แซงค์' ชูเออรี่) *n., pl.* **-ies** สถานที่อันศักดิ์สิทธิ์ เช่น วัด, ที่หลบภัย, ร่มโพธิ์ร่มไทร, ร่มพระบรมโพธิสมภาร, เขตสงวนสำหรับสัตว์ป่า

★**sand** (แซนด์) *n.* ทราย, (คำสแลง) ความกล้าหาญอดทน, สีทราย *-vt.* **sanded, sanding** โรยหรือฝังด้วยทราย, ขัดหรือถูด้วยทรายหรือกระดาษทราย, ผสมกับทราย, ถมด้วยทราย

sandal (แซน' เดิล) *n.* รองเท้าแตะ

sandalwood (แซน' เดิลวูด) *n.* ไม้จันทน์ใช้แกะสลักและให้น้ำมันหอม, สีน้ำตาลออกเทา

sandbag (แซนด์' แบก) *n.* กระสอบทรายใช้ก่อกำแพงกันน้ำท่วมหรือกันกระสุน

sandbank (แซนด์' แบงค์) *n.* สันทราย

sandpaper (แซนด์' เพเพอร์) *n.* กระดาษทราย

sand/chinese pear สาลี่

sandpit (แซนด์' พิท) *n.* หลุมทราย

sandstone (แซนด์' สโตน) *n.* หินทราย

sandstorm (แซนด์' สตอร์ม) *n.* พายุทะเลทราย

★**sandwich** (แซนด์' วิช, แซน'-) *n.* แซนด์วิช, สิ่งที่คล้ายแซนด์วิช *-vt.* **-wiched, -wiching** ประกบหรืออัดไว้ตรงกลาง

sandy (แซน' ดี) *adj.* **-ier, -iest** ซึ่งทับถมด้วยทราย, เหมือนทราย, มีสีทราย

sane (เซน) *adj.* **saner, sanest** ปกติ, ไม่บ้า, มีเหตุมีผล, มีสติ (**-S.** reasonable **-A.** insane)

sang (แซง) *v.* กริยาช่อง 2 ของ sing

sanguine (แซง' กวิน) *adj.* เป็นสีเลือด, มองโลกในแง่ดี, เปล่งปลั่ง, ซึ่งมีเลือดฝาด **-sanguinely** *adv.* (**-S.** lively **-A.** gloomy)

sanitary (แซน' นิเทอรี) *adj.* เกี่ยวกับสุขภาพอนามัย, มีอนามัย, สะอาด (**-S.** clean)

sanitary napkin/towel ผ้าอนามัย

sanitation (แซนนิเท' ชัน) *n.* การสุขาภิบาล

sank (แซงค์) *v.* กริยาช่อง 2 ของ sink

Sanskrit (แซน' สกริท) *n.* ภาษาสันสกฤต

Santa Claus (แซน' ทะคลอซ) *n.* ซานตาคลอส

Santa Claus

santol (แซน' ทอล) *n.* กระท้อนหรือสะท้อน

sap[1] (แซพ) *n.* น้ำเลี้ยงของต้นไม้, เลือด, ความกระปรี้กระเปร่า, (คำสแลง) คนโง่, กระบองสั้นหุ้มหนังสองท่อนร้อยโซ่ติดกัน *-vt.* **sapped, sapping** ดูดน้ำเลี้ยงต้นไม้ออกหมดจนเป็นไม้แห้ง, ดูดพลัง, ตีหรือทุบด้วยกระบองดังกล่าว

sap[2] (แซพ) *n.* อุโมงค์ คูหรือสนามเพลาะที่ขุดเข้าไปอยู่ใกล้ค่ายศัตรู *-vt., vi.* **sapped, sapping** ขุดโพรงใต้ (กำแพงค่าย), เซาะ, ลอบบ่อนทำลาย, กัดกร่อน (**-S.** (n.) trench (v.) weaken)

sapling (แซพ' พลิง) *n.* ต้นไม้ที่ยังไม่โตเต็มที่, เด็กหนุ่มสาว

sapodilla plum ละมุด

sapphire (แซฟ' ไฟร์) *n.* แร่คอรันดัม มักมีสีน้ำเงิน แต่ก็มีสีอื่นๆ ด้วยยกเว้นสีแดง, บุษราคัม, สีน้ำเงินของแร่ดังกล่าว

sarcasm (ซาร์' แคเซิม) *n.* ถ้อยคำประชดประชัน เย้ยหยัน ถากถาง, การใช้ถ้อยคำดังกล่าว **-sarcastic** *adj.* (**-S.** irony)

sarcophagus (ซาร์คอฟ' ฟะเกิซ) *n., pl.* **-gi** (-ไจ)/**-guses** หีบศพโบราณทำด้วยหิน

A B C D E F G H I J K L M N O P Q R S T U V W X Y Z

sardine (ซาร์ดีน') *n.* ปลาซาร์ดีน

sardonic (ซาร์ดอน' นิค) *adj.* ล้อเลียน, เย้ยหยัน, เหยียดหยาม, มุ่งร้าย (-S. sarcastic)

sari (ซา' รี) *n., pl.* **-ris** ผ้าส่าหรีของหญิงอินเดีย

sarong (ซะรอง') *n.* โสร่ง

SARS ย่อจาก Severe Acute Respiratory Syndrome โรคทางเดินหายใจเฉียบพลันขั้นรุนแรง หรือไข้หวัดมรณะ

sash¹ (แซช) *n.* แถบผ้าพันรอบเอวเป็นเครื่องประดับตกแต่งหรือพาดไหล่เป็นสายสะพายแสดงยศถาบรรดาศักดิ์

sash² (แซช) *n.* กรอบประตูหรือหน้าต่าง

sashimi (ซาชี' มี) *n., pl.* **-mis** ปลาดิบ

sat (แซท) *v.* กริยาช่อง 2 และ 3 ของ sit

Sat. ย่อจาก Saturday วันเสาร์

Satan (เซท' เทิน) *n.* ซาตานหรือตัวมาร

satang (ซะทาง') *n., pl.* **-tang** สตางค์ หน่วยเงินของไทย

satanic, satanical (ซะแทน' นิค; เซ-, -นิเคิล) *adj.* เกี่ยวกับหรือชวนให้นึกถึงซาตานหรือตัวมาร, ร้ายกาจ, อำมหิต, เลวทราม (-S. evil)

satchel (แซช' เชิล) *n.* กระเป๋าแบบของเด็กนักเรียนมีสายสะพาย

sate (เซท) *vt.* **sated, sating** ปรนเปรอ

★**satellite** (แซท' เทิลไลท์) *n.* ดาวบริวาร, ดวงจันทร์, ดาวเทียม, ลูกน้อง, บริวาร, ชุมชนที่ตั้งอยู่ใกล้เมืองใหญ่, ประเทศที่ตกอยู่ใต้อิทธิพลของประเทศอื่น (-S. follower, moon)

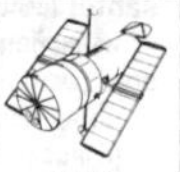

satellite

satellite dish จานดาวเทียม

satiable (เซ' ชะเบิล, -ชีอะ-) *adj.* (ความกระหาย) ที่ดับลงได้ **-satiably** *adv.*

satiate (*v.* เซ' ชีเอท, *adj.* -อิท) *vt.* **-ated, -ating** บำรุงบำเรอ, ปรนเปรอ *-adj.* อิ่มแปล้, ล้นเหลือ, เบื่อหน่าย **-satiation** *n.*

satin (แซท' เทิน) *n.* ผ้าไหม ผ้าแพรหรือผ้าต่วนเนื้อเนียนนุ่มเรียบเป็นมันเงางาม, ชุดที่ตัดด้วยผ้าดังกล่าว *-adj.* ที่ทำหรือคลุมด้วยผ้าดังกล่าว, เป็นมันเงางาม, เนียนนุ่มเรียบ

satire (แซท' ไทร์) *n.* เรื่องเสียดสี ล้อเลียน **-satirical, satiric** *adj.* (-S. sarcasm)

satirist (แซท' เทอริซท์) *n.* ผู้ที่เขียนเรื่องเสียดสี, ผู้ที่ชอบพูดประชดประชันหรือเสียดสี

satirize (แซท' ทะไรซ์) *vt.* **-rized, -rizing** เย้ยหยัน, ล้อเลียน, ประชดประชัน, เสียดสี

★**satisfaction** (แซททิซแฟค' ชัน) *n.* ความพอใจ, การเติมเต็มในสิ่งที่ต้องการ, การชดเชย, การชดใช้, ค่าทำขวัญ, ค่าเสียหาย, การแก้แค้น, การแก้เผ็ด, ความแน่ใจ (-S. compensation)

★**satisfactory** (แซททิซแฟค' ทะรี) *adj.* จุใจ

★**satisfy** (แซท' ทิซไฟ) *vt., vi.* **-fied, -fying** ทำให้พอใจ ถูกใจหรือสมใจ, เอาใจ, มีหรือให้สิ่งที่ต้องการ, ทำให้หรือชวนให้เชื่อ, สนองความต้องการ, ทำให้แน่ใจหรือมั่นใจ, ชำระจนหมด, ปฏิบัติตามข้อตกลง, ชดใช้, ชดเชย (-S. please)

satsuma (แซทซู' มะ, ซาทซู'-, ซา' ทซูมา) *n.* ส้มญี่ปุ่น เปลือกหนาปอกง่าย **-Satsuma** เครื่องกระเบื้องถ้วยชามญี่ปุ่น

saturate (*v.* แซช' ชะเรท, *adj.* -ริท) *vt.* **-rated, -rating** ชุ่มโชก, ท่วมท้นล้นเอ่อ, แช่ *-adj.* อิ่มตัว **-saturation** *n.* (-S. (v.) soak)

★**Saturday** (แซท' เทอร์ดี, -เด) วันเสาร์

Saturn (แซท' เทิร์น) *n.* ดาวเสาร์ เป็นดาวเคราะห์ที่อยู่ห่างจากดวงอาทิตย์เป็นลำดับที่หกและใหญ่เป็นที่สองในระบบสุริยะจักรวาล มีวงแหวนล้อมรอบ, เทพเจ้าแห่งการเกษตรกรรม

satyr (เซ' เทอร์, แซท'-) *n.* ชายเสเพลไร้ศีลธรรม, ชายบ้ากาม **-Satyr** เทพเจ้าในเทพนิยายกรีกซึ่งมีลำตัวเป็นคนแต่มีหู ขาและเขาเป็นแพะ ชอบความรื่นเริง สำมะเลเทเมา **-satyric** *adj.*

★**sauce** (ซอซ) *n.* ซอส, น้ำปลา, น้ำซีอิ๊ว, น้ำเชื่อมราดไอศกรีม, ผลไม้ดองหรือเชื่อม ใช้เสิร์ฟเป็นเครื่องเคียง, (ภาษาพูด) ความทะลึ่งอวดดี, (คำสแลง) เครื่องดื่มที่มีแอลกอฮอล์ *-vt.* **sauced, saucing** ปรุงรสด้วยซอส น้ำปลา ซีอิ๊วหรือน้ำที่ใช้ราดปรุงรสต่างๆ, เพิ่มรสชาติ, เติมสีสัน, (ภาษาพูด) ทะลึ่ง เสือก

saucepan (ซอซ' แพน) *n.* กระทะก้นลึก มีด้ามจับและมักจะมีฝาปิด

★**saucer** (ซอ' เซอร์) *n.* จานรองถ้วย

sauerkraut (เซา' เออร์เคราท์) *n.* กะหล่ำปลีหั่นฝอยดองของเยอรมัน

sauna (ซอ' นะ, เซา'-) *n.* การอบไอน้ำ

saunter (ซอน' เทอร์) *vi.* **-tered, -tering** เดินทอดน่อง *-n.* การเดินเล่น (-S. (v., n.) stroll)

★**sausage** (ซอ' ซิจ) *n.* ไส้กรอก

savage (แซฟว' วิจ) *adj.* ป่าเถื่อน, ไม่เชื่อง, ดุร้าย, โหดเหี้ยม, อำมหิต, หยาบคาย *-n.* คนที่มีลักษณะดังกล่าว **-savagery** *n.* (-S. (adj.) cruel (n.) barbarian **-A.** (adj.) tame)

savanna, savannah (ซะแวน' นะ) *n.* ทุ่งหญ้าที่ปราศจากต้นไม้ในอเมริกาใต้

A B C D E F G H I J K L M N O P Q R S T U V W X Y Z

★**save**[1] (เซฟว์) *vt., vi.* **saved, saving** ช่วยชีวิต, คุ้มครอง, พิทักษ์, รักษา, ประหยัด, ปัดเป่า, ลบล้าง, กู้ภัย, ทำให้ไม่จำเป็น **-saver** *n.* (-S. rescue, reserve)

save[2] (เซฟว์) *prep., conj.* ยกเว้น, ไม่รวม, เว้นแต่, นอกจาก (-S. (prep., conj.) but, except)

★**saving** (เซ วิง) *n.* ความปลอดภัย, ความประหยัด, การตัดทอนรายจ่าย, สิ่งที่เก็บสะสมไว้ *-prep.* ด้วยข้อยกเว้นที่ว่า *-conj.* นอกจาก, เว้นแต่, ยกเว้น **-savings** เงินออม, ข้อยกเว้น, ข้อจำกัด

saving grace คุณลักษณะที่ช่วยกู้หน้า

savings account บัญชีเงินฝากออมทรัพย์

savings bank กระปุกออมสิน, ธนาคาร

savior, saviour (เซฟว์' เวียร์) *n.* ผู้ช่วยชีวิตผู้อื่น **-Savior** พระเยซูผู้ไถ่บาปให้แก่มวลมนุษย์

savor, savour (เซ' เวอร์) *n.* รส, กลิ่น, เสน่ห์ดึงดูด *-v.* **-vored, -voring** *-vi.* มีรสหรือกลิ่นเป็นพิเศษ, แสดงให้เห็นว่าเป็น (คนงก) *-vt.* ปรุงรส, แต่งกลิ่น, ลิ้มรส, ดื่มด่ำ, ชื่นชม, เพลิดเพลิน (-S. (n.) scent (n., v.) taste (v.) enjoy)

savory, savoury (เซ' วะรี) *adj.* (อาหาร) คาว, น่ารับประทาน, ยั่วน้ำลาย, ไม่น่ารังเกียจ, น่าคบ, มีศีลธรรม, น่านับถือ, เหมาะสม *-n., pl.* **-ies** อาหารคาวรสจัด ช่วยกระตุ้นความอยากอาหาร **-savorily** *adv.* (-S. (adj.) tasty)

★**saw**[1] (ซอ) *n.* เลื่อย *-vt., vi.* **sawed, sawed/sawn, sawing** เลื่อยไม้ให้เป็นท่อนๆ, ทำท่าเหมือนกำลังเลื่อยไม้ เช่น ใช้มีดหั่นขนมปัง **-sawer** *n.* (-S. (v.) cut, divide)

saw[2] (ซอ) *v.* กริยาช่อง 2 ของ see[1]

saw[3] (ซอ) *n.* สุภาษิต (-S. saying)

sawdust (ซอ' ดัซท์) *n.* ขี้เลื่อย

sawfish (ซอ' ฟิช) *n., pl.* **-fish/-fishes** ปลาฉนาก

sawmill (ซอ' มิล) *n.* โรงเลื่อย, เครื่องเลื่อยไม้

sawn (ซอน) *v.* กริยาช่อง 3 ของ saw[1]

saw-toothed (ซอ' ทูธท์) *adj.* มีฟันเหมือนฟันเลื่อย **-sawtooth** (-ทูธ) เป็นฟันปลา

saxophone (แซค' ซะโฟน) *n.* แซ็กโซโฟน

★**say** (เซ) *vt., vi.* **said, saying** พูด, กล่าว, ว่า, เอื้อนเอ่ย, บอก, แจ้ง, แถลง, เล่า, ว่าตาม, กล่าวซ้ำ, ย้ำ, อ้าง, กล่าวหา, ยืนยัน, ท่อง, สวด, เอาเป็นว่า, แสดงให้เห็นเป็นรูป, ใช้สัญลักษณ์แทน *-n.* โอกาสที่จะได้พูด, สิทธิหรืออำนาจในการตัดสินใจ, คำกล่าว, ถ้อยแถลง *-adv.* ประมาณ, ราวๆ, ตัวอย่างเช่น *-interj.* ใช้แสดงความประหลาดใจหรือใช้เรียกร้องความสนใจ **-that is to say** พูดอีกอย่างได้ว่า **-they say** ว่ากันว่า **-you can say that again!** (ภาษาพูด) เห็นด้วยอย่างยิ่ง **-sayer** *n.* (-S. (v.) mention, speak, state (n.) power)

saying (เซ' อิง) *n.* ภาษิต, สุภาษิต, คำพังเพย, คำกล่าวแต่โบราณกาลมา (-S. maxim, proverb)

sayonara (ไซอะนา' ระ) *interj.* ลาก่อนในภาษาญี่ปุ่น (-S. goodbye, so long)

S.B., Sc.B. ย่อจากภาษาละติน Scientiae Baccalaureus (Bachelor of Science) วิทยาศาสตรบัณฑิต

scab (สแกบ) *n.* สะเก็ดแผล, โรคเรื้อนที่มักเกิดกับสัตว์เลี้ยงหรือปศุสัตว์,โรคพืชที่เกิดจากเชื้อราหรือเชื้อแบคทีเรียทำให้ผลไม้ ใบหรือรากเป็นจุดเหมือนตกสะเก็ด, จุดที่เกิดจากเชื้อดังกล่าว, (คำสแลง) คนที่น่ารังเกียจ, คนงานที่ไม่ยอมเข้าเป็นสมาชิกสหภาพแรงงาน, คนงานที่ยังคงทำงานอยู่ในขณะที่คนงานคนอื่นกำลังประท้วง *-vi.* **scabbed, scabbing** ตกสะเก็ด, ทำงานหรือทำตัวเป็นคนงานแบบดังกล่าว

scabbard (สแกบ' เบิร์ด) *n.* ฝักดาบ

scabies (สเก' บีซ) *n., pl.* **-bies** โรคหิดหรือโรคเรื้อน **-scabious** *adj.*

scaffold (สแกฟ' เฟิลด์, -โฟลด์) *n.* นั่งร้าน, แท่นที่ยกขึ้นไปสูงๆ, แท่นที่ใช้ประหารชีวิตนักโทษด้วยการแขวนคอหรือตัดศีรษะ *-vt.* **-folded, -folding** ทำนั่งร้านหรือแท่นยกพื้นดังกล่าว, เอาไปไว้บนนั่งร้านหรือแท่นยกพื้น

scaffolding (สแกฟ' เฟิลดิง, -โฟล-) *n.* นั่งร้าน, วัสดุที่ใช้ก่อสร้างนั่งร้าน

scald (สกอลด์) *v.* **scalded, scalding** *-vt.* (น้ำร้อน) ลวก, ต้ม (น้ำ) ให้ร้อนจนเกือบถึงจุดเดือด, ติเตียนอย่างเจ็บแสบ *-vi.* เป็นแผลพุพอง *-n.* แผลพุพองจากน้ำร้อนลวก, การเปลี่ยนสีที่ผิวของผลไม้ พืชผัก ใบไม้หรือลำต้นของต้นไม้ซึ่งเกิดจากการโดนความร้อนจากแสงอาทิตย์โดยทันทีทันใดหรือโดนก๊าซบางอย่าง, โรคของธัญพืชบางชนิดที่เกิดจากเชื้อรา

scale[1] (สเกล) *n.* เกล็ดปลาหรือเกล็ดของสัตว์เลื้อยคลานและสัตว์เลี้ยงลูกด้วยนมบางชนิด, แผ่นบางๆ แห้งๆ เล็กๆ ที่คลุมตาไม้, แผ่นสนิมที่หลุดลอกออกจากเหล็กที่โดนความร้อนสูง, คราบหินปูน *-vt., vi.* **scaled, scaling** ขอดเกล็ด, เคาะสนิม, ลอกเปลือก, กะเทาะสีด้านนอกออก, ปกคลุม หุ้มห่อหรือพอกด้วยเปลือก, ขูด (หินปูน) ออกจากฟัน, ฉ้อฉล, ขึ้น (รถเมล์) โดยไม่ยอมจ่ายเงิน **-scaly** *adj.*

★**scale²** (สเกล) *n.* มาตรฐานการวัดหรือการเปรียบเทียบ, อัตราส่วน, ส่วนสัด, มาตราวัดบนไม้บรรทัด, ขนาด, บันไดเสียงของโน้ตดนตรี, ไม้วัดหรือไม้บรรทัด, เกณฑ์หรือบรรทัดฐาน, เส้นที่ขีดแบ่งออกเป็นส่วนๆ บนแผนที่, ระดับ, ค่าจ้างขั้นต่ำตามสัญญากำหนด *-vt., vi.* **scaled, scaling** ปรับให้ได้ระดับมาตรฐาน, ทำให้ได้ตามสัดส่วน, ประมาณหรือวัดจำนวนท่อนไม้, ไต่ระดับขึ้น, เฟื่องฟู (**-S.** (n.) ratio (v.) climb)

scale³ (สเกล) *n.* จานหรือถาดของตาชั่ง *-vt., vi.* **scaled, scaling** ชั่งน้ำหนักด้วยเครื่องชั่ง **-scales** เครื่องชั่งน้ำหนัก (**-S.** (v.) weigh)

scallop

scallop, scollop, escallop (สกอล' เลิพ; สแกล'-, สกอล'-, อิสกอล'-; อิสแกล'-) *n.* หอยแครง *-v.* **-loped, -loping** *-vt.* ทำขอบ (เสื้อผ้า) ให้เป็นหยักๆ ร่องๆ เหมือนเปลือกหอยแครง, อบในแม่พิมพ์, แล่ (เนื้อ) ออกเป็นชิ้นบางๆ และเลาะกระดูกออก *-vi.* เก็บหอยแครงมารับประทานหรือขาย **-scalloper** *n.*

scalp (สแกลพ์) *n.* หนังศีรษะ *-vt., vi.* **scalped, scalping** ถลกหนังศีรษะจาก, (คำสแลง) นำมาขายต่อในราคาที่แพงกว่าราคาที่กำหนด

scamp (สแกมพ์) *n.* เด็กจอมซน, คนสารเลว, จอมมารยา (**-S.** monkey, rascal)

scamper (สแกม' เพอร์) *vi.* **-pered, -pering** วิ่งอ้าว, โกยแน่บ *-n.* การวิ่งแบบดังกล่าว

scan (สแกน) *vt., vi.* **scanned, scanning** เพ่งพินิจพิจารณา, กวาดตามอง, อ่านหรือค้นหาคร่าวๆ, (คอมพิวเตอร์) ค้นข้อมูล, ตรวจร่างกายโดยใช้เครื่องมือตรวจพิเศษ, อ่าน (โคลง ฉันท์ กาพย์ กลอน) อย่างพิจารณาให้ถูกจังหวะ *-n.* การมองผ่านเพื่อค้นหาอย่างรวดเร็ว, การเพ่งพิจารณา, ขอบข่ายของการมอง, การตรวจสอบร่างกายด้วยเครื่องมือตรวจพิเศษ, รูปภาพที่ได้จากเครื่องมือดังกล่าว **-scanner** *n.* (**-S.** (v., n.) check, search, survey)

scandal (สแกน' เดิล) *n.* เรื่องอื้อฉาว, เรื่องอัปยศอดสู, ผู้ก่อเรื่องอื้อฉาว, ความขายหน้า, การนินทา (**-S.** disgrace, gossip **-A.** praise)

scandalize (สแกน' เดิลไลซ์) *vt.* **-ized, -izing** ทำให้รู้สึกไม่ชอบใจและตกใจ, ทำให้อับอายขายหน้า, ทำให้เสียเกียรติ **-scandalization** *n.*

scandalous (สแกน' เดิลเลิซ) *adj.* ที่ทำให้เกิดเรื่องอื้อฉาว, น่าอับอายขายหน้า, เลวจนเหลือจะกล่าว, น่าขนลุก, เต็มไปด้วยเรื่องที่ทำลายชื่อเสียง (**-S.** shameful, shocking)

scant (สแกนท์) *adj.* **scanter, scantest** น้อยมาก, ไม่พอเพียง *-vt.* **scanted, scanting** ให้ส่วนแบ่งหรือค่าจ้างน้อย, จำกัดจำเขี่ย, ทำอย่างไม่ใส่ใจ **-scanty** *adj.* (**-S.** (adj.) deficient)

scapegoat (สเกพ' โกท) *n.* แพะรับบาป

scapula (สแกพ' เพียละ) *n., pl.* **-las/-lae** (-ลี) กระดูกสะบัก

scar (สการ์) *n.* แผลเป็น, ผลพวงอันไม่น่าพิสมัย, รอยฟัน *-vt., vi.* **scarred, scarring** ทำให้เป็นแผลเป็น, ทำให้เป็นรอยฟัน (**-S.** (n., v.) mark)

scarab (สแก' เริบ) *n.* แมลงปีกแข็ง ซึ่งถือเป็นสิ่งศักดิ์สิทธิ์ของชาวอียิปต์โบราณ, เพชรพลอยที่เจียระไนเป็นรูปแมลงดังกล่าวใช้เป็นเครื่องราง

★**scarce** (สแกร์ซ) *adj.* **scarcer, scarcest** ไม่เพียงพอ, ขาดแคลน, หายาก *-adv.* แทบจะไม่, ไม่สู้จะ, ไม่ค่อยจะ **-scarceness** *n.* (**-S.** (adj.) rare (adv.) barely **-A.** (adj.) abundant)

scarcely (สแกร์ซ' ลี) *adv.* เกือบจะไม่, เพิ่งจะ, แทบจะไม่, ไม่เด็ดขาด (**-S.** hardly)

scarcity (สแกร์' ซิที) *n., pl.* **-ties** ความขาดแคลน, ความหายาก (**-S.** rareness)

★**scare** (สแกร์) *vt., vi.* **scared, scaring** ทำให้ตกใจกลัว, ทำให้ตื่นตระหนก *-n.* การตื่นตระหนก, ความตกใจกลัว, ความเสียขวัญ (**-S.** (v.) frighten (v., n.) panic **-A.** (v., n.) calm)

scarecrow (สแกร์' โคร) *n.* หุ่นไล่กา

scaremonger (สแกร์' มังเกอร์, -มอง-) *n.* ผู้ที่ชอบแพร่ข่าวลือร้ายๆ ให้ประชาชนตื่นตกใจ

scarf (สการ์ฟ) *n., pl.* **scarfs** (สการ์ฟซ์)/**scarves** (สการ์ฟว์ซ์) ผ้าพันคอ

scarlet (สการ์' ลิท) *n.* สีแดงสดหรือสีส้มออกแดง, เสื้อผ้าหรือผ้าสีดังกล่าว *-adj.* มีสีดังกล่าว, ไร้ยางอาย

scarlet fever ไข้อีดำอีแดง

scarves (สการ์ฟว์ซ์) *n.* พหูพจน์ของ scarf

scary (สแก' รี) *adj.* **-ier, -iest** น่ากลัว, ขี้ตกใจ **-scarily** *adv.* **-scariness** *n.*

scathing (สเก' ธิง) *adj.* เจ็บแสบ, แสบสันต์

★**scatter** (สแกท' เทอร์) *v.* **-tered, -tering** *-vt.* ทำให้กระจัดกระจายไป, ทำให้แพร่ไป, โปรยปราย, พรม, โรย, หว่าน, ทำให้หักเหไป *-vi.* กระจัดกระจาย, แตกฮือ, เกิดขึ้นนานๆ ครั้ง, ตกอยู่ห่างๆ กัน *-n.* การกระจาย, สิ่งที่แตกกระจาย (**-S.** (v.) separate **-A.** (v.) gather)

scatterbrain (สแกท' เทอร์เบรน) *n.* คนโง่ไร้ความคิดจิตใจสับสน **-scatterbrained** *adj.*

A B C D E F G H I J K L M N O P Q R S T U V W X Y Z

scavenge (สแกฟว' เวินจ) *vt., vi.* **-enged, -enging** ขับไล่, คุ้ยขยะ, หากินบนซากศพ

scavenger (สแกฟว' เวินเจอร) *n.* ผู้ที่ขุดคุ้ยหาอาหารในถังขยะ, สัตว์ที่กินซากเน่าเปื่อย

scenario (ซิแน' รีโอ, -นา'-) *n., pl.* **-os** เค้าโครงเรื่อง, บทภาพยนตร์ (-S. outline)

★**scene** (ซีน) *n.* ภาพวิวทิวทัศน์, ฉาก, ที่ที่ใช้เป็นฉาก, เวที, สถานที่เกิดเหตุ, การแสดงความรู้สึกใดๆ อย่างรุนแรงต่อหน้าสาธารณชน

★**scenery** (ซี' นะรี) *n., pl.* **-ies** ภาพวิวทิวทัศน์, ภาพภูมิประเทศ, ฉาก (-S. setting, view)

scenic (ซี' นิค) *adj.* เกี่ยวกับฉากเวทีละคร, มีภาพวิวทิวทัศน์ตามธรรมชาติอันน่าชม

scent (เซนท) *n.* กลิ่นหอม, น้ำหอม, กลิ่นที่สัตว์ทิ้งไว้, ทางหนีของผู้ร้าย, ลางสังหรณ์, ประสาทรับกลิ่น *-v.* **scented, scenting** *-vt.* ได้กลิ่น, ดมกลิ่น, ใส่น้ำหอม *-vi.* ตามกลิ่น (-S. (n.) aroma, perfume (v., n.) smell, trail)

scepter, sceptre (เซพ' เทอร) *n.* คทา, คทาที่กษัตริย์ถือเพื่อเป็นสัญลักษณ์แห่งพระราชอำนาจ, อำนาจการปกครอง

sceptic (สเกพ' ทิค) *n.* ดู skeptic

sceptical (สเกพ' ทิเคิล) *adj.* ดู skeptical

sceptre (เซพ' เทอร) *n.* ดู scepter

★**schedule** (สเกจ' จูล, -เจิล, -จวล) *n.* ตารางเวลา, แผนการ, กำหนดการ, ตารางรายการ, สารบัญ, ตารางเรียน, รายละเอียดเพิ่มเติม *-vt.* **-uled, -uling** จัดเข้าตาราง, ทำตารางรายการ, กำหนดการ (-S. (n.) timetable (n., v.) list)

★**scheme** (สกีม) *n.* ระเบียบแบบแผน, แผนการ, แบบแผนที่ปฏิบัติจริงไม่ได้, โครงสร้าง, แผนผัง, แผนภูมิ *-vt., vi.* **schemed, scheming** วางแผน, คิดอุบาย (-S. (n., v.) plan, plot)

schism (ซิซ' เซิม, สกิซ'-) *n.* การแบ่งแยกออกเป็นก๊กเป็นเหล่า, การแยกออกเป็นนิกายต่างๆ ในศาสนาคริสต์, ความแตกแยก

schist (ชิซท) *n.* หินชิสต์ เป็นหินแปรชนิดหนึ่ง

schizophrenia (สกิทซะฟรี' เนีย, -เฟรน'-) *n.* โรคจิตที่มีอาการเพ้อฝันไม่อยู่ในความเป็นจริง

scholar (สกอล' เลอร) *n.* ผู้มีการศึกษา, นักปราชญ์, ผู้เชี่ยวชาญ, ซินแส, นักเรียน, นักศึกษา, นักเรียนหรือนักศึกษาที่ได้รับทุนการศึกษา

scholarly (สกอล' เลอรลี) *adj.* ที่อัดแน่นไปด้วยความรู้, ซึ่งเน้นในด้านความรู้

scholarship (สกอล' เลอรชิพ) *n.* การให้ทุนการศึกษา, ความคงแก่เรียน, ความรู้

★**school**[1] (สกูล) *n.* โรงเรียน, สถานศึกษา, สถานฝึกอบรม, เวลาที่ใช้ในการศึกษาเล่าเรียนในโรงเรียน, นักเรียนและครูทั้งหมดในโรงเรียน, ภาคการศึกษา, มหาวิทยาลัย *-vt.* **schooled, schooling** เรียน, ฝึกสอน, ฝึกหัด, ฝึกวินัย *-adj.* เกี่ยวกับโรงเรียนหรือการศึกษาในโรงเรียน (-S. (n.) institution (v.) educate)

school[2] (สกูล) *n.* ฝูงปลาหรือฝูงสัตว์น้ำ

schoolboy (สกูล' บอย) *n.* เด็กนักเรียนชาย

schoolgirl (สกูล' เกิร์ล) *n.* เด็กนักเรียนหญิง

schooling (สกู' ลิง) *n.* การศึกษาเล่าเรียนและการฝึกฝนในโรงเรียน (-S. education)

schoolmaster (สกูล' แมซเทอร) *n.* ครูหรืออาจารย์ผู้ชาย, ครูหรืออาจารย์ใหญ่ชาย

schoolmate (สกูล' เมท) *n.* เพื่อนร่วมโรงเรียน

schoolmistress (สกูล' มิซทริซ) *n.* ครูหรืออาจารย์ผู้หญิง, ครูหรืออาจารย์ใหญ่หญิง

schooner (สกู' เนอร) *n.* เรือใบซึ่งมีใบขึงตามยาวของลำเรือและมีเสาอย่างน้อยสองเสาโดยใบเรือที่ใหญ่ที่สุดจะผูกไว้ที่เสาหลังสุด

★**science** (ไซ' เอินซ) *n.* วิทยาศาสตร์, ศาสตร์, วิชาความรู้

science fiction นวนิยายวิทยาศาสตร์หรือเรียกอีกอย่างว่า sci-fi

★**scientific** (ไซเอินทิฟ' ฟิค) *adj.* เกี่ยวกับวิทยาศาสตร์, ทางวิทยาศาสตร์, อย่างมีหลักการ

★**scientist** (ไซ' เอินทิซท) *n.* นักวิทยาศาสตร์

sci-fi (ไซ' ไฟ') *n., pl.* **-fis** (ภาษาพูด) ดู science fiction

scimitar (ซิม' มิเทอร, -ทาร) *n.* ดาบโค้ง

scintillate (ซิน' เทิลเลท) *vt., vi.* **-lated, -lating** ส่องประกาย, ส่องแสงวูบวาบแวววาว, เปล่งปลั่ง, สุกใส, มีชีวิตชีวา, ฉลาด (-S. flash)

★**scissor** (ซิซ' เซอร) *vt.* **-sored, -soring** ตัดหรือเล็มด้วยกรรไกร *-n.* สิ่งที่คล้ายกรรไกร **-scissors** กรรไกร, ท่ามวยปล้ำที่ใช้ขาล็อกคู่ต่อสู้

scoff (สกอฟ) *vt., vi.* **scoffed, scoffing** เย้ยหยัน, สวาปาม *-n.* การแสดงอาการดังกล่าว (-S. (v., n.) mock **-A.** (v., n.) praise)

scold (สโกลด) *vt., vi.* **scolded, scolding** ดุด่า, ตำหนิ, โมโห *-n.* คนจู้จี้ขี้บ่น **-scolder** *n.* (-S. (v.) blame (n.) nag **-A.** (v.) praise)

scollop (สกอล' เลิพ) *n., v.* ดู scallop

scone (สโกน, สกอน) *n.* ขนมปังก้อนกลมเล็กๆ

scoop (สกูพ) *n.* ช้อนตวง, ช้อนตักไอศกรีม, จำนวนเต็มหนึ่งช้อนดังกล่าว, ทัพพี, กระบวย, จวัก, สิ่งที่ใช้ตักน้ำออกจากเรือ, การขุดหรือการตักรวบรวมขึ้นมา, (ภาษาพูด) ข่าวลับเฉพาะ

หรือข่าวเด็ด *-vt.* **scooped, scooping** ตัก, ล้วง, ฉวย, ขุด, คว้า, กอบ, โกย, (ภาษาพูด) พิมพ์ข่าวเด็ดก่อน (-S. (n., v.) dig, spoon (v.) dip)

scooter (สกู' เทอร์) *n.* เครื่องเล่นของเด็กที่เป็นแผ่นกระดานติดล้อมีที่บังคับด้วยมือตั้งขึ้นทางด้านหน้าของแผ่นกระดานทำให้เคลื่อนที่ไปด้วยการใช้เท้าข้างหนึ่งไสไปบนพื้น, ยานยนต์แบบจักรยานยนต์เล็กๆ, เรือใบท้องแบนติดอุปกรณ์ช่วยให้แล่นแฉลบไปบนพื้นน้ำหรือพื้นน้ำแข็งได้

scope (สโกพ) *n.* ขอบเขตการรับรู้ ความคิดหรือการกระทำ, ขอบข่าย, โอกาส, รัศมี, (ภาษาพูด) เครื่องมือสำหรับสังเกตการณ์ เช่น กล้องโทรทรรศน์ (-S. opportunity, range)

-scope คำปัจจัย หมายถึง เครื่องมือสังเกตการณ์

-scopy คำปัจจัย หมายถึง การดู, การเห็น, การสังเกตการณ์

scorch (สกอร์ช) *vt., vi.* **scorched, scorching** ทำให้ไหม้, ทำให้เหี่ยวแห้งด้วยความร้อนจัด, ทำให้ถูกตำหนิอย่างรุนแรง, เผาให้สิ้นซาก *-n.* รอยไหม้เกรียม, การเปลี่ยนสีเนื่องจากความร้อน, จุดสีน้ำตาลบนใบพืชอันเกิดจากเชื้อรา ความร้อนหรือการขาดน้ำ (-S. (n., v.) burn)

★**score** (สกอร์, สโกร์) *n.* รอยขีดที่ทำขึ้นเป็นเครื่องหมายบันทึก, คะแนนหรือแต้มในการเล่นกีฬา, คะแนนผลการสอบ, หนี้สิน, ความแค้น, เหตุผล, จำนวนที่เท่ากับ 20, เพลงที่แต่งขึ้นสำหรับภาพยนตร์หรือละครเวที *-vt., vi.* **scored, scoring** ทำรอยขีดเป็นเครื่องหมาย, ขีดฆ่าหรือลบทิ้ง, ทำคะแนนในการเล่นเกม, ได้ชัยชนะ, ประเมินและให้คะแนน, เรียบเรียง (เพลง), ดุด่า, จดคะแนน, ทำรอยกรีด (บนกระดาษเพื่อให้พับง่าย) **-scores** จำนวนมากมาย **-scorer** *n.* (-S. (n., v.) mark)

scoreboard (สกอร์ บอร์ด, สโกร์ โบร์ด) *n.* ป้ายบอกคะแนนขนาดใหญ่

scorecard (สกอร์ คาร์ด, สโกร์-) *n.* บัตรจดแต้ม

scorn (สกอร์น) *n.* ความรู้สึกหรือการแสดงอาการดูถูกหรือรังเกียจ, สิ่งที่น่าดูถูกและน่ารังเกียจ *-vt., vi.* **scorned, scorning** ดูถูก, รังเกียจ, ปฏิเสธ, เกลียดชัง **-scornful** *adj.*

Scorpio (สกอร์ พีโอ) ราศีพฤศจิกหรือพิจิกซึ่งเป็นราศีที่แปดในจักรราศี มีสัญลักษณ์เป็นแมงป่อง **-Scorpio, Scorpius** ชื่อกลุ่มดาวกลุ่มหนึ่งทางซีกโลกใต้

scorpion (สกอร์ เพียน) *n.* แมงป่อง

scotch tape แผ่นพลาสติกใสที่ใช้ปิดกล่องห่อของ

scot-free (สกอท' ฟรี') *adv.* โดยไม่ต้องชำระเงิน, โดยไม่ต้องได้รับการลงโทษ, ลอยนวล

scoundrel (สเกาน์ เดริล) *n.* คนสารเลว, ผู้ร้าย, ตัวโกง, คนเจ้าเล่ห์ (-S. rascal -A. hero)

scour (สเการ์) *vt., vi.* **scoured, scouring** ขัดถู (ภาชนะ) อย่างแรงเพื่อให้สะอาด, ขจัดสิ่งสกปรกและคราบมันด้วยผงซักฟอก, ฝัด (ข้าว) ก่อนนำไปสี, ลอก (ท่อ), เก็บกวาด (บ้าน) ให้สะอาด, ออกเที่ยวตามหา, โกยอ้าว *-n.* การกระทำดังกล่าว, ที่ที่ได้รับการชำระล้าง, น้ำยาซักฟอกขนสัตว์ **-scours** โรคท้องร่วงในปศุสัตว์

scourge (สเกิร์จ) *n.* สิ่งที่นำความหายนะมาให้, แส้หรือหวาย *-vt.* **scourged, scourging** ทำลายล้าง, ลุกลาม, เฆี่ยน, ลงโทษหรือดุด่า

scout[1] (สเกาท์) *vt., vi.* **scouted, scouting** ลาดตระเวน, สอดแนม, สำรวจ, สะกดรอย, สังเกตและประเมิน *-n.* ทหารหน่วยลาดตระเวน, ทหารพราน, การออกลาดตระเวน, ยาม, แมวมอง, สายสืบ **-Scout** สมาชิกลูกเสือ

scout[2] (สเกาท์) *vt., vi.* **scouted, scouting** ปฏิเสธ, ดูหมิ่น, เย้ยหยัน (-S. scorn)

scowl (สเกาล์) *vi., vt.* **scowled, scowling** ขมวดคิ้วนิ่วหน้าด้วยความโกรธหรือไม่พอใจ *-n.* การชักสีหน้าดังกล่าว (-S. (v., n.) frown)

scrabble (สแกรบ' เบิล) *vi., vt.* **-bled, -bling** คุ้ยเขี่ยหาของ, ตะเกียกตะกายป่ายปีน, ขีดเขียนอย่างหวัดๆ *-n.* การกระทำดังกล่าว, เส้นอันยุ่งเหยิงไร้ความหมาย (-S. (v., n.) scribble)

scraggy (สแกรก' กี) *adj.* **-gier, -giest** ขรุขระ, ผอมมีแต่กระดูก (-S. thin, uneven)

scramble (สแกรม' เบิล) *v.* **-bled, -bling** *-vi.* ปีนป่าย, ตะเกียกตะกาย, ลงคลาน, ยื้อแย่ง, รีบเร่งออกไปสกัดการโจมตีของเครื่องบินข้าศึก *-vt.* ขยำรวมกัน, ทำไข่กวน *-n.* การกระทำดังกล่าว (-S. (v., n.) climb, struggle)

scrambled eggs ไข่กวน

scrap[1] (สแกรพ) *n.* เศษชิ้นเล็กชิ้นน้อย, เศษกระดาษ, เศษเหล็ก *-vt.* **scrapped, scrapping** ทำลายเป็นชิ้นเล็กๆ เพื่อนำไปผลิตใหม่, ทอดทิ้ง, เลิกใช้, กำจัดทิ้ง, ปลดระวาง **-scraps** เศษอาหาร, กากหมู (-S. (n., v.) fragment)

scrap[2] (สแกรพ) *vi.* **scrapped, scrapping** ต่อยตีกัน *-n.* การต่อสู้กัน (-S. (v., n.) quarrel)

scrapbook (สแกรพ' บุค) *n.* หนังสือที่มีหน้าว่างๆ ไว้ปะติดรูปหรือเรื่องราวต่างๆ ที่ตัดมา

scrape (สเกรพ) *vt., vi.* **scraped, scraping** ขูด, ครูด, ปอก (เปลือก), ทำให้ถลอกปอกเปิก,

A B C D E F G H I J K L M N O P Q R S T U V W X Y Z

ถู, ขัด, เก็บเล็กผสมน้อย, จัดการสิ่งใดๆ ให้สำเร็จอย่างยากลำบาก, (สอบ) ผ่านอย่างหวุดหวิด *-n.* การกระทำดังกล่าว, เสียงที่เกิดจากการขูดของมีคม, รอยถลอกบนผิวหนัง, สภาพหรือฐานะที่น่าอับอาย, การต่อสู้กัน (-S. (v., n.) rub)

scraper (สเกร' เพอร์) *n.* อุปกรณ์ต่างๆ ที่ใช้ขูด

scrappy[1] (สแกรพ' พี) *adj.* **-pier, -piest** ไม่สมบูรณ์, เป็นชิ้นส่วน (-S. incomplete)

scrappy[2] (สแกรพ' พี) *adj.* **-pier, -piest** พาล, ซึ่งชอบชวนทะเลาะ (-S. combative)

★**scratch** (สแกรช) *vi., vt.* **scratched, scratching** ขูด, ขีด, เกา, ข่วน, ขัด, ถู, ขีดเขียน, ถอนตัวออกจากการแข่งขัน, เขียนหวัดๆ, ขีดฆ่า, (คำสแลง) ยกเลิก, ทำเสียงครูด, เก็บหอมรอมริบ, แทงลูกในกีฬาบิลเลียดที่ทำให้ต้องปรับโทษ เช่น แทงลูกขาวลงหลุมไป *-n.* รอยขีดข่วน, รอยขูดขีด, รอยถลอก, การเขียนหวัดๆ, เสียงที่เกิดจากการครูดสิ่งใดๆ, การเกาเบาๆ, เส้นเริ่มต้นการแข่งขันวิ่ง, ผู้เล่นที่ถูกออกจากการแข่งขัน, ลูกฟลุ๊กในกีฬาบิลเลียด, การแทงลูกที่ต้องโดนปรับโทษในกีฬาบิลเลียด, (คำสแลง) เงิน *-adj.* เป็นการทำแบบส่งเดชหรือโดยบังเอิญ **-scratchy** *adj.* (-S. (v., n.) mark, rub)

scrawl (สกรอล) *vt., vi.* **scrawled, scrawling** เขียนอย่างหวัดๆ *-n.* ลายมือที่อ่านไม่ออก

scrawny (สกรอ' นี) *adj.* **-nier, -niest** ผอม

★**scream** (สกรีม) *vi., vt.* **screamed, screaming** หวีดร้อง, ร้องตะโกน, ส่งเสียงกรี๊ด, ทำให้สะดุ้งตกใจ, แผดเสียง *-n.* เสียงหวีดร้อง, (ภาษาพูด) บุคคล เหตุการณ์หรือสิ่งที่ตลกขบขันน่าหัวเราะเป็นที่สุด, เสียงหัวเราะสุดเสียง, เสียงวี้ดๆ ของเลื่อยไฟฟ้า (-S. (v., n.) cry, shriek, yell)

scree (สกรี) *n.* กองเศษหินเศษดินข้างภูเขา

screech (สกรีช) *n.* การร้องสุดเสียง, เสียงที่ทำให้นึกถึงการร้องดังกล่าว *-vt., vi.* **screeched, screeching** แผดเสียง, (รถ) ส่งเสียงดังเอี๊ยด (-S. (n., v.) scream)

screech owl นกแสก

★**screen** (สกรีน) *n.* จอภาพยนตร์, อุตสาหกรรมภาพยนตร์, จอโทรทัศน์หรือจอคอมพิวเตอร์, ฉากกั้นห้อง, รั้ว (ต้นไม้), ฉากบังหน้า, ตะแกรงหรือกระชอนหยาบๆ, การคัดเลือกคนเข้าทำงาน, ประตูหรือหน้าต่างติดมุ้งลวดกันแมลงหรือยุงและให้อากาศถ่ายเทได้, กองทหารหรือกองเรือที่ส่งออกไปเป็นกองหน้า, เครื่องกำบัง, การใช้ตัวกำบังผู้เล่นทีมตรงข้ามในการเล่นกีฬา *-vt.* **screened, screening** ปกปิด, ปิดบัง, กำบัง, ปกป้อง, ออกฉาย, ทดสอบทางการแพทย์, คัดเลือกคนเข้าทำงาน, กั้นฉาก, แยกออก, กรองออก, ร่อน, ใช้ตัวกำบังผู้เล่นทีมตรงข้ามในการเล่นกีฬา (-S. (n., v.) partition (v.) conceal)

★**screw** (สกรู) *n.* ตะปูควง, นอต, เดือยที่เป็นเกลียว, เบ้าของตะปูควง, อุปกรณ์ที่เป็นเกลียว เช่น เหล็กไขจุกขวด, ใบพัด, ใบจักร, เงินเดือน, ค่าจ้าง, (คำสแลง) ผู้คุมนักโทษ การมีเพศสัมพันธ์, ซองบุหรี่, ม้าแก่ที่ใช้งานไม่ได้แล้ว, ผู้ต่อรองราคาอย่างเจ้าเล่ห์หรืออย่างเอาเปรียบ *-v.* **screwed, screwing** *-vt.* ทำให้ยึดติดกันด้วยตะปูควง, ไขติดด้วยเดือย, ทำ (หน้า) บูดเบี้ยว, (คำสแลง) หลอกลวง เอาเปรียบ มีเพศสัมพันธ์กับ *-vi.* หมุน, ปั่น, บิด, ฟั่น, ติดกันด้วยตะปูเกลียว, (คำสแลง) มีเพศสัมพันธ์กับ **-have a screw loose** (คำสแลง) เสียสติ **-screw up** ชุมนุม, (คำสแลง) ทำให้เกิดความวุ่นวาย (-S. (v.) twist)

screwdriver (สกรู' ไดรเวอร์) *n.* ไขควง, เครื่องดื่มค็อกเทลที่ทำจากเหล้าวอดก้าผสมน้ำส้ม

scribble (สกริบ' เบิล) *vt., vi.* **-bled, -bling** ขีดเขียนหรือลากเส้นอย่างเร่งรีบและหวัดๆ *-n.* การเขียนแบบหวัดๆ อย่างรีบร้อน, เส้นขยุกขยิกอันไร้ความหมาย (-S. (v., n.) scrabble)

scribe (สไกรบ์) *n.* เสมียนหรือเลขานุการในสมัยโบราณ, อาลักษณ์, นักหนังสือพิมพ์, นักประพันธ์, เครื่องมือแหลมคมที่ใช้สลักลายเส้นลงบนไม้ เหล็กหรือเซรามิก (-S. clerk, writer)

script (สกริพท์) *n.* ลายมือ, การเขียนตัวอักษรติดกันไป, บทละคร, บทภาพยนตร์, บทพูดออกอากาศ, แบบตัวพิมพ์ที่เลียนแบบลายมือเขียน, เรื่องที่เขียนด้วยตัวพิมพ์แบบดังกล่าว (-S. dialogue, handwriting, letters, text)

Scripture (สกริพ' เชอร์) *n.* คัมภีร์อันศักดิ์สิทธิ์

scriptwriter (สกริพท์' ไรเทอร์) *n.* ผู้เขียนบทภาพยนตร์หรือบทพูดที่ใช้ในการออกอากาศ

scroll (สโกรล) *n.* ม้วนกระดาษหรือม้วนแผ่นหนังสัตว์ที่ใช้เขียน, รายชื่อหรือตารางรายชื่อ, การออกแบบเพื่อความสวยงามโดยทำคล้ายม้วนกระดาษดังกล่าวคือเป็นวงก้นหอย เช่น ในตัวอักษรบางแบบ, ส่วนหัวของเครื่องดนตรีจำพวกเครื่องสายที่ทำเป็นม้วนวงก้นหอย *-vt., vi.* **scrolled, scrolling** จารึกลงในม้วนกระดาษหรือม้วนแผ่นหนังสัตว์, ม้วน, (คอมพิวเตอร์) เลื่อนข้อความหรือรูป

scrotum (สโกร' เทิม) *n., pl.* **-ta/-tums** ถุงอัณฑะ **-scrotal** *adj.*

scrub[1] (สกรับ) *vt., vi.* **scrubbed, scrubbing**

ขัด, ถู, เช็ด, (คำสแลง) ยกเลิก ยุติ *-n.* การกระทำดังกล่าว (-S. (v., n.) rub)

scrub² (สกรับ) *n.* ต้นไม้หรือพุ่มไม้แคระแกร็นที่ขึ้นกันอย่างระเกะระกะ, สัตว์ที่แคระแกร็น, คนแคระ, คนที่ตัวเล็ก, ผู้เล่นตัวสำรอง, ป่า **-scrubby** *adj.*

scrub typhus โรคไข้รากสาด

scruff (สกรัฟ) *n.* ด้านหลังของคอ, ต้นคอ

scrum (สกรัม) *n.* ดู scrummage *-vi.* **scrummed, scrumming** แย่งชิงลูกบอลในกีฬารักบี้

scrummage (สกรัม' มิจ) *n.* การรุมสกรัมในกีฬารักบี้ **-scrummager** *n.*

scruple (สกรู' เพิล) *n.* ความมีศีลธรรม, ความละอาย, หน่วยน้ำหนักมีค่าเท่ากับ 20 เกรน หรือ 1.3 กรัม (1 เกรนเท่ากับ 0.0648 กรัม), จำนวนน้อยนิด *-vi.* **-pled, -pling** ลังเลที่จะกระทำชั่ว

scrupulous (สกรู' เพียเลิซ) *adj.* ระมัดระวัง, มีสติ, มีศีลธรรมจรรยา, ละเอียดลออ, พิถีพิถัน

scrutinize (สกรูท' เทินไนซ) *vt.* **-nized, -nizing** สังเกต, พินิจพิเคราะห์ (-S. examine)

scuba (สกู' บะ) *n.* ชุดอุปกรณ์ช่วยหายใจใต้น้ำ

scuba diving กีฬาดำน้ำที่ใช้ถังอากาศติดหลังและหายใจโดยใช้ท่อต่อจากถัง

scuba diving

scuff (สกัฟ) *vi., vt.* **scuffed, scuffing** เดินลากเท้า, ใช้เท้าครูด, แกว่งเท้าไปมาด้วยความขวยเขิน, ขูด, ครูด, ถาก *-n.* การเดินลากเท้า, เสียงเดินลากเท้า, รอยสึกอันเกิดจากการเดินลากเท้า, รองเท้าแตะใส่อยู่บ้าน

scuffle (สกัฟ' เฟิล) *vi.* **-fled, -fling** ต่อสู้กันอย่างอุตลุด, เดินลากเท้า *-n.* การต่อสู้กันอย่างอุตลุด **-scuffler** *n.* (-S. (v., n.) fight)

scull (สกัล) *n.* พายขนาดยาวที่ติดอยู่ท้ายเรือ, กรรเชียงคู่สำหรับคนกรรเชียงคนเดียว, เรือแข่งลำเล็ก น้ำหนักเบา สำหรับพายหนึ่งคน สองคน หรือสี่คน *-vt.* **sculled, sculling** พายเรือ

scullery (สกัล' ละรี) *n., pl.* **-ies** ห้องเล็กติดครัวใช้ล้างชามและทำงานครัวอื่นๆ

sculptor (สกัลพ' เทอร์) *n.* ช่างปั้น, ปฏิมากร

sculpture (สกัลพ' เชอร์) *n.* ปฏิมากรรม, รูปหล่อ, รูปปั้น, รูปแกะสลัก, รอยนูน รอยเว้า หรือรูปแบบต่างๆที่คล้ายปฏิมากรรมอันเกิดจากกระบวนการทางธรรมชาติ เช่น พื้นผิวเปลือกหอย *-vt., vi.* **-tured, -turing** ประดับประดาตกแต่งด้วยรูปแกะสลักหรือรูปปั้นหรือชิ้นงานปฏิมากรรมอื่นๆ, สลัก, หล่อ, ปั้น, **-sculptural** *adj.* **-sculpturally** *adv.* (-S. (v.) carve)

scum (สกัม) *n.* ไขหรือฝ้าบนผิวน้ำ, ขี้โลหะ, กากเดน, ขยะ, สิ่งไร้ค่า, (คำสแลง) เดนมนุษย์ *-vt., vi.* **scummed, scumming** ช้อนไขหรือฝ้าออกจากน้ำ, เอาขี้โลหะหรือขยะออก, ขจัดสิ่งไร้ค่า (-S. (n.) dross, film)

scupper (สกัพ' เพอร์) *n.* ช่องทางน้ำด้านข้างเรือ, ช่องน้ำทิ้ง *-vt.* **-pered, -pering** ฆ่าคนตายเป็นเบือ, ทำลายล้างให้สิ้นซาก (-S. (n.) watercourse (v.) destroy, kill)

scurf (สเกิร์ฟ) *n.* ขี้รังแค, เปลือกไม้แห้งๆ แข็งๆ ที่หุ้มต้นไม้ **-scurfy** *adj.* (-S. dandruff)

scurrilous (สเกอร์' ระเลิซ) *adj.* ปากเสีย, ปากจัด, ปากพล่อย **-scurrilously** *adv.*

scurry (สเกอร์' รี) *vi.* **-ried, -rying** โกยแน่บ, วิ่งพล่าน *-n., pl.* **-ries** การกระทำหรือเสียงจากการกระทำดังกล่าว (-S. (v., n.) run)

scurvy (สเกอร์' วี) *n.* โรคลักปิดลักเปิด

scuttle¹ (สกัท' เทิล) *n.* ช่องที่มีฝาปิดบนดาดฟ้าหรือลำตัวเรือหรือบนหลังคาฝาผนังหรือพื้นของตึกรามบ้านช่อง, ฝาปิดดังกล่าว *-vt.* **-tled, -tling** เจาะ, บ่อนทำลาย (-S. (n.) scupper)

scuttle² (สกัท' เทิล) *n.* ถังเหล็กสำหรับบรรทุกถ่านหิน, ตะกร้าทรงเตี้ยใช้ใส่ผัก

scuttle³ (สกัท' เทิล) *vi.* **-tled, -tling** โกยแน่บ, วิ่งพล่าน *-n.* การวิ่งดังกล่าว (-S. (v., n.) run)

scythe (ไซธ) *n.* เครื่องมือตัดหญ้าหรือเกี่ยวข้าว มีใบมีดคมเดียวยาวคล้ายเคียวแต่โค้งน้อยกว่า และมีด้ามจับยาวกว่า พร้อมมีที่จับยื่นออกมาสองอันเล็กๆ

SE ย่อจาก southeast ทิศตะวันออกเฉียงใต้, southeastern ทางทิศตะวันออกเฉียงใต้

★**sea** (ซี) *n.* ทะเล, คลื่นลมรุนแรง, วิถีชีวิตที่ท่องเที่ยวไปตามท้องทะเล, สิ่งที่ดูกว้างใหญ่มากมายราวกับทะเล, ภูมิประเทศที่คล้ายทะเลบนดวงจันทร์และดาวอังคาร **-a sea of** จำนวนที่มากมายของสิ่งใดๆ ที่เรียงสลอนอยู่ต่อหน้า **-at sea** ท่องเที่ยวทางทะเล, งุนงง

seabed (ซี' เบด) *n.* ก้นทะเล, ก้นมหาสมุทร

seaboard (ซี' บอร์ด, -โบร์ด) *n.* ชายฝั่งทะเล

seafood (ซี' ฟูด) *n.* อาหารทะเล

sea gull, seagull (ซี' กัล) *n.* นกนางนวล

sea horse ม้าน้ำ

seal¹ (ซีล) *n.* ที่ประทับตรา, ตราประทับ, ตราประจำตำแหน่ง, พระราชลัญจกร, เครื่องหมายการค้า, สิ่งที่ใช้อุดกันความชื้นหรืออากาศ,

A B C D E F G H I J K L M N O P Q R S T U V W X Y Z

เครื่องบัดกรี, สิ่งที่ห่อหุ้มสินค้า เช่น กระดาษหรือพลาสติกเพื่อแสดงให้เห็นว่าสินค้ายังไม่ได้เปิดใช้, การปิดผนึกแน่นหนาให้ลมเข้าไม่ได้, สติกเกอร์ *-vt.* **sealed, sealing** ปิดผนึก, อุด, ประทับตรา, ยืนยัน, บัดกรี, เชื่อมเข้าด้วยกัน, เคลือบกันน้ำ (**-S.** (n., v.) stamp (v.) secure (n.) waterproof)

seal² (ซีล) *n.* แมวน้ำ, ขนแมวน้ำ, หนังแมวน้ำ *-vi.* **sealed, sealing** ล่าแมวน้ำ

sea-lane (ซี' เลน) *n.* เส้นทางเดินเรือทะเล

sealant (ซี' เลินทฺ) *n.* สิ่งที่ใช้อุดกันรั่ว

sea level ระดับน้ำทะเล ใช้เป็นมาตรฐานในการวัดระดับความสูงของพื้นดิน

sealing wax ครั่งที่ใช้ติดจดหมาย แบตเตอรี่ หรือยาตุ่ม ไห

sea lion สิงโตทะเลเป็นสัตว์จำพวกแมวน้ำ

seal ring แหวนที่สลักตรา

seam (ซีม) *n.* แนวตะเข็บผ้า, แนวของสิ่งใดๆ ที่นำมาต่อติดกันคล้ายแนวตะเข็บผ้า, รอยเย็บแผล, รอยต่อกระดูก, แผลเป็น, รอยฟัน, รอยแตก, รอยแยก, ร่อง, รอยย่น, รอยยับ, ชั้นบางๆ ในถ่านหินหรือหิน **-seamer** *n.*

seaman (ซี' เมิน) *n.* ชาวเรือ, ชาวทะเล, กะลาสี, นาวิกโยธิน, พลทหารเรือ

seamanship (ซี' เมินชิพ) *n.* ความสามารถในการเดินเรือหรือควบคุมเรือ

seamstress, sempstress (ซีม' สตริซ, เซม'-) *n.* ช่างตัดเย็บเสื้อผ้าที่เป็นสตรี

séance (เซ' อานซ์, -อางซ์) *n.* การชุมนุมทรงเจ้าเข้าผี, การชุมนุมหรือประชุมกัน

seaplane (ซี' เพลน) *n.* เครื่องบินติดทุ่นหรือแพลอยน้ำ ใช้บินขึ้นและลงจอดบนพื้นน้ำได้

seaport (ซี' พอร์ท) *n.* ท่าเรือ, เมืองท่า

sea power ประเทศที่มีอำนาจทางทะเล, อำนาจทางทะเล

sea serpent สัตว์น้ำขนาดยักษ์คล้ายงู ซึ่งชาวทะเลมักจะกล่าวถึงกันมาแต่ครั้งโบราณ แต่ก็ไม่เคยมีการค้นพบตัวเลย

sea urchin เม่นทะเล

sear (เซียร์) *v.* **seared, searing** *-vt.* ทำให้ไหม้เกรียมหรือพองโดยการจี้ด้วยเหล็กร้อน, ทำให้เหี่ยวแห้งร่วงโรย *-vi.* แห้งเหี่ยว, โรยรา *-n.* รอยแผลเป็น (**-S.** (v.) burn, dry (n.) scar)

★**search** (เซิร์ช) *vt., vi.* **searched, searching** ค้นหา, สำรวจ, สืบเสาะ, พิจารณา, ไต่ถาม, สอดส่อง *-n.* การกระทำดังกล่าว (**-S.** (v.) seek)

search warrant หมายค้นของตำรวจ

seascape (ซี' สเกพ) *n.* ภาพวิวทิวทัศน์ทะเล

seashore (ซี' ชอร์, -โชร์) *n.* ชายฝั่งทะเล

seasickness (ซี' ซิคนิซ) *n.* อาการเมาคลื่น

seaside (ซี' ไซดฺ) *n.* ชายทะเล

★**season** (ซี' เซิน) *n.* ฤดู, หน้า (ฝน ทุเรียน), เทศกาล, ช่วงเวลาที่เหมาะสม, ครั้งคราว *-vt., vi.* **-soned, -soning** เพิ่มรสชาติ, ปรุงรส, เหยาะ (น้ำปลา), ใส่ (เกลือ), เพิ่มสีสัน, ตาก (ไม้) ให้แห้ง, ฝึกให้เคยชิน, เจือ, ทำให้บรรเทาลง

seasonable (ซี' ซะนะเบิล) *adj.* ถูกต้องตามฤดูกาล **-seasonably** *adv.* (**-S.** suitable)

seasonal (ซี' ซะเนิล) *adj.* ขึ้นอยู่กับฤดูกาล

seasoning (ซี' ซะนิง) *n.* เครื่องปรุงรส

★**seat** (ซีท) *n.* เก้าอี้, ที่นั่ง, สิทธิในที่นั่ง, ตั๋วสำหรับที่นั่ง, ก้น, ส่วนของชุดที่ปิดก้น, ฐาน, ศูนย์กลาง, ท่านั่งบนหลังม้า, ที่อาศัย, ตำแหน่ง *-v.* **seated, seating** *-vt.* นั่ง, จับให้นั่งในที่นั่ง, จัดหาที่นั่งพิเศษให้, คะยั้นคะยอให้นั่ง, แต่งตั้ง, มีที่นั่งประจำที่ *-vi.* ตั้ง, วาง (**-S.** (n., v.) chair (v.) sit)

seat belt เข็มขัดนิรภัย

sea wall, seawall (ซี' วอล) *n.* กำแพงกันคลื่นกัดเซาะแนวชายฝั่ง

seaweed (ซี' วีด) *n.* สาหร่ายทะเล, พืชน้ำ

seaworthy (ซี' เวอร์ธี) *adj.* **-thier, -thiest** (เรือ) สมบูรณ์พร้อมสำหรับการเดินเรือ

sec. ย่อจาก second วินาที, secondary ที่สองมัธยม, secretary เลขานุการ, section หมวด, sector ส่วนของวงกลมที่รัศมีสองเส้นตัดแบ่ง

secant (ซี' แคนทฺ, -เคินทฺ) *n.* เส้นตรงที่ลากตัดเส้นโค้งหรือวงกลม, อัตราส่วนตรีโกณมิติ

secede (ซิซีด') *vi.* **-ceded, -ceding** ถอนตัว, แยกตัว **-secession** *n.* (**-S.** separate **-A.** join)

seclude (ซิคลูด') *vt.* **-cluded, -cluding** แยกตัวจากสังคม, อยู่อย่างสันโดษ **-seclusion** *n.*

secluded (ซิคลู' ดิด) *adj.* สันโดษ, วิเวก, เปลี่ยว (**-S.** isolated, private **-A.** public)

★**second¹** (เซค' เคินดฺ) *n.* วินาที, เวลาชั่วขณะหนึ่ง, พิลิปดา (**-S.** minute, moment)

★**second²** (เซค' เคินดฺ) *adj.* เป็นที่สอง, เป็นรอง *-n.* ที่สอง, ขั้นที่สอง, อันดับสอง, การออกเสียงสนับสนุน, เกียร์สอง, ผู้เล่นตัวสำรอง *-vt.* **-onded, -onding** เข้าเป็นผู้เล่นตัวสำรอง, สนับสนุน, ให้การรับรอง *-adv.* เป็นอันดับหรือขั้นที่สอง **-seconds** สินค้าด้อยคุณภาพที่นำมาขายลดราคา, (ภาษาพูด) การเสิร์ฟอาหารครั้งที่สอง **-secondly** *adv.* (**-S.** (adj.) lower (n.) helper)

★**secondary** (เซค' เคินเดอรี) *adj.* เป็นที่สอง, เป็นรอง, ด้อยกว่า, ต่ำกว่า, มาทีหลัง, เกี่ยว

A B C D E F G H I J K L M N O P Q R S T U V W X Y Z

กับหรือเป็นปีกรองของนก, ซึ่งเกิดจากแร่ธาตุชนิดอื่นโดยการเน่าเปื่อยผุพังหรือโดยการผันแปร, เกี่ยวกับโรงเรียนระดับมัธยม *-n., pl.* **-ies** สิ่งที่ทำหน้าที่ช่วยหรือเป็นรอง, ขนนกที่เป็นปีกรอง, ขดลวดทุติยภูมิที่มีกระแสไฟฟ้าเหนี่ยวนำ, ดาวบริวาร, ดาวเทียม, ดวงจันทร์ (-S. (adj.) subordinate **-A.** (adj., n.) primary)

secondary cell เซลล์ทุติยภูมิหรือเครื่องเก็บสะสมไฟฟ้า เช่น แบตเตอรี่

secondary color สีที่ได้จากการผสมสีปฐมภูมิสองสี ในอัตราส่วนเท่ากันโดยประมาณ

secondary school โรงเรียนมัธยมศึกษา

second-class (เซค' เคินด์แคลซ') *adj.* ชั้นสอง, ด้อยลง

secondhand (เซค' เคินด์แฮนด์') *adj.* (ของ) ที่ใช้แล้ว, ที่ได้มาจากผู้อื่นอีกทีหนึ่ง *-adv.* ไม่ใช่โดยตรง (-S. (adj.) used (adv.) indirectly)

second hand ตัวกลาง, สื่อกลาง, เข็มวินาทีของนาฬิกา

second lieutenant ร้อยตรี

second person บุรุษที่สอง

second-rate (เซคเคินด์เรท') *adj.* มีคุณภาพด้อยหรือธรรมดาสามัญ (-S. commonplace)

second sight การมีตาทิพย์

second thought การไตร่ตรองหรือทบทวนดูอีกครั้ง

second to none (ภาษาพูด) ดีที่สุด

second wind พลังเฮือกที่สอง

secrecy (ซี' คริซี) *n., pl.* **-cies** การปิดเป็นความลับ, ความลับ (-S. mystery, silence)

★**secret** (ซี' คริท) *adj.* ปิดบัง, ซ่อนเร้น, ลึกลับ, เป็นความลับ, ไม่แสดงออก *-n.* ความลับ, ความลึกลับ, สูตรแห่งความสำเร็จ **-secretly** *adv.* (-S. (adj.) hidden (n.) mystery **-A.** (adj.) open)

secret agent สายลับ

secretariat (เซคคริแท' รีอิท) *n.* กองเลขาธิการ, กรมเลขาธิการ

★**secretary** (เซค' คริเทอรี) *n., pl.* **-ies** เลขานุการ, เสนาบดี, รัฐมนตรี **-secretarial** *adj.*

secrete (ซิครีท') *vt.* **-creted, -creting** (สัตว์หรือพืช) ขับของเหลว เช่น น้ำลายออกมา, ซ่อน (ของ), ขโมย **-secretion** *n.* (-S. hide **-A.** open)

secretive (ซี' คริทิฟว์, ซิครี' ทิฟว์) *adj.* ชอบปิดบังซ่อนเร้น **-secretively** *adv.* (-S. close)

secret service การสืบราชการลับ, กรมสืบราชการลับ

secret society สมาคมลับ, พวกอั้งยี่

sect (เซคท์) *n.* กลุ่มคนที่เชื่อว่ามีเพียงความคิดของพวกตนเท่านั้นที่ถูกต้อง, นิกายทางศาสนาที่แยกออกมาจากนิกายใหญ่

sectarian (เซคแท' เรียน) *adj.* เป็นพวกที่แยกตัวออกจากกลุ่มใหญ่, ใจแคบ, แบ่งพรรคแบ่งพวก *-n.* พวกที่แยกตัวออกมา, พวกที่มีความคิดยึดติดแบบดันทุรังต่อความคิดเห็นของกกของเหล่าของตน (-S. (adj.) factional)

★**section** (เซค' ชัน) *n.* ฝ่าย, แผนก, ชิ้นส่วน, ส่วนปลีกย่อย, ข้อย่อย, ตอน, หมวดหมู่, หมู่, เหล่า, การตัดหรือแบ่งแยก, (เนื้อเยื่อ) ชิ้นบางๆ ใช้ตรวจสอบด้วยกล้องจุลทรรศน์, กลีบ (ส้ม), ด้านตัดที่แสดงให้เห็นโครงสร้างภายใน, กลุ่มนักเรียนที่ลงเรียนวิชาเดียวกัน *-vt.* **-tioned, -tioning** แบ่งออกเป็นส่วนๆ, ตัดหรือผ่าออกเป็นชิ้นบางๆ, แสดงให้เห็นโครงสร้างด้านใน

sector (เซค' เทอร์, -ทอร์) *n.* ส่วนของวงกลมที่ถูกตัดแบ่งโดยเส้นรัศมีสองเส้น, หน่วย (งาน), ภาค (รัฐบาลและเอกชน) (-S. division)

secular (เซค' เคียเลอร์) *adj.* เกี่ยวกับทางโลกมากกว่าทางธรรม, สนับสนุนความเห็นที่ให้แยกเรื่องทางวัดและเรื่องของฆราวาสหรือการศึกษาออกจากกัน, มีอยู่ชั่วกัลปาวสาน, ไม่อยู่ในวินัยสงฆ์ *-n.* ฆราวาส (-S. (adj.) worldly (n.) layman)

★**secure** (ซิเคียวร์') *adj.* **-curer, -curest** ปลอดภัย, ตรึงไว้, (ความเชื่อ) อย่างฝังหัว, มั่นคง, วางใจได้, แน่นอน, รับประกัน, ประมาท, ทะนงตน *-vt.* **-cured, -curing** คุ้มครอง, ป้องกัน, ให้ความมั่นใจ, ทำให้แน่นหนา, รับรอง, ค้ำประกัน, ได้มา, เข้ายึด, จับกุม, คุมขัง, เป็นผล, เก็บเป็นความลับ (-S. (adj.) safe (v.) guard)

★**security** (ซิเคียว' ริที) *n., pl.* **-ties** ความปลอดภัย, ความมั่นคง, สวัสดิการ, สิ่งที่ให้ความคุ้มครอง, เครื่องประกันหรือมัดจำ, ผู้รับประกัน, ทรัพย์สินในรูปของใบหุ้น

Security Council คณะมนตรีความมั่นคงแห่งสหประชาชาติ

sedate[1] (ซิเดท') *adj.* ภูมิฐาน, สุขุม, สง่าผ่าเผย

sedate[2] (ซิเดท') *vt.* **-dated, -dating** ให้ยาระงับประสาท, สงบลง **-sedation** *n.*

sedative (เซด' ดะทิฟว์) *adj.* (ยา) ระงับความกระวนกระวายหรือระงับประสาท *-n.* ยาระงับประสาทหรือยานอนหลับ

sedentary (เซด' เดินเทอรี) *adj.* (งาน) ที่ต้องนั่งทำ, เป็นการนั่ง, ชินกับการนั่ง, (นก) ซึ่งไม่มีการอพยพ, ซึ่งติดตรึงอยู่กับพื้นผิว

sediment (เซด' ดะเมินท์) *n.* ตะกอน, กาก

sedimentary, sedimental (เซดดะเมน' ทะรี; -เมน' ทรี, -เมน' เทิล) *adj.* คล้ายกับหรือเกิดจากตะกอน, เกี่ยวกับหินชั้นหรือหินตะกอน

sedition (ซิดิช' ชัน) *n.* การปลุกระดม, การกบฏ, การจลาจล **-seditionist** *n.* **-seditious** *adj.* **-seditiously** *adv.* (-S. uprising)

seduce (ซิดูซ', -ดิวซ') *vt.* **-duced, -ducing** ล่อลวง, ชักชวนให้มีเพศสัมพันธ์, เกลี้ยกล่อม, มีเสน่ห์, ดึงดูด, ชนะใจ, เป็นต่อ, โอ้โลม, ชวนให้เคลิบเคลิ้ม **-seduction** *n.* (-S. deceive)

seductive (ซิดัค' ทิฟว์) *adj.* มีเสน่ห์, ชวนให้เคลิบเคลิ้มตาม, ดึงดูดความสนใจ (-S. attractive)

sedulous (เซจ' จะเลิซ) *adj.* ขยันหมั่นเพียร, อดทน **-sedulously** *adv.* (-S. patient)

★**see**[1] (ซี) *vt., vi.* **saw, seen, seeing** เห็น, ดู, มอง, เข้าใจ, จินตนาการ, มองว่า, เข้าใจว่า, พบ, ไปเยี่ยม, ไปหา, ตรวจดู, ได้รับรู้, ได้ประจักษ์, พาไปหา (หมอ), มองเห็นล่วงหน้า, อ้างอิง, อ่าน, สังเกต, จำได้, เอาใจใส่, พิจารณาดู, ไปเป็นเพื่อน, เฝ้าดูแล, ทำให้แน่ใจ **-I see** ใช้พูดแสดงว่าเข้าใจแล้ว **-I'll see/we'll see** แล้วจะคิดดูก่อน **-let me see/let's see** ขอคิดดูก่อน **-see after** ดูแล **-see off** ไปส่ง (ที่สนามบิน) **-see red** (ภาษาพูด) โกรธจัด **-see through** มองออก, ช่วยให้รอดพ้นช่วงเวลาวิกฤติ **-see to** จัดการ **-see you (later)** (ภาษาพูด) ใช้กล่าวลาเพื่อบอกว่าแล้วเจอกันอีก **-you see** ใช้พูดเมื่อกำลังอธิบายชี้แจงเหตุผล

see[2] (ซี) *n.* ศูนย์กลางการปกครองของบิชอป

★**seed** (ซีด) *n., pl.* **seeds/seed** เมล็ด, จุดเริ่มต้น, บ่อเกิด, เชื้อโรค, ชนวน, เค้า, ลูกหลาน, ดอกผล, น้ำกาม, หอยช่วงเป็นตัวอ่อนยังไม่มีเปลือก, ผู้เข้าแข่งขันที่ถูกจัดอันดับไว้ *-vt., vi.* **seeded, seeding** เพาะ, ปลูก, หว่าน, คว้านเมล็ด, ทำฝนเทียมโดยการโปรยสารเคมีลงใน (เมฆ) ให้เกิดการควบแน่นของไอน้ำ, ช่วยในระยะแรกเริ่มของการพัฒนา, จัดให้ผู้เล่นที่เก่งๆ ได้พบกันในรอบท้ายๆ, มีเมล็ด

seedbed (ซีด' เบด) *n.* แปลงเพาะเมล็ด, บ่อเกิดของสิ่งใดๆ

seedling (ซีด' ลิง) *n.* ต้นอ่อนที่งอกจากเมล็ด

seedy (ซี' ดี) *adj.* **-ier, -iest** ซึ่งมีเมล็ดมาก, คล้ายเมล็ดพืช, ปอน, ยุ่งเหยิง, อ่อนเพลีย **-seedily** *adv.* (-S. shabby, tired -A. neat)

★**seek** (ซีค) *vt., vi.* **sought, seeking** ค้นหา, ตรวจค้น, ขอ (คำแนะนำ), ไปถึง, ไปหา, ไต่ถาม, สืบสวน, สำรวจ (-S. request, search)

★**seem** (ซีม) *vi.* **seemed, seeming** ดูเหมือน, ดูราวกับ, ดูประหนึ่งว่า (-S. appear, look)

seeming (ซี' มิง) *adj.* ที่เห็นภายนอก

seemly (ซีม' ลี) *adj.* **-lier, -liest** เหมาะสม

seen (ซีน) *v.* กริยาช่อง 3 ของ see[1]

seep (ซีพ) *vi.* **seeped, seeping** ซึม, รั่ว

seepage (ซี' พิจ) *n.* ปริมาณที่รั่วซึม, การไหลซึมรั่ว

seer (เซียร์) *n.* ผู้ที่มองเห็นอนาคต, หมอดู

seeress (เซีย' ริซ) *n.* หมอดูที่เป็นหญิง

seesaw (ซี' ซอ) *n.* กระดานหก, การเล่นกระดานหก, การเคลื่อนไหวโยกขึ้นลงไปมา *-vi.* **-sawed, -sawing** เล่นบนกระดานหก, เคลื่อนไหวไปข้างหน้าและมาข้างหลังหรือขึ้นๆ ลงๆ

seesaw

seethe (ซีธ) *vi.* **seethed, seething** (เดือด) เป็นฟอง, ปั่นป่วน, เดือดดาล, พลุ่งพล่าน

see-through (ซี' ธรู) *adj.* โปร่งใส, มองเห็นทะลุปรุโปร่ง (-S. clear -A. concealed)

segment (*n.* เซก' เมินท์, *v.* เซกเมนท์') *n.* ส่วนใดๆ ที่สามารถแบ่งออกได้, กลีบของผลส้ม, เสี้ยวของวงกลม, ส่วนของวงกลมที่เส้นลากแบ่ง, ส่วนของเส้นที่อยู่ระหว่างจุดสองจุดบนเส้นนั้นๆ *-vt., vi.* **-mented, -menting** แบ่งออกเป็นส่วนๆ เสี้ยวๆ **-segmentary** *adj.* (-S. (n., v.) section)

segregate (เซก' กริเกท) *vt., vi.* **-gated, -gating** คัดแยก, แบ่งแยก **-segregation** *n.* (-S. dissociate, separate -A. unite)

seine (เซน) *n.* แหหรืออวนจับปลาขนาดใหญ่

seismic (ไซซ์ มิค) *adj.* เกิดจากแผ่นดินไหว, เกี่ยวกับการสั่นสะเทือนของแผ่นดิน

seismograph (ไซซ์ มะแกรฟ) *n.* เครื่องมือตรวจสอบ จดบันทึกความสั่นสะเทือน หาทิศทางและช่วงระยะของการเกิดแผ่นดินไหว

seismology (ไซซ์มอล' ละจี) *n.* ศาสตร์ที่เกี่ยวกับการเกิดแผ่นดินไหว **-seismologist** *n.*

★**seize** (ซีซ) *vt., vi.* **seized, seizing** จับ, ฉวย, คว้า, เข้าควบคุม, เข้ายึด, เกาะกุม, เข้าใจ, เข้าฉวย (โอกาส), เข้าครอบงำ, คุมขัง, จับกุม, ริบ, มัดปลายเชือกไว้ไม่ให้คลายเกลียว **-seizure** *n.* (-S. apprehend, arrest, catch -A. loose)

★**seldom** (เซล' เดิม) *adv.* ไม่บ่อย, ไม่ค่อยจะ, นานๆ ครั้ง, หายาก, แทบจะไม่ (-S. rarely)

select (ซิเลคท์') *vt., vi.* **-lected, -lecting** เลือก, คัดเลือก, เลือกสรร *-adj.* ซึ่งคัดเลือกอย่าง

A B C D E F G H I J K L M N O P Q R S T U V W X Y Z

พิถีพิถัน, ซึ่งจำกัดเฉพาะคนชั้นดี, เป็นเนื้อที่ไม่มีมัน **-selection** *n.* **-selective** *adj.* (**-S.** (v.) choose (adj.) exclusive **-A.** (adj.) general)

selenium (ซิลี' เนียม) *n.* ธาตุเซเลเนียมเป็นอโลหะมีสมบัติทางเคมีคล้ายกำมะถันเมื่อได้รับแสงสว่างจะมีความต้านทานไฟฟ้าเปลี่ยนแปลงไป

selenium rectifier อุปกรณ์แปลงไฟฟ้ากระแสสลับให้เป็นกระแสตรง ประกอบด้วยชั้นของเหล็กและเซเลเนียมซ้อนทับสลับกัน

self (เซลฟ์) *n., pl.* **selves** (เซลฟ์วซฺ) ความเป็นตัวของตัวเอง, ตนเอง, เฉพาะตน, ความเป็นปัจเจกบุคคล, ความมีอัตตาหรือถือเรื่องของตนเองเป็นที่ตั้ง, ความเห็นแก่ตัว *-pron.* ตัว (ฉัน คุณ เขาหรือเธอ) เอง *-adj.* เป็นลักษณะของตนเองโดยตลอด, เป็นวัสดุอย่างเดียวกับแบบเดิมที่ใช้, อย่างเดียวกัน, เหมือนกัน (**-S.** (n.) ego)

★**self-** คำอุปสรรค หมายถึง ตนเอง, มันเอง, โดยอัตโนมัติ, ด้วยตนเอง

self-addressed (เซลฟ์อะเดรซทฺ') *adj.* ที่จ่าหน้าซองถึงตนเอง

self-asserting (เซลฟ์อะเซอร์' ทิง) *adj.* เสนอหน้า, ทะลึ่ง, อวดดี **-self-assertion** *n.*

self-centered, self-centred (เซลฟ์เซน' เทอร์ด) *adj.* ถือตนเองเป็นใหญ่, เห็นแก่ตัว

self-confidence (เซลฟ์' คอน' ฟิเดินซฺ) *n.* ความมั่นใจในตนเอง

self-conscious (เซลฟ์' คอน' เชิซ) *adj.* ขวยเขิน, ประหม่า, อึดอัด (**-S.** nervous)

self-contained (เซลฟ์เคินเทนดฺ') *adj.* สมบูรณ์ในตนเอง, ไม่ต้องพึ่งสิ่งอื่นใด

self-control (เซลฟ์เคินโทรล') *n.* การควบคุมตนเอง **-self-controlled** *adj.* (**-S.** restraint)

self-defense, self-defence (เซลฟ์ดิเฟนซฺ') *n.* การป้องกันตนเอง

self-denial (เซลฟ์ดิไน' เอิล) *n.* การหักห้ามใจตนเอง **-self-denying** *adj.*

self-discipline (เซลฟ์ดิซ' ซะพลิน) *n.* การมีวินัยในตนเอง

self-educated (เซลฟ์' เอจ' จะเคททิด) *adj.* ซึ่งศึกษาหรือฝึกฝนด้วยตนเอง

self-esteem (เซลฟ์อิสตีม') *n.* ความเคารพและเชื่อมั่นในตนเอง

self-explanatory (เซลฟ์อิคสแปลน' นะทอรี, -โทรี) *adj.* ชัดเจน, เข้าใจง่าย (**-S.** visible)

self-government (เซลฟ์' กัฟว' เวิร์นเมินทฺ) *n.* เอกราช, อิสรภาพในการปกครองตนเอง, ประชาธิปไตย, การปกครองตนเอง (**-S.** autonomy, democracy, independence)

self-importance (เซลฟ์อิมพอร์' เทินซฺ) *n.* ความทะนงตน, ความอวดดี (**-S.** egoism)

self-interest (เซลฟ์' อิน' ทริซทฺ, -อิน' เทอริซทฺ) *n.* ความเห็นแก่ตัว (**-S.** selfishness)

★**selfish** (เซล' ฟิช) *adj.* เห็นแก่ตัว **-selfishly** *adv.* **-selfishness** *n.* (**-S.** ungenerous **-A.** kind)

self-made (เซลฟ์' เมด') *adj.* (ผู้) ที่ก่อร่างสร้างตนเอง, ซึ่งทำด้วยตนเอง

self-pity (เซลฟ์' พิท' ที) *n.* ความสงสารตนเอง

self-portrait (เซลฟ์' พอร์' ทริท, -เทรท) *n.* รูปตนเองที่จิตรกรวาดด้วยตนเอง

self-possession (เซลฟ์พะเซช' ชัน) *n.* ความมีสติควบคุมตนเองได้

self-preservation (เซลฟ์เพรซเซอร์เว' ชัน) *n.* สัญชาติญาณการเอาตัวรอด

self-propelled (เซลฟ์พระเพลดฺ') *adj.* ประกอบด้วยอุปกรณ์ขับเคลื่อนในตัว, ที่ขับดันให้เลื่อนหรือเคลื่อนไปได้เอง

self-reliant (เซลฟ์ริไล' เอินทฺ) *adj.* ที่ไม่พึ่งพาผู้ใด **-self-reliance** *n.*

self-respect (เซลฟ์ริสเปคทฺ') *n.* การมีความเคารพตนเอง

self-righteous (เซลฟ์' ไร' เชิซ) *adj.* ทะนงตน, อวดดี, ใจแคบ **-self-righteously** *adv.*

self-sacrifice (เซลฟ์' แซค' คระไฟซฺ) *n.* การเสียสละความสุขส่วนตนเพื่อคนส่วนรวม

selfsame (เซลฟ์' เซม) *adj.* เป็นอันเดียวกัน

self-satisfied (เซลฟ์' แซท' ทิซไฟดฺ) *adj.* ทะนงตน, อวดดี, ยกตนข่มท่าน

★**self-service** (เซลฟ์' เซอร์' วิซ) *adj.* แบบบริการตนเอง **-self-service** *n.*

self-starter (เซลฟ์' สตาร์' เทอร์) *n.* อุปกรณ์ติดตั้งที่ช่วยให้เครื่องยนต์เผาไหม้ภายในทำงานโดยไม่ต้องอาศัยข้อเหวี่ยง, ผู้ที่คิดทำสิ่งใด ๆ ได้ด้วยตนเองโดยไม่ต้องมีใครมากระตุ้นเตือน

self-study (เซลฟ์' สตัด' ดี) *n.* การศึกษาด้วยตนเอง

self-sufficient (เซลฟ์ซะฟิช' เชินทฺ) *adj.* เป็นอิสระ, อวดดี, ทะนงตน, พึ่งพาตนเองได้

self-support (เซลฟ์ซะพอร์ทฺ') *n.* การไม่ต้องพึ่งพาความช่วยเหลือสนับสนุนจากสิ่งอื่น

self-taught (เซลฟ์' ทอท') *adj.* ที่เรียนรู้ได้เอง

self-will (เซลฟ์' วิล') *n.* ความเอาแต่ใจตนเอง

self-winding (เซลฟ์' ไวน์' ดิง) *adj.* (นาฬิกา) ที่เดินได้โดยอัตโนมัติไม่ต้องไขลาน

★**sell** (เซล) *vt., vi.* **sold, selling** ขาย, ชวนให้

A B C D E F G H I J K L M N O P Q R T U V W X Y Z

ซื้อ, ชวนเชื่อ *-n.* การขาย **-sell out** เอา (สินค้า) ทั้งหมดออกขาย, ขายหมด, (คำสแลง) ทรยศ (**-S.** (v., n.) trade **-A.** (v., n.) buy)

seller (เซล' เลอร์) *n.* คนขายของ, สินค้า

selves (เซลฟ์วซ) *n.* พหูพจน์ของ self

semantics (ซิแมน' ทิคซ) *n. pl.* การศึกษาหรือศาสตร์ที่เกี่ยวกับความหมายของคำ, การศึกษาถึงความสัมพันธ์ระหว่างเครื่องหมายและสัญลักษณ์และสิ่งที่แทนด้วยเครื่องหมายและสัญลักษณ์ **-semantic, semantical** *adj.*

semaphore (เซม' มะฟอร์, -โฟร์) *n.* เครื่องให้สัญญาณ, การส่งสัญญาณ

semblance (เซม' เบลินซ) *n.* รูปลักษณ์ภายนอก, รูปร่างท่าทาง, ตัวแทน, สำเนา, สิ่งที่เหมือนกัน, จำนวนเล็กน้อย (**-S.** appearance)

semen (ซี' เมิน) *n.* น้ำกาม

★**semester** (ซะเมซ' เทอร์) *n.* ภาคการศึกษา

semi- คำอุปสรรค หมายถึง ครึ่ง, บางส่วน, กึ่ง, เกิดขึ้นคราวละสองครั้ง

semiautomatic (เซมมีออทะแมท' ทิค, เซมไม-) *adj.* กึ่งอัตโนมัติ *-n.* ปืนกึ่งอัตโนมัติ

semicircle (เซม' มิเซอร์เคิล) *n.* ครึ่งวงกลม, วัตถุรูปครึ่งวงกลม, การจัดเรียงในรูปครึ่งวงกลม

semicolon (เซม' มิโคเลิน) *n.* เครื่องหมายอัฒภาค (;)

semiconductor (เซมมีเคินดัค' เทอร์) *n.* สารกึ่งตัวนำ มีความสามารถนำไฟฟ้าอยู่ระหว่างโลหะกับฉนวน

semidetached (เซมมีดิแทชท', เซมไม-) *adj.* ซึ่งติดอยู่กับสิ่งอื่นเพียงด้านเดียว

semifinal (เซม' มีไฟเนิล, เซม' ไม-) *n.* การแข่งขันรอบรองชนะเลิศหรือก่อนการแข่งขันรอบตัดสินรอบสุดท้าย, การสอบก่อนรอบสุดท้าย

seminar (เซม' มะนาร์) *n.* กลุ่มนักศึกษาที่เข้าร่วมในการค้นคว้าวิจัยเรื่องหนึ่งเรื่องใดที่ยังไม่มีการทำวิจัยมาก่อนภายใต้การควบคุมดูแลของศาสตราจารย์, หลักสูตรการศึกษาแบบดังกล่าว, การประชุมกลุ่มดังกล่าว, การประชุมสัมมนา

semiofficial (เซมมีอะฟิช' เชิล) *adj.* กึ่งราชการ

semiprecious stone อัญมณีที่มีราคาแต่หาไม่ยากและไม่แพงเท่ากับอัญมณีแท้

semisynthetic (เซมมีซินเธท' ทิค) *adj.* กึ่งสังเคราะห์

semitransparent (เซมมิแทรนซ์แพ' เรินท์) *adj.* กึ่งโปร่งใส, มัว

semitropical (เซมมีทรอพ' พิเคิล, เซมไม-) *adj.* กึ่งเขตร้อน

semivowel (เซม' มิเวาเอิล) *n.* เสียงของพยัญชนะที่มีเสียงออกเป็นกึ่งเสียงสระค่อนข้างมาก เช่น เสียงสระอีหรืออู ในตัว y หรือ w ในคำว่า yes และ want

semolina (เซมมะลี' นะ) *n.* ผงหยาบๆ ของข้าวสาลีที่เหลือจากการร่อนเอาผงละเอียดไปแล้วใช้ทำแป้งพาสต้า

sempstress (เซม' สตริซ, เซมพ์-) *n.* ดู seamstress

Sen., sen. ย่อจาก senate สภาสูง, senator วุฒิสมาชิก, senior อาวุโส

senate (เซน' นิท) *n.* สภาสูง, ที่ประชุมของสภาสูง, สภามหาวิทยาลัย

senator (เซน' นะเทอร์) *n.* วุฒิสมาชิก

★**send** (เซนด์) *v.* **sent, sending** *-vt.* ส่ง, ฝากมาให้, ส่งผลให้, ทำให้ (ง่วงนอน), แนะให้ไปหา, เปล่ง, แพร่, แจกจ่าย, ขับไล่, ออก (หนังสือ), ทำให้เกิดมีขึ้น, (คำสแลง) เคลิบเคลิ้ม *-vi.* สั่งซื้อของทางไปรษณีย์, สั่งให้ไปทำธุระให้หรือไปส่งสารให้, ส่งคำร้อง, ส่งข้อความ, เรียก (ตำรวจ) **-sender** *n.* (**-S.** throw, transmit **-A.** receive)

sendoff (เซนด์' ออฟ) *n.* การเลี้ยงส่ง

senile (ซี' ไนล์, เซน'-) *adj.* ที่เกิดจากความแก่ชรา, แก่หง่อม, อ่อนล้า, สึกกร่อน (**-S.** old)

senility (ซินิล' ลิที) *n.* ความชราภาพ

★**senior** (เซน' เนียร์) *adj.* อาวุโสกว่า, แก่กว่า, มีอำนาจในการตัดสินใจเป็นคนแรก, (นักเรียน) ชั้นปีที่สี่หรือปีสุดท้าย *-n.* ประชากรอาวุโส, ผู้ที่มียศในระดับสูง, ผู้อาวุโส, นักศึกษาชั้นปีที่สี่หรือปีสุดท้าย **-seniority** *n.* (**-S.** (adj.) older)

senior citizen ประชากรอาวุโสวัยเลยเกษียณ

sensation (เซนเซ' ชัน) *n.* ความรู้สึกทางกายภาพ, ความรู้สึกภายในจิตใจหรือร่างกายที่ยากจะอธิบาย, ความอื้อฉาว, สาเหตุแห่งความอื้อฉาว (**-S.** excitement, feeling)

sensational (เซนเซ' ชะเนิล) *adj.* ที่ก่อให้เกิดความตื่นเต้น, โดดเด่น, มหัศจรรย์ **-sensationally** *adv.* (**-S.** amazing **-A.** dull)

★**sense** (เซนซ์) *n.* ประสาทสัมผัส, ความรู้สึก, ความสำเหนียก, การรับรู้, ความมีไหวพริบ, ความรู้จักเหตุและผล, ความเชื่อถือเชื่อมั่นในสิ่งใดๆ, ความหมาย *-vt.* **sensed, sensing** รับรู้, สำเหนียก, รู้สึกได้, สำนึกได้, เข้าใจ, จับใจความได้, ตรวจจับ (คลื่น) ได้โดยอัตโนมัติ (**-S.** (n.) awareness (v.) perceive)

senseless (เซนซ์' ลิซ) *adj.* ไร้ความหมาย, โง่เขลาเบาปัญญา, ไม่รู้, ไร้สติ, หมดสติ (**-S.** silly)

sensibility (เซนซะบิล' ลิที) *n., pl.* **-ties** ความสามารถในการรับรู้, ความรับรู้อันชาญฉลาด, ความรู้สึกอันอ่อนโยนอ่อนไหว (-S. alertness)

★**sensible** (เซน' ซะเบิล) *adj.* ที่รู้สึกได้, ที่รับรู้ได้, มีเหตุผล, มีสติ, ที่รู้ความควรมิควร **-sensibly** *adv.* (-S. reasonable -A. mad)

★**sensitive** (เซน' ซิทิฟว์) *adj.* อ่อนไหว, หวั่นไหวง่าย, ละเอียดอ่อน, เปราะบาง, อ่อนแอ, ขี้ใจน้อย, อารมณ์เสียง่าย, (ผิว) แพ้ง่าย, (ราคา) ขึ้นๆ ลงๆ ไม่แน่นอน (-S. delicate -A. hard)

sensor (เซน' เซอร์) *n.* อุปกรณ์ตอบรับสัญญาณหรือตัวกระตุ้น, อวัยวะรับความรู้สึก

sensory (เซน' ซะรี) *adj.* เกี่ยวกับประสาทสัมผัส, เกี่ยวกับการรับรู้

sensual (เซน' ชวล) *adj.* เกี่ยวกับประสาทรับความรู้สึก, ยั่วกิเลส, มัวเมาในกาม, ในทางโลกีย์, เร้าอารมณ์, ขาดศีลธรรมจรรยา **-sensually** *adv.* **-sensualness** *n.* (-S. lewd -A. prudish)

sensuous (เซน' ชูเอิซ) *adj.* อิ่มเอม, สำเริงสำราญ, เขียวชอุ่ม, ฉ่ำ **-sensuously** *adv.*

sent (เซนท์) *v.* กริยาช่อง 2 และ 3 ของ send

★**sentence** (เซน' เทินซ์) *n.* ประโยค, คำพิพากษา, บทลงโทษ *-vt.* **-tenced, -tencing** พิพากษาให้มีความผิด (-S. (n.) judgment)

sentiment (เซน' ทะเมินท์) *n.* ความเมตตาปรานี, ความรู้สึกที่อยู่เหนือเหตุผล, ความรู้สึกอ่อนไหว, ข้อความที่มาจากอารมณ์, การแสดงความรู้สึกดังกล่าว, ความรู้สึกที่แสดงออกอย่างมากจนเอียนหรือชวนให้คลื่นไส้, ความละเมอเพ้อพก, ความรู้สึกอันละเมียดละไมและละเอียดอ่อนที่แสดงออก เช่น ในงานศิลปะและวรรณกรรมต่างๆ (-S. sensitiveness)

sentimental (เซนทะเมน' เทิล) *adj.* ที่มาจากความรู้สึกอันอ่อนไหวมากกว่าการมีเหตุผลใดๆ, (ละคร) น้ำเน่า, ที่อ่อนไหวไปตามความรู้สึก, (เพลง) พาฝัน **-sentimentally** *adv.* (-S. emotional, nostalgic, romantic, tender)

sentry (เซน' ทรี) *n., pl.* **-tries** ทหารยืนยาม

separable (เซพ' เพอระเบิล, เซพ' ระ-) *adj.* ซึ่งแบ่งแยกได้ **-separably** *adv.*

★**separate** (*v.* เซพ' พะเรท, *adj., n.* เซพ' เพอริท, เซพ' ริท) *vt., vi.* **-rated, -rating** แยก, แบ่งแยก, ทำให้แตกแยก, คัดเลือก, แยกทางกัน *-adj.* ที่แยกกัน, เป็นเอกเทศ, ต่างหาก, แตกต่าง, เฉพาะบุคคล, เฉพาะตัว, โดดเดี่ยว, สันโดษ, ที่อยู่คนเดียว, วิเวกวังเวง, เอกา *-n.* ชุด เช่น เสื้อและกระโปรงที่ใส่แยกชุดกันได้และซื้อแยกชิ้นได้ **-separately** *adv.* **-separateness** *n.* (-S. (v.) split (adj.) individual -A. (adj.) together)

★**separation** (เซพพะเร' ชั่น) *n.* การแยกออกจากกัน, การตกลงแยกกันอยู่ของคู่สามีภรรยา, ที่ที่มีการแบ่งแยกเกิดขึ้น, ช่องว่าง, การปลดออก (จากงาน) (-S. break, divorce, gap)

sepia (ซี' เพีย) *n.* สีน้ำตาลของรูปถ่ายยุคแรกๆ, สีที่ได้จากปลาหมึก, ภาพวาดหรือภาพถ่ายที่เป็นสีดังกล่าว *-adj.* ที่ทำให้เป็นหรือมีสีดังกล่าว

Sept. ย่อจาก September เดือนกันยายน

★**September** (เซพเทม' เบอร์) เดือนกันยายน

septic (เซพ' ทิค) *adj.* ติดเชื้อแบคทีเรีย, เน่า

septic tank ถังเก็บอุจจาระที่ใช้แบคทีเรียจำพวกที่ไม่ต้องการอากาศหายใจช่วยย่อยสลาย

sepulcher, sepulchre (เซพ' เพิลเคอร์) *n.* สุสาน, ที่ฝังศพ, ฮวงซุ้ย, โกศเก็บอัฐิ *-vt.* **-chered, -chering/-chred, -chring** บรรจุอัฐิ, ฝังศพ (-S. (n.) tomb (v.) bury)

sepulchre (เซพ' เพิลเคอร์) *n., v.* ดู sepulcher

sequel (ซี' เควิล) *n.* สิ่งที่ต่อเนื่องมา, การสืบเนื่อง, งานวรรณกรรมที่จบในตัวเอง แต่ต่อเนื่องมาจากเรื่องก่อนหน้านี้, ผลที่ตามมา, ภาพยนตร์ตอนต่อมา (-S. outcome)

sequence (ซี' เควินซ์, -เควนซ์) *n.* การเรียงลำดับ, ไพ่ตองที่เรียงแต้มกันสามใบหรือมากกว่า, ฉากหนึ่งของภาพยนตร์ **-sequent** *adj.*

sequin (ซี' ควิน) *n.* เลื่อมที่ใช้ปักประดับเสื้อผ้า

serenade (เซอระเนด', เซอ' ระเนด) *n.* การร้องเพลงเกี้ยวผู้หญิงยามค่ำคืน โดยร้องในที่โล่ง เช่น ใต้หน้าต่างบ้านผู้หญิง, เพลงที่บรรเลงอย่างอึกทึกครึกโครมล้อเลียนคู่แต่งงานใหม่ *-vt., vi.* **-naded, -nading** ร้องเพลงเกี้ยวสาว

serene (ซะรีน') *adj.* สงบเงียบ, สงบ, (ท้องฟ้า) แจ่มใส, เยือกเย็น, ราบรื่น **-Serene** ใช้เรียกสมาชิกราชวงศ์ เช่น His Serene Highness **-serenely** *adv.* (-S. calm, clear -A. clouded)

serf (เซิร์ฟ) *n.* ข้าทาสของขุนนางในยุคกลางของยุโรป **-serfdom** *n.*

serge (เซิร์จ) *n.* ผ้าไหมพรมหรือขนสัตว์เนื้อละเอียดทอลายสอง มักใช้ตัดชุดสูท

sergeant (ซาร์' เจินท์) *n.* สิบเอก

sergeant major จ่านายสิบเอก

serial (เซีย' เรียล) *adj.* ที่จัดเป็นชุดๆ หรือตอนๆ ติดต่อกัน, เกี่ยวกับสิ่งพิมพ์หรืองานผลิตดังกล่าว, ซึ่งจัดพิมพ์หรือผลิตเป็นตอนๆ หรือเป็นชุด *-n.* งานเขียนหรืองานละครที่จัดทำเป็นตอนๆ หรือเป็นชุดๆ ติดต่อกัน **-serially** *adv.*

A B C D E F G H I J K L M N O P Q R S T U V W X Y Z

serial killer ฆาตกรที่ฆ่าเหยื่อมากกว่าสามราย โดยฆ่าทีละคนในช่วงเวลาไล่เลี่ยกัน

serial number เลขลำดับที่ใช้ติดสิ่งของเพื่อง่ายต่อการคัดแยก

★**series** (เซีย' รีซ) *n., pl.* **-ries** สิ่งหรือเหตุการณ์ใดๆ ที่จัดเรียงหรือตามติดกันมาเป็นชุดๆ, (ความพยายาม) ครั้งแล้วครั้งเล่า, การต่อกันแบบอนุกรมหรือต่อเรียงกันตามลำดับของตัวนำไฟฟ้า, เลขหรือจำนวนทางคณิตศาสตร์เรียงลำดับกันชุดหนึ่ง, สิ่งพิมพ์ที่พิมพ์ออกตามกันมาเป็นชุดๆ ในรูปแบบคล้ายกัน, รายการทางโทรทัศน์ที่ออกอากาศติดต่อกันเป็นตอนๆ โดยจบในตอน (-S. succession)

★**serious** (เซีย' เรียซ) *adj.* ร้ายแรง, สาหัส, วิกฤติ, ถมึงทึง, ขึงขัง, สำคัญ, ไม่ร่าเริง, เป็นผู้ใหญ่, คับขัน, จริงจัง, ไม่ใช่เรื่องเล็กๆ น้อยๆ หรือเรื่องเล่นๆ, ฉกาจฉกรรจ์ **-seriously** *adv.* **-seriousness** *n.* (-S. critical, important -A. trivial)

sermon (เซอร' เมิน) *n.* การเทศน์, การบรรยายธรรมะ, การแสดงปาฐกถา, การสนทนาธรรม, การพร่ำบ่น ดุด่าอย่างยืดยาว (-S. lecture)

serpent (เซอร' เพินท) *n.* งู, คนขี้โกง, คนอกตัญญู, ประทัดที่พุ่งยึกยักส่ายไปมา, เครื่องเป่าที่ทำจากทองเหลืองหรือไม้ มีรูปร่างงอยาว **-Serpent** ซาตานหรือพญามาร, กลุ่มดาวแถบเส้นศูนย์สูตร

serpentarium (เซอรเพินแท' เรียม) *n., pl.* **-iums/-ia** สวนงู

serrate (เซ' เรท) *adj.* เป็นซี่เหมือนซี่ฟันของเลื่อย, (ใบไม้) มีขอบหยักเหมือนใบเลื่อย

serum (เซีย' เริม) *n., pl.* **-rums/-ra** น้ำเหลือง, เซรุ่ม, หางนมที่เหลือจากการทำเนย

★**servant** (เซอร' เวินท) *n.* คนรับใช้, ลูกจ้าง, ข้าราชการ (-S. employee, slave -A. master)

★**serve** (เซิร์ฟว) *vt., vi.* **served, serving** รับใช้, ทำงานให้, เสิร์ฟอาหารให้, ให้บริการ, จัดหาสินค้าและบริการให้, ช่วยเหลือ, สนับสนุน, อุดหนุน, ให้ความจงรักภักดีและเชื่อฟัง, ตอบแทน, แก้แค้น, ทดแทน, ชดใช้, (สัตว์) สมสู่, ทำให้พอใจ, ส่งหรือแสดง (หมายเรียกตัว), เสิร์ฟหรือตีลูกในการเล่นกีฬา เช่น เทนนิส, ผูกหรือมัดไม่ให้ (เชือก) คลายตัวด้วยลวดหรือด้ายเส้นเล็กๆ, ทำงานเป็นทหารหรือรับราชการ, ติดคุก, ใช้เป็น (ห้องนอนด้วย) *-n.* การเสิร์ฟลูกในกีฬา เช่น เทนนิส (-S. (v.) help, provide)

server (เซอร' เวอร) *n.* บริกร, สิ่งที่ใช้ในการเสิร์ฟอาหารและเครื่องดื่ม, ผู้เล่นที่ได้ตีลูกเสิร์ฟ

★**service** (เซอร' วิซ) *n.* การให้บริการ, การดูแลเอาใจใส่ลูกค้า, การทำงานอุทิศตนเพื่อช่วยเหลือผู้อื่น, การรับใช้ (ชาติ), การรับราชการ, งานที่ให้บริการแก่สาธารณชน, หน่วยงานราชการและข้าราชการในหน่วยงานนั้นๆ, กองทัพแห่งชาติ, อาชีพหรือหน้าที่การให้บริการ, ชุดจานชามและเครื่องใช้ในครัว, การเสิร์ฟอาหาร, การเสิร์ฟลูกในกีฬา เช่น เทนนิส, การออกหมายเรียกตัว, การนำสัตว์เพศผู้มาผสมพันธุ์กับเพศเมีย, วัสดุ เช่น เส้นด้ายหรือลวดที่ใช้มัดหรือผูกไม่ให้เชือกคลายเกลียว, พิธีการทางศาสนา *-vt.* **-iced, -icing** ทำให้ใช้ได้, ปรับแต่ง, ซ่อมแซม, ให้บริการ, (สัตว์) ผสมพันธุ์กัน, ชำระ *-adj.* เกี่ยวกับกองทัพของชาติ, เป็นการบริการ, เป็นการซ่อมแซม **-in service** พร้อมให้บริการ **-out of service** ปิดบริการ (-S. (n.) assistance, ceremony (v.) adjust, repair)

service charge ค่าบริการที่เพิ่มเข้าไปในราคาของสินค้า

service station สถานีบริการน้ำมันหรือซ่อมรถ

serviette (เซอรวิเอท') *n.* ผ้าเช็ดปาก

servile (เซอร' เวิล, -ไวล) *adj.* เยี่ยงทาสรับใช้, ยอมจำนน, เหมาะกับคนใช้, เป็นทาสรับใช้, เลวทรามต่ำช้า, ขี้ประจบ (-S. mean, slavish)

servitude (เซอร' วิทูด, -ทิวด) *n.* ความเป็นทาส, การอยู่ในภาวะจำยอม (-S. slavery)

sesame (เซซ' ซะมี) *n.* งา, เมล็ดงา

sesame oil น้ำมันงาใช้ทำเนยเทียมและเครื่องสำอาง

session (เซช' ชัน) *n.* การประชุม, สมัยประชุม, ภาคการศึกษา (-S. assembly, term)

★**set**[1] (เซท) *v.* **set, setting** *-vt.* จัดวาง, ตั้ง (กฎเกณฑ์ ราคา ระดับ), ทำให้ (ล้อหมุน), ให้ (การบ้าน), ฝัง (เพชร), เข้าเฝือก, จัดแต่งทรงผม, ปลดปล่อย, จัดให้อยู่ในตำแหน่งที่มั่นคง, ปรับให้ทำงานอย่างถูกต้อง, กาง (ใบเรือ) โต้ลม, ปรับให้ได้มาตรฐาน, จัดเตรียม, เรียงพิมพ์, เขียน (เพลง) ตามทำนองที่วางไว้, จัดฉาก, ทำให้ได้ลงบันทึกสถิติสูงสุด, วางเงื่อนไข, กำหนด, ตั้งแบบอย่าง, มอบหมายงาน, ขึ้นสูง, ทำให้นั่งลง, จับให้ (ไก่) ฟักไข่, เอา (ไข่) ไว้ใต้ตัวแม่ไก่หรือเอาใส่ในเครื่องฟักไข่, ตั้งท่าให้พร้อมออกวิ่งแข่ง, ออกดอกออกผล, วางกับดัก, ทำให้ตะขอติดแน่นในปากปลา *-vi.* ลับขอบฟ้าไป, ลด, เสื่อมถอย, วาย, กำลังจะสิ้นสุด, (ไก่) นั่งฟักไข่, ทำให้แข็งติดแน่น, (สี) ติดคงทน, (กระดูกที่หัก) ต่อติดกัน, ออกดอก, นั่ง, เตรียมพร้อมออกวิ่ง *-adj.* เป็นที่ตกลงแน่นอน, โดย

A B C D E F G H I J K L M N O P Q R S T U V W X Y Z

A B C D E F G H I J K L M N O P Q R S T U V W X Y Z

จงใจ, แข็ง, แน่น, ไม่โคลงเคลง, ไม่ยืดหยุ่น, เกร็ง, กวดขัน, ตายตัว, ไม่ยอมเปลี่ยนแปลง, แน่วแน่, พินิจพิเคราะห์, พร้อม (ที่จะไป) *-n.* การจัดวาง, ความแข็ง (ของซีเมนต์), การตกลับขอบฟ้าไป (ของดวงอาทิตย์), ระยะที่เรือถูกกระแสน้ำพัดออกนอกเส้นทาง, ทิศทางของลมหรือน้ำ, ส่วนของพืชที่พร้อมสำหรับนำไปเพาะหรือปลูกใหม่, การจัดแต่งทรงผมโดยการทำเป็นลอน (**-S.** (v.) adjust, assign, fix (adj.) stiff)

★**set²** (เซท) *n.* (ปัญหา) ชุด (ใหม่), ฉากเวที, กลุ่มคนที่มีความสนใจร่วมกัน, หนังสือที่จัดพิมพ์เป็นชุด, ห้องหรือบริเวณที่ถ่ายทำภาพยนตร์ซึ่งจะกันไม่ให้มีเสียงใดๆ เข้าแทรก, ห้องหรือสตูดิโอที่เก็บเสียง, เครื่องรับวิทยุหรือโทรทัศน์, จำนวนคู่ที่ต้องมีในการเต้นรำแบบสแควร์แดนซ์, กลุ่มวัตถุหรือสิ่งของที่มีลักษณะอย่างเดียวกัน, เกมหนึ่งๆ ในการแข่งขันกีฬา (**-S.** group, series)

setback (เซท' แบค) *n.* การสะดุดหยุดลง

setoff (เซท' ออฟ) *n.* สิ่งที่เด่นแตกต่างขึ้นมาจากสิ่งอื่น, เครื่องถ่วง, การอ้างสิทธิแย้ง, หิ้ง

setout (เซท' เอาท) *n.* การเริ่มต้น, การจัดแสดง, สันทนาการ

setsquare (เซท' สแกวร) *n.* ไม้ฉากสามเหลี่ยม

settee (เซที') *n.* ม้านั่งไม้ยาวมีพนักพิง, โซฟา

setter (เซท' เทอร) *n.* สุนัขพันธุ์ขนยาวใช้ล่าสัตว์ โดยฝึกให้หมอบเมื่อเจอเหยื่อ

★**setting** (เซท' ทิง) *n.* ตำแหน่ง, บรรยากาศ, สภาพแวดล้อม, ฉากหรือพื้นหลัง, ฉากถ่ายทำภาพยนตร์หรือละครเวที, บทเพลงประกอบเรื่องราว, ที่วางเครื่องประดับ, สถานที่ที่จัดเตรียมไว้, ไข่ในรังของแม่ไก่

★**settle** (เซท' เทิล) *v.* **-tled, -tling** *-vt.* ยุติ, ตกลงตัดสินใจ, ชำระ, ไปตั้งรกราก, (ผึ้ง) ลงเกาะ (ดอกไม้), จมลงอย่างช้าๆ, ทำให้สงบลง, ทำให้หายปั่นป่วน, วางลง, ทิ้งตัวลง, จัดวางให้เข้าที่, อพยพไปอยู่, ตั้งมั่น, ลงหลักปักฐาน, ทำให้ตกตะกอนนอนก้น, ทำให้เชื่อง, ทำให้อยู่ในระเบียบวินัย, ทำให้สม่ำเสมอ, ทำให้มั่นคง, ทำให้เกิดเสถียรภาพ, ทำให้เลิกแล้วต่อกัน, ลงความเห็น, ลงมติ, ยอมความกัน *-vi.* หยุดพัก, ถอยลง, จมลง, ยุบลง, (น้ำ) ใสโดยการทำให้ตกตะกอน, ตกตะกอนนอนก้น, แข็ง, จับตัวเป็นแผ่น, ตั้งรกราก, ก่อตั้งขึ้น, ตกลงปลงใจ, ชดใช้ข้อเรียกร้อง, ชำระหนี้ (**-S.** establish)

★**settlement** (เซท' เทิลเมินท) *n.* ข้อตกลง, ข้อสรุป, ข้อยุติ, ที่อยู่อาศัย, การย้ายไปตั้งถิ่นฐาน, การลงหลักปักฐาน, การชำระหนี้, การตกลงปลงใจ (**-S.** agreement, colony, payment)

settler (เซท' เลอร) *n.* ผู้อพยพไปก่อตั้งรกราก

set-top box เครื่องแปลงสัญญาณจากสายเคเบิลหรือดาวเทียมสื่อสารมายังเครื่องรับโทรทัศน์

setup (เซท' อัพ) *n.* โครงสร้าง, วิธีดำเนินงาน, การเพาะกาย, การยืนยืดตัวตรงอย่างทหาร, การจัดโต๊ะในภัตตาคาร, ตำแหน่งกล้องในการถ่ายภาพยนตร์, แผนการ, (คำสแลง) การแข่งขันที่จัดขึ้นโดยให้มีการชนะแบบง่ายๆ ไม่จริงจัง

★**seven** (เซฟว' เวิน) *n.* เลขเจ็ด, อันดับเจ็ด **-seven** *adj., pron.*

Seven Seas, seven seas มหาสมุทรทั้งเจ็ดในโลก

★**seventeen** (เซฟว'เวินทีน') *n.* เลขสิบเจ็ด, อันดับสิบเจ็ด **-seventeen** *adj., pron.*

seventeenth (เซฟว'เวินทีนธ') *n.* อันดับสิบเจ็ด, หนึ่งในสิบเจ็ดส่วนที่เท่ากัน **-seventeenth** *adv., adj.*

seventh (เซฟว' เวินธ) *n.* อันดับเจ็ด, หนึ่งในเจ็ดส่วนที่เท่ากัน **-seventh** *adv., adj.*

seventh heaven ความสุขอย่างล้นเหลือ

seventieth (เซฟว' เวินทีอิธ) *n.* อันดับเจ็ดสิบ, หนึ่งในเจ็ดสิบส่วนที่เท่ากัน **-seventieth** *adv., adj.*

★**seventy** (เซฟว' เวินที) *n.* เลขเจ็ดสิบ, ช่วงทศวรรษหรือตัวเลขจาก 70-79 **-Seventies** จำนวนระหว่าง 70-79, ยุคปี 70 เช่น ปี ค.ศ. 1970-79 **-seventy** *adj., pron.*

Seven Wonders of the World สิ่งมหัศจรรย์เจ็ดอย่างของโลก

sever (เซฟว' เวอร) *v.* **-ered, -ering** *-vt.* แบ่ง, แยก, ตัดออก, แตกร้าว, ลบล้าง, ล้มเลิก *-vi.* แตกออก, หักออก, ขาด **-severance** *n.*

★**several** (เซฟว' เวอเริล, เซฟว' เริล) *adj.* ต่างหาก, หลากหลาย, ต่างๆ, นานาประการ *-pron.* จำนวนไม่จำกัดแต่ไม่มาก, บางส่วน, บ้าง (**-S.** (adj.) many, various (adj., pron.) some)

severance pay ค่าชดเชยในการให้ออกจากงาน

★**severe** (ซะเวียร') *adj.* **-verer, -verest** เข้มงวด, โหด, เคร่งครัด, ขึงขัง, อดออม, ไม่ฟุ่มเฟือย, ดื้อดึง, ง่ายๆ, ซื่อๆ, ธรรมดา, จืด, รุนแรง, เอาจริงเอาจัง, มหันต์, ร้ายกาจ, สาหัส **-severely** *adv.* (**-S.** simple, strict **-A.** mild)

Seville orange ส้มเกลี้ยง

★**sew** (โซ) *vt., vi.* **sewed, sewn** (โซน)/**sewed, sewing** เย็บด้วยมือหรือด้วยจักรเย็บผ้า

sewage (ซู' อิจ) *n.* สิ่งปฏิกูลที่ทิ้งทางท่อระบาย

sewer (ซู' เออร์) *n.* ท่อระบายน้ำและของเสีย
sewing (โซ' อิง) *n.* การเย็บผ้า, อาชีพเย็บผ้า
sewing machine จักรเย็บผ้า
sewn (โซน) *v.* กริยาช่อง 3 ของ sew
★**sex** (เซคซ) *n.* เพศ, การมีเพศสัมพันธ์, สัญชาตญาณทางเพศ (-S gender)
sex- คำอุปสรรค หมายถึง หก
sexism (เซค' ซิเซิม) *n.* การกีดกันทางเพศ
sexology (เซคซอล' ละจี) *n.* เพศศาสตร์
sex symbol ผู้ที่ได้ชื่อว่าเป็นผู้มีเสน่ห์หรือเป็นสัญลักษณ์ทางเพศ
sextant (เซค' สเตินท) *n.* เครื่องมือในการเดินเรือใช้วัดมุมระหว่างวัตถุสองสิ่งเช่น ขอบฟ้ากับดาว
sextet (เซคสเตท') *n.* กลุ่มนักร้องหรือนักดนตรีหกคน, เพลงสำหรับบรรเลงหกคน, กลุ่มที่มีหกคนหรือหกอัน
sextuplet (เซคสตัพ' ลิท) *n.* หนึ่งในแฝดหก, กลุ่มที่มีหกคนหรือหกอย่างที่คล้ายกัน
★**sexual** (เซค' ชวล) *adj.* ทางเพศ, เกี่ยวกับเพศ, เกี่ยวกับการมีเพศสัมพันธ์
sexual harassment การคุกคามทางเพศ
sexual intercourse การมีเพศสัมพันธ์, การร่วมเพศ
sexuality (เซคชูแอล' ลิที) *n.* การแบ่งแยกให้เห็นความแตกต่างด้วยเพศ, สมรรถภาพทางเพศ
sexy (เซค' ซี) *adj.* **-ier, -iest** เร้าอารมณ์ทางเพศ, (คำสแลง) เสน่ห์แรง **-sexily** *adv.*
sh (ช) *interj.* จุ๊ๆ เป็นคำที่ใช้พูดบอกให้เงียบ
shabby (แชบ' บี) *adj.* **-bier, -biest** ปอน, ชำรุด, เลวทราม, ไม่ยุติธรรม (-S. worn-out)
shack (แชค) *n.* กระท่อม (-S. hut -A. palace)
shackle (แชค' เคิล) *n.* ตรวน, กุญแจมือ, เชือกคล้องขาสัตว์, สลักรูปตัวยู *-vt.* **-led, -ling** ใส่ตรวน, ล่ามโซ่, มัด, ตรึง, จำกัด, ขัดขวาง, กักขัง **-shackler** *n.* (-S. (n., v.) handcuff)
shaddock (แชด' เดิค) *n.* ส้มโอ
★**shade** (เชด) *n.* ที่ร่ม, เงาร่มไม้, ลำดับขั้นของสี, ความผิดแผกแตกต่างกันเล็กน้อย (ในความหมายของคำ), จำนวนไม่มาก, ภูตผีปีศาจ, เงา, ร่มกันแดด, เงาดำในภาพ *-vt., vi.* **shaded, shading** บังร่ม, บังเงา, ทำให้เกิดเงา, แรเงา, ค่อยๆ เปลี่ยน, ค่อยๆ ลดลง (-S. (n.) variation)
★**shadow** (แชด' โด) *n.* เงา, เงามืด, ที่ที่มีเงาทาบทับ, สิ่งเลียนแบบหรือสำเนาที่ไม่สมบูรณ์, ความรู้สึกเศร้า, สาเหตุแห่งความเศร้า, เงาดำในภาพ, ภูตผีปีศาจ, นักสืบ, เพื่อนแท้, ร่องรอย, ลางสังหรณ์, ส่วนน้อยหรือส่วนย่อย, ที่กำบัง, ที่พักพิง *-vt., vi.* **-owed, -owing** ทำให้มีเงา, ทำให้มืดมัว, ทำให้ขุ่นมัว, ทำให้เคลือบแคลงใจ, เป็นลางร้าย, แรเงา, สะกดรอยตาม *-adj.* เป็นเพียงเงา, ไม่มีตัวตน
shady (เช' ดี) *adj.* **-ier, -iest** ซึ่งให้ที่กำบัง, เป็นที่ร่ม, (ภาษาพูด) คดโกงหรือผิดกฎหมาย, มืดมน, น่าสงสัย (-S. dubious)
shaft (แชฟท) *n.* อุโมงค์ ปล่อง ท่อหรือร่องของเหมืองแร่, ช่องหรือโพรงภายในที่เลื่อนขึ้นลงของลิฟต์, เพลาหรือแกนหมุนเครื่องจักร, ลำแสง, ด้ามหรือที่จับ (ค้อนหรือขวาน), คานรถ, หอกหรือธนู, สิ่งใดๆ ที่เหมือนหอกหรือคันธนู, (ภาษาพูด) คำพูดทิ่มแทงใจดำ, (คำสแลง) การกระทำอันโหดร้ายทารุณ, ก้านขนนก, ส่วนของผมหรือขนที่แทงทะลุออกมาจากผิวหนัง, เสาหินหรืออนุสาวรีย์, เสาคู่ขนานที่ใช้เทียมสัตว์ลากรถ, ช่องระบายอากาศ (-S. tunnel)
shaggy (แชก' กี) *adj.* **-gier, -giest** มีขนยาวรุงรังปุกปุย, (ผ้า) ขนหนาหยาบ, ยุ่งเหยิง, สกปรก, รกรุงรัง, สับสน **-shaggily** *adv.*
shah (ชา) *n.* คำที่ใช้เรียกกษัตริย์อิหร่านสมัยก่อน
★**shake** (เชค) *vt., vi.* **shook, shaken, shaking** ทำให้สั่น, เขย่า, สลัด (มือ), สะบัด, สับสนงุนงง, ทำให้คลอนแคลน, ทำให้ตื่นเต้นตกใจ, แกว่ง, (คำสแลง) กำจัด, รบกวน, จับ (มือ) ทักทาย ร่ำลาหรือแสดงการตกลง, รั้ว *-n.* การเขย่า, การสั่น, การแกว่ง, (ภาษาพูด) ชั่วพริบตาเดียว แผ่นดินไหว, รอยแยกในหิน, รอยแตกในเนื้อไม้อันเกิดจากลมหรือความหนาวเย็น, การรัวเสียง, เครื่องดื่มที่ต้องเขย่าส่วนผสม, แผ่นไม้หยาบใช้คลุมหลังคา, (คำสแลง) การต่อรอง (-S. (v., n.) quiver)
shakedown (เชค' เดาน) *n.* (คำสแลง) การรีดไถเงิน การสืบเสาะ
shakeup (เชค' อัพ) *n.* การปรับเปลี่ยนตัวบุคคลครั้งใหญ่ในองค์กรต่างๆ
shaky (เช' คี) *adj.* **-ier, -iest** สั่น, โอนเอน, โคลงเคลง, ล่อแหลม, มีพิรุธน่าสงสัย
shale (เชล) *n.* หินชั้นหรือหินตะกอนที่เกิดจากอนุภาควัตถุขนาดเล็กกว่าเม็ดทราย, หินดินดาน
★**shall** (แชล) *v. aux.* **should** ใช้วางไว้หน้ากริยาแท้เพื่อแสดงถึงสิ่งที่จะเกิดขึ้นในอนาคต เช่น I shall tell him. หรือใช้แสดงเจตนา เช่น The work shall be done soon. หรือใช้แสดงความประสงค์ เช่น I shall see you if I want to. หรือใช้แสดงถึงสิ่งที่หลีกเลี่ยงไม่ได้ เช่น Next year shall come., สามารถที่จะ, ต้อง (ทำ),

ปัจจุบันใช้ will หรือ 'll มากกว่า **-shall I** ใช้ถามแบบสุภาพในการเสนอตัวทำสิ่งใดให้ใคร **-shall we** ใช้พูดชักชวน

shallot (ชะลอท', แชล' เลิท) *n.* หอมแดง

★**shallow** (แชล' โล) *adj.* **-er, -est** ตื้น, (ลมหายใจ) แผ่วเบาหรือรวยริน *-vt., vi.* **-lowed, -lowing** ทำให้ตื้น, ตื้นเขิน **-shallows** ที่ตื้นชายฝั่ง **-shallowly** *adv.*

shalt (แชลท์) *v. aux.* ใช้เหมือน shall แต่ใช้กับ thou ซึ่งเป็นคำโบราณ

sham (แชม) *n.* การเสแสร้ง, การหลอกลวง, คนหลอกลวง, ผ้าคลุมที่ใช้คลุมตกแต่ง *-adj.* ไม่แท้, ปลอม *-vt., vi.* **shammed, shamming** เสแสร้ง, ปลอมแปลง, ปิดบัง (**-S.** (n.) pretense (adj.) false (v.) imitate **-A.** (adj.) genuine)

shamble (แชม' เบิล) *vi.* **-bled, -bling** เดินลากเท้า, เดินอย่างคนขี้เกียจ

shambles (แชม' เบิลซ์) *n. pl.* สภาพยุ่งเหยิง, ความวุ่นวายโกลาหล, สถานที่อันนองเลือด, โรงฆ่าสัตว์, ตลาดขายเนื้อหรือร้านขายหมู

★**shame** (เชม) *n.* ความละอายใจ, ความอดสู, ความอับอาย, สิ่งที่ทำให้ขายหน้า, ความเสื่อมเสียเกียรติ, ความผิดหวังอย่างใหญ่หลวง *-vt.* **shamed, shaming** ทำให้รู้สึกละอายใจ, ทำให้เสื่อมเสียเกียรติ, ทำให้ได้รับความอับอายขายหน้า (**-S.** (v., n.) disgrace **-A.** (n., v.) honor)

shamefaced (เชม' เฟซท์) *adj.* ละอายใจ, กระดาก, ขี้อาย, ขวยเขิน (**-S.** embarrassed)

shameful (เชม' ฟิล) *adj.* น่าละอาย, ไม่เหมาะสม, หยาบโลน, เลวทราม **-shamefully** *adv.* **-shamefulness** *n.* (**-S.** disgraceful)

shameless (เชม' ลิซ) *adj.* หน้าด้าน

★**shampoo** (แชมพู') *n., pl.* **-poos** น้ำยาสระผม, น้ำยาซักพรม, น้ำยาเช็ดเครื่องหนัง, น้ำยาล้างรถ, การล้างสิ่งต่างๆ ด้วยน้ำยาดังกล่าว *-vt., vi.* **-pooed, -pooing** ล้างหรือสระด้วยน้ำยาดังกล่าว **-shampooer** *n.*

shamrock (แชม' รอค) *n.* ดอกไม้ที่ใช้เป็นเครื่องหมายของประเทศไอร์แลนด์

shandy (แชน' ดี) *n., pl.* **-dies** เครื่องดื่มที่ทำจากเบียร์หรือเหล้าเอล (ale เป็นเครื่องดื่มที่มีรสแรงกว่าเบียร์) ผสมกับน้ำขิงหรือน้ำส้ม บางทีเรียกว่า shandygaff, เครื่องดื่มที่ทำจากเบียร์ผสมกับน้ำส้ม

shank (แชงค์) *n.* หน้าแข้ง, ส่วนที่ยาวเรียวของเข็ม ตะปู สมอเรือหรือลูกกุญแจ, ก้าน, ด้ามเบ็ดตกปลา, ส่วนที่นูนเป็นวงหลังกระดุมใช้เย็บติดกับเสื้อผ้า, ส่วนกลางซึ่งแคบของพื้นรองเท้า, ส่วนของอุปกรณ์ เช่น มีดหรือไขควงที่ใช้ยึดติดเข้ากับด้ามจับ (**-S.** shin, stem)

shan't (แชนท์, ชานท์) ย่อจาก shall not

shantey (แชน' ที) *n.* ดู shanty²

shanty¹ (แชน' ที) *n., pl.* **-ties** กระท่อม

shanty², shantey (แชน' ที) *n., pl.* **-ties** เพลงของกะลาสีใช้ร้องให้จังหวะในการทำงาน

★**shape** (เชพ) *n.* รูปร่าง, รูปทรง, รูปพรรณสัณฐาน, ทรวดทรง, โครงร่าง, รูปแบบ, เปลือกนอก, หน้ากาก, ภูตผีปีศาจ, แม่พิมพ์, แม่แบบ, สภาพที่สมบูรณ์ *-vt., vi.* **shaped, shaping** ก่อรูป, ขึ้นรูป, สร้าง, รังสรรค์, ดัดแปลง, วางแผน, เสกสรรค์ปั้นแต่ง, ปรับปรุง

★**shapeless** (เชพ' ลิซ) *adj.* ไร้รูปทรง, ไม่มีทรวดทรงองค์เอว **-shapelessly** *adv.*

shapely (เชพ' ลี) *adj.* **-lier, -liest** เป็นรูปเป็นทรง, มีทรวดทรงองค์เอว **-shapeliness** *n.*

★**share¹** (แชร์) *n.* ส่วนแบ่ง, ส่วน, ส่วนร่วม, หุ้น *-vt., vi.* **shared, sharing** แบ่งสันปันส่วน, เข้าหุ้น (**-S.** (n.) quota (v.) participate)

share² (แชร์) *n.* ใบมีดของรถไถ

shareholder (แชร์' โฮลเดอร์) *n.* ผู้ถือหุ้น

shark (ชาร์ค) *n.* ปลาฉลาม, คนใจร้าย, คนโกง, คนละโมบโลภมาก, คนเลวทราม, คนหน้าเลือด *-vt., vi.* **sharked, sharking** ได้มาด้วยการโกง

shark

★**sharp** (ชาร์พ) *adj.* **sharper, sharpest** คม, แหลม, (ลม) ซึ่งบาดเนื้อ, (ตา) แหลมคมหรือเฉียบคม, (รส) จัด, เปรี้ยวจี๊ด, เจ็บแสบ, เชือดเฉือน, (โค้ง) หักศอก, รวดเร็วและรุนแรง, กระจ่างชัด, เผ็ดร้อน, (เสียง) ค่อนข้างสูง, (เสียง) สูงกว่าโน้ตขั้นพื้นฐาน, ฉลาด, มีไหวพริบ, มีเล่ห์เหลี่ยม, ขี้โกง, ระมัดระวัง, รอบคอบ, ฉุน, (อารมณ์) รุนแรง, หลักแหลม, (พยัญชนะ) ที่ออกเสียงโดยไม่มีการสั่นสะเทือนในลำคอ เช่น ตัว t และ p, (ภาษาพูด) มีเสน่ห์หรือสง่างาม *-adv.* (3 โมง) ตรง, อย่างเฉียบขาด, (เสียง) สูงกว่าหรือสูงเกินไป *-n.* เสียงหรือโน้ตที่สูงกว่าปกติครึ่งเสียง, เครื่องหมาย # ที่บอกให้รู้ว่าเป็นเสียงดังกล่าว, เข็มเย็บผ้าอันแหลมคม, (ภาษาพูด) คนเจ้าเล่ห์เพทุบาย ผู้เชี่ยวชาญ *-vt., vi.* **sharped, sharping** ร้องเสียงสูงขึ้นครึ่งเสียง **-sharply** *adv.* **-sharpness** *n.* (**-S.** (adj.) keen, pointed, spicy **-A.** (adj.) blunt, dull)

A B C D E F G H I J K L M N O P Q R S T U V W X Y Z

★**sharpen** (ชาร์' เพิน) *vt., vi.* **-ened, -ening** ทำให้แหลมคม, ลับ (มีด) ให้คม (-S. grind)
sharpener (ชาร์' เพินเนอร์, ชาร์พ' เนอร์) *n.* ที่เหลาดินสอ, ที่ลับมีด
sharp-eyed (ชาร์พ' ไอด์') *adj.* มีสายตาแหลมคม, ช่างสังเกต, ละเอียดรอบคอบ
sharp-tongued (ชาร์พ' ทังด์') *adj.* ปากจัด
sharp-witted (ชาร์พ' วิททิด) *adj.* ฉลาด
shatter (แชท' เทอร์) *vt., vi.* **-tered, -tering** ทำให้แตกละเอียด, ทำลายล้าง, ทำให้ (ความหวัง) พังพินาศ, ทำให้แตกสลาย *-n.* การกระทำดังกล่าว, ความพังพินาศ, ความแตกร้าว
shatterproof (แชท' เทอร์พรูฟ) *adj.* กันการแตกละเอียดเป็นชิ้นเล็กชิ้นน้อย
★**shave** (เชฟว์) *vt., vi.* **shaved, shaved/shaven, shaving** โกน, โกนหนวด, เฉือน, ฝาน, ถาก, ครูด, ตัด (ราคา) *-n.* การโกน, ขี้กบไสไม้
shaver (เช' เวอร์) *n.* เครื่องโกนหนวดไฟฟ้า
shaving (เช' วิง) *n.* เศษไม้บางๆ ที่ม้วนงอ, ขี้กบไสไม้, การโกน, การไสไม้
shawl (ชอล) *n.* ผ้าคลุมศีรษะหรือไหล่ของสตรี
★**she** (ชี) *pron.* หล่อนหรือเธอใช้เรียกผู้หญิงหรือสัตว์ตัวเมียที่ได้เอ่ยถึงมาแล้ว, ใช้แทน it เมื่อหมายถึงสิ่งที่ไม่มีชีวิตแต่ถือว่าเป็นเพศหญิง เช่น เรือ *-n.* สัตว์เพศเมีย, คนเพศหญิง
sheaf (ชีฟ) *n., pl.* **sheaves** (ชีฟว์ซ์) ข้าวหรือกระดาษมัดเป็นฟ่อนๆ, สิ่งใดๆ ที่มัดรวมกันไว้, กระบอกใส่ลูกธนู *-vt.* **sheafed, sheafing** รวบรวมและมัดเป็นฟ่อนหรือเป็นห่อ
shear (เชียร์) *vt., vi.* **sheared, sheared/shorn** (ชอร์น, โชร์น), **shearing** ตัดขนแกะ, เล็ม (ผม), ตัด (สิทธิ), ถอดยศ, เปลื้องหรือปลด *-n.* การตัด, การตัดขน (แกะ), สิ่งที่ถูกตัดออก, แรงเค้นที่กระทำต่อวัตถุ **-shears** กรรไกรขนาดใหญ่ที่ใช้ตัดหญ้า ตัดขนสัตว์ ฯลฯ
sheath (ชีธ) *n., pl.* **sheaths** (ชีธซ์, ชีธซ์) ฝักใส่ดาบ, ฝักถั่ว, เนื้อเยื่อที่ห่อหุ้มกล้ามเนื้อหรือเส้นประสาท, ชุดรัดรูป
sheathe (ชีธ) *vt.* **sheathed, sheathing** ใส่ฝัก, หด (เล็บ), ห่อหุ้ม **-sheather** *n.*
sheaves (ชีฟว์ซ์) *n.* พหูพจน์ของ sheaf
shed[1] (เชด) *vt., vi.* **shed, shedding** สลัด (ใบ), ลอก (คราบ), ปลด, เอาออก, หลั่ง (เลือดหรือน้ำตา), ส่อง (แสง), สละทิ้ง
shed[2] (เชด) *n.* เพิง, คอกสัตว์, โรงเก็บของ
she'd (ชีด) ย่อจาก she had, she would
sheen (ชีน) *n.* ความเป็นมันเงางาม, เสื้อผ้างดงามหรูหรา **-sheeny** *adj.* (-S. shine)
★**sheep** (ชีพ) *n., pl.* **sheep** แกะ, หนังแกะ, คนที่หลอกได้ง่าย, คนขี้แพ้, คนขี้อายหรือขี้ขลาด
sheepdog, sheep dog (ชีพ' ดอก) *n.* สุนัขที่ฝึกไว้เฝ้าและต้อนฝูงแกะ
sheepish (ชี' พิช) *adj.* กระดาก, เจื่อน, ละอายใจ, โง่เง่า, เชื่อคนง่าย **-sheepishly** *adv.*
sheer[1] (เชียร์) *vi., vt.* **sheered, sheering** เบี่ยงเบน, หันเห *-n.* ทางเบี่ยง, แนวโค้งของเรือ
sheer[2] (เชียร์) *adj.* **sheerer, sheerest** ใส สะอาด, ปราศจากมลทิน, บริสุทธิ์, ล้วนๆ, ชันมาก, บาง, โปร่ง, ใส *-adv.* เกือบตั้งตรง, ด้วยประการทั้งปวง, โดยสมบูรณ์ **-sheerly** *adv.* (-S. (adj.) clear, pure, steep, thin (adv.) totally)
★**sheet** (ชีท) *n.* ผ้าปูที่นอน, แผ่นกระดาษ, แผ่นเหล็ก, แผ่นกระจก, แผ่นไม้, กระทะก้นแบนรูปสี่เหลี่ยม, ผืน (เปลวไฟ) ที่ลามออกไป, พื้นที่เรียบกว้างใหญ่ติดต่อกันไป เช่น พื้นน้ำแข็งบนแม่น้ำ,หนังสือพิมพ์ขนาดเล็กเสนอข่าวน่าตื่นเต้นแบบย่อ มีภาพประกอบเสมอ, แผ่นแสตมป์ที่ยังไม่ได้ตัดออกเป็นแต่ละดวง, เชือกโยงใบเรือ
sheik, sheikh (ชีค, เชค) *n.* พระ, ชายผู้นำครอบครัวชาวอาหรับ, คำที่ใช้เรียกผู้ที่มีตำแหน่งดังกล่าว **-sheik** (คำสแลง) ชายเจ้าเสน่ห์
★**shelf** (เชลฟ์) *n., pl.* **shelves** (เชลฟ์ว์ซ์) ชั้น, หิ้ง, ไหล่เขาหรือระเบียงที่ยื่นออกมาเหมือนชั้น, หินโสโครกหรือสันทรายที่โผล่ขึ้นมาเหนือผิวน้ำ
★**shell** (เชล) *n.* เปลือก (ไข่หรือหอย), กระดอง, กระสุนปืนใหญ่, โครงตึก, ใบหู, ตัวเรือ, ลำเรือ, แก้วเบียร์แก้วเล็กๆ, ปลอกกระสุน, กิริยาท่าทางที่ใช้ปกปิดความรู้สึกที่แท้จริง, เสื้อไม่มีแขนและไม่มีคอปก *-v.* **shelled, shelling** *-vt.* เอาเปลือกออก, ออกจากเปลือก, แกะเมล็ด (ข้าวโพด) ออกจากฝัก, ยิงปืนใหญ่, เอาชนะอย่างเด็ดขาด *-vi.* ลอก (คราบ), หลุดออกจากเปลือก, มองหาและเก็บเปลือกหอยตามชายหาด
she'll (ชีล) ย่อจาก she will, she shall
shellac, shellack (ชะแลค') *n.* ครั่ง, น้ำยาชักเงา *-vt.* **-lacked, -lacking** เคลือบด้วยน้ำยาชักเงา, (คำสแลง) ทุบตี ชนะอย่างเด็ดขาด
shellfish (เชล' ฟิช) *n., pl.* **-fish/-fishes** สัตว์น้ำจำพวกที่มีเปลือก เช่น กุ้ง ปู กั้ง
shellproof (เชล' พรูฟ) *adj.* ที่สร้างขึ้นเพื่อให้ทนทานต่อกระสุนปืนใหญ่
★**shelter** (เชล' เทอร์) *n.* ที่กำบัง, ที่ลี้ภัย, ที่พักอาศัย, ร่มไม้ชายคา, การได้รับความคุ้มครอง *-v.* **-tered, -tering** *-vt.* ปกป้อง, ให้ความดูแล,

A B C D E F G H I J K L M N O P Q R S T U V W X Y Z

ให้ที่หลบภัย *-vi.* หลบภัย, หลบ (ฝน)
shelve (เชลฟ์วฺ) *vt.* **shelved, shelving** จัดวางบนชั้นหรือขึ้นหิ้ง, จัดเรียงเป็นระเบียบ, ปลดระวาง, ติดตั้งชั้น
shelves (เชลฟ์วฺซฺ) *n.* พหูพจน์ของ shelf
shepherd (เชพ' เพิร์ด) *n.* คนเลี้ยงแกะ, พี่เลี้ยง *-vt.* **-herded, -herding** เลี้ยงแกะ, เป็นพี่เลี้ยง **-shepherdess** *n. fem.*
sherbet[1] (เชอร์' บิท) *n.* เครื่องดื่มที่ทำจากน้ำผลไม้ที่เจือจางทำให้หวาน
sherbet[2], **sherbert** (เชอร์' บิท, -เบิร์ท) *n.* ขนมหวานแช่เย็นทำจากน้ำผลไม้ น้ำตาลและน้ำผสมกับนม ไข่ขาวหรือเจลาติน, เบียร์
sheriff (เชอ' ริฟ) *n.* นายอำเภอ
sherry (เชอร์' รี) *n., pl.* **-ries** ไวน์หรือเหล้าองุ่นรสแรงของสเปน มักใช้ดื่มก่อนอาหารในอังกฤษ
she's (ชีซฺ) ย่อจาก she is, she has
shiatsu (ชีอาท' ซู) *n.* การนวดด้วยฝ่ามือและนิ้วโป้งตามบริเวณที่จะฝังเข็มบำบัดอาการเจ็บปวด, หัตถบำบัด
shield (ชีลดฺ) *n.* โล่, ที่กำบัง, ตราประจำตระกูลเมือง ทีมหรือกลุ่มต่างๆ มีรูปร่างเหมือนโล่, โล่รางวัล, เกราะป้องกัน, ผู้ที่เป็นเหมือนโล่กำบัง, โครงแผ่นหรือตาข่ายโลหะที่ออกแบบเพื่อป้องกันอุปกรณ์ไฟฟ้าจากการรบกวนของคลื่นไฟฟ้าหรือแม่เหล็ก, กระดองหรือเกล็ดบนตัวสัตว์, ตราโล่ของตำรวจ *-vt., vi.* **shielded, shielding** ปกป้องคุ้มครอง, ปกปิด (-S. (n., v.) guard)
shift (ชิฟทฺ) *v.* **shifted, shifting** *-vt.* เคลื่อน, เลื่อน, ยักย้าย, ผลัก, แลกเปลี่ยน, สลับสับเปลี่ยน, เปลี่ยน (เกียร์) *-vi.* ปรับเปลี่ยน, ยักย้ายถ่ายเทแบบขี้โกง, เปลี่ยนเกียร์, เลือกตัวอักษรตัวพิมพ์ใหญ่โดยการกดแป้นยกแคร่ *-n.* การหวนเปลี่ยนทิศทาง (ของลม), ผลัดหรือกะของการทำงาน, กลุ่มคนทำงานในกะเดียวกัน, การสลับสับเปลี่ยนกัน, กลุ่มคนที่ผลัดกันทำงาน, กลวิธี, การเปลี่ยนแปลง (-S. (n., v.) transfer, trick)
shift key แป้นบนเครื่องพิมพ์ดีดหรือบนแป้นพิมพ์คอมพิวเตอร์ที่เมื่อกดค้างไว้แล้วพิมพ์จะเปลี่ยนตัวอักษรจากตัวพิมพ์เล็กเป็นตัวพิมพ์ใหญ่ในภาษาอังกฤษ
shiftless (ชิฟทฺ' ลิซ) *adj.* ขี้เกียจ, ไร้จุดหมาย, ไร้ความรับผิดชอบ, ไร้สมรรถภาพ, ขาดความกระตือรือร้น, ไม่มีคุณวุฒิ (-S. unskilful, useless)
shifty (ชิฟ' ที) *adj.* **-ier, -iest** ไม่น่าไว้ใจ, ขี้โกหก, โลเล (-S. creative, deceitful, unstable)
shilling (ชิล' ลิง) *n.* หน่วยเงินของอังกฤษสมัยก่อนปี ค.ศ. 1971 โดย 1 ปอนด์มี 20 ชิลลิงและ 1 ชิลลิงมี 12 เพนนี, หน่วยเงินของเคนยาโซมาเลีย แทนซาเนียและอูกานดา มีค่าเท่ากับ 100 เซนต์, เครื่องหมายขีดทแยง (/)
shimmer (ชิม' เมอร์) *vi.* **-mered, -mering** ส่องแสงระยิบระยับ, ปรากฏเป็นเงาวูบๆ วาบๆ *-n.* แสงวูบวาบ (-S. (v., n.) gleam)
shin (ชิน) *n.* หน้าแข้ง, กระดูกหน้าแข้ง, ชิ้นเนื้อวัวส่วนหน้าแข้ง (-S. shank)
★**shine** (ไชนฺ) *v.* **shone/shined, shining** *-vi.* ส่องแสง, สะท้อนแสง, ส่องประกาย, ฉายแสง *-vt.* ขัดให้ขึ้นเงา, *-n.* ความเงางาม, ความสดใสเปล่งปลั่ง, ความรุ่งโรจน์โชติช่วง, น้ำยาขัดรองเท้า, การขัดรองเท้าให้เงางาม, ความฉลาดปราดเปรื่อง, อากาศสดใส, (คำสแลง) คำที่ใช้เรียกคนผิวดำอย่างดูถูก (-S. (v., n.) sparkle)
shingle (ชิง' เกิล) *n.* ก้อนกรวดตามชายหาด
shingles (ชิง' เกิลซฺ) *n. pl.* โรคงูสวัด
★**shiny** (ไช' นี) *adj.* **-ier, -iest** เป็นเงา, สุกใส
★**ship** (ชิพ) *n.* เรือเดินสมุทร, อากาศยานต่างๆ, ลูกเรือ, โชคชะตา *-vt., vi.* **shipped, shipping** รับขึ้นเรือ, ส่งทางเรือ, ทำงานบนเรือ
-ship คำปัจจัย หมายถึง คุณสมบัติ, สภาพ, ความ, สถานะ, ตำแหน่ง, เวลาในการดำรงตำแหน่ง, ความชำนิชำนาญ, กลุ่มคน
shipbuilding (ชิพ' บิลดิง) *n.* ศิลปะหรือธุรกิจการออกแบบและต่อเรือ **-shipbuilder** *n.*
shipload (ชิพ' โลด) *n.* จำนวนเต็มลำเรือ
shipmate (ชิพ' เมท) *n.* กะลาสีร่วมเรือ
shipment (ชิพ' เมินทฺ) *n.* การขนส่งสินค้า, ปริมาณสินค้าที่บรรทุกเรือส่งไปด้วยกัน
shipping (ชิพ' พิง) *n.* การขนส่งสินค้า, ธุรกิจการขนส่งสินค้า, การเดินทางหรือขนส่งทางเรือ
shipshape (ชิพ' เชพ') *adj.* เป็นระเบียบ
shipwreck (ชิพ' เรค) *n.* การอับปางลงของเรือ, ซากเรือแตก, ความพินาศย่อยยับ
shipwright (ชิพ' ไรทฺ) *n.* ผู้สร้างหรือซ่อมเรือ
shipyard (ชิพ' ยาร์ด) *n.* อู่ต่อหรือซ่อมเรือ
shire (ไชร์) *n.* เขตการปกครองของอังกฤษเทียบเท่ากับมณฑลหรือจังหวัด
shirk (เชิร์ค) *vt., vi.* **shirked, shirking** ละเลย, หลบเลี่ยงหน้าที่ **-shirker** *n.* (-S. omit)
★**shirt** (เชิร์ท) *n.* เสื้อเชิ้ต
shirtsleeve (เชิร์ท' สลีฟวฺ) *n.* แขนเสื้อ
shit (ชิท) *vt., vi.* **shit/shat, shitting** ถ่ายอุจจาระ, เย้าแหย่, หลอกลวง *-n.* อุจจาระ, การถ่าย

อุจจาระ, เรื่องไร้สาระ, เรื่องยุ่งยาก, สิ่งที่น่าชัง *-interj.* คำอุทานแสดงความโกรธ ไม่พอใจ ประหลาดใจ

Shiva, Siva (ชี' วะ, ชี' วะ; ชี'-) *n.* พระศิวะ

shiver[1] (ชิฟว' เวอร์) *vi.* **-ered, -ering** (ตัว) สั่นด้วยความหนาว, สั่นสะเทือน (ด้วยแรงลม) *-n.* การสั่นดังกล่าว (**-S.** (v., n.) shake)

shiver[2] (ชิฟว' เวอร์) *vi., vt.* **-ered, -ering** ทำให้แตกละเอียด *-n.* ชิ้นเล็กชิ้นน้อย

shoal[1] (โชล) *n.* ที่ตื้นในน้ำ

shoal[2] (โชล) *n.* ฝูง, ฝูงปลาหรือฝูงสัตว์น้ำ

★**shock**[1] (ชอค) *n.* ความรู้สึกตกใจ, ความสั่นสะเทือน, การถูกไฟฟ้าดูด, การขึ้นราคาสินค้าอย่างปัจจุบันทันด่วน, อุปกรณ์กันกระเทือนในระบบกันกระเทือนของรถ *-v.* **shocked, shocking** *-vt.* ทำให้ตื่นตกใจ, ทำให้ตกตะลึง, ทำให้ขุ่นเคือง, ก่อให้เกิดการกระตุกทางร่างกาย, ใช้ไฟฟ้าช็อต *-vi.* ปะทะกัน (**-S.** (n.,v.) surprise)

shock[2] (ชอค) *n.* ก้อนผมติดกันรุงรัง, ฟ่อนข้าวที่ตากกองไว้ในทุ่งนา, กลุ่มก้อน

shocker (ชอค' เคอร์) *n.* สิ่งที่ทำให้เกิดอาการขนลุก ตื่นเต้นตกใจ เช่น ข่าวร้าย

★**shocking** (ชอค' คิง) *adj.* น่างุนงง, เลวทราม, น่าขนลุกขนพอง, (ภาษาพูด) แย่มาก, น่ารังเกียจ, (สี) เข้มสดใสมาก (**-S.** horrible)

shoddy (ชอด' ดี) *adj.* **-dier, -diest** ที่ทำจากวัสดุไม่ดี, คุณภาพแย่, ชำรุด, คดโกง, ซึ่งเลียนแบบอย่างเห็นได้ชัด *-n., pl.* **-dies** ด้ายหรือไหมที่ทำจากเศษผ้าผสมกับผ้าใหม่, ของปลอมเลียนแบบชนิดด้อยคุณภาพ, ผ้าที่ทำจากหรือประกอบด้วยด้ายหรือไหมดังกล่าว

★**shoe** (ชู) *n.* รองเท้า, เกือกม้า, สิ่งที่ใช้เป็นฐาน เช่น ปลอกสวมปลายไม้เท้า, อุปกรณ์ที่ใช้ในการชะลอหรือหยุดการเคลื่อนไหว *-vt.* **shoed/shod, shoed/shod/shodden, shoeing** สวมรองเท้า, ใส่เกือกให้ม้า, ติดปลอกกันสึก

shoehorn (ชู' ฮอร์น) *n.* ช้อนรองเท้าใช้ช่วยในการใส่รองเท้า โดยช้อนเข้าไปหลังส้นเท้า

shoelace (ชู' เลซ) *n.* เชือกผูกรองเท้า

shoemaker (ชู' เมเคอร์) *n.* ช่างทำและซ่อมรองเท้า **-shoemaking** *n.*

shoestring (ชู' สตริง) *n.* เชือกผูกรองเท้า, เงินทุนอันน้อยนิด

shogun (โช' เกิน) *n.* นายพลของญี่ปุ่น มีอำนาจเต็มที่ภายใต้การเป็นผู้นำแต่เพียงในนามของจักรพรรดิจนกระทั่งถึงปี ค.ศ. 1867, โชกุน

shone (โชน) *v.* กริยาช่อง 2 และ 3 ของ shine

shoo (ชู) *interj.* คำที่ใช้พูดไล่นกหรือสัตว์อื่นๆ รวมทั้งเด็กๆ ให้ไปเล่นที่อื่น *-vt.* **shooed, shooing** ไล่ตะเพิดไปด้วยการพูดแบบดังกล่าว

shook (ชุค) *v.* กริยาช่อง 2 ของ shake

★**shoot** (ชูท) *v.* **shot, shooting** *-vt.* ยิง, เล็งและยิง, ยิงประตู (ฟุตบอล), ถ่าย (ทำภาพยนตร์), พุ่ง, ขว้างหรือปล่อย (สายเบ็ดตกปลา), ฉีด (ยา), ระเบิดทิ้ง, แผ่ (พลังงาน), เปล่ง (เสียง), (ภาษาพูด) ทำให้สิ้นเปลือง, ยื่น (มือ), เทลงทางลาด, ถอดหรือใส่ (กลอน), ไส (ขอบไม้) ให้ตรง, ทำให้ผ้าเป็นลายสลับสีโดยการถักหรือทอด้วยด้ายหลากสี, วัดระยะสูง (ของดาว) *-vi.* ยิง, (น้ำ) พุ่งหรือหลาก, โผล่, ผุด, เผ่นหรือโผ, เข้าร่วมการล่าสัตว์, งอก, เพาะตัวขึ้น, ถ่ายภาพ, ถ่ายทำภาพยนตร์, ยิงลูกบอลเข้าประตู, ทอดลูกเต๋า, (คำสแลง) พูดเลย (ฉันฟังอยู่), ถอดหรือใส่ (สลักกลอน) *-n.* ราก, โอกาสหรือคราวในการยิงนกหรือสัตว์อื่น, การพุ่ง, การยิงออกมา, หน่อไม้, ต้นอ่อน, สายน้ำที่ไหลเชี่ยว, (ภาษาพูด) การปล่อยจรวด, การล่าสัตว์, รอบการแข่งขันยิงปืนสั้น, ระยะยิง, ระยะห่างระหว่างฝีพาย, การสะดุ้งเจ็บแปลบ, ทางลาด, ทางแร่ *-interj.* คำอุทานใช้แสดงความประหลาดใจ ความรำคาญหรือความผิดหวัง (**-S.** (v., n.) fire)

shooting star ดาวตก, สะเก็ดดาว

★**shop** (ชอพ) *n.* ร้านค้าปลีกขนาดเล็ก, แผนกเล็กๆ ในห้างใหญ่, ห้องสตูดิโอ, โรงงาน, ห้องเรียนวิชาอุตสาหกรรม, วิชาช่างอุตสาหกรรม *-vi., vt.* **shopped, shopping** ไปซื้อของในร้าน

shopkeeper (ชอพ' คีเพอร์) *n.* เจ้าของร้าน

shoplift (ชอพ' ลิฟท์) *vi., vt.* **-lifted, -lifting** แอบขโมยหยิบฉวยสินค้า **-shoplifter** *n.*

shopping center/mall ศูนย์การค้าซึ่งมีร้านค้าและภัตตาคารมากมายพร้อมที่จอดรถ

★**shore**[1] (ชอร์, โชร์) *n.* ชายฝั่งทะเล, ฝั่ง

shore[2] (ชอร์, โชร์) *vt.* **shored, shoring** ค้ำ, ยัน, ประคับประคอง *-n.* ไม้ค้ำยัน

shorn (ชอร์น, โชร์น) *v.* กริยาช่อง 3 ของ shear

★**short** (ชอร์ท) *adj.* **shorter, shortest** สั้น, เตี้ย, ขาดไป, ไม่พอเพียง, เป็นเวลาสั้นๆ, กระชับ, ทันทีทันใด, ขี้โมโห, เปราะ, ร่วน *-adv.* อย่างทันทีทันใด, ด้วยท่าทางหยาบคายหรือห้วนๆ สั้นๆ ลุ่นๆ, ไม่ถึงขนาด *-n.* เสียงสั้น, เรื่องย่อ, ขนาดของผ้าที่ยาวน้อยกว่าปกติ, การลัดวงจร (ของไฟฟ้า), ความผิดพลาดอันเกิดจากไฟฟ้าลัดวงจร **-for short** เป็นคำย่อ **-in short** อย่างย่อ, โดยสรุป **-short for** คำย่อของ **-short of**

A B C D E F G H I J K L M N O P Q R S T U V W X Y Z

A
B
C
D
E
F
G
H
I
J
K
L
M
N
O
P
Q
R
S
T
U
V
W
X
Y
Z

ขาดแคลน, นอกเสียจากว่า -**shorts** กางเกงขาสั้นพอดีหรือเหนือเข่า, ชุดชั้นในชาย, สินค้าเกรดต่ำ (-S. (adj.) condensed -A. (adj.) long)

shortage (ชอร์' ทิจ) *n.* ความขาดแคลน

shortchange (ชอร์ท' เชนจ์) *vt.* **-changed, -changing** ทอนเงินขาดไป, (ภาษาพูด) โกง

short circuit การลัดวงจรของไฟฟ้า

shortcoming (ชอร์ท' คัมมิง) *n.* ข้อบกพร่อง

shortcut (ชอร์ท' คัท) *n.* เส้นทางลัดตัดตรง, วิธีประหยัดเวลาและพลังงาน, การลักไก่

shorten (ชอร์' เทิน) *vt., vi.* **-ened, -ening** ทำให้สั้นหรือสั้นลง, ลด (ใบเรือ), ผ่อนลง

shortfall (ชอร์ท' ฟอล) *n.* ความขาดแคลน

shorthand (ชอร์ท' แฮนด์) *n.* การจดชวเลข

short-handed (ชอร์ท' แฮน' ดิด) *adj.* ซึ่งขาดคน

shortlist, short-list (ชอร์ท' ลิซท์) *n.* บัญชีรายชื่อบรรดาสิ่งของหรือคนที่จะได้รับการเลือก

short-lived (ชอร์ท' ไลฟ์วด์', -ลิฟวด์') *adj.* มีอายุสั้น, ไม่จีรังยั่งยืน

shortly (ชอร์ท' ลี) *adv.* ในไม่ช้า, อย่างรวบรัดตัดความ, ไม่นาน, อย่างห้วนๆ สั้นๆ ลุ่นๆ

shortsighted (ชอร์ท' ไซ' ทิด) *adj.* สายตาสั้น, ซึ่งไม่นึกถึงอนาคตหรือไม่มองการณ์ไกล

short-spoken (ชอร์ท' สโป' เคิน) *adj.* ห้วน

short story เรื่องสั้น

short-tempered (ชอร์ท' เทม' เพอร์ด) *adj.* ขี้โมโห, โกรธง่าย

short-term (ชอร์ท' เทิร์ม') *adj.* ชั่วคราว

short wave คลื่นแม่เหล็กไฟฟ้าซึ่งมีคลื่นความถี่ประมาณ 200 เมตร หรือน้อยกว่าโดยเฉพาะคลื่นวิทยุช่วงความถี่ 20-200 เมตร

short-winded (ชอร์ท' วิน' ดิด) *adj.* หายใจกระหืดกระหอบหรือถี่ๆ, ห้วน, ไม่ปะติดปะต่อ

★**shot**[1] (ชอท) *n.* การยิงปืน, การเตะลูกบอลเข้าประตู, การตีลูกกอล์ฟลงหลุม, ลูกตะกั่ว, การฉีดยา, รูปภาพที่เห็นในฟิล์ม, (ภาษาพูด) ความพยายาม การเดาสุ่ม โอกาส, ระยะยิง, คำติดิงอันเฉียบคม, นักแม่นปืน, ลูกเหล็กที่ใช้ขว้างในกีฬาทุ่มน้ำหนัก, การระเบิด, ภาพถ่าย, เครื่องดื่ม, ใบเรียกเก็บเงิน

shot[2] (ชอท) *v.* กริยาช่อง 2 และ 3 ของ shoot *-adj.* มีสีเหมือนรุ้ง

shotgun (ชอท' กัน) *n.* ปืนลูกปราย

★**should** (ชุด) *v. aux.* กริยาช่อง 2 ของ shall ใช้แสดงคำสั่งหรือการบังคับ เช่น You should go. หรือใช้แสดงความคาดหวังความเป็นไปได้เช่น He should be here right now. หรือใช้แสดงเงื่อนไขหรือเหตุอันอาจเกิดขึ้นได้ เช่น If we should be seen arriving together, he would get suspicious. หรือใช้พูดแบบไม่ตรงเกินไป เช่น I should think it's time to go.

★**shoulder** (โชล' เดอร์) *n.* ไหล่, บ่า, ส่วนของชุดที่คลุมบริเวณไหล่, ส่วนที่ลาดลงมาเหมือนไหล่ของขวดหรือแจกัน, ไหล่ถนน, เนื้อสัตว์ตรงไหล่และต้นขา *-vt., vi.* **-dered, -dering** แบก (ภาระ) ไว้บนไหล่, ใช้ไหล่ (แหวกทาง)

shouldn't (ชุด' เดินท์) ย่อจาก should not

★**shout** (เชาท์) *n.* การตะโกน *-vt., vi.* **shouted, shouting** ตะโกน, แผดเสียง, ตะคอก (-S. (n., v.) scream, yell -A. (n., v.) whisper)

shove (ชัฟว์) *vt., vi.* **shoved, shoving** ผลัก, ดัน, กระแทก, ยัด, ซุก, เสือกไส *-n.* การกระทำดังกล่าว (-S. (v., n.) push)

★**shovel** (ชัฟว' เวิล) *n.* พลั่ว, เสียม, จอบ, จำนวนเต็มพลั่ว เสียมหรือจอบ *-vt., vi.* **-eled, -eling/-elled, -elling** ตัก แซะ ช้อน ขุดเกลี่ยหรือโกยด้วยเครื่องมือดังกล่าว

★**show** (โช) *vt., vi.* **showed, shown/showed, showing** แสดง, เอาให้ดู, เผยให้เห็น, ชี้หรือแสดงให้เห็น, ปฏิบัติต่อ, ปรากฏให้เห็น, ฉาย (ภาพยนตร์), แสดงสินค้า, นำทาง, พิสูจน์ให้เห็น *-n.* การแสดง, ร่องรอยหรือเครื่องบ่งชี้, การเสแสร้ง, การแสดงแบบโอ้อวด, การแสดงความบันเทิงต่อสาธารณชน, รายการวิทยุหรือโทรทัศน์, ภาพยนตร์, คณะละคร (-S. (v.) appear (n.) exhibition -A. (v.) hide)

show business/biz อุตสาหกรรมธุรกิจบันเทิง

showcase (โช' เคซ) *n.* ตู้แสดงสินค้า

showdown (โช' เดาน์) *n.* การเผชิญหน้า

★**shower** (เชา' เออร์) *n.* การอาบน้ำใต้ฝักบัว, ห้องอาบน้ำแบบใช้ฝักบัว, ฝักบัว, ฝนโปรยปราย, หยดน้ำหลายๆ หยด, การหลั่งไหลมา, การตกลงมาของดวงดาว *-vt., vi.* **-ered, -ering** โปรยปรายลงมาราวกับห่าฝน, อาบน้ำด้วยฝักบัว

show house บ้านตัวอย่าง

showman (โช' เมิน) *n.* ผู้ผลิตละครออกแสดง

shown (โชน) *v.* กริยาช่อง 3 ของ show

showoff (โช' ออฟ) *n.* การคุยโว, คนขี้โม้

showpiece (โช' พีซ) *n.* สินค้าตัวอย่าง

show place, showplace (โช' เพลซ) *n.* สถานที่อันสวยงามหรือมีค่าทางประวัติศาสตร์

show room ห้องแสดงสินค้า

showtime, show time (โช' ไทม์) *n.* เวลา

ของการแสดงมหรสพ, (คำสแลง) เวลาเริ่มต้นของกิจกรรมใดๆ

showy (โช' อี) *adj.* **-ier, -iest** ฉูดฉาด, ไร้รสนิยม, เด่นสะดุดตา, อวดโก้, หรูหราบาดตา

shrank (แชรงค์) *v.* กริยาช่อง 2 ของ shrink

shrapnel (แชรพ' เนิล) *n., pl.* **-nel** กระสุนปืนใหญ่ที่ระเบิดกลางอากาศเหนือเป้าหมาย

shred (เชรด) *n.* เศษผ้าหรือกระดาษเป็นแถบเรียวยาว, จำนวนเล็กน้อย *-vt.* **shredded/shred, shredding** หั่นหรือฉีกเป็นชิ้นๆ

shrew (ชรู) *n.* สัตว์เลี้ยงลูกด้วยนม คล้ายหนู แต่มีจมูกแหลมยาวและมีตากับหูเล็ก กินแมลงเป็นอาหาร, หญิงจู้จี้ขี้บ่นขี้โมโห **-shrewish** *adj.* **-shrewishly** *adv.*

shrew

shrewd (ชรูด) *adj.* **shrewder, shrewdest** ฉลาด, เจ้าเล่ห์, (ลม) เย็นเฉียบ **-shrewdly** *adv.* (**-S.** acute, intelligent **-A.** stupid)

shriek (ชรีค) *n.* การหวีดร้อง, เสียงหวีดร้อง *-vi., vt.* **shrieked, shrieking** หวีดร้อง (**-S.** (n., v.) scream, yell)

shrill (ชริล) *adj.* **shriller, shrillest** เป็นเสียงแหลมสูง, ทำเสียงแหลมสูง, แสบสันต์ *-vt., vi.* **shrilled, shrilling** หวีดร้อง (**-S.** (adj.) piercing (v.) scream)

shrimp (ชริมพ์) *n., pl.* **shrimp/shrimps** กุ้งขนาดเล็ก, (คำสแลง) คนที่ไม่มีความสำคัญ *-vi.* **shrimped, shrimping** ตกกุ้ง **-shrimper** *n.*

shrine (ชไรน์) *n.* ศาลเจ้า, สถานที่อันศักดิ์สิทธิ์, หิ้งบูชา, หลุมฝังศพหรือสุสานบุคคลที่น่าเคารพ, โกศ *-vt.* **shrined, shrining** เป็นศาลสำหรับตั้งสิ่งบูชา, ตั้งไว้ในที่บูชา, ยกย่องบูชา

shrink (ชริงค์) *v.* **shrank/shrunk, shrunk/shrunken, shrinking** *-vi.* หด, ย่อลง, ลดน้อยลง, ด้อยลง, หดหัวด้วยความกลัว, หงอ, ถอย, ลังเล, ไม่สู้หน้า, ขยาด *-vt.* ทำให้มีอาการดังกล่าว *-n.* การกระทำดังกล่าว, ระดับที่ลดลง, (คำสแลง) จิตแพทย์ **-shrinkage** *n.*

shrivel (ชริฟว' เวิล) *vi., vt.* **-eled, -eling/-elled, -elling** เหี่ยวแห้ง, ทำให้ (เงิน) ลดค่าลง, หด, ลดน้อยด้อยลง (**-S.** shrink)

shroud (เชราด์) *n.* ผ้าห่อศพ, สิ่งที่ปกปิดห่อหุ้มหรือบดบัง, เชือกยึดเสาเรือ, เชือกของร่มชูชีพ *-v.* **shrouded, shrouding** *-vt.* ห่อ (ศพ) ด้วยผ้าห่อศพ, ปิดบัง, คุ้มครอง *-vi.* หาที่คุ้มครอง (**-S.** (n.) covering (v.) conceal)

shrub (ชรับ) *n.* ไม้พุ่มเตี้ย **-shrubby** *adj.*

shrubbery (ชรับ' บะรี) *n., pl.* **-ies** หมู่ไม้พุ่มเตี้ยๆ

shrug (ชรัก) *vt., vi.* **shrugged, shrugging** ยักไหล่แสดงอาการไม่แยแส รังเกียจหรือดูถูก *-n.* การยักไหล่

shrunk (ชรังค์) *v.* กริยาช่อง 2 และ 3 ของ shrink

shrunken (ชรัง' เคิน) *v.* กริยาช่อง 3 ของ shrink *-adj.* (หัว) ที่ถูกย่อลง

shudder (ชัด' เดอร์) *vi.* **-dered, -dering** (ตัว) สั่นงันงกด้วยความกลัวหรือขยะแขยง *-n.* การเกิดอาการดังกล่าว (**-S.** (v., n.) tremble)

shuffle (ชัฟ' เฟิล) *vt., vi.* **-fled, -fling** เดินลากเท้า, สับเปลี่ยน, ปัด, ระงับ, เก็บ, ผสมผเสปนเปกัน, สับ (ไพ่), เต้นรำลากเท้าและเคาะเท้า, ทำตัวมีเลศนัยน่าสงสัย *-n.* การเดินลากเท้า, การลากเท้าไปมา, การเต้นรำลากเท้า, การกระทำอันน่าสงสัย, การผสมผเสปนเปกันยุ่ง, การสับไพ่, สิทธิหรือคราวของผู้เล่นคนใดคนหนึ่งในการสับไพ่ **-shuffler** *n.* (**-S.** (v., n.) drag, mix)

shun (ชัน) *vt.* **shunned, shunning** หลีกเลี่ยง, หลีกหนี, รังเกียจ (**-S.** avoid **-A.** seek)

shunt (ชันท์) *n.* การสับเปลี่ยนหรือสับหลีก, การสับเปลี่ยนรางรถไฟ, ตัวนำไฟฟ้าซึ่งเชื่อมต่อจุด 2 จุดในกระแสไฟฟ้าในแนวขนานและทำหน้าที่หันเหกระแสไฟฟ้าบางส่วน, ช่องทางที่เกิดจากการผ่าตัดซึ่งอยู่ระหว่างช่องทางปกติ 2 ช่องทาง เช่น เส้นเลือด 2 เส้น เพื่อช่วยให้การไหลเวียนในร่างกายดีขึ้น *-vt., vi.* **shunted, shunting** ปัดหรือเลื่อนออกไปอีกทาง, หลบเลี่ยง, บอกปัด, ไม่แยแส, สับเปลี่ยนรางรถไฟ, หันเหกระแสไฟฟ้าไป **-shunter** *n.* (**-S.** (n., v.) switch)

★**shut** (ชัท) *vt., vi.* **shut, shutting** ปิด, หลับ (ตา), ปิดบัง, ปิด (ประตู) ทับ (กระโปรง), ปิดกั้น, ปิดกิจการ, (ไฟ) ดับ **-shut up** ทำให้เงียบ, เลิกพูด, หยุดพูด, ขัง (**-S.** close **-A.** open)

★**shutdown** (ชัท' เดาน์) *n.* การปิดกิจการ

shutter (ชัท' เทอร์) *n.* ที่ปิดเปิดหน้ากล้องถ่ายรูป, มู่ลี่

shuttle (ชัท' เทิล) *n.* กระสวยในเครื่องทอผ้าหรือจักรเย็บผ้า, การเดินทางไปกลับตามเส้นทางที่กำหนดด้วยยวดยานพาหนะ, กระสวยอวกาศ, ยวดยานพาหนะหรือเส้นทางที่ใช้ในการเดินทางดังกล่าว *-v.* **-tled, -tling** *-vi.* ไปและกลับด้วยการเดินทางดังกล่าว *-vt.* ทำให้เดินทางไปกลับเป็นกิจวัตร, ขนส่ง (ผู้โดยสาร) ด้วยการ

A B C D E F G H I J K L M N O P Q R S T U V W X Y Z

เดินทางดังกล่าว **-shuttler** *n.*
shuttlecock (ชัท' เทิลคอก) *n.* ลูกขนไก่ใช้ตีในกีฬาแบดมินตัน
★**shy**[1] (ไช) *adj.* **shier** (ไช' เออร์), **shiest** (ไช' อิซท์)/**shyer, shyest** ขี้อาย, ขี้ขลาด, เก็บเนื้อเก็บตัว, หลบหน้าหลบตา, ประหม่า, ระมัดระวัง, ไม่เป็นกันเอง, ขาดไป, น้อยไป, (สัตว์) ไม่เชื่อง, เกลียดหรือกลัว (การถ่ายรูป) *-vi.* **shied** (ไซด์), **shying** ตื่นตกใจ, สะดุ้ง, กลัวจนหัวหด, ขยาด (**-S.** (adj.) bashful, cautious (v.) shrink)
shy[2] (ไช) *vt., vi.* **shied** (ไซด์), **shying** โยน, ขว้าง, ทุ่ม, เหวี่ยง, สะบัด, ทอด *-n., pl.* **shies** (ไชซ์) การกระทำดังกล่าว, (ภาษาพูด) การเยาะเย้ย ความพยายาม (**-S.** (v., n.) throw)
shylock (ไช' ลอค) *n.* เจ้าหนี้หน้าเลือด **-Shylock** เจ้าหนี้หน้าเลือดในบทละครของเช็กสเปียร์เรื่อง *The Merchant of Venice* หรือเวนิสวานิช
Siam (ไซแอม') ดู Thailand
Siamese (ไซอะมีซ', -มีซ') *adj.* เกี่ยวกับประเทศสยามหรือไทย, เป็นฝาแฝดกัน *-n., pl.* **Siamese** ชาวสยามหรือชาวไทย, ภาษาไทย
Siamese twin แฝดสยามที่มีลำตัวติดกัน
★**sick** (ซิค) *adj.* **sicker, sickest** ป่วยไข้, ไม่สบาย, (ตลก) ร้าย, คลื่นไส้, รำคาญ, เบื่อหน่าย, แสลง, ไม่มั่นคง, ไว้ใจไม่ได้, อารมณ์เสีย, น่ารังเกียจ, น่าขยะแขยง, โหยไห้, หวนหา, ไม่ถูกสุขอนามัย, ชำรุด, ไม่ให้ดอกออกผล **-sick and tired** ท้อแท้ **-sickness** *n.* (**-S.** ill **-A.** healthy)
sick building syndrome อาการไม่สบาย เช่น ปวดศีรษะ เคืองตา มึนงงและคลื่นไส้ที่เกิดกับคนทำงานในตึกซึ่งติดเครื่องปรับอากาศที่มีการระบายอากาศไม่ดี
sicken (ซิค' เคิน) *vt., vi.* **-ened, -ening** ทำให้สะอิดสะเอียน, ป่วยไข้, ทำให้ไม่สบาย, โกรธหรือตกใจอย่างรุนแรง (**-S.** nauseate)
sickening (ซิค' คะนิง) *adj.* น่าเกลียดชัง, น่ารังเกียจ, น่าคลื่นเหียนเวียนหัว, ซึ่งทำให้ไม่สบาย
sickle (ซิค' เคิล) *n.* เคียว
sick leave การลาป่วย
sickly (ซิค' ลี) *adj.* **-lier, -liest** อ่อนแอ, ขี้โรค, ชวนให้คลื่นไส้ (**-S.** weak **-A.** strong)
★**side** (ไซด์) *n.* ด้านข้าง, ด้าน, สีข้างของลำตัว, ขอบ, ข้าง, ฝ่าย, แง่มุม, แนวลาด (ของภูเขา) *-adj.* อยู่ด้านข้าง, จากด้านข้าง, (ผล) ข้างเคียง, (อาหารเครื่อง) เคียง, ไม่ใช่หลักสำคัญ *-vt., vi.* **sided, siding** ติดตั้งด้านข้าง, เข้าข้าง **-sided** *adj.* (**-S.** (n.) aspect (adj.) lateral)
sideboard (ไซด์' บอร์ด, -โบร์ด) *n.* ตู้ในห้องอาหารที่มีลิ้นชักและชั้นสำหรับเก็บของ
sideburns (ไซด์' เบิร์นซ์) *n. pl.* จอนผม
sidecar (ไซด์' คาร์) *n.* รถล้อเดียวสำหรับคนนั่งโดยสารที่ใช้ติดด้านข้างของรถจักรยานยนต์
side effect ผลข้างเคียง (ของยาหรือการบำบัดต่างๆ) ที่ไม่เป็นที่ต้องการ
sidelight (ไซด์' ไลท์) *n.* ไฟข้าง, ไฟข้างของเรือโดยไฟแดงอยู่ทางกราบซ้ายและไฟเขียวอยู่ทางกราบขวา ซึ่งจะเห็นได้ในยามค่ำคืน, ข้อมูลที่มีอยู่ในเนื้อหา
sideline (ไซด์' ไลน์) *n.* เส้นขอบสนาม, กิจกรรมหรืออาชีพเสริม
sidestep (ไซด์' สเตพ) *vi., vt.* **-stepped, -stepping** หลบเลี่ยง, ก้าวหลบไปด้านข้าง
sidetrack (ไซด์' แทรค) *v.* **-tracked, -tracking** *-vt.* ออกนอกลู่นอกทาง, หน่วงเหนี่ยว, กีดขวาง, สับราง *-vi.* เชือนแช, เถลไถล, วิ่งออกสู่ทางเบี่ยง *-n.* ทางแยกของรางรถไฟ
sidewalk (ไซด์' วอค) *n.* บาทวิถี
sideward (ไซด์' เวิร์ด) *adv., adj.* ไปทางด้านข้าง, ทางด้านข้าง **-sidewards** *adv.*
★**sideways, sideway** (ไซด์' เวซ์, -เว) *adv., adj.* จากด้านข้าง, ไปทางด้านข้าง, เพื่อให้เห็นด้านข้าง, ขวาง, เอียง, เฉ, เยื้อง, ทแยง
sidewise (ไซด์' ไวซ์) *adv., adj.* ดู sideways
sidle (ไซ' เดิล) *vi., vt.* **-dled, -dling** เคลื่อนไปด้านข้างหรือเฉียงๆ, รุกเข้าไปอย่างกลัวๆ กล้าๆ
SIDS ย่อจาก Sudden Infant Death Syndrome โรคไหลตายในเด็กทารก
siege (ซีจ) *n.* การล้อมปิดทางส่งเสบียง, ช่วงเวลา (การเจ็บป่วย) อันยืดเยื้อยาวนาน, บัลลังก์ *-vt.* **sieged, sieging** ล้อม (**-S.** (v.) surround)
siesta (ซีเอซ' ทะ) *n.* การนอนพักหลังอาหารกลางวัน (**-S.** nap, sleep)
sieve (ซิฟว์) *n.* ตะแกรง, กระชอน *-vt., vi.* **sieved, sieving** กรองหรือร่อนผ่านตะแกรง
sift (ซิฟท์) *vt., vi.* **sifted, sifting** ร่อนหรือกรองด้วยตะแกรง, กลั่นกรอง, เลือกเฟ้น **-sifter** *n.*
★**sigh** (ไซ) *vi., vt.* **sighed, sighing** ถอนหายใจ, ละห้อยหา, โหยไห้, เศร้าโศก *-n.* การถอนหายใจ, เสียงถอนหายใจ (**-S.** (v.) breathe)
★**sight** (ไซท์) *n.* ภาพหรือสิ่งที่มองเห็น, การมองเห็น, ระยะหรือรัศมีที่มองเห็น, สิ่งที่น่าดูน่าชม, (ภาษาพูด) สิ่งที่ไม่น่ามอง, การเล็งโดยใช้ศูนย์เล็ง, ศูนย์ปืนใช้เล็ง *-vt., vi.* **sighted, sighting** มองเห็น, มองดูผ่านเครื่องมือที่ใช้มอง, ปรับศูนย์

(ปืน), เล็ง (-S. (n., v.) vision (v.) see)

★**sightseeing** (ไซท' ซีอิง) *n.* การท่องเที่ยวไปชมสถานที่อันน่าสนใจ **-sightsee** *v.*

★**sign** (ไซน) *n.* เครื่องหมาย, สัญลักษณ์, ลาง, ราศี, ภาษาใบ้หรือภาษามือ, เครื่องแสดง, เครื่องบ่งบอก, ร่องรอย *-vt., vi.* **signed, signing** ลงชื่อ, เซ็น (ชื่อ), ทำสัญลักษณ์, อนุมัติด้วยการลงลายมือชื่อหรือประทับเครื่องหมาย, บอกใบ้, บุ้ยใบ้, ทำให้เป็นที่เคารพด้วยสัญลักษณ์ไม้กางเขน (-S. (n.) omen, symbol (v.) signify)

★**signal** (ซิก' เนิล) *n.* สัญญาณ *-adj.* เด่นชัด *-vt., vi.* **-naled, -naling/-nalled, -nalling** ให้หรือส่งสัญญาณ (-S. (n., v.) gesture)

signatory (ซิก' นะทอรี, -โทรี) *adj.* ที่ลงนามในสัญญา *-n., pl.* **-ries** ผู้ที่ลงนามในสัญญา

★**signature** (ซิก' นะเชอร) *n.* ลายเซ็น, ลายมือชื่อ, การลงลายมือชื่อ, การเซ็นชื่อ, สิ่งต่างๆ ที่แสดงให้เห็นความแตกต่างเฉพาะตัว, ใบสั่งยา

signboard (ไซน' บอร์ด, -โบร์ด) *n.* ป้ายสัญลักษณ์ (บอกทาง)

signet (ซิก' นิท) *n.* ตราประทับเอกสาร, ที่ประทับตรา

signet ring แหวนตรา, แหวนสลัก

significance, significancy (ซิกนิฟ' ฟิเคินซ, -เคินซี) *n.* การมีความหมายและความสำคัญ (-S. meaningfulness -A. triviality)

★**significant** (ซิกนิฟ' ฟิเคินท) *adj.* แพร่หลาย, เห็นได้ชัด, มีความหมายและความสำคัญมาก

signify (ซิก' นะไฟ) *vt., vi.* **-fied, -fying** แสดงให้เห็น, เป็นเครื่องหมายแห่ง, หมายความว่า, ใช้แสดง (-S. communicate, imply)

sign language ภาษาใบ้, ภาษามือและท่าทาง

signpost (ไซน' โพซท) *n.* เสาติดป้ายบอกทางและระยะทาง, สิ่งบ่งบอก, สิ่งชี้นำ

Sikh (ซีค) *n.* แขกซิกข์ ผู้นับถือศาสนาซิกข์

silage (ไซ' ลิจ) *n.* ฟางหรือหญ้าหมัก

★**silence** (ไซ' เลินซ) *n.* ความเงียบ, ช่วงเวลาอันเงียบงัน, การเพิกเฉย *-vt.* **-lenced, -lencing** ทำให้เงียบลง, ห้าม, ระงับ (-S. (n.) dumbness, peace (v.) extinguish -A. (n., v.) noise)

silencer (ไซ' เลินเซอร) *n.* เครื่องเก็บเสียง

★**silent** (ไซ' เลินท) *adj.* เงียบ, สงบ, ไม่ช่างพูดช่างคุย, เป็นใบ้, พูดไม่ได้, งดพูด, ไม่ออกเสียง, (ภูเขาไฟ) ที่สงบอยู่ภายใน *-n.* ภาพยนตร์เงียบ (-S. (adj.) quiet -A. (adj.) noisy)

silent partner หุ้นส่วนที่ลงแต่เงินแต่ไม่ลงแรง

silhouette (ซิลลูเอท') *n.* รูปวาดเป็นโครงร่างโดยเฉพาะรูปหน้าคนด้านข้างและถมด้วยสีดำ, โครงร่างที่เป็นสีดำตัดกับพื้นหลังสีขาวหรือสีอ่อนๆ *-vt.* **-etted, -etting** ปรากฏหรือทำให้เห็นเป็นโครงร่างแบบดังกล่าว (-S. (n., v.) profile)

silhouette

silica (ซิล' ลิคะ) *n.* สารซิลิกา พบได้ในแร่ควอตซ์ ทรายและแร่ธาตุต่างๆ ใช้ทำแก้ว กระจก และกระเบื้อง **-siliceous** *adj.*

silicon (ซิล' ลิเคิน, -คอน) *n.* ธาตุซิลิคอน เป็นอโลหะที่มีสมบัติทางเคมีคล้ายคาร์บอนมีสองอัญรูป คือเป็นผงอสัณฐานสีน้ำตาลและเป็นผลึกสีเทาเข้ม เกิดมีในธรรมชาติเป็นซิลิกาและซิลิเคตต่างๆ ใช้ทำโลหะผสมและกระจกในรูปซิลิเคต มีสัญลักษณ์ Si

silicon chip วงจรอิเล็กทรอนิกส์ขนาดเล็กที่ใช้ในเครื่องคอมพิวเตอร์

silicone (ซิล' ลิโคน) *n.* สารซิลิโคน เป็นสารประกอบโพลีเมอร์ชนิดหนึ่ง ใช้ทำสารหล่อลื่น ฉนวน หรือทำศัลยกรรมทรวงอก เป็นต้น

★**silk** (ซิลค) *n.* ผ้าไหม, ไหม, เส้นไหม, ชุดผ้าไหม, สิ่งใดๆ ที่เป็นเส้นใยมันๆ เช่น ใยแมงมุมบางชนิดหรือปุยของข้าวโพด *-adj.* ซึ่งประกอบด้วยหรือคล้ายเส้นไหม

silken (ซิล' เคิน) *adj.* ซึ่งทำจากผ้าไหม, เรียบลื่นเป็นมันวาวคล้ายผ้าไหม, (ผม) อ่อนนุ่มสลวยเป็นมันเงางาม, หรูหรา, อ่อนละมุน

Silk Road เส้นทางการค้าในสมัยโบราณระหว่างจีนกับทะเลเมดิเตอร์เรเนียน

silk-screen, silkscreen (ซิลค' สกรีน) *n.* การพิมพ์ภาพโดยให้หมึกผ่านผ้าไหมหรือตาข่ายที่มีตาถี่ๆ ซึ่งวางลวดลายที่ต้องการเอาไว้ โดยลวดลายส่วนที่ไม่ต้องการพิมพ์จะใช้สารกันน้ำฉาบ, ภาพพิมพ์ที่ทำด้วยวิธีดังกล่าว

silkworm (ซิลค' เวิร์ม) *n.* ตัวไหม

silky (ซิล' คี) *adj.* **-ier, -iest** อ่อนนุ่มสลวยเงางามเหมือนแพรไหม, ทำจากไหม, มีเสน่ห์ดึงดูด, สุภาพ, ประจบประแจง (-S. velvety)

sill (ซิล) *n.* ส่วนฐานของหน้าต่าง

★**silly** (ซิล' ลี) *adj.* **-lier, -liest** โง่, ขี้เล่น, ตลกคะนอง (-S. ridiculous, stupid -A. sensible)

silo (ไซ' โล) *n., pl.* **-los** ท่อกลมทรงสูงสำหรับหมักฟางหรือหญ้าเพื่อเก็บไว้ใช้เป็นอาหารสัตว์, บ่อที่ขุดขึ้นมาด้วยจุดประสงค์เดียวกันนี้, ไซโล, ฐานปล่อยจรวดนิวเคลียร์จากใต้ดิน

silt (ซิลท) *n.* ตะกอนที่เป็นโคลนเลน *-v.* **silted,**

A B C D E F G H I J K L M N O P Q R S T U V W X Y Z

silting *-vi.* เต็มไปด้วยตะกอนโคลนเลน *-vt.* ตื้นเขินขึ้นเพราะมีตะกอนโคลนเลน **-siltation** *n.*

★**silver** (ซิล' เวอร์) *n.* ธาตุเงิน เป็นโลหะอ่อนสีขาวเทา สามารถขัดให้ขึ้นเงาได้ ใช้ทำเครื่องเงินและทำเงินเหรียญ มีสัญลักษณ์ Ag, เงินเหรียญ, ภาชนะเครื่องเงิน, (รางวัล) เหรียญเงิน, สีเงิน, เกลือสีเหลืองอย่างหนึ่งไม่ละลายน้ำมีในธรรมชาติ ใช้ในการถ่ายรูป การแพทย์และในการทำฝนเทียม *-adj.* ที่ทำด้วยเงิน, มีเงินเป็นส่วนประกอบ, แวววาวเป็นมันเหมือนเงิน, (ผม) สีเทาหรือสีดอกเลา, มีเสียงกังวานใสและนุ่มหู, ปากหวาน, ครบรอบ 25 ปี *-v.* **-vered, -vering** *-vt.* ประดับชุบหรือหุ้มด้วยเงิน, ทำให้เป็นสีเทา, เคลือบด้วยเกลือดังกล่าว *-vi.* กลายเป็นสีเทา

silver jubilee การครบรอบ 25 ปี

silver lining สิ่งที่น่าชื่นใจท่ามกลางความยุ่งยาก

silversmith (ซิล' เวอร์สมิธ) *n.* ช่างทำหรือชุบเครื่องเงิน

silver-tongued (ซิล' เวอร์ทังด์) *adj.* พูดเก่ง, ปากหวาน

silverware (ซิล' เวอร์แวร์) *n.* เครื่องเงิน

silver wedding (anniversary) การครบรอบแต่งงานปีที่ 25

simian (ซิม' เมียน) *adj.* เกี่ยวกับลิง *-n.* ลิง

★**similar** (ซิม' มะเลอร์) *adj.* คล้ายคลึง, เหมือน, แบบเดียวกัน **-similarly** *adv.* (**-S.** resembling)

similarity (ซิมมะแล' ริที) *n., pl.* **-ties** ความคล้ายคลึงกัน, ความเหมือนกัน, สิ่งที่มีค่าเท่ากัน, ความสมดุล (**-S.** resemblance **-A.** difference)

simile (ซิม' มะลี) *n.* ถ้อยคำเปรียบเทียบ

simmer (ซิม' เมอร์) *vi., vt.* **-mered, -mering** เคี่ยว, เดือดพล่านหรือเร่าร้อน, เดือดเป็นฟอง, ปั่นป่วน *-n.* การเคี่ยว (อาหาร) (**-S.** (v.) boil)

simper (ซิม' เพอร์) *vi., vt.* **-pered, -pering** ยิ้มแหยๆ หรือเขินๆ *-n.* การยิ้มแบบดังกล่าว

★**simple** (ซิม' เพิล) *adj.* **-pler, -plest** บริสุทธิ์, ไม่เจือปน, เรียบง่าย, เข้าใจง่าย, ง่าย, ไม่สลับซับซ้อน, โดยไม่มี (เหตุผล) อื่น, เพียง (คำว่าไม่) เท่านั้น, ลุ่นๆ, ไม่หรูหรา, ตรงไปตรงมา, ทื่อๆ, เซ่อ, โง่เขลา, บัดซบ, พาซื่อ, ไร้เดียงสา, จริงใจ, ต่ำต้อย, ธรรมดาสามัญ, เป็นราก, เป็นมูล, ไม่สำคัญ, (ต้นไม้) ไม่มีกิ่งก้านสาขา *-n.* ส่วนประกอบเดี่ยวที่ไม่มีการจำแนกแยกแยะ, คนโง่, คนที่เกิดมาต่ำต้อย, พืชที่ใช้ทำยา (**-S.** (adj.) common **-A.** (adj.) complicated)

simple fraction เศษส่วนที่ทั้งตัวตั้งและตัวหารเป็นเลขจำนวนเต็ม

simple-minded, simpleminded (ซิม' เพิลไมน์' ดิด) *adj.* โง่, สมองทึบ (**-S.** silly)

simple sentence เอกรรถประโยค

simpleton (ซิม' เพิลเทิน) *n.* คนโง่, เจ้าทึ่ม

simplicity (ซิมพลิซ' ซิที) *n., pl.* **-ties** ความเรียบง่ายไม่สลับซับซ้อน, ความไร้เดียงสา, ความโง่เขลาเบาปัญญา, การไม่ปรุงแต่ง, ความเปิดเผย

simplify (ซิม' พละไฟ) *vt.* **-fied, -fying** ทำให้ง่ายขึ้น, ทำให้เข้าใจง่ายขึ้น **-simplification** *n.*

★**simply** (ซิม' พลี) *adv.* เรียบง่าย, กระจ่างชัด, โง่เขลา, แค่เพียง, อย่างแท้จริง, ล้วนๆ, ตรงๆ เปิดเผย, จริงใจไร้อคติ (**-S.** directly, only)

simulate (ซิม' เมียเลท) *vt.* **-lated, -lating** เลียนแบบ, ปลอมแปลง, เสแสร้ง, ประดิษฐ์, จำลอง **-simulation** *n.* (**-S.** duplicate, pretend)

simulator (ซิม' เมียเลเทอร์) *n.* อุปกรณ์หรือเครื่องมือที่สร้างสถานการณ์เลียนแบบสถานการณ์จริงเพื่อเป็นการฝึกหรือทดสอบ

simultaneous (ไซเมิลเท' เนียซ, ซิมเมิล-) *adj.* ซึ่งเกิดขึ้นในเวลาเดียวกัน, พร้อมกัน

sin (ซิน) *n.* บาป, การทำชั่ว *-vi.* **sinned, sinning** ทำบาป, ก่อกรรมทำเข็ญ (**-S.** (n.) wickedness)

★**since** (ซินซ์) *adv.* ตั้งแต่นั้นมา, แล้วไปแล้ว, นานมาแล้ว, ตั้งแต่, ในเวลาต่อมา *-prep.* ต่อเนื่องมาจากนั้น, เรื่อยมา *-conj.* ตั้งแต่เมื่อ, ต่อเนื่องตลอดมา, จากเมื่อ, เนื่องจาก, ในเมื่อ (**-S.** (adv.) ago, subsequently (conj.) because)

★**sincere** (ซินเซียร์) *adj.* **-cerer, -cerest** จริงใจ, บริสุทธิ์ **-Yours sincerely** คำลงท้ายจดหมาย **-sincerely** *adv.* **-sincereness** *n.* **-sincerity** *n.* (**-S.** honest **-A.** corrupt)

sine (ไซน์) *n.* ในวิชาตรีโกณมิติ หมายถึง ด้านตรงข้ามมุมหารด้วยด้านตรงข้ามมุมฉาก

sinew (ซิน' นิว) *n.* เส้นเอ็น, พละกำลัง **-sinewy** *adj.* (**-S.** strength, tendon)

sinful (ซิน' เฟิล) *adj.* ชั่วร้าย, บาปหนา **-sinfully** *adv.* **-sinfulness** *n.* (**-S.** bad, evil)

★**sing** (ซิง) *vi., vt.* **sang/sung, sung, singing** ร้องเพลง, ร้องกล่อม, คราง, ฮัม, แต่งกลอน, สดุดีเป็นกลอน, (คำสแลง) ให้การปรักปรำผู้หนึ่งผู้ใด, ท่องหรือสวดมนต์ (**-S.** carol, chant, trill)

sing. ย่อจาก singular เอกพจน์

singe (ซินจ์) *vt.* **singed, singeing** เผาไหม้เกรียม, เผาไหม้แต่เพียงผิวนอก, ลนให้ขนหลุด, เล็มผมด้วยปัตตาเลี่ยนหลังจากตัดผม *-n.* การเผาไหม้บริเวณผิวนอก (**-S.** (v., n.) burn)

★**singer** (ซิง' เกอร์) *n.* นักร้อง, กวี (**-S.** vocalist)

A B C D E F G H I J K L M N O P Q R S T U V W X Y Z

★**single** (ซิง' เกิล) *adj.* เดี่ยว, โทน, โดดเดี่ยว, โสด, อยู่คนเดียว, สันโดษ, เป็นแบบเดียว, เสมอเหมือนกัน, ไม่ขาดหัวง, ติดต่อกันเรื่อยไป, แยกจากอันอื่นๆ, ต่างหาก, จริงใจ, เอาใจใส่เต็มที่, ซึ่งออกแบบสำหรับคนเดียว, ไม่มีคู่, เกี่ยวกับสถานะโสด *-n.* คนโสด, สิ่งที่แยกอยู่ต่างหาก, แผ่นเสียงขนาดเล็กที่มีเพลงด้านละ 1 เพลง, การจัดเตรียมความสะดวกด้านที่อยู่และอาหารสำหรับคนเดียว, การเล่นกอล์ฟระหว่างผู้เล่น 2 คน, ธนบัตร 1 ดอลล่าร์, ตั๋วเดินทางเที่ยวเดียว *-vt.* **-gled, -gling** คัดเลือก **-singles** การแข่งขันเทนนิสหรือแบดมินตันแบบเดี่ยวคือข้างละคนไม่ใช่แบบคู่, บรรดาคนโสดโดยทั่วไป **-singly** *adv.* (**-S.** (adj.) alone (n.) individual (v.) select **-A.** (adj.) married)

single-breasted (ซิงเกิลเบรซ' ทิด) *adj.* (เสื้อ) เปิดด้านหน้าที่มีกระดุมแถวเดียว

single currency หน่วยเงินตราที่เกิดจากความร่วมมือของชาติต่างๆ ในภูมิภาคเดียวกัน โดยกำหนดให้ใช้เงินหน่วยเดียวกันเช่นในยุโรป

single-family (ซิง' เกิลแฟม' มะลี) *adj.* เกี่ยวกับหรือสำหรับครอบครัวเดียว

single file แถวเรียงหนึ่ง

single-handed (ซิง' เกิลแฮน' ดิด) *adj.* ด้วยตนเองคนเดียว, ไม่มีใครช่วยเหลือ, สำหรับใช้มือเดียว, มีหรือใช้มือเดียว

single-minded (ซิง' เกิลไมน์ ดิด) *adj.* (ใจคอ) เด็ดเดี่ยว, มั่นคงแน่นอน (**-S.** dedicated)

singlet (ซิง' กลิท) *n.* เสื้อกล้าม

★**singular** (ซิง' เกียเลอร์) *adj.* เป็นเอก, เฉพาะราย, แต่ละอัน, แปลก, น่าทึ่ง, เป็นเอกพจน์, เป็นกริยาที่แสดงการกระทำของประธานที่เป็นเอกพจน์ *-n.* จำนวนหนึ่งหรือเอกพจน์, คำในรูปเอกพจน์ **-singularly** *adv.* (**-S.** (adj.) unique **-A.** (adj.) common (adj., n.) plural)

sinister (ซิน' นิสเตอร์) *adj.* น่ากลัว, เป็นลางร้าย, ก่อให้เกิดความหายนะ, ด้านซ้าย, (ตรา) บนด้านซ้ายของโล่ (**-S.** bad **-A.** good)

★**sink** (ซิงค์) *v.* **sank/sunk, sunk, sinking** *-vi.* จม, (ดวงอาทิตย์) ตก, ลด (จำนวน) ลง, ร่วง, ทิ้ง (ตัว) ลง, โน้มลง, ผลอย (หลับ), ดำน้ำ, เลว ลง, เสื่อมลง, ทรุดลง, (จิตใจ) ห่อเหี่ยวลง, แทรกซึม, ฝังแน่น, ซึมซาบ (ภายในใจ) *-vt.* ทำให้จมลง, ทำให้ลดต่ำลง, ฝังลงดิน, ขุดเจาะ (บ่อ), หมกมุ่น, ทำให้เสื่อมหรือลดลง, ลดค่าลง, ถอดยศ, ทำลาย, ทำให้ขายหน้า, ปิดบัง, ระงับ, กลั้น, (ภาษาพูด) เอาชนะ, ลงทุน, ชดใช้, ยัด (ลูกบาส) ลงห่วง *-n.* อ่าง (ใช้ล้างหน้าหรือชาม), ถังส้วมซึม, บ่อเกิดแห่งความชั่ว, หลุมบ่อ (**-S.** (v.) descend **-A.** (v.) rise)

sinking fund เงินทุนที่สะสมไว้เพื่อชำระหนี้

sinner (ซิน' เนอร์) *n.* คนบาป, คนสารเลว

Sino- คำอุปสรรค หมายถึง จีน

Sinologue, Sinolog (ไซ' นะลอก, ซิน'-) *n.* ผู้เชี่ยวชาญในวิชาที่ว่าด้วยประเทศจีน

Sinology (ไซนอล' ละจี, ซิ-) *n.* วิชาที่ว่าด้วยประเทศจีน **-Sinological** *adj.*

sinuous (ซิน' นิวเอิซ) *adj.* คดเคี้ยว, อ้อมค้อม, มีขอบหยักๆ, คดโกง (**-S.** curved **-A.** straight)

sinus (ไซ' เนิซ) *n.* ช่องในกะโหลกศีรษะที่ติดต่อกับช่องจมูก

sip (ซิพ) *vt., vi.* **sipped, sipping** จิบ (น้ำดื่ม) *-n.* การจิบ (น้ำ), จำนวนน้ำน้อยนิดที่จิบ

siphon, syphon (ไซ' เฟิน) *n.* การทำกาลักน้ำ, หลอดหรือท่อโค้งที่ใช้ในการทำกาลักน้ำ, อวัยวะที่เป็นรูปท่อหรือหลอดในสัตว์ทะเลประเภทสัตว์ไม่มีกระดูกสันหลัง เช่น ปลาหมึก ซึ่งจะดูดหรือขับน้ำออกไป *-vt., vi.* **-phoned, -phoning** ทำกาลักน้ำ, ถ่ายเทออกไป

★**sir** (เซอร์) *n.* คำที่ใช้เรียกชื่อผู้ชายอย่างสุภาพและให้เกียรติ, คำที่ใช้ขึ้นต้นจดหมายถึงผู้ชาย เช่น Dear Sir **-Sir** คำที่ใช้เรียกนำหน้าชื่อขุนนางอย่างให้เกียรติ

sire (ไซร์) *n.* พ่อ, บิดา, พ่อม้าหรือสุนัข, บรรพบุรุษ, ใต้ฝ่าละอองธุลีพระบาท เป็นคำที่ใช้กับกษัตริย์, คำที่ใช้เรียกขุนนาง *-vt.* **sired, siring** ให้กำเนิด, เป็นพ่อพันธุ์

siren (ไซ' เริน) *n.* อุปกรณ์ใช้ส่งสัญญาณเตือน, ผู้หญิงที่ใช้เสน่ห์และความสวยล่อลวงผู้ชาย

sirloin (เซอร์' ลอยน์) *n.* เนื้อสันนอก

sirocco, scirocco (ซะรอค' โค, ซะ-; ซะ-) *n., pl.* **-cos** ลมร้อนขึ้นจากทางใต้หรือทางตะวันออกเฉียงใต้แถบรอบทะเลเมดิเตอร์เรเนียน (**-S.** cyclone, simoom)

sirup (เซีย' เริพ, เซอร์'-) *n.* ดู syrup

sisal (ไซ' เซิล) *n.* พืชของอเมริกากลางและเม็กซิโกที่ปลูกเพื่อเอาใบที่เป็นรูปดาบใหญ่ซึ่งให้เส้นใยใช้ทำเชือก, เส้นใยของพืชดังกล่าว

sissy (ซิซ' ซี) *n., pl.* **-sies** ผู้ชายที่มีนิสัยและท่าทางแบบผู้หญิงหรือผู้ชายหน้าตัวเมีย, คนขี้อายและขี้ขลาด, (ภาษาพูด) พี่หรือน้องสาว

★**sister** (ซิซ' เทอร์) *n.* พี่หรือน้องสาว, หัวหน้าพยาบาล, ตำแหน่งพยาบาลเวร, ลูกพี่ลูกน้องที่เป็นผู้หญิง, ญาติที่เป็นหญิง, พี่หรือน้องสาว

ที่เป็นลูกติดพ่อเลี้ยงหรือแม่เลี้ยง, สมาชิกเพื่อนหญิง, เพื่อนผู้หญิง, ผู้หญิงที่เป็นนักเรียกร้องสิทธิสตรี, (ภาษาพูด) ใช้เรียกผู้หญิงหรือเด็กหญิง **-Sister** นางชีหรือแม่ชี **-sisterhood** *n.*

sister-in-law (ซิซ' เทอร์อินลอ) *n., pl.* **sisters-in-law** (ซิซ' เทอร์ซ์-) พี่หรือน้องสะใภ้

★**sit** (ซิท) *v.* **sat, sitting** *-vi.* นั่ง, ทรุดตัวลงนั่ง, ตั้งอยู่, วางอยู่, มีการประชุม, (นก) เกาะ (คอน), (ไก่) นั่งฟักไข่, วางท่าให้ถ่ายรูปหรือวาดรูป, เข้าครองที่นั่งโดยเป็นสมาชิก, อยู่นิ่ง, ถ่วง, เหมาะ, เข้าสอบเพื่อให้ได้ปริญญา, เป็นที่น่าพอใจ, (ลม) พัดมาจากทิศทางใดๆ, ดูแลเด็ก *-vt.* หาที่ให้นั่ง, จับให้นั่ง, ใส่บังเหียน, (ไก่) นั่งฟักไข่

sitcom, sit-com (ซิท' คอม) *n.* ดู situation comedy

★**site** (ไซท์) *n.* ทำเลที่ตั้ง, สถานที่ตั้งหรือที่เกิดเหตุ *-vt.* **sited, siting** ตั้งอยู่ในสถานที่ใดๆ

sit-in (ซิท' อิน) *n.* การนั่งประท้วงโดยไม่ยอมขยับเขยื้อนไปไหน

sitter (ซิท' เทอร์) *n.* คนดูแลเด็ก

sitting (ซิท' ทิง) *n.* การนั่ง, ช่วงเวลาที่ใช้ในการนั่ง (อ่านหนังสือ), การประชุม, การฟักไข่, จำนวนไข่ที่ถูกฟัก *-adj.* ที่ทำขณะนั่ง, ซึ่งฟักไข่, มีตำแหน่ง, สำหรับการนั่ง

sitting duck (ภาษาพูด) เป้าหมายหรือเหยื่อที่อ่อนแอ ทำลายง่าย

sitting room ห้องนั่งเล่น

★**situation** (ซิชชูเอ' ชัน) *n.* สถานการณ์, สภาพการณ์, วิกฤติการณ์, สถานที่และสภาพแวดล้อม, ทำเลที่ตั้ง, ตำแหน่งงาน (-S. state)

situation comedy รายการหรือละครตลกที่เป็นชุดและมีผู้แสดงประจำทางวิทยุหรือโทรทัศน์ ซึ่งสถานการณ์จะเปลี่ยนแปลงไปทุกตอน

sit-up (ซิท' อัพ) *n.* ท่าออกกำลังกายนอนราบแล้วลุกขึ้นนั่งหลังตรงโดยไม่ขยับขา

Siva (ซี' วะ, ซี'-) *n.* ดู shiva

★**six** (ซิคซ์) *n.* เลขหก, อันดับหก, สิ่งที่มีหกส่วน เช่น มอเตอร์ยานยนต์มีหกสูบ **-at sixes and sevens** อยู่ในสภาพยุ่งเหยิงและสับสน, ไม่ลงรอยกัน **-six** *adj., pron.*

★**sixteen** (ซิคสตีน') *n.* เลขสิบหก, อันดับสิบหก **-sixteen** *adj., pron.*

sixteenth (ซิคสตีนธ์') *n.* อันดับสิบหก, หนึ่งในสิบหกส่วนที่เท่ากัน **-sixteenth** *adv., adj.*

sixth (ซิคซ์ธ์) *n.* อันดับหก, หนึ่งในหกส่วนที่เท่ากัน **-sixth** *adv., adj.*

sixth sense สัมผัสที่หก

sixtieth (ซิค' สตีอิธ) *n.* อันดับหกสิบ, หนึ่งในหกสิบส่วนที่เท่ากัน **-sixtieth** *adv., adj.*

★**sixty** (ซิคซ์' ที) *n., pl.* **-ties** เลขหกสิบ **-Sixties** จำนวนระหว่าง 60-69, ยุคปี 60 เช่น ปี ค.ศ. 1960-69 **-sixty** *adj., pron.*

★**size**[1] (ไซซ์) *n.* ขนาด *-vt.* **sized, sizing** คัดขนาด, ทำให้ได้ตามขนาด *-adj.* ขนาด (ใหญ่)

size[2] (ไซซ์) *n.* กาวใช้ฉาบหรือเคลือบกระดาษหรือผ้าให้แข็ง *-vt.* **sized, sizing** ทาหรือเคลือบด้วยกาวหรือวัสดุที่คล้ายกันนี้ (-S. (n., v.) glue)

sizzle (ซิซ' เซิล) *vi.* **-zled, -zling** ทำเสียงเหมือนทอดอาหารใดๆ ในน้ำมัน, พลุ่งพล่าน *-n.* เสียงซู่ซ่าเหมือนเสียงทอดอาหาร **-sizzler** *n.*

★**skate** (สเกท) *n.* รองเท้ามีใบมีดโลหะอยู่ข้างใต้สำหรับวิ่งเล่นบนน้ำแข็ง, รองเท้าติดลูกล้อ, การเล่นสเกต *-vi.* **skated, skating** วิ่งลื่นไถลไปมาด้วยรองเท้าดังกล่าว

skateboard (สเกท' บอร์ด, -โบร์ด) *n.* กระดานติดล้อสำหรับยืนและไถลเล่น

skein (สเกน) *n.* ด้ายหรือไหมขดเป็นใจ, ความยุ่งเหยิงเหมือนใจไหมที่พันกันยุ่ง

★**skeleton** (สเกล' ลิเทิน) *n.* โครงกระดูก, โครง, เค้าโครง, คนหรือสัตว์ที่ซูบผอมมาก *-adj.* ที่ลดลงเหลือเป็นส่วนน้อยแค่พอดำเนินการได้, เกี่ยวกับหรือคล้ายโครงกระดูก (-S. (n.) outline)

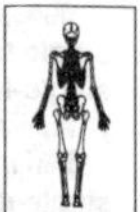

skeleton

skeptic, sceptic (สเกพ' ทิค) *n.* ผู้ที่สงสัยหรือไม่เห็นด้วยกับข้อสรุปที่คนทั่วไปยอมรับ

skeptical, sceptical (สเกพ' ทิเคิล) *adj.* ที่เคลือบแคลงสงสัย, ซึ่งไม่แน่ใจ (-S. doubtful)

sketch (สเกช) *n.* ภาพร่างคร่าวๆ, โครงร่าง, เค้าโครง, การบรรยายสั้นๆ, งานวรรณกรรมอย่างย่อ, เพลงสั้นๆ สำหรับบรรเลงด้วยเปียโน, ช่วงการแสดงล้อเลียนสั้นๆ ในรายการโชว์อันหลากหลาย *-vt., vi.* **sketched, sketching** ร่างคร่าวๆ, วางโครงร่าง (-S. (n., v.) draft)

skewer (สกิว' เออร์) *n.* เหล็กหรือไม้ยาวเสียบอาหารย่าง *-vt.* **-ered, -ering** เสียบเข้าด้วยกันด้วยไม้หรือเหล็กดังกล่าว

★**ski** (สกี) *n., pl.* **skis** สกีเป็นแผ่นไม้ เหล็กหรือพลาสติกแบนๆ ยาว 1 คู่ ที่ด้านหน้าโค้งงอนขึ้นและสามารถติดกับรองเท้าเพื่อใช้เล่นลื่นไถลไปบนหิมะ, สกีน้ำ *-vi., vt.* **skied, skiing** เล่น (กีฬา) ลื่นไถลไปบนสกี **-skier** *n.*

skid (สกิด) *n.* การลื่นไถล, แผ่นไม้หรือท่อนซุง

A B C D E F G H I J K L M N O P Q R S T U V W X Y Z

1 คู่ ที่ใช้เป็นที่รองหรือเป็นทางใช้ไถลของหนัก, ห้ามล้อรถยนต์ *-v.* **skidded, skidding** *-vi.* ลื่นไถล *-vt.* หยุด (ล้อรถยนต์) ด้วยห้ามล้อ

skiff (สกิฟ) *n.* เรือท้องแบนเปิดโล่ง ที่มีหัวแหลมและท้ายเป็นสี่เหลี่ยม ใช้มอเตอร์หรือพาย

★**skilful** (สกิล' เฟิล) *adj.* ดู skillful

★**skill** (สกิล) *n.* ความเชี่ยวชาญชำนาญ, ทักษะ

skilled (สกิลด์) *adj.* ชำนาญ, คล่องแคล่ว, (งาน) ที่ต้องใช้ความชำนาญเป็นพิเศษ

★**skillful, skilful** (สกิล' เฟิล) *adj.* เชี่ยวชาญ ชำนาญ, ที่แสดงออกซึ่งความชำนิชำนาญ

skim (สกิม) *vt., vi.* **skimmed, skimming** ช้อนหรือเอาสิ่งที่ลอยอยู่บนพื้นผิวของเหลวออก, สกัดออก, คลุมด้วยฝ้าบนผิวน้ำ, ขว้างให้กระดอนหรือไถลไป, เถลือกไถลผ่านไป, อ่านหรือมองดูผ่านๆ, (คำสแลง) ไม่แจ้ง (ยอดรายได้) ทั้งหมดเพื่อหลีกเลี่ยงการเสียภาษี *-n.* การกระทำดังกล่าว, ฝ้าบนผิว (น้ำ), (คำสแลง) รายได้ที่มาจากการหลบเลี่ยงภาษี (**-S.** (v., n.) extract, scum)

skim/skimmed milk นมที่สกัดครีมออกแล้ว, นมพร่องมันเนย

skimp (สกิมพ์) *vt., vi.* **skimped, skimping** ทำลวกๆ หรือใช้วัสดุคุณภาพเลว, ตระหนี่, หวง

skimpy (สกิม' พี) *adj.* **-ier, -iest** ขี้เหนียว

★**skin** (สกิน) *n.* ผิวหนัง, หนังสัตว์, เปลือก (ผลไม้), ขนลูกสัตว์, ไส้หมูที่ใช้ยัดทำไส้กรอก, ฝ้าที่ขึ้นแข็งบนผิวหน้าของเหลวเมื่อเย็น, กระติกใส่น้ำทำด้วยหนังสัตว์, (ภาษาพูด) ชีวิต *-v.* **skinned, skinning** *-vt.* ถลกหนัง, ปอกเปลือก, ทำให้เป็นแผลถลอก, ครูดหนังหรือพื้นผิวนอก, คลุมหรือห่อด้วยหนัง, (คำสแลง) ปอกลอก *-vi.* คลุมด้วยฝ้าที่ขึ้นแข็ง, ผ่านไปแบบฉิวเฉียด *-adj.* (คำสแลง) เกี่ยวกับเรื่องลามก (**-S.** (n.) covering, fur (v., n.) peel)

skin-deep (สกิน' ดีพ) *adj.* เพียงผิวเผิน

skin diving กีฬาดำน้ำที่ใช้ท่อช่วยหายใจและต้องขึ้นมาหายใจที่ผิวน้ำ

skin flick (คำสแลง) ภาพยนตร์ลามก

skinflint (สกิน' ฟลินท์) *n.* คนขี้เหนียว

skinhead (สกิน' เฮด) *n.* (คำสแลง) คนที่โกนผมจนหมดศีรษะ สมาชิกคนหนุ่มสาวผิวขาวที่โกนผมและเป็นพวกแบ่งแยกสีผิว

skink (สกิงค์) *n.* จิ้งเหลน

skinny (สกิน' นี) *adj.* **-nier, -niest** ผอมจนเหลือแต่กระดูก, เกี่ยวกับหรือคล้ายหนัง

skint (สกินท์) *adj.* (คำสแลง) หมดเนื้อหมดตัว

skintight (สกิน' ไททฺ) *adj.* (เสื้อผ้า) คับแน่น

★**skip** (สกิพ) *vi., vt.* **skipped, skipping** กระโดดโลดเต้นไปมา, กระโดดเชือก, (พูด) ข้ามไปมาไม่อยู่กับร่องกับรอย, กระเด้งกระดอนไปมา, (ภาษาพูด) เปิดหนีไป, (เครื่องยนต์) ไม่ติด, เรียนข้ามชั้น *-n.* การกึ่งวิ่งกึ่งเดินหรือวิ่งเหยาะๆ, การละเลยข้ามไป (**-S.** (n., v.) hop, jump)

skipper (สกิพ' เพอร์) *n.* กัปตันเรือ, กัปตันทีมกีฬา, ผู้นำ **-skipper** *v.* (**-S.** captain)

skirmish (สเกอร์' มิช) *n.* การต่อสู้กันอย่างประปราย, การโต้เถียงกันเล็กน้อย *-vi.* **-mished, -mishing** ปะทะคารมหรือทะเลาะเบาะแว้งแบบดังกล่าว **-skirmisher** *n.* (**-S.** (n., v.) encounter)

★**skirt** (สเกิร์ท) *n.* กระโปรง, ขอบเขต, (คำสแลง) คำที่ใช้เรียกผู้หญิงเชิงดูถูก *-vt., vi.* **skirted, skirting** ล้อม, อ้อมไป, หลีกเลี่ยง

skit (สกิท) *n.* งานเขียนเสียดสี ล้อเลียนขนาดสั้น

skulk (สกัลค์) *vi.* **skulked, skulking** ซุ่มซ่อน, สิงสู่, หลบๆ ซ่อนๆ, หลบเลี่ยง (**-S.** hide)

skull (สกัล) *n.* หัวกะโหลก, (ภาษาพูด) หัวสมอง, หัวคนตาย **-the skull and crossbones** หัวกะโหลกและกระดูกไขว้ เป็นสัญลักษณ์แห่งความตายหรืออันตรายแต่ก่อนใช้ในธงเรือโจรสลัด

skull

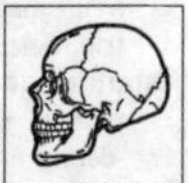

skunk (สกังค์) *n.* ตัวสกังค์, ขนของตัวสกังค์, (คำสแลง) คนที่น่ารังเกียจ

★**sky** (สไก) *n., pl.* **skies** (สไกซ์) ท้องฟ้า, จุดสูงสุด, สรวงสวรรค์

sky blue สีฟ้าอ่อน

skylight (สไก' ไลท์) *n.* ช่องรับแสงบนหลังคา

skyline (สไก' ไลน์) *n.* เส้นขอบฟ้า, โครงตึกหรือแนวเขาที่เห็นตัดกับท้องฟ้า

★**skyscraper** (สไก' สเกรเพอร์) *n.* ตึกระฟ้า

skywriting (สไก' ไรทิง) *n.* การเขียนตัวหนังสือบนฟ้าด้วยการปล่อยควันจากเครื่องบิน

slab (สแลบ) *n.* แผ่นหรือชิ้น (เค้ก หินหรือเนย), ส่วนของท่อนซุงที่เหลือหลังจากตัดเป็นไม้ท่อนสี่เหลี่ยมแล้ว *-vt.* **slabbed, slabbing** ทำให้เป็นแผ่นหรือชิ้นดังกล่าว, ปูลาดด้วยแผ่นหรือชิ้นดังกล่าว, ตัดแต่ง (ท่อนซุง) ด้วยการตัดส่วนนอกออกให้เป็นไม้ท่อนสี่เหลี่ยม

slack (สแลค) *adj.* **slacker, slackest** เนือย, เชื่องช้า, เฉื่อยชา, (ธุรกิจ) ซบเซา, หละหลวม, หย่อน, ละเลย, เกียจคร้าน, (น้ำ) ไหลเอื่อยๆ *-v.* **slacked, slacking** *-vt.* ทำให้หย่อนยานหรือหละหลวม, ละเลย (หน้าที่), เจือ (ปูน) กับ

A B C D E F G H I J K L M N O P Q R S T U V W X Y Z

น้ำ *-vi.* ทำแบบเกียจคร้าน, หลบเลี่ยงงาน *-n.* (เชือก) ส่วนที่หย่อนยาน, ความเฉินเล่อ, ความเงื่องหงอยซบเซา, ความนิ่งสงบของลมหรือสายน้ำ, พื้นน้ำส่วนที่นิ่ง, ความสามารถที่ไม่ได้ใช้ *-adv.* แบบเอื่อยเฉื่อย **-slacks** กางเกงขายาวใส่สบายๆ (-S. (adj.) slow -A. (adj.) tense)

slag (สแลก) *n.* กากจากการถลุงแร่โลหะ

slain (สเลน) *v.* กริยาช่อง 3 ของ slay

slake (สเลค) *v.* **slaked, slaking** *-vt.* ดับ (กระหาย), ระงับ, ทำให้สดชื่นโดยการให้น้ำและความชุ่มชื้น, ผสม (ปูน) กับน้ำ *-vi.* ละลายหรือทำให้ (ปูน) แตกแยกออกไม่จับกัน

★**slam** (สแลม) *vt., vi.* **slammed, slamming** ปิดอย่างแรงและดัง, ทำสิ่งใดๆ อย่างดังๆ แรงๆ, ตีอย่างแรง, (คำสแลง) ด่าว่าอย่างรุนแรง, ตบดังโครมๆ *-n.* การกระทำอย่างรุนแรงให้เกิดเสียงดัง, เสียงดังที่เกิดจากการกระทำดังกล่าว

slam-dunk, slam dunk (สแลม' ดังค์) *n.* การยัดลูกลงห่วงอย่างรุนแรงและรวดเร็วในกีฬาบาสเกตบอล

slander (สแลน' เดอร์) *n.* การกล่าวหมิ่นประมาท, การให้ร้ายป้ายสี *-vt., vi.* **-dered, -dering** กล่าวให้ร้าย (-S. (n., v.) libel)

★**slang** (สแลง) *n.* คำสแลง, ภาษาที่เข้าใจกันเฉพาะกลุ่ม **-slangy** *adj.* (-S. jargon)

slant (สแลนท์) *vt., vi.* **slanted, slanting** ทำให้เอนเอียง, เบี่ยงเบน, บิดเบือน *-n.* เส้นลาดเอียง, ทางลาดเอียง, พื้นลาด, เครื่องหมายขีดทแยง (/), อคติ (-S. (v., n.) prejudice, slope)

★**slap** (สแลพ) *n.* การตบ, เสียงตบ, การตำหนิอย่างรุนแรง *-vt., vi.* **slapped, slapping** ตบ, วางลงอย่างดัง, สะบัด (พู่กัน) ป้าย (สีใส่ผนัง), ตำหนิอย่างรุนแรง *-adv.* (ภาษาพูด) อย่างรุนแรง

slapdash (สแลพ' แดช) *adj., adv.* อย่างลวกๆ

slapstick (สแลพ' สติค) *n.* การแสดงตลกที่มีการไล่ตีกันแบบไร้สาระและป่าเถื่อน, ไม้ที่ตีแล้วมีเสียงดังที่ใช้ในการแสดงตลกแบบดังกล่าว

slash (สแลช) *vt., vi.* **slashed, slashing** กรีด, ฉีก, ฟัน, เฉือน, ชำแหละ, หวด, เฆี่ยน, ทำให้เป็นรอยฟันเหวอะหวะ, ดุด่าอย่างรุนแรง, ตัดทอนลง, ฝ่าฟันไป, แหวกทาง *-n.* รอยกรีดเป็นทางยาว, รอยฟันเหวอะหวะ, รอยแยก, รอยตะเข็บ, กิ่งไม้หรือซากที่เหลือบนพื้นป่าหลังจากการตัดท่อนไม้, เครื่องหมายขีดทแยง (/)

slat (สแลท) *n.* บานเกล็ด, แผ่นไม้หรือโลหะบางๆ ในมู่ลี่ **-slats** (คำสแลง) ซี่โครง

slate (สเลท) *n.* หินชนวน, แผ่นหินดังกล่าวที่ตัดทำเป็นวัสดุมุงหลังคาหรือทำเป็นกระดานชนวน, กระดานชนวน, บันทึก, บัญชีรายชื่อผู้สมัครรับเลือกตั้งของพรรคการเมือง, สีเทาน้ำเงินหรือเทาดำ *-vt.* **slated, slating** มุงหลังคาด้วยวัสดุดังกล่าว, ลงบัญชีรายชื่อผู้สมัครรับเลือกตั้ง, กำหนด, ระบุ, ตำหนิ (-S. (v.) criticize)

slaughter (สลอ' เทอร์) *n.* การฆ่าสัตว์เพื่อเป็นอาหาร, การฆ่าคนจำนวนมากๆ *-vt.* **-tered, -tering** ฆ่า (สัตว์) เป็นอาหาร, ฆ่าคนจำนวนมาก, ฆ่าอย่างทารุณโหดร้าย (-S. (n.) killing)

slaughterhouse (สลอ' เทอร์เฮาซ์) *n.* โรงฆ่าสัตว์, ฉากการเข่นฆ่าผู้คน

slave (สเลฟว์) *n.* ทาส, ผู้ที่ตกเป็นทาสของผู้ใดหรือสิ่งใดๆ, คนที่ทำงานอย่างหนัก, เครื่องจักรที่ถูกควบคุมด้วยเครื่องจักรอื่น *-vi.* **slaved, slaving** ทำงานหนักอาบเหงื่อต่างน้ำ, ค้าทาส

slavery (สเล' วะรี, สเลฟว์' รี) *n., pl.* **-ies** ระบบทาส, การเป็นทาส, การมีทาส, การตกเป็นทาสของสิ่งใดๆ, การทำงานหนักหามรุ่งหามค่ำ

slaw, coleslaw, cole slaw (สลอ, โคล' สลอ) *n.* สลัดกะหล่ำปลีหั่นฝอยใส่มายองเนส

slay (สเล) *vt.* **slew** (สลู), **slain, slaying** ฆ่า

sled, sledge (สเลด, สเลจ) *n.* เลื่อนใช้ลากบนหิมะหรือที่ขรุขระ *-vt., vi.* **sledded, sledding/sledged, sledging** บรรทุกบนเลื่อน, ขี่เลื่อน **-sledder** *n.*

sled, sledge

sledgehammer (สเลจ' แฮมเมอร์) *n.* ค้อนขนาดใหญ่ใช้ตอกลิ่มหรืองานหนักอื่นๆ โดยจับ 2 มือ *-adj.* อำมหิต (-S. (adj.) cruel)

sleek (สลีค) *adj.* **sleeker, sleekest** เป็นเงางาม, เจริญเติบโต, เรียบร้อยประณีต, งอกงาม, แนบเนียน, กลมกลืน, ลื่น *-vt.* **sleeked, sleeking** ทำให้เป็นดังกล่าว, (เคลือบ) เป็นมัน **-sleekly** *adv.* **-sleekness** *n.* (-S. (adj.) shiny)

★**sleep** (สลีพ) *n.* การนอนหลับ, ช่วงเวลาการนอนหลับ, การจำศีล, ความตาย, การหมดสติ, ความสงบนิ่ง, การหุบกลีบหรือใบของดอกไม้ในตอนกลางคืนหรือตอนไม่มีแสง *-v.* **slept, sleeping** *-vi.* นอนหลับ, อยู่ในสภาพเหมือนนอนหลับ *-vt.* ทำให้ผ่านไปหรือฆ่าเวลาโดยการนอน, จัดหาที่นอนให้ (-S. (v., n.) rest)

sleeper (สลี' เพอร์) *n.* ผู้ที่นอนหลับ, รถไฟตู้นอน, สิ่งที่ได้รับความสำเร็จโดยไม่คาดฝันหรือม้ามืด, ไม้หมอนรถไฟ **-sleepers** ชุดนอน

A B C D E F G H I J K L M N O P Q R S T U V W X Y Z

ของเด็กที่สวมหุ้มเท้าด้วย
sleeping bag ถุงนอน
sleeping car รถไฟตู้นอน
sleeping partner หุ้นส่วนที่ไม่ได้ร่วมบริหารกิจการด้วย
sleeping pill ยานอนหลับ
sleepless (สลีพ' ลิซ) *adj.* อดนอน, นอนไม่หลับ, ตื่นตัวตลอดเวลา, ไม่ยอมพักผ่อน **-sleeplessly** *adv.* (-S. restless)
sleepwalking (สลีพ' วอคิง) *n.* การละเมอลุกขึ้นเดินหรือทำสิ่งใดๆ ขณะนอนหลับหรืออยู่ในสภาพหลับใหล **-sleepwalk** *v.*
sleepy (สลี' พี) *adj.* **-ier, -iest** ง่วงนอน, งัวเงีย, ชวนให้อยากนอน, เงียบเชียบ, เงื่องหงอย **-sleepily** *adv.* **-sleepiness** *n.* (-S. drowsy)
sleepyhead (สลี' พีเฮด) *n.* คนขี้เซา
sleepy sickness โรคเยื่อหุ้มสมองอักเสบ มีอาการเฉื่อยชา กล้ามเนื้ออ่อนแอ
sleet (สลีท) *n.* ฝนที่ตกเป็นลูกเห็บ, ฝนตกปนกับหิมะหรือลูกเห็บ, เกล็ดน้ำแข็งที่เคลือบอยู่บนต้นไม้หรือถนนเมื่อฝนดังกล่าวแข็ง *-vi.* **sleeted, sleeting** (ฝน) ตกลงมาเป็นลูกเห็บ **-sleety** *adj.*
★**sleeve** (สลีฟว) *n.* ซองใส่แผ่นเสียง, แขนเสื้อ
sleigh (สเล) *n.* เลื่อน **-sleigher** *n.*
sleight (สไลท) *n.* ความชำนาญ, เล่ห์เหลี่ยม
slender (สเลน' เดอร) *adj.* **-er, -est** อรชรอ้อนแอ้น, น้อยนิดแทบไม่พอ **-slenderly** *adv.* **-slenderness** *n.* (-S. slim -A. fat)
slept (สเลพท) *v.* กริยาช่อง 2 และ 3 ของ sleep
slew (สลู) *v.* กริยาช่อง 2 ของ slay
★**slice** (สไลซ) *n.* ชิ้นแผ่นบางๆ, ส่วนแบ่ง, มีดใบมีดกว้างที่ใช้ตัดและเสิร์ฟอาหาร, อุปกรณ์ที่คล้ายมีดดังกล่าวใช้เกลี่ยหมึกพิมพ์, การตีลูกโค้งในกีฬากอล์ฟหรือเทนนิส, ทางที่ตีลูกโค้งออกไปดังกล่าว *-vt., vi.* **sliced, slicing** แบ่งเป็นชิ้นบางๆ หรือเป็นแว่นๆ, เฉือน, เจียน, แล่, ตัดหั่นหรือผ่าด้วยมีด, แบ่งออกเป็นส่วนๆ, เกลี่ย, ตี (ลูกบอล) โค้ง (-S. (n., v.) segment (v.) divide)
slick (สลิค) *adj.* **slicker, slickest** เรียบลื่นเป็นมัน, เจ้าเล่ห์, กะล่อน, ลื่นไหล, คล่องแคล่ว, สุขุม *-n.* พื้นที่เรียบลื่นเป็นมัน, น้ำมันที่ลอยฉาบอยู่ด้านบน, ร่องรอยของวัสดุที่ลอยอยู่เหนือน้ำ, ยางล้อรถแข่งที่มีดอกยางเรียบ, (ภาษาพูด) นิตยสารที่พิมพ์ด้วยกระดาษมันคุณภาพสูง, อุปกรณ์ที่ทำให้พื้นเรียบลื่น เช่น สิว *-vt.* **slicked, slicking** ทำให้เรียบลื่นเป็นมัน, (ภาษาพูด) ทำให้ประณีตเรียบร้อย (-S. (adj., v.) smooth)
slid (สลิด) *v.* กริยาช่อง 2 และ 3 ของ slide
★**slide** (สไลด) *vi., vt.* **slid, sliding** ไถล, ลื่นไถล, แอบหลบ (ออกไป), ร่อน, เลื้อย, ลดต่ำลง *-n.* การลื่นไถล, ทางลาดลื่น, กระดานลื่นเด็กเล่น, ส่วนที่มีลักษณะเป็นตัว U ของทรอมโบนซึ่งเป็นแตรทองเหลืองชนิดหนึ่งที่ใช้ชักเข้าออกให้เกิดเสียงหลายระดับ, การลดต่ำลง, การถล่มของหินหรือหิมะ, สไลด์ภาพนิ่ง, แผ่นกระจกขนาดเล็กที่ใช้วางสิ่งที่จะตรวจสอบใต้กล้องจุลทรรศน์ (-S. (v., n.) slip)
slide rule เครื่องมือทางคณิตศาสตร์ที่ใช้คำนวณ
★**slight** (สไลท) *adj.* **slighter, slightest** เล็กน้อย, บอบบาง, อ่อนแอ, ไม่สลักสำคัญ *-vt.* **slighted, slighting** ดูถูกดูแคลน, ไม่ให้ความสำคัญ, ทอดทิ้ง, ละเลย, ประมาท *-n.* การดูถูกดูแคลน, การบอกปัดอย่างไม่ไยดี (-S. (adj.) insignificant (v.) ignore (n.) contempt -A. (v., n.) praise)
★**slightly** (สไลท' ลี) *adv.* บอบบาง, ค่อนข้าง, บ้าง, เล็กน้อย (-S. somewhat)
slim (สลิม) *adj.* **slimmer, slimmest** ผอม, บอบบาง, เอวบางร่างน้อย, น้อยนิด *-vi., vt.* **slimmed, slimming** ผอมลง, ลดน้ำหนัก **-slimly** *adv.* **-slimness** *n.* (-S. (adj., v.) thin)
slime (สไลม) *n.* น้ำเมือก, สิ่งที่น่ารังเกียจ
slimline (สลิม' ไลน) *adj.* ไม่เทอะทะ, (เครื่องดื่ม) มีน้ำตาลน้อย
slimy (สไล' มี) *adj.* **-ier, -iest** เป็นเมือกลื่นน่าขยะแขยง, ชั่วร้ายเลวทราม, (ภาษาพูด) ทำเป็นมิตรและน่าคบหาแบบไม่จริงใจ (-S. oily)
sling[1] (สลิง) *n.* ผ้าคล้องแขนหรือมือที่เจ็บ, สายสะพายปืน, หนังสติ๊ก, สายรั้งรองเท้าเหนือส้นรองเท้าเปิดส้นของสตรี, การขว้างหรือยิงลูกกระสุน *-vt.* **slung, slinging** โยน, ขว้าง, ปา, พาด, แขวน, แกว่ง, คล้อง, ชักรอก
sling[2] (สลิง) *n.* เหล้าบรั่นดี วิสกี้และยินผสมน้ำตาลและเติมรสมะนาว
slingshot (สลิง' ชอท) *n.* หนังสติ๊ก
slink (สลิงค) *v.* **slunk/slinked, slinking** *-vi.* แอบด้อมๆ มองๆ หรือหลบไป *-vt.* คลอดก่อนครบกำหนด *-n.* สัตว์ที่เกิดก่อนกำหนด *-adj.* ซึ่งเกิดหรือคลอดก่อนกำหนด **-slinkingly** *adv.*
★**slip[1]** (สลิพ) *v.* **slipped, slipping** *-vi.* ลื่นแฉลบ, ลดลง, เล็ดลอด, พลาด, ไหล, เลื่อน, ล่วงเลยไป, ลอบ, หลบๆ ซ่อนๆ, แอบ, หลุดรอด *-vt.* ทำให้ลื่นไถล, สอด, ถอด (เสื้อ), หนีพ้น, ลื่น, หลบหลีก, กลิ้ง, เล็ดลอด, (สัตว์) ออกลูกก่อนกำหนดหรือแท้งลูก, ปล่อย (สุนัขหรือเหยี่ยว)

A B C D E F G H I J K L M N O P Q R S T U V W X Y Z

ให้ตามล่าเหยื่อ, คลาย, ทำให้ (กระดูก) แพลงหรือเคลื่อน, แอบให้ (เงิน) *-n.* ความผิดพลาด, ชุดชั้นในสตรี, การลื่นไถล, การลื่นล้ม, ทางลาดลงทะเลสำหรับสร้างหรือซ่อมเรือ, ท่าเทียบเรือ, ปลอกหมอน (**-S.** (v., n.) slide)

★**slip[2]** (สลิพ) *n.* หน่อ, ตาต้นไม้, กิ่งตอน, ชิ้นใดๆ ที่เรียวยาว, คนหนุ่มสาวที่เอวบางร่างน้อย, กระดาษชิ้นเล็กๆ เช่น ใบเสร็จ, ช่องสำหรับนั่งฟังเทศน์ในโบสถ์ *-vt.* **slipped, slipping** ตัดกิ่งตอน (**-S.** (n.) strip)

slipper (สลิพ' เพอร์) *n.* รองเท้าทรงเตี้ยๆ แบนๆ ที่ใส่และถอดง่าย ใช้ใส่ในบ้าน **-slippered** *adj.*

★**slippery** (สลิพ' พะรี) *adj.* **-ier, -iest** ลื่น, หลุดมือง่าย, หลอกลวง (**-S.** greasy)

slipway (สลิพ' เว) *n.* ทางลาดลงทะเลสำหรับเอาเรือขึ้นหรือลงน้ำ

slit (สลิท) *n.* รอยแยกหรือแตกยาว, ร่อง, ช่องโหว่ *-vt.* **slit, slitting** ผ่า, ปริ, เป็นแผลแยก

slither (สลิธ' เธอร์) *vi., vt.* **-ered, -ering** ลื่นไถล, เดินตุปัดตุเป๋, เลื้อย *-n.* การกระทำดังกล่าว

sliver (สลิฟว' เวอร์) *n.* เศษ (แก้ว), สะเก็ด, ชิ้นเล็กชิ้นน้อย, (ผืนดิน) ส่วนเล็กๆ *-vt., vi.* **-ered, -ering** กะเทาะให้แตกแยกออกเป็นเศษๆ

slobber (สลอบ' เบอร์) *vi., vt.* **-bered, -bering** ปล่อยให้น้ำลายไหล, พูดละล่ำละลัก *-n.* น้ำลายที่ไหลออกมา, การพูดแบบละล่ำละลัก, การแสดงออกมากเกินไปแบบฟูมฟาย **-slobbery** *adj.*

slog (สลอก) *v.* **slogged, slogging** *-vi.* เดินไปอย่างยากลำบากและเชื่องช้า, ทำงานอย่างขยันขันแข็งเป็นเวลายาวนาน *-vt.* ดั้นด้นเดินไป, ตีอย่างแรง *-n.* การเดินหรืองานหนักอันยาวนานและน่าเหนื่อยอ่อน **-slogger** *n.*

slogan (สโล' เกิน) *n.* สโลแกน เป็นข้อความสั้นๆ จำง่าย ที่ใช้จำกัดความสินค้าองค์กรหรือผู้สมัครรับเลือก, คำขวัญ (**-S.** catchword)

sloop (สลูพ) *n.* เรือใบขนาดเล็กมีเสาเดียว

slop[1] (สลอพ) *n.* น้ำที่หกหรือกระจาย, ดิน โคลนเลน, การพูดหรือการเขียนที่เลื่อนเปื้อนไร้สาระ, อาหารที่เป็นน้ำหรือซุปที่ดูไม่น่ารับประทาน *-v.* **slopped, slopping** *-vi.* ทำหกหรือกระจาย, ไหลล้น, เดินอย่างยากลำบาก เช่น เดินในโคลน, พูดพล่ามน่ารำคาญ *-vt.* ทำ (น้ำ) หก, เสิร์ฟอย่างงุ่มง่าม, ให้อาหารที่เละแก่ (สัตว์)

slop[2] (สลอพ) *n.* ชุดคลุมตัวหลวม เช่น ชุดคลุมกันเปื้อนเต็มตัวสวมหัวของเด็ก **-slops** เสื้อผ้าหรือเครื่องนอนที่แจกจ่ายหรือขายให้กับกะลาสีหรือทหารเรือ, เสื้อผ้าสำเร็จรูปราคาถูก

★**slope** (สโลพ) *v.* **sloped, sloping** *-vi.* ลาด, เอียง, ทแยง *-vt.* ทำให้ลาดเอียงหรือทแยง *-n.* ทางหรือพื้นลาด, เส้นทแยง, เนิน, การหันเหหรือเฉออกจากเส้นตรงแนวนอน, จำนวนองศาของการหันเหหรือเฉดังกล่าว (**-S.** (v., n.) incline)

sloppy (สลอพ' พี) *adj.* **-pier, -piest** ไม่เรียบร้อย, ไม่ใส่ใจ, ฟูมฟาย, เละ, เลอะเทอะ **-sloppily** *adv.* **-sloppiness** *n.* (**-S.** messy)

slosh (สลอช) *vt., vi.* **sloshed, sloshing** ฝ่าน้ำหรือโคลน, (น้ำ) หกหรือกระจาย, ทำให้ (น้ำ) กระเพื่อม *-n.* โคลนเลน, เสียงน้ำกระจาย

slot (สลอท) *n.* ช่องในเครื่องหยอดเหรียญหรือตู้ไปรษณีย์, ตำแหน่งในลำดับ *-vt.* **slotted, slotting** เจาะเป็นช่อง, ใส่ในช่อง (**-S.** (n., v.) hole)

sloth (สลอธ, สโลธ) *n.* ความเกียจคร้าน, ตัวสโลท เป็นสัตว์คล้ายหมี อาศัยอยู่บนต้นไม้ เคลื่อนไหวช้า, ฝูงหมี (**-S.** idleness)

slot machine เครื่องเล่นเกมพนันหรือตู้สินค้าที่ใช้เหรียญหยอดในช่องหยอดเหรียญ

slouch (สเลาช์) *v.* **slouched, slouching** *-vi.* นั่ง ยืนหรือเดินตัวงอ, ลู่หรือหลุบลง *-vt.* ทำให้ห้อยยาน, ก้มลง *-n.* (คำสแลง) คนโง่หรือเฉื่อยชา, ท่านั่ง ยืนหรือเดินแบบดังกล่าว

slovenly (สลัฟว' เวินลี) *adj.* ไม่เรียบร้อย, ลวกๆ, ไม่ใส่ใจ, ส่งเดช (**-S.** disorderly **-A.** neat)

★**slow** (สโล) *adj.* **slower, slowest** ช้า, ไม่ฉลาด, นาน, ลังเล, รีรอ, น่าเบื่อหน่าย *-adv.* **slower, slowest** ช้ากว่าเวลาปกติ, เชื่องช้า *-vt., vi.* **slowed, slowing** ทำให้ช้าลง, ผัด, หน่วงเหนี่ยว **-slowly** *adv.* (**-S.** (adj.) unhurried (v.) impede **-A.** (adj., adv.) fast)

slow loris ลิงลม

slow motion, slo-mo เทคนิคการตัดต่อฟิล์มภาพยนตร์ ทำเป็นภาพเคลื่อนไหวช้ากว่าปกติ

sludge (สลัจ) *n.* โคลนเลน, ปลักตม, การเกาะกันของเซลล์เม็ดเลือด, กาก, ตะกอน

slug[1] (สลัก) *n.* สัตว์คล้ายทากแต่ไม่มีเปลือก, (ภาษาพูด) คนขี้เกียจ

slug[2] (สลัก) *n.* กระสุน, (ภาษาพูด) เหล้าจำนวน 1 อึก, แถบโลหะที่ใช้เพิ่มช่องว่างระหว่างตัวพิมพ์, แถวของตัวพิมพ์ที่ทำเป็นชิ้นหรือแถบเดียวโดยเครื่องเรียงพิมพ์, ตัวพาดหัวสั้นๆ มักจะเป็นคำเดียวใช้บอกชื่อเรื่อง

sluggish (สลัก' กิช) *adj.* (ไหล) เอื่อยๆ, เนือยๆ, เกียจคร้าน, ช้า, อืดอาดยืดยาด, เฉื่อยชา **-sluggishly** *adv.* (**-S.** inert, lazy, slow **-A.** active)

sluice (สลูซ) *n.* ทางน้ำที่ทำขึ้นมาโดยให้มี

ประตูกั้นปิดเปิดน้ำ, ประตูกั้นน้ำ, น้ำที่กักไว้หลังประตูกั้นน้ำ, ทางลาดตลอดแนวยาวที่มีน้ำไหลใช้ขนท่อนซุงหรือเพื่อชะล้างแยกแร่ทองคำ, ช่องที่ทำขึ้นเพื่อรับน้ำที่ล้นเอ่อ *-v.* **sluiced, sluicing** *-vt.* ทำให้เปียกโชกหรือแช่ด้วยกระแสน้ำที่ปล่อยออกมา, ทำให้ (น้ำ) ไหลเข้าและออกด้วยประตูกั้นน้ำ, ชะล้างด้วยน้ำที่ไหลในทางลาดดังกล่าว, ส่ง (ท่อนไม้) ลงมาตามทางลาดดังกล่าว *-vi.* ไหลออกมาจากประตูกั้นน้ำ

slum (สลัม) *n.* แหล่งเสื่อมโทรม, สลัม, (ภาษาพูด) สถานที่อันสกปรกรุงรังมาก *-vi.* **slummed, slumming** ไปเยี่ยมสลัม

slumber (สลัม' เบอร์) *vt., vi.* **-bered, -bering** นอนหลับ, สงบนิ่ง, ไม่ไหวติง *-n.* การนอนหลับ, สภาพสงบนิ่งไม่ไหวติง (**-S.** (v., n.) sleep)

slump (สลัมพ์) *vi.* **slumped, slumping** ทรุดลง, ตกลง, ยุบลง, พับลง, งุ้มลง *-n.* การมีอาการดังกล่าว, ท่างุ้มลง, การตกต่ำลง, ช่วงเวลาตกต่ำทางธุรกิจอย่างมาก (**-S.** (v.) sink)

slung (สลัง) *v.* กริยาช่อง 2 และ 3 ของ sling[1]

slunk (สลังค์) *v.* กริยาช่อง 2 และ 3 ของ slink

slur (สเลอร์) *vt.* **slurred, slurring** พูดอ้อแอ้, ทำแบบไม่ใส่ใจ, ร้องเพลงทอดเสียงไปอย่างราบรื่นไม่หยุดเว้น, ทำเครื่องหมายให้ทอดเสียงในเพลง, ทำให้เลือนหรือเลอะ *-n.* ถ้อยคำใส่ร้าย, การพูดอ้อแอ้, เส้นโค้งที่เชื่อมตัวโน้ตบอกให้รู้ว่าให้เล่นคลอไปไม่ขาดเสียง, ช่วงที่เล่นและร้องแบบดังกล่าว, รอยพิมพ์เลือนหรือเลอะ

slush (สลัช) *n.* หิมะหรือน้ำแข็งที่ละลาย, โคลนเลน, ปลักตม, น้ำมันหรือไขมันที่ทิ้งจากเรือ, การพูดหรือเขียนที่แสดงความรู้สึกมากเกินไป, น้ำมันหล่อลื่นเครื่องจักร,น้ำเชื่อมปรุงรสราดน้ำแข็งบด

slut (สลัท) *n.* หญิงแพศยา, โสเภณี (**-S.** whore)

sly (สไล) *adj.* **slier** (สไล' เออร์), **sliest** (สไล' เอซท์)/**slyer, slyest** เจ้าเล่ห์, มารยา, มีเลศนัย, ขี้โกง (**-S.** foxy, secret, shrewd **-A.** direct)

smack[1] (สแมค) *vt., vi.* **smacked, smacking** จูบเสียงดังจ๊วบ, กินเสียงดังจั๊บจั๊บ, ตีหรือฟาดอย่างแรงและดัง, ชนดังโครม *-n.* เสียงดังจากการกระทำดังกล่าว, การจูบเสียงดังจ๊วบ, การตี ต่อยหรือตบอย่างแรง *-adv.* ด้วยเสียงดังและแรง, (อยู่กลางเมือง) พอดี

smack[2] (สแมค) *n.* กลิ่นหรือรสชาติอันเฉพาะตัว, ร่องรอย, ข้อชวนคิด, จำนวนเล็กน้อย *-vi.* **smacked, smacking** มีกลิ่นหรือรสชาติอันเฉพาะตัว, บ่งบอก

smack[3] (สแมค) *n.* เรือใบลำเล็กใช้หาปลา

★**small** (สมอล) *adj.* **smaller, smallest** เล็ก, น้อย, เบา, ไม่สำคัญ, คับแคบ, ย่อย, ถ่อมตัว, เบ็ดเตล็ด, ต่ำต้อย, (เหล้า) รสอ่อน *-adv.* เป็นชิ้นเล็กๆ, อย่างนุ่มนวล, อย่างถ่อมตัว *-n.* สิ่งที่มีขนาดเล็ก (**-S.** (adj.) tiny **-A.** (adj.) large)

small arm ปืนพก

small beer เบียร์รสอ่อน, สิ่งที่ไม่สลักสำคัญ

small change เหรียญที่มีมูลค่าต่ำ, สิ่งไร้ค่า

small fry เด็กเล็กๆ, ปลาเล็กๆ หรือลูกปลา, คนหรือสิ่งที่ไม่สำคัญ

smallholding (สมอล' โฮลดิง) *n.* ผืนดินขนาดเล็กที่ซื้อหรือเช่าเพื่อเพาะปลูก-**smallholder** *n.*

small hours ช่วงเวลาหลังเที่ยงคืนเล็กน้อย

small intestine ลำไส้เล็ก

small-minded (สมอล' ไมน' ดิด) *adj.* ใจแคบ

smallpox (สมอล' พอคซ์) *n.* ไข้ทรพิษหรือฝีดาษ

small-scale (สมอล' สเกล') *adj.* (ขนาด) ย่อส่วน, พอประมาณ

★**smart** (สมาร์ท) *adj.* **smarter, smartest** โก้เก๋, ฉลาด, เฉียบคม, สดใส, หัวไว, ทะลึ่ง, อวดดี, กระฉับกระเฉง, เจ้าเล่ห์, หรูหรา, เข้าสมัย, เกี่ยวกับเครื่องมืออัตโนมัติระดับสูงที่เลียนแบบความฉลาดของมนุษย์, ทรงคุณวุฒิ *-vi.* **smarted, smarting** ทำให้เจ็บเหมือนโดนสัตว์กัดต่อย, เจ็บแสบ, ทุกข์ใจหรือโศกเศร้าฉับพลัน, ได้รับการลงโทษอย่างแสนสาหัส *-n.* ความเจ็บปวดรวดร้าวทางร่างกายหรือจิตใจ (**-S.** (adj.) clever)

smart card บัตรที่คล้ายบัตรเครดิตออกโดยบริษัทห้างร้านต่างๆ ใช้เก็บข้อมูล เช่น การโอนเงินหรือการสะสมยอดของลูกค้าเจ้าของบัตร

smash (สแมช) *vt., vi.* **smashed, smashing** ทำให้แตกละเอียดเป็นชิ้นๆ, ชน, กระทบ, ทำลายล้าง, ตบลูก (บอล) ลงอย่างแรง, ถูกบดขยี้, ล้มละลาย *-n.* การทำให้แตกละเอียด, เสียงจากการทำดังกล่าว, ความหายนะ, การล้มละลาย, การชนกัน, เครื่องดื่มทำจากมินต์ น้ำตาล โซดาและบรั่นดี, เครื่องดื่มอัดก๊าซไม่มีแอลกอฮอล์ที่ทำจากผลไม้บด, การตีฟาดลงมาอย่างแรง เช่นในการเสิร์ฟลูกในกีฬาเทนนิส *-adv.* ด้วยการชนอย่างรุนแรงและทันทีทันใด (**-S.** (v., n.) shatter)

smashing (สแมช' ชิง) *adj.* อย่างแรงและดัง, (ภาษาพูด) วิเศษมาก **-smashingly** *adv.*

smattering (สแมท' เทอริง) *n.* ความรู้แบบผิวเผินไม่แตกฉาน, จำนวนน้อยนิด

SME ย่อจาก Small (and) Medium-size Enterprises ธุรกิจขนาดย่อม

smear (สเมียร์) *vt., vi.* **smeared, smearing**

ทา, ละเลง, ทำให้เปื้อนเลอะเทอะ, ทำลายชื่อเสียง, ประจาน, ประณาม, ใส่ร้ายป้ายสี, (คำสแลง) ทำให้แพ้ราบคาบ -*n.* รอยเปื้อนหรือด่าง, มลทิน, การให้ร้าย, สิ่งที่ใช้ทาหรือละเลง, ตัวอย่าง (เลือด) ที่ใช้ละเลงบนสไลด์สำหรับส่องกล้องตรวจสอบหรือบนจานเพาะเชื้อ (-S. (v.) spread (n., v.) stain)

★**smell** (สเมล) *vt., vi.* **smelled/smelt, smelling** ดม, ได้กลิ่น, ส่งกลิ่น, มีกลิ่นไอของ, เหม็น, ปรากฏให้เห็นว่าไม่ซื่อสัตย์ -*n.* ประสาทรับกลิ่น, กลิ่น, การดมกลิ่น, กลิ่นอาย (ของความสำเร็จ) **-smell a rat** (คำสแลง) รู้สึกถึงสิ่งไม่ชอบมาพากล (-S. (v., n.) scent)

smelly (สเมล' ลี) *adj.* **-ier, -iest** เหม็น

smelt[1] (สเมลท์) *vt., vi.* **smelted, smelting** ถลุง (แร่)

smelt[2] (สเมลท์) *v.* กริยาช่อง 2 และ 3 ของ smell

★**smile** (สไมล์) *n.* การยิ้ม, รอยยิ้ม -*vi., vt.* **smiled, smiling** ยิ้ม, แย้มสรวล, ยิ้มให้

smite (สไมท์) *vt., vi.* **smote, smitten/smote, smiting** ฟาด, เฆี่ยน, ตบหรือตีด้วยอาวุธ

smith (สมิธ) *n.* ช่างทำเครื่องโลหะ เช่น เงิน, ช่างตีเหล็ก, ช่างทำกุญแจ, ช่าง

smithereens (สมิธธะรีนซ์) *n. pl.* (ภาษาพูด) ชิ้นเล็กชิ้นน้อย (-S. bits)

smitten (สมิท' เทิน) *v.* กริยาช่อง 3 ของ smite

smock (สมอค) *n.* ชุดคลุมหลวมสวมกันเปื้อน

smog (สมอก) *n.* หมอกและควันที่ผสมกันในแถบเมืองที่มีโรงงานอุตสาหกรรม **-smoggy** *adj.*

★**smoke** (สโมค) *n.* ควันไฟหรือบุหรี่, การสูบบุหรี่, (ภาษาพูด) บุหรี่, สิ่งที่ใช้ในการสงครามเพื่อสร้างม่านควัน, สิ่งที่ใช้ปกปิด, สีน้ำเงินออกเทา, สิ่งที่เป็นดังควัน -*vi., vt.* **smoked, smoking** สูบและพ่นควัน (บุหรี่), สูบบุหรี่เป็นนิสัย, รมควัน, (คำสแลง) ฆ่า ไปแบบเร็วสุด, เล่นหรือทำแบบกระฉับกระเฉง, เอา (แก้ว) รมควันไฟเพื่อให้ดำหรือเปลี่ยนสี **-smoker** *n.*

smoke screen, smokescreen (สโมค' สกรีน) *n.* ม่านควัน, สิ่งที่ใช้ปกปิด

smoky (สโม' คี) *adj.* **-ier, -iest** มีควันมาก

smolder, smoulder (สโมล' เดอร์) *vi.* **-dered, -dering** คุกรุ่น, ระอุ -*n.* ควันคลุ้งหนา

★**smooth** (สมูธ) *adj.* **smoother, smoothest** เรียบ, เนียน, โล้นเลี่ยน, เตียน, ราบรื่น, สุภาพเรียบร้อย, กลมกลืน, สงบ, ละมุน **-smoothly** *adv.* (-S. even -A. rough)

smoothen (สมู' เธิน) *vt., vi.* **-ened, -ening** ทำให้เรียบ

smote (สโมท) *v.* กริยาช่อง 2 และ 3 ของ smite

smother (สมัธ' เธอร์) *vt., vi.* **-ered, -ering** กลบ (ไฟ), คลุม, ข่มหรือสะกดกลั้น (อารมณ์), อุดจมูก (ให้หายใจไม่ออก), โอ๋ (เด็ก) มากเกินไป -*n.* ควันหรือเมฆหมอกที่หนาแน่น

smoulder (สโมล' เดอร์) *v., n.* ดู smolder

smudge (สมัจ) *vt., vi.* **smudged, smudging** ทำให้ (หมึก) เลอะเลือนหรือด่าง, รมควัน (พืช) เพื่อไล่แมลงหรือกันน้ำแข็งเกาะ -*n.* รอยด่างหรือเปื้อน, รอยมลทิน, ควันที่ใช้รมควันพืชดังกล่าว

smug (สมัก) *adj.* **smugger, smuggest** อวดดี

smuggle (สมัก' เกิล) *vt., vi.* **-gled, -gling** ลักลอบนำเข้าหรือส่งออกโดยไม่เสียภาษี

smut (สมัท) *n.* รอยด่างหรือเปื้อน, ความลามก เรื่องลามก, โรคพืชที่เกิดจากเชื้อรา, เชื้อราในพืช -*vt., vi.* **smutted, smutting** รมควันให้เป็นรอยด่างดำ, เป็นโรค (พืช) ด้วยเชื้อรา

★**snack** (สแนค) *n.* อาหารว่าง

snag (สแนก) *n.* อุปสรรคเล็กๆ น้อยๆ ที่ไม่คาดฝัน, ต้นไม้หรือกิ่งก้านที่โผล่พ้นน้ำ, ฟันเก, รอยขาดในผ้า, เขากวางที่สั้นหรือไม่สมบูรณ์

snail (สเนล) *n.* ทาก, คนที่เชื่องช้าและขี้เกียจ

snail-paced (สเนล' เพซท์) *adj.* ซึ่งเคลื่อนไปอย่างช้าเหลือเกิน

★**snake** (สเนค) *n.* งู, คนทรยศ, ขดลวดโลหะขนาดยาวที่หักโค้งงอไปมาได้ใช้ในการล้างท่อ -*vt., vi.* **snaked, snaking** ลากหรือดึง, กระตุก, เลื้อยคดเคี้ยวไปมา

snap (สแนพ) *vi., vt.* **snapped, snapping** หัก, ปิดดังปัง, (สุนัข) งับ, ตะคอก, พูดแบบกระโชกโฮกฮาก, ระเบิดอารมณ์ออกมา, ขบเขี้ยวเคี้ยวฟัน, คว้า, ฉวย, ส่องประกาย, เดือด, เปิดปิดหรือทำให้กระทบกันดังกริ๊ก, เคลื่อนไหวอย่างรวดเร็ว, ถ่าย (รูป), ลงกลอนหรือลั่นกุญแจเสียงดัง -*n.* เสียงหัก, การกระทำที่ทำให้เกิดเสียงดังกล่าว, การหัก, อุปกรณ์ที่ใช้กลัดที่เมื่อใช้จะมีเสียงดัง, การงับ ฉวย จับ, เสียงดีดนิ้ว, การดีดนิ้ว, การระเบิดออกของสิ่งที่ถูกกดดัน, อากาศเย็นช่วงสั้นๆ, คุกกี้กรอบแผ่นบางกลม, ความยืดหยุ่น, (ภาษาพูด) ความกระฉับกระเฉงมีชีวิตชีวา, สิ่งที่ทำสำเร็จได้โดยไม่ต้องใช้ความพยายาม, รูปภาพที่ถ่ายเล่นๆ เป็นส่วนตัว, การถ่ายรูปแบบดังกล่าว -*adj.* ซึ่งติดตรึงแน่นด้วยเสียง

A B C D E F G H I J K L M N O P Q R S T U V W X Y Z

อันดัง, แบบฉับพลัน, (ภาษาพูด) เรียบง่าย (-S. (v., n.) click (adj.) immediate)

snappy (สแนพ' พี) *adj.* **-pier, -piest** (ภาษาพูด) คล่องแคล่ว โก้เก๋, เฉียบคม

snapshot (สแนพ' ชอท) *n.* รูปถ่ายแบบส่วนตัว ซึ่งถ่ายเล่นๆ

snare (สแนร์) *n.* กับดักจับนกหรือสัตว์เล็กๆ, สิ่งล่อลวงดังกับดัก, เครื่องมือผ่าตัดที่เป็นห่วงลวดใช้เพื่อเอาก้อนมะเร็งออก, เส้นลวดที่ขึงอยู่ใต้กลองแต๊ก *-vt.* **snared, snaring** วางกับดักจับ **-snarer** *n.* (-S. (n., v) trap)

snare drum กลองแต๊ก

snarl[1] (สนาร์ล) *vi., vt.* **snarled, snarling** ขู่ตะคอก, แยกเขี้ยวคำราม *-n.* การคำรามก้องอย่างดุร้าย **-snarler** *n.* (-S. (v., n.) growl)

snarl[2] (สนาร์ล) *n.* กลุ่มก้อน (ผมหรือไหม) ที่พันกันยุ่ง, สภาพยุ่งเหยิง *-vi., vt.* **snarled, snarling** (ผม) พันกันยุ่ง, สับสนอลหม่าน

snatch (สแนช) *vt., vi.* **snatched, snatching** ฉก, ฉวย, คว้า, กระชาก, ยก (น้ำหนัก) ด้วยท่าสแนช *-n.* การฉกชิงวิ่งราว, การฉกฉวยโอกาส, ช่วงเวลาสั้นๆ, เศษเสี้ยวอันน้อยนิด, (คำสแลง) การลักพาตัว, การยกน้ำหนักท่าสแนชที่ยกน้ำหนักจากพื้นขึ้นเหนือศีรษะโดยไม่ต้องพักไว้ที่อก (-S. (v., n.) grasp -A. (v., n.) release)

★**sneak** (สนีค) *vi., vt.* **sneaked/snuck, sneaking** หลบๆ ซ่อนๆ, แอบด้อมๆ มองๆ *-n.* คนขี้โกง, การแอบๆ ซ่อนๆ, (ภาษาพูด) คนช่างฟ้อง รองเท้าผ้าใบพื้นยางใส่เล่นกีฬา *-adj.* อย่างหลบๆ ซ่อนๆ, โดยไม่มีการเตือนล่วงหน้า

sneaker (สนี' เคอร์) *n.* รองเท้ากีฬาเป็นรองเท้าผ้าใบพื้นยาง

sneaking (สนี' คิง) *adj.* ซึ่งแอบซ่อนอยู่ (ในใจ)

sneaky (สนี' คี) *adj.* **-ier, -iest** ปกปิด, ซ่อนเร้น, มีเลศนัย **-sneakily** *adv.* (-S. hidden)

sneer (สเนียร์) *n.* การทำหน้ายิ้มเยาะแบบดูถูก, การพูดเยาะเย้ย *-vt., vi.* **sneered, sneering** เยาะเย้ย, ยิ้มเยาะ, ดูถูก (-S. (n.) derision)

★**sneeze** (สนีซ) *vi.* **sneezed, sneezing** จาม *-n.* การจาม, เสียงจาม **-sneezy** *adj.*

snicker (สนิค' เคอร์) *n., v.* ดู snigger

sniff (สนิฟ) *vi., vt.* **sniffed, sniffing** สูดดมฟุดฟิด, สูดน้ำมูก, สูดกลิ่น, ดูถูก, (ภาษาพูด) สอดรู้สอดเห็น *-n.* การสูดดม, เสียงสูดกลิ่น

snigger (สนิก' เกอร์) *n.* การแอบหัวเราะคิกคัก *-vi.* **-gered, -gering** แอบหัวเราะคิกคัก

snip (สนิพ) *vt., vi.* **snipped, snipping** ตัดหรือเล็มโดยการขยับกรรไกรเร็วๆ *-n.* การกระทำดังกล่าว, เสียงจากการกระทำดังกล่าว, รอยตัดเล็กๆ ด้วยกรรไกร, เศษเล็กเศษน้อย, ชิ้นส่วนเล็กๆ ที่ถูกตัดออก, (ภาษาพูด) สิ่งที่มีขนาดเล็ก คนทะลึ่งหรือจอมซน ของที่ขายถูกอย่างไม่น่าเชื่อ (-S. (v., n.) cut)

snipe (สไนพ์) *n.* การแอบลอบยิง, นกปากซ่อม *-vi.* **sniped, sniping** ลอบยิง, ล่าและยิงนกปากซ่อม, ลอบโจมตีหรือว่าลับหลัง

snippet (สนิพ' พิท) *n.* เศษเสี้ยวอันน้อยนิด

snivel (สนิฟ' เวิล) *vi.* **-eled, -eling/-elled, -elling** สูดน้ำมูก, สะอึกสะอื้น, น้ำมูกไหล *-n.* น้ำมูก, การกระทำดังกล่าว (-S. (v.) inhale)

snob (สนอบ) *n.* คนที่ดูถูกผู้ที่ต่ำต้อยกว่าและยกย่องหรือเห่อผู้ที่สูงส่งกว่า **-snobbery** *n.*

snobbish (สนอบ' บิช) *adj.* อวดอ้าง, ยกตน

snooker (สนุค' เคอร์) *n.* สนุกเกอร์เป็นเกมการเล่นแทงลูกลงหลุมบนโต๊ะปูผ้าเขียวแบบบิลเลียด

snoop (สนูพ) *vi.* **snooped, snooping** เที่ยวด้อมๆ มองๆ สอดรู้สอดเห็น *-n.* ผู้ที่ชอบสอดแนมเรื่องของคนอื่น **-snoopy** *adj.*

snooze (สนูซ) *vi.* **snoozed, snoozing** งีบหลับ *-n.* การงีบหลับ (-S. (v., n. nap)

snore (สนอร์, สโนร์) *vi.* **snored, snoring** กรน *-n.* การนอนกรน, เสียงกรน **-snorer** *n.*

snorkel (สนอร์' เคิล) *n.* อุปกรณ์ที่ใช้หายใจใต้น้ำ ในเวลาดำน้ำที่ไม่ใช้ถังอากาศ

snorkel

snort (สนอร์ท) *n.* เสียงหายใจฟึดฟาดแบบที่ม้าหรือหมูชอบทำ, เสียงที่คล้ายเสียงดังกล่าว, (คำสแลง) การดื่มรวดเดียว โคเคนหรือเฮโรอีนจำนวนเล็กน้อยที่ใช้สูดดมเพียงครั้งเดียว *-vi., vt.* **snorted, snorting** ทำเสียงหายใจฟึดฟาด, ทำเสียงแสดงการดูถูกหรือเย้ยหยัน, (คำสแลง) เสพยาเสพย์ติด เช่น โคเคนด้วยการสูดดม

snout (สเนาท์) *n.* ส่วนจมูกหรือด้านหน้าของสัตว์ที่ยื่นออกมา เช่น นอแรด, พวยกา, (คำสแลง) จมูกคน

★**snow** (สโน) *n.* หิมะ, พายุหิมะ, รอยด่างขาวบนจอโทรทัศน์อันเกิดจากการส่งสัญญาณที่อ่อน, (คำสแลง) โคเคน เฮโรอีน *-v.* **snowed, snowing** *-vi.* หิมะตก *-vt.* กลบด้วยหิมะ

snowball (สโน' บอล) *n.* ก้อนหิมะที่ปั้นขว้างกัน, น้ำแข็งไสราดน้ำเชื่อม, ไม้พุ่มชนิดที่มีดอกเป็นช่อกลมๆ สีขาวหรือชมพู *-vi., vt.* **-balled, -balling** เพิ่มขึ้นทวีคูณอย่างรวดเร็วเหมือน

ก้อนหิมะที่กลิ้งลงเขา, ขว้างปาก้อนหิมะใส่กัน

snowbound (สโน' เบานด์) *adj.* ซึ่งติดอยู่ในที่หนึ่งที่ใด เนื่องจากเกิดหิมะตกอย่างหนัก

snowfall (สโน' ฟอล) *n.* หิมะตก, จำนวนหิมะตกที่วัดได้ในช่วงเวลาหรือสถานที่ที่กำหนด

snowflake (สโน' เฟลค) *n.* เกล็ดหิมะ

snowman (สโน' แมน) *n.* ตุ๊กตาหิมะ

snowman

snowplow (สโน' เพลา) *n.* เครื่องกวาดหิมะ

snowshoe (สโน' ชู) *n.* รองเท้าเดินบนหิมะมีลักษณะเป็นโครงรูปไม้เทนนิส

snowstorm (สโน' สตอร์ม) *n.* พายุหิมะ

snowy (สโน' อี) *adj.* **-ier, -iest** เต็มหรือปกคลุมไปด้วยหิมะ, ขาวดังหิมะ **-snowily** *adv.*

snub (สนับ) *vt.* **snubbed, snubbing** เพิกเฉย, ดูถูก, ปฏิเสธอย่างไร้เยื่อใย, รั้ง (เชือก) พันเสา, ผูก (เรือ) ด้วยการรั้งเชือกดังกล่าว, ดับ (บุหรี่) *-n.* การดูถูก *-adj.* (จมูก) บี้แบน **-snubber** *n.* (-S. (n., v.) insult -A. (v.) accept)

snuff¹ (สนัฟ) *vt., vi.* **snuffed, snuffing** สูดลมหายใจ, สูดดมกลิ่น *-n.* การสูดดม, เสียงสูดดม (-S. (v., n.) sniff)

snuff² (สนัฟ) *n.* ไส้เทียนส่วนที่ไหม้ดำแล้ว *-vt.* **snuffed, snuffing** ดับ (เทียน), กำจัด, ทำลายล้าง, ตัด (ไส้เทียน) ส่วนที่ไหม้ดำออก

snuff³ (สนัฟ) *n.* ยานัตถุ์, จำนวนยานัตถุ์ที่ใช้สูดดมหนึ่งครั้ง, ยาใดๆ ที่เป็นผงใช้สูดดม *-vi.* **snuffed, snuffing** สูดยานัตถุ์

snuffle (สนัฟ' เฟิล) *vi., vt.* **-fled, -fling** สูดหายใจ, สูดน้ำมูก, สะอึกสะอื้น, พูดหรือร้องเพลงเสียงขึ้นจมูก *-n.* การสูดน้ำมูก, เสียงสูดน้ำมูก **-snuffler** *n.* **-snuffly** *adj.* (-S. (v., n.) sniff)

snug (สนัก) *adj.* **snugger, snuggest** อบอุ่น, กะทัดรัด, กระชับ, รัดกุม, (รายได้) มากมายไม่ขัดสน, (เรือ) มีคุณสมบัติที่จะออกทะเลได้, (เสื้อผ้า) พอดีตัว, มั่นคงและปลอดภัย

snuggle (สนัก' เกิล) *vi., vt.* **-gled,-gling** กกกอด, เบียดกระแซะ, อิงแอบแนบชิด

★**so** (โซ) *adv.* ดังนั้น, ฉะนั้น, อย่างนั้น, (อ้วน) เสียจนกระทั่ง, ด้วยเหมือนกัน, แล้วก็, จริงๆ *-adj.* แท้จริง, จริงๆ, มีระเบียบ *-conj.* ดังนั้น, ด้วยเหตุนั้น, เพื่อที่จะ *-pron.* เป็นดังเดิม, เหมือนเดิม *-interj.* คำอุทานใช้แสดงความแปลกใจหรือการรับรู้ **-so that** เพื่อที่จะ

soak (โซค) *vt., vi.* **soaked, soaking** แช่, จุ่ม, (หมึก) ซึม, (ภาษาพูด) ซึมซาบ ดื่ม (เหล้า) จนเมา ทำให้เมา, (คำสแลง) คิดราคาแพงไป *-n.* การกระทำดังกล่าว, สภาพที่ชุ่มโชก, ของเหลวที่ใช้แช่หรือจุ่ม, (คำสแลง) คนขี้เมา (-S. (v., n.) wet -A. (v.) dry)

so-and-so (โซ' เอินโซ) *n., pl.* **-sos** สิ่งใดๆ หรือใครก็ตาม, (ภาษาพูด) เจ้าหมอนั่น

★**soap** (โซพ) *n.* สบู่, ละครน้ำเน่า เดิมได้รับการสนับสนุนโดยบริษัทผลิตสบู่ *-vt.* **soaped, soaping** ถูสบู่, (ภาษาพูด) ป้อยอ

soapbox (โซพ' บอคซ์) *n.* กล่องสบู่, แท่นที่ทำขึ้นชั่วคราวใช้ยืนพูด

soap bubble ฟองสบู่, สิ่งที่สวยงามแต่เลื่อนลอยเหมือนฟองสบู่

soap opera ละครน้ำเน่า

soapstone (โซพ' สโตน) *n.* หินสบู่ ประกอบด้วยแร่ทัลค์เป็นส่วนใหญ่

soapsuds (โซพ' ซัดซ์) *n. pl.* ฟองสบู่

soapy (โซ' พี) *adj.* **-ier, -iest** ประกอบด้วยสบู่, ทาด้วยสบู่, ลื่นเหมือนสบู่, (คำสแลง) ประจบสอพลอ **-soapily** *adv.* **-soapiness** *n.*

soar (ซอร์, โซร์) *vi.* **soared, soaring** บิน, ขึ้นสูง, ลอยละล่อง, ทะยานขึ้น

sob (ซอบ) *vt., vi.* **sobbed, sobbing** สะอื้น *-n.* การสะอื้น, เสียงสะอื้น (-S. (v.) weep)

sober (โซ' เบอร์) *adj.* **-er, -est** ไม่ดื่มเหล้าและใช้ยา, บันยะบันยัง, สงบเสงี่ยม, เรียบง่าย, เคร่งขรึม, ตรงไปตรงมา, จริงจัง, ซื่อสัตย์, รอบคอบ, ระมัดระวัง, บรรจง, น่าเบื่อ *-vt., vi.* **-bered, -bering** ทำให้มีสติ, เตือนสติ, ทำให้หายเมา (-S. (adj.) calm -A. (adj.) drunk)

soc. ย่อจาก social สังคม, socialist พวกสังคมนิยม, society สังคม

so-called (โซ' คอลด์') *adj.* ซึ่งเรียกหรือเป็นที่รู้จักกันโดยทั่วไป, เป็นคำเรียกที่ไม่ถูกต้องนัก

soccer (ซอค' เคอร์) *n.* เป็นคำเรียกอีกอย่างของคำว่า assoc. ซึ่งย่อจาก association football กีฬาฟุตบอล

soccer

sociable (โซ' ชะเบิล) *adj.* ชอบเข้าสังคม, เข้ากับผู้อื่นง่าย, สนุกสนานเฮฮา, สุภาพ, อ่อนโยน, น่ารัก, เป็นมิตร, น่าคบหา (-S. friendly)

★**social** (โซ' เชิล) *adj.* ทางสังคม, ในวงสังคม, อยู่รวมกันเป็นกลุ่ม, เกี่ยวกับพันธมิตรหรือสมาพันธ์, เกี่ยวกับชนชั้นสูง, เป็นมิตร, ชอบเข้าสังคม, สนุกสนานเฮฮา *-n.* การรวมกลุ่ม

กันทางสังคม **-socially** *adv.* **-sociality** *n.* (-S. (adj.) familiar (n.) gathering)
social insurance การประกันสังคม
★**socialism** (โซ' ชะลิเซิม) *n.* ลัทธิสังคมนิยม **-socialist** *n.* **-socialistic** *adj.*
socialite (โซ' ชะไลท์) *n.* คนเด่นดังในสังคม
social science สังคมศาสตร์
social security สวัสดิการสังคม
social service ประชาสงเคราะห์
social work สังคมสงเคราะห์
★**society** (ซะไซ' อิที) *n., pl.* **-ties** สังคม, สมาคม, สมาพันธ์ (ภาพยนตร์), ผู้คนที่อยู่รวมกันในสังคม, ผู้ที่โดดเด่นในสังคม, วงสังคม, วงสังคมชั้นสูง, การคบค้าสมาคม, มิตรภาพ (-S. club)
sociology (โซซีออล' ละจี, -ชี-) *n.* สังคมวิทยา
★**sock**[1] (ซอค) *n., pl.* **socks/sox** ถุงเท้าสั้น
sock[2] (ซอค) *vt., vi.* **socked, socking** ตี, ต่อย
socket (ซอค' คิท) *n.* เบ้า, ช่อง, โพรง, ปลั๊กตัวเมีย, ส่วนที่เว้าเข้าข้างในของข้อต่อที่รองรับส่วนปลายของกระดูก, กระบอกหรือเบ้าตา
sod[1] (ซอด) *n.* ดินที่มีหญ้าคลุมซึ่งแซะออกมาโดยมีรากติดมาด้วยเพื่อนำไปปลูกที่อื่น (-S. turf)
sod[2] (ซอด) *n.* คนเล่นสวาททางทวารหนักและทางปากระหว่างเพศตรงข้าม, ผู้ที่ร่วมสังวาสกับสัตว์, ชายที่ร่วมเพศทางทวารหนักกับผู้ชายด้วยกัน, เพื่อนเกลอ, ผู้ที่น่ารังเกียจ **-sodomy** *n.*
soda (โซ' ดะ) *n.* โซดา เป็นน้ำอัดก๊าซคาร์บอนไดออกไซด์, สารประกอบต่างๆ ของโซเดียม, เครื่องดื่มเป็นน้ำหวานอัดก๊าซคาร์บอนไดออกไซด์ไม่ผสมแอลกอฮอล์, เครื่องดื่มให้ความสดชื่นทำจากน้ำอัดก๊าซคาร์บอนไดออกไซด์ ไอศกรีมและเติมรสหวาน
soda ash โซเดียมคาร์บอเนตในรูปผงสีขาวใช้ในอุตสาหกรรมเคมี
sodden (ซอด' เดิน) *adj.* เปียกโชก, ชุ่มโชก, อุ้มน้ำมัน, มึนเมา, เชื่องซึม **-soddenly** *adv.*
sodium (โซ' เดียม) *n.* ธาตุโซเดียม เป็นโลหะอ่อนสีขาวคล้ายเงิน ทำปฏิกิริยากับน้ำอย่างรุนแรงเกิดเป็นโซเดียมไฮดรอกไซด์และก๊าซไฮโดรเจน มีสัญลักษณ์ Na
sodium bicarbonate โซดาทำขนม เป็นผงสีขาวละลายน้ำได้ ใช้ในการทำขนม ใช้ใส่ในเครื่องดับเพลิง และใช้เป็นตัวลดกรดในกระเพาะ มีสูตรเคมี $NaHCO_3$
sodium carbonate เกลือสีขาว เป็นผลึกละลายน้ำได้ ใช้ในการทำโซดาทำขนม กระจก เซรามิก ผงซักฟอกและสบู่ มีสูตรเคมี Na_2CO_3
sodium chloride เกลือธรรมดาหรือเกลือแกง ใช้ในการผลิตสารเคมี ถนอมอาหารและเป็นเครื่องชูรส มีสูตรเคมี NaCl
sodium fluoride สารผลึกสีขาว ใช้ใส่น้ำประปาใช้ป้องกันฟันผุ และเป็นยาฆ่าแมลง มีสูตรเคมี NaF
sodium hydroxide, caustic soda ของแข็งสีขาว ดูดความชื้นได้ เมื่อละลายน้ำจะให้สารละลายด่าง ใช้ในการผลิตสารเคมี สบู่และโซดาไฟ มีสูตรเคมี NaOH
sodium nitrate เกลือผลึกสีขาว มีในธรรมชาติ ใช้เป็นปุ๋ย ทำกรดไนตริก วัตถุระเบิด กระจก และใช้เคลือบเครื่องปั้นดินเผา มีสูตรเคมี $NaNO_3$
★**sofa** (โซ' ฟะ) *n.* ที่นั่งยาวหุ้มเบาะนวมนุ่มมีพนักและเท้าแขน
★**soft** (ซอฟท์) *adj.* **softer, softest** นุ่ม, นิ่ม, อ่อน, เนียน, เบา, (น้ำ) ไม่กระด้าง, ป้อแป้, ปวกเปียก, ละมุนละไม, นิ่มนวล, (มอง) อย่างรักใคร่, ผ่อนผัน, กรุณา, อ่อนแอ, ไม่มั่นคง, (ภาษาพูด) ง่าย อ่อนเหตุผล *-n.* สิ่งหรือส่วนที่อ่อนนุ่ม *-adv.* อย่างนุ่มนวล **-softly** *adv.* **-softness** *n.* (-S. (adj.) mild **-A.** (adj.) hard)
softball (ซอฟท์' บอล) *n.* กีฬาคล้ายเบสบอลแต่ใช้ลูกบอลใหญ่และนิ่มกว่า, ลูกซอฟต์บอล
soft drink เครื่องดื่มอัดก๊าซคาร์บอนไดออกไซด์ที่แต่งรส ไม่มีแอลกอฮอล์ มักขายบรรจุขวดหรือกระป๋อง
soften (ซอ' เฟิน, ซอฟ'-) *vt., vi.* **-ened, -ening** ทำให้อ่อนหรืออ่อนลง, ทำให้อ่อนแอ, ลดความต้านทาน, ทำให้นุ่มนวลขึ้น **-softener** *n.* (-S. modify **-A.** harden)
softhearted (ซอฟท์ ฮาร์' ทิด) *adj.* ใจดี
soft loan เงินกู้ดอกเบี้ยต่ำ
soft palate เพดานอ่อนในปาก
soft-spoken (ซอฟท์' สโป' เคิน) *adj.* ที่พูดด้วยน้ำเสียงนุ่มนวลอ่อนโยน, ประจบสอพลอ
software (ซอฟท์' แวร์) *n.* โปรแกรมต่างๆ ที่ใช้กับเครื่องคอมพิวเตอร์
softwood (ซอฟท์' วูด) *n.* ไม้เนื้ออ่อน
soggy (ซอก' กี, ซอ'-) *adj.* **-gier, -giest** เปียกชื้น, เฉอะแฉะ, น่าเบื่อ, อบอ้าว
★**soil**[1] (ซอยล์) *n.* พื้นผิวโลก, ดิน, ผืนแผ่นดิน, ประเทศ, วิถีชีวิตแบบกสิกรรม, สถานที่หรือสภาพที่เหมาะแก่การเจริญเติบโต (-S. earth)
soil[2] (ซอยล์) *vt., vi.* **soiled, soiling** ทำให้เลอะเทอะ, ทำให้มีมลทินหรือด่างพร้อย, เปรอะเปื้อนอุจจาระหรือปัสสาวะ *-n.* การมี

A B C D E F G H I J K L M N O P Q R S T U V W X Y Z

A B C D E F G H I J K L M N O P Q R S T U V W X Y Z

มลทิน, ความเลอะเทอะ, จุดด่าง, รอยมลทิน, ของเสีย, ความโสมม (-S. (v., n.) disgrace, stain)

solace (ซอล' ลิซ) *n.* สิ่งปลอบประโลมยามทุกข์ใจ *-vt.* **-aced, -acing** ปลอบประโลมใจ, บรรเทา (ทุกข์), ระงับ (-S. (n.) relief (v.) soothe)

solar (โซ' เลอร์) *adj.* เกี่ยวกับดวงอาทิตย์, ใช้พลังแสงอาทิตย์, (ปี) ที่นับตามสุริยคติ

solar system ระบบสุริยะ

solar year ปีซึ่งนับตามสุริยคติ

sold (โซลด์) *v.* กริยาช่อง 2 และ 3 ของ sell

solder (ซอด' เดอร์) *n.* โลหะผสมที่หลอมละลายได้ เช่น ตะกั่วและดีบุกใช้เชื่อมต่อส่วนที่เป็นโลหะ,ทองเหลืองซึ่งมักทำด้วยทองแดงกับสังกะสีผสมกัน ใช้บัดกรี *-vt., vi.* **-dered, -dering** เชื่อม, บัดกรี **-solderer** *n.* (-S. (v.) join)

★**soldier** (โซล' เจอร์) *n.* ทหาร *-vi.* **-diered, -diering** เป็นทหาร **-soldiery** *n.* (-S. (n.) fighter)

sold-out (โซลด์' เอาท์') *adj.* ขาย (ตั๋ว) หมด

★**sole**[1] (โซล) *n.* ฝ่าเท้า, ด้านใต้ของรองเท้าที่ไม่รวมส้นเท้า, ฐาน, ส่วนพื้นล่างของหัวไม้กอล์ฟ *-vt.* **soled, soling** ติดพื้น (รองเท้า), ใช้ส่วนพื้นล่างของหัวไม้กอล์ฟวางบนพื้นเป็นการเตรียมตี *-adj.* แต่เพียงผู้เดียว, โสด (-S. (adj.) only)

sole[2] (โซล) *n., pl.* **sole/soles** ปลาตาเดียว

solely (โซล' ลี, โซ'-) *adv.* แต่เพียงผู้เดียว, ทั้งสิ้น, ล้วนๆ (-S. alone, completely)

solemn (ซอล' เลิม) *adj.* เคร่งขรึม, จริงจัง **-solemnly** *adv.* (-S. serious -A. informal)

solicit (ซะลิซ' ซิท) *vt., vi.* **-ited, -iting** ขอ, เสนอขายตัว, วิงวอน, รบเร้า, ล่อลวง (-S. beg)

solicitor (ซะลิซ' ซิเทอร์) *n.* ทนายความ

solicitous (ซะลิซ' ซิเทิซ) *adj.* เป็นกังวล

solicitude (ซะลิซ' ซิทูด, -ทิวด์) *n.* ความเป็นห่วงเป็นใยใส่ใจกับผู้อื่น

★**solid** (ซอล' ลิด) *adj.* **-er, -est** แข็ง, แข็งตัว, อัดกันแน่น, ติดต่อกันไม่เว้นช่วง, (ทอง) แท้หรือล้วน, แข็งแรง, เชื่อถือได้, มีรูปทรงแน่นอน, หนักแน่น, ไม่กลวง, ตัน, (สีขาว) ปลอด, มีรูปทรงสามมิติ, มีแก่นสาร, ฐานะมั่นคง, ซื่อตรง, (เป็นคำ) ซึ่งเขียนติดกันไม่มีขีดคั่นหรือเว้นวรรค, ไม่มีช่องว่างระหว่างบรรทัด, เป็นเอกฉันท์หรือเป็นน้ำหนึ่งใจเดียวกัน *-n.* ของแข็งหรือสิ่งที่มีรูปทรงแน่นอน, รูปทรงเรขาคณิตที่มีสามมิติ **-solids** อาหารที่ไม่ใช่ของเหลว **-solidly** *adv.* **-solidness** *n.* (-S. (adj.) strong -A. (adj.) weak)

solidarity (ซอลลิแด' ริที) *n.* ความเป็นน้ำหนึ่งใจเดียวกัน (-S. harmony, unity)

solidify (ซะลิด' ดะไฟ) *vt., vi.* **-fied, -fying** ทำให้แข็ง, ทำให้กระชับรัดกุม, ทำให้เป็นปึกแผ่น

solidity (ซะลิด' ดิที) *n.* ความแข็ง, ความแข็งแรง, ความมั่นคง, ความมีสติ, ความร่ำรวย

solid-state (ซอล' ลิดสเตท') *adj.* มีลักษณะหรือเกี่ยวกับคุณสมบัติทางฟิสิกส์ของสสารในสถานะของแข็ง เช่น อุปกรณ์อิเล็กทรอนิกส์ ล้วนประกอบด้วยของแข็งทั้งสิ้น, ซึ่งขึ้นอยู่กับหรือประกอบด้วยสารกึ่งตัวนำ

soliloquy (ซะลิล' ละควี) *n., pl.* **-quies** บทพูดรำพึงในละคร, การพูดกับตัวเอง, การรำพึงออกมาดังๆ **-soliloquize** *v.* (-S. monologue)

solitaire (ซอล' ลิแทร์) *n.* อัญมณีเช่นเพชรที่ใช้ประดับเดี่ยวๆ,เกมไพ่ที่เล่นคนเดียวแบบต่างๆ

solitary (ซอล' ลิเทอรี) *adj.* โดดเดี่ยวเดียวดาย, สันโดษ, ซึ่งทำคนเดียว, อันเดียว, อย่างเดียว, วิเวกวังเวง, ไร้เพื่อน *-n., pl.* **-ies** ผู้ที่อยู่โดดเดี่ยว, คนรักสันโดษ, ฤาษี, การขังเดี่ยว (-S. (adj.) alone, isolated (n.) hermit)

solitude (ซอล' ลิทูด, -ทิวด์) *n.* การอยู่แบบสันโดษ, สถานที่อันวิเวกวังเวง (-S. privacy)

solo (โซ' โล) *n., pl.* **-los** ท่อนของเพลงที่ใช้ร้องหรือเล่นดนตรีเดี่ยวๆ, การร้องหรือบรรเลงเดี่ยว *-adj.* เป็นการทำคนเดียว, (บิน) เดี่ยว, เป็นการร้องหรือบรรเลงเดี่ยวๆ *-adv.* โดดเดี่ยวเดียวดาย *-vi.* **-loed, -loing** บรรเลงเดี่ยว, แสดงเดี่ยว, บินเดี่ยว

soloist (โซ' โลอิซท์) *n.* ผู้ที่ทำสิ่งใดๆ เดี่ยวๆ

so long (ภาษาพูด) ลาก่อน

solstice (ซอล' สติซ, โซล'-) *n.* อายันหรือจุดหยุด คือจุดที่ดวงอาทิตย์โคจรไปถึงสุดทางเหนือและทางใต้ โดยจุดสุดทางเหนือหรือครีษมายัน (summer solstice) เป็นจุดในหน้าร้อนที่เมื่อพระอาทิตย์โคจรไปถึงในราววันที่ 22 มิถุนายน มีกลางวันนานกว่ากลางคืน ส่วนจุดสุดทางใต้หรือเหมายัน (winter solstice) เป็นจุดในหน้าหนาวที่เมื่อพระอาทิตย์โคจรไปถึงในราววันที่ 22 ธันวาคม มีกลางคืนนานกว่ากลางวัน, จุดสูงสุด

soluble (ซอล' เลียเบิล) *adj.* ซึ่งละลายได้, ที่แก้ไขหรืออธิบายได้ **-solubly** *adv.*

★**solution** (ซะลู' ชัน) *n.* คำตอบ, คำเฉลย, บทหรือข้อสรุป, สารละลาย (-S. answer, mixture)

solvable (ซอล' วะเบิล) *adj.* (ปัญหา) ที่แก้ไขได้

★**solve** (ซอลฟ์ว์) *vt.* **solved, solving** หาข้อสรุปหรือคำตอบ, แก้ (ปัญหา) (-S. resolve)

solvent (ซอล' เวินท์) *adj.* มีทรัพย์สินพอใช้หนี้

ได้, ซึ่งสามารถทำละลายสารอื่นได้ *-n.* ตัวทำละลาย, คำตอบ, บทสรุป **-solvency** *n.*

somber, sombre (ซอม' เบอร์) *adj.* น่าเศร้าสลด, มืดมน, หดหู่, เคร่งขรึม, ขึงขัง **-somberly** *adv.* (**-S.** mournful **-A.** cheerful)

sombrero (ซอมแบร' โร, เซิม-) *n., pl.* **-ros** หมวกฟางหรือสักหลาดขนาดใหญ่ ปีกกว้างทรงสูง มักใส่กันมากในประเทศเม็กซิโก

sombrero

★**some** (ซัม) *adj.* เป็นจำนวนที่ไม่แน่นอน เช่น (เหตุผล) ใด (เหตุผล) หนึ่ง, บาง (คน), ไม่เป็นที่รู้จักหรือไม่รู้ชื่อ, (ภาษาพูด) น่าทึ่ง *-pron.* จำนวนที่ไม่แน่นอน เช่น (หนังสือ) บางเล่ม, จำนวนไม่จำกัดที่เพิ่มเข้าไป *-adv.* ประมาณ, ราวๆ, (ภาษาพูด) ค่อนข้าง บ้าง (**-S.** (adj.) unspecified (adj., pron.) any **-A.** (pron., adv.) none)

-some คำปัจจัย หมายถึง น่า

★**somebody** (ซัม' บอดดี) *pron.* ใครคนใดคนหนึ่ง, ใครบางคน *-n., pl.* **-ies** (ภาษาพูด) คนสำคัญ (**-S.** (pron.) someone (n.) superstar)

★**somehow** (ซัม' เฮา) *adv.* โดยวิธีใดวิธีหนึ่ง, ด้วยเหตุใดเหตุหนึ่ง

★**someone** (ซัม' วัน, -เวิน) *pron.* ใครคนใดคนหนึ่ง, ใครบางคน *-n.* (ภาษาพูด) คนสำคัญ (**-S.** (pron.) somebody (n.) superstar)

somersault, summersault (ซัม' เมอร์ ซอลท์) *n.* การเล่นตีลังกาหกคะเมนโลดโผน, การกลับหน้ามือเป็นหลังมือ *-vi.* **-saulted, -saulting** หกคะเมนตีลังกา

★**something** (ซัม' ธิง) *pron.* บางสิ่งบางอย่าง, สิ่งหนึ่งสิ่งใด, อะไรบางอย่าง *-n.* (ภาษาพูด) สิ่งหรือคนที่สำคัญหรือน่าทึ่ง *-adv.* ค่อนข้าง, บ้าง, (ภาษาพูด) จริงๆ

sometime (ซัม' ไทม์) *adv.* เวลาใดเวลาหนึ่ง, บางครั้งบางคราว, นานๆ ครั้ง, แต่ก่อน *-adj.* แต่ก่อน, เป็นบางครั้งบางคราว, ตามแต่โอกาส

★**sometimes** (ซัม' ไทม์ซ์) *adv.* บางครั้งบางคราว, แต่ก่อน (**-S.** occasionally)

★**somewhat** (ซัม' ฮวอท, -วอท) *adv.* ค่อนข้าง *-pron.* บ้าง

★**somewhere** (ซัม' ฮแวร์, -แวร์) *adv.* ในที่ใดที่หนึ่ง, ในที่ใดสักแห่ง, ประมาณ, ในราว (40-50 คน) *-n.* ที่หนึ่งที่ใด

★**son** (ซัน) *n.* ลูกชาย, ลูกหลานที่เป็นชาย, ผู้ที่เป็นเสมือนดังลูกหลานเช่นลูกหลานของแผ่นดิน, คำที่ใช้เรียกชายหนุ่มแบบเป็นกันเอง **-Son** พระบุตรหรือพระเยซู **-sonly** *adj.*

sonar (โซ' นาร์) *n.* ย่อจาก so(und) na(vigation and) r(anging) การใช้คลื่นเสียงความถี่สูงตรวจหาวัตถุหรือใช้วัดความลึกของน้ำ

sonata (ซะนา' ทะ) *n.* เพลงทำนองผสมผสาน

★**song** (ซอง) *n.* เพลง, การร้องเพลง, เสียงร้องของนกหรือแมลงบางชนิด, บทกลอนหรือโคลง

sonic (ซอน' นิค) *adj.* เกี่ยวกับเสียงที่ได้ยิน, มีความเร็วเท่ากับเสียง, (คำสแลง) รวดเร็วมาก

son-in-law (ซัน' อินลอ) *n., pl.* **sons-in-law** (ซันซ์'-) ลูกเขย

sonnet (ซอน' นิท) *n.* รูปแบบของโคลง 14 บรรทัด, โคลงหรือกลอนแบบดังกล่าว

sonny (ซัน' นี) *n., pl.* **-nies** คำเรียกเด็กชาย

Son of God พระเยซู

sonorous (ซะนอ' เริซ, -โน'-, ซอน' เนอ-) *adj.* ที่ก่อให้เกิดหรือมีเสียง, ดังสนั่น, น่าประทับใจ

★**soon** (ซูน) *adv.* **sooner, soonest** ในไม่ช้า, เร็วๆ นี้, ทันทีทันใด, เนิ่นๆ, เร็วกว่ากำหนด, ด้วยความเต็มใจ, อย่างพร้อมสรรพ, โดยกะทันหัน **-no sooner than** ทันทีที่ **-sooner or later** ไม่ช้าก็เร็ว (**-S.** shortly)

soot (ซุท, ซูท) *n.* เขม่า **-sooty** *adj.*

soothe (ซูธ) *vt., vi.* **soothed, soothing** บรรเทา, ปลอบประโลม, ระงับ, ดับ (ทุกข์)

soothsay (ซูธ' เซ) *vi.* **-said, -saying** ทำนาย

sop (ซอพ) *v.* **sopped, sopping** *-vt.* แช่, จุ่ม, ชุบหรือซับ (น้ำ) *-vi.* เปียกโชก, ชุ่ม *-n.* ชิ้นอาหารที่ใช้แช่หรือจิ้มในของเหลว, สิ่งที่ช่วยปลอบประโลมใจ, สินบน (**-S.** (v.) soak)

sophisticated (ซะฟิซ' ทิเคทิด) *adj.* ไม่เป็นธรรมชาติ, ขัดเกลาแล้ว, สลับซับซ้อน, เข้าสังคมเก่ง, ฉลาด, ไม่ธรรมดา (**-S.** artificial)

sophomore (ซอฟ' ฟะมอร์, -โมร์, ซอฟ' มอร์, -โมร์) *n.* นักศึกษาชั้นปีที่สอง

soporific (ซอพพะริฟ' ฟิค, โซพะ-) *adj.* ที่ชวนง่วงนอน, ที่ทำให้หลับ, สลึมสลือ, งัวเงีย, ง่วง *-n.* ยานอนหลับ (**-S.** (adj.) sleepy)

soppy (ซอพ' พี) *adj.* **-pier, -piest** ชุ่มโชก, เฉอะแฉะ, (ภาพยนตร์) น้ำเน่า

soprano (ซะแพรน' โน, -พรา'-) *n., pl.* **-os** เสียงร้องเพลงที่สูงที่สุดของผู้หญิงหรือเด็กชาย

sorcerer (ซอร์' เซอเรอร์) *n.* พ่อมดหมอผี, ผู้วิเศษ (**-S.** magician, wizard)

sorceress (ซอร์' เซอริซ) *n.* แม่มด, หญิงสาวพราวเสน่ห์ (**-S.** witch)

sorcery (ซอร์ ซะรี) *n.* การใช้เวทมนตร์คาถาหรือเสน่ห์ยาแฝด (-**S.** charm, magic)
sordid (ซอร์ ดิด) *adj.* สกปรก, ลามก, ชั่วร้าย, งก -**sordidly** *adv.* (-**S.** dirty -**A.** clean)
★**sore** (ซอร์, โซร์) *adj.* **sorer, sorest** เจ็บแสบ, เจ็บปวด, ร้าวระบม, รุนแรง, (ความลำบาก) แสนสาหัส, ก่อให้เกิดความอับอายหรือความขุ่นเคือง, เต็มไปด้วยความทุกข์ใจ, (ภาษาพูด) โกรธ -*n.* แผลพกช้ำหรือมีหนองพุพอง, ฝี, เหตุแห่งความเจ็บแสบ ทุกข์ใจหรือขุ่นเคือง
sorrow (ซอร์ โร) *n.* ความโศกเศร้าเสียใจ, ความโชคร้าย -*vi.* -**rowed,** -**rowing** เศร้าโศก, เป็นทุกข์ -**sorrowful** *adj.* (-**S.** (n.) sadness)
★**sorry** (ซอร์ รี) *adj.* -**rier,** -**riest** เสียใจ
★**sort** (ซอร์ท) *n.* ชนิด, แบบ, ลักษณะ, ประเภท -*vt.* **sorted, sorting** จัดการ (กับปัญหา), จัดให้เป็นพวกๆ, จำแนกแยกแยะ, คัดแยก
SOS (เอซ' โซเอซ') *n.* สัญญาณขอความช่วยเหลือ
so-so (โซ' โซ') *adj.* พอใช้ได้ -*adv.* แกนๆ, ไม่ดีไม่เลว (-**S.** (adj.) ordinary)
sought (ซอท) *v.* กริยาช่อง 2 และ 3 ของ seek
★**soul** (โซล) *n.* วิญญาณ, จิตวิญญาณ, ธาตุแท้, บุคคล, มนุษย์, ผี, ความรู้สึกภูมิใจและทะนงตนในชาติพันธุ์ของคนผิวดำอเมริกันนิโกร ซึ่งแสดงออกในเพลง -**soulful** *adj.* (-**S.** person, spirit)
soul music เพลงป๊อปที่พัฒนาขึ้นมาโดยคนอเมริกันผิวดำ มีรากฐานมาจากเพลงร้องในโบสถ์และเพลง rhythm and blues เป็นเพลงแบบที่แสดงอารมณ์ความรู้สึกอย่างรุนแรง
★**sound**[1] (เซานด์) *n.* เสียง, น้ำเสียง -*vi., vt.* **sounded, sounding** ทำเสียง, ส่งเสียง, ออกเสียง, ฟังดู (มีเหตุผล), ตรวจ (ร่างกาย) ด้วยการเคาะ (-**S.** (n., v.) noise)
★**sound**[2] (เซานด์) *adj.* **sounder, soundest** ปกติดี, ดี, ไว้ใจได้, ฟังขึ้น, มั่นคง, ฐานะมั่นคง, มีเหตุผล, ถูกกฎหมาย, ไม่เป็นโมฆะ, ไม่มีตำหนิ, ละเอียดลออ, เต็มที่, ตลอดทั่วถึง, (หลับ) สนิท, ซื่อตรง, มีความยับยั้ง, หัวเก่า, อนุรักษ์นิยม -*adv.* (หลับ) สนิทหรือลึก (-**S.** (adj.) healthy)
sound[3] (เซานด์) *vt., vi.* **sounded, sounding** หยั่งความลึก, ทิ้งลูกดิ่ง, สำรวจด้วยคลื่นเสียง, เลียบเคียง, ดำดิ่งอย่างรวดเร็ว, สืบสาวราวเรื่อง
sound bite (คำสแลง) คำพูดออกอากาศสั้นๆ (ของนักการเมือง) ระหว่างการเสนอข่าว
sound effects เสียงที่ทำขึ้นมาเลียนเสียงจริงเพื่อใช้ในภาพยนตร์
soundproof (เซานด์' พรูฟ) *adj.* เก็บเสียง
soundtrack, sound track (เซานด์' แทรค) *n.* แถบข้างฟิล์มที่ใช้บันทึกเสียง, เพลงที่ใช้ประกอบภาพยนตร์, แผ่นเสียงของเพลงดังกล่าว
★**soup** (ซูพ) *n.* ซุป, (คำสแลง) หมอกหนา
★**sour** (เซาร์) *adj.* **sourer, sourest** เปรี้ยว, ขึ้น, ฝาด, ขม, (นม) บูด, อารมณ์เสีย, หงุดหงิด, เปลี่ยนจากที่เคยชอบเป็นไม่ชอบ, เสีย, แย่, เป็นดินเปรี้ยวไม่เหมาะแก่การเพาะปลูก -*vt., vi.* **soured, souring** ทำให้เปรี้ยว ขมหรือฝาด, ทำให้ (นม บรรยากาศ) บูดหรือเสีย, ทำให้เปลี่ยนจากรักเป็นเกลียด, ทำให้ไม่ลงรอยกัน (-**S.** (adj.) acid -**A.** (adj.) sweet)
★**source** (ซอร์ซ, โซร์ซ) *n.* ต้นตอ, บ่อเกิด, ต้นน้ำ, แหล่งข่าว, ผู้ก่อตั้งหรือริเริ่ม (-**S.** origin)
★**south** (เซาธ์) *n.* ทิศใต้, ภาคใต้, ทิศทักษิณ -*adj.* ทักษิณายัน, ทางทิศใต้ -*adv.* ใน จาก หรือไปทางทิศใต้ -**South** ส่วนทางใต้ของโลก, ทิศใต้, รัฐทางใต้ของอเมริกาซึ่งทำสงครามกลางเมืองเพื่อให้ได้มาซึ่งสัญญาร่วมพันธไมตรี -**south by east** ทิศทักษิณภาคบูรพา -**south by west** ทิศทักษิณภาคประจิม
southeast (เซาธ์อีซท์', เซาอีซท์') *n.* ทิศตะวันออกเฉียงใต้, อาคเนย์ -*adj., adv.* ที่ไปทางหรือมาจากทิศดังกล่าว -**southeastern** *adj.*
Southeast Asia เอเชียอาคเนย์, เอเชียตะวันออกเฉียงใต้
★**southern** (ซัธ' เธิร์น) *adj.* ที่ตั้งอยู่หรือไปทางทิศใต้, ซึ่งมาจากทางทิศใต้, เป็นด้านใต้ของเส้นศูนย์สูตร, เป็นของหรือปลูกในภาคใต้
Southerner, southerner (ซัธ' เธอร์เนอร์) *n.* ชาวใต้ โดยเฉพาะพลเมืองทางใต้ของอเมริกา
southernmost (ซัธ' เธิร์นโมซท์) *adj.* ใต้สุด
South Pole ขั้วโลกใต้
South Seas มหาสมุทรที่อยู่ใต้เส้นศูนย์สูตร
southwest (เซาธ์เวซท์', เซาเวซท์') *n.* ทิศตะวันตกเฉียงใต้, ทิศหรดี -*adj., adv.* ซึ่งไปทางหรือมาจากทิศดังกล่าว -**southwestern** *adj.*
souvenir (ซูวะเนียร์, ซู วะเนียร์) *n.* ของที่ระลึก
sovereign (ซอฟว์' เวอริน, ซอฟว์' ริน) *n.* กษัตริย์, ผู้ปกครอง, ราชาหรือราชินี, สภาปกครองประเทศ, ชาติที่มีดินแดนในอาณัติ, เหรียญทองที่ใช้ในอังกฤษสมัยก่อนมีค่า 1 ปอนด์ -*adj.* เป็นอิสระ, มีอำนาจสูงสุด, สุดยอด, ขลัง, เต็มไปด้วยพลัง, เต็มที่ (-**S.** (n.) monarch)
sovereignty (ซอฟว์' เวอรินที, ซอฟว์' ริน-) *n., pl.* -**ties** ความเป็นเอกราช, อำนาจอธิปไตย

A B C D E F G H I J K L M N O P Q R S T U V W X Y Z

sow¹ (โซ) *vt., vi.* **sowed, sown/sowed, sowing** หว่านหรือเพาะเมล็ด, เผยแพร่, โปรย
sow² (เซา) *n.* หมูหรือหมีตัวเมีย (-S. swine)
sox (ซอคซฺ) *n.* พหูพจน์ของ sock¹
soy (ซอย) *n.* ถั่วเหลือง, เต้าเจี้ยว, ซีอิ๊ว
soya (ซอย' อะ) *n.* ดู soybean
soybean (ซอย' บีน) *n.* ถั่วเหลือง
sozzled (ซอซ' เซิลดฺ) *adj.* (ภาษาพูด) เมาเหล้า
spa (สปา) *n.* บ่อน้ำพุร้อนตามธรรมชาติ, สถานที่มีบ่อน้ำพุซึ่งเป็นน้ำแร่สำหรับอาบหรือแช่ ช่วยในการบำบัดโรค, อ่างที่มีน้ำวนสำหรับนอนแช่
★**space** (สเปซ) *n.* พื้นที่ว่าง, ห้วงอวกาศ, เวลาชั่วขณะ, ช่วงระยะเวลา, ช่องว่างระหว่างคำ *-v.* **spaced, spacing** *-vt.* จัดระยะห่าง, เว้นช่องว่าง, (คำสแลง) เมายา *-vi.* (คำสแลง) เมายา **-spacer** *n.* (-S. (n.) blank, gap, margin, period)
space capsule ยานที่ใช้ขนส่งมนุษย์หรือสัตว์ไปยังอวกาศนอกโลก
spaceship, space ship (สเปซ' ชิพ) *n.* ยานอวกาศ
space shuttle กระสวยอวกาศ
space station สถานีอวกาศ
spacial (สเป' เชิล) *adj.* ดู spatial
spacious (สเป' เชิซ) *adj.* มีพื้นที่มาก, กว้างมาก **-spaciously** *adv.* **-spaciousness** *n.* (-S. roomy, vast -A. crowded)
★**spade**¹ (สเปด) *n.* เสียม *-vt.* **spaded, spading** ขุดด้วยเสียม **-spader** *n.*
spade² (สเปด) *n.* ไพ่รูปโพดำ
spaghetti (สปะเกท' ที) *n.* เส้นสปาเกตตี
span (สแปน) *n.* ระยะห่างระหว่างนิ้วหัวแม่มือกับนิ้วก้อยเมื่อกางนิ้วออก, ช่วงห่างระหว่างตอม่อสะพาน, ระยะห่างระหว่างปลายปีกเครื่องบินข้างหนึ่งไปอีกข้างหนึ่ง, ช่วงเวลาหนึ่ง, ความกว้าง *-vt.* **spanned, spanning** วัดระยะโดยใช้มือกางหนึ่งคืบ, ขยายออกไป, ยืดเวลา (-S. (n.) extent, period -A. (v.) shorten)
spangle (สแปง' เกิล) *n.* เลื่อมที่ทำจากโลหะหรือพลาสติกใช้ประดับบนเสื้อผ้าหรือบนผม
spank (สแปงคฺ) *v.* **spanked, spanking** *-vt.* ทำโทษโดยการตีก้นด้วยมือเปล่าหรือไม้แบนๆ *-vi.* (ม้า) วิ่งควบ *-n.* การตี (-S. (v., n.) smack)
spanner (สแปน' เนอรฺ) *n.* กุญแจปากตาย, กุญแจเลื่อน (-S. wrench)
★**spare** (สแปรฺ) *v.* **spared, sparing** *-vt.* เจียด (เวลา), ไว้ชีวิต, ไม่ทำความเสียหาย, ยกให้ *-vi.* ออมไว้, เมตตา, ผ่อนผัน *-adj.* **sparer, sparest** สำรอง, มีเวลาว่าง, เหลือใช้, ผอมและบาง *-n.* อะไหล่ **-sparely** *adv.* **-spareness** *n.* **-sparer** *n.* (-S. (adj., n.) extra (adj.) lean)
spark (สปารฺค) *n.* ประกายไฟที่เกิดจากประจุไฟฟ้า, สิ่งที่มีขนาดเล็กมากแต่เป็นสิ่งสำคัญ *-v.* **sparked, sparking** *-vi.* เกิดประกายไฟ, สนองตอบ *-vt.* กระตุ้น, ปลุกเร้า **-sparker** *n.* (-S. (n., v.) flash -A. (v.) discourage)
sparkle (สปาร' เคิล) *v.* **-kled, -kling** *-vi.* ส่องแสง, ส่องประกาย, ระยิบระยับ, มีชีวิตชีวา *-vt.* ทำให้เป็นประกาย *-n.* แสงสว่าง, ความฉลาดหลักแหลม, ฟองที่พุ่งออกจากขวดแชมเปญ (-S. (v., n.) dazzle, flash, shine)
sparking plug หัวเทียน, (ภาษาพูด) คนที่เป็นกำลังสำคัญ
sparkling wine ไวน์ที่มีฟอง เช่น แชมเปญ
★**sparrow** (สแปรฺ' โร) *n.* นกกระจอก
sparse (สปารฺซ) *adj.* **sparser, sparsest** มีจำนวนน้อย, บางตา, ไม่หนาแน่น **-sparsely** *adv.* (-S. scattered -A. abundant)
spasm (สแปซ' เซิม) *n.* อาการกล้ามเนื้อชักกระตุก, สิ่งที่เกิดขึ้นทันทีทันใด (-S. eruption)
spasmodic (สแปซมอด' ดิค) *adj.* เกี่ยวกับอาการชักกระตุก, ที่เกิดขึ้นในทันทีทันใด, ไม่ต่อเนื่อง **-spasmodically** *adv.*
spat (สแปท) *v.* กริยาช่อง 2 และ 3 ของ spit¹
spate (สเปท) *n.* น้ำท่วมฉับพลัน, ฝนตกหนักอย่างฉับพลัน, จำนวนมากมาย
spatial, spacial (สเป' เชิล) *adj.* เกี่ยวกับอวกาศ **-spatiality** *n.* **-spatially** *adv.*
spatter (สแปท' เทอรฺ) *vt., vi.* **-tered, -tering** หยด กระเด็น เลอะเป็นจุดหรือรอยเล็กๆ *-n.* รอยเลอะเป็นจุดเล็กๆ, จำนวนเล็กน้อย
spatula (สแปช' ชะละ) *n.* พาย, ช้อนแบนที่แพทย์ใช้กดลิ้นคนไข้ **-spatular** *adj.*
spawn (สปอน) *n.* ไข่ปลา, ผลผลิต, ลูก, ส่าเห็ด *-vi., vt.* **spawned, spawning** วางไข่, ออกลูกจำนวนมาก, ก่อ, เพาะ **-spawner** *n.*
★**speak** (สปีค) *v.* **spoke, spoken, speaking** *-vi.* กล่าว, พูด, คุย, แสดงความคิดเห็น, ทำให้เกิดเสียง, ให้คำแนะนำหรือชี้แนะ, พูดความจริง *-vt.* พูด, กล่าว, บอก, เล่า **-speak for** พูดให้, พูดแทน **-speak out** พูดอย่างตรงไปตรงมา **-speak up** พูดดังๆ (-S. express, lecture)
speaker (สปี' เคอรฺ) *n.* ผู้พูด, โฆษก, ผู้ประกาศ, ผู้แทน, ลำโพง **-speakership** *n.* (-S. lecturer, spokesman)

A B C D E F G H I J K L M N O P Q R S T U V W X Y Z

speaking (สปี' คิง) *adj.* เกี่ยวกับการพูด, ซึ่งสามารถพูดได้, เหมือนจริง **-on speaking terms** เป็นมิตรพอที่จะพูดกันได้ **-public speaking** การพูดในที่สาธารณะ

spear (สเปียร์) *n.* หอก, หลาว, ทวน *-vt., vi.* **speared, spearing** แทงด้วยหอก หลาวหรือทวน, พุ่งหลาว, จับด้วยหอก หลาวหรือทวน

spearhead (สเปียร์' เฮด) *n.* ปลายหอก, ทหารกองหน้าที่เข้าโจมตีข้าศึก *-vt.* **-headed, -heading** เป็นหัวหอก, เป็นผู้นำ

spearmint (สเปียร์' มินท์) *n.* พืชจำพวกสะระแหน่

★**special** (สเปช' เชิล) *adj.* เป็นพิเศษ *-n.* ความพิเศษ, โอกาสพิเศษ, สินค้าหรือบริการพิเศษ **-specially** *adv.* (**A.** (adj.) common)

specialist (สเปช' ชะลิซท์) *n.* ผู้ชำนาญเฉพาะทาง, ผู้เชี่ยวชาญ **-specialistic** *adj.*

speciality (สเปชชีแอล' ลิที) *n., pl.* **-ties** สิ่งที่ชำนาญเป็นพิเศษ, ความชำนาญพิเศษ

★**species** (สปี' ชีซ์, -ซีซ์) *n., pl.* **species** ชนิดของพืชหรือสัตว์พวกเดียวกันที่มีความคล้ายคลึงกันในทุกทางและสามารถผสมพันธุ์กันได้ (**-S.** breed, class, type)

★**specific** (สปิซิฟ' ฟิค) *adj.* ระบุ, เฉพาะเจาะจง, โดยเฉพาะ (**-S.** exact, particular **-A.** nonspecific)

specification (สเปซซะฟิเค' ชัน) *n.* รายละเอียด, คำแนะนำการใช้, รายการ

specific gravity ความถ่วงจำเพาะ

specify (สเปซ' ซะไฟ) *vt.* **-fied, -fying** ชี้เฉพาะ, ระบุ **-specifier** *n.* (**-S.** indicate)

specimen (สเปซ' ซะเมิน) *n.* ของตัวอย่าง, (ภาษาพูด) ปัจเจกบุคคล (**-S.** copy, model)

specious (สปี' เชิซ) *adj.* มารยา, แสร้งทำเป็นดี **-speciously** *adv.* (**-S.** deceptive)

speck (สเปค) *n.* จุด, รอย, แต้ม, จำนวนเล็กน้อย *-vt.* **specked, specking** ทำให้เป็นจุดเล็กๆ

speckle (สเปค' เคิล) *n.* จุดเล็กๆ, ขี้แมลงวัน

spectacle (สเปค' ทะเคิล) *n.* จุด, รอยด่าง, แต้ม, การแสดงในที่สาธารณะ **-spectacles** แว่นตา, สิ่งที่มีรูปร่างคล้ายแว่นตา (**-S.** sight)

spectacular (สเปคแทค' เคียเลอร์) *adj.* พิเศษและยอดเยี่ยมมาก *-n.* ความบันเทิงพิเศษสุด **-spectacularity** *n.* **-spectacularly** *adv.* (**-S.** (adj.) impressive, splendid)

★**spectator** (สเปค' เทเทอร์) *n.* ผู้ชม, ผู้ดู, ผู้สังเกตการณ์ (**-S.** viewer, witness)

specter (สเปค' เทอร์) *n.* ผี, วิญญาณ, ภูต, ปีศาจ (**-S.** ghost, phantom)

spectrum (สเปค' เทริม) *n., pl.* **-tra/-trums** ปรากฏการณ์ที่ได้จากการแยกรังสีแม่เหล็กไฟฟ้าออกเป็นความถี่ต่างๆ หรือความยาวคลื่นต่างๆที่รวมอยู่ในรังสีนั้นๆ, แถบสีต่างๆ (อย่างสีรุ้ง) ที่ปรากฏเมื่อให้แสงสว่างส่องผ่านแท่งแก้วปริซึม

speculate (สเปค' เคียเลท) *vi., vt.* **-lated, -lating** เก็ง, เสี่ยง, เดา, เสี่ยงโชค (**-S.** gamble)

speculation (สเปคเคียเล' ชัน) *n.* การคาดเดา, การเก็งกำไร, การเสี่ยงโชคทางธุรกิจ

★**speech** (สปีช) *n.* การพูด, คำปราศรัย, สุนทรพจน์, ภาษาพูด, วิธีการพูด, การศึกษาวิธีการพูด, ความสามารถในการพูด (**-S.** dialogue, talk)

speechless (สปีช' ลิซ) *adj.* อึ้ง, ตะลึงจนพูดไม่ออก, เงียบ, โกรธหรือตกใจจนพูดไม่ออก **-speechlessness** *n.* (**-S.** amazed, shocked)

★**speed** (สปีด) *n.* ความเร็ว, การเคลื่อนที่อย่างเร็ว, การเร่ง (คันเร่ง), การเร่งฝีเท้า, (คำสแลง) ยาบ้า *-v.* **sped/speeded, speeding** *-vt.* เร่งความเร็ว, ช่วยให้สำเร็จ *-vi.* เคลื่อนที่ไปอย่างรวดเร็ว, ขับรถเกินความเร็วสูงสุดที่กฎหมายกำหนด (**-S.** (n., v.) hurry, rush **-A.** (n.) sloth)

speedboat (สปีด' โบท) *n.* เรือยนต์

speed bump แนวปูนซีเมนต์ที่ก่อขึ้นตามขวางถนน เพื่อลดหรือชะลอความเร็วรถในเขตชุมชน

speedometer (สปิดอม' มิเทอร์, สปี-) *n.* เครื่องวัดความเร็วพาหนะ

speedway (สปีด' เว) *n.* ถนนแข่งรถ

speedy (สปี' ดี) *adj.* **-ier, -iest** ซึ่งเคลื่อนที่ได้อย่างรวดเร็ว, ที่มาถึงอย่างตรงเวลา **-speedily** *adv.* (**-S.** prompt, quick **-A.** slow)

★**spell¹** (สเปล) *vt., vi.* **spelled/spelt, spelling** อ่านว่า, แปลว่า, สะกดคำ **-spell out** ชี้แจง

spell² (สเปล) *n.* เวทมนตร์, คาถา *-vt.* **spelled, spelling** เสกให้ตกอยู่ภายใต้เวทมนตร์ (**-S.** (n.) enchantment (n., v.) allure, charm)

spell³ (สเปล) *n.* ระยะเวลาช่วงหนึ่ง, เวลาทำงาน *-v.* **spelled, spelling** *-vt.* ปล่อยให้พักครู่หนึ่ง *-vi.* ผลัดการทำงาน (**-S.** (n.) interval, term)

spellbound (สเปล' เบาน์ด์) *adj.* ราวกับถูกมนตร์สะกด (**-S.** bewitched, fascinated)

spelt (สเปลท์) *v.* กริยาช่อง 2 และ 3 ของ spell¹

★**spend** (สเปนด์) *vt., vi.* **spent, spending** ใช้จ่าย, จ่ายเงิน, ใช้เวลา, ใช้หมด, หมดแรง **-spendable** *adj.* (**-S.** expend **-A.** earn)

spendthrift (สเปนด์' ธริฟท์) *n.* คนที่ใช้จ่ายเงินอย่างสุรุ่ยสุร่าย

spent (สเปนท) *adj.* ที่ใช้จนหมด, หมดสิ้น, หมดเรี่ยวแรง *-v.* กริยาช่อง 2 และ 3 ของ spend (-S. consumed, weakened)

sperm (สเปิร์ม) *n., pl.* **sperm/sperms** น้ำอสุจิ, น้ำกามของผู้ชาย **-spermous** *adj.*

spew (สปิว) *vt., vi.* **spewed, spewing** พุ่ง, ทะลัก, อาเจียน (-S. spout, vomit)

SPF ย่อจาก sun protection factor สารป้องกันแสงแดด

sphere (สเฟียร์) *n.* ทรงกลม, วง, ขอบเขต, ลูกโลก, กลุ่มคนที่มีความสนใจในกิจกรรมเดียวกัน (-S. circle, globe -A. cube)

sphinx (สฟิงค์ซฺ) *n., pl.* **sphinxes/sphinges** (สฟิน' จีซ) รูปปั้นสัตว์ประหลาดของชาวอียิปต์ที่มีตัวเป็นสิงโตมีหัวเป็นคน, บุคคลลึกลับ

spice (สไปซฺ) *n.* เครื่องเทศ, สิ่งที่น่าสนใจหรือน่าตื่นเต้น *-vt.* **spiced, spicing** ใส่เครื่องเทศ, เติมรสชาติ, ปรุงแต่ง (-S. (n.) seasoning)

spicy (สไป' ซี) *adj.* **-ier, -iest** เผ็ดร้อน, รสจัด **-spicily** *adv.* **-spiciness** *n.*

★**spider** (สไป' เดอร์) *n.* แมงมุม, สิ่งที่มีขามากเหมือนแมงมุม **-spidery** *adj.*

spigot (สปิก' เกิท) *n.* ก๊อกน้ำ

spike (สไปค์) *n.* โลหะที่มีปลายแหลม, ตะปู, เดือยใต้รองเท้านักกีฬา, ยอดแหลมของรั้ว, รวงข้าว *-vt.* **spiked, spiking** แทง ตอก (ตะปูหรือเดือย), (ภาษาพูด) เติมเครื่องดื่มแอลกอฮอล์ (-S. (n., v.) spear, stick)

★**spill** (สปิล) *v.* **spilled/spilt, spilling** *-vt.* ทำ(น้ำ) หก, ทำให้ตกหล่น, หลั่ง (เลือด), ปัด, สลัด, (ภาษาพูด) เปิดเผย (ความลับ) *-vi.* หก, ตก, ตกหล่น, ร่วงจากอานหรือรถ, หลั่งไหลออกมา *-n.* การกระทำดังกล่าว, การตกจากหลังม้า, จำนวนที่หก ตก หล่นออกมา **-spiller** *n.* (-S. (v., n.) scatter -A. (v., n.) gather)

★**spin** (สปิน) *v.* **spun, spinning** *-vt.* ปั่น, กรอ, ฟั่น, ม้วน, หมุน, เล่า, ยืด, ขยาย, (คำสแลง) เล่นแผ่นเสียง *-vi.* หมุน, ปั่น, กรอ, ม้วน, ฟั่น, วน, มึนงง, หัวหมุน *-n.* การกระทำดังกล่าว, ภาวะจิตใจสับสน, การเดินทางท่องเที่ยวระยะสั้น (-S. (v., n.) roll, twist, whirl)

spinach (สปิน' นิช) *n.* ผักขม, ผักปวยเล้ง

spinal (สไป' เนิล) *adj.* เกี่ยวกับตำแหน่งที่ใกล้กระดูกสันหลัง, คล้ายกระดูกสันหลัง

spinal column กระดูกสันหลัง

spinal cord ไขสันหลัง

spinal nerve เส้นประสาทไขสันหลังมี 31 คู่

spindle (สปิน' เดิล) *n.* แกนเครื่องปั่นฝ้าย, เพลา, แกนหมุน

spin-doctor (สปิน' ดอคเทอร์) *n.* (คำสแลง) ผู้ทำหน้าที่แก้ต่างและสร้างภาพพจน์ที่ดีให้แก่บุคคลอื่นที่ตกอยู่ในภาวะลำบาก โดยเฉพาะนักการเมือง

spin drier เครื่องปั่นผ้า

spine (สไปนฺ) *n.* กระดูกสันหลัง, หนาม, สันหนังสือ, สิ่งที่มีลักษณะแหลม (-S. backbone)

spineless (สไปนฺ ลิซ) *adj.* ไม่มีกระดูกสันหลัง, ขี้ขลาด, อ่อนแอ (-S. weak -A. strong)

spinning wheel ล้อกรอด้าย

spinoff, spin-off (สปิน' ออฟ) *n.* ผลพลอยได้, ผลประโยชน์ที่ได้มาโดยบังเอิญ

spinster (สปิน' สเตอร์) *n.* หญิงโสด, สาวแก่, คนปั่นด้าย **-spinsterhood** *n.*

spiral (สไป' เริล) *n.* สิ่งที่มีลักษณะเป็นเกลียวหรือขดเป็นวง, ลาน *-v.* **-raled, -raling/-ralled, -ralling** *-vi.* สูงขึ้นไปเรื่อยๆ (จำนวนหรือระดับ), เป็นขด วง เกลียว, หมุน *-vt.* ทำให้เป็นเกลียว *-adj.* เป็นเกลียว, เป็นวง **-spirality** *n.* **-spirally** *adv.* (-S. (n., v.) coil (adj.) circular)

spire (สไปร์) *n.* ยอดตึก, ยอดเจดีย์, ยอดหญ้า, ยอดหลังคา *-v.* **spired, spiring** *-vt.* แต่งด้วยยอดแหลม *-vi.* มียอดแหลมขึ้นไป

★**spirit** (สเปีย' ริท) *n.* จิต, วิญญาณ, เทพยดา, ภูต, จิตใจที่มุ่งมั่น, อารมณ์และความรู้สึก *-vt.* **-ited, -iting** หายไป, อันตรธาน **-spirits** เครื่องดื่มที่มีแอลกอฮอล์, อารมณ์ยินดีมีความสุข (-S. (n.) mood, soul)

spirited (สเปีย' ริทิด) *adj.* กล้าหาญ, องอาจ, ร่าเริง, มีใจหรืออารมณ์ (เป็นเช่นนั้นเช่นนี้) **-spiritedness** *n.* (-S. courageous, lively)

spiritless (สเปีย' ริทลิซ) *adj.* ไม่มีความกระตือรือร้น, ไม่สนุกสนาน, ไม่มีใจ (-S. dull, lifeless)

spiritual (สเปีย' ริชวล) *adj.* เกี่ยวกับความคิดความรู้สึกและความเชื่อ, เกี่ยวกับความเชื่อทางศาสนา, เกี่ยวกับความเชื่อเรื่องจิตวิญญาณ, เกี่ยวกับเรื่องอำนาจเหนือธรรมชาติ *-n.* เพลงสวด **-spiritually** *adv.* (-S. (adj.) holy, religious)

spiritualism (สเปีย' ริชวลลิเซิม) *n.* ลัทธิที่เชื่อว่าวิญญาณสามารถติดต่อกับคนหรือสิ่งมีชีวิตได้โดยผ่านสื่อหรือคนทรง **-spiritualist** *n.*

★**spit**[1] (สปิท) *n.* น้ำลาย, เสมหะ, เสลด, การถ่มน้ำลาย, ฝนหรือหิมะตกโปรยปราย *-vt., vi.* **spat/spit, spitting** ขาก, ถ่ม, พ่น, ถุย, (ฝน หิมะ) ตกโปรยปราย **-spit up** อาเจียน (-S. (n.)

saliva, spittle (v.) eject, hiss)

spit² (สปิท) *n.* เหล็กเสียบเนื้อย่าง

★**spite** (สไปท์) *n.* ความร้ายกาจ, ความประสงค์ร้าย *-vt.* **spited, spiting** ประสงค์ร้าย, ก่อกวน, กลั่นแกล้ง, เย้ยหยัน **-in spite of** แม้ว่า, ทั้งๆ ที่ (**-S.** (n.) malice (v.) injure)

spittle (สปิท' เทิล) *n.* น้ำลาย, เสมหะ, เสลด

★**splash** (สแปลช) *vt., vi.* **splashed, splashing** สาด, สลัด, กระจาย, พุ่ย, สาดน้ำ, เปรอะ, กระเด็น, ทำให้เปื้อน, ทำเลอะ, ทำให้เป็นรอยด่าง *-n.* เสียงสาดน้ำ, เสียงน้ำกระจาย, หยดสีที่เลอะ, (ของเหลว) จำนวนเล็กน้อย

splay (สเปล) *adj.* ซุ่มซ่าม, เงอะงะ, ที่ผายออก *-n.* บานประตูหรือหน้าต่างที่เปิดกว้างออก *-vt., vi.* **splayed, splaying** ง้าง, กาง, แบะ, ถ่าง, ผาย, ทำให้กระดูกเคลื่อน (ใช้กับสัตว์)

spleen (สปลีน) *n.* ม้าม, โทสะ **-spleeny** *adj.*

★**splendid** (สเปลน' ดิด) *adj.* (แสง สี) เป็นประกาย, ยอดเยี่ยม, วิเศษ, งดงาม, น่าพอใจ, ดีมาก **-splendidly** *adv.* **-splendidness** *n.* (**-S.** brilliant, grand **-A.** miserable)

splendor, splendour (สเปลน' เดอร์) *n.* ความงดงามตระการตา, ความโชติช่วง, การแสดงที่ยิ่งใหญ่ตระการตา **-splendorous, splendrous** *adj.* (**-S.** glory, magnificence)

splice (สไปลซ์) *vt.* **spliced, splicing** ตัดต่อ (ภาพยนตร์), มัด ผูก ถัก (เชือก) **-splicer** *n.*

splint (สปลินท์) *n.* เฝือก, แผ่นหรือแถบโลหะ *-vt.* **splinted, splinting** เข้าเฝือก

splinter (สปลิน' เทอร์) *n.* เสี้ยน, เศษ, สะเก็ด, กลุ่มคนที่แยกออกมาจากกลุ่มใหญ่ *-v.* **-tered, -tering** *-vi.* แตกออกเป็นเสี่ยงๆ *-vt.* ทำให้แตก (**-S.** (n., v.) flake, fragment, split)

★**split** (สปลิท) *vt., vi.* **split, splitting** แบ่ง, แยก, แตก, ผ่า, ต่อย, แบ่งกลุ่ม, กะเทาะ, ซอย, (คำสแลง) จากไป, แตกแยก *-n.* การกระทำดังกล่าว, การแตกแยกออกจากกัน, รอยแตก, หวายที่ใช้สานตะกร้า, เสี้ยน, เศษแก้ว, สะเก็ด **-split hairs** พูดในรายละเอียดที่ไม่จำเป็น **-split off** แยกตัวออกจาก **-split second** พริบตาเดียว, เสี้ยววินาที **-split up** ไปคนละทาง, หย่า **-splitter** *n.* (**-S.** (v., n.) break, flake, splinter)

splotch (สปลอช) *n.* รอยด่าง, รอยเปื้อน

splutter (สปลัท' เทอร์) *vi., vt.* **-tered, -tering** ละล่ำละลัก, พูดถูกพูดผิด, พูดตะกุกตะกัก, ส่งเสียงครืดๆ ในลำคอ, อึกอัก *-n.* เสียงสำลัก, เสียงละล่ำละลัก **-splutterer** *n.*

★**spoil** (สปอยล์) *v.* **spoiled/spoilt, spoiling** *-vt.* ทำให้เสียคน, เสื่อม, ทำลาย, ทำให้เสียหรือใช้การไม่ได้, พะนอ *-vi.* เน่า, เสีย, บูด *-n.* เหยื่อ, ของเสีย **-spoils** ของที่ริบได้, ของที่ปล้นมาได้, ผลประโยชน์ทางการเมือง (**-S.** (v.) damage, decay, impair, ruin **-A.** (v.) improve)

spoiler (สปอย' เลอร์) *n.* เด็กเสียคน, ของบูดเน่า, แผงโลหะชิ้นยาวแคบบนปีกเครื่องบินที่ทำให้ความเร็วหรือกำลังยกลดลงเวลาบินขึ้น, อุปกรณ์ลักษณะดังกล่าวที่ติดท้ายรถยนต์ซึ่งช่วยลดการลอยเวลารถวิ่งด้วยความเร็วสูง

spoilsport (สปอยล์' สปอร์ท) *n.* คนที่ทำให้หมดสนุก

spoke¹ (สโปค) *n.* ซี่ล้อ, พวงมาลัยเรือ, ขั้นบันไดพาด, ไม้ขัดล้อ *-vt.* **spoked, spoking** จัดให้มีซี่ล้อ, ห้ามล้อด้วยไม้ขัดล้อ

spoke² (สโปค) *v.* กริยาช่อง 2 ของ speak

spoken (สโป' เคิน) *v.* กริยาช่อง 3 ของ speak *-adj.* ที่พูดด้วยเสียงสม่ำเสมอ (**-S.** (adj.) verbal)

★**spokesman** (สโปคซ์' เมิน) *n.* โฆษก, ผู้ประกาศ, พิธีกร, ผู้พูดแทน (**-S.** speaker)

sponge (สปันจ์) *n.* ตัวฟองน้ำเป็นสัตว์ทะเลชนิดหนึ่ง, สิ่งที่คล้ายฟองน้ำ, ฟองน้ำถูตัว, แป้งฟู, ผ้าบางๆ ที่ใช้ซับเลือด, คนที่ชอบเกาะคนอื่น, (คำสแลง) คนขี้เมา *-v.* **sponged, sponging** *-vt.* ดูด ซับ เช็ดหรือทำความสะอาดด้วยฟองน้ำ, ลบ, เช็ด *-vi.* จับตัวฟองน้ำ, (ภาษาพูด) อาศัยคนอื่นเกาะกิน **-sponger** *n.*

sponge bath ฟองน้ำถูตัว

sponge cake เค้กฟองน้ำ มีเนื้อนุ่มเบา

spongy (สปัน' จี) *adj.* **-ier, -iest** นุ่มและชื้นเหมือนฟองน้ำ **-sponginess** *n.* (**-S.** absorbent)

★**sponsor** (สปอน' เซอร์) *n.* ผู้อุปถัมภ์,ผู้สนับสนุนรายการ *-vt.* **-sored, -soring** อุปถัมภ์, สนับสนุน (**S.** (n.) promoter (v.) subsidize)

spontaneous (สปอนเท' เนียซ) *adj.* ที่เกิดขึ้นเอง, เป็นไปตามธรรมชาติ, โดยทันที, โดยไม่มีอะไรมากระตุ้น **-spontaneously** *adv.* (**-S.** instinctive, natural **-A.** unnatural)

spooky (สปู' คี) *adj.* **-ier, -iest** (ภาษาพูด) เหมือนผี น่ากลัว, ตกใจง่าย **-spookily** *adv.*

spool (สปูล) *n.* หลอดด้าย, แกนพันด้าย, จำนวนลวดหรือด้ายที่พันรอบแกน, สิ่งที่มีลักษณะคล้ายแกน, ม้วนเทป *-vt., vi.* **spooled, spooling** พันรอบหลอด แกน หรือม้วน

★**spoon** (สปูน) *n.* ช้อน, สิ่งที่มีรูปร่างคล้ายช้อน, เหยื่อล่อปลาที่ทำด้วยโลหะ, ไม้ตีกอล์ฟ *-v.*

A B C D E F G H I J K L M N O P Q R S T U V W X Y Z

spooned, spooning -vt. ตักด้วยช้อน -vi. ตกปลาด้วยเหยื่อล่อปลาโลหะ -spoonable adj.

spoon-feed (สปูน' ฟีด) vt. -fed, -feeding ป้อนด้วยช้อน, พะเน้าพะนอจนทำอะไรไม่เป็น

sporadic, sporadical (สปะแรด' ดิค; สปอ-, -ดิเคิล) adj. เป็นพักๆ, นานๆ ที, เป็นระยะ, ชั่วครั้งชั่วคราว -sporadically adv. -sporadicalness n. (-S. irregular, random)

spore (สปอร์, สโปร์) n. เซลล์สืบพันธุ์ขนาดเล็กของพืช มักมีเซลล์เดียว เช่น ตะไคร่น้ำ

★**sport** (สปอร์ท, สโปร์ท) n. เกมกีฬา, กิจกรรมยามว่าง, คนมีน้ำใจนักกีฬา, (ภาษาพูด) การพนันกีฬา, เครื่องเล่น, ความสนุก, คนกล้าได้กล้าเสีย, นักเลง -v. sported, sporting -vt. อวด, แสดง, ประดับ -vi. ล้อเล่น, เล่นสนุก -sportful adj. -sportfully adv. (-S. (n., v.) jest, play (n.) recreation)

sporting (สปอร์' ทิง, สโปร์'-) adj. เกี่ยวกับกีฬา, ใจกว้างและยุติธรรม, มีความเป็นนักกีฬา, กล้าได้กล้าเสีย -sportingly adv.

sports car รถแข่งที่มีการดัดแปลงตกแต่งให้มีความเร็วสูง

sportsman (สปอร์ทซ์' เมิน, สโปร์ทซ์'-) n. นักกีฬา, คนที่มีน้ำใจนักกีฬา

sportsmanship (สปอร์ทซ์' เมินชิพ, สโปร์ทซ์'-) n. ความเป็นนักกีฬา

sportswear (สปอร์ทซ์' แวร์, สโปร์ทซ์'-) n. เสื้อผ้านักกีฬา

★**spot** (สปอท) n. จุด, หยด, รอย, ผื่น, รอยเลอะ, ดวง, (ภาษาพูด) เงินสด, ที่ตั้ง, (ภาษาพูด) ไฟฉาย, ปริมาณเล็กน้อย, จุดสนใจ -v. spotted, spotting -vt. ทำให้เกิดจุด, ทำให้เป็นรอยด่าง, แต้มจุด, สืบสวน, ขจัดรอยเปื้อน -vi. เป็นจุด, เลอะเทอะ, หาเป้าหมายทางอากาศ (ในการฝึกทางทหาร) -in a spot อยู่ในภาวะลำบาก -on the spot ทันที, จุดเกิดเหตุ -spottable adj. (-S. (n., v.) mark, stain)

spotless (สปอท' ลิซ) adj. สะอาด, บริสุทธิ์ -spotlessness n. (-S. clean, pure)

spotlight (สปอท' ไลท) n. ดวงไฟที่มีกำลังส่องสว่างมาก, จุดสนใจของประชาชน -vt. -lighted/-lit, -lighting ฉายไฟ, พุ่งความสนใจ

spotted (สปอท' ทิด) adj. เป็นดวง, เป็นจุด (-S. dotted, mottled)

spouse (สเปาซ์, สเปาซ์) n. คู่สมรส, สามีหรือภรรยา -vt. spoused, spousing แต่งงาน (-S. (n.) consort, partner)

spout (สเปาท) v. spouted, spouting -vi. พวยพุ่ง, พ่น, ไหลพุ่งออกมา -vt. ทำให้พ่นหรือพุ่งออกมา, พร่ำพูดไม่หยุดปาก -n. พวยกา, ปากท่อ, รางน้ำ, ละอองน้ำที่ปลาวาฬพ่นขึ้นมา -spouter n. (-S. (v.) emit (n.) nozzle)

sprain (สเปรน) n. อาการเคล็ดขัดยอก -vt. sprained, spraining ทำให้เคล็ดขัดยอก

sprang (สแปรง) v. กริยาช่อง 2 ของ spring

sprawl (สปรอล) v. sprawled, sprawling -vi. นอนเหยียดยาว, นอนแผ่, นอนกางแขนขา -vt. ทำให้แผ่ กางหรือเหยียดออก, แผ่ขยายบริเวณออกไป -n. ตำแหน่งหรือท่าที่แผ่กางออก, การแผ่ขยายของเมือง (-S. (v., n.) spread)

spray[1] (สเปร) n. ละออง, ฝอยน้ำ, เครื่องพ่น, กระบอกพ่น -vt., vi. sprayed, spraying ฉีด, พรม, พ่น (-S. (n., v.) sprinkle)

spray[2] (สเปร) n. กิ่งไม้เล็กๆ ที่มีดอกและใบติด (-S. branch, shoot, sprig)

★**spread** (สเปรด) v. spread, spreading -vt. ทำให้แผ่, แพร่, ขยาย, ถ่าง, กาง, ขึงพืด, ทา, ป้าย, ละเลง, กระจาย, ปู (ผ้า พรม เสื่อ), จัดโต๊ะอาหาร -vi. กินเวลา, ปก, คลุม, ละเลง, ทา, ลุกลาม, แพร่, กระจาย, ขยายวง, แจกจ่าย, กลายเป็นที่รู้จัก -n. การแพร่กระจายข่าว, ที่เปิดโล่ง, ความกว้าง, ฟาร์ม, ทุ่งเลี้ยงวัว, ที่ดิน, ความหลากหลาย, โฆษณาที่ลงสองหน้า, อาหารมื้อใหญ่, เนย แยม ฯลฯ ที่ใช้ทาขนมปัง, ผ้าปู (โต๊ะ ตู้ เตียง ฯลฯ) (-S. (v.) extend, widen)

spread eagle สัญลักษณ์รูปนกอินทรีกางปีก

spreadsheet (สเปรด' ชีท) n. (คอมพิวเตอร์) แผ่นตารางทำการ

spree (สปรี) n. ความสนุกสนาน, ช่วงเวลากินดื่มเที่ยวอย่างสนุกสนาน

sprig (สปริก) n. กิ่งไม้, ก้านไม้เล็กๆ, ช่อ, หน่อ, เด็ก, ทายาท, ลูกหลาน, เครื่องประดับที่มีรูปร่างเป็นกิ่งไม้ -vt. sprigged, sprigging ตัด ดึง ริด รอน เด็ดกิ่งหรือก้านจากต้นไม้, ตกแต่งหรือประดับด้วยกิ่งไม้ -sprigger n.

sprightly (สไปรท' ลี) adj. -lier, -liest ร่าเริง, สนุกสนาน, มีชีวิตชีวา (-S. lively -A. dull)

★**spring** (สปริง) v. sprang/sprung, sprung, springing -vi. กระเด้ง, ดีด, กระดอน, ผุด, โผล่, โค้ง, งอ, กำเนิด, จ่ายให้ -vt. ทำให้กระเด้งกระดอนหรือดีด, วางกับดัก, ทำให้โค้งงอ -n. ฤดูใบไม้ผลิ, สถานที่มีน้ำพุธรรมชาติ, ความยืดหยุ่น, โลหะที่เด้งเองได้ เช่น ขดลวด, การกระโดด, ช่วงเวลาการเกิดใหม่ -adj. เกี่ยวกับ

A B C D E F G H I J K L M N O P Q R S T U V W X Y Z

ฤดูใบไม้ผลิ, ที่เกิดในช่วงฤดูใบไม้ผลิ (-S. (v., n.) hop, leap, jump)

springboard (สูปริง' บอร์ด, -โบร์ด) *n.* กระดานกระโดดน้ำที่กระเด้งได้

spring garlic ต้นกระเทียม

spring onion ต้นหอม

springy (สปริง' กี) *adj.* **-ier, -iest** ยืดหยุ่น, ที่เด้งได้ (-S. elastic, flexible)

sprinkle (สปริง' เคิล) *vt., vi.* **-kled, -kling** หว่าน, พรม, โปรย, โรย, โปรยปราย *-n.* การกระทำดังกล่าว, ฝนตกโปรยปราย, จำนวนเล็กน้อย (-S. (v., n.) scatter, spray)

sprinkler (สปริง' เคลอร์) *n.* เครื่องฉีด หว่าน โรยหรือโปรย, หัวฉีดน้ำพุ

sprint (สปรินท์) *n.* การวิ่งเร็วระยะสั้น *-vi.* **sprinted, sprinting** วิ่งอย่างเร็ว **-sprinter** *n.*

sprite, spright (สไปรท์) *n.* นางไม้, ภูต, ผี, เทพยดา (-S. fairy, nymph)

spritzer (สปริท' เซอร์, ชปริท'-) *n.* เครื่องดื่มชนิดหนึ่งทำจากไวน์ผสมโซดา

sprocket (สปรอค' คิท) *n.* ฟันเฟือง, ซี่เฟือง

sprout (สเปราท์) *vi., vt.* **sprouted, sprouting** แตกหน่อ, งอก, แทงยอด, ออกตุ่ม, โผล่, ผลิ *-n.* ต้นอ่อน, ต้นกล้า, ยอดอ่อน (-S. (v., n.) bud)

spruce[1] (สปรูซ) *n.* ต้นไม้จำพวกสน

spruce[2] (สปรูซ) *adj.* **sprucer, sprucest** ประณีต, เรียบร้อย, สง่า *-v.* **spruced, sprucing** *-vt.* ทำให้เป็นระเบียบเรียบร้อย *-vi.* ทำให้ตัวเองดูดี **-sprucely** *adv.* **-spruceness** *n.* (-S. (adj.) elegant, smart -A. (adj.) distasteful)

sprung (สปรัง) *v.* กริยาช่อง 2 และ 3 ของ spring

spry (สไปร) *adj.* **sprier, spriest/spryer, spryest** กระฉับกระเฉง, ว่องไว, แข็งแรง **-spryly** *adv.* **-spryness** *n.* (-S. active, quick)

spud (สปัด) *n.* (คำสแลง) มันฝรั่ง, เสียม

spume (สปิวม์) *n.* ฟอง

spun (สปัน) *v.* กริยาช่อง 2 และ 3 ของ spin

spur (สเปอร์) *n.* เดือยรองเท้า, เดือยไก่, เหล็กเกาะไต่ภูเขา, ปุ่มต้นไม้, เครื่องกระตุ้น *-vt., vi.* **spurred, spurring** กระตุ้น, เร่งรีบ

spurious (สเปียว' เรียส) *adj.* ปลอม, แสร้ง, เก๊, (ลูก) นอกสมรส **-spuriously** *adv.* (-S. fake)

spurn (สเปิร์น) *vt., vi.* **spurned, spurning** ปฏิเสธ, เมิน, เขี่ย, เฉยเมย, รังเกียจ, บอกปัด *-n.* การกระทำดังกล่าว (-S. (v.) reject)

spurt (สเปิร์ท) *n.* การปล่อยกำลังเต็มที่, การพุ่งทะยานขึ้นสุดกำลัง, การโหม, *-v.* **spurted, spurting** *-vi.* พุ่ง, กระโจน, ทะยาน, โหมกำลัง *-vt.* เร่งกำลังเต็มที่ (-S. (n., v.) spout)

sputter (สปัท' เทอร์) *vt., vi.* **-tered, -tering** ถ่ม, ถุย พ่น (น้ำลาย), (เสียง) สำลัก, พูดละล่ำละลัก *-n.* การทำเสียงสำลัก, การพูดละล่ำละลัก **-sputterer** *n.* **-sputtery** *adj.*

sputum (สปิว' เทิม) *n., pl.* **-ta** เสมหะ, เสลด

spy (สไป) *n., pl.* **spies** (สไปซ์) นักสืบ, สายลับ, จารชน, คนสอดแนม *-vt., vi.* **spied, spying** สืบสวน, ค้นหา, สืบเสาะ, สำรวจ, สอดแนม, สะกดรอย (-S. (n.) agent (v.) glimpse, observe)

spyglass (สไป' แกลซ) *n.* กล้องส่องทางไกลขนาดเล็ก, กล้องสองตา

squabble (สกวอบ' เบิล) *vi.* **-bled, -bling** ทะเลาะ, เถียง *-n.* เสียงทะเลาะกัน (-S. (v., n.) fight, row -A. (v.) agree)

squad (สกวอด) *n.* กลุ่มคน, หมู่ทหาร, คณะ, ทีมนักกีฬา (-S. group, troop)

squadron (สกวอด' เดริน) *n.* กองเรือรบ, ฝูงเครื่องบิน, กองพันทหารม้า, กองกำลังทางทหาร

squalid (สกวอล' ลิด) *adj.* สกปรก, รก, รุงรัง, มอซอ **-squalidly** *adv.* (-S. filthy, nasty)

squall[1] (สกวอล) *n.* เสียงร้องไห้โฮ *-vi.* **squalled, squalling** กรีดร้อง, ร้องเสียงดัง, แผดเสียง

squall[2] (สกวอล) *n.* พายุฝนหรือหิมะที่พัดมาเป็นพัก ๆ, (ภาษาพูด) ความยุ่งยาก *-vi.* **squalled, squalling** (ลม พายุ) พัดแรงช่วงหนึ่ง

squalor (สกวอล' เลอร์) *n.* ความสกปรก, ความรกรุงรัง, ความมอซอ (-S. decay, filth)

squander (สกวอน' เดอร์) *vt.* **-dered, -dering** ใช้จ่ายเงินอย่างสุรุ่ยสุร่าย *-n.* ความชอบใช้จ่ายอย่างสุรุ่ยสุร่าย (-S. (v.) waste -A. (v.) save)

★**square** (สแกวร์) *n.* สี่เหลี่ยมจัตุรัส, บริเวณหรือพื้นที่รูปสี่เหลี่ยม, ไม้ฉาก, ผลของการคูณกันด้วยตัวเอง, กำลังสอง, เกมที่เล่นบนกระดานสี่เหลี่ยม, สี่แยก, แยกตามตึก, หัวถนน, (คำสแลง) คนทึ่ม *-adj.* **squarer, squarest** มีรูปทรงสี่เหลี่ยม, ฉาก, ตั้งฉาก, เป็นตาราง, ซื่อตรง, ยุติธรรม, (แต้ม) เท่ากัน, (คำสแลง) ทึ่ม *-v.* **squared, squaring** *-vt.* ทำให้ได้ฉาก, ทำให้ตั้งฉาก, ทำให้เท่ากัน, ทำให้เป็นรูปสี่เหลี่ยม, ชำระบัญชี, ชำระหนี้สิน, (ภาษาพูด) ติดสินบน, แก้แค้น *-vi.* ตั้งฉาก, ตรงกัน, ลงรอย *-adv.* ยุติธรรม, ตรงไปตรงมา, เป็นสี่เหลี่ยมจัตุรัส **-on the square** อย่างเปิดเผยและซื่อสัตย์ **-out of square** ไม่เท่ากัน **-square deal** ยุติธรรม

-**square peg in a round hole** ผิดขนาด, ไม่เหมาะสม -**squarely** *adv.* (-**S.** (adj.) honest, upright (v.) bribe, level)

square root รากที่สองของเลขจำนวนจริง

★**squash**[1] (สกวอช) *n.* พืชจำพวกแตงและน้ำเต้า

★**squash**[2] (สกวอช) *v.* **squashed, squashing** -*vt.* บีบ, คั้น, กด, รัด, อัดแน่น -*vi.* ถูกบีบคั้น กดหรือรัด -*n.* เสียงบีบคั้น, การรัดให้แน่น, การอัด, การเบียดเสียด, ความแออัด, น้ำผลไม้คั้น (-**S.** (v., n.) crush, squeeze)

squashy (สกวอช' ชี, สกวอ' ชี) *adj.* -**ier**, -**iest** บีบง่าย, นุ่มนิ่ม, สุก, เหลว, เปียก -**squashily** *adv.* -**squashiness** *n.*

squat (สกวอท) *vi., vt.* **squatted, squatting** นั่งพับขา, นั่งขัดสมาธิ, (สัตว์) หมอบ, จับจอง (ที่ดิน), ปักหลัก, ตั้งหลักแหล่ง -*adj.* **squatter, squattest** อ้วนเตี้ย, เตี้ยกว้าง -*n.* ท่านั่งดังกล่าว, ท่าหมอบ, ที่ดินที่ถูกจับจอง -**squatter** *n.*

squawk (สกวอค) *vi., vt.* **squawked, squawking** (ไก่) ร้อง, กรีดร้อง, ร้องทุกข์

squeak (สกวีค) *v.* **squeaked, squeaking** -*vi.* หวีดร้อง, ส่งเสียงดังเอี๊ยดๆ, (เสียงหนูร้อง) จี๊ดๆ, เปิดเผย, ทรยศ -*vt.* ทำเสียงแหลม, ร้องเสียงหลง -*n.* เสียงหนูร้องจี๊ดๆ, เสียงบานประตูลั่นดังเอี๊ยดๆ, การหลบหนี (-**S.** (v.) peep, shrill)

squeal (สกวีล) *vi., vt.* **squealed, squealing** -*vi.* ร้องเสียงแหลมสูง, (คำสแลง) หักหลัง -*n.* การร้องเสียงหลง, การร้องเสียงแหลม -**squealer** *n.* (-**S.** (n., v.) scream)

squeamish (สกวี' มิช) *adj.* จู้จี้, ตกใจง่าย, อ่อนแอ -**squeamishly** *adv.* (-**S.** modest, sick)

squeegee (สกวี' จี) *n.* ก้านรีดน้ำ, ลูกกลิ้งยาง

★**squeeze** (สกวีซ) *v.* **squeezed, squeezing** -*vt.* บีบ, คั้น, บิด, กด, อัดแน่น, เบียด, รัด, รีด, บังคับ, คาดคั้น, ดัน -*vi.* ตกอยู่ภายใต้ความกดดัน, แทรก, บังคับ -*n.* การกระทำดังกล่าว, ปริมาณที่คั้นออกมา, ฝูงชนที่เบียดเสียด -**squeezer** *n.* (-**S.** (v., n.) crowd, press)

squelch (สเกวลช์) *v.* **squelched, squelching** -*vt.* กด, บีบ, ทำให้แบน, ทำให้เงียบงัน -*vi.* เกิดเสียงดังผลัวะ -*n.* เสียงดังผลัวะๆ, เสียงย่ำโคลน -**squelcher** *n.*

squib (สกวิบ) *n.* ประทัด, หลอดประจุดินปืนเพื่อใช้เป็นชนวน, การเขียนเรื่องล้อหรือเยาะเย้ย

squid (สกวิด) *n., pl.* **squids/squid** ปลาหมึก

squill (สกวิล) *n.* หอมทะเลจำพวกหนึ่ง

squint (สกวินท์) *vi., vt.* **squinted, squinting** หรี่ตา, เหล่, ชำเลือง, ชม้าย, ชายตามอง -*n.* การชำเลืองตา, การมองอย่างรวดเร็ว, การเหลือบตามอง -*adj.* (ตา) เหล่ เข เอียง

squire (สไกวร์) *n.* คนรับใช้ที่ติดตามนักรบสมัยก่อน, ผู้ดีเจ้าของที่ดินตามบ้านนอก, ตุลาการ

squirm (สเกวิร์ม) *vi.* **squirmed, squirming** เลื้อย, ดิ้น, รู้สึกไม่สบายใจ -*n.* การดิ้นบิดไปมา

★**squirrel** (สเกวอร์' เริล) *n.* กระรอก, หนังขนกระรอก -*vt.* -**reled, -reling/ -relled, -relling** เก็บ, ซ่อน, สะสม

squirt (สเกวิร์ท) *vi., vt.* **squirted, squirting** พ่น, พุ่ง, ฉีด -*n.* น้ำที่พุ่งออกมา, กระบอกฉีด, การพ่นหรือฉีด -**squirter** *n.*

squish (สกวิช) *v.* **squished, squishing** -*vt.* ทำให้แบนหรือเป็นแผ่นราบ, อัด, บีบ -*vi.* ย่ำบนโคลน, (เสียง) โคลนดูด -*n.* เสียงย่ำโคลน, (คำสแลง) คนอ่อนแอ -**squishy** *adj.*

Sr. ย่อจาก senior คนโต, señor คุณผู้ชาย, sister ใช้เรียกนำหน้าชื่อแม่ชีในคริสต์ศาสนา

ST ย่อจาก standard time เวลามาตรฐานสากล

St. ย่อจาก saint นักบุญ

stab (สแตบ) *vt., vi.* **stabbed, stabbing** ปัก, ทิ่ม, แทง, เสียบ -*n.* การกระทำดังกล่าว, บาดแผลจากการถูกแทง -**stab in the back** ลอบทำร้าย -**stabber** *n.* (-**S.** (v., n.) thrust)

stability (สตะบิล' ลิที) *n., pl.* -**ties** ความแน่นอน, ความมั่นคง, ความสม่ำเสมอ, ความแน่วแน่, ความมีเสถียรภาพ, ความเที่ยงตรง (-**S.** firmness, strength -**A.** instability)

stabilize (สเต' บะไลซ์) *v.* -**lized, -lizing** -*vt.* ทำให้มั่นคง, ทำให้ทรงตัว, รักษาระดับ -*vi.* คงที่, มั่นคง, เที่ยง -**stabilization** *n.*

★**stable**[1] (สเต' เบิล) *adj.* -**bler, -blest** มั่นคง, สม่ำเสมอ, เสถียร, เที่ยง -**stableness** *n.* -**stably** *adv.* (-**S.** constant, fixed)

stable[2] (สเต' เบิล) *n.* คอกสัตว์, โรงม้า, คนเลี้ยงม้า, คอกม้าแข่ง -*v.* -**bled, -bling** -*vt.* ขังไว้ในคอก -*vi.* อาศัยอยู่ในคอก

stack (สแตค) *n.* กอง (ฟาง หญ้า ฟืน ไม้ ข้าว), กองซ้อนกันเป็นชั้น, ปล่องไฟ, ปล่องไฟเรือ, บริเวณที่เก็บหนังสือของห้องสมุด, ซุ้มปืน, จำนวนมากมาย -*vt., vi.* **stacked, stacking** กอง, สุม, ก่าย, ซ้อน (-**S.** (n., v.) heap, pile)

staddle (สแตด' เดิล) *n.* ยุ้ง, ฉาง, โรงนา

★**stadium** (สเต' เดียม) *n., pl.* -**diums/-dia** สนามกีฬาขนาดใหญ่, สนามแข่งกรีฑาของกรีกโบราณ

A B C D E F G H I J K L M N O P Q R S T U V W X Y Z

★**staff¹** (สแตฟ) *n., pl.* **staffs/staves** (สเตฟว์ซ์) ไม้เท้า, ไม้พลอง, ไม้ให้สัญญาณ, คทา, ตะพด, ตะบอง, เสา, เสาค้ำ, ด้าม, ป้าย, เสาธง *-vt.* **staffed, staffing** จัดให้มีคณะหรือกลุ่มผู้ร่วมงาน **-staffs** ไม้รังวัด, คณะทำงาน, กองเสนาธิการ, กองเสมียน (**-S.** (n.) pole, rod, wand)

staff² (สแตฟ) *n.* เครื่องค้ำจุน

stag (สแตก) *n.* กวางแดงตัวผู้, สัตว์ตัวผู้ที่ตอนแล้ว, ผู้ชายที่ไปงานเลี้ยงคนเดียว *-adj.* สำหรับผู้ชายเท่านั้น *-adv.* ตัวคนเดียว *-vi.* **stagged, stagging** ไปงานเลี้ยงคนเดียวโดยไม่มีคู่

★**stage** (สเตจ) *n.* แท่น, เวที, นั่งร้านหรือแท่นก่อสร้าง, เวทีละคร, ที่พักริมทาง, รถม้าโดยสาร, ชั้น, โป๊ะ, ขั้น, ระยะ, ระยะการเดินทาง, แท่นหมุนได้ของกล้องจุลทรรศน์ *-v.* **staged, staging** *-vt.* แสดงบนเวที, กำกับการแสดงบนเวที *-vi.* ปรับเปลี่ยนให้เหมาะสมกับการแสดงบนเวที, หยุดเมื่อถึงจุดหมายปลายทาง (**-S.** (n.) level, step)

stagecoach (สเตจ' โคช) *n.* รถม้าโดยสารสี่ล้อในสมัยก่อน

stagger (สแตก' เกอร์) *v.* **-gered, -gering** *-vi.* โซเซ, โยกเยก, โอนเอน, เอียง, โงนเงน, เฉ, เป๋ *-vt.* ทำให้โซเซ, ทำให้ลังเล, ทำให้เหลื่อมกัน *-n.* การเดินเซไปมา, การรวนเร, การจัดสับหลีก, การแกว่ง **-staggerer** *n.* (**-S.** (v., n.) sway, waver)

staging (สเต' จิง) *n.* โครงค้ำ, นั่งร้าน, การแสดงบนเวที, การเดินทางโดยรถม้าสี่ล้อ

stagnant (สแตก' เนินท์) *adj.* นิ่ง, เฉย, ค้าง, ซบเซา, เฉื่อย, เอื่อย (**-S.** sluggish, still)

stagnate (สแตก' เนท) *vi.* **-nated, -nating** หยุดนิ่ง, เฉื่อย, ไม่เจริญ **-stagnation** *n.* (**-S.** decay, rust **-A.** grow)

staid (สเตด) *adj.* ถาวร, มั่นคง, สุขุม, ผึ่งผาย, สง่า, ภูมิฐาน **-staidly** *adv.* **-staidness** *n.* (**-S.** calm, steady **-A.** wild)

★**stain** (สเตน) *v.* **stained, staining** *-vt.* ทำให้เลอะเทอะ, ทำให้เปื้อน, ทำให้ด่าง, ทา (สี), ย้อมสี (เนื้อเยื่อ) *-vi.* เลอะ, เปื้อน, ด่าง *-n.* รอยด่าง, รอยเปื้อน, มลทิน, สีแต้ม, สีย้อม, สิ่งที่ทำให้สกปรก, น้ำยาเคลือบเงา, การย้อมสีเนื้อเยื่อ **-stainable** *adj.* (**-S.** (v., n.) blemish, dye, spot)

stained glass กระจกย้อมสีต่างๆ นิยมนำมาประดับตกแต่งหรือทำบานหน้าต่าง

stainless (สเตน' ลิซ) *adj.* ไม่ด่างพร้อย, ไม่เปื้อน **-stainlessly** *adv.*

stainless steel เหล็กที่ไม่ขึ้นสนิม

★**stair** (สแตร์) *n.* บันได, ขั้นบันได

staircase (สแตร์' เคซ) *n.* บันไดทอดหนึ่ง

stairway (สแตร์' เว) *n.* ดู staircase

stake (สเตค) *n.* หมุด หลัก เข็มที่ใช้ตอกยึดรั้วเสาหรือขึงเต็นท์, เสาปักหลัก, หลักปักเขต, เสาสำหรับมัดคนเพื่อเผาทั้งเป็น (ในสมัยก่อน), การเผาทั้งเป็น, การพนัน, การเสี่ยง, ส่วนได้ส่วนเสีย, ส่วนแบ่ง, ผลประโยชน์จากการแข่งขัน, เงินรางวัลจากการชนะม้าแข่ง, เงินเดิมพัน, เงินปันผล, หุ้นผลประโยชน์ *-vt.* **staked, staking** เรียกร้องสิทธิ, อ้างกรรมสิทธิ์, สนับสนุน, ค้ำจุน, ปักหลัก, ปักเขต, ตอกหมุด, ตอกเสา, รังวัดปักเขต, ผูกกับหลัก, เสี่ยง, วางเดิมพัน, จัดหาทุนในการดำเนินการ **-at stake** การเสี่ยง **-stake out** สำรวจ, สอดแนม **-stakes** ส่วนได้ส่วนเสียจากการเสี่ยง (**-S.** (n., v.) bet, risk)

stakeholder (สเตค' โฮลเดอร์) *n.* คนกลางที่ถือเงินเดิมพัน

stalactite (สตะแลค' ไทท์) *n.* หินย้อย

stalagmite (สตะแลก' ไมท์) *n.* หินงอก

★**stale** (สเตล) *adj.* **staler, stalest** เก่า, ค้างคืน, จืดชืด, เหม็นหืน, ขึ้นรา, น่าเบื่อ, เหี่ยวย่น **-stalely** *adv.* (**-S.** faded, old **-A.** fresh)

stalemate (สเตล' เมท) *n.* สถานการณ์ที่ต่างฝ่ายก็ทำอะไรกันไม่ได้, (เกมหมากรุก) การทำให้ขุนอับ, การคุมเชิงกัน, การยันกัน

stalk¹ (สตอค) *v.* **stalked, stalking** *-vt.* ย่องตาม (สัตว์), ไล่ตาม *-vi.* ย่างสามขุม, เดินอย่างองอาจ **-stalker** *n.* (**-S.** hunt, track)

stalk² (สตอค) *n.* ก้าน, ลำต้น, ลำตัว

stall¹ (สตอล) *n.* คอก, เล้า, แผงลอย, ร้านเล็กๆ, ม้านั่งเป็นแถวในโบสถ์, ที่นั่งแถวหน้าในโรงละคร, เส้นที่ตีเป็นช่องๆ สำหรับจอดรถ, เครื่องยนต์ดับกลางคัน, เครื่องบินเสียการทรงตัว, ปลอกสวมนิ้วมือนิ้วเท้า *-v.* **stalled, stalling** *-vt.* ขังในคอก, ต้อนเข้าคอก, ขุนให้อ้วน, ทำให้หยุดกลางคัน, ทำให้เครื่องบินเสียการทรงตัว *-vi.* อยู่ในคอก, ติดหล่ม, หยุด, ติดขัด, (เครื่องยนต์) ดับหรือหยุดกลางคัน

stall² (สตอล) *n.* กลอุบายที่ใช้หน่วงเหนี่ยว, การประวิงเวลา *-vt., vi.* **stalled, stalling** หน่วงเหนี่ยว, ถ่วงเวลา, ล่อ, ชะลอ

stallion (สแตล' เลียน) *n.* ม้าพ่อพันธุ์

stalwart (สตอล' เวิร์ท) *adj.* บึกบึน, ล่ำสัน, แข็งแรง, กล้าหาญ, แน่วแน่ *-n.* คนที่มีร่างกายและจิตใจแข็งแกร่ง, คนที่สนับสนุนองค์กรหรือพรรคการเมืองอย่างเต็มที่ **-stalwartly** *adv.*

(-S. (adj.) brave, strong -A. (adj.) weak)

stamen (สเต' เมิน) *n., pl.* **stamens/stamina** เกสรตัวผู้

stamina (สแตม' มะนะ) *n.* ความเข้มแข็งและอดทนที่จะต่อสู้กับความเจ็บป่วยความยากลำบากหรืออุปสรรคต่างๆ, พหูพจน์ของ stamen (-S. force, power -A. weakness)

stammer (สแตม' เมอร์) *vi., vt.* **-mered, -mering** พูดติดอ่าง, พูดตะกุกตะกัก (-S. pause)

★**stamp** (สแตมพ์) *vt., vi.* **stamped, stamping** กระทืบเท้า, เหยียบ, ตอก, ตี, ประทับ, ย่ำ, บด, กด, ทับ, ขยี้ *-n.* ดวงตราไปรษณียากร, ตราประทับ, รอยตราประทับ, การประทับตรา, เครื่องหมาย, ชนิด, เอกลักษณ์, เครื่องแสดง (-S. (v.) beat (v., n.) impress, mark, type)

stampede (สแตมพีด') *n.* การตื่นตกใจของฝูงสัตว์, ความแตกตื่นของคน, ความอลหม่าน *-v.* **-peded, -peding** *-vt.* ทำให้แตกตื่น *-vi.* ตื่น, ตกใจ, อลหม่าน (-S. (n., v.) charge, rush)

stamp mill โรงโม่, โรงบด

stance (สแตนซ์) *n.* ท่ายืน, ท่าตีลูกบอล, ทัศนคติ (-S. attitude, posture)

stanchion (สแตน' ชัน, -ชัน) *n.* ตอม่อ, เสา, เสาค้ำ, เสากั้นคอกวัวควาย

★**stand** (สแตนด์) *v.* **stood, standing** *-vi.* ยืน, ยืนตรง, ทรงตัว, ยืนตระหง่าน, ตั้ง, ตั้งตรง, ตั้งมั่น, ตั้งสูง, คงที่, คงไว้, คงอยู่, ค้างไว้, ยืนหยัด *-vt.* ทำให้ยืน, ทำให้ตั้งขึ้น, ยึดหยัด, ตั้งมั่น, ทน, ตั้งหลัก, ทำหน้าที่, (ภาษาพูด) เลี้ยงอาหาร *-n.* การยืน, ขาตั้ง, ที่ยืน, ตำแหน่งที่ยืน, ร้านขายของเล็กๆ ที่เป็นซุ้ม, แผงลอย, โต๊ะตั้งของ, ที่จอดรถแท็กซี่, นโยบายที่มุ่งมั่นแน่วแน่, ต้นไม้ที่กำลังเติบโต, คอกพยานในศาล **-stand a chance** มีโอกาสประสบความสำเร็จ **-stand by** เตรียมพร้อม, สนับสนุน, สำรอง **-stand down** ถอนตัว, ละทิ้งหน้าที่ **-stand for** สนับสนุน, เข้าข้าง **-stand in** แทนที่ **-stand off** ปลีกตัว, ไปยืนอีกข้าง **-stand on** ขึ้นอยู่กับ **-stand out** โดดเด่น **-stand over** จับตามอง, เลื่อนไป **-stands** อัฒจรรย์ **-stand to** เตรียมพร้อม **-stand up** ยืน, ตั้งขึ้น, (อายุ) ยืนยาว **-stand up for** ต่อสู้, ปกป้อง (-S. (v.) endure, upright (n.) booth, position)

stand-alone (สแตนด์ อะโลน) *adj.* เกี่ยวกับคอมพิวเตอร์ที่ทำงานโดยไม่ได้เชื่อมโยงกับเครือข่ายหรือระบบอื่นใด

★**standard** (สแตน' เดิร์ด) *n.* ธงชาติ, ธง (หมู่เหล่า กอง), ธงชัย, ธงราชการ, เกณฑ์, ข้อบังคับ, กฎเกณฑ์, ข้อกำหนด, มาตรฐาน, มาตรา, อัตราส่วนของโลหะผสมในเหรียญทองหรือเหรียญเงิน, ชั้นปี, ชั้นนักเรียน, แท่น, เชิง, ฐาน *-adj.* เป็นมาตรฐาน, เป็นที่รับรอง, เข้าเกณฑ์, ได้มาตรฐาน, โดยทั่วไป, โดยปกติ **-standardly** *adv.* (-S. (n.) grade, measure, norm (adj.) basic, normal, regular)

standardize (สแตน' เดอร์ไดซ์) *vt.* **-ized, -izing** ทำให้ได้มาตรฐาน, หาค่าโดยเปรียบเทียบกับมาตรฐาน (-S. normalize, regiment)

standard of living มาตรฐานการครองชีพ

standard time เวลามาตรฐาน

standby (สแตนด์' ไบ) *n., pl.* **-bys** คนที่เตรียมพร้อมเสมอที่จะคอยช่วยเหลือในยามฉุกเฉิน *-adj.* สำรองไว้ใช้ยามจำเป็น, เกี่ยวกับการรอตั๋วเครื่องบินที่คนอื่นสละสิทธิ, เตรียมพร้อม

stand-in (สแตนด์' อิน) *n.* คนแสดงแทน

standing (สแตน' ดิง) *n.* ฐานะทางสังคม, ท่ายืน, ตำแหน่งที่ยืน, จุดยืน, ระยะเวลา *-adj.* ตั้งตรง, (ยืน) ตระหง่าน, แน่นอน, คงที่ (-S. (n.) rank, status (adj.) constant, still)

standoffish (สแตนด์โอ' ฟิช, -ออฟ' ฟิช) *adj.* ห่างเหิน, เย็นชา **-standoffishness** *n.*

standout (สแตนด์' เอาท์) *n.* (ภาษาพูด) คนที่ยอดเยี่ยมหรือมีความสามารถพิเศษ

standpoint (สแตนด์' พอยน์ท์) *n.* แง่คิด, ความคิดเห็น, มุมมอง (-S. opinion)

standstill (สแตนด์' สติล) *n.* การหยุดเคลื่อนไหว

standup, stand-up (สแตนด์' อัพ) *adj.* ตั้งตรง, ซึ่งทำขณะยืน, (คำสแลง) กล้าหาญ

stanza (สแตน' ซะ) *n.* โคลง ฉันท์ กาพย์ กลอนหนึ่งบท มีสองบรรทัดหรือมากกว่า (-S. poem)

staple¹ (สเต' เพิล) *n.* สินค้าหลัก, สินค้าสำคัญของประเทศ, วัตถุดิบ, อาหารที่สำคัญ เช่น ข้าว แป้ง, เส้นใยจากฝ้าย ขนแกะ หรือป่าน *-adj.* สำคัญ, เป็นหลัก, แก่นสาร *-vt.* **-pled, -pling** แบ่งแยกหรือคัดเลือก (เส้นใย)

staple² (สเต' เพิล) *n.* ลวดเย็บกระดาษเป็นรูปตัวยู, ห่วง, สายยู *-vt.* **-pled, -pling** ตอก, ตรึง, เย็บด้วยลวดเย็บกระดาษ, คล้อง (ห่วงสายยู)

stapler (สเต' เพลอร์) *n.* ที่เย็บกระดาษ

★**star** (สตาร์) *n.* ดาว, ดวงดาว, ดารา, สิ่งที่เป็นแฉกเหมือนดาว, เครื่องหมายยศเป็นแฉกรูปดาว, เครื่องหมายดอกจัน, บุคคลมีชื่อเสียง, รูปแฉกที่หน้าผากของม้า, โชคชะตา, นักแสดง, ตัวเอก

A B C D E F G H I J K L M N O P Q R S T U V W X Y Z

-*adj.* เด่น, โด่งดัง, มีชื่อเสียง -*v.* **starred, starring** -*vt.* ประดับด้วยดาว, ติดดาว, ให้รางวัลเป็นดาวเพื่อแสดงว่ายอดเยี่ยม, ทำเครื่องหมายดอกจัน, นำแสดง -*vi.* เล่นเป็นตัวเอก, เล่นได้อย่างยอดเยี่ยม, ทำงานได้ดีเด่น **-stars** อนาคต, โชคชะตา (-S. (n.) idol, name (adj.) brilliant, well-known)

starboard (สตาร์' เบิร์ด) *n.* กราบขวาของเรือหรือเครื่องบิน

starch (สตาร์ช) *n.* แป้ง, คาร์โบไฮเดรต, แป้งที่ใช้ลงผ้าให้แข็ง, นิสัยแข็งกระด้าง -*vt.* **starched, starching** ลงแป้ง **-starches** อาหารที่มีแป้งมาก เช่น หัวเผือก **-starchy** *adj.*

stardom (สตาร์ เดิม) *n.* สถานะความเป็นดารา, ความมีชื่อเสียงในฐานะดารานักแสดง

stardust (สตาร์ ดัซท์) *n.* ละอองดาว, กลุ่มดาว

★**stare** (สแตร์) *vi., vt.* **stared, staring** จ้องมอง, ถลึงตา, เบิงตา, (ขน) ลุก -*n.* การจ้องมอง **-starer** *n.* (-S. (v., n.) gaze, look)

starfish (สตาร์' ฟิช) *n., pl.* **-fish/-fishes** ปลาดาว

star fruit มะเฟือง

stark (สตาร์ค) *adj.* **starker, starkest** แข็ง, ทื่อ, ห้วน, หยาบ, ถมึงทึง, อย่างสิ้นเชิง **-starkly** *adv.* **-starkness** *n.*

starry (สตาร์' รี) *adj.* **-rier, -riest** แพรวพราวไปด้วยแสงดาว, มีรูปร่างเหมือนดาว

Stars and Stripes ธงชาติของสหรัฐอเมริกา

starship (สตาร์' ชิพ) *n.* ยานอวกาศ

Star-Spangled Banner ธงชาติของสหรัฐอเมริกา

★**start** (สตาร์ท) *v.* **started, starting** -*vi.* เริ่ม, เริ่มต้น, สะดุ้ง, ตกใจ, เริ่มทำ, เดินเครื่อง, ออกเดินทาง, ผุด, โผล่, นูน, โปน, ลงมือ, ก่อตั้ง, ตั้งต้น, ออกตัว (วิ่ง), ปลด, ปล่อย -*vt.* ตั้งต้น, เริ่มต้น, ก่อตั้ง, ลงมือ, ทำให้ตกใจ, ทำให้สะดุ้ง, กวน, กระตุ้น, ทำให้เริ่มเดิน -*n.* การตั้งต้น, การเริ่มต้น, จุดเริ่มต้น, สัญญาณเริ่มต้นการแข่งขัน, การทำให้ตกใจหรือสะดุ้ง, การติดเครื่องยนต์, ส่วนที่หลวมหรือคลายออก, ตำแหน่งที่ได้เปรียบ (ทางกีฬา) **-start something** (ภาษาพูด) ทำให้เกิดปัญหา **-start up** (กิจการ) ก่อตั้งใหม่ **-to start with** แรกเริ่ม, ไม่ว่าในกรณีใดๆ (-S. (v.) begin (n.) beginning, signal -A. (v., n.) end)

starter (สตาร์' เทอร์) *n.* ผู้เริ่มต้น, เครื่องกำเนิดไฟฟ้าๆ (รถยนต์), ผู้ให้สัญญาณเริ่มต้นแข่งกีฬา, การเริ่มต้นแข่งกีฬา

startle (สตาร์' เทิล) *v.* **-tled, -tling** -*vt.* ทำให้สะดุ้ง ตกใจหรือผวา -*vi.* สะดุ้ง, ตกใจ -*n.* การสะดุ้ง ตกใจหรือผวา (-S. (v., n.) shock)

starvation (สตาร์เว' ชัน) *n.* การขาดอาหารหรืออดอาหารตาย

★**starve** (สตาร์ฟว์) *v.* **starved, starving** -*vi.* อดอยาก, อดอาหารตาย, หนาวตาย, (ภาษาพูด) หิวโหย -*vt.* ทำให้อดอยาก, ทำให้อดตาย

starveling (สตาร์ฟว์' ลิง) *n.* ผู้ที่อดอาหารตาย -*adj.* อดอยาก, อดอาหาร, ยากจน

stat (สแตท) *n.* วิชาสถิติ

stat. ย่อจาก statistics วิชาสถิติ

★**state** (สเตท) *n.* สภาพ, สภาวะ, ภาวะ, สภาวการณ์, สภาพการณ์, สถานการณ์, อารมณ์, อาการ, (ภาษาพูด) อาการกระสับกระส่าย, ฐานะทางสังคม, พิธีการ, รัฐ, มณฑล, กิจการของรัฐบาล, การปกครองของรัฐบาล -*adj.* เกี่ยวกับการอยู่ภายใต้การปกครองของรัฐบาล, ที่ดำเนินการโดยรัฐ, โดยมีรัฐเป็นเจ้าของและผู้ดำเนินการ -*vt.* **stated, stating** แถลง, ประกาศ, แจ้ง (-S. (n.) condition, mood (v.) declare (adj.) public)

stately (สเตท' ลี) *adj.* **-lier, -liest** โอ่อ่า, ยิ่งใหญ่, สง่างาม (-S. grand -A. base, plain)

★**statement** (สเตท' เมินท์) *n.* การประกาศ, การแจ้ง, คำแถลงการณ์, รายงานบัญชีการเงิน (-S. account, declaration, proclamation)

statesman (สเตทซ' เมิน) *n.* รัฐบุรุษ

static (สแตท' ทิค) *adj.* คงที่, นิ่ง, สถิต, อยู่กับที่, เกี่ยวกับไฟฟ้าสถิต -*n.* (ภาษาพูด) การนินทา การพูดขัดจังหวะ การวิจารณ์อย่างเผ็ดร้อน **-statical** *adj.* **-statically** *adv.* (-S. (adj.) constant, still -A. (adj.) variable)

static electricity ไฟฟ้าสถิต

statics (สแตท' ทิคซ์) *n. pl.* สถิตยศาสตร์

★**station** (สเต' ชัน) *n.* สถานี, สถานีรถไฟ, ท่ารถ, ป้ายรอรถประจำทาง, ฐานะ, ตำแหน่งทางสังคม, สถานีวิทยุโทรทัศน์, เครื่องรับส่งสัญญาณวิทยุ, ฐานปฏิบัติการ, เรือนเพาะชำ, ฟาร์มเลี้ยงสัตว์ -*vt.* **-tioned, -tioning** เข้าประจำฐาน (-S. (n., v.) post)

stationary (สเต' ชะเนอรี) *adj.* คงที่, ประจำที่, นิ่ง -*n., pl.* **-aries** สิ่งที่อยู่คงที่ (-S. (adj.) fixed, motionless -A. (adj.) moving)

stationer (สเต' ชะเนอร์) *n.* คนขายเครื่องเขียน

★**stationery** (สเต' ชะเนอรี) *n.* เครื่องเขียน

station house, stationhouse (สเต' ชันเฮาซ์) *n.* สถานีตำรวจ, สถานีดับเพลิง

station-to-station (สเต' ชันทะสเต' ชัน) *adj.* เกี่ยวกับโทรศัพท์ทางไกล

station wagon รถยนต์ที่มีท้ายรถยาวใส่สัมภาระและกระเป๋าได้ มีประตูปิดท้ายรถด้วย

station wagon

statistic (สตะทิซ' ทิค) *n.* ข้อมูล, สถิติ, ตัวเลข

★**statistics** (สตะทิซฺ' ทิคซฺ) *n. pl.* วิชาสถิติ, ข้อมูลหรือข้อเท็จจริงที่เป็นตัวเลข

stator (สเต' เทอรฺ) *n.* ส่วนหนึ่งของเครื่องใช้ไฟฟ้าประเภทมอเตอร์หรือไดนาโมที่อยู่คงที่

statuary (สแตชฺ' ชูเออรี) *n., pl.* **-ies** บรรดารูปปั้นหรือรูปแกะสลัก, ศิลปะการปั้นหรือแกะสลัก, ปฏิมากร, ช่างปั้น *-adj.* เกี่ยวกับการปั้นแกะสลักหรือหล่อ

★**statue** (สแตชฺ' ชู) *n.* รูปปั้น, รูปสลัก, งานปั้นสลัก หรือหล่อรูปคนหรือสัตว์แบบสามมิติ ทำจากหิน ดินเหนียวหรือทองแดง

statuette (สแตชชูเอท') *n.* รูปปั้นหรือรูปสลักขนาดเล็ก

stature (สแตชฺ' เชอรฺ) *n.* ระดับความสำเร็จ, ความสูงหรือส่วนสูงของมนุษย์หรือสัตว์เมื่อยืนขึ้น

★**status** (สเต' เทิซ, สแตท' เทิซ) *n.* ฐานะ, สภาพ, ภาวะ, ตำแหน่ง, ยศ (-S. grade, rank)

status quo สภาพที่เป็นอยู่แต่เดิม

status symbol เครื่องแสดงฐานะ เช่น บ้าน

statute (สแตชฺ' ชูท) *n.* พระราชบัญญัติ, บทบัญญัติ, กฎ, กฎระเบียบ, ข้อบังคับ

statute book หนังสือกฎหมาย

statute law กฎหมายที่เป็นพระราชบัญญัติ

statute of limitations พระราชบัญญัติกำหนดอายุความ

statutory (สแตชฺ' ชะทอรี, -โทรี) *adj.* ที่กำหนดไว้โดยพระราชบัญญัติ, ซึ่งเป็นพระราชบัญญัติ

staunch, stanch (สตอนชฺ; สตานชฺ, สตอนชฺ; สตานชฺ; สแตนชฺ) *adj.* **stauncher, staunchest/stancher, stanchest** ซื่อสัตย์, จงรักภักดี, มุ่งมั่น **-staunchly** *adv.*

stave (สเตฟวฺ) *n.* แผ่นไม้บางๆ ที่ใช้ทำขอบถัง, ขั้นบันได, ไม้ตะบอง, บันไดเสียง (ดนตรี), โคลงฉันท์ กาพย์ กลอนหนึ่งบท *-v.* **staved/stove, staving** *-vt.* ทำบุบี้, ทำแตก, เจาะรู *-vi.* แตก, บุบ **-stave off** ขจัด, ปัดเป่า

★**stay**[1] (สเต) *v.* **stayed, staying** *-vi.* พัก, อาศัย, อยู่, พำนัก, ค้าง, หยุด, รอ *-vt.* หยุดพัก, เลื่อน, ระงับ, ยับยั้ง, ทำให้ช้าลง, ชะลอ, สกัด, หน่วงเหนี่ยว, รั้งรอ *-n.* การหยุดพัก, การพักแรม, การไปเยี่ยม **-stay away** ออกไปห่างๆ **-stay in** อยู่บ้าน **-stay on** อยู่ต่อ **-stay out** ออกไปข้างนอก, ประท้วงต่อไป **-stay put** รอก่อน (-S. (v., n.) pause, rest, stop)

stay[2] (สเต) *vt.* **stayed, staying** ค้ำจุน, รัด, หนุน, ยึด, พยุง, สนับสนุน, ยืนหยัด *-n.* เครื่องค้ำจุน, เครื่องรัดทรงของผู้หญิง, เชือกโยง

STD ย่อจาก sexually transmitted disease โรคที่ติดต่อทางเพศสัมพันธ์

std. ย่อจาก standard มาตรฐาน

stead (สเตด) *n.* ตัวแทน, สถานที่แทน, หน้าที่แทน *-vt.* **steaded, steading** แทน, ทำแทน

steadfast, stedfast (สเตด' แฟซทฺ, -เฟิซทฺ) *adj.* แน่นอน, มั่นคง, แน่วแน่, จงรักภักดี, ซื่อสัตย์ **-steadfastly** *adv.* **-steadfastness** *n.* (-S. constant, loyal -A. unsteady)

★**steady** (สเตด' ดี) *adj.* **-ier, -iest** แน่นอน, มั่นคง, อยู่กับที่, เที่ยงตรง, สม่ำเสมอ, หนักแน่น, สุขุม, มีสติ, เด็ดเดี่ยว *-vt., vi.* **steadied, steadying** ทำให้มั่นคง เที่ยงตรง สม่ำเสมอ หนักแน่น **-steadily** *adv.* **-steadiness** *n.* (-S. (adj.) calm, stable (v.) stabilize)

★**steak** (สเตค) *n.* สเต็ก, ชิ้นเนื้อทอดหรือย่าง

★**steal** (สตีล) *vt., vi.* **stole, stolen, stealing** ขโมย, ลักลอบ, ชิง, ฉกฉวย *-n.* การลักขโมย, (คำสแลง) การต่อรองราคา **-stealer** *n.* (-S. (v.) shoplift, thieve (n.) bargain, theft)

stealth (สเตลธฺ) *n.* การลักลอบ, การลักขโมย (-S. secrecy, slyness)

stealthy (สเตล' ธี) *adj.* **-ier, -iest** ลึกลับ, หลบๆ ซ่อนๆ **-stealthily** *adv.* (-S. secret -A. open)

★**steam** (สตีม) *n.* ไอน้ำ, หมอก, พลังไอน้ำ, พลังงาน *-vi., vt.* **steamed, steaming** พ่นไอ, ปล่อยไอ, เป็นไอ, อบ, นึ่ง, เคลื่อนที่ด้วยพลังไอน้ำ, (ภาษาพูด) โกรธจัด (-S. (n., v.) vapor)

steamboat (สตีม' โบท) *n.* เรือกลไฟ

steam chest หม้อพักไอ

steam engine เครื่องจักรไอน้ำ

steamer (สตี' เมอรฺ) *n.* เรือกลไฟ, หม้อไอน้ำ

steam iron เตารีดไอน้ำ

steamroller (สตีม' โรเลอรฺ) *n.* รถบดถนนที่ขับเคลื่อนด้วยพลังไอน้ำ

steamship (สตีม' ชิพ) *n.* เรือกลไฟ

steam turbine กังหันไอน้ำ

steamy (สตี' มี) *adj.* **-ier, -iest** เต็มไปด้วยไอน้ำ, ตัณหาราคะ **-steamily** *adv.*

A B C D E F G H I J K L M N O P Q R S T U V W X Y Z

★**steel** (สตีล) *n.* เหล็ก, เหล็กกล้า *-adj.* ที่ทำด้วยเหล็ก, แข็งแกร่ง *-vt.* **steeled, steeling** หุ้มด้วยเหล็ก, ทำให้แข็งแกร่ง **-steely** *adj.*

steel-trap (สตีล' แทรพ') *adj.* รวดเร็วและหลักแหลม, เฉียบคม, เด็ดเดี่ยว

steel wool เหล็กฝอย

steelwork (สตีล' เวิร์ค) *n.* สิ่งที่ทำด้วยเหล็ก **-steelworks** โรงงานผลิตเหล็ก

steelyard (สตีล' ยาร์ด) *n.* ตาชั่งจีน

★**steep** (สตีพ) *adj.* **steeper, steepest** มีปลายแหลม, สูง, ชัน, สูงลิ่ว, แพง, เกินไป *-n.* บริเวณที่สูงชัน **-steeply** *adv.* **-steepness** *n.* (**-S.** (adj.) headlong, high **-A.** (adj.) sloping)

steeple (สตี' เพิล) *n.* ยอดสูง, ยอดหลังคาปลายแหลม, ยอดเจดีย์, หอคอย

steeple

steeplechase (สตี' เพิลเชซ) *n.* การแข่งขี่ม้ากระโดดข้ามเครื่องกีดขวาง **-steeplechaser** *n.*

★**steer** (สเตียร์) *v.* **steered, steering** *-vt.* คุมหางเสือ, คัดท้าย *-vi.* บ่ายหน้า, มุ่งหน้า, มุ่งเข็ม *-n.* คำแนะนำ, วัวตัวผู้ (**-S.** (v.) direct (v., n.) guide (n.) advice)

steerage (สเตีย' ริจ) *n.* การคัดท้าย, การคุมหางเสือ,บริเวณที่นั่งบนเรือซึ่งค่าโดยสารถูกที่สุด

steering gear กระปุกเฟือง

steering wheel พวงมาลัย

steersman (สเตียร์ซ' เมิน) *n.* คนถือท้ายเรือ

★**stem**[1] (สเตม) *n.* ลำต้น, ก้าน, กล้องยาสูบ, ก้านแก้วไวน์, ปุ่มไขลานนาฬิกา, เส้นขน, เส้นผม, ตระกูล, รากคำ, เสาหัวเรือ, หัวเรือ, ไส้หลอดไฟ *-v.* **stemmed, stemming** *-vi.* เกิดมาจาก *-vt.* เอาก้านออก (**-S.** (n.) axis, stalk)

stem[2] (สเตม) *vt.* **stemmed, stemming** หยุด, อุด, ชะลอ, ยับยั้ง, รั้ง (**-S.** stop)

stench (สเตนช์) *n.* กลิ่นเหม็นคาว

stencil (สเตน' เซิล) *n.* กระดาษไขที่ใช้ในการพิมพ์, ลายฉลุ, การลอกลายฉลุ *-vt.* **-ciled, -ciling/-cilled, -cilling** ฉลุ, คัดลอก, ฉลุลาย

stenograph (สเตน' นะแกรฟ) *n.* แป้นเครื่องพิมพ์ชวเลข, ตัวชวเลข **-stenographer** *n.*

stenotype (สเตน' นะไทพ์) *n.* เครื่องพิมพ์ดีดตัวชวเลข, สัญลักษณ์ชวเลข *-vt.* **-typed, -typing** บันทึกหรือพิมพ์ด้วยเครื่องดังกล่าว **-stenotypist** *n.* **-stenotypy** *n.*

★**step** (สเตพ) *n.* การก้าวเท้า, จังหวะก้าวเท้า, เสียงก้าวเท้า, รอยเท้า, ระยะก้าวเท้า, ระยะที่สั้นมาก, ทางเท้า, เชิง, ธรณีประตู, ขั้น, ขั้นบันได, การเลื่อนขั้น, ลำดับ, ขั้นตอน, ระดับ, จังหวะเต้นรำ *-vi., vt.* **stepped, stepping** เหยียบย่าง, ก้าว, ก้าวเป็นจังหวะ, ก้าวเข้าไปสู่, ก้าวเท้าวัดระยะ **-step by step** เป็นขั้นตอน, ทีละขั้น (**-S.** (n., v.) move, pace, walk)

stepbrother (สเตพ' บรัธเธอร์) *n.* พี่ชายหรือน้องชายที่เป็นลูกของพ่อเลี้ยงหรือแม่เลี้ยง

stepchild (สเตพ' ไชลด์) *n.* ลูกติด, ลูกเลี้ยง, สิ่งที่ไม่ได้รับการดูแลเอาใจใส่

stepdaughter (สเตพ' ดอเทอร์) *n.* ลูกสาวของพ่อเลี้ยงหรือแม่เลี้ยง, ลูกสาวที่เกิดจากคู่สมรสคนก่อน

step-down (สเตพ' เดาน์) *adj.* ลดขั้น, ลดระดับ, ลดกำลังไฟฟ้า *-n.* การลดปริมาณหรือขนาดลง

stepfamily (สเตพ' แฟมมะลี, -แฟมลี) *n., pl.* **-lies** ครอบครัวที่มีลูกเลี้ยงหนึ่งคนหรือมากกว่า

stepfather (สเตพ' ฟาเธอร์) *n.* พ่อเลี้ยง

step-in (สเตพ' อิน) *adj.* ซึ่งเข้าไปมีส่วนเกี่ยวข้อง, ซึ่งเข้าแทรกแซง

stepladder (สเตพ' แลดเดอร์) *n.* บันไดพาดแบบพับเก็บได้

stepmother (สเตพ' มัธเธอร์) *n.* แม่เลี้ยง

stepparent (สเตพ' แพเรินท์) *n.* พ่อเลี้ยงหรือแม่เลี้ยง

steppe (สเตพ) *n.* ที่ราบซึ่งมีหญ้าปกคลุมในยุโรปตอนใต้ ไซบีเรีย และตอนกลางของอเมริกาเหนือ

steppingstone (สเตพ' พิงสโตน) *n.* ก้อนหินที่วางเรียงรายเป็นทางเดิน, ขั้นที่จะก้าวไปสู่เป้าหมายและความสำเร็จ

stepsister (สเตพ' ซิซเตอร์) *n.* พี่สาวหรือน้องสาวที่เป็นลูกของพ่อเลี้ยงหรือแม่เลี้ยง

stepson (สเตพ' ซัน) *n.* ลูกชายของพ่อเลี้ยงหรือแม่เลี้ยง, ลูกชายที่เกิดจากคู่สมรสคนก่อน

step-up (สเตพ' อัพ) *adj.* ซึ่งเพิ่มกำลังไฟฟ้า, ที่เพิ่มขึ้นทีละขั้น *-n.* การเพิ่มปริมาณ จำนวน หรือขนาด

-ster คำปัจจัย หมายถึง ผู้กระทำ

★**stereo** (สเตอ' รีโอ, สเตีย'-) *n., pl.* **-os** ระบบเสียงสเตอริโอ, เสียงจากระบบสเตอริโอ, ระบบเสียงจากเครื่องแยกเสียงซึ่งมาจากรอบทิศทาง, แม่พิมพ์, ต้นแบบ, ระบบภาพสามมิติหรือภาพถ่าย *-adj.* เกี่ยวกับระบบแยกเสียงหรือเครื่องแยกเสียงซึ่งมาจากรอบทิศทางเพื่อให้ได้เสียงเหมือนจริงและเป็นธรรมชาติมากที่สุด, เกี่ยวกับ

ภาพสามมิติ

stereo- คำอุปสรรค หมายถึง สามมิติ

stereograph (สเตอ' รีอะแกรฟ, สเตีย'-) *n.* ภาพสามมิติที่เกิดจากการมองผ่านกล้องมอง ภาพสามมิติหรือกระจกที่ทำขึ้นพิเศษ *-vt.* **-graphed, -graphing** ทำให้เกิดภาพสามมิติ **-stereography** *n.*

stereophonic (สเตอรีอะฟอน' นิค, สเตีย-) *adj.* เกี่ยวกับหรือที่ใช้ในการสร้างระบบเสียงที่มีลำโพงแยกเสียงมากกว่าสองทิศทาง เพื่อให้ได้เสียงที่ฟังเป็นธรรมชาติและเหมือนจริง **-stereophonically** *adv.* **-stereophony** *n.*

★**stereoscope** (สเตอ' รีอะสโกพ, สเตีย'-) *n.* กล้องสองตาสำหรับมองภาพสามมิติ โดยอาศัยการเหลื่อมกัน ทำให้เห็นภาพเด่นชัดมากขึ้น

stereotype (สเตอ' รีอะไทพ์, สเตีย'-) *n.* แม่พิมพ์, แบบพิมพ์, ต้นแบบ, แผ่นโลหะแม่พิมพ์ที่จำลองตัวเรียงพิมพ์ *-vt.* **-typed, -typing** ทำแม่พิมพ์, ทำแบบพิมพ์, กำหนดตายตัว, พิมพ์จากแบบพิมพ์ **-stereotyper** *n.* **-stereotypic, stereotypical** *adj.* **-stereotypically** *adv.* (**-S.** (n.) formula, pattern (v.) dub, standardize)

sterile (สเตอ' เริล, -ไรล์) *adj.* เป็นหมัน, ไม่มีเชื้อ, ไม่มีลูก, ไม่มีผล, แห้งแล้ง **-sterilely** *adv.* **-sterileness, sterility** *n.* (**-S.** dry, fruitless)

sterilization (สเตอระลิเซ' ชัน) *n.* การทำให้ปราศจากเชื้อ, การทำให้สะอาดบริสุทธิ์, การทำให้เป็นหมัน

sterilize (สเตอ' ระไลซ์) *vt.* **-ized, -izing** ทำให้ปราศจากเชื้อ, ทำให้เป็นหมัน, ทำให้ไม่ออกผล, ทำให้ไม่มีพิษ **-sterilizer** *n.*

sterling (สเตอร์' ลิง) *n.* หน่วยเงินตราของอังกฤษ โดยเฉพาะเงินปอนด์, ข้าวของเครื่องใช้ที่ทำจากเนื้อเงินของอังกฤษ *-adj.* ประกอบด้วยหรือเกี่ยวกับเงินอังกฤษ, ที่ทำจากเนื้อเงินอังกฤษ, เป็นมาตรฐานที่สูงสุด

stern[1] (สเติร์น) *adj.* **sterner, sternest** แข็งขัน, เคร่งครัด, ขึงขัง, ดุดัน, ถมึงทึง **-sternly** *adv.* **-sternness** *n.* (**-S.** cruel, strict **-A.** lenient)

stern[2] (สเติร์น) *n.* ส่วนท้ายของเรือ, ก้น, ส่วนหลัง, ส่วนท้าย

stern chaser ปืนหรือปืนใหญ่ที่ติดตั้งท้ายเรือ เพื่อใช้ยิงเรือที่ติดตามไล่ล่ามา

sternum (สเตอร์' เนิม) *n., pl.* **-nums/-na** กระดูกสันอก

stern-wheeler (สเติร์น' ฮวีเลอร์, -วีเลอร์) *n.* เรือกลไฟที่ขับเคลื่อนด้วยใบพัดท้ายเรือ

stethoscope (สเตธ' ธะสโกพ) *n.* เครื่องฟังเสียงหัวใจและปอดของแพทย์

stevedore (สตี' วิดอร์) *n.* กรรมกรท่าเรือ

stew (สตู, สติว) *v.* **stewed, stewing** *-vt.* เคี่ยว, ตุ๋น (อาหาร) *-vi.* ตุ๋น, (ภาษาพูด) ร้อนระอุ ร้อนใจ กังวลใจ *-n.* อาหารตุ๋น, อาหารต้มเปื่อย, (ภาษาพูด) ความร้อนใจ (**-S.** (v.) boil)

steward (สตู' เอิร์ด, สติว'-) *n.* ผู้พิทักษ์ทรัพย์สินผู้จัดการทรัพย์สิน, พนักงานบริการชายบนเรือ หรือเครื่องบิน, หัวหน้าคนรับใช้ *-vi., vt.* **-arded, -arding** ทำหน้าที่บริการรับใช้

stewardess (สตู' เออร์ดิซ, สติว'-) *n.* พนักงานบริการหญิงบนเครื่องบิน

St. Ex. ย่อจาก stock exchange ตลาดหุ้น

★**stick** (สติค) *n.* กิ่งไม้, ก้านไม้, ไม้พลอง, ไม้เรียว, คทา, ตะบอง, ตะพด, ไม้เท้า, ฟืน, ซุง, ท่อนไม้, ไม้ค้ำถ่อ, ด้าม, แท่ง, เสา, คัน, ท่อน, สิ่งที่มีลักษณะเป็นท่อนยาว, (คำสแลง) บุหรี่ยัดไส้กัญชา, (ภาษาพูด) ลูกศร, เสากระโดงเรือ *-vt., vi.* **stuck, sticking** ทิ่ม, แทง, จิ้ม, ดัน, ดุน, เสียบ, ปัก, ตอก, ติดแน่น, ปิด, ใส่, ติด, กลัด, ยึด, (ภาษาพูด) สับสน งุนงง, (คำสแลง) โกง, (ภาษาพูด) กล่าวโทษ, อดทน, ยืนหยัด **-stick around** ยังคงอยู่, อ้อยอิ่ง **-stick one's neck out** กระทำหรือพูดสิ่งที่ทำให้ตัวเองเป็นอันตราย **-stick out** หลุด, โผล่, เด่นชัด, ยื่น **-stick to** ยืนกราน **-stick together** สามัคคี **-stick up** จี้, ปล้น **-stick up for** สนับสนุน **-stick with** ภักดี (**-S.** (n.) baton, rod (n., v.) thrust, stab (v.) adhere, stay)

sticker (สติค' เคอร์) *n.* สติกเกอร์, คนที่พากเพียร, หนาม, เงี่ยง, ลวดหนาม

stick-in-the-mud (สติค' อินเธอะมัด) *n., pl.* **stick-in-the-muds** (ภาษาพูด) คนจมปลัก

stickpin (สติค' พิน) *n.* เข็มกลัดติดเนกไท

stick shift เกียร์กระปุก

stickup (สติค' อัพ) *n.* (คำสแลง) การใช้ปืนจี้

★**sticky** (สติค' คี) *adj.* **-ier, -iest** เหนียว, เหนอะ, หนืด, ติดแน่น, (อากาศ) ร้อนชื้น **-stickily** *adv.* **-stickiness** *n.* (**-S.** adhesive, tenacious)

★**stiff** (สติฟ) *adj.* **stiffer, stiffest** แน่นหนา, แข็ง, ฝืด, ตึง, เคร่งเครียด, กระด้าง, ดื้อ, รั้น, เข้มงวด, ยาก, รุนแรง *-adv.* แข็งทื่อ, อย่างมาก, สุดขีด, ที่สุด *-n.* (คำสแลง) ศพ, คนขี้เมา, เจ้าหมอนั่น, กุ๊ย, คนจรจัด *-vt.* **stiffed, stiffing** คดโกง **-stiffish** *adj.* **-stiffly** *adv.* (**-S.** (adj.) rigid, tense **-A.** (adj.) easy, flexible, limp)

stiffen (สติฟ' เฟิน) *vt., vi.* **-ened, -ening** ทำให้แข็ง (-S. harden, thicken)
stiff-necked (สติฟ' เนคท์) *adj.* คอแข็ง, ดื้อดึง, หยิ่ง, ยโส, จองหอง
stifle (สไต' เฟิล) *v.* **-fled, -fling** *-vt.* ทำให้หายใจไม่ได้, ฆ่ารัดคอ, บีบคอ, อุดปาก *-vi.* หายใจไม่ออก, อึดอัด, ตายเพราะหายใจไม่ออก **-stifler** *n.* (-S. choke, suppress)
stifling (สไต' ฟลิง) *adj.* ร้อนอบอ้าว, ซึ่งทำให้หายใจไม่ออก **-stiflingly** *adv.*
stigma (สติก' มะ) *n., pl.* **stigmata/stigmas** มลทิน, ความเสื่อมเสียชื่อเสียง, ความอัปยศอดสู, ไฝ, ปาน, จุด, แต้ม, แผลเป็น, รอยนาบ, ส่วนขนของเกสรตัวเมียที่รับละอองเกสรตัวผู้ในดอกของพืช **-stigmal** *adj.* (-S. spot, stain)
stigmatize (สติก' มะไทซ์) *vt.* **-tized, -tizing** ทำให้อับอาย, ประณาม, ทำให้เป็นจุด, แต้ม, ตีตรา, ประทับตรา **-stigmatization** *n.*
stiletto (สติเลท' โท) *n., pl.* **-tos/-toes** กริช
★**still**[1] (สติล) *adj.* **stiller, stillest** สงบ, เงียบ, เงียบสงัด, ราบเรียบ, ไม่เคลื่อนไหว, (เครื่องดื่ม) ไม่มีฟอง, (ภาพ) นิ่ง *-n.* ความเงียบสงบ, ภาพนิ่งที่นำมาจากภาพยนตร์ *-adv.* นิ่ง, แน่นิ่ง, ยังคง, แม้ว่า, แม้กระนั้น *-v.* **stilled, stilling** *-vt.* ทำให้เงียบสงบ, ทำให้นิ่ง *-vi.* สงบ, นิ่ง, ไม่เคลื่อนไหว (-S. (adj., n., v.) calm, quiet)
still[2] (สติล) *n.* อุปกรณ์ต้มกลั่น, เครื่องกลั่น
stillbirth (สติล' เบิร์ธ) *n.* การแท้งลูก
stillborn (สติล' บอร์น) *adj.* ซึ่งแท้งลูก
stilt (สติลท์) *n.* ไม้ต่อขา, ไม้ค้ำ, เสาค้ำ *-vt.* **stilted, stilting** ต่อขา, ยืนบนไม้ต่อขา
stilted (สติล' ทิด) *adj.* ดื้อรั้น, ดึงดัน, อวดดี, หยิ่ง, ยโส, โอหัง, จองหอง **-stiltedness** *n.*
stimulant (สติม' เมียเลินท์) *n.* สารกระตุ้น, ยากระตุ้น, อาหารหรือเครื่องดื่มชูกำลัง *-adj.* ซึ่งกระตุ้น, ชูกำลัง (-S. (n., adj.) tonic)
stimulate (สติม' เมียเลท) *vt., vi.* **-lated, -lating** กระตุ้น, ปลุก, เร้า **-stimulater, stimulator** *n.* **-stimulation** *n.* (-S. arouse, spur)
stimulus (สติม' เมียเลิซ) *n., pl.* **-li** (-ไล) สิ่งกระตุ้น, ตัวกระตุ้น, สารกระตุ้น, ยากระตุ้น, ยาชูกำลัง (-S. spur, stimulant)
★**sting** (สติง) *v.* **stung, stinging** *-vt.* ตำ, ต่อย, แทง, กัด, ทิ่ม, ทำให้คัน, ทำให้ระคายเคือง, ทำให้เจ็บปวด, ทรมานใจ, แทงใจ, (คำสแลง) โกง หลอกลวง *-vi.* ถูกแมลงหรือสัตว์กัดต่อย, เจ็บ, ปวด, แสบ, คัน, ระคายเคือง *-n.* การกระทำดังกล่าว, เหล็กในของแมลง เช่น ผึ้ง ต่อ แตน, หนาม, เดือยแหลม, ความเจ็บปวด, ความแสบ (-S. (v., n.) burn, wound)
stingy (สติน' จี) *adj.* **-gier, -giest** ขี้เหนียว
stink (สติงคฺ) *v.* **stank/stunk, stunk, stinking** *-vi.* ส่งกลิ่นเหม็นคละคลุ้ง, (คำสแลง) รังเกียจ ดูถูก *-vt.* ทำให้เหม็น *-n.* กลิ่นเหม็น **-stinking** *adj.* **-stinky** *adj.* (-S. (v., n.) reek, smell)
stink bomb ระเบิดไข่เน่า
stinkpot (สติงค์' พอท) *n.* กระโถน
stint (สตินท์) *vt., vi.* **stinted, stinting** จำกัด, สงวน, ประหยัด, ออม, กระเหม็ดกระแหม่ *-n.* ปริมาณงานที่กำหนดแล้ว, จำนวนจำกัด, เวลาจำกัด **-stinter** *n.* (-S. (v., n.) limit)
stipend (สไต' เพนด์) *n.* เงินเดือน, ค่าจ้าง
stipulate (สติพ' เพียเลท) *vt., vi.* **-lated, -lating** กำหนดเงื่อนไข, ระบุ, สัญญา **-stipulator** *n.* (-S. contract, promise)
stipulation (สติพเพียเล' ชัน) *n.* การกำหนดเงื่อนไข, การระบุในสัญญา, ข้อสัญญา, ข้อตกลง **-stipulatory** *adj.* (-S. contract, term)
★**stir** (สเตอร์) *v.* **stirred, stirring** *-vt.* คน, กวน, แกว่ง, ขยับ, ทำให้เคลื่อนไหว, คุ้ย, เขี่ย, ปลุก, เร้า, กระตุ้น, ทำให้ตื่นเต้น *-vi.* ขยับ, เปลี่ยนท่านอน, เคลื่อนไหว, ก่อให้เกิด, เกิดขึ้น, ตื่นเต้น *-n.* การกระทำดังกล่าว, การขยับตัวเบาๆ, ความตื่นเต้น, ความโกลาหล **-stirrer** *n.* (-S. (v.) agitate, rouse (n., v.) disorder (n.) uproar)
stirring (สเตอร์' ริง) *adj.* ปลุกเร้าอารมณ์, ตื่นเต้น, มีชีวิตชีวา **-stirringly** *adv.* (-S. emotive)
stirrup (สเตอร์' เริพ) *n.* โกลน
stirrup leather สายที่ใช้รัดโกลนเข้ากับอาน
★**stitch** (สติช) *n.* ฝีเย็บ, การเย็บ, วิธีการเย็บ, ตะเข็บ, เข็มหนึ่ง, อาการเจ็บปวดอย่างฉับพลัน, (ภาษาพูด) จำนวนเล็กน้อย *-vt., vi.* **stitched, stitching** เย็บ, สอย, ปักเข็ม **-stitcher** *n.*
stitchery (สติช' ชะรี) *n.* งานเย็บปักถักร้อย
stithy (สติธ' ธี, สติธ' ธี) *n., pl.* **-ies** ทั่งตีเหล็ก, โรงตีเหล็ก, โรงหล่อ
stock (สตอค) *n.* คลังสินค้า, โกดัง, พัสดุ, สินค้า, เงินทุน, ใบหุ้น, ปศุสัตว์, ตอไม้, ลำต้น, เชื้อสาย, ต้นตระกูล, เทือกเถาเหล่ากอ, พันธุ์, วัตถุดิบ, น้ำต้มกระดูก, ไม้ค้ำ, คอกหรือซองสำหรับสัตว์ยืนเวลาตอกเกือกหรือรับการรักษา, ขื่อจองจำนักโทษ, คา, ก้านสมอเรือ, พานท้ายปืน *-v.* **stocked, stocking** *-vt.* จัดเก็บ, สะสม, จัดให้มีสินค้า, จัดให้มีปศุสัตว์, จับใส่ขื่อคา *-vi.*

เก็บ, สะสม, แตกหน่อ, งอก *-adj.* ธรรมดา, สามัญ, ที่มีอยู่ในร้าน, ที่ทำการจัดเก็บ, เกี่ยวกับการขยายพันธุ์ปศุสัตว์, เกี่ยวกับบริษัทหรือหุ้นส่วน **-in stock** มีสินค้าคงคลัง **-out of stock** ไม่มีสินค้า **-stock up** กักตุน **-stockage** *n.* (-S. (n., v.) store, supply (adj.) ordinary)

stockade (สตอเคด') *n.* คุกทหาร, รั้วไม้ซุง, รั้วเพนียด *-vt.* **-aded, -ading** ล้อมรั้วเพนียด

stockbreeding (สตอค' บรีดิง) *n.* การขยายและผสมพันธุ์ปศุสัตว์

stockbroker (สตอค' โบรเคอร์) *n.* นายหน้าค้าหุ้น **-stockbrokerage** *n.*

stock car รถบรรทุกปศุสัตว์

stock certificate/market พันธบัตร, ใบหุ้น

stock company บริษัทห้างหุ้นส่วน, คณะละครที่เล่นประจำโรง

stock exchange/market ตลาดหุ้น

stockholder, stockowner (สตอค' โฮลเดอร์, -โอเนอร์) *n.* ผู้ถือหุ้น

★**stocking** (สตอค' คิง) *n.* ถุงน่อง

stockjobber (สตอค' จอบเบอร์) *n.* นายหน้าค้าหุ้น **-stockjobbery** *n.*

stockman (สตอค' เมิน) *n.* เจ้าของปศุสัตว์, คนเลี้ยงปศุสัตว์, คนดูแลคลังสินค้าหรือโกดัง

stockpile (สตอค' ไพล์) *n.* คลังสินค้า

stockpot (สตอค' พอท) *n.* หม้อต้มซุป, แหล่งทรัพยากรที่สมบูรณ์

stockroom, stock room (สตอค' รูม, -รุม) *n.* ห้องเก็บวัสดุและสินค้า

stock-still (สตอค' สติล') *adj.* นิ่ง, แน่นิ่ง

stocktaking (สตอค' เทคิง) *n.* การตรวจตราสินค้าแล้วตีราคา, การสำรวจฐานะ

stocky (สตอค' คี) *adj.* **-ier, -iest** อ้วนเตี้ย, ล่ำ, ม่อต้อ **-stockily** *adv.* **-stockiness** *n.*

stodgy (สตอจ' จี) *adj.* **-ier, -iest** น่าเบื่อ, แน่น, เพียบ, ย่อยยาก, หนัก, อิ่มตื้อ **-stodgily** *adv.* **-stodginess** *n.* (-S. boring, indigestible)

stoic (สโต' อิค) *n.* คนที่อดทนไม่มีความยินดียินร้าย, บุคคลที่ยึดถือปฏิบัติตามหลักปรัชญาที่สอนให้วางเฉย สงบ กำจัดตัณหา ราคะ กิเลสและความเรียกร้องทางธรรมชาติ *-adj.* วางเฉย, อดทน, ปลง, ไม่ยินดียินร้าย, สงบ **-stoically** *adv.* **-stoicalness** *n.* **-stoicism** *n.*

stoke (สโตค) *vt., vi.* **stoked, stoking** เติมเชื้อเพลิง, ใส่ฟืน, เขี่ยฟืน

stokehole (สโตค' โฮล) *n.* ช่องใส่ฟืน (บนเรือ)

stoker (สโต' เคอร์) *n.* คนงานเติมถ่านหรือเชื้อเพลิงบนเรือ, อุปกรณ์ที่ใช้ป้อนถ่านหินเข้าเตาไฟ

stole (สโตล) *v.* กริยาช่อง 2 ของ steal

stolen (สโต' เลิน) *v.* กริยาช่อง 3 ของ steal

stolid (สตอล' ลิด) *adj.* **-er, -est** มั่นคง, สุขุม, เยือกเย็น, หนักแน่น, แข็ง, ทื่อ **-stolidity, stolidness** *n.* **-stolidly** *adv.* (-S. dull, wooden)

★**stomach** (สตัม' เมิค) *n.* กระเพาะอาหาร, ท้อง, ท้องน้อย, ความอยากหรือความกระหาย, ความกล้า *-vt.* **-ached, -aching** กล้ำกลืน, อดทน (-S. (n.) belly, desire (v.) bear, tolerate)

stomach

stomachache (สตัม' เมิคเอค) *n.* อาการปวดในกระเพาะอาหารหรือในช่องท้อง

stomachic (สตะแมค' คิค) *adj.* เกี่ยวกับกระเพาะอาหาร, ซึ่งมีประโยชน์หรือช่วยย่อย *-n.* ยาเจริญอาหาร **-stomachically** *adv.*

stomp (สตอมพ์) *vt., vi.* **stomped, stomping** เหยียบ, ย่ำ, กระทืบ *-n.* การเต้นรำแบบที่มีจังหวะกระทืบเท้า, ดนตรีแจ๊สสำหรับการเต้นรำดังกล่าว **-stomper** *n.* **-stompingly** *adv.*

★**stone** (สโตน) *n.* หิน, กรวด, ก้อนหิน, แผ่นหิน, หลักหิน, เสาหิน, ป้ายหินบนหลุมฝังศพ, ป้ายจารึกหิน, หินสำหรับโม่ บด ลับ ถู, พลอย, เมล็ดแข็งของผลไม้, นิ่ว, หน่วยน้ำหนักของอังกฤษมีค่าเท่ากับ 14 ปอนด์ (6.4 กิโลกรัม), แท่นหินสำหรับงานพิมพ์ *-adj.* เกี่ยวกับหรือทำด้วยหิน, เกี่ยวกับการทำภาชนะหิน *-adv.* อย่างมาก, แน่น, แข็ง, ทื่อ *-vt.* **stoned, stoning** ขว้าง ปา (ก้อนหิน), ฆ่าด้วยการขว้างก้อนหินใส่, เคลื่อนย้ายก้อนหิน, เรียงหรือวางด้วยก้อนหิน, ลับมีดบนก้อนหิน, ทำเป็นไม่ไยดี **-stoner** *n.*

stone-blind (สโตน' ไบลน์ด') *adj.* ตาบอดสนิท

stone-broke (สโตน' โบรค') *adj.* (ภาษาพูด) ถังแตก ไม่มีเงิน หมดตัว

stonecutter (สโตน' คัทเทอร์) *n.* ช่างสลักหิน, คนงานตัดหิน, เครื่องตัดตกแต่งหิน

stone-deaf (สโตน' เดฟ') *adj.* หูหนวกสนิท

Stonehenge (สโตน' เฮนจ์) โบราณสถานทางประวัติศาสตร์ มีลักษณะเป็นแท่งหินวางเรียงกันเป็นวงกลมมีอายุราว 2,000-1,800 ปีก่อนคริสต์ศักราช ตั้งอยู่ทางตอนใต้ของอังกฤษ คาดว่าเป็นสถานที่ประกอบพิธีกรรมทางศาสนาและสำหรับสังเกตดวงดาว

stonemason (สโตน' เมเซิน) *n.* คนงานเรียง

หิน **-stonemasonry** *n.*

stonewall (สโตน' วอล) *v.* **-walled, -walling** *-vi.* (ภาษาพูด) สกัด ยับยั้ง ระงับ *-vt.* (ภาษาพูด) ปฏิเสธ บอกปัด

stoneware (สโตน' แวร์) *n.* ภาชนะที่ทำด้วยหิน เช่น ครกหิน

stonework (สโตน' เวิร์ค) *n.* โรงงานหิน, งานที่ทำด้วยหิน **-stoneworker** *n.*

stony, stoney (สโต' นี) *adj.* **-ier, -iest** เต็มไปด้วยหิน, คล้ายหิน, ไร้อารมณ์, ใจร้าย, แข็งทื่อ **-stonily** *adv.* **-stoniness** *n.* (**-S.** hard)

stonyhearted, stonehearted (สโต' นีฮาร์ทิด, สโตน'-) *adj.* ไร้ความเมตตาปรานี

stood (สตุด) *v.* กริยาช่อง 2 และ 3 ของ stand

stooge (สตูจ) *n.* ตัวตลกลูกคู่, ลูกน้อง, ลูกคู่, ลูกมือ, ลูกสมุน, (คำสแลง) นกต่อ สาย (ข่าว)

stool (สตูล) *n.* ม้ารองเข่า, ม้ารองเท้า, ม้านั่งคนเดียว, ม้านั่งแบบไม่มีพนัก, เก้าอี้หัวกลม, ตั่งพักเท้า, ม้านั่งถ่ายอุจจาระ, ตอไม้, คอนสำหรับนกเกาะ, รากที่งอกออกมาจากตอไม้ *-vi.* **stooled, stooling** แตกหน่อ, งอกราก, ถ่ายอุจจาระ, (คำสแลง) เป็นนกต่อ

stoolie (สตู' ลี) *n.* (คำสแลง) นกต่อ

stoop[1] (สตูพ) *vi., vt.* **stooped, stooping** ก้ม, โน้มตัว, โค้งตัว, นั่งห่อตัว, งอตัว, ถ่อมตัว, ลดตัว, โฉบลงมา *-n.* การกระทำดังกล่าว **-stooper** *n.* (**-S.** (v., n.) bend (v.) incline)

stoop[2] (สตูพ) *n.* ระเบียงเล็กๆ, เฉลียง, ขั้นบันไดเตี้ยๆ ก่อนเข้าประตู

★**stop** (สตอพ) *v.* **stopped, stopping** *-vt.* ปิด, อุด, กั้น, กัน, จุก, ห้าม, หยุด, ต้าน, ขัดขวาง, งด, เลิก, ถอน, ระงับ, รั้ง, รอ, ยับยั้ง, ป้องกัน *-vi.* หยุด, แวะ, ห้าม, เลิก, ยุติ, ขัดขวาง *-n.* การกระทำดังกล่าว, ที่พัก, ที่หยุดพัก, การระงับการจ่ายเงิน, อุปกรณ์ที่ทำให้เครื่องยนต์หยุด, เครื่องหมายหยุด (.), เครื่องห้ามเสียง (เปียโน), การอุดรูเครื่องดนตรี, กลอนประตู, เครื่องอุด, ลูกบิด **-stoppable** *adj.* (**-S.** (v., n.) break, finish, stay **-A.** (v., n.) start)

stopcock (สตอพ' คอค) *n.* หัวก๊อกน้ำ

stopgap (สตอพ' แกพ) *n.* สิ่งทดแทน, ของสำรอง, ตัวสำรอง

stoplight (สตอพ' ไลท์) *n.* สัญญาณไฟจราจร

stopover (สตอพ' โอเวอร์) *n.* การหยุดพักหรือแวะกลางทาง

stoppage (สตอพ' พิจ) *n.* การห้าม, การหยุด, การอุด (**-S.** close, shutdown)

stop sign เครื่องหมายป้ายจราจรที่บอกให้หยุดรถก่อนจะเคลื่อนต่อไป

stopwatch (สตอพ' วอช) *n.* นาฬิกาจับเวลา

★**storage** (สตอ' ริจ, สโต'-) *n.* การเก็บรักษา, คลังเก็บสินค้า, ค่าเก็บรักษาสินค้า, (คอมพิวเตอร์) แหล่งเก็บข้อมูล

★**store** (สตอร์, สโตร์) *n.* ร้านค้า, คลังสินค้า, ห้องเก็บสินค้า, สิ่งที่เก็บสะสม *-vt.* **stored, storing** เก็บไว้, เก็บรักษา, สะสม **-stores** ปัจจัยที่จำเป็น เช่น อาหาร เสื้อผ้า (**-S.** (n., v.) stock, supply)

storehouse (สตอร์' เฮาซ์, สโตร์'-) *n.* โรงเก็บสินค้า, ขุมทรัพย์, แหล่งทรัพยากร

storekeeper (สตอร์' คีเพอร์, สโตร์'-) *n.* คนดูแลร้านขายของ, พนักงานขายของ

storeroom (สตอร์' รูม, -รุม, สโตร์'-) *n.* ห้องเก็บของ

storey (สตอ' รี, สโต' รี) *n.* ดู story[2]

> **story/storey** ชั้นของตึกหรืออาคาร ใช้เมื่อกล่าวถึงจำนวนชั้นของอาคารโดยทั่วไป storey สะกดแบบอังกฤษ ส่วน story สะกดแบบอเมริกัน เช่น I live in a ten story apartment.
>
> **floor** ชั้นของตึกหรืออาคาร ใช้เมื่อกล่าวถึงชั้นที่เฉพาะเจาะจง เช่น The guard's room is on the first floor.

storeyed (สตอ' รีด, สโต'-) *adj.* ดู storied[2]

storied[1] (สตอ' รีด, สโต'-) *adj.* ซึ่งลือชื่อ หรือมีชื่อเสียงในประวัติศาสตร์หรือตำนาน

storied[2] (สตอ' รีด, สโต'-) *adj.* ซึ่งมีหรือประกอบด้วยชั้น, ที่แบ่งเป็นชั้น

★**storm** (สตอร์ม) *n.* ลมพายุ, พายุ (ฝน หิมะ), ความโกลาหล, ความโกรธเกรี้ยว, การโจมตี *-v.* **stormed, storming** *-vi.* (ฝน หิมะ พายุ ลูกเห็บ) ตกกระหน่ำ, ด่าว่า, พูดด้วยโทสะ, เดือดดาล, เกรี้ยวกราด *-vt.* (พายุ) พัดโหมกระหน่ำเข้าทำลาย (**-S.** (n.) cyclone, gale (v.) besiege, rage, scold (n., v.) attack)

storm center ศูนย์กลางของพายุ

storm door ประตูชั้นนอกที่แข็งแรงสำหรับต้านลมพายุ

storm window หน้าต่างชั้นนอกสำหรับป้องกันลมพายุและอากาศหนาว

stormy (สตอร์ มี) *adj.* **-ier, -iest** มีพายุโหมกระหน่ำ, สับสน, วุ่นวาย, ดุเดือด, (คำพูด) เผ็ดร้อน, โกลาหล, รุนแรง **-stormily** *adv.*

-storminess *n.* (-S. turbulent, windy)

★**story¹** (สตอ' รี, สโต' รี) *n., pl.* **-ries** เรื่องราว, เรื่องเล่า, เรื่องเล่าลือ, เรื่องบอกเล่า, เรื่องเล่าขาน, นิทาน, นิยาย, เทพนิยาย, เรื่องสั้น, นิยายพื้นบ้าน, พงศาวดาร, ตำนาน, ประวัติ, เค้าโครง เรื่อง, รายงาน, ข่าว, การรายงานข่าว, เรื่องที่นำเสนอ, เกร็ด, เรื่องโกหก, ตำนานรัก *-vt.* **-ried, -rying** แต่ง (เรื่อง นิทาน นิยาย), เล่า (-S. (n.) account, anecdote, news)

★**story²** (สตอ' รี, สโต' รี) *n., pl.* **-ries** ชั้น, ชั้นของตึกหรืออาคาร, ห้องที่อยู่บนชั้นเดียวกัน

storyboard (สตอ' รีบอร์ด, สโต' รีโบร์ด) *n.* แผ่นร่างภาพ ฉาก เรื่องราวเป็นลำดับที่ใช้ในงานโฆษณาหรือภาพยนตร์ **-storyboard** *v.*

storybook (สตอ' รีบุค, สโต'-) *n.* หนังสือนิทาน

story line เค้าเรื่อง, โครงเรื่อง

storywriter (สตอ' รีไรเทอร์, สโต'-) *n.* คนแต่งนิทานหรือนิยาย, คนเขียนข่าว

stout (สเตาท์) *adj.* **stouter, stoutest** หนักแน่น, กล้าหาญ, เด็ดเดี่ยว, มุ่งมั่น, แน่วแน่, มั่นคง, ล่ำสัน, แข็งแรง, บึกบึน, เตี้ยล่ำ, ม่อต้อ, อ้วนเตี้ย, ทรงพลัง, ทนทาน *-n.* คนเตี้ยล่ำ, ขนาดเสื้อผ้าสำหรับคนที่มีรูปร่างล่ำบึกบึน, เบียร์ดำรสแรง **-stoutish** *adj.* (S. (adj.) bulky, sturdy -A. (adj.) slim, thin, weak)

stouthearted (สเตาท์ ฮาร์ ทิด) *adj.* กล้าหาญ, เด็ดเดี่ยว, องอาจ **-stoutheartedly** *adv.*

★**stove¹** (สโตฟว์) *n.* เตาอบ, ตู้อบ, เตาอบไฟฟ้า, เตาเผาอิฐเผาปูน

stove² (สโตฟว์) *v.* กริยาช่อง 2 และ 3 ของ stave

stow (สโต) *vt.* **stowed, stowing** เก็บ, รักษา, บรรจุ, (คำสแลง) หยุด, ให้อยู่ **-stow away** ซ่อนตัวเพื่อโดยสารเรือหรือเครื่องบินโดยไม่เสียค่าเดินทาง, (ภาษาพูด) กินอย่างตะกละ

stowage (สโต' อิจ) *n.* การเก็บรักษา, ห้องเก็บของ, โกดัง, สิ่งที่ถูกเก็บรักษา, ค่าเก็บรักษา

straddle (สแตรด' เดิล) *vt., vi.* **-dled, -dling** ยืนหรือนั่งกางขา, กางขา, นั่งคร่อม, คร่อม, เหยียบเรือสองแคม *-n.* การกระทำดังกล่าว, การแกว่งไปมา **-straddle the fence** (ภาษาพูด) พูดเล่นลิ้น พูดเป็นนัย **-straddler** *n.*

strafe (สเตรฟ) *vt.* **strafed, strafing** ยิงกราด

straggle (สแตรก' เกิล) *vi.* **-gled, -gling** หลงทาง, พลัดหลง, ล้าหลัง, กระจัดกระจาย *-n.* การพลัดหลง, ความไม่เป็นระเบียบ **-straggler** *n.* (-S. (v., n.) drift, stray)

straggly (สแตรก' กลี) *adj.* **-glier, -gliest** ไร้ทิศทาง, กระจัดกระจาย, ไม่เป็นระเบียบ

★**straight** (สเตรท) *adj.* **straighter, straightest** ตรง, เหยียด, โดยตรง, เป็นทางตรง, เป็นแนวตรง, ตรงไปตรงมา, ตั้งตรง, ตรงแน่ว, ซื่อตรง, ถูกต้อง, เที่ยงตรง, เป็นระเบียบ, เรียบร้อย, สม่ำเสมอ, ซื่อสัตย์, ซึ่งอยู่ในกฎระเบียบ, ไม่เปลี่ยนแปลง, บริสุทธิ์, ไม่เจือปน, ไม่ลดราคา *-adv.* เป็นแนวตรง, เป็นทางตรง, เป็นเส้นตรง, โดยตรง, ตั้งตรง, เที่ยงตรง, ตรงๆ, ปราศจากอคติ, ตรงไปตรงมา, เป็นระเบียบ, เรียบร้อย, ซื่อสัตย์, บริสุทธิ์, มุ่งหน้าต่อไป, อย่างไม่หยุดยั้ง, ปราศจากการต่อเติมเสริมแต่ง, ไม่เปลี่ยนแปลง, (เหล้า) ไม่เติมน้ำ โซดาหรือน้ำแข็ง *-n.* (ถนน) ส่วนที่ตรง, เส้นตรง, แนวตรง, ทางตรง, คนที่ยึดถือตามแบบอย่างธรรมเนียมประเพณี **-straight off** ทันทีทันใด **-straightly** *adv.* **-straightness** *n.* (-S. (adj.) direct, honest, neat (adv.) immediately -A. (adj.) crooked)

straight angle เส้นตรงหรือมุม 180 องศาในวิชาคณิตศาสตร์

straightaway (สเตรท' อะเว) *adj.* โดยตรง, เป็นทางตรง, ทันที, ฉับพลัน *-n.* ทางตรง, เส้นตรง *-adv.* ทันทีทันใด (-S. (adv.) at once)

straighten (สเตรท' เทิน) *vt., vi.* **-ened, -ening** ทำให้ตรง **-straightener** *n.*

straightforward (สเตรทฟอร์' เวิร์ด) *adj.* ตรงไปตรงมา, เปิดเผย, ซื่อสัตย์ *-adv.* ซื่อตรง **-straightforwardly** *adv.* (-S. (adj.) honest)

straight-out (สเตรท' เอาท์) *adj.* ทันที, ตรงๆ

straightway (สเตรท' เว') *adv.* ทันที, ฉับพลัน

★**strain¹** (สเตรน) *v.* **strained, straining** *-vt.* ดึง, ลาก, เพ่ง, เงี่ยหู, ขึง, บิด, ทำให้ตึง, ทำให้เคล็ด, ทำให้เครียด, ทำให้เพลีย, ทำให้เหนื่อย, กรอง, กอด, รัด, ยืด *-vi.* ดึงอย่างแรง, ออกแรงดึง, บิดเป็นเกลียว, ตึงเครียด, ไหล, ซึม, รั่ว *-n.* การกระทำดังกล่าว, การออกแรงมากเกินไป, การทำงานหนัก, ภาวะความกดดัน, ความเครียด, ความเหนื่อยอ่อน, อาการเคล็ดขัดยอก, ระดับสุดขีด (-S. (v., n.) pull, twist)

strain² (สเตรน) *n.* เชื้อชาติ, ชาติพันธุ์, พันธุ์, สายพันธุ์, วงศ์, สกุล, ตระกูล, เหล่า, ชนิด, แหล่ง, ร่องรอย (-S. ancestry, race)

strained (สเตรนด์) *adj.* ฝืน, เครียด, เกินไป, เพลีย, เคล็ด (-S. tense -A. relaxed)

strainer (สเตร' เนอร์) *n.* เครื่องกรอง, ตะแกรงกรอง, กระชอน, เครื่องกรองของเหลว

strait (สเตรท) *n.* ช่องแคบ, ช่องแคบทางทะเล, ที่คับแคบ *-adj.* ยากลำบาก, อันตราย, น่าเป็นห่วง, เป็นทุกข์, (วง) จำกัด, แคบ, เคร่งครัด **-straits** ความลำบาก, สภาพอันตราย **-straitly** *adv.* (**-S.** (n.) channel (adj.) narrow)

straiten (สเตรท' เทิน) *vt.* **-ened, -ening** ทำให้หด, ทำให้คับแคบ, จำกัด, วางขอบเขต

straitjacket, straightjacket (สเตรท' แจคคิท) *n.* เสื้อสำหรับใส่ให้คนไข้โรคจิต ตัวเสื้อมีแขนยาวมาก ใช้ผูกไขว้มือไว้ข้างหลัง

strait-laced, straight-laced (สเตรท' เลซท์) *adj.* ซึ่งจำกัดมาก, ซึ่งใส่เสื้อผ้าที่รัดแน่นจนเกินไป **-strait-lacedly** *adv.* **-strait-lacedness** *n.* (**-S.** prim, strict)

strand[1] (สแตรนด์) *n.* ชายหาด, ชายทะเล, ริมน้ำ *-vt., vi.* **stranded, stranding** เกยหาด, เกยฝั่ง, เกยตื้น, ติดค้าง, ตกค้าง, ตกอยู่ในสภาพลำบาก

strand[2] (สแตรนด์) *n.* เชือก, เกลียวเชือก, เส้นเชือก, เส้นด้าย, ปอยผม *-vt.* **stranded, stranding** ฟั่น, ถักเกลียว (**-S.** (n.) fiber, rope)

strand line, strandline (สแตรนด์' ไลน์) *n.* ชายหาด, ชายทะเล

★**strange** (สเตรนจ์) *adj.* **stranger, strangest** แปลก, ไม่รู้จัก, ไม่คุ้นเคย, ประหลาด, ต่างออกไป, ผิดตา, แปลกหน้า, ต่างถิ่น *-adv.* แปลกประหลาด **-strangely** *adv.* (**-S.** (adj.) odd, peculiar, unknown **-A.** (adj.) usual)

★**stranger** (สเตรน' เจอร์) *n.* คนแปลกหน้า, คนต่างถิ่น, คนมาใหม่, คนที่เพิ่งเริ่มหัด, แขก, คนมาเยี่ยม (**-S.** alien, guest **-A.** friend)

strangle (สแตรง' เกิล) *v.* **-gled, -gling** *-vt.* ฆ่ารัดคอ, บีบคอ, ทำให้หายใจไม่ออก, ห้าม, สะกดกลั้น, ทำให้อึดอัด, อุด, จำกัด *-vi.* ตายเพราะหายใจไม่ออก, ถูกบีบคอ, สำลัก **-strangler** *n.* (**-S.** choke, suffocate)

strangulate (สแตรง' เกียเลท) *v.* **-lated, -lating** *-vt.* บีบ, รัด, เค้น, ห้าม (เลือด) *-vi.* ถูกบีบรัด **-strangulation** *n.*

★**strap** (สแตรพ) *n.* สายหนัง, สายรัด, หนังรัด, เข็มขัดรัด, ห่วงที่ใช้ยืนเกาะบนรถไฟ, หนังเช็ดมีดโกน, แส้หนัง *-vt.* **strapped, strapping** มัด รัด พันด้วยสายหนัง, ตี เฆี่ยนหรือโบยด้วยแส้, ลับมีดบนหนัง (**-S.** (n., v.) leash (v.) fasten)

straphanger (สแตรพ' แฮงเกอร์) *n.* คนที่ยืนเกาะห่วงบนรถไฟ

strapping (สแตรพ' พิง) *adj.* มีรูปร่างกำยำล่ำสัน *-n.* วัสดุที่ใช้ทำสายรัด

strata (สเตร' ทะ, สแตรท' ทะ) *n.* พหูพจน์ของ stratum

stratagem (สแตรท' ทะเจิม) *n.* ยุทธวิธี, อุบาย, เล่ห์เหลี่ยม, ยุทธศาสตร์, ตำราพิชัยสงคราม (**-S.** device, trick)

strategics (สตระที' จิคซ์) *n. pl.* ยุทธศาสตร์

strategize (สแตรท' ทะไจซ์) *vt., vi.* **-gized, -gizing** วางแผน, วางกลยุทธ์, สร้างอุบาย

strategy (สแตรท' ทะจี) *n., pl.* **-gies** แผนยุทธศาสตร์, ยุทธวิธีทางทหาร, การวางแผน, การนำทัพ, กลยุทธ์, กลอุบาย (**-S.** plan, policy)

stratopause (สแตรท' ทะพอซ) *n.* ชั้นบรรยากาศระหว่างสตราโตสเฟียร์กับเมโซสเฟียร์ อยู่เหนือผิวโลกประมาณ 55 กิโลเมตร

stratosphere (สแตรท' ทะสเฟียร์) *n.* ชั้นบรรยากาศที่เริ่มตั้งแต่ความสูงประมาณ 11 กิโลเมตรเหนือผิวโลกขึ้นไป อยู่เหนือโทรโพสเฟียร์และอยู่ใต้เมโซสเฟียร์

stratum (สเตร' เทิม, สแตรท' เทิม) *n., pl.* **-ta/-tums** ชั้น, ชั้นดิน, ชั้นหิน, ชนชั้นในสังคม, ชั้นของเนื้อเยื่อ, ชั้นเซลล์

★**straw** (สตรอ) *n.* ฟาง, หญ้าแห้ง, สิ่งที่ถักทอหรือสานจากฟาง, หลอดดูด, สิ่งที่มีค่าเพียงเล็กน้อย, สิ่งเล็กๆ น้อยๆ *-adj.* ซึ่งทำด้วยฟาง, ที่ใช้สำหรับเก็บฟาง, มีสีคล้ายฟาง (เหลือง), ไร้ค่า, เกี่ยวกับหุ่นฟางหรือหุ่นไล่กา **-straw in the wind** ลางบอกเหตุ **-strawy** *adj.*

★**strawberry** (สตรอ' เบอร์รี) *n.* ผลสตรอเบอรี่ ซึ่งกินได้

strawberry

stray (สเตร) *vi.* **strayed, straying** หลงทาง, พลัดหลง, พลัดพราก, คลาดเคลื่อน, เถลไถล, เตร็ดเตร่, เร่ร่อน, ปลีก, หลีกเร้น, วกเวียน, เหลวไหล, ผิดพลาด, เชือนแช, เฉไฉ, พูดนอกเรื่อง *-n.* สัตว์หลงทางหรือหลงฝูง, คนหลงทาง, คนเร่ร่อน *-adj.* หลงทาง, ร่อนเร่, พเนจร, กระจัดกระจาย, พลัดพราก, ประปราย, ห่างๆ **-strayer** *n.* (**-S.** (v.) roam (adj.) homeless)

streak (สตรีค) *n.* เส้น, ลาย, แนว, ริ้ว, แถบ, ริ้วสี, แถบสี, รอย, ร่องรอย, ทาง, สายแร่ *-v.* **streaked, streaking** *-vt.* ทำให้เป็นร่องรอย, ทำให้เป็นแนว, ทำให้เป็นริ้วลาย, ย้อมสีผม *-vi.* เป็นริ้วลาย, เป็นแนว, พุ่ง, แล่น, พุ่งพรวด, วิ่งไปอย่างรวดเร็ว **-streaker** *n.* **-streaky** *adj.* (**-S.** (n., v.) layer, strip (v.) flash, speed)

A B C D E F G H I J K L M N O P Q R S T U V W X Y Z

★**stream** (สตรีม) *n.* ลำธาร, สายน้ำ, ทางน้ำไหล, แม่น้ำเล็กๆ, ห้วย, กระแสน้ำ, กระแสความคิดเห็น, ลำแสง, รังสี *-vi., vt.* **streamed, streaming** หลั่งไหล, พรั่งพรู, พุ่ง, (คลื่น) กระเพื่อม, ส่องแสง **-streamy** *adj.* (**-S.** (n., v.) flow, run (v.) emit, spout)

streamer (สตรี' เมอร์) *n.* ธง, ชายธง, แถบกระดาษสี, ลำแสงอาทิตย์, สายรุ้ง, รุ้งกินน้ำ

streamline (สตรีม' ไลน์) *vt.* **-lined, -lining** ทำให้เพรียวลม, ทำให้ดีขึ้น, ปรับปรุงให้มีประสิทธิภาพดีขึ้น, รวบรวมขึ้น, จัดตั้งขึ้น, ทำให้ง่ายเข้า *-n.* รูปทรงเพรียวลม

streamlined (สตรีม' ไลน์ด) *adj.* เพรียวลม, มีประสิทธิภาพ, เฉียว, โก้, ทันสมัย

★**street** (สตรีท) *n.* ถนน, เส้นทางสัญจร, ถนนที่มีบ้านเรือนตั้งอยู่สองข้างทาง, คนตามท้องถนน *-adj.* ใกล้ถนน, บนถนน, ตามถนน, ที่อาศัยอยู่แถวถนน, ที่เปิดแสดงบนถนน, หยาบคาย, สถุล, ต่ำช้า (**-S.** (n.) avenue, road)

> **street** ถนนที่มีอาคารบ้านเรือนตั้งเรียงรายตามสองข้างทาง ใช้เมื่อหมายถึงถนนตามย่านที่มีคนอยู่อาศัย เช่น Mrs. Smith's house is in Oxford Street.
>
> **road** ท้องถนนหรือถนนหนทาง ใช้เมื่อหมายถึงเส้นทางสัญจรหรือหนทางไปสู่ที่ต่างๆ เช่น Is this the road to Washington?

streetcar (สตรีท' คาร์) *n.* รถราง

street smarts วิธีเอาตัวรอดอย่างชาญฉลาดจากภัยสังคมและสิ่งแวดล้อมในสังคมเมืองใหญ่

streetwalker (สตรีท' วอเคอร์) *n.* โสเภณี

★**strength** (สเตรงค์ธ์, สเตรงธ์, สเตรนธ์) *n.* ความแข็งแรง, กำลัง, พลัง, แรง, ความทนทาน, ความหนักแน่น, แหล่งพลังงาน, กำลังสนับสนุน, ความรุนแรง, ความมีอำนาจ, ความดัง (เสียง) (**-S.** firmness, power **-A.** weakness)

strengthen (สเตรงค์' เธิน, สเตรง'-, สเตรน'-) *v.* **-ened, -ening** *-vt.* ทำให้แข็งแรง *-vi.* แข็งแรงขึ้น **-strengthener** *n.* (**-S.** harden)

strenuous (สเตรน' นิวเอิซ) *adj.* แข็งแรง, เหนื่อยยาก, ลำบาก, กระตือรือร้น, พยายาม, ที่ต้องออกแรงมาก **-strenuousness** *n.* **-strenuously** *adv.* (**-S.** laborious **-A.** easy)

streptococcus (สเตรพทะคอค' เคิซ) *n., pl.* **-cocci** (-คอค' ไซ, -คอค' ไค) เชื้อแบคทีเรียชนิดหนึ่งมีรูปร่างกลมอยู่ติดกันเป็นลูกโซ่

★**stress** (สเตรซ) *n.* การเน้น, เสียงครุ, เสียงหนัก, แรงเค้น, ความเครียด, ความกดดัน, ความเหนื่อยยาก, แรงกดดัน *-vt.* **stressed, stressing** กด, ดัน, บังคับ, เน้น, ออกเสียงหนัก, ทำให้เครียด **-stress out** (ภาษาพูด) เหนื่อยล้าเพราะความเครียด (**-S.** (n.) emphasis (n., v.) worry (v.) emphasize, underline)

★**stretch** (สเตรช) *vt., vi.* **stretched, stretching** ขึง, ดึง, ยืด, ยื่น, เหยียด, ขยายออก, แผ่, เอื้อม, ยื่นมือ, กาง, ถ่าง, นอนแผ่, นอนเหยียดยาว, ดึงแขนขาเพื่อทรมาน, บีบรัด (กล้ามเนื้อ), ต่อ, ขยาย, เสริม, ทำเกินขีดจำกัด *-n.* การกระทำดังกล่าว, ขอบเขตที่สามารถยืดขยายได้, ความยืดหยุ่น, ระยะเวลาที่ต่อเนื่องกัน, (คำสแลง) การจำคุก, (ภาษาพูด) ระยะสุดท้ายของเหตุการณ์เวลาหรือกระบวนการ *-adj.* ซึ่งทำด้วยวัสดุที่สามารถยืดหยุ่นได้ **-stretchable** *adj.* **-stretchability** *n.* (**-S.** (v.) extend (n.) extent)

stretcher (สเตรช' เชอร์) *n.* เปลหามคนเจ็บ, กรอบขึงผ้าใบวาดภาพ, เครื่องดึงหรือขึงกรอบ, อิฐหรือหินที่เรียงตามยาว, ขาตั้งกรอบรูป

strew (สตรู) *vt.* **strewed, strewn** (สตรูน)/**strewed, strewing** โปรย, หว่าน, โรย, พรม

stricken (สตริค' เคิน) *v.* กริยาช่อง 3 ของ strike *-adj.* เป็นโรค, เป็นทุกข์, มีปัญหา, เสียใจ

★**strict** (สตริคท) *adj.* **stricter, strictest** แม่นยำ, แน่นอน, เที่ยงตรง, เข้มงวด, เคร่งครัด, มีระเบียบ, จำกัด, รุนแรง, ขึงขัง **-strictly** *adv.* **-strictness** *n.* (**-S.** accurate, rigorous)

stride (สไตรด์) *vi., vt.* **strode, stridden, striding** เดินก้าวยาว, ก้าวข้าม, เดินอาดๆ, ยืนคร่อม *-n.* การเดินก้าวยาว, ช่วงก้าวหนึ่ง **-strider** *n.*

strident (สไตร' เดินท) *adj.* (เสียง) ดังแสบแก้วหู ห้าว ปร่า สาก หยาบ แปร่ง **-stridence, stridency** *n.* **-stridently** *adv.* (**-S.** harsh, loud)

strife (สไตรฟ) *n.* ความขัดแย้ง, การทะเลาะโต้เถียง, การต่อสู้ (**-S.** conflict, quarrel **-A.** peace)

★**strike** (สไตรค์) *vt., vi.* **struck, struck/stricken, striking** ตี, ต่อย, ชก, ทุบ, โขก, เขก, ทิ่ม, แทง, เสียบ, ฟัน, เจาะ, ไช, แทงทะลุ, ปัก, ชน, ปะทะ, พุ่ง, พัง, ล้ม, กระทบ, กระแทก, ผลัก, ไส, ดัน, ทำลาย, โจมตี, จู่โจม, ต่อสู้, ทำร้าย, เข้าตี, ทำให้เจ็บป่วย, ทำให้เสียใจ, งับหรือตะครุบ (เหยื่อ), (งู) ฉก, ประทับตรา, ขีด (ไม้ขีดไฟ), พิมพ์, ตอก, เคาะหิน (ให้เกิดประกายไฟ), เคาะตีหรือดีดให้เกิดเสียงดนตรี, แยกแยะ, ขีดฆ่า, ตัดออก, คัดออก, ค้นพบ, บรรลุ, สำเร็จ,

A B C D E F G H I J K L M N O P Q R S T U V W X Y Z

ประทับใจ, กระทบใจ, ทำให้ซึมซาบ, หยั่งลึก, ทำสัญญา (ต่อรอง), ลดธง, ลดใบเรือ, ประท้วง, งอก (ราก), ถอน, รื้อ, ยกเลิก *-n.* การกระทำดังกล่าว, การประท้วงหยุดงานของลูกจ้าง, การหยุดชั่วคราว, การทำแต้มในกีฬาโบว์ลิ่งที่สามารถล้มพินทั้งหมดในการโยนครั้งแรก **-on strike** เข้าร่วมการประท้วง **-strike back** โต้ตอบ **-strike down** ฆ่า, ยกเลิก **-strike hand** ต่อรอง **-strike it rich** กลายเป็นเศรษฐีในชั่วพริบตา **-strike off** ถอน, ลบทิ้ง **-strike while the iron is hot** ทำเมื่อโอกาสดีมาถึง (**-S.** (v., n.) beat, hit, thrust)

strikebreaker (สไตรค์ เบรเคอร์) *n.* คนที่รับจ้างทำงานแทนคนงานที่กำลังประท้วง

striker (สไตร' เคอร์) *n.* คนหยุดงานประท้วง, ฉมวก, ชนัก

striking (สไตร' คิง) *adj.* โดดเด่น, สะดุดตา, จับใจ **-strikingly** *adv.* **-strikingness** *n.* (**-S.** impressive, noticeable **-A.** unknown)

★**string** (สตริง) *n.* เชือก, ด้าย, ป่าน, สายป่าน, เส้นเชือก, สายสร้อย, สายร้อย, แถว, แนว, ทาง, เส้นหรือสายเครื่องดนตรี, วงเครื่องสาย, อนุกรม *-v.* **strung, stringing** *-vt.* ขึงเชือก, ขึงสาย, จัดเป็นอนุกรม, ผูก มัด หรือแขวนด้วยเชือก, ทำให้ตึง, ทำให้เครียด, ทำให้เป็นเส้นใย *-vi.* เป็นสาย (**-S.** (n., v.) cord, line)

string bean ถั่วฝักยาว

stringed instrument เครื่องดนตรีที่มีสาย

stringent (สตริน' เจินท์) *adj.* เข้มงวด, กวดขัน, แข็งขัน, เคร่งครัด, แน่นหนา, (เงิน) ฝืดเคือง **-stringency** *n.* **-stringently** *adv.*

strip[1] (สตริพ) *vt., vi.* **stripped, stripping** เปลื้อง (ผ้า), ถอด (เสื้อ), ปลดเปลื้อง, ถอด (ยศ ตำแหน่ง), ตัดสิทธิ, ปลด, ถอดถอน, กำจัด, ปอก, ลอก, กล้อน, รีดนมวัว, ปล้น *-n.* การเต้นระบำเปลื้องผ้า (**-S.** (v.) peel, rob, undress)

★**strip**[2] (สตริพ) *n.* สาย, แถบ, ริ้ว, ที่ดินชิ้นแคบยาว, ลานลงจอดเครื่องบิน *-vt.* **stripped, stripping** ตัดหรือฉีกเป็นชิ้นยาว (**-S.** (n.) band)

★**stripe**[1] (สไตรพ์) *n.* แถบลายเนื้อผ้า, ลายทาง, แถบติดยศ, บั้ง, ชนิด, ประเภท *-vt.* **striped, striping** ทำให้เป็นลายทาง ริ้วหรือแถบ **-striped** *adj.* (**-S.** (n.) band, ribbon)

stripe[2] (สไตรพ์) *n.* การเฆี่ยน หวด ตี หรือโบย

stripper (สตริพ' เพอร์) *n.* (คำสแลง) นักเต้นระบำเปลื้องผ้า

strip-search (สตริพ' เซิร์ช) *vt.* **-searched, -searching** ตรวจค้นร่างกายเพื่อหาสิ่งผิดกฎหมายโดยการถอดเสื้อผ้าผู้ต้องสงสัย

striptease, strip tease (สตริพ' ทีซ) *n.* การเต้นระบำเปลื้องผ้า **-stripteaser** *n.*

strive (สไตรฟว์) *vi.* **strove, striven/strived, striving** อุตสาหะ, บากบั่น, พากเพียร, ฝ่าฟัน **-strivingly** *adv.* (**-S.** attempt, fight)

strode (สโตรด) *v.* กริยาช่อง 2 ของ stride

★**stroke**[1] (สโตรค) *n.* การทุบตี ต่อยหรือตอก, การเคาะระฆัง, เสียงเคาะระฆัง, การกระทำ, การเป็นลม, โรคลมแดด, ช่วงหนึ่ง (ของแขนขาในการว่ายน้ำ), คนให้จังหวะฝีพาย, ครั้งหนึ่ง, การเขียนหนังสือ, เส้นที่ขีดเขียน *-vt., vi.* **stroked, stroking** ขีดเส้น, ลากเส้น, ขีดเขียน, ให้จังหวะฝีพาย (**-S.** (n.) knock, shock)

stroke[2] (สโตรค) *vt.* **stroked, stroking** คลำ, ลูบไล้, (ภาษาพูด) เอาใจ *-n.* การลูบไล้ **-stroker** *n.* (**-S.** (v., n.) caress)

stroll (สโตรล) *vi., vt.* **strolled, strolling** เดินเล่น, เดินทอดน่อง, เดินเตร็ดเตร่ *-n.* การเดินเล่น (**-S.** (v., n.) ramble, wander)

stroller (สโตร' เลอร์) *n.* คนที่เดินเล่น, รถเข็นเด็ก, นักแสดงเร่, คนจรจัด

stroller

★**strong** (สตรอง) *adj.* **stronger, strongest** แข็ง, แข็งแรง, เข้มแข็ง, แข็งขัน, มีกำลัง, มีแรง, ทรงพลัง, กำยำ, ทนทาน, บึกบึน, มีอิทธิพล, มีอำนาจ, มั่นคง, แน่นหนา, หนักแน่น, แรงกล้า, (เหล้า กลิ่น) แรง, เข้มข้น, รุนแรง, (ชา) แก่, (เสียง) ดัง, ชัดเจน, เต็มที่, เต็มกำลัง *-adv.* แข็งขัน, แข็งแรง, เข้มแข็ง, ทรงพลัง **-strongly** *adv.* (**-S.** (adj.) firm, hale, pure, sound, tough **-A.** (adj.) weak)

strongbox (สตรอง' บอคซฺ) *n.* ตู้นิรภัย

stronghold (สตรอง' โฮลด์) *n.* ที่หลบภัย, ที่มั่น, ป้อม, ศูนย์บัญชาการ (**-S.** fort, keep)

strong-minded (สตรอง' ไมน' ดิด) *adj.* เด็ดเดี่ยว, แน่วแน่ **-strong-mindedness** *n.*

strongpoint (สตรอง' พอยท์) *n.* ที่มั่น

strong room ห้องนิรภัย

strop (สตรอพ) *n.* เชือก สายหนัง หรือโลหะที่ใช้แขวนรอกหรือร้อยสายพาน, หนังลับมีดโกน *-vt.* **stropped, stropping** ลับมีดโกน

strove (สโตรฟว์) *v.* กริยาช่อง 2 ของ strive

struck (สตรัค) *v.* กริยาช่อง 2 และ 3 ของ

strike *-adj.* เนื่องจากการประท้วงของลูกจ้าง
structural steel เหล็กกล้าที่ใช้ในการก่อสร้าง
★**structure** (สตรัค' เชอร์) *n.* โครงสร้าง, โครงร่าง, องค์ประกอบ, สิ่งที่สร้างขึ้น, โครงสร้างเนื้อเยื่อหรืออวัยวะ, ลักษณะ, แบบแผน *-vt.* **-tured, -turing** ก่อร่าง, ก่อสร้าง, ประกอบขึ้น **-structural** *adj.* (**-S.** (n., v.) design, form, shape)
★**struggle** (สตรัก' เกิล) *v.* **-gled, -gling** *-vi.* ต่อสู้, ดิ้นรน, พยายาม, บากบั่น, ฝ่าฟัน, แข่งขัน *-vt.* ออกแรง, พยายาม *-n.* การต่อสู้ดิ้นรน, ความเพียรพยายาม **-struggler** *n.* **-strugglingly** *adv.* (**-S.** (v., n.) fight, labor)
strum (สตรัม) *vt., vi.* **strummed, strumming** ดีด (เครื่องดนตรีที่มีสาย), เล่นดนตรีด้วยวิธีดีด *-n.* การดีดหรือเสียงดีด (เครื่องสาย)
strung (สตรัง) *v.* กริยาช่อง 2 และ 3 ของ string *-adj.* ตึงเครียดอ่อนเพลีย
strut (สตรัท) *v.* **strutted, strutting** *-vi.* เดินวางท่า, เดินวางมาด *-vt.* ค้ำด้วยเสาหรือไม้, วางท่า *-n.* ความสำคัญตน, ไม้ค้ำ **-strutter** *n.*
stub (สตับ) *n.* ตอไม้, ตอ, ก้นบุหรี่, ก้นดินสอ, ต้นขั้วตั๋ว *-vt.* **stubbed, stubbing** กำจัด (วัชพืช), ถอนรากถอนโคน, บด, ขยี้, บี้
stubble (สตับ' เบิล) *n.* โคนหญ้าหรือต้นข้าวที่เกี่ยวแล้ว, ตอหนวดเคราบนหน้า
stubborn (สตับ' เบิร์น) *adj.* **-er, -est** ดื้อดึง, ดันทุรัง, ดื้อรั้น, หัวแข็ง, แข็งกระด้าง **-stubbornness** *n.* (**-S.** dogged, tenacious)
stubby (สตับ' บี) *adj.* **-bier, -biest** เป็นตอ, เต็มไปด้วยตอ, อ้วนเตี้ย, หนาสั้น
stuck (สตัค) *v.* กริยาช่อง 2 และ 3 ของ stick
stuck-up (สตัค' อัพ') *adj.* (ภาษาพูด) หยิ่ง
stud[1] (สตัด) *n.* กระดุมติดเสื้อเชิ้ต, ตะปูมีหัว, ปุ่มหรือเม็ดโลหะที่ใช้ประดับ, ต่างหู, ปุ่ม, สลักเกลียว *-vt.* **studded, studding** ตอกตะปู, ทำเป็นปุ่ม, กระจัดกระจาย
stud[2] (สตัด) *n.* ม้าพ่อพันธุ์, พ่อพันธุ์สัตว์, คอกสัตว์, คอกผสมพันธุ์ม้า
★**student** (สตูด' เดินท์, สติว'-) *n.* นักเรียน, นักศึกษา, ผู้ศึกษาค้นคว้า (**-S.** pupil)
stud horse ม้าพ่อพันธุ์
studied (สตัด' ดีด) *adj.* พิจารณา, ไตร่ตรอง **-studiedness** *n.* (**-S.** conscious, planned)
★**studio** (สตู' ดีโอ, สติว'-) *n., pl.* **-os** ห้องทำงานของช่างภาพหรือจิตรกร, ห้องแพร่ภาพโทรทัศน์, ห้องกระจายเสียงวิทยุ, ห้องถ่ายทำภาพยนตร์, ห้องทำงานศิลปะ
studio apartment ห้องชุดขนาดเล็ก
studious (สตู' เดียซ, สติว'-) *adj.* ขยันเรียน, หมั่นเพียร, เอาใจใส่ **-studiously** *adv.* **-studiousness** *n.* (**-S.** careful **-A.** careless)
★**study** (สตัด' ดี) *n., pl.* **-ies** การเรียน, การศึกษาหาความรู้, การค้นคว้า, วิชา, สาขาวิชา, งานวิจัย, การวิจัย, รายงาน, สิ่งที่วิจัย, ห้องทดลอง, ห้องค้นคว้า, ห้องวิจัย, ความสามารถในการเรียนหรือจดจำ, การอ่าน *-vt., vi.* **-ied, -ying** ศึกษา, เล่าเรียน, ค้นคว้า, พิจารณา, อ่าน, เข้าเรียน, สืบสวน, ไตร่ตรอง, วิเคราะห์ (**-S.** (n.) analysis, reading (v.) examine, survey)
★**stuff** (สตัฟ) *n.* วัตถุดิบ, แก่นสาร, เนื้อหา, สาร, ปัจจัย, สิ่งของ, ของที่ไม่มีค่า, เรื่องเหลวไหล, ความสามารถพิเศษ, (คำสแลง) เงิน เฮโรอีน *-v.* **stuffed, stuffing** *-vt.* บรรจุ, อัด, เบียด, จุก, อุด, ยัดนุ่นในตัวสัตว์ที่ตายแล้วเพื่อตั้งโชว์, ยัดไส้อาหารหรือขนม, *-vi.* กินอิ่มเกินไป, กินอย่างตะกละ (**-S.** (n.) material, substance (v.) fill)
stuffing (สตัฟ' ฟิง) *n.* สิ่งที่ใช้ยัดไส้
stuffy (สตัฟ' ฟี) *adj.* **-ier, -iest** อบอ้าว, อุดอู้, น่าเบื่อ, ล้าสมัย, เคร่งครัด **-stuffily** *adv.* **-stuffiness** *n.* (**-S.** airless, dull)
stultify (สตัล' ทะไฟ) *vt.* **-fied, -fying** ทำให้เป็นง่อย, ทำให้ใช้ไม่ได้, ทำให้ดูน่าหัวเราะ, ทำให้เสื่อมเสีย **-stultification** *n.*
stumble (สตัม' เบิล) *v.* **-bled, -bling** *-vi.* สะดุด, พลาดเท้า, หัวทิ่ม, ผิดพลาด *-vt.* ทำให้สะดุด, ทำผิดพลาด *-n.* การสะดุด, การทำผิดพลาด, ความซุ่มซ่าม **-stumbler** *n.* **-stumblingly** *adv.* (**-S.** (v., n.) fall, slip)
stumbling block อุปสรรค
stump (สตัมพ) *n.* ตอไม้, โคนไม้, โคนฟัน, เศษดินสอ, เศษฟัน, สิ่งที่กุดด้วน, คนอ้วนเตี้ย, เศษผ้าหรือกระดาษที่ใช้ลบหรือแรเงาเส้นดินสอ, แท่นปราศรัยหาเสียง *-vt.* **stumped, stumping** ขุดราก, ถอนโคน, กำจัด, สะดุดเท้า, กล่าวคำปราศรัยหาเสียง, แรเงาหรือเกลี่ย (เส้นดินสอ) ด้วยเศษกระดาษ, (ภาษาพูด) ทำให้งง **-stumps** (ภาษาพูด) ขา ขาเทียม **-stumper** *n.* **-stumpiness** *n.* **-stumpy** *adj.* (**-S.** (v.) confuse)
stun (สตัน) *vt.* **stunned, stunning** ทำให้งงงวย, ทำให้สลบ, ทำให้หูอื้อ (**-S.** astound, shock)
stung (สตัง) *v.* กริยาช่อง 2 และ 3 ของ sting
stunning (สตัน' นิง) *adj.* เป็นเหตุให้งงงวยหรือสลบ, น่าประทับใจ, น่าทึ่ง, น่าพิศวง,
stunt[1] (สตันท์) *vt.* **stunted, stunting** ยับยั้ง

A B C D E F G H I J K L M N O P Q R S T U V W X Y Z

การเจริญเติบโต, ขัดขวางการพัฒนา, ทำให้แคระแกร็น -*n.* คนแคระ, โรคที่ทำให้พืชแคระเตี้ยผิดปกติ **-stuntedness** *n.*
stunt² (สตันท์) *n.* การแสดงผาดโผน, การแสดงเสี่ยงตาย -*vi.* **stunted, stunting** แสดงโลดโผน, แสดงเสี่ยงตาย (-S. (n.) feat)
stuntman (สตันท์' แมน) *n.* นักแสดงฉากโลดโผนแทนดารา
stupa (สตู' พะ) *n.* สถูป, เจดีย์ (-S. tope)
stupefy (สตู' พะไฟ, สติว'-) *vt.* **-fied, -fying** ทำให้มึนงง, ทำให้ตะลึง (-S. amaze, stun)
stupendous (สตูเพน' เดิซ, สติว-) *adj.* ใหญ่โต, ใหญ่หลวง, มหาศาล, มหัศจรรย์ **-stupendously** *adv.* (-S. gigantic, marvellous)
★**stupid** (สตู' พิด, สติว'-) *adj.* **-er, -est** โง่, ทื่อ, เซ่อ, บัดซบ, ทึ่ม -*n.* คนโง่เง่า **-stupidly** *adv.* (-S. (adj.) foolish -A. (adj.) clever)
stupor (สตู' เพอร์, สติว'-) *n.* ความโง่, ความงงงัน **-stuporous** *adj.* (-S. daze)
sturdy (สเตอร์' ดี) *adj.* **-dier, -diest** แกร่ง, ทนทาน, มั่นคง, แน่นหนา, เหนียว **-sturdily** *adv.* **-sturdiness** *n.* (-S. durable, robust)
sturgeon (สเตอร์' เจิน) *n.* ปลาขนาดใหญ่มีเนื้อกินได้และให้ไข่คาเวียร์ ซึ่งมีราคาแพง
stutter (สตัท' เทอร์) *vi., vt.* **-tered, -tering** พูดติดอ่าง, พูดตะกุกตะกัก -*n.* การพูดติดอ่าง, การพูดตะกุกตะกัก **-stutterer** *n.*
sty¹ (สไต) *n., pl.* **sties** เล้าหมู, ที่สกปรก
sty², stye (สไต) *n., pl.* **sties, styes** (สไตซ์) โรคหนังตาอักเสบ, ตากุ้งยิง
★**style** (สไตล์) *n.* แบบ, วิธี, แนวทาง, ท่าทาง, ลีลา, สำนวน, โวหาร, ทำนอง, ชนิด, ประเภท, รสนิยม, ความชอบ, สมัยนิยม, ความนิยม, วิธีการเขียน, แบบอย่างการเขียน, เข็ม, ปากกาปลายแหลมที่ใช้เขียนบนแผ่นขี้ผึ้งสมัยโบราณ, เข็มเครื่องเล่นแผ่นเสียง, เข็มนาฬิกาแดด, ก้านชูเกสรตัวเมียในพืช, ปากกา -*vt.* **styled, styling** เรียกชื่อ, ขนานนาม, ตั้งชื่อ, ระบุชื่อ, ทำให้ทันสมัย, ออกแบบ **-styler** *n.* **-styling** *n.* (-S. (n.) fashion, mode (v.) adapt, designate)
stylish (สไต' ลิช) *adj.* ทันสมัยและดึงดูดใจ **-stylishly** *adv.* (-S. fashionable, smart)
stylist (สไต' ลิซท์) *n.* นักออกแบบ
stylus (สไต' เลิซ) *n., pl.* **-luses/-li** (-ไล) เข็มเครื่องเล่นแผ่นเสียง, เครื่องมือปลายแหลม
suasion (สเว' ฉัน) *n.* การชักชวน, การเกลี้ยกล่อม (-S. persuasion)
suave (สวาฟว์) *adj.* **suaver, suavest** อ่อนโยน, นิ่มนวล, สุภาพ, อ่อนช้อย, ละมุนละไม **-suavely** *adv.* (-S. polite -A. rude)
sub (ซับ) *n.* (ภาษาพูด) ตัวแทน ตัวสำรอง -*vi.* **subbed, subbing** เป็นตัวแทน, เป็นตัวสำรอง
sub- คำอุปสรรค หมายถึง ใต้, รอง, ย่อย, เกือบจะ, ใกล้จะ, ต่อ, ช่วง
subconscious (ซับคอน' เชิซ) *adj.* ไม่รู้ตัว, เกี่ยวกับจิตใต้สำนึก -*n.* จิตใต้สำนึก, ภวังค์ **-subconsciously** *adv.* (-S. (adj.) inner)
subcontinent (ซับ' คอนทะเนินท์, ซับคอน'-) *n.* อนุทวีป เช่น อินเดีย
subcontract (*n.* ซับ' คอน แทรคท์, *v.* ซับคอน' แทรคท์) *n.* สัญญารับเหมาช่วง -*vi., vt.* **-tracted, -tracting** ทำสัญญารับเหมาช่วง **-subcontractor** *n.*
subdivide (ซับดิไวด์', ซับ' ดิไวด์) *vt., vi.* **-vided, -viding** แบ่ง, แบ่งแยก, แยกย่อย, ปลีกย่อย **-subdivider** *n.* **-subdivision** *n.*
subdue (เซิบดู', -ดิว') *vt.* **-dued, -duing** เอาชนะ, ปราบ, ทำให้เชื่อง, ทำให้เงียบ **-subduable** *adj.* (-S. defeat, suppress)
subhuman (ซับฮิว' เมิน) *adj.* ด้อยกว่ามนุษย์
subjacent (ซับเจ' เซินท์) *adj.* ภายใต้, ข้างใต้, ข้างล่าง, รอง **-subjacency** *n.*
★**subject** (*adj., n.* ซับ' จิคท์, *v.* เซิบเจคท์') *adj.* ใต้อำนาจ, อยู่ภายใต้, เป็นรอง, โอนเอน, ชอบ, สมัครใจ, แล้วแต่, สุดแต่, อยู่ที่, ขึ้นอยู่กับ -*n.* ผู้ใต้บังคับบัญชา, ข้าแผ่นดิน, ประชาชน, เรื่อง, ประเด็น, หัวข้อ, ปัญหา, กรณี, วิชา, สาขาวิชา, คนกระทำ, คนดู, ประธานของประโยค, ตัวเอง -*vt.* **-jected, -jecting** ควบคุม, ครอบงำ, บังคับ, ยอมจำนน, ยอมแพ้ **-subjection** *n.* (-S. (adj.) dependent (n.) case, citizen, topic (v.) expose, submit)
subjective (เซิบเจค' ทิฟว์) *adj.* เกี่ยวกับจิตใจของผู้กระทำ, ส่วนตัว, (อารมณ์) ภายใน, ลวงตาลวงใจ, ซึ่งนึกคิดเอาเอง **-subjectiveness, subjectivity** *n.* (-S. emotional, intuitive)
subjoin (เซิบจอยน์') *vt.* **-joined, -joining** เติม, เพิ่ม, ต่อท้าย, แนบท้าย, ห้อยท้าย
subjugate (ซับ' จะเกท) *vt.* **-gated, -gating** ปราบปราม, ควบคุม, ระงับ, ทำให้อยู่ภายใต้อำนาจ, ทำให้ยอมจำนน, ทำให้เป็นข้าทาส **-subjugation** *n.* **-subjugator** *n.*
subjunctive (เซิบจังค์' ทิฟว์) *adj.* ซึ่งเกี่ยวกับมาลาในไวยากรณ์แสดงเงื่อนไขสมมติ

A B C D E F G H I J K L M N O P Q R S T U V W X Y Z

sublet (ซับ' เลท') *vt.* **-let, -letting** ให้เช่าช่วง
sublimate (ซับ' ละเมท) *v.* **-mated, -mating** *-vt.* ทำให้ระเหิด, ทำให้บริสุทธิ์ *-vi.* ระเหิด
sublime (ซะไบลม์') *adj.* สง่าผ่าเผย, งดงาม, สูงส่ง, เลิศเลอ, ประเสริฐ, บริสุทธิ์, สำคัญยิ่ง, เลิศลอย, หยิ่งยโส, ไว้ตัว *-n.* สิ่งที่บริสุทธิ์ สง่าประเสริฐและเลิศเลอ *-v.* **-limed, -liming** *-vt.* ทำให้สูงส่ง, ทำให้บริสุทธิ์, ทำให้ระเหิด *-vi.* ระเหิด **-sublimely** *adv.* **-sublimeness, sublimity** *n.* (-S. (adj.) eminent, high, noble)
submarine (ซับ' มะรีน, ซับมะรีน') *n.* เรือดำน้ำ *-adj.* ใต้น้ำ, ใต้ทะเล *-v.* **-rined, -rining** *-vt.* จู่โจมโดยเรือดำน้ำ, ยิงระเบิดตอร์ปิโดจากเรือดำน้ำ *-vi.* ขับเคลื่อนเรือดำน้ำ
submerge (เซิบเมิร์จ') *v.* **-merged, -merging** *-vt.* ท่วม, แช่, ดำน้ำ, จมน้ำ *-vi.* จมน้ำ, ท่วม **-submergence** *n.* (-S. flood, sink)
submission (เซิบมิช' ชัน) *n.* การยอมรับ, การยอมจำนน (-S. surrender, yielding)
submit (เซิบมิท') *vt., vi.* **-mitted, -mitting** มอบ, ยอมให้, ยอมแพ้, ยอมจำนน, เสนอ **-submittal** *n.* **-submitter** *n.* (-S. surrender)
subnormal (ซับนอร์' เมิล) *adj.* ด้อยกว่าปกติ
subordinate (*adj., n.* ซะบอร์' เดินนิท, *v.* ซะบอร์' เดินเนท) *adj.* ต่ำกว่า, ด้อย, เป็นรอง, เป็นลูกน้อง *-n.* ผู้อยู่ใต้บังคับบัญชา, ลูกน้อง *-vt.* **-nated, -nating** จัดให้เป็นรอง, ตั้งเป็นรอง, ทำให้ยอมเป็นรอง **-subordinately** *adv.* (-S. (adj., n.) inferior (n., v.) subject)
subordinate clause อนุประโยค
subpoena (ซะพี' นะ) *n.* หมายศาลเรียกตัว
subscribe (เซิบสไกรบ์') *vt., vi.* **-scribed, -scribing** ให้เงินช่วยเหลือ, บริจาคเงิน, ออกเงินบำรุง, ให้เงินเรี่ยไร, เข้าชื่อ, ลงชื่อ, ลงชื่อต่อท้าย, ลงความเห็นด้วย, บอกรับเป็นสมาชิก **-subscriber** *n.* (-S. donate, give)
subscription (เซิบสกริพ' ชัน) *n.* เงินค่าสมัครเป็นสมาชิก, เงินค่าบำรุง, การลงชื่อแสดงความเห็นด้วย (-S. donation, membership)
subsequent (ซับ' ซิเควนท์, -เควินท์) *adj.* ต่อมา, ภายหลัง, ก็, ครั้นแล้ว **-subsequently** *adv.* **-subsequence** *n.* (-S. after, later)
subservient (เซิบเซอร์' เวียนท์) *adj.* เป็นลูกน้อง, เป็นรอง, เป็นประโยชน์ **-subservience, subserviency** *n.* **-subserviently** *adv.*
subside (เซิบไซด์') *vi.* **-sided, -siding** จม, ทรุด, ทรุดตัว, ลด, นอนก้น, ลดน้อยลง, บรรเทาลง **-subsidence** *n.* (-S. decrease, sink)
subsidiary (เซิบซิด' ดีเออรี) *adj.* เป็นตัวช่วย, เป็นสิ่งเสริม, เป็นสิ่งประกอบ *-n., pl.* **-aries** ลูกมือ, ผู้ช่วย **-subsidiarily** *adv.* (-S. (adj.) auxiliary, secondary **-A.** (adj.) primary, principal)
subsidiary company บริษัทสาขา
subsidize (เซิบ' ซิไดซ์) *vt.* **-dized, -dizing** อุดหนุน, สนับสนุน, บำรุง **-subsidization** *n.* **-subsidizer** *n.* (-S. support **-A.** fail)
★**subsidy** (เซิบ' ซิดี) *n., pl.* **-dies** เงินที่รัฐบาลให้เพื่อช่วยพยุงราคาสินค้าและบริการ (-S. aid)
subsist (เซิบซิซท์') *vi., vt.* **-sisted, -sisting** เลี้ยงชีพ, คงอยู่ **-subsister** *n.* (-S. live, survive)
subsoil (ซับ' ซอยล์) *n.* ชั้นดินที่อยู่ใต้หน้าดิน, ดินชั้นล่าง *-vt.* **-soiled, -soiling** พรวนดิน
subsonic (ซับซอน' นิค) *adj.* (ความเร็ว) ต่ำกว่าความเร็วเสียง
★**substance** (ซับ' สเตินซ์) *n.* เรื่องราว, เนื้อหา, สาระ, ใจความ, แก่นสาร, หลักฐาน, วัตถุ, ปัจจัย, เนื้อแท้, หัวใจ, หัวข้อ, ความมั่นคง, ความแน่นหนา, รูปทรง, ตัวตน (-S. essence, theme)
substandard (ซับสแตน' เดิร์ด) *adj.* ต่ำกว่าระดับมาตรฐาน
★**substantial** (เซิบสแตน' เชิล) *adj.* เกี่ยวกับเนื้อหาหรือใจความ, อย่างแท้จริง, เป็นเนื้อแท้, มั่นคงแข็งแรง, แน่นหนา, กว้างขวาง, เป็นสาระสำคัญ, เป็นหัวใจ, ร่ำรวย, มั่งคั่ง *-n.* ความจำเป็น, ความสำคัญ, หลักฐาน, สิ่งที่จับต้องได้ **-substantially** *adv.* (-S. (adj.) important, real)
substantiate (เซิบสแตน' ชีเอท) *vt.* **-ated, -ating** พิสูจน์, สอบสวน, ก่อรูปร่าง, ทำให้เป็นจริง **-substantiation** *n.* (-S. prove, verify)
substantive (ซับ' สเตินทิฟว์) *adj.* เป็นสาระสำคัญ, เป็นเนื้อแท้, เป็นตัวตน *-n.* คำหรือกลุ่มคำที่ทำหน้าที่เป็นนาม **-substantively** *adv.*
substitute (ซับ' สติทูท, -ทิวท์) *n.* ตัวแทน, คนแทน *-vt., vi.* **-tuted, -tuting** ทำแทน, แทนที่ **-substitutable** *adj.* (-S. (n.) agent, deputy (v.) interchange, replace)
substratum (ซับ' สเตรเทิม) *n., pl.* **-strata/-stratums** ชั้นใต้ดิน, ดินชั้นล่าง, พื้นฐาน
subtenant (ซับเทน' เนินท์) *n.* ผู้เช่าช่วง
subterfuge (ซับ' เทอร์ฟิวจ์) *n.* เล่ห์กล
subterranean (ซับทะเร' เนียน) *adj.* ใต้ดิน, ซ่อนเร้น, ลึกลับ **-subterraneanly** *adv.*
subtitle (ซับ' ไทเทิล) *n.* หน้าปกรอง, ชื่อรอง, หัวข้อย่อย, ชื่อย่อย, บทแปลที่อยู่ขอบล่าง

A B C D E F G H I J K L M N O P Q R S T U V W X Y Z

ของจอภาพยนตร์ *-vt.* **-tled, -tling** ใส่บทแปล
subtle (ซัท' เทิล) *adj.* **subtler, subtlest** ลึกลับ, ซับซ้อน, คลุมเครือ, ละเอียด, ถี่ถ้วน, ฉลาด, มีนัย, มีเล่ห์กระเท่ห์ **-subtleness** *n.* **-subtly** *adv.* (**-S.** crafty, delicate **-A.** naive)
★**subtract** (เซิบแทรคท์') *v.* **-tracted, -tracting** *-vt.* ลบ, หัก, เอาออก, ตัดออก, ชักออก *-vi.* ลบ **-subtracter** *n.* (**-S.** deduct, lessen)
★**suburb** (ซับ' เบิร์บ) *n.* ชานเมือง **-suburbs** บริเวณรอบๆ เมือง (**-S.** residential area)
suburban (ซะเบอร์' เบิน) *adj.* ที่ตั้งอยู่ชานเมือง, ตามบ้านนอก *-n.* คนบ้านนอก
subvention (เซิบเวน' ชัน) *n.* เงินสนับสนุน
subversive (เซิบเวอร์' ซิฟว์, -ซิฟว์) *adj.* พยายามล้มล้างรัฐบาล, บ่อนทำลายความมั่นคงของรัฐบาล **-subversively** *adv.* (**-S.** riotous)
subvert (เซิบเวิร์ท') *vt.* **-verted, -verting** ทำลาย, ผลาญ, ล้มล้าง **-subverter** *n.*
subway (ซับ' เว) *n.* รถไฟฟ้าใต้ดิน, ทางเดินใต้ดิน, อุโมงค์เดินใต้ดิน
★**succeed** (เซิคซีด') *vi., vt.* **-ceeded, -ceeding** สืบทอด (ตำแหน่ง มรดก ราชสมบัติ), ตามมา, ต่อมา, ประสบผลสำเร็จ **-succedent** *adj.* **-succeeder** *n.* (**-S.** next, triumph **-A.** fail)
★**success** (เซิคเซซ') *n.* ความสำเร็จ, ผลสำเร็จ, ความสมหวัง, ความมีชื่อเสียง, คนมีชื่อเสียง, การเป็นที่ยอมรับ (**-S.** fame, star)
★**successful** (เซิคเซซ' เฟิล) *adj.* สำเร็จ, มีชื่อเสียง, โด่งดัง, เป็นที่ยอมรับ **-successfully** *adv.* **-successfulness** *n.* (**-S.** acknowledged)
succession (เซิคเซซ' ชัน) *n.* การเรียงตามลำดับ, การตามกันมา, การสืบทอด, การตกทอดต่อกันมา, การสืบราชสมบัติ, การสืบสันตติวงศ์, การสืบมรดก **-successional** *adj.* **-successionally** *adv.* (**-S.** sequence, transmission)
successive (เซิคเซซ' ซิฟว์) *adj.* ต่อเนื่อง, ตามกันมา, ตามลำดับ **-successively** *adv.* **-successiveness** *n.* (**-S.** following, sequent)
★**successor** (เซิคเซซ' เซอร์) *n.* ผู้สืบมรดก, ผู้สืบตำแหน่ง
succinct (เซิคซิงค์ท์') *adj.* **-er, -est** รวบรัด, รัดกุม, ห้วน, ย่อ, สั้น, สรุป **-succinctly** *adv.* **-succinctness** *n.* (**-S.** brief, concise)
succor (ซัค' เคอร์) *n.* ความช่วยเหลือ, การช่วยบรรเทา, การสงเคราะห์ *-vt.* **-cored, -coring** ช่วยเหลือ, แบ่งเบา (**-S.** (n., v.) support)
succulent (ซัค' เคียเลินท์) *adj.* ชุ่มน้ำ, ฉ่ำ, รื่นเริง *-n.* พืชที่ฉ่ำน้ำ (**-S.** (adj.) juicy)
succumb (ซะคัม') *vi.* **-cumbed, -cumbing** ยอมจำนน, ยอมแพ้, ตาย (**-S.** die, submit)
★**such** (ซัช) *adj.* เช่น, เช่นนี้, เช่นนั้น, ดังเช่น, นั้น, ดังนั้น, เป็นดัง *-adv.* ดังเช่น, แท้จริง, เป็นดังเช่น, อย่างมาก **-such and such** ไม่เจาะจง **-such as** เช่น **-suchlike** เช่นเดียวกับ
★**suck** (ซัค) *vt., vi.* **sucked, sucking** ดูด, (คำสแลง) เลีย ประจบ *-n.* การดูด, เสียงดูด
★**sucker** (ซัค' เคอร์) *n.* เครื่องดูด, ท่อดูด, หน่อ, ราก, อวัยวะที่ใช้ดูด, อมยิ้ม, ลูกสูบ, (ภาษาพูด) คนโง่, ลูกสัตว์ที่ยังไม่หย่านม, ยางดูดผนัง *-vt., vi.* **-ered, -ering** งอกราก, แตกหน่อ, (ภาษาพูด) หลอกลวง ต้มตุ๋น
sucking (ซัค' คิง) *adj.* ยังไม่หย่านม
suckle (ซัค' เคิล) *v.* **-led, -ling** *-vt.* ให้นม, ป้อนนม, เลี้ยงดู *-vi.* ดูดนม, กินนม
suckling (ซัค' คลิง) *n.* ลูกสัตว์ที่ยังไม่หย่านม
sucrose (ซู' โครซ) *n.* น้ำตาล, ไดแซ็กคาไรด์อย่างหนึ่งมีรสหวาน พบในพืชต่างๆ ทั่วไป โดยเฉพาะต้นอ้อย หัวบีตหวาน และน้ำจากต้นเมเปิล
suction (ซัค' ชัน) *n.* การดูด, แรงดูด *-vt.* **-tioned, -tioning** สูบ, ดูดออก, ดูดขึ้น
★**sudden** (ซัด' เดิน) *adj.* ทันที, ทันใด, ฉับพลัน, กะทันหัน, ปัจจุบันทันด่วน, อย่างรวดเร็ว **-suddenly** *adv.* (**-S.** unexpected **-A.** foreseen)
suds (ซัดซ์) *n. pl.* ฟอง, ฟองสบู่, (คำสแลง) เบียร์
sue (ซู) *vt., vi.* **sued, suing** ฟ้องร้อง, ร้องเรียน, อุทธรณ์, เกี้ยวพาราสี, อ้อนวอน, ขอร้อง **-suer** *n.* (**-S.** beg, request, summons)
suede, suède (สเวด) *n.* หนังกลับ
suet (ซู' อิท) *n.* ไขมันแข็งรอบๆ ไตสัตว์ มักใช้ทำอาหาร สบู่ และเทียนไข
★**suffer** (ซัฟ' เฟอร์) *vi., vt.* **-fered, -fering** เจ็บปวด, ทนทุกข์, ทรมาน, เสียหาย, ทนทาน, ยอมให้ **-sufferable** *adj.* **-sufferance** *n.* **-sufferer** *n.* **-sufferingly** *adv.* (**-S.** agonize, bear, permit **-A.** refuse)
suffering (ซัฟ' เฟอริง, ซัฟ' ฟริง) *n.* ความทุกข์ทรมาน, สิ่งที่ทำให้ทุกข์ทรมานหรือเจ็บปวด (**-S.** distress, pain **-A.** comfort)
★**sufficient** (ซะฟิช' เชินท์) *adj.* มีพอเพียง **-sufficiency** *n.* (**-S.** enough)
suffix (ซัฟ' ฟิคซ์) *n.* คำต่อท้าย, คำปัจจัย, อาคม *-vt.* **-fixed, -fixing** ต่อท้าย, เติมท้าย, เสริมท้าย (**-A.** (n., v.) prefix)
suffocate (ซัฟ' ฟะเคท) *v.* **-cated, -cating** *-vt.*

ฆ่ารัดคอ, บีบคอ, ทำให้หายใจไม่ออก, ปิดกั้น *-vi.* ถูกรัดคอ, ถูกอุดปาก, ตายเพราะขาดอากาศ, อึดอัด **-suffocation** *n.* (-S. choke)

suffrage (ซัฟ' ฟริจ) *n.* สิทธิออกเสียงเลือกตั้ง, คะแนนเสียงจากการเลือกตั้ง

suffuse (ซะฟิวซ์') *vt.* **-fused, -fusing** (น้ำตา) คลอ เปื้อนหน้า, เยิ้ม **-suffusive** *adj.*

★**sugar** (ชุก' เกอร์) *n.* น้ำตาล, น้ำตาลก้อน, (คำสแลง) ยอดรัก สุดที่รัก *-v.* **-ared, -aring** *-vt.* เคลือบหรือฉาบด้วยน้ำตาล, ทำให้หวาน, ใส่น้ำตาล, เติมน้ำตาล *-vi.* เป็นน้ำตาล

sugar apple น้อยหน่า

sugar beet หัวบีต

sugar cane ต้นอ้อย

sugarcoat (ชุก' เกอร์โคท) *vt.* **-coated, coating** เคลือบหรือฉาบด้วยน้ำตาล, ทำให้หวาน

sugar free ปราศจากน้ำตาล

sugary (ชุก' กะรี) *adj.* **-ier, -iest** หวาน, เหมือนน้ำตาล, ไพเราะ, (ยิ้ม) หวาน

★**suggest** (เซิกเจซท์', ซะเจซท์') *vt.* **-gested, -gesting** แนะนำ, ชี้แนะ, เสนอ, แสดงนัย **-suggester** *n.* (-S. imply, propose)

suggestible (เซิกเจซ' ทะเบิล, ซะเจซ'-) *adj.* ซึ่งถูกชักจูงได้ง่าย

★**suggestion** (เซิกเจซ' ชัน, ซะเจซ'-) *n.* การแนะนำ, ข้อแนะนำ, ข้อชวนคิด, คำแนะนำ, การพูดเป็นนัย, การพูดเปรย (-S. hint, proposal)

suggestive (เซิกเจซ' ทิฟว์, ซะเจซ'-) *adj.* เป็นการแนะนำ, เป็นการชวนให้คิดถึง, ซึ่งทำให้นึกถึง **-suggestively** *adv.*

★**suicide** (ซู' อิไซด์) *n.* อัตวินิบาตกรรม, การฆ่าตัวตาย **-suicidal** *adj.* **-suicidally** *adv.*

★**suit** (ซูท) *n.* เสื้อผ้าที่เป็นชุดเดียวกัน, สิ่งที่ใช้เป็นชุด, ไพ่ป๊อกหน้าเดียวกัน, ฎีกา, คำร้อง, การเกี้ยว, คำขอแต่งงาน *-v.* **suited, suiting** *-vt.* ทำให้เหมาะสมหรือพอเหมาะ, ทำให้พึงพอใจ, (เสื้อผ้า) พอดีตัว *-vi.* เหมาะเจาะ, เข้าชุดกัน (-S. (n.) lawsuit, outfit (v.) befit, satisfy)

★**suitable** (ซู' ทะเบิล) *adj.* เหมาะสม, เหมาะเจาะ **-suitability, suitableness** *n.* **-suitably** *adv.* (-S. fit, right -A. improper)

★**suitcase** (ซูท' เคซ) *n.* กระเป๋าใส่เสื้อผ้า

suite (สวีท) *n.* ห้องชุดในโรงแรม, ข้าวของที่ใช้เป็นชุด, เฟอร์นิเจอร์ที่เข้าชุดกัน (-S. series)

suitor (ซู' เทอร์) *n.* ผู้อ้อนวอน, ผู้ชายที่เกี้ยวผู้หญิง, โจทก์, ผู้ยื่นฎีกา, ผู้ฟ้องร้องคดี,

sukiyaki (ซูคียา' คี, สกียา' คี) *n.* สุกียากี้

sulfur, sulphur (ซัล' เฟอร์) *n.* ธาตุกำมะถัน เป็นธาตุอโลหะอย่างหนึ่ง มีสีเหลืองอ่อน ใช้ในอุตสาหกรรมทำกรดกำมะถัน ทำสีย้อมและสารเคมีต่างๆ มีสัญลักษณ์ S

sulk (ซัลค์) *vi.* **sulked, sulking** โกรธ, ไม่พูด *-n.* อาการโกรธไม่ยอมพูดจา (-S. (v., n.) pout)

sulky[1] (ซัล' คี) *adj.* **-ier, -iest** งอน, โกรธ, (หน้า) มุ่ย (-S. moody -A. temperate)

sulky[2] (ซัล' คี) *n., pl.* **-ies** รถลากสองล้อ

sullen (ซัล' เลิน) *adj.* **-er, -est** ไม่พูดจา, บูดบึ้ง, อารมณ์ไม่ดี, (สี) ขุ่นมัว, ซึม, เงื่องหงอย **-sullenly** *adv.* (-S. gloomy -A. cheerful)

sulphur (ซัล' เฟอร์) *n.* ดู sulfur

sultan (ซัล' เทิน) *n.* สุลต่าน, คนที่มีอำนาจ

sultana (ซัลแทน' นะ, -ทา' นะ) *n.* ภรรยา แม่ พี่สาว น้องสาวหรือลูกสาวของสุลต่าน, ลูกเกดแบบไม่มีเมล็ด

sultry (ซัล' ทรี) *adj.* **-trier, -triest** ร้อนชื้น, อบอ้าว, ปลุกเร้าอารมณ์ **-sultrily** *adv.* **-sultriness** *n.* (-S. humid, sticky -A. dry)

★**sum** (ซัม) *n.* ผลบวก, ผลรวม, ยอดรวม, จำนวนรวม, โจทย์เลข, จำนวนเงิน, ผลสรุป, ข้อสรุป, ใจความสำคัญ, จุดสำคัญ, หัวข้อ *-vt.* **summed, summing** บวก, ย่อ, สรุป, รวบยอด, รวม **-sum up** สรุป (-S. (n., v.) total)

summa cum laude (ซุม' มะ คุม เลา' ดะ, -เด, -ดี) *adv., adj.* ด้วยเกียรตินิยมอันดับหนึ่ง

summarize (ซัม' มะไรซ์) *vi., vt.* **-rized, -rizing** รวม, สรุป **-summarization** *n.* **-summarizer** *n.* (-S. condense, outline)

★**summary** (ซัม' มะรี) *adj.* โดยย่อ, โดยสรุป, รวบรัด, อย่างรวดเร็ว, ทันทีทันควัน, รัดกุม *-n., pl.* **-ries** การสรุปความ, การย่อความ, บทสรุป **-summarily** *adv.* **-summariness** *n.* (-S. (adj., n.) brief -A. (adj.) long)

summation (ซะเม' ชัน) *n.* การบวก, การรวม, ผลรวม, การสรุป, ข้อสรุป

★**summer** (ซัม' เมอร์) *n.* ฤดูร้อน, เวลาแห่งความสมบูรณ์พูนสุข, ปี *-v.* **-mered, -mering** *-vt.* ไปตากอากาศช่วงฤดูร้อน *-vi.* ใช้เวลาในช่วงฤดูร้อน *-adj.* ซึ่งเติบโตในฤดูร้อน, เกี่ยวกับหรือเกิดขึ้นในฤดูร้อน **-summerly** *adv., adj.*

summerhouse (ซัม' เมอร์เฮาซ์) *n.* เรือนเล็กๆ ที่ปลูกในสวน ใช้สำหรับนั่งพักผ่อน

summersault (ซัม' เมอร์ซอลท์) *n., v.* ดู somersault

summertime (ซัม' เมอร์ไทม์) *n.* ฤดูร้อน

A B C D E F G H I J K L M N O P Q R S T U V W X Y Z

A **summing-up** (ซัม' มิงอัพ') *n., pl.* **summings-up** (ซัม' มิงซ์-) บทสรุป, ข้อสรุป

B ★**summit** (ซัม' มิท) *n.* จุดสูงสุด, จุดสุดยอด, ยอดภูเขา, ระดับสูง, ตำแหน่งสูง (-S. apex, peak

C -A. base, bottom)

summit conference การประชุมสุดยอด

D ระหว่างผู้นำระดับสูงเกี่ยวกับเรื่องที่สำคัญ

summon (ซัม' เมิน) *vt.* **-moned, -moning**

E เรียกตัว, เรียกประชุม, ออกหมายเรียก, เชิญ, ปลุก **-summoner** *n.* (-S. call, rouse)

F **summons** (ซัม' เมินซ์) *n., pl.* **-monses** คำสั่งเรียกตัว, การเรียกตัว, หมายศาล, หมาย

G เรียก *-vt.* **-monsed, -monsing** ออกหมายเรียก, เรียกตัว (-S. (n., v.) order)

H **sump** (ซัมพ์) *n.* หลุมหรือบ่อรับของโสโครก, ถังส้วมซึม, อ่างน้ำมันหล่อลื่น, บ่อน้ำ

I **sumptuous** (ซัมพ์' ชูเอิซ) *adj.* ฟุ่มเฟือย,

J หรูหรา **-sumptuously** *adv.* (-S. luxurious)

★**sun** (ซัน) *n.* ดวงอาทิตย์, แสงแดด, แสงตะวัน,

K ความร้อนจากดวงอาทิตย์ *-vt., vi.* **sunned, sunning** ตากแดด, ผึ่งแดด, อาบแดด

L **Sun.** ย่อจาก Sunday วันอาทิตย์

sunbath (ซัน' แบธ, -บาธ) *n.* การอาบแดด

M **sunbathe** (ซัน' เบธ) *vi.* **-bathed, -bathing** อาบแดด **-sunbather** *n.*

N **sunbeam** (ซัน' บีม) *n.* รังสีดวงอาทิตย์

sun block, sun blocker การป้องกัน

O แสงแดดเผาไหม้ผิวหนังโดยทาครีมหรือโลชั่น ที่ช่วยปกป้องผิวหนังจากรังสีอัลตราไวโอเลต

P **sunburn** (ซัน' เบิร์น) *n.* อาการอักเสบของ

Q ผิวหนังเนื่องจากถูกแสงแดดเป็นเวลานาน *-vt., vi.* **-burned/-burnt, -burning** (ผิวถูกแดด)

R ไหม้เกรียม อักเสบ

sunburst (ซัน' เบิร์ซท์) *n.* อาการอักเสบของ ผิวหนังเนื่องจากถูกแดดเผาจนเกรียม

sundae (ซัน' ดี, -เด) *n.* ไอศกรีมราดด้วย

T น้ำเชื่อม ผลไม้ ถั่วและครีม

★**Sunday** (ซัน' ดี, -เด) วันอาทิตย์

U **sunder** (ซัน' เดอร์) *vt., vi.* **-dered, -dering**

V ตัด, แยก, แบ่ง, พราก *-n.* การแบ่ง, การแยก

sundial (ซัน' ไดอัล) *n.* นาฬิกาแดด

W **sundown** (ซัน' เดาน์) *n.* เวลาดวงอาทิตย์ตก

sundry (ซัน' ดรี) *adj.* หลากหลาย, ต่างๆ ชนิด,

X จิปาถะ, เบ็ดเตล็ด (-S. miscellaneous, some)

SUNDS ย่อจาก sudden unexplained noctur-

Y nal death syndrome โรคไหลตาย

★**sunflower** (ซัน' เฟลาเออร์) *n.* ดอกทานตะวัน

Z

sung (ซัง) *v.* กริยาช่อง 2 และ 3 ของ sing

sunglass (ซัน' แกลซ) *n.* เลนส์รวมแสงอาทิตย์ ที่ก่อให้เกิดการเผาไหม้ **-sunglasses** แว่นกันแดด

sunken (ซัง' เคิน) *v.* กริยาช่อง 3 ของ sink *-adj.* จม, ใต้, (ตา) โบ๋, (แก้ม) ซูบ (-S. (adj.) buried, hollow, submerged)

sunlight (ซัน' ไลท์) *n.* แสงแดด

sunlit (ซัน' ลิท) *adj.* ยามต้องแสงแดด

★**sunny** (ซัน' นี) *adj.* **-nier, -niest** มีแสงแดดส่อง, อบอุ่น, สดใส, แจ่มใส (-S. brilliant, clear)

sun protection factor สารป้องกันแสงแดด ย่อว่า SPF

sunrise (ซัน' ไรซ์) *n.* เวลาดวงอาทิตย์ขึ้น, เวลาแห่งการเริ่มต้น (-S. daylight, dawn)

sunrise industry อุตสาหกรรมรุ่งอรุณ, อุตสาหกรรมสมัยใหม่ที่ใช้เทคโนโลยีใหม่ๆ และมีความสำคัญขึ้นเรื่อยๆ

sunscreen (ซัน' สกรีน) *n.* ครีมหรือโลชั่นกันแดด **-sunscreening** *adj.*

sunset (ซัน' เซท) *n.* เวลาดวงอาทิตย์ตก, ยุคเสื่อมโทรม (-S. sundown)

sunset industry อุตสาหกรรมอัสดง, อุตสาหกรรมแบบเก่าที่ใช้เทคโนโลยีล้าสมัย และสินค้าเป็นที่ต้องการน้อยลง

sunshade (ซัน' เชด) *n.* ร่มกันแดด

sunshine (ซัน' ไชน์) *n.* แสงอาทิตย์, แสงแดด, ความแจ่มใส, ความร่าเริง, ความสนุกสนาน

sunspot (ซัน' สปอท) *n.* จุดดำบนผิวดวงอาทิตย์ มีส่วนสัมพันธ์กับการเกิดพายุแม่เหล็ก

sunstroke (ซัน' สโตรค) *n.* การเป็นลมเนื่องจากถูกแดดนานเกินไป, ลมแดด

suntan (ซัน' แทน) *n.* การอาบแดดจนผิวเป็นสีแทน

sup (ซัพ) *vi.* **supped, supping** รับประทานอาหารมื้อเย็น

★**super** (ซู' เพอร์) *n.* (ภาษาพูด) ผลิตภัณฑ์ที่มีขนาด คุณภาพ หรือระดับเป็นพิเศษ, (ภาษาพูด) สิ่งที่พิเศษหรือยอดเยี่ยมมาก *-adj.* ยอดเยี่ยม, วิเศษ, ดีมาก, พิเศษสุด, (ขนาด) ใหญ่เป็นพิเศษ, ชั้นหนึ่ง *-adv.* (ภาษาพูด) เป็นพิเศษ สุดซึ้ง

super- คำอุปสรรค หมายถึง เหนือ, บน, เบื้องบน, ข้างบน, กว่า, สูงกว่า, ดีกว่า, เหนือกว่า, พิเศษ, วิเศษ, เลิศ, ยิ่งยวด

superabundant (ซูเพอร์อะบัน' เดินท์) *adj.* เหลือเฟือ, เกินไป, มากมาย **-superabundance** *n.* **-superabundantly** *adv.*

superannuate (ซูเพอร์แอน' นิวเอท) *vt.* **-ated, -ating** เกษียณอายุ **-superannuated** *adj.*
superb (ซุเพิร์บ') *adj.* วิเศษ, สุดยอด, สง่างาม, หรูหรา (**-S.** excellent, superior **-A.** inferior)
supercargo (ซูเพอร์คาร์' โก) *n., pl.* **-goes/ -gos** เจ้าหน้าที่บนเรือพาณิชย์ ซึ่งมีหน้าที่ดูแลรับผิดชอบการซื้อขายสินค้าและธุรกิจบนเรือ
supercilious (ซูเพอร์ซิล' เลียซ) *adj.* ดูถูก, ถือตัว, ไว้ภูมิ, วางท่า **-superciliously** *adv.* **-superciliousness** *n.* (**-S.** proud, scornful)
supercomputer (ซู' เพอร์เคิมพิวเทอร์) *n.* คอมพิวเตอร์ที่ทำงานเร็วกว่าคอมพิวเตอร์ธรรมดา มีขนาดใหญ่และมีประสิทธิภาพมาก
superconductivity (ซูเพอร์คอนดัคทิฟว' วิที) *n.* ปรากฏการณ์ที่ความต้านทานไฟฟ้าของโลหะหรือโลหะผสมลดลงตามอุณหภูมิและเกือบจะเป็นศูนย์ที่อุณหภูมิศูนย์สัมบูรณ์
superficial (ซูเพอร์ฟิช' เชิล) *adj.* ตื้น, ผิวเผิน, (มีความรู้) นิดหน่อย, เล็กน้อย **-superficialness** *n.* (**-S.** exterior, surface)
superfine (ซูเพอร์ไฟน์) *adj.* ดีเยี่ยม,ดีเป็นพิเศษ, ประณีตเป็นพิเศษ **-superfineness** *n.*
superfluous (ซุเพอร์' ฟลูเอิซ) *adj.* เกินความจำเป็น, เกินความต้องการ **-superfluously** *adv.* (**-S.** needlees, unnecessary **-A.** essential)
superglue (ซู' เพอร์กลู) *n.* กาวที่มีความเหนียวเกาะติดแน่นมาก
superhighway (ซูเพอร์ไฮ' เว) *n.* ถนนที่มีขนาดตั้งแต่หกช่องทางสำหรับรถยนต์ที่วิ่งเร็ว
superhuman (ซูเพอร์ฮิว' เมิน) *adj.* เหนือมนุษย์, เกินกว่าคนปกติ (**-S.** divine, heroic)
superimpose (ซูเพอร์อิมโพซ') *vt.* **-posed, -posing** ทับ, ซ้อน, ทาทับ, เติม, เพิ่ม
superintend (ซูเพอร์อินเทนด์', ซูพริน-) *vt.* **-tended, -tending** ดูแล, อำนวยการ, จัดการ, ดำเนินการ, บริหาร (**-S.** control, manage)
superintendent (ซูเพอร์อินเทน' เดินท์, ซูพริน-) *n.* ผู้อำนวยการ, ผู้จัดการ, ผู้กำกับการ (ตำรวจ), ยาม, ผู้ดูแล (**-S.** director, manager)
★**superior** (ซุเพีย' เรียร์) *adj.* บน, ดีกว่า, เหนือกว่า, มากกว่า, สูงกว่า, อยู่เหนือ, มีอำนาจเหนือ, ถือตัวว่าดีกว่า, ยโส, โอหัง, ทะนงตน, เลิศ, เยี่ยมยอด *-n.* หัวหน้า, เจ้านาย, ผู้บังคับบัญชา, เจ้าอาวาส, หัวหน้าแม่ชีในสำนักนางชี (**-S.** (adj.) exclusive, paramount (n.) chief, principal)
superiority complex ความรู้สึกว่าตนเองดีเลิศเหนือกว่าคนอื่น, (จิตวิทยา) ปมเขื่อง
superlative (ซุเพอร์' ละทิฟว์) *adj.* สูงสุด, เลิศสุด, สุดยอด, ที่สุด, ชั้นยอด, ยอดเยี่ยม, เหลือเฟือ, เหลือล้น, มากเกินไป, เกี่ยวกับคุณศัพท์หรือกริยาวิเศษณ์เปรียบเทียบขั้นสูงสุด *-n.* สิ่งที่ดีที่สุด, ขั้นสูงที่สุด, ขั้นสุดยอด, ขีดสูงสุด, คุณศัพท์หรือกริยาวิเศษณ์เปรียบเทียบขั้นสูงสุด (**-S.** (adj.) excellent, highest **-A.** (adj.) inferior)
★**superman** (ซู' เพอร์แมน) *n.* ยอดมนุษย์
supermarket (ซู' เพอร์มาร์คิท) *n.* ซูเปอร์มาร์เกต, ร้านค้าที่มีสินค้าให้เลือกซื้อแบบบริการตนเองแล้วนำไปชำระเงินกับพนักงานของร้าน
supernatural (ซูเพอร์แนช' เชอเริล) *adj.* เหนือธรรมชาติ, ประหลาด, มหัศจรรย์, อาเพศ, อาถรรพ์, อภินิหาร, อัศจรรย์, ปาฏิหาริย์ *-n.* สิ่งที่อยู่เหนือธรรมชาติ **-supernaturally** *adv.* (**-S.** (adj.) miraculous, unearthly)
supernaturalism (ซูเพอร์แนช' เชอระลิเซิม) *n.* ความเชื่อในพลังเร้นลับเหนือธรรมชาติ
supernova (ซูเพอร์โน' วะ) *n., pl.* **-vae** (-วี)/**vas** ดาวฤกษ์ที่ระเบิดตัวเองจนมีแสงสว่างมากกว่าดวงอาทิตย์ถึงหนึ่งร้อยล้านเท่า
superpower (ซู' เพอร์เพาเออร์) *n.* ประเทศมหาอำนาจ โดยเฉพาะที่มีอาวุธนิวเคลียร์
superscribe (ซูเพอร์สไกรบ์') *vt.* **-scribed, -scribing** จ่าหน้าซองจดหมาย, เขียนไว้ด้านหน้า
superscript (ซู' เพอร์สกริพท์) *n.* ตัวอักษรที่เขียน, ตัวหนังสือที่พิมพ์ **-superscription** *n.*
supersede (ซูเพอร์ซีด') *vt.* **-seded, -seding** เข้าแทนที่, แย่งที่ **-supersession** *n.*
supersonic (ซูเพอร์ซอน' นิค) *adj.* (เครื่องบิน) ที่เดินทางเร็วกว่าเสียง
supersonic transport เครื่องบินที่เดินทางเร็วกว่าเสียง
superstar (ซู' เพอร์สตาร์) *n.* นักแสดงหรือนักร้องที่มีชื่อเสียงโด่งดัง, คนมีชื่อเสียง
superstition (ซูเพอร์สติช' ชัน) *n.* ความเชื่อในโชคลางไสยศาสตร์, ความเชื่อเรื่องผีสาง, ความเชื่องมงาย, ความเชื่อผิดๆ **-superstitious** *adj.* **-superstitiously** *adv.*
★**supervise** (ซู' เพอร์ไวซ์) *vt.* **-vised, -vising** ดูแล, จัดการ, ตรวจตรา, ควบคุม, อำนวยการ (**-S.** control, direct, handle)
supervision (ซูเพอร์วิฌ' ฌัน) *n.* การดูแล, การจัดการ, การตรวจตรา, การควบคุม, การอำนวยการ (**-S.** guidance, management)
supervisor (ซู' เพอร์ไวเซอร์) *n.* ผู้ดูแล, ผู้จัดการ, ผู้อำนวยการ, อาจารย์นิเทศ, อาจารย์

ที่ปรึกษา (-S. foreman, steward)

superwoman (ซู' เพอร์วุมเมิน) *n.* ผู้หญิงสมัยใหม่ที่ทำงานนอกบ้านและเป็นแม่บ้านด้วย

★**supper** (ซัพ' เพอร์) *n.* อาหารค่ำ, อาหารมื้อเย็น, อาหารเบาๆ ก่อนเข้านอน

supplant (ซะแพลนท์') *vt.* **-planted, -planting** เข้าแทนที่, แย่งที่, แย่งตำแหน่ง (**-S.** displace, remove, supersede)

supple (ซัพ' เพิล) *adj.* **-pler, -plest** อ่อน, ว่านอนสอนง่าย, ดัดง่าย **-supplely** *adv.* **-suppleness** *n.* (**-S.** flexible **-A.** rigid)

supplement (*n.* ซัพ' พละเมินท์, *v.*-เมนท์) *n.* ส่วนเสริม, ภาคผนวก, ส่วนเพิ่มเติม, หน้าเสริมที่แทรกในหนังสือพิมพ์ *-vt.* **-mented, -menting** เสริม, เพิ่ม, เติม, ผนวก (**-S.** (n., v.) complement (v.) extend)

supplementary (ซัพพละเมน' ทะรี, -ทรี) *adj.* เป็นส่วนเสริม (**-S.** additional, secondary)

suppliant (ซัพ' พลีเอินท์) *adj.* อ้อนวอน, ขอร้อง *-n.* ผู้อ้อนวอน (**-S.** (adj.) begging (n.) suitor)

supplicate (ซัพ' พลิเคท) *vt., vi.* **-cated, -cating** อ้อนวอน, วิงวอน, ขอความกรุณา **-supplication** *n.* (**-S.** beg, plead)

★**supply** (ซะไพล') *v.* **-plied, -plying** *-vt.* จัดหา, จัดเตรียม, ส่งเสบียง, ส่งเสีย, จัดจำหน่าย *-vi.* บรรจุ, แทนที่, ทำหน้าที่แทน *-n., pl.* **-plies** การจัดหา, การจัดส่ง, เสบียง, พัสดุ, จำนวนเสบียง, ความต้องการสินค้า, สิ่งที่จัดจำหน่าย, จำนวนของที่มีอยู่ **-supplier** *n.* (**-S.** (v., n.) stock (v.) furnish, provide)

★**support** (ซะพอร์ท', -โพร์ท') *vt.* **-ported, -porting** รับ, ค้ำจุน, หนุน, สนับสนุน, อุดหนุน, ช่วยเหลือ, ค้ำชู, เลี้ยงดู *-n.* การสนับสนุน, ความช่วยเหลือ (**-S.** (v., n.) aid, help)

supporter (ซะพอร์' เทอร์, -โพร์'-) *n.* ผู้สนับสนุน (**-S.** advocate, sponsor)

★**suppose** (ซะโพซ') *vt., vi.* **-posed, -posing** คิดเอาเอง, ทึกทัก, นึก, เข้าใจ, คาดเดา, คะเน **-supposed** *adj.* **-supposedly** *adv.* (**-S.** assume, imagine, think)

supposition (ซัพพะซิช' ชัน) *n.* การคาดคะเน, ข้อสันนิษฐาน, สมมติฐาน **-suppositional** *adj.* **-suppositionally** *adv.* (**-S.** doubt, guess)

suppress (ซะเพรซ') *vt.* **-pressed, -pressing** หยุด, ห้าม, ระงับ, อุด, สกัด, กั้น, ปกปิด, ปิดบัง, อำพราง, กลั้น, กำจัด, ปราบปราม **-suppressible** *adj.* (**-S.** conceal, subdue)

supra- คำอุปสรรค หมายถึง บน, เหนือ, ข้างบน, เบื้องบน, ยอด, ใหญ่, ยิ่งใหญ่

supremacy (ซุเพรม' มะซี) *n., pl.* **-cies** ความมีอำนาจเหนือ, อำนาจอันสูงสุด, ความยิ่งใหญ่, อภิมหาอำนาจ (**-S.** dominance, mastery)

★**supreme** (ซุพรีม') *adj.* **-er, -est** ยิ่งใหญ่, มีอำนาจ, สูงสุด, สำคัญ, ที่สุด, สุดขีด, สุดยอด **-supremely** *adv.* **-supremeness** *n.* (**-S.** best, extreme, prime)

Supreme Being พระผู้เป็นเจ้า

Supreme Court ศาลสูงสุด, ศาลฎีกา

surcharge (เซอร์' ชาร์จ) *n.* การเก็บเงินเพิ่ม, การเก็บค่าธรรมเนียมเพิ่ม, การบรรทุกมากเกินไป, การพิมพ์ดวงตราไปรษณียากรใหม่เพื่อเปลี่ยนค่า *-vt.* **-charged, -charging** เก็บเงินเพิ่ม, บรรทุกมากเกินไป, พิมพ์ดวงตราไปรษณียากรใหม่เพื่อเปลี่ยนค่า

surcoat (เซอร์' โคท) *n.* เสื้อคลุมตัวหลวม, เสื้อคลุมที่อัศวินในยุคกลางสวมทับชุดเกราะ

★**sure** (ชัวร์) *adj.* **surer, surest** แน่นอน, แน่ใจ, ไม่พลาด, มั่นใจ, แม่น, เชื่อถือได้ *-adv.* อย่างแน่นอน **-for sure** อย่างไม่ต้องสงสัย **-make sure** ทำให้แน่ใจ **-sure enough** จริงๆ, แน่ๆ (**-S.** (adj.) certain, precise **-A.** (adj.) incorrect)

★**surely** (ชัวร์' ลี) *adv.* อย่างมั่นอกมั่นใจ, อย่างแน่นอน, ไม่พลาด (**-S.** certainly, definitely)

surety (ชัวร์' อิที) *n., pl.* **-ties** ความมั่นใจในตัวเอง, การรับประกัน, ผู้ค้ำประกัน, การรับรอง, ความแน่นอน **-suretyship** *n.*

surf (เซิร์ฟ) *n.* คลื่นหัวแตก *-vi.* **surfed, surfing** ออกไปเล่นกระดานโต้คลื่น **-surfy** *adj.*

★**surface** (เซอร์' เฟิซ) *n.* ผิวนอก, เปลือก (โลก), พื้นผิว, ผิวหน้า, สถานการณ์ภายนอก, ผิวดิน, ผิวน้ำ *-adj.* ผิวเผิน, ตื้น, ใกล้ผิวหน้า *-v.* **-faced, -facing** *-vt.* ฉาบหน้า, ทาหน้า, ทำให้เรียบ *-vi.* โผล่, ปรากฏ, ขึ้นมาบนผิวน้ำ, ขุดผิวหน้าดิน (หาแร่) **-on the surface** ดูจากภายนอก (**-S.** (n.) exterior (v.) appear, rise)

surface mail/transport การขนส่งจดหมายและพัสดุทางบกหรือทางทะเล

surface-to-air missile ขีปนาวุธที่ยิงจากฐานพื้นดินขึ้นไปทำลายข้าศึกหรือเป้าหมายทางอากาศ

surfboard (เซิร์ฟ' บอร์ด, -โบร์ด) *n.* แผ่นกระดานโต้คลื่น

surfeit (เซอร์' ฟิท) *v.* **-feited, -feiting** *-vt.* ให้มากเกินไป, ทำให้อิ่มแปล้ *-vi.* ดื่มหรือกินมาก

A B C D E F G H I J K L M N O P Q R T U V W X Y Z

เกินไป *-n.* ปริมาณหรือจำนวนที่มากเกินไป, การดื่มหรือกินอาหารมากเกินไป **-surfeiter** *n.* (-S. (v.) overfeed (n.) excess)

surg. ย่อจาก surgeon ศัลยแพทย์, surgery ศัลยกรรม ศัลยศาสตร์

surge (เซิร์จ) *v.* **surged, surging** *-vi.* เป็นระลอก, กระเพื่อม, โซเซ, ขึ้นๆ ลงๆ, รวนเร, (อารมณ์) พุ่งขึ้นอย่างฉับพลัน *-vt.* ปล่อยเชือกออกจากเครื่องกว้าน *-n.* คลื่นยักษ์, ความรู้สึกรุนแรงที่เกิดขึ้นฉับพลัน(-S. (v., n.) roll, swirl)

surgeon (เซอร์' เจิน) *n.* ศัลยแพทย์

★**surgery** (เซอร์' จะรี) *n., pl.* **-ies** ศัลยกรรม, ศัลยศาสตร์, ห้องผ่าตัด, การผ่าตัด **-surgical** *adj.* **-surgically** *adv.*

surly (เซอร์' ลี) *adj.* **-lier, -liest** ห้าว, หยาบ, กระด้าง, หยาบคาย, บูดบึ้ง, กระโชกโฮกฮาก, ขู่เข็ญ **-surlily** *adv.* (-S. sullen -A. cheerful)

surmise (เซอร์ไมซ์') *vt., vi.* **-mised, -mising** เดา, ทาย, คาด, เก็ง, นึก, คิด *-n.* การเดา

surmount (เซอร์เมาน์ท์') *vt.* **-mounted, -mounting** พิชิต, ปราบ, ผ่านพ้น, ครอบ, ปก, คลุม, อยู่ข้างบน **-surmountable** *adj.* (-S. surpass, vanquish)

★**surname** (เซอร์' เนม) *n.* นามสกุล, แซ่

surpass (เซอร์แพซ') *vt.* **-passed, -passing** เกินหน้า, ทำได้ดีกว่า (-S. excel, transcend)

surplus (เซอร์' เพลิซ, -พลัซ) *adj.* ไม่จำเป็น, เป็นส่วนเกิน *-n.* จำนวนที่เกินความต้องการ, เงินที่เหลือหลังหักค่าใช้จ่ายแล้ว (-S. (adj., n.) excess -A. (n.) need)

★**surprise, surprize** (เซอร์ไพรซ์') *vt.* **-prised, -prising/-prized, -prizing** ทำให้แปลกใจ, ทำให้สะดุ้ง, ทำให้ตื่นเต้น, จู่โจม, ล้วงเอาความจริงโดยไม่ให้รู้ตัว *-n.* ความประหลาดใจ, สิ่งที่ทำให้ประหลาดใจ, เรื่องน่าตื่นเต้น **-surprising** *adj.* (-S. (v.) astonish (n.) astonishment)

surrealism (ซะรี' อะลิเซิม) *n.* ศิลปะและวรรณคดีที่มุ่งหมายจะแสดงออกถึงความรู้สึกและจิตใต้สำนึกของมนุษย์ **-surrealistic** *adj.*

surrender (ซะเรน' เดอร์) *vt., vi.* **-dered, -dering** สละ, ปล่อย, ยอมแพ้, ยอมจำนน, ยินยอม, ละทิ้ง, เลิก, ทอดทิ้ง, คืน *-n.* การยินยอม, การยอมแพ้, การมอบตัว (-S. (v.) resign, submit (n.) delivery, submission)

★**surround** (ซะเราน์ด์') *vt.* **-rounded, -rounding** ล้อมรอบ, ห้อมล้อม, แวดล้อม *-n.* รั้วหรือกำแพงที่ล้อมรอบ, บริเวณแวดล้อม **-surroundings** สิ่งแวดล้อม (-S. (v.) encircle, ring)

surveillance (เซอร์เว' เลินซ์) *n.* ความระแวดระวัง, การสอดส่องดูแล (-S. inspection, watch)

survey (*v.* เซอร์เว', เซอร์' เว, *n.* เซอร์' เว) *vt., vi.* **-veyed, -veying** สำรวจ, รังวัดที่ดิน, ทำแผนที่, สำรวจความคิดเห็น *-n., pl.* **-veys** การสำรวจ, การสำรวจประชามติ, การรังวัดที่ดิน, การทำแผนที่ **-surveyor** *n.* (-S. (v.) plan, scrutinize (n.) overview, random)

surveying (เซอร์เว' อิง) *n.* การรังวัดปักเขตที่ดิน, วิชารังวัดที่ดิน, การทำแผนที่

★**survival** (เซอร์ไว' เวิล) *n.* ความอยู่รอด, การรอดตาย, สิ่งที่สืบทอดมาถึงปัจจุบัน

survival of the fittest กฎของธรรมชาติที่จะคัดสรรสิ่งมีชีวิตที่แข็งแรงเหมาะสมและสามารถปรับตัวได้ดีที่สุดเท่านั้นที่จะสามารถดำรงอยู่และสืบทอดเผ่าพันธุ์ต่อไปได้

★**survive** (เซอร์ไวฟว์') *vi., vt.* **-vived, -viving** รอดตาย, ยืนหยัด, สืบทอด, ดำรงอยู่ **-survivor** *n.* (-S. endure, exist -A. die)

susceptible (ซะเซพ' ทะเบิล) *adj.* ถูกชักจูงง่าย, หัวอ่อน, อ่อนไหว **-susceptibility** *n.*

sushi (ซู' ชี) *n.* ข้าวห่อสาหร่าย, ข้าวปั้น

★**suspect** (*v.* ซะสเปคท์', *n.* ซัซ' เพคท์, *adj.* ซัซ' เพคท์, ซะสเปคท์') *v.* **-pected, -pecting** *-vt.* สงสัย, ข้องใจ *-vi.* ต้องสงสัย, อยู่ในข่ายผู้ต้องสงสัย *-n.* ผู้ต้องสงสัย *-adj.* มีข้อสงสัย, ไม่น่าไว้ใจ, มีพิรุธ (-S. (v.) distrust, suppose (adj.) doubtful -A. (adj.) trust)

suspend (ซะสเปนด์') *v.* **-pended, -pending** *-vt.* แขวน, ล่องลอย (ในอากาศ), ลอย (ในน้ำ), เลื่อน, พัก (งานเพื่อเป็นการลงโทษ), งด, หยุดไว้ชั่วคราว, ขวาง, ขัดจังหวะ, ผัดผ่อน, หน่วงเหนี่ยว, ค้ำจุน, พยุง *-vi.* รอ, เลื่อน, ผัดผ่อน, ชักช้า, ชะงัก, หยุดชั่วคราว (-S. hang)

suspender (ซะสเปน' เดอร์) *n.* ตะขอ, หูหิ้ว, ห่วง, สายรั้งกางเกง, สายแขวน, สายดึง, หนังรัดถุงเท้ายาว, สายรั้งถุงน่อง

suspense (ซะสเปนซ์') *n.* ความกระวนกระวาย, ความวิตกกังวลและขวัญหนีดีฝ่อ **-suspenseful** *adj.* (-S. anxiety)

suspension (ซะสเปน' ชัน) *n.* การพักงานพนักงานที่ทำผิด, การเลื่อน (การพิจารณาหรือตัดสินใจ), การผัดผ่อน (-S. delay)

suspension bridge สะพานแขวน

★**suspicion** (ซะสปิช' ชัน) *n.* ความสงสัย, ความข้องใจ, ความระแวง, ร่องรอย, ซาก *-vt.*

-cioned, -cioning สงสัย (-S. (n., v.) doubt)

★**suspicious** (ซะสปิช' เชิซ) *adj.* น่าสงสัย, มีพิรุธ **-suspiciously** *adv.* **-suspiciousness** *n.* (-S. questionable)

sustain (ซะสเตน') *vt.* **-tained, -taining** เลี้ยงชีพ, ให้กำลัง, ทำให้อิ่มท้อง, สนับสนุน, ช่วยเหลือ, ค้ำจุน, ทำอย่างไม่ย่อท้อ, ทนทาน, ทนรับ **-sustainable** *adj.* **-sustainment** *n.* (-S. nourish, withstand -A. fail)

sustainable tourism การท่องเที่ยวแบบยั่งยืน เป็นการท่องเที่ยวเชิงอนุรักษ์และทัศนศึกษาโดยให้ชุมชนมีส่วนร่วมในการดูแลรักษาแหล่งท่องเที่ยวนั้นๆ ด้วย

sustenance (ซัซ' ทะเนินซ์) *n.* อาหาร, การเลี้ยงชีพ (-S. food, livelihood)

suture (ซู' เชอร์) *n.* การเย็บ, วัสดุที่ใช้ในการเย็บ, รอยต่อระหว่างกระดูกกะโหลกศีรษะ, รอยเย็บแผล, ตะเข็บผ้า, ข้อต่อ, ปล้องของต้นไม้

svelte (สเวลท์) *adj.* **svelter, sveltest** เพรียว, ระหง, อ้อนแอ้น **-sveltely** *adv.*

swab, swob (สวอบ) *n.* ผ้าซับเลือดหรือหนอง, สำลีซับเลือด, ไม้ถูพื้น, (คำสแลง) กะลาสี, คนซุ่มซ่าม *-vt.* **swabbed, swabbing/swobbed, swobbing** ซับ

swaddle (สวอด' เดิล) *vt.* **-dled, -dling** พัน, ห่อ, หุ้ม, โพก, จำกัด *-n.* ผ้าพัน, ผ้าห่อ, ผ้าโพก

swaddling clothes ผ้าห่อทารก

swage (สเวจ) *n.* เครื่องมือที่ใช้ดัดโลหะให้โค้งงอ, เหล็กที่ใช้ตอกโลหะให้เป็นรูปต่างๆ, แม่พิมพ์ที่ทำด้วยเหล็ก *-vt.* **swaged, swaging** ตอกหรือดัดโลหะเป็นรูปต่างๆ ด้วยเครื่องมือดังกล่าว

swagger (สแวก' เกอร์) *v.* **-gered, -gering** *-vi.* เดินเชิด, เดินวางท่า, คุยโต, โอ้อวด *-vt.* รังแก, ข่มขี่, ด่าว่า *-n.* การวางท่าใหญ่โต, การคุยโม้โอ้อวด (-S. (v., n.) boast)

swain (สเวน) *n.* เด็กหนุ่มบ้านนอก, คนรัก

★**swallow**[1] (สวอล' โล) *v.* **-lowed, -lowing** *-vt.* กลืน, ฝืนทน, อดกลั้น, (คำสแลง) หลงเชื่อ, สวาปาม, เอาคืน *-vi.* กลืน *-n.* การกลืน, ปริมาณที่กลืน (-S. (v.) consume, drink, eat)

swallow[2] (สวอล' โล) *n.* นกนางแอ่น **-swallow-tail** หางนกนางแอ่น, หางแฉก

swallow-tailed coat (สวอล' โลเทลโคท) *n.* (ภาษาพูด) เสื้อราตรีหางยาวของผู้ชาย

swam (สแวม) *v.* กริยาช่อง 2 ของ swim

swamp (สวอมพ์) *n.* บึง, หนองน้ำ, ปลัก, ตม *-vt., vi.* **swamped, swamping** ติดหล่ม, จมปลัก, ติดตม, ท่วม, จม **-swampy** *adj.* (-S. (n.) marsh (v.) drench)

swan (สวอน) *n.* หงส์

swank (สแวงค์) *adj.* **swanker, swankest** อวดอ้าง, วางก้าม, ผึ่งผาย *-n.* การวางท่าใหญ่โต, ความสง่าผ่าเผย *-vi.* **swanked, swanking** วางท่าโก้, คุยโต, โอ้อวด **-swanky** *adj.*

swap, swop (สวอพ) *vi., vt.* **swapped, swapping/swopped, swopping** (ภาษาพูด) ซื้อขายแลกเปลี่ยน *-n.* การแลกเปลี่ยน (-S. (v., n.) barter, exchange, trade)

sward, swarth (สวอร์ด, สวอร์ธ) *n.* ทุ่งหญ้า, สนามหญ้า

swarm (สวอร์ม) *n.* ฝูงผึ้งหรือฝูงแมลงกลุ่มใหญ่, ฝูงชนจำนวนมาก *-vi., vt.* **swarmed, swarming** เนืองแน่น, ออ (-S. (n., v.) crowd, flock)

swarthy (สวอร์ ธี) *adj.* **-ier, -iest** (ผิว) คล้ำ, (สี) ดำ, มืด **-swarthily** *adv.* **-swarthiness** *n.* (-S. black, dark)

swash (สวอช) *n.* การสาด, เสียงน้ำสาดกระจาย, ท่อน้ำไหล, การคุยโว, คนขี้โม้ *-vi., vt.* **swashed, swashing** สาด, ตี, ซัด, คุยโว

swastika (สวอซ' ทิคะ) *n.* เครื่องหมายสวัสติกะของพรรคนาซี

swat (สวอท) *vt.* **swatted, swatting** ตบ, ตี *-n.* การตบ, การตี

swath, swathe (สวอธ, สวอธ; สเวธ) *n.* ร่องรอยการตัดหญ้า, แถว, แนว, ทาง

swathe (สวอธ, สเวธ) *vt.* **swathed, swathing** พัน, ห่อ, หุ้ม, ล้อมรอบ *-n.* การกระทำดังกล่าว **-swather** *n.*

sway (สเว) *v.* **swayed, swaying** *-vi.* แกว่ง, โยก, โอนเอียง *-vt.* ทำให้แกว่ง, ทำให้โยก, ทำให้เขว, ชักจูงให้หันเห, โน้มน้าว, ควบคุม, บังคับ, ครอบงำ *-n.* การกระทำดังกล่าว, อำนาจ, อิทธิพล **-swayer** *n.* (-S. (v., n.) swing)

★**swear** (สแวร์) *vi., vt.* **swore, sworn, swearing** สาบาน, สัญญา, บน, สบถ, ปฏิญาณ, ตั้งสัตย์อธิษฐาน, สาป **-swear at** ด่า, แช่ง, สบถ **-swear by** บูชา **-swear in** ปฏิญาณ **-swear off** (ภาษาพูด) ประกาศเลิก (-S. curse)

swearword (สแวร์' เวิร์ด) *n.* ถ้อยคำสบถ

★**sweat** (สเวท) *v.* **sweated/sweat, sweating** *-vi.* เหงื่อออก, เหงื่อแตก, หลั่งเหงื่อ, บ่มใบยาสูบ, ทำงานหนัก, เหนื่อยยาก, วิตก, กลัดกลุ้ม *-vt.* ขับเหงื่อ, ทำให้เหงื่อออก, ใช้ทำงานหนักมาก, อบหรือนึ่ง (ผัก อาหาร) *-n.* เหงื่อ, หยดเหงื่อ,

การขับเหงื่อ, คนงานที่ต้องทำงานหนักหามรุ่งหามค่ำ, การให้ม้าวิ่งออกกำลังเรียกเหงื่อก่อนลงแข่งจริง **-no sweat** (คำสแลง) ง่ายมาก **-sweat blood** (ภาษาพูด) ทำงานหนัก, วิตกกังวล **-sweat out** (คำสแลง) อดทนอดกลั้น **-sweaty** *adj.* (**-S.** (v.) perspire, worry (n.) chore, drudgery)

★**sweater** (สเวท' เทอร์) *n.* เสื้อไหมพรมหรือเสื้อถักที่ใช้สวมทางศีรษะ

sweat gland ต่อมเหงื่อ

sweatshirt (สเวท' เชิร์ท) *n.* เสื้อแขนยาวใช้ใส่ออกกำลังกาย

★**sweep** (สวีพ) *vt., vi.* **swept, sweeping** ปัด, กวาด, เช็ด, ขจัด, ปัดเป่า, ซัด, พัดพา, เคลื่อนไปอย่างรวดเร็ว, แพร่กระจายไปอย่างรวดเร็ว, โฉบ, กวาดไปจนเกลี้ยง, ชนะรวด *-n.* การปัดกวาด, การปัดเป่า, การพัดพาไป, การทำความสะอาด, ขอบเขต, วง, รัศมี, ความสูงต่ำของพื้นแผ่นดิน, เส้นโค้ง **-sweeper** *n.* (**-S.** (v.) clean (n.) curve, scope)

sweeping (สวี' พิง) *adj.* กว้าง, ครอบคลุม, เป็นวงกว้าง, โดยทั่วไป (**-S.** wide **-A.** narrow)

sweepstakes (สวีพ' สเตคซฺ) *n. pl.* สลากกินแบ่ง, การพนันม้า

★**sweet** (สวีท) *adj.* **sweeter, sweetest** หวาน, น่าพอใจ, ยินดี, น่าชื่นชม, ไพเราะ, หอม, กลินดี, สด, น่ารัก, งดงาม, น่าเอ็นดู *-adv.* อ่อนหวาน, อ่อนโยน *-n.* ของหวาน, ขนมหวาน, ลูกกวาด **-sweetly** *adv.* **-sweetness** *n.* (**-S.** (adj.) honeyed, fresh, tender **-A.** (adj.) nasty, sour)

sweet-and-sour (สวีท' เอินเซาร์') *adj.* (รส) เปรี้ยวหวาน

sweet basil ใบโหระพา

sweetbread (สวีท' เบรด) *n.* ตับอ่อนของลูกวัวหรือลูกแกะ

sweet corn ข้าวโพดหวาน

sweeten (สวีท' เทิน) *v.* **-ened, -ening** *-vt.* เติมน้ำตาล, โรยน้ำตาล, ทำให้หวานขึ้น, ทำให้อ่อนโยน, ทำให้พอใจ, เอาอกเอาใจ *-vi.* หวาน (**-S.** pacify, sugar)

sweetheart (สวีท' ฮาร์ท) *n.* ที่รัก, ยอดรัก

sweet potato มันเทศ

sweetshop (สวีท' ชอพ) *n.* ร้านขายขนมหวาน

★**swell** (สเวล) *v.* **swelled, swelled/swollen, swelling** *-vi.* โป่ง, บวม, พอง, ขยายตัว, เปง, ล้น, นูน, เพิ่มขึ้น, ดังขึ้น, แรงขึ้น *-vt.* ทำให้โป่งพอง, ทำให้ใหญ่ขึ้น, ทำให้มีอารมณ์, (หัวใจ) พองโต *-n.* คลื่นที่นูนขึ้นๆ ลงๆ, เสียงที่ดังขึ้น, ส่วนที่ปูดโปน, ส่วนที่โป่ง ยื่น โหนก หรือบวมออกมา, แผ่นดินที่นูนขึ้นมา, คนแต่งตัวโก้, (ภาษาพูด) คนที่เด่นดังในวงสังคม *-adj.* **sweller, swellest** ยอดเยี่ยม, โก้, หรูหรา, ทันสมัย (**-S.** (v., n.) rise, surge)

swellhead (สเวล' เฮด) *n.* (ภาษาพูด) คนยโส

★**swelling** (สเวล' ลิง) *n.* การปูดโปน, การโป่งพอง, การบวม, อวัยวะหรือส่วนของร่างกายที่บวมเป่งหรือปูดโปน (**-S.** bruise, lump)

swelter (สเวล' เทอร์) *vi.* **-tered, -tering** รู้สึกร้อนอบอ้าว *-n.* ความร้อนอบอ้าว

sweltering (สเวล' เทอริง) *adj.* ร้อน, อบอ้าว, ระอุ **-swelteringly** *adv.*

swept (สเวพท์) *v.* กริยาช่อง 2 และ 3 ของ sweep

swerve (สเวิร์ฟว์) *vt., vi.* **swerved, swerving** หักเลี้ยว, หักหลบ (**-S.** deviate, turn)

swift (สวิฟท์) *adj.* **swifter, swiftest** รวดเร็ว, ฉับพลัน, ว่องไว, ทันที, ด่วนจี๋ *-n.* นกแอ่น **-swiftly** *adv.* (**-S.** (adj.) rapid **-A.** (adj.) slow)

swill (สวิล) *vt., vi.* **swilled, swilling** ล้าง, ดื่ม, กลั้ว, ชะน้ำ, กินอย่างตะกละ *-n.* ถังขยะ, ถังข้าวหมู, เรื่องไร้สาระ **-swiller** *n.*

★**swim** (สวิม) *vi., vt.* **swam, swum, swimming** ว่ายน้ำ, ลอยน้ำ, ล่องลอย, ลอยคว้าง, ท่วม, จม, แช่, เวียนหัว *-n.* การว่ายน้ำ, เวลาที่ใช้ว่ายน้ำ, การลื่นไหล, การเวียนหัว **-swimmable** *adj.*

swimming (สวิม' มิง) *n.* กีฬาว่ายน้ำ

swimming bath สระว่ายน้ำในร่ม

swimming pool สระว่ายน้ำ

swimsuit (สวิม' ซูท) *n.* ชุดว่ายน้ำ

swindle (สวิน' เดิล) *vt., vi.* **-dled, -dling** ฉ้อโกง, หลอกลวง *-n.* การโกง, การฉ้อฉล, การหลอกลวง **-swindler** *n.* (**-S.** (v., n.) cheat)

swine (สไวน์) *n., pl.* **swine** หมูชนิดหนึ่ง, คนหยาบคาย, คนตะกละ

★**swing** (สวิง) *v.* **swung, swinging** *-vi.* เหวี่ยง, แกว่งไกว, โล้, กวัดแกว่ง, หันเห, เอนเอียง, (คำสแลง) ถูกแขวนคอ, ห้อย, ตามจังหวะ, (คำสแลง) เปลี่ยนคู่นอน (คนที่สมรสแล้ว) *-vt.* ทำให้แกว่งไปมา, ทำให้เหวี่ยง, ทำให้หมุน *-n.* ชิงช้า, การแกว่งไกว, การโล้, ระยะที่แกว่ง, การเปลี่ยนแปลง, จังหวะชีวิต, จังหวะดนตรี **-swingy** *adj.* (**-S.** (v., n.) sway (n.) vibration)

swinging (สวิง' กิง) *adj.* สนุกสุดเหวี่ยง, เปลี่ยน

A B C D E F G H I J K L M N O P Q R T U V W X Y Z

คู่นอน (โดยเฉพาะคนที่แต่งงานแล้ว),

swipe (สไวพ์) *n.* การตี, การตบ, การฟาด *-vt., vi.* **swiped, swiping** ตบตี, ฟาด

swirl (สเวิร์ล) *v.* **swirled, swirling** *-vi.* หมุน, วน, หมุนเป็นเกลียว, เวียนศีรษะ *-vt.* ทำให้หมุน, ทำให้วน *-n.* การไหลวน, การหมุนวน, ความยุ่งเหยิง **-swirly** *adj.* (**-S.** (v., n.) spin)

swish (สวิช) *v.* **swished, swishing** *-vi.* ดังเฟี้ยว, ส่งเสียงจุ๊ๆ, เกิดเสียงหวือ *-vt.* ทำให้เกิดเสียงดังกล่าว, ตี, เฆี่ยน หวดดังเฟี้ยว *-n.* เสียงหวือ, เสียงเฟี้ยว, ไม้เรียว, การตีเฆี่ยน

★**switch** (สวิช) *n.* ไม้เรียว, กิ่งไม้, กระจุกหางสัตว์, สะพานไฟ, เครื่องเปิดปิดไฟฟ้า, ปุ่มเปิดปิดไฟฟ้า, การสับเปลี่ยนข้อต่อรางรถไฟ, ข้อต่อรางรถไฟ, การเปลี่ยนแปลงอย่างฉับพลัน *-vt., vi.* **switched, switching** เฆี่ยน, ตี, สลับ, สับเปลี่ยน, เปิดปิดไฟฟ้า, ฉก, ฉวย, เปลี่ยน, หันเห **-switch off** ปิดไฟ, ไม่สนใจ **-switch on** เปิดไฟ (**-S.** (n., v.) exchange, shift)

switchboard (สวิช' บอร์ด, -โบร์ด) *n.* แผงควบคุมไฟฟ้า, แผงสะพานไฟฟ้า, แผงวงจรสายโทรศัพท์

swivel (สวิฟว' เวิล) *n.* เข็มหรือเดือยสำหรับสิ่งอื่นหมุนรอบ เช่น เดือยเข็มทิศ, แกนหมุน (เก้าอี้), ข้อลูกโซ่ *-vt., vi.* **-eled, -eling/-elled, -elling** หมุนไปรอบๆ หมุด เข็มหรือเดือย, ยึดไว้ด้วยหมุด เข็มหรือเดือย

swivel chair เก้าอี้หมุน

swob (สวอบ) *n., v.* ดู swab

swollen (สโว' เลิน) *v.* กริยาช่อง 3 ของ swell *-adj.* ใหญ่, บวม, เป่ง, พอง, โต, ปูด, โปน, เกินตัว, คุยโว, โอ้อวด (**-S.** (adj.) enlarged)

swoon (สวูน) *vi.* **swooned, swooning** หน้ามืด, วิงเวียน, หมดสติ, เป็นลม, สลบ, อ่อนเพลีย *-n.* การเป็นลม, การสลบ, การหมดสติ, ความลืมตัว (**-S.** (v., n.) faint)

swoop (สวูพ) *vi., vt.* **swooped, swooping** โฉบ, เฉี่ยว, ถลา, จู่โจม, (นก) ถลาเข้าจิก *-n.* การกระทำดังกล่าว (**-S.** (v., n.) rush)

swop (สวอพ) *v., n.* ดู swap

★**sword** (ซอร์ด) *n.* ดาบ, กระบี่ (**-S.** blade)

swore (สวอร์, สโวร์) *v.* กริยาช่อง 2 ของ swear

sworn (สวอร์น, สโวร์น) *v.* กริยาช่อง 3 ของ swear

swot (สวอท) *n.* คนที่ขยันเรียนอย่างหนัก *-vi., vt.* **swotted, swotting** เรียนหนัก, ท่องหนังสืออย่างหนัก **-swotter** *n.*

swum (สวัม) *v.* กริยาช่อง 3 ของ swim

swung (สวัง) *v.* กริยาช่อง 2 และ 3 ของ swing

sycophant (ซิค' คะเฟินท์, ไซ' คะ-) *n.* คนประจบสอพลอ

★**syllable** (ซิล' ละเบิล) *n.* (สัทศาสตร์) พยางค์ *-vt.* **-bled, -bling** ออกเสียงทีละพยางค์

syllabus (ซิล' ละเบิซ) *n., pl.* **-buses/-bi** (-ไบ) หลักสูตรการเรียนการสอน, รายชื่อวิชา (**-S.** course of study, curriculum)

sylvan, silvan (ซิล' เวิน) *adj.* เกี่ยวกับป่าไม้, ที่ตั้งอยู่ในเขตที่มีป่าไม้, เต็มไปด้วยป่าไม้ *-n.* คนที่อาศัยอยู่ในป่า, นางไม้

★**symbol** (ซิม' เบิล) *n.* สัญลักษณ์, เครื่องหมาย, เครื่องแสดง, สัญลักษณ์ธาตุ *-vt.* **-boled, -boling** แสดงสัญลักษณ์หรือเครื่องหมาย **-symbolic, symbolical** *adj.* (**-S.** (n.) logo (n., v.) sign)

symbolism (ซิม' บะลิเซิม) *n.* การใช้สัญลักษณ์หรือเครื่องหมายเป็นสิ่งแสดง โดยเฉพาะในวรรณกรรม การระบายสี ศิลปะและภาพยนตร์

symbolize (ซิม' บะไลซ์) *vt., vi.* **-ized, -izing** ใช้เป็นเครื่องหมาย, แสดงสัญลักษณ์

symmetrical, symmetric (ซิเมท' ทริเคิล, -ทริค) *adj.* สมมาตร, มีสัดส่วนรับกัน, มีด้านหรือเหลี่ยมตรงกัน **-symmetrically** *adv.* (**-S.** balanced, proportional **-A.** asymmetric)

symmetry (ซิม' มิทรี) *n., pl.* **-tries** การมีสัดส่วนรับกัน, การมีด้านหรือเหลี่ยมตรงกัน, ความมีสัดส่วน, ความสมดุล, ความสมมาตร (**-S.** harmony, proportion **-A.** discord)

★**sympathetic** (ซิมพะเธท' ทิค) *adj.* เห็นอกเห็นใจ, สังเวช, สงสาร, เวทนา, เข้าข้าง **-sympathetically** *adv.* (**-S.** agreeable, tender)

sympathize (ซิม' พะไธซ์) *vi.* **-thized, -thizing** แสดงความเห็นใจ, แสดงความสงสาร, เอาใจเข้าข้าง, แสดงความเห็นด้วย **-sympathizingly** *adv.* (**-S.** pity, understand)

★**sympathy** (ซิม' พะธี) *n., pl.* **-thies** ความเห็นอกเห็นใจ, ความสงสาร, ความเวทนา, ความเห็นด้วย (**-S.** compassion, pity **-A.** cruelty)

symphony (ซิม' ฟะนี) *n., pl.* **-nies** วงดนตรีวงใหญ่ที่มีเครื่องดนตรีหลายชนิด, เพลงที่แต่งขึ้นสำหรับเล่นในวงดนตรีดังกล่าว, ความคล้องจอง, ความไพเราะ

★**symptom** (ซิม' เทิม, ซิมพ์-) *n.* อาการ, เครื่องแสดง, เครื่องบ่งชี้, เครื่องหมาย (**-S.** indication)

synagogue, synagog (ซิน' นะกอก) *n.* โบสถ์ยิว

synapse (ซิน' แนพซฺ, ซิแนพซฺ') *n.* ส่วนเชื่อมต่อระหว่างเซลล์ประสาทหรือ neurons ซึ่งเป็นส่วนที่กระแสประสาทถูกส่งผ่านไปในระบบประสาทของสัตว์ มักเกิดระหว่างปลายหรือ axon ของเซลล์ประสาทหนึ่งกับตัวเซลล์ประสาทหรือ dendrite ของเซลล์ประสาทอีกเซลล์หนึ่ง

synchronize (ซิง' คระไนซฺ, ซิน'-) *v.* **-nized, -nizing** *-vi.* เกิดในเวลาเดียวกัน *-vt.* ทำให้เกิดในเวลาเดียวกัน, ตั้ง (นาฬิกา) ให้ตรงกัน **-synchronization** *n.*

synchrotron (ซิง' คระทรอน, ซิน'-) *n.* เครื่องเร่งอนุภาคแบบไซโคตรอนซึ่งใช้สนามแม่เหล็กที่เปลี่ยนแปลงความถี่ได้ แต่สนามไฟฟ้าคงมีความถี่คงที่

syndicate (*n.* ซิน' ดิคิท, *v.* -เคท) *n.* กลุ่ม, สมาคม, องค์การ, กงสี, ตัวแทนขายข่าว *-vt., vi.* **-cated, -cating** ตั้งสมาคม, รวมตัวกันเป็นสมาคม **-syndication** *n.* **-syndicator** *n.*

syndrome (ซิน' โดรม) *n.* กลุ่มอาการของโรคต่างๆ ที่เกิดพร้อมกัน **-syndromic** *adj.*

synergy (ซิน' เนอร์จี) *n., pl.* **-gies** ความร่วมมือหรือการรวมตัวระหว่างสองบริษัท ฯลฯ เพื่ออำนาจหรือผลประโยชน์ที่ดีกว่า

synod (ซิน' เนิด) *n.* สภาสงฆ์, เถรสมาคม

synonym (ซิน' นะนิม) *n.* คำที่มีความหมายใกล้เคียงหรือคล้ายกันมากกับอีกคำหนึ่งในภาษาเดียวกัน เช่น sad กับ sorry **-synonymous** *adj.* **-synonymously** *adv.* **-synonymy** *n.*

synopsis (ซินอพ' ซิซ) *n., pl.* **-ses** (-ซีซ) การย่อเรื่อง, การย่อความ, การสรุปความ, บทสรุป, ข้อสรุป, การประมวลเรื่อง

syntax (ซิน' แทคซฺ) *n.* การสร้างประโยค, ความสัมพันธ์ของรูปแบบการเรียงลำดับคำในประโยคหรือวลี, วากยสัมพันธ์

synthesis (ซิน' ธิซิซ) *n., pl.* **-ses** (-ซีซ) การประกอบหรือรวมกันของสิ่งใดๆ ที่แตกต่างกัน, การรวมกันของความคิดที่ต่างกัน, การสังเคราะห์, การปะติดปะต่อ **-synthesist** *n.* (-S. integration)

synthesize (ซิน' ธิไซซฺ) *vt.* **-sized, -sizing** ประกอบขึ้นทางเคมี, สังเคราะห์ขึ้น, ประกอบขึ้นเป็นสิ่งใหม่

synthesizer (ซิน' ธิไซเซอรฺ) *n.* สิ่งที่ประกอบหรือสังเคราะห์ขึ้นใหม่, เครื่องดนตรีอิเล็กทรอนิกส์ชนิดหนึ่งใช้เล่นร่วมกับคีย์บอร์ด ซึ่งจะให้เสียงที่ซับซ้อนมากขึ้น

synthetic (ซินเธท' ทิค) *adj.* เกี่ยวกับสิ่งที่มนุษย์สร้างขึ้นไม่ใช่ธรรมชาติ, ซึ่งสังเคราะห์ขึ้น, ซึ่งประกอบขึ้น **-synthetically** *adv.* (-S. artificial, fake **-A.** natural, real, true)

syphilis (ซิฟ' ฟะลิซ) *n.* โรคซิฟิลิส เป็นโรคติดต่อทางเพศสัมพันธ์ที่อันตรายมากโรคหนึ่ง สามารถติดต่อจากแม่สู่ทารกในครรภ์ได้

syphon (ไซ' เฟิน) *n., v.* ดู siphon

syringe (ซะรินจฺ', เซีย' รินจฺ) *n.* กระบอกฉีดยา

syrup, sirup (เซีย' เริพ, เซอ'-) *n.* น้ำเชื่อม

★**system** (ซิซ' เทิม) *n.* ระบบ, ระบอบ, ระเบียบ, แบบแผน, รูปแบบ, หลักการ, กฎเกณฑ์, วิธีการ, หลัก, รูปการ, ร่างกาย, เครือข่าย **-systematic, systematical** *adj.* **-systematically** *adv.* (-S. method, scheme)

systematize (ซิซ' ทะมะไทซฺ) *vt.* **-tized, -tizing** จัดให้เป็นระบบระเบียบ

T

T, t (ที) *n., pl.* **T's, t's/Ts, ts** อักษรตัวที่ 20 ในภาษาอังกฤษ, อันดับยี่สิบ **-to a T** อย่างแท้จริง, ทีเดียว, พอดี, กระชับ, แน่นอน, เที่ยงตรง

T. ย่อจาก tablespoon ช้อนโต๊ะ

t. ย่อจาก tense กาล, ton ตัน (น้ำหนัก)

tab[1] (แทบ) *n.* เศษผ้า, แถบกระดาษ, เศษกระดาษ, ป้าย, แผ่นป้ายโลหะเล็กๆ, ปลายเชือกผูกรองเท้า

tab[2] (แทบ) *n.* (ภาษาพูด) ใบเรียกเก็บเงิน, ผ้าม่านบนเวที, ปุ่มกั้นหน้าหลังบนเครื่องพิมพ์ดีด

tabby (แทบ' บี) *n., pl.* **-bies** แมวลาย, แมวตัวเมีย, ผ้าแพรลาย

tabernacle (แทบ' เบอร์แนคเคิล) *n.* ปะรำพิธี, ศาลเจ้า, สถานที่ศักดิ์สิทธิ์, กล่องบรรจุสิ่งศักดิ์สิทธิ์บนแท่นในโบสถ์คริสต์, ที่หลบภัย, ที่ลี้ภัย, ถ้ำสัตว์ **-tabernacular** *adj.*

★**table** (เท' เบิล) *n.* โต๊ะ, โต๊ะอาหาร, โต๊ะพนัน, โต๊ะเล่นไพ่, กระดานเล่นเกม, ที่ราบสูง, หน้า

A B C D E F G H I J K L M N O P Q R S T U V W X Y Z

ตัด (เพชรพลอย), แผ่น, แผ่นกระดาษ, แผ่นหิน, แผ่นจารึก, ตาราง, ตารางสอน, ตารางสรุป, ตารางเดินรถ, ตารางทำบัญชี, ตารางรายการ, สูตรคูณ *-vt.* **-bled, -bling** เลื่อนการพิจารณา, วางบนโต๊ะ, จัดให้อยู่ในตาราง (**-S.** (n.) board (n., v.) schedule (v.) postpone, suggest)

tablecloth (เท' เบิลคลอธ) *n.* ผ้าปูโต๊ะ

tableland (เท' เบิลแลนด์) *n.* ที่ราบสูง

tablespoon (เท' เบิลสปูน) *n.* ช้อนโต๊ะ

tablespoonful (เท' เบิลสปูนฟุล) *n., pl.* **-fuls** ปริมาณหนึ่งช้อนโต๊ะ

tablet (แทบ' ลิท) *n.* ยาเม็ดแบน, แผ่นกระดาษ, สมุดฉีก *-vt.* **-leted, -leting** ขีดเขียน, จารึก, สลัก, ทำให้แบน, ทำให้บาง

table tennis กีฬาตีปิงปอง

tableware (เท' เบิลแวร์) *n.* ชุดจานชาม ถ้วยแก้ว และเครื่องเงินที่ใช้บนโต๊ะอาหาร

tabloid (แทบ' ลอยด์) *n.* หนังสือพิมพ์ขนาดเล็กเพียงครึ่งหนึ่งของขนาดธรรมดา

taboo, tabu (ทะบู', แท-) *n., pl.* **-boos/-bus** ข้อห้าม *-adj.* ต้องห้าม *-vt.* **-booed, -booing/-bued, -buing** ห้าม (**-S.** (n., v.) ban (adj.) forbidden, proscribed **-A.** (adj.) allowed)

tabulate (*v.* แทบ' เบียเลท, *adj.* แทบ' เบียลิท, -เลท) *vt.* **-lated, -lating** จัดระเบียบ, จัดให้อยู่ในตาราง, ทำให้ราบเรียบ, ทำให้แบน *-adj.* ราบเรียบ **-tabular** *adj.* **-tabulation** *n.*

tabulator (แทบ' เบียเลเทอร์) *n.* ปุ่มกั้นหน้าหลังบนเครื่องพิมพ์ดีด

tacit (แทซ' ซิท) *adj.* อย่างเงียบๆ, โดยปริยาย **-tacitly** *adv.* **-tacitness** *n.* (**-S.** silent)

taciturn (แทซ' ซิเทิร์น) *adj.* เงียบ, ขรึม **-taciturnly** *adv.* (**-S.** reserved **-A.** talkative)

tack (แทค) *n.* หมุด, ตะปู, แนวทาง, นโยบาย, วิถีทาง, เชือกดึงใบเรือ, ด้านของใบเรือขณะแล่น, การเปลี่ยนใบเรือ, สิ่งที่เหนียว *-v.* **tacked, tacking** *-vt.* ตอก, ตรึง, กลัด, สอย, เนา, เปลี่ยนเส้นทาง, เปลี่ยนใบเรือ, เพิ่ม, เติม, ต่อท้าย, เสริม *-vi.* เปลี่ยน (ใบเรือ ทิศทาง นโยบาย) **-tacker** *n.* (**-S.** (n.) method, nail (v.) fasten)

★**tackle** (แทค' เคิล) *n.* เครื่องขันกว้าน, รอกตะขอ, รอก, อุปกรณ์ตกปลา, การวิ่งไล่จับและล้มคู่แข่งที่อุ้มลูกรักบี้ *-vt., vi.* **-led, -ling** จับ, สกัด, จัดการ, ขัดขวาง (**-S.** (n.) apparatus (v.) block, grasp **-A.** (v.) continue)

tacky (แทค' คี) *adj.* **-ier, -iest** เหนียว, หนืด

tact (แทคท์) *n.* ความรู้จักกาลเทศะ, ความมีไหวพริบ **-tactful** *adj.* **-tactfully** *adv.*

★**tactics** (แทค' ทิคซ์) *n. pl.* กลยุทธ์, ยุทธวิธี, ยุทธศาสตร์ **-tactical** *adj.* **-tactically** *adv.*

tadpole (แทด' โพล) *n.* ลูกอ๊อด, ลูกกบ

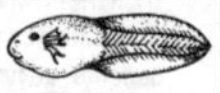

tadpole

tael (เทล) *n.* หน่วยเงินตราของจีน

taffrail (แทฟ' เรล, -เริล) *n.* ราวท้ายเรือ

taffy (แทฟ' ฟี) *n., pl.* **-fies** ลูกอม

★**tag** (แทก) *n.* ป้ายราคา, โลหะหรือพลาสติกหุ้มปลายเชือกผูกรองเท้า, หูหลังรองเท้า, แผ่นป้ายทะเบียนรถ, เศษส่วนปลาย, ชายผ้า, ปลายหางสัตว์, ปอยผม, ผ้าขี้ริ้ว, คำต่อท้าย, ภาคผนวก, สิ่งต่อท้าย, ส่วนเสริม, กลอน คำพูด หรือสุภาษิตที่พูดซ้ำๆ จนน่าเบื่อ, คำพูดตอนจบ *-v.* **tagged, tagging** *-vt.* ติดป้าย, ติดฉลาก, เพิ่ม, เติม, ต่อท้าย, ติดตาม *-vi.* ติดตาม (**-S.** (n., v.) label)

★**tail** (เทล) *n.* หางสัตว์, ส่วนปลาย, ส่วนท้าย, ท้ายรถ, หางหมู, หางเปีย, หางนม, หางเหล้า, หางว่าว, ผู้ติดตาม, บริวาร, ปลายแถว, ปลายขบวน, ด้านล่างของหน้ากระดาษ, ด้านใน, ชายเสื้อ, (เหรียญ) ด้านก้อย, (คำสแลง) ก้น คู่นอน *-v.* **tailed, tailing** *-vt.* ต่อหาง, ติดตาม *-vi.* ลากหาง, ติดตาม, ต่อท้าย **-tails** ชุดราตรีหางยาวของผู้ชาย (**-S.** (n., v.) queue (v.) follow)

tailboard (เทล' บอร์ด, -โบร์ด) *n.* ประตูท้ายรถ

tail lamp ไฟท้ายรถยนต์

tailor (เท' เลอร์) *n.* ช่างตัดเสื้อของผู้ชาย *-v.* **-lored, -loring** *-vt.* ตัดเสื้อ (ตามสั่ง), ปรับปรุง *-vi.* รับตัดเสื้อ (**-S.** (n.) dressmaker, outfitter)

tailor-made (เทเลอร์เมด') *adj.* ซึ่งทำขึ้นเป็นพิเศษตามสั่ง *-n.* เสื้อผ้าที่ตัดโดยช่างตัดเสื้อ

taint (เทนท์) *v.* **tainted, tainting** *-vt.* ทำให้ได้รับเชื้อโรค, ทำให้มีมลทิน, ทำให้ด่างพร้อย *-vi.* เสีย, เสื่อม, ด่าง, เลอะ *-n.* จุด, รอยด่าง, มลทิน, ความเสื่อมเสีย (**-S.** (n., v.) blemish, stain)

★**take** (เทค) *v.* **took, taken, taking** *-vt.* ถือ, หยิบ, จับ, พา, นำ, จูง, ใช้, เอามา, เอาไป, นำไป, พาไป, กินยา, รับ, ยอมรับ, ต้องการ, จดไว้, เช่า, ยึด, สอนสั่ง, ใส่, สวม, ขึ้น (รถ), เป็นสมาชิก, ลาก, ได้รับ, รับประทานอาหาร, ใช้ (เวลา สิทธิ กำลัง เส้นทาง ความพยายาม), เข้าใจ, ประสบ, นึก, คิดว่า, ทึกทักเอา, ถือ (ตำแหน่ง), ได้มา, สืบมาจาก, กำเนิดจาก, ลบ, หัก, ชัก, มีเพศสัมพันธ์กับผู้หญิง, กระทำ, ปฏิบัติ, ถ่ายรูป, ตี, ฟาด, เฆี่ยน, หวด, จับได้, ค้นพบ, จับใจ, ทำให้หลงรัก, ดื่ม, ดูด, สูด, เลือก,

A B C D E F G H I J K L M N O P Q R S T U V W X Y Z

คัด, สรรหา, รับเอาไว้, ฆ่า, ทำลาย, (ภาษาพูด) โกง หลอกลวง *-vi.* จับ, ยึด, หยิบ, ต่อ, ติด, (เฟือง) ประสาน, เข้า (เกียร์ คลัตช์), เจริญ, เติบโต, แตกหน่อ, ออกราก, งอกเงย, ปฏิบัติ, กระทำ, ดำเนินการ, ได้รับ, กลายเป็น *-n.* การกระทำดังกล่าว, สิ่งที่ได้รับ, เงินกำไร, เงินค่าตั๋วหนัง, เงินผลประโยชน์, จำนวนสัตว์ที่จับหรือล่าได้ครั้งหนึ่ง, การบันทึกเทปโทรทัศน์หรือภาพยนตร์ตอนหนึ่ง, เงินค่าผ่านประตูดูกีฬา, ภาพยนตร์หรือละครตอนหนึ่ง, การปลูกฝี, (คำสแลง) ความพยายาม **-on the take** ติดสินบน **-take after** มีลักษณะเหมือน, ทำตามตัวอย่าง **-take apart** แยกออกเป็นชิ้นเล็กชิ้นน้อย, จำแนก, วิเคราะห์, (คำสแลง) เฆี่ยนโบย **-take back** ยอมรับผิด **-take care of** ดูแล, เอาใจใส่ **-take charge** ควบคุม, บังคับ **-take down** รื้อถอน, จด, บันทึก **-take effect** บังเกิดผล **-take exception** ข้องใจ **-take five/ten** งีบ **-take for granted** ทึกทัก, นึก **-take heart** ทำให้กล้าหาญ **-take hold** คว้า, ฉวย **-take-home pay** รายได้สุทธิหลังหักภาษีหรืออื่นๆ แล้ว **-take in** รับเข้ามา, แก้ (เสื้อผ้า) ให้เล็กลง, ยอมรับ, เข้าใจ, หลอกลวง, โกง, นำ (คนร้าย) ไปยังสถานีตำรวจ **-take it** สันนิษฐาน, (ภาษาพูด) อดทนต่อคำด่าทอหรือการกระทำอื่นๆ **-take it from me** เชื่อฉันซิ **-take it on the chin** (คำสแลง) อดทนต่อการลงโทษหรือความทรมาน **-take it or leave it** จะยอมรับหรือปฏิเสธ **-take leave of someone** บอกลา **-take notice of** ให้ความสนใจ **-take off** ถอดเสื้อ, หยุดพัก, จากไป, (เครื่องบิน) ขึ้น **-take on** ว่าจ้าง, แข่งขัน, ต่อต้าน, รับผิดชอบ **-take one's time** ใช้เวลามาก, ทำอย่างช้าๆ **-take out/away** เอาออก, ตัดออก, พาออกไป, (คำสแลง) ฆาตกรรม **-take out something on** ระบายอารมณ์ใส่ **-take over** เข้าควบคุม, เข้าจัดการ **-take place** เกิดขึ้น **-take root** ตั้งรกราก **-take shape** ก่อเป็นรูปร่าง **-take sides** เข้าข้าง **-take stock** สำรวจฐานะ, สำรวจสินค้าภายในร้าน **-take the cake** ชนะเลิศ **-take to the cleaners** (คำสแลง) ปล้น **-take up** ยกขึ้น, ทำให้เล็กลง, ทำต่อไป, เริ่มต้นอีกครั้ง, ยอมรับ (คำท้า ข้อเสนอ พนัน) **-take up with** กลายเป็นมิตรกับ (-S. (v.) accept, attract, bring, choose (v., n.) catch, hold)

takeover, take-over (เทค' โอเวอร์) *n.* การเข้าควบคุมกิจการธุรกิจ

taking (เท' คิง) *adj.* ติดโรค, (โรค) ระบาด *-n.* เงินที่ได้จากการค้าขาย, สิ่งที่ได้มา

talcum powder แป้งโรยตัว

tale (เทล) *n.* นิทาน, นิยาย, เรื่องเล่าขาน, ตำนาน, เรื่องราว, เรื่องบอกเล่า, เรื่องนินทา, ข่าวลือ, เรื่องโกหก, ข่าวโคมลอย, (คดี) ความ, ประวัติ (-S. legend, rumour)

★**talent** (แทล' เลินท์) *n.* พรสวรรค์, ความสามารถพิเศษ, คนที่มีความสามารถพิเศษ (-S. ability, gift)

★**talk** (ทอค) *v.* **talked, talking** *-vt.* พูด, เจรจา, สนทนา, คุย, ปราศรัย, กล่าวคำพูด, กล่าวปาฐกถา, พูดโน้มน้าว, พูดชักชวน, โจษจัน, สื่อสาร *-vi.* พูด, สื่อภาษา, สนทนา, คุย, เจรจา, นินทา, พูดถึง, หมายถึง, หารือ, ปรึกษา, (ภาษาพูด) ขลัง *-n.* การพูดคุย, การสนทนา, การเจรจา, การปราศรัย, การแสดงปาฐกถา, วิธีการพูด, ภาษา, คำพูด, ข่าวลือ, การนินทา, หัวข้อการสนทนา, การประชุม, การปรึกษาหารือ, คำสแลง, เรื่องเหลวไหล, เสียง (สัตว์) ที่คล้ายคำพูด **-talk around** พูดชักจูงโน้มน้าว **-talk back** พูดโต้ตอบอย่างหยาบคาย **-talk big** คุยโว **-talk down** ลดค่า, เสื่อม, พูดเสียงดังกว่าเพื่อข่มอีกฝ่ายให้เงียบ, ช่วยวิทยุบอกเส้นทางหรือทิศทางให้เครื่องบินลง **-talk over** อภิปราย, โต้เถียง **-talk sense** พูดมีสาระ **-talk up** พูดส่งเสริม **-talker** *n.* (-S. (v.) express, speak (n.) conversation, discussion)

talkative (ทอ' คะทิฟว์) *adj.* ช่างพูด, พูดมาก

talking head (คำสแลง) ภาพพจน์ที่ออกมาของบุคคลที่ปรากฏในข่าวทางโทรทัศน์

talk show รายการทางโทรทัศน์หรือวิทยุที่เป็นรูปแบบการสนทนาโดยมีพิธีกร แขกรับเชิญและผู้เข้าชม

talky (ทอ' คี) *adj.* **-ier, -iest** ช่างพูด, ช่างคุย, ช่างเจรจา **-talkiness** *n.* (-S. talkative)

★**tall** (ทอล) *adj.* **taller, tallest** สูง, โย่ง, โด่ง, (ภาษาพูด) เกินจริง เกินไป โม้, ยอดเยี่ยม *-adv.* หยิ่ง, ทะนง, ยโส **-tallness** *n.* (-S. (adj.) high)

tallow (แทล' โล) *n.* ไขมันสัตว์ที่ได้จากวัว ควาย แกะ ใช้ทำเทียนไข สบู่ ฯลฯ

tally (แทล' ลี) *n., pl.* **-lies** แต้ม, คะแนน, การนับคะแนนหรือจำนวน, การบันทึก, ติ้ว, ป้าย, ไม้เครื่องหมาย, ฉลาก, การนับจำนวนรอบโดยใช้แท่งไม้แทนแต่ละรอบ เช่น กรรมกรแบกข้าวสาร *-v.* **-lied, -lying** *-vt.* นับ, นับแต้ม, นับคะแนน, คำนวณ, คาดคะเน, นับรวมเข้าด้วยกัน *-vi.* เหมือนกัน, ตรงกัน, อย่างเดียวกัน, นับ

A B C D E F G H I J K L M N O P Q R S T U V W X Y Z

A B C D E F G H I J K L M N O P Q R S T U V W X Y Z

แต้ม, นับคะแนน (-S. (n., v.) mark, record)

Talmud (ทาล' มุด, แทล' เมิด) *n.* คัมภีร์โบราณของศาสนายิว

talon (แทล' เลิน) *n.* เล็บสัตว์, กรงเล็บ

talus (เท' เลิซ) *n., pl.* **-li** (-ไล) ตาตุ่ม, ข้อเท้า

tamarind (แทม' มะรินด์) *n.* ต้นมะขาม

tambourin (แทม' บุริน, ทางบูแรง') *n.* กลองยาวแคบที่ใช้กันในมณฑลหนึ่งของฝรั่งเศส

tambourine (แทมบะรีน') *n.* แทมบูรีน, เครื่องดนตรีชนิดหนึ่งคล้ายรำมะนา มีลูกพรวนติดโดยรอบ ใช้เขย่าเวลาเล่น

tambourine

★**tame** (เทม) *adj.* **tamer, tamest** เชื่อง, เชื่อฟัง, อ่อนน้อม, สอนง่าย, เฉื่อย, เนือย, จืดชืด *-vt.* **tamed, taming** ปราบ, ฝึกให้เชื่อฟัง, ทำให้อ่อนลง **-tamable, tameable** *adj.* **-tamely** *adv.* **-tameness** *n.* (-S. (adj.) docile, obedient (v.) domesticate, train -A. (adj.) wild)

tam-o'-shanter (แทม' มะแชนเทอร์) *n.* หมวกผ้าทรงกลมแบนคล้ายฝาชีของชาวสกอตบางทีมีพู่ประดับด้วย

tamp (แทมพ์) *vt.* **tamped, tamping** อัด, กระแทก, กระทุ้ง, ตอก, อุด

tamper (แทม' เพอร์) *vi., vt.* **-pered, -pering** แทรกแซง, รบกวน, ยื่นมือเข้าไปยุ่ง, ติดสินบน **-tamperer** *n.* (-S. alter, meddle)

tampon (แทม' พอน) *n.* ผ้าอนามัยแบบสอด

★**tan**[1] (แทน) *v.* **tanned, tanning** *-vt.* ฟอก (หนังสัตว์) ให้กลายเป็นสีน้ำตาล, ตากแดดให้เป็นสีน้ำตาล, (ภาษาพูด) เฆี่ยน *-vi.* กลายเป็นสีน้ำตาล *-n.* สีน้ำตาลเหลือง, เปลือกไม้ เช่น โอ๊กใช้ในการฟอกหนังสัตว์ให้เป็นสีน้ำตาล *-adj.* **tanner, tannest** เป็นสีน้ำตาล, มีสีน้ำตาล

tan[2] ย่อจาก tangent อัตราส่วนด้านตรงข้ามมุมต่อด้านประชิดมุม

tanbark (แทน' บาร์ค) *n.* เปลือกไม้ เช่น โอ๊กที่นำมาทุบให้นิ่มแล้วแช่น้ำจนได้น้ำเปลือกไม้สีน้ำตาล ซึ่งน้ำนี้จะใช้ในการฟอกหนัง

tandem (แทน' เดิม) *n.* จักรยานสองหรือสามล้อมีที่นั่งสองที่หรือมากกว่าเรียงตามหลังกัน, รถเทียมม้าสองล้อที่นั่งเรียงหลังกันตามยาว

tang (แทง) *n.* รสชาติหรือกลิ่นแรง, รสจัด

tangent (แทน' เจินท์) *adj.* (เส้นตรง) ซึ่งสัมผัสแต่ไม่ตัดผ่าน *-n.* เส้นสัมผัสวงกลม, อัตราส่วนด้านตรงข้ามมุมต่อด้านประชิดมุม

tangerine (แทนจะรีน') *n.* ส้มจีน, สีส้ม

tangerine orange ส้มเขียวหวาน

tangible (แทน' จะเบิล) *adj.* จับต้องได้, เห็นได้ชัด, มีตัวตน *-n.* สิ่งที่เห็นได้ชัดหรือจับต้องได้ **-tangibility, tangibleness** *n.* (-S. (adj.) concrete, touchable -A. (adj.) unreal)

tangle (แทง' เกิล) *v.* **-gled, -gling** *-vt.* ทำให้ยุ่งเหยิง, พันกันยุ่ง, ทำติด, พัวพัน, ซับซ้อน, ทำให้ติดกับดัก *-vi.* ยุ่ง, ยุ่งเหยิง, (ภาษาพูด) เข้าไปพัวพัน *-n.* ความยุ่งเหยิง, ปม (ด้าย), ความซับซ้อน, เรื่องยุ่งยาก, (ภาษาพูด) การทะเลาะ การโต้เถียง **-tangly** *adj.* (-S. (n., v.) coil, knot, mesh, snarl, twist)

tangled (แทง' เกิลด์) *adj.* ซับซ้อน, วุ่นวาย, สับสน, ยุ่งยาก, เป็นปม (-S. complex)

★**tank** (แทงค์) *n.* ถังบรรจุก๊าซ น้ำ หรือน้ำมันขนาดใหญ่, ปริมาณเต็มหนึ่งถัง, อ่างเก็บน้ำ, รถถัง, ถังน้ำมัน (รถ), หม้อน้ำ (เครื่องจักร), อ่างน้ำมัน (เครื่องจักร), (คำสแลง) คุก ห้องขัง *-vt.* **tanked, tanking** เก็บหรือบรรจุไว้ในถัง, เติม (น้ำมัน) ลงถัง **-tank up** (คำสแลง) ดื่มเหล้ามากจนเมา, เติมน้ำมันรถ **-tankful** *n.*

tankage (แทง' คิจ) *n.* การเก็บหรือบรรจุลงถัง, ขนาดความจุของถัง, ค่าเก็บ (น้ำ น้ำมัน), สิ่งที่เหลือจากการฆ่าสัตว์นำมาตากแห้งแล้วบดให้ป่น ใช้ทำปุ๋ยหรืออาหารสัตว์

tankard (แทง' เคิร์ด) *n.* เหยือกน้ำที่มีหูจับและฝาปิด มักทำจากเงิน ใช้ใส่เบียร์

tanker (แทง' เคอร์) *n.* เรือ เครื่องบินหรือรถบรรทุกเชื้อเพลิง (โดยเฉพาะน้ำมันและก๊าซ)

tannery (แทน' นะรี) *n., pl.* **-ies** โรงฟอกหนัง

tannic acid กรดสีน้ำตาลอมเหลืองที่ได้จากเปลือกไม้จำพวกโอ๊ก ใช้ในการฟอกหนัง

tannin (แทน' นิน) *n.* ดู tannic acid, สารประกอบที่พบในเปลือกไม้บางชนิด เช่น เปลือกต้นโอ๊ก ซึ่งนำมาใช้ฟอกหนัง

tantalize (แทน' ทะไลซ์) *vt.* **-lized, -lizing** แกล้ง, ยั่ว, หลอกล่อ, แกล้งให้ผิดหวัง, ยั่วน้ำลาย **-tantalizer** *n.* (-S. tease, torment)

tantalum (แทน' ทะเลิม) *n.* ธาตุแทนทาลัมเป็นโลหะสีขาวปนเทา ใช้ในการทำเส้นใยหลอดไฟฟ้าและโลหะผสม ฯลฯ มีสัญลักษณ์ Ta

tantamount (แทน' ทะเมานท์) *adj.* เท่ากับ, เช่นเดียวกับ, พอๆ กับ, ประหนึ่งว่า, เท่ากัน, เสมอ, เท่าเทียมกับ (-S. equal)

tantrum (แทน' เทริม) *n.* อารมณ์โมโห (-S. outburst, temper)

Taoism (เทา' อิเซิม, เดา'-) *n.* ลัทธิเต๋าเป็นหลัก

ปรัชญาและคำสอนทางศาสนาของจีน ก่อตั้งโดยเล่าจื๊อ **-Taoist** *n.* **-Taoistic** *adj.*

★**tap**[1] (แทพ) *v.* **tapped, tapping** *-vt.* เคาะเบาๆ, เคาะ (นิ้ว จังหวะ), แต่งตั้ง (ตำแหน่งใหม่), ซ่อม, ติด *-vi.* เคาะเบาๆ, เดินเสียงดังคลิก *-n.* เสียงเคาะ, วัสดุที่ใช้ปะส้นหรือหัวรองเท้า, โลหะที่ติดส้นหรือหัวรองเท้า (**-S.** (v., n.) beat, pat)

★**tap**[2] (แทพ) *n.* ก๊อก (น้ำ ก๊าซ), จุกอุดรูถัง (น้ำเหล้า), น้ำหรือเหล้าที่ไหลออกจากก๊อก, การดูดน้ำเลือด น้ำหนอง หรือของเหลวออกจากร่างกาย, การต่อสายโทรศัพท์, บาร์หรือสถานเริงรมย์ยามราตรี, เครื่องมือตอกเกลียวตัวเมีย *-vt.* **tapped, tapping** เจาะ (ถังน้ำ ถังเหล้า ต้นยาง), ทำให้ไหลออก, ไขก๊อก (น้ำ เหล้า), ใส่ก๊อก, ใส่จุก, ดูด (เลือด หนอง), ลักลอบต่อ (สายโทรศัพท์), (ภาษาพูด) ขอเงิน ไถเงิน, ตอกเกลียวตัวเมีย (**-S.** (n.) spigot, valve (v.) drain)

★**tape** (เทพ) *n.* เทปบันทึกเสียง, เทปบันทึกภาพและเสียง, แถบผ้าหรือวัสดุอื่นที่ใช้ผูกของ, เส้นชัย, เทปพันสายไฟ, ผ้ายางปิดแผล *-v.* **taped, taping** *-vt.* ผูก มัด ผนึกเข้าด้วยกัน, บันทึกภาพหรือเสียงลงเทปบันทึก *-vi.* บันทึกลงเทปบันทึก **-tapeable** *adj.* (**-S.** (n.) ribbon, strip (v.) bind, fasten, record, seal)

tape deck ช่องใส่เทปของวิทยุ

tape measure สายวัด

taper (เท' เพอร์) *n.* เทียนไขเล่มเล็กหรือผอมมาก, ไส้เทียนที่ใช้จุดเทียน ตะเกียง หรือโคม *-v.* **-pered, -pering** *-vi.* บางลง, ผอมลง, เรียวลง *-vt.* ทำให้เรียวลง

tape-record (เทพ ริคอร์ด) *vt.* **-corded, -cording** บันทึกลงเทปบันทึก

tape recorder เครื่องบันทึกเสียง

tape recording การบันทึกภาพหรือเสียงด้วยเทปแม่เหล็ก

tapestry (แทพ' พิสตรี) *n., pl.* **-tries** ผ้าเนื้อหนาทอหรือปักเป็นลวดลายต่างๆใช้แขวนประดับฝาบ้านหรือคลุมเฟอร์นิเจอร์ *-vt.* **-estried, -estrying** แขวนหรือประดับด้วยผ้าดังกล่าว

tapeworm (เทพ' เวิร์ม) *n.* พยาธิตัวตืด

tapioca (แทพพีโอ' คะ) *n.* มันสำปะหลัง

tapir (เท' เพอร์, ทะเพียร์') *n.* สมเสร็จ

taproot (แทพ' รูท, -รุท) *n.* รากแก้ว

tar[1] (ทาร์) *n.* น้ำมันดิน *-vt.* **tarred, tarring** ทาหรือราดด้วยน้ำมันดิน **-tar and feather** ลงโทษด้วยการทาน้ำมันดินแล้วคลุกด้วยขนนก, ตำหนิติเตียน

tar[2] (ทาร์) *n.* (ภาษาพูด) กะลาสี

tarantula (ทะแรน' ชะละ) *n., pl.* **-lae** (-ลี)/ **-las** แมงมุมตัวใหญ่ชนิดหนึ่งมีขนมาก มีพิษไม่ร้ายแรง

tardy (ทาร์' ดี) *adj.* **-dier, -diest** เชื่องช้า, เฉื่อยชา, เงื่องหงอย **-tardily** *adv.* **-tardiness** *n.* (**-S.** slow **-A.** active)

tare (แทร์) *n.* น้ำหนักของภาชนะที่ต้องหักออก, การหักน้ำหนักภาชนะออก, น้ำหนักของรถที่ไม่รวมสิ่งที่บรรทุกหรือเชื้อเพลิง

★**target** (ทาร์' กิท) *n.* เป้า, เป้าหมาย, เป้าโจมตี, เป้ายิงปืน, เป้าลูกดอก, เป้าธนู, สิ่งที่ตกเป็นเป้าหมายการวิจารณ์, จุดมุ่งหมาย, โล่ *-vt.* **-geted, -geting** ตั้งเป้าหมาย, เล็งเป้า, กำหนดเป้าหมาย **-on target** ตรงเป้า, แม่นยำ **-targetable** *adj.* (**-S.** (n., v.) aim (n.) goal)

tariff (แท' ริฟ) *n.* อัตราภาษีศุลกากร, ค่าธรรมเนียม, อัตราค่าโดยสาร, รายการค่าธรรมเนียมหรือราคาอาหาร ค่าบริการในโรงแรม *-vt.* **-iffed, -iffing** จัดเก็บค่าธรรมเนียมหรือค่าบริการ, เก็บค่าโดยสาร, จัดเก็บภาษีศุลกากร (**-S.** (n., v.) tax, toll)

tarnish (ทาร์' นิช) *v.* **-nished, -nishing** *-vt.* ทำให้หมอง, ทำให้ขุ่นมัว, ทำให้คล้ำ, ทำให้เลอะเทอะ, ทำให้เป็นมลทิน, ทำให้เศร้าหมอง *-vi.* หมองมัว, ขุ่น, คล้ำ, เลอะเทอะ, เปรอะเปื้อน, ด่างพร้อย, เสื่อมเสีย *-n.* ความมัวหมอง, ความหมองคล้ำ, รอยด่าง, รอยเลอะเทอะ **-tarnishable** *adj.* (**-S.** (v., n.) blemish, stain, taint **-A.** (v.) brighten, dirty)

taro (ทา' โร, แท' โร) *n., pl.* **-ros** เผือก

tarot (แท' โร, ทะโร') *n.* ไพ่ทาโรต์

tarpaulin (ทาร์พอ' ลิน, ทาร์' พะ-) *n.* ผ้าใบชุบน้ำมัน

tarry (แทร์' รี) *v.* **-ried, -rying** *-vi.* มาช้า, ไปช้า, ชักช้า, รีรอ, คอย, พักแรม *-vt.* รอคอย *-n.* การพักแรมชั่วคราว **-tarrier** *n.*

tart[1] (ทาร์ท) *adj.* **tarter, tartest** เปรี้ยว, ฝาด, เฝื่อน, ขื่น, ขม, แสบลิ้น, (คำพูด) เผ็ดร้อน **-tartly** *adv.* **-tartness** *n.* (**-S.** acid, sharp)

tart[2] (ทาร์ท) *n.* อาหารประเภทแป้งอบใส่ไส้ผลไม้แยมหรือของคาว, ขนมพายสอดไส้แยมหรือผลไม้, โสเภณี, หญิงสำส่อน (**-S.** pie, slut)

tartan (ทาร์' เทิน) *n.* ผ้าลายสกอต, ผ้าตาหมากรุกที่ผู้ชายชาวสกอตใช้ทำกระโปรงสวม

tartar (ทาร์' เทอร์) *n.* คราบหินปูนที่เกาะตามซอกฟันหรือในถังหมักไวน์

A B C D E F G H I J K L M N O P Q R S T U V W X Y Z

★**task** (แทซค์) *n.* งานหนัก, หน้าที่, ภาระความรับผิดชอบ, เรื่องยุ่งยาก *-vt.* **tasked, tasking** ใช้งานหนัก **-task force** กองกำลังทหารที่ออกปฏิบัติการเฉพาะกิจ (**-S.** (n.) assignment, duty)

taskmaster (แทซค์' แมซเทอร์) *n.* นายจ้างที่ใช้งานลูกจ้างอย่างหนัก

tassel (แทซ' เซิล) *n.* พู่ห้อย, พู่, ไหมข้าวโพด, สิ่งที่คล้ายพู่ห้อย *-v.* **-seled, -seling/-selled, -selling** *-vt.* ประดับตกแต่งด้วยพู่ *-vi.* ลอกไหมข้าวโพด

★**taste** (เทซท์) *vt., vi.* **tasted, tasting** ชิม, ลองชิม, รับรส, ลิ้มรส, เสพ *-n.* รสชาติ, ประสาทรับรส, การชิม, ปริมาณที่ลองชิม, รสนิยม, ความชอบ, ความพอใจ, ความสามารถในการเลือกเฟ้นสิ่งที่ดี **-taste bud** ตุ่มรับรสบนลิ้น **-tastable** *adj.* (**-S.** (v., n.) savor, sip)

tasteful (เทซท์' เฟิล) *adj.* มีรสนิยม, ซึ่งสามารถเลือกเฟ้นได้เป็นอย่างดี, มีรสดี, มีรสอร่อย **-tastefully** *adv.* (**-S.** delicate, refined)

tasteless (เทซท์' ลิซ) *adj.* ไม่มีรสนิยม, ขาดความรู้จักเลือกเฟ้น, จืดชืด, ไม่มีรสชาติ, หยาบคาย **-tastelessly** *adv.* (**-S.** insipid, rude)

taster (เท' สเตอร์) *n.* นักชิม, ของตัวอย่างทดลองใช้หรือชิม

tasty (เท' สตี) *adj.* **-ier, -iest** อร่อย, รสดี, มีรสนิยม **-tastily** *adv.* **-tastiness** *n.*

tatter (แทท' เทอร์) *n.* การฉีกขาดเป็นชิ้นๆ, การขาดรุ่งริ่ง *-vt., vi.* **-tered, -tering** ฉีกขาด, รุ่งริ่ง, ขาดวิ่น **-tatters** ผ้าขี้ริ้ว

tattered (แทท' เทอร์ด) *adj.* ขาดรุ่งริ่ง, เป็นชิ้นเล็กชิ้นน้อย, เป็นผ้าขี้ริ้ว

tattle (แทท' เทิล) *vi., vt.* **-tled, -tling** นินทา, ซุบซิบ, พูดเรื่อยเปื่อย *-n.* การกระทำดังกล่าว, คนพูดนินทา (**-S.** (v., n.) blab)

tattoo (แททู') *n., pl.* **-toos** การสักบนผิวหนัง, รอยสัก *-vt.* **-tooed, -tooing** สัก

taught (ทอท) *v.* กริยาช่อง 2 และ 3 ของ teach

taunt (ทอนท์) *vt.* **taunted, taunting** ด่าว่า, เยาะเย้ย, เหน็บแนม *-n.* คำด่าทอ, คำเยาะเย้ย (**-S.** (v., n.) insult, jeer, reproach)

Taurus (ทอ' เริซ) ราศีพฤษภ ซึ่งเป็นราศีที่สองในจักรราศี มีสัญลักษณ์เป็นวัว, ชื่อกลุ่มดาวกลุ่มหนึ่งทางซีกโลกเหนือ

taut (ทอท) *adj.* **tauter, tautest** (เชือก กล้ามเนื้อ) ตึง, (ประสาท) เครียด, เคร่ง, เกร็ง **-tautly** *adv.* **-tautness** *n.* (**-S.** stretched **-A.** flexible)

tavern (แทฟว' เวิร์น) *n.* โรงเตี๊ยม, โรงเหล้า, โรงแรมเล็กๆ ริมทาง (**-S.** inn, pub)

tawdry (ทอ' ดรี) *adj.* **-drier, -driest** ฉูดฉาด, บาดตา, (เครื่องประดับ) ที่ไม่มีค่า, เก๊ *-n.* ของที่ไม่มีค่า, ของเก๊ **-tawdrily** *adv.* **-tawdriness** *n.* (**-S.** (adj.) gaudy **-A.** (adj.) expensive)

★**tax** (แทคซ์) *n.* ภาษี, เงินภาษี, ค่าธรรมเนียม, ภาระความรับผิดชอบหรืองานที่มากเกินไป, สิ่งที่ทำให้หมดเปลือง *-vt.* **taxed, taxing** เก็บภาษี, (รายได้ สินค้า คน) เสียภาษี, ทำให้สิ้นเปลือง, ใช้มากเกินไป, เผชิญหน้ากัน, ประเมิน (ค่า ราคา), ฟ้องร้อง, กล่าวโทษ **-taxable** *adj.* **-taxer** *n.* (**-S.** (n., v.) burden, charge, demand, toll (v.) assess, overload)

taxation (แทคเซ' ชัน) *n.* การเก็บภาษี, การเสียภาษี, เงินที่ได้จากการเก็บภาษี, จำนวนเงินที่ต้องเสียภาษี

tax avoidance การตกแต่งตัวเลขการเงินเพื่อให้จ่ายภาษีน้อยที่สุด

tax break การลดหย่อนภาษี

tax evasion การหลบเลี่ยงการจ่ายภาษีเงินได้

tax exemption การยกเว้นภาษี

tax-free (แทคซ์' ฟรี) *adj.* ยกเว้นการเสียภาษี

tax haven ประเทศที่มีการจัดเก็บภาษีในอัตราต่ำ

★**taxi** (แทค' ซี) *n., pl.* **taxis/taxies** รถแท็กซี่, รถยนต์รับจ้างซึ่งคิดค่าโดยสารตามระยะทาง *-vt., vi.* **taxied, taxiing/taxying** โดยสารรถแท็กซี่, (เครื่องบิน) แล่นช้าๆ ไปตามพื้นก่อนหรือหลังพาเครื่องขึ้นลง **-taxi rank/stand** ที่จอดรถแท็กซี่เพื่อรอผู้โดยสาร **-taxiway** ทางที่ใช้สำหรับนำเครื่องบินขึ้นหรือลง

taxicab (แทค' ซีแคบ) *n.* รถยนต์รับจ้างที่คิดค่าโดยสารตามระยะทางที่ปรากฏบนเครื่องวัดหรือมิเตอร์ เรียกแท็กซี่มิเตอร์

taxidermy (แทค' ซิเดอร์มี) *n.* วิชาทำให้สัตว์ที่ตายแล้วดูเหมือนตอนมีชีวิต โดยผ่าท้องแล้วยัดวัสดุอื่นเข้าไปแทน จากนั้นจึงจัดท่าทางต่างๆ

taximeter (แทค' ซีมีเทอร์) *n.* เครื่องวัดและคำนวณระยะทางพร้อมค่าโดยสารที่ติดตั้งในรถแท็กซี่

taxing (แทค' ซิง) *adj.* เกินไป, เหน็ดเหนื่อย, ยากลำบาก (**-S.** burdensome, tiring)

tax invoice ใบกำกับภาษี

taxonomy (แทคซอน' นะมี) *n., pl.* **-mies** วิทยาศาสตร์ที่ว่าด้วยการจัดแบ่งหมวดหมู่ของพืชและสัตว์เข้าเป็นพวกเป็นเหล่า ตามลักษณะความสัมพันธ์ตามธรรมชาติของมัน

taxpayer (แทคซ์' เพเออร์) *n.* ผู้เสียภาษี

tax return เอกสารลดหย่อนภาษี
tax shelter การจัดการทางการเงินเพื่อให้จ่ายภาษีน้อยที่สุด
TB, T.B. ย่อจาก tuberculosis วัณโรค
T-bone (ที' โบน) *n.* เนื้อรอบกระดูกตัว T บริเวณเอววัว ซึ่งนำมาทำสเต็ก
tbs., tbsp. ย่อจาก tablespoon ช้อนโต๊ะ, tablespoonful ปริมาณหนึ่งช้อนโต๊ะ
★**tea** (ที) *n.* ใบชา, ต้นชา, น้ำชา, เครื่องดื่มอื่นที่ทำจากใบพืชชนิดอื่น ใช้ชงดื่มคล้ายใบชา, เวลาดื่มน้ำชามักเป็นเวลาบ่าย, งานเลี้ยงน้ำชายามบ่าย, (คำสแลง) กัญชา
tea bag ถุงชา, ถุงใส่ใบชาสำเร็จสำหรับดื่มหนึ่งคน
tea ball ลูกโลหะกลมสานกันคล้ายตะกร้า ใช้เป็นภาชนะใส่ใบชาแล้วนำไปแช่ในน้ำร้อน
★**teach** (ทีช) *vt., vi.* **taught, teaching** สั่งสอน, อบรม, ให้ความรู้, แนะนำ (-S. guide, inform)
teachable (ที' ชะเบิล) *adj.* สามารถสั่งสอนได้, ว่านอนสอนง่าย **-teachability** *n.*
★**teacher** (ที' เชอร์) *n.* คุณครู, อาจารย์, ผู้สอน (-S. don, lecturer)
teachers college วิทยาลัยฝึกหัดครู
teach-in (ทีช' อิน) *n.* การอภิปรายเชิงโต้แย้งในหัวข้อหรือเรื่องที่เป็นที่สนใจของสาธารณชน ซึ่งมักจัดขึ้นในมหาวิทยาลัย
teaching (ที' ชิง) *n.* การสอน, อาชีพครู, คำสอน *-adj.* เกี่ยวกับการสอน, เป็นครู
tea cloth ผ้าปูโต๊ะน้ำชา
teacup (ที' คัพ) *n.* ถ้วยน้ำชา **-teacupful** *n.*
teahouse (ที' เฮาซ์) *n.* โรงน้ำชา
teak (ทีค) *n.* ไม้สักใช้ทำเครื่องเรือนและต่อเรือ
teakettle (ที' เคทเทิล) *n.* กาต้มน้ำ
teal (ทีล) *n., pl.* **teal/teals** นกเป็ดน้ำ, สีเขียวอมน้ำเงินเข้ม, สีเขียวหัวเป็ด
★**team** (ทีม) *n.* กลุ่ม, พวก, ข้างเดียวกัน, ฝ่ายเดียวกัน, พวกเดียวกัน, คณะทำงานร่วมกัน, ชุดเทียมม้าเข้าด้วยกัน, กลุ่มสัตว์ที่ใช้ลากพาหนะ, ครอก, ฝูง, โขยง *-vt., vi.* **teamed, teaming** รวมกลุ่ม, รวมเหล่าคณะ, ทำงานร่วมกัน, เทียม (ม้า), จับคู่ (เสื้อผ้า) (-S. (n.) company (n., v.) gang (v.) couple, join)
teammate (ทีม' เมท) *n.* สมาชิกผู้ร่วมคณะ
team spirit ความรู้สึกร่วมเป็นหนึ่งเดียวกับคณะและทำเพื่อส่วนรวมมากกว่าเพื่อตนเอง
team teaching วิธีการสอนโดยมีคณาจารย์หลายท่านร่วมกันสอน
teamwork (ทีม' เวิร์ค) *n.* การทำงานร่วมกันเป็นหมู่คณะเพื่อผลสำเร็จที่วางไว้
teapot (ที' พอท) *n.* กาน้ำชา
★**tear**[1] (แทร์) *v.* **tore, torn, tearing** *-vt.* ฉีก, ทึ้ง, ดึง, กระชาก, พราก, แยก, ตัด, ถอน, ผ่า, แตก, ทำให้เลือดออก, ทำให้ถลอก, ทำให้แตกกัน, ทำลาย (ความสามัคคี) *-vi.* ฉีก, ขาด, แตก, แยก, ถูกดึง ทึ้ง กระชาก, เคลื่อนที่ไปอย่างรวดเร็ว *-n.* การกระทำดังกล่าว, ความเร่งรีบ, (คำสแลง) การดื่มสุราจนเมามาย การเที่ยวสนุก **-tear apart** ทำให้แตกแยก **-tear at** เข้าทำร้าย **-tear away** ทำให้เลิก **-tear down** ทำลาย, รื้อถอน **-tear into** เข้าทำร้ายหรือโจมตีอย่างรุนแรง **-tear up** ฉีกออกเป็นชิ้นเล็กชิ้นน้อย (-S. (v., n.) cut, scratch)
★**tear**[2] (เทียร์) *n.* น้ำตา, หยดน้ำตา *-vi.* **teared, tearing** มีน้ำตา, น้ำตาไหล **-tears** การร้องไห้
teardrop (เทียร์' ดรอพ) *n.* หยดน้ำตา
tearful (เทียร์' เฟิล) *adj.* เต็มไปด้วยน้ำตา, (ร้องไห้) ฟูมฟาย, เศร้าโศก **-tearfully** *adv.* (-S. sobbing, weeping)
tear gas แก๊สน้ำตา
tearstain (เทียร์' สเตน) *n.* คราบน้ำตา
teary (เทีย' รี) *adj.* **-ier, -iest** มีน้ำตานองหน้า, ซึ่งทำให้หลั่งน้ำตา **-tearily** *adv.*
tease (ทีซ) *v.* **teased, teasing** *-vt.* ล้อเลียน, ยั่ว, หยอกเย้า, แหย่, กวนโมโห, ทำให้หัวเสีย, ทำให้รำคาญ, รบกวน, รังควาน, สางหรือหวี (ผม ขน), คะยั้นคะยอ, ชักชวน, ตัด (เนื้อเยื่อ ฯลฯ) เป็นชิ้นเล็กๆ, ทำให้เส้นใยผ้าฟูเป็นขุยขน, ทำให้ผมตั้งโดยหวีผมให้เกิดไฟฟ้าสถิต *-vi.* รบกวน, รังควาน, กวนโมโห, ยั่ว *-n.* การกระทำดังกล่าว (-S. (v.) annoy **-A.** (v.) comfort)
teasel (ที' เซิล) *n.* พืชชนิดหนึ่ง มีช่อดอกกลมและมีหนามแหลมล้อมรอบ ใช้คลึงผ้าให้ขึ้นขน, ลวดคลึงผ้า *-vt.* **-seled, -seling/-selled, -selling** ทำให้ผ้าขึ้นขน, ทำให้เส้นใยผ้าฟูขึ้น
teaspoon (ที' สปูน) *n.* ช้อนชา, ปริมาณ ⅓ ช้อนโต๊ะ, หนึ่งช้อนชา
teaspoonful (ที' สปูนฟุล) *n., pl.* **-fuls** ปริมาณหนึ่งช้อนชา
teat (ทีท, ทิท) *n.* หัวนมผู้หญิง
teatime (ที' ไทม์) *n.* เวลาดื่มน้ำชาช่วงบ่ายแก่ๆ
techie (เทค' คี) *n.* ย่อจาก technician ผู้เชี่ยวชาญโดยเฉพาะด้านคอมพิวเตอร์
technic (เทค' นิค) *n.* วิชาการ, หลักความรู้ในวิชาใดๆ, กฎ, ศิลปะ **-technics** วิธีการ,

A B C D E F G H I J K L M N O P Q R S T U V W X Y Z

กลวิธี, หลัก, กฎ

★**technical** (เทค' นิเคิล) *adj.* เกี่ยวกับความรู้ตามหลักวิชาการของวิชาใดวิชาหนึ่ง, มีทักษะความรู้ความสามารถเป็นพิเศษในทางอุตสาหกรรมหรือวิทยาศาสตร์, เกี่ยวกับวิชาทางเทคนิคและวิทยาศาสตร์, เกี่ยวกับวิชาเฉพาะทางหรือวิชาพิเศษ, เกี่ยวกับคำศัพท์วิชาเฉพาะทาง, ตามหลักวิทยาศาสตร์ **-technically** *adv.*

technical college วิทยาลัยเทคนิค

technicality (เทคนิแคล' ลิที) *n., pl.* **-ties** ลักษณะเฉพาะวิชา, หลักวิชา

technical knockout (มวย) การชนะโดยที่กรรมการเห็นว่าคู่ต่อสู้หมดทางสู้ ย่อว่า TKO

technician (เทคนิช' เชิน) *n.* ผู้เชี่ยวชาญเฉพาะทาง (ทางวิทยาศาสตร์หรืออุตสาหกรรม)

technicolor (เทค' นิคัลเลอร์) *n.* ระบบการถ่ายภาพยนตร์ที่ใช้แม่สีหลัก เพื่อเพิ่มความสดใสให้กับภาพ, สีสดใส

★**technique** (เทคนีค') *n.* ศิลปะ, ฝีมือ, ความชำนาญ, หลักวิชาการ, วิธีการ (-S. method, skill)

techno- คำอุปสรรค หมายถึง เทคนิค วิธีการที่ทันสมัย โดยเฉพาะด้านคอมพิวเตอร์

technol. ย่อจาก technology เทคโนโลยี

technological, technologic (เทคนะลอจ' จิเคิล, -ลอจ' จิค) *adj.* เกี่ยวกับเทคโนโลยี โดยเฉพาะเทคโนโลยีทางวิทยาศาสตร์, เป็นผลมาจากความก้าวหน้าทางวิทยาศาสตร์และอุตสาหกรรม **-technologically** *adv.*

★**technology** (เทคนอล' ละจี) *n., pl.* **-gies** วิชาช่างอุตสาหกรรม, การนำความรู้ทางวิทยาศาสตร์มาปฏิบัติ โดยเฉพาะทางอุตสาหกรรม

technology transfer การถ่ายทอดเทคโนโลยีใหม่ๆ

technophobia (เทคนอโฟ' เบีย) *n.* ความกลัวเทคโนโลยี

technostress (เทค' โนสเตรซ) *n.* ความเครียดที่เกิดจากการทำงานในสิ่งแวดล้อมที่เกี่ยวกับเทคโนโลยี โดยเฉพาะคอมพิวเตอร์

teddy bear, Teddy bear ตุ๊กตาหมี (ตั้งชื่อตามชื่อเล่นของ Theodore Roosevelt อดีตประธานาธิบดีคนที่ 26 ของสหรัฐฯ)

tedious (ที' เดียซ) *adj.* น่าเบื่อ, เบื่อหน่าย, น่ารำคาญ, ไม่สนุก, ซ้ำซาก **-tediously** *adv.* **-tediousness** *n.* (-S. dull -A. interesting)

tee (ที) *n.* เบ้าวางลูกกอล์ฟ, จุดเริ่มต้นตีกอล์ฟแต่ละหลุม *-vt.* **teed, teeing** วางลูกกอล์ฟบนเบ้ารอง **-tee off** ตีลูกกอล์ฟจากเบ้ารอง

teem¹ (ทีม) *v.* **teemed, teeming** *-vi.* ดกดื่น, อุดม, คับคั่ง, เนืองแน่น, ตั้งครรภ์ *-vt.* ให้กำเนิด **-teemingly** *adv.* (-S. abound, bear)

teem² (ทีม) *vt.* **teemed, teeming** เท, หลั่ง, ริน, (ฝน) ตกหนัก (-S. discharge)

teen (ทีน) *n.* วัยรุ่น, คนที่มีอายุระหว่าง 13-19 ปี, ลำดับที่ 13-19 *-adj.* เกี่ยวกับคนที่มีอายุระหว่าง 13-19 ปี **-teens** เลข 13-19

★**teenager, teen-ager** (ทีน' เอเจอร์) *n.* วัยรุ่น, คนที่มีอายุระหว่าง 13-19 ปี

teener (ที' เนอร์) *n.* (ภาษาพูด) วัยรุ่น

teeny, teensy (ที' นี, ทีน' ซี) *adj.* **-nier, -niest/-sier, -siest** (ภาษาพูด) เล็ก จิ๋ว

teeter (ที' เทอร์) *vi., vt.* **-tered, -tering** เดินโซเซ, โงนเงน, โยกขึ้นโยกลง, ขึ้นๆ ลงๆ

teeterboard (ที' เทอร์บอร์ด) *n.* กระดานหก

teeter-totter (ที' เทอร์ทอทเทอร์) *n.* กระดานหก

teeth (ทีธ) *n.* พหูพจน์ของ tooth

teethe (ทีธ) *vi.* **teethed, teething** (ฟัน) ขึ้น

teether (ที' เธอร์) *n.* วัตถุที่ให้เด็กกัดเล่นเวลาฟันเริ่มขึ้น

teething (ที' ธิง) *n.* การขึ้นของฟันน้ำนม

TEFL ย่อจาก Teaching English as a Foreign Language การสอนภาษาอังกฤษในฐานะเป็นภาษาต่างประเทศ

Teflon (เทฟ' ลอน) ชื่อการค้าของวัสดุเทอร์โมพลาสติกชนิดหนึ่ง มีคุณสมบัติเป็นฉนวนไฟฟ้าอย่างดี ใช้เป็นวัสดุเคลือบผิวภาชนะเครื่องครัว เช่น กระทะ ช่วยให้อาหารไม่ติดภาชนะ

tele-, tel- คำอุปสรรค หมายถึง ไกล

telecast (เทล' ลิแคซท์) *vi., vt.* **-cast/-casted, -casting** ถ่ายทอดรายการโทรทัศน์ *-n.* การถ่ายทอดโทรทัศน์ **-telecaster** *n.*

telecom (เทล' ลิคอม) *n.* (ภาษาพูด) การโทรคมนาคม

telecommunicate (เทลลิคะมิว' นิเคท) *v.* **-cated, -cating** *-vt.* ส่ง (ข้อมูล) ทางโทรคมนาคม *-vi.* ติดต่อทางโทรคมนาคม **-telecommunicator** *n.*

telecommunication (เทล' ลิคะมิวนิเค' ชัน) *n.* การโทรคมนาคม

telecommuting (เทล' ลิคะมิวทิง) *n.* (คอมพิวเตอร์) การทำงานที่บ้านโดยอาศัยการติดต่อสำนักงานหรือลูกค้าผ่านทางคอมพิวเตอร์ซึ่งเชื่อมโยงระบบกันแล้ว **-telecommute** *v.*

teleconference (เทล' ลิคอนเฟอเรินซ์,

A B C D E F G H I J K L M N O P Q R S T U V W X Y Z

-เฟรินซ์) *n.* การประชุมที่ผู้เข้าร่วมประชุมอยู่คนละสถานที่ แต่สามารถประชุมร่วมกันได้โดยอาศัยอุปกรณ์โทรคมนาคม เช่น โทรทัศน์วงจรปิด **-teleconferencing** *n.*

telefacsimile (เทลละแฟคซิม' มะลี) *n.* โทรสาร, โทรภาพ

telefilm (เทล' ละฟิลม์) *n.* ฟิล์มโทรทัศน์

teleg. ย่อจาก telegram ข้อความที่ส่งทางโทรเลข, telegraph โทรเลข, telegraphy การส่งโทรเลข, วิชาโทรเลข

★**telegram** (เทล' ลิแกรม) *n.* ข้อความที่ส่งทางโทรเลข *-vt., vi.* **-grammed, -gramming** ส่งโทรเลข

telegraph (เทล' ลิแกรฟ) *n.* โทรเลข, ข้อความที่ส่งทางโทรเลข *-vt., vi.* **-graphed, -graphing** ส่งโทรเลข **-telegrapher, telegraphist** *n.* (-S. (n.) teleprinter, telex (v.) send)

telegraphic, telegraphical (เทลลิแกรฟ' ฟิค, -ฟิเคิล) *adj.* เกี่ยวกับหรือส่งทางโทรเลข, สั้นๆ, โดยย่อ, รวบรัด

telegraphic transfer (TT) การโอนเงินทางโทรเลข

telegraphy (ทะเลก' กระฟี) *n.* การส่งโทรเลข

telepathy (ทะเลพ' พะธี) *n.* โทรจิต, การติดต่อทางกระแสจิต **-telepathist** *n.* (-S. sixth sense)

★**telephone** (เทล' ละโฟน) *n.* โทรศัพท์ *-vt., vi.* **-phoned, -phoning** ติดต่อกันทางโทรศัพท์ **-telephonic** *adj.* (-S. (n., v.) phone)

telephone book สมุดรายนามผู้ใช้โทรศัพท์

telephone booth ตู้โทรศัพท์

telephone exchange ชุมสายโทรศัพท์

telephony (ทะเลฟ' ฟะนี) *n.* การใช้ระบบโทรศัพท์, เทคโนโลยีและการผลิตอุปกรณ์โทรศัพท์

telephoto (เทล' ละโฟโท) *adj.* เกี่ยวกับเลนส์สำหรับถ่ายภาพระยะไกล *-n., pl.* **-tos** เลนส์สำหรับถ่ายภาพระยะไกล, ภาพที่ถ่ายด้วยเลนส์ดังกล่าว **-telephotograph** *n.*

telephotography (เทลละฟะทอก' กระฟี) *n.* กระบวนการหรือเทคนิคการถ่ายภาพด้วยการใช้เลนส์ถ่ายภาพระยะไกลบนกล้อง

telephoto lens เลนส์สำหรับถ่ายภาพระยะไกล

teleprinter (เทล' ละพรินเทอร์) *n.* เครื่องโทรพิมพ์

telescope (เทล' ลิสโกพ) *n.* กล้องโทรทรรศน์, กล้องส่องทางไกล *-v.* **-scoped, -scoping** *-vt.* สวมกัน, เกยกัน, ตำ, ย่น, ทำให้สั้น, ย่อ *-vi.* ยืดเข้าออกได้ (กล้องถ่ายรูป) **-telescopic** *adj.* **-telescopically** *adv.* (-S. (n.) glass, spyglass (v.) condense, shorten)

teleshopping (เทล' ละชอพพิง) *n.* การซื้อขายสินค้าผ่านทางโทรทัศน์และโทรศัพท์

teletext (เทล' ลิเทคซ์ท) *n.* การบริการส่งข้อมูลข่าวสารระบบโทรคมนาคม เช่น ทางอี-เมล์

teletypewriter (เทลลิไทพ์' ไรเทอร์) *n.* เครื่องรับส่งสัญญาณโทรเลข, เครื่องโทรพิมพ์

televise (เทล' ละไวซ์) *vt., vi.* **-vised, -vising** ถ่ายทอดหรือแพร่ภาพทางโทรทัศน์

★**television** (เทล' ละวิฌฌัน) *n.* เครื่องรับโทรทัศน์, สิ่งที่ออกอากาศทางโทรทัศน์, อุตสาหกรรมหรือธุรกิจการผลิตรายการโทรทัศน์

television ratings อัตราความนิยมรายการทางโทรทัศน์

telex (เทล' เลคซ์) *n.* ย่อจาก tel(etypewriter) + ex(change) ระบบการสื่อสารทางไกล โดยผ่านเครื่องโทรพิมพ์, ข้อความที่รับส่งด้วยระบบนี้

★**tell** (เทล) *v.* **told, telling** *-vt.* บอก, เล่า, กล่าว, บรรยาย, พูด, แจ้ง, เขียนบรรยาย, เปิดเผย, แสดงผล, เตือน, แนะ, สั่ง, รับรอง, ประกัน, สอน, จำได้, นับ (คะแนน) *-vi.* เปิดเผย, เกิดผล, แสดงผล, มีอิทธิพล, บอก, เล่า, กล่าว, แจ้ง, ฟ้อง, รายงาน **-tell off** ดุด่า, ตำหนิ **-tellable** *adj.* (-S. count, direct, inform, narrate, reveal)

teller (เทล' เลอร์) *n.* ผู้บอกเล่า, พนักงานรับเงินและจ่ายเงินในธนาคาร, เครื่องเบิกเงินอัตโนมัติ (ATM), พนักงานนับคะแนนเสียงเลือกตั้ง

telly (เทล' ลี) *n., pl.* **-lies** โทรทัศน์

temp (เทมพ์) *n.* (ภาษาพูด) พนักงานชั่วคราว

temp. ย่อจาก temperature อุณหภูมิ, temporary ชั่วคราว

★**temper** (เทม' เพอร์) *v.* **-pered, -pering** *-vt.* ทำให้เหนียว, ทำให้เหล็กแข็งแกร่งโดยนำไปเผาแล้วทำให้เย็นลง, บรรเทาลง, ระงับ, แบ่งเบา, ทำให้อ่อนลง, ทำให้เบาบาง, เจือ, ผสม, ปน, ทำให้เข้ากัน *-vi.* บรรเทา, อ่อนลง, บางเบาลง, สงบลง *-n.* อารมณ์, ความโมโห, โทสะ, อารมณ์เย็น, ความสงบใจ **-temperability** *n.* **-temperable** *adj.* (-S. (v.) soften, soothe (n.) calmness, humor, mood **-A.** (v.) excite)

temperament (เทม' พระเมินท์, เทม' เพอระ-) *n.* อารมณ์, นิสัยใจคอ (-S. nature, soul)

temperamental (เทมพระเมน' เทิล, เทมเพอระ-) *adj.* ขี้โมโห, (อารมณ์) รุนแรงแปรปรวน, ใจร้อน (-S. sensitive, touchy)

temperance (เทม' เพอเรินซ์, เทม' เพรินซ์)

A B C D E F G H I J K L M N O P Q R S T U V W X Y Z

n. การควบคุมตนเอง (**-S.** restraint)

temperate (เทม' เพอริท, เทม' พริท) *adj.* พอเหมาะ, (อากาศ) สบาย **-temperately** *adv.* **-temperateness** *n.* (**-S.** cool, mild)

★**temperature** (เทม' เพอระชัวร์, -เชอร์, เทม' พระ-) *n.* ความร้อน, อุณหภูมิ, ไข้

tempest (เทม' พิซท์) *n.* พายุ, ความปั่นป่วน, ความยุ่งยาก *-vt.* **-pested, -pesting** ทำให้ปั่นป่วน, เอะอะโวยวาย

tempestuous (เทมเพซ' ชูเอิซ) *adj.* รุนแรง, โครมคราม, โผงผาง **-tempestuously** *adv.*

template, templet (เทม' พลิท) *n.* แผ่นแบบที่ทำด้วยไม้หรือโลหะ ใช้สำหรับเป็นแบบทาบตัดโลหะ หิน หรือไม้

temple[1] (เทม' เพิล) *n.* วัด, โบสถ์, วิหาร, อุโบสถ, อาราม (**-S.** church)

temple[2] (เทม' เพิล) *n.* ขมับ, ขาแว่นตา

tempo (เทม' โพ) *n., pl.* **-pos/-pi** (-พี) จังหวะ (ดนตรี), กระแส (ชีวิต) (**-S.** rhythm)

★**temporary** (เทม' พะเรอรี) *adj.* ชั่วคราว *-n., pl.* **-ies** (ภาษาพูด) พนักงานชั่วคราว **-temporarily** *adv.* **-temporariness** *n.* (**-S.** (adj.) short-lived **-A.** (adj.) permanent)

temporize (เทม' พะไรซ์) *vi.* **-rized, -rizing** หลบเลี่ยงชั่วคราว, เลื่อนการตัดสินใจ, ดำเนินนโยบายชั่วคราว **-temporization** *n.*

★**tempt** (เทมพ์ท์) *vt., vi.* **tempted, tempting** ล่อลวง, ชักจูง, ล่อใจ, ยั่วยวน **-temptable** *adj.* **-tempter** *n.* (**-S.** allure, seduce)

temptation (เทมพ์เท' ชัน) *n.* การล่อลวงหรือชักจูง, เครื่องล่อใจ (**-S.** bait, inducement)

temptress (เทมพ์' ทริซ) *n.* หญิงยั่วยวน

tempura (เทม' พุระ, เทมพัว' ระ) *n.* อาหารทะเลและผักชุบแป้งทอดของญี่ปุ่น

★**ten** (เทน) *n.* สิบ, อันดับสิบ, เลขสิบ, เวลาสิบนาฬิกาหรือยี่สิบสองนาฬิกา, สิ่งที่มีสิบ (ส่วน ชิ้น อัน หน่วย), ธนบัตรมูลค่าสิบดอลลาร์

tenable (เทน' นะเบิล) *adj.* สมเหตุสมผล, รักษาไว้ได้, ปกป้องไว้ได้ **-tenability** *n.*

tenacious (ทะเน' เชิซ) *adj.* ยึดมั่น, เหนียวแน่น, มั่นคง, (ความจำ) แม่น, ใจแข็ง, ยืนกราน **-tenaciously** *adv.* (**-S.** firm, tight)

tenancy (เทน' เนินซี) *n., pl.* **-cies** การเช่าที่อยู่ ที่ดิน ฯลฯ, ที่อยู่ ที่ดิน หรือสถานที่ให้เช่า, การครอบครอง (**-S.** occupancy, residence)

★**tenant** (เทน' เนินท์) *n.* ผู้เช่า, ผู้ครอบครอง, ผู้อาศัย *-vt., vi.* **-anted, -anting** เช่า, อาศัย, ครอบครอง (**-S.** (n.) occupier, resident)

Ten Commandments บัญญัติ 10 ประการของพระผู้เป็นเจ้าที่ประทานแก่โมเสส

★**tend**[1] (เทนด์) *vi.* **tended, tending** โอนเอียง, ชอบ, สมัครใจ, เลี้ยว, หันเห (**-S.** incline, lean)

tend[2] (เทนด์) *vt., vi.* **tended, tending** ดูแล, รักษา, เฝ้าดู, บำรุง, เลี้ยงดู, จัดการ, ป้องปก, เอาใจใส่, รับใช้, ปรนนิบัติ (**-S.** attend, nurse)

★**tendency** (เทน' เดินซี) *n., pl.* **-cies** ความโอนเอียง, ความชอบ, นิสัยชอบพอ, แนวโน้ม (**-S.** trend **-A.** disinclination)

tender[1] (เทน' เดอร์) *adj.* **-er, -est** เปราะบาง, อ่อนนุ่ม, อ่อนโยน, ละเอียดอ่อน, บอบบาง, ด้วยความรักใคร่, อ่อนหัด *-vt.* **-dered, -dering** ทำให้อ่อนโยน นุ่มนวล เปราะบาง **-tenderly** *adv.* **-tenderness** *n.* (**-S.** (adj.) fragile, gentle, sensitive **-A.** (adj.) coarse, rough)

tender[2] (เทน' เดอร์) *n.* ข้อเสนอ, การเสนอ, ใบประมูล, ใบเสนอราคา *-vt.* **-dered, -dering** ยื่น, เสนอ, อาสา, แนะ, มอบ, ยอม, ส่ง, ให้ **-tenderer** *n.* (**-S.** (n.) proposal (n., v.) offer)

tenderfoot (เทน' เดอร์ฟุท) *n., pl.* **-foots/-feet** คนอ่อนหัด, คนหนุ่ม

tenderhearted (เทน' เดอร์ฮาร์' ทิด) *adj.* ใจอ่อน, เมตตา, กรุณา, สงสาร, เห็นใจ

tenderloin (เทน' เดอร์ลอยน์) *n.* เนื้อสันใน

tendon (เทน' เดิน) *n.* เส้นเอ็นของร่างกาย

tendril (เทน' เดริล) *n.* มือเกาะที่เปลี่ยนมาจากใบพืชไม้เลื้อย มีลักษณะเป็นเส้นขดเกลียว, เกลียวผมหรือสิ่งที่ขดเป็นเกลียวยาว

tenement (เทน' นะเมินท์) *n.* ห้องเช่า, บ้านเช่า, แฟลต, ที่ดินเช่า, อสังหาริมทรัพย์

tenet (เทน' นิท) *n.* หลัก, คำสั่งสอน, ความเชื่อ

★**tennis** (เทน' นิซ) *n.* เทนนิส, สนามตีเทนนิส

tenon (เทน' เนิน) *n.* เดือย, ปากฉลาม

tenor (เทน' เนอร์) *n.* เสียงระดับสูงสุดของนักร้องชาย, วิถีชีวิต, แนวทาง, จังหวะ

★**tense**[1] (เทนซ์) *n.* กาล

★**tense**[2] (เทนซ์) *adj.* **tenser, tensest** (เชือก กล้ามเนื้อ) ตึง, (ประสาท เหตุการณ์) ตึงเครียด, (อารมณ์) เคร่งเครียด *-vt., vi.* **tensed, tensing** ทำให้ตึง, ตึงเครียด **-tensely** *adv.* **-tenseness** *n.* (**-S.** (adj.) nervous **-A.** (adj.) relaxed)

tensile (เทน' เซิล, -ไซล์) *adj.* อ่อน, ยืดหยุ่น

★**tension** (เทน' ชัน) *n.* ความตึง (ของลวด เชือก), ความเครียด, ความตึงเครียด (ทางการเมือง สังคม สัมพันธภาพ) *-vt.* **-sioned, -sioning**

ทำให้ตึง **-tensional** *adj.* (-S. (n.) anxiety, pressure, tightness **-A.** (n., v.) ease)

tensor (เทน' เซอร์, -ซอร์) *n.* กล้ามเนื้อสำหรับดึงของร่างกาย

★**tent** (เทนท์) *n.* เต็นท์, กระโจมผ้าใบหรือพลาสติกที่ปักพักกลางแจ้ง *-v.* **tented, tenting** *-vi.* พักในเต็นท์ *-vt.* ปักเต็นท์, กางเต็นท์

tentacle (เทน' ทะเคิล) *n.* งวง (ช้าง), หนวด (ปลาหมึก), ขนสัมผัส (พืช) **-tentacular** *adj.*

tentacle

tentative (เทน' ทะทิฟว์) *adj.* เป็นการชั่วคราว, เป็นการทดลองดูก่อน, ไม่แน่ใจ, ยังไม่แน่นอน, ลังเล, รีรอ **-tentatively** *adv.* **-tentativeness** *n.* (-S. experimental, hesitant, indefinite **-A.** sure)

tenterhook (เทน' เทอร์ฮุค) *n.* ตะขอขึงผ้าบนกรอบขึงผ้า **-on tenterhooks** ลุกลี้ลุกลน, วิตก

tenth (เทนธ์) *n.* ลำดับสิบ, ตำแหน่งที่สิบ, หนึ่งในสิบส่วน

tenuous (เทน' นิวเอิซ) *adj.* บาง, ผอมบาง, หาแก่นสารไม่ได้ **-tenuously** *adv.* (-S. thin)

tenure (เทน' เนียร์, -เนียวร์) *n.* ผู้เช่า, ผู้อาศัย, ผู้ครอบครอง, ระยะเวลาที่ครอบครอง, การครองตำแหน่ง **-tenurially** *adv.*

tepee, teepee, tipi (ที' พี) *n.* กระโจมของชาวอินเดียนแดงพื้นเมือง

tepid (เทพ' พิด) *adj.* (น้ำ) อุ่น, (อาหาร) อุ่นนิดๆ, เนือย, เฉื่อย **-tepidity, tepidness** *n.* **-tepidly** *adv.* (-S. lukewarm, warmish)

tera- คำอุปสรรค หมายถึง 10^{12}, หนึ่งล้านล้าน

teriyaki (เทอรียา' คี) *n.* เนื้อไก่ย่างเสียบไม้ของญี่ปุ่น

★**term** (เทิร์ม) *n.* ภาคเรียน, ภาคการศึกษา, ครั้ง, คราว, ครา, วาระ, กำหนด, สมัย, ระยะเวลาการเช่าหรือครอบครอง, ระยะเวลาจำคุก, ระยะเวลาตั้งครรภ์, จำนวนในคณิตศาสตร์, ภาคศาล, พจน์, อัตรา, ราคา *-vt.* **termed, terming** เรียก, เรียกว่า, ตั้งชื่อ **-terms** ถ้อยคำ, เงื่อนไข, ข้อสัญญา, ข้อสรุป, ข้อเรียกร้อง, ความสัมพันธ์ (-S. (n.) conclusion, limit, period (v.) call, label)

★**terminal** (เทอร์' มะเนิล) *adj.* สุดท้าย, ท้าย, ปลาย, สิ้นสุด, จบ, สุดเขต, ลงท้าย, ลงเอย *-n.* จุดสุดท้าย, ส่วนปลาย, ส่วนสุดท้าย, ขั้วปลายสายไฟฟ้า, สถานีปลายทาง, อาคารผู้โดยสารขาเข้าหรือออก (ทางเครื่องบิน), อุปกรณ์คอมพิวเตอร์สำหรับป้อนหรือค้นหาข้อมูล(แป้นพิมพ์ จอภาพ) **-terminally** *adv.*

terminate (เทอร์' มะเนท) *v.* **-nated, -nating** *-vt.* ทำให้สิ้นสุดลง, ทำให้จบสิ้น, ทำให้แท้ง, เลิกจ้าง, บอกเลิก *-vi.* อวสาน, ลงเอย, ยุติ (-S. discontinue, expire **-A.** begin)

termination (เทอร์มะเน' ชัน) *n.* การสิ้นสุด, การยุติ, การลงเอย, การสรุป, ผลสุดท้าย **-terminational** *adj.* (-S. effect, result)

terminology (เทอร์มะนอล' ละจี) *n., pl.* **-gies** ศัพท์เฉพาะ, วิธีให้ชื่อโดยเฉพาะชื่อต้นไม้และสัตว์ตามแบบวิทยาศาสตร์ **-terminological** *adj.* **-terminologist** *n.* (-S. argot, jargon)

terminus (เทอร์' มะเนิซ) *n., pl.* **-nuses/-ni** (-ไน) จุดสิ้นสุด, จุดหมายปลายทาง, สถานีปลายทาง, พรมแดน, หลักชัย (-S. goal, station)

termite (เทอร์' ไมท์) *n.* ปลวก

term paper ภาคนิพนธ์

tern (เทิร์น) *n.* นกนางนวลแกลบ

terrace (เทอร์' ริซ) *n.* ระเบียง, เฉลียง, ลาน, ชานบ้าน, ที่ราบเป็นชั้นลดหลั่นกันลงมา, พื้นที่เป็นทางลาดลงมาติดกับแม่น้ำ ทะเลสาบหรือทะเล, แนวหรือแถวบ้านเรือนที่ปลูกข้างเขา

terrain (ทะเรน') *n.* ภูมิประเทศ, พื้นดิน

terrestrial (ทะเรซ' เทรียล) *adj.* เกี่ยวกับโลก, บนโลก, ของโลก, บนพื้นดิน, ที่อาศัยบนบก *-n.* สิ่งมีชีวิตที่อาศัยอยู่บนโลก **-terrestrially** *adv.*

★**terrible** (เทอร์' ระเบิล) *adj.* น่ากลัว, สยดสยอง, น่าเกรงขาม, ร้ายกาจ, มากมาย, มหันต์, เหลือเกิน, สุดประมาณ, แปลก, พิลึก, ไม่ดี, ไม่เหมาะ **-terribleness** *n.* **-terribly** *adv.* (-S. awful, horrible, terrific **-A.** delightful)

terrific (ทะริฟ' ฟิค) *adj.* น่ากลัว, น่าเกรงขาม, เลวร้าย, น่าตกใจ, ยอดเยี่ยม, วิเศษ, โอ่โถง, เหลือขนาด, สุดประมาณ, น่าอัศจรรย์ **-terrifically** *adv.* (-S. enormous, excellent)

terrify (เทอร์' ระไฟ) *vt.* **-fied, -fying** ทำให้กลัวเกรง, ขู่เข็ญ (-S. frighten, horrify)

territorial (เทอร์ริทอ' เรียล, -โท'-) *adj.* เกี่ยวกับดินแดน อาณาเขต แคว้น **-territorially** *adv.*

territorial waters น่านน้ำของประเทศ

★**territory** (เทอร์' ริทอรี, -โทรี) *n., pl.* **-ries** ดินแดน, แคว้น, ภาค, อาณาเขต, ถิ่น, เขตแดน, มลฑล, จังหวัด, ดินแดนและน่านน้ำในอำนาจ, ดินแดนในปกครอง, ขอบเขตความรู้, ขอบเขตความรับผิดชอบ (-S. province, region)

★**terror** (เทอร์' เรอร์) *n.* ความกลัว, ความเกรงขาม,

A B C D E F G H I J K L M N O P Q R S T U V W X Y Z

ความตกใจ, การขู่ให้เกรงกลัว (-S. horror, panic -A. calm, security)

★**terrorism** (เทอร์ ระริเซิม) *n.* ลัทธิก่อการร้าย

terrorist (เทอร์ เรอริซท์) *n.* ผู้ก่อการร้าย

terrorize (เทอร์ ระไรซ์) *vt.* **-ized, -izing** ทำให้กลัวเกรง, ทำให้ตกใจ, ขู่ให้กลัว **-terrorization** *n.* **-terrorizer** *n.* (-S. horrify, threaten)

terse (เทิร์ซ) *adj.* **terser, tersest** รวบรัด, ห้วน, กระชับ **-tersely** *adv.* **-terseness** *n.* (-S. brief, compact, concise)

tertiary (เทอร์ ชีเออรี) *adj.* (สถานที่ ลำดับ ระดับ ขั้น ชั้น) ที่สาม

TESL ย่อจาก Teaching English as a Second Language การสอนภาษาอังกฤษในฐานะเป็นภาษาที่สอง

★**test** (เทซท์) *n.* เครื่องทดสอบ, การทดสอบ, การทดลอง, การพิสูจน์, การตรวจร่างกาย, การทดลองทางเคมี, เบ้าสำหรับหลอมโลหะ *-vt., vi.* **tested, testing** ทดสอบ, ทดลอง, พิสูจน์ (-S. (n.) examination (v.) analyse, prove, try)

testament (เทซ' ทะเมินท์) *n.* พินัยกรรม, สิ่งพิสูจน์, คัมภีร์, หลักความเชื่อทางศาสนา **-Testament** คัมภีร์ไบเบิล ซึ่งมีสองฉบับคือ ฉบับเก่า (Old Testament) และฉบับใหม่ (New Testament), คำสัญญาระหว่างมนุษย์กับพระผู้เป็นเจ้า **-testamentary** *adj.*

testator (เทซ' เทเทอร์, เทสเต' เทอร์) *n.* ผู้ทำพินัยกรรม (ผู้ชาย)

testatrix (เทสเต' ทริคซ์) *n., pl.* **-trices** (-ทริซีซ) ผู้ทำพินัยกรรม (ผู้หญิง)

test case คดีตัวอย่าง

testicle (เทซ' ทิเคิล) *n.* ลูกอัณฑะ

testify (เทซ' ทะไฟ) *v.* **-fied, -fying** *-vi.* สาบาน, รับรอง, ยืนยัน, (คำ) ให้การ, เป็นพยาน *-vt.* แถลง, ประกาศให้รู้ทั่วกัน, เปิดเผย, ยืนยัน, รับรอง, สาบานตน, ให้การเป็นพยาน, แสดงพยานหลักฐาน **-testification** *n.* **-testifier** *n.* (-S. affirm, declare, swear)

testimonial (เทซทะโม' เนียล) *n.* ใบประกาศเกียรติคุณ, ใบรับรอง, ใบสุทธิ, หนังสือชมเชยคุณงามความดี (-S. certificate, tribute)

testimony (เทซ' ทะโมนี) *n., pl.* **-nies** การสาบานตนก่อนให้การในศาล, คำให้การเป็นลายลักษณ์อักษร, คำปฏิญาณ, การแถลง, พยาน, หลักฐาน, แผ่นหินจารึกบัญญัติ 10 ประการของโมเสส (-S. evidence, witness)

test paper กระดาษทดสอบสารเคมี, ข้อสอบ

test tube หลอดแก้วก้นตันใช้ทดลองทางเคมี

test-tube baby เด็กหลอดแก้ว

testy (เทซ' ที) *adj.* **-tier, -tiest** เจ้าอารมณ์, ขี้โมโห, ขี้งอน (-S. touchy -A. calm)

tetanus (เทท' เทินเนิซ) *n.* โรคบาดทะยัก

tether (เทธ' เธอร์) *n.* เชือก โซ่ หรือพวนล่ามสัตว์, ขอบเขตจำกัด, ขอบเขตความรู้ ความสามารถ ฯลฯ *-vt.* **-ered, -ering** ล่าม ผูก มัด หรือโยง (ด้วยเชือก โซ่ พวน)

★**text** (เทคซ์ท์) *n.* หนังสือ, หนังสือเรียน, ตำรา, ถ้อยคำ, ต้นฉบับ, ประโยคหรือข้อความจากคัมภีร์ไบเบิลที่บาทหลวงนำมาเทศน์ในโบสถ์, ใจความสำคัญ, สาระ, แก่น, หัวข้อ, เนื้อความ, ข้อความ (-S. matter, theme, wording)

★**textbook** (เทคซ์ท์' บุค) *n.* หนังสือเรียน, ตำราเรียน **-textbookish** *adj.*

text edition หนังสือหรือตำราที่พิมพ์ขึ้นมาใช้ในการเรียนการสอนโดยเฉพาะ

textile (เทคซ์ ไทล์, -เทิล) *n.* สิ่งทอ, วัสดุที่นำมาทอเป็นผ้า

texture (เทคซ์' เชอร์) *n.* เนื้อผ้า, ความหยาบ ความละเอียดหรือเนียนของพื้นผิว, เนื้อหนัง, ลักษณะ (เนื้อผ้า) *-vt.* **-tured, -turing** ทอ, ถัก (-S. (n.) fabric (v.) weave)

TGV ย่อจาก train à grande vitesse รถไฟความเร็วสูง

Th. ย่อจาก Thursday วันพฤหัสบดี

Thai (ไท) *n., pl.* **Thai/Thais** ประชาชนชาวไทย, ภาษาไทย *-adj.* เกี่ยวกับภาษา วัฒนธรรมและประชนชาวไทย

Thailand (ไท' แลนด์, -เลินด์) ประเทศไทย เมื่อก่อนเรียกว่าสยาม **-Gulf of Thailand** อ่าวไทย

thallium (แธล' เลียม) *n.* ธาตุแทลเลียม เป็นโลหะสีขาว ใช้ทำโลหะผสม มีสัญลักษณ์ Tl

★**than** (แธน, เธิน) *conj.* กว่า

★**thank** (แธงค์) *vt.* **thanked, thanking** แสดงความขอบคุณ, ชมเชย **-thankful** *adj.*

thankless (แธงค์' ลิซ) *adj.* ไม่ได้รับความขอบคุณ, ไม่รู้สึกสำนึกบุญคุณ, ไม่เห็นคุณค่า **-thanklessly** *adv.* **-thanklessness** *n.*

thanks (แธงค์ซ์) *n. pl.* การแสดงความขอบคุณ, การกล่าวชมเชย *-interj.* ขอบคุณ, ขอบใจ **-no thanks to** เสียแรงเปล่า **-thanks to** เนื่องจาก

thanksgiving (แธงค์ซ์กิฟว์' วิง) *n.* การแสดงความขอบคุณพระเจ้า

Thanksgiving Day วันหยุดประจำปีของสหรัฐอเมริกา ตรงกับวันพฤหัสบดีที่สี่ของเดือน

A B C D E F G H I J K L M N O P Q R S T U V W X Y Z

พฤศจิกายน เพื่อแสดงความขอบคุณพระเจ้า

★**thank-you** (แธงค' คิว) *n.* การกล่าวคำขอบคุณ

★**that** (แธท, เธิท) *pron., pl.* **those** (โธซ) สิ่งนั้น, สิ่งโน้น, จำพวกนั้น, ผู้นั้น, เหล่านั้น, พวกนั้น, พวกที่, สิ่งเหล่านั้น *-adj.* นั้น, โน้น, นั่น *-adv.* เช่นนั้น, อย่างนั้น, เพียงนั้น *-conj.* ที่, ซึ่ง, อัน, เพราะ, เพื่อ, เพียงเพื่อ, ว่า, ที่ว่า

thatch (แธช) *n.* หลังคามุงแฝก ฟาง หรือหญ้า, หญ้าแห้ง **-thatcher** *n.* **-thatchy** *adj.*

thaw (ธอ) *v.* **thawed, thawing** *-vi.* ละลาย, (อากาศอุ่นพอ) ทำให้หิมะละลาย, นุ่ม, อ่อน, นิ่มลง, กลายเป็นมิตร, หายเย็นชา *-vt.* ทำให้ละลาย, ทำให้นุ่ม อ่อน หรือนิ่มลง *-n.* การทำให้ละลาย, อากาศอบอุ่นพอจนทำให้หิมะละลาย, ความอบอุ่นสบาย, ความร่าเริง (**-S.** (v.) defrost, melt (v., n.) warm **-A.** (v., n.) freeze)

★**the**[1] (เธอะ, ธี) *adv.* ที่เป็นที่รู้จักกันแล้ว, ที่เข้าใจกันแล้ว, ที่กล่าวถึงหรือพูดถึงแล้ว, บรรดา, จำพวก, ยิ่ง...ยิ่ง... (ใช้ในการเปรียบเทียบ)

★**the**[2] (เธอะ, ธี) *def. art.* ใช้นำหน้านามทั้งเอกพจน์และพหูพจน์เมื่อเป็นที่เข้าใจหรือรู้จักกันแล้ว, ใช้นำหน้าชื่อเฉพาะ เช่น ภูเขา แม่น้ำ, ใช้นำหน้าคุณศัพท์เพื่อทำให้คำนั้นกลายเป็นนาม เช่น The rich (คนรวย), ใช้นำหน้านามรูปเอกพจน์เมื่อพูดถึงเป็นการทั่วไป เช่น The tiger is a wild animal., ใช้นำหน้าชื่อเครื่องดนตรี, ใช้นำหน้าชื่อสิ่งที่มีเพียงสิ่งเดียว เช่น The Sun, ใช้นำหน้าส่วนต่างๆ ของร่างกาย, ใช้นำหน้ายุคหรือปี ค.ศ. หนึ่งทศวรรษ เช่น the 1980s, the fifties, ใช้นำหน้าชื่อเฉพาะ, ใช้นำหน้านามจะหมายถึง แต่ละ อันละ ต่อ เช่น $20 the box, ใช้นำหน้าลำดับวันที่, เมื่อใช้นำหน้านามใดจะให้ความหมายเน้นย้ำว่าสิ่งนั้นดีที่สุด โดดเด่น ยอดเยี่ยม สำคัญมาก นำสมัย หรือเลิศที่สุด, ใช้นำหน้านามที่ระบุถึงปรากฏการณ์ธรรมชาติ, ใช้นำหน้าชื่อโรคหรืออาการเจ็บป่วย เช่น the measles

thearchy (ธี' อาร์คี) *n., pl.* **-chies** การปกครองโดยพระสงฆ์, การปกครองโดยลำดับชั้น

★**theater, theatre** (เธีย' เทอร์) *n.* โรงละคร, โรงภาพยนตร์, โรงมหรสพ, โรงละครกลางแจ้ง, การละคร, บทละคร, ห้องบรรยาย, ห้องเรียนที่มีเก้าอี้นั่งเรียงกันเป็นรูปครึ่งวงกลมตามมหาวิทยาลัย, ห้องประชุม, ขอบเขต, สภาพแวดล้อม, วง, สนาม

theatergoer (ธี' อะเทอร์โกเออร์) *n.* นักดูละคร

theatrical, theatric (ธีแอท' ทริเคิล, -ทริค) *adj.* เกี่ยวกับการละคร, มารยา, เหมือนตัวละคร *-n.* การแสดงละคร **-theatricals** ท่าทางอย่างละคร, การแสดงละคร **-theatrically** *adv.* (**-S.** (adj.) histrionic, showy)

thee (ธี) *pron.* คุณ, เธอ, ท่าน, ดู thou

theft (เธฟท) *n.* สิ่งที่โดนขโมย, การลักขโมย (**-S.** robbery, stealing)

★**their** (แธร์) *adj.* ของเขาทั้งหลาย

★**theirs** (แธร์ซ) *pron.* ของเขาทั้งหลาย

theism (ธี' อิเซิม) *n.* ความเชื่อในพระผู้เป็นเจ้า

★**them** (เธม, เธิม) *pron.* เขาทั้งหลาย (เป็นกรรมของ they)

theme (ธีม) *n.* หัวข้อ, หัวเรื่อง, เนื้อหา, สาระ, ใจความ, แก่น, เนื้อแท้, ความคิดที่เป็นจุดสำคัญของศิลปะ, ความเรียง, รากศัพท์ (**-S.** composition, idea, motif)

theme song เพลงประจำรายการ

★**themselves** (เธมเซลฟ์วซ, เธิม-) *pron.* (ด้วย) ตัวพวกเขาเอง

★**then** (เธน) *adv.* เมื่อนั้น, ตอนนั้น, คราวนั้น, ครั้งนั้น, ในขณะนั้น, ในเวลานั้น, เมื่อตอนนั้น, จากนั้น, ดังนั้น, นอกจากนี้, ครั้นแล้ว, กระนั้น, ถ้าเช่นนั้น, ด้วยเหตุนั้น *-adj.* ในตอนนั้น, ในเวลานั้น, ในขณะนั้น *-n.* เวลานั้น, ตอนนั้น

thence (เธนซ, เธนซ) *adv.* จากนั้น, จากที่นั้น, ดังนั้น, ด้วยเหตุนั้น

thenceforward, thenceforwards (เธนซฟอร์ เวิร์ด; เธนซ-, -เวิร์ดซ) *adv.* ภายหลังจากนั้น, นับแต่นั้นต่อมา

theodolite (ธีออด' เดิลไลท) *n.* เครื่องวัดมุมที่ใช้ในการสำรวจ, กล้องสำรวจ

theologian (ธีอะโล' เจิน) *n.* นักธรรม

theology (ธีออล' ละจี) *n., pl.* **-gies** เทววิทยา, วิชาเปรียญ, ธรรมะ **-theological** *adj.*

theorem (ธี' เออเริม, เธีย' เริม) *n.* บทพิสูจน์, หลัก, ทฤษฎี, ทฤษฎีบท, กฎ หลักหรือสูตรในพีชคณิต

theoretical, theoretic (ธีอะเรท' ทิเคิล, -เรท' ทิค) *adj.* เกี่ยวกับหรือตั้งอยู่บนทฤษฎี, ตามกฎ, ตามสูตร, ในทางวิชา, ไม่ได้ผลจริง **-theoretically** *adv.* (**-S.** academic, impractical)

theorize (ธี' อะไรซ, เธีย' ไรซ) *v.* **-rized, -rizing** *-vi.* เดา, เก็ง, เสี่ยง, ตั้งสมมติฐาน, วาง (กฎ หลัก สูตร ทฤษฎี) *-vt.* พิสูจน์สมมติฐาน **-theorization** *n.* (**-S.** formulate, suppose)

★**theory** (ธี' อะรี, เธีย' รี) *n., pl.* **-ries** ทฤษฎี, ข้อสมมติฐาน, หลัก, กฎ, หลักวิชา, ความเห็น,

A B C D E F G H I J K L M N O P Q R S T U V W X Y Z

การคาดคะเน, การสันนิษฐาน (-S. assumption)
theosophy (ธีออซ' ซะฟี) *n., pl.* **-phies** เทวปรัชญา
therapeutic, therapeutical (เธอระพิว' ทิค, -ทิเคิล) *adj.* เกี่ยวกับการบำบัดรักษาโรค, มีผลดีต่อสุขภาพร่างกายและจิตใจ **-therapeutically** *adv.* (-S. healing, remedial)
therapeutics (เธอระพิว' ทิคซ์) *n. pl.* อายุรเวท
therapy (เธอ' ระพี) *n., pl.* **-pies** การรักษาหรือบำบัดโรคทั้งทางร่างกายและจิตใจ โดยไม่ใช้ยาหรือการผ่าตัด, การรักษาด้วยจิต
★**there** (แธร์) *adv.* ที่นั่น, ที่ตรงนั้น, นั่น, ตรงนั้น, ตอนนั้น, ในข้อนั้น *-pron.* ใช้เรียกหรือทักทายคนที่เราไม่รู้จักชื่อ *-adj.* ที่อยู่ตรงนั้น *-n.* ตรงนั้น, จุดนั้น *-interj.* อ้าว, เออ, นั่นปะไร
thereabouts, thereabout (แธร์อะเบาท์ซ์', -เบาท์') *adv.* แถวๆ นั้น, ราวๆ นั้น
thereafter (แธร์แอฟ' เทอร์) *adv.* นับแต่นั้นต่อมา, ภายหลังจากนั้น
thereby (แธร์ไบ') *adv.* โดยวิธีนั้น, ด้วยเหตุนั้น
therefor (แธร์ฟอร์') *adv.* เพื่ออย่างนั้น
★**therefore** (แธร์' ฟอร์, -โฟร์) *adv.* เพราะฉะนั้น
therefrom (แธร์ฟรัม', -ฟรอม') *adv.* จากนั้น
therein (แธร์อิน') *adv.* ในที่นั้น, ในเวลานั้น, ในข้อนั้น
thereinafter (แธร์อินแอฟ' เทอร์) *adv.* ต่อจากนั้น, หลังจากนั้น
thereupon (แธร์อะพอน') *adv.* ครั้นแล้ว, ดังนั้นแล้ว, เพราะฉะนั้น, หลังจากนั้น
therm (เธิร์ม) *n.* หน่วยปริมาณความร้อนใช้งานเท่ากับ 100,000 British thermal units
therm. ย่อจาก thermometer เครื่องวัดอุณหภูมิ
thermal (เธอร์' เมิล) *adj.* เกี่ยวกับความร้อนหรือเกิดจากความร้อน **-thermally** *adv.*
thermal spring บ่อน้ำร้อน, บ่อน้ำอุ่น
thermion (เธอร์' ไมเอิน) *n.* อิออนที่วัตถุร้อนคายออกมา
thermionics (เธอร์ไมออน' นิคซ์) *n. pl.* วิชาอิเล็กทรอนิกส์สาขาที่ว่าด้วยการคายอิเล็กตรอนของสารเมื่อถูกความร้อนกระทำ
thermionic tube หลอดวิทยุ, หลอดอิเล็กตรอน, หลอดเทอร์มิออนิก
thermit, thermite (เธอร์' มิท, -ไมท์) *n.* สารผสมของผงอะลูมิเนียมและออกไซด์ของโลหะอย่างหนึ่ง สารผสมนี้ใช้ในการเชื่อมเหล็กและเหล็กกล้า และใช้ทำระเบิดเพลิง
thermocouple (เธอร์' มะคัพเพิล) *n.* เครื่องวัดอุณหภูมิอย่างหนึ่ง ซึ่งประกอบด้วยเส้นลวดสองเส้น ทำด้วยโลหะต่างชนิดกันเชื่อมกันไว้ที่ปลายข้างหนึ่งของแต่ละเส้น
thermodynamics (เธอร์โมไดแนม' มิคซ์) *n. pl.* วิทยาศาสตร์ที่ว่าด้วยกฎเกณฑ์ต่างๆ ที่ควบคุมกระบวนการต่างๆ ที่เกี่ยวกับการเปลี่ยนแปลงความร้อนและการเปลี่ยนรูปของพลังงาน
thermoelectricity (เธอร์โมอีเลคทริซ' ซิที, -อีเลค-) *n.* ไฟฟ้าที่ผลิตจากการเปลี่ยนรูปของพลังงานความร้อนเป็นพลังงานไฟฟ้าโดยตรง
★**thermometer** (เธอร์มอม' มิเทอร์) *n.* เทอร์โมมิเตอร์, เครื่องวัดอุณหภูมิ
thermonuclear reaction ปฏิกิริยาเทอร์โมนิวเคลียร์ เช่น ระเบิดไฮโดรเจนเป็นอาวุธนิวเคลียร์ที่อาศัยปฏิกิริยาดังกล่าว การระเบิดของมันรุนแรงยิ่งกว่าระเบิดอะตอม
thermopile (เธอร์' มะไพล์) *n.* เครื่องมือสำหรับตรวจและวัดรังสีความร้อน
thermoplastic (เธอร์มะแพลซ' ทิค) *n.* วัสดุพลาสติกซึ่งสามารถหล่อหลอมหรือทำให้อ่อนตัวลงโดยใช้ความร้อนซ้ำแล้วซ้ำอีกโดยสมบัติเดิมไม่เปลี่ยนแปลง, สารที่ได้รับความร้อนแล้วอ่อนตัวและเปลี่ยนรูปได้
thermostat (เธอร์' มะสแตท) *n.* เครื่องมือสำหรับรักษาหรือควบคุมอุณหภูมิให้คงที่
thesaurus (ธิซอ' เริซ) *n., pl.* **-sauri** (-ซอ' ไร)/ **-sauruses** พจนานุกรมคำพ้องและคำตรงข้าม, อภิธาน (หนังสืออธิบายศัพท์เฉพาะเรื่อง)
★**these** (ธีซ) *pron., adj.* พหูพจน์ของ this
thesis (ธี' ซิซ) *n., pl.* **-ses** (-ซีซ) วิทยานิพนธ์, ข้อสมมติฐาน
★**they** (เธ) *pron.* พวกเขา, เขาทั้งหลาย, พวกเขาเหล่านั้น
they'd (เธด) ย่อจาก they had, they would
they'll (เธล) ย่อจาก they will, they shall
they're (แธร์) ย่อจาก they are
they've (เธฟว์) ย่อจาก they have
★**thick** (ธิค) *adj.* **thicker, thickest** หนา, อย่างหนา, หนาแน่น, ดกดื่น, อุดม, ทึบ, แน่น, แนบแน่น, ใกล้ชิด, ข้น, เหนียว, ขุ่น, มัว, หมอง, ทึม, คลุ้ง, โง่, ทึ่ม, (เสียง) ไม่ชัด, ชอบพอกันมาก, สนิทสนม *-adv.* (มารยาท กิริยา) หยาบคาย, หนาแน่น, หนา, (ฝนตก) หนัก *-n.* ส่วนที่หนาที่สุด **-thickish** *adj.* **-thickly** *adv.* (-S. (adj.) dense, heavy, friendly, stupid)
thicken (ธิค' เคิน) *vt., vi.* **-ened, -ening** ทำให้ข้นหรือเหนียว **-thickener** *n.* (-S. clot)

thicket (ธิค' คิท) *n.* สุมทุมพุ่มไม้ที่มีต้นไม้ขึ้นหนาแน่น

thickhead (ธิค' เฮด) *n.* คนโง่, คนทึ่ม

thickset (ธิค' เซท') *adj.* หนาแน่น, ล่ำสัน, บึกบึน

thickskinned (ธิค' สกินด์') *adj.* หนังหนา, ทนทาน, หน้าด้าน

thickwitted (ธิค' วิท' ทิด) *adj.* โง่, ทึ่ม

★**thief** (ธีฟ) *n., pl.* **thieves** (ธีฟว์ซ) หัวขโมย, ผู้ลักทรัพย์ (**-S.** bandit, housebreaker)

thieve (ธีฟว์) *vt., vi.* **thieved, thieving** ขโมย, ลักทรัพย์ **-thievery** *n.* (**-S.** rob)

thigh (ไธ) *n.* ต้นขา, ขาอ่อน

thimble (ธิม' เบิล) *n.* ปลอกสวมนิ้วเย็บผ้า

★**thin** (ธิน) *adj.* **thinner, thinnest** บาง, ผอม, ซีดเซียว, จืด, ใส, โหรงเหรง, น้อย, เบาบาง, จาง, อ่อน, บอบบาง, หาแก่นสารหรือสาระใดๆ ไม่ได้, ขาดแคลน, หร็อมแหร็ม, ห่างๆ, ไม่ดก *-adv.* บาง *-vt., vi.* **thinned, thinning** ทำให้บาง **-thinly** *adv.* **-thinness** *n.* **-thinnish** *adj.* (**-S.** (adj.) filmsy, slim, watery **-A.** (adj.) fat)

★**thing** (ธิง) *n.* ของ, สิ่งของ, อะไรอะไร, อะไรต่อมิอะไร, เรื่อง, เรื่องที่ต้องทำ, สิ่งที่จะทำ, สิ่งสำคัญ, เหตุการณ์, สรรพสิ่ง, สิ่งที่อ้างถึง (โดยคำพูด สัญลักษณ์ หรือความคิด), บุคคล, สัตว์, เครื่องมือ, ของแต่ละสิ่ง, การกระทำ, ความคิด, การกล่าวคำพูด, (ภาษาพูด) ความหลงใหล สิ่งที่นิยมกันอย่างบ้าคลั่ง สิ่งที่อยู่ในความสนใจ **-things** เสื้อผ้าหรือข้าวของส่วนตัว, อุปกรณ์หรือเครื่องมือ, ทรัพย์สิน, เหตุการณ์, สภาพ (**-S.** affair, event, gadget, item)

★**think** (ธิงค์) *vt., vi.* **thought, thinking** ไตร่ตรอง, คำนึง, คิด, นึก, ใช้ความคิด, ครุ่นคิด, คิดพิจารณา, คิดว่า, เห็นว่า, เข้าใจว่า, รู้สึกว่า, ถือเอา, ทึกทักเอา, เข้าใจ, ลองคิดดู, คาดว่า, หวังว่า, คาดหมาย, ระลึก, จำได้, รำพึง, นึกดูเอาเอง, หลับตาเห็น, นึกฝันเห็น, จินตนาการ, ประดิษฐ์, คิดขึ้น *-n.* การใช้ความคิด, การครุ่นคิด, การไตร่ตรอง, การรำพึง **-think twice** ไตร่ตรองอย่างรอบคอบ **-thinkable** *adj.* **-thinkably** *adv.* **-thinker** *n.* (**-S.** (v.) consider, ponder, recall, suppose **-A.** (v.) forget, ignore)

thinking (ธิง' คิง) *n.* การใช้ความคิด, การไตร่ตรอง *-adj.* ที่ใช้ความคิด (**-S.** (adj.) rational, reasoning **-A.** (adj.) stupid)

think tank, think-tank (ธิงค์' แทงค์) *n.* สถาบัน หน่วยงาน หรือกลุ่มคนผู้เชี่ยวชาญระดับมันสมอง

thinner (ธิน' เนอร์) *n.* ทินเนอร์

★**third** (เธิร์ด) *n.* อันดับสาม, หนึ่งในสาม, วันที่สาม, ตำแหน่งที่สาม, เกียร์สาม

third class ชั้นสาม (เรือ รถไฟ)

third degree วิธีสอบปากคำนักโทษโดยการขู่เข็ญและทรมานทั้งร่างกายและจิตใจ

thirdhand (เธิร์ด' แฮนด์') *adj.* เป็นมือที่สาม, เป็นทอดที่สาม **-thirdhand** *adv.*

third party บุคคลที่สาม, บุคคลภายนอก

third person (ไวยากรณ์) บุรุษที่สาม

third-rate (เธิร์ด' เรท') *adj.* ชั้นเลว, ชั้นสาม, ด้อยคุณภาพ (**-S.** inferior, poor **-A.** good)

third wave, Third Wave คลื่นลูกที่สาม ซึ่งหมายถึงยุคแห่งความรู้ทางข่าวสารข้อมูลและเทคโนโลยีอันทันสมัย

Third World ประเทศกำลังพัฒนาได้แก่ ประเทศในแอฟริกา เอเชีย และละตินอเมริกา

★**thirst** (เธิร์ซท์) *n.* ความกระหายน้ำ, ความกระหาย (ความรู้) *-vi.* **thirsted, thirsting** กระหายน้ำ, อยาก (**-S.** (n.) dryness)

thirsty (เธอร์' สตี) *adj.* **-ier, -iest** แห้งแล้ง, แห้งผาก, กระหาย, อยาก, ที่มีลักษณะดูด (เช่น สำลี) **-thirstily** *adv.* (**-S.** dry **-A.** wet)

★**thirteen** (เธอร์ทีน') *n.* สิบสาม, เลขสิบสาม **-thirteen** *adj., pron.*

thirteenth (เธอร์ทีนธ์') *n.* อันดับสิบสาม, จำนวนที่สิบสาม, ส่วนที่สิบสาม, วันที่สิบสาม **-thirteenth** *adv., adj.*

thirtieth (เธอร์' ทีอิธ) *n.* อันดับสามสิบ, จำนวนที่สามสิบ, ส่วนที่สามสิบ, วันที่สามสิบ **-thirtieth** *adv., adj.*

★**thirty** (เธอร์' ที) *n., pl.* **-ties** สามสิบ, เลขสามสิบ **-Thirties** รอบสิบปีหรือทศวรรษจาก 30-39 ในหนึ่งศตวรรษ, ยุคปี 30 เช่น ปี ค.ศ. 1930-39 **-thirty** *adj., pron.*

★**this** (ธิซฺ) *pron., pl.* **these** (ธีซ) นี่, นี้, เหล่านี้, พวกนี้, สิ่งนี้ *-adj., pl.* **these** แค่นี้, อย่างนี้, เช่นนี้

thistle (ธิซ' เซิล) *n.* ไม้มีหนามจำพวกหนึ่ง ใบมีหนามแหลม ส่วนดอกมีสีม่วงเหลืองหรือขาว มีหนามขนโดยรอบ

tho, tho' (โธ) *conj., adv.* (ภาษาพูด) แม้ว่า

thong (ธอง) *n.* แส้, เชือกหนัง

thorium (ธอ' เรียม, โธ'-) *n.* ธาตุทอเรียม เป็นโลหะกัมมันตรังสีชนิดหนึ่งสีเทาเข้ม ใช้ทำโลหะผสม มีสัญลักษณ์ Th

thorn (ธอร์น) *n.* หนาม, ต้นไม้ที่มีหนาม

thorny (ธอร์ นี) *adj.* **-ier, -iest** เต็มไปด้วยหนาม, ยุ่งยาก (**-S.** difficult, prickly)
thorough (เธอ' โร) *adj.* ตลอด, ทั่วถึง, ถ้วนถี่, ละเอียดลออ, หมดจด, เต็มที่ **-thoroughly** *adv.* **-thoroughness** *n.* (**-S.** complete, total)
thoroughbred (เธอ' โรเบรด) *n.* ม้าพันธุ์ดี, สัตว์พันธุ์แท้, คนที่ได้รับการอบรมมาดี
thoroughfare (เธอ' โรแฟร์) *n.* ทางหลวง
thoroughpaced (เธอโรเพซท์) *adj.* ที่ได้รับการฝึกอบรมมาดี, สมบูรณ์แบบ
★**those** (โธซ) *pron., adj.* พหูพจน์ของ that
thou (เธา) *pron.* คุณ, ท่าน, เธอ (มักใช้ในภาษาวรรณคดีโบราณ)
★**though** (โธ) *conj.* แม้ว่า, ถึงแม้ว่า *-adv.* อย่างไรก็ตาม (**-S.** even if)
★**thought** (ธอท) *v.* กริยาช่อง 2 และ 3 ของ think *-n.* การครุ่นคิด, การพิจารณา, การไตร่ตรอง, ความคิดเห็น, แนวความคิด, ความคิดคำนึง, เรื่องเล็กๆ น้อยๆ, ความมุ่งหมาย, ความประสงค์, ความหวัง, ความใฝ่ฝัน (**-S.** (n.) aim, hope, idea, regard)
thoughtful (ธอท' เฟิล) *adj.* ครุ่นคิด, ไตร่ตรอง, พิจารณา, คำนึงถึง, เอาใจใส่ **-thoughtfully** *adv.* **-thoughtfulness** *n.* (**-S.** caring, mindful **-A.** thoughtless)
thoughtless (ธอทฺ' ลิซ) *adj.* ไม่แยแส, ไม่สนใจความรู้สึกผู้อื่น, หยาบคาย, เลินเล่อ **-thoughtlessness** *n.* **-thoughtlessly** *adv.* (**-S.** impolite, remiss **-A.** careful)
★**thousand** (เธา' เซินด์) *n.* จำนวนหนึ่งพัน
thrall (ธรอล) *n.* ทาส, ความเป็นทาส *-vt.* **thralled, thralling** จับไปเป็นทาส, ทำให้หลง
thrash (แธรช) *vt., vi.* **thrashed, thrashing** ตี, เฆี่ยน, โบย, ฟาด, หวด, นวด (ข้าว), ฟาดฟัน *-n.* การกระทำดังกล่าว (**-S.** (v., n.) beat)
★**thread** (เธรด) *n.* เส้นด้าย, เส้นไหม, เส้นขนสัตว์ที่ทำเป็นเข็ด, ด้ายหลอด, เส้นใย, สายใย, สายความคิด, สายโซ่ (แห่งเหตุผล), เรื่องที่ต่อเนื่องกันไป *-v.* **threaded, threading** *-vt.* สนเข็ม, ร้อยด้าย, ร้อยประคำ, ซอกซอน, ซุกแทรก, ซอนไช, แผ่ซ่าน, ดั้นด้น, ฟุ้ง *-vi.* ชอนไช, ซอกซอน, คดเคี้ยว, วกเวียน, ไข, หมุน (**-S.** (n.) cotton, fiber, yarn (v.) wind)
threadbare (เธรด' แบร์) *adj.* สึกกร่อน, กะรุ่งกะริ่ง, เก่าแก่, ที่ใช้บ่อยจนเบื่อหู
★**threat** (เธรท) *n.* การข่มขู่, การคุกคาม, คำพูดขู่, การเตือน, ลางสังหรณ์, ลางร้าย *-vt.* **threated, threating** ข่มขู่, ขู่เข็ญ, คุกคาม, ทำให้กลัว (**-S.** (n., v.) menace **-A.** (v.) protect)
★**threaten** (เธรท' เทิน) *vt., vi.* **-ened, -ening** ข่มขู่, คุกคาม, เตือน, (ลาง) บอกเหตุ, เตือนภัย **-threatener** *n.* (**-S.** warn)
★**three** (ธรี) *n.* สาม, เลขสาม, จำนวนที่สาม, อันดับสาม **-three** *adj., pron.*
three-dimensional (ธรีดิเมน' ชะเนิล, -ได-) *adj.* มีสามมิติ (กว้าง ยาว และลึก)
threepence (เธรพ' เพินซ์, ธริพ'-, ธรัพ'-) *n., pl.* **threepence/-pences** เหรียญที่มีค่าสามเพนนี, จำนวนสามเพนนี
threepenny (เธรพ' พะนี, ธริพ'-, ธรัพ'-) *adj.* มีมูลค่าสามเพนนี, เล็กน้อย, ขี้ปะติว
three-quarter (ธรี' ควอร์เทอร์) *adj.* เป็นจำนวนสามในสี่, เป็นความยาวสามในสี่
three R's วิชาสำคัญซึ่งเป็นพื้นฐานของการศึกษา ประกอบด้วย Reading (การอ่าน) Writing (การเขียน) และ Arithmetic (เลขคณิต)
thresh (เธรช) *v.* **threshed, threshing** *-vt.* นวด (ข้าว), ถกเถียง, โต้แย้ง, อภิปราย, โบย, ตี, เฆี่ยน *-vi.* นวด ฝัด (ข้าว)
thresher (เธรช' เชอร์) *n.* เครื่องนวดข้าว
threshold (เธรฺช' โอลด์, -โฮลด์) *n.* ธรณีประตู, ทางเข้า, จุดเริ่มต้น, ธรณีหน้าต่าง
threw (ธรู) *v.* กริยาช่อง 2 ของ throw
thrice (ไธรซ) *adv.* สามเท่า, สามครั้ง, สามหน, สามทบ
thrift (ธริฟท์) *n.* ความประหยัด, ความมัธยัสถ์, ความกระเหม็ดกระแหม่ (**-S.** economy, prudence)
thriftless (ธริฟท์ ลิซ) *adj.* ฟุ่มเฟือย, สุรุ่ยสุร่าย **-thriftlessly** *adv.* **-thriftlessness** *n.*
thrill (ธริล) *v.* **thrilled, thrilling** *-vt.* ทำให้ตื่นเต้น, ทำให้เร้าใจ, ทำให้ใจหายใจคว่ำ, ทำให้ตัวสั่น, ทำให้เสียวซ่าน *-vi.* ตื่นเต้น, เร้าใจ, ตัวสั่น, เสียวซ่าน, ระทึกใจ *-n.* ความตื่นเต้น, ความระทึกใจ, เรื่องที่ทำให้ตื่นเต้นระทึกใจ (**-S.** (v., n.) throb, tremble, quiver **-A.** (v.) pacify)
thriller (ธริล' เลอร์) *n.* หนังสือ เรื่องสั้น ละคร หรือภาพยนตร์ที่ทำให้ผู้อ่านผู้ชมตื่นเต้นระทึกใจ
thrive (ไธรฟว์) *vi.* **thrived/throve, thrived/thriven, thriving** เจริญ, เติบโต, งอกเงย, รุ่งเรือง **-thriver** *n.* (**-S.** boom **-A.** die)
★**throat** (โธรท) *n.* คอ, ลำคอ, หลอดอาหาร *-vt.* **throated, throating** ส่งเสียงครืดคราดจากคอ
throb (ธรอบ) *vi.* **throbbed, throbbing** เต้น, สั่น, ใจสั่น, กระเพื่อม, สั่นสะเทือน, เต้นรัว, เต้น

A B C D E F G H I J K L M N O P Q R S T U V W X Y Z

เป็นจังหวะ *-n.* การเต้น, การสั่น, การสั่นสะเทือน, การเต้นเป็นจังหวะ (**-S.** (v., n.) beat)

throe (โธร) *n.* ความเจ็บปวดรวดร้าวแสนสาหัส

throne (โธรน) *n.* บัลลังก์, ผู้ครองราชบัลลังก์

throng (ธรอง) *n.* ฝูงชน, กลุ่มคน, จำนวนคนมากมาย, เหล่า, หมู่, โขลง, ฝูง *-vt., vi.* **thronged, thronging** ออกัน, รุม, จับกลุ่ม, เบียดกัน, ยกโขยง, แห่กันไป (**-S.** (n., v.) crowd)

throttle (ธรอท' เทิล) *n.* จุก, ฝาจุก, ลิ้นบังคับน้ำมันในเครื่องยนต์ *-vt.* **-tled, -tling** เค้นคอ, รัดจนแน่น, อุด, บังคับ (ลิ้นบังคับน้ำมันในเครื่องยนต์), บังคับ (คันเร่ง) **-throttler** *n.* (**-S.** (v.) choke, control, stifle)

★**through** (ธรู) *prep.* ผ่าน, ตลอด, ฝ่ากลาง, ผ่านพ้น, โดยทาง, โดยวิธี, ด้วย, เพราะ, เนื่องด้วย, ตลอดรอดฝั่ง, โดยรอบ, โดยทั่ว, ฝ่า (ไฟแดง) *-adv.* ผ่าน, ผ่านตลอด, (อ่าน) ตลอด, ตลอดรอดฝั่ง, สำเร็จ, เสร็จ, สมบูรณ์, ผ่านพ้น, โดยตลอด *-adj.* โดยตลอด, ตลอด, ผ่านตลอด, ไปโดยตลอด, (เดินทาง) โดยไม่เปลี่ยนเส้นทาง, สำเร็จ, จบสิ้น, เสร็จสิ้น, ตัดขาด, เลิกลา **-through and through** สำเร็จลุล่วง, โดยตลอด (**-S.** (prep.) between, by way of, during (adj.) finished)

★**throughout** (ธรูเอาทฺ') *prep.* ตลอดทั้ง *-adv.* โดยตลอด, ตลอดทั้งหมด, ทั่ว

throve (โธรฟวฺ) *v.* กริยาช่อง 2 ของ thrive

★**throw** (โธร) *vt., vi.* **threw, thrown, throwing** ขว้าง, เขวี้ยง, เหวี่ยง, โยน, ปา, ทอด (ลูกเต๋า), ทอย, ส่อง (แสง), สาด, ผงะ, ปลดเปลื้อง, สลัดทิ้ง, ทำให้ตกลง (จากหลังม้า), ยอ (แสง), ทำให้ตกอยู่ในภาวะ, จัดงานเลี้ยง, ทำให้ตกใจหรือสับสน, พุ่ง, พ่น, ผลัก, กดลง, ทิ้ง, ลอก (คราบ) *-n.* การขว้างปา, การโยน, ระยะที่ขว้างไปถึง, การทอดลูกเต๋า, ผ้าคลุมไหล่, ผ้าพันคอ, รัศมี **-throw away** ละทิ้ง, กำจัด, ปล่อยโอกาสหลุดลอยไป **-throw back** ขัดขวาง **-throw in** แทรก, แถม, สอด **-throw off** ปลดเปลื้อง, ลอก (คราบ), ขว้าง, ทิ้ง, โยน, ทอด (ลูกเต๋า) **-throw out** ปฏิเสธ, กำจัด, โยนทิ้ง **-throw over** ทำลายล้าง, ละทิ้ง, ปฏิเสธ **-throw up** อาเจียน, ละทิ้ง, เลิก (**-S.** (v., n.) cast, heave, pitch, shy, toss)

thru (ธรู) *prep., adv., adj.* (ภาษาพูด) ดู through

thrum (ธรัม) *vt., vi.* **thrummed, thrumming** เคาะ ดีด หรือเล่นดนตรีอย่างไม่มีทักษะ, พูดเสียงพึมพำ, ทำเสียงหึ่งๆ

thrust (ธรัซทฺ) *vt., vi.* **thrust, thrusting** ผลัก, ไส, ดัน, ดุน, ยัน, รุน, เสือก, ยื่น, ซุก, แทง, ยัด, เสียบ, ทิ่ม, สอด, พุ่งเข้าใส่ *-n.* การผลักดัน, การโจมตี, การเสือกไส, แรงดัน, กำลังขับดัน, การทิ่มแทง, การทำลาย, จุดสำคัญ, สาระ, แก่น **-thruster** *n.* **-thrustful** *adj.* (**-S.** (v., n.) drive, shove, stab)

thud (ธัด) *n.* เสียงของหนักตกดังตุ๊บ, การทำให้เกิดเสียงตุ๊บ *-vi.* **thudded, thudding** ทุบเสียงดังตุ๊บ (**-S.** (n., v.) clump, smack)

thug (ธัก) *n.* นักเลงหัวไม้, อันธพาล, วายร้าย **-thuggery** *n.* **-thuggish** *adj.* (**-S.** hooligan)

★**thumb** (ธัม) *n.* นิ้วหัวแม่มือ, นิ้วโป้ง *-vt., vi.* **thumbed, thumbing** ใช้นิ้วพลิกหน้าหนังสืออย่างรวดเร็ว, (ภาษาพูด) โบกรถ **-all thumbs** งุ่มง่าม **-thumb one's nose** แสดงการดูถูกหรือล้อเลียนโดยใช้นิ้วโป้งแตะจมูกและกระดิกนิ้วที่เหลือ **-thumbs down** แสดงการปฏิเสธหรือล้มเหลว **-thumbs up** แสดงความพอใจ **-thumb through** มองหรืออ่านคร่าวๆ

thumb index ขอบหนังสือ (เช่น พจนานุกรม) ที่เว้าเป็นช่องแล้วติดสติกเกอร์ (เช่น A-Z, ก-ฮ) เพื่อแบ่งส่วนของหนังสือให้ง่ายต่อการค้นหา

thumbnail (ธัม' เนล) *n.* เล็บนิ้วหัวแม่มือ

thumbprint (ธัม' พรินทฺ) *n.* รอยนิ้วมือ

thumbscrew (ธัม' สกรู) *n.* ไขควงแบบมีร่องหรือมีปีกสำหรับมือบิด

thump (ธัมพฺ) *n.* เสียงทุบดังตุ๊บ, เสียงวัตถุตกดังตุ๊บ *-vt., vi.* **thumped, thumping** ทุบ, (เสียง) ตกดังตุ๊บ, (หัวใจ) เต้นระทึก **-thumper** *n.* (**-S.** (n., v.) bang, crash, thud)

★**thunder** (ธัน' เดอร์) *n.* เสียงฟ้าผ่า, เสียงดังก้องกังวาน, เสียงขู่คำราม, เสียงดังสนั่น *-vi., vt.* **-dered, -dering** แผดเสียง **-thunderer** *n.* (**-S.** (n., v.) boom, crash, rumble)

thunderbolt (ธัน' เดอร์โบลทฺ) *n.* สายฟ้า

thundercloud (ธัน' เดอร์เคลาดฺ) *n.* เมฆฝนฟ้าคะนอง

thunderstorm (ธัน' เดอร์สตอร์ม) *n.* พายุฝนฟ้าคะนอง

thunderstruck (ธัน' เดอร์สตรัค) *adj.* แปลกประหลาดใจ, ตกใจ (**-S.** amazed, shocked)

★**Thursday** (เธิร์ซ' ดี, -เด) วันพฤหัสบดี

★**thus** (ธัซ) *adv.* เช่นนี้, ดังเช่น, อย่างนี้, ดังนี้, ฉะนี้, ด้วยเหตุนี้ (**-S.** hence, so, then)

thwack (ธแวค) *vt.* **thwacked, thwacking** ฟาด, หวด, ตี, เฆี่ยน *-n.* การฟาดด้วยไม้แบน

thwart (ธวอร์ท) *vt.* **thwarted, thwarting**

กีดขวาง, ขัดขวาง, เหนี่ยวรั้ง, ฉุด -*n.* ที่นั่งเรือตามขวาง -*adj.* ตามขวาง, แนวขวาง, บิดเบือน, (ชักจูง) ไปในทางผิด (-S. (v.) oppose)

thy (ไธ) *adj.* ของเธอ, ของท่าน, ของคุณ, ดู thou

thyme (ไทม) *n.* ไม้ชนิดหนึ่งใบมีกลิ่นหอม ใช้ตากแห้งแล้วนำมาทำเครื่องเทศ

thyroid (ไธ' รอยด) *n.* ต่อมไทรอยด์

thyself (ไธเซลฟ') *pron.* ตัว (ของท่าน) เอง, ดู thou

tiara (เทีย' ระ, ทา' ระ) *n.* รัดเกล้า, มงกุฎเล็กๆ

tibia (ทิบ' เบีย) *n., pl.* **-iae** (-บีอี)/**-ias** กระดูกหน้าแข้ง

tic (ทิค) *n.* โรคกล้ามเนื้อใบหน้ากระตุก

★**tick**[1] (ทิค) *n.* เสียงนาฬิกาเดิน, เครื่องหมายขีด (✓), ช่วงเวลาสั้นๆ -*v.* **ticked, ticking** -*vi.* (เวลา) ผ่านไป, (นาฬิกา) เดินเสียงติ๊กๆ, (เครื่องยนต์กลไก) ทำงาน -*vt.* ขีด, กาเครื่องหมาย (✓) (-S. (n., v.) click, mark)

tick[2] (ทิค) *n.* เห็บ, หมัด

ticker (ทิค' เคอร) *n.* เครื่องรับโทรเลข, (คำสแลง) นาฬิกา หัวใจ

★**ticket** (ทิค' คิท) *n.* ตั๋ว, บัตรผ่านประตู, ป้ายราคาสินค้า, ใบสั่ง (เมื่อทำผิดกฎจราจร), ใบอนุญาตปล่อยตัวกลับบ้านที่ออกให้โดยกองทัพ, ใบอนุญาตขับขี่เครื่องบินหรือเรือ, รายชื่อของผู้ลงสมัครรับเลือกตั้งของแต่ละพรรคการเมือง -*vt.* **-eted, -eting** ติดป้าย (ราคา), ติดบัตร, ให้ใบสั่ง, มุ่ง (-S. (n.) card, coupon)

tickle (ทิค' เคิล) *v.* **-led, -ling** -*vt.* ทำให้จั๊กจี้, จั๊กจี้, ทำให้ขำ, เกาหรือสะกิดเบาๆ, ให้จั๊กจี้, ทำให้พอใจ, ทำให้ชอบใจ -*vi.* รู้สึกจั๊กจี้ -*n.* การทำให้จั๊กจี้, การทำให้คัน, ความรู้สึกจั๊กจี้

ticklish (ทิค' ลิช) *adj.* บ้าจี้, อ่อนไหว, ใจน้อย, (ปัญหา) ยุ่งยาก, ประณีต, บรรจง **-ticklishly** *adv.* **-ticklishness** *n.* (-S. delicate, touchy)

tidal (ไท' เดิล) *adj.* เกี่ยวกับน้ำขึ้นน้ำลง, ตามเวลาน้ำขึ้นน้ำลง **-tidally** *adv.*

tidal bore กระแสน้ำเชี่ยวบริเวณปากแม่น้ำ

tidal wave กระแสคลื่นยักษ์ที่ซัดเข้าหาฝั่งทะเลเนื่องจากแผ่นดินไหว ภูเขาไฟระเบิดหรือเกิดพายุ, น้ำท่วมใหญ่

tidbit, titbit (ทิด' บิท, ทิท'-) *n.* ชิ้นอาหารอันโอชะ

★**tide** (ไทด) *n.* เวลาน้ำขึ้นน้ำลง, กระแสน้ำขึ้นน้ำลง, ฤดูกาล, เทศกาล, กระแสความคิด, แนวโน้ม -*v.* **tided, tiding** -*vi.* ขึ้นและลงเหมือนกระแสน้ำ -*vt.* ลอยไปตามน้ำ, ไหลไปตามกระแสน้ำ **-tide over** ช่วยให้ผ่านพ้น (ปัญหายุ่งยาก) ไปพลางๆ (-S. (n., v.) course, flow)

tidemark (ไทด' มาร์ค) *n.* ร่องรอยหรือระดับที่น้ำขึ้นมาสูงสุด

tidewater (ไทด' วอเทอร) *n.* น้ำท่วมฝั่ง, กระแสน้ำขึ้นลง, บริเวณที่น้ำท่วมถึง (เวลาน้ำขึ้น)

★**tidy** (ไท' ดี) *adj.* **-dier, -diest** ประณีต, บรรจง, เรียบร้อย, ละเอียด, เป็นระเบียบ, สะอาด, (ภาษาพูด) พอเพียง -*vt., vi.* **-died, -dying** จัดให้เป็นระเบียบเรียบร้อย, ทำให้สะอาดสะอ้าน -*n., pl.* **-dies** การหุ้มหรือคลุมพนักเก้าอี้หรือที่พักแขน **-tidily** *adv.* **-tidiness** *n.* (-S. (adj.) neat, trim (v., adj.) clean (v.) order **-A.** (adj.) messy)

★**tie** (ไท) *vt., vi.* **tied, tying** มัดติดกัน, โยงเข้าด้วยกัน, ผูกมัด, ผูกให้เป็นปม, ขมวดให้เป็นปม, ผูกติด, สานสัมพันธ์, เชื่อมไมตรี, ผูกมิตร, (การแข่งขัน) เสมอกัน, กักตัว, คุมขัง, จำกัดวง -*n.* เชือกหรือสิ่งอื่นที่ใช้ผูกมัด, เนกไท, เครื่องผูกมัด, เหล็กยึดรางรถไฟ, (การแข่งขัน) การเสมอกัน, ความเป็นญาติกัน, ความเกี่ยวดองกัน, ข้อผูกมัด, การผูกมัด **-tie the knot** (คำสแลง) แต่งงาน **-tie up** ผูกติดกัน, (เงิน) จมทุน, โยงเข้าด้วยกัน (-S. (v.) bind (v., n.) limit)

tier (เทียร) *n.* ชั้น, ขั้น, แถว -*vt., vi.* **tiered, tiering** จัดให้เป็นขั้นเป็นชั้น (-S. (n., v.) rank)

tiger[1] (ไท' เกอร) *n., pl.* **-gers/-ger** เสือลายพาดกลอน, คนดุร้าย, คนพาล **-tigerish** *adj.*

tiger[2] (ไท' เกอร) *n.* (ภาษาพูด) ประเทศที่ประสบความสำเร็จทางด้านเศรษฐกิจในภูมิภาคเอเชียตะวันออก ได้แก่ ฮ่องกง ไต้หวัน เกาหลีใต้และสิงคโปร์

tiger cat แมวป่า, เสือปลา, แมวลาย

★**tight** (ไททฺ) *adj.* **tighter, tightest** คับ, รัด, แออัด, อึดอัด, เต็ม, แน่น, ฝืด, เข้มงวด, กวดขัน, แข็งขัน, ตึง, แนบ, งก, ขี้เหนียว, (คำสแลง) สนิทสนม ใกล้ชิด, ประณีตและเรียบร้อย, (คำสแลง) เมามาย, (เหตุการณ์) คับขัน -*adv.* **tighter, tightest** อย่างแน่นหนา, ปลอดภัย, อย่างมั่นคง, (กอด ถือ) แน่น, (หลับตา) สนิท **-tightly** *adv.* **-tightness** *n.* (-S. (adj.) close, drunk, sound, stingy **-A.** (adj.) loose)

tighten (ไท' เทิน) *vt., vi.* **-ened, -ening** ทำให้แน่น, ปิดอย่างแน่นหนา, ผูกให้แน่น, ตรึงให้แน่น, ขึงให้ตึง, ขัน (นอต) ให้แน่น, เข้มงวด **-tightener** *n.* (-S. fasten, tense)

tightfisted (ไททฺ' ฟิซ' ทิด) *adj.* ขี้เหนียว

A B C D E F G H I J K L M N O P Q R S T U V W X Y Z

tightrope (ไทท' โรพ) *n.* ลวดหรือเชือกที่ขึงตึงเหนือพื้นดิน สำหรับนักไต่ลวดเดินและแสดง
★**tights** (ไททซฺ) *n. pl.* กางเกงยืดแนบเนื้อ
★**tile** (ไทลฺ) *n.* กระเบื้องมุงหลังคา ปูพื้น หรือติดผนัง *-vt.* **tiled, tiling** มุงหรือปูกระเบื้อง
tiling (ไท' ลิง) *n.* การมุง ปู หรือลาดกระเบื้อง
till[1] (ทิล) *vt.* **tilled, tilling** พรวนดิน, ขุด, ไถ
till[2] (ทิล) *n.* ลิ้นชักเก็บเงินในร้านค้าหรือธนาคาร (**-S.** cash box, cash register)
★**till**[3] (ทิล) *prep., conj.* จน, จนกระทั่ง, จนกว่า, จนถึง, จนตราบ
tilt (ทิลทฺ) *vt., vi.* **tilted, tilting** เท, เอียง, ลาด, ยก, เฉียง, ตีหรือตอก (ด้วยค้อน), กระดก, พาด, เข้าปะทะ, ต่อสู้, โจมตี *-n.* การกระทำดังกล่าว, ความเอียงลาด, ที่ลาด, พื้นเอียง, ความเอนเอียง, อคติ, การประลองอาวุธ (หอก หลาว ทวน) บนหลังม้า, การทิ่มแทงด้วยอาวุธดังกล่าว, การโต้แย้ง, การโต้วาที **-tilter** *n.* (**-S.** (v., n.) cant, fight, incline, slant, slope)
timber (ทิม' เบอรฺ) *n.* ป่าไม้, ท่อนไม้, คาน, ซุง, ขื่อ, โครงเรือ *-vt.* **-bered, -bering** ค้ำ หนุนพยุงด้วยท่อนไม้ (**-S.** (n.) beams, forest, logs)
timberland (ทิม' เบอรฺแลนดฺ) *n.* ป่าไม้ที่มีต้นไม้ซึ่งมีค่าทางการค้า
★**time** (ไทมฺ) *n.* เวลา, กาล, ฤดู, ศักราช, ศก, ยุค, สมัย, ระยะเวลา, ช่วงเวลา, โอกาส, วาระ, ครั้ง, ครา, คราว, หน, จังหวะ (ดนตรี), กำหนด (วันตาย วันเกิด), อายุขัย, เวลาทำงาน, เวลาปิดสถานเริงรมย์, ช่วงเวลารับราชการทหาร, อัตราค่าจ้างที่จ่ายตามชั่วโมงทำงาน, เท่า, ช่วงเวลาที่มีการแพร่ภาพหรือกระจายเสียงรายการวิทยุโทรทัศน์, (กีฬา) เวลานอก *-vt.* **timed, timing** วัด จับ ตั้ง กำหนด จัด ปรับ เลือก (เวลา) **-against time** รีบเร่งแข่งกับเวลา **-at the same time** กระนั้น **-at times** บางครั้ง **-behind the times** ล้าสมัย **-for the time being** ชั่วคราว **-from time to time** บางครั้งบางคราว, ไม่บ่อยนัก **-in good time** ในเวลาที่เหมาะสม, ก่อนเวลา, เร็ว **-in no time** ทันทีทันใด **-in time** ทันเวลา **-on time** ตรงเวลา **-take time** ใช้เวลา **-time after time, time and again** ครั้งแล้วครั้งเล่า (**-S.** (n.) age, era, hour, rhythm (v., n.) measure)
time and a half การจ่ายค่าล่วงเวลาทำงานหนึ่งเท่าครึ่งของอัตราปกติ
time deposit การฝากเงินแบบบัญชีประจำ
time-honored (ไทมฺ' ออนเนอรฺดฺ) *adj.* เป็นที่เคารพนับถือเพราะความเก่าแก่สืบทอดกันมา
time immemorial ยุคดึกดำบรรพ์, บรรพกาล
time-lapse (ไทมฺ' แลพซฺ) *adj.* เกี่ยวกับเทคนิคการถ่ายภาพยนตร์ที่ถ่ายช้า แต่นำมาฉายจริงด้วยความเร็วตามปกติ เช่น ภาพการเจริญเติบโตของต้นไม้อย่างรวดเร็ว
timeless (ไทมฺ' ลิซ) *adj.* ตลอดกาล, (สวย) ไม่สร่าง, ชั่วกัลปาวสาน, ไม่จบสิ้น **-timelessly** *adv.* **-timelessness** *n.*
timely (ไทมฺ' ลี) *adj.* **-lier, -liest** เหมาะสม, ก่อนกำหนด, ถูกเวลา *-adv.* ทันเวลา, เร็วเกินไป **-timeliness** *n.* (**-S.** (adj.) prompt)
time out เวลานอก
timer (ไท' เมอรฺ) *n.* เครื่องจับเวลาหรือตั้งเวลา
times (ไทมซฺ) *prep.* คูณ
timesaving (ไทมฺ' เซวิง) *adj.* วิธีที่ช่วยประหยัดเวลา
Times Square ย่านแห่งหนึ่งในมหานครนิวยอร์ก
timetable (ไทมฺ' เทเบิล) *n.* ตารางเวลาเดินรถ, ตารางสอน, ตารางเรียน (**-S.** schedule)
timework (ไทมฺ' เวิร์ค) *n.* อัตราค่าจ้างที่จ่ายตามชั่วโมงทำงาน
time zone เขตเวลาของโลก
timid (ทิม' มิด) *adj.* **-er, -est** ขี้อาย, ขี้กลัว, ขี้ขลาด, ขี้ตื่น, กระดาก **-timidity, timidness** *n.* **-timidly** *adv.* (**-S.** shy **-A.** fearless)
timing (ไท' มิง) *n.* การกะจังหวะดนตรี, การกะเวลา, การจับเวลา, การคำนวณเวลา
timorous (ทิม' เมอเริซ) *adj.* ขี้ขลาด, ขี้ตื่น
★**tin** (ทิน) *n.* ธาตุดีบุก เป็นโลหะชนิดหนึ่งมีสีขาวคล้ายเงิน ใช้ในการชุบโลหะและทำโลหะผสมต่างๆ มีสัญลักษณ์ Sn *-vt.* **tinned, tinning** ฉาบหรือชุบด้วยดีบุก, หุ้มด้วยแผ่นดีบุกบางๆ
tin can กระป๋องบรรจุอาหารที่เคลือบด้วยดีบุก
tincture (ทิงคฺ' เชอรฺ) *n.* สารละลายในแอลกอฮอล์ หรือสารที่สกัดด้วยแอลกอฮอล์, สีผง, สีย้อม, สีแต้ม *-vt.* **-tured, -turing** แต้ม, ย้อม, ระบาย, ทำให้ซึมซาบ
tinder (ทิน' เดอรฺ) *n.* วัสดุที่ติดไฟง่าย เช่น เศษไม้
tinderbox (ทิน' เดอรฺบอคซฺ) *n.* ไม้ขีดไฟโบราณ ประกอบด้วยหีบเหล็กบรรจุกิ่งไม้แห้ง เศษไม้ฝอย หินเหล็กไฟ
tine (ไทนฺ) *n.* ง่าม, ซี่, ขา, เขากวาง
tin foil แผ่นดีบุกบางๆ ที่ใช้หุ้มอาหารหรือบุหรี่
ting (ทิง) *n.* เสียงกระดิ่งหรือระฆังดังกริ๊งๆ *-vi.* **tinged** (ทิงดฺ), **tinging** ส่งเสียงดังกริ๊งๆ
tinge (ทินจฺ) *vt.* **tinged** (ทินจฺดฺ), **tingeing/**

A B C D E F G H I J K L M N O P Q R S T U V W X Y Z

A B C D E F G H I J K L M N O P Q R S T U V W X Y Z

tinging (ทิน' จิง) แต้ม, ระบาย, ย้อม, เจือ *-n.* จำนวนเล็กน้อย, แต้มสี, สิ่งเจือปน (-S. (v., n.) dye, stain)

tingle (ทิง' เกิล) *v.* **-gled, -gling** *-vi.* เสียว, ชา, ซ่า, เจ็บแปลบ *-vt.* ทำให้รู้สึกเสียว ชา ซ่า เจ็บแปลบ *-n.* ความรู้สึกเสียว ชา ซ่าหรือเจ็บแปลบ **-tingler** *n.* **-tingly** *adj.*

tinker (ทิง' เคอร์) *n.* ช่างซ่อมปะหม้อ, ช่างบัดกรี, คนซุ่มซ่าม, คนเร่ร่อน *-v.* **-kered, -kering** *-vi.* ทำงานเป็นช่างปะหม้อ ช่างบัดกรี, ทำอะไรไม่เป็นโล้เป็นพาย, ไม่มีฝีมือ *-vt.* ซ่อม ปะหม้อ ฯลฯ, ทำเล่นๆ, จับจด (-S. (v.) dabble)

tinkle (ทิง' เคิล) *vi., vt.* **-kled, -kling** ส่งเสียงดังกุ๊งกริ๊งๆ, สั่น (กระดิ่ง) ดังกริ๊งๆ *-n.* เสียงกระดิ่งสั่นดังกริ๊งๆ

tin plate เหล็กฉาบดีบุก

tinsel (ทิน' เซิล) *n.* แผ่นโลหะบางๆ หลากสีที่ส่องแสงแวววับใช้ประดับต้นไม้เทศกาลคริสต์มาส, ผ้าที่ประดับด้วยแผ่นโลหะแวววาว, เครื่องประดับที่สวยงามแต่ไม่มีค่า *-adj.* เก๊, ไม่มีค่า, ฉูดฉาด *-vt.* **-seled, -seling/-selled, -selling** ประดับหรือตกแต่งด้วยเครื่องประดับที่แวววับ (-S. (adj.) tawdry)

tint (ทินท์) *n.* สีอ่อน, สีจาง, แต้มสี, สีอ่อนๆ ที่ระบายเป็นสีพื้น, สีย้อมผม *-vt., vi.* **tinted, tinting** ย้อม, แต้ม, ระบาย, เจือจาง (สี) **-tinter** *n.* (-S. (n., v.) color, rinse)

★**tiny** (ไท' นี) *adj.* **-nier, -niest** เล็ก, จิ๋ว, จ้อย, กระจิริด **-tininess** *n.* (-S. small -A. big)

★**tip**[1] (ทิพ) *n.* ส่วนปลาย, ส่วนสุดท้าย, ปลายนิ้ว, ปลายเท้า, ส่วนที่นำมาสวมปลาย *-vt.* **tipped, tipping** สวมปลาย, หุ้มปลาย, ต่อปลาย, เสริมปลาย, ย้อมปลายผม (-S. (n., v.) peak)

★**tip**[2] (ทิพ) *vt., vi.* **tipped, tipping** ล้ม, คว่ำ, คะมำ, เท, ลาด, เอียง, กระดก *-n.* การกระทำดังกล่าว, ขยะ (-S. (v., n.) incline (n.) rubbish)

★**tip**[3] (ทิพ) *n.* เงินรางวัล, คำแนะนำ *-vt., vi.* **tipped, tipping** แนะ, บอก, ให้เงินรางวัล (-S. (n., v.) gift, hint, reward (v.) advise)

tipcart (ทิพ' คาร์ท) *n.* รถบรรทุกที่สามารถยกท้ายเทของได้ เช่น รถขนหิน ดิน ทราย

tip-off (ทิพ' ออฟ) *n.* คำเตือน, ข้อแนะนำ

tipple (ทิพ' เพิล) *vt., vi.* **-pled, -pling** ดื่ม (เหล้า) มากเกินไป *-n.* เหล้า **-tippler** *n.*

tipster (ทิพ' สเตอร์) *n.* (ภาษาพูด) คนใบ้หวย คนทำนายม้าแข่งหรือสุนัขแข่ง

tipsy (ทิพ' ซี) *adj.* **-sier, -siest** เมา, โซเซ **-tipsily** *adv.* **-tipsiness** *n.*

tiptoe (ทิพ' โท) *vi.* **-toed, -toeing** เดินเขย่งเท้า, ย่อง *-n.* ปลายเท้า *-adj.* ระวังระไว, ระมัดระวัง, คอยเฝ้าดู *-adv.* แอบ, หลบๆ ซ่อนๆ **-on tiptoe** ใจจดใจจ่อ, อยากรู้อยากเห็น

tiptop (ทิพ' ทอพ) *n.* จุดสูงสุด, ความยอดเยี่ยม, ความเป็นเลิศ *-adj., adv.* ยอดเยี่ยม, ดีเลิศ

tirade (ไท' เรด, ไทเรด') *n.* คำพูดด่าทอยืดยาว, คำติเตียน (-S. declamation)

★**tire**[1] (ไทร์) *v.* **tired, tiring** *-vi.* เหนื่อยอ่อน, อ่อนเพลีย, เบื่อหน่าย *-vt.* ทำให้เหน็ดเหนื่อย, ทำให้เบื่อหน่ายหรือละเหี่ยใจ (-S. bore, weary)

★**tire**[2] (ไทร์) *n.* ยางรถ, ยางนอกรถ, ห่วงยางหรือโลหะที่สวมรอบล้อรถ, รอบนอกของล้อรถ

★**tired** (ไทร์ด์) *adj.* ล้า, เมื่อย, น่าเบื่อ **-tiredly** *adv.* **-tiredness** *n.* (-S. exhausted)

tireless (ไทร์' ลิซ) *adj.* ไม่รู้จักเหน็ดเหนื่อย **-tirelessly** *adv.* (-S. energetic -A. tired)

tiresome (ไทร์' เซิม) *adj.* น่าเบื่อ, น่ารำคาญ **-tiresomeness** *n.* (-S. dull, tedious)

★**tissue** (ทิช' ชู) *n.* เนื้อเยื่อ, กระดาษชำระ, เนื้อผ้า, ผ้าโปร่ง, ตาข่าย, ร่างแห

tissue culture การเพาะเลี้ยงเนื้อเยื่อ

tissue paper กระดาษห่อของ

tit (ทิท) *n.* (คำสแลง) หน้าอกผู้หญิง หัวนมผู้หญิง (-S. bosom, breast, nipple)

titanic (ไทแทน' นิค) *adj.* ใหญ่โต, มหึมา, ยักษ์, มโหฬาร (-S. huge -A. small)

titanium (ไทเท' เนียม, ทิ-) *n.* ธาตุไทเทเนียมเป็นโลหะชนิดหนึ่ง มีสัญลักษณ์ Ti

titbit (ทิท' บิท) *n.* ดู tidbit

tit for tat การโต้ตอบ, การแก้เผ็ด

tithe (ไทธ์) *n.* หนึ่งในสิบ, การเสียอากรสิบชักหนึ่ง, จำนวนเล็กน้อย *-v.* **tithed, tithing** *-vt.* เก็บอากรสิบชักหนึ่ง *-vi.* จ่ายอากรสิบชักหนึ่ง

titillate (ทิท' เทิลเลท) *v.* **-lated, -lating** *-vt.* กระตุ้น, จั๊กจี้, ทำให้ขัน, ทำให้เสียวซ่าน, ทำให้พอใจ *-vi.* รู้สึกจั๊กจี้, รู้สึกเสียวซ่าน **-titillatingly** *adv.* (-S. arouse, tickle)

titivate (ทิท' ทะเวท) *vt.* **-vated, -vating** ประดับ, ตกแต่ง, แต่งตัว **-titivation** *n.*

★**title** (ไท' เทิล) *n.* ชื่อ, ชื่อเรื่อง, ชื่อหนังสือ, ชื่อละคร, ชื่อเพลง, ชื่อภาพยนตร์, ฉายา, ยศฐาบรรดาศักดิ์, ผู้ครองตำแหน่งชนะเลิศในทางกีฬา, บท, ตอน, บทแปลภาพยนตร์, กรรมสิทธิ์, สิทธิ, ความเป็นเจ้าของ, ความถูกต้องตามกฎหมาย, กรรมสิทธิ์ในอสังหาริมทรัพย์

-*vt.* **-tled, -tling** ตั้งชื่อ, จั่วหน้า, ให้ชื่อ, เรียกชื่อ, ขนานนาม (**-S.** (n., v.) name (n.) right (v.) label)
title deed โฉนดแสดงกรรมสิทธิ์ที่ดิน
titled (ไท' เทิลด) *adj.* มียศฐาบรรดาศักดิ์
title page หน้าปกรองของหนังสือซึ่งจะระบุชื่อหนังสือ ชื่อผู้แต่ง สำนักพิมพ์ และสถานที่จัดพิมพ์
titleholder (ไท' เทิลโฮลเดอร์) *n.* ผู้ครองตำแหน่งชนะเลิศในทางกีฬา, ผู้ถือครองกรรมสิทธิ์ในอสังหาริมทรัพย์หรือโฉนดที่ดิน, ผู้มียศฐาบรรดาศักดิ์
titrate (ไท' เทรท) *vt., vi.* **-trated, -trating** ทำการวิเคราะห์ทางเคมีเพื่อวัดปริมาณของธาตุ
titration (ไทเทร' ชัน) *n.* ปฏิบัติการอย่างหนึ่งซึ่งเป็นพื้นฐานของการปริมาตรวิเคราะห์
titter (ทิท' เทอร์) *vi.* **-tered, -tering** หัวเราะคิกคัก -*n.* การหัวเราะคิกคัก
tittle-tattle (ทิท' เทิลแททเทิล) *n.* การนินทา
titular (ทิช' ชะเลอร์) *adj.* โดยนาม, เพียงในนาม
TKO ย่อจาก technical knockout การชนะชกมวยแบบกรรมการตัดสินให้คู่ต่อสู้แพ้เพราะหมดทางสู้
TNT (ทีเอนที') *n.* ย่อจาก t(ri)n(itro)t(oluene) วัตถุระเบิดแรงสูง
to (ทู) *prep.* ไปทาง, ไปสู่, ไปยัง, ไปถึง, มาถึง, มายัง, มาสู่, ให้, ไปหา, แก่, ถึง, จนถึง, แด่, กับ, ต่อ, จนกระทั่ง, กระทั่ง, สำหรับ, เพื่อ, จะ, จะถึง, ใกล้จะ, จวนจะ, ตามที่, ตามสั่ง, ทาง (ซ้ายขวา), เข้ากับ, เหมาะกับ, ประกอบเข้า, เป็น -*adv.* ไปยัง, ไปสู่, ไปทาง, ปิด (ประตู), ฟื้น, คืนสติ **-to and fro** กลับไปกลับมา
toad (โทด) *n.* คางคก, คนน่ารังเกียจ
toady (โท' ดี) *n., pl.* **-ies** คนประจบสอพลอ -*vt., vi.* **-ied, -ying** ประจบ (**-S.** (n.) flatterer)
★**toast**[1] (โทซท) *vt., vi.* **toasted, toasting** ปิ้ง, ย่าง, อบ, อังไฟ, ผิงไฟ -*n.* ขนมปังปิ้ง
toast[2] (โทซท) *n.* การดื่มอวยพร, คนที่ได้รับการดื่มอวยพร -*vt., vi.* **toasted, toasting** ดื่มอวยพร (**-S.** (n., v.) drink, salute)
toaster (โท' สเตอร์) *n.* เครื่องปิ้งขนมปัง
★**tobacco** (ทะแบค' โค) *n., pl.* **-cos/-coes** ใบยาสูบ, ต้นยาสูบ, ยาเส้น **-tobacconist** *n.*
to-be (ทูบี') *adj.* ในอนาคต, ภายหน้า
toboggan (ทะบอก' เกิน) *n.* เลื่อนที่ใช้ลากบนหิมะ -*vi.* **-ganed, -ganing** ขี่เลื่อน
tocsin (ทอค' ซิน) *n.* ระฆังบอกเหตุอันตราย
★**today** (ทะเด') *n.* ปัจจุบัน, วันนี้, ทุกวันนี้

toddle (ทอด' เดิล) *vi.* **-dled, -dling** เดินเตาะแตะ, เดินเล่น -*n.* ท่าทางเดินเตาะแตะ
toddy (ทอด' ดี) *n., pl.* **-dies** น้ำตาลเมา, อุ
to die for (ภาษาพูด) น่าปรารถนาเป็นที่สุด
★**toe** (โท) *n.* นิ้วเท้า, กีบเท้าของสัตว์ (ม้า), หัวถุงเท้าหรือรองเท้า, ปลายไม้กอล์ฟ, เชิงเขื่อน -*v.* **toed, toeing** -*vt.* แตะหรือเตะด้วยปลายเท้า, จิกเท้าก่อนออกวิ่งแข่ง, ตอก (ตะปู เดือย) -*vi.* ยืน เดินเขย่ง หรือเคลื่อนที่ด้วยปลายเท้า
toenail (โท' เนล) *n.* เล็บเท้า
toffee (ทอ' ฟี, ทอฟ' ฟี) *n.* ลูกอม
tofu (โท' ฟู) *n.* เต้าหู้
tog (ทอก) *n.* (ภาษาพูด) เสื้อผ้า เสื้อคลุม
★**together** (ทะเกธ' เธอร์) *adv.* ด้วยกัน, เข้าด้วยกัน, ร่วมกัน, ไปกันได้, พร้อมกันกับ, ต่อเนื่องกันไป, ติดๆ กัน -*adj.* (คำสแลง) ควบคุม (อารมณ์) ได้ดี, (อารมณ์) มั่นคง **-togetherness** *n.* (**-S.** (adv.) closely, continuously)
toggle (ทอก' เกิล) *n.* สลัก, เครื่องมือหรืออุปกรณ์ที่มีข้อต่อ -*v.* **-gled, -gling** -*vt.* ลงสลัก, ใส่สลัก, ยึดด้วยสลัก -*vi.* สลับกระแสไฟ
toggle joint ข้อต่อ เช่น ข้อศอก
toil (ทอยล) *vi.* **toiled, toiling** ทำงานหนัก, เดินลาก เข็นด้วยความเหนื่อยยาก -*n.* งานหนัก **-toiler** *n.* (**-S.** (v., n.) labor, slog, work)
★**toilet** (ทอย' ลิท) *n.* ห้องน้ำ, ห้องส้วม, การแต่งตัว, เสื้อผ้า, เครื่องแต่งกาย, การทำความสะอาดแผลผ่าตัด (**-S.** closet)
toilet paper กระดาษชำระ
toiletry (ทอย' ลิทรี) *n., pl.* **-ries** ข้าวของที่ใช้ในการแต่งตัว
toilet water เครื่องหอมที่ใช้หลังอาบน้ำ
token (โท' เคิน) *n.* เครื่องแสดง, หลักฐาน, ของที่ระลึก, พยาน, สิ่งที่มีค่าแทนเงิน, เหรียญกษาปณ์ -*vt.* **-kened, -kening** แสดงให้เห็น, แสดงเป็นนัย -*adj.* เป็นลาง, เป็นเครื่องแสดง, เป็นนัย (**-S.** (n., v.) evidence (n.) souvenir (adj.) symbolic **-A.** (adj.) concealed)
told (โทลด) *v.* กริยาช่อง 2 และ 3 ของ tell
tolerable (ทอล' เลอระเบิล) *adj.* ทนทาน, พอทน, พอสมควร **-tolerableness** *n.* **-tolerably** *adv.* (**-S.** endurable, fair)
tolerance (ทอล' เลอเรินซ) *n.* ความอดกลั้น, ความอดทน, ความทนทาน, ความต้านทาน, ความใจกว้าง (**-S.** patience, resistance)
tolerant (ทอล' เลอเรินท) *adj.* ใจกว้าง, ยอมรับฟัง, อดกลั้น, หักห้าม **-tolerantly** *adv.*

A B C D E F G H I J K L M N O P Q R S T U V W X Y Z

(-S. fair, patient -A. intolerant, unfair)

tolerate (ทอล' ละเรท) *vt.* **-ated, -ating** อดทน, อดกลั้น, ทนทาน, ฝืนทน **-tolerative** *adj.* **-tolerator** *n.* (-S. endure, stand)

toleration (ทอลละเร' ชัน) *n.* ความใจกว้าง, ความยอมรับนับถือความคิดของผู้อื่น

toll[1] (โทล) *n.* ค่าทางด่วน, ค่าผ่านทางพิเศษ, ค่าบริการโทรศัพท์ทางไกล, ความเสียหาย *-vt.* **tolled, tolling** เก็บค่าผ่านทาง ค่าบริการหรือค่าธรรมเนียม (-S. (n., v.) tariff, tax)

toll[2] (โทล) *vt., vi.* **tolled, tolling** ตี (ระฆัง) บอกเวลา, (เสียงระฆัง) ตีกลับไปมาอย่างช้าๆ *-n.* การเคาะระฆัง, เสียงเคาะระฆัง

toll call โทรศัพท์ทางไกล

tollgate (โทล' เกท) *n.* ประตูกั้นถนนเพื่อเรียกเก็บค่าผ่านทาง

tollhouse (โทล' เฮาซ์) *n.* ห้องเก็บเงินค่าผ่านทาง

tom (ทอม) *n.* สัตว์ตัวผู้ (แมวหรือไก่งวง)

tomahawk (ทอม' มะฮอค) *n.* ขวานของชาวอินเดียนแดงในสมัยก่อนใช้เป็นอาวุธ

★**tomato** (ทะเม' โท, -มา'-) *n., pl.* **-toes** มะเขือเทศ

tomb (ทูม) *n.* สุสาน, ฮวงซุ้ย, ป่าช้า, หลุมฝังศพ (-S. grave, vault)

tomboy (ทอม' บอย) *n.* เด็กผู้หญิงที่มีนิสัยแก่นเหมือนเด็กผู้ชาย

tombstone (ทูม' สโตน) *n.* ป้ายหินจารึกชื่อผู้ตาย (-S. monument)

tomcat (ทอม' แคท) *n.* แมวตัวผู้

tome (โทม) *n.* หนังสือที่หนักมากและมีขนาดใหญ่, สมุด, ฉบับ, เล่ม

★**tomorrow** (ทะมอร์' โร) *n.* วันพรุ่งนี้, วันข้างหน้า *-adv.* พรุ่งนี้

tom-tom, tam-tam (ทอม' ทอม, ทัม' ทัม; แทม' แทม) *n.* กลองยาว

★**ton** (ทัน) *n.* หน่วยวัดน้ำหนักเท่ากับ 2,000 ปอนด์ (907.18 กิโลกรัม) เรียกว่า short ton (แบบอเมริกัน), หน่วยวัดน้ำหนักเท่ากับ 2,240 ปอนด์ (1,016.05 กิโลกรัม) เรียกว่า long ton (แบบอังกฤษ), หน่วยวัดน้ำหนักเท่ากับ 2,205 ปอนด์ (1,000 กิโลกรัม) เรียกว่า metric ton, หน่วยวัดความจุหรือระวางของเรือบรรทุกสินค้า โดยทั่วไปเท่ากับ 40 ลูกบาศก์ฟุต (1,000 กิโลกรัม), หน่วยวัดความจุของเรือที่เอาน้ำหนักน้ำที่เรือขับออก หรือระวางขับน้ำเท่ากับ 2,240 ปอนด์หรือ 35 ลูกบาศก์ฟุต (0.99 ลูกบาศก์เมตร), หน่วยวัดความจุภายในของเรือสินค้าเท่ากับ 100 ลูกบาศก์ฟุต, (ภาษาพูด) จำนวนมากมาย, (คำสแลง) ความเร็ว 100 ไมล์ต่อชั่วโมง จำนวน 100 ปอนด์ จำนวน 100 คะแนน

★**tone** (โทน) *n.* เสียง, น้ำเสียง, เสียงดนตรี, เสียงร้องเพลง, เสียงสูงต่ำของดนตรี, คุณภาพของเสียง, ระดับเสียง, ลีลาการเขียน, สี, เฉดสี, ทัศนคติ ความคิด หรือความรู้สึกในการเขียน (จดหมาย), การเน้นเสียงพยางค์ของคำหนึ่ง, ความสมบูรณ์ของร่างกาย *-v.* **toned, toning** *-vt.* ปรับเสียง, ปรับสี, ทำให้เข้ากัน, ทำให้กลมกลืน *-vi.* เข้ากัน, กลมกลืน, ผสมผสานกัน **-tone down** ปรับเสียงให้เบาลง, ปรับสีให้อ่อนลง, บรรเทาลง **-tone up** ทำให้แข็งแรงขึ้น, ทำให้สีเข้มหรือสว่างขึ้น, ปรับเสียงให้ดังขึ้น (-S. (n.) accent, mood (n., v.) pitch, shade (v.) suit -A. (v.) separate)

tong (ทอง) *vt.* **tonged, tonging** คีบหรือหนีบด้วยคีมหรือปากคีบ

tongs (ทองซ์) *n. pl.* คีม, ปากคีบ

★**tongue** (ทัง) *n.* ลิ้น, ลิ้นวัว (อาหาร), ภาษา, คำพูด, สำนวน, โวหาร, ปาก, เปลวไฟ, ลิ้นของเครื่องดนตรี เช่น เครื่องเป่า, ลิ้นรองเท้า, แผ่นดินที่ยื่นเข้าไปในทะเล, ลูกตุ้มระฆัง *-v.* **tongued, tonguing** *-vt.* แตะหรือเลียด้วยลิ้น, ทำร่องรางลิ้น, ด่า *-vi.* ยื่น (ลิ้น) ออกมา **-hold one's tongue** เงียบ, หุบปาก **-lose one's tongue** พูดไม่ออก, อึ้ง

tongueless (ทัง' ลิซ) *adj.* ไม่มีลิ้น, ใบ้, ไม่พูด

tongue-tied (ทัง' ไทด์) *adj.* เขินอายจนไม่กล้าพูด, ประหม่าจนพูดไม่ออก

tongue twister คำหรือกลุ่มคำที่อ่านยาก, คำหรือวลีที่จะอ่านเร็วๆ ได้อย่างถูกต้องยาก

tonic (ทอน' นิค) *n.* ยาชูกำลัง, ยาบำรุงร่างกาย, ยาเจริญอาหาร *-adj.* ที่บำรุงทั้งร่างกายและจิตใจ **-tonically** *adv.* (-S. (n.) refresher)

tonic accent เครื่องหมายแสดงเสียงสูงต่ำทางสัทศาสตร์

★**tonight** (ทะไนท์') *adv.* ในคืนนี้ *-n.* คืนนี้

tonnage (ทัน' นิจ) *n.* ระวางของเรือคิดเป็นตัน, ความจุของเรือบรรทุกสินค้าเท่ากับ 100 ลูกบาศก์ฟุต, ค่าบรรทุกหรือค่าระวางที่คิดต่อตัน, น้ำหนักที่คิดเป็นตัน

tonsil (ทอน' เซิล) *n.* ต่อมทอนซิล มีหน้าที่ป้องกันเชื้อโรคที่ผ่านเข้ามาทางลำคอ

tonsillitis (ทอนซะไล' ทิซ) *n.* ต่อมทอนซิลอักเสบ

tonsure (ทอน' เชอร์) *n.* การโกนผมเพื่อบวช,

การโกนจุก, หัวโล้น (ของพระ) *-vt.* **-sured, -suring** โกนผม, ปลงผม, โกนจุก

★**too** (ทู) *adv.* ด้วย, เช่นกัน, เหมือนกัน, เกินไป, เหลือเกิน, อย่างยิ่ง, (*ภาษาพูด*) จริงๆ ทีเดียว (**-S.** also, extremely)

★**took** (ทุค) *v.* กริยาช่อง 2 ของ take

★**tool** (ทูล) *n.* เครื่องมือช่าง, คนที่ตกเป็นเครื่องมือของคนอื่น, คนที่ถูกล่อลวง, เครื่องดนตรี, ตราที่ประทับบนปกหนังสือ (**-S.** device, utensil)

toolbox (ทูล' บอคซฺ) *n.* กล่องเก็บเครื่องมือ

toot (ทูท) *vt., vi.* **tooted, tooting** เป่า (แตร), ชัก (หวูด) *-n.* แตร, หวูด

★**tooth** (ทูธ) *n., pl.* **teeth** (ทีธ) ฟัน, ซี่ฟัน, เขี้ยว, เฟือง, ซี่ (เลื่อย หวี ซิป), ความอยากอาหาร, ความชอบหรือพอใจ *-v.* **toothed, toothing** *-vt.* ทำให้เป็นขอบหยัก *-vi.* (เฟือง) กินกัน, เอา (เฟือง) ไปต่อกัน

toothache (ทูธ' เอค) *n.* อาการปวดฟัน

tooth and nail สู้ยิบตา, สู้ตาย

toothbrush (ทูธ' บรัช) *n.* แปรงสีฟัน

toothpaste (ทูธ' เพซทฺ) *n.* ยาสีฟัน

toothpick (ทูธ' พิค) *n.* ไม้จิ้มฟัน

toothsome (ทูธ' เซิม) *adj.* อร่อย, น่ากิน, พึงพอใจ, น่าดึงดูด (ทางเพศ)

tootle (ทูท' เทิล) *vi.* **-tled, -tling** เป่า (แตร ขลุ่ย) เบาๆ ดังตู๊ดๆ, (*ภาษาพูด*) เดินเล่น ขับรถเล่น *-n.* การกระทำดังกล่าว

★**top** (ทอพ) *n.* จุดสูงสุด, จุดบนสุด, ยอดไม้, ชั้นสูงสุด, ชั้นบน, ระดับสูงสุด, ตำแหน่งสูงสุด, ส่วนบน, ยอดหลังคา, (เสื้อผ้า) ท่อนบน, ฝาขวดหรือจุก, หลังคารถ, ไขมันที่ลอยบนผิวนม, คนเก่งที่สุด, หัวโต๊ะ, บนโต๊ะ, ความเร็วสูงสุด *-adj.* ข้างบน, บน, ยอด, เหนือ, สุดยอด, สูงสุด, ที่สุด, เด่น, สำคัญ, ชั้นดี, หัวกะทิ, เป็นเลิศ *-v.* **topped, topping** *-vt.* ราด, โรย, เด็ดยอด (ผัก พืช), (คำสแลง) ฆ่าแขวนคอ, เก็บเกี่ยว, ตัด (ต้นไม้), ขึ้นหน้า, อยู่หัวแถว, ไปถึงจุดสูงสุด *-vi.* สำเร็จ, เสร็จสิ้น, จบ, สรุป **-on top of** นอกเหนือไปจาก **-on top of the world** อยู่ในจุดที่มีความสุขและประสบความสำเร็จ **-top up** เติม, เพิ่ม (**-S.** (n.) crown, head, lid, zenith (adj.) best, prime (v.) surpass **-A.** (n., v.) bottom)

topaz (โท' แพซ) *n.* บุษราคัม

top dog (คำสแลง) บุคคลที่อยู่ในตำแหน่งสำคัญ

tope[1] (โทพ) *n.* สถูป, เจดีย์

tope[2] (โทพ) *vt., vi.* **toped, toping** ดื่มเหล้ามากจนติดเป็นนิสัย

topflight (ทอพ' ไฟลทฺ) *adj.* (*ภาษาพูด*) ชั้นหนึ่ง

top hat หมวกทรงสูงของผู้ชายมักทำจากผ้าไหม ใช้สวมเฉพาะเวลาออกงาน

top hat

top-heavy (ทอพ' เฮฟวี) *adj.* **-ier, -iest** หนักส่วนบน, โอนเอน, โงนเงน, ไม่สมดุล

top-hole (ทอพ' โฮล') *adj.* ชั้นหนึ่ง, ชั้นยอด, เป็นเลิศ (**-S.** excellent)

★**topic** (ทอพ' พิค) *n.* หัวข้อ, หัวเรื่อง, เรื่องพูด, เรื่องเขียน (**-S.** issue, subject)

topical (ทอพ' พิเคิล) *adj.* ซึ่งอยู่ในความสนใจของประชาชน, ที่แพร่หลายในขณะนี้, เฉพาะท้องถิ่น, เฉพาะแห่ง **-topicality** *n.* **-topically** *adv.* (**-S.** current, popular **-A.** unpopular)

topknot (ทอพ' นอท) *n.* หัวจุก, จุกผมเด็ก

topless (ทอพ' ลิซ) *adj.* ไม่มีส่วนบน, (เสื้อผ้า) ที่ไม่มีท่อนบน, เปลือยกายท่อนบน

topmost (ทอพ' โมซทฺ) *adj.* สูงสุด, สุดยอด, บนสุด (**-S.** highest **-A.** lowest)

topnotch (ทอพ' นอช') *adj.* (*ภาษาพูด*) ชั้นหนึ่ง ชั้นยอด เป็นเลิศ

topography (ทะพอก' กระฟี) *n., pl.* **-phies** ภูมิประเทศ, การพรรณนาลักษณะภูมิประเทศ **-topographic, topographical** *adj.*

topping (ทอพ' พิง) *n.* สิ่งที่ใช้ราดหรือโรยหน้าอาหารหรือขนม, ชั้นหรือส่วนที่อยู่ข้างบน

topple (ทอพ' เพิล) *vt., vi.* **-pled, -pling** หก, คะมำ, หกคะเมน, ล้ม, คว่ำ, เท, ลาด, เอียง

top-secret (ทอพ' ซี' คริท) *adj.* เป็นความลับสุดยอด (**-S.** concealed **-A.** open)

topsoil (ทอพ' ซอยลฺ) *n.* หน้าดิน

topsy-turvy (ทอพซีเทอร์' วี) *adv.* กลับหัวกลับหาง, ยุ่งเหยิง, สับสนอลหม่าน *-adj.* **-vier, -viest** ยุ่งเหยิง, อลหม่าน *-n., pl.* **-vies** ความยุ่งเหยิง (**-S.** (adv.) disorderly (adj.) confused)

tor (ทอร์) *n.* ยอดเขา, เนินเขา

torch (ทอร์ช) *n.* คบเพลิง, คบ, ได้, โคมไฟ, ตะเกียงแก๊ส, ไฟฉาย

torchbearer (ทอร์ช' แบเรอร์) *n.* คนถือคบเพลิง, ผู้ให้ความรู้แก่ผู้อื่น

tore (โทร์, ทอร์) *v.* กริยาช่อง 2 ของ tear[1]

toreador (ทอ' รีอะดอร์) *n.* นักสู้วัว

torment (*n.* ทอร์' เมนทฺ, *v.* ทอร์เมนทฺ', ทอร์' เมนทฺ) *n.* ความทรมาน, สิ่งที่ทำให้ทุกข์ทรมาน *-vt.* **-mented, -menting** ทำให้ทรมาน, ก่อกวน,

รังควาน **-tormentor** *n.* (-S. (n.) agony, misery (v.) annoy, irritate -A. (v.) please)

torn (ทอร์น, โทร์น) *v.* กริยาช่อง 3 ของ tear[1]

tornado (ทอร์เน' โด) *n., pl.* **-does/-dos** พายุทอร์นาโด, พายุหมุน, ลมสลาตัน, ลมบ้าหมู, ลมพายุ (-S. gale, tempest, whirlwind)

torpedo (ทอร์พี' โด) *n., pl.* **-does** จรวดตอร์ปิโด, ลูกระเบิดตอร์ปิโด *-vt.* **-doed, -doing** โจมตีด้วยระเบิดตอร์ปิโด

torpedo boat เรือตอร์ปิโด

torpid (ทอร์' พิด) *adj.* เงื่องหงอย, งงงวย, มึน, เฉื่อยชา, เกียจคร้าน **-torpidity** *n.* **-torpidly** *adv.* **-torpor** *n.* (-S. sluggish -A. active)

torque (ทอร์ค) *n.* แรงที่ทำให้วัตถุเกิดการหมุน

torrent (ทอร์' เรินท์) *n.* กระแสน้ำไหลเชี่ยวกราก, ฝนตกห่าใหญ่ **-torrential** *adj.* **-torrentially** *adv.* (-S. stream -A. drop)

torrid (ทอร์' ริด) *adj.* **-er, -est** (ดวงอาทิตย์) แผดจ้า, แผดเผา, เร่าร้อน, แรงกล้า, รวดเร็ว **-torridity, torridness** *n.* (-S. hot -A. cold)

torsion (ทอร์' ชัน) *n.* การบิด, แรงบิด

torsion balance ตาชั่งชนิดหนึ่งอาศัยการบิดตัวของเส้นลวด มุมที่เส้นลวดบิดไปมาใช้เป็นเครื่องบอกของแรงที่กระทำ

torso (ทอร์' โซ) *n., pl.* **-sos/-si** (-ซี) ลำตัวคน

tort (ทอร์ท) *n.* การละเมิดสิทธิของผู้อื่น

tortoise (ทอร์' ทิซ) *n.* เต่า

tortoiseshell, tortoise-shell, tortoise shell (ทอร์' ทิซเชล) *n.* กระดองเต่ากระ

tortuous (ทอร์' ชูเอิซ) *adj.* ลดเลี้ยว, เคี้ยวคด **-tortuously** *adv.* (-S. twisted -A. straight)

torture (ทอร์' เชอร์) *n.* ความทรมาน, เครื่องทรมาน *-vt.* **-tured, -turing** ทรมาน (-S. (n., v.) distress, pain, torment -A. (n., v.) comfort)

toss (ทอซ) *vt., vi.* **tossed, tossing** โยน, ขว้าง, ปา, (เรือ) โยนตัวขึ้นลง, โยนหัวโยนก้อย, สลัด, ทิ้ง, คลุก, ฝัด, ทำให้ลอยขึ้น, ต่อล้อต่อเถียง, ผงะ, เขย่า *-n.* การกระทำดังกล่าว, การทอด (ลูกเต๋า), การผงะศีรษะ, ระยะที่ขว้างปาไปถึง **-tossup** การโยนหัวโยนก้อย (-S. (v., n.) throw)

tot[1] (ทอท) *n.* เด็กน้อย, จำนวนเล็กน้อย

tot[2] (ทอท) *vt.* **totted, totting** รวม, สรุป

★**total** (โทท' เทิล) *n.* การรวม, การรวมยอด, ผลบวก, จำนวนทั้งสิ้น *-adj.* ทั้งหมด, ทั้งสิ้น, บริบูรณ์, ครบถ้วน *-vt., vi.* **-taled, -taling/-talled, -talling** รวม, นับ, คำนวณ, บวก, เพิ่ม, เท่ากับเป็น (-S. (n.) entirety (n., v.) sum (adj.) complete, perfect (v.) add up, amount to)

total eclipse การเกิดสุริยคราสหรือจันทรคราสเต็มดวง

totalitarian (โทแทลลิแท' เรียน) *adj.* เกี่ยวกับประเทศหรือรัฐบาลที่ปกครองแบบรวบอำนาจหรือแบบเผด็จการ *-n.* คนที่สนับสนุนการปกครองด้วยระบบดังกล่าว **-totalitarianism** *n.*

totality (โทแทล' ลิที) *n., pl.* **-ties** ผลบวก, ผลรวมทั้งหมด, การเกิดคราสเต็มดวง

totalize (โทท' เทิลไลซ์) *vt.* **-ized, -izing** รวมยอด **-totalization** *n.*

totally (โทท' เทิลลี) *adv.* ทั้งหมด, ทั้งสิ้น, ครบถ้วน, บริบูรณ์ (-S. wholly)

totem (โท' เทิม) *n.* รูปสัตว์ที่ชาวอินเดียนแดงในอเมริกาเหนือใช้แสดงสัญลักษณ์ของครอบครัว เผ่าหรือตระกูลของตน

totem pole เสาที่ชาวอินเดียนแดงวาดรูปสัตว์หรือต้นไม้ที่เป็นสัญลักษณ์ครอบครัว เผ่า หรือตระกูลของตน

totter (ทอท' เทอร์) *vi.* **-tered, -tering** เดินเตาะแตะ, เดินโซเซ, ซวนเซ **-totterer** *n.* (-S. oscillate, shake, sway)

★**touch** (ทัช) *v.* **touched, touching** *-vt.* จับ, แตะ, แตะต้อง, สัมผัส, จับต้อง, ถูก, ลูบ, ถู, ต่อ, แนบ, ติด, ชิด, ข้องแวะ, เกี่ยวข้อง, ทำอันตราย, รบกวน, ใช้, บริโภค, ขึ้นไปถึง (อุณหภูมิ), ทำให้เศร้าหรือดีใจ, บรรเลง (ดนตรี), กดเบาๆ, ลิ้ม, ชิมรส, แต้ม (สี), เจือ, ระบาย (สี), (คำสแลง) ขอยืมเงิน *-vi.* จับ, แตะต้อง, สัมผัส, ติด, ชิด *-n.* การสัมผัสจับต้อง, ประสาทสัมผัส, ความรู้สึกถึงสัมผัส, วิธีสัมผัส, จำนวนเล็กน้อย, การพูดเป็นนัย, การปลอบโยน, การลูบไล้, การเจือ, การแต้ม, ลักษณะ, ท่าทาง, วิธีการ, ความสามารถเฉพาะ, ทักษะ **-touch down** ลงสู่พื้นดิน **-touch off** ลั่นไกปืน **-touchable** *adj.* **-toucher** *n.* (-S. (v., n.) caress, contact, feel, hit, pat, stroke, tap)

touch-and-go (ทัช' เอินโก') *adj.* เสี่ยง, อันตราย, ล่อแหลม, ก้ำกึ่ง (-S. risky)

touching (ทัช' ชิง) *adj.* น่าสงสาร, น่าเวทนา *-prep.* เกี่ยวกับ, ในเรื่อง **-touchingly** *adv.* (-S. (adj.) pitiful, tender)

touchstone (ทัช' สโตน) *n.* สิ่งที่ใช้วัดมาตรฐาน, หินสีดำที่ใช้ทดสอบทองคำและเงิน

touchy (ทัช' ชี) *adj.* **-ier, -iest** อ่อนไหว, ใจน้อย, เปราะบาง, ที่ติดไฟง่าย

★**tough** (ทัฟ) *adj.* **tougher, toughest** แข็งแกร่ง,

บึกบึน, ทนทาน, เหนียว, ยาก, (คำสแลง) โชคร้าย, (อากาศ) รุนแรง, ก้าวร้าว, ดุร้าย, เกเร *-n.* อันธพาล, อาชญากร, คนร้าย **-toughly** *adv.* **-toughness** *n.* (**-S.** (adj.) rough, rugged, stout (n.) hooligan, rowdy **-A.** (adj.) tender, weak)

toughen (ทัฟ' เฟิน) *vt., vi.* **-ened, -ening** ทำให้เหนียว บึกบึน หรือแข็งแกร่ง

★**tour** (ทัวร์) *n.* การเดินทางท่องเที่ยว, การไปเที่ยว, การทัศนาจร, การออกตระเวนแสดงตามที่ต่างๆ, (ทหาร) ระยะเวลาการเข้าประจำการ *-vi., vt.* **toured, touring** ท่องเที่ยว, ทัศนาจร, ตระเวน, เตร็ดเตร่ (**-S.** (n.) excursion (n., v.) journey)

tourism (ทัว' ริเซิม) *n.* ธุรกิจที่ให้บริการจัดนำเที่ยวแก่นักท่องเที่ยว, การท่องเที่ยว

★**tourist** (ทัว' ริซท์) *n.* นักท่องเที่ยว (**-S.** sightseer, voyager)

tourist class ชั้นโดยสาร (เรือ เครื่องบิน) ราคาถูกที่สุด

tourmaline, turmaline (ทัวร์ มะลิน, -ลีน) *n.* แร่ชนิดเป็นผลึก มีสีเขียวน้ำเงิน ใช้ทำอัญมณี

tournament (ทัวร์ นะเมินท์, เทอร์'-) *n.* การแข่งขันใดๆ ก็ตามที่มีผู้แข่งขันมากกว่าสองคน โดยมีการแข่งขันเป็นรอบๆ จนได้ผู้ชนะในที่สุด เช่น การแข่งขันเทนนิส, การประลองยุทธ์ (**-S.** competition, contest, match)

tourniquet (ทัวร์ นิคิท, เทอร์'-) *n.* เครื่องห้ามโลหิต, การห้ามเลือดโดยการขันชะเนาะ

tousle (เทา' เซิล) *vt.* **-sled, -sling** ทำให้ยุ่ง, ขยี้, ยี (ผม) *-n.* การทำให้ (ผม) ยุ่งเหยิง

tout (เทาท์) *vi., vt.* **touted, touting** ชักชวน (ลูกค้า), เชื้อชวน, ทำนายม้าแข่ง, ลอบดูการซ้อมม้า, เผยแพร่ *-n.* คนที่เป็นหน้าม้า, คนทำนายม้าแข่ง **-touter** *n.*

tow (โท) *vt.* **towed, towing** ดึง, ลาก, โยง, พ่วง *-n.* การกระทำดังกล่าว (**-S.** (v., n.) haul)

towage (โท' อิจ) *n.* ค่าลากจูง

★**toward, towards** (ทอร์ด; ทะวอร์ด', ทอร์ดซ์; ทะวอร์ดซ์') *prep.* ไปทาง, ไปสู่, ไปยัง, เกี่ยวข้องกับ, ต่อ, ใกล้กับ, เพื่อ (**-S.** about, for, nearly)

towardly (ทอร์ด' ลี, โทร์ด'-) *adj.* เป็นประโยชน์

★**towel** (เทา' เอิล) *n.* ผ้าเช็ดตัว, ผ้าขนหนู, ผ้าเช็ดจาน, ผ้าอนามัย *-vt., vi.* **-eled, -eling/-elled, -elling** เช็ดหรือซับด้วยผ้าดังกล่าว

tower

★**tower** (เทา' เออร์) *n.* สิ่งก่อสร้างที่มีลักษณะสูงโดดเด่นจากอาคารอื่นๆ เช่น หอไอเฟิล หอคอย หอระฆัง *-vi.* **-ered, -ering** อยู่สูงขึ้นไป, บินสูง, ทะยาน, ชูยอด, บินโฉบ (**-S.** (n.) steeple (v.) soar)

towering (เทา' เออริง) *adj.* สูง, เลิศลอย

★**town** (เทาน์) *n.* เมือง, นคร, ย่านธุรกิจการค้า, คนที่อาศัยในเมือง, เมืองเล็กๆ

town clerk นายทะเบียนประจำเมือง

town hall ศาลากลางจังหวัด

townhouse (เทาน์ เฮาซ์) *n.* บ้านที่สร้างติดต่อกันเป็นแถว มีลักษณะหรือแบบเหมือนกันและมีกำแพงติดกันทุกหลัง

townsfolk (เทานซ์ โฟค) *n. pl.* คนเมือง

towpath (โท' แพธ, -พาธ) *n.* ทางข้างคลองหรือแม่น้ำสำหรับคนเดิน หรือสัตว์ลากเรือ

toxemia (ทอคซี' เมีย) *n.* โรคโลหิตเป็นพิษ

toxic (ทอค' ซิค) *adj.* เป็นพิษ, มีพิษ *-n.* สารเคมีหรือสารอื่นที่เป็นพิษ **-toxically** *adv.*

toxin (ทอค' ซิน) *n.* สารพิษ, พิษสัตว์, เชื้อพิษ

toxoid (ทอค' ซอยด์) *n.* สารพิษที่แบคทีเรียหลั่งออกมาถูกทำให้อ่อนลง แต่ยังสามารถกระตุ้นให้ร่างกายเมื่อได้รับพิษสร้างตัวต่อต้าน

★**toy** (ทอย) *n.* ของเล่นเด็ก, เรื่องเล็กน้อย, สิ่งที่ไม่มีค่า, เครื่องเล่น, คนแคระ, สิ่งที่มีขนาดเล็ก *-vi.* **toyed, toying** ล้อเล่น, ทำเล่นๆ, เล่นสนุก, คิดเล่นๆ (**-S.** (n.) doll (v.) play)

★**trace** (เทรซ) *n.* ร่องรอย, รอย, ซาก, รอยเท้า, รอยนิ้วมือ, จำนวนเล็กน้อย, แนวทางเดิน *-v.* **traced, tracing** *-vt.* ติดตาม, แกะรอย, เสาะหา, สืบค้น, ลอก (รูป ภาพ), วาด, เขียน, ลาก (เส้น) *-vi.* เดินตามทาง, สืบหา **-traceable** *adj.* (**-S.** (n., v.) track, trail)

tracer (เทร' เซอร์) *n.* ผู้สืบค้น, สำนักงานนักสืบ, อุปกรณ์ที่ใช้ในการลอกลายหรือวาดเขียน

tracer bullet กระสุนชนิดที่มีควัน ทำให้เห็นวิถีทางของกระสุน

tracery (เทร' ซะรี) *n., pl.* **-ies** ลวดลายประดับหน้าต่างอย่างโบสถ์โกธิค

trachea (เทร' เคีย) *n., pl.* **-cheae** (-คี)/**-cheas** หลอดลม **-tracheal** *adj.*

tracing (เทร' ซิง) *n.* สำเนาแผนที่หรือรูปที่ลอกด้วยกระดาษแก้ว

★**track** (แทรค) *n.* แนวทางเดิน, ทางเดินในป่า, ทางพาหนะ, ทางรถไฟ, ทางรถแข่ง, ร่องเสียง (ดนตรี), ร่องรอย, รอยเท้า, ลู่วิ่ง, แนว, ทาง, เส้นทาง, แนวความคิด *-vt., vi.* **tracked, tracking** ติดตาม, แกะรอย, สืบ, สะกดรอย, ทิ้งร่องรอย **-trackable** *adj.* **-tracker** *n.* (**-S.** (n.,

A B C D E F G H I J K L M N O P Q R S T U V W X Y Z

v.) trace, trail)

trackage (แทรค' คิจ) *n.* ทางรถไฟ, ค่าบรรทุกสินค้า, ค่าขนส่งสินค้า

tract (แทรคท์) *n.* พื้นที่, อาณาบริเวณ, เนื้อที่, หย่อม, ผืน, ภาค (**-S.** region, stretch)

tractable (แทรค' ทะเบิล) *adj.* ว่าง่าย, หัวอ่อน, เชื่อฟัง **-tractably** *adv.* (**-S.** governable)

traction (แทรค' ชัน) *n.* การดึง, การลาก, แรงดึง, แรงลาก, การหดเกร็งของกล้ามเนื้อเวลาออกแรงดึงหรือลาก **-tractional** *adj.*

★**tractor** (แทรค' เทอร์) *n.* รถลากขนาดใหญ่, รถลากที่มีแต่ส่วนหัวเครื่อง (ส่วนคนขับ) สำหรับชักลากรถหรือพ่วงของหนัก

★**trade** (เทรด) *n.* ธุรกิจ, การค้า, การทำธุรกิจ *-vi., vt.* **traded, trading** ค้าขาย, ซื้อขาย, แลกเปลี่ยน **-trade on** แสวงหาประโยชน์ส่วนตัว **-trades** ลมค้า, ลมตะเภา **-tradable** *adj.* (**-S.** (n., v.) barter, exchange)

trade fair งานแสดงสินค้า

trade-in (เทรด' อิน) *n.* การนำของเก่าที่ใช้แล้วไปแลกของใหม่

trademark (เทรด' มาร์ค) *n.* เครื่องหมายการค้า

trade name ชื่อสินค้า, ชื่อการค้า

trader (เทร' เดอร์) *n.* พ่อค้า, เรือพาณิชย์

trade route เส้นทางที่ใช้สัญจรค้าขาย

trade secret ความลับของสินค้า

tradesman (เทรดซ์' เมิน) *n.* พ่อค้า, คนขายของ, ช่างฝีมือ (**-S.** craftsman, shopkeeper)

trade union สหภาพแรงงาน

trade wind ลมค้า, ลมตะเภา

★**tradition** (ทระดิช' ชัน) *n.* ขนบธรรมเนียมประเพณี ความคิด ความเชื่อที่ยึดถือปฏิบัติสืบต่อกันเรื่อยมา (**-S.** custom)

★**traditional** (ทระดิช' ชะเนิล) *adj.* ซึ่งสืบทอดต่อกันมา, เป็นประเพณี **-traditionally** *adv.* (**-S.** conventional, customary)

traduce (ทระดูซ', -ดิวซ์') *vt.* **-duced, -ducing** ว่าร้าย, ใส่ร้ายป้ายสี (**-S.** blemish **-A.** praise)

★**traffic** (แทรฟ' ฟิค) *n.* การจราจร (ทั้งทางบก อากาศ ทะเล), การขนส่ง, การค้าขาย, การทำธุรกิจ, การติดต่อ *-vi.* **-ficked, -ficking** ค้าขาย, แลกเปลี่ยน **-trafficker** *n.* (**-S.** (n.) flow, travel (n., v.) barter, trade)

traffic light สัญญาณไฟจราจร

★**tragedy** (แทรจ' จิดี) *n., pl.* **-dies** ละครที่จบลงด้วยความเศร้า, เหตุการณ์น่าเศร้าสลด, โศกนาฏกรรม (**-S.** disaster, misfortune)

tragic (แทรจ' จิค) *adj.* น่าเศร้าสลด, เกี่ยวกับความตาย ความเศร้าและการสูญเสีย **-tragical** *adj.* **-tragically** *adv.* (**-S.** dreadful **-A.** comic)

tragicomedy (แทรจจิคอม' มิดี) *n., pl.* **-dies** ละครเศร้าปนตลก **-tragicomic** *adj.*

★**trail** (เทรล) *v.* **trailed, trailing** *-vt.* ลากหาง, ลากเป็นแนวยาว, สะกดรอย, แกะรอย, เดินตามหลัง, ล้าหลัง *-vi.* (ควัน) ปล่อยเป็นทาง, ล้าหลัง, ตามหลัง, เดินด้วยความเหนื่อยอ่อน, (ต้นไม้) เลื้อย *-n.* ร่องรอย (ของสัตว์หรือคน), กลิ่นของสัตว์, เส้นทาง, ทางเดินในป่า, ทางควันบุหรี่, ทางฝุ่นควัน, รอยเท้า, การสะกดรอยตาม (**-S.** (v., n.) drag, trace, track)

trailer (เทร' เลอร์) *n.* รถพ่วง, รถลาก, บ้านพักที่เชื่อมติดกับรถพ่วงใช้เดินทางไกลท่องเที่ยวแบบคาราวาน, ตัวอย่างภาพยนตร์หรือโฆษณา *-vt., vi.* **-ered, -ering** เดินทางด้วยรถดังกล่าว

★**train** (เทรน) *n.* รถไฟ, ขบวนรถไฟ, ชายกระโปรง, หาง, แถว, ขบวน, กระแส (ความคิด), บริวาร, ข้าราชบริพาร, สิ่งที่ต่อเนื่องตามกันมา, ควันหลง, ผลที่ตามมา *-v.* **trained, training** *-vt.* ฝึก, สอน, อบรม, ฝึกหัด, ออกกำลังกาย, เตรียมร่างกาย, ดัด (ต้นไม้ ผม), เล็ง (ปืน กล้อง), ลากเป็นทาง *-vi.* ได้รับการฝึกหัดอบรมหรือสั่งสอน, เดินทางโดยทางรถไฟ (**-S.** (n.) chain (v.) teach)

trainee (เทรนี') *n.* ผู้รับการฝึกอบรม

trainer (เทร' เนอร์) *n.* ผู้ฝึก (ม้า ละครสัตว์ นักกีฬา), สิ่งที่ใช้ในการฝึก (**-S.** coach)

★**training** (เทร' นิง) *n.* การฝึกอบรม, การฝึกหัด (**-S.** discipline, instruction)

training school โรงเรียนดัดสันดาน, โรงเรียนฝึกวิชาชีพ

trait (เทรท) *n.* ลักษณะ, บุคลิกลักษณะ

traitor (เทร' เทอร์) *n.* คนขายชาติ **-traitorous** *adj.* **-traitorously** *adv.* (**-S.** betrayer)

trajectory (ทระเจค' ทะรี) *n., pl.* **-ries** วิถีกระสุน, วิถีโคจร (**-S.** path, route)

tram (แทรม) *n.* รถราง, ทางรถราง, รถกระเช้าไฟฟ้า (**-S.** streetcar)

tramline (แทรม' ไลน์) *n.* ทางรถราง

trammel (แทรม' เมิล) *n.* แห, ห่วงเหล็กคล้องเท้าม้า, เครื่องพันธนาการ, ตะขอแขวนกาต้มน้ำ, วงเวียน, สิ่งกีดขวาง, อุปสรรค *-vt.* **-meled, -meling/-melled, -melling** จับปลาด้วยแห, กีดขวาง, หน่วงเหนี่ยว, รั้ง (**-S.** (n., v.) shackel)

tramp (แทฺรมพฺ) *vi., vt.* **tramped, tramping** เหยียบ, ย่ำ, กระทืบ, พเนจร, ร่อนเร่, เดินเที่ยว, เดินเท้า, เดินเสียงดัง, เดินสวนสนาม, เดินขบวน *-n.* การเดินกระทืบเท้า, การเดินย่ำเท้า, การเหยียบย่ำ, เสียงเดินกระทืบเท้าในการเดินสวนสนามหรือเดินขบวน, คนจรจัด, คนพเนจร, โสเภณี, การเดินทางรอนแรมไปเรื่อยด้วยเท้า, แผ่นโลหะที่ตอกติดส้นรองเท้ากันสึก (-S. (v., n.) hike, march, ramble, slog, trek)

trample (แทรม' เพิล) *vt., vi.* **-pled, -pling** เหยียบย่ำ, กระทืบ, ขยี้, ดูถูก *-n.* การกระทำดังกล่าว, เสียงกระทืบเท้า (-S. (v., n.) crush)

trampoline (แทรม' พะลีน, -ลิน) *n.* เตียงผ้าใบติดสปริง ใช้เล่นกายกรรมหรือกระโดดเล่น

trance (แทรนซฺ) *n.* อาการแน่นิ่ง, อาการไม่รู้สึกตัว เช่น การเข้าฌาน, การถูกสะกดจิต, ความเผลอสติ, ความมึนตึง *-vt.* **tranced, trancing** ทำให้ไม่รู้สึกตัว (-S. (n., v.) daze, spell)

tranquil (แทรง' เควิล, แทรน-') *adj.* สงบ, เงียบ, ราบเรียบ, เยือกเย็น, แน่นิ่ง **-tranquilly** *adv.* (-S. calm, peaceful, serene -A. noisy)

tranquilize, tranquillize (แทรง' ควะไลซฺ, แทรน'-) *v.* **-ized, -izing/-lized, -lizing** *-vt.* ทำให้สงบ, ให้ยาระงับประสาท *-vi.* สงบลง, ผ่อนคลาย (-S. pacify)

tranquilizer (แทรง' ควะไลเซอรฺ, แทรน'-) *n.* ยาระงับประสาท

trans- คำอุปสรรค หมายถึง ข้าม, อีกด้าน, เปลี่ยนแปลง, ย้าย, ผ่าน, ทะลุ, ตลอด, โพ้น

transact (แทรนแซคทฺ', -แซคทฺ') *v.* **-acted, -acting** *-vt.* กระทำ, ทำการ, จัดการ, ติดต่อ *-vi.* เจรจา ติดต่อ ต่อรอง (ทางธุรกิจ) **-transactor** *n.* (-S. negotiate, settle)

transaction (แทรนแซค' ชั่น, -แซค'-) *n.* การเจรจา ซื้อขาย แลกเปลี่ยน (ทางธุรกิจ), การติดต่อ **-transactions** รายงานการประชุม **-transactional** *adj.* (-S. deal, proceeding)

transceiver (แทรนซี' เวอรฺ) *n.* เครื่องรับและส่งวิทยุในเครื่องเดียวกัน

transcend (แทรนเซนดฺ') *vt., vi.* **-scended, -scending** เกิน, เหลือเกิน, ล้นพ้น, เหลือล้น

transcendental (แทรนเซนเดน' เทิล) *adj.* ซึ่งอยู่นอกเหนือธรรมชาติ, เกินกว่าความเข้าใจ **-transcendent** *adj.* **-transcendentally** *adv.*

transcribe (แทรนสไกรบฺ') *vt.* **-scribed, -scribing** คัด, ลอก, จด, ทำสำเนา, ถ่าย (เสียง), บันทึก (เสียง), จำลอง, ถอดแบบ, แปลง, แปล (-S. reproduce, translate)

transcript (แทรน' สกริพทฺ) *n.* ใบแสดงผลการเรียนรายวิชา, สำเนา, แบบจำลอง, ฉบับเทียบ, การบันทึก (-S. duplicate, note)

transcription (แทรนสกริพ' ชั่น) *n.* การคัดลอก, การบันทึก, การอัดเสียง, การทำสำเนา

transduce (แทรนซฺดูซฺ') *vt.* **-duced, -ducing** แปลง (กำลัง พลังงาน) **-transducer** *n.*

★**transfer** (*v.* แทรนซฺเฟอรฺ', แทรนซฺ' เฟอรฺ, *n.* แทรนซฺ' เฟอรฺ) *v.* **-ferred, -ferring** *-vt.* ถ่ายเท, ขนส่ง, โยกย้าย, โอน, ยกให้, เปลี่ยน, ลอก (รูป) *-vi.* เปลี่ยน (สถานี เส้นทาง), ย้าย (บ้าน งาน โรงเรียน) *-n.* การเปลี่ยน (งาน ทีม), การโยกย้าย, การโอน, รูปลอก **-transferal** การโอนกรรมสิทธิ์, เอกสารแสดงการโอน **-transferable** *adj.* **-transferrer** *n.* (-S. (v., n.) change)

transferee (แทรนซฺฟะรี') *n.* ผู้รับโอน

transference (แทรนซฺเฟอ' เริ่นซฺ, แทรนซฺ' เฟอเรินซฺ) *n.* การโอนกรรมสิทธิ์, การโยกย้าย

transfigure (แทรนซฺฟิก' เกอรฺ) *vt.* **-ured, -uring** เปลี่ยนแปลง, เปลี่ยนรูป, แปลงกาย **-transfigurement** *n.*

transfix (แทรนซฺฟิคซฺ') *vt.* **-fixed, -fixing** เจาะ, แทง, ตรึง, ทำให้ตกใจจนตัวแข็งทื่อ

★**transform** (แทรนซฺฟอรฺม') *vt., vi.* **-formed, -forming** เปลี่ยนแปลง, เปลี่ยนรูป, จำแลง, แปลงกาย, แปลงกระแสไฟฟ้า **-transformation** *n.* (-S. alter, renew -A. retain)

transformer (แทรนซฺฟอรฺ เมอรฺ) *n.* หม้อแปลงไฟฟ้า

transfuse (แทรนซฺฟิวซฺ') *vt.* **-fused, -fusing** ถ่ายเลือด **-transfusion** *n.*

transgress (แทรนซฺเกรซฺ', แทรนซฺ-) *v.* **-gressed, -gressing** *-vt.* ละเมิด, ฝ่าฝืน, ทำผิด (กฎหมาย สัญญา) *-vi.* ประทุษร้าย, ประพฤติชั่ว, ทำผิดกฎหมาย, (ทะเล) ล้ำเข้ามาบนแผ่นดิน **-transgression** *n.* (-S. break, sin -A. obey)

transient (แทรน' เชินทฺ, -เฉินทฺ, -เซียนทฺ) *adj.* ชั่วคราว, เดี๋ยวเดียว, ไม่ถาวร, แวบเดียว, ชั่วครู่ (-S. temporary -A. lasting)

transistor (แทรนซิซ' เทอรฺ, -ซิซ'-) *n.* อุปกรณ์ที่ทำด้วยสารกึ่งตัวนำ ใช้แทนหลอดวิทยุได้

transit (แทรน' ซิท, -ซิท) *n.* การขนส่ง, การผ่าน, การเปลี่ยน *-vt., vi.* **-sited, -siting** ผ่าน, ข้าม, เคลื่อนย้าย, ส่งผ่าน (-S. (n., v.) pass)

transition (แทรนซิช' ชั่น, -ซิช'-) *n.* การผ่าน, การเปลี่ยน (-S. conversion, upheaval)

A B C D E F G H I J K L M N O P Q R S T U V W X Y Z

transitive (แทรน' ซิทิฟว์, -ซิ-) *n.* สกรรมกริยา **-transitively** *adv.* (**-A.** intransitive)
transitory (แทรน' ซิทอรี, -โทรี, -ซิ-) *adj.* ชั่วคราว, ไม่ยั่งยืน, ไม่ถาวร **-transitorily** *adv.* **-transitoriness** *n.* (**-S.** transient **-A.** permanent)
★**translate** (แทรนซ์เลท', แทรนซ์-) *vt., vi.* **-lated, -lating** แปล, แปลความหมาย, ถอดรหัส, แปลง, ถ่าย, โยกย้าย, นำไป, พาไป, เคลื่อนย้าย **-translation** *n.* (**-S.** decode, move, transfer)
translator (แทรนซ์เล' เทอร์) *n.* นักแปล, ล่าม
translucent (แทรนซ์ลู' เซินท์, แทรนซ์-) *adj.* เป็นฝ้า, มัว, แจ่มแจ้ง **-translucence** *n.*
transmigrate (แทรนซ์ไม' เกรท, แทรนซ์-) *vi.* **-grated, -grating** อพยพไปอยู่ที่อื่น, (วิญญาณ) ออกจากร่างเดิมไปสู่ร่างอื่น
transmission (แทรนซ์มิช' ชัน, แทรนซ์-) *n.* การส่งผ่าน, การถ่ายทอด (วิทยุ โทรทัศน์), การถ่ายกำลังจากเครื่องยนต์ไปสู่ล้อ, การติดต่อสื่อสาร (**-S.** broadcasting, programme, sending)
★**transmit** (แทรนซ์มิท', แทรนซ์-) *v.* **-mitted, -mitting** *-vt.* ส่ง, ติดต่อ, ระบาด, แพร่, กระจาย, ส่งผ่าน, สื่อสาร, ส่งสัญญาณวิทยุ, ถ่ายทอด (วิทยุโทรทัศน์), (มรดก) ตกทอด, ถ่ายกำลังเครื่องยนต์ไปสู่ส่วนอื่น *-vi.* ส่งสัญญาณ **-transmittable** *adj.* **-transmittal** *n.* (**-S.** broadcast, carry, remit)
transmitter (แทรนซ์มิท' เทอร์, แทรนซ์-) *n.* เครื่องส่งโทรเลข, เครื่องส่งวิทยุ, ผู้ส่ง (สื่อสัญญาณ เสียง ภาพ)
transmute (แทรนซ์มิวท', แทรนซ์-) *vt., vi.* **-muted, -muting** เปลี่ยน, แปลง, เปลี่ยนรูป
transoceanic (แทรนซ์โอเชียน' นิค, แทรนซ์-) *adj.* โพ้นทะเล, ข้ามมหาสมุทร
transom (แทรน' เซิม) *n.* หน้าต่างบานเล็กๆ ที่อยู่เหนือประตูหรือหน้าต่าง, กรอบด้านบนของหน้าต่าง
transparency (แทรนซ์แพ' เรินซี) *n., pl.* **-cies** ฟิล์มภาพสีที่สามารถส่องดูได้, ความใส, ความโปร่งตา (**-S.** translucency)
★**transparent** (แทรนซ์แพ' เรินท์) *adj.* ใส, โปร่งตา, ชัดเจน, เห็นได้ง่าย, กระจ่าง, แจ่มแจ้ง, เปิดเผย, ตรงไปตรงมา **-transparently** *adv.* **-transparentness** *n.* (**-S.** evident, frank)
transpire (แทรนสไปร์') *v.* **-spired, -spiring** *-vt.* ทำให้ (พืช) คายน้ำ, ทำให้ระเหยเป็นไอ, ทำให้เหงื่อออก *-vi.* (พืช) คายน้ำ, กลายเป็นไอ, รั่วไหล, ระเหย (**-S.** befall, come out)
transplant (*v.* แทรนซ์แพลนท์', *n.* แทรนซ์' แพลนท์) *vt., vi.* **-planted, -planting** ขุดต้นไม้เพื่อย้ายไปปลูกที่อื่น, เคลื่อนย้าย, โยกย้าย, ถ่ายเท, ปลูกถ่าย (เนื้อเยื่อ ผิวหนัง) นำมาปะ *-n.* การผ่าตัดเปลี่ยนอวัยวะหรือปลูกถ่ายเนื้อเยื่อ, การย้ายต้นไม้ไปปลูกที่อื่น
★**transport** (*v.* แทรนซ์พอร์ท', -โพร์ท', *n.* แทรนซ์' พอร์ท, -โพร์ท) *vt.* **-ported, -porting** ขนส่ง, ทำให้ปลื้ม, ทำให้ปีติ, เนรเทศ *-n.* การขนส่ง, ระบบขนส่ง, พาหนะที่ใช้ขนส่งทหาร, การเนรเทศ, ความปีติยินดี **-transportability** *n.* **-transportable** *adj.* **-transportation** *n.* (**-S.** (v.) banish, convey (n.) ecstasy, vehicle)
transpose (แทรนซ์โพซ') *vt.* **-posed, -posing** สลับ, ย้าย, แปล **-transposition** *n.* (**-S.** switch)
transship, tranship (แทรนซ์ชิพ', แทรนชิพ') *vt., vi.* **-shipped, -shipping** ถ่ายสินค้าหรือคนจากพาหนะหนึ่งไปยังอีกพาหนะ
transverse (แทรนซ์เวิร์ซ', แทรนซ์-, แทรนซ์' เวิร์ซ, แทรนซ์'-) *adj.* ทแยง, ตามขวาง, ไขว้ *-n.* สิ่งที่อยู่ตามขวาง **-transversely** *adv.*
★**trap** (แทรพ) *n.* กับดักสัตว์, กลลวง, อุบาย, ท่อคอห่านใต้อ่างล้างหน้าหรือชักโครก,รถเทียมม้า, (คำสแลง) ปากคน *-v.* **trapped, trapping** *-vt.* ล่อให้ติดกับดัก, ทำให้ตกหลุมพราง, ทำให้อยู่ในสภาพลำบาก, ดักฝุ่นหรือก๊าซ *-vi.* ติดกับดัก **-traps** เครื่องดนตรีประเภทตี เช่น กลอง ฉิ่ง ฉาบ ที่ใช้เล่นในวงดนตรีแจ๊ส **-trapper** *n.* (**-S.** (v., n.) snare)
trapeze (แทรพีซ', ทระ-) *n.* ราวสำหรับนักกายกรรม (หรือนักยิมนาสติก) ห้อยโหนตัว
trapezoid (แทรพ' พิซอยด์) *n.* สี่เหลี่ยมคางหมู
trappings (แทรพ' พิงซ์) *n. pl.* เครื่องประดับตกแต่ง, เครื่องประดับยศ, เครื่องบังเหียน (**-S.** adornments, dress)
★**trash** (แทรช) *n.* สิ่งที่ไม่มีค่า, ขยะ, สวะ, กาก, เดน, เรื่องเหลวไหล, ชานอ้อย, คนไร้สาระ (**-S.** nonsense, rubbish)
trashy (แทรช' ชี) *adj.* **-ier, -iest** ไร้ค่า, สวะ, เหลวไหล, ไร้สาระ (**-S.** worthless)
trauma (เทรา' มะ, ทรอ'-) *n., pl.* **-mas/-mata** ภาวะที่ร่างกายได้รับบาดเจ็บอย่างรุนแรงจนหมดสติ, ความชอกช้ำใจ
★**travel** (แทรฟว์' เวิล) *vi., vt.* **-eled, -eling/-elled, -elling** (เครื่องยนต์) เลื่อน, เดินทาง, ท่องเที่ยวไป, ทัศนาจร, ผ่านไป *-n.* การเดินทาง,

การท่องเที่ยว, การสัญจร, ระยะเลื่อนของเครื่องจักรกล (-**S.** (v., n.) journey, ramble, tour)

travel agency ตัวแทนหรือบริษัทที่ทำธุรกิจด้านการท่องเที่ยว

traveled, travelled (แทรฟว์ เวิลด์) *adj.* มีประสบการณ์ในการท่องเที่ยวมามาก

traveler, traveller (แทรฟว์ เวิลเลอร์, แทรฟว์ เลอร์) *n.* นักท่องเที่ยว (-**S.** tourist)

> **traveller** นักเดินทาง นักท่องเที่ยว เช่น There are problems for travellers today at all main bus stations.
>
> **passenger** ผู้โดยสารยานพาหนะต่างๆ ทั้งรถประจำทาง เครื่องบิน รถไฟ รถยนต์ และเรือ เช่น Passengers should remain seated till the bus comes to a stop.

traveler's check ตั๋วเงินที่ธนาคารออกให้เพื่อใช้ในการเดินทาง ซึ่งผู้ซื้อสามารถนำไปขึ้นเงินสดได้ตามธนาคารที่อื่น

traverse (*v.* ทระเวิร์ซ', แทรฟว์ เวอร์ซ์, *n., adj.* แทรฟว์' เวอร์ซ์, ทระเวิร์ซ') *vt., vi.* **-versed, -versing** ผ่าน, ข้าม, ตัดผ่าน, ตัดขวาง, พาดผ่าน, ขวาง, ขัดขวาง, ค้าน, หัน (กระบอกปืน), สำรวจ, พิจารณาโดยละเอียด *-n.* การตัดผ่าน, การพาดผ่าน, เส้นทางผ่าน, ทางตัดผ่าน, เส้นที่ตัดผ่านกัน, ไม้ขวาง, คาน, เส้นรังวัดที่ดินตามแนวขวาง, เส้นทางที่เป็นรูปตัว z, การหันกระบอกปืน, สิ่งกีดขวาง *-adj.* ตามขวาง, ทแยงมุม, ไขว้กัน, ที่ตัดกัน (-**S.** (v.) obstruct (n.) crosspiece (adj.) transverse)

★**travesty** (แทรฟว์' วิสตี) *n., pl.* **-ties** การล้อเลียน, การวาดภาพล้อเลียน *-vt.* **-estied, -estying** ล้อเลียน, ทำให้ขายหน้า

trawl (ทรอล) *n.* อวนจับปลาขนาดใหญ่ ใช้เรือลาก *-vt., vi.* **trawled, trawling** ลากอวน

★**tray** (เทร) *n.* ถาด, ลิ้นชัก

treacherous (เทรช' เชอเริซ) *adj.* ทรยศ, ขายชาติ, ไม่ซื่อสัตย์, ไม่ปลอดภัย **-treacherously** *adv.* (-**S.** deceitful -**A.** loyal)

treachery (เทรช' ชะรี) *n., pl.* **-ies** การทรยศ, การหักหลัง, การขายชาติ (-**S.** betrayal)

treacle (ทรี' เคิล) *n.* น้ำเชื่อม, น้ำอ้อย

tread (เทรด) *vt., vi.* **trod, trodden/trod, treading** เดินบน, ย่ำ, ขยี้, เหยียบ, กระทืบ, เดินผ่าน, เดินข้าม *-n.* เสียงฝีเท้า, การเหยียบย่ำ, การบดขยี้, การกระทืบ, หน้ายางล้อรถ, ดอกยางล้อรถ, ส่วนของล้อที่สัมผัสถนนหรือราง, ขั้นบันได, พื้นรองเท้าที่แตะดิน, รอยเท้า (-**S.** (v., n.) pace, step, stride, walk)

treadle (เทรด' เดิล) *n.* คันถีบจักรหรือจักรยาน

treadmill (เทรด' มิล) *n.* เครื่องโม่หรือเครื่องสีที่ใช้วิธีถีบสายพานให้หมุน, สายพานที่ใช้เดินหรือวิ่งออกกำลัง

treason (ทรี' เซิน) *n.* การขายชาติ, การกบฏ **-treasonable** *adj.* (-**S.** treachery -**A.** loyalty)

★**treasure** (เทฺรฌ' เฌอร์) *n.* ทรัพย์สมบัติ, ขุมทรัพย์, สิ่งมีค่า, คนที่มีค่ามีความหมาย, คนรัก *-vt.* **-ured, -uring** สงวน, เก็บ, รักษา, สะสม, ทะนุถนอม (-**S.** (n.) valuables, wealth (n., v.) prize (v.) cherish -**A.** (v.) abandon, scorn)

treasure house ท้องพระคลัง

treasure hunt เกมล่าทรัพย์สมบัติที่ซ่อนตามที่ต่างๆ

treasurer (เทรฌ' เฌอเรอร์) *n.* เหรัญญิก

treasury (เทรฌ' ฌะรี) *n., pl.* **-ies** ขุมทรัพย์, ท้องพระคลัง, คลังเก็บสมบัติ, วรรณกรรมหรือศิลปะที่มีคุณค่า **-Treasury** กระทรวงการคลัง (-**S.** capital, resources)

Treasury bill ใบกู้ของรัฐบาล

Treasury bond พันธบัตรรัฐบาล

Treasury note ธนบัตรของกระทรวงการคลัง

treat (ทรีท) *v.* **treated, treating** *-vt.* ทำกับ, ทำราวกับ, ปฏิบัติกับ, แสดงวิธี (เขียน พูด วาด), เลี้ยง (อาหาร), ทำให้พอใจ, ทำการรักษา *-vi.* เจรจา, ทำสัญญา, เลี้ยง (อาหาร), พูดหรือเขียน *-n.* การเลี้ยงอาหาร, การจัดการ, การปฏิบัติต่อ, สิ่งที่ให้ความบันเทิง **-treater** *n.* (-**S.** (v.) discuss, handle, nurse (n.) delight, joy)

treatise (ทรี' ทิซ) *n.* หนังสือ, ตำราเรียน

★**treatment** (ทรีท' เมินท์) *n.* วิธีปฏิบัติ, การปฏิบัติ, การจัดการ, วิธีรักษา (-**S.** cure)

★**treaty** (ทรี' ที) *n., pl.* **-ties** สนธิสัญญา, ข้อตกลงทางการค้าหรือความร่วมมือระหว่างประเทศ (-**S.** agreement, contract)

treble (เทรบ' เบิล) *adj.* สามครั้ง, สามหน, สามเท่า, สามทบ, เกี่ยวกับระดับเสียงสูงสุดในดนตรี, (เสียง) แหลม *-n.* ระดับสูงสุดของเสียงหรือดนตรี, เสียงแหลม *-vt., vi.* **-led, -ling** เพิ่มขึ้นสามเท่า, มากขึ้นสามชั้น **-trebleness** *n.* **-trebly** *adv.*

★**tree** (ทรี) *n.* ต้นไม้, ไม้ยืนต้น, ไม้หรือโครงไม้ที่ใส่ข้างในรองเท้าเพื่อรักษารูปทรง, โครงไม้, แผนภูมิแสดงต้นตระกูล, ไม้กางเขน, โครงไม้

แขวนคอนักโทษ, โครงอานม้า *-vt.* **treed, treeing** ทำให้จนมุม, ไล่ขึ้นต้นไม้
tree surgery การรักษาต้นไม้ที่เป็นโรคหรือเสียหาย โดยขูดเอาเนื้อไม้ที่ไม่ดีออกแล้วทายาสำหรับต้นไม้ สุดท้ายจึงโบกปูนทับอุดให้เต็มแผล
treetop (ทรี' ทอพ) *n.* ยอดไม้
trefoil (ทรี' ฟอยลฺ) *n.* ต้นไม้ที่มีใบสามแฉก
trek (เทรค) *vi.* **trekked, trekking** เดินป่า, เดินเท้า, เดินทางโดยเกวียน *-n.* การเดินทางด้วยความยากลำบาก, การเดินทางด้วยเกวียน, การเดินทางด้วยเท้า (-S. (v., n.) hike, tramp)
trellis (เทรล' ลิซ) *n.* ไม้ระแนงที่ขัดกันสำหรับปลูกไม้เลื้อย
★**tremble** (เทรม' เบิล) *vi.* **-bled, -bling** ไหว, สะเทือน, กระเทือน, ตัวสั่น, ใจสั่น, เต้นระริก, หวั่นวิตก, สั่น *-n.* เสียงสั่น, อาการสั่น **-trembler** *n.* **-trembly** *adj.* (-S. (v., n.) shake)
tremendous (ทริเมน' เดิซ) *adj.* มากมาย, มโหฬาร, น่าสยดสยอง **-tremendously** *adv.* (-S. enormous, horrid -A. tiny)
tremor (เทรม' เมอรฺ) *n.* การเคลื่อนไหว หรือการสั่นของโลก, อาการตัวสั่น, เสียงสั่น (-S. earthquake, shaking)
tremulous (เทรม' เมียเลิซ) *adj.* หวาดกลัว **-tremulously** *adv.* (-S. afraid -A. fearless)
trench (เทรนชฺ) *n.* คู, สนามเพลาะ, ท้องร่อง *-v.* **trenched, trenching** *-vt.* ขุดคู, ขุดสนามเพลาะ, ขุดท้องร่อง *-vi.* ขุดคูล้อมรอบ, รุกล้ำ, รุกราน, ละเมิด (-S. (n., v.) ditch, furrow, pit)
trenchant (เทรน' เชินทฺ) *adj.* คมกริบ, หลักแหลม, เด็ดขาด, แข็งขัน **-trenchancy** *n.* **-trenchantly** *adv.* (-S. sharp -A. weak)
★**trend** (เทรนดฺ) *n.* แนวทาง, แนวความคิด, ทิศทาง, สมัยนิยม, แนวโน้ม *-vi.* **trended, trending** โน้มเอียง, มีแนวโน้ม (-S. (n., v.) drift (n.) tendency (v.) extend, incline)
trendy (เทรน' ดี) *adj.* **-ier, -iest** (ภาษาพูด) ล่าสุด ทันสมัย **-trendily** *adv.* **-trendiness** *n.*
trepan (ทริแพน') *n.* เครื่องเจาะกะโหลก, เครื่องเจาะดิน, เครื่องเจาะบ่อแร่ **-trepanation** *n.*
trepang (ทริแพง') *n.* ปลิงทะเล
trespass (*v.* เทรซ' เพิซ, -แพซ, *n.* เทรซ' แพซ, -เพิซ) *vi.* **-passed, -passing** ล่วงล้ำ, ล่วงเกิน, บุกรุก, ละเมิด *-n.* การบุกรุก, การล่วงล้ำ, การละเมิด **-trespasser** *n.* (-S. (v.) encroach, intrude (n.) invasion, offense)
trestle (เทรซ' เซิล) *n.* ขาหยั่ง, ไม้ค้ำสะพาน

trial (ไทร' เอิล, ไทรลฺ) *n.* การสอบสวน, การทดสอบ, การทดลอง, การพิสูจน์, การซ้อม, ความพยายาม, ความทรมาน *-adj.* เกี่ยวกับหรือที่ใช้ในการสอบสวน ทดสอบ ทดลอง หรือพิสูจน์, เป็นการพยายาม **-on trial** กระบวนการพิจารณาคดีในศาล (-S. (n.) attempt, experiment (adj.) experimental)
trial and error การเรียนรู้โดยลองผิดลองถูก
trial by fire การทดสอบความสามารถภายใต้ความกดดันต่างๆ
★**triangle** (ไทร' แองเกิล) *n.* รูปสามเหลี่ยม, ไม้ฉากรูปสามเหลี่ยม, เครื่องดนตรีชนิดหนึ่งเป็นเหล็กเส้นดัดเป็นรูปสามเหลี่ยม ใช้แท่งเหล็กเล็กๆ เคาะเวลาเล่น, ความรักสามเส้า
triangular (ไทรแอง' เกียเลอรฺ) *adj.* เป็นรูปสามเหลี่ยม, มีสามด้าน, มีสามฝ่าย, มีสามมุม
triangulate (ไทรแอง' เกียเลท) *vt.* **-lated, -lating** แบ่ง (พื้นที่) ออกเป็นรูปสามเหลี่ยม (เพื่อหาระยะ สำรวจ รังวัด), ทำให้เป็นรูปสามเหลี่ยม **-triangulation** *n.*
★**tribe** (ไทรบฺ) *n.* หมู่, เผ่า, จำพวก, เหล่า, วงศ์, ตระกูล, สกุล, ชนชาติ (-S. clan, division, family)
tribulation (ทริบเบียเล' ชัน) *n.* ความทุกข์ทรมาน, ความยากลำบาก, การทดสอบความทนทาน อดทน อดกลั้น (-S. grief, misery)
tribunal (ไทรบิว' เนิล, ทริ-) *n.* ศาลยุติธรรม, บัลลังก์ชำระความ (-S. bench, court)
tribune (ทริบ' บิวนฺ, ทริบิวนฺ) *n.* เวที แท่นหรือพื้นที่ยกขึ้นมาสำหรับยืนแสดงสุนทรพจน์
tributary (ทริบ' เบียเทอรี) *adj.* เป็นเมืองขึ้น, ที่ต้องส่งบรรณาการ, (สายน้ำ) ที่เป็นสาขา *-n., pl.* **-ies** เมืองขึ้น, แควน้ำ, สาขาแม่น้ำ
tribute (ทริบ' บิวทฺ) *n.* เครื่องบรรณาการ, ของขวัญ, คำสรรเสริญ (-S. gift, respect, tax)
★**trick** (ทริค) *n.* กล, กลเม็ด, กลอุบาย, เล่ห์เหลี่ยม, การล่อลวง, การตบตา, ภาพลวงตา, การเล่นตลก, วิธีพลิกแพลง, นิสัยหรือลักษณะแปลกๆ, ความพิเรนทร์, ความสามารถเฉพาะ *-vt., vi.* **tricked, tricking** ล่อลวง, โกง, ตบตา, วางอุบาย *-adj.* มีเงื่อนงำ, มีนัย, ไม่ปกติ, อ่อนแอ, เสีย **-tricker** *n.* (-S. (n., v.) swindle)
trickery (ทริค' คะรี) *n., pl.* **-ies** การใช้เล่ห์เหลี่ยม, การล่อลวง (-S. fraud -A. honesty)
trickle (ทริค' เคิล) *vi., vt.* **-led, -ling** หยด, ไหลช้าๆ, ซึม, ริน, ทยอย, เคลื่อนไปอย่างช้าๆ *-n.* การซึมทีละน้อย, การเคลื่อนที่อย่างช้าๆ (-S. (v., n.) drip (v.) seep -A. (v., n.) pour)

tricksy (ทริค' ซี) *adj.* **-sier, -siest** ซุกซน, เจ้าเล่ห์, เก๋, เปรียว

tricky (ทริค' คี) *adj.* **-ier, -iest** เจ้าเล่ห์, ขี้โกง, ยุ่งยาก **-trickiness** *n.* (-S. complicated)

tricolor (ไทร' คัลเลอร์) *n.* ธงไตรรงค์

tricycle (ไทร' ซิคเคิล, -ซิเคิล) *n.* รถจักรยานสามล้อของเด็ก

trident (ไทร' เดินท์) *n.* สามง่าม

tried (ไทรด์) *v.* กริยาช่อง 2 และ 3 ของ try *-adj.* เชื่อถือได้, ทนทาน

tried and true ผ่านการทดสอบและพิสูจน์แล้วว่าดีเชื่อถือได้

triennial (ไทรเอน' เนียล) *adj.* ทุกๆ สามปี

trier (ไทร' เออร์) *n.* ผู้ทดลอง, ของทดลอง, ผู้พิพากษา, สมาชิกคณะลูกขุน

trifle (ไทร' เฟิล) *n.* เรื่องเล็กๆ น้อยๆ, สิ่งที่ไม่มีค่า, จำนวนเล็กน้อย *-v.* **-fled, -fling** *-vi.* ทำเล่นๆ, พูดเล่นๆ, ล้อเล่น *-vt.* เสีย (เวลา เงิน) **-trifler** *n.* (-S. (n.) jot, triviality (v.) flirt, waste)

trifling (ไทร' ฟลิง) *adj.* ไม่สำคัญ, ไม่มีค่า, เล่นๆ, ไร้สาระ (-S. slight, worthless -A. important)

trig (ทริก) *adj.* เก๋, เฉี่ยว, ดูดี, เรียบร้อย

trigger (ทริก' เกอร์) *n.* ไกปืน *-vt.* **-gered, -gering** ลั่นไกปืน

trigonometry (ทริกกะนอม' มิทรี) *n.* ตรีโกณมิติ เป็นวิชาที่เกี่ยวกับความสัมพันธ์ระหว่างด้านและมุมของสามเหลี่ยม

trill (ทริล) *n.* เสียงรัว, เสียงสั่น, เสียงนกร้องรัว *-vt., vi.* **trilled, trilling** พูดหรือร้องเสียงรัว

trillion (ทริล' เลียน) *n.* หนึ่งล้านล้านล้านของอังกฤษ, หนึ่งล้านล้านของอเมริกัน

trilogy (ทริล' ละจี) *n., pl.* **-gies** หนังสือหรือละครแบบสามตอนจบ

trim (ทริม) *v.* **trimmed, trimming** *-vt.* เจียน, ขริบ, ตัด, ตกแต่ง, เล็ม, ประดับ, ขลิบริมด้วย, จัดเรียงสินค้าในเรือหรือเครื่องบินให้สมดุล, ดึงหรือปรับใบเรือให้รับลม, (ภาษาพูด) ดุด่า คดโกง เฆี่ยนตี *-vi.* ปรับให้เรือทรงตัว, วางตัวเป็นกลาง, ประนีประนอม *-n.* สภาพเรียบร้อย, ความมีสุขภาพดี, เครื่องประดับตกแต่งเสื้อผ้า, อุปกรณ์แต่งรถ, วัสดุอุปกรณ์ที่ใช้ตกแต่งตู้กระจกหน้าร้าน, การตัดต่อฟิล์มภาพยนตร์, การขริบหรือเล็มให้เรียบร้อย *-adj.* **trimmer, trimmest** เรียบร้อย, ประณีต *-adv.* (กิริยา) เรียบร้อย **-trimly** *adv.* **-trimness** *n.* (-S. (v.) decorate (n.) condition, cutting (adj.) neat, tidy -A. (v., n.) cut, increase (adj.) messy)

trimester (ไทรเมซ' เทอร์, ไทร' เมซ-) *n.* ระยะเวลาสามเดือน, ภาคเรียนหนึ่งที่มีสามเดือน

trimming (ทริม' มิง) *n.* เครื่องประดับตกแต่งเสื้อผ้า เช่น ลูกไม้ ลูกปัด โบ

trinitrotoluene, trinitrotoluol (ไทรไนโทรทอล' ลิวอีน, -ออล; -โอล) *n.* ระเบิด TNT

trinity (ทริน' นิที) *n., pl.* **-ties** กลุ่มที่มีสามสิ่ง **-Trinity** ตรีเอกานุภาพ ซึ่งประกอบด้วยพระบิดา พระบุตร พระจิต (-S. trio, triple)

trinket (ทริง' คิท) *n.* เครื่องประดับเล็กๆ น้อยๆ ของผู้หญิง, ของใส่เล่นที่ไม่มีค่า (-S. trifle)

trio (ทรี' โอ) *n., pl.* **-os** คณะดนตรีที่มีสามคน, เพลงที่เขียนสำหรับเล่นหรือร้องสามคน, กลุ่มที่มีสามคน (-S. threesome, trinity)

★**trip** (ทริพ) *n.* การเดินทาง, การท่องเที่ยว, การสะดุดล้ม, ความผิดพลาด, ลิ้นสปริง เช่น ลานนาฬิกา, การปล่อยลานนาฬิกา *-v.* **tripped, tripping** *-vi.* หกล้ม, สะดุด, พลาดพลั้ง, ปล่อยลานนาฬิกา, เดินทาง *-vt.* ทำให้หกล้มหรือสะดุด, จับผิด, ขัดขวาง, ปล่อย (ลาน), ถอนสมอ (-S. (n.) error, excursion (n., v.) blunder, stumble)

tripe (ไทรพ์) *n.* กระเพาะ 30 กลีบหรือผ้าขี้ริ้วของวัว ควาย, สวะ, (ภาษาพูด) เรื่องไร้สาระ

triple (ทริพ' เพิล) *adj.* ประกอบด้วยสามส่วน, สามเท่า, สามครั้ง, สามหน *-n.* จำนวนสามเท่า, กลุ่มที่มีสามส่วน *-v.* **-pled, -pling** *-vt.* ทำให้เพิ่มขึ้นสามเท่า *-vi.* เพิ่มขึ้นสามเท่า (-S. (adj.) threefold, threeway (n.) trinity, trio)

triplet (ทริพ' ลิท) *n.* แฝดสาม, กลุ่มที่มีสามส่วนที่เหมือนกัน

triplex (ทริพ' เพลคซ์, ไทร' เพลคซ์) *adj.* มีสามทบ, มีสามชั้น *-n.* สิ่งที่มีสามทบหรือสามชั้น

triplicate (*n.* ทริพ' พลิคิท, *v.* -เคท) *n.* หนึ่งในสามของสิ่งที่เหมือนกันทุกประการ *-vt.* **-cated, -cating** ทำให้เป็นสามฉบับ, ทำให้เพิ่มเป็นสามเท่า *-adj.* มีสามฉบับ **-triplication** *n.*

tripod (ไทร' พอด) *n.* ขาตั้งกล้องถ่ายรูปที่มีสามขา, โต๊ะ เก้าอี้ที่มีสามขา **-tripodal** *adj.*

trite (ไทรท์) *adj.* **triter, tritest** (คำพูด ความคิดเห็น) ที่มีคนพูดกันมากจนน่าเบื่อ, ซ้ำซาก

★**triumph** (ไทร' เอิมฟ์) *vi.* **-umphed, -umphing** ชนะ *-n.* ความมีชัย, การฉลองชัยชนะ **-triumphal** *adj.* (-S. (v., n.) win (n.) celebration, victory -A. (v., n.) defeat, loss)

triumphant (ไทรอัม' เฟินท์) *adj.* ซึ่งแสดงความยินดีเมื่อมีชัย, มีชัยชนะ **-triumphantly** *adv.* (-S. victorious)

trivet (ทริฟวํ วิท) *n.* ขาตั้งสามขา, ขาหยั่งสามขา

trivial (ทริฟวํ' เวียล) *adj.* เล็กๆ น้อยๆ, ไม่สำคัญ, ขี้ปะติ๋ว, ไร้สาระ, หยุมหยิม **-trivially** *adv.* (**-S.** slight **-A.** important)

trod (ทรอด) *v.* กริยาช่อง 2 และ 3 ของ tread

trodden (ทรอด' เดิน) *v.* กริยาช่อง 3 ของ tread

troll (โทรล) *vt., vi.* **trolled, trolling** ตกปลาโดยลากเบ็ดไปตามน้ำช้าๆ, หมุนสายเบ็ดตกปลา, ร้องเพลงเล่นๆ *-n.* การตกปลาโดยวิธีดังกล่าว, เหยื่อล่อปลา, สายเบ็ดตกปลา **-troller** *n.*

trolley, trolly (ทรอล' ลี) *n., pl.* **-leys, -lies** รถเข็นของ, รถเข็นอาหาร, รถโยก, รถราง, สาลี่, รถบรรทุกถ่านหินในเหมือง *-vt., vi.* **-leyed, -leying/-lied, -lying** ขนหรือบรรทุกด้วยรถเข็นดังกล่าว

trolley bus รถไฟฟ้าที่ไม่ได้วิ่งบนราง แต่เคลื่อนที่ด้วยกระแสไฟฟ้าจากเส้นลวดบนหลังคา

trolley car รถราง

trombone (ทรอมโบน', เทริม-, ทรอม' โบน) *n.* แตรทองเหลืองชนิดชักเข้าชักออก

★**troop** (ทรูพ) *n.* กลุ่ม, กอง, หมู่, เหล่า, ฝูง, จำนวนมากมาย *-vi.* **trooped, trooping** เดินเป็นกลุ่มใหญ่, เดินออ **-troops** กองกำลังทหาร (**-S.** (n., v.) crowd, flock)

trooper (ทรู' เพอร์) *n.* พลทหารม้า, ม้าทหาร

troopship (ทรูพ' ชิพ) *n.* เรือลำเลียงทหาร

trope (โทรพ) *n.* คำอุปมา, คำเปรียบเทียบ

trophy (โทร' ฟี) *n., pl.* **-phies** รางวัลที่มอบให้เมื่อชนะการแข่งขัน เช่น ถ้วยรางวัล เหรียญ, ชิ้นส่วนของสัตว์ที่ล่าได้ เช่น เขา นอ หัว หรือหนังขน, อาวุธหรือสิ่งอื่นที่ยึดได้จากข้าศึก (**-S.** award, souvenir)

★**tropic** (ทรอพ' พิค) *n.* เส้นรุ้งสองเส้นที่ห่างจากเส้นศูนย์สูตรของโลกในแนวขวาง เส้นบนอยู่ห่างจากเส้นศูนย์สูตร 23 องศา 27 ลิปดาเหนือ (tropic of Cancer) ส่วนเส้นล่างอยู่ห่างจากเส้นศูนย์สูตร 23 องศา 27 ลิปดาใต้ (tropic of Capricorn) ซึ่งเป็นจุดเหนือสุดและใต้สุดที่ดวงอาทิตย์ส่องตรงศีรษะ *-adj.* เกี่ยวกับบริเวณเขตร้อน **-Tropics/tropics** เขตร้อนของโลก ได้แก่ บริเวณที่อยู่ระหว่างเส้นรุ้งดังกล่าว

★**tropical** (ทรอพ' พิเคิล) *adj.* เกี่ยวกับเขตร้อน เมืองร้อน, (อากาศ) ร้อนชื้น *-n.* พืชเมืองร้อน **-tropically** *adv.* (**-S.** (adj.) humid, torrid)

tropical cyclone พายุโซนร้อน

tropical year ปีฤดูกาล, ปีดาราศาสตร์, ปีสุริยะ

trot (ทรอท) *n.* ม้าวิ่งเหยาะๆ, การวิ่งเหยาะๆ, เด็กหัดเดินเตาะแตะ *-vi., vt.* **trotted, trotting** วิ่งเหยาะๆ, วิ่งเล่น **-trot out** นำออกแสดง, นำมาอวด **-trotter** *n.* (**-S.** (n., v.) canter)

troth (ทรอธ, โทรธ) *n.* ความจริง, คำมั่นสัญญา *-vt.* **trothed, trothing** ให้สัญญา, หมั้นหมาย

troubadour (ทรู' บะดอร์, -โดร์, -ดัวร์) *n.* นักร้อง, กวี, นักดนตรี

★**trouble** (ทรับ' เบิล) *n.* โรคภัยไข้เจ็บ, ความยากลำบาก, ความยุ่งยาก, ปัญหา, ความกังวล, ความโชคร้าย, ความโกลาหล *-v.* **-led, -ling** *-vt.* รบกวน, ทำให้กังวล, ทำให้ยุ่งยาก, ทำให้เจ็บป่วย *-vi.* ลำบาก, ยุ่งยาก **-troubler** *n.* (**-S.** (n.) anxiety, pains, problem (v.) disturb, vex **-A.** (n., v.) calm (n.) happiness)

troublesome (ทรับ' เบิลเซิม) *adj.* ยุ่งยาก, เป็นปัญหา, น่ารำคาญ **-troublesomeness** *n.* (**-S.** difficult, rowdy **-A.** easy, simple)

trough (ทรอฟ) *n.* รางน้ำ, รางให้อาหารสัตว์, แอ่ง, ท้องคลื่น, จุดต่ำสุด

troupe (ทรูพ) *n.* กลุ่มนักร้อง นักแสดง นักเต้น *-vi.* **trouped, trouping** ออกเดินสายตระเวนแสดงกับคณะละคร **-trouper** *n.*

★**trouser, trowser** (เทรา' เซอร์) *n.* กางเกง

trout (เทราท์) *n., pl.* **trout/trouts** ปลาน้ำจืดชนิดหนึ่ง นิยมตกเล่นและนำมาเป็นอาหาร

trove (โทรฟว์) *n.* ขุมทรัพย์

trowel (เทรา' เอิล) *n.* เกรียง *-vt.* **-eled, -eling/-elled, -elling** ตัก ปาด โบก ฉาบปูนด้วยเกรียง

troy weight มาตราชั่งโลหะและเงิน ทอง เพชร พลอย ปอนด์ทรอยเท่ากับ 12 ออนซ์

truant (ทรู' เอินท์) *n.* เด็กหนีโรงเรียน, คนเกียจคร้าน *-adj.* เกียจคร้าน, เถลไถล *-vi.* **-anted, -anting** หนีโรงเรียน **-truancy** *n.*

truce (ทรูซ) *n.* การตกลงพักรบชั่วคราว, การพักชั่วคราว (**-S.** break, treaty)

★**truck**[1] (ทรัค) *n.* รถบรรทุก, รถขนสินค้า, รถกุดัง, รถเข็น *-vt., vi.* **trucked, trucking** ขนส่งด้วยรถบรรทุก, ขับรถบรรทุก

truck[2] (ทรัค) *v.* **trucked, trucking** *-vt.* เร่ขายของ, แลกเปลี่ยน *-vi.* ติดต่อ, คบค้า *-n.* สินค้า, พืชผักที่ส่งขายตามตลาด, (ภาษาพูด) การค้า, (ภาษาพูด) ของสัพเพเหระ (**-S.** (n.) commerce, goods)

truckage (ทรัค' คิจ) *n.* การขนส่งสินค้าโดยรถบรรทุก, ค่าขนส่งสินค้าโดยรถบรรทุก

truculent (ทรัค' เคียเลินท์) *adj.* อารมณ์ร้อน, รุนแรง, ดุเดือด, ก้าวร้าว, หยาบคาย **-truculence, truculency** *n.* (**-S.** fierce **-A.** tame)

trudge (ทรัจ) *vi.* **trudged, trudging** ย่ำ (โคลน), เดินด้วยความยากลำบาก, ค่อยๆ เดิน *-n.* การเดินด้วยความลำบากและเหนื่อยยาก **-trudger** *n.* (**-S.** (v., n.) hike, tramp)

★**true** (ทรู) *adj.* **truer, truest** ซื่อสัตย์, ตรง, จริง, แท้จริง *-adv.* ตามความเป็นจริง, ตั้งตรง, แท้จริง, แน่นอน, อย่างซื่อสัตย์ *-vt.* **trued, truing/trueing** ทำให้เที่ยงตรง, ทำให้ตั้งตรง *-n.* ความจริง (**-S.** (adj.) accurate, loyal, precise (adv.) honestly, properly **-A.** (adj.) inaccurate)

true-blue (ทรู' บลู') *adj.* ซื่อสัตย์, จงรักภักดี

truism (ทรู' อิเซิม) *n.* ความจริงที่เห็นได้ง่ายและชัดเจน

trull (ทรัล) *n.* โสเภณี

truly (ทรู' ลี) *adv.* โดยน้ำใจแท้จริง, จริงๆ, อย่างแท้จริง (**-S.** correctly, indeed, sincerely)

trump[1] (ทรัมพ์) *n.* ไพ่ที่มีแต้มมากที่สุด, (ภาษาพูด) คนดี *-v.* **trumped, trumping** *-vt.* เอาชนะไพ่หน้าอื่นด้วยไพ่ทรัมพ์, เอาชนะได้, อยู่เหนือกว่า *-vi.* เล่นไพ่ทรัมพ์

trump[2] (ทรัมพ์) *n.* แตรเดี่ยว, แตรทองเหลือง

trumpery (ทรัม' พะรี) *n., pl.* **-ies** ของเก๊, เรื่องเหลวไหลไร้สาระ, เรื่องโกหก

trumpet (ทรัม' พิท) *n.* แตรเดี่ยว, แตรทองเหลือง, เสียงเป่าแตร, เสียงช้างร้อง *-v.* **-peted, -peting** *-vi.* เป่าแตร, ส่งเสียงเหมือนแตร *-vt.* ร้องเสียงดังอย่างช้าง, ป่าวประกาศ

trumpeter (ทรัม' พิเทอร์) *n.* นักเป่าแตรเดี่ยว

truncate (ทรัง' เคท) *vt.* **-cated, -cating** ตัด (ต้นไม้ ลำตัว ข้อความ ยอด) *-adj.* กุด, ด้วน, แหว่ง **-truncated** *adj.* (**-S.** (v.) prune, trim)

truncheon (ทรัน' เชิน) *n.* ไม้ตะบองของตำรวจ

trundle (ทรัน' เดิล) *n.* ล้อเล็กๆ, เฟือง, ลูกกลิ้ง, รถเข็นของสองล้อ, เสียงล้อหมุน *-vt., vi.* **-dled, -dling** หมุน, กลิ้ง, เลื่อน **-trundler** *n.*

★**trunk** (ทรังค์) *n.* ลำต้นของต้นไม้, ลำตัวคนหรือสัตว์, หีบใส่เสื้อผ้าเดินทางขนาดใหญ่, งวงช้าง, ห้องนอนในเรือขนาดเล็ก, ที่เก็บของท้ายรถ (**-S.** body, chest, snout, stem)

trunk line เส้นเลือด ประสาท หรือถนนสายใหญ่

truss (ทรัซ) *n.* เสาค้ำสะพานหรือหลังคา, เข็มขัดรัดไส้เลื่อน, มัด (หญ้า ฟาง ฯลฯ) *-vt.* **trussed, trussing** ผูก, มัด, ค้ำ, หนุน

truss bridge สะพานที่ค้ำด้วยเสาเหล็ก

★**trust** (ทรัซท์) *n.* ความเชื่อถือ, ความไว้วางใจ, ความรับผิดชอบ, ความพิทักษ์, บริษัทใหญ่ที่รวมเอาบริษัทเล็กๆ เข้าไว้ด้วยกันเพื่อผลประโยชน์ทางธุรกิจ *-vi., vt.* **trusted, trusting** เชื่อใจ, ไว้ใจ, เชื่อถือ, มอบ, ฝาก **-truster** *n.* **-trustful** *adj.* (**-S.** (n.) faith, protection (v.) believe)

trustee (ทระสตี') *n.* บุคคลหรือองค์กรที่ดูแลพิทักษ์ทรัพย์สินของผู้อื่น,คณะกรรมการที่ถูกคัดเลือกหรือเลือกตั้งให้ดูแลจัดการกองทุนและนโยบายของสถาบัน *-vt., vi.* **-teed, -teeing** มอบหมายให้บุคคล องค์กร หรือคณะกรรมการดังกล่าวดูแลและจัดการพิทักษ์ทรัพย์สิน **-trusteeship** *n.*

trust fund ทรัพย์สินที่อยู่ในความพิทักษ์

trust territory ดินแดนที่อยู่ในความพิทักษ์ของสหประชาชาติ

trustworthy (ทรัซท์' เวอร์ธี) *adj.* **-thier, -thiest** เชื่อถือได้, น่าไว้วางใจ **-trustworthiness** *n.* (**-S.** reliable, true **-A.** untrustworthy)

trusty (ทรัซ' ที) *adj.* **-ier, -iest** น่าไว้ใจ, น่าเชื่อถือ *-n., pl.* **-ies** คนน่าเชื่อถือ

★**truth** (ทรูธ) *n., pl.* **truths** (ทรูธซ์, ทรูธซ์) ความจริง, ความซื่อสัตย์, ความถูกต้อง, ความเที่ยงแท้ **-truthful** *adj.* **-truthfully** *adv.* (**-S.** accuracy, honesty, reality **-A.** dishonesty, lie)

★**try** (ไทร) *vt., vi.* **tried, trying** พยายาม, ทดลอง, พิสูจน์, ทดสอบ, ทรมาน, พิจารณา (คดี), สอบสวน, ซ้อม, หลอม *-n., pl.* **tries** (ไทรซ์) ความพยายาม, การทำคะแนนในกีฬารักบี้โดยวางลูกรักบี้หลังเส้นประตูของฝ่ายคู่แข่งได้ **-try on** ลอง (**-S.** (n., v.) attempt, endeavor)

try out (ไทร' เอาท์) *n.* การทดสอบความสามารถของนักกีฬาหรือนักแสดงเพื่อคัดเลือกตัว, การซ้อมใหญ่

tryst (ทริซท์) *n.* การนัดพบ, สถานที่นัดพบ *-vi.* **trysted, trysting** นัดพบ **-tryster** *n.*

tsar (ซาร์, ทซาร์) *n.* ดู czar

tsetse fly, tzetze fly (ทเซท' ซีไฟล์) *n.* แมลงดูดเลือดชนิดหนึ่ง พบในแอฟริกา เป็นพาหะโรค sleeping sickness สู่คนและสัตว์

T-shirt, tee shirt (ที' เชิร์ท) *n.* เสื้อยืดคอกลมแขนสั้น

tsp, tsp. ย่อจาก teaspoon ช้อนชา, teaspoonful ปริมาณหนึ่งช้อนชา

T-square (ที' สแกวร์) *n.* ไม้ฉาก

tsunami (ทซุนา' มี) *n., pl.* **-mis** คลื่นทะเลยักษ์ที่เกิดจากแผ่นดินไหวใต้ทะเลอย่างรุนแรง

หรือการระเบิดของภูเขาไฟ
Tu. ย่อจาก Tuesday วันอังคาร
tub (ทับ) *n.* อ่างอาบน้ำ, ถัง, ถังหรือรถขนถ่านหิน, (ภาษาพูด) เรือที่แล่นช้าๆ *-v.* **tubbed, tubbing** *-vt.* บรรจุในถัง, ล้างหรืออาบน้ำในอ่าง *-vi.* อาบน้ำ
tuba (ทู' บะ, ทิว'-) *n.* แตรทองเหลืองขนาดใหญ่ให้เสียงทุ้ม
tubby (ทับ' บี) *adj.* **-bier, -biest** อ้วนเตี้ย, ม่อต้อ **-tubbiness** *n.*
★**tube** (ทูบ, ทิวบฺ) *n.* หลอด, ท่อ, ลำกล้อง, ยางในรถ, หลอดยาสีฟัน, หลอดวิทยุ, หลอดแก้ว, อุโมงค์, รถไฟฟ้าใต้ดิน, หลอดภาพโทรทัศน์, (คำสแลง) โทรทัศน์, กระบอก, โพรง *-vt.* **tubed, tubing** บรรจุในหลอด, ส่งผ่านทางท่อ
tubeless tire ยางรถที่ไม่มียางใน
tuber (ทู' เบอร์, ทิว'-) *n.* หัวหรือหน่อใต้ดินของพืชบางชนิด เช่น หัวเผือก
tubercle (ทู' เบอร์เคิล, ทิว'-) *n.* ปุ่ม, ตุ่ม, เม็ดหรือจุดเล็กๆ ในปอด หรือส่วนอื่นของร่างกายซึ่งเกิดจากการติดเชื้อวัณโรค **-tubercular** *adj.*
tubercle bacillus เชื้อวัณโรค
tuberculin (ทูเบอร์' เคียลิน, ทิว-) *n.* สารที่สกัดจากเชื้อวัณโรคเพื่อใช้รักษาวัณโรค
tuberculosis (ทูเบอร์เคียโล' ซิซ, ทิว-) *n.* วัณโรคในปอดหรืออวัยวะส่วนอื่นของร่างกายเกิดจากติดเชื้อวัณโรค (tubercle bacillus)
tubing (ทู' บิง, ทิว'-) *n.* หลอดหรือท่อ
tubular (ทู' เบียเลอร์, ทิว'-) *adj.* มีลักษณะคล้ายหลอดหรือท่อ, ที่ทำมาจากหลอดหรือท่อ, มีเสียงราวกับเป่าจากหลอดหรือท่อ **-tubularity** *n.*
tuck (ทัค) *v.* **tucked, tucking** *-vt.* พับ, จับจีบ (ผ้า), สอด, ยัด, ซุก, เก็บ, หด, ซ่อน, รวบ, ร่น, อัด *-vi.* จีบ (ผ้า), (ผ้า) ย่น, ขมวด (คิ้ว) *-n.* การพับหรือจับจีบผ้า, รอยจีบผ้า, รอยพับผ้า
★**Tuesday** (ทูซ' ดี, -เด, ทิวซฺ'-) วันอังคาร
tuft (ทัฟทฺ) *n.* กระจุกขน หญ้า ด้าย ผม, หนวดใต้คาง, พู่, ปุ่ย, ปอยผม *-v.* **tufted, tufting** *-vt.* ตกแต่งหรือประดับด้วยปอยหรือพู่, ตรึง (ที่นอน) *-vi.* อยู่เป็นกระจุก, ขึ้นมาเป็นปอย ปุย
tug (ทัก) *vt., vi.* **tugged, tugging** ดึง, ลาก, โยง, ฉุด *-n.* การกระทำดังกล่าว, เรือโยง, เชือกที่ใช้ดึง (**-S.** (v., n.) drag, haul **-A.** (v., n.) push)
tugboat (ทัก' โบท) *n.* เรือโยง
tug of war ชักเย่อ
tuition (ทูอิช' ชัน, ทิว-) *n.* การสอนพิเศษ, ค่าเรียนพิเศษ (**-S.** instruction)
tulip (ทู' ลิพ, ทิว'-) *n.* ดอกทิวลิป
tulle (ทูล) *n.* แพรโปร่งคลุมหน้าสตรี
tumble (ทัม' เบิล) *vi., vt.* **-bled, -bling** หกล้ม, หกคะเมน, กลิ้ง, กระจุยกระจาย, ตก, หล่น, ตีลังกา, ถลา, ไถล, ร่วง, พัง, ทลาย, สะดุด, โยน, ปา, ทอย *-n.* การหกคะเมนตีลังกา, การสะดุดล้ม, ความยุ่งเหยิง, ความสับสนอลหม่าน (**-S.** (v., n.) drop, stumble, toss)
tumbler (ทัม' เบลอร์) *n.* นักกายกรรม, ถ้วยแก้วที่ไม่มีหูหรือก้าน, ตุ๊กตาล้มลุก
tummy (ทัม' มี) *n., pl.* **-mies** (ภาษาพูด) กระเพาะอาหาร ท้อง พุง
tumor (ทู' เมอร์, ทิว'-) *n.* เนื้องอก
tumult (ทู' มัลทฺ, ทิว'-) *n.* ความอึกทึกครึกโครม, ความวุ่นวายใจ (**-S.** uproar **-A.** peace)
tun (ทัน) *n.* ถังไวน์หรือเบียร์ขนาดใหญ่
tuna (ทู' นะ, ทิว'-) *n., pl.* **tuna/-nas** ปลาทูน่า
tundra (ทัน' ดระ) *n.* ที่ราบอันหนาวเย็น ไม่มีต้นไม้ในแถบอาร์กติก
★**tune** (ทูน, ทิวนฺ) *n.* การตั้งเสียง, การปรับเสียง, เสียง, เพลง, น้ำเสียง, ความสอดคล้อง *-v.* **tuned, tuning** *-vt.* ปรับหรือตั้งเสียง, ร้องเพลง, ทำให้สอดคล้องกัน, ปรับหรือตั้งวิทยุ, ปรับเครื่องยนต์ *-vi.* เข้ากัน, สอดคล้องกัน, กลมกลืน (**-S.** (n.) harmony, melody (v.) adjust (n., v.) pitch)
tuneful (ทูน' เฟิล, ทิวนฺ'-) *adj.* ไพเราะ, กลมกลืน, สอดคล้อง **-tunefully** *adv.* **-tuneless** *adj.* (**-S.** harmonious, melodious **-A.** discordant, flat)
tuner (ทู' เนอร์, ทิว'-) *n.* ผู้ปรับเสียง (เปียโน), ส่วนที่ทำหน้าที่รับคลื่นวิทยุ
tung oil น้ำมันตังอิ๊ว ใช้ในงานทาสี ชักเงา
tungsten (ทัง' สเติน) *n.* ธาตุวุลแฟรมหรือทังสเตน เป็นโลหะชนิดหนึ่ง ใช้ทำโลหะผสมไส้หลอดไฟฟ้า มีสัญลักษณ์ W
tunic (ทู' นิค, ทิว'-) *n.* เสื้อคลุมชั้นนอกของทหารตำรวจ, เสื้อคลุมยาวรัดเอวของผู้หญิง
★**tunnel** (ทัน' เนิล) *n.* อุโมงค์, โพรงสัตว์, ท่อใต้ดิน, อุโมงค์รถไฟ *-vt., vi.* **-neled, -neling/-nelled, -nelling** ขุดท่อหรืออุโมงค์ (**-S.** (n., v.) burrow, hole (n.) passage)
tunnel vision ความใจแคบ, การมองเห็นที่แคบกว่าปกติเนื่องจากสายตาพิการ
turban (เทอร์' เบิน) *n.* ผ้าโพกศีรษะของชาวมุสลิม, หมวกของผู้หญิงคล้ายผ้าโพกศีรษะ
turbid (เทอร์' บิด) *adj.* (สี น้ำ) ขุ่น มัว, หม่น, หมอง, ยุ่งเหยิง, สลัว, คล้ำ
turbine (เทอร์' บิน, -ไบนฺ) *n.* กังหัน

A B C D E F G H I J K L M N O P Q R S T U V W X Y Z

turboprop (เทอร์ โบพรอพ) *n.* เครื่องยนต์กังหันใบพัด, เครื่องบินที่ใช้เครื่องยนต์ดังกล่าว
turbulent (เทอร์ เบียเลินท) *adj.* โกลาหล, วุ่นวาย, อลหม่าน, ยุ่งเหยิง, พล่าน, เดือด **-turbulence** *n.* **-turbulently** *adv.* (**-S.** riotous)
tureen (ทุรีน', ทิว-) *n.* ชามใส่ซุปแบบมีฝาปิด
turf (เทิร์ฟ) *n., pl.* **turfs/turves** (เทิร์ฟว์ซ) สนามหญ้า, ผืนหญ้า, สนามม้า, การแข่งม้า *-vt.* **turfed, turfing** ปูหญ้า, ลาดหญ้า **-turfy** *adj.* (**-S.** (n.) clod, grass, sod)
turgid (เทอร์ จิด) *adj.* โป่ง, พอง, บวม, เป่ง, (คำพูด) โว **-turgidity, turgidness** *n.*
★**turkey** (เทอร์ คี) *n., pl.* **-keys** ไก่งวง
turkey cock ไก่งวงตัวผู้, คนคุยโว
turmeric (เทอร์ เมอริค) *n.* ขมิ้น
turmoil (เทอร์ มอยล์) *n.* ความสับสนวุ่นวาย, ความโกลาหล (**-S.** tumult **-A.** peace)
★**turn** (เทิร์น) *vt., vi.* **turned, turning** หมุน, วน, หัน, หันเห, รอบ, หมุนรอบ, เวียน, หมุนเวียน, วิงเวียน, งง, มึน, กลับหัวกลับหาง, ปั่นป่วน, บิด, พลิก, เปลี่ยน, แปลง, ดัดแปลง, ผันแปร, พลิกกลับ, พลิกแพลง, พลิกขึ้นมา, กลับด้าน, ปลิ้น, ตลบ, เปลี่ยนใจ, กลับใจ, ไตร่ตรอง, คิดคำนึง, ขัด, เกลา, กลึง, ตกแต่ง, งอ, โค้ง, ดัด, เลี้ยว, บ่าย, เบน, เบือน, พ้น, ทบ, ไขว้, บิด, ไข, ขัน, ทำให้ทื่อ, ลบเหลี่ยม, ทำให้คว่ำ, เบี่ยง, หด, ห่อ, เล็ง, สละ, อุทิศ, มอบ, ทำให้กลายเป็นศัตรู, แสดงท่าทางลักษณะนิสัย, หมัก, ทำให้เปรี้ยว, เปลี่ยนรูป, แปลงลักษณะ, ทำให้หลง, จู่โจม, ขึ้นอยู่กับ, เอน, เอียง, ผ่านเข้าสู่ (อายุ), ย่างเข้า *-n.* การหมุน, การหมุนรอบ, การหมุนเวียน, การเลี้ยว, การเปลี่ยนเส้นทาง, ความเปลี่ยนแปลง, ความแปรเปลี่ยน, คราว, โอกาส, ลำดับ, ที, เวร, คิว, หัวมุม, โค้งถนน, จุดเปลี่ยน, นิสัย, ท่าทาง, ลักษณะ, จุดประสงค์, การเดินเล่น, การบิด, การเบี่ยงบ่าย, การหันเห, การเบน, อาการบิดเบี้ยว, อาการสะดุ้ง, การแสดงสั้นๆ, ความมีไหวพริบ, แนว, กระแส **-out of turn** ไม่อยู่ในลำดับ, ผิดวาระ **-to a turn** (เนื้อ) สุกได้ที่ **-turn a blind eye** ทำเป็นไม่รู้ไม่ชี้ **-turn a deaf ear** ไม่ยอมรับฟัง **-turn a hair** กลัว, ตกใจ **-turn away** เบือนหน้า **-turn back** หันหลังกลับ **-turn down** หรี่ (เสียง), ปฏิเสธ **-turn in** เข้านอน, นำส่ง **-turn off** ปิด **-turn on** เปิด **-turn one's back on** ปฏิเสธ, ละทิ้ง **-turn one's head** หลง, ถูกเสน่ห์ **-turn out** ปิด, ดับ, ผลิต, ขับไล่ **-turn over** คิด, ยกให้, ปลิ้น, กลับ (กระเป๋า), หมุน **-turn over a new leaf** เปลี่ยนให้ดีขึ้น **-turn tail** วิ่งหางจุกก้น **-turn the tables** พลิกกลับเป็นชนะ **-turn to** เริ่มทำงาน **-turn turtle** พลิกคว่ำ **-turn up** ค้นพบ, เจอ, มาถึง, เร่ง, เพิ่ม, เกิดขึ้นโดยไม่คาดคิดมาก่อน **-turn up one's nose** แสดงอาการดูถูกเหยียดหยาม (**-S.** (v., n.) aim, bend, change, mold, shape, spin, twist, whirl (n.) time, trend)
turnabout (เทิร์น' อะเบาท์) *n.* การหมุนกลับ, การเลี้ยว, การเปลี่ยนทัศนคติ, การแปรพักตร์
★**turning** (เทอร์ นิง) *n.* ทางแยก
turning point หัวเลี้ยวหัวต่อ
turnip (เทอร์ นิพ) *n.* หัวเทอร์นิพ เป็นหัวผักกาดชนิดหนึ่ง
turpentine (เทอร์ เพินไทน์) *n.* น้ำมันสน
turquoise (เทอร์ ควอยซ์, -คอยซ์) *n.* รัตนชาติสีน้ำเงินอมเขียวชนิดหนึ่ง
turret (เทอร์ ริท) *n.* ป้อมปืน, ฐานหมุนปืน, แท่นหมุน, ป้อม, ปราการ, หอบนป้อม
turtle (เทอร์ เทิล) *n.* เต่า, เสื้อคอเต่า
turtledove (เทอร์ เทิลดัฟว์) *n.* นกเขา
turtleneck (เทอร์ เทิลเนค) *n.* เสื้อคอเต่า
tusk (ทัซค์) *n.* เขี้ยวยาว, งาช้าง
tussle (ทัซ' เซิล) *vi.* **-sled, -sling** ดิ้นรน, เบียดเสียด, แย่งชิง *-n.* การกระทำดังกล่าว (**-S.** (v., n.) fight, scuffle, struggle)
tut (ทัท) *interj.* ใช้อุทานแสดงความไม่พอใจ ดูถูก ดูหมิ่น เหยียดหยาม
tutor (ทู' เทอร์, ทิว'-) *n.* ครูสอนพิเศษ, ผู้ปกครอง, อาจารย์ที่ปรึกษา, ผู้ดูแล *-v.* **-tored, -toring** *-vt.* สอนพิเศษ, ดูแล *-vi.* เรียนพิเศษ, เป็นครูสอนพิเศษ (**-S.** (n., v.) coach)
tux (ทัคซ์) *n.* (ภาษาพูด) ทักซิโด
tuxedo (ทัคซี' โด) *n., pl.* **-dos/-does** ชุดราตรีของผู้ชายใช้สวมในงานที่เป็นทางการ
★**TV** (ที' วี') *n., pl.* **TVs/TV's** โทรทัศน์
TVP ย่อจาก textured vegetable protein โปรตีนเกษตร
twaddle (ทวอด' เดิล) *vi.* **-dled, -dling** พูดไร้สาระ *-n.* การพูดเรื่องไร้สาระ
twain (ทเวน) *n., adj., pron.* สอง
twang (ทแวง) *vt., vi.* **twanged, twanging** (เสียง) ดีด, ดีดสายเครื่องดนตรี, พูดเสียงขึ้นจมูก *-n.* เสียงสั่น เช่น เสียงดีดสายกีตาร์, เสียงขึ้นจมูก
'twas (ทวัซ, ทวอซ, ทเวิซ) ย่อจาก it was

tweak (ทวีค) *vt.* **tweaked, tweaking** ดึง, บิด, ทึ้ง, หยิก, กระตุก, เหนี็บ *-n.* การกระทำดังกล่าว
tweed (ทวีด) *n.* ผ้าสักหลาดอย่างหนา
'tween (ทวีน) *prep.* ย่อจาก between
tweezers (ทวี' เซอร์ซฺ) *n. pl.* แหนบ, คีมหนีบ
★**twelve** (ทเวลฟ์วฺ) *n.* สิบสอง, เลขสิบสอง
twentieth (ทเวน' ทีอิธ, ทวัน'-) *n.* อันดับยี่สิบ, หนึ่งในยี่สิบ **-twentieth** *adv., adj.*
★**twenty** (ทเวน' ที, ทวัน'-) *n.* ยี่สิบ, เลขยี่สิบ **-Twenties** ช่วงเวลาทศวรรษที่ 20-29 ของศตวรรษ, จำนวน 20-29
'twere (ทเวอร์) ย่อจาก it were
★**twice** (ทไวซฺ) *adv.* สองครั้ง, สองเท่า
twiddle (ทวิด' เดิล) *vt., vi.* **-dled, -dling** ทำเล่นๆ, ทำอย่างขี้เกียจ *-n.* การทำเล่นๆ, การกระดิกนิ้วเล่น, อาการทำอย่างขี้เกียจ
twig (ทวิก) *n.* แขนง, กิ่งไม้, กิ่งก้าน
twilight (ทไว' ไลทฺ) *n.* แสงตะวันที่โผล่ขึ้นยามเช้าหรือใกล้ลับขอบฟ้ายามเย็น, แสงสลัว, ความคลุมเครือ, ช่วงเวลาตกอับ, ความมืดมน *-adj.* มืดมน, เคลือบคลุม, กำกวม (**-S.** (n., adj.) dusk, evening (n.) dimness)
twilight student นักศึกษาภาคค่ำ
twilight zone สภาพกำกึ่งระหว่างความฝันกับความจริง, ภาวะคลุมเครือ
★**twin** (ทวิน) *n.* สิ่งที่เป็นคู่, เตียงคู่, เด็กที่เป็นฝาแฝดคนหนึ่ง, หนึ่งในสองของสิ่งที่เหมือนกัน *-adj.* ที่เป็นคู่กัน, ที่เป็นฝาแฝดกัน *-v.* **twinned, twinning** *-vi.* ให้กำเนิดลูกแฝด, เป็นคู่, เป็นหนึ่งในแฝดสองคน *-vt.* เข้าคู่, จับคู่ **-twins** ฝาแฝด (**-S.** (n., adj.) double **-A.** (n., adj., v.) single)
twine (ทไวนฺ) *vt., vi.* **twined, twining** พัน, ถัก, ฟั่น (เชือก), ปั่น (ด้าย), ไขว้กัน, เอามาขัดกัน, ยึด, ล้อมรอบ, ร้อย, ม้วน, ขด *-n.* เชือกฟั่น, ขดลวด, สิ่งที่ม้วนเป็นวง, ปมปัญหา, ความยุ่งยาก (**-S.** (v., n.) twist (n.) cord)
twinge (ทวินจฺ) *n.* อาการเสียวแปลบ, ความเจ็บปวดทางอารมณ์หรือจิตใจ *-v.* **twinged, twinging** *-vt.* หยิก, ทึ้ง *-vi.* เจ็บแปลบ
twinkle (ทวิง' เคิล) *vi., vt.* **-kled, -kling** ส่องแสงระยิบระยับ, ขยิบ (ตา), กะพริบ (ตา), แวบ, เปล่งประกาย *-n.* การกะพริบหรือขยิบตา, แสงส่องแววววับ, การเคลื่อนที่แวบไปมาอย่างรวดเร็ว **-twinkler** *n.* **-twinkling** *n.*
twirl (ทเวิร์ล) *vt., vi.* **twirled, twirling** ปั่น, ฟั่น, ม้วน, หมุน, กรอ, ควง, วน, บิด, ขด, ดัด, งอ *-n.* การปั่น ฟั่น กรอ (ด้าย เชือก), การบิด, การโค้งงอ, ความคดเคี้ยว, การขด (ลวด) **-twirler** *n.* (**-S.** (v., n.) spin, turn, whirl)
★**twist** (ทวิซทฺ) *v.* **twisted, twisting** *-vt.* บิด, ปั่น, ไข, สะบัด, กระชาก, ทึ้ง, ดึง, ฟั่นเกลียว (เชือก), พัน, ถัก, ม้วน กรอ (ด้าย), ขด (ลวด), ร้อย (ดอกไม้), ทำให้ (ขา) เคล็ด, ทำให้บิดเบี้ยว, บิดเบือน, ทำให้ผิดรูป, ทำให้เพี้ยน *-vi.* บิด, บิดเบี้ยว, งอ, โค้ง, ขด, ดัด, ฟั่น, พัน, ปั่น, ถัก, ม้วน, หมุน, วกเวียน, คดเคี้ยว, ชักดิ้นชักงอ, เต้นรำบิดตัว *-n.* การร้อย (ดอกไม้ มาลัย), การฟั่นเกลียวเชือก, อาการบิดเบี้ยว, การบิดเบือน, การม้วนใบยาสูบ, การหมุน, ข้อบกพร่อง, เส้นไหม, ขนมเกลียว, ปีกกระดาษ, เปลือกส้มหรือมะนาวที่ปอกเป็นเกลียวใส่ในเครื่องดื่ม, เงื่อน, ปม, อาการเคล็ดขัดยอก, การโค้งงอ, ความคดเคี้ยว (ถนน แม่น้ำ), คำพูดหรือพฤติกรรมตลบตะแลง, การเขียนเล่นหางตัวอักษร, อาการบิดเป็นเกลียว (**-S.** (v., n.) coil, spin, turn)
twister (ทวิซ' เทอร์) *n.* เครื่องฟั่นเกลียวเชือก, (ภาษาพูด) พายุทอร์นาโดหรือพายุไซโคลน
twit (ทวิท) *vt.* **twitted, twitting** ดุ, ด่า, ตำหนิ, บ่น, ต่อว่า *-n.* การกระทำดังกล่าว, การเหน็บแนม, (คำสแลง) คนโง่ (**-S.** (v.) scold)
twitch (ทวิช) *v.* **twitched, twitching** *-vt.* ดึง, ลาก, กระชาก, ชัก, ฉุด, ทึ้ง, กระตุก, สะบัด, เหวี่ยง *-vi.* ชัก, กระตุก, สะดุ้ง, เสียวแปลบ *-n.* อาการชักกระตุก, การกระตุก, การกระชาก (**-S.** (v., n.) pull, tug **-A.** (v., n.) push)
twitter (ทวิท' เทอร์) *vi., vt.* **-tered, -tering** (นก) ร้องจ้อกแจ้ก, พูดเสียงเจี๊ยวจ๊าว, หัวเราะคิกคัก, ตื่นเต้นจนตัวสั่น, พูดรัว *-n.* ความประหม่า, เสียงร้องแหลมสูง (นก), เสียงดังเจี๊ยวจ๊าว, เสียงพูดจ้อกแจ้ก, ความเกรียวกราว **-twitterer** *n.* **-twittery** *adj.*
★**two** (ทู) *n.* สอง, เลขสอง, อันดับสอง, สิ่งที่มีสอง, สิ่งที่เป็นคู่
two-edged (ทู' เอจดฺ) *adj.* มีสองด้าน
two-faced (ทู' เฟซทฺ) *adj.* มีสองหน้า
twopenny (ทัพ' พะนี, ทู' เพนนี) *adj.* มีค่าสองเพนนี, ถูก, ไม่มีค่า
two-piece (ทู' พีซ) *adj.* มีสองชิ้น
two-tone, two-toned (ทู' โทน, -โทนดฺ) *adj.* มีสองสี
two-way (ทู' เว') *adj.* (ถนน) มีสองช่องทางเดินรถ, (การสื่อสาร) ทั้งสองทาง
tycoon (ไทคูน') *n.* นักธุรกิจใหญ่ที่มีทั้งอำนาจและความร่ำรวย, คำเรียกโชกุนของญี่ปุ่นในอดีต

(-S. baron, mogul)
tympan (ทิม' เพิน) *n.* กลอง, เยื่อแก้วหู, หนังหรือวัสดุอื่นใดที่ใช้ขึงกลอง
★**type** (ไทพ์) *n.* ชนิด, ประเภท, ตัวอย่าง, สัญลักษณ์, เครื่องหมาย, จำพวก, เทือก, อย่าง, เช่น, ลักษณะ, ตัวพิมพ์, เครื่องแสดง, ตัวตน, แบบ รูปแบบ หรือรูปที่พิมพ์ลงบนเหรียญ *-v.* **typed, typing** *-vt.* พิมพ์ดีด, แสดงว่า, แสดงชนิด, หาหมู่เลือด, เป็นตัวอย่าง *-vi.* พิมพ์ดีด (-S. (n.) category, pattern, print)
typecast (ไทพ์ แคซท์) *vt.* **-cast, -casting** (นักแสดง) ได้รับบทที่ตรงกับบุคลิกลักษณะของตนเอง, ได้รับบทเดิม
typeface (ไทพ์ เฟซ) *n.* หน้าตัวพิมพ์, รอยตัวพิมพ์
type metal โลหะหล่อตัวพิมพ์ ประกอบด้วยตะกั่ว พลวงและดีบุก
typescript (ไทพ์ สกริพท์) *n.* สิ่งที่พิมพ์ด้วยเครื่องพิมพ์ดีด
★**typewrite** (ไทพ์ ไรท์) *vt., vi.* **-wrote, -written, -writing** พิมพ์ด้วยเครื่องพิมพ์ดีด
★**typewriter** (ไทพ์ ไรเทอร์) *n.* เครื่องพิมพ์ดีด
typewriting (ไทพ์ ไรทิง) *n.* การพิมพ์ดีด, ทักษะการพิมพ์ดีด
typhoid (ไท' ฟอยด์) *n.* ไข้รากสาดน้อย
typhoon (ไทฟูน') *n.* พายุไต้ฝุ่น (-S. cyclone)
typhus (ไท' เฟิซ) *n.* ไข้รากสาดใหญ่
★**typical** (ทิพ' พิเคิล) *adj.* เป็นแบบอย่าง, เป็นตัวอย่าง, เป็นรูปแบบ, เป็นธรรมดา, เป็นปกติ **-typically** *adv.* (-S. normal, usual)
typify (ทิพ' พะไฟ) *vt.* **-fied, -fying** เป็นตัวอย่างของ, แสดงให้เห็นเป็นรูปร่าง, เป็นเครื่องหมายแห่ง **-typification** *n.* (-S. symbolize)
★**typist** (ไท' พิซท์) *n.* นักพิมพ์ดีด
tyrannical, tyrannic (ทิแรน' นิเคิล; ไท-, -แรน' นิค) *adj.* เกี่ยวกับผู้ปกครองที่กดขี่ข่มเหงประชาชน, โหดร้าย, ทารุณ, เผด็จการ **-tyrannically** *adv.* (-S. cruel -A. kind)
tyrannize (เทีย' ระไนซ์) *vt., vi.* **-nized, -nizing** กดขี่, ข่มเหง, รังแก, ใช้อำนาจเผด็จการ
tyranny (เทีย' ระนี) *n., pl.* **-nies** การปกครองแบบกดขี่ข่มเหง, การปกครองแบบเผด็จการ (-S. autocracy, oppression)
tyrant (ไท' เรินท์) *n.* ผู้ปกครองที่กดขี่ข่มเหงประชาชน, ผู้ปกครองแบบเผด็จการ, ทรราช (-S. dictator)
★**tyre** (ไทร์) *n.* ดู tire²
tyro, tiro (ไท' โร) *n., pl.* **-ros** คนเริ่มหัดใหม่
tzar (ซาร์, ทซาร์) *n.* ดู czar
tzetze fly ดู tsetse fly

U

U, u (ยู) *n., pl.* **U's, u's/Us, us** อักษรตัวที่ 21 ในภาษาอังกฤษ, อันดับยี่สิบเอ็ด
ubiquitous (ยูบิค' ควิเทิซ) *adj.* มีอยู่ทุกหนทุกแห่ง, เป็นที่แพร่หลาย **-ubiquitously** *adv.* (-S. everywhere -A. absent, missing)
udder (อัด' เดอร์) *n.* เต้านมสัตว์
UFO (ยูเอฟโอ') *n., pl.* **UFO's/UFOs** ย่อจาก unidentified flying object จานบิน
ugh (อัก, อัค) *interj.* ยี้
★**ugly** (อัก' ลี) *adj.* **-lier, -liest** ขี้เหร่, น่าเกลียด, อัปลักษณ์, น่ากลัว, ร้ายกาจ, บาดตา *-n., pl.* **-lies** (ภาษาพูด) คนอัปลักษณ์ (-S. (adj.) evil, horrid, plain -A. (adj.) beautiful)
UHF, uhf ย่อจาก ultrahigh frequency ความถี่คลื่นวิทยุในระหว่าง 300-3,000 เมกะเฮิรตซ์
UK, U.K. ย่อจาก United Kingdom สหราชอาณาจักร
ulcer (อัล' เซอร์) *n.* หนอง, ฝี, แผลพุพอง
ulcerate (อัล' ซะเรท) *v.* **-ated, -ating** *-vi.* (แผล) เป็นหนอง *-vt.* ทำให้มีหนอง
ulna (อัล' นะ) *n., pl.* **-nas/-nae** (-นี) กระดูกแขนท่อนใน **-ulnar** *adj.*
ulterior (อัลเทีย' เรียร์) *adj.* ลี้ลับ, เกินกว่า, ไกล, นอกเหนือ **-ulteriorly** *adv.* (-S. secret)
ultimate (อัล' ทะมิท) *adj.* สุดท้าย, ในที่สุด, เป็นมูลฐาน *-n.* ขีดสูงสุด, หลักเบื้องต้น, มูลฐาน, ขั้นสุดท้าย **-ultimately** *adv.* (-S. (adj.) furthest, supreme -A. (adj.) primary)
ultimatum (อัลทะเม' เทิม, -มา'-) *n., pl.* **-tums/-ta** คำขาด, คำสุดท้าย

A B C D E F G H I J K L M N O P Q R S T U V W X Y Z

ultimo (อัล' ทะโม) *adv.* เมื่อเดือนก่อน
ultra (อัล' ทระ) *adj.* รุนแรง, เกินเลย, มากเกิน, เลยเถิด, เกินไป *-n.* บุคคลที่มีความคิดเห็นรุนแรง
ultra- คำอุปสรรค หมายถึง เกิน, เลย, รุนแรง, เกินไป, เลยเถิด, ล้ำ, พ้น, โพ้น
ultrahigh frequency ความถี่คลื่นวิทยุในระหว่าง 300-3,000 เมกะเฮิรตซ์ ย่อว่า UHF
ultramarine (อัลทระมะรีน') *n.* สีฟ้าเข้ม
ultramodern (อัลทระมอด' เดิร์น) *adj.* ล้ำยุค
ultramundane (อัลทระมัน' เดน, -มันเดน') *adj.* นอกจักรวาล, นอกพิภพ
ultrasonic (อัลทระซอน' นิค) *adj.* (เสียง) เกินกว่าระดับที่มนุษย์จะได้ยิน
ultrasound (อัล' ทระเซานด์) *n.* การใช้คลื่นอัลตราโซนิกในการตรวจโรคหรือวินิจฉัยในทางแพทย์ เช่น ตรวจหาเพศทารกที่อยู่ในครรภ์
ultraviolet (อัลทระไว' อะลิท) *adj.* เกี่ยวกับคลื่นรังสีอัลตราไวโอเลต *-n.* คลื่นรังสีอัลตราไวโอเลต รังสีนี้มีมากในแสงอาทิตย์
umbel (อัม' เบิล) *n.* ดอกช่อชนิดที่มีก้านดอกแตกแยกจากจุดเดียวกันเหมือนซี่ร่ม
umber (อัม' เบอร์) *n.* ดินสีน้ำตาลไหม้
umbilical cord สายสะดือ, สายรก
umbra (อัม' บระ) *n., pl.* **-bras/-brae** (-บรี) เงา, ที่ร่ม, เงามืด, บริเวณที่มืดมิดบนดวงอาทิตย์หรือดวงจันทร์เวลาเกิดคราส
umbrage (อัม' บริจ) *n.* ความโกรธเคือง, สิ่งที่ให้ร่มเงา, ความคลุมเครือ (-S. offense)
★**umbrella** (อัมเบรล' ละ) *n.* ร่ม, กลด, สิ่งที่ช่วยปกป้อง, สิ่งที่คล้ายร่ม เช่น แมงกะพรุน
umpire (อัม' ไพร์) *n.* ผู้ตัดสิน, ผู้ชี้ขาด, กรรมการชี้ขาด *-vt., vi.* **-pired, -piring** ตัดสิน, ชี้ขาด (-S. (n., v.) judge, referee)
umpteen (อัมพ์' ทีน', อัม'-) *adj.* (ภาษาพูด) มากมาย เยอะแยะ **-umpteenth** *adj.*
UN, U.N. ย่อจาก United Nations สหประชาชาติ
un-[1] คำอุปสรรค หมายถึง ไม่, ปราศจาก, ไร้, ขาด, ตรงกันข้าม (เมื่อ un- นำหน้าคุณศัพท์ กริยาวิเศษณ์ และนาม)
un-[2] คำอุปสรรค หมายถึง แก้, ปลด, ปล่อย, ถอน, ถอด, เอาออก, ลอก, ปอก (เมื่อ un- นำหน้ากริยา)
unabashed (อันอะแบชท์') *adj.* ไม่กระดาก
unabated (อันอะเบ' ทิด) *adj.* ไม่ล่าถอย
★**unable** (อันเอ' เบิล) *adj.* ไร้ความสามารถ
unabridged (อันอะบริจด์') *adj.* ไม่ได้ตัดทอน, ทั้งหมด, สมบูรณ์ (-S. complete, whole)
unacceptable (อันแอคเซพ' ทะเบิล) *adj.* ยอมรับไม่ได้ (-S. displeasing, offensive)
unaccompanied (อันอะคัม' พะนีด์) *adj.* ตามลำพัง, ไม่มีเพื่อน, (ดนตรีบรรเลง) เดี่ยว
unaccountable (อันอะเคาน์' ทะเบิล) *adj.* ซึ่งอธิบายไม่ได้, แปลก, พิลึก, ไม่มีความรับผิดชอบ (-S. strange, unanswerable)
unaccustomed (อันอะคัซ' เทิมด์) *adj.* ไม่ปกติ, แปลก, ผิดวิสัย (-S. unfamiliar, unusual)
unadorned (อันอะดอร์นด์') *adj.* เรียบง่าย, ปราศจากเครื่องประดับ (-S. plain, simple)
unaffected (อันอะเฟค' ทิด) *adj.* ไม่มีผลกระทบ, ไม่เสแสร้ง, ไร้มารยา **-unaffectedly** *adv.* **-unaffectedness** *n.* (-S. natural, sincere)
unaided (อันเอด' ดิด) *adj.* ปราศจากความช่วยเหลือ, ตามลำพัง
unalloyed (อันอะลอยด์') *adj.* บริสุทธิ์, ไม่มีสิ่งเจือปน, สมบูรณ์ **-unalloyedly** *adv.*
unanimous (ยูแนน' นะเมิซ) *adj.* เป็นเอกฉันท์, เป็นมติเดียวกัน (-S. agreed, united)
unanswerable (อันแอน' เซอระเบิล) *adj.* ซึ่งตอบไม่ได้ (-S. absolute, conclusive)
unappreciated (อันอะพรี' ชีเอทิด) *adj.* ไม่สำนึกบุญคุณ, ไม่เห็นค่า, ไม่ได้รับการชื่นชมยินดี
unapproachable (อันอะโพรช' ชะเบิล) *adj.* เย็นชา, ไม่เป็นมิตร, ปิดกั้น (ตัวเอง), เข้าถึงยาก (-S. cool, remote, unfriendly)
unarmed (อันอาร์มด์') *adj.* ไม่มีอาวุธ, ไม่ติดอาวุธ (-S. defenceless, exposed)
unashamed (อันอะเชมด์') *adj.* ไม่ละอายใจ, ไม่สะทกสะท้าน **-unashamedly** *adv.*
unassailable (อันอะเซ' ละเบิล) *adj.* ไม่สามารถพิสูจน์หักล้างได้, ไม่ถูกโจมตีได้ง่าย, ไม่สามารถคัดค้านได้ (-S. invulnerable, irrefutable)
unassuming (อันอะซู' มิง, -ซิว'-) *adj.* ไม่อวดดี, ไม่ยโส **-unassumingly** *adv.* (-S. simple)
unattached (อันอะแทชท์') *adj.* ไม่ยึดติด, เป็นอิสระ, ไม่เกี่ยวข้อง (-S. free, independent)
unattended (อันอะเทน' ดิด) *adj.* ไม่เอาใจใส่, ไม่สนใจ (-S. alone, unguarded)
★**unattractive** (อันอะแทรค' ทิฟว์) *adj.* ไม่น่าดึงดูด
unavailing (อันอะเว' ลิง) *adj.* หาประโยชน์มิได้ **-unavailingly** *adv.* (-S. useless, vain)
unavoidable (อันอะวอย' ดะเบิล) *adj.* หลีกเลี่ยงไม่ได้ (-S. certain, fated, necessary)

unaware (อันอะแวร์') *adj.* ไม่รู้ตัว, ไม่คาดคิด **-unawareness** *n.* (-S. ignorant, unconscious)
unawares (อันอะแวร์ซ') *adv.* โดยไม่คาดคิดมาก่อน (-S. accidentally, unexpectedly)
unbalance (อันแบล' เลินซ์) *vt.* **-anced, -ancing** ทำให้เสียสมดุล, ทำให้เสียสติ *-n.* ความไม่สมดุล **-unbalanceable** *adj.*
unbalanced (อันแบล' เลินซ์ท) *adj.* ไม่สมดุล, เสียสติ, (บัญชี) ไม่ลงตัว (-S. crazy, uneven)
unbearable (อันแบ' ระเบิล) *adj.* เหลือทน, สุดจะทนทาน **-unbearableness** *n.* **-unbearably** *adv.* (-S. intolerable, unendurable)
unbeaten (อันบีท' เทิน) *adj.* (ทีม) ที่ยังไม่เคยแพ้, (ทาง) ที่ยังไม่ได้แผ้วถาง, (ไข่) ที่ยังไม่ได้ตี (-S. triumphant, victorious)
unbeknown (อันบิโนน') *adj.* ไม่รู้, ไม่ประจักษ์
unbelief (อันบิลีฟ') *n.* ความไม่ศรัทธา, ความไม่เชื่อ, ความไม่เคารพนับถือ
unbelievable (อันบะลีฟว์' วะเบิล) *adj.* ไม่น่าเป็นไปได้, เหลือเชื่อ (-S. impossible, incredible)
unbending (อันเบน' ดิง) *adj.* กระด้าง, ไม่ยอมอ่อนข้อ (-S. inflexible, stubborn)
unbiased, unbiassed (อันไบ' เอิซท) *adj.* ยุติธรรม (-S. fair, impartial -A. prejudiced)
unbidden, unbid (อันบิด' เดิน, -บิด') *adj.* ที่ไม่ได้รับเชิญ, ไม่ได้ขอร้อง
unbind (อันไบนด์') *vt.* **-bound, -binding** ปลด, คลาย, แก้ (-S. loosen, untie)
unblushing (อันบลัช' ชิง) *adj.* ไม่ละอาย, ไม่กระดาก, ไม่สะทกสะท้าน **-unblushingly** *adv.*
unborn (อันบอร์น') *adj.* ยังไม่เกิด, ในอนาคต
unbounded (อันเบาน์' ดิด) *adj.* ไร้ขีดจำกัด, ไม่มีขอบเขต **-unboundedly** *adv.*
unbrace (อันเบรซ') *vt.* **-braced, -bracing** ผ่อน, คลาย, ปลดเปลื้อง, หย่อน, ปลด
unbreakable (อันเบร' คะเบิล) *adj.* ไม่แตก, ทนทาน (-S. durable, solid -A. temporary)
unbridled (อันไบร' เดิลด์) *adj.* ควบคุมไม่ได้, ไม่ได้ใส่บังเหียนม้า (-S. riotous, unruly)
unbroken (อันโบร' เคิน) *adj.* ไม่แตกแยก, ครบถ้วน, ไม่ขาดสาย, ไม่กระจัดกระจาย **-unbrokenly** *adv.* (-S. total, whole)
unbuild (อันบิลด์') *vt.* **-built, -building** รื้อถอน, ทำลาย, ลบล้าง, ผลาญ
unburden (อันเบอร์' เดิน) *vt.* **-dened, -dening** ปลดปล่อย, เปิดเผย (-S. reveal)
uncalled-for (อันคอลด์' ฟอร์) *adj.* ไม่สมควร, ไม่จำเป็น (-S. needless -A. necessary)
uncanny (อันแคน' นี) *adj.* **-nier, -niest** ประหลาด, ลึกลับ, พิลึก, น่าขนลุก **-uncannily** *adv.* (-S. eerie, weird -A. common, usual)
uncared-for (อันแคร์ด' ฟอร์) *adj.* เพิกเฉย, ไม่สนใจ, ไม่ดูแลเอาใจใส่
unceremonious (อันเซอระโม' เนียซ) *adj.* ไม่เป็นทางการ, ไม่มีพิธีรีตอง, เป็นกันเอง
★**uncertain** (อันเซอร์' เทิน) *adj.* ไม่แน่นอน, ไม่แน่ใจ, ไม่มั่นคง **-uncertainly** *adv.* **-uncertainness** *n.* (-S. unsettled, unsure)
uncertainty (อันเซอร์' เทินที) *n., pl.* **-ties** ความไม่แน่นอน, ความคลางแคลงใจ (-S. confusion, doubt -A. conviction)
unchain (อันเชน') *vt.* **-chained, -chaining** ปลด, ปล่อย, แก้
unchangeable (อันเชน' จะเบิล) *adj.* เปลี่ยนแปลงไม่ได้ (-S. constant, fixed)
uncharitable (อันแช' ระทะเบิล) *adj.* ไม่เมตตา, เข้มงวด **-uncharitableness** *n.*
unchaste (อันเชซท์') *adj.* **-chaster, -chastest** ไม่บริสุทธิ์, ไม่สดใหม่ **-unchastely** *adv.*
uncivil (อันซิฟว์' เวิล) *adj.* หยาบคาย, ป่าเถื่อน (-S. impolite, rude -A. gentle, mannerly)
uncivilized (อันซิฟว์' เวิลไลซ์ด์) *adj.* ป่าเถื่อน, ไม่มีวัฒนธรรม (-S. barbarian, vulgar)
unclad (อันแคลด') *adj.* เปลือยกาย, ล่อนจ้อน
unclasp (อันแคลซพ์') *vt., vi.* **-clasped, -clasping** ปลด, ปล่อย, คลาย, แก้
★**uncle** (อัง' เคิล) *n.* ลุง, ลุงเขย, อาผู้ชาย, น้าผู้ชาย, (คำสแลง) เจ้าของโรงรับจำนำ
unclean (อันคลีน') *adj.* **-cleaner, -cleanest** สกปรก, เลอะเทอะ, มีมลทิน, ไม่บริสุทธิ์, แปดเปื้อน **-uncleanness** *n.* (-S. foul, impure)
Uncle Sam รัฐบาลของสหรัฐอเมริกา, ชาวอเมริกัน
uncoil (อันคอยล์') *vt., vi.* **-coiled, -coiling** คลายออกจากขด
★**uncomfortable** (อันคัม' เฟอร์ทะเบิล, -คัมฟ์' ทะ-) *adj.* ไม่สะดวก, ไม่สบาย, อึดอัด **-uncomfortably** *adv.* (-S. rough, uneasy)
uncommitted (อันคะมิท' ทิด) *adj.* ไม่มีข้อผูกมัด, เป็นกลาง
uncommon (อันคอม' เมิน) *adj.* **-er, -est** ผิดธรรมดา, หายาก, แปลก **-uncommonly** *adv.* (-S. extraordinary, peculiar, rare)
uncommunicative (อันคะมิว' นิเคทิฟว์,

A B C D E F G H I J K L M N O P Q R S T U V W X Y Z

-คะทิฟว์) *adj.* เงียบ, ขรึม (-S. silent, taciturn)

uncompromising (อันคอม' พระไมซิง) *adj.* ไม่ยอมลดละ, ไม่ยอมอ่อนข้อ, ยืนกราน (-S. inflexible, unbending -A. flexible)

unconcerned (อันเคินเซิร์นด์') *adj.* ไม่สนใจ, เพิกเฉย, ไม่วิตกกังวล (-S. detached, distant)

unconditional (อันเคินดิช' ชันเนิล) *adj.* ไม่มีเงื่อนไข, บริบูรณ์, ตลอดทั้งหมด, ทั้งสิ้น **-unconditionally** *adv.* (-S. absolute, entire)

unconnected (อันคะเนค' ทิด) *adj.* แยกกัน, ต่างหาก, ห่างกัน, ไม่เกาะกัน, ขาดเป็นห้วงๆ (-S. incoherent, separate -A. connect)

unconscionable (อันคอน' ชะนะเบิล) *adj.* ไม่ละอายเกรงกลัวต่อบาป, ไม่มีเหตุผล (-S. dishonest, unscrupulous -A. reasonable)

★**unconscious** (อันคอน' เชิซ) *adj.* ไม่มีสติ, ไม่รู้สึกตัว, สลบ *-n.* จิตใต้สำนึก **-unconsciously** *adv.*

unconsidered (อันเคินซิด' เดอร์ด) *adj.* ไม่รอบคอบ, หุนหันพลันแล่น

unconventional (อันเคินเวน' ชันเนิล) *adj.* ผิดธรรมเนียมประเพณี **-unconventionally** *adv.* (-S. informal, odd, unusual -A. common)

uncountable (อันเคาน์' ทะเบิล) *adj.* มากมายนับไม่ถ้วน

uncouth (อันคูธ') *adj.* งุ่มง่าม, ไม่สละสลวย, หยาบ, ป่าเถื่อน, (คน) บ้านนอก **-uncouthly** *adv.* **-uncouthness** *n.* (-S. crude, rough)

uncover (อันคัฟว์' เวอร์) *vt., vi.* **-ered, -ering** เปิด, ถอด, เปิดเผย, เปิดโปง (-S. open)

uncritical (อันคริท' ทิเคิล) *adj.* ไม่สามารถตัดสินได้, ไม่รู้จักเลือก (-S. unselective)

unction (อังค์' ชัน) *n.* การชโลมน้ำมัน, การพรมน้ำมัน (ศาสนา พิธีกรรม), น้ำมัน, ขี้ผึ้ง, เครื่องปลอบใจ, คำพูดปลอบใจ

uncut (อันคัท') *adj.* (ผม) ไม่ได้ตัด, (หนังสือ ฟิล์ม ละคร) ไม่ได้ตัดทอน, (เพชร พลอย) ไม่ได้เจียระไน **-uncuttable** *adj.*

undaunted (อันดอน' ทิด, -ดาน'-) *adj.* ไม่ท้อถอย, ไม่ลดละ, กล้าหาญ **-undauntedly** *adv.* (-S. brave, fearless -A. discouraged)

undeceive (อันดีซีฟว์') *vt.* **-ceived, -ceiving** ทำให้เลิกหลงผิด

undecided (อันดีไซ' ดิด) *adj.* ลังเล, ไม่แน่ใจ, ยังตัดสินใจไม่ได้ **-undecidedly** *adv.* **-undecidedness** *n.* (-S. hesitant, uncertain)

undeniable (อันดิไน' อะเบิล) *adj.* ปฏิเสธไม่ได้, แย้งไม่ได้ (-S. clear, obvious)

★**under** (อัน' เดอร์) *prep.* ใต้, ล่าง, ภายใน, ต่ำกว่า, ภายใต้บังคับบัญชา, ภายใต้, อยู่ในระหว่างการ (ซ่อมแซม), อยู่ใน (หมวดหมู่) *-adv.* ต่ำกว่า, ข้างล่าง, ข้างใต้, ภายใต้, รอง *-adj.* ใต้, ล่าง, รอง, ต่ำกว่า (-S. (prep.) below, beneath (adv.) down, lower)

under- คำอุปสรรค หมายถึง ใต้, ภายใต้, เบื้องล่าง, เบื้องใต้, ข้างล่าง, ต่ำกว่า, ข้างใน, รอง, ไม่พอ, ด้อย, น้อยไป

underage, underaged (อันเดอร์เอจ', -เอจด์') *adj.* (อายุ) ต่ำกว่าเกณฑ์ที่กฎหมายกำหนด, ยังไม่เป็นผู้ใหญ่

underarm (อัน' เดอร์อาร์ม) *adj.* ใต้วงแขน

underclothes (อัน' เดอร์โคลซ, -โคลธซ์) *n. pl.* ชุดชั้นใน (-S. lingerie, underwear)

undercover (อันเดอร์คัฟว์' เวอร์) *adj.* เป็นสายลับ, เป็นความลับ (-S. concealed, hidden)

undercurrent (อัน' เดอร์เคอร์เรินท์) *n.* กระแสน้ำหรือกระแสลมข้างใต้, ความคิดความรู้สึกเบื้องลึกในจิตใจ (-S. feeling)

undercut (อันเดอร์คัท') *vt., vi.* **-cut, -cutting** ตัดราคา, เซาะ, ต่อยด้วยหมัดสอยดาว

underdeveloped (อันเดอร์ดิเวล' เลิพท์) *adj.* ไม่เจริญ, ด้อยพัฒนา, ล้าหลัง **-underdeveloped countries** ประเทศด้อยพัฒนา

underdog (อัน' เดอร์ดอก) *n.* ฝ่ายแพ้, ผู้ปราชัย, ฝ่ายที่ตกเป็นรอง, เบี้ยล่าง

underdone (อันเดอร์ดัน') *adj.* สุกๆ ดิบๆ

underemployed (อันเดอร์เอมพลอยด์') *adj.* (ลูกจ้าง) ชั่วคราว, ไม่มีงานประจำ

underestimate (อันเดอร์เอซ' ทะเมท) *vt.* **-mated, -mating** ประมาณการต่ำไป (-S. belittle, minimize, miscalculate)

underexpose (อันเดอร์อิคสโปซ') *vt.* **-posed, -posing** เปิดหน้ากล้องให้แสงเข้าน้อยเกินไป

underfoot (อันเดอร์ฟุท') *adv., adj.* ใต้เท้า, ใต้ฝ่าเท้า (เวลาเดินหรือเหยียบพื้น)

undergo (อันเดอร์โก') *vt.* **-went, -gone, -going** ผ่าน, ประสบ, ได้รับ (-S. experience)

undergraduate (อันเดอร์แกรจ' จูอิท) *n.* นักศึกษา, นิสิต, นักเรียน

★**underground** (*adj., n.* อัน' เดอร์เกราน์ด์, *adv.* อันเดอร์เกราน์ด์') *adj.* ใต้ดิน, (ขบวนการ องค์กร) ลับ, ลึกลับ, ปิดบัง *-n.* องค์กรลับ, รถไฟใต้ดิน *-adv.* ใต้ดิน, ล่าง, หลบๆ ซ่อนๆ (-S. (adj.) buried, hidden (n.) subway, tube)

A B C D E F G H I J K L M N O P Q R S T U V W X Y Z

undergrowth (อัน' เดอร์โกรธ) *n.* พุ่มไม้เตี้ยๆ ที่ขึ้นตามใต้ต้นไม้ใหญ่ในป่า (**-S.** brush, scrub)

underhand, underhanded (อัน' เดอร์แฮนด์, อันเดอร์แฮน' ดิด) *adj.* ฉ้อโกง, ทุจริต, ซ่อนเร้น, (ขว้างลูกบอลเล็กๆ) โดยทอดแขนลงต่ำ *-adv.* ลี้ลับ, ซ่อนเร้น, (ตีเทนนิส) โดยช้อนลูกขึ้น (**-S.** (adj.) deceitful, sneaky)

underlaid (อันเดอร์เลด') *adj.* อยู่ข้างใต้, ที่หนุนจากข้างล่าง, รองรับ

underlay[1] (*v.* อันเดอร์เล', *n.* อัน' เดอร์เล) *vt.* **-laid, -laying** หนุน, ค้ำ, รับ, พยุง, รอง *-n.* กระดาษหนุนแม่พิมพ์, ผ้ายางหรือเสื่อน้ำมันรองใต้ที่นอน, สักหลาดที่รองใต้พรม

underlay[2] (อันเดอร์เล') *v.* กริยาช่อง 2 ของ underlie

underlie (อันเดอร์ไล') *vt.* **-lay, -lain, -lying** วางไว้ข้างใต้, อยู่ข้างใต้, เป็นรากฐาน, รองรับ

★**underline** (*v.* อัน' เดอร์ไลน์, อันเดอร์ไลน์, *n.* อัน' เดอร์ไลน์) *vt.* **-lined, -lining** ขีดเส้นใต้, เน้นคำ *-n.* เส้นที่ขีดใต้คำ วลี สำนวน ฯลฯ เพื่อเน้นความสำคัญ (**-S.** (v.) emphasize)

underling (อัน' เดอร์ลิง) *n.* ลูกน้อง

undermine (อันเดอร์ไมน์') *vt.* **-mined, -mining** ชะ, เซาะ, บ่อน, ขุด, ทำลาย

★**underneath** (อันเดอร์นีธ') *adv.* ข้างล่าง, ข้างใต้, ต่ำกว่า, รอง, ภายใต้ *-prep.* ใต้, ล่าง, ข้างล่าง, ภายใต้บังคับบัญชา *-adj.* ใต้, ล่าง, รอง, ต่ำกว่า *-n.* ส่วนล่าง, ข้างท้าย

underpass (อัน' เดอร์แพซ) *n.* ทางเดินหรือถนนใต้ดิน, อุโมงค์ข้ามถนนใต้ดิน

underprivileged (อันเดอร์พริฟ' วิลลิจด์) *adj.* สามัญ, ไม่ได้รับสิทธิพิเศษ, ขาดแคลน, ยากจน (**-S.** needy, poor **-A.** rich)

underrate (อันเดอร์เรท') *vt.* **-rated, -rating** ประมาณต่ำกว่าความเป็นจริง (**-S.** underestimate)

undersell (อันเดอร์เซล') *vt.* **-sold, -selling** ขายตัดราคา, ตัดราคาสินค้า, ขายถูกกว่าคนอื่น

underside (อัน' เดอร์ไซด์) *n.* บริเวณข้างใต้

undersign (อัน' เดอร์ไซน์) *vt.* **-signed, -signing** ลงชื่อข้างท้าย (เอกสาร จดหมาย)

undersized, undersize (อันเดอร์ไซซ์ด์', -ไซซ์') *adj.* เล็กกว่าขนาดปกติ (**-S.** small, tiny)

★**understand** (อันเดอร์สแตนด์') *vt., vi.* **-stood, -standing** เห็นใจ, เข้าใจ, ได้ยิน, สำเหนียก, แลเห็น, หยั่งรู้, เล็งเห็น, ได้รับ, ได้ทราบ, จำได้, สำนึก, รู้จัก, นึก, คิด, เชื่อ, ทึกทัก, ได้ความรู้, เรียนรู้, รับ, ยอมรับ, ลงมติ, ลงความเห็น, แสดงว่า (**-S.** accept, comprehend, hear **-A.** misunderstand)

★**understanding** (อันเดอร์สแตน' ดิง) *n.* ความรู้, ความเข้าใจ, เชาวน์, สติปัญญา, ความเห็นอกเห็นใจ *-adj.* เข้าใจ, เห็นอกเห็นใจ **-understandingly** *adv.* (**-S.** (n.) knowledge, opinion (adj.) discerning, kind)

understate (อันเดอร์สเตท') *vt., vi.* **-stated, -stating** พูดน้อยเกินไป

understatement (อันเดอร์สเตท' เมินท์, อัน' เดอร์สเตท-) *n.* คำกล่าวที่น้อยกว่าความจริง

understood (อันเดอร์สตุด') *adj.* ละไว้ในฐานที่เข้าใจ, โดยนัย (**-S.** assumed, tacit)

understudy (อัน' เดอร์สตัดดี) *vt., vi.* **-ied, -ying** ฝึกซ้อมเพื่อเป็นตัวสำรอง *-n., pl.* **-ies** ตัวสำรอง (**-S.** (n.) replacement)

undertake (อันเดอร์เทค') *vt., vi.* **-took, -taken, -taking** อาสา, รับรอง, ยืนยัน, รับประกัน (**-S.** guarantee, promise)

undertaker (อันเดอร์เท' เคอร์) *n.* สัปเหร่อ (**-S.** funeral director)

undertaking (อัน' เดอร์เทคิง) *n.* การงาน, ภารกิจ, คำรับรอง, คำสัญญา, การจัดงานศพ (**-S.** enterprise, pledge, promise)

undertone (อัน' เดอร์โทน) *n.* เสียงแผ่วเบา, สีซีดจาง (**-S.** tinge, whisper)

undertook (อันเดอร์ทุค') *v.* กริยาช่อง 2 ของ undertake

underwater (อัน' เดอร์วอเทอร์, -วอทเทอร์) *adj.* ที่ใช้ใต้น้ำ, ที่กระทำใต้น้ำ *-adv.* ที่อยู่ใต้น้ำ

★**underwear** (อัน' เดอร์แวร์) *n.* ชุดชั้นใน

underworld (อัน' เดอร์เวิร์ลด์) *n.* นรก, ประเทศที่อยู่ห่างกันคนละมุมโลก, สังคมของพวกคนเลว (**-S.** gangsters, hell)

underwrite (อัน' เดอร์ไรท์) *v.* **-wrote, -written, -writing** *-vt.* รับประกัน, ลงนาม (ในกรมธรรม์ประกันภัย), ลงนามรับประกัน, ลงนามข้างท้าย, ลงชื่อแสดงความเห็นด้วยหรือสนับสนุน *-vi.* รับทำสัญญาประกันภัย (**-S.** approve, insure, sign)

underwriter (อัน' เดอร์ไรเทอร์) *n.* ผู้รับประกัน, ผู้รับประกันซื้อหุ้นหรือพันธบัตรที่เหลือ

undesirable (อันดิไซ' ระเบิล) *adj.* ไม่เป็นที่ต้องการ (**-S.** disliked, offensive)

undetermined (อันดิเทอร์' มินด์) *adj.* ลังเล

undies (อัน' ดีซ) *n. pl.* (ภาษาพูด) ชุดชั้นใน

undivided interest กรรมสิทธิ์ร่วม

A B C D E F G H I J K L M N O P Q R S T U V W X Y Z

★**undo** (อันดู') *vt., vi.* **-did, -done, -doing** ถอด, เปลื้อง, ปลด, แก้, คลาย, ลบล้าง **-undoer** *n.* (-**S.** destroy, loose, ruin)
undone (อันดัน') *v.* กริยาช่อง 3 ของ undo *-adj.* ไม่ได้ทำ, ค้างไว้ (-**S.** (adj.) left, unfinished)
undoubted (อันเดา' ทิด) *adj.* อย่างไม่ต้องสงสัย **-undoubtedly** *adv.* (-**S.** certain, sure)
undreamed, undreamt (อันดรีมด์', -เดรมท์') *adj.* คาดไม่ถึง, ไม่คิดฝันมาก่อน
★**undress** (อันเดรซ') *vt., vi.* **-dressed, -dressing** เอาออก, ถอดเสื้อผ้า, แก้ *-n.* เครื่องแบบไม่เป็นทางการ, เสื้อผ้าลำลอง (-**S.** (v.) disrobe, strip)
undue (อันดู', -ดิว') *adj.* เกินควร, เกินความจำเป็น, เกินกำหนด (-**S.** excessive, needless)
undying (อันได' อิง) *adj.* ไม่รู้จบ, ไม่หมดสิ้น, ตลอดไป, นิรันดร, อมตะ (-**S.** forever)
unearned (อันเอิร์นด์') *adj.* ไม่ได้มาจากการทำงาน **-unearned increment** ราคาของที่ดินหรือทรัพย์สมบัติใดๆ ที่เพิ่มขึ้นโดยมิได้เกิดจากการทะนุบำรุงของเจ้าของ
unearth (อันเอิร์ธ') *vt.* **-earthed, -earthing** ขุดขึ้นมา, ค้นพบ, เปิดเผย (-**S.** dig up, reveal)
unearthly (อันเอิร์ธ' ลี) *adj.* **-lier, -liest** ไม่ใช่โลกนี้, ประหลาด, เหมือนผี, เหลวไหล (-**S.** absurd, eerie, ghostly -**A.** worldly)
uneasy (อันอี' ซี) *adj.* **-ier, -iest** วิตกกังวล, ไม่สบายใจ, ฝืนใจ **-uneasiness** *n.* **-uneasily** *adv.* (-**S.** anxious, nervous)
uneducated (อันเอจ' จะเคทิด) *adj.* ไม่มีการศึกษา, ไม่ได้รับการศึกษา
unemployable (อันเอมพลอย' อะเบิล) *adj.* ที่ใช้การไม่ได้ *-n.* บุคคลที่ใช้การไม่ได้
★**unemployed** (อันเอมพลอยด์') *adj.* ตกงาน, ไม่มีงานทำ (-**S.** jobless, laid off)
★**unemployment** (อันเอมพลอย' เมินท์) *n.* การว่างงาน, คนว่างงาน
unemployment compensation เงินที่รัฐบาลจ่ายชดเชยให้บุคคลเพื่อยังชีพในเวลาว่างงาน
unending (อันเอน' ดิง) *adj.* ไม่รู้จักจบ
unenlightened (อันเอนไล' เทินด์) *adj.* ทึบ, ไม่ชัดเจน, คลุมเครือ
unenterprising (อันเอน' เทอร์ไพรซิง) *adj.* ไม่กล้าได้กล้าเสีย, ขี้ขลาด
unenthusiastic (อันเอนธูซีแอซ' ทิค) *adj.* ไม่กระตือรือร้น (-**S.** apathetic -**A.** eager)
unenviable (อันเอน' วีอะเบิล) *adj.* ยากเย็น, ไม่ปรารถนา, ไม่น่าอิจฉา (-**S.** undesirable)
unequal (อันอี' เควิล) *adj.* ไม่เท่ากัน, ลำเอียง
unequaled, unequalled (อันอี' เควิลด์) *adj.* ดีกว่า, เหนือกว่า (-**S.** supreme)
unequivocal (อันอิควิฟ' วะเคิล) *adj.* ชัดเจน, ตรงไปตรงมา **-unequivocally** *adv.* (-**S.** clear, direct -**A.** ambiguous)
UNESCO ย่อจาก United Nations Educational, Scientific, and Cultural Organization องค์การศึกษา วิทยาศาสตร์ และวัฒนธรรมของสหประชาชาติ
★**uneven** (อันอี' เวิน) *adj.* **-er, -est** ไม่เรียบ, ไม่สม่ำเสมอ, ลำเอียง, ไม่คงที่, ไม่เท่ากัน **-unevenly** *adv.* **-unevenness** *n.* (-**S.** rough, unbalanced, unfair, variable -**A.** just, smooth)
uneventful (อันอิเวนท์' เฟิล) *adj.* เรื่อยๆ, เป็นปกติ, ไม่หวือหวา (-**S.** routine, tedious)
unexampled (อันอิกแซม' เพิลด์) *adj.* ไม่เคยมี, ไม่เคยมีแบบอย่างมาก่อน
★**unexpected** (อันอิคสเปค' ทิด) *adj.* ไม่คาดคิดมาก่อน, ไม่นึกมาก่อน **-unexpectedly** *adv.* (-**S.** sudden, surprising -**A.** foreseen)
unexpired (อันอิคสไปร์ด์') *adj.* ยังไม่หมดอายุ, ยังไม่ครบกำหนด
unexplored (อันอิคสปลอร์ด์', -สโปลร์ด์') *adj.* ยังไม่ได้สำรวจ
unexpressive (อันอิคสเปรซ' ซิฟว์) *adj.* ไม่ได้แสดงออกมา
unfailing (อันเฟ' ลิง) *adj.* ไม่เคยขาด, สม่ำเสมอ, ไม่พลาด (-**S.** constant, sure)
★**unfair** (อันแฟร์') *adj.* **-er, -est** ไม่ยุติธรรม, ลำเอียง (-**S.** biased, prejudiced, unjust)
unfaithful (อันเฟธ' เฟิล) *adj.* นอกใจ, ไม่ซื่อสัตย์, มีชู้ (-**S.** disloyal, untrustworthy)
unfamiliar (อันฟะมิ' เลียร์) *adj.* ไม่คุ้นเคย, ไม่รู้จัก, ไม่สนิท, แปลกหน้า (-**S.** alien, unusual)
unfashionable (อันแฟช' ชะนะเบิล) *adj.* ล้าสมัย, เชย (-**S.** obsolete, unpopular)
unfathomable (อันแฟธ' ธะมะเบิล) *adj.* มิอาจรู้ได้, เข้าใจยาก
unfavorable, unfavourable (อันเฟ' เวอระเบิล) *adj.* ไม่อำนวย, โชคร้าย, (ฤกษ์) ไม่ดี, เป็นปฏิปักษ์ (-**S.** unfriendly, unlucky)
unfeeling (อันฟี' ลิง) *adj.* โหดร้าย, ทารุณ, ไม่มีความรู้สึก, ไม่มีหัวใจ **-unfeelingly** *adv.*
★**unfinished** (อันฟิน' นิชท์) *adj.* ค้างคา, ยังไม่เสร็จ (-**S.** incomplete, undone -**A.** ended)

unfit (อันฟิท') *adj.* ไม่เหมาะสม, ไม่แข็งแรง *-vt.* **-fitted, -fitting** ทำให้เหมาะสม

unflagging (อันแฟลก' กิง) *adj.* ไม่ลดน้อยลง, ไม่เนือยลง

unfledged (อันเฟลจด') *adj.* (ลูกนก) ที่ขนยังไม่ขึ้น, อ่อนหัด, ยังไม่มีประสบการณ์

★**unfold** (อันโฟลด') *vt., vi.* **-folded, -folding** คลี่, เปิด, เปิดเผย, แฉ (-S. disclose)

unforeseen (อันเฟอร์ซีน', -ฟอร์-) *adj.* ไม่คาดคิดมาก่อน (-S. accidental, unexpected)

unforgettable (อันเฟอร์เกท' ทะเบิล, -ฟอร์-) *adj.* ไม่อาจลืมได้ (-S. impressive, memorable)

unforgivable (อันเฟอร์กิฟว' วะเบิล) *adj.* ยกโทษให้ไม่ได้ (-S. unpardonable)

★**unfortunate** (อันฟอร์' ชะนิท) *adj.* เคราะห์ร้าย, หายนะ, น่าสลด *-n.* คนเคราะห์ร้าย **-unfortunately** *adv.* **-unfortunateness** *n.* (-S. (adj.) cursed, ruinous -A. (adj.) lucky)

unfounded (อันเฟานฺ' ดิด) *adj.* ไม่มีมูลความจริง, เหลวไหล, ไร้สาระ (-S. baseless, idle)

unfruitful (อันฟรูท' เฟิล) *adj.* ไม่ออกผล, ไม่ให้ลูก, ไม่เกิดผล **-unfruitfully** *adv.*

unfurl (อันเฟิร์ล') *vt., vi.* **-furled, -furling** คลี่

ungainly (อันเกน' ลี) *adj.* **-lier, -liest** เทอะทะ, อุ้ยอ้าย, เงอะงะ (-S. clumsy, uncouth)

unglue (อันกลู') *vt.* **-glued, -gluing** เอาออก, ถอดถอน, (คำสแลง) ทำให้ยุ่งเหยิง

ungodly (อันกอด' ลี) *adj.* **-lier, -liest** ไม่มีศีลธรรม, บาปหนา, เลวทราม (-S. sinful)

ungovernable (อันกัฟว' เวอร์นะเบิล) *adj.* เกเร, ดื้อด้าน, ไม่เชื่อฟัง (-S. unruly, wild)

ungracious (อันเกร' เชิซ) *adj.* หยาบคาย, ไร้มารยาท, เลวทราม (-S. impolite, rude)

ungrateful (อันเกรท' เฟิล) *adj.* ไม่สำนึกบุญคุณ **-ungratefully** *adv.* (-S. unappreciated)

ungreen (อันกรีน') *adj.* (คน) ที่เป็นอันตรายหรือทำลายสิ่งแวดล้อม

unguarded (อันการ์' ดิด) *adj.* เผอเรอ, ไม่ระมัดระวัง (-S. careless -A. cautious)

unguent (อัง' เกวินท) *n.* ขี้ผึ้งทาแผล

ungula (อัง' กิวละ) *n., pl.* **-lae** (-ลี) กีบเท้าสัตว์จำพวกม้า, เล็บสัตว์ **-ungular** *adj.*

unhandy (อันแฮน' ดี) *adj.* **-ier, -iest** ไม่เหมาะมือ, ไม่สะดวก, ไม่คล่องแคล่ว

★**unhappy** (อันแฮพ' พี) *adj.* **-pier, -piest** เป็นทุกข์, โชคร้าย, งุ่มง่าม

unhealthy (อันเฮล' ธี) *adj.* **-ier, -iest** อ่อนแอ, ไม่ดีต่อสุขภาพ, เป็นอันตราย (-S. harmful, sickly, weak -A. healthy)

unheard (อันเฮิร์ด') *adj.* ไม่ได้ยิน, ไม่ได้ฟัง

unheard-of (อันเฮิร์ด' อัฟ, -ออฟ) *adj.* ไม่เคยได้ยินมาก่อน, ไม่รู้จัก, ไม่เคยมีมาก่อน (-S. new, unfamiliar, unusual)

unholy (อันโฮ' ลี) *adj.* **-lier, -liest** ชั่วร้าย, เลวทราม, บาป, (ภาษาพูด) ร้ายแรง **-unholiness** *n.* (-S. profane, wicked -A. holy)

uni- คำอุปสรรค หมายถึง หนึ่ง, เดียว

uniaxial (ยูนีแอค' เซียล) *adj.* มีแกนเดียว

UNICEF ย่อจาก United Nations International Children's Emergency Fund หรือ United Nations Children's Fund องค์การทุนเพื่อเด็กแห่งสหประชาชาติ

unicorn (ยู' นิคอร์น) *n.* สัตว์ประหลาดในเทพนิยาย มีลักษณะเหมือนม้าแต่มีเขาแหลมที่หน้าผากเขาเดียว

unicorn

unidentified (อันไอเดน' ทะไฟด์) *adj.* ไม่สามารถระบุได้, ไม่ปรากฏหลักฐาน, ไม่ปรากฏชื่อ (-S. nameless, unfamiliar)

★**uniform** (ยู' นะฟอร์ม) *adj.* อย่างเดียวกัน, เหมือนกัน, เป็นแบบเดียวกัน *-n.* เครื่องแบบ *-vt.* **-formed, -forming** ทำให้เป็นแบบเดียวกัน, แต่งเครื่องแบบ **-uniformly** *adv.* (-S. (adj.) alike, constant (n.) costume -A. (adj.) irregular)

unify (ยู' นะไฟ) *vt., vi.* **-fied, -fying** รวมเข้าด้วยกัน, รวมกันเป็นหนึ่งเดียว

unimpeachable (อันอิมพี' ชะเบิล) *adj.* ไม่มีข้อตำหนิ, ไม่สามารถฟ้องร้องได้

unimproved (อันอิมพรูฟว์ด') *adj.* ไม่ดีขึ้น

uninformed (อันอินฟอร์มด์') *adj.* โง่, ไม่รู้เรื่อง

uninhibited (อันอินฮิบ' บิทิด) *adj.* ปราศจากความยับยั้ง, ขาดความไตร่ตรอง

uninitiated (อันอินิช' ชีเอทิด) *adj.* ไม่มีประสบการณ์, อ่อนหัด, เริ่มใหม่

uninspired (อันอินสไปร์ด') *adj.* ทื่อ, (ปัญญา) ทึบ, ไม่หลักแหลม, สามัญ (-S. dull, ordinary)

uninstructed (อันอินสตรัค' ทิด) *adj.* ไม่ได้รับการสั่งสอน, ไม่ได้รับคำแนะนำ

uninsured (อันอินชัวร์ด') *adj.* ไม่มีประกันภัย

unintelligent (อันอินเทล' ลิเจินท) *adj.* ไม่มีไหวพริบ, ไม่มีเชาวน์ (-S. brainless, thick)

unintelligible (อันอินเทล' ลิจะเบิล) *adj.* เข้าใจยาก (-S. confused, unfathomable)

A
B
C
D
E
F
G
H
I
J
K
L
M
N
O
P
Q
R
S
T
U
V
W
X
Y
Z

unintentional (อันอินเทน' ชันเนิล) *adj.* ไม่เจตนา, ไม่ตั้งใจทำ (-S. accidental)

uninterested (อันอิน' ทริสติด, -เทอริสติด, -ทะเรซุทิด) *adj.* ไม่น่าสนใจ, ไม่พึงเอาใจใส่, ไม่ใช่เรื่องสำคัญ (-S. indifferent, unconcerned)

uninteresting (อันอิน' ทริสติง, -เทอริสติง, -ทะเรซทิง) *adj.* น่าเบื่อ, น่ารำคาญ, ไม่น่าสนุก **-uninterestingly** *adv.* (-S. boring, tedious)

uninterrupted (อันอินทะรัพ' ทิด) *adj.* ต่อเนื่อง, ไม่ขาดตอน (-S. nonstop, sustained)

★**union** (ยูน' เนียน) *n.* การรวมเข้าด้วยกัน, สหภาพแรงงาน, สมาคม, การสมรส, ความปรองดองกัน, ความกลมกลืน *-adj.* เกี่ยวกับสหภาพแรงงาน **-Union** สหรัฐอเมริกา **-unionist** *n.* (-S. (n.) combination, federation, harmony -A. (n.) separation)

unionize (ยูน' เนียไนซ) *vt., vi.* **-ized, -izing** เข้าร่วม, รวมกัน, สมรส

Union Jack ธงชาติสหราชอาณาจักร

union shop บริษัทหรือโรงงานที่นายจ้างสัญญาจ้างลูกจ้างที่เป็นสมาชิกสหภาพแรงงาน

★**unique** (ยูนีค') *adj.* หนึ่งเดียว, เป็นเอกลักษณ์เฉพาะตัว, พิเศษ (-S. matchless, solitary)

unisex (ยู' นิเซคซ) *adj.* (เสื้อผ้า ทรงผม) ที่ออกแบบให้สามารถใช้ได้ทั้งสองเพศ

unison (ยู' นิเซิน, -เซิน) *n.* ความพร้อมเพรียงกัน, ความกลมกลืน (-S. accordance, concord)

★**unit** (ยู' นิท) *n.* หน่วย, หน่วยน้ำหนัก, กลุ่ม, กอง, เครื่องมือหรืออุปกรณ์ชิ้นหนึ่ง, หน่วยวัดกระแสไฟฟ้า, หน่วยกิต, หน่วยฤทธิ์ยา, หลักหน่วยในวิชาคณิตศาสตร์, หน่วยเงินตรา (-S. entity, measure, part)

unit cost ราคาต่อหน่วยของสินค้า

★**unite** (ยูไนท') *vt., vi.* **united, uniting** รวมกัน, รวมเป็นหนึ่งเดียว, ผูก, สมรส, ร่วมเป็นภาคี, เข้าร่วมเป็นสมาชิก (-S. combine, join, mix -A. separate, sever)

united (ยูไน' ทิด) *adj.* สามัคคี, กลมกลืน, เป็นเอกภาพ, พร้อมเพรียง, เป็นน้ำหนึ่งใจเดียวกัน **-unitedly** *adv.* (-S. agreed, together)

United Kingdom สหราชอาณาจักร ประกอบด้วย อังกฤษ สกอตแลนด์ เวลส์ และไอร์แลนด์เหนือ

United Nations สหประชาชาติ

United States, United States of America สหรัฐอเมริกา

★**unity** (ยู' นิที) *n., pl.* **-ties** ความสามัคคี, เอกภาพ, ความกลมกลืน (-S. concord, union)

univ. ย่อจาก universal สากล ทั้งหมด, university มหาวิทยาลัย

★**universal** (ยูนะเวอร' เซิล) *adj.* สากล, ทั้งหมด, ทั่วไป, ทั้งมวล, กว้างขวาง, เกี่ยวกับจักรวาล **-universally** *adv.* (-S. entire, worldwide)

universal joint ข้อต่อเพลาอเนกประสงค์ที่หมุนได้โดยรอบ

universality (ยูนะเวอร์แซล' ลิที) *n., pl.* **-ties** ความมีอยู่อย่างกว้างขวาง

Universal Product Code ดู bar code

★**universe** (ยู' นะเวิร์ซ) *n.* จักรวาล, เอกภพ, สรรพสิ่งทั้งหมด, มนุษยชาติ (-S. cosmos, creation, nature)

★**university** (ยูนะเวอ' ซิที) *n., pl.* **-ties** มหาวิทยาลัย

unjust (อันจัซท') *adj.* ไม่ยุติธรรม **-unjustly** *adv.* (-S. prejudiced, wrong)

★**unkind** (อันไคน์ด') *adj.* **-er, -est** โหดร้าย, รุนแรง **-unkindness** *n.* (-S. cruel)

unknowable (อันโน' อะเบิล) *adj.* เร้นลับ, ประหลาด, ไม่รู้จักมาก่อน (-S. queer)

★**unknown** (อันโนน') *adj.* ไม่รู้จัก, ไม่มีชื่อเสียง แปลก, ลึกลับ *-n.* คนลึกลับ, คนไม่มีชื่อเสียง, สิ่งที่ไม่รู้จัก, จำนวนที่ไม่ทราบในพีชคณิต ได้แก่ x y z (-S. (adj.) mysterious, obscure)

Unknown Soldier ทหารนิรนามที่เสียชีวิตในสงคราม

unlawful (อันลอ' เฟิล) *adj.* ผิดกฎหมาย, เถื่อน

unleaded (อันเลด' ดิด) *adj.* (น้ำมัน) ไร้สารตะกั่ว

unlearned (อันเลอร์' นิด) *adj.* ไม่ได้รับการศึกษา, ไม่เอาใจใส่ **-unlearnedly** *adv.*

★**unless** (อันเลซ') *conj.* เว้นแต่, นอกจาก *-prep.* เว้นแต่, ยกเว้น

unlettered (อันเลท' เทอร์ด) *adj.* ไม่รู้หนังสือ

★**unlike** (อันไลค') *adj.* ไม่เหมือน, แตกต่าง, ไม่เท่ากัน *-prep.* ต่างจาก, ไม่ใช่ลักษณะของ (-S. (adj.) dissimilar, unequal)

★**unlikely** (อันไลค' ลี) *adj.* **-lier, -liest** ไม่น่าเกิดขึ้นได้, ไม่น่าเป็นไปได้ **-unlikeliness** *n.* (-S. improbable, incredible -A. possible)

unlimited (อันลิม' มิทิด) *adj.* ไม่มีขอบเขตจำกัด, ไม่จำกัด (-S. boundless)

★**unload** (อันโลด') *vt., vi.* **-loaded, -loading** ขนของออกจาก (เรือ รถ), เอากระสุนออกจากปืน, ระบายความรู้สึก, ทุ่มขายสินค้า **-unloader** *n.* (-S. discharge, relieve)

★**unlock** (อันลอค') *v.* **-locked, -locking** *-vt.* ไขกุญแจ, ถอดกลอน (ประตู), เปิด, เปิดเผย, เปิดโปง, ปล่อย *-vi.* ปล่อยออกมา, เปิดออก
unlooked-for (อันลุคท์' ฟอร์) *adj.* ไม่คาดคิดมาก่อน, ไม่นึกไม่ฝันมาก่อน
unlovely (อันลัฟว์' ลี) *adj.* **-lier, -liest** ไม่น่ามอง, น่าเกลียด, น่าขยะแขยง
★**unlucky** (อันลัค' คี) *adj.* **-ier, -iest** เคราะห์ร้าย, โชคร้าย (**-S.** ill-fated, unhappy)
unmake (อันเมค') *vt.* **-made, -making** ทำลาย, ล้มล้าง, ถอด (ตำแหน่ง)
unmanly (อันแมน' ลี) *adj.* **-lier, -liest** ไม่เป็นลูกผู้ชาย, ขี้ขลาด, อ่อนแอ
unmanned (อันแมนด์') *adj.* (เรือ ยานอวกาศ) ไม่มีลูกเรือประจำ, (เหยี่ยว) ที่ไม่ได้รับการฝึก
unmannered (อันแมน' เนอร์ด์) *adj.* หยาบคาย, กระด้าง, ไม่สุภาพ, ไม่มีมารยาท
unmask (อันแมซค์') *vt., vi.* **-masked, -masking** เปิดโปง, เปิดเผย (**-S.** disclose)
unmentionable (อันเมน' ชะนะเบิล) *adj.* ที่กล่าวถึงไม่ได้ *-n.* สิ่งที่กล่าวถึงไม่ได้ (**-S.** (adj.) forbidden (adj., n.) taboo)
unmerciful (อันเมอร์' ซิเฟิล) *adj.* โหดร้าย, รุนแรง (**-S.** pitiless, ruthless **-A.** kind)
unmindful (อันไมน์ด์' เฟิล) *adj.* ไม่เอาใจใส่, ไม่ใส่ใจ, หลงลืม, เลินเล่อ **-unmindfully** *adv.*
unmistakable (อันมิซเทค' คะเบิล) *adj.* ชัดเจน, แน่แท้, กระจ่าง (**-S.** clear, evident)
unmixed (อันมิคซ์ท์') *adj.* บริสุทธิ, ปราศจากสิ่งเจือปน **-unmixedly** *adv.* (**-S.** pure)
unmoral (อันมอ' เริล) *adj.* ไม่มีศีลธรรมจรรยา
unmoved (อันมูฟว์ด์') *adj.* เย็นชา, ไม่เห็นใจ, ไม่รู้สึก, มั่นคง, ไม่เปลี่ยนแปลง (**-S.** cold, firm)
★**unnatural** (อันแนช' เชอเริล) *adj.* ผิดปกติ, ผิดวิสัย, ผิดมนุษย์ (**-S.** artificial, freakish, odd)
★**unnecessary** (อันเนซ' ซะเซอรี) *adj.* ไม่จำเป็น **-unnecessarily** *adv.* (**-S.** superfluous, useless)
UNO ย่อจาก United Nations Organization องค์การสหประชาชาติ
unobtrusive (อันเอิบทรู' ซิฟว์) *adj.* เงียบ, สงบเสงี่ยม (**-S.** inconspicuous, quiet)
unoccupied (อันออค' เคียไพด์) *adj.* ว่าง
unofficial (อันอะฟิช' เชิล) *adj.* ไม่เป็นทางการ (**-S.** informal, private)
unorthodox (อันออร์' ธะดอคซ์) *adj.* นอกรีต, พิลึก, วิปริต (**-S.** abnormal, irregular)
unpack (อันแพค') *vt., vi.* **-packed, -packing** เปิด (กล่อง) เอาของออกมา
unpaid (อันเพด') *adj.* ยังไม่ได้ชำระ, ยังไม่ได้รับค่าจ้าง (**-S.** unsettled)
unpardonable (อันพาร์' เดินนะเบิล) *adj.* อภัยให้ไม่ได้ (**-S.** unforgivable)
★**unpleasant** (อันเพลซ' เซินท์) *adj.* ไม่สนุก, ไม่ราบรื่น, ไม่ดี, ไม่ลงรอยกัน **-unpleasantly** *adv.* (**-S.** disagreeable **-A.** enjoyable)
unplug (อันพลัก') *vt.* **-plugged, -plugging** ดึงหรือถอดปลั๊ก
★**unpopular** (อันพอพ' เพียเลอร์) *adj.* ที่ไม่นิยม **-unpopularity** *n.* (**-S.** rejected, shunned)
unpracticed (อันแพรค' ทิซท์) *adj.* ไม่เคยลอง, ไม่มีทักษะหรือประสบการณ์มาก่อน
unprecedented (อันเพรซ' ซะเดนทิด) *adj.* ไม่เคยมีมาก่อน, ไม่เคยได้ยินมาก่อน, แปลก, ผิดธรรมดา (**-S.** freakish, unheard-of)
unprejudiced (อันเพรจ' จะดิซท์) *adj.* ยุติธรรม, เป็นกลาง (**-S.** fair **-A.** biased)
unpretentious (อันพริเทน' เชิซ) *adj.* ถ่อมตัว, สงบเสงี่ยม (**-S.** modest, simple)
unprincipled (อันพริน' ซะเพิลด์) *adj.* ไม่มีคุณธรรม (**-S.** deceitful, tricky)
unproductive (อันพระดัค' ทิฟว์) *adj.* ไม่เกิดผล (**-S.** futile, sterile **-A.** effective)
unprofessional (อันพระเฟช' ชะเนิล) *adj.* ไม่ใช่มืออาชีพ, ไม่ใช่ผู้เชี่ยวชาญ, ไม่ถูกต้องตามหลัก (**-S.** inefficient, negligent)
unqualified (อันควอล' ละไฟด์) *adj.* ไม่มีคุณสมบัติ, ไม่มีเงื่อนไข (**-S.** incapable)
unquestionable (อันเควซ' ชะนะเบิล) *adj.* ไม่ต้องสงสัย, ไม่มีปัญหา (**-S.** definite, sure)
unravel (อันแรฟว์' เวิล) *v.* **-eled, -eling/-elled, -elling** *-vt.* แก้ (ปมด้าย ปัญหา), ไข (ความลับ) *-vi.* คลี่คลาย (**-S.** disentangle, undo)
unreal (อันเรียล', -รีล') *adj.* ไม่จริง, ลวงตา, เทียม (**-S.** illusory, intangible, mock)
unreason (อันรี' เซิน) *n.* ความไม่มีเหตุผล, ความเหลวไหล, ความไร้สาระ
unreasonable (อันรี' ซะนะเบิล) *adj.* ไม่สมเหตุสมผล, ไม่มีสติ, เกินควร **-unreasonableness** *n.* **-unreasonably** *adv.* (**-S.** silly)
unreasoning (อันรี' ซะนิง) *adj.* ไม่ใช้เหตุผล
unreel (อันรีล') *vt., vi.* **-reeled, -reeling** คลาย
unrelenting (อันริเลน' ทิง) *adj.* ไม่บรรเทา, ไม่ลดละ, ไม่เมตตา (**-S.** cruel **-A.** merciful)
unremitting (อันริมิท' ทิง) *adj.* ไม่ลดละ, ไม่

A B C D E F G H I J K L M N O P Q R S T U V W X Y Z

หยุดยั้ง **-unremittingly** *adv.*

unreserved (อันริเซิร์ฟว์ด์') *adj.* ไม่จำกัด, เปิดเผย, ตรงไปตรงมา (**-S.** frank, unlimited)

unrest (อันเรซท์', อัน' เรซท์) *n.* ความไม่สงบ

unroll (อันโรล') *v.* **-rolled, -rolling** *-vt.* คลี่, คลาย, เปิดออก, เผย *-vi.* คลี่คลาย

unruly (อันรู' ลี) *adj.* **-lier, -liest** ดื้อ, ไม่เชื่อฟัง, เกเร **-unruliness** *n.* (**-S.** disobedient)

★**unsafe** (อันเซฟ') *adj.* **-safer, -safest** อันตราย

unsaid (อันเซด') *adj.* ไม่ปริปากพูด

unsavory, unsavoury (อันเซ' วะรี) *adj.* ไม่อร่อย, ไม่น่ากิน, น่ารังเกียจ **-unsavorily** *adv.* (**-S.** nauseating, offensive)

unsay (อันเซ') *vt.* **-said, -saying** ถอนคำพูด

unscrew (อันสกรู') *vt., vi.* **-screwed, -screwing** คลายเกลียว

unscrupulous (อันสกรู' เพียเลิซ) *adj.* ไม่มีคุณธรรม (**-S.** corrupt, sinful **-A.** good)

unseasoned (อันซี' เซินด์) *adj.* ไม่ได้ปรุง, (ไม้) ไม่ได้ตากแห้ง, ไม่เคยชิน, ไม่ช่ำชอง

unseemly (อันซีม' ลี) *adj.* **-lier, -liest** ไม่สมควร, ไม่เหมาะสม (**-S.** improper)

unseen (อันซีน') *adj.* ที่มองไม่เห็น, ไม่ปรากฏ (**-S.** invisible, obscure **-A.** obvious)

unsettle (อันเซท' เทิล) *vt., vi.* **-tled, -tling** ทำให้ยุ่งเหยิง, กวน (**-S.** bother, disturb)

unsettled (อันเซท' เทิลด์) *adj.* ไม่แน่นอน, แปรปรวน, ไม่สงบ, โกลาหล, ค้างชำระ (เงิน), ไม่มีผู้คนอยู่อาศัย, เลื่อนลอย (**-S.** changing, disorderly, disturbed **-A.** stable)

unsex (อันเซคซ์') *vt.* **-sexed, -sexing** ตอน

unshakable (อันเช' คะเบิล) *adj.* ไม่หวั่นไหว

unship (อันชิพ') *vt., vi.* **-shipped, -shipping** เอาของขึ้นจากเรือ, ทิ้งสมอเรือลงน้ำ

unsightly (อันไซท์' ลี) *adj.* **-lier, -liest** ไม่ดึงดูดใจ, ไม่น่าดู (**-S.** horrid, ugly **-A.** beautiful)

unskilled (อันสกิลด์') *adj.* ไม่ชำนาญ, ไม่มีทักษะ, ไม่มีฝีมือ (**-S.** inexperienced **-A.** expert)

unsociable (อันโซ' ชะเบิล) *adj.* ไม่ชอบเข้าสังคม **-unsociably** *adv.* (**-S.** distant, hostile)

unsophisticated (อันซะฟิซ' ทิเคทิด) *adj.* ไร้เดียงสา, ซื่อ, ง่ายๆ (**-S.** innocent)

unsound (อันเซานด์') *adj.* **-sounder, -soundest** ไม่แข็งแรง, ไม่มั่นคง, ไม่ปลอดภัย, ไม่น่าไว้ใจ (**-S.** false, frail, shaky, weak)

unspeakable (อันสปี' คะเบิล) *adj.* เกินกว่าจะกล่าว, เหนือคำบรรยาย (**-S.** inexpressible)

unstable (อันสเต' เบิล) *adj.* **-bler, -blest** ไม่มั่นคง, ไม่แน่นอน, แปรปรวน, ไม่คงที่, โลเล

unsteady (อันสเตด' ดี) *adj.* **-ier, -iest** ไม่มั่นคง, ไม่เที่ยง, ไม่แน่นอน (**-S.** changeable)

unsuitable (อันซูท' ทะเบิล) *adj.* ไม่เหมาะ

unsuspected (อันซะสเปค' ทิด) *adj.* ไม่เป็นที่ต้องสงสัย **-unsuspectedly** *adv.*

untangle (อันแทง' เกิล) *vt.* **-gled, -gling** แก้ (ปัญหา), ทำให้หายยุ่ง (**-S.** disentangle, solve)

unthinkable (อันธิง' คะเบิล) *adj.* นึกไม่ถึง, เหลือเชื่อ (**-S.** incredible, unlikely)

unthinking (อันธิง' คิง) *adj.* ไม่คิดก่อนพูด

★**untidy** (อันไท' ดี) *adj.* **-dier, -diest** สกปรก, รุงรัง, ไม่เป็นระเบียบ (**-S.** messy **-A.** neat)

★**untie** (อันไท') *vt.* **-tied, -tying** แก้ (ปมด้าย เชือก), ปลด, ปล่อย (**-S.** release, unbind)

★**until** (อันทิล') *prep., conj.* จนกระทั่ง

untimely (อันไทม์' ลี) *adj.* **-lier, -liest** ก่อนเวลาอันควร, ผิดกาล (**-S.** premature)

untiring (อันไท' ริง) *adj.* ไม่รู้จักเหน็ดเหนื่อย **-untiringly** *adv.* (**-S.** patient **-A.** exhausted)

unto (อัน' ทู) *prep.* แก่, จนกระทั่ง

untold (อันโทลด์') *adj.* ไม่ได้เล่า, เกินกว่าจะพรรณนา

untouchable (อันทัช' ชะเบิล) *adj.* ที่แตะต้องไม่ได้, ห้ามวิจารณ์ **-Untouchable** วรรณะศูทรของชาวฮินดูซึ่งผู้มีวรรณะสูงกว่าจะแตะต้องไม่ได้

untoward (อันทอร์ด', -โทร์ด') *adj.* ไม่เหมาะ, โชคร้าย (**-S.** improper **-A.** suitable)

untried (อันไทรด์') *adj.* ไม่เคยทดลอง, (คดี) ที่ไม่ได้พิจารณาในศาล

untrue (อันทรู') *adj.* **-truer, -truest** ไม่ซื่อสัตย์, เท็จ, ไม่เที่ยง (**-S.** deceptive **-A.** sincere)

untrustworthy (อันทรัซท์' เวอร์ธี) *adj.* ไม่น่าไว้ใจ (**-S.** tricky **-A.** honest)

untruth (อันทรูธ') *n.* เรื่องโกหก, การโกหก, ความไม่ซื่อสัตย์ (**-S.** falsehood, lie **-A.** fact)

untruthful (อันทรูธ' เฟิล) *adj.* ไม่จริง, ขี้โกหก (**-S.** dishonest **-A.** sincere)

untutored (อันทู' เทอร์ด, -ทิว'-) *adj.* ไม่ได้รับการอบรม, ซื่อ, ไม่เดียงสา (**-S.** innocent)

unused (อันยูซด์', อันยูซท์') *adj.* ไม่เคยใช้, ไม่ได้ใช้, ไม่เคยชิน

★**unusual** (อันยู' ฌวล) *adj.* ผิดปกติ (**-S.** queer)

unveil (อันเวล') *vt., vi.* **-veiled, -veiling** เปิดผ้าคลุม, เปิดเผย (**-S.** reveal **-A.** cover)

unwary (อันเวอ' รี) *adj.* **-ier, -iest** ไม่ระวัง,

A B C D E F G H I J K L M N O P Q R S T U V W X Y Z

เลินเล่อ (-**S.** careless -**A.** careful)

unwell (อันเวล') *adj.* เจ็บป่วย, ไม่สบาย, มีประจำเดือน (-**S.** sick, unhealthy -**A.** strong)

unwholesome (อันโฮล' เซิม) *adj.* ไม่ดีต่อสุขภาพ, แสลง (-**S.** poisonous -**A.** nourishing)

unwieldy (อันวีล' ดี) *adj.* **-ier, -iest** เทอะทะ, อุ้ยอ้าย, งุ่มง่าม (-**S.** bulky, clumsy)

unwilling (อันวิล' ลิง) *adj.* ไม่เต็มใจ

unwind (อันไวน์ด') *v.* **-wound** (-เวาน์ด'), **-winding** *-vt.* คลายออกจากขด (เชือก), ผ่อนคลาย, ทำให้หายยุ่ง *-vi.* คลาย (-**S.** calm down, relax, uncoil, unreel)

unwitting (อันวิท' ทิง) *adj.* ไม่เจตนา, ไม่รู้, โดยบังเอิญ (-**S.** accidental, ignorant -**A.** aware)

unwonted (อันวอน' ทิด) *adj.* ผิดปกติ, ไม่ชิน

unworldly (อันเวิร์ลด์' ลี) *adj.* **-lier, -liest** ไม่ใช่โลกนี้, เหมือนผี, น่ากลัว, ซื่อ, ไม่เจนโลก (-**S.** naive, spiritual -**A.** earthly)

unworthy (อันเวอร์' ธี) *adj.* **-thier, -thiest** ไม่มีค่า, ไม่สมควร, ร้ายกาจ (-**S.** worthless)

unyielding (อันยีล' ดิง) *adj.* ไม่งอ, ไม่ยืดหยุ่น, ไม่ยอม, แข็งข้อ (-**S.** firm -**A.** flexible)

★**up** (อัพ) *adv.* ขึ้น, ขึ้นไป, เพิ่มขึ้น, สูงขึ้น, ลอยขึ้น, (หยิบ) ขึ้นมา, (ยืน ลุก) ขึ้น, ขึ้นมาถึง, (หมุนกระจก) ขึ้น, ข้างบน, มาใกล้, ตื่นขึ้น, (หยิบยกหัวข้อ ประเด็น) ขึ้นมาพูด, (ห่อ) ให้แน่นหนา, (กิน) จนหมดเกลี้ยง, (ฉีก) เป็นชิ้นๆ, แต่ละ *-adj.* สูงขึ้น, เพิ่มขึ้น, ข้างบน, อยู่บน, เหนือพื้น, ด้านบน, ตื่นขึ้น, ตื่นนอน, หมดเวลา, สิ้นสุด, เลิก, (เกิดอะไร) ขึ้น, เลื่อนขึ้น, ตั้ง, ตั้งชัน, เป็นที่ปลุกเร้าใจ, ชื่นใจ, เสมอกัน, ทัน, นำคู่แข่ง, พนัน (ม้า) *-prep.* ขึ้นไปยัง, ขึ้นไป, กว่านั้น, ไปทางเหนือ, ไปสู่, ไปยัง *-n.* ที่ลาดชัน, เนิน, การผุดขึ้น, การลอยขึ้น, ดวงขึ้น, โชคดี *-v.* **upped, upping** *-vt.* ขึ้นราคา, เพิ่ม, เลื่อน (ตำแหน่ง) *-vi.* ยกหรือลอยขึ้น, ลุกขึ้น **-on the up and up** (คำสแลง) ซื่อสัตย์สุจริต **-up against** เผชิญหน้ากับ **-up and down** กลับไปกลับมา **-ups and downs** โชคชะตาขึ้นๆ ลงๆ **-up to** ขึ้นอยู่กับ

up- คำอุปสรรค หมายถึง ขึ้น, ข้างบน, เหนือ, สูงกว่า

up-and-coming (อัพเอินคัม' มิง) *adj.* มีแววจะสำเร็จ

upbraid (อัพเบรด') *vt.* **-braided, -braiding** ดุด่า, ด่าทอ **-upbraider** *n.* (-**S.** scold)

upbringing (อัพ' บริงกิง) *n.* การอบรมสั่งสอนในตอนที่เป็นเด็ก (-**S.** cultivation, tending)

upcast (อัพ' แคซท์) *adj.* ที่โยนขึ้นมา, ที่ลอยขึ้นมา, ที่ซัดขึ้นมา

upcountry (อัพ' คันทรี) *n.* ต่างจังหวัด

update (*v.* อัพเดท', *n.* อัพ' เดท) *vt.* **-dated, -dating** ทำให้ทันสมัย *-n.* ข้อมูลข่าวสารที่ทันสมัย, การทำให้ทันสมัย

upgrade (อัพ' เกรด) *v.* **-graded, -grading** *-vt.* เลื่อน (ขั้น ระดับ ชั้น), ยกระดับ, คัดเลือกพันธุ์สัตว์ *-vi.* เลื่อนขึ้น, แลกเปลี่ยน (ของเก่า) เพื่อเอาสิ่งที่ดีขึ้น *-n.* การเลื่อนขั้น, การยกระดับ, ถนนที่ลาดเอียงขึ้น *-adv., adj.* ลาดขึ้น, ขึ้นไป (-**S.** (v.) promote -**A.** (v.) discourage)

upheaval (อัพฮี' เวิล) *n.* การเปลี่ยนแปลงครั้งใหญ่, การเปลี่ยนแปลงอย่างรุนแรงฉับพลัน, การยกตัวของเปลือกโลก (-**S.** eruption, revolution)

uphill (*adj., n.* อัพ' ฮิล, *adv.* อัพ' ฮิล') *adj.* (เดิน) ขึ้นภูเขา, ยากลำบาก, เหนือ, บน *-adv.* ขึ้นทางลาด, อย่างยากลำบาก *-n.* ทางลาด, ทางเอียง, เนิน (-**S.** (adj.) laborious, rising)

uphold (อัพโฮลด์') *vt.* **-held, -holding** ยืนยัน, สนับสนุน, อุปถัมภ์, ถือหาง, ปกป้อง, รับรอง **-upholder** *n.* (-**S.** support)

upholstery (อัพโฮล' สตะรี, -สตรี, อะโพล'-) *n., pl.* **-ies** วัสดุที่ใช้ในงานหุ้มเบาะบุนวม

UPI, U.P.I. ย่อจาก United Press International สำนักข่าวยูพีไอ อยู่ในสหรัฐอเมริกา

upkeep (อัพ' คีพ) *n.* ค่าบำรุงรักษา, ค่าโสหุ้ย, ค่าใช้จ่าย (-**S.** expenditure, maintenance)

upland (อัพ' เลินด์, -แลนด์) *n.* ที่ดอน, เนิน

uplift (*v.* อัพลิฟท์', *adj., n.* อัพ' ลิฟท์) *vt.* **-lifted, -lifting** ยกขึ้น, ทำให้สูงขึ้น, ยกระดับ, ทำให้จิตใจเบิกบานยินดี *-adj.* (ยก) ขึ้น *-n.* การยกขึ้น, การทำให้สูงขึ้น, การยกระดับมาตรฐานศีลธรรมจรรยาและจิตใจให้สูงขึ้น, การยกตัวของแผ่นดิน (-**S.** (v.) elevate (v., n.) upgrade (n.) enrichment, refinement)

upmarket (อัพ' มาร์คิท) *adj.* ที่ออกแบบเพื่อลูกค้ากลุ่มที่มีรายได้สูง

upon (อะพอน') *prep.* ดู on

★**upper** (อัพ' เพอร์) *adj.* ข้างบน, บน, อันบน, เหนือ, (ขั้น) สูงกว่า, (พื้นที่ แม่น้ำ) ตอนบนทางเหนือ *-n.* ส่วนบนของรองเท้า, ที่นอนชั้นบนในตู้โดยสารรถไฟ **-uppers** ฟันบน, (คำสแลง) ยาบ้า (-**S.** (adj.) eminent, topmost -**A.** (adj.) lower)

upper class ชนชั้นสูง

uppercut (อัพ' เพอร์คัท) *n.* หมัดสอยดาว

A B C D E F G H I J K L M N O P Q R S T U V W X Y Z

(ต่อยเข้าคางคู่ต่อสู้) ในกีฬาชกมวย
upper hand ตำแหน่งที่ได้เปรียบและได้ผลประโยชน์, ความมีอำนาจเหนือ
uppermost (อัพ' เพอร์โมซท) *adv., adj.* อยู่ในระดับที่สูงที่สุด (**-S.** chief, supreme)
uppish (อัพ' พิช) *adj.* (ภาษาพูด) หยิ่ง
★**upright** (อัพ' ไรท) *adj.* ตั้งตรง, ตรง, ซื่อตรง *-adv.* (เดิน) ตัวตั้งตรง *-n.* สิ่งที่ตั้งตรง, เสาที่ตั้งตรง **-uprightly** *adv.* **-uprightness** *n.* (**-S.** (adj.) erect, honest, vertical **-A.** (adj.) horizontal)
uprise (*v.* อัพไรซ', *n.* อัพ' ไรซ) *vi.* **-rose, -risen, -rising** ยกขึ้น, ลุกขึ้น, ยืนขึ้น, ลอยขึ้น, ผุดขึ้น, ปรากฏขึ้น, (เนิน) ลาดขึ้น, เพิ่มขึ้น *-n.* การยกขึ้น, การลุกขึ้น, การลอยขึ้น, เนินลาด, ทางเอียงขึ้น
uprising (อัพ' ไรซิง) *n.* การจลาจล (**-S.** revolt)
uproar (อัพ' รอร์, -โรร์) *n.* ความอึกทึกครึกโครม, ความอลหม่าน (**-S.** riot, turmoil **-A.** peace)
uproarious (อัพรอ' เรียซ, -โร'-) *adj.* อึกทึกครึกโครม, เอะอะโวยวาย, (เสียง) ดังลั่น
uproot (อัพรูท', -รุท') *vt.* **-rooted, -rooting** ถอนราก, กำจัด
★**upset** (*v.* อัพเซท', *n.* อัพ' เซท) *v.* **-set, -setting** *-vt.* ทำให้คว่ำ, ทำให้เสียอารมณ์, ทำให้รำคาญ, ทำให้เสีย (แผน ความคาดหมาย) *-vi.* คว่ำ, หก, เสีย, รำคาญ, สับสน *-n.* การทำให้คว่ำ, ความเสียอารมณ์, ความวุ่นวาย *-adj.* เสียอารมณ์, วุ่นวายใจ, น่ารำคาญ **-upsetter** *n.* (**-S.** (v., n.) overturn (adj.) disturbed, worried)
upshot (อัพ' ชอท) *n.* ผลสุดท้าย (**-S.** result)
★**upside down** กลับหัวกลับหาง, คว่ำหน้า, กลับตาลปัตร, อลหม่าน (**-S.** inverted, topsy-turvy)
★**upstairs** (*adv.* อัพ' สแตร์ซ', *adj., n.* อัพ' สแตร์ซ) *adv.* (ชั้น) บน, ข้างบน, เบื้องบน, สูงขึ้น *-adj.* เกี่ยวกับชั้นบน ข้างบน *-n.* ชั้นบน
upstanding (อัพสแตน' ดิง, อัพ' สแตน-) *adj.* ตั้งตรง, ซื่อตรง **-upstandingness** *n.*
upstream (อัพ' สตรีม') *adv., adj.* ตอนบนของแม่น้ำ, ทางเหนือน้ำ
upstroke (อัพ' สโตรค) *n.* การลากเส้นตัวหนังสือขึ้น, การเคลื่อนที่ขาขึ้นของลูกสูบเครื่องยนต์
upswing (อัพ' สวิง) *n.* เศรษฐกิจขาขึ้น, ยุคเฟื่องฟู, การแกว่งขึ้น
uptake (อัพ' เทค) *n.* ความเข้าใจ
uptight (อัพ' ไทท') *adj.* (คำสแลง) เครียด โกรธจัด ขาดแคลน
★**up-to-date** (อัพทะเดท') *adj.* ทันสมัย, ใหม่, ล่าสุด (**-S.** current, newest)
upturn (*v.* อัพ' เทิร์น, อัพเทิร์น', *n.* อัพ' เทิร์น) *v.* **-turned, -turning** *-vt.* กลับ (หน้าดิน), พลิก, ทำให้หงายขึ้น *-vi.* หงาย, แหงน, กลับขึ้นมา *-n.* การพลิกขึ้น, การกลับขึ้นมา, การหงาย
★**upward** (อัพ' เวิร์ด) *adv.* ขึ้น, ขึ้นไป, สูงขึ้น, ขึ้นข้างบน, มากกว่า, สูงกว่า *-adj.* เหนือ, บน, ขึ้นไป **-upwardly** *adv.* **-upwards** *adv.*
uraemia (ยุรี' เมีย) *n.* ดู uremia
uranium (ยุเร' เนียม) *n.* ธาตุยูเรเนียม เป็นธาตุกัมมันตรังสีที่เกิดในธรรมชาติ ใช้ในการสร้างอาวุธนิวเคลียร์ มีสัญลักษณ์ U
Uranus (ยัว' ระเนิซ, ยุเร' เนิซ) *n.* ดาวมฤตยู, ดาวยูเรนัส
★**urban** (เออร์' เบิน) *adj.* ในเขตเมือง, ซึ่งอาศัยอยู่ในเมือง (**-S.** city, metropolitan)
urbane (เออร์เบน') *adj.* **-baner, -banest** สุภาพ, เรียบร้อย, มีมารยาท, เป็นผู้ดี **-urbanely** *adv.* (**-S.** elegant, refined)
urchin (เออร์' ชิน) *n.* เด็กซุกซน, คนเหลวไหล, คนดื้อ, เด็กกลางถนน (**-S.** brat, waif)
uremia, uraemia (ยุรี' เมีย) *n.* ภาวะโลหิตเป็นพิษ เนื่องจากไตบกพร่อง
★**urge** (เออร์จ) *vt., vi.* **urged, urging** กระตุ้น, ดัน, ชักชวน, อ้อนวอน, แนะนำ, สนับสนุน, เร้า, ปลุกปั่น, ยุ, แหย่, หมุน *-n.* ความต้องการ, ความปรารถนา, แรงกระตุ้น, ความพอใจ, สิ่งกระตุ้นใจ, ความกระหาย (**-S.** (v., n.) desire, force **-A.** (v.) discourage)
urgency (เออร์' เจินซี) *n., pl.* **-cies** ความเร่งด่วน, เรื่องสำคัญรีบด่วน, สิ่งจำเป็น
★**urgent** (เออร์' เจินท) *adj.* ด่วน, เร่งด่วน, รีบเร่ง, รีบร้อน (**-S.** immediate)
uric acid กรดยูริก, กรดปัสสาวะ
urinate (ยัว' ระเนท) *vi.* **-nated, -nating** ถ่ายปัสสาวะ **-urination** *n.* **-urinative** *adj.*
urine (ยัว' ริน) *n.* น้ำปัสสาวะ
urn (เอิร์น) *n.* กาโลหะทรงโกศ
Ursa Major กลุ่มดาวหมีใหญ่ (ดาวจระเข้)
Ursa Minor กลุ่มดาวหมีเล็ก (ดาวไถ)
★**us** (อัซ) *pron.* เรา, พวกเรา
US, U.S. ย่อจาก United States สหรัฐอเมริกา
USA, U.S.A. ย่อจาก United States of America สหรัฐอเมริกา, United States Army กองทัพบกสหรัฐอเมริกา
usable, useable (ยู' ซะเบิล) *adj.* สามารถ

ใช้ได้, เหมาะสำหรับนำมาใช้ **-usability, usableness** *n.* **-usably** *adv.* (**-S.** valid)

USAF, U.S.A.F. ย่อจาก United States Air Force กองทัพอากาศสหรัฐอเมริกา

usage (ยู' ซิจ, -ซิจ) *n.* การใช้, การปฏิบัติ, สิ่งที่เคยชินจนเป็นนิสัย, ธรรมเนียม, ประเพณี (**-S.** custom, habit, treatment)

usance (ยู' เซินซฺ) *n.* การใช้, ธรรมเนียม, ประเพณี, ดอกเบี้ย, ช่วงเวลา, ระยะเวลา (**-S.** custom, use, usage)

★**use** (*v.* ยูซ, *n.* ยูซ) *v.* **used, using** *-vt.* ใช้, อุปโภค, เสพ, ปฏิบัติ, ใช้หาประโยชน์, ใช้หมด, ใช้จ่าย, ใช้เวลา, ใช้เป็นประโยชน์, ใช้สิทธิ, ปฏิบัติการ, ใช้อำนาจ *-vi.* เคย, เคยชิน *-n.* การใช้, ความสามารถในการใช้, การใช้สิทธิ, จุดประสงค์ในการใช้, การใช้ให้เป็นประโยชน์, การหาประโยชน์, การอนุญาตให้ใช้, ประโยชน์, ธรรมเนียม, ประเพณี, ความเคยชิน, วิธีการใช้ **-use up** ใช้จนหมดเกลี้ยง (**-S.** (v.) consume, utilize (n.) application, operation, wont)

★**used** (ยูซดฺ) *adj.* ที่ใช้แล้ว, เคยใช้แล้ว, เคยชิน (**-S.** secondhand, worn)

★**useful** (ยูซ' เฟิล) *adj.* เป็นประโยชน์, มีประโยชน์ **-usefully** *adv.* **-usefulness** *n.* (**-S.** effective, helpful, practical, profitable)

★**useless** (ยูซ' ลิซ) *adj.* ไม่มีประโยชน์, หาประโยชน์ไม่ได้ **-uselessly** *adv.* **-uselessness** *n.* (**-S.** futile, profitless **-A.** useful)

★**user** (ยู' เซอรฺ) *n.* ผู้ใช้

user-friendly (ยู' เซอรฺเฟรนดฺ' ลี) *adj.* **-lier, -liest** ง่ายต่อการเรียนรู้หรือการใช้ **-user-friendliness** *n.*

usher (อัช' เชอรฺ) *n.* พนักงานนำแขก, พนักงาน เฝ้าประตู, พนักงานขานชื่อ *-vt., vi.* **-ered, -ering** นำแขกไปยังที่นั่ง, ไปเป็นเพื่อน, นำ (**-S.** (n.) doorkeeper (n., v.) conduct, escort, guide)

usherette (อัชชะเรท') *n.* พนักงานหญิงนำแขกไปยังที่นั่ง

USIS ย่อจาก United States Information Service สำนักข่าวสารอเมริกัน

USN, U.S.N. ย่อจาก United States Navy กองทัพเรือสหรัฐอเมริกา

USSR, U.S.S.R. ย่อจาก Union of Soviet Socialist Republics (อดีต) สาธารณรัฐสังคมนิยมสหภาพโซเวียต

usu. ย่อจาก usually โดยปกติ, โดยทั่วไป

★**usual** (ยู' ฌวล) *adj.* เป็นปกติ, ตามปกติ, เป็นประจำ, เป็นธรรมเนียม **-as usual** เช่นเคย, อย่างเคย **-usualness** *n.* (**-S.** habitual, routine **-A.** strange)

usually (ยู' ฌวลลี) *adv.* โดยปกติ, โดยทั่วไป

usurer (ยู' เฌอเรอรฺ) *n.* ผู้ออกเงินให้กู้โดยคิดอัตราดอกเบี้ยที่สูงมากกว่าปกติ

usurp (ยูเซิร์พ', -เซิร์พ') *vt., vi.* **-surped, -surping** แย่งชิง, ช่วงชิง **-usurper** *n.* **-usurpingly** *adv.* **-usurpation** *n.* (**-S.** seize)

usury (ยู' ฌะรี) *n., pl.* **-ries** การให้กู้ยืมเงินโดยเรียกเก็บดอกเบี้ยในอัตราที่สูงมาก, ดอกเบี้ยที่สูงมากเกินไป **-usurer** *n.*

utensil (ยูเทน' เซิล) *n.* เครื่องมือ, เครื่องใช้, อุปกรณ์สำหรับใช้ในครัว

uterus (ยู' เทอเริซ) *n., pl.* **uteri** (-ทะไร)/ **uteruses** มดลูก

util. ย่อจาก utility ประโยชน์, สิ่งที่เป็นประโยชน์

utile (ยู' เทิล, ยู' ไทลฺ) *adj.* เป็นประโยชน์, มีประโยชน์ (**-S.** effective, profitable, useful)

utility (ยูทิล' ลิที) *n., pl.* **-ties** ประโยชน์, สาธารณูปโภค, สิ่งที่เป็นประโยชน์ *-adj.* เป็นประโยชน์สำหรับการใช้สอย (**-S.** (n.) profit)

utilize (ยูท' เทิลไลซฺ) *vt.* **-ized, -izing** นำมาใช้ให้เป็นประโยชน์ **-utilizable** *adj.* **-utilization** *n.* **-utilizer** *n.* (**-S.** use)

utmost (อัท' โมซทฺ) *adj.* ที่สุด, สุดกำลัง, สุดเหวี่ยง, สุดขีด, ไกลที่สุด *-n.* ขีดสูงสุด, ระดับสูงสุด, จำนวนมากที่สุด (**-S.** (adj.) extreme, supreme (adj., n.) best, highest)

Utopia (ยูโท' เพีย) สถานที่หรือดินแดนที่สมบูรณ์แบบทั้งทางสังคม การเมืองและศีลธรรม, สังคมในอุดมคติซึ่งเต็มไปด้วยความสงบสุข

utter[1] (อัท' เทอรฺ) *vt.* **-tered, -tering** เปล่งเสียง, ออกเสียง, ส่งเสียง, กล่าว, พูด, แจ้ง, เผย, เปิดเผย, แถลง (**-S.** proclaim, reveal, voice)

utter[2] (อัท' เทอรฺ) *adj.* เต็มที่, ทั้งหมด, ทั้งมวล, ทั้งสิ้น (**-S.** absolute, total **-A.** partial)

utterly (อัท' เทอรฺลี) *adv.* อย่างสมบูรณ์, อย่างที่สุด, ทั้งสิ้น, ทั้งหมด (**-S.** fully, perfectly)

uttermost (อัท' เทอรฺโมซทฺ) *adj.* สุดกำลัง, สุดเหวี่ยง, สุดขีด, ที่สุด *-n.* ขีดสูงสุด, ระดับสูงสุด, จำนวนมากที่สุด

U-turn (ยู' เทิร์น) *n.* ที่กลับรถ

UV, U.V. ย่อจาก ultraviolet รังสีอัลตราไวโอเลต

uvula (ยู' เวียละ) *n.* ลิ้นไก่ **-uvular** *adj.*

V

V, v (วี) *n., pl.* **V's, v's/Vs, vs** อักษรตัวที่ 22 ในภาษาอังกฤษ, อันดับยี่สิบสอง, เลขห้าโรมัน
V ย่อจาก victory ชัยชนะ, volt โวลต์
v. ย่อจาก verb กริยา, versus กับ ต่อสู้กับ
vacancy (เว' เคินซี) *n., pl.* **-cies** ห้องพักว่าง, ตำแหน่งว่าง, พื้นที่ว่าง, อาการใจลอย (**-S.** blankness, position, room)
★**vacant** (เว' เคินท) *adj.* ว่าง, ไม่มีคนใช้, ใจลอย, เหม่อลอย (**-S.** empty **-A.** full)
vacation (เวเค' ชัน, วะ-) *n.* การหยุดงานพักผ่อน, วันหยุด, เวลาว่าง *-vi.* **-tioned, -tioning** หยุดงาน, หยุดพักผ่อน, ใช้เวลาวันหยุด

> **vacation** วันหยุดพักผ่อน นิยมใช้คำนี้ในแบบอเมริกัน เช่น I'm on vacation.
> **holiday** วันหยุดพักผ่อน นิยมใช้คำนี้ในแบบอังกฤษ เช่น I'm on holiday. ส่วน holidays หมายถึงวันหยุดงานหรือโรงเรียนระยะยาว

vaccinate (แวค' ซะเนท) *vt., vi.* **-nated, -nating** ฉีดวัคซีน, ปลูกฝี **-vaccination** *n.*
vaccine (แวคซีน', แวค' ซีน) *n.* วัคซีน
vacillate (แวซ' ซะเลท) *vi.* **-lated, -lating** โอนเอน, ส่าย, แกว่งไปมา **-vaccillation** *n.*
vacuity (แวคิว' อิที, วะ-) *n., pl.* **-ties** ความว่างเปล่า, พื้นที่ว่าง, ช่องว่าง, สุญญากาศ, ความเหม่อลอย, ความไร้สาระ **-vacuous** *adj.*
vacuum (แวค' คิวอัม, -คิวม์, -เคิม) *n., pl.* **-uums/-ua** (-คิวอะ) สุญญากาศ, ที่ว่างเปล่า, การตีตัวออกห่าง, เครื่องดูดฝุ่น *-adj.* เกี่ยวกับสุญญากาศ, ปราศจากอากาศ *-vt., vi.* **-umed, -uming** ใช้เครื่องดูดฝุ่น (**-S.** (n.) emptiness)
vacuum bottle/flask กระติกใส่น้ำร้อนหรือน้ำแข็งซึ่งมีผนังภายในสองชั้นช่วยรักษาอุณหภูมิได้ดี
vacuum cleaner เครื่องดูดฝุ่น
vacuum tube หลอดสุญญากาศ, หลอดวิทยุ
vagabond (แวก' กะบอนด์) *n.* คนเกียจคร้าน, คนจรจัด *-adj.* เร่ร่อน, จรจัด, เกียจคร้าน *-vi.* **-bonded, -bonding** ใช้ชีวิตเร่ร่อน
vagary (เว' กะรี, วะแก' รี) *n., pl.* **-ries** ความไม่แน่นอน, ความเปลี่ยนแปลง
vagina (วะไจ' นะ) *n., pl.* **-nas/-nae** (-นี) ช่องคลอด
vagrant (เว' เกรินท) *n.* คนเร่ร่อน, คนจรจัด, *-adj.* เร่ร่อน, พเนจร, จรจัด **-vagrancy** *n.*
vague (เวก) *adj.* **vaguer, vaguest** คลุมเครือ, เลือนราง, กำกวม **-vaguely** *adv.* **-vagueness** *n.* (**-S.** indistinct **-A.** definite)
★**vain** (เวน) *adj.* **vainer, vainest** หลงตัวเอง, ไม่เป็นผล, ไม่มีแก่นสาร **-in vain** ไม่สำเร็จ **-vainly** *adv.* (**-S.** proud, fruitless **-A.** useful)
valance (แวล' เลินซ์, เว' เลินซ์) *n.* ผ้าระบายขอบเตียง เก้าอี้ หรือหน้าต่าง
vale (เวล) *n.* หุบเขา (**-S.** valley)
valediction (แวลลิดิค' ชัน) *n.* การอำลา
valence, valency (เว' เลินซ์, -เลินซี) *n., pl.* **-lences, -lencies** ความสามารถในการรวมกันของอะตอม
valentine (แวล' เลินไทน) *n.* เทศกาลส่งดอกไม้ของขวัญ หรือบัตรอวยพรให้กับคนรัก
Valentine's Day, Valentines Day วันวาเลนไทน์ ตรงกับวันที่ 14 กุมภาพันธ์
valet (แวล' ลิท, แวล' เล, แวเล') *n.* คนรับใช้ของนายผู้ชาย *-vt., vi.* **-eted, -eting** รับใช้, ดูแล
valiant (แวล' เลียนท) *adj.* กล้าหาญ, องอาจ **-valiantly** *adv.* **-valiance** *n.* (**-S.** brave)
★**valid** (แวล' ลิด) *adj.* มีเหตุผล, ฟังขึ้น, ไม่เป็นโมฆะ, ซึ่งถูกต้องตามกฎหมาย **-validity, validness** *n.* **-validly** *adv.* (**-S.** legal)
★**valley** (แวล' ลี) *n., pl.* **-leys** หุบเขา, ห้วง, หว่างเขา (**-S.** hollow, vale)
valor, valour (แวล' เลอร์) *n.* ความกล้าหาญ
★**valuable** (แวล' ลิวอะเบิล, แวล' เลีย-) *adj.* มีค่า, (ราคา) แพง, มีคุณค่า, เป็นประโยชน์, พอใจ, ชมเชย, นิยม, สรรเสริญ (**-S.** costly, esteemed, useful **-A.** worthless)
valuate (แวล' ลิวเอท) *vt.* **-ated, -ating** ตีราคา **-valuation** *n.*
★**value** (แวล' ลิว) *n.* ค่า, ราคา, มูลค่า, คุณค่า, ความหมาย, คุณประโยชน์, คุณความดี *-vt.* **-ued, -uing** ตีค่า, ตีราคา, ประเมินราคา, นิยม, นับถือ, สรรเสริญ, ชื่นชม **-valuer** *n.* (**-S.** (n.) benefit (n., v.) cost (v.) estimate)
value-added tax ภาษีมูลค่าเพิ่ม ย่อว่า VAT

valve (แวลฟ์วฺ) *n.* ลิ้น, ลิ้นในเครื่องยนต์, อวัยวะที่ทำหน้าที่บังคับการปิดเปิดการไหลผ่านของอากาศ ของเหลว หรือก๊าซ, ลิ้นเครื่องดนตรีชนิดเป่า, หลอดวิทยุ, หลอดสุญญากาศ
vampire (แวม' ไพรฺ) *n.* ผีดูดเลือด, นักต้มตุ๋น, ผู้หญิงสวยแต่ร้ายกาจ, ค้างคาวดูดเลือดชนิดหนึ่งเป็นพาหะนำเชื้อโรคกลัวน้ำ
★**van** (แวน) *n.* รถยนต์โดยสารขนาดเล็กที่บรรทุกสัมภาระได้ (-S. wagon)
vanadium (วะเน' เดียม) *n.* ธาตุวาเนเดียมเป็นโลหะอย่างหนึ่ง มีสัญลักษณ์ V
Van Allen belt บริเวณรูปห่วงกลมรอบโลกสองบริเวณที่อนุภาคมีประจุไฟฟ้าถูกกักอยู่ในสนามแม่เหล็กโลก คาดว่าอยู่รอบโลกในแนวศูนย์สูตรแม่เหล็กโลก
vandal (แวน' เดิล) *n.* พวกที่ชอบทำลายสาธารณสมบัติ **-vandalism** *n.*
vandalize (แวน' เดิลไลซ์) *vt.* **-ized, -izing** ทำลายสาธารณสมบัติ **-vandalization** *n.*
Vandyke beard เคราปลายแหลม
vane (เวน) *n.* ใบพัด, ใบจักร, ใบกังหันบอกทิศทาง, ใบกังหันน้ำ, ใบขนนก, แพนขนนก
vanguard (แวน' การ์ด) *n.* แนวหน้า, กองหน้า, ทหารกองหน้า, หัวหอก (-S. forefront)
vanilla (วะนิล' ละ) *n.* ต้นวานิลลา มีฝักหอมหวานใช้แต่งกลิ่นอาหาร *-adj.* เรียบๆ, ธรรมดาๆ
★**vanish** (แวน' นิช) *vi.* **-ished, -ishing** หายวับไปกับตา, อันตรธาน, สูญสิ้น, กลายเป็นศูนย์ (-S. disappear, evaporate -A. appear)
vanity (แวน' นิที) *n., pl.* **-ties** ความอวดดี, ความเชื่อตนเอง, ความไร้สาระ, ความไร้ประโยชน์ **-vanity case** กระเป๋าใบเล็กใส่เครื่องสำอางผู้หญิง (-S. arrogance -A. humility)
vanquish (แวง' ควิช, แวน'-) *vt.* **-quished, -quishing** ปราบปราม, ระงับ, กำจัด, พิชิต
vantage (แวน' ทิจ) *n.* ความเป็นต่อ, ความได้เปรียบคู่ต่อสู้, ตำแหน่งหรือจุดที่สามารถมองเห็นได้กว้างขวาง
vapid (แวพ' พิด, เว' พิด) *adj.* จืดชืด, จาง, ทื่อ
vapor (เว' เพอรฺ) *n.* ไอ, หมอก, ไอน้ำ, ควัน *-v.* **-pored, -poring** *-vt.* ทำให้เป็นไอน้ำ *-vi.* ปล่อยควัน, กลายเป็นไอ, ระเหย **-vaporish** *adj.* (-S. (n., v.) fog, mist, steam -A. (v.) clear)
vaporize (เว' พะไรซฺ) *vt., vi.* **-ized, -izing** ทำให้หรือกลายเป็นไอน้ำ **-vaporization** *n.*
vaporous (เว' เพอเริช) *adj.* คล้ายไอน้ำ, เต็มไปด้วยไอน้ำ, เต็มไปด้วยหมอกควัน, ระเหยง่าย, เคลือบคลุม, สลัว, ไม่ชัด, ไม่แจ่ม
VAR ย่อจาก value-added reseller การบริการหลังการขายอุปกรณ์คอมพิวเตอร์
variable (แว' รีอะเบิล) *adj.* แปรปรวน, ผันแปร, ผันผวน, ไม่แน่นอน, ไม่คงที่ *-n.* สิ่งที่เปลี่ยนแปลง, ตัวแปร **-variably** *adv.* (-S. (adj.) changeable, unstable -A. (adj.) firm)
variable cost ต้นทุนผันแปร
variant (แว' เรียนทฺ) *adj.* แตกแยก, แตกต่าง, ผันแปร, ผันผวน, เปลี่ยนแปลง *-n.* สิ่งที่แตกต่างจากสิ่งอื่นไปเพียงเล็กน้อย เช่น คำเดียวกันแต่สะกดต่างกัน **-variance** *n.*
★**variation** (แวรีเอ' ชัน) *n.* การเปลี่ยนแปลง, ความผันแปร, การแยกออกไป, ความแตกต่าง, ความหันเห, ความหลากหลาย **-variational** *adj.* (-S. difference, diversity -A. sameness)
varied (แว' รีดฺ) *adj.* ต่างกัน, แปลก, ต่างๆ นาๆ, หลากหลาย, หลายชนิด, คละกัน, ต่างๆ ชนิด, จิปาถะ, เบ็ดเตล็ด, ผสมผเส **-variedly** *adv.* (-S. miscellaneous -A. specific)
variegated (แว' รีอิเกทิด, แว' ริเก-) *adj.* หลากสี, เป็นลายสีสลับกัน **-variegation** *n.*
★**variety** (วะไร' อิที) *n., pl.* **-ties** ความแตกต่าง, ความหลากหลาย, การเปลี่ยนแปลง, การผสมผเส, ชนิด, ประเภท, รูปแบบ (-S. change, difference, form, kind, medley, sort)
variety show การแสดงเพื่อความบันเทิงมีหลายรูปแบบประกอบกัน
★**various** (แว' เรียซ) *adj.* หลากหลาย, หลายชนิด, ต่างๆ นาๆ, แตกต่างกันไป, คละกัน, จิปาถะ, ผสมผเส (-S. different -A. similar)
varlet (วาร์' ลิท) *n.* คนรับใช้, คนรับใช้อัศวิน, คนขี้โกง, คนเลว (-S. servant -A. master)
varnish (วาร์' นิช) *n.* น้ำยาเคลือบเงา, น้ำยาชักเงา *-vt.* **-nished, -nishing** เคลือบหรือขัดด้วยน้ำยาดังกล่าว (-S. (n., v.) gloss, polish)
★**vary** (แว' รี) *v.* **-ied, -ying** *-vt.* เปลี่ยนแปลง, แปร, ทำให้หลากหลาย *-vi.* เปลี่ยน, ผันผวน, ผันแปร (-S. modify, transform -A. remain)
vascular (แวซ' เคียเลอรฺ) *adj.* เกี่ยวกับหลอดเลือดในสัตว์, เกี่ยวกับท่อน้ำท่ออาหารในพืช
★**vase** (เวซ, เวซ, วาซ) *n.* แจกัน, โถ
vassal (แวซ' เซิล) *n.* ขุนนางผู้ครอบครองที่ดิน, ข้าทาส, ข้ารับใช้ **-vassalage** *n.*
★**vast** (แวซทฺ) *adj.* **vaster, vastest** ใหญ่โต, กว้างใหญ่ไพศาล, มากมาย **-vastly** *adv.* **-vastness** *n.* (-S. enormous, immense -A. small)

A B C D E F G H I J K L M N O P Q R S T U V W X Y Z

VAT, V.A.T. ย่อจาก value-added tax ภาษีมูลค่าเพิ่ม

vault[1] (วอลท์) *n.* หลังคาโค้ง, ห้องใต้ดิน, ห้องใต้ถุน, ห้องเก็บของมีค่า, ห้องเก็บศพ, สุสาน, สิ่งที่โค้งครอบเหมือนหลังคา เช่น ท้องฟ้า, กะโหลกส่วนบนกลางศีรษะ *-vt.* **vaulted, vaulting** สร้างหรือทำให้เป็นรูปหลังคาโค้ง (**-S.** (n.) cellar (n., v.) arch)

vault[2] (วอลท์) *vt., vi.* **vaulted, vaulting** กระโดดข้าม *-n.* การกระโดดข้าม (รั้ว เครื่องกีดขวาง) **-vaulter** *n.* (**-S.** (v., n.) leap)

vaunt (วอนท์) *vt., vi.* **vaunted, vaunting** คุยโว, โอ้อวด, โม้ *-n.* การคุยโม้โอ้อวด **-vaunter** *n.* **-vauntingly** *adv.* (**-S.** (v., n.) boast)

VCR (วีซีอาร์') *n., pl.* **VCR's** ย่อจาก video cassette recorder เครื่องเล่นและบันทึกเทป

VD, V.D. ย่อจาก venereal disease กามโรค

V-day (วี' เด) *n.* วันแห่งชัยชนะ, วันพิชิตศึก

VDT ย่อจาก video display terminal จอภาพ

VDU ย่อจาก visual display unit จอภาพ

've ย่อจาก have

veal (วีล) *n.* เนื้อลูกวัว

vector (เวค' เทอร์) *n.* เส้นสมมติที่แสดงความยาว ขนาด และทิศทางในวิชาคณิตศาสตร์

vedette, vidette (วิเดท') *n.* เรือลาดตระเวน

veejay, VJ (วี' เจ) *n.* นักจัดรายการเพลงที่ทำหน้าที่เปิดวิดีโอเพลงทางโทรทัศน์

★**vegetable** (เวจ' ทะเบิล, เวจ' จิทะ-) *n.* พืชผักที่นำมารับประทานได้, บุคคลที่ไม่มีชีวิตชีวา *-adj.* เกี่ยวกับพืชผัก, คล้ายพืชผัก

vegetable oil น้ำมันพืช

vegetarian (เวจจิแท' เรียน) *n.* นักมังสวิรัติ, คนกินเจ, สัตว์กินพืชผัก *-adj.* เกี่ยวกับลัทธิกินผักหรือคนที่กินแต่ผัก, (อาหาร) ประกอบด้วยพืชผักผลไม้เท่านั้น **-vegetarianism** *n.*

vegetation (เวจจิเท' ชัน) *n.* พืชทั่วไปในบริเวณหนึ่ง, การเติบโตของพืช, ส่วนที่เจริญเติบโตขึ้นอย่างผิดปกติของร่างกาย

vehement (วี' อะเมินท์) *adj.* รุนแรง, แรงกล้า, ดุเดือด **-vehemence** *n.* **-vehemently** *adv.* (**-S.** violent **-A.** gentle)

★**vehicle** (วี' อิเคิล) *n.* พาหนะ, สื่อ, ล้อเลื่อน, เครื่องผสม, ของเหลว (น้ำ น้ำมัน) ที่ใช้ผสมสีหรือยา **-vehicular** *adj.*

veil (เวล) *n.* ผ้าคลุมหน้าของผู้หญิงมักเป็นผ้าบางเบา, ผ้าบางๆ เป็นตาข่ายติดหมวกของผู้หญิง, ผ้าคลุมศีรษะของแม่ชีฝรั่ง, ฉากกั้น, ม่าน *-vt.* **veiled, veiling** คลุม, บัง, ปกปิด (**-S.** (n., v.) cloak, disguise, mask, shade)

vein (เวน) *n.* เส้นเลือดดำ, เส้นใบไม้, เส้นปีกแมลง, สายแร่, ทางแร่, ลายแตกในหินที่มีแร่, ลายหิน (หินอ่อน), ลายเนื้อไม้, นิสัย, อารมณ์, ความรู้สึก (**-S.** course, streak, temper)

vellum (เวล' เลิม) *n.* กระดาษที่มีคุณสมบัติคล้ายหนังลูกวัว, หนังลูกวัวที่นำมาทำปกหนังสือ

velocity (วะลอซ' ซิที) *n., pl.* **-ties** ความเร็ว, อัตราการเคลื่อนที่ในทิศทางที่กำหนด

velum (วี' เลิม) *n., pl.* **-la** เยื่อหุ้ม, เพดานอ่อนในปาก

velvet (เวล' วิท) *n.* กำมะหยี่, ขนอ่อนบนเขากวาง, (ภาษาพูด) ลาภลอย

velveteen (เวลวิทีน') *n.* กำมะหยี่เทียม

velvety (เวล' วิที) *adj.* **-ier, -iest** อ่อนนิ่มนุ่ม, (สุรา) มีรสชาติกลมกล่อม

vend (เวนด์) *vt., vi.* **vended, vending** ขาย, เร่ขายของ (**-S.** sell)

vendee (เวนดี') *n.* ผู้ซื้อ

vender, vendor (เวน' เดอร์) *n.* ผู้ขาย

vending machine เครื่องขายของ (เครื่องดื่ม) อัตโนมัติแบบหยอดเหรียญ

vendetta (เวนเดท' ทะ) *n.* ความพยาบาท, ความอาฆาตแค้นระหว่างสองตระกูล

veneer (วะเนียร์) *n.* แผ่นไม้บางๆ ที่ใช้กาวทาแปะตกแต่ง, ไม้ประกับ, ไม้อัด, การประดับตกแต่งเปลือกนอกให้ดูดี *-vt.* **-neered, -neering** ประดับ ตกแต่ง เคลือบ หรือฉาบด้วยไม้บางๆ

venerable (เวน' เนอระเบิล) *adj.* น่าเคารพ, น่าเลื่อมใส **-venerability** *n.* (**-S.** honoured)

venereal (วะเนีย' เรียล) *adj.* ทางกาม

venereal disease กามโรค เช่น ซิฟิลิส

vengeance (เวน' เจินซ์) *n.* การแก้แค้น

vengeful (เวนจ' เฟิล) *adj.* พยาบาท, อาฆาต, แค้น, ผูกใจเจ็บ, เพื่อแก้แค้น **-vengefully** *adv.*

venial (วี' เนียล, วีน' เนียล) *adj.* ยกโทษให้ได้, เล็กน้อย, ไม่สำคัญ, ซึ่งมองข้ามไปได้

venison (เวน' นิเซิน, -เซิน) *n.* เนื้อกวาง

venom (เวน' เนิม) *n.* พิษสัตว์, ยาพิษ, ความมุ่งร้าย, ความเคียดแค้น **-venomous** *adj.*

vent (เวนท์) *n.* รู, ช่อง, ช่องอากาศ, ช่องระบาย, ปากปล่องภูเขาไฟ, การปลดปล่อย, การระบาย (โทสะ อารมณ์) *-vt.* **vented, venting** ปล่อย, ระบาย (**-S.** (n.) hole, outlet (v.) emit, express (n., v.) release)

ventilate (เวน' เทิลเลท) *vt.* **-lated, -lating**

ระบายอากาศ, เปิดเผยข้อข้องใจ, แสดงความคิดเห็น **-ventilation** *n.* (-S. discuss)
ventilator (เวน' เทิลเลเทอร์) *n.* เครื่องผายปอด, เครื่องระบายอากาศ **-ventilatory** *adj.*
ventricle (เวน' ทริเคิล) *n.* ช่องหรือโพรงในร่างกายหรืออวัยวะ, ช่องในสมอง
venture (เวน' เชอร์) *n.* การเสี่ยงภัย, งานเสี่ยงภัย *-vt., vi.* **-tured, -turing** เสี่ยง, ลอง **-at a venture** เดาส่ง (-S. (n., v.) hazard)
venue (เวน' นิว) *n.* สถานที่นัดพบ, สถานที่ประชุม, สถานที่เกิดเหตุ, สถานที่พิจารณาคดี
Venus (วี' เนิซ) *n.* เทพีแห่งความรักและความงาม, ดาวศุกร์
veracious (วะเร' เชิซ) *adj.* ซื่อสัตย์, เที่ยงตรง **-veraciously** *adv.* **-veracity** *n.*
veranda, verandah (วะแรน' ดะ) *n.* ระเบียง, เฉลียง
★**verb** (เวิร์บ) *n.* กริยา
verbal (เวอร์' เบิล) *adj.* เกี่ยวกับคำ, ด้วยปาก, ด้วยวาจา, ตามตัวอักษร, เกี่ยวกับกริยา **-verbally** *adv.* **-verbalist** *n.* (-S. literal, oral)
verbalism (เวอร์' บะลิเซิม) *n.* การพูดยาวยืดแต่หาสาระมิได้, การแสดงคำพูด
verbal noun นามที่เกิดจากกริยาเติม -ing
verbatim (เวอร์เบ' ทิม) *adj.* ตรงตามคำพูดเดิมทุกคำ, คำต่อคำ (-S. precisely, word for word)
verbiage (เวอร์' บีอิจ, -บิจ) *n.* การใช้คำอย่างฟุ่มเฟือยทั้งการพูดและการเขียน
verbose (เวอร์โบซ') *adj.* (การใช้คำ) ยืดยาวฟุ่มเฟือยมากเกินไป **-verbosely** *adv.*
★**verdict** (เวอร์' ดิคท์) *n.* คำตัดสินชี้ขาดของคณะลูกขุน, คำพิพากษา (-S. decision, sentence)
verge[1] (เวิร์จ) *n.* ริม, ขอบ, ปาก (เหว), ไหล่ถนน, คทา *-vi.* **verged, verging** บ่าย, คล้อย, จวน, เข้าไปใกล้, ย่างเข้าสู่, เลียบ (-S. (n.) brim (v.) approach (n., v.) border -A. (n., v.) center)
verge[2] (เวิร์จ) *vi.* **verged, verging** เอน, เอียง
verify (เวอ' ระไฟ) *vt.* **-fied, -fying** พิสูจน์, สืบสวน, ตรวจสอบ, รับรอง, ยืนยัน **-verifier** *n.* **-verification** *n.* (-S. check, confirm)
verisimilitude (เวอระซิมิล' ลิทูด, -ทิวด์) *n.* ลักษณะที่น่าเป็นความจริง, สิ่งที่น่าจะเป็นจริง, ลักษณะที่ดูเหมือนจริง **-verisimilitudinous** *adj.*
veritable (เวอ' ริทะเบิล) *adj.* โดยแท้จริง, จริงๆ **-veritableness** *n.* **-veritably** *adv.*
vermicelli (เวอร์มิเชล' ลี, -เซล' ลี) *n.* เส้นพาสต้าที่เล็กกว่าเส้นสปาเกตตี
vermiform (เวอร์' มะฟอร์ม) *adj.* เหมือนหนอน
vermiform appendix ไส้ติ่ง
vermilion, vermillion (เวอร์มิล' เลียน) *n.* สีแดงอมส้ม *-vt.* **-ioned, -ioning/-lioned, -lioning** ย้อมสีแดง, ทาสีแดง
vermin (เวอร์' มิน) *n., pl.* **vermin** สัตว์ที่ทำลายพืช เช่น หนู, คนเลวทราม
vernacular (เวอร์แนคู' เคียเลอร์) *n.* ภาษาพื้นเมือง, ภาษาท้องถิ่น, ชื่อธรรมดาของพืชหรือสัตว์ที่เรียกกันทั่วไป *-adj.* เกี่ยวกับภาษาพื้นเมือง, ประจำท้องถิ่น, (ชื่อ) ธรรมดา (ของพืชหรือสัตว์), สามัญ (-S. (n.) dialect (adj.) common, native -A. (n.) jargon)
vernal (เวอร์' เนิล) *adj.* เกี่ยวกับฤดูใบไม้ผลิ, สดใส, เป็นหนุ่มสาว, อ่อนเยาว์
vernal equinox วิษุวัต คือวันที่มีกลางวันยาวเท่ากับกลางคืน ตรงกับช่วงเริ่มต้นฤดูใบไม้ผลิราววันที่ 21 มีนาคม
vernier (เวอร์' เนียร์) *n.* เครื่องมือสำหรับวัดส่วนแบ่งของมาตราส่วน
versatile (เวอร์' ซะเทิล, -ไทล์) *adj.* คล่องแคล่ว, สามารถทำอะไรได้สารพัดอย่าง, ไม่คงที่ **-versatilely** *adv.* (-S. adaptable, handy)
★**verse** (เวิร์ซ) *n.* โคลง ฉันท์ กาพย์ กลอน, บทกวี, บทหนึ่งในคัมภีร์ไบเบิล *-vt., vi.* **versed, versing** แต่งโคลง, แต่งบทกวี (-S. (n.) poetry)
versed (เวิร์ซท์) *adj.* แตกฉาน, ชำนาญ, เชี่ยวชาญ (-S. experienced -A. inexpert)
versify (เวอร์' ซะไฟ) *vt., vi.* **-fied, -fying** แต่งโคลง **-versification** *n.*
★**version** (เวอร์' ฌัน, -ชัน) *n.* เรื่องเล่า, การแปลภาษา, คำแปล, ฉบับแปล **-versional** *adj.* (-S. account, translation)
versus (เวอร์' เซิซ, -เซิซ) *prep.* ต่อสู้กับ
vertebra (เวอร์' ทะบระ) *n., pl.* **-brae** (-เบร, -บรี)/**-bras** ข้อกระดูกสันหลัง **-vertebral** *adj.*
vertebral column กระดูกสันหลัง
vertebrate (เวอร์' ทะบริท, -เบรท) *adj.* มีกระดูกสันหลัง *-n.* สัตว์ที่มีกระดูกสันหลัง
vertex (เวอร์' เทคซ์) *n., pl.* **-texes/-tices** (-ทิซีซ) จุดสูงสุด, ยอด, กระหม่อมศีรษะ
★**vertical** (เวอร์' ทิเคิล) *adj.* (เส้น) ตั้งตรง, ตรงขึ้นไป, (มุม) ตั้งตรงหรือตั้งฉากกับพื้น, (จุด) ที่ตรงศีรษะ, ยอด *-n.* เส้นตั้งตรง, มุมตั้งตรงหรือตั้งฉาก **-vertically** *adv.* (-S. (adj.) upright, perpendicular -A. (adj.) horizontal)
vertical angle มุมตั้ง

A B C D E F G H I J K L M N O P Q R S T U V W X Y Z

vertigo (เวอร์ ทิโก) *n., pl.* **-goes/-gos** อาการหน้ามืดเวียนศีรษะ (**-S.** dizziness)

★**very** (เวอ' รี) *adv.* อย่างมาก, มากๆ, จริง, แท้จริง, ทีเดียว, อย่างยิ่ง *-adj.* **-ier, -iest** แท้จริง, แท้ๆ, จริงๆ, แน่แท้, อย่างแน่นอน, ลึกซึ้ง, ที่สุด, เหลือล้น, เพียง (**-S.** (adv.) deeply, extremely, really (adj.) true)

very high frequency ความถี่คลื่นวิทยุในช่วง 30-300 เมกะเฮิรตซ์

very low frequency ความถี่คลื่นวิทยุในช่วง 3-30 กิโลเฮิรตซ์

vesicle (เวซ' ซิเคิล) *n.* ถุงน้ำเล็กๆ, ฟอง, ตุ่ม

vesper (เวซ' เพอร์) *n.* สัญญาณเคาะระฆังเรียกสวดมนต์ตอนเย็น **-Vesper** ดาวศุกร์หรือดาวประจำเมืองที่ขึ้นตอนเย็น

vessel (เวซ' เซิล) *n.* ภาชนะ เช่น ถ้วย แก้ว หม้อ ถัง, เรือขนาดใหญ่, ท่อน้ำของพืช, เส้นเลือด (**-S.** craft, utensil)

★**vest** (เวซท์) *n.* เสื้อกั๊ก, เสื้อกล้าม, เสื้อชั้นใน *-vt., vi.* **vested, vesting** แต่งตัว, ยกให้, มอบให้, สละให้ (**-S.** (v.) empower, furnish)

vestal (เวซ' เทิล) *adj.* พรหมจรรย์, บริสุทธิ์ *-n.* หญิงพรหมจารี, แม่ชี (**-S.** (adj., n.) virgin)

vestibule (เวซ' ทะบิวล์) *n.* ซุ้มประตู

vestige (เวซ' ทิจ) *n.* ร่องรอย, ซาก

vest-pocket (เวซท์' พอค' คิท) *adj.* มีขนาดที่พกกระเป๋าเสื้อกั๊กได้, มีขนาดเล็กมาก

vet[1] (เวท) *n.* (ภาษาพูด) สัตวแพทย์ *-vt., vi.* **vetted, vetting** ตรวจรักษาโรคสัตว์ (**-S.** (v.) check, scrutinize)

★**vet**[2] (เวท) *n.* (ภาษาพูด) ทหารผ่านศึก

veteran (เวท' เทอเริน, เวท' เริน) *n.* ทหารผ่านศึก, คนชำชอง *-adj.* ชำชอง, เจนจัด, (ทหาร) ที่เคยผ่านศึกมาแล้ว (**-S.** (n.) master, trouper (adj., n.) expert (adj.) proficient)

Veterans Day วันทหารผ่านศึก ตรงกับวันที่ 11 พฤศจิกายน

veterinarian (เวทเทอระแน' เรียน, เวททระ-) *n.* สัตวแพทย์ **-veterinary** *adj.*

veto (วี' โท) *n., pl.* **-toes** อำนาจหรือสิทธิในการยับยั้งกฎหมายของประธานาธิบดีหรือพระมหากษัตริย์, การไม่ยอมลงนามอนุมัติ, การห้าม *-vt.* **-toed, -toing** ยับยั้ง, ห้าม, ไม่ยอม, ไม่อนุมัติ, ใช้สิทธิยับยั้ง **-vetoer** *n.* (**-S.** (v.) prohibit, reject **-A.** (v.) permit)

vex (เวคซ์) *vt.* **vexed, vexing** รบกวน, ทำให้หัวเสีย, รังควาน **-vexation** *n.* **-vexatious** *adj.* (**-S.** exasperate, harass **-A.** delight)

vexed (เวคซ์ท์) *adj.* น่ารำคาญ, หัวเสีย, ฉุนเฉียว, โกรธ (**-S.** annoyed **-A.** delighted)

VHF, vhf ดู very high frequency

VHS ย่อจาก video home system ระบบวิดีโอแบบเล่นที่บ้าน

via (ไว' อะ, วี' อะ) *prep.* โดยทาง, ผ่านทาง

viable (ไว' อะเบิล) *adj.* สามารถมีชีวิตอยู่ได้, สามารถเจริญเติบโตและพัฒนาขึ้นได้

viaduct (ไว' อะดัคท์) *n.* สะพานยาวข้ามหุบเขาทางรถไฟ ฯลฯ

vial (ไว' เอิล) *n.* ขวดแก้วเล็กๆ

viand (ไว' เอินด์) *n.* อาหาร

vibrant (ไว' เบรินท์) *adj.* รัว, สั่น, ส่าย, ร่าเริง, (สี) เจิดจ้า (**-S.** colorful, quivering, vivid)

vibrate (ไว' เบรท) *vi., vt.* **-brated, -brating** สั่น, รัว, ขึ้นๆ ลงๆ, แกว่งไปมา, สะท้าน, เขย่า **-vibration** *n.* (**-S.** shake)

vibrator (ไว' เบรเทอร์) *n.* สิ่งที่สั่นไหวขึ้นๆ ลงๆ, เครื่องนวดไฟฟ้าที่อาศัยการสั่นสะเทือน

vicar (วิค' เคอร์) *n.* พระราชาคณะ

vice[1] (ไวซ์) *n.* ความชั่วร้าย, ความเลวทราม, บาป, อกุศล (**-S.** sin **-A.** virtue)

vice[2] (ไว' ซี, -ซะ) *prep.* แทนที่

vice[3] (ไวซ์) *n., v.* ดู vise

vice- คำอุปสรรค หมายถึง รอง, แทน

vice chairman รองประธาน

vice chancellor รองอธิการบดีมหาวิทยาลัย

vice consul รองกงสุล

vicegerent (ไวซ์เจีย' เรินท์) *n.* ตัวแทน, ตัวรอง, ผู้ทำการแทน **-vicegeral** *adj.*

★**vice president, vice-president** (ไวซ์' เพรซ' ซิเดินท์, -เดนท์) *n.* รองประธานาธิบดี, รองผู้อำนวยการ

vice regent รองผู้สำเร็จราชการ

viceroy (ไวซ์' รอย) *n.* อุปราช

vice versa (ไวซะเวอร์' ซะ, ไวซ์-) *adv.* ในทางกลับกัน

vicinity (วิซิน' นิที) *n., pl.* **-ties** บริเวณใกล้เคียง, จำนวนใกล้เคียง, ความใกล้ชิด

vicious (วิช' เชิช) *adj.* ชั่วช้า, เลวทราม, ดุร้าย, ร้ายกาจ (**-S.** cruel, foul, malicious)

vicious circle วัฏจักร

vicissitude (วิซิซ' ซิทูด, -ทิวด์) *n.* ความเปลี่ยนแปลง, ความผันผวนของโชคชะตา

★**victim** (วิค' ทิม) *n.* เหยื่อ, ผู้เคราะห์ร้าย, สัตว์ที่ใช้สังเวยในพิธีกรรม, ผู้รับบาป, แพะรับบาป,

ผู้ที่ถูกล่อลวง (-S. dupe, martyr)

victimize (วิค' ทะไมซฺ) *vt.* **-ized, -izing** ลวงเป็นเหยื่อ (-S. defraud, swindle)

victor (วิค' เทอรฺ) *n.* คนชนะ, ผู้พิชิต (-S. champion, winner -A. loser)

Victorian (วิคทอ' เรียน, -โท'-) *adj.* ที่อยู่ในยุคของสมเด็จพระนางเจ้าวิคตอเรีย พระราชินีแห่งอังกฤษระหว่างปี ค.ศ. 1837-1901, เข้มงวด, คร่ำครึ, เคร่งขรึม, เจ้าระเบียบ, เกี่ยวกับศิลปะสถาปัตยกรรม การตกแต่งและการออกแบบในยุคนี้ *-n.* คนที่มีลักษณะเคร่งขรึม เจ้าระเบียบ

victorious (วิคทอ' เรียซ, -โท'-) *adj.* มีชัยชนะ, สำเร็จ, เป็นฝ่ายชนะ **-victoriously** *adv.* (-S. successful, triumphant)

★**victory** (วิค' ทะรี) *n., pl.* **-ries** ชัยชนะ, การพิชิต, ความมีชัย (-S. mastery, win -A. defeat)

victual (วิท' เทิล) *n.* อาหาร *-vt., vi.* **-ualed, -ualing/-ualled, -ualling** จัดหาหรือจัดส่งอาหาร **-victuals** เสบียง (-S. (v.) provide)

vide (ไว' ดี, วี' เด, วี'-) *v.* ดู, โปรดดู

videlicet (วิเดล' ลิเซท) *adv.* กล่าวคือ (-S. namely)

video (วิด' ดีโอ) *adj.* เกี่ยวกับการมองเห็น, เกี่ยวกับภาพโทรทัศน์ *-n., pl.* **-os** เทปบันทึกภาพการแสดงที่ออกอากาศทางโทรทัศน์

videocassette (วิดดีโอคะเซท', -แค-) *n.* เทปบันทึกภาพและเสียง, เทปเปล่า

videocassette recorder ดู VCR

videoconference (วิด' ดีโอคอนเฟอเรินซฺ, -เฟรินซฺ) *n.* การประชุมทางไกลโดยอาศัยโทรทัศน์วงจรปิด

video game เกมที่อาศัยเทคนิคทางคอมพิวเตอร์และอิเล็กทรอนิกส์สร้างภาพให้ปรากฏบนหน้าจอเครื่องเล่น

video jockey นักจัดรายการเพลงทางโทรทัศน์โดยเฉพาะมิวสิกวิดีโอ

videophone (วิด' ดีโอโฟน) *n.* โทรศัพท์ที่มีจอภาพซึ่งผู้ใช้สามารถเห็นภาพผู้ที่อยู่ปลายสาย

videotape (วิด' ดีโอเทพ) *n.* การบันทึกวิดีโอ, เทปเทปบันทึกภาพและเสียง

★**view** (วิว) *n.* ความสามารถในการมองเห็น, สิ่งที่มองเห็น, มุมมอง, ทิวทัศน์, จุดหรือตำแหน่งที่มองเห็น, ความคิดเห็น, ทรรศนะ, ความมุ่งหมาย *-vt.* **viewed, viewing** ดู, มอง, เห็น, พิจารณา, ตรวจ, สำรวจ, คอยดู, สังเกต (-S. (n.) attitude, outlook (n., v.) sight (v.) see)

viewer (วิว' เออรฺ) *n.* ผู้ดู, ผู้ชม, ผู้สังเกต (-S. observer, watcher)

viewpoint (วิว' พอยนฺทฺ) *n.* มุมมอง, ทรรศนะ (-S. point of view)

vigil (วิจ' เจิล) *n.* การเฝ้าระวัง, การวางเวรยาม **-vigilance** *n.* (-S. alertness)

vigilant (วิจ' จะเลินทฺ) *adj.* ตื่นตัว, ระมัดระวัง **-vigilantly** *adv.* (-S. cautious, wakeful)

vigilante (วิจจะแลน' ที) *n.* กลุ่มคนที่คอยสอดส่องดูแลความปลอดภัย (-S. guard)

vigor, vigour (วิก' เกอรฺ) *n.* ความแข็งแรงทรงพลัง, ความกระปรี้กระเปร่า, ความมีชีวิตชีวา (-S. energy, liveliness -A. weakness)

vigorous, vigourous (วิก' เกอเริซ) *adj.* แข็งแรง, บึกบึน, กระฉับกระเฉง **-vigorously** *adv.* **-vigorousness** *n.* (-S. active -A. weak)

vile (ไวลฺ) *adj.* **viler, vilest** ชั่วช้า, หยาบคาย, เลวทราม, สถุล, ต่ำช้า **-vilely** *adv.* **-vileness** *n.* (-S. bad, evil -A. good)

vilify (วิล' ละไฟ) *vt.* **-fied, -fying** หมิ่นประมาท, ใส่ร้าย, ดูหมิ่น **-vilification** *n.* **-vilifier** *n.*

villa (วิล' ละ) *n.* บ้านพักตากอากาศ, บ้านพักของชนชั้นกลางบริเวณรอบนอกเมือง

★**village** (วิล' ลิจ) *n.* หมู่บ้านตามบ้านนอก, ชาวบ้าน **-villager** *n.*

villain (วิล' เลิน) *n.* วายร้าย, คนร้าย, ตัวร้าย, ผู้ร้ายในละครหรือภาพยนตร์, คนร้ายกาจ **-villainess** *n. fem.* **-villainous** *adj.* **-villainy** *n.* (-S. scoundrel -A. hero)

vim (วิม) *n.* ความกระปรี้กระเปร่า, ความกระตือรือร้น, ความมีชีวิตชีวา (-S. vigor)

vina, veena (วี' นะ) *n.* พิณ

vindicate (วิน' ดิเคท) *vt.* **-cated, -cating** ตอบแทน, แก้แค้น, พิสูจน์, แก้ต่าง, กู้ (ชื่อเสียง) **-vindication** *n.* **-vindicator** *n.* (-S. clear)

vindictive (วินดิค' ทิฟว) *adj.* แก้แค้น, แก้เผ็ด, ผูกพยาบาท, มุ่งร้าย **-vindictively** *adv.* **-vindictiveness** *n.* (-S. revengeful, spiteful)

vine (ไวนฺ) *n.* เถาวัลย์, ไม้เถา, ต้นองุ่น

vinegar (วิน' นิเกอรฺ) *n.* น้ำส้มสายชู, คำพูดเผ็ดร้อน, ความมีชีวิตชีวา, ความกระฉับกระเฉง

vinegary, vinegarish (วิน' นิกะรี; -กรี, -เกอริช; -กริช) *adj.* มีรสเปรี้ยว, (คำพูด) เผ็ดร้อน รุนแรง ดุเดือด (-S. sour)

vineyard (วิน' เยิร์ด) *n.* ไร่องุ่น

vintage (วิน' ทิจ) *n.* องุ่นที่เก็บได้ในฤดูหนึ่ง, เหล้าองุ่นที่ผลิตได้ในปีหนึ่ง, ฤดูเก็บองุ่นหรือทำเหล้าองุ่น, ปีหรือสถานที่ผลิตเหล้าองุ่น *-adj.* ที่ได้เลือกเฟ้นอย่างดีที่สุด, หัวกะทิ, เก่าแก่,

นมนาน, ได้ที่, งอม, มีอายุเท่านั้นเท่านี้, ชั้นดี, ชั้นเลิศ, เอกอุ, เฉพาะ, พิเศษ (-S. (n.) harvest, year (adj.) best, select)

vintage year ปีที่มีการผลิตเหล้าองุ่นซึ่งมีผลงามคุณภาพดี

vintner (วินท' เนอร์) *n.* พ่อค้าเหล้าองุ่น

viny (ไว' นี) *adj.* **-ier, -iest** มีลักษณะเลื้อยพันเป็นเถา, เต็มไปด้วยเถาองุ่น

vinyl (ไว' เนิล) *n.* พลาสติกชนิดหนึ่งที่มีความเหนียวและยืดหยุ่น ใช้ทำจานแผ่นเสียง ฯลฯ

viol (ไว' เอิล) *n.* ซอโบราณ

viola (วีโอ' ละ) *n.* เครื่องสายประเภทซอมีขนาดใหญ่กว่าไวโอลิน **-violist** *n.*

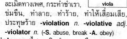

viola

violate (ไว' อะเลท) *vt.* **-lated, -lating** ละเมิด, ฝ่าฝืน, ล่วงละเมิดทางเพศ, กระทำชำเรา, ข่มขืน, ทำลาย, ทำร้าย, ทำให้เสื่อมเสีย, ประทุษร้าย **-violation** *n.* **-violative** *adj.* **-violator** *n.* (-S. abuse, break -A. obey)

★**violence** (ไว' อะเลินซ์) *n.* การเลือดตกยางออก, ความรุนแรง, ความบ้าเลือด, ความโกลาหล (-S. bloodshed, tumult -A. peace)

★**violent** (ไว' อะเลินท์) *adj.* รุนแรง, ดุเดือด, ป่าเถื่อน, โดยพลการ, มุทะลุ, ล้างผลาญ, โกลาหล **-violently** *adv.* (-S. cruel, forcible)

violet (ไว' อะลิท) *n.* ต้นไวโอเลตให้ดอกสีม่วง, สีน้ำเงินม่วง, สีม่วง *-adj.* เป็นสีม่วง

★**violin** (ไวอะลิน') *n.* ไวโอลิน **-violinist** *n.*

violoncello (วีอะเลินเชล' โล, ไวอะ-) *n., pl.* **-los** เครื่องสายประเภทซอมีขนาดใหญ่กว่าไวโอลินและวีโอลา, เชลโล **-violoncellist** *n.*

VIP (วีไอพี') *n., pl.* **VIPs** ย่อจาก very important person (ภาษาพูด) บุคคลสำคัญ

viper (ไว' เพอร์) *n.* งูพิษ, คนร้ายกาจ

virgin (เวอร์' จิน) *n.* หญิงสาว, หญิงบริสุทธิ์, หญิงพรหมจารี, หญิงโสด *-adj.* พรหมจารี, บริสุทธิ์, ใหม่, สด, ใสสะอาด, ไม่มีมลทิน, หมดจด, เกลี้ยงเกลา, ยังไม่ได้ใช้ (-S. (n., v.) maiden (adj.) pure -A. (adj.) impure)

Virgin Mary พระนางมารี พระมารดาของพระเยซู

Virgo (เวอร์' โก) ราศีกันย์ ซึ่งเป็นราศีที่หกในจักรราศี มีสัญลักษณ์เป็นหญิงสาว, ชื่อกลุ่มดาวกลุ่มหนึ่งในแถบเส้นศูนย์สูตร

virgule (เวอร์' กิวล์) *n.* เครื่องหมายขีดคั่น (/)

virile (เวีย' เริล, -ไรล์) *adj.* มีลักษณะเป็นผู้ชาย, ซึ่งมีลูกได้, ซึ่งสามารถสืบพันธุ์ได้ (-S. masculine)

virtual (เวอร์' ชวล) *adj.* เสมือน, เทียบเท่า, โดยแท้จริง **-virtuality** *n.* (-S. implicit, indirect)

virtually (เวอร์' ชวลลี) *adv.* เทียบเท่า, แท้จริง, ใกล้จะ, เกือบจะ (-S. as good as, nearly)

★**virtue** (เวอร์' ชู) *n.* ความดีงาม, คุณงามความดี, คุณประโยชน์, ความซื่อสัตย์สุจริต, บุญ, กุศล, ความบริสุทธิ์ **-by/in virtue of** โดยเหตุแห่ง, ด้วยเหตุผล (-S. goodness, honor, merit)

virtuoso (เวอร์ชูโอ' โซ, -โซ) *n., pl.* **-sos/-si** (-ซี) นักดนตรีที่มีเทคนิคลีลาการเล่นโดดเด่นเป็นเอกลักษณ์ของตัวเอง, คนที่มีความรู้ความสามารถในงานศิลปะอย่างเยี่ยมยอด, ผู้ชำนาญ, อัจฉริยะ, ศาสตราจารย์ในทางดนตรี *-adj.* ฉลาดหลักแหลม, ปราดเปรื่อง **-virtuosic** *adj.* (-S. (n.) genius, master (adj.) brilliant, dazzling)

virtuous (เวอร์' ชูเอิซ) *adj.* ดีงาม, ชอบธรรม, ซื่อสัตย์, บริสุทธิ์, ถูกต้อง, พรหมจรรย์, ผุดผ่อง, ไร้มลทิน **-virtuously** *adv.* **-virtuousness** *n.* (-S. moral, pure -A. vicious)

virulent (เวีย' เรียเลินท์, เวีย' ระ-) *adj.* ร้ายแรง, รุนแรง, ซึ่งมีพิษ, ร้ายกาจ, มหันต์, (คำพูด) เผ็ดร้อน, ขมขื่น, แสบ, ซึ่งเป็นศัตรู, เกลียดชัง **-virulently** *adv.* (-S. deadly)

★**virus** (ไว' เริซ) *n., pl.* **-ruses** เชื้อโรคชนิดหนึ่งที่เป็นต้นเหตุแห่งโรคต่างๆ มีขนาดเล็กมากต้องส่องดูด้วยกล้องจุลทรรศน์อิเล็กตรอนจึงมองเห็น, โรคที่เกิดจากเชื้อไวรัส, (คอมพิวเตอร์) ชุดคำสั่งหรือโปรแกรมที่ผู้ไม่หวังดีใส่เข้าไปในเครื่องคอมพิวเตอร์เพื่อทำลายตัวเครื่องหรือข้อมูลซึ่งสามารถติดต่อกันได้หากมีการคัดลอกข้อมูล (copy) (-S. poison, venom, toxin)

visa (วี' ซะ) *n.* ตราที่ประทับบนหนังสือเดินทาง (passport) จากสถานทูตประเทศที่ต้องการเดินทางไปเพื่อแสดงการอนุมัติให้ผ่านเข้าประเทศได้ *-vt.* **-saed, -saing** ประทับตราดังกล่าว, ให้วีซ่า, ออกวีซ่าให้

visage (วิซ' ซิจ) *n.* ใบหน้า, หน้าตา, สีหน้า

vis-à-vis (วีซะวี') *prep.* เผชิญหน้า, เปรียบเทียบกับ, ตรงกันข้าม *-adv.* เผชิญหน้ากัน *-n., pl.* **-vis-à-vis** (-วีซ', -วี') คนที่เผชิญหน้ากัน

viscera (วิซ' เซอระ) *n. pl.* เครื่องใน

viscose (วิซ' โคซ) *n.* ของเหลวชนิดหนึ่งเหนียวข้นสีน้ำตาลเป็นสารละลายของเซลลูโลสชนิดหนึ่ง ใช้ทำเรยอน ฟิล์ม เซลลูโลสชนิดใส (เซลโลเฟน) หรือทำกระดาษแก้ว *-adj.* เหนียว, หนืด, ข้น, ที่ทำจากของเหลวดังกล่าว

A B C D E F G H I J K L M N O P Q R S T U V W X Y Z

viscount (ไว' เคานท) *n.* ขุนนางที่ตำแหน่งต่ำกว่าเอิร์ลแต่สูงกว่าบารอน **-viscountcy** *n.* **-viscountess** *n. fem.*

viscous (วิซ' เคิซ) *adj.* เหนียวหนืด (**-S.** sticky)

vise, vice (ไวซ) *n.* เครื่องหนีบสำหรับยึดวัตถุ

visibility (วิซซะบิล' ลิที) *n., pl.* **-ties** ทัศนวิสัย (อากาศ), ความชัดเจน, ความกระจ่าง

★**visible** (วิซ' ซะเบิล) *adj.* สามารถมองเห็นได้, สังเกตเห็นได้, เป็นเป้าสายตา, จับตา, เด่น, ชัดเจน, ประจักษ์, หาง่าย **-visibleness** *n.* **-visibly** *adv.* (**-S.** obvious, clear)

★**vision** (วิฌ' ฌัน) *n.* การมองเห็นด้วยตา, สายตา, การแลเห็น, สิ่งที่เห็น, สายตาไกล, มโนภาพ, จินตนาการ, การนึกฝันเห็น, ความรู้สึกซึ่งเกิดขึ้นเองในใจ, ความฝัน, ความคิดนึก, ภาพลวงตา, ปีศาจ, ผี, เงา *-vt.* **-sioned, -sioning** เห็น, แลเห็น, นึก, คิด, จินตนาการ **-visional** *adj.* **-visionally** *adv.* **-visionary** *adj.* (**-S.** (n.) daydream, eyesight, foresight, mirage)

★**visit** (วิซ' ซิท) *v.* **-ited, -iting** *-vt.* เยี่ยมเยียน, ไปหา, ไปเยี่ยม, ไปเยือน, ไปดู, ไปพบ, ไปตรวจ, ไปมาหาสู่, เข้าตี, โจมตี, ทำร้าย, แก้แค้น *-vi.* ไปเยี่ยม, ไปหา, ไปพบ, (ภาษาพูด) สนทนา *-n.* การไปเยี่ยมเยียน, การไปมาหาสู่, การไปเยี่ยมและพักอยู่ด้วย, การไปพบ (แพทย์), การออกตรวจ, การตรวจตรา, การสนทนาอย่างเป็นกันเอง, การพักแรม, การพักอาศัยชั่วคราว

visitant (วิซ' ซิเทินท) *n.* แขก, ผู้มาพักแรม, ผี

visitation (วิซซิเท' ชัน) *n.* การออกตรวจตรา, การมาเยี่ยมเยียน, การตรวจค้น, ความหายนะ **-visitational** *adj.* (**-S.** disaster, examination)

★**visitor** (วิซ' ซิเทอร) *n.* แขก, ผู้มาเยือน (**-S.** caller, guest **-A.** host, hostess)

visitor center ศูนย์ข้อมูลข่าวสารนักท่องเที่ยว

visor, vizor (ไว' เซอร) *n.* กะบังหมวก, แผ่นบังแสงแดดหน้ารถ, หน้ากาก (**-S.** mask)

vista (วิซ' ทะ) *n.* ทิวทัศน์, ทัศนียภาพ

★**visual** (วิฌ' ฌวล) *adj.* เกี่ยวกับสายตา ตาและการมองเห็น, เห็นได้, สำหรับดู **-visually** *adv.* **-visualness, visuality** *n.* (**-S.** optical)

visual aid แผนภาพ แผนภูมิ ภาพประกอบ แผนที่ ซึ่งใช้ช่วยให้เข้าใจมากขึ้น

visual field ความกว้างของสายตา

visualize (วิฌ' ฌวลไลซ) *vt., vi.* **-ized, -izing** จินตนาการ, นึกฝัน, คิดฝัน **-visualization** *n.*

★**vital** (ไว' เทิล) *adj.* จำเป็น, สำคัญที่สุด, ขาดไม่ได้, ฉุกเฉิน, เป็นตายเท่ากัน, รีบด่วน, กระปรี้กระเปร่า, มีชีวิตชีวา, สาหัส, ปางตาย, ฉกรรจ์, ถึงตาย, มหันต์ **-vitals** อวัยวะที่สำคัญของร่างกาย เช่น หัวใจ สมอง **-vitally** *adv.* **-vitalness** *n.* (**-S.** essential **-A.** secondary)

vitality (ไวแทล' ลิที) *n., pl.* **-ties** ความสามารถในการเจริญเติบโตหรือพัฒนา, กำลังวังชา, พลังงาน, พลังชีวิต, ความกระปรี้กระเปร่า, กำลังที่จะช่วยให้ต่อสู้ได้ยืนนาน (**-S.** energy)

vital statistics สถิติการเกิด การตาย การสมรส

★**vitamin** (ไว' ทะมิน) *n.* วิตามินเป็นสารอินทรีย์ที่พบในอาหารทุกชนิด และเป็นสิ่งจำเป็นต่อการเจริญเติบโตของร่างกาย

vitamin A วิตามินเอ พบในนม เนย ผักสีเขียว และน้ำมันตับปลา เป็นส่วนสำคัญที่ช่วยในการเจริญเติบโตของเนื้อเยื่อ ถ้าขาดอาจทำให้เป็นโรคตาบอดกลางคืน

vitamin B กลุ่มของวิตามินบีรวม พบในตับและยีสต์

vitamin B_1 (thiamine) วิตามินบีหนึ่ง ซึ่งอยู่ในกลุ่มวิตามินบีรวม เป็นสิ่งจำเป็นสำหรับการเผาผลาญคาร์โบไฮเดรตในสิ่งมีชีวิตหลายชนิด พบในตับ นม ไข่ และผลไม้ ถ้าขาดจะทำให้เป็นโรคเหน็บชาและโรคเกี่ยวกับประสาท

vitamin B_2 (riboflavin) วิตามินบีสอง ซึ่งอยู่ในกลุ่มวิตามินบีรวม เป็นส่วนหนึ่งในเอนไซม์ต่างๆ ที่เกี่ยวกับการหายใจในเซลล์ ช่วยส่งเสริมการเจริญเติบโตของเด็ก มีส่วนสำคัญต่อสุขภาพผิวหนัง (บางทีเรียกว่าวิตามินจี) พบในนม ผักใบเขียว เนื้อสด และไข่แดง

vitamin B_6 (pyridoxine) วิตามินบีหก ซึ่งอยู่ในกลุ่มวิตามินบีรวม ทำหน้าที่เป็นเอนไซม์ร่วมในกระบวนการสังเคราะห์กรดอะมิโน พบในธัญพืช ยีสต์ ตับและปลา

vitamin B_{12} (cyanocobalamin) วิตามินบีสิบสอง พบในตับ ไข่ ปลา ใช้รักษาโรคโลหิตจางอย่างรุนแรง และเสริมสร้างการเจริญเติบโตของปศุสัตว์

vitamin B_c (folic acid) วิตามินชนิดหนึ่งในกลุ่มวิตามินบีรวม ใช้รักษาโรคโลหิตจาง พบในตับ พืชผักสีเขียว ผลไม้ และยีสต์ (บางทีเรียกวิตามินเอ็ม หรือวิตามินเอฟ)

vitamin B complex กลุ่มของวิตามินบีรวม ได้แก่ วิตามินบีหนึ่ง วิตามินบีสอง วิตามินบีหก วิตามินบีสิบสอง วิตามินบีซี ไนอะซิน กรดแพนโทเธนิค และไบโอติน

vitamin C (ascorbid acid) วิตามินซี พบในผักและผลไม้ ถ้าขาดจะเป็นโรคลักปิดลักเปิดหรือ

A B C D E F G H I J K L M N O P Q R S T U V W X Y Z

เลือดออกตามไรฟัน
vitamin D วิตามินดี พบในนม ปลา และไข่ หรือเมื่อร่างกายได้รับรังสีอัลตราไวโอเลต ช่วยเสริมสร้างการเจริญของกระดูกและฟัน
vitamin D_2 วิตามินดี สร้างขึ้นในร่างกายเมื่อได้รับรังสีอัลตราไวโอเลต เป็นตัวควบคุมการสะสมของสารประกอบแคลเซียมในร่างกาย ถ้าขาดจะเป็นโรคกระดูกอ่อน
vitamin D_3 วิตามินดี พบในน้ำมันตับปลา
vitamin E วิตามินอี พบในใบผัก วีตเจิร์ม ถ้าขาดจะทำให้เป็นโรคเกี่ยวกับกล้ามเนื้อและเส้นเลือดผิดปกติ
vitamin K วิตามินเค พบในผักใบเขียว มะเขือเทศ ไข่แดง ถ้าขาดจะทำให้เป็นโรคเลือดออกไม่หยุด
vitiate (วิช' ชีเอท) *vt.* **-ated, -ating** ทำให้เสีย, ทำให้เสื่อม, ทำให้เป็นโมฆะ **-vitiation** *n.*
vitreous (วิท' เรียซ) *adj.* ใสแจ๋วเหมือนแก้ว
vitreous humor ก้อนใสคล้ายวุ้นในโพรงลูกตา
vituperate (ไวทู' พะเรท, -ทิว'-, วิ-) *vt., vi.* **-ated, -ating** ดุด่า, ว่ากล่าว, ด่าทอ, ต่อว่า, ตำหนิ **-vituperation** *n.* **-vituperative** *adj.*
viva (วี' วะ, -วา) *interj.* ขอให้มีอายุยืน
vivacious (วิเว' เชิซ, ไว-) *adj.* รื่นเริง, แจ่มใส, ยิ้มแย้ม, สนุกสนาน, เบิกบาน, มีชีวิตชีวา **-vivaciously** *adv.* (-S. lively -A. dull)
vivid (วิฟว์' วิด) *adj.* **-er, -est** สุกใส, สว่าง, ช่วงโชติ, แจ่มใส, ชัดเจน, กระปรี้กระเปร่า **-vividly** *adv.* **-vividness** *n.* (-S. brilliant)
vivify (วิฟว์' วะไฟ) *vt.* **-fied, -fying** ทำให้กระปรี้กระเปร่า, ทำให้ร่าเริง, ทำให้มีชีวิตชีวา **-vivification** *n.* **-vivifier** *n.* (-S. refresh)
vivisection (วิฟว์วิเซค' ชัน, วิฟว์' วิเซค-) *n.* การผ่าตัดชำแหละสัตว์เป็นๆเพื่อทำการวิจัยทางวิทยาศาสตร์ **-vivisectional** *adj.*
vixen (วิค' เซิน) *n.* สุนัขจิ้งจอกตัวเมีย, ผู้หญิงดุร้ายเจ้าอารมณ์ **-vixenish** *adj.*
vizard, visard (วิซ' เซิร์ด, -ซาร์ด) *n.* หน้ากาก, กะบังหมวก, การปลอมตัว (-S. mask)
VJ ดู veejay
vocab. ย่อจาก vocabulary คำศัพท์
vocable (โว' คะเบิล) *n.* คำ, คำศัพท์, เสียงที่รวมกันเป็นคำพูด *-adj.* ที่ออกเสียงได้
★**vocabulary** (โวแคบ' เบียเลอรี) *n., pl.* **-ies** คำศัพท์, คำทุกคำในภาษา, คำศัพท์เฉพาะสาขาวิชา, ประมวลคำศัพท์, อภิธานศัพท์, คำแปลศัพท์ (-S. dictionary, lexicon)
vocal (โว' เคิล) *adj.* เกี่ยวกับเสียง, ซึ่งมีเสียง, ซึ่งเปล่งเสียงได้, ด้วยปาก, เป็นคำพูด, อึกทึก, ตรงไปตรงมา, ดังแสบหู **-vocally** *adv.* **-vocalness** *n.* (-S. frank, noisy, oral)
vocal cords เส้นเสียงในกล่องเสียง
vocalism (โว' คะลิเซิม) *n.* การใช้เสียงพูดหรือร้องเพลง, เสียงสระ
vocalist (โว' คะลิซท์) *n.* นักร้อง (-S. singer)
vocalize (โว' คะไลซ์) *v.* **-ized, -izing** *-vt.* ออกเสียง, เปล่งเสียง, พูด, เปลี่ยนให้เป็นเสียงสระ, เอื้อนเอ่ย *-vi.* ร้องเพลง, ใช้เสียง, เปลี่ยนให้เป็นเสียงสระ **-vocalization** *n.* (-S. utter)
vocation (โวเค' ชัน) *n.* อาชีพ, การงาน, งานที่ทำเพื่อเผยแพร่ศาสนา เช่น นักบวช นางชี พระ บาทหลวง, ความปรารถนาอย่างแรงกล้าที่จะใช้ความสามารถเพื่อช่วยเหลือผู้อื่น **-vocational** *adj.* (-S. calling, mission, pursuit)
vocative (วอค' คะทิฟว์) *adj.* เกี่ยวกับการกที่ใช้เรียกเวลาพูด เช่น เธอ *-n.* การกที่ใช้เรียกในเวลาพูด **-vocatively** *adv.*
vociferous (โวซิฟ' เฟอเริซ) *adj.* (เสียง) อึกทึกดังลั่น, เอะอะโวยวาย **-vociferously** *adv.* **-vociferousness** *n.* (-S. noisy -A. quiet)
vodka (วอด' คะ) *n.* เหล้าชนิดหนึ่งของรัสเซีย มีรสแรง
vogue (โวก) *n.* ความนิยม, สมัยนิยม, ความคลั่งไคล้ชื่นชอบ (-S. fashion, style)
★**voice** (วอยซ์) *n.* เสียงร้อง, เสียงพูด, เสียงตะโกน, การแสดงความคิดเห็น, สิทธิในการเลือกหรือแสดงความคิดเห็น, กระบอกเสียง, วาจกในไวยากรณ์, เสียงสำเนียง, การลงมติ, การออกเสียง, การลงคะแนนเสียง, การร้องเพลง, เสียงดี, นักร้อง, (สัทศาสตร์) เสียงโฆษะ คือเสียงพยัญชนะที่เปล่งออกมาโดยมีการสั่นสะเทือนในลำคอ เช่น b d g และเสียงสระ *-vt.* **voiced, voicing** ออกเสียง, เปล่งเสียง, ส่งเสียง, พูด, แสดงความเห็น, ออกเสียงพยัญชนะโฆษะและเสียงสระ, ตั้งเสียงดนตรี **-in good voice** ร้องเพลงไพเราะ (-S. (n.) expression, instrument (n., v.) sound (v.) utter)
voice box กล่องเสียง
voiced (วอยซ์ท) *adj.* มีเสียง, มีลักษณะเสียง, ซึ่งเป็นเสียงโฆษะ **-voicedness** *n.* (-S. sonant)
voiceless (วอยซ์' ลิซ) *adj.* ไม่มีเสียง, พูดไม่ออก, เป็นเสียงอโฆษะ (พยัญชนะที่ออกเสียงไม่สั่นสะเทือน เช่น p s) **-voicelessness** *n.*
voicemail, voice mail (วอยซ์' เมล) *n.* ระบบ

บริการฝากข้อความด้วยเสียงของผู้ฝาก เช่น ทางวิทยุติดตามตัวหรือโทรศัพท์มือถือ

void (วอยด์) *adj.* ว่างเปล่า, ปราศจาก, โล่ง, ไม่มีคนใช้, ไร้, ขาด, ไม่มี, ไร้ประโยชน์, เป็นโมฆะ *-n.* ท้องฟ้า, ที่ว่างเปล่า, ความว่างเปล่า, ความอ้างว้าง, ช่องว่าง, สุญญากาศ *-v.* **voided, voiding** *-vt.* ถ่าย, เท, ละ, เปลื้อง, ทำให้ว่าง, เอาออก, ปล่อยออก, ทำให้ใช้ไม่ได้, ทำให้เป็นโมฆะ *-vi.* ขับถ่าย (ของเสียจากร่างกาย) **-voider** *n.* (**-S.** (adj.) useless (n.) gap, vacuum (adj., v.) empty (v.) discharge, emit **-A.** (adj.) full)

voile (วอยล์) *n.* ผ้าป่าน

vol. ย่อจาก volcano ภูเขาไฟ, volume เล่ม

volatile (วอล' ละเทิล, -ไทล์) *adj.* ซึ่งระเหยเป็นไอได้ง่าย, เปลี่ยนแปลงง่าย, ไม่แน่นอน, โลเล, ร่าเริง **-volatility, volatileness** *n.* (**-S.** airy, fickle, lively, variable)

volatile oil หัวน้ำมัน

volatilize (วอล' ละเทิลไลซ์) *vi., vt.* **-ized, -izing** ทำให้เป็นไอ, กลายเป็นไอ, ทำให้ระเหย **-volatilizable** *adj.* **-volatilization** *n.*

★**volcano** (วอลเค' โน) *n., pl.* **-noes/-nos** ภูเขาไฟ **-volcanic** *adj.* **-volcanically** *adv.*

vole (โวล) *n.* หนูนา

volition (วะลิช' ชัน) *n.* ความตั้งใจ, กำลังใจ, การตัดสินใจหรือการเลือกด้วยตนเอง, การทำตามความปรารถนา (**-S.** determination)

★**volley** (วอล' ลี) *n., pl.* **-leys** การยิงพร้อมกัน, การระดมยิงติดต่อกันเป็นชุด, การรัวยิงคำถาม, การระเบิดคำพูดแช่ง ด่า หรือสบถ, การตีลูกเทนนิส ฯลฯ ก่อนที่จะตกลงพื้น *-vt., vi.* **-leyed, -leying** ระดมยิง, ยิงรัว, ยิงปืนพร้อมกัน, ตีลูกเทนนิสก่อนที่จะตกลงพื้น **-volleyer** *n.* (**-S.** (n.) discharge, explosion, salvo)

volleyball (วอล' ลีบอล) *n.* กีฬาวอลเลย์บอล

★**volt** (โวลท์) *n.* หน่วยวัดแรงดันไฟฟ้า

voltage (โวล' ทิจ) *n.* ความต่างศักย์หรือแรงเคลื่อนไฟฟ้าของต้นกำเนิดไฟฟ้าวัดเป็นโวลต์

voluble (วอล' เลียเบิล) *adj.* พูดคล่อง, พูดเก่ง

★**volume** (วอล' ลิวม์) *n.* ความดังของเสียง, ความจุ, ปริมาตร, จำนวน, ขนาด, จำนวนเล่มหนังสือ (**-S.** amount, book, loudness)

voluminous (วะลู' มะเนิซ) *adj.* พอง, บาน, ใหญ่, กว้าง, มาก, มโหฬาร, (คำพูด) ยืดยาว, (พันลวด) หลายรอบ **-voluminously** *adv.*

★**voluntary** (วอล' เลินเทอรี) *adj.* สมัครใจ, เต็มใจ, โดยเจตนา, จงใจ, อาสา *-n., pl.* **-ies** อาสาสมัคร, ดนตรีโหมโรง **-voluntarily** *adv.* **-voluntariness** *n.* (**-S.** (adj.) free, intentional)

★**volunteer** (วอลเลินเทียร์) *n.* อาสาสมัคร *-adj.* โดยสมัครใจ, ด้วยความเต็มใจ, โดยการอาสา *-vt., vi.* **-teered, -teering** อาสา, เสนอ, ทำด้วยความเต็มใจ (**-S.** (v.) offer, present)

vomit (วอม' มิท) *v.* **-ited, -iting** *-vi.* อาเจียน, อ้วก, สำรอก, พ่นออกมา, ไหลพุ่ง *-vt.* ทำให้อาเจียน, ทำให้พุ่งออกมา *-n.* การอาเจียน, อาหารหรือสิ่งที่อาเจียนออกมา, สิ่งที่ทำให้คลื่นเหียน, ยาที่ทำให้อาเจียน **-vomiter** *n.* **-vomitive** *adj.* (**-S.** (v.) eject, emit)

voodoo (วู' ดู) *n., pl.* **-doos** เวทมนตร์และความเชื่อทางด้านไสยศาสตร์ของประเทศในแถบแอฟริกา, หมอผีที่ใช้เวทมนตร์คาถาดังกล่าว, เวทมนตร์คาถาวูดู *-vt.* **-dooed, -dooing** ใช้เวทมนตร์คาถาวูดู

voracious (วอเร' เชิซ, วะ-) *adj.* ตะกละ, โลภมาก, ละโมบ, กระหาย **-voraciously** *adv.* (**-S.** greedy **-A.** generous)

vortex (วอร์' เทคซ์) *n., pl.* **-texes/-tices** (-ทิซีซ) ลมหมุน, ลมวน, น้ำวน, ความวนเวียน

vortical (วอร์' ทิเคิล) *adj.* เป็นวง, เป็นเกลียว, วนเวียน **-vortically** *adv.*

★**vote** (โวท) *n.* การลงคะแนนเสียง, การเลือกตั้ง, การลงมติ, คะแนนเสียง, สิทธิเลือกตั้ง *-vt., vi.* **voted, voting** ออกเสียง, เลือกตั้ง, ลงมติ (**-S.** (n., v.) ballot, poll (v.) elect **-A.** reject)

vouch (เวาช์) *v.* **vouched, vouching** *-vi.* รับรอง, ประกัน, พิสูจน์, แสดงหลักฐาน *-vt.* พิสูจน์, อ้าง, นำขึ้นมากล่าว, ให้การ, รับรอง, ยืนยัน *-n.* การยืนยัน (**-S.** (v., n.) guarantee)

voucher (เวา' เชอร์) *n.* ใบสำคัญซึ่งถือเป็นหลักฐานการจ่ายเงิน, ใบรับรอง, เอกสารรับรอง

vow (เวา) *n.* การสัญญา, การสาบาน, การปฏิญาณ, คำปฏิญาณ, คำสาบาน *-vt., vi.* **vowed, vowing** ปฏิญาณ, สาบาน, สัญญา, บนบาน **-vower** *n.* (**-S.** (n., v.) pledge, promise (v.) swear)

★**vowel** (เวา' เอิล) *n.* สระ, เสียงสระ

voyage (วอย' อิจ) *n.* การเดินทางไกลโดยทางเรือหรือเครื่องบิน, การเดินทางไกล, เรื่องราวและเหตุการณ์ในระหว่างการเดินทาง, วิถีชีวิต *-vt., vi.* **-aged, -aging** เดินทาง, ท่องเที่ยว, แล่นเรือข้ามไป **-voyager** *n.* (**-S.** (n., v.) cruise, excursion, journey, tour, travel)

V sign การชูนิ้วชี้และนิ้วกลางเป็นรูปตัว v ซึ่งเป็นเครื่องหมายแห่งชัยชนะ

A B C D E F G H I J K L M N O P Q R S T U V W X Y Z

A B C D E F G H I J K L M N O P Q R S T U V W X Y Z

VTR ย่อจาก videotape recorder เครื่องบันทึกวิดีโอเทป

vulgar (วัล' เกอร์) *adj.* ธรรมดา, สามัญ, ทั่วไป, แพร่หลาย, หยาบคาย, บ้านนอก, ไม่สละสลวย, เป็นไพร่, ไม่สุภาพ, ต่ำช้า, สถุล, สามานย์, สามหาว **-vulgarly** *adv.* **-vulgarness** *n.* (**-S.** common, crude **-A.** refined)

vulgarian (วัลแก' เรียน) *n.* คนหยาบคาย

vulgarism (วัล' กะริเซิม) *n.* คำพูดหยาบคาย, ความสถุลต่ำช้า

vulgarity (วัลแก' ริที) *n., pl.* **-ties** ความต่ำช้าสามานย์, การกระทำที่เป็นไพร่ (**-S.** coarseness)

vulnerable (วัล' เนอระเบิล) *adj.* อ่อนแอ, อ่อนไหว, เปราะบาง, ซึ่งถูกวิจารณ์ง่าย, มีจุดอ่อน, ซึ่งถูกชักจูงง่าย, ไม่มั่นคง **-vulnerability, vulnerableness** *n.* **-vulnerably** *adv.* (**-S.** delicate, sensitive, weak **-A.** mighty, strong)

vulture (วัล' เชอร์) *n.* แร้ง, คนตะกละ, คนโลภมาก, คนที่เบียดเบียนผู้อื่น

vulva (วัล' วะ) *n., pl.* **-vae** (-วี) แคมปากช่องคลอด **-vulval, valvar** *adj.*

W

W¹, w (ดับ' เบิลยู, -ยุ) *n., pl.* **W's, w's/Ws, ws** อักษรตัวที่ 23 ในภาษาอังกฤษ, อันดับยี่สิบสาม

W² ย่อจาก watt วัตต์, west ทิศตะวันตก

W. ย่อจาก Wednesday วันพุธ

w. ย่อจาก week สัปดาห์, weight น้ำหนัก

wad (วอด) *n.* วัสดุนุ่มที่ม้วนเป็นก้อนสำหรับใช้อุดหรือยัด, ก้อนสำลี, สำลีอุดหู, ปึกเงิน, (ภาษาพูด) จำนวนมาก *-vt.* **wadded, wadding** ม้วน (กระดาษ), อัดให้เป็นก้อน, อุด จุก (ด้วยสำลี), ยัดเข้าไป, บุ (นวม) (**-S.** (v.) stuff)

wadding (วอด' ดิง) *n.* จุกสำลี

waddle (วอด' เดิล) *vi.* **-dled, -dling** เดินเตาะแตะ, เดินเหมือนเป็ด, เดินต้วมเตี้ยม *-n.* การเดินเตาะแตะ **-waddler** *n.*

wade (เวด) *vi., vt.* **waded, wading** อุตสาหะ, ตรากตรำ, บุก, ลุย, ตะลุย, ฝ่า *-n.* การลุยเข้าไป (**-S.** (v., n.) attack **-A.** (v.) defend)

waders (เวด' เดอร์ซ) *n. pl.* รองเท้าบู๊ตสูงถึงโคนขาใช้สวมทับกางเกงสำหรับลุยน้ำหาปลา

wafer (เว' เฟอร์) *n.* ขนมปังกรอบแผ่นบางๆ กินกับไอศกรีม, ขนมปังแผ่นบางๆ ที่ใช้กินในพิธีศีลมหาสนิท, สิ่งที่เป็นแผ่นบางๆ

waffle¹ (วอฟ' เฟิล) *n.* ขนมรังผึ้ง

waffle¹

waffle² (วอฟ' เฟิล) *vi., vt.* **-fled, -fling** พูดหลบๆ เลี่ยงๆ, พูดหรือเขียนอ้อมค้อม *-n.* การพูดหรือเขียนอย่างหลบๆ เลี่ยงๆ

waft (วาฟท์, แวฟท์) *vt., vi.* **wafted, wafting** ลอยมาตามน้ำ, โชยมาตามลม *-n.* สิ่งที่ถูกพัดพาหรือลอยมาตามลม, กลิ่นที่โชยมาตามลม, ลมพัดวูบหนึ่ง, การโบกพัด, การกระพือ **-wafter** *n.* (**-S.** (v.) convey (v., n.) drift)

wag (แวก) *vt., vi.* **wagged, wagging** กระดิก (หาง นิ้ว), แกว่ง, พยักหน้า, โคลง, กระดก (ลิ้น) *-n.* การแกว่งไปมา, การสั่น, การกระดิก **-wagger** *n.* (**-S.** (v., n.) nod, shake)

★**wage** (เวจ) *n.* ค่าจ้างหรือค่าแรงที่จ่ายให้รายชั่วโมง รายวัน หรือรายสัปดาห์ **-wages** ผล, เวร (**-S.** hire, pay)

wager (เว' เจอร์) *n.* การพนัน, การเสี่ยงโชค, การเดิมพัน, การดวลกัน *-vt., vi.* **-gered, -gering** เสี่ยงโชค, พนัน (**-S.** (n., v.) bet, pledge)

waggle (แวก' เกิล) *vt., vi.* **-gled, -gling** กระดิก, เดินโซเซ, ส่าย *-n.* การเดินโซเซ, การส่าย **-waggly** *adj.* (**-S.** (v., n.) wave)

★**wagon** (แวก' เกิน) *n.* รถม้าสี่ล้อ, รถพ่วง, รถโบกี้ข้างโถง, รถเข็นสี่ล้อของเด็ก, รถเข็นส่งอาหาร, รถยนต์ขนาดเล็กบรรทุกสัมภาระได้, รถขนนักโทษ *-vt., vi.* **-oned, -oning** ขนส่งหรือเดินทางด้วยรถดังกล่าว **-wagoner** *n.*

waif (เวฟ) *n.* เด็กจรจัด, สัตว์ไม่มีเจ้าของ, สิ่งที่ไม่มีผู้เป็นเจ้าของ (**-S.** foundling, orphan, stray)

wail (เวล) *vi., vt.* **wailed, wailing** คร่ำครวญ, โอดครวญ, (ลมพัด) หวีดหวิว, ครวญคราง *-n.* การร้องครวญครางด้วยความเจ็บปวด, เสียง

ร้องไห้คร่ำครวญ **-wailful** *adj.* (**-S.** (v., n.) cry, howl, lament **-A.** (v.) rejoice (v., n.) delight)

★**waist** (เวซทฺ) *n.* เอว, ส่วนคอดคล้ายเอว, ส่วนเอวของเสื้อผ้า, ส่วนคอถึงเอวของเสื้อผู้หญิง, เสื้อครึ่งตัวของผู้หญิง, เสื้อชั้นในของเด็ก **-waistless** *adj.*

waistband (เวซทฺ' แบนดฺ) *n.* ขอบเอว

waistcloth (เวซทฺ' คลอธ) *n.* ผ้าขาวม้า

waistcoat (เวซ' คิท, เวซทฺ' โคท) *n.* เสื้อกั๊ก

waistline (เวซทฺ' ไลนฺ) *n.* เส้นรอบเอว, เส้นที่ร้อยรอบเอวเสื้อผู้หญิง

★**wait** (เวท) *vi., vt.* **waited, waiting** รอ, คอย, รั้งรอ, (ภาษาพูด) เลื่อน, บริการ, รับใช้ *-n.* การรอคอย, พวกนักดนตรีที่ออกตระเวนแสดงไปตามบ้านต่างๆ ในวันคริสต์มาสเพื่อขอเงินเล็กๆ น้อยๆ **-wait on/upon** รับใช้ (**-S.** (v., n.) delay (v.) await **-A.** (v.) proceed)

waiting list รายชื่อผู้รอคอย (นัด การรักษา งาน)

waiting room ห้องคอย, ห้องรอ

★**waiter** (เว' เทอรฺ) *n.* บริกรชาย (**-S.** steward)

★**waitress** (เว' ทริซ) *n.* บริกรหญิง (**-S.** stewardess)

waive (เวฟวฺ) *vt.* **waived, waiving** ยกเลิก, ละทิ้ง, ยกเว้น, สละ (สิทธิ), ผัดผ่อน, เลื่อน (**-S.** forgo, postpone, remit **-A.** require)

★**wake**[1] (เวค) *v.* **woke/waked, waked/woken, waking** *-vi.* ตื่น, ตื่นนอน, ตื่นตัว, รู้สึกตัว, คอยเฝ้าศพตอนกลางคืน *-vt.* ทำให้ตื่น, ปลุก, กวน, กระตุ้น, เฝ้า, เฝ้าระวัง *-n.* การเฝ้าศพในเวลากลางคืนก่อนนำไปฝัง, การเฝ้าระวัง **-waker** *n.* (**-S.** (v.) arise, arouse, rouse, stimulate **-A.** (v., n.) sleep)

wake[2] (เวค) *n.* แนวกระแสน้ำข้างท้ายเรือยนต์หรือเรือกลไฟ, แนว, ทาง (**-S.** track)

wakeful (เวค' เฟิล) *adj.* ระวังระไว, ตื่นตัว, (นอน) ไม่หลับ **-wakefully** *adv.* **-wakefulness** *n.* (**-S.** alert, sleepless **-A.** sleepy)

wale (เวล) *n.* แนวไม้เรียว, แนวในเนื้อผ้า

★**walk** (วอค) *v.* **walked, walking** *-vi.* เดิน, ออกเดิน, เดินเล่น, เดินออกกำลัง, เดินธุดงค์, เดินทอดน่อง, ดำเนินชีวิต, (ผี วิญญาณ) ปรากฏตัว, (คำสแลง) เดินขบวนประท้วง ลาออกจากงาน *-vt.* เดิน, พาเดิน (สุนัข ม้า), เดินข้าม, เดินตรวจ, เดินสำรวจ, เดินเล่น, เดินไปเป็นเพื่อน, บังคับให้เดิน, ช่วยให้ (คนพิการ) เดินได้ *-n.* การเดิน, การเดินเหยาะอย่างม้า, การเดินเล่น, การเดินทอดน่อง, ระยะทางเดิน, ท่าทางในการเดิน, ฝีเท้า, ลู่แข่ง, ทางเดิน, ทางเท้า, บาทวิถี, การแข่งเดินทน **-walk out on** ละทิ้ง **-walk over** (ภาษาพูด) ชนะอย่างง่ายดาย **-walkability** *n.* **-walkable** *adj.* (**-S.** (v., n.) escort, march, stroll (n.) gait, sidewalk)

walker (วอ' เคอรฺ) *n.* ผู้เข้าแข่งขันเดินทน, เครื่องช่วยพยุงตัวสำหรับให้คนไข้หรือเด็กหัดเดิน (**-S.** pedestrian, rambler)

walkie-talkie, walky-talky (วอ' คีทอ' คี) *n., pl.* **-ies** เครื่องรับส่งวิทยุแบบพกพาได้

walking stick ไม้เท้า, ไม้ตะพด

walk of life *n., pl.* **walks of life** อาชีพ, ฐานะ

walkout (วอค' เอาทฺ) *n.* การประท้วง, การเดินออกจากที่ประชุมเพื่อเป็นการประท้วง

walkway (วอค' เว) *n.* ทางเดิน, ทางเท้า

walky-talky (วอ' คีทอ' คี) *n.* ดู walkie-talkie

★**wall** (วอล) *n.* ผนัง, กำแพง, สันปันน้ำ, เขื่อน, ฝากั้น, เครื่องกั้น, ด้านข้าง *-vt.* **walled, walling** ล้อม, ปิด, กั้น, แบ่ง, แยก (**-S.** (n.) embankment (n., v.) hedge, partition (v.) divide, enclose)

wallaby (วอล' ละบี) *n., pl.* **-bies/-by** สัตว์ชนิดหนึ่งคล้ายจิงโจ้ แต่มีขนาดเล็กกว่า

★**wallet** (วอล' ลิท) *n.* กระเป๋าหนังแบนสำหรับใส่ธนบัตร ฯลฯ (**-S.** case, purse)

walleyed (วอล' ไอดฺ) *adj.* (ตา) โปน ถลน

wallop (วอล' เลิพ) *v.* **-loped, -loping** *-vt.* (ภาษาพูด) ตี เฆี่ยน *-vi.* (ภาษาพูด) ต้วมเตี้ยมอุ้ยอ้าย, (น้ำ) เดือดปุดๆ *-n.* (ภาษาพูด) การเฆี่ยนตีอย่างรุนแรง

wallow (วอล' โล) *vi.* **-lowed, -lowing** กลิ้งเกลือก, หมกมุ่น, มั่วสุม, เที่ยวสำมะเลเทเมา, ลุย (โคลน) *-n.* ปลักควาย, การกลิ้งเกลือก (**-S.** (v., n.) lurch, revel, roll)

wallpaper (วอล' เพเพอรฺ) *n.* กระดาษพิมพ์ลวดลายสำหรับปิดผนังห้อง

Wall Street ชื่อย่านศูนย์กลางการเงิน ตลาดเงิน ตลาดหุ้นของสหรัฐอเมริกาในกรุงนิวยอร์ก

walnut (วอล' นัท, -เนิท) *n.* ต้นวอลนัท มีเนื้อไม้แข็งสีน้ำตาลอมดำ มักใช้ทำเครื่องเรือน

walrus (วอล' เริซ) *n., pl.* **-rus/-ruses** สิงโตทะเล (**-S.** sea lion)

walrus

waltz (วอลทฺซฺ, วอลซฺ) *n.* การเต้นรำเพลงจังหวะสาม โดยคู่เต้นชายหญิงจะเต้นหมุนวนไปบนเวที, ดนตรีจังหวะวอลตซ์ *-vi., vt.* **waltzed,**

waltzing เต้นรำจังหวะวอลตซ์

wan (วอน) *adj.* **wanner, wannest** ซีด, เผือด, (โลหิต) จาง, (ยิ้ม) แสยะ, (สี) อ่อน **-wanly** *adv.* **-wanness** *adv.* (**-S.** pale **-A.** ruddy)

wand (วอนด์) *n.* ไม้กลมยาวของนักมายากล เทวดา หรือนางฟ้า, ไม้ที่วาทยากรใช้ควบคุมการแสดงดนตรี, คทา (**-S.** baton, stick)

★**wander** (วอน' เดอร์) *vi., vt.* **-dered, -dering** เตร็ดเตร่, เถลไถล, ท่องเที่ยวไป, พูดจาเลอะเทอะ *-n.* การเดินเล่น **-wanderingly** *adv.* (**-S.** (v., n.) stroll (v.) roam, rove)

wanderlust (วอน' เดอร์ลัซท์) *n.* ความปรารถนาอย่างแรงกล้าที่จะออกท่องเที่ยวไป

wane (เวน) *vi.* **waned, waning** ลดลง, เสื่อม, บรรเทา, คล้อย, บ่ายลงไป, ถอย, (พระจันทร์) ข้างแรม, (น้ำ) ลด, จม, นอนก้น *-n.* พระจันทร์ข้างแรม, ความเสื่อมถอย, ความลดน้อยลง (**-S.** (v., n.) decrease **-A.** (v., n.) increase)

wangle (แวง' เกิล) *vt.* **-gled, -gling** หลอกล่อ, ล่อลวง, บ่ายเบี่ยง, หลบหลีก (**-S.** lure)

★**want** (วอนท์) *vt., vi.* **wanted, wanting** ต้องการ, ปรารถนา, อยาก, ประสงค์, เรียกร้อง, ชอบ, สมัครใจ, ขัดสน, ขาดแคลน, ควร, น่าจะ, จำเป็นต้อง *-n.* ความต้องการ, ความปรารถนา, ความประสงค์, ความอยาก, ความกระหาย, สิ่งที่จำเป็น, สิ่งที่ต้องการ (**-S.** (v., n.) desire, lack **-A.** (v., n.) desert (v.) quit)

wanting (วอน' ทิง) *adj.* ขาดแคลน, ไม่มี, บกพร่อง, ไม่สมบูรณ์ *-prep.* ปราศจาก, ขาด, ลบ (**-S.** (adj.) absent, poor **-A.** (adj.) present)

wanton (วอน' เทิน) *adj.* ดื้อ, ซุกซน, ขี้เล่น, พิเรนทร์, เสเพล, โหดร้าย, ป่าเถื่อน, สุรุ่ยสุร่าย *-vi., vt.* **-toned, -toning** เสเพล, เที่ยวสำมะเลเทเมา *-n.* คนเสเพล **-wantonly** *adv.* **-wantonness** *n.* (**-S.** (adj.) cruel, lewd (v.) waste **-A.** (adj.) careful (v.) save)

★**war** (วอร์) *n.* สงคราม, การรบ, การทำสงคราม, การต่อสู้ (โรค การค้า), ยุทธศาสตร์ทางทหาร *-vi.* **warred, warring** ปะทะกัน, ต่อสู้, สู้รบกัน (**-S.** (n., v.) battle, contest)

warble (วอร์' เบิล) *vt., vi.* **-bled, -bling** ร้องเสียงรัว, พูดเสียงรัว, ร้องเพลงเสียงรัว

war bonnet เครื่องประดับศีรษะของนักรบอินเดียนแดง

war chest กองทุนที่ให้เงินช่วยเหลือสนับสนุนในการทำสงคราม, กองทุนที่รับบริจาคเงินเพื่อนำไปใช้ในงานเฉพาะกิจ

war cry การส่งเสียงโห่ร้องของทหารเวลาเข้าประจัญบาน

★**ward** (วอร์ด) *n.* แผนกหนึ่งในโรงพยาบาล, ตำบลในเมือง, แดนนักโทษในเรือนจำ, ผู้เยาว์ที่อยู่ในความพิทักษ์คุ้มครองของศาลหรือผู้ปกครอง, ผู้ที่อยู่ภายใต้ความอุปถัมภ์, ความพิทักษ์คุ้มครอง, ความปกครอง *-vt.* **warded, warding** ปกป้อง, คุ้มครอง, พิทักษ์ (**-S.** (n.) custody, division, pupil (v.) protect **-A.** (v.) defend)

warden (วอร์ด' เดิน) *n.* ผู้ดูแล, ผู้คุม, พัศดี, ผู้ว่าราชการจังหวัด, ผู้อำนวยการ (โรงเรียน วิทยาลัย), ผู้ปกครอง, ผู้พิทักษ์, ยาม, คนเฝ้าประตู (**-S.** caretaker, janitor)

warder (วอร์' เดอร์) *n.* ยาม, คนเฝ้าประตู, ผู้คุมนักโทษ (**-S.** custodian, guard)

wardrobe (วอร์' โดรบ) *n.* ตู้เสื้อผ้า, เสื้อผ้า, ห้องเก็บเสื้อผ้าเครื่องประดับ (**-S.** closet, outfit)

wardship (วอร์ด' ชิพ) *n.* ความคุ้มครอง, ความพิทักษ์, ความอารักขา (**-S.** protection)

ware (แวร์) *n.* สินค้า, ผลิตภัณฑ์, เครื่องใช้, ภาชนะ *-vt.* **wared, waring** ระวัง *-adj.* ทราบ, รู้สึกตัว, มีสติ, ระมัดระวัง

warehouse (*n.* แวร์ เฮาซ์, *v.* -เฮาซ์, -เฮาซ์) *n.* โกดัง, คลังสินค้า, โรงเก็บสินค้า *-vt.* **-housed, -housing** เก็บไว้ในโกดังหรือโรงเก็บ **-warehouser** *n.* (**-S.** (n.) depository, storehouse)

wareroom (แวร์' รูม, -รุม) *n.* ห้องเก็บสินค้า, ห้องแสดงสินค้า (**-S.** depot, show room)

warfare (วอร์' แฟร์) *n.* การทำศึกสงคราม, การสู้รบกัน, การต่อสู้กัน (**-S.** strife, war)

warhead (วอร์' เฮด) *n.* หัวรบอาวุธ

warlock (วอร์' ลอค) *n.* พ่อมด, มาร, ผู้วิเศษ

warlord (วอร์' ลอร์ด) *n.* แม่ทัพ

★**warm** (วอร์ม) *adj.* **warmer, warmest** อุ่น, อบอุ่น, อย่างอบอุ่น, อุ่นหนาฝาคั่ง, เป็นมิตร, มีไมตรี, ร้อนขึ้น, เร่าร้อน, (โทนสี) อบอุ่น, (รัก) อย่างแรงกล้า, กระตือรือร้น, สด, ใหม่ *-v.* **warmed, warming** *-vt.* ทำให้อุ่นขึ้น, ทำให้ร้อน, ทำให้มีชีวิตชีวา, ทำให้ยินดี, ทำให้กระตือรือร้น *-vi.* อุ่น, อบอุ่น, ตื่นเต้น, กระตือรือร้น, มีชีวิตชีวา, ปลุกใจ, เร้าใจ, เป็นมิตร *-n.* (ภาษาพูด) ความอบอุ่น **-warm up** อุ่นเครื่อง, ทำให้อุ่นขึ้น, อุ่นอาหาร (**-S.** (adj.) cordial, friendly (v.) arouse **-A.** (adj., v.) cool)

warm-blooded (วอร์ม' บลัด' ดิด) *adj.* (สัตว์) เลือดอุ่น, เลือดร้อน, เร่าร้อน (**-S.** hot)

warmed-over (วอร์มด์' โอ' เวอร์) *adj.* อุ่น

A B C D E F G H I J K L M N O P Q R S T U V W X Y Z

(อาหาร เครื่อง), เก่า, ค้าง
warm-hearted (วอร์ม' ฮาร์' ทิด) *adj.* มีไมตรี, ใจดี, มีเมตตา **-warmheartedness** *n.*
warmonger (วอร์' มังเกอร์) *n.* ผู้สนับสนุนหรือกระตุ้นให้เกิดสงคราม (**-S.** militarist)
★**warmth** (วอร์มธ์) *n.* ความอบอุ่น, ความเป็นมิตร, สือบอุ่น, ความรักอย่างแรงกล้า (**-S.** ardor, kindliness, zeal **-A.** coldness)
★**warn** (วอร์น) **warned, warning** *-vt.* เตือน, แจ้งให้ทราบล่วงหน้า, บอกกล่าว, แจ้งเหตุ *-vi.* เตือน **-warner** *n.* (**-S.** caution, inform)
★**warning** (วอร์' นิง) *n.* การเตือน, คำเตือน, สัญญาณบอกเหตุ (**-S.** alarm, signal)
warp (วอร์พ) *vt., vi.* **warped, warping** ทำให้วิปริตหรือมีอคติ, โค้ง, งอ, บิด, เบี้ยว, โก่ง, บิดเบือน *-n.* ความโค้งงอ, ความบิดหรือโก่งของไม้, ความวิปริต **-warper** *n.* (**-S.** (v.) straighten (v., n.) turn, twist)
warpath (วอร์' แพธ, -พาธ) *n.* ทางที่นำไปสู่สงคราม, ความเป็นศัตรู
warrant (วอร์' เรินท์) *n.* อำนาจ, สิทธิ, หมายศาล, ใบอนุญาต, เครื่องรับประกัน, หนังสือรับรอง, ใบรับประกัน, ใบรับรองการจ่ายเงิน, เจ้าหน้าที่, เจ้าพนักงาน, การมอบหมาย, คำมอบหมาย *-vt.* **-ranted, -ranting** มอบหมาย, อนุญาต, อนุมัติ, รับรอง, รับประกัน, มอบอำนาจ, ออกหมาย **-warrantable** *adj.* (**-S.** (n.) authority, licence (v.) affirm, certify, justify)
warrantee (วอร์เรินที') *n.* ผู้ได้รับประกัน
warrantor, warranter (วอร์' เรินทอร์; -เทอร์, -เทอร์) *n.* ผู้ให้การรับประกัน
warranty (วอร์ เรินที) *n., pl.* **-ties** การรับรอง, การรับประกัน, หลักฐาน, ใบรับประกัน
warren (วอร์' เริน) *n.* บริเวณที่อยู่อาศัยของกระต่าย, สถานที่แออัดยัดเยียด, ฝูงกระต่าย
warrior (วอร์' รีเออร์) *n.* นักรบ, ทหาร
warship (วอร์' ชิพ) *n.* เรือรบ
wart (วอร์ท) *n.* ตุ่ม, หูด, ปุ่มปมบนต้นไม้
wart hog, warthog (วอร์ท' ฮอก) *n.* หมูป่าแอฟริกามีเขี้ยวยาวสองข้างและมีปุ่มเนื้อที่แก้มทั้งสองข้าง
wartime (วอร์' ไทม์) *n.* ช่วงเวลาทำสงคราม
wary (แว' รี) *adj.* **-ier, -iest** ระมัดระวัง, คอยเฝ้าดูแล, ระวังระไว **-warily** *adv.* **-wariness** *n.* (**-S.** alert, careful **-A.** reckless)
★**was** (วอซ) *v. aux.* ดู be
★**wash** (วอช) *v.* **washed, washing** *-vt.* ซัก, ล้าง, ชำระ, ชะ, ชำระล้าง (ร่างกาย), ทำให้สะอาด, (คลื่น) ซัด เซาะ กระทบ พัดพา, ล้างมือ, ล้างหน้า, ล้างชาม, ทำให้เปียก, ทำให้ชุ่มโชก, แช่, กลั้ว, โกรก, สระ (ผม) *-vi.* ซัก, ล้าง, ชำระ, ชะล้าง, ซักฟอก *-n.* สิ่งที่จะซัก, การซักล้าง, การชำระล้างร่างกาย, การล้างมือและหน้า, น้ำล้างจาน, เศษอาหาร, น้ำโสโครก, น้ำยากลั้วปาก, น้ำยาล้างตา, น้ำยาสระผม, ระลอกคลื่น, เสียงคลื่นซัดฝั่ง, การชะหน้าดิน, สีซีดจาง, สีน้ำ, ร้านซักรีด, หนองน้ำ, บึง, ทางน้ำ *-adj.* ที่ใช้สำหรับซักล้าง, ที่ซักได้ **-wash down** ชะล้าง, ดื่มล้างคอ **-wash up** ล้างมือและหน้า, ล้างจาน (**-S.** (v., n.) rinse)
washable (วอช' ชะเบิล) *adj.* ล้างได้, ซักได้
washbasin (วอช' เบเซิน) *n.* อ่างล้างหน้า
washboard (วอช บอร์ด) *n.* กระดานซักผ้า
washcloth (วอช' คลอธ) *n.* ผ้าผืนเล็กๆ ใช้ถูหน้าและตัวเวลาอาบน้ำ
washed-out (วอชท์' เอาท์') *adj.* (สี) ซีด จางตก, ดูเหนื่อยอ่อน (**-S.** pale **-A.** bright)
washer (วอช' เชอร์) *n.* วงแหวนสวมเกลียว, เครื่องซักผ้า, เครื่องล้างจาน, คนซัก, คนล้าง
washerwoman, washwoman (วอช' เชอร์วุม' เมิน, วอช' วุม' เมิน) *n.* หญิงรับจ้างซักผ้า
★**washing** (วอช ชิง) *n.* เสื้อผ้าหรือสิ่งที่นำมาซัก
washing machine เครื่องซักผ้า
washing soda โซดาซักผ้า
washout (วอช' เอาท์) *n.* ความล้มเหลวอย่างสิ้นเชิง, หน้าดินที่ถูกกระแสน้ำกัดเซาะ
washroom (วอช' รูม, -รุม) *n.* ห้องอาบน้ำ
washtub (วอช ทับ) *n.* อ่างซักผ้า
washy (วอช' ชี, วอ' ชี) *adj.* **-ier, -iest** ใส, จืด, จาง, อ่อนแอ **-washiness** *n.* (**-S.** weak)
wasn't (วัซ' เซินท์, วอซ-) ย่อจาก was not
wasp (วอซพ์) *n.* ตัวต่อ
waspish (วอซ' พิช) *adj.* เจ้าโทสะ, ฉุนเฉียว, (คำพูด) เผ็ดร้อน (**-S.** short-tempered)
wastage (เว' สติจ) *n.* ความสิ้นเปลือง, จำนวนที่สูญเสีย
★**waste** (เวซท์) *v.* **wasted, wasting** *-vt.* ใช้หมดไปอย่างสิ้นเปลือง, ใช้จ่ายอย่างสุรุ่ยสุร่าย, ทำลาย, ทำให้หมดกำลัง, (คำสแลง) ฆ่า *-vi.* อ่อนเพลีย, หมดกำลัง, หมดเปลือง, เปล่าประโยชน์, เสีย (เวลา) *-n.* ความสิ้นเปลือง, ความสูญเสีย, ความสุรุ่ยสุร่าย, การล้างผลาญ, ขยะ, ของเสียจากร่างกาย, ของเสีย, สถาน

A B C D E F G H I J K L M N O P Q R S T U V W X Y Z

ที่ปรักหักพัง *-adj.* เปล่าประโยชน์, ว่างเปล่า, รกร้าง, (ของเสีย) ที่ขับออกจากร่างกาย (**-S.** (v.) consume (n.) extravagance, devastation, rubbish (adj.) useless (adj., n.) desert)

wastebasket (เวซท' แบซคิท) *n.* ถังขยะ

wasted (เว' สติด) *adj.* ไม่จำเป็น, ไร้ประโยชน์, เสื่อมลง, ซูบผอม (**-S.** useless **-A.** useful)

wasteful (เวซท' เฟิล) *adj.* สุรุ่ยสุร่าย, เปล่าประโยชน์ **-wastefully** *adv.* **-wastefulness** *n.* (**-S.** extravagant **-A.** stingy)

wasteland (เวซท' แลนด) *n.* บริเวณพื้นที่รกร้างว่างเปล่าหรือแห้งแล้งใช้ประโยชน์ไม่ได้

wastepaper (เวซท' เพเพอร) *n.* เศษกระดาษ

waste pipe ท่อระบายน้ำเสีย

wastewater (เวซท' วอเทอร) *n.* น้ำเสีย

wasting (เว' สติง) *adj.* เลวร้ายลง, เสื่อมลง

wastrel (เว' สเตริล) *n.* คนไม่เอาถ่าน

★**watch** (วอช) *vi., vt.* **watched, watching** เฝ้ายาม, เฝ้าระวัง, คอยเฝ้าดู, เฝ้าศพ, จับตาดู, คอยดู, สังเกต, รอคอย (โอกาส) *-n.* นาฬิกาข้อมือ, การเฝ้ายาม, ยาม, เวรยาม, กะลาสีเรือที่ทำหน้าที่ผลัดเวรยามบนเรือ, คนเฝ้าศพ, การเฝ้าศพ **-watch out** คอยระวัง **-watch over** คอยพิทักษ์ดูแล (**-S.** (v.) mind, observe, wait (n.) lookout, timepiece, vigil)

watchdog (วอช' ดอก) *n.* สุนัขเฝ้ายาม, คนหรือกลุ่มคนที่คอยเฝ้าระวังหรือป้องกันไม่ให้เกิดการทุจริตทำผิดกฎหมาย (**-S.** protector)

watcher (วอช' เชอร) *n.* คนคอยเฝ้า, ยาม

watchful (วอช' เฟิล) *adj.* ตื่นตัว, ระวังระไว, ระมัดระวัง **-watchfully** *adv.* **-watchfulness** *n.* (**-S.** alert, wary **-A.** careless)

watchmaker (วอช' เมเคอร) *n.* ช่างทำหรือซ่อมนาฬิกา

watchman (วอช' เมิน) *n.* ยาม, ภารโรง

watchtower (วอช' เทาเออร) *n.* หอสังเกตการณ์, หอคอย

watchword (วอช' เวิร์ด) *n.* รหัสผ่าน

★**water** (วอ' เทอร) *n.* น้ำ, น้ำฝน, น้ำทะเล, น้ำแร่, น้ำในแม่น้ำหรือทะเลสาบ, แหล่งน้ำ, บ่อน้ำ, น้ำลาย, น้ำปัสสาวะ, น้ำตา, น้ำประปา, น้ำคร่ำ, ลายมันของเนื้อผ้า (แพร), ระดับน้ำ, ผิวน้ำ, น้ำเพชร, ภาพสีน้ำ *-v.* **-tered, -tering** *-vt.* รดน้ำ (ต้นไม้), ให้น้ำ, เติมน้ำ, ทำให้เสียน้ำตา, ทำให้น้ำลายสอ, ทำให้เปียก, พา (สัตว์) ไปกินน้ำ, ให้ดื่มน้ำ, ทำให้ (ผ้าไหม แพร) เป็นเงามัน, ชะ, ล้าง, ปล่อยน้ำ (แม่น้ำ คลอง) เข้าสู่พื้นดิน, ทำให้เจือจาง *-vi.* ร้องไห้, (น้ำตา) ไหล, (น้ำลาย) สอ ไหล, ดื่มน้ำ, กินน้ำ **-waters** น่านน้ำ (**-S.** (n.) aqua (n., v.) tear (v.) flood, moisten)

water buffalo ควาย

water chestnut กระจับ

water closet ห้องส้วม, สุขา

watercolor, watercolour (วอ' เทอร คัลเลอร) *n.* สีน้ำ, ภาพวาดสีน้ำ

water-cool (วอ' เทอร์คูล) *vt.* **-cooled, -cooling** ทำ (เครื่องยนต์) ให้เย็นด้วยน้ำ **-water cooler** *n.*

watercraft (วอ' เทอร์แครฟท) *n.* เรือ, ทักษะต่างๆ ที่เกี่ยวกับกีฬาทางน้ำ (**-S.** boat, ship)

watercress (วอ' เทอร์เครซ) *n.* ชื่อไม้น้ำชนิดหนึ่ง มีดอกสีขาว ใบกินได้

★**waterfall** (วอ' เทอร์ฟอล) *n.* น้ำตก (**-S.** cascade, chute, fall)

waterfront (วอ' เทอร์ฟรันท) *n.* ริมฝั่งแม่น้ำหรือทะเล, เมืองท่า (**-S.** port)

water gate ประตูน้ำ

water gauge เครื่องวัดระดับน้ำ

water glass ถ้วยแก้ว, โซเดียมซิลิเกต ใช้ทำกาวและผสมในสบู่ราคาถูกและใช้ถนอมไข่

water hyacinth ผักตบชวา

watering can ฝักบัวรดน้ำต้นไม้

watering place แหล่งน้ำที่สัตว์มาดื่มน้ำ

waterless (วอ' เทอร์ลิซ) *adj.* แห้งแล้ง, ไม่มีน้ำ (**-S.** dry **-A.** wet)

water lily ดอกบัว

water line เส้นระดับน้ำข้างเรือ

waterlogged (วอ' เทอร์ลอกด) *adj.* (น้ำ) เข้าเต็มเรือ, (น้ำ) เจิ่งนอง ชุ่ม

watermark (วอ' เทอร์มาร์ค) *n.* เครื่องหมายแสดงระดับน้ำที่ขึ้นสูงสุดหรือต่ำสุด, ลายน้ำในกระดาษ

★**watermelon** (วอ' เทอร์เมลเลิน) *n.* แตงโม

water mill โรงโม่ที่ใช้กำลังน้ำ

water mimosa ผักกระเฉด

water olive มะกอกน้ำ

waterpower (วอ' เทอร์เพาเออร) *n.* เครื่องยนต์กลไกที่ขับเคลื่อนด้วยพลังน้ำ, แหล่งพลังงานน้ำ เช่น น้ำตก

waterproof (วอ' เทอร์พรูฟ) *adj.* กันน้ำได้, ไม่เปียกน้ำ *-n.* เสื้อกันฝน, วัสดุกันน้ำ

watershed (วอ' เทอร์เชด) *n.* จุดเปลี่ยน, หัวเลี้ยวหัวต่อ, สันปันน้ำ

waterside (วอ' เทอร์ไซด) *n.* ริมฝั่ง, ริมน้ำ

water ski สกีน้ำ
water supply การประปา
water table ระดับน้ำใต้ดิน
watertight (วอ' เทอร์ไทท์) *adj.* แน่นสนิทจนน้ำเข้าไม่ได้หรือรั่วไม่ได้ (-**S.** proof)
water tower หอตั้งถังน้ำ, หอเก็บน้ำ
water vapor ไอน้ำ, ละอองน้ำ
waterway (วอ' เทอร์เว) *n.* เส้นทางแม่น้ำลำคลองที่สามารถแล่นเรือได้
water wheel กังหันน้ำ, ระหัด
water wings ห่วงชูชีพติดแขน
waterworks (วอ' เทอร์เวิร์คซ์) *n. pl.* การประปา, โรงจ่ายน้ำประปา
watery (วอ' ทะรี) *adj.* **-ier, -iest** จืด, จาง, ใส, แฉะ, เจิ่งนอง, (สี) ซีด, ชุ่ม, เปียก, ชื้น, อ่อนแอ **-wateriness** *n.* (-**S.** humid, wet)
watt (วอท) *n.* หน่วยวัดกำลังไฟฟ้า, วัตต์
wattage (วอท' ทิจ) *n.* กำลังไฟฟ้านับเป็นวัตต์
wattle (วอท' เทิล) *n.* ไม้ขัดแตะ, กิ่งไม้หรือไม้รวกที่ใช้ขัดแตะ, เหนียงคอสัตว์ *-vt.* **-tled, -tling** ขัดแตะ **-wattled** *adj.*
★**wave** (เวฟว์) *vi., vt.* **waved, waving** แกว่ง, ไกว, สะบัด, กวัด, โค้ง, ดัด, โบกไปมา, ควง (อาวุธ), กวักมือ, ชี้ทาง, ดัด (ผม) *-n.* การโบกมือ, การแกว่งไปมา, คลื่น, ลอนผม, ระลอกคลื่น, การแตกฮือของฝูงชน, กระแส **-waves** ทะเล **-waver** *n.* (-**S.** (v., n.) sway)
wavelength (เวฟว' เลงค์ธ์, -เลงธ์) *n.* ความยาวคลื่น
waver (เว' เวอร์) *vi.* **-vered, -vering** สั่นสะเทือน, แกว่งไปแกว่งมา, วอกแวก, อึกอัก, ลังเล, โอนไปเอนมา, โซเซ, (เสียง) สั่น, รัว (-**S.** hesitate, shake **-A.** decide)
wavy (เว' วี) *adj.* **-ier, -iest** เป็นคลื่น, เป็นลอน, เป็นระลอก, ไม่แน่นอน, ไม่เที่ยง, ไม่คงที่ **-wavily** *adv.* **-waviness** *n.* (-**S.** unstable)
wax¹ (แวคซ์) *n.* ขี้ผึ้ง, ไข, พาราฟิน, ขี้หู, ครั่ง, ยางเหนียว *-adj.* ที่ทำด้วยขี้ผึ้ง *-vt.* **waxed, waxing** ขัด เคลือบ ถู ทา หรือฉาบด้วยขี้ผึ้ง
wax² (แวคซ์) *vi.* **waxed, waxing** ขยายตัว, เจริญขึ้น, เพิ่มขึ้น, ใหญ่ขึ้น, ขึ้น, ขึ้นสูง, (พระจันทร์) ข้างขึ้น (-**S.** enlarge, rise)
waxed paper กระดาษไข
waxen (แวค' เซิน) *adj.* (สี) ซีดหรือเรียบเหมือนขี้ผึ้ง, อ่อน เหลว นิ่ม คล้ายขี้ผึ้ง, ที่ทำด้วยขี้ผึ้ง
wax museum พิพิธภัณฑ์หุ่นขี้ผึ้ง
waxwork (แวคซ์' เวิร์ค) *n.* รูปปั้นหุ่นขี้ผึ้ง, ศิลปะการปั้นหุ่นขี้ผึ้ง **-waxworks** การแสดงหุ่นขี้ผึ้งในพิพิธภัณฑ์
waxy (แวค' ซี) *adj.* **-ier, -iest** ซีดคล้ายขี้ผึ้ง, ที่ทำด้วยขี้ผึ้ง, เต็มไปด้วยขี้ผึ้ง
★**way** (เว) *n.* ถนน, ทาง, หนทาง, เส้นทาง, ระยะทาง, วิถีชีวิต, วิธี, แนวทาง, นิสัย, อาการ, แบบแผน, แบบอย่าง, เยี่ยงอย่าง, ประเพณี, ประการ, ความปรารถนา, ความเหมาะสม, สภาพ *-adv.* ไกล, ไกลจากที่นี่, (คำสแลง) จริงๆ อย่างที่สุด **-in the way** กีดขวาง **-on the way** อยู่ในระหว่างการเดินทาง (-**S.** (n.) method, route)
wayfarer (เว' แฟเรอร์) *n.* นักเดินทางโดยเท้า (-**S.** rover, traveller, walker, wanderer)
waylay (เว' เล) *vt.* **-laid, -laying** ดัก, ซุ่ม
way-out (เว' เอาท์) *adj.* (คำสแลง) ประหลาด
wayside (เว' ไซด์) *n.* ริมถนน, ข้างทาง
wayward (เว' เวิร์ด) *adj.* เอาแต่ใจ, ดื้อดึง, ไม่เชื่อฟัง (-**S.** stubborn, unruly)
W.C. ย่อจาก water closet ห้องส้วม
★**we** (วี) *pron.* เรา, พวกเรา
★**weak** (วีค) *adj.* **weaker, weakest** อ่อนแอ, อ่อนเพลีย, อ่อนแรง, แผ่ว, เบา, เปราะบาง, ใจเสาะ, มีจุดอ่อน, อ่อน, จาง, ใส, ไม่มีทักษะหรือความสามารถ, (เสียง) ไม่เน้นหนัก, อ่อนข้อ (-**S.** faint, soft, watery **-A.** strong)
weaken (วี' เคิน) *vt., vi.* **-ened, -ening** ทำให้อ่อนแอ, ทำให้จาง **-weakener** *n.* (-**S.** dilute, fade, lessen **-A.** strengthen)
weakling (วีค' ลิง) *n.* คนอ่อนแอ
weak-minded (วีค' ไมน์ ดิด) *adj.* โง่เขลา
weakness (วีค' นิซ) *n.* จุดอ่อน, ความอ่อนแอ, ข้อบกพร่อง, ความชอบเป็นพิเศษ (แม้ไม่ดีต่อตนเอง) (-**S.** blemish, fault **-A.** strength, vigor)
weal¹ (วีล) *n.* ความมั่งคั่ง, ความผาสุก
weal² (วีล) *n.* แนวไม้เรียว
★**wealth** (เวลธ์) *n.* ความมั่งคั่ง, ความสมบูรณ์, จำนวนมากมาย, สมบัติพัสถาน (-**S.** riches)
wealthy (เวล' ธี) *adj.* **-ier, -iest** ร่ำรวย, มั่งมี, มั่งคั่ง, สมบูรณ์, มากมาย, อุดม, รุ่งเรือง, เจริญ, เฟื่องฟู (-**S.** prosperous, rich **-A.** poor)
wean (วีน) *vt.* **weaned, weaning** สอนให้เด็กอดนมหรือหย่านม, หัดให้เลิก (สูบบุหรี่ ดื่มเหล้า)
weanling (วีน' ลิง) *n.* สัตว์หรือเด็กที่หย่านมใหม่ๆ
★**weapon** (เวพ' เพิน) *n.* อาวุธ, เขี้ยวเล็บของสัตว์ซึ่งใช้เป็นอาวุธ
wear (แวร์) *v.* **wore, worn, wearing** *-vt.*

A B C D E F G H I J K L M N O P Q R S T U V W X Y Z

สวมใส่, ครอง (ตำแหน่ง), ประดับ, ตกแต่ง, แสดง (อาการ), วาง (สีหน้า), ไว้ (หนวด เครา ผม), ใช้, ทำให้ลดน้อยลง, ทำให้เสีย, ทำให้เสื่อมลง, ทำให้สึกหรอ, ขัด, ถู, ทำให้อ่อนเพลีย, ปล่อยเวลาให้ผ่านไปอย่างไร้ประโยชน์ *-vi.* ใช้จนเก่า, เสื่อม, สึกหรอ, ขาดวิน, กร่อน, พัง, เปื่อย, ลดลง, นุ้ยลง, (เวลา) ล่วงเลยไป *-n.* เครื่องสวมใส่, สิ่งที่สวมใส่, การสวมใส่, ความสึกหรอ (**-S.** (v.) bear, display (n., v.) damage, dress (n.) clothes, costume **-A.** (v.) improve)

wearisome (เวีย' รีเซิม) *adj.* น่าเบื่อ

weary (เวีย' รี) *adj.* **-rier, -riest** เหน็ดเหนื่อย, เมื่อยล้า, อ่อนเพลีย, อิดโรย, น่าเบื่อ *-vt., vi.* **wearied, wearying** ทำให้เบื่อ,ทำให้เหน็ดเหนื่อย **-wearily** *adv.* **-weariness** *n.* (**-S.** (adj.) exhausted)

weasand (วี' เซินด์) *n.* หลอดอาหาร, คอหอย

weasel (วี' เซิล) *n.* สัตว์เลี้ยงลูกด้วยนมชนิดหนึ่งคล้ายแมว, คนตลบตะแลง

weasel word คำพูดตลบตะแลง

★**weather** (เวธ' เธอร์) *n.* สภาพลมฟ้าอากาศ *-vt., vi.* **-ered, -ering** ตาก, ผึ่ง, ทนแดดทนฝน *-adj.* (ทิศทาง) ที่ลมพัดมา (**-S.** (n.) climate)

weather-beaten (เวธ' เธอร์บีทเทิน) *adj.* (หน้า ผิว) คล้ำเพราะตากแดดตากลม

weathercock (เวธ' เธอร์ คอค) *n.* เครื่องแสดงทิศทางลมบนยอดหลังคาบ้าน มักทำเป็นรูปไก่

weathercock

weather forecast คำพยากรณ์อากาศ

weatherglass (เวธ' เธอร์ แกลซ) *n.* บารอมิเตอร์ เป็นเครื่องมือบอกสภาพลมฟ้าอากาศ

weatherproof (เวธ' เธอร์พรูฟ) *adj.* ทนทานต่อแดด ลม ฝน **-weatherproofness** *n.*

weather station สถานีอุตุนิยมวิทยา

weathervane (เวธ' เธอร์เวน) *n.* เครื่องแสดงทิศทางลม, ดู weathercock

★**weave** (วีฟว์) *v.* **wove, woven, weaving** *-vt.* ถัก, ทอ, สาน, ชักใย, ขัด, คิด (อุบาย), ร้อย (ดอกไม้), ประกอบ, ผสมกัน, ชุน, ปะติดปะต่อ, ผูก, ร้อยกรอง, แต่ง (เรื่อง กลอน บทกวี) *-vi.* ทอ, ถัก, สาน, หลบ, หลีก, เลี่ยง *-n.* การถักทอ หรือสาน (**-S.** (v.) interlace)

web (เวบ) *n.* สิ่งที่ถัก ทอ สาน, ผ้า, ใยแมงมุม, เยื่อ, ใย, เครือข่าย, พังผืดเท้าสัตว์, ใบขนนก, ตาข่าย, ร่างแห, ม้วน (กระดาษพิมพ์) *-vt.* **webbed, webbing** ถัก, ทอ, สาน, จับด้วยตาข่ายหรือร่างแห **-Web** ดู World Wide Web (**-S.** (n.) cobweb, network)

web

webfoot (เวบ' ฟุท) *n., pl.* **-feet** สัตว์ที่มีพังผืดระหว่างนิ้วเท้า เช่น เป็ด

wed (เวด) *vt., vi.* **wedded, wed/wedded, wedding** แต่งงาน, นำมารวมกัน

Wed. ย่อจาก Wednesday วันพุธ

we'd (วีด) ย่อจาก we had, we should, we would

★**wedding** (เวด' ดิง) *n.* พิธีมงคลสมรส, งานฉลองพิธีสมรส, วาระครบรอบวันแต่งงาน, การเข้าร่วมกัน (**-S.** marriage, wedlock)

wedge (เวจ) *n.* ลิ่ม *-vt., vi.* **wedged, wedging** ตอกให้แยกจากกันด้วยลิ่ม, ตอกให้แน่น, อุด, หนุน, จีม, ยัดจนแน่น, แทรก, งัด, อัด (**-S.** (n., v.) chock (v.) force, split)

wedlock (เวด' ลอค) *n.* การแต่งงาน

★**Wednesday** (เวนซ์ ดี, -เด) วันพุธ

wee (วี) *adj.* **weer, weest** เล็กๆ, จ้อย, กระจิริด, จิ๋ว, (เวลา) แต่เช้าตรู่ (**-S.** tiny)

weed[1] (วีด) *n.* วัชพืช, หญ้า, บริเวณที่มีวัชพืช, สาหร่ายทะเล, (คำสแลง) ยาสูบ บุหรี่ กัญชา, สัตว์ที่พันธุ์ไม่ดี *-vt., vi.* **weeded, weeding** กำจัดวัชพืช, ถอนหญ้า, กำจัดทิ้ง

weed[2] (วีด) *n.* แถบผ้าหรือปลอกแขนสีดำที่ผู้ชายใส่ไว้ทุกข์

weedy (วี' ดี) *adj.* **-ier, -iest** เต็มไปด้วยวัชพืช, ผอมโซ **-weediness** *n.*

★**week** (วีค) *n.* สัปดาห์, เวลาเจ็ดวัน

★**weekday** (วีค' เด) *n.* วันธรรมดา

★**weekend** (วีค' เอนด์) *n.* วันสุดสัปดาห์ *-vi.* **-ended, -ending** ใช้เวลาในช่วงสุดสัปดาห์

★**weekly** (วีค' ลี) *adv.* สัปดาห์ละครั้ง, ทุกๆ สัปดาห์, ต่อหนึ่งสัปดาห์ *-adj.* ที่เกิดขึ้นสัปดาห์ละครั้ง *-n., pl.* **-lies** สิ่งพิมพ์รายสัปดาห์

weep (วีพ) *vt., vi.* **wept, weeping** คร่ำครวญ, ร้องไห้, หยด, ไหล, รั่ว (**-S.** cry **-A.** laugh)

weevil (วี' เวิล) *n.* ด้วง

★**weigh** (เว) *v.* **weighed, weighing** *-vt.* ชั่ง, ชั่งใจ, ชั่งตวง, ถอนสมอเรือ *-vi.* ทับ, ถ่วง, ทิ้งน้ำหนัก, มีน้ำหนัก, ถอนสมอเรือ **-weigh down** ถ่วงน้ำหนัก (**-S.** balance, consider)

★**weight** (เวท) *n.* น้ำหนัก, ลูกตุ้มตาชั่ง, เครื่องถ่วง, ความถ่วง, หน่วยน้ำหนัก, ที่ทับกระดาษ, ที่ยกน้ำหนักของนักกีฬา, ภาระ, ความสำคัญ, ความหนาหนักหรือความทิ้งตัวของเนื้อผ้า *-vt.* **weighted, weighting** ทำให้หนัก, ถ่วงน้ำหนัก, เพิ่มภาระ, ลำเอียง, มีอคติ (**-S.** (n., v.) load)

weightlifting (เวท' ลิฟทิ่ง) *n.* กีฬายกน้ำหนัก

weighty (เว' ที) *adj.* **-ier, -iest** มีน้ำหนัก, สำคัญ, เป็นภาระ **-weightily** *adv.* **-weightiness** *n.* (**-S.** burdensome, heavy **-A.** light)

weir (เวียร์) *n.* ฝาย, ทำนบ, เขื่อน (**-S.** dam)

weird (เวียร์ด) *adj.* **weirder, weirdest** แปลก, ประหลาด, มหัศจรรย์, แหวกแนว, ผิดธรรมดา, อาเพศ *-n.* โชคชะตา **-weirdly** *adv.* **-weirdness** *n.* (**-S.** (adj.) queer (n.) fate)

★**welcome** (เวล' เคิม) *adj.* ซึ่งต้อนรับด้วยความยินดี, เป็นที่ยอมรับ, เป็นที่พอใจ, เป็นที่น่ายินดี *-n.* การแสดงความยินดีต้อนรับ *-vt.* **-comed, -coming** ต้อนรับ, แสดงความยินดีในการมาเยือน, แสดงความพึงพอใจ *-interj.* ยินดีต้อนรับ (**-S.** (adj.) acceptable, gratifying, invited (n.) greeting, salutation (v.) receive)

weld (เวลด์) *vt., vi.* **welded, welding** เชื่อม (โลหะ) ด้วยความร้อนสูง, ประสาน *-n.* การเชื่อมโลหะด้วยวิธีดังกล่าว, การประสาน

★**welfare** (เวล' แฟร์) *n.* ความผาสุก, ความมีสุขภาพดี, สวัสดิการ (**-S.** health, prosperity)

welfare work งานสังคมสงเคราะห์

★**well**[1] (เวล) *n.* บ่อน้ำพุ, บ่อน้ำแร่, บ่อก๊าซ, บ่อน้ำมัน, บ่อน้ำ, สระ, แอ่งน้ำ, อ่าง, แหล่งหรือขุม (ความรู้ ข้อมูล), ห้องเก็บปลาบนเรือหาปลา, ช่องลม, ช่องบันได, ช่องลิฟต์, ปล่องอากาศ, คอกหน้าบัลลังก์ศาล *-vi., vt.* **welled, welling** พุ่ง, ทะลัก, ไหล, ท่วม, ล้น, เอ่อ (**-S.** (n.) pool, shaft, source (v.) gush, pour)

★**well**[2] (เวล) *adv.* **better, best** ดี, มีเหตุผล, ถูกต้อง, น่าพอใจ, อย่างดี, อย่างมาก, (หลับ) สนิท, สบายดี, เรียบร้อย, สมควร, ฉลาด, เหมาะ, น่าจะ, ทีเดียว, บริบูรณ์, แจ่มแจ้ง, เต็มที่ *-adj.* **better, best** ดีแล้ว, ถูกต้อง, เหมาะสม, แข็งแรง, มีสุขภาพดี, สมบูรณ์, ฉลาด, โชคดี *-interj.* โอ้, เอาละ, ยังไงละ (**-S.** (adv.) fully, kindly, nicely, properly, suitably (adj.) healthy)

we'll (วีล) ย่อจาก we will, we shall

well-balanced (เวล' แบล' เลินซ์ท) *adj.* มีสติ, รู้จักความพอดี, มีเหตุมีผล (**-S.** graceful, harmonious, proportional **-A.** mad, insane)

well-being (เวล' บี' อิง) *n.* ความผาสุก

well-done (เวล' ดัน') *adj.* ดีแล้ว, (เนื้อ) สุก

well-groomed (เวล' กรูมด์') *adj.* ประณีต

well-intentioned (เวล' อินเทน' ชันด์) *adj.* มีเจตนาดี (**-S.** good will)

well-known (เวล' โนน') *adj.* เป็นที่รู้จักกันดีโดยทั่วไป (**-S.** famous **-A.** unknown)

well-mannered (เวล' แมน' เนอร์ด) *adj.* สุภาพ, มีมารยาท (**-S.** polite **-A.** rude)

well-meaning (เวล' มี' นิง) *adj.* มีเจตนาดี

well-nigh (เวล' ไน') *adv.* เกือบจะ, แทบจะ

well-spoken (เวล' สโป' เคิน) *adj.* (พูด) สุภาพเรียบร้อย (**-S.** refined **-A.** rude)

well-to-do (เวลทะดู') *adj.* ร่ำรวย, มั่งมี, มั่งคั่ง

well-wisher (เวล' วิชเชอร์) *n.* ผู้หวังดี

well-worn (เวล' วอร์น', -โวร์น') *adj.* สึกหรอ, เก่า, น่าเบื่อ, ซ้ำซาก (**-S.** boring)

welsh, welch (เวลช์; เวลช์, เวลช์) *vi.* **welshed, welshing/welched, welching** (เจ้ามือรับแทงม้า) หนีไปโดยไม่ยอมจ่ายเงิน **-welsher** *n.*

welt (เวลท์) *n.* แผ่นหนังติดระหว่างพื้นรองเท้ากับส่วนบน, ผ้าขลิบริม, รอยหรือแนวเฆี่ยนตี

welter (เวล' เทอร์) *n.* ความโกลาหล *-vi.* **-tered, -tering** เกลือกกลิ้ง, หมกมุ่น, มั่วสุม, จุ่ม, แช่

welterweight (เวล' เทอร์เวท) *n.* นักมวยอาชีพที่มีน้ำหนักระหว่าง 61-66.5 กิโลกรัม

wench (เวนช์) *n.* หญิงสาว, สาวใช้, หญิงเสเพล

wend (เวนด์) *v.* **wended, wending** *-vt.* ไป, ดำเนิน *-vi.* ไป, เดินทาง, ท่องเที่ยวไป

went (เวนท์) *v.* กริยาช่อง 2 ของ go

★**were** (เวอร์) *v. aux.* ดู be

we're (เวียร์) ย่อจาก we are

weren't (เวิร์นท์, เวอ' เรินท์) ย่อจาก were not

★**west** (เวซท์) *n.* ทิศตะวันตก, ซีกโลกตะวันตก, ภาคตะวันตก *-adj.* (ทิศ ทาง) ตะวันตก, ซึ่งมาจากทางตะวันตก *-adv.* ไปทางตะวันตก, (ลม) ที่มาจากทางตะวันตก **-the West** ซีกโลกตะวันตก, ภาคตะวันตกของสหรัฐอเมริกา, ภาคตะวันตกของยุโรป

westbound (เวซท์' เบานด์) *adj.* ไปทางตะวันตก

West End ด้านตะวันตกของกรุงลอนดอนเป็นย่านรวมความหรูหรา ทันสมัย ร้านค้า และโรงละคร

wester (เวซ' เทอร์) *n.* ลมที่พัดมาจากทิศตะวันตก *-vi.* **-ered, -ering** (ดวงอาทิตย์ ดวงจันทร์ ดวงดาว) เคลื่อนไปทางตะวันตก

westerly (เวซ' เทอร์ลี) *adj.* ที่ตั้งอยู่ทางตะวันตก, (ลม) ที่มาจากทางตะวันตก *-n., pl.* **-lies** ลมพายุที่พัดมาจากทิศตะวันตก

★**western** (เวซ' เทิร์น) *adj.* ซึ่งอยู่ทางตะวันตก, ซึ่งหันไปทางตะวันตก, ที่มาจากทางตะวันตก, อย่างชาวตะวันตก **-Western** นวนิยาย ภาพยนตร์ รายการโทรทัศน์หรือวิทยุเกี่ยวกับชีวิตของชาวอเมริกันภาคตะวันตก

westerner, Westerner (เวซ' เทอร์เนอร์) *n.* ชาวตะวันตก

Western Hemisphere ซีกโลกด้านหนึ่งประกอบด้วย อเมริกาเหนือ เม็กซิโก อเมริกากลาง และอเมริกาใต้

westernize (เวซ' เทอร์ไนซ์) *vt.* **-ized, -izing** รับเอาวัฒนธรรมตะวันตกมาใช้

westernmost (เวซ' เทิร์นโมซท์) *adj.* ตะวันตกไกล

West Indies หมู่เกาะอินดีสตะวันตกอยู่ระหว่างอเมริกาเหนือกับอเมริกาใต้

Westminster Abbey มหาวิหารเวสมินเตอร์ เป็นโบสถ์ที่สำคัญของอังกฤษ

West Point. โรงเรียนนายร้อยทหารบกของสหรัฐฯ

westward (เวซท' เวิร์ด) *adv., adj.* ไปทางตะวันตก *-n.* ทิศตะวันตก **-westwardly** *adv., adj.* **-westwards** *adv.*

★**wet** (เวท) *adj.* **wetter, wettest** เปียก, แฉะ, โชก, ชุ่ม, มีฝนตก, เต็มไปด้วยน้ำ, (อากาศ) ชื้น, เต็มไปด้วยหมอก, ครึ้มฟ้าครึ้มฝน, (สี) ยังไม่แห้ง, ดอง, (ภาษาพูด) อนุญาตให้จำหน่ายสุราได้ *-n.* ฝน, ความเปียก, ความชื้น, (ภาษาพูด) คนที่สนับสนุนให้ดื่มสุราได้ *-v.* **wet/wetted, wetting** *-vt.* ทำให้เปียก, ปัสสาวะรดที่นอน *-vi.* เปียก, แฉะ, ชื้น, ชุ่มน้ำ (**-S.** (adj., n., v.) damp (n.) liquid, moisture (v.) soak **-A.** (adj., v.) dry)

wet dream ฝันเปียก

wet look (ลิปสติก ทรงผม ฯลฯ) เป็นมันวาว

wet nurse แม่นม

wet suit ชุดประดาน้ำ

we've (วีฟว์) ย่อจาก we have

whack (ฮแวค, แวค) *vt., vi.* **whacked, whacking** ตี, ฟาด *-n.* การกระทำดังกล่าว

whacked (ฮแวคท์, แวคท์) *adj.* อ่อนเพลีย

whacking (ฮแวค' คิง, แวค'-) *adj.* ใหญ่โต

whale[1] (ฮเวล, เวล) *n.* ปลาวาฬ *-vi.* **whaled, whaling** ล่าปลาวาฬ

whale[2] (ฮเวล, เวล) *v.* **whaled, whaling** *-vt.* เฆี่ยน, โบย, ฟาด *-vi.* เข้าโจมตีอย่างรุนแรง

whale[1]

whale oil ไขปลาวาฬ ใช้ทำสบู่ เทียนไขและน้ำมันหล่อลื่น

whaling (ฮเว' ลิง, เวล'-) *n.* การล่าปลาวาฬ

whang (ฮแวง, แวง) *n.* การเฆี่ยนตี, เสียงเฆี่ยนตี, แส้, เชือกหนังที่ใช้เฆี่ยน (**-S.** hit)

wharf (ฮวอร์ฟ, วอร์ฟ) *n., pl.* **wharves** (ฮวอร์ฟว์ซ์, วอร์ฟว์ซ์)/**wharfs** ท่าเรือสำหรับเทียบจอดขนถ่ายสินค้า *-vt., vi.* **wharfed, wharfing** ผูกเรือ, เทียบท่า, เทียบเรือ (**-S.** (n., v.) dock (n.) pier, quay)

wharfage (ฮวอร์' ฟิจ, วอร์' ฟิจ) *n.* ค่าจอดเทียบเรือ, ค่าที่จอดเรือ

★**what** (ฮวอท, วอท) *pron.* อะไร, สิ่งที่, สิ่งใด, ใดๆ *-interj.* อะไรหรือ, อะไรอย่างนี้, อะไรนะ, อะไรกัน *-adj.* อะไร, ไหน, เท่าไร, อะไรก็ตาม, อะไรเช่นนั้น, พิลึก *-adv.* อย่างไร, อะไร *-conj.* แต่อย่างไรก็ตาม **-what for** ทำไม, เพื่ออะไรกัน **-what if** จะเกิดอะไรขึ้นถ้า **-what's more** ยิ่งไปกว่านั้น

★**whatever** (ฮวอทเอฟว' เวอร์, วอท-) *pron.* อะไรก็ตาม, ใดๆ ก็ตาม, ไม่ว่าอะไร, ทั้งหมด, เลย *-adj.* เลย, ทั้งหมด, ทั้งสิ้น, อะไรก็ตาม

whatsoever (ฮวอทโซเอฟว' เวอร์, วอท-) *pron., adj.* ดู whatever

★**wheat** (ฮวีท, วีท) *n.* ข้าวสาลี

wheat bread ขนมปังที่ทำจากแป้งข้าวสาลี

wheat germ จมูกข้าวสาลี

wheedle (ฮวีด' เดิล, วีด' เดิล) *vt., vi.* **-dled, -dling** ปลอบโยน, โอ้โลม, คะยั้นคะยอ, อ้อนวอน, ชวน (**-S.** comfort **-A.** disturb)

★**wheel** (ฮวีล, วีล) *n.* ล้อ, กงจักร, กงล้อ, ล้อเฟือง, วงเวียนชีวิต, การหมุนวน, วงล้อหมุนที่ใช้ปั้นหม้อ, กังหันทดน้ำ, ล้อปั่นด้าย, (ภาษาพูด) จักรยาน, พวงมาลัยคัดท้าย, จานหมุนในเกมพนัน เช่น รูเลตต์, (คำสแลง) ยวดยาน รถยนต์ คนที่มีอำนาจอิทธิพล *-v.* **wheeled, wheeling** *-vt.* เคลื่อนที่ด้วยล้อ, เข็น (สิ่งที่ติดล้อ), หมุนเวียน, หมุนรอบ *-vi.* หมุนเวียน, หมุนรอบ, (นก) บินวน, พลิก, หัน, กลับ **-wheel of fortune** โชคชะตา, วงเวียนชีวิต (**-S.** (n., v.) roll, spin)

wheelbarrow (ฮวีล' แบโร, วีล'-) *n.* รถเข็นล้อเดียวสำหรับขนหินหรือดินทราย

wheelchair, wheel chair (ฮวีล' แชร์, วีล'-)

n. รถเข็นสำหรับคนพิการ

wheelchair

wheeler-dealer (ฮวี' เลอร์ดี' เลอร์, วี'-) *n.* (ภาษาพูด) คนตามตื๊อ

wheelhouse (ฮวีล' เฮาซฺ, วีล'-) *n.* ห้องถือท้ายเรือ

wheelwright (ฮวีล' ไรทฺ, วีล'-) *n.* ช่างทำล้อ

wheeze (ฮวีซ, วีซ) *vi.* **wheezed, wheezing** หายใจเสียงฟืดฟาด, หอบดังฮืดๆ *-n.* เสียงหายใจดังฮืดๆ (**-S.** (v., n.) cough, hiss, whistle)

whelp (ฮเวลพฺ, เวลพฺ) *n.* สิงโต ลูกสุนัข เสือ หมี หมาป่า ฯลฯ, ลูกสัตว์, เด็ก, เด็กทะลึ่งอวดดี, ชี่เฟือง *-v.* **whelped, whelping** *-vi.* (สัตว์) ออกลูก *-vt.* ให้กำเนิด (ลูกสัตว์)

★**when** (ฮเวน, เวน) *adv.* เมื่อไร, เมื่อใด *-conj.* เมื่อ, ทันทีที่, พอ, ครั้น, เมื่อตอนที่, เมื่อไรที่, ในเวลานั้น, ขณะที่, ถ้า, หาก *-pron.* เมื่อไร, เมื่อใด *-n.* เวลาใด, วันใด

whence (ฮเวนซฺ, เวนซฺ) *adv.* จากที่ซึ่ง, จากที่ไหน *-conj.* ด้วยเหตุใดก็ตาม, ดังนั้น

★**whenever** (ฮเวนเอฟ' เวอร์, เวน-) *adv.* เมื่อไรก็ตาม *-conj.* เมื่อใดที่, ทุกทีที่

whensoever (ฮเวนโซเอฟ' เวอร์, เวน-) *adv., conj.* ดู whenever

★**where** (ฮแวร์, แวร์) *adv.* ที่ใด, ที่ไหน, ที่ซึ่ง, แห่งใด, ตรงไหน, จากที่ไหน *-conj.* ที่ซึ่ง, ที่ใดก็ตาม *-n.* สถานที่

whereabouts (ฮแวร์' อะเบาท์ซฺ, แวร์'-) *adv.* ที่ไหน, ที่ตรงไหน, แถวไหน *-n.* สถานที่, ที่ตั้ง, หลักแหล่ง, บริเวณ (**-S.** (n.) location, site)

whereas (ฮแวร์แอซ', แวร์-) *conj.* ในขณะที่, ส่วน, ด้วยเหตุที่, แต่ในทางตรงข้าม

whereby (ฮแวร์ไบ', แวร์-) *conj.* (รู้) ได้โดย, โดยอาศัย, โดยที่

wherefore (ฮแวร์' ฟอร์, -โฟร์, แวร์'-) *adv.* ทำไม, เพราะฉะนั้น

wherefrom (ฮแวร์ ฟรัม, -ฟรอม, แวร์'-) *conj.* จากที่ซึ่ง, มาจาก

wherein (ฮแวร์อิน', แวร์-) *adv.* เนื่องจาก, โดยทาง *-conj.* ณ, ที่

whereupon (ฮแวร์ อะพอน, แวร์'-) *conj.* จากนั้น, ต่อมา, แล้วก็

★**wherever** (ฮแวร์เอฟ' เวอร์, แวร์-) *adv.* ที่ใดก็ตาม, แห่งใดก็ตาม

wherewithal (ฮแวร์' วิธธอล, -วิธ-, แวร์'-) *n.* เงินที่จำเป็นต้องใช้

whet (ฮเวท, เวท) *vt.* **whetted, whetting** ลับ (มีด), ทำให้คม, ทำให้อยาก, กระตุ้นความรู้สึก *-n.* การลับมีด, การทำให้คม, สิ่งที่กระตุ้นให้เกิดความอยาก, (ภาษาพูด) สุราที่ดื่มเพื่อเจริญอาหาร (**-S.** (v., n.) grind (v.) sharpen)

★**whether** (ฮเวธ' เธอร์, เวธ'-) *conj.* หรือไม่ก็ตาม

whetstone (ฮเวท' สโตน, เวท'-) *n.* หินลับมีด

whew (ฮวิว, ฮวู) *interj.* ว้าย, วุ้ย, อุ๊ยตาย

whey (ฮเว, เว) *n.* หางนม

★**which** (ฮวิช, วิช) *pron.* ที่, ซึ่ง, อันซึ่ง, อันที่, อันไหน *-adj.* อันไหน, ไหน, คนไหน

★**whichever** (ฮวิชเอฟว' เวอร์, วิช-) *pron.* คนไหนก็ตาม, อันไหนก็ตาม *-adj.* (อัน สิ่ง) ไหน

whiff (ฮวิฟ, วิฟ) *n.* ลมพัดมาวูบหนึ่ง, กลิ่นที่โชยมาอ่อนๆ, การสูดอากาศหรือควันบุหรี่, การอัดควันยา *-vi., vt.* **whiffed, whiffing** พัด, กระพือ, โชย, (ลม) พัดมาวูบหนึ่ง, พ่น (ควันบุหรี่) (**-S.** (n., v.) gust, sniff (v.) inhale)

★**while** (ฮไวล์, ไวล์) *n.* เวลาชั่วครู่, เวลาชั่วขณะ *-conj.* ในขณะที่, ถึงแม้ว่า, ตราบที่, ในขณะเดียวกัน *-vt.* **whiled, whiling** ใช้ (เวลา)

whilom (ฮไว' เลิม, ไว'-) *adj.* เมื่อก่อน

whim (ฮวิม, วิม) *n.* ความคิดที่เกิดขึ้นฉับพลัน, การทำตามอำเภอใจในขณะหนึ่ง (**-S.** caprice)

whimper (ฮวิม' เพอร์, วิม'-) *vt., vi.* **-pered, -pering** *-vi.* ร้องครวญคราง, สะอื้น, (สุนัข) ครางหงิงๆ *-n.* เสียงสุนัขครางหงิงๆ, เสียงร้องครวญคราง (**-S.** (v., n.) moan, sob)

whine (ฮไวนฺ, ไวนฺ) *vi., vt.* **whined, whining** (สุนัข) หอน ร้องเอ็ง, ร้องคร่ำครวญ, คราง, สะอื้น *-n.* การร้องคร่ำครวญ,เสียงร้องคร่ำครวญ (**-S.** (v., n.) cry, grumble **-A.** (v., n.) laugh)

whinny (ฮวิน' นี, วิน' นี) *vt., vi.* **whinnied, whinnying** (ม้า) ร้องดีใจ

★**whip** (ฮวิพ, วิพ) *v.* **whipped/whipt, whipping** *-vt.* เฆี่ยน, สะบัด, ตวัด, ชัก (ปืน), สลัดออก, ตี (ไข่), ขมวดปมเชือก, (ภาษาพูด) ชนะ, ผูกมัด, เย็บ, พัดผ่านไปอย่างรวดเร็ว, (ภาษาพูด) ฉวยฉก ฉุด กระชาก กระตุก *-vi.* พุ่ง, เผ่น, โผ, กระโดด *-n.* แส้, การเฆี่ยนตี, บาดแผลจากการถูกเฆี่ยน, ของหวานที่ทำจากไข่ขาวตีกับน้ำตาลและครีม **-whipper** *n.* (**-S.** (v., n.) beat, lash)

whipcord (ฮวิพ' คอร์ด, วิพ'-) *n.* แส้

whipping boy แพะรับบาป, คนรับบาป

whipworm (ฮวิพ' เวิร์ม, วิพ'-) *n.* พยาธิแส้ม้า

whir (ฮเวอร์, เวอร์) *v.* **whirred, whirring** *-vi.* เคลื่อนที่ดังหวือ, (ผึ้ง) บินหึ่งๆ, บินเสียงหวือ *-vt.* ส่งเสียงดังกระหึ่ม *-n.* เสียงดังหึ่งๆ (เรือ ผึ้ง),

A B C D E F G H I J K L M N O P Q R S T U V W X Y Z

A B C D E F G H I J K L M N O P Q R S T U V W X Y Z

เสียงเครื่องยนต์ดังกระหึ่ม, เสียงอึกทึกครึกโครม

whirl (ฮเวิร์ล, เวิร์ล) *v.* **whirled, whirling** *-vi.* วน, หมุน, เวียน, ม้วน, ปั่น *-vt.* ทำให้หมุนวน, ทำให้หมุนรอบ, ขับเคลื่อนด้วยความเร็วสูง, ปา, ขว้าง, โยน, ทุ่ม, พุ่ง *-n.* การหมุนอย่างรวดเร็ว, ความยุ่งเหยิง, ความปั่นป่วน, ความโกลาหล (**-S.** (n.) confusion (v., n.) roll, spin)

whirligig (ฮเวอร์' ลิกิก, เวอร์'-) *n.* ลูกข่าง, ม้าหมุน, การหมุนเวียนของโชคชะตา

whirlpool (ฮเวิร์ล' พูล, เวิร์ล'-) *n.* น้ำวน, สิ่งใดที่วนเวียนหรือดูด, สะดือทะเล

whirlwind (ฮเวิร์ล' วินด์, เวิร์ล'-) *n.* ลมกรด, ลมวน, ลมบ้าหมู, ความยุ่งเหยิง, ความโกลาหล *-adj.* เร่งรีบ, รีบร้อน, รวดเร็ว, ฉับไว (**-S.** (n.) tornado (adj.) rapid, swift **-A.** (adj.) slow)

whirr (ฮเวอร์, เวอร์) *v., n.* ดู whir

whisk (ฮวิซค์, วิซค์) *vt., vi.* **whisked, whisking** ตีหรือปั่น (ไข่ ครีม), สะบัด, ปัด, กวาด, กระตุก, ฉก, ฉวย, คว้า, เอาไป, พาไป *-n.* การกระทำดังกล่าว, แส้ปัดฝุ่นหรือแมลง, เครื่องมือที่ใช้ตีไข่หรือครีม

whisker (ฮวิซ' เคอร์, วิซ'-) *n.* หนวดแมว หนู หรือสัตว์ชนิดอื่น **-whiskers** เคราข้างแก้มสองด้านของผู้ชาย

whiskey, whisky (ฮวิซ' คี, วิซ'-) *n., pl.* **-keys, -kies** เหล้าวิสกี้

★**whisper** (ฮวิซ' เพอร์, วิซ'-) *n.* เสียงกระซิบ, เสียงแผ่ว, เสียงพูดพึมพำ, การพูดซุบซิบ, เสียงลมพัดใบไม้เบาๆ, ข่าวลือ *-vi., vt.* **-pered, -pering** พูดเบา, กระซิบ, พูดพึมพำ, (ลม) พัดใบไม้เบาๆ (**-S.** (n., v.) murmur, sigh)

★**whistle** (ฮวิซ' เซิล, วิซ'-) *vi., vt.* **-tled, -tling** ผิวปาก, เป่าปาก, เป่าหวูด, เป่านกหวีด, (นก) ร้องเสียงแหลม, (ลม) พัดหวีดหวิว *-n.* หวูด, นกหวีด, เสียงเป่านกหวีดหรือหวูด, การเป่านกหวีดหรือหวูด, เสียงลมพัดหวีดหวิว, เสียงให้สัญญาณหรือคำสั่ง

whit (ฮวิท, วิท) *n.* จำนวนนิดเดียว (**-S.** bit)

★**white** (ฮไวท์, ไวท์) *n.* สีขาว, คนผิวขาว, ตาขาว, ไข่ขาว, ไวน์ขาว, ผิวขาวซีด, บริเวณซึ่งเป็นที่ว่างบนหน้ากระดาษ เอกสาร สิ่งพิมพ์, เครื่องแบบสีขาว, อาหารที่เป็นสีขาว *-adj.* **whiter, whitest** ขาว, ซีด, หงอก, ขาวโพลน, เผือด, เผือก, บริสุทธิ์, (น้ำชา กาแฟ) ที่ใส่นมหรือครีม, (ชนชาติ) ที่มีผิวขาว, (พื้นที่กระดาษ) ว่างเปล่า *-vt.* **whited, whiting** ซัก, ฟอก, ทำให้ขาว **-whiteness** *n.* (**-S.** (adj.) pale, snowy **-A.** (n., adj.) black)

white ant ปลวก

white blood cell เม็ดเลือดขาว

white-collar (ฮไวท์' คอล' เลอร์, ไวท์'-) *adj.* (คนงาน) ที่ไม่ต้องทำงานใช้แรงงานอย่างกรรมกร (**-A.** blue-collar)

white elephant สิ่งที่ไร้ประโยชน์ไม่เป็นที่ต้องการแต่มีราคาแพง, ช้างเผือก

white flag ธงขาวเป็นสัญลักษณ์ของการยอมแพ้

white gold ทองคำขาว

white heat อารมณ์รุนแรง, ความร้อนจัดที่ทำให้เหล็กเป็นสีขาว

white-hot (ฮไวท์ ฮอท', ไวท์ -) *adj.* (อารมณ์) เกรี้ยวกราด รุนแรง, (อุณหภูมิ) ร้อนจัดจนทำให้เหล็กกลายเป็นสีขาว

white knight คนหรือองค์กรที่ยื่นมือเข้ามาช่วยเหลือโอบอุ้มฐานะทางการเงินของบริษัทหนึ่งให้รอดพ้นจากการถูกเข้าครอบครองกิจการจากอีกบริษัท, อัศวินม้าขาว

white lead ตะกั่วขาว

white lie คำโกหกเพื่อเจตนาดี

white magic มนตร์ขาว

white meat เนื้อสัตว์ที่มีสีขาวจำพวกสัตว์ปีก

★**whiten** (ฮไว' เทิน, ไว' เทิน) *vt., vi.* **-ened, -ening** ทำให้ขาว, ทำให้ตกสี, ฟอก (**-S.** bleach)

white paper เอกสารทางราชการ

white pepper พริกไทยขาว

whitesmith (ฮไวท์' สมิธ, ไวท์'-) *n.* ช่างชุบเหล็ก, ช่างดีบุก

whitewash (ฮไวท์' วอช, ไวท์'-) *n.* ปูนขาวที่ใช้ทาผนัง *-vt.* **-washed, -washing** ทาปูนขาว, ล้างบาป (**-S.** (n.) concealment, cover-up)

whither (ฮวิธ' เธอร์, วิธ'-) *adv.* เพื่ออะไร, ไปยังที่ใด *-conj.* ที่ซึ่ง, ที่ไหนก็ตาม

whittle (ฮวิท' เทิล, วิท' เทิล) *vt., vi.* **-tled, -tling** ตัด, เหลา, เกลา, เฉือน, ถาก

whiz, whizz (ฮวิซ, วิซ) *vt., vi.* **whizzed, whizzing** (วัตถุ) พัดผ่านหรือลอยผ่านไปอย่างรวดเร็ว, (นก) บินโฉบเสียงดังหวือ *-n.* เสียงซู่ๆ, เสียงหวือ, การเคลื่อนที่ผ่านไปอย่างรวดเร็ว

whiz kid (ภาษาพูด) คนหนุ่มสาวรุ่นใหม่ที่มีอนาคตทางธุรกิจ

★**who** (ฮู) *pron.* ใคร, ผู้ใด, คนไหน, คนที่, ผู้ที่, ผู้ซึ่ง, ใครก็ตาม

WHO ย่อจาก World Health Organization องค์การอนามัยโลก

who'd (ฮูด) ย่อจาก who would, who had

★**whoever** (ฮูเอฟว์' เวอร์) *pron.* ใครก็ตาม
★**whole** (โฮล) *adj.* ทั้งหมด, ทั้งมวล, ทั้งสิ้น, ทั้งใบ, ทั้งเม็ด (ยา), ทั้งลูก, ทั้งผล, ทั้งวัน, ไม่เสีย, ไม่บุบสลาย, ไม่ถูกแตะต้อง, ไม่บาดเจ็บ, เต็ม, ครบถ้วนบริบูรณ์ *-n.* จำนวนรวม, จำนวนทั้งหมด, ความบริบูรณ์, ความครบถ้วน *-adv.* ทั้งหมด, ทั้งมวล, ทั้งสิ้น, ทั้งนั้น, ทั้งปวง **-wholeness** *n.* (**-S.** (adj.) entire, perfect (n.) all (adj., n.) total **-A.** (n., adj., adv.) part)
whole food อาหารตามธรรมชาติที่ปราศจากการปรุงแต่ง
wholehearted (โฮล' ฮาร์' ทิด) *adj.* ด้วยความเต็มใจ, เต็มที่ **-wholeheartedly** *adv.* (**-S.** devoted, sincere, willing)
whole milk นมที่ไม่พร่องมันเนย
whole number จำนวนเต็ม
wholesale (โฮล' เซล) *n.* การขายส่ง *-adj.* เกี่ยวกับการขายส่ง, ทั่วไป, ไม่รู้จักเลือก *-adv.* กว้างขวาง, ทั่วไป, เป็นจำนวนมาก *-vt., vi.* **-saled, -saling** ขายส่ง (**-S.** (adj.) broad, mass (adv.) comprehensively, extensively)
wholesome (โฮล' เซิม) *adj.* **-somer, -somest** มีประโยชน์ต่อร่างกาย, ถูกอนามัย
whole-wheat (โฮล' ฮวีท', -วีท') *adj.* (ขนมปัง) ที่ทำจากแป้งข้าวสาลี
who'll (ฮูล) ย่อจาก who will, who shall
wholly (โฮ' ลี, โฮล' ลี) *adv.* ทั้งหมด, ทั้งสิ้น, ทั้งดุ้น, ครบถ้วน, บริบูรณ์, ตลอดทั้งหมด
★**whom** (ฮูม) *pron.* ผู้ที่, ผู้ซึ่ง
whoop (ฮูพ, ฮวูพ, วูพ) *n.* เสียงโห่ร้อง, เสียงไอกรน *-vi., vt.* **whooped, whooping** โห่ร้อง, กู่ร้อง, ตะโกน, ร้องด้วยความดีใจ
whoopee (ฮวุพ' พี, วุพ' พี) *interj.* (คำสแลง) เสียงร้องอุทานแสดงความดีใจและตื่นเต้น
whooping cough โรคไอกรน
whoops, woops (ฮวุพซ์; วุพซ์, วูพซ์) *interj.* คำอุทานแสดงความตกใจเวลาทำผิดพลาด, คำแสดงการขอโทษหรือแก้ตัว
whoosh (ฮวูช, วูช, ฮวุช, วุช) *n.* เสียงลมพัดผ่านไปอย่างรวดเร็ว, การไหลหรือเคลื่อนที่ไปอย่างรวดเร็ว *-vi.* **whooshed, whooshing** เคลื่อนที่ผ่านหรือไปอย่างรวดเร็ว
whore (ฮอร์, โฮร์) *n.* โสเภณี, ผู้หญิงแพศยา *-vi.* **whored, whoring** ขายตัว, มั่วกับโสเภณี
whoreson (ฮอร์ เซิน, โฮร์-) *n.* ลูกนอกสมรส
whorl (ฮเวิร์ล, เวิร์ล) *n.* สิ่งที่เป็นวงหรือขด, ก้นหอย, ลายก้นหอยที่นิ้วมือ, ล้อ
who're ย่อจาก who are
who's (ฮูซ) ย่อจาก who is, who has
★**whose** (ฮูซ) *adj.* ของใคร, ผู้ซึ่ง, ของผู้ซึ่ง
who've ย่อจาก who have
★**why** (ฮไว, ไว) *adv.* ทำไม, เหตุใด *-n., pl.* **whys** สาเหตุ, เหตุผล *-interj.* อ้าว! ทำไมละ
wick (วิค) *n.* ไส้เทียน, ไส้ตะเกียง
★**wicked** (วิค' คิด) *adj.* **-er, -est** เลวทราม, ชั่วร้าย, ร้ายกาจ, ดุร้าย, อยุติธรรม, น่าสะพรึงกลัว, โหดร้าย, (คำสแลง) มีฝีมือ เก่งกาจ เยี่ยมยอด **-wickedly** *adv.* **-wickedness** *n.* (**-S.** amoral, mischievous, offensive **-A.** good)
wicker (วิค' เคอร์) *n.* หวาย, เครื่องจักสาน
wickerwork (วิค' เคอร์เวิร์ค) *n.* เครื่องจักสาน
★**wide** (ไวด์) *adj.* **wider, widest** กว้าง, กว้างขวาง, กว้างใหญ่, กว้างออก, แพร่หลาย, ทั่วไป, ห่าง, ไกล *-adv.* **wider, widest** เต็มที่, กว้าง, ห่างไกล **-widely** *adv.* **-wideness** *n.* (**-S.** (adj.) ample, full, outspread, remote (adv.) astray, completely **-A.** (adj.) narrow)
wide-awake (ไวด์' อะเวค') *adj.* ตื่นตัว
wide-eyed (ไวด์' ไอด์) *adj.* เบิกตาด้วยความพิศวงสงสัยหรือแปลกใจ, เชื่อคนง่าย, ซื่อ
widen (ไว' เดิน) *vt., vi.* **widened, widening** ทำให้กว้าง, ขยาย, ถ่าง, กาง (**-S.** extend)
widespread (ไวด์' สเปรด') *adj.* เป็นที่รู้จักทั่วไป, แพร่หลาย, มีอยู่ทั่วไป, แผ่, กาง, ขยาย (**-S.** general, popular **-A.** unusual)
★**widow** (วิด' โด) *n.* แม่ม่าย
widower (วิด' โดเออร์) *n.* พ่อม่าย
★**width** (วิดธ์, วิธ, วิทธ์) *n.* ความกว้าง, ส่วนกว้าง (**-S.** breadth, compass, extent)
wield (วีลด์) *vt.* **wielded, wielding** กวัดแกว่ง (อาวุธ), ควง (ปืน มีด), ใช้อำนาจ (**-S.** handle)
wieldy (วีล' ดี) *adj.* **-ier, -iest** คล่องแคล่ว, ว่องไว, ชำนาญ (**-S.** expert, skilled)
★**wife** (ไวฟ์) *n., pl.* **wives** (ไววซ์) เมีย, ภรรยา, คู่สมรสที่เป็นผู้หญิง (**-S.** partner, spouse)
wig (วิก) *n.* ผมปลอม, ช้องผม
wiggle (วิก' เกิล) *vi., vt.* **-gled, -gling** กระดิก, โบก, ชอนไช, เลื้อย, แยง, ดิ้น, ส่าย *-n.* การกระทำดังกล่าว **-wiggly** *adj.*
wigwag (วิก' แวก) *vi., vt.* **-wagged, -wagging** แกว่งไปมาเป็นจังหวะ, โบก (มือ ธง) ให้สัญญาณ *-n.* การกระทำดังกล่าว
wigwam (วิก' วอม) *n.* กระท่อมของชาวอินเดียนแดง เป็นทรงกรวยคว่ำ ด้านนอกปกคลุมด้วย

เปลือกไม้ หนังสัตว์หรือเสื่อ (**-S.** hut)

★**wild** (ไวล์ดฺ) *adj.* **wilder, wildest** เป็นป่า, ที่อาศัยอยู่ในป่า, ที่เติบโตในป่า, ป่าเถื่อน, รุนแรง, ดุร้าย, หยาบคาย, โมโหร้าย, บ้าคลั่ง, ดุเดือด, โหดร้ายทารุณ, ยุ่งเหยิง, ไม่มีระเบียบ, บ้าเลือด *-adv.* (กิริยา) ป่าเถื่อน, ตามธรรมชาติ, ไม่มีข้อจำกัด, โดยสันดาน *-n.* สภาพตามธรรมชาติที่สัตว์ป่าอาศัย, ป่าดงพงพี, ที่รกร้างว่างเปล่า **-wildly** *adv.* **-wildness** *n.* (**-S.** (adj.) barbaric, chaotic, crazy, desolate, fierce **-A.** (adj.) tame)

wildcat (ไวล์ดฺ' แคท) *n.* แมวป่า, คนเจ้าอารมณ์โมโหร้าย *-adj.* เสี่ยง, (การขุดหาน้ำมัน) อย่างเดาสุ่ม *-vt., vi.* **-catted, -catting** เดาสุ่ม (**-S.** (v.) guess)

wilderness (วิล' เดอร์นิซ) *n.* ป่าดง, ที่รกร้าง

wildfire (ไวล์ดฺ' ไฟร์) *n.* ไฟป่า, ข่าวลือ (**-S.** rumor)

wild-goose chase การค้นหาหรือติดตามแสวงหาที่หาประโยชน์มิได้

wildlife (ไวล์ดฺ' ไลฟ) *n.* สิ่งมีชีวิตที่อยู่ในป่า

wile (ไวลฺ) *n.* เล่ห์กล, การหลอกลวง, อุบาย

wilful (วิล' เฟิล) *adj.* ดื้อดึง, หัวแข็ง, แน่วแน่, ยืนกราน, ไม่ลดละ, โดยเจตนา, โดยจงใจ (**-S.** headstrong, stubborn **-A.** flexible)

★**will**[1] (วิล) *n.* ความตั้งใจ, กำลังใจ, ความมุ่งมั่น, ความสมัครใจ, การตัดสินใจ, พินัยกรรม, ความประสงค์ *-vt., vi.* **willed, willing** เลือก, ตัดสินใจ, ทำพินัยกรรม, ใช้อำนาจจิต, สมัครใจ, ประสงค์, ต้องการ, สั่ง, บัญชา, บงการ, ตั้งใจ, ตกลงใจ, ยกมรดกให้ (**-S.** (n.) decision (n., v.) desire)

★**will**[2] (วิล) *v. aux.* **would** จะ, น่าจะ, คงจะ, มักจะ, อยากจะ, จะต้อง, อาจจะ, โปรด, กรุณา *-vt., vi.* ปรารถนา, ประสงค์, ต้องการ, ชอบ, พอใจ

willed (วิลดฺ) *adj.* โดยเจตนา, โดยจงใจ

willful (วิล' เฟิล) *adj.* ดู wilful

★**willing** (วิล' ลิง) *adj.* โดยสมัครใจ, เต็มใจ **-willingly** *adv.* **-willingness** *n.* (**-S.** eager)

willow (วิล' โล) *n.* ต้นหลิว

willowy (วิล' โลอี) *adj.* **-ier, -iest** อ่อนช้อย

willpower, will power (วิล' เพาเออร์) *n.* อำนาจจิต, ความมุ่งหมาย, ความตั้งใจ (**-S.** drive)

willy-nilly (วิลลีนิล' ลี) *adv.* โดยจำใจ

★**wilt** (วิลทฺ) *v.* **wilted, wilting** *-vi.* เหี่ยวแห้ง, เหี่ยวเฉา, โรยรา *-vt.* ทำให้ร่วงโรย, ทำให้เหนื่อยอ่อน *-n.* ความร่วงโรย, การทำให้ร่วงโรย

wily (ไว' ลี) *adj.* **-lier, -liest** มารยา, มีเล่ห์เหลี่ยม

wimp (วิมพฺ) *n.* (คำสแลง) คนที่ใช้การไม่ได้

wimple (วิม' เพิล) *n.* ผ้าคลุมศีรษะแม่ชีฝรั่ง

★**win** (วิน) *v.* **won, winning** *-vi.* ได้รับชัยชนะ, ได้มา, เอาชนะได้ *-vt.* ชนะ, บรรลุ, ได้มา, ได้รับ, ไปถึง, ชักชวน, ทำให้สงสาร, ทำให้รัก, จับได้, ยึดได้ *-n.* ชัยชนะ, ความสำเร็จ (**S.** (v.) achieve (n.) conquest (v., n.) triumph **-A.** (v.) lose)

wince (วินซฺ) *vi.* **winced, wincing** สะดุ้ง, ผงะ *-n.* อาการดังกล่าว **-wincer** *n.*

winch (วินชฺ) *n.* เครื่องกว้าน

★**wind**[1] (วินดฺ) *n.* ลม, กระแสลม, ลมหายใจ, ลมในกระเพาะอาหาร, ลมพายุ, ทิศทางลม, กลิ่นที่โชยมาตามลม, เรื่องเหลวไหลไร้สาระ, ข่าวลือ, เครื่องดนตรีประเภทเป่า, การหายใจ *-vt.* **winded, winding** ตามกลิ่น, สูดกลิ่น, ได้กลิ่น, ระบายอากาศ, ผึ่ง, ตาก, หอบ, ทำให้หายใจไม่ออก, พักหายใจ, พักเหนื่อย (**-S.** (n.) air, breeze, humbug, respiration)

★**wind**[2] (ไวน์ดฺ) *vt., vi.* **wound** (เวาน์ดฺ), **winding** พัน, โอบ, ม้วน, หมุน, ขด, วน, วกเวียน, เวียน, ไข, ขัน, กว้าน, ชักรอก, เลื้อย, คดเคี้ยว, กรอ *-n.* การกระทำดังกล่าว, ความวกเวียน, ความคดเคี้ยว, ความบิดเบี้ยว **-wind down** ทำให้ลดลงทีละน้อย, ผ่อนคลาย **-wind up** จบ, ยุติ (**-S.** (v., n.) bend, twist)

windbag (วินดฺ' แบก) *n.* ถุงบรรจุลม

windfall (วินดฺ' ฟอล) *n.* ลาภลอย, ผลไม้ที่ถูกลมพัดหล่นลงพื้น (**-S.** bonanza, godsend)

winding (ไวนฺ' ดิง) *n.* ความคดเคี้ยวเลี้ยวลดของถนน *-adj.* คดเคี้ยว, ที่ขดเป็นวง (**-S.** (n.) turn, twist (adj.) curving, sinuous)

winding-sheet (ไวนฺ' ดิงชีท) *n.* ผ้าห่อศพ

wind instrument เครื่องดนตรีประเภทเป่า

windlass (วินดฺ' เลิซ) *n.* เครื่องกว้าน

windmill (วินดฺ' มิล) *n.* โรงสีลม

windmill

★**window** (วิน' โด) *n.* หน้าต่าง, ตู้กระจกหน้าร้าน, กระจกหน้าต่าง, (คอมพิวเตอร์) ช่องหน้าต่างที่เป็นช่องสำหรับดูข้อมูลหรือโปรแกรมบนจอภาพ

window blind มู่ลี่

window-dressing (วิน' โดเดรซซิง) *n.* การตกแต่งตู้กระจกแสดงสินค้า

windowpane (วิน' โดเพน) *n.* กระจกหน้าต่าง

window seat ที่นั่งใกล้หน้าต่าง

A B C D E F G H I J K L M N O P Q R S T U V W X Y Z

windows ย่อจาก Microsoft windows ซึ่งเป็นระบบปฏิบัติการยอดนิยมในปัจจุบัน
window-shop (วิน' โดชอพ) *vi.* **-shopped, -shopping** เที่ยวเดินดูสินค้าตามตู้กระจกหน้าร้านโดยไม่ได้ซื้อ **-window-shopper** *n.*
windpipe (วินด' ไพพ) *n.* หลอดลม
windscreen (วินด' สกรีน) *n.* เครื่องบังลม, กระจกหน้ารถ
windshield (วินด' ชีลด) *n.* กระจกหน้ารถ
windstorm (วินด' สตอร์ม) *n.* ลมพายุพัดแรงแต่ไม่มีฝน
windsurf (วินด' เซิร์ฟ) *vi.* **-surfed, -surfing** เล่นกระดานโต้คลื่น
windsurfing (วินด' เซอร์ฟิง) *n.* กีฬากระดานโต้คลื่น
windswept (วินด' สเวพท) *adj.* มีลมพัดแรง
wind-up, windup (ไวนด' อัพ) *n.* การสรุป, บทสรุป (**-S.** solution)
windward (วินด' เวิร์ด) *adj.* (ทิศ) ที่ลมพัดมา, (ด้าน) ที่มีลมพัด
windy (วิน' ดี) *adj.* **-ier, -iest** มีลมพัดแรง, พูดมาก (**-S.** gusty, windswept)
★**wine** (ไวน) *n.* เหล้าองุ่น *-v.* **wined, wining** *-vt.* เลี้ยงเหล้าองุ่น *-vi.* ดื่มเหล้าองุ่น
wine cellar ห้องเก็บเหล้าองุ่น
wineglass (ไวน' แกลซ) *n.* แก้วดื่มเหล้าองุ่น
wine palm ต้นตาล น้ำจากผลใช้ทำน้ำตาลเมา
winepress (ไวน' เพรซ) *n.* เครื่องหีบองุ่น
winery (ไว' นะรี) *n., pl.* **-ies** โรงงานผลิตเหล้าองุ่น
wineskin (ไวน' สกิน) *n.* ถุงบรรจุเหล้าองุ่นที่ทำจากหนังแพะ
★**wing** (วิง) *n.* ปีก, สิ่งที่คล้ายปีก, ปีกเครื่องบิน, ปีกตึกหรืออาคาร, บังโคลนรถ, ตำแหน่งผู้เล่นฟุตบอลปีกซ้ายหรือขวา, ฝ่าย, ข้าง, ด้าน, ซีก, ความอุปถัมภ์, ด้านข้างเวทีละคร, (ภาษาพูด) แขน, ที่วางแขนด้านข้างเก้าอี้, การบิน, กองบิน *-v.* **winged, winging** *-vi.* บิน *-vt.* ติดปีก, ต่อปีก, ใส่ปีก, ทำให้บินเร็วราวกับติดปีก, ติดปีกลูกศร, ยิงปีก (นก), ยิงหรือแทงถูกแขน, ขนส่งทางอากาศ (**-S.** (n.) arm (n., v.) fly)
winged bean ถั่วพลู
wing-footed (วิง' ฟุท' ทิด) *adj.* มีฝีเท้าเร็ว
wingspan (วิง' สแปน) *n.* ระยะจากปลายปีกด้านหนึ่งไปยังอีกด้านหนึ่ง
wingspread (วิง' สเปรด) *n.* ดู wingspan
wink (วิงค) *vi., vt.* **winked, winking** ขยิบตา, กะพริบตา, ส่องแสง *-n.* การกระทำดังกล่าว, เวลาชั่วพริบตา, แสงสว่างแวบเดียว, ไฟกะพริบ (**-S.** (v., n.) blink, gleam (n.) moment, nap)
winker (วิง' เคอร์) *n.* ที่บังตาม้า
★**winner** (วิน' เนอร์) *n.* ผู้ชนะ, ผู้พิชิต (**-S.** conqueror, victor **-A.** loser)
winning (วิน' นิง) *adj.* มีชัยชนะ, สำเร็จ, บรรลุผล, มีเสน่ห์ *-n.* ความมีชัยชนะ **-winnings** เงินรางวัล (**-S.** (adj.) charming (n.) victory)
winnow (วิน' โน) *vt., vi.* **-nowed, -nowing** ฝัด (ข้าว), ร่อน, กรอง, พัด, โปรย, หว่าน, กระพือ, แยกแยะ *-n.* การกระทำดังกล่าว, เครื่องแยกหรือกรองออก (**-S.** (v.) divide, sift)
★**winter** (วิน' เทอร์) *n.* ฤดูหนาว, ช่วงเวลาที่หนาวเหน็บ เศร้าโศก ซบเซา *-adj.* เกี่ยวกับหรือเกิดในฤดูหนาว, คล้ายฤดูหนาว, ที่จัดให้มีขึ้นในฤดูหนาว, (พืช) ที่เพาะปลูกหรือเติบโตในฤดูหนาว *-vi.* **-tered, -tering** ใช้เวลาในฤดูหนาว, (อาหาร) เก็บไว้กินในฤดูหนาว
wintertime (วิน' เทอร์ไทม) *n.* ฤดูหนาว
wintry, wintery (วิน' ทรี, วิน' ทะรี) *adj.* **-trier, -triest/-terier, -teriest** หนาว, อย่างฤดูหนาว, เกี่ยวกับฤดูหนาว (**-S.** cold **-A.** hot)
★**wipe** (ไวพ) *vt.* **wiped, wiping** เช็ด, ถู, ปาด, ขัด, ลบ, ลบล้าง *-n.* การกระทำดังกล่าว, สิ่งที่ใช้เช็ดถู, เครื่องปัดน้ำฝนหน้ากระจกรถ, (คำสแลง) การเยาะเย้ย, การหวดตี **-wipe out** ทำลายล้าง, (คำสแลง) ฆาตกรรม (**-S.** (v., n.) brush, rub (v.) erase, remove)
wiper (ไว' เพอร์) *n.* ผ้าสำหรับเช็ดถูทำความสะอาด, เครื่องปัดน้ำฝนหน้ากระจกรถ
★**wire** (ไวร์) *n.* ลวด, สายโทรเลข, โทรเลข, สายไฟ, สายเครื่องดนตรี, ลวดตาข่าย, เส้นชัย *-v.* **wired, wiring** *-vt.* ผูกลวด, ล้อมลวด, ขึงลวด, ต่อลวด, ต่อสายไฟ, ส่งโทรเลข *-vi.* ส่งโทรเลข
wireless (ไวร์' ลิซ) *adj.* ไร้สาย, เกี่ยวกับการติดต่อทางวิทยุ *-n.* การส่งข้อมูลทางโทรศัพท์หรือโทรเลข, วิทยุ *-vt., vi.* **-lessed, -lessing** ติดต่อสื่อสารโดยเครื่องรับส่งไร้สาย
wirepuller (ไวร์' พุลเลอร์) *n.* (คำสแลง) ผู้ชักใยอยู่เบื้องหลัง, คนเชิดหุ่นกระบอก
wiretap (ไวร์' แทพ) *n.* การลักลอบต่อสายโทรศัพท์เพื่อดักฟังบทสนทนาของผู้อื่น *-vt., vi.* **-tapped, -tapping** ลักลอบต่อสายโทรศัพท์
wiring (ไว' ริง) *n.* การเดินสายไฟ, ระบบสายไฟ
wiry (ไว' รี) *adj.* **-ier, -iest** เกี่ยวกับลวด, คล้ายลวด, บางแต่เหนียวเหมือนลวด

A B C D E F G H I J K L M N O P Q R S T U V W X Y Z

A B C D E F G H I J K L M N O P Q R S T U V W X Y Z

★**wisdom** (วิซ' เดิม) *n.* ความฉลาด, ความรอบคอบ, ความสุขุม (**-S.** prudence **-A.** fool)
wisdom tooth ฟันกราม
★**wise**[1] (ไวซ์) *adj.* **wiser, wisest** ฉลาด, สุขุม, รอบรู้, รอบคอบ, คงแก่เรียน, หลักแหลม, มีไหวพริบ **-wisely** *adv.* (**-S.** clever **-A.** stupid)
wise[2] (ไวซ์) *n.* วิธี, แนวทาง, แบบ (**-S.** way)
wise guy (คำสแลง) คนอวดฉลาด
wise man ปราชญ์, ผู้รอบรู้, บัณฑิต, ซินแส
★**wish** (วิช) *n.* ความปรารถนา, ความประสงค์, คำอธิษฐาน, คำอวยพร *-vt., vi.* **wished, wishing** ขอให้, หวังว่า, อธิษฐาน, อวยพร, ประสงค์, ปรารถนา, ต้องการ, อยาก **-wishful** *adj.* (**-S.** (n.) will (v., n.) desire, hope)
wishbone (วิช' โบน) *n.* กระดูกหน้าอกนกมีสองง่าม ใช้สำหรับอธิษฐาน
wishful thinking ความหวังลมๆ แล้งๆ
wish-wash (วิช' วอช) *n.* (ภาษาพูด) คำพูดน้ำท่วมทุ่ง เครื่องดื่มที่จืดใส
wishy-washy (วิช' ชีวอชชี, -วอ' ชี) *adj.* **-ier, -iest** (ภาษาพูด) ใส จืด บาง โหลงเหลง อ่อนแอ อ่อนเหตุผล ไม่ได้ผล
wisp (วิซพ์) *n.* ปอย (ผม), หยิบมือ, กำมือ, กลุ่มควัน, ก้อนเมฆ, สิ่งที่บอบบางละเอียดอ่อนหรืออ่อนแอ *-v.* **wisped, wisping** *-vt.* ม้วนเป็นก้อนหรือกำเล็กๆ *-vi.* (เมฆ ควัน) ล่องลอยไปเป็นกลุ่มก้อน **-wispily** *adv.*
wistful (วิซท์' เฟิล) *adj.* โหยหา, ละห้อย, อาลัย
wit (วิท) *n.* คนที่มีไหวพริบ, ความหลักแหลม, เชาวน์, ไหวพริบ, สติปัญญา (**-S.** wisdom)
witch (วิช) *n.* แม่มด, ยายเฒ่า, หญิงที่มีเสน่ห์ *-v.* **witched, witching** *-vt.* ทำให้หลงใหล, ทำเสน่ห์, ใช้เวทมนตร์คาถา *-vi.* ค้นหาน้ำหรือแร่ใต้ดินโดยใช้แขนงไม้วิเศษนำทาง **-witchery** *n.* (**-S.** (n.) magician)
witchcraft (วิช' แครฟท์) *n.* เวทมนตร์, คาถา, การทำเสน่ห์ (**-S.** magic, sorcery, spell)
witch doctor หมอผี
witch-hunt (วิช' ฮันท์) *n.* การสืบหาข้อผิดพลาดของศัตรูทางการเมือง เพื่อทำลายให้หมดอำนาจหรือบทบาท
★**with** (วิธ, วิธ) *prep.* ต่อ, ด้วย, กับ, มากับ, พร้อมด้วย, พร้อมกับ, เข้ากับ, อยู่กับ, ที่มี, เห็นด้วยกับ, เข้าข้างกับ, สนับสนุน, เหมือนกันกับ, เกี่ยวกับ, ในส่วน, เพราะ, เนื่องด้วย, ตาม, ในจำพวกเดียวกันกับ, อย่าง, โดย, โดยใช้, แม้, แม้ว่า, ซึ่งมี, ถ้ามี
withal (วิธธอล', วิธ-) *adv.* อนึ่ง, ยิ่งกว่านั้น
★**withdraw** (วิธดรอ', วิธ-) *vt., vi.* **-drew, -drawn, -drawing** เอาออก, ถอน, ถอนตัว, ถอนเงิน, ถอนคำพูด, ถอย, ชัก, หด, เรียกกลับ, เอากลับคืน, ร่น **-withdrawable** *adj.* **-withdrawer** *n.* (**-S.** extract, depart, take back)
withdrawal (วิธดรอ' เอิล, วิธ-) *n.* การถอนกำลังทหาร, การถอนเงิน, การถอนตัว, การล่าถอย (**-S.** removal, retirement **-A.** advance)
withdrawal symptoms อาการที่เป็นผลมาจากการเลิกยาเสพย์ติด
withdrawn (วิธดรอน', วิธ-) *adj.* ปลีกตัว, เหินห่าง, สันโดษ, ประหม่า (**-S.** isolated, shy)
wither (วิธ' เธอร์) *v.* **-ered, -ering** *-vi.* เฉา, เหี่ยวแห้ง, ร่วงโรย, ลีบ, ห่อเหี่ยว *-vt.* ทำให้สลด, ทำให้ม่อย (**-S.** decay, mortify **-A.** refresh)
withering (วิธ' เธอริง) *adj.* ล้างผลาญ, ฉิบหาย **-witheringly** *adv.* (**-S.** destructive)
withers (วิธ' เธอร์ซ) *n. pl.* ตะโหงกม้า
withhold (วิธโฮลด์', วิธ-) *vt., vi.* **-held, -holding** รั้ง, ห้าม, ระงับ, ยับยั้ง, ปิดบัง, อำพราง (**-S.** conceal, refuse, restrain)
★**within** (วิธอิน', วิธ-) *adv.* ข้างใน, ภายใน, *-prep.* ข้างใน, ด้านใน, ภายใน (ระยะที่กำหนดขอบเขต) *-n.* ส่วนที่อยู่ภายใน
★**without** (วิธเอาท์', วิธ-) *adv.* ภายนอก, โดยไม่มี, ปราศจาก, ไร้ *-prep.* ไม่มี, ไร้, ปราศจาก, นอกเหนือ, พ้น, ข้างนอก
withstand (วิธสแตนด์', วิธ-) *vt.* **-stood, -standing** ทนทาน, ต้านทาน, ทนต่อ
witless (วิท' ลิซ) *adj.* โง่, เขลา, เซ่อ **-witlessly** *adv.* (**-S.** foolish, stupid **-A.** clever, wise)
★**witness** (วิท' นิซ) *n.* พยาน, พยานหลักฐาน, ผู้ลงชื่อเป็นพยาน, การให้การเป็นพยาน *-vt., vi.* **-nessed, -nessing** เป็นพยาน, ลงชื่อเป็นพยาน, ดู, รู้เห็น (**-S.** (n.) observer (v.) see)
witness box คอกพยาน
witticism (วิท' ทิซิเซิม) *n.* คำคม
witty (วิท' ที) *adj.* **-tier, -tiest** คมคาย, หลักแหลม, ปราดเปรื่อง, เล่นลิ้น, เล่นสำนวน **-wittily** *adv.* **-wittiness** *n.* (**-S.** clever **-A.** silly)
wizard (วิซ' เซิร์ด) *n.* พ่อมด, หมอผี, ผู้วิเศษ, นักปราชญ์ **-wizardly** *adj.* (**-S.** magician)
wizardry (วิซ' เซอร์ดรี) *n., pl.* **-ries** เวทมนตร์คาถา, การเล่นกล (**-S.** magic)
wizen (วิซ' เซิน) *v.* **-ened, -ening** *-vi.* เหี่ยวแห้ง, เฉา, ย่น, หด *-vt.* ทำให้เหี่ยวแห้ง

wizened (วิซ' เซินด์) *adj.* เหี่ยวย่น, ยาน
wobble, wabble (วอบ' เบิล) *vi., vt.* **-bled, -bling** โยก, สั่น, คลอน, ส่าย, เขย่า, โคลงเคลง, โซเซ *-n.* การกระทำดังกล่าว, เสียงสั่น
woe (โว) *n.* ความทุกข์ระทม, ความเคราะห์ร้าย, ความฉิบหาย **-woeful** *adj.* **-woefully** *adv.* (**-S.** distress, trouble **-A.** happiness)
woebegone (โว' บิกอน) *adj.* เศร้า, เสียใจ, ตรอมใจ, ทุกข์ระทม **-woebegoneness** *n.*
wok (วอค) *n.* กระทะก้นกลม
woke (โวค) *v.* กริยาช่อง 2 ของ wake
woken (โว' เคิน) *v.* กริยาช่อง 3 ของ wake
wolf (วุลฟ์) *n., pl.* **wolves** (วุลฟ์วซ) หมาป่า, คนดุร้ายป่าเถื่อน, (คำสแลง) เสือผู้หญิง *-vt.* **wolfed, wolfing** กินอย่างตะกละ, สวาปาม
★**woman** (วุม' เมิน) *n., pl.* **women** (วิม' มิน) ผู้หญิง, สตรี, บรรดาผู้หญิง, สาวใช้, (ภาษาพูด) เมีย คนรัก, ความเป็นผู้หญิง **-womanish** *adj.* (**-S.** female, housekeeper **-A.** male)

woman ผู้หญิง ใช้เรียกเพศหญิงทั่วไปที่เป็นผู้ใหญ่ เช่น That woman in the red dress is my wife.

lady สุภาพสตรี ใช้เมื่อพูดหรือกล่าวถึงผู้หญิงอย่างสุภาพ ให้เกียรติ หรือนับถือ เช่น Who is this beautiful lady?

womanhood (วุม' เมินฮุด) *n.* ความเป็นผู้หญิง, บรรดาผู้หญิง, ลักษณะของผู้หญิง
womankind (วุม' เมินไคน์ด์) *n.* บรรดาผู้หญิง
womanlike (วุม' เมินไลค์) *adj.* เหมือนผู้หญิง
womanly (วุม' เมินลี) *adj.* **-lier, -liest** อย่างผู้หญิง, นิ่มนวล, อ่อนโยน, อ่อนหวาน
woman suffrage สิทธิของสตรีในการเลือกตั้ง
womb (วูม) *n.* มดลูก, ครรภ์, ท้อง, อุทร
women's liberation (movement) การเคลื่อนไหวเพื่อให้มีการปฏิบัติที่เท่าเทียมกันระหว่างผู้หญิงและผู้ชาย, การเคลื่อนไหวเพื่อปลดเปลื้องทัศนคติและการปฏิบัติที่ว่าผู้ชายเหนือกว่าผู้หญิง
won[1] (วัน) *v.* กริยาช่อง 2 และ 3 ของ win
won[2] (วอน) *n., pl.* **won** หน่วยเงินตราของเกาหลีใต้
★**wonder** (วัน' เดอร์) *n.* ความสงสัย, ความกังขา, ความประหลาดใจ, ความอัศจรรย์ใจ, สิ่งมหัศจรรย์ *-vi., vt.* **-dered, -dering** ประหลาดใจ, พิศวง, สงสัย, กังขา *-adj.* น่าประหลาดใจ, น่าพิศวง, น่าอัศจรรย์ใจ **-wonderer** *n.* (**-S.** (n., v.) surprise (v.) amaze, astonish)
★**wonderful** (วัน' เดอร์เฟิล) *adj.* น่าพิศวง, มหัศจรรย์, น่าอัศจรรย์, ดีเยี่ยม **-wonderfully** *adv.* **-wonderfulness** *n.* (**-S.** amazing, excellent, marvelous **-A.** common)
wondering (วัน' เดอริง) *adj.* พิศวง, งงงวย, น่าสงสัย **-wonderingly** *adv.* (**-S.** amazing)
wonderland (วัน' เดอร์แลนด์) *n.* ดินแดนที่เต็มไปด้วยความมหัศจรรย์
wonderment (วัน' เดอร์เมินท์) *n.* ความประหลาดใจ, ความพิศวง (**-S.** surprise)
wonderwork (วัน' เดอร์เวิร์ค) *n.* ผลงานหรือสิ่งมหัศจรรย์ **-wonderworking** *adj.*
wondrous (วัน' เดริซ) *adj.* พิศวง, มหัศจรรย์
wont (วอนท์, โวนท์, วันท์) *adj.* เคย, เคยชิน, เป็นปกติ, เป็นกิจวัตร *-n.* ความเคยชิน, ธรรมเนียม, กิจวัตร, นิสัย *-v.* **wont/wonted, wonting** *-vt.* ทำให้เคยชิน *-vi.* เคยชิน, เคย
won't (โวนท์) ย่อจาก will not
wonted (วอน' ทิด, โวน'-, วัน'-) *adj.* เช่นเคย
won ton, wonton (วอน' ทอน) *n.* เกี๊ยวน้ำ
woo (วู) *vt., vi.* **wooed, wooing** แสวงหา, เกี้ยว, จีบ (**-S.** court, pursue)
★**wood** (วุด) *n.* ไม้, เนื้อไม้, ซุง, ฟืน, ถังไม้, เครื่องดนตรีประเภทเป่าที่ทำด้วยไม้ *-v.* **wooded, wooding** *-vt.* ปลูกป่า, เติมเชื้อฟืน *-vi.* หาฟืน *-adj.* ที่ทำด้วยไม้, ที่อยู่ในป่า **-woods** ป่าไม้
woodcarving (วุด' คาร์วิ่ง) *n.* การแกะสลักไม้, งานแกะสลักไม้ **-woodcarver** *n.*
wood coal ถ่านหินลิกไนต์
woodcraft (วุด' แครฟท์) *n.* ทักษะ ประสบการณ์ในการล่าสัตว์ป่า, ศิลปะในการแกะสลักไม้
woodcut (วุด' คัท) *n.* แม่พิมพ์ไม้, สิ่งที่พิมพ์จากแม่พิมพ์ไม้
★**wooded** (วุด' ดิด) *adj.* เต็มไปด้วยป่าไม้
wooden (วุด' เดิน) *adj.* ที่ทำด้วยไม้, แข็งทื่อ, กระด้าง, ไม่มีจิตใจ, โง่ **-woodenly** *adv.* (**-S.** clumsy, lifeless, thick, timber **-A.** lively)
wood engraving แม่พิมพ์ไม้, สิ่งพิมพ์จากแม่พิมพ์ไม้, การแกะสลักไม้
woodenhead (วุด' เดินเฮด) *n.* คนโง่
woodland (วุด' เลินด์, -แลนด์) *n.* ป่า *-adj.* เป็นป่า, ที่อยู่ในป่า **-woodlander** *n.*
woodman (วุด' เมิน) *n.* พราน, ชาวป่า
wood nymph นางไม้
woodpecker (วุด' เพคเคอร์) *n.* นกหัวขวาน

woodpile (วุด' ไพล์) *n.* กองฟืน
woodshed (วุด' เชด) *n.* โรงเก็บฟืน
woodsman (วุดซ์' เมิน) *n.* ดู woodman
wood spirits แอลกอฮอล์ที่ใช้เป็นเชื้อเพลิง
wood tar น้ำมันยาง
woodwind (วุด' วินด์) *n.* เครื่องดนตรีประเภทเป่าที่ทำด้วยไม้ เช่น ขลุ่ย
woodwork (วุด' เวิร์ค) *n.* เครื่องไม้
woodworking (วุด' เวอร์คิง) *n.* งานช่างไม้
woody (วุด' ดี) *adj.* **-ier, -iest** เต็มไปด้วยป่าไม้, เหมือนไม้, เป็นป่า **-woodiness** *n.*
★**wool** (วุล) *n.* ขนแกะ, ขนสัตว์ที่มีคุณสมบัติเหมือนขนแกะ, เส้นใยหรือเสื้อผ้าที่ทอจากขนแกะ, ขนปุย, สิ่งที่เป็นฝอยหรือปุย **-wool** *adj.* (**-S.** fleece, hair, yarn)
woolen, woollen (วุล' เลิน) *adj.* ซึ่งทำจากขนแกะ **-woolens** สิ่งทอหรือเสื้อผ้าเครื่องนุ่งห่มที่ทำจากขนแกะ
woolgathering (วุล' แกธเธอริง) *n.* ความเพ้อฝัน **-woolgathering** *adj.*
woolly, wooly (วุล' ลี) *adj.* **-lier, -liest/-ier, -iest** ที่ทำจากขนแกะ, เหมือนขนแกะ, คลุมเครือ, สับสน *-n., pl.* **-lies, -ies** เสื้อผ้าที่ถักด้วยเส้นใยขนแกะ (**-S.** (adj.) confused, fleecy)
woolly-headed (วุล' ลีเฮดดิด) *adj.* มีผมหยิกฝอยเหมือนขนแกะ, โง่, เซ่อ, งงงวย
woozy (วู' ซี, วุซ' ซี) *adj.* **-ier, -iest** งงงวย
★**word** (เวิร์ด) *n.* คำ, คำพูด, ถ้อยคำ, วาจา, วาทะ, ข่าว, คำที่เป็นรหัสผ่าน, คำสั่ง, คำสัญญา, ข่าวลือ *-vt.* **worded, wording** พูด, กล่าว **-at a word** ตอบโต้อย่างทันควัน **-break one's word** เสียคำพูด **-have no words for** ไม่อาจบรรยายได้ **-in a word** โดยย่อ **-of few words** พูดน้อย **-take at one's word** ใส่ใจในคำพูดของ **-upon my word** จริงๆ ทีเดียว **-word for word** ตามตัวอักษร, ทุกๆ คำ **-words** เนื้อเพลง, การพูดคุย, การทะเลาะ (**-S.** (n., v.) chat, command, phrase (n.) expression, news, oath, slogan (v.) state, utter)
wordbook (เวิร์ด' บุค) *n.* พจนานุกรม
wording (เวอร์' ดิง) *n.* การเลือกใช้ถ้อยคำ
wordless (เวิร์ด' ลิซ) *adj.* ไม่มีคำพูด, พูดไม่ออก **-wordlessly** *adv.* **-wordlessness** *n.*
word processing (คอมพิวเตอร์) การประมวลผลคำ
word processor (คอมพิวเตอร์) โปรแกรมประมวลผลคำ
wordy (เวอร์' ดี) *adj.* **-ier, -iest** ที่ใช้คำมากเกินไป **-wordily** *adv.* (**-S.** verbose)
wore (วอร์) *v.* กริยาช่อง 2 ของ wear
★**work** (เวิร์ค) *n.* อาชีพ, งาน, หน้าที่, การงาน, การทำงาน, การกระทำ, งานโยธา, งานเย็บปักถักร้อย, งานศิลปะ, เวลาทำงาน, เครื่องจักร, ฝีมือ, ผลงาน *-adj.* ที่ใช้ในการทำงาน *-v.* **worked/wrought** (รอท), **working** *-vi.* ทำงาน, พยายาม, ได้งานทำ, ทำหน้าที่, ปฏิบัติการ, ใช้งาน, ได้ผล, ใช้การได้, ก่อให้เกิด, ดำเนิน ไปด้วยความยากลำบาก, ปั่นป่วน *-vt.* ได้ผล, ใช้ได้, ยังผล, เกิดผล, ทำสำเร็จ, ปั้น, นวด, สร้าง, ทำรูป, ก่อรูป, ก่อร่าง, ทำงานฝีมือ, แก้ (โจทย์เลข), คำนวณ, วาด, เขียน, ระบาย, สลัก, แกะ, เซาะ, เจาะ, เพาะ, ปลูก, ใช้, ชักนำ, ชักชวน, ปลุกปั่น, เร้า, กระตุ้น, ใช้เสน่ห์, ใช้อิทธิพล, หมัก (เหล้า) **-out of work** ตกงาน **-work off** กำจัด **-work out** คิดคำนวณ **-works** การทำความดี, ผลงานด้านวรรณกรรมหรือการประพันธ์เพลง, ป้อม ปราการ, โรงงาน (**-S.** (n.) craft, duty, handiwork (n., v.) drudge, toil (v.) cultivate, handle, operate)
workable (เวอร์' คะเบิล) *adj.* ที่ใช้งานได้, ที่ใช้การได้, ที่ทำได้ **-workably** *adv.*
workaday (เวอร์' คะเด) *adj.* ทุกวัน, ปกติ
workaholic (เวิร์คคะฮอ' ลิค) *n.* คนบ้างาน
workday (เวิร์ค' เด) *n.* วันทำงาน *-adj.* ทุกวัน, ปกติ
★**worker** (เวอร์' เคอร์) *n.* คนทำงาน, คนงาน, กรรมกร, ผึ้งงาน, มดงาน (**-S.** laborer)
workers' compensation เงินที่กฎหมายบังคับให้นายจ้างต้องจ่ายเป็นค่าทำขวัญค่ารักษาพยาบาลจากความบาดเจ็บหรือทุพพลภาพที่ลูกจ้างได้รับขณะปฏิบัติงาน
work force, workforce (เวิร์ค' ฟอร์ซ, -โฟร์ซ) *n.* ลูกจ้าง, พนักงาน (**-S.** employee)
workhouse (เวิร์ค' เฮาซ์) *n.* โรงงาน, โรงทาน, คุก (**-S.** factory, prison)
★**working** (เวอร์' คิง) *adj.* ที่ใช้ทำงาน, เกี่ยวกับการทำงาน, มีงานทำ, ที่ใช้การได้ *-n.* การทำงาน, การปฏิบัติการ, อาการกระตุกบนใบหน้า **-workings** เหมือง (**-S.** (adj.) employed, running, useful (n.) operation **-A.** (n.) rest)
working capital เงินทุนหมุนเวียน
working class ชนชั้นกรรมกร
workingman (เวอร์' คิงแมน) *n.* กรรมกร
working papers สัญญาจ้าง

A B C D E F G H I J K L M N O P Q R S T U V W X Y Z

workman (เวิร์ค' เมิน) *n.* คนงาน, กรรมกร, ช่างฝีมือ (-S. craftman, laborer)

workmanlike (เวิร์ค' เมินไลค์) *adj.* ชำนาญ

workmanship (เวิร์ค' เมินชิพ) *n.* ฝีมือ, งานที่ทำโดยช่างมีฝีมือ

work of art *n., pl.* **works of art** ศิลปวัตถุ

workout (เวิร์ค' เอาท์) *n.* การฝึกซ้อมเพื่อเพิ่มสมรรถภาพให้ร่างกาย, การทดสอบความสามารถและความทนทานของร่างกาย

work permit ใบอนุญาตทำงานสำหรับคนต่างด้าว

work sheet, worksheet (เวิร์ค' ชีท) *n.* กระดาษทดเลข

workshop (เวิร์ค' ชอพ) *n.* ห้องทำงานในโรงงาน, โรงงาน (-S. factory, studio)

★**world** (เวิร์ลด์) *n.* โลก, พิภพ, จักรวาล, มนุษย์โลก, มนุษยชาติ, สังคมมนุษย์, สาธารณชน, โลกีย์วิสัย, วิถีชีวิต, ชีวิตทางโลก, อาณาจักร, ยุค, วง, วงการ *-adj.* เกี่ยวกับโลก, ในทางโลกีย์ **-out of this world** เลิศ, เยี่ยม, วิเศษ **-worlds** จำนวนมากมาย (-S. (n.) earth, epoch, kingdom)

> **world** โลกซึ่งเป็นที่รวมสังคมมนุษย์ เช่น The children's world is so happy.
> **earth** โลกที่หมายถึงดาวเคราะห์ดวงที่สามในระบบสุริยจักรวาล เช่น More than 70 percent of the earth is covered by water.

World Bank ธนาคารโลก

world-class (เวิร์ลด์' แคลซ') *adj.* ซึ่งอยู่ในตำแหน่งหรือลำดับสูงสุด

World Court ศาลโลก

worldly (เวิร์ลด์' ลี) *adj.* **-lier, -liest** ทางโลกีย์, เจนโลก **-worldliness** *n.* **-worldly** *adv.*

worldly-wise (เวิร์ลด์' ลีไวซ์') *adj.* เจนจัด

world's fair การแสดงสินค้านานาชาติ

World War I สงครามโลกครั้งที่ 1 ระหว่างปี ค.ศ. 1914-18

World War II สงครามโลกครั้งที่ 2 ระหว่างปี ค.ศ. 1939-45

world-weary (เวิร์ลด์' เวียรี) *adj.* **-rier, -riest** เบื่อโลก, เบื่อชีวิต

worldwide (เวิร์ลด์' ไวด์') *adj.* ซึ่งแพร่หลายไปทั่วโลก (-S. global, international)

World Wide Web, Web (คอมพิวเตอร์) เป็นแหล่งรวมไฮเปอร์เทกซ์ขนาดใหญ่สำหรับการเข้าหาและเข้าถึงอินเทอร์เน็ต และนับเป็นหนึ่งในบริการยอดนิยมในอินเทอร์เน็ต โดยใช้รูปแบบการนำเสนอข้อมูลในลักษณะหน้ากระดาษอิเล็กทรอนิกส์ ย่อว่า www

★**worm** (เวิร์ม) *n.* หนอน, พยาธิ, ไส้เดือน, ตัวไหม, ดักแด้, ด้วง, บุ้ง, ไส้ไก่, เกลียวตัวหนอน *-vt., vi.* **wormed, worming** เลื้อย, คลาน, ไช, คืบ, เขยิบ, สอดแทรก, ล้วง (ความลับ)

worm-eaten (เวิร์ม' อีทเทิน) *adj.* เปื่อย, เน่า, ผุพัง, ชราภาพ (-S. decayed, rotten)

worn (วอร์น, โวร์น) *v.* กริยาช่อง 3 ของ wear

worn-out (วอร์น' เอาท์', โวร์น'-) *adj.* เก่าจนใช้ไม่ได้, เพลีย, อิดโรย (-S. shabby)

worrisome (เวอ' รีเซิม) *adj.* ที่ทำให้กังวล วิตกกลัดกลุ้ม **-worrisomely** *adv.*

★**worry** (เวอ' รี) *v.* **worried, worrying** *-vi.* เครียด, กังวล, วิตก, ไม่สบายใจ, กลัดกลุ้ม, ขบดึง ฉีก (ด้วยฟัน), *-vt.* รบกวน, รังควาน, ก่อกวน, กวนใจ, ทำให้วิตกกังวลหรือกลัดกลุ้ม *-n., pl.* **-ries** ความกลุ้มใจ, สิ่งที่รบกวนใจหรือทำให้ไม่สบายใจ **-worrier** *n.* (-S. (v.) annoy (n.) irritation, trouble -A. (v., n.) comfort)

★**worse** (เวิร์ซ) *adj.* คุณศัพท์เปรียบเทียบขั้นกว่าของ bad

worsen (เวอร์' เซิน) *vt., vi.* **-ened, -ening** ทำให้หรือกลายเป็นเลวลง

★**worship** (เวอร์' ชิพ) *n.* การกราบไหว้บูชา, การแสดงความเคารพนับถือ, การสวดมนต์ *-vt., vi.* **-shiped, -shiping/-shipped, -shipping** บูชา, สักการะ, บวงสรวง, กราบไหว้, แสดงความนับถือ, เคารพ, รักใคร่, สวดมนต์ (-S. (n.) devotion (v.) adore, deify (n., v.) honour, praise, respect, reverence)

★**worst** (เวิร์ซท์) *adj.* คุณศัพท์เปรียบเทียบขั้นสูงสุดของ bad

worsted (วุซ' ทิด, เวอร์' สติด) *n.* ผ้าขนสัตว์

wort (เวิร์ท, วอร์ท) *n.* ต้นไม้

★**worth** (เวิร์ธ) *n.* ค่า, ราคา, คุณค่า, คุณความดี, ความมั่งคั่ง *-adj.* มีค่า, มีราคา, มีคุณค่า, เป็นประโยชน์, คุ้มค่า, สมควร, คู่ควร (-S. (n.) benefit, merit, value (adj.) valuable)

worthless (เวิร์ธ' ลิซ) *adj.* ไร้ค่า, ไม่มีราคา, ไม่มีประโยชน์, ด้อยคุณภาพ **-worthlessly** *adv.* (-S. despicable, poor, useless -A. useful)

worthwhile (เวิร์ธ' ฮไวล์', -ไวล์') *adj.* คุ้มค่า, คู่ควร, สมควร, สมกับ (-S. worth)

★**worthy** (เวอร์' ธี) *adj.* **-thier, -thiest** น่ายกย่อง,

A B C D E F G H I J K L M N O P Q R S T U V W X Y Z

น่าสรรเสริญ, มีคุณค่า, มีเกียรติ, คู่ควร, สมควร *-n., pl.* **-thies** คนที่น่าสรรเสริญ, คนที่มีเกียรติ (-S. (adj.) admirable)

★**would** (วุด) *v. aux.* กริยาช่อง 2 ของ will[2]

wouldn't (วุด' เดินท์) ย่อจาก would not

★**wound[1]** (วูนด์) *n.* บาดแผล, บาดแผลทางอารมณ์ความรู้สึก *-v.* **wounded, wounding** *-vt.* ทำให้บาดเจ็บ, ทำร้ายความรู้สึก *-vi.* บาดเจ็บ, เลือดออก (-S. (n.) injury (v., n.) harm)

wound[2] (เวานด์) *v.* กริยาช่อง 2 และ 3 ของ wind[2]

woven (โว' เวิน) *v.* กริยาช่อง 3 ของ weave *-adj.* ที่ถักทอขึ้น *-n.* สิ่งทอ

wow (เวา) *interj.* ว้าว, โอ้โฮ *-n.* ความสำเร็จ

wrack, rack (แรค) *n.* ความหายนะ, ความฉิบหาย, ซากปรักหักพัง, เรืออับปาง, สาหร่ายทะเลหรือพืชทะเลที่ขึ้นมาติดบนฝั่ง *-v.* **wracked, wracking/racked, racking** *-vt.* ทำให้เสียหาย, ทำให้ฉิบหาย *-vi.* เสียหาย, ถูกทำลาย

wrangle (แรง' เกิล) *n.* การทะเลาะ, การโต้เถียง *-v.* **-gled, -gling** *-vi.* ทะเลาะ, โต้เถียง, วิวาท *-vt.* ต้อน (ฝูงสัตว์), เอาชนะด้วยการโต้เถียงอ้างเหตุผล (-S. (n., v.) quarrel)

wrangler (แรง' เกลอร์) *n.* โคบาล (-S. cowboy)

★**wrap** (แรพ) *vt., vi.* **wrapped/wrapt, wrapping** ห่อ, หุ้ม, พัน, ม้วน, โอบล้อม, ห้อมล้อม, ปกคลุม, ปิดบัง *-n.* ผ้าห่ม, เสื้อคลุม, ผ้าคลุมไหล่, การปกปิด, การปิดบัง (-S. (v., n.) cover)

wrapper (แรพ' เพอร์) *n.* กระดาษห่อของ, กระดาษหรือพลาสติกห่อปกหนังสือ, ใบยาที่ใช้มวนซิการ์, กระดาษห่อส่งสิ่งตีพิมพ์, คนห่อของ, เสื้อคลุมอาบน้ำ (-S. cover, jacket)

wrapping, wrappings (แรพ' พิง, -พิงซ์) *n.* กระดาษหรือวัสดุห่อของ

wrath (แรธ, ราธ) *n.* ความโกรธ, การลงโทษ, การแก้แค้น *-adj.* โกรธ, กริ้ว, พิโรธ, เป็นผลจากความโกรธกริ้ว **-wrathful** *adj.* **-wrathfully** *adv.* (-S. (n.) displeasure (adj.) angry)

wreak (รีค) *vt.* **wreaked, wreaking** แก้แค้น, ระบาย (โทสะ ความโกรธ), สนอง (-S. revenge)

wreath (รีธ) *n., pl.* **wreaths** (รีธซ์, รีธซ์) พวงหรีด, พวงมาลัย (-S. chaplet, garland)

wreathe (รีธ) *vt., vi.* **wreathed, wreathing** ร้อย, ม้วน, ขด, พัน, ทำให้เป็นวง, โอบ, วง, ล้อม, ดัด, เลื้อย (-S. coil, entwine, wind)

★**wreck** (เรค) *n.* การทำลาย, ความเสียหาย, การอับปาง, เรืออับปาง, ซากปรักหักพัง, ซากเรือแตก, คนที่มีสุขภาพย่ำแย่ *-v.* **wrecked, wrecking** *-vt.* ทำลาย, ผลาญ, ทำให้เสียคน (สุขภาพ จิตใจ) *-vi.* เสียหาย, อับปาง, พัง, ทลาย, รื้อหาของตามซากปรักหักพัง (-S. (n., v.) ruin (v.) demolish, spoil -A. (v.) create)

wreckage (เรค' คิจ) *n.* ซากปรักหักพัง, สิ่งที่ถูกทำลาย, ซาก (-S. debris, remains)

wrecker (เรค' เคอร์) *n.* ผู้ทำลาย, คนที่ทำให้เรืออับปางเพื่อเข้าปล้นหรือค้นหาทรัพย์สินจากซากเรือ, คนที่ทำธุรกิจรื้อถอนอาคารเก่า, รถลาก (ซากรถ หรือพาหนะอื่นที่เสียหาย), คนที่รับซื้อรถ อาคารบ้านเก่าเพื่อรื้อหาของที่ยังใช้ได้, คนกู้เรือ

wren (เรน) *n.* นกกระจิบ

wrench (เรนช์) *n.* คีม, กุญแจปากตาย, กุญแจเลื่อน, การบิดหรือกระชากอย่างรุนแรง, อาการเคล็ดขัดยอก, ความปวดร้าว ความเจ็บปวด (เมื่อต้องพลัดพรากจากกัน) *-vt., vi.* **wrenched, wrenching** ดึง, บิด, กระชาก, ไข, ขัน, สะบัด, ทำให้เคล็ดขัดยอก, ทำให้ (ขา) แพลง, ทำให้ทุกข์โศก (-S. (n., v.) pull)

wrest (เรซท์) *vt.* **wrested, wresting** ดึง, บิด, กระชาก, แย่ง, บีบ, คาดคั้น, เค้น, ทำให้บิดเบือน, ทำให้ผิดเพี้ยน *-n.* การกระทำดังกล่าว

wrestle (เรซ' เซิล) *vi., vt.* **-tled, -tling** ปล้ำ, ต่อสู้, ต่อสู้ดิ้นรน, ใช้กำลัง (ยก) มาก *-n.* การแข่งขันมวยปล้ำ, การต่อสู้ **-wrestler** *n.* (-S. (v., n.) combat, struggle)

wrestling (เรซ' ลิง) *n.* กีฬามวยปล้ำ

wretch (เรช) *n.* คนเคราะห์ร้าย, คนร้ายกาจ, ตัววายร้าย (-S. rogue, unfortunate, villain)

wretched (เรช' ชิด) *adj.* **-er, -est** ทุกข์โศก, เศร้าหมอง, ร้ายกาจ, น่าชัง **-wretchedly** *adv.* **-wretchedness** *n.* (-S. inferior, miserable)

wriggle (ริก' เกิล) *vi., vt.* **-gled, -gling** ดิ้น, กระดุกกระดิก, บิดตัวไปมา, คืบ, เขยิบ, เลื้อย *-n.* การบิดตัวไปมา, ทางที่คดเคี้ยวไปมา **-wriggly** *adj.* (-S. (v., n.) turn, wag)

wring (ริง) *v.* **wrung, wringing** *-vt.* บีบ, คั้น, หีบ, รีด, บิด, บีบหรือบิดมือด้วยความเครียด, จับมือและเขย่าอย่างแรงด้วยความดีใจ *-vi.* ดิ้นด้วยความเจ็บปวด *-n.* การกระทำดังกล่าว

★**wrinkle** (ริง' เคิล) *n.* รอยเหี่ยวย่น, รอยยับ, รอยตีนกา, (ภาษาพูด) คำแนะนำที่ชาญฉลาด *-v.* **-kled, -kling** *-vt.* ขมวด (คิ้ว หน้าผาก) จนย่น, ทำให้เหี่ยวย่น *-vi.* ย่น, ยับ, เหี่ยว

★**wrist** (ริซท์) *n.* ข้อมือ, ข้อมือเสื้อ

wristband (ริซท์' แบนด์) *n.* สายนาฬิกา

A B C D E F G H I J K L M N O P Q R S T U V W X Y Z

wristlet (ริซท' ลิท) *n.* กำไลข้อมือ, สร้อยข้อมือ
wristwatch (ริซท' วอช) *n.* นาฬิกาข้อมือ
writ[1] (ริท) *n.* หมาย, หมายศาล, หนังสือคำสั่ง (**-S.** decree, summons)
writ[2] (ริท) *v.* กริยาช่อง 2 และ 3 ของ write
★**write** (ไรท) *vt., vi.* **wrote, written/writ, writing** เขียน, เขียนหนังสือ, แต่ง, ประพันธ์, สะกด (ชื่อ คำ), เขียนจดหมาย, ร่าง, จด, คัดลอก, บันทึก, จารึก, เขียนกรมธรรม์ประกันภัย, ทำให้ปรากฏชัดเจน **-write down** จด, บันทึก, ตัด, ลด **-write off** ตัดออกจากบัญชี **-write out** เขียนบรรยายไว้อย่างครบถ้วน(**-S.** compose, draft)
★**writer** (ไร' เทอร์) *n.* นักเขียนอาชีพ (**-S.** author)
writhe (ไรธ) *vt., vi.* **writhed, writhing** ชักดิ้นชักงอ, ดิ้นทุรนทุราย, บิดเบี้ยวตัว *-n.* การทำให้บิดเบี้ยว **-writher** *n.* (**-S.** (v., n.) twist)
★**writing** (ไร' ทิง) *n.* การเขียนหนังสือ, อาชีพเขียนหนังสือ, ลายมือ, ลายลักษณ์อักษร, บทประพันธ์, หนังสือ
written (ริท' เทิน) *v.* กริยาช่อง 3 ของ write
★**wrong** (รอง) *adj.* ผิด, พลาด, ไม่ถูกต้อง, ไม่เหมาะ, ไม่ควร, ชั่วร้าย, ผิดศีลธรรม, ผิดกฎหมาย, ไม่ต้องการ, ไม่พึงปรารถนา, เสีย, ใช้การไม่ได้, ไม่เป็นที่ยอมรับ, (เสื้อ) กลับด้าน, ไม่ยุติธรรม, ผิดปกติ, พิกล *-adv.* ผิดพลาด, ผิดปกติ, เสียหาย, เข้าใจผิด *-n.* ความผิดพลาด, ความไม่ถูกต้อง, ความไม่เหมาะ, ความไม่ควร, ความเสื่อมเสียศีลธรรม, ความไม่ยุติธรรม, ความชั่วร้าย, การประทุษร้าย, การล่วงละเมิดสิทธิผู้อื่น *-vt.* **wronged, wronging** ทำร้าย, ประทุษร้าย, ทำผิด, เจตนาร้าย **-wronger** *n.* **-wrongly** *adv.* **-wrongness** *n.* (**-S.** (adj.) bad, erroneous, improper (adj., n., v.) reverse (n.) crime, injury **-A.** (adj., n., v.) right)
wrongdoer (รอง' ดูเออร์) *n.* ผู้กระทำผิด (ศีลธรรมจรรยา) (**-S.** lawbreaker, miscreant)
wrongful (รอง' เฟิล) *adj.* ผิดกฎหมาย, ผิดศีลธรรม, อยุติธรรม **-wrongfully** *adv.* **-wrongfulness** *n.* (**-S.** illegal **-A.** legal)
wrote (โรท) *v.* กริยาช่อง 2 ของ write
wrought (รอท) *v.* กริยาช่อง 2 และ 3 ของ work
wry (ไร) *adj.* **wrier, wriest/wryer, wryest** (หน้า) บูด, บิดเบี้ยว, หน้างอ, หงิกงอ **-wryly** *adv.* **-wryness** *n.* (**-S.** crooked, droll)
WYSIWYG ย่อจาก w(hat) y(ou) s(ee) i(s) w(hat) y(ou) g(et) (คอมพิวเตอร์) สิ่งที่ปรากฏบนหน้าจอเหมือนกับเอกสารที่พิมพ์ออกมา

X

X, x (เอคซ) *n., pl.* **X's, x's/Xs, xs** อักษรตัวที่ 24 ในภาษาอังกฤษ, อันดับยี่สิบสี่, เลขสิบโรมัน
X[1] (เอคซ) *n.* ระดับภาพยนตร์ที่ห้ามเด็กอายุต่ำกว่า 17 ปีเข้าชม
X[2] ย่อจาก Christian ชาวคริสเตียน, extra พิเศษ
x เครื่องหมายคูณในวิชาคณิตศาสตร์
XC, X-C ย่อจาก Cross-country ข้ามประเทศ
x-axis (เอคซ' แอคซิซ) *n., pl.* **x-axes** (-แอคซีซ) แกนนอน (แกน x) ในวิชาคณิตศาสตร์
X-chromosome (เอคซ' โคร' มะโซม) *n.* โครโมโซมเพศ มีในโครโมโซมเพศหญิงสองตัว (xx) และในโครโมโซมเพศชายหนึ่งตัว (xy)
xenon (ซี' นอน) *n.* ธาตุซีนอน เป็นก๊าซเฉื่อยอย่างหนึ่งในอากาศ มีสัญลักษณ์ Xe
xenophile (เซน' นะไฟล์) *n.* คนที่นิยมชมชอบชาวต่างชาติ **-xenophilia** *n.* **-xenophilous** *adj.* (**-A.** xenophobe)
xenophobe (เซน' นะโฟบ, ซี' นะ-) *n.* คนที่เกลียดกลัวชาวต่างชาติหรือคนแปลกหน้า **-xenophobia** *n.* **-xenophobic** *adj.*
Xerox (เซียร์' รอคซ) ยี่ห้อเครื่องถ่ายเอกสาร
XL ย่อจาก extra large ใหญ่เป็นพิเศษ, extra long ยาวเป็นพิเศษ
Xmas (คริซ' เมิซ, เอคซ' เมิซ) *n.* (ภาษาพูด) วันคริสต์มาส
X-ray, x-ray (เอคซ' เร) *n.* รังสีเอกซ์เป็นรังสีแม่เหล็กไฟฟ้า ใช้ถ่ายภาพอวัยวะภายใน เช่น กระดูก เนื้อเยื่อ ฯลฯ
x-ray tube หลอดสุญญากาศที่ใช้ผลิตรังสีเอกซ์
xylem (ไซ' เลิม) *n.* ท่อน้ำของพืช
xylophone (ไซ' ละโฟน) *n.* เครื่องดนตรีชนิดหนึ่งคล้ายระนาด **-xylophonist** *n.*

A B C D E F G H I J K L M N O P Q R S T U V W X Y Z

Y

Y, y (ไว) *n., pl.* **Y's, y's/Ys, ys** อักษรตัวที่ 25 ในภาษาอังกฤษ, อันดับยี่สิบห้า

yacht (ยาท) *n.* เรือใบขนาดเล็ก ขับเคลื่อนด้วยเครื่องยนต์ รูปทรงเพรียวลม

yacht

ใช้แล่นท่องเที่ยวหรือแข่ง *-vi.* **yachted, yachting** แล่น แข่ง หรือเดินทางท่องเที่ยวด้วยเรือดังกล่าว

yachting (ยา' ทิง) *n.* การแข่งเรือใบ

yachtsman (ยาทซ' เมิน) *n.* นักแข่งเรือใบ, นักแล่นเรือใบ

yak (แยค) *n.* จามรี, วัวขนหนายาว ใช้บรรทุกของ ขุนเอาน้ำนมหรือเนื้อ พบในทิเบต

yakuza (ยา' คูซา) *n., pl.* **-za** แก๊งอาชญากรรมของญี่ปุ่น, พวกยากูซ่า

yam (แยม) *n.* มันเทศ

yank (แยงค์) *vt., vi.* **yanked, yanking** ดึง, ทึ้ง, กระชาก, ฉุด, ชัก, กระตุก *-n.* การกระชากอย่างแรง (**-S.** (v., n.) jerk, pull)

Yank (แยงค์) *n.* (ภาษาพูด) ดู Yankee

Yankee (แยง' คี) ชาวอเมริกัน

yap (แยพ) *vi., vt.* **yapped, yapping** เห่าบ๊อกๆ, ร้องเอ๋ง, (คำสแลง) ส่งเสียงดังเจี๊ยวจ๊าว พูดไร้สาระ *-n.* การเห่า, การร้องเอ๋งๆ, (คำสแลง) ปาก การพูดไร้สาระ **-yapper** *n.*

★**yard[1]** (ยาร์ด) *n.* หน่วยวัดความยาวเป็นหลา เท่ากับ 3 ฟุต, ใบขวางบนเสาเรือ

★**yard[2]** (ยาร์ด) *n.* สวน, สนาม, ลาน, ลานดินที่กั้นเป็นคอกเลี้ยงสัตว์, ย่านสถานีรถไฟ

yardstick (ยาร์ด' สติค) *n.* ไม้หลา, เกณฑ์, บรรทัดฐาน (**-S.** criterion, measure)

★**yarn** (ยาร์น) *n.* เส้นด้าย, เส้นไหม, ด้ายดิบ, (ภาษาพูด) นิทานหรือเรื่องเล่าที่เกินจริง (**-S.** anecdote, thread)

yashmak, yashmac (ยาชมาค', แยช แมค) *n.* ผ้าคลุมหน้าของหญิงชาวมุสลิม

yaw (ยอ) **yawed, yawing** *-vi.* หันเห, เฉ, เอียง *-vt.* ทำให้หันเหไปมา *-n.* การหันเห, การเอียง

yawl (ยอล) *n.* เรือบด, เรือกรรเชียง

★**yawn** (ยอน) *vi., vt.* **yawned, yawning** หาว, อ้าปากหาวนอน *-n.* การหาว, การอ้าปากหาว, ช่องว่าง, รูโหว่ (**-S.** (n.) opening, space)

yawning (ยอ' นิง) *adj.* (อ้าปาก) กว้าง, เป็นโพรง (**-S.** cavernous, gaping, wide **-A.** narrow)

yaws (ยอซ) *n. pl.* คุดทะราด

y-axis (ไว' แอคซิซ) *n., pl.* **y-axes** แกนตั้ง (แกน y) ในวิชาคณิตศาสตร์

YB ย่อจาก yearbook หนังสือรายปี

Y-chromosome (ไว' โคร' มะโซม) *n.* โครโมโซมเพศ ซึ่งพบในโครโมโซมเพศชาย (xy)

yd ย่อจาก yard หลา

ye[1] (ธี) *def. art.* มีความหมายเหมือน the

ye[2] (ยี) *pron.* คุณ, ท่าน, เธอ

yea (เย) *adv.* จริงๆ, ใช่, จ้ะ

yeah (เย' อะ, แย' อะ) *adv.* (ภาษาพูด) ใช่ จ้ะ

yeanling (ยีน' ลิง) *n.* ลูกแพะ, ลูกแกะ *-adj.* เป็นทารก, เพิ่งเกิด

★**year** (เยียร์) *n.* ปี, อายุ, ขวบ, ศักราช

yearbook (เยียร์' บุค) *n.* หนังสือรายปี

yearling (เยียร์' ลิง) *n.* ม้าที่มีอายุ 1 ปี

yearlong (เยียร์' ลอง') *adj.* เป็นเวลานาน 1 ปี

yearly (เยียร์' ลี) *adj.* ซึ่งเกิดขึ้นปีละครั้งหรือทุกปี, เป็นประจำทุกปี *-adv.* ประจำปี, ต่อปี, ทุกๆ ปี *-n., pl.* **-lies** หนังสือที่ออกปีละครั้ง (**-S.** (adj.) annual, once a year)

yearn (เยิร์น) *vi.* **yearned, yearning** อยาก, ปรารถนา, รักใคร่ (**-S.** desire, love **-A.** hate)

Year 2000 problem ดู millennium bug

yeast (ยีซท) *n.* จุลินทรีย์เซลล์เดียวที่ผลิตเอนไซม์ซึ่งจะเปลี่ยนน้ำตาลเป็นแอลกอฮอล์กับคาร์บอนไดออกไซด์ ใช้หมักเพื่อผลิตแอลกอฮอล์และอบขนมให้ฟู, ส่าเหล้า, เชื้อเหล้า, เชื้อฟู, เชื้อหมัก, ฟอง *-vi.* **yeasted, yeasting** บูด, หมัก, ขึ้นฟอง

★**yell** (เยล) *vi., vt.* **yelled, yelling** ตะโกน, โห่, ร้อง, กรีดร้อง *-n.* เสียงโห่ร้อง, เสียงกรีดร้อง, เสียงตะโกน (**-S.** (v., n.) cry, scream)

★**yellow** (เยล' โล) *n.* สีเหลือง, ไข่แดง *-adj.* **-er, -est** เหลือง, (กระดาษ) เก่าจนเป็นสีเหลือง, มีผิวเหลือง, (คำสแลง) ขี้ขลาด *-vt., vi.* **-lowed, -lowing** ทำให้หรือกลายเป็นสีเหลือง

yellow card ใบเหลืองในกีฬาฟุตบอลที่กรรมการให้ผู้เล่นเป็นการตักเตือนเมื่อเล่นผิดกติกา ถ้าได้ครบสองใบถือเป็นใบแดงไล่ออก

จากสนาม

yellow fever ไข้เหลือง มียุงเป็นพาหะนำโรค

yellow jack ธงสีเหลือง เป็นสัญลักษณ์เตือนว่าบนเรือมีโรคติดต่อ

yellow journalism หนังสือพิมพ์ที่เสนอข่าวให้ตื่นเต้นเกินจริง

yellow pages สมุดโทรศัพท์หน้าเหลือง

yellow race ชนชาติผิวเหลือง

yellow rain ฝนเหลือง ซึ่งเป็นฝนพิษ

yelp (เยลพ์) *vi., vt.* **yelped, yelping** เห่า, ร้องเอ๋ง, ร้องหงิงๆ, ร้องโอดโอย *-n.* เสียงร้องเอ๋ง (-S. (v., n.) bark)

yen[1] (เยน) *n., pl.* **yen** หน่วยเงินตราของญี่ปุ่น

yen[2] (เยน) *n.* ความปรารถนา, ความอยาก, ความกระหาย *-vi.* **yenned, yenning** อยาก, ปรารถนา, กระหาย, เงี่ยน (-S. (n., v.) desire)

yeoman (โย' เมิน) *n.* คนรับใช้หรือบริวารของขุนนางในสมัยกลาง, องครักษ์, กลุ่มชนอิสระ

yep (เยพ) *adv.* (ภาษาพูด) ใช่ จ้ะ (-S. yes)

★**yes** (เยซ) *adv.* ใช่, ครับ, ค่ะ, จ้ะ *-n., pl.* **yeses** การตอบรับ, การยอมรับ, การตอบเห็นด้วย *-vt.* **yessed, yessing** ตอบรับ, เห็นด้วย

yes man (ภาษาพูด) ลูกขุนพลอยพยัก

★**yesterday** (เยซ' เทอร์เด, -ดี) *n.* วานนี้, วันก่อนนี้ *-adv.* เมื่อวานนี้, ในอดีต

yesterevening, yestereve, yestereven (เยซ' เทอร์อีฟว์นิง, -อีฟว์, -อีเวิน) *n.* ตอนเย็นของวานนี้ **-yesterevening** *adv.*

yestermorning, yestermorn (เยซ' เทอร์มอร์นิง, -มอร์น) *n.* ตอนเช้าของวานนี้ **-yestermorning** *adv.*

yesternight (เยซ' เทอร์ไนท์) *n.* ตอนค่ำของวานนี้ **-yesternight** *adv.*

yesteryear (เยซ' เทอร์เยียร์) *n.* ปีที่แล้ว, ปีกลาย **-yesteryear** *adv.*

★**yet** (เยท) *adv.* ยัง, ยังคง, ยังมี, จนถึงตอนนี้, เดี๋ยวนี้, อีกต่อไป, นอกจากนี้, ซ้ำ, กระนั้นก็ตาม *-conj.* แต่กระนั้น (-S. (adv.) however, now, still)

yew (ยู) *n.* ต้นไม้ชนิดหนึ่งมีใบเรียวเล็กเขียวชอุ่มตลอดปี, เนื้อไม้ของต้นดังกล่าว

yield (ยีลด์) *vt., vi.* **yielded, yielding** ออกดอกออกผล, (พืช) ให้ผล, (การลงทุน) ได้ผลกำไร, ให้ผลตอบแทน, ยอม, ยอมจำนน, ยอมแพ้, ยินยอม, ยอมให้, อ่อนน้อม *-n.* ผลผลิต, ผล, ผลตอบแทน, ผลกำไร, ผลที่เก็บได้, เงินที่หาได้ (-S. (v., n.) produce)

yielding (ยีล' ดิง) *adj.* มีผล, ซึ่งให้ผล, อ่อนน้อม, เชื่อง, ว่าง่าย (-S. flexible, obedient)

yippee (ยิพ' พี) *interj.* (ภาษาพูด) คำอุทานแสดงความดีใจ

ylang-ylang, ilang-ilang (อี' ลางอี' ลาง) *n.* กระดังงา

yoga (โย' กะ) *n.* การฝึกโยคะ

yogi (โย' กี) *n., pl.* **-gis** โยคี, ผู้ฝึกโยคะ

yogurt, yoghurt, yoghourt (โย' เกิร์ท) *n.* นมเปรี้ยว, โยเกิร์ต

yoke (โยค) *n.* แอก, เทียม, คานแบกหาม, คานหาบ, ชิ้นผ้าที่ใช้ต่อบริเวณไหล่เสื้อหรือสะโพกของกระโปรง, ไม้ติดหางเสือเรือสำหรับมือจับ, คันหางเสือ, ไม้ขวาง *-v.* **yoked, yoking** *-vt.* ใส่แอก, เทียมแอก, เชื่อมต่อ, ผูกพัน, แต่งงาน, บังคับ, กดขี่ *-vi.* เชื่อมเข้าด้วยกัน, ประสาน (-S. (n., v.) link)

yokel (โย' เคิล) *n.* คนบ้านนอก (-S. boor)

yolk (โยค) *n.* ไข่แดง

yoo-hoo (ยู' ฮู) *interj.* เสียงร้องทักทายเรียกความสนใจ

★**you** (ยู) *pron.* คุณ, ท่าน, เธอ

you'd (ยูด์) ย่อจาก you had, you would

you'll (ยูล์, ยุล์) ย่อจาก you will, you shall

★**young** (ยัง) *adj.* **younger, youngest** เยาว์, อ่อน, อ่อนหัด, (ลูก) เล็ก, ใหม่, หนุ่ม, สาว *-n.* คนหนุ่มสาว, ผู้เยาว์, ยุวชน, เยาวชน, ลูก, เด็กๆ, ลูกสัตว์เล็กๆ **-with young** ตั้งครรภ์ (-S. (adj.) adolescent, immature, new **-A.** old)

youngster (ยัง' สเตอร์) *n.* เด็กหนุ่มสาว, ลูกสัตว์ (-S. cub, urchin)

younker (ยัง' เคอร์) *n.* เด็กหนุ่ม, เด็ก

★**your** (ยัวร์, ยอร์, โยร์) *adj.* ของคุณ, ของท่าน, ของเธอ

you're (ยัวร์) ย่อจาก you are

★**yours** (ยัวร์ซ์, ยอร์ซ์, โยร์ซ์) *pron.* ของคุณ, ของท่าน, ของเธอ

★**yourself** (ยัวร์เซลฟ์, ยอร์-, โยร์-, เยอร์-) *pron., pl.* **-selves** ตัวคุณเอง, ตัวท่านเอง, ตัวเอง

★**youth** (ยูธ) *n., pl.* **youths** (ยูธซ์, ยูธซ์) วัยหนุ่มสาว, ความเป็นหนุ่มสาว, เยาวชน, เด็กหนุ่มสาว, วัยรุ่น, เด็กหนุ่ม (-S. immaturity, teenager **-A.** adult, maturity)

youthful (ยูธ' เฟิล) *adj.* เป็นหนุ่มสาว, สดชื่น, กระฉับกระเฉง, กระตือรือร้น, อ่อนเยาว์, ใหม่, แรกเริ่ม **-youthfully** *adv.* **-youthfulness** *n.* (-S. fresh, juvenile **-A.** old)

youth hostel ที่พักราคาถูกสำหรับเด็กหนุ่มสาว

ที่เดินทางท่องเที่ยว

you've (ยูฟว์) ย่อจาก you have

yo-yo (โย' โย) *n., pl.* **-yos** ลูกดิ่ง (ของเล่น)

yr. ย่อจาก year ปี, your ของคุณ ของท่าน

Y2K ย่อจาก year two thousand (K=1000) หมายถึง ปี ค.ศ. 2000 ซึ่งจะเกิดปัญหากับระบบคอมพิวเตอร์รุ่นเก่าที่มีตัวเลขแสดงปี ค.ศ. แค่ 2 หลัก ทำให้ไม่สามารถแสดงปี ค.ศ. 2000 ได้

yuck (ยัค) *interj.* (คำสแลง) คำอุทานแสดงความรังเกียจ **-yucky** *adj.*

Yule (ยูล) *n.* เทศกาลคริสต์มาส, งานเฉลิมฉลองวันคริสต์มาส (**-S.** Christmas)

yummy (ยัม' มี) *adj.* **-mier, -miest** เอร็ดอร่อย, โอชะ, น่าลิ้มชิมรส **-yumminess** *n.*

Yuppie, yuppie (ยัพ' พี) *n.* (ภาษาพูด) คนหนุ่มสาวรุ่นใหม่ที่มีหน้าที่การงานดีและมีวิถีชีวิตแบบวัตถุนิยมฟุ้งเฟ้อ

Z

Z, z (ซี) *n., pl.* **Z's, z's/Zs, zs** อักษรตัวที่ 26 ในภาษาอังกฤษ, อันดับยี่สิบหก

zany (เซ' นี) *n., pl.* **-nies** ตัวตลก *-adj.* **-nier, -niest** ตลกขบขัน, แปลกประหลาด

zap (แซพ) *v.* **zapped, zapping** *-vt.* ยิง, ฆ่าด้วยการยิง, ฉายแสง, กระหน่ำยิง, ทิ้งระเบิด, เปิดปิดหรือเปลี่ยนช่องโทรทัศน์ด้วยรีโมทคอนโทรล *-vi.* แล่นไปอย่างรวดเร็ว (**-S.** shoot)

zeal (ซีล) *n.* ความกระตือรือร้น, ความเร่าร้อน, ความเอาใจจดจ่อ (**-S.** eagerness **-A.** coolness)

zealot (เซล' เลิท) *n.* คนบ้าคลั่ง, คนหัวรุนแรง **-zealotry** *n.* (**-S.** bigot, fanatic maniac)

zealous (เซล' เลิซ) *adj.* กระตือรือร้น, เร่าร้อน **-zealously** *adv.* (**-S.** eager **-A.** cool)

★**zebra** (ซี' บระ) *n.* ม้าลาย

zebra

zebra crossing ทางม้าลาย (ถนน)

zee (ซี) *n.* อักษรตัว z

Zen (เซน) *n.* ศาสนาพุทธมหายานนิกายเซน

zenith (ซี' นิธ) *n.* จุดสูงสุด, จุดสุดยอด, จุดที่ตรงศีรษะบนท้องฟ้าตรงข้ามกับจุดเนเดอร์ (nadir) (**-S.** peak, vertex)

★**zero** (เซีย' โร, ซี' โร) *n., pl.* **-ros/-roes** ศูนย์, จุดศูนย์, เลขศูนย์, จุดต่ำสุด, อุณหภูมิศูนย์องศา (เซลเซียส ฟาเรนไฮต์), ความไม่มี, ความไร้ค่า, ความว่างเปล่า *-vt.* **-roed, -roing** ปรับให้เป็นศูนย์, ตั้งสาย (กีตาร์) *-adj.* เป็นศูนย์, ไร้ค่า **-zero in** เล็งปืน, พุ่งความสนใจไปยัง (**-S.** (n.) naught, nil, nothing, nought)

zero ศูนย์ ใช้เมื่อกล่าวถึงอุณหภูมิหรือตัวเลขทางวิทยาศาสตร์ เช่น It's so cold today, I think it's -5°C. (five degrees below zero)

nought ศูนย์ ใช้กับตัวเลขเปอร์เซ็นต์ เช่น The percentage difference is 0.5.

หรือใช้กับคะแนนในวิชาคณิตศาสตร์และเกรด (อังกฤษใช้ nought แต่อเมริกันใช้ zero) เช่น Lenny scored 0 out of 20 in the maths test.

nil ศูนย์ ใช้กับแต้มกีฬาที่แข่งเป็นทีม เช่น Springfields 3, Devonport 0.

love ศูนย์ ใช้กับแต้มกีฬาเทนนิส เช่น Thanakorn leads 40-0.

oh ศูนย์ ใช้กับหมายเลขโทรศัพท์ เลขปี เวลา หรือตัวเลขหลังจุดทศนิยม เช่น My telephone number is 2450152.

zest (เซซท์) *n.* ความสนุกสนาน, ความเอร็ดอร่อย **-zestful** *adj.* (**-S.** gusto, enjoyment)

ZIFT, zift ย่อจาก zygote intrafallopian transfer การผสมเทียมระหว่างไข่กับอสุจินอกร่างกายจนเป็นตัวอ่อนแล้วจึงนำไปฝังในท่อนำไข่

zigzag (ซิก' แซก) *n.* ทางคดเคี้ยวเลี้ยวลด, สิ่งที่คดเคี้ยวไปมา *-adj.* คดเคี้ยวไปมา *-adv.* อย่างคดเคี้ยว, ซึ่งวกเวียนไปมา *-v.* **-zagged, -zagging** *-vi.* วกเวียนไปมา, เลี้ยวไปมา *-vt.* ทำให้คดเคี้ยวเลี้ยวลด, ทำให้วกไปเวียนมา

zinc (ซิงค์) *n.* ธาตุสังกะสี เป็นโลหะชนิดหนึ่งมี

สีขาวแกมน้ำเงินและแข็ง มีสัญลักษณ์ Zn
zinc oxide ผงเคมีสีขาว ใช้ในอุตสาหกรรมกระจก มีสัญลักษณ์ ZnO
★**zip** (ซิพ) *n.* เสียงลูกปืนแหวกอากาศดังเฟี้ยว, เสียงหวือ, (ภาษาพูด) กำลัง ความกระฉับกระเฉง, (คำสแลง) ความไม่มี ความเป็นศูนย์, ซิปติดเสื้อผ้า ฯลฯ *-v.* **zipped, zipping** *-vi.* รูดซิป, (ลูกปืน) ผ่านหวีดไปอย่างเร็ว, ทำอะไรด้วยความกระฉับกระเฉง *-vt.* รูดซิป (**-S.** (n.) energy (n., v.) drive, rush **-A.** (n., v.) delay)
ZIP code รหัสไปรษณีย์
★**zipper** (ซิพ' เพอร์) *n.* ซิป
zippy (ซิพ' พี) *adj.* **-pier, -piest** กระตือรือร้น
zircon (เซอร์' คอน) *n.* เพทาย
zodiac (โซ' ดีแอค) *n.* จักรราศี
zombie, zombi (ซอม' บี) *n., pl.* **zombies, zombis** การใช้อำนาจคาถาเวทมนตร์ของพวกหมอผีวูดูปลุกคนตายแล้วให้ฟื้นคืนชีพกลายเป็นผีดิบ, ผีดิบ
zone (โซน) *n.* เขต, ภาค, ส่วน, แขวง, บริเวณ, แถบ, วง *-vt.* **zoned, zoning** แบ่งออกเป็นภาค เขต บริเวณ, กั้นหรือล้อมวงไว้ (**-S.** (n.) area, region (v.) encircle)
zonetime (โซน' ไทม์) *n.* เวลาตามเขตต่างๆ ของโลกแบ่งเป็น 24 เขต
zonule (โซน' นิวล์) *n.* บริเวณเล็กๆ
★**zoo** (ซู) *n., pl.* **zoos** สวนสัตว์
zoology (โซออล' ละจี) *n., pl.* **-gies** สัตววิทยา
zoom (ซูม) *v.* **zoomed, zooming** *-vi.* (ราคา) เพิ่มขึ้นอย่างรวดเร็ว, (เครื่องบิน) ไต่ระดับอย่างรวดเร็ว, (รถ) แล่นไปอย่างเร็วและเสียงดัง, โฉบ *-vt.* (กล้อง) ปรับระยะความยาวโฟกัสให้ใกล้หรือไกล *-n.* การกระทำให้เกิดเสียงดังกล่าว
zoom lens เลนส์กล้องถ่ายรูป กล้องถ่ายภาพยนตร์หรือกล้องถ่ายภาพโทรทัศน์ ซึ่งประกอบด้วยชุดเลนส์ที่ปรับทางยาวโฟกัสได้หลายระยะทำให้เห็นภาพได้ในขนาดที่แตกต่างกัน
zoophobia (โซอะโฟ' เบีย) *n.* โรคกลัวสัตว์ต่างๆ
zucchini (ซูคี' นี) *n., pl.* **-ni/-nis** พืชจำพวกฟักหรือน้ำเต้าชนิดหนึ่ง, ผลซูคินี
zygote (ไซ' โกท) *n.* เซลล์ไข่ที่ผสมกับเชื้อสืบพันธุ์ตัวผู้แล้ว, ตัวอ่อน **-zygotic** *adj.*

คำอุปสรรคซึ่งใช้แทนตัวพหุคูณตามระบบหน่วยระหว่างชาติ (A multiple of a unit in the International System)

คำอุปสรรค	สัญลักษณ์	หน่วยเลขยกกำลัง
exa-	E	10^{18} = 1,000,000,000,000,000,000
peta-	P	10^{15} = 1,000,000,000,000,000
tera-	T	10^{12} = 1,000,000,000,000
giga-	G	10^{9} = 1,000,000,000
mega-	M	10^{6} = 1,000,000
kilo-	K	10^{3} = 1,000
hecto-	h	10^{2} = 100
deca-	da	10 = 10
deci-	d	10^{-1} = 0.1
centi-	c	10^{-2} = 0.01
milli-	m	10^{-3} = 0.001
micro-	μ	10^{-6} = 0.000,001
nano-	n	10^{-9} = 0.000,000,001
pico-	p	10^{-12} = 0.000,000,000,001
femto-	f	10^{-15} = 0.000,000,000,000,001
atto-	a	10^{-18} = 0.000,000,000,000,000,001

A B C D E F G H I J K L M N O P Q R S T U V W X Y Z

Office (ห้องทำงาน)

1. calculator เครื่องคิดเลข
2. clock นาฬิกา
3. coffee table โต๊ะรับแขก
4. correcting fluid น้ำยาลบคำผิด
5. desk โต๊ะ
6. desk calendar ปฏิทินตั้งโต๊ะ
7. desk drawer ลิ้นชักโต๊ะ
8. desk set ชุดปากกาตั้งโต๊ะ
9. fax machine เครื่องโทรสาร
10. file (document file) แฟ้ม (แฟ้มเอกสาร)
11. filing cabinet ตู้ใส่เอกสาร

12-13 paper clips คลิปหนีบกระดาษ

14. pencil ดินสอ
15. personal computer คอมพิวเตอร์ส่วนบุคคล
16. rubber ยางลบ
17. ruler ไม้บรรทัด
18. sliding-door cupboard ตู้แบบมีบานเลื่อน
19. sofa โซฟา
20. stapler ที่เย็บกระดาษ
21. swivel chair เก้าอี้แบบมีล้อเลื่อน
22. telephone โทรศัพท์
23. typewriter เครื่องพิมพ์ดีด

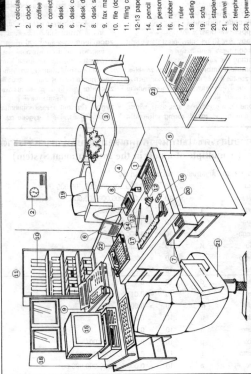

Living room (ห้องรับแขก)

1. air-conditioner เครื่องปรับอากาศ
2. armchair เก้าอี้นวม
3. bookcase ตู้หนังสือ
4. bcokshelf ชั้นวางหนังสือ
5. carpet พรมผืนใหญ่
6. ceiling เพดาน
7. clock นาฬิกา
8. coffee table โต๊ะรับแขก
9. curtain ผ้าม่าน
10. cushion หมอนอิง
11. dimlight ไฟหรี่ฝังเพดาน
12. display cabinet unit ตู้โชว์
13. floor พื้นห้อง
14. lamp โคมไฟ
15. loud-speaker ลำโพง
16. rug พรมผืนเล็ก
17. sofa โซฟา
18. stereo system ชุดเครื่องเสียง
19. telephone โทรศัพท์
20. television โทรทัศน์
21. vase แจกัน
22. window blind มู่ลี่

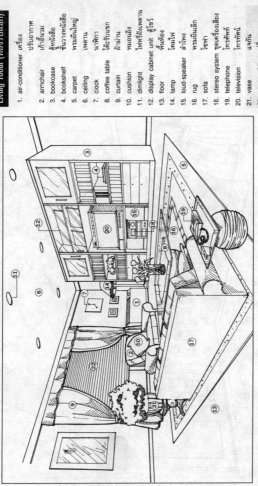

Bedroom (ห้องนอน)

1. bedside cabinet ตู้เก็บของข้าง-เตียง
2. bedspread ผ้าคลุมเตียง
3. blanket ผ้าห่ม
4. closet, wardrobe ตู้เสื้อผ้า
5. clothes rack ราวแขวนเสื้อ
6. coat hanger ไม้แขวนเสื้อ
7. curtain ผ้าม่าน
8. double bed เตียงคู่
9. drawer ลิ้นชัก
10. dressing gown เสื้อคลุม
11. dressing stool เก้าอี้หน้าโต๊ะ-เครื่องแป้ง
12. dressing table โต๊ะเครื่องแป้ง
13. dressing-table mirror กระจกเงา-โต๊ะเครื่องแป้ง
14. lamp โคมไฟ
15. picture รูปภาพ
16. picture frame กรอบรูป
17. pillow หมอน

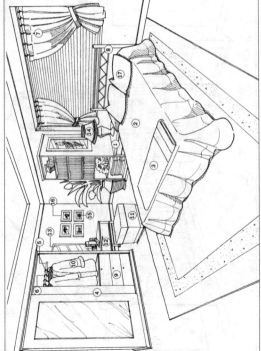

Bathroom (ห้องน้ำ)

1. bath mat พรมปูพื้นห้องน้ำ
2. bathtub อ่างอาบน้ำ
3. cistern ถังน้ำชักโครก
4. faucet ก๊อกน้ำ
5. flushing lever ปุ่มกดน้ำชักโครก
6. mirror กระจก
7. pedestal mat พรมวางเท้า
8. shower head ฝักบัว
9. shower nozzle ปากฝักบัว
10. sink อ่างล้างหน้า
11. soap dish จานรองสบู่
12. tile กระเบื้อง
13. tissue holder ที่ใส่กระดาษชำระ
14. toilet ส้วมชักโครก
15. toilet bowl โถชักโครก
16. toilet lid ฝาชักโครก
17. toilet paper กระดาษชำระ
18. towel ผ้าเช็ดตัว
19. towel rail ราวแขวนผ้าเช็ดตัว

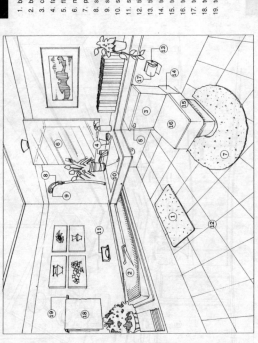

Kitchen (ห้องครัว)

1. base unit ตู้ติดพื้น
2. basin อ่าง
3. blender เครื่องปั่น
4. bowl ชาม, ถ้วย
5. chopsticks ตะเกียบ
6. cup ถ้วยกาแฟ
7. cupboard ตู้เก็บถ้วยชาม
8. electric pot กาน้ำไฟฟ้า
9. faucet ก๊อกน้ำ
10. fork ส้อม
11. frying pan กระทะ
12. gas cooker เตาแก๊ส
13. glass แก้วน้ำ
14. jug เหยือก
15. kettle กาน้ำ
16. knife มีด
17. ladle ทัพพี
18. microwave เตาไมโครเวฟ
19. oven เตาอบ
20. plate จาน
21. rice cooker หม้อหุงข้าว
22. saucer จานรองถ้วย
23. spoon ช้อน
24. toaster เครื่องปิ้งขนมปัง
25. turner ตะหลิวโปร่ง

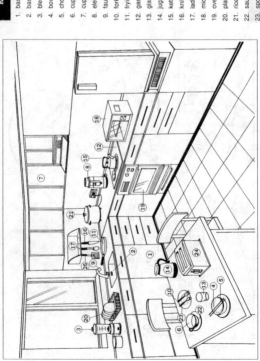

KITCHEN UTENSILS (เครื่องครัว)

bowl
(ชาม)

citrus juicer
(ถ้วยคั้นน้ำส้ม)

cup
(ถ้วยกาแฟ)

fork
(ส้อม)

glass
(แก้วน้ำ)

grater
(ที่ขูดฝอย)

knife
(มีด)

ladle
(ทัพพี)

mortar
(ครก)

pan
(กระทะก้นแบน)

pestle
(สาก)

plate
(จาน)

pot
(หม้อ)

saucepan
(หม้อมีด้ามถือ)

spoon
(ช้อน)

strainer
(กระชอน)

turner
(ตะหลิว)

water pitcher
(เหยือกน้ำ)

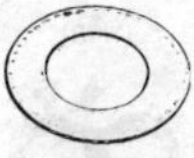

VEGETABLES (ผัก)

artichoke
(อาร์ทิโชค)

asparagus
(หน่อไม้ฝรั่ง)

broccoli
(บร็อกโคลี่)

cabbage
(กะหล่ำปลี)

carrot
(แครอต)

cauliflower
(กะหล่ำดอก)

chili
(พริก)

chinese lettuce
(ผักกาดขาว)

corn
(ข้าวโพด)

garlic
(กระเทียม)

onion
(หอมหัวใหญ่)

pepper
(พริกหยวก)

potato
(มันฝรั่ง)

pumpkin
(ฟักทอง)

shallot
(หอมแดง)

garden pea
(ถั่วลันเตา)

spring onion
(ต้นหอม)

tomato
(มะเขือเทศ)

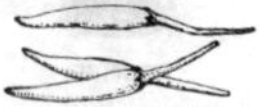

FRUITS (ผลไม้)

apple
(แอปเปิล)

banana
(กล้วย)

cherry
(เชอรี่)

coconut
(มะพร้าว)

durian
(ทุเรียน)

grape
(องุ่น)

guava
(ฝรั่ง)

mangosteen
(มังคุด)

orange
(ส้ม)

papaya
(มะละกอ)

pear
(แพร์)

pineapple
(สับปะรด)

pomegranate
(ทับทิม)

strawberry
(สตรอเบอรี่)

watermelon
(แตงโม)

TOOLS (เครื่องมือ)

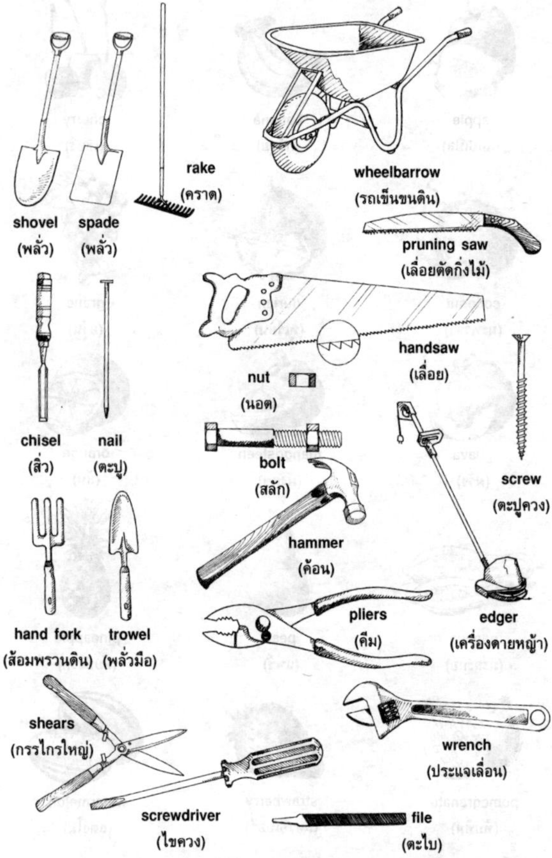

rake
(คราด)
wheelbarrow
(รถเข็นขนดิน)
shovel
(พลั่ว)
spade
(พลั่ว)
pruning saw
(เลื่อยตัดกิ่งไม้)
handsaw
(เลื่อย)
nut
(นอต)
chisel
(สิ่ว)
nail
(ตะปู)
bolt
(สลัก)
screw
(ตะปูควง)
hammer
(ค้อน)
pliers
(คีม)
edger
(เครื่องดายหญ้า)
hand fork
(ส้อมพรวนดิน)
trowel
(พลั่วมือ)
shears
(กรรไกรใหญ่)
wrench
(ประแจเลื่อน)
screwdriver
(ไขควง)
file
(ตะไบ)

THE HUMAN BODY (ร่างกายมนุษย์)

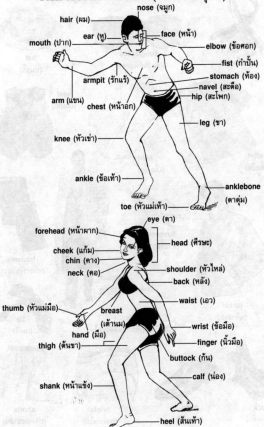

nose (จมูก)

hair (ผม)

ear (หู)

face (หน้า)

mouth (ปาก)

elbow (ข้อศอก)

fist (กำปั้น)

stomach (ท้อง)

armpit (รักแร้)

navel (สะดือ)

arm (แขน)

chest (หน้าอก)

hip (สะโพก)

leg (ขา)

knee (หัวเข่า)

ankle (ข้อเท้า)

anklebone (ตาตุ่ม)

toe (หัวแม่เท้า)

eye (ตา)

forehead (หน้าผาก)

head (ศีรษะ)

cheek (แก้ม)

chin (คาง)

neck (คอ)

shoulder (หัวไหล่)

back (หลัง)

waist (เอว)

thumb (หัวแม่มือ)

breast (เต้านม)

hand (มือ)

wrist (ข้อมือ)

finger (นิ้วมือ)

thigh (ต้นขา)

buttock (ก้น)

calf (น่อง)

shank (หน้าแข้ง)

heel (ส้นเท้า)

Men's Wear (เครื่องแต่งกายผู้ชาย)

belt
(เข็มขัด)

sunglasses
(แว่นกันแดด)

hat
(หมวก)

vest
(เสื้อกั๊ก)

T-shirt
(เสื้อยืด)

shirt
(เสื้อเชิ้ต)

suspenders
(สายรั้งกางเกง)

trousers
(กางเกงขายาว)

overcoat
(เสื้อคลุมตัวยาว)

jacket
(แจ็กเกต)

tiepin
(เข็มกลัดติดเนกไท)

tie
(เนกไท)

sock
(ถุงเท้า)

shoe
(รองเท้า)

briefs
(กางเกงใน)

shorts
(กางเกงขาสั้น)

Women's Wear (เครื่องแต่งกายผู้หญิง)

blouse
(เสื้อ)

headband
(ที่คาดผม)

post earring
(ตุ้มหูแบบเสียบ)

corset
(ชุดรัดทรง)

overcoat
(เสื้อคลุม)

knickers
(กางเกงขาสามส่วน)

body suit
(บอดี้สูท)

stocking
(ถุงน่องยาว)

skirt
(กระโปรง)

suit
(ชุดสูท)

sweater
(สเวตเตอร์)

shoulder bag
(กระเป๋าสะพาย)

shoe
(รองเท้า)

underwear
(ชุดชั้นใน)

ความแตกต่างของการใช้ศัพท์แบบอเมริกันกับแบบอังกฤษ

AMERICAN	ENGLISH	ความหมาย
aisle	gangway	ช่องทางเดิน
antenna	aerial (radio/TV)	เสาอากาศ
apartment	flat	ห้องชุด
baby carriage	pram (perambulator)	รถเข็นเด็ก
bathrobe	dressing gown	ชุดคลุมอาบน้ำ
bill	bank note	ธนบัตร
billfold	wallet	ซองธนบัตร
billion=thousand million	billion=million million	อเมริกัน = พันล้าน
		อังกฤษ = ล้านล้าน
broil	grill	ปิ้ง, ย่าง
cap	taxi	รถแท็กซี่
call/phone	ring up/phone	โทรศัพท์หา
can	tin	กระป๋อง
candy	sweets	ลูกอม, ลูกกวาด
candy store	sweet shop/confectioner	ร้านขายลูกอม
caravan	convoy	ขบวนยานพาหนะ
carnival	fair	งานรื่นเริง
check (restaurant)	bill	ใบเสร็จเรียกเก็บเงิน
checkers	draughts	หมากรุก
check room	cloakroom	ห้องรับฝากเสื้อคลุม หมวก
		ไม้เท้า
chip (potato)	crisp	แผ่นมันฝรั่งทอดกรอบ
closet	cupboard	ตู้เก็บของ
closet	wardrobe	ตู้เสื้อผ้า
cookie	biscuit (sweet)	ขนมคุกกี้, ขนมปังกรอบ
		รสหวาน
corn	maize	ข้าวโพด
corn starch	corn flour	แป้งข้าวโพด
cracker	biscuit (unsweetened)	ขนมปังกรอบรสจืด
crazy	mad	บ้า

AMERICAN	ENGLISH	ความหมาย
davenport/couch	sofa	เก้าอี้นวม
desk clerk	receptionist	พนักงานต้อนรับ
dessert	pudding/dessert	ของหวาน
diaper	nappy	ผ้าอ้อม
(do the) dishes	wash up	ล้างชาม
down town	centre	ตัวเมือง
drapes	curtains	ผ้าม่าน
druggist	chemist	คนขายยา
drugstore/pharmacy	chemist's shop	ร้านขายยา
eggplant	aubergine	มะเขือม่วง
electric cord/wire	flex	สายไฟฟ้า
elevator	lift	ลิฟต์
eraser	rubber	ยางลบ
faculty	staff	คณาจารย์
fall	autumn	ฤดูใบไม้ร่วง
faucet	tap	ก๊อกน้ำ
first floor	ground floor	ชั้นที่หนึ่งของอาคาร, ชั้นล่าง
flashlight	torch/flashlight	ไฟฉาย
freeway/super highway	motorway	ถนนทางด่วน
French fries	chips	แท่งมันฝรั่งทอด
freshman (at university)	1st year undergraduate	นักศึกษาชั้นปีที่ 1
front desk (hotel)	reception	โต๊ะพนักงานต้อนรับ
garbage/trash	rubbish	ขยะ
garbage can/ash can/trash can	dustbin/bin	ถังขยะ
gas	petrol	น้ำมันรถ
gas station	filling station	สถานีบริการน้ำมัน
generator	dynamo	ไดนาโม
grade	class/form	ระดับชั้น
green thumb	green fingers	คนที่ปลูกต้นไม้งอกงามดี, คนมือเย็น
hardware store	ironmonger	ร้านขายเครื่องเหล็ก

AMERICAN	ENGLISH	ความหมาย
highway	mainroad	ถนนสายหลัก
homely	homely	อเมริกัน = ไม่สวย, อังกฤษ = น่าพึงพอใจ
hood (car)	bonnet	กระโปรงรถ
incorporated	limited	(บริษัท) จำกัด
intersection	crossroads	ทางสี่แยก
jail	gaol/jail	คุก
janitor	caretaker/porter	ภารโรง
junior	3rd year undergraduate	นักศึกษาชั้นปีที่ 3
kerosene	paraffin	น้ำมันก๊าด
lawyer/attorney	solicitor	ทนายความ
lease/rent	let	เช่า
legal holiday	bank holiday	วันหยุดทำการ
licence plate	number plate	ป้ายทะเบียนรถ
line (n.)	queue	แถวเข้าคิว
liquor	spirits	เครื่องดื่มแอลกอฮอล์
liquor store	off licence/wine merchant	ร้านขายเครื่องดื่มแอลกอฮอล์
living room	sitting room/lounge/living room	ห้องรับแขกหรือห้องนั่งเล่น
mad	angry	โกรธ
mail (n.)	post	การส่งไปรษณีย์
mail box/mail drop	pillar box	ตู้ไปรษณีย์
mailman	postman	บุรุษไปรษณีย์
make reservation	book	จอง, สำรองที่
motor	engine	เครื่องยนต์
motorcycle	motorbike/motorcycle	รถมอเตอร์ไซค์
movie	film	ภาพยนตร์
movie house/theatre	cinema	โรงภาพยนตร์
one way ticket	single ticket	ตั๋วเดินทางเที่ยวเดียว
overpass	flyover	สะพานลอย
package	parcel	พัสดุ
pantie hose	tights	กางเกงในขายาวแนบเนื้อ

AMERICAN	ENGLISH	ความหมาย
pants/slacks	trousers/slacks	กางเกงขายาว
parking lot	car park	ลานจอดรถ
pitcher	jug	เหยือก
pollywog	tadpole	ลูกอ๊อด
potato chips	crisp	แผ่นมันฝรั่งทอดกรอบ
president (business)	chairman	ประธาน (บริษัท)
principal	headmaster/headmistress	ครูใหญ่, อาจารย์ใหญ่
private school	public school/private school	โรงเรียนเอกชน
public school	state school	โรงเรียนรัฐบาล
railroad	railway	ทางรถไฟ
raisin	sultana	ลูกเกด
restroom	toilet	สุขา
rest room/toilet	public convenience	สุขาสาธารณะ
round trip ticket	return ticket	ตั๋วเดินทางไปกลับ
rubber	contraceptive	ถุงยางอนามัย
sales clerk	shop assistant	พนักงานขาย
schedule	time-table	ตาราง
scotch tape	sellotape	เทปใส
second floor	first floor	ชั้นสองของอาคาร
sedan	saloon car	รถเก๋งสองตอนมีสองหรือ สี่ประตู
semester	term	ภาคเรียน
senior	4th year undergraduate	นักศึกษาชั้นปีที่ 4
shade (window)	blind	มู่ลี่บังแดด
shoestring	bootlace/shoelace	เชือกผูกรองเท้า
sidewalk	pavement/footpath	ทางเดินเท้า
sneakers/tennis shoes	gym shoes/plimsolls/tennis shoes	รองเท้ากีฬา
soccer	football/soccer	กีฬาฟุตบอล
sophomore	2nd year undergraduate	นักศึกษาชั้นปีที่ 2
stand in line/line up	queue	เข้าแถวรอคิว
store	shop	ร้านค้า
stroller	pushchair	เก้าอี้รถเข็น

AMERICAN	ENGLISH	ความหมาย
subway	underground	รถไฟใต้ดิน
sweater/pullover	jumper/sweater/pullover	เสื้อกันหนาวแบบสวมศีรษะ
tag	label	แผ่นป้าย
toilet/john/bathroom	lavatory/toilet/w.c.	สุขา
top (car)	roof/hood	หลังคารถ
trailer truck	articulated lorry	รถบรรทุกพ่วง
truck	lorry	รถบรรทุก
two weeks	fortnight	สองสัปดาห์
undershirt	vest	เสื้อยืดชั้นใน
vacation	holiday	วันหยุดพักผ่อน
vacuum (v.)	hoover	ดูดฝุ่น
vacuum cleaner	hoover	เครื่องดูดฝุ่น
vest	waistcoat	เสื้อกั๊ก
windshield	windscreen	กระจกบังหน้ารถ
wire	telegram	โทรเลข
yard	garden	สวน
zero	nought	ศูนย์
zip code	postal code	เลขรหัสไปรษณีย์

อักษรย่อที่นิยมใช้ทาง E-mail

อักษรย่อ	ความหมาย	คำแปล
AFAIK	As far as I know	เท่าที่ฉันทราบ
BFN, B4N	Bye for now	ตอนนี้ขอลาไปก่อน
BTW	By the way	อีกประการหนึ่ง
CUL	See you later	แล้วพบกันอีก
EOM	End of message	จบข้อความ
F2F	Face to face	เจอหน้ากัน, เผชิญหน้า
FYI	For your information	เพื่อเป็นข้อมูลสำหรับคุณ
IKWUM	I know what you mean	ฉันเข้าใจว่าคุณหมายถึงอะไร
IMHO	In my humble opinion	ในความเห็นของฉัน

IMO	In my opinion	ในความเห็นของฉัน
IOW	In other words	อีกนัยหนึ่ง
NRN	No response necessary	ไม่จำเป็นต้องตอบ
OIC	Oh, I see	อ๋อ เข้าใจแล้วครับ/ค่ะ
OTOH	On the other hand	อีกประการหนึ่ง
TIA	Thanks in advance	ขอบคุณล่วงหน้า
TNK	Thanks	ขอบคุณ
TTFN	Ta ta for now	ตอนนี้ขอลาไปก่อน
WB	Welcome back	ขอต้อนรับกลับ
WYSIWYG	What you see is what you get	ที่คุณเห็นก็คือสิ่งที่คุณได้รับ
2L8	Too late	สายเกินไป
73	Best regards	ด้วยความปรารถนาดียิ่ง

สัญลักษณ์ทางคณิตศาสตร์ที่ควรรู้

$+$	(plus) บวก
$-$	(minus) ลบ
$\pm$	(plus or minus) บวกหรือลบ
$\times$	(multiplied by) คูณ
$\div$	(divided by) หาร
$=$	(equal to; equals) เท่ากับ
$\neq$	(not equal to) ไม่เท่ากับ
$>$	(greater than) มากกว่า
$<$	(less than) น้อยกว่า
$\nless$	(not less than) ไม่น้อยกว่า
$\ngtr$	(not greater than) ไม่มากกว่า
$\geq$	(equal to or greater than) เท่ากับหรือมากกว่า
$\leq$	(equal to or less than) เท่ากับหรือน้อยกว่า
$\approx$	(approximately equal to) มีค่าประมาณ
//	(parallel to (with)) ขนานกับ
$\nparallel$	(not parallel to (with)) ไม่ขนานกับ
$\perp$	(perpendicular to) ตั้งฉากกับ

∞	(infinity) เครื่องหมายอนันต์
$\therefore$	(therefore) เพราะฉะนั้น
$\because$	(because) เพราะว่า
i.e.	(that is) นั่นคือ
e.g.	(for example) ตัวอย่างเช่น
$\lvert a \rvert$	(the absolute value of a) ค่าสัมบูรณ์ของ a
$\sqrt{a}$	(the square root of a) รากที่สองของ a
$\sqrt[3]{a}$	(the cube root of a) รากที่สามของ a
x^2	(x squared) x ยกกำลังสอง
x^3	(x to the third power) x ยกกำลังสาม
$\triangle$ABC	(triangle ABC) สามเหลี่ยม ABC
$\square$ABCD	(quadrilateral ABCD) สี่เหลี่ยม ABCD
ABCD	(parallelogram ABCD) สี่เหลี่ยมด้านขนาน ABCD
$\angle$A	(angle A) มุม A
$\angle$AOB	(angle AOB) มุม AOB

องค์การระหว่างประเทศที่ควรรู้

ADB (Asian Development Bank)
ธนาคารพัฒนาเอเชีย

AFTA (ASEAN Free Trade Area)
เขตการค้าเสรีอาเซียน

APEC (Asia-Pacific Economic Cooperation)
กลุ่มความร่วมมือทางเศรษฐกิจเอเชีย-แปซิฟิก

ASEAN (Association of Southeast Asian Nations)
สมาคมประชาชาติเอเชียตะวันออกเฉียงใต้

EEC (European Economic Community)
ประชาคมเศรษฐกิจโลก

EU (European Union)
สหภาพยุโรป

G-8 (Group of Eight)
กลุ่มประเทศอุตสาหกรรมชั้นนำ 8 ประเทศ ได้แก่ สหรัฐอเมริกา อังกฤษ เยอรมนี ฝรั่งเศส แคนาดา อิตาลี ญี่ปุ่น และรัสเซีย

INTELSAT (International Telecommunications Satellite Organization)
องค์การโทรคมนาคมระหว่างประเทศผ่านดาวเทียม

NAFTA (North America Free Trade Area)
ข้อตกลงการค้าเสรีอเมริกาเหนือ

NATO (North Atlantic Treaty Organization)
องค์การสนธิสัญญาแอตแลนติกเหนือ

OPEC (Organization of Petroleum Exporting Countries)
องค์การของประเทศผู้ส่งน้ำมันปิโตรเลียมออกนอกประเทศ

UNPO (Unrepresented Nations and Peoples Organization)
องค์การประเทศและกลุ่มชนที่ไม่มีผู้แทน

WTO (World Trade Organization)
องค์การการค้าโลก

กระทรวงต่าง ๆ ของประเทศไทย

สำนักนายกรัฐมนตรี	Office of the Prime Minister
กระทรวงกลาโหม	Ministry of Defence
กระทรวงการคลัง	Ministry of Finance
กระทรวงการต่างประเทศ	Ministry of Foreign Affairs
กระทรวงเกษตรและสหกรณ์	Ministry of Agriculture and Cooperatives
กระทรวงคมนาคม	Ministry of Communications
กระทรวงพาณิชย์	Ministry of Commerce
กระทรวงมหาดไทย	Ministry of the Interior
กระทรวงยุติธรรม	Ministry of Justice
กระทรวงแรงงานและสวัสดิการสังคม	Ministry of Labour and Social Welfare
กระทรวงวิทยาศาสตร์เทคโนโลยีและสิ่งแวดล้อม	Ministry of Science, Technology and Environment
กระทรวงศึกษาธิการ	Ministry of Education
กระทรวงสาธารณสุข	Ministry of Public Health
กระทรวงอุตสาหกรรม	Ministry of Industry
ทบวงมหาวิทยาลัย	Office of University Affairs

ตำแหน่งต่าง ๆ ที่ควรรู้

ประธานาธิบดี	President
นายกรัฐมนตรี	Prime Minister
รองนายกรัฐมนตรี	Deputy Prime Minister
รัฐมนตรี	Minister
รัฐมนตรีช่วย	Deputy Minister
โฆษกรัฐบาล	Government Spokesman
ประธานรัฐสภา	President of Parliament
ประธานสภาผู้แทนราษฎร	Speaker of the House of Representatives
ประธานวุฒิสภา	President of the Senate
สมาชิกวุฒิสภา	Senator

สมาชิกรัฐสภา	Member of Parliament
สมาชิกสภาผู้แทนราษฎร	Representative
ประธานศาลฎีกา	President of the Supreme Court
อธิบดีผู้พิพากษา	Chief Justice
ผู้พิพากษาหัวหน้าคณะ	Senior Judge
ผู้พิพากษา	Judge
ปลัดกระทรวง	Permanent Secretary
อธิบดี	Director-General
ผู้ว่าราชการจังหวัด	Governor
รองผู้ว่าราชการจังหวัด	Deputy Governor
ปลัดจังหวัด	Assistant Governor
นายอำเภอ	District Officer
ปลัดอำเภอ	Assistant District Officer
นายกเทศมนตรี	Mayor
ปลัดเทศบาล	City Clerk
นายกสภามหาวิทยาลัย	President of University Council
อธิการบดีมหาวิทยาลัย	Rector of University
รองอธิการบดี	Vice Rector
ผู้ช่วยอธิการบดี	Assistant Rector
คณบดี	Dean of Faculty
รองคณบดี	Deputy Dean
หัวหน้าภาควิชา	Head of Department
ศาสตราจารย์	Professor
รองศาสตราจารย์	Associate Professor
ผู้ช่วยศาสตราจารย์	Assistant Professor
ผู้อำนวยการ	Director
อาจารย์ใหญ่	Principal
ครูใหญ่	Headmaster/Headmistress

ชื่อผู้หญิง ความหมาย และชื่อเล่น

Abigail (แอบ' บะเกล) *บ่อเกิดแห่งความสนุก, ความสุขของผู้เป็นพ่อ* ชื่อเล่นว่า Abby, Abbie

Adela (อะเดล' ละ) *สูงศักดิ์, ประเสริฐ*

Agatha (แอก' กะธะ) *ดี* ชื่อเล่นว่า Aggie

Alexandra (แอลลิกแซน' ดระ) *ผู้ปกป้องมวลมนุษย์* ชื่อเล่นว่า Alexis, Sandra, Sandy

Alice (แอล' ลิซ) *สูงศักดิ์, ประเสริฐ, สัจธรรม* ชื่อเล่นว่า Allie, Alicia

Alicia (อะลีช' เชีย) ชื่อเล่นของ Alice

Amanda (อะแมน' ดะ) *น่ารัก, มีเสน่ห์* ชื่อเล่นว่า Mandy

Amelia (อะมีล' เลีย) *อุตสาหะ, ฉลาด* ชื่อเล่นว่า Millie, Milly

Amy (เอ' มี) *ผู้เป็นที่รัก*

Angela (แอน' จะละ) *ผู้ส่งสาร, เทพธิดา* ชื่อเล่นว่า Angie

Angelica (แอนเจล' ลิคะ) *ผู้ส่งสาร*

Anita (อะนี' ทะ) ชื่อเล่นของ Anna

Ann (แอน) *ความสง่างาม* ชื่อเล่นว่า Annie, Nan, Nancy, Nina

Anna (แอน' นะ) Var. of Hannah ชื่อเล่นว่า Annie

Annabel (แอน' นะเบล) *สง่างาม*

Anne (แอน) Var. of Ann

Antoinette (แอนทวะเนท') ชื่อเล่นว่า Netty, Toni

Barbara (บารํ' บะระ) *แปลกถิ่น* ชื่อเล่นว่า Bab, Babbie, Barbie

Beatrice (เบีย' ทริซ) *ผู้สร้างความสุข* ชื่อเล่นว่า Bea, Bee, Trix

Becky (เบค' คี) ชื่อเล่นของ Rebecca

Belinda (บะลิน' ดะ) *สวย* ชื่อเล่นว่า Bella, Linda

Belle (เบล) *สวย*

Bridget (บริจ' จิท) *ความแข็งแรง, ความกล้าหาญ* ชื่อเล่นว่า Biddy

Camilla (คะมิล' ละ) *คนดูแลพิธีอันศักดิ์สิทธิ์*

Cara (คารํ' ระ) *ผู้เป็นที่รัก*

Carol (คารํ' เริล) *มนุษย์*

Caroline (คารํ' ระลิน, -ไลน์) *มนุษย์* ชื่อเล่นว่า Carrie

Catherine (แคธ' เธอร์ริน) *ความบริสุทธิ์* ชื่อเล่นว่า Cathy, Kate, Kathy, Kit, Kitty

Charlotte (ชารํ' เลิท) *มนุษย์* ชื่อเล่นว่า Carry, Lotta, Lottie

Christina (คริซที' นะ) *ผู้ติดตามพระผู้เป็นเจ้า* ชื่อเล่นว่า Chris, Christie, Tina

Cindy (ซิน' ดี) ชื่อเล่นของ Lucindy

Claire (แคลรํ) *สว่างไสว* ชื่อเล่นว่า Clair, Clara

Clara (แคลร' ระ) *สดใส, สว่าง*

Claudia (คลอ' เดีย) *วัสดุที่ใช้ทอดิ้นเงินดิ้นทอง*

Cristina (ครีซที' นะ) *คริสต์ศาสนิกชน*

Cynthia (ซิน' เธีย) *ดวงจันทร์* ชื่อเล่นว่า Cindie, Cynthy

Deborah (เดบ' บะระ) *ราชินีผึ้ง* ชื่อเล่นว่า Deb, Debby

Diana (ไดแอน' นะ) *ดวงจันทร์* ชื่อเล่นว่า Di

Donna (ดอน' นะ) *สุภาพสตรี*

Dorothy (ดอ' ระธี) *ของขวัญแห่งพระเจ้า* ชื่อเล่นว่า Doll, Dolly, Dora

Edith (อี' ดิธ) *ของขวัญแห่งการทำสงคราม* ชื่อเล่นว่า Edie

Elizabeth (อิลิซ' ซะเบิธ) *คำสาบานของพระเจ้า* ชื่อเล่นว่า Beth, Betty, Lisa, Liz, Lizzie

Emily (เอม' มะลี) *ขยัน, อุตสาหะ* ชื่อเล่นว่า Em

Emma (เอม' มะ) *คุณยาย* ชื่อเล่นว่า Em, Emmie

Esther (เอซ' เทอร์) *ดวงดาว* ชื่อเล่นว่า Essie, Hetty

Eva (อี' วะ) *ชีวิต* ชื่อเล่นว่า Eve, Ev, Evie

Eve (อีฟว์) *ชีวิต* ชื่อเล่นว่า Ev, Evie

Evita (เอวี' ทะ) ชื่อเล่นของ Eva

Felicia (ฟะลิซ' ซะ, -ลิซ' เชีย, -ลี' ซะ) *เป็นสุข*

Frances (แฟรน' ซิซ, ฟราน'-) *อิสระ, เสรีภาพ*

Gabrielle (เก' เบรียล) *บุตรของพระเจ้า* ชื่อเล่นว่า Gaby

Geraldine (เจอ' เริลดีน) *กษัตริย์นักรบ* ชื่อเล่นว่า Jerry

Gloria (กลอ' เรีย, โกล' เรีย) *ความรุ่งโรจน์, ความสุขสมบูรณ์*

Grace (เกรซ) *ความงดงาม, ความสง่า, ความกรุณา*

Hannah (แฮน' นะ) *ความงดงาม, ความสง่า, ความกรุณา*

Helen (เฮล' เลิน) *แสงสว่าง, ดวงไฟ, ผู้มีชื่อเสียง, ดารา* ชื่อเล่นว่า Nell, Nelli

Hilary (ฮิล' เลอรี) *เบิกบานใจ, รื่นเริง, ปีติยินดี*

Ida (ไอ' ดะ) *เป็นสุข*

Ingrid (อิง' กริด) *บุตรีของ Ing (เทพเจ้าองค์หนึ่งในตำนานของเยอรมัน)*

Irene (ไอรีน') *ความสงบ, สันติภาพ*

Iris (ไอ' ริซ) *รุ้ง, ดอกไอริส*

Isabel (อิซ' ซะเบล) *คำสัตย์สาบานของ Baal (เทพเจ้าแห่งความอุดมสมบูรณ์องค์หนึ่งของชาวเซมิติกโบราณ)*

Jacqueline (แจค' ควะลิน, -ลีน, แจค' คะ-) *ผู้ประสบความสำเร็จ, ผู้รับช่วง, ผู้สืบมรดก*

Jane (เจน) *พระเจ้าคือความกรุณา*

Janet (แจน' นิท, จะเนท') ชื่อเล่นของ Jane

Jennifer (เจน' นะเฟอร์) *ระลอกคลื่นสีขาว, หญิงผิวขาว* ชื่อเล่นว่า Jenny หรือ Jinny

Jill (จิล) ชื่อเรียกสั้นๆ ของ Julia

Joan (โจน, โจแอน') *พระเจ้าคือความกรุณา*

Johanna (โจแฮน' นะ) *พระเจ้าคือความกรุณา*

Josephine (โจ' ซะฟีน, -ซะ-) *พระเจ้าจะประทาน (บุตรชาย)* ชื่อเล่นว่า Jo, Josie, Jozy

Joyce (จอยซ์) *รื่นเริง, เบิกบานใจ, ปลื้มปีติ*

Judith (จู' ดิธ) *สรรเสริญ, ชมเชย, ยกย่อง*

Julia (จูล' เลีย) *ขนที่เป็นปุยหรืออ่อนนุ่ม, หนุ่มสาว, อ่อนเยาว์*

Juliana (จูลีแอน' นะ) *อ่อนเยาว์*

Juliet (จู' เลียท, จูเลียท') ชื่อเล่นของ Julia

Justina (จัซไท' นะ, -ที'-) *ยุติธรรม, ถูกต้อง*

Laura (ลอ' ระ) *พวงมาลัยสวมศีรษะที่ทำจากใบ Laurel* ชื่อเล่นว่า Laurie, Lolly

Linda (ลิน' ดะ) *น่ารัก, สวยงาม*

Louise (ลูอีซ') *นักรบหญิงผู้มีชื่อเสียง* ชื่อเล่นว่า Lou, Louie, Lu, Lulu

Lucia (ลู' ชะ) *ผู้นำความสว่างมาให้*

Lucy (ลู' ซี) ดู *Lucia*

Lulu (ลู' ลู) ชื่อเล่นของ Louise

Mamie (เม' มี) ชื่อเล่นของ Margaret

Mandy (แมน' ดี) ชื่อเล่นของ Amanda

Margaret (มาร์' กะริท, มาร์' กริท) *ไข่มุก*

Maria (มะไร' อะ, -เรีย') ดู *Mary*

Marsha (มาร์' ชะ) *ผู้กระหายทำศึกสงคราม*

Martha (มาร์' ธะ) *สุภาพสตรี* ชื่อเล่นว่า Marty, Martie, Matty

Mary (แม' รี) *ขม, มารดาของพระเยซู* ชื่อเล่นว่า May, Minnie, Molly, Polly

Matilda (มะทิล' ดะ) *ผู้มีกำลังอำนาจในการสู้รบ* ชื่อเล่นว่า Mattie, Matty, Patty, Tilda

May (เม) ชื่อเล่นของ Mary

Meg (เมก) ชื่อเล่นของ Margaret

Megan (มี' เกิน) *ความแปลกประหลาด, ความยิ่งใหญ่*

Melanie (เม' ละนี) *สีดำ, ผ้าสีเข้ม*

Melissa (มะลิซ' ซะ) *ผึ้ง*

Minnie (มิน' นี) *ความทรงจำ, ความรัก*

Miranda (มิแรน' ดะ) *ความนิยมนับถือ, ความเลื่อมใส*

Miriam (เมีย' เรียม) ดู Mary

Molly (มอล' ลี) ชื่อเล่นของ Mary

Mona (โม' นะ) ขุนนาง, ผู้สูงศักดิ์

Monica (มอ' นะกะ) ที่ปรึกษา, ผู้ให้คำแนะนำ

Nadine (เนดีน', นะ-) ความหวัง

Nan (แนน) ชื่อเล่นของ Ann

Nancy (แนน' ซี) ชื่อเล่นของ Ann

Naomi (เนโอ' มี, เน'-) ความพอใจ, ความเพลิดเพลิน

Natalie (แนท' ทะลี) ผู้ที่เกิดในวันคริสต์มาส

Nicole (นิโคล') ชัยชนะของประชาชน

Olivia (โอลิ' เวีย) ต้นมะกอก

Pamela (แพม' มะละ) ผู้เป็นที่รัก ชื่อเล่นว่า Pam

Patricia (พะทริช' ชะ) หญิงผู้สูงศักดิ์ ชื่อเล่นว่า Pat, Tricia

Peg, Peggy (เพก, เพก' กี) ชื่อเล่นของ Margaret

Rachel (เร' เชล) แกะตัวเมีย ชื่อเล่นว่า Rae, Ray

Ramona (ระโม' นะ) การปกป้องอันชาญฉลาด

Rebecca (ริเบค' คะ) ผูก, มัด ชื่อเล่นว่า Becky

Rita (รี' ทะ) ชื่อเล่นของ Margarita

Roberta (ระเบอร์' ทะ) เปลวไฟอันโชติช่วง ชื่อเล่นว่า Bert

Robin (รอบ' บิน) ชื่อเล่นของ Roberta

Rose (โรซ) กุหลาบ

Rosemary (โรซ' แมรี) ต้นโรสแมรี่

Ruth (รูธ) เพื่อน, มิตร

Sandra (แซน' ดระ, ซาน'-) ชื่อเล่นว่า Alexandra

Sarah (ซา' ระ) เจ้าหญิง ชื่อเล่นว่า Sadie, Sally

Sharon (แช' เริน) ที่ราบ ชื่อเล่นว่า Sherry

Silvia, Sylvia (ซิล' เวีย) เกี่ยวกับป่าไม้

Sofia, Sophia (โซเฟีย') ฉลาด ชื่อเล่นว่า Sophie

Stephanie (สเตฟ' ฟะนี) มงกุฎ

Susan (ซู' เซิน) ดอกลิลลี่ ชื่อเล่นว่า Sue, Susie

Susannah (ซูแซน' นะ) ดอกลิลลี่ ชื่อเล่นว่า Sue, Susie

Sylvia (ซิล' วีอะ) แห่งป่า

Teresa (ทะรี' ซะ, -ซะ) ชื่อเกาะในทะเลอีเจียน ชื่อเล่นว่า Terry, Tessie

Trixie (ทริค' ซี) ชื่อเล่นของ Beatrice หรือ Beatrix
Vanessa (วะเนซ' ซะ) *ผีเสื้อ*
Veronica (วะโรนิ' คะ) *ภาพลักษณ์ที่แท้จริง* ชื่อเล่นว่า Ronny
Victoria (วิคทอ' เรีย) *ชัยชนะ* ชื่อเล่นว่า Vicky
Virginia (เวอร์จิน' เนีย) *หญิงสาวบริสุทธิ์* ชื่อเล่นว่า Ginny
Vivian (วิฟว์ เวียน) *สดใส, มีชีวิตชีวา*
Wendy (เวน' ดี) ชื่อเล่นของ Gwendolyn (ดวงจันทร์)

ชื่อผู้ชาย ความหมาย และชื่อเล่น

Abraham(เอ' บระแฮม) *บิดาแห่งสรรพสิ่งทั้งหลาย* ชื่อเล่นว่า Abe, Abie
Adam (แอด' เดิม) *แดง, มนุษย์แห่งแผ่นดินสีแดง* ชื่อเล่นว่า Addy
Adolph (แอด' ดอล์ฟ) *หมาป่าที่ประเสริฐ* ชื่อเล่นว่า Dolph
Alan (แอล' เลิน) *รูปหล่อ* ชื่อเล่นว่า Al
Albert (แอล' เบิร์ท) *ความโชติช่วงอันสูงส่งสง่างาม* ชื่อเล่นว่า Al, Alb, Bert
Alexander (แอลลิกแซน' เดอร์) *ผู้ปกป้องมวลมนุษย์* ชื่อเล่นว่า Alec, Alex, Sander, Sandy
Alfred (แอล' เฟรด, -ฟริด) ฉลาด ชื่อเล่นว่า Al, Alf, Fred
Andrew (แอน' ดรู) *อย่างลูกผู้ชาย, สมชาย* ชื่อเล่นว่า Andy, Drew
Anthony (แอน' ธะนี) *ล้ำค่า* ชื่อเล่นว่า Tony
Arnold (อาร์' เนิลด์) *พลังอินทรี* ชื่อเล่นว่า Arn, Arnie
Arthur (อาร์' เธอร์) *ผู้กล้าหาญ* ชื่อเล่นว่า Art, Artie
Baldwin (บอลด์' วิน) *เพื่อนผู้กล้าหาญ*
Benedict (เบน' นะดิคท์) *ศักดิ์สิทธิ์*
Benjamin (เบน' จะเมิน) *ลูกชายคนโปรด* ชื่อเล่นว่า Ben, Benjy, Benny
Bernard (เบอร์' เนิร์ด) *ผู้กล้าหาญ* ชื่อเล่นว่า Barney, Berney, Bernie
Bert (เบิร์ท) ชื่อเล่นของ Albert
Bill (บิล) ชื่อเล่นของ William
Bob (บอบ) ชื่อเล่นของ Robert
Brian (ไบร' อัน) *แข็งแรง*
Calvin (แคล' วิน) *โล่ง, ล้าน, เตียน* ชื่อเล่นว่า Cal
Charles (ชาร์ลซ์) *สมชาย* ชื่อเล่นว่า Charley, Charlie, Chuck
Christian (คริซ' เชิน) *ชาวคริสเตียน, คริสต์ศาสนิกชน* ชื่อเล่นว่า Chris
Christopher (คริซ' ทะเฟอร์) *สาวกผู้อุทิศแด่พระผู้เป็นเจ้า* ชื่อเล่นว่า Chris, Kit
Claude (คลอด) *วัสดุที่ใช้ทอดิ้นเงินดิ้นทอง*

Dan (แดน) *ผู้ตัดสิน, ผู้พิพากษา*
Daniel (แดน' เนียล) *พระเจ้าคือผู้ตัดสินของฉัน* ชื่อเล่นว่า Dan, Danny
David (เด' วิด) *ผู้เป็นที่รัก*
Dennis (เดน' นิซ) ชื่อเล่นว่า Denny
Dick (ดิค) ชื่อเล่นของ Richard
Dominic (ดอม' มะนิค) *แห่งพระเจ้า* ชื่อเล่นว่า Dom
Donald (ดอน' เนิลด์) *ผู้นำโลก* ชื่อเล่นว่า Don, Donnie
Duncan (ดัง' เคิน) *นักรบสีน้ำตาล*
Edward (เอด' เวิร์ด) *ผู้พิทักษ์ความอุดมสมบูรณ์* ชื่อเล่นว่า Ed, Eddie, Ned, Ted, Teddy
Elbert (เอล' เบิร์ท) *ดู Albert*
Eric (เออ' ริค) *ผู้ปกครอง, กษัตริย์ผู้สูงส่ง*
Ernest (เออร์' นิซท์) *แน่วแน่* ชื่อเล่นว่า Ern, Ernie
Evan (เอฟว์' เวิน) *พระเจ้าคือสิ่งสูงส่งประเสริฐยิ่ง*
Francis (ฟราน' ซิซ) *อิสระ, เสรีภาพ* ชื่อเล่น Frank, Frankie
Frank (แฟรงค์) ชื่อเล่นของ Francis หรือ Franklin
Fred (เฟรด) ชื่อเล่นของ Alfred, Frederick หรือ Wilfred
Frederick (เฟรด' เดอริค, เฟรด' ริค) *กษัตริย์หรือประมุขผู้รักสันติ*
Gabriel (เก' เบรียล, กา' เบรียล) *บุตรของพระเจ้า*
George (จอร์จ) *ชาวนา* ชื่อเล่นว่า Georgie
Gerald (เจอ' เริลด์) *กษัตริย์นักรบ* ชื่อเล่นว่า Gerry
Gilbert (กิล' เบิร์ท, ฌีลแบร์') *คำมั่นสัญญาที่น่าเชื่อถือ, คำอธิษฐานที่เป็นจริง* ชื่อเล่นว่า Gil
Gregory (เกรก' เกอรี) *รอบคอบ, ระมัดระวัง* ชื่อเล่นว่า Greg
Guy (ไก, กี) *ผู้นำ, หัวหน้า*
Hank (แฮงค์) ชื่อเล่นของ Henry
Harold (แฮ' เริลด์) *แม่ทัพ, ผู้นำกองทัพ* ชื่อเล่นว่า Hal
Harry (แฮร์' รี) *ผู้ครอบครองหรือผู้ดูแลบ้าน ที่ดินและทรัพย์สมบัติ* ชื่อเล่นของ Harold
Henry (เฮน' รี) *ประมุขหรือผู้ครอบครองดูแลบ้าน ที่ดินและทรัพย์สมบัติ*
Hugh (ฮิว) *ความฉลาด* ชื่อเล่นว่า Hughie
Ian (เอียน) *พระเจ้าคือความกรุณา*
Immanuel (อิแมน' นูเอล) *พระเจ้าจะอยู่กับเรา*
Isaac (ไอ' เซิค) *เสียงหัวเราะ, การหัวเราะ*
Ivan (ไอ' เวิน, อิวาน') *พระเจ้าคือความกรุณา*
Jack (แจค) *ผู้ประสบความสำเร็จ, ผู้รับช่วง, ผู้สืบตระกูล* ชื่อเล่นของ John

Jacob (เจ' เคิบ) *ผู้ประสบความสำเร็จ, ผู้สืบมรดก* ชื่อเล่นว่า Jock
James (เจมซ์) *ผู้ประสบความสำเร็จ, ผู้สืบมรดก* ชื่อเล่นว่า Jimmy, Jim
Jason (เจ' เซิน) *ผู้รักษาความซื่อสัตย์, ผู้รักษาความศรัทธา*
Jeffrey (เจฟ' ฟรี) *ประเทศหรือแผ่นดินอันสงบ* ชื่อเล่นว่า Jeff
Jerry (เจอร์' รี) ชื่อเล่นของ Gerald, Gerard, Jeremiah, Jerome
John (จอน) *พระเจ้าคือความกรุณา* ชื่อเล่นว่า Jack, Johnnie
Jonathan (จอน' นะเธิน) *ของขวัญของพระเจ้า* ชื่อเล่นว่า Jon, Jonnie, Jonny
Joseph (โจ' เซิฟ, โฌเซิฟ', โย' เซิฟ) *พระเจ้าจะประทาน (บุตรชาย)* ชื่อเล่นว่า Joe, Joey
Justin (จัซ' ทิน) *ยุติธรรม, ถูกต้อง*
Leo (ลี' โอ) *สิงโต*
Leonard, Leonardo (เลน' เนิร์ด, เลโอนาร์' โด) *สิงโตที่แข็งแรง* ชื่อเล่นว่า Len, Lenny
Lewis (ลู' อิซ) *ดู Louis* ชื่อเล่นว่า Lew, Lewie
Louis (ลู' อิซ, ลู' อี) *ทหารหรือนักรบผู้มีชื่อเสียง* ชื่อเล่นว่า Lew, Lou
Martin (มาร์' เทิน) *ผู้ที่ชอบทำศึกสงคราม, แห่งสงคราม* ชื่อเล่นว่า Mart, Marty
Matthew (แมธ' ธิว) *ของขวัญของพระผู้เป็นเจ้า* ชื่อเล่นว่า Mat, Matt
Max (แมคซ์) ชื่อเล่นของ Maximilian
Maximilian (แมคซะมิ' เลียน) *ผู้ที่ยอดเยี่ยมที่สุด* ชื่อเล่นว่า Max
Michael (ไม' เคิล) *ผู้ใดที่เหมือนพระเจ้า* ชื่อเล่นว่า Mike, Mickey, Micky, Mikey
Mitchell (มิช' เชิล) *ดู Michael* ชื่อเล่นว่า Mitch
Napoleon (นะโพ' เลียน) *แห่งนครใหม่*
Nathan (เน' เธิน) *ของขวัญ* ชื่อเล่นว่า Nat, Nate
Nicholas (นิค' คะเลิซ) *ชัยชนะของประชาชน* ชื่อเล่นว่า Nick, Nicky
Nigel (ไน' เจิล) *ผู้ที่เกิดในตระกูลสูงศักดิ์, ผู้มีคุณธรรมสูง*
Noah (โน' อะ) *ความสุขสบาย, การพักผ่อน, การท่องเที่ยว*
Noel (โน' เอิล) *วันคริสต์มาส, ผู้ที่เกิดในวันคริสต์มาส*
Norman (นอร์' เมิน) *ชนกลุ่มหนึ่งในสมัยกลางของสแกนดิเนเวีย* ชื่อเล่นว่า Norm
Oliver (ออ' ละเวอร์) *ต้นมะกอก* ชื่อเล่นว่า Ollie, Olly
Oscar (ออซ' เคอร์) *หอกอันศักดิ์สิทธิ์*
Owen (โอ' เอิน) *นักรบหนุ่ม*
Patrick (แพ' ทริค) *ขุนนาง, ผู้สูงศักดิ์* ชื่อเล่นว่า Paddy, Pat, Patsy
Paul (พอล) *เล็กน้อย*
Peter (พี' เทอร์) *หิน* ชื่อเล่นว่า Pete
Philip (ฟิล' ลิพ) *คนรักม้า* ชื่อเล่นว่า Phil

Ralph (ราลฟ์) *เจ้าเล่ห์*
Randolph (ราน' ดอลฟ์) *หมาป่าผู้พิทักษ์* ชื่อเล่นว่า Randy
Ray (เร) ชื่อเล่นของ Raymond
Raymond (เร' เมินด์) *การปกป้องอย่างชาญฉลาด* ชื่อเล่นว่า Ray
Reynold (เรน' เนิลด์) *พลังอำนาจอันล้นเหลือ*
Richard (ริช' เชิร์ด) *กษัตริย์ผู้เข้มแข็ง* ชื่อเล่นว่า Dick, Ricky
Roald (โร' อัล) *พลังอันเลื่องลือ*
Robert (รอบ' เบิร์ท) *เปลวไฟอันโชติช่วง* ชื่อเล่นว่า Bob, Rob, Robin
Roger (โร' เจอร์) *หอกอันลือชื่อ* ชื่อเล่นว่า Hodge, Rodge
Roy (รอย) *กษัตริย์*
Rudolph (รู' ดอลฟ์) *หมาป่าที่ลือชื่อ* ชื่อเล่นว่า Rudy
Samson (แซม' เซิน) *ดวงอาทิตย์*
Samuel (แซม' มวล) *พระนามของพระเจ้า* ชื่อเล่นว่า Sam, Sammy
Scott (สกอต) ชาวสกอต
Sean (ชอน) ชื่อชาวไอริชเหมือนชื่อ John
Silvester (ซิลเวซ' เทอร์) *ป่าเถื่อน, บ้านนอก*
Simon (ไซ' เมิน) *ฟังอย่างตั้งใจ*
Solomon (ซอล' ละเมิน) *สงบสุข, สันติ*
Stephen (สตี' เวิน) *มงกุฎ* ชื่อเล่นว่า Steve, Stevie
Stewart (สตู' เอิร์ด) *ผู้ดูแลรับใช้, ผู้จัดการ* ชื่อเล่นว่า Stew
Sylvester (ซิลเวซ' เทอร์) *ดู Silvester*
Ted, Teddy (เทด, เทด' ดี) ชื่อเล่นของ Edward, Theodore
Theodore (ธี' อะดอร์) *ของขวัญแห่งพระเจ้า* ชื่อเล่นว่า Tad, Ted, Teddy
Thimothy (ทิม' มะธี) ชื่อเล่นว่า Tim, Timmy
Thomas (ทอ' มัซ) แฝด ชื่อเล่นว่า Tom, Tommy
Tod, Todd (ทอด) สุนัขจิ้งจอก
Tony (โท' นี) ชื่อเล่นของ Anthony
Valentine (เวล' เลินไทน์) *แข็งแรง, สุขภาพดี* ชื่อเล่นว่า Val
Victor (วิค' เทอร์) *ผู้พิชิต* ชื่อเล่นว่า Vic, Vick
Vincent (วิน' เซินท์) *ชนะ, พิชิต* ชื่อเล่นว่า Vin, Vince, Vinny
Wilfred (วิล' ฟริด) *สันติภาพอันแน่วแน่* ชื่อเล่นว่า Fred
William (วิล' เลียม) *การป้องกันที่แน่นหนาแข็งขัน* ชื่อเล่นว่า Bill, Billy, Will, Willie